ಮಂದ್ರ

ಎಷ್ಟೋ ಹೊತ್ತಿನ ನಂತರ ಭೋಸ್ಲೆಯ ಧ್ವನಿ: 'ಕಲೆಯನ್ನ ನೋಡಿದಾಗ ಸ್ವರ್ಗಪ್ರವೇಶ ಮಾಡಿದ ಹಾಗಾಗುತ್ತೆ. ಕಲಾವಿದನ ಒಳಹೊಕ್ಕಾಗ ಬೇರೆಯೇ ಇರುತ್ತೆ. ಯಾಕೆ ಈ ಕಾಂಟ್ರಡಿಕ್ಷನ್?'

'ಸಾಹಿತ್ಯ ಭಂಡಾರ'ದ ೯೧ನೇ ವರುಷದ ಪ್ರಕಟಣೆ

ಭೈರಪ್ಪನವರ ಕೃತಿಗಳು

ಕತೆ, ಕಾದಂಬರಿಗಳು

ಗತಜನ್ಮ (೧೯೫೫) ಮತ್ತೆರಡು ಕತೆಗಳು
ಭೀಮಕಾಯ: ೧೯೫೮
ಬೆಳಕು ಮೂಡಿತು: ೧೯೫೯
ಧರ್ಮಶ್ರೀ: ೧೯೬೧
ದೂರ ಸರಿದರು: ೧೯೬೨
ಮತದಾನ: ೧೯೬೫
ವಂಶವೃಕ್ಷ: ೧೯೬೫
ಜಲಪಾತ: ೧೯೬೭
ನಾಯಿ–ನೆರಳು: ೧೯೬೮
ತಬ್ಬಲಿಯು ನೀನಾದೆ ಮಗನೆ: ೧೯೬೮
ಗೃಹಭಂಗ: ೧೯೭೦
ನಿರಾಕರಣ: ೧೯೭೧
ಗ್ರಹಣ: ೧೯೭೨
ದಾಟು: ೧೯೭೩
ಅನ್ವೇಷಣ: ೧೯೭೬
ಪರ್ವ: ೧೯೭೯
ನೆಲೆ: ೧೯೮೩
ಸಾಕ್ಷಿ: ೧೯೮೬
ಅಂಚು: ೧೯೯೦
ತಂತು: ೧೯೯೩
ಸಾರ್ಥ: ೧೯೯೮
ಮಂದ್ರ: ೨೦೦೨
ಆವರಣ: ೨೦೦೭
ಕವಲು: ೨೦೧೦
ಯಾನ: ೨೦೧೪
ಉತ್ತರ ಕಾಂಡ: ೨೦೧೭

ಆತ್ಮವೃತ್ತಾಂತ

ಭಿತ್ತಿ: ೧೯೯೬

ಸಾಹಿತ್ಯ ಚಿಂತನ ಗ್ರಂಥಗಳು

ಸಾಹಿತ್ಯ ಮತ್ತು ಪ್ರತೀಕ: ೧೯೬೬
ಸತ್ಯ ಮತ್ತು ಸೌಂದರ್ಯ: ೧೯೬೭
ಕಥೆ ಮತ್ತು ಕಥಾವಸ್ತು: ೧೯೬೯
ನಾನೇಕೆ ಬರೆಯುತ್ತೇನೆ?: ೧೯೮೦
ಸಂದರ್ಭ : ಸಂವಾದ: ೨೦೧೧
ಸಾಕ್ಷಿ ಪರ್ವ: ೨೦೧೯
ಚಿಂತನ ಮಂಥನ: ೨೦೧೯

ನೂರಹನ್ನೊಂದನೇ ಪ್ರಕಟಣೆ:

೨೦೧೦ರ ಸರಸ್ವತೀ ಸಮ್ಮಾನ ಪಡೆದ

ಮಂದ್ರ

ಎಸ್.ಎಲ್. ಭೈರಪ್ಪ

ಸಾ ಹಿ ತ್ಯ ಭಂ ಡಾ ರ
ಜಂಗಮಮೇಸ್ತ್ರಿ ಗಲ್ಲಿ, ಬಳೇಪೇಟೆ
ಬೆಂಗಳೂರು: ೫೬೦ ೦೫೩
೦೮೦-೨೨೮೭ ೭೬೧೮

ಸಾಹಿತ್ಯ ಭಂಡಾರ ಪ್ರಕಾಶನ
'ಗೋ-ಸತ್ಯ', ೧೭೪/೭೫, ೧ನೇ ಮೇನ್,
ಸಾರ್ವಭೌಮನಗರ, ಚಿಕ್ಕಲ್ಲಸಂದ್ರ,
ಬೆಂಗಳೂರು: ೫೬೦ ೦೬೧
೯೪೪೮೧೬ ೦೪೪೩೫

ಮೊದಲನೇ ಮುದ್ರಣ: ೨೦೦೨
ಎರಡನೇ ಮುದ್ರಣ: ೨೦೦೨
ಮೂರನೇ ಮುದ್ರಣ: ೨೦೦೩
ನಾಲ್ಕನೇ ಮುದ್ರಣ: ೨೦೦೬
ಐದನೇ ಮುದ್ರಣ: ೨೦೦೮
ಆರನೇ ಮುದ್ರಣ: ೨೦೧೧
ಏಳನೇ ಮುದ್ರಣ: ೨೦೧೧
ಎಂಟನೇ ಮುದ್ರಣ: ೨೦೧೨
ಒಂಬತ್ತನೇ ಮುದ್ರಣ: ೨೦೧೨
ಹತ್ತನೇ ಮುದ್ರಣ: ೨೦೧೩
ಹನ್ನೊಂದನೇ ಮುದ್ರಣ: ೨೦೧೪
ಹನ್ನೆರಡನೇ ಮುದ್ರಣ: ೨೦೧೪
ಹದಿಮೂರನೇ ಮುದ್ರಣ: ೨೦೧೫
ಹದಿನಾಲ್ಕನೇ ಮುದ್ರಣ: ೨೦೧೬
ಹದಿನೈದನೇ ಮುದ್ರಣ: ೨೦೧೮
ಹದಿನಾರನೇ ಮುದ್ರಣ: ೨೦೧೯
ಹದಿನೇಳನೇ ಮುದ್ರಣ: ೨೦೨೦
ಹದಿನೆಂಟನೇ ಮುದ್ರಣ: ೨೦೨೧
ಹತ್ತೊಂಬತ್ತನೇ ಮುದ್ರಣ: ೨೦೨೧
ಇಪ್ಪತ್ತನೇ ಮುದ್ರಣ: ೨೦೨೩
ಇಪ್ಪತ್ತೊಂದನೇ ಮುದ್ರಣ: ೨೦೨೪

ಮುಖಚಿತ್ರ: ಚಂದ್ರನಾಥ ಆಚಾರ್ಯ
ಅಕ್ಷರ: ಸಾಹಿತ್ಯ ಡಿ.ಟಿ.ಪಿ. ಬೆಂಗಳೂರು. ೯೪೪೯೬ ೯೫೪೮೬

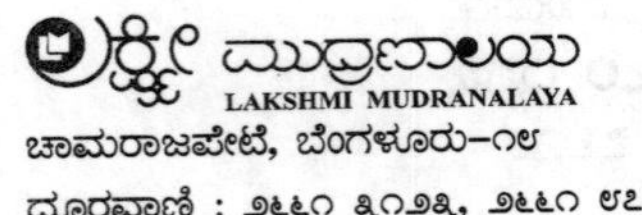

ಚಾಮರಾಜಪೇಟೆ, ಬೆಂಗಳೂರು-೧೮
ದೂರವಾಣಿ : ೨೬೬೧ ೩೧೨೩, ೨೬೬೧ ೮೭೫೨

೨೦೧೦ರ 'ಸರಸ್ವತೀ ಸಮ್ಮಾನ'ದ ಪ್ರಶಸ್ತಿ ವಾಚನದಿಂದ

Mandra, the book which has won the Saraswati Samman for the year 2010, is one of the most acclaimed epic novels of Bhyrappa. It has already been successfully translated into Hindi and Marathi and its English translation is ready for publication. Though it takes its theme from the classical question of art versus morality, many more subtler and complex issues haunting our life are marvellously interwoven in it. Rooted deeply in the harsh realities of the world, the governing theme evolves like a banyan tree in all directions and pictures many home-truths that are inseparable with art, artist, art-tradition, art-criticism and the world of connoisseurs.

Mandra is a musical term which is roughly equivalent to 'Lower Octave' in Western music. Though written in Kannada, the novel is astoundingly native to the world of Hindustani music predominantly popular in north India. Hence, it is a beautiful golden bridge that links a north-Indian tune and a south-Indian tongue. Even the sweep of events that happen in the story reflects its global nature while beautifully focusing upon the local culture. The technique of narration essentially following a complex and intricate web of stream of consciousness is a metaphor in itself to the process of development of a raga in Hindustani music. Bhyrappa's genius and imagination give verbal equivalents to the abstract melody of music, and it concretises the spiritual emotion music creates in us. These descriptions become word pictures. Thus Mandra is unique as a novel as it is music sung to the pitch of life in prose.

ಸರಸ್ವತಿ ಸಮ್ಮಾನಿತ 'ಮಂದ್ರ'

ಕಳೆದ ಹತ್ತು ವರ್ಷಗಳಲ್ಲಿ ಭಾರತದ ಇಪ್ಪತ್ತೆರಡು ಭಾಷೆಗಳಲ್ಲಿ ಪ್ರಕಟವಾದ ಸಾಹಿತ್ಯಕೃತಿಗಳಲ್ಲಿ 'ಮಂದ್ರ'ವು ಸರ್ವಶ್ರೇಷ್ಠವಾದುದೆಂದು ಪರಿಗಣಿಸಿ ರಾಷ್ಟ್ರದ ಸಾಹಿತ್ಯಲೋಕದ ಅತ್ಯುನ್ನತ ಪ್ರಶಸ್ತಿಯಾದ 'ಸರಸ್ವತೀ ಸಮ್ಮಾನ'ವನ್ನು ಏಳೂವರೆ ಲಕ್ಷ ಮೊತ್ತದೊಡನೆ ಭೈರಪ್ಪನವರಿಗೆ ಅರ್ಪಿಸಿದರು. ಪ್ರಶಸ್ತಿ ಸ್ವೀಕರಿಸಿದಾಗ ಭೈರಪ್ಪನವರು ೧೬-೧೧-೨೦೧೧ರಂದು ನವದೆಹಲಿಯಲ್ಲಿ ಮಾಡಿದ ಭಾಷಣದ ಕೊನೆಯ ಭಾಗ:

"............

"ಸರಸ್ವತೀ ಸಮ್ಮಾನಕ್ಕೆ ನನ್ನ ಇತ್ತೀಚಿನ ಕೃತಿಗಳಲ್ಲಿ 'ಮಂದ್ರ' ವನ್ನು ಆರಿಸಿರುವುದು ನನಗೆ ಸಂತೋಷವನ್ನುಂಟುಮಾಡಿದೆ. ಒಬ್ಬ ಸಂಗೀತಗಾರ, ಅವನ ಸುತ್ತಮುತ್ತಣ ಘಟನೆ ಹಾಗೂ ಪಾತ್ರಗಳ ಮೂಲಕ ಕಲೆಗೂ ಜೀವನದ ಇತರ ಮೌಲ್ಯಗಳಿಗೂ ಇರುವ ಸಂಬಂಧವನ್ನು ನಾನು ಈ ಕಾದಂಬರಿಯಲ್ಲಿ ಶೋಧಿಸಿದ್ದೇನೆ. ಇಡೀ ಕಾದಂಬರಿಯಲ್ಲಿ ಸಂಗೀತವು ಮುಖ್ಯ ಪಾತ್ರವಾಗಿದೆ. ಇತರ ಕಲೆಗಳಾದ ಚಿತ್ರ, ಶಿಲ್ಪ, ಸಾಹಿತ್ಯ ಮೊದಲಾದವುಗಳ ತುಲನೆಯಲ್ಲಿ ಸಂಗೀತವೇ ಶುದ್ಧವಾದದ್ದು; ಭಾವ ಮತ್ತು ರಸಗಳನ್ನು, ಪರಿಶುದ್ಧ ಅಂದರೆ ಮೂಲಸತ್ತ್ವದಿಂದ, ಶಕ್ತವಾದ ಸ್ವರೂಪದಲ್ಲಿ ವ್ಯಕ್ತಪಡಿಸುವಂಥದು. ಅದು ಎಲ್ಲ ಮೂಲ ಮತ್ತು ಮಿಶ್ರ ರಸಗಳನ್ನು ಸೃಷ್ಟಿಸಿಕೊಂಡು ಮಂದ್ರದ ಆಳದಿಂದ ತಾರತಾರದ ಎತ್ತರಕ್ಕೆ ಸಂಚರಿಸುತ್ತದೆ. ಮಂದ್ರವು ಸಮಗ್ರ ಅಂತರ್ಮುಖತೆಯ ಸ್ಥಿತಿ; ಎಂದರೆ ಧ್ಯಾನ."

ಈ ಕಾದಂಬರಿಯನ್ನು ಬರೆದ ಪ್ರೇರಣೆ, ಹಿನ್ನೆಲೆ, ಸಿದ್ಧತೆ, ಆಲೋಚನೆಗಳು ಮೊದಲಾದುವನ್ನು ಭೈರಪ್ಪನವರು **'ಮಂದ್ರ ಬರೆದದ್ದು'** ಎಂಬ ದೀರ್ಘ ಪ್ರಬಂಧದಲ್ಲಿ ವಿವರಿಸಿದ್ದಾರೆ. ಇತ್ತೀಚೆಗೆ ಪ್ರಕಟವಾದ **'ಸಂದರ್ಭ : ಸಂವಾದ'** ಗ್ರಂಥದ ಪುಟ ೫೮ರಿಂದ ೭೬ ನೋಡಿ.

ಸಾಹಿತ್ಯ ಭಂಡಾರ
ಬೆಂಗಳೂರು

ಕೃತಜ್ಞತೆ

ಈ ಕಾದಂಬರಿಯು ಮನಸ್ಸಿನಲ್ಲಿ ಮೊಳೆತ ಹಿನ್ನೆಲೆ, ಬೆಳೆದ ಬಗೆ, ನಾನು ಮಾಡಿಕೊಂಡ ಸಿದ್ಧತೆಯ ವಿವರಗಳನ್ನು ದಾಖಲಿಸಿದರೆ ಉಪಯುಕ್ತವಾದೀತು. ಲಹರಿಯು ಒತ್ತಿಕೊಂಡು ಬರದೆ ಯಾವ ಸೃಜನಶೀಲ ಕೆಲಸವನ್ನೂ ಮಾಡಲಾರೆ; ಆದ್ದರಿಂದ ಅದನ್ನು ಬರೆಯುತ್ತೇನೆಂಬ ನಂಬಿಕೆ ನನಗೇ ಇಲ್ಲ. ಸಿದ್ಧತೆಯ ಹಂತದಲ್ಲಿ ಸಹಾಯ ಮಾಡಿದವರನ್ನು ಇಲ್ಲಿ ನೆನೆಯುತ್ತೇನೆ:

ಸಂಗೀತದ ಸೂಕ್ಷ್ಮವಿವರಗಳನ್ನು ತಿಳಿಯಲು ಮತ್ತು ಗ್ರಂಥಗಳನ್ನು ಓದಲು ಮಾರ್ಗದರ್ಶನ ಮಾಡಿದ ಹಾಸಣಗಿ ಗಣಪತಿಭಟ್ಟರು; ಮೂವತ್ತೈದು ವರ್ಷಗಳ ಹಿಂದೆ ನಾನು ಕಲಿತಿದ್ದ ರಾಗಗಳನ್ನು ಮತ್ತೆ ಕ್ರಮಪಾಠದಿಂದ ಅಭ್ಯಾಸ ಮಾಡಿಸಿದ ಮೈಸೂರಿನ ವೀರಭದ್ರಯ್ಯ ಎರೇಗಲ್; ತಮ್ಮ ಸಂಗ್ರಹದ ಸಂಗೀತ ಕುರಿತ ಗ್ರಂಥಗಳನ್ನು ಮೂರು ವರ್ಷಕ್ಕೂ ಮೀರಿ ನನಗೆ ಕೊಟ್ಟಿದ್ದ ಮೈಸೂರಿನ ಕೆ. ರಾಘವೇಂದ್ರರಾಯರು; ಕ್ಯಾಲಿಫ಼ೋರ್ನಿಯಾದಲ್ಲಿ ನೆಲೆಸಿರುವ ಆಲೀ ಅಕ್ಬರ್ ಖಾನ್, ನಚೀಕೇತಶರ್ಮ; ಭಾರತೀಯ ವಿದ್ಯಾಭವನದ ಲಂಡನ್ ನಿರ್ದೇಶಕ ನಂದಕುಮಾರ್;

ನರ್ತನದ ಸೂಕ್ಷ್ಮಗಳನ್ನು ಅಧ್ಯಯನ ಮಾಡಲು ನೆರವಾದ ವಸುಂಧರಾ ದೊರೆಸ್ವಾಮಿ; ತುಲಸೀ ರಾಮಚಂದ್ರ; ದಿಲ್ಲಿಯ ಬಿರಜೂ ಮಹಾರಾಜರು, ಶಾಶ್ವತೀ ಸೇನ್, ಉಮಾಶರ್ಮ, ಶೋವನಾ ನಾರಾಯಣ್; ಲಾಸ್ ಎಂಜಲೀಸಿನ ವಿಜೀ ಪ್ರಕಾಶ್;

ಇತರ ನೆರವು ಕೊಟ್ಟ ಮುಂಬಯಿಯ ಭಾಭಾ ಅಣುಶಕ್ತಿ ಕೇಂದ್ರದಲ್ಲಿರುವ ಉಮಾ, ರಾಮರಾವ್; ಪ್ರಕಾಶ್ ಬುರಡೆ; ಕ್ಯಾಲಿಫ಼ೋರ್ನಿಯಾದ ಹಂಟಿಂಗ್ಟನ್‌ನ ಲಲಿತಾ, ಅನಂತು; ಕುಪರ್ಟಿನೋದ ವಾಣೀ, ಜಯರಾಮ್‌ಭಟ್; ನ್ಯೂಜೆರ್ಸಿಯ ನಳಿನಿ, ಗೋಪಾಲಕುಕ್ಕೆ; ಕೃಷ್ಣ ಹೆಗಡೆ;

ಹಾಸಣಗಿ ಗಣಪತಿಭಟ್ಟರು ಇಡೀ ಹಸ್ತಪ್ರತಿಯನ್ನು ಎರಡು ಸಲ ಪರಿಶೀಲಿಸಿದರು. ತುಲಸೀ ರಾಮಚಂದ್ರರು ಮೊದಲ ಪರಿಜನ್ನಲ್ಲದೆ ಅಂತಿಮ ಕರಡನ್ನೂ ವಿಮರ್ಶಿಸಿದರು. ಪ್ರಧಾನ ಗುರುದತ್ತ, ಬಿ.ಎಸ್. ಚಂದ್ರಶೇಖರ್, ಸಂತೋಷಕುಮಾರ ಗುಲ್ವಾಡಿಯವರು ಹಸ್ತಪ್ರತಿಯನ್ನು ಓದಿ ಚರ್ಚಿಸಿದರು.

ಎಂ.ಎಸ್.ಕೆ. ಪ್ರಭುವಿನ ಆರೋಗ್ಯ ಆತಂಕಕಾರಿಯಾಗಿರುವುದು ವೈದ್ಯರಿಂದ ತಿಳಿಯುವ ವೇಳೆಗೆ ಈ ಕಾದಂಬರಿ ಅರ್ಧಕ್ಕೆ ಬಂದಿತ್ತು. ಬರವಣಿಗೆ ಪೂರ್ತಿಯಾದ ನಂತರವೇ ಅವರಿಗೆ ಕೊಡುವುದು ನನ್ನ ಪದ್ಧತಿಯಾಗಿತ್ತು. ಆದರೆ ತ್ರಾಣ ಕ್ಷೀಣಿಸುತ್ತಿದ್ದರೂ ಅವರು ಅರ್ಧ ಹಂತದಲ್ಲೇ ಇದನ್ನು ಇಸಕೊಂಡು ಓದಿದರು. ಬೇಗ ಹೋಗಿಯೂಬಿಟ್ಟರು.

ಅವರ ಸಾವಿನ ಆಘಾತದಿಂದ ಚೇತರಿಸಿಕೊಂಡು ಬರವಣಿಗೆಯನ್ನು ಪುನರಾರಂಭಿಸಲು ನನಗೆ ಎರಡು ತಿಂಗಳು ಹಿಡಿಯಿತು.

ಪ್ರಭು ಪ್ರತಿಭಾಶಾಲಿಯಾದ ಕಥೆಗಾರ, ನಾಟಕಕಾರ. ನನ್ನ ಹಸ್ತಪ್ರತಿಯನ್ನು ವಿಶ್ಲೇಷಿಸುವಾಗ ಅವರ ಪ್ರತಿಭೆ ವಿಶೇಷ ಬೆಳಕು ಬೀರುತ್ತಿತ್ತು. ಅವರು ನನ್ನ ಸಾಹಿತ್ಯಸಂಗಾತಿ ಮಾತ್ರವಲ್ಲ; ಅತ್ಯಂತ ನಂಬಿಕೆಯ ಸ್ನೇಹಿತರಾಗಿದ್ದರು. ಅಂತಹ ಇನ್ನೊಬ್ಬರು ಸಿಕ್ಕುವುದಿಲ್ಲ; ಒಂಟಿತನದಿಂದ ಹೊರಬರುವುದು ನನಗೆ ಸಾಧ್ಯವಾಗುತ್ತಿಲ್ಲ.

ಮೈಸೂರು
೨೨-೪-೨೦೦೨ ಎಸ್.ಎಲ್. ಭೈರಪ್ಪ.

ಪ್ರಭು,

ನನಗಿಂತ ಚಿಕ್ಕವರು;

ಸರದಿ ಮುರಿದಿರಿ ಯಾಕೆ?

ಇದೀಗ ಬಿಡುಗಡೆಯಾಗಿದೆ

ಡಿ.ಎಸ್.ಶ್ರೀಧರ್
ವೀರತಪಸ್ವಿ ಪರಶುರಾಮ

ಶಶಿಧರ ವಿಶ್ವಾಮಿತ್ರ
ನೆರಳಹಾಸು

ವಸಂತ ಅನಂತ ದಿವಾಣಜಿ
ನಕ್ಷೆಗೆ ಎಟುಕದ ಕಡಲು
(ಸಮೀಕ್ಷೆ)

ವಸಂತ ಅನಂತ ದಿವಾಣಜಿ
ಕ್ರಾಂತ ದರ್ಶನ
(ಬೇಂದ್ರೆ ಕಾವ್ಯ-ವ್ಯಕ್ತಿತ್ವ ದರ್ಶನ)

ಶಿರೀಷ ಜೋಶಿ
ಗುಜರಿ ತೋಡಿ
(ಕಾದಂಬರಿ)

ಎಲ್.ವಿ. ಶಾಂತಕುಮಾರಿ
ಭೈರಪ್ಪನವರ ಕೃತಿಗಳಲ್ಲಿ ತಾಯ್ತನದ ತೆರೆಗಳು

ಸಂ|| ವಿಜಯಾ ಹರನ್
ವಿಶ್ವಸಾಹಿತಿ ಭೈರಪ್ಪ

ಮರಾಠಿ: ಉಮಾ ಕುಲಕರ್ಣಿ
ಅನು: ವಿರೂಪಾಕ್ಷ ಕುಲಕರ್ಣಿ
ಸಂವಾದ ಅನುವಾದ
(ಆತ್ಮ ಕಥಾನಕ)

ಅಧ್ಯಾಯ ೧

– ೧ –

'ಮಹಾಗರತಿ ಹಂಗೆ ಹಟ ಮಾಡಿದಳು ಲೌಡಿ,' ಎಂಬ ವಾಕ್ಯವೇ ಮನಸ್ಸಿನಲ್ಲಿ ಮತ್ತೆ ಮತ್ತೆ ಏಳುತ್ತಿತ್ತು. ಒಂದೇ ತಾನನ್ನು ಪುನರಾವರ್ತಿಸಿದರೆ ಗಾಯನವು ಹದ ತಪ್ಪುತ್ತೆ, ಬುದ್ಧಿ ಕೆಲಸ ಮಾಡದೆ ಬರೀ ಗಂಟಲು ನಡೆಯುವಾಗ ಮಾತ್ರ ಪುನರಾವರ್ತನೆ ಯಾಗುತ್ತೆ, ಎಂಬ ಹೋಲಿಕೆಯೂ ಬರಲಿಲ್ಲ. ಮಹಾಗರತಿಯ ಹಂಗೆ ಹಟ ಮಾಡಿದಳು ಲೌಡಿ, ಮಹಾಗರತಿಯ ಹಂಗೆ.....ಲೌಡಿ ಮಹಾಗರತಿಯ.....ಮೋಹನಲಾಲ ಗಂಟಲಿ ನೊಳಗೆಯೇ ಒಮ್ಮೆ ಮೌನವಾಗಿ ಗರ್ಜಿಸಿದ. ಹಾಡುವ ಆರಂಭದಲ್ಲಿ ಗಂಟಲನ್ನು ಸರಿ ಪಡಿಸಿಕೊಳ್ಳುವಂತೆ. ಇವಳಿಗೆ ನೋಡಿಕೊತ್ತೀನಿ ನಾನು ಎಂಬ ಪ್ರತೀಕಾರದ ನಿಶ್ಚಯ ಮನಸ್ಸಿನಲ್ಲಿ ಮೂಡಿದಾಗ ಗಂಟಲು ಇನ್ನೊಮ್ಮೆ ಕೊಸರಿತು. ಗರ್ಜಿಸುವಂತೆ. ಆದರೆ ಈ ನಿಶ್ಚಯವು ಪುನರಾವರ್ತನೆ ಎಂಬ ಅರಿವಾಗಿ ನಿಸ್ಸಹಾಯಕ ಭಾವ ಆವರಿಸಿತು. ನೋಡ್ಕತ್ತೀನಿ ಅಂದರೆ ಏನು? ಏನು ಮಾಡುಕ್ಕೆ ಸಾಧ್ಯ? ನಿನ್ನ ಮನೇಲಿ ಒಂದು ನಿಮಿಷವೂ ಇರುಲ್ಲ ಅಂತ ದೊಡ್ಡ ಸೂಟ್‌ಕೇಸ್ ಎತ್ತಿಕೊಂಡು ಹೊರಟುಹೋಗಬಹುದು. ಹೋದರೆ ಹೋಗು ಅಂತ ಅವಳು ಸುಮ್ಮನಿರ್ತಾಳೆ. ಆಗ ಸೋಲೋದು ಯಾರು, ನಾನೋ ಅವಳೋ? 'ನೀವು ಎಷ್ಟೇ ಹಟ ಮಾಡಿದರೂ ನಾನು ಅದೊಂದಕ್ಕೆ ಒಪ್ಪುಲ್ಲ,' ಅಂತ ದೃಢ ಮಾಡಿ ತನ್ನ ಮಲಗುವ ಕೋಣೆಯ ಬಾಗಿಲು ಮುಚ್ಚಿ ಒಳಗಿನಿಂದ ಬೋಲ್ಟ್ ಹಾಕಿಕೊಂಡಾಗಲೇ ಅವಳು ಸೋಲುಲ್ಲ ಅಂತ ನಾನು ಯಾಕೆ ಅರ್ಥಮಾಡಿಕೊಳ್ಳಲಿಲ್ಲ? 'ಬಾಗಿಲು ತೆಗಿ, ಲೇ ಮಧು, ಬಾಗಿಲು.....ಇನ್ನೊಂದು ಮಾತು ಹೇಳ್ತೀನಿ ಕೇಳು, ಬಾಗಿಲು' ಅಂತ ಬಡಿದು ಬಡಿದು ಕೂಗಿ, ಆವಾಜ್ ಇಳಿಸಿ ಮಂದ್ರಕ್ಕೆ ತಂದು ಪಿಸು ಮಂದ್ರಕ್ಕೆ ತಗ್ಗಿಸಿದರೂ, ಒಳಗಿದ್ದ ಅವಳಿಗೆ ನನ್ನ ಅನುನಯಗಳೆಲ್ಲ ಕೇಳಲಿಲ್ಲವೋ ಅಥವಾ ಕೇಳಿಸಿಕೊಂಡೂ ಕಠೋರಳಾಗಿ ನಿಂತಿದ್ದಳೋ? ಈ ಅಮೆರಿಕಾ ದೇಶದಲ್ಲಿ ಏನು ಮಾಡಿದರೂ ಬಿಗಿ, ಅತ್ತಿತ್ತ ಗಾಳಿಯಾಡದ ಹಾಗೆ, ಶಬ್ದತರಂಗ ಹಾಯದ ಹಾಗೆ ಬಾಗಿಲುಗಳನ್ನ ಮಾಡಿರ್ತಾರೆ. ಪ್ರತಿಯೊಂದನ್ನೂ ತುಂಬ ಶುಚಿಯಾಗಿಟ್ಟಿರ್ತಾರೆ. ಕಸ ಕಡ್ಡಿ ಕಾಗದದ ಚೂರು, ಒಂದೂ ಇಲ್ಲದ ನೀರಿನ ತಳವು ಸ್ವರಸಾಧನೆ ಮಾಡಿದವನಿಗೆ ಮಂದ್ರಷಡ್ಜದಂತೆ ಸ್ಫುಟವಾಗಿ ಕಾಣಿಸುತ್ತಿದೆ. ನೀರೊಳಗೆ ಮುಳುಗಿ ಬೆಣಚುಕಲ್ಲುಗಳ ಮೇಲೆ ಧ್ವನಿಯನ್ನು ಕೂರಿಸಿ ಶ್ರುತಿ ಹಿಡಿಯಬೇಕೆಂಬ ಕಲ್ಪನೆ ತುಂಬಿಕೊಂಡಿತು. ಬೆಳಗೆದ್ದು ಮನೆಯಲ್ಲಿ ಕೂತು ಮಂದ್ರಸಾಧನೆ

ಮಾಡದೆ ನಾನು ಈಗ ಊರಿನಿಂದ ನಾಲ್ಕು ಮೈಲಿ ಒಬ್ಬನೇ ನಡೆದು ಈ ದೊಡ್ಡ ಪಾರ್ಕಿನಲ್ಲಿ ಒಬ್ಬನೇ ಕೂತಿರುವ ಅರಿವಾಗಿ ಮತ್ತೆ ಅದೇ, ಅವಳದೇ, ರಾತ್ರಿ ಅಷ್ಟೆಲ್ಲ ಅನುನಯಿಸಿದರೂ ಒಪ್ಪದೆ ತನ್ನ ಮಲಗುವ ಕೋಣೆಗೆ ಒಳಗಿನಿಂದ ಬೋಲ್ಟು ಎಳೆದುಕೊಂಡಳು. ಮಾತಿನಲ್ಲಿ ಕಟುವಿಲ್ಲ. ಗುರೂಜಿ ಎಂಬ ಅದೇ ಗೌರವದ ಸಂಬೋಧನೆ. 'ನನ್ನ ಮದುವೆಗೆ ಮುಂಚೆ ನಿಮ್ಮವಳಾಗಿದ್ದೆ ನಿಜ. ಸಂಪೂರ್ಣ ಸಮರ್ಪಿಸಿಕೊಂಡಿದ್ದೆ. ಈಗ ನಾನು ವಿವಾಹಿತೆ. ನನ್ನನ್ನು ನಂಬಿ, ನಿಮ್ಮನ್ನು ನಂಬಿ ನಮ್ಮಿಬ್ಬರನ್ನೂ ಮನೆಯಲ್ಲಿ ಬಿಟ್ಟು ನನ್ನ ಗಂಡ ಐದು ದಿನದ ಪ್ರವಾಸ ಹೋಗಿರುವಾಗ ನಾವು ಹೀಗೆ ಮಾಡಿದರೆ ಅವರ ನಂಬಿಕೆಗೆ ದ್ರೋಹವಾಗುಲ್ಲವೆ? ನಾನಾದರೋ ನಿಮ್ಮ ಶಿಷ್ಯೆ. ನಿಮ್ಮಿಂದ ಸಂಗೀತ ಕಲಿತೋಳು. ನೀವು ಅವರಿಗೆ ಏನೂ ಅಲ್ಲ. ಆದರೂ ನೀವೆಂದರೆ ದೇವರಿಗಿಂತ ಹೆಚ್ಚು ಎಂಬಷ್ಟು ಭಕ್ತಿ ಇಟ್ಟುಕೊಂಡಿದಾರೆ. ನೀವು ತಂಬೂರಿಯ ಶ್ರುತಿಗೆ ಧ್ವನಿ ಹಚ್ಚಿದರೆ ಸಾಕು, ತನ್ಮಯರಾಗ್ತಾರೆ. ಭಕ್ತಿವಶರಾಗ್ತಾರೆ. ನಾನು ನಿಮಗೆ ಸರಿಯಾಗಿ ಉಪಚಾರ ಮಾಡ್ತಿಲ್ಲ, ಗುರು ಅನ್ನೂ ಸಲಿಗೆಯಿಂದ ಸಾಮಾನ್ಯ ಅತಿಥಿ ಹಾಗೆ ನೋಡ್ಕೊತ್ತಿದೀನಿ ಅಂತ ನನ್ನ ಮೇಲೆ ಅಸಮಾಧಾನ ಮಾಡ್ಕತ್ತಾರೆ. ನಿಮ್ಮ ಬಟ್ಟೆಗಳನ್ನ ಅವರೇ ಇಸ್ತ್ರಿ ಮಾಡಿ ಇಡ್ತಾರೆ. ಕೆಲಸದೋಳ ಕೈಲಿ ಮಾಡಿಸುಲ್ಲ. ಇವೆಲ್ಲ ನಿಮಗೂ ಗೊತ್ತಿದೆ. ಅಂಥೋರಿಗೆ ದ್ರೋಹಮಾಡಿ, ಅಂಥೋರ ಹೆಂಡತೀನ ಬಲವಂತ ಮಾಡುಕ್ಕೆ ನಿಮಗೆ ಹ್ಯಾಗೆ ಮನಸ್ಸು ಬಂದಿದೆ?' ನನ್ನನ್ನೇ ಸಣ್ಣಗೆ ಮಾಡುವ ಮಾತು. 'ಹೇಳಿ. ಈ ಮಾತಿಗೆ ಉತ್ತರ ಹೇಳಿ.' 'ಅವನ ಹೆಂಡತಿಯಾಗೂ ಮೊದಲು ನೀನು ನನ್ನ ಪ್ರಿಯೆಯಾಗಿದ್ದೆ. ಈಗಲೂ ಆಗಿದೀಯ. ನೀನೇ ನನಗೆ ಗೊತ್ತಾಗದ ಹಾಗೆ ಮದುವೆ ಮಾಡ್ಕಂಡು ಅಮೆರಿಕಾಗೆ ಓಡಿ ಹೋದೆ. ಈಗ ಗುರುನಿಂದನೆಯ ಮಾತಾಡ್ತಿದೀಯ,' ಎಂದಾಗ ಉತ್ತರ ತಿಳೀದೇ ಒದ್ದಾಡಿ, 'ಆದರೂ ನಾನು ಒಪ್ಪುಲ್ಲ' ಎಂಬ ಹಟಾನೇ ಮಾಡಿ ನಾನು ಬಲವಂತವಾಗಿ ಹಿಡಕೊಂಡಾಗ ಕೊಸರಿಕೊಂಡು, 'ಗುರೂಜಿ, ನಿಮಗೆ ಈಗ ತಾನೆ ಐವತ್ತೊಂಬತ್ತು ತುಂಬಿ ಅರವತ್ತಾಯ್ತು. ನನಗಿನ್ನೂ ಮೂವತ್ತು. ಕೊಸರಿಕೊಂಡರೆ ನನ್ನನ್ನ ಬಲಾತ್ಕಾರ ಮಾಡುಕ್ಕೆ ನಿಮ್ಮ ಕೈಲಾಗುಲ್ಲ. ನಿಮ್ಮ ವಯಸ್ಸಿನ ಗೌರವವೇ ಹೋಗುತ್ತೆ. ದಯವಿಟ್ಟು ಗೌರವ ಉಳಿಸಿಕೊಳ್ಳಿ, ಪ್ಲೀಸ್, ಪ್ಲೀಸ್.....' ಅನ್ನುತ್ತಲೇ ತಿರುಚಿಕೊಂಡು ತನ್ನ ಮಲಗುವ ಕೋಣೆಗೆ ಹೋಗಿ ಬಾಗಿಲು ಮುಚ್ಚಿ ಬೋಲ್ಟ್ ಹಾಕಿದವಳು ಮತ್ತೆ ಎಷ್ಟು ಬಡಿದರೂ ಗೋಗರೆದರೂ ತೆಗೆಯದೆ. ಅದೃಷ್ಟಕ್ಕೆ ಇದು ಲಾಸ್ ಗಟಾಸ್. ಶ್ರೀಮಂತರೇ ವಾಸಿಸುವ, ಬೆಟ್ಟಗಳಿಂದ ಸುತ್ತುವರೆದ ಊರು. ಇವಳದು ಬೆಟ್ಟದ ಭುಜಕ್ಕೆ ಕಟ್ಟಿದ ಬಂಗಲೆ. ಮೇಲೆ ಕೆಳಗೆ ಆ ಕಡೆ ಈ ಕಡೆ ಸಹಜವಾಗಿ ಬೆಳೆದ ಕಾಡು. ಎಷ್ಟು ಜೋರಾಗಿ ಬಾಗಿಲು ಬಡಿದರೂ ಅಕ್ಕಪಕ್ಕದವರಿಗೆ ಕೇಳುತ್ತದೆಂಬ ಅಂಜಿಕೆ ಇಲ್ಲ. ಇಡೀ ಮನೆಯು ಗಾಳಿಯ ಸಂಚಾರವಾಗದಷ್ಟು ಬಿಗಿಯಾದ ಕಿಟಕಿ, ಬಾಗಿಲುಗಳಿಂದ ಮಾಡಿರುವಾಗ ಒಳಗಿನ ಸದ್ದು ಮನೆಯ ಹೊರಗೆ ಕೇಳಿಸುವುದೂ ಇಲ್ಲ. ಆದರೂ ಎಷ್ಟಂತ ಬಡಿಯೂದು? ಬಡಿದು ಬಡಿದು ಅವಳಿಂದ ಉತ್ತರ ಬಾರದೆ ಇನ್ನಷ್ಟು ಇನ್ನಷ್ಟು ಅವಮಾನಿತನಾಗೂದು? ಆ ತಕ್ಷಣವೇ ನನ್ನ ಸೂಟ್‌ಕೇಸನ್ನು ತುಂಬಿ

ಆ ಮನೆಯಿಂದ ಹೊರನಡೆದು. ಈ ಅಮೆರಿಕೆಯಲ್ಲಿ ಹಾಗೆ ಹೊರನಡೆಯುಕ್ಕೆ ಆಗುಲ್ಲ. ಅತಿಥೇಯರು ತಮ್ಮ ಕಾರಿನಲ್ಲಿ ಕೂರಿಸಿಕೊಂಡು ಕಳಿಸುವ ತನಕ ಅವರ ಮನೆಯಲ್ಲೇ ಇರುವ ಬಂದೀಖಾನೆ. ನಾನು ಈಗಲೇ ಮನೆಯಿಂದ ಹೋಗ್ತೀನಿ. ನನ್ನನ್ನು ಕಳಿಸು ಅಂತ ಕೂಗಿದರೂ ಬೋಲ್ಟಿನ ಒಳಗಿದ್ದವಳಿಗೆ ಕೇಳಿಸಲಿಲ್ಲವೋ, ಕೇಳಿಸಿದ್ದರೂ ಇವನೆಲ್ಲಿ ಹೋದಾನು ಅನ್ನುವ ಉಪೇಕ್ಷೆಯಿಂದ ತೆಗೇಲಿಲ್ಲವೋ!

ತೂಕಡಿಕೆ ಬರುತ್ತಿದೆ. ವಿಶಾಲವಾದ, ಸಹಜವಾಗಿ ಬೆಳೆದ ಗಿಡಮರ ಬಳ್ಳಿಗಳ ಪಾರ್ಕಿನ ಬಾಗಿಲಿನ ಹತ್ತಿರ ಕಾರು ನಿಲ್ಲಿಸಿ ನಡಿಗೆ, ಓಟಗಳ ಹವಾಸೇವನೆಗೆ ಬಂದ ಜನಗಳು ಖಾಲಿ ಯಾಗಿದ್ದಾರೆ. ತಾನು ಚಹಾ ಕೂಡ ಕುಡಿದಿಲ್ಲ. ಹಲ್ಲೂ ಉಜ್ಜಿಲ್ಲ. ವಾಪಸು ನಡೆಯ ಬೇಕೆಂದರೂ ನಾಲ್ಕು ಏರು ಮೈಲಿ. ಆ ಬಂಗಲೆ ಮುಟ್ಟುಕ್ಕೆ ಏರಬೇಕಾದ ಬೆಟ್ಟ. ಕಾರಿ ಲ್ಲದೆ, ಕಾರು ಚಾಲನೆ ಮಾಡದೆ ಬದುಕುವುದೇ ಸಾಧ್ಯವಿಲ್ಲದ ಸುಖ. 'ಈ ಪಾರ್ಕಿನಲ್ಲಿದೀನಿ, ಬಂದು ಕರೆದೊಯ್ಯಿ,' ಅಂತ ಫೋನ್ ಮಾಡಿದರೆ, ಕಿಸೆಯಲ್ಲಿ ಕಾಸಿಲ್ಲ. ಕಲೆಕ್ಟ್ ಕಾಲ್ ಮಾಡಬಹುದು. ನಂಬರ್ ನೆನಪಿನಲ್ಲಿದೆ. ಮನೆಗೆ ಹೋದಮೇಲೆ, 'ನಾನು ಇವತ್ತೇ ನಿನ್ನ ಮನೆಯಿಂದ ಹೋಗ್ತೀನಿ. ಕಳಿಸಿಬಿಡು' ಅನ್ನಬೇಕು. ಅಥವಾ ಬಂದು ಕರೆದೊಯ್ಯಿರಿ ನಿಮ್ಮ ಜೊತೆಯೂ ಎರಡೆರಡು ದಿನ ಇರ್ತೀನಿ ಅಂದರೆ ಕರೆದೊಯ್ದು ಇಟ್ಟುಕೊಂಡು ಉಪಚರಿಸೋರು ಇದೇ ಸಿಲಿಕಾನ್ ಪ್ರದೇಶದಲ್ಲಿ, ಇಡೀ ಕ್ಯಾಲಿಫೋರ್ನಿಯಾದಲ್ಲಿ ಎಷ್ಟು ಜನವಿಲ್ಲ! ಮೋಹನಲಾಲ್ ಅಂದರೆ ಏನು! ಪಾದಧೂಳಿಯನ್ನು ಹಣೆಗೆ ಹಚ್ಚಿಕೊಂಡ ನಂತರ ಮಾತನಾಡಿಸುವಂಥ ಸಂಗೀತಪ್ರೇಮಿಗಳು ಇಲ್ಲೂ ಇದಾರೆ. ಹಾಗೇ ಮಾಡಬೇಕು, ಈ ರಂಡೆಗೆ ಬುದ್ಧಿ ಬರೂ ಹಾಗೆ. ಇವತ್ತೇ ಇಲ್ಲಿಂದ ನ್ಯೂಯಾರ್ಕಿಗೆ ಹೋಗಿಬಿಟ್ಟರೆ ಹ್ಯಾಗೆ? ಎಂಬ ವಿಚಾರವೂ ಬಂತು. ಆದರೆ ಹದಿನೈದು ದಿನ ಮೊದಲೇ ಹೋಗಿ ಅಲ್ಲಿ ಎಲ್ಲಿರೂದು? ಇಲ್ಲಿ ಇಷ್ಟು ದೊಡ್ಡ ಪ್ರಚಾರ ಮಾಡಿ ಭಾರಿ ಭಾರಿ ಟಿಕೀಟು ಮಾರಿ, ಈಗಾ ಗಲೆ ಒಂದು ಸಾವಿರ ಖರ್ಚಾಗಿವೆಯಂತೆ. ಇದುವರೆಗೆ ಯಾವ ಭಾರತೀಯ ಗಾಯಕನ ಕಛೇರಿಗೂ ಖರ್ಚಾಗದಷ್ಟು, ಇನ್ನೂ ಆಗ್ತಲೇ ಇವೆಯಂತೆ. ಏನು ಮೋಹನಲಾಲನ ಹೆಸರು ಅಂದರೆ! ಹೆಮ್ಮೆಯಾಯಿತು. ಈ ದೇಶದಲ್ಲಿ ಪ್ರೋಗ್ರಾಂ ಒಪ್ಪಿಕೊಂಡು ನಿರೀಕ್ಷಿಸಿದ ಮಟ್ಟದಲ್ಲಿ ನಡೆಸಿಕೊಡದಿದ್ದರೆ ನಷ್ಟಕ್ಕೆ ದಾವಾ ಹಾಕಿ ವಸೂಲು ಮಾಡಿಬಿಡ್ತಾರಂತೆ, ಎಂಬ ಆಲೋಚನೆಗಳು ತೇಲಾಡುತ್ತಾ ಹಂದರ ತಪ್ಪುತ್ತಿರುವಾಗ ಕಣ್ಣು ಹತ್ತಿಕೊಂಡುಬಂದು ಕುತ್ತಿಗೆಯು ಓಲಿತು. ಅವನಿಗೇ ಗೊತ್ತಿಲ್ಲದಂತೆ ಕುಳಿತಿದ್ದ ಒರಗುಬೆಂಚಿನ ಮೇಲೆ ಉರುಳಿ ಆರಾಮವಾಗಿ ಕಾಲು ಚಾಚಿದ. ಆಳ ನಿದ್ರೆಗೆ ಇಳಿಯುವಂತೆ ಮೇಪಲ್ ಮರದ ನೆರಳು ಕಣ್ಣ ರಪ್ಪೆಗಳಿಗೆ ತಂಪು ಕೊಟ್ಟಿತು.

– ೨ –

ಎಚ್ಚರವಾದಾಗ ಬೆಳಗಿನ ಎಂಟು ಗಂಟೆ. ಯಾವಾಗಲೂ ಅಷ್ಟೆ. ಮನಸ್ಸಿಗೆ ತುಂಬ

ಕಲಮಲವಾದರೆ ಬೇಗ ನಿದ್ರೆ ಹತ್ತುಲ್ಲ. ಆಮೇಲೆ ಗಾಢವಾಗಿ ಬರುತ್ತೆ. ತುಂಬ ಹೊತ್ತು ಮುಳುಗಿಸಿಕೊಳ್ಳುತ್ತೆ. ಎರಡು ಸಲ ಅತ್ತಿತ್ತ ಹೊರಳಿದಮೇಲೆ ರಾತ್ರಿಯದೆಲ್ಲ ನೆನಪಿಗೆ ಬಂದು ಕಲಮಲ ತುಂಬಿಕೊಂಡಿತು. ಕತ್ತನ್ನು ತುಸು ಎತ್ತಿ ನೋಡಿದಳು. ಕೋಣೆಯ ಬಾಗಿಲಿಗೆ ಒಳಗಿನಿಂದ ಹಾಕಿದ ದೊಡ್ಡ ಬೋಲ್ಟು ಹಾಗೆಯೇ ಇದೆ. ಆಲಿಸಿದಳು. ಮಾರಿಯಾ ಅಡುಗೆಮನೆಯಲ್ಲಿ ಕೆಲಸ ಮಾಡುತ್ತಿದಾಳೆ. ಅವಳಿಗೆ ಹೊತ್ತಾಗುತ್ತೆ. ತಾನು ಬೇಗ ಹೋಗಿ ಇವತ್ತಿಗೆ ಮಾಡಬೇಕಾದ ಅಡುಗೆಯ ಸೂಚನೆ ಕೊಡಬೇಕು. ಹೊಸ ಬಗೆಯದೇನಾದರೂ ಮಾಡೂದಿದ್ದರೆ ಹೇಳಿಕೊಡಬೇಕು. ಮಸಾಲೆ ತುಂಬಿದ ಕರೇಲಾ, ಕಲಿತಿದಾಳೆ, ನಾನೇ ಹೇಳಿಕೊಟ್ಟಿದೀನಿ, ಆದರೂ ಅದೊಂದನ್ನು ನಾನೇ ಎದುರಿಗೆ ನಿಂತು ಮಾಡಿಸಬೇಕು. ಇಸ್ತ್ರಿಯಾಗಬೇಕಾದ ಐದಾರು ಬಟ್ಟೆಗಳೂ ಇವೆ. ಧಡಕ್ಕನೆ ಎದ್ದು ಹೌಸ್ ಕೋಟ್ ಧರಿಸಿ ಹಲ್ಲು ಉಜ್ಜಿ ಕೆಳಗಿಳಿದು ಹೋಗಿ, 'ಗುಡ್‌ಮಾರ್ನಿಂಗ್ ಮಾರಿಯಾ' ಎಂದಾಗ ಅವಳು ಚಪಾತಿ ಹಿಟ್ಟು ಕಲಿಸುತ್ತಲೇ ಗುಡ್‌ಮಾನಿಂಗ್ ಎಂದಳು. ಕರೆಲಾದ ಮಾತನಾಡಿದಾಗ, 'ಮಿಸೆಸ್ ಷಾ, ನೀನು ಅಡುಗೆಮನೇಲಿರೊದೇ ಬೇಡ. ನನ್ನ ನೈಪುಣ್ಯದಲ್ಲಿ ನಂಬಿಕೆ ಇಡು. ಇನ್ನೊಂದು ವರ್ಷ ನಿನ್ನ ಹತ್ತಿರ ಕೆಲಸ ಮಾಡಿ ಸ್ಯಾನ್ ಹೊಸೆಯಲ್ಲೊಂದು ಇಂಡಿಯನ್ ರೆಸ್ತುರಾ ಶುರುಮಾಡ್ತೀನಿ. ನಿಮ್ಮ ಇಂಡಿಯನ್ ಜನಗಳ ಡಾಲರ್‌ಗಳೆಲ್ಲ ನನ್ನ ಕಿಸೆಗೇ,' ಎಂದು ನಕ್ಕಳು. ಮಾತುಗಾರ್ತಿ, ಹಸನ್ಮುಖಿ. ದಿನಾ ಬೆಳಗ್ಗೆ ಅವಳ ಕೈಲಿ ತುಸು ಮಾತನಾಡದಿದ್ದರೆ ತನಗೆ ದಿನವೆಲ್ಲ ಆತ್ಮೀಯ ಭಾವನೆ ಇರುವುದಿಲ್ಲ. ದಿನಾ ಬೆಳಗ್ಗೆ ಬಂದು ಒಗೆಯುವ ಬಟ್ಟೆಗಳನ್ನು ಮೆಶಿನ್‌ಗೆ ಹಾಕಿ ಬ್ರೇಕ್‌ಫ಼ಾಸ್ಟ್ ಕೊಟ್ಟು ಅಡುಗೆ ಮಾಡಿಟ್ಟು ಪಾತ್ರೆ ಅಡುಗೆಮನೆಗಳನ್ನು ತೊಳೆದು, ಇಸ್ತ್ರಿ ಮಾಡಿಟ್ಟು ಹೋಗುತ್ತಾಳೆ. ಪ್ರತಿ ಬುಧವಾರ ಬೆಳಗ್ಗೆ ತನ್ನ ಇಬ್ಬರು ಗಂಡುಮಕ್ಕಳನ್ನೂ ಕರೆತಂದು ಇಡೀ ಮನೆಯನ್ನು ಹೂವರ್ ಮಾಡಿ ಟಾಯ್ಲೆಟ್‌ಗಳನ್ನು ತೊಳೆದು ಕಿಟಕಿ ಬಾಗಿಲುಗಳು ಪೀಠೋಪಕರಣಗಳನ್ನು ಒರೆಸಿ, ಹಾಸಿಗೆ ಹೊದಿಕೆಗಳ ಪದರಗಳನ್ನು ಬದಲಿಸಿ ಒಗೆದು, ಕಾರು ತೊಳೆದು, ಅವಳಿಲ್ಲದಿದ್ದರೆ ಈ ದೊಡ್ಡ ಮನೆಯ ಪುಟ್ಟ ಸಂಸಾರ ನಡೆಸುವುದೇ ಸಾಧ್ಯವಿಲ್ಲ. 'ನಿನ್ನ ಮುಸಿಶಿಯನ್ ಟೀಚರ್ ಇನ್ನೂ ಎದ್ದಿಲ್ಲವೆ? ಗಂಟಲಿಂದ ಇನ್ನೂ ಒಳಗೆ ಆಳದಲ್ಲಿ ಪ್ರಾರ್ಥನೆ ಮಾಡುವ ಹಾಗೆ ಅವರು ಹಾಡಿಕೊಳ್ಳೂದು ಕೇಳುಕ್ಕೆ ಹಿತವಾಗಿರುತ್ತೆ. ನನಗೂ ಅದರಲ್ಲಿ ರುಚಿಹುಟ್ಟಿದೆ. ನೀನು ಅವರಿಂದ ಅಭ್ಯಾಸ ಮಾಡಿಸಿಕೊ ಹೋಗು. ಕರೆಲಾ ನಾನು ಚನ್ನಾಗಿಯೇ ಮಾಡ್ತೀನಿ, ಚಿಂತೆ ಮಾಡಬೇಡ,' ಎಂದಾಗ ಮತ್ತೆ ಕಲಮಲ ತುಂಬಿಕೊಂಡಿತು. ವಿಕ್ರಮ್ ಊರಿನಲ್ಲಿರುವುದಿಲ್ಲವೆಂದು ಇವಳಿಗೇನೂ ಹೇಳಿಲ್ಲ. ಆದರೂ ಅವರು ಹಜಾರದಲ್ಲಿ ಓಡಿ ಯಾಡುತ್ತಿರುವ ಹೊತ್ತು. ಅಥವಾ ಆಫ಼ೀಸಿಗೆ ಕಾರು ಹತ್ತಿ ಸ್ಟಾರ್ಟ್ ಮಾಡುವ ಸಮಯ. ಅವರು ಪದೇ ಪದೇ ಪ್ರವಾಸ ಹೋಗುವುದು ಇವಳಿಗೆ ಗೊತ್ತು. ಇವತ್ತು ನಾನೂ ತಡವಾಗಿ ಎದ್ದಿದೀನಿ, ಗುರೂಜಿಯಂತೂ ಎದ್ದೇ ಇಲ್ಲ. ಎಲ್ಲ ಅಂಶಗಳನ್ನೂ ಒಂದುಗೂಡಿಸಿ ಏನಾದರೂ ಊಹೆಮಾಡಿಕೊಂಡಿರಲಾರಳೇ? ಅಂಜಿಕೆ ನುಸುಳಿತು. ಆದರೆ ಮೂರು ವರ್ಷದಿಂದ ನೋಡ್ತಿದೀನಿ, ಇನ್ನೊಬ್ಬರ ವಾಸನೆಯನ್ನು

ಹಿಡಿಯಲು ಮೂಗಿನ ನರಗಳನ್ನು ಸೂಕ್ಷ್ಮಗೊಳಿಸಿ ಉಸಿರೆಳೆದುಕೊಳ್ಳುವಂಥ ಹೆಂಗಸಲ್ಲ ಇವಳು ಎಂಬ ಆಶ್ವಾಸನೆ ಹುಟ್ಟಿತು. ಅವರಿನ್ನೂ ಯಾಕೆ ಎದ್ದಿಲ್ಲ, ಹೋಗಿ ನೋಡಲೇ, ಎಂದುಕೊಂಡಳು. ಅವರ ಕೋಣೆಯ ಬಾಗಿಲು ತಟ್ಟಿ ಹಿಡಿಕೆ ತಿರುಗಿಸಿ ಒಳಗೆ ಹೋಗಿ, ರಾತ್ರಿ ಆದ ನಿರಾಶೆಗೆ ಅವರು ಕೂಗಿ ಕಿರುಚಿ, ಈ ಹೊತ್ತಿನಲ್ಲಿ ಗೃಹ ಸಹಾಯಕಿ ಬಂದಿರುತ್ತಾಳೆಂದು ಅವರಿಗೂ ಗೊತ್ತಿದೆ. ಆದರೂ ಕೋಪದಲ್ಲಿ, ಅವರು ಹಿಂದಿಯಲ್ಲಿ ಮಾತನಾಡಿದರೂ ಇವಳಿಗೆ ಅದರ ಭಾವವು ತಟ್ಟಬಾರದು ಎಂದು ಯೋಚಿಸಿ ಸುಮ್ಮನಾದಳು.

ಒಂಬತ್ತು ಗಂಟೆಗೆ ಮಾರಿಯಾ ಹೋದನಂತರ ಅವಳು ಮುಂದಿನ ಬಾಗಿಲಿನ ಒಳಗಿನ ಬೋಲ್ಟ್ ಹಾಕಿ ನಿಧಾನವಾಗಿ ಮಹಡಿಯ ಮೆಟ್ಟಿಲು ಹತ್ತಿ ಎಡಗಡೆಗಿರುವ ಅತಿಥಿ ಕೋಣೆಯ ಕಡೆಗೆ ನಡೆದಳು. ಬಾಗಿಲಿನ ಹಿಡಿಯನ್ನು ಮುಟ್ಟಿದಾಗ ಎದೆ ಡವ ಗುಟ್ಟತೊಡಗಿತು. ರೇಗ್ತಾರೆ. ರಾತ್ರಿ ಮಾಡಿದ ತಗಾದೆಯನ್ನೇ ಮತ್ತೆ ಮಾಡ್ತಾರೆ. ಕಹಿ ಸನ್ನಿವೇಶ ಸೃಷ್ಟಿಸ್ತಾರೆ. ಬಾಗಿಲು ತೆಗೆಯೂದೇ ಬೇಡ. ತಾವಾಗಿಯೇ ಎದ್ದು ಬರಲಿ. ಅಥವಾ, ಅಥವಾ, ಮುಂದಕ್ಕೆ ಹೊಳೆಯಲಿಲ್ಲ. ಅವರು ಕೋಪಿಸಿಕೊಂಡರೂ ಶಿಷ್ಯೆಯಾದ ನಾನು ತಗ್ಗಿ ನಡೀಬೇಕು, ಎಂಬ ನಿಶ್ಚಯದಲ್ಲಿ ಲಘುವಾಗಿ ಬಾಗಿಲು ತಟ್ಟಿದಳು. ಅನಂತರ ಹಿಡಿಯನ್ನು ತಿರುಗಿಸಿ ನೂಕಿದಳು. ಒಳಗೆ ನೋಡಿದರೆ ಅವರಿಲ್ಲ. ಹೊದ್ದಿಕೆಯು ಸುತ್ತಿಕೊಂಡು ಕೆಳಗೆ ಬಿದ್ದಿದೆ. ಹಾಸಿಗೆ ಅಸ್ತವ್ಯಸ್ತವಾಗಿದೆ. ಹೊರಗೆ ಹೋಗಿದಾರೆ. ಒಬ್ಬರೇ. ಎಷ್ಟು ಹೊತ್ತಿಗೆ ಹೋದರೋ? ಎಲ್ಲಿಗೆ ಹೋದರೋ? ನಡೆದು. ಅವರ ಬಟ್ಟೆಬರೆಗಳನ್ನೆಲ್ಲ ಪರೀಕ್ಷಿಸಿದಳು. ಪೈಜಾಮ, ಜುಬ್ಬ, ವೇಸ್ಟ್ ಕೋಟು, ಒಂದು ಶಾಲುಗಳಲ್ಲಿ ಹೋಗಿದಾರೆ. ಪ್ಯಾಂಟು ಕೋಟುಗಳು ಹ್ಯಾಂಗರಿನಲ್ಲಿವೆ. ಪರ್ಸ್ ಕೋಟಿನ ಜೇಬಿನಲ್ಲಿ. ಹತ್ತಿರ ಒಂದು ಸೆಂಟೂ ಇಲ್ಲದೆ ಹೋಗಿದಾರೆ. ನನ್ನನ್ನು ನೋಯಿಸಲೆಂದೇ. ತಮ್ಮನ್ನು ತಾವು ನೋಯಿಸಿಕೊಂಡು ಆ ಮೂಲಕ ನನ್ನನ್ನು ನೋಯಿಸಲು. ಹಾಗೆಯೇ ಮಂಚದ ಮೇಲೆ ಕುಳಿತಳು. ಮಗುವಿನ ಹಾಗೆ ಹಟ ಮಾಡ್ತಾರೆ, ಎನ್ನಿಸಿತು. ಒಂದು ನಿಮಿಷ ಕೋಪ ಬಂತು. ತಕ್ಷಣ, ಎಲ್ಲಿಗೆ ಹೋಗಿರಬಹುದು ಎಂಬ ಆಲೋಚನೆ. ಈ ಊರಿನಲ್ಲಿ ಎಲ್ಲಿಗೆ ಹೋಗಬೇಕಾದರೂ ದೂರ. ಅವರನ್ನು ತಾನು ಕರೆದೊಯ್ದ ಸ್ಥಳಗಳ ನೆನಪಾಯಿತು. ಸ್ಟೀವನ್ಸ್‌ಕ್ರೀಕ್ ಕೌಂಟಿಪಾರ್ಕ್, ಸಾಂತಾ ತೆರೇಸಾ ಕೌಂಟಿ ಪಾರ್ಕ್, ಆಲ್ಮಡೆನ್ ಲೇಕ್ ಪಾರ್ಕ್, ವಸೋನಾ ಲೇಕ್ ಪಾರ್ಕ್, ಸ್ಯಾನ್ ಹೂಸೆ, ಸ್ಯಾನ್ ಫ್ರಾನ್ಸಿಸ್ಕೊ, ಸನಿವೇಲ್ ದೇವಸ್ಥಾನ. ಅಲ್ಲದೆ ಅವರನ್ನು ಕರೆದೊಯ್ದಿದ್ದ ಗುಪ್ತ, ಗೋಯಲ್, ಭಟ್, ಕುಲಕರ್ಣಿ, ಸರ್ದೇಸಾಯಿ ಮೂರ್ತಿಯವರ ಮನೆಗಳು. ಅವರೆಲ್ಲ ಸಂಗೀತಪ್ರೇಮಿಗಳು. ಮಿಶ್ರ ಮತ್ತು ಸರ್ದೇಸಾಯಿ ಸಂಗೀತ ಕಲೀ ತಿರೋರು. ವಾರಕ್ಕೊಂದು ದಿನ ನನ್ನಿಂದ ಹೇಳಿಸಿಕೊತ್ತಿದಾರೆ. ಅವರಲ್ಲಿ ಯಾರಿಗಾದರೂ ಫೋನ್ ಮಾಡಿ ಕೇಳಲೇ ಎಂಬ ಆಲೋಚನೆ ಬಂತು. ಹೀಗೆ ಹೇಳದೆ ಕೇಳದೆ ಮನೆ ಬಿಟ್ಟು ಹೋಗಿದಾರೆ ಅಂದರೆ ಅವರ ಕಲ್ಪನೆ ಹೇಗೆ ಹಾರುತ್ತೋ, ಜೊತೆಗೆ ವಿಕ್ರಮ್ ಊರಿ ನಲ್ಲಿಲ್ಲದ ಸಂಗತೀನೂ ಹೇಳಬೇಕಾಗಬಹುದು

ಎಂಬ ಎಚ್ಚರ ಹುಟ್ಟಿತು. ಏನು ಮಾಡಬೇಕೆಂದು ತೋಚದೆ ಕುಳಿತಿರುವಾಗ ತಾನು ಎದ್ದ ನಂತರ ಚಹಾ ಕುಡಿದಿಲ್ಲವೆಂಬ ನೆನಪಾಯಿತು. ಒಂದು ಕಪ್ ಹೊಟ್ಟೆಗೆ ಬಿದ್ದರೆ ಊಹಿಸುವುದಕ್ಕಾದರೂ ಬುದ್ಧಿ ಚುರುಕಾಗುತ್ತೆ ಎನ್ನಿಸಿತು. ಕೆಳಗಿಳಿದು ಅಡುಗೆಮನೆಗೆ ಹೋಗಿ ಮಾಡಿಕೊಂಡು ಅರ್ಧ ಕಪ್ ಮುಗಿಸುತ್ತಿರುವಾಗ ಫ಼ೋನ್ ಬಾರಿಸಿತು. ಅವರೇ, ಕಲೆಕ್ಟ್ ಕಾಲ್ ಮಾಡಿದಾರೆ. ಅಥವಾ ಜುಬ್ಬದ ಕಿಸೆಯಲ್ಲಿ ಒಂದಿಷ್ಟು ಹಣ ಹಾಕಿಕೊಂಡು ಹೋಗಿದಾರೆ ಎಂಬ ವಿಶ್ವಾಸ ಭರವಸೆಗಳಿಂದ ರಿಸೀವರ್ ಎತ್ತಿಕೊಂಡಳು. 'ನಾನು, ಹ್ಯೂಸ್ಟನ್‌ನಿಂದ,' ವಿಕ್ರಮನ ಧ್ವನಿ. 'ಯಾಕೆ ನಿನ್ನ ಧ್ವನಿ ನೀರಸ ವಾಗಿದೆ? ಮುಗಿಯಿತೆ ಬೆಳಗಿನ ಸ್ವರಸಾಧನೆ? ಏಕದಂ ಅತಿಯಾಗಿ ಸಾಧನೆ ಮಾಡಬೇಡ. ಪ್ರೋಗ್ರಾಂ ಹೊತ್ತಿಗೆ ಧ್ವನಿ ಕೂತುಬಿಟ್ಟೀತು. ರಾತ್ರಿ ಡಲಾಸ್‌ನಲ್ಲಿದ್ದೆ. ಪಟ್ಣೇಕರ್ ಗೊತ್ತಲ್ಲ, ಪಂಡಿತ್ ಮೋಹನಲಾಲರ ಗಾಯನ, ಜೊತೆಗೆ ನಿನ್ನ ಸಪೋರ್ಟಿಂಗ್ ಅಂದ ತಕ್ಷಣ ಬರ್ತೀನಿ ಅಂದರು. ಅವರಿಗೆ ಮೂವತ್ತು ಡಾಲರಿನ ಒಂದು ಟಿಕೀಟು ಬುಕ್ ಮಾಡು. ನಿನ್ನ ಸಂಗೀತ ಕೇಳಬೇಕು ಅಂತ ಅವರಿಗೆ ಉತ್ಸಾಹ. ಇವತ್ತು ಇಲ್ಲೇ ಇರ್ತೀನಿ. ನಾಳೆ ಸಾಯಂಕಾಲ ಡಿ.ಸಿ. ಮುಟ್ತೀನಿ.....ಗುರೂಜಿ ಹೇಗಿದಾರೆ?'

'ನಮ್ಮ ಇಳುವಿನ ಕಾಡಿನಲ್ಲಿ ಕೂತಿದಾರೆ ಸಂಗೀತಲಹರೀಲಿ,' ತಕ್ಷಣ ಉತ್ತರ ಹೊಳೆದು ದಕ್ಕೆ ಅವಳಿಗೆ ನೆಮ್ಮದಿಯಾಯಿತು.

'ತಲೆಗೊಂದು ಟೋಪೀನೋ ಮಫ್ಲರ್‌ನೋ ಕೊಡದೆ ಬೆಳಗಿನ ಹೊತ್ತು ಹೊರಗೆ ಕರದೊಯ್ಯಬೇಡ. ಲಾಸ್‌ಗಟಾಸಿನ ಹವ ಗೊತ್ತಲ್ಲ?'

ಫ಼ೋನಿನ ಸಂಭಾಷಣೆ ಮುಗಿದ ನಂತರ ಗುರೂಜಿ ಅಂದರೆ ತನಗಿಂತ ವಿಕ್ರಮರಿಗೆ ಹೆಚ್ಚು ಭಕ್ತಿ, ಕಾಳಜಿ ಎಂಬ ಅರಿವಾಗಿ ಮನಸ್ಸು ಮತ್ತೆ ಮ್ಲಾನವಾಯಿತು. ಅರ್ಧ ಗಂಟೆ ಅಡುಗೆಮನೆಯ ಪಕ್ಕದ ಲೌಂಜಿನಲ್ಲಿ ಕುಳಿತಿದ್ದಳು. ಅನಂತರ ಹೇಗಾದರೂ ಸರಿ ಎಂದು ಮನೆಯ ಎಲ್ಲ ಕೋಣೆಗಳನ್ನೂ ಹೊಕ್ಕು ಪರೀಕ್ಷಿಸಿದಳು. ಮೇಲಿನ ಸ್ಟಡಿ, ಕೆಳಗಿನ ಎರಡು ಲೌಂಜುಗಳು, ಸಂಗೀತದ ಕೋಣೆಗಳನ್ನೆಲ್ಲ ನೋಡಿದಳು. ಕಾಲಿಗೆ ಬೂಟು ಮೆಟ್ಟಿ ತನ್ನ ಮನೆಯ ಇಳುವಿನ ಕಾಡಿನಲ್ಲೆಲ್ಲ ಸುತ್ತು ಹಾಕಿದಳು. ಎಲ್ಲೆಂದು ಹುಡುಕುವುದು? ಏನೂ ತೋಚದೆ ಮನೆಯ ಬಾಗಿಲಿನ ಹೊರಗೆ ದೊಡ್ಡ ಸಿಟ್ಕಾ ಸ್ಪ್ರೂಸ್ ಮರದ ಕೆಳಗೆ ಹಾಕಿದ್ದ ಕಲ್ಲುಬೆಂಚಿನ ಮೇಲೆ ಸುಮ್ಮನೆ ಕುಳಿತಳು.

ತುಸು ಹೊತ್ತಿನಲ್ಲಿ ಒಂದು ನೆನಪು ಬಂತು. ಹತ್ತು ವರ್ಷದ, ಕರಾರುವಾಕ್ ಹತ್ತು ವರ್ಷದ, ಹಿಂದೆ ನಡೆದದ್ದು. ರೂಪಾರೇಲ್ ಕಾಲೇಜಿನಲ್ಲಿ ಕೊನೆಯ ವರ್ಷದ ಬಿ.ಎ. ಓದುತಿದ್ದೆ. ಕಾಲೇಜಿನ ಮಟ್ಟದಲ್ಲಿ ನಡೆಯುತ್ತಿದ್ದ ಶಾಸ್ತ್ರೀಯ ಗಾಯನ ಸ್ಪರ್ಧೆಯ ಮೊದಲ ಬಹುಮಾನ ಕಳೆದ ಮೂರು ವರ್ಷಗಳಿಂದ ನನ್ನದೇ. ಗುರು ಮೋಹನಲಾಲಜಿಯ ಸ್ವರ ವೇದಶಾಲೆಗೆ ವಾರಕ್ಕೆರಡು ಬಾರಿ ಸಂಜೆಯ ವೇಳೆ ಹೋಗುತ್ತಿದ್ದೆ. ಬಿ.ಎ.ಗಾಗಿ ಹಗಲನ್ನೆಲ್ಲ ಕಾಲೇಜಿನಲ್ಲಿ ವ್ಯಯಿಸೂದು, ಪರೀಕ್ಷೆಗೆ ಓದುವುದು, ಹೋಮ್‌ವರ್ಕ್, ಆಯುಷ್ಯದ ನಷ್ಟ ಅನ್ನೂ ಭಾವನೆ ಜಗ್ಗುತ್ತಿತ್ತು. ಕನಿಷ್ಠ, ಗ್ರಾಜುಏಷನ್ ಆಗಲೇಬೇಕು ಅನ್ನುವ ಅಣ್ಣಂದಿರ

ಒತ್ತಾಯ. ತಾಯಿಯೂ ಗಂಡುಮಕ್ಕಳ ಪರ. ಈಗ ಬಿ.ಎ. ಮುಗೀತು. ಇನ್ನೇನಿದ್ದರೂ ಹಗಲು ರಾತ್ರಿ ಸಂಗೀತ ಸಾಧನೆಗೆ ತೊಡಗುತೀನಿ, ಎಂದದ್ದಕ್ಕೆ, 'ಇಪ್ಪತ್ತು ವರ್ಷವಾಯಿತು. ಮದುವೆ ಮಾಡದೆ ನಿಲ್ಲಿಸಿದರೆ ನಾಚಿಕೆಕೇಡು. ಮದುವೆಯಾಗು. ನಿನ್ನ ಗಂಡ ಒಪ್ಪಿದರೆ ಸಂಗೀತ ಮುಂದುವರೆಸು. ನಮ್ಮ ತಕರಾರೇನೂ ಇಲ್ಲ,' ತಾಯಿಯ ಹಟ. ಮದುವೆಯಾದರೆ ಸಂಗೀತ ಸತ್ತಂತೆಯೇ, ಅಂತ ಎಷ್ಟು ವಾದಿಸಿದರೂ ಅವಳ ತಲೆಗೆ ಹೋಗಲಿಲ್ಲ. ನಾನೊಂದು ನೌಕರಿಗೆ ಸೇರಿ ಮನೇನೇ ಬಿಟ್ಟು ಸಂಗೀತ ಮುಂದುವರೆಸ್ತೀನಿ, ಅಂತ ಹಟ ಮಾಡಿದಾಗ ಅಣ್ಣಂದಿರು ನನ್ನ ಪರ ವಹಿಸಿ, ದೊಡ್ಡಣ್ಣನಿಗೆ ಸಂಗೀತವೆಂದರೂ ತುಸು ಪ್ರೀತಿ. ಇತ್ತೀಚೆಗೆ ಕಲಾವಿದರಿಗೂ ಪ್ರತಿಷ್ಠೆ ಇದೆ. ಸಂಪಾದನೆಯೂ ಇದೆ, ಅನ್ನುವ ಪರಿಗಣನೆ ಕೂಡ. 'ಗುರೂಜೀ, ನನ್ನ ಬಿ.ಎ. ಆಯಿತು. ಇನ್ನು ಜೀವನವೆಲ್ಲ ಸಂಗೀತಸಾಧನೆಗೆ ಮೀಸಲು. ವಾರಕ್ಕೆ ಎರಡು ಕ್ಲಾಸಿನಿಂದ, ಪ್ರವೀಣ್ ಪರೀಕ್ಷೆ ಪಾಸು ಮಾಡೂದರಿಂದ, ಕಲೆ ಸಿದ್ಧಿಸುಲ್ಲ ಅಂತ ನನಗೆ ಅರ್ಥವಾಗಿದೆ. ಪ್ರತಿದಿನಾ ಬರ್ತೀನಿ. ಮನೇಲಿ ದಿನಕ್ಕೆ ಎಷ್ಟು ತಾಸಾದರೂ ಸಾಧನೆ ಮಾಡ್ತೀನಿ. ನೀವು ಖಾಸಾ ಶಿಷ್ಯೆಯಾಗಿ ಸ್ವೀಕರಿಸಬೇಕು.' ಅವರ ಕಣ್ಣಿನಲ್ಲಿ ಮೆಚ್ಚುಗೆ ಮೂಡಿತು. 'ಆದರೂ ಇನ್ನೊಂದು ಸಲ ಯೋಚನೆ ಮಾಡು.' 'ಯೋಚನೆ ಮಾಡುವಂಥದು ಏನೂ ಇಲ್ಲ. ನಾನು ನಿಶ್ಚಯಿಸಿದೀನಿ,' ಎಂದರೆ ಸುಮ್ಮನೆ ತಲೆ ತೂಗಿದರು. ಪ್ರತಿ ದಿನಾ ದಾದರ್‌ನಿಂದ ಬಸ್ ಹತ್ತಿ ಪಶ್ಚಿಮ ಬಾಂದ್ರಾಕ್ಕೆ ಹೋಗೂದು. ಸ್ವರ ವೇದಶಾಲೆಯಲ್ಲಿ ಅವರು ಇದ್ದರೆ ಇದ್ದರು, ಇಲ್ಲದಿದ್ದರೆ ಇಲ್ಲ. ಸಂಜೆ ಮಾತ್ರ ಪರೀಕ್ಷಾರ್ಥಿಗಳಿಗೆ ತರಬೇತಿ ಕೊಡುಕ್ಕೆ ವಾಡೇಕರ್ ಮಾಸ್ತರು ಕ್ಲಾಸ್ ರೂಮಿನಲ್ಲಿ ಕೂತಿರ್ತಿದ್ದರು. ಗುರೂಜಿಯ ವಾಸದ ಭಾಗಕ್ಕೆ ಬೀಗ. ಒಂದು ದಿನ ವಾಡೇಕರ್ ಮಾಸ್ತರು, 'ನೋಡವ್ವಾ ಇತ್ತೀಚೆಗೆ ಅವರು ಇಷ್ಟು ಹೊತ್ತಿನಲ್ಲಿ ಇರೂದಿಲ್ಲ. ಗೆಳೆಯರನ್ನ ನೋಡಲಿಕ್ಕೆ ಹೋಗ್ತಾರೆ. ಗೆಳೆಯರ ಮನೇಲಿ ಇಸ್ಪೀಟು ನಡೀತದೆ. ನೀನು ಬೆಳಗ್ಗೆ ಬಾ.' ಮರುಬೆಳಗ್ಗೆ ಎಂಟು ಗಂಟೆಗೆ ಬಂದಾಗ ಎದ್ದಿದ್ದರು. ವಾಸದ ಭಾಗದಲ್ಲಿ ಅವರೊಬ್ಬರೇ ಇರುತ್ತಾರೆಂಬುದು ಎಲ್ಲರಿಗೂ ಗೊತ್ತಿತ್ತು. ನನಗೂ ಗೊತ್ತಿತ್ತು. ಗುರೂಜಿಗೆ ಮದುವೆಯಾಗಿದೆ. ಹೆಂಡತಿ ಮಕ್ಕಳು ಮುಂಬಯಿ ಯಲ್ಲೇ ಕುರ್ಲಾದಲ್ಲಿದಾರೆ. ಇವರು ಅವರ ಸಂಗಡ ಇಲ್ಲ. ಸ್ವರ ವೇದಶಾಲೆಗೆ ಲಗತ್ತಾಗಿರುವ ಫ್ಲ್ಯಾಟಿನಲ್ಲಿರ್ತಾರೆ. ಊಟ ಮೆಸ್ಸಿನಿಂದ ಬರುತ್ತೆ ಅನ್ನೂದು ಮುಂಬಯಿಯ ಇಡೀ ಸಂಗೀತಪ್ರಪಂಚಕ್ಕೇ ಗೊತ್ತಿತ್ತು. ಖಾಸಾ ಶಿಷ್ಯರಿಗೆ ಅವರು ತಮ್ಮ ಫ್ಲ್ಯಾಟಿನ ಹಾಲಿನಲ್ಲಿ ಪಾಠ ಹೇಳ್ತಿದ್ದರು. ಅದೂ ಲಹರಿ ಬಂದಂತೆ. ಮನಸ್ಸು ಬಂದರೆ ಒಂದೇ ರಾಗವನ್ನು ಎರಡೆರಡು ತಾಸು ಬಿಡಿಸಿ ಕಲಿಸುತ್ತಿದ್ದರಂತೆ. ಇಲ್ಲದಿದ್ದರೆ ತಿಂಗಳುಗಟ್ಟಲೆ, 'ನೀನು ಅಭ್ಯಾಸ ಮಾಡಿಕೊ. ಬರೀ ನಾನು ಕಲಿಸೂದರಿಂದ ಸಂಗೀತ ಬರ್ತದಾ?' ಅಂದುಬಿಡ್ತಿದ್ದರಂತೆ. ಜೊತೆಗೆ ಕಾರ್ಯಕ್ರಮಗಳಿಗೆ ಆಗಾಗ್ಗೆ ಭಾರತದ ಬೇರೆ ಬೇರೆ ಊರುಗಳಿಗೆ ಹೋಗುವುದು. ಪಾದ ಮುಟ್ಟಿ ಧೂಲಿಯನ್ನು ತಲೆಗೆ ಸೋಕಿಸಿಕೊಂಡ ನಂತರ, 'ಮೂರು ಸಂಜೆ ಬಂದಿದ್ದೆ. ನಿಮ್ಮನ್ನು ಬೆಳಗ್ಗೆ ಬಂದು ಕಾಣು ಅಂತ ವಾಡೇಕರ್ ಮಾಸ್ತರು ಹೇಳಿದರು.' 'ಕೂರು, ಕೂರು.' ಯಾವತ್ತೂ ವಿಶ್ವಾಸ ಹುಟ್ಟಿಸುವ ಭಾವಭರಿತ

ವ್ಯಕ್ತಿ. ನನ್ನ ಮನೆತನದ ಹಿನ್ನೆಲೆ ವಿಚಾರಿಸಿದರು. 'ತಂದೆ ಸತ್ತು ಐದು ವರ್ಷವಾಯಿತು. ತಾತನ ಕಾಲದಿಂದ ಬಂದ ಬಿಸಿನೆಸ್. ದೊಡ್ಡಣ್ಣ ಅನಿಲ್ ಮೆಹ್ತಾರ ಮೇಲ್ವಿಚಾರಣೆಯಲ್ಲಿ ನಡೀತಿದೆ. ವಯಸ್ಸು ಮೂವತ್ತೆರಡು. ಚಿಕ್ಕಣ್ಣನೂ ಅವರೊಟ್ಟಿಗೇ ವ್ಯಾಪಾರ ಮಾಡ್ತಾರೆ. ಇಪ್ಪತ್ತೆಂಟು. ಇಬ್ಬರಿಗೂ ಮದುವೆಯಾಗಿದೆ. ತಾಯಿ ಸಂಪ್ರದಾಯಸ್ಥರು. ದಾದರ್‌ನಲ್ಲಿ ಸ್ವಂತ ಮನೆ. ಅಭ್ಯಾಸ ಮಾಡುಕ್ಕೆ ಅನುಕೂಲವಾಗೂ ಹಾಗೆ ನನಗೇ ಪ್ರತ್ಯೇಕ ಕೋಣೆ ಇದೆ. ನೀವು ಕೇಳಿದಷ್ಟು ಫೀಜು ಕೊಡ್ತೀನಿ. ಮನಸ್ಸು ಬಿಚ್ಚಿ ವಿದ್ಯೆ ಹೇಳಿಕೊಡಬೇಕು,' ಎಂದು ಬಾಗಿ ಎದುರಿಗೇ ಲೋಡು ಒರಗಿ ಕುಳಿತಿದ್ದ ಅವರ ಪಾದಗಳನ್ನು ಎರಡು ಕೈಗಳಲ್ಲೂ ಮುಟ್ಟಿದೆ.

'ಹುಡುಗೀರಿಗೆ ನಾನು ಕಲಿಸೂದಿಲ್ಲ. ಎರಡುವರ್ಷ ಕಲೀತಾರೆ. ಮದುವೆ ಮಾಡ್ಕಂಡು ಹಾರಿಹೋಗ್ತಾರೆ. ಬಸಿರು ಬಾಣಂತನ ಸಂಸಾರ ಚಪಾತಿ ಲಟ್ಟಿಸೂ ಜಂಜಾಟದಲ್ಲಿ ಮರೀ ತಾರೆ. ಕಲಿಸಿದ್ದೆಲ್ಲ ದಂಡ. ನಿಮ್ಮ ತಾಯಿ ಹೇಳಿದ ಹಾಗೆ ಈಗಲೇ ಮದುವೆಯಾಗಿಬಿಡು,' ಎಷ್ಟು ನಿರ್ದಯವಾಗಿ ಅಂದುಬಿಟ್ಟರು! ನನ್ನ ನಿಶ್ಚಯವನ್ನು ಬಲಪಡಿಸಲೆಂದೋ?

'ಇಲ್ಲ ಗುರೂಜಿ,' ಎಂದೆ ವಿರೋಧದ ಮೂಲಕ ಒಪ್ಪಿಕೊಳ್ಳುವಂತೆ.

'ಅಂದರೆ ಮದುವೆಯಾಗುಲ್ಲ ಅಂತ ನಿಶ್ಚಯಿಸಿದೀಯಾ?'

ಉತ್ತರ ಹೊಳೆಯಲಿಲ್ಲ. ಆ ಬಗೆಗೆ ಯೋಚಿಸಿರಲಿಲ್ಲ. ಆದರೆ ಏನಾದರೂ ಹೇಳಲೇ ಬೇಕೆನ್ನಿಸಿ, 'ವಿದ್ಯೆ ಪೂರ್ತಿಯಾಗೂ ತನಕ ಆಗುಲ್ಲ.'

'ಅಂದರೆ ಇನ್ನೂ ಹತ್ತು ವರ್ಷ ಹಾಗೇ ಇರ್ತೀಯ ಏನು? ಅಷ್ಟು ವಯಸ್ಸಾದಮೇಲೆ ಎಂಥ ಗಂಡು ಸಿಕ್ಕಿಯಾನು?'

ನಾನೇನು ಇವರ ಕೈಲಿ ನನ್ನ ಮದುವೆಯ ವಿಷಯ ಚರ್ಚೆ ಮಾಡುಕ್ಕೆ ಬಂದಿಲ್ಲವೆಂದು ಕೋಪಬಂತು. ಆದರೆ ತೋರಗೊಡದೆ, 'ನಾನು ಆ ಬಗ್ಗೆ ಆಲೋಚನೆ ಕೂಡ ಮಾಡಿಲ್ಲ. ಮಾಡೂದೂ ಇಲ್ಲ. ನೀವು ಕಲಿಸಿದ್ದನ್ನ ಶ್ರದ್ಧೆಯಿಂದ ಸಾಧನೆ ಮಾಡೂದು ಬಿಟ್ಟು ಬೇರೆ ಯಾವ ವಿಚಾರವೂ ನನ್ನ ತಲೇಲಿ ಮೊಳೆಯುಲ್ಲ. ಹಾಗಂತ ನಿಮಗೆ ದೇವರ ಹೆಸರಿನಲ್ಲಿ ಆಣೆಮಾಡಿ ಹೇಳ್ತೀನಿ.'

'ಆಯ್ತು. ನೋಡಾಣ. ತಂಬೂರಿ ಎತ್ತಿಕೊಂಡು ಶ್ರುತಿಮಾಡಿಕೊ' ಎದುರಿನ ಗೋಡೆ ಯನ್ನು ದೃಷ್ಟಿಯಿಂದ ಸೂಚಿಸಿದರು. ಗೋಡೆಗೆ ಒರಗಿಸಿ ಒಟ್ಟು ಹದಿನಾಲ್ಕು ತಾನ್‌ಪೂರ ಗಳನ್ನಿಟ್ಟಿದ್ದರು. ಅದರಲ್ಲಿ ಹೆಣ್ಣುಶ್ರುತಿಯ ಒಂದನ್ನು ಎತ್ತಿಕೊಂಡು ನಾನು ಅವರ ಎದುರಿಗೆ ಕುಳಿತೆ. 'ಭೈರವ್' ಎಂದರು. ಹಾರ್ಮೋನಿಯಂನಿಂದ ಆಧಾರವನ್ನು ಸೂಚಿಸದೆ ನಾನೇ ಶ್ರುತಿ ಮಾಡಿಕೊಳ್ಳಲು ಹೋಗಿ ಆಭಾಸವಾದೀತೆಂಬ ಅಂಜಿಕೆ. ಕುಸಿದ ಕಂಠದಲ್ಲಿ, 'ಕರಿ ಐದು' ಎಂದೆ. ತಮ್ಮ ಎಡಬದಿಗಿದ್ದ ಹಾರ್ಮೋನಿಯಂ ಎಳೆದುಕೊಂಡು ಶ್ರುತಿ ಹಿಡಿದರು. ನನ್ನ ತಾನ್‌ಪೂರ ಬೇಗ ಕೂಡಲಿಲ್ಲ. 'ನಾ ಕೂಡಿಸಿಕೊಡ್ತೀನಿ ಕೊಡು. ನಿನಗೆ ಬರ್ತದೆ.

ಆದರೆ ಅಂಜಿದೀಯ' ಎಂದು ಕೈ ನೀಡಿದರು. ನನ್ನಿಂದ ಇಸಕೊಂಡು ಮೂರು ನಿಮಿಷದಲ್ಲಿ ಕೂಡಿಸಿಕೊಟ್ಟರು. ನಾನು ತಾನ್‌ಪೂರ ಮಿಡಿಯತೊಡಗಿದೆ. ಹೂಂ ಎಂದರು ಹುಕುಂ ಮಾಡುವಂತೆ. ನನಗೆ ಧ್ವನಿ ಹೊರಡಲಿಲ್ಲ. ಹೂತುಹೋಯಿತು. ಮುಖ ಕುತ್ತಿಗೆಗಳು ಬೆವೆತವು. ತಾನ್‌ಪೂರ ಮೀಟುತ್ತಾ ಕತ್ತು ಬಗ್ಗಿಸಿ ಕುಳಿತೆ. 'ಅಂಜಬೇಡ, ಹೂಂ' ಎಂದು ಅವರು ಹಾರ್ಮೋನಿಯಂ ಮೇಲೆ ತಮ್ಮ ಕರಿ ಎರಡನ್ನು ಹಿಡಿದು ಷಡ್ಜ ಹಚ್ಚಿದರು. ಅದೇನು ಶಕ್ತಿ! ಮಂದ್ರ ಧೈವತದಿಂದ ಆರಂಭಿಸಿ ನಿಷಾದವನ್ನು ಹಾಯ್ದು ಷಡ್ಜದ ಮೇಲೆ ನಿಂತ ರೀತಿಗೇ ಭೈರವದ ಭಾವ. ಶಾಂತಿಯ ಪಸರಣೆ. ಒಮ್ಮೆ ನಿಧಾನವಾಗಿ ಆರೋಹ ಅವರೋಹಗಳನ್ನು ಮಾಡಿ ತೋರಿಸಿ, 'ಹೂಂ. ನಿಧಾನವಾಗಿ ಉತಾವ್ ತಗೊ. ನಿನಗೆ ಬಂದಷ್ಟು ಹಾಡು.' ಧೈರ್ಯ ಹುಟ್ಟಿತು. ಧ್ವನಿ ಕೂಡಿತು. ಸ್ವಲ್ಪ ಸ್ವಲ್ಪವಾಗಿ ಮೇಲಿನ ಸ್ವರ ಗಳನ್ನು ಎಟುಕಿಸಿಕೊಳ್ಳುತ್ತ ವಿಸ್ತರಿಸತೊಡಗಿದೆ. ಏಳೆಂಟು ನಿಮಿಷ ರಾಗವಿಸ್ತಾರ ಮಾಡುವಲ್ಲಿ ನನ್ನ ಸರಕು ಮುಗಿದಿತ್ತು. ಇಷ್ಟೇ, ಎಂಬಂತೆ ಕಣ್ಣುಗಳಿಂದ ಸೂಚಿಸಿ ನಿಲ್ಲಿಸಿದೆ. ಅಧೈರ್ಯ ಕಳೆದಿತ್ತು. ಅವರು ಮಾತನಾಡಲಿಲ್ಲ. ತಮ್ಮ ಎರಡೂ ಕಡೆಗೆ ಗೋಡೆಗೆ ಒರಗಿಸಿ ಗೂಟಕ್ಕೆ ಗುಣಿ ಹಾಕಿದ್ದ ತಾನ್‌ಪೂರಗಳನ್ನು ತೆಗೆದು ಶ್ರುತಿಮಾಡಿದರು. ಹತ್ತಿರ ಬರುವಂತೆ ಸನ್ನೆಮಾಡಿ ಒಂದನ್ನು ನನಗೆ ಕೊಟ್ಟರು. ಇನ್ನೊಂದನ್ನು ತಾವು ಮಿಡಿಯತೊಡಗಿದರು. ಅವರದು ಅವರದೇ, ಬೇರಾವ ಗಾಯಕನಿಗೂ ದೇವರು ಕರುಣಿಸದ ತುಂಬುಶ್ರುತಿ. ಕಣ್ಣುಮುಚ್ಚಿ ಆಳಕ್ಕೆ ಇಳಿದು ಶಾಂತರಸವನ್ನು ಶಬ್ದರಹಿತವಾಗಿ ಹೊಮ್ಮಿಸುವ ಸುಖಶ್ರುತಿ. ಷಡ್ಜದಲ್ಲಿಯೇ ಭೈರವದ ಶಾಂತಿ ಪಸರತೊಡಗಿತು. ಮುಖ್ಯರಸ್ತೆಯ ಕಡೆಗೆ ಬೆನ್ನುಮಾಡಿ ಏಳನೆಯ ಅಂತಸ್ತಿನಲ್ಲಿ ಸಮುದ್ರಕ್ಕೆ ಮುಖಮಾಡಿರುವ ಫ್ಲ್ಯಾಟ್ ಆದರೂ ಮುಂಬಯಿಯ ಗದ್ದಲವನ್ನು ತಪ್ಪಿಸಿಕೊಳ್ಳಲಾಗದ ಆ ಕೋಣೆಯನ್ನು ಅವರ ಸ್ವರಶಾಂತಿ ಅರ್ಧನಿಮಿಷದಲ್ಲಿ ತುಂಬಿ ಕೊಂಡಿತು. ಹಿಮಾಲಯದ ಶಿಖರದ ಮೇಲೂ ಲಭಿಸದ ಶಾಂತಿ. ತುಸುಹೊತ್ತು ತಮಗೆ ತಾವೇ ರಾಗವಿಸ್ತಾರ ಮಾಡಿಕೊಳ್ಳುವವರಂತೆ ಮಗ್ನರಾಗಿದ್ದು ಅನಂತರ ನನ್ನ ನೆನಪು ಬಂದವರಂತೆ ಸ್ವರವನ್ನು ಬಿಡಿಸಿ ನುಡಿಯ ತೊಡಗಿದರು. ತಾನು ಯಾವ ಸೂಕ್ಷ್ಮ ಸ್ವರ ಗಳನ್ನು ಮುಟ್ಟುತ್ತಿದ್ದೇನೆ, ಯಾವ ಮೇಲಿನ ಸ್ವರವನ್ನು ಮುಟ್ಟದೆಯೇ ಸೂಚಿಸಿ ಸ್ವಸ್ಥಾನಕ್ಕೆ ಬರುತ್ತಿದ್ದೇನೆ, ಮಂದ್ರದಲ್ಲಿ ಎಲ್ಲೆಲ್ಲಿಗೆ ಇಳಿಯುತ್ತಿದ್ದೇನೆ, ಎಂದು ಮೊದಲಾಗಿ ಬಿಡಿಸಿ ಬಿಡಿಸಿ ತೋರಿಸುತ್ತಾ, ಹಾಗೆಂದು ಪಾಠ ಹೇಳುವ ಶಾಬ್ದಿಕ ಮಾತಿಗೆ ಇಳಿದು ಗಾಯನದ ರಸಧಾರೆಯು ತುಂಡಾಗದಂತೆ ಗಾಯನವನ್ನು ಗಾಯನದ ಹದದಲ್ಲಿಯೇ ವಿವರಿಸುತ್ತಿದ್ದರು. ಪಕ್ಕದಲ್ಲಿದ್ದ ನಾನು ಸರಗಿ ಅವರ ಎದುರಿಗೆ ಕುಳಿತು ತಾನ್‌ಪೂರ ಹಾಕತೊಡಗಿದೆ. ತಾನು ಎಲ್ಲಿಗೆ ಹೋಗುತ್ತಿದ್ದೇನೆ, ಯಾವ ಸೂಕ್ಷ್ಮ ಕೆಲಸಗಳನ್ನು ಮಾಡುತ್ತಿದ್ದೇನೆ ಎಂಬುದನ್ನು ಕೆಲಸದಿಂದಲೇ ವಿವರಿಸುತ್ತಾ ನನಗೆ ಅರ್ಥವಾಯಿತು ಆಗಲಿಲ್ಲ ಎಂಬುದನ್ನು ನನ್ನ ಕಣ್ಣುಗಳಿಂದ ಗುರುತಿಸುತ್ತಾ ಅರ್ಥವಾಗದ ಭಾಗಗಳನ್ನು ಸರಿಗಮಗಳಲ್ಲಿ ನುಡಿಯುತ್ತಾ ಪುನರ್ವಿವರಿಸುತ್ತಾ ಈಗ ಅರ್ಥವಾಯಿತೆಂಬ ನನ್ನ ಕಣ್ಣುಗಳ ಮಿನುಗನ್ನು ಥಟ್ಟನೆ ಗುರುತಿಸಿ ತಾವೂ ಸಫಲತೆಯ ಆನಂದವನ್ನು ಸವಿಯುತ್ತಾ ಸಾಗಿದರು. ನನಗೆ ಅಂಜಿಕೆ

ಕಳೆದಿತ್ತು. ನನ್ನನ್ನು ಶಿಷ್ಯೆಯಾಗಿ ಸ್ವೀಕರಿಸಿ ಆಗಿದೆ, ಜೊತೆಗೆ ಕರೆದೊಯ್ಯುತ್ತಿದ್ದಾರೆ ಮಾತ್ರವಲ್ಲ, ಅವರ ಪ್ರಚಂಡಶಕ್ತಿಯ ರೆಕ್ಕೆಗಳೊಳಗೆ ನನಗೊಂದು ಪುಟ್ಟಗೂಡನ್ನು ಕಟ್ಟಿ ಕೂರಿಸಿಕೊಂಡು ಹಾರುತ್ತಿದ್ದಾರೆ. ನಾನು ಹಿಂದೆ ಎಂದೂ ಕಾಣದ, ಕಲ್ಪಿಸಿಕೊಳ್ಳದಿದ್ದ ಚಲನೆಗಳನ್ನೂ, ತಿರುವುಗಳನ್ನೂ ಪ್ರಚಂಡವೇಗ ಮತ್ತು ತಕ್ಷಣ ನಿಯಂತ್ರಣಕ್ಕೊಳಪಟ್ಟ ನಿಧಾನಗತಿಗಳ ಮರ್ಮವನ್ನು ಗ್ರಹಿಕೆಗೆ ಕಾಣಿಸುತ್ತಿದ್ದಾರೆ. ಆಲಾಪಗಳಲ್ಲಿಯೇ ಅವೆಂತಹ ನೇಯ್ಗೆಗಳು! ಕೇವಲ ಕಲಿಕೆಯಿಂದ ಬರುವ ಚಮತ್ಕಾರಗಳಲ್ಲ. ಪ್ರತಿಭೆಯಿಂದ, ಮಂತ್ರಶಕ್ತಿಯಿಂದ ಮೂಡಿ ಮುಗಿಲಿಗೇರುವ ಸಂಚಾರಗಳು, ಎಂಬಲ್ಲಿಗೆ ತಾನು ಕುಳಿತಿರುವ ಆವರಣದ ಅರಿವು ಬಂತು. ಎತ್ತರಕ್ಕೆ ಬೆಳೆದ ರೆಡ್ ಉಡ್, ದೊಡ್ಡ ಎಲೆಗಳ ಮೇಪಲ್, ರೆಡ್ ಆಲ್ಡರ್, ಡಾಗ್‌ಉಡ್, ರ್‍ಹೋಡೋಡೆಂಡ್ರಾನ್, ಬರ್ಚ್, ಸೆಡಾರ್ ಮರಗಳ ದಟ್ಟ ಕಾಡು. ಅದರೊಳಗೆ ಸರ್ಪದ ಚಲನೆಯ ಆಕಾರದಲ್ಲಿ ಮಾಡಿದ ಏರು ರಸ್ತೆ. ಬೆಟ್ಟದ ನಡುಭಾಗದಲ್ಲಿ ಕಟ್ಟಿರುವ ತನ್ನ ಮನೆ. ಹೊತ್ತೆಷ್ಟಾಯಿತು? ಮನಸ್ಸಿನ ಒಂದು ಮೂಲೆಯಲ್ಲಿ ಅವರು ಎಲ್ಲಿಗೆ ಹೋಗಿರಬಹುದು? ಎಂಬ ಪ್ರಶ್ನೆ ಬಾಧಿಸಿದರೂ ತುಂಬಿಕೊಂಡ ಭೈರವದ ಗುಂಗು ಪ್ರಶ್ನೆಯ ಅಶಾಂತಿಯು ಮೇಲುಗೈಯಾಗಲು ಬಿಡಲಿಲ್ಲ. ಇಂಥ ಒಳ್ಳೆಯ ರಾಗ ವನ್ನು ನಾನು ಹಾಡಿಕೊಂಡೇ ಇಲ್ಲವಲ್ಲ ಇತ್ತೀಚೆಗೆ ಎಂಬ ಖೇದ ತುಂಬಿತು. ಮನಸ್ಸಿನಲ್ಲೇ ಗುನುಗತೊಡಗಿದಳು. ಬೆಳಗು ಕಳೆದು, ಪೂರ್ವಾಹ್ಣ ಸಮೀಪಿಸುತ್ತಿದೆಯೆ? ಎಂದು ಕೈ ಯನ್ನು ನೋಡಿಕೊಂಡು. ಗಡಿಯಾರ ಕಟ್ಟಿಲ್ಲ. ಬೆಳಗ್ಗೆ ಎದ್ದವಳು. ಹಾಗೆಯೆ ಅಡುಗೆಮನೆಗೆ ಇಳಿದು ಬಂದೆ ಎಂಬ ನೆನಪಾಯಿತು. ಆಕಾಶದ ಕಡೆಗೆ ನೋಡಿದರೆ ದಟ್ಟ. ಎಲೆಗಳ ಕೊಂಬೆಗಳು. ಎಷ್ಟಾದರೂ ಆಗಿರಲಿ, ಬೆಳಗು ಅಂತ ಭಾವಿಸಿದರೆ ಬೆಳಗು, ಅಲ್ಲದಿದ್ದರೂ ಭೈರವವನ್ನು ಹಾಡಿ ಬೆಳಗನ್ನು ಸೃಷ್ಟಿಸಬೇಕು ಎಂದು ಗುನುಗನ್ನು ಸ್ವರಬದ್ಧಗೊಳಿಸಿದಳು. ಮನೆಯೊಳಕ್ಕೆ ಹೋಗಿ ತಾನ್‌ಪೂರ ಹಿಡಿದು ಹಾಡಲೇ ಎನ್ನಿಸಿತು. ಮನೆಯ ಎತ್ತರಕ್ಕೆ ಏದುರಿಸಿಡುತ್ತಾ ಏರಿ ಬಾಗಿಲು ತೆರೆದು ತಂಬೂರಿಯನ್ನು ಶ್ರುತಿ ಮಾಡಿಕೊಳ್ಳುವ ವ್ಯವಧಾನ ಸದ್ಯದಲ್ಲಿ ಇಲ್ಲವೆನ್ನಿಸಿ ಕುಳಿತಲ್ಲಿಯೇ ಶ್ರುತಿಯನ್ನು ಕಲ್ಪಿಸಿಕೊಂಡು ಮನಸ್ಸಿನ ತಳದಲ್ಲಿ ಸ್ಥಾಪಿಸಿ ಧ್ವನಿಯನ್ನು ಷಡ್ಜಕ್ಕೆ ಜೋಡಿಸಿದಳು. ತಾನು ಈಗ ಹಾಡುತ್ತಿರುವುದು ರಾಗದ ಪರಿಪಕ್ವ ಬೆಳವಣಿಗೆಗಲ್ಲ, ತನ್ನ ಭಾವಶಮನಕ್ಕೆ ಎಂಬ ಅರಿವೂ ಮೂಡಿತು. ವಾದಿಸಂವಾದಿ ಗಳನ್ನು ಹಿಡಿದು ಆರೆಂಟು ಮುಖ್ಯ ಮುಖ್ಯ ಸಂಚಾರಗಳ ಮೂಲಕ ಸಾಗುವಷ್ಟರಲ್ಲಿ ಇಷ್ಟೊಂದು ಶಾಂತಿಯುಕ್ಕಿಸುವಂತೆ ಹಾಡುವ ಈತನೇಕೆ ನನ್ನಲ್ಲಿ ಅಶಾಂತಿಯನ್ನು ಸೃಷ್ಟಿಸುವ ವರ್ತನೆಗೆ ತೊಡಗುತ್ತಾರೆ? ಎಂಬ ಪ್ರಶ್ನೆ ಹುಟ್ಟಿಕೊಂಡಿತು. ಇದೇ ಪ್ರಶ್ನೆಯನ್ನು ಹೊತ್ತು ಮೇಲೆದ್ದು ಕಲ್ಲು ಹದಿದು ಮಾಡಿದ್ದ ಮೆಟ್ಟಲುಗಳನ್ನು ಹತ್ತತೊಡಗಿದಳು. ಭೈರವದ ಸಂಚಾರ ಇನ್ನೂ ಮನಸ್ಸಿನಲ್ಲಿ ಸುತ್ತು ಹಾಕುತ್ತಿರುವಾಗ ನಾನು ಮನೆಯಲ್ಲೇ ಇರಬೇಕಾಗಿತ್ತು, ಅವರೇನಾದರೂ ಕಲೆಕ್ಟ್ ಕಾಲ್ ಮಾಡಿದ್ದರೆ, ಎಂಬ ಖೇದ ಹುಟ್ಟಿತು. ಆನ್ಸರ್‌ಮೆಶಿನ್ ಸ್ವಿಚ್ ಕೂಡ ಹಾಕಿ ಬರಲಿಲ್ಲವೆಂಬ ನೆನಪಾಯಿತು. ಮನೆಯ ಬಾಗಿಲು ತೆಗೆದು ಒಳಗೆ ಹೋಗುವಾಗ ಅವರಲ್ಲಿ ಅದೇ ಸ್ವಭಾವ, ಆವತ್ತೂ ಅಷ್ಟೆ, ಇವತ್ತೂ ಅಷ್ಟೆ. ಆಗ ಐವತ್ತು.

ಈಗ ಅರವತ್ತು ಎಂಬುದು ಹೊಳೆಯಿತು. ಆ ಒಂದು ಬೆಳಗ್ಗೆ ಭೈರವ ಹೇಳಿಕೊಟ್ಟದ್ದು ಇವರೇ ನನ್ನ ಗುರು, ಕಲಿತರೆ ಇವರಿಂದ ಕಲಿಯಬೇಕು, ಇಲ್ಲದಿದ್ದರೆ ಸಂಗೀತವೇ ಬೇಡ ಎಂಬ ತೀರ್ಮಾನ ಮಾಡಿಸಿಬಿಟ್ಟಿತು. ಅದಕ್ಕೆ ಮೊದಲೂ ಅವರು ಒಂದೊಂದು ಕ್ಲಾಸು ತೆಗೆದುಕೊಂಡಿದ್ದರಾದರೂ ಕ್ರಮವಾಗಿ ಪಾಠ ಹೇಳುತ್ತಿದ್ದವರು ವಾಡೇಕರ್ ಮಾಸ್ತರು. ಇವರು ಹದಿನೈದು ಹದಿನೆಂಟು ವಿದ್ಯಾರ್ಥಿ ವಿದ್ಯಾರ್ಥಿನಿಯರ ತರಗತಿಗೆ ಅಪೂರ್ವಕ್ಕೊಂದು ದಿನ ಕಲಿಸುತ್ತಿದ್ದರು. ಹೀಗೆ ನನ್ನೊಬ್ಬಳಿಗೇ ಪ್ರತ್ಯೇಕವಾಗಿ ರಾಗದ ಹೃದಯವನ್ನು ತೆರೆದು ತೋರಿಸುವ ಪಾಠ ಮಾಡಿರಲಿಲ್ಲ. ಹೊರಗೆ ಕಛೇರಿಯಲ್ಲಿ, ರೇಡಿಯೋ ಕೇಳಿ ಕೇಳಿ ಗಾಯನವೆಂದರೆ ಇವರು, ಬೇರಾರೂ ಇಲ್ಲ ಬೇರಾರೂ ಅಲ್ಲ ಎಂಬ ಭಾವನೆ ಆಗಲೇ ಗಟ್ಟಿಗೊಂಡಿತ್ತಲ್ಲ. ಚಿಕ್ಕಪ್ರಾಯದ ಶಿಷ್ಯರಿಗೆ ತಮ್ಮ ಗುರುಗಳ ಮೇಲೆ ಬೆಳೆಯುವ ನಾಯಕ ಪೂಜಾಭಾವವಲ್ಲ. ಅವರ ಸಂಗೀತಶಕ್ತಿಯೇ ಅಂಥದು. ಎಂಥೆಂಥ ಹಿರಿಯರು, ಸಂಗೀತಜ್ಞರು, ಸಂಗೀತ ರಸಿಕರು ಹೇಳುತ್ತಿದ್ದ ಮಾತು ಅದು.

ಮರು ಬೆಳಗ್ಗೆ ಮತ್ತೆ ಹೋದೆ. ಅದೇ ಹೊತ್ತಿಗೆ. ಹಣ್ಣು ಹೂವುಗಳನ್ನು ತೆಗೆದುಕೊಂಡು ಅವರ ಪಾದದ ಹತ್ತಿರ ಇಟ್ಟು ಪ್ರಣಾಮ ಮಾಡಿದೆ. ಅವರು ತಲೆ ಮುಟ್ಟಿ ಆಶೀರ್ವದಿಸಿದರು. ಅವರ ಎದುರಿಗೆ ಕೂತು ಕೇಳಿದೆ: 'ಪೂರ್ತಿ ಕಲೀಬೇಕು. ಸಂಗೀತದ ಮರ್ಮ ಅರೀಬೇಕು ಅಂತ ತೀರ್ಮಾನಿಸಿದೀನಿ. ನೀವೇ ಗುರು. ನಿಮ್ಮನ್ನು ಬಿಟ್ಟರೆ ಬೇರೆ ಯಾರೂ ಇಲ್ಲ. ದಿನಾ ನೀವು ಹೇಳಿದಷ್ಟು ಗಂಟೆ ಸಾಧನೆ ಮಾಡ್ತೀನಿ. ನೀವು ಹೇಳಿಕೊಟ್ಟಷ್ಟು ಹೊತ್ತು ಶ್ರದ್ಧಾಭಕ್ತಿಗಳಿಂದ ಕಲೀತೀನಿ. ಸಂಗೀತವೇ ನನ್ನ ಜೀವ ಯಾವ ಪರೀಕ್ಷೆಗೂ ನಾನು ಕೂರುಲ್ಲ. ನಿಜವಾದ ಸಂಗೀತ ಕಲಿಯೂದೊಂದೇ ನನ್ನ ಗುರಿ. ನೀವು ಒಪ್ಪಿ ಸ್ವೀಕರಿಸಿ ಪೂಜೆ ಮಾಡಿಸಬೇಕು. ಎಷ್ಟು ಫ಼ೀಜು ಕೊಡಬೇಕು ಹೇಳಿ.'

'ಖಾಸಾ ಶಿಷ್ಯರಿಂದ ನಾನು ಫ಼ೀ ತಗೊಳುಲ್ಲ. ಯಾಕೆಂದರೆ ನನ್ನ ಹೆಸರು ಉಳಿಸೋರು ಅವರು. ಆದರೆ ಅನುಕೂಲಸ್ಥ ವಿದ್ಯಾರ್ಥಿಗಳು ತಾವಾಗಿಯೇ ಕೊಟ್ಟರೆ ಬೇಡ ಅನ್ನುಲ್ಲ.'

'ನನ್ನ ದೊಡ್ಡಣ್ಣ ನಮ್ಮ ಮನೆಯ ಯಜಮಾನರು. ಅವರನ್ನ ಕೇಳಿದೆ. ತಿಂಗಳಿಗೆ ಐನೂರು ಕೊಟ್ಟರೆ ಆದೀತೇ ಅಂದರು. ನಮ್ಮ ಗುರುಗಳು ತುಂಬ ದೊಡ್ಡ ಕಲಾವಿದರು. ಅವರ ಪಾಠಕ್ಕೆ ಬೆಲೆಕಟ್ಟುಕ್ಕೆ ಸಾಧ್ಯವಿಲ್ಲ. ಒಂದು ಸಾವಿರವಾದರೂ ಕೊಡಬೇಕು ಅಂದೆ. ಒಪ್ಪಿಕೊಂಡರು.'

'ನಾನು ಹೇಳಿದೆನಲ್ಲ. ನನ್ನ ಹೆಸರು ಉಳಿಸುವ ಶಿಷ್ಯರಿಂದ ನಾನು ಫ಼ೀ ಕೇಳೂದಿಲ್ಲ ಅಂತ. ಒಂದು ಸಾವಿರ ನೀನಾಗಿಯೇ ಕೊಡ್ತಿದೀ.'

ಪೂಜೆಗೆ ಅಣ್ಣ ಅತ್ತಿಗೆಯರು, ತಾಯಿ ಬಂದಿದ್ದರು. ನಾನು ಗುರುವಿನ ಪಾದ ತೊಳೆದು ಪಾದಕ್ಕೆ ಅರಿಶಿನ ಕುಂಕುಮ ಹೂವುಗಳಿಂದ ಪೂಜೆಮಾಡಿ ಹಣೆಗೆ ಕುಂಕುಮ ಹಚ್ಚಿದೆ. ಗುರುವು ನನಗೆ ತಿಲಕ ಇಟ್ಟು ಬಲಗೈಗೆ ಕರಿಯ ದಾರ ಕಟ್ಟಿದರು. ಒಂದೂ ಫ಼ೋನ್ ಬರಲಿಲ್ಲ. ಎಲ್ಲಾದರೂ ಅಪಘಾತವಾಗಿ ಆಸ್ಪತ್ರೆ ಸೇರಿ, ಗಾಬರಿಯಾಯಿತು.

ಎದೆ ಹೊಡೆದುಕೊಳ್ಳತೊಡಗಿತು. ಜೇಬಿನಲ್ಲಿ ಹೆಸರು, ಇಳಿದುಕೊಂಡಿರುವ ವಿಳಾಸ ಬರೆದಿಟ್ಟು ಕೊಳ್ಳುವ ಆಧುನಿಕ ವಿಧಾನವೂ ಗೊತ್ತಿಲ್ಲ. ನಾನೇ ಕಾರು ಹತ್ತಿ ಈ ಊರು, ಸುತ್ತ ಮುತ್ತ ಸುತ್ತುಹಾಕಿ ಬರಲೇ? ಒಂದು ತಿಂಗಳು ಕಳೆದಿತ್ತು. ಹೌದು, ಒಂದು ತಿಂಗಳು. ಶುಕ್ರವಾರಕ್ಕೆ ಏಳ ನಾಲ್ಕಲಿ ಇಪ್ಪತ್ತೆಂಟು ಸೋಮವಾರಕ್ಕೆ ಮೇಲೆ ಮೂರು, ಮೂವತ್ತೊಂದು ದಿನ. ಐದು ದಿನ ಪಾಠ ಮಾಡಿದ್ದರು. ಒಂದೊಂದೂ ವಿಸ್ತಾರವಾಗಿ ಎರಡು ಗಂಟೆಗೂ ಮೀರಿದ ಪಾಠ. ಅದೇ ಭೈರವವನ್ನು ತಿಕ್ಕಿ ತೀಡಿ ಹಿಗ್ಗಿಸಿ ಬೆಳೆಸಿ ಉದ್ದ ಅಗಲಗಳನ್ನು ವಿಸ್ತರಿಸಿ ನಾಡಿಸ್ಥಾನಗಳನ್ನು ಗುರುತಿಸಿ ವಿವರಿಸುವ ಪಾಠ. ಹೀಗೆ ಕಲಿಸಿದರೆ ನಾನು ಐದಾರು ವರ್ಷದಲ್ಲೇ ಪ್ರಭುತ್ವ ಪಡೆಯಬಲ್ಲೆ ಎಂಬ ವಿಶ್ವಾಸ ಬೆಳೆದಿತ್ತು. 'ನೋಡು, ಅಕಾರ ತೆಗೆಯುವಾಗ ಬಾಯಿ ಹೀಗೆ ತೆರೆದಿರಬೇಕು, ಇಲ್ಲದಿದ್ದರೆ ಉಸಿರು ಮೂಗಿನ ಮೂಲಕ ಹೊರಟು ಸ್ವರ ಕೆಟ್ಟುಹೋಗುತ್ತೆ' ಎಂದು ಹೇಳುವಾಗ ನನ್ನ ಎರಡು ಕೆನ್ನೆಗಳನ್ನೂ ಮುಟ್ಟಿ ಆ ಅನ್ನು ಅನ್ನುವುದು; 'ತಾನಪೂರ ಬಾರಿಸುವಾಗ ಬೆರಳುಗಳು ನೋಡು, ಈ ಸ್ಥಾನದಲ್ಲೇ ಚಲಿಸಬೇಕು' ಎಂದು ತೋರಿಸುವಾಗ ಅಗತ್ಯವಾದುದಕ್ಕಿಂತ ಹೆಚ್ಚಾಗಿ ಬೆರಳು ಗಳನ್ನು ಮುಟ್ಟಿ ಹಿಡಿಯುವುದು; ನನ್ನ ಸ್ವರಚಲನೆ ಉತ್ತಮವಾಗಿ ಬಂದರೆ ಶಾಭಾಸ್ ಎಂದು ಹೆಗಲಮೇಲೆ ಕೈ ಇಡುವುದು ಮುಂತಾದ ಚೇಷ್ಟೆಗಳನ್ನು ಮಾಡುತ್ತಿದ್ದರು. ಅವು ನನಗೆ ಹಿಡಿಸುತ್ತಿರಲಿಲ್ಲ. ಹಾಗೆಂದು ನಾನು ಸಿಡಿಗುಟ್ಟುತ್ತಿರಲಿಲ್ಲ. ಇವರಿಗೆ ಹೆಂಗಸರ ಚಟ ವಿದೆ ಅನ್ನುವುದು ಗೊತ್ತಿತ್ತು. ಮುಂಬಯಿಯ ಸಂಗೀತವಲಯದಲ್ಲಿ ಎಲ್ಲರಿಗೂ ಗೊತ್ತಿತ್ತು.

ಮುಂಬಯಿಯನ್ನೇ ಬಿಟ್ಟು ನರ್ತಕಿ ಮನೋಹರೀ ದಾಸ್‌ಳೊಡನೆ ಮೂರೂವರೆ ವರ್ಷ ಇದ್ದು ಜಗಳವಾಗಿ ಅವಳಿಂದ ಹೊರದೂಡಿಸಿಕೊಂಡು ಹಿಂತಿರುಗಿದ್ದು ಹಿಂದೆ ಪತ್ರಿಕೆಗಳಲ್ಲೆಲ್ಲ ಬಂದಿತ್ತಂತೆ. ಆಗ ನನಗೆ ಪತ್ರಿಕೆ ಓದುವ ವಯಸ್ಸಲ್ಲ. ಹೆಂಡತಿಯೊಡನೆ ಹೊಂದುತ್ತಿಲ್ಲ. ಕುಟುಂಬ ಕುರ್ಲಾದಲ್ಲಿಯಂತೆ. ಇವರು ಪಶ್ಚಿಮ ಬಾಂದ್ರಾದಲ್ಲಿ ಒಟ್ಟಿಗೆ ಎರಡು ಫ್ಲ್ಯಾಟ್ ಕೊಂಡು ಒಂದನ್ನು ಸ್ವರವೇದಶಾಲೆಯಾಗಿ ಇನ್ನೊಂದನ್ನು ಸ್ವಂತ ವಸತಿಗಾಗಿ ಉಪಯೋಗಿಸುತ್ತಾರೆ. ಇಷ್ಟಾದರೂ ರೀತಿ ನೀತಿಗಳನ್ನು ನೋಡಿದರೆ ಯಾರನ್ನೂ ಬಲಾತ್ಕಾರ ಮಾಡುವಂಥವರಲ್ಲ ಎನ್ನಿಸುತ್ತಿತ್ತು. ಅಂಥ ಪುಕಾರು ಅವರ ವಿರುದ್ಧ ಎಲ್ಲೂ ಕೇಳಿಬಂದಿಲ್ಲ. ಕಲಾಕಾರರೆಂದರೆ ಬಯಸಿ ಒಪ್ಪುವ ಹೆಂಗಸರೂ ಇರ್ತಾರೆ. ಪರಸ್ಪರ ಸಮ್ಮತಿಸಿ ಯಾರು ಏನು ಮಾಡಿಕೊಂಡರೆ ನನಗೇನು? ಇಲ್ಲದಿದ್ದರೆ ಕಲಾಕ್ಷೇತ್ರದಲ್ಲಿ ಕಾಲಿ ಡೂದೇ ಸಾಧ್ಯವಿಲ್ಲ ಅನ್ನುವ ಸಮಾಧಾನದಿಂದ ಸಾಧನೆ ಮಾಡ್ತಾ ಹೌದು ಮೂವತ್ತೊಂದನೆ ದಿನ ಸೋಮವಾರ ಬೆಳಗ್ಗೆ ನಾನು ತಂಬೂರಿ ಶ್ರುತಿ ಮಾಡಿಕೊಂಡಾದ ಮೇಲೆ, 'ನೋಡು, ಮಧುಮಿತಾ, ನಿನಗೆ ಪಾಠ ಹ್ಯಾಗಿದೆ ಅನ್ನಿಸುತ್ತೆ?'

'ತುಂಬ ಚನ್ನಾಗಿ ಸಮೃದ್ಧವಾಗಿ ಹೇಳಿಕೊಡ್ತಿದೀರ. ಇನ್ಯಾವ ಗುರುಗಳೂ ಶಿಷ್ಯರಿಗೆ ಇಷ್ಟು ಶ್ರದ್ಧೆಯಿಂದ ಕಲಿಸುಲ್ಲ,' ಎಂದೆ ಮುಕ್ತ ಮನಸ್ಸಿನಿಂದ, ಸ್ವಲ್ಪವೂ ಉತ್ಪ್ರೇಕ್ಷೆಯಿಲ್ಲದೆ.

'ನನ್ನಲ್ಲಿರೂದನ್ನೆಲ್ಲ ನಿರ್ವಂಚನೆಯಿಂದ ಕೊಡ್ತಿದೀನಲ್ಲವೆ ನಾನು?'

'ಸತ್ಯವಾಗಿಯೂ ಗುರೂಜಿ.'

'ಹಾಗಾದರೆ ನೀನೂ ನಿನ್ನಲ್ಲಿರೂದ ನಿರ್ವಂಚನೆಯಿಂದ ಗುರೂಗೆ ಅರ್ಪಿಸಬೇಕು ತಾನೆ?'

'ಏನು ಬೇಕು ಕೇಳಿ, ಅರ್ಪಿಸ್ತೀನಿ' ಎಂದು ಉತ್ಸಾಹದಿಂದ ಆಡಿದ ಮೇಲೆ ಅವರ ಮಾತಿನ ಅರ್ಥ ಹೊಳೆದು ಸಿಕ್ಕಿಹಾಕಿಕೊಂಡೆ ಎಂಬ ಅರಿವಾಯಿತು.

ಅವರ ಮುಖದಲ್ಲಿ ಗೆಲುವು ಅರಳಿತು. ಕಣ್ಣುಗಳಲ್ಲಿ ಜಿನುಗುತ್ತಿದ್ದ ಕಾಮನೆಯು ನನಗೆ ಕಾಣಿಸಿತು. ನಾನು ಯಾವ ಕೆಟ್ಟ ಅರ್ಥದಲ್ಲೂ ಉತ್ತರ ಹೇಳಲಿಲ್ಲ ಎಂದುಬಿಡುವ ಮನಸ್ಸಾದರೂ ನಾನಾಗಿಯೇ ಯಾಕೆ ಆ ಅರ್ಥವನ್ನು ಒಪ್ಪಿಕೊಬೇಕು ಎಂಬ ಎಚ್ಚರ ಮೂಡಿತು. ಮುಂದೆ ಮಾತು ಬೆಳೆಸಿದರೆ ನಾನು ಹೇಳಿದುದು ಶಿಷ್ಯರು ಗುರುವಿಗೆ ಅರ್ಪಿಸಬೇಕಾದ ಭಕ್ತಿ ವಿಧೇಯತೆಗಳನ್ನು ಎಂದು ಸ್ಪಷ್ಟನೆ ಮಾಡುವುದು ಎಂಬ ಉಪಾಯ ಹೊಳೆದು ಸುಮ್ಮನಿದ್ದೆ. ಅವರು ಮಾತನಾಡಿದರು: 'ಸ್ಪಷ್ಟವಾಗಿ ತಿಳಕೊ. ನಂದೇನೂ ಬಲ ವಂತವಿಲ್ಲ. ನೀನು ಅನುಕೂಲಸ್ಥ ಮನೆಯೋಳು. ನಮ್ಮ ಹುಡುಗೀನ ಇವನು ಕೆಡಿಸಿದ ಅಂತ ನಾಳೆ ತಕರಾರು ಮಾಡಬಾರದು. ಇದು ನನಗೆ ನಿನಗೆ ಇಬ್ಬರಿಗೆ ಮಾತ್ರ ಗೊತ್ತಿರುವ, ಗೊತ್ತಿರಬೇಕಾದ ವಿಷಯ. ನಾನು ನಿರ್ವಂಚನೆಯಿಂದ ನಿನಗೆ ಅರ್ಪಿಸುತ್ತಿರೂ ಹಾಗೆ ನೀನು ನಿನ್ನಲ್ಲಿರೂದ ಅರ್ಪಿಸಿದರೆ ನನಗೆ ಇನ್ನೂ ಉತ್ಸಾಹದಿಂದ ಹೇಳಿಕೊಡುವ ಮನಸ್ಸಾಗುತ್ತೆ. ಒಂದು ತಿಂಗಳಿನಲ್ಲಿ ನಾನು ಕಲಿಸಿರುವಷ್ಟನ್ನ ಬೇರೆ ದೊಡ್ಡ ದೊಡ್ಡ ಗುರುಗಳು ಐದುವರ್ಷ ವಾದರೂ ಕಲಿಸುಲ್ಲ. ನಲವತ್ತು ವರ್ಷ ವಯಸ್ಸಾದರೂ ಶಿಷ್ಯತ್ವದಲ್ಲೇ ಇಟ್ಟಿರ್ತಾರೆ,' ಎಂದು ನಿಲ್ಲಿಸಿದರು. ಎಲ್ಲವನ್ನೂ ಸ್ಪಷ್ಟವಾಗಿ ಹೇಳಿಬಿಟ್ಟರು. ಆ ಅರ್ಥ ಈ ಅರ್ಥ ಎನ್ನುವ ಅಗತ್ಯವೂ ಇಲ್ಲ ಅವಕಾಶವೂ ಇಲ್ಲ. ಅವರ ಮುಖ ನೋಡುವ ಮನಸ್ಸಾಗದೆ ನಾನು ಕತ್ತು ಬಗ್ಗಿಸಿ ಕುಳಿತೆ. 'ಇದು ಯಾರಿಗೂ ತಿಳಿಯುಲ್ಲ. ಬೆಳಗ್ಗೆ ಹತ್ತು ಗಂಟೆ ಕಳೆದು ಬಿಟ್ಟರೆ ಸಂಜೆ ನಾಲ್ಕರವರೆಗೆ ಇಲ್ಲಿಗೆ ಯಾರೂ ಬರುಲ್ಲ. ಬಂದರೂ ನೀನು ಒಳಗಿನ ಕೋಣೆಯಲ್ಲಿದ್ದರೆ ಯಾರಿಗೂ ಗೊತ್ತಾಗುಲ್ಲ. ಬಸರಿ ಗಿಸರಿ ಆಗುವ ಭಯವಿಲ್ಲ.'

ನನಗೆ ಕೋಪದಿಂದ ಮೈ ಉರಿಯುತ್ತಿತ್ತು. ಬೆವರುತ್ತಿತ್ತು. ನಿನ್ನ ಪಾಠವೂ ಬೇಡ, ನೀನೂ ಬೇಡ, ಮುಖಕ್ಕೆ ಹೊಡೆದ ಹಾಗೆ ಹೇಳಿ ಎದ್ದು ಹೋಗುವ ಮನಸ್ಸು. ಆದರೆ ಶಕ್ತಿ ಕೂಡಲಿಲ್ಲ. ಅವರೇ, 'ಆಯಿತು ಯೋಚನೆ ಮಾಡು. ನಾನು ಮೊದಲೇ ಹೇಳಿದೆನಲ್ಲ, ಬಲವಂತವಿಲ್ಲ. ಬಲಾತ್ಕಾರವಿಲ್ಲ. ಪ್ರೀತಿ ಪ್ರೇಮಗಳು ಬಲವಂತ ಬಲಾತ್ಕಾರಗಳಿಂದ ಹುಟ್ಟಿ ಬೆಳೆಯುವಂಥವಲ್ಲ. ನಾನು ಸತ್ಯವಾಗಿಯೂ ದುಡ್ಡಿನ ಆಶೆಗಾಗಿ ನಿನಗೆ ಪಾಠ ಹೇಳ್ತಿಲ್ಲ. ಮೂರು ಗಂಟೆಯ ಪ್ರೋಗ್ರಾಮಿಗೆ ಐವತ್ತು ಸಾವಿರ ತಗೊಳ್ಳೋನಿಗೆ ತಿಂಗಳಿಗೆ ಒಂದು ಸಾವಿರ ಯಾವ ಲೆಕ್ಕ, ಅದೂ ಅವಧಿಯ ಮಿತಿ ಹಾಕದೆ ಕಲಿಸುವಾಗ? ನಿನ್ನ ಮೇಲೆ ಪ್ರೀತಿ ಹುಟ್ಟಿತು. ಕಲಿಸಬೇಕೆನ್ನಿಸಿತು. ನಾಳೆ ನನ್ನಂತೆಯೇ, ನನ್ನನ್ನು ಮೀರಿಸಿದ ಪ್ರಸಿದ್ಧಿಯ ಗಾಯಕಿಯನ್ನಾಗಿ ಮಾಡಬೇಕು ಅನ್ನಿಸಿತು. ಕಲುಸ್ತಿದೀನಿ. ನಿನ್ನಲ್ಲೂ ಅದೇ ಭಾವನೆ, ಸಂಗೀತಪ್ರೇಮ, ಇದ್ದರೆ ಸಂಗತ ಮಾಡು. ರಾಗ ಅಂದಮೇಲೆ ವಾದಿ ಸಂವಾದಿ

ಎರಡೂ ಬೇಕಲ್ಲವೆ? ನೀನು ಒಪ್ಪಿದರೆ ನಾನು ನೀನು ಇಬ್ಬರೇ ಇರುವಾಗ ನಿನ್ನನ್ನು ಮಧುಮಿತಾ ಅನ್ನುಲ್ಲ. ಸಂವಾದೀ ಅಂತೀನಿ. ಹೂಂ. ಇವತ್ತಿನ ಪಾಠ ಹಾಳಾಗಬಾರದು ಸ್ವರ ಹಚ್ಚು.'

ತಂಬೂರಿ ಮೀಟತೊಡಗಿದೆ. ಆದರೆ ನನ್ನ ಧ್ವನಿ ಹೂತುಹೋಗಿತ್ತು. ಗಂಟಲಿನೊಳಗೆ ತೊಂಟೆ ಸಿಕ್ಕಿಕೊಂಡಂತೆ ಆಗಿತ್ತು. ಕೆಮ್ಮಿ ಕೊಸರಿಕೊಂಡರೂ ಇಲ್ಲದ ಅದು ಜಾಗ ಬಿಡ ಲಿಲ್ಲ. ನಾನು ಕತ್ತೆತ್ತಿ ಅವರನ್ನು ನೋಡಲೂ ಇಲ್ಲ. ಅವರೇ ಹಾಡಿದರು. ರಾಗವಿಸ್ತರಣೆ ಮಾಡಿದರು. 'ನೋಡು ನಾಳೆ ಒಂದು ತೀನ್‌ತಾಲದ ಚೀಜು ಕಲುಸ್ತೀನಿ. ಜಾಗೋ ಮೋಹನ ಪ್ಯಾರೇ ನಿನಗೆ ಗೊತ್ತಿರಬಹುದು. ನಿನ್ನ ಪರೀಕ್ಷೆಗೆ ಅದೇ ಅಲ್ಲವೇ ಇದ್ದದ್ದು? ಅದನ್ನೇ ವಿಸ್ತರಿಸಿ ಹಾಡೂದ ಕಲುಸ್ತೀನಿ. ಜೊತೇಲಿ ತಾನಗಳ ಜೋಡಣೆಯ ವಿಧಾನ. ಒಂದೇ ರಾಗದಲ್ಲಿ ಐದೈದು ಬೇರೆ ಬೇರೆ ತಾನಗಳ ಚೀಜು, ಅವುಗಳ ತಾನಗಳ ಅಭ್ಯಾಸಮಾಡಿ ದರೆ ರಾಗದ ಸ್ವರಗಳು ಮನದಟ್ಟಾಗ್ತವೆ. ತಬಲಾ ಇಟ್ಟುಕೊಂಡು ಅಭ್ಯಾಸ ಕೊಡಬೇಕು. ಇನ್ನೆರಡು ತಿಂಗಳಲ್ಲಿ ಭೈರವ ಪಕ್ಕಾ ಆದರೆ ಆಮೇಲೆ ಭೈರವದ ಪ್ರಕಾರಗಳನ್ನ ಹೇಳಿಕೊಡ್ತೀನಿ,' ಎಂದರು. ನಾನು ಕತ್ತು ಬಗ್ಗಿಸಿಕೊಂಡು ಗಂಭೀರವಾಗಿ ಕೂತಿರುವಾಗ ಹಾಡಲು ಅವರಿಗೂ ಮುಜುಗರವಾಗಿದೆ. 'ಆಯಿತು. ಗುರುವಾರ ಬಾ. ಬರಬೇಕು ಅನ್ನಿಸಿದರೆ ಅದಕ್ಕೆ ಮೊದಲೂ ಬಾ,' ಎಂದು ಹೊರಡಲು ಅನುಮತಿ ಇತ್ತರು. ಹೊರಡುವ ಮೊದಲು ಪದ್ಧತಿಯಂತೆ ನಾನು ಅವರ ಚರಣಸ್ಪರ್ಶ ಮಾಡಿದೆನಾದರೂ ಅದರಲ್ಲಿ ಸ್ವಲ್ಪವೂ ಭಕ್ತಿ ಉಳಿದಿರಲಿಲ್ಲ.

ವಿದ್ಯುಚ್ಛಕ್ತಿ ಇಲ್ಲದೆ ಲಿಫ್ಟ್ ನಿಂತು ಹೋಗಿ ಮೆಟ್ಟಲು ಇಳಿಯುವಾಗ ಮೈ ಉರೀತಿತ್ತು. ಮನೆತನಸ್ಥ ಹೆಣ್ಣುಮಕ್ಕಳು ಸಂಗೀತ, ನೃತ್ಯ, ನಾಟಕ, ಅಂತ ಕಲೆಗಳ ತಂಟೆಗೆ ಹೋಗಬಾರದು ಎಂಬ ಸಂಪ್ರದಾಯಸ್ಥರ ಮಾತಿನಲ್ಲಿ ಅರ್ಥವಿದೆ ಎನ್ನಿಸುತ್ತಿತ್ತು. ಗುರು ಎನ್ನಿಸಿಕೊಂಡ ಇವರ ರೂಪಲಕ್ಷಣಗಳನ್ನು ನಾನು ಎಂದೂ ಆಕರ್ಷಣೆಯ ದೃಷ್ಟಿಯಿಂದ ನೋಡಿರಲಿಲ್ಲ. ಈಗ ನೆನಪಿನಲ್ಲಿ ಬಂದು ಅಸಹ್ಯವೆನ್ನಿಸತೊಡಗಿತು. ಹಿಂದಕ್ಕೆ ಬಾಚಿದ ತುಂಬುಕೂದಲಿನ ಎರಡೂ ಪಕ್ಕಗಳಿಗೆ ಕಪ್ಪುಬಣ್ಣ ಹಚ್ಚಿಕೊತ್ತಾನೆ. ನೆತ್ತಿಯ ಮೇಲಿನದಕ್ಕೂ ಬಣ್ಣ ಸವರಿಕೊಂಡ ಭಾಗಕ್ಕೂ ಸರಿಯಾದ ಹೊಂದಿಕೆಯಾಗುಲ್ಲ. ಬೆಳಗ್ಗೆ ಶೇವ್ ಮಾಡಿಕೊಳ್ಳದಿದ್ದರೆ ಕೆನ್ನೆ ಗಲ್ಲಗಳೆಲ್ಲ ತೆಳು ಬಿಳುಪಾಗಿರುತ್ತವೆ. ಸೂಕ್ಷ್ಮವಾಗಿ ಗಮನಿಸಿದರೆ ಹಾರ್ಮೋನಿಯಂ ಮೇಲೆ ಆಡುವ ಬೆರಳುಗಳ ಮುಂಗೈ ನರಗಳು ಎದ್ದುಕಾಣುತ್ತವೆ. ಬೀಡ ತಂಬಾಕುಗಳನ್ನು ಜಗಿ ಯುವ ಹಲ್ಲುಗಳು ಕೆಂಪು ಕರೆಗಟ್ಟಿವೆ. ಅಸಹ್ಯವೆನ್ನಿಸಿತು. ಸಂಗೀತವೂ ಬೇಡ, ಯಾವ ಕಲೆಯೂ ಬೇಡ, ಎಂಬ ನಿರ್ಧಾರ ತಕ್ಷಣ ಹುಟ್ಟಿ ಗಟ್ಟಿಯಾಯಿತು. ಬಸ್ ಸ್ಟಾಪಿನಲ್ಲಿ ನಿಂತಾಗ ಕಣ್ಣಿನಲ್ಲಿ ನೀರು ತುಂಬಿಕೊಂಡಿತು. ಮನೆಗೆ ಹೋದವಳೇ ಊಟ ಮಾಡಿ ಅರ್ಧಗಂಟೆ ಮಲಗಿದ್ದು ಎದ್ದು ಚಹಾ ಕುಡಿದು ನನ್ನ ಕೋಣೆಯ ಬಾಗಿಲು ಮುಚ್ಚಿ ತಂಬೂರಿ ಶ್ರುತಿಮಾಡಿಕೊಂಡು ಅಭ್ಯಾಸಮಾಡುವುದು ನನ್ನ ಪದ್ಧತಿಯಾಗಿತ್ತು. ಆವೊತ್ತು ಊಟ ಸೇರಲಿಲ್ಲ. ಹಾಗೆಂದು ಏನೂ ತಿನ್ನದಿದ್ದರೆ ಅಮ್ಮ ಸುಮ್ಮನಿರುಲ್ಲ. ಯಾಕೆ, ಏನಾ

ಯಿತು, ಏನಾಗಿದೆ ಅಂತ ಕೇಳ್ತಾರೆ. ಇದನ್ನ ಯಾರಿಗೂ ಹೇಳಕೂಡದೆಂತ ನನ್ನೊಳಗೇ ನಿಶ್ಚಯಿಸಿದೆ. ನನ್ನ ಗುರುಗಳು ಮಹಾಸದ್ಗುಣಿಗಳೆಂದು ನಾನೇ ಮನೆಯಲ್ಲೆಲ್ಲ ಹೇಳಿಕೊಂಡಿದ್ದೆ ನಲ್ಲ. ಸುಳ್ಳು ಹೇಳಬೇಕೆಂದಲ್ಲ, ಅವರಲ್ಲಿ ಸಕಲ ಸದ್ಗುಣಗಳನ್ನೂ ನನ್ನ ಕಲ್ಪನೆಯು ಕಂಡಿತ್ತು. ಅಂಥವರು ಹೀಗೆ ಕೇಳಿದರು ಅಂದರೆ ನನ್ನನ್ನು ನಾನೇ ಅಲ್ಲಗಳೆದುಕೊಂಡಂತೆ. ಮುಂದೆ ಎಂದೆಂದಿಗೂ ಸಂಗೀತವನ್ನು ಕಳೆದುಕೊಂಡಂತೆ. ವಿಶ್ರಾಂತಿಗೆಂದು ಮಲಗಿದರೆ ಕಣ್ಣು ಹತ್ತಲಿಲ್ಲ. ಅರ್ಧಗಂಟೆ ಹೊರಳಾಡಿ ಎದ್ದು ಅಡುಗೆಮನೆಗೆ ಹೋಗಿ ಚಹಾ ಮಾಡಿ ಕೊಂಡು ಕುಡಿದು ಕೋಣೆಯ ಬಾಗಿಲು ಮುಚ್ಚಿ ತಂಬೂರಿ ಹಿಡಿದು ಕೂತರೆ ಸ್ವರ ಹಚ್ಚುವ ಮನಸ್ಸು ಬರುತ್ತಿಲ್ಲ. ಮನಸ್ಸು ಅಂತರ್ಮುಖವಾಗಿ ಷಡ್ಜಕ್ಕೆ ಅಂಟಿಕೊಳ್ಳುತ್ತಿಲ್ಲ. ಕಣ್ಣುಗಳು ನಿಮೀಲಿತವಾಗುತ್ತಿಲ್ಲ. ಕಣ್ಣಿನೊಳಗೆ ಷಡ್ಜ ಕಾಣುವ ಬದಲು ಕಣ್ಣಿನ ಹೊರಗಿನ ಎದುರಿನ ಗೋಡೆ ಕಾಣುತ್ತಿದೆ. ಅಭ್ಯಾಸಮಾಡುವಾಗ ನನ್ನೆದುರಿಗೆ ಕಾಣಲಿ ಅಂತ ಎದುರುಗೋಡೆಯ ಮೇಲೆ ಕಟ್ಟು ಹಾಕಿಸಿ ನೇತುಹಾಕಿದ್ದ ಗುರುವಿನ ವರ್ಣಮುದ್ರಿತ ಫೋಟೋ. ಇಲಸ್ಟ್ರೇಟೆಡ್ ವೀಕ್ಲಿಯು ಸಂಗೀತ ವಿಶೇಷಾಂಕದಲ್ಲಿ ಮುದ್ರಿಸಿದ್ದ ಈತನ ಒಂದು ಪುಟ ಅಗಲದ, ಕಛೇರಿಯಲ್ಲಿ ಅರೆ ನಿಮೀಲಿತ ಕಣ್ಣುಗಳಿಂದ ಅಂತರ್ಮುಖಿಯಾಗಿ ಮಂದ್ರಾಲಾಪ ಮಾಡುತ್ತಿರುವ ಭಂಗಿಯದು. ಸಾಧನೆಯನ್ನು ಆರಂಭ ಮಾಡಲು ನನಗೆ ಪ್ರತಿದಿನವೂ ಸ್ಫೂರ್ತಿಯಾಗಿದ್ದುದು. ಇವನ ಅಂತರ್ಮುಖವೆಲ್ಲ ಢೋಂಗಿಯದು ಅನ್ನಿಸಿತು. ಕಣ್ಣುಮುಚ್ಚಿ ತಂತಿಗಳನ್ನು ಮೀಟತೊಡಗಿದೆ. ಈ ಹೊತ್ತು ತಂಬೂರಿಯೂ ಸರಿಯಾಗಿ ಶ್ರುತಿಯಾಗಿಲ್ಲ, ಎನ್ನಿಸಿತು. ನಾಲ್ಕಾರು ಬಾರಿ ಬಿರಟೆಗಳನ್ನು ತಿರುಗಿಸಿ, ದಾರದ ಸ್ಥಾನಗಳನ್ನು ಮೇಲೆ ಕೆಳಗೆ ಮಾಡಿದರೂ ಕೂಡುತ್ತಿಲ್ಲ. ಬೇಸರವಾಗಿ ತಂಬೂರಿಯನ್ನು ಮೂಲೆಗೆ ಒರಗಿಸಿ ಹಾರ್ಮೋನಿಯಂ ಶ್ರುತಿ ಇಟ್ಟು ತಿದಿ ಹಾಕತೊಡಗಿದೆ. ಮೊಟ್ಟ ಮೊದಲಬಾರಿ ನನ್ನ ಅಂತರಂಗವು ಬಿಡಿಸಿಕೊಳ್ಳತೊಡಗಿತು. ಮುಂಬಯಿಯಲ್ಲಿ ಹುಟ್ಟಿ ಬೆಳೆದ ಹುಡುಗಿ ಯಾದರೂ ನನ್ನದು ಸಂಪ್ರದಾಯಸ್ಥ ಮನಸ್ಸು. ವ್ಯಾಪಾರದ ಕುಟುಂಬವಾದುದರಿಂದ ಮನೆಯವರು ಸಹಜವಾಗಿಯೇ ಸಂಪ್ರದಾಯಸ್ಥರು. ತಂದೆಗಿಂತ ಅಣ್ಣಂದಿರು ಹೆಚ್ಚು ಆಧುನಿಕರು. ಸದ್ಯಕ್ಕೆ ಮದುವೆಯ ಆಲೋಚನೆ ಬಿಟ್ಟು ಸಂಪೂರ್ಣ ಸಂಗೀತಾಭ್ಯಾಸಕ್ಕೆ ತೊಡಗುವೆನೆಂದ ತಂಗಿಯ ಆಶೆಯನ್ನು ಒಪ್ಪಬೇಕೆಂದರೆ ಮನಸ್ಸು ಆಧುನಿಕವಾಗಿರಲೇಬೇಕು. ತಂಗಿಯ ಮೇಲೆ ಅಷ್ಟೊಂದು ನಂಬಿಕೆ ಇಟ್ಟಿದಾರೆ. ನನಗೆ ಎಂದೂ ಗಂಭೀರವಲ್ಲದ, ಹಗುರವಾದ ರಂಜನೆಗಳಲ್ಲಿ ಆಸ್ಥೆ ಇಲ್ಲ. ಸಿನಿಮಾ, ಸಿನಿಮಾ ಹಾಡುಗಳು ಲಘು ಸಂಗೀತ ಲಘು ನರ್ತನಗಳನ್ನು ಐದು ನಿಮಿಷವೂ ಸಹಿಸಲಾರದ ರುಚಿ. ಕಲಿಕೆಯಿಂದ ಬಂದದ್ದಲ್ಲ. ಸ್ವಭಾವಜನ್ಯ. ವಿವಾಹಪೂರ್ವ ವಿವಾಹೇತರ ಮೊದಲಾಗಿ ಹಗುರ ಸಂಬಂಧಗಳ ಬಗೆಗೆ ಆಲೋಚನೆ ಕೂಡ ಮೂಡಿರಲಿಲ್ಲ. ಈಗ ಇವನಿಗೆ ಒಪ್ಪಿಸಿಕೊಳ್ಳೂದೆಂದರೆ ನನ್ನ ನೈತಿಕ ಅಂತಶ್ಶಕ್ತಿಯನ್ನೇ ಕಳಕೊಂಡಂತೆ ಎನ್ನಿಸಿತು. ಸಂಗೀತ ಕಲಿಯದಿದ್ದರೆ ಏನು? ಸ್ವಲ್ಪವೂ ಸಂಗೀತಜ್ಞಾನವಿಲ್ಲದ, ಕೇಳುವ ರುಚಿಯೂ ಇಲ್ಲದ ಜನರು ಜೀವನದಲ್ಲಿ ಸುಖವಾಗಿಲ್ಲವೆ? ಸ್ವಂತ ಜೀವನಕ್ಕೆ ಸಂತೋಷ ತರುವುದು ಇನ್ನೊಬ್ಬರಿಗೆ ಸಂತೋಷ ಕೊಡುವುದು ನೀತಿ.

ಕಲೆಯಲ್ಲ. ನೀತಿಯನ್ನೇ ಕಳೆದುಕೊಂಡರೆ ಏನು ಸುಖ? ಎನ್ನಿಸಿಬಿಟ್ಟಿತು. ಎಡಗೈ ಬೆರಳುಗಳು ಹಾರ್ಮೋನಿಯಂ ತಿದಿಯನ್ನು ಒತ್ತುತ್ತಲೇ ಇದ್ದವು. ಕರೀ ಐದು ಮಧ್ಯ ಮಂದ್ರ ಪಂಚಮಗಳೊಡನೆ ಮೆಲುವಾಗಿ ನುಡಿಯುತ್ತಿತ್ತು. ಮಧ್ಯಾಹ್ನವಾದರೂ ಮನಸ್ಸು ಭೈರವವನ್ನು ಗುನುಗುತ್ತಿತ್ತು.

ಎರಡುದಿನ ಕಳೆಯಿತು. ಸಂಗೀತಾಭ್ಯಾಸವನ್ನು ನಿಲ್ಲಿಸೂದು ಅಂತ ತೀರ್ಮಾನಿಸಿದೆ. ಮನೆಯಲ್ಲಿ ಎರಡನೆ ಅತ್ತಿಗೆ ರೇವತಿಬಾಭಿಗೆ ಕಾದಂಬರಿ ಓದುವ ಅಭ್ಯಾಸ. ಎಷ್ಟೋ ಕಾದಂಬರಿಗಳನ್ನು ಕೊಂಡುತರುತ್ತಿದ್ದರು. ಗ್ರಂಥಾಲಯಕ್ಕೂ ಸದಸ್ಯೆಯಾಗಿದ್ದರು. ಅವರನ್ನು ಕೇಳಿ ಅವರು ತುಂಬ ಚನ್ನಾಗಿದೆ ಅಂತ ಕೊಟ್ಟ ಮೈಲಾ ಅಂಚಲ್ ಕಾದಂಬರಿಯನ್ನು ತೆಗೆದುಕೊಂಡು ಕೋಣೆಯ ಬಾಗಿಲು ಹಾಕಿ ಕೂತು ಓದತೊಡಗಿದೆ. ಕಥೆ, ಸನ್ನಿವೇಶ, ಪಾತ್ರಗಳ ಅಂತರಂಗ, ಅದರಲ್ಲೂ ಭಾವವಿದೆ. ರಸವಿದೆ. ರುಚಿ ಹತ್ತಿತು. ಸಂಗೀತವೂ ಬೇಡ. ಸಾಧನೆಯೂ ಬೇಡ. ಬೇಸರವಾದಾಗ ಒಂದು ಕಾದಂಬರಿ ಓದಿದರೆ ಸಾಕು. ಅಥವಾ ಕವನ ಓದಿಕೊಂಡರೆ ಸಾಕು, ತೀರ್ಮಾನಿಸಿದೆ. ರಾತ್ರಿ ತುಂಬ ಹೊತ್ತು ನಿದ್ರೆ ಬರ ಲಿಲ್ಲ. ಬೆಳಗ್ಗೆ ಎಚ್ಚರವಾದಾಗ ಇವತ್ತು ಗುರುವಾರ, ಸಂಗೀತಪಾಠದ ದಿನ ಎಂಬ ನೆನಪಾ ಯಿತು. ಹೋಗದೆ ಇದ್ದರೆ ಮನೇಲಿ ಎಲ್ಲರೂ ಯಾಕೆ ಅಂತ ಕೇಳ್ತಾರೆ. ಬೇಗ ಸ್ನಾನ ಮುಗಿಸಿ ಎರಡು ಹಲ್ಲೆ ಬ್ರೆಡ್ ತಿಂದು ಚಹಾ ಕುಡಿದು ಹೊರಟುಬಿಟ್ಟೆ. ಬಸ್ ಸ್ಟಾಪಿಗೆ ಬಂದಾಗ ಅಲ್ಲಿಗೆ ಹೋಗೂದೋ ಬೇಡವೋ ಎಂಬ ನಿರ್ಧಾರ ತೋರಲಿಲ್ಲ. ಅಷ್ಟರಲ್ಲಿ ನನ್ನ ಬಸ್ಸು ಬಂತು. ಹತ್ತಿ ಒಳಗೆ ನಿಂತುಕೊಂಡಾಗ ಹೋಗಬೇಕು, ಅವನಿಗೆ ಮುಖ ಮುರಿಯುವ ಹಾಗೆ ಅನ್ನಬೇಕು ಎಂಬ ತೀರ್ಮಾನ ಹುಟ್ಟಿತು. ಅನ್ನಬೇಕು, ಸಂಗೀತವೂ ಬೇಡ, ಅವನ ಪಾಠವೂ ಬೇಡ ಅಂತ ತೀರ್ಮಾನಿಸಿರುವಾಗ ನನಗೇತರ ಮುಲಾಜು ಎಂಬ ಧೈರ್ಯ ಕೂಡಿಕೊಂಡಿತು. ಲಿಫ್ಟ್ ಹತ್ತಿ ಉದ್ದನೆಯ ಸಾಲೆಯಲ್ಲಿ ನಡೆದು ಹೋದಾಗ ಫ್ಲ್ಯಾಟಿನ ಬಾಗಿಲು ತೆರೆದಿತ್ತು. ಅವನು ಲೋಡು ಒರಗಿ ಕೂತು ಊಂ ಎಂದು ಮೀಂಡ್ ತೆಗೆಯುವಂತೆ ಗುನುಗಿಕೊಳ್ಳುತ್ತಿದ್ದ. ಯಾವ ರಾಗ, ಗುರುತಿಸಲಾಗಲಿಲ್ಲ. ಎಂದಿನಂತೆ ಕೂರು ಎಂಬ ರೀತಿಯಲ್ಲಿ ಕಣ್ಣಿನಿಂದ ಆದೇಶಿಸಿದ. ನಾನು ಪಾದಸ್ಪರ್ಶ ಮಾಡಿದ ನಂತರ ಕುಳಿತೆ. ತಂಬೂರಿ ಎತ್ತಿಕೊಳ್ಳಲಿಲ್ಲ. ನಾನು ಬಂದಿರೂದು ಪಾಠಕ್ಕಲ್ಲ, ಇವನ ಮುಖ ಮುರಿಯುಕ್ಕೆ ಎಂಬ ನೆನಪಾಯಿತು. ಆದರೆ ಬಂದತಕ್ಷಣ ಯಾಕೆ ಇವನ ಪಾದಸ್ಪರ್ಶ ಮಾಡಿದೆ? ಎಂದು ಖೇದವಾಯಿತು. ಕೊರಳ ಸೆರೆಗಳು ಉಬ್ಬಿಕೊಂಡಿ ದ್ದುದು ನನಗೇ ಭಾಸವಾಗುತ್ತಿತ್ತು. ಧ್ವನಿಯನ್ನು ಕೊಸರಿಕೊಂಡು ಕೇಳಿದೆ: 'ಒಂದು ಮಾತು.'

ಹೂಂ ಎಂಬಂತೆ ಅವನು ದೃಷ್ಟಿಯಿಂದಲೇ ಸೂಚಿಸಿದ.

'ಶಿಷ್ಯೆ ಅಂದರೆ ಮಗಳ ಸಮಾನ ಅಲ್ಲವೆ?' ಎನ್ನುವಾಗ ಧ್ವನಿ ನಿಯಂತ್ರಣ ಕಳಚಿಕೊಂಡು ಮೇಲಿನ ಸಪ್ತಕಕ್ಕೆ ಏರಿತ್ತು.

ಅವನು ವಿಚಲಿತವಾಗಲಿಲ್ಲ. ಮುಖದಲ್ಲಿ ಇದು ನನಗೆ ಹೊಸ ಪ್ರಶ್ನೆಯಲ್ಲ ಎಂಬಂತಹ ಆತ್ಮವಿಶ್ವಾಸ ಮಿನುಗಿ ಮರೆಯಾಯಿತು. ಬಾಯೊಳಗಿದ್ದ ತಂಬುಲವನ್ನು ನಾಲಿಗೆಯಿಂದ

ದವಡೆಗೆ ನೂಕಿ ಕೇಳಿದ: 'ಹಾಗಂತ ಯಾರು ಹೇಳಿದ್ದು?'

'ಗುರು ತಂದೆಯ ಸಮವಾದರೆ ಶಿಷ್ಯೆ ಮಗಳ ಸಮಾನ ಆಗಿಯೇ ಆಗುತ್ತೆ ಅಲ್ಲವೆ?'

ಈಗ ಅವನ ಮುಖದಲ್ಲಿ ಅಪ್ರಸನ್ನತೆ ಕಾಣಿಸಿತು. ಆದರೂ ಶಾಂತವಾಗಿ ಮಾತನಾಡಿದ: 'ಸಮಾನ ಗಿಮಾನಗಳಿಂದ ಪ್ರಪಂಚ ನಡೆಯುಲ್ಲ. ಹುಸಿ ಸಂಬಂಧದ ಭಾವನೆಗಳಿಂದ ಏನಾಗುತ್ತೆ? ಹುಸಿ ಸ್ವರಗಳಿಗೆ ಜಾಗ ಕೊಟ್ಟರೆ ರಾಗ ಹಾಳಾಗುತ್ತೆ. ತಿಳಕೊ. ನಾನು ಹೇಳಿದೆ ನಲ್ಲ. ಯಾವುದೇ ಬಲವಂತವಿಲ್ಲ ಅಂತ. ನಿನಗೆ ಇಷ್ಟವಿಲ್ಲದಿದ್ದರೆ ಬೇಡ. ಅನುಕೂಲಸ್ಥರ ಮನೆಯೋಳು ಅಂತ ಗುರುವಿನ ಕೈಲಿ ವಾಗ್ವಾದ ಮಾಡುಕ್ಕೆ ಬಂದೆಯಾ? ರಾಗದಲ್ಲಿರೂದು ವಾದಿ ಸಂವಾದಿ ಎರಡೇ. ವಾಗ್ವಾದಕ್ಕೆ ಹೊರಟರೆ ಬೇರಾಗವಾಗುತ್ತೆ. ಮತ್ತೆ ಹೇಳ್ತೀನಿ ಕೇಳು. ನಾನು ನಿನ್ನನ್ನ ಬಲವಂತ ಮಾಡಿಲ್ಲ. ಮಾಡುಲ್ಲ.'

ನನಗೆ ಪೆಚ್ಚಾಯಿತು. ಮಾತು ಹೊಳೆಯಲಿಲ್ಲ. ಅವನ ಮುಖದ ನೀರು ಇಳುಕುವ ಹತ್ತು ಭಾವಗಳು ಒಳಗೆ ತುಡಿಯುತ್ತಿವೆ. ಆದರೆ ಒಂದೂ ಮಾತಾಗಿ ಹೊರಬರುತ್ತಿಲ್ಲ. ನನಗೇ ತಿಳಿಯದಂತೆ ಕೈಚೀಲವನ್ನು ಹಿಡಿದು ಧಡಕ್ಕನೆ ಎದ್ದುನಿಂತೆ. ಧಿಕ್ಕರಿಸುವಂತೆ ಅವನ ಮುಖ ನೋಡಿ ಹಿಂತಿರುಗಿ ಹೊರಗೆ ನಡೆದೆ. ಲಿಫ್ಟನ್ನು ಪ್ರವೇಶಿಸಿ ಗುಂಡಿ ಒತ್ತಿದಾಗ ಅಳು ಬಂದುಬಿಟ್ಟಿತು. ಬಿಕ್ಕಿ ಬಿಕ್ಕಿ ಅತ್ತೆ. ಕೆಳಗಿಳಿದು ಬಸ್ ಸ್ಟಾಪಿಗೆ ನಡೆಯುವಾಗ ಇದ್ದಕ್ಕಿದ್ದಂತೆ ಹೊರನಡೆದದ್ದು, ಅದೂ ಪಾದಸ್ಪರ್ಶಮಾಡದೆ ಹೊರಟದ್ದು ತಪ್ಪಾಯಿತು ಅಂತ ಹೇಳುವ ಆಲೋಚನೆ ಹುಟ್ಟಿ ತೀವ್ರವಾಯಿತು. ಸಂಗೀತ, ಪಾಠ ಎರಡನ್ನೂ ಬಿಟ್ಟ ಮೇಲೆ ಕ್ಷಮಾಯಾಚನೆ ಯಾಕೆ ಬೇಕು? ಎಂಬ ವಿಚಾರ ಹುಟ್ಟಿ ಮುಂದೆ ನಡೆದೆ. ಇಷ್ಟು ಬೇಗ ಮನೆಗೆ ಹೋದರೆ ಯಾಕೆ? ಪಾಠವಾಗಲಿಲ್ಲವೆ? ಅಂತ ಕೇಳ್ತಾರೆ ಎಂಬ ಎಚ್ಚರ ಬಂತು. ಶಿವಾಜಿ ಪಾರ್ಕಿನಲ್ಲಿ ಎರಡು ತಾಸು ಕೂತಿದ್ದು ಮನೆಗೆ ಬಂದೆ.

ಊಟ ಮಾಡಿ ವಿಶ್ರಾಂತಿಗೆ ಮಲಗಿದಾಗ ಮತ್ತೆ ಹೇಳ್ತೀನಿ ಕೇಳು, ನಾನು ನಿನ್ನನ್ನ ಬಲವಂತ ಮಾಡಿಲ್ಲ, ಮಾಡುಲ್ಲ, ಎಂಬ ಅವರ ಕೊನೆಯ ಮಾತು ಮತ್ತೆ ಮತ್ತೆ ನೆನಪಿನಲ್ಲಿ ಕೇಳತೊಡಗಿತು. ಅನುಕೂಲಸ್ಥರ ಮನೆಯೋಳು ಅಂತ ಅವತ್ತೂ ಅಂದರು. ಇವತ್ತೂ ಅಂದರು. ಬಲವಂತ ಮಾಡುಕ್ಕೆ ಭಯವಿದೆ. ಅದೇ ಈ ಕೊನೆಯ ಮಾತಿನ ಅರ್ಥ ಎಂದು ಮನಸ್ಸು ಗಟ್ಟಿಮಾಡತೊಡಗಿತು. ಆದರೂ ಅವರ ತಂಟೆ ಬೇಡ ಎಂಬ ನಿಶ್ಚಯ ಅಲುಗಲಿಲ್ಲ. 'ಸ್ವಲ್ಪ ಗಂಟಲಿನಲ್ಲಿ ತೊಂದರೆ ಇದೆ, ಎರಡು ಮೂರು ದಿನ ಅಭ್ಯಾಸ ಮಾಡಬೇಡ ಅಂತ ಗುರುಗಳು ಹೇಳಿದಾರೆ,' ತಾಯಿ ಅತ್ತಿಗೆಯರಿಗೆ ಹೇಳಿದೆ. ರೇವತಿಬಾಭಿಯನ್ನು ಕೇಳಿ ಇನ್ನೊಂದು ಕಾದಂಬರಿ ಇಸಕೊಂಡೆ. ನೆನ್ನೆಯದಕ್ಕಿಂತ ಇದು ಇನ್ನೂ ಚನ್ನಾಗಿದೆ ಅಂದರು. ತಮ್ಮ ಜೊತೆಗೊಬ್ಬ ಕಾದಂಬರಿ ಓದುಗಳು ಸಿಕ್ಕಿದಳೆಂದು ಅವರಿಗೆ ಒಂದೇ ದಿನದಲ್ಲಿ ನನ್ನ ಬಗೆಗೆ ಸಮೀಪಭಾವ ಬೆಳೆಯಿತು. ಆದರೆ ಹತ್ತು ಪುಟ ಓದುವುದರಲ್ಲಿ ನನಗೆ ಬರಡು ಎನ್ನಿಸಿತು. ತಂಬೂರಿಯ ಶ್ರುತಿಯು ಎಳೆದುಕೊಳ್ಳುವ ತನ್ಮಯತೆ, ಸ್ವರವು ಉಂಟುಮಾಡುವ ಭಾವೋದ್ದೀಪನೆ, ಸಂಚಾರವು ಕೊಡುವ ರಸವಿನ್ಯಾಸಗಳು ಸಾಹಿತ್ಯದಲ್ಲಿ ಎಲ್ಲಿಂದ ಬರಬೇಕು? ಎನ್ನಿಸಿತು. ಯಾರದೋ ಕಥೆ, ಯಾವುದೋ

ಸನ್ನಿವೇಶ, ಯಾವುವೋ ಪಾತ್ರಗಳು, ಅವು ಬೆಳೆದು ರಸಸ್ಥಾನವನ್ನು ಮುಟ್ಟುವ ತನಕ ತಾಳ್ಮೆಯಿಂದ ಓದಿಕೊಂಡು ಹೋಗಿ. ಅದರ ರಸಸ್ಥಾನ ಇನ್ನೆಲ್ಲಿಯೋ ಇದೆ. ಸಂಗೀತದ ರಸ ನನ್ನೊಳಗಿನಿಂದಲೇ ಉಕ್ಕುತ್ತೆ. ಉಕ್ಕಿ ಹರಿಯುತ್ತೆ, ಎನ್ನಿಸಿತು. ಪುಸ್ತಕ ಮಡಿಸಿಟ್ಟು ತಂಬೂರಿ ಶ್ರುತಿಮಾಡಿಕೊಂಡೆ. ಸುಮ್ಮನೆ ಪ ಸ ಸ ಸ ಮಿಡಿಯುತ್ತಾ ನಾಲ್ಕು ಸ್ವರಗಳು ಒಂದರೊಳಗೊಂದು ಮಿಳಿತವಾಗಿ ರಚಿಸುವ ಸ್ವರಚಕ್ರಕ್ಕೆ ಮನಸ್ಸನ್ನು ಸಮರ್ಪಿಸುವ ಆನಂದದಲ್ಲಿ ತನ್ಮಯಳಾದೆ. ತುಸುಹೊತ್ತಿನಲ್ಲಿ ನನಗೇ ತಿಳಿಯದಂತೆ ಗಂಟಲಿನಿಂದ ಷಡ್ಜ ಹೊಮ್ಮಿತ್ತು. ಕ್ರಮೇಣ ಭೈರವದ ಬೆಳಗಿನ ಶಾಂತಿಯು ತನ್ನ ಸ್ವರಗಳನ್ನು ಬಿಡಿಸಿಕೊಂಡು ಅವತರಿಸುತ್ತಿತ್ತು. ಪುನರಾವರ್ತನೆ ಅಂತ ಗೊತ್ತಾದರೂ ಅವೇ ಅವೇ ನಿಧಾನ, ಅತಿನಿಧಾನ ಚಲನೆಗಳನ್ನನುಸರಿಸಿ ಒಂದು ತಾಸಿಗೂ ಮೀರಿ ಆಲಾಪ ಮಾಡಿಕೊಂಡೆ. ಕೋಪವು ಶಾಂತವಾಗಿತ್ತು. ಸಮಾಧಾನಸ್ಥಿತಿ ದೊರಕಿತ್ತು. ಸಂಜೆಯ ವೇಳೆಗೆ, ಸಂಸಾರದಿಂದ ದೂರ ಇದಾರೆ, ಏನೋ ಕೇಳಿದರು, ಆಮೇಲೆ ಬಲವಂತ ಮಾಡುಲ್ಲ ಅಂತ ಒತ್ತಿ ಒತ್ತಿ ಹೇಳಿದರು. ಅದನ್ನೇ ಹಚ್ಚಿಕೊಂಡು ನಾನು ಪಾದಸ್ಪರ್ಶವನ್ನೂ ಮಾಡದೆ ಸಿಟ್ಟಿನಿಂದ ಎದ್ದು ಬಂದದ್ದು ತಪ್ಪು ಎನ್ನಿಸತೊಡಗಿತು. ಆ ತಕ್ಷಣವೇ ಹೋಗಿ ಅವರ ಕ್ಷಮಾಯಾಚನೆ ಮಾಡುವ ಮನಸ್ಸಾಯಿತು. ಆದರೆ ಸಂಜೆ ಅವರು ಫ್ಲ್ಯಾಟಿನಲ್ಲಿರುಲ್ಲ. ಎಲ್ಲೂ ಕಾರ್ಯಕ್ರಮವಿಲ್ಲದಿದ್ದರೆ ಇಸ್ಪೀಟಿಗೆ ಹೋಗ್ತಾರೆ ಅಂತ ನನಗೆ ಗೊತ್ತಿತ್ತು.

ಹೇಗೋ ಕಷ್ಟದಿಂದ ಶುಕ್ರ ಶನಿ ಭಾನುಗಳನ್ನು ಕಳೆದೆ. ಸೋಮವಾರ ಅವರ ತಿಂಗಳ ಫೀಯನ್ನು ಕೊಡಬೇಕಾದ ದಿನವಾಗಿತ್ತು. ಏನಿಲ್ಲದಿದ್ದರೂ ಅವರ ಫೀಯನ್ನಾದರೂ ಕೊಟ್ಟು ಆ ದಿನ ಇದ್ದಕ್ಕಿದ್ದಂತೆ ಎದ್ದುಹೋದದ್ದನ್ನು ಕ್ಷಮಿಸುವಂತೆ ಕೇಳುವುದು, ಎಂದು ನಿಶ್ಚಯಿಸಿಕೊಂಡು ಹೊರಟೆ. ಚಹಾ ಕುಡಿಯುತ್ತಾ ಸೋಫಾದ ಮೇಲೆ ಕುಳಿತಿದ್ದರು. ಹತ್ತಿರ ಹೋಗಿ ಪಾದಸ್ಪರ್ಶ ಮಾಡಿದೆ. ಚೀಲದಿಂದ ತೆಗೆದು ಒಂದುಸಾವಿರ ರೂಪಾಯಿಗಳ ಮಡಿಕೆಯನ್ನು ಮುಂದಕ್ಕೆ ನೀಡಿದೆ. ಇಸಕೊಂಡು ಜುಬ್ಬದ ಜೇಬಿಗೆ ಹಾಕಿಕೊಂಡರು. ಅನಂತರ, 'ಗುರುವಾರ ಇದ್ದಕ್ಕಿದ್ದಂತೆಯೇ ಹೊರಟುಹೋದೆ. ಕ್ಷಮಿಸಬೇಕು' ಎಂದೆ. ಅವರು ಮುಗುಳುನಕ್ಕರು. ನನಗೆಲ್ಲ ಗೊತ್ತು ಎಂಬಂತೆ. ಅಥವಾ ನೀನು ಹೀಗಂತೀ ಅಂತ ನನಗೆ ತಿಳಿದಿತ್ತು ಎಂಬಂತೆ. ನನಗೆ ಅರ್ಥವಾದದ್ದು ಹಾಗೆ. ಮುಂದೆ ಏನು ಮಾಡಬೇಕೆಂದು ತಿಳಿಯದೆ ಅಭ್ಯಾಸಕ್ಕೆ ಕೂರುವ ಜಾಗದಲ್ಲಿ ಕುಳಿತು ನನ್ನ ತಂಬೂರಿ ಶ್ರುತಿ ಮಾಡಿಕೊಂಡೆ. ಅವರು ಸೋಫದ ಮೇಲೆ ಕುಳಿತೇ ಹೂಂ ಎಂದರು. ನಾನು ಸ್ವರ ಹಚ್ಚಿದೆ. ಬೆಳೆಸಿದೆ. ಹಾಡಿಕೊಂಡೆ. ಅವರು ನಡುವೆ ಶಾಸ್ತ್ರಕ್ಕೆಂಬಂತೆ ಅಲ್ಲೊಮ್ಮೆ ಇಲ್ಲೊಮ್ಮೆ ಚೂರು ತಿದ್ದಿದರು. ತಾವು ಹಾಡಲಿಲ್ಲ. ಹೊಸದನ್ನು ಹೇಳಿಕೊಡಲಿಲ್ಲ. ಅರ್ಧ ತಾಸಾದನಂತರ, 'ನನಗೆ ಹೊರಗೆ ಹೋಗೂದಿದೆ. ಶೇವ್, ಸ್ನಾನ ಮುಗಿಸ್ತೀನಿ. ನೀನು ಹಾಡ್ತಿರು. ನನ್ನ ಕಿವಿಗೆ ಬೀಳ್ತಿರುತ್ತೆ,' ಎಂದು ಹೇಳಿ ಒಳಗೆ ಹೋದರು. ನಲ್ಲಿಯ ಶಬ್ದ ನನ್ನ ಕಿವಿಗೆ ಬೀಳುತ್ತಿತ್ತು. ಅರ್ಧಗಂಟೆಯ ನಂತರ ಅಲ್ಲಿಗೆ ಬಂದ ಅವರು, 'ಚನ್ನಾಗಿದೆ. ಹೀಗೆಯೇ ಅಭ್ಯಾಸ ಮಾಡು,' ಎಂದು ಕೈಗೆ ಬೀಗದ ಕೈ ಮತ್ತು ಕೈಚೀಲಗಳನ್ನು ತೆಗೆದುಕೊಂಡರು. ನನಗೆ

ಪೆಚ್ಚೆನಿಸಿತು. ಬಸ್ಸಿನಲ್ಲಿ ಪ್ರಯಾಣಮಾಡುವಾಗ ಅವರಿಗೆ ನಿಜವಾಗಿಯೂ ಹೊರಗೆ ಕೆಲಸವಿರಬಹುದು. ಪ್ರತಿಪಾಠವನ್ನೂ ಒಂದೇ ಉತ್ಸಾಹದಿಂದ ಮಾಡುಕ್ಕೆ ಅದೇನು ರಿಕಾರ್ಡೇ? ಎಂದು ಸಮಾಧಾನ ಹೇಳಿಕೊಂಡೆ.

ಅನಂತರ ಅವರು ಯಾವ ದಿನವೂ ಮೊದಲಿನ ಶ್ರದ್ಧೆಯಿಂದ ಪಾಠಮಾಡಲಿಲ್ಲ. ಹಾಡಿತೋರಿಸಲಿಲ್ಲ. ಚೀಜನ್ನಾಗಲಿ ತಾಳದ ಬಂದಿಶನ್ನಾಗಲಿ ಆರಂಭಿಸಲಿಲ್ಲ. ಬಂದ ತಕ್ಷಣ, 'ಹ್ಯಾಗಿದೆ ಅಭ್ಯಾಸ?' ಎಂದು ಬಾಯಿತುಂಬ ಮಾತನಾಡಿಸುವರು, 'ಹೂಂ, ಶ್ರುತಿ ಮಾಡಿಕೊ.' ಸ್ವರ ಹಚ್ಚಿದರೆ ವಾಹ್, ಅಚ್ಛ, ಬಹುತ್ ಅಚ್ಛಾ. ಪ್ರಾಥಮಿಕ ಹಂತದಲ್ಲಿ ಒಂದೆರಡು ಸಂಚಾರಗಳನ್ನು, ನಾನು ಚನ್ನಾಗಿ ಹಾಡಿದ್ದರೂ, ತಿದ್ದುವರು. ಅನಂತರ, 'ಹಾಡು ಹಾಡು ನಾನು ಕೇಳ್ತೀರ್ತೀನಿ,' ಎಂದು ಒಳಗೆ ಹೋಗುವರು. ಹೀಗೆ ಐದು ಕ್ಲಾಸ್‌ಗಳು ನಡೆದವು. ಯಾವ ಪ್ರಗತಿಯೂ ಇಲ್ಲ. ಅಷ್ಟರಲ್ಲಿ ಎರಡು ತಿಂಗಳಾಗಿತ್ತು. ನಡುನಡುವೆ ಪ್ರೋಗ್ರಾಂಗೆಂದು ದಿಲ್ಲಿ ಭೋಪಾಲ್, ಬನಾರಸ್, ಕಲ್ಕತ್ತ ಮೊದಲಾಗಿ ಹೋಗುತ್ತಿದ್ದರು. ತಪ್ಪಿಸಿದ ಪಾಠವನ್ನು ಬೇರೊಂದು ದಿನ ತುಂಬಿಕೊಡುತ್ತಿರಲಿಲ್ಲ. ಒಂದು ದಿನ ಅಂಜುತ್ತಲೇ ಕೇಳಿದೆ: 'ಮುಂದಕ್ಕೆ ಪಾಠವಾಗದೆ ಅದನ್ನೇ ಮನೇಲಿ ಪುನರಾವರ್ತಿಸುಕ್ಕೆ ಬೇಸರವಾಗುತ್ತೆ.'

'ನಾನು ಒಂದೋದೇ ರಾಗವನ್ನ ಎಷ್ಟು ವರ್ಷ ತೀಡಿ ಕಲಿತೆ ಗೊತ್ತಾ? ಒಂದು ರಾಗವನ್ನ ಫೌಂಡೇಶನ್ ಅಂತ ಗಟ್ಟಿ ಮಾಡಿದರೆ ಉಳಿದವನ್ನ ಕಲಿಯೂದು ಸುಲಭ. ಸಂಗೀತವಿದ್ಯೆ ಅಂದರೆ ಜನ ಏನಂತ ತಿಳಿದಿದಾರೆ? ಷೋಕಿಗೆ ಸಾಧಿಸುವ ವಿದ್ಯೆಯಲ್ಲ. ಸಾಧನೆ ಬೇಕು. ಸತತ ಸಾಧನೆ. ನೀನು ಯಾವ ಹಂತ ಮುಟ್ಟಿದೀ ಅಂತ ನನಗೆ ತಿಳಿಯುತ್ತೆ. ಆ ಹಂತ ಮುಟ್ಟಿದ ಮೇಲೆ ನಾನೇ ಮುಂದಿನದನ್ನ ಹೇಳಿಕೊಡ್ತೀನಿ. ಚಿಂತೆ ಮಾಡಬೇಡ,' ಎಂದು ನನ್ನ ನೆತ್ತಿಯನ್ನು ತಟ್ಟಿದರು.

ಈಗ ಎರಡು ತಿಂಗಳ ಹಿಂದೆ ತೀನ್‌ತಾಲದ ಚೀಜು ಆರಂಭಿಸ್ತೀನಿ. ಇದೇ ರಾಗವನ್ನು ನಾಲ್ಕೈದು ಬೇರೆ ಬೇರೆ ತಾಲಗಳ ಮೂಲಕ ಕಲಿಸಿ ಅವುಗಳ ತಾನಗಳನ್ನು ಗಟ್ಟಿಮಾಡಿದರೆ ರಾಗದ ಹಿಡಿತ ಗಟ್ಟಿಯಾಗುತ್ತೆ, ತಬಲಾ ಇಟ್ಟುಕೊಂಡು ಅಭ್ಯಾಸ ಕೊಡ್ತೀನಿ ಅಂದಿದ್ದಿರಿ, ಎಂದು ನೆನಪಿಸುವ ಮನಸ್ಸಾಯಿತು. ಆದರೂ ತಗ್ಗಿ ಸುಮ್ಮನಾದೆ. ಮತ್ತೆ ಎರಡು ತಿಂಗಳು ಕಳೆಯಿತು. ಯಾವ ಪ್ರಗತಿಯೂ ಇಲ್ಲ. ಆರಂಭದಲ್ಲಿ ಹೇಳಿಕೊಟ್ಟದ್ದು ಪುನರಾ ವರ್ತನೆಯ ಬೇಸರಕ್ಕೆ ಸಿಕ್ಕಿ ಜೀವ ಕಳಕೊಂಡಿತ್ತು. ಒಂದು ದಿನ ನಾನೇ ಧೈರ್ಯಮಾಡಿ, 'ನಾಲ್ಕೈದು ತಾಲಗಳಲ್ಲಿ ಚೀಜುಗಳು, ತಾನಗಳನ್ನ ಅಭ್ಯಾಸಮಾಡಿದರೆ ರಾಗದ ಸ್ವರಜಾಲ, ಸ್ವರಸಂಚಾರಗಳು ಮನದಟ್ಟಾಗಿ ಆಲಾಪದ ಹೆಜ್ಜೆಗಳೂ ಸ್ಪಷ್ಟವಾಗ್ತವೆ ಅಲ್ಲವೆ?'

'ಹೌದಾ?' ಎಂದರು, ಅಗಲಿಸಿದ ಕಣ್ಣುಗಳಿಂದ ಬೆರಗನ್ನು ಬೀರುತ್ತಾ. 'ತುಂಬ ಜಾಣ ವಿಧಾನ. ಅನ್ವಯಿಸಿದರೆ ಎಂಥ ವಿದ್ಯಾರ್ಥಿಯನ್ನೂ ಬಹುಬೇಗ ಮಹಾನ್ ಗಾಯಕನನ್ನಾಗಿ ಬೆಳೆಸಿಬಿಡಬಹುದು.'

ಅವರ ವ್ಯಂಗ್ಯದಿಂದ ನನಗೆ ಕೋಪ ಬಂತು. 'ನಾಲ್ಕು ತಿಂಗಳ ಹಿಂದೆ ನೀವೇ

ಹಾಗೆ ಹೇಳಿದ್ದಿರಿ. ಅದರ ಜ್ಞಾಪಕ ಬಂತು ಅಷ್ಟೆ. ಗುರುವಿಗೆ ಸಲಹೆ ಕೊಡುವ ಸಾಹಸ ನಾನೆಂದಿಗೂ ಮಾಡಲಾರೆ. ತಪ್ಪಿದ್ದರೆ ಕ್ಷಮಾಯಾಚನೆ ಮಾಡ್ತೀನಿ' ಎಂದೆ.

'ಛೇ, ಛೇ, ತಪ್ಪು ಅಂತ ನಾನು ಹೇಳಲಿಲ್ಲ. ಒಳ್ಳೆಯದನ್ನು ಯಾರು ಹೇಳಿದರೂ, ಒಂದು ಚಿಕ್ಕ ಮಗು ಹೇಳಿದರೂ ಕೇಳಬೇಕು ಅಂತ ನಮ್ಮ ಹಿರಿಯರು ಬರೆದಿಟ್ಟಿಲ್ಲವೆ?' ನಯವಾಗಿಯೇ ಉತ್ತರಿಸಿದರು. ನಾನು ಮತ್ತೆ ಮಾತನಾಡಲಿಲ್ಲ.

ಮುಂದಿನ ಪಾಠದ ದಿನ ಹೋದಾಗ ತಂಬೂರಿ ಶ್ರುತಿಮಾಡಿಕೊಳ್ಳುವ ಮೊದಲೇ ಹೇಳಿದರು: 'ಮಿಸ್ ಮಧುಮಿತಾ, ನಿನ್ನ ಪ್ರಗತಿಯ ವಿಷಯ ನಾನು ತುಂಬ ಯೋಚಿಸಿದೀನಿ. ನೀನು ಕೊನೆಯ ಪಕ್ಷ ಇನ್ನು ಎರಡು ವರ್ಷ ತಳಹದಿಮಟ್ಟದ ಕಸರತ್ತುಗಳನ್ನ ಗಟ್ಟಿಮಾಡಿಕೊ ಬೇಕು. ಆಮೇಲಾದರೆ ನನ್ನಿಂದ ಕಲಿಯೂದು ನಿನಗೂ ಸುಲಭ. ನಿನಗೆ ಕಲಿಸೂದು ನನಗೂ ಸುಲಭ. ವಾಡೇಕರ್ ಮಾಸ್ತರಿಗೆ ನಿನ್ನ ವಿಷಯ ಹೇಳ್ತೀನಿ. ಏನೇನು ಹೇಳಿಕೊಡಬೇಕು ಅಂತಲೂ ಸೂಚನೆ ಕೊಡ್ತೀನಿ. ಆಗಾಗ್ಗೆ ಮೇಲ್ವಿಚಾರಣೆ ಮಾಡ್ತೀನಿ. ಅವರು ಅರೆದು ಹದ ಮಾಡಿದಮೇಲೆ ನಾನು ಕಲಿಸ್ತೀನಿ. ಹ್ಯಾಗೂ ನಾನು ಗಂಡಾ ಕಟ್ಟಿ ನಿನ್ನನ್ನ ಶಿಷ್ಯೆ ಅಂತ ಸ್ವೀಕರಿಸಿರೂದರಿಂದ ಅವರು ಹೇಳಿಕೊಟ್ಟರೂ ನಾನು ಕಲಿಸಿದಂತೆಯೇ ಆಗುತ್ತೆ. ಅವರ ಪಾಠ ಹೇಗೂ ನನ್ನ ವಿಧಾನವೇ. ಮುಂದೆ ನಾನೇ ನಿನಗೆ ಕಲುಸ್ತೀನಿ ಕೂಡ.'

ನಯವಾದ ಮಾತಿನಲ್ಲಿ ಇವರು ಸೇಡು ತೀರಿಸಿಕೊತ್ತಿದಾರೆ. ನೀನು ಒಪ್ಪಲಿಲ್ಲ. ನಾನು ಕಲಿಸುಲ್ಲ ಎಂಬುದನ್ನು ಯಾರೂ ತಪ್ಪು ಕಂಡುಹಿಡಿಯಲಾರದ ಮಾತಿನಲ್ಲಿ ಹೇಳ್ತಿದಾರೆ, ನನಗೆ ಥಟ್ಟನೆ ಅರ್ಥವಾಯಿತು. ನಿಮ್ಮ ಶಾಲೆಯಲ್ಲೇ, ವಾಡೇಕರ್ ಮಾಸ್ತರರ ಶಿಕ್ಷೆಯಲ್ಲೇ ನಾನು ಐದು ವರ್ಷ ಕಲಿತವಳು. ನೀವೂ ಅಪೂರ್ವಕ್ಕೊಮ್ಮೆ ನನ್ನ ತರಗತಿಯ ಒಟ್ಟು ಹದಿನೆಂಟು ವಿದ್ಯಾರ್ಥಿ ವಿದ್ಯಾರ್ಥಿನಿಯರಿಗೆ ಪಾಠ ಹೇಳಿದೀರಿ. ಇದಕ್ಕಿಂತ ಹೆಚ್ಚಿನ ದನ್ನು ಕಲಿಸುವ ವಿದ್ಯೆ ವಾಡೇಕರ್ ಮಾಸ್ತರರಿಗೆ ಇಲ್ಲ, ಎಂದು ಹೇಳುವ ಮನಸ್ಸಾಯಿತು. ಹಾಗೆ ಹೇಳಿದರೆ ಇವರು ಇನ್ನಷ್ಟು ಕೆರಳುತಾರೆ. ಒಳಗೇ ದ್ವೇಷ ಮಸೀತಾ ಹೊರಗೆ ನಯ ಮಾತುಗಳನ್ನಾಡ್ತಾರೆ ಎಂಬ ಎಚ್ಚರಹುಟ್ಟಿ ಸುಮ್ಮನಾದೆ.

ಮನೆಗೆ ಹಿಂತಿರುಗುವ ಬಸ್ಸಿಗೆ ಕಾದು ನಿಂತಿದ್ದಾಗ ಇವನೊಬ್ಬನೆಯೇ ಈ ಮುಂಬಯಿ ಯಲ್ಲಿ ಸಂಗೀತ ಕಲಿಸುವ ಮಹಾಗುರು! ಎಂಬ ಧಿಕ್ಕಾರ ಹುಟ್ಟಿತು. ವಾರಕ್ಕೆರಡು ಪಾಠ, ತಿಂಗಳಿಗೆ ಎಂಟು ಪಾಠಕ್ಕೆ ಸಾವಿರ ರೂಪಾಯಿ ಅಂದರೆ ಕಡಮೆ ಅಲ್ಲ. ಒಂದು ಪಾಠಕ್ಕೆ ನೂರ ಇಪ್ಪತ್ತೈದು. ಇನ್ನೂ ಹೆಚ್ಚು ಕೊಡಬೇಕೆಂದರೂ ದೊಡ್ಡಣ್ಣ ಬೇಡ ಅನ್ನುಲ್ಲ, ಎನ್ನು ವಾಗ ನನ್ನ ಹಣಕಾಸಿನ ಸುಸ್ಥಿತಿ ಅರಿವಿಗೆ ಬಂತು. ಬಾಬೂಜಿ ನನ್ನ ಹೆಸರಿನಲ್ಲಿ ಖಾರ್‌ನಲ್ಲಿ ಕೊಂಡಿದ್ದ ಐದು ಕೋಣೆಯ ಲಕ್ಷುರಿ ಫ್ಲ್ಯಾಟ್, ಕವಾಬಾಟಾ ಏರಿಯಾ ಮ್ಯಾನೇಜರರಿಗೆ ಕಂಪನಿಯು ಕೊಡುವ ತಿಂಗಳಿಗೆ ನಲವತ್ತು ಸಾವಿರ ಬಾಡಿಗೆ, ದೊಡ್ಡಣ್ಣ ವ್ಯವಹಾರ ನೋಡಿಕೊಳ್ಳುತ್ತಿದ್ದರೂ ಲೆಕ್ಕ ಪತ್ರ ಬ್ಯಾಂಕ್ ಜಮಾ ಎಲ್ಲ ನನ್ನ ಹೆಸರು ಸಹಿಗಳೊಡನೆ. ಆದರೂ ಅಣ್ಣಂದಿರು ತೋರಿಸುವ ಜಾಗದಲ್ಲಿ ನಾನು ಸಹಿ ಮಾತ್ರ ಮಾಡುತ್ತಿರುವ ಮನೆಯ ಒಗ್ಗಟ್ಟು. ಇಷ್ಟಿದ್ದರೂ ನನ್ನ ಯಾವುದೇ ಖರ್ಚಿಗೂ ಆ ಹಣದಲ್ಲಿ ಒಂದು

ಕಾಸೂ ತೆಗೆಸದೆ ತಾವೇ ಕೊಡುತ್ತಿರುವ ಅವರ ಪ್ರೀತಿ. ನೀವು ಅನುಕೂಲಸ್ಥರ ಮನೆಯವರು ಎಂದು ಇವನು ಪದೇ ಪದೇ ಹೇಳುತ್ತಿರುವ ನೆನಪಾಗಿ ನಮ್ಮ ಕುಟುಂಬದ ಸ್ಥಿತಿಗತಿ ಎಲ್ಲ ಇವನಿಗೆ ಗೊತ್ತೆ? ಎಂಬ ಅನುಮಾನ ಬಂತು. ಗೊತ್ತಿರಬಹುದು. ಅವನ ತಂಟೆಯೇ ಬೇಡವಾದಾಗ ಯಾರಿಗೆ ಏನು ಗೊತ್ತಿದ್ದು ನನಗೇನು, ಎಂಬ ಉಪೇಕ್ಷೆಹುಟ್ಟಿತು.

ದಾದರಿನಲ್ಲಿಯೇ ವಿನಾಯಕರಾವ್ ಮಿರಜ್‌ಕರ್ ಅವರು ತಮ್ಮ ಮನೆಯಲ್ಲಿ 'ಸುರಗಂಧರ್ವ ವಿದ್ಯಾಲಯ' ನಡೆಸುತ್ತಿರುವುದು ನನಗೆ ಮಾತ್ರವಲ್ಲ, ಶಿವ, ಮಾಹಿಮ್, ಮಾತುಂಗ, ವಡಾಲಗಳ ಸಂಗೀತವಿದ್ಯಾರ್ಥಿಗಳಿಗೆಲ್ಲ ಗೊತ್ತಿದ್ದ ಸಂಗತಿ. ಗಾಯನ, ತಬಲಾ, ಹಾರ್ಮೋನಿಯಂ ಮೂರನ್ನೂ ಹೇಳಿಕೊಡುತ್ತಾರೆ. ಅಬ್ದುಲ್ ಕರೀಂಖಾನರ ನೇರ ಶಿಷ್ಯ ಪಣಂದೀಕರರಿಂದ ಕಲಿತವರು. ಸಂಗೀತಾಚಾರ್ಯರು ಶಾಸ್ತ್ರ ತಿಳಿದವರು. ಆದರೆ ಎಲ್ಲೂ ಕಛೇರಿ ಮಾಡುಲ್ಲ. ದೊಡ್ಡ ದೊಡ್ಡ ಗಾಯಕರೆಲ್ಲ ಅವರೊಡನೆ ಶಾಸ್ತ್ರಭಾಗವನ್ನು ಚರ್ಚಿಸ್ತಾ ರಂತೆ. ಎಪ್ಪತ್ತು ವರ್ಷದ ಅವರು, ಹೆಂಡತಿ, ಇಬ್ಬರೇ. ಗುರುಗಳು ಅಭ್ಯಾಸ ಮಾಡಿಸುವಾಗ ಹೆಂಡತಿ ತಬಲಾ ಹಿಡೀತಾರೆ. ನಾನು ಅವರ ಮನೇನೂ ನೋಡಿದ್ದೆ. ಸಂಜೆ ನಾನೊಬ್ಬಳೇ ಹೋಗಿ ಕೇಳಿದೆ. ರೂಪಾರೇಲ್ ಕಾಲೇಜಿನಲ್ಲಿ ಬಿ.ಎ. ಮುಗಿದಿದೆ. ಪಶ್ಚಿಮ ಬಾಂದ್ರಾದ ಸ್ವರವೇದ ಶಾಲೆಯಲ್ಲಿ ಐದುವರ್ಷ ಕಲಿತೆ. ಸಂಗೀತವನ್ನು ನಿಮ್ಮಿಂದ ಉನ್ನತ ಮಟ್ಟದಲ್ಲಿ ಕಲೀಬೇಕು ಅನ್ನುವ ಆಶೆಯಿಂದ ಬಂದಿದೀನಿ. ದಾದರಿನಲ್ಲೇ ಮನೆ ಎಂದಾಗ, 'ಆ ಮೋಹನಲಾಲನ ಶಾಲೆಯಲ್ಲೇ ಯಾಕೆ ಉನ್ನತ ಮಟ್ಟದ್ದೂ ಕಲಿಯಹೋಗಲಿಲ್ಲ?'

'ಮನೆಯ ಹತ್ತಿರವೇ ನೀವು ಇರುವಾಗ ದಿನಾ ಅಷ್ಟು ದೂರ ಯಾಕೆ ಹೋಗಬೇಕು ಅಂತ ಈಗ ತಿಳೀತು.'

'ಜಾಣಹುಡುಗಿ ಇದ್ದೀ ನೀನು. ನಿನ್ನ ಮನಸ್ಸನಲ್ಲಿರೂದ ನಾನೇ ಹೇಳಿಬಿಡಲಾ? ಉನ್ನತ ಮಟ್ಟದ್ದು ಕಲಿಸೂ ಶಕ್ತಿ ಆ ವಾಡೇಕರನಿಗೆ ಇಲ್ಲ. ಬೆಳಗೆದ್ದರೆ ಪ್ರೋಗ್ರಾಂ ಅಂತ ಊರೂರು ಅಲೆಯುವ ಪರ್‌ಫಾರ್ಮಿಂಗ್ ಕಲಾವಿದರು ಜಿತವಾಗಿ ಕೂತು ಪಾಠ ಹೇಳೂದಿಲ್ಲ. ಆ ಮೋಹನಲಾಲನದೂ ಅದೇ ಗತಿ. ಅಲ್ಲವಾ?' ಕಟ್ಟಿಸಿಕೊಂಡ ಹಲ್ಲುಗಳೆಲ್ಲ ಕಾಣುವಂತೆ ಅವರು ನಕ್ಕರು. ಇಷ್ಟರಲ್ಲಿ ಆ ಉತ್ತರ ಮುಗಿಯಿತೆಂಬ ಸಮಧಾನದಿಂದ ನಾನು ಹೂಂ ಅಂತ ತಲೆಹಾಕಿದೆ. 'ನಿನಗೆ ಏನು ಬರ್ತದೆ ಜರಾ ಹಾಡಿ ತೋರಿಸು. ಯಾವ ರಾಗ ಹಾಡ್ತೀ? ತಂಬೂರಿ ಶ್ರುತಿ ಮಾಡ್ಕತ್ತಿಯೋ?' ಕೇಳಿದರು. ನಾನು ಭೈರವದ ಆಲಾಪ ಅಂದು ತೋರಿಸಿದೆ. 'ಈ ರೀತಿ ಎಷ್ಟು ರಾಗಗಳ ಆಲಾಪ ಮಾಡ್ತೀಯ?' 'ಇದೊಂದೇ. ಚೀಜ್ ಆಗಲಿ ತಾನ್ ಆಗಲಿ ಬರೂದಿಲ್ಲ.' 'ಹಾಗಿದ್ದರೆ ಇದನ್ನ ಯಾರು ಕಲಿಸಿದರು?' 'ಮೋಹನಲಾಲರು. ಕಛೇರೀಲಿ ಹಾಡಿದ ಕ್ಯಾಸೆಟ್ ಕೇಳಿ ಕೇಳಿ ಮನೇಲಿ ನಾನೇ ಅಭ್ಯಾಸ ಮಾಡಿದ್ದು.' 'ನೋಡಿದೆಯಾ, ಕ್ಯಾಸೆಟ್ ಇಟ್ಟುಕೊಂಡು ಏಕಲವ್ಯ ವಿಧಾನ ಮಾಡಿದರೆ ಏನೇನು ಆಭಾಸವಾಗ್ತದೆ ಅಂತ,' ಎಂದು ಅವರು ತಮ್ಮ ಹೆಂಡತಿಗೆ ಒಪ್ಪಿಸಿದರು. 'ನಾನು ಹೇಳಿಕೊಡ್ತೀನಿ ಕೇಳು,' ಎಂದು ಭೈರವವನ್ನು ಬಿಡಿಸಿ ಬಿಡಿಸಿ ತೋರಿಸತೊಡಗಿದರು.

ಮೋಹನಲಾಲನ ಮೇಲಿನ ಕೋಪದಿಂದ ನನ್ನ ಮನಸ್ಸು ಮಿರಜ್‌ಕರ್ ಬುವಾ ಅವರ ಸಂಗೀತಜ್ಞಾನ ಮತ್ತು ಶಕ್ತಿಗಳನ್ನು ಉತ್ಪ್ರೇಕ್ಷಿಸಿದ್ದುದು ನನಗೆ ಆಗ ತಿಳಿಯಲಿಲ್ಲ. ವಾರಕ್ಕೆ ಎರಡು ದಿನದ ಪಾಠ, ತಿಂಗಳಿಗೆ ಒಂದು ಸಾವಿರ ಫ್ಲೀಜು ಎಂದು ತೀರ್ಮಾನ ವಾಯಿತು. ಗುರುಗಳಿಗೂ ಗುರುಪತ್ನಿಗೂ ನಮಸ್ಕರಿಸಿದೆ. ಮರುದಿನವೇ ಪೂಜೆ ಮಾಡಿಸಿ ಆರಂಭಿಸಿದರು. ಪೂರ್ವಾಹ್ಣ ಹನ್ನೊಂದರಿಂದ ಹನ್ನೆರಡು. 'ಮೋಹನಲಾಲರು ಈ ವರ್ಷ ತುಂಬ ಬಿಸಿ ಇದಾರೆ. ವರ್ಷವಿಡೀ ಬೇರೆ ಬೇರೆ ಊರುಗಳಲ್ಲಿ ಪ್ರೋಗ್ರಾಂ ಬುಕ್ ಆಗಿವೆ. ಮುಂದಿನ ವರ್ಷದಿಂದ ಕ್ರಮವಾಗಿ ಮಾಡ್ತೀನಿ ಅಂದಿದಾರೆ. ಒತ್ತಾಸೆಗೆ ಇರಲಿ ಅಂತ ಮಿರಜ್‌ಕರ್ ಬುವಾ ಅವರಲ್ಲಿಯೂ ಹೋಗ್ತೀನಿ' ಎಂದು ಮನೇಲಿ ಹೇಳಿದೆ. ಎಲ್ಲರೂ ಪರ್‌ಫಾರ್ಮಿಂಗ್ ಆರ್ಟಿಸ್ಟ್‌ಗಳ ಪಾಡು ಹಂಗೇನೆ ಎಂದರು.

ಬುವಾ ಅವರ ಇತಿಮಿತಿಗಳು ನನಗೆ ಹದಿನೈದು ದಿನದಲ್ಲಿ ಅರ್ಥವಾದವು. ಮೂಲತಃ ಗಾಯಕರಲ್ಲದಿದ್ದರೂ ಅಭಿಮಾನಿಗಳು ಅವರನ್ನು ಬುವಾ ಎನ್ನುತ್ತಿದ್ದರು. ಒಳ್ಳೆಯ ವ್ಯಕ್ತಿ. ಸಂಗೀತ ಪ್ರಪಂಚದ ಇತಿಹಾಸವೆಲ್ಲ ಅವರ ನೆನಪಿನಲ್ಲಿತ್ತು. ಮುಂಬಯಿಯಲ್ಲಿ ಯಾವ ಯಾವ ಕಛೇರಿ ಎಲ್ಲೆಲ್ಲಿ ನಡೆಯಿತು. ಯಾವ ಯಾವ ಸಂಗೀತ ಸಂಸ್ಥೆಗಳು ಯಾರಿಂದ ಆರಂಭವಾಗಿ ಹೇಗೆ ಬೆಳೆದವು ಅಥವಾ ಅವಸಾನಗೊಂಡವು ಎಂಬ ವಿವರಗಳನ್ನೆಲ್ಲ ವರ್ಷ ತಿಂಗಳು ಕೆಲವೊಮ್ಮೆ ತಾರೀಖುಗಳ ಸಮೇತ ಹೇಳುತ್ತಿದ್ದರು: 'ಆ ಕಾಲದಲ್ಲಿ ಅಂದರೆ ೧೯೪೦ಕ್ಕೆ ಮೊದಲು ಸಾಂತಾಕ್ರೂಸ್, ಬೋರಿವಲಿ, ದಾದರ್‌ಗಳನ್ನ ಉಪನಗರಗಳು ಅಂತ ತಿಳಕೊಂಡಿದ್ದ ಕಾಲದಲ್ಲಿ ಸಂಗೀತ ಕಛೇರಿಗಳೇನಿದ್ದರೂ ಮುಂಬಯಿಯಲ್ಲಿ ನಡೀ ತಿದ್ದವು. ಆಗ ತುಂಬ ಜನಪ್ರಿಯ ಸಭಾಂಗಣಗಳು ಅಂದರೆ ಸಿ.ಜೆ. ಹಾಲ್, ಗಿರ್‌ಗಾಮಿನ ಆವಂತಿಕಾಬಾಯಿ ಗೋಖಲೆ ಹಾಲ್ ಮತ್ತು ಟ್ರಿನಿಟಿ ಕ್ಲಬ್. ಬಿ.ಆರ್. ದೇವಧರ್ ಸ್ಥಾಪಿ ಸಿದ ಸ್ಕೂಲ್ ಆಫ್ ಇಂಡಿಯನ್ ಮ್ಯೂಸಿಕ್ ಇದ್ದದ್ದೂ ಗಿರ್‌ಗಾಮ್‌ನಲ್ಲಿ. ಬಡೆ ಗುಲಾಮ್ ಆಲಿ, ಕುಮಾರ ಗಂಧರ್ವ, ಅಮೀರ್ ಖಾನ್ ಇವರುಗಳನ್ನೆಲ್ಲ ಮುಂಬಯಿಯಲ್ಲಿ ಪ್ರಸಿದ್ಧಿಗೆ ತಂದೋರೇ ದೇವಧರ್. ಬೃಜನಾರಾಯಣರು ಒಂದು ಸಲ ಸಂಗೀತ ಸಮ್ಮೇಳನವನ್ನ ಪೋದ್ದಾರ್ ಕಾಲೇಜಿನ ಬಯಲಿನಲ್ಲಿ ಏರ್ಪಡಿಸಿದ್ದರು. ಹಿಂದೆಲ್ಲ ನೆಲದ ಮೇಲೇ ಕೂರ್ತಿದ್ದುದು; ಸಭಿಕರು ವಾಹವಾ, ಕ್ಯಾಬಾತ್ ಹೈ, ಅಂತ ಮೆಚ್ಚುಗೆ ಹೇಳ್ತಿದ್ದರು; ಚಪ್ಪಾಳೆ ಸಂಸ್ಕೃತಿ ಇರಲಿಲ್ಲ. ತಬಲಾದ ಜಲದಬಾಜಿ ಬಂದಮೇಲೆ ನೋಡು ಚಪ್ಪಾಳೆ ಸಂಸ್ಕೃತಿ ಹುಟ್ಟಿ ನಮ್ಮ ಸಂಗೀತದ ಗುಣವೇ ಹಾಳಾಗಿಹೋಯ್ತು. ನಿರ್ಣಯಸಾಗರ ಪಂಚಾಂಗದೋರು ೧೯೩೦ರಲ್ಲಿ ತಮ್ಮ ಕುಟುಂಬದ ಒಂದು ಮದುವೆ ಸಮಾರಂಭದಲ್ಲಿ ಲತಾಫ಼ತ್ ಹುಸೇನ್‌ಖಾನರ ಕಛೇರಿ ಏರ್ಪಡಿಸಿದ್ದರು.....'

ಎಷ್ಟೇ ತಿಳಿದವರಾದರೂ ಬುವಾ ಸಂಗೀತದ ಉಪಾಧ್ಯಾಯರು. ರಾಗಗಳ ಶಾಸ್ತ್ರ ಲಕ್ಷಣಗಳೆಲ್ಲ ಗೊತ್ತು. ಅವುಗಳ ಇತಿಹಾಸ ಗೊತ್ತು. ಒಂದೊಂದೂ ರಾಗದ ಜಾತಿ, ಜ್ಞಾತಿ ರಾಗಗಳ ವಂಶವೃಕ್ಷ ಗೊತ್ತು. ಭರತಖಂಡೆಯವರು ಸಂಗ್ರಹಿಸಿ ಸಂಪಾದಿಸಿರುವ ಸಂಗತಿಗಳಲ್ಲೇ ಎಷ್ಟೋ ತಪ್ಪುಗಳನ್ನು ಹುಡುಕಿ ಹೇಳುವ ಸಾಮರ್ಥ್ಯವಿತ್ತು. ಆದರೆ ಸ್ವತಃ

ಗಾಯಕರಲ್ಲ. ನೆನಪಿನ ಬಲದಿಂದ ರಾಗವಿಸ್ತಾರ, ತಾನಗಳ ಹೆಣಿಗೆಗಳನ್ನು ಹೇಳುತ್ತಿದ್ದರು. ಹೀಗಾಗಿ ಬಲುಬೇಗ ಸರಕು ಮುಗಿದುಹೋಗುತ್ತಿತ್ತು. ಹೀಗೆ ಹೀಗೆ ಬೆಳೆಸಬೇಕು ಎಂಬ ಶಾಸ್ತ್ರ ಹೇಳುತ್ತಿದ್ದರು. ಬೆಳೆಸಿ ತೋರಿಸುತ್ತಿರಲಿಲ್ಲ. ಅಬ್ದುಲ್ ಕರೀಮ್ ಖಾನರು ಬೆಳೆಸಿದ ಕ್ರಮ, ಫಯಾಜ್ ಖಾನರ ಕ್ರಮ, ಬಡೇಗುಲಾಂ ಆಲಿಯ ಕ್ರಮ ಎಂದು ಕೂಡ ಮಾದರಿಗಳನ್ನು ತೋರಿಸುತ್ತಿದ್ದರು. ಯಾವ ಸಂಪೂರ್ಣ ರಾಗಕ್ಕಿರುವುದೂ ಏಳೇ ಸ್ವರಗಳು. ಷಾಡವಕ್ಕೆ ಆರು, ಔಡವಕ್ಕೆ ಐದು ಮಾತ್ರ. ಅದರ ಪರಿಮಿತಿಯಲ್ಲೇ ಸಂಚರಿಸುವಾಗ ಪುನರಾವರ್ತನೆ ಅನಿವಾರ್ಯ. ಆದರೆ ಪ್ರತಿಭಾಶಾಲಿ ಕಲಾವಿದನು ಹಾಡುವಾಗ ಸ್ವರ ಸಂಖ್ಯೆಯ ಪರಿಮಿತಿ ಯೊಳಗೇ ಅಸಂಖ್ಯ ಮಾರ್ಗಗಳು, ಅಗೋಚರವಾಗಿದ್ದ ದ್ವಾರ ಮಹಾದ್ವಾರಗಳು, ಆಶ್ಚರ್ಯ ಹುಟ್ಟಿಸುವ ಸಂದಿಗೊಂದಿಗಳು ಕಾಣಿಸಿಕೊಳ್ಳುತ್ತವೆ. ಅವನು ಒಂದೇ ಸ್ವರಮಾರ್ಗದ ಮೂಲಕ ಹಲವು ಬಾರಿ ಹಾಯ್ದರೂ ವೇಗ, ಒತ್ತಡ, ಸಾಂದ್ರತೆಗಳಲ್ಲಿ ವ್ಯತ್ಯಾಸ ಮಾಡಿ ಭಿನ್ನ ಭಾವಗಳ ಪರಿಣಾಮದಿಂದ ಪುನರಾವರ್ತನೆಯನ್ನು ಅಲ್ಲವಾಗಿಸುತ್ತಾನೆ. ಗಣಿತದ ದಾರಿಗಂಬಗಳನ್ನು ಕರಗಿಸಿ ಬೇಕಾದ ಆಕೃತಿಗಳನ್ನು ತಾಳುವ ನಾದಗಂಬಗಳನ್ನು ನಿರ್ಮಿ ಸುತ್ತಾನೆ. ಸಂಗೀತವಾಗುವುದು ಆಗ. ಆ ಮಾಂತ್ರಿಕತೆಯಲ್ಲಿ. ಕಾಲೇಜಿನಲ್ಲಿ ಕವನದ ಪಾಠ ಹೇಳಿದ ಪ್ರೊಫೆಸರ್ ವೈದ್ಯರು ಶಬ್ದಗಳ 'ಅರ್ಥವನ್ನು ಹೇಗೆ ಬೇಕಾದರೂ ತಿರುಗಿಸಿ ಪಲ್ಲಟಿಸುವ ಶಕ್ತಿ ಕವಿಗೆ ಮಾತ್ರ ಇದೆ; ವಿದ್ವಾಂಸನು ನಿಘಂಟುವಿನಿಂದ ಬಂಧಿತನಾಗಿರುತ್ತಾನೆ' ಎಂದು ಹೇಳಿದುದು ನೆನಪಾಗುತ್ತಿತ್ತು. ಅದೇ ಷಡ್ಜ, ಅದೇ ಋಷಭ, ಅವೇ ಗಾಂಧಾರ ಮಧ್ಯಮ ಪಂಚಮ ಮೊದಲಾದ ಸ್ವರಗಳಲ್ಲಿ ರಾಗದ ಶಾಸ್ತ್ರವನ್ನು ಮೀರದೆಯೇ ಅದೆಷ್ಟು ತರಹದ ಭಾವಗಳನ್ನು ಹುಟ್ಟಿಸುತ್ತಾನೆ ಕಲಾವಿದ ಗಾಯಕ! ಒಂದೊಂದು ಸಲಕ್ಕೂ ಅವು ಬೇರೆ ಬೇರೆಯೇ ಆದ ಸ್ವರಗಳಾಗಿ ಅವತರಿಸುತ್ತವೆ. ಆದ್ದರಿಂದ ಅವನಲ್ಲಿ ಅನಂತತೆ ಇದೆ, ಎನ್ನಿಸಿಬಿಟ್ಟಿತು. ಮಿರಜ್‌ಕರ್ ಬುವಾರಿಂದ ಕಲಿತರೆ ಈ ಅನಂತತೆಯ ದರ್ಶನವಾಗುಲ್ಲ. ನಾನು ಮುಂದೆ ಗಾಯಕಿಯಾಗಿ ಬೆಳೆಯುಲ್ಲ. ಮತ್ತೊಬ್ಬ ಮ್ಯೂಸಿಕ್ ಮಾಸ್ತರಿಣಿಯಾಗ ಬಹುದು. ಅವನ ಪಾಠದ ನೆನಪು ಬಾಧಿಸತೊಡಗಿತು. ಶಿಷ್ಯೆಯಾಗಿ ಸ್ವೀಕರಿಸಿದ ಹೊಸತರಲ್ಲಿ ಭೈರವವನ್ನು ಹೇಳಿಕೊಡುತ್ತಿದ್ದ ನೆನಪು. ಸ್ವರಗಳ ಒಂದೊಂದೂ ಕಿರು ಹೆಜ್ಜೆಯಲ್ಲಿ ಒಂದೊಂದು ಹೊಸ ಭಾವಪ್ರವಹಣವನ್ನು ತೋರಿಸುತ್ತಿದ್ದ. ಹೊಸ ಅನುಭವದ ಮೂಲಕ ಹಾಯಿಸುತ್ತಿದ್ದ. ರಾಗವನ್ನು ಒಂದು ವಿಶಿಷ್ಟ ವಿಹಂಗಮ ಎತ್ತರಕ್ಕೆ ಏರಿಸಿ ಅದರ ದರ್ಶನ ವಿಸ್ತಾರದಲ್ಲಿ ಸ್ವರಗಳ ಅನಂತ ವ್ಯಾಪ್ತಿ ವಿಸ್ತಾರಗಳನ್ನು ತೋರಿಸುತ್ತಿದ್ದ. ಅವನು ತೋರಿಸಿದುವೆಲ್ಲ ನೆನಪಿನಲ್ಲಿ ಉಳಿಯದಿದ್ದರೂ ಅವುಗಳ ಹೊಳಹು ಒಳಗೆ ನಿಂತು ಒಬ್ಬಳೇ ನಡೆಯಹೊರಟಾಗ ದಾರಿ ತೋರಿಸುತ್ತಿತ್ತು. ಎಂದೋ ಒಂದು ದಿನ ನೆಲವನ್ನು ಬಿಟ್ಟು ಮೇಲೆ ಹಾರಿಯೇನು ಎಂಬ ಭರವಸೆ ಮೂಡಿಸುತ್ತಿತ್ತು. ಅದು ತಪ್ಪಿಹೋಯಿತು ಎಂಬ ಕಟು ವಾಸ್ತವದ ನೆನಪಾಗಿ ದುಃಖ ಒತ್ತರಿಸಿ ಬರುತ್ತಿತ್ತು. ಮನಸ್ಸು ಖಿನ್ನಗೊಳ್ಳುತ್ತಿತ್ತು. ಯಾವುದರಲ್ಲೂ ರುಚಿ ಇಲ್ಲ. ಸಂಗೀತದಲ್ಲಿ ಮಾತ್ರವಲ್ಲ. ನಿತ್ಯಜೀವನದ ಸಣ್ಣ ಪುಟ್ಟ ಸಂತೋಷಗಳಲ್ಲಿ.

ಊಟಕ್ಕೆ ಕೂತರೆ ಪಲ್ಯದಲ್ಲಿ, ಮಸಾಲೆಯಲ್ಲಿ, ನನಗೆ ಪ್ರಿಯವಾದ ಹೊಸ ಮೊಸರಿನಲ್ಲಿ ಕೂಡ ರುಚಿ ಕಾಣುತ್ತಿರಲಿಲ್ಲ. ತಾಯಿಯೊಡನೆ ಅಣ್ಣ ಅತ್ತಿಗೆಯರೊಡನೆ ಮಾತನಾಡುವುದರಲ್ಲಿ. ಪುಟ್ಟ ಹೆಜ್ಜೆ ಇಡುವ ಸೋದರಳಿಯಂದಿರು ಸೋದರ ಸೊಸೆಯಂದಿರೊಡನೆ ಆಡುವುದರಲ್ಲೂ ರುಚಿನಷ್ಟವಾಗುತ್ತಿತ್ತು. ಅವನ ಪಾಠದಲ್ಲಿ ಕಾಣಿಸುತ್ತಿದ್ದ ಹೊಳಹು ನನ್ನೊಳಗೆ ಸ್ಥಾಯಿ ಬೆಳಕಾಗಿ ಬೆಳೆದು ನಾನು ಹಾಡುವ ಪ್ರತಿಯೊಂದು ರಾಗವೂ ಆ ಬೆಳಕಿನ ಪ್ರಸರಣ ಮಾಧ್ಯಮವಾಗಬೇಕು ಎಂಬ ಬಯಕೆ ತುಟಿಯುತ್ತಿತ್ತು. ಆದರೆ ಅದು ಈಡೇರಲಾರದ ಬಯಕೆ ಎಂಬ ಅರಿವು ಮೂಡಿದಾಗ ತೀವ್ರಖಿನ್ನತೆ ಬಡಿಯುತ್ತಿತ್ತು.

ಇವನೊಬ್ಬನೇ ಏನು ಗಾಯಕ. ಪ್ರತಿಭಾಶಾಲಿ. ಈ ವಿಶಾಲವಾದ ಮುಂಬಯಿಯಲ್ಲಿ ಬೇರೆ ಯಾವ ಪ್ರತಿಭಾವಂತ ಗಾಯಕರಿಲ್ಲವೆ? ಎಂದು ಮನಸ್ಸು ಹುಡುಕತೊಡಗಿತು. ಇದ್ದಾರೆ. ಆದರೆ ಒಬ್ಬೊಬ್ಬರದು ಒಂದೊಂದು ವಿಶೇಷ. ಘರಾಣೆ. ಆ ವಿಶೇಷವನ್ನು ಸವಿಯುವ ತನಕ ಅವರ ಗಾಯನದಲ್ಲಿ ರುಚಿ. ಆದರೆ ಇವನದು ನೇರವಾಗಿ ಭಾವಸಾಗರ ವನ್ನು ಹೊಗಿಸಿ ಮುಳುಗಿಸಿಬಿಡುವ ವಿಧಾನ. ಎಲ್ಲಿ ಕಲಿತನೋ, ಹುಟ್ಟಿನಿಂದ ಬಂತೋ, ಸಾಧನೆಯಿಂದ ಸಿದ್ಧಿಸಿಕೊಂಡನೋ, ಬೇರೆ ಯಾರ ಗಾಯನದಲ್ಲೂ ಈ ಶಕ್ತಿ ಇಲ್ಲ. ಉಜ್ಜುಗಿಸುವ ಕಸುವಿಲ್ಲ, ಎಂಬ ಅರಿವಾದಾಗ ಖಿನ್ನತೆಯು ಇನ್ನಷ್ಟು ಆಳಕ್ಕೆ ತುಳಿಯುತ್ತಿತ್ತು. ಅಲ್ಲದೆ ನೂರೊಂದು ಊರುಗಳಲ್ಲಿ ಕಾರ್ಯಕ್ರಮಕ್ಕೆ ಹೋಗುವ ಗಾಯಕರು ಶ್ರದ್ಧೆ ಇಟ್ಟು ಹೇಳಿಕೊಡುವುದೂ ಇಲ್ಲ ಎಂಬುದು ಮನಸ್ಸಿಗೆ ಬರುತ್ತಿತ್ತು.

ಒಂದು ದಿನ ಟ್ರೇನ್ ಹತ್ತಿ ಚರ್ಚ್‌ಗೇಟಿನಲ್ಲಿ ಇಳಿದು ಕಾಳಾಘೋಡಾಕ್ಕೆ ನಡೆದು ರಿದಮ್‌ಹೌಸಿಗೆ ಹೋದೆ. ಮೋಹನ್‌ಲಾಲರ ಕ್ಯಾಸೆಟ್‌ಗಳನ್ನು ತೋರಿಸಿ ಎಂದೆ. ಅಂಗಡಿಯ ಸಹಾಯಕ ಪ್ರದರ್ಶನದ ಹಲಗೆಯ ಒಂದು ಭಾಗದ ಕಡೆಗೆ ಬೆರಳು ತೋರಿಸಿದ. ರಾಗ, ತಾಳ ತಬಲಾ ಹಾರ್ಮೋನಿಯಂ ಸಾಥಿದಾರರು ಯಾರು ಎಂಬ ಯಾವ ವಿವರವನ್ನೂ ನೋಡದೆ ಅವನ ಹೆಸರು ಫ್ಲೋಟೋಗಳಿದ್ದ ಎಲ್ಲ ಹದಿನಾಲ್ಕು ಕ್ಯಾಸೆಟ್‌ಗಳನ್ನು ಎತ್ತಿ ಸಹಾಯಕನ ಮುಂದಿಟ್ಟು ಅವನು ಪ್ಯಾಕ್‌ಮಾಡಿ ಹಾಕಿಕೊಟ್ಟ ಚೀಲ ಹಿಡಿದು ಮನೆಗೆ ಬಂದೆ. ಕೋಣೆಯ ಬಾಗಿಲು ಮುಚ್ಚಿ ಮೊದಲು ಕೈಗೆ ಸಿಕ್ಕಿದ ಭೂಪಾಲಿಯನ್ನು ಕ್ಯಾಸೆಟ್ ಪ್ಲೇಯರಿಗೆ ಹಾಕಿದರೆ, ಅದೇನು ಧ್ವನಿ, ರಸದಲ್ಲಿ ನೆನೆದು ತೊಟ್ಟಿಕ್ಕಿಸುವ ಲಗಾವು. ಯಾವ ಸ್ವರದಮೇಲೆ ನಿಂತಿದ್ದಾರೆ. ಹಿಂದು ಮುಂದಿನ ಯಾವ ಸ್ವರಗಳಮೇಲೆ ಮಂದಬೆಳಕು ಬೀರಿದ್ದಾರೆ ಎಂಬ ವಿಮರ್ಶೆಯ ಅರಿವೂ ಬೇಡವೆಂಬಂತಹ ತನ್ಮಯತೆ. ಒಂದೊಂದಾಗಿ ರಾತ್ರಿಯವರೆಗೆ ಎಂಟು ಕ್ಯಾಸೆಟ್‌ಗಳನ್ನು ಕೇಳಿದೆ. ಕೇಳುಕೇಳುತ್ತಾ ಮನಸ್ಸಿನಲ್ಲಿ ಒಂದು ನಿಶ್ಚಯ ಮೂಡಿತು: ಎಷ್ಟೇ ನೀಚರಾಗಿರಲಿ ಅವರ ವಿಷಯ ಆಲೋಚಿಸುವಾಗ ಏಕವಚನ ಬಳಸಬಾರದು. ಗುರೂಜಿ ಎಂದು ಗುರುತಿಸಲು ಮನಸ್ಸು ಒಪ್ಪುವುದಿಲ್ಲ. ಆದರೆ ಮೋಹನ ಲಾಲ ಎನ್ನಕೂಡದು. ಮೋಹನಲಾಲಜಿ ಎನ್ನಬೇಕು.

ಏಕಲವ್ಯ ವಿಧಾನದಲ್ಲಿ ಸಂಗೀತ ಕಲಿಯಲು ಸಾಧ್ಯವಿಲ್ಲವೆಂದು ಗೊತ್ತಿದ್ದರೂ ಅವೇ

ಕ್ಯಾಸೆಟ್ಟುಗಳನ್ನು ಮತ್ತೆ ಮತ್ತೆ ಕೇಳುತ್ತಾ ಬುವಾ ಹೇಳಿಕೊಟ್ಟ ಪಾಠಗಳನ್ನು ಮೋಹನಲಾಲರ ವಿಧಾನದಲ್ಲಿ ಅಭ್ಯಾಸಮಾಡಿಕೊಳ್ಳುತ್ತಾ ಖಿನ್ನತೆಯನ್ನು ಕಡಮೆಮಾಡಿಕೊಳ್ಳುತ್ತಿದ್ದೆ. ಒಂದು ರಾತ್ರಿ ಹತ್ತುಗಂಟೆಗೆ ಅಂಗಡಿಯಿಂದ ಮನೆಗೆ ಬಂದ ದೊಡ್ಡಣ್ಣ ಹೇಳಿದರು: 'ಮಧೂ, ಮುಂದಿನ ಶನಿವಾರ ಸಂಜೆ ಸಿ.ಜೆ. ಹಾಲಿನಲ್ಲಿ ನಿನ್ನ ಗುರುಗಳ ಬೆನಿಫ಼ಿಟ್ ಕಾನ್ಸರ್ಟ್. ನನಗೊಂದು ಟಿಕೀಟು ಗಂಟುಹಾಕಿದರು. ನಿನಗೆ ಉಪಯೋಗವಾಗುತ್ತೆ.' ನನಗೆ ಒಳಗೇ ಕಂಪನವಾಯಿತು. ಧರಾವಿ ಕೊಳಚೆಗೇರಿಯ ಕ್ಷಯನಿರ್ಮೂಲನಾ ನಿಧಿಗೆ ಮುಂಬಯಿ ಫ಼ೋರ್ಟ್ ರೋಟರಿಯವರು ಏರ್ಪಡಿಸಿದ ಕಾರ್ಯಕ್ರಮ. ಐದು ಸಾವಿರ ರೂಪಾಯಿಯ ಟಿಕೀಟು. ಸಿ–ಹದಿನೇಳನೆಯ ಕುರ್ಚಿ. ಪ್ರತ್ಯಕ್ಷವಾಗಿ ಅವರ ಕಛೇರಿ ಕೇಳುವ ಅವಕಾಶಕ್ಕೆ ಉದ್ವಿಗ್ನಳಾದೆ. ಆದರೆ ಒಳಗೇ ಅಂಜಿಕೆ. ಅಂಜಿಕೆ ಯಾಕೆಂದು ಅರ್ಥವಾಗಲಿಲ್ಲ. ಎರಡು ದಿನವಾದರೂ ಆಗಲಿಲ್ಲ. ಅಕಸ್ಮಾತ್ ಅವರು ನನ್ನನ್ನು ನೋಡಿಯಾರೆಂದೆ? ವಾಡೇಕರ ಮಾಸ್ತರರ ಪಾಠಕ್ಕೆ ಯಾಕೆ ಬರ್ತಿಲ್ಲ ಎಂದು ಕೇಳಿಯಾರೆಂದೆ? ಸಿ–ಹದಿನೇಳು ಎಂದರೆ ಮೂರನೆಯ ಸಾಲು ನಡುಭಾಗ. ಹಾಡುತ್ತಿರುವಾಗ ನಾನು ಅವರ ದೃಷ್ಟಿಗೆ ಬಿದ್ದೇನೆಂದೆ? ಭಯದ ಕಾರಣ ಯಾವತ್ತೂ ಅಸ್ಪಷ್ಟ. ಆದರೆ ಅವರ ಗಾಯನವನ್ನು ಪ್ರತ್ಯಕ್ಷವಾಗಿ ಕೇಳುತ್ತೇನೆಂಬ ಉತ್ಸಾಹವಂತೂ ಮೇಲುದಾರಿಯಲ್ಲೇ ಇತ್ತು.

ಶನಿವಾರ ಬೆಳಗ್ಗೆ ದೊಡ್ಡಣ್ಣ ಹೇಳಿದರು: 'ಕಾರ್ಯಕ್ರಮ ಮುಗಿಯುಕ್ಕೆ ಹತ್ತೂವರೆ ಹನ್ನೊಂದು ಗಂಟೆಯಾಗುತ್ತಂತೆ. ಗೋರೆ ಅಂತ ಒಬ್ಬ ದೊಡ್ಡ ವಕೀಲರಿದಾರೆ. ಪ್ಯಾಂಟು, ಅರ್ಧತೋಳಿನ ಸ್ಲ್ಯಾಕ್, ಎಡಗೈಗೆ ಚಿನ್ನದಪಟ್ಟಿಯ ಗಡಿಯಾರ. ಅವರೇ ಬಂದು ನಿನ್ನನ್ನ ಗುರುತಿಸ್ತಾರೆ. ಕಾರ್ಯಕ್ರಮ ಮುಗಿದರೂ ನೀನು ಸಿ–ಹದಿನೇಳರಲ್ಲೇ ಕೂತಿರು. ಅವರ ಕಾರಿನಲ್ಲಿ ಕರಕೊಂಡು ಬಂದು ಮನೆಗೆ ತಲುಪುಸ್ತಾರೆ. ಅವರ ಮನೆಯೂ ಇಲ್ಲೇ ಮಾತುಂಗದಲ್ಲಿ. ಆ ಹೊತ್ತಿನಲ್ಲಿ ಒಬ್ಬಳೇ ಟ್ರೇನ್‌ನಲ್ಲಿ ಬರಬೇಡ. ಟ್ಯಾಕ್ಸಿ ಹತ್ತಬೇಡ. ಅವರ ವ್ಯವಸ್ಥೆ ಇಲ್ಲದಿದ್ದರೆ ನಾನೋ ಅಜಯನೋ ಬಂದು ಹೊರಗೆ ಕಾಯ್ತಿದ್ದೆವು.'

ನಾನು ಸಭಾಗೃಹವನ್ನು ಹೊಕ್ಕು ನನ್ನ ಕುರ್ಚಿಯಮೇಲೆ ಕುಳಿತ ಹತ್ತುನಿಮಿಷದಲ್ಲಿ ದೊಡ್ಡಣ್ಣ ಹೇಳಿದ ಅವರು ಹತ್ತಿರಬಂದು, 'ಅನಿಲ್ ಮೆಹ್ತಾನ ತಂಗಿಯಲ್ಲವೇ ನೀನು. ಮಧುಮಿತಾ. ಮೋಹನಲಾಲ್‌ಜಿ ಹತ್ತಿರ ಕಲೀತಿದೀಯಂತೆ. ಕಾರ್ಯಕ್ರಮ ಮುಗಿದಮೇಲೂ ಇದೇ ಜಾಗದಲ್ಲಿ ಕೂತಿರು. ನಾನು ಕರಕೊಂಡುಹೋಗ್ತೀನಿ,' ಎಂದು ಹೇಳಿ ಹೋದರು. ಸುಮಾರು ಅರವತ್ತು ವರ್ಷ. ನಾನು ಬೇಗ ಬಂದಿದ್ದೆ. ಜನಗಳು ನಿಧಾನವಾಗಿ ಇನ್ನೂ ಬರುತ್ತಿದ್ದರು. ಬೆನಿಫ಼ಿಟ್ ಕಾರ್ಯಕ್ರಮವೆಂದರೆ ನಿಧಾನವೇ, ಎಂಬ ಅರಿವಾಯಿತು. ನಾನೇಕೆ ಇಷ್ಟು ಬೇಗ ಬಂದುಬಿಟ್ಟೆ? ಎಂಬ ಮುಜುಗರವೂ ಆಯಿತು. ಬಾಗಿಲಿನಲ್ಲಿ ಟಿಕೀಟನ್ನು ಹರಿದುಕೊಟ್ಟವರು ಪ್ರತಿಯೊಬ್ಬರಿಗೂ ಕೊಡುತ್ತಿದ್ದ ಕಾರ್ಯಕ್ರಮದ ಮಡಿಕೆಯನ್ನು ನೋಡತೊಡಗಿದೆ. ಧರಾವಿ ಕೊಳಚೆಗೇರಿಯ ಕ್ಷಯನಿರ್ಮೂಲನಾ ಸಮಿತಿಯ ವಿಷಯವಾಗಿ ಒಂದು ಪುಟವಿತ್ತು. ಹಿಂಬದಿಯಲ್ಲಿ ಫ಼ೋರ್ಟ್ ರೋಟರಿಯ ಪರಿಚಯ ಮತ್ತು ಅದು ಇದುವರೆಗೆ ಮಾಡಿರುವ ಪ್ರಮುಖ ಜನೋಪಕಾರೀ ಕಾರ್ಯಕ್ರಮಗಳ ಪಟ್ಟಿ, ಮೂರನೆಯ

ಪುಟದಲ್ಲಿ ಸಂಗೀತ ಕಾರ್ಯಕ್ರಮ: ಸ್ವರ ಸಾಮ್ರಾಟ ಸಂಗೀತ ಚಕ್ರವರ್ತಿ ಮೋಹನಲಾಲಜಿಯ ಬಗೆಗೆ ಅತಿಶಯದ ಭಾಷೆಯಲ್ಲಿ ಎರಡು ಪ್ಯಾರಾಗಳು. ಕೆಳಭಾಗದಲ್ಲಿ ಹಾರ್ಮೋನಿಯಂ ಸಾಥಿ ರಾಜಾರಾಮ್ ಟಿಪ್ನಿಸ್, ತಬಲಾ ಓಂಕಾರ ಪ್ರಭು. ತಾನಪುರ ಮತ್ತು ಗಾಯನದ ಒತ್ತಾಸೆ ರಜನೀ ಕೌಶಲ್. ತಾನಪುರ ಜಯಂತ ಚಂದಾವರ್ಕರ್ ಎಂದಿತ್ತು. ರಾಜಾರಾಮ್ ಟಿಪ್ನಿಸ್ ಮುಂಬಯಿಯ ಪ್ರಸಿದ್ಧ ಹಾರ್ಮೋನಿಯಂ ವಾದಕ. ಅವರು ಇತರ ಕಲಾವಿದರಿಗೆ ಸಾಥಿ ಮಾಡಿದ್ದುದನ್ನು ನಾನು ಕೇಳಿದ್ದೆ. ಪ್ರಭು ಹದವಾಗಿ ತಬಲಾ ಸಂಗತ ಕೊಡುತ್ತಾರೆ. ಪ್ರತಿಷ್ಠೆ, ಚಳಕಗಳ ಪ್ರದರ್ಶನಕ್ಕೆ ಹೋಗುಲ್ಲ. ಗಾಯಕರೆಲ್ಲ ಅವರನ್ನೇ ಕೇಳ್ತಾರೆ. ಮುಂಬಯಿ ಮಾತ್ರವಲ್ಲ, ಹೊರಗಿನಿಂದ ಬರುವ ಪ್ರಸಿದ್ಧ ಗಾಯಕರು ಕೂಡ. ಯಾರು ಈ ರಜನೀ ಕೌಶಲ್ ಅಂದರೆ? ಕುತೂಹಲ ಹುಟ್ಟಿತು. ನಾನು ನೋಡಿದ್ದೇನೆಯೆ? ಸ್ವರವೇದ ಶಾಲೆಗೆ ಬರುತ್ತಿದ್ದಳೆ? ನನಗಿಂತ ಹಿರಿಯ ವಿದ್ಯಾರ್ಥಿನಿಯೆ? ನೋಡಿದ ನೆನಪಿಲ್ಲ. ಹೆಸರನ್ನೂ ಕೇಳಿಲ್ಲ. ಮನಸ್ಸು ಸಂಪೂರ್ಣವಾಗಿ ಅವಳ ಊಹೆಯಲ್ಲಿ ಸಿಕ್ಕಿಕೊಂಡುಬಿಟ್ಟಿತು. ಕಾರ್ಯ ಕ್ರಮದ ಮೊದಲು ಕಲಾವಿದರ ಪರಿಚಯ ಮಾಡಿದವರು, 'ಮೋಹನಲಾಲರ ಶಿಷ್ಯೆಯಾದ ಕುಮಾರಿ ರಜನೀಕೌಶಲ್ ಮುಂಬಯಿಯಲ್ಲಿ ಇದೀಗ ಪ್ರವರ್ಧಮಾನಕ್ಕೆ ಬರುತ್ತಿರುವ ಗಾಯಕಿಯರಲ್ಲಿ ಗಮನ ಸೆಳೆಯುವಂಥವರು' ಎಂದಾಗ ನನಗೆ ಕಸಿವಿಸಿ ಎನ್ನಿಸಿತು. ಇಪ್ಪತ್ತೆಂಟು ಮೂವತ್ತು ವರ್ಷ. ಕಪ್ಪೂ ಅಲ್ಲ ಬಿಳುಪೂ ಅಲ್ಲ ಎನ್ನಬಹುದಾದ ಬಣ್ಣ. ಕಣ್ಣು ಮೂಗು ಬಾಯಿಗಳು ಆಕಾರಪೂರ್ಣವಾಗಿದ್ದರೂ ಮುಖದಲ್ಲಿ ಚುರುಕು ಕಳೆ ಕಾಣಲಿಲ್ಲ. ನನ್ನದು ಮೂರನೆಯ ಸಾಲಿನ ಮಧ್ಯಭಾಗದ ಕುರ್ಚಿಯಾಗಿದ್ದರಿಂದ ಅವಳು ಹತ್ತಿರದಲ್ಲಿಯೇ ಕಾಣುತ್ತಿದ್ದಳು.

ಮೋಹನಲಾಲರು ಕಣ್ಣುಗಳನ್ನು ಮುಚ್ಚಿ ಷಡ್ಜ ಹಿಡಿದರು. ನಿರೂಪಕರು ಹೇಳಿದ್ದರಿಂದ ಮಾತ್ರವಲ್ಲ ಮೊದಲ ಸೆಳೆವಿನಲ್ಲೇ ಶುದ್ಧ ಕಲ್ಯಾಣದ ಭಾವ ಮೂಡಿಬಿಟ್ಟಿತು. ನನಗೆ ಪ್ರಿಯವಾದ ರಾಗಗಳಲ್ಲಿ ಇದೊಂದು. ಕೇಳಿ ತುಂಬ ದಿನವಾಗಿತ್ತು. ಭೂಪಾಲಿಯ ಉತ್ಸಾಹಪೂರ್ಣಶಾಂತಿ ಕಲ್ಯಾಣದ ಶುಭವು ಮಿಳಿತು ಹರಿಯುವ ಭಾವ. ಈತನ ಸಶಕ್ತ ಆದರೆ ರಾಗದ ಭಾವಕ್ಕೆ ಹೊಂದುವ ಮಾರ್ದವ ತುಂಬುಕಂಠ. ಇವರಿಗೆ ಪ್ರತಿಯೊಂದು ರಾಗದ ಭಾವವೂ ಕರಗತವಾಗಿದೆ. ಇವರಲ್ಲಿ ಶಾಸ್ತ್ರವು ಭಾವದ ಪರಿಚಾರಿಕೆ ಮಾಡುತ್ತದೆ, ಭಾವವನ್ನು ತುಳಿದು ನಿಲ್ಲುವುದಿಲ್ಲ ಎನ್ನಿಸಿತು. ನನಗೇ ಗೊತ್ತಿಲ್ಲದಂತೆ ಮೌನವಾಗಿ ಅವರ ಚಲನೆಗೆ ಸಂಗತಳಾಗಿ ಗುನುಗಿಕೊಳ್ಳತೊಡಗಿದೆ. ಸಂಜೆಯ ಶಾಂತ ತಂಗಾಳಿಯು ಹೂವಿನ ಪರಿಮಳವನ್ನು ನವಿರಾಗಿ ತೇಲಿಸಿ ನಡುನಡುವೆ ಇಳಿಸಿದಂತೆ ಅವರ ಗಾಯನದಲ್ಲಿ ಲಯವು ಆಕಾರ ತಾಳುತ್ತಿತ್ತು. ಇತ್ತೀಚೆಗೆ ಅವರ ಕ್ಯಾಸೆಟ್‌ಗಳನ್ನೇ ಕೇಳಿ ಅಭ್ಯಾಸವಾಗಿತ್ತು. ಅಲ್ಲದೆ ನನ್ನ ಪ್ರಜ್ಞೆಯು ಅವರ ಸ್ವರಪ್ರವಹಣೆಯ ರೀತಿಯನ್ನು ಗ್ರಹಿಸಿತ್ತು. ಅವರು ಅನಿರೀಕ್ಷಿತವಾಗಿ ತಂದು ನಿಲ್ಲಿಸುತ್ತಿದ್ದ ಸ್ಥಾನಗಳು ನನ್ನ ಪ್ರಜ್ಞೆಗೂ ಸಹಜವಾಗಿಯೇ ತಿಳಿಯುತ್ತಿತ್ತು. ಈ ಗುರುವು ನನಗೆ ಪಾಠಮಾಡುತ್ತಿದ್ದಾರೆ. ನಾನು ತಪ್ಪಿಲ್ಲದಂತೆ ಅನುಸರಿ ಸುತ್ತಿದ್ದೇನೆ ಎಂಬ ಅಸ್ಪಷ್ಟ ಭಾವದಲ್ಲಿ ನಾನೂ ಮೌನವಾಗಿ ಗುನುಗುತ್ತಿದ್ದೆ. ಇದ್ದಕ್ಕಿದ್ದಂತೆಯೇ

ಯಾರೋ ನನ್ನ ಬಲಭುಜದ ಮೇಲೆ ಬೆರಳಿಟ್ಟಂತಾಯಿತು. ತಿರುಗಿ ನೋಡಿದರೆ ಹಿಂದಿನ ಕುರ್ಚಿಯ ಸುಮಾರು ನಲವತ್ತು ವರ್ಷದ ಗಂಡಸು, 'ನಾವು ವೇದಿಕೆಯ ಮೇಲಿರುವ ಕಲಾವಿದರ ಗಾಯನ ಕೇಳುಕ್ಕೆ ಇಷ್ಟು ಹಣ ಕೊಟ್ಟಿದೀವಿ. ನಿಮ್ಮದನ್ನು ಕೇಳುಕ್ಕೆ ಅಲ್ಲ' ಎಂದು ಪಿಸುಗುಟ್ಟಿದರು. ನಾನು ಪೆಚ್ಚಾದೆ. ಸಾರಿ ಎನ್ನುವುದು ಕೂಡ ಹೊಳೆಯಲಿಲ್ಲ. ಪ್ರಜ್ಞಾಪೂರ್ವಕವಾಗಿ ಮೌನದ ಹೊದಿಕೆ ಹಾಕಿಕೊಂಡೆ. ಒಳಗೆ ನಡೆಯುವ ಸ್ವರಚಲನೆಯನ್ನು ನಿಲ್ಲಿಸುವುದು ಅಸಾಧ್ಯವಾಗಿತ್ತು. ಮೆಲುಗಾಳಿಗೆ ಭತ್ತದ ಪಯಿರು ಬಾಗಿ ಬಳುಕುವಂತೆ ತೆಳು ಹದದಲ್ಲಿ ಷಡ್ಜದ ಸುತ್ತ ಮುತ್ತ ತೊನೆದಾಡಿ ಅನಂತರ ತುಸುವೂ ಆಯಾಸವಿಲ್ಲದೆ ಗಾಳಿಯು ಪಯಿರಿನ ಬೇರಿನ ಮಟ್ಟದಲ್ಲಿ ಹಾಯುವಂತೆ ಮಂದ್ರ ವಲಯದಲ್ಲಿ ನಿಧಾನಗತಿಯಲ್ಲಿ ತೂರಾಡಿ ಮತ್ತೆ ಮಧ್ಯಸಪ್ತಕದಲ್ಲಿ ಏರುತ್ತಾ ಧೈವತವನ್ನು ದಾಟಿ ತಾರ ಷಡ್ಜದ ಮೇಲೆ ನಿಂತ ನಂತರ ಅವರು ತಮ್ಮ ಬಲಹಿಂಬದಿಯಲ್ಲಿದ್ದ ರಜನೀ ಕೌಶಲಳಿಗೆ ಸನ್ನೆ ಮಾಡಿದರು. ಅವಳು ತಕ್ಷಣ ಅದೇ ಷಡ್ಜವನ್ನು ಹಚ್ಚಿ ನೆಲೆ ನಿಂತಳು. ಇದುವರೆಗೂ ಇದ್ದ ತುಂಬು ಗಂಡುಧ್ವನಿಯ ಹಿನ್ನೆಲೆಯಲ್ಲಿ ಒಂದು ತೆಳು ಹೆಣ್ಣುಕಂಠದ ಅಂಚು ಹಿಡಿದದ್ದರಿಂದ ಶ್ರೋತೃಗಳಿಗೆ ಆಪ್ಯಾಯಮಾನವಾಗಿ ಹಲವರು ವಾಹ್ ವಾಹ್ ಎಂದರು. ಅವಳು ಒಂದು ಆವರ್ತನ ಪೂರೈಸುವ ಮೊದಲೆ ಇವರು ಧೈವತದಿಂದ ಒಂದು ಮೇಲು ಮೀಂಡು ಹೊಡೆದು ನಿಂತರು. ತಾರಸಪ್ತಕ ಮುಟ್ಟಿದಾಗ ಅವಳಿಗೆ ಇವರು ನಡುನಡುವೆ ಅವಕಾಶ ಕೊಡುತ್ತಿದ್ದು ಸಭಿಕರ ಗಮನ ಅವಳೆಡೆಗೆ ಹರಿಯಿತು. ನನಗೆ ತಕ್ಷಣ ಅನ್ನಿಸಿತು. ಇವರೆಲ್ಲ ಹತ್ತು ಐದು ಒಂದು ಸಾವಿರ ಹಣದ ಬೆನಿಫ್ಟಿಟ್ ಟಿಕೇಟಿನ, ಸಂಗತದ ಒಳ ಮರ್ಮ ತಿಳಿಯದ, ವ್ಯಾಪಾರೀ ಜನ. ಅವಳು ಮಾಡುತ್ತಿರುವ ಸ್ವರವಿನ್ಯಾಸಗಳಾದರೂ ಯಾವುವು? ಅವರು ನಿಂತಸ್ಥಾನವನ್ನು ಅನುಕರಿಸಿ ನಿಲ್ಲೂದು. ಅಲ್ಲೊಂದು ಇಲ್ಲೊಂದು ಕಿರು ಸಂಚಾರ ಮಾಡೂದು. ಇವರ ತುಂಬುಸ್ವರದ ನಡುವೆ ಅವಳ ತಂತಿಯಂತಹ ತೆಳು ಧ್ವನಿ ವಿಶೇಷದ್ದಾಗಿ ಕೇಳಿಸುತ್ತೆ. ನಿಜವಾಗಿಯೂ ಅವಳು ಉತ್ತಮ ಗಾಯಕಿಯಲ್ಲ. ಧ್ವನಿಯಲ್ಲಿ ಮಾಧುರ್ಯವಿಲ್ಲ. ಶಕ್ತಿ ಇಲ್ಲ. ನಾನು ಇವಳಿಗಿಂತ ಉತ್ತಮವಾಗಿ ಸಾಥಿ ಕೊಡಬಲ್ಲೆ. ನನ್ನ ಧ್ವನಿಯಲ್ಲಿ ಮಾಧುರ್ಯವಿದೆ. ಅವರು ನನಗೆ ಪಾಠ ಹೇಳಿಕೊಡುತ್ತಿದ್ದಾಗ ಅವರು ನುಡಿದ ಚಲನೆಗಳನ್ನು ನಾನು ಹಿಂದೆಯೇ ಅಂದು ತೋರಿಸುತ್ತಿದ್ದಾಗ ಎಷ್ಟು ಅಂದವಾಗಿರುತ್ತಿತ್ತು. ಅವರೇ ಎಷ್ಟೋಸಲ ಅಚ್ಛಾ ಎಂದಿದ್ದರಲ್ಲ ಎಂಬ ನೆನಪಾಯಿತು. ಈ ಸಭಿಕರ ಮೇಲೆ ಸಿಟ್ಟು ಬಂತು. ಅನಂತರ ತ್ರಿತಾಲದ ಚೀಜನ್ನು ಎತ್ತಿಕೊಂಡು ತಾನಗಳನ್ನು ಆರಂಭಿಸಿದಾಗ ಅವಳಿಗೆ ಹೆಚ್ಚು ಹೆಚ್ಚು ಅವಕಾಶ ಕೊಡ್ತಿದಾರೆ. ಎರಡು ಆವರ್ತನದ ತಾನ ಹೊಡೆಯೂ ಶಕ್ತಿ ಅವಳಿಗಿಲ್ಲ. ಇವರು ಆರೇಳು ಆವರ್ತನದ ಚಕ್ರತಾನ್ ಹೊಡೆದರೆ ಅವಳು ಅವರ ತಾನಿನ ಮೊದಲ ಆವರ್ತನದಿಂದ ಆರಂಭಿಸ್ತಾಳೆ. ಅವಳು ಎರಡನೆ ಆವರ್ತನಕ್ಕೆ ಬರೂದರೊಳಗೆ ಇವರು ಪ್ರವೇಶಿಸಿಬಿಡ್ತಾರೆ. ಹಾಗೆಯೇ ಬಿಟ್ಟರೆ ಅವಳ ಐಬು ಹೊರಬರುತ್ತೆ ಅಂತ. ಇಷ್ಟು ಕಡಮೆ ತಯಾರಿಯವಳಿಗೆ ಇಷ್ಟೊಂದು ಅವಕಾಶ ಕೊಟ್ಟು ಮುಂದೆ ತರೂದು ಯಾವ ನ್ಯಾಯ? ಬೇಕೆಂದೇ ಹೀಗೆ ಮಾಡ್ತಿದಾರೆಯೆ?

ನಾನು ಈ ಮೂರನೆ ಸಾಲಿನ ಮಧ್ಯಭಾಗದಲ್ಲಿ ಕೂತಿರೂದ ಅವರು ನೋಡಿದಾರೆ. ಗುರುತಿಸಿದಾರೆ. ಅದಕ್ಕೆಂದೇ ಅವಳಿಗೆ ಹೆಚ್ಚು ಹೆಚ್ಚು ಅವಕಾಶ ಕೊಟ್ಟು ಅವಳಿಗಿಲ್ಲದ ಶಕ್ತಿ ಕಾಣುವಂತೆ ಮಾಡ್ತಿದಾರೆ ಎಂಬ ಆಲೋಚನೆ ಶುರುವಾಯಿತು. ನನ್ನ ಅಕ್ಕ ಪಕ್ಕದವರು, 'ವಾಹ್, ಹುಡುಗಿ ಎಷ್ಟು ಚಂದ ಹಾಡ್ತಾಳೆ!' ಎಂದು ಎರಡುಸಲ ತಮ್ಮ ಪಕ್ಕದ ಸ್ನೇಹಿತರುಗಳಿಗೆ ಹೇಳಿಕೊಂಡರು. 'ಶಿಷ್ಯೆ ಅಂದಮೇಲೆ ತಯಾರಿ ಕೊಟ್ಟಿದಾನೆ,' ಸ್ನೇಹಿತ ಮಾರ್ನುಡಿದ. 'ಶಿಷ್ಯೆಗೆ ತಯಾರಿ ಕೊಡದಿದ್ದರೆ ಸಂಗೀತಗಾರರಿಗೆ ಸ್ಫೂರ್ತಿ ಬರ್ತದಾ?' ಇನ್ನೊಬ್ಬ ಪಕ್ಕದವನಿಗೆ ಹೇಳಿದುದು ತಬಲದ ಏರು ತಿರಕಿಟಗಳ ನಡುವೆಯೂ ನನ್ನ ಕಿವಿಗೆ ಸ್ಪಷ್ಟವಾಗಿ ಕೇಳಿಸಿತು. ನನಗೆ ಮೈ ಉರಿಬಂತು. ಪಕ್ಕದಲ್ಲಿ ಪ್ರಾಯಕ್ಕೆ ಬಂದ ಒಬ್ಬ ಹುಡುಗಿ ಕೂತಿದಾಳೆ, ತಮ್ಮ ಪೋಕರಿ ಊಹೆಯ ಟೀಕೆ ಅವಳ ಕಿವಿಗೆ ಬಿದ್ದೀತು ಎಂಬ ಎಗ್ಗು ಇಲ್ಲದೆ ಮಾತನಾಡುವ ಈ ಅಸಂಸ್ಕೃತ ಹಣವಂತ ವರ್ಗದಮೇಲೆ ಸಿಟ್ಟುಬಂತು. ತಕ್ಷಣ ತಿರುಗಿ ಅವನನ್ನು ದುರುಗುಟ್ಟಿ ನೋಡಲೇ ಎನ್ನಿಸಿತು. ಇಂಥವರ ಜೊತೆ ಯಾವ ರೀತಿಯ ಪ್ರತಿಕ್ರಿಯೆಗೆ ಸಿಕ್ಕಕೊಂಡರೂ ನನಗೇ ಹೀನಾಯವೆಂಬ ಎಚ್ಚರ ಹುಟ್ಟಿ ಸಮ್ಮನಾದೆ.

ಶುದ್ಧ ಕಲ್ಯಾಣವು ಸಭಿಕರನ್ನು ಸಂಪೂರ್ಣವಾಗಿ ವಶಪಡಿಸಿಕೊಂಡಿತು. ಅದು ಮುಗಿದು ಮುಂದಿನ ರಾಗ ಆರಂಭವಾಗುವ ಅಂತರದಲ್ಲಿ ಕೂಡ ಜನರು ಎದ್ದುಹೋಗಲಿಲ್ಲ. ಸಂಗೀತದ ಗಂಧವಿಲ್ಲದವರನ್ನು ಸಹ ಕಟ್ಟಿಕೂರಿಸುವ ಶಕ್ತಿಯು ಈತನ ಗಾಯನಕ್ಕಿರುವುದನ್ನು ಕಂಡು ನನಗೆ ಸಂತೋಷವಾಯಿತು. ಹೆಚ್ಚು ತಡಮಾಡದೆ ತಂಬೂರಿಯನ್ನು ಮಧ್ಯಮಕ್ಕೆ ಶ್ರುತಿ ಮಾಡಿಕೊಂಡು ಬಿಲಾವಲ್ ಥಾಟಿನ ದುರ್ಗಾದಲ್ಲಿ ಛೋಟಾ ಖ್ಯಾಲ್ ಆರಂಭಿಸಿದರು.

ದೇಽ ಽಽ ವೀಽಭ । ಜೋ ಽಽ ದು । ರ ಗಾ ಽಽ ಭ । ವಾ ಽ ನೀ ಽ

ನನಗೆ ಪಾಠವಾಗಿದ್ದ ಚೀಜು. ವಾಡೇಕರ್ ಮಾಸ್ತರು ಕಲಿಸಿದ್ದರು. ಮೋಹನಲಾಲಜಿಯ ಕಂಠದಲ್ಲಿ ಕೇಳಿರಲಿಲ್ಲ. ಆರಂಭಿಸಿದ ತಕ್ಷಣ ನನ್ನ ಗಂಟಲು ಒಳಗೇ ಸಂಗತಮಾಡತೊಡಗಿತು. ಕಾಲು ತ್ರಿತಾಲ ಮಧ್ಯಲಯದ ಠೇಕಾ ಹಿಡಿಯಿತು. ಪ್ರತಿಯೊಂದು ಚಲನೆ, ಸಮ್‌ಗಳು ಕರಗತವಾಗಿದ್ದಂತೆ ದಕ್ಕಿದವು. ನನ್ನಲ್ಲಿ ಉತ್ಸಾಹ ಉಕ್ಕಿತು. ರಾಗವನ್ನು ತುಸು ಬೆಳೆಸಿದನಂತರ ತಾನಗಳ ಕೆಲಸ ಮಾಡತೊಡಗಿದಾಗ ನನ್ನ ಉತ್ಸಾಹ ಇನ್ನೂ ಹೆಚ್ಚಿತು. ಹೊಸ ಹೊಸ ತಾನಗಳನ್ನು ಹೆಣೆದುಕೊಂಡು ಸಮ್ಮಿಗೆ ಬಂದು ಮುಂದಿನ ಆವರ್ತನದಲ್ಲಿ ಶಿಷ್ಯೆ ರಜನೀ ಕೌಶಲಳು ಸ್ಥಾಯಿಯ ಮೊದಲ ಸಾಲನ್ನು ಹಾಡುವ ವಿನ್ಯಾಸ ತಿರುಗಿತು. ಸಭಿಕರಿಗೇನೋ ಅದು ತುಂಬ ರಂಜನೀಯವಾಗಿತ್ತು. ಆದರೆ ನನ್ನಲ್ಲಿ ಕಸಿವಿಸಿ ಆರಂಭವಾಯಿತು. ತಾಳದ ಪ್ರಾಥಮಿಕ ಜ್ಞಾನ, ಸಮ್ಮಿನ ಸ್ಥಾನ ಗೊತ್ತಿದ್ದರೆ ಸಾಕು; ಅವಳು ಕೊಡುತ್ತಿರುವ ಒತ್ತಾಸೆಗೆ ಹೆಚ್ಚಿನ ಪ್ರಭುತ್ವ ಬೇಕಿರಲಿಲ್ಲ. ಆದರೂ ಸಭಿಕರು ಅವಳನ್ನು ಎಷ್ಟು ಮೆಚ್ಚಿಕೊಂಡಿದಾರೆ! ಅವಳೇ ಗಾಯನದ ಕೇಂದ್ರವ್ಯಕ್ತಿಯಾಗಿಬಿಟ್ಟಿದಾಳೆ. ನಿಜವಾಗಿ ಒಂದಾದಮೇಲೆ ಒಂದರಂತೆ ತಾನಗಳ ನಾಲ್ಕು, ಐದು, ಆರು, ಏಳು ಆವರ್ತನಗಳ ಸುರಳಿಯನ್ನು ಬಿಡದೆ ಸೃಷ್ಟಿಸಿ ಕಾಲುಮಾತ್ರೆಯೂ ತಪ್ಪದೆ ಸಮ್ಮ್ ತೋರಿಸುವುದಕ್ಕಿರಬೇಕಾದ ಲೀಲಾಜಾಲದ ಪ್ರಭುತ್ವದ ನೂರರಲ್ಲಿ ಒಂದಂಶವೂ ಅವಳು ಮಾಡುತ್ತಿರುವ ಕೆಲಸಕ್ಕೆ ಬೇಕಿಲ್ಲ. ಆದರೂ ಈ ದಡ್ಡ

ಶ್ರೋತೃಗಳು! ಈ ಕೆಲಸವನ್ನು ಅವಳಿಗಿಂತ ನಾನು ಹೆಚ್ಚು ಸ್ವರಮಧುರವಾಗಿ ತಾಲದ ನಿಖರತೆಯಿಂದ ಮಾಡಬಲ್ಲೆ. ನಡುನಡುವೆ ತಾನನ್ನೂ ಹೊಡೆಯಬಲ್ಲೆ. ಅವಳು ಒಂದೇ ಒಂದು ಆವರ್ತನದ ತಾನನ್ನೂ ಹೊಡೆದಿಲ್ಲ, ಎಂಬ ತುಲನೆ ಹುಟ್ಟಿತು. ಇವಳನ್ನು ಯಾಕೆ ಇವರು ಶಿಷ್ಯೆ ಎಂಬ ಪ್ರಚಾರ ಕೊಟ್ಟು ವೇದಿಕೆಯ ಮೇಲೆ ಜೊತೆಯಲ್ಲಿ ಕೂರಿಸಿ ಕೊಂಡು ಮೆರೆಸುತ್ತಿದಾರೆ? ಎಂದು ಮೋಹನಲಾಲಜಿಯ ಮೇಲೆಯೇ ಬೇಸರ ಹುಟ್ಟಿತು.

ದುರ್ಗಾ ಆದನಂತರ ಕಾಲುಗಂಟೆ ವಿರಾಮವೆಂದು ಘೋಷಿಸಿದರು. ಕಾಲುಗಂಟೆಯು ನಲವತ್ತು ನಿಮಿಷಕ್ಕೆ ಎಳೆಯಿತು. ಟಿಕೇಟು ಪಡೆದುಬಂದಿದ್ದ ಹಣವಂತ ಕುಳಗಳೆಲ್ಲ ಹೊರಗಿನ ಸಾಲೆಯಲ್ಲಿ ನಿಂತು ಪರಸ್ಪರ ನೀವೂ ಬಂದಿದೀರಾ? ನೀವೂ ಬಂದಿದೀರಾ? ಎಂದು ಗುರುತಿಸುತ್ತಾ ನಿಂತುಬಿಟ್ಟಿದ್ದರಿಂದ ಕಾಲುಗಂಟೆಯ ನಂತರ ಗಾಯನವನ್ನು ಆರಂಭಿಸುವುದು ಸಭಿಕರ ಲಹರಿಯನ್ನು ಅಲಕ್ಷಿಸಿದಂತೆ ಆಗುತ್ತಿತ್ತು. ವಿರಾಮದ ನಂತರ ವಿಸ್ತಾರವಾಗಿ ಮಾಲಕೌಂಸ್ ಹಾಡಿ ಭೈರವಿಯಿಂದ ಮುಗಿಸಿದರು.

ಜನರೆಲ್ಲ ಖಾಲಿಯಾದರೂ ನಾನು ನನ್ನ ಕುರ್ಚಿಯಲ್ಲೇ ಕುಳಿತಿದ್ದೆ. ಹತ್ತುನಿಮಿಷದ ನಂತರ ಮಿ. ಗೋರೆ ಐವತ್ತುವರ್ಷದ ಒಬ್ಬರ ಸಂಗಡ ಬಂದು ನನಗೆ ಹೇಳಿದರು: 'ಇವರು ನನ್ನ ಡ್ರೈವರ್. ಇವರ ಜೊತೆ ಹೋಗಿ ನನ್ನ ಕಾರಿನಲ್ಲಿ ಕೂತಿರಿ. ನಾನು ಕಾಲು ಗಂಟೇಲಿ ಬರ್ತೀನಿ.' ಕಾರಿನಲ್ಲಿ ಕುಳಿತಾಗಲೂ ನನ್ನ ಮನಸ್ಸು ರಜನೀ ಕೌಶಲಳನ್ನೇ ಕುರಿತು ಯೋಚಿಸುತ್ತಿತ್ತು. ಮೋಹನಲಾಲಜಿಗೆ ಸಂಗತಿ ಕೊಡಲು ಇವಳಿಗೆಷ್ಟು ಅರ್ಹತೆ ಇದೆ? ಎಂಬ ಪ್ರಶ್ನೆಯೊಡನೆ ನನಗಿರುವ ಅರ್ಹತೆಯ ಕಾಲುಭಾಗವೂ ಇಲ್ಲ ಎಂಬ ತುಲನೆ ನಡೆಯುತ್ತಿತ್ತು. ಅವರು ನನ್ನನ್ನು ನೋಡಿದ್ದಾರೆಯೆ? ನೋಡಿದ್ದರೂ ಗುರುತಿಸಿದ್ದಾ ರೆಯೆ? ನಡುಡನುವೆ ಶ್ರೋತೃಗಳತ್ತ ದೃಷ್ಟಿಯನ್ನು ಪಸರಿಸುತ್ತಿದ್ದರು. ಮೂರನೆ ಸಾಲಿನಲ್ಲಿ, ಅದೂ ಮಧ್ಯಭಾಗದಲ್ಲಿ, ಅದೂ ಗಂಡಸರ ನಡುವೆ ಇದ್ದ ಒಬ್ಬಳೇ ಹುಡುಗಿ, ಗಮನಕ್ಕೆ ಬರದೆ ಇರುತ್ತೆಯೆ? ಎಂಬ ಸಮರ್ಥನೆ ಹುಟ್ಟುತ್ತಿತ್ತು. ತುಸು ತಡವಾಗಿಯೇ ಬಂದ ಗೋರೆಯವರು ನನ್ನ ಎಡಬದಿಗೆ ಕುಳಿತ ನಂತರ ಡ್ರೈವರು ಅವರ ಕಡೆಯ ಬಾಗಿಲು ಮುಚ್ಚಿ ಕಾರನ್ನು ಬಳಸಿಬಂದು ತಮ್ಮ ಸೀಟಿನಲ್ಲಿ ಕುಳಿತು ಸ್ಟಾರ್ಟ್‌ಮಾಡಿ ಕಿಟಕಿ ಗಾಜು ಏರಿಸಿ ಎ.ಸಿ. ಹಾಕಿದರು. ಒಳಗೆ ನಿಶ್ಶಬ್ದವಾಯಿತು. ಅಷ್ಟರಲ್ಲಿ ಡ್ರೈವರ ಪಕ್ಕದ ಸೀಟಿನಲ್ಲಿ ಸುಮಾರು ಐವತ್ತು ವರ್ಷದ ಒಬ್ಬರು ಬಂದು ಕುಳಿತಿದ್ದರು. ಕಿವಿಗಳ ಮೇಲೆ ಬಿಳಿಪು ತಿರುಗಿದ ತುಂಬುಗೂದಲು. ವ್ಯಾಪಾರಸ್ಥರ ಕಳೆ. ಗೋರೆಯವರು ತುಂಬ ಸ್ನೇಹದಿಂದ ನನ್ನ ಓದು, ಸಂಗೀತಗಳ ಬಗೆಗೆ ವಿಚಾರಿಸಿದರು.

'ಹ್ಯಾಗೆ ಹೇಳ್ತಾರೆ ಪಾಠಾನ ನಿಮ್ಮ ಗುರುಗಳು?'

ನಾನು ಮೋಹನಲಾಲರಿಂದ ಕಲಿಯುತ್ತಿರುವುದಾಗಿ ದೊಡ್ಡಣ್ಣ ಇವರಿಗೆ ಹೇಳಿರುವುದು ಗೊತ್ತಿದ್ದ ನಾನು ಚನ್ನಾಗಿ ಕಲಿಸ್ತಾರೆ, ಎಂದೆ.

ಮುಂದಿನ ಸೀಟಿನಲ್ಲಿದ್ದವರು, 'ಅವರು ತುಂಬ ಸಿನ್ಸಿಯರ್ ಆರ್ಟಿಸ್ಟ್ ಅಂತ

ಕಾಣುಸ್ತಾರೆ' ಎಂದರು. ಗೋರೆಯವರು ನನಗೆ ಅವರ ಪರಿಚಯ ಹೇಳಿದರು. ಮಾಥುರ್. ಮಾಹಿಂನಲ್ಲಿ ಜವಳಿ ವ್ಯಾಪಾರ ಮಾಡುತ್ತಾರೆ. ಅನಂತರ ಮೋಹನಲಾಲರ ಬಗೆಗೆ ಮುಂದುವರೆಸಿದರು:

'ತುಂಬ ಸಿನ್ಸಿಯರ್ ಮನುಷ್ಯ ಆತ. ಶ್ರೋತೃಗಳನ್ನ ಶ್ರದ್ಧೆ ಆದರಗಳಿಂದ ಕಾಣ್ತಾರೆ. ಇವತ್ತಿನ ಕಾರ್ಯಕ್ರಮ ನೋಡು. ಸಂಗೀತ ತಿಳಿದ ಜನ ಕಮ್ಮಿ ಅಂತ ಎಲ್ಲರಿಗೂ ಗೊತ್ತು. ಅವರಿಗೂ ಗೊತ್ತು. ಆದರೂ ಒಬ್ಬರಿಗೂ ಬೋರ್ ಆಗದಂತೆ ರಸಪೂರ್ಣವಾಗಿ ಹಾಡಿದರು. ಹಾಗಂತ ಚೀಪ್ ಮಾಡಲಿಲ್ಲ. ಆತನೊಳಗೆ ರಸವಿದೆ. ಆದ್ದರಿಂದಲೇ ವಿದ್ವಾಂಸ ರಿಂದ ಹಿಡಿದು ಕೊಳೆಗೇರಿಯವನ ತನಕ ಅವರ ಸಂಗೀತ ತಟ್ಟುತ್ತೆ. ಏನಂತೀರ?'

ಹೌದು, ಮಾಥುರ್ ಎಂದರು.

'ನನಗಂತೂ ಅವರ ಗಾಯನ ಅಂದರೆ ಪ್ರಾಣ. ಸುಮಾರು ಐವತ್ತುಗಂಟೆಗಳ ಅವರ ಲೈವ್ ಟೇಪ್ ಸಂಪಾದಿಸಿ ಇಟ್ಟಿದೀನಿ. ಇವತ್ತಿನದು ಪೂರ್ತಿ ಟೇಪಾಗಿದೆ. ನಾಳೆ ಸಂಜೆ ಅದರ ಪ್ರತಿ ನನ್ನ ಹತ್ತಿರ ಬರುತ್ತೆ. ನನ್ನ ಸಂಗೀತ ಪಾಮರರಿಗಲ್ಲ, ಬರೀ ಪಂಡಿತ ರಿಗೆ ಅನ್ನುವ ಕಲಾವಿದರನ್ನು ನಾನು ನಂಬುಲ್ಲ. ಏನಂತೀರ?'

ಮಾಥುರ್ ಹೌದು ಎಂದರು. ಅನಂತರ, 'ಕಂಟ್ರಾಕ್ಟರ್ ಮೋಸ ಮಾಡಿದರೂ ಮೋಹನಲಾಲ್‌ಜಿ ಮೂರನೆಯ ದಿನ ಫ್ರೀಯಾಗಿ ಇಡೀ ಊರಿನ ಜನರಿಗೆ ಕಛೇರಿ ಕೊಟ್ಟು ಕೇಳಿಸಿದರಂತೆ ನಿಜವೇ?'

ಹೌದು ಎಂದೆ.

'ಹೌದು ಹೌದು ಶ್ರೋತೃಗಳಮೇಲೆ ಅವರಿಗಿರೂ ಕಮಿಟ್‌ಮೆಂಟಿಗೆ ಇದು ಒಂದು ಉದಾಹರಣೆ ಮಾತ್ರ. ಈಗಾಗಲೆ ಹದಿನೈದುವರ್ಷದ ಹಿಂದಿನ ಮಾತು.'

'ನೋಡಿ ಇವತ್ತಿನದು ಬೆನಿಫ಼ಿಟ್ ಕಾರ್ಯಕ್ರಮ. ಬೆನಿಫ಼ಿಟ್ ಅಂದರೆ ವಾಸ್ತವವಾಗಿ ಏನು? ಸಂಗೀತಗಾರರಾಗಲಿ, ನರ್ತಕರಾಗಲಿ ನನ್ನ ಛಾರ್ಜು ಇಷ್ಟು, ಅಷ್ಟನ್ನ ಕೊಟ್ಟುಬಿಡು. ಮೇಲೆ ಹೆಚ್ಚು ರೇಟಿಗೆ ಟಿಕೇಟು ಮಾರಿ ನೀನು ಎಷ್ಟಾದರೂ ಬೆನಿಫ಼ಿಟ್ ಮಾಡಿಕೊ ಅಂತಾರೆ. ಆ ಲೆಕ್ಕದಲ್ಲಿ ಮೋಹನಲಾಲ್‌ಗೆ ನಾವು ಐವತ್ತು ಸಾವಿರವಾದರೂ ಕೊಡಬೇಕಿತ್ತು. ಅವರು ಒಂದು ಕಾಸೂ ತಗೊಳ್ಳಲಿಲ್ಲ. ಸಭೆಗೆ ಬಂದು ಹೋಗುವ ಟ್ಯಾಕ್ಸಿಯ ಹಣಾನೂ ಮುಟ್ಟಲಿಲ್ಲ. ಹಣ ತಗಂಡು ಬೆನಿಫ಼ಿಟ್ ಅಂದರೆ ಆ ಪುಣ್ಯದಲ್ಲಿ ನನಗೆ ಭಾಗ ಬರೂದು ಹ್ಯಾಗೇ ಅಂದುಬಿಟ್ಟರು. ನಾವು ತಬಲದೋನಿಗೆ ಎರಡುಸಾವಿರ ಹಾರ್ಮೋನಿಯಂದೋನಿಗೆ ಐದುಸಾವಿರ ಕೊಟ್ಟದ್ದಷ್ಟೆ.'

ನನ್ನ ಮನಸ್ಸೂ ಅಭಿಮಾನದಿಂದ ತುಂಬಿಬಂತು. 'ನಾಗಪುರದ ಮಾತು ಹೇಳ್ತಿದ್ದಿರಿ,' ಎಂದು ಜ್ಞಾಪಿಸುವ ಮನಸ್ಸಾಯಿತು. ಆದರೆ ಅವರಿಬ್ಬರ ಮಾತಿನ ನಡುವೆ ಬಾಯಿ ಹಾಕುವುದು ಉಚಿತವಲ್ಲ. ಅಲ್ಲದೆ ನಾನು ಕಿರಿಯ ವಯಸ್ಸಿನವಳು ಎಂಬ ನೆನಪಾಗಿ ಸುಮ್ಮನಿದ್ದೆ.

ಗೋರೆಯವರೇ ಮುಂದುವರೆಸಿದರು: "ಒಬ್ಬ ಮೋಸಗಾರ ನಾಗಪುರದಲ್ಲಿ ಇವರ ಕಾರ್ಯಕ್ರಮ ಏರ್ಪಡಿಸಿದ್ದ. ಈಗ ಎಲ್ಲ ಕ್ಷೇತ್ರದಲ್ಲೂ ಕಲಾಕ್ಷೇತ್ರದಲ್ಲೂ ವ್ಯಾಪಾರದೋರು ಹುಟ್ಟಿಕೊಂಡಿದಾರೆ. ಬಾಕಿ ವ್ಯಾಪಾರದಲ್ಲಿ ಹುಟ್ಟಿ ಬೆಳೆದಿರೂ – ದಗಾ ತಾಯ್ಗಂಡತನಾನ ಇಲ್ಲೂ ಮಾಡ್ತಾರೆ. ಇವರಿಗೆ ಇಪ್ಪತ್ತುಸಾವಿರ ಸಂಭಾವನೆ ಸ್ಥಳೀಯ ಆತಿಥ್ಯ ಅಂತ ಮಾತ ನಾಡಿ ಐದು ಸಾವಿರ ಅಡ್ವಾನ್ಸೂ ಕೊಟ್ಟುಬಿಟ್ಟ. ಅಲ್ಲಿ ಇವರ ಹೆಸರಿನ ಪ್ರಚಾರ ಮಾಡಿ ಅರವತ್ತು ಸಾವಿರದಷ್ಟು ಟಿಕೇಟು ಮಾರಿದ. ಇವರು ಇವರ ಹೆಂಡತಿ ಇಬ್ಬರೂ ಹೋದರು. ಇವರು ಎಲ್ಲಿ ಹೋದರೂ ಆಯಮ್ಮ ಜೊತೇಲೇ ಬರ್ತಿದ್ದಳು. ಕಲಾವಿದ ಗಂಡನ ನಿಗಾ ನೋಡ್ಕಳುಕ್ಕೆ ಅಂತ. ವಾಸ್ತವವಾಗಿ ಹೋಗ್ತಿದ್ದುದು ಹಣ ವಸೂಲುಮಾಡಿ ಭದ್ರ ಮಾಡ್ಕಳುಕ್ಕೆ. ಎಲ್ಲ ಸಿದ್ಧವಾಗಿದೆ. ಒಂದು ಕಾಲೇಜಿನ ಪ್ರಾಂಗಣದಲ್ಲಿ ಸಭಿಕರು ತುಂಬಿಬಿಟ್ಟಿದಾರೆ. ಹೊರಾವರಣ ಸಭೆ. ಇವರು ನಾಗಪುರಕ್ಕೆ ಹೋಗಿ ನಾಲ್ಕೈದುವರ್ಷ ಕಳೆದು ಜನಗಳಲ್ಲೆಲ್ಲ ಇವರ ಗಾಯನ ಕೇಳಬೇಕು ಅಂತ ಧಾವಂತವಿತ್ತು. ಇವರು ಸಭೆಗೆ ಬರುವ ಮೊದಲು ಒಂದು ಕೋಣೆಯಲ್ಲಿ ಕೂತು ಜೋಡಿ ತಂಬೂರಿ ಶ್ರುತಿ ಮಾಡಿ ಆಗಿದೆ. ನಾಗಪುರದೋರೇ ಸಾಥಿಗಳು. ಅವರ ಜೊತೆ ಅರ್ಧಗಂಟೆ ತನ್ನ ಗಾಯನರೀತಿಯನ್ನು ಹಾಡಿ ತೋರಿಸಿ ಅವರು ಹೇಗೆ ಬಾರಿಸಬೇಕು ಅನ್ನೂದ ಹೇಳಿಯೂ ಆಗಿದೆ. ಕಂಟ್ರಾಕ್ಟರನ ಅಸಿಸ್ಟಂಟ್ ಬಂದು 'ಸಭೆಗೆ ಹೋಗೋಣವೇ?' ಅಂದನಂತೆ. ಮೋಹನಲಾಲ್ ಎದ್ದುನಿಂತರು. ಜೊತೆ ಯಲ್ಲೇ ಇದ್ದ ಅವರ ಹೆಂಡತಿ, 'ಎಲ್ಲಿ ನಿನ್ನ ಕಂಟ್ರಾಕ್ಟರು? ಮಧ್ಯಾಹ್ನ ನಾವು ಬಂದಾಗಿನಿಂದ ನಮ್ಮ ಕಣ್ಣಿಗೇ ಬಿದ್ದಿಲ್ಲ,' ಎಂದಳು. 'ಅವರ ತಾಯಿಗೆ ಹಾರ್ಟ್‌ಅಟ್ಯಾಕ್. ಸೀರಿಯಸ್. ಆಸ್ಪತ್ರೆಗೆ ಅಡ್ಮಿಟ್ ಮಾಡಿದಾರೆ. ಅಲ್ಲಿದಾರೆ. ಇನ್ನು ಸ್ವಲ್ಪಹೊತ್ತಿಗೆ ಬಂದು ನಿಮ್ಮನ್ನ ನೋಡ್ತಾರೆ,' ಅವನು ವಿಧೇಯತೆಯಿಂದ ಹಲ್ಲುಗಿಂಜುತ್ತಾ ಉತ್ತರಿಸಿದ. 'ಅವರು ನೋಡೂ ಅಗತ್ಯವಿಲ್ಲ. ಹದಿನೈದುಸಾವಿರ ಬಾಕಿ ಮೇಲೆ ಎರಡು ಫಸ್ಟ್‌ಕ್ಲಾಸ್ ರೈಲು ಛಾರ್ಜಿನ ಹಣ ನೀವೇ ಹೋಗಿ ಈ ತಕ್ಷಣ ಇಸಕೊಂಡುಬಂದು ಕೊಡಿ. ಆಮೇಲೆ ಪ್ರೋಗ್ರಾಂ ಶುರು.' 'ಇಲ್ಲ ಮೇಡಂ. ಅವರೇ ಬಂದುಬಿಡ್ತಾರೆ. ಕಲಾವಿದರಿಗೆ ಮೋಸ ಮಾಡುವಂಥೋರಲ್ಲ ನಮ್ಮ ಸಾವ್ಕಾರರು. ಶ್ರೋತೃಗಳು ಕಾಯ್ತಿದಾರೆ. ನಾಗಪುರದಲ್ಲಿ ಯಾವುದನ್ನೂ ತಡವಾಗಿ ಆರಂಭಿಸಿದರೆ ಜನ ಗಲಾಟೆಮಾಡ್ತಾರೆ,' ಅಂದ. 'ಟ್ಯಾಕ್ಸೀಲಿ ಆಸ್ಪತ್ರೆಗೆ ಹೋಗಿಬರುಕ್ಕೆ ಅರ್ಧಗಂಟೆ ಆದೀತಾ? ಹೋಗಲಿ ಅಂದರೆ ಒಂದು ಫೋನುಮಾಡಿ ವಿಷಯ ತಿಳಿಸಿ.' ಈಯಮ್ಮ ವ್ಯವಹಾರದಲ್ಲಿ ತೀರ ಘಾಟಿ.

"'ಮೇಡಂ, ಫೋನಿನಲ್ಲಿ ಸಿಕ್ಕಿದರೂ ಅವರು ಹಣಾನ ಆಸ್ಪತ್ರೆಗೆ ಯಾಕೆ ಒಯ್ದು ಇಟ್ಟುಕೊಂಡಿದ್ದಾರು? ಈ ಊರಿನ ಆಸ್ಪತ್ರೇಲಿ ಪೇಶೆಂಟ್‌ಗಳಿಗೆಲ್ಲ ಫೋನಿನ ಸೌಕರ್ಯ ಇಟ್ಟಿರುಲ್ಲ. ನೀವು ಆರಂಭ ಮಾಡಿಬಿಡಿ. ನಾನೇ ಹೋಗಿ ಅವರನ್ನ ಮನೆಗೆ ಕಳಿಸಿ ಹಣ ತಂದು ಒಪ್ಪಿಸೂ ವ್ಯವಸ್ಥೆ ಮಾಡ್ತೀನಿ. ಪಂಡಿತ್‌ಜಿ ಹಾಡ್ತಾ ವೇದಿಕೇಲಿರ್ತಾರೆ. ನೀವು ಹ್ಯಾಗೂ ಇಲ್ಲಿರ್ತೀರಲ್ಲ. ನಿಮ್ಮ ಕೈಗೇ ತಲುಪಿಸ್ತೀನಿ. ಅರ್ಧಗಂಟೇಲಿ,' ಅವನು ಅಂಗಲಾಚಿದ.

'ಜನಗಳನ್ನ ಯಾಕೆ ಕಾಯಿಸೂದು. ಶುರು ಮಾಡಿಬಿಡ್ತೀನಿ. ತಾನ್‌ಪೂರದ ಶ್ರುತಿ ಇಳಿಯುತ್ತೆ.' ಅಂತ ಮೋಹನಲಾಲಜಿ ಹೇಳಿದರೂ ಮೇಡಂ ಕೇಳಲಿಲ್ಲ. 'ಕಾರಣಾಂತರದಿಂದ ಕಾರ್ಯಕ್ರಮ ಅರ್ಧಗಂಟೆ ತಡವಾಗುತ್ತೆ. ಸಭಿಕರು ಸಹಕರಿಸಬೇಕು ಅಂತ ಅನೌನ್ಸ್ ಮಾಡಿಸಿ. ನೀವು ಟ್ಯಾಕ್ಸಿಯಲ್ಲಿ ಹೋಗಿ ಬನ್ನಿ,' ಅಂತ ಪಟ್ಟುಹಿಡಿದರು. ಹಾಗೆಯೇ ಅನೌನ್ಸ್ ಮಾಡಿಸಿ ಸಹಾಯಕ ಹೋದ. ಇಪ್ಪತ್ತು ನಿಮಿಷದಲ್ಲಿ ಹಿಂತಿರುಗಿ ಬಂದ. 'ಮೇಡಂ, ಅವರು ಆಸ್ಪತ್ರೇಲಿಲ್ಲ. ಜೀವರಕ್ಷಕ ಔಷಧಿ ಹುಡುಕ್ಕಂಡು ಹೋಗಿದಾರೆ ಅಂತ ನರ್ಸು ಹೇಳಿದಳು. ಅವರು ಯಾವ ಯಾವ ಔಷಧಿ ಅಂಗಡಿ ಹುಡುಕ್ಕಂಡು ತಿರುಗ್ತಿದಾರೋ ಅಥವಾ ಯಾವ ಯಾವ ಔಷಧಿ ಕಂಪನಿಯ ಪ್ರತಿನಿಧಿಯ ಮನೆಗೆ ಹೋಗಿದಾರೋ! ಇಲ್ಲಿ ತಡ ವಾಗುತ್ತೆ ಅಂತ ವಾಪಸು ಬಂದೆ. ನಿಮಗೆ ಅಪನಂಬಿಕೆಯಾದರೆ ಇಕೋ, ಇಲ್ಲಿ ತಗಾಳಿ ಅಂತ ತನ್ನ ಜೇಬಿಗೆ ಕೈ ಹಾಕಿ, 'ನನ್ನ ಹತ್ತಿರ ಎರಡುಸಾವಿರ ಇದೆ. ಜೊತೆಗೆ ಬೇಕಾದರೆ ನನ್ನ ಕೈ ಗಡಿಯಾರ, ಬ್ರಾಂಡ್ ನ್ಯೂ,' ಅಂತ ಕಳಚಿ ಎರಡನ್ನೂ ಆಕೆಯ ಮುಂದೆ ಹಿಡಿದ. ಮೇಡಂ ಎರಡನ್ನೂ ಇಸಕೊಂಡು ತಮ್ಮ ಚೀಲಕ್ಕೆ ಹಾಕಿಕೊಂಡರು. ಆಮೇಲೆ, 'ನಡೀರಿ ಆ ಟ್ಯಾಕ್ಸೀಲಿ ಕೂತುಕೊಳಿ. ನಾನೂ ಬರ್ತೀನಿ. ಆಸ್ಪತ್ರೆಗೆ ಹೋಗಿ ಯಾವ ಪೇಷೆಂಟು, ಯಾವಾಗ ಅಡ್ಮಿಟ್ ಆದೋರು ಅಂತ ವಿಚಾರಿಸ್ತೀನಿ,' ಅಂದಳು. ಸಹಾಯಕನ ಮುಖ ಬಿಳಿಚಿಕೊಂಡಿತು. ಆದರೂ, 'ಏನು ಮೇಡಂ ನಮ್ಮನ್ನೇ ಸಸ್ಪೆಕ್ಟ್ ಮಾಡ್ತೀರ. ನೀವು ಕಾರ್ಯಕ್ರಮ ಶುರುಮಾಡದೆ ಇದ್ದರೆ ಜನ ನಿಮ್ಮ ಮೇಲೆ ತಗಲಿಕೊತ್ತಾರೆ,' ಹೆದರಿಸಿದ. 'ನಿಮ್ಮೂರಿನ ಕಂಟ್ರಾಕ್ಟರು ಹೀಗೆ ಮೋಸಮಾಡಿದಾನೆ. ನೀವು ಕಾಸು ಕೊಟ್ಟು ಟಿಕೀಟು ತಗಂಡಿರೋದು ಅವನಿಂದ. ಅವನಿಗೆ ತಗಲಿಕೊಳ್ಳಿ ಅಂತ ಹೇಳ್ತೀನಿ. ಗೇಟಿನ ಆಚೆ ಪೋಲೀಸಿನೋರು ನಿಂತಿದಾರಲ್ಲ, ಅವರಿಗೆ ಈಗಲೇ ಕಂಪ್ಲೇಂಟು ಕೊಡ್ತೀನಿ ಮೋಸ ಅಂತ.' ಅವನಿಗೆ ಉತ್ತರ ಹೊಳೆಯಲಿಲ್ಲ. 'ತಡೀರಿ ಇನ್ನೊಂದು ಸಲ ನೊಡ್ಕಂಡು ಬರ್ತೀನಿ,' ಅಂತ ಹೇಳಿ ಹೋದ. ಹೋದವನು ಬರಲೇ ಇಲ್ಲ. ಅರ್ಧಗಂಟೆ ಕಳೀತು. ಮುಕ್ಕಾಲುಗಂಟೆ ಕಳೀತು. ಜನಗಳು ಹೊಯ್ ಅಂತ ಗಲಾಟೆಮಾಡತೊಡಗಿದರು. ನಾಲ್ಕಾರು ಜನ ಇವರಿದ್ದ ರೂಮಿಗೇ ಬಂದು ಯಾಕೆ ತಡಮಾಡ್ತಿದೀರ ಅಂತ ವಿಚಾರಿಸಿದರು. ಈಕೆ ತಮಗೆ ಮೋಸವಾಗಿರುವ ವಿಚಾರ ಹೇಳಿದಳು. ವಿಚಾರಿಸುಕ್ಕೆ ಬಂದವರು ಸಂಭಾವಿತರು. ಯಾರವನು ಕಂಟ್ರಾಕ್ಟರು? ಏನವನ ಹೆಸರು? ವಿಳಾಸ? ಎಂದು ಮುಂತಾಗಿ ಕೇಳಿದರು. ಇವರು ಕೊಟ್ಟ ವಿಳಾಸ ಗುರುತು ಹಾಕಿಕೊಂಡರು. ಅವನು ಕೊಟ್ಟಿದ್ದ ಕೇರಾಫ್ ಹೋಟೆಲಿಗೆ ಹೋದರೆ ಆ ಹೆಸರಿನ ಒಬ್ಬರು ಎರಡುವಾರದಿಂದ ಇದ್ದರು. ಇವತ್ತು ಮಧ್ಯಾಹ್ನ ಖಾಲಿ ಮಾಡಿ ಹೋದರು ಅಂತ ಗೊತ್ತಾಯಿತು. ಹಿಂತಿರುಗಿ ಬಂದು, 'ಒಂದೂವರೆಗಂಟೆ ತಡ ವಾಗಿದೆ. ಇಷ್ಟೊಂದು ಜನಕ್ಕೆ ನಿರಾಶೆಯಾಗುತ್ತೆ. ನೀವು ಬಂದು ಹಾಡಿಬಿಡಿ. ಆಮೇಲೆ ನಾವು ಪೋಲೀಸಿಗೆ ಕೇಸು ಕೊಟ್ಟು ಅವನು ಎಲ್ಲಿದ್ದರೂ ಹಿಡಿಸಿ ವಸೂಲುಮಾಡಿ ಕೊಡುಸ್ತೀವಿ. ಅವನಿಗೆ ಜೈಲೂ ಕಾಣಿಸ್ತೀವಿ. ನಮ್ಮನ್ನ ನಂಬಿ,' ಅಂತ ಕೇಳಿಕೊಂಡರು. 'ನಡೀರಿ ಹಾಡ್ತೀನಿ,' ಮೋಹನಲಾಲ್ ಎದ್ದುನಿಂತರು. 'ಹಣ

ಕಳಕೊಂಡೋರು ಕಂಪ್ಲೇಂಟು ಮಾಡಿ ಅವನಿಂದ ವಸೂಲುಮಾಡಿಕೊಳ್ಳಲಿ. ನಾನ್ಯಾಕೆ ನುಕ್ಸಾನ್ ಮಾಡಿಕೊಬೇಕು,' ಈಕೆ ಕೇಳಿದಳು. 'ಬಾಯಿ, ಹೀಗೆ ಹಟಮಾಡಿದರೆ ಅನ್ಯಾಯವಾಗೂದು ಸಂಗೀತಕ್ಕೆ. ನಿಮಗೆ ಹ್ಯಾಗೂ ಏಳುಸಾವಿರ ಬಂದಿದೆ. ಹಾಡಿಬಿಡಿ,' ಅವರು ಅನುನಯಿಸಿದರೆ ಈಕೆ ಕೇಳಬೇಕಲ್ಲ, 'ನಮ್ಮ ಸಂಗೀತದ ಕಿಮ್ಮತ್ತನ್ನು ಏಳೇಸಾವಿರ ಅಂತಿದೀರಾ ನೀವು?' ಅಂತ ಎಗರಿದಳು. ಅವರಲ್ಲೊಬ್ಬ ವೃದ್ಧರು, 'ಸಂಗೀತದ ಕಿಮ್ಮತ್ತನ್ನು ರೂಪಾಯಿನಿಂದ ಕಟ್ಟುಕ್ಕೆ ಆಗ್ತದಾ? ಒಂದೊಂದುಸಲ ಇಂಥಾ ಮೋಸ ಆಗುತ್ತೆ. ಹಾಗಂತ ಇಷ್ಟು ಜನ ಸಂಗೀತಪ್ರೇಮಿ ಗಳಿಗೆ ನಿರಾಶೆಮಾಡೂದು ಪಾಪವಾಗುತ್ತೆ. ಮುಂದಿನಸಲ ನೀವು ನಾಗಪುರಕ್ಕೆ ಬಂದಾಗ ಇನ್ನೂ ಹತ್ತುಸಾವಿರ ಹೆಚ್ಚು ಬೇಡಿ,' ಎಂದರೆ ಈಕೆ, 'ಅಷ್ಟು ಧರ್ಮಕರ್ಮ ಹೇಳೋರಾದರೆ ನೀವೇ ನಿಮ್ಮ ಮನೆಗೆ ಹೋಗಿ ಹದಿಮೂರು ಸಾವಿರ ತಂದು ಕೊಟ್ಟುಬಿಡಿ. ಧರ್ಮವೆಲ್ಲ ನಿಮಗೇ ಸೇರಲಿ' ಎಂದಳು. ಹೇಳಿ. ಈಗ ಏನು ಮಾಡಬೇಕು? ನೀವೇ ಮೋಹನಲಾಲ್ ಆಗಿದ್ದರೆ ಏನು ಮಾಡ್ತಿದ್ದಿರಿ?' " ಅಂತ ಗೋರೆಯವರು ಈ ಕಡೆಗೆ ಮುಖಮಾಡಿ ಕೂತಿದ್ದ ಅವರ ಮುಖ ನೋಡಿದರು. ರಾಗದ ಭಾವದಷ್ಟೇ ತೀವ್ರವಾಗಿ ಸನ್ನಿವೇಶದ ಭಾವವನ್ನು ಅನುಭವಿಸುತ್ತಿದ್ದ ನನಗೆ ಅವರು ನನ್ನನ್ನೇ ಈ ಪ್ರಶ್ನೆ ಕೇಳಿದರು ಎನ್ನಿಸಿತು. ತಕ್ಷಣ ಉತ್ತರ ಹೊಳೆಯಲಿಲ್ಲ. 'ಹೇಳಿ. ನೀವು ಏನು ಮಾಡ್ತಿದ್ದಿರಿ?' ಅವರು ಮತ್ತೆ ಕೇಳಿ ದರು. ಹೋಗಿ ವೇದಿಕೆಯ ಮೇಲೆ ಕೂತು ಹಾಡ್ತಿದ್ದೆ. ಅನ್ನುವ ಮಾತು ನನಗರಿವಿಲ್ಲದೆಯೇ ಹೊರಬಂತು. ನಾನು ಅವರಿಬ್ಬರ ಮಾತಿನ ನಡುವೆ ಪ್ರವೇಶಿಸಿದ ಅರಿವೂ ಇಲ್ಲದೆ ಆಡಿ ಬಿಟ್ಟಿದ್ದೆ. 'ಶಾಭಾಷ್. ನೀನು ಹುಟ್ಟುಕಲಾವಿದೆ. ಏನಾದರೂ ನಿನ್ನ ತಂಗಿಯ ಸಂಗೀತಾಭ್ಯಾಸ ನಿಲ್ಲಿಸಬೇಡ ಅಂತ ನಿನ್ನಣ್ಣನಿಗೆ ಹೇಳ್ತೀನಿ,' ಗೋರೆಯವರು ಎಂದರು. ನಾನು ಪುಳಕಿತಳಾದೆ. ಮುಂದೆ ಏನಾಯಿತು? ಗೋರೆಯವರತ್ತ ಮುಖ ಮಾಡಿ ಕೂತಿದ್ದ ಮಾಥುರ್ ಕೇಳಿದರು.

"ಆ ಹೆಂಡತಿ ಕಲಾಧರ್ಮವನ್ನ ಅರ್ಥಮಾಡಿಕೊಳ್ಳೋ ವ್ಯಕ್ತಿಯಲ್ಲ. ಆ ತಕ್ಷಣ ಗಂಡನ ತೋಳು ಹಿಡಿದು ಎಳೆದೊಯ್ದು ಒಂದು ಆಟೋ ಹತ್ತಿಸಿ ಹೋಟೆಲಿಗೆ ಕರೆದೊಯ್ದು ಸಾಮಾನು ಎತ್ತಿಸಿಕೊಂಡಳು. ಅಡ್ವಾನ್ಸ್ ವಸೂಲುಮಾಡಿಕೊಂಡದ್ದರಿಂದ ಹೋಟೆಲಿನವನು ಸಾಮಾನು ಬಿಟ್ಟುಕೊಟ್ಟ. ಸೀದಾ ರೈಲ್ವೆಸ್ಟೇಶನ್‌ಗೆ ಹೋಗಿ ಫಸ್ಟ್, ಸೆಕೆಂಡ್ ಯಾವುದರಲ್ಲೂ ಜಾಗವಿಲ್ಲದ್ದರಿಂದ ಮೂರನೆದರ್ಜೆ ಜನರಲ್ ಬೋಗಿಯಲ್ಲಿ ಮುಂಬಯಿಗೆ ಎರಡು ಟಿಕೀಟು ತೆಗೆದಳು. ಗಾಡಿ ಬರುಕ್ಕೆ ಇನ್ನೂ ಒಂದುಗಂಟೆ ಇತ್ತು. ಮೋಹನಲಾಲ್ ಮೂಕ ರಾಗಿ ನಿಸ್ಸಹಾಯಕರಾಗಿ ಕೂತಿದ್ದರು. ಅರ್ಧಗಂಟೆ ಕಳೀತು. ಅವರ ಆಲೋಚನೆ ಅವರೊಳಗೇ ಸ್ಪಷ್ಟವಾಯಿತು. 'ಇವತ್ತು ನೀನು ತಪ್ಪು ಮಾಡಿದೀಯ. ಆ ಮುದುಕರು ಹೇಳಿದ್ದೇ ನ್ಯಾಯ. ಅಷ್ಟು ಜನ ಸಂಗೀತಪ್ರೇಮಿಗಳಿಗೆ ನಿರಾಶೆ ಮಾಡಿದ್ದು ಪಾಪ. ಯಾವನೋ ಲೋಫರ್ ಹಣಗಳಿಸುಕ್ಕೆ ಮೋಸದ ಕೆಲಸ ಮಾಡಿದಾನೆ. ಹಾಗಂತ ಹಣದ ಮುಖ ನೋಡಿ ಕಲಾಕಾರನಾದ ನಾನು ಕಲಾರಸಿಕರಿಗೆ ನಿರಾಶೆಮಾಡಿದರೆ ನನಗೂ ಆ ಲೋಫರನಿಗೂ ಏನು ವ್ಯತ್ಯಾಸ?' ಅಂದರಂತೆ. 'ನೀವು ನನ್ನನ್ನ ಲೋಫರ್ ಅಂತೀರಾ,

ನಿಮ್ಮ ಸಂಸಾರದ ವ್ಯವಹಾರಾನೆಲ್ಲ ನಿಭಾಯಿಸ್ತಿರೂ ಧರ್ಮಪತ್ನೀನ?' ಅವಳು ಎಗರಿದಳು. ಮಾತಿಗೆ ಮಾತು ಬೆಳೀತು. ಸಾಧಾರಣವಾಗಿ ಅವರು ಅವಳಿಗೆ ಹೆದರಿ ನಡೀತಿದ್ದರು. ಅವಳು ಹೆದರಿಸಿ ನಡೆಸ್ತಿದ್ದಳು. ಮಾತಿನ ನಡುವೆ ಅವರಿಗೆ ಒಂದು ಪರಿಹಾರ ಹೊಳೀತು. 'ನಾಗಪುರದ ರಸಿಕರ ಮುಂದೆ ನೀಚನಾಗಿ ಬಂದಿದೀನಿ. ನಾನು ರೈಲು ಹತ್ತೂದಿಲ್ಲ. ವಾಪಸು ಹೋಗಿ ಅವರೆದುರಿಗೆ ಚನ್ನಾಗಿ ಹಾಡಿಯೇ ಬರ್ತೀನಿ.' 'ಈಗ ನೀವು ವಾಪಸು ಹೋದರೂ ಸಭಿಕರು ಇರುಲ್ಲ. ಎದ್ದು ಅವರವರ ಮನೆಗೆ ಹೋಗಿರ್ತಾರೆ.' 'ಅದು ನನಗೆ ಗೊತ್ತಿದೆ. ನಾಳೆ ಬೆಳಗ್ಗೆ ಪೇಪರಿನಲ್ಲಿ ಅನೌನ್ಸ್‌ಮೆಂಟು ಕೊಟ್ಟು ನಾಡದ್ದು ಸಂಜೆ ಅದೇ ಜಾಗದಲ್ಲಿ ಫ್ರೀಯಾಗಿ ಹಾಡಿಯೇ ನಾನು ಮುಂಬಯಿಗೆ ಬರೋನು. ನೀನೂ ನನ್ನ ಜೊತೆ ಇರು ಬಾ.' 'ನಮ್ಮ ಸಂಸಾರಕ್ಕೆ ಮೋಸ ಮಾಡ್ತಿದೀರಿ ನೀವು,' ಅವಳು ಪಟ್ಟುಹಾಕಿದಳು. 'ನೀನು ಯಾವತ್ತೂ ಕಾಟನ್ ಸೀರೆ ಉಡ್ತಿಲ್ಲ. ನಕಲೀ ಒಡವೆ ತೊಡ್ತಿಲ್ಲ. ನಿನ್ನ ಕಿವೀಲಿ ಹೊಳೀತಿರೂದು ವಜ್ರದ ಓಲೆ ತಿಳಕ,' ಅಂದರು. 'ಪ್ರವರ್ಧಮಾನಕ್ಕೆ ಬರ್ತಿರೂ ದೊಡ್ಡಕಲಾಕಾರನ ಇಜ್ಜತ್ ಉಳಿಸುಕ್ಕೆ ಅಂತ ನಾನು ರೇಶ್ಮೆ ಸೀರೆ ಉಟ್ಟು ಚಿನ್ನದ ಒಡವೆ ತೊಡ್ತಿದೀನಿ ತಿಳಕಳಿ,' ಅವಳು ಪ್ರತಿಹೇಳಿದಳು. ಅದು ರೈಲ್ವೆ ಸ್ಟೇಷನ್ನು. ಹತ್ತಿರವಿದ್ದ ಜನ ಗಂಡ ಹೆಂಡಿರ ಜಗಳ ಕೇಳುಕ್ಕೆ ಇನ್ನೂ ಹತ್ತಿರ ಬಂದು ಸುತ್ತ ನಿಂತುಕೊಂಡರು. ಇವರಿಗೆ ಇನ್ನೂ ನಾಚಿಕೆಯಾಯಿತು. 'ಹಾಗಿದ್ದರೆ ನೀನೊಬ್ಬಳೇ ಮುಂಬಯಿಗೆ ಹೋಗು,' ಎಂದು ಹೇಳಿ ಅಲ್ಲಿಂದ ದೂರ ನಡೆದುಬಿಟ್ಟರು. ತುಸುಹೊತ್ತಿಗೆ ಗಾಡಿ ಬಂದು ಅವಳು ನುಗ್ಗಿ ಹತ್ತಿದಳು. ಇವರು ರೈಲ್ವೆ ಸ್ಟೇಷನ್ನಿನಿಂದ ಹೊರಗೆ ನಡೆದರು. ಎಲ್ಲಿಗೆ ಹೋಗಬೇಕಂತ ಗೊತ್ತಿಲ್ಲ. ಹೋಗಲು ಜಾಗವೂ ಇಲ್ಲ. ಜೇಬಿನಲ್ಲಿ ಒಂದು ಕಾಸೂ ಇಲ್ಲ. ಹಣದ ವ್ಯವಹಾರವನ್ನ ಹೆಂಡತಿ ತಗೊಂಡುಬಿಟ್ಟಿದ್ದಳು. ತುಸುಹೊತ್ತು ಹೊರಗೆ ನಡೆದಾಡಿ ಮುಂಬಯಿ ರೈಲು ಬಂದುಹೋಗುವ ಸಮಯ ಕಳೆದಮೇಲೆ ಸ್ಟೇಷನ್ನಿನ ಒಂದು ಮೂಲೆಯಲ್ಲಿ ಖಾಲಿ ಇದ್ದ ಬೆಂಚನ್ನು ಹುಡುಕಿ ಮಲಗಿ ದರು. ಬೆಳಕು ಮತ್ತು ಗದ್ದಲದಲ್ಲೂ ನಿದ್ದೆ ಬಂತು. ಎಂಥ ಸ್ಥಿತಿಯಲ್ಲೂ ನಿದ್ದೆಮಾಡುವ ಶಕ್ತಿ ಅವರಿಗಿದೆ. ಬೆಳಗಿನ ತನಕ ಮಲಗಿದ್ದು ಎದ್ದು ಮುಖ ತೊಳೆದು ಯಾರನ್ನೋ ಕೇಳಿ ಕೊಂಡು ನೆನ್ನೆ ತನ್ನ ಕಾರ್ಯಕ್ರಮ ಏರ್ಪಡಿಸಿದ್ದ ಕಾಲೇಜಿಗೆ ನಾಲ್ಕುಮೈಲಿ ನಡೆದು ಹೋದರು. ಬೆಳಗ್ಗೆ ಎಂಟುಗಂಟೆ ಕಾವಲುಗಾರನನ್ನು ಕೇಳಿ ಪ್ರಿನ್ಸಿಪಾಲರ ಮನೆಗೆ ಹೋದರು. ಇವರ ಗುರುತು ಹಿಡಿದ ಅವರು, 'ನೀವು ಮುಂಬಯಿಗೆ ಹೋಗಿಬಿಟ್ಟರಿ ಅಂತ ಕೇಳಿದೆ,' ಎಂದರು.

“ಇವರು, 'ಸಾಹೇಬರೇ, ಯಾವ ಸದ್ಗೃಹಸ್ಥನೂ ಹೊರಗಿನವರ ಸಂಗಡ ತನ್ನ ಹೆಂಡತಿಯ ವಿಷಯ ಹೇಳೂದಿಲ್ಲ. ಆದರೆ ಅದನ್ನ ನಿಮಗೆ ಹೇಳದೆ ನಾನೀಗ ನಿಮ್ಮಲ್ಲಿ ಬಂದ ಉದ್ದೇಶ ತಿಳಿಸುಕ್ಕೆ ಸಾಧ್ಯವಿಲ್ಲ,' ಎಂದು ನಡೆದ ಸಂಗತಿಯನ್ನು ವಿವರಿಸಿ, 'ನೀವು ಸ್ಥಳೀಯ ಪೇಪರಿನಲ್ಲಿ ಪ್ರಚಾರಮಾಡಿ ನಾಳೆಸಂಜೆ ನನ್ನ ಕಾರ್ಯಕ್ರಮ ಏರ್ಪಡಿಸಬೇಕು. ನಾನು ಮುಫ್ಲತ್ ಹಾಡ್ತೀನಿ. ಸಾಥೀದಾರರನ್ನ ಕೊಡಿಸೂದು ನಿಮ್ಮ

ಭಾರ. ನನಗೆ ಇವತ್ತು ನಾಳೆ ಎರಡು ದಿನ ಊಟ, ಇರುಕ್ಕೆ ಜಾಗ. ಮುಂದಿನ ದಿನ ಮುಂಬಯಿಗೆ ಒಂದು ರೈಲ್ವೆ ಟಿಕೀಟು. ಟಿಕೀಟಿನ ಹಣ ನಾನು ಆಮೇಲೆ ನಿಮಗೆ ಕಳಿಸಿಕೊಡ್ತೀನಿ.'

"'ನಿಮ್ಮಂಥ ಗಾಯಕರನ್ನ ಮನೇಲಿಟ್ಟುಕೊಂಡು ಊಟಹಾಕಿದರೆ ನಮಗೆ ಪುಣ್ಯ ಬರ್ತದೆ. ಉಳಿದದ್ದ ನಾನು ವ್ಯವಸ್ಥೆಮಾಡ್ತೀನಿ. ಮೊದಲು ಸ್ವಲ್ಪ ಬಿಸ್ಕತ್ತು, ಚಹಾ ತಗೊಂಡು ಸ್ನಾನಮಾಡಿ. ನಿಮಗೆ ಹೊಸ ಧೋತ್ರ, ಜುಬ್ಬ ಕೊಡ್ತೀನಿ,' ಅಂದರು. ಕಾಲೇಜಿನ ಜಿಮಖಾನದ ವತಿಯಿಂದ ಅದೇ ಕಾಲೇಜಿನ ಒಳಾಂಗಣದಲ್ಲಿ ಹಿಂದಿನ ದಿನ ವ್ಯವಸ್ಥೆಮಾಡಿದ ಸಾಥಿದಾರರನ್ನೇ ಕೊಡಿಸಿ ಎರಡನೆ ದಿನದ ಸಂಜೆಗೆ ಕಾರ್ಯಕ್ರಮ ಏರ್ಪಡಿಸಿದರು. ತಕ್ಷಣ ಸ್ಥಳೀಯ ಪತ್ರಿಕೆಗಳಿಗೆ ಫೋನುಮಾಡಿ ಪ್ರತಿನಿಧಿಗಳನ್ನು ಕರೆಸಿ ಹೇಳಿ ವ್ಯಾಪಕ ಪ್ರಚಾರ ಮಾಡಿದರು. ನಾಗಪುರದ ಆಕಾಶವಾಣಿ ಕೇಂದ್ರದಿಂದಲೂ ಬಿತ್ತರಿಸಿದರು. ಮುಂಬಯಿಯ ಪತ್ರಿಕೆಗಳಲ್ಲೂ ಸುದ್ದಿಯಾಗಿ ಬಂತು. ಹಿಂದಿನ ದಿನ ಟಿಕೀಟು ಪಡೆದಿದ್ದವರು ಮಾತ್ರವಲ್ಲ, ಟಿಕೀಟಿಲ್ಲದೆಯೂ ಯಾರು ಬೇಕಾದರೂ ಬರಬಹುದು ಅಂತ ಪ್ರಚುರಪಡಿಸಿದರು. ಕಾಲೇಜಿನ ವಿದ್ಯಾರ್ಥಿ ವಿದ್ಯಾರ್ಥಿನಿಯರೂ ಸೇರಿದರು. ಇಡೀ ನಾಗಪುರದಲ್ಲಿ ಅದುವರೆಗೆ ನಡೆದಿರದ ಬೃಹತ್ ಶ್ರೋತೃಗಳ ಗಾಯನಸಭೆ. ಮೋಹನಲಾಲಜಿಯ ಹಾಡು ಅದ್ಭುತ ವಾಗಿತ್ತು. ಅಷ್ಟು ಉತ್ಸಾಹದಿಂದ, ಹೃದಯದ ಅಷ್ಟು ಆಳದಿಂದ ಅವರು ಅದುವರೆಗೆ ಎಲ್ಲೂ ಎಂದೂ ಹಾಡಿರಲಿಲ್ಲವಂತೆ. ಶ್ರೋತೃಗಳ ಹೃದಯವನ್ನು ಮುಟ್ಟುವ ಆರ್ತತೆ ಅವರ ಗಾಯನದಲ್ಲಿ ಸತತ ಬುಗ್ಗೆಯಾಗಿ ಹರಿಯಿತಂತೆ. ಎರಡು ಸ್ಥಳೀಯ ಪತ್ರಿಕೆಗಳು ಕಲಾವಿದರ ಈ ಮೂಲಧರ್ಮಪಾಲನೆಯನ್ನು ಶ್ಲಾಘಿಸಿ ಸಂಪಾದಕೀಯ ಬರೆದವು."

ರಾತ್ರಿ ಹತ್ತೂವರೆ ಕಳೆದು ವಾಹನಸಂದಣಿ ಇಲ್ಲದ್ದರಿಂದ ಕಾರು ಬೇಗ ದಾದರನ್ನು ಸಮೀಪಿಸಿತು. ನಾನು ನಮ್ಮ ಮನೆಯ ದಾರಿಯನ್ನು ಡ್ರೈವರಿಗೆ ಹೇಳಿದೆ. 'ನಾನು ಮೇಲೆ ಬರೂದಿಲ್ಲ. ಹೊತ್ತಾಗುತ್ತೆ. ನಾಳೆ ಫೋನ್‌ಮಾಡ್ತೀನಿ ಅಂತ ನಿಮ್ಮಣ್ಣನಿಗೆ ಹೇಳು. ನೀನೂ ಯಾವತ್ತಾದರೂ ನಮ್ಮ ಮನೆಗೆ ಬಾ,' ಎಂದು ಹೇಳಿ ಅವರು ನನ್ನನ್ನು ಇಳಿಸಿದರು.

ಎಲ್ಲರದೂ ಊಟವಾಗುತ್ತಿತ್ತು. ಅಣ್ಣಂದಿರಿಬ್ಬರೂ ಅಂಗಡಿಯಿಂದ ಬಂದು ನಮ್ಮ ಮನೆಯಲ್ಲಿ ರಾತ್ರಿ ಊಟವಾಗುವುದೇ ಹನ್ನೊಂದರ ಸುಮಾರಿಗೆ. ನನ್ನ ಕುರ್ಚಿ, ತಟ್ಟೆ ಕಾಯುತ್ತಿದ್ದವು. 'ಹೆಂಗಿತ್ತು. ಐದುಸಾವಿರದ ಸಂಗೀತ?' ಕಿರಿಯಣ್ಣ ಕೇಳಿದ.

'ಅದ್ಭುತಸಂಗೀತ,' ನಾನು ಉತ್ಸಾಹದಿಂದ ಹೇಳಿದೆ.

'ಗೋರೆಸಾಹೇಬರು ಕಷ್ಟವಿಲ್ಲದೆ ನಿನ್ನನ್ನ ಗುರುತಿಸಿದರೆ?' ದೊಡ್ಡಣ್ಣ ಕೇಳಿದರು.

'ನಾನು ಹೋಗಿ ಕೂತ ಹತ್ತುನಿಮಿಷದಲ್ಲಿ ಅವರೇ ನನ್ನ ಕುರ್ಚಿಯ ಹತ್ತಿರಕ್ಕೆ ಬಂದು ಮಾತಾಡಿಸಿಹೋದರು.'

ಮಾತು ಗೋರೆಸಾಹೇಬರ ಬಗೆಗೆ ಬೆಳೆಯಿತು. ಚಿಕ್ಕಣ್ಣ ಹೇಳಿದ: ಅವರು ಇಡೀ ಭಾರತಕ್ಕೆ ಪ್ರಸಿದ್ಧರಾದ ಟ್ಯಾಕ್ಸ್ ವಕೀಲರು. ಯಾವುದೇ ರೀತಿಯ ಟ್ಯಾಕ್ಸ್ ವಿವಾದವಿರಲಿ,

ಹಿಡಿದು ವಾದ ಮಾಡಿದರೆ ಗೆದ್ದೇ ಗೆಲ್ತಾರೆ. ಅವರ ವಾದಕ್ಕೆ ಸುಪ್ರೀಂ ಕೋರ್ಟಿನಲ್ಲೂ ಬೆಲೆ ಇದೆ. ದಿಲ್ಲಿ, ಕಲ್ಕತ್ತ ಮದರಾಸು ಬೆಂಗಳೂರುಗಳ ಕೇಸುಗಳನ್ನೂ ಅವರ ಅಭಿಪ್ರಾಯ ಕೇಳಲು ಕಳುಸ್ತಾರೆ. ಒಂದು ಪುಟ ಅಭಿಪ್ರಾಯ ಬರೆದು ಕಳಿಸಿದರೆ ಇಪ್ಪತ್ತೈದು ಸಾವಿರ ಫೀ. ಸಂಸ್ಕೃತ ಚನ್ನಾಗಿ ಗೊತ್ತಿದೆ. ಅದರಲ್ಲಿ ಆಶುಕವಿತೆ ಕಟ್ಟಬಲ್ಲರು. ಅವರಿಗಿರುವ ಬುದ್ಧಿ ಸಮಯವನ್ನೆಲ್ಲ ವೃತ್ತಿಗೆ ವಿನಿಯೋಗಿಸಿದ್ದರೆ ನೂರು ಕೋಟೀನಾದರೂ ಗಳಿಸಿ ಇಡಬಹು ದಾಗಿತ್ತು. ಬೆಳಗ್ಗೆ ಒಂಬತ್ತಕ್ಕೆ ಆಫೀಸು ತಗೀತಾರೆ. ಸಂಜೆ ಆರಕ್ಕೆ ಕ್ಲೋಸ್. ವಕೀಲರುಗಳು, ಟ್ಯಾಕ್ಸ್ ಕನ್‌ಸಲ್ಟಂಟ್‌ಗಳು ರಾತ್ರಿ ಒಂಬತ್ತರವರೆಗಾದರೂ ಕೆಲಸ ಮಾಡಬೇಕಲ್ಲವೆ? ಸಂಜೆ ಯಲ್ಲಲ್ಲವೆ ಕಕ್ಷಿಗಾರರಿಗೆ ಬಿಡುವಾಗೂದು? ಸಂಗೀತ ನಾಟಕ ನೃತ್ಯ ಕಾರ್ಯಕ್ರಮಗಳಾಗೂದೇ ಸಂಜೆ. ಅದನ್ನ ತಪ್ಪಿಸಿಕೊಂಡು ನಾನೇಕೆ ಆಫೀಸಿನಲ್ಲಿ ಸಾಯಲಿ? ನನ್ನ ಹತ್ತಿರಕ್ಕೆ ಬರೂ ಕಕ್ಷಿಗಾರರು ನನ್ನ ಟೈಮಿಗೆ ಬರಲಿ ಅಂತಾರೆ. ಅವರ ಪ್ರೀತಿ ಇರೂದು ಸಂಗೀತದ ಮೇಲೆ. ಕಛೇರಿ ಕೊಡಿಸೂದು, ಹಣವಿಲ್ಲದಾಗ ಐದು ಹತ್ತು ಸಾವಿರ ಮುಫ್ತ್ ಕೊಡೂದು, ಹೊಸದಾಗಿ ಬಿಲ್ಡಿಂಗ್ ಸೊಸೈಟಿ ಫಾರ್ಮ್ ಆದಾಗ ಬಿಲ್ಡರ್‌ಗೆ ಹೇಳಿ ಸಂಗೀತಗಾರರಿಗೆ ಕಡಮೆಬೆಲೆಗೆ ಫ್ಲ್ಯಾಟ್ ಕೊಡಿಸೂದು, ಕಟ್ಟುವ ಮೊದಲೇ ಅವರ ಸಾಧನೆಗೆ ಅನುಕೂಲವಾಗೂ ಹಾಗೆ ಅಕ್ಕಪಕ್ಕದ ಸದ್ದುಗದ್ದಲ ಒಳಗೆ ಬಾರದ ಒಂದು ದೊಡ್ಡ ಕೋಣೆ ಇರುವ ಹಾಗೆ ಡಿಸೈನ್ ಮಾಡಿಸೂದು. ಸಂಗೀತಸಭೆಗಳಿಗೆ ಪೋಷಣೆ ಮಾಡೂದು. ಅವರ ಹೆಸರು ಪೇಪರಲ್ಲಿ ಬರುಲ್ಲ. ಆದರೆ ಅವರ ಸಹಾಯ ಪಡೆಯದ ಯಾವ ಸಂಗೀತಸಭೆಯೂ ಮುಂಬಯಿಯಲ್ಲಿಲ್ಲ. ಮನೇಲಿ ಅದೆಷ್ಟು ಕಲಾವಿದರ ಕಛೇರಿಯ ಕ್ಯಾಸೆಟ್‌ಗಳನ್ನ ಸಂಗ್ರಹಿಸಿ ಲೈಬ್ರರಿ ಮಾಡಿಕೊಂಡಿದಾರೆ ಗೊತ್ತಾ? ಐದು ಸಾವಿರವಾದರೂ ಇವೆ. ಅವಕ್ಕೆಲ್ಲ ಕಲಾಕಾರರ ಇಂಡೆಕ್ಸ್ ರಾಗದ ಇಂಡೆಕ್ಸ್ ತಾಳದ ಇಂಡೆಕ್ಸ್ ಅಂತ ಮಾಡಿಸಿಟ್ಟಿದಾರೆ. ಅವರು ಕಾರಿನಲ್ಲಿ ಕೂತರು ಅಂದರೆ ಸಾಕು, ಕಿಟಕಿಮುಚ್ಚಿ, ಎ.ಸಿ. ಹಾಕಿ ಯಾವುದಾದರೂ ಒಂದು ಶಾಸ್ತ್ರೀಯ ರಾಗದ ಗಾಯನ ಅಥವಾ ವಾದನದ ಕ್ಯಾಸೆಟ್ ಹಾಕಿಬಿಡ್ತಾರೆ. ಅವರ ಕಾರು ಪೆಟ್ರೋಲಿನಿಂದ ನಡೆಯುಲ್ಲ. ಸಂಗೀತದಿಂದ ನಡೆಯುತ್ತೆ ಅಂತ ಒಂದು ಜೋಕ್ ಇದೆ. ಬಿಸಿನೆಸ್ ಪ್ರಪಂಚದಲ್ಲಿ ಅವರಿಗೆ ಎಷ್ಟು ಗೌರವವಿದೆ ಅಂದರೆ ಬೆನಿಫಿಟ್ ಕಾರ್ಯಕ್ರಮ ಏರ್ಪಡಿಸೋ ರೆಲ್ಲ ಅವರನ್ನ ಹಿಡೀತಾರೆ. ನೇರವಾಗಿ ಅವರ ಕಕ್ಷಿಗಾರರಾಗಿರಲಿ ಇಲ್ಲದಿರಲಿ, ಅವರು ಐದುಸಾವಿರದ, ಹತ್ತು ಸಾವಿರದ ಟಿಕೇಟು ತಗೋಳಿ ಅಂತ ಒಂದು ಫೋನ್ ಮಾಡಿದರೆ ಯಾರೂ ಇಲ್ಲ ಅನ್ನುಲ್ಲ. ಒಂದಲ್ಲ ಒಂದು ದಿನ ತಾವು ಅವರ ಹತ್ತಿರಕ್ಕೆ ಟ್ಯಾಕ್ಸ್ ವಿಷಯ ವಾಗಿ ಸಲಹೆ ಕೇಳುಕ್ಕೆ ಹೋಗಬೇಕಾಗುತ್ತೆ ಅಂತ ಎಲ್ಲರಿಗೂ ಗೊತ್ತಿದೆ.

ರಾತ್ರಿ ಮಲಗಿದಾಗ ಶುದ್ಧ ಕಲ್ಯಾಣ ಕಿವಿಯನ್ನು ತುಂಬಿಕೊಂಡಿತು. ಗೋರೆಸಾಹೇಬರು ಖಂಡಿತವಾಗಿಯೂ ಟೇಪ್ ಮಾಡಿಸಿರುತ್ತಾರೆ. ನಾಳೆ ಸಂಜೆಯ ಒಳಗೆ ಟೇಪು ಅವರ ಕೈ ಸೇರಿರುತ್ತೆ. ದೊಡ್ಡಣ್ಣನ ಮೂಲಕ ಕೇಳಿ ಪ್ರತಿಮಾಡಿಸಿ ತಂದು ಇಪ್ಪತ್ತು ಮೂವತ್ತುಸಲ ಕೇಳಬೇಕು ಎಂಬ ನಿಶ್ಚಯಮಾಡಿದೆ. ನನಗೆ ನಾನೇ ಗುನುಗಿಕೊಳ್ಳತೊಡಗಿದೆ. ಎಷ್ಟು ಸುಂದರ ರಾಗ, ಮೋಹನಲಾಲರದು ಎಷ್ಟು ಅದ್ಭುತ ಪ್ರಸ್ತುತಿ! ಎನ್ನಿಸಿತು. ಅವರ

ಶ್ರೀಗಂಭೀರ ಕಂಠ ನಯಗೊಂಡು ಸಾಕ್ಷಾತ್ ಹಾಡುತ್ತಿರುವಂತೆ ಕೇಳಿಸತೊಡಗಿತು. ಜೊತೆಗೆ ನನ್ನ ಗುನುಗು. ನಾವಿಬ್ಬರೂ ಒಟ್ಟಿಗೆ ಹಾಡುತ್ತಿರುವ ಅನುಭವ. ರಾಗಸಂಚಾರದಲ್ಲಿ ಅವರು ಮುಂದೆ ಸಾಗುತ್ತಾರೆ. ನಾನು ಹಿಂಬಾಲಿಸುತೀನಿ. ನಾನು ಹಿಂಬಾಲಿಸಲು ಅನುವಾಗ ಲೆಂದು ಅವರು ಅಲ್ಲಲ್ಲಿ ನಿಲ್ಲುತಾರೆ. ನಿಂತು ಕಾಯ್ತಾರೆ. ಕೆಲವೊಮ್ಮೆ ಜೊತೆಗೆ ಬಾ ಅಂತ ನನ್ನ ಕಡೆ ದೃಷ್ಟಿಯಿಂದ ಸೂಚಿಸ್ತಾರೆ. ನಾವಿಬ್ಬರೂ ಜೊತೇಲಿ ಹಾಡ್ತೀವಿ. ಒಂದು ರಾಗವು ಒಂದು ಗಂಡು ಒಂದು ಹೆಣ್ಣಿನ ಗಂಟಲಿನ ಮೂಲಕ ಏಕಕಾಲದಲ್ಲಿ ಪಸರಿಸುವ ಹಾಗೆ. ಅವರು ಮತ್ತೆ ಮುಂದೆ ಸಾಗ್ತಾರೆ. ನಾನು ತಂಬೂರಿ ಮಿಡೀತಾ ಮೌನವಾಗಿ ಒತ್ತಾಸೆ ಕೊಡ್ತೀನಿ. ನಡುವೆ ಅವರು ಸಮೀಪಕ್ಕೆ ಸರಗಿ ಕೂತು ತಂಬೂರಿಯನ್ನು ತಮ್ಮ ಬಲಗಿವಿಗೆ ಹತ್ತಿರವಾಗಿ ಹಿಡಿ ಅಂತ ಹಸ್ತದಿಂದ ಸೂಚಿಸ್ತಾರೆ. ನನ್ನ, ಅವರ, ಇಬ್ಬರ ಕಿವಿಗಳಿಗೂ ಏಕಸಮನಾಗಿ ಕೇಳುವ ಹಾಗೆ ಹತ್ತಿರಕ್ಕೆ ಒತ್ತಿ ನಾನು ಮಿಡೀತೀನಿ. ಅವರು ಕಣ್ಣುಮುಚ್ಚಿ ಸ್ವರದ ಸೂಕ್ಷ್ಮಸ್ಥಾನವೊಂದನ್ನು ಆವಿಷ್ಕರಿಸಿಕೊಳ್ಳುಕ್ಕೆ ಧ್ಯಾನಮಗ್ನರಾಗ್ತಾರೆ. ರಾಗವನ್ನ ಸಭಿಕರಿ ಗಾಗಿ ಹಾಡ್ತಿಲ್ಲ. ನನಗೆ ಕಲಿಸುಕ್ಕೆ, ಅದರ ಸೂಕ್ಷ್ಮಾತಿಸೂಕ್ಷ್ಮ ಹೊಳಹುಗಳನ್ನು ತೋರಿಸಿ ಮನದಟ್ಟು ಮಾಡಿಸುಕ್ಕೆ ಹಾಡ್ತಿದಾರೆ. ನಾನು ಸ್ವಲ್ಪವೂ ತಪ್ಪದೆ ತೊದಲದೆ ಅನುಸರಿಸಿ ಕರಗತಮಾಡಿಕೊಳ್ತೀನಿ. ನಡುನಡುವೆ ನನ್ನದೇ ಸ್ವಂತ ಹೊಳಹುಗಳು ಕಾಣಿಸಿ ಅವನ್ನೂ ಅಂದು ತೊರುಸ್ತೀನಿ. ಅವರ ಕಣ್ಣುಗಳಲ್ಲಿ ಮೆಚ್ಚುಗೆಯ ಮಂದಪ್ರಕಾಶ ಮೂಡುತ್ತೆ.

ಎಷ್ಟುಹೊತ್ತಿಗೆ ನಿದ್ರೆ ಬಂತೋ, ಬೆಳಗ್ಗೆ ತಡವಾಗಿ ಎಚ್ಚರವಾದಾಗ ಮನಸ್ಸು ಉಲ್ಲಾಸ ದಿಂದಿತ್ತು. ನಾನು ಇಡೀರಾತ್ರಿ ಶುದ್ಧಕಲ್ಯಾಣವನ್ನು ಹೊಕ್ಕು ಹಾಯ್ದು ರಹಸ್ಯವನ್ನರಿತ ಭಾವ ತುಂಬಿಕೊಂಡಿತ್ತು. ಮೇಲೆ ಎದ್ದು ಮುಖ ತೊಳೆಯುವ ಮನಸ್ಸಿಲ್ಲದೆ ಕಣ್ಣುಮುಚ್ಚಿ ಕೊಂಡೇ ಮಲಗಿದ್ದೆ. ಹೊರಗೆ ಮಕ್ಕಳು ಸದ್ದುಮಾಡುತ್ತಿದ್ದರು. ಚಿಕ್ಕಣ್ಣನ ಮಗಳು 'ಘ್ಯೂಪಿ ಯಾಕೆ ತಂಬೂರಿ ಬಾರಿಸಿಕೊತ್ತಿಲ್ಲ?' ಕೇಳುತ್ತಿದ್ದಳು. ಎದ್ದು ಹಾಸಿಗೆ ಸರಿಮಾಡಿ ಮುಖ ತೊಳೆದು ಹೊರಗೆ ಬಂದಾಗ ಚಿಕ್ಕಣ್ಣ, 'ನೋಡು, ನೆನ್ನೆಯ ಸಂಗೀತದ ಫ಼ೋಟೋ ಬಂದಿದೆ' ಎಂದು ಬೆಳಗಿನ ಪತ್ರಿಕೆಯನ್ನ ಮುಂದೆಹಿಡಿದ. ತಾನ ಹೊಡೆಯುತ್ತಿರುವ ಭಂಗಿ. ಹೊಡೆಯುತ್ತಿರುವವರು ಅವರಲ್ಲ, ಅವರ ಬಲಬದಿಗೆ ತುಸು ಹಿಂದೆ ತಾನಪೂರ ಹಿಡಿದು ಕುಳಿತಿದ್ದ ಅವಳು, ರಜನೀಕೌಶಲ್. ಪತ್ರಿಕೆಯವರಿಗೆ ಬೇಕಾದುದು ಗಾಯನವನ್ನು ನಡೆಸಿಕೊಟ್ಟ ಅಪ್ರತಿಮ ಕಲಾವಿದನಲ್ಲ, ಹುಡುಗಿಯ ಮುಖ. ಅವಳು ಹಾಡುತ್ತಿರುವುದು. ಬೇಸರವಾಯಿತು. ದಿಟ್ಟಿಸಿನೋಡಿದೆ. ಚಿತ್ರ ಸ್ಪಷ್ಟವಾಗಿ ಮೂಡಿದೆ. ಅವಳು ಏನೇನೂ ಚನ್ನಾಗಿಲ್ಲ. ತಾನ ತೆಗೆಯುವಾಗ ಮುಖ ವಿಕಾರವಾಗಿದೆ. ಚಹರೆಯನ್ನು ಸಹಜವಾಗಿಟ್ಟು ಕೊಂಡು ಹಾಡಬೇಕೆಂಬ ಪ್ರಾಥಮಿಕ ನಿಯಮವೂ ಗೊತ್ತಿಲ್ಲ. ವಿಕಾರ ಮಾಡಿಕೊಂಡಿರೂದು ಮಾತ್ರವಲ್ಲ, ಅವಳು ಚನ್ನಾಗಿಲ್ಲ, ನಿಜವಾಗಿಯೂ ಚನ್ನಾಗಿಲ್ಲ. ಮೇಕಪ್ ಮಾಡಿಕೊಂಡು ಬಂದು ಕೂತಿದಾಳೆ. ಹಿಂದಿನಿಂದ ಒಂದು ಫೋಟಾ ತಾನ್ ಸೇರಿಸುವ ಅವಕಾಶ ದೊರೆ ಯುವ ವೇಳೆಗಾಗಲೆ ಮೇಕಪ್ ಬೆವರಿಗೆ ಕಲಸಿ ಬಿರುಕುಬಿಟ್ಟು ಮುಖದ ವಕ್ರಲಕ್ಷಣ ಕಾಣಿಸಿಕೊಂಡಿದೆ ಎನ್ನಿಸಿತು. ಚಹಾ ಕುಡಿದು ನನ್ನ ಕೋಣೆಗೆ ಬಂದು ಬಾಗಿಲುಮುಚ್ಚಿ

ತಂಬೂರಿಯ ಶ್ರುತಿ ಮಾಡಿಕೊಂಡು ಮೀರಜ್‌ಕರ್ ಬುವಾ ಅವರು ಹೇಳಿಕೊಡುತ್ತಿದ್ದ ಖಮಾಜ್ ರಾಗವನ್ನು ಆರಂಭಿಸಿದರೆ ಮನಸ್ಸು ಅದರಲ್ಲಿ ಹೋಗಲಿಲ್ಲ. ಶುದ್ಧಕಲ್ಯಾಣವನ್ನು ಮಾತ್ರ ಹಾಡ್ತೀನಿ ಅಂತ ಹಟಮಾಡ್ತಿತ್ತು. ಖಮಾಜನ್ನು ನಿಲ್ಲಿಸಿ ಶುದ್ಧಕಲ್ಯಾಣವನ್ನೇ ಆರಂಭಿಸಿದೆ. ನೆನ್ನೆ ಸಂಜೆ ಕೇಳಿದ ಸ್ವರೂಪ ಗೊತ್ತಿತ್ತು. ಆರೋಹದಲ್ಲಿ ಭೂಪಾಲಿ, ಅವರೋಹದಲ್ಲಿ ಕಲ್ಯಾಣ ಎಂಬ ನಿಯಮ ಗೊತ್ತಿತ್ತು. ಹಾಡಿಕೊಳ್ಳತೊಡಗಿದರೆ ತಾರ ಷಡ್ಜ ಮುಟ್ಟುವ ತನಕ ಭೂಪಾಲಿಯೇ, ನಡುವೆ ಎಲ್ಲೂ ಇಳಿದು ಕಲ್ಯಾಣ ಸ್ವರಗಳು ಹತ್ತುವುದಿಲ್ಲವೆ? ಹಾಗಿರುವುದು ಶಕ್ಯವಿಲ್ಲ. ಹಾಗಾದರೆ ಎಲ್ಲಿ ಎಲ್ಲಿ ಯಾವ ಯಾವ ರೀತಿ ವಿನ್ಯಾಸಮಾಡಬೇಕು? ಎಂಬ ಪ್ರಶ್ನೆ ಹುಟ್ಟಿ ಧ್ವನಿಯು ಮುಂದೆ ಸಾಗದಂತೆ ತಡೆಯಿತು. ಕ್ರಮವಾಗಿ ಪಾಠ ಹೇಳಿಸಿಕೊಳ್ಳದೆ ತಿಳಿಯುವ ವಿದ್ಯೆಯಲ್ಲ ಇದು ಎನ್ನಿಸಿ ಹತಾಶೆಯಾಯಿತು. ನಾಳೆ ಗೋರೆಸಾಹೇಬರನ್ನು ಸಂಪರ್ಕಿಸಿ ಕಾರ್ಯಕ್ರಮದ ಟೇಪು ಸಂಪಾದಿಸಿ ನಾಲ್ಕುಸಲ ಕೇಳಿದರೆ ಗೊತ್ತಾಗುತ್ತೆ ಎಂಬ ಪರಿಹಾರ ಹೊಳೆಯಿತು. ತುಸುಹೊತ್ತಿನ ನಂತರ ನಾಲ್ಕಲ್ಲ ನಾನೂರುಸಲ ಕೇಳಿದರೂ ಗುರುವು ಬಿಡಿಸಿ ಹೇಳಿ ಅಭ್ಯಾಸಮಾಡಿಸಿ ತಿದ್ದಿ ಕಲಿಸದಿದ್ದರೆ ರಾಗದ ಮರ್ಮ ದಕ್ಕೂದಿಲ್ಲ, ಶಾಸ್ತ್ರೀಯ ಸಂಗೀತದ ಜಾಯಮಾನವೇ ಅಂಥದು ಅನ್ನುವ ಅರಿವಾಗಿ ಮನಸ್ಸಿನಲ್ಲಿ ಕತ್ತಲೆ ತುಂಬಿಕೊಂಡಿತು.

ಸ್ನಾನಮಾಡಿ ತಲೆಬಾಚಿಕೊಳ್ಳುವಾಗ ಕನ್ನಡಿಯಲ್ಲಿ ನನ್ನ ಮುಖ ಕಾಣಿಸಿತು. ಎಷ್ಟು ಚನ್ನಾಗಿದೀನಿ! ಎನ್ನಿಸಿತು. ಯಾವತ್ತೂ ನನ್ನ ರೂಪವನ್ನು ನಾನು ಹೀಗೆ ಮೆಚ್ಚಿ ಮನಸ್ಸಿನಲ್ಲೇ ಉದ್ಗರಿಸಿಕೊಂಡಿರಲಿಲ್ಲ. ಎಷ್ಟು ಚನ್ನಾಗಿದೀನಿ. ಹಣೆಯ ಅಗಲ, ಕಣ್ಣುಗಳ ಸ್ವರೂಪ, ನಯವಾದ ಮೀಂಡಿನಂತೆ ಬಾಗಿರುವ ಹುಬ್ಬುಗಳು, ಪೂರ್ವಾಂಗ ಉತ್ತರಾಂಗಗಳನ್ನು ದೃಢವಾಗಿ ವಿಂಗಡಿಸಿದರೂ ಕೋಮಲ ಸ್ವರೂಪದಲ್ಲಿರುವ ಮಧ್ಯಮದಂತಹ ಮೂಗು. ಈ ರೂಪ ಅವಳಿಗೆಲ್ಲಿಂದ ಬರಬೇಕು, ಎಂದು ರಜನೀಕೌಶಲಳ ಮುಖ ಮನಸ್ಸಿನಲ್ಲಿ ಮೂಡಿ ನಿಂತಿತು. ಆದರೆ ನನ್ನ ರೂಪವನ್ನು ಅವಳೊಂದಿಗೆ ಯಾಕೆ ಹೋಲಿಸಿಕೊತ್ತಿದೀನಿ, ಎನ್ನಿಸಿದಾಗ ತಕ್ಷಣ ನಾಚಿಕೆಯಾಯಿತು. ನನ್ನ ಮನಸ್ಸು ನೆನ್ನೆ ಸಂಜೆಯಿಂದ ಅವಳ ಕಂಠ, ಅವಳ ಗಾಯನಶಕ್ತಿಗಳನ್ನು ಹೀಯಾಳಿಸುತ್ತಿತ್ತು. ಬೆಳಗ್ಗೆ ಪತ್ರಿಕೆಯಲ್ಲಿ ಚಿತ್ರ ನೋಡಿದಾಗ ಅವಳ ರೂಪವನ್ನೂ ಹೀಯಾಳಿಸಿತು. ಈಗ ನನ್ನ ರೂಪದ ಜೊತೆ ಹೋಲಿಸಿಕೊಳ್ಳುತ್ತಿದೆ. ಛೀ, ನಾನು ಕೆಳಗಿಳಿಯುತ್ತಿದೀನಿ, ಎಂಬ ಅರಿವಾಯಿತು.

ಊಟಮಾಡಿ ಅಡ್ಡಾದಾಗ ಮೋಹನಲಾಲರು ಬೇರೊಂದು ರೀತಿಯಲ್ಲಿ ಕಾಣಿಸಿದರು. ಮನೆ, ಸಂಸಾರ ಕುರ್ಲಾದಲ್ಲಿದ್ದರೂ ಅವರು ಪಶ್ಚಿಮಬಾಂದ್ರಾದ ಇನ್ನೊಂದು ಫ್ಲ್ಯಾಟಿನಲ್ಲೇ ಇರುತ್ತಾರೆ. ಆ ಬಗೆಗೆ ನನಗೂ ಅವರ ಮೇಲೆ ಅಸಮಾಧಾನವಿತ್ತು. ಕಾರಿನಲ್ಲಿ ಬರುವಾಗ ಗೋರೆ ಸಾಹೇಬರು ಹೇಳಿದ ನಾಗಪುರದ ಘಟನೆಯು ನನ್ನಲ್ಲಿ ಅವರ ಬಗೆಗೆ ಅನುಕಂಪ ಹುಟ್ಟಿಸಿತು. ಇಂಥ ಹೆಂಡತಿಯ ಕೈಗೆ ಸಿಕ್ಕಿ ಸೂಕ್ಷ್ಮಭಾವದ ಆ ಕಲಾವಿದ ಎಷ್ಟೊಂದು ನರಳಿದ್ದಾರೆಯೋ! ಎಂದು ಪರಿತಪಿಸತೊಡಗಿದೆ. ಆದ್ದರಿಂದಲೇ ಇರಬಹುದೇ, ಅವರ ಗಾಯನದಲ್ಲಿ ನೋವಿನ ಛಾಯೆ ಒಡೆದು ಕಾಣುವುದು ಎನ್ನಿಸಿತು. ಅದುವರೆಗೂ ಕಾಣ

ದಿದ್ದ ಒಂದು ಹೊಸಗುಣವು ಅವರ ಗಾಯನದಲ್ಲಿ ಗೋಚರಿಸಿ ಆ ಗಾಯನವು ನನ್ನ ಅಂತರಂಗದಲ್ಲಿ ಇದುವರೆಗೆ ತೆರೆಯದಿದ್ದ ಆಳಕ್ಕೆ ಇಳಿದು ವ್ಯಾಪಿಸಿತು. ಮಲಗಿದ್ದವಳು ಮೇಲೆ ಎದ್ದು ಅವರ ತೋಡಿಯ ಕ್ಯಾಸೆಟ್ ಹಾಕಿ ಕೇಳಿದೆ. ಹೌದು, ಆರಂಭದಲ್ಲೇ ಬೆಳಗಿನ ಶಾಂತಿಯ ಆಳದಲ್ಲಿ ನೋವು ಕಾಣುತ್ತಿದೆ. ಅಪರಾಹ್ಣದ ಸಾರಂಗದಲ್ಲೂ ಬಳಲಿಕೆಯ ನೋವಿದೆ. ಮಲ್ಹಾರದಲ್ಲಂತೂ ಯಾತನೆ ಒಡೆದು ಮೂಡಿದೆ. ಹೌದು ಅವರು ಹಾಡುವ ದ್ರುತಗತಿಯಲ್ಲೂ ನೋವೇ? ಅಥವಾ ನೋವನ್ನು ದಾಟಿದ ಸಫಲಭಾವವೆ? ಎಂಬ ಜಿಜ್ಞಾಸೆ ಹುಟ್ಟಿದರೂ ಇಲ್ಲ ಇಲ್ಲ ನೋವು ಎಂದೇ ಮನಸ್ಸು ನಿರ್ಣಯಿಸಿತು.

ನಡುರಾತ್ರಿಯ ವೇಳೆಗೆ ಮನಸ್ಸಿನ ತುಂಬ ಆ ಅವಳ, ಅವರ ಹೆಂಡತಿ ಎನ್ನಿಸಿಕೊಂಡವಳ, ಏನವಳ ಹೆಸರು? ಆಗ ಅದು ಗೊತ್ತಿರಲಿಲ್ಲ, ಬಗೆಗೆ ದ್ವೇಷ ತುಂಬಿಕೊಂಡಿತು. ಇಂಥ ಕಲಾವಿದನನ್ನು ಹಣಸಂಪಾದನೆಯ ಸಾಧನವನ್ನಾಗಿ ಬಳಸಿದ ಪಾಪಿ, ರಾಕ್ಷಸಿ, ಎಂದು ಮನಸ್ಸು ಬೈಯತೊಡಗಿತು. ಸಂಗೀತದಲ್ಲಿ ಪ್ರೇಮವಿರುವ ಹೆಂಗಸನ್ನು ಪರೀಕ್ಷಿಸಿಯಲ್ಲವೆ ಇವರು ಮದುವೆಯಾಗಬೇಕಾಗಿದ್ದುದು? ಅವಳೂ ಇವರ ಶಿಷ್ಯೆಯಂತೆ, ಎಂದು ಕೇಳಿದ್ದ ಗಾಳಿಮಾತು ನೆನಪಿಗೆ ಬಂದು ಇವರ ಶಿಷ್ಯೆಯಾಗಿ ಸಂಗೀತ ಕಲಿತವಳು ಹೇಗೆ ಅಷ್ಟುಜನ ಸಂಗೀತಪ್ರೇಮಿಗಳನ್ನು ಧಿಕ್ಕರಿಸಿ ಗಂಡನು ಹಾಡುತ್ತೇನೆಂದರೂ ಬಿಡದೆ ಎಳೆದುಕೊಂಡು ಸ್ಟೇಷನ್ನಿಗೆ ಹೋದಳು? ಎಂಬ ಗೊಂದಲ ಹುಟ್ಟಿ ಅವಳು ಇವರ ಶಿಷ್ಯೆ ಅನ್ನುವುದು ಜನ ಗಳು ಸೃಷ್ಟಿಸಿರುವ ಕತೆ ಎಂಬ ತೀರ್ಮಾನ ಮಾಡಿಕೊಂಡೆ. ಬೇರೆ ಯಾವರೀತಿಯ ವಿವರಣೆಯೂ ಒಗ್ಗುತ್ತಿರಲಿಲ್ಲ. ಇಂಥ ಸೂಕ್ಷ್ಮಸಂವೇದೀ, ಸುಕುಮಾರ ಮನಸ್ಸಿನ ಕಲಾವಿದ ಗಂಡನನ್ನು ಕೈಹಿಡಿದು ದರದರನೆ ರೈಲ್ವೆಸ್ಟೇಷನ್ನಿಗೆ ಎಳೆದುಕೊಂಡು ಹೋಗುವ ಗಟಾಣಿ ಹೆಂಗಸು, ಪಹಿಲ್ವಾನರಂಥ ದಪ್ಪತೋಳುಗಳು, ಸಿನಿಮಾದಲ್ಲಿ ತೋರಿಸುವ ಮಾಟಗಾತಿಯಂಥ ಭಯಂಕರ ಮುಖ, ಅಂಥವಳನ್ನು ಇವರು ಯಾಕೆ ಮದುವೆಯಾದರು? ಎಂಬ ಖೇದ ಪೂರ್ಣ ಅನುಕಂಪದಲ್ಲಿ ಎಷ್ಟು ಹೊತ್ತಾದರೂ ನಿದ್ರೆ ಹತ್ತಲಿಲ್ಲ.

ಬೆಳಗ್ಗೆ ತಡವಾಗಿ ಎದ್ದೆ. ಹಲ್ಲು ಉಜ್ಜುವಾಗ ಕನ್ನಡಿಯಲ್ಲಿ ಕಂಡ ನನ್ನ ಮುಖ ಎಷ್ಟು ಸೌಮ್ಯವಾಗಿ ಗೋಚರಿಸಿತು! ಸೌಮ್ಯರಲ್ಲದವರಿಗೆ ಸಂಗೀತಪ್ರೀತಿ ಇರಲು ಸಾಧ್ಯವೆ? ಒಂದು ಹುಲ್ಲುಗರಿಯನ್ನೂ ಬಾಡದಂತೆ ಸಂರಕ್ಷಿಸುವ ದಯಾರ್ದ್ರ ಹೃದಯವಿಲ್ಲದಿದ್ದರೆ ಶ್ರುತಿಸೂಕ್ಷ್ಮ ತಿಳಿದೀತೆ? ಎಂಬ ಸಮರ್ಥನೆಗಳು ಹುಟ್ಟಿಕೊಂಡವು. ಪ್ರಪಂಚದಲ್ಲಿರುವ ರೂಕ್ಷತನವನ್ನು ಕರಗಿಸಿ ಎಲ್ಲೆಲ್ಲೂ ಮಾರ್ದವತೆಯನ್ನು ಸೃಷ್ಟಿಸುವುದೇ ಸಂಗೀತದ ಧರ್ಮ ಎನ್ನಿಸಿ ಸಂಗೀತದ ಬಗೆಗೆ ಹೊಸ ಅರಿವುಂಟಾದುದಕ್ಕೆ ಪುಳಕವಾಯಿತು. ಹೌದು, ಅವರ ಗಾಯನದಲ್ಲಿರುವುದು ಈ ಗುಣ, ಮಾರ್ದವತೆಗೆ ಹದಕೊಡುವ ಗುಣ, ಬರೀ ನೋವಲ್ಲ ಎನ್ನಿಸಿತು. ನನ್ನ ಮುಖವನ್ನೇ ನೋಡಿಕೊಳ್ಳುತ್ತಾ ಎಷ್ಟೋ ಹೊತ್ತು ಬ್ರಶ್ ಚಲಿಸುತ್ತಿದ್ದೆ ವಿಲಂಬಿತಲಯದಲ್ಲಿ; ಮಧ್ಯ ಅಥವಾ ದ್ರುತಲಯದಲ್ಲಿ ಬ್ರಶ್ ಆಡಿಸಿದರೆ ಮಾರ್ದವಭಾವವು ಕದರಿಹೋಗುತ್ತದೆಂಬಂತೆ.

ಮಧ್ಯಾಹ್ನದ ವೇಳೆಗೆ ಒಂದು ಉಪಾಯ ಹೊಳೆಯಿತು. ಭೇಷ್, ಹೀಗೆ ಮಾಡಿದರೆ ಖಂಡಿತ ಆಗುತ್ತದೆ ಎನ್ನಿಸಿ ಉತ್ಸಾಹ ತುಂಬಿತು. ಗೋರೆಸಾಹೇಬರಿಗೆ ದೊಡ್ಡಣ್ಣನಿಂದ ಹೇಳಿಸುವುದು. ಅವರು ಗುರೂಜಿಗೆ–ಇವಳು ನಮ್ಮ ಹುಡುಗಿ. ಇವಳನ್ನು ಸಂಗೀತಗಾರ್ತಿಯಾಗಿ ಬೆಳೆಸಬೇಕಂತ ನಮ್ಮೆಲ್ಲರ ಅಪೇಕ್ಷೆ. ನಿಮಗೆ ನಾವು ಬೇಕಾದ ಉಪಕಾರಮಾಡ್ತೀವಿ. ಇವಳಿಗೆ ಶ್ರದ್ಧೆಯಿಂದ ಪಾಠ ಹೇಳಬೇಕು–ಅಂತ ಶಿಫಾರಸು ಮಾಡಿದರೆ! ಸಂಗೀತಕ್ಕೆ ಸಂಗೀತ ಕಾರ್ಯಕ್ರಮಗಳಿಗೆ, ಸಂಗೀತಗಾರರಿಗೆ ಇಷ್ಟು ಒತ್ತಾಸೆಯಾಗಿರುವ, ಇಡೀ ಮುಂಬಯಿಯ ವಾಣಿಜ್ಯ ಉದ್ಯಮಗಳಲ್ಲಿ ಅಷ್ಟು ಗೌರವ ಪಡೆದಿರುವ ಗೋರೆಸಾಹೇಬರಂಥವರು ಹೇಳಿದರೆ, ಇವರು ಅವರಿಂದಲೂ ಉಪಕೃತರಾಗಿರಲೇಬೇಕು, ಇವರ ಖಾಸಗೀ ಜೀವನದ ಸಂಗತಿಗಳು, ನಾಗಪುರದ ಘಟನೆ ಅಷ್ಟು ವಿವರವಾಗಿ ಗೊತ್ತಿರಬೇಕಾದರೆ ಇವರೇ ಅವರಲ್ಲಿ ಹೇಳಿಕೊಂಡಿರಬೇಕು ಎಂದೆಲ್ಲ ಊಹೆಗಳು ಹುಟ್ಟಿ ಇದು ಬಹಳ ಸಮರ್ಪಕವಾದ ವಿಧಾನವೆನ್ನಿಸಿತು. ಉತ್ಸಾಹದಿಂದ ಊಟಮಾಡಿದೆ. ಅರ್ಧಗಂಟೆ ಅಡ್ಡಾದಾಗ ಸುಮ್ಮನೆ ಯಾಕೆ ಸಮಯ ಹಾಳುಮಾಡಬೇಕು, ಈಗಲೇ ದೊಡ್ಡಣ್ಣನಿಗೆ ಫ಼ೋನ್‌ಮಾಡಿ, ಫ಼ೋನಿನಲ್ಲೇ ನೀವು ಗೋರೆಸಾಹೇಬರ ಕೈಲಿ ಮಾತನಾಡಿ ಅನ್ನುವ ಮನಸ್ಸಾಯಿತು. ಮಲಗಿದ್ದವಳು ಎದ್ದುಕೂತೆ. ಇದು ಫ಼ೋನಿನಲ್ಲಿ ಆಡಿ ಮುಗಿಸುವಂಥ ಮಾತೆ? ಅನುಮಾನ ಹುಟ್ಟಿತು. ಅಂದರೆ ಈಗ ಅವರು ಮನಸ್ಸಿಟ್ಟು ಪಾಠ ಹೇಳುತ್ತಿಲ್ಲ ಅಂತ ದೂರು ಹೇಳಿದಂತಾಗುಲ್ಲವೆ? ಪ್ರಶ್ನೆ ಹುಟ್ಟಿತು. ಅದು ಸರಿಯಲ್ಲ ಅನ್ನಿಸಿ ಮತ್ತೆ ಉರುಟಿಕೊಂಡೆ. ಎಷ್ಟೋ ಹೊತ್ತು ಹೊರಳಾಡಿದಮೇಲೆ ಒಂದು ಉಪಾಯ ಹೊಳೆಯಿತು. ಅವರ ಕಛೇರಿಗಳಲ್ಲಿ ಹಾಡಿದ ಕೆಲವು ಟೇಪುಗಳು ಬೇಕು, ಉತ್ತಮವಾದವುಗಳನ್ನು ನೀವೇ ಹುಡುಕಿಕೊಡಿ ಅಂತ ನಾನೇ ಗೋರೆಸಾಹೇಬರಿಗೆ ಫ಼ೋನುಮಾಡಿ ಒಂದು ಸಮಯ ಗೊತ್ತುಮಾಡಿ ಅವರ ಹತ್ತಿರ ನನ್ನ ಸಂಗೀತದ ಉತ್ಕಟ ಆಶೆ, ಬಿ.ಎ. ಆದವಳು ಬೇರೆ ಏನನ್ನೂ ಬಯಸದೆ, ಎಂ.ಎ., ಓದಲೂ ಹೋಗದೆ, ಸಂಗೀತ ಕಲಿಯಲು ಅವರ ಶಿಷ್ಯೆಯಾದದ್ದು, ಅವರು ಚನ್ನಾಗಿಯೇ ಹೇಳ್ತಾರೆ. ಆದರೆ ತುಂಬ ಬಿಸಿ. ಲಹರಿ ಕೂಡ. ನನ್ನ ವಿಷಯದಲ್ಲಿ ತುಸುಹೆಚ್ಚು ಆಸಕ್ತಿ ವಹಿಸಿ ಅಂತ ನೀವು ಹೇಳಿ, ಅವರಿಗೆ ಬೇಸರವಾಗದ ರೀತಿ ಹೇಳಿ. ನಾನು ನಿಮ್ಮ ಹತ್ತಿರ ದೂರುಕೊಟ್ಟಿದೀನಿ ಅಂತ ಅವರು ತಪ್ಪು ತಿಳೀದ ಹಾಗೆ ಹೇಳಬೇಕು ಕಾಕಾ ಅಂತ ವಿನಂತಿ ಮಾಡಿಕೊಂಡರೆ! ಎಂಬ ವಿಧಾನ ಹೊಳೆದು ಇದು ಸರಿ ಎನ್ನಿಸಿತು. ಮನೆಯಲ್ಲಿ ಈ ವಿಷಯ ಯಾರಿಗೂ ಹೇಳೂದುಬೇಡ. ಟೇಪು ಕೇಳುಕ್ಕೆ ಬೇಕು ಅಂತ ಹೇಳಿ ದೊಡ್ಡಣ್ಣನಿಂದಲೋ ಚಿಕ್ಕಣ್ಣನಿಂದಲೋ ಅವರ ನಂಬರ್ ತಗೋಳೂದೇ ಸರಿ ಎಂದು ನಿಶ್ಚಯಿಸಿದೆ. ಮಿರಜ್‌ಕರ್ ಬುವಾ ಅವರ ಪಾಠದ ಅಭ್ಯಾಸಕ್ಕೆ ಕುಳಿತೆ. ಆ ರಾತ್ರಿ ಗೋರೆಸಾಹೇಬರ ನಂಬರನ್ನೇನೋ ತೆಗೆದುಕೊಂಡೆ, ಅವರನ್ನ ಟೇಪು ಕೇಳುವಷ್ಟು ಪರಿಚಯ ನಿನಗಿದೆಯೆ? ದೊಡ್ಡಣ್ಣ ಕೇಳಿದರು. ಸಂಗೀತದ ವಿಷಯ ಬಂದರೆ ಅವರಿಗೆ ಯಾವ ಫ಼ಾರ್ಮಾಲಿಟಿಯೂ ಇಲ್ಲ. ಇಷ್ಟು ಪರಿಚಯ ಸಾಕು. ಚಿಕ್ಕಣ್ಣ ಹೇಳಿದಮೇಲೆ ಅವರು ಸುಮ್ಮನಾದರು. ರಾತ್ರಿ ಹನ್ನೊಂದಾಗಿತ್ತು. ಬೆಳಗ್ಗೆ ಎಂಟರ ಸುಮಾರಿಗೆ ಫ಼ೋನ್

ಮಾಡುತ್ತೇನೆಂದು ತೀರ್ಮಾನಿಸಿ ಮಲಗಿದಾಗ ನೆಮ್ಮದಿಯಿಂದ ನಿದ್ರೆ ಹತ್ತಿತು. ಆದರೆ ಮೂರುಗಂಟೆಗೇ ಎಚ್ಚರವಾಯಿತು. ಕಣ್ಣು ಕಡಿದರೂ ಮತ್ತೆ ಹತ್ತಲಿಲ್ಲ. ಗೋರೆಸಾಹೇಬರು ಖಂಡಿತವಾಗಿಯೂ ಶಿಫಾರಸು ಮಾಡ್ತಾರೆ. ಇವಳು ನಮ್ಮ ಹುಡುಗಿ ಅಂತಾರೆ. ಆಗ ಗುರೂಜಿ ಹಳೆಯದನ್ನು ಮರೆತು ನನಗೆ ಮನಸಿಟ್ಟು ಕಲಿಸ್ತಾರೆ ಎಂಬ ಭರವಸೆಯು ಸಮ್‌ನಂತೆ ಬರತೊಡಗಿತು. ತುಸುಹೊತ್ತಿಗೆ ಮಂಪರು ಹತ್ತಿತು. ಅದೇ ಭರವಸೆಯ ಸಮ್. ನಿದ್ರೆ. ನಡುವೆ ಸಮ್ ತಪ್ಪಿದ, ಸಮ್ ಸಿಗದ ಸ್ಥಿತಿಯಾಗಿ ನಿದ್ರೆ ಒಡೆಯಿತು. ಹಾಡುವಾಗ ಸಮಸ್ಥಾನವೇ ಸಿಗದಂತಾದಾಗ ಗಾಯಕನ ಸ್ಥಿತಿ ಏನಾಗಬೇಡ! ಮೈ ಬೆವತಂತೆ ಆಯಿತು. ತಾಳವೇ ಸಿಕ್ಕದೆ ಚಲನೆಯ ಹಿಡಿತವಿಲ್ಲದೆ ಸುಳಿಯು ಒಯ್ದತ್ತ ತಳ್ಳಲ್ಪಡುತ್ತಾ ಮುಳುಗಿಹೋಗುವ ಭಯದಲ್ಲಿ ಕಂಪಿಸತೊಡಗಿದೆ. ಎಚ್ಚರವಾದ ಐದುನಿಮಿಷ ದಲ್ಲಿ ಸ್ಪಷ್ಟವಾಗಿ ಅರ್ಥವಾಯಿತು: ಗೋರೆಯವರು ಶಿಫಾರಸು ಹೇಳ್ತಾರೆ. 'ನಿಮ್ಮ ಹುಡುಗಿಯೆ? ಹಾಗಿದ್ದರೆ ಖಂಡಿತ ತಯಾರುಮಾಡ್ತೀನಿ. ಚಿಂತಿಸಬೇಡಿ,' ಗುರೂಜಿ ಉತ್ತರಿಸ್ತಾರೆ. ಅಥವಾ 'ಅವಳು ಬರೂದನ್ನೇ ಬಿಟ್ಟುಬಿಟ್ಟಿದಾಳಲ್ಲ!' ಅಂದರೆ ಎಡವಟ್ಟು. ಅವರಲ್ಲೂ ಹೋಗ್ತಿದೀನಿ ಅಂತ ಮನೇಲಿ ಹೇಳಿದೀನಿ. ಹೋಗ್ತಿಲ್ಲ ಅಂತ ಗೊತ್ತಾದರೆ ಸುಳ್ಳು ಹೇಳ್ತಿದ್ದೆ ಅಂತ ತಿಳಿಯುತ್ತೆ. ಭಯವಾಯಿತು. ಈಗ ಮತ್ತೆ ಹೋದರೂ ಅವರು ನಯವಾಗಿ ಮಾತನಾಡ್ತಾರೆ. ಗೋರೆಸಾಹೇಬರಿಗೆ ನನ್ನ ಪ್ರಣಾಮ ತಿಳಿಸು ಅಂತಾರೆ. ಆದರೆ ಮನಸ್ಸು ಬಿಚ್ಚಿ ಪಾಠ ಹೇಳುಲ್ಲ. ಹಿಂದಿನದನ್ನ ಕಲಿತು ಕಂಠಸ್ಥ ಮಾಡಿಕೊಳ್ಳದೆ ಮುಂದಿನದನ್ನ ಹ್ಯಾಗೆ ಹೇಳಿಕೊಡಲಿ? ನಿನ್ನ ಸಾಧನೆ ಸಾಲದು. ಮತ್ತೆ ಮತ್ತೆ ಆರಂಭಿಕ ಸ್ವರವ್ಯಾಯಾಮಗಳನ್ನೇ ಮಾಡಿಸ್ತಾರೆ. ನಿನಗಿನ್ನೂ ಸ್ವರಜ್ಞಾನ ಮೂಡಿಲ್ಲ. ತಾಳದ ಬಂಧವೇ ಕೂತಿಲ್ಲ. ಅಭ್ಯಾಸಮಾಡು. ಬುನಾದಿ ಗಟ್ಟಿಯಾಗಲಿ ಅಂತ ನಯವಾದ ಮಾತುಗಳಲ್ಲೇ ಹೇಳಿ ಸತಾಯಿಸ್ತಾರೆ. ನಾನು ಮತ್ತೆ ಗೋರೆಯವರ ಹತ್ತಿರ ಹೋದರೆ ಇವರು ಅವರಿಗೂ ಇದೇ ಮಾತು ಹೇಳಿದರೆ, 'ಸರಿಯಾದ ಬುನಾದಿ ಇಲ್ಲದೆ ಬೇಗ ದೊಡ್ಡ ಗಾಯಕಿ ಅನ್ನಿಸಿ ಕೊಳ್ಳುವ ಮಹತ್ವಾಕಾಂಕ್ಷೆಯ ಹುಡುಗಿ ಅವಳು' ಅಂದರೆ ಅವರು ಯಾರ ಮಾತು ನಂಬುತಾರೆ! ನಾನು ನಿರ್ವಂಚನೆಯಿಂದ ನಿನಗೆ ಅರ್ಪಿಸುತ್ತಿರೂ ಹಾಗೆ ನೀನು ನಿನ್ನಲ್ಲಿರೂದ ಅರ್ಪಿಸಿದರೆ ನನಗೆ ಇನ್ನೂ ಉತ್ಸಾಹದಿಂದ ಹೇಳಿಕೊಡುವ ಮನಸ್ಸಾಗುತ್ತೆ ಎಂಬ ಅವರ ಷರತ್ತೇ ಮತ್ತೆ ನಿಂತುಬಿಡುತ್ತೆ. ಗೋರೆಯವರ ಮೂಲಕ ಶಿಫಾರಸು ಮಾಡಿಸಿದರೆ ದೊಡ್ಡ ಲಾಯದ ಕುದುರೆ, ಇವಳ ತಂಟೆಬೇಡ ಅಂತ ಆ ಷರತ್ತನ್ನೂ ಹಿಂತೆಗೆದುಕೊತ್ತಾರೆ. ವಿದ್ಯೆಯನ್ನೂ ಕಲಿಸುಲ್ಲ. ಇನ್ನಷ್ಟು ನಯವಿನಯದ ಜಿಡ್ಡು ಸವರಿ ತೇಲಿಸಿಬಿಡ್ತಾರೆ! ಎಂಬ ಪರಿಣಾಮ ಗೋಚರಿಸತೊಡಗಿತು. ಇದ್ದಕ್ಕಿದ್ದಂತೆಯೇ ಅಳು ಒತ್ತರಿಸಿಕೊಂಡು ಬಂತು. ಬಿಕ್ಕಿ ಬಿಕ್ಕಿ ಅತ್ತುಬಿಟ್ಟೆ. ಹೆಂಗಸಿಗೆ ಮುಖ್ಯವಾದದ್ದನ್ನ ಕಳೆದುಕೊಳ್ಳದೆ ವಿದ್ಯೆ ಕಲಿಯಲು ಸಾಧ್ಯವೇ ಇಲ್ಲವೆ? ಎನ್ನಿಸಿ ಕೋಪವೂ ಬಂತು. ಆದರೆ ಮತ್ತೆ ಅಳು ಉಕ್ಕಿತು. ಕೋಣೆಯ ಬಾಗಿಲು ಮುಚ್ಚಿತ್ತು. ಹವಾನಿಯಂತ್ರಕವು ಸುಂಯ್‌ಗುಡುತ್ತಿತ್ತು. ನಾನು ಅಳ್ತಿರೂದು ಮನೇಲಿ ಬೇರೆ ಯಾರಿಗೂ ಕೇಳಿಸುಲ್ಲವೆಂಬ ಅಭಯವೊಂದೇ ತುಸು ನೆಮ್ಮದಿ ಕೊಡುತಿದ್ದ

ಸ್ಥಿತಿ.

ಹೀಗೆ ಎರಡುದಿನ ಅತ್ತೆ. ನಿಸ್ಸಹಾಯಕತೆಯಿಂದ ಹೊರಬರುವ ದಾರಿ ತೋಚಲಿಲ್ಲ. ಸಂಗೀತಕಲೆಯ ರಹಸ್ಯ ಮರ್ಮಗಳನ್ನು ಅವರಿಂದಲೇ ಅರಿಯುವ ಬಯಕೆಯನ್ನು ಬಿಟ್ಟರೆ ಮಾತ್ರ ಈ ನಿಸ್ಸಹಾಯಕತೆಯನ್ನು ಕೊಡವಿಕೊಳ್ಳಬಹುದೆಂಬುದು ಮನಸ್ಸಿಗೆ ಸ್ಪಷ್ಟವಾಯಿತು. ನನಗಿಂತ ಕಲೆ ದೊಡ್ಡದೆ? ಇದರ ತಂಟೆಯೇ ಬೇಡ, ಮಿರಜ್‌ಕರ್ ಬುವಾ ಅವರಿಂದ ಕೂಡ ಹೇಳಿಸಿಕೊಳ್ಳುವುದು ಬೇಡ. ಸಂಗೀತದ ಸ್ಪರ್ಶವೇ ಇಲ್ಲದೆ ಎಷ್ಟು ಜನ ಸುಖವಾಗಿ ಬದುಕುತಿಲ್ಲ! ಬಹುತೇಕ ಜನರಿಗೆ ಇದರ ಗಂಧವೂ ಇಲ್ಲ ಗಾಳಿಯೂ ಇಲ್ಲ. ನಾಲ್ಕು ಸಿನಿಮಾಹಾಡು ಕೇಳಿ ಅದನ್ನೇ ಸಂಗೀತದ ಮಹಾನ್ ಸ್ವರೂಪ ಅಂತ ನಂಬುವವರು ಎಷ್ಟು ಸಂಖೆಯಲ್ಲಿಲ್ಲ! ಎಂಬ ಧಿಕ್ಕಾರ ಹುಟ್ಟಿತು. ಆದರೆ ಅದು ಇದ್ದದ್ದು ಒಂದೇ ದಿನ. ಮರುದಿನ ಮಧ್ಯಾಹ್ನದ ವೇಳೆಗೇ ಸಂಗೀತ ಬಿಟ್ಟರೆ ಜೀವನದಲ್ಲಿ ಬೇರೆ ಯಾವ ಸಂತೋಷವಿದೆ? ಎಂಬ ಶೂನ್ಯ ಸುತ್ತಿಕೊಂಡಿತು.

ಒಂದು ವಾರ ಕಳೆದಿತ್ತು. ಬೆಳಗ್ಗೆ ಮಿರಜ್‌ಕರ್ ಬುವಾ ಅವರು ಅಭ್ಯಾಸಮಾಡಿಸಿದ ಕಾಫ಼ಿ ರಾಗದ ಝಪ್ ತಾಲದ ತಾನಗಳನ್ನು ಸಾಧನೆಮಾಡಿಕೊಳ್ಳುತ್ತಿರುವಾಗ ಇದ್ದಕ್ಕಿದ್ದಂತೆಯೇ ಅಂತಿಮ ಬಿ.ಎ. ಭಾರತೀಯ ಸಮಾಜ ಶಾಸ್ತ್ರದಲ್ಲಿ ಕಲಿಸಿದ ಪ್ರಾಚೀನ ಭಾರತದ ವಿವಾಹ ರೀತಿಗಳ ವಿವರ ನೆನಪಿಗೆ ಬಂತು. ಗಾಂಧರ್ವ ವಿವಾಹ ಎಂಬ ರೀತಿಯು ಗಂಡಸು ಮತ್ತು ಹೆಂಗಸು ಗೌಪ್ಯವಾಗಿ ಕೇವಲ ಪರಸ್ಪರ ಸಮ್ಮತಿಯಿಂದ ಮಾಡಿಕೊಳ್ಳುವ ಒಪ್ಪಂದ ಎಂಬುದು ನೆನಪನ್ನು ಪ್ರವೇಶಿಸಿದಾಗ ಗಟ್ಟಿಯಾಗಿ ನಿಂತುಬಿಟ್ಟಿತು. ಅದೂ ಒಂದು ಬಗೆಯ ವಿವಾಹವೇ. ವಿವಾಹವಾದದ್ದರಿಂದ ಪಾಪವಿಲ್ಲ, ಎಂಬ ಅರ್ಥ ಹೊಳೆದು ತಕ್ಷಣ ಹಗುರವೆನ್ನಿಸಿತು. ತಂಬೂರಿ ಮೀಟುತ್ತಿದ್ದ ಬಲ ಬೆರಳುಗಳು ಸ್ಥಗಿತವಾದವು. ಮನಸ್ಸಿನಲ್ಲಿ ಏನೋ ಹೊಸ ಆವಿಷ್ಕಾರವಾದ ಆದರೆ ಮುಂದೆ ನೋಡಿದರೆ ಏನೂ ಕಾಣದ ಸ್ಥಿತಿ. ಸಂಜೆಯ ಹೊತ್ತಿಗೆ ಅವರಿಗೂ ಗೌಪ್ಯಬೇಕು. ಆದ್ದರಿಂದ ಸಮಸ್ಯೆಯೇ ಇಲ್ಲ, ಎಂಬ ಪರಿಹಾರ ಸ್ಪಷ್ಟವಾಯಿತು. ಅದರ ಹಿಂದೆಯೇ ಸಂಗೀತವನ್ನು ಪರಂಪರೆಯಿಂದ ಗಾಂಧರ್ವವಿದ್ಯೆ ಅಂತಾರೆ ಎಂಬ ನೆನಪು ಬಂದು ಗಾಂಧರ್ವವಿದ್ಯೆ, ಗಾಂಧರ್ವವಿವಾಹ, ಗಾಂಧರ್ವವಿವಾಹ, ಗಾಂಧರ್ವವಿದ್ಯೆ, ಎಂಬ ಶಬ್ದಗಳು ಸಮೀಕೃತಗೊಂಡು ಕಲಾವಿದರಿಗೆಂದೇ ವಿವಾಹದ ಈ ರೀತಿಯನ್ನು ರೂಪಿಸಿದರೆ? ಎಂಬ ಪ್ರಶ್ನೆ ಹುಟ್ಟಿತು. ಅಥವಾ ಗಂಧರ್ವ ಎಂಬುದು ಒಂದು ಬುಡಕಟ್ಟು ಜನಾಂಗದ ಹೆಸರಾಗಿ ಈ ವಿವಾಹವು ಅವರ ಪದ್ಧತಿಯಾಗಿ ನೃತ್ಯ ಸಂಗೀತಾದಿಗಳು ಅವರ ಜೀವನವನ್ನು ತುಂಬಿಕೊಂಡಿದ್ದು ಈ ಹೆಸರು ಎರಡೂ ಆಚರಣೆಗಳಲ್ಲಿ ಹರಿದು ಬಂದಿರಬಹುದೆ? ಕಾಲೇಜಿಗೆ ಹೋಗಿ ಪ್ರೊ॥ ದಾತೆಯವರನ್ನು ಕೇಳಿದರೆ ಹೇಳುತ್ತಾರೆ, ಎನ್ನಿಸಿತು. ಆದರೆ ಕೇಳಲು ಹೋಗಲಿಲ್ಲ. ಗಾಂಧರ್ವವಿದ್ಯೆ–ಗಾಂಧರ್ವವಿವಾಹ ಎಂಬ ಸಮೀಕರಣವು ಪರಿಹಾರ ಕೊಟ್ಟಿರುವಾಗ ಸಮಾಜಶಾಸ್ತ್ರದ ಇತಿಹಾಸ ಕಟ್ಟಿಕೊಂಡು ಏನಾಗಬೇಕು? ಎನ್ನಿಸಿತು.

ಎರಡೇ ದಿನದಲ್ಲಿ ನಿಶ್ಚಯವು ಸ್ಪಷ್ಟವಾಯಿತು. ಗಟ್ಟಿಯಾಯಿತು. ಬೆಳಗ್ಗೆ ಏಳೂವರೆಯ

ಬಸ್ ಹಿಡಿದು ಪಶ್ಚಿಮಬಾಂದ್ರಾಕ್ಕೆ ಹೋದೆ. ಲಿಫ್ಟ್ ಹತ್ತಿ ಸಾಲೆಯಲ್ಲಿ ನಡೆದು ಗುರೂಜಿಯ ಫ್ಲ್ಯಾಟಿನ ಕಡೆಗೆ ಹೆಜ್ಜೆಹಾಕಿದರೆ ಒಳಗೆ ಸಂಗೀತಾಭ್ಯಾಸ ನಡೆಯುತ್ತಿದೆ. ಹೆಣ್ಣುಧ್ವನಿ. ಒಳಗೆ ಹೋಗಲು ಧೈರ್ಯ ಬರಲಿಲ್ಲ. ಆ ಧ್ವನಿಯು ನನ್ನನ್ನು ಕುತ್ತಿಗೆ ಹಿಡಿದು ಹೊರಗೆ ದಬ್ಬಿದಂತಾಯಿತು. ಹೊರಗೇ ನಿಂತೆ. ಗುರೂಜಿಯ ಧ್ವನಿ. 'ನಹಿ ನಹಿ. ನಡುವೆ ಕನಿಷ್ಠ ಎರಡು ಸ್ವರ ದಾಟಬೇಕು. ಇಲ್ಲದಿದ್ದರೆ ಮೀಂಡ್ ಆಗೂದಿಲ್ಲ. ಹೆಚ್ಚು ಸ್ವರ ದಾಟಿದರೆ ಇನ್ನೂ ಆಪ್ಯಾಯಮಾನ. ಹೂಂ, ಹೀಗೆ ತಗಿ. ಗಾಂಧಾರದಿಂದ ಆರಂಭಿಸು.....' ಎಂದು ಹಾಡಿ ತೋರಿಸಿತು. ಆಹಾ, ಹೀಗೆ ಹಾಡಿ ತೋರಿಸುವುದು ಸ್ವತಃ ಗಾಯಕ ಕಲಾವಿದನಿಗೆ ಮಾತ್ರ ಸಾಧ್ಯ. ಮಾಸ್ತರರಿಗೆ ಆಗುಲ್ಲ ಎಂಬ ಮೆಚ್ಚುಗೆ ಹುಟ್ಟಿದಾಗಲೇ ಹೆಣ್ಣುಧ್ವನಿಯು ಅದನ್ನು ಅನುಕರಿಸಿ ಹಾಡಿತು. ನನಗೆ ತಕ್ಷಣ ಗುರುತು ಸಿಕ್ಕಿತು. ರಜನೀಕೌಶಲ್. ಆಗಲೇ ನನ್ನ ಗುರುವನ್ನು ಬುಟ್ಟಿಗೆ ಹಾಕಿಕೊಂಡಿದಾಳೆ. ದಿಙ್ಮೂಢಳಾದೆ. ಇನ್ನು ನನಗೆ ಏನೂ ದಕ್ಕುವುದಿಲ್ಲ. ತಡಮಾಡಿ ಕಳೆದುಕೊಂಡೆ, ಎನ್ನಿಸಿ ಅಳು ಬಂತು. ಬೇಗ ಬೇಗ ಲಿಫ್ಟಿನ ಕಡೆಗೆ ನಡೆದುಹೋಗಿ ಚೀಲದಿಂದ ಕರವಸ್ತ್ರ ತೆಗೆದು ಬಾಯಿಗೆ ಕೊಟ್ಟುಕೊಂಡು ಅತ್ತುಬಿಟ್ಟೆ. ಅಷ್ಟರಲ್ಲಿ ಲಿಫ್ಟ್‌ನ ಬಾಗಿಲು ತೆರೆಯಿತು. ಹೊರಗೆ ಬಂದ ಒಬ್ಬ ಹಿರಿಯ ಹೆಂಗಸು ಯಾರಮ್ಮ? ಯಾರು ಬೇಕು? ಎಂದು ಕೇಳಿದರು. ಯಾರೂ ಇಲ್ಲ ಎಂದು ಹೇಳಿ ಆಕೆಯಿಂದ ತಪ್ಪಿಸಿಕೊಳ್ಳಲು ತಕ್ಷಣ ಲಿಫ್ಟ್‌ನ ಒಳಗೆ ನಡೆದು 'ಜಿ'ಯನ್ನು ಒತ್ತಿಬಿಟ್ಟೆ. ಸರ್ರನೆ ನೆಲ ತಲುಪಿಸಿತು. ಹೊರಗೆ ಬಂದನಂತರ ಸುರಕ್ಷಿತ ತಾಣಕ್ಕೆ ಬಂದಂತೆನ್ನಿಸಿತು. ಆದರೆ ಇಲ್ಲಿಂದ ಎಲ್ಲಿಗೆ ಹೋಗುವುದು? ಎಂಬುದು ತಿಳಿಯಲಿಲ್ಲ. ನೇರವಾಗಿ ಮನೆಗೂ ಹೋಗುವಂತಿಲ್ಲ. ಈ ಕಟ್ಟಡದ ಹಿಂಬದಿಯಲ್ಲೇ ಸಮುದ್ರ ಇರುವುದು ಗೊತ್ತಿತ್ತು. ಅತ್ತ ತಿರುಗಿ ಸಮುದ್ರವನ್ನು ಒತ್ತರಿಸಿ ಕಟ್ಟಿದ್ದ ಕಲ್ಲುಸಿಮೆಂಟುಗಳ ಜಗುಲಿಯ ಮೇಲೆ ನಿಂತೆ. ಆಗತಾನೇ ಉಬ್ಬರ ಬರುತ್ತಿತ್ತು. ಅದನ್ನೇ ನೋಡುತ್ತಾ ನಿಂತಿದ್ದಾಗ ಇದು ಅವರು ಪಾಠ ಹೇಳುವ ಹೊತ್ತು. ಇವತ್ತು ಅವಳ ಪಾಠವಿರಬಹುದು. ಅವಳಿಗೂ ಅವರಿಗೂ ಯಾವ ಸಂಬಂಧವೂ ಇಲ್ಲದಿರಬಹುದು. ಅವಳು ಸುಂದರಿಯಲ್ಲ. ನನ್ನ ರೂಪ ಲಕ್ಷಣಗಳ ಹತ್ತರಲ್ಲಿ ಒಂದುಭಾಗವೂ ಅವಳಲ್ಲಿಲ್ಲ. ಅವಳನ್ನು ಅವರು ಬಯಸಿಯೂ ಇರಲಿಕ್ಕಿಲ್ಲ, ಎಂಬ ಸಮಾಧಾನ ಮೂಡಿತು. ಗಡಿಯಾರ ನೋಡಿಕೊಂಡೆ. ಒಂಬತ್ತು ಸಮೀಪಿಸುತ್ತಿತ್ತು. ಅವರು ಒಂದುತಾಸು ಅಂದರೆ ಒಂದೇ ತಾಸು ಹೇಳುವುದಿಲ್ಲ. ಲಹರಿಬಂದರೆ ಒಂದೂವರೆ ಎರಡುತಾಸಿನವರೆಗೆ ಹೋಗುತಾರೆ. ಪಾಠ ಹೇಳೂದ ಮರೆತು ಕ್ರಮವಾಗಿ ಹಾಡತೊಡಗುತಾರೆ. ಹಾಡೂದೂ ಅವರ ಪಾಠದ ಒಂದು ರೀತಿಯೇ ಎಂಬ ನೆನಪಾಗಿ ಹೋಗಿ ಹೊರಗೆ ನಿಲ್ಲೂದೇ ಸರಿ. ಅವಳ ಪಾಠ ಮುಗಿದಮೇಲೆ ಒಳಗೆ ಹೋಗೂದು, ಎಂದು ತೀರ್ಮಾನಿಸಿ ಮತ್ತೆ ಕಟ್ಟಡವನ್ನು ಬಳಸಿ ಲಿಫ್ಟ್ ಹತ್ತಿರಕ್ಕೆ ಹೋದೆ. ಭಯವಾಯಿತು. ಅವರನ್ನು ಹೇಗೆ ನೋಡುವುದು? ಏನಂತ ಹೇಳುವುದು? ಯಾವ ವಾಕ್ಯವನ್ನು ರಚಿಸುವುದು? ಒಂದೂ ತೋಚದೆ ನಿಂತಿದ್ದಾಗ ಲಿಫ್ಟ್ ತನಗೆ ತಾನೆ ಕೆಳಗಿಳಿಯಿತು. ಬಾಗಿಲು ತೆರೆಯಿತು. ಹೊರಗೆ ಬಂದವಳು, ನನಗೆ ಆಶ್ಚರ್ಯ, ಅವಳೇ, ಅವತ್ತು ಅವರೊಡನೆ ಕೂತು ತಂಬೂರಿ

ಮಿಡಿದು ತುಸು ಒತ್ತಾಸೆಯಾಗಿ ಹಾಡಿದವಳು, ಮರುದಿನದ ಪತ್ರಿಕೆಯ ಫೋಟೋದಲ್ಲಿ ಕಾಣಿಸಿಕೊಂಡವಳು. ತನ್ನಪಾಡಿಗೆ ತಾನು ಹೊರಟುಹೋದಳು. ನನ್ನನ್ನು ನೋಡಲೂ ಇಲ್ಲ. ಬಾಗಿಲು ಮುಚ್ಚಿಕೊಳ್ಳುವ ಮೊದಲು ಅದರೊಳಗೆ ನುಗ್ಗಿ ಏಳನೆಯ ಸಂಖ್ಯೆಯ ಗುಂಡಿ ಒತ್ತಿದೆ. ಷಡ್ಜದಿಂದ ಷಡ್ಜಕ್ಕೆ ಮೀಂಡು ಹೊಡೆದಂತೆ ಅದು ಎಲ್ಲಿಯೂ ನಿಲ್ಲದೆ ಏರಿ ಮುಟ್ಟಿತು. ಹೊರಗೆ ಬರುವಾಗ ಅಂಜಿಕೆಯಾಗಲಿಲ್ಲ. ನೇರವಾಗಿ ಅವರ ಫ್ಲ್ಯಾಟಿಗೆ ನಡೆದೆ. ಅವರು ಮಂದ್ರದಲ್ಲಿ ಕಾಫೀ ರಾಗದ ಸ್ವರಗಳಮೇಲೆ ಇಳಿಯುತ್ತಾ ವಿಲಂಬಿತಗತಿಯ ಹೆಜ್ಜೆ ಹಾಕುತ್ತಿದ್ದರು. ಬಂದ ನನ್ನನ್ನು ನೋಡಿದರು. ಗುರುತು ಸಿಕ್ಕಿದ ಭಾವ ಅವರ ಕಣ್ಣುಗಳಲ್ಲಿ ಕಾಣಿಸಿತು. ನಾನು ತಕ್ಷಣ ಅವರ ಎರಡೂ ತೋಳುಗಳನ್ನೂ ಹಿಡಿದು, 'ನಾನು ಬಂದಿದೀನಿ. ಸಂಪೂರ್ಣ ಮನಸ್ಸಿನಿಂದ ಬಂದಿದೀನಿ. ಸಂಪೂರ್ಣವಾಗಿ ಒಪ್ಪಿಸಿ ಕೊಂಡಿದೀನಿ. ನೀವೂ ಅಷ್ಟೇ ಸಂಪೂರ್ಣವಾಗಿ ವಿದ್ಯೆ ತುಂಬಬೇಕು. ಸಾಧನೆಮಾಡಿಸಬೇಕು. ಗಾಯಕಿಯಾಗಿಸಬೇಕು,' ಎನ್ನುವಾಗ ಅಳು ಬಂದುಬಿಟ್ಟಿತು. ಅವರ ಎಡಭುಜದ ಮೇಲೆ ಮುಖವಿಟ್ಟೆ. ತಂಬಾಕಿನ ವಾಸನೆ ಹೊಡೆಯುತ್ತಿತ್ತು. ಬಿಕ್ಕಿ ಬಿಕ್ಕಿ ಅಳತೊಡಗಿದೆ. 'ಯಾಕೆ ಅಳ್ತೀಯ?' ನನ್ನ ತಲೆ ಸವರುತ್ತಾ ಕೇಳಿದರು. 'ಆರುತಿಂಗಳು ಹಾಳುಮಾಡಿಕೊಂಡೆ ಅಂತ,' ಅಳುವಿಗೆ ಕಾರಣ ಕೇಳಿದುದರಿಂದ ಆ ಕ್ಷಣದಲ್ಲಿ ತೋಚಿದ ಉತ್ತರ ಹೇಳಿದೆ. ಅವರು ಮಾತನಾಡಲಿಲ್ಲ. 'ಕೂತುಕೊ,' ಎಂದರು. ನಾನು ಗೋಡೆಯ ಹತ್ತಿರವಿದ್ದ ಸೋಫದ ಮೇಲೆ ಕುಳಿತೆ. ಅವರು ಒಳಗಿನ ಕೋಣೆಗೆ ಹೋದರು. ನಾನು ಕಾಯ್ದೆ. ಐದು ನಿಮಿಷವಾಯಿತು, ಎಂಟು ನಿಮಿಷವಾಯಿತು. ಹತ್ತು, ಹದಿನೈದುನಿಮಿಷವಾಯಿತು. ನಾನಾಗಿಯೇ ಸಂಪೂರ್ಣ ಸಿದ್ಧಳಾಗಿ ಬಂದಿರುವಾಗ ಅವರೆಲ್ಲಿಗೆ ಹೋದರು? ಯಾಕೆ ತಡಮಾಡ್ತಿದಾರೆ? ಮನಸ್ಸು ಬದಲಿಸಿದರಾ? ನನ್ನ ಮೇಲಿನ ಆಕರ್ಷಣೆ ಇಳಿದುಹೋಯಿತೆ? ಬೇರೊಬ್ಬ ಆಕರ್ಷಕ ಹೆಂಗಸು ಅವರ ಮನಸ್ಸನ್ನು ಆಕ್ರಮಿಸಿಬಿಟ್ಟಿದಾಳೆಯೆ? ಎಂಬ ಪ್ರಶ್ನೆಗಳು ಎದ್ದುನಿಲ್ಲತೊಡಗಿದವು. ನಾನೇ ಎದ್ದು ಅವರು ಹೋದ ಕೋಣೆಯನ್ನು ಪ್ರವೇಶಿಸಿದೆ. ಅವರು ಕಿಟಕಿಯ ಹತ್ತಿರ ನಿಂತು ಸಮುದ್ರದ ಕಡೆಗೆ ನೋಡುತ್ತಿದ್ದರು. 'ಏನು ಯೋಚಿಸುತ್ತಿದೀರಿ?' ನಾನೇ ಮಾತನಾಡಿಸಿದೆ. ನನ್ನ ಕಡೆಗೆ ತಿರುಗಿದ ಅವರ ಮುಖದಲ್ಲಿ ತುಸು ಹಿಂಜರಿತ ಕಾಣುತ್ತಿತ್ತು. 'ಏನೂ ಇಲ್ಲ, ನೀನೇ ಒಳಗೆ ಬಂದಿದೀಯ. ಒಳ್ಳೇದಾಯಿತು,' ಎಂದು ಹತ್ತಿರ ಬಂದು ನನ್ನ ಎರಡು ಕೈಗಳನ್ನೂ ಹಿಡಿದು ಹೇಳಿದರು: 'ನೋಡು, ನಾನು ಬಲವಂತ ಮಾಡಿಲ್ಲ. ಮಾಡ್ತಾ ಇಲ್ಲ. ನೀನೇ ಸ್ವಯಂಪ್ರೇರಣೆಯಿಂದ ಒಪ್ಪಿಸಿಕೊಳ್ಳಕ್ಕೆ ಬಂದಿದೀಯ.' ನಾನು ಹೌದು, ಎಂದಾಗ ಅವರ ಮುಖದಲ್ಲಿ ನಿರಾಳಹುಟ್ಟಿತು.

— ೩ —

ಕಲ್ಲು ಹದಿದು ಮಾಡಿದ ಮೆಟ್ಟಲುಗಳನ್ನು ಹತ್ತಿ, ನಡುವೆ ಕಾರಿನ ರಸ್ತೆ ಹೇರ್‌ಪಿನ್ನಿನಂತೆ

ನಾಲ್ಕುಸಲ ಅಡ್ಡ ಬಂತು, ಮನೆ ತಲುಪುವ ಹೊತ್ತಿಗೆ ಏದುಸಿರು. ದಿನಾ ಎರಡುಸಲ ಕೆಳಗಿಳಿದು ಹತ್ತಿದರೆ ಹೃದಯಕ್ಕೆ ಶ್ವಾಸಕೋಶಕ್ಕೆ ಒಳ್ಳೆಯ ವ್ಯಾಯಾಮ. ಹಾಡಲು ಕೂಡ. ಉಸಿರಿನಮೇಲೆ ಹೆಚ್ಚಿನ ನಿಯಂತ್ರಣ ಸಾಧಿಸುತ್ತೆ ಎಂಬ ವಿಶೇಷ ಫಲ ಕಾಣಿಸಿತು. ಬಾಗಿಲು ತೆಗೆದು ಒಳಗೆ ಬಂದಾಗ, ಹೌದು ನಾನು ಉತ್ತರವನ್ನು ದಾಖಲಿಸುವ ಯಂತ್ರದ ಸ್ವಿಚ್ ಹಾಕಿಲ್ಲ ಎಂಬುದು ಕಾಣಿಸಿ, ಅಕಸ್ಮಾತ್ ಅವರೇ ಎಲ್ಲಿಂದಲಾದರೂ ಫೋನ್ ಮಾಡಿದ್ದರೆ! ಎಂಬ ಆತಂಕ ಹುಟ್ಟಿತು. ಇದ್ದಕ್ಕಿದ್ದಂತೆಯೇ ಒಂದು ಪ್ರಶ್ನೆ ಕಾಣಿಸಿತು. ಅಕಸ್ಮಾತ್ ಇದು ಅಮೆರಿಕದಲ್ಲಿ ನಡೆದು ಹುಡುಗಿ ಆಮೇಲೆ ಕೋರ್ಟಿಗೆ ಹೋಗಿ, 'ನಾನು ಬಲವಂತ ಮಾಡಿಲ್ಲ, ಮಾಡ್ತಾ ಇಲ್ಲ. ನೀನೇ ಸ್ವಯಂಪ್ರೇರಣೆಯಿಂದ ಒಪ್ಪಿಸಿಕೊಳ್ಳಕ್ಕೆ ಬಂದಿದೀಯ' ಅಂತ ಪದೇ ಪದೇ ಹೇಳಿದೀನಿ, ಅಂದರೆ ಕೋರ್ಟು ಹ್ಯಾಗೆ ತೀರ್ಮಾನಿಸುತ್ತೆ? ಕಲಿಸಬೇಕು, ಇಲ್ಲದಿದ್ದರೆ ಆಗುಲ್ಲ ಅನ್ನಬೇಕು. ಇಷ್ಟು ಫೀ ಕೊಟ್ಟರೆ ಕಲುಸ್ತೀನಿ ಅನ್ನಬಹುದು. ಒಪ್ಪಿಸಿಕೊಂಡರೆ ಮಾತ್ರ ಕಲಿಸೂದು ಎಂಬ ಷರತ್ತು ಹಾಕಿ ಹುಡುಗಿಯ ಕಲಾಪ್ರೀತಿಯನ್ನು ಶೋಷಿಸಿದ್ದಾನೆ, ಅಂತ ಕೋರ್ಟು ದೀರ್ಘ ಸಜೆ ಹಾಕ್ತಿತ್ತು; ಅಥವಾ ಮಿಲಿಯನ್ ಮೊತ್ತದ ಪರಿಹಾರ ಕೊಡುಸ್ತಿತ್ತು. ಸಾರ್ವಜನಿಕರು, ಮಹಿಳಾವಾದಿಗಳು ಎದ್ದುನಿಲ್ತಿದ್ದರು. ಭಾರತದಲ್ಲಿಯೂ ಹೀಗೆಯೇ ಆಗ್ತಿತ್ತೇನೋ! ಎಂಬ ವಿಚಾರ ಹೊಳೆದು ಒಂದು ಕ್ಷಣ ಮನಸ್ಸಿಗೆ ನೆಮ್ಮದಿಯಾಯಿತು. ಆದರೆ ಭಾರತದಲ್ಲಿ ಹುಡುಗೀರು ಕೋರ್ಟಿಗೆ ಹೋಗುಲ್ಲ; ಸಮಾಜದೆದುರು ತಮಗೇ ಅವಮಾನವಾಗುತ್ತೆ ಅನ್ನುವ ಅಂಜಿಕೆಯಿಂದ, ಎಂಬ ವ್ಯತ್ಯಾಸ ಕಾಣಿಸಿತು. ಮರುಕ್ಷಣವೇ ಪುಣ್ಯಾತ್ಮ ಮುನಿಸಿಕೊಂಡು ಎಲ್ಲಿಗೆ ಹೋಗಿದಾರೋ! ಎಂಬ ಆತಂಕ ತುಂಬಿಕೊಂಡಿತು. ಆದರೆ ಅವರು ಬರೀ ಶೋಷಿಸಲಿಲ್ಲ. ಸಂಪೂರ್ಣಶ್ರದ್ಧೆಯಿಂದ ವಿದ್ಯೆ ಕಲಿಸಿದರು. 'ಮಧು, ವಾರಕ್ಕೆ ಎರಡುದಿನ ಸಾಲುಲ್ಲ. ಮೂರುದಿನ ಬಾ, ದಿನ ಬಿಟ್ಟು ದಿನ,' ತಾವೇ ಎಂದರು. ಪಾಠಕ್ಕೆ ಕೂತರೆ ಪ್ರಿಯತಮೆ ಎಂಬ ಸಲಿಗೆ ಇಲ್ಲ, ರಿಯಾಯಿತಿ ಇಲ್ಲ. ಎಲ್ಲವನ್ನೂ ಹೇಳಿಕೊಡುವ ಶ್ರದ್ಧೆ. ಸಣ್ಣ ಸಣ್ಣ ಸೂಕ್ಷ್ಮಗಳನ್ನೆಲ್ಲ ಬಿಡಿಸಿ ತೋರಿಸಿ, ವಿವರಿಸಿ ಅದನ್ನೇ ನನ್ನ ಗಂಟಲಿನಿಂದ ಹತ್ತುಬಾರಿ ಅನ್ನಿಸಿ ಐದೂವರೆ ವರ್ಷ ಒಂದೇಸಮನೆ ಅರೆದು ಹುಯ್ದು, ಒಂದು ದಿನ, 'ಇಲ್ಲಿ ಕೇಳು. ಮುಂದೆ ನೀನು ನನ್ನ ಹೆಸರು ಹೇಳ್ತೀಯ. ಹೆಸರು ಉಳಿಸುವಂಥ ಶಿಷ್ಯ ಅಥವಾ ಶಿಷ್ಯೆ ಸಿಕ್ಕಬೇಕಾದರೆ ಗುರುವೂ ಪುಣ್ಯಮಾಡಿರಬೇಕು' ಅಂದರಲ್ಲ, ಎಂಬ ನೆನಪು ಬಂದು ಕಣ್ಣು ತುಂಬಿಕೊಂಡಿತು. ಹಾಸಿಗೆಯಲ್ಲಿ ಒಬ್ಬರನ್ನೊಬ್ಬರು ತಬ್ಬಿ ಮಲಗಿದಾಗ ಕೂಡ ನಾವು ಆಡುತ್ತಿದ್ದುದು ಸಂಗೀತದ ಮಾತನ್ನೇ. ಅವರು ಹೇಳುತ್ತಿದ್ದುದು ಸಂಗೀತದ ಮರ್ಮಗಳನ್ನೇ, ಅಥವಾ ಸಂಗೀತಪ್ರಪಂಚದ ಒಳಸುಳಿಗಳನ್ನೇ. ನಾನು ಕೊಟ್ಟಿದ್ದರ ನೂರರಷ್ಟನ್ನು, ಸಾವಿರದಷ್ಟನ್ನು ಅವರು ಕೊಟ್ಟಿದಾರೆ. ಸಂಗೀತಗಾರರು ತಮ್ಮ ಮಕ್ಕಳಿಗೆ ಮಾತ್ರ ಅಷ್ಟು ಮುಕ್ತವಾಗಿ ಕಲಿಸೂದು, ಎಂಬ ನೆನಪು ತುಂಬಿಕೊಂಡ ಕಣ್ಣನ್ನು ತುಳುಕಿಸಿತು. ಆಗಂತೂ ನಾನು ಅವಿವಾಹಿತೆ, ಸ್ವತಂತ್ರಳು, ಅವರು ಕೇಳಿದರು, ನಾನು ಒಪ್ಪಿದೆ. ಆದರೆ ಈಗ ವಿವಾಹಿತೆ, ಇನ್ನೊಬ್ಬರಿಗೆ ಬಂಧಿತಳು. ಈಗಲೂ ಬಯುಸೂದು,

ಬಲವಂತಮಾಡೂದು, ಹಾಕಿಕೊಂಡ ಬಾಗಿಲನ್ನು ದಡದಡನೆ ಬಡಿಯೂದು, ಯಾವ ನ್ಯಾಯ? ಎಂಬ ವ್ಯತ್ಯಾಸ ಮತ್ತೆ ಕಾಣಿಸಿತು. ವಿಕ್ರಮ್ ನನ್ನನ್ನು ಸಂಪೂರ್ಣವಾಗಿ ನಂಬುತಾರೆ. ಇವರನ್ನಂತೂ ಗುರೂಜಿ ಎಂದೇ ಭಾವಿಸಿ ಪಾದಸ್ಪರ್ಶ ಮಾಡ್ತಾರೆ. ಆ ನಂಬಿಕೆಯಿಂದ ನಮ್ಮಿಬ್ಬರನ್ನೇ ಈ ಕಾಡಿನ ನಡುವೆಯ ಒಂಟಿಮನೆಯಲ್ಲಿ ಬಿಟ್ಟು ಪ್ರವಾಸ ಹೋಗಿರುವಾಗ, ಹೀಗೆ ಒತ್ತಾಯಿಸೂದು ಯಾವ ಧರ್ಮ? ಇಷ್ಟು ದೊಡ್ಡ ಕಲಾವಿದರಿಗೆ ಈ ಧರ್ಮಸೂಕ್ಷ್ಮ ಯಾಕೆ ತಿಳಿಯುಲ್ಲ? ಎಂದು ಮನಸ್ಸು ಸಿಡಿ ಮಿಡಿಗೊಂಡಿತು. ಗಡಿಯಾರ ನೋಡಿಕೊಂಡಳು. ಹನ್ನೊಂದುವರೆಯಾಗಿದೆ. ಛೇ, ನಾನು ಎಲ್ಲಾದರೂ ಹೋಗಿ ಹುಡುಕಲೇಬೇಕು. ಹೀಗೆ ಕಾದರೆ ಅವರೇ ಬರುಲ್ಲ. ಫೋನೂ ಮಾಡುಲ್ಲ, ಎನ್ನಿಸಿತು. ಹಸಿವು ಕಾಣಿಸಿತು. ತಾನಿನ್ನೂ ಬ್ರೇಕ್‌ಫಾಸ್ಟ್ ಮಾಡಿಲ್ಲವೆಂಬ ನೆನಪಾಗಿ ಅಡುಗೆಮನೆಗೆ ಹೋದಳು. ಸಿರಿಯಲ್ ಪೊಟ್ಟಣವನ್ನು ಕೈಗೆ ಎಳೆದುಕೊಂಡಾಗ ಅವರು ಉಪವಾಸ ಹೊರಗೆ ಹೋಗಿರುವಾಗ ನಾನು ಹೊಟ್ಟೆತುಂಬಿಸಿಕೊಳ್ಳೂದು ಹೀನ ಅನ್ನಿಸಿತು. ಬರೀ ಹೀನವಲ್ಲ, ತಿನ್ನುಕ್ಕೆ ಸಾಧ್ಯವೂ ಇಲ್ಲ ಎಂಬ ಅರಿವಾಯಿತು. ಪೊಟ್ಟಣವನ್ನು ಸ್ವಸ್ಥಾನಕ್ಕೆ ನೂಕಿ ಹೊರಬಂದು ಫೋನಿನ ಉತ್ತರ ದಾಖಲಿಸುವ ಯಂತ್ರದ ಸ್ವಿಚ್ ಅದುಮಿ ಬಾಗಿಲೆಳೆದುಕೊಂಡು ಕಾರು ಹತ್ತಿದಳು. ಎರಡೂ ಬದಿಗೆ ದಟ್ಟ ನೆರಳಿನ ಮರ ಗಳ ಕೆಳಗೆ ಅಲ್ಲಲ್ಲಿ ಇದ್ದ ಬೆಂಚುಗಳ ಮೇಲೆ ಕಣ್ಣಾಡಿಸುತ್ತ ಲಾಸ್ ಗಟಾಸಿನ ಎಲ್ಲ ಬೀದಿ ಗಳಲ್ಲೂ ನಿಧಾನವಾಗಿ ಒಂದು ಸುತ್ತು ಚಲಿಸಿದಳು. ಇಲ್ಲ. ತಾನು ಇದುವರೆಗೆ ಅವರನ್ನು ಕರೆದೊಯ್ದು ಹತ್ತಿರದ ಪಾರ್ಕುಗಳಿಗೆಲ್ಲ ಹೋಗಿ ಕಾರು ನಿಲ್ಲಿಸಿ ಒಳಗೆ ಒಂದು ಸುತ್ತು ತಿರುಗಿ ಬಂದಳು. ಎಲ್ಲಿಯೂ ಇಲ್ಲ. ವಸೋನಾ ಕೌಂಟಿ ಪಾರ್ಕು ಒಂದು ಉಳಿದಿದೆ. ಅಲ್ಲಿಗೂ ಹೋಗಿಬಂದರೆ ಎಲ್ಲ ಮುಗಿಯುತ್ತದೆಂದು ಗಡಿಯಾರ ನೋಡಿಕೊಂಡಳು. ಗಂಟೆ ಒಂದೂವರೆಯಾಗಿದೆ. ಹಸಿವು ಕಾಣಿಸಿತು. ಬೆಳಗಿನಿಂದ ಏನೂ ತಿಂದಿಲ್ಲ. ತಿನ್ನದಿದ್ದರೆ ತಲೆಸುತ್ತು ಬರಬಹುದು. ಕಾರು ನಡೆಸುವಾಗ ಗಮನ ಚುರುಕಾಗಿರದೆ ಅಪಘಾತವಾದೀತು ಎಂಬ ಎಚ್ಚರ ಮೂಡಿ ಅಗಿಯುವ ಕಷ್ಟವಿಲ್ಲದೆ ಬೇಗ ತಿಂದು ಮುಗಿಸಬಹುದಾದ ಎರಡು ಹಿಡಿ ಕ್ರಿಸ್ಪಿಗೆ ಹಾಲು ಸುರಿದು ತಿಂದು ಬೇಗ ಒಂದು ಕಪ್ ಚಹಾ ಕುಡಿದು ಹೊರ ಟಳು. ಮಧ್ಯಾಹ್ನ. ಪಾರ್ಕಿನ ನಿಲುಗಡೆಯಲ್ಲಿ ಐದು ಕಾರುಗಳು ಮಾತ್ರ ನಿಂತಿದ್ದವು. ತಾನೂ ನಿಲ್ಲಿಸಿ ಸುತ್ತ ಕಣ್ಣಾಡಿಸುತ್ತಾ ನಡೆದು ಹೊರಟಳು. ಯಾವ ಬೆಂಚುಗಳ ಮೇಲೂ ಇವರು ಕುಳಿತಿಲ್ಲ. ಇನ್ನೂ ಎಲ್ಲೆಂದು ಹುಡುಕುವುದು? ಯಾರ ಮನೆಗೋ ಹೋಗಿದಾರೆ, ಎಂದುಕೊಂಡು ಹೆಜ್ಜೆ ಹಾಕುತ್ತಿರುವಾಗ ಜಲಾಶಯದ ಎದುರಿನ ದೊಡ್ಡ ಮೇಪಲ್ ಮರದಡಿಯ ಬೆಂಚಿನಮೇಲೆ ಯಾರೋ ಮಲಗಿದಂತೆ, ಹೌದು, ಪೈಜಾಮ ಜುಬ್ಬದಂತೆ ಕಾಣುತ್ತದೆ. ಸರಸರ ಹೆಜ್ಜೆಹಾಕುತ್ತಾ ಸಾಗಿದಳು. ಅವರೇ. ಹತ್ತಿರ ಹೋದಳು. ಕಣ್ಣುಗಳು ತೆರೆದಿವೆ. ನಿದ್ದೆ ತಿಳಿದು ಎದ್ದಂತೆ. ಗಿಡಗಳ ಕೊಂಬೆಗಳನ್ನು ನೋಡುತ್ತಿದ್ದಾರೆ. ಹತ್ತಿರ ಹೋಗಿನಿಂತಳು. 'ಯಾಕೆ ಹೇಳದೆ ಕೇಳದೆ ಇಲ್ಲಿಗೆ ಬಂದು ಮಲಗಿದೀರಿ?' ಎಂದಳು ದುಗುಡ ಕೋಪಗಳನ್ನು ಒಟ್ಟಿಗೆ ಸೂಚಿಸುತ್ತಾ. ಅನಿರೀಕ್ಷಿತವಾಗಿ ಇಲ್ಲಿಗೆ ಬಂದ ಇವಳ

ಧ್ವನಿ ಕೇಳಿದ ಅವನು ತುಸು ಬೆಚ್ಚಿದ. ಯಾವ ಉತ್ತರ ಕೊಡಬೇಕೆಂದು ಹೊಳೆಯಲಿಲ್ಲ. 'ಉತ್ತರ ಹೇಳಿ,' ಅವಳು ಕೇಳಿದಳು.

'ಯಾರಿಗೆ ಯಾಕೆ ಹೇಳಿಕೇಳಿ ಬರಬೇಕು, ಅಷ್ಟು ಪರಿಯಾಗಿ ಬೇಡಿದರೂ ಬಾಗಿಲು ತೆರೆಯದವಳಿಗೆ?' ಎಂದ, ಅವಳ ಕಡೆಗೆ ತಿರುಗದೆ ದೃಷ್ಟಿಯನ್ನು ಕೊಂಬೆಗಳ ಮಧ್ಯದಲ್ಲೇ ಸಿಕ್ಕಿಸಿ.

'ಬೆಳಗಿನಿಂದ ಏನೂ ತಿಂದಿಲ್ಲ. ಚಹಾ ಕೂಡ ಕುಡಿದಿಲ್ಲ.'

'ತಿನ್ನದಿದ್ದರೆ ಏನಾಗುತ್ತೆ? ನಾ ಸತ್ತರೆ ಅಳೋರ್‍ಯಾರು ಈ ಪ್ರಪಂಚದಲ್ಲಿ?'

ಅವಳು ಅವನನ್ನು ದುರುಗುಟ್ಟಿ ನೋಡಿದಳು. ಉರಿಯುವಂಥ ಕೋಪ ಬಂತು. 'ನನ್ನನ್ನ ಚುಚ್ಚಿ ಹಿಂಸೆ ಮಾಡಬೇಕು ಅಂತಲೇ ಈ ಮಾತಾಡ್ತಿದೀರಿ,' ಎನ್ನುವಾಗ ಅವಳಿಗೇ ಗೊತ್ತಿಲ್ಲದಂತೆ ಅನಿರೀಕ್ಷಿತವಾಗಿ ಅಳು ಒತ್ತರಿಸಿಕೊಂಡುಬಂತು. ಕಣ್ಣುಗಳಲ್ಲಿ ನೀರು ತುಂಬಿಕೊಂಡಿತು. ನೆಲದ ಹುಲ್ಲಿನಮೇಲೆ ಮಂಡಿಯೂರಿ ಕೂತು ಮಲಗಿದ್ದ ಅವನ ಕೈ ಹಿಡಿದು, 'ಯಾಕೆ ಈ ಮಾತಾಡ್ತಿದೀರಿ ಹೇಳಬೇಕು. ಹೇಳದಿದ್ದರೆ ನಾನು ಬಿಡೋಳಲ್ಲ,' ಎಂದು ಹಿಸುಕಿ ಅಲುಗಿಸಿದಳು. ಅವನು ಮಾತನಾಡಲಿಲ್ಲ. ಇವಳತ್ತ ತಿರುಗಿಯೂ ನೋಡಲಿಲ್ಲ. 'ಮಾತಾಡಿ,' ಅವಳು ತಗಾದೆ ಮಾಡಿದಳು.

ಅವನು ದೃಷ್ಟಿಯನ್ನು ಕೊಂಬೆಗಳಿಂದ ಇತ್ತ ಸರಿಸದೆ ನಿಧಾನವಾಗಿ ಹೇಳಿದ: 'ನೀವು ಬನ್ನಿ, ಬರಲೇಬೇಕು. ನನ್ನ ಜೊತೆ ಒಂದು ತಿಂಗಳಾದರೂ ಇರಬೇಕು, ಅಂತ ಫ಼ೋನಿನಮೇಲೆ ಫ಼ೋನು ಮಾಡಿ ಕರೆಸಿಕೊಂಡು ಊಟ ಹಾಕದೆ ಉಪವಾಸ ಕೆಡವಿರೋಳು ಬೆಳಗಿನಿಂದ ಏನೂ ತಿಂದಿಲ್ಲ ಅನ್ನುವಂಥ ಬೇಳುವೆ ಮಾತಾಡ್ತೀಯ?'

'ನಾನು ಮದುವೆ ಅನ್ನುವ ಪವಿತ್ರಬಂಧನದೊಳಗಿರೋಳು ಅನ್ನೂ ಮಾತನ್ನ ಐದು ದಿನದಿಂದ ಹೇಳ್ತಿದೀನಿ. ಗುರುಗಳಾದ ನೀವು ಅದಕ್ಕೆ ಉತ್ತರ ಕೊಡಿ.'

'ನೀನು ನನ್ನನ್ನ ಕೇಳಿ ಮದುವೆಯಾಗಲಿಲ್ಲ. ಕದ್ದು ಮಾಡಿಕೊಂಡು ಅಮೆರಿಕೆಗೆ ಬಂದುಬಿಟ್ಟೆ. ಈ ಮದುವೆಗೆ ಮೊದಲು ನನ್ನ ಗಾಂಧರ್ವಪತ್ನಿಯಾಗಿದ್ದೋಳು. ಗಾಂಧರ್ವ ಪತ್ನಿ ಅನ್ನೂ ಮಾತನ್ನ ನಾನು ಎಂದೂ ಆಡಲಿಲ್ಲ. ಆಡ್ತಿದ್ದೋಳು ನೀನು, ನಾನು ಹೂಂ ಅಂತಿದ್ದೆ. ಸಂಗೀತದ ಐಕ್ಯಕ್ಕಿಂತ ನಿನ್ನ ವಿವಾಹಬಂಧನ ಪವಿತ್ರವಾದರೆ ಸಂಗೀತಾನ ಬಿಟ್ಟುಬಿಡು. ಅಂದರೆ ನನ್ನನ್ನ ಬಿಟ್ಟುಬಿಡು. ನ್ಯೂಯಾರ್ಕಿಗೆ ಹ್ಯಾಗೂ ಬರ್ತಿದೀರಿ; ಅಲ್ಲಿಂದ ನಾವು ಟಿಕೀಟು ಕಳುಸ್ತೀವಿ. ಬೆಟ್ಟದ ಮೇಲೆ ಕಾಡಿನ ನಡುವೆ ನಮ್ಮ ಮನೆ ಇದೆ. ಒಂದು ತಿಂಗಳು ಉಳಿದು ವಿಶ್ರಾಂತಿ ಪಡೆಯಿರಿ. ದಿನಾ ಸಾಧನೆಮಾಡುಕ್ಕೆ ಇಲ್ಲಿ ಎಂಥ ವಾತಾವರಣವಿದೆ ಅನ್ನೂದ ನೀವು ಬಂದೇ ನೋಡಬೇಕು. ನೀವೊಂದು ಹೊಸರಾಗ ಆವಿಷ್ಕರಿಸಬಹುದು ಇಲ್ಲಿ. ಯಾವ ಸಂಕೋಚವನ್ನೂ ಪಡಬೇಡಿ. ನಾನು ನಿಮ್ಮ ಸೇವೆ ಮಾಡ್ತೀನಿ. ನನ್ನ ಗಂಡ ನಿಮ್ಮ ಪರಮಭಕ್ತ. ಅವರೂ ನಿಮ್ಮನ್ನ ಕರಿ ಕರಿ ಅಂತ ನನಗೆ ಹೇಳ್ತಿದಾರೆ. ನ್ಯೂಯಾರ್ಕ್ ವರ್ಕ್‌ಶಾಪಿಗೆ ಮೊದಲೇ ಇಲ್ಲಿಗೆ ಬನ್ನಿ. ಈಗ ಹ್ಯಾಗೂ

ಇಂಡಿಯಾದಲ್ಲಿ ಬೇಸಿಗೆ. ಕಾರ್ಯಕ್ರಮಗಳಿರೂದಿಲ್ಲ. ಕ್ಯಾಲಿಫೋರ್ನಿಯಾದ, ಅದರಲ್ಲೂ ನಮ್ಮ ಮನೆ ಇರುವ ಕಾಡು, ಗುಡ್ಡದ ಹವೆಯಂತೂ ಟಾನಿಕ್ ಇದ್ದಹಾಗಿದೆ ಅಂತ ಎಷ್ಟುಸಲ ಫೋನ್ ಮಾಡಿದೆ ನೀನು. ಗಂಡನಕೈಲೂ ಮಾಡಿಸಿದೆ. ಏನದರ ಅರ್ಥ? ಇಲ್ಲಿಗೆ ಕರೆಸಿದಮೇಲೆ ಏಕಪತಿವ್ರತೆಯ ರಾಗಾಲಾಪ ಮಾಡ್ತಿದೀಯ.'

ಅವಳ ಬಾಯಿ ಕಟ್ಟಿಹೋಯಿತು. ಮನಸ್ಸೂ ಕಟ್ಟಿಕೊಂಡಿತು. ಅವನು ಇವಳತ್ತ ತಿರುಗಲಿಲ್ಲ. ದೃಷ್ಟಿಯನ್ನೂ ಹೊರಳಿಸಲಿಲ್ಲ. ಸುಕುಮಾರ ತಿಳಿಹಸಿರಿನ, ತೆಳುವಾಗಿ ಬಳುಕುವ ಹಸ್ತದಾಕೃತಿಯ ಮೇಪಲ್ ಎಲೆಗಳ ದಟ್ಟಭಾವಣಿಯನ್ನು ನೋಡುತ್ತಲೇ ಇದ್ದ. 'ಈಗ ಮನೆಗೆ ಬನ್ನಿ ಮಾತಾಡಾಣ,' ಎಂದು ಅವನ ಭುಜಕ್ಕೆ ಕೈ ಹಾಕಿ ಎತ್ತತೊಡಗಿದಳು.

'ಮಾತಾಡುಕ್ಕೆ ಏನೂ ಉಳಿದಿಲ್ಲ. ನೀನು ಎತ್ತೂದೇನೂ ಬೇಡ. ನಾನೇ ಎದ್ದುಕೂರ್ತೀನಿ,' ಎಂದು ದಢಕ್ಕನೆ ಎದ್ದುಕೂತು ಅವನು ಅವಳತ್ತ ತಿರುಗಿ ನಟ್ಟದೃಷ್ಟಿಯಿಂದ ನೋಡುತ್ತಾ ಹೇಳಿದ: 'ನನಗೊಂದು ಟ್ಯಾಕ್ಸಿಗೆ ಫೋನ್‌ಮಾಡು. ನಿನ್ನ ಕ್ಯಾಲಿಫೋರ್ನಿಯಾದ ಸಂಬಂಧ ಬೇಡ. ಸಂಗೀತ ಕಛೇರಿ ನೀನು ಏರ್ಪಡಿಸಿರೂದು ತಾನೆ. ಕ್ಯಾನ್ಸಲ್‌ಮಾಡು. ಅದರ ವ್ಯವ ಹಾರ ನಿಂದು.'

ಅವಳು ಅಧೀರಳಾದಳು. 'ಸುಮ್ಮನೆ ಬಂದು ಕಾರಿನಲ್ಲಿ ಕೂರಿ. ಮನೆಗೆ ಬಂದು ತಕ್ಷಣಕ್ಕೆ ಏನಾದರೂ ತಿಂದು ಶೇವ್ ಸ್ನಾನ ಮುಗಿಸಿ ಊಟಮಾಡಿ. ಅಷ್ಟರಲ್ಲಿ ನಾನು ಯೋಚನೆಮಾಡ್ತೀನಿ. ನನಗೆ ಯೋಚನೆ ಮಾಡುಕ್ಕೆ ಒಂದು ತಾಸು ಸಮಯ ಕೊಡಿ. ಐವತ್ತೊಂಬತ್ತು ತುಂಬಿ ಅರವತ್ತಕ್ಕೆ ಕಾಲಿಡ್ತಿರೋರು ಇಪ್ಪತ್ತರ ತರುಣಪ್ರೇಮಿ ಹಾಗೆ ಷರತ್ತು, ತೀರ್ಮಾನಗಳ ಮಾತೇ ಆಡಬಾರದು. ನನಗೆ ನಿಮ್ಮಮೇಲೆ ಪ್ರೀತಿ ಇಲ್ಲ ಅಂತ ಯಾಕೆ ತಪ್ಪು ಅರ್ಥಮಾಡ್ಕತ್ತೀರಿ?' ಎಂದು ಬಾಗಿ ಅವನ ತುಟಿಗಳ ಮೇಲೆ ಮುತ್ತಿಟ್ಟಳು. ತಕ್ಷಣ ಅವನ ಕೋಪ ಎಷ್ಟೋಮಟ್ಟಿಗೆ ಇಳಿದುಬಿಟ್ಟಿತು. 'ನಿಮ್ಮನ್ನ ಹುಡುಕುವ ಆತಂಕದಲ್ಲಿ ನೀವು ಹೀಗೆ ಉಪವಾಸ ಮಲಗಿರ್ತೀರಿ ಅನ್ನುವ ಕಲ್ಪನೆಯೇ ನನಗೆ ಬರಲಿಲ್ಲ. ಇಲ್ಲದಿದ್ದರೆ ಒಂದಿಷ್ಟು ಸ್ಯಾಂಡ್‌ವಿಚ್, ಒಂದಿಷ್ಟು ಜ್ಯೂಸ್, ಫ್ಲಾಸ್ಕಿನಲ್ಲಿ ಚಹಾ ತರ್ತಿದ್ದೆ.'

ಕಾರು ಚಲಿಸುವಾಗ ಅವನು ಮಾತನಾಡಲಿಲ್ಲ. ಅವಳ ಮನಸ್ಸು ನೆನಪಿನಲ್ಲಿ ಮುಳುಗಿಹೋಯಿತು. ಮನಸ್ಸು ಬಿಚ್ಚಿ ಪಾಠ ಹೇಳತೊಡಗಿದರು. ಅಷ್ಟೇ ಮನಸ್ಸು ಬಿಚ್ಚಿ ಪ್ರೀತಿ ಮಾಡ್ತಿದಾರೆ ಅಂತ ಆರಂಭದಲ್ಲಿ ತಿಳಿದಿದ್ದೆ, ಆರಂಭದ ಅನನುಭವಿ ಹಂತದಲ್ಲಿ. ವಾರಕ್ಕೆರಡು ಮೂರುದಿನ ಸಮೃದ್ಧವಾದ ಪಾಠ. ಪಾಠವಿದ್ದ ದಿನ ಪ್ರೀತಿಯ ಕ್ರಿಯೆ ಇದ್ದೇ ಇರುತ್ತದೆಂಬ ಖಾತರಿ ಇಲ್ಲ. ಏನಾದರೊಂದು ಅಡ್ಡಿ. ಬಹುತೇಕ ಅವರದೇ ಕಾರಣಗಳು. ಸಬೂಬುಗಳು. ದೇಹಸುಖವೇ ಬೇಕೆಂದು ನಾನು ಬಯಸುತ್ತಿರಲಿಲ್ಲ. ಆದರೆ ಎಲ್ಲವನ್ನೂ ಮರೆತು ಜೊತೆಯಲ್ಲಿ ಮಲಗಿ ಕನಸು ಕಾಣುವ, ಪರಸ್ಪರ ಪ್ರೀತಿಯ, ಮಾತುಗಳಲ್ಲಿ ಮುಳುಗುವ ಬಯಕೆಯಾಗುತ್ತಿತ್ತು. ಇವರಿಗೆ ವ್ಯವಧಾನವಿಲ್ಲ. ಅಲ್ಲ, ಆಸಕ್ತಿ ಇಲ್ಲ. ಶರೀರಸುಖ ಬೇಕಾದ ದಿನ ಪೂರ್ವಭಾವಿಯಾಗಿ ಮತ್ತು ಜೊತೆಜೊತೆಯಾಗಿ ಪ್ರೀತಿಯ ಕಲ್ಪನಾಯುಕ್ತ ಮಾತುಗಳು. ಅನಂತರ ಮೌನ. ಹೇಳುವುದು ಕೇಳುವುದು

ಹಂಚಿಕೊಳ್ಳುವುದು ಏನೂ ಇಲ್ಲ ಎಂಬಂತೆ. ಪ್ರೀತಿ ಎಂದರೆ ಇಷ್ಟೆಯೆ? ಹೀಗೆಯೆ? ಎಂಬ ಹತಾಶೆ ನನಗೆ. ಮೂರು ತಿಂಗಳಿನಲ್ಲಿ ನನಗೆ ಗೊತ್ತಾಯಿತು, ಭೈರವದಲ್ಲಿ ತೀನ್, ರೂಪಕ್, ಝಪ್ ತಾಲಗಳ ತಾನಗಳ ಅಭ್ಯಾಸ ನಡೆದಿತ್ತು, ಇವರಿಗೆ ನಾನೊಬ್ಬಳೇ ಅಲ್ಲ. ಬೇರೆ ಹೆಂಗಸರೂ ಇದ್ದಾರೆ ಅಂತ. ಸ್ವರವೇದಶಾಲೆ ನಡೆಯುತ್ತಿದ್ದುದು ಸಂಜೆ ನಾಲ್ಕರಿಂದ ಏಳು ಎಂಟರವರೆಗೆ. ಮೂರೂಮುಕ್ಕಾಲರ ವೇಳೆಗೆ ಮೊದಲ ತರಗತಿಯ ಹುಡುಗ ಹುಡುಗಿಯರು ಬರುತ್ತಿದ್ದರು. ಅದುವರೆಗೆ ಅಲ್ಲಿಗಾಗಲಿ ಇವರ ವಾಸದ ಫ್ಲ್ಯಾಟಿಗಾಗಲಿ ಯಾರೂ ಬರುತ್ತಿರಲಿಲ್ಲ. ಶಾರೀರಿಕಕ್ಕೆ ನಾವು ಒಳಗೆ ಸೇರುವಮುನ್ನ ಬಾಗಿಲಿಗೆ ಒಳಗಿನಿಂದ ಬೀಗಹಾಕಿದರೆ ಅಕಸ್ಮಾತ್ ಯಾರಾದರೂ ಬಂದು ಗಂಟೆ ಒತ್ತಿದರೂ ಎದ್ದು ಬಾಗಿಲು ತೆರೆಯದಿದ್ದರೆ ಬೀಗ ಹಾಕಿದೆ ಎಂದು ಭಾವಿಸಿ ಅವರು ಹೊರಟುಹೋಗುತ್ತಿದ್ದರು. ಅಷ್ಟು ಅನುಕೂಲ ವ್ಯವಸ್ಥೆ ಇದ್ದರೂ ಇವರು ಅಗತ್ಯಕ್ಕಿಂತ ಹೆಚ್ಚು ಹೊತ್ತು ನನ್ನನ್ನು ಇರಗೊಡುತ್ತಿರ ಲಿಲ್ಲ. 'ನಿನಗೆ ಹೊತ್ತಾಗುತ್ತೆ. ನಿನ್ನ ಮನೆಯಲ್ಲಾದರೂ ಅನುಮಾನ ಹುಟ್ಟಬಾರದು' ಎಂದೋ, 'ನನಗೊಬ್ಬ ವಿಸಿಟರ್ ಬರೋರಿದಾರೆ' ಎಂದೋ ಕಳಿಸಿಬಿಡ್ತಿದ್ದರು. ಒಂದುದಿನ ಅವರ ತೋಳಿನಲ್ಲಿರುವಾಗ, ಅಲ್ಲ ನನ್ನ ತೋಳಿನಲ್ಲಿ ಅವರನ್ನು ತೆಗೆದುಕೊಂಡಾಗ, ನಾನೇ ಕೇಳಿದೆ: 'ಒಂದು ಪ್ರಶ್ನೆ ಕೇಳ್ತೀನಿ. ಸತ್ಯ ಹೇಳ್ತೀರಾ?'

'ನಾನು ಯಾವಾಗ ಹೇಳೂದೂ ಸತ್ಯವೇ. ಕೇಳು.'

'ನಿಮಗೆ ಬೇರೆ ಬೇರೆ ಹೆಂಗಸರ ಸ್ನೇಹ ಇದೆ ಅಂತ ಪ್ರತೀತಿ ಇದೆ. ನಿಜವಾ? ನಿಜ ವಿದ್ದರೆ ಅದರಿಂದ ನನಗೆ ನೋವಾಗುತ್ತೆ ಅಂತ ತಿಳಿಯುಲ್ಲವಾ?'

ಒಂದು ನಿಮಿಷ ಆಲೋಚಿಸಿ ಹೇಳಿದರು: 'ಇಲ್ಲ ಅಂದರೆ ಸುಳ್ಳಾಗುತ್ತೆ. ಎಷ್ಟೋವರ್ಷ ಗಳಿಂದ ಬಂದ ಸ್ನೇಹವನ್ನು ಏಕದಂ ಕತ್ತರಿಸಿಕೊಂಡರೆ ಅವರಿಗೆ ಕೋಪ ಬರುತ್ತೆ. ನಿನ್ನ ನನ್ನ ಸಂಬಂಧದಮೇಲೆ ಅವರು ಅಪಪ್ರಚಾರ ಮಾಡಬಹುದು. ಹಾಗೆ ಏಕದಂ ಕತ್ತರಿಸಿ ಕೊಳ್ಳೂದು ಧರ್ಮವೂ ಅಲ್ಲ. ಸ್ವಲ್ಪ ತಾಳ್ಮೆ ಇಟ್ಟುಕೊಂಡಿರು. ಕ್ರಮೇಣ ಎಲ್ಲಾನೂ ಕಳಚಿ ಕೊಂಡು ನಾನು ಸಂಪೂರ್ಣ ನಿನ್ನೋನಾಗ್ತೀನಿ. ಆದರೆ ಅದಕ್ಕೂ ಪಾಠಕ್ಕೂ ಸಂಬಂಧವಿಲ್ಲ. ನೀನು ಕಲಿಯುವಷ್ಟು ಪಾಠ ಹೇಳಿಕೊಡ್ತೀನಿ. ಮೂರುದಿನ ಸಾಲದು ಅನ್ನಿಸಿದರೆ ಇನ್ನೂ ಒಂದುದಿನ ಬಾ,' ಎಂದರು. ಅಪ್ಪಿ ಮುದ್ದಾಡಿ ಪ್ರೀತಿ ತೋರಿಸಿದರು. ವಾರಕ್ಕೆ ಮೂರುದಿನ, ಪ್ರತಿಸಲವೂ ಎರಡೆರಡು ಗಂಟೆಯ ಅಭ್ಯಾಸ. ಅದೂ ಪಂಡಿತ ಮೋಹನಲಾಲರಿಂದ. ಈ ಭಾಗ್ಯ ಯಾರಿಗುಂಟು? ಎಂಬ ತೃಪ್ತಿ ಹುಟ್ಟಿತು.

ತಾಳ್ಮೆ ಇಟ್ಟುಕೊಂಡು ಆರು ತಿಂಗಳು ಕಾದೆ. ಒಂದು ವರ್ಷ ಕಾದೆ. ಆದರೆ ಇವರು ತಮ್ಮನ್ನು ಇತರ ಹಲವರೊಡನೆ ಹಂಚಿಕೊಳ್ಳುತ್ತಿದ್ದಾರೆಂಬ ಭಾವನೆ ಕಡಮೆಯಾಗಲಿಲ್ಲ. ವಿದ್ಯೆ ಅಮಿತವಾದದ್ದು, ಎಷ್ಟು ಜನಕ್ಕೆ ಹಂಚಿದರೂ ಇನ್ನೂ ವೃದ್ಧಿಯಾಗುವ ಸ್ರೋತವುಳ್ಳದ್ದು. ಆದರೆ ಶರೀರ, ಅದೂ ಐವತ್ತೆರಡು ತುಂಬಿ ಐವತ್ತಮೂರು ಮುಟ್ಟಿ ಮಿತಗೊಳ್ಳುತ್ತಾ ಸಾಗುವ ಅವಸ್ಥೆಯಲ್ಲಿ ಹಂಚಿದರೆ ಉಳಿಯುವುದಾದರೂ ಎಷ್ಟು? ಎಂಬ ತಿಳಿವಳಿಕೆ ನನಗೇ ಬಂತು. ಸಂಗೀತವಲಯದ, ಸಂಗೀತಾಭಿಮಾನದ, ವಿಶೇಷವಾಗಿ ಇವರಲ್ಲಿ

ಅಭಿ ಮಾನ ತುಂಬಿದ ಹೆಂಗಸರನ್ನು ಮಾತನಾಡಿಸುವಾಗ ಇವರ ಕಣ್ಣಿನಲ್ಲಿ ಉಕ್ಕಿ ಹರಿಯುತ್ತಿದ್ದ ಆಹ್ವಾನದ ಭಾವವನ್ನು ನಾನು ಗುರುತಿಸುತ್ತಿದ್ದೆ. ಬೇರೆ ಹೆಂಗಸರಿಗೆ ಪಾಠಕ್ಕೆ ನಿಗದಿಪಡಿಸಿದ ವೇಳೆಯಲ್ಲಿ ಮತ್ತೆ ಯಾರು ಬರುವುದನ್ನೂ ಪ್ರೋತ್ಸಾಹಿಸುತ್ತಿರಲಿಲ್ಲ. ನನಗೆ ಪಾಠಮಾಡುವಾಗ ಬೇರೆಯವರೂ ಬರುತ್ತಿರಲಿಲ್ಲ, ಎಂಬುದನ್ನು ಮರೆತು ನಾನು ಸಿಡಿಮಿಡಿಗುಟ್ಟುತ್ತಿದ್ದೆ. ಒಂದು ದಿನ ನಾನೇ ಮಾತು ತೆಗೆದು, 'ನೆನಪಿದೆಯೆ, ನಾವು ನಿಮ್ಮ ಬೇರೆ ಸ್ನೇಹದ ಮಾತನಾಡಿ ಇವೊತ್ತಿಗೆ ಒಂದು ವರ್ಷವಾಯಿತು. ನವೆಂಬರ್ ಐದು.'

'ಹೌದಾ? ಹೆಂಗಸರಿಗೆ ದಿನ ವಾರ ತಾರೀಖು ಸಮಯಗಳ ನೆನಪು ಅಪಾರ,' ಎಂದು ನಕ್ಕರು.

'ತಾಳ್ಮೆಯಿಂದ ಕೆಲವುಕಾಲ ಕಾಯಿ ಅಂದಿದ್ದೀರಿ. ನಾನು ಕೇಳಿದ್ದು ನೀವು ಅವನ್ನೆಲ್ಲ ಕಳಚಿಕೊಂಡಾಯಿತೆ? ಅಂತ,' ಅವರ ಮುಖವನ್ನೇ ಪರೀಕ್ಷಿಸುತ್ತಾ ಕೇಳಿದೆ.

ಅವರು ಕೋಪ ಮಾಡಿಕೊಳ್ಳಲಿಲ್ಲ, 'ಹುಚ್ಚು ಹುಡುಗೀ' ಎಂದು ನನ್ನ ತಲೆಗೂದಲನ್ನು ಉಜ್ಜಿ ಬಗೆದು ಗೂರಾಡಿದರು. ಅನಂತರ, 'ಈ ಒಂದುವರ್ಷದಲ್ಲಿ ನಿನ್ನ ಸಾಧನೆಯಲ್ಲಿ ಎಷ್ಟು ಪ್ರಗತಿಯಾಗಿದೆ ಅಂತ ನೋಡಿಕೊಳ್ಳೂದು ಬಿಟ್ಟು ಇದೇನು ಘೋಟಾಳೆ ತುಂಬಿಕೊಂಡಿ ದೀಯ ತಲೆಯೊಳಗೆ? ಇಂಥ ಹುಳಗಳನ್ನ ತಲೆಯಿಂದ ಕೊಡವಿಹಾಕುವತನಕ ಸಾಧನೆಯಲ್ಲಿ ಪ್ರಗತಿಯಾಗುಲ್ಲ. ನೀನು ದೊಡ್ಡ ಗಾಯಕಿಯಾಗಬೇಕು ಅಂತ ನನ್ನ ಆಶೆ. ದೊಡ್ಡ ಗಾಯಕಿಯನ್ನಾಗಿ ಮಾಡುವ ನಿಶ್ಚಯ ಮಾಡಿದೀನಿ. ಬೇರೆ ಯಾರೂ ಬೆಳೆಯಕೂಡದು. ಬೇರೆ ಯಾರಿಗೂ ನಾನು ಪಾಠ ಹೇಳಬಾರದು ಅನ್ನುವಂಥ ಹೊಟ್ಟೆಕಿಚ್ಚು ಬಿಟ್ಟುಬಿಡು. ಬಿಡದಿದ್ದರೆ ವಿದ್ಯೆ ಹತ್ತುಲ್ಲ.'

ಕಾರು ನಡೆಸುತ್ತಾ ಅವಳು ಕಿರುಗಣ್ಣಿನ ಕ್ಷಣಾರ್ಧ ಹೊಳಹಿನಲ್ಲಿ ಅವನ ಮುಖವನ್ನು ಗಮನಿಸಿದಳು. ಕಿಟಕಿಯ ಕಡೆಗೆ ಹಟದ ದೃಷ್ಟಿ ಮಾಡಿಕೊಂಡು ಕೂತಿದ್ದ. ಅವೊತ್ತಿನಿಂದ ಇವರನ್ನು ಸೇರುವುದರಲ್ಲಿ ರುಚಿ ಹತ್ತುತ್ತಿರಲಿಲ್ಲ. ಇವರು ಬಯಸಿದಾಗ ಒಲ್ಲೆನೆನ್ನುತ್ತಲೂ ಇರಲಿಲ್ಲ. ಲಹರಿ ಹತ್ತಿದಾಗ ನಿನ್ನ ಕಣ್ಣನೋಟದಲ್ಲಿ ಭೂಪಾಲಿಯ ಸ್ನಿಗ್ಧ ಉತ್ಸಾಹವಿದೆ, ಸಂಪೂರ್ಣರಾಗದ ಮಧ್ಯಮ ಸ್ವರದಂತಿದೆ ನಿನ್ನ ಹೊಕ್ಕಳು, ಎಂದೆಲ್ಲ ವರ್ಣಿಸುತ್ತಿದ್ದರು. ಕೇಳಲು ಹಿತವಾಗುತ್ತಿತ್ತು. ಇಂಥ ಮಾತುಗಳನ್ನು ಪ್ರತಿದಿನವೂ, ದಿನದ ಸದಾಕಾಲವೂ ಇವರ ಬಾಯಿಂದ ಕೇಳುವ ಬಯಕೆಯಾಗುತ್ತಿತ್ತು. ಆದರೆ ಇವರ ಸಮಯ ಕ್ಲುಪ್ತವಾಗಿತ್ತು. ಮರೆತರೆ ನೆಮ್ಮದಿ ದೊರೆಯುವ ಅಂಶವನ್ನು ಪ್ರಯತ್ನಪೂರ್ವಕವಾಗಿ ತುಳಿದಿಟ್ಟು ಸಾಧನೆ ಯಲ್ಲಿ ಮಗ್ನಳಾಗುತ್ತಿದ್ದೆ. ನನ್ನ ಪ್ರಗತಿ ನನಗೇ ತಿಳಿಯುತ್ತಿತ್ತು. ಮುಂಬಯಿಯಲ್ಲಿ ಇವರ ಯಾವ ಕಛೇರಿಯಾಗಲಿ ತಾನಪೂರಕ್ಕೆ ನನಗೆ ತಪ್ಪದೆ ಹೇಳುತ್ತಿದ್ದರು. ನನ್ನನ್ನು ಮೆಚ್ಚಿಸಲು ಇರಬೇಕು, ಇನ್ನೊಂದು ತಾನಪೂರಕ್ಕೆ ರಜನೀಕೌಶಲಳನ್ನು ಕರೆಯುತ್ತಿರಲಿಲ್ಲ. ಮೂವತ್ತು ವರ್ಷದ ಮಂಗೇಶ್ ಅಭ್ಯಂಕರ್‌ನನ್ನು ಹಾಕುತ್ತಿದ್ದರು. ನಡುನಡುವೆ ಗಾಯನದ ಒತ್ತಾಸೆಯಾಗಿ ಇಬ್ಬರಿಗೂ ಅವಕಾಶ ಕೊಡುತ್ತಿದ್ದರೂ ಗಂಡಸಾದ ಮಂಗೇಶನ ಧ್ವನಿಗಿಂತ ನನ್ನ ಹೆಣ್ಣುಧ್ವನಿಯು ಸಭಿಕರನ್ನು ಹೆಚ್ಚು ರಂಜಿಸುತ್ತದೆಂದು ನನಗೇ ಹೆಚ್ಚು ಅವಕಾಶ ಸಿಕ್ಕುತ್ತಿತ್ತು.

ನಾನೊಂದು ಸ್ವರ ಹಿಡಿದರೆ, ತಾನ ಹೊಡೆದರೆ, ಸರಿಗಮ ನುಡಿದರೆ ಅವರ ತುಂಬು ಸುನಾದದ ನಡುವೆ ಬಿಳಿ ರೇಶ್ಮೆಸೀರೆಗೆ ಕಟ್ಟಿದ ಕೋಗಿಲೆಯ ಬಣ್ಣದ ಅಂಚಿನಂತೆ ಶೋಭಿಸುತ್ತಿತ್ತು. ನಡುವೆ ಅವರೇ ಒಮ್ಮೊಮ್ಮೆ ಶಾಭಾಶ್ ಎಂಬ ಮೆಚ್ಚುಗೆ ಹೇಳಿ ಪ್ರೋತ್ಸಾಹಿಸುತ್ತಿದ್ದರು. ವೇದಿಕೆಯ ಮಟ್ಟಕ್ಕೆ ಬರುತ್ತಿದ್ದೀನೆಂಬ ಸಂತುಷ್ಟಿ ಹೆಮ್ಮೆಗಳಿಂದ ನಾನು ಉಬ್ಬುತ್ತಿದ್ದೆ. ಬೀಗುತ್ತಿದ್ದೆ. ಪಂಡಿತ ಮೋಹನಲಾಲಜಿಯ ವಿಶೇಷ ಭಾವನೆಗೆ ಪಾತ್ರಳಾದವಳು ಎಂಬ ಸೂಕ್ಷ್ಮವನ್ನು ಅರಿತ ಚುರುಕುಬುದ್ಧಿಯ ಕಾರ್ಯಕ್ರಮ ನಿಯೋಜಕರು ನನ್ನನ್ನು ಸಭೆಗೆ ಪರಿಚಯಿಸುವಾಗ, ಪಂಡಿತಜೀಯ ಖಾಸಾ ಶಿಷ್ಯೆಯೂ ನಾಳಿನ ಪ್ರಮುಖ ಗಾಯಿಕೆಯೂ ಚಿನ್ನದ ಕಂಠದ ಕೋಗಿಲೆಯೂ ಆದ ಕುಮಾರಿ ಮಧುಮಿತಾ ಮೆಹತಾ ಅವರ ತಾನಪೂರ ಮತ್ತು ಗಾಯನದ ಒತ್ತಾಸೆ ಎನ್ನುತ್ತಿದ್ದರು. ನನ್ನ ಹೆಸರು ಹೇಳಿದ ತಕ್ಷಣ ಸಭಿಕರು ಕರ ತಾಡನ ಮಾಡುತ್ತಿದ್ದರು. ಮಂಗೇಶನಿಗೆ ಯಾವುದೋ ಮೂಲೆಯಿಂದ ನಾಲ್ಕಾರು ಜನರ ಚಪ್ಪಾಳೆ ಮಾತ್ರ. ಪಂಡಿತಜಿಯ ಅಭಿಮಾನಿಗಳೆಲ್ಲ ನನ್ನಲ್ಲಿ ಅಭಿಮಾನ ತಾಳಿದುದು, ನಾನು ಪಂಡಿತಜಿಗೆ ಗಾಯನದ ಆಸರೆ ಮಾತ್ರವಲ್ಲ, ಸ್ಫೂರ್ತಿಯ ಆಸರೆ ಕೂಡ ಎಂಬ ಭಾವನೆ ಇಡೀ ಮುಂಬಯಿಯ ಸಂಗೀತಪ್ರೇಮಿಗಳಲ್ಲಿ ಬೆಳೆದಿತ್ತು. ತಮ್ಮ ಮೆಚ್ಚಿನ ಗಾಯಕನ ಸ್ಫೂರ್ತಿಯಾದ್ದರಿಂದ ಅವರಲ್ಲಿ ಹಲವರು ನನ್ನನ್ನು ಕೃತಜ್ಞತೆಯಿಂದಲೂ ನೋಡುತ್ತಿದ್ದರು. ಮೂವತ್ತುವರ್ಷಕ್ಕೆ ಚಿಕ್ಕವಳು. ಪತ್ರಿಕಾ ಛಾಯಾಗ್ರಾಹಕರು ನಾನು ಸ್ಪಷ್ಟವಾಗಿ ಕಾಣುವ, ಎಷ್ಟೋಸಲ ಮುಖ್ಯ ಗಾಯಕ ಪಂಡಿತಜೀಗೆ ಸಮಸಮನಾಗಿ ಕಾಣುವಂತಹ ಕೋನವನ್ನು ಹಿಡಿದು ಚಿತ್ರ ತೆಗೆಯುತ್ತಿದ್ದರು. ನಾನು ಬೀಗುತ್ತಿದ್ದೆ. ಅಲೆಯ ಮೇಲೆ ತೇಲುತ್ತಿದ್ದೆ. ಮಿಂಡುಗಳ ಸರಪಳಿಯಂತೆ. ಆದರೆ ಒಂದು ದಿನ ನನ್ನ ಸಹಪಾಠಿ ಮಾಹಿಮ್‌ನ ರೇಖಾ ಝುನ್‌ಝುನ್‌ವಾಲಾ ಸಿಕ್ಕಿ, 'ನಿನ್ನ ಫೋಟೋನ ಪತ್ರಿಕೇಲಿ ನೋಡಿ ನಮಗೆಲ್ಲ ತುಂಬ ಖುಷಿಯಾಗುತ್ತೆ ಕಣೇ. ನೀನು ಒಂದಲ್ಲ ಒಂದುದಿನ ಪ್ರಸಿದ್ಧ ಗಾಯಕಿಯಾಗ್ತೀ ಅಂತ ನಾವು ಕಾಲೇಜಿನಲ್ಲಿದ್ದಾಗಲೇ ತಿಳಕೊಂಡಿದ್ದೆವು. ಆದರೆ ಆ ಮೋಹನಲಾಲ್ ಜೊತೆ ಅಸೋಸಿಏಟ್ ಆಗಿರೂ ಹಾಗೆ ಪತ್ರಿಕೇಲಿ ಹೆಚ್ಚಾಗಿ ಕಾಣಿಸಿಕೊಬ್ಯಾಡ. ಆತ ಪ್ರತಿಭಾವಂತ ಗಾಯಕ. ಆದರೆ ಮಹಾರಸಿಕ ಅಂತ ಹೆಸರಿದೆ. ದೊಡ್ಡ ನರ್ತಕಿ ಮನೋಹರೀ ದಾಸ್‌ಗೂ ಇವರಿಗೂ ರೊಮಾನ್ಸ್ ಆಗಿ ಇವನು ಮೂರುನಾಲ್ಕುವರ್ಷ ಅವಳ ಜೊತೆಯೇ ಇದ್ದುಬಿಟ್ಟಿದ್ದರಂತೆ. ಹತ್ತು ಹನ್ನೆರಡು ವರ್ಷದ ಹಿಂದೆ ಅದು ದೊಡ್ಡ ಕಥೆಯಾಗಿ ಪೇಪರುಗಳಲ್ಲೆಲ್ಲಾ ಬಂದಿತ್ತಂತೆ,' ಎಂದಾಗ ನನಗೆ ಅಳುಕಾಯಿತು, ಮನೋಹರೀ ದಾಸಳ ಕಥೆ ನನಗೆ ಗೊತ್ತಿಲ್ಲದ್ದಲ್ಲವಾದರೂ.

— ೪ —

ಎಂಬ ನೆನಪು ಬಂದಾಗ ಕಾರು ಲಾಸ್ ಗಟಾಸಿನ ಮುಖ್ಯಬೀದಿಯನ್ನು ಹಾಯ್ದು ಊರು ಕಳೆದು ಅವಳ ಮನೆಯ ಬೆಟ್ಟದ ತಪ್ಪಲಿಗೆ ಬಂದಿತ್ತು. ಅಂತ ಖ್ಯಾತ ನರ್ತಕಿಯೊಡನೆ

ರೊಮಾನ್ಸ್ ನಡೆಸಿದ, ಅವಳೇ ಇವರಿಗೆ ಇವರ ಗಾಯನದ ಆಕರ್ಷಣೆಗೆ ಬಂದು ತಲೆ ಮುಂದಾಗಿ ಬಿದ್ದಳಂತೆ, ಎಂದು ಕೇಳಿದ್ದ ಮಾತಿನ ನೆನಪಿನಲ್ಲಿ ಕಿರುಗಣ್ಣಿನಿಂದ ಸೂಕ್ಷ್ಮವಾಗಿ ನೋಡಿದಳು. ಮುನಿಸು ಇಳಿಯದ ಬಿಗಿ ಸಡಿಲವಾಗದ ಮುಖವನ್ನು ತನ್ನ ಬಲಬದಿಗೆ ತಿರುಗಿಸಿ ಕೂತಿದ್ದಾರೆ. ಹಟಗಾರ ಗಂಡು, ಎನ್ನಿಸಿ ಅವಳಲ್ಲಿ ಕಿರುನಗೆ ಮೂಡಿತು. ಆದರೆ ತೋರಿಸಿಕೊಳ್ಳಬಾರದೆಂದು ತಿರುಗಿ ಏರುವ ರಸ್ತೆಯನ್ನು ನೋಡುತ್ತಾ ಗೇರು ಬದಲಿಸಿದಳು.

ಅವನಿಗೆ ನಾಲ್ಕು ಬಿಸ್ಕತ್ತು ಒಂದು ಕಪ್ ಚಹಾ ಕೊಟ್ಟು ಬೇಗ ಸ್ನಾನ ಮುಗಿಸಿಬರುವಂತೆ ಹೇಳಿ ತಾನು ಅಡುಗೆಮನೆ ಹೊಕ್ಕಳು. ದಾಲು, ಸಬ್ಜಿ, ವಿಶೇಷದ ಕರೆಲಾಗಳನ್ನು ಬಿಸಿಮಾಡಿ ತಟ್ಟೆಗೆ ಹಾಕಿ ಚಪಾತಿಯನ್ನು ಬಿಸಿಗಿಡುವ ಹೊತ್ತಿಗೆ ನೆನಪು ಮುತ್ತಿಕೊಂಡಿತು. ಐದುವರ್ಷ ಒಂದೇಸಮನೆ ಮಾಡಿದ ಸಂಗೀತಸಾಧನೆ. ನನ್ನ ಬೆಳವಳಿಗೆ ನನಗೇ ಅರ್ಥವಾಗುತ್ತಿತ್ತು. ಬೇರೆ ಗಾಯಕರ ಶಿಷ್ಯ ಶಿಷ್ಯೆಯರಿಗೆ ಹೋಲಿಸಿದರೆ ಇವರ ಶಿಷ್ಯರ ಬೆಳವಳಿಗೆ ಎಷ್ಟು ಕ್ರಮಬದ್ಧ ಹಾಗೂ ಗಟ್ಟಿ. ಅದರಲ್ಲೂ ನನ್ನದು ವಿಶೇಷ. ನಾನು ಇನ್ನೂ ಮೂರು ನಾಲ್ಕು ವರ್ಷ ಕಲಿಯಬೇಕು. ಅನಂತರ ಒಂದೇಸಲಕ್ಕೆ ಅಖಿಲಭಾರತ ಮಟ್ಟದಲ್ಲಿ ಮಿಂಚುವ ಗಾಯಕಿಯಾಗಿ ಕಾಣಿಸಿಕೊಳ್ಳಬಹುದು ಎಂಬ ಗುರಿಯನ್ನು ಕೊರೆದು ಇದ್ದಕ್ಕಿದ್ದಂತೆಯೇ ಎಂಥ ಬೇಸರ ಹುಟ್ಟಿಬಿಟ್ಟಿತು! 'ಮಧು, ನಿನಗೆ ಇಪ್ಪತ್ತಾರು ಆಯಿತು. ಈಗಲೂ ಮದುವೆ ಯಾಗದಿದ್ದರೆ ಮುಂದೆ ತಕ್ಕ ಗಂಡು ಎಲ್ಲಿ ಸಿಕ್ಕುತ್ತೆ? ವಿದ್ಯಾಬುದ್ಧಿ ರೂಪ ಮನೆತನಗಳ ಗಂಡುಗಳೆಲ್ಲ ಇಪ್ಪತ್ತಾರು ಇಪ್ಪತ್ತೇಳರ ಒಳಗೆ ಮದುವೆಮಾಡಿಕೊತ್ತಾರೆ. ಆಮೇಲೆ ನಿನ್ನನ್ನ ಮೂಸೋರು ಯಾರು? ಹೆಂಡತಿ ಸತ್ತೋನೋ, ಡೈವರ್ಸ್ ಆದೋನೋ ಮುದುಕನೋ ಅಲ್ಲದೆ ತಾಜಾಗಂಡು ಎಲ್ಲಿ ಉಳಿದಿರುತ್ತೆ?' ಅಮ್ಮನ ಒತ್ತಾಯ. 'ಸಂಗೀತದಲ್ಲಿ ಆಸಕ್ತಿ ಇರುವ ಗಂಡನ್ನೇ ಹುಡುಕೋಣ,' ರೇವತಿಬಾಭಿಯ ಉಪಾಯ. 'ಮದುವೆಯಾದಮೇಲೂ ಸಾಧನೆಮಾಡುಕ್ಕೆ ಏನಡ್ಡಿ? ಈ ಕಾಲದ ವಿದ್ಯಾವಂತ ಗಂಡುಗಳು ಬ್ರಾಡ್‌ಮೈಂಡೆಡ್ ಇರ್ತಾರೆ,' ಅಣ್ಣಂದಿರ ಹಿತವಚನ. ಇದ್ದಕ್ಕಿದ್ದಂತೆಯೇ ನನ್ನೊಳಗೆಯೇ ಹೌದು ಎನ್ನಿಸಿಬಿಟ್ಟಿತು. ಗುರೂಜಿಯೊಡನೆ ಒಂದೇ ಒಂದು ರಾತ್ರಿ ಕಳೆದಿಲ್ಲ. ಪರಸ್ಪರ ಮಾತನಾಡುತ್ತಾ ಕನಸು ಕಾಣುತ್ತಾ ರಾತ್ರಿ ಜೊತೆಯಲ್ಲಿ ಮಲಗಿ ನಿದ್ರಿಸಿ ತಾವು ಜೊತೆಯಲ್ಲೇ ಇದ್ದೀವೆಂಬ ಅರಿವಿನಲ್ಲಿ ಬೆಳಗ್ಗೆ ಎಚ್ಚರಗೊಳ್ಳುವ ಹಿತವನ್ನು ಅವರೊಡನೆ ಒಂದುಸಲವೂ ಅನುಭವಿಸಿಲ್ಲ. ಅನುಭವಿಸುವುದು ಸಾಧ್ಯವೂ ಇಲ್ಲ. ನನ್ನೊಡನೆ ವಿರಾಮದಲ್ಲಿ ಮಲಗಿ ಕನಸುಕಾಣುವ ವ್ಯವಧಾನ ಇವರಿಗೆ ಇಲ್ಲವೇ ಇಲ್ಲ. ಸಂಗೀತದ ಶಿಷ್ಯೆ ಎಂಬುದನ್ನು ಬಿಟ್ಟರೆ ತಮ್ಮ ಬೇರಾವ ಕನಸುಗಳನ್ನೂ ಅವರು ನನ್ನೊಡನೆ ಕಾಣುವುದಿಲ್ಲ. ಕಾಣಿಸಿಕೊಳ್ಳಲು ತವಕಿಸುವಂಥ ಕನಸುಗಳೇ ಅವರಿಗೆ ಇಲ್ಲವೋ! ಅವರು ನಿಶ್ಚಯಿಸಿದ ಸಮಯಬಂಧದೊಳಗೆ ಶಾರೀರಿಕಕ್ಕೆ ಮಾತ್ರ ಜೊತೆಗೂಡಿ ಅನಂತರ ಮುಂಭಾಗದ ಬಾಗಿಲು ತೆಗೆದುಬಿಡುವ ಆತುರದಲ್ಲಿ ಯಾವ ಸಂತೃಪ್ತಿ ದೊರಕುತ್ತೆ? ನನ್ನದೇ ಮನೆ, ಸಂಪೂರ್ಣ ನನಗೆ ಮೀಸಲಾದ ಗಂಡ, ನನ್ನದೇ ಆಡಳಿತದ ಸಂಸಾರ ಮಾಡಿಕೊಳ್ಳುವ ಬಯಕೆಯೂ ಕಾಡಿಸುತ್ತಿತ್ತು. ಮೂವತ್ತು ವರ್ಷಕ್ಕೆ ಹಿರಿಯ, ಐವತ್ತಾರು ತುಂಬುತ್ತಿರುವ, ಅದೂ ಹಲವು ಹತ್ತು ಹೆಂಗಸರೊಡನೆ

ಹಂಚಿಕೊಳ್ಳುವ ಈ ಮುದುಕನಿಂದ ಇಪ್ಪತ್ತಾರರ ಆರೋಗ್ಯವಂತ ಪ್ರಾಯದ ನನಗಾದರೂ ಯಾವ ತೃಪ್ತಿ ಎಂಬ ಬೆಂಕಿಯೂ ಉರಿಯತೊಡಗಿ ಹೌದು ತಾಯಿ, ಅತ್ತಿಗೆ, ಅಣ್ಣಂದಿರು ಹೇಳುವುದು ಸರಿ ಅನ್ನಿಸಿಬಿಟ್ಟಿತು. ಜೊತೆಗೆ ಇಷ್ಟು ವಯಸ್ಸಾಗಿಯೂ ಅಣ್ಣಂದಿರ ಮನೆಯಲ್ಲಿ ಅವರ ಬೆಳೆಯುತ್ತಿರುವ ಮಕ್ಕಳಜೊತೆ ಇದ್ದೀನೆಂಬ ಸಂಕೋಚ ಬೇರೆ ಹುಟ್ಟಿ ಮುಜುಗರ ವಾಗತೊಡಗಿತ್ತು.

'ಮಧೂ ತಂಗೀ, ವಿಕ್ರಮ್ ಷಾ ಅಂತ ಒಂದು ಗಂಡು ಬಂದಿದೆ. ಒಳ್ಳೆ ಲಕ್ಷಣವಂತ. ಐದು ಅಡಿ ಹತ್ತೂವರೆ ಅಂಗುಲ. ಬಾಂಬೆ ಐ.ಐ.ಟಿ.ಯಲ್ಲಿ ಫಸ್ಟ್‌ಕ್ಲಾಸಿನಲ್ಲಿ ಕಂಪ್ಯೂಟರ್ ಎಂಜಿನಿಯರಿಂಗ್ ಮುಗಿಸಿ ಸ್ಟಾನ್‌ಫೋರ್ಡಿನಲ್ಲಿ ಎಂ.ಬಿ.ಎ. ಮಾಡಿ, ಸಿಲಿಕನ್‌ವ್ಯಾಲಿಯಲ್ಲಿ ಒಂದೇ ವರ್ಷ ಕೆಲಸ ಮಾಡಿದಮೇಲೆ ಇಬ್ಬರು ಸ್ನೇಹಿತರ ಜೊತೆ ಸೇರಿ ಸ್ವಂತ ಕಂಪನಿ ತೆಗದು ಈಗಾಗಲೆ ಮಿಲಿಯನೇರ್ ಆಗಿರುವ ಚುರುಕು ಹುಡುಗ. ಮೂವತ್ತೊಂದು ವರ್ಷ. ಸ್ವಂತ ಬಿಸಿನೆಸ್ ಕಟ್ಟಿ ಸ್ಥಿರಗೊಳಿಸೂತನಕ ಮದುವೆ ಬೇಡ ಅಂತ ಮುಂದೆ ಹಾಕಿದ್ದ. ಬಿಸಿನೆಸ್ ಟ್ರಿಪ್‌ಗೆ ಅಂತ ಬಂದಿದಾನೆ. ನಾನು ನೋಡಿದೀನಿ. ನೀನು ಯಾಕೆ ನೋಡಬಾರದು? ಇಂಥ ಅವಕಾಶ ಜೀವನದಲ್ಲಿ ಮತ್ತೆ ಮತ್ತೆ ಬರೂದಿಲ್ಲ,' ದೊಡ್ಡಣ್ಣ ಅಂದಾಗ ತಕ್ಷಣ ಮದುವೆಯಾಗಲು ಒಳಗೇ ಭಯವಾಗಿ, 'ಬೇಡಣ್ಣ. ನಾನು ಈಗಲೇ ಆಗುಲ್ಲ. ಆಗದೆ ಉಳಿದರೂ ಮುಂದೆ ಪಶ್ಚಾತ್ತಾಪ ಪಡುಲ್ಲ,' ಅಂದದ್ದಕ್ಕೆ, 'ಮುಖ್ಯವಿಷಯ ನಾನಿನ್ನೂ ಹೇಳಿಲ್ಲ. ನಾನು ಅವನ ಕೈಲಿ ಖಾಸ್‌ಬಾತ್ ಆಡಿದೆ. ನನ್ನ ತಂಗಿ ಬಹಳ ಚನ್ನಾಗಿ ಹಾಡ್ತಾಳೆ. ಪಂಡಿತ್ ಮೋಹನಲಾಲಜಿಯ ಶಿಷ್ಯೆ. ಬಿ.ಎ.ಗೆ ಮೊದಲೇ ಐದುವರ್ಷ ಕಲಿತಿದ್ದಳು. ಅನಂತರ ಆರುವರ್ಷ ಸಂಗೀತಸಾಧನೆಯಲ್ಲೇ ಮುಳುಗಿದಾಳೆ. ಆದ್ದರಿಂದಲೇ ಮದುವೆಯಾಗಿಲ್ಲ. ಈಗ ಆಗುವ ಮನಸ್ಸಿದೆ ಅಂತ ನನ್ನ ಹೆಂಡತಿ ನನ್ನ ತಮ್ಮನ ಹೆಂಡತಿ ಇಬ್ಬರೂ ಹೇಳ್ತಿದಾರೆ. ಆದ್ದರಿಂದ ನಾನು ನಿಮ್ಮ ಕೈಲಿ ಪ್ರಸ್ತಾಪ ಮಾಡ್ತಿರೂದು ಅಂದದ್ದಕ್ಕೆ ಉಬ್ಬಿಹೋಗಿಬಿಟ್ಟ! ಮೋಹನಲಾಲರ ಶಿಷ್ಯರೆ? ಗ್ರೇಟ್ ಇರಬೇಕು! ಎಂದ. ಹಿಂದೂಸ್ಥಾನೀ ಶಾಸ್ತ್ರೀಯಸಂಗೀತ ಅಂದರೆ ಹುಚ್ಚು ನಮ್ಮ ಪ್ರಸಿದ್ಧ ಕಲಾವಿದರ ಎಲ್ಲ ಟೇಪುಗಳನ್ನೂ ಇಟ್ಟಿದಾನಂತೆ. ಐ ಮಸ್ಟ್ ಮೀಟ್ ಹರ್ ಅಂಡ್ ಟಾಕ್ ಟು ಹರ್ ಅಂದ. ಭೇಟಿಯಾದರೆ ಏನು ನಷ್ಟ? ಸಂಕೋಚವಿಲ್ಲದೆ ನಿನಗೆ ಬೇಕಾದ ಪ್ರಶ್ನೆ ಕೇಳು. ಆಮೇಲೆ ನಿನಗೆ ಬೇಡ ಅನ್ನಿಸಿದರೆ ಬೇಡ. ಬಲವಂತವಿಲ್ಲ. ಇಂಥ ಅವಕಾಶ ಬಂದಿರುವಾಗ ಭೇಟಿಯೇ ಆಗುಲ್ಲ ಅಂದರೆ ಯಾವ ವಿವೇಕ?'

ಮರುದಿನ ಮಧ್ಯಾಹ್ನ ಮೂರೂವರೆಯ ಹೊತ್ತಿಗೆ ಸಂದರ್ಶನ. ನಮ್ಮ ಮನೆಯಲ್ಲೇ ಹಾಲಿನಲ್ಲಿ. ಅವರು ಬಂದನಂತರ ಅತ್ತಿಗೆಯರು ಸಿಹಿ, ನಮ್‌ಕೀನು, ಹಣ್ಣುಗಳು, ಚಹಾ ತಂದುಕೊಡುವುದು. ಅನಂತರ ನಾನು ತಂಬೂರಿ ಹಿಡಿದು ಅಲ್ಲಿಗೆ ಬಂದು ಗೋಡೆಯ ಹತ್ತಿರ ಕೂತು ಒಂದು ರಾಗ ಹಾಡುವುದು. ತಬಲಾ ಹಾರ್ಮೋನಿಯಂ ಮೊದಲಾಗಿ ಯಾವ ಸಾಥಿದಾರರೂ ಇಲ್ಲ. ಬರೀ ಆಲಾಪ. ಅನಂತರ ಮನೆಯ ಆಫೀಸು ಕೋಣೆಯಲ್ಲಿ ನನ್ನನ್ನೂ ಅವರನ್ನೂ ಕೂರಿಸಿ ಪ್ರತ್ಯೇಕವಾಗಿ ಮಾತನಾಡಲು ಅನುವು ಮಾಡುವುದು,

ಚಿಕ್ಕಣ್ಣ ಆಲೋಚಿಸಿದುದನ್ನು ಎಲ್ಲರೂ ಒಪ್ಪಿದರು. ನನ್ನ ಕೋಣೆಯಲ್ಲಿ ಶ್ರುತಿಮಾಡಿಕೊಂಡ ತಂಬೂರಿಯನ್ನು ಚಿಕ್ಕಣ್ಣ ತಂದು ಹಾಲಿನಲ್ಲಿ ಇಟ್ಟ. ಅವನ ಹಿಂದೆ ಬಂದ ನನ್ನನ್ನು ದೊಡ್ಡಣ್ಣ ನನ್ನ ತಂಗಿ ಮಧುಮಿತಾ, ಎಂದು ಪರಿಚಯ ಮಾಡಿಸಿದರು. ಎದ್ದುನಿಂತು ನಮಸ್ತೆ ಎಂದ ವಿಕ್ರಮರನ್ನು ನೋಡಿದ ತಕ್ಷಣ ನಾನು ಸೋತು ನೆಲಕಚ್ಚಿಬಿಟ್ಟೆ. ಮುಂಬಯಿ ಯಲ್ಲಿ ಅದೂ ನನ್ನ ವಲಯದಲ್ಲಿ ಸ್ಮಾರ್ಟ್ ಹುಡುಗರಿಗೆ ಕೊರತೆ ಇಲ್ಲ. ಆದರೆ ಈತ ಮುಂಬಯಿ ಅಮೆರಿಕೆಗಳೆರಡರ ಸ್ಮಾರ್ಟ್‌ನೆಸ್ಸನ್ನೂ ಹೀರಿ ಕಂಗೊಳಿಸುತ್ತಿದ್ದಾರೆ. ಬಾಲಿಉಡ್ ನಟನ ಹುಂಬ ಸ್ಮಾರ್ಟ್‌ನೆಸ್ ಅಲ್ಲ, ಕ್ರಿಡಾಪಟುವಿನ ಬರೀ ದೈಹಿಕ ಚುರುಕಿನ ಸ್ಮಾರ್ಟ್‌ನೆಸ್ ಅಲ್ಲ. ವಿದ್ಯೆ, ಸಂಸ್ಕಾರ, ಆತ್ಮವಿಶ್ವಾಸ, ಕಲಾಮನೋಧರ್ಮ, ಸಾಧನೆ ಮೊದಲಾಗಿ ಮೆಚ್ಚಬೇಕಾದ ಗುಣಗಳೆಲ್ಲವೂ ಮೇಳವಿಸಿದ ಸ್ಮಾರ್ಟ್‌ನೆಸ್ ಎಂದು ಮೊದಲ ಠೇಕಾ ಮಿಡಿಯುವಷ್ಟು ಕಾಲದಲ್ಲೇ ಅನ್ನಿಸಿಬಿಟ್ಟಿತು. ಎದ್ದುನಿಂತು ನಮಸ್ತೆ ಹೇಳಿದ ಮುಖದಲ್ಲಿ ಎಂತಹ ವಿನಯ! ನನ್ನೊಳಗೆ ಆದ ಗೊಂದಲದಲ್ಲಿ ಪ್ರತಿನಮಸ್ತೆ ಮಾಡುವುದನ್ನೂ ಮರೆತು ಹೋಗಿ ತಂಬೂರಿಯ ಮುಂದೆ ಕುಳಿತೆ. ಇನ್ನೊಮ್ಮೆ ಅವರೆಡೆಗೆ ಕಣ್ಣುಹರಿಸುವ ಧೈರ್ಯವಾಗಲಿಲ್ಲ. ಬೇಗ ಗಾಯನ ಆರಂಭಿಸುವುದೊಂದೇ ನನ್ನನ್ನು ನಾನು ರಕ್ಷಿಸಿಕೊಳ್ಳುವ ವಿಧಾನವಾಗಿ ಕಂಡಿತು. ಕಣ್ಣುಮುಚ್ಚಿ ಶ್ರುತಿಗೆ ಷಡ್ಜ ಹಚ್ಚಿದೆ. ಅರೆ, ಅರೆ, ಏನು ಮಾಡ್ತಿದೀರಿ? ದೊಡ್ಡಣ್ಣನ ಧ್ವನಿ. 'ಸೋಫ಼ಾದಮೇಲೆ ಕೂತಿದ್ದರೆ ಭಾರತೀಯ ಸಂಗೀತ ಕೇಳುವ ಮನೋಧರ್ಮ ಹುಟ್ಟುಲ್ಲ,' ಎನ್ನುತ್ತಾ ವಿಕ್ರಮ್ ರತ್ನಗಂಬಳಿಯ ಮೇಲೆ ಚಕ್ಕಲುಮಕ್ಕಲ ಹಾಕಿ ಕುಳಿತುಕೊಳ್ಳುತ್ತಿದ್ದರು. ನಾನು ಕಣ್ಣು ಬಿಟ್ಟೆ. ಅವರ ಮುಖ ಕಾಣಿಸಿತು. ನನ್ನಲ್ಲಿ ಧೈರ್ಯ ಹುಟ್ಟಿತು. ಧ್ವನಿಯು ದೃಢವಾಯಿತು. ರೇ, ಮಪ, ನಿ, ಸಾ, ನಿಪಮರೆ , ಸಾ , ಎಂದು ಎತ್ತಿಕೊಳ್ಳುವ ವೇಳೆಗೆ ಆತ್ಮವಿಶ್ವಾಸ ಹುಟ್ಟಿ ಕಣ್ಣುಗಳನ್ನು ಅರ್ಧ ತೆರೆದೆ. ಸಂಪೂರ್ಣವಾಗಿ ಮುಚ್ಚಿ ಹಾಡುವುದು ಅಭ್ಯಾಸದಲ್ಲಿರಲಿಲ್ಲ. ಅರೆ ನಿಮೀಲಿತದಲ್ಲಿಯೇ ಕಾಣಿಸಿತು: ಈತನಿಗೆ ಸಂಗೀತದಲ್ಲಿ ಮಗ್ನತೆ ಇದೆ. ಅನಂತರ ರಾಗವಿಸ್ತರಣೆ ಏನೂ ಕಷ್ಟವಾಗಲಿಲ್ಲ. ಮುಖ್ಯಶ್ರೋತೃವಿಗೆ ಅರ್ಥವಾಗುತ್ತದೋ ಇಲ್ಲವೋ ಎಂಬ ಆತಂಕ ಪರಿಹಾರವಾದದ್ದರಿಂದ ಸೂಕ್ಷ್ಮಸ್ಥಾನಗಳ ಮೇಲೆ ನಿಧಾನವಾಗಿ ನಿಂತು, ಆತುರವಿಲ್ಲದೆ ಹೊಸವಲಯಗಳ ನಾಡಿಗಳನ್ನೆಲ್ಲ ಮಿಡಿದು ಮಿಡಿದು ಹಿಂತಿರುಗಿ ಬರೀ ಆಲಾಪವನ್ನೇ ನಲವತ್ತು ನಿಮಿಷ ಮಾಡಿ ನಿಲ್ಲಿಸಿದಾಗ ಮೆಚ್ಚುಗೆ ತುಂಬಿದ ಆತನ ನೋಟ ನನ್ನನ್ನೂ ಒಳಗೊಂಡಿದ್ದರೂ ರಾಗದ ಭಾವದಲ್ಲಿ ನಟ್ಟಿತ್ತು. ಯಾವ ಟಿಪ್ಪಣಿಮಾಡಲೂ ತಿಳಿಯದ ಸ್ಥಿತಿಯಲ್ಲಿದ್ದರು. ಚಿಕ್ಕಣ್ಣ, 'ಗಡಿಬಿಡಿಯಲ್ಲಿ ಏರ್ಪಡಿಸಿದೆವು. ಸಾಥೀದಾರರನ್ನು ಕರೆಸುಕ್ಕೆ ಸಮಯವಿರಲಿಲ್ಲ. ತಬಲಾ ಹಾರ್ಮೋನಿಯಂ ಇದ್ದರೆ ರಂಗು ಕೂಡುತ್ತಿತ್ತು' ಎಂದ. ವಿಕ್ರಮ್, 'ಪಕ್ಕವಾದ್ಯಗಳ ಗದ್ದಲವಿಲ್ಲದ ಆಲಾಪವೇ ನನಗೆ ಹೆಚ್ಚು ಇಷ್ಟ,' ಎಂದರು. 'ಇನ್ನೊಂದು ಹಾಡಿಸಬಹುದಿತ್ತು. ಆದರೆ ನಾಲ್ಕೂವರೆಗಂಟೆಗೆ ರಾಹುಕಾಲ ಬರುತ್ತೆ.' ದೊಡ್ಡಣ್ಣ ಸಂಗೀತದ ಸಮಾಪ್ತಿಯನ್ನು ಸೂಚಿಸಿದರು. ಆಫ಼ೀಸು ಕೋಣೆಯಲ್ಲಿ ಅವರೆದುರಿನ ಕುರ್ಚಿಯಲ್ಲಿ ಕುಳಿತಾಗ ನನಗೆ ಗಾಬರಿ, ಭಯ. ಕೇಳಬೇಕೆಂದು ರಾತ್ರಿಯೆಲ್ಲ ರೂಪಿಸಿಕೊಂಡ

ಪ್ರಶ್ನೆಗಳು ತಪ್ಪಿಸಿಕೊಳ್ಳುತ್ತಿವೆ. ಅವರೇ, 'ಈಗ ನೀವು ಹಾಡಿದ್ದು ಮಧುಮಾಸ ಸಾರಂಗವಲ್ಲವೆ? ಅದರ ಸರಿಯಾದ ಹೆಸರು ಮಧ್ಯಮಾದಿ ಸಾರಂಗ ಅಂತಲಂತೆ' ಎಂದರು. ಇವರು ರಾಗವನ್ನೂ ಗುರುತಿಸುತ್ತಾರೆ ಎಂದು ತಿಳಿದು ನನ್ನ ಸಂತೋಷ ಹೆಚ್ಚಾಯಿತು. ಮಾತನಾಡುವ ಧೈರ್ಯವೂ ಬಂತು. ಹೌದು, ಎಂದೆ. 'ಕೇಳಿ ಕೇಳಿ ಧಾಟಿಯ ಮೇಲೆ ಗುರುತಿಸ್ತೀನಿ. ಸ್ವರಜ್ಞಾನದ ಮೇಲಲ್ಲ. ನನ್ನ ಹತ್ತಿರ ಮಧುಮಾಸದ ಆರು ಟೇಪುಗಳಿವೆ. ಬಿಸ್ಮಿಲ್ಲಾರದೂ ಸೇರಿ. ಸಂಗೀತ ಕಲೀಬೇಕು ಅನ್ನೂ ಆಶೆ ಎಷ್ಟೋಸಲ ಬಾಧಿಸುತ್ತೆ. ನನ್ನ ಕೆಲಸಕಾರ್ಯಗಳಲ್ಲಿ ಕ್ರಮವಾಗಿ ಒಂದು ಟೈಮ್‌ಟೇಬಲ್ ಮಾಡಿ ಗುರುಗಳಲ್ಲಿ ಹೋಗುಕ್ಕೆ ಆಗುಲ್ಲ. ನೀವು ಒಪ್ಪಿ ಶಿಷ್ಯನನ್ನಾಗಿ ಸ್ವೀಕರಿಸಿದರೆ ಮನೇಲೇ ಪಾಠ ಹೇಳಬಹುದು,' ಎನ್ನುವಾಗ ಮುಖದಲ್ಲಿ ಮೂಡಿದ ಮುಗುಳ್ನಗೆಯು ಮೋಹಕವಾಗಿತ್ತು. ನನ್ನ ಮುಜುಗರ ಕಳೆಯುತ್ತಿತ್ತು. ಅವರೇ ಮಾತನಾಡಿದರು: 'ನೀವು ಏನು ಕೇಳಬೇಕೋ ನಿಸ್ಸಂಕೋಚವಾಗಿ ಕೇಳಿ. ಅದಕ್ಕೆ ಮೊದಲು ಒಂದುಮಾತು ಹೇಳ್ತೀನಿ. ಮುಂಬಯಿ ಬಿಟ್ಟು ಅಮೆರಿಕಾಕ್ಕೆ ಬಂದರೆ ಸಂಗೀತದ ಬೆಳವಳಿಗೆಯ ಗತಿ ಏನು ಅನ್ನುವ ಅನುಮಾನಕ್ಕೆ ಕಾರಣವಿಲ್ಲ. ನಾನಿರುವ ಕ್ಯಾಲಿಫ಼ೋರ್ನಿಯಾ ಅದರಲ್ಲೂ ಸಿಲಿಕನ್‌ವ್ಯಾಲಿಯ ಗಾಳಿ ಭಾರತೀಯ ಸಂಗೀತದಿಂದ ತುಂಬಿ ನುಲಿಯುತ್ತಿದೆ. ನನ್ನ ಮನೆಯಿಂದ ಒಂದೂಮುಕ್ಕಾಲು ಗಂಟೆಯ ಡ್ರೈವ್‌ನಲ್ಲಿ ಆಲಿ ಅಕ್ಬರ್ ಸ್ಕೂಲ್ ಆಫ಼್ ಮ್ಯೂಸಿಕ್ ಇದೆ. ಸ್ಯಾನ್ ರಫ಼ೇಲ್ ಅಂತ ಊರಿನ ಹೆಸರು. ಸ್ವತಃ ಅಕ್ಬರರೇ ಕಲುಸ್ತಾರೆ. ಅವರು ಮೂಲತಃ ವಾದಕರಾದರೂ ಗಾಯನ ಚನ್ನಾಗಿ ಗೊತ್ತಿದೆ. ಶಾಸ್ತ್ರವೆಲ್ಲ ಒಂದೇತಾನೇ. ನನಗೆ ಗೊತ್ತಿರುವ ಹಾಗೆ ಕೆಲವು ಗಾಯಕರಿಗೂ ಪಾಠ ಹೇಳ್ತಾರೆ. ವಾರದಲ್ಲಿ ಒಂದು ಅಥವಾ ಎರಡು ದಿನ ನೀವು ಅಲ್ಲಿಗೆ ಹೋಗಿಬರಬಹುದು. ಜ಼ಾಕೀರ್ ಹುಸೇನ್ ಇರೂದೂ ನಮಗೆ ಹತ್ತಿರವೇ. ನಮ್ಮ ಎಷ್ಟೋಜನ ಕಂಪ್ಯೂಟರ್ ಎಂಜಿನಿಯರುಗಳು ಅವರಿಂದ ತಬಲಾ ಕಲೀತಿದಾರೆ. ರವಿಶಂಕರ್ ನೆಲೆಸಿರೂದೂ ದಕ್ಷಿಣ ಕ್ಯಾಲಿಫ಼ೋರ್ನಿಯಾದಲ್ಲಿ. ಭಾರತದ ಪ್ರಸಿದ್ಧ ಸಂಗೀತಗಾರರೆಲ್ಲ ಕ್ಯಾಲಿಫ಼ೋರ್ನಿಯಾಕ್ಕೆ, ಅದರಲ್ಲೂ ಸಿಲಿಕನ್‌ವ್ಯಾಲಿಯ ಸುತ್ತಮುತ್ತ ಬಂದು ನೆಲೆಸ್ತಿದಾರೆ. ಪ್ರಸಿದ್ಧ ಸಂಗೀತಗಾರರ ಕಾರ್ಯಕ್ರಮಗಳು ನಮ್ಮ ವ್ಯಾಲಿಯಲ್ಲಿ ಆಗ್ತನೇ ಇರ್ತವೆ. ಕಲಿ ಯೋರ ಸಂಖ್ಯೆಯೂ ಇದೆ. ನೀವು ಅಲ್ಲಿ ಕಲಿಯಲೂಬಹುದು. ಬೇಕೆಂದರೆ ನಿಮ್ಮದೇ ನಿಮ್ಮ ಹೆಸರಿನಲ್ಲೇ ಒಂದು ಸ್ಕೂಲ್ ನಡೆಸಬಹುದು. ಭಾರತದ ವೃತ್ತಿಪರಿಣತರೆಲ್ಲ ಬಂದು ನೆಲೆಸುತ್ತಿರುವ ನಾಡಿನಲ್ಲಿ ಭಾರತದ ಸಂಗೀತವೂ ಚಿಗುರಿ ಪಲ್ಲವಿಸೂದು ಸಹಜವೇ ತಾನೆ?'

ನನ್ನ ಮುಖವನ್ನೇ ನೋಡುತ್ತಾ ಅವರು ಮಾತನಾಡುತ್ತಿದ್ದರು. ಅನಂತರ ನಿಲ್ಲಿಸಿದರು. ಒಂದು ನಿಮಿಷದ ನಂತರ, 'ನಿಮಗೆ ಕೇಳಬೇಕು ಅನ್ನಿಸಿದ್ದನ್ನ ಸಂಕೋಚವಿಲ್ಲದೆ ಕೇಳಿ' ಅಂದರು. ನನ್ನ ಪ್ರಶ್ನೆಗಳನ್ನೆಲ್ಲ ಅವರೇ ಗ್ರಹಿಸಿ ಉತ್ತರ ಹೇಳಿರುವಾಗ ನಾನು ಕೇಳಲು ಉಳಿದಿರುವುದಾದರೂ ಏನು? ಅವರೇ ಹೇಳಿದರು: 'ನಾವು ಮೂರುಜನ ಸ್ನೇಹಿತರು ಸೇರಿ ಕಂಪನಿ ಆರಂಭಿಸಿದೀವಿ. ಚನ್ನಾಗಿ ನಡೀತಿದೆ. ವೇಗವಾಗಿ ಬೆಳೀತಿದೆ. ಮಾರ್ಕೆಟಿಂಗ್

ಹೊಣೆ ನಂದು. ನಾನು ಆಗಾಗ್ಗೆ ಪ್ರಯಾಣಮಾಡಬೇಕಾಗುತ್ತೆ. ಅಮೆರಿಕದ ಒಳಗೆ ಮಾತ್ರ ವಲ್ಲ, ಯೂರೋಪಿನಲ್ಲೂ. ಇಂಡಿಯಾಕ್ಕೂ ರಫ್ತು ವಿಸ್ತರಿಸುವ ವಿಚಾರವಿದೆ. ಈಗ ಇಂಡಿಯಾದಲ್ಲೂ ಕಂಪ್ಯೂಟರ್ ಬಳಕೆ, ಕೈಗಾರಿಕೆ ಎರಡೂ ಬೆಳೀತಿವೆ. ಈಗ ನಾನು ಬಂದಿರೂದು ವ್ಯಾಪಾರದ ಕೆಲಸದ ಮೇಲೆಯೇ. ನಾನು ಪದೇ ಪದೇ ಪ್ರವಾಸಮಾಡೂದನ್ನ ನೀವು ಸಹಿಸಿಕೋಬೇಕು. ಕಂಪನಿ ಚನ್ನಾಗಿ ಬೆಳೆದಮೇಲೆ ಅಂದರೆ ಮೂರುನಾಲ್ಕುವರ್ಷದಲ್ಲಿ ಒಬ್ಬ ಸಮರ್ಥ ಮಾರ್ಕೆಟಿಂಗ್ ಮನುಷ್ಯನನ್ನು ನೇಮಿಸಿಕೊಂಡು ನನ್ನ ಪ್ರವಾಸಗಳನ್ನ ಕಡಮೆ ಮಾಡಿಕೊಬಹುದು. ಒಂದು ಗುಡ್ಡದ ನಡುಭಾಗದಲ್ಲಿ ಸುತ್ತ ಕಾಡಿನಮಧ್ಯೆ ಹೊಸದಾಗಿ ಒಂದು ಮನೆ ಮಾಡಿದೀನಿ. ವರ್ಷದ ಎಲ್ಲ ಋತುಗಳನ್ನೂ ನನ್ನ ಮನೆಯ ಸುತ್ತಣ ಕಾಡೇ ತೋರಿಸುತ್ತೆ. ವಸಂತ, ಗ್ರೀಷ್ಮ, ಮಲ್ಹಾರದ ವರ್ಷಾ, ಹೀಗೆ ಸಂಗೀತಕ್ಕೂ ಸ್ಫೂರ್ತಿ, ಸಾಧನೆಗೂ ಸ್ಫೂರ್ತಿಯಾಗುವಂಥ ತಾಣ.' ತಕ್ಷಣ ನನ್ನೊಳಗೆ ಕನಸು ಹುಟ್ಟಿಬಿಟ್ಟಿತು. ಆ ಸಾಯಂಕಾಲವೇ ಹೈದರಾಬಾದಿನಲ್ಲಿರುವ ಅವರ ತಾಯಿ ತಂದೆಯರಿಗೆ ಫೋನ್‌ಮಾಡಿ ಅವರು ಬೆಳಗಿನ ಮೊದಲ ವಿಮಾನದಲ್ಲಿ ಸಾಂತಾಕ್ರೂಜ್ ಮುಟ್ಟಿ ಎಂಟೂವರೆಗೆ ನನ್ನನ್ನೂ ನೋಡಿ ಎಂಟೂಮುಕ್ಕಾಲಿಗೆ, 'ನಮ್ಮ ಹುಡುಗ ಇನ್ನೂ ನಾಲ್ಕುದಿನ ಭಾರತದಲ್ಲಿರ್ತಾನೆ. ಅಷ್ಟರೊಳಗೆ ನೀವು ಮದುವೆ ಮಾಡಿಕೊಟ್ಟರೆ ಅನುಕೂಲ. ಮತ್ತೊಮ್ಮೆ ಬರೂದು ಅಂದರೆ ಅವನಿಗೆ ಕಷ್ಟ. ಸರಳವಾಗಿ ಮಾಡಿಕೊಡಿ. ನಾವು ಹೆಚ್ಚಿನ ಧಾಂಧೂಂಗಳನ್ನ ಇಷ್ಟಪಡುಲ್ಲ,' ಎಂದರು. ಪಂಡಿತರನ್ನು ಕರೆಸಿ ಅದರ ಎರಡನೇ ದಿನವೇ ಲಗ್ನವಿರುವುದಾಗಿ ಅವರು ಹೇಳಿ ತಕ್ಷಣ ಫೋನುಗಳನ್ನು ಮಾಡಿ ಷರಾಟನ್ ಹೋಟೆಲಿನವರು ಸಕಲ ನಿರ್ವಹಣೆಯನ್ನು ಹೊತ್ತು ತಾಯಿ ಇಬ್ಬರು ಅತ್ತಿಗೆಯರೂ ಅಂಗಡಿಗಳನ್ನು ಸುತ್ತಿ ಸೀರೆ ಒಡವೆ ಆಯ್ದು ಮದುವೆ ಆಗಿಯೇಹೋಯಿತು. 'ಮಧು, ಸ್ವತಃ ಉದ್ಯಮ ನಡೆಸುವವರು ಬೇರೆ ದೇಶದವರನ್ನು ಮದುವೆಯಾದರೆ ತ್ವರಿತವಾಗಿ ವೀಸಾ ಕೊಡುವ ಒಂದು ವ್ಯವಸ್ಥೆ ಇದೆ. ಒಂದು ತಿಂಗಳಲ್ಲಿ ನೀನು ನನ್ನನ್ನು ಕೂಡಿಕೊಳ್ತೀಯ. ಈಗ ಒಬ್ಬನೇ ಹೋಗುಕ್ಕೆ ಕಷ್ಟವಾಗ್ತಿದೆ' ಎನ್ನುವಾಗ ಅವರ ಕಣ್ಣುಗಳಲ್ಲಿ ಇಬ್ಬನಿ. ನನ್ನ ಕಣ್ಣುಗಳಲ್ಲಿ ನೀರು. ಮದುವೆ ಯಾದ ಎರಡುರಾತ್ರಿ ಮಾತ್ರ ನಾವು ಜೊತೆಯಲ್ಲಿದ್ದುದು. ಇಪ್ಪತ್ತೇ ದಿನದಲ್ಲಿ ವೀಸಾ ಸಿಕ್ಕಿ, ಟಿಕೇಟು ಖಚಿತವಾಗಿ, 'ನನ್ನ ಮದುವೆಯಾಯಿತು. ಹೋಗಿಬರ್ತೀನಿ' ಅಂತ ಗುರುವಿಗೆ ಹೇಳಿ ನಮಸ್ಕರಿಸಿ ಬರಲೇ, ಸಿಹಿತಿಂಡಿಗಳ ಪೊಟ್ಟಣ ಕೊಟ್ಟು, ಒಂದು ಶಾಲು, ಒಂದೆಳೆ ಚಿನ್ನದ ಸರ. ಯಾಕೋ ಧೈರ್ಯ ಬರಲಿಲ್ಲ. ತಪ್ಪು ಮಾಡಿದ್ದೇನೆಂದೆ? ಮಧ್ಯದಲ್ಲೇ ಅವರಿಗೆ ಕೈ ಕೊಟ್ಟು ಹಾರಿಹೋಗುತ್ತಿದ್ದೇನೆಂದೆ? ಪೂರ್ತಿ ಕಲಿಯುವ ಮೊದಲು ನಿಲ್ಲಿಸುಲ್ಲ ಮದುವೆ ಗಿದುವೆಯ ಜಂಜಡಕ್ಕೆ ಬಿದ್ದು ಗುರುವು ಇಷ್ಟುವರ್ಷ ಕಲಿಸಿದ ಶ್ರಮವನ್ನು ವ್ಯರ್ಥಮಾಡುಲ್ಲ ಅಂತ ಕೊಟ್ಟ ಮಾತನ್ನು ಮುರಿದಿದ್ದೇನೆಂದೆ? ನಮ್ಮಿಬ್ಬರಿಗೆ ಮಾತ್ರ ಗೊತ್ತಿರುವ ಗಾಂಧರ್ವಸಂಬಂಧವನ್ನು ಏಕಪಕ್ಷೀಯವಾಗಿ ಕತ್ತರಿಸಿ ಓಡಿಹೋಗುತ್ತಿದ್ದೀನೆಂದೆ? ತಪ್ಪಿತಸ್ಥ ಭಾವನೆ. ಮದುವೆಯಾಗಬಾರದಾಗಿತ್ತು. ಹಿರಿಯರ ಹಿತ ಒತ್ತಾಯಕ್ಕೆ ಮಣಿಯಬಾರ ದಾಗಿತ್ತು. ಮೊದಲ ನೋಟದಲ್ಲೇ ವಿಕ್ರಮನ ಅಯಸ್ಕಾಂತ ವ್ಯಕ್ತಿತ್ವಕ್ಕೆ ಸೆಳೆಯಲ್ಪಟ್ಟು

ಮಗುಚಿಕೊಳ್ಳಬಾರದಿತ್ತು, ಎಂಬ ಖೇದ. ಕ್ಲಾಸಿಗೆ ಯಾಕೆ ಬರುತ್ತಿಲ್ಲ ಅಂತ ಅವರೇ ಅಕಸ್ಮಾತ್ ಮನೆಗೆ ಫೋನುಮಾಡಿ, 'ಮಧೂ, ನಿನ್ನ ಮದುವೆಗೆ ಗುರುಗಳನ್ನು ಯಾಕೆ ಕರೆಯಲಿಲ್ಲ? ಮದುವೆಯ ಸಂಗತಿಯನ್ನೇಕೆ ತಿಳಿಸಲಿಲ್ಲ?' ಅಂತ ಅಮ್ಮನೋ, ಅಣ್ಣಂದಿರೋ ಅತ್ತಿಗೆಯರೋ ಕೇಳಿದರೆ ಏನು ಅರ್ಥ? ಎಂಬ ಭಯ. ಭಯದಿಂದಲಲ್ಲ, ಗುರುವಿಗೆ ನಮಸ್ಕರಿಸಿ ಆಶೀರ್ವಾದ ಪಡೆಯದೆ ಹೋಗುವುದಿಲ್ಲ, ಅದು ಶ್ರೇಯಸ್ಕರವಲ್ಲ, ಅಂತ ನಿಶ್ಚಯಿಸಿ ಅವರಿಗೆ ಫೋನುಮಾಡಿ, 'ಯಾಕೆ ಪಾಠಕ್ಕೆ ಬಂದಿಲ್ಲ ನೀನು ಇಪ್ಪತ್ತು ದಿನದಿಂದ?' ಎಂಬ ಅವರ ಪ್ರಶ್ನೆಗೆ, 'ಇನ್ನೆರಡುತಾಸಿನಲ್ಲಿ ಬರ್ತೀನಿ. ಮನೇಲೇ ಇರಬೇಕು.' ಎಂದು ಹೇಳಿ ಹೂಂ ಅನ್ನಿಸಿಕೊಂಡು ತಕ್ಷಣ ಹೊರಟು ಅಂಗಡಿಗಳನ್ನು ಸುತ್ತಿ ಒಂದು ಚಿನ್ನದ ಸರ, ಜರಿಯ ಶಾಲು, ಸಿಹಿತಿಂಡಿಗಳ ಪೊಟ್ಟಣ, ಗುಲಾಬಿ ಹೂವುಗಳ ದೊಡ್ಡ ಬುಕೆಗಳನ್ನು ಕೊಂಡು ಟ್ಯಾಕ್ಸಿ ಹತ್ತಿ ಪಶ್ಚಿಮಬಾಂದ್ರಾಕ್ಕೆ ಹೋದೆ. ನನ್ನ ವೇಷಭೂಷಣ ನೋಡಿ ಅವರು ದಂಗುಬಡಿದುಹೋದರು. ಚಿನ್ನದ ಬಣ್ಣದ ಜರಿ ಅಂಚಿನ ರೇಶಿಮೆಸೀರೆ, ಕೈಗಳಿಗೆ ಬಳೆ, ಕೊರಳಿಗೆ ಮಾಂಗಲ್ಯ, ಬೈತಲೆಗೆ ಸಿಂಧೂರ. ಏನು? ಎಂದರು. ಬಾಗಿ ಅವರ ಪಾದಸ್ಪರ್ಶ ಮಾಡಿ ಮೊದಲು ಬುಕೆಯನ್ನು ಅವರ ಕೈಗೆ ನೀಡಿ ಅನಂತರ ಉಳಿದ ಮೂರು ಪೊಟ್ಟಣಗಳನ್ನು ಕೊಟ್ಟೆ. ಏನು ವಿಶೇಷ? ಮತ್ತೆ ಕೇಳಿದರು. 'ನಿಮಗೇ ಅರ್ಥವಾಗಿರಬೇಕು ಕೊರಳ ಮಾಂಗಲ್ಯ, ಬೈತಲೆಯ ಸಿಂಧೂರ ನೀವೇ ನೋಡ್ತಿದೀರಿ.' ಅವರು ನೋಡ್ತಿದ್ದರು. ಆದರೆ ಅದರ ಅರ್ಥ ತಲೆಯನ್ನು ಪ್ರವೇಶಿಸಿರಲಿಲ್ಲ. ಅಥವಾ ಅರ್ಥಮಾಡಿಕೊಳ್ಳಲು ಮನಸ್ಸು ಸಮ್ಮತಿಸುತ್ತಿರಲಿಲ್ಲ. ನಾನೇ ಹೇಳಿದೆ, 'ಕಂಕಣಬಲ ಒದಗಿಬಂತು. ಹುಡುಗ ಅಮೆರಿಕದಿಂದ ಬಂದಿದ್ದರು. ಸಂದರ್ಶನದ ಎರಡನೆ ದಿನವೇ ಮದುವೆಮಾಡಿಕೊಡಿ ಅಂದರು. ನಿಮ್ಮನ್ನು ಕರೆಯುವ ವ್ಯವಧಾನವೂ ಇರಲಿಲ್ಲ. ನಾಳೆ ರಾತ್ರಿ ನಾನು ಅಮೆರಿಕಕ್ಕೆ ಪ್ರಯಾಣಮಾಡ್ತೀನಿ. ನೀವು ಆಶೀರ್ವಾದ ಮಾಡಬೇಕು.' 'ಎಲ್ಲ ಮಾಡಿಕೊಂಡಾದಮೇಲೆ ಆಶೀರ್ವಾದ ಕೇಳುಕ್ಕೆ ಬಂದಿದೀಯ. ವ್ಯಾಪಾರಸ್ಥ ಜನ. ಮನೇಲಿ ಬಲವಂತ ಮಾಡಿದ ರೇನು?' ಇಲ್ಲ. ಅವರು ಹೂಂ ಎಂದರು. ಅನಂತರ ನಿನ್ನ ಅಭ್ಯಾಸ? 'ಅಲ್ಲೇ ಮಾಡ್ತೀನಿ. ಆಗಾಗ್ಗೆ ಮುಂಬಯಿಗೆ ಬಂದು ನಿಮ್ಮಿಂದ ಹೇಳಿಸಿಕೊತ್ತೀನಿ. ಅವರಿಗೂ ಸಂಗೀತ ಅಂದರೆ ತುಂಬ ಪ್ರೀತಿ.' ಅವರ ಅಸಮಾಧಾನ ತುಸು ಕಡಮೆಯಾದಂತೆ ಕಂಡಿತು. ಎರಡುನಿಮಿಷದ ನಂತರ, 'ನಾಳೆಯೇ ಹೊರಟಿದೀಯಾ?' ಎಂದರು. ನನ್ನ ಮುಖ ನೋಡುತ್ತಾ. ಹೂಂ ಎಂದೆ. ಮಲಗುವ ಕೋಣೆಗೆ ಹೋಗೋಣ ಎಂದು ಕಣ್ಣಿನಿಂದ ಸೂಚಿಸಿದರು. ನಾನು ಮುಖದಲ್ಲಿ ಕೋಪ ತೋರಿಸಿದೆ. ಒಂದುನಿಮಿಷದ ನಂತರ, 'ಮತ್ತೆ ಯಾವಾಗ ಸೇರ್ತೀವೋ ಏನೋ! ಬಾ,' ಎಂದು ನನ್ನ ಭುಜ ಹಿಡಿದು ನಡೆಸುವಂತೆ ಮೃದುವಾಗಿ ತಳ್ಳಿದರು. ನನಗೆ ಮದುವೆಯಾಗಿದೆ ಎಂದೆ. 'ಅದಕ್ಕಿಂತ ಮೊದಲು ನನ್ನ ಕೂಡ ಆಗಿರೂದ ಮರೆತುಬಿಟ್ಟೆಯಲ್ಲ!' ಎಂದು ನಕ್ಕರು. 'ನಿಮ್ಮ ಜೊತೆ ಆಗಿರಲಿಲ್ಲ. ನಾನೇ ಒಂದು ದಿನ ಸೂಚಿಸಿದ್ದೆ. ನಿಮ್ಮ ಹೆಂಡತಿಯಿಂದ ಡೈವರ್ಸ್ ಸಿಕ್ಕೂದಿಲ್ಲ, ಅದು ಸಾಧ್ಯವಿಲ್ಲ ಅಂದಿರಿ. ಪ್ರಯತ್ನ ಪಟ್ಟಿದ್ದರೆ ಡೈವರ್ಸ್ ಪಡೆಯೂದು ಕಷ್ಟವಿರಲಿಲ್ಲ. ಅದರ ಕಾನೂನು ಇತ್ತೀಚೆಗೆ

ಸಡಿಲವಾಗಿದೆ ಅಂತ ನನಗೂ ಗೊತ್ತಿತ್ತು. ನಿಮ್ಮನ್ನ ಬಲವಂತಮಾಡುಕ್ಕೆ ನನಗೆ ಇಷ್ಟವಿರಲಿಲ್ಲ,' ಎಂದೆ. ಅವರಿಗೆ ಕೋಪ ಬಂತು. 'ಮದುವೆಯಾಗಿಬಿಟ್ರೆ ಇವನದೇನು ಹಂಗು ಅಂತ ಧಿಕ್ಕಾರ ತೋರುಸ್ತೀಯೋ, ಹೋಗುವ ಮೊದಲು ಒಮ್ಮೆಯಾದರೂ ಪ್ರೀತಿಮಾಡ್ತೀಯೊ?' 'ನೋಡಿ, ಇನ್ನುಮೇಲೆ ನಾನು ಮುಟ್ಟೋದು ನಿಮ್ಮ ಪಾದವನ್ನ ಮಾತ್ರ. ನೀವು ಮುಟ್ಟಬಹುದಾದದ್ದು ನನ್ನ ನೆತ್ತೀನ ಮಾತ್ರ. ಕೋಪಕ್ಕೆ ಸಿಕ್ಕಿ ಚುಚ್ಚು ಮಾತಾಡೂದರಿಂದ ಪ್ರಯೋಜನವಿಲ್ಲ,' ಅಂತ ಹೇಳಿ ಬಾಗಿ ಅವರ ಪಾದ ಮುಟ್ಟಿ ಹೊರಗೆ ಬಂದುಬಿಟ್ಟೆ.

– ೫ –

ಅಡುಗೆಯನ್ನು ಪಿಂಗಾಣಿ ಕಿರುಪಾತ್ರೆಗಳಲ್ಲಿ ಹಾಕಿ ಮೈಕ್ರೋವೇವಿನಲ್ಲಿ ಬಿಸಿಮಾಡಿ ತಟ್ಟೆ ಬಟ್ಟಲುಗಳನ್ನಿಟ್ಟು ಮುಗಿದರೂ ಅವರು ಸ್ನಾನಮುಗಿಸಿ ಬರಲಿಲ್ಲ. ಬಿಸಿ ತುಂತುರು ಹಿತವಾಗಿರಬಹುದು. ತಲೆಗೆ ಸ್ನಾನಮಾಡುತ್ತಿರಬಹುದು, ಎಂದುಕೊಂಡು ಅಡುಗೆಮನೆಯ ಕಿಟಕಿಯಿಂದ ಹೊರಗೆ ನೋಡಿದಳು. ಇಳುವಿನ ದಟ್ಟಕಾಡಿನ ಮೇಲೆ ಬಿಸಿಲು ಬಿದ್ದು ಎಲೆ ಗಳು ಮಿನುಗುತ್ತಿದ್ದವು. ನಿಸರ್ಗವನ್ನು ಆಪ್ತವಾಗಿ ಪ್ರೀತಿಸುವವರು ಮಾತ್ರ ಇಂಥ ಕಡೆ ಮನೆ ಕಟ್ಟಿ ವಾಸಿಸುತ್ತಾರೆ, ಎನ್ನಿಸಿತು. ವೃತ್ತಿಯಲ್ಲಿ ಮಾರ್ಕೆಟಿಂಗ್ ಪರಿಣತ. ಪ್ರವೃತ್ತಿಯಲ್ಲಿ ನಿಸರ್ಗಪ್ರೇಮಿ. ಸಂಗೀತಕ್ಕೆ ಸ್ಪಂದಿಸುವ ಮನೋಧರ್ಮ. ಸ್ಯಾನ್‌ಫ್ರಾನ್ಸಿಸ್ಕೊ ಅಂತರರಾಷ್ಟ್ರೀಯ ವಿಮಾನನಿಲ್ದಾಣದಿಂದ ಕರೆತಂದವರು, ಮಧ್ಯಾಹ್ನ ಮೂರುಗಂಟೆ, 'ಮಧು, ನೀನು ತುಂಬ ಬಳಲಿದೀಯ. ಹನ್ನೆರಡೂವರೆ ಗಂಟೆಯ ಕಾಲವ್ಯತ್ಯಾಸ. ಭೂಮಿಯ ಆ ಕಡೆ ಯಿಂದ ಈ ಕಡೆಗೆ ಪ್ರಯಾಣ. ಸ್ನಾನ ಊಟ ಮಾಡಿ ಮಲಗಿಬಿಡು, ಕನಿಷ್ಠ ಹನ್ನೆರಡುಗಂಟೆ ಕಾಲ. ಸ್ನಾನಕ್ಕೆ ಮೊದಲು ಈ ಮನೆಯನ್ನೊಂದು ಸಲ ನೋಡುವಂತೆ ಬಾ. ನನಗೆ ತುಂಬ ಪ್ರಿಯವಾದ ಜಾಗದಲ್ಲಿ ಪ್ರಿಯವಾಗುವಂತೆ ನಾನೇ ಕಲ್ಪನೆ ಕೊಟ್ಟು ಪ್ಲಾನ್ ಮಾಡಿಸಿ ಕಟ್ಟಿಸಿದ ಮನೆಯನ್ನ ನೀನು ನೋಡಿ ಒಪ್ಪಬೇಕು ಅನ್ನುವ ಆಶೆ ಮಾತ್ರವಲ್ಲ. ಈ ಮನೆ ಎಲ್ಲಿದೆ, ಇದರ ಪ್ಲಾನ್ ಏನು ಅಂತ ಸ್ಪಷ್ಟವಾಗಿ ತಿಳಿದು ಮಲಗೂದು ಒಳ್ಳೆ ಯದು. ನಡುನಡುವೆ ಅರೆಎಚ್ಚರವಾದಾಗ ನಾನೆಲ್ಲಿದೀನಿ ಅನ್ನುವ ಅರಿವಿಲ್ಲದಿದ್ದರೆ ನಿದ್ದೆ ಮತ್ತೆ ಆಳಕ್ಕೆ ಇಳಿಯುಲ್ಲ. ಬಾ, ತೋರುಸ್ತೀನಿ' ಅಂತ ಎಲ್ಲ ಕೋಣೆ, ಹಜಾರಗಳನ್ನು ತೋರಿಸಿ ನನ್ನ ಮೆಚ್ಚುಗೆಯಿಂದ ಹೇಗೆ ಕೃತಾರ್ಥರಾದರು? 'ಇದು ನಿನ್ನ ಸಂಗೀತಾಭ್ಯಾಸದ ಕೋಣೆ. ಅದಕ್ಕೆ ಒಂದೂ ಕುರ್ಚಿ ಬೆಂಚು ಇಟ್ಟಿಲ್ಲ. ಆಲಿ ಅಕ್ಬರ್ ಸ್ಕೂಲ್ ಅಂದೆನಲ್ಲ, ಅಲ್ಲಿ ನಿನಗೆ ಬೇಕಾದ ತಂಬೂರಿ, ಹಾರ್ಮೋನಿಯಂ, ತಬಲ ಎಲ್ಲ ಸಿಕ್ತವೆ. ಕಲ್ಕತ್ತೆಯಿಂದ ತರಿಸಿ ಸರಬರಾಜು ಮಾಡ್ತಾರೆ. ಸುಧಾರಿಸಿಕೊ. ನಾಡದ್ದು ಸಂಜೆ ಕರಕಂಡು ಹೋಗ್ತೀನಿ. ನೀನು ಆರಿಸಿದ್ದನ್ನ ತರೋಣ' ಜೆಟ್‌ಬಳಲಿಕೆ ಹೋಯಿತು. ಕಾಣದ ದೇಶಕ್ಕೆ ಬಂದಿರುವೆನೆಂಬ ವಿರಹ ಮರೆಯಾಯಿತು. ನಾನು ಸಂಗಡವೇ ಸರಿಯಾಗಿ ಪ್ಯಾಕ್‌ಮಾಡಿ ತಂಬೂರಿ ತಂದಿರುವುದನ್ನು ಅವರು ನೋಡಿದ್ದರು. ಒಂದು ಪೆಟ್ಟಿಗೆ ಹಾರ್ಮೋನಿಯಂ ಎಂಬುದು

ಅವರಿಗೆ ತಿಳಿದಿರಲಿಲ್ಲ. ಒಂಟಿ ಮಂಚ ತೋರಿಸಿ ಹೇಳಿದರು: 'ಈ ದೇಶದ ಒಂಟಿ ಹಾಸಿಗೆಯೂ ಇಬ್ಬರಿಗೆ ಸಾಕಾಗುತ್ತೆ. ನಮ್ಮ ಮಾಸ್ಟರ್ ಬೆಡ್‌ರೂಮಿಗೆ ನಾನು ಬೇಕಂತಲೇ ಮಂಚ ಮೊದಲಾದುವನ್ನು ತಂದಿಲ್ಲ. ಮದುವೆಯಾದಮೇಲೆ ಹೆಂಡತಿಯ ಜೊತೇಲಿ ಫರ್ನಿಚರ್ ಅಂಗಡಿಗೆ ಹೋಗಿ ನಮಗೆ ಇಷ್ಟವಾದ ಅಲಂಕರಣಗಳನ್ನು ಆರಿಸಿ, ಹೊಸ ಕಲ್ಪನೆಗಳನ್ನ ಕೊಟ್ಟು, ಅಲಂಕರಣ ಪರಿಣತನನ್ನ ಕರೆತಂದು ಮಾಡಿಸೋಣ ಅಂತ ಬಿಟ್ಟು ಕೊಂಡಿದ್ದೆ. ಅಲ್ಲೀತನಕ ಈ ಕೋಣೆಯನ್ನು ಉಪಯೋಗಿಸೋಣ,' ಅಂತ ತೋರಿಸಿದರು ಈಗ ಅತಿಥಿ ಕೋಣೆಯಾಗಿರುವುದನ್ನು.

ಇನ್ನೂ ಅವರ ಸ್ನಾನ ಮುಗಿದಿಲ್ಲ. ಟಬ್ಬಿಗೆ ನೀರು ತುಂಬಿಕೊಂಡು ಮಲಗಿಬಿಟ್ಟರೋ! ಹೋಗಿ ಹೊರಗಿನಿಂದ ಕೂಗುವ ಮನಸ್ಸಾಯಿತು. ಈ ಸಂದರ್ಭದಲ್ಲಿ ಅದು ಹೆಚ್ಚಿನ ಸಲುಗೆಗೆ ಅವಕಾಶ ಕೊಡುತ್ತದೆಂಬ ಎಚ್ಚರ ಹುಟ್ಟಿತು. ಎಷ್ಟು ಹೊತ್ತಿಗಾದರೂ ಬರಲಿ. ಅಗತ್ಯಬಿದ್ದರೆ ಭಾಜಿಗಳನ್ನು ಇನ್ನೊಂದುಸಲ ಮೈಕ್ರೋವೇವಿನಲ್ಲಿಟ್ಟರೆ ಆಯಿತು ಎಂಬ ಸಮಾಧಾನ ತಂದುಕೊಂಡು ಸಂಗೀತದ ಕೋಣೆಗೆ ಹೋಗಿ ಕೂತಳು. ಮುಂಬಯಿಯಲ್ಲಿ ಕೋಣೆಯ ಬಾಗಿಲು ಮುಚ್ಚಿದರೆ ಶಖೆ. ಫ್ಯಾನು ಚಾಲೂಮಾಡಿದರೆ ಶ್ರುತಿ ಇಳಿಯುತ್ತೆ; ಧ್ವನಿ ಕದಲುತ್ತೆ. ಎ.ಸಿ. ಹಾಕಿದರೆ ಅದರ ಗುಂಯ್‌ಗುಡಿತದಲ್ಲಿ ಶ್ರುತಿ ತಪ್ಪೂದು ಮಾತ್ರವಲ್ಲ ತಂತಿ ಗಂಟಲುಗಳೆರಡಕ್ಕೂ ವ್ಯತ್ಯಾಸವಾಗುತ್ತೆ. ಈ ಮನೇಲಿ, ಈ ಕೋಣೇಲಿ, ಎಂತಹ ಹಿತಕರ ಹವ. ಶ್ರುತಿಗೆ ಆಧಾರವಾದ ನಿಶ್ಶಬ್ದ. ಒಂದುಸಲ ಶ್ರುತಿಮಾಡಿಕೊಂಡರೆ ಎರಡುತಾಸಾದರೂ ಇಳಿಯದ ಬಿಗಿ. ಇಲ್ಲಿಗೆ ಬಂದ ಆರಂಭದಲ್ಲಿ ತಂಬೂರಿಯ ಝುಂಯ್‌ಗುಡಿತವನ್ನು ಕೇಳುತ್ತಾ ಸುಮ್ಮನೆ ಕೂತುಬಿಡ್ತಿದ್ದೆ. ಎಷ್ಟೋಹೊತ್ತಿನ ನಂತರ ಅಭ್ಯಾಸಕ್ಕೆ ತೊಡಗಿದಾಗ ಎಷ್ಟು ಮುಕ್ತವಾಗಿ ತೆರೆದುಕೊಳ್ತಿತ್ತು. ತಪ್ಪು ಮಾಡುತ್ತಿದ್ದೇನೆಂದು ನಡುನಡುವೆ ತಿದ್ದುವ ಗುರೂಜಿಯ ಭಯವಿಲ್ಲ. ರಾಗದ ಸೂಕ್ಷ್ಮವ್ಯತ್ಯಾಸಗಳೆಲ್ಲ ನನಗೇ ಗೊತ್ತಿವೆ. ಸೂಕ್ಷ್ಮದಿಂದ ತುಸು ಹೊರಳಿದರೂ ಬೇರೆ ಯಾವ ರಾಗಕ್ಕೆ ಜಾರುತ್ತದೆಂಬ ಶಾಸ್ತ್ರಜ್ಞಾನವಿದೆ. ಅನುಮಾನ ಬಂದಾಗ ನೋಡಿಕೊಳ್ಳಲು ಭಾತಖಂಡೆ ಸಂಪುಟಗಳಿವೆ. ಐದುವರ್ಷದ ವಾಡೇಕರ್ ಮಾಸ್ತರರ ಶಿಕ್ಷಣ, ಆರುವರ್ಷದ ಗುರೂಜಿಯ ಪಾಠಗಳ ತರಬೇತಿಗಿಂತ ಇನ್ನೇನು ಬೇಕು. ಕಲಿತದ್ದನ್ನೆಲ್ಲ ಆತ್ಮಗತ ಮಾಡಿಕೊಳ್ಳುವ ಅವಧಿ ನನಗೆ ಬೇಕಿತ್ತು. ಅದರೊಳಗೆ ಮಾಗಿ ಸ್ವಂತಿಕೆಯನ್ನೂ ಬೆಳೆಸಿಕೊಂಡು ಮೇಲೇರುವ ಅವಧಿ. ಗಂಟೆಗಟ್ಟಲೆ ಹಾಡಿಕೊಳ್ಳುತ್ತಿದ್ದೆ. ಸಂಚಾರಗಳನ್ನು ಪುನರಾವರ್ತಿಸಿ, ವ್ಯತ್ಯಾಸ ಮಾಡಿ, ಹೊಸ ಹೊಸ ರೀತಿಯಲ್ಲಿ ಪ್ರಯೋಗಿಸಿ ಬೆಳೆಸುತ್ತಿದ್ದೆ. ಹೊಸ ರೀತಿಯ ಪ್ರಯೋಗ ಮಾಡಿದಾಗ ರಾಗದ ನಾಳವನ್ನು ತಪ್ಪಿ ಮತ್ತೆಲ್ಲೋ ಹರಿದುಬಿಟ್ಟೆನೇನೋ ಎಂಬ ಅನುಮಾನ ಹುಟ್ಟುತ್ತಿತ್ತು. ಅದನ್ನು ಯಾರ ಹತ್ತಿರ ಕೇಳುವುದು? ಇನ್ನೂ ನಾಲ್ಕುವರ್ಷ ಗುರುವಿನ ಆಶ್ರಯ ಬೇಕಿತ್ತೇನೋ! ಬೇಕಿತ್ತು ಎಂಬ ಅರಿವು. ಈ ಕ್ಯಾಲಿಫೋರ್ನಿಯಾದಲ್ಲಿ ಮಾರ್ಗದರ್ಶನ ಮಾಡುವವರು ಯಾರೂ ಇಲ್ಲ. ಎರಡುಸಲ ಆಲಿ ಅಕ್ಬರರಲ್ಲಿ ಹೋದೆ. ಅವರೆದುರು ಕೂತು ಹಾಡುವಾಗ ಬರುತ್ತಿದ್ದ ಸಂಚಾರಗಳ ಸರಿ ತಪ್ಪುಗಳನ್ನು ಅವರು ವಿವರಿಸುತ್ತಿದ್ದರು. ಆದರೆ ಗಾಯನದ ವಿಶಿಷ್ಟ ಗತಿ ಗಮ್ಯಗಳು

ಅವರ ಕ್ಷೇತ್ರವಲ್ಲ. ಸದಾ ಬಿಸಿ ಇರುವ ಅವರಿಗೆ ನನಗೆ ಬೇಕಾದಷ್ಟು ಕೊಡುವ ಸಮಯವೂ ಇಲ್ಲ. ಮನೆಯಿಂದ ಎರಡುಗಂಟೆ ಅರವತ್ತೈದು ಎಪ್ಪತ್ತು ಮೈಲಿ ವೇಗದಲ್ಲಿ ಕಾರು ಓಡಿಸಿಕೊಂಡು ಹೋದ ತಕ್ಷಣ ಹಾಡುವ ಲಹರಿ, ಧ್ವನಿಯ ಶಕ್ತಿ ಬರು ತ್ತಿರಲಿಲ್ಲ. ಹೊಸದಾಗಿ ಡ್ರೈವಿಂಗ್ ಕಲಿತವಳಾದುದರಿಂದ ಹುಟ್ಟುವ ಆತಂಕದಲ್ಲಿ ಧ್ವನಿ ಕೂತುಹೋಗುತ್ತಿತ್ತು. ತಾನಗಳ ಅಭ್ಯಾಸಕ್ಕೆ ಕುಲಕರ್ಣಿ ಬರುತ್ತಿದ್ದರಾದರೂ ಶನಿವಾರ ಭಾನುವಾರ ಮಾತ್ರ. ಸಾಫ್ಟ್‌ವೇರ್ ಎಂಜಿನಿಯರಾಗಿ ದುಡಿಯುವ ಅವರಿಗೆ ಉಳಿದ ದಿನ ಬಿಡುವಿಲ್ಲ. ಇದು ಏನಿದ್ದರೂ ಹವ್ಯಾಸಿಗಳ ವಾತಾವರಣ, ಎನ್ನಿಸಿಬಿಟ್ಟಿತಲ್ಲ. ಇಲ್ಲಿಗೆ ಬಂದ ಆರುತಿಂಗಳಿನಲ್ಲಿ ಗುರೂಜಿಯ ನೆನಪು ಕಾಡತೊಡಗಿತು. ರಾಗಗಳ ಮೇಲಿನ ಅವರ ಪ್ರಭುತ್ವ, ಎಷ್ಟು ಸರಳಗತಿ ವಕ್ರಗತಿಗಳಲ್ಲಿ, ಯಾವುದೇ ಗತಿಭೇದದಲ್ಲಿ ಓಡಿದರೂ ತಾನಗಳ ವಿನ್ಯಾಸವು ರಾಗಭಾವದಿಂದ ಹೊರಕ್ಕೆ ಅತಿಕ್ರಮಿಸುವುದಿಲ್ಲ. ಅವರ ಹತ್ತಿರವೇ ಇನ್ನೂ ಮೂರುನಾಲ್ಕು ವರ್ಷ ಕಲಿಯಬೇಕಿತ್ತು. ಪೂರ್ತಿ ಕಲಿಯುವ ತನಕ ಬಿಡುಲ್ಲ ಎಂದು ಆರಂಭದಲ್ಲಿ ಕೊಟ್ಟ ಮಾತನ್ನು ಉಳಿಸಿಕೊಬೇಕಿತ್ತು, ಎಂಬ ಖೇದ ಆವರಿಸಿಕೊಳ್ಳ ತೊಡಗಿತು. ಇಲ್ಲಿಗೆ ಬಂದ ಒಂದುವರ್ಷಕ್ಕೇ ಮುಂಬಯಿಗೆ ಹೋಗಿ ಬಂದೆನಾದರೂ ಅವರನ್ನು ಭೇಟಿಯಾಗಲಿಲ್ಲ. ಆಗಿದ್ದರೆ ಖಂಡಿತವಾಗಿಯೂ ಪಾಠ ಹೇಳುತ್ತಿದ್ದರು. ಆದರೆ ತಮ್ಮ ಫ್ಲೀ ಕೇಳುತ್ತಿದ್ದರು. ನಿನಗೆ ಸಂಪೂರ್ಣ ಮನಸ್ಸಿಲ್ಲದಿದ್ದರೆ ನಾನು ಹ್ಯಾಗೆ ಸಂಪೂರ್ಣ ಮನಸ್ಸಿನಿಂದ ಹೇಳಿಕೊಡಲಿ? ಅನ್ನುತ್ತಿದ್ದರು. ವಿಕ್ರಮರಿಗೆ ಮೋಸಮಾಡುವುದು, ಛೀ, ನೀಚಕೆಲಸ ಎನ್ನಿಸುತ್ತಿತ್ತು. 'ಮಧು, ನಾನು ಇಷ್ಟೊಂದು ವಿಮಾನಯಾನ ಮಾಡ್ತೀನಲ್ಲ, ಬೇಕಾದಷ್ಟು ಮೈಲೇಜ್ ಜಮಾ ಆಗಿರುತ್ತೆ. ನೀನು ಮೂರು ತಿಂಗಳಿಗೊಂದು ಸಲ ಮುಂಬಯಿಗೆ ಹೋಗಿಬಂದರೂ ನಮ್ಮ ಕೈಯಿಂದ ಒಂದು ಸೆಂಟೂ ಖರ್ಚಾಗುಲ್ಲ. ಬೇಕಾದರೆ ನೀನು ಹೋಗಿ ಎರಡೆರಡುವಾರ ದಿನಕ್ಕೆ ನಾಲ್ಕು ತಾಸಿನಂತೆ ಪಾಠ ಹೇಳಿಸಿ ಕೊಂಡು ಬಾ. ಅಲ್ಲಿ ಎರಡು ವಾರ ಹೇಳಿಸಿಕೊಂಡ ಪಾಠ ಇಲ್ಲಿ ಮೂರು ತಿಂಗಳ ಸಾಧನೆಗೆ ಸಾಕಾಗಬಹುದು. ಅವರು ಕೇಳಿದಷ್ಟು ಫ್ಲೀಜು ಕೊಡೋಣ. ಡಾಲರಿನಲ್ಲಿ ಗಳಿಸೋರಿಗೆ ರೂಪಾಯಿಯಲ್ಲಿ ಕೊಡೂದೇನು ಕಷ್ಟ! ಮೊದಲೇ ಫೋನ್‌ಮಾಡಿ ಅವರು ಯಾವ ಅವಧಿಯಲ್ಲಿ ಊರಿನಲ್ಲಿರ್ತಾರೆ ಅಂತ ತಿಳಕಂಡು ಹೋಗಬಹುದು. ನೀನು ಟೇಕ್ ಆಫ್ ಹಂತಕ್ಕೆ ಬಂದಿದೀಯ. ಸ್ವಲ್ಪ ವಿಶೇಷತರಬೇತಿ ಸಿಕ್ಕಿದರೆ ಆಕಾಶಕ್ಕೆ ಚಿಮ್ಮುತೀಯ,' ತಾವಾಗಿಯೇ ಹೇಳಿ ಪ್ರೋತ್ಸಾಹಿಸುವ ಇಂಥ ಗಂಡನಿಗೆ ಮೋಸಮಾಡುವುದು ಹೇಗೆ?

ಹೀಗೆ ಎರಡುವರ್ಷ ಮುಂದೆ ಸಾಗದೆ, ಕೆಳಗೆ ಇಳಿಯದೆ, ನಿಂತಲ್ಲೇ ಗಾಣ ತಿರುಗಿ ಜೀವನದಲ್ಲೇ ಬೇಸರ ಹುಟ್ಟಿತ್ತು. ಯಾವುದರಲ್ಲೂ ಆಸಕ್ತಿ ಇಲ್ಲ. ಜೊತೆಗೆ ಈ ಕಾಡಿನ ನಡುವಣ ಒಂಟಿಮನೆ. ಆಗಾಗ್ಗೆ ಪ್ರವಾಸ ಹೋಗುವ ಗಂಡ. ಖಿನ್ನತೆಯ ರೋಗ ಬಡಿ ದಿದೆ ಎನ್ನುವಂಥ ಲಕ್ಷಣಗಳು. ಇಂಥ ಸ್ಥಿತಿಯಲ್ಲಿ ನ್ಯೂಯಾರ್ಕ್‌ನ ಎತ್ನಿಕ್ ಕಲಾ ಸಂಘವು ಭಾರತೀಯ ಸಂಗೀತದ ಮೇಲೆ ವಿಖ್ಯಾತ ಗಾಯಕ ಮೋಹನಲಾಲರಿಂದ ಒಂದು ಕಾರ್ಯಾಗಾರ ಏರ್ಪಡಿಸಿದೆ ಎಂಬ ಸುದ್ದಿಯನ್ನು ಪತ್ರಿಕೆಯಲ್ಲಿ ಓದಿ, 'ಹ್ಯಾಗೂ

ಬರ್ತಿದೀರಿ. ಒಂದುತಿಂಗಳು ಮೊದಲೇಬಂದು ನಮ್ಮ ಮನೇಲಿ ವಿಶ್ರಾಂತಿಪಡೆಯಿರಿ. ಆಗ ಅಲ್ಲಿ ಪ್ರಚಂಡ ಬೇಸಿಗೆ. ಕಾರ್ಯಕ್ರಮಗಳೂ ಇರುಲ್ಲ. ಇಲ್ಲಿಯ ಹವ ಬಹಳ ಹಿತ ವಾಗಿರುತ್ತೆ,' ಅಂತ ಫ಼ೋನ್‌ಮಾಡು. ನಾನೂ ಮಾತಾಡ್ತೀನಿ. ಒಂದು ತಿಂಗಳು ಅವರಿಂದ ಪಾಠ ಹೇಳಿಸಿಕೊ. ನಿನ್ನ ಜಡ ಕಳೆಯುತ್ತೆ, ಅಂತ ವಿಕ್ರಮರೇ ಸೂಚನೆ ಕೊಟ್ಟಾಗಲೂ ನಾನು ತಕ್ಷಣ ಒಪ್ಪಲಿಲ್ಲ. 'ಯಾಕೆ ನಿನಗೆ ಇಷ್ಟವಿಲ್ಲ?' ಅವರು ಮತ್ತೆ ಕೇಳಿದಾಗ ಏನಂತ ಹೇಳೂದು? ಅವರು ಬಂದರೆ ಹಳೆ ಸಂಬಂಧವನ್ನ ಮತ್ತೆ ಬೇಡ್ತಾರೆ. ಒತ್ತಾಯಮಾಡ್ತಾರೆ ಅಂತ ಗೊತ್ತಿದ್ದೂ ನಾನು ಫ಼ೋನ್ ಮಾಡಿದೆ. ಒಂದು ಸಲವಲ್ಲ, ಎರಡು ಸಲ, ಮೂರು ಸಲ. ತಿಹಾಯಿ ಪರಿಣಾಮ ಬೀರಿತು. ಸ್ನಾನಮುಗಿಸಿ ಬಂದಿರಬಹುದು. ಹೌದು. ಗುನುಗು ಬರುತ್ತಿದೆ. ಅವರು ಗುನುಗಿಕೊಂಡರೂ ರಾಗದ ಭಾವ ಸ್ಪಷ್ಟವಾಗಿ ಹೊಮ್ಮುತ್ತೆ. ಗ ಮ ಧ ನಿ ಸಾ ಚಂದ್ರಕೌಂಸ್.

ಅವಳು ಅವನ ಕೋಣೆಯ ಬಾಗಿಲಿಗೆ ಹೋದಳು. ತೆರೆದಿತ್ತು. ತಲೆಗೆ ಸ್ನಾನ ಮಾಡಿ ದಿರಾ? ಎಂದಳು. 'ಬೆನ್ನು ಉಜ್ಜಕ್ಕೆ ಕೂಗೋಣ ಅಂದುಕೊಂಡೆ. ಆದರೆ ಸೇವೆಯನ್ನ ಕೇಳಿ ಮಾಡಿಸಿಕೊಬಾರದು ಅಂತ ಸುಮ್ಮನಾದೆ' ಎಂದ. 'ಊಟಕ್ಕೆ ಎಲ್ಲ ಸಿದ್ಧಮಾಡಿದೀನಿ. ಬೇಗ ಬನ್ನಿ,' ಎಂದು ಅವಳು ಕೆಳಗೆ ಇಳಿದಳು. ಊಟಮಾಡುವಾಗ ಅವನು ಯಾವ ಮಾತೂ ಆಡಲಿಲ್ಲ. ಆದರೆ ಮುಖದಲ್ಲಿ ಅಪ್ರಸನ್ನತೆ ಇರಲಿಲ್ಲ. ಏನೂ ಆಗಿಯೇ ಇಲ್ಲ ವೇನೋ, ತಾನು ಯಾವುದೋ ಲಹರಿಯಲ್ಲಿದ್ದೇನೆ ಎಂಬಂತೆ ಊಟಮಾಡಿದ. ಮುಗಿಸಿದ ಮೇಲೆ ತನ್ನ ಕೋಣೆಗೆ ಹೋಗಿ ಕುರ್ಚಿಯ ಮೇಲೆ ಕುಳಿತ. ತಟ್ಟೆ ಬಟ್ಟಲುಗಳನ್ನು ತೆಗೆದು ನಲ್ಲಿಯ ಕೆಳಗೆ ಹಿಡಿದು ಡಿಶ್‌ವಾಶರಿಗೆ ಹಾಕಿ, ಊಟದ ಮೇಜ ಒರೆಸಿದ ಅವಳು ಅವನ ಕೋಣೆಗೆ ಹೋದಳು. ತಾನೇ ಒಪ್ಪಿಸಿಕೊಳ್ಳುವ ಸೂಚನೆ ಕೊಡಬೇಕು. ಅವರ ಮುನಿಸು ಹೋಗಿಲ್ಲ. ಅವರಾಗಿಯೇ ಆ ಸೂಚನೆ ಮಾಡುವುದಿಲ್ಲ ಎಂಬುದು ಅವಳಿಗೆ ಅರ್ಥವಾಗಿತ್ತು. ಎಂಟೂವರೆ ವರ್ಷದ ಹಿಂದೆ ಕೂಡ ಹಾಗೆಯೇ ನಡೆಯಿತಲ್ಲ. ನಾನೇ ಅವರ ಫ್ಲ್ಯಾಟಿಗೆ ಹೋಗಿ, ನಾನು ಬಂದಿದೀನಿ. ಸಂಪೂರ್ಣ ಮನಸ್ಸಿನಿಂದ ಬಂದಿದೀನಿ. ಸಂಪೂರ್ಣವಾಗಿ ಒಪ್ಪಿಸಿಕೊಂಡಿದೀನಿ. ನೀವೂ ಅಷ್ಟೇ ಸಂಪೂರ್ಣವಾಗಿ ವಿದ್ಯೆ ತುಂಬಬೇಕು. ಸಾಧನೆ ಮಾಡಿಸಬೇಕು. ಗಾಯಕಿಯಾಗಿಸಬೇಕು, ಎಂದ ಮಾತುಗಳು ಒಂದು ಶಬ್ದವೂ ತಪ್ಪದೆ ನೆನಪಿಗೆ ಬಂದವು. ಹೋಗಿ ಅವನ ಮಂಚದಮೇಲೆ ಕುಳಿತಳು. ಅವನು ಅವಳ ಮುಖ ನೋಡಿದ. ಪ್ರಶ್ನೆ ಮಾತ್ರವಲ್ಲ, ಏಕೆ ತಡ ಎಂಬ ಭಾವ ತುಂಬಿತ್ತು. 'ಇಲ್ಲಿಗೇ ಬನ್ನಿ. ಕುರ್ಚಿಯ ಮೇಲೆ ಯಾಕೆ ಕೂತಿದೀರಿ?' ಎಂದಳು. 'ನೀನು ಕೈ ಹಿಡಿದು ಎಬ್ಬಿಸಿ ಕರೆ ದೊಯ್ಯಬೇಕು,' ಎಂದ. ಅವಳು ಎದ್ದು ಹತ್ತಿರ ಬಂದು ಅವನ ಕೈ ಹಿಡಿದು ಎಬ್ಬಿಸಿ ಮಂಚದ ಕಡೆಗೆ ದಾರಿ ತೋರಿಸಿದಳು. ಇಲ್ಲಿ ಬೇಡ, ಅವನು ಕೊಸರಿಕೊಂಡ. ಮತ್ತೆಲ್ಲಿ? 'ಅಲ್ಲಿ, ನಿನ್ನ ರೂಮು. ಆ ದೊಡ್ಡ ಶಯನಮಂದಿರದಲ್ಲಿ.' 'ಇದು ಅತಿಯಾಯಿತು. ಅದು ನಮ್ಮ ಕೋಣೆ. ನಮ್ಮ ದಾಂಪತ್ಯದ ಮೀಸಲುಸ್ಥಳ. ಅಲ್ಲಿಗೆ ನಿಮ್ಮ ಪ್ರವೇಶಮಾಡಿಸಿ ಪಾವಿತ್ರ್ಯವನ್ನು ನಾಶ ಮಾಡಿಕೊಳ್ಳುಕ್ಕೆ ನಾನು ಒಪ್ಪುಲ್ಲ,' ಎಂದಳು. ಅವಳ ಧ್ವನಿ ದೃಢವಾಗಿತ್ತು.

'ಅಂದರೆ ನೀನು ಸಂಪೂರ್ಣವಾಗಿ ಸಮರ್ಪಿಸಿಕೊತ್ತಿಲ್ಲ. ಒಂದು ಮೂಲೆಯಲ್ಲಿ ಪ್ರತ್ಯೇಕತೆಯನ್ನು ಇಟ್ಟುಕೊಂಡೇ ಇರ್ತೀಯ? ಇದೆಂಥ ಸಂಪೂರ್ಣ ಸಮರ್ಪಣೆ?' ಅವಳಿಗೆ ಆ ಕ್ಷಣದಲ್ಲಿ ಹೊಳೆದ ನೀವೇನೂ ನನಗೆ ಸಂಪೂರ್ಣವಾಗಿ ಸಮರ್ಪಿಸಿಕೊಂಡಿಲ್ಲ ಎಂಬ ಉತ್ತರವು ಅವಳಿಗೇ ದುರ್ಬಲವಾಗಿ ಕಾಣಿಸಿತು. ಬೇರೆ ಉತ್ತರ ಹೊಳೆಯಲಿಲ್ಲ. ಅವನನ್ನು ದುರುಗುಟ್ಟಿಕೊಂಡು ನೋಡಿದಳು. ಕಣ್ಣಿನಲ್ಲಿ ಹುಟ್ಟಿದ ಬೆಂಕಿಯು ಕ್ರಮೇಣ ಆವಿಗೆ ತಿರುಗಿ ನೀರಾಗಿ ಒಡೆಯಿತು. ನನ್ನನ್ನ ಬಲವಂತ ಮಾಡಬೇಡಿ. ನಿಮ್ಮನ್ನ ಬೇಡಿ ಕೊತ್ತೀನಿ, ಎನ್ನುವಾಗ ಅಳು ಉಕ್ಕಿತು. 'ನಾನು ಬಲವಂತಮಾಡ್ತಿಲ್ಲ. ಸುಮ್ಮನೆ ಬಾ,' ಎಂದು ಅವಳನ್ನು ತಳ್ಳಿ ನಡೆಸಿಕೊಂಡು ಅವಳ ದಾಂಪತ್ಯದ ಶಯನಮಂದಿರವನ್ನು ಪ್ರವೇಶಿಸಿದ. ಎಷ್ಟು ದೊಡ್ಡ ಕೋಣೆ! ಇಬ್ಬರೂ ಹೊರಳಾಡಿದರೂ ಕೆಳಗೆ ಬೀಳದಷ್ಟು ಅಗಲವಾದ ಮಂಚ. ಮಲಗಿದರೆ ಎದುರಿಗೆ ಸಾಗರದ ಅಲೆಯು ಬೆಟ್ಟದಂತೆ ಚಿಮ್ಮಿರುವ ಒಂದು ದೊಡ್ಡ ಪಟ. ಬಲಬದಿಗೆ ಅಜಂತೆಯ ಅರೆನಗ್ನ ನರ್ತಕಿಯ ಚಿತ್ರ. ಗೋಡೆಗಳಿಗೆಲ್ಲ ಮರದ ಹಲಗೆಗಳನ್ನು ಅಂಟಿಸಿ ಮಾಡಿದ ವಿನ್ಯಾಸಗಳು. ಬಟ್ಟೆಬರೆಗಳನ್ನಿಡುವ ಹತ್ತು ಅಡಿ ಅಗಲದ ಆಳೆತ್ತರದ ಎರಡು ವಾರ್ಡ್‌ರೋಬುಗಳು. ಅವುಗಳ ಮುಚ್ಚಳಕ್ಕೆ ಹದಿದ ಆರಡಿ ಎತ್ತರ ಹತ್ತಡಿ ಅಗಲದ ಬೆಲ್ಜಿಯಂ ಕನ್ನಡಿಗಳು. ನೆಲದಮೇಲೆ ಮಲ್ಲಿಗೆ ಹೂವಿನಷ್ಟು ಮೃದುವಾದ ರತ್ನಗಂಬಳಿಗಳು. ಇಬ್ಬರ ದಿಂಬಿನ ತುದಿಗಳ ಮೇಲೂ ಓದುವ ಲ್ಯಾಂಪ್‌ಗಳು. ಅವುಗಳ ಕೆಳಗೇ ಸ್ವಿಚ್‌ಗಳು. ಅವನು ಆಕ್ರಮಿಸಿದ. ಅವಳು ವಿರೋಧಿಸಲಿಲ್ಲ. ಸಮರ್ಪಿಸಿ ಕೊಂಡಳೋ ಸಹಿಸಿಕೊಂಡಳೋ ಎಂಬ ವ್ಯತ್ಯಾಸವನ್ನು ಅವನು ಗಮನಿಸಲಿಲ್ಲ.

– ೬ –

ಅವನಿಗೆ ನಿದ್ರೆ ಬಂತು. ಅವಳು ಅಲುಗಾಡದೆ ಅವನ ತೋಳಿನಲ್ಲೇ ಇದ್ದು ಅಪ್ಪಿಗೆಯ ತೋಳನ್ನು ಬಳಸಿದ್ದಳು. ಅವನು ಒಂದುಗಂಟೆಗೂ ಮೀರಿ ಹೊರಳದೆ ನಿದ್ರೆಮಾಡಿದ. ಎಚ್ಚರವಾದಾಗ ತಲೆಸವರಿ ಮಗುವನ್ನು ರಮಿಸುವಂತೆ ಮುದ್ದಿಸಿ 'ನಿದ್ದೆ ಮಾಡಿದೆಯಾ?' ಎಂದು ಉಸುರಿದ. ಅವಳು ಹೂಂ ಅಂದಳು, ಯಾಕೆ ಎಂಬ ಮರುಪ್ರಶ್ನೆಯನ್ನು ನಿವಾರಿಸಿಕೊಳ್ಳಲೆಂಬಂತೆ. ಅವನು ಮತ್ತೆ ಕಣ್ಣುಮುಚ್ಚಿದ. ನಿದ್ರೆಯಲ್ಲ, ಉತ್ತರಾವಧಿಯ ಅಪ್ಪುಗೆಯ ಸವಿಯಲ್ಲಿ ಮುಳುಗಲು ಎಂಬುದನ್ನು ಅರ್ಥಮಾಡಿಕೊಂಡ ಅವಳು ಅವನ ನೆತ್ತಿಯನ್ನು ಸವರಿದಳು. ತುಸುಹೊತ್ತಿನನಂತರ ಅರೆನಿದ್ರೆಯಿಂದ ಎಚ್ಚರವಾದಾಗ ಅವನು ಕೇಳಿದ: 'ಸಂಗೀತ ಕಛೇರಿ ಸಂಜೆ ಅಲ್ಲವೆ?'

'ಹೌದು.'

'ಯಾವ ಯಾವ ರಾಗ ಹಾಡೋಣ ಹೇಳು.'

'ನಿಮ್ಮ ಮರ್ಜಿ.'

'ಏಯ್ ದಡ್ಡಿ. ನನ್ನ ಮರ್ಜಿಯ ರಾಗ ಹಾಡಿಹೋಗೂಕೆ ನಾನು ಕೇಳ್ತಿಲ್ಲ. ಇನ್ನು ಹದಿನಾರುದಿನದಲ್ಲಿ ನಿನಗೆ ಯಾವುದಾದರೂ ಎರಡುಮೂರು ರಾಗಾನ ಜಬರ್‌ದಸ್ತ್ ಅಭ್ಯಾಸಮಾಡುಸ್ತೀನಿ. ಅವನ್ನೇ ನೀನು ಕಛೇರೀಲಿ ನನಗೆ ಒತ್ತಾಸೆ ಕೊಡಬೇಕು. ಅಂದರೆ ನನ್ನ ಜೊತೆಗೂ ಹಾಡಬೇಕು. ಜುಗಲಬಂದಿಯಲ್ಲ. ಸಹಗಾಯನ. ಅಭ್ಯಾಸ ತಗಾಳುಕ್ಕೆ ಅಂತ ಅಲ್ಲವೇ ನೀನು ನನ್ನನ್ನ ಕರೆಸಿದ್ದು?'

ತನ್ನ ಒಳ ಉದ್ದೇಶವಿದ್ದದ್ದು ಅದು ಎಂಬ ನಿಜವನ್ನು ಅವಳು ಅಲ್ಲವೆನ್ನಲಿಲ್ಲ. ಇಲ್ಲಿಗೆ ಬಂದು ಏಳುದಿನವಾದರೂ ಇವರು ಅಭ್ಯಾಸ ಮಾಡಿಸುವ ಮಾತನಾಡಿರಲಿಲ್ಲ. ಒಂದಿಷ್ಟು ಹಾಡಿತೋರಿಸಿದ್ದರು, ಆಸ್ವಾದನೆಗೆ. ಇಷ್ಟು ಹತ್ತಿರ ಬಂದಿರುವಾಗ ಈ ಇಡೀ ಕೊಲ್ಲಿಯ ಜನಗಳಿಗಾಗಿ ಒಂದು ಕಛೇರಿ ಏರ್ಪಡಿಸಬೇಕೆಂಬುದು ವಿಕ್ರಮನ ಆಲೋಚನೆ. ಇವರ ಹೆಸರು ಹೇಳಿದ ತಕ್ಷಣ ಸಂಗೀತಪ್ರೇಮಿಗಳೆಲ್ಲ ಉಬ್ಬಿಹೋದರು. 'ಎಂಥೆಂಥೋರೋ ಅಮೆರಿಕಾಕ್ಕೆ ಪ್ರತಿವರ್ಷ ಬಂದು ಹಣಮಾಡಿಕೊಂಡು ಹೋಗ್ತಾರೆ. ಮೋಹನಲಾಲಜಿ ಇಲ್ಲಿಗೆ ಬಂದೇ ಇಲ್ಲ. ಅಗತ್ಯ ಏರ್ಪಡಿಸೋಣ,' ಎಂದರು. ಭಟ್ ಕುಲಕರ್ಣಿ ಗುಪ್ತ ಸರ್ದೇಸಾಯಿಯವರೆಲ್ಲ ಕೂಡಿ ಒಂದು ಸಮಿತಿಯನ್ನೇ ಮಾಡಿಕೊಂಡು ಪ್ರಚಾರ ಕೊಟ್ಟು ಟಿಕೇಟು ಹಾಕಿ, ಈಗಾಗಲೇ ತುಂಬ ಟಿಕೇಟುಗಳು ಮಾರಾಟವಾಗಿವೆಯಂತೆ ಶನಿವಾರ ಅವರೆಲ್ಲರ ಮನೆಗೂ ಕರೆದೊಯ್ದು ಪಾದಧೂಳಿ ಪಡೆದು, ಕಛೇರಿಗೆ ಮೊದಲು ಇವರು ಅರವತ್ತು ಮುಟ್ಟಿದ್ದಕ್ಕೆ ಒಂದು ಅಭಿನಂದನ ಪತ್ರ ಒಪ್ಪಿಸಿ ಬುಕೆ ಕೊಟ್ಟು, ಎಂಬುದೆಲ್ಲ ನೆನಪಿಗೆ ಬಂತು. ಒಂದುವಾರದಿಂದ ಹೊಂಚು ಹಾಕುತ್ತಿದ್ದರು ವಿಕ್ರಮ ಆಫೀಸಿಗೆ ಹೋದಾಗ ಲೆಲ್ಲ. ನಾನು ಒಪ್ಪಲಿಲ್ಲ. ಪಾಠದ ಮಾತೆತ್ತಿದರೆ ಆ ಷರತ್ತು ಹಾಕುತ್ತಾರೆನ್ನಿಸಿ ನಾನೂ ಸುಮ್ಮನಿದ್ದೆ. ಈಗ ಒಪ್ಪಿಸಿಕೊಂಡಮೇಲೆ ತಾವಾಗಿಯೇ ಅಭ್ಯಾಸದ ಮಾತಾಡ್ತಿದಾರೆ. ಕಛೇರಿಯಲ್ಲಿ ಸಹಗಾಯನ ಸಹ. ನನಗೆ ಅಭ್ಯಾಸವೇ ಬೇಡ ಅಂದುಬಿಡುವಷ್ಟು ಕೋಪ ಬಂದರೂ ತೋರಿಸಿಕೊಳ್ಳಲಿಲ್ಲ. ಅಭ್ಯಾಸಬೇಡ ಅನ್ನೂದು ಸುಳ್ಳು ಎಂದು ಅಂತರಂಗ ನುಡಿಯಿತು. 'ತಂಬೂರಿ ಶ್ರುತಿ ಮಾಡು ನಡಿ, ನಾನು ಬರ್ತೀನಿ' ಎಂದು ದಢಕ್ಕನೆ ಎದ್ದು ಅವನು ತನ್ನ ಕೋಣೆಗೆ ಹೋದ. ಹೊದಿಕೆ ಮತ್ತು ಮೇಲುಹಾಸುಗಳನ್ನು ಸರಿಮಾಡಿದ ನಂತರ ಅವಳು ಬೇಗ ಬೇಗ ತನ್ನ ಶೌಚದ ಕೋಣೆಗೆ ಹೋಗಿ ಮುಖಮಾರ್ಜನ ಮಾಡಿ ಇಸ್ತ್ರಿಯಾದ ಸೀರೆಯುಟ್ಟು ಮೆಟ್ಟಿಲಿಳಿದು ಅಡುಗೆಮನೆಗೆ ಹೋಗಿ ಚಹಾಮಾಡಿ ಅವನ ರೂಮಿಗೇ ಕಪ್ಪು ಮತ್ತು ಬಿಸ್ಕತ್ತುಗಳನ್ನು ಕೊಟ್ಟು ತನ್ನದನ್ನು ಕುಡಿದು ಮೆಟ್ಟಿಲಿಳಿದು ಸಂಗೀತದ ಕೋಣೆಗೆ ನಡೆದು ತಂಬೂರಿಯ ಶ್ರುತಿ ಮಾಡಿದಳು. ಒಗೆದು ಇಸ್ತ್ರಿಯಾದ ಪೈಜಾಮ ಜುಬ್ಬಗಳನ್ನು ಧರಿಸಿ ಅಲ್ಲಿಗೆ ಬಂದ ಅವನು 'ವಾಹ್, ಶ್ರುತಿ ಮಾಡುಕ್ಕೆ ಬಂತು ಅಂದರೆ ಸಂಗೀತ ಅರ್ಧ ಬಂತು ಅಂತ. ಕಲ್ಯಾಣದಿಂದ ಕಛೇರಿ ಆರಂಭಿಸಬೇಕು ಅಂತ ನಿನ್ನ ತೀರ್ಮಾನ. ಸಂಜೆಯ ಪ್ರೋಗ್ರಾಂ ಅಂದರೆ ಸಾಧಾರಣವಾಗಿ ಎಲ್ಲಾ ಅದನ್ನೇ ಹಾಡಿ ಹಾಡಿ ಜನಗಳಿಗೆ ಬೇಸರವಾಗುಲ್ಲವೆ?' ಎಂದ.

'ಇಲ್ಲ. ಆ ರಾಗಕ್ಕೆ ಆ ಶಕ್ತಿ ಇದೆ. ನಿಮ್ಮ ಕಂಠದಲ್ಲಂತೂ ಅದು ವಿಶೇಷದ್ದಾಗುತ್ತೆ,'

ಎಂಬ ಅವಳ ಮಾತಿಗೆ, 'ಥ್ಯಾಂಕ್ಯೂ. ಅಮೆರಿಕದಲ್ಲಿ ಎಲ್ಲ ಮಾತಿಗೂ ಥ್ಯಾಂಕ್ಯೂ ಅನ್ನಬೇಕಂತೆ. ನನ್ನ ಕಂಠ ಮೆಚ್ಚಿದ್ದಕ್ಕೆ. ಪಾಠಕ್ಕೆ ಮೊದಲೇ ಗುರುದಕ್ಷಿಣಾ ಕೊಟ್ಟದ್ದಕ್ಕೆ' ಎಂದು ಹುಬ್ಬು ಹಾರಿಸಿದ. ತಾನು ಗೋಡೆಗೆ ಆನಿಸಿದ್ದ ಲೋಡು ಒರಗಿಕೂತು, ಎದುರಿಗೆ ಕುಳಿತ ಅವಳಿಗೆ, 'ಹೂಂ. ಹಾಡು' ಎಂದ.

'ನಾನು ಹಾಡೂದಕ್ಕಿಂತ ನೀವು ಬಿಡಿಸಿ ಬಿಡಿಸಿ ಹೇಳುತ್ತಾ ಹಾಡಿ ತೋರಿಸಬೇಕು. ನಾನು ಅನುಸರಿಸಿ ಅಭ್ಯಾಸಮಾಡಬೇಕು,' ಅವಳೆಂದಳು.

'ಎರಡೂವರೆ ವರ್ಷ ನೀನು ಎಷ್ಟು ಸಾಧನೆ ಮಾಡಿದೀಯ, ಎಷ್ಟು ಮರೆತಿದೀಯ ಅಂತ ನನಗೆ ಮೊದಲು ಗೊತ್ತಾಗಬೇಕಲ್ಲ.'

'ಮೊದಲು ಆರುತಿಂಗಳು ಸಾಧನೆಯನ್ನೇನೋ ಮಾಡಿದೆ. ಆಮೇಲೆ ಕೈಬಿಟ್ಟೆ.'

'ಕೈಬಿಟ್ಟು ಕತ್ತೆ ಕಾಯ್ತಿದ್ದೆಯಾ? ಈ ಊರಿನಲ್ಲಿ ಎಲ್ಲೂ ಒಂದೂ ಕತ್ತೆ ಕಾಣಸಿಗಲಿಲ್ಲ.'

ಅವಳ ಮುಖದಲ್ಲಿ ಸೂಕ್ಷ್ಮವಾದ ಮಂದಹಾಸ ಮಿನುಗಿದರೂ ತೋರಿಸಿಕೊಳ್ಳದಿರಲು ಪ್ರಯತ್ನಿಸಿದಳು. 'ಅದೇನು ಮುಚ್ಚಿಕಳೂದು ಹೇಳು,' ಅವನು ಕೇಳಿದ.

'ಕತ್ತೆ ಕಾಯ್ತಿದ್ದೆಯಾ ಅಂತ ಬೈಯ್ದಿರಲ್ಲ. ಶಿಷ್ಯೆ ಅಂತ ಮತ್ತೆ ಸ್ವೀಕರಿಸಿದಂತಾಯಿತು.'

'ನಾನು ಯಾವತ್ತೂ ಬಿಟ್ಟಿರಲಿಲ್ಲ ಮತ್ತೆ ಸ್ವೀಕರಿಸುಕ್ಕೆ. ಬಿಟ್ಟು ಓಡಿಹೋದೋಳು ನೀನು. ಈಗ ಪಾಠ ಶುರುಮಾಡೋಣ. ಕಾಡುಹರಟೆ ಬೇಡ,' ಎಂದು ತೀವ್ರನಿಷಾದ ಮತ್ತು ತೀವ್ರಋಷಭಗಳನ್ನೊಳಗೊಂಡು ಷಡ್ಜವನ್ನು ಹಿಡಿದು ಕಣ್ಣುಮುಚ್ಚಿದ. ಅವಳ ನೆನಪಿನಲ್ಲಿ ವಿದ್ಯುದಲೆಗಳು ಏಳತೊಡಗಿದವು. ಈ ಸ್ವರಶಕ್ತಿ, ಈ ವ್ಯಾಪಕತೆ, ಇವರೊಬ್ಬರಿಗೇ ಸಾಧ್ಯ, ನನ್ನ ಗುರುವಿಗೆ ಎನ್ನಿಸಿ ಕಿವಿಗಳಿಂದ ಗ್ರಹಿಸತೊಡಗಿದಳು. 'ತಿಳೀತೇನು? ನೀನು ಅನ್ನು' ಎಂದು ಅವನು ನಿಲ್ಲಿಸಿದ. ಅವಳು ಅನುಸರಿಸಿದಳು. 'ಕಲ್ಯಾಣದ ಷಡ್ಜದ ನೆರಳು ಎಲ್ಲೆಲ್ಲಿಗೆ ಹರಡಿಕೊಬೇಕು ಗೊತ್ತಾಯ್ತಾ? ಇನ್ನೊಮ್ಮೆ ಹಿಡೀತೀನಿ ಕೇಳು,' ಎಂದು ಮತ್ತೆ ಹಿಡಿದ. ತಂಬೂರಿಯನ್ನು ಕೆಳಗಿಟ್ಟು ಅವಳು ಓಡಿ ಹೋಗಿ ಟೇಪ್‌ರೆಕಾರ್ಡರ್ ತಂದು ತಂತಿಯನ್ನು ಪ್ಲಗ್ಗಿಗೆ ತಗುಲಿಸಿದ ನಂತರ ಮೊದಲಿನಿಂದ ಶುರುಮಾಡಿ, ಎಂದಳು. ಒಂದೂವರೆ ತಾಸು ಅವನು ಬರೀ ಮಂದ್ರದ ಸ್ವರಗಳ ಎಳೆಗಳನ್ನು ನಿಧಾನವಾಗಿ ಬಿಡಿಸಿ ತೋರಿಸಿ ವಿವರಿಸಿ ಅವಳಿಂದ ಹೇಳಿಸಿದ. ಅವಳು ಮತ್ತೊಂದು ಕ್ಯಾಸೆಟ್ ಏರಿಸಿದಳು. ಅವನು ಮಂದ್ರದ ಗಾಂಧಾರಕ್ಕೆ ಇಳಿದಾಗ ಅವಳ ಗಂಟಲು ಹಿಡಿತ ತಪ್ಪುತ್ತಿತ್ತು. ಅವನಿಗೆ ಕೋಪಬಂತು. 'ಪ್ರಾಣಾಯಾಮ ಮಾಡ್ತಿಲ್ಲ ನೀನು,' ಎಂದ. ಅವಳು ಕತ್ತು ತಗ್ಗಿಸಿದಳು. 'ನಿನಗೆಂಥ ಸಂಗೀತ ದಕ್ಕುತ್ತೆ? ದಿನಾ ಪ್ರಾಣಾಯಾಮ ಮಾಡಿ ಖರಜ್‌ಸಾಧನೆ ಮಾಡೂತನಕ ರಾಗದ ಸ್ವರೂಪ ಎಲ್ಲಿ ಕಾಣುತ್ತೆ? ಕತ್ತೆ ಕಾಯಿ ಹೋಗು,' ಎಂದ. ಅನಂತರ, 'ನಿನ್ನ ಕೈಲಿ ಆಗದಿದ್ದರೂ ನನ್ನನ್ನ ಅನುಸರಿಸಲೇಬೇಕು. ಹೂಂ ರೆ ಗಾ಼ ರೆ, ಹಿಡಿ' ಎಂದ. ಆ ಕ್ಯಾಸೆಟ್ಟು ಮುಗಿದು ಒಟ್ಟು ಮೂರುಗಂಟೆಯಾದರೂ ಮಂದ್ರ ಕಳೆದು ಮಧ್ಯಸಪ್ತಕದ ಪಂಚಮ ಮುಟ್ಟಿರಲಿಲ್ಲ. ಅವಳು ಇನ್ನೊಂದು ಕ್ಯಾಸೆಟ್ ಏರಿಸಿದಳು. ಒಂಬತ್ತು ಗಂಟೆಗೆ

ಫೋನ್ ಕೇಳಿಸಿತು. ಸಂಗೀತದ ಕೋಣೆಗೆ ಬೇಕೆಂದೇ ಸಂಪರ್ಕ ಇಟ್ಟಿರಲಿಲ್ಲ. ಓಡಿಹೋಗಿ ಊಟದ ಸಾಲೆಯಲ್ಲಿದ್ದ ರಿಸೀವರ್ ಎತ್ತಿಕೊಂಡಳು.

'ಮಧು, ಮೂರುಸಲ ಮಾಡಿದೆ. ಈಗ ಇಲ್ಲಿ ನಡುರಾತ್ರಿ ಹನ್ನೆರಡು. ಮನೇಲಿರಲಿಲ್ಲವೆ?'

'ಸಂಗೀತಾಭ್ಯಾಸ ಮಾಡುಸ್ತಿದಾರೆ. ಕಛೇರೀಲಿ ಬರೀ ತಂಬೂರಿ ಹಿಡಿಯೂದಲ್ಲ, ಸಹಗಾಯನ ಮಾಡಬೇಕು ಅಂದರು. ಎಷ್ಟು ಡೀಟೇಲ್ ಆಗಿ ಹೇಳಿಕೊಡ್ತಿದಾರೆ ಅಂದರೆ ಕಲ್ಯಾಣ ರಾಗದ ಮಂದ್ರಭಾಗದ ಆಲಾಪವೇ ಮೂರು ತಾಸಾಗಿದೆ. ಎಲ್ಲಾನೂ ರಿಕಾರ್ಡ್ ಮಾಡ್ತಿದೀನಿ.'

'ವೆರಿಗುಡ್. ನಾನು ಬಂದು ಕೇಳಬೇಕು. ಗುರೂಜಿಗೆ ಥ್ಯಾಂಕ್ಸ್ ಹೇಳು. ನಾನು ಥ್ಯಾಂಕ್ಸ್ ಹೇಳಿದೆ ಅನ್ನು. ಸಾಧನೆ ಬಿಟ್ಟು ಬಂದಿದೀಯ. ಹೋಗು. ನಾನು ನಾಳೆ ಮಧ್ಯಾಹ್ನ ಅಂದರೆ ನಿನಗೆ ಪೂರ್ವಾಹ್ಣ ಮತ್ತೆ ಮಾಡ್ತೀನಿ,' ಎಂದು ಕೆಳಗಿಟ್ಟ.

ಅಭ್ಯಾಸ ನಿಲ್ಲಿಸಿದಾಗ ರಾತ್ರಿ ಹನ್ನೊಂದು ಗಂಟೆಯಾಗಿತ್ತು. ಅವನು ನಾಳೆ ಬೆಳಗ್ಗೆ ಮುಂದುವರೆಸೋಣ, ಎಂದರೂ ಅವಳು ತಂಬೂರಿ ಮೀಟುತ್ತಲೇ ಇದ್ದಳು. ಕಿವಿಯನ್ನು ತುಂಬಿಕೊಳ್ಳುತ್ತಿದ್ದ ಶ್ರುತಿಯನ್ನು ನಿಲ್ಲಿಸಲು ಮನಸ್ಸು ಬರಲಿಲ್ಲ. ಅವಳ ಮಗ್ನತೆಗೆ ಅವನೂ ತಲೆತೂಗಿದ. ಆನಂತರ ನಾನು ಇವತ್ತೆಲ್ಲ ತಂಬಾಕು ಹಾಕಿಲ್ಲ, ಎಂದು ಹೇಳಿ ಮೇಲೆದ್ದು ಹೊರನಡೆದು ತನ್ನ ಕೋಣೆಗೆ ಹೋಗಲು ಮೆಟ್ಟಿಲು ಹತ್ತತೊಡಗಿದ. ತಂಬೂರಿಯನ್ನು ಕೆಳಗಿಟ್ಟು ಅವಳು ತುಸು ಇಲ್ಲಿ ಬನ್ನಿ ಎಂದು ಕೂಗಿದಳು. ಹಿಂತಿರುಗಿದ ಅವನ ಪಾದಸ್ಪರ್ಶ ಮಾಡಿ ಹೇಳಿದಳು: 'ಪಾಠಾರಂಭದಲ್ಲಿ ಪಾದಸ್ಪರ್ಶಮಾಡೂದ ಮರೆತಿದ್ದೆ. ಇನ್ನೊಂದುಸಲ ಮಾಡಿಬಿಡ್ತೀನಿ.'

'ಸರ್ವಸ್ಪರ್ಶವೂ ಆಗಿತ್ತಲ್ಲ. ಪಾದದ್ದೇನು ವಿಶೇಷ,' ಅವನು ನಕ್ಕ. ಅವಳು ತಲೆತಗ್ಗಿಸಿದಳು.

ಅಡುಗೆಮನೆಗೆ ಹೋಗಿ ಫ್ರಿಜ್‌ನಲ್ಲಿದ್ದ ಪಲ್ಯಗಳನ್ನು ಪಿಂಗಾಣಿ ಬಟ್ಟಲುಗಳಿಗೆ ಹಾಕಿ ಮೈಕ್ರೋವೇವಿಗೆ ಇಟ್ಟು ಸ್ಟಾರ್ಟ್ ಸ್ವಿಚ್ ಅದುಮಿದಾಗ ನೆನಪು ಬಂತು. ದಢದಢನೆ ಸಂಗೀತದ ಕೋಣೆಗೆ ಓಡಿದಳು. ಟೇಪಿನ ಕೊನೆಯ ಭಾಗ ಇನ್ನೂ ಚಲಿಸುತ್ತಿತ್ತು. ಅದನ್ನು ನಿಲ್ಲಿಸಿ ಹಿಂದೋಡಿಸಿದಳು. ಅಂದಾಜಿನಿಂದ ನಿಲ್ಲಿಸಿ ಚಾಲೂ ಮಾಡಿದಳು. ಎರಡುನಿಮಿಷದ ನಂತರ 'ಸರ್ವಸ್ಪರ್ಶವೂ ಆಗಿತ್ತಲ್ಲ, ಪಾದದ್ದೇನು ವಿಶೇಷ' ಎಂಬ ಅವನ ಮಾತು ಮತ್ತು ನಗೆಯು ಸ್ಪಷ್ಟವಾಗಿ ಕೇಳಿಸಿತು. ಯಂತ್ರವನ್ನು ನಿಲ್ಲಿಸಿ ಅವನ ಕೋಣೆಗೆ ಹೋಗಿ ಕರೆತಂದು ಆ ಮಾತುಗಳನ್ನು ಪುನಃ ಹಾಕಿ ಕೇಳಿಸಿ, 'ಪಾಠ ಸಂಪೂರ್ಣ ವಾಗಿ ರಿಕಾರ್ಡ್ ಆಗ್ತಿರುತ್ತೆ. ಅದನ್ನ ವಿಕ್ರಂ ಕೇಳ್ತಾರೆ. ರೆಕಾರ್ಡರ್ ಚಾಲೂ ಇರುವಾಗ ನೀವು ಈ ಸುಳಿವು ಸಿಕ್ಕುವ ಒಂದೇ ಒಂದು ಮಾತಾಡಬಾರದು,' ಎಂದಳು. ಅವನಿಗೂ ಗಾಬರಿಯಾಯಿತು. ಎದೆ ಡವಗುಟ್ಟಿತು. ಸರಿ. ಇದನ್ನ ಅಳಿಸಿ ಹಾಕಿಬಿಡು, ಎಂದ. ಅವಳು ಆ ಎರಡು ವಾಕ್ಯಗಳನ್ನೂ ಅಳಿಸಿಹಾಕಿ ಟೇಪಿನ ಆ ಭಾಗವನ್ನು ಮತ್ತೆ ಚಾಲೂ

ಮಾಡಿ ಅಳಿಸಿದೆ ಎಂಬುದನ್ನು ಖಾತರಿ ಮಾಡಿಕೊಂಡು ಅಡುಗೆಮನೆಗೆ ನಡೆದಳು.

ಊಟವಾದ ನಂತರ ತಾವಿಬ್ಬರೂ ಜೊತೆಯಲ್ಲಿ ದಾಂಪತ್ಯದ ಮಂಚದ ಮೇಲೆಯೇ ಮಲಗಬೇಕೆಂದು ಗುರೂಜಿ ಅಪೇಕ್ಷಿಸುತ್ತಾರೆಂದು ಅವನು ಹೇಳುವ ಮೊದಲೇ ಅವಳು ಅರ್ಥಮಾಡಿಕೊಂಡಳು. ಮಾರಿಯಾ ಬೆಳಗ್ಗೆ ಏಳುಗಂಟೆಗೆ ಬರುತ್ತಾಳೆ. ತನ್ನಲ್ಲಿರುವ ಕೀಲಿ ಕೈಯಿಂದ ಮುಂದಿನ ಬಾಗಿಲು ತೆಗೆದು ಅಡುಗೆಮನೆಗೆ ಹೋಗುತ್ತಾಳೆ. ಇವರಿನ್ನೂ ಏಳದೆ ಇದ್ದು ಅಕಸ್ಮಾತ್ ಅವಳು ಮೇಲೆಬಂದರೆ? ಇವರೇನೋ ಏಳುಗಂಟೆಗೆ ಮೊದಲು ಏಳುವ ಅಭ್ಯಾಸದವರು. ಸೂಕ್ಷ್ಮವನ್ನು ಅವರಿಗೆ ಬಿಡಿಸಿ ಹೇಳಿದಳು. 'ಏ, ನಾನು ಬೇಗ ಎದ್ದು ಆ ರೂಮಿಗೆ ಹೋಗ್ತೀನಿ. ಚಿಂತೆ ಬೇಡ,' ಅವನು ಆಶ್ವಾಸನೆ ಇತ್ತ. ಆದರೂ ಸುರಕ್ಷೆ ಇರಲೆಂದು ಅವಳು ಮುಂದಿನ ದೊಡ್ಡ ಬಾಗಿಲಿಗೆ ಮಾರಿಯಾಳ ಬೀಗದ ಕೈಗೆ ಹೊರತಾದ ಇನ್ನೊಂದು ಬೋಲ್ಟನ್ನು ಒಳಗಿನಿಂದಹಾಕಿದಳು. ಅವನಿಗೆ ನಿದ್ರೆ ಬಂದನಂತರವೂ ಅವಳು ಎಚ್ಚರವಾಗಿಯೇ ಇದ್ದಳು. ಕಲ್ಯಾಣರಾಗದ ಉಠಾವ್ ಮತ್ತು ಚಲನ್‌ಗಳು ಮಂದ್ರಕ್ಕಿಳಿದಾಗ ಅವೇ ಸ್ವರಗಳ ಭಾವದಲ್ಲಾಗುವ ಪಲ್ಲಟವನ್ನು ಮನಸ್ಸು ನೆನಸಿಕೊಂಡು ಗ್ರಹಿಸುತ್ತಿತ್ತು. ಮಂದ್ರದ ಮೂಲಕ ರಾಗದ ವಿವರಗಳನ್ನು ಆವಿಷ್ಕರಿಸಿಕೊಳ್ಳಬಹುದೆಂದು ಗುರೂಜಿ ಪದೇ ಪದೇ ಹೇಳುತ್ತಿದ್ದ ರಹಸ್ಯವನ್ನು ನಾನೇಕೆ ಮರೆತೆ? ನಿಜವಾಗಿಯೂ ನನ್ನ ಮನಸ್ಸು ಕತ್ತೆ ಕಾಯುತ್ತಿತ್ತು, ಎಂದುಕೊಂಡಳು.

ಬೆಳಗ್ಗೆ ಆರುಗಂಟೆಗೇ ಎದ್ದ ಅವನು ಆ ಕೋಣೆಯಲ್ಲಿ ಮಲಗಿ ಇನ್ನಷ್ಟು ನಿದ್ದೆ ತೆಗೀ ತೀನಿ ಎಂದು ಹೇಳಿ ಹೋದ. ಮುಂದಿನ ಬಾಗಿಲಿನ ಇನ್ನೊಂದು ಬೋಲ್ಟ್ ತೆಗೆದು, ಒಂದು ಕಪ್ ಚಹಾ ಕುಡಿದ ಅವಳು ನೆನ್ನೆ ರಿಕಾರ್ಡ್ ಆದ ಟೇಪುಗಳನ್ನು ಹಾಕಿಕೊಂಡು ಕುಳಿತಳು. ತಾನು ಮಾಡುವ ರಾಗವಿಸ್ತಾರದಲ್ಲಿ ಎಲ್ಲೆಲ್ಲಿ ಹೇಗೆ ಹೇಗೆ ಅರಕೆಯಾಗುತ್ತೆ, ಗುರೂಜಿಯದು ಹೇಗೆ ಮಿತಿ ಇಲ್ಲದೆ ಹರಿಯುತ್ತೆ ಎಂಬ ವ್ಯತ್ಯಾಸ ಕಾಣಿಸಿತು. ಕೆಲಸದ ಮಾರಿಯಾ ಹೋಗುವ ಹೊತ್ತಿಗೆ ಅವನು ಎದ್ದು ಸ್ನಾನಮಾಡಿ ಸಂಗೀತದ ಕೋಣೆಗೆ ಬಂದ. ಇವಳು ನಾಶ್ತಾ ಚಹಾ ತಂದು ಅಲ್ಲಿಗೇ ಕೊಟ್ಟು, ತಾನೂ ತಿಂದಳು. 'ಮತ್ತೆ ಕೂಡು. ಅದೇ ಆಲಾಪವನ್ನ ಗಟ್ಟಿ ಮಾಡುಸ್ತೀನಿ,' ಎಂದು ತಾನೇ ತಂಬೂರಿ ಎತ್ತಿಕೊಂಡ. ರೆಕಾರ್ಡ್‌ಗೆ ಟೇಪು ಏರಿಸಿ ಸ್ವಿಚ್ ಒತ್ತಿ ಅವಳು ಹಾಡತೊಡಗಿದಳು. ಅಭ್ಯಾಸ ಹನ್ನೆರಡೂ ವರೆಯವರೆಗೆ ನಡೆಯಿತು. ಅದೇ ರಾಗ, ಅದೇ ವಿಧಾನವಾದರೂ ಆರಂಭದಲ್ಲಿ ಮೆಟ್ಟಿಲು ಮೆಟ್ಟಿಲುಗಳ ನಡುವೆ ಸಂಬಂಧ ಜೋಡಿಸುವುದರಲ್ಲಿ ಜಾರುಸ್ವರಗಳ ನಿರ್ವಹಣೆಯಲ್ಲಿ ನೆನ್ನೆಯದಕ್ಕಿಂತ ತುಸು ವ್ಯತ್ಯಾಸವಿತ್ತು. ನೆನ್ನೆಗಿಂತ ಈ ದಿನ ತಾನು ಹೆಚ್ಚು ಹಾಡಿದ್ದಳು. ಅವರು ನಡುವೆ ಹೂಂ, ಹೂಂ, ಬಹುತ್ ಅಚ್ಛಾ, ಎಂದಿದ್ದರು. ಊಟವಾದ ನಂತರ ಅವರು ಮನೆಯ ಹೊರಗಿನ ಕಾಡಿನ ನಡುವೆ ಇದ್ದ ಬೆಂಚನ್ನೊರಗಿ ಕುಳಿತು 'ನೀನು ಟೇಪು ಕೇಳಿಕೊ ಹೋಗು,' ಎಂದರು. ಮತ್ತೆ ನಾಲ್ಕುಗಂಟೆಗೆ ಬಂದು, 'ನಾನು ವಿಲಂಬಿತ ಏಕತಾಳದ ಠೇಕಾ ಹಿಡೀತೀನಿ, ಅದೇ ಆಲಾಪ ಮಾಡು. ಚಲನಕ್ಕೆ ಶಿಸ್ತು ಬರ್ತದೆ,' ಎಂದರು. ಸಂಜೆ ಏಳರವರೆಗೆ ನಡೆಯಿತು. ಅದೂ ರೆಕಾರ್ಡ್ ಆಯಿತು.

ಇದೇ ಕಲ್ಯಾಣರಾಗ ವನ್ನು ಪ್ರಾಥಮಿಕ ಹಂತದಲ್ಲಿ ವಾಡೇಕರ್ ಮಾಸ್ತರು ಅಭ್ಯಾಸ ಮಾಡಿಸಿದ್ದರು. ಅನಂತರ ಗುರೂಜಿ ವಿಸ್ತಾರವಾಗಿ ಕಲಿಸಿದ್ದರು. ಈಗ ಗಾಯಕಿಯನ್ನಾಗಿಸುವ ಮಟ್ಟದಲ್ಲಿ ತಯಾರಿ ಕೊಡುತ್ತಿದ್ದಾರೆ. ಇನ್ನು ಎರಡು ಮೂರು ವರ್ಷವಾದರೂ ನಾನು ಕಲಿಯಬೇಕಿತ್ತು. ವಿಕ್ರಂ ಹೇಳಿದಂತೆ ಮೂರು ತಿಂಗಳಿಗೊಮ್ಮೆ ಮುಂಬಯಿಗೆ ಹೋಗಿ ಎರಡುವಾರವಿದ್ದು, ಎಂದುಕೊಳ್ಳುವಾಗ ಕಿರುಗಣ್ಣಿನಿಂದ ಅವರತ್ತ ನೋಡಿದಳು. ಅವರು ಇವಳ ಸ್ವರಚಲನೆಯನ್ನು ಕೇಳುತ್ತಾ ತಬಲದ ಮೇಲೆ ಠೇಕಾ ಬಾರಿಸುತ್ತಿದ್ದರು. ಈ ಸಂದರ್ಭ ಕೂಡದಿದ್ದರೆ ನಾನಾಗಿಯೇ ಹೋಗಿ ಒಪ್ಪಿ, ಒಪ್ಪಿಸಿಕೊಳ್ಳುತ್ತಿರಲಿಲ್ಲ ಎಂಬ ವಿಶ್ಲೇಷಣೆ ಹುಟ್ಟಿ ಮನಸ್ಸು ಸ್ವರದಿಂದ ವಿಚಲಿತವಾಯಿತು. ಅವರು ತಕ್ಷಣ 'ಎಲ್ಲಿ ಹೋಗ್ತಿದೆ ಮನಸ್ಸು? ಹಾಡೂದು ಅಂದರೆ ತಪಸ್ಸಿದ್ದಹಾಗೆ. ಸ್ವಲ್ಪ ಚಿತ್ತವಿಚಲನೆಯಾದರೂ ಸೂಕ್ಷ್ಮ ಗೊತ್ತಾಗಿಬಿಡುತ್ತೆ,' ಎಂದರು. ಅವಳಲ್ಲಿ ತಪ್ಪಿನಭಾವ ಮೂಡಿತು. ಸಾರಿ ಎಂದು ಅವನ ಕ್ಷಮಾಯಾಚನೆ ಮಾಡಿ ಇನ್ನೆಂದೂ ಮನಸ್ಸಿನಲ್ಲಿ ಅಡ್ಡ ಆಲೋಚನೆಗೆ ಆಸ್ಪದ ಕೊಡುವುದಿಲ್ಲವೆಂದು ನಿಶ್ಚಯಿಸಿ ಸ್ವರಸಂಚಾರದ ಮೇಲೆ ಮನಸ್ಸನ್ನು ನಟ್ಟಳು.

ಮರುದಿನ ಅದೇ ರಾಗದ ಚೀಜು ಮತ್ತು ತಾನಗಳ ಅಭ್ಯಾಸ ತೊಡಗಿಸಿ ತಾನು ತಬಲಾ ಹಿಡಿದ. ತಬಲಾದಲ್ಲಿಯೂ ಗುರೂಜಿಗೆ ಇಷ್ಟೊಂದು ಹಿಡಿತವಿರುವುದು ತನಗೆ ಗೊತ್ತೇ ಇರಲಿಲ್ಲವೆಂದು ಅವಳು ಆಶ್ಚರ್ಯಪಟ್ಟಳು. ಅವರಿಗಿರುವ ತಾಲಪ್ರಜ್ಞೆ ಆಶ್ಚರ್ಯಕರ ವಾದುದು, ತಾನಗಳ ಜೋಡಣೆಯಲ್ಲಿ ಎಂಥ ಪರಿಣತ ತಬಲಾಸಾಥಿಗೂ ಸಾಟಿಯಾಗಬಲ್ಲ ಪ್ರಭುತ್ವವಿದೆ ಎಂಬುದನ್ನು ಮಾತ್ರ ಅವಳು ತಿಳಿದಿದ್ದಳು. ಅವರಿಗೆ ಸ್ವತಃ ತಬಲದ ಇಷ್ಟು ವೈವಿಧ್ಯಮಯ ಬೋಲುಗಳು ಗೊತ್ತಿವೆ, ಅವರ ಬೆರಳುಗಳು ಅವುಗಳನ್ನೆಲ್ಲ ಇಷ್ಟೊಂದು ಪರಿಣತಿಯಿಂದ ಬಾರಿಸಬಲ್ಲವು ಎಂಬುದನ್ನು ತಿಳಿಯುವ ಅವಕಾಶವಾಗಿರಲಿಲ್ಲ. ತಬಲದ ಚಬುಕು ಏರಿದಂತೆಲ್ಲ ಅವಳೂ ಏರಿದ ಉತ್ಸಾಹದಿಂದ ತಾನಗಳನ್ನು ಜೋಡಿಸತೊಗಿದಳು.

ನಾಲ್ಕುದಿನದ ನಂತರ ಊರಿಗೆ ಹಿಂತಿರುಗಿದ ವಿಕ್ರಮ ಹೆಂಡತಿಯ ಪ್ರಗತಿಯನ್ನು ಕಿವಿಯಾರ ಕೇಳಿ ಉಬ್ಬಿಹೋದ. ಅವಳು ಮಾಡಿ ಕ್ರಮಸಂಖ್ಯೆ ತಾರೀಖುಗಳನ್ನು ಹಾಕಿ ಜೋಡಿಸಿದ್ದ ಟೇಪುಗಳನ್ನು ತನ್ನ ಕೋಣೆಗೆ ಒಯ್ದು ಅಲ್ಲಲ್ಲಿ ಕೇಳಿ ಖುಷಿಯಾದ. ಊಟ ಮಾಡುವಾಗ, 'ನೋಡಿ, ಇವಳಿಗೆ ನಾನು ಹೇಳ್ತನೇ ಇದ್ದೆ. ಮೂರುತಿಂಗಳಿಗೊಮ್ಮೆ ಮುಂಬಯಿಗೆ ಹೋಗಿ ಎರಡೆರಡುವಾರವಿದ್ದು ಗುರೂಜಿಯಿಂದ ದಿನಕ್ಕೆ ನಾಲ್ಕಾರುಗಂಟೆ ಆಳವಾಗಿ ತಯಾರಿ ತಗೊಂಡು ಟೇಪು ಮಾಡಿಕೊಂಡು ಬಾ. ಅದನ್ನ ಇಲ್ಲಿ ಮೂರುತಿಂಗಳು ಅಭ್ಯಾಸಮಾಡಿ ಕರಗತ ಮಾಡಿಕೊ ಅಂತ. ನನ್ನ ಮಾತು ಕೇಳಲಿಲ್ಲ. ಈಗ ನೀವೇ ಹೇಳಿ,' ಎಂದು ಗುರೂಜಿಗೆ ನ್ಯಾಯ ಒಪ್ಪಿಸಿದ. ರಾತ್ರಿ ಮಲಗಿದಾಗ ಅವಳು ಅನ್ಯಮನಸ್ಕಳಾಗಿದ್ದುದನ್ನು ಅವನು ಗಮನಿಸಿದ. ಅವಳ ಮನಸ್ಸು ಸಂಪೂರ್ಣವಾಗಿ ಸಂಗೀತದಲ್ಲಿ ಮುಳುಗಿಹೋಗಿರು ವಾಗ ತಾನು ಬಲವಂತಮಾಡಬಾರದೆಂದು ಸುಮ್ಮನಾದ. ಬೆಳಗ್ಗೆ ಅವನಿಗೆ ಎಚ್ಚರವಾದಾಗ ಅವಳು ಇರಲಿಲ್ಲ. ಬೆಳಗ್ಗೆ ಎಚ್ಚರವಾದ ನಂತರ ಒಬ್ಬರ ತೋಳಿನಲ್ಲೊಬ್ಬರು ಹುದುಗಿ ಅರ್ಧಮುಕ್ಕಾಲು ತಾಸು ಆಪ್ತವಾಗಿ ಮಾತನಾಡುವುದು

ಅವರ ಅಭ್ಯಾಸವಾಗಿತ್ತು. ಎದ್ದು ಹೋಗಿ ನೋಡಿದ. ಅವಳು ಸಂಗೀತದ ಕೋಣೆಯಲ್ಲಿ ಒಬ್ಬಳೇ ಕಣ್ಣುಮುಚ್ಚಿ ಮಂದ್ರದ ಸಾಧನೆಯಲ್ಲಿ ತೊಡಗಿದ್ದಳು.

ಒಂದು ವಾರದಲ್ಲಿ ಕಲ್ಯಾಣವನ್ನು ಪಕ್ಕ ಮಾಡಿದಮೇಲೆ ಗುರೂಜಿ ಬಿಹಾಗ್ ಎತ್ತಿಕೊಂಡರು. ಇದೇ ವಿಧಾನದಲ್ಲಿ ಅವಳನ್ನು ಅರೆದರು. ಅರಳೆಯಂತೆ ಬಿಡಿಸಿ ಬಿಡಿಸಿ ಅದರ ದರ್ಶನ ಮಾಡಿಸಿದರು.

ನ್ಯೂಯಾರ್ಕ್ ಎತ್ನಿಕ್ ಸಂಗೀತ ಸಂಘದವರು ತಮ್ಮ ಕಾರ್ಯಾಗಾರಕ್ಕೆ ಮೋಹನಲಾಲ್ ಅಲ್ಲದೆ ಅವನ ಸಹಾಯಕರಾಗಿ ಅವನ ಸಲಹೆಯ ಮೇರೆಗೆ ಹಾರ್ಮೋನಿಯಂಗೆ ಮುಂಬಯಿಯ ರಾಜಾರಾಂ ಟಿಪ್ನಿಸ್ ಮತ್ತು ತಬಲಕ್ಕೆ ಓಂಕಾರ ಪ್ರಭು ಅವರನ್ನೂ ಕರೆಸಿದ್ದರು. ಅವರಿಬ್ಬರೂ ಕಾರ್ಯಾಗಾರ ಆರಂಭವಾಗುವ ಸೋಮವಾರಕ್ಕೆ ಎರಡುದಿನ ಮುಂಚೆ ಎಂದರೆ ಶನಿವಾರ ನೇರವಾಗಿ ನ್ಯೂಯಾರ್ಕ್ ತಲುಪುವುದೆಂದು ವ್ಯವಸ್ಥೆಯಾಗಿತ್ತು. ಮೋಹನಲಾಲನ ಸಿಲಿಕನ್ ವ್ಯಾಲಿಯ ಕಾರ್ಯಕ್ರಮ ಏರ್ಪಾಟಾದ ಮೇಲೆ ಒಂದುದಿನ ಮುಂಚೆ ಸ್ಯಾನ್ ಫ್ರಾನ್ಸಿಸ್ಕೋದಲ್ಲಿ ಇಳಿಯುವುದು, ಶನಿವಾರ ಸಂಜೆ ಇಲ್ಲಿ ಮುಗಿಸಿ ಭಾನುವಾರ ಬೆಳಗಿನ ಯಾನದಲ್ಲಿ ನ್ಯೂಯಾರ್ಕ್‌ಗೆ ಪ್ರಯಾಣ ಬೆಳೆಸುವುದೆಂದು ಪುನರ್ವ್ಯ ವಸ್ಥೆ ಮಾಡಿದರು. ಇಬ್ಬರೂ ಮಧುವಿಗೆ ಗೊತ್ತಿದ್ದವರೇ. ಅವಳು ಗುರುವಿಗೆ ತಾನಪೂರ ಹಿಡಿಯುತ್ತಿದ್ದ ಕಛೇರಿಗಳಲ್ಲಿ ಅವರು ವಾದನ ಸಹಯೋಗ ಕೊಡುತ್ತಿದ್ದರು. ಅಲ್ಲದೆ ಮುಂಬಯಿಯ ಹೊರಗೆ ಬೇರೆ ಬೇರೆ ಕಡೆ ಇವರ ಕಾರ್ಯಕ್ರಮಗಳಾದಾಗಲೂ ಬಹುಮಟ್ಟಿಗೆ ಹೋಗುತ್ತಿದ್ದವರು. ಅವರನ್ನೂ ತನ್ನ ಮನೆಯಲ್ಲೇ ಇಳಿಸಿಕೊಳ್ಳುವ ಆಶೆಯಾಯಿತು. ಆದರೆ ಸ್ವತಃ ತಬಲ ಕಲಿಯುತ್ತಿದ್ದ ಪಾಟೀಲ್ ತಬಲಾದ ಪ್ರಭುವನ್ನು ತನ್ನ ಮನೆಯಲ್ಲಿಳಿಸ ಬೇಕೆಂದು ಒತ್ತಾಯಮಾಡಿದ. ವ್ಯಾಲಿಯಲ್ಲಿ ಎಲ್ಲಿ ಸಂಗೀತವಾದರೂ ಹಾರ್ಮೋನಿಯಂ ಜೊತೆ ಕೊಡುತ್ತಿದ್ದ ಗರ್ಗ್ ಟಿಪ್ನಿಸರ ಅತಿಥೇಯನಾಗಲು ಕಾದುನಿಂತಿದ್ದ. ಶುಕ್ರವಾರ ಅರ್ಧದಿನ ಮತ್ತು ಶನಿವಾರ ಕಛೇರಿಗೆ ಹೊರಡುವತನಕ ಬೇರೆ ಯಾರ ಅಡಚಣೆಯೂ ಇಲ್ಲದಂತೆ ತನಗೆ ಗುರುಸಾನ್ನಿಧ್ಯ ಮುಂದುವರೆಯುವ ಆಶೆಯಿಂದ ಅವಳು ವ್ಯವಸ್ಥೆಗೆ ಎದುರು ಹೇಳಲಿಲ್ಲ. ವಿಕ್ರಮ ನಡುವೆ ಮೂರುದಿನ ಪ್ರವಾಸ ಹೋಗಿಬಂದ. ಊರಿನಲ್ಲಿದ್ದರೂ ಬೆಳಗ್ಗೆ ಎಂಟೂವರೆಗೆ ಹೊರಟರೆ ಸಂಜೆ ಏಳರವರೆಗೆ ಅವನು ಆಫೀಸಿನಲ್ಲಿ ಮುಳುಗಿರುತ್ತಿದ್ದ. ಸಂಗೀತಾಭ್ಯಾಸದ ನಡುವೆ ಅವರು ಮದುವೆಯಾದ ದಂಪತಿಗಳಷ್ಟೇ ನಿರ್ವಿಘ್ನರಾಗಿ ಹಗಲನ್ನು ಕಳೆಯಬಹುದಾಗಿತ್ತು.

– ೭ –

ಕಛೇರಿ ಅದ್ಭುತವಾಗಿ ನಡೆಯಿತು. ಸನಿವೇಲ್ ಹಿಂದೂ ದೇವಾಲಯದ ವಿಶಾಲವಾದ ಸಾಮಾಜಿಕ ಸಭಾಗೃಹ ತುಂಬಿಹೋಗಿತ್ತು. ಕುರ್ಚಿಯ ವ್ಯವಸ್ಥೆ ಇಲ್ಲ. ಪ್ರತಿಯೊಬ್ಬರೂ

ಒತ್ತಿ ಒತ್ತಿ ಕುಳಿತು ಬಂದವರಿಗೆ ಜಾಗ ಕೊಡುತ್ತಿದ್ದರು. ಮೊದಲೇ ಟಿಕೀಟು ಕೊಳ್ಳದೆ ಮುನ್ನೂರ ನಲವತ್ತು ಜನ ಬಂದುಬಿಟ್ಟರು. ಶುದ್ಧ ಶಾಸ್ತ್ರೀಯಸಂಗೀತಕ್ಕೆ ಎರಡುಸಾವಿರ ಜನ ಸೇರಿದುದನ್ನು ಕಂಡ ವಿಕ್ರಮ ಮತ್ತು ಇತರ ಉತ್ಸಾಹಿಗಳಿಗೆ ಆಶ್ಚರ್ಯವಾಯಿತು. ತನ್ನ ಹೆಂಡತಿಯ ಗುರುವಿನ ಪ್ರಸಿದ್ಧಿ ಇಲ್ಲಿಯ ಭಾರತೀಯರಲ್ಲೂ ಹರಡಿರುವುದರಿಂದ ಅವನು ಉಬ್ಬಿಹೋದ. ಎರಡು ಅಂಶಗಳಿಂದ ಕಛೇರಿಯ ಕಸುವು ಸೊಗಡುಗಳು ಏರಿದ್ದವು. ಪಂಡಿತ ಮೋಹನಲಾಲಜಿಯವರ ಸ್ವರಶಕ್ತಿ, ಲೀಲಾಜಾಲವಾದ ನಡೆ, ಕೊನೆಯೇ ಇಲ್ಲದ ಕಲ್ಪನಾಶಕ್ತಿ. ಅವರ ಜೊತೆ ಜೊತೆಗೂ ಹರಿದ ಶ್ರೀಮತಿ ಮಧುಮಿತಾ ಶಾ ಅವರ ಗಾಯನಪಕ್ವತೆ. ಇಂತಹ ಪಕ್ವ ಕಲಾವಿದೆ ತಮ್ಮ ನಡುವೆಯೇ ಇದ್ದಾರೆ, ತಮ್ಮ ಸಿಲಿಕನ್ ವ್ಯಾಲಿಯಲ್ಲಿ ಸ್ವಂತ ಉದ್ಯಮ ಆರಂಭಿಸಿರುವ ತರುಣ ಭಾರತೀಯನೊಬ್ಬನ ಪತ್ನಿ. ಎಂಥ ಕಳೆ, ಎಂಥ ಭಾರತೀಯ ವೇಷಭೂಷಣ, ತಲೆಯ ಸಿಂಧೂರ, ಕಿವಿಯ ವಜ್ರದ ಓಲೆಗಳು. ಹಣೆಯ ದುಂಡು ಕುಂಕುಮ. ಕೊರಳಿನಲ್ಲಿ ಮಿನುಗುವ ಮಾಂಗಲ್ಯಸರ. ಕೈಗಳ ಕೆಂಪುಬಳೆಗಳು. ಉಟ್ಟಿರುವ ಸರಳ ವಿನ್ಯಾಸದ ಕಟಕ್ ರೇಶ್ಮೆ ಸೀರೆ. ಆಕೆಯೇ ಕಛೇರಿಯ ಕೇಂದ್ರಸ್ಥಾನವಾಗಿ ಪ್ರಕಾಶಿಸಿದರು. ಗುರುವಿಗೆ ಒತ್ತಾಸೆ ಕೊಡುತ್ತಿಲ್ಲ. ಹಲವು ಕಡೆಗಳಲ್ಲಿ ಅವರೇ ಪ್ರಧಾನ ಗಾಯಕಿ. ತನ್ನ ಶಿಷ್ಯೆಯು ಪ್ರಕಾಶಿಸಲೆಂದು ಗುರುವೇ ಹಿಂದೆ ಸರಿದು ಕೊಡುತ್ತಿರುವ ಅವಕಾಶದಲ್ಲಿ ಆಕೆ ಅದೆಷ್ಟು ಜೀವತುಂಬಿ ಹಾಡುತ್ತಾರೆ! ಇದೇನು ಈ ಶಿಷ್ಯೆಯ ಗಂಡಾ ಕಾರ್ಯಕ್ರಮವೋ! ಎಂದು ಕೆಲವರು ಊಹಿಸಿದರು. ಸಂಗೀತ ಬಲ್ಲವರಿಗೆ ಈ ಹಿಂದೆ ಈಕೆ ಮೂರುಸಲ ಹಾಡಿದ್ದ ನೆನಪುಬಂತು. ಉತ್ತಮ ಶಿಕ್ಷಣ, ಒಳ್ಳೆಯ ಕಂಠ ಎಂಬುದನ್ನು ಬಿಟ್ಟರೆ ವಿಶೇಷವಿರಲಿಲ್ಲ. ಈಗ ಮಿಂಚುತ್ತಿದ್ದಾರೆ. ಫಸ್ಟ್‌ರೇಟ್. ಗುರುವಿನ ಸಮಸಮ. ಇದು ಜುಗಲಬಂದಿಯಲ್ಲ. ಸಹಗಾಯನ. ಸಂಚಾರಗಳು ಒಮ್ಮೆ ಪುರುಷಕಂಠದಲ್ಲಿ, ಒಮ್ಮೆ ಸ್ತ್ರೀಕಂಠದಲ್ಲಿ ಹೊಮ್ಮುತ್ತವೆ. ಪುರುಷ ಕಂಠದ ಕಸುವು ಅಗಲಗಳಿಗೆ ಸುಂದರ ಅಂಚಿನಂತೆ ಶೋಭಿಸುವ ಸ್ತ್ರೀಧ್ವನಿ. ಅವನದನ್ನು ಬರೀ ಅನುಕರಿಸುತ್ತಿಲ್ಲ. ಸ್ವತಂತ್ರ ಸ್ವರಸಂಯೋಜನೆ ಮಾಡುತ್ತಾಳೆ. ಹೊಸ ಹೊಸ ದಿಕ್ಕುಗಳಲ್ಲಿ ಅರಸುತ್ತಾಳೆ. ಕಲ್ಯಾಣರಾಗದ ಈ ರೂಪವನ್ನು ಹಿಂದೆ ಎಂದೂ ಕೇಳಿಲ್ಲ. ಹೊಸದಾಗಿ ಮದುವೆಯಾದ ವಧುವಿನ ಲಜ್ಜೆ, ಕುತೂಹಲ, ಹರ್ಷಭರಿತ ನಿಧಾನಗತಿಯ ಲಜ್ಜೆ, ಮಾಧುರ್ಯ, ವಾಹ್,

ಪಿ ಯಾಽ ಕೆ । ಽ ನ ಜ ರಿ । ಯಾಽ ಜಾಽ । ದು ಭ ರಿಽ

ಮೋಹಲಿ । ಯೋಽಽಽ ಽಽ ಮಽನ । ಪೇ ಽಽ ಽಽ ಽಽ । ಮ ಭ ರಿ ಽ

ಓಹ್, ಈ ಸ್ಥಾಯಿಯನ್ನು ಗಂಡು ಹೇಳಿದಾಗ ಒಂದು ಭಾವ. ಹೆಣ್ಣು ಹೇಳಿದಾಗ ಒಂದು ಭಾವ. ಎರಡನ್ನೂ ಜೊತೆಗಿಟ್ಟರೆ ತನ್ನದೇ ಆದ ವಿಶಿಷ್ಟ ವಿಸ್ತೃತ ಆಯಾಮ. ಅದೇ ಸ್ಥಾಯಿಯನ್ನು ಬೇರೆ ಬೇರೆ ಸ್ವರಗಳ ಪ್ರಸ್ತಾರದಲ್ಲಿ ಹಾಡುವಾಗ, ಅದರ ಒಂದೊಂದೇ ತುಣುಕುಗಳನ್ನು ಬೇರೆ ಬೇರೆ ಸ್ವರಗಳಲ್ಲಿ ಪ್ರಸ್ತುತಪಡಿಸುವಾಗ ಆಗುವ ವಿನ್ಯಾಸವೈವಿಧ್ಯ. ಮಧುಮಿತಾ ಈಗ ಸಂಕೋಚವನ್ನು ಕಳಚಿಕೊಂಡು ಮೇಲೇರಿದ್ದಾಳೆ. ಆಲಾಪದಲ್ಲಿ

ಪೂರಕವಾಗಿ, ಹಿನ್ನೆಲೆಯಾಗಿ, ಸಹಚಾರಿಣಿಯಾಗಿ ಚಲಿಸುತ್ತಿದ್ದವಳು ತಾನ ಹೊಡೆಯುವಾಗ ಸರಿಸಮನಾಗಿ ಸವಾಲಾಗಿ ಹೊಯ್‌ಕೈಯಾಗಿ ಕೆಣಕುತ್ತಿದ್ದಾಳೆ. ಸೆಣೆಸುತ್ತಿದ್ದಾಳೆ. ತಬಲದವ ನಂತೂ, ಏನವನ ಹೆಸರು? ಓಂಕಾರ ಪ್ರಭು, ತಾನ ಬಂದಮೇಲೆ ಚುರುಕಾದ, ವಾಹ್‌ವಾ. ಹಾರ್ಮೋನಿಯಂನೋನೂ ಅಷ್ಟೆ, ಟಿಪ್ಸಿಸ್. ವಾರೆವಾ ಉಸ್ತಾದ್. ಶಾಭಾಶ್. ಇಡೀ ಸಭೆಯು ಬೆನ್ನುಹುರಿಗಳನ್ನು ಸೆಟೆಸಿ ಕುಳಿತುಕೊಂಡಿತು. ಗುರುವು ಹೊಡೆದಷ್ಟೇ ಆವರ್ತನ ಗಳನ್ನು, ಶಿಷ್ಯೆ ಇಲ್ಲ ನಾಲ್ಕು ಐದಕ್ಕೇ ಖತಂ. ಸೋತೆನೆಂಬ ಲಜ್ಜೆಯ ಕಣ್ಣುಗಳಿಂದ ಅವಳು ಗುರುವನ್ನು ನೋಡಿದ ವೈಖರಿ, ವಾಹ್ ಅದೇ ಒಂದು ಮಝಾ. ಆದರೆ ಅಂತರವನ್ನು ಅವಳೇ ಎತ್ತಿಕೊಂಡಳು: ಕವನಜ । ತನ ಆಬ । ಕರಿಯೇs । ಆs ಲಿ s। ಗುರುವನ್ನು ಹಿಂದೆ ಹಾಕಿದಳು. ಮುಖದಲ್ಲಿ ಗೆಲುವಿನ ಮುಗುಳ್ನಗೆ. ಗುರುವು ಸೋಲನ್ನು ಒಪ್ಪಿಕೊಂಡುಬಿಟ್ಟ, ಅವಳ ಮುನ್ನಡೆಗೆ ಸಮ್ಮತಿ ಸೂಚಿಸಿ ಹುಬ್ಬು ಹೊಡೆದು ತಲೆ ಹಾಕಿದ. ಹಿಂಗಿರಬೇಕು ಶಿಷ್ಯೆ ಅಂದರೆ. ಹೆಣ್ಣುಧ್ವನಿ ಗಂಡುಧ್ವನಿಗಳ ಜೊತೆ ಜೊತೆಗೂ ನಡೆಯುತ್ತಾ ನಡು ನಡುವೆ ನುಸುಳುವ ಕೊಳಲಿನಂತಹ ಹಾರ್ಮೋನಿಯಂ ಸ್ವರಗಳು. ತಾನಗಳೇ ತಬಲದ ಮೂಲಕ ಹೊಮ್ಮುವಂತಹ ಬೋಲುಗಳು.

ಸಂಗೀತ ತಿಳಿಯದವರು, ಬರೀ ಅನುಭವಿಸುವವರು, ಅರೆ ತಿಳಿದವರು, ತುಸು ಕಲಿತವರು, ನಾಲ್ಕಾರು ವರ್ಷ ಸಾಧನೆಮಾಡಿ ಬಿಟ್ಟವರು, ಶಾಸ್ತ್ರವನ್ನು ಬಲ್ಲವರು ಎಲ್ಲರನ್ನೂ ಒಟ್ಟಿಗೆ ಉಬ್ಬರದಲ್ಲಿ ಕೊಚ್ಚಿದನಂತರ ಪ್ರವಾಹವು ನಿಲುಗಡೆಗೆ ಬಂದಾಗ ಚಪ್ಪಾಳೆ ಹೊಡೆಯ ಬೇಕೆಂಬುದನ್ನೂ ಮರೆತು ಇಡೀಸಭೆ ಉಸಿರು ಹಿಡಿದು ಕೂತುಬಿಟ್ಟಿತ್ತು. ಎರಡುನಿಮಿಷ ಕಾದನಂತರ ಮೋಹನಲಾಲಜಿ ಈಗ ಇಪ್ಪತ್ತುನಿಮಿಷ ವಿರಾಮ ಎಂದಾಗ ಕಲ್ಯಾಣ್ ಮುಗಿಯಿತೆಂಬ ಅರಿವು. ಯಾರೋ ಇಬ್ಬರು ಚಪ್ಪಾಳೆ ತಟ್ಟಿದರು. ಇಡೀಸಭೆ ಕಿವಿಗಡಚಿಕ್ಕು ವಂತೆ ತಟ್ಟತೊಡಗಿದರು. ಯಾರಿಗೂ ನಿಲ್ಲಿಸುವ ಮನಸ್ಸಿಲ್ಲ. ಗಾಯಕ ಗಾಯಕಿಯರಿಬ್ಬರೂ ಎದ್ದುನಿಂತು ಬಾಗಿದರೂ ನಿಲ್ಲಿಸಲಿಲ್ಲ. ಲೌಡ್‌ಸ್ಪೀಕರಿನಲ್ಲಿ ಕಾರ್ಯದರ್ಶಿ ಸರ್ದೇಸಾಯಿಯ ಧ್ವನಿ ಕೇಳಿಸಿತು: 'ಕಲ್ಯಾಣ ರಾಗವನ್ನು ಒಂದುಗಂಟೆ ಐವತ್ತಾರುನಿಮಿಷ ಹಾಡಿದಾರೆ. ನೀವು ಮೂರುನಿಮಿಷದಿಂದ ಚಪ್ಪಾಳೆ ತಟ್ಟುತ್ತಿದೀರಿ. ಇನ್ನು ಒಂದುನಿಮಿಷ ತಟ್ಟಿಬಿಡಿ. ಎರಡುಗಂಟೆ ಪೂರ್ಣವಾಗುತ್ತೆ.' ಜನಗಳು ಇನ್ನೊಂದು ನಿಮಿಷ ಮುಂದುವರೆಸಿದರು.

ಸಭಿಕರ ಭಾವವನ್ನು ತುಂಬಿಕೊಂಡಿದ್ದ ಕಲ್ಯಾಣ ವಿರಾಮ ಕಳೆದರೂ ಸ್ವಲ್ಪವೂ ಕಡಮೆಯಾಗಲಿಲ್ಲ. ಅನಂತರ ಆರಂಭಿಸಿದ ಬಿಹಾಗದಲ್ಲಿ ರುಚಿ ಆರಂಭವಾಗಲು ತುಸು ಹೊತ್ತೇ ಹಿಡಿಯಿತು. ಕ್ರಮೇಣ ಅದು ಆಕ್ರಮಿಸಿಕೊಂಡಿತು. ಈಗ ಮಧುಮಿತಾ ಹೆಚ್ಚು ಆತ್ಮವಿಶ್ವಾಸದಿಂದ ಜೊತೆಗೂಡಿದಳು. ತುಂಬಿದ ಸಭೆಯು ತನ್ನ ಗಾಯನವನ್ನು ಒಪ್ಪಿ ಕೊಂಡಿದೆ. ಗುರುವಿನೊಡನೆಯೂ ಹಾಡಬಲ್ಲಳೆಂದು ಒಪ್ಪಿಕೊಂಡಿದೆ ಎಂಬ ಧೈರ್ಯ ಅವಳ ಕೈ ಹಿಡಿದಿತ್ತು. ಹೆಚ್ಚು ಸ್ವಾತಂತ್ರ್ಯವಹಿಸಿ ಗುರುವಿನ ರಾಗಚಲನೆಯಲ್ಲಿ ಜೊತೆಗೂಡಿದಳು. ಅದು ಒಂದೂಕಾಲುಗಂಟೆ ನಡೆಯಿತು. ಅನಂತರ ಕಾರ್ಯದರ್ಶಿ ವೇದಿಕೆಗೆ ಬಂದು ಪಂಡಿತ ಮೋಹನಲಾಲರು ಐವತ್ತೊಂಬತ್ತನ್ನು ಪೂರೈಸಿ ಅರವತ್ತಕ್ಕೆ ಕಾಲಿಟ್ಟಿರುವುದನ್ನು

ಸಭೆಗೆ ತಿಳಿಸಿ ಆ ಪ್ರಯುಕ್ತ ವ್ಯಾಲಿಯ ಇಡೀ ಭಾರತೀಯ ಸಮಾಜ ಅವರನ್ನು ಅಭಿನಂದಿಸುತ್ತಿರುವುದಾಗಿ ಹೇಳಿ ಶಾಲು ಹೊದೆಸಿ ಬುಕೆಯನ್ನು ಅರ್ಪಿಸಿದ. 'ಪಂಡಿತಜಿಗೆ ಇಡೀ ಅಮೆರಿಕೆಯ ಭಾರತೀಯರು ಕೃತಜ್ಞರಾಗಿರಬೇಕಾಗಿದೆ. ಮಧು ಮಿತಾಜಿಯಂಥ ಕಲಾವಿದೆಯನ್ನು ಅವರು ಸೃಷ್ಟಿಸಿರುವುದು ಮಾತ್ರವಲ್ಲ, ವಿಧ್ಯುಕ್ತವಾಗಿ ತಮ್ಮ ಶಿಷ್ಯೆಯನ್ನು ಈ ದಿನ ಈ ದೇಶದಲ್ಲಿ ರಂಗಪ್ರವೇಶ ಮಾಡಿಸಿದ್ದಾರೆ,' ಎಂದಾಗ ಸಭೆಯು ಮೊರೆದು ಬಿರಿಯುವಷ್ಟು ಚಪ್ಪಾಳೆ ಹೊಯ್ದಿತು. ಅವಳಿಗೂ ಉಳಿದಿಬ್ಬರು ಸಾಥಿದಾರರಿಗೂ ಇನ್ನೊಂದು ತಾನಪೂರ ಬಾರಿಸಿದ ಮಿಲ್‌ಪಿಟಾಸಿನ ಹುಡುಗಿ ಜಯಶ್ರೀಗೂ ಬುಕೆ ಅರ್ಪಿಸಿದ ನಂತರ ಈಗ ಭೈರವಿ ಎಂದು ಘೋಷಿಸಿದ. ಗುರೂಜಿ ಶಿಷ್ಯೆಯ ಕಡೆಗೆ ತಿರುಗಿ, 'ನೀನೇ ಒಂದು ಹಾಡಿಬಿಡು, ನನಗೆ ಲಹರಿ ಇಲ್ಲ,' ಎಂದರು. ಅವಳಿಗೆ ಅಧೈರ್ಯವಾಯಿತು. 'ನಾನೊಬ್ಬಳೆ? ಊಹೂಂ' ಎಂದಳು. ಆದರೆ ಈ ಸಂಭಾಷಣೆ ಧ್ವನಿವರ್ಧಕದಲ್ಲಿ ಪಿಸುಗುಟ್ಟಿತು. 'ಒಬ್ಬರೇ ಹಾಡಿ' ಎಂದು ಯಾರೋ ಇಬ್ಬರು ಕೂಗಿದರು. 'ಅವರನ್ನ ಕೇಳು,' ಗುರೂಜಿ ಎಂದರು. ಅವಳಿಗೆ ಅನ್ಯಮಾರ್ಗವಿರಲಿಲ್ಲ. ಮುಖ ಕೆಂಪುಗಟ್ಟಿದರೂ 'ಯಾವುದನ್ನ ಹಾಡಲಿ?' ಎಂದಳು. 'ಯಾವುದನ್ನ ಮರೆತಿಲ್ಲವೋ ಅದನ್ನ,' ಎಂದು ಅವರು ಅವಳ ಮೇಲೆಯೇ ಹಾಕಿದರು. ಅಷ್ಟರಲ್ಲಿ ಟಿಪ್ನಿಸ್ ಹಾರ್ಮೋನಿಯಂ ಮೇಲೆ 'ಮತ ಜಾ ಜೋಗಿ' ಎಂದು ನುಡಿಸಿದರು. ಅದರ ಸುಳಿವು ಅರ್ಥವಾದ ಸಭಿಕರು ಚಪ್ಪಾಳೆ ತಟ್ಟಿದರು. ಉಳಿದವರು ಅವರನ್ನನುಸರಿಸಿದರು. ಅವಳು ಭೈರವಿಯನ್ನು ವಾಡೇಕರ್ ಮಾಸ್ತರರಿಂದ, ಗುರೂಜಿಯಿಂದ ಕಲಿತಿದ್ದಳಾದರೂ ಇತ್ತೀಚೆಗೆ ಅಭ್ಯಾಸ ಮಾಡಿರಲಿಲ್ಲ. ಕಳೆದ ಎರಡುವಾರದಲ್ಲಿ ಅವರು ಕಲ್ಯಾಣ್ ಮತ್ತು ಬಿಹಾಗ್ ಎರಡನ್ನೇ ಸಾಧನೆ ಮಾಡಿಸಿದ್ದರು. ಆದರೆ ಈಗ ಉಪಾಯವಿಲ್ಲ. ಆರಂಭಿಸಿದಳು. ಪರಿಸ್ಥಿತಿಯನ್ನರಿತ ಟಿಪ್ನಿಸ್ ಒಂದೊಂದೇ ಹೆಜ್ಜೆ ಮುನ್ನಡೆಯುತ್ತಾ ಮುಂದಿನ ಸುಳಿವು ಕೊಡುತ್ತಿದ್ದ. ಅವಳು ಅದರ ವಾಹಿನಿಯಲ್ಲಿ ಒಂದಾದಳು. ಕರುಣೆ, ವಿರಹ, ಪ್ರಾರ್ಥನೆ, ಆರ್ತತೆ, ಸಮರ್ಪಣೆಗಳ ಭಾವಗಳು ತುಂಬಿಕೊಂಡವು. ಜೋಗೀ ಮತ ಜಾ ಮತ ಜಾ, ಪಾವ ಪರೂಂ ಮೈ ತೇರೀ..... ಎಂದು ಮೀರಾಬಾಯಿಯು ಕೃಷ್ಣ ನನ್ನು ಬೇಡಿಕೊಳ್ಳುವ ಭಾವದಲ್ಲಿ ಪ್ರೇಮ ಭಕ್ತಿಕೋ ಪೇಡೋ ಹಿ ನ್ಯಾರೋ ಹಮಕೋ ಗೈಲ ಬತಾ ಜಾ ಜೋಗೀ ಎಂಬುದನ್ನು ಠುಮರಿಯಂತೆ ಭಾವದ ಪದರ ಪದರಗಳನ್ನು ಬಿಡಿಸುತ್ತಾ ಸಭೆ ಕರುಣಾರಸದಲ್ಲಿ ತೇಲುತ್ತಿತ್ತು. ಜೋಗಿ ಎಂದರೆ ಕೃಷ್ಣ ಎಂದು ಒಮ್ಮೆ ಬಿಡಿಸಿ ಹೇಳಿದನಂತರ ಅಗರ ಚಂದನಕೀ ಚಿತಾ ರಚಾವೂ। ಅಪನೇ ಹಾಥ ಜಲಾ ಜಾ ಜೋಗೀ ಎಂದಾಗ ವಿರಹದ ದುಃಖದ ಉತ್ಕಟತೆ ತೀವ್ರವಾಯಿತು. ನಡುವೆ ಭಾವಪೋಷಣೆಗೆ ಬೇಕಾದಷ್ಟು ಆಲಾಪ, ತಾನಗಳನ್ನು ಸೇರಿಸಿ ಭಾವತೀವ್ರತೆಯನ್ನು ಹರಿತಗೊಳಿಸಿ ಮೀರಾ ಕಹೇ ಪ್ರಭು ಗಿರಿಧರ ನಾಗರ। ಜೋತ ಮೇ ಜೋತ ಮಿಲಾ ಜಾ। ಜೋಗೀ ಎಂಬ ಕೊನೆಯ ಪಾದವನ್ನು ಒಳಗಿನಿಂದ ಅಳು ತುಂಬಿಬಂದು ಬಿಕ್ಕಳಿಸತೊಡಗಿದಳು. ಈ ಭಾವತೀವ್ರತೆಯು ಸಭಿಕರಲ್ಲೂ ಕೆಲವರಿಗೆ ಸೋಂಕಿ ಅವರೂ ಕಣ್ಣೀರು ಮಿಡಿದರು. ಆದರೆ ಅದುವರೆಗೆ ಕೇಳುತ್ತಾ ಕುಳಿತಿದ್ದ ಗುರೂಜಿ ತಕ್ಷಣ ಪ್ರವೇಶಿಸಿ

ಮಧ್ಯಲಯಕ್ಕೆ ತಿರುಗಿಸಿ ಮತ ಜಾ ಮತ ಜಾ ಎಂದು ಆರಂಭಿಸಿದರು. ಸಭಿಕರ ಗಮನ ಗುರುವಿನೆಡೆಗೆ ತಿರುಗಿತು. ಶ್ರೀಮತಿ ಮಧುಮಿತಾ ಷಾ ಅವರು ಅರ್ಥವನ್ನು ಎಷ್ಟೊಂದು ತೀಕ್ಷ್ಣವಾಗಿ ಅನುಭವಿಸಿ ಹಾಡುತ್ತಾರೆಂದು ಸಭಿಕರು ಅವಳ ಅಳುವನ್ನು ಅರ್ಥಮಾಡಿಕೊಂಡರು. ಮಧ್ಯಲಯದಲ್ಲಿ ಸ್ಥಾಯಿ ಮತ್ತು ಅಂತರದ ಮೊದಲ ಚರಣ ಪ್ರೇಮ ಭಕ್ತಿ ಕೋ ಪೇಡೋ ಹಿ ನ್ಯಾರೋ। ಹಮ ಕೋ ಗೈಲ ಬತಾ ಜಾ। ವನ್ನು ಎರಡುಸುತ್ತು ಹಾಡಿದನಂತರ ಗುರೂಜಿ ಸ್ಥಾಯಿಗೆ ಬಂದು ತನ್ನನ್ನು ಅನುಸರಿಸುವಂತೆ ಶಿಷ್ಯಳಿಗೆ ಸೂಚನೆ ಕೊಟ್ಟರು. ಅಷ್ಟರಲ್ಲಿ ಅಳುವನ್ನು ನಿಯಂತ್ರಿಸಿಕೊಂಡು ತುಂಬಿದಸಭೆಯಲ್ಲಿ ತನ್ನ ಒಳಗನ್ನು ಹೊರಗು ಮಾಡಿಕೊಂಡಿದ್ದ ನಾಚಿಕೆಯಿಂದ ಚೇತರಿಸಿಕೊಳ್ಳುತ್ತಿದ್ದ ಅವಳು ಬೇರೆ ಉಪಾಯವಿಲ್ಲದೆ ದನಿಗೂಡಿಸಿದಳು. ಸ್ವರ ಲಯಗಳು ಹಿಡಿತಕ್ಕೆ ಸಿಕ್ಕಿದಮೇಲೆ ಈಗ ಮತ್ತೆ ಮನಸ್ಸಿಟ್ಟು ಚನ್ನಾಗಿ ಹಾಡುವುದೊಂದೇ ಆಗಿರುವ ಆಭಾಸವನ್ನು ಮುಚ್ಚಿಕೊಳ್ಳುವ ಮಾರ್ಗ ಎಂಬ ಅರಿವು ಬಂದು ಹಾಡತೊಡಗಿದಳು. ಗುರುವು ನಿಲ್ಲಿಸಲಿಲ್ಲ. ಜೊತೆಯಲ್ಲಿಯೇ ಹಾಡಿ ಜೊತೆಯಲ್ಲಿಯೇ ಸಮಾಪ್ತಿ ಮಾಡಿದರು.

ಸಭಿಕರಲ್ಲಿ ಅರ್ಧಭಾಗ ಕಲಾವಿದರನ್ನು ಸುತ್ತುವರೆದರು. ಮೋಹನಲಾಲರ ಗಾಯನವನ್ನು ಭಾರತದಲ್ಲಿ ಕೇಳಿ ಅಭಿಮಾನಿಗಳಾಗಿದ್ದವರು ಹಲವರು. ಹೊಸದಾಗಿ ಮಾರುಹೋದವರು ಇನ್ನುಳಿದವರು. ತಮ್ಮ ನಡುವೆಯೇ ಉದ್ಭವವಾದ ಕಲಾವಿದೆಯನ್ನು ಹತ್ತಿರದಿಂದ ನೋಡಿ ಮಾತನಾಡಿಸಿ ಪರಿಚಯ ಮಾಡಿಕೊಳ್ಳುವ ಅಭಿಮಾನಿಗಳು ಅನೇಕರು. ಇಂದಿನ ಕಾರ್ಯಕ್ರಮದ ಯಶಸ್ಸಿಗೆ ದುಡಿದ ಕಾರ್ಯಕರ್ತರೊಡನೆ ಕಲಾವಿದರಿಗೆ ಊಟವಿತ್ತು. ಅದನ್ನು ಮುಗಿಸಿ ಈ ಮೂವರೂ ಮನೆಗೆ ಬಂದಾಗ ರಾತ್ರಿ ಒಂದುಗಂಟೆ. ಕಛೇರಿಯ ನಿರೀಕ್ಷೆಯಲ್ಲಿ ನಾಳೆ ಬೆಳಗ್ಗೆ ಹತ್ತುಗಂಟೆಯ ಯಾನದಲ್ಲಿ ಗುರೂಜಿ ಹೊರಟುಹೋಗುತ್ತಾರೆಂಬ ಅರಿವಿನ ತೀವ್ರತೆಯು ಮಧುವಿಗಾಗಲಿ ವಿಕ್ರಮನಿಗಾಗಲಿ ಇರಲಿಲ್ಲ. ನಾಳೆಯಿಂದ ಈ ಮನೆಯು ಬಿಕೋ ಎನ್ನುತ್ತದೆಂದು ವಿಕ್ರಮನಿಗೂ ಅನ್ನಿಸಿತು. ಮಧು ಸಂಪೂರ್ಣ ಮೌನಿಯಾಗಿದ್ದಳು. ತಮ್ಮ ಶಯನದ ಕೋಣೆಯ ಬಾಗಿಲು ಮುಚ್ಚಿದ ನಂತರ ಅವನು, 'ನಿನ್ನ ಗಾಯನ ಈ ಎತ್ತರಕ್ಕೆ ಏರುತ್ತೆ ಅಂತ ನಾನು ಕಲ್ಪಿಸಿಕೊಂಡೂ ಇರಲಿಲ್ಲ. ಇವತ್ತಿನ ಹಿರೋಯಿನ್ ನೀನೇ. ನಿನ್ನಿಂದ ನನಗೆ ಹೆಮ್ಮೆಯಾಗಿದೆ. ಕಂಗ್ರಾಟುಲೇಷನ್ಸ್' ಎಂದ. ಥ್ಯಾಂಕ್ಯೂ ಎನ್ನುವುದಕ್ಕಿಂತ ಹೆಚ್ಚು ಮಾತನಾಡಲು ಅವಳಿಗೆ ಸಾಧ್ಯವಾಗಲಿಲ್ಲ. 'ಗುರೂಜಿ ಹೊರಟುಹೋಗ್ತಾರೆ ಅಂತ ನಿನಗೆ ಅಳು ಬಂತು. ನನಗೆ ಅರ್ಥವಾಯ್ತು. ಎರಡುವಾರದಲ್ಲಿ ನಿನಗೆ ಇಷ್ಟೊಂದು ಸಾಧನೆಯಾಯ್ತು! ನಾನು ಹೇಳ್ತಿರಲಿಲ್ಲವೆ? ಮೂರುತಿಂಗಳಿಗೊಮ್ಮೆ ಮುಂಬಯಿಗೆ ಹೋಗಿ ಎರಡೆರಡುವಾರ ಇದ್ದು ಎರಡೆರಡು ರಾಗಗಳ ಪಾಠಮಾಡಿಸಿಕೊಂಡು ಎಲ್ಲವನ್ನೂ ಟೇಪು ಮಾಡಿಕೊಂಡು ಬಾ. ಯು ವಿಲ್ ಟೇಕ್ ಆಫ಼್ ಇನ್ ತ್ರೀ ಇಯರ್ಸ್. ನೀನು ದೊಡ್ಡ ಗಾಯಕಿಯಾಗ್ತೀಯ. ಸ್ಯಾನ್ ಹೊಸೆಯಲ್ಲೊಂದು ಭಾರತೀಯ ಸಂಗೀತಶಾಲೆ ನಡೆಸೋಣ. ಮಧುಮಿತಾ ಷಾ ಸ್ಕೂಲ್ ಆಫ಼್ ಇಂಡಿಯನ್ ಮ್ಯೂಸಿಕ್ ಅಂತ.'

ಅವಳಿಗೆ ಒಂದು ದಾರಿ ಕಂಡಂತಾಯಿತು. ಥ್ಯಾಂಕ್ಯೂ, ಥ್ಯಾಂಕ್ಯೂ ಎಂದು ಅವನ

ಎರಡು ತೋಳುಗಳನ್ನೂ ಗಟ್ಟಿಯಾಗಿ ಹಿಡಿದುಕೊಂಡಳು.

'ನಿನ್ನನ್ನ ಕೇಳಬೇಕು ಅಂತ ಎರಡು ದಿನದಿಂದ ಆಲೋಚಿಸ್ತಿದೀನಿ. ಕಛೇರಿಗೆ ಗುರೂಜಿಗೆ ಐದುಸಾವಿರ ಡಾಲರ್ ಕೊಟ್ಟಿದಾರೆ. ಹಾರ್ಮೋನಿಯಂ, ತಬಲಾದವರಿಗೆ ಒಂದೊಂದು ಸಾವಿರ. ಪ್ಲಸ್ ನ್ಯೂಯಾರ್ಕಿನಿಂದ ಹೋಗ್ತಾ ಬರ್ತಾ ಟಿಕೀಟು ಇತ್ಯಾದಿ. ನನಗನ್ನಿಸುತ್ತೆ, ಗುರೂಜಿ ಎರಡುವಾರ ಸಂಪೂರ್ಣವಾಗಿ ನಿನಗೆ ಪಾಠ ಹೇಳಿದಾರೆ. ಅದೂ ಈ ಕ್ವಾಲಿಟಿ ಟ್ರೇನಿಂಗ್! ಅವರಿಗೆ ನಾವು ಐದುಸಾವಿರ ಡಾಲರ್ ಕೊಡಬೇಕು. ದಿನಕ್ಕೆ ಎಂಟುಗಂಟೆ ಅಂದರೆ ಹದಿನೈದು ದಿನಕ್ಕೆ ನೂರಇಪ್ಪತ್ತು ಗಂಟೆ. ಪ್ರತಿಗಂಟೆಗೆ ನಲವತ್ತೊಂದು ಪಾಯಿಂಟ್ ಆರು ಆರು ಡಾಲರ್ ಆಗುತ್ತೆ. ಈ ದೇಶದಲ್ಲಿ ಯಾವುದೇ ಪರಿಣತ ವೃತ್ತಿಯವರ ಫ್ಲೀಜಿಗೆ ಇದನ್ನ ಹೋಲಿಸಬಹುದು. ಅವರು ಕಲಿಸಿದ ವಿದ್ಯೆಗೆ ಬೆಲೆ ಕಟ್ಟುಕ್ಕಾಗುಲ್ಲ. ಆದರೆ ಅವರ ಸಮಯ ಮತ್ತು ವೇಳೆಯನ್ನ ಒಂದು ಲೆಕ್ಕಕ್ಕೆ ಒಳಪಡಿಸಿ ತಾನೆ ಫ್ಲೀಯನ್ನು ನಿರ್ಧರಿಸ ಬೇಕಾದದ್ದು? ಇದು ಕಡಮೆ ಅಂತ ನಿನಗೆ ಅನ್ನಿಸಿದರೆ ಹೇಳು: ಜಾಸ್ತಿ ಕೊಡೋಣ. ನೀನು ಎಷ್ಟು ಹೇಳಿದರೂ ನನಗೆ ಸಮ್ಮತ.'

'ಥ್ಯಾಂಕ್ಯೂ. ನೀವು ಯಾವಾಗಲೂ ಉದಾರಿ,' ಎನ್ನುವಾಗ ಅವಳ ಕಣ್ಣುಗಳು ಮತ್ತೆ ತುಂಬಿಬಂದವು.

ಅವನು ನಿದ್ದೆಮಾಡಿದ. ಆದರೆ ಅವಳು ನಿದ್ರೆಯಿಲ್ಲದೆ ಮಗ್ಗುಲು ಬದಲಿಸುತ್ತಿದ್ದಾಳೆಂಬುದು ನಿದ್ರಾಸ್ಥಿತಿಯಲ್ಲೂ ಮನಸ್ಸಿಗೆ ಅರಿವಾಗಿ ನಡುವೆ ಎಚ್ಚರವಾಯಿತು. ತೋಳು ಬಳಸಿ ಕಣ್ಣು ಮುಚ್ಚಿಕೊಂಡೇ ಹೇಳಿದ: 'ನಿದ್ದೆಮಾಡು. ಬೆಳಗ್ಗೆ ಬೇಗ ಏಳಬೇಕು. ಎಂಟು ಗಂಟೆಗೆ ಮನೆ ಬಿಡಬೇಕು.'

ಅವಳು ಮಾತನಾಡಲಿಲ್ಲ. ತುಸುಹೊತ್ತಾದ ನಂತರ, 'ಏರ್‌ಪೋರ್ಟಿಗೆ ನಾನು ಬರೂದಿಲ್ಲ. ಅವರು ಹೋಗುವಾಗ ನಾನು ಎಮೋಷನಲ್ ಆಗಿ ಅತ್ತುಬಿಡಬಹುದು. ನಿಮಗಂತೂ ಅರ್ಥವಾಗುತ್ತೆ. ಕಳಿಸುಕ್ಕೆ ಬರೂ ಅಭಿಮಾನಿಗಳು, ಕಛೇರಿಯ ಕಾರ್ಯಕರ್ತರು ತಪ್ಪು ತಿಳೀಬಹುದು. ಮನೇಲೇ ಚರಣಸ್ಪರ್ಶಮಾಡಿ ಕಾರು ಹತ್ತುಸ್ತೀನಿ,' ಎಂದಳು.

ಅವನು ಮಾತನಾಡಲಿಲ್ಲ. ಎರಡು ನಿಮಿಷವಾದ ಮೇಲೆ, "ನೀನು ಬ್ರೇಕ್‌ಡೌನ್ ಆದರೆ ಗುರುಭಕ್ತಿ ಅಂತ ಎಲ್ಲರೂ ಅರ್ಥಮಾಡ್ಕತ್ತಾರೆ. ಏರ್‌ಪೋರ್ಟಿಗೆ ಬರದೆ ಇದ್ದರೇ ತಪ್ಪುತಿಳಿಯುವ ಸಂಭವ ಹೆಚ್ಚು. ಹೇಗೂ ಇನ್ನು ಮೂರುತಿಂಗಳಲ್ಲಿ ನೀನು ಹೋಗ್ತೀಯ. ಸಾಧ್ಯವಾದಮಟ್ಟಿಗೂ ಸಮಾಧಾನ ತಂದುಕೊಂಡು ಬ್ರೇಕ್‌ಡೌನ್ ಆಗದೆ ಇರುಕ್ಕೆ ಪ್ರಯತ್ನ ಮಾಡು. ಬೆಳಗ್ಗೆ ನಾನೇ ಗುರೂಜಿ ಕೈಲಿ ಮಾತಾಡ್ತೀನಿ. ಎರಡುವಾರ ನೀನು ಮುಂಬಯಿ ಯಲ್ಲಿದ್ದಾಗ ಇಲ್ಲಿ ಮಾಡಿದ ಹಾಗೆಯೇ ದಿನಕ್ಕೆ ಎಂಟುಗಂಟೆ ತರಬೇತಿ ಕೊಡಬೇಕು. ಪ್ರತಿಯೊಂದು ನಿಮಿಷವೂ ರೆಕಾರ್ಡ್ ಆಗಬೇಕು. ಅವರು ನಿರೀಕ್ಷಿಸುವ ಫ್ಲೀ ಎಷ್ಟು? 'ನಿಮಗೆ ಕೇಳುಕ್ಕೆ ಸಂಕೋಚವಾದರೆ ನನಗೆ ಬಿಟ್ಟುಬಿಡಿ. ನೀವು ನಿರೀಕ್ಷಿಸಿದ್ದಕ್ಕಿಂತ ಹೆಚ್ಚು ಮೊತ್ತ ನಾನು ಕೊಡ್ತೀನಿ. ನೀವು ಕಲಿಸೂ ವಿದ್ಯೆಗೆ ಬೆಲೆಯಾಗಿ ಅಲ್ಲ, ನಮ್ಮ ಗೌರವದ ಕಾಣಿಕೆಯಾಗಿ' ಅಂತ ಹೇಳ್ತೀನಿ" ಎಂದ.

ಅಧ್ಯಾಯ ೨

– ೧ –

ಹೆಂಗಸರೇ ಹೀಗೆ. ಅಳೂದು ಕರೆಯೂದು, ಅತಿಯಾಗಿ ಹಚ್ಚಿಕೊಳ್ಳೂದು ಎಂದುಕೊಂಡರೂ ತನಗೂ ಭಾವ ಕುಸಿದಿರುವುದು ಅವನ ಅರಿವಿಗೆ ಬಂತು. ವಿಕ್ರಮ ಮೊದಲೇ ಈ ಯುನೈಟೆಡ್ ಏರ್ ಲೈನ್ಸಿನಲ್ಲಿ ಮಾಡಿಸಿರದಿದ್ದರೆ ಟಿಪ್ನಿಸ್ ಮತ್ತು ಪ್ರಭುವಿನ ಜೊತೆ ಅಕ್ಕಪಕ್ಕದ ಸೀಟಿನಲ್ಲಿ ಕೂತು ಕಾರ್ಡ್ಸ್ ಆಡಿಕೊಂಡು ಹೋಗಬಹುದಿತ್ತು. ಈ ಬೇಸರ ಮುಚ್ಚಿಹಾಕಬಹುದಿತ್ತು. ಆರುಗಂಟೆಯ ಯಾನ ಅಂದರೆ ಬಹಳ ಆಯ್ತು, ಎಂದುಕೊಳ್ಳುವಾಗ ಬಹಳ ಹಚ್ಚಿಕೊಂಡಿದಾಳೆ ಹುಡುಗಿ ಎಂದು ಮತ್ತೆ ಅವಳದೇ ಜ್ಞಾಪಕ. ಮನಸ್ಸು ತುಂಬಿತು. ಏರಿತು. ಹೆಮ್ಮೆಯೂ ಆಯಿತು. ಅನುಕೂಲಸ್ಥ ಮನೆತನ, ಇಷ್ಟು ಅನುಕೂಲಸ್ಥ ಗಂಡ. ಆದರೂ ನಾನು ಅಂದರೆ ಇಷ್ಟು ಕಣ್ಣೀರು. ಹೆಮ್ಮೆಯ ಜೊತೆಗೆ ಸಾರ್ಥಕದ ಭಾವವೂ ಬಂತು. ಬರಲಿ ಮೂರುತಿಂಗಳಿಗೊಮ್ಮೆ. ದಿನಕ್ಕೆ ಎಂಟು ಯಾಕೆ ಹತ್ತು ತಾಸು ಕಲುಸ್ತೀನಿ, ಎಂದು ನಿಶ್ಚಯಿಸಿಕೊಂಡ. ಮುಂದೆ ನನ್ನ ಹೆಸರು ಉಳಿಸುವ ಹಾಗೆ ಕಾಣಿಸ್ತಾಳೆ ಸಂಪೂರ್ಣ ಅದಕ್ಕೇ ಸಮರ್ಪಿಸಿಕೊಂಡರೆ ಎಂಬ ಆಯಾಮ ಗೋಚರಿಸಿದಾಗ ಅವಳಿಗೆ ಕಲಿಸುವ ಶ್ರದ್ಧೆ ಇನ್ನಷ್ಟು ಗಾಢವಾಯಿತು. ಇನ್ನೂ ಮೂವತ್ತುವರ್ಷ, ಸುಕುಮಾರ ಮೈಕಟ್ಟು, ರಾಗದ ಭಾವಗಳನ್ನು ಪ್ರತಿಫಲಿಸುವ ಕಣ್ಣುಗಳು. ಸ್ಪರ್ಶದ ನೆನಪು ಕೂಡ ತುಂಬಿಕೊಂಡು ಹಿತವಾದ ನೋವು ಹಿಂಡಿತು. ಇವಳನ್ನು ದೊಡ್ಡ ಗಾಯಕಿ ಮಾಡಲೇಬೇಕು ಎಂದು ಮತ್ತೊಮ್ಮೆ ನಿಶ್ಚಯಿಸಿದ. ಮೂವತ್ತುವರ್ಷವಾದರೂ ಯಾಕೆ ಎಲ್ಲ ಮುಖ್ಯರಾಗಗಳೂ ವಶವಾಗಿಲ್ಲ? ತಮ್ಮ ಆಳ ವಿಸ್ತಾರ ಸೂಕ್ಷ್ಮನಾಡಿಗಳನ್ನು ತೆರೆದು ತೋರಿಸಿಲ್ಲ? ಹೇಳದೆ ಕೇಳದೆ ಮದುವೆಯಾಗಿ ಓಡಿಬಂದು ತಪ್ಪುಮಾಡಿದಳೆ? ಎಷ್ಟೇ ಸಾಧನೆ ಮಾಡಿದರೂ ಅನುಕೂಲಸ್ಥರಿಗೆ ಸಂಗೀತ ಒಲಿಯುತ್ತೆಯೆ? ಎಂಬ ಪ್ರಶ್ನೆ ಹುಟ್ಟಿ ಮನಸ್ಸು ಅಲ್ಲಿಯೇ ನಿಂತುಬಿಟ್ಟಿತು. ಇರುಕ್ಕೊಂದು ನೆಲೆ. ತಿನ್ನುಕ್ಕೆ ಎರಡು ರೊಟ್ಟಿ ಇದ್ದಿದ್ದರೆ ನಾನು ಬರೀ ಸಾಧನೆ ಮಾಡಿಕೊಂಡು ಇನ್ನಷ್ಟು ಬೆಳೀತಿದ್ದೆ ಎಂದುಕೊಳ್ಳುವಾಗ ತಾನು ಮುಂಬಯಿಯಲ್ಲಿ ಹೆಣಗುತ್ತಿದ್ದ ದಿನಗಳ ನೆನಪಾಯಿತು. ಬರೀ ಸಾಧನೆಮಾಡಿದರೆ ಸಂಗೀತ ಒಲಿಯುಲ್ಲ. ಹೆಣಗಬೇಕು. ಒದ್ದಾಡಬೇಕು. ಹಪಹಪಿಸಬೇಕು. ಅಯ್ಯೋ ದೇವರೆ ಅಂತ ಆರ್ತವಾಗಿ ಮೊರೆ ಇಡುವ ಸ್ಥಿತಿಯಲ್ಲಿ ಬೇಯಬೇಕು. ಇಲ್ಲದಿದ್ದರೆ ರಾಗಗಳ ಭಾವ ಎಲ್ಲಿ ತಿಳಿಯುತ್ತೆ?

ಸುಖದಲ್ಲಿ ಸಾಕಿ ಬೆಳೆಸುವ ತೌರು, ಸುಖದ ತಂಪಿನ ಫ್ರಿಜ್‌ನೊಳಗೆ ಇಟ್ಟು ನೋಡಿಕೊಳ್ಳುವ ಗಂಡ, ಇಂಥೋರಿಗೆ ಭಾವಸೂಕ್ಷ್ಮಗಳು ಹೇಗೆ ಅನುಭವಕ್ಕೆ ಬರಬೇಕು? ಎಂಬ ಜಿಜ್ಞಾಸೆಗೆ ಮನಸ್ಸು ತೊಡಗಿತು. ಅವರಿವರ ಮನೆಯಲ್ಲಿ ಕಸಮುಸುರೆ ಮಾಡಿ ತೊಳೆಯುವ ಪಾತ್ರೆಯಲ್ಲಿ ಬಿಟ್ಟಿದ್ದ ದಾಲು ಪಲ್ಯ ರೊಟ್ಟಿ ಅನ್ನಗಳನ್ನು ಬಳಿದು ತಂದು ಹತ್ತುವರ್ಷದ ಮಗನ ಹೊಟ್ಟೆಗೆ ಹಾಕುವ ತಾಯಿ. ಗಂಗಾಜಿಯ ದಡದಲ್ಲಿ ಭಜನೆಮಾಡಿದರೆ ಹೆಚ್ಚು ದುಡ್ಡು ಹಾಕುತ್ತಾರೆಂದು ಪತ್ತೆಮಾಡಿಕೊಂಡ ಜಾಣಹುಡುಗ. ಏಕತಾರಿಯ ಶ್ರುತಿ. ಅಲ್ಲಿ ಇಲ್ಲಿ, ಲೌಡ್‌ಸ್ಪೀಕರಿನಲ್ಲಿ, ಹೋಟೆಲು ರೇಡಿಯೋದಲ್ಲಿ ಕೇಳಿದ್ದ ಹಾಡುಗಳು. ಅವೇ ಭಾವ, ಅವಕ್ಕಿಂತ ಹೆಚ್ಚು ಭಾವದಿಂದ ಹಾಡುವ ಹುಟ್ಟಿನಿಂದಲೇ ಬಂದ ಶಕ್ತಿ. ದಿನಕ್ಕೆ ಒಂದೂವರೆ ಎರಡುರೂಪಾಯಿ. ಆ ಕಾಲದಲ್ಲಿ, ಐವತ್ತುವರ್ಷದ ಹಿಂದೆ, ನಯೇ ಪೈಸೆಯಲ್ಲ, ರೂಪಾಯಿ, ಆಣೆ, ಪೈ. ವಿಕ್ಟೋರಿಯಾ ರಾಣಿಯ ತಲೆಯ ಕಾಸು, ರೂಪಾಯಿಗೆ ಎಂಟುಸೇರು ಗೋಧಿ. ನಾಲ್ಕುರೂಪಾಯಿ ಅಂದರೆ ಸಿಪಾಯಿಯ ಪಗಾರ. ಏನು ಹೆಮ್ಮೆ! 'ಯಾವ ಜಾಗದಲ್ಲಿ ಕೂರ್ತೀಯ ನನ್ನ ಲಾಲ? ಸಾಯಂಕಾಲ ಆರತಿ ಸಮಯದಲ್ಲಿ ಹರಕಿ ಪೌಡಿಯ ಹತ್ತಿರ ಕೂಡು. ಆರತಿಯ ಹಾಡುಗಳನ್ನ ಹಾಡು,' ಎಂಬ ಅಮ್ಮನ ಮಾರ್ಗದರ್ಶನ. ಮಗ ಗಳಿಸಿತಂದ ಹಣವನ್ನು ಜೋಪಾನವಾಗಿ ಕೂಡಿಸಿಡುವ ಜಾಣತನ. 'ಮಗು, ನಿನ್ನ ಕಂಠ ದೇವರು ಕೊಟ್ಟ ಹಾಗಿದೆ. ಊಟ ತಿಂಡಿ ಕೊಡ್ತೀನಿ. ಸಂಗೀತ ಹೇಳಿ ಕೊಡ್ತೀನಿ. ಇನ್ನೂ ಚನ್ನಾಗಿ ಹಾಡುವ ಹಾಗೆ ಮಾಡ್ತೀನಿ.' ಓಂಕಾರ ಬಾಬಾರನ್ನು ನಾನು ನೋಡಿಯೇ ಇರಲಿಲ್ಲ. ಗಂಟು ಕಟ್ಟಿದ ಬಿಳಿಗೂದಲು. ಉದ್ದನೆಯ ಬಿಳಿಗಡ್ಡ. ಕಾವಿ ಲುಂಗಿ, ಕಾವಿಯದೇ ಉತ್ತರೀಯ. ಹಣೆಗೆ ದಪ್ಪ ಕುಂಕುಮ. ಬಾಬಾಗಳಿಗೇನು ಬರ್ತದೆ ಹಾಡುವುದು? ಎಂಬ ಸಂಶಯದಿಂದ ನೋಡಿದರೆ 'ಈಗ ನನ್ನ ಜೊತೆ ಬಾ. ನಾನು ಹ್ಯಾಗೆ ಹಾಡ್ತೀನಿ ಕೇಳು. ನನ್ನ ಆಶ್ರಮದಲ್ಲಿ ನಿನ್ನಂಥ ಚಿಕ್ಕಹುಡುಗರು ಹ್ಯಾಗೆ ಹಾಡ್ತಾರೆ ನೋಡು. ಖುಷಿ ಅನ್ನಿಸಿದರೆ ನೀನೂ ಕಲಿ. ಇಲ್ಲದಿದರೆ ವಾಪಸು ಇಲ್ಲಿಗೇ ಬಾ. ಈಗಿನ ನಿನ್ನ ಕಮಾಯಿ ಹೋಗುತ್ತೆ ಅಂತ ಚಿಂತೆಯೊ? ಇಕೊ, ತಗಾ ಈ ರೂಪಾಯಿ,' ಎಂದು ವಿಕ್ಟೋರಿಯಾ ತಲೆಯ ಒಂದು ಬೆಳ್ಳಿ ರೂಪಾಯಿಯನ್ನು ನನ್ನ ಮುಂದೆ ಹಿಡಿದಾಗ ಇಸಕೊಂಡು ಅವ್ವ ಹೊಲಿಸಿಕೊಟ್ಟಿದ್ದ ಅರಿವೆಚೀಲಕ್ಕೆ ಹಾಕಿ ಚಡ್ಡಿಜೇಬಿಗೆ ಇಳಿಬಿಟ್ಟು ಭಿಕ್ಷದ ತಟ್ಟೆಯ ಕಾಸುಗಳನ್ನು ಕೈಚೀಲಕ್ಕೆ ತುಂಬಿಕೊಂಡು ನಡೆದರೆ, ಬಿಲ್ವ ಪರ್ವತದ ತಪ್ಪಲಿಗೆ ನಡೆಸಿಕೊಂಡು ಹೋಗಿ ನಿಜವಾದ ಆಶ್ರಮ. ಕಾಂಪೌಂಡಿನ ಬಾಗಿಲಿನ ಮೇಲೆಯೇ ಕಾಷಾಯ ಧ್ವಜ, ಒಳಗೆ ಹಳೆಕಾಲದ ದೊಡ್ಡ ಮನೆ. ಬಾಗಿಲು ತೆಗೆದು ಒಳಹೊಕ್ಕರೆ ಬೇರೆ ಬೇರೆ ಕೋಣೆಯಲ್ಲಿ ಒಬ್ಬ ತಂಬೂರಿ ಹಿಡಿದು, ಇನ್ನೊಬ್ಬ ಹಾರ್ಮೋನಿಯಂ ಜೊತೆಯಲ್ಲಿ ಹಾಡಿಕೊಳ್ಳುತ್ತಿದ್ದ ಹತ್ತರಿಂದ ಇಪ್ಪತ್ತು ಇಪ್ಪತ್ತೈದು ವಯಸ್ಸಿನ ಹನ್ನೆರಡು ಹದಿನೈದು ಹುಡುಗರು. ಇಬ್ಬರು ಯಾವುದೋ ಮೂಲೆಯಲ್ಲಿ ತಬಲಾ ಅಭ್ಯಾಸ ಮಾಡಿಕೊಳ್ಳುತ್ತಿದ್ದರು. ಎಲ್ಲ ಬಿಳಿ ಪಂಚೆ ಉಟ್ಟು ಬಿಳಿ ಅಂಗಿ ಹಾಕಿದ್ದವರು. ಇಲ್ಲಿ ಬಾ. ನನ್ನ ಕೋಣೆಗೆ ಅಂತ ಒಂದು ಒಳಕೋಣೆಗೆ ಕರೆದೊಯ್ದು ತಾವು ಕೃಷ್ಣಾಜಿನದ ಮೇಲೆ

ಕೂತು ನನಗೆ ತಿನ್ನಲು ಎರಡು ದಪ್ಪ ಚೂರು ಕಲ್ಲುಸಕ್ಕರೆ ಕೊಟ್ಟು ಖಾವ್, ಖಾವ್ ಎಂದು ಹೇಳಿ ತಾವು ಪಕ್ಕ ದಲ್ಲಿದ್ದ ಹಾರ್ಮೋನಿಯಂ ತೆಗೆದು ಬಾರಿಸಿಕೊಳ್ಳುತ್ತಾ ಚಲೊಮನ ಗಂಗ ಜಮುನಾ ತೀರ್ ಹಾಡಿದರೀತಿಗೆ ನಾನು ಮಾರುಹೋದೆ. 'ನೀನು ಅಲ್ಲಿ ಹಾಡ್ತಿದ್ದೆಯಲ್ಲ ಮಾಯೀ ಮೈನೆ ಗೋವಿಂದ ಲೀನೋ ಮೋಲ್ ಹಾಡು, ನಾನು ಸಾಥೀ ಹಾರ್ಮೋನಿಯಂ ಬಾರುಸ್ತೀನಿ,' ಎಂದು ಹಾಡಿಸಿ ಅವರು ಬಾರಿಸಿದರೆ ನನ್ನ ಹಾಡು ಎಷ್ಟು ಚನ್ನಾಗಿದೆ ಅಂತ ನನಗೇ ಅನ್ನಿಸಿಬಿಟ್ಟಿತು. 'ನಿನಗೆ ಏನೇನು ಬರುತ್ತೋ, ಎಲ್ಲಾನೂ ಹಾಡು. ನಾನು ಬಾರುಸ್ತೀನಿ,' ಎಂದು ಒಂದೊಂದಾಗಿ ಹಾಡಿಸಿ ಬಾರಿಸಿ, ಎಲಾ ಬಾಬಾಗೆ ಸಂಗೀತ ಬರುತ್ತೆ. ಇವರು ಸಾಮಾನ್ಯದ ಬಾಬಾ ಅಲ್ಲ. ನಾನೂ ಬಾರಿಸಲಾ ಪೆಟ್ಟಿಗೆ? 'ಬಾರಿಸು ನೋಡುವಾ,' ಎಂದು ನನ್ನ ಮುಂದಕ್ಕೆ ನೂಕಿ, ನಾನು ಎಡಗೈಲಿ ಬಾತಾ ಹಾಕಿ ಬಲ ಬೆರಳುಗಳನ್ನಾಡಿಸಿದರೆ ಥೂ ಕೇಳುಕ್ಕೆ ಹಿಂಸೆಯಾಗುವ ಅರಚಲು ಕಿರಚಲು ಸದ್ದುಗಳು. ಅವರು ಬಾರಿಸಿದರೆ ನಾನು ಹಾಡಿದ ಹಾಗೆಯೇ ನುಡಿಯುತ್ತೆ. ನನ್ನ ಧ್ವನಿಗಿಂತ ಚಂದವಾಗಿ ನುಡಿಯುತ್ತೆ. ಇದನ್ನ ಹೇಗೆ ಬಾರಿಸೂದು ಬಾಬಾಜಿ? 'ಕ್ರಮವಾಗಿ ಕಲಿಯಬೇಕು ಬೇಟಾ. ಇಲ್ಲಿ ಕಲೀತಿರುವ ಬಾಕಿ ಹುಡುಗರು ಹ್ಯಾಗೆ ಬಾರಿಸ್ತಾರೆ ಕೇಳುಸ್ತೀನಿ ತಡಿ. ದಿನಾ ಎರಡೆ ರಡು ತಾಸು ಇಲ್ಲಿಗೆ ಬಾ. ಹೇಳಿಕೊಡ್ತೀನಿ. ಇನ್ನಷ್ಟು ಹಾಡುಗಳನ್ನ ಕಲುಸ್ತೀನಿ. ಅಲ್ಲಿ ಸಾಲಾಗಿ ಇವೆ ನೋಡು ಆ ಪುಸ್ತಕಗಳ ಭರ್ತಿ ಹಾಡುಗಳಿವೆ. ಓದುಕ್ಕೆ ಬರ್ತದಾ?' ಅಪ್ಪ ಸತ್ತಮೇಲೆ ಶಾಲೆ ಬಿಟ್ಟುಬಿಟ್ಟೆ. ಎರಡು ವರ್ಷವಾಯ್ತು. 'ಅವ್ವ ಏನು ಮಾಡ್ತಾಳೆ?' ಕಸ ಮುಸುರೆ. ಎರಡುತಿಂಗಳು ಅಲ್ಲಿಗೆ ಹೋಗಿ ದಿನಾ ಅರ್ಧತಾಸು ಪಾಠ. ಒಂದೂವರೆ ಎರಡು ತಾಸು ಅಭ್ಯಾಸ. ಹಾರ್ಮೋನಿಯಂ ಜೊತೆಗೆ ಯಮನ್, ಭೂಪ್, ದೇಶ್, ಸಾರಂಗಗಳ ಆರೋಹ ಅವರೋಹ ಸ್ವರಗೀತೆ, ಲಕ್ಷಣಗೀತೆಗಳು, ಹತ್ತು ಹತ್ತು ತಾನಗಳು, ಜೊತೆಗೆ ಅಲ್ಲಿಗೆ ಹೋದಾಗ ಊಟ, ಕಲ್ಲುಸಕ್ಕರೆಯ ಚೂರುಗಳು. 'ಬೇಟಾ, ನಿನ್ನ ಆವಾಜ್ ಸರಸ್ವತಿದೇವಿಯೇ ಮಾಡಿಸಿಟ್ಟಿದಾಳೆ. ಕಲಿಯುವ ಚುರುಕುಬುದ್ಧಿಯೂ ಇದೆ. ಆಶ್ರಮ ಸೇರಿಬಿಡು. ನನಗಿಂತ ದೊಡ್ಡ ಗಾಯಕನ್ನ ಮಾಡ್ತೀನಿ. ಊಟ ತಿಂಡಿ ಬಟ್ಟೆ ಎಲ್ಲ ಕೊಡ್ತೀನಿ. ನಿಮ್ಮವ್ವನ್ನ ಕೇಳು. ಅವಳನ್ನೇ ಇಲ್ಲಿಗೆ ಕರಕಂಡು ಬಾ. ಇಲ್ಲಿ ಗಾಯನದ ಜೊತೆಗೆ ಓದಿ ಬರೆಯೊದೂ ಕಲಿಸ್ತೀವಿ ಅಂತ ಹೇಳು. ಹಿಂದಿ, ಸಂಸ್ಕೃತ.' ಆಶ್ರಮಕ್ಕೆ ಬಂದು ಸ್ವಾಮಿಗಳನ್ನು ನೋಡಿ ಇತರ ವಿದ್ಯಾರ್ಥಿಗಳ ಗಾನಬಜಾನಗಳನ್ನು ಕೇಳಿದಮೇಲೆ ಅವ್ವನಿಗೆ ನಂಬಿಕೆ ಮಾತ್ರವಲ್ಲ, ಭಕ್ತಿ ಹುಟ್ಟಿ, ಸ್ವಾಮಿಗಳ ಪಾದದ ಹತ್ತಿರದ ನೆಲಕ್ಕೆ ಹಣೆ ಮುಟ್ಟಿಸಿ, 'ಬಾಬಾ, ಈ ಹುಡುಗನ್ನ ನಿಮ್ಮ ಕೈಯಾಗಿಡ್ತೀನಿ. ಆಗಾಗ ಬಂದು ಆಶ್ರಮದ ಸೇವೇನೂ ಮಾಡ್ತೀನಿ. ಅವನಿಗೆ ವಿದ್ಯಾಕಲಿಸಿ.' 'ಹೆಲೋ, ವಾಟ್ ವುಡ್ ಯು ಲೈಕ್ ಟು ಡ್ರಿಂಕ್?' ಕತ್ತು ತಿರುಗಿಸಿ ನೋಡಿದ. ಅಮೆರಿಕನ್ ಹೋಸ್ಟೆಸ್, ಏನು ಎತ್ತರವಾಗಿದಾಳೆ, ಮುಖದ ತುಂಬ ಮುಗುಳ್ನಗೆ ಇದ್ದರೂ ತುಂಬಿದ ಆತ್ಮವಿಶ್ವಾಸ, ಗತ್ತು. ಕಡಲೆ ಬೀಜದ ಪೊಟ್ಟಣವನ್ನು ಕೈಗೆ ಕೊಡುತ್ತಾ, 'ಸ್ನಾಚ್?' ಎಂದಳು. ತಕ್ಷಣ ತೀರ್ಮಾನಿಸಲಾಗಲಿಲ್ಲ. ಅವಳು ಒಂದು

ಸಣ್ಣಬಾಟಲು ಸ್ಕಾಚ್ ಒಂದು ದೊಡ್ಡ ಲೋಟದ ಅರ್ಧಭಾಗ ಐಸ್, ಲೋಟದಲ್ಲಿ ಒಂದು ಗಾಜಿನ ಕಡ್ಡಿ ಮುಂದಿಟ್ಟು 'ಫ಼ಾರ್ ಯು?' ಎಂದು ಪಕ್ಕದವನನ್ನು ಕೇಳಿದಳು. ಕಿಟಕಿಯಿಂದ ನೋಡಿದರೆ ಬೆಟ್ಟದ ಸಾಲುಗಳು. ನಿಧಾನವಾಗಿ ಒಂದು ಸಾಲು ಕಳೆದು ಇನ್ನೊಂದು ಗೋಚರಿಸುತ್ತದೆ. ಅನಂತರ ಬಯಲು, ಮತ್ತೆ ಗುಡ್ಡ. ವಿಮಾನದಿಂದ ನೋಡಿದರೆ ಭೂಮಿಯ ಮೇಲಿನದೆಲ್ಲ ನೆನಪಿನ ಗಂಟುಗಳಂತೆ ಸ್ಥೂಲವಾದದ್ದು ಮಾತ್ರ ಕಾಣಿಸುತ್ತೆ. ಭೂಮಿಗೆ ಇಳಿದು ಬಿಚ್ಚಿನೋಡಿದರೆ ವಿವರಗಳನ್ನು ಹಾಯಲು ವಾರಗಟ್ಟಲೆ ತಿಂಗಳುಗಟ್ಟಲೆ ಬೇಕು, ಎನ್ನಿಸಿತು. ನೆನಪುಗಳೂ ಹಾಗೆಯೇ. ದೂರದಿಂದ ನೋಡುವಾಗ ಎಷ್ಟು ಸ್ಥೂಲವಾಗಿ ಎಷ್ಟು ವೇಗವಾಗಿ ಕಾಣಿಸಿಕೊಳ್ಳುತ್ತವೆ. ಪರಬ್ರಹ್ಮವು ನಾದದ ಮೂಲಕ ವ್ಯಕ್ತವಾಗುವ ಸಂಗೀತವೇ ಮುಕ್ತಿಯ ಸಾಧನ ಅಂತ ದೃಢವಾಗಿ ನಂಬಿದ್ದವರು ಬಾಬಾ. ಸಂಗೀತದಲ್ಲಿ ಆಸಕ್ತಿಯುಳ್ಳ ಹುಡುಗರು ಎಲ್ಲಿಸಿಕ್ಕಿದರೂ ಕರೆತಂದು ಆಶ್ರಮಕ್ಕೆ ಸೇರಿಸಿಕೊತ್ತಿದ್ದರು. ಸಂಗೀತ ಮಾತ್ರವಲ್ಲ, ಹಿಂದಿ, ಸಂಸ್ಕೃತ. ಕಡ್ಡಾಯ ಗೀತಾಪಾಠ. ಬೆಳಗೆದ್ದರೆ ಯೋಗಾಸನ, ಪ್ರಾಣಾಯಾಮ, ಸ್ವರಸಾಧನೆ. ಪ್ರತಿಯೊಂದು ಸ್ವರವನ್ನೂ ಓಂಕಾರದಲ್ಲಿ ಹೇಳುತ್ತಾ ಓಂಕಾರ ದಲ್ಲಿಯೇ ಮಂದ್ರಸಾಧನೆ ಮಾಡಬೇಕು. ಆರಂಭದಲ್ಲಿ ಹಾರ್ಮೋನಿಯಂ ಸಂಗಡ, ಅನಂತರ ಬರೀ ತಂಬೂರಿಶ್ರುತಿಯಲ್ಲಿ ಪಾಠ. ಒಬ್ಬೊಬ್ಬ ವಿದ್ಯಾರ್ಥಿಯನ್ನು ಸೇರಿಸಿಕೊಂಡಾ ಗಲೂ ಹರಿದ್ವಾರ, ಮೇರಠ್, ಸಹರಾನ್‌ಪುರ, ಬರೇಲಿ ಮೊದಲಾದ ಊರುಗಳಲ್ಲಿ ಒಬ್ಬೊಬ್ಬ ಶೇಟುವಿಗೆ ಆ ಹುಡುಗನ ಅನ್ನ ಬಟ್ಟೆಗಳ ಜವಾಬ್ದಾರಿ ವಹಿಸುತ್ತಿದ್ದರು. ಶೇಟು ಕ್ರಮವಾಗಿ ವರ್ಷಕ್ಕಾಗುವ ದಿನಸಿ ಧಾನ್ಯ ದಕ್ಷಿಣೆ ಮತ್ತು ಬಟ್ಟೆಗಳನ್ನು ಗುರುಪೂರ್ಣಿಮೆ ಯಂದು ತಂದೊಪ್ಪಿಸುತ್ತಿದ್ದರು. ಜೊತೆಗೆ ಬೇರೆ ಬೇರೆ ಊರುಗಳಿಗೆ ಹೋಗಿ ಸಂಗೀತಕಛೇರಿ ಮಾಡಿ ಬಾಬಾ ತರುತ್ತಿದ್ದ ಹಣ. ಹುಡುಗರಿಗೆ ಪುಷ್ಟಿಯಾದ ಆಹಾರಕ್ಕೆ ಯಾವತ್ತೂ ಕೊರತೆಯಾಗದಂತೆ. ಗುರುಕುಲಾಶ್ರಮ ಸೇರಿದಾಗ ನನಗೆ ಹನ್ನೊಂದು. ಐದುವರ್ಷದಲ್ಲಿ ಆಶ್ರಮದ ಅತ್ಯಂತ ಹಿರಿಯ ವಿದ್ಯಾರ್ಥಿ ಇಪ್ಪತ್ತೆರಡರ ಶ್ರೀಚಂದನಿಗಿಂತ ಹೆಚ್ಚು ಸ್ವರ ತಾಳ ಜ್ಞಾನ ಉಂಟಾಗಿ ಗುರೂಜಿಗೆ ಅತ್ಯಂತ ಪ್ರೀತಿಯ ಶಿಷ್ಯನಾಗಿ ಇತರ ಹುಡುಗರ ಅಭ್ಯಾಸದ ಮೇಲ್ವಿಚಾರಣೆಯನ್ನು ನನಗೇ ವಹಿಸಿದರು. ಶ್ರೀಚಂದನಿಗೆ ಹೊಟ್ಟೆಕಿಚ್ಚು. ಐದುವರ್ಷ ಕಳೆದಿತ್ತಲ್ಲವೆ? ಹೌದು, ನನಗೆ ಹದಿನಾರು, ಕಾಶಿಯಲ್ಲಿ ನಡೆದ ಸಂಗೀತ ಸಮ್ಮೇಳನಕ್ಕೆ ಗುರೂಜಿ ಜೊತೆಗೆ ಕರೆದೊಯ್ದರು. ಅವರ ಗಾಯನ. ತಂಬೂರಿ ಹಿಡಿದು ಸ್ವರ ಕೂಡಿಸು ವುದು ಮಾತ್ರವಲ್ಲ, ಅವರ ಬಟ್ಟೆ ಒಗೆದು ಉಳಿದ ಖಾಸಗಿ ಸಹಾಯ ಮಾಡೂದು. ಎಷ್ಟು ಚುರುಕಾದ ಶಿಷ್ಯನಿದಾನೆ ತಮ್ಮ ಆಶ್ರಮದಲ್ಲಿ ಅಂತ ಇತರರಿಗೆ ತೋರಿಸುತ್ತಿದ್ದರು! ಮೊಟ್ಟ ಮೊದಲ ಬಾರಿ ನನ್ನ ಗುರುಗಳ ಸಂಗೀತದ ಮಿತಿ ಅರ್ಥವಾದದ್ದು ಅಲ್ಲಿ. ಎಲ್ಲರೂ ಅವರನ್ನು ಗೌರವಿಸುತ್ತಿದ್ದುದು ಅವರು ನಡೆಸುತ್ತಿದ್ದ ಸಂಗೀತ ಗುರುಕುಲಾಶ್ರಮಕ್ಕಾಗಿ, ಸ್ವತಃ ಜೀವನದಲ್ಲಿ ಬಾಳುತ್ತಿದ್ದ ಸಂನ್ಯಾಸೀ ಜೀವನಕ್ಕಾಗಿ. ಸಮವಯಸ್ಕ ಗಾಯಕರು ಕೂಡ ಪಾದಸ್ಪರ್ಶ ಮಾಡುತ್ತಿದ್ದರು. ಅವರು ಹಾಡಿದ ತಿಲಂಗ್ ರಾಗವನ್ನು ಎಲ್ಲರೂ ವಾಹ್ ವಾಹ್ ಕ್ಯಾಬಾತ್ ಹೈ ಅಂತ ಎದುರಿಗೆ ತಲೆಬಾಗಿ ಮೆಚ್ಚಿದರೂ

ಮಧ್ಯಂತರದಲ್ಲಿ ಹೊರಗೆ ಚಹಾ ಕುಡಿಯುವಾಗ, 'ಭಜನ್ ಹಾಡುಕ್ಕೆ ಮಾತ್ರ ಲಾಯಖ್. ದೇವರಧ್ಯಾನ ಮಾಡ್ತಾ ಕೂತರೆ ರಾಗ ಸಂಗೀತ ಸಾಧಿಸುತ್ತೆಯೆ?' ಅಂತ ಹಲವು ಹಿರಿಯ ಗಾಯಕರು ತಮ್ಮ ತಮ್ಮಲ್ಲಿ ಮಾತನಾಡಿಕೊಂಡದ್ದು ಕಿವಿಗೆ ಬಿದ್ದು ನನ್ನ ಮನಸ್ಸಿನಲ್ಲಿ ಅಸ್ಪಷ್ಟವಾಗಿದ್ದ ತಿಳಿವು ಸ್ಪಷ್ಟವಾಗತೊಡಗಿ. ಈ ಸಮ್ಮೇಳನದಲ್ಲಿ ಇತರ ಗಾಯಕರ, ವಾದಕರ ಸಂಗೀತ ಕೇಳುವ ಅವಕಾಶ ಒದಗಿ. ಒಬ್ಬೊಬ್ಬರದು ಒಂದೊಂದು ವೈಶಿಷ್ಟ್ಯ. ಆವಾಜಿನ ನಾಜೂಕು ಒಬ್ಬರದು. ಸ್ವರಶಾಂತಿ ಇನ್ನೊಬ್ಬರದು. ಭೋರ್ಗರೆದು ಅಪ್ಪಳಿಸುವಂತಹ ತಾನಗಳು ಇನ್ನೊಬ್ಬರದು. ದೊಡ್ಡವರೆನ್ನಿಸಿಕೊಂಡ ಎಲ್ಲರೂ ರಾಗಾಲಾಪನೆಯಲ್ಲಿ ಮಾಡುತ್ತಿದ್ದ ವಿಸ್ತಾರ, ಅನಿರೀಕ್ಷಿತ ತಿರುವುಗಳು, ಎಲ್ಲೋ ಕಾಣದ ತಾಣದಿಂದ ಜಾರಿ ರಾಗದ ನಾಡಿಸ್ಥಾನಕ್ಕೆ ಬಂದು ಭಾವಶ್ರೀಮಂತಿಕೆಯನ್ನು ವರ್ಧಿಸುವ ವಿಧಾನ. ಪ್ರತಿಯೊಬ್ಬರಿಗೂ ಸ್ವರವೇ ಸರ್ವಸ್ವವಾಗಿತ್ತು. ಸ್ವರದೊಡನೆ ಆಟವಾಡುತ್ತಿದ್ದರು. ಸ್ವರವನ್ನು ಆಟವಾಡಿಸುತ್ತಿದ್ದರು. ಸಖನಂತೆ ಸಖಿಯಂತೆ ಮುದ್ದಿಸಿ ಮುಲುಕಾಡಿಸಿ ಶ್ಯಾವಿಗೆ ಎಳೆದಂತೆ ಹಿಂಜಿ ಮಗ್ಗದ ಕೌಶಲದಂತೆ ನೇಯ್ದು ಬೇಕಾದ ಕೆಲಸ ಮಾಡುತ್ತಿದ್ದರು. ಅದನ್ನೊಂದು ಲೀಲೆಯಾಗಿ ಭಾವಿಸಿ ಕಾವ್ಯ ಲೀಲಾಕಾರರಾಗಿರುತ್ತಿದ್ದರು. ನನ್ನ ಗುರುಗಳಿಗೆ ಸ್ವರವೆಂಬುದು ಭಕ್ತಿಯ ಸಾಧನ ಮಾತ್ರ. ದೇವರಿಗೆ ಅರ್ಪಿಸುವ ಹಣ್ಣು ಹೂವು ಧೂಪಗಳಿಗೂ ಅದಕ್ಕೂ ಹೆಚ್ಚು ವ್ಯತ್ಯಾಸವಿರಲಿಲ್ಲ. ಅವರ ಸ್ವರವಿನ್ಯಾಸ ಬೇಗ ಮುಗಿದುಹೋಗುತ್ತಿತ್ತು. ಸೌಖ್ಯವೈವಿಧ್ಯವೂ ಇರಲಿಲ್ಲ. ಹಿಂತಿರುಗಿ ಬರುವಾಗ ರೈಲಿನಲ್ಲಿ ನಾನು ಈ ಅನುಮಾನಗಳನ್ನು ನಿವೇದಿಸಿಕೊಂಡಾಗ, 'ಸ್ವರವನ್ನು ಆಟದ, ಭೋಗದ ವಸ್ತುವನ್ನಾಗಿ ಮಾಡಿಕೊಂಡರೆ ಅದು ಮುಕ್ತಿಯಸಾಧನ ಹೇಗಾಗುತ್ತೆ?' ಪ್ರತಿಪ್ರಶ್ನಿಸಿದರು. ಮುಕ್ತಿ ಎಂದರೆ ಏನಂತ ಗುರುಗಳು ಹೇಳುತ್ತಿದ್ದುದನ್ನು ಕೇಳಿದ್ದು ಬಿಟ್ಟರೆ ನನಗೆ ಸ್ವತಂತ್ರವಾದ ಕಲ್ಪನೆ ಇರಲಿಲ್ಲ. ಮುಕ್ತನ ಗುಣಲಕ್ಷಣಗಳ ಬಗೆಗೆ ಗೀತೆಯಿಂದ ಬಾಯಿಪಾಠ ಮಾಡಿಸಿದ ಶ್ಲೋಕಗಳು ನೆನಪಿನಲ್ಲಿದ್ದವು. ಸಂಗೀತ ಹಾಡಿ ಆ ಸ್ಥಿತಿ ಪಡೆಯಬೇಕೆ? ಸಂಗೀತದ ಗಂಧವಿಲ್ಲದ ಎಷ್ಟೋ ಸಾಧು ಸಂತರು ಹರಿದ್ವಾರ ಹೃಷಿಕೇಶ ಗಳಲ್ಲಿದ್ದಾರಲ್ಲ, ಅವರಲ್ಲಿ ಯಾರಿಗೂ ಮುಕ್ತನ ಗುಣಲಕ್ಷಣಗಳಿಲ್ಲವೆ? ಎಂಬಂತಹ ಪ್ರಶ್ನೆಗಳು ಮನಸ್ಸಿನಲ್ಲಿ ಹುಟ್ಟಿದರೂ ಬಿಡಿಸಿ ಕೇಳಲಿಲ್ಲ. ಏನೋ ಹೇಳುಕ್ಕೆ ಹೋಗಿ ಗುರೂಜಿ ಪ್ರತಿಪ್ರಶ್ನೆ ಕೇಳಿದರೆ ಉತ್ತರ ಕೊಡುವ ಶಕ್ತಿ ನನಗಿಲ್ಲ ಅಂತ ಸುಮ್ಮನಾದೆ.

ಯೋಗ, ಪ್ರಾಣಾಯಾಮ. ಬ್ರಹ್ಮಚರ್ಯಕ್ಕೆ ವಿಶೇಷ ಕಾಳಜಿ. ಪ್ರತಿಯೊಬ್ಬ ಹುಡುಗನನ್ನೂ ಪ್ರತ್ಯೇಕವಾಗಿ ತಮ್ಮ ಕೋಣೆಗೆ ಕರೆದು ರಹಸ್ಯಬೋಧನೆ. ಒಂದು ದಿನ, 'ನಿನಗೆ ಎಂದಾದರೂ ಸ್ವಪ್ನಸ್ಖಲನವಾಗಿದೆಯೆ? ಆಗುತ್ತೆಯೆ?' ಬಿಡಿಸಿ ಹೇಳದೆಯೇ ನನಗೆ ಪ್ರಶ್ನೆಯ ಅರ್ಥವಾಗಿ, ಸಂಸ್ಕೃತಪಾಠ ತಕ್ಕಮಟ್ಟಿಗೆ ಆಗಿದ್ದು ಶಬ್ದಾರ್ಥದ ಜೊತೆಗೆ ಅನುಭವಾರ್ಥವೂ ಸೇರಿ ಯಾವಾಗಲಾದರೊಮ್ಮೆ ಅಂತ ನಾನು ನಿಜ ಹೇಳಿ. 'ನಿನ್ನ ನಿಜದ ಮಾತನ್ನು ನಾನು ಮೆಚ್ಚುತೀನಿ. ರೋಗಿಯು ವೈದ್ಯರ ಹತ್ತಿರ ತನ್ನ ರೋಗವನ್ನು ಬಚ್ಚಿಟ್ಟುಕೊಳ್ಳಬಾರದು. ಒಂದು ತಿಳಕೊ: ಅಧೋರೇತಸ್ಸು, ಊರ್ಧ್ವರೇತಸ್ಸು ಅಂತ ಎರಡು ಬಗೆಯ ವಿನಿಯೋಗಗಳಿವೆ. ಅಧೋರೇತಸ್ಸಿನ ಮಾರ್ಗಕ್ಕೆ ಇಳಿದವನು ಶಕ್ತಿಹೀನನಾಗ್ತಾನೆ.

ಯಾವ ಸಾಧನೆಯೂ ಅವನಿಂದ ಸಾಧ್ಯವಿಲ್ಲ. ಸ್ವಪ್ನದಲ್ಲಾಗಬಹುದು, ಸ್ತ್ರೀಸಂಗದಲ್ಲಾಗಬಹುದು, ಬೇರೆ ಯಾವುದೇ ಕೃತಕವಿಧಾನದಲ್ಲಾಗಬಹುದು. ರೇತಶ್ಶಕ್ತಿಯನ್ನು ಊರ್ಧ್ವಮುಖಿಗೊಳಿಸೋನು ಸಿದ್ಧಿ ಪಡೀತಾನೆ. ತಪಸ್ವಿಗಳೆಲ್ಲ ಇಂಥೋರು. ಸಂಗೀತವೂ ಒಂದು ತಪಸ್ಸು ತಾನೆ? ಜಾಗೃತ ನಿದ್ರಾ ಸುಷುಪ್ತಿ ಮೂರೂ ಅವಸ್ಥೆಗಳಲ್ಲಿ ಮನಸ್ಸನ್ನು ಗುರಿಯ ಕಡೆಗೆ ನಟ್ಟರೆ ಊರ್ಧ್ವಮುಖೀ ವಿನಿಯೋಗವಾಗುತ್ತೆ. ನೆನಪಿಡು. ಒಂದೊಂದು ಬಿಂದು ನಷ್ಟವಾದರೂ ಸಾಧನಾಶಕ್ತಿಯು ನಷ್ಟವಾದ ಹಾಗೆ.'

– ೨ –

ಹಚ್ಚಿದ ಕಡಲೆಕಾಯಿ ಬೀಜಗಳನ್ನು ಒಂದೊಂದಾಗಿ ಬಾಯಿಗೆ ಹಾಕಿಕೊಂಡು ಕಿಟಕಿಯಿಂದ ಹೊರಗೆನೋಡುತ್ತಾ ನೆನಸಿಕೊಳ್ಳುತ್ತಿರುವಾಗ ಇದ್ದಕ್ಕಿದ್ದಂತೆಯೇ ಸ್ಕಾಚ್ ಬೇಡ ಎನ್ನಿಸಿಬಿಟ್ಟಿತು. ಅವನಿಗೆ ಕುಡಿಯುವುದೇನೂ ನಿಷಿದ್ಧವಲ್ಲ. ಆದರೆ ತಕ್ಕ ಜೊತೆ ಇಲ್ಲದೆ ಕುಡಿಯುವುದರಲ್ಲಿ ಮಜಾ ಕಾಣುತ್ತಿರಲಿಲ್ಲ. ಟಿಪ್ನಿಸ್ ಆದರೂ ಇದ್ದರೆ ಒಂದೊಂದು ಗುಟುಕು ಹೀರುತ್ತಾ ಮಾತನಾಡಿಕೊಂಡು ಒಂದು ತಿಂಗಳಿನಿಂದ ಮುಂಬಯಿಯಲ್ಲಿ, ಒಟ್ಟು ಇಂಡಿಯಾದ ಸಂಗೀತಪ್ರಪಂಚದಲ್ಲಿ ಏನಾದರೂ ಮಸಾಲೆಯ ಸಂಗತಿ ನಡೆದಿದೆಯೇ ಎಂದು ಕೇಳುತ್ತಾ, ಮಜಾ ಇರುತ್ತಿತ್ತು. ಒಬ್ಬನೇ ಕುಡಿದರೆ ಏನು ಸುಖ? ಎಂದುಕೊಂಡ. ಅವರಿಬ್ಬರೂ ಇದ್ದರೆ ಆರಾಮಾಗಿ ಕಾರ್ಡ್ ಆಡಿಕೊಂಡು, ಎಂದು ಯೋಚಿಸುತ್ತಿರುವಾಗ ಏರ್‌ಹೋಸ್ಟೆಸ್ ಇತ್ತ ಬಂದಳು. 'ಇದು ಬೇಡ. ಒಂದು ಬಾಟಲ್ ಕೋಕ್ ಕೊಡು' ಹೇಳಿ ದ್ದಕ್ಕೆ ಮುಗುಳ್ನಗುತ್ತಾ ಎತ್ತಿಕೊಂಡು ಹೋದಳು. ಕೋಕ್ ಹೀರುವಾಗ ನೆನಪು ಹರಿದ್ವಾರಕ್ಕೆ ಹೋಯಿತು. ಅಮ್ಮ ಸತ್ತದ್ದರಿಂದ ಹರಿದ್ವಾರ ಬಿಟ್ಟೆನೋ ಅಥವಾ ಪಂಡಿತ ರೊಹಿಲಾರಲ್ಲಿ ಕಲಿಯುವ ಉತ್ಕಟ ಆಶೆಯಿಂದ ಬಿಟ್ಟೆನೋ ಎಂಬ ವಿಶ್ಲೇಷಣೆತೊಡಗಿತು. ಅಮ್ಮ ಮೊದಲು ಸತ್ತಳು. ಹದಿನೇಳುವರ್ಷ. ಒಂದು ಮಧ್ಯಾಹ್ನ ನಮ್ಮ ಕೇರಿಯ ಮೋಹಿಂದರ್‌ಸಿಂಗ್ ಸೈಕಲ್ ಹತ್ತಿ ಬಂದು, 'ಆಶ್ರಮ ಅಂದರೆ ಹರಿದ್ವಾರದಲ್ಲಿ ಒಂದು ಸಾವಿರ ಇವೆ. ಬೆಳಗಿನಿಂದ ಹುಡುಕಿ ಹುಡುಕಿ. ನಿಮ್ಮವ್ವ ತೀರಿಕೊಂಡಳು. ಮೊನ್ನೆ ರಾತ್ರಿಯಿಂದ ಹಿಂದುಮುಂದು ಝಾಡಿಸಿ ಬಿಡ್ಡೂ ಪಂಡಿತರಿಂದ ಔಷಧಿ ಕೊಡಿಸಿದರೂ ನಿಲ್ಲದೆ, ನೆನ್ನೆಸಂಜೆಗೇ ಸುಸ್ತಾಗಿ, ಆಶ್ರಮದಲ್ಲಿ ನನ್ನ ಮಗನ್ನ ಕರೆಸಿ ಅಂದಳಂತೆ. ಹೆಂಗಸು ಮಕ್ಕಳಿಗೆ ಯಾವ ಆಶ್ರಮ ಅಂತ ಗೊತ್ತಾಗಬೇಕು? ನಡುರಾತ್ರೀಲಿ ನಾಡಿ ನಿಂತು, ಅಳಬ್ಯಾಡ ಬೇಟಾ. ಹುಟ್ಟಿದೋರೆಲ್ಲ ಒಂದು ದಿನ ಸಾಯಲೇಬೇಕು.' ಸುದ್ದಿ ಕೇಳಿದ ಗುರುಗಳೂ ಜೊತೆಗೆ ಬಂದು ಸೈಕಲ್‌ರಿಕ್ಷಾ ಹತ್ತಿ, ನೆನಪಿನಿಂದಲೇ ಗಂಟಲು ಒದ್ದೆಯಾಯಿತು. ಕಣ್ಣು ಮಂಜಾಗಿ ಕಿಟಕಿಯಿಂದ ಕೆಳಗೆ, ಎಷ್ಟು? ಮೂವತ್ತುಸಾವಿರ ಅಡಿಯಂತೆ. ಅಡ್ಡ ಅಡ್ಡವಾಗಿದ್ದ ರಸ್ತೆಯ ಸಾಲುಗಳು ಅಸ್ಪಷ್ಟವಾದವು. ಮನುಷ್ಯ ಎಷ್ಟು ದೊಡ್ಡವನಾದರೂ ಹೆತ್ತ ತಾಯಿ ಬದುಕಿರಬೇಕು ನೋಡಿ ಮನಸ್ಸು ತುಂಬಿಕೊಳ್ಳುಕ್ಕೆ ಎಂಬ ಗುರುವಿನ

ಮಾತು ನೆನಪಿಗೆ ಬಂತು. ಅವಳಿರುವಾಗ ವಾರಕ್ಕೊಂದು ದಿನ ನೋಡುಕ್ಕೆ ಹೋಗ್ತಿರಲಿಲ್ಲ. ಮೊದಲು ಪ್ರತಿವಾರವೂ ಬರುತ್ತಿದ್ದ ಅವಳೂ ಆಮೇಲಾಮೇಲೆ ಹದಿನೈದು ದಿನಕ್ಕೋ ಇಪ್ಪತ್ತು ದಿನಕ್ಕೋ ಬರುತ್ತಿದ್ದಳು. ನಡೆ ಯುಕ್ಕೆ ಎಷ್ಟು ದೂರ! ನಾಲ್ಕು ಮೈಲಿ. ಮುಸುರೆಪಾತ್ರೆಗಳಲ್ಲಿ ಬಿಟ್ಟಿರುತ್ತಿದ್ದ ಊಟದಲ್ಲೇ ಹೊಟ್ಟೆತುಂಬಿ ಕೈಗೆ ಬಂದ ಸಂಬಳವನ್ನು ಚೀಟಿಗೆ ಹಾಕ್ತಿದ್ದಳಂತೆ, ಲೇವಾದೇವಿಗೆ ಕೊಟ್ಟು ಕೊಂಡಿದ್ದಳಂತೆ, ಬಡ್ಡಿ ಸಂಪಾದಿಸಿ ಮುಂದೆ ಮಗನ ಮದುವೆ ಮಾಡ್ತೀನಿ ಅಂತ. ಮೊಹಿಂದರ ಸಿಂಗನೇ ಒಂದು ದಿನ ಆಶ್ರಮಕ್ಕೆ ಬಂದು ಇಂತಿಂಥೋರು ಇಷ್ಟಿಷ್ಟು ತಗಂಡಿದಾರೆ ನೀನು ಕೇಳು ಅಂತ ಹೇಳಿ, ಸಾಕ್ಷಿ ಇಲ್ಲ ಪತ್ರವಿಲ್ಲ ಯಾರು ಒಪ್ಕಂಡು ಕೊಟ್ಟಾರು! ಎಲ್ಲರೂ ಗಂಗಾಜಿಯ ಮೇಲೆ ಆಣೆ ಹಾಕಿ ನಿಜ ಹೇಳುವವರೇ. ತಿಥಿ ಕರ್ಮ ವನ್ನು ಗುರೂಜಿಯೇ ಮಾಡಿಸಿ. ನಿಜವಾದ ಸಂತರು ಅವರು. ಆದರೂ ಒಂದುತಿಂಗಳಿನಲ್ಲಿ ಹರಿದ್ವಾರ ಬಿಟ್ಟುಹೋಗುವ, ಆಶ್ರಮದಿಂದ ಹೊರನಡೆದು ಯಾರಾದರೂ ದೊಡ್ಡ ಗವಯಿಯ ಸೇವೆಮಾಡಿ ಶುದ್ಧಸಂಗೀತ ಕಲಿಯುವ ಆಶೆ ಹುಟ್ಟಿ. ನನ್ನನ್ನು ಯಾರಾದರೂ ಶುದ್ಧಗವಯಿಯ ಹತ್ತಿರ ಸೇರಿಸಿ ಅಂತ ಗುರುಗಳನ್ನೇ ಕೇಳುವ ಮನಸ್ಸು. ನೀವು ಕಲಿಸುತ್ತಿರೂದು ಸಾಲದು ಅಂದಹಾಗಾಗುತ್ತೆ ಅನ್ನುವ ಎಚ್ಚರ. ಅದೇ ಸಮಯದಲ್ಲಿ ಪಂಡಿತ ರಾಮನಾರಾಯಣ ರೊಹಿಲಾ ಪತ್ನೀಸಮೇತ ತೀರ್ಥಯಾತ್ರೆಗೆ ಅಂತ ಹರಿದ್ವಾರಕ್ಕೆ ಬಂದು ಆಶ್ರಮದಲ್ಲಿ ಉಳಿದು, ಕಾಶಿ ಸಂಗೀತಸಮ್ಮೇಳನದಲ್ಲೇ ನೋಡಿದ್ದೆನಲ್ಲ. ನಿಗಾ ನೋಡಿಕೊಳ್ಳಲು ಗುರೂಜಿ ನನ್ನನ್ನೇ ನೇಮಿಸಿ. ಸಂಜೆ ಆಶ್ರಮದಲ್ಲಿ ಎಲ್ಲ ವಿದ್ಯಾರ್ಥಿಗಳ ಎದುರಿಗೂ ಎಷ್ಟು ಚನ್ನಾಗಿ ಭೂಪಾಲಿ ಹಾಡಿದರು! ಹಿಮಾಲಯದ ಎತ್ತರಕ್ಕೂ ತೆಳುವಾದ ಗೋಧೂಳಿ ಹರಡಿದ ಭಾವ. ಒಂದೊಂದು ಸ್ವರವೂ ಗಂಗಾಜಿಯ ಮೇಲೆ ತೇಲಿಬಿಟ್ಟ ಆರತಿಯ ದೊನ್ನೆಯಂತಹ ನಿಶ್ಶಬ್ದನಡೆ. ಐದೇ ಸ್ವರಗಳಾದರೂ ನೂರಾರು ತರಹದ ನೇಯ್ಗೆ. ಹಾಡುತ್ತಾ ಸಾಗಿದಂತೆ ಭೂಪಾಲಿಗೆ ಇಷ್ಟೊಂದು ಭಂಗಿಗಳಿವೆಯೆ? ಇಷ್ಟೊಂದು ರೂಪಗಳಿವೆಯೆ? ಗಾಂಭೀರ್ಯದ ಅಂಚಿನಲ್ಲೇ ಸುಳಿದು ಮುಗುಳ್ನಗುವ ಚಾಂಚಲ್ಯ. ಚಾಂಚಲ್ಯದ ಆಳದಲ್ಲಿ ಧ್ವನಿಸುವ ಶಾಂತ ಗಾಂಭೀರ್ಯ. ಗಾಂಧಾರ ಧೈವತಗಳು ಆಳದಲ್ಲಿ ಪ್ರಕಟಿಸುವ ಸ್ನೇಹದ ವಿವಿಧ ಸ್ವರೂಪಗಳು. ನಾವೆಲ್ಲ ಈ ರಾಗದ ಸ್ವರಗೀತೆ ಲಕ್ಷಣಗೀತೆಗಳನ್ನು ಬಾಯಿಪಾಠ ಮಾಡಿ ಹಾಡಿದ್ದೇ ಹಾಡಿದ್ದು. ನಾನಂತೂ ಗುರೂಜಿ ಹೇಳಿಕೊಟ್ಟ ಆಲಾಪವನ್ನೂ ಸಮರ್ಥವಾಗಿ ಒಪ್ಪಿಸುತ್ತಿದ್ದೆ.

ಹರಿದ್ವಾರದಲ್ಲಿ ಮೂರುದಿನವಿದ್ದ ಗವಯಿಗಳು ಹೃಷೀಕೇಶದ ಮಾರ್ಗ ಚಾರೋಧಾಮ ಗಳಿಗೆ ಹೋದರಲ್ಲವೆ? ಹಿಂತಿರುಗುವಾಗ ನಮ್ಮ ಆಶ್ರಮಕ್ಕೆ ಬರುವ ಆಲೋಚನೆಯನ್ನು ಅವರೇನೂ ವ್ಯಕ್ತಪಡಿಸಲಿಲ್ಲ. ಅವರು ಹೋದ ಎರಡುದಿನ ಮನಸ್ಸು ಖಿನ್ನವಾಗಿತ್ತು. ಮೂರನೆಯ ದಿನ ಹೇಗಾದರೂಮಾಡಿ ಅವರಿಂದ ಪಾಠ ಹೇಳಿಸಿಕೊಂಡು ಕಲಿಯಬೇಕು ಎಂಬ ಬಯಕೆ. ಇಲ್ಲಿದ್ದ ಮೂರುದಿನವೂ ನಾನು ಶ್ರದ್ಧೆಯಿಂದ ಅವರಿಬ್ಬರ ಸೇವೆ ಮಾಡಿದ್ದೇನೆಂಬ ಅಂಶ ಕೂಡಿ ಶಿಷ್ಯನಾಗುಕ್ಕೆ ನನ್ನ ಅರ್ಹತೆಯನ್ನು ಗಟ್ಟಿಮಾಡಿ. ಮಾತಾಜಿ ಯಂತೂ ನನ್ನನ್ನು ಎಷ್ಟು ಅಕ್ಕರೆಯಿಂದ ಮಾತಾಡುಸ್ತಿದ್ದರು! ಯಾವ ಕ್ಷಣದಲ್ಲಿ ಅವರು

ಯಾವ ಪದಾರ್ಥ ಕೇಳಿದರೂ ನಾನು ಆಶ್ರಮದ ಅಡುಗೆಮನೆಯಿಂದ ಕೊಡ್ತಿದ್ದೆ. ಇಲ್ಲ ದಿದ್ದರೆ ಸೈಕಲ್ ಹತ್ತಿ ಹಕ್ಕಿಯ ವೇಗದಲ್ಲಿ ಪೇಟೆಗೆ ಹೋಗಿ ತಂದೊಪ್ಪುಸ್ತಿದ್ದೆ. ಮೋಹನ್, ಎಷ್ಟು ಜಾಣಹುಡುಗ ನೀನು! ಬಾಯಿತುಂಬ ನುಡೀತಿದ್ದರು, ಗವಯಿಗಳು ತುಂಬುಕಂಠದಿಂದ ಷಡ್ಜ ಹಿಡಿಯುವಂತೆ. ಸಾಗರಕ್ಕೆ ಹೋಗಿ ಅವರಿಬ್ಬರ ಪಾದಕ್ಕೆ ಬಿದ್ದು ಬೇಡಿಕೊಂಡರೆ ವಿದ್ಯೆ ಕಲಿಸಿಯೇ ಕಲುಸ್ತಾರೆ, ಅನ್ನುವ ನಂಬಿಕೆ ಮನಸ್ಸನ್ನು ತುಂಬಿ. ನನ್ನನ್ನು ಅವರಲ್ಲಿಗೆ ಕಳಿಸಿ ಅಂತ ಬಾಬಾರನ್ನೇ ಕೇಳಿದರೆ ಹೇಗೆ ಅನ್ನುವ ಉಪಾಯ ಹೊಳೆದು. ಅವರವರು ಹೇಗೂ ಸ್ನೇಹಿತರು. ಕೇಳಿಯೇಬಿಟ್ಟೆ! ಬಾಬಾ ಮಾತನಾಡಲಿಲ್ಲ. ಮುಖದಲ್ಲಿ ಕಣಸ್ವರದಷ್ಟು ಕಿಂಚಿತ್ತಾಗಿ ಅಪ್ರಸನ್ನತೆ ಕಂಡು ಕಾಣೆಯಾಯಿತು. ಅವರ ಮೇಟಿ ವಿದ್ಯಾರ್ಥಿ. ಇನ್ನೊಬ್ಬ ಗುರುವಿನ ಹತ್ತಿರ ಹೋಗುವ ವಿಚಾರ ಹುಟ್ಟುವುದೇ ಸಾಕಲ್ಲವೆ ಅಪ್ರಸನ್ನತೆ ಹುಟ್ಟುಕ್ಕೆ ಅನ್ನುವ ವಿವೇಚನೆ ಹೊಳೆದಿರಲಿಲ್ಲ. ಸಾಯಂಕಾಲವಲ್ಲವೆ ಅವರು ಹೇಳಿದ್ದು? 'ಗವಯಿಗಳ ಗಾಯನ ನಿನ್ನನ್ನ ಆಕರ್ಷಿಸಿರೂದು ಸಹಜ. ಆದರೆ ಅದು ಲೌಕಿಕ ಸಂಗೀತ. ಅಧ್ಯಾತ್ಮದ ಒಳಬೆಳಕಿಲ್ಲದ್ದು. ತಾಲ, ಸ್ವರವಿನ್ಯಾಸ, ಎಷ್ಟು ಸುತ್ತಿನ ತಾನ ತಿರುಗಿದರೂ ತಾನು ಎಲ್ಲಿದ್ದೇನೆಂಬ ಸಂಪೂರ್ಣ ಅರಿವಿದ್ದು ಬೇಕಾದಾಗ ಸಮ್ ಹಿಡಿಯುವುದು. ವಾದಿಸಂವಾದಿಗಳ ರಸವನ್ನು ಕಣೆಯು ಕಬ್ಬಿನಜಲ್ಲೆಯ ರಸ ಹಿಂಡುವಂತೆ ಹಿಂಡುವುದು. ಸಂಗೀತ ಅಂದರೆ ಬರೀ ಇಷ್ಟೇನೆ?'

ಮತ್ತಿನ್ನೇನು? ಇವೆಲ್ಲ ಸೇರಿದರೆ ತಾನೆ ಭಾವಪುಷ್ಟಿಯಾಗೂದು, ಎಂಬ ಪ್ರಶ್ನೆ ಮನಸ್ಸಿನಲ್ಲಿ ತಕ್ಷಣ ಹುಟ್ಟಿದರೂ ಕೇಳಲಿಲ್ಲ. ನೀವು ಹೇಳುವ ಆಧ್ಯಾತ್ಮಿಕ ಸಂಗೀತದಲ್ಲಾದರೂ ಏನಿದೆ ಅಧ್ಯಾತ್ಮ ಅರ್ಥದ ಚೀಜ್ ಬಿಟ್ಟು? ಅನ್ನುವ ಪ್ರಶ್ನೆ ಮೂಡಿದ್ದು ಅನಂತರ. ಬಾಬಾರ ವಿರುದ್ಧ ಪ್ರಶ್ನೆ ಕೇಳುವುದು ಬರೀ ಧೈರ್ಯದ ಮಾತಾಗಿರಲಿಲ್ಲ. ಭಕ್ತಿ ಕೃತಜ್ಞತೆಗಳನ್ನು ಪ್ರಶ್ನಿಸೂದು ಹೇಗೆ? ಎಷ್ಟು ಪ್ರೀತಿಯಿಂದ ನಮ್ಮನ್ನ ಸಾಕಿ ಸಲಹುತ್ತಿದಾರೆ. ನಾನೆಂದರೆ ಎಂಥ ಅಕ್ಕರೆ. ಅವರ ಮೂಲಭೂತ ಶ್ರದ್ಧೆಯನ್ನು ವಿಮರ್ಶಿಸುಕ್ಕೆ ನಾನೆಷ್ಟರೋನು? ಅಂತ ತೂಗಿನೋಡಿಕೊಂಡೆ. ಅಧ್ಯಾತ್ಮದ ಕವಿತೆಯನ್ನು ಚೀಜ್ ಮಾಡಿ ಹಾಡಿಬಿಟ್ಟರೆ ಸಂಗೀತ ಅಧ್ಯಾತ್ಮವಾಗಿಬಿಡುತ್ತೆಯೆ? ಭಕ್ತಿಭಾವವೊಂದೇ ಸಂಗೀತದ ರಸವೆ? ಅನ್ನುವ ಪ್ರಶ್ನೆಗಳನ್ನು ಕಾಶಿಯ ಸಮ್ಮೇಳನದಲ್ಲಿ ಯಾರೋ ಬಾಬಾ ಅವರನ್ನೇ ಕೇಳಿದ್ದ ನೆನಪು ಹುಟ್ಟಿ. ಯಾರೋ ಕೇಳಿದ್ದು ಈಗ ನನ್ನ ನೆನಪಿಗೆ ಬಂದಿದೆ ಅಂತ ಮನಸ್ಸಮಾಧಾನ ಮಾಡಿಕೊಂಡು. ಜಿಜ್ಞಾಸೆ ಹೆಚ್ಚು ಮುಖ್ಯವಾಗಲಿಲ್ಲ. ಮನಸ್ಸು ರೊಹಿಲಾ ಗವಯಿಗಳ ಗಾಯನ ನೆನಸಿಕೊಂಡು ಆಕರ್ಷಿತವಾಗುತ್ತಿತ್ತು. ಅಂಥೋರಿಂದ ಕಲಿತರೆ ಮಾತ್ರ ಸಾರ್ಥಕ. ಆಶ್ರಮದಲ್ಲಿ ಕಲಿತಿರೂದೆಲ್ಲ ಭಜನೆಗಳು ಎನ್ನಿಸಿ. ಬಾಬಾ ಕೂಡ ಖಯಾಲ್ ಹಾಡುತ್ತಿದ್ದರು. ನಮಗೆ ಕಲಿಸಿದ್ದರು. ನನಗಂತೂ ವಿಶೇಷವಾಗಿ ಕಲಿಸಿ ಸ್ವರಸಾಧನೆ ಮಾಡುಸ್ತಿದ್ದರು. ಆದರೆ ಮುಕ್ತತೆ ಇರಲಿಲ್ಲ. ಸ್ವಚ್ಛಂದತೆ ಇಲ್ಲದಿದ್ದರೆ ರಾಗ ಬೆಳೆಯೂದು ಹೇಗೆ? ಪ್ರಶ್ನೆ ಮೊದಲಬಾರಿಗೆ ಮನಸ್ಸಿನಲ್ಲಿ ಹುಟ್ಟಿ. ಇದೇ ಒತ್ತಡದಲ್ಲಿ ಸಿಲುಕಿದ್ದಾಗ ಒಂದು ದಿನ ಬಾಬಾ, 'ಬೇಟಾ, ಸ್ವಾಮಿ ಹರಿದಾಸರ ಸಂಗೀತಕ್ಕೂ ತಾನಸೇನನ ಸಂಗೀತಕ್ಕೂ ಇದ್ದ

ವ್ಯತ್ಯಾಸವೇನು ಯೋಚನೆ ಮಾಡು.' ಹರಿದಾಸರು ಯಾವ ರಾಜನ ಮುಲಾಜಿಗೂ ಒಳಗಾಗದೆ ಕಾಡಿನ ಮಧ್ಯದ ಮಂದಿರದಲ್ಲೇ ಉಳಿದು ಹಾಡಿಕೊಳ್ಳುತ್ತಿದ್ದರು. ಮನ್ನಣೆಯ ಲೌಕಿಕಕ್ಕೆ ಮರುಳಾದ ತಾನಸೇನ ಅಕ್ಬರ್ ಬಾದಶಹನ ಆಸ್ಥಾನದ ಆಕರ್ಷಣೆಯಲ್ಲಿ ಮುಳುಗಿದ್ದ, ಎಂಬ ಉತ್ತರ ಮನಸ್ಸಿನಲ್ಲಿ ಹೊಳೆಯಿತು. ಆದರೆ ಇವತ್ತು ತಾನಸೇನನ ಹೆಸರಿನ ರಾಗಗಳಿವೆ. ಅವನು ಹಾಡಿದ ರಾಗ ರೂಪಗಳಿವೆ. ಹರಿದಾಸರದ್ದು ಏನು, ಎಷ್ಟು ಉಳಿದಿವೆ? ಎಂಬ ಪ್ರಶ್ನೆ ಹುಟ್ಟಲಿಲ್ಲ. ಈ ಪ್ರಶ್ನೆಯನ್ನು ಕೇಳಿದವರು ರಾಜಾಸಾಹೇಬರು, ನಾನು ಆಶ್ರಮ ಬಿಟ್ಟು ಓಡಿಬಂದ ಒಂದು, ಎರಡು, ಮೂರು, ನಾಲ್ಕು, ಎಂಟುವರ್ಷಗಳ ನಂತರ.

ತುಸುಹೊತ್ತು ಎರಡುಕಣ್ಣುಗಳನ್ನೂ ಮುಚ್ಚಿ ಮನಸ್ಸನ್ನು ನಲವತ್ತೆರಡುವರ್ಷಗಳ ಹಿಂದಕ್ಕೆ ಹಾಯಿಸಿದಾಗ, ತಾನಸೇನನಂತೆ ವೈಭವದಲ್ಲಿ ತೂಗಿಸಿಕೊಳ್ಳುವ ಬಯಕೆ ನನ್ನಲ್ಲಿ ತುಸುವೂ ಇರಲಿಲ್ಲ, ಗವಯಿಗಳ ಸಂಗೀತಕಲೆಯನ್ನು ಕಲಿಯುವುದಷ್ಟೇ ನನ್ನ ಇಚ್ಛೆಯಾಗಿತ್ತು, ಎಂಬ ನೆನಪು ಸ್ಪಷ್ಟವಾಯಿತು. ಎರಡು ತಿಂಗಳು ಹೀಗೇ ಒದ್ದಾಡಿ ಒಂದು ದಿನ ಯಾರಿಗೂ ಹೇಳದೆ ಕೇಳದೆ ಉಟ್ಟಬಟ್ಟೆಯಲ್ಲದೆ ಎರಡು ಪಂಚೆ, ಎರಡು ಅಂಗಿ ಒಳ ಅಂಗಿಗಳನ್ನು ಒಂದು ಚೀಲಕ್ಕೆ ಹಾಕಿಕೊಂಡು ಹೊರಬಿದ್ದಾಗ ಮಹತ್ಕಾರ್ಯದ ಮೊದಲಹೆಜ್ಜೆ ಇಟ್ಟ ಸಂಭ್ರಮ. ಕೈಯಲ್ಲಿ ಒಂದೂ ಕಾಸಿಲ್ಲ. ಕಿಸೆಯಲ್ಲಿ ರೊಹಿಲಾ ಗವಯಿಗಳ ವಿಳಾಸದ ಚೀಟಿ. ಸಾಗರ ಯಾವ ದಿಕ್ಕಿಗಿದೆ ಎಂಬುದೂ ಗೊತ್ತಿಲ್ಲ. ದಿಲ್ಲಿಗೆ ಹೋದರೆ ಆಗ್ರಾ, ಗ್ವಾಲಿಯರ್, ಝಾನ್ಸಿ, ಮೂಲಕ ರೈಲು ಹೋಗುತ್ತೆ ಅಂತ ಸ್ಟೇಷನ್ನಿನಲ್ಲಿ ಹೇಳಿದರು. ಟಿಕೇಟ್ ಇಲ್ಲದೆ ಹತ್ತಿ ಕೂತೆ. ದಾರಿಯಲ್ಲಿ ಹೊಟ್ಟೆಗೆ ಹೇಗೆ? ಎಂಬ ಯೋಚನೆ ಬಂದಾಗ ಎರಡು ಹಾಡು ಹೇಳಿದರೆ, ಬೇಡ ಎರಡು ಭಜನೆ ಹಾಡಿದರೆ ಡಬ್ಬಿಯ ಜನಗಳು ಒಂದೊಂದು ಬಿಲ್ಲೆ ಹಾಕಿದರೂ ಸಾಕು. ಆಗ ಎಂಟುವರ್ಷದ ಹುಡುಗನಿಗಿಂತ ಈಗ ಹದಿನೆಂಟುವರ್ಷದ ತರುಣ ಚನ್ನಾಗಿ ಹಾಡುತೀನಿ. ಸ್ವರ ತಾಲ ಶಾಸ್ತ್ರಜ್ಞಾನವಿದೆ. ತ್ಯಾಗ ವೈರಾಗ್ಯ ದಾನ ಧರ್ಮಾದಿ ವಸ್ತುಗಳ ಬೇಕಾದಷ್ಟು ಭಜನೆಗಳೂ ಇವೆ ಎಂಬ ಧೈರ್ಯ ಹುಟ್ಟಿತು. ಆದರೆ ವಾಸ್ತವವಾಗಿ ಭಿಕ್ಷೆ ಬೇಡಲು ಧ್ವನಿ ಹಚ್ಚುವಾಗ ಗಂಟಲು ಕೂತುಹೋಯಿತು. ಆಗ ಬೇರೆ. ಈಗ ಇಷ್ಟು ಸಂಗೀತ ಕಲಿತ ವಿದ್ಯಾವಂತ. ಅದನ್ನ ಭಿಕ್ಷೆಗೆ ಬಗ್ಗಿಸಬೇಕಾ? ಎಂಬ ಆತ್ಮ ಗೌರವ. ಒಂದು ಒಂದೂವರೆ ದಿವಸ ಉಪವಾಸಮಾಡಿದರೆ ಸತ್ತುಹೋಗುಲ್ಲ ಎಂಬ ಧೈರ್ಯ. ದಿಲ್ಲಿಯ ತನಕ ಯಾರೂ ಟಿಕೀಟು ತಪಾಸಿಸಲಿಲ್ಲ. ಅಲ್ಲಿಂದ ದೊಡ್ಡ ಮಾರ್ಗದಲ್ಲಿ ಉದ್ದನೆಯ ರೈಲು ಹತ್ತಿದ ಒಂದುಗಂಟೆಯಲ್ಲಿ ತಪಾಸಕ ಬಂದ. ನಿಜ ಹೇಳಿಬಿಟ್ಟೆ. 'ರಾತ್ರಿ ರೈಲಿನಲ್ಲಿ ಹರಿದ್ವಾರದಿಂದ ದಿಲ್ಲಿಗೆ ಬಂದೆ. ಈಗ ಸಾಗರಕ್ಕೆ ಹೊರಟಿದೀನಿ. ಸಂಗೀತದ ಗುರು ಹುಡುಕಿಕೊಂಡು. ನನ್ನ ಕಿಸೆ, ಈ ಚೀಲಗಳನ್ನ ನೀವೇ ಜಡ್ತಿ ಮಾಡಿಕೊಳ್ಳಿ. ನಿಮಗೆ ತೋಚಿದಂತೆ ಮಾಡಿ.'

'ಮುಂದಿನ ಸ್ಟೇಶನ್ನಿನಲ್ಲಿ ಮಾಸ್ಟರ ವಶಕ್ಕೆ ಒಪ್ಪುಸ್ತೀನಿ. ಅವರು ಪೋಲೀಸರಿಗೆ ಒಪ್ಪುಸ್ತಾರೆ. ತೋಚಿದಂತೆ ಮಾಡಬೇಕಾದೋರು ಅವರು, ನಾನಲ್ಲ,' ಎಂದು ಎಲ್ಲರ

ಟಿಕೀಟುಗಳನ್ನು ಪರೀಕ್ಷಿಸುತ್ತಾ ಮುಂದೆನಡೆದ. ಹತ್ತುನಿಮಿಷದ ನಂತರ ಮತ್ತೆ ನನ್ನಲ್ಲಿಗೆ ಬಂದ. 'ಟಿಕೀಟಿಲ್ಲದೆ ಪ್ರಯಾಣ ಮಾಡ್ತಿದೀ. ಸೀಟಿನಮೇಲೆ ಕೂತಿದೀ. ಇಳಿದು ನೆಲದಮೇಲೆ ಕೂರು. ಅಥವಾ ಬಾಗಿಲ ಹತ್ತಿರ ನಿಂತುಕೊ.' ಎಂದ. ವಿಧೇಯತೆಯಿಂದ ನೆಲದಮೇಲೆ ಕುಳಿತೆ. 'ನಾನು ಝಾನ್ಸಿ ತನಕ ಇರ್ತೀನಿ. ಆಮೇಲೆ ಸಿಕ್ಕಿಹಾಕ್ಕಂಡರೆ ಬೇರೆ ಟಿ.ಟಿ. ಏನು ಮಾಡ್ತಾನೋ ಅವನಿಗೆ ಬಿಟ್ಟದ್ದು,' ಎಂದು ಹೇಳಿಹೋದ. ನಾನು ನೆಲದಮೇಲೆ ಕೂರುವ ಮೊದಲು ಕೂತ ಸಾಲಿನಲ್ಲಿ ನಾಲ್ಕನೆಯ ವ್ಯಕ್ತಿ, ಸುಮಾರು ಐವತ್ತುವರ್ಷ, ಪ್ಯಾಂಟು ಶರಟು, ಕಿವಿಯ ಹತ್ತಿರ ಬಿಳಿಗೂದಲು, ಇಲ್ಲಿ ಬಾ, ಸನ್ನೆ ಮಾಡಿ ಕರೆದು ತುಸು ಜರುಗಿ, 'ಇಲ್ಲಿ ಕೂಡು, ನನ್ನ ಹತ್ತಿರ ಹೆಚ್ಚು ರೊಟ್ಟಿ ಇವೆ. ಇಬ್ಬರೂ ತಿನ್ನಾಣ.' 'ಪರವಾಗಿಲ್ಲ ಬಿಡಿರಿ. ನಾನು ಉಪವಾಸ ಮಾಡಬೇಕು ಅಂತ ನಿಶ್ಚಯಿಸಿದೀನಿ.' 'ಏನೂ ಸಿಕ್ಕದಿದ್ದಾಗ ಮಾಡೂದು ಸರಿ. ನನ್ನ ಹತ್ತಿರ ತುಂಬ ರೊಟ್ಟಿ ಇವೆ. ನಂತರ ಮನೇಲಿ ಕಟ್ಟಿಕೊಟ್ಟಿದಾರೆ,' ಗಂಟು ಬಿಚ್ಚಿ ಎರಡು ದಪ್ಪ ಪರಾಠ ಆಲೂಗೆಡ್ಡೆ ಬದನೆಕಾಯಿ ನೀರುಳ್ಳಿಗಳ ಪಲ್ಯ ಕೊಟ್ಟು ತಾನೂ ಅಷ್ಟನ್ನು ಹಿಡಿದು ತಿಂದರು. ಇನ್ನೊಂದು ಕೊಡಲೇ? ನನಗೆ ಸಾಕಾಗಿತ್ತು. 'ಸಂಗೀತ ಯಾರಿಂದ ಕಲಿತೆ? ಸಾಗರದಲ್ಲಿ ಯಾರಿಂದ ಕಲಿಯುಕ್ಕೆ ಹೋಗ್ತಿದೀಯ?' ನಾನು ಎಲ್ಲ ವನ್ನೂ ಹೇಳಿದಮೇಲೆ, 'ರೊಹಿಲಾ ಗವಯಿ ಚನ್ನಾಗಿ ಹಾಡ್ತಾರೆ. ನಾನು ಕೇಳಿದೀನಿ.' ಅನಂತರ, 'ಯಾವುದಾದರೂ ಒಂದು ರಾಗ ಹಾಡ್ತೀಯ? ಒಂದು ಚೂರು ಆಲಾಪ.' ಹಾಡಬೇಕೆಂದು ಕೃತಜ್ಞತೆ ಪ್ರೇರಿಸಿತು. ಜೊತೆಗೆ ಹಾಡಿಕೊಳ್ಳುವ ಲಹರಿಯೂ. ಹೊರಗೆ ನೋಡಿದೆ. ಬೆಳಗಿನ ಒಂಬತ್ತು ಗಂಟೆ. 'ರಾಮಕಲಿ ಹಾಡ್ತೀಯಾ?' ಅವರೇ ಸೂಚಿಸಿದರು. ಗಂಟಲು ಕೊಸರಿಕೊಂಡು ಷಡ್ಜ ಹಿಡಿಯಲು ಯತ್ನಿಸಿದೆ. ಸಿಕ್ಕಲಿಲ್ಲ. ಕಣ್ಣುಮುಚ್ಚಿ ಹುಡುಕಿದೆ. ಓಡುವ ರೈಲಿನ ದಥಾ ದಢ್ ಶ್ರುತಿಯು ಯಾವ ಮನುಷ್ಯ ಶ್ರುತಿಗಿಂತ ವಿಪರೀತ ಮೇಲಿತ್ತು. 'ಈ ಸದ್ದಿನಲ್ಲಿ ಶ್ರುತಿ ಸಿಕ್ಕೂದಿಲ್ಲ. ಹಾಡುಕ್ಕೆ ಆಗೂದಿಲ್ಲ. ಮಾಫ್ ಮಾಡಬೇಕು.' 'ನೀನು ಅಸಲೀ ಗಾಯಕ ಇದ್ದೀ,' ಮೆಚ್ಚುಗೆ ಸೂಚಿಸಿದರು. ತಮ್ಮಲ್ಲಿ ಉಳಿದಿದ್ದ ನಾಲ್ಕು ಪರಾಠ ಪಲ್ಯಗಳನ್ನು ಕೊಟ್ಟು ನಾನು ಗಾಡಿ ಬದಲಿಸಬೇಕಾದ ವಿವರಗಳನ್ನು ಹೇಳಿ ಗ್ವಾಲಿಯರ್‌ನಲ್ಲಿ ಇಳಿದು ಹೋದರು.

ಗವಯಿಗಳಿಗಾಗಲಿ ಮಾತಾಜಿಗಾಗಲಿ ತಕ್ಷಣ ನನ್ನ ಗುರುತು ಸಿಕ್ಕಲಿಲ್ಲ. ಎರಡುತಿಂಗಳು ಕಳೆದಿತ್ತಲ್ಲವೆ? ಸಾಷ್ಟಾಂಗ ಪಾದಸ್ಪರ್ಶಮಾಡಿ, 'ಮೋಹನಲಾಲ್. ಹರಿದ್ವಾರದ ಓಂಕಾರ ಬಾಬಾ ಆಶ್ರಮ,' ಎಂದಮೇಲೆ, 'ಅರೇ ಅರೇ! ಏನು ಬಂದೆ? ಕೂತುಕೊ' ಎಂದರು. ಅವರು ಹಾಡಿದ ಭೂಪಾಲಿಯು ನನ್ನ ಮೇಲೆ ಮಾಡಿದ ಪರಿಣಾಮವನ್ನು ಹೇಳಿ, 'ನಿಮ್ಮಿಂದ ಕಲಿಯಲು ಬಂದಿದೀನಿ. ಶಿಷ್ಯನಾಗಿ ಸ್ವೀಕರಿಸಿ ವಿದ್ಯಾದಾನ ಮಾಡಬೇಕು' ಅಂತ ಮತ್ತೊಮ್ಮೆ ನಮಸ್ಕರಿಸಿದ ತಕ್ಷಣ, 'ಅರೆ, ಅರೆ, ವಿದ್ಯಾದಾನ ಮಾಡುಕ್ಕೇನು, ಶಿಷ್ಯ ನಾಗಿ ಸ್ವೀಕರಿಸಬೇಕಾದರೆ ಹುಡುಗಾಟವೆ? ನಿನಗೆ ಅಪ್ಪ ಅಮ್ಮ ಯಾರೂ ಇಲ್ಲ ಅಂದಿದ್ದೆ ಯಲ್ಲವೆ? ಈಗ ನೆನಪು ಹತ್ತುತಿದೆ. ಈ ಊರಿನಲ್ಲಿ ಎಲ್ಲಿರ್ತೀಯ? ಊಟ ತಿಂಡಿಯ ವ್ಯವಸ್ಥೆ ಏನು? ಗಂಡಾಪೂಜೆಯ ಖರ್ಚು ಏನು?'

ನನ್ನ ಊಟ ತಿಂಡಿಯ ವ್ಯವಸ್ಥೆ ಪ್ರತ್ಯೇಕವಾಗಿ ನನ್ನ ಆಲೋಚನೆಯಲ್ಲಿ ಬಂದೇ ಇರಲಿಲ್ಲ. ಗುರುಕುಲ ಅಂದರೆ ಶಿಷ್ಯರನ್ನು ಮನೇಲಿಟ್ಟುಕೊಂಡು ತಾವೇ ಊಟ ಇಕ್ಕಿ ವಿದ್ಯಾದಾನ ಮಾಡುವುದು ಎಂಬ ಕಲ್ಪನೆಯೇ ತಲೇಲಿ ತುಂಬಿಕೊಂಡಿತ್ತು. ಉತ್ತರ ಹೊಳೀಲಿಲ್ಲ. 'ನೀನು ಹೀಗೆ ಮೊದಲೇ ಕೇಳಿ ನನ್ನ ಒಪ್ಪಿಗೆ ಪಡೀದೆ ಬರಬಾರದಾಗಿತ್ತು. ಈಗಲೂ ವಾಪಸು ಹೋಗಿಬಿಡು.' ಗವಯಿಗಳ ಭಾವರಹಿತ ಧ್ವನಿ. 'ಇವನು ದಿಕ್ಕಿಲ್ಲದ ಅನಾಥ. ನನ್ನ ಹತ್ತಿರ ವಿದ್ಯಾಕಲೀತಿದಾನೆ, ಸಹಾಯ ಮಾಡಿ ಅಂತ ನೀವು ಶಿಫಾರಸು ಮಾಡಿದರೆ ಈ ಊರಿನ ಯಾರಾದರೂ ಶೇಟುಗಳು ಧರ್ಮಶಾಲೆಯಲ್ಲಿ ಎರಡುಹೊತ್ತಿನ ರೊಟ್ಟಿಗೆ ವ್ಯವಸ್ಥೆ ಮಾಡಬಹುದು,' ಎಂದೆ, ಬಾಬಾರ ಆಶ್ರಮದ ವ್ಯವಸ್ಥೆಯ ನೆನಪಾಗಿ. ಎಷ್ಟೋ ಶೇಟುಗಳು ಆಶ್ರಮಕ್ಕೆ ಬರುತ್ತಿದ್ದರು. ಯಾವಾಗಲಾದರೊಮ್ಮೆ ಬಾಬಾ ಕೊಡುತ್ತಿದ್ದ ಚೀಟಿಯನ್ನು ಜೇಬಿನಲ್ಲಿಟ್ಟುಕೊಂಡು ಸೈಕಲ್ ಹತ್ತಿ ಅವರು ಹೇಳಿದ ಶೇಟುವಿನ ಅಂಗಡಿಗೋ ಮನೆಗೋ ಹೋಗಿ ತಲುಪಿಸಿ ಅವರು ಕೊಡುತ್ತಿದ್ದ ದಕ್ಷಿಣೆ ತರುತ್ತಿದ್ದೆ. ದಿನಸಿಯಾದರೆ ಅವರೇ ಮೂಟೆಯನ್ನು ಗಾಡಿಯ ಮೇಲೆ ಹಾಕಿ ಕಳಿಸುತ್ತಿದ್ದರು. 'ಶೇಟುಗಳು ವಿದ್ಯಾರ್ಥಿಗಳ ಜವಾಬ್ದಾರಿ ಹೊರುವ ಪದ್ಧತಿ ಕಾಶಿಯಲ್ಲಿದೆ. ಹರಿದ್ವಾರದಲ್ಲೂ ಇರಬಹುದು. ಈ ಊರಿನಲ್ಲಿಲ್ಲ. ಯಾರಿಗೂ ಶಿಫಾರಸು ಹೇಳಿ ನನಗೆ ಗೊತ್ತಿಲ್ಲ.'

'ನನಗೊಂದು ಚೀಟಿ ಬರೆದು ಕೊಡಿ. ಮೋಹನಲಾಲ ಎಂಬ ಹೆಸರಿನ ಈ ಹುಡುಗನನ್ನು ನಾನು ಶಿಷ್ಯನಾಗಿ ಸ್ವೀಕರಿಸಿದೀನಿ. ಇವನ ಊಟ ತಿಂಡಿಗೆ ಧರ್ಮಾತ್ಮರು ಸಹಾಯ ಮಾಡುವುದು, ಅಂತ. ನಾನೇ ಶೇಟುಗಳನ್ನು ಕಂಡು ಬೇಡಿಕೊತ್ತೀನಿ.'

'ಎಲಾ ಜಾಣ ಹುಡುಗ. ಗಂಡಾಪೂಜೆ ಇಲ್ಲದೆ ಶಿಷ್ಯಸ್ವೀಕಾರ ಆಗುತ್ತೇನೋ? ದಕ್ಷಿಣೆ ಇಲ್ಲದೆ ಗಂಡಾಪೂಜೆ ನಡೆಯುತ್ತೇನೋ? ಸುಮ್ಮಸುಮ್ಮನೆ ಚೀಟಿ ಕೊಟ್ಟರೆ ಸುಳ್ಳು ಬರೆದಹಾಗಲ್ಲವೆ? ಸುಳ್ಳು ಬರೆಯುವ ಪಾಪ ಮಾಡು ಅಂತೀಯ ನನ್ನನ್ನ?'

'ನೀವೇ ಏನಾದರೂ ದಾರಿ ತೋರಿಸಬೇಕು ಗುರು ಭಗವಾನ್. ಮುಂದೆ ಕಛೇರಿಮಾಡಿ ಗಳಿಸುವಾಗ ನಿಮ್ಮ ದಕ್ಷಿಣೆಯನ್ನ ಪೂರ್ತಿ ನಿಮ್ಮ ಪಾದದಲ್ಲಿ ಸಮರ್ಪಿಸ್ತೀನಿ. ನಾನು ಆಡಿದ ಮಾತಿಗೆ ತಪ್ಪಿದರೆ ನೀವು ಕಲಿಸಿದ ವಿದ್ಯೆ ಎಲ್ಲ ಮರೆತುಹೋಗಲಿ ಅಂತ ಈಗಲೇ ಶಾಪ ಸೇರಿಸಿ' ಎಂದು ಮತ್ತೊಮ್ಮೆ ಅವರ ಪಾದ ಮುಟ್ಟುವಾಗ ನನ್ನ ಕಣ್ಣು ಗಂಟಲುಗಳು ತುಂಬಿಕೊಂಡವು.

'ಒಂದು ಚೀಟಿ ಕೊಡಿ ನೋಡೋಣ. ಅದಕ್ಕೇನು ಕಳಕೊಬೇಕು,' ಮಾತಾಜಿಯ ಶಿಫಾರಸು.

ಚೀಟಿಯನ್ನು ಜೇಬಿನಲ್ಲಿಟ್ಟುಕೊಂಡು ಪೇಟೆಬೀದಿಯಲ್ಲಿ ಈ ಊರಿನ ಶೇಟುಗಳಲ್ಲಿ ದಾನಧರ್ಮಬುದ್ಧಿಯವರು ಯಾರಂತ ವಿಚಾರಿಸಿ ಭಂವ್‌ರ ಲಾಲಜಿ ಸುಖಮಲ್‌ಜಿಯವರ ಸಗಟು ಅಂಗಡಿಗೆ ಹೋಗಿ ಹೊರಗೆ ಗಲ್ಲಾದ ಮೇಲಿದ್ದ ಮಗನ ಅಪ್ಪಣೆ ಪಡೆದು ಒಳಗಿನ ಕೋಣೆಯಲ್ಲಿ ಕೂತು ವಹಿವಾಟಿನ ನಿಗಾ ನೋಡುತ್ತಿದ್ದ ದೊಡ್ಡ ಯಜಮಾನರಿಗೆ

ನಮಸ್ಕರಿಸಿ ಚೀಟಿಯನ್ನು ಎದುರಿಗಿಟ್ಟಾಗ, ಎಪ್ಪತ್ತು ವರ್ಷ, ಬಿಳಿ ಕೂದಲು, ಹಣೆಗೆ ಗಂಧ. ಬಿಳೀ ಪಂಚೆ, ಬಿಳೀ ಜುಬ್ಬ, 'ಚೀಟಿ ಇರಲಿ, ಯಾವ ಕಾರಣ ನೀನೇ ಹೇಳು.' ನನ್ನ ಉದ್ದೇಶ ನಿವೇದಿಸಿಕೊಂಡನಂತರ, 'ಸಂಗೀತ ಕಲಿಯೋರಿಗೆ ಸಹಾಯ ಮಾಡೂದು ಪುಣ್ಯಕೆಲಸ ಅಂತ ಯಾವ ಶಾಸ್ತ್ರದಲ್ಲಿ ಹೇಳಿದೆ?'

'ಸಂಗೀತವೂ ವೇದಕ್ಕೆ ಸಮಾನ ಶೇಟಜಿ.' ನಾನು ಹೇಳಿದುದು ಯಜಮಾನರಿಗೆ ಗೊತ್ತಿಲ್ಲದೆ ಇರಲಿಲ್ಲ. ಅವರ ತುಟಿಯಲ್ಲಿ ಮೂಡಿದ ಮುಗುಳುನಗೆಯೇ ಹಾಗೆಂದು ನುಡಿಯಿತು. ನೀನು ಇದುವರೆಗೆ ಎಲ್ಲಿ ಕಲಿತೆ? ಎಷ್ಟು ಕಲಿತಿದ್ದೀಯ? ಈ ಊರಿಗೆ ಹ್ಯಾಗೆ ಬಂದೆ? ಈ ಚೀಟಿ ಕೊಟ್ಟಿರುವ ರೊಹಿಲಾ ಗವಯಿ ಎಷ್ಟು ತಿಳಿದವರು? ಇತ್ಯಾದಿ ನಾಲ್ಕಾರು ಪ್ರಶ್ನೆ ಕೇಳಿ ಖಚಿತಪಡಿಸಿಕೊಂಡನಂತರ ಅದೇ ಕೋಣೆಯಲ್ಲಿ ಕೂತು ಲೆಕ್ಕ ಬರೆಯುತ್ತಿದ್ದ ಮುನೀಮ್‌ಜಿಯನ್ನು ಕೇಳಿದರು: 'ಈ ಹುಡುಗ ಹೇಳ್ತಿರೂದೆಲ್ಲ ಕಿವೀಮೇಲೆ ಬಿತ್ತೆ ಪಂಡಿತ್‌ಜೀ?' ಗಂಟುಕಟ್ಟಿದ ತಲೆಗೂದಲಿನ ಐವತ್ತುವರ್ಷ ವಯಸ್ಸಿನ ಮುನೀಮ್‌ಜಿ, 'ಇವನು ಹೇಳ್ತೀರೂದೆಲ್ಲ ಸರಿ ಅನ್ನಿಸುತ್ತೆ. ರೊಹಿಲಾ ಗವಯಿ ಅಂದರೆ ದಶಹರಾ ಪೂಜೆ ಯಲ್ಲಿ ನಿಮ್ಮ ಸಮಾಜದಲ್ಲಿ ಹಾಡಿದ್ದರು ಮೂರುವರ್ಷದ ಹಿಂದೆ. ದೊಡ್ಡ ಗವಯಿ.' 'ಇವನಿಗೆ ನಮ್ಮ ಸಮಾಜದ ಧರ್ಮಶಾಲೆಯಲ್ಲಿ ನಮ್ಮ ಖರ್ಚಿನಲ್ಲಿ ದಿನಾ ಎರಡು ಊಟ. ನಾಶ್ತಾ ಚಹಾಕ್ಕೆ ವ್ಯವಸ್ಥೆ ಮಾಡಿ. ವಾಸಕ್ಕೆ ಒಂದು ಕೋಣೆ. ಯಾತ್ರಿಗಳು ತುಂಬ ಇದ್ದಾಗ ಕೋಣೆ ತೆರವುಮಾಡಿ ಅನುಸರಿಸಿಕೊಬೇಕು. ಇನ್ನೇನಪ್ಪಾ?' ಗಂಡಾಪೂಜೆ ಮಾಡಿಸಬೇಕು. 'ಏನು ಹಾಗಂದರೆ ಪಂಡಿತಜಿ?' 'ಶಿಷ್ಯನಾಗಿ ಒಪ್ಪಿಕೊಂಡಿದೀನಿ ಅಂತ ಗುರುವು ಕೈಗೆ ಒಂದು ದಾರ ಕಟ್ಟೂದು. ಗುರೂಗೆ ಅರಿಶಿನ ಕುಂಕುಮ ಹೂವುಗಳಿಂದ ಪೂಜೆ ಮಾಡಿ ಕಲ್ಲುಸಕ್ಕರೆ ಬಾದಾಮಿ, ಮಿಠಾಯಿ, ಮೇಲೆ ದಕ್ಷಿಣೆ. ಇಷ್ಟನ್ನ ಶಿಷ್ಯ ತರ ಬೇಕು.' 'ಆಯಿತು. ಈ ಸಾಮಾನುಗಳನ್ನೆಲ್ಲ ತೆಗೆಸಿಕೊಡಿ. ಮೇಲೆ ಹನ್ನೊಂದು ರೂಪಾಯಿ ಕೊಡಿಸಿ. ಇನ್ನೇನಪ್ಪಾ?' ಇವನನ್ನ ಧರ್ಮಶಾಲೆಗೆ ಕರೆದೊಯ್ದು ವ್ಯವಸ್ಥೆಮಾಡಿ ಬನ್ನಿ. ಹೋಗಪ್ಪ, ಸ್ನಾನ ಮಾಡು. ಪಂಡಿತ್‌ಜೀ, ಇವನಿಗೆ ತಿಂಗಳಿಗೆ ಎರಡುರೂಪಾಯಿ ಮೇಲು ಖರ್ಚಿಗೂ ಕೊಡಿಸಿ. ಸೋಪು ಗೀಪು ಬೇಕಲ್ಲ. ಏನಪ್ಪಾ, ಏನಂದೆ ನಿನ್ನ ಹೆಸರು? ಬೀಡಿ ಸಿಗರೇಟು ಸೇದಕೂಡದು. ಯಾವ ಕೆಟ್ಟ ಅಭ್ಯಾಸವೂ ನಿನ್ನ ಹತ್ತಿರ ಬರೂಹಾಗಿಲ್ಲ. ನಾವು ಕಣ್ಣಿಟ್ಟಿರತೀವಿ. ಧರ್ಮಶಾಲೆಯೋರೂ ಕಣ್ಣಿಟ್ಟಿರತಾರೆ. ನಮ್ಮ ಸಮಾಜದಲ್ಲಿ ಅವೆಲ್ಲ ಕಟ್ಟುನಿಟ್ಟು.'

ಗವಯಿಗಳ ಮನೆಗೆ ಹೋಗಿ ಎಲ್ಲವನ್ನೂ ತಿಳಿಸಿದಾಗ, 'ಭಾಳಾ ಚಾಲಾಕು ಹುಡುಗ ಇದ್ದೀ ನೀನು,' ಎಂದರು. ಚಾಲಾಕು ಎಂಬ ಶಬ್ದ ಬಳಸಿದುದು ನನಗೆ ನಿರುತ್ಸಾಹದಾಯಕ ವೆನ್ನಿಸಿತು. ಆದರೆ ನಾನು ಮಾತನಾಡಲಿಲ್ಲ. ಗಂಡಾಪೂಜೆಗೆ ಇಟ್ಟ ಹನ್ನೊಂದು ರೂಪಾಯಿ ಯನ್ನು ನೋಡಿ, 'ಇದು ಯಾವ ದರಿದ್ರದ ದಕ್ಷಿಣೆ?' ಎಂದರು ಮಾತಾಜಿ. ಅನಂತರ, 'ನಿಮ್ಮ ಶೇಟಜಿಗೆ ಹೇಳಬಾರದಾಗಿತ್ತೆ ಇಷ್ಟು ಕಡಮೆ ದಕ್ಷಿಣೆ ಇಟ್ಟರೆ ಅಷ್ಟು ದೊಡ್ಡ ಗವಯಿಗೆ ಅವಮಾನ ಮಾಡಿದ ಹಾಗೆ, ಒಂದುಸಾವಿರದ ಒಂದು ರೂಪಾಯಿಯಾದರೂ

ಇಡೂದು ಶಾಸ್ತ್ರ ಅಂತ,' ಎಂದು ಸೇರಿಸಿದರು. ಸ್ವಲ್ಪವೂ ಕಾಡಿಬೇಡಿಸಿಕೊಳ್ಳದೆ ಊಟ ವಸತಿ ಮೇಲುಖರ್ಚಿಗೆ ದುಡ್ಡುಗಳನ್ನು ನಾಲ್ಕಾರುವರ್ಷದವರೆಗೆ ಕೊಡುವ ಔದಾರ್ಯ ತೋರಿದವರನ್ನು ಹೀಗೆ ಕೇಳುವ ಕಲ್ಪನೆಯೇ ಸಣ್ಣತನ ಎನ್ನಿಸಿದರೂ ನಾನು ಮಾತನಾಡಲಿಲ್ಲ. 'ನಾನು ಗಳಿಸಲು ಶುರು ಮಾಡಿದಮೇಲೆ ಗುರುಗಳ ಪಾದದ ಎತ್ತರಕ್ಕೆ ಬೆಳ್ಳಿ ರೂಪಾಯಿಗಳ ರಾಶಿ ಒಪ್ಪಿಸುತೀನಿ. ಇದು ತಂಬೂರಿಯ ಆಣೆಗೂ ಸತ್ಯ.' 'ನಿಮ್ಮ ಗುರುಗಳಿಗೇ ಅಂಥ ಗಳಿಕೆ ಇಲ್ಲ. ನೀನಿನ್ನೆಂಥ ಗಳಿಕೆದಾರನಾಗುವ ಕನಸು ಕಾಣ್ತೀಯ?' ಆಕೆಯ ಪ್ರತಿನುಡಿ. 'ಆಯಿತು. ಹೋಗಲಿ ಬಿಡು,' ಗವಯಿಗಳು ಮಾತನಾಡಿದರು: 'ನಿನ್ನ ಸ್ವಂತ ತಂಬೂರಿ ಇಲ್ಲ. ಅಲ್ಲಿ ನಿನ್ನ ಕೋಣೆಯಲ್ಲಿ ಅಭ್ಯಾಸ ಮಾಡಿಕೊಳ್ಳುಕ್ಕೆ ಏನು ಮಾಡ್ತಿ?' ನನಗೆ ಅದು ಹೊಳೆದಿರಲಿಲ್ಲ.

ಗವಯಿಗಳಲ್ಲಿ ಕಲಿಯಲು ಬರುವ ಇತರ ಯಾರೂ ನನ್ನಂತೆ ಸಂಪೂರ್ಣ ಸಂಗೀತಕ್ಕೇ ಮುಡುಪಾಗಿಟ್ಟುಕೊಂಡಿರಲಿಲ್ಲ. ಬೇರೆ ಕಡೆ ನೌಕರಿ ಮಾಡಿಕೊಂಡು ಸಂಜೆಯ ವೇಳೆ ಕಲಿಯಲು ಬರುವ ಕೆಲವರು. ವಾರಕ್ಕೆ ಎರಡು ಅಥವಾ ಮೂರುದಿನ ಬರುವ ಇನ್ನು ಕೆಲವರು. ಅವರವರ ಮನೆ, ಕಾಲೇಜು ಅಥವಾ ನೌಕರಿ. ಏನೂ ಇಲ್ಲದವ ನಾನೊಬ್ಬನೇ. ಪ್ರತಿ ತಿಂಗಳೂ ಫೀಜು ಕೊಡುತ್ತಿದ್ದೋರು. ಎರಡನೆ ದಿನವೇ ಮಾತಾಜಿ: 'ಫೀಜನ್ನ ಹಣದ ರೂಪದಲ್ಲಿ ಕೊಡಬಹುದು. ಅಥವಾ ಸೇವಾರೂಪದಲ್ಲಿ ಕೊಡಬಹುದು. ನನಗೊಂದಿಷ್ಟು ಕೆಲಸ ಮಾಡಿಕೊಟ್ಟರೆ ನಿನ್ನ ಗುರುಗಳು ಸಂತೋಷಪಡ್ತಾರೆ.' 'ಆಗಲಿ ಹೇಳಿ ಮಾತಾಜಿ. ಆಶ್ರಮದಲ್ಲಿ ನಾವೆಲ್ಲ ಕೆಲಸ ಮಾಡ್ತಿದ್ದೆವು.' ಶುರುವಾಯಿತು. ಮಿಲ್ಲಿಗೆ ಹೋಗಿ ಗೋಧಿ ಹಿಟ್ಟುಮಾಡಿಸಿಕೊಂಡು ಬರೂದು. ತರಕಾರಿ ತರೂದು, ಶುದ್ಧಿ ಮಾಡಿ ಹೆಚ್ಚೂದು. ಒಂದುವಾರದ ನಂತರ ಗುರುವಿನ ಬಟ್ಟೆ ಒಗೆದು ಒಣಗಿಸಿ ಇಸ್ತ್ರೀ ಮಾಡೂದು, ಮನೆಗೆಲಸದೋಳು ತಪ್ಪಿಸಿಕೊಂಡ ದಿನ ನೆಲ ಒರೆಸಿ ಸಾರಿಸಿ, ಪಾತ್ರೆ ತೊಳೆದು. ನನ್ನನ್ನು ಕಂಡ ತಕ್ಷಣ ಆಕೆಗೆ ಒಂದೊಂದು ಕೆಲಸದ ನೆನಪಾಗಿ, ಒಂದು ದಿನ ಗುರುಗಳು ಮನೇಲಿರಲಿಲ್ಲ, 'ಕೆಲಸ ಹೇಳ್ತೀನಿ ಅಂತ ಮುಖ ಸಿಂಡರಿಸಿಕೊಬೇಡ. ನಾನು ಹೇಳದೆ ನಿನ್ನ ಗುರುಗಳು ಹೊಸ ಪಾಠ ಶುರುಮಾಡುಲ್ಲ. ಹೊಸ ಅಭ್ಯಾಸ ಮಾಡಿಸುಲ್ಲ. ನಮ್ಮ ಮನೆತನದ ಸಂಗೀತದ ಗುಟ್ಟು ಹೇಳಿಕೊಡುಲ್ಲ. ಮಾತಾಜಿ ಪ್ರಸನ್ನಳಾದಳೋ, ವಿದ್ಯೆ. ತಿಳಕೊ.' ನಾನು ಹೆಚ್ಚು ಹೆಚ್ಚು ನಿಷ್ಠೆಯಿಂದ ಪರಿಚಾರಿಕೆ ಮಾಡತೊಡಗಿ. ಗುರುಗಳು ಏನೂ ಹೇಳಿಕೊಡಲಿಲ್ಲವೆಂದಲ್ಲ. ಕಲಿಸಲೇಬೇಕೆಂಬ ಗಂಭೀರ ಉದ್ದೇಶವಿರಲಿಲ್ಲ. ಒಂದು ದಿನ ಅಪೂರ್ವಕ್ಕೆ ಪಾಠ ಹೇಳುಕ್ಕೆ ಆರಂಭಿಸಿದರೆ ಯಾರೋ ಗೆಳೆಯರು ಬಂದು, 'ಪಧಾರಿಯೇ, ಪಧಾರಿಯೇ, ತಮ್ಮ ಚರಣಧೂಳಿ ಬಿದ್ದು ಎಷ್ಟು ತಿಂಗಳಾಗಿತ್ತು,' ವೀಳ್ಯದ ಪೆಟ್ಟಿಗೆ ಮುಂದೆ ನೂಕಿ, ಹರಟೆ. ನನ್ನ ಪಾಠ ಅಲ್ಲಿಗೇ ಮುಕ್ತಾಯ. 'ನಿನ್ನಪಾಡಿಗೆ ನೀನು ಅಭ್ಯಾಸ ಮಾಡಿಕೊ.' ಅವರು ಹೊಸದನ್ನು ಕಲಿಸದೆ ನಾನು ಅಭ್ಯಾಸ ಮಾಡಿಕೊಳ್ಳುವುದು ಏನನ್ನ? ಒಂದೇ ಒಂದು ಸಲ ಯಾವ ಅಡಚಣೆಯೂ ಇಲ್ಲದೆ ಒಂದುತಾಸು ಹಾಡಿ ವಿವರಿಸಿ ರಹಸ್ಯಗಳನ್ನು ಬಿಡಿಸಿ ತೋರಿಸಿ ಕಲಿಸಲಿಲ್ಲ. ಅವರೂ ಪ್ರತಿ ದಿವಸ ಸಾಧನೆ ಮಾಡ್ತಕ್ತಿರಲಿಲ್ಲ, ಅದನ್ನಾದರೂ

ಆಲಿಸಿ ಅರ್ಥಮಾಡಿಕೊಳ್ಳೋಣ ಅಂದರೆ. ಅವರಲ್ಲಿ ಹೋದ ಒಂದೂವರೆ ವರ್ಷದ ನಂತರ ಒಂದು ದಿನ ಧೈರ್ಯ ಮಾಡಿ, ಮಾತಾಜಿ ಮನೆಯಲ್ಲಿರಲಿಲ್ಲ, 'ಇಡೀ ಆಯುಷ್ಯವನ್ನ ಸಂಗೀತಕ್ಕೆ ಸಮರ್ಪಿಸಿಕೊಂಡಿದೀನಿ ನಾನು. ದಿನಾ ಎಂಟು ಹತ್ತು ತಾಸು ಸಾಧನೆ ಮಾಡುವ ಮನಸ್ಸಿದೆ. ನೀವು ಬಿಡಿಸಿ ಬಿಡಿಸಿ ಹೀಗೆ ಹೀಗೆ ಸಾಧನೆ ಮಾಡು ಅಂತ ತೋರಿಸದಿದ್ದರೆ ನಾನು ಸಾಧನೆ ಮಾಡೂದಾದರೂ ಹ್ಯಾಗೆ? ದಯವಿಟ್ಟು ಕೋಪ ಮಾಡಿಕೊಬೇಡಿ.' ತಕ್ಷಣ ಸಿಟ್ಟು ಬಂದಿದ್ದು ಮುಖದಲ್ಲಿ ಕಾಣಿಸಿತು. ಐದುನಿಮಿಷದ ನಂತರ, 'ಆಯ್ತು. ಹಚ್ಚು ತಂಬೂರಿ, ಬಿಲಾವಲ್ ಹೇಳ್ತೀನಿ.' ಆ ದಿನ ಎರಡುತಾಸು ಸತತ ವಾಗಿ ಅಡ್ಡಿ ಆತಂಕಗಳಿಲ್ಲದೆ ಪಾಠ. ದಿನಾ ಇಷ್ಟು ಹೇಳಿದರೆ ನನ್ನ ಅದೃಷ್ಟದ ಬಾಗಿಲು ತೆರೆದಂತೆ ಎಂಬ ಹಿಗ್ಗಿನಲ್ಲಿ ರಾತ್ರಿ ಬಹುಹೊತ್ತಿನವರೆಗೆ ಅಭ್ಯಾಸ ಮಾಡಿಕೊಂಡೆ. ಮರುದಿನ ಅವರು ಪಾಠ ಮಾಡಲಿಲ್ಲ. ಕ್ರಮೇಣ ಅರ್ಥವಾಗಿ: ಅವರು ಸ್ವಭಾವತಃ ಆಲಸಿ. ಆರಾಮ ಪ್ರಿಯರು. ಅವರಲ್ಲಿರುವ ಗಟ್ಟಿವಿದ್ಯೆ ತಂದೆ ಕಲಿಸಿದ್ದು. ಅನಂತರ ರೂಢಿಸಿಕೊಳ್ಳಲಿಲ್ಲ. ನೂರು ಕಡೆಗೆ ಹೋಗಿ ದೊಡ್ಡ ಸಭೆಗಳಲ್ಲಿ ಕಛೇರಿ ಮಾಡಿ ಕೀರ್ತಿ ಸಂಪಾದಿಸಬೇಕೆಂಬ ಆಕಾಂಕ್ಷೆಯೂ ಇಲ್ಲ. ಇರುವ ಮೂವರು ಹೆಣ್ಣುಮಕ್ಕಳು ಮದುವೆಯಾಗಿ ಸುಖವಾಗಿದಾರೆ. ನಾನು ಇನ್ನು ಇವರಿಂದ ಹೆಚ್ಚಿನದನ್ನು ಬಯಸಬಾರದು. ಪೂರ್ವಾಪರ ವಿಚಾರಿಸಿ ತಿಳಿದುಕೊಳ್ಳದೆ ಇವರು ಹಾಡಿದ ಒಂದು ರಾಗದಿಂದ ಪ್ರೇರಿತನಾಗಿ ಓಡಿಬಂದ ನಾನು ಮೂರ್ಖ, ಅಂತ ಅರ್ಥವಾಗಿ. ಅದಕ್ಕೆ ಆರುತಿಂಗಳ ಮೊದಲೇ ಅಲ್ಲವೇ ಇಸ್ಪೀಟಿನ ರುಚಿ ಅಂಟಿದ್ದು? ಎಂದುಕೊಳ್ಳುವಾಗ ಒಂದೇ ವಿಮಾನದಲ್ಲಿ ಮೂವರಿಗೂ ಟಿಕೀಟು ಮಾಡಿಸಿದ್ದರೆ ಸುಖವಾಗಿ ಆರುಗಂಟೆ ಆಡಿಕೊಂಡು ಹೋಗಬಹುದಿತ್ತು. ಒಂಟಿಯಾಗಿ ಕೂತರೆ ಏನೇನೋ ನೆನಪುಗಳು. ಸೂಳೆಮಗನ ನೆನಪುಗಳು ಸುಮ್ಮನೆ ಬಂದು ಹೋಗುಲ್ಲ. ಚಿತ್ತವನ್ನು ಕಲಕುತ್ತವೆ. ಒಂದುಸಲ ಬಂದಾಗ ಒಂದು ಭಾವ ಒಸರಿಸಿದರೆ ಅದೇ ನೆನಪು ಇನ್ನೊಮ್ಮೆ ಕಾಣಿಸಿಕೊಳ್ಳುವಾಗ ಇನ್ನೊಂದು ಭಾವ ಹುಟ್ಟಿಸುತ್ತೆ, ಎಂದುಕೊಂಡು ಕಿಟಕಿ ಯಾಚೆಗೆ ನೋಡಿದ.

– ೩ –

ಮೂವತ್ತುಸಾವಿರ ಅಡಿ ಎತ್ತರದಲ್ಲಿ ಕೆಳಗಿನ ನೆಲ ನೀರು ಬೆಟ್ಟ ಕಾಡುಗಳೆಲ್ಲ ನೆನಪಿ ನಂತೆಯೇ ದೂರದವಾಗಿಬಿಡುತ್ತವೆ, ಎಂದುಕೊಳ್ಳುವಾಗ, 'ಯುವರ್ ಮೀಲ್ ಸರ್' ಎಂಬ ಹೆಣ್ಣುಧ್ವನಿ. ಇತ್ತ ತಿರುಗಿ ಅವಳು ಕೊಟ್ಟ ಆಯಾಕಾರದ ತಟ್ಟೆಯನ್ನು ಎದುರಿನ ಕಿರುಹಲಗೆಯ ಮೇಲಿಟ್ಟುಕೊಂಡು ಮುಚ್ಚಳ ತೆರೆಯುವಾಗ ಜಯನಾರಾಯಣನ ನೆನಪಾ ಯಿತು. ಎಷ್ಟೋದಿನ ಧರ್ಮಶಾಲೆಯಲ್ಲಿ ಅತಿಥಿಗಳಿರುತ್ತಿರಲಿಲ್ಲ. ನಾನು ರಾತ್ರಿಯ ವೇಳೆ ತಂಬೂರಿ ಬಾರಿಸಿಕೊಂಡು ಅಭ್ಯಾಸಮಾಡಿದರೆ ಅವನು ಹೆಂಡತಿ ಮಗುವಿನ ಜೊತೆ ತನ್ನ ಕೋಣೆಯಲ್ಲಿ ಮಲಗಿಯೇ ಕೇಳಿಕೊತ್ತಿದ್ದ. ಸಂಗೀತ ತಿಳಿಯದಿದ್ದರೂ ರುಚಿ ಇತ್ತು.

ಕ್ರಮೇಣ ನಾನು ಅಭ್ಯಾಸ ಬಿಟ್ಟಮೇಲೆ ಒಂದುದಿನ ಅವನೇ ಬಂದು, 'ಇಸ್ಪೀಟು ಬರುತ್ತಾ?' ಇಲ್ಲ. 'ನಾನು ಹೇಳಿಕೊಡ್ತೀನಿ. ಎರಡುದಿನದಲ್ಲಿ ಕಲೀಬಹುದು' ನಾನು ಒಲ್ಲೆ. ಜೂಜಾಡೂದು ಪಾಪ. 'ಹಾಗಂತ ಯಾರು ಹೇಳಿದರು?' ಶಾಸ್ತ್ರ ಪುರಾಣಗಳಲ್ಲಿ. ಮಹಾಭಾರತ ಯುದ್ಧ, ನಳಮಹಾರಾಜನ ವನವಾಸ, ಕೇಳಿಲ್ಲವೆ? 'ರಾಜ್ಯಾನೇ ಇಟ್ಟು, ತಮ್ಮಂದಿರು, ಹೆಂಡತೀನ ಇಟ್ಟು ಆಡಬಾರದು ಅಂತ ಮಾತ್ರ ಮಹಾಭಾರತದ ನೀತಿ ಪಾಠ. ಒಂದೊಂದು ಪೈಸೆ ಇಟ್ಟು ಮನರಂಜನೆಗೆ ಆಡಬಾರದು ಅಂತ ವ್ಯಾಸಮಹರ್ಷಿಗಳು ಎಲ್ಲಾದರೂ ಹೇಳಿದ್ದರೆ ತೋರಿಸು.' ನನಗೆ ಉತ್ತರ ಹೊಳೆಯಲಿಲ್ಲ. 'ಒಂದು ತಿಳಕ: ಜೀವನ ಅಂದರೇ ಒಂದು ಜೂಜು. ನಾವು ಇಸ್ಪೀಟನ್ನೋ ಪಗಡೇನೋ ಇಟ್ಟು ಜೂಜಾಡಿ ಅಭ್ಯಾಸಮಾಡಿಕೊಂಡರೆ ಜೀವನವೆಂಬ ಜೂಜಿನಲ್ಲಿ ಗೆಲ್ಲುವ ಚಟುಕು ಬರುತ್ತೆ. ಇಲ್ಲದಿದ್ದರೆ ಜೀವನದಲ್ಲಿ ಸೋಲ್ತೀವಿ.' ಅವನ ವಾದವನ್ನು ಒಪ್ಪಿ ನಾನು ಎಲೆ ಹಿಡಿಯಲಿಲ್ಲ. ಶೇಟಜಿ ನನ್ನ ಊಟ ನಾಶ್ತಾಗಳ ಖರ್ಚು ವಹಿಸಿದರೂ ಮಾಡಿ ಹಾಕುತ್ತಿದ್ದವನು ಇವನು. ಅಂದರೆ ಇವನ ಹೆಂಡತಿ. ನನ್ನನ್ನು ಚನ್ನಾಗಿಯೇ ನೋಡಿಕೊಂಡಿದಾರೆ. ನನಗೂ ಹೊತ್ತು ಹೋಗ್ತಿಲ್ಲ. ಒಂದೇ ರಾತ್ರಿ ಯಲ್ಲಿ ರುಚಿ ಹೊತ್ತಿತು. ನನಗೆ ಬಿದ್ದಿರುವ ಎಲೆಗಳ ಆಧಾರದಮೇಲೆ ಎದುರಾಳಿಗೆ ಬಂದಿರಬಹುದಾದ ಎಲೆಗಳ ಅಂದಾಜುಮಾಡಿ, ಬುದ್ಧಿ ಧೈರ್ಯ ಅದೃಷ್ಟಗಳ ಪರೀಕ್ಷೆ. ಹದಿನೈದು ದಿನದಲ್ಲಿ ಅವನ ಸಮಕ್ಕೇ ಆಡುವ ಹಿಡಿತ. ಇಸ್ಪೀಟಿನಲ್ಲಿ ಅನಿರೀಕ್ಷಿತ ಎಲೆ ಬಿದ್ದಾಗ, ಗಾಯನದಲ್ಲಿ ಅನಿರೀಕ್ಷಿತ ತಿರುವು ಕೊಟ್ಟಾಗ ಆಗುವಷ್ಟೇ ಖುಷಿಯಾಗುತ್ತೆ ಅನ್ನುವುದು ಅರ್ಥವಾಗಿ ಹಾಡುವುದರಲ್ಲೂ ಜೂಜಿನ ಗುಣವಿದೆ ಎನ್ನಿಸಿ ಏನೋ ಕಂಡುಹಿಡಿದಂತಹ ಪುಳಕ. ನಾವಿಬ್ಬರೂ ಇಸ್ಪೀಟಾಡುವುದು ಬೇರೆ ಯಾರಿಗೂ ತಿಳಿಯ ಕೂಡದು. ತಿಳಿದರೆ ನನ್ನ ಧರ್ಮದ ಊಟ ರದ್ದುಮಾಡಿ ಓಡಿಸಿಬಿಡುತ್ತಾರೆ. ಅವನನ್ನು ನೌಕರಿಯಿಂದ, ಅಲ್ಲ, ಬೈದು ಬುದ್ಧಿ ಹೇಳಿ, ನಿನ್ನ ಗಂಡನನ್ನ ಹತೋಟೀಲಿಡು ಅಂತ ಹೆಂಡತಿಗೆ ತಾಕೀತು ಮಾಡ್ತಾರೆ. ಒಂದೊಂದು ರಾತ್ರಿ ಬೆಳಗಿನವರೆಗೂ ಆಡಿ. ಆ ಹಗಲೆಲ್ಲ ನಿದ್ರೆ. ಗುರುವಿನ ಮನೆಗೆ ಹೋಗ್ತಲೇ ಇರಲಿಲ್ಲ. ಹೋಗಿ ತಾನೆ ಪ್ರಯೋಜನವೇನು? ಆ ಮುದುಕಿಯ ಪರಿಚಾರಿಕೆ ಮಾಡೂದು. ಅದರ ಮರುದಿನ ಕೇಳಿದರೆ ಹುಷಾರಿರಲಿಲ್ಲ ಅಂತಿದ್ದೆ.

ಅದೃಷ್ಟವು ಜೂಜಿನ ಮೂಲಕ ತೆರೆದುಕೊಳ್ಳುತ್ತೆ; ಅಲ್ಲ, ಜೂಜು ಅದೃಷ್ಟವನ್ನ ತೆರೆ ಸುತ್ತೆ; ಅದೂ ಪೂರ್ತಿ ಸರಿಯಲ್ಲ. ತೊಡರು ತೊಡರಾಗಿದೆ. ಹಾಳಾಗಿಹೋಗಲಿ ತರ್ಕ. ಒಟ್ಟಿನಲ್ಲಿ ಇಸ್ಪೀಟಿನ ಸಂಬಂಧದಿಂದ ತಾನೆ ದಾರಿ ಕಂಡು ನಿಜವಾದ ಗುರು ಸಿಕ್ಕಿ. ಇಲ್ಲ ದಿದ್ದರೆ ಈ ಮೋಹನಲಾಲ ಸಂಗೀತವನ್ನ ಪೂರ್ತಿ ಮರೆತು. ಜಶವಂತ ಬಿಟ್ಟೂ ಸರಿ. ಸಂಗೀತದಲ್ಲೂ ಶೋಕಿ. ಇಸ್ಪೀಟಿನಲ್ಲೂ ರಂಗು ರುಚಿ. ಕಂಪನಿ ರೆಪ್ರೆಸೆಂಟೆಟಿವ್. ಹೋಟೆಲಿನಲ್ಲಿ ಇಳಕೊಳ್ಳುಕ್ಕೆ ಕಂಪನಿ ಛಾರ್ಜುಕೊಟ್ಟರೂ ಧರ್ಮಶಾಲೆಯಲ್ಲುಳಿದು, ಹಣ ಉಳಿಸಿ, ಇಸ್ಪೀಟಿನಲ್ಲೂ ಕಳೀತಿರಲಿಲ್ಲ. 'ನಿಮ್ಮಂಥೋರ ಜೊತೆ ಆಡಿದರೆ ಅದೃಷ್ಟ ತೆರೆಯುಲ್ಲ. ಬರೀ ಶೋಕಿ ತೀರುತ್ತೆ. ಕಳಕೊಂಡರೆ ಒಂದೆರಡು ರೂಪಾಯಿ' ಅಂತ ತಮಾಷೆ ಮಾಡ್ತಿದ್ದರು.

ನನ್ನ ಸ್ಥಿತಿಯನ್ನ ಅರ್ಥಮಾಡಿಕೊಂಡು ತಂಬೂರಿಯ ಮೇಲೆ ಹಾಡಿಸಿ ಕೇಳಿ, 'ದೊಡ್ಡ ಗಾಯಕನಾಗೂ ಶಕ್ತಿ ಇದೆ ನಿಮಗೆ. ನೀವು ಇಲ್ಲಿಂದ ಖಾಲಿಮಾಡಿ ಸರಿಯಾದ ಗುರುವನ್ನ ಹಿಡೀಬೇಕು.' 'ನಾನು ಗುರುವಿಗೆ ಕೈ ಚಾಚಬಹುದು. ಗುರು ನನ್ನ ಕೈ ಹಿಡಕೊಬೇಕಲ್ಲ.' ಮರುಸಂಜೆಯ ಹೊತ್ತಿಗೆ ಪ್ಲಾನ್ ಹೊಳೆದುಬಿಟ್ಟಿತು ಅವರ ತಲೆಯೊಳಗೆ. 'ಶಕಪುರ ಗೊತ್ತಾ ನಿಮಗೆ?' ಅಸದ್ ಆಲಿಖಾನ್ ಸಾಹೇಬರು. 'ಹ್ಞಾ, ಅವರ ಮಗ ಬಂದೇ ಆಲಿ ಖಾನ್ ಶಕಪುರ ದರ್ಬಾರಿನ ಗಾಯಕರು. ತಂದೆಯ ಪ್ರತಿಭೆ ಇಲ್ಲದಿದರೂ ಅಪ್ಪ ತಮ್ಮ ವಿದ್ವತ್ತನ್ನೆಲ್ಲ ಅರೆದು ಅರೆದು ಕುಡಿಸಿದಾರೆ. ಈಗ ರಾಜ್ಯ ಹೋದರೂ ಮಹಾರಾಜಾ ಹುಕುಂ ಸಿಂಹರು ಆನೆ ಕುದುರೆ ಪಲ್ಲಕ್ಕಿ ಹೊರುವವರು ಸಂಗೀತಗಾರರು ವೇದಪಂಡಿತರು ಗಳನ್ನ ಕೈಬಿಟ್ಟಿಲ್ಲ. ದಯಾಳುಗಳು. ಹೋಗಿ ಕಾಲಿಗೆಬಿದ್ದ ಯಾರಿಗೂ ಇಲ್ಲ ಅನ್ನೋರಲ್ಲ. ಇಲ್ಲ ಅಂದರೆ ತಮ್ಮ ರಾಜತ್ವಕ್ಕೆ ಕುಂದು, ಪೂರ್ವಜರನ್ನ ಸ್ವರ್ಗದಿಂದ ಇಳಿಸಿಬಿಡ್ತಾರೆ ಅನ್ನುವ ಶ್ರದ್ಧೆ. ನೀವು ಹೋಗಿ ಅವರ ಪಾದಕ್ಕೆ ಬಿದ್ದು, ಹೇ ಪ್ರಭು, ತಮ್ಮ ದರ್ಬಾರ್ ಉಸ್ತಾದ್ ಬಂದೇ ಆಲಿಖಾನ್ ಸಾಹೇಬರಿಂದ ನನಗೆ ಸಂಗೀತ ಕಲಿಸಬೇಕು. ಇಲ್ಲದಿದ್ದರೆ ನಾನು ಚಿತ್ರಾ ನದಿಗೆ ಬಿದ್ದು ಪ್ರಾಣತ್ಯಾಗ ಮಾಡ್ತೀನಿ. ತಾವು ಉಸ್ತಾದರಿಗೆ ಹುಕುಂ ಮಾಡೂ ಮುನ್ನ ಹತ್ತುನಿಮಿಷ ನನ್ನ ಸ್ವರಧ್ವನಿ ಪರೀಕ್ಷೆಮಾಡಿ, ಅಂತ ಅಹವಾಲ್ ಮಾಡಿ ಕೊಂಡರೆ ಖಂಡಿತ ಚಿತ್ತ ಒಪ್ಪಿಕೊಳ್ಳುತ್ತೆ.' ತಕ್ಷಣ ಉತ್ಸುಕನಾಗಿಬಿಟ್ಟೆ. ಎಲ್ಲಿದೆ ಶಕಪುರ? 'ಮಾಳವದಲ್ಲಿ. ಉಜ್ಜಯಿನಿಯಲ್ಲಿ ರೈಲು ಇಳಿದು ಬಸ್ ಹತ್ತಬೇಕು. ಹ್ಞಾ ತಡೀರಿ. ಈಗ ಹೊಳೀತು. ದರ್ಬಾರಿನ ತಬಲಾ ಗುರು ಭೂಪತ್ ರಾಮ್ ಓಝಾ ನನಗೆ ಚನ್ನಾಗಿ ಗೊತ್ತು. ನಾನೂ ಅವರೂ ಇಸ್ಪೀಟು ಆಡಿದೀವಿ. ಅವರ ಹೆಂಡತಿಯ ತಮ್ಮನ ಮಗ ನಮ್ಮ ಕಂಪನಿ ಸಾಮಾನುಗಳ ಡೀಲರ್ ದೇವಾಸಿನಲ್ಲಿ. ಓಝಾ ಪಂಡಿತರ ಹತ್ತಿರಕ್ಕೇ ನಾನು ನಿಮ್ಮನ್ನ ಕರೆದೊಯ್ಯಬಲ್ಲೆ. ಅವರು ಮಹಾರಾಜರಲ್ಲಿಗೆ ಒಯ್ತಾರೆ. ದರ್ಬಾರು ಕೃಪೆಮಾಡಿದರೆ ನಿಮ್ಮ ಊಟ ತಿಂಡಿ ಗುರುಕಾಣಿಕೆ ಎಲ್ಲ ಒಂದುಕ್ಷಣದಲ್ಲಿ.' ಉತ್ಸಾಹಿತನಾದೆ. ಉದ್ವಿಗ್ನನಾದೆ. ಇಕೋ ಈಗಲೇ ಹೊರಟಿದೀನಿ ನಿಮ್ಮ ಜೊತೆ. ದಾರಿ ಕಾಣಿಸಿ, ಅಂತ ಎದ್ದುನಿಂತುಬಿಟ್ಟೆ. 'ತಡೀರಿ ಸ್ವಲ್ಪ,' ಅಂದು, ಎದ್ದು ತಮ್ಮ ಡೈರಿ ತೆಗೆದು ನೋಡಿ ಹೇಳಿದರು. 'ಇವತ್ತಿಗೆ ಹದಿಮೂರನೆ ದಿನ ಇಪ್ಪತ್ತಾರನೆ ತಾರೀಖು ಸೋಮವಾರ ಉಜ್ಜಯಿನಿ ರೈಲ್ವೆ ಸ್ಟೇಶನ್ ವೇಟಿಂಗ್‌ರೂಮಿನ ಹೊರಗಿರುವ ಬೆಂಚಿನಮೇಲೆ ಬೆಳಗ್ಗೆ ಒಂಬತ್ತು ಗಂಟೆಗೆ ನೀವು ಕಾಯ್ತಿರಬೇಕು. ನಾನು ಇಂದೋರ್ ಕಡೆಯಿಂದ ಒಂಬತ್ತುಗಂಟೆ ಹನ್ನೆರಡು ನಿಮಿಷಕ್ಕೆ ಬರುವ ಗಾಡೀಲಿ ಬರ್ತೀನಿ. ಅದು ತಪ್ಪಿದರೆ ಮುಂದಿನ ಗಾಡಿ. ಅದು ತಪ್ಪಿದರೆ ಮುಂದಿನದು. ರೈಲಿನಲ್ಲಲ್ಲದೆ ಬಸ್ಸಿನಲ್ಲೂ ಬರಬಹುದು. ರೈಲ್ವೆ ಸ್ಟೇಷನ್ ಹಿಂಬದೀಲೇ ಬಸ್ ಸ್ಟಾಂಡು. ನಾನು ಹೇಗೆ ಬಂದರೂ ವೇಟಿಂಗ್‌ರೂಮ್ ಎದುರಿನ ಬೆಂಚು ಹೇಳಿದೆನಲ್ಲ ರೈಲ್ವೆ ಸ್ಟೇಷನ್ ಅಲ್ಲೇ ಕಾಯ್ತಿರಬೇಕು. ಅಕಸ್ಮಾತ್ ನೀವು ಮಲಮೂತ್ರಗಳಿಗೆ ಅಂತ ಹತ್ತು ನಿಮಿಷ ಹೋಗಿದ್ದರೂ ನಾನು ಬಂದು ಅದೇ ಬೆಂಚಿನಮೇಲೆ ಕೂತಿರ್ತೀನಿ. ಇಕೋ ನಿಮ್ಮ ರೈಲು ಕಿರಾಯಕ್ಕೆ ನಾನೇ ಕೊಡ್ತೀನಿ.' ಎಂದು ತಮ್ಮ ಆಟದ ದುಡ್ಡಿನಲ್ಲೇ ಇಪ್ಪ

ತ್ತೈದು ರೂಪಾಯಿ ತೆಗೆದು ನನ್ನ ಮುಂದಿಟ್ಟು. ನನ್ನ ಹಣಕಾಸಿನ ಸ್ಥಿತಿ ಗೊತ್ತಿತ್ತು.

'ಒಂದು ತಿಂಗಳು ಕಾಯ್ತೀನಿ. ಅಷ್ಟರೊಳಗೆ ನೀವು ವಾಪಸ್ ಬರದಿದ್ದರೆ ತಂಬೂರಾನ ನಿಮ್ಮ ಗುರುಗಳ ಮನೆಗೆ ತಲುಪಿಸಿ, ನೀವು ಬೇರೆ ಯಾರೋ ಗುರುಗಳನ್ನ ಹುಡುಕಿಕೊಂಡು ಹೋದಿರಿ, ಖುದ್ದು ಬಂದು ನಿಮಗೆ ಪ್ರಣಾಮ ಮಾಡಿ ಅನುಮತಿ ತಗಂಡು ಹೊರಡುಕ್ಕೆ ವ್ಯವಧಾನವಾಗಲಿಲ್ಲ, ಅಂತ ಹೇಳ್ತೀನಿ. ಈಗಲೇ ಯಾರಿಗೂ ಹೇಳಬೇಡಿ. ವಾಪಸ್ ಬಂದರೆ ಜಾಗ ಊಟ ರದ್ದಾಗದೆ ಇರಲಿ,' ಜಯನಾರಾಯಣ ಎಚ್ಚರ ಹೇಳಿ ದಾರಿಗೆಂದು ರೊಟ್ಟಿ ಆಲೂಭಾಜಿ ಕಟ್ಟಿಕೊಟ್ಟರು. ದಾರಿಯುದ್ದಕ್ಕೂ ದೇವರನ್ನ ಪ್ರಾರ್ಥಿಸುತ್ತಾ, ರೈಲಿನ ಗಡಾಗಡ್ ಸದ್ದು ರಾಮ ರಾಮ ಎಂದು ಕಿವಿಗೆ ಕೇಳಿಸುತ್ತಾ, ಮಹಾರಾಜರೇ ಹುಕುಂ ಮಾಡಿದರೆ ದರ್ಬಾರ್ ಗಾಯಕರು ಶ್ರದ್ಧೆಯಿಂದ ಕಲಿಸಲೇಬೇಕಲ್ಲವೇ ಎಂದು ಮನಸ್ಸಿಗೆ ಆಶ್ವಾಸನೆ ಕೊಟ್ಟುಕೊಳ್ಳುತ್ತಾ.

ಮೊದಲು ಲಾಡ್ಜಿನಲ್ಲಿ ರೂಮು ಹಿಡಿದು ನನ್ನನ್ನ ಅಲ್ಲಿ ಕೂರಿಸಿ ಸೈಕಲ್‌ರಿಕ್ಷಾ ಹಿಡಿದು ಪಂಡಿತ ಭೂಪತ್ ರಾಮರ ಮನೆಗೆ ಹೋಗಿಬಂದನಂತರ ಬಿಟ್ಟೂ ಭೈಯ್ಯ, 'ಸಂಜೆ ಐದಕ್ಕೆ ಕರಕೊಂಡು ಬಾ ಅಂದಿದಾರೆ. ನೀವು ಹಾಡೂದ ಕೇಳಿದಮೇಲೆ ಮುಂದಿನ ಮಾತು ಅಂದರು. ನಿಮ್ಮ ಕೆಲಸ ಆಗುತ್ತೆ. ನಾನು ಸದರ್ ಬಜಾರಿಗೆ ಹೋಗಿಬರಬೇಕು. ನಾಲ್ಕೂಮುಕ್ಕಾಲರೊಳಗೆ ಬರ್ತೀನಿ. ನೀವು ಊಟ ಮಾಡಿ ಒಂದು ತಾಸು ನಿದ್ರೆ ತೆಗೀರಿ. ರೈಲು ಪ್ರಯಾಣ ನಿದ್ರೆ ಇಲ್ಲ. ಆವಾಜ್ ತ್ರಾಣ ಇಳಿದಿರುತ್ತೆ,' ಹೊರಟುಹೋದರು. ನಾನು ಹೇಗೆ ಹಾಡ್ತೀನೋ, ಅವರು ಪಾಸ್‌ಮಾಡ್ತಾರೋ ಫ್ಲೇಲ್ ಅಂದುಬಿಡ್ತಾರೋ, ಆತಂಕದಲ್ಲಿ ನಿದ್ರೆ ಹತ್ತಲಿಲ್ಲ. ಆದರೆ ಭೂಪತ್ ರಾಮರ ಮುಖ ನೋಡಿದ ತಕ್ಷಣ ಆತಂಕ ಕಳೀತು. ಸುಮಾರು ಅರವತ್ತು ವರ್ಷ. ನೆತ್ತಿಯ ಮೇಲೆ ಬೊಕ್ಕಾಗಿ ಹೊಳೆಯುವ ತಲೆ. ಗರುಡ ಮೂಗು. ಚುರುಕು ಕಣ್ಣು. ಧೋತರ, ಇಸ್ತ್ರಿ ಮಾಡಿದ್ದುದಾದರೂ ಎರಡುದಿನದಿಂದ ಉಪಯೋಗಿಸಿದಂತೆ ಕಾಣುವ ಜುಬ್ಬಾ. ತಕ್ಕಮಟ್ಟಿಗೆ ದೊಡ್ಡಮನೆ. ತೊಲೆ ಬಾಗಿಲುಬಾಡಗಳಿಗೆ ಬಳಸಿದ ಮರವು ರಾಜವೃಕ್ಷದ್ದು. ಅರಮನೆಯು ಕಟ್ಟಿಸಿಕೊಟ್ಟ ಮನೆ ಇರಬಹುದು ಎನ್ನಿ ಸಿತು. ಪಾದಧೂಲಿ ತೆಗೆದುಕೊಂಡಾಗ ನೆತ್ತಿಯಮೇಲೆ ಆದ ಅವರ ಹಸ್ತಸ್ಪರ್ಶದಿಂದಲೇ ಆಶೀರ್ವಾದ ಮಾಡಿದ್ದಾರೆಂದು ಅರ್ಥವಾಯಿತು. ಕುಶಲ ವಿಚಾರಿಸಿದರು. ಜಿಲೇಬಿ ಚಹಾ ಕೊಟ್ಟರು. ಯಾರ ಯಾರಲ್ಲಿ ಕಲಿತೆ, ಯಾಕೆ ಅಲ್ಲಿಂದ ಬಿಟ್ಟೆ ಎಂದೆಲ್ಲ ಕೇಳಿದರು. ಹಿಂದಿನ ಗುರುವಿನಮೇಲೆ ಯಾವ ತಪ್ಪೂ ಹೇಳದೆ ಅವರಿಗೆ ವಯಸ್ಸಾಗಿ ಹಾಡಿ ತೋರಿಸಿ ಕಲಿಸಲು ಕಷ್ಟವಾಗಿದೆ ಎಂದು, ಹರಿದ್ವಾರದ ಆಶ್ರಮದ ಬಾಬಾ ಅವರೇ ನನ್ನನ್ನು ಸಾಗರದ ಗವಯಿಗಳ ಹತ್ತಿರಕ್ಕೆ ಕಳಿಸಿದ್ದರು ಎಂಬ ಒಂದು ಸುಳ್ಳು ಸೇರಿಸಿ. ಅವರು ಒಪ್ಪಿ ಕೊಂಡರು. ಮೂಲೆಯಲ್ಲಿದ್ದ ತಂಬೂರಿ ಎತ್ತಿ ಶ್ರುತಿ ಮಾಡಿಕೊಳ್ಳಲು ಹೇಳಿದರು. ತಂಬೂರಿಯ ಕೌದಿಯಮೇಲೆ ಎರಡುಕಡೆಗಳಲ್ಲಿ ಜೇಡನ ಬಲೆ ಇತ್ತು. ಇವರು ತಬಲಜಿ. ತಂಬೂರೀನ ದಿನಾ ತೆಗೆದು ಬಳಸುತ್ತಿಲ್ಲ. 'ಹಾರ್ಮೋನಿಯಂ ಬೇಕೋ, ಹಂಗೇ ಮಾಡಿಕೊತ್ತೀಯೊ?' ಬೇಡಿ. ಅವರ ಮೆಚ್ಚುಗೆ ಹೆಚ್ಚಿತು. ಹೆಚ್ಚು ಬಳಸದಿದ್ದ

ತಂಬೂರಿಯನ್ನು ಬೇಗ ಶ್ರುತಿಗೆ ತಂದದ್ದರಿಂದ ಇನ್ನೂ ಹೆಚ್ಚಿತು. 'ನಿನಗಿಷ್ಟ ಬಂದ ಒಂದು ರಾಗ ವಿಸ್ತಾರವಾಗಿ ಹಾಡು. ಏನೇನು ಕೆಲಸ ಬರ್ತದೋ ತೋರಿಸು.' ಸಂಜೆ ಆರುಗಂಟೆ. ಎಲ್ಲರೂ ಸಾಧಾರಣವಾಗಿ ಹಾಡುವ ಕಲ್ಯಾಣ ಬೇಡ ಎನ್ನಿಸಿತು. ಪೂರಿಯಾ? ಎಂದೆ. 'ಇಷ್ಟಬಂದದ್ದು. ಎರಡುತಾಸು ಅತ್ತ ಇತ್ತ ಆಗುವ ರಾಗವಾದರೂ ಅಡ್ಡಿ ಇಲ್ಲ. ತುಸು ತಡಿ,' ಎಂದು ಪಕ್ಕದಲ್ಲಿದ್ದ ತಮ್ಮ ತಬಲಾ ಮತ್ತು ಡಗ್ಗಾಗಳನ್ನು ಎಳೆದುಕೊಂಡು ನನ್ನ ತಂಬೂರಿಯ ಶ್ರುತಿಗೆ ಹೊಂದಿಸಿದ ನಂತರ ಹೂಂ, ಎಂದರು. ವಿಲಂಬಿತ ಏಕತಾಲದಲ್ಲಿ ಆಲಾಪ ಆರಂಭಿಸಿದೆ. ಪ್ರೋತ್ಸಾಹಕರ ವಾಗಿ ಮುಗುಳ್ನಗುತ್ತಾ ನನ್ನ ತಾಲದ ಚೌಕಟ್ಟನ್ನು ಕಟ್ಟಿಕೊಟ್ಟರು. ಅರ್ಧತಾಸು ಆಲಾಪ ಮಾಡಿದಮೇಲೆ ತ್ರಿತಾಲ ಮಧ್ಯ ಮತ್ತು ದ್ರುತಗಳಲ್ಲಿ ಧಿನಧಿನ । ಬಾs ಟತ । ಕತಹೂ sI ಮೈ ತೋs ರಿ। ಹಾಡಿದೆ. ಸ್ವಲ್ಪವೂ ಆತಂಕವಿಲ್ಲದೆ ದೋಸ್ತಿಯೊಬ್ಬನು ತಬಲಾ ಸಂಗತ ಮಾಡುತ್ತಾ ಕೇಳುವಾಗ ಇರುವ ಮುಕ್ತಭಾವದಿಂದ ಹಾಡಿದ್ದೆ. ಮುಗಿಸುವ ಹೊತ್ತಿಗೆ ಅವರು ಆಲೋಚನಾಮಗ್ನರಾಗಿದ್ದರು. ಇನ್ನೊಂದನ್ನು ಆರಂಭಿಸಲೇ ಎಂದು ನಾನು ಕೇಳಲಿಲ್ಲ. ಅವರೂ ಆಲೋಚನೆಯಿಂದ ಹೊರಬರಲಿಲ್ಲ. ತಂಬೂರಿಯನ್ನು ಮಾತ್ರ ಮೀಟುತ್ತಲೇ ಇದ್ದೆ. ತುಸು ಹೊತ್ತಿನನಂತರ ನನ್ನ ಮುಖದ ಕಡೆಗೆ ದೃಷ್ಟಿ ತಿರುಗಿಸಿ ಮಾತನಾಡಿದರು: 'ಯೋಗಾಯೋಗದ ಸಂಗತಿ ನಿನ್ನ ಜೀವನದಲ್ಲಿ ನಡೆಯೂಹಾಗೆ ಕಾಣ್ತಿದೆ. ನಾನು ಹೇಳೂದ ಸರಿಯಾಗಿ ಕೇಳಿ ಅರ್ಥಮಾಡಿಕೊ. ಅದರಂತೆ ನಡೆದರೆ ನಿನ್ನ ಯೋಗ ಬಿಚ್ಚಿಕೊಳ್ಳುತ್ತೆ. ನೀನು ದೊಡ್ಡ ಗಾಯಕನೇ ಆಗ್ತೀ.' ಅದು ಆಶೀರ್ವಾದ ವೆಂಬಂತೆ ನಾನು ಶಿರಸಮೇತ ಶರೀರವನ್ನು ಬಾಗಿಸಿದೆ. 'ಈ ಗಾಯನವನ್ನ ಕೇಳಿದ್ದರೆ ದರ್ಬಾರು ಮೆಚ್ಚಿಕೊತ್ತಿತ್ತು. ನೀನು ಅರಿಕೆಮಾಡಿಕೊಂಡ ಹಾಗೆ ನಿನ್ನನ್ನ ಸ್ವೀಕರಿಸು ಅಂತ ದರ್ಬಾರ್ ಗಾಯಕರಿಗೆ ಹುಕುಂ ಮಾಡ್ತಿತ್ತು. ಉಸ್ತಾದರು ಒಪ್ಪಿ ಗಂಡಾಪೂಜೇನೂ ಮಾಡುಸ್ತಿದ್ದರು. ಆದರೆ ಮನಸ್ಸಿಟ್ಟು ಪಾಠ ಹೇಳ್ತಿರಲಿಲ್ಲ. ಮೇಲೆ ಮೇಲೆ ಹೇಳಿ ಶಾಸ್ತ್ರ ಮುಗಿಸ್ತಾ ವರ್ಷಗಳನ್ನ ಕಳೆಸ್ತಾರೆ. ನಾನೂ ಅದೇ ದರ್ಬಾರಿಗೆ ಸೇರಿದೋನಾಗಿ ಇನ್ನೊಬ್ಬರ ಮೇಲೆ ಚಾಡಿ ಹೇಳಬಾರದು. ಈ ಮಾತನ್ನ ಎಂದೂ ಯಾರಿಗೂ ಹೇಳುಲ್ಲ ಅಂತ ಆಣೆ ಮಾಡು' ಎಂದು ಕೈ ನೀಡಿದರು. ನಾನು ತಂಬೂರಿಯ ಮೇಲಿದ್ದ ಬಲಗೈ ಮುಟ್ಟಿಸಿ, ಇದನ್ನ ಎಂದೂ ಯಾರ ಕೈಲೂ ಆಡುಲ್ಲ ಅಂದೆ. ಅವರು ಬಿಟ್ಟೂ ಭಯ್ಯಾನ ಕಡೆ ನೋಡಿದರು. ಭಗವಂತನ ಪಾದದಾಣೆಗೂ ನಾನೂ ಮಾತಾಡೂದಿಲ್ಲ, ಅವರೂ ಆಶ್ವಾಸನೆ ಇತ್ತ ನಂತರ, 'ಯೋಗಾಯೋಗ ಅನ್ನುವ ಮಾತು ಹೇಳಿದೆ. ಅದನ್ನ ಕೇಳಿ. ಈ ಊರಿಗೆ ಇಪ್ಪತ್ತು ಮೈಲಿ ದೂರದಲ್ಲಿ ಒಬ್ಬರು ರಾಜರಿದ್ದಾರೆ. ಠಾಕೂರ್. ಅವರು ತಿಳಿದಿರುವಷ್ಟು ಸಂಗೀತ, ಸಾಧಿಸಿರುವ ಸ್ವರಲಯಗಳ ಹಿಡಿತ ಬೇರೆ ಯಾವ ಗುರುವಾಗಲಿ ಉಸ್ತಾದನಾಗಲಿ ಸಾಧಿಸಿಲ್ಲ. ಹೊರಗೆ ಹೋಗಿ ಕಛೇರಿ ಮಾಡೂದಿಲ್ಲ. ಯಾಕೆಂದರೆ ಅವರು ರಾಜಾ, ಠಾಕೂರ್. ಅವರದೇ ಒಂದು ಕಾಡು. ನರ್ಮದಾನದಿಗೆ ಚಿತ್ರಾನದಿ ಸೇರುವ ಜಾಗದಲ್ಲಿ. ಸಾವಿರೆಕೆರೆ ಕಾಡು. ನದಿಯ ದಡದಲ್ಲೊಂದು ಮಹದೇವ ಮಂದಿರ. ಅವರ ಪೂರ್ವಜರು ಕಟ್ಟಿಸಿದ್ದು.

ಕುಲದೇವತೆ. ಅದರೊಳಗೆ ಮಾತ್ರ ಕೂತು ಹಾಡ್ತಾರೆ. ಅಲ್ಲೇ ನಲವತ್ತುವರ್ಷದಿಂದ ಕೂತು ಸಾಧನೆಮಾಡಿದಾರೆ. ನಾನು ನಿನ್ನನ್ನ ಅವರಲ್ಲಿ ಕರೆದೊಯ್ತೀನಿ. ನನ್ನೆದುರು ಹಾಡಿದಂತೆ ಅವರೆದುರೂ ಹಾಡು. ಅವರು ಒಪ್ಪಿಕೊಂಡರೆ ಮುಗೀತು. ನಿನ್ನ ಯೋಗದ ಬಾಗಿಲು ತೆರೀತು.' ಕೇಳಲು ರಮ್ಯವಾಗಿತ್ತು. ಸಂಗೀತದಲ್ಲಿ ಸ್ವತಃ ಸಾಧನೆಮಾಡಿದ್ದ ರಾಜರೂ ಇದ್ದರೆಂಬ ನೆನಪುಬಂತು. ಕಾಡು. ನದೀತೀರ. ಮಹದೇವಮಂದಿರದಲ್ಲಿ ಸಾಧನೆಗಳೆಂಬ ಮಾತು ಹರಿದ್ವಾರದ ಆಶ್ರಮದ ನೆನಪು ಉಕ್ಕಿಸಿದವು. ಗಂಗಾಜಿಯ ತಟ ದಲ್ಲಿ ಭಿಕ್ಷೆ ಬೇಡಲು ಹಾಡುತ್ತಿದ್ದ ಹುಡುಗನನ್ನು ಕರೆದೊಯ್ದು ಇಷ್ಟು ಕಲಿಸಿದ ಬಾಬಾರ ನೆನಪು ಬಂತು. ಅವರನ್ನೊಮ್ಮೆ ನೋಡುವ ಬಯಕೆಯಾಯಿತು. ಆದರೆ ಏನನ್ನು ಕಲಿಯಲೆಂದು ಹೇಳದೆ ಕೇಳದೆ ಹೊರಬಿದ್ದು ಬಂದೆನೋ ಅದರ ನೂರರಲ್ಲಿ ಒಂದುಭಾಗ ವನ್ನೂ ಕಲಿಯದೆ ಹೋಗಿ ಮುಖ ತೋರಿಸುವುದು ಹೇಗೆ? ಎಂಬ ನಾಚಿಕೆ.

'ಪಂಡಿತ್‌ಜೀ, ನಾನು ರಾತ್ರಿ ಉಜ್ಜಯಿನಿ ತಲುಪಬೇಕು. ಇವರನ್ನು ನಿಮ್ಮ ವಶಕ್ಕೆ ತಗೊಂಡು ನನಗೆ ಅಪ್ಪಣೆ ಕೊಡ್ತೀರಾ?' ಬಿಟ್ಟೂ ಕೇಳಿದರು.

'ಆಯ್ತು. ಇವರ ಚೀಲ ಎಲ್ಲಿ? ತಂದುಬಿಡಿ. ನಾಳೆ ಇವರನ್ನು ಚಿತ್ತರ್‌ಪುರಕ್ಕೆ ಕರೆ ದೊಯ್ತೀನಿ.'

ಲಾಜಿನಿಂದ ಚೀಲ ತರಲು ಬಿಟ್ಟೂಭಯ್ಯನ ಸಂಗಡ ಹೋದೆ. ಶಕಪುರ ಹಳೆಯ ಕಾಲದ ಪಟ್ಟಣ. ಕೋಟೆ ಕೊತ್ತಲುಗಳು. ಮುಖ್ಯ ಅರಮನೆ. ರಾಜವಂಶದವರು ವಾಸಿಸುವ ದೊಡ್ಡ ಪುಟ್ಟ ಮಹಲುಗಳು. ಚಚ್ಚೌಕವಾಗಿ ಲಕ್ಷಣವಾದ ಬೀದಿಗಳಾದರೂ ಆಧುನಿಕ ಜನಸಂದಣಿಗೆ ಕಿಷ್ಕಂಧ. ಆ ಬೀದಿಗಳ ಮೂಲಕ ಬಸ್ಸು ಲಾರಿಗಳು ಹೋಗುವಾಗ ಸೈಕಲ್ ರಿಕ್ಷಾ, ಒಂದೊಂದು ಕಾರು, ಟಾಂಗಾ ಗಾಡಿಗಳು ಸಿಕ್ಕಿಕೊಂಡು ಯಾವ ವಾಹನವೂ ಚಲಿಸದ ಸ್ಥಿತಿಗೆ ಬಂದುಬಿಡುತ್ತಿದ್ದವು. ಕೂತಿದ್ದ ಸೈಕಲ್‌ರಿಕ್ಷಾವು ಒಂದು ಮೂಲೆಯ ಸಂದಣಿಯಲ್ಲಿ ಸಿಕ್ಕಿಕೊಂಡಿದ್ದಾಗ ಬಿಟ್ಟೂ ಭಯ್ಯ ಅಂದರು: 'ಅದೃಷ್ಟ ಜೂಜಿನ ಮೂಲಕ ತೆರೆದುಕೊಳ್ಳುತ್ತೆ ಅಂತ ನಾನು ಹೇಳಿದ ಮಾತು ನಿಜವಲ್ಲವೆ? ಜೂಜೇ ಆಡದಿದ್ದರೆ ಅದೃಷ್ಟವಿದೆಯೋ ಇಲ್ಲವೋ ಗೊತ್ತಾಗೂದು ಹೇಗೆ?' ಇವರ ಮಾತು ನಂಬಿ ಧರ್ಮಶಾಲೆಯ ಊಟ ವಸತಿಯ ನೆಮ್ಮದಿಯನ್ನು ಬಿಟ್ಟುಬಂದದ್ದು ಜೂಜೇ ಎಂದು ನಾನು ಅರ್ಥಮಾಡಿ ಕೊಂಡೆ.

ಬೆಳಗ್ಗೆ ನಾಶ್ತಾ ಆದಮೇಲೆ ಭೂಪತರಾಮರು: 'ಸೈಕಲ್ ಸವಾರಿ ಬರುತ್ತಾ?'

'ಬರುತ್ತೆ.'

'ನನ್ನನ್ನ ಹಿಂದುಗಡೆ ಕೂರಿಸಿಕೊಂಡು ಡಬಲ್ ಮಾಡಬಲ್ಲೆಯಾ?'

'ಮಾಡ್ತಿದ್ದೆ. ಎರಡೂವರೆವರ್ಷದಿಂದ ಅಭ್ಯಾಸ ತಪ್ಪಿದೆ. ಒಂದುಸಲ ಕಲಿತದ್ದು ಮರೆಯೂದಿಲ್ಲ ಅನ್ನಿಸುತ್ತೆ.'

'ಯಾಕೆ ಕೇಳಿದೆ ಅಂದರೆ ನಾವು ಹೋಗಬೇಕಾದ ಚಿತ್ತರ್‌ಪುರ ಇಲ್ಲಿಗೆ ಇಪ್ಪತ್ತುಮೈಲಿ.

ರಸ್ತೆ ಇದೆ. ಬಸ್ ಓಡಾಟವಿಲ್ಲ. ನಾನು ಒಬ್ಬನೇ ಸೈಕಲ್ ತುಳಿಯಬಲ್ಲೆ. ಇಪ್ಪತ್ತೊಂದುವರ್ಷದ ನಿನ್ನನ್ನ ಕೂರಿಸಿಕೊಂಡು ತುಳಿಯಲಾರೆ. ನನ್ನನ್ನ ಕೂರಿಸಿಕೊಂಡು ತುಳಿದರೆ ನಿನಗೆ ಕಷ್ಟವಿಲ್ಲ ಅಂತ.'

ನನ್ನ ಚೀಲವನ್ನು ಹ್ಯಾಂಡಲಿಗೆ ನೇತುಹಾಕಿ ಭೂಪತರಾಮರನ್ನು ಹಿಂಬದಿಗೆ ಕೂರಿಸಿ ಕೊಂಡು ಇಪ್ಪತ್ತು ಅಡಿ ಹೋಗುವಲ್ಲಿ ತೋಲನ ಸಿಕ್ಕಿತು. ಐದುಮೈಲಿಯವರೆಗೆ ಎರಡೂ ಕಡೆಗೆ ಫಲವತ್ತಾದ ಮಣ್ಣಿನ ಹೊಲಗದ್ದೆಗಳು. ಅನಂತರ ಮಾವಿನ ತೋಪು. ಅದಾದ ನಂತರ ಬೆಟ್ಟಗುಡ್ಡಗಳಿಂದ ಕೂಡಿದ ಕಾಡು. ಬೆಟ್ಟಗುಡ್ಡಗಳ ಏರಿನಲ್ಲೂ ಸುಸ್ತಾಗದೆ ತುಳಿದೆ. ಹದಿನಾಲ್ಕುಮೈಲಿ ಕಳೆದಮೇಲೆ ಅಡ್ಡ ಬಂದ ಒಂದು ನದಿ. ಅದೇ ಚಿತ್ರಾ ನದಿ, ಭೂಪತ ರಾಮರು ಹೇಳಿದರು. ಕೆಳಮಟ್ಟದ ಒಂದು ಸೇತುವೆ. ಮಳೆಗಾಲದಲ್ಲಿ ಪ್ರವಾಹ ಬಂದಾಗ ನೀರು ಸೇತುವೆಯನ್ನು ಮುಳುಗಿಸಿ ಹರಿಯುತ್ತದೆಂದು ನೋಡಿದರೇ ತಿಳಿಯುತ್ತಿತ್ತು. ಈಗ ಕಮಾನುಗಳ ಕೆಳಗೆ ಸಣ್ಣಗೆ ಹರಿಯುತ್ತಿದ್ದ ಝುರಿ. ಟಾರು ಸಿಮೆಂಟುಗಳಿಲ್ಲದ ಮಣ್ಣುರಸ್ತೆ. ನದಿಯನ್ನು ದಾಟಿದ ನಂತರ ಮತ್ತೆ ಎರಡೂ ಕಡೆಗೆ ಹೊಲಗದ್ದೆಗಳು. ಬಲಕ್ಕೆ ಮೂರುಮೈಲಿ ದೂರದಲ್ಲಿ ನರ್ಮದಾ ನದಿ ಇದೆ, ಭೂಪತ ರಾಮರು ಹೇಳಿದರು. ಚಿತ್ತರ್‌ಪುರವು ಶಕಪುರದಂಥ ಪಟ್ಟಣವಲ್ಲ. ಪಟ್ಟಣಕ್ಕಿಂತ ಊರು ಅನ್ನುವ ಹೆಸರು ಇದಕ್ಕೆ ಹೆಚ್ಚು ಹೊಂದುತ್ತೆ. ಆದರೆ ರಾಜಧಾನಿಯ ಶೈಲಿಯಲ್ಲಿ ಕಟ್ಟಿದ್ದುದರಿಂದ ಚಚ್ಚೌಕ ರಸ್ತೆಗಳು. ದೊಡ್ಡ ಕೋಟೆಯ ಬಾಗಿಲು. ಸಾಲುಮನೆಗಳು. ಮುಖ್ಯರಸ್ತೆಗಳಲ್ಲಿ ಅಂಗಡಿ ಮುಂಗಟ್ಟುಗಳು. ವಿದ್ಯುತ್ತಿನ ಬೀದಿದೀಪಗಳು. ರಾಜಾಸಾಹೇಬರ ಅರಮನೆ ಇದ್ದುದು ಊರ ಹೊರಗಿನ ದಿಬ್ಬದ ಮೇಲೆ. ಅದರ ಸುತ್ತ, ಹಿಂಬದಿಗೆ ದೊಡ್ಡ ದೊಡ್ಡ ಮರಗಳು. ಕಟ್ಟಡದ ಔನ್ನತ್ಯಕ್ಕೆ ದಿಬ್ಬದ ಎತ್ತರವೂ ಸೇರಿ ಅರಮನೆಯು ಎದ್ದುಕಾಣುತ್ತಿತ್ತು. ಆಗ ನಾನು ಹೆಚ್ಚು ಅರಮನೆಗಳನ್ನು ನೋಡಿರಲಿಲ್ಲ. ಭಾರಿಯದಲ್ಲದಿದ್ದರೂ ಅರಮನೆ ಅಂತ ಯಾರಾದರೂ ಹೇಳಬಹುದಾದ ಕಟ್ಟಡ. ಸೈಕಲನ್ನು ದೂರದಲ್ಲಿ ನಿಲ್ಲಿಸಿ ನಾವು ಗೇಟಿಗೆ ಬಂದೆವು. ಭೂಪತರಾಮರಿಗೆ ಅಲ್ಲಿ ಮಾನ್ಯತೆ ಇತ್ತೆಂಬುದು ಕಾವಲುಗಾರನು ಅವರಿಗೆ ಸಲ್ಯೂಟ್ ಮಾಡಿ ದರ್ಬಾರ್ ಇದ್ದಾರೆ ಎಂದು ಹೇಳಿದ ವಿನಯದಿಂದಲೇ ತಿಳಿಯಿತು. ಇನ್ನೊಬ್ಬ ಡವಾಲಿ ಬಂದು ನಮ್ಮಿಬ್ಬರನ್ನೂ ಪ್ರತೀಕ್ಷೆಯ ಕೊಠಡಿಗೆ ಕರೆದೊಯ್ದು ಸೋಫಾದ ಮೇಲೆ ಕೂರಿಸಿದ. ಭೂಪತರಾಮರು ನನ್ನ ಕಿವಿಯಲ್ಲಿ ಹೇಳಿದರು: 'ನಿನಗೆ ಮೊದಲೇ ಹೇಳೂದ ಮರೆತಿದ್ದೆ. ರಾಜಾಸಾಹೇಬರ ಸಂಗಡ ಮಾತನಾಡುವಾಗ ಸ್ವಲ್ಪ ವ್ಯಾಕರಣ ಪರಿವರ್ತನೆ ಮಾಡಿಕೋಬೇಕು. ತಾವು ಹೀಗೆ ಹೇಳಿದಿರಿ ಅನ್ನಬಾರದು. ದರ್ಬಾರ್ ಹೀಗೆ ಅಪ್ಪಣೆಕೊಡಿಸಿತು ಅನ್ನಬೇಕು. ತಮಗೆ ಹೇಳ್ತೀನಿ ಅನ್ನಬಾರದು. ದರ್ಬಾರಿಗೆ ನಿವೇದಿಸಿ ಕೊತ್ತೀನಿ, ಅನ್ನಬೇಕು. ಅವರು ಮಾತನಾಡುವಾಗ ನಡುವೆ ಹೌದು, ಜೀ, ಎನ್ನಬಾರದು. ಹುಕುಂ, ಹುಕುಂ ಎನ್ನಬೇಕು. ಉಳಿದ ರಿವಾಜುಗಳು ಕ್ರಮೇಣ ನಿನಗೇ ತಿಳಿಯುತ್ತೆ. ರಾಜಾಸಾಹೇಬರು ಹಾಗೆ ರಾಜದರ್ಬಾರಿನ ಜಂಬ ಬಡಿವಾರಗಳನ್ನು ಹಚ್ಚಿಕೊಂಡೋರಲ್ಲ. ಸಂಗೀತದಲ್ಲಿ ಮುಳುಗೋರಿಗೆ ಅವೆಲ್ಲ ತಲೆಗೆ ಹೋಗುಲ್ಲ. ಆದರೂ ಎಷ್ಟಾದರೂ ಅವರು

ರಾಜರು. ರಾಜಮನೆತನದಲ್ಲಿ ಹುಟ್ಟಿದೋರು. ನಾವು ರೀತಿ ರಿವಾಜುಗಳನ್ನು ಪಾಲಿಸಬೇಕು.'

ಅಷ್ಟರಲ್ಲಿ ಡವಾಲಿ ಅಲ್ಲಿಗೆ ಬಂದು ನಮ್ಮಿಬ್ಬರನ್ನೂ ಒಳಗೆ ಕರೆದ. ಒಂದು ದೊಡ್ಡ ಭವ್ಯವಾದ ಅಂಗಳ, ಇನ್ನೊಂದು ಸಣ್ಣ ಕೋಣೆಗಳನ್ನು ಹಾಯ್ದನಂತರ ದರ್ಬಾರ್ ಸಾಹೇಬರಿದ್ದ ಕೋಣೆಗೆ ಕರೆದೊಯ್ದ. ಹಳೆಯ ರಾಜಶೈಲಿಯ ಚಿನ್ನದ ಬಣ್ಣದ ಪಾಲಿಶ್‌ನಿಂದ ಮಿನುಗುತ್ತಿದ್ದ ನೀಲಿ ಸ್ಯಾಟಿನ್ ಮೆತ್ತೆಯ ಕುರ್ಚಿಯ ಮೇಲೆ ಕುಳಿತಿದ್ದ ಸುಮಾರು ಅರವತ್ತರ ವಯಸ್ಸಿನ ಅವರು ಸುಂದರ ಪುರುಷ. ಬಿಳಿಯ ತುಂಬುಗೂದಲಿನ ತಲೆ. ರಾಜರಿಗೊಪ್ಪುವ ಬಿಳಿ ಮೀಸೆ. ವಯಸ್ಸನ್ನು ಮುಚ್ಚುವ ಬಣ್ಣವನ್ನು ಕೂದಲಿಗೆ ಸೋಕಿಸಿರಲಿಲ್ಲ. ಜುಬ್ಬ ಪೈಜಾಮ ಹಾಕಿದ್ದರೂ ಅವು ಬೆಲೆಬಾಳುವ ಬಟ್ಟೆಗಳಿಂದ ಪರಿಣತ ದರ್ಜಿಯು ಹೊಲಿದದ್ದೆಂಬುದು ಸ್ಪಷ್ಟವಾಗಿ ತಿಳಿಯುತ್ತಿತ್ತು. ಕೊರಳಿನಲ್ಲಿ ಮಿನುಗುವ ಒಂದೆಳೆ ಚಿನ್ನದ ಸರ. ಬಲ ಅಂಗುಲೀಯಕಕ್ಕೆ ಹೊಳೆಯುವ ಬಿಳಿವಜ್ರದ ಉಂಗುರ. ಎಡಹಸ್ತಕ್ಕೆ ಬಂಗಾರದ ಸರಪಳಿಯ ಗಡಿಯಾರ. ಭೂಪತರಾಮರು ಮುಜಿರೆ ಮಾಡಿದರು. ನಾನು ನೆಲಮುಟ್ಟಿ ನಮಸ್ಕರಿಸಿದೆ. ಇವರಿಬ್ಬರಿಗೂ ಸಲಿಗೆ ಮಾತ್ರವಲ್ಲ, ನಿಕಟಸ್ನೇಹವಿದೆ ಎಂಬುದು ಅವರು ಎದ್ದುನಿಂತು ಇವರ ಭುಜ ಮುಟ್ಟಿ ಸ್ವಾಗತಿಸಿದ ರೀತಿಯಿಂದಲೇ ನನಗೆ ಅರ್ಥವಾಯಿತು. ನನ್ನ ಪರಿಚಯಮಾಡುತ್ತಾ, 'ಇವರು ಸಂಗೀತಾಕಾಂಕ್ಷಿ. ತಕ್ಕಮಟ್ಟಿನ ಶಿಕ್ಷಣವೂ ಆಗಿದೆ. ಹೆಚ್ಚಿನ ವಿಷಯ ಆಮೇಲೆ ನಿವೇದಿಸುತೀನಿ,' ಎಂದ ತಕ್ಷಣ ನನಗೆ ಸ್ವಾಗತ ಹೇಳಿ ಕುಶಲ ವಿಚಾರಿಸಿ, 'ಬಿಸಿಲಲ್ಲಿ ಬಂದಿದೀರಿ. ಸ್ನಾನ ಮಾಡ್ತೀರಾ? ಕೈಕಾಲು ತೊಳೀತೀರಾ? ಮೊದಲು ಊಟ ಮಾಡಿ. ಆಮೇಲೆ ಮಾತನಾಡೋಣ,' ಎಂದರು. ಅವರ ಮಾತಿನ ಇಂಗಿತವನ್ನರಿತವ ನಂತೆ ಡವಾಲಿಯು ನನ್ನ ಹತ್ತಿರ ಬಂದು, ಬನ್ನಿ, ಸ್ನಾನ ಊಟಕ್ಕೆ ಕರಕೊಂಡು ಹೋಗ್ತೀನಿ, ಎಂದ.

ಕಪ್ಪಗೆ ಮಿಂಚುವ ಮರದ ದೊಡ್ಡ ಊಟದ ಮೇಜ. ಸುತ್ತ ಸುಮಾರು ಇಪ್ಪತ್ತು ರಾಜಶೈಲಿಯ ಕುರ್ಚಿಗಳು. ನನ್ನೊಬ್ಬನಿಗೇ ದೊಡ್ಡ ತಟ್ಟೆ ಇಟ್ಟರು. ಅದರೊಳಗೆ ಐದು ಬಟ್ಟಲುಗಳು. ಮೂರು ಬಗೆಯ ತರಕಾರಿಗಳು, ದಾಲು, ಖಡಿ, ಉಪ್ಪಿನಕಾಯಿ. ಖೀರು, ಮಿಠಾಯಿ, ಮೊಸರು, ಪುಲ್ಕಾ, ಚಟ್ನಿ. ಮೊದಲ ಕಂತನ್ನು ನೋಡಿಯೇ ನನಗೆ ಖುಷಿ ಯಾಯಿತು. ರಾಜಭೋಜನ ಅಂದರೆ ಹೀಗಿರುತ್ತದೆ ಎಂದುಕೊಂಡೆ. ಬಡಿಸುವವರನ್ನು ಕೇಳಿದೆ: 'ತಬಲ ಪಂಡಿತರ ಊಟ?'

'ಅವರು ದರ್ಬಾರಿನ ಜೊತೆ ಬೇರೆ ಕೋಣೆಯಲ್ಲಿ ಮಾಡ್ತಾರೆ.'

ನನ್ನ ಬಗೆಗೆ ಹೆಚ್ಚಿನ ವಿಷಯ ಆಮೇಲೆ ನಿವೇದಿಸುತೀನಿ ಎಂದು ಇವರು ಹೇಳಿದ್ದಕ್ಕೆ ಇಷ್ಟು ಚುರುಕಾಗಿ ವ್ಯವಸ್ಥೆ ಮಾಡಿಬಿಟ್ಟಿದಾರೆ, ಅವರಿಬ್ಬರೂ ಪ್ರತ್ಯೇಕವಾಗಿ ಮಾತನಾಡಲು, ಅರ್ಥಮಾಡಿಕೊಂಡ ನಾನು ತಲೆದೂಗಿದೆ. ಆದರೆ ಇಷ್ಟು ಚುರುಕಿನವರ ಹತ್ತಿರ ನಿಭಾಯಿಸಲು ನನಗೆ ಕಷ್ಟವಾಗುಲ್ಲವೆ? ಆತಂಕ ಕಾಡತೊಡಗಿತು. ಊಟ ಭಾರವಾಯಿತು. ಡವಾಲಿ ಬಂದು, 'ತಮಗೆ ವಿಶ್ರಾಂತಿಗೆ ಕೋಣೆ ತೋರುಸ್ತೀನಿ ಬನ್ನಿ.' ಕರೆದೊಯ್ದ. ಒಂದು ಸಣ್ಣ ಕೋಣೆಯಲ್ಲಿ ಮಂಚ. ಶುಭ್ರವಾದ ಮೇಲುಹೊದಿಕೆ. ಲಗತ್ತಿಸಿದ ಶೌಚಾಲಯ. ಮಲಗಿದ

ತಕ್ಷಣ ನಿದ್ರೆಬಂತು. ಇಪ್ಪತ್ತುಮೈಲಿ ಕುತುಕಲು ರಸ್ತೆಯ, ಬಿಸಿಲಿನಲ್ಲಿ ಡಬಲ್ ರೈಡ್ ತುಳಿದಿದ್ದೆ.

ನಾಲ್ಕುಗಂಟೆಯ ಹೊತ್ತಿಗೆ ಭೂಪತರಾಮರು ಕೂಗಿ ಎಬ್ಬಿಸಿದರು. 'ಸಂಗೀತ ಹಾಡುವ ಜಾಗಕ್ಕೆ ಹೋಗೋಣವಾ? ಇಲ್ಲಿಂದ ಎರಡುಮೈಲಿಯಾಗುತ್ತೆ. ರಾಜಾಸಾಹೇಬರ ಕಾರಿನಲ್ಲಿ.' ಬೇಗ ಎದ್ದು ಮುಖಕ್ಕೆ ನೀರು ಹಾಕಿ ಸಿದ್ಧವಾಗುವ ವೇಳೆಗೆ ಅಲ್ಲಿಗೇ ಚಹಾ ಬಂತು. ಕುಡಿದು ಡವಾಲಿಯನ್ನು ಹಿಂಬಾಲಿಸಿ ಅರಮನೆಯ ಹಿಂಬದಿಯಲ್ಲಿದ್ದ ಉದ್ದನೆಯ ಕಾರಿನ ಹತ್ತಿರಕ್ಕೆ ಹೋದ ಎರಡುನಿಮಿಷದಲ್ಲಿ ರಾಜಾಸಾಹೇಬರೂ ಭೂಪತರಾಮರೂ ಬಂದರು. ನನ್ನನ್ನು ಹಿಂಬದಿಯಲ್ಲಿ ಕೂರಿಸಿದರು. ರಾಜಾಸಾಹೇಬರೇ ನಡೆಸಿದರು. ಅರಮನೆಯಿಂದ ಕಾಡಿನವರೆಗಿನ ದಾರಿ ಗುಂಡಿ ಗೊರಕಲುಗಳಿಲ್ಲದೆ ಸಮತಟ್ಟಾಗಿತ್ತು. ಬೇಲಿ ಹಾಕಿದ ಕಾಡು ಆರಂಭವಾಗುವ ಮೊದಲು ಗೇಟು. ಕಾರನ್ನು ದೂರದಿಂದ ನೋಡಿದ ಕಾವಲುಗಾರ ತೆರೆದ. ಒಳಗೆ ನಡೆದರೆ ಎರಡುಕಡೆಗೂ ದಟ್ಟ ಕಾಡು. ತಲೆ ಎತ್ತಿ ನೋಡಬೇಕಾದ ಎತ್ತರಕ್ಕೆ ಬೆಳೆದ ತೇಗ, ಹೊನ್ನೆ ಮತ್ತಿ ಮರಗಳು. ಅಲ್ಲಲ್ಲಿ ಬೇವು ಅರಳಿ ಆಲ ಕೂಡ. ಕೆಲವು ಕಡೆ ಬಿಸಿಲು ನೆಲವನ್ನು ಎಂದೂ ಮುಟ್ಟಿಯೇ ಇಲ್ಲವೆನ್ನುವಷ್ಟು ದಟ್ಟವಾದ ವೃಕ್ಷ ಸಂದಣಿ. ಕಾಡಿನ ಪ್ರದೇಶ ಆರಂಭವಾದ ಜಾಗದಿಂದ ಭೂಮಿ ಕೂಡ ಗುಡ್ಡಗಾಡಿನಂತೆ ಉಬ್ಬುತಗ್ಗುಗಳಿಂದ ಏರಿಳಿಯತೊಡಗಿತು. ರಸ್ತೆಯೂ ಅಂಕು ಡೊಂಕು. ಹರಿದ್ವಾರದ ಹಿಮಾಲಯಕ್ಕೆ ಬಂದಂತೆನ್ನಿಸಿತು. ಎಷ್ಟೋ ದೂರ ಸಾಗಿದಮೇಲೆ, ಮೊದಲ ದಿನ ಅದು ಎಷ್ಟೋ ದೂರವೆಂಬಂತೆ ಕಂಡಿತು, ತುಸು ಇಳಿವು ಶುರುವಾಯಿತು. ಕಾರು ನಿಂತಾಗ ಎದುರಿಗೆ ಒಂದು ಮಧ್ಯಮ ಪ್ರಮಾಣದ ಕಲ್ಲು ಕಟ್ಟಡದ ಮಂದಿರ. ಕಾರು ಹಿಂಬದಿಯಲ್ಲಿ ನಿಂತಿತ್ತು. ಮಂದಿರವು ಎದುರಿಗೆ ಪ್ರಪಾತದಲ್ಲಿ ದೊಡ್ಡದಾಗಿ ಹರಿಯುತ್ತಿದ್ದ ನದಿಗೆ ಮುಖ ಮಾಡಿತ್ತು. ನದಿಯ ಗಾತ್ರವನ್ನು ನೋಡಿಯೇ ನರ್ಮದೆ ಅಂತ ಅರ್ಥಮಾಡಿಕೊಂಡೆ. ಅವರಿಬ್ಬರನ್ನೂ ದೇವಾಲಯದೊಳಕ್ಕೆ ಅನುಸರಿಸುವ ಮುನ್ನ ಮುಂಬದಿಯ ತುಸುದೂರದ ಪ್ರಪಾತದಲ್ಲಿ ಸಂಜೆಯ ನಸುಗೆಂಪಿನಲ್ಲಿ ಹೊಳೆಯುತ್ತಿದ್ದ ನದಿಯು ನನ್ನ ಎದೆಯೊಳಗೆ ಮಂದ್ರಷಡ್ಜದ ಭಾವ ತುಂಬಿ ಅಜ್ಞಾತರಾಗವೊಂದು ಆವಿಷ್ಕಾರವಾಗುತ್ತಿರುವಂತೆನ್ನಿಸಿತು. ಅದು ಮಹದೇವ ಮಂದಿರ. ಸಂಜೆಯ ಮಬ್ಬುಬೆಳಕಿನಲ್ಲೂ ಕಪ್ಪಗೆ ಹೊಳೆಯುತ್ತಿದ್ದ ಲಿಂಗವು ಶ್ರುತಿಯಲ್ಲಿ ಅಂತರ್ಲೀನವಾಗಿರುವ ಶಿವನಂತೆ ಕಂಡಿತು. ಚಕಿತನಾಗಿ ಅದರಲ್ಲೇ ದೃಷ್ಟಿ ಸಿಕ್ಕಿಹಾಕಿಕೊಂಡವನಂತೆ ನಿಂತುಬಿಟ್ಟೆ. ರಾಜಾಸಾಹೇಬರು ವಿದ್ಯುತ್ ಸ್ವಿಚ್ ಹಾಕಿ ದೀಪ ಹೊತ್ತಿಸಿದ್ದೂ ಗಮನಕ್ಕೆ ಬರಲಿಲ್ಲ. ತುಸು ಹೊತ್ತಿನಮೇಲೆ ಒಳಗೆಲ್ಲ ನೋಡಿದೆ. ನಾವು ನಿಂತಿದ್ದ ಅಂಗಳದ ಒಂದು ಗೋಡೆಯ ಉದ್ದಕ್ಕೂ ಸಾಲಿಗೆ ಕಬ್ಬಿಣದ ಮೂರು ಅಲಮಾರುಗಳನ್ನಿಟ್ಟಿದ್ದರು. ಭೂಪತರಾಮರು ಒಂದರ ಬಾಗಿಲು ತೆರೆದರು. ಒಳಗೆ ನಿಲ್ಲಿಸಿದ್ದ ಮೂರು ತಂಬೂರಿಗಳು. ಅವುಗಳಲ್ಲಿ ಎರಡನ್ನು ಎತ್ತಿ ಭೂಪತರಾಮರು ಅಷ್ಟರಲ್ಲಿ ನೆಲದಮೇಲೆ ರಾಜಾಸಾಹೇಬರು ಹಾಸಿದ್ದ ಮೆತ್ತನೆಯ ಮಂದಲಿಗೆಯ ಮೇಲೆ ಇಟ್ಟರು. ಇನ್ನೊಂದು ಬೀರುವಿನ ಕೆಳಗಿನ ಖಾನೆಯಲ್ಲಿ

ಎರಡು ಜೊತೆ ತಬಲಾ, ಡಗ್ಗಗಳು. ಒಂದು ಹಾರ್ಮೋನಿಯಂ ಪೆಟ್ಟಿಗೆ. ಮೇಲಿನ ಖಾನೆಯಲ್ಲಿ ಪುಸ್ತಕಗಳು. ಇನ್ನೊಂದು ಅಲಮಾರಿನ ಬಾಗಿಲು ಗಾಜಿನದಾಗಿದ್ದರಿಂದ ಪ್ರತಿಯೊಂದು ಖಾನೆಯಲ್ಲೂ ಪುಸ್ತಕಗಳು ತುಂಬಿದ್ದುದು ಕಾಣಿಸಿತು. ಭೂಪತರಾಮರು ನನಗೆ ಹೇಳಿದರು: 'ರಾಜಾಸಾಹೇಬರು ಸಾಧನೆಮಾಡುವ ಸ್ಥಳ ಇದು. ತಬಲಾ ತಂಬೂರಿ ಪೆಟ್ಟಿಗೆಗಳನ್ನ ಇಲಿ ಹೆಗ್ಗಣಗಳು ಕಡಿದುಹಾಕ್ತವೆ ಅಂತ ಈ ಕಬ್ಬಿಣದ ಅಲಮಾರಿನೊಳಗೆ ಇಟ್ಟಿದಾರೆ. ಈಗ ನೀನು ಶ್ರುತಿ ಮಾಡಿಕೊಂಡು ಒಂದು ರಾಗ ಹಾಡು. ನೆನ್ನೆ ಹಾಡಿದೆಯಲ್ಲ ಅದಾದರೂ ನಡೆಯುತ್ತೆ.' ನಾನು ಮಹದೇವನಿಗೆ ಪ್ರದಕ್ಷಿಣೆ ನಮಸ್ಕಾರ ಮಾಡಿದಮೇಲೆ ತಂಬೂರಿ ಶ್ರುತಿಮಾಡಿಕೊಂಡೆ. ರಾಜಾಸಾಹೇಬರು ಗೋಡೆಯೊರಗಿ ಕುಳಿತರು. ಭೂಪತರಾಮರು ತಬಲಾ ಶ್ರುತಿಮಾಡಿ ಕೊಂಡರು. ಇದು ಶಿಷ್ಯಸ್ವೀಕಾರ ಪರೀಕ್ಷೆ ಎಂಬುದು ಗೊತ್ತಿದ್ದರೂ ನನಗೆ ಅಂಜಿಕೆಯಾಗಲಿಲ್ಲ. ಇವರು ನನ್ನನ್ನು ಒಪ್ಪಿಕೊತ್ತಾರೆ ಎಂಬ ನಂಬಿಕೆ ಹುಟ್ಟಿತ್ತು. ನೆನ್ನೆಯಂತೆಯೇ ಹಾಡಿದೆ. ರಾಜಾಸಾಹೇಬರು ನಡುವೆ ಎರಡುಕಡೆ ಸೂಕ್ಷ್ಮವಾಗಿ ತಲೆತೂಗಿದರು. ನಡುವೆ ಅವರ ಕಣ್ಣುಗಳಲ್ಲಿ ಅಸಮ್ಮತಿಯ ಭಾವ ಕಾಣುತ್ತಿತ್ತು. ಅವುಗಳು ಕಣ್ಣಿಗೆಬಿದ್ದರೂ ವಿಚಲಿತನಾಗದೆ ಮುಂದುವರೆಸಿದೆ.

ನನ್ನದು ಮುಕ್ತಾಯವಾದ ನಂತರ ರಾಜಾಸಾಹೇಬರು, 'ನಾನು ಹಾಡಲೇ, ತಾವು ಕೇಳ್ತೀರಾ?' ಎಂದರು. ಅವರು ನನ್ನನ್ನು ಆಪ್ ಎಂದು ಗೌರವಸೂಚಕ ಬಹುವಚನದಲ್ಲಿ ಸಂಬೋಧಿಸಿದುದು ನನಗೆ ಕಸಿವಿಸಿ ಎನ್ನಿಸಿತು. ಭೂಪತರಾಮರು ಸಹಜವಾಗಿ ನೆನ್ನೆ ಸಂಜೆ ಭೇಟಿಯಾದ ಕ್ಷಣದಿಂದಲೇ ತುಮ್ ಎನ್ನುತ್ತಿದ್ದಾರೆ. ನನ್ನ ಗುರುವಾಗುವ ಇವರೇಕೆ ಹೀಗೆ? ಎನ್ನಿಸಿತು. ನಾನು ತಾನಪೂರ ಹಿಡೀತೀನಿ, ಎಂದೆ. ಅಗತ್ಯವಿಲ್ಲ, ಎಂಬಂತೆ ಎಡ ಹಸ್ತವನ್ನು ಎತ್ತಿ ತೋರಿಸಿದ ಅವರು ತಂಬೂರಿ ಮೀಟುತ್ತ ಕಣ್ಣುಮುಚ್ಚಿದರು. ಎಷ್ಟೋಹೊತ್ತು ಮೌನವಾಗಿ ತಂಬೂರಿ ಮೀಟುತ್ತಿದ್ದರು. ಇಲ್ಲ ಇಲ್ಲ, ನಾನು ಮೋಸಹೋಗಿದ್ದೆ. ಅವರಾಗಲೇ ಷಡ್ಜದೊಡನೆ ಸಮಾವೇಶಗೊಂಡಿದ್ದಾರೆ. ಷಡ್ಜಕ್ಕೂ ಅವರ ಗಂಟಲಿಗೂ ಅದ್ವೈತವೇರ್ಪಟ್ಟಿದೆ. ಆ ಸೂಕ್ಷ್ಮವನ್ನು ಗ್ರಹಿಸಲು ಹೆಚ್ಚಿನ ಏಕಾಗ್ರತೆ ಬೇಕು. ಇವರ ಗಾಯನದ ರೀತಿಗೆ ಅಭ್ಯಸ್ತ ವಾಗಿರಬೇಕು ಎಂದು ಅರ್ಥವಾಯಿತು. ಒಂದೇಸಮನೆ ಕೇಳುತ್ತಾ ಕೂತಿರುವಾಗ ಅವರ ಗಂಟಲು ಉಂ ಎನ್ನುತ್ತಿದೆಯೋ ಓಂ ಎನ್ನುತ್ತಿದೆಯೋ ಎಂಬ ಅನುಮಾನ ಹುಟ್ಟುವಮಟ್ಟಿಗೆ ಸೂಕ್ಷ್ಮ ಉರಿಯ ಕೊಳಗದೊಳಗಿನ ಹಾಲಿನಂತೆ ಅವರ ಧ್ವನಿ ಉಕ್ಕಿತ್ತು. ಎಷ್ಟು ಸೂಕ್ಷ್ಮವಾಗಿ ಅವ್ಯಕ್ತದಿಂದ ವ್ಯಕ್ತವು ಮೂಡುತ್ತಿದೆ ಎಂಬ ಅಧ್ಯಾತ್ಮಭಾವವು ಒಸರುವಂತಾಯಿತು. ನನ್ನ ಮನಸ್ಸು ಆ ಧ್ವನಿಯಲ್ಲಿ ನಟ್ಟಿತು. ಇದು ಬರೀ ಸೂಕ್ಷ್ಮವಲ್ಲ. ಖಚಿತತೆ. ನಾನು ತೆಗೆಯುವ ಷಡ್ಜವು ಅಂದಾಜಿನದು. ಇವರದು ಮೂಲನಾಡಿಯದು. ಯೋಗಶಾಸ್ತ್ರದಲ್ಲಿ ಹೇಳುವಂಥ ಮೂಲನಾಡಿಯಸ್ಥಾನವನ್ನು ಇವರು ಸ್ವಾಧೀನಪಡಿಸಿಕೊಂಡಿದ್ದಾರೆ ಎನ್ನಿಸಿತು. ಎಷ್ಟೋ ಹೊತ್ತಿನನಂತರ ಅವರ ಷಡ್ಜವು ಹೊರಕಿವಿಗಳಿಗೂ ಕೇಳತೊಡಗಿತು. ಹೌದು, ಇದು ಅಂದಾಜಿನ ಧ್ವನಿಯಲ್ಲ. ನಾದಬ್ರಹ್ಮದ ಸೂಕ್ಷ್ಮಾತಿಸೂಕ್ಷ್ಮ ಬಿಂದುವಿನಿಂದ ಪ್ರವಹಿಸುವ ಶಕ್ತಿ ಎನ್ನಿಸಿಬಿಟ್ಟಿತು. ಷಡ್ಜವನ್ನು ಕೇಳುವಾಗಲೇ ಇವರೂ ಪೂರಿಯಾ ಹಾಡುತ್ತಾರೆ

ಎಂಬ ಬೋಧೆಯಾಯಿತು. ನೀನು ಹಾಡಿದುದು ಸರಿಯಲ್ಲ, ಪೂರಿಯಾ ಇರೂದು ಹೀಗೆ ಅಂತ ತೋರಿಸಲು ಅದನ್ನೇ ಆರಂಭಿಸಿದರೆ? ಎಂಬ ಅನುಮಾನ ಬಂತು. ಆದರೆ ಸ್ವರ ಶುದ್ಧಿ ಇರೋರು ಸ್ಪರ್ಧೆಯಂತಹ ಚಿತ್ತದ ಅಶುದ್ಧಿಗೆ ಒಳಗಾಗುಲ್ಲ, ನಾನು ಆರಂಭಿಸಿದ ರಾಗವೇ ಮನಸ್ಸಿನಲ್ಲಿ ತಾವು ಯಾವುದನ್ನು ಹಾಡಬೇಕೆಂಬುದನ್ನು ಸೂಚಿಸಿದೆ ಎಂಬ ಸಮಾಧಾನ ಕಂಡಿತು. ಹೌದು ಕ್ರಮೇಣ ಮಂದ್ರಸಪ್ತಕಕ್ಕೆ ಇಳೀತಿದಾರೆ. ನಿ ಧ ನಿ ಮ ಧ . ಆಹ್, ಮಂದ್ರದಲ್ಲಿ ಕೂಡ ಅದೆಂಥ ಸ್ವರಶುದ್ಧಿ! ಈ ಗಂಟಲು ಇವರದಲ್ಲ. ಹಾಡು ತ್ತಿರುವವರು ಇವರಲ್ಲ. ರಾಗವು ತನ್ನ ಶುದ್ಧಸ್ವರೂಪದಲ್ಲಿ ಪ್ರಕಟವಾಗಲು ಇವರ ಗಂಟಲನ್ನು ಆರಿಸಿಕೊಂಡಿದೆ. ಕಣ್ಣುಮುಚ್ಚಿ ಕುಳಿತಿರುವ ಇವರು ತಮ್ಮನ್ನು ತಾವು ಸಂಪೂರ್ಣವಾಗಿ ರಾಗಕ್ಕೆ ಸಮರ್ಪಿಸಿಕೊಂಡಿದಾರೆ. ಇವರ ಪಾತ್ರ ಏನೂ ಇಲ್ಲ. ನನ್ನ ಎದುರು ಕುಳಿತಿರೋರು ರಾಜರಲ್ಲ. ಸ್ವರಋಷಿ ಎಂಬ ಭಾವನೆಯಲ್ಲಿ ಅವರನ್ನೇ ನೋಡುತ್ತಾ ಕೂತೆ. ಮಂದ್ರದ ಒಂದೊಂದು ಸ್ವರವನ್ನೂ ತಡಕಿ ತಟ್ಟಿ ಎಚ್ಚರಿಸಿದ ನಂತರ ಅವುಗಳ ಮಂತ್ರವ್ಯೂಹವನ್ನು ರಚಿಸುವಾಗಕೂಡ ಅವರ ಕಣ್ಣುಗಳು ಮುಚ್ಚಿಯೇ ಇದ್ದವು. ಮತ್ತೆ ಮಧ್ಯಸಪ್ತಕದಲ್ಲಿ ಏಳುವಾಗ ಅರೆನಿಮೀಲಿತವಾದವು. ಮೂರೂ ಸಪ್ತಕದಲ್ಲಿ ಅವರ ಧ್ವನಿಗೆ ಇರುವ ಸಂಪೂರ್ಣ ಪ್ರಭುತ್ವ, ಕೆಳಮಂದ್ರದಿಂದ ತಾರತಾರಕ್ಕಾದರೂ, ತಾರ ತಾರದಿಂದ ಮಂದ್ರ ಮಂದ್ರಕ್ಕಾದರೂ ತುಸುವೂ ಆಯಾಸವಿಲ್ಲದೆ ಸ್ವರದ ಖಚಿತತೆ ತಪ್ಪದೆ ಮುಳುಗಿ ಏಳುವ ಸಾಮರ್ಥ್ಯವು ನನಗೆ ಮತ್ಸ್ಯಾವತಾರದ ಕಲ್ಪನೆಯನ್ನು ತಂದುಕೊಟ್ಟಿತು. ಭಗವದಂಶಿಯಾದ ಆ ಮೀನು ಸಾಗರದ ತಳದಿಂದ ಮೇಲ್ಮೈವರೆಗೆ ನಡುವೆ ಯಾವ ಸ್ಥಳಕ್ಕೆ ಬೇಕಾದರೂ ಗುರಿಇಟ್ಟಂತೆ ಸಂಚರಿಸಿ ವಿಹರಿಸುವ ಚಿತ್ರ ಮೂಡಿತು. ಹೀಗೆ ಎಷ್ಟುಹೊತ್ತು ಆಲಾಪ ಮಾಡಿದರೋ ಗಡಿಯಾರದ ಕಾಲದ ಲೆಕ್ಕ ಸಿಕ್ಕಲಿಲ್ಲ. ನಾನು ಇಡಲೂ ಇಲ್ಲ. ನನ್ನಲ್ಲಿ ಕೈ ಗಡಿಯಾರ ಇರಲಿಲ್ಲ. ಆದರೆ ಸ್ವರಸಂಚಾರದ ಕಾಲವು ಅನಂತತೆಯ ಭಾವವನ್ನು ಸೃಷ್ಟಿಸಿತ್ತು. ಕೊನೆಗೊಮ್ಮೆ ಅವರು ಭೂಪತರಾಮರತ್ತ ನೋಡಿ ಮಧ್ಯಲಯ ತ್ರಿಕಾಲದಲ್ಲಿ ತ ನ । ನಾ ದಿರ್ ದಿರ್ ದೀ । s ಮ್ತ ನ ನ । ತ ದಾ s ರೆ । ತ ನ ದೆ ರೆ । ತರಾನವನ್ನೇ ಆರಂಭಿಸಿಬಿಟ್ಟರು. ನೇರವಾಗಿ ಲಯಗಾರಿಕೆಯನ್ನು ತೋರಿಸಲು ಅಂತ ನನಗೆ ಅರ್ಥವಾಯಿತು. ಇಷ್ಟೊಂದು ಸ್ವರಪ್ರಭುತ್ವವಿರೋರಿಗೆ ತಾನಗಳು ಯಾವ ಲೆಕ್ಕದವು? ಭೂಪತರಾಮರು ಪರಿಣತ ತಬಲಾ ವಾದಕರು. ಅಹಮದ್‌ಜಾನ್ ತಿರಕ್ವಾರ ಶಿಷ್ಯರಾಗಿ ಕಲಿತವರು. ತಿರಕ್ವಾ ಅವರು ಕಿಂಚಿತ್ತೂ ಕೃಪಣತೆ ಇಲ್ಲದೆ ಶಿಷ್ಯರಿಗೆ ಪಾಠ ಹೇಳುವ ದೊಡ್ಡ ಗುರುಗಳು. ಭೂಪತರಾಮರ ಬೋಲುಗಳ ಲೀಲೆಗೆ ತಕ್ಕಂತೆ ಇವರು ತರಾನಗಳನ್ನು ಹೊಂದಿಸುತ್ತಾ, ಇವರ ತರಾನಗಳಿಗೆ ತಕ್ಕಂತೆ ಅವರು ಬೋಲುಗಳನ್ನು ಸೃಷ್ಟಿಸುತ್ತಾ, ಆದರೂ ಎಲ್ಲೂ ಸ್ಪರ್ಧೆಯ ಸೂತಕವಿಲ್ಲದೆ ಸಖ ಸಖೀಭಾವದ ಸಾಂಗತ್ಯದಿಂದ ಪುಟಿದಾಡುವ ನಾದಲೀಲೆ. ತರಾನ ನುಡಿಗಳು ಕೂಡ ತಾನಗಳ ಸ್ವರ ವಿನ್ಯಾಸದಷ್ಟೇ ಮಾರ್ದವವಾಗಿವೆ. ಎಷ್ಟು ವೇಗವನ್ನು ಮುಟ್ಟಿದರೂ ಪೂರಿಯಾದ ನಾಡಿಯನ್ನು ಕಳಚಿಕೊಳ್ಳದ ನಿಷ್ಠೆ.

ತರಾನವನ್ನು ಮುಗಿಸಿದಮೇಲೆ ರಾಜಾಸಾಹೇಬರು ಕಣ್ಣುಮುಚ್ಚಿದರು. ತಿರೋಧಾನ

ರಾಗುವಂತೆ ಮತ್ತೆ ಪೂರಿಯಾದ ಸಂಚಾರಸ್ವರಗಳಿಗೆ ಬಂದರು. ರಾಗದ ನಾಡಿಯನ್ನು ಉತ್ತೇಜಿಸಿದ ನಂತರ ಆರಂಭಷಡ್ಜದಲ್ಲಿ ನೆಲೆ ನಿಂತರು. ನಿಧಾನವಾಗಿ ಅವರ ಧ್ವನಿಯು ತಂಬೂರಿಯ ಶ್ರುತಿಯೊಡನೆ ಅಭಿನ್ನವಾಗಿ ಕ್ರಮೇಣ ತಂಬೂರಿಯೊಂದೇ ಉಲಿಯುತ್ತಾ ನಡೆದು ಕೊನೆಗೆ ಧ್ವನಿಯು ಇನ್ನಿಲ್ಲವೆನ್ನುವ ಸ್ಥಿತಿ ಮುಟ್ಟಿದಮೇಲೆ ನಿಂತುಹೋಯಿತು. ಮತ್ತೆ ಕಣ್ಣು ತೆರೆದಾಗ ಅವರು ನನ್ನನ್ನು ನೋಡಲಿಲ್ಲ. ನನಗೇನೆನ್ನಿಸಿತೆಂಬುದನ್ನು ದೃಷ್ಟಿಯಿಂದಲೂ ಕೇಳಲಿಲ್ಲ. ಭೂಪತರಾಮರನ್ನೂ ಏನೂ ಕೇಳಲಿಲ್ಲ. ತಂಬೂರಿಯನ್ನು ಕಣ್ಣಿಗೆ ಒತ್ತಿಕೊಂಡನಂತರ ಪಕ್ಕದ ಗೋಡೆಗೆ ಒರಗಿಸಿದರು. ಭೂಪತರಾಮರು ನನ್ನನ್ನು ನೋಡಿದರು. ನನ್ನ ಕಣ್ಣುಗಳಲ್ಲಿ ಆರಾಧನೆ ಪ್ರಜ್ವಲಿಸುತ್ತಿತ್ತು. ರಾಜಾಸಾಹೇಬರು, 'ಹೋಗೋಣವೇ? ಭೋಜನಕ್ಕೆ ಹೊತ್ತಾಗಿದೆ,' ಎಂದರು.

ಮಧ್ಯಾಹ್ನ ಮಲಗಿದ್ದ ಅರಮನೆಯ ಕೋಣೆಯಲ್ಲಿ ಮಲಗಿದರೆ ನಿದ್ರೆ ಹತ್ತಲಿಲ್ಲ. ಕಲಿತರೆ ಇವರ ಕೈಲಿ ಕಲಿಯಬೇಕು. ಆದರೆ ನನ್ನನ್ನು ಒಪ್ಪಿಕೊತ್ತಾರೆಯೆ? ಎಂಬ ಚಿಂತೆ ಕಾಡತೊಡಗಿತು. ರಾಜಾಸಾಹೇಬರ ವ್ಯಕ್ತಿತ್ವ ಕೂಡ ನನ್ನಲ್ಲಿ ಅಂಜಿಕೆ ಹುಟ್ಟಿಸಿತ್ತು. ಹೇಳಿ ಕೇಳಿ ರಾಜರು. ಮತ್ತೆ ಮತ್ತೆ ಕೇಳಿಕೊಳ್ಳಲು ಸಾಧ್ಯವಿಲ್ಲ, ಎನ್ನಿಸತೊಡಗಿತು. ನನ್ನನ್ನು ಆಪ್ ಎಂದು ಮಾತನಾಡಿಸುತ್ತಾರೆ. ದೂರವಿರುವುದಕ್ಕಾಗಿಯೇ ಗೌರವಸೂಚಕ ಬಹುವಚನ ಬಳಸುತ್ತಿದಾರೆ. ಶಿಷ್ಯನಾಗಲು ಅರ್ಹನಲ್ಲ ಅಂತ ಒಂದುಸಲ ತೀರ್ಮಾನಮಾಡಿಬಿಟ್ಟರೆ ಮತ್ತೆ ಕಾಡಿ ಬೇಡೂದು ಸಾಧ್ಯವಾಗದಂತೆ. ನಾನು ಹಾಡಿದ ರಾಗವನ್ನೇ ಅವರು ಹಾಡಿ ತೋರಿಸಿದುದು ನಿನ್ನ ಯೋಗ್ಯತೆ ಇಷ್ಟು ನನ್ನ ಶಿಷ್ಯನಾಗುವ ಶಕ್ತಿ ನಿನಗಿಲ್ಲ ಅಂತ ಸೂಚಿಸುವುದಕ್ಕೇ ಹೌದು ಎಂಬ ಅರ್ಥ ದೃಢವಾಗತೊಡಗಿತು. ಸಾಗರಕ್ಕೆ ಹಿಂತಿರುಗಿ ಹೋದರೂ ಧರ್ಮಶಾಲೆಯಲ್ಲಿ ಊಟ ದೊರೆಯುತ್ತೆ, ವಿದ್ಯೆ ಇಲ್ಲ. ರೊಹಿಲಾ ಗವಯಿಗಳು ಮನಸ್ಸಿಟ್ಟು ಹೇಳಿಕೊಟ್ಟರೂ ಆ ವಿದ್ಯೆ ಬೇಡ. ರಾಜಾಸಾಹೇಬರ ಗಾಯನ ಕೇಳಿದಮೇಲೆ ಬೇರೆ ಯಾರ ಪಾಠವೂ ಬೇಡ, ಎನ್ನಿಸಿ ಹೊರಳಾಡತೊಡಗಿದೆ. ಯಾವಾಗಲೋ ತುಸು ನಿದ್ರೆ ಹತ್ತಿತು. ಅರ್ಧಂಬರ್ಧ.

ಬೆಳಗ್ಗೆ ಹೊತ್ತುಹುಟ್ಟುವ ಹೊತ್ತಿಗೆ ಭೂಪತರಾಮರು ನನ್ನ ಕೋಣೆಗೆ ಬಂದು ಹೇಳಿ ದರು: 'ರಾಜಾಸಾಹೇಬರು ಏಳೂದು ನಿಧಾನ. ನೆನ್ನೆ ಹೋಗಿದ್ದ ಕಾಡಿನಲ್ಲಿ ಹವಾಸೇವನೆ ಮಾಡಿ ಬರೋಣ ಬಾ.' ಕಾಡಿನ ಗೇಟಿನವರೆಗೆ ನಾವು ಸೈಕಲಿನಲ್ಲಿ ಹೋದೆವು. ಒಳಗೆ ಹೋಗಿ ಗೇಟನ್ನು ಮೊದಲಿನಂತೆ ಮುಚ್ಚಿ ಸೈಕಲನ್ನು ಒಂದು ಮರಕ್ಕೆ ಒರಗಿಸಿ ನಡೆಯ ತೊಡಗಿದೆವು. ತಕ್ಷಣ ಒಂದು ಹೊಸಪ್ರಪಂಚವನ್ನು ಪ್ರವೇಶಿಸಿದಂತೆನ್ನಿಸಿತು. ತಪೋವನವನ್ನು ವಂತಿಲ್ಲ. ಗಾಢಾರಣ್ಯ. ಒತ್ತಾಗಿ ಮುಗಿಲೆತ್ತರಕ್ಕೆ ಬೆಳೆದ ಮರಗಳು. ಒಳಗೆಲ್ಲ ತಿರುಗಾಡಲು ಕಾಡುಕಲ್ಲುಗಳನ್ನು ಹದಿದು ಮಾಡಿದ ಕಾಲುದಾರಿಗಳು. ಭೂಪತರಾಮರಿಗೆ ಒಳಗಿನ ದಾರಿಗಳೆಲ್ಲ ಗೊತ್ತು. ಗೊತ್ತಿಲ್ಲದಿದ್ದರೆ ಒಳಗೇ ಸುತ್ತಿ ಸುತ್ತಿ ಹೊರಗೆಬರಲು ತಿಳಿಯದ ಸ್ಥಿತಿ. ಒಳಗೆ ನಾನಾ ತರಹದ ಹಕ್ಕಿ ಪಕ್ಷಿಗಳ ಚಿಲಿಪಿಲಿ ಗುಜಗಲು. ಕೋಗಿಲೆಗಳ ಪಂಚಮ. ಬೇಕಾದಷ್ಟು ನವಿಲುಗಳು. ಹಲವು ಜಿಂಕೆಗಳು.

'ಒಂದೂ ದುಷ್ಟ ಮೃಗವಿಲ್ಲ. ಅಪೂರ್ವಕ್ಕೆ ಹಾವುಗಳಿರುತ್ತವೆ. ಎಚ್ಚರವಾಗಿರಬೇಕು,' ಭೂಪತರಾಮರು ಹೇಳಿದರು, 'ಒಂದು ಸಾವಿರ ಎಕರೆ ನಿಸರ್ಗದತ್ತ ಕಾಡು. ನಡುನಡುವೆ ರಾಜಾಸಾಹೇಬರು ತೇಗ ನಂದಿ ಮತ್ತಿ ಮೊದಲಾದ ಸಾವಿರಾರು ಘನ ವೃಕ್ಷಗಳನ್ನು ನೆಡಿಸಿ ಬೆಳೆಸಿದಾರೆ. ಅವರು ದಿನಾ ಇದರೊಳಗೆ ಸುತ್ತು ಹಾಕ್ತಾರೆ. ದಟ್ಟನೆರಳಿರೂದರಿಂದ ಯಾವ ಹೊತ್ತಿನಲ್ಲಿ ನಡೆದಾಡಿದರೂ ಹಿತವಾಗಿರುತ್ತೆ. ಇದರೊಳಗೆ ಓಡಾಡುವಾಗ ಅವರಿಗೆ ರಾಗ ರಾಗಿಣಿಗಳ ಸ್ವರೂಪ ಕಾಣಿಸುತ್ತಂತೆ. ಇನ್ನೊಂದು ಗಮನಿಸಿದೆಯ? ಅರಮನೆಯ ಸುತ್ತ ಕೂಡ ಅವರು ದೊಡ್ಡ ದೊಡ್ಡ ಮರಗಳನ್ನ ಬೆಳೆಸಿ ದಾರೆ. ಹೂವಿನ ಗಿಡಗಳ ಉದ್ಯಾನ ನಿರ್ಮಿಸಿಲ್ಲ. ಯಾಕೆ ಗೊತ್ತೆ? ಉದ್ಯಾನದ ಹೂ ಗಿಡಗಳು ಕೃತಕ ತಳಿಯವು. ಕೃತಕ ಗೊಬ್ಬರದಿಂದ ಪೋಷಣೆ ಪಡೆಯುವವು. ಅವು ಋತುಮಾನವನ್ನು ಸರಿಯಾಗಿ ಅನುಸರಿಸೂದಿಲ್ಲ. ದೊಡ್ಡ ಮರಗಳು ಹಾಗಲ್ಲ. ಅವನ್ನು ನೋಡಿಯೇ ಇದು ಇಂಥ ಋತು, ಇಂಥದೇ ಮಾಸ ಅಂತ ಹೇಳಿಬಿಡಬಹುದು. ನಾವು ಹಾಡುವ ರಾಗಕ್ಕೂ ಋತುವಿಗೂ ಸಂಬಂಧ ಉಂಟಲ್ಲವೆ? ವೃಕ್ಷಗಳೊಡನೆ ಗೆಳೆತನವಿದ್ದರೆ ರಾಗಗಳ ಸಖ್ಯ ಸುಲಭವಾಗಿ ಸಾಧಿಸುತ್ತೆ, ಅಂತ ಅವರ ನಂಬಿಕೆ.' ಹಾಗೆಯೇ ತುಸುದೂರ ನಡೆದಮೇಲೆ ಹೇಳಿದರು: 'ಹತ್ತುಗಂಟೆಯ ಹೊತ್ತಿಗೆ ಹಾಲುಕರೆದಮೇಲೆ ಅರಮನೆಯ ಹಸುಗಳನ್ನೆಲ್ಲ ಇದೇ ಕಾಡಿಗೆ ಮೇಯಲು ಬಿಡ್ತಾರೆ. ರಾಜಾಸಾಹೇಬರು ಇಲ್ಲಿ ತಿರುಗಲು ಬಂದಾಗ ಒಂದೊಂದು ಹಸುವೂ ಅವರ ಹತ್ತಿರ ಬಂದು ಹೂಂಕರಿಸುತ್ತೆ. ಅವರ ಕೈ ನೆಕ್ಕುತ್ತೆ.' ಏರು ಇಳಿವು ಹಳ್ಳ ತಿಟ್ಟುಗಳಲ್ಲಿ ಸುತ್ತಿ ಮೈಬೆವರು ಬರುವಹೊತ್ತಿಗೆ ನಾವು ಚಿತ್ರಾ ನದಿಯು ನರ್ಮದೆಗೆ ಸೇರುವ ಸ್ಥಳಕ್ಕೆ ಬಂದೆವು. ಚಿತ್ರೆಯಲ್ಲಿ ಹೆಚ್ಚು ನೀರಿರಲಿಲ್ಲ. ಆದರೂ ಮೇಲೆ ನಿಂತು ದೂರದಿಂದ ನೋಡುವಾಗ ಸಂಗಮಸ್ಥಾನವು ಉಸಿರನ್ನು ಹಿಡಿದು ನಿಲ್ಲಿಸುವಂತಿತ್ತು. ನಮ್ಮ ಎಡಕ್ಕೇ ಮಹದೇವ ಮಂದಿರ. ನೆನ್ನೆ ಸಂಜೆ ನಾನು ಮಂದಿರದಿಂದ ನರ್ಮದೆಯನ್ನು ನೋಡಿದಾಗ ಈ ಸಂಗಮಸ್ಥಾನವನ್ನು ಗಮನಿಸಿರಲಿಲ್ಲ. ಅದನ್ನು ನೋಡುತ್ತಾ ತುಸುಹೊತ್ತು ನಿಂತಿದ್ದೆ. ಭೂಪತರಾಮರ ಹತ್ತಿರ ಮಂದಿರದ ಬೀಗದಕೈ ಇರಲಿಲ್ಲ. ನಾವಿಬ್ಬರೂ ಹೊರಗಿನ ಕಟ್ಟೆಯಮೇಲೆ ಕುಳಿತನಂತರ ಹೇಳಿದರು:

'ನಾನು ಯೋಗಾಯೋಗ ಅಂದೆನಲ್ಲ. ನಿನಗೆ ಯೋಗ ಕೂಡಿದೆ. ರಾಜಾಸಾಹೇಬರು ನಿನ್ನನ್ನ ಶಿಷ್ಯನನ್ನಾಗಿ ಸ್ವೀಕರಿಸಲು ಒಪ್ಪಿಕೊಂಡಿದಾರೆ.'

'ಹೌದಾ? ನಿಜವಾ?' ನನ್ನ ಎದೆ ಉಬ್ಬಿಬಂತು.

'ಅವರಿಂದ ಕಲಿಯುಕ್ಕೆ ನಿನಗೆ ಒಪ್ಪಿಗೆ ಇದೆಯೆ?'

'ಯಾಕೆ ಈ ಪ್ರಶ್ನೆ?'

'ಹಾಗಂತ ನಿನ್ನನ್ನ ವಿಚಾರಿಸಲು ಅವರೇ ನನಗೆ ಹೇಳಿದರು. ನೆನ್ನೆ ನೀನು ಹಾಡಿದಮೇಲೆ ಅವರು ಹಾಡಿದರಲ್ಲ. ನನ್ನ ಗಾಯನಕ್ರಮ ಹೀಗಿದೆ ಅಂತ ತೋರಿಸುಕ್ಕೆ ಹಾಡಿದರು. ಇದನ್ನೇ ನಾನು ಕಲಿಸೂದು. ಗಾಯನ ಅಂದರೆ ಗಂಭೀರಕ್ರಿಯೆ. ಧ್ಯಾನಕ್ಕಿಂತ,

ತಪಸ್ಸಿಗಿಂತ, ಗಂಭೀರ. ನಿಮಗೆ ಇಷ್ಟವಿದ್ದಲ್ಲಿ ಮಾತ್ರ ಸೇರಿಕೊಳ್ಳಿ. ಬಲವಂತವಿಲ್ಲ ಅಂದರು. ಒಂದು ತಿಳಕೊ. ಅವರು ಇದುವರೆಗೆ ಯಾರಿಗೂ ಪಾಠ ಹೇಳಿಲ್ಲ. ಈಗಲೂ ನಿನ್ನನ್ನಬಿಟ್ಟು ಬೇರೆ ಯಾರಿಗೂ ಕಲಿಸೂದಿಲ್ಲ. ಅಂದರೆ ಸಮಯವನ್ನೆಲ್ಲ ನಿನ್ನಮೇಲೆ ಹೇರಿ ಕಟ್ಟುನಿಟ್ಟಿನ ಸಾಧನೆ ಮಾಡುಸ್ತಾರೆ. ನೀನು ದಿನಾ ಹತ್ತು ಹನ್ನೆರಡುತಾಸಾದರೂ ಸಾಧನೆ ಮಾಡಬೇಕು. ಪ್ರತಿದಿನಾ ಮೇಲ್ವಿಚಾರಣೆ ಇರುತ್ತೆ. ಪಾಠವಿರುತ್ತೆ. ಪಾಠ ಒಪ್ಪಿಸೂದಿರುತ್ತೆ. ತಪ್ಪುಮಾಡಿದರೆ ಅವರ ಕೋಪವನ್ನೂ ತಾಳಬೇಕಾಗುತ್ತೆ. ಅಪ್ಪನಿಗೆ ಒಬ್ಬನೇ ಮಗನಾಗಿ ಹುಟ್ಟಿದರೆ ಪ್ರೀತಿಯೂ ಹೆಚ್ಚು ಸಿಕ್ಕುತ್ತೆ. ಸೊಂಟ ಮುರಿಯುವಷ್ಟು ಹೊಣೆಯನ್ನೂ ಹೊರಬೇಕಾಗುತ್ತೆ. ಹಾಗೆ.'

'ನಾನು ಹೊರುತೀನಿ. ಇದು ನನ್ನ ಯೋಗ.' ನಾನು ಒಪ್ಪಿ ಅವರ ಎರಡುಕೈಗಳನ್ನೂ ಬಿಗಿಯಾಗಿ ಹಿಡಿದುಕೊಂಡೆ.

ಅರಮನೆಗೆ ಹೋಗಿ ಸ್ನಾನಮಾಡಿ ಚಹಾ ಬಿಸ್ಕತ್ತುಗಳನ್ನು ತೆಗೆದುಕೊಳ್ಳುವಾಗ ಆ ಕೋಣೆಗೆ ರಾಜಾಸಾಹೇಬರು ಬಂದರು. ನಾನು ತಕ್ಷಣ ಮೇಲೆದ್ದು ಹತ್ತಿರ ಹೋಗಿ ಅವರ ಪಾದಸ್ಪರ್ಶ ಮಾಡಿದೆ. ಭುಜ ಹಿಡಿದು ಮೇಲೆತ್ತುತ್ತಾ ಹೇಳಿದರು: 'ಮತ್ತೆ ಎಂದೂ ಹೀಗೆ ಮಾಡಬೇಡಿ. ತಮಗೆ ಗುರು ನಾವಲ್ಲ. ಮಂದಿರದಲ್ಲಿರುವ ಮಹದೇವಜಿ. ತಾವು ಸಾಧನೆ ಮಾಡುವ ಜಾಗ ಅದು. ಪಾಠ ಹೇಳಿಕೊಡೋರು ಅವರು. ತಾವು ಪಾಠ ಒಪ್ಪಿಸಬೇಕಾದದ್ದು ಅವರಿಗೆ. ಇಲ್ಲಿ ಕೂರಿ ಬನ್ನಿ,' ಎಂದು ನಾನು ಮೊದಲು ಕುಳಿತಿದ್ದ ಕುರ್ಚಿಯನ್ನು ತೋರಿಸಿದರು. ಅನಂತರ ನನ್ನ ಎದುರು ಕೂತು ಹೇಳಿದರು: 'ಮಂದಿರವೇ ಸಾಧನಾಸ್ಥಳ ಅನ್ನುವ ಅರ್ಥ ಏನು ಅಂದರೆ: ಶಿವಲಿಂಗದ ಆಕೃತಿಯು ನಾದಬ್ರಹ್ಮದ ಆಕೃತಿ. ತಂಬೂರಿಯ ಝೇಂಕಾರವು ಗೋಲಾಕಾರದಲ್ಲಿ ಕೋಣೆಯೊಳಗಣ ಆಕಾಶವನ್ನೆಲ್ಲ ಸುತ್ತುಹಾಕಿ ಹಿಂತಿರುಗಿ ಮತ್ತೆ ತಂತಿಯೊಳಕ್ಕೆ ಲೀನವಾಗುವಂತೆ ಇದೆ. ಲಿಂಗದ ಗೋಲಾಕಾರ. ಅದನ್ನು ಕುರಿತು ಧ್ಯಾನಮಾಡಬೇಕು. ಮಂದಿರಕ್ಕೆ ಕಾರು ಹೋಗುವ ಮಾರ್ಗಮಧ್ಯದ ಬಲಗಡೆಗೆ ಒಂದು ಸಣ್ಣ ಕುಟೀರವಿದೆ. ನೋಡಿದೀರಾ?'

'ಇಲ್ಲ.'

'ನೋಡುವಿರಂತೆ. ಸಣ್ಣದು, ಒಬ್ಬರಿಗೆ ಸಾಕು. ಒಂದು ಅಂಗಳ. ಒಂದು ಮಲಗುವ ಕೋಣೆ. ಸ್ನಾನ ಶೌಚಗಳು. ತಮ್ಮ ವಾಸ ಅಲ್ಲೇ. ಹಗಲು ರಾತ್ರಿ ಬೇಕಾದಾಗ ಮಂದಿರದ ಬಾಗಿಲು ತೆರೆದು ಕೂತು ಸಾಧನೆಮಾಡಿಕೊಳ್ಳಲು ಅನುಕೂಲವಾಗಲಿ ಅಂತ. ತಮಗೇ ಒಂದು ಸೈಕಲ್ ಇರುತ್ತೆ. ಬೇಕಾದಾಗ ಊರೊಳಗೂ ಬರಬಹುದು. ಎರಡು ಹೊತ್ತಿನ ಊಟ, ಎರಡು ಹೊತ್ತಿನ ನಾಶ್ತಾ ಅಲ್ಲಿಗೇ ತಂದುಕೊಡುವ ವ್ಯವಸ್ಥೆಯಾಗುತ್ತೆ. ಬೇಕಾದಾಗ ತಾವು ಅಲ್ಲೇ ಚಹಾ ಮಾಡಿಕೊಂಡು ಕುಡಿಯಬಹುದು. ದುಷ್ಟಮೃಗಗಳ ಕಾಟವಿಲ್ಲ. ಕಳ್ಳ ಕಾಕರ ಭಯವಿಲ್ಲ. ಮಹದೇವಜಿಯಿಂದ ರಕ್ಷಿತ ಕಾಡು ಅದು. ಆದರೂ ಒಬ್ಬ ಕಾವಲುಗಾರ ರಾತ್ರಿ ಎಲ್ಲ ನದೀತೀರವನ್ನು ಗಸ್ತು ಹಾಕ್ತಾನೆ. ಕಾಡಿನಲ್ಲಿ ಒಬ್ಬರೇ ಇರಲು ಭಯವಾಗುತ್ತೆಯೆ, ರಾತ್ರಿ ಹೊತ್ತು?'

'ಅನುಭವವಿಲ್ಲ. ಆಗಲಿಕ್ಕಿಲ್ಲ,' ಎಂದೆ.

'ಆದರೆ ನಾಲ್ಕುದಿನದಲ್ಲಿ ತೊಡೆದುಹಾಕಿ. ಅಲ್ಲಿಯೇ ವಸತಿಮಾಡಿಸುವ ಉದ್ದೇಶ ವೇನೆಂದರೆ: ಮರಗಳು, ಪಕ್ಷಿಗಳು, ದನಕರುಗಳು, ಆಕಾಶ, ನಕ್ಷತ್ರ, ಚಂದ್ರಮಾ, ನದಿ, ಮಂದಿರ, ಹಗಲು, ರಾತ್ರಿ, ಸಂಧ್ಯಾಕಾಲ, ಸಂಧ್ಯಾಪ್ರಕಾಶಗಳಿಗೂ ನಮ್ಮ ರಾಗ ಮತ್ತು ಸ್ವರ ಗಳಿಗೂ ಸಂಬಂಧವಿದೆ. ಇವುಗಳೊಡನೆ ಬದುಕದೆ ರಾಗಸ್ವರಗಳ ಜೀವ ತಿಳಿಯೂದಿಲ್ಲ. ಇನ್ನೊಂದು ನಿಯಮವಿದೆ. ರಾಗಗಳಿಗೆ ನಿಯಮ ಮಾಡಿರುವ ಸಮಯದಲ್ಲೇ ಸಾಧನೆ ಮಾಡಿದರೆ ಅವು ಬೇಗ ಕರಗತವಾಗುತ್ತವೆ. ತಾನಗಳನ್ನು ಯಾವಾಗ ಬೇಕಾದರೂ ಅಭ್ಯಾಸ ಮಾಡಬಹುದು. ಆಲಾಪ ಸಾಧನೆಯನ್ನ ಆ ಹೊತ್ತಿನಲ್ಲಿ ವಿಶೇಷವಾಗಿ ಮಾಡಬೇಕು. ಅನಂತರ ಮುಂದುವರೆಸಬೇಕು. ಆದ್ದರಿಂದ ಮಹದೇವ ಮಂದಿರದ ಹತ್ತಿರದಲ್ಲೇ ತಾವಿರ ಬೇಕು. ನಾವು ಸಾಧನೆ ಮಾಡಿದ್ದೂ ಹಾಗೆಯೇ. ನಾವು ತಮಗೆ ಸಾಧನೆ ಮಾಡಿಸೂದೂ ಆಯಾ ಸಮಯಗಳಲ್ಲೇ,' ಎನ್ನುತ್ತಾ ನನ್ನ ಮತ್ತು ಭೂಪತರಾಮರ ಕಪ್ಪುಗಳಿಗೆ ಚಹಾ ಬಗ್ಗಿಸಿ ಅನಂತರ ತಮ್ಮದಕ್ಕೆ ಹಾಕಿಕೊಂಡರು. ಅನಂತರ: 'ವಾರಕ್ಕೊಂದು ದಿನ ತಾವು ಸೈಕಲ್ ಹತ್ತಿ ಶಕಪುರಕ್ಕೆ ಹೋಗಬೇಕು. ಪಂಡಿತ ಭೂಪತರಾಮರಿಂದ ತಬಲದ ಎಲ್ಲ ತಾಳಗಳನ್ನೂ ಅವುಗಳ ಬೋಲುಗಳನ್ನೂ ಹೇಳಿಸಿಕೊಂಡು ಮಂದಿರದಲ್ಲಿ ದಿನಕ್ಕೆ ಎರಡು ತಾಸಾದರೂ ಅಭ್ಯಾಸ ಮಾಡಬೇಕು. ತಬಲದ ಬೋಲುಗಳೆಲ್ಲ ಕರಗತವಾದರೆ ತಾನಗಳು ಚನ್ನಾಗಿ ಕೂರುತ್ತವೆ.'

ನಾನು ಎಲ್ಲ ಮಾತುಗಳಿಗೂ ಹೃದಯ ತುಂಬಿ ಹುಕುಂ, ಹುಕುಂ ಎನ್ನುತ್ತಿದ್ದೆ.

ಮರುದಿನ ಗುರುವಾರ. ಬೆಳಗ್ಗೆ ಮಂದಿರದಲ್ಲಿ ಪೂಜೆಯೊಡನೆ ಪಾಠಾರಂಭವೆಂದು ಗೊತ್ತು ಮಾಡಿದರು. ಪೂಜೆಯ ಖರ್ಚನ್ನು ವಿದ್ಯಾರ್ಥಿ ವಹಿಸಬೇಕಲ್ಲವೆ? ನಾಮಮಾತ್ರ ವಾದರೂ ಒಂದು ದಕ್ಷಿಣೆ ಕೊಡಬೇಕಲ್ಲವೆ? ಭೂಪತರಾಮರನ್ನು ಕೇಳಿದೆ, 'ನೀನು ಸುಮ್ಮನಿರು. ಹಾಗೆಲ್ಲ ಕೇಳಿದರೆ ರಾಜಾಸಾಹೇಬರಿಗೆ ಅಗೌರವ ತೋರಿಸಿದಂತಾಗುತ್ತೆ. ಯಾವುದಕ್ಕೂ ಬೇರೆಯವರಿಂದ ಖರ್ಚು ಮಾಡಿಸದೆ ಇರುವುದು ರಾಜತ್ವದ ಒಂದು ಮುಖ್ಯಲಕ್ಷಣ' ಎಂದು. ಅದು ಹಾಗೆಯೇ ಆಯಿತು. ದೊಡ್ಡ ತಟ್ಟೆಯಲ್ಲಿ ಹಣ್ಣು ಹೂವು ಮಿಠಾಯಿ ನೂರೊಂದು ರೂಪಾಯಿಯ ದಕ್ಷಿಣೆಯು ಅರಮನೆಯಿಂದ ಮಂದಿರಕ್ಕೆ ಹೋದವು. ಪ್ರತಿದಿನ ಮಂದಿರದಲ್ಲಿ ಪೂಜೆಮಾಡುವ ರಾಜಪುರೋಹಿತರು ರುದ್ರ ಹೇಳಿ ಕೊಂಡು ಅಭಿಷೇಕ ಮಾಡಿದರು. ಅವರೇ ನನಗೆ ಮಹದೇವಜಿಯ ಹೆಸರಿನಲ್ಲಿ ಗಂಡಾ ಕಟ್ಟಿದರು. ಅನಂತರ ಅರಮನೆಯಿಂದ ಬಂದಿದ್ದ ಒಂದು ಹೊಸ ತಂಬೂರಿಯನ್ನು ತಮ್ಮ ಕೈಯಿಂದ ಎತ್ತಿ ನನಗೆ ಕೊಟ್ಟು ಆಶೀರ್ವಾದ ಮಂತ್ರ ಹೇಳಿದರು. ನಾನು ಮಹ ದೇವಜಿಗೆ ದೀರ್ಘದಂಡ ನಮಸ್ಕಾರ ಮಾಡಿದೆ. ಪುರೋಹಿತರು ರಾಜಾಸಾಹೇಬರು ಮತ್ತು ಭೂಪತರಾಮರ ಹಣೆಗಳಿಗೆ ಪ್ರಸಾದದ ಕುಂಕುಮವಿಟ್ಟು ಕೊರಳುಗಳಿಗೆ ಹೂವಿನ ಹಾರ ಹಾಕಿ ಮಿಠಾಯಿ ಕೊಟ್ಟಮೇಲೆ ರಾಜಾಸಾಹೇಬರು, 'ತಮ್ಮ ಸಾಧನೆಗೆ ಏಳೆಂಟುವರ್ಷವೇ ಬೇಕು. ಅಥವಾ ಹತ್ತುವರ್ಷ ಬೇಕು. ಸಾಧನೆ ಮುಗಿದು ನಾನು

ಅನುಮತಿ ಕೊಡುವ ತನಕ ತಾವು ಶಿಷ್ಯವೃತ್ತಿಯನ್ನು ತೊರೆದು ಹೋಗುವುದಿಲ್ಲ ಅಂತ ಮಹದೇವಜಿಯ ಎದುರಿಗೆ ಪ್ರಮಾಣ ಮಾಡಿ' ಎಂದರು. ನಾನು ಹಾಗೆಯೇ ನುಡಿದನಂತರ, 'ತಮ್ಮ ತಂಬೂರಿ ಶ್ರುತಿ ಮಾಡಿಕೊಳ್ಳಿ, ಪಂಚಮ' ಎಂದರು. ನೆಲದಮೇಲೆ ಹಾಸಿದ್ದ ಮಂದಲಿಗೆಯ ಮೇಲೆ ಕುಳಿತು ನಾನು ಮಾಡಿಕೊಂಡೆ. ಪೂಜಾಪಾತ್ರೆಗಳನ್ನು ತೆಗೆದುಕೊಂಡು ಪುರೋಹಿತರು ಹೊರಟುಹೋದರು. ನಾನು ಶ್ರುತಿಯನ್ನು ಕಿವಿಗೆ ತುಂಬಿಕೊಳ್ಳುತ್ತಿದ್ದೆ. ಗೋಡೆಯೊರಗಿ ಕುಳಿತ ರಾಜಾಸಾಹೇಬರು ಹೇಳಿದರು:

'ಮುಖ್ಯರಾಗಗಳ ಶಾಸ್ತ್ರಗಳೆಲ್ಲ ತಮಗೆ ಗೊತ್ತೇ ಇವೆ. ಅನುಮಾನ ಬಂದರೆ ಅಕೋ ಅಲ್ಲಿ ನೋಡಿ ಆ ಅಲಮಾರಿನಲ್ಲಿ ಶಾಸ್ತ್ರಗಂಥಗಳಿವೆ. ತಾವು ಅರ್ಥಮಾಡಿ ಆರಂಭಿಸ ಬೇಕಾದದ್ದು ಇಲ್ಲಿಂದ: ಇಪ್ಪತ್ತೆರಡು ಶ್ರುತಿಗಳಿವೆ. ಅವುಗಳ ಸ್ಥಾನಗಳು ನಿಮಗೆ ಸ್ಥೂಲವಾಗಿ ಗೊತ್ತಿವೆ. ಒಂದೊಂದೂ ಶ್ರುತಿಯ ವಲಯವೆಷ್ಟು ಅನ್ನುವ ಸ್ಥೂಲಕಲ್ಪನೆ ತಮಗಿದೆ. ಒಂದೊಂದರ ವಲಯವೂ ಕಿರಿದು. ತುಸು ಅಕ್ಕ ಪಕ್ಕ ಹೋದರೂ ಬೇರೆ ಶ್ರುತಿವಲಯವನ್ನು ಪ್ರವೇಶಿಸಿಬಿಡ್ತೀವಿ. ಈ ಕಿರಿದಾದ ವಲಯವನ್ನು ಮನಸ್ಸಿನೊಳಗೆ ಹಿಗ್ಗಿಸಿ ಕಾಣುವ ಸಾಧನೆ ಮಾಡಬೇಕು. ವಿಜ್ಞಾನಿಯ ದುರ್ಬೀನಿನಲ್ಲಿ ನೋಡಿದಾಗ ಸೂಕ್ಷ್ಮ ನರವು ದೊಡ್ಡ ನಳಿಕೆಯಂತೆ ಕಾಣುತ್ತದಲ್ಲ, ಹಾಗೆ. ಹಾಗೆ ಕಾಣದೆ ಶಸ್ತ್ರವೈದ್ಯನು ಚಿಕಿತ್ಸೆಮಾಡುಕ್ಕೆ ಸಾಧ್ಯವಿಲ್ಲ. ಕೋಮಲ ಋಷಭ ಅಂದರೆ ಬರೀ ಒಂದು ಸಣ್ಣವಲಯವಲ್ಲ. ಅದರೊಳಗೆ ತಾವು ಗುರುತಿಸಬಹುದಾದ ಹತ್ತಾರು ಒಳವಲಯಗಳಿರ್ತವೆ. ಇನ್ನೂ ಹೆಚ್ಚು ಸಾಧನೆ ಮಾಡಿದರೆ ಹದಿನೈದಿಪ್ಪತ್ತು ಕಂಡಾವು. ನಮ್ಮ, ತಮ್ಮ ಕಣ್ಣಿಗೆ ಎಂಟು ಹತ್ತು ಬಗೆಯ ಹಸಿರುಗಳು ಕಾಣ್ತವೆ. ಪ್ರತಿಭಾವಂತ ಚಿತ್ರಕಾರನು ನೂರುಬಗೆಯ ಹಸಿರುಗಳನ್ನು ಗುರುತಿಸಬಲ್ಲ, ಸೃಷ್ಟಿಸಬಲ್ಲ. ಗಾಯಕನಿಗೆ ಈ ಇಪ್ಪತ್ತೆರಡು ಶ್ರುತಿಗಳೊಳಗಿನ ಸೂಕ್ಷ್ಮವೈವಿಧ್ಯವನ್ನು ಗುರುತಿಸಿ, ಸೃಷ್ಟಿಸುವ ಶಕ್ತಿ ಬೇಕು. ತಮಗೆ ಮೊದಲು ಆ ಸಾಧನೆ ಆರಂಭಿಸುತೀನಿ. ಎಲ್ಲಿ, ತಮ್ಮ ಷಡ್ಜ ಅನ್ನಿರಿ.' ಎನ್ನುವಾಗ ಅವರು ಮಹದೇವಜಿಯ ಹೆಸರಿನಲ್ಲಿ ಆಶೀರ್ವದಿಸಿ ಕೊಟ್ಟ ತಂಬೂರಿಯ ಝೇಂಕೃತಿ ಕಿವಿಯೊಳಗೆ ಕೇಳತೊಡಗಿತು.

– ೪ –

ಕಾಡಿನ ನೆನಪು ತುಂಬಿಕೊಂಡಿತು. ಎರಡು ರಾತ್ರಿ ಭಯವಾಯಿತು. ಕ್ರಮೇಣ ಹೊಂದಿಕೊಂಡಿತು. ಹಗಲು ರಾತ್ರಿ ಬೆಳಗ್ಗೆ ಸಂಜೆ ಕಿವಿಗೆಬೀಳುವ ಪ್ರತಿಯೊಂದು ಸದ್ದೂ ಸ್ವರವಾಗಿ ಕೇಳತೊಡಗಿತು. ಜಿಟ್ಟೆಯ ಜೀಂಗುಡಿತ, ಕಾಗೆಯ ಕಾಕಾ, ಗುಬ್ಬಚ್ಚಿಯ ಚಿಲಿಪಿಲಿ, ಕರುವಿನ ಅಂಬಾ, ನೀರಿನ ಜುಳು ಜುಳು ಒಂದೊಂದನ್ನು ಕೇಳುವಾಗಲೂ ಇದು ಎಷ್ಟನೆಯ ಸಪ್ತಕ, ಆ ಸಪ್ತಕದ ಇಪ್ಪತ್ತೆರಡು ಶ್ರುತಿಗಳಲ್ಲಿ ಯಾವುದು, ಆ ಶ್ರುತಿಯಲ್ಲಿ ಇದರ ಸ್ಥಾನವನ್ನು ನಿಖರಗೊಳಿಸಲು ಎಷ್ಟು ವಲಯಗಳನ್ನು ವಿಂಗಡಿಸಿ ಇದನ್ನು

ಯಾವುದರಲ್ಲಿ ಸ್ಥಾಪಿಸಬೇಕು ಎಂಬುದನ್ನೇ ಮನಸ್ಸು ಆಲೋಚಿಸುತ್ತಿತ್ತು. ಒಂದೊಂದು ಶ್ರುತಿಯನ್ನೇ ಹತ್ತು ಹಲವು ವಿಧದಲ್ಲಿ ಏರಿಸಿ ಇಳಿಸಿ ನಿಲ್ಲಿಸಿಕೊಳ್ಳುತ್ತಿದ್ದೆ. ಆರಂಭದಲ್ಲಿ ಬೇಸರವೆನ್ನಿಸಿದರೂ ಕ್ರಮೇಣ ಅದರಲ್ಲಿ ರುಚಿ ಕಂಡಿತು. ಒಂದೊಂದು ಶ್ರುತಿಯೂ ಒಂದೊಂದು ಗ್ರಂಥಿ, ಅದರೊಳಗೆ ಹಲವಾರು ನರಗಳು ಹೆಣೆದುಕೊಂಡಿರುತ್ತವೆ. ಒಂದೊಂದು ನರವನ್ನು ಪ್ರಚೋದಿಸಿದಾಗಲೂ ಪ್ರತ್ಯೇಕಗುಣದ ಅನುಭವವಾಗುತ್ತದೆ ಎನ್ನಿಸತೊಡಗಿತು.

ಅವರು ಬೇರೆ ಯಾವ ವಿಷಯವನ್ನೂ ನನ್ನೊಡನೆ ಮಾತನಾಡದಿದ್ದರೂ ರಾಜಾ ಸಾಹೇಬರೊಡನೆ ನನಗೆ ವಿಶ್ವಾಸ ಬೆಳೆಯಿತು. ಎರಡು ಹೊತ್ತೂ ಊಟವನ್ನು ಒಬ್ಬ ಆಳು ತಂದುಕೊಡುತ್ತಿದ್ದ. ನನ್ನ ಕುಟೀರದಲ್ಲಿ ಬಿಸ್ಕತ್ತಿನ ಪೊಟ್ಟಣಗಳೇ ಇರುತ್ತಿದ್ದವು. ಬೇಕಾದಾಗ ಚಹಾ ಮಾಡಿಕೊಳ್ಳಲು ಸ್ಟೋವ್ ಇತ್ತು. ಒಮ್ಮೊಮ್ಮೆ ರಾಜಾಸಾಹೇಬರೇ ನನಗೊಂದು ಕಪ್ ಚಹಾ ದೊರೆತೀತೆ? ಎಂದು ಕೇಳುತ್ತಿದ್ದರು. ನಾನು ಸೈಕಲ್ ಹತ್ತಿ ಕುಟೀರಕ್ಕೆ ಹೋಗಿ ಚಹಾ ಮಾಡಿ ತಂದುಕೊಡುತ್ತಿದ್ದೆ. ಅಭ್ಯಾಸ ಮಾಡಿಸಲು ನನ್ನೆದುರು ಕುಳಿತರೆ ಎರಡುತಾಸಿಗೆ ಕಡಮೆ ಏಳುತ್ತಿರಲಿಲ್ಲ. ಯಾವ ದಿನವೂ ಅಭ್ಯಾಸ ತಪ್ಪಿಸುತ್ತಿರಲಿಲ್ಲ. ಎಷ್ಟೋಸಲ ಮಂದಿರ ದೊಳಗೆ ನಾನು ಅಭ್ಯಾಸ ಮಾಡಿಕೊಳ್ಳುವಾಗ ಅವರು ಹೊರಗಿನ ಪೌಳಿಯಲ್ಲಿ ಕುಳಿತಿರು ತ್ತಿದ್ದರು. ಒಮ್ಮೊಮ್ಮೆ ಅವರ ಅರಮನೆಗೆ ಹಿಂದೂಸ್ಥಾನದ ಬೇರೆ ಬೇರೆ ಕಡೆಗಳ ಗವಯಿಗಳು ಬರುತ್ತಿದ್ದರು. ರಾಜಾಸಾಹೇಬರು ಅವರ ಗಾಯನವನ್ನೇರ್ಪಡಿಸುತ್ತಿದ್ದರು. ಅವರ ಅರಮನೆ ಯಲ್ಲಿ ಅದಕ್ಕೇ ಅನುಕೂಲವಾದ ಒಂದು ದೊಡ್ಡ ಅಂಗಣ. ಅರಮನೆಯನ್ನು ಯೋಜಿಸಿದಾಗ ಅದನ್ನು ಇಂಗ್ಲಿಷಿನಲ್ಲಿ ಬಾಲ್‌ರೂಂ ಎನ್ನುತ್ತಿದ್ದರಂತೆ. ಈಗ ಜಲಸಾಘರ್ ಎನ್ನುತ್ತಿದ್ದರು. ಚಿತ್ತರಪುರ ಮತ್ತು ಸುತ್ತಮುತ್ತಣ ತಮ್ಮ ರಾಜ್ಯದ ಹಳ್ಳಿಗಳಲ್ಲಿ ಸಂಗೀತಾಭಿರುಚಿಯುಳ್ಳವರಿಗೆಲ್ಲ ಆಮಂತ್ರಣ ಹೋಗುತ್ತಿತ್ತು. ಆಗ ನಾನು ತಂಬೂರಿ ಹಿಡಿಯುತ್ತಿದ್ದೆ. ಕೆಲವುಸಲ ಹಾರ್ಮೋನಿಯಂ ಸಾಥಿ ಮಾಡುತ್ತಿದ್ದೆ. ದೊಡ್ಡ ಗಾಯಕರಾದರೆ ತಬಲಾಕ್ಕೆ ಭೂಪತರಾಮರನ್ನು ಕರೆಸುತ್ತಿದ್ದರು. ಆದರೆ ಎಂದೂ ರಾಜಾಸಾಹೇಬರು ಹಾಡುತ್ತಿರಲಿಲ್ಲ. ಒಂದುಸಲ ದ್ರುಪದ್ ಗಾಯಕ ಬಿಹಾರದ ರಾಮಶರಣ ಝಾ ಬಂದಿದ್ದಾಗ, 'ರಾಜಾಸಾಹೇಬರ ಸಾಧನೆ ಬಹಳ ಮೇಲ್ಮಟ್ಟದ್ದು ಅನ್ನುವ ಮಾತು ಕೇಳಿದ್ದೇವೆ. ಕೇಳುವ ಇಚ್ಛೆ ತುಂಬ ಆಗಿದೆ,' ಎಂದು ಸಭೆ ಯಲ್ಲೇ ಒತ್ತಾಯಮಾಡಿದರು. ಇವರು ನಾಳೆ ಆಗಲಿ, ಎಂದು ಒಪ್ಪಿಕೊಂಡರು. ಆದರೆ ಮರುದಿನ ಪಂಡಿತ ರಾಮಶರಣರಿಗೆ ಹಾಡಿ ತೋರಿಸಿದುದು ಮಂದಿರದಲ್ಲಿ. ಭೂಪತ ರಾಮರೂ ಇದ್ದರು. ಇವರ ರಾಜ್ಯದ ಇತರ ಐವರು ರಸಜ್ಞರು ಮಾತ್ರ. ನಾನು ತಂಬೂರಿ ಹಿಡಿದಿದ್ದೆ. 'ರಾಜಾಸಾಹೇಬರು ಅಲ್ಲಿ ಜಲಸಾಘರದಲ್ಲಿ ಹಾಡೂದಿಲ್ಲ. ಮಂದಿರದಲ್ಲಿ ಮಾತ್ರ ಹಾಡ್ತಾರೆ ಅನ್ನುವ ಮಾತೂ ಕೇಳಿದೀನಿ. ಏನು ಕಾರಣ ತಿಳಿಯಬಹುದೆ?' ರಾಮ ಶರಣರು ಕೇಳಿದ್ದಕ್ಕೆ, 'ನಮ್ಮ ಮಂದಿರ ಬಿಟ್ಟು ಹೊರಗೆ ಹಾಡಬೇಡ ಅಂತ ಮಹದೇವಜಿ ಕನಸಿನಲ್ಲಿ ಅಪ್ಪಣೆ ಕೊಡಿಸಿದರು. ನಮ್ಮ ಕುಲದೇವತೆಯ ಅಪ್ಪಣೆ ಅದು,' ಎಂದರು. ರಾಮಶರಣರು

ತಲೆದೂಗಿ ಗರ್ಭಗುಡಿಯ ಕಡೆಗೆ ತಿರುಗಿ ಲಿಂಗಕ್ಕೆ ಕೈ ಮುಗಿದರು. ನನ್ನಲ್ಲಿ ಕುತೂಹಲ ಹುಟ್ಟಿತು: ಕುಲದೇವತೆಯು ಯಾಕೆ ಇಂಥ ಅಪ್ಪಣೆ ಮಾಡಿತು? ಇವರೇನಾದರೂ ಸಂಗೀತವನ್ನು ವಿಲಾಸಕ್ಕೆ ಬಳಸುತ್ತಿದ್ದರೆ? ಸಾಧಾರಣವಾಗಿ ರಾಜರು ಸುಲ್ತಾನ ನವಾಬ ಬಾದಷಾಗಳು ಮಾಡುತ್ತಿದ್ದುದೇ ಹಾಗೆ ಎಂದು ನಾನು ಕೇಳಿದ್ದೆ. ಯಾವುದೋ ಹಂತದಲ್ಲಿದ್ದಿರಬಹುದು, ಆದರೆ ಈಗ ನನಗೆ ಗೋಚರಿಸುತ್ತಿರುವ ರಾಜಾ ಸಾಹೇಬರಿಗೆ ಸಂಗೀತವೆಂದರೆ ವೇದಕ್ಕಿಂತ ಹೆಚ್ಚು ಪವಿತ್ರ ಎಂಬುದು ಮನಸ್ಸಿನಲ್ಲಿ ಗಟ್ಟಿ ಯಾಗಿತ್ತು.

ವಾರಕ್ಕೊಂದು ದಿನ ಬೆಳಗ್ಗೆ ಎದ್ದವನೇ ಸೈಕಲ್ ಹತ್ತಿ ಶಕಪುರಕ್ಕೆ ಹೋಗುತ್ತಿದ್ದೆ. ಸಂಜೆ ಹೊತ್ತು ಇಳಿಯುವವರೆಗೂ ಭೂಪತರಾಮರ ಮನೆಯಲ್ಲೇ ಊಟ ತಿಂಡಿ ಆಗು ತ್ತಿತ್ತು. ಅವರೂ ರಾಜಾಸಾಹೇಬರಂತೆಯೇ ಶಿಕ್ಷಣದಲ್ಲಿ ಕಟ್ಟುನಿಟ್ಟು. ಕೇವಲ ಕಾಲವಿನ್ಯಾಸವಲ್ಲ, ಅಕ್ಷರಗಳ ನಾದ ಬಹುಮುಖ್ಯವೆನ್ನುತ್ತಿದ್ದರು. ಅವರ ಬೆರಳಿನಿಂದ ಹೊರಡುವ ಥೀನ್ ಬಾಸುರಿಯಂತೆ ಕೇಳುತ್ತಿತ್ತು. ಗಾಯಕನಿರಲಿ ವಾದಕನಿರಲಿ ಎಂಥ ಸೂಕ್ಷ್ಮದ ಮೀಂಡ್ ತೆಗೆದರೂ ಅದೇ ಮೀಂಡನ್ನು ರಾಗಛಾಯೆಯೊಡನೆ ಇವರು ನುಡಿಸಿ ತೋರಿಸುತ್ತಿದ್ದರು. ನಾನೇನು ತಬಲಾವನ್ನೇ ಪ್ರಧಾನ ವಾದನವನ್ನಾಗಿ ಸಾಧಿಸುವವನಲ್ಲದಿದ್ದರೂ ಅವರು ನನಗೆ ಅದರ ಮರ್ಮಗಳನ್ನೆಲ್ಲ ಬಿಡಿಸಿ ಹೇಳುತ್ತಿದ್ದರು. ನನ್ನ ಬೆರಳುಗಳು ಅವನ್ನು ನುಡಿಸುವಂತೆ ಅಭ್ಯಾಸ ಮಾಡಿಸುತ್ತಿದ್ದರು.

'ಕಾಫೀ ಆರ್ ಟಿ?' ಟೀ ಪ್ಲೀಸ್. ಈ ದೇಶದಲ್ಲಿ ಪ್ರತಿ ಮಾತಿಗೂ ಪ್ಲೀಸ್ ಸೇರಿಸಬೇಕಂತೆ. ನಮ್ಮಲ್ಲಿ ಜೀ ಅನ್ನುವ ಹಾಗೆ. ಒಳ್ಳೆಯ ರಿವಾಜ್. ಆದರೆ ಈ ಜನಗಳಿಗೆ ನಮ್ಮಂತೆ ಖಡಕ್ ಚಹಾ ಮಾಡುಕ್ಕೆ ಬರುಲ್ಲ. ರಸ ಬಿಟ್ಟುಕೊಳ್ಳುವ ಮೊದಲೇ ಸೊಪ್ಪನ್ನು ತೆಗೆದು ಹಾಕಿ, ಅಷ್ಟೊಂದು ಹಗುರವಾದ ಚಹಾ ಕುಡಿಯಬೇಕು ಯಾಕೆ? ಮಧು ಒಳ್ಳೆಯ ಚಹಾ ಮಾಡಿಕೊಡ್ತಿದ್ದಳು. ಹಿಂದೂಸ್ಥಾನದ ಅದರಲ್ಲೂ ಮುಂಬಯಿಯ ತೇಜ್ ಚಹಾ. ಗರುಡಪಕ್ಷಿಯಂತೆ ಮೇಲೇರಿಸಬೇಕು, ಎಂದುಕೊಳ್ಳುವಾಗ ತಾನು ಯಾವ ಶಿಷ್ಯರಿಗೂ ರಾಜಾಸಾಹೇಬರು ತನಗೆ ಕೊಟ್ಟಂತಹ ಸ್ವರಜ್ಞಾನದ ಶಿಕ್ಷಣವನ್ನು ಕೊಡಲಿಲ್ಲವೆಂಬ ಅರಿವಾಯಿತು. ಮುಂಬಯಿಯಲ್ಲಿ ಎಲ್ಲಿದೆ ಆ ಶಾಂತಿ, ನಿಶ್ಶಬ್ದ, ಹಕ್ಕಿಗಳ ಇಂಚರ, ಬಿದಿರುಮೆಳೆಗಳ ಜರಗುಡಿತ, ನೀರಿನ ಜುಳುಜುಳು? ಮಧುವಿನ ಮನೆ ಹಕ್ಕಿ ಪಕ್ಷಿಗಳ ಜಿಟ್ಟೆ ಜೀರುಂಡೆಗಳ ಕಾಡಿನ ಮಧ್ಯದಲ್ಲೇ ಇದೆ. ಅವಳಿಗಾದರೆ ಇಂಥ ಶಿಕ್ಷಣ ಪಡೆಯುವ ಅವಕಾಶ, ವ್ಯವಧಾನ ಎರಡೂ ಇವೆ ಎನ್ನಿಸಿ, ಆದರೂ ತಾನು ಈಗ ಕೊಟ್ಟ ಎರಡುವಾರದ ತಯಾರಿ, ಕಛೇರಿ ಯಲ್ಲಿ ನನಗೆ ಸಮ ಸಮನಾಗಿ ಹಾಡಿ ಸಭೆಯನ್ನು ವಶಪಡಿಸಿಕೊಳ್ಳುವ ಗುರಿಯಿಂದ ಮಾಡಿದುದು, ಎಂಬ ನೆನಪಿನೊಡನೆ, ರಾಜಾಸಾಹೇಬರು ನನ್ನನ್ನು ಕಛೇರಿಗೆಂದು ತಯಾರು ಮಾಡಲೇ ಇಲ್ಲ. ಸಭಾರಂಜನೆಯ ಮಾತನ್ನು ಒಮ್ಮೆಯೂ ಆಡಲಿಲ್ಲ. ಈ ಸ್ವರದಿಂದ ಹೀಗಾಗುತ್ತೆ, ಈ ಲಯದಲ್ಲಿ ಹೀಗಾಗುತ್ತೆ ಎಂದು ಮಾತ್ರ ಹೇಳುತ್ತಿದ್ದರು, ಹಾಡಿ ತೋರಿಸು ತ್ತಿದ್ದರು, ಎಂಬ ನೆನಪು ಸೇರಿ ತನಗೂ ಕಛೇರಿಯ ಗುರಿ ಇರಲಿಲ್ಲವೆಂಬ ಜ್ಞಾಪಕಬಂತು. ಹೋಸ್ಟೆಸ್, ಹಿಂದೂಸ್ಥಾನದಲ್ಲಿ ಗಗನಸಖಿ ಅಂತಾರೆ,

ಎಂಥ ಸಖಿ, ಊಟದ ತಟ್ಟೆ ಬಡಿದು ಚಹಾ ಸುರುವಿ ಆಮೇಲೆ ಎತ್ತಿಕೊಂಡು ಹೋಗಿ ಕೈ ತೊಳೆದುಕೊಳ್ಳೋಳು, ತಟ್ಟೆ ಎತ್ತಿಕೊಂಡು ಹೋದಳು. ಕಿಟಕಿಯಿಂದ ಹೊರಗೆ ನೋಡಿದರೆ ಕೆಳಗೆಲ್ಲ ಮೋಡ ಹರಡಿದೆ. ಕಪ್ಪು ಮೋಡ. ಭೂಮಿ ಸ್ವಲ್ಪವೂ ಕಾಣಿಸುತ್ತಿಲ್ಲ. ಮಳೆ ಸುರಿಯುತ್ತಿರಬಹುದೆ? ವಿಮಾನವು ಮಳೆಗಿಂತ ಮೇಲೆ ಹೋಗುತ್ತೆ. ಮೇಘವೂ ಇಲ್ಲದ, ಮಲ್ಹಾರವೂ ಇಲ್ಲದ ಜಾಗದಲ್ಲಿ ಎಂಬರಿವಾಗಿ ಥೂ ಇದೆಂಥದು, ಮಳೆಯ ಮೂಲಕ ಹೋಗಬೇಕು, ಆಗಲೇ ಮಜಾ ಎನ್ನಿಸಿತು.

ಇದ್ದಕ್ಕಿದ್ದಂತೆಯೇ ಮಳೆ ಬಂತು, ಎಂಥ ಮಳೆ? ಕಟ್ಟಿ ಹೊಡೆಯಿತು ಎರಡುತಾಸಿಗೂ ಮಿಕ್ಕಿ. ತಬಲಾ ಇಳಿದುಹೋಗಿ ಎಷ್ಟು ಬಿಗಿಮಾಡಿದರೂ ಹೊಂದಿಕೊಳ್ಳಲಿಲ್ಲ. 'ನಾನು ಮಾಡಿಕೊಡ್ತೀನಿ ಕೊಡು ಇಲ್ಲಿ,' ಭೂಪತರಾಮರು ಪ್ರಯತ್ನಿಸಿದರೂ ಕೂರದೆ, 'ಏಕದಂ ಥಂಡಿಯಾಗಿದೆ. ಹವಾದಲ್ಲಿ ಜಲಾಂಶ ತುಂಬಿಕೊಂಡಿದೆ. ಅದನ್ನ ಸ್ವಲ್ಪಹೊತ್ತು ಬಿಟ್ಟುಬಿಡೂದು ಒಳ್ಳೇದು.' ಮಳೆ ನಿಂತರೂ ಸಣ್ಣಸೋನೆ ಮುಂದುವರೆದು ಭೂಪತರಾಮರು ಹೊರಗೆ ಹೋಗಿ ನೋಡಿಬಂದು, 'ಪಶ್ಚಿಮದ ಕಡೆಯ ಮಳೆ. ಬೇಗ ನಿಲ್ಲೂ ಸೂಚನೆ ಇಲ್ಲ. ಈ ಕಡೆ ಇಷ್ಟೊಂದು ಮಳೆ ಬಿದ್ದಿರುವಾಗ ನೀನು ದಾಟಬೇಕಾದ ಚಿತ್ರಾನದಿ ತುಂಬಿ ಸೇತುವೆಮೇಲೆ ಹರಿಯುತ್ತೆ. ಸೋನೆ ಕೂಡ. ರಾತ್ರಿ ಇಲ್ಲೇ ಉಳಿ.' ಎರಡುವರ್ಷದ ಪರಿಚಯ. ಸ್ನೇಹ.

ರಾತ್ರಿ ಊಟವಾಗಿ ಮನೆಯವರೆಲ್ಲ ಮಲಗಿ ನಾವಿಬ್ಬರೇ ಕೋಣೆಯಲ್ಲಿ ಮಾತನಾಡುತ್ತಾ ಕೂತಿದ್ದಾಗ ಇದ್ದಕ್ಕಿದ್ದಂತೆಯೇ ಕೇಳಬೇಕೆಂದೆನ್ನಿಸಿ, 'ಗುರೂಜಿ, ಒಂದು ಕುತೂಹಲ ಭಾಳಾ ದಿನದಿಂದ ಬಾಧಿಸುತ್ತಿದೆ. ನೀವು ಉತ್ತರ ಹೇಳಿ, ಬಿಡಿ. ನಾನು ಹೀಗೆ ಕುತೂಹಲ ತಾಳಿದೆ ಅಂತ ಯಾರಿಗೂ ಹೇಳಬಾರದು.'

'ಏನು ಕೇಳು.'

'ರಾಜಾಸಾಹೇಬರು ಮಹದೇವ ಮಂದಿರದೊಳಗೆ ಬಿಟ್ಟು ಎಲ್ಲೂ ಹಾಡೂದಿಲ್ಲ ಯಾಕೆ?'

'ಕುಲದೇವತೆ ಮಹದೇವಜಿ ಕನಸಿನಲ್ಲಿ ಬಂದು.....' ಎನ್ನುವಾಗ ತಾವು ನಿಜ ಹೇಳುತ್ತಿಲ್ಲವೆಂಬ ಬಿರುಕು ಅವರ ಮುಖದಲ್ಲಿಯೇ ಕಾಣಿಸಿತು. ನನ್ನ ಮುಖದಲ್ಲೂ ಅದು ಅರ್ಥವಾಯಿತೆಂಬ ಬಿರುಕು ಹುಟ್ಟಿ ಅವರು ಗಮನಿಸಿ, ಒಂದು ನಿಮಿಷವಾದನಂತರ, 'ನೀನು ಕೇಳಿರುವಾಗ ಮುಚ್ಚಿಡಬೇಕು ಅಂದರೆ ಹೇಗೆ ಹೇಗೋ ಆಗುತ್ತೆ. ನನ್ನ ಕೈ ಮುಟ್ಟಿ ಇದನ್ನ ಯಾರಿಗೂ ಹೇಳುಲ್ಲ ಅಂತ ಆಣೆಮಾಡು,' ಎಂದು ಭಾಷೆ ತೆಗೆದುಕೊಂಡಮೇಲೆ, 'ರಾಜತ್ವ ಹೋದರೂ ನಾನೂ ಬಂದೇ ಆಲಿಖಾನರೂ ಒಂದೇ ದರ್ಬಾರಿನ ಪೋಷಿತರು. ಸುಮ್ಮನೆ ಜನರ ಕಿವಿಗೆ ಬಿದ್ದು ಒಬ್ಬರಿಂದೊಬ್ಬರಿಗೆ ಹರಡಿ ಯಾಕೆ ಇಲ್ಲದ ಕಿರಿಕಿರಿ, ಕಸಿವಿಸಿ ಅಂತ. ಭಾಷೆ ಕೊಟ್ಟಿದೀಯ. ಹೇಳಿಬಿಡಲಾ?'

'ನೀವು ಕೇಳಿದರೆ ನನ್ನ ತಂಬೂರಿಯ ಮೇಲೆ ಆಣೆ ಇಡಲಾ?'

'ಬೇಡ. ನಿನ್ನಮೇಲೆ ನಂಬಿಕೆ ಇದೆ. ಈ ನಮ್ಮ ಬಂದೇ ಆಲಿಖಾನರ ತಂದೆ ಉಸ್ತಾದ್ ಅಸದ್ ಆಲಿಖಾನ್ ಸಾಹೇಬರು ಇದೇ ನಮ್ಮ ಶಕಪುರಿ ದರ್ಬಾರಿನ ಗಾಯಕರು. ಸ್ವರಮಾಧುರ್ಯ ಲಯಗಾರಿಕೆ ಎರಡರಲ್ಲೂ ಅವರ ಸಮಾನ ಅಪೂರ್ವ. ಅವರಿಂದ ಕಲೀಬೇಕು ಅಂತ ಲಕ್ನೋ ಬನಾರಸ್ ಕಲ್ಕತ್ತಗಳಿಂದಲೂ ಬರ್ತಿದ್ದರು. ಅವರ ಅಭಿಮಾನಿಗಳು ಅವರನ್ನ ಫಯಾಜ್‌ಖಾನ್ ಅಬ್ದುಲ್ ಕರೀಂಖಾನ್‌ರೊಂದಿಗೆ ಹೋಲಿಸುತ್ತಿದ್ದರು. ಆ ಹೋಲಿಕೆ ಸ್ವಲ್ಪ ಹೆಚ್ಚಾಯಿತು ಅಂತ ನನಗೆ ಅನ್ನಿಸುತ್ತೆಯಾದರೂ ಅವರ ಸಂಗೀತಜ್ಞಾನವಂತೂ ದೊಡ್ಡದು. ಅವರ ಗಾಯನವನ್ನ ನಾನು ಬೇಕಾದಷ್ಟು ಕೇಳಿದೀನಿ. ಅವರಿಗೆ ತಬಲಾ ಸಾಥಿ ಮಾಡಿದೀನಿ. ನಾನು ಚಿಕ್ಕೋನಾಗಿದ್ದಾಗ. ಇರಲಿ. ನಮ್ಮ ರಾಜಾಸಾಹೇಬರಿಗೆ ಚಿಕ್ಕವಯಸ್ಸಿನಿಂದ ಸಂಗೀತದ ಪ್ರೇಮ. ಅವರ ದರ್ಬಾರಿನಲ್ಲಿ ಇಟ್ಟುಕೊಂಡಿದ್ದ ಪಂಡಿತ ಹರಿಚರಣ ಉಪಾಧ್ಯಾಯ ಅಷ್ಟು ದೊಡ್ಡ ವಿದ್ವಾಂಸರಲ್ಲ. ದೊಡ್ಡ ಗವಯಿಗಳನ್ನ ಕರೆಸಿ ಇಟ್ಟುಕೊಳ್ಳುವಷ್ಟು ಷೋಕಿ ಇವರ ತಂದೆ ರಾಜಾ ಜಗಜೀತ ಸಿಂಹರಿಗೆ ಇರಲಿಲ್ಲ. ಅಷ್ಟರಲ್ಲಿ ದೇಶಕ್ಕೆ ಸ್ವಾತಂತ್ರ್ಯ ಬಂದು ಇವರ ರಾಜ್ಯ ಹೋಗಿ ಆದಾಯವೂ ಇಳಿದುಹೋಯಿ ತಲ್ಲ. ಹರಿಚರಣ ಉಪಾಧ್ಯಾಯರು ತಮಗೆ ತಿಳಿದಷ್ಟು ವಿದ್ಯೆಯನ್ನ ನಮ್ಮ ರಾಜಾಸಾಹೇಬರಿಗೆ ನಿರ್ವಂಚನೆಯಿಂದ ಹೇಳಿಕೊಟ್ಟರು. ಆಮೇಲೆ ಅವರು ಚಿತ್ತರ್‌ಪುರ ಬಿಟ್ಟು ಇಂದೋರಿನಲ್ಲಿ ನೌಕರಿ ಮಾಡ್ತಿದ್ದ ಮಗನ ಜೊತೆ ಇರುಕ್ಕೆ ಹೊರಟೂ ಹೋದರು. ಇವರಿಗೆ ಉಸ್ತಾದ್ ಅಸದ್ ಆಲೀಖಾನರಿಂದ ಕಲಿಯಬೇಕೆಂಬ ಆಶೆ. ತಂದೆಗೆ ಹೇಳಿದರು. ಅವರು ಉಸ್ತಾದರನ್ನು ಕರೆಸಿ ಗೊತ್ತುಮಾಡಿದರು. ಅವರು ಅಲ್ಲಿಂದ ಕಾರು ಕಳಿಸಿ ಇವರನ್ನ ಕರೆಸಿಕೊಳ್ಳೂದು. ಇವರು ಅಲ್ಲಿಗೆ ಹೋದ ಒಂದು ದಿನ, ಅದರ ಮರುದಿನ, ಅಂದರೆ ವಾರಕ್ಕೆರಡು ದಿನ ಪಾಠ ಹೇಳಿ ಸಂಜೆ ಕಾರಿನಲ್ಲಿ ಹಿಂತಿರುಗೂದು. ತಿಂಗಳಿಗೆ ಒಂದುಸಾವಿರ ರೂಪಾಯಿ ಫೀಜು. ತಿಳಕೊ. ನಲವತ್ತುವರ್ಷದ ಹಿಂದೆ ಒಂದುಸಾವಿರ ಅಂದರೆ ಇವತ್ತಿನ ಇಪ್ಪತ್ತೈದು ಸಾವಿರ. ಎರಡೂವರೆ ರೂಪಾಯಿಗೆ ಒಂದು ಮಣ ಗೋಧಿ ಬರ್ತಿದ್ದ ಕಾಲ ಅದು. ರಾಜಾ ಜಗಜೀತ ಸಿಂಹರಿಗೆ ಅಷ್ಟೊಂದು ಕೊಡುವ ಷೋಕಿಯೂ ಇಲ್ಲ. ಉಮ್ಮೇದೂ ಇಲ್ಲ. ಷೋಕಿ ಇದ್ದರೆತಾನೆ ಉಮ್ಮೇದು ಹುಟ್ಟೂದು? ಆದರೆ ಅಷ್ಟು ದೊಡ್ಡ ವಿದ್ವಾಂಸರಿಗೆ ಅಷ್ಟು ಕೊಡದೆ ಇದ್ದರೆ ನಮ್ಮ ಗೌರವ ಏನಾಗಬೇಕು ಅಂತ ಮಗ ಹಟ ಹಿಡಿದು ನಿಶ್ಚಯ ಮಾಡಿಸಿದರು. ಪಾಠ ಶುರುವಾಯಿತು. ಇವರು ಎರಡುದಿನ ಅಲ್ಲಿರ್ತಿದ್ದರು. ಕುಶಲೋಪರಿ ಮಾಡ್ತಿದ್ದರು. ಅರಮನೆಯ ರೀತಿ ರಿವಾಜು ಅನುಸರಿಸುತ್ತಿದ್ದರು. ಎದುರಿಗೇ ಕೂತು ಅವರ ಸಾಧನೆಯನ್ನ ತಿದ್ದುತಿದ್ದರು. ಮೂರುವರ್ಷ ಕಳೀತು. ಅಷ್ಟರಲ್ಲಿ ದೊಡ್ಡ ಮಹಾರಾಜರು ಕಾಲವಶರಾಗಿ ಮಗನೇ ಪಟ್ಟಕ್ಕೆ ಬಂದರು. ರಾಜ್ಯ ಹೋದರೂ ಪಟ್ಟ, ಸಿಂಹಾಸನ, ಮುಜುರೈ ರೀತಿ ರಿವಾಜುಗಳು ಇವೆಯಲ್ಲ, ಇವತ್ತಿಗೂ. ರಾಜಧನ ಅಂತ ದಿಲ್ಲಿ ದರ್ಬಾರು ಗೊತ್ತುಮಾಡಿದ್ದರ ಜೊತೆಗೆ ನೂರು ಊರುಗಳ ಜಮೀಂದಾರಿ ಇತ್ತು. ನಮ್ಮ ರಾಜಾಸಾಹೇಬರ ಜೀವವೆಲ್ಲ ಸಂಗೀತದಲ್ಲಿದ್ದರೂ ವ್ಯವಹಾರವನ್ನ ಉಪೇಕ್ಷಿಸಲಿಲ್ಲ. ಮೊದಲಿನಿಂದ ಇದ್ದ ದಿವಾನರಿದ್ದರು.

ಅಂಬಾಲಾಲ್ ನಾಗರ್ ಅಂತ. ನಿಷ್ಠಾವಂತ. ಅವರ ಮೂಲಕ ಜಮೀಂದಾರಿಯ ವ್ಯವಹಾರ ಮಾಡಿಸುತ್ತಾ ತಾವೂ ಮೇಲ್ವಿಚಾರಣೆ ನೋಡಿಕೊಳ್ಳುತ್ತಾ, ಸಮಯವನ್ನೆಲ್ಲ ಸಂಗೀತಸಾಧನೆ, ಗ್ರಂಥ ವ್ಯಾಸಂಗದಲ್ಲಿ ತೊಡಗಿಸುತ್ತಾ ಇದ್ದರು. ಅವರ ಅರಮನೆ ಲೈಬ್ರರಿ ನೋಡಿದೀಯಾ?'

'ಹೂಂ.'

'ಅದರಲ್ಲಿ ಎಂಥೆಂಥ ಪುಸ್ತಕಗಳು! ಅರಮನೆ ಅಂದರೆ ಗ್ರಂಥಭಂಡಾರ ಇರಲೇಬೇಕಲ್ಲ. ರಾಜಾ ಜಗಜೀತ ಸಿಂಹರೂ ಎಷ್ಟೋ ಓದುತ್ತಿದ್ದರು. ಹಿಂದಿನಿಂದ ರೂಢಿಸಿದ್ದ ಗ್ರಂಥಸಂಗ್ರಹ. ಜೊತೆಗೆ ಇವರೂ ಕೊಂಡು ತುಂಬಿ, ಓದುತ್ತಿದ್ದರು. ಉಸ್ತಾದ್ ಅಸದ್ ಆಲೀಖಾನರ ಪಾಠ ನಾಲ್ಕುವರ್ಷ ನಡೆದಿತ್ತು. ಉಸ್ತಾದರು ತಮಗೆ ಮನಸ್ಸು ಬಿಚ್ಚಿ ಹೇಳಿಕೊಡ್ತಿಲ್ಲ ಅನ್ನುವ ಭಾವನೆ ಇವರಿಗೆ ಬಂದಿತ್ತು. ಸ್ವರಗಳದ್ದು ಇನ್ನೂ ಅಡಿಪಾಯ ಗಟ್ಟಿಯಾಗಬೇಕು. ಅಡಿಪಾಯ ಬಿಗಿಯಾಗದೆ ಮೇಲಿನ ಸೌಧ ಕಟ್ಟಿದರೆ ಕುಸಿದುಬೀಳುತ್ತೆ. ನಿಮ್ಮ ಪ್ರಗತಿ ತುಂಬ ಚನ್ನಾಗಿದೆ. ನಾವೆಲ್ಲ ಉಸ್ತಾದರ ಮನೇಲಿ ಕನಿಷ್ಠ ಇಪ್ಪತ್ತುವರ್ಷ ಅರೆದು ಅರೆದು, ಸಂಗೀತ ಅಂದರೆ ಬೇರೆ ವಿದ್ಯದಂತಲ್ಲ ಅಂತಿದ್ದರು. ಹಸನ್ಮುಖಿ. ಗಡ್ಡ ನೀವಿಕೊಳ್ಳುತ್ತಾ ಆಡುತ್ತಿದ್ದ ಶೇವಿಗೆಯಂತೆ ಬಳಕುವ ಮಾತು. ಒಂದು ದಿನ ರಾಜಾಸಾಹೇಬರು ಯಾವುದೋ ಕೆಲಸಕ್ಕೆ ಶಕಪುರಕ್ಕೆ ಬಂದರು. ಹೇಗೂ ಬಂದಿದೀನಿ, ಗುರುಗಳನ್ನ ನೋಡಿಕೊಂಡು ಹೋಗುವಾ ಅಂತ ಅವರ ಮನೆಗೆ ನುಗ್ಗಿದರು. ಉಸ್ತಾದರು ಇರಲಿಲ್ಲ. ಜನಾನ ಅಂತೂ ಬಂದವರನ್ನ ಮಾತನಾಡಿಸುವಂತಿಲ್ಲ. ದರ್‌ಬಾನನಿಗೆ ಇವರ ಗುರುತು ಸಿಕ್ಕಲಿಲ್ಲ. ಒಳಗೆ ಒಂದು ಕೋಣೆಯಲ್ಲಿ ಉಸ್ತಾದರ ಮಗ ಬಂದೇ ಆಲಿ ಅಭ್ಯಾಸ ಮಾಡಿಕೊತ್ತಿದ್ದ. ಮಾತನಾಡಬೇಡ, ಯಾರಿಗೂ ತೊಂದರೆ ಮಾಡಬೇಡ ಎಂದು ದರ್‌ಬಾನನಿಗೆ ಹೇಳಿದ ಇವರು ಸುಮ್ಮನೆ ದಿವಾನಖಾನೆಯಲ್ಲಿ ಕುಳಿತುಕೊಂಡರು. ಗುರುಪುತ್ರ ಪಲ್ಟೆ ತಾನಗಳ ಅಭ್ಯಾಸ ಮಾಡಿಕೊತ್ತಿದ್ದ. ಅವನ ಧ್ವನಿ ಅಷ್ಟು ಹಿತವಾಗಿರಲಿಲ್ಲ. ಆದರೆ ತಯಾರಿ ಚುರುಕಾಗಿತ್ತು. ಎಷ್ಟು ತರಹ, ಎಷ್ಟು ವೈವಿಧ್ಯಪೂರ್ಣವಾದ ನೇಯ್ಗೆ ಕೆಲಸ ಮಾಡ್ತಿದಾನೆ. ತನಗೆ ತಾನೆ ತಾಲ ಎಣಿಸಿಕೊಂಡು ಸಮ್ ಬಂದಾಗ ತೊಡೆಯ ಮೇಲೆ ಪೆಟ್ಟು ಹಾಕಿ ಕೊತ್ತಿದ್ದಾನೆ. ನಾಲ್ಕು ಐದು ಆವರ್ತನವಾದರೂ ಸಮ್ ಕರಾರುವಾಕ್ಕಾಗಿ ಮೂಡಿ ನಿಲ್ಲುತ್ತೆ. ಐದು ಆವರ್ತನದ ತಾನ ಹೊಡೆದು ಸ್ವಲ್ಪವೂ ಖಾಲಿ ಮಾಡದೆ ಸ್ವರದ ಮೇಲೆ ನಿಲ್ತಾನೆ. ಗುರುಪುತ್ರನು ತನಗಿಂತ ನಾಲ್ಕುವರ್ಷಕ್ಕೆ ಚಿಕ್ಕವನೆಂಬುದು ರಾಜಾಸಾಹೇಬರಿಗೆ ಗೊತ್ತಿತ್ತು. ಅವನಿಗೆ ಎಷ್ಟೊಂದು ಕಲಿಸಿದಾರೆ. ನನಗೆ ಮೋಸ ಮಾಡ್ತಿದಾರೆ. ತಿಂಗಳಿಗೊಂದು ಸಾವಿರ ಫೀಜು. ದಶಹರಾದಲ್ಲಿ ವಸ್ತ್ರ, ಸಾವಿರದೊಂದು ದಕ್ಷಿಣೆ, ನಡುನಡುವೆ ಅದೂ ಇದೂ. ಕಳೆದ ವರ್ಷವಷ್ಟೆ ಮನೆ ಕಟ್ಟಿಸುತ್ತೇನೆಂದು ಅವರು ಕೇಳಿ ನಾನು ಎರಡು ದೊಡ್ಡ ತೇಗದ ಮರಗಳನ್ನ ಕಡಿಸಿ ನನ್ನ ಖರ್ಚಿನಿಂದ ಕುಯ್ಸಿ ಸಾಗಿಸಿ ಕಳಿಸಿದ್ದೆ, ವಾರಕ್ಕೆರಡು ದಿನದ ಅವರ ವಾಸ್ತವ್ಯದಲ್ಲಿ ಅವರಿಗೆ ಪ್ರಿಯವಾದ ಕೋಳಿ ಊಟ. ಮೋಸ ಮಾಡ್ತಿದಾರೆ ಎಂದು ಅರ್ಥವಾಗಿ ಮೈಯೊಳಗೆ ಕುದಿಯಿತು. ಸುಮಾರು ಒಂದು ತಾಸು ಅಲ್ಲೇ ಕೂತಿದ್ದರು. ಅನಂತರ ಯಾರಿಗೂ ಹೇಳದೆ ಎದ್ದು ಹೊರಬಂದರು. ಕಾರು ಹತ್ತಿ ಸೀದಾ

ಊರಿಗೆ ಬಂದರು. ಕುದಿಯುತ್ತಿದ್ದ ಕೋಪವನ್ನು ಯಾರ ಕೈಲಿ ಹೇಳಿಕೊಬೇಕು? ಆ ರಾತ್ರಿ ಎಲ್ಲ ನಿದ್ರೆ ಬರಲಿಲ್ಲ. ಬೆಳಗ್ಗೆ ದಿವಾನರಿಗೆ ಹೇಳಿಕಳಿಸಿದರು. ನಡೆದ ಸಂಗತಿಯನ್ನೆಲ್ಲ ಹೇಳಿಕೊಂಡರು.

"'ಈ ಜನ ಯಾವತ್ತೂ ಹಾಗೆಯೇ. ಆಭರಣಕೆಲಸದ ರಹಸ್ಯವನ್ನ ಅಕ್ಕಸಾಲಿ ಯಾವತ್ತೂ ತನ್ನ ಮಗನಿಗಲ್ಲದೆ ಬೇರೆಯೋರಿಗೆ ಕಲಿಸುಲ್ಲ. ಸಂಗೀತವೂ ಕುಲಕಸುಬು. ಈತನಿಗೆ ಕೊಡ್ತಿರೂ ಸಾವಿರ ರೂಪಾಯಿ ಅತಿ ಹೆಚ್ಚು ಅಂತ ನನಗೆ ಯಾವತ್ತೂ ಅನ್ನಿಸಿತ್ತು. ದರ್ಬಾರ್ ನಿಶ್ಚಯಿಸಿ ಅಪ್ಪಣೆ ಮಾಡಿದಮೇಲೆ ನಾನು ಹೇಗೆ ಹೇಳೂದು ಅಂತ ಸುಮ್ಮನಾದೆ. ಅಲ್ಲದೆ ಇದು ದೊಡ್ಡ ದರ್ಬಾರರ ಕಾಲದಲ್ಲೇ ಆದ ತೀರ್ಮಾನ.'

"'ಈಗ ಏನು ಮಾಡಿದರೆ ಸರಿಯಾಗುತ್ತೆ?'

"'ದರ್ಬಾರ್ ಒಂದು ದಿನ ಸಮಯ ಕೊಟ್ಟರೆ ನಾನು ಆಲೋಚಿಸಿ ಪರಿಹಾರ ಹುಡುಕ್ತೀನಿ,' ಅಂತ ಆಶ್ವಾಸನೆ ಇತ್ತರು.

"ಮರುಬೆಳಗ್ಗೆ ದಿವಾನರು ನಿವೇದಿಸಿಕೊಂಡರು. 'ನಾಳೆ ಉಸ್ತಾದರು ಬರುವ ದಿನ. ದರ್ಬಾರರು ಸ್ವಲ್ಪವೂ ಅಸಮಾಧಾನ ತೋರಿಸಿಕೊಬಾರದು. ಏನೂ ಗೊತ್ತಿಲ್ಲದಂತೆ ಸುಮ್ಮನಿದ್ದುಬಿಡಬೇಕು. ನನಗೆ ಗೊತ್ತಿದೆ: ಉಸ್ತಾದರದು ಬಲು ಬಿಗಿಮುಷ್ಟಿ. ಮಗನಿಗೆ ಖರ್ಚಿಗೆ ಕಾಸು ಕೊಡೂದಿಲ್ಲ. ಅವನಿಗೆ ಹೊರಗೆ ತಿರುಗುವ ತಿನ್ನುವ ಷೋಕಿ. ಅವನನ್ನ ಉಪಾಯದಲ್ಲಿ ಸಂಪರ್ಕಿಸಿ ವಾರಕ್ಕೊಂದು ದಿನ ಕಾರಿನಲ್ಲಿ ಚಿತ್ತರ್‌ಪುರಕ್ಕೆ ಬಂದು ದರ್ಬಾರಿಗೆ ಪಾಠ ಹೇಳಿಕೊಡು. ತಿಂಗಳಿಗೆ ನೂರು ರೂಪಾಯಿ ಕೊಡ್ತೇವಿ. ನಿಮ್ಮ ತಂದೆ ಹೇಳಿದ್ದನ್ನೇ ನೀನೂ ಹೇಳಿಕೊಡ್ತೀಯ. ನಾವೂ ಯಾರಕೈಲೂ ಹೇಳುಲ್ಲ, ನೀನೂ ಹೇಳಬೇಡ. ನಿಮ್ಮ ತಂದೆಗೆ ತಿಳಿಯುವ ಸಂಭವವಂತೂ ಇಲ್ಲ, ಅಂತ ಒಪ್ಪಿಸಿ, ಅವರು ಮಗನಿಗೆ ಕಲಿಸಿದ್ದನ್ನೆಲ್ಲ ಅವನ ಮೂಲಕ ದರ್ಬಾರರು ಪಡೆಯಬಹುದು. ಕಲಿತ ಹೊಸ ಅಂಶಗಳಲ್ಲಿ ಯಾವುದನ್ನೂ ಉಸ್ತಾದರ ಎದುರಿಗೆ ಹಾಡಿ ತೋರಿಸಬಾರದು ಅಷ್ಟೆ' ಅಂದರು. ಎಷ್ಟಾದರೂ ದಿವಾನರ ತಲೆ. ದರ್ಬಾರರು ತಲೆದೂಗಿದರು. ನೂರಲ್ಲ, ನೂರೈವತ್ತು ಕೊಡೋಣ, ಎಂದರು. ದರ್ಬಾರರದು ಅತಿ ಔದಾರ್ಯವಾಗಬಾರದು. ಹೆಚ್ಚು ಹಣ ಕೈಗೆ ಸಿಕ್ಕಿ ಅವನು ಷೋಕಿಮಾಡೂದು ತಂದೆಗೆ ತಿಳಿದರೂ ಕಷ್ಟವೇ. ನೂರು ರೂಪಾಯಿ ಬೇಕಾದಷ್ಟು. ದರ್ಬಾರರು ಹುಕುಂ ಅಂದರೆ ನಾನು ಮುಂದಿನ ಕೆಲಸ ಮಾಡ್ತೀನಿ, ಅಂದರು. ನೋಡಿದೆಯಾ ಹ್ಯಾಗಿದೆ ಸಂಗೀತ ಕಲಿಯುವ ಒಳತಂತ್ರಗಳು?" ಎಂದು ಭೂಪತರಾಮರು ನನ್ನ ಮುಖ ನೋಡಿದರು. ಎಷ್ಟೇ ವಿವರಗಳನ್ನು ಹೇಳಿದರೂ ಗುರುವು ಮುಖ್ಯರಹಸ್ಯಗಳನ್ನು ಮುಚ್ಚಿಟ್ಟಿರುವ ಕಥೆಗಳನ್ನು ಕೇಳಿದ್ದೆನಾದರೂ ನನ್ನ ಗುರು ರಾಜಾಸಾಹೇಬರಿಗೆ ಆಗುತ್ತಿದ್ದ ಅನ್ಯಾಯಕ್ಕೆ ಮನಸ್ಸು ಮರುಗಿತು.

'ಹೀಗೆ ಒಂದೂವರೆ ವರ್ಷ ಕಳೆದಿತ್ತು. ಬಂದೇ ಆಲಿ ತನಗೆ ಗೊತ್ತಿದ್ದುದನ್ನೆಲ್ಲ ಮುಚ್ಚುಮರೆಯಿಲ್ಲದೆ ಹೇಳಿಕೊಡ್ತಿದ್ದ. ಆಯಾ ವಾರ ತನ್ನ ತಂದೆ ಕಲಿಸುತ್ತಿದ್ದುದನ್ನೂ ಇಲ್ಲಿಗೆ ವರ್ಗಾಯಿಸುತ್ತಿದ್ದ. ಅವನು ಅರಮನೆಗೆ ಬಂದು ಅದೇ ಸಂಗೀತಕೋಣೆಯಲ್ಲಿ

ಹೇಳಿದರೆ ಆಳುಕಾಳುಗಳಿಗೆ ಗೊತ್ತಾಗಿ ಅಕಸ್ಮಾತ್ ಅವರು ಉಸ್ತಾದರಿಗೆ ಬಾಯಿಬಿಟ್ಟಾರೆಂದು ಕಾಡಿನಲ್ಲಿ ಈಗ ನೀನು ಇರುವ ಕುಟೀರವನ್ನು ಕಟ್ಟಿಸಿದರು. ಕಾರು ಸೀದಾ ಅಲ್ಲಿಗೆ ಹೋಗ್ತಿತ್ತು. ಪಾಠ ಮುಗಿಸಿದ ಅನಂತರ ಅವನನ್ನೊಯ್ದು ಹಿಂತಿರುಗ್ತಿತ್ತು. ಈ ಸಂಗತಿಯನ್ನು ಬೇರೆ ಯಾರಿಗೂ ಬಾಯಿಬಿಡಕೂಡದೆಂದು ಡ್ರೈವರಿಗೆ ಹುಕುಂ ಮಾಡಿದ್ದರು. ಕಾಡಿನ ಕುಟೀರದಲ್ಲಿ ಇನ್ನೊಂದು ಪಾಠ ಆರಂಭವಾದನಂತರ ರಾಜಾಸಾಹೇಬರಿಗೆ ಅಲ್ಲೇ ಅಭ್ಯಾಸ ಮಾಡೂದು ಹೆಚ್ಚು ಪ್ರಿಯವೆನ್ನಿಸಿತು. ಕ್ರಮೇಣ ಮಂದಿರದಲ್ಲಿ ಅಭ್ಯಾಸ ಮಾಡಿಕೊಳ್ಳ ತೊಡಗಿದರು. ತನಗೆ ನಿಜವಾದ ಗುರು ಯಾರು? ಉಸ್ತಾದರು ಸಂಗೀತವನ್ನು ಹಣಕ್ಕೆ ಮಾರಿಕೊಂಡರೂ ಪದಾರ್ಥದಲ್ಲಿ ಮೋಸ ಮಾಡುವವರು. ಮಗನು ಪದಾರ್ಥದಲ್ಲಿ ವಂಚನೆ ಮಾಡದಿದ್ದರೂ ಹಣಕ್ಕೆ ಮಾರಿಕೊಳ್ಳುವವನು. ಮಹದೇವಜಿಯೇ ನನ್ನ ಗುರು ಎಂಬ ಭಾವನೆ ಬಲಿಯಿತು. ಮಂದಿರದೊಳಗೆ ಕೂತು ಅಭ್ಯಾಸ ಮಾಡುವಾಗ ರಾಗಗಳ ಅಂತರಂಗ ತೆರೆದುಕೊಳ್ಳುತ್ತಿದೆ ಎನ್ನಿಸತೊಡಗಿತು. ಅಲ್ಲದೆ ಮಹದೇವಜಿ ಅವರ ಕುಲದೇವತೆ.

"ಒಂದು ಬೆಳಗ್ಗೆ ಹತ್ತುಗಂಟೆ. ಪುರೋಹಿತರು ಪೂಜೆ ಮಾಡಿಕೊಂಡು ಹೋಗಿದ್ದರು. ರಾಜಾಸಾಹೇಬರು ಮಂದಿರದೊಳಗೆ ಕೂತು ತೋಡಿಯ ಆಲಾಪ ಅಭ್ಯಾಸ ಮಾಡಿಕೊತ್ತಿದ್ದರು. ಮಗ ಬಂದೇ ಆಲಿ ಹೇಳಿಕೊಟ್ಟಿದ್ದ ಕಲ್ಪನೆ ವಿಧಾನಗಳನ್ನೆಲ್ಲ ಪ್ರಯೋಗಿಸಿ ಕರಗತ ಮಾಡಿ ಕೊತ್ತಿದ್ದರು. ಬಾಗಿಲಿನ ಹತ್ತಿರ ನೆರಳಾಯಿತು. ತಿರುಗಿ ನೋಡಿದರು. ಉಸ್ತಾದರು ನಿಂತಿದಾರೆ. ಅದು ಅವರು ಬರುವ ದಿನವಲ್ಲ. ಕಾರು ಕಳಿಸಿಲ್ಲ. ಅವರು ಎಂದೂ ಈ ಮಂದಿರಕ್ಕೆ ಬಂದಿಲ್ಲ. ತಾವು ಅವರ ಮಗನಿಂದ ಕದ್ದು ಕಲಿಯೂತ್ತಿರೂದು ತಿಳಿದೇ ಬಂದಿದಾರೆ ಅಂತ ಅರ್ಥವಾಗಿ ಇವರು ತುಸು ಅಧೀರರಾದರು. ತಾವು ರಾಜರಾದರೂ ಕಳವು ದಾರಿ ಯಲ್ಲಿ ಅವರ ವಿದ್ಯೆಯನ್ನು ಅಪಹರಿಸುತ್ತಿದ್ದೇವೆಂಬ ಭಾವನೆಯಿಂದ. ದಯಮಾಡಿ ಉಸ್ತಾದರೆ, ಸ್ವಾಗತಿಸಿದರು. ಶಿಷ್ಯನ ಎದುರು ಕುಳಿತು ಉಸ್ತಾದರು ಎಂದರು: 'ತುಂಬ ಕಷ್ಟದಲ್ಲಿದೀನಿ. ದರ್ಬಾರರನ್ನ ಗುರುದಕ್ಷಿಣೆ ಕೇಳುಕ್ಕಾಗಿ ಬಂದೆ. ಗುರುದಕ್ಷಿಣೆ ಕೇಳೂದು ಕೊಡೂದು ವಿದ್ಯಾಭ್ಯಾಸದ ಕೊನೆಯಲ್ಲಿ ಅನ್ನುವ ರಿವಾಜು ನನಗೆ ಗೊತ್ತಿದೆ. ಆದರೆ ರಾಜರಾದ ತಾವು ಈಗಲೇ ಕೊಡಬಲ್ಲಿರಿ.'

" 'ಎಷ್ಟು ಬೇಕು ಹೇಳಿ.'

" 'ಹಣವಲ್ಲ. ನನ್ನದೊಂದು ಮಾತು ನಡೆಸಿಕೊಡಬೇಕು.'

" 'ಮಾತು ಏನೆಂದು ತಿಳಿಯದೆ ಹೂಂ ಅನ್ನಬಹುದೆ?'

" 'ದರ್ಬಾರರ ಯಾವ ಭಂಡಾರವನ್ನೂ ನಾನು ಕೇಳ್ತಿಲ್ಲ. ಸಂಗೀತಕ್ಕೆ ಸಂಬಂಧಪಟ್ಟ ಒಂದು ಮಾತಷ್ಟೇ.'

" 'ಹಾಗಾದರೆ ಆಗಲಿ. ನಡೆಸಿಕೊಡ್ತೀವಿ.'

" 'ಮಾತು ಕೊಟ್ಟಾಯಿತು.'

" 'ಆಯಿತು.'

“ ‘ದರ್ಬಾರರು ದೈವಭಕ್ತರು. ದೇವರಿಗಾಗಿ ದೇವಸಮ್ಮುಖದಲ್ಲಿ ಸಾಧನೆ ಮಾಡ್ತಿರೋರು. ಈ ಕುಲದೇವತೆಯ ಮಂದಿರದ ಹೊರಗೆ ಎಲ್ಲಿಯೂ ಹಾಡೂದಿಲ್ಲ ಅಂತ ಒಂದು ಮಾತು ಕೊಟ್ಟರೆ ಸಾಕು.’

“ಈ ಮಾತಿನ ಪೂರ್ಣವ್ಯಾಪ್ತಿ ಆ ಕ್ಷಣದಲ್ಲಿ ಹೊಳೆಯದೆ ಇವರು ‘ಆಯಿತು,’ ಎಂದರು. ‘ದರ್ಬಾರರು ಭಾಷೆ ಕೊಟ್ಟಿರೂದು ನನಗಲ್ಲ. ತಮ್ಮ ಕುಲದೇವತೆ ಮಹದೇವಜಿಗೆ ಅಂತ ಒಂದು ಮಾತು ಸೇರಿಸಬೇಕು.’

“ ‘ಆಯಿತು. ನಾವು ಈ ಮಾತನ್ನು ಕುಲದೇವತೆ ಮಹದೇವಜಿಗೆ ಕೊಟ್ಟಿದೀವಿ.’

“ ‘ನನಗೆ ಖುಷಿಯಾಯಿತು. ಮುಂದೆ ದರ್ಬಾರರ ಕಲಿಕೆ ಮುಗಿದಾಗ ನಾನು ಮತ್ತೆ ಗುರುದಕ್ಷಿಣೆ ಕೇಳೂಲ್ಲ. ನಾನೀಗ ಹೊರಡ್ತೀನಿ. ಟಾಂಗಾ ಮಾಡಿಕೊಂಡು ಬಂದಿದೀನಿ. ದರ್ಬಾರರು ಅಭ್ಯಾಸ ಮುಂದುವರೆಸಬೇಕು. ನಾಡದ್ದು ನಾನು ಬರ್ತೀನಲ್ಲ,’ ಎಂದು ಹೇಳಿ ಅವರು ಹೊರಟುಹೋದರು.

“ಉಸ್ತಾದರು ಯಾಕೆ ಈ ಭಾಷೆ ತೆಗೆದುಕೊಂಡರು? ಅದಕ್ಕಾಗಿಯೇ ಬರುವ ತುರ್ತು ಏನಿತ್ತು? ಮುಖದಲ್ಲಿ ಆತಂಕದ ಕುದಿತ ಕಾಣುತ್ತಿತ್ತು, ಎಂದೆಲ್ಲ ಯೋಚಿಸಿದರೂ ಅವರು ಕಿತ್ತುಕೊಂಡು ಹೋದ ಭಾಷೆಯ ಅರ್ಥ ಇವರಿಗೆ ಆಗಲಿಲ್ಲ. ಸಾಧನೆಯೂ ಸಾಧ್ಯವಾಗಲಿಲ್ಲ. ಕಾರು ಹತ್ತಿ ಅರಮನೆಗೆ ಹೋಗಿ ದಿವಾನರನ್ನು ಕರೆಸಿ ನಡೆದ ಸಂಗತಿಯ ವರದಿ ಮಾಡಿದಾಗ ಅವರು, ‘ದರ್ಬಾರರು ಹಾಗೆ ಮಾತು ಕೊಡಬಾರದಾಗಿತ್ತು. ಅವರ ಮಗನಿಂದ ನಾವು ಗುಟ್ಟಿನಲ್ಲಿ ಅವರ ಮನೆತನದ ವಿದ್ಯೆಯ ರಹಸ್ಯಗಳನ್ನ ಕೊಳ್ಳುತ್ತಿದೀವಿ ಅಂತ ಉಸ್ತಾದರಿಗೆ ಗೊತ್ತಾಗಿದೆ. ಆ ಕೋಪ ಆತಂಕಗಳಲ್ಲೇ ಓಡಿಬಂದಿದಾರೆ. ದರ್ಬಾರರು ತಮ್ಮ ಮಗನಿಗಿಂತ ಚುರುಕುಬುದ್ಧಿಯವರು, ನಿಷ್ಠ ಸಾಧಕರು ಅಂತ ಅವರಿಗೆ ಗೊತ್ತಿದೆ. ಮಗನನ್ನ ಮೀರಿಸುವ ಪ್ರಸಿದ್ಧಿಯನ್ನು ದರ್ಬಾರರು ಸಾಧಿಸ್ತಾರೆ, ಆಮೇಲೆ ಬೇಕುಬೇಕಾದವರಿಗೆ ಹೇಳಿಯೂ ಕೊಡ್ತಾರೆ. ಆಗ ತಮ್ಮ ಮನೆತನದ ಆಸ್ತಿಯ ಗತಿ ಏನು? ಖಾಸಗಿ ಕಾಡಿನ ಮಧ್ಯದ ಮಹದೇವ ಮಂದಿರದಲ್ಲಿ ಮಾತ್ರ ಹಾಡೂದು ಅಂದರೆ ಬೇರೆಲ್ಲೂ ಸಂಗೀತ ಕಛೇರಿ ಮಾಡೂದಿಲ್ಲ. ಜನರ, ಸಂಗೀತ ರಸಿಕರ, ಭೋಪಾಲ್ ಗ್ವಾಲಿಯರ್, ಜಯಪುರ, ಆಗ್ರಾ, ದಿಲ್ಲಿ, ಬನಾರಸ್, ಕಲ್ಕತ್ತ, ಮುಂಬಯಿ, ಹೀಗೆ ಸಂಗೀತದ ಕೇಂದ್ರದಲ್ಲಿ ಪ್ರಕಾಶಿಸುವಂತಿಲ್ಲ. ಅಂದರೆ ಸಂಗೀತಪ್ರಪಂಚದಲ್ಲಿ ಹುಟ್ಟುವ ಮೊದಲೇ ದರ್ಬಾರರನ್ನು ಮಣ್ಣುಮಾಡಿ ಮುಚ್ಚಿಬಿಟ್ಟರು.’

“ಹತ್ತು ಕಡೆ ಕಛೇರಿ ಮಾಡಿ ಪ್ರಸಿದ್ಧಿ ಪಡೆಯುವ ಕಲ್ಪನೆಯೇ ರಾಜಾಸಾಹೇಬರಿಗೆ ಇರಲಿಲ್ಲ. ಅದನ್ನು ಜೀವನೋಪಾಯದ ವೃತ್ತಿಯಾಗಿ ಕೈಗೊಳ್ಳುವ ಅಗತ್ಯವಂತೂ ಎಂದೆಂದಿಗೂ ಇಲ್ಲ. ಆದರೂ ಅವರಿಗೆ ಕುಸಿದುಬೀಳುವಂತಾಯಿತು. ಎಂಥ ಗುಂಡಿಯಲ್ಲಿ ಬಿದ್ದುಬಿಟ್ಟೆವು, ಎಂಬ ಖೇದ. ದರ್ಬಾರರ ಮುಖದಲ್ಲಿ ದುಗುಡ ತುಂಬಿಕೊಂಡದ್ದನ್ನು ನೋಡಿದ ದಿವಾನರು, ‘ಎಂಥ ತಪ್ಪಿಗೂ ಒಂದು ಪರಿಹಾರವಿದ್ದೇ ಇರುತ್ತೆ. ಪ್ರಭುಗಳು

ಚಿಂತಿಸುವ ಕಾರಣವಿಲ್ಲ.'

"ಎಂದು ಸಮಾಧಾನ ಹೇಳಲು ಪ್ರಯತ್ನಿಸಿದರೆ, 'ಈ ಭಾಷೆಯನ್ನು ನಾವು ತಮಗೆ ಕೊಡ್ತಿಲ್ಲ. ನಮ್ಮ ಕುಲದೇವತೆ ಮಹದೇವಜಿಗೆ ಕೊಟ್ಟಿದೀವಿ ಅಂತ ಬಾಯಿಬಿಟ್ಟು ಹೇಳಿರುವಾಗ ಎಂಥ ಪರಿಹಾರ ಸಾಧ್ಯ?' ನಿಸ್ಸಹಾಯಕರಾಗಿ ತಮ್ಮನ್ನು ಕೇಳಿಕೊಳ್ಳುವಂತೆ ಉತ್ತರಿಸಿದರು.

" 'ದೇವರಿಗೆ ಮೋಸದ ಮಾಲೆ ತೊಡಿಸಿದರೆ ಅದಕ್ಕೆ ಪಾವಿತ್ರ್ಯ ಬರುತ್ತೆಯೆ? ಧರ್ಮಸೂಕ್ಷ್ಮವನ್ನ ನಿಧಾನವಾಗಿ ಆಲೋಚಿಸಬೇಕು. ಈಗ ಪ್ರಭುಗಳ ಭೋಜನವಾಗಲಿ,' ದಿವಾನರು ನಿವೇದಿಸಿಕೊಂಡರು.

"ತಮಗೆ ದೇವರಲ್ಲಿ ನಂಬಿಕೆ ಇತ್ತೋ ಇಲ್ಲವೋ, ಇದ್ದರೆ ಯಾವ ಮಟ್ಟದಲ್ಲಿ, ಎಂಬುದನ್ನು ರಾಜಾಸಾಹೇಬರು ಖಚಿತವಾಗಿ ಆಲೋಚಿಸಿರಲಿಲ್ಲ. ಮನೆತನದ ದೇವರು, ಮನೆತನದ ಪುರೋಹಿತರು ಪೂಜೆಮಾಡುತ್ತಿದ್ದರು. ಅವರ ತಂದೆಗೆ ಸಂಪೂರ್ಣ ಭಕ್ತಿ ಇತ್ತು. ಅರಮನೆಯಲ್ಲೂ ಒಂದು ದೊಡ್ಡ ದೇವರಕೋಣೆ ಇದೆ. ಅಲ್ಲಿ ರಾಜಮಾತೆ ಶ್ರದ್ಧಾ ಭಕ್ತಿಗಳಿಂದ ದಿನವೂ ಪೂಜೆ ಮಾಡ್ತಿದ್ದರು. ವಿಶೇಷ ದಿನಗಳಲ್ಲಿ ಮಂದಿರಕ್ಕೆ ಹೋಗ್ತಿದ್ದರು. ವಿಶೇಷ ದಿನಗಳಲ್ಲಲ್ಲದೆ ತರುಣ ರಾಜಾಸಾಹೇಬರು ಮಂದಿರಕ್ಕೆ ಹೋಗ್ತಿರಲಿಲ್ಲ. ಮನೆಯಲ್ಲಿ ದಿನಾ ತಾಯಿ ಕೊಟ್ಟ ಪ್ರಸಾದ ಸ್ವೀಕರಿಸುತ್ತಿದ್ದರು. ಆದರೆ ಈಗ ಅವರ ಚಿಂತನೆ ತೊಡಗಿತು: ಮಾತು ಕೊಡುವ ಮೊದಲು ಪೂರ್ವಾಪರಗಳನ್ನು ಆಲೋಚಿಸಬೇಕಾದದ್ದು ನನ್ನ ಹೊಣೆ. ತಪ್ಪು ಮಾಡಿರೋನು ನಾನು. ದೇವರ ಮೇಲೆ ಆಣೆ ಇಟ್ಟರೂ ಆಣೆಯ ಪಾವಿತ್ರ್ಯ ನನ್ನ ಮೇಲೂ ಇದೆ. ಯಾವುದೇ ನೆಪ ಕೊಟ್ಟು ಆಣೆಯನ್ನು ಮೀರಿದರೆ ನಮ್ಮೊಳಗಿನ ಗೌರವಸ್ಥಾನವನ್ನು ನಾವೇ ನಾಶಮಾಡಿಕೊಂಡಂತೆ. ದೇವರ ನೈತಿಕಶಕ್ತಿಯನ್ನು ಅಲ್ಲಗಳೆದಂತೆ. ಎಷ್ಟು ಚಿಂತಿಸಿದರೂ ತೀರ್ಮಾನ ಅಲ್ಲಿಗೆ ಬಂದು ನಿಲ್ಲುತ್ತಿತ್ತು. ತಾವೇ ಅಂತಿಮನಿರ್ಣಯ ಕೈಗೊಳ್ಳಲಾರದೆ ಹೋಗಿ ತಾಯಿಗೆ ನಡೆದದ್ದನ್ನೆಲ್ಲ ಅರುಹಿ ಕೇಳಿದರು. 'ಅಪ್ಪಾ, ನಮ್ಮದು ಸೂರ್ಯವಂಶ. ನಿನ್ನ ಹೆಸರೂ ರಘುವೀರಸಿಂಹ. ಶ್ರೀರಾಮಚಂದ್ರ ಪ್ರಭುವೂ ಇದೇ ವಂಶದವರು. ತಂದೆ ಹೇಗೂ ಸತ್ತಿದಾರೆ ಅಂತ ಅವರ ಮಾತಿನ ಅರ್ಥ ವನ್ನ ಸ್ವಲ್ಪ ಬದಲಿಸಿದ್ದರೂ ಕಾಡಿಗೆ ಹೋಗೂದ ತಪ್ಪಿಸಿ ಸಿಂಹಾಸನದಲ್ಲಿ ಕೂರಬಹುದಿತ್ತು. ಅವರು ಹಾಗೆ ಮಾಡಲಿಲ್ಲ. ಊರೂರು ತಿರುಗಿ ಕಛೇರಿ ಮಾಡಿ ಸಹಸ್ರ ಜನರನ್ನ ರಂಜಿಸಿ ನಿನಗೇನಾಗಬೇಕು? ಮಂದಿರದಲ್ಲೇ ಎಷ್ಟು ಬೇಕಾದರೂ ಹಾಡಿಕೊ. ನಾನು ಅಲ್ಲೇ ಬಂದು ಕೇಳ್ತೀನಿ.' ಇವರ ತೀರ್ಮಾನ ಗಟ್ಟಿಯಾಯಿತು. ಮಂದಿರಕ್ಕೆ ಹೋಗಿ ದೀರ್ಘದಂಡ ನಮಸ್ಕಾರ ಮಾಡಿದರು. ಎರಡನೆಯ ದಿನ ಉಸ್ತಾದರನ್ನು ಕರೆತರುವ ಕಾರು ನೇರವಾಗಿ ಮಂದಿರದ ಹತ್ತಿರಕ್ಕೆ ಬರುವ ಹಾಗೆ ಡ್ರೈವರನಿಗೆ ಹೇಳಿದರು. ಒಳಗೆ ಬಂದು ಗುರುಸ್ಥಾನದಲ್ಲಿ ಲೋಡು ಒರಗಿ ಕೂತ ಉಸ್ತಾದರಿಗೆ ಹೇಳಿದರು: 'ಶಿಷ್ಯನು ತನಗಿಂತ ದೊಡ್ಡವನಾಗಬೇಕೆಂದು ಬಯಸೂದೇ ಗುರುವಿನ ಧರ್ಮ. ಅವನ ಕೀರ್ತಿ ಚಿಗುರುವ ಮೊದಲೇ ಹೊಸಕಿಹಾಕಿ ತಾವು ಗುರುಸ್ಥಾನ ಕಳಕೊಂಡಿದೀರಿ. ಯಾವತ್ತೂ ತಾವು ನಮ್ಮ ಗುರುವಾಗಿರಲಿಲ್ಲ. ಇಷ್ಟೊಂದು ಹಣ ತಿಂದೂ ಇಷ್ಟು ಪ್ರಯೋಜನ ಪಡೆದೂ ಬೋಧನೆಯಲ್ಲಿ

ಮೋಸಮಾಡ್ತಿದ್ದಿರಿ. ಇಲ್ಲದಿದ್ದರೆ ನಾವೇಕೆ ತಮ್ಮ ಮಗನಿಗೂ ಪ್ರತ್ಯೇಕ ಹಣ ಸುರಿದು ಕಳವುಮಾರ್ಗದಲ್ಲಿ ಕಲಿಯಬೇಕಿತ್ತು? ತಾವು ನಮಗೆ ಗುರುವಲ್ಲ. ಮಹದೇವಜಿಯೇ ನಮ್ಮ ಗುರು. ತಾವು ವಿದ್ಯೆಯನ್ನು ಮಾರುವ ದಲಾಲಿ. ಇದುವರೆಗೆ ತಾವು ತಿಂದಿರುವ ಹಣಕ್ಕೆ, ಇನ್ನು ಮುಂದೆಯೂ ನಾವು ಪ್ರತಿತಿಂಗಳೂ ಕೊಡುವ ಸಾವಿರ ರೂಪಾಯಿಗಳಿಗೆ ತಕ್ಕಂತೆ ತಾವು ವಿದ್ಯೆ ಹೇಳಲೇಬೇಕು. ಇದುವರೆಗೆ ಮಾಡಿದಂತೆ ಕಳ್ಳಾಟ ಮಾಡಿದರೆ, ತಮಗೆ ಗೊತ್ತಿದೆ. ತಮ್ಮ ಮಹಾರಾಜರು ನಮ್ಮ ಬಂಧುಗಳು. ಅವರಿಗೆ ಹೇಳಿ ತಮ್ಮನ್ನ ಊರು ಬಿಡಿಸೂದು ನಮಗೆ ಸುಲಭ. ನಾವು ಅದು ಮಾಡೂದಿಲ್ಲ. ತಮಗೆ ಗುಂಡಿಕ್ಕಿ ಕೊಲ್ಲಿಸಿಬಿಡ್ತೀವಿ. ರಾಜ್ಯ ಹೋಗಿದ್ದರೂ ನಮ್ಮ ರಾಜತ್ವದ ಫರ್ಮಾನ್ ಇವತ್ತೂ ನಡೀತಿದೆ. ತಮ್ಮ ಹೆಣ ಬಿದ್ದರೆ ನಮ್ಮನ್ನು ಯಾರೂ ಕೇಳೂದಿಲ್ಲ. ಕೇಳದ ಹಾಗೆ ಮಾಡೂದು ನಮಗೆ ಗೊತ್ತಿದೆ. ಇಲ್ಲಿ ನೋಡಿ,' ಎಂದು ತಂಬೂರಿಯ ಹೊದಿಕೆಯನ್ನು ಸರಗಿಸಿ ಕೈ ಬೆರಳು ಮಾಡಿದರು. ಅಲ್ಲೊಂದು ರಿವಾಲ್ವರ್ ಮಲಗಿತ್ತು.

"ಉಸ್ತಾದರು ನಡುಗಿಬಿಟ್ಟರು. ಮುಖ ಕುತ್ತಿಗೆಗಳು ಬೆವೆತುಹೋಗಿದ್ದವು. 'ದರ್ಬಾರಿನಿಂದ ಪಡೆದ ಆಣೆಯನ್ನು ನಾನು ವಾಪಸು ತಗೊಂಡಿದೀನಿ. ತಮ್ಮ ಕುಲದೇವತೆಯ ಎದುರಿಗೇ ಈ ಮಾತು ಆಡಿದೀನಿ. ತಮ್ಮನ್ನ ಆಣೆಯಿಂದ ಖಲಾಸೆ ಮಾಡಿದೀನಿ,' ಅಂತ ಬಡಬಡಿ ಸಿದರು.

"'ಬಂದೂಕದ ಭಯದಿಂದ ತಾವು ಮಾತು ಬದಲಿಸುತ್ತೀರಿ ಅಂತ ನಾವು ನಮ್ಮ ದೇವರಿಗೆ ಕೊಟ್ಟ ಮಾತನ್ನ ಬದಲಿಸುಕ್ಕಾಗುಲ್ಲ. ನಾವು ಕೇಳ್ತಿರೂದು ವಂಚನೆ ಇಲ್ಲದೆ ವಿದ್ಯೆ ಹೇಳಬೇಕು ಅಂತ. ಅದರಲ್ಲಿ ಕಳ್ಳಾಟ ಮಾಡಿದರೆ ನಮಗೆ ಗೊತ್ತಾಗುತ್ತೆ. ವಾರಕ್ಕೆ ಎರಡುದಿನ ಇಲ್ಲಿಗೆ ಬರ್ತೀರಲ್ಲ, ದಿನಾ ಏಳೆಂಟುತಾಸು ನೀವು ಹಾಡಿ ವಿವರಿಸಿ ಕಲಿಸಬೇಕು. ನಾವು ಕೇಳುವ ಪ್ರಶ್ನೆಗಳಿಗೆಲ್ಲ ಹಾಡಿ ತೋರಿಸಿ ವಿವರಿಸಬೇಕು. ಅಷ್ಟು ಮಾಡಿದರೆ ನೀವು ಉಳಕೊತ್ತೀರಿ. ತಾವು ಕುಟುಂಬಸಮೇತ ಶಕಪುರ ದರ್ಬಾರು ಬಿಟ್ಟು ಎಲ್ಲಿಗೆ ಓಡಿಹೋದರೂ ತಾವು ಇರುವಲ್ಲಿಗೇ ಬಂದು ನಮ್ಮ ಕಡೆಯೋರು ಗುಂಡಿಕ್ಕಿ ಹೋಗ್ತಾರೆ. ಆಯ್ತು. ಈಗ ಪಾಠ ಶುರುಮಾಡಿ.'

"ಆವೊತ್ತಿನಿಂದ ಡ್ರೈವರ್ ಹೋಗಿ ಉಸ್ತಾದರನ್ನು ಕರೆತರ್ತಿದ್ದ. ಅವರ ವಸತಿ ಕಾಡಿ ನಲ್ಲಿ ಹೊಸದಾಗಿ ಕಟ್ಟಿಸಿದ ಕುಟೀರದಲ್ಲಿ. ಈಗ ನೀನಿದ್ದೀಯಲ್ಲ, ಅಲ್ಲಿ. ಅಲ್ಲಿಗೇ ಊಟ ತಿಂಡಿಯ ಸರಬರಾಜು. ಅವರ ನಿಗನೋಡಿಕೊಳ್ಳಲು ಒಬ್ಬ ಆಳು. ಅವರನ್ನು ಅರಮನೆ ಯೊಳಕ್ಕೆ ಒಂದು ದಿನವೂ ಕರೆದೊಯ್ಯಲಿಲ್ಲ. ಕರೆಯಲಿಲ್ಲ. ರಾಜಾಸಾಹೇಬರ ಅವರ ಮುಖಾಮುಖಿಯಾಗುತ್ತಿದ್ದುದು ಮಂದಿರದೊಳಗೆ ಮಾತ್ರ. ಸಂಗೀತದ ವಿಷಯ ಬಿಟ್ಟು ಬೇರೆ ಒಂದು ಮಾತೂ ಇಲ್ಲ. ಉಭಯ ಕುಶಲೋಪರಿಯೂ ಇಲ್ಲ. ಒಂದು ದಿನ ಒಂದು ಹೊಸರಾಗವನ್ನ ಸಂಪೂರ್ಣವಾಗಿ ಹೇಳಿಕೊಡಬೇಕು. ಮರುದಿನ ಸಂಜೆಯವರೆಗೆ ಅದನ್ನೇ ಅಭ್ಯಾಸ ಮಾಡಿಸಿ ಕಾರಿನಲ್ಲಿ ಊರಿಗೆ ಹೋಗಬೇಕು. ಇನ್ನೈದು ದಿನ ರಾಜಾ ಸಾಹೇಬರು ಅದನ್ನ ಅಭ್ಯಾಸ ಮಾಡಿಕೊಳ್ಳುತ್ತಿದ್ದರು. ಮುಂದಿನ ದಿನ ಬಂದಾಗ ಇವರು

ಅಭ್ಯಾಸಮಾಡಿದ್ದನ್ನ ತಿದ್ದಬೇಕು. ಮರುದಿನ ಮತ್ತೆ ಹಾಡಿ ತೋರಿಸಿ ಜೊತೆಯಲ್ಲಿ ಹಾಡಿಸಬೇಕು. ಹೀಗೆ ಎರಡುವಾರಕ್ಕೆ ಒಂದು ರಾಗದಂತೆ ಎರಡುವರ್ಷದಲ್ಲಿ ಒಟ್ಟು ನಲವತ್ತು ರಾಗಗಳನ್ನ ಕಲಿಸಿದರು. ಕೊನೆಯ ತಿಂಗಳ ಸಂಬಳ ಕೊಡಲು ಬಂದಿದ್ದ ಗುಮಾಸ್ತ ಉಸ್ತಾದರಿಂದ ಸಹಿ ಪಡೆದನಂತರ, 'ನಿಮ್ಮ ಪಾಠ ಮುಕ್ತಾಯವಾಗಿದೆ. ನಿಮ್ಮ ಸಂಬಳವೂ ಚುಕ್ತಾ ಆಗಿದೆ. ಮುಂದಿನ ವಾರದಿಂದ ನಮ್ಮ ಕಾರು ನಿಮ್ಮ ಮನೆಗೆ ಬರೂದಿಲ್ಲ,' ಅಂತ ಹೇಳಿಬಿಟ್ಟ".

ಉಸ್ತಾದರನ್ನು ಅವರು ಶಿಕ್ಷಿಸಿದ ರಾಜಗಂಭೀರ ರೀತಿಗೆ ನನಗೆ ಖುಷಿಯಾದರೂ ಆ ಶಿಕ್ಷೆಯ ಸೂಕ್ಷ್ಮತೆಯನ್ನು ಆತ ಅರ್ಥಮಾಡಿಕೊಂಡಿದ್ದರೇ ಅಥವಾ ಎರಡುವರ್ಷ ಮುಂದು ವರೆದ ತಿಂಗಳಿಗೆ ಸಾವಿರರೂಪಾಯಿಯ ಮೇಲುಕವಾಯಿಯಲ್ಲಿ ಖುಷಿಯಾಗಿದ್ದರೆ, ಎಂಬುದು ನನಗೆ ಆಗ ಅರ್ಥವಾಗಲಿಲ್ಲ. ಭೂಪತರಾಮರು ಮುಂದುವರೆದರು: 'ಇವರ ಪಾಠ ಮುಗಿದಮೇಲೆ ರಾಜಾಸಾಹೇಬರ ಸ್ವಂತ ಸಾಧನೆ ಶುರುವಾಯಿತು. ಒಂದೊಂದೇ ರಾಗವನ್ನು ಗಂಟೆಗಟ್ಟಳೆ, ದಿನಗಟ್ಟಳೆ ಹಾಡುತ್ತಾ ಆವಿಷ್ಕರಿಸಿಕೊಳ್ಳೂದು, ಒಂದೊಂದು ರಾಗದ ಆಲಾಪವನ್ನೇ ಹಗಲುರಾತ್ರಿ ಚಿಂತಿಸೂದು, ಎಷ್ಟೋದಿನ ಅರಮನೆಗೆ ಬರ್ತಲೇ ಇರಲಿಲ್ಲ. ಕುಟೀರಕ್ಕೇ ಊಟ ತಿಂಡಿ ಹೋಗ್ತಿತ್ತು. ಅಲ್ಲಿಯೇ ಸ್ನಾನ ಮುಗುಸ್ತಿದ್ದರು. ಮಂದಿರದಲ್ಲಿ ರಾತ್ರಿ ಎಲ್ಲ ಕೂತು ಹಾಡಿಕೊಳ್ಳೂದು, ಹಾಡದೆಯೇ ತಂಬೂರಿ ಮಿಡೀತಾ ಕೂರೂದು, ಮರಗಳ ಕೊಂಬೆ ಎಲೆಗಳನ್ನು ನೋಡ್ತಿರುವಾಗಲೂ ರಾಗದ ಸ್ವರೂಪವನ್ನೇ ಆಲೋಚಿಸೂದು. ನಿದ್ರೆ ಬಂದರೆ ಮಂದಿರದಲ್ಲೇ ಮಲಗಿಬಿಡೂದು. ಉಸ್ತಾದರು ಹೇಳಿ ಕೊಟ್ಟದ್ದು ಬರೀ ಕಚ್ಚಾವಸ್ತು. ಅದನ್ನು ತಮ್ಮದಾಗಿಸಿಕೊಳ್ಳಬೇಕಾದರೆ ತಾವು ಅದರ ಸ್ವರೂಪವನ್ನು ಕಂಡುಕೊಬೇಕು, ಆ ರಾಗ ತನ್ನ ಸೃಷ್ಟಿಯದಾಗಬೇಕು ಅನ್ನುವ ಗುರಿಯಿಂದ ಸಾಧನೆ ಮಾಡ್ತಿದ್ದರು. ಅಷ್ಟರಲ್ಲಿ ಅವರಿಗೆ ಮೂವತ್ತುವರ್ಷವಾಗಿತ್ತು. ನಾನು ನನ್ನ ಗುರು ಉಸ್ತಾದ್ ಅಹಮದ್‌ಜಾನ್ ತಿರಕ್ವಾರಿಂದ ಕಲಿತು ಈ ಶಕಪುರದ ಮಹಾರಾಜರ ದರ್ಬಾರಿನಲ್ಲಿ ನಿಯುಕ್ತನಾಗಿದ್ದೆ. ರಾಜಾಸಾಹೇಬರು ನನ್ನನ್ನು ತಬಲಾ ಹೇಳಿಕೊಡಲು ನೇಮಿಸಿಕೊಂಡರು. ತಬಲಾ ಪಾಠ ಕೂಡ ಮಂದಿರದಲ್ಲೇ ನಡೆಯಬೇಕು. ವಾರಕ್ಕೊಂದು ಬೆಳಗ್ಗೆ ಕಾರು ಬರುತ್ತಿತ್ತು. ಮರುಬೆಳಗ್ಗೆ ವಾಪಸು ಬಿಡುತ್ತಿತ್ತು. ನಿನಗೆ ಆಗ್ತಿದೆಯಲ್ಲ ಅದೇ ರೀತಿ ತಯಾರಿ. ಮುಂಬಯಿ ಬಡೋದೆ, ಜಯಪುರ ದಿಲ್ಲಿ ಗ್ವಾಲಿಯರ್ ಬನಾರಸ್ ಕಲ್ಕತ್ತ ಹೀಗೆ ಸಂಗೀತ ಸಮ್ಮೇಳನಗಳು ಸಂಗೀತೋತ್ಸವಗಳು ನಡೆಯುವ ಕಡೆಗೆ ಹೋಗುತ್ತಿದ್ದರು. ಜೊತೆಗೆ ನನ್ನನ್ನೂ ತಮ್ಮ ಖರ್ಚಿನಲ್ಲಿ ಕರೆದೊಯ್ಯುತ್ತಿದ್ದರು. ಕೆಲವುಸಲ ನಿಯೋಜಕರು ನನ್ನನ್ನು ಸಾಥಿಯಾಗಿ ಆಮಂತ್ರಿಸುತ್ತಿದ್ದರು. ಖೂಬ್ ಸಂಗೀತ ಕೇಳೂದು. ಆನಂದಿಸೂದು. ಬೇರೆ ಬೇರೆ ಗಾಯಕರು ವಾದಕರು ರಾಗಗಳನ್ನು ಪ್ರಸ್ತುತಪಡಿಸುವ ವಿಶೇಷಗಳನ್ನು ಅರ್ಥಮಾಡಿಕೊಂಡು ತಮ್ಮ ಸಾಧನೆಯಲ್ಲಿ ಪ್ರಯೋಗ ಮಾಡಿನೋಡೂದು. ದೊಡ್ಡ ಕಲಾವಿದರಿಗೆ ಸಾಥಿ ಮಾಡುವ ನನ್ನದೇನಾದರೂ ಬೇರೆ ಊರಿನಲ್ಲಿ ಪ್ರೋಗ್ರಾಂ ಇದ್ದರೆ ಅದಕ್ಕೂ ಬರೂದು. ಹೀಗೆ ಹತ್ತುವರ್ಷ ಮಾಡಿದರು.

ಅಷ್ಟರಲ್ಲಿ ಅವರು ಬೇರೆ ಬಡೇ ಬಡೇ ಗಾಯಕರಿಗಿಂತ ಮೇಲೆ ಬೆಳೆದಿದ್ದರು. ಹೊರಗೆ ಹೋಗೂದ ಬಿಟ್ಟು ಬರೀ ತಮ್ಮ ಸಾಧನೆಯಲ್ಲಿ ತೊಡಗಿಸಿಕೊಂಡುಬಿಟ್ಟರು.'

'ಕಛೇರಿ ಮಾಡುವಂತಿಲ್ಲ. ಬೇರೆಯೋರೆದುರಿಗೆ ಹಾಡಿ ತೋರಿಸುವಂತಿಲ್ಲ. ಹೀಗೆ ಜೀವನವಿಡೀ ಸಾಧನೆ ಮಾಡುವ ಪ್ರೇರಣೆಯಾದರೂ ಯಾವುದಿತ್ತು ಅವರಿಗೆ?' ನಾನು ಕೇಳಿದೆ.

"ಕಛೇರಿ ಮಾಡುವಂತಿಲ್ಲ ಅನ್ನೂದು ನಿಜ. ಆದರೆ ಎಷ್ಟೋ ದೊಡ್ಡ ದೊಡ್ಡ ಕಲಾಕಾರರು ಅವರ ಸಂಗೀತ ಕೇಳಿ ಬೆರಗಾಗಿದಾರೆ. ಶಕಪುರ ದರ್ಬಾರಿಗೆ ದೊಡ್ಡ ಸಂಗೀತಗಾರರು ಬಂದಾಗ ರಾಜಾಸಾಹೇಬರು ತಮ್ಮ ಅರಮನೆಗೂ ಆಹ್ವಾನಿಸಿ ಜಲಸಾ ಮಾಡಿಸುತ್ತಿದ್ದರು. ದರ್ಬಾರೂ ಹಾಡುತಾರಂತ ನಮ್ಮ ಕಿವಿಗೆ ಬಿದ್ದಿದೆ. ಗಾಯನ ಕೇಳುವ ಭಾಗ್ಯವುಂಟೆ? ಅಂತ ಅವರು ಕೇಳ್ತಿದ್ದರು. ಅವರನ್ನು ಮಂದಿರಕ್ಕೆ ಕರೆದೊಯ್ದು ಇವರು ಸಮೃದ್ಧವಾಗಿ ಹಾಡ್ತಿದ್ದರು. ನನ್ನದೇ ತಬಲಾ. 'ದರ್ಬಾರು ಹೊರಗೆ ಸಮ್ಮೇಳನದಲ್ಲಿ ಹಾಡಿದರೆ ಬೆಳಕು ಹರಿಯುವುದರೊಳಗೆ ಇಡೀ ಹಿಂದೂಸ್ಥಾನದ ಅಗ್ರಗಣ್ಯ ಗಾಯಕ ಅನ್ನುವ ಹೆಸರಾಗಿಬಿಡುತ್ತೆ. ಯಾಕೆ ಹಾಡೂದಿಲ್ಲ?' ಎಂದರೆ ಮಂದಿರದ ಹೊರಗೆ ಹಾಡಬೇಡ ಅಂತ ಕುಲದೇವತೆಯ ಆದೇಶವಾಗಿದೆ ಅಂದು ಮುಗುಳ್ನಗೆಯೊಡನೆ ಹೇಳ್ತಿದ್ದರು. ಇನ್ನು ಪ್ರೇರಣೆಯ ವಿಷಯ: ಸಭಿಕರಿಗೆ ಉಣಬಡಿಸುವುದೇ ಕಲಾವಿದನ ಒಂದು ಮುಖ್ಯಪ್ರೇರಣೆ ಅನ್ನೂದು ನಿಜ. ಆದರೆ ಆತ್ಮಸಂತೋಷವೂ ಒಂದು ಪ್ರೇರಣೆಯಲ್ಲವೆ? ರಾಜಾಸಾಹೇಬರು ಅದೊಂದನ್ನೇ ಹಿಡಿದು ಬೆಳೆಸಿಕೊಂಡರು. ಕ್ರಮೇಣ ಅದೇ ಅಭ್ಯಾಸವಾಗಿ ಹೋಯಿತು."

ಹೊರಗೆ ಮಳೆ ನಿಂತಿರುವಂತೆ ತೋರಿತು. ನಾವಿಬ್ಬರೂ ಏಕಕಾಲದಲ್ಲಿ ಆಲಿಸಿದೆವು. ಹೌದು, ನಿಂತಿತ್ತು. ಮಳೆ ಹೊಡೆದು ನಿಂತನಂತರ ಆವರಿಸುವ ಶಾಂತಿ ಕಿವಿಗೆ ಕೇಳಿಸುತ್ತಿತ್ತು. ಕೋಣೆಯ ಒಳಗೆ ಚಳಿ ಎನ್ನಿಸುತ್ತಿತ್ತು. ಒಂದುಚೂರು ತಂಬಾಕನ್ನು ಎಡ ಅಂಗೈಮೇಲೆ ಹಾಕಿಕೊಂಡು ಬಲ ಹೆಬ್ಬೆರಳಿನಿಂದ ಉಜ್ಜಿ ಉಜ್ಜಿ ಹದಮಾಡಿ ಅದನ್ನು ಬಾಯಿಗೆ ಹಾಕಿಕೊಂಡನಂತರ ಭೂಪತರಾಮರು, 'ಇನ್ನೊಂದು ಅಂತರಂಗದ ಸಂಗತಿ. ಇಷ್ಟೆಲ್ಲ ಹೇಳಿರೂದರಿಂದ ಅದನ್ನೂ ನಿನಗೆ ಹೇಳಿಬಿಡ್ತೀನಿ. ಇದನ್ನ ಕೂಡ ಯಾರಕೈಲೂ ಬಾಯ್ಬಿಡಬಾರದು.'

'ತಂಬೂರಿಯ ಆಣೆ.'

'ನೀನು ಇಲ್ಲಿ ಸೇರುಕ್ಕೆ ನಾಲ್ಕು ವರ್ಷದ ಮೊದಲು: ರಾಜಾಸಾಹೇಬರಿಗೆ ಒಂದು ಕೊರಗುಹುಟ್ಟಿತ್ತು. ಇಷ್ಟು ಕಷ್ಟಪಟ್ಟು ನನ್ನ ಜೀವನವನ್ನೇ ವಿನಿಯೋಗಿಸಿ ಈ ವಿದ್ಯೆಯನ್ನು ರೂಢಿಸಿಕೊಂಡೆ. ನನಗೆ ಐವತ್ತಾರುವರ್ಷವಾಯಿತು. ಯಾರಾದರೂ ಸತ್ಪಾತ್ರನಿಗೆ ಧಾರೆ ಎರೆಯದೆ ಸತ್ತರೆ ವಿದ್ಯೆಗೆ ದ್ರೋಹಮಾಡಿದಂತೆ. ಯಾರಾದರೂ ಒಬ್ಬ ತಕ್ಕ ವಿದ್ಯಾರ್ಥಿ ಸಿಕ್ಕಲಾರನೆ? ಅನ್ನುವ ಚಿಂತೆ. ಒಳಗೆ ಇರುವ ವಿದ್ಯೆಯನ್ನು ದಾನಮಾಡದೆ ಒಳಗೇ ಇಟ್ಟು ಕೊಂಡು ಸತ್ತವನು ಪಿಶಾಚಿಯಾಗ್ತಾನೆ ಅನ್ನುವ ಮಾತು ಕೇಳಿದೀಯ? ಇಂಥ ಸುಲಭದ ನಂಬಿಕೆಗಳಲ್ಲಿ ವಿಶ್ವಾಸವಿಡುವವರಲ್ಲ ರಾಜಾಸಾಹೇಬರು. ಆದರೆ ಅರವತ್ತು

ಸಮೀಪಿಸುತ್ತಾ ಸಮೀಪಿಸುತ್ತಾ ತಾನು ಯಾರಿಗೂ ಕಲಿಸದೆ ಸತ್ತು ಪಿಶಾಚಿಯಾಗ್ತೀನಿ ಅನ್ನುವ ಆತಂಕವೇ ಶುರುವಾಯಿತು. ಸತ್ಪಾತ್ರ ವಿದ್ಯಾರ್ಥಿ ಅಂದರೆ ನಾಲ್ಕುವರ್ಷ ಕಲಿತು ಬಿಡೋನಲ್ಲ. ಅವರಲ್ಲಿರುವ ಸಮಸ್ತವಿದ್ಯೆಯನ್ನೂ ಸ್ವೀಕರಿಸಿ ಜೀರ್ಣಿಸಿಕೊಂಡು ಬೆಳೆಸುವವನು. ಅವರು ಹೇಗೆ ಸಂಗೀತಕ್ಕೆ ಮಾತ್ರವೇ ತಮ್ಮನ್ನು ತಾವು ಅರ್ಪಿಸಿಕೊಂಡಿದಾರೋ ಹಾಗೆ ತಾನೂ ಸಮರ್ಪಿಸಿಕೊಳ್ಳುವಂಥೋನು. ಕಲಿಯುವ ಬುದ್ಧಿಯ ಚುರುಕಿನ ಜೊತೆಗೆ ಕಂಠತ್ರಾಣವೂ ಇರುವಂಥೋನು. ಹೊರಪ್ರಪಂಚದಲ್ಲಿ ಹೆಸರು ಮಾಡಿರುವ ಗವಯಿಗಳಾಗಿದ್ದರೆ ವಿದ್ಯಾರ್ಥಿ ಗಳು ಹುಡುಕಿಕೊಂಡು ಬರ್ತಿದ್ದರು. ಹೊರಗೆಲ್ಲೂ ಹೆಸರಿಲ್ಲದ ಇವರ ಹತ್ತಿರ ಯಾರು ಬಂದಾರು? ಒಬ್ಬ ಪ್ರಸಿದ್ಧಗಾಯಕರ ಶಿಷ್ಯ ಅಂದುಕೊಳ್ಳೂದು ಪ್ರಬಲ ಆಕರ್ಷಣೆ. ಮುಂದೆ ಗಾಯಕನಾಗಿ ಮನ್ನಣೆ ಸಿಗಬೇಕಾದರೂ ಗುರುವಿನ ಹೆಸರು ಬೇಕು. ಈ ಚಿಂತೆ ಹತ್ತಿದಾಗ ಉಸ್ತಾದರ ಕುತಂತ್ರದ ಮೊನಚು ಅವರ ಮನಸ್ಸನ್ನು ಮತ್ತೆ ಚುಚ್ಚುಕ್ಕೆ ಶುರು ಮಾಡಿತು. ಇದೇ ಸಮಯದಲ್ಲಿ ಜಸವಂತ ಬಿಟ್ಟೂ, ಅದೇ ಅಲ್ಲವೇ ಅವರ ಹೆಸರು? ಇತ್ತೀಚೆಗೆ ಈ ಕಡೆ ಬಂದೇ ಇಲ್ಲ. ಟ್ರಾವೆಲಿಂಗ್ ಏಜೆಂಟರುಗಳು ಕಂಪನಿ ಬದಲಾಯಿಸ್ತಾರೆ. ಅಥವಾ ಕಂಪನಿಯೋರೇ ಬೇರೆ ಕಡೆಗೆ ಹಾಕ್ತಾರೆ. ಎಷ್ಟೋಜನ ನೌಕರಿ ಬಿಟ್ಟು ಸ್ವಂತ ಬಿಸಿನೆಸ್ ಶುರೂಮಾಡ್ತಾರೆ. ಹೋಗಲಿ ಅವರು ನನ್ನನ್ನ ಜ್ಞಾಪಿಸಿಕೊಂಡು ನಿನ್ನನ್ನ ಕರೆ ತಂದದ್ದನ್ನಲ್ಲವೆ ಯೋಗಾಯೋಗ ಅನ್ನೂದು? ಅದು ಹ್ಯಾಗೆ ಹೀಗೆಯೇ ಜರುಗಿತು?'

– ೫ –

ಟೈಂ ಇನ್ನೂ, ಇಲ್ಲ ಇಲ್ಲ, ಗಡಿಯಾರವನ್ನು ಮೂರುಗಂಟೆ ಮುಂದಕ್ಕೆ ಇಟ್ಟುಕೊಂಡು ಅನಂತರ ನ್ಯೂಯಾರ್ಕ್ ತಲಪುವ ಕಾಲದಿಂದ ಕಳೆದು ಲೆಕ್ಕ ದೊರಕಿಸಬೇಕಂತೆ. ಈ ಕಾಲ ವ್ಯತ್ಯಾಸ ಅನ್ನೂದರಲ್ಲೂ ಒಂದು ನಮೂನೆ ಮಜಾ ಇದೆ. ಸಂಜೆ ಆರಕ್ಕೆ ನ್ಯೂಯಾರ್ಕ್ ತಲುಪೂದು ಅಂದರೆ ಇನ್ನೂ ಎರಡೂವರೆ ತಾಸು. ಕಿಟಕಿಯಿಂದ ಹೊರಗೆ ನೋಡಿ ನೋಡಿ ಬೇಸರ. ಕುತ್ತಿಗೆಯೂ ನೋವು. ಕುರ್ಚಿಯ ಬೆನ್ನನ್ನು ಹಿಂದಕ್ಕೆ ಮಾಡಿಕೊಂಡು ಒರಗಿ ಕಣ್ಣುಮುಚ್ಚಿದ. ವಿಮಾನದ ಬಲು ಎತ್ತರದ ಗುಂಯ್‌ಗುಡಿತ. ಇದನ್ನು ಶ್ರುತಿಯಾಗಿಟ್ಟುಕೊಂಡು ಯಾವನೂ ಹಾಡಲಾರ. ನಿದ್ರೆ ಬರುತ್ತಿಲ್ಲ. ಆದರೂ ಪ್ರಯತ್ನಿಸಿದ. ಎಷ್ಟೋ ಹೊತ್ತೆಂದು ಭಾಸವಾದ ನಂತರ ನಿದ್ದೆ ತುಸು ಜಗ್ಗಿಸಿಕೊಂಡಿತು. ಹಾಯ್ ಎಂಬ ನೆಮ್ಮದಿಯ ಭಾವ ತುಂಬಿಕೊಂಡಿತ್ತು. ಏನೋ ಅರ್ಥವಾಗದ ಕನಸು. ತಕ್ಷಣ ಎಚ್ಚರವಾಯಿತು. ನೆನಪು ಮಾಡಿಕೊಂಡರೆ ಕಾಮದ ಕನಸು. ಆಶ್ಚರ್ಯವಾಯಿತು. ಬೇಸರವೂ ಆಯಿತು. ಕಾಮಕ್ಕೆ ಕಾಲದ ಕ್ರಮವಿಲ್ಲ. ಯಾವಾಗಲೋ ಬರುತ್ತೆ, ಕಾಡುತ್ತೆ. ಎಷ್ಟೋಸಲ ಬೇಕೆಂದಾಗ ಬರೂದೇ ಇಲ್ಲ. ಮೊನ್ನೆ ತಾನೆ ಶುಕ್ರವಾರ ತಣಿಸಿದ್ದು, ಮಧು ವಿನೊಡನೆ. ಮತ್ತೆ ಅವಕಾಶವಾಗುಲ್ಲ ಅಂತ ನನಗೂ ಗೊತ್ತಿತ್ತು. ಸಮೃದ್ಧವಾಗಿ. ಶನಿವಾರ ವಿಕ್ರಮನಿಗೆ

ರಜೆ. ಪ್ರೋಗ್ರಾಮಿನ ದಿನ ಬೇರೆ. ಅರವತ್ತು ವರ್ಷಕ್ಕೆ ಕಾಲಿಟ್ಟಿದ್ದೀ ಮಗನೆ ಅಂತ ಅಭಿನಂದಿಸಿ ಶಾಲು ಹೊದೆಸಿ ಬುಕೆ ಕೊಟ್ಟು ಚಪ್ಪಾಳೆ ತಟ್ಟಿದರು. ಇದು ಯಾವತ್ತು ಪೂರ್ತಿ ಇಂಗೀತು? ಇದರ ಕಾಟವಿಲ್ಲದಿದ್ದರೆ ಮನುಷ್ಯ ಎಷ್ಟು ಸ್ವತಂತ್ರ! ತನ್ನ ಸಮಯವನ್ನೆಲ್ಲ ಸಾಧನೆಗೆ ಬಳಸಿ ಬೇಕಾದ್ದು ಸಾಧಿಸಬಹುದು. ಸಾಧಿಸಿ ದೇವರೇ ಆಗಿಬಿಡಬಹುದು. ಸುಳ್ಳು, ಅಸೂಯೆ, ಮುನಿಸು, ಸಮಾಧಾನ ಮಾಡೂದು ಇವುಗಳಿಗೆಲ್ಲ ಹಾಳಾಗುವ ಸಮಯವನ್ನು ಉಳಿಸಿ. ಮತ್ತೆ ಕಣ್ಣುಮುಚ್ಚಿದಾಗ ಮಹದೇವ ಮಂದಿರದಲ್ಲಿ ಹಗಲು ರಾತ್ರಿ ಸಾಧನೆ ಮಾಡುತ್ತಿದ್ದಾಗ, ಕಾಡಿನಲ್ಲಿ ಸುತ್ತಾಡುವಾಗ, ನದಿಯ ದಡದಲ್ಲಿ ನಿಂತು ನಿರುಕಿಸುವಾಗ ಮಲಗಿ ನಿದ್ರಿಸುವಾಗ ಸಹ ನಡುನಡುವೆ ಒಳಗಿನಿಂದ ಕಾಮದ ಹುಚ್ಚುಬುಗ್ಗೆ. ಬಿಡಿಸಿದ ಅರಳೆಯಂತೆ ಬಾನನ್ನೆಲ್ಲ ವ್ಯಾಪಿಸಿ ವಿಸ್ತರಿಸುವ ರಾಗವನ್ನು ನೆನೆಸಿ ಪಾತಾಳಕ್ಕೆ ತುಳಿದು ತಾನೇ ಭೂಮಿ ಆಕಾಶಗಳನ್ನೆಲ್ಲ ಆಳುವ ಸಾರ್ವಭೌಮ ಎಂಬಂತೆ ವಿಜೃಂಭಿಸುವ ಶಕ್ತಿ. ತಡೆಯಲು ಊಟ ಕಡಮೆ ಮಾಡುವ ಮನಸ್ಸು. ಆದರೆ ರಾಜಾಸಾಹೇಬರ ನಿಯಮ: ಸಂಗೀತದಲ್ಲೆಲ್ಲ ಗಾಯನಕ್ಕೆ ಹೆಚ್ಚು ಕಸುವುಬೇಕು. ತಂತಿವಾದ್ಯದ ಮೇಲೆ ಬೆರಳಾಡಿಸುವ ಹೆಣ್ಣುಕಲೆಯಲ್ಲ ಅದು. ಧ್ವನಿಯಲ್ಲಿ ಶಕ್ತಿ ಮೊಳಗಬೇಕಾದರೆ ಪ್ರತಿದಿನ ಬಾದಾಮಿ ಪಿಸ್ತಾ ಖರ್ಜೂರ ಕಲ್ಲುಸಕ್ಕರೆಗಳನ್ನ ಅರೆದು ಬೆರೆಸಿದ ಹಾಲು, ಊಟಕ್ಕೆ ತುಪ್ಪ. ಗಂಟಲಿನಲ್ಲಿ ವ್ಯಕ್ತವಾಗಬೇಕಾದ ತ್ರಾಣವು ನನ್ನನ್ನೇಕೆ ಕಾಮವಾಗಿ ಕಾಡಿಸುತ್ತಿದೆ? ಯಾರಿಗೆ ಹೇಳಿಕೊಳ್ಳೂದು? ಆರಂಭದ ಎರಡುವರ್ಷದ ಆತಂಕ ಕಳೆದು ಸಂಗೀತವು ನನಗೆ ಕರಗತವಾಗ್ತಿದೆ ಎಂಬ ಆತ್ಮವಿಶ್ವಾಸ ಬೆಳೆದ ಅವಧಿಯಲ್ಲಿ ಇದರ ಕಾಟವೂ ಹದ್ದು ಮೀರಿ, ಗುರುಗಳಾದ ರಾಜಾಸಾಹೇಬರಲ್ಲಿ ನಿವೇದಿಸಿಕೊಳ್ಳೂದೆ? ನಾಚಿಕೆ, ಭಯ. ಭೂಪತ ರಾಮರೂ ಗುರುಗಳು. ಅವರನ್ನು ಕೇಳಲೂ ನಾಚಿಕೆ. ಕಾಡಿನಲ್ಲಿ ಮೇಯುತ್ತಾ ನನ್ನ ಕುಟೀರದ ಹತ್ತಿರಕ್ಕೆ ಬರುತ್ತಿದ್ದ ಹಸು ಎಮ್ಮೆಗಳು ಮಾನವಹೆಣ್ಣುಗಳಾಗಿ ಕಾಣಿಸಿಕೊಳ್ಳುತ್ತಾ, ಊರೊಳಕ್ಕೆ ಹೋದಾಗ ಹೆಣ್ಣು ಗಂಡು ನಾಯಿಗಳು ಕೂಡಿ ಕಟ್ಟಿಹಾಕಿಕೊಂಡ ದೃಶ್ಯವನ್ನು ತದೇಕದೃಷ್ಟಿಯಿಂದ ನಿಂತು ನೋಡುತ್ತಾ ಬೇರೆ ಯಾರಾದರೂ ನನ್ನನ್ನು ಗಮನಿಸಿಯಾರೆಂಬ ಎಚ್ಚರವೂ ಇಲ್ಲದೆ. ಯಾವ ಹೆಂಗಸನ್ನು ನೋಡಿದರೂ ಅವಳ ವಯಸ್ಸಿನ ವ್ಯತ್ಯಾಸಗಳ ಗಣನೆಯೂ ಇಲ್ಲದೆ ನನ್ನ ತೃಷೆಯನ್ನು ಇಂಗಿಸುವ ಸಾಧನದಂತೆ ಕಲ್ಪಿಸಿಕೊಳ್ಳುತ್ತಾ. ಇದು ಅಧಃಪತನವೆಂಬ ಎಚ್ಚರದ ಮೇಲೆ ನೀರುಸುರಿದು. ಮಧ್ಯ ರಾತ್ರಿಯ ರಾಗಗಳನ್ನು ಸಾಧನೆ ಮಾಡಲೆಂದು ಮಂದಿರದ ಬಾಗಿಲು ತೆಗೆದು ದೀಪ ಹಾಕಿ ಒಳಗೆ ಕೂತರೆ ಮನಸ್ಸನ್ನು ರಾಗದ ಬದಲು ಅನುರಾಗವು ತುಂಬಿಕೊಂಡು ತಪಸ್ಸಿನಲ್ಲಿ ಅಂತರ್ಮುಖಿಯಾಗಿ ಮಂದ್ರನಾದದ ಪ್ರೇರಕವಾದ ಪಾಣಿಬಟ್ಟಲುಯುಕ್ತ ಮಹದೇವಲಿಂಗವು ಯೋನಿಯ ಒಳನಿಂತ ಲಿಂಗವಾಗಿ ಕಾಣತೊಡಗಿ, ಥೂ ಇದಕ್ಕಿಂತ ಅಧಃಪತನವಿಲ್ಲ. ಪಾಪ, ಪಾಪ, ಎಂದುಕೊಂಡು ಮಂದಿರದ ಹೊರಗೆ ಬಂದು ಬಾಗಿಲಿಗೆ ಬೀಗ ಹಾಕಿ ಕುಟೀರಕ್ಕೆ ನಡೆದು, ಅಕಸ್ಮಾತ್ ರಾಜಾಸಾಹೇಬರೇನಾದರೂ ನನ್ನ ಅಭ್ಯಾಸವನ್ನು ಅಜ್ಞಾತವಾಗಿ ಗಮನಿಸಲೆಂದು ಎಲ್ಲಾದರೂ ನಿಶ್ಶಬ್ದವಾಗಿ ಕುಳಿತಿದ್ದರೆ! ಎಂಬ ಭಯ ಹುಟ್ಟಿ. ಅವರು

ಆಯಾ ಸಮಯದ ರಾಗವನ್ನು ಆಯಾ ಸಮಯದಲ್ಲೇ ಸಾಧನೆ ಮಾಡುತ್ತಿದ್ದರಂತೆ. ರಾತ್ರಿವೇಳೆ ಮಂದಿರದಲ್ಲಿ ಕೂತು ರಾತ್ರಿಯ ರಾಗಗಳ ಸ್ವರೂಪದರ್ಶನ ಮಾಡಿಕೊಂಡವರು. ನಾನು ವಿಕಾರಕ್ಕೆ ಸಿಕ್ಕಿ ಹೀಗಾಗ್ತಿದೀನಿ, ಎಂಬ ಖೇದವೂ ಸೇರಿ. ಎರಡು ತಿಂಗಳು ಮೂರು ತಿಂಗಳು ನಾಲ್ಕು ತಿಂಗಳು ಕಳೆದರೂ ರಾಗಗಳು ವಿಕೃತಭಾವಗಳ ಸುಳಿಗೆ ಸಿಕ್ಕಿ. ಊಹೂಂ. ಸಂಗೀತ ಕಲಿಯೂದ ಬಿಟ್ಟುಬಿಡಬೇಕು. ಎಲ್ಲಾದರೂ ಓಡಿಹೋಗಬೇಕು. ಕೂಲಿಮಾಡಿ ನಾಲ್ಕು ಕಾಸು ದುಡಿದು ವೇಶ್ಯೆಯ ಮನೆಗಾದರೂ ಹೋಗ್ತಾ ನೆಮ್ಮದಿಯಾಗಿರ ಬೇಕು. ಅಥವಾ ಗೃಹಸ್ಥನಾಗಿ. ನಿನ್ನ ವಿದ್ಯೆ ಮುಗಿಯಿತೆಂದು ಗುರುವು ಅನುಜ್ಞೆ ಕೊಡುವ ತನಕ ಇಲ್ಲಿಂದ ಹೊರಡುವಂತಿಲ್ಲ. ಸಂಗೀತ ಬಿಟ್ಟು ಬೇರೆ ವಿದ್ಯೆ ಇಲ್ಲ. ದುಡಿಮೆ ಇಲ್ಲದೆ ಹೆಣ್ಣು ಕೊಡೋರಾರು? ಎಂಥ ಇಕ್ಕಟ್ಟಿಗೆ ಸಿಕ್ಕಿಕೊಂಡೆ ಎಂಬ ಸ್ಥಿತಿಯಲ್ಲಿ ನರಳುತ್ತಿರುವಾಗ ಕಣ್ಣಿಗೆ ಬಿದ್ದ ಚುನ್ನಿ. ದಿನಾ ಬೆಳಗ್ಗೆ ಹನ್ನೊಂದುಗಂಟೆಗೆ ಊಟ ತಂದುಕೊಡುತ್ತಿದ್ದ ಬನ್ಸಿಯ ಹೆಂಡತಿ ತಾನೇ ಕುಕ್ಕೆಯಲ್ಲಿ ಊಟ ಹೊತ್ತು ಬಂದು: 'ಗವಯಿಗಳೇ, ಇಕೋ ನಿಮ್ಮ ಊಟ,' ಎಂದು ಕಾಣಿಸಿಕೊಂಡು ಕುಕ್ಕೆಯೊಳಗೆ ಬಡಿಸಿ ಇಟ್ಟಿದ್ದ ದೊಡ್ಡತಟ್ಟೆಯ ಮುಚ್ಚಳ ತೆಗೆದು ನನ್ನ ಮುಂದಿಟ್ಟು ಅನ್ನ ದಾಲು ಮೊಸರುಗಳ ಪುಟ್ಟ ಪಾತ್ರೆಗಳನ್ನೂ ಇಟ್ಟು ನನ್ನ ಊಟವಾದನಂತರ ಎತ್ತಿಕೊಂಡು ನೆಲ ಒರೆಸಿ ಹೋದಮೇಲೆ ನನ್ನ ಕಲ್ಪನೆ ಎಲ್ಲ ಚುನ್ನಿಯರೂಪ ತಾಳಿ, ಒಂದೊಂದು ದಿನ ದನ ಅಟ್ಟಿಕೊಂಡು ಈ ಕಾಡಿಗೆ ಬರು ತ್ತಿದ್ದ ಅವಳು ಇಷ್ಟು ಚನ್ನಾಗಿದ್ದಾಳೆಂಬ ತಿಳಿವಳಿಕೆಯೇ ಇರಲಿಲ್ಲವಲ್ಲ ಎಂಬರಿವು ಹುಟ್ಟಿ. ಪಾವಡ, ಮೂಗಿಗೆ ನತ್ತು, ಕೈಗೆ ಗಾಜಿನ ಬಳೆಗಳ ನಡುವೆ ಚಿನ್ನದ್ದರಂತೆ ಕಾಣುವ ಒಂದೊಂದು ಬಳೆ, ಕಾಲುಂಗುರ, ಹಣೆಗೆ ಕುಂಕುಮ, ಬಿಸಿಲಿನಲ್ಲಿ ತಿರುಗಿ ಕೆಲಸಮಾಡಿ ಕಪ್ಪಗಿದ್ದರೂ ಆಕರ್ಷಕವಾದ ಚರ್ಮ, ಮೂವತ್ತರ ಸಮೀಪ, ನನಗಿಂತ ಐದಾರುವರ್ಷಕ್ಕೆ ಪ್ರೌಢಳು. ಚುನ್ನಿ, ಇನ್ನು ಮೇಲೆ ನೀನೇ ಊಟ ಹೊತ್ತು ಬಾ ಎಂದು ಬಯಸುತ್ತಾ, ಇಡೀದಿನ ನನ್ನ ಕಲ್ಪನೆಯು ಬೇರೆ ಯಾರ, ಯಾವ ಪಶುವಿನ, ಯಾವ ಗಿಡ ಮರ ಮೋಡಗಳ ಆಕಾರವನ್ನೂ ತಾಳದೆ, ಚುನ್ನಿಯನ್ನೇ ನೆನಸಿಕೊಳ್ಳುತ್ತಾ, ಮರುದಿನವೂ ಅವಳೇ ಊಟಹೊತ್ತು ಬಂದಾಗ ಸಂಭ್ರಮ ಉಕ್ಕಿ, ನೀನೇ ಬಂದೆಯಾ? ಒಳ್ಳೇದಾಯಿತು. ಬನ್ಸಿ ಎಲ್ಲಿ? 'ಅವರು ನಾಲೆಯ ಕಡೆ ಜಮೀನಿನ ಕೆಲಸಕ್ಕೆ ಹೋದರು ಒಡೆಯಾ. ನಾನು ಊಟ ತಂದರೆ ನಿಮಗೆ ನಾಪಸಂದ್ ಆಗೂದಿಲ್ಲವಷ್ಟೆ?' ಎಂದು ಕೇಳಿದ್ದಕ್ಕೆ ಇಲ್ಲ ನೀನೇ ತಗೊಂಡು ಬಾ, ನೀನು ತಂದರೇ ನನಗೆ ಪಸಂದ್ ಎನ್ನುವ ನಾಲಗೆ ಬಂದರೂ ತಡೆದು ಕೊಂಡು, 'ಊಟ ಆರಿಬಿಟ್ಟಿದೆಯೆ? ಗವಯಿಗಳ ಗಂಟಲಿಗೆ ಬಿಸಿಬಿಸಿ ಇದ್ದರೆ ಒಳ್ಳೆಯದು ಅಂತ ನನ್ನ ಗಂಡ ಹೇಳಿದ್ದ,' ಎಂಬ ಅವಳ ಉಪಚಾರದಿಂದ ಆತ್ಮೀಯತೆ ಹುಟ್ಟಿ, ಇಲ್ಲ ಇಲ್ಲ, ನೀನು ಎರಡುಮೈಲಿ ನಡೆದು ಬರಬೇಕಲ್ಲ. ಹಾಗಾದರೆ ಇನ್ನುಮೇಲೆ ನೀನೇ ತರ್ತೀಯಲ್ಲವೆ? ಎಂದು ಕೇಳಿ, 'ಹಂಗೇ ಕಾಣ್ತದೆ. ಹಾಗೇ ದನಾನೂ ಹೊಡಕೊಂಡು, ಎಷ್ಟು ಒಳ್ಳೆಯ ದನಗಳು ಅಂತೀರ, ತಲೆ ಮೇಲೆ ಕುಕ್ಕೆ ಇಟ್ಟುಕೊಂಡು ನಡೆದರೂ ಅವು ಅತ್ತ ಇತ್ತ ಓಡದೆ ನೇರವಾಗಿ ನಮ್ಮ ಕಾಡಿಗೇ ಬಂದು ಗೇಟಿನ ಮೂಲಕ ಒಳಗೆ

ಬರ್ತಾವೆ.' ಆ ದಿನವೆಲ್ಲ ಆಲೋಚನೆ ಮಾಡಿ ಮಾಡಿ ಅಧೈರ್ಯಪಟ್ಟರೆ ಬಿಡುಗಡೆ ಇಲ್ಲ ವೆಂಬ ತೀರ್ಮಾನಕ್ಕೆ ಬಂದು ಮರುದಿನ ಅವಳು ಕುಕ್ಕೆ ಇಳಿಸಿದ ನಂತರ, ಚುನ್ನೀ, ಎನ್ನುವಾಗ ಗಂಟಲು ನಡುಗುತ್ತಿತ್ತು. ನಾನೂ ನಡುಗುತ್ತಿದ್ದೆ. ಗಡಗಡಗಡ. ಚಳಿ ಬಂದವನಂತೆ. ಇದ್ದಕ್ಕಿದ್ದಂತೆಯೇ ಯಾಕೆ ನಡುಕ. 'ಒಡೆಯ, ನಿಮ್ಮ ಕೈ ಕಾಲುಗಳು ಯಾಕೆ ಹಿಂಗೆ ಅದುರುತ್ತಿವೆ?' ಚುನ್ನಿ, ಒಂದು ಮಾತು ಕೇಳಬೇಕು ಅಂತಿದೀನಿ. 'ಕೇಳಿ ಒಡೆಯ.' ನೀನು ಕೋಪಮಾಡ್ಕಳುಲ್ಲ ಅಂತ ಮಾತು ಕೊಡ್ತೀಯ? 'ಕೋಪವೇಕೆ ಒಡೆಯ? ಹೇಳಿ,' ಕೈ ಹಿಡಿದು ಮಾತು ಕೊಡು, ಅಂತ ನಾನೇ ಹತ್ತಿರ ಹೋಗಿ ಅವಳ ಕೈ ಹಿಡಿದುಕೊಂಡು, ಕೇಳುಕ್ಕೆ ನನಗೆ ಸಾಧ್ಯವಿಲ್ಲ. ನೀನೇ ಅರ್ಥಮಾಡಿಕೊ, ನಾನು ಎಷ್ಟು ಕಷ್ಟಪಡ್ತಿದೀನಿ ಅಂತ. ನೀನೇ ನನ್ನನ್ನ ಉಳಿಸಬೇಕು. ನನಗೆ ಬದುಕೂದೇ ಕಷ್ಟವಾಗಿದೆ, ಎನ್ನುವಾಗ ನನಗೆ ಗೊತ್ತಿಲ್ಲದಂತೆ ಅಳು ಉಕ್ಕಿಬಂದು, ಬಿಕ್ಕಿ ಬಿಕ್ಕಿ ಅಳುತ್ತಾ ಅವಳ ಕುತ್ತಿಗೆಯನ್ನು ತಬ್ಬಿ ಕೊಂಡು, ನೀನೊಬ್ಬಳೇ ನನಗೆ ದಿಕ್ಕು. ಅರ್ಥಮಾಡಿಕೊ ಎಂದು ಮೊರೆ ಇಡುವಾಗ ನನ್ನ ಕಣ್ಣೀರಿನಿಂದ ಅವಳ ಕುತ್ತಿಗೆ ನೆನೆದು, 'ಒಡೆಯಾ, ನನಗೆ ತಿಳಿಯುತ್ತೆ. ನೀವು ದೊಡ್ಡೋರು. ಅಷ್ಟು ದೊಡ್ಡ ಮಾತು ಯಾಕೆ ಆಡ್ತೀರಿ? ಮೊದಲು ಊಟಮಾಡಿ,' ಎಂದು ವಾತ್ಸಲ್ಯದ ರಕ್ಷಣೆಯಿಂದ ತಲೆ ಸವರಿ ಕಣ್ಣುಗಳನ್ನು ಒರೆಸಿ, ಊಟ ಬೇಡ. ತಡ ಮಾಡಬೇಡ, ಎಂದು ಕೈಹಿಡಿದು ಪ್ರಾರ್ಥಿಸಿ. ಅವಳು ದಯಾಮಯಿಯಾಗಿ, ಅದೆಂಥ ಕನಿಕರ, ಸಮಸ್ತ ನೋವುಗಳನ್ನೂ ಪರಿಹರಿಸುವ ಕರುಣೆ. ಮಗುವಿನಂತೆ ರಕ್ಷಣೆ ಕೊಟ್ಟು ನಡುಗುತ್ತಿದ್ದ ಶರೀರವನ್ನು ಸ್ತಿಮಿತಗೊಳಿಸಿ ಧೈರ್ಯ ಹುಟ್ಟಿಸಿ ಗುರುವೂ ಆಗಿ ಶ್ರುತಿಯನ್ನು ಹೊಂದಿಸಿ ಶಾಂತಿಯ ಬುಗ್ಗೆಯನ್ನು ಮೀಟಿ. ಇಡೀ ದಿನ ಮುಂಗಾರಿನ ಮೊದಲ ಮಳೆ ಬಿದ್ದಂತಹ ಶಾಂತಿ. ಸಾಯುವಂತಿದ್ದ ಮರಗಿಡಗಳೆಲ್ಲ ಒಂದೇ ಗಳಿಗೆಯಲ್ಲಿ ಜೀವತುಂಬಿ ನಳನಳಿಸಿ, ಬೂದಿಯಾಗಿದ್ದ ನೆಲದಲ್ಲಿ ಹಸಿರು ಚಿಗುರೊಡೆದು, ಉರಿಯುತ್ತಿದ್ದ ಬಾನಿನಲ್ಲಿ ತಂಪು ಪಸರಿಸಿ ನೆಲ ಮುಟ್ಟಿದ್ದ ನದಿಯು ಉಕ್ಕಿಹರಿಯುತ್ತಾ ಎಲ್ಲೆಲ್ಲೂ ಸ್ವಚ್ಛ, ಎಲ್ಲೆಲ್ಲೂ ಉಲ್ಲಾಸ. ಎದೆ ಬೆನ್ನುಗಳಲ್ಲೆಲ್ಲ ಎದ್ದು ಬಾಧಿಸುತ್ತಿದ್ದ ಬೇಸಿಗೆಯ ಬಿಸಿಗುಳ್ಳೆಗಳು ಮೊದಲ ಮಳೆಯಲ್ಲಿ ನೆನೆದ ತಕ್ಷಣ ಇಂಗಿ ಚರ್ಮವು ನಯವಾದಂತೆ. ಸ್ನಾನಮಾಡಿ ಮಂದಿರದ ಬಾಗಿಲು ತೆರೆದು ಆ ರಾತ್ರಿ ಬಾಗೇಶ್ರೀಯ ಅಭ್ಯಾಸ ಎಷ್ಟು ನಿರಾಳವಾಗಿ ನಡೆಯಿತು! ಸಾ . ನಿ ಧ, ಸಾ, ಮ ಧ ನಿ ಧ , ಮ , ಗರೆ, ಸಾ, ದ ವಿನ್ಯಾಸದಲ್ಲಿ ಹುದುಗಿರುವ ಸಮರ್ಪಣೆ, ಸಮರ್ಪಣೆಯ ಶಾಂತಿ ಹೇಗೆ ತೆರೆದುಕೊಂಡಿತು! ಚುನ್ನೀ, ನೀನೇ ನನ್ನ ತಂಬೂರಿ ಎಂಬ ಕೃತಜ್ಞತೆ. ಮರುದಿನ ಮಧ್ಯಾಹ್ನ ಅವಳೇ ಊಟ ತಂದಾಗ, ಚುನ್ನೀ, ಇನ್ನುಮೇಲೆ ದಿನಾ ನೀನೇ ತರಬೇಕು. ಬರುವೆ ಅಲ್ಲವೆ? ನಾನು ಬೆಳಗಿನಿಂದಲೇ ದಾರಿ ಕಾಯ್ತಾ ಇದ್ದೆ, ಎಂದು ಗುರುವಿಗೆ ಪಾಠ ಒಪ್ಪಿಸುವಾಗ ಅವಳ ಮುಖದಲ್ಲೂ ಎಷ್ಟು ಹಿತ ವಾದ ಮುಗುಳ್ನಗೆ! ಒಳಗಿನಿಂದ ಕುಟೀರದ ಬಾಗಿಲು ಹಾಕಿಕೊಂಡಿರುವಾಗ ಅಕಸ್ಮಾತ್ ರಾಜಾಸಾಹೇಬರು ಬಂದರೆ? ಎಂಬ ಆತಂಕ. ಅವರು ಎಂದೂ ಈ ಕುಟೀರದ ಒಳಗೆ ಬಂದಿಲ್ಲ. ನನ್ನನ್ನು ಸಂಧಿಸುವುದು ಮಂದಿರದಲ್ಲಿ ಮಾತ್ರ. ತೀರ ಅಪೂರ್ವಕ್ಕೆ ನಾನು

ಮಲಗಿದ್ದರೆ ಅವರು ಹೊರಗಿನಿಂದಲೇ ಒಮ್ಮೆ ಕೂಗುತ್ತಾರೆ. ಎಂದೂ ಒಳಗೆ ಬಂದಿಲ್ಲ ಎಂಬುದನ್ನೂ ಮರೆತು. 'ಇದು ಅವರ ಭೋಜನದ ಸಮಯವಲ್ಲವೆ ಗವಯಿ? ಭೋಜನ ವಾದಮೇಲೆ ವಿಶ್ರಾಂತಿಪಡೀತಾರಲ್ಲವೆ?' ಹೌದು, ಹೌದು. ಅವಳು ಹೇಳೂದು ಸರಿ. ಅಲ್ಲದೆ ಬಂದರೆ ಅಭ್ಯಾಸ ಮಾಡಿಸುವ ರಾಗದ ಸಮಯಕ್ಕೆ ಬರ್ತಾರೆ. ಇಲ್ಲದಿದ್ದರೆ ಇಲ್ಲ. ಈಗ ನಡೀತಿರೂದು ಬಾಗೇಶ್ರೀ. ಮಧ್ಯರಾತ್ರಿಯ ರಾಗ. ಪ್ರತಿರಾತ್ರಿಯೂ ಬರ್ತಿಲ್ಲ. ಒಮ್ಮೆ ವಿವರವಾಗಿ ಹೇಳಿಕೊಟ್ಟದ್ದನ್ನು ತಾನೇ ಅಭ್ಯಾಸ ಮಾಡಿಕೊಳ್ಳುವ ಮಟ್ಟಕ್ಕೆ ಬಂದಿದಾನೆಂಬ ವಿಶ್ವಾಸ ಅವರಿಗೆ ಹುಟ್ಟಿದೆ ಎಂಬ ನೆನಪಾಗಿ ಇನ್ನಷ್ಟು ನೆಮ್ಮದಿಬಂತು. ಎರಡು ದಿನದನಂತರ, 'ಗವಯಿ, ನಾನು ನಿಮಗೆ ಪಸಂದ್ ಆಗ್ತೀನಾ?' ಅವಳೇ ಕೇಳಿದಾಗ, ಅವಳೂ ನನ್ನನ್ನು ಬಯಸ್ತಾಳೆ, ಇದಕ್ಕಿಂತ ಹೆಚ್ಚಿನ ಧನ್ಯತೆ ಯಾವುದುಂಟು! ಬನ್ಸಿಗೆ ಅನುಮಾನ ಬರುಲ್ಲವೆ? 'ಅದನ್ನೆಲ್ಲ ನನಗೆ ಬಿಟ್ಟುಬಿಡಿ. ಅನುಮಾನ ಬರದ ಹಾಗೆ ನಾನು ನೋಡಿಕೊತ್ತೀನಿ.' ಚುನ್ನೀ, ಎಷ್ಟು ಅಭಯ ಕೊಟ್ಟಿದೀಯ. ನೀನೆಷ್ಟು ಒಳ್ಳೆಯೋಳು. ಅವಳಿಗೆ ಬರಲು ಸಾಧ್ಯ ವಿಲ್ಲದ ಮೂರು ದಿನಗಳು ಬೇರೊಬ್ಬ ಹುಡುಗ ಬಂದಿದ್ದ. ನಡುವೆ ಒಂದು ದಿನ ಬನ್ಸಿ ತಂದುಕೊಟ್ಟ. ಅವನ ಮುಖನೋಡಿ ಒಂದೂವರೆ ತಿಂಗಳಾಗಿತ್ತು. ಅದಕ್ಕೆ ಮೊದಲು ಅವನೇ ಪ್ರತಿದಿನವೂ ತಂದುಕೊಡ್ತಿದ್ದನಲ್ಲ. ಅವನನ್ನು ಕಂಡು ನನಗೆ ಒಳಗೇ ಕುಟುಕಿದಂತಾ ಯಿತು. ಎಂಥ ಪೆದ್ದ ಎಂದೂ ಅನ್ನಿಸಿತು. ಪೆದ್ದ ನಿಜ. ಚುನ್ನಿ ಅವನ ವಿಷಯ ಬಂದರೆ ಮೂದೇವಿ ಅಂತಿದ್ದಳು. ಚುನ್ನಿಯ ಸ್ನೇಹವಾಗೂತನಕ ಅವನು ಜಾಣನೋ ಪೆದ್ದನೋ ಮೂದೇವಿಯೋ ಒಂದೂ ನನ್ನ ಗ್ರಹಿಕೆಯನ್ನು ಹೊಕ್ಕಿರಲಿಲ್ಲ. ಮನಸ್ಸು ಆ ಕಡೆ ಹರಿದಿರಲೇ ಇಲ್ಲ. ಈಗ ನನ್ನನ್ನು ಅವನೊಡನೆ ಹೋಲಿಸಿಕೊಂಡು ನಾನೆಂಥ ತೇಜಸ್ವಿ ಎಂಬ ಹೆಮ್ಮೆ ಯಾಗತೊಡಗಿತು. ಚುನ್ನಿ ಚುರುಕಾದ ಹೆಂಗಸು, ಇವನು ಅವಳಿಗೆ ಸಮನಲ್ಲ ಎಂಬ ಅರಿವಿನ ಜೊತೆಗೆ ನಾನು ಸಮ ಎಂಬ ಭಾವ ಹುಟ್ಟಿ ಚಪ್ಪರಿಸಿಕೊಳ್ಳುವಂತಾಯಿತು. ಆದರೆ ಇಂಥ ಹೋಲಿಕೆಗಳು ಬಹಳಹೊತ್ತು ತಲೆಯಲ್ಲಿ ನಿಲ್ಲಲು ಬಿಡದೆ ಸಾಧನೆಯಲ್ಲಿ ತೊಡಗುತ್ತಿದ್ದೆ. ಮನಸ್ಸನ್ನು ಅಡ್ಡಹರಿಸುವ ಸೆಳೆತಗಳು ಹುಟ್ಟುತ್ತಲೇ ಇರಲಿಲ್ಲ. ನನ್ನ ಚುನ್ನಿಯ ಸಮಾಗಮ ಯಾವ ಅಡ್ಡಿ ಆತಂಕವೂ ಇಲ್ಲದೆ ಪ್ರತಿದಿನವೂ ನಡೀತಿತ್ತು. ಯಾರಾದರೂ ಬಂದಾರು ಕಂಡಾರು ಎಂಬ ಆತಂಕದ ಟುಕುಡವೂ ಮನಸ್ಸಿನಲ್ಲಿ ಹುಟ್ಟುತ್ತಿರಲಿಲ್ಲ. ಅವಳು ವಿಲಂಬಿತವಾಗಿ ಇರುತ್ತಿರಲೂ ಇಲ್ಲ. 'ನಮ್ಮ ಎಚ್ಚರ ನಮಗಿರಬೇಕು,' ಎನ್ನುತ್ತಿದ್ದಳು. ಅವಳಿಗೆ ಏನಾದರೂ ಉಡುಗೊರೆ ಕೊಡುವ ಮನಸ್ಸಾಗ್ತಿತ್ತು. ಒಂದು ಸೀರೆ, ಒಂದು ಡಜನ್ ಗಾಜಿನ ಬಳೆ, ಚಿನ್ನ ಬೆಳ್ಳಿಗಳ ಕಲ್ಪನೆಯಂತೂ ಹುಟ್ಟಲೂ ಸಾಧ್ಯವಿರಲಿಲ್ಲ. ಆದರೆ ನನ್ನಲ್ಲಿ ಐದು ರೂಪಾಯಿಯೂ ಇಲ್ಲ. ಚುನ್ನೀ, ನಾನು ಒಂದುವರ್ಷದಿಂದ ಶಕಪುರಕ್ಕೂ ಹೋಗ್ತಿಲ್ಲ. ಚಿತ್ತರಪುರದಲ್ಲಾದರೂ ನಿನಗೊಂದು ಸೀರೆ ತಂದುಕೊಡುವಾ ಅಂದರೆ ಹಣ ವಿಲ್ಲ. ನಾಚಿಕೆ ಅನ್ನಿಸುತ್ತೆ, ಎಂದಾಗ, 'ಗವಯಿ, ನನಗೆ ಅದೇನೂ ಬ್ಯಾಡ. ನೀವಿನ್ನೂ ಕಲಿಕೆಯಲ್ಲಿದೀರಿ. ಕಲಿತು ದೊಡ್ಡ ಗವಯಿಯಾದಮೇಲೆ ದೊಡ್ಡ ಮಹಾರಾಜರ ದರ್ಬಾರಿನಲ್ಲಿ ಹಾಡಿ ಚಿನ್ನದ ತಟ್ಟೆಯಲ್ಲಿ ವಜ್ರ ಮುತ್ತುಗಳ ಹಾರ ಸಂಪಾದಿಸಿದಾಗ ನನಗೊಂದು

ತಂದುಕೊಡಿ. ಅಲ್ಲೀತನಕ ಬೇಕಾದರೆ ಹೇಳಿ, ನಾನೇ ನಿಮಗೆ ನಾಕೆರಡು ರೂಪಾಯಿ ಕೊಟ್ಟೇನು.' ನನ್ನ ಗೆಳತಿಯಾದಳು. ಪ್ರೇಮಿಯಾದಳು. ಆದರೆ ನಿಧಾನಗತಿಯಲ್ಲಿ ಮಲಗಿ ಮಾತಿನಲ್ಲಿ ತೊಡಗಲು ಸಮಯವಿಲ್ಲ. ಎಚ್ಚರ ಅವಳಲ್ಲೂ, ನನ್ನಲ್ಲೂ.

ನಾಲ್ಕು ತಿಂಗಳಾಗಿತ್ತಲ್ಲವೆ? ಎಲ್ಲವೂ ಶಾಂತವಾಗಿ ತಂಬೂರಿ ನುಡಿಯುವಂತೆ ಸಾಗುತ್ತಿದ್ದಾಗ ಒಂದುಮಧ್ಯಾಹ್ನ ಊಟದ ಕುಕ್ಕೆಯನ್ನು ಕೆಳಗಿಟ್ಟವಳು, 'ಗವಯಿ, ನಾನು ಬಸರಿಯಾಗಿರೂ ಹಂಗೆ ಕಾಣಿಸುತ್ತೆ,' ಎಂದಾಗ ನನ್ನೊಳಗೆ ಮದ್ದು ಸಿಡಿದಂತಾಗಿ, ಆದರೆ ಅವಳು ಶಾಂತವಾಗಿಯೇ ಇದ್ದಳು. ಮುಖದಲ್ಲಿ ಗೆಲುವು ಕೂಡ. ಇದುವರೆಗಿನ ನಮ್ಮ ಸಮಾಗಮವನ್ನು ಮುಚ್ಚಿದ್ದೇವೆ. ಬಸರನ್ನ ಮುಚ್ಚಲು ಸಾಧ್ಯವೆ? ಯಾರು ಎಂಬ ಪ್ರಶ್ನೆ ಬಂದೇ ಬರುತ್ತೆ. ದಡ್ಡ ನಾನು. ಅದನ್ನು ಯೋಚಿಸಿಯೇ ಇರಲಿಲ್ಲ. ಎಂಬ ಗಾಬರಿಯಲ್ಲಿ ಮುಂದೆ ಗತಿ? ಎಂದೆ.

'ಯಾಕೆ ಗಾಬರಿ ಆಗ್ತೀರಿ ಒಡೆಯ? ಭಗವಾನ್ ದಯ ತೋರಿದ್ದಾನೆ.'

'ನಮ್ಮ ಸಂಬಂಧ ಗುಟ್ಟಿನಲ್ಲುಳಿಯೂದು ಹ್ಯಾಗೆ?' ರಾಜಾಸಾಹೇಬರು ನನ್ನ ಮನಸ್ಸಿನಲ್ಲಿ ಈಗ ಕಾಣಿಸಿಕೊಂಡರು. ನನ್ನನ್ನು ಇಲ್ಲಿಂದ ಓಡಿಸಿಬಿಡುತ್ತಾರೆ. ಅಥವಾ ಮತ್ತೆ ಯಾವ ಉಗ್ರಶಿಕ್ಷೆ ಮಾಡ್ತಾರೋ! ರಾಜಾಸಾಹೇಬರ ಪರಿವಾರದ ಒಬ್ಬ ಹೆಂಗಸನ್ನು ಕೆಡಿಸಿದೀನೆಂಬ ತಪ್ಪುಭಾವನೆ ಹುಟ್ಟಿ ಎಂಥ ಶಿಕ್ಷೆಗಾದರೂ ನಾನು ಅರ್ಹ ಎನ್ನಿಸತೊಡಗಿತು.

'ನನ್ನ ಗಂಡನಿಗೆ ಖುಷಿಯಾಗಿದೆ. ನನಗೊಂದು ಮಗು ಆಗಲಿಲ್ಲ ಆಗಲಿಲ್ಲ ಅಂತ ನನ್ನ ಸೋಟೆ ತಿವೀತಿದ್ದೆಯಲ್ಲ, ಈಗ ನೋಡು, ಕಾಲ ಕೂಡಿದಾಗ ಆಗಲಿಲ್ಲವೆ? ಠಾಕುರ್‌ಜಿಗೆ ಹರಕೆ ಹೊತ್ತುಕೊ ಅಂತ ನಾನು ಹೇಳ್ತಿರಲಿಲ್ಲವೆ? ಅಂದ. ತನ್ನದೇ ಮಗು ಅಂತ ತಿಳ ಕೊಂಡಿದಾನೆ,' ಎಂದಳು ಸಮಸ್ಯೆಯೇ ಇಲ್ಲದವಳಂತೆ.

ಅವನದಲ್ಲ ಅಂತ ಹ್ಯಾಗೆ ಹೇಳ್ತೀ?

'ಆಗೂದಿದ್ದರೆ ಹದಿನಾಲ್ಕುವರ್ಷದಿಂದ ಯಾಕೆ ಆಗಲಿಲ್ಲ? ನೀವು ನನಗೆ ಸೀರೆ ಸರ ಏನೂ ಕೊಡಲಿಲ್ಲ ಅಂದಿರಲ್ಲ ಒಂದು ದಿನ. ಈಗ ಕೊಟ್ಟಿರೂದಕ್ಕಿಂತ ಇನ್ನೇನುಬೇಕು?' ಎಂದು ಕೃತಜ್ಞತೆಯಿಂದ ಪ್ರೀತಿಮಾಡಿದಳು.

ಎರಡುದಿನದಲ್ಲಿ ನನಗೆ ಅನುಮಾನ ಹುಟ್ಟಿತು. ತನಗೊಂದು ಮಗುವಾಗಬೇಕೆಂದು ಅವಳು ನನ್ನ ಸಹವಾಸಕ್ಕೆ ಒಪ್ಪಿದಳೆ? ನನ್ನನ್ನು ಪ್ರೋತ್ಸಾಹಿಸುವಂತೆ ಹಾವಭಾವ ಮಾಡಿದಳೆ? ಹಾಗೆಂದು ಕೇಳಿಬಿಡುವ ಮನಸ್ಸು. ಅವಳಿಗೆ ನೋವಾಗಬಹುದು, ಕೋಪ ಬರಬಹುದು ಅಂತ ಸುಮ್ಮನಾದೆ. ನಾಲ್ಕಾರುದಿನದಲ್ಲಿ ಎರಡು ಭಾವನೆಗಳು ಒಟ್ಟೊಟ್ಟಿಗೆ ಕಾಣಿಸಿಕೊಳ್ಳ ತೊಡಗಿದವು. ಮಗು ನನ್ನದಾಗಿಯೂ ನನ್ನದೆಂಬ ಅಧಿಕಾರವಿಲ್ಲ. ಮಗುವಾದ ಮೇಲೆ ಚುನ್ನಿ ಇಲ್ಲಿಗೆ ಬರೂದ ನಿಲ್ಲಿಸಿ ಮತ್ತೆ ಬನ್ನೀನೇ ಕಳಿಸಬಹುದು. ಈಗಲೂ ಅವಳೇ ಬರ್ತಿ ದಾಳೆ. ನನ್ನ ಶಮನಕ್ಕಾಗಿ ಕೂಡ್ತಾಳೆ. ಅವಳಿಗೇ ಮೊದಲಿದ್ದಷ್ಟು ಆಶೆ ಇಲ್ಲ. ಬಸರಿಯಾದ ತಕ್ಷಣ ಆಶೆ ಕಡಮೆಯಾಗುತ್ತೆಯೆ? ನನಗೆ ಗೊತ್ತಿಲ್ಲ. ಅವಳಿಗೂ ಗೊತ್ತಿಲ್ಲ.

ಹದಿನಾಲ್ಕುವರ್ಷ ಸಂಸಾರ ಮಾಡಿದ್ದರೂ, ನನಗಿಂತ ಆರುವರ್ಷಕ್ಕೆ ದೊಡ್ಡೋಳಾದರೂ. ಈ ವಿಷಯ ಅವಳು ಯಾರಕ್ಕೈಲೂ ಮಾತನಾಡುವ ಸಂಭವ ಒದಗಿಲ್ಲ.

– ೬ –

ಘುಂಯ್ ಎಂಬ ಏಕತಾನ ಸದ್ದು. ನಿದ್ದೆ ಎಳೆಯುತ್ತಿದೆ. ಕಿಟಕಿಯ ಪರದೆ ಎಳೆದು ಕಣ್ಣುಮುಚ್ಚಿಕೊಂಡ. ನಿದ್ದೆ ಹತ್ತಿತು. ಎಷ್ಟೋ ಹೊತ್ತು. ಎಷ್ಟೋ ಹೊತ್ತೆಂಬಂತೆ. ಕನಸು. ಚುನ್ನಿಯ ತುಂಬು ಹೊಟ್ಟೆ. ತುಂಬು ಹೊಟ್ಟೆಯಲ್ಲಿಯೇ ಕುಕ್ಕೆ ಹೊತ್ತುಬರುತ್ತಾಳೆ. ಅವಳನ್ನು ಕಾಮಕೇಳಿಗೆ ಕೇಳಲು ಮನಸ್ಸು ಬರುತ್ತಿಲ್ಲ. ಒತ್ತಾಯಮಾಡಿದರೆ ಒಪ್ತಾಳೇನೋ! ಮಗುವಿಗೆ ಏನಾದರೂ ಆದರೆ! ತಂಬೂರಿಯ ಬುರುಡೆಯಂತೆ ಉಬ್ಬಿರುವ ಹೊಟ್ಟೆ. ಮುಖದಲ್ಲಿ ಎಷ್ಟು ಕಳೆಬಂದಿದೆ! 'ಗವಯಿ, ಬರುವಾಗ ಎರಡುಮೈಲಿ, ಹಿಂತಿರುಗುವ ಎರಡುಮೈಲಿ. ಬಳಲಿಕೆಯಾಗುತ್ತೆ. ನಡುವೆ ಎರಡುಸಲ ಕೂತು ಸುಧಾರಿಸಿಕೊಂಡೆ. ಇನ್ನು ಮೇಲೆ ಬೇರೆ ಯಾರಾದರೂ. ಬಿಡುವಿದ್ದ ದಿನ ಬನ್ನಿ.' ಒಂದು ದಿನ ಗಣೇಶೀಲಾಲ ಕುಕ್ಕೆ ಹೊತ್ತು ಬಂದ. ಏಳೆಂಟು ದಿನ. ಇನ್ನೊಂದು ದಿನ ಬನ್ನಿ. ಹ್ಯಾಗಿದಾಳೆ ಚುನ್ನಿ? 'ಇನ್ನೊಂದುವಾರದಲ್ಲಿ ಹೆರಿಗೆ ಅಂತಿದಾರೆ.' ಅವನ ಮುಖದಲ್ಲಿ ಖುಷಿ. ಗಂಡು ಮಗು, ಹೋಗಿ ನೋಡುವಂತಿಲ್ಲ. ಥೂ, ನಿದ್ದೆ ಹತ್ತಿದಂತೆ ಆಯಿತು. ತಕ್ಷಣ ಕನಸು ತಾಳಿ ಎಚ್ಚರ ವಾಗಿ ಘುಂಯ್ ಏಕತಾನ. ಕಣ್ಣು ಬಿಟ್ಟು ನೋಡಿದರೆ ಹೆಚ್ಚು ಕಡಮೆ ಎಲ್ಲ ಪ್ರಯಾಣಿಕರೂ ನಿದ್ದೆ ಮಾಡುತ್ತಿದ್ದಾರೆ. ಒಂದು ದಿನ ಮೂರುತಿಂಗಳ ಮಗುವನ್ನೂ ಎತ್ತಿಕೊಂಡು ತಲೆಯ ಮೇಲೆ ಕುಕ್ಕೆ ಹೊತ್ತು ಚುನ್ನಿಯೇ ಬಂದಳು. ಬಂದೇಬಿಟ್ಟಳು! 'ಗವಯಿ, ನಿಮಗೆ ಮಗು ತೋರಿಸುವಾ ಅಂತ ಬಂದೆ. ಇಷ್ಟು ಚಿಕ್ಕಮಗುವನ್ನ ಯಾಕೆ ಅಷ್ಟು ದೂರ ಎತ್ತಿಕೊಂಡು ಹೋಗ್ತೀ ಅಂದಳು ಮಾಯಾವತಿ. ಹಾಗೆಯೇ ಮಹದೇವಜಿಯ ಮುಂದೆ ಉರುಡು ಹಾಕಿ ಬರ್ತೀನಿ ಅಂತ ಹೇಳಿದೆ. ನಾಳೆಯಿಂದ ನಾನೊಬ್ಬಳೇ ಬರ್ತೀನಿ. ನೋಡಿ ಇವನು ನಿಮ್ಮ ಹಾಗೆ ಕಾಣ್ತಾನಾ?' ಎಂದು ಕೈಗೆ ಕೊಟ್ಟಳು. ಎಳೆ ಬೊಮ್ಮಟೆ. ಮುಖದ ಆಕಾರದಲ್ಲಿ ಏನೂ ಹೇಳುವಂತಿಲ್ಲ. ಎದೆಗೆ ಒತ್ತಿಕೊಂಡರೆ ಅಂತರಂಗವನ್ನೆಲ್ಲ ವ್ಯಾಪಿಸುವಂತಹ ಮೃದು. ಕೆನ್ನೆಗೆ ಒಮ್ಮೆ ಮುತ್ತಿಟ್ಟರೆ ಮತ್ತೆ ಮತ್ತೆ ಇಡಬೇಕೆಂಬ ಬಯಕೆ. 'ನೀವೇ ಹೇಳಿ. ಇವನು ನಿಮ್ಮ ಹಾಗೆ ಕಾಣ್ತಾನಾ? ಎದ್ದುಕಾಣುತ್ತಾ ಹಂಗೆ? ಮಾಯಾವತಿ ಏನಂದಳು ಗೊತ್ತಾ? ಹಾಡು ಹೇಳಿದರೆ ಹೆಂಗೆ ಕಣ್ಣರಳುಸ್ತಾನೆ ನೋಡು. ಮುಂದೆ ಗವಯಿಯೇ ಆದಾನು. ಅವಳು ಅಂದಾಜು ಮಾಡಿದಾಳಾ ಅಂತ ನಂಗೆ ಎದೆಯೊಳಗೆ ಕೊರೆದ ಹಂಗಾಯ್ತು. ಸುಮ್ನೆ ಇದ್ದೆ. ಅವಳೂ ಮತ್ತೆ ಏನೂ ಅನ್ನಲಿಲ್ಲ. ಇವನು ಗವಯಿ ಆಗ್ತಾನಾ? ನೀವೇ ಹೇಳಿ. ಈಗ ನೀವೂ ಬನ್ನಿ. ಮಂದಿರದ ಬಾಗಿಲು ತೆಗೆದುಕೊಡಿ. ನಾನು ನೀವು ಕೂಡಿಯೇ ಇವನನ್ನ ಮಹದೇವಜಿಯ ಮುಂದೆ ಉರುಡು ಹಾಕಬೇಕು ಅಂತ ನನ್ನ ಆಶೆ.' ನಾನೇ ಎತ್ತಿ ಗರ್ಭಗುಡಿಯ ಹೊಸಲಮೇಲೆ ಮಲಗಿಸುವಾಗ ಹೊಟ್ಟೆ ಯೊಳಗೆಲ್ಲ ತುಂಬಿಕೊಂಡ

ವಾತ್ಸಲ್ಯ. 'ಗಿರಿಧರ್ ಅಂತ ಹೆಸರಿಟ್ಟಿದೀವಿ. ನೀವೂ ಹಂಗಂತ ಬಾಯಿಬಿಟ್ಟು ಕರೀರಿ.' ಮರುದಿನದಿಂದ ಚುನ್ನಿಯೊಬ್ಬಳೇ ಕುಕ್ಕೆ ಹೊತ್ತು ದನ ಹೊಡೆದು ಕೊಂಡು ಬರತೊಡಗಿ, ಇಲ್ಲ, ಬರೀ ಮಗುವಿಗಾಗಿಯಲ್ಲ, ಅವಳಿಗೆ ನಾನು ಬೇಕು. ಐದು ತಿಂಗಳಿನಿಂದ ದಗೆ ತುಂಬಿ ಅಡ್ಡಹರಿಯುತ್ತಿದ್ದ ಮನಸ್ಸು ಸಂಪೂರ್ಣವಾಗಿ ಸಾಧನೆಯಲ್ಲಿ ತೊಡಗಿ.

ಇದೇ ಅವಧಿಯಲ್ಲಲ್ಲವೆ ಒಂದು ದಿನ ಚುನ್ನಿ ಹೇಳಿದ್ದು: 'ನಾನು ಇಲ್ಲಿಗೆ ಬಂದಾಗ ತುಸು ಎಚ್ಚರವಾಗಿರಬೇಕು. ಯುವರಾಜರು ರಜಾಕ್ಕೆ ಅಂತ ಬಂದಿದಾರೆ. ಒಂದೊಂದು ದಿನ ಒಬ್ಬರೇ ಕಾಡಿನಲ್ಲಿ ಅಲೆದಾಡುಕ್ಕೆ ಬರ್ತಾರೆ. ತಾವೇ ಕಾರು ನಡೆಸಿಕೊಂಡು. ಅಕಸ್ಮಾತ್ ಅವರು ಯಾವುದೋ ಮರದ ಹತ್ತಿರ ಕೂತಿದ್ದು ನಾನು ಬರೂದ ನೋಡಿ, ನಾವಿಲ್ಲಿ ಬಾಗಿಲು ಮುಚ್ಚಿ ಅಷ್ಟು ಹೊತ್ತಾದಮೇಲೆ ತೆಗೆಯೂದ ನೋಡಿದರೆ! ಅನುಮಾನವಿದ್ದ ದಿನ ಹೇಳ್ತೀನಿ. ನಿಮಗೆ ಊಟ ಇಟ್ಟು ಹೋಗಿಬಿಡ್ತೀನಿ. ಅವರು ಎರಡುತಿಂಗಳು ಇರ್ತಾರಂತೆ.'

ರಾಜಾಸಾಹೇಬರಿಗೆ ಇಬ್ಬರು ಹೆಣ್ಣುಮಕ್ಕಳು. ಮದುವೆಯಾಗಿ ಗಂಡಂದಿರ ಮನೆಯಲ್ಲಿದ್ದಾರೆ. ಕಿರಿಯ ಗಂಡುಮಗ ತುಂಬ ವರ್ಷಗಳ ನಂತರ ಹುಟ್ಟಿದವನು ಎಂಬುದನ್ನು ಕೇಳಿದ್ದೆ. ಕಾಡಿನಲ್ಲೇ ಇದ್ದ ನನಗೆ ಅರಮನೆಯ ಯಾವ ವಿದ್ಯಮಾನಗಳೂ ತಿಳಿಯುತ್ತಿರಲಿಲ್ಲ. ಹೇಳುವವರೂ ಇಲ್ಲ. ನಾನು ಅಲ್ಲಿಗೆ ಹೋಗುತ್ತಲೂ ಇರಲಿಲ್ಲ. ಸಂಗೀತದ ಪಾಠ ಹೇಳಿಕೊಡುವುದು, ಪಾಠಕ್ಕೆ ಸಂಬಂಧಿಸಿದ ವಿಚಾರಗಳನ್ನು ಬಿಟ್ಟರೆ ರಾಜಾಸಾಹೇಬರು ಬೇರೆ ಯಾವ ಸಂಗತಿಗಳನ್ನೂ ನನ್ನೊಡನೆ ಮಾತನಾಡುತ್ತಿರಲಿಲ್ಲ. ಬೇರೆ ಯಾವ ಮಾತೆತ್ತಲೂ ನನಗೆ ಧೈರ್ಯವೂ ಇರಲಿಲ್ಲ. ಔಚಿತ್ಯವೂ ಕಾಣುತ್ತಿರಲಿಲ್ಲ. ಇಂಥ ಅಲ್ಪಸ್ವಲ್ಪ ಸಂಗತಿಗಳೇ ನಿದ್ದರೂ ಭೂಪತರಾಮರು ಅಚಾನಕವಾಗಿ ಆಡಿದ್ದ ತುಣುಕುಗಳು. ಚುನ್ನಿ ಆಗೀಗ ಏನಾದರೂ ಅರಮನೆಯ ಸುದ್ದಿ ಹೇಳುತ್ತಿದ್ದಳಾದರೂ ನಾನೂ ಅವಳೂ ಸೇರಿದಾಗ ವಿರಾಮದ ಮಾತಿಗೆ ವ್ಯವಧಾನವಿರಲಿಲ್ಲ. ನಾನು ಇಲ್ಲಿಗೆ ಬಂದು ಸೇರಿಕೊಂಡಾಗ ರಾಜಾಸಾಹೇಬರ ಮಗ ಯುವರಾಜ ದಿಲೀಪ ಸಿಂಹರು ಅಜಮೇರಿನ ಮೇಯೋ ಕಾಲೇಜಿನಲ್ಲಿ ಓದುತ್ತಿದ್ದಾರೆಂದು ಕೇಳಿದ್ದೆ. ಹೆಸರು ಕಾಲೇಜು ಎಂದಿದ್ದರೂ ಹೈಸ್ಕೂಲಂತೆ. ಪದವಿಪೂರ್ವದ ತರಗತಿಗಳೂ ಇದ್ದವಂತೆ. ರಾಜಮಹಾರಾಜರುಗಳ ಮಕ್ಕಳಿಗೆಂದೇ ನಡೆಸುವ ವಿದ್ಯಾಸಂಸ್ಥೆಯಂತೆ. ಅಲ್ಲಿ ಮುಗಿದಮೇಲೆ ಯುವರಾಜರು ವಿಲಾಯಿತಿಯಲ್ಲಿ ಓದುತ್ತಿದ್ದಾರೆ ಎಂಬುದಷ್ಟನ್ನು ಮಾತ್ರ ಕೇಳಿ ತಿಳಿದಿದ್ದೆ. ಯುವರಾಜರನ್ನು ನೋಡುವ ಕುತೂಹಲವಿದ್ದರೂ ಅವಕಾಶವಿರಲಿಲ್ಲ. ಈಗ ಒಂದು ಅಪರಾಹ್ಣ ನಾಲ್ಕೂವರೆಯ ಸುಮಾರಿನಲ್ಲಿ ಮಂದಿರದಲ್ಲಿ ಕೂತು ಅಭ್ಯಾಸ ಮಾಡಿಕೊಳ್ಳುತ್ತಿರುವಾಗ ಹೊರಗೆ ಬಂದೂಕ ಹೊಡೆದ ಸದ್ದಾಯಿತು. ಅವರೇ ಇರಬಹುದು ಎನ್ನಿಸಿತು. ರಾಜಾ ಸಾಹೇಬರು ಎಂದೂ ಕಾಡಿಗೆ ಬಂದೂಕು ತರುತ್ತಿರಲಿಲ್ಲ. ಒಂದು ಗುಂಡು ಡಂ ಎಂದರೂ ಹಸುಕರುಗಳಲ್ಲದೆ ನವಿಲು ಜಿಂಕೆಗಳು ಬೆದರುತ್ತವೆ. ಹಕ್ಕಿ ಪಕ್ಷಿಗಳಂತೂ ಹೆದರಿ ಕಿರಿಚಿಕೊಳ್ಳುತ್ತವೆ. ಅನಂತರ ಅವುಗಳು ತಮ್ಮ ಸಹಜ ಧ್ವನಿಮಾಧುರ್ಯವನ್ನು ಹೊಮ್ಮಲು ಎರಡುಮೂರು ದಿನಗಳೇ ಬೇಕು,

ಎಂಬ ಸೂಕ್ಷ್ಮ ಅವರದು. ಪಾಠದ ನಡುವೆ ಅವರೇ ಹೇಳಿದ್ದರು. ಕಾಡಿನ ನಡುವೆ ತಂಬೂರಿಯ ಶ್ರುತಿ ಹಿಡಿಯಬಹುದು. ಮಂದ್ರದಿಂದ ಆರಂಭಿಸಿ ನಿಧಾನಗತಿಯಲ್ಲಿ ತಾರದವರೆಗೂ ಸ್ವರಶುದ್ಧಿಯಿಂದ ಹಾಡಬಹುದು. ಹಕ್ಕಿ ಪಕ್ಷಿಗಳು ನವಿಲು ಜಿಂಕೆಗಳು ಸ್ಪಂದಿಸುತ್ತವೆ. ಹತ್ತಿರ ಬರುತ್ತವೆ. ಕೇಳುತ್ತಾ ಮಲಗುತ್ತವೆ. ದ್ರುತಲಯ ತಲುಪಿದಾಗ ನರ್ತಿಸುತ್ತವೆ. ಅವುಗಳ ಜೀವವನ್ನೂ ತಲುಪುವಷ್ಟು ಸ್ವರಶುದ್ಧಿ ಇದ್ದರೆ ಮಾತ್ರ, ಶುದ್ಧಸ್ವರದಲ್ಲಿ ಪಂಚಮ ಹಿಡಿದರೆ ಕೋಗಿಲೆಯು ಖಂಡಿತವಾಗಿಯೂ ಉಲಿಯುತ್ತದೆ, ನಮ್ಮ ಸ್ವರಶುದ್ಧಿಯ ಪರೀಕ್ಷೆಯನ್ನ ಹೀಗೆ ಮಾಡಿಕೊಬಹುದು ಅಂತ ಹೇಳಿದ್ದರು. ನಾನು ಹಾಗೆಯೇ ಮಾಡಿದ್ದೆ. ಮಂದ್ರದಿಂದ ಆರಂಭಿಸಿ ಕ್ರಮೇಣ ಅತಿ ನಿಧಾನಗತಿಯಲ್ಲಿ ಏರಿದ್ದರಿಂದ ತಾರ ತಲುಪಿದಾಗಲೂ ಹಕ್ಕಿಪಕ್ಷಿಗಳು ಗಾಬರಿಗೊಳ್ಳಲಿಲ್ಲ. ನವಿಲು ಜಿಂಕೆಗಳು ಹೆದರಿ ಓಡಿಹೋಗಿರಲಿಲ್ಲ. ತುಸುಹೊತ್ತು ಕುತೂಹಲದಿಂದ ದೂರ ನಿಂತಿದ್ದು ಅನಂತರ ಹತ್ತಿರ ಬಂದಿದ್ದವು. ಈಗ ಯುವರಾಜರೇ ಎಂದು ಖಚಿತವಾದರೂ ಎದ್ದು ಹೊರಗೆ ಹೋಗಿ ನೋಡುವ ಮನಸ್ಸಾಯಿತು. ಮಂದಿರದ ಪೌಳಿಯಿಂದ ತುಸುಹೊರಗೆ ಯುವರಾಜರು ಬಂದೂಕು ಹಿಡಿದು ನಿಂತಿದ್ದರು. ಒಬ್ಬ ಶಿಪಾಯಿ ನದೀತಟದ ತುಸುದೂರದಲ್ಲಿ ಒಂದು ಸತ್ತ ಬಿಳಿ ಕೊಕ್ಕರೆಯನ್ನು ಹಿಡಿದುಕೊಂಡು ಬರುತ್ತಿದ್ದ. ಯುವರಾಜರು ಆಕಾಶದಲ್ಲಿ ಹಾರುತ್ತಿದ್ದ ಅದಕ್ಕೆ ಗುರಿ ಇಟ್ಟು ಹೊಡೆದಿದ್ದುದು ವಿದಿತವಾಗಿತ್ತು. ಕಾಡಿನ ಹಕ್ಕಿಪಕ್ಷಿಗಳೆಲ್ಲ ಹೆದರಿ ಅರಚಿ ಕಿರಚಿಕೊಳ್ಳುತ್ತಾ ಹಾರಾಡುತ್ತಿದ್ದವು. ವಿದೇಶೀ ಬಟ್ಟೆ ಮತ್ತು ಹೊಲಿಗೆಗಳದೆಂದು ಸ್ಪಷ್ಟವಾಗಿ ಕಾಣುವ ಬಿಳಿ ಷರಟು, ಬೂದು ಬಣ್ಣದ ಪ್ಯಾಂಟು ಕೆಂಪು ಚಿಕ್ಕೆಗಳ ಕಪ್ಪು ಟೈ ಧರಿಸಿದ್ದ ಯುವರಾಜರು ನನ್ನನ್ನು ನೋಡಿ, 'ತಮ್ಮ ಸಂಗೀತಾಭ್ಯಾಸಕ್ಕೆ ತೊಂದರೆಯಾಯಿತೆ?' ಎಂದರು ಆಪ್ ಎಂಬ ಬಹುವಚನದಲ್ಲಿ. ಇಲ್ಲ ದರ್ಬಾರ್, ನಾನು ವಿನಯದಿಂದ ಉತ್ತರಿಸಿದೆ. 'ಇಲ್ಲವಾದರೆ ಅಭ್ಯಾಸ ಬಿಟ್ಟು ಯಾಕೆ ಎದ್ದು ಬಂದಿರಿ?' ನನಗೆ ಮುಖಕ್ಕೆ ಹೊಡೆದಂತಾಯಿತು. ದರ್ಬಾರರು ದೊಡ್ಡ ಈಡುಗಾರರೆಂತ ಕೇಳಿದ್ದೆ. ಸ್ವಂತ ಕಣ್ಣುಗಳಿಂದ ನೋಡೋಣ ಅಂತ ಬಂದೆ, ಎಂಬ ಉತ್ತರ ನನಗೆ ಹೊಳೆಯಲಿಲ್ಲ. ಅವರು 'ಸಾರಿ' ಎಂದರು. ನಾನು ಮತ್ತೊಮ್ಮೆ ಇಲ್ಲ ಇಲ್ಲ ಪರವಾಗಿಲ್ಲ ಎಂದೆ. ಅಷ್ಟರಲ್ಲಿ ಸತ್ತ ಹಕ್ಕಿಯನ್ನು ಹಿಡಿದುಕೊಂಡು ಶಿಪಾಯಿ ಹತ್ತಿರ ಬಂದ. ಅದನ್ನು ಇವರು ಕೈಯಿಂದ ಮುಟ್ಟಲಿಲ್ಲ. ಬರಿದೇ ನೋಡಿ, 'ಹೊಟ್ಟೆಗೆ ಸರಿಯಾಗಿ ಬಿದ್ದಿದೆ,' ಎಂದರು. ದರ್ಬಾರರ ಗುರಿ, ಅವನು ಹಲ್ಲು ಕಿರಿದ. ಅವರಿಬ್ಬರೂ ಕಾಡಿನ ಒಳಕ್ಕೆ ಹೋದರು. ಈತನೂ ರಾಜಾಸಾಹೇಬರೂ ಬೇರೆ ಬೇರೆ ಎಂದು ನನಗೆ ತಕ್ಷಣ ಅನ್ನಿಸಿತು. ಚುನ್ನಿ ಹೇಳುವುದು ಸರಿ, ಇವನು ಊರಿನಲ್ಲಿರುವ ತನಕ ನಾವು ಎಚ್ಚರವಾಗಿರಬೇಕು. ಬಂದೂಕು ಹೊಡೆಯದೆಯೂ ಈ ಕಾಡಿನಲ್ಲಿ ಸುತ್ತಾಡುತ್ತಿರಬಹುದು. ಆತನನ್ನು ಆ ವರ್ಷ ಮತ್ತೆ ನೋಡುವ ಸಂದರ್ಭ ಬರಲಿಲ್ಲ. ಮುಂದಿನ ವರ್ಷದ ಅವನ ರಜೆಯಲ್ಲಿ ರಾಜಾಸಾಹೇಬರು ರಾಣಿಸಾಹಿಬಾ, ತಮ್ಮ ಇಬ್ಬರು ಹೆಣ್ಣುಮಕ್ಕಳು, ಅವರ ಗಂಡಂದಿರೊಡನೆ ವಿಲಾಯಿತಿಯಿಂದ ಯುವರಾಜರನ್ನು ಕರೆದುಕೊಂಡು ಯೂರೋಪಿನಲ್ಲಿ ಪ್ರವಾಸ ಮಾಡಲು ಹೋದರು. ಅದರ ಮುಂದಿನವರ್ಷ ನಾನು

ಯುವರಾಜರನ್ನು ನೋಡಿದ್ದು ರಾಜಾಸಾಹೇಬರ ಉತ್ತರಕ್ರಿಯಾದಿಯ ಸಂದರ್ಭದಲ್ಲಿ. ರಾಜಾಸಾಹೇಬರ ಸಾವಿನ ನೆನಪು ಬಂದತಕ್ಷಣ ಅವನ ಕಣ್ಣುಗಳು ತುಂಬಿಕೊಂಡವು. ಗಂಟಲಿನಲ್ಲಿ ಏನೋ ಹಿಡಿದು ಹಿಸುಕಿದಂತಾಯಿತು. ಮೂವತ್ತುಮೂರು ವರ್ಷವಾಯಿತು. ಅವ್ವ ಸತ್ತಾಗ ತುಂಬಿಕೊಂಡದ್ದು ಬಿಡಿಸಿ ಹೇಳಲು ತಿಳಿಯದ, ಬೆಲೆ ಕಟ್ಟಲು ಗೊತ್ತಾಗದ ಮೂಕ ಶೋಕ. ಮಣ್ಣಾಗಿದ್ದ ತನ್ನನ್ನು ಜೀವತುಂಬಿದ ಮೂರ್ತಿಯನ್ನಾಗಿಸಿದ ವಿದ್ಯಾದಾತನ ಸಾವಿನ ನೋವು ರಾಜಾಸಾಹೇಬರು ಸತ್ತಾಗ ಆದದ್ದು. ಅವರ ಬೆಲೆ ನನಗೆ ತಿಳಿದಿತ್ತು. ಶೋಕವು ಎಷ್ಟು ಮುಳುಗಿಸಿಕೊಂಡರೂ ಇನ್ನೂ ಇನ್ನೂ ಆಳಕ್ಕೆ ತುಳಿಯುತ್ತಿತ್ತು, ಎಂಬ ನೆನಪಿನೊಡನೆ ಬಿಕ್ಕಿ ಅಳು ಬಂತು. ಪಕ್ಕದ ಪ್ರಯಾಣಿಕನು ತಿರುಗಿ ನೋಡಿದ. ಇವನು ಕಿಟಕಿಯ ಕಡೆಗೆ ಮುಖ ತಿರುಗಿಸಿ ಕೆಳಗೆಳೆದಿದ್ದ ಫರದೆಯನ್ನು ಮೇಲೆ ಎತ್ತಿದ. ಅವ್ವನ ನೆನಪು ಯಾವತ್ತೂ ಅಳು ಬರಿಸಿರಲಿಲ್ಲ. ಅದೂ ಇಂಥ ಅಳು, ಎಂಬ ನೆನಪಾಯಿತು. ಸಾವಿನಲ್ಲೂ ಸ್ವಾತಂತ್ರ್ಯ ಉಳಿಸಿಕೊಂಡವರು. ಓದುತ್ತಾ ಆರಾಮಕುರ್ಚಿಯ ಮೇಲೆ ಒರಗಿದ್ದವರು ಪುಸ್ತಕವನ್ನು ಪಕ್ಕದ ಟೀಪಾಯಿ ಮೇಲಿಟ್ಟು ಮೈಮುರಿದರಂತೆ. ಹಾಗೆಯೇ ಕುರ್ಚಿಗೆ ಒರಗಿ ಕಣ್ಣುಮುಚ್ಚಿದವರು ಮತ್ತೆ ತೆರೆಯಲಿಲ್ಲ. ಉತ್ತರಕ್ರಿಯಾದಿಗಳ ಏರ್ಪಾಟಿನಲ್ಲೂ ನನಗೆ ಯಾವ ಪಾತ್ರವೂ ಇಲ್ಲ. ನನಗೆ ಅರಮನೆಯ ವಿಷಯ ಏನೂ ಗೊತ್ತಿಲ್ಲ. ಭೂಪತರಾಮರು, 'ನನಗೂ ಅಲ್ಲಿ ಪಾತ್ರವಿಲ್ಲ. ಅವರ ಆತ್ಮಕ್ಕೆ ತೃಪ್ತಿಯಾಗುವ ಸೇವೆಯನ್ನು ನಾನು ನೀನು ಕೂಡಿ ಮಹದೇವ ಮಂದಿರದಲ್ಲಿ ಮಾಡೋಣ. ನಾನು ನಿನ್ನ ಜೊತೆಯೇ ಇರ್ತೀನಿ ಕುಟೀರದಲ್ಲಿ,' ಎಂದರು. ಅವರು ನನಗೆ ಕಲಿಸಿದ ರಾಗಗಳನ್ನೆಲ್ಲ ಒಂದೊಂದಾಗಿ ಬೆಳಗು, ಪೂರ್ವಾಹ್ಣ, ಮಧ್ಯಾಹ್ನ, ಅಪರಾಹ್ಣ, ಸಂಜೆ, ನಡುರಾತ್ರಿ. ಹೀಗೆ ಏಳು ಹಗಲು ರಾತ್ರಿ ಹಾಡಿದೆ. ಭೂಪತರಾಮರು ತಬಲಾ ಬಾರಿಸಿದರು. ಅರಮನೆಯ ಜಲಸಾಘರ್‌ನಲ್ಲಿ ಹೊರಗಿನಿಂದ ದೊಡ್ಡಗಾಯಕರನ್ನ ಕರೆಸಿ ಹಾಡಿಸಿ ಎಂಬ ಸೂಚನೆ ಭೂಪತರಾಮರ ಮನಸ್ಸಿನಲ್ಲಿ ಹುಟ್ಟಿದರೂ ಅವರು ಅದನ್ನು ಯುವರಾಜರಿಗಾಗಲಿ, ರಾಣಿ ಸಾಹಿಬಾರವರಿಗಾಗಲಿ ಹೆಣ್ಣುಮಕ್ಕಳಿಗಾಗಲಿ ಹೇಳಲಿಲ್ಲ. ಅವರಲ್ಲಿ ಯಾರಿಗೂ ಅದು ಹೊಳೆಯಲೂ ಇಲ್ಲ. ರಾಣಿಸಾಹಿಬಾ ಅವರಿಗೆ ನೀವು ಸೂಚಿಸಬಹುದಲ್ಲ, ಎಂದದ್ದಕ್ಕೆ ಭೂಪತರಾಮರು, 'ನಿನಗೆ ಗೊತ್ತಿಲ್ಲ. ರಾಣಿಸಾಹಿಬಾರಿಗೆ ಸಂಗೀತದ ತಲೆ ಕಂಡರೆ ಆಗುಲ್ಲ. ಆಯಾ ರಾಗಗಳನ್ನು ಆಯಾ ಸಮಯದಲ್ಲೇ ಸಾಧನೆ ಮಾಡಬೇಕು, ಹಾಡಬೇಕು ಅನ್ನುವ ನಿಯಮ ರಾಜಾ ಸಾಹೇಬರದು. ರಾತ್ರಿ ಇವರನ್ನು ಹಾಸಿಗೆಯಲ್ಲಿ ಬಿಟ್ಟು ಅವರು ಮಂದಿರಕ್ಕೆ ಹೋಗಿಬಿಡ್ತಿದ್ದರು. ಆಕೆಗೆ ಸಂಗೀತವೆಂದರೆ ಸವತಿ ಅನ್ನುವ ಭಾವ ಹುಟ್ಟಿತು. ತಾವೂ ಜೊತೇಲಿ ಮಂದಿರಕ್ಕೆ ಬನ್ನಿ. ಕೇಳೂರಂತೆ. ಅಥವಾ ಕಲಿಯುವಿರಂತೆ ಅಂತ ಇವರು ಕರೆದರು. ಅನುನಯಿಸಿದರು. ಆಕೆಯ ರಕ್ತದಲ್ಲಿ ಸಂಗೀತದ ಪ್ರೀತಿ ಇಲ್ಲ. ಹೋಗಲಿಲ್ಲ. ಸಂಗೀತಕ್ಕೆ ಬಿದ್ದು ನಿಮ್ಮಪ್ಪ ಮನೆ ತನದ ಆಸ್ತಿಯನ್ನೆಲ್ಲ ಹಾಳುಮಾಡ್ತಿದಾರೆ. ಬೇರೆ ರಾಜಮಹಾರಾಜರುಗಳೆಲ್ಲ ಇರುವ ಆಸ್ತಿ ಯನ್ನು ರೂಢಿಸಿ ಕೈಗಾರಿಕೆ, ಉದ್ಯಮ, ಹೋಟೆಲುಗಳನ್ನ ಆರಂಭಿಸಿ ಕೋಟಿ ಕೋಟಿ ಗಳಿಸ್ತಿದಾರೆ. ಇವರು ಏನೂ ಮಾಡ್ತಿಲ್ಲ ಅಂತ ಮಕ್ಕಳ ಮನಸ್ಸಿನಲ್ಲಿ ವಿಷ ತುಂಬಿದರು.'

'ರಾಜಾಸಾಹೇಬರು ಜೀವನದಲ್ಲಿ ತುಂಬ ಒಂಟಿತನದ ನೋವುಂಡಿರಬೇಕಲ್ಲವೆ? ಹತ್ತು ಜನರೆದುರು ಸಂಗೀತ ಕೂಡ ಹಾಡಿ ಅಂತರಂಗ ಹಂಚಿಕೊಳ್ಳಲಾರದ ಭಾಷೆಗೆ ಕಟ್ಟುಬಿದ್ದು.'

'ನೀನು ಸರಿಯಾಗಿ ಊಹಿಸಿದೆ.'

ಮರುದಿನ, 'ಇನ್ನು ನಿನ್ನ ಮುಂದಿನದು ಏನು ಯೋಚಿಸಿದೀಯ?' ಅವರು ಕೇಳಿದರು.

'ಏನೂ ಯೋಚಿಸಿಲ್ಲ. ನನ್ನ ಕಲಿಕೆ ಇನ್ನೂ ಒಂದೆರಡುವರ್ಷವಿದೆ ಅನ್ನುವ ಭಾವನೆಯಲ್ಲಿದ್ದೆ. ಅಷ್ಟರಲ್ಲಿ ಇದ್ದಕ್ಕಿದ್ದಂತೆ ಹೀಗಾಯಿತು.'

'ನಾನು ನಾಳೆ ಊರಿಗೆ ಹೋಗ್ತೀನಿ. ಇಲ್ಲಿ ನಿನಗೆ ಏನೂ ಕೆಲಸವಿಲ್ಲ. ಕ್ರಿಯಾ ಕೆಲಸ ಮುಗಿದಮೇಲೆ ನಿನಗೆ ಬರುವ ಊಟ ನಿಂತುಹೋಗಬಹುದು. ಅಥವಾ ನಿನಗೇನು ಕೆಲಸ ಇಲ್ಲಿ ಅಂತ ಹೇಳಿ ಕಳಿಸಬಹುದು. ನೀನೂ ನನ್ನ ಜೊತೆ ಬಾ. ನನ್ನ ಮನೇಲಿರು. ಏನಾದರೂ ಒಂದು ದಾರಿ ಆಲೋಚಿಸೋಣ.'

ನನಗೂ ಅದೇ ಸರಿ ಅನ್ನಿಸಿತು. ಗುರುವೇ ಇಲ್ಲದೆ ಪಾಠವಿಲ್ಲದಮೇಲೆ ಅವರು ಊಟ ವಸತಿ ಕೊಟ್ಟರೂ ಇದ್ದು ಪ್ರಯೋಜನವಿಲ್ಲ. ಸಂಗೀತವೆಂದರೆ ತಿರಸ್ಕಾರವಿರುವವರು ಅರಮನೆಯ ಯಜಮಾನರಾದಮೇಲೆ ಇಲ್ಲಿದ್ದರೆ ಗುರುವಿನ ಸ್ಮೃತಿಗೆ ಅಗೌರವ ತೋರಿದಂತೆ ಎಂಬ ಭಾವನೆ ಹುಟ್ಟಿತು. ಇದ್ದಕ್ಕಿದ್ದಂತೆ ಹೊರಡುವುದು ಬೇಡ, ಚುನ್ನಿಯನ್ನು ಒಮ್ಮೆಯಾದರೂ ಕಂಡು ಮಾತನಾಡಿ ಹೋಗಬೇಕೆಂದು ನಿರ್ಧರಿಸಿ, 'ನೀವು ನಡೀರಿ. ನಾನು ಒಂದೆರಡು ದಿನದಲ್ಲಿ ಬರ್ತೀನಿ,' ಎಂದೆ. ಹನ್ನೆರಡನೆಯ ದಿನ ಮುಗಿಸಿಕೊಂಡು ಅವರು ಹೊರಟುಹೋದರು.

ಮರುದಿನ ಊಟ ತರುವ ಹುಡುಗನೊಡನೆ ಚುನ್ನಿಗೆ ಹೇಳಿಕಳಿಸುವ ಆಲೋಚನೆ ಮಾಡಿದ್ದೆ. ಅವಳೇ ಕುಕ್ಕೆ ಹೊತ್ತು ಬಂದಳು. ರಾಜಾಸಾಹೇಬರ ಸಾವಿನಿಂದ ಮಂಕಾಗಿದ್ದಳು. ನಾನು ನೋಡಿ ಹದಿಮೂರು ದಿನವಾಗಿತ್ತು. 'ತುಂಬ ಕೆಲಸವೇನೋ ಇತ್ತು. ಕ್ರಿಯಾದಿ ಕೆಲಸ. ನೆಂಟರಿಷ್ಟರು. ಜಾತಿಸ್ಥರು. ಈ ಊರವರು. ಜಮೀನುದಾರಿ ಹಳ್ಳಿಗಳವರು. ನೀವು ಬರ್ತೀರಿ ಅಂತ ಕಣ್ಣಾಡುಸ್ತಿದ್ದೆ. ನಾನೇ ನಿಮಗೆ ಊಟ ತರಬಹುದಿತ್ತು. ಶಕಪುರದ ತಬಲಾ ಗವಯಿ ನಿಮ್ಮ ಜೊತೆಗೇ ಇಲ್ಲೇ ಇರ್ತಾರೆ ಅಂತ ಗೊತ್ತಾಯಿತು. ಯಾಕೆ ಸುಮ್ಮನೆ ಅನುಮಾನ ಅಂತ ಹುಡುಗನ ಜೊತೆ ಕಳಿಸಿದೆ. ಇವತ್ತಿನಿಂದ ನಾನೇ ಬರ್ತೀನಿ,' ಎಂದಳು. ನನ್ನ ಅವಳ ಸಮಾಗಮ ಮೊದಲಿನಂತೆಯೇ ಮುಂದುವರೆಯುತ್ತದೆಂದು ತಿಳಿದಿದ್ದಾಳೆ. ವಿದಾಯದ ಮಾತನಾಡುವುದು ನನಗೆ ಕಷ್ಟವಾಯಿತು. ಅವಳನ್ನು ಬಿಟ್ಟು ಹೊರಡುವುದು ಇನ್ನಷ್ಟು ಕಠಿಣವಾಯಿತು. ಅವಳ ಸ್ಪರ್ಶ ಭಾವನೆಯ ಮಾತುಗಳು ಆರಂಭವಾದರೆ ಮಾತನಾಡುವುದೇ ಕಷ್ಟವಾಗುತ್ತದೆಂಬ ಎಚ್ಚರ ಹುಟ್ಟಿ ತಕ್ಷಣ ಹೇಳಿದೆ: ಗುರು ಸತ್ತಮೇಲೆ ನಾನಿಲ್ಲಿ ಇರುವಂತಿಲ್ಲ. ಇದ್ದರೆ ರಾಣಿಸಾಹಿಬಾರೇ ಖಾಲಿಮಾಡು ಅಂತ ಹೇಳಿಕಳಿಸ್ತಾರೆ. ಅವರು ಹೇಳುವ ಮೊದಲು ಖಾಲಿಮಾಡೂದು ಮರ್ಯಾದೆ.

ಎಲ್ಲಿಗೆ ಹೋಗ್ತೀನೋ, ಎಲ್ಲಿ ಇರತೀನೋ, ನನಗೇ ಗೊತ್ತಿಲ್ಲ. ನಿನ್ನನ್ನ ಬಿಟ್ಟುಹೋಗಬೇಕಾಗಿದೆ, ಅನ್ನುವಾಗ ಭಾವ ತುಂಬಿಬಂದು ಗಂಟಲು ಬಿಗಿದು ಅವಳನ್ನು ತಬ್ಬಿಕೊಂಡೆ. ಅವಳು ತುಂಬಿ ತುಂಬಿ ಅತ್ತಳು. ಒಬ್ಬರನ್ನೊಬ್ಬರು ಅಪ್ಪಿ ಮಂಚದ ತುದಿಯ ಮೇಲೆ ಎಷ್ಟೋ ಹೊತ್ತು ಕುಳಿತೆವು. ಅವಳೇ ಮಾತನಾಡಿದಳು: 'ಅವರು ಹೇಳುವ ಮೊದಲು ನೀವು ಖಾಲಿಮಾಡೂದು ಸರಿ. ನನಗೆ ಸ್ವಂತದ್ದು ಐದು ಎಕರೆ ನೀರಾವರಿ ಭೂಮಿ ಇದೆ. ನಾನು ಬನ್ನಿ ಕೆಲಸ ಮಾಡಿದರೆ ಜೀವನಕ್ಕೆ ಬೇಕಾದಷ್ಟು. ಅಲ್ಲೇ ಒಂದು ಮೂಲೇಲಿ ಒಂದು ಸಣ್ಣ ಮನೆ ಕಟ್ಟಬಹುದು. ನಿಮಗೆ ದಿನಾ ಎರಡು ಹೊತ್ತು ಬಿಸಿಬಿಸಿ ಅಡುಗೆ ಮಾಡಿ ಇಕ್ತೀನಿ. ನೀವು ಅಲ್ಲೇ ಗಾಣೆ ಮಾಡಿಕೊಂಡು ಇದ್ದುಬಿಡಿ.'

ಅವಳ ಈ ಆಹ್ವಾನದಿಂದ ನನ್ನಲ್ಲಿ ಭಾವದ ಒತ್ತಡ ಹುಟ್ಟಿತು. ಅಳು ಬರುವಂತಾಯಿತು. 'ಚುನ್ನೀ, ಸಾಯುವವರೆಗೂ ನಿನ್ನ ಜೊತೆಯೇ ಇರಬೇಕು ಅನ್ನಿಸುತ್ತೆ. ಆದರೆ ನಾನು ಸಂಗೀತಗಾರ. ಸದಾ ಹಳ್ಳಿಯ ಜಮೀನನ ಮಧ್ಯೆ ಇದ್ದು ಹಾಡಿಕೊಳ್ಳುವ ಸಂಗೀತವಲ್ಲ ಇದು. ಹೋಗಲೇಬೇಕು,' ಎಂದೆ.

ಹೊರಡುವ ಮೊದಲು ಯಾರಿಗೆ ಹೇಳಬೇಕು? ಎಂಬ ಪ್ರಶ್ನೆ ಹುಟ್ಟಿತು. ರಾಣಿಸಾಹಿಬಾ, ಯುವರಾಜರು, ಯಾರ ಮುಖವನ್ನೂ ನೋಡುವ ಮನಸ್ಸಾಗಲಿಲ್ಲ. ನೋಡಿದರೆ ಅವರು ಯಾವ ಭಾವನೆಯಿಂದ ನನ್ನನ್ನು ನೋಡುತ್ತಾರೋ ಎಂಬ ಅನುಮಾನ, ಆತಂಕ ಬೇರೆ. ಆಸ್ತಿಪಾಸ್ತಿಗಳ ಮೇಲ್ವಿಚಾರಣೆ ಎಲ್ಲ ದಿವಾನರದು. ಅವರಿಗೆ ಹೇಳಿದರೆ ಸರಿ ಎಂಬ ತೀರ್ಮಾನ ಐದುಗಂಟೆಯ ಹೊತ್ತಿಗೆ ಹೊಳೆಯಿತು. ತಕ್ಷಣ ಸೈಕಲ್ ಹತ್ತಿ ಓಡಿದೆ. ಅವರಿನ್ನೂ ಕಛೇರಿಯಲ್ಲೇ ಇದ್ದರು. ಬನ್ನಿ ಬನ್ನಿ ಗವಯಿಗಳೇ, ಅವರು ಆದರದಿಂದ ಕಂಡರು. 'ಸಾಹೇಬರೇ, ನಾನು ನಾಳೆ ಬೆಳಗ್ಗೆ ನಸುಗತ್ತಲಿಗೆ ಜಾಗ ಖಾಲಿಮಾಡ್ತೀನಿ. ಕುಟೀರದಲ್ಲಿ ಮಂಚ ಹಾಸಿಗೆ ಕುರ್ಚಿ ಮೇಜಗಳಿವೆ. ಮಂದಿರದಲ್ಲಿ ಅಷ್ಟೊಂದು ಪುಸ್ತಕಗಳು, ಎರಡು ತಂಬೂರಿಗಳು, ಹಾರ್ಮೋನಿಯಂ, ತಬಲಾಗಳೆಲ್ಲ ಅಲಮಾರಿನಲ್ಲಿವೆ. ಜಮಖಾನ ದಿಂಬುಗಳಿವೆ. ಎರಡು ಬೀಗದಕೈಗಳನ್ನೂ ಇಸಕೊಳ್ಳುಕ್ಕೆ ಒಬ್ಬ ಆಳನ್ನ ಕಳಿಸಿ. ನನ್ನ ಬಟ್ಟೆಗಳು, ನನ್ನ ಪಾಠ ಆರಂಭಮಾಡುವ ದಿನ ಪುರೋಹಿತರ ಕೈಲಿ ಮಹದೇವಜಿಯ ಹೆಸರಿನಲ್ಲಿ ಆಶೀರ್ವಾದಮಾಡಿಸಿ ರಾಜಾಸಾಹೇಬರು ಒಂದು ತಂಬೂರಿ ಕೊಟ್ಟಿದ್ದರು. ಇಷ್ಟನ್ನ ಮಾತ್ರ ನಾನು ತಗಂಡು ಹೋಗ್ತೀನಿ.'

'ಹೊರಟೇಬಿಟ್ಟಿರಾ?' ಎಂದು ಕೇಳುವಾಗ ದಿವಾನರ ಕಣ್ಣುಗಳಲ್ಲೂ ವಾಸ್ತವತೆಯ ತಿಳಿವಳಿಕೆ ಇಣುಕುತ್ತಿತ್ತು. ಎಲ್ಲವೂ ನಮ್ಮಿಬ್ಬರಿಗೂ ಅರ್ಥವಾಗಿದೆ ಎಂಬಂತೆ ನಾನು ನಕ್ಕ ಮೇಲೆ, 'ಬೆಳಗ್ಗೆ ಇಲ್ಲಿಂದ ಎಲ್ಲಿಗೆ ಹೋಗ್ತೀರಿ?'

'ಶಕಪುರ.'

'ನಾನೊಂದು ಕುದುರೆಗಾಡಿ ಕಳುಸ್ತೀನಿ. ಬಟ್ಟೆಯ ಗಂಟು ತಂಬೂರಿ ಹೊತ್ತುಕೊಂಡು ಇಪ್ಪತ್ತುಮೈಲಿ ನಡೆಯೂದು ಕಷ್ಟ,' ಎಂದರು. ವರ್ಷಕ್ಕೊಮ್ಮೆ ದಶಹರಾ ಹಬ್ಬದಲ್ಲಿ ಇದೇ ದಿವಾನರ ಕಛೇರಿಯಿಂದ ನನಗೆ ಬರುತ್ತಿದ್ದ ಮೂರು ಜೋಡಿ ಬಟ್ಟೆಗಳು ಒಳವಸ್ತ್ರಗಳು,

ಧೋತ್ರ ಟವೆಲುಗಳೆಲ್ಲ ಸೇರಿ ದೊಡ್ಡ ಗಂಟೇ ಆಗುತ್ತಿತ್ತು. ಹಳೆಯದಾದರೂ ಹರಿಯುವ ಬಟ್ಟೆಗಳಲ್ಲ.

ಇನ್ನು ತುಸುಹೊತ್ತಿನಲ್ಲಿ ನಮ್ಮ ವಿಮಾನವು ಜೆ.ಎಫ್.ಕೆ. ನಿಲ್ದಾಣದಲ್ಲಿ ಇಳಿಯುತ್ತದೆ. ನಿಮ್ಮ ಕುರ್ಚಿಯ ಬೆಲ್ಟ್ ಹಾಕಿಕೊಳ್ಳಿ. ಕಿಟಕಿಯಿಂದ ಹೊರಗೆ ನೋಡಿದರೆ ವಿಮಾನದ ಎತ್ತರ ಆಗಲೇ ಕಡಮೆಯಾಗಿದೆ. 'ನೀನು ಮಹದೇವಮಂದಿರದಲ್ಲಿ ಗುರುವಿನ ಆತ್ಮಕ್ಕೆ ಸಂಗೀತದ ತರ್ಪಣ ಕೊಡುತ್ತಿದ್ದಾಗಲೇ ನಾನು ನಿನ್ನ ವಿಷಯ ಆಲೋಚಿಸುತ್ತಿದ್ದೆ. ಮೊನ್ನೆ ಅಲ್ಲಿಂದಬರುವ ದಾರೀಲಿ ಹೊಳೆಯಿತು. ನಿನ್ನ ವಿದ್ಯಾಭ್ಯಾಸ ಮುಗಿದಿದೆ. ಯಾವ ಗುರುವೂ ಈಗ ನೀನು ಕಲಿತಿರೂದ ಕ್ಕಿಂತ ಹೆಚ್ಚು ಕಲಿಸುಕ್ಕೆ ಸಾಧ್ಯವಿಲ್ಲ. ಇನ್ನು ಮುಂದಿನದೇನಿದ್ದರೂ ನೀನು ಹಾಡಿ ಹಾಡಿ ಬಿಗಿ ಮಾಡಿಕೊಬೇಕು. ಮುಂಬಯಿಯಲ್ಲಿ ನನ್ನ ಶಿಷ್ಯ ಒಬ್ಬ ಇದಾನೆ. ಬೃಜನಾರಾಯಣ ನತ್ತೂ ಅಂತ. ಅವನ ಹೆಸರು ನಿನಗೆ ಹಿಂದೆ ಹೇಳಿದೀನಿ. ನಾನು ಮುಂಬಯಿಗೆ ಪ್ರೋಗ್ರಾಂಗೆ ಹೋದಾಗ ಅವನಲ್ಲೇ ಇಳಕೊತ್ತೀನಿ. ಬೋರೀವಲೀಲಿ ಸಣ್ಣಮನೆ. ಬೋರೀವಲಿ ಅಂದರೆ ಪಶ್ಚಿಮ ರೈಲ್ವೆ ಮುಂಬಯಿಯ ಕೊನೆ. ದೂರ. ಸದ್ದುಗದ್ದಲ ಇಲ್ಲ. ಮೀಡಿಯಂ ಲೆವೆಲ್ ಗಾಯಕರ ಪ್ರೋಗ್ರಾಂ ಎಲ್ಲಿ ಆದರೂ ಇವನನ್ನ ಕರೀತಾರೆ. ಐವತ್ತು, ಎಪ್ಪತ್ತೈದು ಒಂದೊಂದುಸಲ ನೂರು ರೂಪಾಯಿ ಕೊಡ್ತಾರೆ. ಅಂಥ ಚುರುಕಿಲ್ಲ. ಆದರೆ ಎಲ್ಲೂ ತಾಲ ತಪ್ಪದೆ, ತಪ್ಪಿಸದೆ ತಾನಗಳಿಗೆ ತಕ್ಕ ಬೋಲುಗಳನ್ನ ಹಾಕಿ ಸಾಥಿ ಮಾಡ್ತಾನೆ. ಗಾಯನಕ್ಕೆ ಹೇಳಿಮಾಡಿಸಿದ ಹಂಗಿದೆ ಅವನ ಬೆರಳು. ಸಿತಾರ್ ಸರೋದ್‌ಗಳಿಗೆ ಸಾಲದು. ಈಗೀಗ ಬಡೆ ಗಾಯಕರಿಗೂ ಬಾರಿಸುವ ಛಾನ್ಸ್ ಸಿಕ್ತಿದೆಯಂತೆ. ನಾನು ಫೋನ್ ಮಾಡಿ ಹೇಳ್ತೀನಿ, ಎರಡುತಿಂಗಳು ನಿನ್ನನ್ನ ಮನೇಲಿಟ್ಟುಕೊ ಅಂತ. ಮುಂಬಯಿಯ ಸಂಗೀತ ಸಭಾಗಳೆಲ್ಲ ಅವನಿಗೆ ಗೊತ್ತು. ಹಾಗೆಯೇ ಪ್ರಯತ್ನಪಟ್ಟು ಅಲ್ಲೊಂದು ಇಲ್ಲೊಂದು ಪ್ರೋಗ್ರಾಂ ಕೊಡಿಸಿದರೆ, ಶುರೂನಲ್ಲಿ ಒಂದು ಕಾಸೂ ಇಲ್ಲದೆ ಕರೆದರೂ ಸರಿ. ಇವನೊಬ್ಬ ಚನ್ನಾಗಿ ಹಾಡ್ತಾನೆ ಅಂತ ಜನಗಳ ಕಣ್ಣಿಗೆ ಬಿದ್ದರೆ ಕ್ರಮೇಣ ಹೆಸರು ಬೆಳೆದು, ಮುಂಬಯಿಯ ಹೊರಗೂ ಹರಡುತ್ತೆ. ಫೋನ್ ಮಾಡಲಾ?'

ಅದಕ್ಕಿಂತ ಬೇರೆ ಯಾವ ಉತ್ತಮ ದಾರಿ ಇತ್ತು? 'ತಾವು ಹೀಗೆ ಇದ್ದಕ್ಕಿದ್ದಹಾಗೆ ಸಾಯ್ತೀವಿ ಅಂತ ರಾಜಾಸಾಹೇಬರಿಗೆ ಗೊತ್ತಿರಲಿಲ್ಲ. ನಿನ್ನ ಭವಿಷ್ಯದ ವಿಷಯ ಅವರು ನನ್ನ ಕೈಲಿ ಏನೂ ಹೇಳಿರಲಿಲ್ಲ ನಿಜ. ಯಾಕೆಂದರೆ ಇನ್ನೂ ಎರಡುವರ್ಷ ನಿನ್ನ ಸಾಧನೆ ಯಾಗಬೇಕು ಅಂತ ಅವರ ಮನಸ್ಸಿನಲ್ಲಿತ್ತು. ಅದಾದ ಮೇಲೆ ಅವರೇ ಕೈಯಿಂದ ಹಣ ಖರ್ಚುಮಾಡಿ ಸಂಗೀತ ಸಮ್ಮೇಳನದಲ್ಲಿ ಹಾಡುವ ಅವಕಾಶ ಮಾಡಿಸಿ ಒಂದೇ ದಿನದಲ್ಲಿ ಅಖಿಲಭಾರತ ಮಟ್ಟದಲ್ಲಿ ನಿನ್ನ ಹೆಸರು ಕೇಳುವ ಹಾಗೆ ಮಾಡ್ತಿದ್ದರೋ ಏನೋ! ಅದೃಷ್ಟ ವಿಲ್ಲ. ಆದರೆ ನಿನಗೆ ಈ ಮಟ್ಟದ ವಿದ್ಯೆ ಕಲಿಸಿದರಲ್ಲ. ನೀನು ಅಖಿಲಭಾರತ ಮಟ್ಟದೋನು ಆಗಿಯೇ ಆಗ್ತೀಯ. ನಾಲ್ಕುದಿನ ತಡವಾಗಬಹುದು.'

ಅವರು ಬದುಕಿದ್ದರೆ ಮಾಡಬಹುದಾಗಿದ್ದ ಸಹಾಯವನ್ನು ಭೂಪತರಾಮರು ಮುಂಬಯಿಯಲ್ಲಿ ನನಗೆ ದಾರಿ ಮಾಡುವ ಮೂಲಕ ಮಾಡುತ್ತಿದ್ದಾರೆ ಎನ್ನಿಸಿತು. 'ನನ

ಗಂತೂ ಮೂವತ್ತು ವರ್ಷದಿಂದ ಕೈ ಹಿಡಿದಿದ್ದರು. ಒಂದೊಂದಕ್ಕೂ ಐದುಸಾವಿರದಂತೆ ನಾಲ್ಕೂ ಜನ ಹೆಣ್ಣುಮಕ್ಕಳ ಮದುವೆಗೂ ಕೊಟ್ಟರು. ದಶಹರಾ ಪೂಜೆಯಲ್ಲಿ ಪ್ರತಿವರ್ಷವೂ ಮೂರುಸಾವಿರ ನಗದು, ಮೇಲೆ ಉಡುಗೊರೆ ಕೊಡ್ತಿದ್ದರು. ಮಗನ ಓದಿಗೆ ಸಹಾಯ ಮಾಡಿದರು. ಶಕಪುರಕ್ಕೆ ಬಂದಾಗ ನನ್ನ ಮನೆಗೇ ಪಾದಧೂಲಿ ಬೀಳಿಸುತ್ತಿದ್ದರು. ಬೇರೆ ಯಾರ ಸಂಗಡವೂ ಆಡದ ಆತ್ಮೀಯ ಸಂಗತಿಗಳನ್ನ ನನ್ನ ಕೈಲಿ ಹೇಳ್ತಿದ್ದರು,' ಎನ್ನುವಾಗ ಭೂಪತರಾಮರು ಕತ್ತನ್ನು ಮೇಲೆ ಎತ್ತಿ ಕೈ ಮುಗಿದರು, ಎಂಬ ನೆನಪಿನೊಡನೆ ಜೊಂಪು ಹತ್ತಿತು.

ಅಧ್ಯಾಯ ೩

– ೧ –

ಮ್ಯಾನ್‌ಹಟನ್ನಿನ ಸೆಂಟ್ರಲ್ ಪಾರ್ಕಿನ ಎದುರಿನ ಮೂವತ್ತು ಮಹಡಿ ಕಟ್ಟಡದ ಭೂ ಅಂತಸ್ತಿನಲ್ಲಿರುವ, ಇನ್ನೂರು ಆಸನ ವ್ಯವಸ್ಥೆಯ ರಂಗಮಂದಿರದಲ್ಲಿ ಕಾರ್ಯಾಗಾರದ ವ್ಯವಸ್ಥೆಯಾಗಿತ್ತು. ಸಂಜೆ ಬೇರೆ ಕಾರ್ಯಕ್ರಮಗಳವರಿಗೆ ಬಾಡಿಗೆಗೆ ಕೊಡಬೇಕಾಗಿದ್ದುದರಿಂದ ಇವರು ಐದುಗಂಟೆಗೆ ಮುಗಿಸಿ ಖಾಲಿಮಾಡಬೇಕಾಗಿತ್ತು. ಬೆಳಗ್ಗೆ ಒಂಬತ್ತಕ್ಕೆ ಆರಂಭವೆಂದು ವೇಳಾಪಟ್ಟಿಯಲ್ಲಿದ್ದರೂ ಎಷ್ಟು ಮೊದಲು ಬೇಕಾದರೂ ಬೀಗ ತೆಗೆದುಕೊಂಡುವಂತೆ ಕಾವಲುಗಾರನಿಗೆ ಹೇಳಿದ್ದರು. ಮುಖ್ಯರಂಗಮಂದಿರವಲ್ಲದೆ ನಾಲ್ಕು ಕೋಣೆಗಳ ಸೌಕರ್ಯವೂ ಇತ್ತು. ಹಿಂದೂಸ್ಥಾನೀ ಸಂಗೀತದಲ್ಲಿ ಪ್ರಾಥಮಿಕಮಟ್ಟವನ್ನು ಮುಗಿಸಿದ ಇಪ್ಪತ್ತಾರರಿಂದ ಅರವತ್ತರ ನಡುವಿನ ವಯೋಮಾನದ ಐವತ್ತು ಮಂದಿ ಅಭ್ಯರ್ಥಿಗಳಿಗೆ ಪ್ರೌಢಹಂತದಲ್ಲಿ ಆರುವಾರ ತರಬೇತಿಕೊಡುವುದು, ಅಂತ್ಯದಲ್ಲಿ ಅವರೆಲ್ಲರೂ ಹಾಡುವಂತೆ ಬೆಳಗಿನಿಂದ ಸಂಜೆಯ ತನಕ ಒಂದು ಸಂಗೀತ ದಿನವನ್ನು ಏರ್ಪಡಿಸುವುದು ಕಾರ್ಯಕ್ರಮದಲ್ಲಿ ಸೇರಿತ್ತು. ಅಭ್ಯರ್ಥಿಗಳಲ್ಲಿ ಇಪ್ಪತ್ತೆರಡು ಜನ ಬಿಳಿಯರು. ಅವರಲ್ಲಿ ಇಪ್ಪತ್ತು ಜನರು ಸಿತಾರ್ ಸರೋದ್ ವಾದ್ಯಗಳನ್ನು ಸ್ವಲ್ಪಮಟ್ಟಿಗೆ ಕಲಿತವರು. ಮುಖ್ಯವಾದ ಎಲ್ಲ ರಾಗಗಳನ್ನೂ ಗುಣಲಕ್ಷಣಗಳೊಡನೆ ಗುರುತಿಸಬಲ್ಲವರು. ಆರು ಜನ ತಬಲಾದಲ್ಲಿ ಪ್ರೌಢ ಪ್ರವೇಶ ಪಡೆಯಲು, ಮೂವರು ಹಾರ್ಮೋನಿಯಂ ಕಲಿಯಲು ಬಂದವರು. ಮೊದಲ ದಿನ ಪ್ರತಿಯೊಬ್ಬರೂ ತಾವು ಕಲಿತಿರುವ ಸಂಗೀತದ ಮಟ್ಟವನ್ನು ಐದುನಿಮಿಷದಲ್ಲಿ ಹಾಡಿ ಅಥವಾ ಬಾರಿಸಿತೋರಿಸುವುದು. ಮಧ್ಯಾಹ್ನಾನಂತರ ಅರ್ಧರ್ಧಗಂಟೆ ರಾಜಾರಾಮ ಟಿಪ್ನಿಸನ ಹಾರ್ಮೋನಿಯಂ ಮತ್ತು ಓಂಕಾರ ಪ್ರಭುವಿನ ತಬಲಾದ ಸೋಲೋಗಳು ಆದನಂತರ ಎರಡು ಗಂಟೆ ಮೋಹನಲಾಲರ ಗಾಯನ. ಗಾಯನ ಕೇಳಿದನಂತರ ಪ್ರತಿ ಯೊಬ್ಬರೂ ಅವನ ಭಕ್ತರಾಗಿಬಿಟ್ಟರು. ಯಾರೂ ಹೇಳದೆಯೇ ಅವನನ್ನು ಗುರೂಜಿ ಎಂದು ಕರೆಯತೊಡಗಿದರು. ಅವರಲ್ಲಿ ಹದಿನಾರು ಜನ ಬಿಳಿಯರು ಭಾರತಕ್ಕೂ ಹೋಗಿ ಅಷ್ಟಿಷ್ಟು ಸಂಗೀತ ಕಲಿತು ಬಂದವರು. ಇಪ್ಪತ್ತೆರಡು ಜನ ಭಾರತೀಯ ಮೂಲದವರಿ ಗಂತೂ ಪದ್ಧತಿ ಗೊತ್ತೇ ಇತ್ತು: ಪ್ರತಿಯೊಬ್ಬರೂ ಅವನಿಗೆ ಭಕ್ತಿ ಗೌರವದ ವಿಶೇಷ ಮನ್ನಣೆ ಕೊಡತೊಡಗಿದರು. ಚಹಾ ಕಾಫಿ ಲಂಚ್‌ಗಳನ್ನು ಕುಳಿತಲ್ಲಿಗೇ ತಂದುಕೊಡುವುದರ ಜೊತೆಗೆ ಅವನು ಎಲ್ಲಿ ಹೋದರೂ ಒಂದು ಒರಗುದಿಂಬನ್ನು ಹೊತ್ತು ತಂದಿಡುವ

ಸೇವೆ ಮಾಡುವುದು, ಬೆಳಗ್ಗೆ ಬಂದ ತಕ್ಷಣ, ಸಂಜೆ ಹೋಗುವ ಮುನ್ನ ಪ್ರತಿಯೊಬ್ಬರೂ ಬಾಗಿ ಚರಣಸ್ಪರ್ಶ ಮಾಡುವುದು ಮೊದಲಾದ ಭಾರತೀಯ ವರ್ತನೆಗಳನ್ನು ತಾವಾಗಿಯೇ ಆರಂಭಿಸಿದರು. ಐವತ್ತರಲ್ಲಿ ಹದಿನೆಂಟು ಜನ ಹೆಂಗಸರು, ಅವರಲ್ಲಿ ಹದಿನಾರು ಜನ ಮೂವತ್ತಕ್ಕಿಂತ ಕಡಮೆ ವಯಸ್ಸಿನವರು. ಹದಿನೆಂಟರಲ್ಲಿ ಹದಿನಾರು ಜನ ಬಿಳಿಯರು. ತನ್ನ ಬಗೆಗೆ ಹೆಂಗಸರು ವಿಶೇಷ ಅಭಿಮಾನ ಸಂಭ್ರಮಗಳನ್ನು ತೋರುವುದು ಅವನಿಗೇನೂ ಹೊಸತಲ್ಲ. ಆದರೆ ಬಿಳಿಯ ಹೆಂಗಸರು, ಅದರಲ್ಲೂ ಹುಡುಗಿಯರೆನ್ನಬಹುದಾದ ವಯಸ್ಸಿನವರು ಅದೇ ಸಂಭ್ರಮದಿಂದ ಕಾಣುವಂತಾದುದು ಅವನಿಗೆ ಆಪ್ಯಾಯಮಾನವಾಗಿತ್ತು.

ಒಬ್ಬ ಹುಡುಗಿ ಮಾತ್ರ ಮನಸ್ಸನ್ನು ತುಂಬಿಕೊಂಡುಬಿಟ್ಟಳು. ಇಪ್ಪತ್ತೈದರಿಂದ ಇಪ್ಪತ್ತೆಂಟರ ನಡುವಿನ ವಯಸ್ಸು ಎಂಬ ಊಹೆ ಹುಟ್ಟಿತು. ಬಿಳಿ ವರ್ಣ. ಅವಳ ಮೈಕಟ್ಟೋ, ತುಸು ಉದ್ದ ಮಾಟದ ಮುಖವೋ ನೀಲಿಕಣ್ಣುಗಳಿಂದ ಹೊಮ್ಮುತ್ತಿದ್ದ ದೀಪಶಿಖೆಯಂತಹ ಹೊಳಪೋ, ಅಥವಾ ದೀಪಶಿಖೆಯ ಆಕಾರದ ಅವಳ ಮೂಗೋ! ಸಂಜೆಗತ್ತಲಿನಲ್ಲಿ ಒಂದಕ್ಕಿಂತ ಒಂದು ತುಸು ಎತ್ತರಕ್ಕೆ ಏರುವ ಬೆಳಕಿನ ಶಿಖೆಗಳನ್ನು ಒಂದರ ಹಿಂದೆ ಒಂದರಂತೆ ಇಟ್ಟ ಆಕೃತಿಯಂತೆ ಕಂಡಿತು ಅವಳ ಮೈಕಟ್ಟು ಅವಳು ಹಾಡಿದ ಭೂಪಾಲೀ ರಾಗದ ಭಾವದಲ್ಲಿ. ತನ್ನನ್ನು ತಾನು ವರ್ಣಿಸಿಕೊಳ್ಳಲು ಅವಳು ಭೂಪಾಲಿಯ ಆರೋಹ ಅವರೋಹ ಮಾಡಿದಳೋ ಅಥವಾ ಭೂಪಾಲಿಯ ಸಾ ರೆ ಗ ಪ ಧ ಸ ಗಳನ್ನು ಸಾಕಾರಗೊಳಿಸಲೆಂದೇ ಅವಳ ಮೈ ಮುಖಮಾಟಗಳು ಸೃಷ್ಟಿಯಾದವೋ. ನೆತ್ತಿಯ ಕೆಂಚುಬಣ್ಣದ ತುಂಬುಗೂದಲು ಷಡ್ಜಶಿಖೆಯಾಗಿ, ಅವಳೇ ಪಂಚಜ್ಯೋತಿಯ ಕನ್ನಿಕೆಯಂತೆ. ತೆಳು ಹಸಿರುಬಣ್ಣದ ಮೃದು ರೇಶಿಮೆಸೀರೆ, ಗುಲಾಬಿಯ ಅಂಚು, ಅದೇ ಅಂಚಿನ ಕುಪ್ಪುಸ, ಕೆಂಪು ಗಾಜಿನಬಳೆಗಳು. ಬನಾರಸಿನ ಆಚಾರ್ಯ ಶ್ರುತಿಸಾಗರ ಪಾಂಡೆಯವರಲ್ಲಿ ಎರಡುವರ್ಷ ಕಲಿತೆ ಎಂದು ಹಿಂದಿಯಲ್ಲೇ ಹೇಳಿದಾಗ ಅವನೊಳಗಿನ ತಳಮಳಕ್ಕೆ ಶಾಂತಿ ಸಿಕ್ಕಿತು. ಸ್ವರಸ್ಥಾನಗಳಲ್ಲಿ ಶುದ್ಧಿ ಇಲ್ಲದಿದ್ದರೂ ತಾಳವು ಎತ್ತೆತ್ತಲೋ ಎಳೆಯುತ್ತಿದ್ದರೂ ಎರಡುವರ್ಷದಲ್ಲಿ ಎಷ್ಟು ಕಲಿಯಬಹುದು, ಬೇರು ಎಷ್ಟು ಗಟ್ಟಿಯಾಗಬಹುದು, ಆದರೂ ಅವಳು ಭೂಪಾಲಿಯೇ, ಏನೋ ಹೆಸರು ಹೇಳಿದಳು. ಐವತ್ತು ಹೆಸರುಗಳು ನೆನಪಿನಲ್ಲಿ ಉಳಿಯುವುದು ಹೇಗೆ? ಅದೃಷ್ಟಕ್ಕೆ ನಾನು ಹಾಡುವಾಗ ಎದುರಿಗೇ ಕುಳಿತಳು ಭಾರತೀಯ ಶೈಲಿಯಲ್ಲಿ ತಂಬೂರಿಬಾರಿಸುತ್ತಾ, ತಾನೂ ಹಾಡುವ ಭಂಗಿಯಲ್ಲಿ. ಕಣ್ಣುಗಳನ್ನು ಅರೆತೆರೆದಾಗ ಅವಳೇ ಕಾಣುವಂತೆ, ಅವಳೊಬ್ಬಳೇ ತುಂಬಿಕೊಳ್ಳುವಂತೆ. ಆ ನೀಲ ನಯನಗಳು ಒಂದೊಂದೂ ಸ್ವರದ ಭಾವವನ್ನು ಅದೆಷ್ಟು ಸೂಕ್ಷ್ಮ ಹೊಳಪಿನಿಂದ ಪ್ರತಿಫಲಿಸುತ್ತಿದ್ದವು! ಸಮ್ ಬಂದಾಗ ಅವಳ ಇಡೀ ಶರೀರವು ಎಷ್ಟು ಸೂಕ್ಷ್ಮವಾಗಿ ತೊನೆಯುತ್ತಿತ್ತು. ಭೂಪಾಲೀ, ನೀನು ಅಲ್ಲಿ ಕೂತಿರದಿದ್ದರೆ ನನಗೆ ಅಷ್ಟು ತನ್ಮಯತೆಯಿಂದ ಹಾಡಲು ಸಾಧ್ಯವಾಗ್ತಿರಲಿಲ್ಲ ಅಂತ ನಿನಗೆ ಗೊತ್ತಿದೆಯೆ? ನಾನು ಹಾಡಿದ್ದು ಕಲ್ಯಾಣಿ ಆದರೂ ದ್ರುತವಿನ್ಯಾಸಕ್ಕೆ ನಿನ್ನ ಮೈ ಸ್ಪಂದಿಸುತ್ತಿದ್ದುದು ಹರಿದ್ವಾರದ ಗಂಗೆಯಲ್ಲಿ ಬೇರೆ ಬೇರೆ ಎತ್ತರದ ಶಿಖೆಗಳ ಐದು ಸೊಡರುಗಳು ಒಂದರ ಹಿಂದೊಂದು

ವೇಗವಾಗಿ ಹಾಯ್ದು ಮಂಡಲವನ್ನು ಸೃಷ್ಟಿಸುವಂತೆ ಕಂಡವು ಅಂತ ನಿನಗೆ ಗೊತ್ತಿದೆಯೆ? ಹೋಟೆಲಿನ ಕೋಣೆಯ ಮಂಚದಮೇಲೆ ನಿದ್ರೆ ಬರದೆ ಹೊರಳುತ್ತಾ ಇದು ನ್ಯೂಯಾರ್ಕಿನ ಎರಡನೆಯ ರಾತ್ರಿಯಾದರೂ ಕ್ಯಾಲಿಫ಼ೋರ್ನಿಯಾದ ಲಾಸ್ ಗಟಾಸಿಗಿಂತ ಮೂರುಗಂಟೆ ಮೊದಲೇ, ಈಗ ಅಲ್ಲಿ ಇನ್ನೂ ಎಂಟುಗಂಟೆ. ಟಿಪ್ನಿಸ್, ಪ್ರಭುವಾದರೂ ಇದೇ ಹೋಟೆಲಿನಲ್ಲಿ ಇದ್ದರೆ ಕೂತು ಎರಡುತಾಸು ಇಸ್ಪೀಟ್ ಆಡಿ, ನಂಟರಿದ್ದಾರೆ ಅಂತ ಅವರಲ್ಲಿ ಉಳಿದು, ಸಖತ್ ಕಾಸು ಉಳುಸ್ತಾರೆ ಇಬ್ಬರೂ. ಪರ್‌ಡಿಯಮ್‌ನ ಎಪ್ಪತ್ತೈದು ಡಾಲರಿನಲ್ಲಿ ಎರಡುಮೂರು ಡಾಲರ್ ಖರ್ಚುಮಾಡ ಬಹುದು. ಸಂಚಾರದ ಟಿಕೇಟಿಗೆ. ಟಿಪ್ನಿಸ್ ಮಧ್ಯಾಹ್ನಕ್ಕೆ ಚಪಾತೀನೂ ಕಟ್ಟಿಸಿಕೊಂಡೇ ಬಂದಿದ್ದ, ಹೆಂಡತಿಯ ಸೋದರಮಾವನ ಮಗಳ ಮಗಳ ಮನೆಯಂತೆ, ಸ್ಟೇಟನ್ ಐಲಂಡ್ ಅಂತ ಹತ್ತಾರು ಸಾವಿರ ಜನ ಮ್ಯಾನ್‌ಹಟನ್‌ಗೆ ಕೆಲಸಕ್ಕೆ ದಿನಾ ದೋಣಿಯಲ್ಲಿ ಬಂದು ಹೋಗ್ತಾರಂತೆ. ಪ್ರಪಂಚದಲ್ಲಿ ಯಾರೂ ನಂಟರಿಲ್ಲದೋನು ನಾನೊಬ್ಬನೇ. ಬ್ರೆಡ್ ಸಿರಿಯಲ್‌ನ ನಾಶ್ತಾ, ಸ್ಯಾಂಡ್‌ವಿಚ್ ಪೀಟ್ಸಗಳ ಊಟ. ಇಂಡಿಯನ್ ರೆಸ್ಟುರಾಗಳಿಗೆ ಹೋದರೆ ಪೂರ್ತಿ ಹಜಾಮತ್ತು. ಮಧುವಿನ ಮನೇಲಿದ್ದಾಗ ಮೂರುವಾರ ಏನೊಂದೂ ಗೊತ್ತಾಗದಂತೆ, ಎಷ್ಟು ಚಂದ ಅಡುಗೆ ಮಾಡ್ತಾಳೆ ಹುಡುಗಿ! ಎಂಬ ಮೆಚ್ಚುಗೆ ಈಗ ಮೂಡಿತು. ಸೋಮವಾರ. ಎಂಟುಗಂಟೆ. ವಿಕ್ರಮ ಬಂದಿರ್ತಾನೆ. ಊಟ ಮಾಡ್ತಿರಬಹುದು. ಇಷ್ಟುಹೊತ್ತಿಗೆ ದುಃಖ ಶಮನವಾಗಿ ಆರಾಮವಾಗಿರಬಹುದು. ದುಃಖ ಶಮನವಾಗಿ ಆರಾಮವಾಗಿರಬಹುದು ಎಂಬ ಊಹೆಯಿಂದಲೇ ಮನಸ್ಸಿನೊಳಗೆ ಇರಿದಂತಾಯಿತು. ಸ್ನೇಹಿತೆಯು ನನ್ನನ್ನು ನೆನಸಿಕೊಂಡು ಕೊರಗ್ತಾಳೆಂದರೆ ಹಿತವಾಗುತ್ತೆ. ಕೊರಗು ಅತಿಯಾಗಿ ಗೋಳಿಡ್ತಾಳೆಂದರೆ ಕಸಿವಿಸಿಯಾಗುತ್ತೆ. ಒಂದು ಹದದಲ್ಲಿದ್ದರೇ ಚಂದ. ಫ಼ೋನಾದರೂ ಮಾಡುವ ಮನಸ್ಸಾಯಿತು. ಕ್ಷೇಮವಾಗಿ ತಲುಪಿದ್ದಕ್ಕೂ ನಾನು ಮಾಡಲಿಲ್ಲ. ಅವಳಿಗೆ ನನ್ನ ನಂಬರ್ ಗೊತ್ತಿಲ್ಲ. ಛೇ. ಪಾಪ. ಕನಿಕರ ಹುಟ್ಟಿತು. ಪ್ರೀತಿ ಹುಟ್ಟಿತು. ದೀಪ ಹಾಕಿ ವಿಳಾಸದ ಪುಸ್ತಕ ತೆಗೆದು ಗುಂಡಿಗಳನ್ನು ಒತ್ತಿದ.

'ಹಾಯ್ ಗುರೂಜಿ, ಗ್ರೇಟ್, ನಿಮ್ಮ ನಂಬರ್ ಹುಡುಕುಕ್ಕೆ ನಾವು ಎಷ್ಟು ಪ್ರಯತ್ನ ಮಾಡಿದೆವು ಅಂತ,' ವಿಕ್ರಮನ ಧ್ವನಿ, 'ಈಗ ನಿಮ್ಮ ನಂಬರ್ ಕೊಟ್ಟು ಫ಼ೋನ್ ಇಟ್ಟುಬಿಡಿ. ನಾನು ತಕ್ಷಣ ಮಾಡ್ತೀನಿ.' ವಿಕ್ರಮನ ಬಗೆಗೆ ತುಂಬ ಮೆಚ್ಚುಗೆ ಹುಟ್ಟಿತು. ಇಂಡಿಯಾದಲ್ಲಿ ಯಾರೂ ನೀವು ಇಟ್ಟುಬಿಡಿ ನಾನು ಮಾಡ್ತೀನಿ ಅನ್ನುಲ್ಲ ಎಂಬ ವ್ಯತ್ಯಾಸ ಹೊಳೆಯಿತು. ಅರ್ಥ ಅಂದರೆ ಅರ್ಥವೂ ಇಲ್ಲ ನಿಮಿಷದಲ್ಲಿ ಫ಼ೋನಿನ ಗಂಟೆ ಬಾರಿಸಿತು. 'ನೀವು ಹೊರಡುವ ಮೊದಲು ನಿಮಗೊಂದು ಫ಼ೋನ್‌ಕಾರ್ಡ್ ಕೊಡೂದು ಮರೆತುಹೋಯಿತು. ನಿಮ್ಮ ವಿಳಾಸ ಹೇಳಿ. ಕಳಿಸುತ್ತೇವೆ. ಅದೇ ಬಳಸಿ ಎಲ್ಲಿಗೆ ಯಾರಿಗೆ ಬೇಕಾದರೂ ಮಾಡ ಬಹುದು. ನೀವು ಕಲೆಕ್ಟ್‌ಕಾಲ್ ಅಂತ ಹೇಳಿದರೆ ಸಾಕು. ಬೀದಿ ಫ಼ೋನ್ ಆದರೂ ನಾಣ್ಯ ಹಾಕಬೇಕಿಲ್ಲ. ನಮಗೆ ಮಾಡಿ. ನೀವು ಹೋದಮೇಲೆ ನಮಗೆಲ್ಲ ಡಲ್ ಅನ್ನುಸ್ತಿದೆ. ಮನೆ ಖಾಲಿ ಖಾಲಿ ಅನಿಸುತ್ತೆ. ಇಲ್ಲಿಯ ಪತ್ರಿಕೆಗಳಲ್ಲಿ ನಿಮ್ಮ ಕಾರ್ಯಕ್ರಮದ ದೊಡ್ಡ

ಫ಼ೋಟೋ ಗಳು ಬಂದಿವೆ. ನಾಳೆ ವಿವರವಾದ ವಿಮರ್ಶೆ ಬರುತ್ತೆ ಅಂತ ಹಾಕಿದಾರೆ. ಕಳಿಸಿಕೊಡ್ತೀನಿ. ಮಧು ತುಂಬ ಮಂಕಾಗಿದಾಳೆ. ಮೊದಲೇ ಗೊತ್ತಿದ್ದರೆ ನ್ಯೂಯಾರ್ಕಿನ ಕಾರ್ಯಾಗಾರಕ್ಕೆ ಅವಳೂ ಸೇರಿಕೊಂಡುಬಿಡ್ತಿದ್ದಳು. ಅವಳಿಗೇ ಕೊಡ್ತೀನಿ ಮಾತಾಡಿ.'

'ನೋಡಮ್ಮ ನೀನು ಈ ಕಾರ್ಯಾಗಾರಕ್ಕೆ ಬಂದಿದ್ದರೆ ಗುರುವಿನ ಕೆಲಸ ಮಾಡಬಹುದಿತ್ತು. ನೆನ್ನೆ ಇವತ್ತು ಏನೇನು ಅಭ್ಯಾಸ ಮಾಡಿಕೊಂಡೆ?' ವಿಕ್ರಮ ಮನೇಲಿರುವಾಗ ಏನು ಮಾತಾಡಿಯಾಳು? ನಾನಾದರೂ ಹೇಗೆ ಆಡೂದು? ಅವನು ಇನ್ನೊಂದು ರಿಸೀವರ್ ಹಿಡಿದಿರ್ತಾನೆ, ಎಂಬ ಅರಿವಿನಲ್ಲಿ ಉಭಯಕುಶಲೋಪರಿ ಸಂಭಾಷಣೆ ಮುಗಿಸಿದ ಮೇಲೆ ನಿದ್ರೆ ಬಂತು.

ಬೆಳಗ್ಗೆ ಆರೂವರೆಗೆ ಎದ್ದು ಮುಖತೊಳೆದು ಶೇವ್, ಸ್ನಾನ ಮುಗಿಸಿ ಹೋಟೆಲಿನವರು ರೂಮುಬಾಡಿಗೆಯ ಅಂಗವಾಗಿ ಕೊಡುವ ನಾಶ್ತಾಕ್ಕೆ ಹೊರಟಿದ್ದಾಗ ಫ಼ೋನು ಬಾರಿಸಿತು. ಮಧು ಎನ್ನಿಸಿ ಅಲ್ಲಿ ಇನ್ನೂ ನಾಲ್ಕುಗಂಟೆ. ವಿಕ್ರಮ ಮಲಗಿದಾನೆ. ಬೇರೆ, ಸಂಗೀತದ ಕೋಣೆಗೆ, ಬಂದು ಮಾಡ್ತಿದಾಳೆ. ಹುಚ್ಚು ಹುಡುಗಿ. ಅಕಸ್ಮಾತ್ ಅವನು ಮಲಗುವ ಕೋಣೆಯ ರಿಸೀವರ್ ತೆಗೆದು ಕಿವಿಗೆ ಇಟ್ಟುಕೊಂಡರೆ, ಎಂಬ ಜಾಗರೂಕತೆಯೂ ಇಲ್ಲ, ಎಂದುಕೊಂಡು ರಿಸೀವರ್ ಎತ್ತಿದ. 'ಗುರೂಜಿ, ನನ್ನ ಹೆಸರು ಲಾರೆನ್. ಗುರುತಿಸಬಲ್ಲಿರಾ?' ಅಮೆರಿಕಾ ಉಚ್ಚಾರಣೆಯ ಇಂಗ್ಲಿಷ್. ಹೆಣ್ಣುಧ್ವನಿ. ಹದಿನೆಂಟು ಜನ ಹೆಂಗಸರಲ್ಲಿ ಈ ಹೆಸರು ಎಲ್ಲೆಂದು ಜ್ಞಾಪಕದಲ್ಲಿರಬೇಕು?

'ಬರೀ ಹೆಸರಿನಿಂದ ಗುರುತು ಸಿಕ್ಕಲ್ಲ.'

'ನಿಮ್ಮನ್ನ ನೋಡುಕ್ಕೆ ಅಂತ ಬಂದಿದೀನಿ. ಹೋಟೆಲಿನ ಲಾಬಿಯಿಂದ ಮಾತಾಡ್ತಿದೀನಿ.'

ರೂಮಿಗೆ ಬಾ ಎನ್ನುವ ಮನಸ್ಸು. ಆದರೆ ಈ ದೇಶದಲ್ಲಿ ಹಾಗೆ ಕರೆಯಬಹುದೋ ಇಲ್ಲವೋ! 'ಎರಡು ನಿಮಿಷದಲ್ಲಿ ಅಲ್ಲಿರ್ತೀನಿ,' ಎಂದು ಹೊರಟ. ಲಿಫ಼್ಟ್‌ನಿಂದ ಹೊರಗೆ ಬಂದು ಲಾಬಿಯ ಕಡೆಗೆ ತಿರುಗಿದರೆ, ಎದೆಯೊಳಗೆ ಬಿಸಿಯಾಯಿತು. ಲಿಫ಼್ಟ್ ಕಡೆಗೆ ಮುಖಮಾಡಿ ನಿಂತಿದ್ದು ನನ್ನನ್ನು ನೋಡಿದ ತಕ್ಷಣ ಇತ್ತ ನಡೆದು ಬಂದು ಬಾಗಿ ಪಾದ ಸ್ಪರ್ಶ ಮಾಡಿದವಳು, ಈಗ ಶರಟು ಜೀನ್ಸ್ ಹಾಕಿದಾಳೆ. ಚಳಿಗೆ ಒಂದು ಜರ್ಕಿನ್, ಭೂಪಾಲಿ. ಸೆಳೆಯುವ ಶಕ್ತಿಯುಂಟೆ ಬಯಕೆಗೆ? 'ಲಾರೆನ್ ಅಂದರೆ ನನಗೆ ಹೇಗೆ ತಿಳಿಯಬೇಕು? ಭೂಪಾಲಿ ಅನ್ನಬೇಕಿತ್ತು.' ಅವಳ ನೀಲಿಕಣ್ಣುಗಳಲ್ಲಿ ಮಧ್ಯಸಪ್ತಕದ ಧೈವತ ಮತ್ತು ತಾರಷಡ್ಜದ ಹೊಳಪುಗಳು ಚಿಮ್ಮಿ ಹರಡಿದವು. ತುಟಿಗಳು ಅರಳಿದವು.

'ಇಷ್ಟುಹೊತ್ತಿನಲ್ಲಿ ನಿಮಗೆ ತೊಂದರೆ ಕೊಡ್ತಿದೀನಿ. ಅಲ್ಲಿಗೆ ನೀವು ಒಂಬತ್ತಕ್ಕೆ ಸರಿಯಾಗಿ ಬಂದರೆ ಮಾತಾಡುಕ್ಕೆ ಸಿಕ್ಕೂದಿಲ್ಲ ಅಂತ.'

'ಇಲ್ಲಿ ಕೂತು ಮಾತಾಡೋಣವೊ? ನನ್ನ ರೂಮಿಗೆ ಹೋಗೋಣವೊ?'

'ನೀವು ತೀರ್ಮಾನಿಸಿದಂತೆ.'

ಬಾ ಎಂದು ಅವಳ ತೋಳು ಮುಟ್ಟಿ ಲಿಫ಼್ಟಿನ ಕಡೆಗೆ ನಡೆದ. ಅವನ ಎದುರಿನ

ಕುರ್ಚಿಯ ಮೇಲೆ ಕುಳಿತನಂತರ ಹೇಳಿದಳು: 'ನಿಮ್ಮ ಗಾಯನದ ಬಗೆಗೆ ತುಂಬ ಕೇಳಿದ್ದೆ. ನಾನು ಬನಾರಸಿನಲ್ಲಿ ಇದ್ದ ಎರಡುವರ್ಷದ ಅವಧಿಯಲ್ಲಿ ಅಲ್ಲಿ ನಿಮ್ಮ ಕಾರ್ಯಕ್ರಮ ಏರ್ಪಾಟಾಗಿರಲಿಲ್ಲ. ನಿಮ್ಮ ಸ್ವರಶುದ್ಧಿ, ಲಯಗಾರಿಕೆ, ಸ್ವರದ ಭಾವಪೂರ್ಣತೆ, ಸಂಚಾರ ಸೂಕ್ಷ್ಮಗಳ ಜ್ಞಾನವಿರುವ ಬೇರೊಬ್ಬ ಗಾಯಕನಿಲ್ಲ ಅಂತ ನನ್ನ ಗುರೂಜಿಯೇ ಹೇಳಿದ್ದರು. ನೆನ್ನೆ ನಿಮ್ಮ ಗಾಯನ ಕೇಳಿದಮೇಲಂತೂ ನಿಮ್ಮಿಂದ ಕಲಿಯಲೇಬೇಕೆಂಬ ಉತ್ಕಟ ಬಯಕೆ ಹುಟ್ಟಿಬಿಟ್ಟಿತು. ನಾನು ನ್ಯೂಜೆರ್ಸಿ ರಾಜ್ಯದ ಒಂದು ಊರಿನ ಶಾಲೆಯಲ್ಲಿ ಸಂಗೀತದ ಶಿಕ್ಷಕಿಯಾಗಿದೀನಿ. ನೀವು ಕೇಳಿರಬಹುದು ಅಟ್ಲಾಂಟಿಕ್‌ಸಿಟಿ ಇಡೀ ಅಮೆರಿಕೆಗೆ ಪ್ರಸಿದ್ಧವಾದ ಜೂಜಿನಕೇಂದ್ರ. ಅದರ ಹತ್ತಿರ ಇರುವ ಊರು ಪ್ಲಸಂಟ್‌ವೀಲ್ ಅಂತ. ಆರುತಿಂಗಳ ಹಿಂದೆಯೇ ಈ ಕಾರ್ಯಾಗಾರಕ್ಕೆ ಹೆಸರು ನೋಂದಾಯಿಸಿ ಫೀಜುತುಂಬಿದೆ. ಇಲ್ಲಿಯ ಆರುವಾರಗಳ ವಾಸ್ತವ್ಯಕ್ಕೆ ನಿರೀಕ್ಷಿಸಿದ್ದ ಯಾವುದೋ ಒಂದು ಸಂಪಾದನೆ ಕೈಗೂಡಲಿಲ್ಲ. ಯಾರೋ ಸ್ನೇಹಿತರಿಗೆ ಸಾಲಕ್ಕೆ ಹೇಳಿದ್ದೆ. ಅವರಿಗೆ ಕೂಡ ನಿರೀಕ್ಷಿಸಿದ ಹಣ ಸಿಕ್ಕಲಿಲ್ಲ. ಹೆಚ್ಚೆಂದರೆ ನಾನು ಎರಡುದಿನ ಇಲ್ಲಿ ಇರಬಲ್ಲೆ. ಮ್ಯಾನ್‌ಹಟನ್ ತುಂಬ ದುಬಾರಿ ಸ್ಥಳ ಬೇರೆ. ಕಾರ್ಯಾಗಾರದ ವ್ಯವಸ್ಥಾಪಕರಿಗೆ ನೀವೊಂದು ಶಿಫಾರಸು ಮಾಡಿದರೆ ಅವರೇನಾದರೂ ನನಗೊಂದು ಸಹಾಯಧನ ಕೊಟ್ಟರೆ ನಾನು ಆರುವಾರವೂ ಇರಬಲ್ಲೆ. ಅಥವಾ ನನ್ನ ವಾಸಕ್ಕೆ ಒಂದು ವ್ಯವಸ್ಥೆ ಮಾಡಿಕೊಟ್ಟರೂ ಸಾಕು, ಆಹಾರವನ್ನ ಹೇಗೋ ನಿಭಾಯಿಸಿಕೊತ್ತೀನಿ.'

ಅವನು ಅವಳ ಮುಖನೋಡಿದ. ಕನಿಕರವೆನ್ನಿಸಿತು. 'ನೋಡು ಈ ಕೋಣೆಯಲ್ಲಿ ಎರಡು ಮಂಚಗಳಿವೆ. ನಾನೊಬ್ಬನೇ ಇದೀನಿ. ಅವರು ಮುಕ್ಕಾಲು ಬಾಡಿಗೆ ವಸೂಲು ಮಾಡ್ತಾರೆ. ಇನ್ನು ಕಾಲುಭಾಗ ಬಾಡಿಗೆಗೆ ನೀನು ಇದ್ದುಬಿಡಬಹುದು. ಅದನ್ನ ನಾನು ಕೊಡ್ತೀನಿ. ನಿನ್ನಂಥ ವಿದ್ಯಾರ್ಥಿನಿಯನ್ನು ಕಳಕೊಳ್ಳುಕ್ಕೆ ನನಗೂ ಖೇದವಾಗುತ್ತೆ.' ತಕ್ಷಣ ಎಂದಮೇಲೆ ತೀರ ಕಡಮೆ ಪರಿಚಯದಲ್ಲಿ ಇಷ್ಟು ಬೇಗ ಈ ಮಾತು ಹೇಳಬಾರದಾಗಿತ್ತು ಎನ್ನಿಸಿತು. ಈ ಹೆಣ್ಣು ಅದನ್ನು ಅಪಮಾನವೆಂದು ಬಗೆದು ತಿರುಗಿಬಿದ್ದರೆ! ಎಂಬ ಆತಂಕವೂ ಆಯಿತು.

'ಗುರೂಜೀ,' ಅವಳು ಶಾಂತವಾಗಿಯೇ ಹೇಳಿದಳು: 'ನನಗೂ ನಿಮಗೂ ಸ್ವಭಾವ ಪರಿಚಯ ಏನೇನೂ ಆಗಿಲ್ಲ. ಆರುವಾರ ಜೊತೇಲಿ ಪರಸ್ಪರ ತಾಳಿಕೊಳ್ಳುವಷ್ಟು ಇಬ್ಬರಿಗೂ ಹೊಂದುತ್ತೆ ಅಂತ ಈಗಲೇ ಹ್ಯಾಗೆ ಹೇಳೂದು?' ಅವನಿಗೆ ನಿರಾಳವಾಯಿತು.

'ವಸತಿ ಆಹಾರಗಳಿಗೆ ಆರುವಾರಕ್ಕೆ ಎಷ್ಟು ಬೇಕಾಗುತ್ತೆ?' ಅವನು ಕೇಳಿದ.

'ಇಷ್ಟು ಅನುಕೂಲವಾದ ಹೋಟೆಲಿನ ಅಗತ್ಯವಿಲ್ಲ. ತೀರ ಕನಿಷ್ಠದರ್ಜೆಯ ಲಾಜಿನಲ್ಲಿ ವ್ಯವಸ್ಥೆ ಮಾಡಿಕೊಂಡು ಇರಬಲ್ಲೆ. ಎರಡುಸಾವಿರ ಡಾಲರ್ ಆದರೆ ಸಾಕು.'

ಅವನು ಎದ್ದು ಆಲ್ಮಿರಾದ ಬಾಗಿಲು ಎಳೆದು ತನ್ನ ಪೆಟ್ಟಿಗೆಯ ಬೀಗ ತೆಗೆದು ವಿಕ್ರಮನು ಲಕೋಟೆಯಲ್ಲಿ ಹಾಕಿಕೊಟ್ಟಿದ್ದ ಹಣದಲ್ಲಿ ಎರಡುಸಾವಿರ ಎಣಿಸಿ ತಂದು

ಅವಳ ಮುಂದೆ ಹಿಡಿದು ಹೇಳಿದ: 'ಇದನ್ನ ನಾನು ಸ್ಪೆಶಲ್ ಸ್ಕಾಲರ್‌ಶಿಪ್ ಅಂತ ಕೊಡ್ತಿದೀನಿ. ದಯವಿಟ್ಟು ತಗೊ. ಕಾರ್ಯಾಗಾರವನ್ನು ಬಿಟ್ಟು ಹೋಗಬೇಡ.'

ಅವಳು ಒಂದು ನಿಮಿಷ ಆಲೋಚಿಸಿದಳು. ಅನಂತರ ಕೈನೀಡಿ ಹಣವನ್ನು ಇಸಕೊಂಡು, 'ಸಾಲ ಅಂತ ಭಾವಿಸ್ತೀನಿ. ಒಂದಲ್ಲ ಒಂದುದಿನ ಹಿಂತಿರುಗಿಸುವ ನಿಶ್ಚಯದಿಂದ ಒಪ್ಪಿಕೊತ್ತೀನಿ. ಸಂಸ್ಥೆಯಿಂದ ಸಹಾಯಧನ ಪಡೆಯುಕ್ಕೆ ಮುಜುಗರವಾಗುಲ್ಲ. ವ್ಯಕ್ತಿಯಿಂದ ತಗೊಳ್ಳುವಾಗ ಆಗುತ್ತೆ. ಬೇಸರಪಟ್ಟುಕೊಬೇಡಿ. ಕಾರ್ಯಾಗಾರದಲ್ಲಿ ನಿಮಗೊಬ್ಬ ಸಹಾಯಕರನ್ನು ಅವರು ಕೊಡಬಹುದು. ಆ ಕೆಲಸಕ್ಕೆ ನೀವು ನನ್ನ ಹೆಸರನ್ನ ಸೂಚಿಸಿದರೆ ಒಂದಿಷ್ಟು ಸಂಭಾವನೆ ಸಿಗುತ್ತೆ. ನಿಮ್ಮ ಈ ಹಣವನ್ನ ಮ್ಯಾನ್‌ಹಟನ್‌ನಲ್ಲೇ ವಾಪಸು ಮಾಡಬಹುದು.'

ಈ ಹುಡುಗಿಯ ಸ್ವಾವಲಂಬನೆ ಮತ್ತು ಆತ್ಮಗೌರವಗಳಿಂದ ಅವನಿಗೆ ಸಂತೋಷವೇ ಆಯಿತು. ಕಾರ್ಯಾಗಾರದಲ್ಲಿ ಯಾವ ಸಹಾಯಕ ಹುದ್ದೆಯ ಪ್ರಸ್ತಾಪವೂ ಬರಲಿಲ್ಲ. ಗ್ರಹಿಸುವುದರಲ್ಲಿ ಲಾರೆನ್ ಚುರುಕಾಗಿದ್ದಳು. ಇವನು ಇಂಗ್ಲಿಷಿನಲ್ಲಿ ವಿವರಿಸುವಾಗ ತೊಡರಿ ಹಿಂದಿಯನ್ನು ಬಳಸಿದರೆ ಅವಳು ತಕ್ಷಣ ಅದರ ಇಂಗ್ಲಿಷ್ ಸಮಾಂತರ ಹೇಳಿಬಿಡುತ್ತಿದ್ದಳು. ಮಾತ್ರವಲ್ಲ ಅದಕ್ಕೆ ಪಾಶ್ಚಾತ್ಯಸಂಗೀತದಲ್ಲಿ ಹೋಲುವ ಪ್ರಯೋಗವಿದ್ದರೆ ಅದನ್ನೂ ಹೇಳುತ್ತಿದ್ದಳು. ಶಾಲೆಯಲ್ಲಿ ಸಂಗೀತದ ಉಪಾಧ್ಯಾಯಿನಿಯೇ ಆಗಿ ಅನುಭವವಿತ್ತು. ಒಂದು ರಾಗದ ವಿವಿಧ ಮುಖಗಳನ್ನು ವಿವರಿಸಿದ ನಂತರ ಎರಡು ದಿನಕ್ಕೊಮ್ಮೆ ಸಂಜೆ ಒಂದು ಒಂದೂವರೆ ತಾಸು ಅವನು ಅದೇ ರಾಗವನ್ನು ಕಛೇರಿಯಲ್ಲಿ ಹಾಡುವಂತೆ ಹಾಡಿ ತೋರಿಸುವ ಕಾರ್ಯಕ್ರಮವಿರುತ್ತಿತ್ತು. ಆಗ ಅವಳು ತಂಬೂರಿ ಹಿಡಿದು ಅವನ ಪಕ್ಕದಲ್ಲಿ ಕೂಡುತ್ತಿದ್ದಳು. ನಡುವೆ ಅವನು ಸಂಜ್ಞೆಮಾಡಿದಾಗ ಅವನು ನಿಲ್ಲಿಸಿದ ಸ್ವರ ಹಿಡಿಯುತ್ತಿದ್ದಳು. ಅಥವಾ ಕಿರು ಸಂಚಾರ ಮಾಡುತ್ತಿದ್ದಳು. ಕಾಶಿಯಲ್ಲಿ ಎರಡುವರ್ಷವಿದ್ದು ಕಲಿತು ಕಛೇರಿಗಳಲ್ಲಿ ಶಿಷ್ಯರ ಪಾತ್ರವನ್ನು ನೋಡಿದ್ದ ಅನುಭವದಿಂದ ಅವಳು ಇತರರಿಗಿಂತ ಮುಂದೆ ಇದ್ದಳು. ಒಂದು ದಿನ ಅವಳು ತಂಬೂರಿ ಹಿಡಿದಿರಲಿಲ್ಲ. ಹಾರ್ಮೋನಿಯಂ ಅಭ್ಯಾಸ ಮಾಡಿಕೊಳ್ಳುತ್ತಿದ್ದವಳು ಬರುವ ವೇಳೆಗೆ ಇನ್ನೊಬ್ಬ ಆಗಲೇ ತಂಬೂರಿ ಬಾರಿಸುತ್ತಾ ಕೂತುಬಿಟ್ಟಿದ್ದ. ಗುರುವಿನ ಪಾದದ ಹತ್ತಿರ ಅವರ ಅರೆನಿಮೀಲಿತ ದೃಷ್ಟಿಯನ್ನು ತುಂಬಿಕೊಳ್ಳುವ ಅರೆವೃತ್ತದಲ್ಲಿ ಕೂರುವ ಜಾಗವೂ ಖಾಲಿ ಇರಲಿಲ್ಲ. ಹೋಗಿ ಒಂದು ಮೂಲೆಯಲ್ಲಿ ಕುಳಿತಳು. ಆ ದಿನ ಗುರುವಿಗೆ ಸರಿಯಾಗಿ ಹಾಡುವ ಲಹರಿ ಬರಲಿಲ್ಲ. ವಿಲಂಬಿತದಲ್ಲಿ ಹೆಚ್ಚು ಹೊತ್ತು ನಿಲ್ಲಲಿಲ್ಲ. ತಂಬೂರಿ ಹಿಡಿದ ಟೆಡ್‌ಗೆ ಕೂಡ ತಾನು ಹಿಡಿಯುತ್ತಿದ್ದ ಸ್ವರವು ಗುರುವು ಹಾಡುವ ರಾಗದ ಭಾವವನ್ನೇ ಸೂಸಬೇಕೆಂಬ ತಿಳಿವಳಿಕೆ ಇರಲಿಲ್ಲ. ಕಾರ್ಯಕ್ರಮ ನಲವತ್ತು ನಿಮಿಷದಲ್ಲಿ ಮುಗಿದುಹೋಯಿತು.

ಎಲ್ಲರೂ ಹೋಗುತ್ತಿದ್ದಾಗ ನೀನು ಇರು ಎಂದು ಅವನು ಅವಳಿಗೆ ಕಣ್ಣಿನಿಂದ ಸೂಚಿಸಿದ. ಕಾರ್ಯಾಗಾರದ ಕಛೇರಿಯ ಕೋಣೆಗೆ ಅವನು ಹೋದ ಎರಡುನಿಮಿಷದಲ್ಲಿ ಅವಳು ಬಂದಳು. 'ಇವತ್ತಿನ ನನ್ನ ಪ್ರಯೋಗ ಗಾಯನ ಎಷ್ಟು ಕೆಟ್ಟಿತ್ತು ನೊಡಿದೆಯಾ?' ಅವನು ಕೇಳಿದ. ಅವಳು ಉತ್ತರ ಹೇಳಲಿಲ್ಲ. ಅವಳನ್ನೇ ದಿಟ್ಟಿಸಿನೋಡುತ್ತಾ, 'ಅದರ

ತಪ್ಪಿನ ಹೊಣೆ ಯಾರದ್ದು?' ಎನ್ನುವಾಗ ಅವನ ಧ್ವನಿಯಲ್ಲಿ ಕೋಪ ಉರಿಯುತ್ತಿತ್ತು.

ಅವಳು ಅವನ ದೃಷ್ಟಿಯನ್ನು ಅರ್ಧನಿಮಿಷ ಸಂಧಿಸಿದಳು. ಅನಂತರ, 'ನಿಜವಾಗಿಯೂ ಗುರೂಜಿ?' ಎಂದಳು. ಅವನು ಉತ್ತರ ಹೇಳಲಿಲ್ಲ. ಅವಳು ಮುಂದೆ ಬಂದು ಅವನ ಕುತ್ತಿಗೆಯನ್ನು ತನ್ನೆರಡು ತೋಳುಗಳಿಂದಲೂ ಬಳಸಿ, 'ಸಾರಿ, ಸಾರಿ. ಐ ಆಮ್ ಸಾರಿ ಗುರೂಜಿ' ಎನ್ನುತ್ತಾ ಅವನ ತುಟಿಗಳಿಗೆ ಮುತ್ತಿಟ್ಟಳು. ಮತ್ತೆ ಮುತ್ತಿಟ್ಟಳು. ಮತ್ತೊಮ್ಮೆ ದೀರ್ಘವಾಗಿ.

'ನನ್ನ ಹೋಟೆಲಿಗೆ ಹೋಗಾಣ ಬಾ,' ಅವನು ಉಸುರಿದ. ಹೂಂ, ಎನ್ನುವಾಗ ಅವಳ ಕಣ್ಣುಗಳಲ್ಲಿ ನೀರು ತುಂಬಿಕೊಂಡಿತ್ತು.

ಮರುಬೆಳಗ್ಗೆ ಅವಳು ತನ್ನ ವಸತಿಯನ್ನು ಖಾಲಿಮಾಡಿ ಅವನ ಕೋಣೆಗೇ ಬಂದಳು. ಅವನಿದ್ದ ಕೋಣೆಯ ಎರಡುಮಂಚಗಳು ಪ್ರತ್ಯೇಕವಾಗಿದ್ದುದರಿಂದ ಹೋಟೆಲಿನವರಿಗೆ ಹೇಳಿ ಒಂದೇ ಡಬಲ್ ಹಾಸಿಗೆಯ ಮಂಚವಿರುವ ಕೋಣೆಗೆ ಬದಲಾಯಿಸಿಕೊಂಡರು. ತಾವಿಬ್ಬರೂ ಒಂದೇ ಕೋಣೆಯಲ್ಲಿರುವುದನ್ನು ತಾವಾಗಿಯೇ ಯಾರಿಗೂ ಹೇಳುವುದುಬೇಡ, ತಾನಾಗಿಯೇ ತಿಳಿದರೆ ಚಿಂತಿಸುವುದೂಬೇಡ ಎಂದೂ ತೀರ್ಮಾನಿಸಿಕೊಂಡರು. ಈ ದೇಶದಲ್ಲಿ ಯಾರು ಯಾರೊಡನೆ ಬೇಕಾದರೂ ಒಂದೇ ಕೋಣೆಯಲ್ಲಿರಲು ಯಾರದೂ ಆಕ್ಷೇಪವಿಲ್ಲ, ಅದು ಅವರವರ ಇಚ್ಛೆ ಎಂಬುದು ಅವನಿಗೆ ಗೊತ್ತಿತ್ತು. ಆದರೆ ಈ ಕಾರ್ಯಾಗಾರದಲ್ಲಿ ಇಪ್ಪತ್ತೆರಡು ಜನ ಭಾರತೀಯ ಮೂಲದವರಿದ್ದಾರೆ. ಅಲ್ಲದೆ ನಡುವೆ ಬರುವ ಭಾನುವಾರದ ರಜಾದಿನಗಳಲ್ಲಿ ಅವನ ಕಾರ್ಯಕ್ರಮವೇರ್ಪಡಿಸಲು ವಾಷಿಂಗ್‌ಟನ್, ಬಾಸ್ಟನ್, ಶಿಕಾಗೋ ಭಾರತೀಯ ಸಂಘಗಳು ಕೇಳುತ್ತಿದ್ದವು. ಕ್ಯಾಲಿಫೋರ್ನಿಯಾದ ಕಾರ್ಯಕ್ರಮದ ಬಗೆಗೆ ಸ್ಯಾನ್‌ಫ್ರಾನ್ಸಿಸ್ಕೋ ಮತ್ತು ಸ್ಯಾನ್ ಹೊಸೆಯ ಪತ್ರಿಕೆಗಳು ಬರೆದ ಮೆಚ್ಚುಗೆಯ ವರದಿ, ವಿಮರ್ಶೆಗಳನ್ನು ನೋಡಿದ ಲಾಸ್ ಎಂಜಲೀಸ್‌ನ ಕಲಾಮಂಡಲಿಯವರೂ ಆಹ್ವಾನಿಸಿ ದಿನವನ್ನು ತಿಳಿಸುವಂತೆ ಕೇಳಿದ್ದರು. ಭೂಪಾಲಿಯೊಡನೆ ಒಂದೇ ಕೋಣೆಯಲ್ಲಿ ಇದ್ದರೆ ಎಲ್ಲರಿಗೂ ಗೊತ್ತಾಗುತ್ತದೆಂಬ ಅರಿವಿದ್ದರೂ ಅವಳನ್ನು ದೈಹಿಕ ಅಗತ್ಯವಿದ್ದಾಗ ಮಾತ್ರ ಕರೆದು ಉಳಿದಂತೆ ಒಬ್ಬನೇ ಇರಲು ಅವನಿಗೆ ಸಾಧ್ಯವಾಗಲಿಲ್ಲ. ಹಿಂದೆ, ಇಪ್ಪತ್ತುವರ್ಷದ ಹಿಂದೆ ತಾನು ನರ್ತಕಿ ಮನೋಹರೀದಾಸಳಲ್ಲಿ ಅನುರಕ್ತನಾಗಿದ್ದ ದಿನಗಳ ನೆನಪುಬಂತು. ಉತ್ಕಟ ಪ್ರಣಯವೆಂದರೆ ಏನೆಂಬ ಅನುಭವವು ತನಗೆ ಜೀವನದಲ್ಲಿ ಮೊದಲ ಬಾರಿ ಆಗಿತ್ತು. ಪ್ರೇಮವು ಭಕ್ತಿಯ ಮಟ್ಟಕ್ಕೆ ಏರಿ ತನ್ನ ಹೆಸರು, ವೃತ್ತಿ, ಸಂಪಾದನೆ ಹೆಂಡತಿ ಮಕ್ಕಳು ಎಲ್ಲರನ್ನೂ ತೊರೆದು ಅವಳಿದ್ದ ದಿಲ್ಲಿಗೆ ಹೋಗಿ ಅವಳ ಸೇವೆಯಲ್ಲಿ ತೊಡಗಿದ ನೆನಪಾಯಿತು. ಅನಂತರ ಅಂಥ ಗಾಢ, ದಟ್ಟಪ್ರೇಮವು ಆಗಿಯೇ ಇಲ್ಲ. ಉಳಿದ ಯಾವ ಸಂಬಂಧವೂ ಆ ಮಟ್ಟಕ್ಕೆ ಬರಲಿಲ್ಲ. ಅದರ ಹತ್ತರಲ್ಲೊಂದರ ಉತ್ಕಟತೆಯನ್ನೂ ಮುಟ್ಟಲಿಲ್ಲ ಎಂಬ ಅರಿವಾಯಿತು. ಅಂಥದು ಸಂಭವಿಸುವುದು ಜೀವನದಲ್ಲಿ ಒಂದುಬಾರಿ ಮಾತ್ರ. ನಲವತ್ತರಲ್ಲಿ ಆಯಿತು. ಇನ್ನು ಸಾಧ್ಯವಿಲ್ಲ. ನನಗೆ ಐವತ್ತು ಕಳೆಯಿತು, ಐವತ್ತೈದು ಕಳೆಯಿತು, ಅರವತ್ತು ಸಮೀಪಿಸುತ್ತಿದೆ ಎಂದು ಹಲವು

ಬಾರಿ ಆಲೋಚಿಸಿದ್ದ ನೆನಪಾಯಿತು. ಈಗ ಅರವತ್ತಕ್ಕೆ ಕಾಲಿಟ್ಟಿರುವ ತಿಂಗಳಿನಲ್ಲಿ ಇಪ್ಪತ್ತೊಂಬತ್ತರ ಹರೆಯದ ಈ ಬಿಳಿ ಹುಡುಗಿಯಲ್ಲಿ, ಬರೀ ದೈಹಿಕವಲ್ಲ, ಬಿಳಿಯಳೆಂಬ ಕಾರಣವಲ್ಲ. ಅವಳೂ ಅಷ್ಟೇ ಉತ್ಕಟವಾಗಿ ಪ್ರೀತಿಸುತ್ತಾಳೆ. ಅದೆಂಥ ಮೈಕಟ್ಟು, ನರ್ತಕಿಗೆ ಮಾತ್ರ ಆ ಮಾರ್ದವಬಿಗಿ ಸಾಧ್ಯ. ಕಲ್ಲು ಮಣ್ಣುಗಳಲ್ಲಿ ಕೆಲಸ ಮಾಡುವವಳ ಒರಟು ಬಿಗಿಯಲ್ಲದ, ಏನೂ ಅಂಗಸಾಧನೆ ಇಲ್ಲದವಳ ಜೋಲು ಅಳ್ಳಕವಿಲ್ಲದ ಅಂಗದ ಒಂದೊಂದು ಅಂಗುಲವೂ ಒಂದೊಂದು ರಾಗ ಒಂದೊಂದು ಸ್ವರಗುಚ್ಛವೆಂಬಂತಹ ನರ್ತಕಿಯ ಭಾವಾಭಿವ್ಯಕ್ತಿಯ ಭಾಗವೆನ್ನಿಸುತ್ತಿದ್ದ ಕಾಯ. ಆ ಕಾಯವನ್ನು ಆರಾಧನಾಭಾವದಿಂದ ಎಷ್ಟು ನೋಡಿದರೂ ಸಾಲದು. ಸ್ಪರ್ಶವೆನ್ನುವುದು ಪೂಜೆ, ಸುಖಸಾಧನವಲ್ಲ ಎಂಬ ಭಾವ ಅನಂತರ ಆ ಮಟ್ಟದಲ್ಲಿ ಹುಟ್ಟಿರಲೇ ಇಲ್ಲ. ಈಗ ಹುಟ್ಟಿದೆ, ಎಂಬ ಅರಿವಾದಾಗ ಒಂದು ಪ್ರೇಮವನ್ನು ಇನ್ನೊಂದರೊಡನೆ ಹೋಲಿಸುವುದೇ ಮೂರ್ಖತನ. ಒಂದು ರಾಗವನ್ನು ಇನ್ನೊಂದರೊಡನೆ ತುಲನೆ ಮಾಡಿ ಅದು ಉತ್ತಮ, ಇದು ಕಡಮೆ ಎನ್ನುವ ಅರೆಕಲಾವಿದನಂತೆ ಎನ್ನಿಸಿತು. ಆದರೆ ಎಲ್ಲ ಹೆಂಗಸರಲ್ಲೂ ಈ ಮಟ್ಟದ ಉತ್ಕಟತೆ ಯಾಕೆ ಬರುಲ್ಲ? ಎಂಬ ಪ್ರಶ್ನೆ ಎದುರಾಗಿ ಹೋಲಿಕೆಯ ತರ್ಕವು ಗೋಜಲಾಯಿತು. ಅದನ್ನು ಅಲ್ಲಿಗೆ ಕೈಬಿಟ್ಟು ಪಕ್ಕದಲ್ಲಿ ಮಲಗಿ ನಿದ್ರಿಸುತ್ತಿದ್ದ ಭೂಪಾಲಿಯನ್ನು ಕಲ್ಪಿಸಿಕೊಂಡ. ಏನೇ ಆಗಲಿ ಭಾರತೀಯರಿಗೆ ಈ ಮೈಕಟ್ಟು ವಿರಳ. ತಾಯಿ ಫ್ರೆಂಚ್‌ಮೂಲದ ಕೆನಡಿಯನ್ ಅಂತೆ. ತಂದೆ ಸ್ಮಿತ್, ಇಂಗ್ಲಿಷಿನವನು. ತನ್ನ ನೀಳ ರೂಪಲಕ್ಷಣಗಳು ತಾಯಿಯಂತೆ ಎಂದು ಅವಳೇ ಹೇಳಿದಳು. ಒಂದು ದಿನವೂ ತಪ್ಪದೆ ಬೆಳಗೆದ್ದು ಕೋಣೆಯೊಳಗೇ ವ್ಯಾಯಾಮ ಮಾಡ್ತಾಳೆ. ಇವಳ ಅಂಗಾಂಗಸಾಮರಸ್ಯವನ್ನು ನೋಡಿದರೆ ಒಂದು ರಾಗವನ್ನು ಹೇಗೆ ಸಮರಸವಾಗಿ ಬೆಳೆಸಬಹು ದೆಂಬ ಕಲ್ಪನೆ ಹುಟ್ಟುತ್ತೆ. ಒರಟಿಲ್ಲದ ಬಿಗಿ. ಸಡಿಲವಿಲ್ಲದ ಉಬ್ಬುತಗ್ಗುಗಳು. ತುಸುವೂ ಸ್ಥೂಲವಿಲ್ಲದ ಆದರೆ ಬಡಕಲಿಲ್ಲದ ಮಾಟ. ನಸೆನಸೆ ಮಾಡದೆ ಎಷ್ಟು ಮುಕ್ತವಾಗಿ ತೆರೆದುಕೊಳ್ಳುತ್ತಾಳೆ. ಉತ್ಕಟತೆಯನ್ನು ಎಷ್ಟು ಕಾವ್ಯಾತ್ಮಕವಾಗಿ ವ್ಯಕ್ತಪಡಿಸುತ್ತಾಳೆ. ಸರಿಯಾಗಿ ಇಂಗ್ಲಿಷ್ ಬಾರದ ನನಗೂ ಅದರ ಕಾವ್ಯಗುಣ ಅರ್ಥವಾಗುತ್ತೆ. 'ಗುರೂಜೀ, ನೀವು ಇಂಗ್ಲಿಷಿನಲ್ಲಿ ಹೇಳಲು ಹೆಣಗಬೇಡಿ. ಹಿಂದಿಯಲ್ಲಿ ಹೇಳಿ. ಶಬ್ದಾರ್ಥ ಸಂಪೂರ್ಣವಾಗಿ ತಿಳಿಯದಿದ್ದರೂ ಭಾವಾರ್ಥ ನನಗೆ ಆಗುತ್ತೆ. ಪ್ರಣಯಾಭಿವ್ಯಕ್ತಿಯಲ್ಲಿ ಭಾಷೆಯ ಪಾತ್ರ ತೀರ ಗೌಣ.' ಅವಳ ನೀಲಕಣ್ಣುಗಳೇ ಸಾಕು ಸಾಗರದಷ್ಟು ಭಾವವನ್ನು ವ್ಯಕ್ತಪಡಿಸಲು. ಆಕಾಶದಷ್ಟು ಕಲ್ಪನೆಯನ್ನು ಪ್ರಚೋದಿಸಲು. ಅವುಗಳಲ್ಲೂ ನೀರು ಪದರಗಟ್ಟಿದರೆ ಒಂದೊಂದು ಕೋಮಲ ರಾಗವು ಮಡುಗಟ್ಟಿದಂತೆ. ಭೂಪಾಲೀ, ನೀನು ನನ್ನನ್ನು ನಿನ್ನ ವಯಸ್ಸಿನ, ಇಪ್ಪತ್ತೊಂಬರ ತಾರುಣ್ಯಕ್ಕೆ ಇಳಿಸಿಕೊಂಡುಬಿಟ್ಟೆ, ಎಂಬ ಕೃತಜ್ಞತೆ ಹುಟ್ಟಿ ನಿದ್ರೆಯಲ್ಲಿ ಮುಚ್ಚಿಕೊಂಡಿದ್ದ ಅವಳ ಕಣ್ಣುಗಳಿಗೆ ಮುತ್ತಿಟ್ಟ.

ಮುಂದಿನ ವಾರಾಂತ್ಯದಿಂದ ಪ್ರತಿ ಶನಿವಾರ ಭಾನುವಾರವೂ ಬೇರೆ ಬೇರೆ ಊರುಗಳಲ್ಲಿ ಸಂಗೀತದ ಕಾರ್ಯಕ್ರಮ. ಶುಕ್ರವಾರ ಸಂಜೆಯ ವಿಮಾನದಲ್ಲಿ ಶಿಕಾಗೋಗೆ ಹೋಗಿ ಶನಿವಾರ ಶಿಕಾಗೋ, ಭಾನುವಾರ ಡೆಟ್ರಾಯಿಟ್. ಮುಂದಿನ ಶನಿವಾರ ಕಾರಿನಲ್ಲಿ ಬಾಲ್ಟಿ

ಮೋರ್, ಭಾನುವಾರ ವಾಷಿಂಗ್‌ಟನ್ ಡಿ.ಸಿ. ಅದರ ಮುಂದಿನ ಶನಿವಾರ ಸಂಜೆ ಮತ್ತು ಭಾನುವಾರ ಬೆಳಗ್ಗೆ ಲಾಸ್ ಎಂಜಲಿಸ್. ಕೊನೆಯ ಶನಿವಾರ ಸಂಜೆ ಕಾರ್ಯಾಗಾರ ದವರೇ ಏರ್ಪಡಿಸುವ ಸಾರ್ವಜನಿಕ ಕಛೇರಿ. 'ಪಂಡಿತ್‌ಜೀ, ನಾವು ಈಗ ಒಂದೊಂದು ಕಛೇರಿಗೆ ಎಷ್ಟು ಕೊಡ್ತೀವಿ ಅನ್ನೂದು ಮುಖ್ಯವಲ್ಲ. ನೀವು ಅಮೆರಿಕಾಕ್ಕೆ ಬರ್ತೀರಿ ಅನ್ನೂದು ಜನಕ್ಕೆ ತಿಳಿಯಲಿ. ಪ್ರತಿ ಬೇಸಿಗೆಯಲ್ಲೂ ನೀವು ಈ ದೇಶಕ್ಕೆ ಒಂದು ರೌಂಡ್ ಟೂರ್ ಇಟ್ಟುಕೊಳ್ಳುವಷ್ಟು ಬೇಡಿಕೆಯನ್ನ ಸೃಷ್ಟಿ ಮಾಡಬಹುದು. ನಿಮ್ಮ ಕಾಲಿನ ಮಟ್ಟಕ್ಕೂ ಇಲ್ಲದವರೆಲ್ಲ ಪ್ರತಿವರ್ಷ ಅಮೆರಿಕದ ಟೂರ್‌ಮಾಡಿ ಇಪ್ಪತ್ತು ಮೂವತ್ತು ಸಾವಿರ ಡಾಲರ್ ಕಮಾಯಿಸಿಕೊಂಡು ಹೋಗ್ತಾರೆ. ನೀವು ಇಷ್ಟು ದೊಡ್ಡ ಗಾಯಕರಾಗಿ ಯಾಕೆ ಇನ್ನೂ ಇಲ್ಲಿ ಪ್ರಚಾರಕ್ಕೆ ಬಂದಿಲ್ಲ? ಅದನ್ನ ನನಗೆ ಬಿಡಿ,' ಇಡೀ ಅಮೆರಿಕದ ಕಾರ್ಯಕ್ರಮ ಗಳನ್ನು ಏರ್ಪಡಿಸಿದ ಪಟೇಲ್ ಮಾತು ನಿಜ. ನಾನು ಐವತ್ತುಸಾವಿರ ಡಾಲರ್ ಆದರೂ ಬಾಚಿಕೊಂಡು ಹೋಗಬಹುದು. ಅವರು ಗಾಯಕನಿಗೆ, ತಬಲಾ, ಹಾರ್ಮೋನಿಯಂನವರಿಗೆ ವಿಮಾನದ ಎಕಾನಮಿ ತರಗತಿಯಲ್ಲಿ ಏರ್ಪಡಿಸ್ತಾರೆ. ತಂಬೂರಿ ಮತ್ತು ಗಾಯನ ಒತ್ತಾಸೆಗೆ ಇನ್ನೊಬ್ಬರನ್ನು ಕರೆತರ್ತೀನಿ, ಅಂದರೆ ದುಬಾರಿಯಾಗುತ್ತೆ, ಅಂಥ ಒಬ್ಬರನ್ನ ನಾವು ಸ್ಥಳದಲ್ಲೇ ಒದಗಿಸ್ತೀವಿ, ಎಂದುಬಿಟ್ಟ. ವಾರಕ್ಕೆ ಸಂಪೂರ್ಣ ಎರಡು ದಿನ, ಶುಕ್ರ ವಾರ ರಾತ್ರಿ ಕೂಡ ಭೂಪಾಲಿಯನ್ನು ಬಿಟ್ಟಿರೂದು ಹೇಗೆ? ಈ ವ್ಯವಸ್ಥಾಪಕ ಸೂಳೆಮಕ್ಕಳಿಗೆ ಕಾರ್ಯಕ್ರಮಬೇಕು. ಮುಖ್ಯ ಕಲಾವಿದನ ಸ್ಫೂರ್ತಿಗೆ ಪ್ರಯಾಣದ ಖರ್ಚುಕೊಡುಕ್ಕೆ ಕಂಜೂಸಿ, ಎಂದುಕೊಂಡ. ಇನ್ನೊಂದು ಟಿಕೀಟಿನ ಹಣವನ್ನ ನನ್ನ ಸಂಭಾವನೆಯಲ್ಲಿ ಮುರಿದುಕೊಳ್ಳಿ. ಅವಳು ನನ್ನ ಶಿಷ್ಯೆ. ನಮ್ಮಿಬ್ಬರಿಗೂ ಒಟ್ಟಿಗೆ ರೂಮು ಮಾಡಿ, ಎಂದು ಹೇಳಿದ. ವ್ಯವಸ್ಥಾಪಕರ ಹುಬ್ಬು ಒಂದು ಮಿಲಿಮೀಟರ್ ಮೇಲೆ ಹೋಯಿತಾದರೂ ಒಂದೆರಡು ದಶಕಗಳೇ ಅಮೆರಿಕದಲ್ಲಿ ಜೀವಿಸಿ ಅನುಭವವಿದ್ದುದರಿಂದ ಮರುಮಾತಿಲ್ಲದೆ ಒಪ್ಪಿಕೊಂಡರು. ಭೂಪಾಲಿ ನಿಜವಾಗಿಯೂ ಸ್ಫೂರ್ತಿಯಾಗಿದ್ದಾಳೆ. ಅವಳು ಸ್ಫೂರ್ತಿಯ ಶಿಷ್ಯೆ ಎಂಬುದನ್ನು ಸಭಿಕರೂ ಒಪ್ಪಿಕೊಂಡರು. ಭಾರತೀಯಳಂತೆ ಸೀರೆ, ಕುಪ್ಪುಸ, ಗಾಜಿನ ಬಳೆಗಳು, ಮಧ್ಯಕ್ಕೆ ಬೈತಲೆ ಬಿಡಿಸಿ ಜಡೆ ಹೆಣೆದುಕೊಂಡ ತುಂಬು ಕೆಂಗೂದಲು. ಹಣೆಗೆ ಇಟ್ಟ ದೀಪಶಿಖೆಯಾಕಾರದ ಬಿಂದಿ. ಎರಡು ಕಿವಿಗಳಲ್ಲೂ ಹೊಳೆಯುವ ಭಾರತೀಯ ಶೈಲಿಯ ಬಿಳಿ ಓಲೆಗಳು. ನೆಲದಮೇಲೆ ಕುಳಿತು ತಂಬೂರಿ ಮಿಡಿಯುವ ಭಂಗಿ, ನಡು ನಡುವೆ ಸ್ವರ ಹಿಡಿದು ತನ್ನ ಗುರುವಿಗೆ ಒಂದುನಿಮಿಷ ವಿಶ್ರಾಂತಿ ಕೊಡುವ ಆಸರೆ, ತಾನ ಗಳಲ್ಲಿ ಅಲ್ಲಲ್ಲಿ ನುಸುಳಿ ನಿಲ್ಲುವ ಅಂಚಿನ ಮಿಂಚುಗಳು ಗಾಯನಕ್ಕೆ ಕಳೆಯನ್ನೇ ಕೊಟ್ಟವು. ಭಾರತೀಯ ಸಂಗೀತದಲ್ಲಿ ರುಚಿ ಗಳಿಸಿಕೊಂಡಿದ್ದ ಬಿಳಿ ಅಮೆರಿಕನ್ನರೂ ಅವಳ ಪಾತ್ರವನ್ನು ಮೆಚ್ಚಿದರು. ಎಷ್ಟೋ ತರುಣ ಭಾರತೀಯ ರಸಿಕರು ಅಮೆರಿಕಕ್ಕೆ ಬಂದ ಎರಡುವಾರದಲ್ಲೇ ಇಂಥ ಶಿಷ್ಯೆಯನ್ನು ವಶಪಡಿಸಿಕೊಂಡ ಈ ಗಾಯಕನ ಕಲಾಪ್ರತಿಭೆಯು ಅನನ್ಯವಾದುದೇ ಇರಬೇಕೆಂದು ತಲೆತೂಗಿದರು. ಲಾಸ್‌ಎಂಜಲೀಸಿನಲ್ಲಿ ಬೆಳಗಿನ ಕಛೇರಿಯು ಮಧ್ಯಾಹ್ನ ಒಂದೂವರೆಗೆ ಮುಗಿದಾಗ ಆಭಾರಮನ್ನಣೆ ಮಾಡಿದ ಯುವಕ ಕಾರ್ಯದರ್ಶಿಯು

ಸಲಿಗೆ ವಹಿಸಿ, 'ಎ ಆಲ್ಸೋ ಥ್ಯಾಂಕ್ ದಿ ಕನ್‌ಸಾರ್ಟ್ ಆಫ್ ಮೇನ್ ಆರ್ಟಿಸ್ಟ್ ಹೂ ಹೈಟನ್ಡ್ ದಿ ಮೂಡ್ ಆಫ್ ದಿ ಕಾನ್‌ಸರ್ಟ್,' ಎಂದು ಶ್ಲೇಷೆ ಮಾಡಿದಾಗ ಸಭಿಕರೆಲ್ಲ ಗಟ್ಟಿಯಾಗಿ ಚಪ್ಪಾಳೆ ತಟ್ಟಿದರು. ಕನ್‌ಸಾರ್ಟ್ ಶಬ್ದದ ಅರ್ಥ ತಿಳಿಯದ ಮೋಹನಲಾಲನೂ ಮೆಚ್ಚುಗೆಯಿಂದ ಥ್ಯಾಂಕ್ಯೂ, ಥ್ಯಾಂಕ್ಯೂ ಎಂದದ್ದು ಧ್ವನಿವರ್ಧಕದಲ್ಲಿ ಎಲ್ಲರಿಗೂ ಕೇಳಿಸಿತು. ಕಾರ್ಯಕ್ರಮದ ನಂತರ ಬೇಗ ಊಟ ಕೊಟ್ಟು ಈ ನಾಲ್ವರನ್ನೂ ವಿಮಾನನಿಲ್ದಾಣಕ್ಕೆ ಧಾವಿಸಿಸಿದರು. ಆರುಗಂಟೆಯ ಪ್ರಯಾಣ. ಮೂರುಗಂಟೆ ಮುಂದಿನ ಕಾಲ. ವಿಮಾನದಲ್ಲಿ ಟಿಪ್ನಿಸ್ ಮತ್ತು ಪ್ರಭು ಬೇಕೆಂದೇ ತಮ್ಮಿಬ್ಬರ ಜಾಗಗಳನ್ನು ಬೇರೆ ಕಡೆ ಮಾಡಿಸಿಕೊಳ್ಳುತ್ತಿದ್ದರು. ಲಾರೆನ್ ಸ್ಮಿತ್‌ಳೊಡನೆ ಅಬಾಧಿತವಾಗಿ ಇರಲು ಪಂಡಿತ ಮೋಹನಲಾಲರು ಬಯಸುತ್ತಾರೆಂದು ಅವರಿಬ್ಬರಿಗೂ ಗೊತ್ತಿತ್ತು.

ಇಬ್ಬರೂ ಜೊತೆಯಲ್ಲಿ ಕುಳಿತಾಗ ಭೂಪಾಲಿ ಕೇಳಿದಳು: 'ನೀವು ಥ್ಯಾಂಕ್ಯೂ ಥ್ಯಾಂಕ್ಯೂ ಅಂದಿರಲ್ಲ, ಅವನು ಏನಂದ ಅರ್ಥವಾಗಿತ್ತೆ?'

'ಯಾರು? ಯಾವಾಗ?' ಅವಳು ಬಿಡಿಸಿ ಹೇಳಿದಾಗ ಇಲ್ಲ, ಎಂದ.

'ಕನ್‌ಸಾರ್ಟ್ ಅಂದರೆ ರಾಜಪತ್ನಿ ಅಥವಾ ರಾಜಪತಿ, ಒಂದುಗೂಡಿದವರು, ಸಮ ರಸವಾದವರು ಅಂತ. ಅವನು ಕನ್‌ಸಾರ್ಟ್ ಕಾನ್‌ಸಾರ್ಟ್ ಶಬ್ದಗಳನ್ನ ಶ್ಲೇಷೆ ಮಾಡಿದಾನೆ. ಹಾಗೆ ಮಾತನಾಡುವ ಅಧಿಕಾರ ಯಾರು ಕೊಟ್ಟರು ಅವನಿಗೆ? ನೀವೂ ಏನೂ ಅರ್ಥ ವಾಗದೆ ಥ್ಯಾಂಕ್ಯೂ ಅಂದು ಒಪ್ಪಿಗೆ ಸೂಚಿಸಿದಿರಿ. ಸಭಿಕರು ಚಪ್ಪಾಳೆ ಹೊಡೆದರು.'

ಕಾರ್ಯದರ್ಶಿಯ ಮಾತು ಅಧಿಕಪ್ರಸಂಗಿತನದ್ದೆಂದು ಅವನಿಗೆ ಈಗ ಅರ್ಥವಾಯಿತು. ಆದರೆ ಅದರಲ್ಲಿಯೂ ಒಂದುಬಗೆಯ ಹಿತವಿತ್ತು. ಇಡೀ ಸಭೆ ಈ ಸಂಬಂಧವನ್ನು ಅನುಮೋದಿಸಿತ್ತು. ವಿಮಾನವು ಗಗನಕ್ಕೇರಿ ಯಾನದ ಸಮಸ್ಥಿತಿ ಮುಟ್ಟಿದಾಗ ಭೂಪಾಲಿಗೆ ತೂಕಡಿಕೆ ಬಂತು. ತನ್ನ ಶರೀರವನ್ನು ಇವನ ಕಡೆಗೆ ಬಾಗಿಸಿ ಇವನ ಎಡಭುಜದ ಮೇಲೆ ತಲೆಯಿಟ್ಟು ನಿದ್ರೆಹೋದಳು. ಕಛೇರಿಗೆಂದು ಉಟ್ಟಿದ್ದ ಸೀರೆ ಕುಪ್ಪುಸಗಳನ್ನು ಬದಲಿಸಿರಲಿಲ್ಲ. ಹಣೆಯ ಕುಂಕುಮವು ದೀಪಶಿಖೆಯಾಕೃತಿಯಲ್ಲಿ ಕಂಗೊಳಿಸುತ್ತಿತ್ತು. ಕಿವಿಯ ಬಿಳಿ ಓಲೆ ಗಳು ಅವನ ಎರಡು ಕಣ್ಣುಗಳಿಗೂ ಸಂವಾದಿಯಾಗಿ ಹೊಳೆಯುತ್ತಿದ್ದವು. ಇವಳು ತನ್ನ ಎಡಬದಿಗೆ ಕುಳಿತಿದ್ದಾಳೆ, ನಾರಾಯಣನಿಗೆ ಲಕ್ಷ್ಮಿಯಂತೆ, ಶಿವನಿಗೆ ಪಾರ್ವತಿಯಂತೆ. ಕಛೇರಿಯಲ್ಲಿ ಕೂಡ ತಂಬೂರಿ ನುಡಿಸುತ್ತಾ ತನ್ನ ಎಡಬದಿಗೇ ತುಸುಹಿಂದೆ ಕುಳಿತಿದ್ದಳು. ಇವಳು ನಿಜವಾಗಿಯೂ ನನ್ನ ಕಾನ್‌ಸರ್ಟ್. ನಹಿ ನಹಿ. ಏನದು? ಕನ್‌ಸಾರ್ಟ್. ಎಂದುಕೊಳ್ಳುವಾಗ ಹೆಣ್ಣುದೇವತೆಯು ಗಂಡುದೇವರ ಅದೃಷ್ಟದೇವತೆಯೂ ಹೌದು ಎಂಬುದು ನೆನಪಿಗೆಬಂತು. ಅಮೆರಿಕದ ಕಛೇರಿಗಳೆಲ್ಲ ಇಷ್ಟೊಂದು ಯಶಸ್ವಿಯಾದದ್ದು ಇವಳಿಂದಲೇ, ಇವಳ ಅದೃಷ್ಟದಿಂದಲೇ ಎಂದು ಮನಸ್ಸು ತುಂಬಿಕೊಂಡಿತು. ಇವಳನ್ನೇ ಮಾದರಿಯಾಗಿ ಕೂರಿಸಿಕೊಂಡು ಶಿಲ್ಪಿಯು ಲಕ್ಷ್ಮಿ, ಪಾರ್ವತಿ, ರಾಧೆಯರ ವಿಗ್ರಹವನ್ನು ಕೆತ್ತಬೇಕು, ಎಂದುಕೊಂಡ. ಅವಳು ದೀರ್ಘನಿದ್ರೆಯಲ್ಲಿದ್ದಳು. ಅವಳು ಕಿಟಕಿಯ ಕಡೆ

ಇದ್ದುದರಿಂದ ಇವನು ಹೊರಗೆ ನೋಡಲು ಸಾಧ್ಯವಾಗುತ್ತಿಲ್ಲ. ಹೊತ್ತು ಕಳೆಯಲು ಎದುರಿನ ಜೋಲಿಯಲ್ಲಿ ವಿಮಾನದವರು ಇರಿಸಿದ್ದ ಪತ್ರಿಕೆಯನ್ನು ಎತ್ತಿಕೊಂಡ. ಲಾಸ್‌ಎಂಜಲಿಸ್ ಟೈಮ್ಸ್. ಮೊದಲಪುಟದಲ್ಲಿಯೇ ಬಾಕ್ಸ್‌ಮಾಡಿ ಒಂದು ಸುದ್ದಿ ಹಾಕಿದ್ದಾರೆ. ಲಾಸ್‌ಎಂಜಲಿಸ್ ಹತ್ತಿರದ ಹಂಟಿಂಗ್‌ಟನ್ ಬೀಚ್ ವಾಸಿ ಜಿಮ್ ಆರ್ಮಿಟ್ ಎಂಬ ಅದೃಷ್ಟಶಾಲಿಯು ಜೂಜಾಡುವುದಕ್ಕೆಂದೇ ವಿಮಾನದಲ್ಲಿ ಅಟ್ಲಾಂಟಿಕ್‌ಸಿಟಿಗೆ ಮೂರುಸಾವಿರ ಮೈಲಿ ಪ್ರಯಾಣ ಮಾಡಿ ಹೋದ. ಮೊದಲ ಪಂದ್ಯದಲ್ಲೇ ಒಂದು ಮಿಲಿಯನ್ ಡಾಲರ್ ಸಿಕ್ಕಿಬಿಟ್ಟಿತು. ಹಣವನ್ನು ಅಲ್ಲೇ ಬ್ಯಾಂಕಿಗೆ ಹಾಕಿ ತನ್ನ ಊರಿಗೆ ವರ್ಗಾಯಿಸುಂತೆ ಸೂಚನೆ ಕೊಟ್ಟು ಮುಂದಿನ ವಿಮಾನ ಹಿಡಿದು ಹಿಂತಿರುಗಿದ. ಎರಡನೆಯ ಆಟ ಆಡಲಿಲ್ಲ. ಲಾಸ್‌ವೆಗಾಸಿಗೆ ಆಗಾಗ್ಗೆ ಜೂಜಾಡಲು ಹೋಗುತ್ತಿದ್ದ ಈತ ಅಟ್ಲಾಂಟಿಕ್‌ಸಿಟಿಯಲ್ಲಿ ತನ್ನ ಅದೃಷ್ಟಪರೀಕ್ಷೆ ಮಾಡಿಕೊಳ್ಳಬೇಕೆಂಬ ಉಮೇದು ಹತ್ತಿ ಮೊದಲಬಾರಿಗೆ ಅಲ್ಲಿಗೆ ಹೋದ, ಎಂದು ಅವನೊಡನೆ ಮಾಡಿದ ದೂರವಾಣಿಯ ಸಂದರ್ಶನವನ್ನೂ ಕೊಟ್ಟಿದ್ದರು. ಮೋಹನಲಾಲನಿಗೆ ಸಂಭ್ರಮವಾಯಿತು. ಅದೃಷ್ಟ ಅಂದರೆ ಹೀಗಿರಬೇಕು, ಎಂದುಕೊಂಡ. ಬಾಕ್ಸ್‌ನಲ್ಲಿದ್ದ ಸುದ್ದಿಯನ್ನು ಮತ್ತೆ ಮತ್ತೆ ಓದಿಕೊಂಡ. ಅಟ್ಲಾಂಟಿಕ್‌ಸಿಟಿಯ ಬಗೆಗೆ ತಾನು ಕೇಳಿದುದೆಲ್ಲ ನೆನಪಿಗೆ ಬಂತು. ನ್ಯೂಯಾರ್ಕಿನಿಂದ ನೇರ ಬಸ್ ಇದೆಯಂತೆ. ಹಣವಿಲ್ಲದೆಯೇ ಬಸ್ಸಿನವರು ಹೋಗುವ ಬರುವ ಟಿಕೀಟನ್ನು ಒಟ್ಟಿಗೆ ಕೊಡುತ್ತಾರಂತೆ. ಸಮುದ್ರತಟದ ಉದ್ದಕ್ಕೂ ಕಟ್ಟಿರುವ ಭಾರಿ ಭಾರಿ ಜೂಜು ಕೇಂದ್ರಗಳು. ಲಕ್ಷಗಟ್ಟಲೆ ಕೋಟಿಗಟ್ಟಲೆ ನಡೆಯುತ್ತದಂತೆ. ಕುಳಿತಲ್ಲಿಗೇ ಊಟ ತಿಂಡಿ ಪಾನೀಯಗಳ ಸರಬರಾಜು. ಅದೃಷ್ಟಪರೀಕ್ಷೆ ಮಾಡಿಕೊಳ್ಳಲು ಇಡೀ ಅಮೆರಿಕೆಯಿಂದ ಮಾತ್ರವಲ್ಲ ಪ್ರಪಂಚದ ಎಲ್ಲ ಕಡೆಗಳಿಂದಲೂ. ಅಟ್ಲಾಂಟಿಕ್‌ಸಿಟಿಯನ್ನು ಸಂದರ್ಶಿಸದೆ ಹಿಂತಿರುಗಿದರೆ ಅಮೆರಿಕದ ಯಾತ್ರಾಫಲ ದಕ್ಕುವುದಿಲ್ಲ ಎಂದು ಮುಂಬಯಿಯಲ್ಲೇ ತಾನು ಹಲವು ಜನರ ಬಾಯಲ್ಲಿ ಕೇಳಿದುದೆಲ್ಲ ನೆನಪಿಗೆ ಬಂತು. ಪ್ರತಿಶನಿವಾರ ಭಾನುವಾರವೂ ದೂರದ ಊರುಗಳಲ್ಲಿ ಸಂಗೀತ ಕಛೇರಿಗೆ ನಿಶ್ಚಯವಾಗಿಬಿಟ್ಟಿವೆ. ಇನ್ನು ನಾನು ಅಲ್ಲಿಗೆ ಹೋಗುವುದೆಂದು? ಎಂಬ ಚಿಂತೆ ತೊಡಗಿತು. ಸ್ವಲ್ಪಹೊತ್ತಿಗೆ ನಿದ್ರೆ ಬರುವಂತಾಯಿತು. ಭೂಪಾಲಿ ಭುಜದ ಮೇಲೆ ತಲೆಯಿಟ್ಟು ನಿದ್ರಿಸುತ್ತಲೇ ಇದ್ದಳು. ಮೆಲ್ಲಗೆ ಎರಡುಕುರ್ಚಿಗಳ ನಡುವಣ ಕೈಪಟ್ಟಿಯನ್ನು ತೆಗೆದು ಅವಳ ತಲೆಯು ತನ್ನ ತೊಡೆಯ ಮೇಲೆ ಬರುವಂತೆ ಒರಗಿಸಿಕೊಂಡು ತಾನು ಅವಳ ಕುತ್ತಿಗೆಯ ಮೇಲೆ ಮುಖವಿಟ್ಟು ನಿದ್ರೆ ಮಾಡಿದ. ಹಿತವಾದ ನಿದ್ರೆ. ಒಂದು ಕನಸು ಬಿತ್ತು. ಅಟ್ಲಾಂಟಿಕ್‌ಸಿಟಿಯಲ್ಲಿ ತಾನು ಗೆಲ್ಲುತ್ತಿದ್ದೇನೆ. ನೂರರ ಡಾಲರ್‌ಗಳು ಉದುರಿಬಿಳುತ್ತಿವೆ. ಸಾವಿರದ ಡಾಲರ್‌ಗಳು ಒಂದು ಮಿಲಿಯನ್. ಅಂದರೆ ಹತ್ತುಲಕ್ಷ. ಅಂದರೆ ಮೂರುಕೋಟಿ ರೂಪಾಯಿ. ತನ್ನ ಹೆಸರು ಪತ್ರಿಕೆಯಲ್ಲಿ. ಎಚ್ಚರವಾಯಿತು. ಆದರೂ ನಿದ್ರೆಯನ್ನು ಸಮಾಪ್ತಗೊಳಿಸುವ ಮನಸ್ಸಿಲ್ಲದೆ ಅದೇ ತಾನವನ್ನು ಗಾಣ ಹೊಡೆಯುತ್ತಾ, ಭೂಪಾಲಿ ಉಸಿರು ಕಟ್ಟಿದವಳಂತೆ ಒಂದು ಸಲ ತಡೆದು ಅನಂತರ ದೀರ್ಘವಾಗಿ ಉಸಿರೆಳೆದುಕೊಂಡಳು.

– ೨ –

ಬೆಳಗ್ಗೆ ಎಚ್ಚರವಾಗುವ ವೇಳೆಗೆ ಅವಳು ಎದ್ದು ತುಂತುರುಸ್ನಾನ ಮುಗಿಸಿ ಸಿದ್ಧಳಾಗಿದ್ದಳು. ನೀನು ಹೋಗು. ನಾನು ಸ್ವಲ್ಪ ತಡವಾಗಿ ಬರ್ತೀನಿ, ಎಲ್ಲರೂ ಹಾರ್ಮೋನಿಯಂ ತಬಲಾ ಅಭ್ಯಾಸ ಮಾಡಲಿ ಅಂತ ಹೇಳು, ಎಂದು ಹೇಳಿ ಕಣ್ಣುಮುಚ್ಚಿದ. ಅವಳು ಹೋದನಂತರ ದಡಬಡನೆ ಎದ್ದು ತುಂತುರುಸ್ನಾನ ಮುಗಿಸಿದ. ನಾಶ್ತಾದ ಕೋಣೆಗೆ ಹೋಗಿ ಹೊಟ್ಟೆತುಂಬ ನಾಶ್ತಾ ಚಹಾ ಮುಗಿಸಿ ಕೋಣೆಗೆ ಬಂದು ತನ್ನ ಪೆಟ್ಟಿಗೆಯ ಬೀಗ ತೆಗೆದು ಒಂದು ಚೀಲಕ್ಕೆ ಅದರಲ್ಲಿದ್ದ ಹಣದ ಕಟ್ಟುಗಳನ್ನು ತುಂಬಿಕೊಂಡು ಬಸ್ ಸ್ಟೇಶನ್ನಿಗೆ ಹೋದ. ಅಟ್ಲಾಂಟಿಕ್ ಸಿಟಿ – ಫ್ರೀ ಕೋಚ್ ಸರ್ವಿಸ್ ಎಂಬ ಕೌಂಟರಿಗೆ ಹೋಗಿ ಹಿಂತಿರುಗುವ ಟಿಕೀಟನ್ನೂ ಪಡೆದು ಕೋಚಿನಲ್ಲಿ ಕುಳಿತ. ತನ್ನ ಜೊತೆ ಕುಳಿತ ಎಲ್ಲರ ಮುಖದಲ್ಲೂ ಗೆಲುವು. ಜೂಜಿನ ಉತ್ಸಾಹ. ಆಹ್ ಹೀಗಿರಬೇಕು, ನಮ್ಮ ಭಾರತೀಯ ರಂತೆ ಹ್ಯಾಪಮೋರೆಗಳಲ್ಲ ಇವರು ಎಂಬ ಮೆಚ್ಚುಗೆಯಲ್ಲಿ ತನ್ನ ಪಕ್ಕದಲ್ಲಿದ್ದಾತನಿಗೆ ಇವನೇ ಗುಡ್‌ಮಾರ್ನಿಂಗ್ ಹೇಳಿದ. ಹನ್ನೆರಡು ಗಂಟೆಗೆ ಗಮ್ಯಸ್ಥಾನ ಬಂತು. ಡ್ರೈವರ್, ಲೇಡೀಸ್ ಅಂಡ್ ಜಂಟಲ್‌ಮೆನ್, ವಾಪಸು ಹೋಗುವ ಫ್ರೀ ಕೋಚ್‌ಗಳು ಇದೇ ಜಾಗ ದಿಂದ ಪ್ರತಿ ಗಂಟೆಗೊಂದರಂತೆ ಹೊರಡುತ್ತವೆ. ಕೊನೆಯ ಕೋಚು ರಾತ್ರಿ ಹತ್ತುಗಂಟೆಗೆ. ಗುಡ್‌ಲಕ್, ಎಂದು ಹೇಳಿ ಕೋಚಿನ ಬಾಗಿಲು ತೆರೆಯುವ ಸ್ವಿಚ್ ಒತ್ತಿದ. ಮೋಹನಲಾಲ ಸಮುದ್ರ ತಟದುದ್ದಕ್ಕೂ ಇದ್ದ ಬೀದಿಯಲ್ಲಿ ಒಮ್ಮೆ ಹೋಗಿಬಂದ. ಸಾಲಿಗೆ ಒಂದರ ಪಕ್ಕ ದಲ್ಲಿ ಒಂದರಂತೆ ಜೂಜು ಕೇಂದ್ರಗಳು. ಎದುರಿಗೆ ಮಧ್ಯಲಯದಲ್ಲಿ ತಾನ ಹೊಡೆಯುವಂತೆ ಏರಿ ಏರಿ ಬರುವ ಅಲೆಗಳ ಅಟ್ಲಾಂಟಿಕ್ ಸಾಗರ. ತಾನು ಯಾವ ಕೇಂದ್ರಕ್ಕೆ ಹೋಗಬೇಕು? ಒಂದೊಂದಕ್ಕೂ ವಿಶೇಷವೇನಾದರೂ ಉಂಟೆ? ಯಾರೂ ಹೇಳುವವರಿಲ್ಲ. ಎಲ್ಲ ಕಡೆಯೂ ಯಂತ್ರಗಳು. ಹಣ ಹಾಕುವುದು, ಅಂದಾಜು ಮಾಡಿ ಯಾವುದೋ ಸಂಖ್ಯೆಯನ್ನು ಟೈಪಿನಂತೆ ಮಾಡಿ ಹಿಡಿಯನ್ನು ಎಳೆಯುವುದು. ಊಹಾಸಂಖ್ಯೆ ಸರಿಯಾಗಿದ್ದರೆ ಅದೆಷ್ಟೋ ಹಣ ಉದುರುತ್ತೆ. ಇಲ್ಲದಿದ್ದರೆ ಇಲ್ಲ. ಒಂದೊಂದು ಕೇಂದ್ರದಲ್ಲೂ ನೂರಾರು ಜನರು ತದೇಕಚಿತ್ತದಿಂದ ಆಡುತ್ತಿದಾರೆ. ಮಧ್ಯೆ ಮಧ್ಯೆ ನೋಟುಗಳನ್ನು ಪಡೆದು ನಾಣ್ಯಗಳನ್ನು ಕೊಡುವ ಕೌಂಟರುಗಳು. ಇದಾವ ಸೀಮೆಯ ಜೂಜು? ಆಟದ ಮಜವಿಲ್ಲ. ಎದುರಿಗೆ ಕೂತು ಆಡುವ ಆಟಗಾರರಿಲ್ಲ. ಥತ್, ವಾಪಸು ಹೋಗಿಬಿಡುವ, ಎನ್ನಿಸಿತು. ಆದರೆ ತುಸು ಒಳಗೆ ಹೋಗಿ ನೋಡಿದರೆ ಎದುರಾಬದುರು ಕೂತು ಆಡುವ ಆಟವೂ ನಡೆಯುತ್ತಿದೆ. ಪರವಾಗಿಲ್ಲ, ಸಮಾಧಾನ ಹುಟ್ಟಿತು. ಬಂದದ್ದಕ್ಕೆ ಎಲ್ಲ ಥರದ ಆಟಗಳನ್ನೂ ಆಡಿ ನೋಡಿ ಬಿಡಬೇಕು ಎಂಬ ಉಮೇದು ಹುಟ್ಟಿತು. ಕೌಂಟರಿಗೆ ಹೋಗಿ ನೂರು ಡಾಲರಿಗೆ ನಾಣ್ಯ ತೆಗೆದುಕೊಂಡ. ಬಂತು ಹೋಯಿತು ಹೋಯಿತು ಬಂತು ಬಂತು ಹೋಯಿತು ಹೋಯಿತು ಹೋಯಿತು ಐದು ಬಂತು, ಹನ್ನೆರಡು ಹೋಯಿತು, ಹ್ಲಾಂ, ಹತ್ತು ಬಂತು. ಸೂಳೆಮಗಂದು

ಇನ್ನೊಂದುಸಲ. ಮತ್ತೆ ನೂರು ಡಾಲರ್ ನಾಣ್ಯ ಪಡೆದು, ಹ್ಞಾಂ, ಈಗ ಅದೃಷ್ಟ ಖುಲಾಯಿಸುತ್ತಿದೆ. ಯಂತ್ರದಮೇಲೆ ಸಿಟ್ಟುಬರುತ್ತಿದೆ. ಥೂ ಸೂಳೆಮಗನೆ, ಕಕ್ಕೊ ಹಣವನ್ನ, ಒದ್ದುಬಿಡ್ತೀನಿ ನಿನ್ನ. ಮತ್ತೊಮ್ಮೆ ನಾಣ್ಯ ಪಡೆದು, ಮಗುದೊಮ್ಮೆ, ಥೂ ಯಂತ್ರದ ಸಹವಾಸಬೇಡ. ಮನುಷ್ಯರ ಜೊತೆ ಇಲ್ಲದಿದ್ದರೆ ಅದೆಂಥ ಆಟ. ಮುಂಬಯಿಯಲ್ಲಿ ಎಂಥೆಂಥೋರ ಜೊತೆ ಆಡಿ ಗೆದ್ದಿದೀನಿ. ಒಳಗೆ ಹೋದರೆ ಅವರ ಆಟದ ಕ್ರಮವೇ ತಿಳೀತಿಲ್ಲ. ತನಗೆ ಗೊತ್ತಿರುವ ಇಪ್ಪತ್ತೆಂಟು, ಮತ್ತು ರಮ್ಮಿ ಆಟಗಳೇ ಇಲ್ಲಿಲ್ಲ. ಹಾಗೆಯೇ ಅರ್ಧಗಂಟೆ ನಿಂತು ನೋಡಿದ. ಇತರರು ಆಡುವ ನಿಯಮಗಳು, ಮರ್ಮ ತಿಳಿದವು. ಇಷ್ಟೆಯೆ? ನಾನು ಆಡ್ತೀನಿ, ಎಂಬ ಧೈರ್ಯ ಹುಟ್ಟಿತು. ಕುರ್ಚಿಯ ಮೇಲೆ ಕೂತ. ಮೊದಲ ಆಟಕ್ಕೇ ಬಂತು. ಹೋಯಿತು. ಆಡ ಆಡುತ್ತಾ ಮರ್ಮ ತಿಳಿಯತೊಡಗಿತು. ಈಜು ಈಜುತ್ತಾ ತೇಲುವ ಮರ್ಮ ಕಾಯಗತವಾಗುವಂತೆ. ಅಟ್ಲಾಂಟಿಕ್ ಸಾಗರದ ಆಳದಲ್ಲೂ ನಾನು ಈಜಬಲ್ಲೆ ಎಂಬ ವಿಶ್ವಾಸ ಮೂಡಿತು. ನಾಲ್ಕುಜನ ಬಿಳೀ ಅಮೆರಿಕನ್ನರೆದುರು ಇವನು ಆತ್ಮವಿಶ್ವಾಸದಿಂದ ಆಡಿದ. ಬೆಲೆಬಾಳುವ ಸೂಟು ಧರಿಸಿ ಅಂಪೈರ್ ಕೆಲಸ ನಿರ್ವಹಿಸುತ್ತಿದ್ದ ಕಂಪನಿಯ ನೌಕರನು ಪ್ರತಿ ಆಟದ ಕೊನೆಗೂ ವೆಲ್ ಪ್ಲೇಯ್ಡ್ ಎಂದು ಮೆಚ್ಚುಗೆಯ ಹುರಿದುಂಬಿಸುವ ಮಾತನಾಡುತ್ತಿದ್ದ. ಆಟದಲ್ಲಿ ಹಣ ಹೋಗುವುದು ಬರುವುದು ಮುಖ್ಯವಲ್ಲ, ಯಾವ ನೈಪುಣ್ಯದಿಂದ ಆಡಿದೆವು, ಎಷ್ಟು ಬುದ್ಧಿಮತ್ತೆಯಿಂದ ಎದುರಾಳಿಯ ಸಂಚುಗಳನ್ನು ಊಹಿಸಿ ಮಾರ್ಗಮಧ್ಯದಲ್ಲೇ ಹೊಡೆದು ಹಾಕಿದೆವು ಎಂಬುದು ಮುಖ್ಯ ಎಂದು ಕ್ರೀಡಾನೀತಿಯನ್ನು ನಡುನಡುವೆ ಹೇಳುತ್ತಿದ್ದ. ಮಜವಿತ್ತು. ಹಟವಿತ್ತು. ಈರ್ಷ್ಯೆ ಇತ್ತು. ಸರ್ವಸ್ವವನ್ನೂ ಇಟ್ಟು ನೋಡಿಬಿಡುವ ಜೂರತ್ತು ಹೊಮ್ಮಿತ್ತು. ಕೊನೆಗೊಮ್ಮೆ ತನ್ನ ಚೀಲಕ್ಕೆ ಕೈ ಹಾಕಿದಾಗ ಖಾಲಿಯಾಗಿತ್ತು. ಫ಼ಿನಿಶ್‌ಡ್? ಬೆಸ್ಟ್ ವಿಶಸ್ ನೆಕ್ಸ್ಟ್ ಟೈಂ, ಸ್ನೇಹದಿಂದ ಹೇಳಿದ ನೌಕರ ಹೊಸದಾಗಿ ಬಂದವರಿಗೆ ಕುರ್ಚಿ ಸರಿಮಾಡತೊಡಗಿದ. ಹದಿಮೂರು ಸಾವಿರ ಡಾಲರ್! ಎಂಬ ಉದ್ಗಾರ ಪಂಡಿತ್ ಮೋಹನಲಾಲನ ಬಾಯಿಂದ ಬಂತು. ಯಾರೂ ಅವನನ್ನು ಎದ್ದುಹೋಗು ಎನ್ನಲಿಲ್ಲ. ಎಲ್ಲರ ಗಮನವೂ ಹೊಸದಾಗಿ ಬಂದು ಕೂತವನ ಕಡೆಗೆ ನಟ್ಟಿತು. ಕೇಂದ್ರಪಾತ್ರ ಬದಲಾಯಿತು. ತಾನು ಎಲ್ಲವನ್ನೂ ಕಳೆದುಕೊಂಡಿರುವಾಗ ಇನ್ನೊಬ್ಬರು ಆಡುವುದನ್ನು ನೋಡುತ್ತಾ ಕೂರುವುದು ಹೀನಾಯವೆನ್ನಿಸಿತು. ತನ್ನ ಖಾಲಿಚೀಲವನ್ನು ಕೈಲಿ ಹಿಡಿದು ಎದ್ದು ಆ ಗಾಜಿನ ಕೋಣೆಯಿಂದ ಹೊರನಡೆದು ಒಂದು ಸುತ್ತು ತಿರುಗಿ ನೋಡಿದರೆ ಅಂಥ ಅದೆಷ್ಟೋ ಗಾಜಿನ ಕೋಣೆಗಳು.

ಮುಖ್ಯದ್ವಾರದಿಂದ ಹೊರಗೆ ಬಂದು ಕೈಗಡಿಯಾರ ನೋಡಿಕೊಂಡ. ರಾತ್ರಿ ಎಂಟೂ ಕಾಲು. ರಸ್ತೆಯುದ್ದಕ್ಕೂ ಬಿಳಿಪು ಹಸಿರು ಕೆಂಪು ಹಳದಿ ಜಗಮಗಿಸುವ ವಿದ್ಯುದಲಂಕಾರ. ಎದುರಿಗೆ ಕಪ್ಪಗೆ ಹರಡಿ ದಡಕ್ಕೆ ಥಪ್ ಥಪ್ ಎಂದು ವಿಲಂಬಿತಗತಿಯಲ್ಲಿ ಬಡಿಯುವ ಅಲೆಗಳ ಮೂಲಕ ತನ್ನ ಅಸ್ತಿತ್ವವನ್ನು ನೆನಪಿಸುವ ಅಟ್ಲಾಂಟಿಕ್ ಸಾಗರ. ಅವನು ಹೋಗಿ ದಡದ ಗೋಡೆಯ ಮೇಲೆ ನಿಂತ. ಎದುರಿನ ನಾಲ್ಕಡಿ ಎತ್ತರದ ಕಟಕಟೆಯನ್ನು ನೆಗೆದು

ಸಾಗರಕ್ಕೆ ಧುಮುಕಬೇಕೆಂದು ಇದ್ದಕ್ಕಿದ್ದಂತೆಯೇ ಅನ್ನಿಸತೊಡಗಿತು. ಬದುಕಿ ಏನಾಗಬೇಕು? ಸತ್ತು ಏನಾಗದಿರಬೇಕು? ಎಂಬ ಶೂನ್ಯ ಒಳಗಿನಿಂದ ಒತ್ತಿಬಂತು. ಹದಿಮೂರುಸಾವಿರ. ಮೂರು ಲಕ್ಷ, ತೊಂಬತ್ತು ಸಾವಿರ ರೂಪಾಯಿ. ಸೂಳೆಮಗನೆ, ಕಾಲಿನ ಬೂಟು ಹಿಡಿದು ನಿನ್ನ ನೆತ್ತಿಯ ಬಿಳಿಕೂದಲು ಉದುರೂಹಂಗೆ ಚಚ್ಚಬೇಕು. ಇದಕ್ಕೆ ಹುಚ್ಚುಹಿಡಿದವನ ಹಂಗೆ ಬಸ್ಸು ಹತ್ತಿ ಬಂದೆಯಲ್ಲೊ? ಗೊತ್ತಿಲ್ಲದ ಆಟ, ಗೊತ್ತಿಲ್ಲದ ಆಟಗಾರರು. ಕಂಪನಿಯವರೇ ನೇಮಿಸಿರಬಹುದು ಆ ನಾಲ್ವರು ಆಟಗಾರರನ್ನು. ಅದನ್ನೂ ಯೋಚಿಸದೆ ಅಮಲು ಏರಿ ದವನಂತೆ ಮಹಾಭಾರತದ ಧರ್ಮರಾಜನ ಕೆಲಸ ಮಾಡಿಕೊಂಡೆಯಲ್ಲೋ ಸೂಳೆಮಗನೆ, ಎಂದು ಗಟ್ಟಿಯಾಗಿ ಬೈದುಕೊಂಡ. ತುಸುಹೊತ್ತು ಬೈದುಕೊಂಡನಂತರ ಸಾಗರಕ್ಕೆ ಬೀಳುವ ಆಲೋಚನೆ ಹೊರಟುಹೋಯಿತು. ಸುಸ್ತು ಕಾಣಿಸಿತು. ಒಂದು ಚಹವನ್ನಾದರೂ. ರಾತ್ರಿ ಊಟದ ಸಮಯ. ತಾನು ಮಧ್ಯಾಹ್ನದ ಊಟವನ್ನೂ ಮಾಡಿಲ್ಲವೆಂಬ ನೆನಪಾಗಿ ಕಿಸೆಗೆ ಕೈಹಾಕಿ ನೋಡಿದ. ಒಂದು ಡಾಲರೂ ಇಲ್ಲ. ಹತ್ತು ಸೆಂಟೂ ಇಲ್ಲ. ಹಂಗಾಗಬೇಕು ನಿನಗೆ ಬದ್ಮಾಷ್ ಎಂದು ಬೈಯುತ್ತಿರುವಾಗ ಫ್ರೀಕೋಚ್ ಸರ್ವಿಸ್ ಟು ಮ್ಯಾನ್‌ಹಟನ್. ಒಂಬತ್ತು ಗಂಟೆಯದು ಹೊರಡುತ್ತೆ, ಎಂದು ಯಾರೋ ಕೂಗಿದಂತಾಯಿತು. ಹಿಂತಿರುಗಿ ನೋಡಿದರೆ ಜೂಜು ಕೇಂದ್ರದ ಶಿಪಾಯಿ ಇರಬಹುದು ತನ್ನನ್ನೇ ಉದ್ದೇಶಿಸಿ ಹೇಳುತ್ತಿದ್ದಾನೆ. ಇಲ್ಲಿ ನಿಲ್ಲಬಾರದು. ಕೋಚು ಅಕೋ ಅಲ್ಲಿ, ಎಂದು ಕೈ ತೋರಿಸಿ ಹೇಳಿದ. ಬೇರೆ ದಾರಿ ಇಲ್ಲ. ಇಲ್ಲಿ ನಿಂತು ಮಾಡುವುದಾದರೂ ಏನು? ಸರಸರನೆ ನಡೆದು ಬಸ್ಸು ಹತ್ತಿ ಕುಳಿತ. ಒಳಗೆ ಕೂತ ಹಲವರ ಮುಖ ತನ್ನದರಂತೆಯೇ ಹೆಣದ ಮುಖವಾಗಿದ್ದವು. ಇನ್ನು ಕೆಲ ವರು ಉಂಡುತಿಂದು ಮಜಾಮಾಡಿ ಬಂದವರಂತೆ ತಮ್ಮ ತಮ್ಮ ಗೆಳೆಯರೊಡನೆ ಖುಷಿ ಯಾಡುತ್ತಿದ್ದರು. ನಾಲ್ವರು ವೃದ್ಧದಂಪತಿಗಳೂ ಇದ್ದರು ಮಜದಿಂದ. ಇವರೆಲ್ಲ ಜೂಜಾಡಿ ದ್ದಾರೆ. ತಮಾಷೆಗೆ. ಫ್ರೀಕೋಚ್ ಪ್ರಯೋಜನವನ್ನೂ ಪಡೆದಿದ್ದಾರೆ. ನಾನೊಬ್ಬ ಫ಼ೂಲ್ ಎಂದುಕೊಂಡ. ನಾನೊಬ್ಬನೇ ಅಲ್ಲ ಹೆಣದ ಮುಖದ ಒಂಬತ್ತು ಜನರಿದ್ದಾರೆ ಎಂದು ಎಣಿಸಿದಾಗ ತುಸು ಸಮಾಧಾನವಾಯಿತು. ಕೋಚು ಹೊರಟ ತುಸುಹೊತ್ತಿಗೆ ತೂಕಡಿಕೆ ಬಂತು.

– ೩ –

ಹನ್ನೆರಡು ಗಂಟೆಗೆ ಮ್ಯಾನ್‌ಹಟನ್ನಿನ ಕೋಚ್ ಸ್ಟೇಷನ್ನಿನಲ್ಲಿ ಇಳಿದು ಹೊರಬಂದಾಗ ಚಳಿ ಕೊರೆಯುತ್ತಿತ್ತು. ಅದರಲ್ಲೇ ನಡೆದು ನಡೆದು ಹೋಟೆಲು ಸೇರಿ ಕೋಣೆಯ ಬೆಲ್ ಮಾಡಿದಾಗ ನಿದ್ರೆಯ ನಡುವೆ ಎಚ್ಚೆತ್ತ ಲಾರೆನ್ ಬಾಗಿಲು ತೆರೆದಳು. 'ಎಲ್ಲಿಗೆ ಹೋಗಿದ್ದಿರಿ? ಇಡೀ ದಿನ ಕಾದು ಕಾದು. ಮೈ ಎಲ್ಲ ತಣ್ಣಗಾಗಿದೆ. ಹುಷಾರಿಲ್ಲವೆ?' ಎಂದು ಮುಟ್ಟಿ ಮುಟ್ಟಿ ನೋಡಿದಳು.

'ಅಟ್ಲಾಂಟಿಕ್‌ಸಿಟಿಗೆ. ಕೋಚ್ ಸ್ಟೇಷನ್ನಿನಿಂದ ಟ್ಯಾಕ್ಸಿಗೆ ಹಣವಿರಲಿಲ್ಲ.'

'ಮೈ ಗಾಡ್! ಎಷ್ಟು ಕಳಕೊಂಡಿರಿ?'

'ಹದಿಮೂರು.'

'ನೂರಾ?'

'ಸಾವಿರ.'

'ಮೈ ಗಾಡ್. ಅಷ್ಟೊಂದು ದುಡ್ಡು ಯಾರು ತಗೊಂಡುಹೋಗ್ತಾರೆ? ಅಲ್ಲಿಗೆ ಹೋಗುವ ಪ್ಲಾನ್ ಇಟ್ಟುಕೊಂಡಾ ಬೆಳಗ್ಗೆ ಹಾಗೆ ಅಂದದ್ದು. ನಿದ್ದೆ ಸಾಲದು, ನಿಧಾನವಾಗಿ ಬರ್ತೀರಿ ಅಂತ ನಾನು ತಿಳಿದೆ. ನನಗೆ ಹೇಳಿದ್ದರೆ ಬೇಡ ಅಂತಿದ್ದೆ ಅಥವಾ ಜೊತೆಗೆ ಬರ್ತಿದ್ದೆ ಅಂತಲಾ? ಡಿಯರ್, ಹಣ ಕಳಕೊಂಡಿರುವಾಗ ಭರ್ತ್ಸನೆಯ ಮಾತಾಡಬಾರದು. ಉಪವಾಸ ವಿದೀರಿ ಅಂತ ಮುಖನೋಡಿದರೇ ತಿಳಿಯುತ್ತೆ. ಒಂದು ಗಂಟೆಯಾಯಿತು. ಈ ಹೊತ್ತಿನಲ್ಲಿ ಎಲ್ಲಿಹೋದರೂ ಏನೂ ಸಿಕ್ಕುಲ್ಲ,' ಜ್ಞಾಪಿಸಿಕೊಂಡು, 'ಒಂದಿಷ್ಟು ಬಿಸ್ಕತ್ ಇದೆ ಹಳೇದು. ಕೊಡ್ತೀನಿ ತಾಳಿ,' ಎಂದು ಹುಡುಕಿ ತಂದು ಮುಂದೆ ಹಿಡಿದಳು.

'ಯೋಚನೆ ಮಾಡಬೇಡ. ಹಣ ಹೋದದ್ದಕ್ಕೆ ನನಗೆ ಸ್ವಲ್ಪವೂ ಚಿಂತೆ ಇಲ್ಲ. ಮನುಷ್ಯ ಹಣ ಸಂಪಾದಿಸ್ತಾನೆಯೇ ಹೊರತು ಹಣ ಮನುಷ್ಯನ್ನ ಸಂಪಾದಿಸುಲ್ಲ. ಐ ಡೋಂಟ್ ಕೇರ್,' ಎಂದು ಧೈರ್ಯವನ್ನು ಬಡಬಡಿಸತೊಡಗಿದ. ಆದರೆ ಅಷ್ಟರಲ್ಲಿ ಅವನ ಕಣ್ಣು ತುಂಬಿಬಂತು. ಮೈ ಡಾರ್ಲಿಂಗ್, ಗುರೂಜೀ, ಎಂದು ಅವಳು ಕುತ್ತಿಗೆ ಬಳಸಿ ಅಪ್ಪಿಕೊಂಡಾಗ ಅಳು ಉಕ್ಕಿತು. ಅನಂತರ ಸಮಾಧಾನವಾಗಿ, 'ಹೋಗಲಿ ಬಿಡು. ಈ ದೇಶದಲ್ಲಿ ಬಂದದ್ದು ಈ ದೇಶದಲ್ಲಿ ಹೋಯಿತು. ಬಿಸಿ ಬಿಸಿಯಾಗಿ ಸ್ನಾನ ಮಾಡಬೇಕೆನ್ನಿಸುತ್ತೆ. ಆಮೇಲೆ ಬಿಸ್ಕತ್ ತಿಂತೀನಿ,' ಎಂದ.

ಬೆಳಗ್ಗೆ ಎದ್ದು ತುಂತುರುಸ್ನಾನಮಾಡಿ ಒಗೆದ ಬಟ್ಟೆ ಹಾಕಿಕೊಳ್ಳುವಾಗ, 'ಒಂದಿಷ್ಟು ಚಿಲ್ಲರೆ ದುಡ್ಡಿದೆಯೇ? ನನ್ನ ಜೇಬಿನಲ್ಲಿ ಏನೂ ಇಲ್ಲ,' ಎಂದ.

'ಬೇಕಾದಷ್ಟಿದೆ,' ಎಂದ ಅವಳು ತನ್ನ ಪೆಟ್ಟಿಗೆಯ ಬೀಗ ತೆಗೆದು ನೋಟುಗಳ ಒಂದು ಮಡಿಕೆಯನ್ನು ತಂದು ಅವನ ಮುಂದೆ ಹಿಡಿದು ಹೇಳಿದಳು: 'ಸಾವಿರದ ನಾನೂರು ಇದೆ. ನಾನು ಅಲ್ಲಿಂದ ನಿಮ್ಮ ಕೋಣೆಗೇ ಬಂದುಬಿಟ್ಟೆನಲ್ಲ. ಇಷ್ಟೂ ದುಡ್ಡು ಉಳಿದಿದೆ. ಹಿಂತಿರುಗಿಸೋಣ ಅಂತ ಇಟ್ಟಿದ್ದೆ. ಮೊದಲೇ ಹಿಂತಿರುಗಿಸಿದ್ದರೆ ಉಳೀತಿರಲಿಲ್ಲ,' ಎಂದು ನಕ್ಕಳು.

'ತಗೋ ನಿನ್ನ ಮಧ್ಯಾಹ್ನದ ಊಟಕ್ಕೆ. ಊರಿಗೆ ಹೋದರೆ ಸಂಬಳ ಬರೂತನಕ ಖರ್ಚಿಗೆ ಬೇಕು,' ಎಂದು ಅವನು ಅದರಲ್ಲಿ ಅವಳಿಗೆ ನಾಲ್ಕುನೂರು ಡಾಲರನ್ನು ವಾಪಸು ಕೊಟ್ಟ. ಅವಳೂ ಥ್ಯಾಂಕ್ಯೂ ಎಂದಳು.

ಇಬ್ಬರೂ ಜೊತೆಯಲ್ಲಿ ನಾಶ್ತಾಕ್ಕೆ ಕುಳಿತಾಗ, 'ನಿಮಗೆ ಇನ್ನಷ್ಟು ಸಿರಿಯಲ್, ಇನ್ನು

ನಾಲ್ಕು ಸ್ಲೈಸ್ ಟೋಸ್ಟ್ ತಂದುಕೊಡ್ತೀನಿ. ದಿನಾ ತಿನ್ನೂವಷ್ಟು ತಿಂದರೆ ಅರ್ಧಗಂಟೆಯಲ್ಲಿ ಹಸಿವು ಕಾಣಿಸುತ್ತೆ,' ಎಂದು ತಂದು ಮುಂದಿಟ್ಟು ಹೇಳಿದಳು: 'ನೀವೊಬ್ಬರೇ ಅಲ್ಲ ಅಟ್ಲಾಂಟಿಕ್‌ಸಿಟಿಗೆ ಹೋಗಿ ಕಳಕೊಂಡೋರು. ನಾನು ಎರಡುಸಲ ಹೋಗಿದ್ದೆ. ತುಂಬ ಹಣದ ಅಡಚಣೆ ಇದ್ದಾಗ. ಸ್ನೇಹಿತೆಯ ಹತ್ತಿರ ಸಾಲಮಾಡಿ. ಅದೃಷ್ಟವಿದ್ದರೆ ಹಣ ಬರುತ್ತೆ ಅನ್ನುವ ಮಹಾಭರವಸೆ ಹೊತ್ತು. ಪ್ರತಿಸಲವೂ ನೂರು ಡಾಲರ್ ಕಳಕೊಂಡು ಹಿಂತಿರುಗಿದೆ. ಕೋಚಿಗೆ ಬೇರೆ ಹಣ ಇಟ್ಟುಕೊಂಡಿದ್ದೆ.'

ಅವನು ಅವಳನ್ನ ನಟ್ಟಕಣ್ಣುಗಳಿಂದ ನೋಡಿದ. ಅನಂತರ 'ಥ್ಯಾಂಕ್ಯೂ' ಎಂದ. ಅರ್ಧನಿಮಿಷ ಕಳೆದಮೇಲೆ, 'ನಾನು ಹಣದ ಅಡಚಣೆ ಇದ್ದು ಹೋಗಲಿಲ್ಲ,' ಎಂದ.

'ಇದ್ದ ಹಣವನ್ನ ಮಿಲಿಯನ್ ಆಗಿ ಪರಿವರ್ತಿಸುವ ಆಶೆ ಇದ್ದಿರಬಹುದು.' ಆಗ ಅವನು ಮೊನ್ನೆ ವಿಮಾನದಲ್ಲಿ ಓದಿದ ಪತ್ರಿಕೆಯ ಸುದ್ದಿಯನ್ನು ಹೇಳಿದ. 'ಜೂಜುಕೇಂದ್ರಗಳೇ ಇಂಥ ಸುದ್ದಿಗಳನ್ನು ಹುಟ್ಟುಹಾಕ್ತವೆ. ಅಕಸ್ಮಾತ್ ಒಬ್ಬನಿಗೆ ಮಿಲಿಯನ್ ಬಂದರೂ ಸುದ್ದಿ ಯನ್ನು ಪತ್ರಿಕೆಗಳಿಗೆ ಕೊಟ್ಟು ವ್ಯಾಪಕ ಪ್ರಚಾರ ಮಾಡ್ತವೆ. ಗೊತ್ತಾ?' ಅವಳು ಹೇಳಿದಾಗ ಅವನು ತಲೆದೂಗಿದ.

ಕಾರ್ಯಾಗಾರಕ್ಕೆ ಹೋದಾಗ ಅವನು ಟಿಪ್ನಿಸ್ ಒಬ್ಬನನ್ನೇ ಪ್ರತ್ಯೇಕ ಕರೆದು ನೆನ್ನೆ ತಾನು ಮಾಡಿದ ಸಾಹಸವನ್ನು ಹೇಳಿಕೊಂಡ. ಇಂಥದನ್ನು ಅವನೊಡನೆ ಹೇಳಿಕೊಳ್ಳದಿದ್ದರೆ ಸಮಾಧಾನವಿರುತ್ತಿರಲಿಲ್ಲ. 'ಹಣವನ್ನ ನನ್ನ ಕೈಲಾದರೂ ಕೊಟ್ಟಿದ್ದರೆ ಕ್ಷೇಮವಾಗಿ ಇಟ್ಟಿದ್ದು ಮುಂಬಯಿಗೂ ತಂದುಕೊಡ್ತಿದ್ದೆನಲ್ಲ!' ಅವನು ಉದ್ಗರಿಸಿದ.

'ರಾಜಾರಾಮ್. ನಾನು ಅಲ್ಲಿಗೆ ಹೋಗಿ ಕಳಕಂಡ ತಪ್ಪು ನಿಮ್ಮದೂ ಹೌದು. ನೀವು ದಿನಾ ಒಂದುತಾಸು ಸಂಜೆಯ ಹೊತ್ತು ನನ್ನ ಕೋಣೆಗೆ ಬಂದು ಇಸ್ಪೀಟು ಆಡಿದ್ದರೆ ನನಗೆ ಅಲ್ಲಿಗೆ ಹೋಗುವ ಮನಸ್ಸೇ ಬರ್ತಿರಲಿಲ್ಲ. ನಂತರ ಮನೆ ಅಂತ ದೂರದ ಎಲ್ಲೋ ಉಳಿದು ಇಲ್ಲಿಯ ಕೆಲಸ ಮುಗಿದ ತಕ್ಷಣ ಓಡಿಬಿಡ್ತೀರಿ ಮುಂಬಯಿಯ ಜನ ಆಫೀಸ್ ಬಿಟ್ಟ ತಕ್ಷಣ ಲೋಕಲ್ ಟ್ರೇನ್ ಹಿಡಿಯುಕ್ಕೆ ಓಡೂಹಾಗೆ,' ಇವನು ಗಂಭೀರ ವಾಗಿಯೇ ಆರೋಪಿಸಿದ.

'ನಾನು ಎರಡುತಾಸು ನಿಧಾನವಾಗಿ ಮನೆ ಮುಟ್ಟಿದರೂ ನನ್ನ ನೆಂಟರೇನೂ ಆಕ್ಷೇಪಿಸುಲ್ಲ. ಏಕಾಂತವನ್ನರಸಿ ನೀವೇ ನಿಮ್ಮ ರೂಮ್ ಪಾರ್ಟನರ್ ಜೊತೇಲಿ ಸಂಜೆಯಾದ ತಕ್ಷಣ ಓಡಿಬಿಡ್ತೀರಿ. ಈಗ ನನ್ನಮೇಲೆ ತಪ್ಪು ಹಾಕ್ತೀರಿ,' ಅವನು ಅರ್ಧಮುಗುಳ್ನಗುತ್ತ ಅರ್ಧಗಂಭೀರವಾಗಿ ಉತ್ತರಿಸಿದಾಗ ಇವನು ಸುಮ್ಮನಾದ.

ಅಧ್ಯಾಯ ೪

– ೧ –

ಪ್ರಭು ಬಫ್ಲೋದಲ್ಲಿದ್ದ ತನ್ನ ಚಿಕ್ಕಪ್ಪನ ಮಗನೊಡನೆ ಒಂದು ವಾರವಿದ್ದು ಭಾರತಕ್ಕೆ ಹಿಂದಿರುಗುವ ಯೋಜನೆ ಹಾಕಿಕೊಂಡದ್ದರಿಂದ ಟಿಪ್ನಿಸ್ ಮತ್ತು ಮೋಹನಲಾಲರು ಜೊತೆಯಲ್ಲಿ ಹೊರಟರು. ಮತ್ತೆ ಭೇಟಿಯಾಗುವ ಸಂಭವ ತೀರ ಕಡಮೆ, ಆದರೂ ಹೀಗೆ ಒಂದು ತಿಂಗಳಿಗೂ ಮೀರಿ ಒಟ್ಟಿಗೆ ಇರುವ ಸಂದರ್ಭ ಬರಲಿಕ್ಕಿಲ್ಲ ಎಂಬ ಅರಿವು ಭೂಪಾಲಿಯನ್ನು ಅಗಲುವ ವಿರಹಕ್ಕೆ ಇನ್ನಷ್ಟು ಉರಿಕೊಟ್ಟಿತ್ತು. ವಿಮಾನ ನಿಲ್ದಾಣದಲ್ಲಿ ಅವನು ತನ್ನ ಯಾನದ ಅಂಗಳವನ್ನು ಪ್ರವೇಶಿಸಿ ಅಂತಿಮವಾಗಿ ಬೀಳ್ಕೊಳ್ಳುವ ಮುನ್ನ ಇಬ್ಬರೂ ಅಪ್ಪಿಕೊಂಡು ತುಟಿಗಳಿಗೆ ಕಿತ್ತರೆ ಬರದಂತೆ ಮುತ್ತಿಟ್ಟರು. ನ್ಯೂಯಾರ್ಕಿನಲ್ಲಿ ಇವನ ಗಾಯನವನ್ನು ಕೇಳಿ ಮೆಚ್ಚಿಗೆ ಬೆಳೆಸಿಕೊಂಡು ನಿಲ್ದಾಣಕ್ಕೆ ಬಂದಿದ್ದ ಭಾರತೀಯ ಅಭಿಮಾನಿಗಳು ತುಸು ಹುಬ್ಬೇರಿಸಿದರು. ಯಾನವು ಮೇಲೆ ಏರಿದ ನಂತರ ಟಿಪ್ನಿಸ್ ತನ್ನ ಜೇಬಿನಿಂದ ಇಸ್ಪೀಟು ಪ್ಯಾಕು ತೆಗೆದು ಮುಗುಳ್ನಕ್ಕ. ವಿರಹವನ್ನು ಮರೆಯಲು ಇದು ಅತ್ಯುತ್ತಮ ಸಾಧನವೆಂದು ಮೋಹನಲಾಲ ತಕ್ಷಣ ಕೈಹಾಕಿದ. ಪಾಯಿಂಟಿಗೆ ಎಷ್ಟು ಎಂದು ಯಾರೂ ಯಾರನ್ನೂ ಕೇಳಲಿಲ್ಲ. ಮುಂಬಯಿಯಲ್ಲಿ ಮತ್ತು ಪ್ರವಾಸ ಹೋದಾಗ ಅವರು ಆಡುತ್ತಿದ್ದ ಲೆಕ್ಕ ನಿಖರವಾಗಿತ್ತು. ಪಾಯಿಂಟಿಗೆ ಒಂದು ಪೈಸೆ. ಗೆದ್ದವರು ಚಹಾಚಿವಡಕ್ಕೆ ಕೊಡಬೇಕು. ಎಂದರೆ ಸೋತ ಹಣದ ಒಂದಂಶ ಚಹಾಚಿವಡದ ರೂಪದಲ್ಲಿ ಸೋತವನ ಹೊಟ್ಟೆ ಸೇರುತ್ತಿತ್ತು. ದಿನವೆಲ್ಲ ಸೋತರೂ ಇಪ್ಪತ್ತು ಮೂವತ್ತು ರೂಪಾಯಿಗಿಂತ ಹೆಚ್ಚು ಹೋಗುತ್ತಿರಲಿಲ್ಲ. ದಿನವೆಲ್ಲ ಗೆದ್ದರೂ ಇಪ್ಪತ್ತು ಮೂವತ್ತಕ್ಕಿಂತ ಹೆಚ್ಚು ಗಿಟ್ಟುತ್ತಿರಲಿಲ್ಲ. ಈಗ ರೂಪಾಯಿ ಪೈಸೆಗಳನ್ನು ಹೊರಗೆ ತೆಗೆಯದಿದ್ದರೂ ಅದೇ ಲೆಕ್ಕವನ್ನಿಟ್ಟುಕೊಂಡು ಒಂದುತಾಸು ಆಡುವಹೊತ್ತಿಗೆ ಊಟ ಕೊಡಲು ಆರಂಭಿಸಿದರು. ಇವರಿಗೂ ಮನಸ್ಸು ಸಮಾಧಾನವಾಗಿತ್ತು. 'ಊರಿಗೆ ಒಟ್ಟು ಎಷ್ಟು ಒಯ್ಯುತ್ತಿದೀರಿ?' ಮೋಹನಲಾಲ ಕೇಳಿದ.

'ಎಷ್ಟಾದರೂ ನಿಮಗಿಂತ ಕಮ್ಮಿ,' ಟಿಪ್ನಿಸ್ ಉತ್ತರಿಸಿದ.

'ಅಲ್ರೀ, ನಿಮ್ಮ ಏನಂತಾರೆ ಅದಕ್ಕೆ, ಪರ್‌ಡಿಯಮ್ ಒಂದೇ ಮೂರುಸಾವಿರದ ಮೂವತ್ತು ಡಾಲರ್ ಆಯಿತು. ನೆಂಟರ ಮನೇಲಿದ್ದದ್ದರಿಂದ ಅದು ಸಾರಾಸಗಟು ಉಳೀತು. ವಾಹನದ ಖರ್ಚು ದಿನಕ್ಕೆ ಐದುಡಾಲರ್ ತೆಗೀರಿ ಬೇಕಾದರೆ.' ಮೋಹನಲಾಲ

ಲೆಕ್ಕ ಬಿಡಿಸತೊಡಗಿದ.

ಅವರಿಬ್ಬರಲ್ಲಿ ಹೀಗೆ ಮಾತು ನಡೆಯುವುದು ಅಪೂರ್ವವಲ್ಲವಾದುದರಿಂದ ಟಿಪ್ನಿಸ್ ಅಪ್ರಸನ್ನನಾಗಲಿಲ್ಲ. 'ಆ ಹುಡುಗಿಗೆ ಎಷ್ಟು ಖರ್ಚು ಮಾಡಿದಿರಿ?'

'ಆ ಹುಡುಗಿ ಅಂತ ಯಾಕಂತೀರಿ? ಅವಳಿಗೊಂದು ಹೆಸರಿಲ್ಲವೇನು?'

'ಲಾರೆನ್ ಸ್ಮಿತ್.'

'ಏಯ್, ನಾನವಳಿಗೊಂದು ಏಕಾಂತದ ಹೆಸರಿಟ್ಟಿದೀನಿ. ಊಹೆಮಾಡಿ ನೋಡುವಾ. ಗೆದ್ದರೆ ಹತ್ತುಪೈಸಾ ಬೆಟ್.'

'ಅವಳಿಗೆ ಡಾಲರಿನಲ್ಲಿ ಖರ್ಚುಮಾಡಿ ನನಗೆ ಇಂಡಿಯಾದ ಪೈಸೆಯಲ್ಲಿ ಬೆಟ್ ಕಟ್ಟುತೀರಾ?'

'ಅದಿರಲಿ ಮಹಾರಾಯರೇ, ಅವಳಿಗೆ ನಾನಿಟ್ಟಿರೂ ಹೆಸರು ಹೇಳಿ. ನೀವು ತಿಣಕಿದರೂ ಹೊಳೆಯುಲ್ಲ. ನಾನೇ ಹೇಳ್ತೀನಿ. ಭೂಪಾಲಿ.'

'ಆಹ್. ಧೈವತದಿಂದ ಷಡ್ಜಕ್ಕೆ ಏರುವ ಉತ್ಸಾಹ ಅಂತಲೆ?'

'ವಾಹ್! ಕಲಾವಿದನಿಗೆ ಮಾತ್ರ ಅದರ ಮರ್ಮ ಗೊತ್ತಾಗುತ್ತೆ.'

ತನ್ನ ಗೆಳೆತನದ ಎಲ್ಲ ಹೆಂಗಸರ ವಿಷಯವನ್ನೂ ಮೋಹನಲಾಲ ಟಿಪ್ನಿಸ್‌ನೊಡನೆ ಮಾತನಾಡುತ್ತಿರಲಿಲ್ಲ. ತಾನಾಗಿಯೇ ಅವನಿಗೆ ತಿಳಿದ ಸಂಬಂಧದ ವಿಷಯವಾಗಿ ಆಗೀಗ ಅದೂ ಮೇಲುಮೇಲಿನ ಪದರದ ಮಾತನಾಡುವುದಿತ್ತು. ಟಿಪ್ನಿಸ್ ಈ ವಿಷಯವಾಗಿ ಬೇರೆ ಯಾರಿಗೂ ಹೇಳುವ ವ್ಯಕ್ತಿಯಲ್ಲ. ತನಗೆ ಸ್ವತಃ ಬೇರೆ ಹೆಂಗಸರ ಸಂಬಂಧವಿಲ್ಲದಿದ್ದರೂ ಮೋಹನಲಾಲನ ಸಂಬಂಧಗಳನ್ನು ಭರ್ತ್ಸನೆ ಮಾಡುತ್ತಿರಲಿಲ್ಲ. ಹಾಗೆಂದು ಸಮ್ಮತಿಸುತ್ತಲೂ ಇರಲಿಲ್ಲ. ಆಗೀಗ ಅವನ್ನು ಕುರಿತು ಗುಟ್ಟಿನಲ್ಲಿ ಜೋಕ್ ಮಾಡಿದರೆ ಪಂಡಿತ್ ಮೋಹನಲಾಲನಿಗೆ ಖುಷಿಯಾಗುತ್ತದೆಂದು ಅವನಿಗೆ ಗೊತ್ತು. ಜೋಕುಗಳನ್ನು ಒಂದು ಮಿತಿಯ ಹೊರಕ್ಕೆ ಒಯ್ಯುತ್ತಿರಲಿಲ್ಲ. 'ಅವಳಿಗೆ ನಾನು ಹೆಚ್ಚೇನೂ ಖರ್ಚುಮಾಡಿಲ್ಲ. ನಾಲ್ಕೂವರೆ ವಾರದ ವಸತಿ ಊಟ ತಿಂಡಿ ನನ್ನ ಜೊತೆ ಅಷ್ಟೆ. ಕಲೆಯಲ್ಲಿ ಆಸಕ್ತಿ ಇರುವವಳಿಗೆ ಅಷ್ಟೂ ಮಾಡದಿದ್ದರೆ ನಾನೆಂಥ ಕಲಾವಿದ!'

'ಆದರೆ ಇಂಥ ಅಭ್ಯರ್ಥಿಗಳು ಯಾವಾಗಲೂ ನಿಮ್ಮನ್ನೇ ಹುಡುಕಿಕೊಂಡು ಬಂದು ಕೇಳ್ತಾರೆ. ನನ್ನನ್ನ ಯಾರೂ ಯಾಕೆ ಕೇಳುಲ್ಲ?'

'ಸೃಷ್ಟಿಶೀಲ ಕಲಾವಿದನಿಗಲ್ಲವೆ ಕಲಾರ್ಥಿಗಳು ಆಕರ್ಷಿತರಾಗೂದು?'

'ಗಾಯಕ ಮಾತ್ರ ಕಲಾವಿದ. ಹಾರ್ಮೋನಿಯಂ ಸಾಥೀದಾರನಿಗೆ ಸೃಷ್ಟಿಶೀಲತೆ ಇಲ್ಲ ಅಂತ ತಾನೆ ನಿಮ್ಮ ಅರ್ಥ?'

'ಬೇರೆ ಹಾರ್ಮೋನಿಯಂ ವಾದಕರಿಗೆ ಅನ್ವಯವಾಗುವ ಮಾತು ನಿಮಗೆ ಆಗುಲ್ಲ. ನೀವಿಲ್ಲದೆ ನನಗೆ ಹಾಡೂದು ಸಾಧ್ಯವೇ ಇಲ್ಲ ಅಂತ ನಿಮಗೇ ಗೊತ್ತು.'

ಈ ಮಾತಿನಿಂದ ರಾಜಾರಾಮ ಟಿಪ್ನಿಸ್‌ಗೆ ಖುಷಿಯಾಯಿತು. ಹೇಳಿದ: 'ಭೂಪಾಲಿಯಿಂದ ನೀವು ಎಷ್ಟು ಸ್ಫೂರ್ತಿ ಪಡೆದರೂ ನನಗೆ ಹೊಟ್ಟೆಕಿಚ್ಚಿಲ್ಲ. ಯಾಕೆಂದರೆ ನಾನು ಸ್ಪರ್ಧಿಯೇ ಅಲ್ಲ. ಆದರೆ ನನ್ನ ಕಿವಿಗೆ ಬಿದ್ದ ಒಂದು ವಿಷಯ ನಿಮಗೆ ವಿವರಿಸಿ ಹೇಳದಿದ್ದರೆ ಮಿತ್ರರಿಗೆ ಅನ್ಯಾಯ ಮಾಡಿದಂತೆ ಅಂತ ತಿಳಿದು ಹೇಳ್ತಿದೀನಿ: ಅಮೆರಿಕದಲ್ಲಿ ಎಲ್ಲ ಕಡೆಯೂ ನಿಮ್ಮ ಗಾಯನಕ್ಕೆ ಜನ ಹುಚ್ಚರಾಗಿದಾರೆ. ಪ್ರತಿವರ್ಷವೂ ಬೇಸಿಗೆಯಲ್ಲಿ ಇಡೀ ಅಮೆರಿಕವನ್ನು ರೌಂಡ್ ಹಾಕುವಷ್ಟು ಪ್ರೋಗ್ರಾಂ ವ್ಯವಸ್ಥೆ ಮಾಡುವ ಉತ್ಸಾಹವೂ ಇದೆ. ಈ ಸಲವೇ ನಿಮ್ಮನ್ನು ಭೇಟಿಯಾಗುವ ನಿಮ್ಮ ಶಿಷ್ಯವೃತ್ತಿ ಮಾಡುವ ಎಷ್ಟೋ ಜನ ಸಂಗೀತಾರ್ಥಿಗಳಿದ್ದರು. ಎಲ್ಲ ದೊಡ್ಡ ದೊಡ್ಡ ಸಂಬಳಗಳಲ್ಲಿರೋರು. ಅಲ್ಪ ಸ್ವಲ್ಪ ಸಂಗೀತ ಕಲಿತಿರೋರು. ಶನಿವಾರ ಭಾನುವಾರ ಮಾತ್ರ ಈ ದೇಶದಲ್ಲಿ ಕಛೇರಿ ಸಾಧ್ಯ. ಉಳಿದ ಐದು ದಿನ ಅದೇ ಊರಿನಲ್ಲಿ ಉಳಿದರೆ ಅಂಥ ಸಂಗೀತಾರ್ಥಿಗಳು ಸಂಜೆ ನಾಲ್ಕು ನಾಲ್ಕು ತಾಸು ನಿಮ್ಮಿಂದ ಹೇಳಿಸಿಕೊತ್ತಾರೆ. ಎಷ್ಟು ಕಲೀತಾರೆ ಅನ್ನೂದಕ್ಕಿಂತ ಪಂಡಿತ ಮೋಹನಲಾಲಜಿಯ ಶಿಷ್ಯ ಅಂತ ಹೇಳಿಕೊಳ್ಳೂದರಲ್ಲಿ ಅವರಿಗೆ ಹೆಮ್ಮೆ. ಅವರ ಮನೇಲಿಟ್ಟುಕೊಂಡು ಭಾರತೀಯ ಊಟದ ರಾಜೋಪಚಾರ ಮಾಡ್ತಾರೆ. ನಿಮ್ಮ ಒಂದು ಅಭಿಮಾನಿ ಬಳಗವನ್ನೇ ನಿರ್ಮಿಸ್ತಾರೆ. ಕೈತುಂಬ ಫೀಜನ್ನೂ ಡಾಲರಿನಲ್ಲಿ ಕೊಡ್ತಾರೆ. ತಮ್ಮ ಊರಿನಲ್ಲಿ ಟಿಕೇಟ್ ಹಾಕಿದ ಒಂದು ದೊಡ್ಡ ಪ್ರೋಗ್ರಾಂ ಮಾಡ್ತಾರೆ. ನೀವು ಪ್ರತಿ ಬೇಸಿಗೆಯಲ್ಲಿ ಎರಡು ಎರಡೂವರೆ ತಿಂಗಳಿನಲ್ಲಿ ಐವತ್ತು ಸಾವಿರ ಡಾಲರ್ ಕಮಾಯಿಸಿಕೊಂಡು ಹೋಗಬಹುದು. ನಮ್ಮ ಇಂಡಿಯಾದಿಂದ ಪ್ರತಿ ವರ್ಷ ಇಲ್ಲಿಗೆ ಬಂದು ಕಲಾವಿದರು ದುಡ್ಡು ಮಾಡಿಕೊಂಡು ಹೋಗೂದೇ ಹೀಗೆ. ಸಾಧಾರಣ ಕಲಾವಿದರೆಲ್ಲ ಹದಿನೈದಿಪ್ಪತ್ತು ಮಾಡಿಕೊಂಡು ಹೋಗ್ತಾರೆ. ಅಲ್ಲಿ ಬೇಸಿಗೆಯ ಶಖೆ ಇದ್ದಾಗ ಇಲ್ಲಿ ತಂಪು ಹವ. ಇಷ್ಟೆಲ್ಲ ವ್ಯವಸ್ಥೆಯ ಬೀಜ ಈ ಸಲವೇ ಬಿತ್ತಬಹುದಾಗಿತ್ತು. ಆದರೆ ನೀವು ಹೋದ ಕಡೆ ಎಲ್ಲ ಭೂಪಾಲಿಯನ್ನ ಕರಕಂಡುಬಂದು ಹೋಟೆಲಿನಲ್ಲಿ ಇಳಿದಿರಿ. ಇಂಥ ಸಂದರ್ಭದಲ್ಲಿ ಪ್ರೇಮಿಗಳ ಏಕಾಂತವನ್ನ ಹಾಳುಮಾಡುಕ್ಕೆ ಯಾರೂ ಇಷ್ಟಪಡುಲ್ಲ. ಎಲ್ಲ ಕಡೆಯೂ ಈ ಅರ್ಥದ ಸೂಚನೆಗಳನ್ನ ಸಂಗೀತಾರ್ಥಿಗಳು ನನ್ನ ಕೈಲಿ ಮಾತಾಡಿದರು.'

ಮೋಹನಲಾಲನಿಗೆ ತುಸು ಖೇದವಾಯಿತು. ತನಗೆ ಒಟ್ಟು ದೊರೆತ ನಾಲ್ಕೂವರೆ ವಾರದಲ್ಲಿ ವಾರಕ್ಕೆ ಎರಡೂವರೆ ಮೂರುದಿನ ಅವಳನ್ನ ಬಿಟ್ಟಿರುವುದು ಹೇಗೆ? ಅಲ್ಲದೆ ಅವಳು ತಂಬೂರಿ ಹಿಡಿದು ಪಕ್ಕದಲ್ಲಿ ಕೂತರೆ ತನಗೂ ಹಾಡಲು ಸ್ಫೂರ್ತಿ ಬರುತ್ತಿತ್ತು ಎಂಬ ನೆನಪಾಯಿತು. ಇದನ್ನು ಹೇಳಿದರೆ ಈ ರಾಜಾರಾಮ ಟಿಪ್ನಿಸ್‌ಗೆ ಅರ್ಥವಾಗುಲ್ಲ. ಆಗುತ್ತಿದ್ದರೆ ಇವನೇಕೆ ಹಾರ್ಮೋನಿಯಂ ಸಾಥಿದಾರನಾಗಿರ್ತಿದ್ದ? ನನ್ನಂತೆ ಮುಖ್ಯ ಕಲಾವಿದನೇ ಆಗಿರ್ತಿದ್ದ ಎಂದು ಮನಸ್ಸಿನಲ್ಲೇ ಅಂದುಕೊಂಡ. 'ಆಯಿತು ಮುಂದಿನ ಬೇಸಿಗೇಲಿ ಬರೋಣ. ನಿಮಗೆ ಪರಿಚಯವಾದೋರಿಗೆ ಕಾಗದ ಬರೀರಿ. ಜೊತೆಗೆ ನೀವಂತೂ ಬರಲೇಬೇಕು,' ಎಂದ. ಜೊತೆಗೆ ನೀವಂತೂ ಬರಲೇಬೇಕು ಎಂಬುದು ಇಲ್ಲಿ ಮುಖ್ಯವಾದ ಕಲಂ, ಎಂದು ತನ್ನೊಳಗೇ ಹೇಳಿಕೊಂಡ.

ಊಟ ಬಂತು. ಚಾಕುಫ಼್ಲೋರ್ಕುಗಳನ್ನು ಬಿಚ್ಚುವಾಗ ಟಿಪ್ನಿಸ್ ಕೇಳಿದ: 'ನೀವು ಇಸ್ಪೀಟು ಕಲಿತದ್ದು ಯಾವಾಗ?'

'ಯಾಕೆ?'

'ಸುಮ್ಮನೆ ಕೇಳಿದೆ. ಹೇಳಿ.'

'ಸಾಗರದಲ್ಲಿದ್ದಾಗಲೇ ಕಲಿತಿದ್ದೆ. ಧರ್ಮಶಾಲೆಯ ಮ್ಯಾನೇಜರ್ ಕಲಿಸಿದ್ದು. ಚಿತ್ತರಪುರದ ರಾಜಾಸಾಹೇಬರ ಶಿಷ್ಯವೃತ್ತಿಯಲ್ಲಿದ್ದಾಗ ಅದರ ವಾಸನೆಯೂ ಇರಲಿಲ್ಲ. ಅದೆಲ್ಲ ನಿಮಗೆ ಹೇಳಿದೀನಿ. ಅಲ್ಲಿಂದ ಮುಂಬಯಿಗೆ ಬಂದೆ ನೋಡಿ ಎರಡು ತಿಂಗಳು ಬೃಜನಾರಾಯಣ ನತ್ತೂ ತಬಲಿಯಾ ಮನೇಲಿ ಇದ್ದೆ ಅಂತ ನಿಮಗೆ ಹೇಳಿದ್ದೆನಾ? ಬೋರೀವಲೀಲಿ?'

'ಹೌದು. ನೆನಪಿದೆ.'

'ನತ್ತೂಗೆ ಇಸ್ಪೀಟಿನ ಚಟ. ಅಲ್ಲಿ ಶುರುವಾಯಿತು. ಜಾಸ್ತಿ ದುಡ್ಡಿಲ್ಲ. ಇದೇ ರಮ್ಮಿ. ಐದು ಪಾಯಿಂಟಿಗೆ ಒಂದು ಪೈಸ.'

'ಯಾಕೆ ಕೇಳಿದೆ ಅಂದರೆ: ನೋಡಿ, ನಾನು ಇನ್ನೊಬ್ಬ ಆರ್ಟಿಸ್ಟ್‌ಮೇಲೆ ಚಾಡಿ ಹೇಳ್ತಿ ದೀನಿ ಅಂತ ನೀವು ಅರ್ಥಮಾಡ್ಕಬಾರದು. ನನಗೆ ಅವರೂ ಒಂದೇ. ನೀವೂ ಒಂದೇ. ಆದರೆ ನೀವು ದೊಡ್ಡ ಗಾಯಕರು, ದೊಡ್ಡ ಹೆಸರಿರೋರು. ನಿಮ್ಮ ಮೇಲೆ ಅಪಪ್ರಚಾರದ ಮಾತಾಡಿದರೆ ಹೇಗೆ ಸುಮ್ಮನಿರೂದು? ಕೊನೆ ಪಕ್ಷ ನಿಮಗಾದರೂ ಹೇಳಲೇಬೇಕಲ್ಲ. ಈ ಮಾತು ಕೇಳುವ ಬೇರೆ ಯಾರೂ ನಿಮ್ಮಂಥ ದೊಡ್ಡೋರ ಹತ್ತಿರ ಬಂದು ಇದು ಖರೇನಾ? ಝೂಟಾನಾ ಅಂತ ಪರೀಕ್ಷೆ ಮಾಡುಲ್ಲ. ಅವರಿಗೂ ಮಜಾ ಇರ್ತದೆ ದೊಡ್ಡೋರ ವಿಷಯವಾಗಿ ಸಣ್ಣಮಾತು ಪಿಸುಗುಟ್ಟುಕ್ಕೆ.'

'ಅದೇನು ಹೇಳಿ,' ಮೋಹನಲಾಲ ಆತಂಕದಿಂದ ಕೇಳಿದ.

'ಮೂವತ್ತುವರ್ಷದ ಹಿಂದಿನ ಮಾತಂತೆ. ನೀವು ಸೀನಿಯರ್ ಜುನ್ನರ್‌ಕರ್ ಹತ್ತಿರ ಹೋಗಿ ಪ್ರೋಗ್ರಾಂ ಕೊಡಿಸಿ ಪ್ರೋಗ್ರಾಂ ಕೊಡಿಸಿ ಅಂತ ಬೇತುಕೊತ್ತಿದ್ದಿರಂತೆ. ಮುಂಬಯಿ ಯಲ್ಲಿ ನಿಮಗೆ ಪ್ರೋಗ್ರಾಂ ಕೊಡಿಸಿ ಮುಂದಕ್ಕೆ ತಂದೋರೇ ಅವರಂತೆ. ಇಂಡಿಯಾದೇಶದ ಬಹಳ ಗಾಯಕರನ್ನ ಮುಂಬಯಿಯಲ್ಲಿ ಪರಿಚಯ ಮಾಡಿಸಿ ಹಾರ್ಮೋನಿಯಂ ಸಾಥಿಮಾಡಿ ಮುಂದಕ್ಕೆ ತಂದೋರು ನನ್ನ ದಾದಾ ಅಂತ ಜೂನಿಯರ್ ಜುನ್ನರ್‌ಕರ್ ಇವತ್ತೂ ಹೇಳ್ಕ ತ್ತಿರ್ತಾನೆ. ಅದು ಹೋಗಲಿ. ನಿಮಗೆ ಇಸ್ಪೀಟಾಡುವ ಚಟಹತ್ತಿ ಒಂದು ದಿನ ಗೋಗರೆದು ಅವರ ಹತ್ತಿರ ಅಂದರೆ ಸೀನಿಯರ್ ಹತ್ತಿರ ನಿಮ್ಮ ತಂಬೂರಿ ಅಡವಿಟ್ಟು ಇಪ್ಪತ್ತೈದು ರೂಪಾಯಿ ಸಾಲ ತಗೊಂಡೋರು ಇನ್ನೂ ಲೆಕ್ಕ ಚುಕ್ತಮಾಡಿ ಬಿಡಿಸಿಕೊಂಡಿಲ್ಲವಂತೆ. ಬಡೆ ಬಡೆ ಆರ್ಟಿಸ್ಟ್‌ಗಳ ಒಳಕತೆಗಳೆಲ್ಲ ನಮ್ಮ ಅಪ್ಪನ ಕೈಯಾಗಿವೆ ಅಂತಾನೆ ಜೂನಿಯರ್.'

'ಇಸ್ಪೀಟಾಡುವ ಚಟ ಹತ್ತಿ ಅಂದನಾ?'

'ಹೌದು. ಅದಕ್ಕೇ ನಾನು ಕೇಳಿದ್ದು ನೀವು ಇಸ್ಪೀಟು ಕಲಿತು ಎಷ್ಟು ದಿನವಾಯ್ತು ಅಂತ. ಯಾಕಂದರೆ ಅವನು ಹೇಳುವ ಮೂವತ್ತುವರ್ಷದ ಹಿಂದೆ ನಿಮಗೆ ಇಸ್ಪೀಟೇ ಬರ್ತಿರಲಿಕ್ಕಿಲ್ಲ ಅಂತ ನನ್ನ ಅಂದಾಜು.'

'ಮನುಷ್ಯನಿಗೆ ಕಷ್ಟ ಸುಖ ಬರೂದೇ ಇಲ್ಲವಾ? ಆಗ ಮುಂಬಯಿಯಲ್ಲಿ ಊಟಕ್ಕೆ ಇಲ್ಲದ ಕಾಲ ನನಗೆ. ಸೀನಿಯರ್ ಜುನ್ನರ್‌ಕರ್‌ಗೆ ಮುಂಬಯಿಯಲ್ಲೆಲ್ಲ ಒಳ್ಳೆ ಹಾರ್ಮೋನಿಯಂ ಪ್ಲೇಯರ್ ಅಂತ ಹೆಸರೂ ಇತ್ತು. ಸಂಗೀತಸಭೆಗಳ ಪರಿಚಯವೂ ಇತ್ತು. ನನಗೆ ಎಲ್ಲಾದರೂ ಪ್ರೋಗ್ರಾಂ ಕೊಡಿಸಿ ಅಂತ ನಾನು ಕೇಳಿದ್ದುದು ನಿಜ. ಆರಂಭದ ದೆಶೇಲಿ ಪ್ರತಿಯೊಬ್ಬ ಆರ್ಟಿಸ್ಟೂ ಹೀಗೆ ಕೇಳಲೇಬೇಕಲ್ಲ. ನನಗೂ ಅವರಿಗೂ ಯಾಕೆ ಜಗಳವಾಯ್ತು ಗೊತ್ತೆ? ನನ್ನಂಥ ಹಾರ್ಮೋನಿಯಂ ವಾದಕ ಇಲ್ಲ. ಗೋವಿಂದರಾವ್ ಟೇಂಬೆ ಮಾಸ್ತರರ ಖಾಸಾಶಿಷ್ಯ ನಾನೊಬ್ಬನೇ, ನನ್ನ ಹತ್ರ ಸಂಗೀತದ ಶಾಸ್ತ್ರ ಕೇಳಿ ತಿಳಕೊಳ್ಳೂಕೆ ಬಡೆ ಬಡೆ ಗಾಯಕರೆಲ್ಲ ನನ್ನ ಮನೆಗೆ ಬಂದು ಕೈಕಟ್ಟಿ ಕೂರ್ತಾರೆ ಅಂತ ಹೇಳ್ಕತ್ತಿದ್ದರು. ಅವರಿಗೆ ಶಾಸ್ತ್ರ ಚನ್ನಾಗಿ ಗೊತ್ತಿತ್ತು ನಿಜ. ಆದರೆ ಕಛೇರಿಗಳಲ್ಲಿ ಸಂಗತಿ ಮಾಡದೆ ತಾವೇ ಮುಂದೆ ನುಡಿಸೂದು ಅವರಿಗೊಂದು ಚಟ. ಗಾಯಕ ಒಂದು ಸ್ವರದಮೇಲೆ ಎಷ್ಟೋ ಹೊತ್ತು ನಿಲ್ತಾನೆ. ಮೇಲಿನ ಸ್ವರಕ್ಕೆ ಹೋಗುವ ಝುಲಕ್ ತೋರಿಸ್ತಾನೆ. ವಾಸ್ತವವಾಗಿ ಹೋಗುಲ್ಲ. ಆಮೇಲೆ ಎಷ್ಟೋ ಹೊತ್ತಿನಮೇಲೆ ಹೋಗ್ತಾನೆ. ಮೇಲೆ ಹೋಗೂ ಬದಲು ಮತ್ತೆ ಕೆಳಗೆ ಇಳೀಭೌದು. ಅದು ಅವನವನ ಕ್ಯಪ್ಯಾಸಿಟಿ, ಮೂಡ್, ಹೌದಲ್ಲವೊ? ಸಾಥೀದಾರ ತಾಕತ್ತಿದ್ದರೆ ಇವನ ಜೊತೇಲಿರಬೇಕು. ಇಲ್ಲದಿದ್ದರೆ ಅನುಸರಿಸಬೇಕು. ತಾನೇ ಮುಂದೆ ನಡೆದುಬಿಟ್ಟರೆ ಗಾಯಕನ ಐಡಿಯಾಗಳ ಗತಿ ಏನಾಗಬೇಕು? ಗಾಯಕ ತನ್ನ ಶಿಷ್ಯ, ಅವನಿಗೆ ತಾನು ದಾರಿ ತೋರಿಸಿ ಪಾರುಗಾಣಿಸಿದೆ ಅನ್ನೂಹಂಗೆ ಮಾಡ್ತಿದ್ದರು ಆತ.....'

'ಗೊತ್ತು ಗೊತ್ತು ನನಗೆ. ಭಾಳಾ ಅಹಂ ಮನುಷ್ಯರು ಅವರು.'

'ನನ್ನ ಕ್ರಮ ನಿಮಗೇ ಗೊತ್ತಲ್ಲ. ನನ್ನ ಗುರುಗಳು ನನಗೆ ಅರೆದು ಕುಡಿಸಿದ ಸೂಕ್ಷ್ಮ ಸ್ವರಗಳು ಹಾರ್ಮೋನಿಯಂಗೆ ಸಿಕ್ಕುಲ್ಲ. ಖರೆಯಲ್ಲವೊ?'

'ಅದಕ್ಕೇ ನಿಮಗೆ ಸಾಥೀ ಮಾಡಬೇಕಾದರೆ ಬಹಳ ಕಷ್ಟ. ಬೇರೆಯೋರಿಗೆ ಸಾಧ್ಯವಿಲ್ಲ.'

'ನಾನು ಒಂದುದಿನ ತುಂಬಿದ ಸಭೇಲೇ, ನನ್ನನ್ನ ಅನುಸರಿಸಿ, ಮುಂದೆ ಹೋಗಬೇಡಿ. ಮೇನ್‌ಆರ್ಟಿಸ್ಟ್ ನಾನು, ಅಂದುಬಿಟ್ಟೆ. ಮೈಕಿನಲ್ಲಿ ಎಲ್ಲರಿಗೂ ಕೇಳಿಸಿತು. ನಾನು ಮುಂದೆ ತಂದ ಹುಡುಗ ನನಗೆ ಅವಮಾನ ಮಾಡಿದ ಅಂತ ಅಂದಿನಿಂದ ವಿಷಕಾರುಕ್ಕೆ ಶುರುಮಾಡಿದರು.'

'ಜೂನಿಯರ್‌ಗೂ ಅಪ್ಪನ ಈ ಗುಣ ಇದೆ. ನಮ್ಮ ಮನೆತನದೋರಿಗೆ ಸಾಧಿಸಿರೂ ಹಂಗೆ ಹಾರ್ಮೋನಿಯಂ ಇಂಡಿಯಾದ ಯಾವನಿಗೂ ಸಾಧಿಸಿಲ್ಲ ಅಂತ ಹೇಳ್ಕತ್ತಿರ್ತಾನೆ. ಮುಂಬಯಿಯ ಎಷ್ಟೋ ಸಂಗೀತಸಭಾ ಕಾರ್ಯದರ್ಶಿಗಳು ಇದನ್ನ ನಂಬ್ತಾರೆ.'

'ನಂಬಲಿ ಬಿಡಿ. ಜುನ್ನರ್‌ಕರ್ ಹೆಸರು ಹೇಳಿದರೆ ನಾನು ಪ್ರೋಗ್ರಾಂ ಕೊಡೂದಿಲ್ಲ

ಅಂತಲೂ ಅವರಿಗೆಲ್ಲ ಗೊತ್ತಿದೆ. ನನ್ನ ತಂಬೂರಿಯ ವಿಷಯ ಹೇಳ್ತೀನಿ. ಆಟಾ ತಂದು ಎರಡು ರೊಟ್ಟಿ ಬೇಯಿಸಿಕೊಂಡು ತಿನ್ನದಿದ್ದರೆ ಪ್ರಾಣ ಹೋಗುವಂಥ ಸ್ಥಿತಿ. ಅವರ ಮನೆ ಹತ್ತಿರ ಇತ್ತು. ಹೋಗಿ ವಿಠಲ್ ಕಾಕಾ ನನಗೆ ಅರ್ಜೆಂಟ್ ಇದೆ. ಒಂದಿಪ್ಪತ್ತೈದು ರೂಪಾಯಿ ಸಾಲ ಕೊಡಿ. ಮುಂದಿನ ಪ್ರೋಗ್ರಾಂನಲ್ಲಿ ಅಲ್ಲಿಂದಲೇ ವಾಪಸು ಕೊಡ್ತೀನಿ, ಅಥವಾ ಯಾವುದಾದರೂ ಪಾಠದ ಹಣ ಬಂದರೆ ಅದಕ್ಕೆ ಮೊದಲೇ ಕೊಡ್ತೀನಿ ಅಂದೆ. ಊಟಕ್ಕಿಲ್ಲ, ಉಪವಾಸ ಅನ್ನೂ ಮಾತು ಆಡಲಿಲ್ಲ. ಉಪವಾಸ ಇರೋನಿಗೂ ಆತ್ಮಗೌರವ ಇರ್ತದೆ ತಾನೆ?'

'ಇರಲೇಬೇಕು,' ಟಿಪ್ನಿಸ್ ದೃಢವಾಗಿ ಹೇಳಿದ.

"ಒಂದು ಕಾಸೂ ಇಲ್ಲವಲ್ಲೋ ಅಂತ ಕೊರಗಾಡಿದರು. ನಿಮಗೆ ನನ್ನಮೇಲೆ ನಂಬಿಕೆ ಇಲ್ಲದಿದ್ದರೆ ನನ್ನ ತಂಬೂರೀನ ತಂದು ನಿಮ್ಮಲ್ಲಿ ಅಡವಿಡ್ತೀನಿ. ನೀವು ಬೇರೆಯೋ ರಿಂದ ತಂದಾದರೂ ಕೊಡಲೇಬೇಕು ಅಂತ ನನ್ನ ಖೋಲಿಗೆ ಹೋಗಿ ತಂದು ಅವರ ಮುಂದಿಟ್ಟೆ. ನೋಡಪ್ಪಾ, ನನ್ನ ಕಡಿ ರೊಕ್ಕ ಇರಲಿಲ್ಲ. ನೀನು ಅಷ್ಟು ಹೇಳಿದೆ ಅಂತ ನಾನು ಬೇರೊಬ್ಬರ ಮನೆಗೆ ಹೋಗಿ ಇಸಕೊಂಡು ಬಂದಿದೀನಿ. ಈ ತಂಬೂರಿನ ಒಯ್ದು ಅವರ ಮನೇಲಿ ಇಟ್ಟು ಬರ್ತೀನಿ. ಅಡವಿನ ಸಾಲ ಅಂದಮೇಲೆ ವಾಯಿದೆ ಇರ್ತದೆ. ಎಷ್ಟು ದಿನದೊಳಗೆ ಬಿಡಿಸ್ಕತ್ತೀಯ? ಅಂದರು. ಒಂದು ತಿಂಗಳು ಅಂದು ಹಣ ವನ್ನ ಕಿಸೇಲಿಟ್ಟುಕೊಂಡು ಬಂದೆ. ಆಮೇಲೆ ಒಂದುವರ್ಷ ಹಣ ಒದಗಲಿಲ್ಲ. ಆಗ, ಮೂವತ್ತು ಮೂವತ್ತೊಂದು ವರ್ಷದ ಹಿಂದೆ ಇಪ್ಪತ್ತೈದು ರೂಪಾಯಿಗೂ ಬೆಲೆ ಇತ್ತು. ನನಗೂ ಸಂಗೀತಪ್ರಪಂಚದಲ್ಲಿ ಹೆಸರು ಬೆಳೆದಿರಲಿಲ್ಲ. ಅದೇ ತರುವಾಯದಲ್ಲಿ ಮದುವೆ ಯಾದೆ. ಅಲ್ಯುಮಿನಿಯಂ ತಟ್ಟೆ ಬಟ್ಟಲು ಕೊಳ್ಳಬೇಕಿತ್ತು. ಒಂದು ವರ್ಷವಾದ ಮೇಲೆ ಜುನ್ನರ್‌ಕರರ ಮನೆಗೆ ಹೋಗಿ ಹಣ ತಂದಿದೀನಿ, ಬಡ್ಡೀನೂ ಕೊಡ್ತೀನಿ, ತಗಂಡು ನನ್ನ ತಂಬೂರಿ ವಾಪಸು ಮಾಡಿ ಅಂದೆ. ಅಡವಿಟ್ಟುಕೊಂಡಿರೋರನ್ನ ಕೇಳಿಕೊಂಡು ಬರ್ತೀನಿ, ನಾಳೆ ಬಾ, ಅಂದರು. ನಾಳೆ ಹೋದರೆ ಅವರು ಊರಲ್ಲಿಲ್ಲ, ಒಂದು ವಾರ ಕಳೆದುಬಾ ಅಂದರು. ಅಷ್ಟರಲ್ಲಿ ನಾನು ಹೊಂದಿಸಿದ್ದ ಹಣ ಖರ್ಚಾಯಿತು. ಮೂರುತಿಂಗಳು ಕಳೀತು. ಮತ್ತೆ ಹಣ ಹೊಂದಿಸಿಕೊಂಡು ಹೋದರೆ ವಾಯಿದೆ ಕಳೆದಿರೂದರಿಂದ ಅವರು ಪಾನು ಮಾಡಿದ ಪದಾರ್ಥ ಕೊಡುಲ್ಲ ಅಂತಾರಲ್ಲ, ಎಂದರು. ನಾನು ಅದನ್ನೇ ನಂಬಿದೆ. ನಾಲ್ಕಾರು ವರ್ಷ ಕಳೆದು ನನ್ನ ಹೆಸರು ಬೆಳೆದು ಪ್ರಸಿದ್ಧನಾದ ಮೇಲೆ ಅವನು ಅಡವಿಟ್ಟರೂ ತಂಬೂರಿ ಇನ್ನೂ ನನ್ನ ಕಡೆ ಇದೆ ಅಂತ ಅಲ್ಲಲ್ಲಿ ಮಾತಾಡುಕ್ಕೆ ಶುರು ಮಾಡಿದರು. ಅಷ್ಟರಲ್ಲಿ ನನಗೂ ಅವರಿಗೂ ಜಗಳವಾಗಿತ್ತು. ಹೇಳಿದೆನಲ್ಲ ಸಾಥಿ ಮಾಡುವ ಬದಲು ಮಾಸ್ತರಿಕೆ ಮಾಡೂದ ತುಂಬಿದ ಸಭೇಲಿ ನಾನು ತಪ್ಪು ಅಂದೆ ಅಂತ. ಆಗ ಏನಂದರು ಗೊತ್ತಾ? ಹೌದು ನನ್ನ ಕಡೇನೇ ಇದೆ. ವಾಯ್ದೆಯೊಳಗೆ ಬಿಡಿಸಿಕೊಳ್ಳಕ್ಕಾಗದೆ ಇರೂ ಪದಾರ್ಥ ಕೇಳುಕ್ಕೆ ಕಾಯ್ದೆ ಪ್ರಕಾರ ಅಧಿಕಾರವಿಲ್ಲ. ನಾನೂ ಕೋಪದಲ್ಲಿ ನೀವೇ ಇಟ್ಟುಕೊಂಡು ಹಾಳಾಗಿ ಅಂದು ಬಂದುಬಿಟ್ಟೆ. ಈಗ ಐದುವರ್ಷದಿಂದ ನನಗೆ ಅದರ

ಮೇಲೆ ಬಹಳ ಮಮತೆ ಹುಟ್ಟಿದೆ. ನನ್ನ ಗುರು ಗಂಡಾಪೂಜೆಯ ದಿನ ಆಶೀರ್ವಾದ ಮಾಡಿಸಿ ಮಂದಿರದ ಪೂಜಾರಿಯ ಕೈಯಿಂದ ಮಂತ್ರಸಮೇತ ಕೊಡಿಸಿದ ತಂಬೂರಿ. ಹೇಗಾದರೂ ಬಿಡಿಸಿಕೊಬೇಕು ಅನ್ನಿಸಿತು. ಅಭಿಮಾನ ಮೆಟ್ಟಿಕ್ಕಿ ಅವನ ಮನೆಗೆ ಹೋಗಿ ಕೇಳಿದರೆ ಎಂಭತ್ತು ವರ್ಷದ ಮುದುಕ ಏನನ್ನಬೇಕು: 'ನಿನಗೆ ಈಗ ತಂಬೂರಿಯ ನೆನಪು ಬಂತಲ್ಲ, ಸಂತೋಷ. ಇಪ್ಪತ್ತೈದುವರ್ಷ ನಾನು ಜೋಪಾನ ಮಾಡಿದೀನಿ. ಏನು ಕೊಡ್ತೀಯ?' ನಾನು ಹೇಳಿದೆ: 'ಹಣವನ್ನ ಬ್ಯಾಂಕಿನಲ್ಲಿ ಚಕ್ರಬಡ್ಡಿ ಇಡುಗಂಟು ಮಾಡಿದರೆ ಐದುವರ್ಷದಲ್ಲಿ ಡಬಲ್ ಆಗುತ್ತೆ. ಇಪ್ಪತ್ತೈದು ರೂಪಾಯಿಯನ್ನ ಇಪ್ಪತ್ತೈದು ವರ್ಷ ಇಟ್ಟರೆ ಏನಾಗುತ್ತೆ ಲೆಕ್ಕ ಹಾಕಿ' ಅಂದು ನಾನೇ ಬೆರಳ ಗೆರೆ ಮೇಲೆ ಎಣಿಸಿಕೊಂಡು, 'ಎಂಟು ನೂರು ಆಗುತ್ತೆ. ಮೇಲೆ ಇನ್ನೂರು ಸೇರಿಸಿ ಒಂದು ಸಾವಿರ ಕೊಡ್ತೀನಿ. ತಗೊಂಡು ನನ್ನ ಪದಾರ್ಥ ವಾಪಸು ಮಾಡಿ.' ಮುದುಕ ಏನಂದ? 'ನಿನ್ನ ಚಕ್ರಬಡ್ಡಿ ವ್ಯವಹಾರ ಮಾಡುಕ್ಕೆ ನಾನು ಬ್ಯಾಂಕ್ ನಡುಸ್ತಿಲ್ಲ. ನಾನೊಂದು ಮಾತು ಹೇಳ್ತೀನಿ. ಅದ ರಂತೆ ಕೊಟ್ಟು ಬಿಡಿಸಿಕೊಂಡು ಹೋಗು.' 'ಅದೇನು ಹೇಳ್ರಿ,' ಅಂದೆ. 'ನೋಡಪ್ಪಾ ನೀನು ಅಡವಿಟ್ಟ ದಿನ ನೀನು ಒಂದು ಪ್ರೋಗ್ರಾಂಗೆ ಇಪ್ಪತ್ತೈದು ರೂಪಾಯಿ ತಗೋತಿದ್ದೆ. ನಿನ್ನ ಕಿಮ್ಮತ್ತು ಅಷ್ಟಿತ್ತು. ಇವತ್ತು ನೀನು ಒಂದು ಪ್ರೋಗ್ರಾಂಗೆ ಒಂದು ಲಕ್ಷ ತಗೋತಿದೀಯಂತೆ. ಪ್ರತಿಯೊಂದಕ್ಕೂ ಅಲ್ಲದೆ ಇದ್ದರೂ ಹೋದ ತಿಂಗಳು ಜಯಂತ ಮತ್ರಾಣಿ ಅವನ ತಾಯಿಯ ಶ್ರಾದ್ಧದ ಸಂಜೆ ಏರ್ಪಡಿಸಿದ್ದ ಸಭೆಗೆ ಒಂದು ಲಕ್ಷ ಕೊಟ್ಟನಂತೆ. ಅಂದರೆ ನಿನ್ನ ಒಂದು ಪ್ರೋಗ್ರಾಮಿನ ಕಿಮ್ಮತ್ತು ಒಂದು ಲಕ್ಷವಾಗಿದೆ. ಅಷ್ಟು ದುಡ್ಡು ಕೊಟ್ಟು ನಿನ್ನ ಪದಾರ್ಥ ಬಿಡಿಸಿಕೊಂಡು ಹೋಗು.' ಒಪ್ಪಭೌದಾ? ನೀವೇ ಹೇಳಿ."

ಟಿಪ್ನಿಸ್, 'ಅನ್ಯಾಯ, ಅನ್ಯಾಯ. ಧೂರ್ತ,' ಎಂದ.

'ನಾನು ಹತ್ತುಸಾವಿರದತನಕ ಮಾತಾಡಿದೆ. ಅವನು ಒಪ್ಪಲಿಲ್ಲ. ಅವನ ದುರಾಶೆಗೆ ನಾನ್ಯಾಕೆ ಸೋಲಬೇಕು? ಅನ್ನುವ ಹಟ ಹುಟ್ಟಿತು. ಸರಿಯೋ ತಪ್ಪೋ ನೀವೇ ಹೇಳ್ರಿ.'

'ನಿನ್ನ ದುರಾಶೆಗೆ ನರಕಪ್ರಾಪ್ತಿಯಾಗುತ್ತೆ ಅನ್ನಬೇಕಿತ್ತು. ಆದರೆ ಗುರು ಗಂಡಾಪೂಜೆಯ ದಿನ ಆಶೀರ್ವಾದಮಾಡಿ ಕೊಟ್ಟು ಅದರಲ್ಲೇ ವಿದ್ಯಾಸಾಧನೆ ಮಾಡಿಸಿದ್ದು ಅನ್ನೂದೊಂದೇ ಮನಸ್ಸಿನೊಳಗೆ ಮೀಟಿರುತ್ತೆ.'

'ಬರೋಬ್ಬರಿ ಹೇಳಿದಿರಿ. ಆರ್ಟಿಸ್ಟ್‌ಗೆ ಮಾತ್ರ ಅರ್ಥವಾಗೂ ಸಂಗತಿ ಇದು. ಹಂಗಂತ ಅವನಿಗೆ ಒಂದು ಲಕ್ಷ ಕೊಡಭೌದಾ?'

'ಛೇ, ಛೇ,' ಎನ್ನುವಾಗ ಟಿಪ್ನಿಸ್‌ಗೆ ಆಕಳಿಕೆ ಬಂತು. ಪರಿಚಾರಿಕೆ ಎಂಜಲು ತಟ್ಟೆಗಳನ್ನೆತ್ತಿ ತಳ್ಳುಗಾಡಿಯ ಖಾನೆಗಳಿಗೆ ಜೋಡಿಸಿಕೊಳ್ಳುತ್ತಾ ನಡೆದಳು. ತುಸುಹೊತ್ತಿಗೆ ಒಳಗಿನ ದೀಪಗಳನ್ನು ಆರಿಸಿದರು. ಜನಗಳೆಲ್ಲ ತಮ್ಮ ತಮ್ಮ ಕುರ್ಚಿಗಳ ಒರಗನ್ನು ಹಿಂದಕ್ಕೆ ಇಳಿಸಿ ಅಡ್ಡಾದರು. ಟಿಪ್ನಿಸ್ ಸಣ್ಣಗೆ ಗೊರಕೆ ಹೊಡೆಯತೊಡಗಿದ.

- ೨ -

ಮೋಹನಲಾಲ ಕೂಡ ಕುರ್ಚಿಯ ಬೆನ್ನನ್ನು ಹಿಂದಕ್ಕೆ ಮಾಡಿ ಒರಗಿ ಕಣ್ಣುಮುಚ್ಚಿದ. ಆದರೆ ನಿದ್ರೆ ಬರಲಿಲ್ಲ. ಕಾಮವು ಎಂಥ ಪ್ರಚಂಡಶಕ್ತಿ. ಪೂರ್ವಾಪರ ಜ್ಞಾನವನ್ನೆಲ್ಲ ತಲೆ ಕೆಳಗು ಮಾಡಿ ಉಜ್ಜಿ ಹೊಸಕಿಹಾಕಿಬಿಡುತ್ತೆ ಎಂಬ ಜಿಜ್ಞಾಸೆ ಮೂಡಿತು. ವಾರದಲ್ಲಿ ಎರಡು ಎರಡೂವರೆ ದಿನ ಭೂಪಾಲಿಯನ್ನು ಬಿಟ್ಟಿರಲಾರದೆ ಕರಕೊಂಡು ಹೋದದ್ದು ತುಸು ಅತಿ ಅನ್ನಬಹುದು; ಆದರೆ ಅವಳು ಸಿಕ್ಕದಿದ್ದರೆ ಐದು ವಾರವನ್ನ ಹೇಗೆ ಕಳೆಯ ಬೇಕಿತ್ತು? ಎಂಬ ಪ್ರಶ್ನೆ ಸಮರ್ಥಿಸತೊಡಗಿತು. ಅರವತ್ತರಲ್ಲೇ ಇಷ್ಟು ಜೋರಿನಿಂದ ಬಾಧಿ ಸುವ ಶಕ್ತಿಯು ಮೂವತ್ತರಲ್ಲಿ, ಅಲ್ಲ ಇನ್ನೂ ಕಡಮೆ, ಇಪ್ಪತ್ತೆಂಟೂವರೆಯಲ್ಲಿ ಇನ್ನೆಷ್ಟು ಹಿಗ್ಗಾಮುಗ್ಗಾ ಜಗ್ಗಬೇಕು ಒಳಗಿನಿಂದ. ಜೂಜಿಗಾಗಿ ತಂಬೂರಿ ಅಡವಿಟ್ಟು ಸಾಲ ತೆಗೆದ ಅಂತ ತಿಳಕೊಂಡಿದಾನೆ ಸೀನಿಯರ್ ಜುನ್ನರ್‌ಕರ್. ಅದೃಷ್ಟ, ನಿಜಸಂಗತಿಯನ್ನ ಊಹೆ ಮಾಡುಕ್ಕೆ ಆಗಿಲ್ಲ. ಬೆಳಗಿನಿಂದ ಕಾಡತೊಡಗಿತ್ತು. ಕೂರಲು ಬಿಡದೆ, ನಿಲ್ಲಲು ಬಿಡದೆ, ಮಲಗಿದರೆ ಇನ್ನೂ ರೇಗಿ ರೇಗಿ ಹುಚ್ಚೆಬ್ಬಿಸುತ್ತಾ. ಸುಖಲಾಜಿ ಗಲ್ಲಿಗೆ ಪದೇ ಪದೇ ಹೋಗ ಬಾರದು, ಅದು ಕೆಟ್ಟ ಜಾಗ. ಕಾಹಿಲೆ ಬಡಕೊಂಡೀತು, ಗುರುತಿದ್ದವರು ಕಂಡಾರು, ವ್ಯವ ಹಾರದಲ್ಲಿ ತಿರುವು ಮುರುವು ಹುಟ್ಟಿ ಜಗಳ ಬಡಿದಾಟವಾದೀತು, ಎಂಬ ಎಚ್ಚರವಿದ್ದರೂ, ಅಲ್ಲಿಗೆ ಹೋಗದೆ ಬಿಡುಗಡೆ ಇಲ್ಲ ಎಂಬ ಪರಿಸ್ಥಿತಿ. ಯಾರು ಕೊಟ್ಟಾರು ಸಾಲ. ಹೊಸ ದಾಗಿ ಬಂದ ಸಂಗೀತಗಾರ ಅಂದರೆ ಕೂಲಿಗಾರರ ಚಾಳಿನಲ್ಲಿ ಯಾವ ನಂಬಿಕೆ? ನನ್ನ ಬೆಲೆ ತಿಳಿಯಬಲ್ಲವರೆಂದರೆ ಜುನ್ನರ್‌ಕರ್ ವಿಠಲ ಕಾಕ ಒಬ್ಬರೇ. ಅವರು ಇಲ್ಲ ಅಂದಾಗ ತಂಬೂರಿಯನ್ನ ತಂದು ಅಡವು ಇಡ್ತೀನಿ ಅನ್ನುವ ಮಾತು ನನ್ನ ನಾಲಗೆಯಿಂದ ಬಂತು. ಅವರು ಕೇಳಿದ್ದಲ್ಲ. ತಂಬೂರಿ ಬಿಟ್ಟರೆ ಅಡವಿಡುವಂಥದು ನನ್ನಲ್ಲಾದರೂ ಏನಿತ್ತು? ಜುನ್ನರ್‌ಕರರನ್ನು ಬಿಟ್ಟರೆ ತಂಬೂರಿಯ ಬೆಲೆಯನ್ನು ಅರ್ಥಮಾಡಿಕೊಂಡು ಸಾಲ ಕೊಡುವ ಬೇರೆ ಯಾರಿದ್ದರು ನನ್ನ ಸುತ್ತಮುತ್ತ? ಗುರುವು ಆಶೀರ್ವಾದ ಮಾಡಿ ದೇವರ ಮೂಲಕ ಕೊಡಿಸಿದ್ದು, ನನ್ನ ಸಾಧನೆ ಎಲ್ಲ ಇದರ ಮೇಲೆ ನಡೆದಿದೆ, ಇಂಥದನ್ನು ಇಂಥ ಪಾಪಕಾರ್ಯಕ್ಕಾಗಿ ಹಾಕಬಾರದು ಅನ್ನುವ ವಿವೇಚನೆ ಒಂದು ತುಣುಕಾದರೂ ಬರಲಿಲ್ಲವಲ್ಲ. 'ಏ ಇಲ್ಲಿ ಬಾ. ಅತ್ಲಾಗೆ ಏನು ನೋಡ್ತಿದ್ದೀ? ನನಗಿಂತ ಚಂದದೋಳು ನಿನಗೆ ಇನ್ಯಾವಳು ಸಿಕ್ಕಿಯಾಳು?' ಎಂದು ತಲಾತಟ್ಟಿ ಕರೆಯುವ ವಿಚಿತ್ರ ವೇಷದ ಹೆಂಗ ಸರ ಹಿಂಡಿನ ನಡುವೆ ಯಾರನ್ನು ಚುನಾಯಿಸುವುದೆಂದು ನಿರ್ಧರಿಸಲಾರದೆ ಮುಂದೆ ಮುಂದೆ ಹೋಗುತ್ತಿರುವಾಗ ಎಲ್ಲಿಂದಲೋ ಹಾರ್ಮೋನಿಯಂ ಧ್ವನಿ. ಸ ಮ ಮ ಪ ಗ sss ಸ ss ಗ ಮ ಪs ಮ ಪssss ರ ಸಿ ಯಾssssss ಹೊssನ ಜಾ ತಕ್ಷಣ ಗಕ್ ಅಂತ ನಿಂತುಬಿಟ್ಟೆ. ಗಿರಾಕಿಗಳನ್ನು ಕೂಗಿ ಕಿರುಚಿ ಕರೆಯುವ ಸಂತೆ ಗದ್ದಲದಲ್ಲಿ ನನ್ನ ಕಿವಿಗೆ, ನನ್ನೊಬ್ಬನ ಕಿವಿಗೆ, ಬಿದ್ದ ಮಾರೂಬಿಹಾಗ್ ಸ್ವರಗಳು. ಜೊತೆಗೆ ಹಾಡುತ್ತಲೂ ಇದ್ದಾಳೆ. ಯಾವ ಮನೆ, ಯಾವ ಮಹಡಿ, ಅದರ ಮೆಟ್ಟಿಲೆಲ್ಲಿ

ಎಂಬ ಅಂದಾಜು ಮಾಡಿ ಹತ್ತ ತೊಡಗಿದರೆ ಹೌದು. ಇದೇ ಹಳೆಯ ಮೆಟ್ಟಿಲು. ಹಾಡುವ ಹೆಂಗಸಿನ ಜೊತೆ ಮಲಗಬೇಕು ಎಂಬ ರುಚಿವಿಶೇಷ ಹುಟ್ಟಿ ಮೇಲೆ ಮೇಲೆ ಹತ್ತಿ, ಎರಡನೆ ಮಹಡಿಯ ಮೇಲೆ ಒಂದು ಸಣ್ಣ ಹಳೆಯ ಕೋಣೆಯಲ್ಲಿ ಒಂದು ಮಂಚದ ಮೇಲೆ ಹಳೆಯ ಒರಟು ಹಾರ್ಮೋನಿಯಂ ಮೀಟಿಕೊಂಡು ಹಾಡುತ್ತಾ, ನನ್ನತ್ತ ತಿರುಗಿ ಖುಷಿಮುಖದಿಂದ ಮುಜುರೆ ಮಾಡಿ, 'ಗಾಣೆ ಕೇಳಾಕ್ ಬಂದೀರೇನು?'

'ಬರೀ ಕೇಳಾಕಲ್ಲ.'

'ಮೊದಲು ಗಾಣೆ ಕೇಳಿದರೆ ಆಮೇಲೆ ಮುಂದಿಂದು. ನಾನು ಬರೀ ದಂಧೆ ನಡೆಸೋಳಲ್ಲ.'

'ನನಗೂ ನಿನ್ನಂಥೋಳೇ ಪಸಂದ್ ಆಗ್ತದೆ. ಆದರೆ ಎಷ್ಟು ಕೊಡಬೇಕು?'

'ನಿಮ್ಮ ಇಜ್ಜತ್ ಇದ್ದಷ್ಟು. ಗಾಣೆ ತಿಳೀತದೇನು?'

"ಮಾರೂಬಿಹಾಗ್‌ನಲ್ಲಿ 'ನಿರೆಗ' ಸಂಗತಿಯನ್ನ ಯಾಕೆ ಹಾಕ್ತೀಯ? ಅದು ಕಲ್ಯಾಣ್ ಆಗಿಬಿಡುಲ್ಲವೆ?"

'ಆಹ್' ಎಂದು ಖುಷಿಯಿಂದ ಆಶ್ಚರ್ಯಪಟ್ಟ ಅವಳು ಮೇಲೆದ್ದು ಬಾಗಿ ನನ್ನ ಪಾದಮುಟ್ಟಿ, 'ಶೇಟ್‌ಜಿ, ನಿಮ್ಮಂಥ ರಸಿಕ ಗಿರಾಕೀನ ನಾನು ಈ ಮುಂಬಯಿ ಗಲ್ಲೀಲಿ ನೋಡಲಿಲ್ಲ. ಪಧಾರಿಯೇ, ಪಧಾರಿಯೇ,' ಮಂಚದ ಇನ್ನೊಂದು ಬದಿಯಲ್ಲಿ ಕೂರಿಸಿದಳು. ಕಪ್ಪು ಬಣ್ಣ. ಒಣಗಿಕೊಂಡ ಮೈಕಟ್ಟು. ಮೂವತ್ತು ಮೂವತ್ತೈದರ ವಯಸ್ಸು. ಸಲ್ವಾರ್ ಕಮೀಜ್ ಧರಿಸಿದ್ದಳು. ಕೈ ಮತ್ತು ಕುತ್ತಿಗೆಗಳಿಗೆ ಥಳ ಥಳ ಹೊಳೆಯುವ ಗಿಲೀಟಿನ ಒಡವೆಗಳು.

'ಫರಮಾಯಿಶ್ ಅಪ್ಪಣೆ ಕೊಡಿಸೋಣವಾಗಲಿ.'

'ಈಗ ಹಾಡ್ತಿದ್ದೆಯಲ್ಲ. ಮಾರೂಬಿಹಾಗ್ ಅದೇ ಆಗಲಿ.'

'ಅದರಲ್ಲಿ ತಪ್ಪು ಕಂಡಿತಲ್ಲ ನಿಮಗೆ?'

'ಅಡ್ಡಿ ಇಲ್ಲ. ಅದನ್ನೇ ಹಾಡು.'

ಹೊರಗೆ ಹೋಗಿ ಭಾಯಿಜಾನ್ ಅಂತ ಕೂಗಿದಳು. ಬಡತನವನ್ನು ಸೂಚಿಸುವ ಒಣ ಮೈಕಟ್ಟಿನ, ಸುಮಾರು ಐವತ್ತು ವರ್ಷದ ಒಬ್ಬಾತ ಒಳಗೆ ಬಂದು ಮಂಚದ ಅಡಿಯಲ್ಲಿದ್ದ ತಬಲ ಡಗ್ಗಾಗಳನ್ನು ಎಳೆದು ಸುಲ್ತಾನ್ ಮಾಡಿಕೊಂಡ. ಅವಳಿಗೆ ತಂಬೂರಿ ಇರಲಿಲ್ಲ. ಹಾರ್ಮೋನಿಯಂ ಶ್ರುತಿಯನ್ನೇ ಇಟ್ಟು ಜೊತೆಗೆ ಬಾರಿಸಿಕೊಳ್ಳುತ್ತಲೂ ತುಸುಹೊತ್ತು ಆಲಾಪ ಮಾಡಿದಳು. ಅನಂತರ ತಬಲಾ ಸಂಗಡ ಮಧ್ಯಲಯ ತ್ರಿತಾಲದಲ್ಲಿ ಹಾಡಿದಳು. ಅವಳ ಹಾರ್ಮೋನಿಯಂನಷ್ಟೇ ಸೂಕ್ಷ್ಮರಹಿತವಾಗಿತ್ತು ಗಾಯನ. ನಾನು ಕತ್ತುಹಾಕ್ತಿದ್ದೆ. 'ಶೇಟ್‌ಜಿ ಇನ್ನೊಂದು ಕೇಳ್ತೀರಾ?' ಕೇಳಿದಳು. ಇನ್ನೊಂದು ದಿನ ಕೇಳೋಣ. ಈಗ ತುಸು ಆರಾಮ ತಗೋಬೇಕು, ಎಂದೆ. ತಬಲದವನು ಸೂಚನೆಯನ್ನರಿತು ಎದ್ದು ಹೋದ.

ನೋಡು ನನ್ನ ಹತ್ತಿರ ಇರೂದು ಇಷ್ಟೇ ದುಡ್ಡು ಎಂದು ಇಪ್ಪತ್ತು ರೂಪಾಯಿಯನ್ನು ಮುಂದಿಟ್ಟಾಗ, 'ಈಗ ಕಡಮೆ ಅನ್ನಿಸಿದರೆ ಇನ್ನೊಂದು ದಿನ ಬಂದಾಗ ಹೆಚ್ಚು ಕೊಡೋರಂತೆ. ನಿಮ್ಮ ಹಾಗೆ ಸಂಗೀತ ತಿಳಿದೋರ ಎದುರಿಗೆ ನಾನು ಹಾಡಿ ಎಷ್ಟೋ ದಿನವಾಯ್ತು,' ಎಂದು ಮಲಗಲು ಅಣಿಮಾಡಿದಳು. ಸಂಪೂರ್ಣ ಮನಸ್ಸಿನಿಂದ ಅರ್ಪಿಸಿಕೊಂಡಳು. ಈ ಹಿಂದೆ ನಾನು ಈ ಗಲ್ಲಿಗೆ ನಾಲ್ಕುಸಲ ಬಂದಾಗ ಅವರೆಲ್ಲ ಹೆಚ್ಚು ಹೊತ್ತು ಮಾಡಿದರೆ ಮಾಲಕಿನ್ ಕೂಗ್ತಾಳೆ ಎಂದು ಗಡಿಬಿಡಿ ಮಾಡಿದ್ದರು. ಅನಂತರ ಬಚ್ಚಲುಮನೆಗೆಂದು ಕೋಣೆಯಿಂದ ಹೊರಗೆ ಹೋದ ಅವಳು ತುಸು ಹೊತ್ತಿನ ನಂತರ ಹಿಂತಿರುಗಿದವಳೇ ನನ್ನ ಎರಡು ಪಾದಗಳನ್ನೂ ಹಿಡಿದು, 'ನನ್ನನ್ನ ಪರೀಕ್ಷೆ ಮಾಡಾಕ್ ಬಂದಿದೀರಾ ಗವಯಿ? ನೀವು ಗವಯಿ ಅನ್ನೂದ ಹೇಳಬಾರದಾ? ಹದಿನೈದು ದಿನದ ಹಿಂದೆ ನೀವು ಬೊಂಬಾಯಿಯಲ್ಲೇ ಒಂದು ಕಡೆ ಬಂದರದಲ್ಲೋ ಎಲ್ಲೋ ಹಾಡಿದಿರಂತೆ. ಐದು ಜನ ಹಾಡಿದ್ದರಲ್ಲಿ ನೀವೂ ಒಬ್ಬರಂತೆ. ಈಗ ತಬಲಾ ಬಾರಿಸಿದನಲ್ಲ, ಭಾಯಿಜಾನ್, ಕೇಳುಕ್ಕೆ ಹೋಗಿದ್ದನಂತೆ. ಒಬ್ಬ ಚಿಕ್ಕವಯಸ್ಸಿನ ಗಾಯಕ ಹಾಡಿದ, ಅಂಥ ಸುರೀಲಾ ತಯಾರಿ ಹಿಂದೂಸ್ಥಾನದಲ್ಲೇ ಯಾರಿಗೂ ಇಲ್ಲ. ಮುಂದೆ ಅವನು ಬಹುತ್ ಬಡಾಗವಯಿ ಆಗ್ತಾನೆ ಅಂತ ಹೇಳಿದ್ದ. ಈಗ ತಬಲಾ ಬಾರಿಸಿ ಹೊರಗೆ ಹೋಗುವಾಗ ಅವರೇ ನೀವು ಅಂತ ಗುರುತು ಹತ್ತಿತಂತೆ. ನಿಮ್ಮ ಹಣ ವಾಪಸು ತಗೋಳಿ. ಒಂದು ಗಾಣಾ ಕೇಳಿಸಿದರೆ ನಾನು ಪುಣ್ಯವಂತೆ,' ಮತ್ತೊಮ್ಮೆ ನನ್ನ ಪಾದಮುಟ್ಟಿ ಇಪ್ಪತ್ತು ರೂಪಾಯಿ ನೋಟುಗಳನ್ನು ನನ್ನ ತೊಡೆಯಮೇಲಿಟ್ಟಳು. ಎಂಥ ಜಾಗದಲ್ಲಿ ಗುರುತು ಸಿಕ್ಕಿಬಿಟ್ಟಿತು! ಜೀವಹೋದಷ್ಟು, ಎದ್ದು ಓಡಿಹೋಗುವಷ್ಟು, ನಾಚಿಕೆ. ಆದರೆ ಇಷ್ಟುವಿನಯದಿಂದ ಬೇಡಿಕೊಂಡಿದ್ದಾಳೆ. ಅಲ್ಲದೆ ಎಷ್ಟೇ ಒರಟಾಗಿ ಕಲಿತಿರಲಿ, ಸ್ವತಃ ಗಾಯಕಿ. ನನ್ನನ್ನು ಗುರುತಿಸಿದ ಆ ಭಾಯಿಜಾನ್ ನನ್ನು ನೋಡಲು ಮುಜುಗರವಾಗಿ ಹೇಳಿದೆ: ತಬಲಾ ಬೇಡ. ನೀನೊಬ್ಬಳೇ ಇರಬೇಕು. ಖೋಲಿಯ ಬಾಗಿಲು ಮುಚ್ಚಿರಬೇಕು. ಬಹಳ ಹೌರವಾಗಿ ಹಾರ್ಮೋನಿಯಂ ಶ್ರುತಿ ಹಿಡಿ. ಮಾರೂಬಿಹಾಗ್ ಆಲಾಪ ಮಾಡಿ ತೋರುಸ್ತೀನಿ. ವಿಧೇಯ ಶಿಷ್ಯೆಯಂತೆ ನಾನು ಇಟ್ಟುಕೊಟ್ಟ ಹದದ ಶ್ರುತಿ ಹಿಡಿದಳು. ಪಿನ್ನುಗಳ ಮೇಲೆ ಅವಳ ಒಂದು ಸೀರೆ ಮಡಿಸಿ ಅದುಮಿಟ್ಟು ಶಬ್ದದ ಮಟ್ಟವನ್ನು ಇನ್ನಷ್ಟು ಇಳಿಸಿದೆ. ನಿಧಾನವಾಗಿ ಚಲನೆಯ ಸ್ಥಾನಗಳನ್ನು ಬೆರಳಿನ ಸನ್ನೆಯಿಂದ ತೋರಿಸುತ್ತಾ ಮಂದ್ರ ಮಧ್ಯಮ ಸಪ್ತಕಗಳಲ್ಲಿ ಒಂದು ಗಂಟೆಗೂ ಮೀರಿ ಹಾಡಿದೆ. ನಡುವೆ ಇಲ್ಲಿ ನೋಡು, ಕೋಮಲನಿಷಾದವನ್ನ ವಿವಾದಿಸ್ವರವಾಗಿ ತರ ಬಹುದು. ರಾಗವನ್ನ ಬೆಳೆಸಿದನಂತರ ಕಲಾವಿದನ ಕುಶಲತೆಯನ್ನು ತೋರಿಸುಕ್ಕೆ ಮಾತ್ರ, ಎಂದು ಬಿಡಿಸಿ ಹೇಳಿದೆ. ವಿದ್ಯಾರ್ಥಿನಿಯ ಕೃತಜ್ಞತೆಯಿಂದ ದ್ರವಗೊಂಡ ಅವಳ ಕಣ್ಣುಗಳು ಸ್ವರ್ಗವನ್ನು ನೋಡುತ್ತಿದ್ದವು. ನಾನು ನಿಲ್ಲಿಸಿದ ಐದುನಿಮಿಷದ ನಂತರ, 'ಗುರೂಜಿ, ನಿಮ್ಮನ್ನ ಗುರೂಜಿ ಅನ್ನದೆ ಬೇರೆ ಮಾತಿನಿಂದ ನಾನು ಕರೆಯಲಾರೆ. ನಾನು ನಿಮಗೆ ಹಿಂತಿರುಗಿಸಿದ ಇಪ್ಪತ್ತು ರೂಪಾಯಿ ಇಲ್ಲಿ ಕೊಡಿ. ನನ್ನ ಹತ್ತಿರ ಮೂವತ್ತಿದೆ. ಸೇರಿಸಿ ಮಾಲ್‌ಕಿನ್‌ಗೆ ಕೊಟ್ಟುಬಿಡ್ತೀನಿ. ಅವಳ ಕಿರಾಯ ಕೊಡದೆ ನೀವು ಇಲ್ಲಿ ಉಳಿದರೆ ಅವಳು

ಸುಮ್ಮನಿರುಲ್ಲ. ಹೋಟೆಲಿನಿಂದ ಊಟ ತರುಸ್ತೀನಿ. ರಾತ್ರಿ ಪೂರ್ತಿ ಇದ್ದುಬಿಡಿ. ಈ ದಾಸಿ ಎಷ್ಟು ಚಂದಾಗಿ ಸೇವೆಮಾಡ್ತಾಳೆ ಅನ್ನೂದ ನೋಡ್ಡೋರಂತೆ. ಇಷ್ಟು ಚಂದ ಗಾಣೆ ಕೇಳಿ ಸಿರೂ ನಿಮಗೆ ಈ ಬಡವಿ ಮತ್ತೇನು ಕೊಡಬಲ್ಲಳು?'

ಅಂಥ ಸೇವೆಯನ್ನು ನಾನು ಅದುವರೆಗೆ ಪಡೆದಿರಲಿಲ್ಲ. ಚುನ್ನಿ ತನ್ನ ಮನಸ್ಸನ್ನು ಅರ್ಪಿಸಿದ್ದಳಾದರೂ ಸೇವೆಯ ಕಲೆ ಗೊತ್ತಿಲ್ಲದ ಹಳ್ಳಿಯ ಕೆಲಸದಾಕೆ ಅಂತ ಆಗ ಅರ್ಥ ವಾಯಿತು. ರಾತ್ರಿ ಎಷ್ಟೋಹೊತ್ತಿನ ತನಕ ಮಾತನಾಡುತ್ತಿದ್ದೆವು. ಈಕೆ ಉದಯಪುರದವಳು. ತಾಯಿ ಉದಯಪುರ ದರ್ಬಾರಿನಲ್ಲಿ ಪಾಸವಾನ್ ಆಗಿದ್ದಳಂತೆ. ರಾಜತ್ವ ಹೋದಮೇಲೆ ನೌಕರಿಯೂ ಹೋಯಿತಂತೆ. ಮಗಳಿಗೆ ಈ ಸಂಗೀತದ ವಿದ್ಯೆಯಲ್ಲದೆ ಬೇರೆ ಜೀವನೋ ಪಾಯ ಗೊತ್ತಿಲ್ಲ. ಈ ವೃತ್ತಿಯಿಂದ ಜೀವನ ಸಾಗಿಸುವ ಕಾಲ ಮುಗಿಯಿತೆಂದು ಮುಂಬಯಿ ಷಹರಿಗೆ ಬಂದಿದ್ದಾಳೆ. ಆದರೆ ಮುಂಬಯಿಯಲ್ಲಿ ಸಂತೆಯ ಹಾಗೆ ದಂಧೆ ನಡೆಯುತ್ತೆ. ಗಾಣೆ ಕೇಳುವವರು ಯಾರೂ ಇಲ್ಲ. ದಂಧೆಗೆ ಇಳಿಯುಕ್ಕೆ ಇವಳಿಗೆ ಇಷ್ಟವಿಲ್ಲ. ಬರೀ ದಂಧೆಯಲ್ಲಿ ಆಕರ್ಷಿಸುವ ಮೈಕಟ್ಟಾಗಲಿ ವಯಸ್ಸಾಗಲಿ ಇವಳಿಗೆ ಇಲ್ಲ. ಈ ಷಹರು ಬಿಟ್ಟು ಮತ್ತೆ ಉದಯಪುರಕ್ಕೆ ಹೋಗುವ ಆಲೋಚನೆ ಬರುತ್ತಿದೆ. ಅಲ್ಲಿ ಸಾಕಷ್ಟು ಕಾಸು ಬರದಿದ್ದರೂ ಗಾಣೆ ಕೇಳಿ ಆಸ್ವಾದಿಸಿ ತಾಂಬೂಲ ಜಗಿಯುವ ರಸಿಕರಾದರೂ ಇದಾರೆ.

ಬೆಳಗ್ಗೆ ನನಗೆ ಚಹಾ ತರಿಸಿ ಕೊಟ್ಟಮೇಲೆ ಹೇಳಿದಳು: 'ಗುರೂಜಿ, ನಾನೊಂದು ಮಾತು ಹೇಳ್ತೀನಿ. ಅದರಂತೆ ನಡೆದರೆ ಮಾತ್ರ ನಿಮಗೆ ಒಳ್ಳೇದು. ಕಾಮವನ್ನ ಯಾರೂ ಗೆಲ್ಲುಕ್ಕೆ ಸಾಧ್ಯವಿಲ್ಲ. ಕಾಮವನ್ನು ಹಣೆಗಣ್ಣಿನಿಂದ ಸುಟ್ಟುಹಾಕಿದ್ದು ನಿಜವಾದರೆ ಶಿವ ಯಾಕೆ ಆಮೇಲೆ ಪಾರ್ವತೀನ ಮದುವೆಯಾದ? ನೀವೊಂದು ಮದುವೆಯಾಗಿಬಿಡಿ. ಕಾಮದ ಹುಚ್ಚು ಏರಿದಾಗ ಅದನ್ನ ಇಳಿಸುಕ್ಕೆ ಮನೇಲಿ ಒಬ್ಬ ಹೆಂಡತಿ ಇದ್ದರೆ ಬುದ್ಧಿ ಹತೋಟೀಲಿರುತ್ತೆ. ಇನ್ನುಮೇಲೆ ಇಂಥ ಕಡೆ ಬರಬೇಡಿ. ಇಲ್ಲೆಲ್ಲ ಕೆಟ್ಟ ಜಡ್ಡು ಇರ್ತದೆ. ಅಲ್ಲದೆ ಮುಂದೆ ಭಾರಿ ಹೆಸರಿನ ಗವಯಿ ಆಗೋರು ನೀವು. ಇಂಥ ಕಡೆ ನಿಮ್ಮನ್ನ ಯಾರಾದರೂ ಗುರುತು ಹಿಡಿದು ಜನದ ಬಾಯಿಂದ ಬಾಯಿಗೆ ಹಬ್ಬಿದರೆ ಏನು ಚಂದ?'

ಭಯವಾಯಿತು. ಅವಳ ಮಾತು ನಿಜವೆನ್ನಿಸಿತು. ಭಾಯಿಜಾನ್ ನನ್ನ ಗುರುತು ಹಿಡಿದ ಎಂದಾಗಲೇ ಜೀವಹೋದಷ್ಟು ನಾಚಿಕೆಯಾಗಿತ್ತು. ಮತ್ತೆ ಅವನಿಗೆ ಮುಖ ತೋರಿಸಿಕೊಳ್ಳದಂತೆ ಇದ್ದು ಬಂದೆ. ಸೂಳೆಗೇರಿಗೆ ಪುನಃ ತಲೆ ಹಾಕಲಿಲ್ಲ. ಆದರೆ ಕಾಮ? ಅಷ್ಟು ಸಮೃದ್ಧವಾಗಿ ರಾತ್ರಿ ಎಲ್ಲ ತಣಿಸಿಕೊಂಡಿದ್ದುದು ಮೂರುದಿನದಲ್ಲಿ ಮತ್ತೆ ಕಾಣಿಸಿ ಕೊಂಡಿತು. ಒಂದು ದಿನ ಒಳಸರಿದಿತ್ತು. ಅನಂತರ ಉಲ್ಬಣವಾಯಿತು. ಎಂಥ ಭಯಂಕರ ಉಲ್ಬಣ: ಗಂಡಸರೆಲ್ಲ ನೌಕರಿಗೆ ಹೋಗಿದ್ದ ಮಧ್ಯಾಹ್ನದ ಹೊತ್ತಿನಲ್ಲಿ ಚಾಳಿನ ಯಾವುದಾದರೂ ಮನೆಗೆ ನುಗ್ಗಿ ಸಿಕ್ಕಿದ ಹೆಂಗಸಿನ ಬಾಯಿಬಿಗಿದು ತೀರಿಸಿಕೊಳ್ಳುವ ದಬಾವು. ಮೆಟ್ಟಲು ಹತ್ತುವಾಗ ಇಳಿಯುವಾಗ, ಸಾಲೆಯಲ್ಲಿ ನಡೆಯುವಾಗ ಯಾವ ಹೆಂಗಸು ಕಣ್ಣಿಗೆ ಬಿದ್ದರೂ ಇವಳು ಆಗಬಹುದು, ಅಡ್ಡಿ ಇಲ್ಲ, ಯಾವ ನಂಬರಿನ ಮನೆಯವಳು ಇವಳು, ಎಂಬುದೊಂದೇ ಆಲೋಚನೆ. ಎಷ್ಟೋಹೊತ್ತಿನ ಮೇಲೆ ಒಂದು

ಹಗಲೋ ಒಂದು ರಾತ್ರಿಯೋ ಕಳೆದು ಉಲ್ಬಣ ತುಸು ಇಳಿದಾಗ ನನಗೆ ಜೈಲುಶಿಕ್ಷೆಯಾಗುತ್ತೆ ಅಥವಾ ಮಿಲ್ಲುಗಳಲ್ಲಿ ಕೂಲಿಗಾರರಾಗಿರುವ ಚಾಳಿನ ಗಂಡಸರು ಹೊಡೆದು ಸಾಯಿಸ್ತಾರೆ ಅನ್ನುವ ಭಯ. ಒಂದು ಅಂಕಣದ ಕೋಣೆ, ಅರ್ಧ ಅಂಕಣದಲ್ಲಿ ವಿಂಗಡಿಸಿದ್ದ ಅಡುಗೆ ಸ್ನಾನ–ಶೌಚಗಳ ನನ್ನ ಮನೆಯ ಬಾಗಿಲು ಹಾಕಿಕೊಂಡು ಸಂಗೀತವನ್ನಾದರೂ ಹಾಡಿಕೊಳ್ಳುವ ಅಂದರೆ ತಂಬೂರಿಯನ್ನು ಅಡವಿಟ್ಟಿದೀನಿ. ಪಾಠಕ್ಕೆ ಹೋಗುತ್ತಿದ್ದ ಸೇಥಿ ಸಾಹೇಬರ ಮನೆಯಲ್ಲಿದ್ದ ಇನ್ನೊಂದು ತಂಬೂರಿಯನ್ನು ಕೇಳಿ ಇಸಕೊಂಡು ಬಂದು ಕುಳಿತು ಹಾಡಿಕೊಳ್ಳತೊಡಗಿದರೂ ಕಾಮದ ಹುಚ್ಚುಗಾಳಿ ಎದ್ದು ಸ್ವರಗಳನ್ನು ಎತ್ತೆತ್ತಲೋ ಹಾರಿಸಿ ಕೊಂಡು ಹೋಗಿಬಿಡ್ತಿತ್ತು. ಚುನ್ನಿಯ ನೆನಪು ಕಾಣಿಸಿಕೊತ್ತಿತ್ತು. ಅಲ್ಲಿಗಾದರೂ ಹೋಗಿ ಇದ್ದುಬರಲೆ? ಎಂಬ ಆಲೋಚನೆ. ಹೋದರೆ ಎಲ್ಲಿರೂದು? ಇಷ್ಟುಬೇಗ ಅವಳು ತನ್ನ ಜಮೀನಿನಲ್ಲಿ ಮನೆ ಕಟ್ಟಿರುಲ್ಲ. ಅರಮನೆ ಕೂಲಿಯವರ ಚಾಳಿನಲ್ಲಿರುವ ಅವಳ ಅತಿಥಿಯಾಗಿ ಹೋದರೆ ಎಲ್ಲರೂ ನನ್ನ ಗುರುತು ಹಿಡೀತಾರೆ. ಗುಲ್ಲಾಗುತ್ತೆ. ಅವಳಾದರೂ ಗುಲ್ಲಿಗೆ ಅವಕಾಶ ಕೊಡ್ತಾಳೋ ಇಲ್ಲವೋ! ಎಂಬ ತಳಮಳದಲ್ಲಿರುವಾಗ ನನ್ನ ಖೋಲಿಯ ಹೊರಗೆ ಕೂತು ನನ್ನ ಅಭ್ಯಾಸದ ಸಂಗೀತ ಕೇಳಿಕೊಳ್ಳುತ್ತಿದ್ದ ಕೊನೆ ಖೋಲಿಯ ಕಂಶೀ ರಾಮನ ಅಪ್ಪ, ಹೊರಗಿನಿಂದ, 'ಯಾಕೆ ಭಯ್ಯಾ, ಗಾಣೆಯನ್ನ ಮಧ್ಯ ಮಧ್ಯ ನಿಲ್ಲಿಸಿಬಿಡ್ತೀಯ? ಗಂಟಲು ಸರಿ ಇಲ್ಲವಾ?' ಎಂದು ಕೇಳಿ. ಈ ಮುದುಕನ ಸೊಸೆಯನ್ನೂ ನಾನು ಎಷ್ಟೋ ದಿನ ತಣಿಕೆ ಸಂಗಾತಿಯಾಗಿ ಕಲ್ಪಿಸಿಕೊಳ್ಳುತ್ತಿದ್ದೆ. ಮುದುಕ ಮಾವ ಬಾಗಿಲ ಹೊರಗೆ ಚಾಪೆ ಹಾಕಿಕೊಂಡು ಗೋಡೆಯೊರಗಿ ಕೂತಿರ್ತಾನೆ ಅಥವಾ ಮಲಗಿರ್ತಾನೆ ಅಂತ ಗೊತ್ತಿದ್ದೂ. ರಾತ್ರಿಯೂ ಮುದುಕನ ಶಯನ ಅವನ ಬಾಗಿಲಿನಹೊರಗೆ, ಥಂಡಿಗಾಳಿಗೆ ಕೆಮ್ಮುತ್ತಾ. ಇಲ್ಲ ಕಾಕಾ, ನಡುನಡುವೆ ಆಲೋಚನೆ ಮಾಡಿಕೊಬೇಕಾಗ್ತದೆ. ಸುಮ್ಮಸುಮ್ಮನೆ ಒಂದೇಸಮನೆ ಹಾಡುಕ್ಕಾಗುಲ್ಲ, ಎಂಬ ಉತ್ತರ ಹೊಳೆದು ಮುದುಕನೂ ಸುಮ್ಮನಾದ. ಆ ದಿನದಿಂದ ಅಭ್ಯಾಸ ಮಾಡಿಕೊಳ್ಳದಿರುವಾಗ ಆತ ಒಮ್ಮೊಮ್ಮೆ ನಾನು ಕರೆಯದಲೇ ಒಳಗೆಬಂದು ಕಷ್ಟಸುಖ, ಹುಟ್ಟೂರು ಬೆಳೆದ ಕೇರಿಗಳನ್ನೆಲ್ಲ ವಿಚಾರಿಸುತ್ತಾ ತನ್ನದನ್ನೂ ಹೇಳುತ್ತಾ ಕೂತುಬಿಡ್ತಿದ್ದ. ಆತನಿಗೆ ಇಡೀಹಗಲು ಮಾತಿಗೆ ಯಾರೂ ಇಲ್ಲ. ಅವರದು ಮೊರಾದಾಬಾದ್ ಹತ್ತಿರದ ಅಮ್ರೋಹ ಎಂದ ತಕ್ಷಣ ನನಗೂ ನನ್ನ ಊರಿಗೆ ಹತ್ತಿರದವರು ಎಂಬ ವಾಂಛೆಯುಂಟಾಯಿತು. ನನ್ನದು ಹರಿದ್ವಾರವೆಂದ ಕೂಡಲೆ ಆತನಿಗೂ ಅಮ್ರೋಹ ಹರಿದ್ವಾರಗಳು ಅಕ್ಕಪಕ್ಕದ ಮನೆಗಳು ಎಂಬಷ್ಟು ಖುಷಿ ಹುಟ್ಟಿತು. 'ನೀವು ಏನೇ ಹೇಳಿ. ನಮ್ಮ ಕಡೆಯಷ್ಟು ಒಳ್ಳೇ ದೇಶವಲ್ಲ ಈ ಮುಂಬಯಿ,' ನಿಕಟತೆಯನ್ನು ಬೆಸೆಯತೊಡಗಿದ. 'ಈ ಮುಂಬಯಿಯ ಹಾಲು ನಮ್ಮ ಕಡೆಯ ನೀರಿನ ಬರಾಬರಿ ಇಲ್ಲ. ಏನಂತೀರ? ನಮ್ಮದು ಗಂಗಾಜಿಯ ನೀರು,' ಆತ ಹೆಮ್ಮೆಯಿಂದ ಹೇಳಿದಾಗ ನನಗೂ ನಿಜವೆನ್ನಿಸಿತು. ಜನನೀ ಜನ್ಮಭೂಮಿಶ್ಚ ಎಂಬ ಮಾತಿನ ನೆನಪಾಯಿತು. ನನ್ನ ಖೋಲಿಯ ಒಳಗೆ ಬಂದ ಎಂಟೇ ದಿನದಲ್ಲಿ ಒಂದು ಪ್ರಸ್ತಾಪ ಮುಂದಿಟ್ಟ. ನಾನು ಬುರ್ ಎನ್ನುವ ಸ್ಟೋವಿನಲ್ಲಿ ಚಪಾತಿ ಮಾಡಿಕೊತ್ತಿದ್ದೆ. 'ಗಂಡಸು ಅಡುಗೆ ಮಾಡಲೇಬಾರದು. ಎಂಥದಾದರೂ

ಒಂದು ಹೆಂಡತೀನ ಮಾಡಿಕೊಬೇಕು. ನೀವ್ಯಾಕೆ ಒಂಟಿ ಇದೀರಿ?'

'ಒಬ್ಬನ ರೊಟ್ಟಿ ದುಡಿದುಕೊಳ್ಳೋದೇ ದುಸ್ತರವಾಗಿದೆ. ಇನ್ನು ಹೆಂಡತೀನ ಎಲ್ಲಿಂದ ಸಾಕಲಿ?'

'ನಮ್ಮಕಡೆ ಹೆಣ್ಣು ತನ್ನಿ. ಕಷ್ಟವಿರುಲ್ಲ. ನನ್ನ ದೋಸ್ತನ ಮಗಳಿದಾಳೆ. ಅಮ್ರೋಹದಲ್ಲೇ. ಎಂಥಹುಡುಗಿ ಅಂತೀರ? ರೂಪದಲ್ಲೂ ಅಷ್ಟೆ. ಗುಣದಲ್ಲೂ ಅಷ್ಟೆ. ಇದ್ದದ್ದನ್ನ ಗಂಡ ಮಕ್ಕಳಿಗೆ ಇಕ್ಕಿ ತಾನು ಒಂದು ಲೋಟ ಗಂಗಾಜಲ ಕುಡಿದು ನಗುನಗ್ತಾ ಇರುವಂಥ ಹೆಂಗಸರು ನಮ್ಮ ಕಡೆಯೋರು. ಗಂಡನಿಗೆ ದುಡಿಮೆ ಇಲ್ಲದಿದ್ದರೆ ತಾವೇ ನಾಲ್ಕುಮನೇಲಿ ಕಸಮುಸುರೆ ಮಾಡಿ ತಂದು ಗಂಡನನ್ನು ಸಾಕುವಂಥೋರು. ಮುಂಬಯಿ ಷಹರಿನ ಚಿನ್ನಾಲಿಗಳ ಹಂಗಲ್ಲ.'

ನಾಲ್ಕುಮನೆಯ ಕಸಮುಸುರೆ ಮಾಡಿ ತಂದು ಗಂಡನನ್ನು ಸಾಕುವಂಥೋರು ಎಂಬ ಮಾತು ನನಗೆ ಅವ್ವನ ನೆನಪು ತಂದಿತು. ಹರಿದ್ವಾರದ ಹತ್ತಿರದ ನಾಡು ಅಮ್ರೋಹ. ಸ್ವಂತ ಭೂಮಿಯಲ್ಲಿ ದುಡಿದು ನಾನು ನಿಮಗೆ ದಿನಾ ಎರಡು ಹೊತ್ತು ಬಿಸಿ ಬಿಸಿ ಅಡುಗೆ ಮಾಡಿ ಇಕ್ತೀನಿ. ನೀವು ಗಾಣೆ ಮಾಡಿಕೊಂಡು ಇದ್ದುಬಿಡಿ ಎಂಬ ಚುನ್ನಿಯ ಮಾತು. ಯಾರೂ ಇಲ್ಲದಾಗ ಒಳನುಗ್ಗಿ ಬಾಯಿ ಬಿಗಿದು ಹಿಡಿದುಕೊಳ್ಳುವ ಕಲ್ಪನೆಯಲ್ಲಿ ನಾನು ತೊಡುಗುತ್ತಿದ್ದ ಈ ಮುದುಕ ದೌಲತ್‌ಚಂದನ ಸೊಸೆ ಕೂಡ ಒಳ್ಳೆಯ ಹುಡುಗಿ ಎಂದು ಮುದುಕನೇ ಹೇಳಿದ್ದ ಮಾತು ಸೇರಿಕೊಂಡಿತು. 'ಮಾತು ಕಮ್ಮಿ, ಮಾವ ಅನ್ನುವ ಗೌರವಕ್ಕೆ ಮುಖ ಕೊಟ್ಟು ಮಾತನಾಡೂದಿಲ್ಲ. ಆದರೆ ಭೇದವಿಲ್ಲದೆ ಇದ್ದದ್ದನ್ನ ಮಾಡಿ ಇಕ್ತಾಳೆ.' ಕಾಮದ ಹುಚ್ಚು ಏರಿದಾಗ ಅದನ್ನ ಇಳಿಸುಕ್ಕೆ ಮನೇಲಿ ಒಬ್ಬ ಹೆಂಡತಿ ಇದ್ದರೆ ಬುದ್ಧಿ ಹತೋಟೀಲಿರುತ್ತೆ ಎಂಬ, ಏನವಳ ಹೆಸರು? ನಾನು ಕೇಳಲೂ ಇಲ್ಲ, ಅವಳಾಗಿಯೇ ಹೇಳಲೂ ಇಲ್ಲ. ಮರುದಿನ ದೌಲತ್‌ಚಂದ್ ಇದೇ ಪ್ರಸ್ತಾಪ ಮಾಡಿದಾಗ ಹೆಣ್ಣು ಚನ್ನಾಗಿರಬೇಕು ಎಂದೆ. 'ಕಣ್ಣಿಂದ ನೋಡಿ. ವಲ್ಲೆ ಆದರೆ ವಲ್ಲೆ ಅನ್ನಿ. ಬಲವಂತವಿಲ್ಲ. ಇಲ್ಲಿಗೇ ಕರೆಸ್ತೀನಿ. ನನ್ನ ಖಾಸಾ ದೋಸ್ತನ ಮಗಳು ನನ್ನ ಊರು. ನಮ್ಮ ಕಡೆಯ ಯಾವ ಹೆಣ್ಣು ಚನ್ನಾಗಿರೂದಿಲ್ಲ ಹೇಳಿ?' ಹನ್ನೆರಡನೆಯ ದಿನ ಹುಡುಗಿಯ ಜೊತೆ ಅವಳ ತಂದೆ ತಾಯಿ ಬಂದೇಬಿಟ್ಟರು. ದೌಲತ್‌ಚಂದನ ಮಗ ಕಂಶೀ ರಾಮ ಸ್ಟೇಷನ್ನಿಗೆ ಹೋಗಿ ಕರಕೊಂಡು ಬಂದ. ಅವರ ಮನೆಯಲ್ಲೇ ಹೆಣ್ಣು ತೋರಿಸಿದರು. ಹದಿ ನೆಂಟು ವರ್ಷ. ಇನ್ನೂ ಪೂರ್ತಿ ಅರಳದ, ಕಲ್ಯಾಣ ರಾಗದಂತಹ ಪ್ರಾಯ. ತೆಳುವಾದ ಘೂಂಘಟದೊಳಗೂ ಸ್ಪಷ್ಟವಾಗಿ ಕಾಣುವ ಹಳ್ಳಿಗಾಡಿನ ಮುಖ ಚೆಲುವು ನಾಚಿಕೆಯಿಂದ ಒದ್ದೆಯಾಗಿತ್ತು. ಕಿರುಗಣ್ಣಿನಲ್ಲೂ ನನ್ನನ್ನು ನೋಡಲಿಲ್ಲ. ನೋಡಲಿಲ್ಲವೆಂದು ಅನಂತರ ಅವಳೇ ಹೇಳಿದಳು. 'ಇವನು ಈ ಖೋಲಿಗೆ ಬಂದು ಒಂದುವರ್ಷವಾಯಿತು. ಬೀಡಿ ಸಿಗರೇಟು ಇಲ್ಲ. ಕುಡಿತ ಇಲ್ಲ. ಹೆಂಗಸರನ್ನ ಕಣ್ಣೆತ್ತಿ ನೋಡಿದವರಲ್ಲ' ಎಂದು ಕಂಶೀರಾಮ್ ಅರ್ಹತೆಯನ್ನು ಹೇಳಿದಮೇಲೆ ತಂದೆ ತಾಯಿಯರು ಒಪ್ಪಿಬಿಟ್ಟರು. ಷಹರಿನಲ್ಲಿ ಎಂಥವನಿಗೂ ರೊಟ್ಟಿಯ ಸಂಪಾದನೆ ಆಗಿಯೇ ಆಗುತ್ತೆ, ಇದೇನು ಹಳ್ಳಿಯಲ್ಲ ಉಪವಾಸವಿರುಕ್ಕೆ,

ಎಂಬ ವಿಶ್ವಾಸ. ಖರ್ಚುಮಾಡಲು ಅವರಲ್ಲೂ ಹಣವಿಲ್ಲ. ನನ್ನಲ್ಲೂ ಇಲ್ಲ. ಅಂಬಾ ಭವಾನಿಯ ಮಂದಿರದಲ್ಲಿ ಪೂಜಾರಿಯು ಮಂತ್ರ ಹೇಳಿ ಮದುವೆ ಮಾಡಿಸಿದ ರಾತ್ರಿಯೇ ಹೆಣ್ಣನ್ನು ನನ್ನ ಖೋಲಿಗೆ ಒಪ್ಪಿಸಿ, ಅವಳು ನನ್ನ ಕಾಲುಮುಟ್ಟಿ ನಮಸ್ಕರಿಸಿ ಕತ್ತು ಬಗ್ಗಿಸಿ ನಿಂತಾಗ, ನಾನು ಅವಳ ಘುಂಘಟವನ್ನು ಸರಿಸಿ ಅರಿಷಿನ ಕುಂಕುಮ ಸಿಂಧೂರಗಳನ್ನು ಹಚ್ಚಿದ ಅವಳ ಮುಖವನ್ನು ಮೊದಲಬಾರಿಗೆ ಸಂಪೂರ್ಣವಾಗಿ ನೋಡಿದಾಗ, ನನಗಿಂತ ಹನ್ನೊಂದು ವರ್ಷಕ್ಕೆ ಚಿಕ್ಕ, ಬಾಲ್ಯವು ಇನ್ನೂ ಕಳೆಯದ, ಭಯ ತುಂಬಿದ ಮುಖದ, ಭವಿಷ್ಯದ ಬಗೆಗೆ ಏನೂ ಕಾಣದ ಕಣ್ಣುಗಳ ಆ ಎಳೆ ಹುಡುಗಿಯನ್ನು ನೋಡಿದ ಕ್ಷಣ ದಲ್ಲಿ ಕಾಮ ಕೆರಳುವ ಬದಲು ಕಲ್ಯಾಣರಾಗದ ಲಜ್ಜೆಯ ಬಳುಕು ಕಾಣಿಸಿತು.

– ೩ –

ರಾಜಾರಾಮ ಗೊರಕೆ ಹೊಡೀತಿದಾನೆ. ಎದುರಿನ ಫರದೆಯ ಮೇಲೆ ಸಾಹಸಪ್ರೇಮಿಗಳ ಇಂಗ್ಲಿಷ್ ಸಿನಿಮಾ ನಡೀತಿದೆ. ಕಿವಿಗೆ ಫೋನ್ ಹಾಕಿಕೊಂಡು ಅದನ್ನು ನೋಡುತ್ತಿರುವ ಅಲ್ಲೊಬ್ಬ ಇಲ್ಲೊಬ್ಬರನ್ನು ಬಿಟ್ಟರೆ ಉಳಿದವರೆಲ್ಲ ಕಣ್ಣಿಗೆ ಕಪ್ಪು ಪಟ್ಟಿ ಎಳೆದುಕೊಂಡು ನಿದ್ರೆ ಮಾಡ್ತಿದಾರೆ. ಇದ್ದದ್ದನ್ನು ಗಂಡನಿಗೆ ಮಾಡಿ ಇಕ್ಕಿ ತಾನು ಉಪವಾಸವಿದ್ದರೂ ಅದನ್ನು ಮೌನವಾಗಿ ಮುಚ್ಚಿಟ್ಟುಕೊಳ್ಳುವ ಹುಡುಗಿ. ನೆಲ ಸಾರಿಸಿ ಬಟ್ಟೆ ಒಗೆದು ಪಾತ್ರೆ ತೊಳೆದು ಇಸ್ತ್ರಿ ಮಾಡಿಕೊಟ್ಟು, ಒಂದೇ ಖೋಲಿಯಾದ್ದರಿಂದ ಹೆಚ್ಚು ಕೆಲಸವಿಲ್ಲ, ನಾನು ಹಾಡಿ ಕೊಳ್ಳುತ್ತಿದ್ದರೆ ಮೌನವಾಗಿ ಅಡುಗೆಯ ಕಿರುಜಾಗದಲ್ಲಿ ಗೋಡೆಯೊರಗಿ ಕೂತಿರುತ್ತಿದ್ದಳು. ಹಾಡುವಾಗ ಬುರುಬುರುಗುಟ್ಟಿ ಶ್ರುತಿಗೆಡಿಸುವ ಸ್ಟೋವ್ ಉರಿಸಬೇಡವೆಂದು ಒಂದು ದಿನ ಹೇಳಿದ್ದಷ್ಟೆ. ಎಂದೂ ಉರಿಸಲಿಲ್ಲ. ಸಮೃದ್ಧ ಇಲ್ಲ. ಉಪವಾಸವೂ ಇಲ್ಲ. ಶಿವಾಜಿಮಂದಿರ ದಲ್ಲೊಂದು ಕಾರ್ಯಕ್ರಮ. ಐವತ್ತು ರೂಪಾಯಿ. ದಾದರ್ ಗಣೇಶೋತ್ಸವದಲ್ಲೊಂದು. ಐವತ್ತು. ಇಪ್ಪತ್ತೈದರಿಂದ ಐವತ್ತಕ್ಕೆ ಏರಿದುದೇ ದೊಡ್ಡ ಹುಮ್ಮಸ್ಸಿನ ಸಂಗತಿ. ಸಂಗೀತಸಭೆಗಳಲ್ಲಿ ಅವಕಾಶ ಗಿಟ್ಟಿಸುವ ಯಾವ ಪ್ರಯತ್ನವೂ ಸಫಲವಾಗಲಿಲ್ಲ. 'ಮನೇಲಿ ಸುಮ್ಮನೆ ಕೂತಿರೂ ಬದಲು ಯಾವುದಾದರೂ ಎರಡು ಮನೇಲಿ ಕಸಮುಸುರೆ ಮಾಡಲೆ?' ಹೆಂಡತಿ ರಾಮ ಕುಮಾರಿ ಕೇಳಿದಳು. ಬೇಡ. ನನ್ನ ಮರ್ಯಾದೆಗೆ ಕಮ್ಮಿ, ಎಂದಮೇಲೆ ಅವ್ವ ಅದೇ ಕೆಲಸಮಾಡಿ ನನ್ನನ್ನು ಸಾಕಿದ ನೆನಪಾಯಿತು. ಆ ನೆನಪಿನಿಂದ ಅವ್ವನ ಬಗೆಗೆ ಪ್ರೀತಿ ಹೆಚ್ಚಾಯಿತು, ಕಸಮುಸುರೆಯವಳ ಮಗನೆಂದು ಹೀನಭಾವನೆ ಹುಟ್ಟಲಿಲ್ಲ. ಮದುವೆಯಾದ ಮೇಲೆ ಇವಳನ್ನೇಕೆ ಅಂಥ ಕೆಲಸಕ್ಕೆ ಕಳಿಸಬೇಕು? ಯಾವುದಾದರೂ ಮಿಲ್‌ನಲ್ಲಿ ಸಿಕ್ಕಿದರೆ ಬೇರೆ ಮಾತು. ಇವಳನ್ನು ಕಂಡರೆ ನನಗಿದ್ದುದು ಸುಕುಮಾರಭಾವನೆ. ಚುನ್ನಿ ನನಗಿಂತ ದೊಡ್ಡವಳು. ಇವಳು ಹನ್ನೊಂದು ವರ್ಷಕ್ಕೆ ಚಿಕ್ಕವಳು. ಪ್ರತಿಯೊಂದರಲ್ಲೂ ನನ್ನ ಇಚ್ಛೆಗೆ ಒಪ್ಪಿಸಿಕೊಂಡು ನಡೆಯುವುದೊಂದೇ ಇವಳ ರೀತಿ. ತೆಳುವಾದ ಹೂವಿನ ಹಾರವನ್ನು ಎದೆಗೆ ಒತ್ತಿಕೊಂಡಂತಾಗುತ್ತಿತ್ತು. ನನಗೆ

ತಕ್ಕ ಹೆಂಡತಿ ಎನ್ನಿಸುತ್ತಿತ್ತು. ಒಂದು ಹೊಸ ಸೀರೆ, ಹೊಸ ಗಾಜಿನ ಬಳೆ, ಟೇಪುಗಳನ್ನು ತಂದುಕೊಡುವ ಆಶೆಯಾದರೂ ಕಾಸು ಇರುತ್ತಿರಲಿಲ್ಲ. ಗೋಧೀ ಹಿಟ್ಟು, ಆಲೂಗಡ್ಡೆ, ಈರುಳ್ಳಿ, ಸ್ಟೋವಿನ ಸೀಮೆಎಣ್ಣೆ ಹೀಗೆ ತೊಂದರೆ ಇಲ್ಲದಂತೆ ಸಂಸಾರ ಸಾಗಿಸೂದೇ ಪ್ರಯಾಸ. ನಾಲ್ಕು ತಿಂಗಳು ಅಖಂಡ ಸುಖವನ್ನನುಭವಿಸಿ ಅವಳೂ ರುಚಿ ಕಾಣತೊಡಗಿದಳೆನ್ನುವಷ್ಟರಲ್ಲಿ ಬಸುರಾದಳು. ಮಗುವನ್ನು ಸ್ವಾಗತಿಸುವ ಸಂಪಾದನೆ, ವ್ಯವಧಾನಗಳು ನನಗೂ ಇರಲಿಲ್ಲ. ಅವಳಿಗೂ ಏನೂ ಗೊತ್ತಾಗ ಲಿಲ್ಲ. ಬಸುರು ಕಟ್ಟಿಯೇ ಇರುವಾಗ ಮಾಡುವುದೇನು? ಹೆರಿಗೆಯ ಹೊತ್ತಿಗೆ ತನ್ನ ತಾಯಿಯನ್ನು ಕರೆಸಿಕೊಂಡರೆ ಸಾಕು ಎಂಬ ಸೂಚನೆ ಕೊಟ್ಟಳು. ಕರೆಸಿಕೊಳ್ಳುವ ಶಕ್ತಿ ತವರಿಗಿಲ್ಲವೆಂಬುದು ನನಗೆ ಅಷ್ಟರಲ್ಲಿ ತಿಳಿದಿತ್ತು. ಬಸರಿ ಒಣರೊಟ್ಟಿ ಮೆಣಸಿನಕಾಯಿ ತಿಂದರೆ ಸಾಲುಲ್ಲ. ಒಂದು ಲೋಟವಾದರೂ ಹಾಲು ಕುಡಿಯಬೇಕು ಎಂಬ ಚಡಪಡಿಕೆ ಯಲ್ಲಿದ್ದಾಗ ಬಾಂಬೆ ಫ್ಲೋರ್ಟ್ ಮ್ಯೂಸಿಕ್ ಅಸೋಸಿಏಶನ್‌ನವರ ಒಂದು ಕಾರ್ಯಕ್ರಮ ದೊರಕಿ ಎಪ್ಪತ್ತೈದು ರೂಪಾಯಿ ಸಿಕ್ಕಿ ಹೆಂಡತಿಯ ಕೈಗೆ ತಂದಿಟ್ಟು, ಇದನ್ನ ಬೇರೆ ಯಾವುದಕ್ಕೂ ಖರ್ಚು ಮಾಡಕೂಡದು. ನೀನು ದಿನಾ ಒಂದು ಪಾವು ಹಾಲು ಕುಡಿಯಲೇಬೇಕು, ಎಂದಾಗ ಅವಳ ಮುಖದಲ್ಲಿ ಎಷ್ಟು ಕೃತಜ್ಞತೆ! ಬಕುಲಾ ತಾಯಿಯ ಹೊಟ್ಟೆಯಲ್ಲಿರುವಾಗ ತಂಬೂರಿಯ ಮೃದು ಶಾಮಕ ಝೇಂಕೃತಿಯನ್ನು ಕೇಳುತ್ತಾ ಬೆಳೆದ ಭ್ರೂಣ. ಮೂರು ತಿಂಗಳಾಗಿದ್ದಾಗಲೇ ಹಾಡಿಕೊಳ್ಳುವ ನನ್ನ ಮುಂದೆ ಉರುಟಹಾಕಿದರೆ ಸ್ವಲ್ಪವೂ ಅಳದೆ ಆಲಿಸುತ್ತಾ ಮಲಗಿರುತ್ತಿದ್ದ ಮಗು. ಎಷ್ಟು ರಚ್ಚೆ ಹಿಡಿದಿದ್ದರೂ ತಂಬೂರಿಯ ತಂತಿ ಮಿಡಿದರೆ ಸುಮ್ಮನಾಗಿಬಿಡುತ್ತಿತ್ತು. ಅದು ಹುಟ್ಟಿದಮೇಲೆಯೇ ನನ್ನ ಅದೃಷ್ಟ ಖುಲಾಯಿಸಿದ್ದು. ಆದರೆ ಅದರ ಅದೃಷ್ಟ ಮುಚ್ಚಿಕೊಳ್ಳತೊಡಗಿತು, ಎಂಬ ನೆನಪು ಬಂದಾಗ ಈಗ ಹೇಗೆ ಕಾಣುತ್ತಾಳೆಯೋ! ನನ್ನದೇ ಮೂಗು ಕಣ್ಣು ಹಣೆಗಳು ಅನ್ನುತ್ತಿದ್ದರು ಅಕ್ಕಪಕ್ಕದ ಹೆಂಗಸರು. ಒಂದೇ ಷಹರದಲ್ಲಿದ್ದರೂ ನೋಡಿ ಇಪ್ಪತ್ತು ವರ್ಷವಾಯಿತಲ್ಲ! ಎಂಬ ಜ್ಞಾಪಕ ಬಂದು ಒಂದು ಸಲ ನೀಳವಾಗಿ ಉಸಿರುಬಿಟ್ಟ. ಟಿಪ್ನಿಸ್ ಒರಗಿದ್ದ ಮಗ್ಗುಲು ಬದಲಿಸಿ ಅತ್ತ ತಿರುಗಿ ಮೊದಲಿನ ಲಯದಲ್ಲೇ ಉಸಿರಾತೊಡಗಿದ. ಮಲಾದಿನ ದೇಸಾಯಿ ಸಾಹೇಬರ ಮನೆಯ ಪಾಠ ಸಿಕ್ಕಿದ್ದೇ ಆಗ. ಅಕ್ಕತಂಗಿ ಇಬ್ಬರಿಗೂ ಒಟ್ಟಿಗೆ, ವಾರಕ್ಕೆರಡು ದಿನ. ತಿಂಗಳಿಗೆ ನೂರೈವತ್ತು. ಮೊದಲಬಾರಿಗೆ ಜರಿಯ ಲಂಗ ಹಾಕಿದಾಗ ಎಷ್ಟು ಚನ್ನಾಗಿ ಕಾಣುತ್ತಿತ್ತು! ಅದಕ್ಕೆ ಒಂದೂವರೆ ವರ್ಷವಾಗಿದ್ದಾಗ ಚಂಪಾಳ ಮನೆಯ ಪಾಠ ಗೊತ್ತಾದದ್ದು. ದೇಸಾಯಿ ಸಾಹೇಬರ ಮನೆಯ ಮೂಲಕ. ಅಲ್ಲಿಗೆ ಹೋದಾಗ ಈ ಪಾಠವನ್ನೂ ಮುಗಿಸಿ ಹಿಂತಿರುಗಬಹುದೆನ್ನುವ ಅನುಕೂಲ. ತಿಂಗಳಿಗೆ ನೂರು ರೂಪಾಯಿ. ತಂದೆ ತಾಯಿ ಇಬ್ಬರೂ ಕೆಲಸಕ್ಕೆ ಹೋದರೂ ಮಗಳೊಬ್ಬಳೇ ಮನೆಯಲ್ಲಿರುವಾಗ ಸಂಗೀತದ ಮಾಸ್ತರು ಬಂದು ಪಾಠ ಹೇಳಿಹೋಗುವ ಸ್ವಾತಂತ್ರ್ಯ. ಕಾಲೇಜಿಗೆ, ಕ್ರಿಕೆಟ್ ಅಭ್ಯಾಸಕ್ಕೆ ಹೋಗಿರುತ್ತಿದ್ದ ತಮ್ಮ. ಅಕ್ಕನಿಗೆ ಇಪ್ಪತ್ತನಾಲ್ಕು ವರ್ಷ. ತುಸು ದೊಡ್ಡ ಮೈಕಟ್ಟು. ಆತ್ಮವಿಶ್ವಾಸದ ಕಣ್ಣುಗಳು. ನಿಜವಾದ ಬಾಂಬೆ ಗರ್ಲ್. ಪ್ರಾಥಮಿಕ ಮಟ್ಟದ ಸಂಗೀತ ಕಲಿತಿದ್ದವಳು. ಬಡೇ ಬಡೇ

ಸಂಗೀತಗಾರರ ಕಛೇರಿ ಕೇಳಿದ್ದವಳು. ಮುಖ್ಯವಾದ ರಾಗಗಳನ್ನೆಲ್ಲ ಗುರುತಿಸಿ ಗುಣಲಕ್ಷಣ ಹೇಳಬಲ್ಲವಳು. ಅವಳಿಗೆ ಮೊದಲ ದಿನದ ಪಾಠ ಹೇಳುವಾಗಲೇ ಆಕರ್ಷಿತನಾಗಿಬಿಟ್ಟೆನಲ್ಲ. ಅವಳಿಗೂ ಮನೆಯಲ್ಲಿದ್ದ ಹೆಂಡತಿ ರಾಮ್‌ಕುಮಾರಿಗೂ ಇದ್ದ ವ್ಯತ್ಯಾಸ ಒಡೆದು ಕಾಣತೊಡಗಿತಲ್ಲ. ಒಳ ಅರಿವಿನಲ್ಲಿ ಅಸ್ಪಷ್ಟವಾಗಿ ಗೋಚರಿಸಿಕೊಳ್ಳುತ್ತಿದ್ದ ಇವಳ ಮಿತಿಗಳು ಸ್ಪಷ್ಟವಾಗಿ ತಿಳಿಯತೊಡಗಿ: ವಿದ್ಯೆಯಿಲ್ಲ. ದೇವನಾಗರಿ ಅಕ್ಷರಗಳನ್ನು ಕಷ್ಟಪಟ್ಟು ಕೂಡಿಸಿಕೊಂಡು ಓದಬಲ್ಲಷ್ಟು ಮಾತ್ರ ಕಲಿಕೆ. ಹತ್ತು ದಿನ ಒಂದು ರಾಗವನ್ನು ಅವಳೆದುರಿಗೆ ಸಾಧನೆ ಮಾಡಿಕೊಂಡು ಅದರ ಹೆಸರು ಹೇಳಿದ್ದರೂ ಹನ್ನೊಂದನೆಯ ದಿನ ಅದೇ ರಾಗದ ಆಲಾಪ ಮಾಡಿ ಇದರ ಹೆಸರೇನು? ಎಂದರೆ ನನಗೇನು ತಿಳೀಬೇಕರಿ? ಎನ್ನುವ ಮುಗ್ಧನಗೆ. ಆ ಮುಗ್ಧನಗೆಯು ದಡ್ಡನಗೆ ಎನ್ನಿಸತೊಡಗಿ ನನಗೇ ಸಿಡಿಮಿಡಿಯಾಗುತ್ತಿತ್ತು. ಶುಭ್ರವಾಗಿ ಪಾತ್ರೆ ತಿಕ್ಕಿ, ನೆಲ ಒರೆಸಿ, ಅರಿವೆ ತೊಳೆದು ಇಸ್ತ್ರಿ ಮಾಡಿ ಬಿಸಿಬಿಸಿ ಪುಲ್ಕಾ ಮಾಡಿ. ಅಷ್ಟೆ. ರಾತ್ರಿ ಮಲಗಿದಾಗ ಇದೇ ಬೇರೆ, ನನ್ನ ಸಂಗೀತದ ಕಲ್ಪನೆಗಳೇ ಬೇರೆ ಎನ್ನಿಸಿ ಅದು ನೀರಸವಾಗತೊಡಗಿ, ಅವಳ ಸ್ಥಾನದಲ್ಲಿ ಚಂಪಾಳು ಮಲಗಿರುವಂಥ ಕಲ್ಪನೆ. ಒಂದೊಂದು ಸಲ, ಏನವಳ ಹೆಸರು? ಉದಯಪುರದ ಗಾನೇವಾಲಿಯ ನೆನಪು. ರಾಗ ರಾಗಿಣಿಗಳ ಮರ್ಮಗಳನ್ನು ಮಾತನಾಡಿಕೊಳ್ಳುತ್ತಾ ಮಲಗುವ, ಎಷ್ಟು ಹಿತ! ಬಯಕೆ. ಅವಳೂ ನನ್ನಿಂದ ಆಕರ್ಷಿತಳಾಗಿದ್ದಾಳೆಂಬುದು ಅವಳ ಹುಬ್ಬುಗಳ ಬಳುಕು, ಕಣ್ಣುಗಳ ಹೊಳಪುಗಳಿಂದಲೇ ಅರ್ಥವಾದಾಗ ಎಂತಹ ಉತ್ಸಾಹದ ಬುಗ್ಗೆ ಉಕ್ಕಿತು. ಹೀಗಲ್ಲ ನೋಡಿ, ಹೀಗೆ. ಅವಳ ಮುಂದಿದ್ದ ಹಾರ್ಮೋನಿಯಂ ಮೇಲೆ ಬಗ್ಗಿ ನುಡಿಸಿತೋರಿಸುವಾಗ ಅವಳ ಬೆರಳುಗಳಿಗೆ ನನ್ನ ಬೆರಳು ತಗುಲಿದಾಗ ಅವಳ ಮುಖದಲ್ಲಿ ಮೂಡಿದ ಹಿತವಾದ ಗೆರೆಗಳು. ಮತ್ತೆ ಮತ್ತೆ ಬೆರಳು ತಗುಲಿಸಿದರೂ ವಿರೋಧಿಸದೆ, ದೂರ ಎಳೆದಕೊಳ್ಳದೆ ಸುಮ್ಮನಿರುವ ಮೌನಸ್ವೀಕೃತಿ. ತಂಬೂರಿ ಬಾರಿಸುವಾಗಲೂ ಇಲ್ಲಲ್ಲ, ಇಲ್ಲಿಂದ ಮಿಡಿಯಬೇಕು ಎಂದು ಅವಳ ತರ್ಜನಿಯನ್ನು ಮುಟ್ಟಿ ತಂತಿಯಸ್ಥಾನದ ಮೇಲೆ ಇರಿಸಿದರೂ ವಿರೋಧವಿಲ್ಲ. ಬೆರಳುಗಳು ಎಷ್ಟು ಮೃದು. ಬಣ್ಣವೂ ಅಷ್ಟೆ. ಒಂದು ಚೂರೂ ಮಸಿಯಿಲ್ಲದ, ಕೊಳೆಕೂರದ, ಮಾಟವಾಗಿ ಕತ್ತರಿಸಿ ಕೆಂಪಗೆ ಮಿಂಚುವ ಉಗುರುಗಳ ಶುಭ್ರಬಣ್ಣದ ಬೆರಳುಗಳು. ಎಡಕ್ಕೆ ಬೈತಲೆ ತೆಗೆದ ತುಂಬುಗೂದಲಿನ, ತುಂಬು ಮುಖದ ಅವಳ ತುಂಬುತನವನ್ನು ನೋಡಿದರೇ ನನಗೆ ತುಂಬುಧ್ವನಿಯಲ್ಲಿ ಶ್ರುತಿ ಹಚ್ಚಿದ ಭಾವ ಬರುತ್ತಿತ್ತು. ಮುಂಬಯಿಯಲ್ಲೇ ನಾನು ಎಡಕ್ಕೆ ಬೈತಲೆ ತೆಗೆಯುವ ಹೆಂಗಸರನ್ನು ನೋಡಿದ್ದು. ಎಷ್ಟು ಚಂದಾಗಿರುತ್ತೆ! ಹರಿದ್ವಾರ, ಸಾಗರ, ಚಿತ್ತರಪುರಗಳ ಹೆಂಗಸರಿಗೆ ಸರಿಯಾಗಿ ಬೈತಲೆ ತೆಗೆಯುವುದೇ ಬರೂದಿಲ್ಲ ಎನ್ನಿಸಿಬಿಟ್ಟಿತು. ಜಾಣೆ. ಗ್ರಹಿಸುವುದರಲ್ಲಿ ಚುರುಕು. ಸಾಧನೆ ಕಡಮೆ. ತಂದೆ ಪ್ರತಾಪರಾವ್ ನಾಯಕರು ಸುದ್ದಿ, ಮಾಹಿತಿ ಸೇವೆಯ ಅಧಿಕಾರಿ. ತಾಯಿಗೆ ಬ್ಯಾಂಕಿನ ಕೆಲಸ. ಒಂದು ದಿನ ಪಾಠಕ್ಕೆ ಹೋಗಿದ್ದಾಗ ನನ್ನ ಆಲಾಪವನ್ನು ಕೇಳಿದ ಅವರು, 'ಮಾಷ್ಟರೇ, ಇಷ್ಟು ಚಂದ ಹಾಡ್ತೀರಿ. ಇಂಥ ಸ್ವರವಿನ್ಯಾಸ ನಾನೆಲ್ಲಿಯೂ ಕೇಳಿಲ್ಲ. ನೀವ್ಯಾಕೆ ಕಾನ್‌ಸರ್ಟ್‌ಗಳನ್ನ ಕೊಡೂದಿಲ್ಲ.'

'ನನಗೆ ಅವಕಾಶ ಕೊಡೋರು ಯಾರು ಸಾಹೇಬರೆ?'

'ಹೂ,' ಎಂದಷ್ಟೇ ಹೇಳಿದರು. 'ಮತ್ತೊಂದು ರಾಗ ಆಲಾಪ ಮಾಡಿ.' ಮಗಳು ತಂಬೂರಿ ಹಿಡಿದಳು. ನಾನು ಇನ್ನಷ್ಟು ವಿಸ್ತಾರವಾಗಿ ಸ್ವರಸೂಕ್ಷ್ಮಗಳನ್ನು ಬಿಡಿಸಿ ಬಿಡಿಸಿ ಹಾಡಿತೋರಿಸಿದೆ. 'ಸಾಧಾರಣವಾಗಿ ಗುರುವಿನ ಹೆಸರಿನಮೇಲೆ ಶಿಷ್ಯನಿಗೆ ಮನ್ನಣೆ ಕೊಡ್ತಾರೆ. ನಿಮ್ಮ ಗುರು ಎಲ್ಲೂ ಕಾನ್‌ಸರ್ಟ್ ಮಾಡಿಯೇ ಇಲ್ಲ ಅಂತೀರಿ. ಆದ್ದರಿಂದ ನಿಮ್ಮನ್ನ ಯಾವ ಪ್ರತಿಷ್ಠಿತ ಸಭೆಗಳೂ ಕರೆದಿಲ್ಲ. ನಾನು ಏನಾದರೂ ಮಾಡ್ತೀನಿ ತಡೀರಿ.' ಮುಂದಿನ ವಾರ ಪಾಠದ ಸಮಯದಲ್ಲಿ ಪರಾಂಜಪೆ ಬಂದರು. ಆಗಿನ್ನೂ ಮೂವತ್ತೈದು ವರ್ಷ. ನನಗಿಂತ ನಾಕುವರ್ಷಕ್ಕೆ ದೊಡ್ಡವರು. ಪತ್ರಕರ್ತರಾಗಿ ಮೇಲೆ ಬರಲು ಪ್ರತಾಪ್‌ರಾವ್ ನಾಯಕರೇ ಕಾರಣವಂತೆ. ನನ್ನ ಕೈಲಿ ಹಾಡಿಸಿನೋಡಿದರು. ಹತ್ತುನಿಮಿಷ ಮಾತ್ರ. ಆಮೇಲೆ ಇಂಟರ್‌ವ್ಯೂ ಮಾಡಿದರು. ನನ್ನ ಹುಟ್ಟೂರು, ಓಂಕಾರ ಬಾಬಾರ ಆಶ್ರಮ, ಸಾಗರ, ರಾಜಾಸಾಹೇಬರು. ಎಲ್ಲ ಹೇಳಿದೆ. ಅವರಿಗೆ ರಾಜಾಸಾಹೇಬರ ವ್ಯಕ್ತಿತ್ವ ತುಂಬ ಹಿಡಿಸಿತು. ವಿವರಗಳನ್ನು ಕೇಳುವ ವ್ಯವಧಾನವಿಲ್ಲ. ಚಕಚಕನೆ ಮುಂದಿನ ಪ್ರಶ್ನೆ, ಮುಂದಿನ ಘಟ್ಟಕ್ಕೆ ಹೋಗಿಬಿಡುತ್ತಿದ್ದರು. ರಾಜಾಸಾಹೇಬರ ಫ಼ೋಟೋ ಇದೆಯಾ? ನನ್ನಲ್ಲಿ ಏನೂ ಇಲ್ಲ. ಕಾಡು, ನರ್ಮದಾ, ಮಹದೇವಮಂದಿರಗಳ ವರ್ಣನೆ ಕೇಳಿದರು. ರಾಜಾಸಾಹೇಬರ ಸಂಗೀತದ ವೈಶಿಷ್ಟ್ಯವೇನು? ನಿಮ್ಮ ಗಾಯನದ ವೈಶಿಷ್ಟ್ಯವೇನು? ನಿಮ್ಮ ಮಾತಿನಲ್ಲೇ ಹೇಳಿ. ನಾನು ಹಿಂದಿಯಲ್ಲಿ ವರ್ಣಿಸಿದ್ದನ್ನು ಸರಿಯಾದ ಇಂಗ್ಲಿಷಿನಲ್ಲಿ ಬರೆದುಕೊಳ್ಳಲು ಚಂಪಾ ಸಹಾಯಮಾಡಿದಳು. ಅದರ ಮರಾಠಿ ಅವತರಣಿಕೆಯನ್ನೂ ಅವಳೇ ಹೇಳಿದಳು. ಚಂಪಾ ತಂದುಕೊಟ್ಟ ಒಂದು ಚಿನ್ನದ ಸರವನ್ನು ನನ್ನ ಕೊರಳಿಗೆ ಹಾಕಿ, ಎಡಹೆಗಲ ಮೇಲೊಂದು ಜರಿಯಂಚಿನ ಶಾಲು ಇಳಿಬಿಟ್ಟು ನಾನು ತಂಬೂರಿ ಬಾರಿಸುತ್ತಾ ಮಗ್ನತೆ ಯಿಂದ ಹಾಡಿಕೊಳ್ಳುವ ಏಳೆಂಟು ಫ಼ೋಟೋಗಳನ್ನು ಕ್ಲಿಕ್ಕಿಸಿದರು. ಓ.ಕೆ. ಎಂದು ಹೇಳಿ ಹೊರಟುಹೋದರು. ಎರಡನೆಯ ಭಾನುವಾರ ಟೈಂಸ್ ಪತ್ರಿಕೆಯ ಪುರವಣಿಯಲ್ಲಿ ಒಂದು ದೊಡ್ಡ ಲೇಖನ. ಧರ್ಮಾನಂದ ಪರಾಂಜಪೆಯವರು ಈ ಸಲುವಾಗಿಯೇ ಮಾಲವದೇಶದ ಚಿತ್ತರ್‌ಪುರಕ್ಕೆ ಹೋಗಿ ಸಂಶೋಧನೆ ಮಾಡಿ ಕಂಡುಹಿಡಿದ, ಮಂದಿರ ದೊಳಗೆ ಮಾತ್ರ ಸಾಧನೆ ಮಾಡುತ್ತಿದ್ದ, ಮಹಾನ್ ಸಾಧಕ ಸಂಗೀತ ರಾಜರ್ಷಿ ರಘುವೀರ ಸಿಂಹ ರಾಜರ ಕಥೆ. ನಲವತ್ತು ವರ್ಷದ ಹಿಂದೆ ತಿಂಗಳಿಗೆ ಸಾವಿರ ರೂಪಾಯಿ ದಕ್ಷಿಣೆ ತಿಂದೂ ಗುರುವು ಮಾಡಿದ ದ್ರೋಣದ್ರೋಹ. ಕೊನೆಯ ಕಾಲದಲ್ಲಿ ತಮ್ಮ ವಿದ್ಯೆಯನ್ನು ದಾನಮಾಡದೆ ಸಾಯಬಾರದೆಂದು ಸ್ವತಃ ಶಿಷ್ಯನನ್ನು ಅನ್ವೇಷಿಸಿ ಎಂಟುವರ್ಷ ಕಾಡಿನ ನಡುವಣ ಮಂದಿರದೊಳಗೆ ಕೂಡಿಸಿ ಧಾರೆ ಎರೆದ ಸಾಧನೆ. ಚಿತ್ತರ್‌ಪುರ್ ಘರಾಣೆ ಎನ್ನಬಹುದಾದ ರಾಜಾಸಾಹೇಬರ ಸಾಧನೆ ಆವಿಷ್ಕಾರಗಳನ್ನು ಉಳಿಸಿಕೊಂಡಿರುವ ಏಕೈಕ ಪ್ರತಿನಿಧಿಯಾದ ನನ್ನ ಪರಿಚಯ ಚಿತ್ರ, ಗಾಯನವೈಶಿಷ್ಟ್ಯ. ನನ್ನ ಎರಡು ಫ಼ೋಟೋಗಳು. ಆ ಇಂಗ್ಲಿಷ್ ನನಗೆ ಪೂರ್ತಿ ಅರ್ಥವಾಗಲಿಲ್ಲ. ನಾಯಕರು ಬಿಡಿಸಿ ಹೇಳಿದರು. ಮಗಳಿಗಿಂತ ತಂದೆಗೆ ಹಿಂದಿಯಜ್ಞಾನ ಚನ್ನಾಗಿತ್ತು. ಮುಂದಿನವಾರ ಅದೇ ವಿಷಯ ಬೇರೆ ಭಾಷೆಗಳಲ್ಲಿ

ಎಕ್ಸ್‌ಪ್ರೆಸ್‌ನಲ್ಲಿ, ಫ್ರೀ ಪ್ರೆಸ್ ಜರ್ನಲ್‌ನಲ್ಲಿ. ಅನಂತರ ಲೋಕಸತ್ತಾ, ಕೇಸರಿಗಳಲ್ಲಿ. ಇದಾದ ಒಂದು ತಿಂಗಳಿಗೇ ಅಲ್ಲವೇ ಬೃಜನಾರಾಯಣರು ಪೋದ್ದಾರ್ ಕಾಲೇಜಿನ ಮೈದಾನದಲ್ಲಿ ಸ್ವಾಮಿಹರಿದಾಸ ಸಮ್ಮೇಳನ ಏರ್ಪಡಿಸಿದುದು. ಮೂರು ರಾತ್ರಿಯ ಕಾರ್ಯಕ್ರಮದಲ್ಲಿ ಎರಡನೆಯ ರಾತ್ರಿ ನನಗೊಂದು ಅವಕಾಶ. ರಾತ್ರಿ ಹತ್ತೂವರೆಗೆ. ಪರಾಂಜಪೆ ಮತ್ತು ನಾಯಕರು ಸೇರಿ ಕಲ್ಪಿಸಿಕೊಟ್ಟದ್ದು. ಚಂಪಾಳ ಸಲಹೆ ಸೂಚನೆ ಕೂಡ. ನಾನು ದರ್ಬಾರಿ ಹಾಡಬೇಕು. ಹತ್ತೂವರೆಯಾದ್ದರಿಂದ ಅದಕ್ಕೆ ಮೊದಲು ಯಾರೂ ಹಾಡಿರುಲ್ಲ. ಮುಂಬಯಿ ಜನಕ್ಕೆ ದರ್ಬಾರಿ ಅಂದರೆ ಭಕ್ತಿ. ಹುಚ್ಚು. ಅದರ ಆಳ ಗಾಂಭೀರ್ಯಗಳಲ್ಲಿ ಸಭಿಕರನ್ನು ದೀರ್ಘವಾಗಿ ಮುಳುಗಿಸಿ ನಿಧಾನಗತಿಯಲ್ಲಿ ಕರೆದೊಯ್ಯುವವನು ದೊಡ್ಡ ಗವಯಿ ಅಂತ ಪರಿಗಣಿಸ್ತಾರೆ. ಅಕಸ್ಮಾತ್ ದರ್ಬಾರಿಗೆ ಅವಕಾಶ ಸಿಕ್ಕದಿದ್ದರೆ ಬಾಗೇಶ್ರೀ. ನಾನು ಎರಡಕ್ಕೂ ವಿಶೇಷ ಸಿದ್ಧತೆ ಮಾಡಿಕೊಬೇಕು, ಎಂಬ ಸೂಚನೆ ಅವಳಿಂದಲೇ ಬಂದದ್ದು. ಕಾರ್ಯಕ್ರಮದ ಮಡಿಕೆಯಲ್ಲಿ ನನ್ನ ಪರಿಚಯದ ಹಾಳೆಯ ವಿಷಯವನ್ನು ಸ್ವತಃ ನಾಯಕರು ಬರೆದುಕೊಟ್ಟರು. ಕಾರ್ಯಕ್ರಮಕ್ಕೆ ನಾನು ಹಾಕಿಕೊಳ್ಳಬೇಕಾದ ವೇಷಭೂಷಣ ಗಳನ್ನು ಅವಳು ನಿರ್ಧರಿಸಿದಳು. ಬಿಳೀಪೈಜಾಮ, ಗುಲಾಬಿಬಣ್ಣದ ರೇಶ್ಮೆಯಜುಬ್ಬಾ, ಕಪ್ಪು ವೇಸ್ಟ್‌ಕೋಟು. ತನ್ನ ಸ್ವಂತ ಹಣದಲ್ಲಿ ಖರ್ಚುಮಾಡಿ ಬಟ್ಟೆ ತೆಗೆದು ನನ್ನನ್ನು ದರ್ಜಿಯ ಹತ್ತಿರಕ್ಕೆ ಕರೆದೊಯ್ದು ಇಷ್ಟಿಷ್ಟೇ ಅಳತೆ ಇರಬೇಕೆಂಬ ಸೂಚನೆ ಕೊಟ್ಟು ಹೊಲಿಯಹಾಕಿದಳು. ಎಡಗೈಗೆ ಬಂಗಾರದ ಬಣ್ಣದ ಸರಪಳಿಯ ಕೈಗಡಿಯಾರ, ಬಲ ತರ್ಜನಿಗೆ ಥಳಥಳ ಹೊಳೆಯುವ ಕೆಂಪುಹರಳಿನ ಉಂಗುರ. ಕೊರಳಿಗೆ ಒಂದೆಳೆ ಚಿನ್ನದ ಸರ. ಯಾವ ಸ್ಟೈಲಿನ ತುಸು ಉದ್ದ ತಲೆಗೂದಲು ಬಿಡಿಸಬೇಕು ಎಂಬುದನ್ನೂ ಅವಳೇ ಹೇಳಿ ಮಾಡಿಸಿದ್ದಳು. ಸಭೆಗೆ ಹೋಗುವ ಮೊದಲು ಮುಖಕ್ಕೆ ಸವರಿಕೊಳ್ಳಬೇಕೆಂದು ವಿಧಿಸಿ ಗುಲಾಬಿಬಣ್ಣದ ಪೌಡರಿನ ಡಬ್ಬ ಫಫ್‌ಗಳನ್ನೂ ಕೊಟ್ಟಿದ್ದಳು. ಲಿಪ್‌ಸ್ಟಿಕ್. ಸರ ಉಂಗುರ ಕೈಗಡಿಯಾರಗಳು ಅವಳ ಮನೆಯವೇ. ಸಭೆಯಲ್ಲಿ ಯಶಸ್ವಿಯಾಗಲು ಇವೆಲ್ಲ ಬೇಕೆಂದು ಅಷ್ಟರಲ್ಲಿ ನನಗೆ ತಿಳಿದಿತ್ತು. ಆದರೆ ಸ್ವತಃ ನಾನು ಈ ನಾಟಕದ ವೇಷ ಧರಿಸಲು ಮುಜುಗರವಾಗುತ್ತಿತ್ತು. ಮಂದಿರದ ಮಹದೇವನೆದುರು ಕುಳಿತು ಹಾಡುವಾಗ ಯಾವ ವೇಷ ಬೇಕು? ರಾಜಾಸಾಹೇಬರು ಕೂಡ ಅಲ್ಲಿಗೆ ಒಂದು ಜುಬ್ಬಾ ಪೈಜಾಮಗಳಲ್ಲೇ ಬರುತ್ತಿದ್ದರು. ಒಂದೊಂದು ದಿನ ಧೋತ್ರ. ಬೇಸಿಗೆಯಲ್ಲಿ ಜುಬ್ಬವನ್ನ ಕಳಚಿಟ್ಟು ಬರೀ ತೆಳುವಾದ ಬನಿಯನ್. ಆದರೆ ನನ್ನನ್ನು ಮುಂಬಯಿಯಲ್ಲಿ ಯಶಸ್ವಿಯಾಗಿಸಲು ಇವಳು ಈ ಪ್ರಸಾಧನ ಮಾಡಿಸಿದ್ದಾಳೆ ಎಂಬುದು ಅರ್ಥವಾಗಿತ್ತು.

ಅವತ್ತಿನ ದರ್ಬಾರಿ ಅದ್ಭುತವಾಗಿತ್ತು ಎಂದು ನನಗೇ ಅನ್ನಿಸಿತು. ಹಾಡುವಾಗಲೇ ಅನ್ನಿಸುತ್ತಿತ್ತು. ರಾಜಾಸಾಹೇಬರ ಗಾಯನಶೈಲಿಗೆ ತಕ್ಕ ರಾಗ ಅದು. ನಿಧಾನವಾಗಿ ಒಂದೊಂದು ಸ್ವರದ ಮೇಲೂ ನಿಂತು ನಿಂತು ತನ್ನ ಧರ್ಮವಾದ ಚಲನೆಯನ್ನು ಸ್ಥಗಿತ ಗೊಳಿಸಿಯೂ ಕಾಲವು ತನ್ನ ಪರಿಣಾಮವನ್ನು ಬೀರುವ ವೈಶಿಷ್ಟ್ಯವನ್ನು ತೋರಿಸಲು ಇದಕ್ಕಿಂತ ಹೆಚ್ಚು ಸೂಕ್ತವಾದ ರಾಗ ಯಾವುದುಂಟು? ಎನ್ನಿಸಿಬಿಟ್ಟಿತು. ನನಗೆ ಕೊಟ್ಟಿದ್ದ ಎರಡು ಗಂಟೆಯ ಅವಧಿಯಲ್ಲಿ ಎರಡು ರಾಗ ಹಾಡಬಹುದಿತ್ತು. ಆದರೆ ದರ್ಬಾರಿಯ

ಆಲಾಪವನ್ನೇ ಒಂದೂಮುಕ್ಕಾಲು ಗಂಟೆ ಮಾಡಿ ಏಕತಾಲದಲ್ಲಿ ಅಡಾಣವನ್ನು ಅರ್ಧಗಂಟೆ ತೋರಿಸಿ ನಿಲ್ಲಿಸಿದಾಗ ಇಡೀ ಸಮ್ಮೇಳನದ ರಾಜ ನಾನೇ ಎಂದು ಸಭಕರೇ ಚಪ್ಪಾಳೆಯ ಭೋರ್ಗರೆತದಲ್ಲಿ ವ್ಯಕ್ತಪಡಿಸಿಬಿಟ್ಟರು. ವೇದಿಕೆಯಿಂದ ಕೆಳಗಿಳಿದರೆ ಕಾರ್ಯದರ್ಶಿ ಹತ್ತಿರ ಬಂದು, 'ನಿಮ್ಮ ಶಕ್ತಿ ನಮಗೆ ಗೊತ್ತಿರಲಿಲ್ಲ. ನೀವು ಸೃಷ್ಟಿಸಿರುವ ಗಾಢ ಪರಿಣಾಮವನ್ನು ಹಿಂದೆ ಹಾಕಿ ತನ್ನದನ್ನು ಸ್ಥಾಪಿಸಿಕೊಳ್ಳುಕ್ಕೆ ಮುಂದಿನ ಕಲಾವಿದನಿಗೆ ಸಾಧ್ಯವಿಲ್ಲ,' ಎಂದ. ಸಂಗೀತ ಪ್ರೇಮಿಗಳು ಬಂದು ಸುತ್ತುವರೆದರು. ಮುಂದಿನ ಸಾಲಿನಲ್ಲಿ ಹೆಂಡತಿ ಮಗಳ ಜೊತೆ ಕುಳಿತಿದ್ದ ನಾಯಕರ ಹತ್ತಿರ ಹೋಗಿ ಅವರ ಕೈ ಹಿಡಿದು ನಿಮ್ಮ ಆಶೀರ್ವಾದ ಎಂದಾಗ ಅವರು ಎದ್ದು ನಿಂತು ಆಲಿಂಗಿಸಿದರು. ಚಂಪಾಳ ತುಂಬು ಕಣ್ಣುಗಳಿಂದ ಬೆರಗು ಸೂಸುತ್ತಿತ್ತು. ಅವಳಿಂದ ಮೂರನೆಯ ಕುರ್ಚಿ ಖಾಲಿಯಾದದ್ದರಿಂದ ಕಾರ್ಯದರ್ಶಿ ನನ್ನನ್ನು ಅಲ್ಲಿ ಕೂರಿಸಿದ. ಕಾಲುಗಂಟೆಯ ನಂತರ ಮುಂದಿನ ಕಲಾವಿದರ ಸಿತಾರ್ ಶುರುವಾಗಿ ಸಭಿಕರ ಕಣ್ಣುಗಳು ಅತ್ತ ತಿರುಗಿದಾಗ ಚಂಪಾಳ ಓರೆನೋಟ ನನ್ನ ಕಡೆಗಿದ್ದುದನ್ನು ನನ್ನ ಓರೆನೋಟವು ಕಂಡು ಹಿಡಿಯಿತು. ಮರುರಾತ್ರಿ ಅವಳ ತಾಯಿ ಬಂದಿರಲಿಲ್ಲ. ಅವಳು ತಂದೆಯೊಡನೆ ಬಂದಿದ್ದಳು. ನನ್ನ ಬಲಪಕ್ಕಕ್ಕೆ ನಾಯಕರು ಅವರ ಬಲಪಕ್ಕಕ್ಕೆ ಅವಳು ಕುಳಿತಿದ್ದೆವು. ನಡುವೆ ನಾಯಕರು ಚಹಾ ಬೀಡಾಗಳಿಗೆ ಹೋದಾಗ ನೀವೀಗ ಪ್ರತಿಷ್ಠಿತ ಕಲಾವಿದರು. ನನ್ನಂಥೋಳು ಮಾತಾಡಿಸಬಹುದೊ? ಎಂದಳು. ನೀವು ಪ್ರತಿಷ್ಠಿತ ಕಲಾವಿದರ ಮ್ಯಾನೇಜರು, ನಾನು ಹೇಳಿದಾಗ ಅವಳ ಮುಖ ಬಿರಿಯಿತು.

ಎರಡು ದಿನಗಳ ನಂತರ ಅವಳ ಮನೆಗೆ ಪಾಠಕ್ಕೆ ಹೋದಾಗ ನನ್ನ ಮುಂದೆ ಒಂದು ಫೈಲು ತಂದಿಟ್ಟು ನೋಡಿ ಎಂದಳು. ಫೈಲ್ ಎಂದು ಮುದ್ರಿತವಾಗಿದ್ದ ಹೊಳೆಯುವ ರಟ್ಟಿನ ಮಡಿಕೆ. ಅದನ್ನು ತೆಗೆದು ಒಳಗೆ ನೋಡಬೇಕೆಂಬ ಅನುಭವವೇ ನನಗಿಲ್ಲ. ಅವಳೇ ತೆಗೆದು ತೋರಿಸಿದಳು. ನನ್ನ ಗಾಯನವನ್ನು ಮೆಚ್ಚಿರುವ ಪತ್ರಿಕಾ ವಿಮರ್ಶೆಗಳು. 'ಭಾರತೀಯ ಸಂಗೀತಾಕಾಶದಲ್ಲಿ ಹೊಸ ಸೂರ್ಯನ ಉದಯ' ಟೈಂಸ್‌ನ ವಿಮರ್ಶೆಯ ಶಿರೋನಾಮೆಯಾಗಿತ್ತು. 'ರಾಜರ್ಷಿ ಗಾಯಕನ ಏಕೈಕ ಶಿಷ್ಯ' ಎಕ್ಸ್‌ಪ್ರೆಸ್‌ನ ವಾಕ್ಯ ಆರಂಭ ವಾಗಿತ್ತು. 'ತಾನ್‌ಸೇನ್ ಬದುಕಿದ್ದು ಖಯಾಲ್ ಶೈಲಿಯಲ್ಲಿ ಹಾಡಿದ್ದರೆ ಮೊನ್ನೆ ರಾತ್ರಿ ಹರಿದಾಸ ಸಮಾರೋಹದ ಎರಡನೆಯ ನಡುರಾತ್ರಿ ನವಕಲಾವಿದ ಮೋಹನ್‌ಲಾಲ್ ಪ್ರಸ್ತುತಪಡಿಸಿದಂತೆಯೇ ದರ್ಬಾರಿಯ ರಾಜಗಾಂಭೀರ್ಯವನ್ನು ಸೃಷ್ಟಿಸುತ್ತಿದ್ದ,' ಎಂಬ ವಾಕ್ಯದಿಂದ ಫ್ರೀ ಪ್ರೆಸ್‌ನ ವಿಮರ್ಶೆ ಶುರುವಾಗಿತ್ತು. ಅವೆಲ್ಲವನ್ನೂ ಓದಿ ಚಂಪಾ ಅರ್ಥ ಹೇಳಿದಳು. ಮರಾಠಿ ಪತ್ರಿಕೆಗಳೂ ಹೊಗಳಿದ್ದವು. ದೇವನಾಗರಿ ಲಿಪಿಯಾದ್ದರಿಂದ ನಾನೇ ಓದಿಕೊಂಡೆ. ಅಷ್ಟರಲ್ಲಿ ಮರಾಠಿಯನ್ನು ಅರ್ಥಮಾಡಿಕೊಳ್ಳುವುದು ಮಾತನಾಡುವುದು ಅಭ್ಯಾಸವಾಗಿತ್ತು. 'ನೀವು ಸೋಮವಾರವೇ ಬರ್ತೀರಿ ಅಂತಿದ್ದೆ,' ಚಂಪಾ ಮಾತನಾಡಿದಳು. ಬುಧವಾರ ಶುಕ್ರವಾರಗಳಲ್ಲವೆ ನಿಮ್ಮ ಪಾಠ? ಎಂದ ನಾನು ನಾಲಗೆ ಕಚ್ಚಿಕೊಂಡರೂ ಅಷ್ಟರಲ್ಲಿ ಅವಳು ನನ್ನನ್ನು ಬಿರುಗಣ್ಣಿನಿಂದ ನೋಡಿದ್ದಳು. ನಿಮ್ಮ ಸಮಯ ಹೇಗಿರುತ್ತೋ ಅಂತ..... ನಾನು ತೊದಲಿದೆ. 'ಫೋನ್‌ಮಾಡಿ ಕೇಳಬಹುದಿತ್ತಲ್ಲ. ನಾನು ಮನೆ ಬಿಟ್ಟು

ಎಲ್ಲೂ ಹೋಗುಲ್ಲ ಅಂತ ನಿಮಗೇ ಗೊತ್ತಿದೆ,' ಎಂದಾಗ ತಪ್ಪಿತಸ್ಥನಾದೆ. ಒಂದು ನಿಮಿಷದ ನಂತರ, ಚಂಪಾ, ಈ ಎಲ್ಲ ಯಶಸ್ಸಿಗೂ ಕಾರಣರು ನೀವು. ಹಿಂದೆ ನಿಂತು ಪ್ರತಿಯೊಂದನ್ನೂ ನೀವು ವ್ಯವಸ್ಥೆ ಮಾಡದಿದ್ದರೆ ಈ ಮುಂಬಯಿಯಲ್ಲಿ ನನ್ನನ್ನ ಕೇಳೋರು ಯಾರಿದ್ದರು? ಎಂದೆ. 'ಹಾಗೇನೂ ಇಲ್ಲ. ಅಂಥ ದೊಡ್ಡಮಾತು ಬೇಡಿ,' ಎಂದರೂ ಅವಳ ಕಣ್ಣುಗಳು ನನ್ನ ಕೃತಜ್ಞತೆಯ ಮಾತನ್ನು ಸ್ವೀಕರಿಸುತ್ತಿದ್ದವು. 'ನನಗಾದ ಥ್ರಿಲ್ ಏನು ಗೊತ್ತಾ? ಅಷ್ಟು ಗಾಢವಾದ ದರ್ಬಾರಿಯನ್ನು ಇಲ್ಲಿ ಮನೇಲಿ ಹಾಡುಕ್ಕೆ ನಿಮಗೆ ಸಾಧ್ಯವಾಗ್ತಿರಲಿಲ್ಲ. ನನಗೆ ಎದ್ದು ಕುಣಿಯುವಷ್ಟು ಖುಷಿಯಾಯಿತು. ನನಗೆ ಆ ರಾಗ ಹೇಳಿಕೊಡ್ತೀರಾ?'

'ಅಗತ್ಯವಾಗಿ. ಆದರೆ ನಿಮಗೆ ಹೇಗೆ ಕೃತಜ್ಞತೆ ವ್ಯಕ್ತಪಡಿಸಬೇಕೋ ತಿಳೀತಿಲ್ಲ,' ಎಂದು ಹತ್ತಿರ ಸರಗಿ ಅವಳನ್ನು ತಬ್ಬಿ ಮುತ್ತಿಟ್ಟೆ. ಅಷ್ಟರಲ್ಲಿ ನಮ್ಮಲ್ಲಿ ಆಲಿಂಗನ ಚುಂಬನಗಳು ನಿತ್ಯವಿಧಿಗಳಂತೆ ನಡೆಯುತ್ತಿದ್ದವು. ತೋಳಿನಿಂದ ಸುತ್ತುವರೆದು ಮೈಯ ನಿಕಟ ಸ್ಪರ್ಶವಾದಾಗ ಅವಳ ಬಗೆಗೆ ಕೃತಜ್ಞತೆ ಉಕ್ಕಿಬಂತು. ಅವಳ ತಂದೆ, ಅವಳು, ಆಲೋಚಿಸಿ ಕಾರ್ಯತಂತ್ರ ಮಾಡದಿದ್ದರೆ ನನಗೆ ಇಂಥ ಅವಕಾಶ ಒದಗುತ್ತಲೇ ಇರಲಿಲ್ಲ. ನನ್ನನ್ನು ಸಭಾಗಾಯಕನನ್ನಾಗಿ ಸೃಷ್ಟಿಸಿದವರೇ ಅವರು. ಅವರಿಗಿಂತ ಇವಳು ಎಂಬ ಅರಿವಾಗಿ ಮಾರ್ದವಭಾವ ಹುಟ್ಟಿತು. ಹೇಗೆ ವ್ಯಕ್ತಪಡಿಸಲಿ ಆ ಮಾರ್ದವ ಕೃತಜ್ಞತೆಯನ್ನು? ತತ್‌ಕ್ಷಣ ಅವಳನ್ನು ಕೂಡಬೇಕೆನ್ನಿಸಿತು. ಆ ಭಾವನೆ ಹಿಂದೆ ಎಂದೂ ಬಾರದೆ ಇಲ್ಲ. ಆದರೆ ಮುಂದುವರೆಯುವ ಧೈರ್ಯ ಬಂದಿರಲಿಲ್ಲ. ದೈಹಿಕ ಅಗತ್ಯವೂ ಕಂಡಿರಲಿಲ್ಲ. ಈಗ ಕೂಡುವ ಮೂಲಕವೇ ನನ್ನ ಆ ಭಾವನೆಯನ್ನು ವ್ಯಕ್ತಪಡಿಸಬಹುದೆಂಬ ವಿಚಾರ ಹುಟ್ಟುವ ಮೊದಲೇ ಆಲಿಂಗನದ ತೋಳುಗಳನ್ನು ಬಿಗಿಮಾಡಿದೆ. ಇಡೀ ಶರೀರವು ಹೆಚ್ಚಿನ ಮಾತನ್ನು ಅವಳಿಗೆ ತಿಳಿಸುತ್ತಿತ್ತು. 'ಚಂಪಾ, ನಾವೀಗ ಒಂದಾಗಬೇಕು,' ಎಂದು ಉಸುರಿದೆ. ಬೇಡ, ಬೇಡ, ಎಂದು ಅವಳ ನಾಲಗೆ ನುಡಿಯಿತು. ಆದರೆ ಅವಳ ಶರೀರ ಹಿಂದೆ ಸರಿಯಲಿಲ್ಲ. ಅವಳ ತೋಳುಗಳು ಸಡಿಲಾಗಲಿಲ್ಲ. 'ನೀವು ನನ್ನನ್ನ ಎಷ್ಟು ಮೇಲೆತ್ತಿದೀರಿ!' ಪಿಸುಗುಟ್ಟಿದೆ.

'ನೀವು ದೊಡ್ಡ ಗಾಯಕರಾಗ್ತೀರಿ. ಆಗಿಹೋಗಿದೀರಿ. ಮುಂದೆ ನನ್ನನ್ನು ಮರೀತೀರಿ.'

'ನಿಮ್ಮಾಣೆಗೂ ಮರೆಯೂದಿಲ್ಲ. ದೇವರಾಣೆಗೂ ಸಂಗೀತದಾಣೆಗೂ.'

'ಆದರೆ ನೀವು ಮದುವೆಯಾದೋರು. ಹೆಂಡತಿ ಮಗು ಇರೋರು. ನಾನು ಅತಂತ್ರ ಳಾಗ್ತೀನಿ,' ಎನ್ನುವಾಗ ಅವಳ ತೋಳುಗಳ ಬಿಗಿತ ಹೆಚ್ಚಾಗುತ್ತಿತ್ತು.

'ಆಗುಲ್ಲ. ನಿಮ್ಮನ್ನು ಬಿಟ್ಟು ನಾನು ಸಂಗೀತಗಾರನಾಗಿರುಕ್ಕೆ ಸಾಧ್ಯವೇ ಇಲ್ಲ. ನೀವೇ ನನ್ನ ಹೆಂಡತಿ,' ಎಂಬ ಮಾತುಗಳು ತಮಗೆ ತಾವೇ ನಾಲಗೆಯಿಂದ ಹೊರಬಂದವು. ಸತ್ಯವಾಗಿಯೂ? ಅವಳು ಮುಖವೆತ್ತಿ ಕೇಳಿದಳು. ಸತ್ಯವಾಗಿಯೂ, ನಾನು ಹೇಳಿದೆ: ಎಂಬ ನೆನಪಾದಾಗ ಅವಳ ರೀತಿಯೇ ಹಾಗೆ, ಉದ್ವಿಗ್ನಳಾದಾಗಲೂ ಬುದ್ಧಿಯ ಒಂದು ಎಳೆಯನ್ನು ಕೈಯಲ್ಲಿಟ್ಟುಕೊಂಡು ಪರಿಸ್ಥಿತಿಯನ್ನು ನಿಯಂತ್ರಿಸುವುದು. ಅವಳು ಕೇಳುವ ಮೊದಲೇ ನಾನು ಬಡಬಡನೆ ಮಾತು ಕೊಟ್ಟುಬಿಡುವುದು.

ಅವಳನ್ನು ಕೂಡಿದಮೇಲೆ ಮನೆಯಲ್ಲಿ ಹೆಂಡತಿಯಲ್ಲಿ ರುಚಿ ಕಾಣಲಿಲ್ಲ. ಚಂಪಾಳ ತೋಳುಗಳೆಂದರೆ ರಕ್ಷೆ. ಶ್ರೀರಕ್ಷೆ. ನಾಲ್ಕು ಮನೆಪಾಠ ಮಾಡಿ ಬಾಡಿಗೆ ಚಾಳಿನಲ್ಲಿ ಬಿದ್ದಿದ್ದವನನ್ನು ಎತ್ತಿ ಪ್ರಸಿದ್ಧನನ್ನಾಗಿಸುವ ಶಕ್ತರಕ್ಷೆ. ಅಷ್ಟು ಮಾತ್ರವಲ್ಲ, ಸಂಗೀತ ಬಲ್ಲವಳು. 'ನೀವು ಆವತ್ತು ದರ್ಬಾರಿ ಹಾಡೂದ ಕೇಳುತ್ತಲೇ ನನ್ನ ಮನಸ್ಸು ನಿಮ್ಮ ಕಡೆಗೆ ಸಂಪೂರ್ಣ ಹರಿದು ಬಂದಿತ್ತು,' ಎಂದಳು. ಆಥಾಣದಲ್ಲಿ ನೀವು ಮಾಡಿದ ತರಾನಾದ ಕೆಲಸಗಳಿಗೆ ತಕ್ಕವನಲ್ಲ ಆ ತಬಲಜಿ, ಎಂಬ ಮಾತನ್ನೂ ನಾವು ಕೂಡಿದ್ದಾಗ ನಡುವೆ ಹೇಳಿದಳು. ಅವಳು ರಕ್ಷಕಿ, ಸಂಗಾತಿ. ಈ ಹಳ್ಳಿಯ ಹೆಂಡತಿಯಲ್ಲಿ ಏನಿದೆ? ಸಾಂಗತ್ಯವೆ? ಸಂಗೀತ ಜ್ಞಾನವೆ? ಆತ್ಮವಿಶ್ವಾಸವೆ? ತುಂಬಿಕೊಳ್ಳುವ ಶಕ್ತಿಯೆ? ಒಣಗಿದ ಕಡ್ಡಿಯಂತಹ ಮೈಕಟ್ಟಿನ ಹೆಂಡತಿಗಿಂತ ತುಸು ಸ್ಥೂಲವೆನ್ನಿಸಿದರೂ ತೋಳು ತುಂಬುವ ಕಾಯರಚನೆಯ, ಅಗಲವಾದ ತುಂಬುಮುಖದ ಚಂಪಾ ಶಕ್ತಿಶಾಲಿ ವ್ಯಕ್ತಿತ್ವದವಳು. ಸಂಗೀತ ಮಾತ್ರವಲ್ಲ. ಇಂಗ್ಲಿಷ್ ಗೊತ್ತಿದೆ. ಹಿಂದಿ, ಮರಾಠಿ. ಮುಂಬಯಿಯ ಮರ್ಮವನ್ನರಿತವಳು.

ಸ್ವಾಮಿಹರಿದಾಸ ಸಮಾರೋಹವಾದ ಒಂದು ತಿಂಗಳಿಗಲ್ಲವೆ ಗಿರಗಾಂವಿನ ಟ್ರಿನಿಟಿ ಕ್ಲಬ್‌ನವರು ನನ್ನ ಕಛೇರಿ ಏರ್ಪಡಿಸಿದುದು? ವಿಳಾಸ ಸಿಕ್ಕದೆ ಸಮಾರೋಹದ ಕಾರ್ಯದರ್ಶಿಯನ್ನು ಸಂಪರ್ಕಿಸಿ ಆತ ಪ್ರತಾಪ್‌ರಾವ್ ನಾಯಕರ ಹೆಸರು ಹೇಳಿ ಅವರು ನನಗೆ ಹೇಳಿಕಳಿಸಿ. ವ್ಯವಹಾರ ಕುದುರಿಸಿದವಳು ಚಂಪಾ. ನನಗೆ ಐದುನೂರು ರೂಪಾಯಿ ಸಂಭಾವನೆ ಕೊಟ್ಟಿರುವುದಾಗಿ ಯಾರು ಕೇಳಿದರೂ ಹೇಳಬೇಕೆಂದು ಸಮಾರೋಹದ ಕಾರ್ಯದರ್ಶಿಗೆ ಮೊದಲೇ ಸೂಚನೆ ಕೊಟ್ಟಿದ್ದರು. ಸ್ವಾಮಿಹರಿದಾಸರ ಸೇವೆಯಾದ್ದರಿಂದ ಅವರು ಐನೂರಕ್ಕೆ ಒಪ್ಪಿಕೊಂಡರು. ಏಳನೂರ ಐವತ್ತಕ್ಕೆ ಕಡಮೆ ಒಪ್ಪಿಸೂದು ಸಾಧ್ಯವಿಲ್ಲ ಎಂಬ ಮಾತನ್ನು ಚಂಪಾಳೇ ಸೂಚಿಸಿದಳು. ನೀವೇ ಟ್ಯಾಕ್ಸಿ ತಂದು ಕರಕೊಂಡು ಹೋಗಬೇಕು, ಎಂಬ ನಿಯಮ ಬೇರೆ. ಕಾರ್ಯದರ್ಶಿಯು ಟ್ಯಾಕ್ಸಿಯೊಡನೆ ನನ್ನ ಚಾಳಿಗೆ ಬಂದರೆ ಘನತೆ ಉಳಿಯುವುದೆಂತು? ನಾನು ಮೊದಲೇ ನಾಯಕರ ಮನೆಗೆ ಬರುವುದು. ಕಾರ್ಯದರ್ಶಿ ಅಲ್ಲಿಗೆ ಬಂದು ಟ್ಯಾಕ್ಸಿಯಲ್ಲಿ ಒಯ್ಯುವುದು. ಕಾರ್ಯಕ್ರಮದ ನಂತರ ಅಲ್ಲಿಗೇ ಮುಟ್ಟಿಸುವುದು ಎಂಬ ವ್ಯವಸ್ಥೆಯಾಯಿತು. ದೇಶದ ಯಾವ ಬಹುದೊಡ್ಡ ಗಾಯಕರಿಗೂ ಎಲ್ಲಿಯೂ ಒಂದು ಸಾವಿರಕ್ಕಿಂತ ಹೆಚ್ಚು ಸಿಕ್ಕದ ಆ ಕಾಲದಲ್ಲಿ, ರೂಪಾಯಿಗಿದ್ದ ಆ ಬೆಲೆಯಲ್ಲಿ ನಾನು ಏಳುನೂರ ಐವತ್ತರಿಂದ ಆರಂಭಿಸಿದುದು ಕಡಮೆಯಲ್ಲ. ನನ್ನನ್ನು ಕರೆಸಬೇಕೆಂಬ ಹುಮ್ಮಸ್ಸು, ಪೈಪೋಟಿ ಮುಂಬಯಿಯ ಇತರ ಸಂಗೀತಸಭೆಗಳಲ್ಲೂ ಹುಟ್ಟಿತು. ಐ.ಎಂ.ಜಿ., ಸಚಿವಾಲಯ ಜಿಮಖಾನಾ, ಪಾರ್ಸಿ ಗಾಯನೋತ್ತೇಜಕ ಮಂಡಲಿ, ಕೆನರಾ ಸಾರಸ್ವತ್ ಅಸೋಸಿಏಶನ್, ಹೀಗೆ ಎಂಟು ಹತ್ತು ಕಡೆ ಕಛೇರಿಗಳು. ಎಲ್ಲ ಕಡೆಯೂ ಪತ್ರಿಕಾವಿಮರ್ಶೆ. ನಾಲ್ಕುತಿಂಗಳಿನಲ್ಲಿ ಮುಂಬಯಿಯ ಒಬ್ಬ ಪ್ರತಿಷ್ಠಿತ ಗಾಯಕನಾಗಿಬಿಟ್ಟೆ, ಅಲ್ಲಿಂದ ಹೊರಗಡೆಯ ಆಮಂತ್ರಣ. ಪುಣೆ, ಸೊಲ್ಲಾಪುರ. ಕೊಲ್ಹಾಪುರ, ಮೀರಜ್, ಬೆಳಗಾವಿ, ಧಾರವಾಡ, ಹುಬ್ಬಳ್ಳಿ, ನಾಶಿಕ್, ಔರಂಗಾಬಾದ್, ವಡೋದರಾ, ಅಹಮದಾಬಾದ್. ಬಿಡುವಿಲ್ಲದ ಕಾರ್ಯಕ್ರಮ. ಏಳನೂರ ಐವತ್ತಕ್ಕೆ ಕಡಮೆ ಇಲ್ಲ.

ಮೇಲೆ ರೈಲು ಛಾರ್ಜು, ಒಳ್ಳೆಯ ಹೋಟೆಲಿನ ವಾಸ್ತವ್ಯ. ನಾಯಕರ ಮನೆಯ ವಿಳಾಸ, ಅವರ ಟೆಲಿಫ಼ೋನ್ ನಂಬರು, ಚಂಪಾಳೇ ನನ್ನ ಕಾರ್ಯದರ್ಶಿನಿ. ಪತ್ರವ್ಯವಹಾರ, ಟೆಲಿಫ಼ೋನು, ಚೌಕಶಿ, ಪ್ರತಿಯೊಂದೂ ಅವಳದೇ. ನನ್ನ ಕೃತಜ್ಞತೆ ಕೋಡಿಹರಿಯಿತು. ದುಡ್ಡು ಹರಿಯತೊಡಗಿತು. ಬ್ಯಾಂಕಿನಲ್ಲಿ ಒಂದು ಖಾತೆ ತೆಗೆದು ಇಡುವ ತಿಳಿವಳಿಕೆಯೂ ನನಗಿರಲಿಲ್ಲ. ಅವಳೇ ಅವಳ ಮನೆಯ ವಿಳಾಸ ಕೊಟ್ಟು ಅವರ ತಂದೆ ತಾಯಿಯರ ಖಾತೆ ಇದ್ದ ಮನೆಯ ಹತ್ತಿರದ ಶಾಖೆಯಲ್ಲಿ ನನ್ನದೊಂದು ತೆಗೆಸಿದಳು.

ತೆರೆಯ ಮೇಲಿನ ಸಿನಿಮಾ ನಿಲ್ಲಿಸಿಬಿಟ್ಟಿದಾರೆ. ಇಡೀ ಪ್ರಯಾಣಿಕವರ್ಗ ನಿದ್ರೆ ಮಾಡ್ತಿದೆ. ನಡುನಡುವೆ ಮೂರುನಾಲ್ಕು ಅಲ್ಲ ಐದು ಜನ ಓದುವ ದೀಪ ಹಾಕಿಕೊಂಡಿದಾರೆ. ನಿದ್ದೆಬಾರದ್ದಕ್ಕೆ ಓದಿಕೊತ್ತಿದಾರೆ. ನೆನಪು ನನ್ನ ನಿದ್ದೆ ಕೆಡಿಸ್ತಿದೆ. ನೆನಪು ಕೂಡಾ ಲಹರಿ ಥರಾ. ಬರುಕ್ಕೆ ಶುರುವಾದರೆ ತುಳಿದರೂ ಒಳಗೆ ಹೋಗುಲ್ಲ. ಹಳೇದ ಜ್ಞಾಪಸಿಕೊಬಾರದು. ಮುಂದಿನದ ಎದುರು ನೋಡಬೇಕು ಅಂತ ಎಷ್ಟು ಹೆಣಗಿದರೂ ನುಗ್ಗಿಬರ್ತಲೇ ಇರುತ್ತೆ. ಇವಳನ್ನು ಮದುವೆಯಾದರೆ ಅವಳು ಮತ್ತು ಮಗೂನ ಬಿಡಬೇಕು ಅಂತ ಭಾವಿಸಿಯೇ ಇರಲಿಲ್ಲ. ಮದುವೆಯಾದೋನು, ಮಗು ಇರೋನು, ಅಂತ ಗೊತ್ತಿರುವಾಗ ಅಲ್ಲೊಂದು ಮನೆ, ಇಲ್ಲೊಂದು ಮನೆಗೆ ಒಪ್ತಾಳೆ. ಎರಡೂ ಕಡೆ ನಡೆಸುವಷ್ಟು ಸಂಪಾದನೆ ಬಂದೇ ಬರುತ್ತೆ. ಇವಳೊಡನೆ ಹೆಚ್ಚಾಗಿ ಇರೂದು, ತಂಬೂರಿ ಸಾಧನೆಗಳೆಲ್ಲ ಇಲ್ಲೇ, ವಾರಕ್ಕೆರಡು ದಿನವಾದರೂ ಚಾಳಿಗೆ ಹೋಗಿ ಅವಳಿಗೆ ಅನ್ಯಾಯವಾಗದಂತೆ, ಎಂಬ ಮಾತನ್ನು ಮುಂದಿಟ್ಟಾಗ ಹೇಗೆ ಸಿರಗುಟ್ಟಿದಳು! 'ಅದೆಲ್ಲ ಸಾಧ್ಯವಿಲ್ಲ. ಆ ಸಂಸಾರವನ್ನ ಡೈವೊರ್ಸ್ ಮಾಡಬೇಕು. ನನ್ನನ್ನ ಕಾನೂನಿನ ಪ್ರಕಾರ ಮದುವೆಯಾಗಬೇಕು. ನಿಮ್ಮ ಕೀಪ್ ಆಗಿ ಇರುಕ್ಕೆ ನಾನು ಒಪ್ಕಳ್ಳಿಲ್ಲ.' ಅವಳನ್ನು ಡೈವೊರ್ಸ್ ಮಾಡೂದು ಅನ್ಯಾಯವೆಂಬ ನನ್ನ ಅಂತರಂಗಕ್ಕೆ ಇವಳು ಯಾವ ಬೆಲೇನೂ ಕೊಡಲಿಲ್ಲ. 'ಉತ್ತಮ ಮನೆತನದ ಒಬ್ಬ ಹುಡುಗೀನ ಕೆಡಿಸೂ ಮೊದಲು ನೀವು ಅದನ್ನೆಲ್ಲ ಯೋಚಿಸಬೇಕಾಗಿತ್ತು. ಮದುವೆಯಾಗಿ ಅಂತ ನಾನು ಕೇಳಲಿಲ್ಲ. ಆಗು ಅನ್ನುವ ಮಾತು ಬಂದದ್ದು ನಿಮ್ಮ ನಾಲಗೆಯಿಂದ.' ಗಂಡಸರು ಎರಡು ಮೂರು ಮಾಡಿಕೊತ್ತಾರಲ್ಲ. ಅದರಲ್ಲೇನು ತಪ್ಪು? ಅಂದರೆ, 'ಮಹಾರಾಜರ ಕಾಲದ ಮಾತಾಡ್ತಿದೀರಿ. ಈಗ ಕಾನೂನು ಬದಲಾಗಿದೆ. ಹೆಂಗಸೂ ಒಟ್ಟಿಗೆ ಎರಡು ಮೂರು ಮಾಡಿಕೊಂಡರೆ ಒಪ್ತೀರೇನು? ಅಥವಾ ಅವಳ ಜೊತೆ ಇರಿ. ಅಥವಾ ನನ್ನ ಜೊತೆ ಇರಿ. ಆದರೆ ನೀವು ನನ್ನನ್ನ ಕೆಡಿಸಿದೀರಿ. ಈ ಸಂಗತೀನ ಯಾರಿಗೂ ಹೇಳಿಲ್ಲ. ಮನೆತನಸ್ಥ ಹುಡುಗಿ ನಾನು. ದಾದಾಗೆ ತಿಳಿದರೆ ನಿಮ್ಮ ಗತಿ ಏನಾಗುತ್ತೆ ಗೊತ್ತಾ?' ನನಗೆ ಭಯ ಹುಟ್ಟಿತು. ಪ್ರತಾಪ್‌ರಾವ್ ನಾಯಕರೆಂದರೆ ಇಡೀ ಮುಂಬಯಿಯ ಪತ್ರಿಕೆಗಳ ಮೇಲೆ ಪ್ರಭಾವವುಳ್ಳ ಅಧಿಕಾರಿ. ಆಕಾಶವಾಣಿಯೋರು ಸಹ ಅವರ ಮಾತು ಕೇಳ್ತಾರೆ. ನನಗಾಗಲೆ ಆಕಾಶವಾಣಿಯಲ್ಲಿ ಆಡಿಶನ್ ಆಗಿ ಕ್ರಮವಾಗಿ ಪ್ರೋಗ್ರಾಂ ಸಿಕ್ಕತೊಡಗಿತ್ತು. ಇನ್ನಾರು ತಿಂಗಳಿನಲ್ಲಿ ನ್ಯಾಷನಲ್ ಮಟ್ಟದ ಕಲಾವಿದರನ್ನಾಗಿ ಮಾಡಿ, ಶನಿವಾರ ರಾತ್ರಿಯ ರಾಷ್ಟ್ರೀಯ ಕಾರ್ಯಕ್ರಮಕ್ಕೆ ಶಿಫಾರಸು ಮಾಡ್ತೀವಿ, ಸ್ಟೇಷನ್ ಡೈರೆಕ್ಟರ್

ಜ್ಯೋತೀಂದ್ರ ಘೋಷ್ ಹೇಳಿದ್ದರು. ನಾಯಕರು ಅಸಮಾಧಾನಗೊಂಡರೆ ಎಲ್ಲರೂ ನನ್ನ ಕೈ ಬಿಡ್ತಾರೆ. ಇವನ ಗಾಯನವೆಲ್ಲ ಬುರುಡೆ, ಅಶಾಸ್ತ್ರೀಯ ಅನ್ನುವ ಜನರೂ ಇದಾರೆ. ಅವರ ಮಾತಿಗೆ ಪ್ರಚಾರ ಕೊಟ್ಟುಬಿಟ್ಟರೆ! ಎಂಬ ಭಯ.

ಅವಕಾಶ ಸಾಧಿಸಿದಾಗ ಎಷ್ಟೇ ಆತುರದಲ್ಲಾದರೂ ಚಂಪಾಳನ್ನು ಕೂಡಲು ಅರಂಭಿಸಿದ ಮೇಲೆ ಮನೆಯಲ್ಲಿ ರಾತ್ರಿ ಪಕ್ಕದಲ್ಲೇ ಮಲಗಿದರೂ ರಾಮಕುಮಾರಿಯ ಸಂಪರ್ಕ ನಿಂತುಹೋಗಿತ್ತು. ಮನಸ್ಸು ಬರ್ತಿರಲಿಲ್ಲ. ಬಸುರಾಗದಂತೆ ಬಳಸುವ ಸಾಧನದ ಪರಿಚಯ ವಾಗಿದ್ದುದರಿಂದ ಚಂಪಾಳನ್ನು ಪದೆ ಪದೆ ಸೇರಲು ಭಯವೂ ಆಗ್ತಿರಲಿಲ್ಲ. ಈಗ ಚಾಳಿನ ಮನೆಯ ಸ್ಥಿತಿ ಉತ್ತಮವಾಗಿತ್ತು. ಮನೆಯ ಒಳಭಾಗಕ್ಕೆ ಪೇಂಟ್ ಹೊಡೆಸಿದೆ. ನಾಲ್ಕು ಮಡಿಸುವ ಕುರ್ಚಿಗಳು. ಟೀಪಾಯಿ. ಅವಳಿಗೆ ಒಟ್ಟಿಗೆ ಆರು ಸೀರೆಗಳು. ಮಗುವಿಗೆ ಆರು ಲಂಗಗಳು. ಇಬ್ಬರಿಗೂ ಒಂದೊಂದು ಚಿನ್ನದ ಸರ. ಅಡುಗೆಯ ಸ್ಟೀಲು ಪಾತ್ರೆ. ನಾನು ಊರಿನಲ್ಲಿಲ್ಲದಾಗ ಖರ್ಚಿಗೆ ಇರಲಿ ಅಂತ ಅವಳ ಕೈಗೆ ಆಗಾಗ್ಗೆ ಐವತ್ತು, ನೂರು. ಅಂಗಡಿಗೆ ಹೋಗಿ ಸಾಮಾನು ತರೂದು ಮೊದಲಾಗಿ ಎಲ್ಲ ಜವಾಬ್ದಾರಿಯೂ ಅವಳದ್ದೇ. ಈಗ ನನಗೆ ಬಂದಿರುವ ಉತ್ತಮದೆಶೆಗೆ ಬಕುಲಾ ಹುಟ್ಟಿದ ನಕ್ಷತ್ರವೇ ಕಾರಣ ಅಂತ ಅವಳು ನಂಬಿದ್ದಳು. ಮಗುವನ್ನೂ ಕರೆದುಕೊಂಡು ಆಗಾಗ್ಗೆ ಅಂಬಾ ಭವಾನಿಯ ಗುಡಿಗೆ ಹೋಗಿ ಆರತಿ ಮಾಡಿಸಿಕೊಂಡು ಬರ್ತಿದ್ದಳು. ಚನ್ನಾದ ಸೀರೆಗಳನ್ನುಟ್ಟು ಮುಖಕ್ಕೆ ಸ್ನೋ ಹಚ್ಚಿ ಪೌಡರು ಹಾಕತೊಡಗಿದಮೇಲೆ ಅವಳಲ್ಲೂ ತುಸು ಕಳೆ ಕಾಣ್ತಿತ್ತು. ಆದರೆ ವಿದ್ಯೆಯಿಲ್ಲ. ಸಂಗೀತಜ್ಞಾನವಂತೂ ಸುತರಾಂ ಇಲ್ಲ. ಒಂದೊಂದು ಹಂತವಾಗಿ ಅವಳಲ್ಲಿ ಪ್ರಸ್ತಾಪ ಮಾಡಿದೆ: 'ನನಗೆ ಈಗ ಪ್ರೋಗ್ರಾಂ ಸಿಕ್ತಿರೂದು ಒಬ್ಬರ ಸಹಾಯದಿಂದ. ಒಂದೆರಡು ವರ್ಷದಲ್ಲಿ ಈ ಚಾಳನ್ನು ಬಿಟ್ಟು ಎರಡು ಮೂರು ರೂಮು ಇರುವ ಫ್ಲ್ಯಾಟಿಗೂ ಹೋಗಬಹುದು. ನಿನಗೆ ಕೈತುಂಬ ಬಂಗಾರದ ಬಳೆ, ಮಗುವಿಗೆ ಇನ್ನೆರಡು ಸರ ಮಾಡಿಸಬಹುದು. ಅವರ ಮಗಳನ್ನ ಲಗ್ನವಾಗಲಿ ಅಂತ ಅವರು ಸಹಾಯ ಮಾಡ್ತಿ ದಾರೆ. ವಲ್ಲೆ ಅಂದರೆ ಯಾವ ಪ್ರೋಗ್ರಾಮೂ ಸಿಕ್ಕುಲ್ಲ. ಮೊದಲಿನ ಹಾಗೆ ಉಪವಾಸ ವನವಾಸ ಶುರುವಾಗುತ್ತೆ. ಮಗೂಗೆ ಒಂದು ಬಟ್ಟಲು ಹಾಲಿರಲಿ, ತಿನ್ನುವ ರೊಟ್ಟಿಯೂ ಇಲ್ಲದ ಹಂಗಾಗುತ್ತೆ. ಯೋಚನೆ ಮಾಡು.' ರಾತ್ರಿ ಮಲಗಿದ್ದಾಗ ಆಡಿದ ಮಾತು ಇದು. ಅವಳು ಮಾತನಾಡಲಿಲ್ಲ. ಉಸಿರನ್ನೂ ಆಡದಂತಹ ನಿಶ್ಶಬ್ದಳಾದಳು. ನಾನೂ ಮತ್ತೆ ಮಾತನಾಡಲಿಲ್ಲ. ತುಸು ಹೊತ್ತಿನ ಮೇಲೆ ಅವಳ ಮೇಲೆ ಕೈ ಹಾಕಿ, 'ಏನಂತೀಯ?' ಎಂದದ್ದಕ್ಕೆ, ಅದಕ್ಕೇ ನೀವು ನನ್ನನ್ನ ಆರು ತಿಂಗಳಿಂದ ಮುಟ್ಟಿಲ್ಲ. ಅಲ್ಲವೆ? ಎಂದಳು ಬಿಕ್ಕಿ ಅಳುತ್ತಾ. ನನ್ನ ತಪ್ಪು ಅರ್ಥವಾಯಿತು. 'ಹಂಗಲ್ಲ. ಪ್ರೋಗ್ರಾಂಗೆ ತಯಾರಿ ಮಾಡ್ಕ ಬೇಕಾಗುತ್ತಲ್ಲ. ನಂಗೆ ಬೇರೆ ಯಾರ ಜೊತೇಲೂ ಸಂಪರ್ಕವಿಲ್ಲ,' ಎಂದು ಅಸಂಬದ್ಧವಾಗಿ ಉತ್ತರಿಸುತ್ತಾ ಅವಳನ್ನು ತಬ್ಬಿ ಮುದ್ದಿಸತೊಡಗಿದೆ. ಪ್ರೀತಿ ಹುಟ್ಟಿತು. ಬಯಕೆ ಎದ್ದಿತು. ಅವಳೂ ಒಪ್ಪಿಸಿಕೊಂಡಳು. ಮೊಟ್ಟ ಮೊದಲಬಾರಿಗೆ ಸಕ್ರಿಯವಾಗಿ ಸಮರ್ಪಿಸಿಕೊಂಡಳು. ಎರಡು ವರ್ಷದ ಬಕುಲಾ ನಿದ್ರಿಸುತ್ತಿತ್ತು.

– ೪ –

ಮರುರಾತ್ರಿ ದೀಪ ಆರಿಸಿ ಮಗು ನಿದ್ರಿಸಿದಮೇಲೆ ಅವಳು ತಾನಾಗಿಯೇ ನನ್ನನ್ನು ತಬ್ಬಿ ಮುದ್ದಿಸುತ್ತಾ ಹೇಳಿದಳು: 'ಒಡವೆಯೂ ಬ್ಯಾಡ. ಸೀರೆಯೂ ಬ್ಯಾಡ. ಈ ಚಾಳಿನಲ್ಲೇ ಇರಾಣ. ನಾಲ್ಕು ಮನೆ ಕಸಮುಸುರೆ ಮಾಡಿ ನಾನು ನಿಮಗೆ ರೊಟ್ಟಿ ಬಾಜಿ ತಂದುಹಾಕ್ತೀನಿ. ಇನ್ನೊಂದು ಲಗ್ನ ಮಾಡಿಕೊಬ್ಯಾಡಿ.' ಅವಳು ಒಪ್ಪಿಕೊಳ್ಳುತ್ತಾಳೆಂಬ ಭರವಸೆ ನನಗೂ ಇರಲಿಲ್ಲ. ನಾವು ಮೂವರ ಹೊಟ್ಟೆಬಟ್ಟೆ ವಸತಿಯಿಂದ ಆಚೆಯ ಯಾವ ಕಲ್ಪನೆಯೂ ಅವಳಿಗೆ ಇಲ್ಲವೆಂಬ ಅಂಶ ನನಗೆ ಮತ್ತೊಮ್ಮೆ ಖಚಿತವಾಯಿತು.

ಚಂಪಾಳ ಮನೆಯಲ್ಲೂ ಈ ಪ್ರಸ್ತಾಪಕ್ಕೆ ವಿರೋಧ ಹುಟ್ಟಿತು. ನಾನು ಮೊದಲ ಕಛೇರಿಯಲ್ಲೇ ಸಭೆಯನ್ನು ಗೆದ್ದ, ಈಗಾಗಲೆ ಪಶ್ಚಿಮ ಭಾರತದಲ್ಲೆಲ್ಲ ಪ್ರಸಿದ್ಧನಾಗಿ ಸದ್ಯದಲ್ಲೇ ಉತ್ತರ, ಮಧ್ಯ, ಪೂರ್ವ ಭಾರತಗಳಲ್ಲಿ ಅಭಿಷಿಕ್ತನಾಗಲು ಸಜ್ಜಾಗುತ್ತಿರುವ ಗಾಯಕನಿರ ಬಹುದು. ನನ್ನ ಗಳಿಕೆಯ ಅಂತಶ್ಶಕ್ತಿ ನಾಯಕರಿಗಿಂತ ಹೆಚ್ಚು ಬೇರೆ ಯಾರಿಗೆ ಗೊತ್ತು? ಆದರೆ ನಾನು ಅವಿದ್ಯಾವಂತ. ಇಂಗ್ಲಿಷ್ ಬಾರದವನು. ಮುಂಬಯಿಯ ವಿದ್ಯಾವಂತ ವರ್ಗಕ್ಕೆ ಸೇರದವನು. ನಾಯಕರ ವಲಯವು ಕೇವಲ ಸಂಗೀತದ್ದಾಗಿರಲಿಲ್ಲ. ಮಂತ್ರಿಗಳು, ರಾಜಕಾರಣಿಗಳು, ವಕೀಲರು, ಮ್ಯಾನೇಜರುಗಳು, ಎಲ್ಲ ಪ್ರತಿಷ್ಠಿತರೊಡನೆ ಬೆರೆಯುವುದು ಅವರ ವೃತ್ತಿಯ ಅನುಭವವಾಗಿತ್ತು. ಹರಿದ್ವಾರದಲ್ಲಿ ಸಂಸ್ಕೃತ, ಹಿಂದಿಗಳನ್ನು ಕಲಿತು, ಮಹದೇವಮಂದಿರದಲ್ಲಿ ಸಂಗೀತದ ಗ್ರಂಥಗಳನ್ನೆಲ್ಲ ಓದಿದ್ದರೂ ನಾನು ಎಜ್ಯುಕೇಟೆಡ್ ಎಂಬ ಅರ್ಹತೆ ಇಲ್ಲದವನು. ಅಲ್ಲದೆ ಒಂದು ಮದುವೆಯಾಗಿ ಹೆಂಡತಿ ಮಗು ಇರು ವವನು. ಆ ಹೆಂಡತಿಯಿಂದ ಡೈವರ್ಸ್ ಪಡೆಯೂದು ಸುಲಭವಲ್ಲ. ಪಡೆದರೂ ಅದು ಅನ್ಯಾಯ. ನಾಳೆ ಇವನ ಮನಸ್ಸು ಅತ್ತ ತುಡಿಯುತ್ತಲೇ ಇರುತ್ತೆ, ಎಂಬ ವಿಚಾರವನ್ನ ಮಗಳಿಗೆ ಕಟುವಾಗಿಯೇ ಹೇಳಿದರು. ಇವನನ್ನು ನಮ್ಮ ಮನೆಗೆ ಸೇರಿಸಿ ಇಷ್ಟೆಲ್ಲ ಸಹಾಯ ಮಾಡಿದ್ದೇ ತಪ್ಪಾಯಿತು ಎಂಬ ಮಾತನ್ನೂ ಆಡಿದರಂತೆ. ನನ್ನನ್ನೇ ಕರೆಸಿ ಪ್ರತ್ಯೇಕವಾಗಿ ಮಾತನಾಡಿದರು: 'ನೀವು ಚಂಪಾಳನ್ನ ನಿಜವಾಗಿಯೂ ಪ್ರೀತಿಸ್ತೀರಾ?' ಎಂದು ಕೇಳಿದರು. ನಾನು ಏನಂತ ಹೇಳಬೇಕು? ಹೌದು ಅಂದೆ. 'ಹೆಂಡತಿ ಮಕ್ಕಳಿದ್ದೂ ಯಾಕೆ ಪ್ರೀತಿ ಮಾಡಿದಿರಿ?' ನನಗೆ ತೋಚಿದ ನಿಜವನ್ನೇ ಹೇಳಿದೆ. ಚಂಪಾಳ ಗುಣಶಕ್ತಿಗಳನ್ನ ಹೊಗಳಿದೆ. ಅವಳ ತಾಯಿಯೂ ವಿರೋಧಿಸಿದಳು. ಮಗಳನ್ನು ಬೈದರು. 'ನೀವಿಬ್ಬರೂ ಭೇಟಿಯಾಗೂದ ನಿಲ್ಲಿಸಿ. ಎರಡು ತಿಂಗಳಲ್ಲಿ ಸರಿಯಾಗ್ತೀರಿ. ಅವನ ಪ್ರೋಗ್ರಾಮಿನ ವ್ಯವಹಾರ ಅವನ ಮನೆಯಿಂದ ಅವನೇ ಮಾಡಿಕೊಳ್ಳಲಿ. ಹಾಡೂದೇ ಕಲಿತಮೇಲೆ ಪ್ರೋಗ್ರಾಂ ವ್ಯವಸ್ಥೆ ಮಾಡಿಕೊಳ್ಳೂದು ಕಷ್ಟದ ಕೆಲಸವೆ?' ಅಂದರು. ಅವಳು ಬಗ್ಗಲಿಲ್ಲ. ಬಗ್ಗಿದ್ದರೆ ನಾನು ಹಗರಣದಿಂದ ಹೊರಗಾಗ್ತಿದ್ದೆ. ಅವಳದು ಹಟಮಾರಿ ಸ್ವಭಾವವೆಂಬುದಕ್ಕೆ ನನಗೆ ಅಷ್ಟರಲ್ಲಿ ಹಲವು ಸಂಗತಿಗಳು ತಿಳಿದವು. ಆದರೆ ಅವನ್ನು ನಾನು ನಮ್ಮ ಸನ್ನಿವೇಶಕ್ಕೆ ಸಹಜವಾಗಿ ಅನ್ವಯಿಸಿಕೊಳ್ಳಲಿಲ್ಲ. ನನ್ನ ಬಗೆಗೆ ಇರುವ ಪ್ರಚಂಡ ಪ್ರೇಮದಿಂದಲೇ ಹಟ ಹಿಡಿದಿದಾಳೆ

ಅಂತ ನಂಬಿದೆ. ಓದಿನಲ್ಲಿ ಜಾಣೆ. ಬಿ.ಎಸ್‌ಸಿ., ಓದುತ್ತಿರುವಾಗ ತನಗೆ ವಿಜ್ಞಾನ ಗಣಿತಗಳಲ್ಲಿ ಆಸಕ್ತಿ ಇಲ್ಲ ಅಂತ ಬಿಟ್ಟುಬಿಟ್ಟಳಂತೆ. ಸ್ವಲ್ಪ ಪ್ರಯತ್ನಪಡು, ಒಂದು ಡಿಗ್ರಿಯಾದರೂ ಕೈಗೆ ಬರಲಿ, ತಂದೆ ತಾಯಿ ಎಷ್ಟು ಹೇಳಿದರೂ ಕೇಳಲಿಲ್ಲ. ಟೈಪಿಂಗ್ ಇನ್‌ಸ್ಟಿಟ್ಯೂಟಿಗೆ ಹೋಗಿ ಅದು ಮತ್ತು ಲೆಕ್ಕ ಬರೆಯುವ ಕ್ರಮವನ್ನು ಒಂದು ವರ್ಷ ಕಲಿತಳಂತೆ. ಇನ್ನೊಂದುವರ್ಷ ಮಾಡಿದ್ದರೆ ಡಿಪ್ಲೊಮಾ ಸಿಗುತ್ತಿತ್ತು. ಅದನ್ನೂ ಬಿಟ್ಟಳು. ಸಂಗೀತವನ್ನಾದರೂ ಸರಿಯಾಗಿ ಸಾಧನೆ ಮಾಡಲಿಲ್ಲ. ತಂದೆಯವರು ಒಂದು ವರ್ಷ ನ್ಯೂ ಏಜ್ ಅನ್ನುವ ಇಂಗ್ಲಿಷ್ ಪತ್ರಿಕೆಗೆ ಸಂಗೀತ ವಿಮರ್ಶೆ ಬರೆಯುವ ಅವಕಾಶ ಕಲ್ಪಿಸಿಕೊಟ್ಟಿದ್ದರಂತೆ. ಅವಳು ಬರೆಯುತ್ತಿದ್ದ ಇಂಗ್ಲಿಷನ್ನು ಅವರೇ ತಿದ್ದಿಕೊಡುತ್ತಿದ್ದರಂತೆ. ಹಣ ಸಿಕ್ಕದಿದ್ದರೂ ಬರೆದದ್ದು ಪ್ರಕಟವಾಗ್ತಿತ್ತು. ಅದನ್ನೂ ಬಿಟ್ಟುಬಿಟ್ಟಳಂತೆ. ಯಾವುದನ್ನೂ ಹಿಡಿದು ಮಾಡದೆ, ನೌಕರಿಯೂ ಇಲ್ಲದ ಹುಡುಗಿಗೆ ಅವರ ಅಂತಸ್ತಿನ ಗಂಡು ಹೇಗೆ ಸಿಕ್ಕಬೇಕು? ಇಷ್ಟನ್ನೆಲ್ಲ ಅವಳ ತಾಯಿಯೇ ನನಗೆ ಹೇಳಿದರು.

ಆದರೂ ಅವಳ ವ್ಯಕ್ತಿತ್ವವನ್ನು ನಾನು ಗ್ರಹಿಸಲಿಲ್ಲ. ಗ್ರಹಿಸುವಷ್ಟು ನಗರ ಜೀವನಾನುಭವ, ಇಂಗ್ಲಿಷ್ ವಿದ್ಯೆ ಇರಲಿಲ್ಲ. ಅಲ್ಲದೆ ನೀವು ಕೆಡಿಸಿರುವ ಅರಿಯದ ಹುಡುಗಿಯನ್ನು ಮದುವೆಯಾಗದಿದ್ದರೆ ಯಾರು ಹೊಣೆ ಅಂತ ನಮ್ಮಿಬ್ಬರಿಗೆ ಮಾತ್ರ ಗೊತ್ತಿದ್ದ ಗುಟ್ಟನ್ನು ಅವಳು ಪ್ರಯೋಗಿಸುತ್ತಿದ್ದ ರೀತಿಗೆ ನಾನು ತಪ್ಪುಭಾವನೆಯಿಂದ ತಲೆಬಾಗಿದೆ. ಅವಳೇ ಗೊತ್ತುಮಾಡಿದ ಗೋರೆಗಾಂವಿನ ಚಮನ್‌ಲಾಲ್ ವಕೀಲರಲ್ಲಿ ಹೋದೆವು. ಸಮಾಲೋಚನೆಯ ಫೀಜೇ ಒಂದು ಸಾವಿರ ರೂಪಾಯಿ. ನಾನು ಕೊಟ್ಟೆ. ತುಂಬ ಬುದ್ಧಿವಂತ ವಕೀಲರಂತೆ. ದೊಡ್ಡ ಆಫೀಸು. ಹತ್ತು ಜನ ಸಹಾಯಕ ವಕೀಲರು. ಹವಾನಿಯಂತ್ರಿತ ಕೋಣೆಯೊಳಗೆ ಕೂತು ಒಂದು ತಾಸಿನ ಸಮಾಲೋಚನೆ. ಎಲ್ಲವನ್ನೂ ಕೇಳಿ ಹೇಳಿದರು: 'ಇಂಥವು ಆಗ್ತವೆ. ಕಲಾಪ್ರಪಂಚದಲ್ಲಿ, ಸಿನಿಮಾ ಪ್ರಪಂಚದಲ್ಲಿ, ಇನ್ನು ಕೆಲವು ಕಡೆಗಳಲ್ಲಿ ನಡೀತಿರ್ತವೆ. ನನ್ನ ಕಡೆ ಕನ್‌ಸಲ್ಟೇಶನ್ನಿಗೆ ಬಂದು ಮಾಡಿದಾರೆ. ಎಲ್ಲೂ ಕಾಂಪ್ಲಿಕೇಶನ್ ಆಗಿಲ್ಲ. ಡೈವರ್ಸ್ ಕೊಡು ಅಂದರೆ ಮೊದಲ ಹೆಂಡತಿ ಕೊಡೂದಿಲ್ಲ. ಬರೀ ಕಾಗದಕ್ಕೆ ರುಜು ಮಾಡಿಸಿಕೊಂಡುಬಿಟ್ಟರೆ ಅದು ಡೈವೊರ್ಸ್ ಆಗುಲ್ಲ. ನಿಮಗೆ ಮದುವೆಯೇ ಆಗಿಲ್ಲ ಅಂತ ತಿಳಿದು, ನೀವಿಬ್ಬರೂ ರಿಜಿಸ್ಟರ್ ಮದುವೆಯಾಗಿಬಿಡಿ. ಆಕೆಗೆ ಜೀವನಕ್ಕೆ ಕಡಮೆಯಾಗದ ರೀತಿ ತಿಂಗಳಾ ಒಂದಿಷ್ಟು ಕೊಡ್ತಾ ಇರಿ. ಯಾರಿಗೂ ಅನ್ಯಾಯವಾಗೂದು ಬೇಡ. ನಿಮ್ಮದೇ ಅಫೀಶಿಯಲ್ ಮದುವೆಯಾಗುತ್ತೆ. ಆ ಮದುವೆಯಾದದ್ದು ಅಂಬಾಭವಾನಿ ಗುಡೀಲಿ ಅಂತೀರಿ. ಗುಡಿ ಪೂಜಾರಿಯೇ ಮದುವೆ ಪುರೋಹಿತ ಅಂದಿರಿ. ಆಕೆ ಕೋರ್ಟಿಗೆ ಹೋಗುಲ್ಲ. ಹೋಗೂ ಶಕ್ತಿಯಾಗಲಿ ವಿದ್ಯಾಬುದ್ಧಿಯಾಗಲಿ ಇಲ್ಲ. ಹೋದರೂ ಆ ಪೂಜಾರಿ ಕೋರ್ಟಿಗೆ ಬಂದು ಸಾಕ್ಷಿ ಹೇಳದ ಹಾಗೆ ಮಾಡಬಹುದು. ಹೇಳುಕ್ಕೆ ಬಂದರೂ ಅವನನ್ನ ಪಾಟೀಸವಾಲಿನಲ್ಲಿ ಹೊಡೆದು ಹಾಕಬಹುದು. ನಾನು ಆಕೇನ ಮದುವೆಯಾಗಿಯೇ ಇಲ್ಲ ಅಂತ ಸಾಧಿಸಿಬಿಡಬಹುದು. ಅಕ್ಕಪಕ್ಕದೋರ ಸಾಕ್ಷಿ ತಂದರೆ ಮನೆಕೆಲಸ ಮಾಡುಕ್ಕೆ ಬರ್ತಿದ್ದಳು. ಕಾಸು ತಗಂಡು ಒಂದೆರಡು ಸಲ ಮಲಗಿದ್ದಳು

ಅನ್ನಬಹುದು. ಅವರೆಲ್ಲ ಹಳ್ಳಿಜನಗಳು. ಈಗತಾನೆ ಜಾರಿಗೆ ಬಂದಿರುವ ದ್ವಿಪತ್ನೀ ಕಾಯ್ದೆಯ ಫಿಲಾಸಫಿ ಅವರಿಗೆ ಗೊತ್ತಿಲ್ಲ. ಅವಳ ಜೀವನಕ್ಕೆ ಕಲ್ಪಿಸಿ ನಡೆಸಿಕೊಂಡು ಹೋದರೆ ಅವಳು ಎದುರುಬೀಳುಲ್ಲ. ನೆರೆಹೊರೆಯವರೂ ಇನ್ನೇನು ಮಾಡುಕ್ಕಾಗುತ್ತೆ, ಸುಮ್ಮನಿರು ಅಂತಾರೆ. ಹೀಗೆ ನಾಲ್ಕುವರ್ಷ ಕಳೆಸಿದರೆ ಸಾಕು. ನಿಮ್ಮದೇ ಅಧಿಕೃತ ಮದುವೆ. ಅಧಿಕೃತ ದಾಂಪತ್ಯ.'

ಚಂಪಾ ನಿಶ್ಚಯಿಸಿಬಿಟ್ಟಳು. ಅವಳು ನಿಶ್ಚಯಿಸಿದಮೇಲೆ ವಿರೋಧಿಸುವ ಶಕ್ತಿ ನನಗೆಲ್ಲಿತ್ತು? ನಾಯಕರು ಒಪ್ಪಲಿಲ್ಲ. 'ಏನಾದರೂ ನೀವು ಮಾಡ್ತಿರೂದು ಕಾನೂನಿಗೆ ವಿರುದ್ಧ. ನಾನು ಸರ್ಕಾರಿ ನೌಕರ. ಈ ಮದುವೇಲಿ ನಾನು ಭಾಗಿ ಅಂತ ಮಾತ್ರವಲ್ಲ, ಇದು ನನ್ನ ತಿಳಿವಳಿಕೇಲಿ ನಡೀತು ಅಂತ ಗೊತ್ತಾದರೇ ನನ್ನ ನೌಕರಿಗೆ ಸಂಚಕಾರ ಬರಬಹುದು. ನೀನು ನನ್ನ ಮನೆಯ ವಿಳಾಸ ಕೊಡಕೂಡದು. ನಾವು ಯಾವುದೇ ರೀತಿ ಇದರಲ್ಲಿ ಭಾಗಿಯಾಗುಲ್ಲ. ಮಗಳು ಜಗಳಕಾಯ್ಕಂಡು ಮನೆ ಬಿಟ್ಟುಹೋದಳು. ಆಮೇಲೆ ಏನು ಮಾಡಿಕೊಂಡಳೋ ಏನು ಬಿಟ್ಟಳೋ ನಮಗೆ ಗೊತ್ತಿಲ್ಲ ಅಂತ ನಾವು ಹೇಳೋರು. ಈಗಲೇ ಹೇಳಿಬಿಟ್ಟಿದೀನಿ. ಹಾಂ.' ಎಂದರು.

ಹೀಗೆ ತಂದೆ ತಾಯಿಯರನ್ನ ಎದುರುಹಾಕಿಕೊಂಡು ಕಳೆದುಕೊಂಡರೆ ಏನುಬಂತು? ಕೇಳಿದೆ, ಈ ಮದುವೆ ಬೇಡ ಅಂತ ನೇರವಾಗಿ ಹೇಳಲಾರದೆ. 'ಎಲ್ಲಿ ಕಳೆದುಹೋಗ್ತಾರೆ? ನಾಲ್ಕುದಿನವಾದ ಮೇಲೆ ಅವರೇ ಹುಡುಕ್ಕಂಡು ಬರ್ತಾರೆ. ತಂದೆ ತಾಯಿಗಳ ಕರುಳು. ನಿಮಗೇನು ಗೊತ್ತು?' ಅಂದಳು. ಅವಳೇ ಪತ್ರಿಕೆಗಳಲ್ಲಿ ಜಾಹೀರಾತು ನೋಡಿ ಕುರ್ಲಾದಲ್ಲಿ ಖಾಲಿ ಇದ್ದ ಎರಡು ಕೋಣೆಯ ಇನ್ನೂರು ರೂಪಾಯಿ ಬಾಡಿಗೆಯ ಫ್ಲ್ಯಾಟಿಗೆ ಐದು ಸಾವಿರ ಪಗಡಿ ಕೊಡಿಸಿ, ಮದುವೆಗೆ ಮೊದಲೇ ನನ್ನೊಡನೆ ಅಲ್ಲಿ ಇರತೊಡಗಿ ಆ ವಿಳಾಸ ಕೊಟ್ಟು ಮದುವೆಯನ್ನೂ ರಿಜಿಸ್ಟರ್ ಮಾಡಿಸಿಬಿಟ್ಟಳು. ಸಂಗೀತವಲಯದವರನ್ನೆಲ್ಲ ಕರೆದು ಒಂದು ಪಾರ್ಟಿಯನ್ನೂ ವ್ಯವಸ್ಥೆ ಮಾಡಿದಳು. ನನಗೆ ಮೊದಲೇ ಒಂದು ಮದುವೆಯಾಗಿದ್ದ ಸಂಗತಿ ಬೇರೆ ಯಾರಿಗೂ ಗೊತ್ತಿರಲಿಲ್ಲ. ಗೊತ್ತಿದ್ದ ಪರಾಂಜಪೇನ ಭೇಟಿಯಾಗಿ, 'ನೋಡಿ, ನಮ್ಮ ದಾದಾ ನಿಮಗೊಂದು ಸೂಚನೆ ಹೇಳು ಅಂತ ನನ್ನನ್ನ ಕಳಿಸಿದಾರೆ. ಮೋಹನ್‌ಗೆ ಒಂದು ಹಳ್ಳಿ ಹುಡುಗಿ ಜೊತೆ ಮದುವೆಯಾಗಿತ್ತು ಅನ್ನೂದು ನಿಮಗೆ ಗೊತ್ತಿದೆ. ಅದು ಮೋಸದಲ್ಲಾದ ಮದುವೆ. ಆದರೂ ಅವಳಿಗೆ ಇವರು ಇಪ್ಪತ್ತೈದು ಸಾವಿರ ಕೊಟ್ಟು ಚುಕ್ತಾಮಾಡಿದರು. ನನಗೂ ಇವರಿಗೂ ಏನೂ ಸಂಬಂಧವಿಲ್ಲ, ಇವರು ಇನ್ನೊಂದು ಲಗ್ನವಾಗಲು ನನ್ನ ತಕರಾರಿಲ್ಲ ಅಂತ ಬರದುಕೊಟ್ಟು ರೊಕ್ಕ ತಗೊಂಡು ಅವಳು ತನ್ನ ಸೀಮೆಗೆ ಹೊರಟುಹೋದಳು. ಆದರೂ ಇವೆಲ್ಲ ಅವರಿವರ ಕಿವಿಗೆ ಬೀಳ ಬಾರದು. ಆಗದವರು ಪೇಪರು ಗೀಪರಲ್ಲಿ ಬರೆದಾರು, ಎಚ್ಚರಿಕೆ ಅಂತ ನಿಮಗೆ ಹೇಳು ಅಂತ ದಾದಾ ನನ್ನನ್ನ ಕಳಿಸಿದಾರೆ.' ಅವಳ ದಾದಾನ ಮಾತು ಅಂದರೆ ಪರಾಂಜಪೆ ಎಷ್ಟು ವಿಧೇಯನಾಗ್ತಾನೆ ಅನ್ನೂದು ಅವಳಿಗೆ ಗೊತ್ತು.

ರಾಮ್‌ಕುಮಾರಿಗೆ ತಿಂಗಳಿಗೆ ಎಷ್ಟು ಕೊಡಬೇಕಂತ ಕೇಳಿದೆ. ಕೊಡಲೇಬೇಕಾ?

ವಿರೋಧಿಸಿದಳು. ವಕೀಲರು ಏನು ಹೇಳಿದರು? 'ವಕೀಲರು ಹೇಳಿದ್ದೆಲ್ಲ ಮಾಡಬೇಕು ಅಂತ ಏನಿದೆ? ಈಗಿನಿಂದಲೇ ಕೊಟ್ಟು ಅಭ್ಯಾಸ ಮಾಡಿಬಿಟ್ಟರೆ ಸಾಯೂವರೆಗೂ ವಸೂಲು ಮಾಡ್ತಾರೆ. ಅವರ ಕಾಲಮೇಲೆ ಅವರು ನಿಲ್ಲೂದು ಯಾವಾಗ? ಕಷ್ಟಪಟ್ಟು ರೈಲುಪ್ರಯಾಣ ಮಾಡಿ ಗಂಟಲು ಹರಿಯೂ ಹಾಗೆ ಹಾಡದೆ ನಮಗಾದರೂ ಎಲ್ಲಿ ಬರುತ್ತೇ?' ಕೇಳಿದಳು.

'ನಾಲ್ಕು ವರ್ಷವಾದರೂ ಕೊಡಿ. ಕೋಪ ಇಳಿದಿರುತ್ತೆ ಅಂತ ವಕೀಲರು ಹೇಳಿದರಲ್ಲ.'

'ಕೊಡೋಣ. ಈ ಮುಂಬಯಿ ಷಹರಿನಲ್ಲಿ ಅವಳಿಗೇನು ಕೆಲಸ? ಪ್ರತಿಯೊಂದಕ್ಕೂ ಖರ್ಚು ಹೆಚ್ಚು. ಒಟ್ಟಿಗೆ ಒಂದಿಷ್ಟು ಕೊಡ್ತೀನಿ. ತಗಂಡು ನಿನ್ನ ಊರಿಗೆ ಹೋಗು ಅಂತ ಕಳಿಸೂದು ವಿವೇಕ ಅಲ್ಲವೆ? ಅಲ್ಲಾದರೆ ತಂದೆ ತಾಯಿ ಬಂಧು ಬಳಗ. ಈ ಷಹರದಲ್ಲಿ ಯಾರು ದಿಕ್ಕು? ಹಾಗಂತ ಹೇಳಿಕಳಿಸಿ.'

ಈ ಸಲಹೆ ನನಗೂ ನೆಮ್ಮದಿ ಕೊಟ್ಟಿತು. ಆದರೆ ಹಳ್ಳಿಯ ಜನಗಳೆಲ್ಲ ಈಗ ಷಹರಿಗೆ ಬರ್ತಿದಾರೆ. ಇಲ್ಲಿ ಕಸಮುಸುರೆಯ ಕೆಲಸವಾದರೂ ಸಿಗುತ್ತೆ ಅನ್ನುವ ಸಂಗತಿ ನನಗೆ ಗೊತ್ತಿತ್ತು. ಅವಳಿಗೆ ಹೇಳಲಿಲ್ಲ. ಆದರೂ ಈ ಪ್ರಸ್ತಾಪ ಮಾಡ್ತೀನಿ ಅಂದೆ. ಈಗ ಮೊದಲ ತಿಂಗಳು ಹೋದಾಗ ಎಷ್ಟು ಕೊಡಬೇಕು ಅಂತ ಚರ್ಚೆ ನಡೀತು. ಐವತ್ತು ಸಾಕು, ಅವಳೆಂದಳು. ಚಾಳಿನ ಬಾಡಿಗೆಯೇ ಮೂವತ್ತು, ನಾನು ಹೇಳಿದೆ. ಚರ್ಚೆಯಾಗಿ ಇನ್ನೂರು ಕೊಡುಕ್ಕೆ ಒಪ್ಪಿದಳು. ಹಣಕಾಸಿನ ವ್ಯವಹಾರವನ್ನೆಲ್ಲ ಅವಳೇ ಕೈಗೆ ತೆಗೆದುಕೊಂಡಿದ್ದರಿಂದ ನಾನು ಸ್ವತಂತ್ರಿಸಿ ಏನೂ ಮಾಡುವಂತಿರಲಿಲ್ಲ. ಇನ್ನೂರು ರೂಪಾಯಿ, ಮೇಲೆ ರೈಲಿನ ವಾಪಸು ಟಿಕೀಟಿಗೆ ಒಂದು ರೂಪಾಯಿ ಎಣಿಸಿ ಕೈಗಿಟ್ಟಳು. ಚಹಾ ಮೊದಲಾಗಿ ಯಾತ ಕ್ಕಾದರೂ ಬೇಕಾದರೆ ಇರಲಿ ಅಂದು ಮತ್ತೆ ಐದರ ಒಂದು ನೋಟು ಮುಂದಿಟ್ಟಳು.

ನಾನು ಬೋರಿವಲಿ ಚಾಳಿಗೆ ಹೋಗಿ ಹದಿನೈದು ದಿನವಾಗಿತ್ತು. ನನ್ನ ಮುಖ ನೋಡಿದ ಬಕುಲಾ ಗುರುತು ಮರೆತಂತೆ ಬಾಗಿಲಿನ ಹತ್ತಿರ ನಿಂತು ಜಿಂಕೆಯ ಕಣ್ಣುಗಳಿಂದ ನೋಡತೊಡಗಿದಳು. ಚಂಪಾ ಕೊಟ್ಟಿದ್ದ ಐದು ರೂಪಾಯಿಯಲ್ಲಿ ಒಂದು ರೂಪಾಯಿಯ ಪೆಪ್ಪರ್‌ಮಿಂಟು ಕೊಂಡೊಯ್ದಿದ್ದೆ. ಅದನ್ನು ಮುಂದೆ ಹಿಡಿದಮೇಲೆ ಅವಳ ಮುಖದಲ್ಲಿ ನಗೆ ಮೂಡಿತು. ಮೆಲ್ಲನೆಯ ಹೆಜ್ಜೆ ಹಾಕಿಕೊಂಡು ಹತ್ತಿರ ಬಂದು ಕೈನೀಡಿದಾಗ ತೋಳು ಹಿಡಿದು ನನ್ನ ತೊಡೆಯ ಮೇಲಕ್ಕೆ ಎಳೆದುಕೊಂಡೆ. 'ಪಿತಾಜಿ' ಅಂತ ಅವಳು ಅಮ್ಮನಿಗೆ ನನ್ನ ಗುರುತು ಹೇಳಿದಳು. ಅಮ್ಮ ಅಡುಗೆಮನೆಯ ಬಾಗಿಲಿನಲ್ಲಿ ಕತ್ತು ಬಗ್ಗಿಸಿ ನಿಂತಿದ್ದಳು. ಮುಂಬಯಿಯ ಅಭ್ಯಾಸವಾದಮೇಲೆ ಅವಳು ಘುಂಘಟ್ ಹಾಕುತ್ತಿರಲಿಲ್ಲ. ನನ್ನ ಆದಾಯ ಉತ್ತಮಗೊಂಡು ಮನೆಯಲ್ಲಿ ಉಂಡುತಿಂದು ಉಟ್ಟುತೊಟ್ಟು ಮಾಡಲು ಅನುಕೂಲವಾದ ಮೇಲೆ ತುಂಬಿಕೊಂಡಿದ್ದ ಅವಳ ಮುಖ ಈಗ ಕೃಶವಾಗಿತ್ತು. ಹದಿನೈದು ದಿನದಿಂದ ಮನೆಗೆ ಬಂದಿಲ್ಲವೆಂದರೆ ಎರಡನೆ ಲಗ್ನವಾಗಿದ್ದಾರೆ ಎಂಬ ಅರ್ಥ, ಮತ್ತೆ ಮನೆಗೆ ಬರುತ್ತಾರೋ ಇಲ್ಲವೋ ಎಂಬ ಆತಂಕ ಆಗಿದೆ ಎಂದು ನಾನು ಊಹೆ ಮಾಡಿದೆ. ಜೇಬಿನಿಂದ ನೋಟಿನ ಮಡಿಕೆ ತೆಗೆದು, 'ಇದ ತಗೊ. ಇನ್ನೂರು ಇದೆ. ಪ್ರತಿ ತಿಂಗಳೂ ಇನ್ನೂರು ತಂದುಕೊಡ್ತೀನಿ. ಮನೆ ಬಾಡಿಗೆ ಮೂವತ್ತು ಕಟ್ಟು. ಮಧ್ಯೆ ಮಧ್ಯೆ ಇನ್ನಷ್ಟು ತಂದುಕೊಡ್ತೀನಿ.

ನಾನೂ ಬರ್ತೀರ್ತೀನಿ. ನಿನ್ನೇನೂ ಕೈಬಿಡುಲ್ಲ,' ಎಂದೆ. ಅವಳು ಮಾತನಾಡಲಿಲ್ಲ. ಕೈ ನೀಡಲಿಲ್ಲ. ಕೇಳುಸ್ತಾ? ಎಂದೆ.

'ಏನೂ ಬ್ಯಾಡಿ. ನಿಮ್ಮನ್ನ ಕೇಳಿದ ಮೇಲೆ ಕಸಮುಸುರೆ ಕೆಲಸಕ್ಕೆ ಸೇರ್ಕಳಾಣ ಅಂತಿದ್ದೆ. ನೀವು ಬಂದಿದೀರಲ್ಲ, ಸೇರ್ಕ ಅಂದುಬಿಡಿ ಸಾಕು,' ಎಂದಳು.

ಕಬ್ಬಿಣದ ಕುರ್ಚಿಯ ಮೇಲೆ ಕೂತಿದ್ದ ನಾನು ಎದ್ದು ಹತ್ತಿರ ಹೋಗಿ ಅವಳ ಭುಜ ಹಿಡಿದು ಅಪ್ಪಿಕೊಂಡೆ. ಅವಳು ಕೊಸರಿಕೊಂಡು ಅಡುಗೆಯ ಕಿರುಕೋಣೆಗೆ ನಡೆದಳು. ಅವಳ ಹಿಂದೆಯೇ ಹೋಗಿ ಕೇಳಿದೆ: 'ನೋಡು. ನಂಗೆ ಗ್ರಾಚಾರ ಕೆಟ್ಟಿದೆ. ಅದಕ್ಕೇ ಬ್ಯಾಡ ಅಂದರೂ ಎರಡನೇ ಲಗ್ನ ತಪ್ಪುಲ್ಲ ಅಂತ ಶಾಸ್ತ್ರದಲ್ಲಿ ಹೇಳಿದರು. ಹಣೇಲಿ ಬರೆದದ್ದ ಯಾರು ತಪ್ಪಿಸುಕ್ಕಾಗುತ್ತೆ? ನನ್ನ ಸಂಪಾದನೆ ಜಾಸ್ತಿಯಾಗುತ್ತಂತೆ. ಆಗ ನಿನ್ನ ಹೆಸರಿಗೇ ಒಂದು ಮನೆ ತೆಕ್ಕೊಡ್ತೀನಿ. ಅಥವಾ ಹತ್ತು ಹದಿನೈದು ಸಾವಿರ ಕೂಡಿಸಿ ಕೊಡ್ತೀನಿ. ನಿನ್ನ ಕೈಬಿಡುಲ್ಲ. ಬೇಕಾದರೆ ನಾಕು ದಿನ ಊರಿಗೆ ಹೋಗಿ ಬಾ,' ಅಂದೆ. ಅವಳು ಮಾತನಾಡಲಿಲ್ಲ. ಬಿಕ್ಕಿ ಬಿಕ್ಕಿ ಅಳತೊಡಗಿದಳು. ಇನ್ನು ಸಮಾಧಾನ ಹೇಳಲು ತಿಳಿಯದೆ ನೋಟುಗಳನ್ನು ಡಬ್ಬಿ ಇಡುವ ಗೂಡಿನಲ್ಲಿಟ್ಟು ಹೊರಗೆ ಬಂದೆ. 'ಮತ್ತೆ ಬತ್ತೀನಿ ಬೇಟಿ' ಎಂದು ಮಗುವಿಗೆ ಹೇಳಿ ಹೊರಗೆ ನಡೆದುಬಿಟ್ಟೆ. ಮೆಟ್ಟಲಿಳಿಯುವ ಮೊದಲು ಒಮ್ಮೆ ಹಿಂತಿರುಗಿ ಬಕುಲಳನ್ನು ನೋಡಿದಾಗ ಚುನ್ನಿಯ ಹೊಟ್ಟೆಯಲ್ಲಿ ಹುಟ್ಟಿದ ಗಿರಿಧರನ ನೆನಪಾಯಿತು. ಅದರ ಜೊತೆ ಸಂಬಂಧವೇ ಇಲ್ಲ. ನಾನು ಹೋದರೂ ಅದು ಅಪ್ಪ ಎಂದು ಗುರುತಿಸುವುದಿಲ್ಲ, ಎಂಬ ಎಂದೂ ಇಲ್ಲದ ನಷ್ಟದ ನೆನಪು ಬಂದು ಮನಸ್ಸು ಒದ್ದೆಯಾಯಿತು. ಆದರೆ ಬಕುಲಾಳಿಗೆ ನಾನು ಪಿತಾಜಿಯೇ. ಹದಿನೈದು ದಿನಕ್ಕೇ ಗುರುತು ಮರೆತಿದಾಳೆ. ಹೀಗೆಯೇ ಮರೆತುಬಿಟ್ಟರೆ! ಎಂಬ ಸಂಭವ ಕಂಡು ಇನ್ನೂ ಹೆಚ್ಚಿನ ದುಃಖವಾಯಿತು. ರಾಮ್‌ಕುಮಾರಿ ಮತ್ತು ಬಕುಲೆಯರನ್ನು ಹೇಗೆ ನನ್ನವರಾಗಿ ಉಳಿಸಿಕೊಳ್ಳುವುದು? ಎಂಬ ಚಿಂತೆ ಕಾಡತೊಡಗಿತು.

ಮುಂದಿನಸಲ ಹಣ ಕೊಡಲು ಹೋದಾಗ ಬಕುಲ ಮನೆಯಲ್ಲಿರಲಿಲ್ಲ. ತಿಂಗಳಿಗೊಂದೇ ಸಲ ಅಲ್ಲಿಗೆ ಹೋಗಲು ನನಗೆ ಅನುಮತಿ ಇರುತ್ತಿತ್ತು. ಉಳಿದಂತೆಲ್ಲ ನಾನು ಎಲ್ಲಿ ಹೋಗುತ್ತೇನೆ, ಏನು ಮಾಡುತ್ತೇನೆ ಎಂಬ ವಿವರಗಳನ್ನು ಚಂಪಾ ಕೇಳುತ್ತಿದ್ದಳು. ತಿಳಿದುಕೊಳ್ಳುತ್ತಿದ್ದಳು. ನಿಯಂತ್ರಿಸುತ್ತಿದ್ದಳು. ಅವಳ ನಿಯಂತ್ರಣವು ಕ್ರಮೇಣ, ನನಗೇ ತಿಳಿಯದಂತೆ ವ್ಯಾಪಿಸಿಕೊಳ್ಳುತ್ತಿತ್ತು. ನನ್ನ ಎಲ್ಲ ಕಾರ್ಯ, ಕಾರ್ಯಕ್ರಮಗಳ ಮ್ಯಾನೆಜರ್ ಆಗಿಬಿಟ್ಟಿದ್ದಳಲ್ಲ. ನಡುವೆ ಬೋರಿವಲಿಗೆ ಹೋಗಬೇಕೆಂದರೂ ಸಾಧ್ಯವಾಗ್ತಿರಲಿಲ್ಲ. ಅದೋ ಕುರ್ಲಾದಿಂದ ದಾದರಿಗೆ ಹೋಗಿ ರೈಲು ಬದಲಿಸಿ ಆಗ ಮುಂಬಯಿಯ ಕೊನೆ ಪ್ರದೇಶವಾಗಿದ್ದ ಬೋರಿವಲಿಗೆ ಹೋಗಲು ಬಹಳಹೊತ್ತು ಹಿಡೀತಿತ್ತು. ಸ್ಟೇಶನ್ನಿನಿಂದ ಚಾಳಿಗೆ ಅರ್ಧಮೈಲಿ ನಡೀಬೇಕು. ಅದೇ ಮಾರ್ಗದಲ್ಲಿ ಕುರ್ಲಾಗೆ ಹಿಂತಿರುಗಬೇಕು. ಸಕಾಲದಲ್ಲಿ ರೈಲುಗಳು ಸಿಕ್ಕದಿದ್ದರೆ ಪ್ರಯಾಣಕ್ಕೆ ಎರಡೂವರೆ ಮೂರು ತಾಸು. ಒಂದು ತಿಂಗಳಿನ ನಂತರ ನೋಡಿದ ರಾಮ್‌ಕುಮಾರಿಯ ಮುಖದಲ್ಲಿ ಆದರ ಸ್ವಾಗತಗಳು ಕಾಣಿಸಿದವು. ಮಗು ಎಲ್ಲಿ? ಕೇಳಿದೆ. 'ಕೆಳಗಿನ ಸಾಲಿನ ಒಂದು ಮನೆಯಲ್ಲಿ ಅವಳ ಓರಿಗೆಯ ಎರಡು

ಮಕ್ಕಳಿದಾರೆ. ಆಟ ಆಡುಕ್ಕೆ ಹೋಗಿದಾಳೆ.'

'ಇಲ್ಲಿ ಬಾ' ಎಂದೆ. ಹತ್ತಿರ ಬಂದಳು. ಎಡಗೈಯಿಂದ ಅವಳ ಭುಜ ಹಿಡಿದು 'ಕೋಪವಾ?' ಎಂದೆ. ಅವಳು ಉತ್ತರ ಹೇಳಲಿಲ್ಲ. 'ಮಾತಾಡು.' ಬಲಗೈಯಿಂದ ಅವಳ ಗಲ್ಲ ಹಿಡಿದು ಮುಖವನ್ನು ನನ್ನ ಕಡೆಗೆ ಎತ್ತಿದೆ.

'ಗುಡಿ ಪೂಜಾರೀನ ಕೇಳಿದೆ. ನಮ್ಮ ಮದುವೆ ಮಾಡಿಸಿದೋರು. ನನ್ನ ಕೈ ನೋಡಿದರು. ಹೆಸರಿನಮೇಲೆ ನಕ್ಷತ್ರ ಕಂಡುಹಿಡಿದು ಗುಣಿಸಿದರು. ನಿನ್ನ ಗ್ರಾಚಾರ ಕೆಟ್ಟಿದೆ. ಶನಿ ಹೆಗಲೇರಿದೆ. ದಿನಾ ಗುಡಿಗೆ ಬಂದು ಶನಿದೇವರಿಗೆ ಎಳ್ಳೆಣ್ಣೆಯ ದೀಪಹಚ್ಚು ಅಂದರು. ಹೋದ ಶನಿ ವಾರದಿಂದ ಶುರುಮಾಡಿದೀನಿ. ಇವತ್ತು ನೀವು ಬಂದಿರಿ.'

'ನನ್ನ ಗಂಡನಿಗೂ ನೀನು ಹೆಗಲೇರಿದೀಯ. ಬೇಗ ಇಳಿಯಪ್ಪ ಅಂತ ಕೇಳಿಕೊ.'

'ಕೇಳ್ತಿದೀನಿ.'

ನನಗೆ ಅವಳಮೇಲೆ ಕನಿಕರ ಹುಟ್ಟಿತು. ಕೋಮಲಭಾವ ಮೂಡಿ ಕಣ್ಣುಗಳು ಮಂಜಾದವು. ಇವಳು ನನ್ನ ಹೆಂಡತಿ ಎಂಬ ಭಾವ ಉಕ್ಕಿತು. ಬಾಗಿಲಿನ ಕಡೆ ನೋಡಿದೆ. ಹೋಗಿ ಅದನ್ನು ಮುಚ್ಚಿ ಒಳಗಿನಿಂದ ಬೋಲ್ಟ್ ಹಾಕಿದೆ. ಅವಳು ಬೇಡವೆನ್ನಲಿಲ್ಲ. ಮಗು ವಿನಂಥ ಈ ಕೋಮಲತೆ, ಸಮರ್ಪಣೆ, ಮತ್ತೆಲ್ಲುಂಟು ಎನ್ನಿಸಿತು. ಬಾಗಿಲು ತೆಗೆದಮೇಲೆ ಮಗೂನ ಕರಕೊಂಡು ಬಾ, ಎಂದೆ. ಪಿತಾಜಿ ಬಂದಿದಾರೆ ಎಂದು ಹೇಳಿಯೇ ಕರಕೊಂಡು ಬಂದದ್ದರಿಂದ ಬಕುಲಾ ನೇರವಾಗಿ ನನ್ನ ಹತ್ತಿರಕ್ಕೆ ಬಂದಳು.

– ೫ –

ಚಂಪಾ ಹೇಳಿದಂತೆಯೇ ಆಯಿತು. ಎರಡು ತಿಂಗಳಿನ ನಂತರ ಅವಳ ತಂದೆತಾಯಿ ಇಬ್ಬರೂ ನಮ್ಮ ಮನೆಗೆ ಬಂದು ಆಹ್ವಾನಿಸಿದರು. ಶ್ರೀಖಂಡ ಪೂರಿ ಮಾಡಿ ಮಗಳಿಗೆ ರೇಶ್ಮೆ ಸೀರೆ ಕುಪ್ಪಸ, ಅಳಿಯನಿಗೆ ಸಫಾರಿ ಸೂಟಿನಬಟ್ಟೆ ಕೊಟ್ಟರು. ಎಲ್ಲವೂ ಸುಲಲಿತ. 'ನಾನು ಹೇಳಲಿಲ್ಲವಾ, ಇದು ಹೀಗೆಯೇ ಆಗುತ್ತೆ ಅಂತ?' ಚಂಪಾ ಗೆಲುವಿನ ಬೀಗಿನಿಂದ ನನ್ನನ್ನು ಕೇಳಿದಳು. ಕತ್ತು ಹಾಕದೆ ಬೇರೆ ದಾರಿ ನನಗೆ ಕಾಣಲಿಲ್ಲ, ಎಲ್ಲಾ ವಿಷಯದಲ್ಲೂ ಇವಳು ನನ್ನ ಹಿತವನ್ನೇ ಕಾಯ್ತಿದಾಳೆ ಎನ್ನಿಸಿತು. ಮನೆಗೆ ಫೋನು. ವಿಳಾಸ ಮತ್ತು ಫೋನು ನಂಬರುಗಳುಳ್ಳ ಲೆಟರ್‌ಹೆಡ್, ನಮ್ಮದೇ ಆದ ಲಕೋಟೆಗಳು. ಪತ್ರವ್ಯವಹಾರ ಟೆಲಿಫೋನ್ ವ್ಯವಹಾರಗಳನ್ನೆಲ್ಲ ಅವಳೇ ಮಾಡುತ್ತಿದ್ದಳು. 'ಆರ್ಟಿಸ್ಟ್ ಅಂದಮೇಲೆ ಸೆಕ್ರೆಟರಿ ಇರಬೇಕು. ಸೆಕ್ರೆಟರಿ ಮೂಲಕ ವ್ಯವಹಾರ ಮಾಡಿದರೆ ಬಿಗಿ ಇರುತ್ತೆ. ನೀವು ಯಾವುದಕ್ಕೂ ಚಂಪಾ ಮೋಹನ್ ಅವರನ್ನ ಕೇಳಿ ಅಂದುಬಿಡಿ. ಇಷ್ಟಕ್ಕೂ ನಿಮಗೆ ವ್ಯವಹಾರ ತಿಳಿಯಲ್ಲ,' ಎಂದು ಹೇಳಿಬಿಟ್ಟಿದ್ದಳು. ಕಾರ್ಯಕ್ರಮ ನಿಶ್ಚಯಿಸುವುದು, ಮುಂಗಡ ಅಥವಾ ಮೊದಲೇ ಪೂರ್ತಿ ಹಣ ಪಡೆಯುವುದು. ಪತ್ರಿಕಾ ವಿಮರ್ಶೆಗಳನ್ನೆಲ್ಲ ಜೋಡಿಸಿ

ಫೈಲ್ ಮಾಡುವುದು. ಯಾವ ಊರಿನಲ್ಲಿ ಯಾವ ಯಾವ ರಾಗಗಳನ್ನು ಹಾಡಿದೆ ಎಂಬುದನ್ನು ಕೂಡ ಬರೆದಿಡುತ್ತಿದ್ದಳು. ಮುಂದೆ ಆ ಊರಿಗೆ ಹೋದಾಗ ಬೇರೆ ರಾಗಗಳನ್ನು ಹಾಡಬೇಕು ಎಂಬ ಗುರಿಯಿಂದ. 'ಕಲಾವಿದರಿಗೆ ಶಿಸ್ತು ಇರೂದಿಲ್ಲ. ನನ್ನಂತೆ ಶಿಸ್ತು ಇರುವ, ಶಿಸ್ತು ತರುವ ಹೆಂಡತಿ ಸಿಕ್ಕಕ್ಕೆ ನೀವು ಏಳುಜನ್ಮದಿಂದ ಪುಣ್ಯ ಮಾಡಿಕೊಂಡಿದ್ದಿರಿ,' ಎನ್ನುವಳು. ಆಯೋಜಕರು ಎಷ್ಟೇ ಹಣಕೊಡಲಿ ವೇದಿಕೆಯ ಮೇಲೆ ಕುಳಿತರೆ ನಾಲ್ಕೈದು ಗಂಟೆಯಾದರೂ ನಾನು ಸಮೃದ್ಧವಾಗಿ ಹಾಡುತ್ತಿದ್ದೆ. ಹಾಡುವ ಕಸುವು, ಚಿಕ್ಕ ವಯಸ್ಸು ಎರಡರ ಜೊತೆಗೆ ಸಭಿಕರೊಡನೆ ಆಗುತ್ತಿದ್ದ ತಾದಾತ್ಮ್ಯವೂ ಸೇರುತ್ತಿತ್ತು. ಅನಂತರವೂ ಯಾರಾದರೂ ಫರಮಾಯಿಶಿ ಎಂದು ಕೋರಿಕೊಂಡರೆ ಅದನ್ನೂ ಹಾಡ್ತಿದ್ದೆ. ಒಂದುಸಲ ಪುಣೆಯಲ್ಲಿ ಒಬ್ಬ ವೃದ್ಧಸಭಿಕರು ತುಸು ಲಲಿತ್ ತೋರಿಸಿ ಆಮೇಲೆ ಭೈರವಿ ಹಾಡಿ ಎಂದು ಎದ್ದುನಿಂತು ನಿವೇದಿಸಿಕೊಂಡರು. ಅದು ಭಾರತೀಯ ಶೈಲಿಯಲ್ಲಿ ನೆಲದಮೇಲೆ ಕುಳಿತಿದ್ದ ಬೈಠಕ್. ನನ್ನ ಪಕ್ಕ ಕುಳಿತು ತಂಬೂರಿ ಮೀಟುತ್ತಿದ್ದ ಚಂಪಾ ಮೈಕನ್ನು ತನ್ನೆಡೆಗೆ ಎಳೆದುಕೊಂಡು 'ನೆಕ್ಸ್ಟ್ ಟೈಂ' ಎಂದಳು. ನೆಕ್ಸ್ಟ್ ಟೈಂ ನೀವು ಬರೂದು ಯಾವಾಗ, ನಾವು ಕೇಳೂದು ಯಾವಾಗ? ವೃದ್ಧರು ಕೇಳಿದರು. 'ಕರೆಸಿದರೆ ಮುಂದಿನ ವಾರವೇ. ನಮ್ಮ ಡೈರಿ ಫ್ರೀ ಇದೆ,' ಇವಳು ಉತ್ತರಿಸಿದಳು. ನನಗೆ ಈ ಉತ್ತರ ಸರಿಕಾಣಲಿಲ್ಲ. ಊಟ ಮಾಡುವಾಗ ಇನ್ನೊಂದು ತುತ್ತು ಅಂತ ಕೇಳಿದರೆ ಮುಂದಿನಸಲ ಅನ್ನುವುದು ಧರ್ಮವೇ? ಅನ್ನಿಸಿತು. ಲಲಿತ್ ಶುರುಮಾಡಿಯೇ ಬಿಟ್ಟೆ. ಸಭಿಕರು ಚಪ್ಪಾಳೆ ತಟ್ಟಿ ಸ್ವಾಗತಿ ಸಿದರು. ಚಂಪಾ ಅಪ್ರಸನ್ನಳಾದುದು ಅವಳು ತಂಬೂರಿ ಮಿಡಿಯುವ ಪರುಷತನದಲ್ಲಿಯೇ ತಿಳಿಯುತ್ತಿತ್ತು. ಲಲಿತದಂಥ ಸುಕುಮಾರ ರಾಗವನ್ನು ಇಂಥ ಒರಟು ಶ್ರುತಿಯಲ್ಲಿ ಹಾಡಲು ನನಗೆ ಕಷ್ಟವಾಗುತ್ತಿತ್ತು. ಅವಳ ಕಡೆಗೆ ತಿರುಗಿ ನೋಡಿದೆ. ಡೋಂಟ್ ಕೇರ್ ಎಂಬಂತೆ ಅವಳು ದೃಷ್ಟಿ ಬೀರಿದಳು. ಗದ್ದರಿಸಿಕೊಳ್ಳಲು ಧೈರ್ಯವಾಗಲಿಲ್ಲ. ಬೇರೆ ಯಾರಾದರೂ ಹೀಗೆ ತಂಬೂರಿ ಬಾರಿಸಿದ್ದರೆ ಯಾವ ಗವಯಿಯಾದರೂ ಅವನನ್ನು ಅಥವಾ ಅವಳನ್ನು ಎಬ್ಬಿಸಿ ಕಳಿಸಿ ಬೇರೊಬ್ಬರನ್ನು ನೇಮಿಸುತ್ತಿದ್ದ. ಆದರೆ ಇವಳ ಸ್ವಭಾವ ನನಗೆ ಗೊತ್ತಿತ್ತು. ಹೇಗೋ ಕಷ್ಟಪಟ್ಟು ರಾಗದ ಸ್ವರಸೂಕ್ಷ್ಮಗಳನ್ನು ಹಿಡಿಯತೊಡಗಿದೆ. ಫರಮಾಯಿಶ್ ಕೇಳಿದ ವೃದ್ಧರ ಮುಖದ ಕಡೆ ನೋಡಿದಾಗ ಈ ಕದನದ ಸೂಕ್ಷ್ಮವು ಅವರಿಗೆ ಅರ್ಥವಾಯಿ ತೆಂಬುದು ಅವರ ಮುಖದಲ್ಲಿ ಮೂಡಿದ್ದ ನೋವಿನ ಗೆರೆಗಳಿಂದಲೇ ವೇದ್ಯವಾಗುತ್ತಿತ್ತು. ಹದಿನೈದು ನಿಮಿಷದಲ್ಲಿ ಆ ರಾಗವನ್ನು ಮುಗಿಸಿ ಭೈರವಿ ಆರಂಭಿಸಿದೆ. ಭೈರವಿಗೂ ಅವಳು ಅಷ್ಟೇ ಒರಟಾಗಿ ತಂಬೂರಿ ಮಿಡಿದಳು. ರೈಲಿನಲ್ಲಿ ಮುಂಬಯಿಗೆ ಹಿಂತಿರುಗುವಾಗ, 'ನೀವು ನನಗೆ ಅವಮಾನ ಮಾಡಿದಿರಿ' ಅಂದಳು.

'ಮುಂದಿನ ಬಾರಿ ಅಂದರೆ ಮತ್ತೊಮ್ಮೆ ಇಷ್ಟೇ ದುಡ್ಡು ಕೊಡಿ ಅಂತ ಅಲ್ಲವೆ ಅರ್ಥ? ಕಲಾವಿದ ಆ ಮಾತನಾಡೂದೇ ಅವಮಾನ,' ನಾನೆಂದೆ.

'ಹಾಗಿದ್ದರೆ ಪುಕಟ್ ಕಛೇರಿ ನಡೆಸಿ. ಹಣ ಯಾಕೆ ತಗೋತೀರಿ?'

ನನಗೆ ರೇಗಿತು, 'ಸೂಳೆ ಒಮ್ಮೆ ಕಾಸು ತಗಂಡು ಮಲಗಿದಮೇಲೆ ಗಿರಾಕಿ ಕೇಳಿದಷ್ಟು

ಸುಖ ಕೊಡಲೇಬೇಕು. ಇನ್ನೊಂದು ಮುತ್ತು ಕೇಳಿದಾಗ ನೆಕ್ಸ್ಟ್ ಟೈಂ ಅಂದರೆ ಬಿಡ್ತಾರೇನು?' ಎಂದುಬಿಟ್ಟೆ. ಉಪಮೆಯು ಅನೌಚಿತ್ಯದ್ದೆಂಬ ಪ್ರಜ್ಞೆ ಇಲ್ಲದೆ.

'ಎಂಥ ಹೋಲಿಕೆ ಕೊಡ್ತಿದೀರಿ. ನಿಮ್ಮ ಅನುಭವದಿಂದ ಆಡ್ತಿರೂ ಮಾತೇ ಇರಬಹುದು ಇದು,' ಅವಳು ಬುಸುಗುಟ್ಟಿದಳು.

ವಾಸ್ತವವಾಗಿ ಅದು ನನ್ನ ಅನುಭವದಿಂದ ಹುಟ್ಟಿದ ಹೋಲಿಕೆಯೇ ಆಗಿತ್ತು. ಮುಂಬಯಿಯ ಸೂಳೆಗೇರಿಯಲ್ಲಿ ಸಂಗೀತಗಾರ್ತಿಯನ್ನು ಸಂಧಿಸುವ ಮೊದಲು, ಏನವಳ ಹೆಸರು? ನಾನು ಕೇಳಲೂ ಇಲ್ಲ ಅವಳು ಹೇಳಲೂ ಇಲ್ಲ, ಉದಯಪುರದವಳು, ನಾಲ್ಕು ಬಾರಿ ಹೋಗಿದ್ದಾಗ ಒಬ್ಬಳು, 'ನೀನು ಕೊಟ್ಟಿರೂ ಗ್ವಾಪಾಳದ ಐದುರೂಪಾಯಿಗೆ ಏನೇನು ಕೇಳ್ತೀಯ. ಏಳುಮ್ಯಾಲೆ,' ಎಂದಿದ್ದ ನೆನಪಾಯಿತು. ಎರಡರ ಹೋಲಿಕೆಯೂ ಕ್ಷಣಾರ್ಧದಲ್ಲಿ ವಿವರವಾಗಿ ನಡೆದು ಅನೌಚಿತ್ಯವೇನೂ ಇಲ್ಲ ಎನ್ನಿಸಿಬಿಟ್ಟಿತು. ಆದರೆ ಪಕ್ಕ ದಲ್ಲಿ ಬುಸುಗುಟ್ಟುತ್ತಿದ್ದ ಇವಳ ನೆನಪಾಗಿ, 'ಅನುಭವವೇ ಬೇಕೇನು? ಸಂಗೀತ ಉಣಬಡಿಸೂ ದನ್ನ ಸೂಳೆಯ ಲೆಕ್ಕಾಚಾರಕ್ಕೆ ಇಳಿಸಬಾರದು ಅನ್ನೂದಕ್ಕೆ ಹೇಳಿದೆ.' ಅವಳ ಬಾಯಿ ಕಟ್ಟಿತು.

ಆದರೆ ಸೋಲುವುದು ಅವಳ ಸ್ವಭಾವವಲ್ಲ. ಐದುನಿಮಿಷದ ನಂತರ ಹೇಳಿದಳು: 'ಹಂಗಾದರೆ ಎರಡು ರೇಟು ಮಾಡೋಣ. ಫ಼ುಲ್‌ಪ್ರೋಗ್ರಾಂ. ಸಾವಿರ ರೂಪಾಯಿ. ಅರ್ಧ ಪ್ರೋಗ್ರಾಂ. ಏಳನೂರ ಐವತ್ತು. ಅರ್ಧಪ್ರೋಗ್ರಾಂ ಅಂದರೆ ಮೂರುಗಂಟೆಯಲ್ಲಿ ಮುಕ್ತಾಯ.'

'ಹೋಟೆಲಿನಲ್ಲಿ ಫ಼ುಲ್ ಮೀಲ್, ಲಿಮಿಟೆಡ್ ಮೀಲ್ ಅಂತ ಮಾಡಿದಾರೆ ಇತ್ತೀಚೆಗೆ. ನನಗೆ ಅದನ್ನ ಕಂಡರೆ ಆಗುಲ್ಲ. ಊಟಕ್ಕೆ ಕೂರಿಸಿದಮೇಲೆ ಹೊಟ್ಟೆ ತುಂಬ ಬಡಿಸಬೇಕು. ಕೇಳಿ ಕೇಳಿ ಇಕ್ಕಬೇಕು. ಇನ್ನು ಸಾಕು ಅಂದಮೇಲೆಯೇ ಮೊಸರು ಸಕ್ಕರೆ ಕೊಡಬೇಕು,' ಎಂದೆ.

'ನೀವು ಹೇಳಿದ ಹಾಗೆ ಮಾಡಿದರೆ ಆರ್ಟಿಸ್ಟ್ ಬದುಕೂದು ಹ್ಯಾಗೆ?' ಅವಳು ಕೇಳಿದಳು.

'ನಮಗೆ ಯಾವುದಕ್ಕೆ ಕಮ್ಮಿಯಾಗಿದೆ ಈಗ?' ನಾನು ಕೇಳಿದೆ.

'ಬಾಡಿಗೆ ಫ಼್ಲ್ಯಾಟಿನಲ್ಲಿದೀವಿ. ನಾಚಿಕೆಯಾಗುಲ್ಲವೆ? ಸ್ವಂತದ್ದು ಅನ್ನುವ ಒಂದು ದೊಡ್ಡ ಫ಼್ಲ್ಯಾಟ್ ತಗೋಬೇಡವೆ, ನಾಲ್ಕು ಬೆಡ್‌ರೂಮಿನದು?' ಎಂದು ಉತ್ತರಿಸಿದಳು.

ಕ್ರಮೇಣ ಇನ್ನೂ ಒಂದು ಪದ್ಧತಿ ಜಾರಿಗೆ ತಂದಳು. ಕಾರ್ಯಕ್ರಮಕ್ಕೆ ಸ್ವಾಗತ ಕೋರುವ ಕಾರ್ಯದರ್ಶಿಯು, ನಮ್ಮ ಈ ಕಾರ್ಯಕ್ರಮಕ್ಕೆ ಪಂಡಿತ ಮೋಹನಲಾಲಜಿ ಯವನ್ನು ದೊರಕಿಸಿಕೊಟ್ಟ, ಅವರ ಸಂಗೀತಕಲೆಯ ಅರ್ಧಾಂಗಿನಿಯೂ, ಸಂಗೀತಸ್ಫೂರ್ತಿಯೂ ಆದ ಶ್ರೀಮತಿ ಚಂಪಾ ಮೋಹನ್‌ಜಿ ಅವರಿಗೆ ನಾವು ಎಷ್ಟು ಕೃತಜ್ಞರಾಗಿದ್ದರೂ ಸಾಲದು ಅಂತ ಹೇಳಲೇಬೇಕು. ಹಾಗೆ ಅವಳೇ ಸೂಚನೆ ಕೊಟ್ಟಿರ್ತಿದ್ದಳು.

ಕಲಾಕಾರನಾದ ನನ್ನ ಉಪಚಾರದಲ್ಲಿ ನ್ಯೂನವಾದರೂ ಚಿಂತೆಯಿಲ್ಲ, ಅವಳ ಉಪಚಾರದಲ್ಲಿ ಸ್ವಲ್ಪವೂ ಕಡಮೆ ಯಾಗದಂತೆ ನೋಡಿಕೊಳ್ಳುತ್ತಿದ್ದರು. ಸ್ಥಳದ ರಸಿಕರು ನನ್ನಿಂದ ಕೇಳಲೇಬೇಕೆಂದು ಬಯಸಿರುವ ರಾಗದ ಹೆಸರುಗಳನ್ನು ಮೊದಲು ಅವಳಿಗೆ ನಿವೇದಿಸಿ ಅವಳು ದೊಡ್ಡಮನಸ್ಸು ಮಾಡಿ ನನಗೆ ಸೂಚನೆ ಕೊಟ್ಟರೆ ಮಾತ್ರ ನಾನು ಹಾಡಬೇಕು. ನೇರವಾಗಿ ನನ್ನನ್ನು ಕೇಳುವ ಅಧಿಕಾರ ಯಾರಿಗೂ ಇಲ್ಲ ಎಂಬ ರಿವಾಜೂ ಸಂಗೀತವಲಯದಲ್ಲಿ ಪ್ರಚಾರವಾಯಿತು. ಇವೆಲ್ಲ ನನಗೇ ತಿಳಿಯದಂತೆ ಕಾಣಿಸಿಕೊಂಡ ಬದಲಾವಣೆಗಳು. ಏನೂ ತಿಳಿಯದಿದ್ದ ನಾನು ಸುಮ್ಮನಿದ್ದುಬಿಡ್ತಿದ್ದೆ. 'ಕಲಾವಿದರು ಹೂವಿನಂತೆ ಕೋಮಲ ಮನೋಧರ್ಮದವರು. ಅವರನ್ನು ಜನಗಳ ನೂಕುನುಗ್ಗಲಿನಿಂದ ಸಂರಕ್ಷಿಸದಿದ್ದರೆ ಕಲೆ ಉಳಿಯುಲ್ಲ' ಎಂದು ಹೇಳಿ ತಾನು ಸಂರಕ್ಷಕಿಯ, ಎಂದರೆ ನನಗಿಂತ ಹೆಚ್ಚಿನ ಸ್ಥಾನವನ್ನು ಕಟ್ಟಿಸಿ ಅದರ ಮೇಲೆ ಗಟ್ಟಿಯಾಗಿ ಕೂತುಬಿಟ್ಟಳು.

ಮುಂಬಯಿ ಮತ್ತು ಪಶ್ಚಿಮಭಾರತದ ಸಂಗೀತಕಾರ್ಯಕ್ರಮಗಳನ್ನು ಗೆದ್ದನಂತರ ಉತ್ತರ, ಪೂರ್ವ, ಮಧ್ಯಭಾರತವನ್ನು ಗೆಲ್ಲುವುದು ಕಷ್ಟವಾಗಲಿಲ್ಲ. ಅಷ್ಟರಲ್ಲಿ ನನ್ನ ಹೆಸರು ದಿಲ್ಲಿಗೂ ಹರಡಿತ್ತು. ನಾಯಕರು ದಿಲ್ಲಿಯ ಶಂಕರಲಾಲ್ ಸಂಗೀತೋತ್ಸವದ ವ್ಯವಸ್ಥಾಪಕರನ್ನು ದಿಲ್ಲಿಯವರಿಂದಲೇ ಸಂಪರ್ಕಿಸಿ ನನ್ನ ಹೆಸರನ್ನು ಸೂಚಿಸಿದರು. ನಡು ರಾತ್ರಿಯ ಸಮಯವೇ ಸಿಗುವಂತೆಯೂ ಮಾಡಿದರು. ನಾನು ಹಾಡಿದ ಬಾಗೇಶ್ರೀ ದಿಲ್ಲಿ ಯನ್ನು ಮಾತ್ರವಲ್ಲ ಇಡೀ ಉತ್ತರ ಭಾರತವನ್ನು ಗೆದ್ದುಬಿಟ್ಟಿತು. ನಾಯಕರ ಸಂಪರ್ಕದಿಂದ ದಿಲ್ಲಿಯ ಪತ್ರಿಕೆಗಳ ಸಂಗೀತ ವಿಮರ್ಶಕರೂ ಹೊಗಳಿ ಏರಿಸಿದರು. ಅಲ್ಲಿಂದ ಕಲ್ಕತ್ತೆ. ನಡುವಣ ಲಕ್ನೋ ಅಲಹಾಬಾದ್, ಬನಾರಸ್, ಪಟ್ಣ, ಭುವನೇಶ್ವರ, ಕಟಕ್, ಇತ್ತ ಭೋಪಾಲ್, ಗ್ವಾಲಿಯರ್, ಹೈದರಾಬಾದ್, ಮೊದಲಾಗಿ ಇಡೀ ಭಾರತದಲ್ಲಿ ಬೇಡಿಕೆಗಳು. ಒಂದು ಕಛೇರಿಗೆ ಒಂದು ಸಾವಿರ, ಒಂದೂವರೆ ಸಾವಿರ, ಎರಡು, ಏರಿತು. ಎಂದರೆ ಚಂಪಾ ಏರಿಸಿದಳು. ಸಭೆಗಳು ಒಪ್ಪಿದವು. ಒಂದು ಊರಿನಲ್ಲಿ ಒಂದು ಸಭೆ ಕೊಟ್ಟದ್ದು ಇತರ ಊರುಗಳಿಗೂ ಮಾದರಿ ಮೊತ್ತವಾಗುತ್ತಿತ್ತು. ಕುರ್ಲಾದಲ್ಲಿಯೇ ಹೊಸದಾಗಿ ಆರಂಭವಾದ ಗುಡ್‌ವಿಲ್ ಕೋ-ಆಪರೇಟಿವ್ ಹೌಸಿಂಗ್ ಸೊಸೈಟಿಯವರಿಗೆ ಅರ್ಧ ಹಣ ಸಂದಾಯಮಾಡಿ ನಾಲ್ಕು ಕೋಣೆಯ ಫ್ಲ್ಯಾಟ್ ವಶವಾಯಿತು. ಉಳಿದರ್ಧ ಹಣ ವನ್ನು ಕಂತುಗಳಲ್ಲಿ ತೀರಿಸುವ ವ್ಯವಸ್ಥೆ. ಅವಳಲ್ಲದೆ ನಾನೊಬ್ಬನೇ ಇಷ್ಟೆಲ್ಲವನ್ನೂ ಮಾಡು ತ್ತಿದ್ದೆನೆ? ಎಂಬ ಪ್ರಶ್ನೆ ನನ್ನಲ್ಲಿಯೂ ಹುಟ್ಟಿತು. ಕಲಾವಿದನಿಗೆ ಒಬ್ಬ ರಕ್ಷಕಿ ಬೇಕು ಎಂಬ ಅವಳ ಮಾತು ನನ್ನದೇ ಆಗಿ ಬೇಕೇ ಬೇಕು ಎಂಬ ರೂಪ ತಳೆಯಿತು.

– ೬ –

ಮದುವೆಯಾದ ಮೂರನೆಯ ವರ್ಷ ಚಂಪಾ ಬಸುರಾದಳು. ಮೊದಲೇ ಆಗಬಹು

ದಿತ್ತು. ಆದರೆ ತನ್ನಮಗು ಸ್ವಂತಮನೆಯಲ್ಲೇ ಹುಟ್ಟಬೇಕೆಂದು ಅವಳ ಸಂಕಲ್ಪವಿತ್ತು. ನಾಲ್ಕು ಶಯನಕೋಣೆ, ಎರಡು ಬಾಲ್ಕನಿಗಳ ಫ್ಲ್ಯಾಟಿನ ಗೃಹಪ್ರವೇಶವಾದ ನಂತರವೇ ಅವಳು ಯಾವ ನಿರೋಧಕವೂ ಇಲ್ಲದೆ ಮುಕ್ತವಾಗಿ ಕೂಡಿದಳು. ತನಗಾದ ಬಸುರು ಅವಳಿಗೊಂದು ದೊಡ್ಡ ಮಹೋತ್ಸವ. ಸದಾ ಅದರಲ್ಲಿ ಮಗ್ನಳಾದಳು. ಅವಳ ತಾಯಿ ಇಲ್ಲಿಗೆ ಬಂದು ಮಗಳ ಕಷ್ಟಸುಖ ವಿಚಾರಿಸುವುದು, ಅಲ್ಲಿಗೆ ಕರೆದೊಯ್ಯುವುದು, ಅವಳ ನಾಲಗೆ ಬಯಸುವ ತಿಂಡಿತಿನಿಸು ಮಾಡಿಕೊಡುವುದು, ತಜ್ಞ ವೈದ್ಯರಿಗೆ ತೋರಿಸುವ ಸಡಗರ, ಗಂಡೋ ಹೆಣ್ಣೋ ಎಂಬ ಊಹೆಯಲ್ಲಿ ತೊಡಗುವುದು. ಎಡಗಡೆ ಹೆಚ್ಚುಸಲ ಇರಸುಮುರುಸು ಕಾಣಿಸಿದರೆ ಹೆಣ್ಣು, ಬಲಗಡೆ ಕಾಣಿಸಿದರೆ ಗಂಡು ಎಂಬ ನಿಯಮದಮೇಲೆ ಭವಿಷ್ಯ ನಿಶ್ಚಯ ಮಾಡೂದು. ಬಸರಿಯಲ್ಲಿ ಉಟ್ಟರೆ ಚಂದ ಕಾಣಿಸುತ್ತದೆಂದು ಹೊಸ ಸೀರೆ. ಹೊಸ ಒಡವೆಗಳನ್ನು ಕೊಳ್ಳೂದು–ಹೀಗೆ ಅವಳಿಗೆ ಹೊಸಪ್ರಪಂಚ ತೆರೆದುಕೊಂಡಿತು. ಅವಳ ಬಸರಿನಿಂದ ನನಗೆ ಸಂತೋಷವಾಗದೆ ಇರಲಿಲ್ಲ.

ಅದೇ ಸಮಯದಲ್ಲಿ ರಾಮಕುಮಾರಿಯೂ ಬಸುರಾಗಿ ನನಗೆ ಕಸಿವಿಸಿಯಾಯಿತು. ಗಾಬರಿಯಾಯಿತು. ಅವಳನ್ನು ಕೂಡುತ್ತಿದ್ದುದು ತಿಂಗಳಿಗೆ ಒಂದೇ ದಿನ, ಒಂದೇ ಸಲ. ನಾನು ಎಚ್ಚರ ವಹಿಸಲಿಲ್ಲ. ಅವಳು ಬಸುರಾಗಲೆಂಬ ಬಯಕೆಯೂ ಇರಲಿಲ್ಲ. ಆದಾಳೆಂಬ ಭಯವೂ ಇರಲಿಲ್ಲ. ಆ ಸಾಧ್ಯತೆಯು ಮನಸ್ಸಿನಲ್ಲಿ ಹೊಳೆಯಲೇ ಇಲ್ಲ. ನನ್ನ ಬೇಜವಾಬ್ದಾರಿಗೆ ಇದೊಂದು ಕಿರು ಉದಾಹರಣೆ ಅಷ್ಟೆ. ಮುಂದಿನ ತಿಂಗಳು ಹಣ ಕೊಡಲು ಹೋಗಿ ಅವಳೇ ಸಂಗತಿಯನ್ನು ಹೇಳಿದಾಗ ಹೋಶ್ ಬಂತು. ಅರೆ! ಎಂದುಕೊಂಡೆ. ಏನು ಮಾಡುವುದು? ಎಂದೆ. 'ಬಕುಲಾ ಒಂಟಿಯಾಗಿದಾಳೆ. ಒಬ್ಬ ತಮ್ಮನನ್ನು ಅನುಗ್ರಹಿಸಿದೆ ಶನಿದೇವರು, ಎಳ್ಳೆಣ್ಣೆ ದೀಪ ಸೇವೆ ಮಾಡಿದ್ದಕ್ಕೆ,' ಎನ್ನುವಾಗ ಅವಳ ಮುಖದಲ್ಲಿ ತೃಪ್ತಿ ಕಾಣಿಸಿತು. ಮೌನವಾಗಿ ನನ್ನ ಎರಡು ಕೈಗಳನ್ನೂ ಹಿಡಿದುಕೊಂಡಳು. ನೀವು ಬೇರೆ ಲಗ್ನವಾದರೂ ನನ್ನನ್ನು ಕೈಬಿಟ್ಟಿಲ್ಲ. ನಾವಿಬ್ಬರೂ ದಂಪತಿಗಳು, ಎಂಬ ಭಾವ ಅವಳ ಹಿಡಿಯಲ್ಲಿ ವ್ಯಕ್ತವಾಯಿತು. ಯಾವ ಮಾತನಾಡಲೂ ನನಗೆ ತೋಚಲಿಲ್ಲ. ಕೋಣೆಯ ಬಾಗಿಲು ಮುಚ್ಚುವ ಮನಸ್ಸು ಬರಲಿಲ್ಲ. ಅವಳೂ ಏನನ್ನೂ ಕೇಳಲಿಲ್ಲ. ಯಾವ ಹೆಚ್ಚಿನ ನಿರೀಕ್ಷೆಯನ್ನೂ ವ್ಯಕ್ತಪಡಿಸಲಿಲ್ಲ. 'ನಾನೂ ನೀವೂ ಒಂದುಸಲ ಗುಡಿಗೆ ಹೋಗಿ ಜೊತೇಲಿ ದೀಪಹಚ್ಚಿ ಆರತಿ ಮಾಡಿಸಿ ಪ್ರಸಾದ ತಗೋಬೇಕು,' ಎಂದಳು. ಹೌದು, ಎಂದೆ. ಯಾವಾಗ ಎಂಬುದನ್ನು ಅವಳೂ ಕೇಳಲಿಲ್ಲ, ನಾನೂ ಹೇಳಲಿಲ್ಲ. ಬಕುಲಾಳನ್ನು ಕರಕೊಂಡು ಬಾ ಎಂದೆ. ಅವಳು ಓಡಿಬಂದಳು. ಹತ್ತುನಿಮಿಷ ತೊಡೆಯ ಮೇಲೆ ಕೂರಿಸಿಕೊಂಡು ಪೆಪ್ಪರ್‌ಮೆಂಟಿನ ಪೊಟ್ಟಣ ಕೈಗೆ ಕೊಟ್ಟು ಹೊರಟೆ. ಅವಳಿಗೆ ಈಗ ಐದು ವರ್ಷ. ಇನ್ನೂ ಶಾಲೆಗೆ ಸೇರಿಸಿಲ್ಲ, ಯಾವ ಶಾಲೆಗೆ ಸೇರಿಸಬೇಕು, ಕರೆದೊಯ್ದು ಕರೆತಂದು ಮಾಡುವವರಾರು ಎಂಬ ಯಾವ ಆಲೋಚನೆಗಳೂ ಹೊಳೆಯಲಿಲ್ಲ. ಶನಿದೇವರು ದೃಷ್ಟಿ ತೆರೆದಿದೆ. ಮುಂದೆ ಸಂಪೂರ್ಣವಾಗಿ ಕಣ್ಣು ತೆರೆದು ನೋಡಿದಾಗ ಎಲ್ಲವೂ ಸರಿಯಾಗುತ್ತೆ ಎಂಬ ಭರವಸೆಯಲ್ಲಿ ರಾಮಕುಮಾರಿ ಇದ್ದಳು. ಬಕುಲಾಳ ಹಣೆಗೆ

ಮುತ್ತಿಕ್ಕಿ, ರಾಮಕುಮಾರಿಯ ತಲೆಸವರಿ ಹೊರಟುಬಂದೆ. ಒಂದು ವಾರವಾದರೂ ಸದಾ ಅವಳ ಬಸುರೇ ಬಾಧಿಸುತ್ತಿತ್ತು. ಹೆರಿಗೆ ಯಾದಾಗ ಅಪ್ಪನ ಹೆಸರನ್ನು ಏನೆಂದು ಬರೆಸೂದು? ಎಂಬ ಪ್ರಶ್ನೆ ಕಾಡ್ತಿತ್ತು. ಡಾಕ್ಟರ ಹತ್ತಿರ ಕರೆದೊಯ್ದು ಬಸುರನ್ನು ತೆಗೆಸಿಬಿಡಲೇ ಎಂಬ ಆಲೋಚನೆ ಬಂತು. ನಮ್ಮ ಮದುವೆಯಾಗಿ ಮೂರು ವರ್ಷವಾಗಿದ್ದುದರಿಂದ ತುಸು ನಂಬಿಕೆ ಹುಟ್ಟಿ ಚಂಪಾ ನನ್ನೊಬ್ಬನನ್ನೇ ಸ್ವಲ್ಪ ಸ್ವಲ್ಪ ಹೊತ್ತು ಹೊರಗೆ ಹೋಗುಕ್ಕೆ ಬಿಡ್ತಿದ್ದಳು. ಹತ್ತಿಪ್ಪತ್ತು ರೂಪಾಯಿ ಪಾಕೆಟ್ ಮನಿಯನ್ನೂ ಆಗಾಗ್ಗೆ ಕೊಡ್ತಿದ್ದಳು. ಡಾಕ್ಟರಿಗೆ ಕೊಡುಕ್ಕೆ ಎಲ್ಲಾದರೂ ಗುಟ್ಟಿನಲ್ಲಿ ಸಾಲ ಮಾಡಬಹುದು, ನನಗೆ ಕೋಡುವ ಜನರಿದಾರೆ ಅನ್ನುವ ನಂಬಿಕೆ ಹುಟ್ಟಿತು.

ಎರಡು ದಿನದ ನಂತರ ಬೋರಿವಲಿಗೆ ಹೋದೆ. ಬಕುಲಾ ಮನೆಯಲ್ಲಿರಲಿಲ್ಲ. ಹತ್ತೇ ದಿನಕ್ಕೆ ಬಂದ ನನ್ನನ್ನು ನೋಡಿದ ರಾಮಕುಮಾರಿಯ ಮುಖದಲ್ಲಿ ಹಿಗ್ಗು ಕಂಡಿತು. ಕರೆದು ತೊಡೆಯ ಮೇಲೆ ಕೂರಿಸಿಕೊಂಡು ಮುದ್ದಿಸಿದೆ. ಅವಳ ತೆಳು ಮತ್ತು ಹಗುರವಾದ ಮೈಯನ್ನು ಕೂರಿಸಿಕೊಂಡಾಗ ಹಿತವೆನ್ನಿಸಿತು. ಚಂಪಾಳದು ತೊಡೆಯ ಮೇಲೆ ಕೂರಿಸಿಕೊಳ್ಳುವ ಕಲ್ಪನೆಯನ್ನೂ ಮಾಡಲಾರದಷ್ಟು ದೊಡ್ಡ ಮೈಕಟ್ಟು. ಕಷ್ಟಸುಖ, ಬಕುಲಾಳ ವಿದ್ಯಾಭ್ಯಾಸಗಳ ಮಾತನಾಡಿ, 'ನೋಡು, ಜಾಸ್ತಿ ಮಕ್ಕಳಿದ್ದರೆ ಸಾಕೂದು ಕಷ್ಟ. ಈಗ ಅಕಸ್ಮಾತ್ ಕಚ್ಚಿಕೊಂಡಿರೂ ಇದನ್ನ ಡಾಕ್ಟರ ಹತ್ತಿರ ಇಲಾಜ್ ಮಾಡಿಸಿದರೆ ಹೇಗೆ?' ಎಂದೆ.

ಅವಳು ಭಯ ಆಶ್ಚರ್ಯಗಳಿಂದ ಕತ್ತೆತ್ತಿ ನನ್ನನ್ನು ದೃಷ್ಟಿಸಿದಳು. ಅನಂತರ, 'ಕಚ್ಚದ ಹಾಗೆ ಮೊದಲೇ ನೋಡಿಕೊಬೇಕಾಗಿತ್ತು. ಕಚ್ಚಿದ ಮೇಲೆ ಕೀಳಿಸೂದು ಪಾಪ. ನಾನು ಬರುಲ್ಲ. ನಾನು ತಿನ್ನೂದ ಬಿಟ್ಟು ಅದಕ್ಕೆ ಹಾಕ್ತೀನಿ. ಇಲ್ಲದಿದರೆ ಎಲ್ಲಾದರೂ ಕೆಲಸಮಾಡಿ ಸಾಕ್ತೀನಿ. ನೀವು ಬ್ಯಾಡ ಅಂದದ್ದರಿಂದ ನಾನು ಎಲ್ಲೂ ಕೆಲಸ ಮಾಡ್ತಿಲ್ಲ,' ಎಂದಳು.

ಮರುದಿನ ಬೆಳಗಿನಜಾವ ಸಂಗೀತದ ಕೋಣೆಯಲ್ಲಿ ಕುಳಿತು ಮಂದ್ರದ ಸಾಧನೆ ಮಾಡಿಕೊಳ್ಳುವಾಗ ಇದ್ದಕ್ಕಿದ್ದಂತೆಯೇ ಒಂದು ಧೈರ್ಯದ ಪರಿಹಾರ ಕಂಡಿತು: ಈಗ ಮುಚ್ಚಿಟ್ಟರೂ ಮುಂದೆ ಒಂದಲ್ಲ ಒಂದು ದಿನ ಇವಳಿಗೆ ತಿಳಿಯುತ್ತೆ. ಈ ಮಗು ನನ್ನದಲ್ಲ ಅಂದರೆ ರಾಮಕುಮಾರಿ ಹಾದರಗಿತ್ತಿ ಅಂದ ಹಾಗೆ. ಇವಳಿಗೆ ನಾನೇ ಹೇಳಿಬಿಟ್ಟರೆ ಹ್ಯಾಗೆ? ಹಾರಾಡಿಕೊತ್ತಾಳೆ. ಆಡಲಿ. ಇಂಥ ಧೈರ್ಯ ಮೊಟ್ಟಮೊದಲು ಹುಟ್ಟಿತು. ನಿಧಾನ ಮಾಡಿದರೆ ಇಳಿದುಹೋಗಬಹುದೆಂಬ ಎಚ್ಚರವೂ ಬಂತು. ತಂಬೂರಿಯನ್ನು ಕೆಳಗಿಟ್ಟು ಮಲಗುವ ಕೋಣೆಯ ಬಾಗಿಲು ತೆರೆದುಕೊಂಡು ಹೋದೆ. ಬೆಳಗಿನಜಾವದ ಸಾಧನೆಗೆ ಸಾಧನೆಯ ಕೋಣೆಯ ಬಾಗಿಲಲ್ಲದೆ ಮಲಗುವ ಕೋಣೆಯಬಾಗಿಲನ್ನೂ ಮುಚ್ಚಬೇಕೆಂದು ಅವಳು ನಿಯಮ ಮಾಡಿದ್ದಳು. ಆ ಹೊತ್ತಿನ ನಿದ್ದೆ ಮನುಷ್ಯರಿಗೆ ಅಗತ್ಯ, ಅಲ್ಲದೆ ಬಸರಿಯರಿಗಂತೂ ಅತ್ಯಗತ್ಯ ಎಂಬುದು ಅವಳ ಪ್ರಾಜ್ಞ ವಿಚಾರವಾಗಿತ್ತು. 'ಕೇಳ್ತೇನು, ನಿನಗೆ ಒಂದು ಸಂಗತಿ ತಿಳಿಸಬೇಕು. ರಾಮಕುಮಾರಿಯೂ ಬಸರಿಯಾಗಿದಾಳೆ. ಡಾಕ್ಟರ ಕೈಯಿಂದ ತೆಗೆಸಿಹಾಕಾಣ ಅಂದರೆ ವಲ್ಲೆ ಅಂತಾಳೆ,' ಎಂದುಬಿಟ್ಟೆ.

ಅವಳಿಗೆ ಎಚ್ಚರವಾಗಿತ್ತು. 'ಯಾರು ರಾಮಕುಮಾರಿ ಅಂದರೆ?' ಕೇಳಿದಳು.

'ನನ್ನ ಹೆಂಡ್ತಿ.'

'ಯಾರು ನಿಮ್ಮ ಹೆಂಡ್ತಿ ಅಂದರೆ?'

ಅವಳ ಧ್ವನಿಯ ಬಡಿತದಿಂದ ನನಗೆ ವಾಸ್ತವದ ಪ್ರಜ್ಞೆ ಹುಟ್ಟಿತು. 'ಮೊದಲನೆ ಹೆಂಡತಿ.'

'ಇಲ್ಲಿ ಬನ್ನಿ.' ಹತ್ತಿರ ಹೋದೆ. 'ಇಲ್ಲಿ ಕೂಡಿ.' ಮಂಚದ ಬದಿಯಲ್ಲಿ ಕುಳಿತೆ.

'ನಿಮಗಿರೋಳು ಒಬ್ಬಳೇ ಹೆಂಡತಿ. ಮದುವೆಯಾದೋಳು. ರಿಜಿಸ್ಟರ್ ಆಗಿರೋಳು. ಬೇರೆ ಯಾವ ಹೆಂಗಸಿಗೂ ನಿಮಗೂ ಸಂಬಂಧವಿಲ್ಲ. ಅವಳು ಬೇರೆ ಯಾವ ಗಂಡಸಿನ ಜೊತೆಗಾದರೂ ಮಲಗಿ ಬಸರಾದರೆ ನಿಮ್ಮದೇನು ಜವಾಬ್ದಾರಿ? ಅದನ್ನೇಕೆ ನನ್ನಕೈಲಿ ಹೇಳುಕ್ಕೆ ಬಂದಿರಿ, ಬೆಳಗಿನ ನಿದ್ದೇನ ಹಾಳುಮಾಡಿ.'

ಅವಳ ಮಾತಿನಲ್ಲಿ ಅಡಗಿದ್ದ ಅಕಸ್ಮಾತ್ ಬಸುರಾಗಿದ್ದರೂ ಅದು ನನ್ನದಲ್ಲವೆಂದು ನುಣುಚಿಕೊಳ್ಳಬೇಕೆಂಬ ಸೂಚನೆ ನನಗೆ ಅರ್ಥವಾದರೂ ಇನ್ನೊಂದು ಅಲೆ ಧೈರ್ಯ ಉಕ್ಕಿ ಹೇಳಿಬಿಟ್ಟೆ: 'ಅವಳು ಬೇರೆಯೋನ ಜೊತೆ ಮಲಗುವಂಥ ಹೆಂಗಸಲ್ಲ. ತಿಂಗಳಿಗೊಂದು ಸಲ ದುಡ್ಡು ಕೊಡುಕ್ಕೆ ನಾನೇ ಹೋಗ್ತಿದ್ದೆನಲ್ಲ. ಆಗ ಕೂಡ್ತಿದ್ದೆ,' ಎಂದುಬಿಟ್ಟೆ.

ಅವಳು ಮಾತನಾಡಲಿಲ್ಲ. ಒಳಗೇ ಬುಸುಗುಟ್ಟಿದಳು. ಅನಂತರ, 'ಕನಿಕರ ಇಟ್ಟು ನಾನೇ ಹಣಕೊಟ್ಟು ಕಳಿಸಿದರೆ ಈ ದ್ರೋಹ ಮಾಡಿದೀರಾ? ಆ ಮಗು ಉಳಿಯುಲ್ಲ. ಅವಳ ಮೊದಲನೆ ಮಗಳೂ ಉಳಿಯುಲ್ಲ. ಶಾಪ. ನನ್ನ ಶಾಪ. ನನ್ನ ನಾಲಗೇಲಿ ಕರಿಮತ್ತಿ ಇದೆ. ಅದರಿಂದ ಹೊರಟ ಶಾಪ ನಿಜವಾಗಿಯೇ ಆಗುತ್ತೆ,' ಎಂದು ತನ್ನ ಎರಡು ಕೈಗಳನ್ನೂ ಜೋಡಿಸಿ ಪಟಪಟನೆ ನೆಟಿಕೆ ಮುರಿದಳು. ಅನಂತರ ಗಟ್ಟಿಯಾಗಿ ಅಳತೊಡಗಿದಳು. ಅನಂತರ ಬಿಕ್ಕುತ್ತಾ, 'ಹೊಟ್ಟೇಲಿ ಮೂರುತಿಂಗಳ ಮಗು ಇಟ್ಟುಕೊಂಡು ಅಳಬಾರದು. ಅದಕ್ಕೆ ಏನಾದರೂ ಆದರೆ ನಿಮಗೇ ಪಾಪ. ಮೋಹನಲಾಲನ ವಂಶದ ಹೆಸರು ಹೇಳುವ ಶಿಶು ಇದು. ಯಾರೋ ಇಟ್ಟುಕೊಂಡಿದ್ದವಳಿಗೆ ಹುಟ್ಟಿದ್ದಲ್ಲ,' ಎಂದಳು. ನನಗೆ ಕಸಿವಿಸಿಯಾಯಿತು. ಇವಳ ಹೊಟ್ಟೆಯಲ್ಲೂ ಒಂದು ಮಗುವಿದೆ. ನನ್ನಿಂದ ಆಗಿರುವುದೇ, ಎಂಬ ಅರಿವು ಹುಟ್ಟಿದಾಗ ಏರಿದ್ದ ಧೈರ್ಯ ಉಡುಗಿತು. ಅವಳ ಮಾತುಗಳಿಗೆ ಎದುರುಹೇಳಲಾರದೆ ಎಂದಿನಂತೆ ತಲೆತಗ್ಗಿಸಿ ಕುಳಿತೆ.

ಅವಳು ಆ ಹಗಲು ಮತ್ತೆ ಆ ವಿಷಯ ಮಾತನಾಡಲಿಲ್ಲ. ರಾತ್ರಿ ಜೊತೆಯಲ್ಲಿ ಮಲಗಿದಾಗ ಬಹಳ ಆತ್ಮೀಯತೆಯಿಂದ ನನ್ನ ನೆತ್ತಿಯ ಕೂದಲಿನಲ್ಲಿ ತನ್ನ ಬೆರಳುಗಳನ್ನಾಡಿಸುತ್ತಾ ಅಂದಳು: ನನಗೆ ಪೇಪರಿನೋರದ್ದೇ ಚಿಂತೆಯಾಗಿದೆ. ಈ ಚಿಕ್ಕವಯಸ್ಸಿನಲ್ಲಿ ಇಷ್ಟು ಬೇಗ ಇಷ್ಟೊಂದು ಪ್ರಖ್ಯಾತಿ ಬಂದದ್ದಕ್ಕೆ ನಿಮಗೆ ಆಗದ ಸಂಗೀತಗಾರರು, ಆ ಗುಲಾಟಿ, ವ್ಯಾಸ್, ಜಾಫ್ಲರ್, ಇವರುಗಳೆಲ್ಲ ಎಷ್ಟು ವಿಷಕಾರ್ತಿದಾರೆ ಅಂದರೆ ಸುಮ್ಮನೆ ನಿಮಗೆ ಹೇಳಿ ನಿಮ್ಮ ಮನಶ್ಶಾಂತಿ ಕದಡಿ ರಿಯಾಜ್‌ಗೆ ತೊಂದರೆ ಮಾಡಬಾರದು ಅಂತ

ನಾನು ಸುಮ್ಮನಿದ್ದೆ. ಸಂಗೀತವಿದ್ಯೆ ಕಲಾಸಾಧನೆಯಲ್ಲಿ ನಿಮ್ಮನ್ನ ಹಿಂದೆ ಹಾಕುವ ಶಕ್ತಿ ಇಲ್ಲದೋರು ಇಂಥದೇನಾದರೂ ಸಿಕ್ಕಿದರೆ ಸಾಕು ಅಂತ ಕಾಯ್ತಿರ್ತಾರೆ. ಈಗಾಗಲೆ ಸಿ.ಐ.ಡಿ.ಗಳನ್ನ ಬಿಟ್ಟು ಕಣ್ಣಿಡಿಸಿಯೂ ಇರಬಹುದು. ನಮಗಾಗದ ಪೇಪರಿನೋರು ದೊಡ್ಡ ದಾಗಿ ನಿಮಗೆ ಹಾದರದಲ್ಲಿ ಮಗು ಹುಟ್ಟಿದೆ ಅಂತ ಪ್ರಿಂಟ್ ಮಾಡಿದರೆ ಏನು ಗತಿ? ಎಲ್ಲ ಪೇಪರಿನೋರೂ ದಾದಾನ ಮಾತು ಕೇಳುಲ್ಲ. ನೀವು ಇಂಥದನ್ನೆಲ್ಲ ಮಾಡಿದೀರಿ ಅಂತ ಗೊತ್ತಾದರೆ ದಾದಾನಿಗಾದರೂ ನಿಮ್ಮಮೇಲೆ ಗೌರವ ಉಳಿಯುತ್ತೆಯೆ? ಗೌರವ ಉಳಿಯದಿದ್ದರೆ ನಾಳೆ ಅವರು ತಮ್ಮ ಮಾತು ಕೇಳುವ ಪೇಪರಿಗೆ ಹೇಳೂದ ನಿಲ್ಲಿಸಬಹುದು. ಯಾವ ಪೇಪರಿನೋರೂ ನಿಮ್ಮ ಕಛೇರಿಗಳ ವಿಮರ್ಶೆ ಬರೆಯದೆ ಇರಬಹುದು. ಕೆಟ್ಟದಾಗಿ ಬರೆಯುಕ್ಕೆ ಶುರುಮಾಡಬಹುದು.'

ಗಾಬರಿಯಾಯಿತು. ನನಗಿರುವ ಹೆಸರೆಲ್ಲ ನೆಲಕ್ಕೆ ಬಿದ್ದು ರಾಡಿಯೂ ಎದ್ದರೆ! ಎಂಬ ಕಲ್ಪನೆಯೇ ನನ್ನನ್ನು ನಡುಗಿಸಿತು. ಅವಳು ನನ್ನ ತಲೆಗೂದಲಿನಲ್ಲೆಲ್ಲ ಬೆರಳುಚಿಕಿತ್ಸೆ ಮಾಡುತ್ತಲೇ ಇದ್ದಳು, ಅಭಯವೀಯುವವಳಂತೆ. ತುಸುಹೊತ್ತಿಗೆ ಅವಳಿಗೆ ನಿದ್ರೆ ಬಂದರೂ ನನಗೆ ಬರಲಿಲ್ಲ. ಎಂಥ ಅವಿವೇಕ ಮಾಡಿಕೊಂಡೆ. ರಾಮಕುಮಾರಿಯನ್ನು ಕೂಡಿದರೂ ಸ್ವಲ್ಪ ಎಚ್ಚರ ವಹಿಸಲಿಲ್ಲ ಯಾಕೆ ಎಂದು ನನ್ನನ್ನು ನಾನು ಹಳಿದುಕೊಂಡೆ. ಬೆಳಗ್ಗೆ ಎದ್ದು ಚಹಾ ಕುಡಿಯುವಾಗ ಅವಳು ಹೇಳಿದಳು: 'ಒಂದು ಸಾವಿರ ರೂಪಾಯಿ ಕೊಡ್ತೀನಿ. ಬೋರಿವಲಿಯಲ್ಲೇ ಒಬ್ಬ ಡಾಕ್ಟರನ್ನ ಹುಡುಕಿ ನಾನೊಬ್ಬ ಕೂಲಿ ಕೆಲಸದವನು. ನನ್ನ ಹೆಂಡತಿಗೆ ಹೀಗಾಗಿದೆ. ಎರಡನೆ ಮಗೂನ ಸಾಕೂ ಶಕ್ತಿ ಇಲ್ಲ. ಅವಳು ಹೇಳಿದಮಾತು ಕೇಳುಲ್ಲ. ನಿಮಗೆ ತೋರಿಸುಕ್ಕೆ ಅಂತ ಕರಕೊಂಡು ಬರ್ತೀನಿ. ಚಿಕಿತ್ಸೆ ಮಾಡ್ತೀನಿ ಅಂತ ಹೇಳಿ ನೀವು ಅದನ್ನ ಗುಟ್ಟಿನಲ್ಲಿ ತೆಗೆದು ಹಾಕಿಬಿಡಿ ಅಂದು ಒಂದು ಸಾವಿರ ಅವರ ಮುಂದೆ ಇಡಿ. ಒಪ್ಕತ್ತಾರೆ. ಅದರಂತೆ ಮಾಡಿ.'

ನನಗೆ ಪಾರಾಗುವ ದಾರಿ ಕಂಡಿತು. ಸಾವಿರ ರೂಪಾಯಿಯನ್ನು ಒಳ ಜೇಬಿನಲ್ಲಿಟ್ಟು ಕೊಂಡು ಲೋಕಲ್ ಟ್ರೇನಿನಲ್ಲಿ ಕೂತು ಬೋರಿವಲಿಯ ಕಡೆಗೆ ಹೋಗುವಾಗ, 'ಕಚ್ಚದಹಾಗೆ ಮೊದಲೇ ನೋಡಿಕೊಬೇಕಾಗಿತ್ತು. ಕಚ್ಚಿದಮೇಲೆ ಕೀಳಿಸೂದು ಪಾಪ. ನಾನು ತಿನ್ನೂದಬಿಟ್ಟು ಅದಕ್ಕೆ ಹಾಕ್ತೀನಿ. ಇಲ್ಲದಿದ್ದರೆ ಎಲ್ಲಾದರೂ ಕೆಲಸಮಾಡಿ ಸಾಕ್ತೀನಿ' ಎಂಬ ರಾಮಕುಮಾರಿಯ ಮಾತು ನೆನಪಿಗೆ ಬಂತು. ಅವಳು ಇಟ್ಟುಕೊಳ್ಳಬೇಕೆಂದಿರುವುದನ್ನು ಅವಳಿಗೆ ತಿಳಿಯದಂತೆ ಕೀಳಿಸುವುದು ಪಾಪ! ಎನ್ನಿಸಿತು. ಇದೊಂದು ಹುಟ್ಟಿಬಿಡಲಿ. ಇನ್ನುಮೇಲೆ ಎಚ್ಚರ ವಹಿಸಿದ ರಾಯಿತು, ಎಂಬ ಸಮಾಧಾನ ಹುಟ್ಟಿತು. ಯಾವ ಪೇಪರಿನೋನು ಇಂಥದನ್ನೆಲ್ಲ ಬರೀ ತಾನೆ? ಜನ ಬರೂದು ನನ್ನ ಗಾಯನ ಕೇಳುಕ್ಕೆ. ಇಂಥದನ್ನೆಲ್ಲ ಕಟ್ಟಿಕೊಂಡು ಗಾಯನದ ಸುಖವನ್ನ ಯಾರೂ ಬಿಡುಲ್ಲ. ಮುಂಬಯಿಯಲ್ಲಿ ಪ್ರೋಗ್ರಾಂ ಸಿಕ್ಕದಿದ್ದರೆ ಬೇಡ. ದಿಲ್ಲಿ, ಕಲ್ಕತ್ತ, ಬನಾರಸ್, ಈ ದೇಶ ಎಷ್ಟು ದೊಡ್ಡದು! ಎಂಬ ಧೈರ್ಯ ಹುಟ್ಟಿತು. ಬೋರಿವಲಿಯಲ್ಲಿ ಇಳಿದು ಎರಡು ತಾಸು ಓಡಿಯಾಡಿದೆ. ಚಹಾ ದುಕಾನಿನಲ್ಲಿ ಕೂತು ಚಹಾ ಕುಡಿದೆ. ರಾಮಕುಮಾರಿಯನ್ನು ನೋಡಲಿಲ್ಲ. ನೋಡಲು ಯಾಕೋ ಒಳಗೇ ಇರಸುಮುರುಸು,

ತುಸು ಅಂಜಿಕೆ. ಟ್ರೇನ್ ಹತ್ತಿ ಹಿಂತಿರುಗಿದೆ. 'ನಾಲ್ಕುಜನ ಡಾಕ್ಟರನ್ನ ಕೇಳಿದೆ. ಏನಮ್ಮಾ ನಿನಗೆ ಕಟ್ಟಿರುವ ಗರ್ಭವನ್ನು ತೆಗೆಯುಕ್ಕೆ ನಿನ್ನ ಒಪ್ಪಿಗೆ ಇದೆಯಾ? ಅಂತ ಕೇಳಿ ಅವಳ ರುಜು ಪಡೆಯದೆ ನಾವು ಇಲಾಜ್‌ಮಾಡುವಂತಿಲ್ಲ. ಹಾಗಂತ ಕಾನೂನು ಬಂದುಬಿಟ್ಟಿದೆ ಅಂದರು.'

ಎಂದು ಹೇಳಿದಾಗ ಚಂಪಾ, 'ಗರ್ಭ ಸರಿಯಾಗಿ ಕಟ್ಟಿಲ್ಲ. ತೆಗೆಯದಿದ್ದರೆ ನಿನಗೂ ಮಗುವಿಗೂ ಜೀವಾಪಾಯ ಅಂತ ಹೆದರಿಸಿ ಅನ್ನಬೇಕಿತ್ತು,' ಎಂದಳು.

'ಅದೂ ಹೇಳಿದೆ. ನಮ್ಮನ್ನ ಸುಳ್ಳು ಹೇಳು ಅಂತಿ ಏನೋ? ನಿನ್ನನ್ನ ಹಿಡಿದು ಪೋಲೀಸಿಗೆ ಕೊಡ್ತೀವಿ ಅಂದರು.' ಎಂದು ಹಣವನ್ನು ಅವಳ ಮುಂದಿಟ್ಟೆ. ಅವಳಿಗೆ ಬೇರೆ ಯಾವ ಉಪಾಯವೂ ಹೊಳೆಯಲಿಲ್ಲ. ಅಥವಾ ಆ ಕ್ಷಣದಲ್ಲಿ ಹೊಳೆಯಲಿಲ್ಲ. ಅವಳ ಕಣ್ಣಿನಲ್ಲಿ ನೀರು ತುಂಬಿಕೊಂಡಿತು. ಆದರೆ ನನ್ನೆದುರಿಗೆ ಕಣ್ಣೀರು ಹಾಕುವುದು ತನ್ನ ಸೋಲನ್ನು ಒಪ್ಪಿಕೊಂಡಂತೆ ಎಂಬ ಎಚ್ಚರವಿರಬಹುದು, ತಕ್ಷಣ ಮುಖ ತಿರುಗಿಸಿ ಬೇರೆ ಕೋಣೆಗೆ ಹೋಗಿಬಿಟ್ಟಳು.

ಮರುಬೆಳಗ್ಗೆ ಅವಳು ನಿತ್ಯ ಮಾಡುವಂತೆ ಗಣೇಶನ ವಿಗ್ರಹಕ್ಕೆ ಪೂಜೆಮಾಡಿದ ಮೇಲೆ 'ಇಲ್ಲಿ ಬನ್ನಿ,' ಎಂದಳು. ನಾನು ಹೋದೆ. 'ತಂಬೂರಿ ತನ್ನಿ' ಎಂದಳು. ತಂದು ಹಿಡಿದು ನಿಂತೆ. 'ನಾನು ಹೇಳಿಕೊಟ್ಟ ಹಾಗೆ ಹೇಳಿ.'

ಅದು ದೇವರ ಮುಂದೆ ಮಾಡಿಸುವ ಪ್ರಮಾಣವಚನವೆಂದು ಅರ್ಥವಾಯಿತು. ರಾಮಕುಮಾರಿಯ ಬಗೆಗೆ ಎಂದೂ ಹಿಂದೆಯೇ ಹೊಳೆಯಿತು. 'ಅದೇನು ಮೊದಲು ಹೇಳು. ಪ್ರಮಾಣ ಮಾಡುವ ಮೊದಲು ಅದರ ಪೂರ್ಣಪಾಠ ಗೊತ್ತಿರಬೇಕು,' ಎಂದೆ.

ಅವಳಿಗೆ ರೇಗಿತು. 'ಅಂದರೆ ನೀವು ಅವಳನ್ನ ನೋಡೂದ ನಿಲ್ಲಿಸೂದಿಲ್ಲ.'

'ಹಾಗಂತ ನಾನೆಲ್ಲಿ ಹೇಳಿದೆ.'

'ಹಾಗಿದ್ದರೆ ಪ್ರಮಾಣಮಾಡಿ. ಇನ್ನು ನೀವು ಅವಳನ್ನ ನೋಡಲೇಕೂಡದು. ನೋಡಿದರೆ ಅವಳ ಹೊಟ್ಟೆಯಲ್ಲಿರೂ ಮಗು ಒಳಗೇ ಸತ್ತುಹೋಗುತ್ತೆ. ಸಂಕಲ್ಪ ಗಣಪತಿ ನನಗೆ ಹಾಗಂತ ವರಕೊಟ್ಟಿದೆ. ನನ್ನ ಅಂತರಂಗಕ್ಕೆ ಹೇಳಿದೆ.'

'ಅದು ಹೇಳಿ ಆಗಿರುವಾಗ ಮತ್ತೆ ನಾನೇಕೆ ಪ್ರಮಾಣಮಾಡಬೇಕು? ನೀನು ನನಗೆ ಹೇಳಿದೆಯೋ ಇಲ್ಲವೋ, ಅಲ್ಲಿಗೆ ಬಿಟ್ಟುಬಿಡು.'

'ನೀವೇನಾದರೂ ಅವಳನ್ನ ಮತ್ತೆ ನೋಡಿದರೆ ಇಲ್ಲಿ ನೋಡಿ' ಎಂದು ನನ್ನ ಬಲಗೈ ಹಿಡಿದು ಎಳೆದು ತನ್ನ ಉಬ್ಬು ಬಸಿರು ಹೊಟ್ಟೆಗೆ ಮುಟ್ಟಿಸಿ ಹೇಳಿದಳು: 'ಈ ಮಗು ಸತ್ತು ಹೋಗುತ್ತೆ. ಹಾಗಂತ ನನಗೆ ಗಣಪತಿ ಹೇಳಿದೆ. ನನ್ನ ಮಗೂನ ಉಳಿಸಿಕೊಡ್ತೀರೋ, ಸಾಯಿಸ್ತೀರೋ?' ಎಂದು ಗಟ್ಟಿಯಾಗಿ ಅಳತೊಡಗಿದಳು.

ಅವಳ ಹೊಟ್ಟೆಯು ಗಾತ್ರ ಮತ್ತು ಆಕಾರದಲ್ಲಿ ನಾನು ಎಡಗೈಲಿ ಹಿಡಿದಿದ್ದ ಮೀರಜ್

ತಂಬೂರಿಯ ಬುರುಡೆಯಂತೆ ಕಂಡು ಮನಸ್ಸಿನೊಳಗೆ ಕಸಿವಿಸಿಯಾಗತೊಡಗಿತು. ಆ ಊದಿಕೊಂಡ ಹೊಟ್ಟೆಯು ತಂಬೂರಿಗೆ ಸಮನೆ? ಎಂದೆಲ್ಲ ಅನ್ನಿಸತೊಡಗಿತು. ಜೊತೆಗೆ ಅವಳ ಅಳು. ಅಳುವಿನಲ್ಲಿ ಕುಲುಕುವ ಅವಳ ಹೊಟ್ಟೆ. ಏನೂ ತಿಳಿಯದಂತಾಗಿ, 'ಆಯ್ತು. ಅವಳನ್ನ ನೋಡೂದಿಲ್ಲ' ಎಂದುಬಿಟ್ಟೆ. ಅವಳು ಸುಳ್ಳು ಹೇಳುತ್ತಿದ್ದಾಳೆ, ಗಣೇಶದೇವರ ಹೆಸರು ತೆಗೆದು ಆಟ ಕಟ್ಟುತ್ತಿದಾಳೆ ಎಂಬ ಒಳಸತ್ಯ ಆ ಕ್ಷಣದಲ್ಲಿ ಹೊಳೆಯಲಿಲ್ಲ. ಅದು ಹೊಳೆದದ್ದು ಒಂದು ವಾರದನಂತರ.

ಅಷ್ಟರಲ್ಲಿ ನಾನು ನುಡಿದಿದ್ದ, ಆಯ್ತು, ಅವಳನ್ನು ನೋಡೂದಿಲ್ಲ ಎಂಬ ವಚನವು ನನ್ನ ಮನಸ್ಸಿಗೆ ಇಳಿದುಬಿಟ್ಟಿತ್ತು, ಎಂಬ ನೆನಪಾದಾಗ ಟಿಪ್ನಿಸ್ ಮಗ್ಗುಲು ಬದಲಿಸಿದ. ಪುಣ್ಯಾತ್ಮ ಹಾಸಿಗೆಯ ಮೇಲೆ ಮಲಗಿದಷ್ಟೇ ಆರಾಮವಾಗಿ ನಿದ್ದೆ ತೆಗೀತಿದಾನೆ, ಎನ್ನಿಸಿತು. ಈಗ ಇವನಿಗೆ ಐವತ್ತೈದು, ಆಗ ಮೂವತ್ತು. ಇಪ್ಪತ್ತೈದುವರ್ಷ ಕಳೀತಲ್ಲ, ಎಂಬ ನೆನಪಿ ನೊಡನೆ, ರಾಮಕುಮಾರಿಯನ್ನು ಭೇಟಿಮಾಡುವ, ಅವಳ ಬಸರಿ ಬಾಣಂತನಗಳ ಮೇಲ್ವಿ ಚಾರಣೆ ಮಾಡುವ, ಒಟ್ಟಿನಲ್ಲಿ ಭಾರ ಹೊರುವುದರಿಂದ ತಪ್ಪಿಸಿಕೊಳ್ಳೂದು ನನಗೂ ಬೇಕಾಗಿತ್ತೇನೋ? ಸುಳ್ಳುವಚನವನ್ನು ನನ್ನ ಮನಸ್ಸು ಬಳಸಿಕೊಂಡಿತೇನೋ! ಎಂಬ ವಿವರಣೆ ಹುಟ್ಟಿತು. ಊದಿದ ಹೊಟ್ಟೆ ತಂಬೂರಿ ಬುರುಡೆಯ ಆಕಾರದಲ್ಲಿ ಆ ಕ್ಷಣಕ್ಕೆ ಕಾಣಿಸಿದಾಕ್ಷಣ ಅದು ತಂಬೂರಿಯಷ್ಟು ಪವಿತ್ರವೆಂಬ ಭಾವನೆಯ ಗೊಂದಲ ಮನಸ್ಸಿನೊಳಗೆ ಹುಟ್ಟಿಬಿಟ್ಟಿತಲ್ಲ! ದಪ್ಪ ಗಾತ್ರದ ಹೆಂಗಸು, ಮೊದಲೇ ದಪ್ಪ ಹೊಟ್ಟೆ, ಬಸರೂ ಸೇರಿದಾಗ ತಂಬೂರಿ ಬುರುಡೆಯ ಹಾಗೆ ಕಾಣುವುದು ಸಹಜವೇ. ಅಷ್ಟು ತಿಳಿವಳಿಕೆಯೂ ಇರಲಿಲ್ಲ ಆಗ ಈ ದಡ್ಡನಿಗೆ! ಎಂದುಕೊಳ್ಳುವಾಗ ಈ ಟಿಪ್ನಿಸ್‌ನನ್ನು ಎಬ್ಬಿಸೋಣವೇ? ಎಂಬ ಆಲೋಚನೆ ಬಂತು. ನೆನಪುಗಳಿಂದ ತಪ್ಪಿಸಿಕೊಳ್ಳಬೇಕಾದರೆ ಬೇರೆ ಯಾರಾದರೊಡನೆ ಮಾತನಾಡಬೇಕು. ಅಥವಾ ನಿದ್ದೆ ಮಾಡಬೇಕು. ಆದರೆ ಇವನ ನೆನಪೇ ಬರುತ್ತಿದೆ. ಇಪ್ಪತ್ತೈದುವರ್ಷದ ನಂಬಿಕೆಯ ಸ್ನೇಹ. ಅದಕ್ಕೆ ಮೊದಲು ಮೂರುವರ್ಷದಿಂದ ಸಾಥಿ ಮಾಡುತ್ತಿದ್ದರೂ ಸ್ನೇಹ ಕುದುರಿದ್ದು ಇಪ್ಪತ್ತೈದುವರ್ಷದ ಹಿಂದೆ. ನಂಬಿಕೆಯ ಪ್ರಸಂಗ ಬರದೆ ಸ್ನೇಹ ಗಟ್ಟಿಯಾಗೂದು ಹೇಗೆ? ಏನು ಬೇಕಾದರೂ ಹೇಳಬಹುದು, ಹೊಟ್ಟೇಲಿಟ್ಟು ಕೊಂಡಿರ್ತಾನೆ. ಮತ್ತೊಬ್ಬರಿಗೆ ಬಾಯಿ ಬಿಡೂದಿಲ್ಲ. ಇಲ್ಲದಿದ್ದರೆ ನಾನು ಇವನಿಗೇ ಕಚ್ಚಿ ಕೊಂಡಿರ್ತಿದ್ದೇನೆ? ನನಗೆ ಸಾಥಿ ಮಾಡಬೇಕು, ಖಾಯಂ ಸಾಥಿದಾರರಾಗಬೇಕು ಅಂತ ಎಷ್ಟುಜನ ಮುಂಬಯಿ ಹಾರ್ಮೋನಿಯಂ ವಾದಕರು ಉಮೇದು ಮಾಡಲಿಲ್ಲ! ಸೌತ್‌ಡೆಲ್ಲಿ ಮ್ಯೂಸಿಕ್ ಸರ್ಕಲ್ ಕಾರ್ಯಕ್ರಮ. ಆರುತಿಂಗಳ ಬಸರಿ ಚಂಪಾ ಅಷ್ಟು ದೂರ ರೈಲಿನಲ್ಲಿ ಪ್ರಯಾಣ ಮಾಡುವಂತಿಲ್ಲ. ಅವಳಿಲ್ಲದೆ ಪ್ರಯಾಣ ಮಾಡೂದು ಎಷ್ಟು ಹಿತ! ಸ್ವತಂತ್ರ! ನನ್ನಪಾಡಿಗೆ ನಾನು ಫಸ್ಟ್‌ಕ್ಲಾಸಿನ ಕಿಟಕಿಯ ಬದಿಗೆ ಕೂತು ಯಾರ ತಂಟೆತಾಪತ್ರಯವೂ ಇಲ್ಲದೆ ಹೊರಗೆ ಓಡುವ ಆ ಗಿಡಮರ ಗುಡ್ಡ ಬೆಟ್ಟ ನದಿ ಸೇತುವೆ ದನಕರು ಹೊಲಗದ್ದೆ ಕಾಡು. ರಾಗಗಳು ಎಷ್ಟು ವಿವರವಾಗಿ ತೆರೆದುಕೊಳ್ಳುತ್ತವೆ! ಒಂದೊಂದು ಸ್ವರದೊಳಗೂ ಈ ಗಿಡಮರ ದನಕರು

ಜಿಂಕೆಗಳು ಕಾಣಿಸಿಕೊಂಡು ಹೊಸ ಹೊಸ ರೂಪಗಳು ಕಾಣಿಸಿ ಕೊಳ್ಳುತ್ತಾ, ಗಂಟೆಗಳು ಸಾಗಿದುದೇ ತಿಳಿಯದ ಮಗ್ನತೆ. ದೇವರೇ ಇನ್ನುಮೇಲೆ ಅವಳಿಲ್ಲದೆ ನಾನೊಬ್ಬನೇ ಪ್ರಯಾಣಮಾಡುವ ಅವಕಾಶ ಕೊಡು. ಆಗಿನ್ನೂ ಟಿಪ್ಪಿಸ್‌ಗೆ ಮೂರನೆಯ ದರ್ಜೆಯ ಸ್ಲೀಪರ್‌ಕೋಚಿನ ಟಿಕೀಟು. ನಡುವೆ ಒಂದೊಂದು ಸ್ಟೇಶನ್ನಿನಲ್ಲಿ ಬಂದು ಮಾತನಾಡಿಸಿಕೊಂಡು ಹೋಗ್ತಿದ್ದ.

ಮ್ಯೂಸಿಕ್ ಸರ್ಕಲಿನ ಕಾರ್ಯಕ್ರಮವಾದನಂತರ ಕೈಲಾಸ್ ವಿಸ್ತರಣದ, ಶ್ರೀವಾಸ್ತವ? 'ಪಂಡಿತ್‌ಜೀ, ನಿಮ್ಮ ಗಾಯನ ನನ್ನ ಮನೇಲಿ ನಡೆದು ಮನೆ ಪುನೀತವಾಗಬೇಕು ಅಂತ ಮನಸ್ಸಾಗಿಬಿಟ್ಟಿದೆ. ನಾಳೆ ರಾತ್ರಿ ಗಾಡಿಗೆ ನಿಮಗೆ ರಿಸರ್ವ್ ಆಗಿದೆಯಂತೆ. ಅದನ್ನ ನಾನು ನಾಡಿದ್ದಿಗೆ ಅಥವಾ ನೀವು ಹೇಳಿದ ದಿನಕ್ಕೆ ಬದಲಿಸ್ತೀನಿ. ನಮ್ಮ ಮನೇಲೊಂದು ಛೇಂಬರ್ ಬೈಠಕ್. ನಾಳೆ ಸಂಜೆ. ನನ್ನ ಸ್ನೇಹಿತರು ಇಪ್ಪತ್ತು ಜನ. ಎಲ್ಲಾ ಸಂಗೀತ ಕೇಳಿ ತಿಳಿದೋರು. ಖಾಲಿ ಶೋಕಿಯೋರಲ್ಲ.' ಖಾಸಗಿ ಬೈಠಕ್ ಎಷ್ಟು ಹಿತವಾಗಿತ್ತು! ತಾನೇ ಈ ಪಂಡಿತ್ ಮೋಹನಲಾಲನನ್ನ ಹಿಡಿದಿಟ್ಟು ಹಾಡಿಸುವ ದಣಿ ಎಂಬ ಇವಳು ಇಲ್ಲದಿದ್ದರೆ ಎಷ್ಟು ಹಿತ, ಎಷ್ಟು ಸ್ವಾತಂತ್ರ್ಯ, ಎಷ್ಟು ಮರ್ಯಾದೆ? ಎಂಬುದು ಮೊದಲಬಾರಿಗೆ ಅನುಭವಕ್ಕೆ ಬಂದು.

ವಾಪಸು ಪ್ರಯಾಣಕ್ಕೆ ಟಿಪ್ಪಿಸ್‌ಗೂ ಜೊತೆಯಲ್ಲೇ ಫಸ್ಟ್‌ಕ್ಲಾಸ್ ರಿಸರ್ವ್ ಮಾಡಿಸಿಕೊಟ್ಟು ಜೊತೆಯಲ್ಲಿ ಕೂತು ಗಾಡಿ ಫರೀದಾಬಾದ್ ದಾಟಿದಮೇಲೆ ಮೊದಲಸಲ ಹೃದಯ ತೆರೆದು ಮಾತನಾಡಿದ್ದು: 'ರಾಜಾರಾಮ್‌ರಾವ್, ಒಂದು ಸಂಗತಿ ಹೇಳ್ತೀನಿ. ಯಾರ ಕೈಲೂ ಇದುವರೆಗೆ ಆಡಿಲ್ಲ. ನಂಬಿಕೆ ಉಳಿಸಿಕೊತ್ತಿರೋ?'

ನನ್ನ ಕೈ ಹಿಡಿದು, 'ರಾಜಾರಾಮ ಅಪ್ಪನಿಗೆ ಹುಟ್ಟಿದ ಮಗ ಅನ್ನೂದರಲ್ಲಿ ಯಾವ ಸಂಶಯವೂ ಇಟ್ಟುಕೊಬ್ಯಾಡಿ.'

'ನನ್ನ ಕುಟುಂಬದ ಕೋಟಲೆ ನಿಮಗೆ ಗೊತ್ತಿರಬಹುದು.'

'ಅಲ್ಪಸ್ವಲ್ಪ.'

'ಏನೇನು ಗೊತ್ತು ಹೇಳಿ.'

ಇವನು ಅನುಮಾನಿಸುತ್ತಲೇ, 'ಮೊದಲ ಮದುವೆಯಾಗಿ ಒಂದು ಹೆಣ್ಣು ಮಗುವಿದ್ದು ಆಮೇಲೆ ಈ ಎರಡನೆ ಮದುವೆ.....'

'ನಿಮಗೆ ಹ್ಯಾಗೆ ಗೊತ್ತು?'

'ಸಂಗೀತಪ್ರಪಂಚದ ಎಲ್ಲರಿಗೂ ಗೊತ್ತು. ಯಾರೂ ನಿಮ್ಮೆದುರು ಮಾತಾಡುಲ್ಲ.'

'ಹಾಗೋ!' ಎನ್ನುವಾಗ ನನಗೆ ಆಶ್ಚರ್ಯವಾಯಿತು. ನಾಚಿಕೆಯಾಯಿತು. ಬಿಡುಗಡೆಯೂ ಎನ್ನಿಸಿತು. 'ನನಗೆ ಮೂರುಕಾಸಿನ ಹಣದ ಸ್ವಾತಂತ್ರ್ಯವೂ ಇಲ್ಲ ಅನ್ನೂದು ಗೊತ್ತೆ?'

'ಇಡೀ ಹಿಂದೂಸ್ಥಾನದ ಸಂಗೀತಸಭಾದೋರೆಲ್ಲರಿಗೂ ಗೊತ್ತು.'

'ಹೌದಲ್ಲ!' ಎಂದಾಗ ನನ್ನ ಪ್ರಶ್ನೆಯ ದಡ್ಡತನದ ಅರಿವಾಯಿತು. 'ರಾಜಾರಾಮರಾವ್, ನೆನ್ನೆ ಛೇಂಬರ್ ಬೈಠಕ್‌ನಲ್ಲಿ ನನಗೆ ಬಂದಿರೂ ಒಂದು ಸಾವಿರ ರೂಪಾಯೀನ ನಿಮ್ಮ ಕೈಲಿ ಕೊಡ್ತೀನಿ. ಬೋರಿವಲಿಯ ವಿಳಾಸ ಮನೆ ಗುರುತು ಹೇಳ್ತೀನಿ. ಒಯ್ದು ಅವಳಿಗೆ ಮುಟ್ಟಿಸಬೇಕು. ದಿಲ್ಲೀಲಿ ಒಂದು ಛೇಂಬರ್ ಬೈಠಕ್ ಆಯ್ತು ಅಂತ ಯಾರಿಗೂ ಹೇಳ ಕೂಡದು. ವಾಪಸು ಬಂದದ್ದು ಯಾಕೆ ತಡ ಅಂತ ಚಂಪಾಬಾಯಿ ನಿಮಗೆ ಫ಼ೋನ್‌ಮಾಡಿ ತನಿಖೆ ನಡುಸ್ತಾಳೆ. ರೈಲ್ವೆ ರಿಸರ್ವೇಶನ್‌ನಲ್ಲಿ ಗಡ್‌ಬಡ್ ಮಾಡಿಕೊಂಡಿದ್ದರು ಮ್ಯೂಸಿಕ್ ಸಭಾದೋರು ಅಂದುಬಿಡಬೇಕು. ಈ ಮಾತು ಯಾರಿಗೂ ತಿಳೀಬಾರದು. ನಿಮ್ಮ ಹೆಂಡತಿಗೂ.'

'ನಿಮಗೆ ಚಿಂತೆ ಬೇಡಿ,' ಎಂದು ಇವನು ಮತ್ತೊಮ್ಮೆ ತನ್ನ ಬಲಗೈಯಿಯ ಐದು ಬೆರಳುಗಳನ್ನೂ ನನ್ನ ಹಸ್ತದ ಮೇಲಿರಿಸಿ, 'ನಾನು ಇವೇ ಬೆರಳುಗಳಲ್ಲಿ ನಿಮ್ಮ ಜೊತೆಗೆ ನುಡಿಸೂದು,' ಎಂದ. ಇಪ್ಪತ್ತೈದುವರ್ಷದಿಂದ ನಂಬಿಕೆ ಕಾಪಾಡಿಕೊಂಡು ಬಂದಿದಾನೆ. ಈ ಕಾಲದಲ್ಲಿ ಇವನ ಥರ ನಿಜವಾಗಿಯೂ ಅಪ್ಪನಿಗೆ ಹುಟ್ಟಿದೋರು ಎಷ್ಟು ಜನ ಇದ್ದಾರು! ಎಂದುಕೊಳ್ಳುವಾಗ ಅವಳು ಬಸುರಾದದ್ದು ಎಷ್ಟು ಒಳ್ಳೇದಾಯ್ತು! ಎಂಬ ನೆನಪಾಯಿತು. ಟೆಲಿಫ಼ೋನ್, ಪತ್ರವ್ಯವಹಾರದ ಮೂಲಕ ಮನೆಯಲ್ಲೇ ಕೂತು ನನ್ನ ಕಾರ್ಯಕ್ರಮ, ಸಂಭಾವನೆಗಳನ್ನು ನಿಶ್ಚಯಿಸಿದರೂ ಹೊರಗೆ ಹೋದಾಗ ಸಿಗುತ್ತಿದ್ದ ಖಾಸಗಿ ಬೈಠಕ್ಕುಗಳ, ಕರೆಸಿದ ಕಾರ್ಯದರ್ಶಿಯೊಡನೆ ಚೌಕಶಿ ಮಾಡಿ ಮೇಲೆ ವಸೂಲು ಮಾಡ್ತಿದ್ದ ಐನೂರು ಸಾವಿರಗಳ ಲೆಕ್ಕ ಅವಳಿಗೆ ಸಿಗದಂತೆ ಮಾಡಿ, ರಾಜಾರಾಮನೇ, 'ಪಂಡಿತ್‌ಜೀ, ಹೀಗೆ ಒಟ್ಟೊಟ್ಟಿಗೆ ಕೊಟ್ಟರೆ ವಿವೇಚನೆಯಿಂದ ವ್ಯವಹಾರ ಮಾಡುವ ತಿಳಿವಳಿಕೆ ರಾಮಕುಮಾರಿಬಾಯಿಗೆ ಇದೆಯೋ ಇಲ್ಲವೋ ಗೊತ್ತಿಲ್ಲ. ನಿಮಗೂ ಒಂದು ಲೆಕ್ಕ ಸಿಕ್ಕೂದಿಲ್ಲ. ನನ್ನ ಮನೆಯ ಹತ್ತಿರ ಒಂದು ಬ್ಯಾಂಕಿದೆ. ನನ್ನ ಮನೆ ವಿಳಾಸ ಕೊಟ್ಟು ನೀವು ಒಂದು ಖಾತೆ ತೆಗೀರಿ. ನೀವು ಕೊಟ್ಟ ಹಣಾನ ನಾನು ಅದರಲ್ಲಿ ತುಂಬ್ತೀನಿ. ಬೇಕಾದಾಗ ನಾನು ಹೇಳಿದ ಚೆಕ್ಕಿಗೆ ನೀವು ರುಜು ಮಾಡಿಕೊಡಿ. ಬಾಯಿಗೆ ಕ್ರಮವಾಗಿ ತಿಂಗಳಿಗೆ ಇಷ್ಟು ಅಂತ ತಲುಪಿಸಿದರೆ ಒಂದು ಹಿಡಿತ ಇರುತ್ತೆ. ಯಾರಿಗೂ ತಿಳಿಯಲ್ಲ.' ಅಪ್ಪನಿಗೆ ಹುಟ್ಟಿದ ಮಗ. ನಾನು ಇವನಿಗೆ ಕೊಟ್ಟಿದ್ದರ ಲೆಕ್ಕ ಇಡಬಹುದು. ಅದು ಅವಳಿಗೆ ಸಂದಾಯವಾಯಿತೋ ಇಲ್ಲವೋ ಇವನ ಮಾತೊಂದೇ ನಂಬಿಕೆ.

'ಗುಡ್‌ಮಾರ್ನಿಂಗ್. ಹೊರಗೆಲ್ಲ ಬೆಳಕಾಗಿದೆ. ಇನ್ನು ಒಂದುಗಂಟೆಯಲ್ಲಿ ನಮ್ಮ ವಿಮಾನವು ಫ಼್ರಾಂಕ್‌ಫ಼ರ್ಟಿನಲ್ಲಿ ಇಳಿಯುತ್ತದೆ. ಐದುನಿಮಿಷದಲ್ಲಿ ಬೆಳಗಿನ ಉಪಾಹಾರ ಕೊಡಲು ಆರಂಭಿಸುತ್ತಾರೆ. ದಯವಿಟ್ಟು ನಿಮ್ಮ ಕುರ್ಚಿಗಳನ್ನು ನೆಟ್ಟಗೆಮಾಡಿಕೊಳ್ಳಿ.' ಗಡಿಯಾರ ನೋಡಿಕೊಂಡ. ಇನ್ನೂ ನ್ಯೂಯಾರ್ಕಿನ ವೇಳೆಯನ್ನೇ ತೋರಿಸುತ್ತಿದೆ. ನ್ಯೂಯಾರ್ಕಿಗೂ ಫ಼್ರಾಂಕ್‌ಫ಼ರ್ಟಿಗೂ ಏಳುಗಂಟೆ ವ್ಯತ್ಯಾಸವೆ? ಗಗನಸಖಿಯನ್ನು ಕೇಳಬೇಕು. ಏಳುಗಂಟೆ ಮುಂದು. ಎಷ್ಟು ಹೊತ್ತಿನಿಂದ ಹೊರಗೆ ಬೆಳಕಾಗಿತ್ತೋ. ನಾನು ಕಿಟಕಿಯ

ಪರದೆ ತೆಗೆಯದೆ ಕಣ್ಣುಗಳನ್ನು ಒಳಗೇ ಹಾಯಿಸುತ್ತಾ ಕೂತಿದ್ದೆ, ಎಂದುಕೊಂಡ. ಟಿಪ್ನಿಸನ್ನು ಎಬ್ಬಿಸಿದ. ಇಬ್ಬರೂ ದಡಬಡನೆ ಎದ್ದು ಶೌಚಕ್ಕೆ ಹೋಗಿಬಂದರು.

ಫ್ರಾಂಕ್‌ಫರ್ಟಿನಲ್ಲಿ ನಾಲ್ಕು ತಾಸು ಕಾಯಬೇಕು. ಸಾಮಾನು ನೇರವಾಗಿ ಮುಂಬಯಿ ವಿಮಾನಕ್ಕೆ ವರ್ಗವಾಗಿರುತ್ತೆ. ಚನ್ನಾಗಿ ಕೈ ಮತ್ತು ಮುಖ ತೊಳೆಯುವಾಗ ಅವನಿಗೆ ಏನಾದರೂ ಹಾಡಬೇಕೆನ್ನಿಸಿತು. ತಂಬೂರಿಯಿಲ್ಲ. ಟಿಪ್ನಿಸನ ಹಾರ್ಮೋನಿಯಂ ಪೆಟ್ಟಿಗೆಯನ್ನು ಸಾಮಾನಿನ ಜೊತೆಗೆ ಹಾಕಿದೆ. ಅಲ್ಲದೆ ಈ ಕೆಂಪು ಜನಗಳ ವಿಮಾನನಿಲ್ದಾಣದಲ್ಲಿ ಸ್ವರಾ ಲಾಪದ ಭಾರತೀಯ ಸಂಗೀತ ಹಾಡಿದರೆ ಸುಮ್ಮನಿರ್ತಾರೆಯೆ? ಎಂಬ ಅಂಜಿಕೆ ಹುಟ್ಟಿತು. ಆದರೆ ಯಾಕೋ ಮನಸ್ಸಿನಲ್ಲಿ ಬೇಸರ ತುಂಬಿಕೊಂಡಿದೆ. ಖಿನ್ನಭಾವ. ಸ್ವಲ್ಪವಾದರೂ ಹಾಡಿಕೊಳ್ಳದಿದ್ದರೆ ಇನ್ನಷ್ಟು ಆಗುತ್ತೆ. ಟಿಪ್ನಿಸ್‌ಗೆ ಹೇಳಿಕೊಂಡ. 'ಬನ್ನಿ ನಾನು ಒಂದು ಜಾಗಕ್ಕೆ ಕರಕೊಂಡು ಹೋಗ್ತೀನಿ,' ಎಂದು ಅವನು ಒಂದು ಫರ್ಲಾಂಗ್ ನಡೆಸಿ ಜನ ಗಳಿಲ್ಲದ ಒಂದು ಮೂಲೆಗೆ ಕರೆದೊಯ್ದ. ಗೋಡೆ ಮಾಡುಗಳೆಲ್ಲ ಪಾರದರ್ಶಕ ಗಾಜಿನಿಂದಾದ ನಿಲ್ದಾಣ ಅದು. ಅಕ್ಕಪಕ್ಕದ ಎರಡು ಕುರ್ಚಿಗಳ ಮೇಲೆ ಕುಳಿತರು. ಗಾಜಿನ ಆಚೆಗೆ ಎರಡು ಸಾಲುಗಳಲ್ಲಿ ನಲವತ್ತೈವತ್ತು ವಿಮಾನಗಳು ನಿಂತಿದ್ದುದು ಕಾಣುತ್ತಿತ್ತು. ಹೊರಗೆ ಚಳಿ. ಒಳಗೆ ಬೆಚ್ಚಗಿದೆ. ಪ್ರಯಾಣಿಕರು ತಿರುಗಾಡುತ್ತಿದ್ದರೂ ಮೂಲೆಯಾದ್ದರಿಂದ ಹೆಚ್ಚು ಗದ್ದಲವಿಲ್ಲ. 'ಗಟ್ಟಿಯಾಗಿ ಬೇಡಿ. ಗಂಟಲ ಒಳಗೇ ಹಾಡಿಕೊಳ್ಳಿ, ನನಗೆ ತಿಳಿಯುತ್ತೆ. ನಾನು ಸಾಥಿ ಕೊಡ್ತಿದೀನಿ ಅಂತ ಭಾವಿಸಿಕೊಳ್ಳಿ,' ಹೇಳಿದ.

'ಯಾವದನ್ನ ಹಾಡಲಿ?'

'ಹೊರಗೆಲ್ಲ ಚಳಿ. ಬೆಳಗು. ಅಹಿರ್‌ಭೈರವ್ ಅನ್ನಿ. ಹೊಂದುತ್ತೆ.'

ಮೋಹನಲಾಲ ಮೆಲ್ಲಗೆ ಗುನುಗಿಕೊಳ್ಳತೊಡಗಿದ. ಶ್ರುತಿ ಶುದ್ಧವಾಗಿತ್ತು. ತದೇಕ ದೃಷ್ಟಿಯ ಟಿಪ್ನಿಸನ ಕಣ್ಣು ಜೋಡು ತಂಬೂರಗಳಂತೆ ಶ್ರುತಿ ಹಿಡಿದಿದ್ದವು. ಅವನ ಬಲ ಗೈಯ ತರ್ಜನಿಯ ಚಲನೆ ಮತ್ತು ಸ್ತಂಭನಗಳು ತಾಳವನ್ನು ತೋರಿಸುತ್ತಿದ್ದವು. ಹೆಚ್ಚುಸದ್ದಿಲ್ಲದ ಕೆಳಧ್ವನಿಯಲ್ಲಿ ಆರಂಭಗೊಂಡ ಗಾಯನವು ಉದ್ದಕ್ಕೂ ಅದೇ ಧ್ವನಿಯಲ್ಲಿ ಚಲಿಸುತ್ತಿತ್ತು. ಇಡೀ ರಾತ್ರಿ ನಿದ್ರೆ ಇಲ್ಲದೆ ವಿಮಾನಯಾನ ಮಾಡಿದ ಬಳಲಿಕೆ ಇದ್ದರೂ ಸ್ವಲ್ಪವೂ ಕಷ್ಟ ವಿಲ್ಲದೆ ಮಂದ್ರಷಡ್ಜ ಸಿಕ್ಕಿತು. ತುಸು ಹೊತ್ತಿನಲ್ಲಿ ಯಾವ ಹತೋಟಿಯೂ ಇಲ್ಲದೆ ಹಾಡು ತ್ತಿದ್ದೇನೆಂಬ ಭಾವ ತುಂಬಿಕೊಂಡಿತು. ಟಿಪ್ನಿಸ್ ಹಾರ್ಮೋನಿಯಂ ಮತ್ತು ತಾಳದ ಒತ್ತಾಸೆ ನೀಡುತ್ತಿರುವ ನೆಮ್ಮದಿಯಲ್ಲಿ ಗಾಯನ ಸಾಗಿತು. ಮಧ್ಯ ಮತ್ತು ದ್ರುತಲಯಗಳ ತಾನಗಳೂ ಹೊಮ್ಮಿದವು. ಮನಸ್ಸಿಗೆ ಎಷ್ಟೋ ಸಮಾಧಾನವಾಯಿತು. ಹಿಂತಿರುಗಿ ನೋಡಿದಾಗ ಏಳೆಂಟು ಜನ ಬಿಳಿಯರು ತನ್ನ ಹಿಂಬದಿಯಲ್ಲಿ ನಿಶ್ಶಬ್ದವಾಗಿ ನಿಂತು ಕೇಳುತ್ತಿದ್ದುದು ಕಾಣಿಸಿತು. ಅವರಲ್ಲಿ ಒಬ್ಬ ಇಂಗ್ಲಿಷಿನಲ್ಲಿ 'ಗ್ರೇಟ್' ಎಂದ. ಇನ್ನೊಬ್ಬ 'ಕೆಬೆಲೊ' ಎಂದ. ಮತ್ತೊಬ್ಬ ಕೆಲ್ ಬೆಲೆ ಮ್ಯೂಸಿಕ್ ಎಂದು ಉಸಿರಿದ.

ಅಧ್ಯಾಯ ೫

– ೧ –

ನ್ಯೂಯಾರ್ಕಿನಿಂದ ಹಿಂತಿರುಗಿ ಒಂದು ವಾರವಾಗಿತ್ತು. ಟೆಲಿಫ಼ೋನ್ ಬಿಲ್ಲು, ವಿದ್ಯುತ್ ಬಿಲ್ಲುಗಳಲ್ಲದೆ ಫ಼್ಲ್ಯಾಟಿನ ಕಂದಾಯದ ತಗಾದೆಯೂ ಬಂದಿತ್ತು. ತಕ್ಷಣ ಇಪ್ಪತ್ತು ಸಾವಿರ ಹೊಂದಿಸಬೇಕು. ಯಾವ ಪ್ರೋಗ್ರಾಮೂ ಬಂದಿಲ್ಲ. ಎರಡೂವರೆ ತಿಂಗಳು ಊರಿನಲ್ಲೇ ಇರಲಿಲ್ಲ. ಮಳೆಗಾಲದಲ್ಲಿ ಪ್ರೋಗ್ರಾಂ ಇರುವುದಿಲ್ಲ ಎಂದುಕೊಳ್ಳುವಾಗ ಟಿಪ್ಪಿಸನಿಂದ ಸಾಲ ಕೇಳುವುದೊಂದೇ ದಾರಿ ಎಂಬ ಪರಿಹಾರ ತನಗೆತಾನೆ ಹೊಳೆಯಿತು. ಹದಿಮೂರು ಸಾವಿರ ಡಾಲರ್, ಮೂರು ಲಕ್ಷ ತೊಂಬತ್ತು ಸಾವಿರ ರೂಪಾಯಿ ಜೂಜಿನಲ್ಲಿ ಕಳೆದಿರಲ್ಲ ಅಂತ ಅವನು ಬಾಯಿಬಿಟ್ಟು ಆಡುಲ್ಲ, ಆದರೆ ಒಳಗೇ ಅಂದುಕೊತ್ತಾನೆ, ಎಂದು ಮನಸ್ಸು ಕುಟುಕಿತು. ಅಂದುಕೊಳ್ಳಲಿ, ಇಂಥದು ಎಷ್ಟೆಷ್ಟೋ ಅಂದುಕೊತ್ತಾನೆ. ಈ ಮೋಹನಲಾಲ ಜವಾಬ್ದಾರಿ ಇಲ್ಲದ, ಲಂಗುಲಗಾಮಿಲ್ಲದ ಗಾಯಕ ಅನ್ನೂದು ಅವನಿಗೆ ಹೊಸತೆ? ಎಂಬ ಸಮಾಧಾನವೂ ಕಾಣಿಸಿತು. ಇಸಕೊಂಡ ಒಂದೇ ಒಂದು ರೂಪಾಯಿಯನ್ನ ವಾಪಸು ಕೊಡದೆ ಉಳಿಸಿಲ್ಲ, ಇನ್ನು ಅವನದೇನು ದಾಕ್ಷಿಣ್ಯ? ಬಡ್ಡಿ ಕೊಡ್ತೀನಿ ಅಂದರೆ ಅವನೇ ಬ್ಯಾಡ ಅಂದಿದಾನೆ. ನನ್ನ ತಪ್ಪೇನಿಲ್ಲ, ಎಂಬ ಸಮರ್ಥನೆಯೂ ಹುಟ್ಟಿತು. ಒಂದು ಕಾಸೂ ಕಳೆಯದೆ, ಹೊರಗೆ ಕಿಸೆ ತೆಗೆದು ಒಂದು ಚಹಾನೂ ಕುಡಿ ಯದೆ ಬಂದದ್ದನ್ನೆಲ್ಲ ಬಡ್ಡಿ ಚಕ್ರಬಡ್ಡಿಗಳಲ್ಲಿ ತೊಡಗಿಸಿ ಸಖತ್ ಬೆಳೆಸ್ತಿದಾನೆ. ಆಗಾಗ್ಗೆ ಒಂದಿಷ್ಟು ಸಾಲಕೊಟ್ಟು ಇಸಕೊಂಡರೆ ಏನು ಹೋಯಿತು ಗಂಟು? ಎಷ್ಟು ದೂರದ ಊರಾಗಲಿ ಅವನೇ ಸಾಥಿಯಾಗಬೇಕು ಅಂತ ಹೇಳಿ ಪ್ರೋಗ್ರಾಂ ಕೊಡಿಸುಲ್ಲವೇ ನಾನು? ಎಂಬ ಉಪಕಾರಭಾವನೆಯೂ ಸಹಾಯಕ್ಕೆ ಬಂತು. ಕೈನೀಡಿ ರಿಸೀವರ್ ಎತ್ತಿಕೊಂಡು ಗುಂಡಿಗಳನ್ನು ಒತ್ತಬೇಕು, ಅಷ್ಟರಲ್ಲಿ ಫ಼ೋನ್ ಬಾರಿಸಿತು. ಅವನದೇ ಇರಬಹುದೆ? ಎಂಬ ಅಂತಃಪ್ರೇರಣೆಯಾಯಿತು. ಎತ್ತಿಕೊಂಡರೆ, ಅರೆ, 'ರಾಜಾರಾಮ್, ನಿಮಗೆ ಖರೆ ನೂರ ಒಂದು ವರ್ಷ ಆಯುಸ್ಸು. ದೇವರಾಣೆಗೂ ನಿಮಗೆ ಮಾಡಬೇಕು ಅಂತ ಫ಼ೋನಿಗೆ ಕೈಚಾಚಿದ್ದೆ. ನೀವು ಮಾಡ್ತಿದೀರಿ.'

'ನೀವು ಮನೇಲೇ ಇರ್ತೀರೋ? ನಾನು ಬರೋನಿದ್ದೀನಿ.'

'ಮನೆ ಅನ್ನಬ್ಯಾಡಿ. ಫ಼್ಲ್ಯಾಟ್ ಅನ್ನಿ. ನಿಮಗಾದರೆ ಮನೆ.'

ಒಮ್ಮೊಮ್ಮೆ ಮೋಹನಲಾಲರು ಈ ವ್ಯತ್ಯಾಸ ಸೂಚಿಸುವುದು ಟಿಪ್ನಿಸ್‌ಗೆ ಹೊಸದಲ್ಲ. ಎಷ್ಟೋವರ್ಷಗಳಿಂದ ಕೇಳಿ ಅದರ ವೇದನೆಯೂ ಮೊಂಡವಾಗಿತ್ತು. 'ಪ್ರತಿಯೊಂದಕ್ಕೂ ತನ್ನದೇ ಆದ ವಿಶೇಷ ಸ್ವಾತಂತ್ರ್ಯ, ಸಂತೋಷ ಇರ್ತದಲ್ಲ!' ಎಂದ. ಮೋಹನಲಾಲನಿಗೆ ಸಮಾಧಾನವಾಯಿತು. 'ನಾನು ಈಗ ಹೊರಟೆ. ಬೇರೆ ಯಾರಾದರೂ ಇದ್ದರೆ ಸ್ವಲ್ಪ ಅಡಚಣೆ, ಖಾಸಗಿ ಮಾತು.'

ಟಿಪ್ನಿಸನ ಮಾತಿಗೆ, 'ಈ ಫ್ಲ್ಯಾಟಿನಲ್ಲಿ ಒಂದು ಹಾಲ್ ಅಲ್ಲದೆ ಮೂರು ಪ್ರತ್ಯೇಕ ಕೋಣೆಗಳಿರೂದು ನಿಮಗೆ ಗೊತ್ತಿಲ್ಲವೆ?' ಎಂದು ಉತ್ತರಿಸಿದ.

ಟಿಪ್ನಿಸ್ ಅಪೂರ್ವಕ್ಕೆ ಒಮ್ಮೊಮ್ಮೆ ಇಸ್ಪೀಟ್ ಆಡಲು ಪಶ್ಚಿಮ ಬಾಂದ್ರಾದ ಈ ಫ್ಲ್ಯಾಟಿಗೆ ಬರುವುದುಂಟು. ಆದರೆ ಎಂದೂ ಫೋನ್‌ಮಾಡಿ ಹೂಂ ಎನ್ನಿಸಿಕೊಳ್ಳದೆ ಬರುತ್ತಿರಲಿಲ್ಲ. ಫೋನು ಮಾಡಿ ಮನೆಯಲ್ಲಿರುತ್ತಾರೆ, ಬಿಡುವಿನಲ್ಲಿದ್ದಾರೆ, ಭೇಟಿಯಾಗುವ ಉತ್ಸಾಹದಲ್ಲಿದ್ದಾರೆ ಎಂಬುದನ್ನು ಖಚಿತಪಡಿಸಿಕೊಂಡು ಬರುವುದು ಎಲ್ಲ ದೊಡ್ಡ ಷಹರುಗಳ ಚಾಲ್ತಿಯ ಕ್ರಮವಾದರೂ ಮೋಹನಲಾಲರ ವಾಸಸ್ಥಳದ ಸೂಕ್ಷ್ಮವು ಅವನ ವಿಶೇಷ ಎಚ್ಚರವಾಗಿತ್ತು. ಸಾಧಾರಣವಾಗಿ ಅವನು ತನ್ನ ಮಾಹಿಮ್ ಮನೆಯಿಂದ ಇಲ್ಲಿಗೆ ನಡೆದೇ ಬರುತ್ತಿದ್ದ. ಆದರೆ ಈ ದಿನ ರೈಲು ಹತ್ತಿ ಅರ್ಧದೂರ ಕ್ರಮಿಸಿ ಉಳಿದರ್ಧವನ್ನು ನಡೆದುಬಂದ. ಸ್ವಾಗತದ ಮಾತುಗಳು, ಚಹಾ ಬಿಸ್ಕತ್ತುಗಳು ಆದಮೇಲೆ ಟಿಪ್ನಿಸ್ ಹಿಂದಲೇಟು ಹಾಕುತ್ತಲೇ ಮಾತನಾಡಿದ: 'ಬಕುಲಾ ಬಂದಿದ್ದಳು. ಅವಳಿಗೆ ಮದುವೆಯಂತೆ.'

ಹೌದಾ? ತಕ್ಷಣ ನಾಲಗೆ ನುಡಿದರೂ ಮೋಹನಲಾಲನ ಮುಖ ಬಾಡಿದುದು ಟಿಪ್ನಿಸಿಗೆ ಕಾಣಿಸಿತು. ಹೀಗಾಗುತ್ತದೆಂದು ಅವನು ನಿರೀಕ್ಷಿಸಿಯೂ ಇದ್ದ. 'ನೀವು ಊರಿಗೆ ಬಂದಮೇಲೆಯೇ ಲಗ್ನನಿಶ್ಚಯ ಮಾಡಬೇಕು ಅಂತ ಕಾಯ್ತಿದ್ದಳಂತೆ.'

'ಅವಳಿಗಿನ್ನೂ ಮದುವೆಯಾಗಿಲ್ಲವಾ?' ಬೇರೆ ಏನೂ ತೋಚದ್ದಕ್ಕೆ ಹೊರಬಂದ ಈ ಮಾತು ಆಡಿಯಾದಮೇಲೆ ಎಡವಟ್ಟಿನದೆನ್ನಿಸಿತು. ಆಗಿದ್ದರೆ ನನಗೆ ಗೊತ್ತಾಗ್ತಿರಲಿಲ್ಲವೆ? ಎಂಬ ಉತ್ತರ ಹೊಳೆದರೂ ಗೊತ್ತಾಗುವುದಾದರೂ ಹೇಗೆ, ಯಾರು ಹೇಳಬೇಕು? ಎಂಬ ಕತ್ತಲು ಕಾಣಿಸಿತು. ತಿಳಿದುಕೊಳ್ಳಲು ತಾನೂ ಪ್ರಯತ್ನಮಾಡಿಲ್ಲವೆಂಬ ಅರಿವಿನ ಜೊತೆಗೆ ತಿಳಿದುಕೊಳ್ಳದೆ ಇರುವುದಕ್ಕೇ ತಾನು ಇಷ್ಟುವರ್ಷ ಪ್ರಯತ್ನಿಸಿದೆ ಎಂಬ ನೆನಪು ಬಂದು ತುಸು ದೋಷಭಾವ ಹಿಂಡತೊಡಗಿತು. ಟಿಪ್ನಿಸ್ ಸುಮ್ಮನೆ ಕೂತಿದಾನೆ. ನನ್ನೊಳಗಾಗು ತ್ತಿರುವ ಕಸಿವಿಸಿಯನ್ನು ಗಮನಿಸುತ್ತಿಲ್ಲವೆಂಬಂತೆ ಕಿಟಕಿಯ ಕಡೆಗೆ ನೋಡ್ತಿದಾನೆ. ಈಗ ಎಷ್ಟು? ನನಗೆ ಮೂವತ್ತು ನಡೆಯುತ್ತಿದ್ದಾಗ ಹುಟ್ಟಿದಳು. ಮೂವತ್ತನೆ ವರ್ಷಕ್ಕೆ ಮದುವೆಯಾಗ್ತಿ ದಾಳೆ. ಇಷ್ಟುವರ್ಷ ಯಾಕೆ ಆಗಲಿಲ್ಲ? ಎಂಬ ಪ್ರಶ್ನೆ ಹುಟ್ಟಿತು. ಈ ರಾಜಾರಾಮನಿಗೆ ಗೊತ್ತಿರುತ್ತೆ. ಹೇಳುಲ್ಲ. ನಾನು ಕೇಳದರೆ ಹೇಳಿಯಾನು. ನಿಂತು ಮಾಡೋರ್‍ಯಾರು? ಮುಂದೆ ನಿಂತು ಮಾಡದೆ ಹ್ಯಾಗೆ ಆಗುತ್ತೆ? ಎಂಬ ಉತ್ತರ ಹೊಳೆಯಿತು. ಒಳಗು ಇನ್ನಷ್ಟು ಕುಗ್ಗಿತು. ಇಪ್ಪತ್ತನಾಲ್ಕು ವರ್ಷವಾಯಿತು ನೋಡಿ. ಒಂದೇ ಷಹರದಲ್ಲಿದ್ದರೂ. ಇಲ್ಲಿಂದ ಒಂಬತ್ತನೆಯ ಸ್ಟೇಷನ್. ಲೋಕಲ್ ರೈಲು ಹತ್ತಿ ಹದಿನೈದಿಪ್ಪತ್ತು ವರ್ಷವಾಯಿತು.

ಟ್ಯಾಕ್ಸಿ ಅಭ್ಯಾಸವಾಗಿಬಿಟ್ಟರೆ ಲೋಕಲ್ ಟ್ರೇನ್ ಜ್ಞಾಪಿಸಿಕೊಂಡರೇ ಭಯ, ಅಸಹ್ಯ. ಆರು ವರ್ಷದ ಹುಡುಗಿ. ಚಾಳಿನ ಕೆಳಗಿನ ಸಾಲಿನ ಒಂದು ಮನೆಯಲ್ಲಿ ಆಟಕ್ಕೆ ಹೋಗ್ತಿದ್ದೋಳು. ಅಪ್ಪ ಬಂದಿದಾರೆ ಅಂದರೆ ಓಡಿಬರ್ತಿದ್ದಳು. ಪೆಪ್ಪರಮಿಂಟಿನ ಆಶೆಗಲ್ಲ. ತನ್ನ ಅಪ್ಪ ಎಂಬ ಆಶೆಗೆ. ಅವಳ ಕಣ್ಣುಗಳೇ ಸೂಚಿಸುತ್ತಿದ್ದವು. ನನ್ನದೇ ಕಣ್ಣು ಮೂಗು ಹುಬ್ಬು. ಹಣೆ ಕೂಡ. ಚಂಪಾ ಆಣೆ ಮಾಡಿಸಿಕೊಂಡುಬಿಟ್ಟಳು. ಸಂಕಲ್ಪ ಗಣಪತಿಯ ಮೇಲೆ, ತಂಬೂರಿಯ ಮೇಲೆ, ತಂಬೂರಿಯ ಬುರುಡೆಯಷ್ಟು ದಪ್ಪಗಿದ್ದ ಬಸರು ಹೊಟ್ಟೆಯಮೇಲೆ. ಎಲ್ಲತಕ್ಕಿಂತ ಮೊದಲು ರಾಮಕುಮಾರಿಯ ಹೊಟ್ಟೆಯಲ್ಲಿದ್ದ ಭ್ರೂಣದಮೇಲೆ. ಮುಂದೆ ಅದು ಗಂಡುಮಗುವಾಯಿತು ಎಂಬುದಷ್ಟು ಗೊತ್ತು, ಈ ರಾಜಾರಾಮನಿಂದಲೇ. ಹೋಗಿ ನೋಡಲೂ ಇಲ್ಲ. ನೋಡಿದ್ದರೆ ಆ ಶಿಶುವಿನ ಆಯುಸ್ಸಿಗೇ ಆಣೆ ಬಡಿಯುತ್ತದೆಂಬ, ಅದರ ಹಿತಕ್ಕಾಗಿಯೇ, ಹೋಗಿ ನೋಡಲಿಲ್ಲ. ಬಕುಲಳೂ ಮನಸ್ಸಿನಿಂದ ಮರೆಯಾದಳು. ಮೂರೂವರೆವರ್ಷ ಮುಂಬಯಿಯನ್ನೇ ಬಿಟ್ಟು, ಸಂಗೀತವನ್ನೂ ಬಿಟ್ಟು ದಿಲ್ಲಿಯಲ್ಲಿ ನೆಲೆಸಿದಾಗ ಹಳೆಯದನ್ನೆಲ್ಲ ಮರೆಯುವ ಅವಸ್ಥೆ ಹುಟ್ಟಿ, ಅಲ್ಲಿಂದ ಹಿಂತಿರುಗಿದಮೇಲೆ ಸಂಪೂರ್ಣ ಹೊಸಜೀವನ ಆರಂಭಿಸಿ ಅವಳಿಂದಲೂ ಇವಳಿಂದಲೂ ದೂರವಾಗಿ, ಇವಳು ಪ್ರತಿ ತಿಂಗಳೂ ಜೀವನ ನಿರ್ವಹಣೆಗೆ ಅಂತ ವಸೂಲುಮಾಡ್ತಿದ್ದಳು, ಮಾಡ್ತಿದಾಳೆ. ಅವಳು ಅದನ್ನೂ ಕೇಳಲಿಲ್ಲ. ನಾನೂ ಕಳಿಸಲಿಲ್ಲ. ಹೇಗಿದಾನೆ ಗಂಡು ಹುಡುಗ ಇಪ್ಪತ್ತನಾಲ್ಕು ವರ್ಷ. ರಾಜಾರಾಮನಿಗೆ ಗೊತ್ತಿರುತ್ತೆ. ನಾನು ಕೇಳದೆ ಅವನು ಹೇಳುಲ್ಲ. ನಾನು ಯಾಕೆ ಕೇಳಲಿಲ್ಲ? 'ಲಗ್ನ ನಿಶ್ಚಯವಾ? ನಾನು?' ಎಂದ.

ಈ ಪ್ರಶ್ನೆಯ ಸ್ಪಷ್ಟ ಅರ್ಥ ಟಿಪ್ನಿಸ್‌ಗೆ ಆಗಲಿಲ್ಲ. ನಾನು? ಅಂದರೆ ಏನು? ಲಗ್ನ ನಿಶ್ಚಯ ನಾನು ಮಾಡಬೇಕೆ? ಎಂದಿರಬಹುದೇ ಎಂಬ ಅಸ್ಪಷ್ಟ ಅರ್ಥವಾಯಿತು. 'ತಂದೆ ತಾನೆ ಮುಂದೆ ನಿಂತು ನಿಶ್ಚಯ ಮಾಡಬೇಕಾದದ್ದು? ತಂದೆಯ ಹೆಸರಿನಲ್ಲಲ್ಲವೆ ಲಗ್ನಪತ್ರಿಕೆ ಅಚ್ಚಾಗಬೇಕಾದದ್ದು?' ಎಂದ.

ಮೋಹನಲಾಲ ತಕ್ಷಣ ಉದ್ವಿಗ್ನನಾದ. ಹೌದಲ್ಲವೆ? ಎನ್ನಿಸಿತು. ಆರುವರ್ಷದ ಹುಡುಗಿಯಾಗಿದ್ದಾಗ ಇದ್ದ ಪ್ರೀತಿಯನ್ನೇ ಇನ್ನೂ ಇಟ್ಟುಕೊಂಡಿದಾಳೆ ಎನ್ನಿಸಿ ಗಂಟಲು ಬಿಗಿದಂತಾಯಿತು. ಲಗ್ನಪತ್ರಿಕೆ ಮಾತ್ರವಲ್ಲ, ತಂದೆಯ ಕೈಯಿಂದ ಕನ್ಯಾದಾನವಾದರೆ ಮಾತ್ರ ಪ್ರಶಸ್ತ. ಶಾಸ್ತ್ರ ಸಂಪ್ರದಾಯಗಳನ್ನು ಅನುಸರಿಸುವ ಹುಡುಗಿ ಎಂದುಕೊಂಡ.

'ಇಲ್ಲಿಗೆ ಬಂದು ನನ್ನನ್ನ ಭೇಟಿಯಾಗು ಅಂತ ಅವಳಿಗೆ ಹೇಳಿ. ಟೆಲಿಫೋನ್ ಇದೆಯೋ ಅವಳಿಗೆ?'

'ಮನೆಗೆ ಇಲ್ಲ. ಆಫೀಸಿಗೆ ಇದೆ. ಸಂಚುರಿಮಿಲ್ ಆಡಳಿತಕಛೇರಿಯಲ್ಲಿ ನೌಕರಿ. ಸೆಕ್ರೆಟರಿ. ಬಿ.ಕಾಂ. ಮಾಡಿದಾಳೆ.'

'ಓಹ್!' ಅವನಿಗೆ ಖುಷಿಯಾಯಿತು. 'ಹಾಗಾದರೆ ಜಾಣೆಯೇ ಇರಬೇಕು. ಹುಡುಗನನ್ನ ಗೊತ್ತುಮಾಡಿದೋರು ಯಾರಂತೆ?'

'ಸಹೋದ್ಯೋಗಿಯಂತೆ. ಅವರವರೇ ತೀರ್ಮಾನಿಸಿಕೊಂಡಿದಾರೆ.'

'ಇನ್ನೂ ಒಳ್ಳೇದೇ,' ಎಂದ.

ಇದಕ್ಕಿಂತ ಹೆಚ್ಚು ಮಾತನಾಡಲು ಟಿಪ್ನಿಸಿಗೂ ತಿಳಿಯಲಿಲ್ಲ. ಆಡಿದರೆ ಸೂಕ್ಷ್ಮ ಸಂಗತಿಗಳಿಗೆ ಪ್ರವೇಶ ಮಾಡಬೇಕಾಗುತ್ತೆ ಎಂಬ ಎಚ್ಚರವೂ ಇತ್ತು. ತಾನು ನಿರೀಕ್ಷಿಸಿದ್ದಕ್ಕಿಂತ ಹೆಚ್ಚಿನ ಫಲಿತಾಂಶ ಸಿಕ್ಕಿತೆಂಬ ತೃಪ್ತಿಯಿಂದ ಅವನು ಬೇರೆ ಮಾತಿಗೆ ತಿರುಗಿದ. ಸೂರತ್‌ನಲ್ಲಿ ಅವನ ಹೆಂಡತಿಯ ದೂರದ ದೊಡ್ಡಪ್ಪನ ಮಗ ಇದ್ದಾನೆ. ಅವನ ನೇತೃತ್ವದಲ್ಲಿ ಅಲ್ಲೊಂದು ಸಂಗೀತಸಭೆ ಆರಂಭಿಸುವ ಪ್ರಯತ್ನ ಮಾಡುತ್ತಿದ್ದಾರೆ. ಪಂಡಿತ ಮೋಹನಲಾಲಜಿಯವರಿಂದ ಆರಂಭೋತ್ಸವವಾದರೆ ಪ್ರಚಾರವೂ ಸಿಕ್ಕತ್ತೆ. ಹೆಚ್ಚುಜನ ಸದಸ್ಯರೂ ಆಗ್ತಾರೆ. ಆದರೆ ಈಗ ಅವರ ಹತ್ತಿರ ಸಾಕಷ್ಟು ಹಣವಿಲ್ಲ. ಅವರು ಅರ್ಪಿಸುವ ಅಲ್ಪಕಾಣಿಕೆಯನ್ನು ಸ್ವೀಕರಿಸಬೇಕು. ತಾನು ಏನನ್ನೂ ತೆಗೆದುಕೊಳ್ಳದೆ ಹಾರ್ಮೋನಿಯಂ ಸಾಥಿಗೆ ಬರಲು ಒಪ್ಪಿಕೊಂಡಿದ್ದೇನೆ. ಮುಂದೆ ಸಭೆಯು ಆರ್ಥಿಕವಾಗಿ ಬೆಳೆದಾಗ ಈ ಉಪಕಾರವನ್ನು ದೊಡ್ಡರೀತಿಯಲ್ಲೇ ತೀರಿಸ್ತಾರೆ.

'ರಾಜಾರಾಮ್, ಇಪ್ಪತ್ತುಸಾವಿರ ಸಾಲ ಕೊಡಿ ಅಂತ ನಿಮಗೆ ಫೋನ್ ಮಾಡುಕ್ಕೆ ಕೈ ನೀಡಿದ್ದೆ. ನಿಮ್ಮ ಫೋನ್‌ಬಂತು.'

'ಇಪ್ಪತ್ತುಸಾವಿರ ಕೊಡೂ ಶಕ್ತಿ ಅವರಿಗಿಲ್ಲ.'

'ನಾನು ಇಪ್ಪತ್ತುಸಾವಿರ ಅನ್ನಲಿಲ್ಲ. ನನಗಿರುವ ಹಣದ ಅಡಚಣೆ ಹೇಳಿದೆ. ಇವತ್ತಿನ ನನ್ನ ರೇಟು ಒಂದುಲಕ್ಷ ಅನ್ನೂದು ನಿಮಗೆ ಗೊತ್ತಿಲ್ಲವೆ?'

'ಒಂದುಲಕ್ಷ ಕಡಮೆಯೇ. ನಿಮ್ಮ ಸಂಗೀತಕ್ಕೆ ಹಣದಿಂದ ಬೆಲೆ ಕಟ್ಟೂದು ದಡ್ಡರ ಕೆಲಸ. ಆದರೆ ಸೂರತ್ತಿನಲ್ಲಿ ಕೆಲವರು ನಿಜವಾಗಿಯೂ ರಸಜ್ಞ ಶ್ರೋತೃಗಳಿದಾರೆ.' ಈ ವ್ಯವಹಾರವನ್ನು ಒಂದೇಸಲಕ್ಕೆ ನಿಶ್ಚಯಿಸಹೋಗುವುದು ಸರಿಯಲ್ಲವೆಂಬ ಅನುಭವ ಟಿಪ್ನಿಸಿಗಿತ್ತು. 'ಯೋಚನೆ ಮಾಡಿ. ಮತ್ತೊಮ್ಮೆ ಮಾತನಾಡುವಾ,' ಎಂದು ಹೇಳಿ ಅವನು ಮೇಲೆ ಎದ್ದ. ಇವರು ಒಪ್ಪಿಕೊಳ್ಳುತ್ತಾರೆಂಬ ವಿಶ್ವಾಸ ಅವನಿಗಿತ್ತು.

– ೨ –

ಇದ್ದಕ್ಕಿದ್ದಂತೆ ಬಂದ ಮಗಳ ಮದುವೆಯ ಸುದ್ದಿಯಿಂದ ಮೋಹನಲಾಲ ಉತ್ತೇಜಿತನಾದ. ಬಿ.ಕಾಂ. ಮಾಡಿದಾಳೆ. ಕಂಪನಿ ಕಛೇರಿಯಲ್ಲಿ ಸೆಕ್ರೆಟರಿ. ಪರವಾಗಿಲ್ಲ. ನಾನು ಊರಿಗೆ ಬರುವ ತನಕ ಲಗ್ನನಿಶ್ಚಯ ಮಾಡದೆ ಕಾಯ್ತಿದಾಳೆ ಅಂದರೆ ಅಪ್ಪನಮೇಲೆ ಪ್ರೀತಿ ಇರಲೇಬೇಕು. ನಾನೇ ಅವಳಿಗೆ ಫೋನ್ ಮಾಡಿ ಬಾ ಅಂತ ಕರೆದು, ಬಂದರೆ ನನಗೆ ತಕ್ಷಣ ಗುರುತು ಸಿಕ್ಕುತ್ತೆಯೆ? ನನ್ನನ್ನು ಅವಳು ಗುರುತಿಸಬಹುದು. ಪೇಪರಿನಲ್ಲಿ ಫೋಟೋ ನೋಡಿರಬಹುದು. ಟಿ.ವಿ.ಯಲ್ಲಿ ನೋಡಿಯೇ ಇರ್ತಾಳೆ. ಅಥವಾ ಸಂಗೀತ

ಕಛೇರಿ ಕೇಳುವ ಆಸಕ್ತಿ ಇದೆಯೋ? ಚಿಕ್ಕಮಗುವಾಗಿದ್ದಾಗ ನಾನು ತಂಬೂರಿಹಚ್ಚಿ ಕೂತರೆ ಅವರಮ್ಮ ನನ್ನೆದುರಿಗೆ ಉರುಟುಹಾಕ್ತಿದ್ದಳು. ಸ್ವಲ್ಪವೂ ಅಳದೆ ತಂಬೂರಿಯ ಝೇಂಕಾರ ಆಲಿಸುತ್ತಾ, ಗಾಯನ ತಾರಕ್ಕೇರಿದಾಗ ಕಣ್ಣುಗಳನ್ನರಳಿಸಿಕೊಂಡು, ಒಂದು ದಿನ ಆರು ಆವರ್ತನದ ದ್ರುತಗತಿಯ ತಾನು ಹೊಡೆದಾಗ ಗಟ್ಟಿಯಾಗಿ ಅಳತೊಡಗಿ, ತನ್ನನ್ನು ಗದ್ದರಿಸಿಕೊಂಡೆ ಅಂತ ಅರ್ಥವಾಯಿತೋ ಏನೋ! ಅವಳ ಅಮ್ಮ ಬಂದು ಬಾಗಿ ಎತ್ತಿ ಎದೆಗವಚಿಕೊಂಡು. ಜೊತೇಲೆ ಬೆಳೆದಿದ್ದರೆ ಸಂಗೀತ ಕಲೀತಿದ್ದಳೋ ಏನೋ! ಮನಸ್ಸು ಖಿನ್ನವಾಯಿತು. ಯಾರು ಯಾರೋ ಹುಡುಗೀರು ಕಲಿಯಕ್ಕೆ ಬರ್ತಾರೆ. ಯಾರೂ ಪೂರ್ತಿ ಕಲಿತು ಗುರುವಿನ ಹೆಸರು ಹೇಳುವ ಮಟ್ಟ ಮುಟ್ಟುಲ್ಲ. ಸ್ವಲ್ಪವೂ ವಂಚನೆ ಮಾಡದೆ ಪಾಠ ಹೇಳಿದರೂ. ಬಾಕಿ ಸಂಗೀತಗಾರರೆಲ್ಲ ತಮ್ಮ ತಮ್ಮ ಮಕ್ಕಳಿಗೆ ಚಿಕ್ಕವಯಸ್ಸಿನಿಂದಲೇ ಮನೇಲಿ ಅರೆದು ಅರೆದು ಇಪ್ಪತ್ತು ಇಪ್ಪತ್ತನಾಲ್ಕು ಆಗೂದರೊಳಗೆ ಮನೆತನದ ವಿದ್ಯೇನೆಲ್ಲ ಕರಗತಮಾಡಿಸಿ, ನನಗೆ ಯಾರೂ ಇಲ್ಲ, ಎಂಬ ಅರಿವಾಗಿ ಇನ್ನಷ್ಟು ಖಿನ್ನವಾಯಿತು. ಒಂದು ತಾಸು ಅದೇ ಖಿನ್ನಭಾವದಲ್ಲಿದ್ದನಂತರ ಅಂಥ ಸಂಗೀತಗಾರರು ಬೇರೆಯೋರಿಗೆ ರಹಸ್ಯ ಬಿಟ್ಟು ಪಾಠ ಹೇಳುಲ್ಲ ಎಂಬ ನೆನಪಾಗಿ ತಾನು ಅಂಥ ಹೀನಕೆಲಸ ಮಾಡಿಲ್ಲ. ಹೇಳುವಾಗ ಮರ್ಮಗಳನ್ನೆಲ್ಲ ಬಿಡಿಸಿ ಬಿಡಿಸಿ ಹೇಳ್ತೀನಿ. ಅವರವರ ಕಲಿಯುವ ಶಕ್ತಿಗೆ ನಾನೇನು ಮಾಡಲಿ? ಎಂಬ ಆತ್ಮಸಮರ್ಥನೆ ತೊಡಗಿತು. ತುಸುಹೊತ್ತಿಗೆ ಖಿನ್ನತೆ ಕಡಮೆಯಾಯಿತು. ಆದರೆ ಉಲ್ಲಾಸ ಮೂಡಲಿಲ್ಲ. ಅರವತ್ತಾಯಿತು. ಹೆಸರು ಹೇಳುವಂಥ ಯಾರೂ ಬೆಳೆಯಲಿಲ್ಲ, ಎಂದುಕೊಳ್ಳುವಾಗ ಮಧು ಬೆಳೆದಾಳು. ಮೂರು ತಿಂಗಳಿಗೊಮ್ಮೆ ಬಂದು ಎರಡೆರಡು ವಾರ ಕ್ಯಾಂಪ್‌ಮಾಡಿ, ಅಭ್ಯಾಸಮಾಡಿಸುವ ಪ್ರತಿಯೊಂದು ನಡೆ, ವಿವರಿಸುವ ಶಾಸ್ತ್ರಭಾಗ, ತೋರಿಸುವ ತಪ್ಪುಗಳು, ಎಲ್ಲಾನೂ ಟೇಪ್ ಮಾಡೂದು ಒಳ್ಳೇ ವಿಧಾನ. ಪ್ರತಿಸಲವೂ ಅಲ್ಲಿಂದಲೇ ಐವತ್ತು ಕ್ಯಾಸೆಟ್‌ಗಳನ್ನು ಕೊಟ್ಟು ಕಳಿಸ್ತಾನಂತೆ ವಿಕ್ರಮ. ಒಳೆಯ ಗಂಡ. ಹಂಗಿರಬೇಕು ಹೆಂಡತಿಗೆ ಪ್ರೋತ್ಸಾಹ ಅಂದರೆ. ಎಷ್ಟೋಜನ ಗಂಡಂದಿರಿಗೆ ಸಂಗೀತ ಕಲಿಯೂ ಹೆಂಡತಿ ಅಂದರೆ ಒಳಗೊಳಗೇ ಸಂಶಯ. ಕಟ್ಟುಪಾಡುಗಳು. ಕಟ್ಟುಪಾಡು ಹಾಕಿದರೆ ಅವಳು ಕಲಿಯೂದು ಹೇಗೆ? ಬೆಳೆಯೂದು ಹೇಗೆ? ಮಧು ಅದೃಷ್ಟವಂತ ಹುಡುಗಿ. ಮಕ್ಕಳನ್ನು ಹೆರುವ ಸಾಕುವ ಕರ್ತವ್ಯದಿಂದಲೂ ಬಿಡುಗಡೆ ಮಾಡಿದಾನಂತೆ. ನಾನಂದರೂ ಸ್ವತಃ ಸಂಗೀತ ಕಲಿಯುವವನಿಗಿಂತ ಹೆಚ್ಚಿನ ಗುರುಭಕ್ತಿ. ಗಟ್ಟಿಯಾಗಿ ಎರಡು ಪಾದಗಳನ್ನೂ ಒತ್ತಿ ನಮಸ್ಕಾರ ಮಾಡಿದ. ಅವಳ ಮಟ್ಟ ದಲ್ಲಿ ಒಂದೊಂದು ರಾಗಕ್ಕೆ ಒಂದೊಂದು ವಾರ ಸಾಕು ದಿನಕ್ಕೆ ಏಳೆಂಟು ತಾಸು ಟೆಲಿ ಫೋನು ಪ್ಲಗ್ ಕೂಡ ಕಿತ್ತಿಟ್ಟು, ಒಂದುಸಲ ಬಂದರೆ ಎರಡೇ ವಾರವೇಕೆ, ನಾಲ್ಕುವಾರ ಇರು ಅನ್ನಬೇಕು. ಮಧ್ಯೆ ಪ್ರೋಗ್ರಾಂ ಇದ್ದರೆ ನಾನು ಹೋಗಿಬರ್ತೀನಿ, ಅವಳು ಅಭ್ಯಾಸ ಮಾಡಿಕೊತ್ತಿರಲಿ, ಅಥವಾ ಪ್ರೋಗ್ರಾಮಿಗೂ ಬರಲಿ, ಸಭೇಲಿ ಹಾಡೂದ ಕೇಳಿದರೆ ತಂತ್ರ ಗಳು ಚನ್ನಾಗಿ ಅರ್ಥವಾಗ್ತವೆ, ಇಲ್ಲಿ ಅಭ್ಯಾಸ ಮಾಡಿಸೂ ರಾಗಗಳನ್ನೇ ಅಲ್ಲಿ ಸಭೇಲೂ ಹಾಡಿ ಅವಳಿಗೂ ಹಾಡುವ ಅವಕಾಶಕೊಟ್ಟರೆ

ಚನ್ನಾಗಿ ಕೂರುತ್ತೆ. ಅವಳ ಹೆಸರೂ ಬೆಳೆ ಯುತ್ತೆ. ಇಡೀ ಅಮೆರಿಕೆಯಲ್ಲಿ ಪಂಡಿತ ಮೋಹನಲಾಲರ ಹೆಸರು ಹೇಳುವ ಶಿಷ್ಯೆ ಅಂದರೆ ಮಧುಮಿತಾ ಷಾ. ಅಲ್ಲಿ ಹೆಸರು ಬೆಳೆದರೆ ಇಂಡಿಯಾದ ಪತ್ರಿಕೆಗಳೂ ಪ್ರಚಾರ ಕೊಟ್ಟು, ಅವಳೇ ನನ್ನ ಮೊಟ್ಟಮೊದಲ ಪ್ರಧಾನ ಶಿಷ್ಯೆ, ಎಂದುಕೊಳ್ಳುವಾಗ ಅವಳೇಕೆ ಇನ್ನೂ ಫೋನುಮಾಡಿಲ್ಲ? ವಿಕ್ರಮನಾದರೂ ಮಾಡಬೇಕಿತ್ತು, ಎಂಬ ನೆನಪುಬಂತು. ತಾನೇ ಮಾಡುವ ಮನಸ್ಸುಬಂತು. ಈಗ ಅವರಿಗೆ ನಡುರಾತ್ರಿ. ಯಾಕೆ ನಿದ್ದೆ ಕೆಡಿಸಬೇಕು? ರಾತ್ರಿ ಮಾಡ್ತೀನಿ ಎಂದುಕೊಂಡ. ಇದ್ದಕ್ಕಿದ್ದಂತೆಯೇ ಮಧು ಅವನ ಮನಸ್ಸನ್ನು ತುಂಬಿ ಕೊಂಡಳು. ಅವಳು ತನ್ನ ಜೊತೆ ಹಾಡುತ್ತಿರುವಂತೆ. ತಾನು ಹೊಮ್ಮಿಸುವ ಅತಿಸೂಕ್ಷ್ಮ ಸ್ವರಗಳನ್ನು ಹಿಡಿದು ಹೊಮ್ಮಿಸಲು ಅವಳು ಹೆಣಗುತ್ತಿರುವಂತೆ, ತಾನು ಅವಳಿಗೆ ಆ ಸ್ವರ ಗಳ ಬೇರುಗಳನ್ನು ಬಿಡಿಸಿ ತೋರಿಸುತ್ತಿರುವಂತೆ ಕಲ್ಪನೆ ತೊಡಗಿತು. ಅವಳ ಸ್ವರಜ್ಞಾನ ಸೂಕ್ಷ್ಮವಾದದ್ದು. ಹುಚ್ಚು ಹುಡುಗಿ. ಇದ್ದಕ್ಕಿದ್ದಂತೆಯೇ ಮದುವೆಯ ಹುಚ್ಚು ಹಿಡಿದು ಹೋಗಿಬಿಟ್ಟಳು. ಇಲ್ಲಿಯೇ ಇದ್ದರೆ ಇಷ್ಟುಹೊತ್ತಿಗೆ ಪೂರ್ತಿ ತಯಾರಾಗಿರ್ತಿದ್ದಳು, ಎಂದು ಕೊಳ್ಳುವಾಗ ವಿಕ್ರಮನಂಥ ಗಂಡ ಸಿಕ್ಕಿದ್ದೂ ಒಳ್ಳೇದೇ ಆಯಿತು ಎಂಬ ಸಮಾಧಾನ ಹುಟ್ಟಿತು. ಮನಸ್ಸನ್ನು ಮಧು ತುಂಬಿಕೊಂಡಳು. ಅವಳಷ್ಟು ಸಂಪೂರ್ಣವಾಗಿ ಸಮರ್ಪಿಸಿ ಕೊಳ್ಳುವ ಹೆಂಗಸು ಬೇರೊಬ್ಬಳಿಲ್ಲ. ಭೈರವಿಯಂತೆ. ಅಲ್ಲ, ಕಲ್ಯಾಣದಂತೆ. ಭೈರವಿಯಲ್ಲಿ ವಿರಹ, ಕರುಣೆಗಳ ಸೆಳೆವು ಹೆಚ್ಚು. ಭಕ್ತಿಗೂ ಪ್ರೇಮಕ್ಕೂ ನಡುವಣ ಗೆರೆಯೂ ಸೂಕ್ಷ್ಮ. ಮೀರಾಬಾಯಿಯ ಹಾಗೆ. ಇವಳಲ್ಲಿ ನವವಧುವಿನ ಮಾರ್ದವತೆ, ಲಜ್ಜೆ, ಅಂಜಿಕೆ, ನಿರೀಕ್ಷೆ, ತಾನು ಸಮರ್ಪಿಸಿಕೊಳ್ಳುವಂತೆ ಇನಿಯನೂ ಸಮರ್ಪಿಸಿಕೊಬೇಕೆಂಬ ಬಯಕೆ, ಕೊಂಕು, ಅದೆಷ್ಟು ಬಗೆಯ ಸಂಚಾರಿಭಾವಗಳು! ಜೊತೆಗೆ ನೆಮ್ಮದಿಕೊಟ್ಟು ನೆಮ್ಮದಿಯಿಂದ ಸಂಸಾರ ಮಾಡುವ ಸ್ಥಾಯಿಗುಣ. ಅವಳಿಗೆ ಕಲ್ಯಾಣ್‌ರಾಗದ ತಯಾರಿ ಕೊಟ್ಟದ್ದು ಜೊತೆ ಯಲ್ಲಿ ಹಾಡಿಸಿದ್ದು ಕೇವಲ ಆಕಸ್ಮಿಕವಲ್ಲ, ಅವಳ ಗುಣಸ್ವಭಾವಕ್ಕೆ ಹೊಂದುವ ಆಯ್ಕೆ. ನನಗೇ ಗೊತ್ತಿಲ್ಲದಂತೆ ಮಾಡಿದ್ದು ಎಂದು ಹೊಳೆಯಿತು. ವಿಶ್ರಾಂತಿಗೆ ಮಲಗಿದಾಗ ಅವಳ ಶಕ್ತ ಕೋಮಲ ದೇಹವು ತನ್ನನ್ನು ಬಳಸಿ, ಆಹಾ! ಎಂಥ ಸೌಕುಮಾರ್ಯ, ನಿಷಾದದಿಂದ ಋಷಭಕ್ಕೆ ಏರಿದ್ದರೂ ಸೌಕುಮಾರ್ಯ, ಸುಕೋಮಲತೆ. ಭೈರವಿಗೆ ದೃಢವಾಗಿ ಒತ್ತಾಸೆಕೊಡುವ ಶಕ್ತಿ ಇಲ್ಲ. ಅಂಗಾಂಗಗಳು, ನರನಾಳಗಳು ಹೋಗಲಿ ರಚನೆಯ ಅಸ್ಥಿಯೂ ಕೋಮಲವಾದರೆ ಒತ್ತಾಸೆ ಹೇಗೆ ಸಿಕ್ಕೀತು. ಕಲ್ಯಾಣ್ ಸರಿ. ಮಧು, ಇನ್ನುಮೇಲೆ ನಿನ್ನ ಹೆಸರು ಕಲ್ಯಾಣ್. ಹೆಸರು ಸರಿ ಇಲ್ಲ. ಕಲ್ಯಾಣಿ. ಕರ್ನಾಟಕಿಯಲ್ಲಿ ಕರೆಯುವ ಹಾಗೆ. ಕಲ್ಯಾಣಿ, ನೀನಿದ್ದರೆ ಕಲ್ಯಾಣ. ನಿನ್ನ ಅಪ್ಪುಗೆಯಲ್ಲಿ. ನಿನ್ನೊಡನೆ ಆಗುವ ಐಕ್ಯದಲ್ಲಿ ಶುಭ. ಸಂಜೆಯ ವಿವಾಹದ ಭಾವ. ನಿನ್ನ ಸೊಂಪಾದ ತಲೆಕೂದಲಿನಲ್ಲಿ ಕೈ ಆಡಿಸಿದರೆ ಸಿತಾರಿನ ತರಫ಼್‌ಗಳಲ್ಲಿ ಮೂಡುವಂತಹ ಅನುರಣನ. ನಿನ್ನ ಕಣ್ಣುಗಳಿಂದ ಸೂಸುವ ಲಜ್ಜೆಯ ಹೊಳಹು. ಬೇಗ ಬಂದುಬಿಡು. ಎರಡು ವಾರಕ್ಕಲ್ಲ. ಎರಡು ತಿಂಗಳಿಗೆ. ಸುಮ್ಮನೆ ಜೊತೆಯಲ್ಲಿದ್ದುಬಿಡೋಣ. ಬರೀ ಇರುವುದಲ್ಲ. ಪಾಠಾನೂ ಹೇಳ್ತೀನಿ. ಅಭ್ಯಾಸ ಮಾಡುಸ್ತೀನಿ. ಸಂಗೀತವಾಗಿ

ಸ್ಫೂರ್ತಿಗೊಳ್ಳದ ಶರೀರಸೌಖ್ಯ ಕ್ಷುದ್ರಜನಗಳಿಗೆ. ಕಲಾವಿದರಿಗಲ್ಲ. ನೀನೂ ಕಲಾವಿದೆ. ನಾನು ಹೇಳುವ ಈ ಮಾತುಗಳೆಲ್ಲ ಅರ್ಥವಾಗಿ ಸ್ಫೂರ್ತಗೊಳ್ಳುವ, ಸ್ಫೂರ್ತಿಗೊಳಿಸುವ ಹೆಣ್ಣುಸ್ವರ. ರಾತ್ರಿಯಾಗಲಿ, ಅಲ್ಲಿ ನಿನಗೆ ಬೆಳಗಿನ ಒಂಬತ್ತು ಹತ್ತು ಗಂಟೆಯಾಗಿ ನೀನೊಬ್ಬಳೇ ಮನೆಯಲ್ಲಿರುವ ಹೊತ್ತಾಗಲಿ. ಫೋನು ಮಾಡ್ತೀನಿ. ನಿನಗಿಟ್ಟಿರುವ ಹೆಸರನ್ನು, ಅದರ ಸಂಚಾರಿಭಾವಗಳನ್ನು ಬಿಡಿಸಿ ಹೇಳ್ತೀನಿ, ಎಂದುಕೊಂಡ. ಇಡೀ ಸಂಜೆ ಮನಸ್ಸಿಗೆ ಬೇರೆ ಏನೂ ಬರಲಿಲ್ಲ. ಲಗ್ನ ನಿಶ್ಚಯಕ್ಕೆ ತಾನು ಹಿಂತಿರುಗುವುದನ್ನೇ ಕಾಯುತ್ತಿದ್ದ ಳೆಂಬ ಬಕುಲಳ ನೆನಪೂ ಬರಲಿಲ್ಲ.

ರಾತ್ರಿ ಹತ್ತುಗಂಟೆಗೆ ಫೋನು ಮಾಡಲು ಹೋದಾಗ ಅದು ಸತ್ತುಹೋಗಿತ್ತು. ಅರೆ, ಎರಡು ಮೂರು ಸಲ ಮಾಡಿದರೂ ಹೇಗೆ ಹೇಗೆ ತಿರುಗಿಸಿದರೂ ನಿಶ್ಯಬ್ದ. ಮಧ್ಯಾಹ್ನದಿಂದ ಒಂದೂ ಕರೆಬಂದಿಲ್ಲ. ನಾನೂ ಮಾಡಿಲ್ಲ. ಯಾವಾಗ ಸತ್ತಿತೋ! ಈ ಭಾರತದ ಫೋನು. ಅಮೆರಿಕದಲ್ಲಿ ಹೀಗೆ ಒಂದು ದಿನವೂ ಆಗುಲ್ಲವಂತೆ. ಆದದ್ದೇ ಇಲ್ಲವಂತೆ. ಇನ್ನು ನಾನು ಕಂಪ್ಲೇಂಟು ಮಾಡಿ, ಅವರು ಬಂದು ಸರಿಮಾಡಿ, ನಾಳೆಯೇ ಆಗುವ ಮಾತಲ್ಲ, ಎನ್ನಿಸಿ ತುಂಬ ನಿರಾಶೆಯಾಯಿತು. ಹೊರಗೆ ಹೋಗಿ ಟೆಲಿಫೋನ್ ಅಂಗಡಿಯಿಂದ ಮಾಡಬಹುದು. ಆದರೆ ಅವಳು ಹಿಂತಿರುಗಿ ಮಾಡುವಂತಿಲ್ಲ. ನಾನೇ ಇಲ್ಲಿಂದ ತುಂಬ ಹೊತ್ತು ಮಾಡಿದರೆ, ತುಂಬ ಹೊತ್ತೇನು ಒಂದುನಿಮಿಷ ಮಾಡಿದರೂ ಕೊಡುವಷ್ಟು ಹಣ ಕಿಸೆಯಲ್ಲಿಲ್ಲ. ರಾಜಾರಾಮ ಇಪ್ಪತ್ತು ಸಾವಿರ ತಂದುಕೊಟ್ಟಿದ್ದರೆ ಅದರಲ್ಲೇ ಒಂದುಸಾವಿರ ಖರ್ಚುಮಾಡಿ ಹತ್ತು ಹದಿನೈದು ನಿಮಿಷ ಮಾತಾಡಬಹುದಿತ್ತು, ಎಂದುಕೊಂಡ. ಹೇಗಾದರೂ ಸರಿ ಫೋನ್ ಡೆಡ್ ಆಗಿದೆ ಅಂತ ಈಗಲೇ ಬೂತಿಗೆ ಹೋಗಿ ಕಂಪ್ಲೇಂಟ್ ಮಾಡಿದರೆ ಬೆಳಗ್ಗೆ ಬೇಗ ನನ್ನದರ ಸರದಿ ಬರುತ್ತೆ ಎಂದು ಹೊಳೆದು ಚಪ್ಪಲಿ ಮೆಟ್ಟಿ ನಡೆದುಹೊರಟ. ಕಂಪ್ಲೇಂಟು ನಂಬರು ಸಿಕ್ಕಿತು. ಹ್ಞಾಂ, ಅರೆ, ನಿಮ್ಮ ಬಿಲ್ ಪಾವತಿಯಾಗದ್ದರಿಂದ ಸಂಪರ್ಕ ಕಡಿದು ಹಾಕಲಾಗಿದೆ ಎಂಬ ಉತ್ತರ ಬರ್ತಿದೆ. ಸೂಳೆಮಕ್ಕಳು ಮುಲಾಜಿಲ್ಲದೆ ಕತ್ತರಿಸಿ ಹಾಕಿಬಿಡ್ತಾರೆ, ಎಂದು ಹಲ್ಲು ಕಡಿದ. ನಾಳೆ ಬೆಳಗ್ಗೆ ಹೋಗಿ ಹಣ ಕಟ್ಟಿದರೆ ಕಟ್ಟಿದ ತಕ್ಷಣ ಸಂಪರ್ಕ ಕೊಡುಲ್ಲ. ಅವರು ಲಿಸ್ಟು ಮಾಡಿಕೊಂಡು ಸಂಪರ್ಕ ವಿಭಾಗಕ್ಕೆ ಕೊಟ್ಟು, ಆ ವಿಭಾಗದವರು ವಿಲಂಬಿತಗತಿಯಲ್ಲಿ ತೊಡಗಿ. ನಾನು ಪಂಡಿತ್ ಮೋಹನಲಾಲ್ ಅಂದರೂ ಅಲ್ಲಿ ಯಾರಿಗೂ ತಿಳಿಯುಲ್ಲ. ಸಂಗೀತದ ಗಂಧವಿಲ್ಲದ ಬದ್ಮಾಷ್ ಮಕ್ಕಳು, ಎಂದುಕೊಂಡ. ತಾನು ಊರಿನಲ್ಲಿಲ್ಲದಿದ್ದರೂ ಫೋನು ಬಿಲ್ಲನ್ನಾದರೂ ಎಲ್ಲಾದರೂ ಹೊಂದಿಸಿ ಕಟ್ಟಬೇಕೆಂಬಷ್ಟು ಬುದ್ಧಿ ಇಲ್ಲ ಈ ವಾಡೇಕರ ಮಾಸ್ತರನಿಗೆ, ಎಂಬ ಕೋಪದ ಜೊತೆಗೆ ಅಮೆರಿಕಕ್ಕೆ ಹೋಗುವ ಮುನ್ನ ಅಮೆರಿಕಾಕ್ಕೆ ಎಷ್ಟೋಸಲ ಮಾಡಿದ್ದು ನಾಲ್ಕೂವರೆ ಸಾವಿರ ಬಂದಿದೆ. ಅವನೆಲ್ಲಿಂದ ಹೊಂದಿಸಿಯಾನು, ಅಲ್ಲದೆ ಇಷ್ಟೊಂದು ಬಿಲ್ ತಪ್ಪಾಗಿ ಬಿದ್ದಿದ್ದು ಕಟ್ಟಿಬಿಟ್ಟರೆ ಏನೋ ಹೇಗೋ ಅನ್ನುವ ಅನುಮಾನವೂ ಇರಬಹುದು ಎಂಬ ವಿವರಣೆ ತೋಚಿತು. ಇನ್ನುಮೇಲೆ ವಿದೇಶಕ್ಕೆ ಮಾಡಬೇಕಾದರೆ ಬೇಗ ಬೇಗ ಮುಗಿಸಬೇಕು, ವಿಸ್ತಾರ, ವಿಲಂಬಿತಗಳಿಲ್ಲದೆ

ಎಂಬ ಎಚ್ಚರವೂ ಮೂಡಿತು. ನಾಳೆ ಬೆಳಗ್ಗೆ ಏಳುಗಂಟೆಗೇ ರಾಜಾರಾಮನಿಗೆ ಫೋನು ಮಾಡುವುದೊಂದೇ ದಾರಿ, ಎಂಬ ತೀರ್ಮಾನದೊಡನೆ ಮಲಗಿದ. ಮತ್ತೆ ಮಧುವೇ ಮನಸ್ಸನ್ನು ತುಂಬಿಕೊಂಡಳು. ಇದ್ದಕ್ಕಿದ್ದಂತೆಯೇ ಒಂದು ನೆನಪುಬಂತು. ಎರಡುವಾರದ ನಂತರ ಅವಳೇಕೆ ನನಗೆ ನ್ಯೂಯಾರ್ಕಿಗೆ ಫೋನುಮಾಡ ಲಿಲ್ಲ? ನಾನೇ ಬಿಡುವಾದಾಗ ಮಾಡ್ತೀನಿ, ನೀನು ಮಾಡಬೇಡ ಅಂದದ್ದರಿಂದ ಸಿಟ್ಟುಬಂತೆ? ಹಾಗಲ್ಲದೆ ನಾನು ಇನ್ನೇನು ಹೇಳಬೇಕಾಗಿತ್ತು? ಭೂಪಾಲಿ ಜೊತೇಲೇ ಇರ್ತಿದ್ದಳು. ಅವಳಿಗೆ ಹಿಂದಿ ಅರ್ಥವಾಗ್ತಿತ್ತು. ಆ ಸಂದರ್ಭದಲ್ಲಿ ನನಗೆ ಮಧುವಿನ ಫೋನು ಕಸಿವಿಸಿ ಮಾಡಿತು. ಹಾಗಂದೆ. ಆದರೆ ಮತ್ತೆ ಯಾವಾಗಲಾದರೂ ಸಮಯ ಹೊಂದಿಸಿಕೊಂಡು ನಾನೇ ಮಾಡಬೇಕಿತ್ತು. ಮಾಡಲಿಲ್ಲ. ಭೂಪಾಲಿಯಲ್ಲಿ ಮುಳುಗಿಹೋಗಿತ್ತು ಮನಸ್ಸು. ಬೇರೆ ಯಾವ ಸ್ವರ ಗೋಚರಿಸಿದರೂ ರಾಗಶುದ್ಧಿ ಹೋಗುತ್ತೆ ಅನ್ನುವಷ್ಟು ಕಿರಿಕಿರಿಯಾಯಿತು. ಭೂಪಾಲಿ ಹಾಡುವಾಗ ಸಂಪೂರ್ಣವಾಗಿ ಭೂಪಾಲಿಯ ಸ್ವರ ಆರೋಹ ಅವರೋಹ ವಾದಿಸಂವಾದಿ ಚಲನಗಳಿಗೆ ಸಮರ್ಪಿಸಿಕೊಬೇಕು. ಕಲ್ಯಾಣಿ ಹಾಡುವಾಗ ಅದರಲ್ಲಿ ನೈವೇದ್ಯವಾಗಬೇಕು. ಈ ಪೂಜೆ ಮಾಡುವಾಗ ಅದರ ಮಂತ್ರ, ಆ ಪೂಜೆ ಮಾಡುವಾಗ ಇದರ ಮಂತ್ರ ಕೂಡದು, ಎಂಬ ಹೋಲಿಕೆ ಬಂದಾಗ ತಾನು ಹಾಗೆ ಸಂಪೂರ್ಣ ಸಮರ್ಪಿಸಿಕೊಂಡದ್ದು ಇಬ್ಬರಲ್ಲಿ ಮಾತ್ರ: ಮನೋಹರೀ ಮತ್ತು ಭೂಪಾಲಿ. ಮನೋಹರಿಯ ಅವಧಿ ಮುಗಿದು ಹದಿನೈದು ವರ್ಷವಾಯಿತು. ಆದರೂ ಸಮರ್ಪಿಸಿಕೊಂಡಿದ್ದಾಗ ಅದೆಂತಹ ಉತ್ಕಟ ಸಮರ್ಪಣೆ. ಮಧುವಿಗೆ ಹಾಗೆ ಸಮರ್ಪಿಸಿಕೊಂಡೇ ಇಲ್ಲ. ಈ ಮಧ್ಯಾಹ್ನದಿಂದ ಅವಳು ತೀವ್ರವಾಗಿ ತುಂಬಿಕೊಂಡಿದಾಳೆ. ವಿರಹದ ಉರಿ ಹೊತ್ತಿಸಿದಾಳೆ. ತಾನೇ ಒಂದು ರಾಗವಾಗಿದಾಳೆ. ಇನ್ನುಮೇಲೆ ಅವಳ ನೆನಪಿನಿಂದ ಬೇರ್ಪಡಿಸಿ ಕಲ್ಯಾಣ್ ಹಾಡುವುದು ಸಾಧ್ಯವಿಲ್ಲದಂತೆ ಮಾಡಿಬಿಟ್ಟಿದಾಳೆ. ಆ ರಾಗದ ಸಕಲ ಭಾವಗಳನ್ನೂ ಮೈ ತಾಳಿದಾಳೆ ಎಂಬ ಅರಿವಾಯಿತು. ಮಧು, ಇವರೆಲ್ಲರಿಗಿಂತ ನೀನು ಹೆಚ್ಚಿನವಳು. ನನ್ನ ಹೆಸರು ಹೇಳಬೇಕಾದೋಳು. ಉಳಿಸೋಳು. ಪಂಡಿತ ಮೋಹನಲಾಲರ ಶಿಷ್ಯೆ ಅಂತ ಮಾತ್ರವಲ್ಲ, ಮೋಹನ ಘರಾಣೆ ಅನ್ನುವ ಹೆಸರನ್ನೇ ಪ್ರಚಾರ ಮಾಡಬೇಕು ನೀನು. ಊರಿನ ಹೆಸರೇ ಬೇಕು ಎಂದರೆ ಹರಿದ್ವಾರ ಘರಾಣೆ, ಬೇಡ ಚಿತ್ತರಪುರ ಘರಾಣೆ. ಮಧು, ನೀನು ನನ್ನ ತಂಬೂರಿ. ನಿನ್ನ ಜೊತೆಗಿದ್ದರೆ ಶ್ರುತಿಸೌಖ್ಯಕ್ಕಿಂತ ಹೆಚ್ಚಿನ ಸುಖ ಸೂಸುತ್ತೆ.

– ೩ –

ಬೆಳಗ್ಗೆ ಸ್ನಾನ ಮುಗಿಸುವ ವೇಳೆಗೆ ಫ್ಲ್ಯಾಟಿನ ಕರೆಗಂಟೆ ಹೊಡೆದುಕೊಂಡಿತು. ಬಾಗಿಲಿನ ಮೇಲ್ಭಾಗದ ಸರಳುಗಳ ಮೂಲಕ ನೋಡಿದಾಗ ಕಾಣಿಸಿತು: ತಗಾದಾ ಲಾಲ್. ಇಪ್ಪತ್ತನಾಲ್ಕು ವರ್ಷ, ಮುಖ ಕ್ಷೌರ ಮಾಡಿಕೊಂಡು ಒಂದು ವಾರವಾಗಿರುವ ಕೆನ್ನೆಗಲ್ಲಗಳು. ತುಸು ಉದ್ದ ಕೂದಲಿನ ಕ್ರಾಪ್ ಕಟ್. ತಾಯಿಯ ದೊಡ್ಡ ಮೈಕಟ್ಟು, ಜೀನ್ಸ್, ಮೇಲೆ

ಬಿಳಿಯ ಷರಟು. ಕ್ರಿಕೆಟ್ ಆಟಗಾರರು ಹಾಕುವ ಹ್ಯಾಟು. ಇವನು ಬಾಗಿಲು ತೆರೆದ. ಒಳಗೆ ಬಂದ ಅವನು ಹಾಯ್ ಡ್ಯಾಡಿ, ಎಂದ. ಮಗನು ತಂದೆಯನ್ನು ಹೀಗೆ ಅಭಿವಾದಿಸುವುದು ಮೋಹನಲಾಲನಿಗೆ ಮೈ ಉರಿ ಮಾಡುತ್ತಿತ್ತು. ಸಂಗೀತಪ್ರಪಂಚದಲ್ಲಿ ಪ್ರಚಲಿತವಿದ್ದ ಚರಣಸ್ಪರ್ಶ ಅಥವಾ ಪಾದಧೂಲಿಯೊಂದೇ ಅವನಿಗೆ ಹಿತವೆನ್ನಿಸುವ ಅಭಿವಾದನಾ ಕ್ರಮ, ಆದರೆ ಇವನು ಹೇಳಿದಮಾತು ಕೇಳುವುದಿಲ್ಲ. ಅಲ್ಲದೆ ಹೇಳಿ ಬುದ್ಧಿ ಕಲಿಸಬೇಕೆಂಬ ಒತ್ತಡ ತನಗೂ ಇಲ್ಲ. ಮೊದಲಿನಿಂದಲೂ ಉಲ್ಟಾವರ್ತನೆಯೇ. ಇವನು ಆರುವರ್ಷದವನಾಗಿದ್ದಾಗ ನಾನು ಇವನಮ್ಮನಿಂದ ದೂರವಾದದ್ದು. ನನ್ನ ಬಗೆಗೆ ಮನಸ್ಸು ಕೆಡುವ ಮಾತುಗಳನ್ನಲ್ಲದೆ ಒಡಂಬಡುವ ಮಾತುಗಳನ್ನು ಅವಳು ಹೇಳಿ ಬೆಳೆಸಿದ್ದಾಳೆಯೆ? ಹಣ ವಸೂಲಿಗಷ್ಟೇ ಮಗನನ್ನು ಕಳಿಸೂದು. ಮೂರು ತಿಂಗಳಿನಿಂದ ಸಂದಾಯವಾಗಿಲ್ಲ. ಓಹ್, ಮರೆತೇಬಿಟ್ಟಿದ್ದೆ. ರಾಜಾರಾಮನಿಂದ ಇಪ್ಪತ್ತುಸಾವಿರ ಸಾಲ ತೆಗೆದರೆ ಸಾಲದು. ಇವರಿಗೆ ಮೂರುತಿಂಗಳ ಜೀವನಾಂಶ ಬಾಕಿ ಇದೆ. ಮೂವತ್ತು ಸಾವಿರ, ಎಂಬ ನೆನಪು ಬಂದಾಗ ಇಬ್ಬರು ಮಕ್ಕಳೂ ವಿದ್ಯಾಭ್ಯಾಸ ಮುಗಿಸಿ ಮೆಜಾರಿಟಿ ದಾಟಿರುವಾಗ ಹೆಂಡತಿ ಒಬ್ಬಳಿಗೆ ಕೊಟ್ಟರೆ ಸಾಲದೆ? ಇವರಿಗೂ ಎಲ್ಲಿಯತನಕ ಅಂತ ತೆರುತ್ತಿರಬೇಕು? ಎಂಬ ಉಪಾಯ ಕಾಣಿಸಿತು. ಒಳಗೆ ಬಂದ ಅವನು ಆಕ್ಷನ್ ಶೂಸು ಹಾಕಿಕೊಂಡೇ ಸೋಫ಼ದ ಮೇಲೆ ಕುಳಿತ. ತಾನೇ ಮಾತನಾಡಿದ: 'ನೆನ್ನೆ ಮಧ್ಯಾಹ್ನದಿಂದ ಅಮ್ಮ ಇಪ್ಪತ್ತುಸಲ ಫ಼ೋನ್ ಮಾಡಿದಳು. ಈಗ ಬೆಳಗ್ಗೆಯೂ ಎರಡುಸಲ ಮಾಡಿದಮೇಲೆ ನನ್ನನ್ನ ಕಳಿಸಿದಳು.'

'ಡಿಸ್‌ಕನೆಕ್ಟ್ ಮಾಡಿದಾರೆ. ಬಿಲ್ ಕಟ್ಟಿಲ್ಲ ಅಂತ.'

'ವಿದೇಶಯಾತ್ರೆ ಹೋಗುವ ಮೊದಲು ವ್ಯವಸ್ಥೆ ಮಾಡಬಾರದೆ? ನಮಗೆ ಕೊಟ್ಟಿದ್ದರೆ ಕಟ್ತಾ ಇದ್ದೆವು.'

'ಹಣ ಇದ್ದಿದ್ದರೆ ಕಟ್ಟುವಂಥ ಮನುಷ್ಯರು ಇಲ್ಲೇ ಇದಾರೆ. ಪ್ರಶ್ನೆ ಇರೂದು ಹಣದ್ದು,' ಇವನು ಗುರಿ ಇಟ್ಟಂತೆ ಹೇಳಿದ.

'ನೀವು ಹಿಂತಿರುಗಿ ಒಂದು ವಾರವಾಯಿತಲ್ಲವೆ? ಡಾಲರನ್ನ ಕನ್‌ವರ್ಟ್ ಮಾಡಿಸಿಕೊಳ್ಳಕ್ಕೆ ಅಷ್ಟು ದಿನ ಯಾಕೆಬೇಕು?'

'ಅಮೆರಿಕದ ಅಧ್ಯಕ್ಷ ನನಗೇನೂ ಡಾಲರ್ ಕೊಡಲಿಲ್ಲ. ಹೀಗೆ ಕೇಳು ಅಂತ ನಿಮ್ಮಮ್ಮ ಹೇಳಿಕಳಿಸಿದಳೊ?'

'ಅಮ್ಮ ಯಾಕೆ ಹೇಳಬೇಕು? ಕಾಮನ್‌ಸೆನ್ಸ್.' ಎಂದು ಅವನು ಕೈಗಡಿಯಾರ ನೋಡಿಕೊಂಡ. 'ನಾನೀಗ ಬ್ರಬೌರ್ನ್ ಸ್ಟೇಡಿಯಂಗೆ ಹೋಗಬೇಕು. ಸಿದ್ಧವಾಗಿ ಹೊರಟಿದ್ದೆ. ನಿಮ್ಮಪ್ಪ ಊರಿಗೆ ಬಂದು ಒಂದುವಾರವಾಗಿದೆ. ಮೂರುತಿಂಗಳಿನ ಹಣ ಕೊಟ್ಟಿಲ್ಲ. ಫ಼ೋನ್ ಕೆಟ್ಟಿದೆಯೋ, ಅಥವಾ ನಾನು ಮಾಡ್ತೀನಿ ಅಂತ ತೆಗೆದಿಟ್ಟಿದಾರೋ? ಮನೇಲಿ ಒಂದು ಕಾಸೂ ಇಲ್ಲ. ಹೋಗಿ ಇಸಕೊಂಡು ಬಾ, ಅಂತ ಈ ದಿಕ್ಕಿಗೆ ಅಟ್ಟಿದಳು. ಬೇಗ ಕೊಡಿ. ನನಗೆ ಹೊತ್ತಾಗುತ್ತೆ.'

‘ಟೆಲಿಫ಼ೋನ್ ಬಿಲ್ ಕಟ್ಟೋದು ಹ್ಯಾಗೆ ಅಂತ ನಾನು ತಲೆ ಕೆರಕತ್ತಿದೀನಿ,’ ಎನ್ನುವಾಗ ಅವನಿಗೆ ಅವಮಾನವೆನ್ನಿಸುತ್ತಿತ್ತು.

‘ಮೂರುತಿಂಗಳಿನಿಂದ ನಾವು ಜೀವನ ಹ್ಯಾಗೆ ಸಾಗಿಸ್ತಿರಬೇಕು?’ ಅವನು ಕೇಳಿದ.

‘ನೀವು ಅಂದರೆ ನೀನು, ನಿನ್ನ ತಂಗಿ ಇಬ್ಬರನ್ನೂ ಸೇರಿಸಿ ಹೇಳ್ತಿದೀಯಲ್ಲವೆ? ನಿನಗೆ ಇಪ್ಪತ್ತನಾಲ್ಕು ವರ್ಷ. ಬಿ.ಇ., ಮಾಡಿದೀಯ. ಮೆಜಾರಿಟಿಗೆ ಬಂದು ಆರುವರ್ಷವಾಗಿದೆ. ಎಲ್ಲಾದರೂ ನೌಕರಿ ಹಿಡಿ. ನಿನ್ನ ತಂಗಿಗೆ ಇಪ್ಪತ್ತೆರಡು. ಮೆಜಾರಿಟಿಗೆ ಬಂದು ನಾಲ್ಕು ವರ್ಷವಾಗಿದೆ. ಎಂ.ಎ., ಆಗಿದೆ. ಅವಳೂ ನೌಕರಿ ಹಿಡಿಯಬೇಕು. ನಿಮ್ಮಮ್ಮ ಒಬ್ಬಳ ಜೀವನಕ್ಕೆ ಠೇವಣಿಯ ಬಡ್ಡಿ ಇದೆ.’ ಅವನು ಹೇಳಿಬಿಟ್ಟ.

‘ಡ್ಯಾಡ್. ನನಗೂ ಸೆಲ್ಫ್ ರೆಸ್ಪೆಕ್ಟ್ ಇದೆ. ನಿಮ್ಮ ಋಣದಲ್ಲಿರಬೇಕು ಅಂತ ನಾನೂ ಬಯಸುಲ್ಲ. ಆದರೆ ತಂದೆಯಾದೋರು ತಮ್ಮ ಜವಾಬ್ದಾರಿ ಅರಿತು ನಡೀಬೇಕು. ಯಾವ ಗೌರವಸ್ಥ ತಂದೆಯೂ ನಿನಗೆ ಮೆಜಾರಿಟಿಯ ವಯಸ್ಸಾಯಿತು, ಇನ್ನು ನನ್ನ ಕರ್ತವ್ಯವಿಲ್ಲ ಅನ್ನೂದಿಲ್ಲ. ಬಿ.ಇ. ಮಾಡಿದ ತಕ್ಷಣ ನೌಕರಿಗೆ ಸೇರಿದೋರು ಉನ್ನತಮಟ್ಟಕ್ಕೆ ಏರೂದಿಲ್ಲ. ಕೊನೆಪಕ್ಷ ಪಿ.ಜಿ. ಮುಗಿಸಬೇಕು. ಫ಼ಾರಿನ್ ಡಿಗ್ರಿ ಇಲ್ಲದಿದ್ದರೆ ಬೆಲೆ ಇಲ್ಲ ಅಂತ ನಿಮಗೂ ಗೊತ್ತು. ನಾನು ಇಂಗ್ಲಂಡಿನಲ್ಲಿ ಎರಡುವರ್ಷ ಓದುತೀನಿ. ಸೀಟು ದೊರಕಿಸಿಕಳ್ಳೂದು ನನ್ನ ಜವಾಬ್ದಾರಿ. ಓದಿಸೂದು ನಿಮ್ಮ ಜವಾಬ್ದಾರಿ. ಸಂಗೀತಗಾರರೆಲ್ಲ ಫ಼ಾರಿನ್ ಟೂರ್ ಮಾಡಿ ಡಾಲರ್ ಸಂಪಾದಿಸಿ ಮಕ್ಕಳನ್ನ ಆ ದೇಶದಲ್ಲಿಟ್ಟು ಓದಿಸ್ತಾರೆ. ನಾನು ನಿಮ್ಮ ಮಗ ನಲ್ಲವೆ? ಈಗ ಅಮೆರಿಕಾದಿಂದ ತಂದಿರೂ ದುಡ್ಡು ಕೊಡಿ. ಈ ವರ್ಷವೇ ಇಂಗ್ಲಂಡಿಗೆ ಹೋಗ್ತೀನಿ. ನೀವು ವರ್ಷಕ್ಕೊಂದು ಟೂರ್ ಮಾಡಿ. ನನ್ನ ವಿದ್ಯಾಭ್ಯಾಸ ಎರಡು ವರ್ಷದಲ್ಲಿ ಮುಗಿಯುತ್ತೆ. ಪ್ರಪಂಚಕ್ಕೇ ಪ್ರಸಿದ್ಧರಾದ ಪಂಡಿತ್ ಮೋಹನಲಾಲಜಿಯ ಮಗ ಖಾಲಿ ಬಿ.ಇ. ಮಾಡ್ಕಂಡು ಯಾವುದೋ ಕಂಪನೀಲಿ ನೌಕರಿ ಮಾಡಿದರೆ ನಿಮಗೆ ಯಾವ ಗೌರವ? ಯೋಚನೆ ಮಾಡಿ. ಬಿ ರೀಸನಬಲ್.’

ಇವನು ತಾಯಿಯೊಡನೆ ಸಮಾಲೋಚಿಸಿಯೇ ಈ ತಗಾದೆಯನ್ನು ಮುಂದಿಟ್ಟಿದ್ದಾನೆಂದು ಮೋಹನಲಾಲ ಅರ್ಥಮಾಡಿಕೊಂಡ. ಜೂಜಿನಲ್ಲಿ ಕಳೆಯದಿದ್ದರೆ ಅಷ್ಟು ಡಾಲರನ್ನೂ ಕೊಟ್ಟುಬಿಡಬಹುದಿತ್ತು ಎಂಬ ಆಲೋಚನೆ ಸಾಗಿಹೋದರೂ ಇವರ ತಗಾದೆಗೆ ಯಾಕೆ ಬಗ್ಗಬೇಕು ಎಂಬ ಛಲ ಗಟ್ಟಿಯಾಯಿತು. ಇವನು ಇಂಗ್ಲಂಡ್ ಎನ್ನುತ್ತಾನೆ. ಎಂಜಿನಿಯರಿಂಗ್ ಓದಿದವರೆಲ್ಲ ಸಾಧಾರಣವಾಗಿ ಓಡುತ್ತಿರುವುದು ಅಮೆರಿಕೆಗೆ. ಪರೀಕ್ಷಿಸಲೆಂದು ಕೇಳಿದಾಗ ಮಗ ಉತ್ತರಿಸಿದ: ‘ಅಮೆರಿಕಾ ಸಂಸ್ಕೃತಿ ಇಲ್ಲದ ದೇಶ. ನನಗೆ ಇಂಗ್ಲಂಡೇ ಸರಿ.’

‘ಏನು ಸಂಸ್ಕೃತಿ ಅಂದರೆ?’

‘ಆ ದೇಶದಲ್ಲಿ ಕ್ರಿಕೆಟ್ ಇಲ್ಲ. ಧಾಂಡಿಗರು ಮಾತ್ರ ಆಡುವ ಸಾಕರ್, ಬ್ಯಾಸ್ಕೆಟ್‌ಬಾಲ್ ಇವೆ. ಇಂಗ್ಲಂಡೇ ಸರಿ. ಅಲ್ಲಿ ಯೂನಿವರ್ಸಿಟಿಯ ಕ್ಯಾಪ್ಟನ್ ಆಗುವಷ್ಟು ಯೋಗ್ಯತೆ ನನ

ಗಿದೆ. ನೀವು ಕೊಡುವ ಡಾಲರನ್ನ ಪೌಂಡಿಗೆ ಪರಿವರ್ತಿಸಿಕೊಳ್ಳೂದೇನೂ ಕಷ್ಟವಿಲ್ಲ,' ಎಂದು ಹೇಳಿ ಎದ್ದುನಿಂತು, 'ನನಗೆ ಹೊತ್ತಾಗಿದೆ. ದುಡ್ಡು ಈಗಲೇ ಕೊಡ್ತೀರೋ? ಅಥವಾ ಪ್ರತಿ ತಿಂಗಳಿನಂತೆ ಕೊಟ್ಟು ಕಳಿಸ್ತಿರೋ? ಮತ್ತೆ ಮತ್ತೆ ಬರುಕ್ಕೆ ನನಗೆ ಟೈಂ ಇಲ್ಲ' ಎಂದ.

'ಬ್ಯಾಂಕಿನಲ್ಲಿ ಬರೂ ಬಡ್ಡಿ ಏನಾಯ್ತು ಅಂತ ನಿಮ್ಮಮ್ಮನ್ನ ಕೇಳು. ನೀನು ಬರೂದೇನೂ ಬ್ಯಾಡ.' ಇವನು ಉತ್ತರಿಸಿದಾಗ ಮತ್ತೆ ಏನು ಹೇಳಲೂ ತೋಚದೆ ಅವನು ಹೊರಟುಹೋದ.

ಹಿಂದಿನಿಂದ ನೋಡಿದಾಗ ತಾಯಿಯಂಥದೇ ಮೈಕಟ್ಟು ಎಂಬ ನೆನಪಾಯಿತು. ಎತ್ತರ, ಅಗಲ, ದಪ್ಪ, ಎಲ್ಲತರಲ್ಲೂ. ಈ ಮೈಕಟ್ಟಿನವನು ಕ್ರಿಕೆಟ್ ಏನು ಆಡ್ತಾನೆ? ಎನ್ನಿಸಿತು. ಇವನ ಬಸುರಿನಲ್ಲಿಯೇ ಅಲ್ಲವೆ ತಂಬೂರಿಯ ಬುರುಡೆಯಷ್ಟು ದಪ್ಪನಾದ ತನ್ನ ಹೊಟ್ಟೆಯನ್ನು ಮುಟ್ಟಿಸಿಕೊಂಡು ಪ್ರಮಾಣ ಇಡಿಸಿಕೊಂಡದ್ದು ಇನ್ನು ಜೀವವಿಡಿ ಅವಳನ್ನು ನೋಡುಲ್ಲ, ನೋಡಿದರೆ ಈ ಹೊಟ್ಟೆಯಲ್ಲಿರುವ ಮಗುವಿಗೆ, ಆ ಹೊಟ್ಟೆಯಲ್ಲಿರುವ ಮಗುವಿಗೆ, ಅವಳಿಗೆ ಅವಳಿಗೆ ಈಗಾಗಲೆ ಇರುವ ಹೆಣ್ಣುಮಗುವಿಗೆ ಸಾವು ಬರುತ್ತೆ ಅನ್ನುವ ಆಣೆ ಹಾಕಿ. ಈ ಆಣೆ ಪ್ರಮಾಣಗಳೆಲ್ಲ ನಿಜವೆ? ಎಂಬ ಪ್ರಶ್ನೆ ಹುಟ್ಟಿತು. ಬಸ್ಸು ಹತ್ತಿದರೆ ರೈಲು ಹತ್ತಿದರೆ ಪೇಟೆಯಲ್ಲಿ ನಡೆಯುತ್ತಿದ್ದರೆ ದೇವರಾಣೆ, ತಾಯಿಯಾಣೆ, ನನ್ನಾಣೆ, ನಿನ್ನಾಣೆ ಎಂಬ ಮಾತುಗಳು ಎಷ್ಟುಸಲ ಕಿವಿಗೆ ಬೀಳುತ್ತಲೇ ಇರುತ್ತವೆ! ಅವನ್ನೆಲ್ಲ ಪಾಲಿಸ್ತಾರೆಯೆ? ಅವರೆಲ್ಲ ಸತ್ತಿದಾರೆಯೆ? ಎಂಬ ಜಿಜ್ಞಾಸೆ ತೊಡಗಿತು. ಒಟ್ಟಿನಲ್ಲಿ ನಾನು ಆಗ ನಂಬಿದೆ, ಪಾಲಿಸಿದೆ. ಪಾಲಿಸಿದ್ದು ನಿಜ. ನಿಜವಾಗಿ ನಂಬಿದೆನೆ? ಇವಳ ಭಯವನ್ನು ಮುಚ್ಚಿಕೊಳ್ಳಲು ಆ ನಂಬಿಕೆ ನೆರವಿಗೆ ಬಂತೆ? ಎಂಬ ಸ್ಪಷ್ಟನೆ ತೋರಿತು. ಅವಳನ್ನು ಕೈಬಿಟ್ಟೆ. ಪೂರ್ತಿ ಕೈಬಿಡಲಿಲ್ಲ. ರಾಜಾರಾಮನ ಮೂಲಕ ಪ್ರತಿತಿಂಗಳೂ ಜೀವನಕ್ಕಾಗುವಷ್ಟು ಕಳಿಸುತ್ತಾ, ಎಷ್ಟು ವರ್ಷ? ದಿಲ್ಲಿಗೆ ಹೋಗುವ ತನಕ, ಐದು ವರ್ಷ. ಆದರೂ ಹೋಗಿ ನೋಡಲಿಲ್ಲ. ಮಕ್ಕಳನ್ನೂ ನೋಡಲಿಲ್ಲ. ನೋಡಿದ್ದರೆ ಅವರು ಸತ್ತಾರೆಂಬ ಭಯ. ಇಲ್ಲಿ ಇವಳಿಗೆ ಸೀಮಂತ, ನಾಮಕರಣ, ಭೂರಿಭೋಜನ, ತೊಟ್ಟಿಲಿಗೆ ಹಾಕುವ ಅದ್ಧೂರಿ. ಊಟಕ್ಕೆ ಬಂದವರು ಮಕ್ಕಳಿಗೆ ಚಿನ್ನದ ಉಂಗುರ, ಬೆಳ್ಳಿಯ ಕಾಲುಬಳೆ ತೊಟ್ಟಿಲಮೇಲೆ ಕಟ್ಟುವ ಮಿನುಗುವ ಮಣಿಗೊಂಚಲುಗಳು. ಇವನು ತಂದೆಯಂತೆಯೇ ದೊಡ್ಡ ಗಾಯಕನಾಗ್ತಾನೆ, ಇವಳು ತಂದೇನ ಮೀರಿಸುವ ಗಾಯಕಿಯಾಗ್ತಾಳೆ. ಅಳೂದರಲ್ಲೇ ಸ್ವರದ ಸೊಗಸಿದೆ! ಸೌಜನ್ಯದ ಹೊಗಳು ಮಾತುಗಳು. ಇವಳೇ ಆರಿಸಿ ಇಟ್ಟ ಹೆಸರುಗಳು. ಸ್ವರಮೋಹನ, ಶ್ರುತಿಮೋಹಿನೀ, ಆಹ್, ನನಗೂ ಎಷ್ಟೊಂದು ಮೋಹ ಹುಟ್ಟಿತು! ನಾನೇ ಹಾಡುತ್ತಾ ತೊಟ್ಟಿಲು ತೂಗಿ, ಆದರೆ ನಡುವೆ ಒಮ್ಮೊಮ್ಮೆ ತೊಟ್ಟಿಲನ್ನೇ ಕಾಣದೆ ನೆಲದಮೇಲೆ ಉರುಟಿಕೊಂಡು ನನ್ನ ರಿಯಾಜ್ ಕೇಳುತ್ತಿದ್ದ ಬಕುಲೆಯ ನೆನಪು. ಎಡರನೆಯ ಗಂಡುಮಗುವಿಗೆ ಕಿಷನ್ ಅಂತ ಹೆಸರಿಟ್ಟಳು, ರಾಜಾರಾಮನಿಂದ ತಿಳಿದದ್ದೆಷ್ಟೋ ಅಷ್ಟು. ಮುಖವನ್ನೇ ನೋಡಲಿಲ್ಲ. ನೋಡಿಲ್ಲ. ದಿಲ್ಲಿಗೆ ಹೋದಮೇಲೆ ಹಣ ಕೊಡೂದು ನಿಂತುಹೋಯಿತು,

ಎಂಬ ನೆನಪಾಗುವ ಹೊತ್ತಿಗೆ ಯಾರೋ ಇಬ್ಬರು ಮಹನೀಯರು, ನೋಡಿದರೆ ಪ್ರೋಗ್ರಾಂ ನಿಶ್ಚಯಿಸಲು ಬಂದವರಂತೆ ಕಾಣ್ತಾರೆ, ಬಾಗಿಲಿನಲ್ಲಿ ನಿಂತು, 'ನಿಮ್ಮ ಫ್ಲೋನು ಕೆಟ್ಟಿದೆಯೆ ಪಂಡಿತ್‌ಜಿ? ನಾವು ನೆನ್ನೆಯಿಂದ ಮಾಡಿಮಾಡಿ ಸಾಕಾಗಿ ಖುದ್ದು ಹೋಗಿಬರುವಾ ಅಂತ ಬಂದೆವು,' ಎಂದರು. ಸ್ವಲ್ಪ ಹೆಚ್ಚು ಕಡಮೆಯಾದರೂ ಒಪ್ಪಿಕೊಂಡುಬಿಡಬೇಕು, ಅತಿ ಬಿಗಿಯಾಗಿ ಚೌಕಶಿಮಾಡಬಾರದು ಎಂದು ಅವನು ಒಳಗೇ ನಿಶ್ಚಯಿಸಿದ. ಆದರೆ ಮರುಕ್ಷಣವೇ ಒಂದು ಕಡೆ ಕಡಮೆ ದುಡ್ಡಿಗೆ ಒಪ್ಪಿದರೆ ಎಲ್ಲರೂ ಅದೇ ಮೊತ್ತಕ್ಕೆ ಜಗ್ಗು ತಾರೆ, ರಾಜಾರಾಮ ಕೊಟ್ಟೇ ಕೊಡ್ತಾನೆ, ಅವನಲ್ಲದಿದ್ದರೆ ಇಪ್ಪತ್ತು ಮೂವತ್ತು ಸಾವಿರ ಸಾಲ ಕೊಡುವಂಥೋರು ನನಗೆ ಇಲ್ಲದೆ ಇಲ್ಲ, ಸುಮ್ಮಸುಮ್ಮನೆ ಹೊರಗಡೆಯೋರ ಹತ್ತಿರ ಸಾಲ ಮಾಡಿ ಸದರವಾಗೂದು ಬೇಡ ಅಂತ ನಾನು ಕೇಳಿಲ್ಲ ಎಂಬ ಎಚ್ಚರ ಹುಟ್ಟಿತು. ಆದರೆ ಒಳಗೆಬಂದವರು ಚರಣಸ್ಪರ್ಶ ಮಾಡಿ, ಕೂರಿ ಅಂದರೂ ಕೂರದೆ ಗುರುಭಕ್ತಿಯಿಂದ ನಿಂತೇ, 'ನಾವೊಂದು ಸಣ್ಣ ಸಂಗೀತಸಭಾ ಆರಂಭಿಸ್ತೀವಿ. ತಮ್ಮಂಥ ಬಡೇ ಗಾಯಕರನ್ನ ಮುಂದೆ ಎಂದಾದರೊಂದು ವರ್ಷ ಕರೆಸುತೀವಿ. ಈಗ ಆರಂಭೋತ್ಸವಕ್ಕೆ ತಮ್ಮದೊಂದು ಶುಭಾಶಯ, ಹೇಳಿದರೆ ಬರೆದುಕೊತ್ತೀವಿ' ಎಂದಾಗ ತಲೆಯ ಮೇಲೆ ತಣ್ಣೀರು ಸುರಿದಂತಾಯಿತು. ಆದರೆ ಸೌಜನ್ಯವನ್ನು ಬಿಡದೆ ಅವರಿಗೆ ನಾಲ್ಕು ವಾಕ್ಯಗಳ ಶುಭಾಶಯದ ಉಕ್ತಲೇಖನ ಹೇಳಿ ಕಳಿಸಿದಮೇಲೆ ಬಾಗಿಲಿಗೆ ಬೀಗ ಮೆಟ್ಟಿ ಲಿಫ್ಟ್‌ನಿಂದ ಇಳಿದು ಫ್ಲೋನ್‌ಬೂತಿಗೆ ಹೋದ. ಅತ್ತಕಡೆ ತೆಗೆದುಕೊಂಡ ಟಿಪ್ನಿಸ್, 'ನೆನ್ನೆ ಸಂಜೆಯಿಂದ ನಾನು ಪ್ರಯತ್ನಪಡ್ತಿದೀನಿ. ನಿಮ್ಮದು ಕೆಟ್ಟಿದೆ. ಬಕುಲಾ ಮತ್ತೆ ಫ್ಲೋನು ಮಾಡಿದ್ದಳು. ಲಗ್ನಪತ್ರಿಕೆಯನ್ನ ಇವತ್ತೇ ಅಚ್ಚಿಗೆ ಕೊಡಬೇಕಂತೆ. ಇನ್ನೊಂದು ವಿಷಯ ಇದೆ, ತುಂಬ ಅರ್ಜೆಂಟ್.'

'ನಾನು ನೆನ್ನೆ ನಿಮ್ಮನ್ನ ಇಪ್ಪತ್ತುಸಾವಿರ ಕೇಳಿದ್ದೆನಲ್ಲ. ಈಗ ಮೂವತ್ತುಸಾವಿರ ತಗಂಡು ತಕ್ಷಣ ಬನ್ನಿ. ಬಿಲ್ ಕಟ್ಟಿಲ್ಲ ಅಂತ ಫ್ಲೋನ್ ಕತ್ತರಿಸಿ ಹಾಕಿದಾರೆ. ಎಲ್ಲಾನೂ ಮಾತಾಡುವಾ. ಮನೇಲಿ ನಗದು ಇಲ್ಲದಿದರೆ ಬ್ಯಾಂಕಿನಿಂದ ತಗೊಂಡು ಬನ್ನಿ. ಅವರು ಕಟಾಯಿಸುವ ಬಡ್ಡಿಯನ್ನು ನಾನು ಕೊಡ್ತೀನಿ.'

'ಛೇ ಛೇ ನಿಮ್ಮ ಹತ್ತಿರ ಎಂಥ ಬಡ್ಡಿ?'

'ನಿಮಗೆ ಬಡ್ಡಿ ಕೊಡುಲ್ಲ. ಬ್ಯಾಂಕಿನೋರು ಕಟ್‌ಮಾಡೂ ಬಡ್ಡೀನ ಅವರಿಗೆ ಸಲ್ಲಿಸ್ತೀನಿ ಅಷ್ಟೆ. ವ್ಯವಹಾರ ವ್ಯವಹಾರ. ಸ್ನೇಹ ಸ್ನೇಹ. ಬೇಗ ಬನ್ನಿ. ಇವತ್ತು ತಡವಾಯಿತು ಅಂತ ಫ್ಲೋನ್ ಆಫೀಸಿನೋರು ಹಣ ಸ್ವೀಕರಿಸದೆ ಇದ್ದರೆ ಕಷ್ಟ,' ಎಂದ.

ಆಯಿತು. ಟಿಪ್ನಿಸ್ ಒಪ್ಪಿಕೊಂಡಮೇಲೆ ಅವಳಿಗೆ ಹತ್ತುಸಾವಿರ ಮಾತ್ರ ಕೊಟ್ಟು ಕಳಿಸ್ತೀನಿ. ಕಳೆದ ಮೂರುತಿಂಗಳೂ ಇದರಲ್ಲೇ ಲೆಕ್ಕ ಮಾಡಿಕೊ ಅಂತೀನಿ. ಇಬ್ಬರೂ ಓದಿ ಮೆಜಾರಿಟಿಗೆ ಬಂದಿರುವಾಗ ನಾನು ಎಷ್ಟುದಿನ ಅಂತ ಪೋಷಣೆ ಮಾಡಲಿ? ನಾನು ಮಾಡದಿದ್ದರೂ ಅವಳಿಗೆ ಬಡ್ಡಿಗೇನೂ ಕಮ್ಮಿ ಇಲ್ಲ ಎಂದುಕೊಂಡಾಗ ಪ್ರತಿತಿಂಗಳೂ ಬೀಳುತ್ತಿದ್ದ ಭಾರ ಸ್ವಲ್ಪ ಕಡಮೆಯಾಯಿತೆಂಬ ಹಗುರವುಂಟಾಯಿತು.

ಹೆಚ್ಚೆಂದರೆ ರಾಜಾರಾಮ ಒಂದು ತಾಸಿನಲ್ಲಿ ಬರಬಹುದು. ಅಷ್ಟರೊಳಗೆ ಲಗ್ನಪತ್ರಿಕೆಯ ವಿಷಯ ತೀರ್ಮಾನಿಸಬೇಕು, ಎಂಬ ಒತ್ತಡ ಕಾಣಿಸಿಕೊಂಡಿತು. ಹಾಕಿಕೊಳ್ಳಲಿ ನನ್ನ ಹೆಸರನ್ನು ಅದಕ್ಕೇನು ಕಷ್ಟ. ಹೂಂ ಅಂದುಬಿಡೋಣ. ತುಸು ಹೊತ್ತಿನಲ್ಲಿ ಬಂದಿದ್ದರಲ್ಲ ನಿಮ್ಮ ಹೆಸರಿನಲ್ಲೊಂದು ಶುಭಾಶಯ ಮುದ್ರಿಸುತೀವಿ ಅಂತ, ಹಾಗೆ ತಾನೇ, ಎಂಬ ಪರಿ ಹಾರ ಸುಲಭವಾಗಿ ಕಾಣಿಸಿದರೂ ಇದು ಅಷ್ಟು ಸುಲಭದ್ದಲ್ಲ ಎನ್ನಿಸಿತು. ನನ್ನ ಹೆಸರಿನಲ್ಲಿ ಲಗ್ನಪತ್ರಿಕೆ ಅಚ್ಚು ಮಾಡಿಸಿದರೆ ಧಾರೆ ಎರೆಯುಕ್ಕೆ ನಾನೇ ಹೋಗಬೇಕು. ಮಗಳ ಒಂದು ಕಡೆ ನಾನು ಇನ್ನೊಂದು ಕಡೆ ಅವಳ ತಾಯಿ ನಿಂತು ಅವಳ ಎರಡು ಕೈಗಳನ್ನೂ ಇಬ್ಬರೂ ಹಿಡಿದು ವರನ ಕೈಲಿ ಇಡಬೇಕು. ಅವಳ ತಾಯಿಯ ಜೊತೆ ನಿಂತು ಆ ವಿಧಿ ಯನ್ನು ನೆರವೇರಿಸುವ ಅಧಿಕಾರವನ್ನೇ ತಾನು ಕಳೆದುಕೊಂಡಿದೀನಿ ಅನ್ನಿಸಿತು. ಅಷ್ಟೇ ಅಲ್ಲ, ಅವಳನ್ನು ಎದುರಿಸಲು ಅಂಜಿಕೆಯಾದೀತೆಂಬ ಅನುಮಾನ. ನೋಡಿಯೇ ಇಪ್ಪತ್ತ ನಾಲ್ಕು ವರ್ಷವಾಯಿತು. ಮಗಳನ್ನು ಬಿ.ಕಾಂ. ಓದಿಸಿ ಒಳ್ಳೆಯ ನೌಕರಿಗೂ ಸೇರಿಸಿ ಈಗ ಮದುವೆಯನ್ನೂ ಮಾಡ್ತಿದಾಳೆ. ಈಗ ನಾನು ಧಾರೆ ಎರೆಯಲು ಅವಳ ಪಕ್ಕ ನಿಲ್ಲೂದು ಮಾತ್ರವಲ್ಲ, ನಾನು ನಿನ್ನ ಗಂಡ ಅಂತ ದೃಷ್ಟಿಗೆ ದೃಷ್ಟಿ ತಾಗಿಸೂದು ಹೇಗೆ? ಬರೀ ನಾಚಿಕೆ ಯಲ್ಲ, ಅಧೈರ್ಯ. ಲಗ್ನಪತ್ರಿಕೆ ನನ್ನ ಹೆಸರಿನಲ್ಲಿ ಆಗಬೇಕು ಅನ್ನೂದು ಮಗಳ ಬಯಕೆಯೋ, ತಾಯಿಯ ಆಶೆಯೋ? ಬೀಗರ ಹೊಸಬಳಗದ ಎದುರಿಗೆ ಕುಟುಂಬಗೌರವ ಕಾಯ್ದುಕೊಳ್ಳುವ ಹವಣಿಕೆ ಮಾತ್ರವೋ! ಚಂಪಾಳನ್ನು ಎದುರಿಸಬಹುದು. ರಾಮಕುಮಾರಿಯನ್ನು ಎದುರಿ ಸೂದು ಕಷ್ಟ, ಎಂಬ ಅರಿವು ಮೊದಲಬಾರಿಗೆ ಆಯಿತು. ಈಗ ನಲವತ್ತೊಂಬತ್ತು. ಹೇಗಿ ದಾಳೆಯೋ, ಮೊದಲಿನಂತೆ ತೆಳ್ಳಗೆ, ಮೈ ಬಂದಿರುಕ್ಕೆ ಸಾಧ್ಯವಿಲ್ಲ. ಚಂಪಾಳಂತೆ ತಿಂಗಳಿಗೆ ಹತ್ತು ಸಾವಿರ, ಮೇಲೆ ಬ್ಯಾಂಕ್ ಠೇವಣಿಯ ಬಡ್ಡಿ, ಸ್ವಂತ ನಾಲ್ಕು ಕೋಣೆಯ ಫ್ಲ್ಯಾಟು, ಮನೇಲೇ ಸಂಗೀತಪಾಠಾನೂ ಮಾಡ್ತಾಳಂತೆ. ಮೈ ಸ್ಥೂಲವಾಗೂದು ಸಹಜವೇ. ರಾಮ ಕುಮಾರಿಯ ಜೀವನ ಹಾಗಲ್ಲ. ತೈಲ ಕ್ರೀಮುಗಳನ್ನು ಕಾಣದ ಮುಖದ ಚರ್ಮವು ಕಪ್ಪಗೆ ಬಿರುಸಾಗಿರುತ್ತೆ. ಅಲ್ಲಲ್ಲಿ ತಲೆಯಲ್ಲಿ ಮೂಡಿರುವ ಬಿಳಿಕೂದಲಿಗೆ ಬಣ್ಣ ಹಾಕುವ ತಿಳಿವಳಿಕೆಯೂ ಇಲ್ಲದೆ, ಹಣವೂ ಇಲ್ಲದೆ ವಯಸ್ಸು ಎದ್ದು ಕಾಣಿಸ್ತಿರಬಹುದು. ಅನುಕೂಲಸ್ಥ ಹೆಂಗಸರು ತಮ್ಮ ವಯಸ್ಸನ್ನು ಮುಚ್ಚಿಕೊಳ್ಳುಕ್ಕೆ, ಕಡಮೆ ತೋರಿಸಿಕೊಳ್ಳುಕ್ಕೆ ಎಂತೆಂಥ ಸಾಧನಗಳನ್ನು ಬಳಸ್ತಾರೆ ನನಗಿಂತ ಬೇರೆ ಯಾರಿಗೆ ಗೊತ್ತು? ನಡುವಯಸ್ಸಿಗೆ ಬಂದ ಮೇಲೆಯೇ ಪರಪುರುಷರೊಡನೆ ವ್ಯವಹರಿಸುವ ಧೈರ್ಯ ಸಾಮಾಜಿಕ ಭಿಡೆಯನ್ನು ದಾಟುವ ಸನ್ನಿವೇಶಗಳು ಉಂಟಾಗೂದು. ಕಲಾವಿದರನ್ನು ಆದರಿಸಿ ನಿಗ ನೋಡಿಕೊಳ್ಳುವ ಸ್ವಾತಂತ್ರ್ಯ ಲಭಿಸೂದು. ತಮ್ಮ ವಯಸ್ಸನ್ನು ಹತ್ತು ವರ್ಷವಾದರೂ ಕಡಮೆ ಕಾಣಿಸಿಕೊಳ್ಳುವ ವೇಷಭೂಷಣ, ಬಿಗಿಸಾಧನ, ಹಾವಭಾವಗಳು. ರಾಮಕುಮಾರಿಯಂಥೋರಿಗೆ ಆ ಯಾವ ಅರಿವೂ ಇರುಲ್ಲ, ಎಂದುಕೊಳ್ಳುವಾಗ ಅವಳು ಶುದ್ಧವಾಗಿಯೇ ಇದಾಳೆಯೇ ಎಂಬ ಪ್ರಶ್ನೆ ಮೊದಲಬಾರಿಗೆ ಹುಟ್ಟಿತು. ಹೇಳುಕ್ಕಾಗುಲ್ಲ. ನಾನು ದೂರವಾದಾಗ ಅವಳಿಗಿನ್ನೂ ಇಪ್ಪತ್ತನಾಲ್ಕು, ಎಂಬ ಜೀವನಾನುಭವದ

ತಿಳಿವಳಿಕೆಯು ಹೇಳಿದರೂ ಅದನ್ನು ಒಪ್ಪಿಕೊಳ್ಳಲು ಮನಸ್ಸಿಗೆ ಕಸಿವಿಸಿಯಾಗತೊಡಗಿತು. ಹಣಕ್ಕೆ ಏನು ಮಾಡಿದಳೋ, ಶಾರೀರಿಕ ಬಯಕೆಗೆ ಏನು ಮಾಡಿದಳೋ ಎಂಬ ಖಚಿತ ಪ್ರಶ್ನೆಗಳು ಮೂಡಿದರೂ ಅವುಗಳು ಮುನ್ನಡೆಸುವ ಕಲ್ಪನೆಗಳನ್ನು ಹಿಡಿದು ಸಾಗಲು ಸಾಧ್ಯವಾಗದೆ ಅಲ್ಲಿಯೇ ಕೈಬಿಟ್ಟು ಕಿಷನ್ ಏನು ಮಾಡ್ತಿ ದಾನೆಯೋ ಎಂಬ ಪ್ರಶ್ನೆಯನ್ನು ಎತ್ತಿಕೊಂಡ. ಕ್ರಿಕೆಟ್ ಅಂತೂ ಆಡ್ತಿರಲಿಕ್ಕಿಲ್ಲ ಎಂಬ ಒಂದು ಉತ್ತರ ಹೊಳೆಯಿತು. ಮದುವೆ ಎಲ್ಲಿ ಯಾವ ರೀತಿ ಯಾವ ಮಟ್ಟದಲ್ಲಿ ಏರ್ಪಡಿಸಿದಾರೋ ಗೊತ್ತಿಲ್ಲ. ಅಥವಾ ಮದುವೆ ಖರ್ಚಿನ ಸಂಪೂರ್ಣ ಜವಾಬ್ದಾರಿ ನಿನ್ನದು ಅನ್ನುವ ಅರ್ಥದಲ್ಲಿ ಲಗ್ನಪತ್ರಿಕೇನ ನಾನು ಮಾಡಲಿ ಅಂತ ಬಯಸ್ತಿದಾರೆಯೋ? ಎಂಬ ಇನ್ನೊಂದು ಮಗ್ಗಲು ಹೊಳೆಯಿತು. ಜೂಜಿನಲ್ಲಿ ಕಳೆಯದಿದ್ದರೆ ಮೂರುಲಕ್ಷ ತೊಂಬತ್ತು ಸಾವಿರ ಖರ್ಚುಮಾಡಿ ಭರ್ಜರಿಯಾಗಿಯೇ ಸಮಾರಂಭ ನಡೆಸಿ ಇದುವರೆಗೆ ನನ್ನಿಂದಾದ ಲೋಪವನ್ನು ಪರಿಹರಿಸಬಹುದಿತ್ತು, ಎಂಬ ಸಾಧ್ಯತೆಯೂ ತೋಚಿತು. ಕಛೇರಿಗಳ ಸೀಸನ್ ಅಲ್ಲದಿದ್ದರೂ ಅಮೆರಿಕೆಗೆ ಹೋಗದೆ ಭಾರತದಲ್ಲೇ ಇದ್ದಿದ್ದರೆ ಮೂರು ನಾಲ್ಕಾದರೂ ಪ್ರೋಗ್ರಾಂ ಸಿಕ್ಕಿ ಅಷ್ಟೇ ಹಣ ಸಿಕ್ತಿತ್ತು. ಇಲ್ಲಿ ಎಷ್ಟು ಇಸ್ಪೀಟಾಡಿದರೂ ಅಷ್ಟು ಕೊಚ್ಚಿಹೋಗ್ತಿರಲಿಲ್ಲ ಎಂಬ ಇನ್ನೊಂದು ಸಾಧ್ಯತೆ ಕಂಡಿತು.

– ೪ –

ಒಳಗಿರುವುದು ಒಂದು ಕೇಜಿ ತರಕಾರಿಯೋ ಅಥವಾ ಎರಡು ಹಳೆಬಟ್ಟೆಯೋ ಎಂಬಂತೆ ಕಾಣುವ ಚೀಲ ಹಿಡಿದು ಟಿಪ್ನಿಸ್ ಬಂದ. ಲೋಕಲ್ ರೈಲು ಹತ್ತಿ ಪ್ರಯಾಣ ಮಾಡುವಾಗ ಅವನು ಹಿಡಿದು ಬರುತ್ತಿದ್ದುದು ಇಂಥದೇ ಚೀಲವನ್ನು. ರೈಲಿನಲ್ಲಿ ಆಗುತ್ತಿದ್ದ ಪಿಕ್‌ಪಾಕೆಟ್‌ಗಳಿಂದ ರಕ್ಷಿಸಿಕೊಳ್ಳಲು ಅವನು ಈ ಉಪಾಯ ಮಾಡುತ್ತಿದ್ದ. ಒಳಗೆ ಬಂದ ವನೇ ಕುಳಿತು ಚೀಲದಿಂದ ನೂರರ ಮೂರು ಕಟ್ಟು ನೋಟುಗಳನ್ನು ತೆಗೆದು ಮೋಹನ ಲಾಲನ ಮುಂದಿಟ್ಟು, 'ತಗೋಳಿ ನೀವು ಹೇಳಿದ ಮೂವತ್ತುಸಾವಿರ. ಇನ್ನೊಂದು ಮುಖ್ಯ ವಿಷಯ ಅಂದರೆ ಇಲ್ಲಿ ನೋಡಿ,' ಎಂದು ಒಂದು ಪೊಟ್ಟಣವನ್ನು ಚೀಲದಿಂದ ಹೊರಗೆ ತೆಗೆದ. ಅಷ್ಟರಲ್ಲಿ ಮೋಹನಲಾಲ,

'ಅದಿರಲಿ. ನಾನು ಯೋಚನೆ ಮಾಡಿದೀನಿ. ನನ್ನ ಹೆಸರಿನಲ್ಲಿ ಲಗ್ನಪತ್ರಿಕೆ ಅದ್ಯಾವುದೂ ಬೇಡ. ಮದುವೆಯ ಖರ್ಚಿಗೆ ಒಂದುಲಕ್ಷ ಕೊಟ್ಟುಬಿಡ್ತೀನಿ. ಸದ್ಯ ಹಣ ಇದ್ದರೆ ಇನ್ನೂ ಹೆಚ್ಚು ಕೊಡ್ತಿದ್ದೆ. ಹಣದ ವಿಯಷದಲ್ಲಿ ನನಗೆ ನೀವೇ ಆಪದ್ಬಂಧವರು. ನೀವಾದರೆ ಬ್ಯಾಂಕಿನಲ್ಲಿ ಡಿಪಾಸಿಟ್ ಇಟ್ಟಿದೀರ. ನೀವು ಗ್ಯಾರಂಟಿ ನಿಂತು ಒಂದು ರುಜುಮಾಡಿದರೆ ಬ್ಯಾಂಕು ನೇರವಾಗಿ ನನಗೆ ಒಂದುಲಕ್ಷ ಸಾಲ ಕೊಡುತ್ತೆ. ಪ್ರೋಗ್ರಾಂ ಸಿಕ್ಕಿದ ತಕ್ಷಣ ಬಡ್ಡಿ ಸಮೇತ ತೀರಿಸಿಬಿಡ್ತೀನಿ. ನನ್ನದು ಮೂರು ಕಾಸಿನ ಡಿಪಾಸಿಟ್ ಇಲ್ಲ. ಆದ್ದರಿಂದ

ಬ್ಯಾಂಕನ್ನ ಕೇಳಿ ಮರ್ಯಾದೆ ಕಳಕೊಳ್ಳೂದು ಬೇಡ.'

ಟಿಪ್ನಿಸ್ ದೃಷ್ಟಿಯನ್ನು ತಿರುಗಿಸಿ ಇವನ ಮುಖ ನೋಡಿದ. ಯಾಕೆ ಈ ತೀರ್ಮಾನ ಎಂಬ ಪ್ರಶ್ನೆ ಇತ್ತು. 'ನನಗೆ ಕರ್ತವ್ಯವಿದೆ ನಿಜ. ಕರ್ತವ್ಯ ತಪ್ಪಿದೀನಿ ಅನ್ನೂದೂ ನಿಜ. ಈಗ ಲಗ್ನಪತ್ರಿಕೆ ಶಾಸ್ತ್ರ ಸಂಬಂಧ ಅಂತ ಕಲಾಪಕ್ಕೆ ಹೋದರೆ ನನಗೂ ಮುಜುಗರ. ಅವರಿಗೂ ಮುಜುಗರ. ಹಣಾ ನೀವೇ ಒಯ್ದು ಅವಳ ತಾಯಿಯ ಕೈಲಿ ಕೊಟ್ಟುಬಿಡಿ.'

'ನೀವೇ ಧಾರೆ ಎರೆದು ಆಶೀರ್ವದಿಸಬೇಕು ಅಂತ ಬಕುಲೆಗೆ ತುಂಬ ಆಶೆ ಇದೆ.'

'ಮದುವೆಯಾದಮೇಲೆ ಅವಳ ಗಂಡನನ್ನೂ ಕರಕೊಂಡು ಇಲ್ಲಿ ಬರುಕ್ಕೆ ಹೇಳಿ. ಆಶೀರ್ವಾದ ಇದ್ದೇ ಇದೆ,' ಎಂದ.

ಈ ತೀರ್ಮಾನದಿಂದ ಟಿಪ್ನಿಸ್‌ಗೆ ಸಂಪೂರ್ಣ ಸಮಾಧಾನವಾಗಲಿಲ್ಲವೆಂಬುದನ್ನು ಅವನ ಮುಖಭಾವದಿಂದಲೇ ಇವನು ಅರ್ಥಮಾಡಿಕೊಂಡ. ಮುಂದಿನ ಮಾತಿಗೆ ಅವಕಾಶಕೊಡದೆ, 'ಇನ್ನೊಂದು ಮುಖ್ಯ ವಿಷಯ ಅಂದಿರಿ. ಅದೇನು ಪ್ಯಾಕೆಟ್.'

ಟಿಪ್ನಿಸ್ ವೃತ್ತಪತ್ರಿಕೆಯಲ್ಲಿ ಸುತ್ತಿ ಕಟ್ಟಿದ್ದ ಪೊಟ್ಟಣವನ್ನು ಬಂಧಿಸಿದ್ದ ರಬ್ಬರ್ ಬ್ಯಾಂಡ್ ಕಳಚಿ ಬಿಚ್ಚಿದ. ಆರು ಕ್ಯಾಸೆಟ್‌ಗಳು. ತನ್ನ ಹೆಸರಿನವೇ. ಜೋಡು ತಂಬೂರಗಳ ನಡುವೆ ತಾನು ಕುಳಿತು ರಾಗಾಲಾಪದಲ್ಲಿ ತಲ್ಲೀನನಾಗಿರುವ ಚಿತ್ರ. ಇನ್ನೊಂದರಲ್ಲಿ ಬಿರುಗಾಳಿಯಂತೆ ತಾನ್ ಹೊಡೆಯುವಾಗ ತಲೆಯ ಕೂದಲು ಕೆದರಿ ಹಾರುತ್ತಿರುವ ಚಿತ್ರ. ಇನ್ನೊಂದು ತನ್ನ ಬಲಗೈ ಆಕಾಶಕ್ಕೆ ಗುರಿ ಮಾಡಿ ತಾರಸ್ವರದ ವ್ಯಾಪ್ತಿಯನ್ನು ದೃಶ್ಯವಾಗಿಸಿರುವುದು. ಆರಕ್ಕೂ ಬೇರೆ ಬೇರೆ ಭಂಗಿಗಳು. ಒಂದೊಂದನ್ನೂ ಕೈಗೆ ಎತ್ತಿಕೊಂಡು ಹಿಂಬದಿಯನ್ನು ನೋಡಿದ.

ಪ್ರತಿ ಕ್ಯಾಸೆಟ್‌ನ ಒಂದೊಂದು ಬದಿಯಲ್ಲಿ ಒಂದೊಂದು ರಾಗ. ಅವುಗಳ ಹೆಸರುಗಳು. ಕೆಳಗೆ ಹಾರ್ಮೋನಿಯಂ ಸಾಥಿ ರಾಜಾರಾಮ್ ಟಿಪ್ನಿಸ್. ತಬಲಾ ಓಂಕಾರ ಪ್ರಭು. ಸಂಗೀತದ ಸಂಕಲನ: ಶ್ರೀಮತಿ ಚಂಪಾ ಮೋಹನ್. ನಿರ್ಮಾಣ ಮತ್ತು ವಿತರಣೆ: ಮೋಹನ್ ಮೆಲೊಡೀಸ್, ಬಾಂಬೆ. ಎಂಬ ಆಕರ್ಷಕ ಮುದ್ರಣ. ಕೆಳಗೆ ಬೆಲೆ: ಅರವತ್ತು ರೂಪಾಯಿ.

ಅವನು ಆರನ್ನೂ ತಿರುಗಿಸಿ ನೋಡಿದನಂತರ ಟಿಪ್ನಿಸ್ ಹೇಳಿದ: 'ನಾನು ಇದನ್ನ ತಂದ ಉದ್ದೇಶ ಏನಂದರೆ: ಹಾರ್ಮೋನಿಯಂ ಸಾಥಿ ಅಂದು ನನ್ನ ಹೆಸರು ಹಾಕಿದೆ. ಇದು ನಾನು ಬಾರಿಸಿರೂ ಹಾರ್ಮೋನಿಯಂ ಹೌದು. ಓಂಕಾರನ ತಬಲವೂ ಹೌದು. ನಾನು ಓಂಕಾರನಿಗೂ ಫೋನ್‌ಮಾಡಿ ವಿಚಾರಿಸಿದೆ. ಅವನಿಗೂ ಆಶ್ಚರ್ಯ. ಈ ನಿರ್ಮಾತಾ ಮತ್ತು ವಿತರಕರು ನಮ್ಮ ಒಪ್ಪಿಗೆ ಪಡೆದಿಲ್ಲ. ನಮಗೆ ಸಂಭಾವನೆ ಕೊಟ್ಟಿಲ್ಲ. ನಾವು ಯಾವ ಕರಾರಿಗೂ ಸಹಿಮಾಡಿಲ್ಲ. ನಿಮ್ಮದಂತೂ ಬಿಡಿ, ಗಂಡಹೆಂಡಿರ ವ್ಯವಹಾರ.'

ಮೋಹನಲಾಲ ಅವಾಕ್ಕಾದ. ನಡೆದಿರುವುದು ಏನೆಂಬುದು ಅರ್ಥವಾದರೂ ಅದಕ್ಕೆ ಹೇಗೆ ಪ್ರತಿಕ್ರಿಯಿಸಬೇಕೆಂದು ತೋಚದೆ ಒಳಗೇ ಮೂಕನಾದ. ಟಿಪ್ನಿಸನೇ ಮಾತನಾಡಿದ:

'ಮೋಹನ್ ಮೆಲೊಡೀಸ್, ಬಾಂಬೆ. ಅಂದರೆ ಚಂಪಾಬಾಯಿಯೇ. ನಾನು ಇವುಗಳನ್ನ ಹಾಕಿ ಕೇಳಿದೆ. ಯಾವ ಯಾವ ರಾಗಗಳನ್ನ ನೀವು ಯಾವ ಯಾವ ಸಭೆಯಲ್ಲಿ ಹಾಡಿದಿರಿ ಅಂತ ಕೂಡ ಜ್ಞಾಪಿಸಿಕೊಂಡು ಹೇಳಬಲ್ಲೆ. ನೀವು ಯಾವ ಮುಖ್ಯರಾಗವನ್ನೂ ಒಂದೂವರೆ ತಾಸಿಗೆ ಕಮ್ಮಿ ಹಾಡುವವರಲ್ಲ. ಇವರು ಅದನ್ನ ಇಪ್ಪತ್ತೈದು ಇಪ್ಪತ್ತಾರು ನಿಮಿಷಕ್ಕೆ ಇಳಿಸಿ ಸಂಗೀತದ ಸಂಕಲನ ಅಂದು ತಮ್ಮ ಹೆಸರು ಹಾಕಿಕೊಂಡಿದಾರೆ. ರಾಗಗಳ ಕೈಕಾಲು ಕಿವಿಮೂಗು ಕತ್ತರಿಸಿ ಮೊಟಕು ಮಾಡಿದಾರೆ. ಇವಕ್ಕೆಲ್ಲ ನೀವು ಒಪ್ಪಿಗೆ ಕೊಟ್ಟಿದೀರಾ? ಎರಡನೆಯ ಮಾತು: ಹೀಗೆಯೇ ಎಷ್ಟು ಕ್ಯಾಸೆಟ್ ನಿರ್ಮಾಣ ಮಾಡಿದಾರೆ, ಎಷ್ಟು ಪ್ರತಿ ಮಾರಾಟ ಮಾಡಿದಾರೆ, ಅವುಗಳ ಲೆಕ್ಕವೆಷ್ಟು, ನನಗೆ ಬರಬೇಕಾದ ಭಾಗವೆಷ್ಟು, ನನ್ನ ಒಪ್ಪಿಗೆ ಇಲ್ಲದೆ ಮಾಡಿರೂದಕ್ಕೆ ಜುಲ್ಮಾನೆ ಎಷ್ಟು, ನಾನಂತೂ ಕೋರ್ಟಿಗೆ ಹೋಗಬೇಕು ಅಂತ ಮಾಡಿದೀನಿ. ಕೋರ್ಟಿಗೆ ಹೋದರೆ ಮಾಡುವ ಕೆಲಸ ಬಿಟ್ಟು ಅಲೆಯೂದು, ಕೋರ್ಟು ಖರ್ಚು, ಎದುರುಪಕ್ಷ ಹೇಳುವ ಸುಳ್ಳುಗಳನ್ನ ಸುಳ್ಳಂತ ಸಾಬೀತುಮಾಡಲು ಪಡುವ ಶ್ರಮ, ಇವುಗಳನ್ನ ಯಾರು ಭರಿಸೋರು?'

'ಈ ಭಂಡ ಹೆಂಗಸಿನ ವಿರುದ್ಧ ನಾನೂ ಕೋರ್ಟಿಗೆ ಹೋಗಬೇಕು' ಎಂಬ ಮಾತು ತನಗೆತಾನೆ ಹೊರಬಂದು ಮೋಹನಲಾಲನ ಅವಾಕ್ಕು ಸಡಿಲಗೊಂಡಿತು. 'ಅಥವಾ ಕೈ ಕಾಲು ಮುರೀಬೇಕು,' ಎಂಬ ಎರಡನೆಯ ವಾಕ್ಯ ಆಕಾರ ತಾಳಿತು. ಕುಳಿತಿದ್ದವನು ಮೇಲೆ ಎದ್ದು ಟೆಲಿಫ಼ೋನ್ ಡೈರೆಕ್ಟರಿಯಲ್ಲಿ ಹುಡುಕಿದ. ಆ ಸಂಖ್ಯೆಯೂ ತನ್ನ ಹೆಸರಿನಲ್ಲೇ ಇದೆ. ಒಂದು ಚೂರು ಕಾಗದದ ಮೇಲೆ ಬರೆದುಕೊಂಡು ಹೊರನಡೆದು ಲಿಫ಼್ಟ್ ಇಳಿದು ಬೀದಿಯಲ್ಲಿ ನಡೆದು ಫ಼ೋನ್‌ಬೂತಿಗೆ ಹೋಗಿ ಗುಂಡಿಗಳನ್ನು ಒತ್ತಿದ. ಅವಳದೇ ಧ್ವನಿ. 'ನಾನು ಪಂಡಿತ್ ಮೋಹನಲಾಲ್ ಅಂತ ಮಾತಾಡ್ತಿರೂದು,' ಎನ್ನುವಾಗ ಇವನ ಧ್ವನಿ ಉಬ್ಬಸಪಡುತ್ತಿತ್ತು.

'ನಾನು ಅವರ ಶ್ರೀಮತಿ ಮಾತಾಡ್ತಿರೂದು,' ಅವಳು ಶಾಂತವಾಗಿ ಉತ್ತರಿಸಿದಳು.

ಇವನಿಗೆ ಕಕ್ಕಾವಿಕ್ಕಿಯಾಯಿತು. ಯಾಕೆಂದು ತಿಳಿಯಲಿಲ್ಲ. ಸುಧಾರಿಸಿಕೊಳ್ಳಲು ಒಂದು ನಿಮಿಷ ಬೇಕಾಯಿತು. ಕೇಳುಸ್ತಾ? ಅವಳು ಜ್ಞಾಪಿಸಿದಳು. 'ಈ ತುಡುಗಿನ ಕೆಲಸ ಎಷ್ಟು ಕಾಲದಿಂದ ಮಾಡ್ತಿದೀ ನೀನು? ಎಷ್ಟು ತುಡುಗು ಮಾಡಿದೀ ಇದುವರೆಗೆ?' ಮಾತು ತೋರಿತು.

'ಪಂಡಿತ್ ಮೋಹನಲಾಲರ ಹೆಂಡತಿ ಯಾವತ್ತೂ ತುಡುಗು ಮಾಡಿಲ್ಲ. ಮಾಡೂದಿಲ್ಲ. ಏನು ವಿಷಯ ಹೇಳಿ,' ಅವಳು ಶಾಂತವಾಗಿ ಕೇಳಿದಳು.

'ಇದೇನು ಮೋಹನ್ ಮೆಲೊಡೀಸ್ ಕ್ಯಾಸೆಟ್‌ಗಳು. ಯಾರನ್ನ ಕೇಳಿ ಅವುಗಳನ್ನ ಕ್ಯಾಸೆಟ್ ಮಾಡಿದೀಯ? ಅದಕ್ಕೆ ಅಗ್ರೀಮೆಂಟ್ ಎಲ್ಲಿದೆ?'

'ಅದಕ್ಕೆಂಥ ಅಗ್ರೀಮೆಂಟ್‌ಬೇಕು? ಮದುವೆಯ ಅಗ್ರೀಮೆಂಟ್ ಒಳಗೇ ಈ ಎಲ್ಲ ಅಗ್ರೀಮೆಂಟ್‌ಗಳೂ ಸೇರಿಕೊಂಡಿರ್ತವೆ. ಬೇಕಾದೋರು ಒಬ್ಬರಿಂದೊಬ್ಬರಿಗೆ ಕಾಪಿ ಮಾಡಿ

ಕೊಂಡು ಚಲಾವಣೆ ಮಾಡಿಕೊಳ್ಳೂದ ತಪ್ಪಿಸುಕ್ಕೆ ಅಂತ ನಾನೇ ಅವುಗಳನ್ನೆಲ್ಲ ಹುಡುಕಿ ಪ್ರಡ್ಯೂಸ್ ಮಾಡಿದೆ. ನಾನು ಮಾಡದೆ ಇದ್ದಿದ್ದರೆ ನೀವು ಮಾಡ್ತಿದ್ದಿರಾ? ಮಾಡೂದಿದ್ದರೆ ಇದುವರೆಗೆ ಯಾಕೆ ಮಾಡಲಿಲ್ಲ? ತಾನು ಉಟ್ಟು ಕಳಚಿಹಾಕಿದ ಬಟ್ಟೇನ ಹೆಂಡತಿ ಆರಿಸಿ ಒಗೆದು ಇಸ್ತ್ರಿ ಮಾಡಿಟ್ಟರೆ ಹಂಗೆ ಮಾಡುಕ್ಕೆ ಅಗ್ರೀಮೆಂಟ್ ಎಲ್ಲಿದೆ ಅಂತ ಕೇಳಿದನಂತೆ ಒಬ್ಬ ಹುಚ್ಚ ಗಂಡ. ಹಾಗಿದೆ ನಿಮ್ಮ ಮಾತು. ಅವರು ಕೊಟ್ಟಷ್ಟು ದುಡ್ಡಿಗೆ ನೀವು ಹಿಂದೆ ಕೆಲವು ಕ್ಯಾಸೆಟ್‌ಗಳನ್ನ ಕೊಟ್ಟದ್ದು ನನಗೆ ಗೊತ್ತಿದೆ. ಅವರು ಎಷ್ಟು ಮಾರಾಟ ಮಾಡಿದರು ಎಷ್ಟು ಲೆಕ್ಕ ಕೊಟ್ಟರು ನಿಮಗೆ ಗೊತ್ತಿದೆಯೆ? ಫ಼ೋನ್ ಯಾವಾಗ ಸರಿಯಾಯಿತು ಹೇಳಿ.'

'ಮಾತು ತಿರುಗಿಸಬೇಡ. ಹಾರ್ಮೋನಿಯಂ ತಬಲಾ ಸಾಥೀದಾರರ ಒಪ್ಪಿಗೆ ಪಡೆದಿಲ್ಲ. ಅವರಿಗೆ ದುಡ್ಡುಕೊಟ್ಟಿಲ್ಲ.'

'ಒಪ್ಪಿಗೆ ನೀವು ಪಡೆಯಿರಿ. ದುಡ್ಡು ಎಷ್ಟು ಕೊಡಬೇಕು ಮಾತಾಡಿ. ಇವನ್ನೆಲ್ಲ ಫ಼ೋನಿನಲ್ಲಿ ಚರ್ಚೆಮಾಡುಕ್ಕೆ ಸಾಧ್ಯವೆ? ಮನೆಗೆ ಬಂದು ಮಾತಾಡಿ. ಭವಿಷ್ಯದ ಜನಾಂಗಕ್ಕೆ ನಿಮ್ಮ ಸಂಗೀತಾನ ಉಳಿಸಬೇಕು ಅನ್ನೂ ಭಕ್ತಿಯಿಂದ ನಾನು ಕಷ್ಟಪಟ್ಟು ಮಾಡಿದರೆ ಅಗ್ರಿಮೆಂಟ್ ಗಿಗ್ರಿಮೆಂಟ್ ಅಂತ ಮಾತಾಡ್ತಿದೀರಲ್ಲ ಬೆಳಗಿನ ಹೊತ್ತು, ಇಷ್ಟುಹೊತ್ತಿನಲ್ಲಿ ಕುಡಿಯೂದ ಕಲ್ತಿದೀರೇನು?'

'ನಾನೇನೂ ಹಂಗೆ ಕುಡಿಯೂದಿಲ್ಲ.'

'ಮತ್ತೆ ಯಾಕೆ ಹಿಂಗೆ ಮಾತಾಡ್ತಿದೀರಿ? ಮನೆಗೆ ಬಂದು ಮಾತಾಡಿ.'

ಅವನಿಗೆ ಮುಂದೆ ಮಾತು ತೋಚಲಿಲ್ಲ. ಫ಼ೋನನ್ನು ಕೆಳಗಿಟ್ಟುಬಿಟ್ಟ. ಬೀದಿ ನಡೆದು ಲಿಫ್ಟ್ ಹತ್ತಿ ಫ್ಲ್ಯಾಟಿಗೆ ಹಿಂತಿರುಗಿ ಕಾಯುತ್ತಿದ್ದ ಟಿಪ್ನಿಸ್‌ಗೆ ಸಂಭಾಷಣೆಯನ್ನು ವರದಿ ಮಾಡಿ ಹೇಳಿದ. 'ಯಾವಾಗಲೂ ನೋಡಿ, ಮಾತಿನಲ್ಲಿ ನನ್ನನ್ನೇ ಸಿಕ್ಕಿಸ್ತಾಳೆ. ಹೊರಗಿನ ಯಾರಿಗಾದರೂ ನ್ಯಾಯ ಒಪ್ಪಿಸಿದರೆ ಇವನೇ ಹುಚ್ಚು ಹುಚ್ಚು ಆಡ್ತಿದಾನೆ. ಪಾಪ ಅವಳು ಸದ್ಗೃಹಿಣಿ ಅನ್ನುವ ಹಾಗೆ ತಿರುಗುಸ್ತಾಳೆ.'

ಟಿಪ್ನಿಸ್‌ಗೆ ಈ ಹಿನ್ನೆಲೆ ಸಂಪೂರ್ಣವಾಗಿ ಗೊತ್ತಿತ್ತು. ಮೋಹನಲಾಲನೇ ಯಾವಾಗಲಾದರೊಮ್ಮೆ ತಾನು ಅವಳನ್ನು ಮದುವೆಯಾದ ಸನ್ನಿವೇಶ ಮತ್ತು ಅನಂತರದ ಘಟನೆಗಳನ್ನು ಹೇಳುತ್ತಿದ್ದ. ಒಂದುನಿಮಿಷ ಯೋಚಿಸಿದನಂತರ ಟಿಪ್ನಿಸ್ ಹೇಳಿದ: 'ಮೋಹನ್‌ಜಿ, ಒಂದು ವಿಷಯ ಸ್ಪಷ್ಟವಾಗಿ ಹೇಳ್ತೀನಿ. ನನ್ನನ್ನ ತಪ್ಪು ತಿಳೀದೇ ಅರ್ಥಮಾಡ್ಕತ್ತೀರಾ?'

'ಹೇಳಿ. ಹೇಳಿ.'

'ತನ್ನದು ಏನೂ ತಪ್ಪಿಲ್ಲ ಅಂತ ಆಕೆ ಕಾಯ್ದೆಪ್ರಕಾರ ಸಾಧಿಸಿ ತೋರಿಸಬಲ್ಲಳು. ಆ ಮನೆಯ ಟೆಲಿಫ಼ೋನ್ ಕೂಡ ನಿಮ್ಮ ಹೆಸರಿನಲ್ಲಿದೆ. ಅಂದರೆ ನೀವು ಅಲ್ಲಿ ವಾಸ ಮಾಡ್ತಿದೀರಿ ಅಂತ ನೀವು ಒಪ್ಪಿಕೊಂಡಹಾಗಾಯ್ತು. ನಿಮ್ಮ ಹೆಸರಿನಲ್ಲೇ ಆಕೆ ಫ಼ೋನ್ ಬಿಲ್

ಕಟ್ಟಿದಾರೆ ಅಂತ ಆಯ್ತು. ಫ್ಲ್ಯಾಟಿನ ಮುಂದೆ ಮೋಹನ್ ಸ್ಕೂಲ್ ಆಫ್ ಮ್ಯೂಸಿಕ್ ಅಂತ ಬೋರ್ಡು ಹಾಕಿದಾರೆ. ಅಂದರೆ ನೀವೇ ಅದನ್ನ ನಡೆಸ್ತಿದೀರಿ ಅಂತಲೂ ಆಯ್ತು. ಆಕೆ ನಿಮ್ಮ ಜೊತೆ ರಿಜಿಸ್ಟರ್ ಪ್ರಕಾರ ಮದುವೆಯಾದ ಹೆಂಡತಿ. ಅಕಸ್ಮಾತ್ ನಿಮಗೆ ಏನಾದರೂ ಆದರೆ ಈ ಎರಡು ಫ್ಲ್ಯಾಟ್‌ಗಳು ಆಕೆಗೆ ಸೇರ್ತವೆ. ಈಗ ಕುರ್ಲಾದಲ್ಲಿರೂ ಫ್ಲ್ಯಾಟು ಆಕೆ ಹೆಸರಿನಲ್ಲೇ ಮಾಡ್ಕಂಡಿದಾಳೆ. ಅದನ್ನ ತನ್ನ ಅಪ್ಪ ಕಟ್ಟಿಸಿಕೊಟ್ಟರು ಅಂತಲೇ ಎಲ್ಲರಿಗೂ ಹೇಳ್ತಿರೂದು. ರಾಮಕುಮಾರಿಗೂ ಅವಳ ಮಕ್ಕಳಿಗೂ ಕಾಯ್ದೆಪ್ರಕಾರ ಏನೂ ಇಲ್ಲದ ಹಾಗೆ ಮಾಡಿಟ್ಟಿದಾಳೆ. ನೀವು ಕೂಡ ಅವಳ ಮಗಳ ಲಗ್ನಪತ್ರಿಕೆಗೆ ನಿಮ್ಮ ಹೆಸರು ಹಾಕೂದು ಬೇಡ, ಒಂದುಲಕ್ಷ ಹಣ ಕೊಟ್ಟು ಕೈ ತೊಳಕತ್ತೀನಿ ಅಂತ ತೀರ್ಮಾನ ಮಾಡಿದೀರಿ.'

'ಹೇ, ಅದು ಹೆಂಗರಿ? ಅಂಬಾ ಭವಾನೀ ಮಂದಿರದಲ್ಲಿ ತಾಳಿಕಟ್ಟಿ ಮದುವೆಯಾಗಿದೀನಿ. ಅವಳೇ ನನ್ನ ಧರ್ಮಪತ್ನಿ. ಎಲ್ಲ ಗೊತ್ತಿದ್ದೂ ನೀವು ನನ್ನ ಮನಸ್ಸು ನೋಯಿಸಬ್ಯಾಡಿ.' ಎನ್ನುವಾಗ ಮೋಹನಲಾಲನ ಧ್ವನಿ ನಿತ್ರಾಣಗೊಂಡಿತ್ತು. ಕಣ್ಣುಗಳಲ್ಲಿ ಅಸಹಾಯಕತೆ ಕಾಣಿಸಿತು.

ಎಲ್ಲೆಲ್ಲೂ ಹೆಸರಿರುವ, ಇವನ ಕಛೇರಿ ಎಂದರೆ ಶ್ರೋತೃಗಳು ಮುಗಿಬೀಳುವ ಮುಖ್ಯ ಕಲಾಕಾರನಾದ ಇವನನ್ನು ಹಾರ್ಮೋನಿಯಂ ಸಾಥಿದಾರನಾದ ತಾನು ಇದಕ್ಕಿಂತ ಹೆಚ್ಚು, ಕಠಿಣವಾಗಿ ಬಿಚ್ಚಿ ತೋರಿಸಬಾರದೆಂಬ ಎಚ್ಚರದಿಂದ ಟಿಪ್ನಿಸ್, 'ನಾನು ಮಾತಾಡಿದ್ದು ಕಾಯ್ದೆಪ್ರಕಾರ ಚಂಪಾಬಾಯಿ ಹೆಂಗೆ ವಾದಮಾಡಬಹುದು ಅನ್ನೂದನ್ನ. ನಾನು ನಂಬ್ತೀನಿ ಅಂತ ಅಲ್ಲ. ಬೇಕೆಂದರೆ ನಿಮ್ಮ ಪರವಾಗಿ ಬೇಕಾದಕಡೆ ಬೇಕಾದರೀತಿ ಸಾಕ್ಷಿ ಹೇಳುಕ್ಕೂ ನಾನು ಸಿದ್ಧ. ಆದರೆ ಕಾಯ್ದೆಗೆ ನ್ಯಾಯಾನ್ಯಾಯದ ಗಣನೆ ಇರೂದಿಲ್ಲ, ವಾಸ್ತವತೆಯ ಪರಿವೆಯೂ ಇರೂದಿಲ್ಲ. ಆದ್ದರಿಂದ ನೀವೊಬ್ಬ ಸರಿಯಾದ ವಕೀಲರನ್ನ ಹಿಡಿದು ತಕ್ಕ ಬಂದೂಬಸ್ತ್ ಮಾಡಿಸಿಕೊಳ್ಳಿರಿ. ಬಾಂದ್ರಾದಲ್ಲಿ ಇಂಥ ಎರಡು ಫ್ಲ್ಯಾಟ್ ನಿಮ್ಮ ಹೆಸರಿನಲ್ಲಿವೆ ಅಂದರೆ ಇವತ್ತಿನ ಧಾರಣೆಯಲ್ಲಿ ನಲವತ್ತೈವತ್ತು ಲಕ್ಷವಾದರೂ ಆದೀತು. ನಿಮಗೆ ಅರವತ್ತು ವರ್ಷವಾಯಿತು. ಯಾರ ಆಯುಷ್ಯ ಎಷ್ಟಿದೆಯೋ ಯಾರು ಕಂಡಿದಾರೆ? ನಿಮ್ಮ ಜನ್ಮಕುಂಡಲಿ ಇದೆಯೋ ಮಾಹಿಮ್‌ನಲ್ಲಿ ಸೂರ್ಯಪ್ರಸಾದ ಶಾಸ್ತ್ರೀ ಅಂತ ಒಬ್ಬ ಮಹಾಗಟ್ಟಿಗ ಜ್ಯೋತಿಷಿ ಇದಾರೆ. ಕರಾರುವಾಕ್ ಜನ್ಮಕುಂಡಲಿ ಕೊಟ್ಟರೆ ನಿಮ್ಮ ಭವಿಷ್ಯ ಇಂತಿಂಥ ವರ್ಷ ಹಿಂಗೆ ಹಿಂಗೇ ನಡೆಯುತ್ತೆ, ಇಂಥ ವರ್ಷಕ್ಕೆ ಗುಣಾಕಾರ ಮುಂದಕ್ಕೆ ಹೋಗುಲ್ಲ ಅಂತ ಬರೆದುಕೊಡ್ತಾರೆ.'

'ಜನ್ಮಕುಂಡಲಿ ಎಲ್ಲಿ ಸಿಗಬೇಕು? ನನ್ನ ಬಾಲ್ಯ ನಿಮಗೇ ಗೊತ್ತಲ್ಲ.'

'ಹಂಗಿದ್ದರೆ ನೀವು ಹಸ್ತಸಾಮುದ್ರಿಕೆಯವರಿಗೆ ತೋರಿಸಬೇಕು. ಮಹಾಲಕ್ಷ್ಮಿಯಲ್ಲಿ ಒಬ್ಬರಿದ್ದರು ಕ್ಷೀರಸಾಗರ ಅಂತ. ಇಪ್ಪತ್ತುವರ್ಷದ ಹಿಂದೆ ನನಗೆ ಹೇಳಿದ್ದು ಇವತ್ತಿಗೂ ಹಂಗೇ ನಡೀತಿದೆ. ಆಗಲೇ ಅವರಿಗೆ ಅರವತ್ತೈದುವರ್ಷ. ಬದುಕಿದಾರೆಯೋ ಹೆಂಗೋ ಅಲ್ಲಿಗೇ ಹೋಗಿ ಪತ್ತೆಮಾಡಬೇಕು.'

'ಮಾಡಿ, ಬೇಗ ಮಾಡಿ. ನನಗೆ ಯಾಕೋ ಗ್ರಹಚಾರ ಕೆಟ್ಟಿದೆ ಅನ್ನಿಸ್ತಿದೆ,' ಇವನಿಗೆ ಒಂದು ದಾರಿ ಕಂಡಂತಾಯಿತು.

– ೫ –

ಒಬ್ಬ ಹಸ್ತಸಾಮುದ್ರಿಕನಿಗೆ ತೋರಿಸಬೇಕೆಂಬ ಆಲೋಚನೆ ಟಿಪ್ನಿಸ್ ಹೋದಮೇಲೂ ಅವನ ಮನಸ್ಸಿನೊಳಗೆ ಸುತ್ತು ಹಾಕುತ್ತಿತ್ತು. ಒಂದೊಂದು ಮೊಹಲ್ಲಾದಲ್ಲಿ ಹತ್ತು ಜನರು ಬೋರ್ಡ್ ಹಾಕಿಕೊಂಡಿರುತ್ತಾರೆ. ಸರಿಯಾಗಿ ಹೇಳುವವರು ಅಪೂರ್ವ, ಎಂದುಕೊಂಡ. ಬಹಳ ಹಿಂದೆ ಹಸ್ತಸಾಮುದ್ರಿಕೆಗೆ ಕೈತೋರಿಸುವ ಅಭ್ಯಾಸ ತನಗೆ ತುಂಬ ಇತ್ತು. ಕಲ್ಕತ್ತೆಯಲ್ಲಿ ಒಬ್ಬ ಕರಾರುವಾಕ್ ಹೇಳಿಬಿಟ್ಟ: 'ನೀವು ಸಂಗೀತಗಾರರು. ಸ್ತ್ರೀಸೌಖ್ಯದ ಯೋಗವೂ ತುಂಬಿಕೊಂಡಿದೆ. ಅದರಂತೆಯೇ ನಡೆಯಿತು, ನಡೀತಿದೆ. ಕೈಗೆರೆಗಳ ಮೂಲಕ ಭವಿಷ್ಯವನ್ನು ಅಷ್ಟು ಕರಾರುವಾಕ್ ನೋಡಬಲ್ಲ ಯಾರಾದರೂ ಸಿಕ್ಕಿದರೆ ಒಂದು ಸಾವಿರ ರೂಪಾಯಿ ಯಾಗಲಿ ಕೊಟ್ಟು ಕೇಳಬಹುದು, ಎಂಬ ಆಲೋಚನೆಯ ಜೊತೆಗೆ ನಾನು ಅವನ ಅಂಗಡಿಗೆ ಹೋಗುವಾಗಲೇ ಯಾವುದೋ ಸ್ವರಾಂದೋಲನ ಗುನುಗಿಕೊಳ್ಳುತ್ತಿದ್ದೆ. ಸಂಗೀತ ಗಾರನ ಚಿತ್ತಾರದ ಜುಬ್ಬ ಹಾಕಿದ್ದೆ. ಉದ್ದನೆಯ ತಲೆಗೂದಲು. ಈ ಆಧಾರದ ಮೇಲೆ ಅವನು ಊಹೆಮಾಡಿರಬಹುದೆ? ಎಂಬ ವಿಮರ್ಶೆ ತೊಡಗಿತು. ಹಾಗಾದರೆ ಹಸ್ತಸಾಮುದ್ರಿಕೆ ಎಲ್ಲ ಬುರುಡೆಯೆ? ಬುರುಡೆ ಎಂದು ಸಾರಾಸಗಟು ನಿರಾಕರಿಸಲು ಮನಸ್ಸು ಒಪ್ಪಲಿಲ್ಲ. ಟಿಪ್ನಿಸ್ ವಿಚಾರಿಸಲಿ. ಮಹಾಲಕ್ಷ್ಮಿಯ, ಏನವರ ಹೆಸರು? ಕ್ಷೀರಸಾಗರ್. ಬದುಕಿದ್ದರೆ ಹೋಗಿ ತೋರುಸ್ತೀನಿ. ಮನೆಯ ಗುರುತು ಕೇಳಿಕೊಂಡು ಒಬ್ಬನೇ ಹೋಗ್ತೀನಿ. ಭವಿಷ್ಯ ಕೇಳೋನು ಜೊತೇಲಿ ಯಾರನ್ನೂ ಕರೆದೊಯ್ಯಬಾರದು, ಎಂದುಕೊಂಡ.

ಮರುದಿನ ಅಪರಾಹ್ಣ ಮೂರುಗಂಟೆಗೆ ಫೋನುಬಾರಿಸಿತು. ಬೇಸಿಗೆಯ ಮಧ್ಯಾಹ್ನ ನಿಂತು ಹೋಗಿದ್ದ ವಿದ್ಯುತ್ ಮತ್ತೆ ಬಂದು ಫ್ಯಾನು ತಿರುಗತೊಡಗಿದಾಗ ಜೀವ ಹಿಂತಿರುಗು ವಂತೆ ಆಯಿತು. ಎತ್ತಿಕೊಂಡ ತಕ್ಷಣ ಒಂದು ಹೆಂಗಸಿನ ಧ್ವನಿಯು ಇವನ ಸಂಖ್ಯೆಯನ್ನು ಕೇಳಿ ನಿಮ್ಮ ಸಂಪರ್ಕ ಮತ್ತೆ ಕೊಡಲಾಗಿದೆ, ಎಂದು ಹೇಳಿ ನಿಲ್ಲಿಸಿತು. ಸೂಳೆಮಕ್ಕಳು ಎಂದುಕೊಂಡರೂ ಮನಸ್ಸಿಗೆ ಆದ ನೆಮ್ಮದಿಯಲ್ಲಿ ಹಿಂಗೆ ಮಾಡದಿದ್ದರೆ ಯಾವ ಗಿರಾಕಿ ಸಕಾಲದಲ್ಲಿ ಬಿಲ್ ಕಟ್ಟಿಯಾನು, ಎಂಬ ಸಮರ್ಥನೆಯೊಡನೆ ಮನಸ್ಸು ಕ್ಷಮಿಸಿಬಿಟ್ಟಿತು. ಅನಂತರ ಟಿಪ್ನಿಸಿಗೆ ಫೋನು ಮಾಡಿದ. 'ನಾನೇ ಬೆಳಗಿನಿಂದ ಏಳೆಂಟುಬಾರಿ ಮಾಡಿದೆ. ಯಾವಾಗ ಬಂತು ಲೈನು? ಇದೀಗ ಬಂದಿರಬೇಕು. ಬ್ಯಾಂಕಿನಲ್ಲಿ ವಿಚಾರಿಸಿದೆ. ಬೇರೆ ಯಾರಿಗೋ ಸಾಲ ಕೊಡೂದು, ನಾನು ಗ್ಯಾರಂಟಿ ನಿಲ್ಲೂದು, ಅದಕ್ಕೆ ಮೊದಲು ನಿಮ್ಮ ಖಾತೆ ತೆಗೆಯಬೇಕು, ಇವೆಲ್ಲ ಬೇಗ ಆಗುವ ಕೆಲಸವಲ್ಲ. ನನಗೆ ನಿಮ್ಮ ಮೇಲೆ ನಂಬಿಕೆ ಇಲ್ಲವೆ? ನಾನೇ ನನ್ನ ಹೆಸರಿನಲ್ಲೇ ತೆಗೆದುಕೊಡ್ತೇನಿ. ನಾನೇ ಹೋಗಿ ರಾಮಕುಮಾರಿಬಾಯಿಗೆ

ತಲುಪಿಸಬೇಕು ಅಂತ ಅಲ್ಲವೆ ನೀವು ಹೇಳಿದ್ದು?'

'ಹೌದು. ಹೌದು ಮಾರಾಯರೇ. ಭಾಳ ಉಪಕಾರವಾಯಿತು. ಒಂದುಲಕ್ಷ ಮೂವತ್ತು ಸಾವಿರ. ಬಂದ ಬಂದ ಹಂಗೆ ತೀರಿಸಿಬಿಡ್ತೀನಿ. ಬ್ಯಾಂಕಿನೋರಿಗೆ ನೀವು ಕೊಡೂ ಬಡ್ಡೀನೂ ಸೇರಿಸಿ,' ಎನ್ನುವಾಗ ಅವನ ಮನಸ್ಸು ಕೃತಜ್ಞತೆಯಿಂದ ತುಂಬಿಕೊಂಡಿತು. ಆ ದಿನವೆಲ್ಲ ರಾಮಕುಮಾರಿಯ ನೆನಪು. ಎರಡು ಬಸರಿ ಬಾಣಂತನಗಳಲ್ಲಿ ಚಂಪಾ ಮನೆಯಲ್ಲಿ ಉಳಿದು ಅವಳಿಗೆ ತಿಳಿಯದಂತೆ ತನಗೆ ಹೊರಗೆ ಸಿಕ್ಕುತ್ತಿದ್ದ ಬೈಠಕ್‌ಗಳ ಹಣವನ್ನು ಟಿಪ್ನಿಸನೇ ನನ್ನದೊಂದು ಖಾತೆ ತೆಗೆಸಿ ಅದಕ್ಕೆ ಹಾಕಿ ನನ್ನಿಂದ ಚೆಕ್ ಬರೆಸಿಕೊಂಡು ತೆಗೆದು ರಾಮಕುಮಾರಿಗೆ ಪ್ರತಿ ತಿಂಗಳೂ ಕೊಟ್ಟು, ನಂಬಿಕೆಯ ಮನುಷ್ಯ ಅಂದರೆ ಅವನು. ಎಷ್ಟು ವರ್ಷದ ಸ್ನೇಹ! ಬೇರೆ ಗಾಯಕರಿಗೆ ಸಾಥಿ ಮಾಡುಕ್ಕೆ ಹೋಗ್ತಾನೆ. ಯಾವ ಶೈಲಿಯ, ಯಾವ ಘರಾಣೆಯ ಗಾಯನಕ್ಕೂ ಸಮರ್ಥವಾಗಿ ಸಾಥಿ ಕೊಡಬಲ್ಲ ವಾದಕ. ಆದರೆ ನನಗೆ ಸಂಪೂರ್ಣನಿಷ್ಠನಾಗಿದಾನೆ. ಎಷ್ಟೇ ಸ್ನೇಹವಿದ್ದರೂ ವಿನಯ ಬಿಡುಲ್ಲ. ಮುಖ್ಯ ಕಲಾಕಾರನಿಗೆ ಸಾಥಿದಾರನು ತೋರುವ ವಿನಯ ಎಂದು ಟಿಪ್ನಿಸನ ನಂಬಿಕೆಯ ಗುಣಗಳನ್ನು ಮನಸ್ಸಿನಲ್ಲಿ ಉಕ್ಕಿಸಿಕೊಳ್ಳುತ್ತಿರುವಾಗ ಇದ್ದಕ್ಕಿದ್ದಂತೆಯೇ, ಆದರೂ ನಾನು ದಿಲ್ಲಿಯಿಂದ ಹಿಂತಿರುಗಿ ಸಂಸಾರ ಬಿಟ್ಟು ಒಬ್ಬನೇ ಇರತೊಡಗಿದಮೇಲೆ ಒಂದು ದಿನವೂ ತನ್ನ ಮನೆಗೆ ಕರೆದಿಲ್ಲ, ಎಂಬ ನ್ಯೂನತೆ ಕಾಣಿಸಿತು. ಹಾಗೆಯೇ ನೆನಸಿಕೊಳ್ಳ ತೊಡಗಿದ. ಹೌದು. ಅದಕ್ಕೆ ಮೊದಲು ಒಮ್ಮೊಮ್ಮೆ ಕರೀತಿದ್ದ. ಬ್ಯಾಂಕಿನಲ್ಲಿ ಖಾತೆ ತೆಗೆಸುಕ್ಕೆ ಕರೆದೊಯ್ದ ದಿನ ಅವನ ಮನೇಲೇ ಊಟ ಮಾಡಿಸಿದ್ದ. ಆಗತಾನೆ ಮದುವೆಯಾಗಿ ಬಂದಿದ್ದ ಅವನ ಹೆಂಡತಿ ಕರಾಡಿನ ಹುಡುಗಿ ಭಯಭಕ್ತಿ ಸಂಭ್ರಮಗಳಿಂದ ಪೂರಿ ಮಾಡಿ ಬಡಿಸಿದಳು. ವಾಡಿಲಾಲ್ ಕಂಪನಿಯ ಶ್ರೀಖಂಡ ತರಿಸಿದ್ದ. ಆಮೇಲೆ ಕೂಡ ಅವನ ಮೊದಲ ಮಗುವಿನ ನಾಮಕರಣಕ್ಕೆ. ಮಧ್ಯೆ ಇನ್ನೂ ಕೆಲವು ದಿನ, ಯಾವುದೋ ಒಂದು ಹಬ್ಬದ ದಿನ. ದಿಲ್ಲಿಯಿಂದ ಹಿಂತಿರುಗಿದಮೇಲೆ, ಹೆಂಗಸರೊಡನೆ ಮುಕ್ತವಾಗಿ ನನ್ನ ಒಡನಾಟ ಶುರು ಮಾಡಿದಮೇಲೆ ಒಮ್ಮೆಯೂ ಮನೆಗೆ ಕರೆದೊಯ್ದಿಲ್ಲ ಎಂಬ ನೆನಪು ಸ್ಪಷ್ಟವಾಗತೊಡಗಿತು. ಮನಸ್ಸನ್ನು ಚುಚ್ಚತೊಡಗಿತು. ಹಣಕಾಸು ಪ್ರೋಗ್ರಾಂ ಎಲ್ಲ ವಿಷಯಗಳಲ್ಲೂ ನಂಬುತಾನೆ. ಅಷ್ಟೆ. ಈ ಮೋಹನಲಾಲ ಸ್ನೇಹಿತರ, ಸಾಥಿದಾರರ, ನಂಬಿಕಸ್ಥರ ಹೆಂಡಂದಿರನ್ನು ಕಣ್ಣೆತ್ತಿ ನೋಡುಲ್ಲ ಅನ್ನುವಷ್ಟು ನಂಬಿಕೆ ಇಟ್ಟುಕೊಂಡಿಲ್ಲವಲ್ಲ, ಎಂಬ ಖೇದವಾಯಿತು. ಕೋಪ ಬಂತು. ವ್ಯವಹಾರದಲ್ಲಿ ನಾಜೂಕು, ಅಂತರಂಗದಲ್ಲಿ ಹೊರಗೇ ಇಟ್ಟಿದಾನೆ ಬೆಕ್ಕಿನಂಥ ಕೊರಮ ಎಂದುಕೊಂಡ. ರಾತ್ರಿ ಎಲ್ಲ ಅದೇ ಬಾಧಿಸುತ್ತಿತ್ತು. ಸರಿಯಾಗಿ ನಿದ್ರೆಯೂ ಬರಲಿಲ್ಲ. ಬೆಳಗ್ಗೆ ಏಳುವ ವೇಳೆಗೆ, ಸ್ತ್ರೀ ಸೌಖ್ಯದ ಬಗೆಗೆ ನನ್ನ ಅದೃಷ್ಟವನ್ನು ಅವನೇ ಮೆಚ್ಚುಗೆಯಿಂದ ಮಾತನಾಡ್ತಾನಲ್ಲ. ಗಾಯಕನಿಗಿರುವ ಆಕರ್ಷಣೆ ಹಾರ್ಮೋನಿಯಂ ಸಾಥಿದಾರನಿಗೆಲ್ಲಿದೆ? ಸಂಗೀತ ಕಲಿಯಲು ನಿಮ್ಮನ್ನು ದುಂಬಾಲುಹತ್ತಿ ಬರುವ ಹಾಗೆ ಹಾರ್ಮೋನಿಯಂ ಕಲೀತೀನಿ ಅಂತ ನನ್ನನ್ನ ಯಾರು ಹುಡುಕಿಕೊಂಡು ಬರ್ತಾರೆ? ಎಂಬ ಹುಸಿಮತ್ಸರದ ಹಾಸ್ಯ ಮಾಡ್ತಾನಲ್ಲ, ಎಂಬ ನೆನಪಾಗಿ ಯಾಕೆ ಕರೆ

ದಿಲ್ಲವೋ ಏನೋ, ಅವನವನ ಗೃಹಕೃತ್ಯದ ಸನ್ನಿವೇಶ ಏನಿದೆಯೋ ಎಂತೋ! ಎಂದು ಸಮಾಧಾನ ಮಾಡಿಕೊಂಡ.

ಬೆಳಗ್ಗೆ ಎಂಟುಗಂಟೆಗೆ ಟಿಪ್ನಿಸ್ ಫ಼ೋನು ಮಾಡಿದ: 'ನಾನು ನೆನ್ನೆ ಎಲ್ಲ ಯೋಚನೆ ಮಾಡಿದೆ. ನೀವು ಒಬ್ಬ ಸರಿಯಾದ ವಕೀಲರನ್ನು ಕಂಡು ಎಲ್ಲ ಹೇಳಿ ಬಂದೂಬಸ್ತ್ ಮಾಡಿಸೂದು ಒಳ್ಳೇದು. ನಿಮಗೆ ಯಾರಾದರೂ ಗೊತ್ತಿದಾರೆಯೆ?'

'ಖಾಸಾ ಗೊತ್ತಿಲ್ಲ. ಕೆಲವರು ಸಂಗೀತಪ್ರೇಮಿಗಳಿದಾರೆ.'

'ಅವರೆಲ್ಲ ಆಗೂದಿಲ್ಲ. ಸರಿಯಾಗಿ ಕಾನೂನು ತಿಳಿದೋರಾಗಬೇಕು. ನಂಬಿಕೆಯಿಂದ ಕೆಲಸ ಮಾಡಲೂಬೇಕು. ಬೆಸ್ಟ್ ಅಂದರೆ ಗೋರೆಸಾಹೇಬರು: ನಿಮ್ಮ ಸಂಗೀತ ಅಂದರೆ ಅವರಿಗೆ ಬಹಳ ಶೌಕ್ ಕೂಡ ಇದೆ. ನೀವು ಈ ಎರಡು ಫ಼್ಲ್ಯಾಟ್ ಮಾಡಿಕೊಂಡಾಗ ಅವರೇ ಬಿಲ್ಡರನಿಗೆ ಹೇಳಿ ಸಲಹೆ ಸೂಚನೆ ಕೊಟ್ಟು ಸಹಾಯಮಾಡಿದ್ದರಲ್ಲವೆ?'

'ಹೌದು, ಹೌದು.'

'ಅವರನ್ನ ಕಂಡು ಎಲ್ಲಾನೂ ಹೇಳಿ. ಚಂಪಾಬಾಯಿ ಮತ್ತೆ ಕ್ಯಾಸೆಟ್ ತೆಗೆಯದ ಹಾಗೆ ಮಾಡಬೇಕು. ಈಗ ಮಾಡಿರೂದಕ್ಕೆ ನನಗೂ ಪ್ರಭುವಿಗೂ ಲೆಕ್ಕ ಕೊಟ್ಟು ಹಣ ಕೊಡಬೇಕು. ನ್ಯಾಯವಲ್ಲವೆ ನಾನ ಕೇಳ್ತಿರೂದು?'

'ನ್ಯಾಯ, ನ್ಯಾಯ. ನನ್ನಪಾಲಿನ ದುಡ್ಡೂ ಕಕ್ಕಬೇಕು. ನನ್ನ ಈ ಎರಡು ಫ಼್ಲ್ಯಾಟು, ಇವೆಲ್ಲ ಬಂದೂಬಸ್ತ್ ಆಗಬೇಕು. ನಾನು ಅವರನ್ನ ಕಾಣ್ತೀನಿ. ನನಗೆ ಅವರ ಆಫ಼ೀಸು ಗೊತ್ತಿದೆ. ಕಾಳಬಾ ದೇವಿ.'

'ಅವರ ಹತ್ತಿರ ಎಲ್ಲಾ ಹೇಳುವಾಗ ರಾಮಕುಮಾರಿಬಾಯಿಯ ವಿಷಯಾನೂ ಹೇಳಬೇಕಾಗುತ್ತೆ. ನಿಮಗೆ ಗೊತ್ತಿದೆಯೋ ಇಲ್ಲವೋ, ಆಕೆ ಗೋರೆಸಾಹೇಬರ ಮನೇಲಿ ಅಡುಗೆ ಮಾಡ್ತಾರೆ. ಹದಿನೇಳು ಹದಿನೆಂಟು ವರ್ಷದಿಂದ.'

'ಹಾಗಾ? ನಿಮಗೆ ಗೊತ್ತಿತ್ತಾ? ನನಗ್ಯಾಕೆ ಹೇಳಲಿಲ್ಲ?'

"ನಾನಾಗಿಯೇ ಮಾತು ತೆಗೆದು ನಿಮಗೆ ಹ್ಯಾಗೆ ಹೇಳಲಿ? ಬೇರೆ ಮೂಲದಿಂದ ನಿಮಗೆ ಗೊತ್ತಿರಬಹುದು, ಮಾತಾಡುಕ್ಕೆ ಇಷ್ಟವಿಲ್ಲದೆ ನೀವು ಸುಮ್ಮನಿರಬಹುದು ಅಂತ ತಿಳಕೊಂಡಿದ್ದೆ. ಈಗ ಹೇಳಿಬಿಡ್ತೀನಿ. ಆಗ ಪ್ರತಿ ತಿಂಗಳೂ ಬೋರಿವಲಿಗೆ ಹೋಗಿ ಅವರಿಗೆ ಹಣ ಕೊಟ್ಟು ಬರುವ ಕೆಲಸ ನೀವೇ ನನಗೆ ವಹಿಸಿದ್ದಿರಿ. ಅದರಂತೆ ಐದುವರ್ಷ ನಾನು ಮಾಡಿದೆ. ಆಮೇಲೆ ನೀವು ಇದ್ದಕ್ಕಿದ್ದಹಾಗೆ ಮುಂಬಯಿ ಬಿಟ್ಟು ಸಂಗೀತಾನೂ ಬಿಟ್ಟು ದಿಲ್ಲಿಗೆ ಹೋಗಿಬಿಟ್ಟಿರಿ. ಇನ್ನು ಆಕೆಗೆ ಜೀವನಕ್ಕೆ ಏನು ಗತಿ? ಮಕ್ಕಳ ಹೊಟ್ಟೆಗೆ ಎಲ್ಲಿ ತರ ಬೇಕು? ನಾನು ಕಸಮುಸುರೆ ಮಾಡಬಲ್ಲೆ, ಆದರೆ ಅದರಿಂದ ಹೊಟ್ಟೆ ತುಂಬುಲ್ಲ. ನೀವೇ ಎಲ್ಲಾದರೂ ಒಂದು ನೌಕರಿ ಕೊಡಿಸಿ ಅಂತ ನನ್ನನ್ನೇ ಕೇಳಿದರು. ನಿಮ್ಮ ಖಾತೆಯಲ್ಲಿ ಒಂದೂವರೆ ಸಾವಿರದಷ್ಟು ದುಡ್ಡಿತ್ತು. ಆದರೆ ನಿಮ್ಮ ಸಹಿಯ ಚೆಕ್ ಇರಲಿಲ್ಲ. ಇದ್ದರೂ ಹಣ ಮೂರು ನಾಲ್ಕು ತಿಂಗಳಿಗೆ ಸಾಕಾಗ್ತಿತ್ತು. ಆಕೆಗೆ ವಿದ್ಯೆ ಇಲ್ಲ.

ರಾಮಕುಮಾರಿಲಾಲ್ ಅಂತ ದೇವನಾಗರಿಯಲ್ಲಿ ಸಹಿಮಾಡೂದು ಬಿಟ್ಟರೆ ಮತ್ತೇನೂ ಗೊತ್ತಿಲ್ಲ. ಇನ್ನು ಯಾವ ನೌಕರಿ ಸಿಕ್ಕೀತು? ಯಾವುದಾದರೂ ಮಿಲ್‌ನಲ್ಲಿ ಕೂಲಿ ಕೆಲಸ ಕೊಡಿಸೋಣ ಅಂದರೆ ನನಗೆ ಆ ಲೈನು ಪರಿಚಯವಿಲ್ಲ. ಗೋರೆಸಾಹೇಬರನ್ನು ಹಿಡಿದರೆ ಒಂದು ದಾರಿ ತೋರಿಸ್ತಾರೆ ಅಂತ ಆಲೋಚಿಸಿ ಅವರನ್ನ ಕಂಡೆ. ಅವರೇ ಕೇಳಿದರು, ಮೋಹನಲಾಲ್ ಮುಂಬಯಿ ಬಿಟ್ಟನಂತಲ್ಲ. ದಿಲ್ಲೀಲಿದಾನೆ ಅಂತ ಸುದ್ದಿ. ಅಂಥ ದೊಡ್ಡ ಗಾಯಕ ಕಥಕ್ ಹುಡುಗಿಗೆ ಸಾಥೀದಾರನಾಗಿರೂದು ಅಂದರೆ ತನ್ನ ಸಂಗೀತವನ್ನ ಎಲ್ಲಿಗೆ ಇಳಿಸಿಕೊಂಡುಬಿಟ್ಟ! ಅಂದರು. ಸಂದರ್ಭವನ್ನ ಅವರೇ ತೆಗೆದದ್ದರಿಂದ ಮಾತು ಬಿಚ್ಚೂದು ನನಗೆ ಸುಲಭವಾಯಿತು. ಅವರ ಎರಡೂ ಮದುವೆಯ ವಿಷಯ ತಮಗೆ ಗೊತ್ತಾ ಸಾಹೇಬರೇ? ಅಂದೆ. ಅವರಿಗೆ ಗೊತ್ತಿತ್ತು. ಮೊದಲ ಹೆಂಡತಿಯ ಜೀವನಕ್ಕೆ ನೀವೇ ಒಂದು ದಾರಿ ಮಾಡಿಕೊಡಬೇಕು. ಯಾವ ವಿದ್ಯಾಭ್ಯಾಸವೂ ಇಲ್ಲದ ಹಳ್ಳಿಯ ಹುಡುಗಿ. ಒಳ್ಳೆಯ ಸ್ವಭಾವ. ನಿರ್ವಂಚನೆಯಿಂದ ಕೆಲಸ ಮಾಡಬಲ್ಲಳು ಅನ್ನಿಸುತ್ತೆ ಅಂದೆ. ಆಯಿತು, ಕರಕೊಂಡು ಬನ್ನಿ ಅಂದರು. ಕರೆ ದೊಯ್ದೆ. ಇಬ್ಬರು ಮಕ್ಕಳು. ಹನ್ನೊಂದುವರ್ಷದ ಹುಡುಗಿ. ಐದುವರ್ಷದ ಹುಡುಗ. ಮಿಲ್‌ಗೆ ಸೇರಿದರೆ ಎಂಟು ಗಂಟೆಯ ಡ್ಯೂಟಿ. ಹೋಗಿಬರುಕ್ಕೆ ಮೂರುನಾಲ್ಕು ಗಂಟೆ. ಮಕ್ಕಳ ಗತಿ ಏನು? ಅವರೇ ಯೋಚನೆ ಮಾಡಿ. 'ಅಡುಗೆ ಮಾಡುಕ್ಕೆ ಬರುತ್ತೇನಮ್ಮ?' ಅಂದರು. 'ರುಚಿಯಾಗಿ ಮಾಡ್ತಾರೆ ಸಾರ್. ನಾನು ಊಟ ಮಾಡಿದೀನಿ,' ನಾನು ಉತ್ತರ ಹೇಳಿದೆ. 'ಹಿಂದೂಸ್ಥಾನೀ ದಾಲ್ ರೋಟಿ ಬರಬಹುದು. ನಮ್ಮ ಮರಾಠಿ ಅಡುಗೆ?' 'ಹೇಳಿಕೊಟ್ಟರೆ ಕಲಿಯೂದೇನು ಕಷ್ಟ. ಈಕೆ ಹುಷಾರಿ ಇದಾರೆ,' ನಾನು ಮರಾಠಿಯಲ್ಲಿ ಹೇಳಿದೆ. ಅಷ್ಟರಲ್ಲಿ ರಾಮಕುಮಾರಿಬಾಯಿಯೂ ಮರಾಠಿಯಲ್ಲಿ, 'ಬಟಾಟಾ ಪೋಹೆ, ಪಿಟ್ಲ, ಆಮ್ಟಿ, ಪೋಳಿ, ಅಳೂಚಿಬಾಜಿ, ಶ್ರೀಖಂಡ ಬರುತ್ತೆ. ನನ್ನ ಪಕ್ಕದ ಮನೆಯೋರಿಂದ ಕಲಿತಿದೀನಿ' ಅಂದರು. ಒಟ್ಟಿನಲ್ಲಿ ಬೆಳಗ್ಗೆ ಎಂಟುಗಂಟೆಗೆ ರೈಲಿನಲ್ಲಿ ಹೋಗಿ ಮಧ್ಯಾಹ್ನ ಮೂರುಗಂಟೆ ಹೊತ್ತಿಗೆ ವಾಪಸು ಬರೂದು. ಗೋರೆಸಾಹೇಬರ ಯಜಮಾಂತಿಗೂ ಹೊಂದಿಕೊಂಡರು. ಆ ಕಾಲದಲ್ಲೇ ತಿಂಗಳಿಗೆ ಐದುನೂರು ಸಂಬಳ. ಈಗ ಎಷ್ಟೋ ಜಾಸ್ತಿ ಮಾಡಿರಭೌದು. ಹಲೋ, ಕೇಳ್ತಿದೀರಾ?"

ಕೇಳ್ತಿದೀನಿ ಎಂದು ಸ್ಪಷ್ಟವಾಗಿ ಹೇಳಲು ಆಗದಷ್ಟು ಅವನ ಗಂಟಲು ಹೂತುಹೋಗಿತ್ತು.

'ಅವರ ಸಹಾಯವಿಲ್ಲದೆ ಬಕುಲಾ ಓದಿ ನೌಕರಿ ಹಿಡಿಯೂದಾಗಲಿ ಕಿಷನ್‌ಗೆ ನೌಕರಿ ಸಿಕ್ಕೂದಾಗಲಿ ಎಲ್ಲಿ ಆಗ್ತಿತ್ತು?'

ತನಗೆ ಇವೆಲ್ಲ ಗೊತ್ತೇ ಇರಲಿಲ್ಲ. ಯಾರೂ ಹೇಳಿರಲಿಲ್ಲ. ಗೊತ್ತಿದ್ದೂ ಗೋರೆಸಾಹೇಬರು ತನಗೆ ಸಹಾಯ ಮಾಡಿದಾರೆ. ಪ್ರೋಗ್ರಾಂಗಳಿಗೆ ನನ್ನ ಹೆಸರು ಸೂಚಿಸಿದಾರೆ. ನನ್ನ ಸಂಗೀತ ಮೆಚ್ಚಿದಾರೆ. ಒಂದುಸಲವಾದರೂ ಬುದ್ಧಿ ಹೇಳಲು ಬಂದಿಲ್ಲ, ಎಂದುಕೊಳ್ಳುವಾಗ ನನಗೆ ಅನ್ಯಾಯ ಮಾಡಿಲ್ಲ. ಆದರೆ ನನ್ನನ್ನು ಆತ್ಮೀಯವಾಗಿ ಕಂಡಿಲ್ಲ ಎಂಬ ವ್ಯತ್ಯಾಸ ಹೊಳೆಯಿತು. ಉಳಿದ ಎಷ್ಟೋ ಸಂಗೀತಗಾರರನ್ನು ಮನೆಗೆ ಚಹಾಕ್ಕೆ ಕರೆಯುತ್ತಾರಂತೆ.

ನನ್ನನ್ನು ಒಂದು ದಿನವೂ ಕರೆದಿಲ್ಲ. ನನ್ನ ಹೆಂಡತಿ ಅಲ್ಲಿ ಕೆಲಸ ಮಾಡ್ತಿರ್ತಾಳೆ, ಪರಸ್ಪರ ಮುಖದರ್ಶನವಾಗಿ ಮುಜುಗರವಾಗಬಾರದೆಂದು ಅಂತಲೆ? ಅಥವಾ ಇವನ ಕಲೆಯನ್ನು ಗೌರವಿಸ್ತೀನಿ, ಇವನನ್ನಲ್ಲ ಅನ್ನುವ ಮನೋಭಾವವೆ? ಟಿಪ್ನಿಸ್, 'ನೋಡಿ, ಗೋರೆಸಾಹೇಬ ರಾದರೆ ಎಲ್ಲ ಗೊತ್ತಿರೋರು. ಕಲಾವಿದರು ಅಂದರೆ ವಿಶೇಷ ಮಮತೆ,' ಎಂದು ಹೇಳಿ ಮಾತನ್ನು ಮುಗಿಸಿದ.

ಯಾವುದು ಏನಾದರೂ ಹಾಳಾಗಲಿ. ಗೋರೆಸಾಹೇಬರನ್ನು ನೋಡುವುದು ಬೇಡ ಎಂದು ಅವನು ತೀರ್ಮಾನಿಸಿದ. ನನ್ನದೆಲ್ಲವೂ ಗೊತ್ತಿರುವ ಅವರ ಹತ್ತಿರ ಹೋಗಿ ಒಂದನ್ನು ಕೆದಕಿದರೆ ಎಲ್ಲವನ್ನೂ ಕೆದಕಿ ನೆನಪು ಮಾಡಿದಂತೆ ಆಗುತ್ತದೆ. ಅವರು ಕಠಿಣ ಮಾತಾಡದಿರಬಹುದು. ಆದರೆ ನನ್ನನ್ನು ತೂಕ ಮಾಡ್ತಾರೆ. ಗಾಯನ ಕೇಳಿ ಮೇಲೆಕೂರಿಸಿದ್ದ ನನ್ನ ಮೂರ್ತಿಯನ್ನು ಕೇಳಗಿಳಿಸ್ತಾರೆ, ಎಂಬ ಅಂಜಿಕೆಯಾಯಿತು. ಆದರೆ ಹಾಗೆಯೇ ಬಿಟ್ಟರೆ ಚಂಪಾ ಒಂದು ಕಡೆಯಿಂದ ನುಂಗಿ ನೀರು ಕುಡಿದುಬಿಡ್ತಾಳೆ. ನನ್ನನ್ನೇ ಬೀದಿಪಾಲು ಮಾಡಿದರೂ ಮಾಡಬಹುದು. ಮದುವೆ ಅನ್ನುವ ಅಗ್ರಿಮೆಂಟ್ ಒಳಗೆ ಉಳಿದೆಲ್ಲ ಅಗ್ರಿ ಮೆಂಟ್‌ಗಳೂ ಸೇರಿಕೊಂಡಿರ್ತವೆ, ಎಂಬ ಒಂದೇ ಪಾಯಿಂಟಿನಲ್ಲಿ ನನ್ನ ಬಾಯಿ ಮುಚ್ಚಿಸಿದ ಅವಳು ಏನುಮಾಡುಕ್ಕೆ ತಾನೆ ಹೇಸಿಯಾಳು?

– ೬ –

ಒಂದು ದಿನ ಕಳೆಯಿತು. ಗೋರೆಸಾಹೇಬರನ್ನು ಕಾಣೂದೇ ಸರಿ, ನಿಧಾನ ಮಾಡೂದು ಸಲ್ಲ, ಟಿಪ್ನಿಸ್, ಪ್ರಭು, ಇವರುಗಳ ಲೆಕ್ಕವನ್ನಾದರೂ ಹಾಕಿ ಚುಕ್ತಾಮಾಡಿಸಬೇಕು; ಇಲ್ಲದಿದ್ದರೆ ಮರ್ಯಾದೆ ಬರೂದಿಲ್ಲ, ಎಂಬ ತೀರ್ಮಾನ ಹುಟ್ಟಿತು. ಎಲ್ಲ ಗೊತ್ತಿದ್ದರೂ ನನ್ನನ್ನು ಗೌರವದಿಂದಲೇ ಕಾಣ್ತಿದಾರೆ. ಅಮೆರಿಕಾಗೆ ಹೋಗುವ ಒಂದು ತಿಂಗಳು ಮೊದಲು ಎನ್.ಸಿ.ಪಿ.ಎ.ದಲ್ಲಿ ಸಿಕ್ಕಿದಾಗ ಕೂಡ ಎಷ್ಟುಸೌಜನ್ಯದಿಂದ ವಿಚಾರಿಸಿದರು! ಎಂಬ ನೆನಪಿ ನೊಡನೆ ಅಂಜಿಕೆ ದೂರವಾಯಿತು. ಫ಼ೋನ್‌ಮಾಡಿದಾಗ ಅದೇ ದಿನ ಸಂಜೆ ಐದಕ್ಕೆ ಆಫ಼ೀಸಿಗೆ ಬರುವಂತೆ ಅವರೇ ಹೇಳಿದರು. ತಡವಾಗಿ ಹೋಗಬಾರದು, ಎಲ್ಲಿ ಸಂಗೀತ ನೃತ್ಯನಾಟಕಗಳಿದ್ದರೂ ಹೋಗುಕ್ಕೆ ಅನುಕೂಲವಾಗಲೆಂದು ಅವರು ತಮ್ಮ ಆಫ಼ೀಸನ್ನು ಐದಕ್ಕೇ ಮುಗಿಸಿಬಿಡ್ತಾರೆ ಎಂಬ ಮಾಹಿತಿ ಅವನಿಗಿತ್ತು. ಒಂದುದಿನವೂ ಅವನು ಅವರ ಆಫ಼ೀಸಿಗೆ ಹೋಗಿರಲಿಲ್ಲ. ಈಗ ನೋಡಿದರೆ ಎಷ್ಟು ದೊಡ್ಡ ಜಾಗ! ನಾಲ್ಕು ಕೋಣೆಗಳು. ಪ್ರತಿಯೊಂದೂ ಏರ್‌ಕಂಡಿಶನ್ ಆಗಿದೆ. ಪುಸ್ತಕಗಳೋ ಪುಸ್ತಕಗಳು. ಜವಾನ ಅವರ ಕೋಣೆಗೆ ಕರೆದೊಯ್ದು. ಅವರೇ ಎದ್ದುನಿಂತು ಸ್ವಾಗತಿಸಿ ಎದುರಿನ ಕುರ್ಚಿ ತೋರಿಸಿ, ನಾನು ಕೂರುವ ತನಕ ತಾವು ಕೂರದೆ, 'ಹೇಳಿ ಪಂಡಿತ್‌ಜೀ.'

'ಸಾಹೇಬರೇ, ನಿಮ್ಮ ಸಮಯ ಬಹಳ ಚುಟುಕು ಅಂತ ಕೇಳಿದೀನಿ. ನಮಗೋ

ತಂಬೂರಿ ಶ್ರುತಿ ಕೂಡಿಸುಕ್ಕೇ ಒಂದೊಂದು ಸಲ ಅರ್ಧರ್ಧ ತಾಸು ಹಿಡಿಯುತ್ತೆ. ಆಮೇಲೆ ಷಡ್ಜ ತೋರಿಸುಕ್ಕೆ ನಮ್ಮ ನಮ್ಮ ಶಕ್ತ್ಯಾನುಸಾರ. ವಿಲಂಬ ಮಾಡೂದೇ ಕಸುಬು.'

'ಅದಕ್ಕೇ ಐದಕ್ಕೆ ಬನ್ನಿ ಅಂದದ್ದು. ಇವತ್ತು ಸಂಜೆ ನನಗೆ ಬೇರೆ ಯಾವ ಎಂಗೇಜ್‌ಮೆಂಟೂ ಇಲ್ಲ. ಬೇರೆ ಯಾವ ಕಕ್ಷಿದಾರರೂ ಕಾಯ್ತಾನೂ ಇಲ್ಲ. ಹ್ಯಾಗೆ ನಡೀತು ಅಮೆರಿಕಾ ಟ್ರಿಪ್! ನೀವು ಶಿಕಾಗೋದಲ್ಲಿ ಹಾಡಿದ ಜಯಜಯವಂತಿಯ ಕ್ಯಾಸೆಟ್ ಕಳಿಸಿದಾರೆ ನನ್ನ ಸ್ನೇಹಿತರೊಬ್ಬರು.'

'ಹ್ಯಾಗನ್ನುಸ್ತು ಸಾಹೇಬರೆ?' ಮನಸ್ಸಿನ ಮುಜುಗರ ಕಳೆಯಿತು.

'ಸ್ವರದ ಒತ್ತಾಸೆ ಕೊಟ್ಟ ಫಾರಿನ್ ಹೆಂಗಸಿನದರಂತೆ ಕಾಣುವ ಆ ಧ್ವನಿ ಹೊಂದೂದಿಲ್ಲ. ಆಕೆಗೆ ಜಯಜಯವಂತಿಯ ಭಾವ ತಿಳಿದಿಲ್ಲ. ಉಳಿದದ್ದೆಲ್ಲ ಚಂದ ಇದೆ. ನೀವು ಈಗ ಮೂರು ವರ್ಷದ ಹಿಂದೆ ಸಾಂತಾಕ್ರುಜ್ ಸಬರ್ಬನ್ ಮ್ಯುಸಿಕ್ ಸರ್ಕಲ್‌ನಲ್ಲಿ, ಗುಜರಾತ್ ಸ್ತ್ರೀ ಮಂಡಲ್ ಹಾಲಿನಲ್ಲಿ ಜಯಜಯವಂತಿ ಹಾಡಿದ್ದಿರಿ. ಅದರ ಕ್ಯಾಸೆಟ್ ಕೂಡ ನನ್ನ ಹತ್ತಿರ ಇದೆ. ಅದರಲ್ಲಿದ್ದ ಜೀವಸತ್ತ್ವ ಶಿಕಾಗೋದಲ್ಲಿರಲಿಲ್ಲ. ಮೆಕ್ಯಾನಿಕಲ್ ಆಯಿತು ಅನ್ನಿ ಸುತ್ತೆ. ನಾನು ಎರಡನ್ನೂ ಒಂದಾದರ ಮೇಲೆ ಒಂದರಂತೆ ಹಾಕಿ ಕೇಳಿದೆ. ಪ್ರತಿಸಲವೂ ಒಂದೇ ಜೀವಶಕ್ತಿ ಬರೂದಿಲ್ಲ ಬಿಡಿ. ಆಯಿತು. ಅಮೆರಿಕದಿಂದ ಎಷ್ಟು ಗಳಿಸಿ ತಂದಿರಿ? ಯಾಕೆ ಕೇಳ್ತಿದೀನಿ ಅಂದರೆ ಅಲ್ಲಿಂದ ತರೂ ಡಾಲರನ್ನ ಹೇಗೆ ವಿನಿಯೋಗಿಸಿದರೆ ದೀರ್ಘಕಾಲದಲ್ಲಿ ಅನುಕೂಲ ಅನ್ನೂದಕ್ಕೆ. ಯಾಕೆಂದರೆ ಇನ್ನುಮೇಲೆ ನೀವು ಪದೇ ಪದೇ ಪಶ್ಚಿಮದೇಶಗಳಿಗೆ ಕಛೇರಿ ಪ್ರವಾಸದ ಮೇಲೆ ಹೋಗಬಹುದು. ಸರಿಯಾಗಿ ಲೆಕ್ಕ ವಿಟ್ಟು ಸರ್ಕಾರಕ್ಕೆ ಕೊಡೂ ಟ್ಯಾಕ್ಸ್ ಕೊಡದೆ ಇದ್ದರೆ ಮುಂದೆ ಒಂದಲ್ಲ ಒಂದು ದಿನ ತೊಂದರೆಗೆ ಸಿಕ್ಕಿಕೊಬೇಕಾಗುತ್ತೆ. ನಾನು ಟ್ಯಾಕ್ಸ್ ವಕೀಲನಾದದ್ದರಿಂದ ಹೇಳ್ತಿದೀನಿ.'

ಅವನಿಗೆ ನಿಜ ಹೇಳಿಬಿಡಬೇಕೆನ್ನಿಸಿತು. 'ಸಾಹೇಬರೇ, ಹದಿಮೂರುಸಾವಿರ ಡಾಲರ್ ಕೈಯಲ್ಲಿತ್ತು. ಬುದ್ಧಿ ಕೆಟ್ಟು ಅಟ್ಲಾಂಟಿಕ್ ಸಿಟಿಗೆ ಹೋಗಿ ಜೂಜಾಡಿ ರಾತ್ರಿ ಹನ್ನೆರಡುಗಂಟೆಯ ಚಳಿಯಲ್ಲಿ ಉಪವಾಸ ನ್ಯೂಯಾರ್ಕ್ ಮುಟ್ಟಿದೆ,' ಎಂದ.

'ವಾಹ್, ಗ್ರೇಟ್, ನೀವು ನಿಜವಾಗಿಯೂ ಕಲಾವಿದರು,' ಎಂದು ಅವರು ಮುಕ್ತವಾಗಿ ನಕ್ಕರು.

ಅವರ ಆ ನಗೆಯಿಂದ ಇವನ ಇರಿಸುಮುರಿಸೆಲ್ಲ ಕಳೆದು, 'ಸಾರ್, ನಂದು ಬಹಳ ಗೋಜಲಿನ ಸಮಸ್ಯೆಯಾಗಿದೆ. ನಿಮಗೆ ಗೊತ್ತಿಲ್ಲದ್ದು ಯಾವುದೂ ಇಲ್ಲ. ನೀವೇ ಬಗೆಹರಿಸಬೇಕು,' ಎಂದು ಹೇಳತೊಡಗಿದ. ಮೊದಲನೆಯ ಮದುವೆ, ಮಕ್ಕಳ ಭಾಗವನ್ನು ಬಿಟ್ಟು ಎರಡನೆಯದನ್ನು ಹೇಳಲು ಸಾಧ್ಯವಾಗಲಿಲ್ಲ. ಅಲ್ಲದೆ ಮೊದಲನೆಯವಳು ಇವರ ಮನೆಯಲ್ಲೇ ಅಡುಗೆ ಮಾಡುತ್ತಿರುವಾಗ ಎಲ್ಲವೂ ನನಗಿಂತ ಹೆಚ್ಚು ಗೊತ್ತಿರುತ್ತೆ ಎಂಬ ಅಂಶವೂ ಸೇರಿಕೊಂಡಿತು. ದಿಲ್ಲಿಯ ನರ್ತಕಿ ಮನೋಹರಿದಾಸಳಿಂದ ದೂರವಾಗಿ ಮುಂಬಯಿಗೆ

ಹಿಂತಿರುಗಿದಮೇಲೆ ತಾನೊಬ್ಬನೇ ಇರುವುದು, ಹಿಂತಿರುಗಿದ ತಕ್ಷಣ ಚಂಪಾ ಜೀವನ ವೆಚ್ಚಕ್ಕೆ ಕೇಳಿ ತಾನು ಕೊಡುತ್ತಿರುವುದು, ಕಳೆದ ಐದುವರ್ಷದಿಂದ ತಿಂಗಳಿಗೆ ಹತ್ತುಸಾವಿರ. ಇತ್ತೀಚೆಗೆ ಅವಳು ಮಾಡಿರುವ ಮೋಹನ್ ಮೆಲೋಡೀಸ್ ವ್ಯಾಪಾರಗಳನ್ನೆಲ್ಲ ಹೇಳಿ ಮುಗಿಸುವ ವೇಳೆಗೆ ಆರೂವರೆ ಗಂಟೆಯಾಯಿತು.

'ಚಹಾ ಕುಡೀತೀರಾ?' ಗೋರೆ ಕೇಳಿದರು.

'ಹತ್ತಿರ ಸಿಕ್ಕಿದರೆ.'

'ಎಲೆಕ್ಟ್ರಿಕ್ ಕೆಟಲ್ ಇದೆ. ಸಕ್ಕರೆ, ಟೀ ಬ್ಯಾಗ್, ಫ್ರಿಜ್‌ನಲ್ಲಿ ಹಾಲು, ಎಲ್ಲ ಇವೆ. ನಮ್ಮ ಆಫೀಸು ಐದೂವರೆಗೆ ಮುಚ್ಚುತ್ತೆ. ಎಲ್ಲ ಹೊರಟುಹೋಗಿದಾರೆ. ನಾನು ಮಾಡಿಕೊಡ್ತೀನಿ.' ಎಂದು ಮೇಲೆದ್ದರು.

'ಹಾಗಿದ್ದರೆ ಬೇಡಿ ಸಾಹೇಬರೇ' ಇವನು ಸಂಕೋಚದಿಂದ ಎದ್ದುನಿಂತು ಕೈ ಆಡಿಸಿದ.

'ನನಗೂ ಬೇಕು. ಬಹಳ ಸುಲಭ. ನಾಕು ಬಿಸ್ಕತ್ತು ತಿನ್ನಿ,' ಎಂದು ಅವರು ಪಕ್ಕದ ಕೋಣೆಗೆ ಹೋಗಿ ತಂದಿಟ್ಟು ಎರಡೇನಿಮಿಷದಲ್ಲಿ ಎರಡುಕಪ್ ಚಹಾ ಹಿಡಿದುಬಂದರು. 'ಈಗ ವಿಷಯ ಎಲ್ಲ ಹೇಳಿದಿರಿ. ನಿಮಗೆ ಏನು ಬೇಕು, ಏನು ಮಾಡಬೇಕು ಹೇಳಿ.'

'ಮದುವೆ ಅನ್ನುವ ಅಗ್ರಿಮೆಂಟಿನಲ್ಲಿ ಉಳಿದೆಲ್ಲ ಅಗ್ರಿಮೆಂಟೂ ಸೇರಿಕೊಂಡಿರ್ತವೆ ಅಂದಳಲ್ಲ. ನನಗೆ ಭಯವಾಗ್ತಿದೆ. ನನ್ನ ಸಂಗೀತ, ಬಾಂದ್ರಾದ ಎರಡು ಫ್ಲ್ಯಾಟು ಅವಳಿಗೆ ಅಧಿಕಾರವಿರಬಾರದು. ಕುರ್ಲಾದ ಫ್ಲ್ಯಾಟೂ ನನ್ನ ಗಳಿಕೆಯಿಂದ ಕಟ್ಟಿದ್ದು ಅಂತ ಅವಳೇ ನನಗೆ ದಿಲ್ಲಿಗೆ ಬರೆದ ಕಾಗದ ಇದೆ.'

'ನೀವು ಆಕೇನ ಡೈವೋರ್ಸ್ ಮಾಡಬೇಕು ಅಂತ ತೀರ್ಮಾನ ಮಾಡಿದರೆ ಈ ಎಲ್ಲ ಲೆಕ್ಕ ಹುಟ್ಟುತ್ತೆ. ಇಲ್ಲದಿದ್ದರೆ ವಿಲ್ ಬರೆದು ಚುಕ್ತಾ ಮಾಡಬಹುದು. ಕುರ್ಲಾ ಫ್ಲ್ಯಾಟು ಆಕೆಯ ಹೆಸರಲ್ಲೇ ಇರೂದರಿಂದ ವಿಲ್‌ನಲ್ಲಿ ಒಳಗೊಳ್ಳೂಹಾಗಿಲ್ಲ. ಡೈವೋರ್ಸ್ ಮಾಡಿ ಜೀವನಾಂಶ ಕೊಡೂ ಸಂದರ್ಭದಲ್ಲಿ ಕುರ್ಲಾ ಫ್ಲ್ಯಾಟನ್ನು ನಿಮ್ಮ ಹಣದಲ್ಲೇ ಕೊಂಡದ್ದು ಅಂತ ಸಾಧಿಸಬಹುದು. ದಾಖಲೆಯೂ ಇದೆ ಅಂತೀರಿ. ಪಾಟೀಸವಾಲಿನಲ್ಲೂ ಬಾಯಿ ಬಿಡಿಸಬಹುದು. ಈಗ ನಿಮಗೆ ಏನು ಬೇಕು ಅನ್ನೂದ ಮೊದಲು ತೀರ್ಮಾನ ಮಾಡಿಕೊಳ್ಳಿ, ಒಬ್ಬ ನಂಬಿಕಸ್ಥ ಸಮರ್ಥಲಾಯರನ್ನ ಪರಿಚಯ ಮಾಡಿಕೊಡ್ತೀನಿ. ಯಾಕೆಂದರೆ ಇದು ನಾನು ನಡೆಸುವಂಥ ಕೇಸ್ ಅಲ್ಲ. ನಾನು ಟ್ಯಾಕ್ಸ್‌ಗೆ ಸಂಬಂಧಪಟ್ಟ ಲಾಯರು. ನೀವು ಏನೂ ತೀರ್ಮಾನ ಮಾಡದೆ ಸುಮ್ಮನಿದ್ದರೆ ಆಕೆ ನಿಮ್ಮ ಹೆಸರಿನಲ್ಲಿ ಯಾವ ವ್ಯವಹಾರ ಮಾಡಿದರೂ ತಡೆಯುಕ್ಕಾಗುಲ್ಲ. ಅಕಸ್ಮಾತ್ ನೀವು ಸತ್ತರೆ ಬಾಂದ್ರಾದ ಎರಡು ಫ್ಲ್ಯಾಟುಗಳು ನಿಮ್ಮ ಸಂಗೀತ, ಹೆಸರು, ಎಲ್ಲ ಚಂಪಾಬಾಯಿಯದೇ. ಆದ್ದರಿಂದ ತೀರ್ಮಾನಮಾಡಿ ಬಗೆಹರಿಸಿಕೊಳ್ಳೂದು ಒಳ್ಳೆಯದು,' ಎಂದು ಅವನ ಮುಖ ನೋಡಿದರು. ಅವನ ಮುಖದಲ್ಲಿ ಗೊಂದಲವಿತ್ತು. ಗೋರೆ ಮುಂದುವರೆಸಿದರು: 'ರಾಮಕುಮಾರಿಯ ಜೊತೆ ನಿಮ್ಮ ಮದುವೆ ಸಿಂಧುವಾಗದಿದ್ದರೂ ಆ ಎರಡು ಮಕ್ಕಳಿಗೆ ಈ ಇಬ್ಬರಿಗೆ ಇರುವಷ್ಟೇ ಅಧಿಕಾರವಿದೆ.

ಅವರು ನಿಮ್ಮ ಮಕ್ಕಳು ಅಂತ ಒಪ್ಪಿಕೊತ್ತೀರಿ ತಾನೆ?'

ಅವನ ಮುಖದಲ್ಲಿ ಇನ್ನಷ್ಟು ಗೊಂದಲ ಕಾಣಿಸಿತು. 'ನೀವು ಒಪ್ಪಿಕೊಳ್ಳದಿದ್ದರೂ ನಿಮಗೆ ಹುಟ್ಟಿರೂದು ಅಂತ ಅವರು ಸಿದ್ಧಮಾಡಿತೋರಿಸಬಹುದು. ಆದರೆ ನಿಜ ಯಾವತ್ತೂ ನಿಮ್ಮಿಂದಲೇ ಹೊರಬರಬೇಕು. ಅದರ ತೀರ್ಮಾನವನ್ನ ಕೋರ್ಟಿಗೆ ಬಿಡಬಾರದು.'

'ಅವು ನನ್ನ ಮಕ್ಕಳು ಅಂತ ಒಪ್ಪಿಕೊಂಡರೆ ಅವಳು ನನ್ನ ಹೆಂಡತಿ ಅಂತ ಒಪ್ಪಿಕೊ ಬೇಕಲ್ಲವೆ? ಹಂಗೆ ಒಪ್ಪಿಕೊಂಡರೆ ಕಾನೂನುಪ್ರಕಾರ ಜೈಲಾಗುಲ್ಲವೆ?' ಅವನ ಮುಖದಲ್ಲಿ ಭಯ ಕಾಣುತ್ತಿತ್ತು.

'ಅವಳು ನಿಮ್ಮ ಹೆಂಡತಿಯಲ್ಲದೆಯೂ ಅವು ನಿಮ್ಮ ಮಕ್ಕಳು ಅಂತ ಒಪ್ಪಿಕೊಬಹುದು. ನಿಮಗಿರೂದೆಲ್ಲ ಸ್ವಯಾರ್ಜಿತ ಆಸ್ತಿಯಾದ್ದರಿಂದ ಹೆಂಡತಿ ಅಂತ ಒಪ್ಪಿಕೊಳ್ಳದೆಯೂ ಅವಳಿಗೆ ಒಂದು ಪಾಲು ಕೊಡಬಹುದು. ಇಡೀ ಆಸ್ತಿಯನ್ನೇ ಬರೆಯಬಹುದು. ಕಾನೂನು ಒಂದು ಭಾಗ. ನಿಮ್ಮ ನೈತಿಕ ಸ್ವಾತಂತ್ರ್ಯ ಇನ್ನೊಂದು ಭಾಗ. ಎರಡನೇದನ್ನ ಮೊದಲು ತೀರ್ಮಾನಮಾಡಿಕೊಳ್ಳಿ. ಕಾಯ್ದೆರೀತ್ಯಾ ಅದನ್ನ ಜಾರಿಮಾಡುವ ವಿಧಾನವನ್ನ ವಕೀಲರು ಹೇಳ್ತಾರೆ. ನಾನು ಗೊತ್ತುಮಾಡಿ ಕೊಡ್ತೀನಿ.'

ಎಲ್ಲ ವಿಂಗಡಣೆಗಳೂ ಸ್ಪಷ್ಟವಾಗಿದ್ದವು. ಇನ್ನೂ ಹೆಚ್ಚು ವಿವರಣೆ ಕೇಳಲು ಅವನಿಗೆ ತೋಚಲಿಲ್ಲ. ಎರಡುನಿಮಿಷ ಸುಮ್ಮನೆ ಅವನ ಮುಖವನ್ನೇ ನೋಡುತ್ತಿದ್ದ ಅವರು, 'ಮತ್ತೇನು ಅಮೆರಿಕದ ಸಮಾಚಾರ? ಅದೇನು ಕಾರ್ಯಾಗಾರ ಅಂದರೆ? ಏನೇನು ಮಾಡಿದಿರಿ?' ಎಂದರು.

ಅಧ್ಯಾಯ ೬

ಮೋಹನಲಾಲ ಹೋದಮೇಲೆ ಗೋರೆಯೇ ಎಲ್ಲ ಕೋಣೆಗಳನ್ನೂ ಮುಚ್ಚಿ ಮುಂಭಾಗದ ದೊಡ್ಡಬಾಗಿಲಿಗೆ ಒಳಬೀಗ ಮತ್ತು ಹೊರಬೀಗಗಳನ್ನು ಹಾಕಿದರು. ಡ್ರೈವರನ್ನು ಕಳಿಸಿಬಿಟ್ಟಿದ್ದುದರಿಂದ ಅವರೇ ಕಾರು ನಡೆಸಬೇಕಿತ್ತು. ಕಾರಿನಲ್ಲಿ ಕುಳಿತಾಗ ಕಿಟಕಿಗಳನ್ನು ಮುಚ್ಚಿ ಎ.ಸಿ. ಹಾಕಿ ಶಾಸ್ತ್ರೀಯ ಸಂಗೀತದ ಕ್ಯಾಸೆಟ್ ಹಾಕಿಕೊಳ್ಳುವುದು ಅವರ ಅಭ್ಯಾಸ. ಆದರೆ ತಾವೇ ನಡೆಸುವಾಗ ಹಾಗೆ ಮಾಡುತ್ತಿರಲಿಲ್ಲ. ಸಂಗೀತವು ಮನಸ್ಸನ್ನು ಸೆಳೆದುಕೊಂಡು ಚಾಲನೆಯ ಲಕ್ಷ್ಯ ಕಡಮೆಯಾಗುತ್ತಿತ್ತು. ಈಗ ರಾತ್ರಿ ಏಳೂವರೆಯಾಗಿದೆ. ರಾತ್ರಿಯ ವೇಳೆ ಚಲಿಸುವುದು ಕಷ್ಟವೆನ್ನಿಸಿತು. ಎಪ್ಪತ್ತು ವರ್ಷವಾಯಿತು. ಕೈ ಕಾಲು ಕಣ್ಣು ರಕ್ತದೊತ್ತಡಗಳು ಈ ವಯಸ್ಸಿನಲ್ಲಿ ಎಷ್ಟು ಆರೋಗ್ಯವಾಗಿರಬಹುದೋ ಅಷ್ಟು ಇದ್ದರೂ ರಾತ್ರಿ ಎತ್ತೆತ್ತಲಿಂದಲೋ ಚುಚ್ಚುವ ಪ್ರವಾಹದೀಪಗಳಲ್ಲಿ ಕಣ್ಣಿಗೆ ಹಿಂಸೆಯಾಗುತ್ತೆ, ಈ ದಾರಿಯಲ್ಲಿ ನಲವತ್ತುವರ್ಷ ಕಾರು ನಡೆಸಿ ಅಥವಾ ಕಾರಿನಲ್ಲಿ ಕೂತು ಚಲಿಸಿದ್ದರೂ ರಾತ್ರಿ ನಡೆಸುವಾಗ ಒಂದೊಂದು ಕಡೆ ಗಲಿಬಿಲಿಯಾಗುತ್ತೆ, ಇನ್ನು ಎಷ್ಟೇ ತಡವಾಗಲಿ ಡ್ರೈವರನ್ನು ಕಳಿಸಬಾರದು ಎನ್ನಿಸಿತು. ಮೋಹನಲಾಲ ಅವರ ಮನಸ್ಸಿನಿಂದ ಹೋಗಿರಲಿಲ್ಲ. ಬಹುತೇಕ ಆರ್ಟಿಸ್ಟ್‌ಗಳೇ ಹೀಗೆ, ಕ್ಲಿಯರ್ ಕಟ್ ಆಲೋಚನೆ ಇರೂದಿಲ್ಲ, ಎನ್ನಿಸಿತು. ಕೆಲವರು ವ್ಯವಹಾರದಲ್ಲಿ ಚೂಟಿ ಇದ್ದರೂ ಭಾವನಾತ್ಮಕ ಸಂಬಂಧಗಳಲ್ಲಿ ಅಸ್ಪಷ್ಟ, ಗೋಜಲು. ನೀನು ರಾಮಕುಮಾರಿಗೂ ಅವಳ ಮಕ್ಕಳಿಗೂ ಅನ್ಯಾಯ ಮಾಡಿದೀಯ. ಅದನ್ನ ಸರಪಡಿಸು ಅಂತ ಹೇಳಬೇಕಾಗಿತ್ತೇ? ಎಂಬ ಅನುಮಾನ ಅವರಲ್ಲೇ ಹುಟ್ಟಿತು. ತಮ್ಮ ಇಷ್ಟು ದೀರ್ಘವಾದ ವೃತ್ತಿಜೀವನದಲ್ಲಿ ಯಾವ ಕಕ್ಷಿದಾರನಿಗೂ ನೀನು ಹೀಗೆಯೇ ಮಾಡು ಅಂತ ಹೇಳಿಲ್ಲ. ಹೀಗೆಮಾಡಿದರೆ ಹೀಗೆ ಆಗುತ್ತೆ, ತೀರ್ಮಾನ ನಿಮ್ಮದು ಅಂತಲೇ ಹೇಳಿದೀನಿ, ಎಂಬ ನೆನಪಾಯಿತು. ಆದರೆ ಇದು ಕೇವಲ ಒಬ್ಬ ಕಕ್ಷಿದಾರನಿಂದ ಅನ್ಯಾಯಕ್ಕೊಳಗಾದ ಹೆಂಡತಿಯ ವಿಷಯವಲ್ಲ, ಎಂಬ ಅರಿವಾಯಿತು. ಹದಿನೆಂಟು ವರ್ಷವಾಯಿತು. ಮೂವತ್ತು ಮೂವತ್ತೊಂದು ವರ್ಷದ ಹೆಂಗಸು. ಒಣಗಿದ, ಕಪ್ಪೂ ಅಲ್ಲದ ಬಿಳಿಪೂ ಅಲ್ಲದ ಬೂದಿಬಣ್ಣ. ಮಾಂಸಖಂಡ ಕ್ಕಿಂತ ಮೂಳೆ ಹೆಚ್ಚು. ಮುಖದಲ್ಲಿ ಕೂಡ ಮೂಳೆಗಳೇ ಪ್ರಧಾನ. ಪುಷ್ಟಿ ಸಾಲದು. ಆದರೆ ಹೊಳೆಯುವ ಕಣ್ಣುಗಳು. ಸಂಕಲ್ಪಬಲ. ಕೇವಲ ಪಶುಮಟ್ಟದ ಇಚ್ಛಾಶಕ್ತಿಯಲ್ಲ. ಸಹಸ್ರಾರು ವರ್ಷಗಳಿಂದ ಸಂಚಯವಾಗಿ ಬಂದ ಸಂಸ್ಕಾರದ ಶಕ್ತಿ ಎನ್ನಿಸಿತು. ಇಂಥ ಹುಡುಗಿಯನ್ನು ಬಿಟ್ಟು ಇನ್ನೊಂದು ಮದುವೆಯಾದ. ಇಬ್ಬರನ್ನೂ ಬಿಟ್ಟು ಕಥಕ್ ಹುಡುಗಿಯ ಜೊತೆಗೆ ಓಡಿಹೋಗಿಬಿಟ್ಟ, ಆಗಿನ್ನೂ ಎರಡನೆಯವಳ

ಕತೆ ಗೊತ್ತಿರಲಿಲ್ಲ. ಅಷ್ಟು ಚನ್ನಾಗಿ ಹಾಡುವ ಕಲಾವಿದನ ಹೆಂಡತಿಯಲ್ಲದಿದ್ದರೆ ಇವಳನ್ನು ಕೆಲಸಕ್ಕೆ ನೇಮಿಸಿಕೊತ್ತಿದ್ದೆನೆ? ಇವಳು ಹಿಂದೂಸ್ಥಾನಿ, ನಮ್ಮ ಎಲ್ಲ ಅಡುಗೆಯೂ ಬರುಲ್ಲ. ಮರಾಠಿಯಲ್ಲದೋಳಿಗೆ ಎಷ್ಟು ಕಲಿತರೂ ಮರಾಠಿಯ ರುಚಿ ಸಾಧಿಸುಲ್ಲ, ಬೇಡ, ಎಂದಳು ಸುನೀತಿ. ಹೇಳಿಕೊಟ್ಟರೆ ಕಲೀತಾಳೆ ಬಿಡು. ನಂಬಿಕೆಯಾಗಿರೋರು ಬೇಕು ಅಂತ ಒಪ್ಪಿಸಿ ಆ ಕಾಲಕ್ಕೆ ಐದುನೂರು ಹೆಚ್ಚಾದರೂ ಗೊತ್ತುಮಾಡಿ, ಇಷ್ಟು ಕೊಡಿ ಅಂತ ಕೇಳುಕ್ಕೂ ಬಾರದ ಹೆಂಗಸು. ಅನಂತರ ಸುನೀತಿ, 'ನೀವು ಪುಸಕ್ಕನೆ ಐನೂರು ಅಂತ ಯಾಕಂದಿರಿ? ಹೆಚ್ಚಲ್ಲವೆ?' ಅಂದದ್ದಕ್ಕೆ, 'ಇಬ್ಬರು ಮಕ್ಕಳನ್ನ ಸಾಕಬೇಕು. ಅಷ್ಟು ದೂರದಿಂದ ಬರಬೇಕು. ಪಾಪ, ಸಂಗೀತಗಾರನ ಹೆಂಡತಿ' ಅಂತ ಸಮಾಧಾನ ಹೇಳಿ. ಎಂಥ ಶಾಂತಸ್ವಭಾವ! ಎಷ್ಟು ಕೆಲಸ ಬಿದ್ದರೂ ಮುಖಸಿಂಡರಿಸದೆ ಅಡುಗೆ ತಿಂಡಿಯಲ್ಲದೆ ಬೇರೆ ಯಾವ ಕೆಲಸ ಹೇಳಿದರೂ ನಗುಮುಖ ದಿಂದ ಮಾಡ್ತಾ, ಹೊಸ ಅಡುಗೆಗಳನ್ನು ಒಂದೇಸಲಕ್ಕೆ ಕಲಿತು ಒಂದುವರ್ಷದಲ್ಲಿ ನನಗೆ ಅವಳ ಮೇಲೆ ಕನಿಕರದ ಜೊತೆಗೆ ಗೌರವ, ಮನ್ನಣೆ, ಮಮತೆ. ಇಂಥ ಕಷ್ಟದಲ್ಲಿ ಇಷ್ಟು ಕೆಲಸಮಾಡ್ತಾ ಮಕ್ಕಳನ್ನು ಸಾಕಿ ಬೆಳೆಸ್ತಾ ಇಷ್ಟು ಶಾಂತವಾಗಿರುವ ಇವಳು; ಗಂಡ ದುಡಿ ಯುವ ಲಕ್ಷ ಲಕ್ಷವನ್ನು ಅನುಭವಿಸ್ತಾ ಒಂದುದಿನ ಕೆಲಸದೋಳು ತಡವಾಗಿ ಬಂದರೆ ರೇಗುವ ನಮ್ಮ ಸೋಮಾರಿ ಹೆಂಗಸರು. ಇವರ ವಿದ್ಯೆ, ಹಣವಂತ ಸಂಸ್ಕಾರಗಳ ಬಗೆಗೆ ಗೌರವ ಕುಂದಿ ಅವಳ ಬಗೆಗೆ ಹೆಚ್ಚಾಗಿ. ನಮ್ಮ ಮನೇಲಿ ಕೆಲಸಕ್ಕೆ ಸೇರಿದಮೇಲೆ ಸ್ವಲ್ಪ ಮೈ ತುಂಬಿಕೊಂಡಳು. ಬೆಳಗ್ಗೆ ಬಂದ ತಕ್ಷಣ ಚಹಾ, ಮಧ್ಯಾಹ್ನ ಊಟ, ಎರಡು ಗಂಟೆಗೆ ಹೋಗುವಾಗ ಒಯ್ಯಲು ಉಳಿದ ರೊಟ್ಟಿ ಪಲ್ಯ ಅನ್ನಗಳು. ಸುನೀತಿಯ ಹಳೆ ಸೀರೆಗಳು ತುಸುವೂ ಬೊಜ್ಜು ಇಲ್ಲದ ಅವಳ ನೀಳ ಶರೀರಕ್ಕೆ ಎಷ್ಟು ಹಿತವಾಗಿ ಕಾಣಿಸತೊಡಗಿದವು! ಬೆಳಗ್ಗೆ ನಾನು ಆಫೀಸಿಗೆ ಹೊರಡುವ ಮೊದಲು ಅವಳನ್ನೊಮ್ಮೆ ನೋಡಿ ಹೋಗುವ ಬಯಕೆ. ಅವಳು ಬರುವುದು ಅಕಸ್ಮಾತ್ ತಡವಾದರೆ ಚಡಪಡಿಕೆ. ಯಾಕೆ ಆಕರ್ಷಣೆ ಹುಟ್ಟಿತು? ಇನ್ನೂ ತಿಳಿಯುತ್ತಿಲ್ಲ. ಹೆಂಗಸರ ಚಟ ನನಗೆ ಎಂದೂ ಇಲ್ಲ. ಬೇಕೆಂದಿದ್ದರೆ ಕೆಲವರಾದರೂ ಸುಂದರ ಮೈಕಟ್ಟಿನ ಹಣವಂತ ಮಹಿಳೆಯರ ಸ್ನೇಹ ಬೆಳೆಸೂದು ಅಸಾಧ್ಯವಿರಲಿಲ್ಲ. ಸ್ವತಃ ಕೋಟಿಗಟ್ಟಳೆ ಇರುವ ಹೆಂಗಸರಿಗೆ ಲಾಭದಾಯಕ ಹೂಡಿಕೆ, ತೆರಿಗೆ ವಿಷಯದಲ್ಲಿ ಸಮಾಲೋಚನೆ, ಸಂಗೀತಪ್ರಪಂಚದಲ್ಲಿ ಓಡಾಟ. ಆದರೂ ಎಂದಿಗೂ ಇರಲಿಲ್ಲ. ನನ್ನ ಐವತ್ತೆರಡನೆ ವಯಸ್ಸಿನಲ್ಲಿ ಯಾಕೆ ಈ ಆಕರ್ಷಣೆ? ಸಂಗೀತಗಾರನ ಹೆಂಡತಿಯಾಗಿ ಅನ್ಯಾಯಕ್ಕೊಳಗಾದವಳಲ್ಲದಿದ್ದರೆ ಆಕರ್ಷಣೆ ಹುಟ್ಟುತ್ತಿತ್ತೆ? ಎಂಬ ಪ್ರಶ್ನೆ ಕಾಣಿಸಿಕೊಂಡಿತು. ಎರಡುನಿಮಿಷ ಮನಸ್ಸು ಅಲ್ಲೇ ಸಿಕ್ಕಿಕೊಂಡನಂತರ ಇವೆಲ್ಲ ಊಹಾ ಪೋಹದ, ರೇಘದ ಪ್ರಶ್ನೆಗಳು. ಅವನ ಹೆಂಡತಿ ಅನ್ನೂದಕ್ಕಿಂತ ಇವಳಲ್ಲೇ ಒಂದು ವಿಶೇಷ ಶಕ್ತಿ ಇತ್ತು, ನನ್ನ ಗೌರವವನ್ನು ಸೆಳೆದುಕೊಳ್ಳುವಂಥ ಕ್ರಿಯಾಶಕ್ತಿ ಎಂಬ ಉತ್ತರ ಹೆಚ್ಚು ಖಚಿತವಾಯಿತು. ಮುಂಬಯಿಯಲ್ಲೇ ಹುಟ್ಟಿ ಬೆಳೆದ ನನಗೆ ಅವಳ ಗ್ರಾಮೀಣ ಸರಳತೆ ಆಕರ್ಷಕವಾಗಿತ್ತು. ಬರೀ ಅಷ್ಟಲ್ಲ. ಅವಳ ಕಣ್ಣುಗಳಲ್ಲಿ ಕಾಣುವ ಆತ್ಮವಿಶ್ವಾಸ, ಇವಳು ಸಂಪೂರ್ಣವಾಗಿ ನಂಬಿಕೆಗೆ ಅರ್ಹಳು ಎಂಬ ಆಶ್ವಾಸನೆಗಳು

ನನ್ನನ್ನು ಸೆಳೆದವೆ? ಇದೇ ಸಂದರ್ಭದಲ್ಲಿ ಸುನೀತಿ ಮಗಳ ಚೊಚ್ಚಲ ಹೆರಿಗೆಗೆ ಶಿಕಾಗೋಗೆ ಹೋಗಿ ಮನೆಯಲ್ಲಿ ನಾನೊಬ್ಬನೇ ಆಗಿ, ಅವಳಲ್ಲಿ ನಂಬಿಕೆ ಬೆಳೆದು ನಾನಿಲ್ಲದಿದ್ದರೂ ಬರುವಂತೆ ಇನ್ನೊಂದು ಬೀಗದ ಕೈ ಕೊಟ್ಟು, ಅಡುಗೆಮಾಡಿ ನನಗೆ ಡಬ್ಬಿ ಕಳಿಸಿ, ರಾತ್ರಿಗೆ ಫ್ರಿಜ್‌ನಲ್ಲಿ ಇಟ್ಟು ಬೀಗ ಹಾಕಿಕೊಂಡು ಹೋಗುವ ವ್ಯವಸ್ಥೆಮಾಡಿ. ಆದರೆ ಒಂದುತಾಸು ಮೊದಲೇ ಬರತೊಡಗಿದಳು. ನಿನಗೆ ಕಷ್ಟವಾಗುಲ್ಲವೇ ರಾಮ್‌ಕುಮಾರಿ? ಎಂದರೆ, 'ಬಾಯೀಜಿ ಊರಲ್ಲಿಲ್ಲ. ನಿಮಗೆ ನಾಶ್ತಾ ಮಾಡಿಕೊಡೋರು ಯಾರು?' ಎಂಬ ಕಾಳಜಿ. ಒಂದು ದಿನ ಕೇಳಿಬಿಟ್ಟೆ. ಧ್ವನಿ ಸೂಕ್ಷ್ಮವಾಗಿ ಕಂಪಿಸುತ್ತಿತ್ತು. ಗೋದಿಹಿಟ್ಟು ನಾದುತ್ತಿದ್ದಳು. 'ರಾಮ್‌ಕುಮಾರೀ,' ಅಪ್ಪಣೆ ಎನ್ನುವವಳಂತೆ ಅವಳು ಕಣ್ಣೆತ್ತಿ ನೋಡಿದಳು. 'ಒಂದು ಮಾತು ಹೇಳ್ತೀನಿ. ಬೇಸರ ಮಾಡಿಕೊಳ್ಳುಲ್ಲ ಅಂತ ಮಾತುಕೊಡ್ತೀಯಾ?' 'ಹೇಳಿ ಸರ್ಕಾರ್.' 'ನಾನು ಹೇಳುವ ಮಾತು ಒಪ್ಪಿಗೆಯಾದರೆ ಒಪ್ಪಿಕೊ. ಇಲ್ಲದಿದ್ದರೆ ಬಲವಂತವಿಲ್ಲ. ಇವರೆಂಥ ಕೆಟ್ಟಜನ ಅಂತ ಇಲ್ಲಿಗೆ ಬರೂದನ್ನೇ ನಿಲ್ಲಿಸಿಬಿಡಬೇಡ. ನಿಲ್ಲಿಸುಲ್ಲ ಅಂತ ಮಾತುಕೊಡು. ಆಮೇಲೆ ಹೇಳ್ತೀನಿ.' 'ನಿಲ್ಲಿಸುಲ್ಲ ಒಡೆಯಾ. ನಿಮಗೆ ಒಂದು ದಿನ ಊಟಕ್ಕೆ ಇಲ್ಲದಹಾಗೆ ಮಾಡಿದರೆ ನಾನೆಂಥ ನರಕಕ್ಕೆ ಹೋದೇನು!' ಎಂದು ಒಂದು ಕ್ಷಣಾಂಶ ನನ್ನಡೆಗೆ ದೃಷ್ಟಿ ಎತ್ತಿದಾಗ ಎಂಥ ಹೊಳಪು! 'ಅದಕ್ಕೆ, ಮೊದಲೇ ಹೇಳಿದೀನಿ ನಿನಗೆ ಇಷ್ಟವಿಲ್ಲದಿದ್ದರೆ ಬಲವಂತವಿಲ್ಲ ಅಂತ. ಹೆಂಡತಿ ಊರಿನಲ್ಲಿಲ್ಲದಾಗ ಇವರದೆಂಥ ಕೆಟ್ಟಬುದ್ಧಿ ಅಂದುಕೊಬೇಡ. ನಾನು ಖಂಡಿತ ಅಂಥೋನಲ್ಲ. ಆದರೂ ನೀನಂದರೆ ಮನಸ್ಸು ತುಂಬ, ತುಂಬ. ಏನು ಹೇಳಬೇಕೋ ತಿಳೀತಿಲ್ಲ. ಬಾಯಿ ಊರಿಗೆ ಹಿಂತಿರುಗುವವರೆಗೆ ಮಾತ್ರ ಇದ್ದು ನಿಲ್ಲಿಸಿಬಿಡುವ ಸಂಬಂಧವಲ್ಲ. ನನ್ನ ಆಫ್ಷೀಸಿನ ವಿಳಾಸ ಹೇಳ್ತೀನಿ. ಒಂದು ದಿನ ಕರಕಂಡುಹೋಗಿ ತೋರುಸ್ತೀನಿ. ವಾರ ಕ್ಕೊಂದು ದಿನ ನೀನು ಸಂಜೆ ಐದೂವರೆಯ ಮೇಲೆ ಅಲ್ಲಿಗೆ ಬಾ. ಯಾರಿಗೂ ತಿಳಿಯುಲ್ಲ. ಇಲ್ಲಿ ಬಾಯಿ ಕೊಡುವ ಸಂಬಳ ಬೇರೆ. ನಿನ್ನ ಮಕ್ಕಳ ವಿದ್ಯಾಭ್ಯಾಸಕ್ಕೆ, ಬೇರೆ ಯಾವುದಕ್ಕೂ ಆಗುವಷ್ಟು ನಾನು ಪ್ರತ್ಯೇಕವಾಗಿ ಕೊಡ್ತೀನಿ. ಯಾರಿಗೂ ತಿಳಿಯುಲ್ಲ. ನಿನ್ನ ಕಷ್ಟಸುಖ ಏನಿದ್ದರೂ ನಂದು. ಯೋಚನೆಮಾಡಿ ಹೇಳು. ಬಸರಿಗಿಸರೆ ಆಗುಲ್ಲ. ಭಯಪಡಬೇಡ. ಮತ್ತೆ ಹೇಳ್ತಿದೀನಿ. ನಾನು ಕೆಟ್ಟೋನಲ್ಲ ತಿಳಕೊ,' ಎಂದು ಮುಗಿಸುವ ಹೊತ್ತಿಗೆ ನನ್ನ ಗಂಟಲು ಒಣಗಿ. ಅಲ್ಲೇ ನಿಂತಿದ್ದರೆ ಅವಳ ಮೇಲೆ ಒತ್ತಡ ಹಾಕಿದಂತಾಗುತ್ತೆ, ಯೋಚನೆ ಮಾಡುಕ್ಕೂ ಸಮಯ ಕೊಡಬೇಕು, ಅಂತ ಅಡುಗೆಮನೆಯಿಂದ ಹೊರಬಂದು ನನ್ನ ಕೋಣೆಗೆ ನಡೆದು. ಅವತ್ತು ಆಫ್ಷೀಸಿಗೆ ಹೊರಟದ್ದೂ ತಡವಾಗಿ. ಮತ್ತೆ ಅವಳನ್ನು ನೋಡಲಿಲ್ಲ. ಮಾತನಾಡಿಸಲಿಲ್ಲ. ಈ ಪ್ರಸ್ತಾಪ ಮಾಡಬಹುದಾಗಿತ್ತೋ, ಬಾರದಾಗಿತ್ತೋ ಎಂಬ ಅನುಮಾನ ಇಡೀ ದಿನ. ರಾತ್ರಿ ಕೂಡ. ಕಾಮಬಾಧೆ ಇದ್ದರೂ ಬರೀ ಅದೊಂದೇ ಅಲ್ಲ. ಈ ವಯಸ್ಸಿನಲ್ಲಿ ನನಗೇಕೆ ಇದು ಎಂಬ ಎಚ್ಚರವನ್ನೂ ಮೀರುವ ಮಾನಸಿಕ ಸೆಳೆತ. ಮರುಬೆಳಗ್ಗೆ ಅವಳು ತನ್ನ ಸಮಯಕ್ಕೆ ಸರಿಯಾಗಿ ಬರಲಿಲ್ಲ. ಹತ್ತುನಿಮಿಷ ಕಾದೆ. ಹದಿನೈದುನಿಮಿಷ. ಅರ್ಧಗಂಟೆ. ಇಲ್ಲ, ಅವಳಿನ್ನು ಬರುಲ್ಲ. ನಾನು ಅನುಚಿತಕೆಲಸ ಮಾಡಿದೆ ಅನ್ನುವ ಖೇದ. ಹಾರ್ಮೋನಿಯಂ ಟಿಪ್ನಿಸ್‌ಗೆ ಹೇಳ್ತಾಳೆ. ಈ ಗೋರೆಯೂ

ಎಲ್ಲರಂಥೋನೇ ಅಂತ ಅವನು ತೀರ್ಮಾನಿಸ್ತಾನೆ. ಮುಂಬಯಿಯ ಸಂಗೀತವರ್ತುಲದಲ್ಲೆಲ್ಲ ಮಾತನಾಡ್ತಾನೆ. ಕಲಾವಿದರ ನಾಲಗೆ ಬಿಗಿ ಇರುಲ್ಲ. ನನಗೇಕೆ ಈ ಕೆಟ್ಟಬುದ್ಧಿ ಬಂತು ಎಂಬ ಖೇದವಾದರೂ, ನಾನು ಒತ್ತಿ ಹೇಳಿದ್ದೇನಲ್ಲ ಬಲವಂತವಿಲ್ಲ, ನಾನು ಬಯಸೂದು ದೀರ್ಘಕಾಲೀನ ಸ್ನೇಹವನ್ನ, ತಾತ್ಕಾಲಿಕ ದೇಹಶಮನವನ್ನಲ್ಲ ಅಂತ, ಎಂಬ ಸಮರ್ಥನೆ. ಸುನೀತಿಗೆ ಮೋಸಮಾಡ್ತಿರುವ ಇರಿತ. ವಿದ್ಯೆ, ಬಣ್ಣ, ಮುಖದ ರೂಪ ಮೊದಲಾಗಿ ಅವಳಲ್ಲಿಲ್ಲದ ಯಾವ ಅಂಶವಿದೆ ಈ ಹುಡುಗಿಯಲ್ಲಿ ಅಂತ ಎಷ್ಟು ವಿಶ್ಲೇಷಿಸಿದರೂ ಅರ್ಥವಾಗದ ಆಕರ್ಷಣೆ. ಕಾರಿನಲ್ಲಿ ಕೂತು ಸಂಗೀತ ಕೇಳ್ತಿದ್ದರೂ ಅವಳು ಈ ದಿನ ಬರಲಿಲ್ಲ. ನನ್ನನ್ನು ಧಿಕ್ಕರಿಸಿದಳು, ನನ್ನ ಬಡತನ ನನಗಿರಲಿ, ನಿನ್ನಂಥ ಹೀನನ ಮನೆಯ ಹೊಸಿಲು ತುಳಿಯೂದಿಲ್ಲ ಅಂತ ಸೂಚಿಸಿಬಿಟ್ಟಳು, ಎಂಬ ಸೋತಭಾವ. ಆಫೀಸಿನಲ್ಲಿ ಕೆಲಸಮಾಡುವ ಲವಲವಿಕೆ ಇಲ್ಲದೆ, ಹಳೆಯ ಒಂದು ಸುಪ್ರೀಮ್ ಕೋರ್ಟ್ ತೀರ್ಮಾನವು ಓದಿದರೂ ಅರ್ಥವಾಗದೆ. ಆ ಮಧ್ಯಾಹ್ನ ಊಟದ ಡಬ್ಬಿ ಬರಲಿಲ್ಲ. ಅವಳು ಧಿಕ್ಕರಿಸಿದಳು. ರಾಮಕುಮಾರಿ ಯಾಕೆ ಕೆಲಸಬಿಟ್ಟಳು ಅಂತ ಸುನೀತಿ ಹಿಂತಿರುಗಿದಮೇಲೆ ಕೇಳಿದಾಗ ಏನಂತ ಹೇಳೂದು? ಅವಳೇ ಒಂದು ದಿನ ನಾನಿಲ್ಲದಾಗ ಮನೆಗೆ ಬಂದು ನಿನ್ನ ಗಂಡ ಇಂಥೋನು, ಅದಕ್ಕೇ ಬಿಟ್ಟಿದೀನಿ, ಕೆಲಸ ಕಲಿತಿರೋರಿಗೆ ನೀವಲ್ಲ ನೂರುಜನ ಕಾಯ್ತಿರ್ತಾರೆ, ಅಂತ ಹೇಳಿಹೋದರೆ! ಮನಸ್ಸು ತುಂಬ ಕಸಿವಿಸಿ. ಇದೆಲ್ಲಿಯ ದುಷ್ಟ ಗ್ರಹಚಾರದ ಕೆಲಸ ಮಾಡಿಕೊಂಡೆ ಎಂಬ ಖೇದವಾದರೂ ಅವಳಮೇಲೆ ಕೋಪವಿಲ್ಲ. ಅವಳ ಕಷ್ಟದ ಸ್ಥಿತಿಯ ದುರುಪಯೋಗ ಪಡೆಯಹೊರಟಿದ್ದೇನೇ ನಾನು? ಎಂಬ ಆತ್ಮವಿಶ್ಲೇಷಣೆಯಲ್ಲಿ ತೊಡಗಿ ನನ್ನನ್ನು ನಾನು ಸಂಜೆಯವರೆಗೂ, ಮನೆಯಲ್ಲಿ ಇಡೀರಾತ್ರಿ ಹಳಿದುಕೊಂಡರೂ ನಾನು ಅಂಥ ಹೀನಕೆಲಸಕ್ಕೆ ಇಳಿದಿಲ್ಲ ಎಂದು ಮನಸ್ಸಿನ ಒಂದು ಭಾಗ ಸಮರ್ಥಿಸ್ತಿತ್ತು. ಮರುದಿನವೂ ಬರಲಿಲ್ಲ. ಅದರ ಮುಂದಿನ ದಿನವೂ ಇತ್ತ ಹಾಯಲಿಲ್ಲ. ಅವಳು ಕೆಲಸ ಬಿಟ್ಟದ್ದು ಖಾತ್ರಿ, ಸುನೀತಿ ಒಪ್ಪುವಂಥ ಒಂದು ಸುಳ್ಳನ್ನು ಸೃಷ್ಟಿಸಿ ಮೇಜದಮೇಲೆ ಇಟ್ಟಿದ್ದ ಚಿನ್ನದ ಸರಪಳಿಯ ಗಡಿಯಾರ ಕದ್ದಳು, ನಾನೇ ಡಿಸ್‌ಮಿಸ್ ಮಾಡಿದೆ, ಬಡವೆ ಹಾಳಾಗಿ ಹೋಗಲಿ ಅಂತ ಪೋಲೀಸಿಗೆ ತಿಳಿಸಲಿಲ್ಲ. ಛೀ, ಹೀನಕೆಲಸ, ಈ ಹೀನಮಟ್ಟಕ್ಕಿಳಿಯಬಾರದು ನಾನು ಎಂಬ ಆತ್ಮಭರ್ತ್ಸನೆ ಮಾಡಿಕೊಳ್ಳುತ್ತಿರುವಾಗ ನಾಲ್ಕನೆಯ ಬೆಳಗ್ಗೆ ಎಂಟುಗಂಟೆಗೇ ಬಂದುಬಿಟ್ಟಳು, ಕೈಚೀಲದಲ್ಲಿ ತರಕಾರಿಗಳನ್ನು ಹಿಡಿದು. ಕತ್ತು ಬಗ್ಗಿಸಿಕೊಂಡು ಅಡುಗೆಮನೆಗೆ ಹೋದವಳು ಗಮಗುಟ್ಟುವ ಅವಲಕ್ಕಿ, ಚಹಾಗಳನ್ನು ಊಟದ ಮೇಜದ ಮೇಲಿಟ್ಟು ಪೇಪರು ಓದುತ್ತಿದ್ದ ನನ್ನ ಹಿಂಬದಿಗೆ ಬಂದು, 'ಸಾಹಿಬ್, ನಾಶ್ತಾ ಆರಿಹೋಗುತ್ತೆ,' ಎಂದಳು. ಕಸಮುಸುರೆ ನೆಲ ಸಾರಿಸುವ ತುಳಜಾ ಹೋಗುವ ತನಕ ಅಡುಗೆಮನೆಯಲ್ಲಿದ್ದು ಅನಂತರ ತಾನೇ ಹೋಗಿ ಮುಂಬದಿಯ ಬಾಗಿಲು ಮುಚ್ಚಿಬಂದು ನನ್ನ ಹಿಂಬದಿಯ ತುಸು ದೂರದಲ್ಲಿ ನಿಂತು, 'ಸಾಹಿಬ್, ನಿಮಗೆ ಮೂರುದಿನದಿಂದ ಊಟ ತಿಂಡಿ ಇಲ್ಲದ ಹಾಗೆ ಮಾಡಿದೆ. ಈ ಪಾಪಿಹೆಂಗಸಿನ ತಪ್ಪನ್ನ ಹೊಟ್ಟೆಗೆ ಹಾಕಿಕೊಳ್ಳಿ,' ಎಂದ ಧ್ವನಿ ನೆನೆದಿತ್ತು. ಹಿಂತಿರುಗಿ ನೋಡಿದರೆ ಅವಳ ಎರಡು ಕಣ್ಣುಗಳಲ್ಲೂ ನೀರಿನ ಪೊರೆ. ನನಗೆ

ಜೀವ ಬಂದಿತ್ತು. 'ಬೇಸರವಾಗಿತ್ತಾ?' ಆತ್ಮೀಯತೆಯಿಂದ ಕೇಳಿದೆ. ಸಾಹೇಬರೇ, ಎನ್ನುವಾಗ ಬಿಕ್ಕಿ ಬಿಕ್ಕಿ ಅತ್ತುಬಿಟ್ಟಳು. ಅನಂತರ ಹತ್ತಿರ ಬಂದು ಬಾಗಿ ನನ್ನೆರಡು ಪಾದಗಳನ್ನೂ ಮುಟ್ಟಿ, 'ನಿಮ್ಮಂಥ ಒಳ್ಳೆಯೋರು, ದೊಡ್ಡ ಮನುಷ್ಯರು ನನ್ನ ಸ್ನೇಹ ಕೇಳಿದಿರಿ ಅಂದರೆ ನಾನು ಅದೃಷ್ಟವಂತೆಯೇ. ನೀವು ಹಂಗೆ ಸಿಕ್ಕಿಸಿಕ್ಕಿದ ಹೆಂಗಸರ ಸೆರಗಿನ ಹಿಂದೆ ಹೋಗು ವಂಥೋರಲ್ಲ ಅಂತ ನನಗೆ ಗೊತ್ತಿದೆ. ಮೂರುದಿನ ಯೋಚನೆ ಮಾಡಿದೆ. ನನ್ನ ಮದುವೆಯಾದ ಅಂಬಾ ಭವಾನಿ ಮಂದಿರಕ್ಕೆ ಹೋಗಿ ಕೇಳಿಕೊಂಡೆ. ಅವನು ಹಿಂಗೆ ಮಾಡಿದ. ನಾನು, ಮಕ್ಕಳು, ಇದ್ದೂ ಇನ್ನೊಂದು ಲಗ್ನವಾದ. ಊರು ಬಿಟ್ಟೇ ಓಡಿಹೋದ. ಈಗ ನಾನೊಂದು ಗುಪ್ತಲಗ್ನ ಮಾಡಿಕೊಂಡರೆ ತಪ್ಪೇನು? ಅಂತ ಕೇಳ್ಕಂಡೆ. ನೆನ್ನೆ ರಾತ್ರಿ ಕನಸಿನಲ್ಲಿ ದೇವಿ ಬಂದು ಅವನವನ ಪಾಪ ಪುಣ್ಯ ಅವನವನದ್ದು. ನೀನು ಕೆಟ್ಟಕೆಲಸ ಮಾಡಬೇಡ. ನಿನ್ನ ಸಾಹೇಬರು ಒಳ್ಳೆಯೋರು. ಅವರಿಗೆ ಹೇಳು. ಭಕ್ತಿಯಿಂದ ಅವರ ಸೇವೆ ಮಾಡು, ಅಂತ ಹೇಳಿದಳು. ನನ್ನದೇನು ತಪ್ಪಿದ್ದರೂ ನೀವು ಬುದ್ಧಿ ಹೇಳಿ. ಒಪ್ಪಿಸಿಕೊಬೇಕು ಅನ್ನೂ ಹಂಗಿದ್ದರೆ ಒಪ್ಪಿಸಿಕೊಳ್ಳಿ. ನಾನು ವಿದ್ಯಾಬುದ್ಧಿ ಇಲ್ಲದ ಹಳ್ಳಿಮುಕ್ಕ.'

'ನಾಳೆ ಹೊತ್ತಿಗೆ ಯೋಚನೆ ಮಾಡಿ ಹೇಳ್ತೀನಿ. ಸಮಾಧಾನವಾಗಿರು,' ಎಂದು ಅವಳ ಎಡಭುಜವನ್ನು ಮುಟ್ಟಿ ಹೇಳಿದೆ. ಮೊಟ್ಟ ಮೊದಲು ಮಾಡಿದ ಆ ಸ್ಪರ್ಶ ಹಿತ ವಾಗಿತ್ತು. ಇಡೀದಿನ ಆಲೋಚಿಸಿದೆ. ಅವಳು ಚಾಕರಿಯನ್ನು ಬಿಟ್ಟಿಲ್ಲ. ಸುನೀತಿ ಬಂದನಂತರ ಸುಳ್ಳು ಹೇಳುವ ಪ್ರಮೇಯವಿಲ್ಲ. ನನ್ನೊಳಗನ್ನು ಕೊರೆಯುವ ಯಾವ ನ್ಯೂನತೆಯೂ ಇಲ್ಲ. ನಿನ್ನ ದೇವಿ ಹೇಳಿದ್ದು ಕೇವಲ ನಿನ್ನ ಕನಸು, ಹಗಲು ಹೊತ್ತು ಮನಸ್ಸನ್ನು ಕಾಡುವ ಆಲೋಚನೆಯೇ ರಾತ್ರಿ ಕನಸಾಗಿ ಬರುತ್ತೆ, ಇದರಲ್ಲೇನೂ ತಪ್ಪಿಲ್ಲ ಅಂತ ಹೇಳಿದರೆ ಒಪ್ಪಿಸಿ ಕೊಳ್ತಾಳೆ ಎಂಬುದು ಸ್ಪಷ್ಟವಾಗಿತ್ತು. ನಾಳೆ ಹೇಳಿದರೆ ನಾಳೆಯೇ ಒಪ್ಪಿಸಿಕೊತ್ತಾಳೆ. ಆಫೀಸಿಗೆ ಸ್ವಲ್ಪ ತಡವಾಗಿ ಹೊರಡಬಹುದು. ಅಥವಾ ನಾಳೆ ಹೇಳಿ ನಾಡದ್ದರವರೆಗೆ ಕಾಯಬಹುದು. ಅಷ್ಟರಲ್ಲಿ ಪೂರ್ತಿ ಹಣ್ಣಾಗಿರ್ತಾಳೆ. ಅವಳ ಹಿನ್ನೆಲೆಯಲ್ಲಿ ಆ ನಂಬಿಕೆ ಇರೂದು ಸಹಜವೇ, ನಾಲ್ಕು ದಿನ ಅವಕಾಶಕೊಟ್ಟು ಅದನ್ನು ಅವಳೇ ಕಿತ್ತೊಗೆದು ಹೊರಬರುವ ಹಾಗೆ ಮಾಡ ಬೇಕು ಎಂಬ ಯೋಚನೆ ಸಮರ್ಪಕವೆನ್ನಿಸಿತು. ಆದರೆ ರಾತ್ರಿ ಮಲಗಿದಾಗ ಅವಳ ನಂಬಿಕೆಯನ್ನು ಯಾವ ಉದ್ದೇಶಕ್ಕಾಗಿ ನಾನು ಕಿತ್ತು ಹಾಕಿಸಬೇಕು? ನನಗೆ ಒಪ್ಪಿಸಿಕೊಳ್ಳಲಿ ಅಂತ. ಹೀನತನ ಅನ್ನಿಸಿತು. ದೇವರು ದಿಂಡರುಗಳೆಲ್ಲ ಬಡವರನ್ನು ನಿದ್ರಾವಸ್ಥೆಯಲ್ಲಿ ಇರಿಸಲು ಸೃಷ್ಟಿಸಿದ ಮೋಸಗಳು ಎಂಬ ಮಾತು ನನಗೆ ಹೊಸದಲ್ಲ. ಕಾಲೇಜಿನಲ್ಲಿ ಎಕ ನಾಮಿಕ್ಸ್ ತರಗತಿಯಲ್ಲೇ ಓದಿದ್ದೆ. ಕಾಲೇಜಿನ ಹೊರಗೆ ಅಧ್ಯಯನ ಗುಂಪುಗಳೆಂಬ ಹೆಸರಿನ ಪ್ರಚಾರಕೇಂದ್ರಗಳಲ್ಲಿ ಕೇಳಿದ್ದೆ. ದೇವರೆಂಬುದು ಇದೆಯೋ ಇಲ್ಲವೋ ಎಂಬ ಬಗೆಗೆ ನಾನು ಅಜ್ಞ, ಇದ್ದರೂ ಯಾರಿಗೂ ಕೇಡಾಗದಂತೆ ನಮ್ಮಿಬ್ಬರಿಗೂ ಸಂತೋಷವಾಗು ವಂತೆ ಪರಸ್ಪರ ಗುಪ್ತಸಂಬಂಧವಿಟ್ಟುಕೊಳ್ಳಬಾರದು ಅಂತ ಹೇಳುತ್ತೆಯೆ? ನಾವು ಆಫೀಸಿನಲ್ಲಿ ಗುಪ್ತವಾಗಿ ಸೇರೂದ ಕಾವಲು ಕಾಯ್ದು ಶಿಕ್ಷಿಸೂದೇ ಅದರ ಕೆಲಸವೆ? ಎಂಬ ಪ್ರಶ್ನೆಗಳು ಹುಟ್ಟಿದವು. ಎಷ್ಟೋಹೊತ್ತು ನಿದ್ರೆ ಬರಲಿಲ್ಲ. ಯಾವ ಉತ್ತರವೂ

ಹೊಳೆಯಲಿಲ್ಲ. ಬೆಳಗ್ಗೆ ಅವಳು ಕೆಲಸಕ್ಕೆ ತುಸು ಮೊದಲೇ ಬಂದಳು. ತಾನಾಗಿಯೇ ಮಾತನಾಡಲಿಲ್ಲ. ನಾಶ್ತಾಕ್ಕೆ ದ್ರಾಕ್ಷಿ ಗೋಡುಂಬೆಗಳನ್ನು ಹಾಕಿದ ವಿಶೇಷ ರುಚಿಯ ಶಿರಾ ಮಾಡಿಕೊಟ್ಟಳು. ನೆನ್ನೆ ರಾತ್ರಿ ಗೆಂದು ಮಾಡಿಟ್ಟಿದ್ದ ಪಲ್ಯ ಮತ್ತು ಸಾರುಗಳೂ ಹೆಚ್ಚು ರುಚಿಕರವಾಗಿದ್ದವು. ನಾಶ್ತಾ ಆದ ನಂತರ ಅವಳನ್ನು ಮಾತನಾಡಿಸಬಹುದು. ಕನಸಿನಲ್ಲಿ ಬಂದದ್ದು ದೇವಿಯ ವಾಣಿಯಲ್ಲ, ಕೇವಲ ನಿನ್ನ ಮನಸ್ಸಿನ ಆತಂಕ ಎಂದು ಹೇಳಬಹುದು ಎಂದುಕೊಂಡೆ. ಆದರೆ ಇದ್ದಕ್ಕಿ ದ್ದಂತೆಯೇ ನನ್ನೊಳಗೆ ಒಂದು ಹೆಚ್ಚಿನ ಜವಾಬ್ದಾರಿ ಕಾಣತೊಡಗಿತು. ತನ್ನ ಕಷ್ಟಗಳನ್ನೆಲ್ಲ ಸಹಿಸುವ ಶಕ್ತಿ ಕೊಡುತ್ತಿರುವ ಅವಳ ದೇವರನ್ನು ನಾಶಮಾಡಿ ಆ ಸ್ಥಾನದಲ್ಲಿ ನಾನು ಪ್ರತಿಷ್ಠಾಪಿತನಾಗ್ತಿದೀನಿ. ಮುಂದೆ ಅವಳ ಬಾಹ್ಯ ಮತ್ತು ಆಂತರಿಕ ಕಷ್ಟಗಳನ್ನೆಲ್ಲ ನಿವಾರಿಸಿ ನೆಮ್ಮದಿ ಕೊಡುವ ಶಕ್ತಿ ನನಗಿದೆಯೆ? ಯಾರಿಗೂ ಕಾಣದಂತೆ ಅವಳಿಗೆ ಅವಳ ವರ್ಗಕ್ಕೆ ಸಮೃದ್ಧವೆನಿಸುವಷ್ಟು ಹಣ ಕೊಡಬಹುದು. ವಾರಕ್ಕೊಮ್ಮೆ ದೇಹಸುಖವನ್ನೂ ಕೊಡಬಹುದು. ದೇಹಸುಖವು ಅವಳು ಬಯಸಿ ಹುಚ್ಚಿಯಾದದ್ದಲ್ಲ. ಹೇಗೋ ನಿಯಂತ್ರಿಸಿ ತುಳಿದಿಟ್ಟುಕೊಂಡಿ ದಾಳೆ. ನಾನು ಅದನ್ನು ಪ್ರಚೋದಿಸಿ ಅವಳ ಅಗತ್ಯವನ್ನಾಗಿ ಸೃಷ್ಟಿಸ್ತಿದೀನಿ. ತನ್ನಪಾಡಿಗೆ ತಾನು ದುಡಿದು ನೆಮ್ಮದಿಯಿಂದಿರುವ ಒಬ್ಬ ಹೆಂಗಸನ್ನು ಒಬ್ಬ ಅನುಕೂಲಸ್ಥ ಸಂಸಾರಿಯ ಗುಪ್ತ ವೇಶ್ಯೆಯಾಗಿ ಪರಿವರ್ತಿಸಿಕೊತ್ತಿದೀನಿ, ಎನ್ನಿಸಿತು. ಈ ಸಂಬಂಧದಲ್ಲಿ ಯಾವ ಉದಾತ್ತಭಾವವಿದೆ? ಎಂಬ ಪ್ರಶ್ನೆ ಎದ್ದುನಿಂತಿತು. ಅವಳೊಡನೆ ಯಾವ ಮಾತೂ ಆಡ ಲಿಲ್ಲ. ಅವಳು ಹೆಚ್ಚು ಶ್ರದ್ಧೆಯಿಂದ ಹೆಚ್ಚು ಬುದ್ಧಿಯನ್ನು ಬಳಸಿ ರುಚಿ ರುಚಿಯಾಗಿ ಅಡುಗೆ ಮಾಡತೊಡಗಿದಳು. ನನಗೆ ಆ ಊಟ ಹೆಚ್ಚು ಹೆಚ್ಚು ಪ್ರಿಯವಾಗತೊಡಗಿತು. ಅವಳು ನನಗೆ ಹೆಚ್ಚು ಹತ್ತಿರದವಳಾಗಿದ್ದಾಳೆ ಎಂಬ ಭಾವ ಬಲಿಯಿತು. ಆ ದಿನದಿಂದ ಯಾವ ಒಳ್ಳೆಯ ಸಂಗೀತ ಹಾಕಿಕೊಂಡರೂ ಅದರಲ್ಲಿ ಉದಾತ್ತಭಾವವೇ ಒಡೆದು ಕಾಣ ತೊಡಗಿತು. ರಾಮಕುಮಾರಿಯನ್ನು ಅನುದಾತ್ತ ಸಂಬಂಧಕ್ಕೆ ಸಿಕ್ಕಿಸಿಕೊಳ್ಳೂದು ಬೇಡ ಎಂಬ ಆಲೋಚನೆ ಬಲವಾಗತೊಡಗಿತು. ಅದೇ ಸಂದರ್ಭದಲ್ಲಿ ಹುಡುಕಿ ಮೋಹನಲಾಲನೇ ಕಛೇರಿಗಳಲ್ಲಿ ಹಾಡಿದ ಟೇಪುಗಳು ಬಿಭಾಸ್, ಬೈರಾಗಿ ಭೈರವ್, ತೋಡಿ, ಜೀವನಪುರಿ, ಬಿಲಾವಲ್, ಮಧ್ಯಮಾದಿಸಾರಂಗ, ಭೀಮಪಲಾಸಿ, ಕಲ್ಯಾಣ್, ಯಾವ ರಾಗ ಕೇಳಿದರೂ ಉದಾತ್ತಭಾವ. ಶ್ರೋತೃವನ್ನು ಮೇಲೆತ್ತುವ ಭಾವ. ಹೆಣ್ಣಿನೊಡನೆ ಸಂಬಂಧವೇರ್ಪಟ್ಟರೂ ಇಂಥ ಭಾವದ ಸಂಬಂಧ ಏರ್ಪಡಬೇಕು. ಬಡತನದಲ್ಲಿರುವ ಹೆಂಗಸಿಗೆ ಆರ್ಥಿಕ ನೆಮ್ಮದಿಯ ಭರವಸೆಯಿತ್ತು ಬಲೆಗೆ ಹಾಕಿಕೊಳ್ಳುವ ಸಂಬಂಧದಲ್ಲಿ ಸಂಗೀತದ ಮಟ್ಟ ಏನಿರುತ್ತೆ? ಎಂಬ ವಿಚಾರ ಗಟ್ಟಿಯಾಗತೊಡಗಿತು. ಹದಿನೈದು ದಿನ ಕಳೆಯಿತು. ನಡುವೆ ನಾನು ಊರಿನಲ್ಲೂ ಇರಲಿಲ್ಲ. ಮೂರುಸಲ ದಿಲ್ಲಿಗೆ ಹೋಗಬೇಕಾಯಿತು ಸುಪ್ರೀಮ್ ಕೋರ್ಟ್ ಅಪಿಯರನ್ಸ್. ಈ ಪ್ರಸ್ತಾಪವನ್ನು ಕೈಬಿಟ್ಟೇ ಆಗಿತ್ತು. ಆದರೆ ಅವಳಿಗೆ ಹಾಗೆಂದು ತಿಳಿಯ ಹೇಳುವ ಕರ್ತವ್ಯವನ್ನು ಮರೆತಿದ್ದೆ. ಒಂದು ಬೆಳಗ್ಗೆ ನಾನು ನಾಶ್ತಾ ಮಾಡುತ್ತಿರುವಾಗ ಅವಳೇ, 'ದಣೀ, ನಾನು ಮಾಡ್ತಿರುವ ಅಡುಗೆ ನಿಮಗೆ ಪಸಂದ್ ಅನ್ನಿಸುತ್ತಿದೆಯೆ?' ಎಂದಳು. ಕತ್ತು ತಿರುಗಿಸಿ

ನೋಡಿದರೆ ಅವಳ ಕಣ್ಣುಗಳಲ್ಲಿ ಸಮೀಪಭಾವ. 'ತುಂಬ ಚನ್ನಾಗಿದೆ ರಾಮಕುಮಾರಿ. ಇಷ್ಟು ರುಚಿಯಾದರೆ ನಾನು ಹೆಚ್ಚು ತಿಂತೀನಿ. ಈ ವಯಸ್ಸಿನಲ್ಲಿ ಹೆಚ್ಚು ತಿನ್ನೂದು ಶರೀರಕ್ಕೆ ಒಳ್ಳೇದಲ್ಲ,' ಎಂದೆ. ಅವಳ ಮುಖದಲ್ಲಿ ಗೊಂದಲ ಹುಟ್ಟಿತು. 'ನಿಮಗೆ ಬೇಸರವಾಗಿಲ್ಲ ತಾನೆ?' ಎಂದಳು. ಆ ಮಾತಿನ ಅಂತರಂಗ ನನಗೆ ಸ್ಫುಟವಾಗಲಿಲ್ಲ. ನೀವು ಯಾಕೆ ಸುಮ್ಮನಾದಿರಿ? ಎಂದು ಅವಳು ಆ ಮೂಲಕ ಕೇಳಿದಳೆ? ನನ್ನ ಮಾತಿನಿಂದ ಅವಳಲ್ಲೂ ಬಯಕೆ ಪ್ರಚೋದಿತವಾಗಿ ನನ್ನಿಂದ ಉಪೇಕ್ಷೆಗೊಳಗಾಗಿರುವ ಅರ್ಥವಿದೆಯೆ? ಹೆಂಗಸು ಯಾವುದನ್ನೂ ನೇರವಾಗಿ ಹೇಳುಲ್ಲ, ಎಂಬ ಯಾವ ಸೂಕ್ಷ್ಮಗಳೂ ಆಗ ನನಗೆ ಹೊಳೆಯಲಿಲ್ಲ. 'ಬೇಸರವಿಲ್ಲ ಕುಮಾರೀ, ದೇವಿ ಕನಸಿನಲ್ಲಿ ಹೇಳಿರುವಾಗ ಬೇಸರಪಟ್ಟುಕೊಬಾರದಲ್ಲ,' ಎಂದೆ. ಅವಳ ಮುಖದಲ್ಲಿ ಯಾವ ಸ್ಪಷ್ಟಭಾವನೆಯೂ ಕಾಣಲಿಲ್ಲ.

ಆ ದಿನದಿಂದ ನನ್ನನ್ನು ಇನ್ನೊಂದು ಪ್ರಶ್ನೆ ಕಾಡತೊಡಗಿತು. ಈ ಸಂಬಂಧಕ್ಕೆ ಒಪ್ಪಿಕೊಂಡರೆ ಅವಳಿಗೆ ಪ್ರತಿ ತಿಂಗಳೂ ಪ್ರತ್ಯೇಕ ಹಣಕೊಡ್ತೀನಿ ಅವಳ ಮಕ್ಕಳ ವಿದ್ಯಾಭ್ಯಾಸಕ್ಕೆ ಸಹಾಯ ಮಾಡ್ತೀನಿ ಅಂತ ಹೇಳಿದ್ದೆ. ಈಗ ಆ ಸಂಬಂಧವಾಗಲಿಲ್ಲ. ಅವಳು ಅಂಜಿದಳೋ, ನಾನೇ ಮನಸ್ಸು ಬದಲಿಸಿದೆನೋ! ಸಂಬಂಧವಾಗಲಿಲ್ಲ ಅಂತ ಅದರ ಇನ್ನೊಂದು ಮುಖವಾದ ಪ್ರತ್ಯೇಕ ಸಹಾಯದ ಮಾತನ್ನ ಹಿಂತೆಗೆದುಕೊಂಡರೆ ಅನುದಾತ್ತವಾಗುಲ್ಲವೆ? ಅವಳೇನೂ ಕೇಳುಲ್ಲ. ಒಪ್ಪಿಕೊಂಡಿದ್ದರೆ ಇಷ್ಟೆಲ್ಲ ಪ್ರತ್ಯೇಕ ಸಹಾಯ ಸಿಕ್ತಿತ್ತು ಎಂಬ ಖೇದ ಒಮ್ಮೆಯೂ ಅವಳನ್ನು ಬಾಧಿಸುಲ್ಲವೆ? ಸಂಬಂಧ ಏರ್ಪಡಲಿ ಬಿಡಲಿ ಸಂಬಂಧದ ಪ್ರಸ್ತಾಪಮಾಡೂದೇ ಒಂದು ಸಂಬಂಧ ಎನ್ನಿಸಿತು. ಬೆಳಗೆದ್ದರೆ ವ್ಯಾಪಾರ ವ್ಯವಹಾರಗಳ ಸಂಬಂಧದ ದಾಖಲೆಗಳನ್ನು ಪರಿಶೀಲಿಸುವ ನನಗೆ ಸಂಬಂಧದ ಈ ಆಯಾಮ ಹೊಳೆದಾಗ ಆಶ್ಚರ್ಯವೆನ್ನಿಸಿತು. ಒಂದು ವಾರದಲ್ಲಿ ಮನಸ್ಸು ನಿಶ್ಚಯಿಸಿತು. ನಿಶ್ಚಯವಾಗುವ ಭಾವ ಪಕ್ವವಾಯಿತು. 'ಕುಮಾರೀ, ಬಾ ಇಲ್ಲಿ,' ಅಂದೆ. ಅವಳು ಅಡುಗೆಮನೆಯಿಂದ ಬಂದು ಊಟದ ಮೇಜಿನ ಹತ್ತಿರ ನಿಂತಳು. ಅವಳನ್ನು ಮೊದಲ ಬಾರಿಗೆ ಕುಮಾರಿ ಎಂದು ಆಪ್ತವಾಗಿ ಕರೆದಿದ್ದೆ. 'ಇಕೋ, ಇಲ್ಲಿ ಐದುನೂರು ರೂಪಾಯಿ ಇದೆ. ಜೋಪಾನವಾಗಿ ಇಟ್ಟುಕೊ. ನಿನ್ನ ಮನೆಯ ಹತ್ತಿರ ಯಾವುದಾದರೂ ಬ್ಯಾಂಕಿನಲ್ಲಿ ಒಂದು ಖಾತೆ ತೆಗಿ. ನಾನು ಪ್ರತಿ ತಿಂಗಳೂ ಹೀಗೆ ದುಡ್ಡು ಕೊಡ್ತೀನಿ. ಅದಕ್ಕೆ ಕಟ್ತಾ ಹೋಗು. ಬಡ್ಡಿಗೆ ಬಡ್ಡಿ ಸೇರಿ ಬೆಳೆಯೂ ಖಾತೆಗಳಿರ್ತವೆ. ಅವನ್ನು ನಾನು ಹೇಳಿಕೊಡ್ತೀನಿ. ಅದಕ್ಕೆ ಕಟ್ಟು. ಬಾಯಿ ಬಂದಮೇಲೆ ಅವರಿಗೆ ಹೇಳಿ ಮನೆ ಸಂಬಳಾನೂ ಜಾಸ್ತಿ ಮಾಡುಸ್ತೀನಿ. ನಿನ್ನ ಸಂಸಾರ ನಡೆದು ಉಳಿದದ್ದನ್ನೆಲ್ಲ ಬ್ಯಾಂಕಿನ ಚಕ್ರಬಡ್ಡಿ ಲೆಕ್ಕಕ್ಕೆ ಜಮಾಮಾಡು. ತಿಂಗಳಿಗೊಂದು ದಿನ ನನ್ನ ಆಫೀಸಿಗೆ ಬಾ. ಸಂಜೆ ಐದೂವರೆಯ ಮೇಲೆ. ಯಾವತ್ತು ಅನ್ನೂದ ನಾನು ಇಲ್ಲಿ ಮನೇಲಿ ಸೂಚನೆ ಕೊಡ್ತೀನಿ. ಅಲ್ಲಿ ನಿನಗೆ ಹಣಾನೂ ಕೊಡ್ತೀನಿ. ಕಷ್ಟಸುಖಾನೂ ಮಾತಾಡೋಣ. ಅಂಬಾ ಭವಾನಿ ಒಪ್ಪದಿರುವ ಯಾವ ಸಂಬಂಧವೂ ಬೇಡ. ನಿನ್ನ ಕಷ್ಟ ಸುಖ ನನಗಿರಲಿ.' ಮೇಜದ ಮೇಲಿದ್ದ ನೋಟಿನ ಮಡಿಕೆಯನ್ನು ಅವಳು ಮುಟ್ಟಲಿಲ್ಲ.

ಅವಳ ಕಣ್ಣುಗಳಲ್ಲಿ ನೀರು. 'ಕಷ್ಟಸುಖ ನೋಡಿಕೊಳ್ಳೊ ನೀವಿರುವಾಗ ಹಣ ಯಾಕೆ?' ಎಂದಳು. 'ನಾನಿದೀನಿ. ಆದರೆ ಬಾಯಿಯ ಎದುರಿಗೆ ಎಲ್ಲ ಕಷ್ಟಸುಖಕ್ಕೂ ಕೊಟ್ಟರೆ ಚನ್ನಾಗಿರುಲ್ಲ. ನಾನು ಹೇಳಿದ ಹಾಗೆ ಕೇಳು.' ಅವಳು ನನ್ನ ಎರಡು ಮುಂಗಾಲುಗಳನ್ನೂ ಉತ್ಕಟತೆಯಿಂದ ಗಟ್ಟಿಯಾಗಿ ಹಿಡಿದಳು. ಅನಂತರ ಕೂಡ ಅಷ್ಟೆ. ಆಫೀಸಿಗೆ ಬಂದಾಗ ಒಂದು ತಾಸು ಕಷ್ಟಸುಖಗಳನ್ನೆಲ್ಲ ಹೇಳಿಕೊತ್ತಾಳೆ. ಮಕ್ಕಳು, ಅವರ ವಿದ್ಯಾಭ್ಯಾಸ, ತನ್ನನ್ನು ಕೈಬಿಟ್ಟ ಗಂಡ. ಹೊರಡುವ ಮೊದಲು ನನ್ನ ಬೂಟು ಕಾಲುಚೀಲಗಳನ್ನು ತೆಗೆಯುತ್ತಾಳೆ. ಎರಡು ಮುಂಗಾಲುಗಳಿಗೂ ತನ್ನ ಕೆನ್ನೆಗಳನ್ನು ಒಂದಾದಮೇಲೆ ಒಂದರಂತೆ ಒತ್ತಿ, ಆ ಸ್ಪರ್ಶದಲ್ಲಿರುವುದು ಶುದ್ಧ ಶರಣಾಗತಿಯಲ್ಲ, ಮಧುರ ಭಕ್ತಿ, ಅವಳ ಮನಸ್ಸು ತಣಿಯುವ ವರೆಗೂ ತನ್ನ ಕೆನ್ನೆಗೂ ನನ್ನ ಮುಂಗಾಲಿಗೂ ಸ್ಪರ್ಶಬಾಂಧವ್ಯವನ್ನು ಏರ್ಪಡುಸ್ತಾಳೆ. ಆಫೀಸಿನ ಬಾಗಿಲು ಅರ್ಧ ತೆರೆದಿರುತ್ತೆ. ಅದನ್ನ ಪೂರ್ತಿ ಮುಚ್ಚೋದು, ಅವಳ ಶರೀರದ ಇತರ ಭಾಗಗಳನ್ನು ಮುಟ್ಟೋದು ಏನೇನೂ ಕಷ್ಟವಿಲ್ಲ. ಆದರೆ ಮನಸ್ಸು ಒಡಂಬಡುಲ್ಲ. ಭೈರವಿಯ ಆ ಶುದ್ಧ ಭಾವವನ್ನು ಶರೀರದ ಮಟ್ಟಕ್ಕೆ ಇಳಿಸಿದರೆ ಏನೂ ಉಳಿಯುಲ್ಲ, ರಸ ಒಡೆದು ಶೂನ್ಯವಾಗುತ್ತೆ ಎಂಬ ಎಚ್ಚರ ನನ್ನ ಪ್ರಜ್ಞೆಯ ಅಂಚಿನಲ್ಲಿ ಹುದುಗಿರುತ್ತೆ. ಈ ಎಚ್ಚರವೂ ಭೈರವಿಯ ಒಂದು ಅವಿಭಾಜ್ಯ ಸ್ವರವಾಗಿರುತ್ತೆ. ಅವಳಿಗೆ ಸಂಗೀತ ಗೊತ್ತಿಲ್ಲ, ಸಂತ ಸಾಹಿತ್ಯ ತಿಳಿದಿಲ್ಲ. ಮೀರಾಬಾಯಿಯ ಹೆಸರನ್ನು ಮಂದಿರದಲ್ಲಿ ಹಾಡುವ ಭಜನೆಗಳಲ್ಲಿ ಕೇಳಿಬಲ್ಲಳು ಮಾತ್ರ. ಆದರೆ ಚರಣ ಮತ್ತು ಕಪೋಲಗಳ ಸ್ಪರ್ಶನವು ನಮ್ಮಿಬ್ಬರಿಗೂ ಒಂದು ಬಗೆಯ ಸಮಾಧಿಯ ಅನುಭವ. ಮೌನ, ಉತ್ಕಟತೆ, ಒಬ್ಬರಲ್ಲೊಬ್ಬರು ಕರಗಿ ಒಂದಾಗಿರುವ ಭಾವವಾಗಿರುತ್ತೆ. ಎಲ್ಲಿದೀನಿ ಈಗ? ಇನ್ನೂ ದಾದರ್ ಬಂದಿಲ್ಲ. ಬ್ರಾಡ್‌ವೇ ಶಾಪಿಂಗ್ ಸೆಂಟರ್. ಎಷ್ಟೋ ದಿನ ಅವಳನ್ನು ಕಾರಿನಲ್ಲಿ ಕೂರಿಸಿಕೊಂಡು ದಾದರ್ ಸ್ಟೇಷನ್ ಹತ್ತಿರ ಇಳಿಸಿ, ಕಾರಿನಿಂದ ಇಳಿಯುವ ಮೊದಲು ಸಹ ಬಾಗಿ ಕ್ಲಚ್ ಮೇಲಿರುವ ಕಾಲನ್ನು ಮುಟ್ಟಿ, ಯಾವ ಸಂಬಂಧ ಇದು ಎಂದುಕೊಳ್ಳುವಾಗ ಇಷ್ಟು ಉದಾತ್ತಭಾವವನ್ನು ರಾಗಗಳಲ್ಲಿ ಉಕ್ಕಿಸುವ ಅವನಿಗೆ ನಿಜ ಜೀವನದಲ್ಲಿ ಇಂಥ ಒಂದು ಅನುಭವವಾಗಿದೆಯೆ? ಎಂಬ ಪ್ರಶ್ನೆ ಹುಟ್ಟಿತು. ಕಲಾವಿದರ ರೀತಿ ನೀತಿಗಳು ಗೋರೆಗೆ ಹೊಸತಲ್ಲ. ಆ ಭಾವಗಳು ಎಲ್ಲಿಂದ ಹುಟ್ಟುತ್ತವೆ? ಎಲ್ಲಿ ಹಿಂಗುತ್ತವೆ? ಅವಕ್ಕೂ ಕಲಾವಿದನ ಜೀವನಕ್ಕೂ ಏನು ಸಂಬಂಧ? ಮಳೆ ನಿಂತ ತಕ್ಷಣ ಮರಳದಿಣ್ಣೆಯ ನೀರು ಖಾಲಿಯಾಗುವಂತೆ ಇರುತ್ತೆಯೆ ಕಲಾಕಾರರ ಜೀವನ? ಎಂಬ ಪ್ರಶ್ನೆಗಳು ಒಂದಾದಮೇಲೆ ಒಂದರಂತೆ ಕಾಣಿಸಿಕೊಂಡವು. ಇದ್ದಕ್ಕಿದ್ದಂತೆಯೇ ಮುಂದಿನ ವ್ಯಾನು ನಿಂತಿತು. ಅದರ ಮುಂದಿನದೂ. ಹೊರಗಿನ ಎಲ್ಲ ವಾಹನಗಳೂ ಒಟ್ಟಿಗೆ ಅರಚಿಕೊಳ್ಳುವುದು ಎ.ಸಿ. ಒಳಗೂ ಕೇಳಿಸುತ್ತಿದೆ. ಟ್ರಾಫ್ಫಿಕ್ ಜಾಮ್. ಏನು ಸುಡುಗಾಡೋ! ಎಂದುಕೊಳ್ಳುವಾಗ ಹುಷಾರಿ ಹುಡುಗಿ, ಸುನೀತಿಗೆ ಸ್ವಲ್ಪವೂ ಅನುಮಾನ ಬರದಂತೆ, ಅವಳ ಮರ್ಜಿ ಅನುಸರಿಸ್ತಾ, ಮನೇಲಿ ನನ್ನೊಡನೆ ಮಾತೇ ಆಡದೆ, ಎಷ್ಟು ಎಚ್ಚರವಾಗಿ ನಡಕೊಂಡಿದಾಳೆ. ಒಂದುದಿನ ಕೊರಳಿಗೆ ಚಿನ್ನದಸರ ತಂದುಕೊಟ್ಟಾಗ ಅದೆಷ್ಟು ಹಿಗ್ಗು ಅವಳ ಮುಖದಲ್ಲಿ! ನಾನೇ

ಕೊರಳಿಗೆ ಹಾಕುವ ಶೃಂಗಾರಭಾವ ಮನಸ್ಸಿನಲ್ಲಿ ಬಂದರೂ ತಡೆದುಕೊಂಡು ಹಾಕಿಕೊ ಎಂದಾಗ ತನ್ನ ಕನಸೊಂದು ನನಸಾದಂತೆ ಬಿರಿದಳು. ಮರುದಿನ ಮನೆಗೆ ಬಂದಾಗ ಬರಿಕೊರಳು, ಮಂಗಳಸೂತ್ರದ ಕರಿಮಣಿಯೊಂದನ್ನು ಬಿಟ್ಟು. ಪೇಪರ್ ಓದುತ್ತಿದ್ದ ನನ್ನ ಹತ್ತಿರಕ್ಕೆ ನಿಶ್ಶಬ್ದವಾಗಿ ಬಂದು, 'ಬಾಯಿ ಸ್ನಾನಕ್ಕೆ ಹೋಗಿದಾರೆ. ನಾನು ಸರ ಹಾಕ್ಕೊಂಡು ಬಂದಿಲ್ಲ ಅಂತ ಬೇಜಾರುಪಟ್ಟುಕೊಬೇಡಿ. ಹಾಕ್ಕಂಡರೆ ಇದೇನು, ಎಲ್ಲೀದು, ಎಷ್ಟು ಕೊಟ್ಟೆ ಅಂತ ಬಾಯಿಯೂ ಕೇಳ್ತಾರೆ. ನೆರೆಹೊರೆಯೋರೂ ಕೇಳ್ತಾರೆ. ನನಗ್ಯಾಕೆ ಬೇಕು ಚಿನ್ನದಸರ! ದೊಡ್ಡೋಳಾದಮೇಲೆ ಬಕುಲಾಗೆ ಆಗುತ್ತೆ ಅಂತ ಮುಚ್ಚಿಟ್ಟಿದೀನಿ,' ಎಂದು ಪಿಸುಗುಟ್ಟಿ ಹೋಗಿಬಿಟ್ಟಳು, ಎಂಬ ನೆನಪು ಬಂದಾಗ ಮುಂದಿದ್ದ ವ್ಯಾನು ತುಸು ಚಲಿಸಿತು.

ಅಧ್ಯಾಯ ೭

– ೧ –

ಬೋರೀವಲಿಗೆ ಹೋದಾಗ ಟಿಪ್ನಿಸಿಗೆ ಆ ಪ್ರದೇಶದ ಗುರುತು ಸಿಕ್ಕಲಿಲ್ಲ. ಮುಂಬಯಿಯ ಕೊನೆ; ಮಾತ್ರವಲ್ಲ, ಮುಂಬಯಿಗೆ ಸೇರಿದ್ದೇ ಅಲ್ಲ ಎನ್ನುವಂತಿದ್ದ ಅದು ಈಗ ದಾದರ್, ಪರಳ್‌ಗಳಷ್ಟೇ ಸಂದಣಿಯಾಗಿದೆ. ಹದಿನಾರು ಹದಿನೇಳು ವರ್ಷದ ನಂತರ ರಾಮ ಕುಮಾರಿಯ ಚಾಳನ್ನು ಹುಡುಕುವುದು ಕಷ್ಟವಾಯಿತು. ಬಕುಲಳಿಗೆ ಫ಼ೋನು ಮಾಡಿದಾಗ ಸ್ಟೇಷನ್ನಿನಿಂದ ಚಾಳಿನ ದಾರಿಯ ಗುರುತು ಕೇಳಿಕೊಳ್ಳಬೇಕಾಗಿತ್ತು ಎನ್ನಿಸಿತು. ಕೊನೆಗೊಮ್ಮೆ ಇದೇ ಇರಬಹುದು, ಹೌದು, ಇದೇ. ಎರಡನೆಯ ಮಹಡಿ ಹತ್ತಿ, ಬಕುಲಾ ಲಾಲ್, ಕಿಷನ್ ಲಾಲ್, ಬೋರ್ಡನ್ನೂ ಹಾಕಿದೆ. ಕರೆಗಂಟೆ ಇದೆ. 'ಬಹೆನ್‌ಜೀ, ಓ, ಗುರುತು ಸಿಕ್ಕಿತಾ?' ಕಿವಿಯ ಹತ್ತಿರ ತಲೆಗೂದಲು ಬಿಳಿಪು ತಿರುಗಿದೆ. ಮುಖ ಆಗ ಇದ್ದಂತೆ ಒಣಗಿ ಕೊಂಡಿಲ್ಲ.

ಆಕೆಗೆ ತಕ್ಷಣ ಗುರುತು ಹತ್ತಿ, 'ಟಿಪ್ನಿಸ್ ಸಾಹೇಬರೆ, ಇವತ್ತು ಪುಣ್ಯದ ದಿನ. ನಿಮ್ಮ ಪಾದಧೂಳಿ ಬಿದ್ದಿದೆ. ಒಳಗೆ ಬನ್ನಿ,' ಮುಖದಲ್ಲಿ ಸಡಗರ. ಕೃತಜ್ಞತೆ. ಒಳಭಾಗದ ಗೋಡೆಗೆ ಎಮಲ್‌ಷನ್ ಬಣ್ಣ ಹಾಕಿದೆ. ಮಲಗುವಾಗ ಮಂಚದಂತೆ ಪರಿವರ್ತಿಸಬಹುದಾದ ಒಂದು ಸೋಫ಼ಾ. ಮೂಲೆಯಲ್ಲಿ ನಿಲ್ಲಿಸಿರುವ ಒಂದು ತಂಬೂರಿ. ಎದುರಿಗೆ ಅಡುಗೆಮನೆ. ಪಕ್ಕದಲ್ಲಿ ಕೋಣೆಯಂತೆ ಕಾಣುವ ಒಂದು ಬಾಗಿಲು. ಗೋಡೆಯ ಮೇಲ್ಬದಿಯಲ್ಲಿ ನಾಲ್ಕೂ ಕಡೆಗೆ ಹದಿದಿರುವ ಉದ್ದುದ್ದನೆಯ ಕಪಾಟುಗಳು. ಇನ್ನೊಂದು ಮೂಲೆಯಲ್ಲಿ ಗಾದ್ರೆಜ್ ಆಲ್ಮಿರಾ. ಪಕ್ಕದಲ್ಲಿ ಇಸ್ತ್ರಿಸ್ಟ್ಯಾಂಡು. ಇರುವ ಕಡಮೆ ಸ್ಥಳದಲ್ಲಿ ಎಲ್ಲ ಕಿರುಸೌಲಭ್ಯ ಗಳನ್ನೂ ಅಣಿಮಾಡಿಕೊಳ್ಳುವ ಮುಂಬಯಿಯ ಕೈಚಳಕ ಮನೆಯಲ್ಲಿ ಕಾಣುತ್ತಿದೆ. ಇವನ ಮನಸ್ಸರಿತ ರಾಮಕುಮಾರಿ, 'ಹುಡುಗರು ಇವನ್ನೆಲ್ಲ ಮಾಡಿಸಿದಾರೆ,' ಎಂದಳು.

ಉಭಯಕುಶಲೋಪರಿಗಳಾದ ಮೇಲೆ ಟಿಪ್ನಿಸ್, 'ಬಕುಲಾಗೆ ಮದುವೆಯಂತೆ. ಖರ್ಚಿಗೆ ನಿಮಗೆ ತಲುಪಿಸು ಅಂತ ಮೋಹನಲಾಲಜಿ ಇದನ್ನ ಕಳಿಸಿದಾರೆ' ಎಂದು ತನ್ನ ಕಿರುಪೆಟ್ಟಿಗೆಯ ಬೀಗತೆಗೆದು ಬಾಗಿಲೆತ್ತಿದ. ಒಳಗೆ ಮುಚ್ಚಿದ್ದ ಒಂದು ಬಿಳಿಟವೆಲು. ಅದನ್ನು ಸರಗಿಸಿದಾಗ ಹತ್ತು ಕಟ್ಟು ನೋಟುಗಳು. ನೂರರವು. 'ಒಂದು ಲಕ್ಷ ಇದೆ,' ಎಂದು ಅವು ಗಳನ್ನು ಒಂದೊಂದಾಗಿ ಎತ್ತಿ ಟೀಪಾಯಿಯ ಮೇಲಿಟ್ಟ. ರಾಮಕುಮಾರಿಯ ಮುಖದಲ್ಲಿ ಗೊಂದಲ. ಆಶ್ಚರ್ಯ.

'ಸಾಹೇಬರೇ, ಬಕುಲಾಳ ಮದುವೆ ಅಂತ ಯಾರು ಹೇಳಿದುದು?'

'ಅವಳೇ ನನಗೆ ಫ಼ೋನು ಮಾಡಿದ್ದಳು.'

'ಮಾಡಿದ್ದಳೆ?' ಎಂದ ರಾಮಕುಮಾರಿ ಮಾತು ತಿಳಿಯದೆ ಮೌನಿಯಾದಳು. ಅವಳ ಮುಖವು ಬೆವರಿದಂತೆ ಕಾಣಿಸಿತು, 'ಏನಂತ ಮಾಡಿದ್ದಳು?'

ಇಲ್ಲಿ ಏನೋ ಗೋಜಲಿದೆ ಎಂದು ಟಿಪ್ನಿಸನಿಗೆ ತಕ್ಷಣ ಅರ್ಥವಾಯಿತು. ಅದರೊಳಗೆ ತಾನು ಸಿಕ್ಕಬಾರದೆನ್ನಿಸಿತು. ಆದರೆ ಇಷ್ಟು ದೂರ ಬಂದು ಹಣವನ್ನೂ ತಂದಿರುವಾಗ ಏನೂ ಹೇಳದಿದ್ದರೆ ಮುಚ್ಚಿದಂತಾಗುತ್ತೆ, ಬೇರೆ ಏನು ಹೇಳಿದರೂ ಸುಳ್ಳು ಹೇಳಿದಂತಾಗುತ್ತೆ, ಎಂದು ಅರ್ಥಮಾಡಿಕೊಂಡು ಮಾತನಾಡಿದ: 'ಮೋಹನಲಾಲಜಿ ಅಮೆರಿಕಾಕ್ಕೆ ಹೋಗಿದ್ದರು. ಅವರು ಬಂದು ಲಗ್ನಪತ್ರಿಕೆ ಮಾಡಲಿ ಅಂತ ಬಕುಲಾ ಕಾಯ್ದಳಂತೆ. ತಂದೇನ ನೇರವಾಗಿ ಭೇಟಿಮಾಡಿ ಕೇಳುಕ್ಕೆ ಸಂಕೋಚವಿರಬಹುದು. ನನಗೆ ಫ಼ೋನ್‌ಮಾಡಿ ಕೇಳಿದಳು. ಭೇಟಿ ಕೂಡ ಮಾಡಿದ್ದಳು. ತಂದೇನ ಒಪ್ಪಿಸಿ ಅಂತ. ಅವರು ಮದುವೆ ಖರ್ಚಿಗೆ ಈ ಹಣ ನಿಮಗೆ ಕೊಡು ಅಂತ ಕಳಿಸಿದಾರೆ.'

ಪರಿಸ್ಥಿತಿಯನ್ನು ಗ್ರಹಿಸುವುದು ರಾಮಕುಮಾರಿಗೆ ಹಿಂಸೆಯಾಗುತ್ತಿತ್ತು. ತುಸು ಹೊತ್ತಿನ ಮೇಲೆ ಕೇಳಿದಳು: 'ಲಗ್ನಪತ್ರಿಕೆ ಮಾಡ್ತಾರಂತಾ ಅವರು?'

ನೇರವಾಗಿ ಉತ್ತರ ಹೇಳಲು ಟಿಪ್ನಿಸಿಗೆ ಕಷ್ಟವಾಯಿತು. 'ನನಗೆ ಗೊತ್ತಿಲ್ಲ. ಆ ವಿಷಯ ಏನೂ ಹೇಳಲಿಲ್ಲ. ಈ ಹಣ ಕೊಟ್ಟು ಬಾ ಅಂದರು.'

'ಸಾಹೇಬರೇ, ನಿಜಸಂಗತಿ ಹೇಳುಕ್ಕೆ ನಿಮಗೆ ಅಂಜಿಕೆ. ಅದಕ್ಕೆ ಗೊತ್ತಿಲ್ಲ ಅಂತಿದೀರಿ, ಅಲ್ಲವೆ?' ಮೌನವಾಗಿ ಅವಳ ಮುಖನೋಡಿದ. ಈ ವಿಷಯದಲ್ಲಿ ಹೆಚ್ಚು ಮಾತನಾಡಿ ಯಾವ ಕಡೆಯ ತೋಲನದಲ್ಲೂ ಸಿಕ್ಕಿಕೊಳ್ಳುವುದು ಅವನಿಗೆ ಮುಜುಗರವಾಗುತ್ತಿತ್ತು.

ಒಂದು ನಿಮಿಷದ ನಂತರ ರಾಮಕುಮಾರಿಯೇ ಮುಜುಗರವನ್ನು ಹೋಗಲಾಡಿಸಿದಳು: 'ಟಿಪ್ನಿಸ್ ಸಾಹೇಬರೇ, ನಿಮ್ಮ ಹೆಸರು ರಾಜಾರಾಮ ಭಯ್ಯ ಅಲ್ಲವೆ? ನೀವು ನನಗೆ ನಿಜ ವಾಗಿಯೂ ಭಯ್ಯ. ಐದುವರ್ಷ ಪ್ರತಿ ತಿಂಗಳೂ ಮನೆಗೆ ಬಂದು ಜೀವನಕ್ಕೆ ಹಣ ತಲು ಪಿಸಿ ಹೋಗ್ತಿದ್ದಿರಿ. ಆಮೇಲೆ ಗೋರೆಸಾಹೇಬರ ಮನೆಗೆ ಸೇರಿಸಿ ಅನ್ನಬಟ್ಟೆಯ ದಾರಿ ಮಾಡಿದಿರಿ. ಮಕ್ಕಳು ತಮ್ಮ ಕಾಲಮೇಲೆ ತಾವು ನಿಲ್ಲುವ ಹಾಗಾದರು. ಆಮೇಲೆ ಯಾಕೋ ನೀವು ಈ ಮನೆಗೆ ಬರೂದ ನಿಲ್ಲಿಸಿಬಿಟ್ಟಿರಿ. ನಾನು ನಿಮ್ಮ ಕಾಲುಮುಟ್ಟಿ ನೆನೆದುಕೊತ್ತೀನಿ. ಈ ನೋಟುಗಳನ್ನ ನಿಮ್ಮ ಪೆಟ್ಟಿಗೆಯೊಳಗಿಟ್ಟು ಬೀಗಹಾಕಿ. ಮಕ್ಕಳು ಮನೆಗೆ ಬಂದು ಇದನ್ನ ನೋಡಿದರೆ ನಾನು ವಾಪಸು ಕಳಿಸುಕ್ಕೆ ಅಡ್ಡಿ ಮಾಡಬಹುದು. ಕಷ್ಟಪಟ್ಟೋಳಿಗೆ ಇರುವ ಮಾನಮರ್ಯಾದೆ ಮಕ್ಕಳಿಗೆ ಎಲ್ಲಿರುತ್ತೆ? ಮದುವೆ ಖರ್ಚಿಗೆ ನಾನು ಕೂಡಿಸಿಟ್ಟಿದೀನಿ. ಆ ಗಾದ್ರೆಜ್ ಆಲ್ಮಿರಾ ನೋಡಿ. ಹುಡುಗಿಗೆ ಆದಾಗ ಆದಾಗ ಚಿನ್ನ ಬೆಳ್ಳಿಗಳನ್ನೂ ಮಾಡಿಸಿಟ್ಟಿದೀನಿ.' ಅವನು ಸುಮ್ಮನೆ ಕುಳಿತಿದ್ದ. ಒಂದುನಿಮಿಷ ಕಾಯ್ದ ಅವಳು ಬಾಗಿ ಅವನ ಕೈಪೆಟ್ಟಿಗೆಯನ್ನು ತೆಗೆದುಕೊಂಡು ನೋಟುಗಳ ಕಟ್ಟುಗಳನ್ನು

ಒಳಗೆ ಜೋಡಿಸಿಟ್ಟು ಮೇಲೆ ಟವೆಲು ಮುಚ್ಚಿ ಬಾಗಿಲುಹಾಕಿ, 'ಬೀಗ ಹಾಕಿಕೊಳ್ಳಿ. ಲೋಕಲ್ ಟ್ರೇನಿನ ಗಲಾಟೇಲಿ ಅಕಸ್ಮಾತ್ ಬಾಗಿಲು ತೆಕ್ಕೊಂಡರೆ ಒಂದು ಕಟ್ಟೂ ಕೈಗೆ ಸಿಕ್ಕುಲ್ಲ,' ಎಂದಳು. ಅವನು ಎರಡೂ ಬದಿಯ ಬೀಗ ಹಾಕಿಕೊಂಡ.

'ದಿನಾ ಮನೆಗೆ ಎಷ್ಟು ಹೊತ್ತಿಗೆ ಬರ್ತೀರಿ? ಗೋರೆಸಾಹೇಬರ ಮನೇಲಿ ಕೆಲಸ ಹ್ಯಾಗಿರುತ್ತೆ?' ಅವನು ಕುಶಲಪ್ರಶ್ನೆಮಾಡಿದ.

'ನೀವು ಕೂತುಕೊಂಡು ಮಾತಾಡ್ತಿರಿ. ನಾನು ಮಾತಾಡ್ತಲೇ ಬೇಗ ಅಡುಗೆಮಾಡ್ತೀನಿ. ಮುಕ್ಕಾಲುಗಂಟೆ ಸಾಕು. ನೀವು ಊಟ ಮಾಡಬೇಕು.'

'ಊಟಕ್ಕೆ ಇನ್ನೊಂದು ದಿನ ಬರ್ತೀನಿ. ಇವತ್ತು ಯಾರೋ ಮನೆಗೆ ಬರೋರಿದಾರೆ.'

'ಇನ್ನೊಂದು ದಿನ ಎಲ್ಲಿ ಬರ್ತೀರಿ ಬಡವಳ ಮನೆಗೆ? ನಾನೂ ಆಮೇಲೆ ನಿಮಗೆ ಫೋನು ಮಾಡಿಸಲಿಲ್ಲ. ಈಗ ನನಗೇ ಫೋನುಮಾಡುಕ್ಕೆ ಬರುತ್ತೆ. ಬೇಗ ಅವಲಕ್ಕೀನಾದರೂ ಮಾಡ್ತೀನಿ. ಐದೇ ನಿಮಿಷ,' ಎಂದು ಎದ್ದು ಅಡುಗೆಮನೆಗೆ ಹೋದಳು.

'ತಂಬೂರಿ ಬಕುಲಾಳದ್ದೇ? ಕಲೀತಾ ಇದಾಳಾ?'

'ಇಲ್ಲೇ ಹತ್ತಿರ ಒಬ್ಬರಿದಾರೆ ಬಿಜಾಪುರೆ ಅಂತ. ಮನಸ್ಸು ಬಂದರೆ ರವಿವಾರ ಹೋಗ್ತಾಳೆ. ಕ್ರಮವಾಗಿ ಅಭ್ಯಾಸ ಮಾಡುಲ್ಲ.' ಅವಳು ಮಾಡಿದ ಅವಲಕ್ಕಿ ಅವನಿಗೆ ತುಂಬ ರುಚಿಸಿತು. ಇಷ್ಟು ಚನ್ನಾದದ್ದನ್ನು ತಾನು ತಿಂದೇ ಇರಲಿಲ್ಲವೆಂದು ಹೇಳಿ ಎರಡನೆ ಸಲವೂ ತಟ್ಟೆತುಂಬ ಹಾಕಿಸಿಕೊಂಡ. 'ಅಡುಗೆಕೆಲಸವೆಲ್ಲ ಗೋರೆಸಾಹೇಬರ ಮನೆಯಲ್ಲಿ ಕಲಿತದ್ದು.' ಎಂದಳು. 'ಗಂಡ ಹೆಂಡತಿ ಇಬ್ಬರೂ ತುಂಬ ಒಳ್ಳೆಯವರು. ಸ್ವಲ್ಪವೂ ಕಿರಿಕಿರಿ ಇಲ್ಲ. ಯಾವುದಕ್ಕೂ ತಲೆ ಹಾಕೂದಿಲ್ಲ' ಎಂದು ಮೆಚ್ಚುಗೆ ಕೃತಜ್ಞತೆಗಳನ್ನು ಹೇಳಿದಳು. ಅವನು ಚಹಾಕುಡಿದು ಹೊರಟಾಗ, 'ಬರ್ತಾ ಇರಿ, ಎಷ್ಟೇ ತಡವಾದರೂ ಮೂರೂವರೆಯ ಒಳಗೆ ವಾಪಸು ಬಂದಿರ್ತೀನಿ,' ಎಂದು ಕಳಿಸಿಕೊಟ್ಟಳು.

– ೨ –

ಟಿಪ್ನಿಸ್ ಹೋಗುವವರೆಗೂ ತಡೆದಿಟ್ಟುಕೊಂಡಿದ್ದ ಕೋಪವು ಐದುನಿಮಿಷದಲ್ಲಿ ಬಿಸಿ ಏರಿತು. ಹೆತ್ತು ಹೊತ್ತು ಕಂಡವರ ಮನೆ ಅಡುಗೆಮಾಡಿ ತಂದು ಹಾಕಿ ಸಲಹಿ ಓದಿಸಿ ಎಷ್ಟುಮಾಡಿದರೂ ಆ ಕಡೆಯೇ ಎಳೆಯುತ್ತೆ ನಾಯಿ ಎಳೆದ ಹಾಗೆ ಎಂದುಕೊಂಡಳು. ಲಗ್ನಪತ್ರಿಕೆ ಅವನ ಹೆಸರಲ್ಲಿ. ಧಾರೆಯೂ ಅವನ ಕೈಯಲ್ಲಿ. ಬ್ಯಾಡ ಅಂತ ಖಡಾಖಂಡಿತ ಹೇಳಿದರೂ ಟಿಪ್ನಿಸ್ ಸಾಹೇಬರನ್ನ ಹಿಡಿದಿದಾಳೆ ಲೌಡಿ. ಇವತ್ತಿನಿಂದಲೇ ಮನೆಬಿಟ್ಟು ಹೋಗು ಅನ್ನಬೇಕು ಎಂದುಕೊಂಡಳು. ಮದುವೆಯಾದಮೇಲೆ ನಾನೇ ಹೋಗ್ತೀನಿ, ನೀನು ಗೋಗರೆದರೂ ಒಂದು ದಿನವೂ ಬರುಲ್ಲ ಅಂತಾಳಲ್ಲ ನನ್ನ ಹೊಟ್ಟೆ ಉರಿಸಬೇಕು ಅಂತಲೇ. ತಾಯಿಯ ಕರುಳಕಷ್ಟವನ್ನ ಹೆಣ್ಣುಮಕ್ಕಳು ಸರಿಯಾಗಿ ಅರ್ಥಮಾಡ್ಕತ್ತಾರೆ

ಅಂತಾರೆ, ಸುಳ್ಳು ಸುಳ್ಳು. ಹೆಣ್ಣುಮಗಳೇ ಹೆತ್ತಕರುಳಿನ ಶತ್ರು ಎಂಬ ತನ್ನ ಅನುಭವದ ಮಾತನ್ನು ತಾನೇ ಮೆಲುಕು ಹಾಕಿಕೊಂಡಳು. ಇವಳು ಹಾಳಾಗಿ ಹೋಗಲಿ. ಕಿಷನ್‌ಗೆ ಮದುವೆಯಾಗಿ ಸೊಸೆ ಬರಲಿ, ಅವಳನ್ನೇ ಮಗಳು ಅಂತ ತಿಳಕೊತ್ತೀನಿ ಎಂದು ನಿಶ್ಚಯಿಸಿಕೊಂಡಳು. ಮಗಳು ಅಂದರೆ ಹ್ಯಾಗಿರಬೇಕು ಪ್ರತಿಭಾ ಬಾಯಿ ಇದ್ದ ಹಾಗೆ ಸುನೀತಿ ತಾಯಿಗೆ. ಅಮೆರಿಕದಿಂದ ಬಂದರೂ ತಾಯಿಯ ಸೀರೆಗೆ ತಾನೇ ಫ್ಲಾಲ್ಸ್ ಹಾಕಿ ಬಿಗಿಯಾದ ಕುಪ್ಪಸಗಳನ್ನ ಸರಿಮಾಡಿ, ಅಮ್ಮ ಅಪ್ಪರಿಗೆ ಇದು ಇಷ್ಟ, ಹೀಗೆ ಮಾಡು ಅಂತ ನನಗೆ ಹೊಸಬಗೆಯ ಸೂಪು ಮಾಡೂದ ಹೇಳಿಕೊಟ್ಟು. ಇವಳು ಒಂದು ದಿನ ವಾದರೂ ಪೂರ್ತಿ ಅಡುಗೆ ಮಾಡಿದಾಳಾ? ಅಮ್ಮ, ನಿನ್ನ ಕೈಯ ರುಚಿ ನನ್ನ ಕೈಲಿ ಬರುಲ್ಲ, ಕಿಷನ್ ಗೊಣಗುತಾನೆ ಅಂತ ಸುಲಭವಾಗಿ ಜಾರಿಕೊಂಡು. ನಾಳೆ ಸಂಸಾರ ಹೂಡಿದಾಗ ಗಂಡನಿಗೆ ಏನು ಬೇಸಿಹಾಕಿಯಾಳು! ಎಂದುಕೊಳ್ಳುತ್ತಲೇ ಪ್ರತಿಭಾ ಬಾಯಿ ಅಮೆರಿಕದಿಂದ ತಂದುಕೊಟ್ಟ ಚಾಕುವಿನಿಂದ ಚಕಚಕನೆ ಹುರುಳೀಕಾಯಿ ಹೆಚ್ಚತೊಡಗಿದಳು. ಲೌಡಿ ನನಗೂ ಹೇಳದೆ ಕದ್ದು ಟಿಪ್ನಿಸ್ ಸಾಹೇಬರ ಹತ್ತಿರ ಹೋಗಿದಾಳೆ ಅಪ್ಪನಿಗೆ ಶಿಫಾರಸು ಹೇಳಿಸುಕ್ಕೆ. ಲಕ್ಷರೂಪಾಯಿ ಕಳಿಸಿದ, ಲಗ್ನಪತ್ರಿಕೆಗೆ ಬರುಲ್ಲ ಅಂತ ಹೇಳಿಕಳಿಸಿದ, ಹೇಳಿಕಳಿಸದಿದ್ದರೂ ಅದೇ ಅವನ ಇರಾದೆ, ವಾಪಸು ಕಳಿಸಿದ್ದು ಸರಿಯೋ ಅಲ್ಲವೋ? ಒಂದುಲಕ್ಷ ರೂಪಾಯಿ ಅಂದರೆ ಎಷ್ಟು? ಮನಸ್ಸಿನಲ್ಲೇ ಲೆಕ್ಕ ಮಾಡಿಕೊಂಡಳು. ಒಂದು ನೂರು ಸಾವಿರ ರೂಪಾಯಿ. ತಿಂಗಳಿಗೆ ಸಾವಿರಬಡ್ಡಿ. 'ನಾನು ಸತ್ತಮೇಲೆ ನಿನ್ನ ಮುಪ್ಪಿನ ಕಾಲದಲ್ಲಿ ಯಾರನ್ನ ಬೇಡ್ತೀಯ? ತಿಂಗಳಿಗೆ ಮೂರುಸಾವಿರ ಬಡ್ಡಿ, ಸ್ವಂತ ಚಾಳಿನ ಮನೆ ಇದ್ದರೆ ಮಗಸೊಸೆ ಅನ್ನ ಹಾಕಲೇಬೇಕು. ಇದರ ಅಸಲನ್ನ ಎಂದೂ ಕರಗಿಸಬೇಡ, ಬ್ಯಾಂಕಿನಲ್ಲಿ ಹಣ ಠೇವಣಿಮಾಡಿರೂದ ಮಕ್ಕಳಿಗೆ ಯಾವತ್ತೂ ಹೇಳಬೇಡ,' ಈಗ ಅದರಲ್ಲೇ ತೆಗೆದು, ಒಂದುಲಕ್ಷದಲ್ಲಿ ಆಗುತ್ತೆಯೆ? ಇಷ್ಟುವರ್ಷ ಸಂಬಳ ತಗಂಡಿದೀಯಲ್ಲ, ಅದರಲ್ಲಿ ನಿನ್ನ ಮದುವೆಗೆ ನೀನೇ ಖರ್ಚುಮಾಡಿಕೊ, ನಾನೆಲ್ಲಿ ತರಲಿ ಅಂದರೆ ಹ್ಯಾಗೆ? ಎಂಬ ದಾರಿ ಹೊಳೆಯಿತು. ಎಷ್ಟು ಒದ್ದುಕೊಂಡರೂ ಅಪ್ಪನ ಕಡೆ ಹೋಗುತ್ತೆ ನಾಯಿಬುದ್ಧಿ. ಮಾಡಿಕೊಳ್ಳಲಿ, ನಾನೇಕೆ ಇದಕ್ಕೂ ಖರ್ಚುಮಾಡಬೇಕು ಎಂದು ನಿಶ್ಚಯಿಸಿಕೊಂಡು ಹೆಚ್ಚಿ ಮುಗಿಸಿದ ಹುರುಳಿಕಾಯಿಯನ್ನು ಬೋಗುಣಿಗೆ ಎತ್ತಿ ಇಟ್ಟಳು. ವಾಪಸು ಕಳಿಸಿದ್ದು ಸರಿಯಾಯಿತೋ ಇಲ್ಲವೋ! ಹುಟ್ಟಿಸಿದ ಅಪ್ಪ ಕೊಟ್ಟರೆ ಕೊಡಲಿ ಅಂತ ಸುಮ್ಮನಿರಬೇಕಿತ್ತೋ? ಅಮ್ಮ ಮದುವೆಗೂ ಇಷ್ಟು ಖರ್ಚು ಮಾಡಿದಳು ಅಂತ ನಾಯಿಮುಂಡೇದು ಅಪ್ಪನ ಕಡೆಗೆ ಎಳೆಯೂದ ನಿಲ್ಲಿಸುತ್ತಾ? ಎಂಬ ಅನುಮಾನ ಬಂತು. ಒಂದು ಲಕ್ಷ. ಕಮ್ಮಿ ಹಣ ವಲ್ಲ. ತಿಂಗಳಿಗೆ ಒಂದು ಸಾವಿರ ಬಡ್ಡಿ. ಸಾಹೇಬರಿಗೆ ಹೇಳಿ ಸರಿಯೋ ತಪ್ಪೋ ಕೇಳಿಬಿಡಬೇಕು, ಎಂದು ಹೊಳೆಯಿತು. ಹಾಲಿಗೆ ಬಂದು ಗಡಿಯಾರ ನೋಡಿದಳು. ಏಳುಗಂಟೆ. ಒಂದೊಂದು ದಿನ ಏಳುಗಂಟೆಯಾದರೂ ಆಫೀಸಿನಲ್ಲೇ ಇರ್ತೀನಿ ಅನ್ನುತ್ತಿದ್ದ ನೆನಪಾಯಿತು. ನನ್ನ ಅದೃಷ್ಟ ಚನ್ನಾಗಿದ್ದರೆ ಇದ್ದೇ ಇರ್ತಾರೆ, ಎಂದು ಹಾಲಿಗೆ ಬಂದು ಚಿಲ್ಲರೆ ಹಣ ತೆಗೆದುಕೊಂಡು ಮನೆಗೆ ಬೀಗ ಮೆಟ್ಟಿ ಸರಸರನೆ ಮೆಟ್ಟಿಲುಗಳನ್ನಿಳಿದು,

ಭಾಯಿ ಕಾಕಾನ ಫ಼್ಲೋನ್ ಅಂಗಡಿ ಬ್ಯಾಡ, ಗುರುತಿನವರಿರ್ತಾರೆ, ಬಾಪಟ್ ಮಾರ್ಗದಲ್ಲಿ ಯಾರೂ ಗುರುತಿಲ್ಲ, ಎಂದು ಹಿಂದಿನ ಬೀದಿಯಲ್ಲಿ ಒಂದು ಫ಼ರ್ಲಾಂಗ್ ನಡೆದು, ಇನ್ನೊಮ್ಮೆ ಎಡಕ್ಕೆ ತಿರುಗಿ, ಖಾಲಿ ಇದೆ, ಗಾಜಿನ ಕೋಣೆಯೊಳಗೆ ಹೋಗಿ ಬಾಗಿಲು ಮುಚ್ಚಿಕೊಂಡು, ಗುಂಡಿಗಳನ್ನೊತ್ತಿದರೆ ಒಂದು, ಎರಡು, ಮೂರು ಗಂಟೆ, ಎತ್ತಿಕೊಂಡರು ಅವರದೇ ಧ್ವನಿ, ನಾನು, ಎಂದಳು. 'ನಿನ್ನ ಅದೃಷ್ಟ. ನಾನು ಬಾಗಿಲಿನ ತನಕ ಹೋಗಿದ್ದೆ. ಅರ್ಧನಿಮಿಷವಾಗಿದ್ದರೆ ಹೊರಟು ಹೋಗಿರ್ತಿದ್ದೆ. ಏನು ಸಮಾಚಾರ?'

ನನ್ನ ಧಣೀ, ಎನ್ನುವಾಗ ಅವಳಿಗೆ ಅಳು ಬಂದುಬಿಟ್ಟಿತು. ಬಿಕ್ಕಿ ಬಿಕ್ಕಿ ಅತ್ತಳು. 'ಕುಮಾರಿ, ಏನು ಹೇಳು, ಬೆಳಗ್ಗೆ ಮನೇಲಿ ನಿನ್ನನ್ನ ನೋಡಿದಾಗ ಚನ್ನಾಗಿಯೇ ಇದ್ದೆಯಲ್ಲ. ಹೇಳು.'

ಸಾವರಿಸಿಕೊಂಡು, 'ಹೇಳುಕ್ಕೆ ಅಂತಲೇ ಬಂದೆ. ಈಗ ಸಾಯಂಕಾಲ ಹಾರ್ಮೋನಿಯಂ ಮಾಸ್ತರು ಟಿಪ್ನಿಸ್‌ಸಾಹೇಬರು ಬಂದ್ದಿದರು. ಅವನು ಕಳಿಸಿದ್ದ. ಇವಳು ಕೇಳಿದ್ದಳಂತೆ,' ಎಂದು ಎಲ್ಲವನ್ನೂ ಹೇಳಿದಳು. 'ಒಂದು ಲಕ್ಷ ವಾಪಸು ಕಳಿಸಿದ್ದು ಸರಿಯೋ ತಪ್ಪೋ? ನೀವೇ ಹೇಳಿ.'

'ಒಳ್ಳೆ ಕೆಲಸ ಮಾಡಿದೆ. ಕುಮಾರೀ, ನೀನು ಯಾವತ್ತೂ ಮರ್ಯಾದಸ್ಥ ಕೆಲಸಾನೇ ಮಾಡ್ತೀ ಅಂತ ನನಗೆ ಗೊತ್ತು. ಲಗ್ನಪತ್ರಿಕೇಗೆ ಬರುಲ್ಲ, ಲಗ್ನಕ್ಕೆ ಬರುಲ್ಲ, ಕಾಸು ಕೊಟ್ಟು ಜವಾಬ್ದಾರಿ ಮುಗುಸ್ತೀನಿ ಅನ್ನೋನ ಹಣ ಮುಟ್ಟದೆ ಇದ್ದದ್ದು ಒಳ್ಳೇ ಕೆಲಸ.'

'ಅವನು ಲಗ್ನಕ್ಕೆ ಬಂದು ಧಾರೆ ಎರೀತೀನಿ ಅಂದರೂ ನಾನು ಅವನ ಜೊತೆ ನಿಲ್ಲುಲ್ಲ. ಅವಳಿಗೆ ಅವನು ಅಪ್ಪ ಇರಬಹುದು. ನನಗೆ ಗಂಡ ಅಲ್ಲ.'

'ಆದರೂ ಇಂಥ ಸಮಾರಂಭದಲ್ಲಿ ಅರ್ಧಗಂಟೆ ಪಕ್ಕದಲ್ಲಿ ನಿಲ್ಲಬೇಕಾಗುತ್ತೆ. ಹುಡುಗಿಯ ಮನಸ್ಸನ್ನ ಅರ್ಥಮಾಡಿಕೊಬೇಕು.'

'ನೀವೂ ಹಿಂಗಂತೀರಾ?' ಎನ್ನುವಾಗ ಅವಳಿಗೆ ಕೋಪಬಂತು. ತಕ್ಷಣ ಅಳುಬಂತು. ಧ್ವನಿ ಮರಳತೊಡಗಿತು.

'ನಾಳೆ ಸಾಯಂಕಾಲ ಆಫ಼ೀಸಿಗೆ ಬಾ. ಮಾತಾಡಾಣ. ಅಲ್ಲೀತನಕ ಶಾಂತವಾಗಿರು. ಬ್ಯಾಂಕಿನ ಡಿಪಾಸಿಟ್‌ಹಣ ಮುಟ್ಟಬೇಡ. ಅದು ಆಪದ್ಧನ. ಮದುವೆ ಖರ್ಚಿಗೆ ನಾನು ಕೊಡ್ತೀನಿ. ಹೆಣ್ಣುಮಗಳು ಗಳಿಸಿದ್ದರಲ್ಲಿ ಹಾಕಿಸಬೇಡ. ನಿನ್ನ ಕೊನೆಯ ಜವಾಬ್ದಾರಿ ಇದು. ಈ ಕಾಲದ ಹುಡುಗರು ಸಿಕ್ಕಾಪಟ್ಟೆ ಡೌಲುಮಾಡ್ತಾರೆ. ಅದಕ್ಕೆ ಅವಕಾಶ ಕೊಡದೆ ಮಿತ ವಾಗಿ ಮದುವೆ ಮಾಡಿ ಮುಗಿಸು. ನನ್ನ ಕೈಲಾಗೂದೇ ಇಷ್ಟು ಅಂತ ಹೇಳಿಬಿಡು.'

'ಮತ್ತೆ ಮತ್ತೆ ನೀವೇ ಕೊಡೂದು ಬ್ಯಾಡ.'

'ಮತ್ತೆ ಮತ್ತೆ ಏನು? ಮಗಳ ಮದುವೆ ಇದೊಂದೇ ತಾನೆ? ಗಂಡುಮಗನ ಮದುವೆ ನಿನ್ನ ಜವಾಬ್ದಾರಿಯಲ್ಲ. ಅವನು ಗಳಿಸಿದ್ದನ್ನ ಉಳಿಸಿ ಮಾಡಿಕೊಳ್ಳಲಿ.' ಅಷ್ಟರಲ್ಲಿ ಇನ್ನು ಯಾರೋ ಗಾಜಿನ ಬಾಗಿಲುಬಡಿದರು. ಹಿಂತಿರುಗಿ ನೋಡಿದರೆ ಮೂರುಜನ ಸಾಲು

ನಿಂತಿದ್ದಾರೆ. ನಾಳೆ ಬತ್ತೀನಿ ಎಂದು ಹೇಳಿ ಕೆಳಗಿಟ್ಟಳು. ಮನಸ್ಸಿಗೆ ಎಷ್ಟೋ ಸಮಾಧಾನವಾಯಿತು. ನಾಳೆ ಹೋಗಿ ಅವರ ಕಾಲುಗಳನ್ನು ಕೆನ್ನೆಗೆ ಒತ್ತಿಕೊಂಡು ಕಣ್ಣುಮುಚ್ಚಿ ಕೂತರೆ ಎಲ್ಲ ದುಃಖವೂ ಕಳೆಯುತ್ತೆ. ಏನು ಮಾಡಬೇಕು ಅಂತ ಹೊಳೆಯುತ್ತೆ ಎಂದುಕೊಂಡಳು. ಬೀದಿಯಲ್ಲಿ ಹೋಗುವ ಒಬ್ಬರನ್ನು ಟೈಂ ಎಷ್ಟು ಎಂದು ಕೇಳಿದಳು. ಪೌಣೇ ಆಠ್ ಎಂದರು. ಇಷ್ಟರಲ್ಲಿ ಮನೆಗೆ ಬಂದಿರ್ತಾಳೆ. ಇಷ್ಟುಹೊತ್ತಿನಲ್ಲಿ ಎಲ್ಲಿಗೆ ಹೋಗಿದ್ದೆ ಅಂತ ಕೇಳ್ತಾಳೆ, ಎಂಬ ಎಚ್ಚರ ಹುಟ್ಟಿ ದಾರಿಯಲ್ಲಿ ಸಿಕ್ಕಿದ ತರಕಾರಿ ಅಂಗಡಿಯಲ್ಲಿ ಒಂದು ನಿಂಬೆಹಣ್ಣು, ಸಣ್ಣಕಂತೆ ಕೊತ್ತಂಬರಿಸೊಪ್ಪು, ಕರಿಬೇವಿನಸೊಪ್ಪುಗಳನ್ನು ಕೊಂಡು ಕೈಲಿಹಿಡಿದು ನಡೆದಳು.

ಬಕುಲಾ ಆಗತಾನೆ ಮನೆಗೆ ಬಂದಿದ್ದಳು. ಒಂದು ಪೊಟ್ಟಣವನ್ನು ಬಿಚ್ಚಿ ಐದಾರು ಕ್ಯಾಸೆಟ್‌ಗಳನ್ನು ಟೀಪಾಯಿಯ ಮೇಲೆ ಇಟ್ಟುಕೊಂಡಿದ್ದಳು. ತಾಯಿ ಬಂದಕೂಡಲೆ ಅವಳು ನೋಡಬಾರದೆಂಬಂತೆ ಅವುಗಳನ್ನ ಜೋಡಿಸಿಟ್ಟಳು. ತಾಯಿ ನೇರವಾಗಿ ಅಡುಗೆ ಮನೆಗೆ ಹೋದನಂತರ ಅವುಗಳನ್ನು ಎತ್ತಿಕೊಂಡು ತನ್ನ ಕೋಣೆಗೆ ಹೋದಳು. ಕೋಣೆ ಎಂದರೆ ಏಳು ಅಡಿ ಉದ್ದ, ನಾಲ್ಕು ಅಡಿ ಅಗಲಗಳ ಪ್ಲೈಉಡ್‌ನಲ್ಲಿ ಮಾಡಿಸಿದ ವಿಂಗಡಣೆ. ಇಟ್ಟಿಗೆಯ ಗೋಡೆಯಂತೆ ಕಾಣುವ ಹಾಗೆ ಬಣ್ಣ ಹೊಡೆಸಿದ್ದಳು. ಹೆಣ್ಣುಹುಡುಗಿ ಅಂದರೆ ಪ್ರತ್ಯೇಕ ಕೋಣೆ ಇರಲೇಬೇಕೆಂದು ಹಟಹಿಡಿದು ಮಾಡಿಸಿಕೊಂಡದ್ದು. ಅದರೊಳಗೆ ಐದೂವರೆ ಅಡಿ ಉದ್ದ ಎರಡೂಮುಕ್ಕಾಲು ಅಡಿ ಅಗಲದ ಒಂದು ಮಂಚ. ಗೋಡೆಯ ಮೇಲ್ಬದಿಯಲ್ಲಿ ಉದ್ದಕ್ಕೂ ಮಾಡಿಸಿದ್ದ ಕಪಾಟುಗಳು. ಮಂಚದ ಅಡಿಯಲ್ಲಿ ಪೆಟ್ಟಿಗೆಗಳು. ಈ ಕೋಣೆ ಮಾಡಿಸುವಾಗ ಅವಳ ಅಮ್ಮ ಗೊಣಗಿದರೂ, ಮಾಡಿಸಿಕೊಂಡದ್ದೇ ಒಳ್ಳೆಯದಾಯಿತು ಎಂದು ಈಗ ಒಪ್ಪಿದ್ದಾಳೆ. ಕ್ಯಾಸೆಟ್‌ಗಳನ್ನು ಮುಚ್ಚಿಟ್ಟು ಬಟ್ಟೆಬದಲಿಸಿ ಹೊರಗೆ ಬರುವ ಹೊತ್ತಿಗೆ ಅಮ್ಮ ಪುಲ್ಕಾ ಮಾಡುತ್ತಿದ್ದಳು. 'ಊಟ ಕೊಡಲೋ, ಪುಟ್ಟನಿಗೆ ಕಾಯ್ತಿಯೊ?' ಕೇಳಿದಳು. ನನಗೆ ಹಸಿವಾಗಿದೆ, ಇವಳು ಉತ್ತರಿಸಿದಳು. ಊಟದ ತಟ್ಟೆಯನ್ನು ಕೈಲಿ ಹಿಡಿದು ಇವಳು ಸೋಫಾದ ಮೇಲೆ ಕೂತ ನಂತರ, 'ನನಗೆ ಹೇಳದೆ ಕೇಳದೆ ಕದ್ದು ಅವರ ಹತ್ತಿರ ಹೋಗಿದ್ದೆಯಾ ಗವಾಯಿಗೆ ಶಿಫಾರಸು ಹೇಳಿ ಅಂತ?' ತಕ್ಷಣ ಅರ್ಥವಾಗ ದಿದ್ದರೂ ಅರ್ಧನಿಮಿಷದ ನಂತರ ಪೂರ್ತಿ ಆಯಿತು. ಅಮ್ಮ ಯಾವತ್ತೂ ಅಪ್ಪನನ್ನು ಸಂಕೇತಿಸುವುದು ಗವಯಿ ಎಂದು. ನಿನ್ನ ಪಿತಾಜಿ ಅನ್ನುವುದಿಲ್ಲ. ತನ್ನ ಯಜಮಾನರು ಅನ್ನುವುದಂತೂ ಇಲ್ಲವೇ ಇಲ್ಲ. ನಾನು ಟಿಪ್ನಿಸ್ ಸಾಹೇಬರನ್ನು ಭೇಟಿ ಮಾಡಿದ, ಫೋನು ಮಾಡಿದ, ಪರಿಣಾಮ ಏನೋ ಆಗಿದೆ. ಅದಕ್ಕೆ ಸಂಬಂಧಿಸಿದ ಮಾತಿನ ಪೂರ್ವಪೀಠಿಕೆ ಇದು ಎಂಬುದು ಅರ್ಥವಾಯಿತು. ಮುಖ್ಯವಿಷಯವೇನು ಹೇಳು ಎಂದು ಕೇಳುವ ಮನಸ್ಸಾದರೂ ಅವಳು ಇನ್ನಷ್ಟು ರೇಗ್ತಾಳೆ. ಇಷ್ಟು ಹೇಳಿದೋಳು ಮುಂದಿನದು ಹೇಳಿಯೇ ಹೇಳ್ತಾಳೆ ಎಂದು ಆಲೋಚಿಸಿ ಮೌನವಾಗಿದ್ದಳು. ಅಡುಗೆಮನೆಯಿಂದ ಹೊರಗೆ ಬಂದು ಎದುರಿಗೆ ನಿಂತು ಅಮ್ಮ ಕೇಳಿದಳು: 'ನಿನಗೆ ಮಾನ ಮರ್ಯಾದೆ ಇದೆಯೆ? ನಾನು ನಿನ್ನನ್ನ ಸಾಕಿಸಲಹಿದ್ದು ಸುಳ್ಳೆ? ನನ್ನ ಶಕ್ತಿ ಇದ್ದ ಹಾಗೆ ಮದುವೆ

ಮಾಡಿಕೊಡ್ತೀನಿ ಅಂತ ಹೇಳಿಲ್ಲವೆ ನಾನು?'

'ಇವೆಲ್ಲ ಮಾತು ನೀನು ಎಷ್ಟೋ ಸಲ ಅಂದಿದೀಯ. ಈಗ ಏನಾಯಿತು ಹೇಳು.'

ಅಷ್ಟರಲ್ಲಿ ಕಿಷನ್ ಮನೆಗೆ ಬಂದ. ಅಕ್ಕನಿಗೂ ತಾಯಿಗೂ ಏನೋ ನಡೆಯುತ್ತಿದೆ ಎಂಬುದು ಅವನಿಗೆ ಅರ್ಥವಾಯಿತು. ಈ ಸನ್ನಿವೇಶದಲ್ಲಿ ತಾನು ಬರಬಾರದಾಗಿತ್ತು ಎನ್ನಿಸಿತು. ಆದರೆ ಸನ್ನಿವೇಶ ಹೀಗಿರುತ್ತೆ ಅಂತ ತನಗೇನು ಗೊತ್ತು? ಅಕ್ಕನಿಗಿಂತ ಆರು ಅಂಗುಲ ಎತ್ತರಕ್ಕೆ ಬೆಳೆದಿದ್ದ ಅವನು ಉದ್ದನೆಯ ಕೂದಲು ಬೆಳೆಸಿದ್ದ. ಜೀನ್ಸ್ ಪ್ಯಾಂಟು. ದೊಗಲೆ ಶರಟು. ಕಾಲಿಗೆ ಬಿಳಿಬಣ್ಣದ ಪವರ್‌ಶೂಸು. ಕೈಯಲ್ಲಿ ಚರ್ಮದ ಚೀಲ. ಇವಳು ಮದುವೆಯಾಗಿ ಹೊರಟುಹೋದರೆ ಅಮ್ಮನಿಗೆ ನೆಮ್ಮದಿ ಎಂದು ಎಷ್ಟೋಸಲ ಆಲೋಚಿಸಿದ್ದ. ಮಗ ಬಂದದ್ದರಿಂದ ಮಾತನ್ನು ಅಲ್ಲಿಗೇ ನಿಲ್ಲಿಸುವ ಆಲೋಚನೆ ಅಮ್ಮನಿಗೆ ಬಂತು. ಆದರೆ ಸಂಗತಿ ಅವನಿಗೂ ತಿಳಿಯಬೇಕು. ಇಬ್ಬರಿಗೂ ಒಟ್ಟಿಗೆ ಹೇಳಿಬಿಡೂದೇ ಉತ್ತಮ ಅನ್ನಿಸಿತು. ನೀನು ಬೂಟು ತೆಗೆದು ಕೈಕಾಲು ತೊಳಕ, ಊಟ ತಯಾರಿದೆ, ಎಂದಳು. ಅವನು ಹಾಗೆಯೇ ಮಾಡಿದ. ಬಟ್ಟೆಗಳನ್ನು ಹ್ಯಾಂಗರಿಗೆ ಹಾಕಿ ಹ್ಯಾಂಗರನ್ನು ತಲೆಯಮೇಲೆ ಆ ಗೋಡೆಯಿಂದ ಈ ಗೋಡೆಗೆ ಬಿಗಿದಿದ್ದ ತಂತಿಗೆ ನೇತುಹಾಕಿದ. ಬಚ್ಚಲ ಭಾಗಕ್ಕೆ ಹೋಗಿ ಬೇಗ ಒಂದು ತಣ್ಣೀರುಸ್ನಾನ ಮುಗಿಸಿ ಪಟ್ಟೆಲುಂಗಿ ಉಟ್ಟು ಹಿಂತಿರುಗುವ ವೇಳೆಗೆ ಟೀಪಾಯಿಯ ಮೇಲೆ ಅವನ ಊಟದ ತಟ್ಟೆ ಇತ್ತು. ಅದನ್ನು ಎತ್ತಿಕೊಂಡು ನೆಲದಮೇಲೆ ಗೋಡೆಯೊರಗಿ ಕುಳಿತ. ನೆಲದಮೇಲೆ ಕೂತರೇ ಅವನಿಗೆ ಊಟ ಹಿತವಾಗುತ್ತಿದ್ದುದು. ತಾನೊಂದು ಗೋಡೆಯೊರಗಿ ಕುಳಿತು ಅಮ್ಮ, ಟಿಪ್ಪಿಸ್ ಸಾಹೇಬರು ಬಂದದ್ದು, ಆಡಿದ ಮಾತು, ಅವರು ಮುಂದಿಟ್ಟ ಲಕ್ಷರೂಪಾಯಿಯನ್ನು ತಾನು ಹಿಂತಿರುಗಿಸಿದ್ದು, ಎಲ್ಲವನ್ನೂ ಒರೆದು, 'ಇವಳು ಹೀಗೆ ನನಗೆ ಕಾಣದ ಹಾಗೆ ಆ ಗವಯಿಗೆ ಹೇಳಿಕಳಿಸಭೌದಾ?' ನ್ಯಾಯ ಒಪ್ಪಿಸಿದಳು.

ಆದರೆ ಮಗನಿಗೆ ಸಿಟ್ಟು ಬಂದಿತ್ತು. 'ಸಾಕಲಿಲ್ಲ ಸಲಹಲಿಲ್ಲ ಅನ್ನೂದು ನಿಜ. ಈಗ ತಾನಾಗಿಯೇ ಕಳಿಸಿದ್ದ ಐದುಸಾವಿರವಲ್ಲ, ಹತ್ತುಸಾವಿರವಲ್ಲ, ಒಂದುಲಕ್ಷ ರೂಪಾಯೀನ ವಾಪಸು ಕಳಿಸಿದೆಯಲ್ಲ. ಯಾವ ವಿವೇಕ?' ಎಂದ. ಮಗನ ಮನಸ್ಸು ಅಮ್ಮನಿಗೆ ಈಗ ಅರಿವಿಗೆ ಬಂತು. ಮೊದಲೇ ಬಂದಿದ್ದರೆ ಅವಳು ಇಷ್ಟು ನೇರವಾಗಿ ವರದಿ ಮಾಡುತ್ತಿರಲಿಲ್ಲ. ಕಾಲೇಜು ಮುಗಿಸಲಿಲ್ಲ. ಆದರೂ ಗೋರೆಸಾಹೇಬರು ನೌಕರಿ ಕೊಡಿಸಿದಾರೆ. ಇಲ್ಲಿಂದ ಅಲ್ಲಿಗೆ ಅಲ್ಲಿಂದ ಇಲ್ಲಿಗೆ ತುಂಬ ಓಡಾಟವಿರುವ ಕೆಲಸ. ಸಂಬಳಕ್ಕೆ ಕಡಮೆ ಇಲ್ಲ. ಸರಿಯಾಗಿ ಕಲಿತು ನಂಬಿಕೆಯಿಂದ ಮಾಡಿದರೆ ಎರಡುವರ್ಷದಲ್ಲಿ ಸಂಬಳ ದುಪಟ್ಟು ಮಾಡುವುದಾಗಿ ಶೇಟು ಹೇಳಿದಾನಂತೆ. ಆದರೆ ಆ ಕೆಲಸ ಬಿಟ್ಟು ಸ್ನೇಹಿತನ ಜೊತೆ ಸೇರಿ ತಾನೇ ಒಂದು ವ್ಯಾಪಾರ ಶುರುಮಾಡಬೇಕು, ಅದಕ್ಕೆ ಬಂಡವಾಳವಿಲ್ಲ, ಅಂತ ಇವನು ಗೊಣಗ್ತಿದಾನೆ. ತನ್ನ ಸಂಬಳದಲ್ಲಿ ಮೂರು ಕಾಸೂ ಉಳಿಸುಲ್ಲ. ಮನೆಯ ಖರ್ಚಿಗೂ ಕೊಡ್ತಿಲ್ಲ. ಅದೇ ಒಂದುಲಕ್ಷ ತನಗೆ ಕೊಟ್ಟಿದ್ದರೆ ವ್ಯಾಪಾರ ಮಾಡಿ ಕರೋಡಪತಿಯಾಗ್ತಿದ್ದೆ ಅಂತ ಇವನ ಮನಸ್ಸಿನಲ್ಲಿ ಬಂದಿದೆ ಎಂದು ಅವಳು ಊಹಿಸಿದಳು.

'ಇನ್ನೇನು ಹೇಳಿದರು ಟಿಪ್ನಿಸ್ ಸಾಹೇಬರು?'

'ಏನೂ ಇಲ್ಲ. ಗವಯಿ ಹಣ ಕೊಟ್ಟಿದಾರೆ. ಲಗ್ನಪತ್ರಿಕೆಗೆ ಬತ್ತಾರೋ ಇಲ್ಲವೋ ಅವರಿಗೆ ಗೊತ್ತಿಲ್ಲ. ಅಂದರೆ ಬರುಲ್ಲ ಅಂತ ನನಗೆ ಅನ್ನಿಸುತ್ತೆ,' ಎಂದವಳು ಮಗಳ ಕಡೆಗೆ ತಿರುಗಿ, 'ನೀನ್ಯಾಕೆ ಹೋಗಿ ಅವರ ಬೆನ್ನುಬಿದ್ದೆ?'

'ನನ್ನ ಮದುವೆಗೆ ಅಂತ ನನ್ನ ಅಪ್ಪ ಕಳಿಸಿದ ಹಣ, ನೀನ್ಯಾಕೆ ವಾಪಸು ಮಾಡಿದೆ?' ಮಗಳು ಕೇಳಿದಳು.

'ನಿನಗೆ ಕಳಿಸಿದ್ದಾದರೆ ಟಿಪ್ನಿಸ್ ಸಾಹೇಬರು ಅಮ್ಮನ ಕೈಲ್ಯಾಕೆ ಕೊಡುಕ್ಕೆ ಬಂದರು? ನಿನಗೇ ಫೋನುಮಾಡಿ ಬಂದು ತಗಂಡುಹೋಗು ಅನ್ನಬಹುದಿತ್ತಲ್ಲ.' ಮಗ ತಾಯಿಯ ನೆರವಿಗೆ ಬಂದ. ಆದರೆ ತಾಯಿಯನ್ನು ಕೇಳಿದ: 'ತಾನಾಗಿ ಬಂದದ್ದನ್ನ ವಾಪಸು ಮಾಡಿ ಬಿಟ್ಟೆ. ಮದುವೆಗೆ ಎಲ್ಲಿ ಹೊಂದಿಸ್ತೀಯ?'

'ಇನ್ನೊಬ್ಬರ ಮನೆ ಅಡುಗೆಮಾಡಿ ಉಳಿಸಿದ್ದನ್ನ ಖರ್ಚು ಮಾಡಿಬಿಡ್ತೀನಿ. ನೀನು ಗಳಿಸಿ ಉಳಿಸಿದ್ದರಲ್ಲಿ ನಿನ್ನ ಮದುವೆ ಖರ್ಚು ಮಾಡಿಕೊ ಅಂತ ಅವಳಿಗೆ ಹೇಳುಲ್ಲ. ನಾನು ಮಾಡಿದ್ದು ತಪ್ಪು ಅಂತ ಯಾರೂ ಅನ್ನಕೂಡದು,' ಅಮ್ಮ ಕಡ್ಡಿಮುರಿದಂತೆ ಮಾತು ಮುಗಿಸಿದಳು.

– ೩ –

ಬಕುಲಾ ತನ್ನ ಕೋಣೆಯನ್ನು ಹೊಕ್ಕು ದೀಪಹಾಕಿ ಬಾಗಿಲುಮುಚ್ಚಿದಳು. ತಲೆಯ ಹತ್ತಿರ ಸ್ಟೂಲಿನಮೇಲೆ ಇಟ್ಟುಕೊಂಡಿದ್ದ ಟೇಬಲ್‌ಫ್ಯಾನ್ ಹಾಕಿಕೊಂಡರೂ ಕೋಣೆಯೊಳಗೆ ಶಖೆ ಹೆಚ್ಚು. ಹೊರಗಿನ ಕಿಟಕಿಯ ಕಾಲುಭಾಗ ಈ ಕೋಣೆಗೆ ಸೇರಿದರೂ ಗಾಳಿಯ ಅಡ್ಡ ಸಂಚಾರಕ್ಕೆ ಎಡೆ ಇಲ್ಲ. ಆದರೂ ತನ್ನದೇ ಕೋಣೆಯಲ್ಲಿ ಮಲಗಿದರೆ ಸಿಕ್ಕುವ ನೆಮ್ಮದಿ ಹೊರಗೆ ಮಲಗಿದರೆ ಇರುವುದಿಲ್ಲ. ನಾನು ಅಲ್ಲಿ ಮಲಗ್ತೀನಿ ಅಂದರೆ ಇದನ್ನ ಆಕ್ರಮಿಸಿಕೊಳ್ಳುಕ್ಕೆ ಥೋಟು ಈ ಕ್ಷಣದಲ್ಲಿ ಸಿದ್ಧ. ನನಗಾಗಿ ಮಾಡಿಸಿಕೊಂಡದ್ದು ಈ ಕೋಣೆ, ಎಂದು ಜ್ಞಾಪಿಸಿಕೊಂಡಳು. ತಾಯಿಯ ಮೇಲೆ ಕೋಪ ಏರುತ್ತಿತ್ತು. ಟಿಪ್ನಿಸ್ ಕಾಕ ನಾನಿಲ್ಲದಾಗ ಯಾಕೆ ಬಂದರು? ಅಮ್ಮ ಸಾಧಾರಣವಾಗಿ ಮನೆಗೆ ಬರೂದು ಎಷ್ಟು ಹೊತ್ತಿಗೆ ಅಂತ ಅವರು ತನ್ನನ್ನೇ ಕೇಳಿದ ನೆನಪಾಯಿತು. ಲಕ್ಷ ರೂಪಾಯಿಯನ್ನ ನನ್ನ ಕೈಲಿ ಕೊಡುವ ಇಚ್ಛೆ ಅವರಿಗೆ ಇದ್ದಿರಲಿಕ್ಕಿಲ್ಲ. ಐ ಮೀನ್ ಪಿತಾಜಿಗೆ. ಯಜಮಾಂತಿಯ ಕೈಗೆ ಕೊಡಿ ಅಂತ ಹೇಳಿರಬೇಕು. ಹಣವನ್ನೇ ಬೇಡ ಅಂದಿರುವಾಗ ಲಗ್ನಪತ್ರಿಕೆ ಹೇಗೆ ಮಾಡಿಯಾರು? ಕನ್ಯಾದಾನಕ್ಕೆ ಹೇಗೆ ಬಂದಾರು? ಅವರು ಬರದೆ ಇರಲಿ ಅಂತಲೇ ಇವಳು ವಾಪಸು ಮಾಡಿದಳಾ? ಸಿಟ್ಟು ಬಂತು. ಹಟ. ಈ ಹಟಮಾರಿಯ ಹತ್ತಿರ ಏಗಲಾರದೆ ಅವರು ಇನ್ನೊಬ್ಬಳನ್ನ ಮಾಡಿಕೊಂಡು ಹೋದರಾ? ಅದೇ ನಿಜ ಅನ್ನಿಸಿತು.

ಪೇಪರುಗಳಲ್ಲಿ ಬಂದ ಅವರ ಎಷ್ಟೋ ಚಿತ್ರಗಳನ್ನು ಅವಳು ಕತ್ತರಿಸಿ ಫ್ಟೈಲ್ ಮಾಡಿಟ್ಟುಕೊಂಡಿದ್ದಳು. ಮಂಚದ ಅಡಿಯ ಒಂದು ಪೆಟ್ಟಿಗೆ ಎಳೆದು ಅದರಲ್ಲಿದ್ದ ಫ್ಟೈಲನ್ನು ತೆಗೆದು ಒಂದೊಂದಾಗಿ ನೋಡಿದಳು. ಎಂಥ ಮೂಡ್‌ಗಳು, ಎಂಥ ಮುಖಭಾವ. ಅವನ್ನೇ ದಿಟ್ಟಿಸಿನೋಡುವಾಗ ಆ ಕಲಾವಿದರನ್ನು ಅರ್ಥಮಾಡಿಕೊಂಡು ನಡೆಯುವ ಗುಣ ಶಕ್ತಿಗಳಿಲ್ಲದ್ದರಿಂದಲೇ ಇವಳನ್ನು ದೂರಮಾಡಿದರು ಎಂಬ ವಿಚಾರ ಇನ್ನಷ್ಟು ದೃಢವಾಯಿತು. ಫ್ಟೈಲನ್ನು ಅದರ ಜಾಗದಲ್ಲಿ ಮುಚ್ಚಿಟ್ಟು ಸಂಜೆ ಅವಿನಾಶ ಕೊಟ್ಟ ಕ್ಯಾಸೆಟ್‌ಗಳನ್ನು ಹೊರತೆಗೆದಳು. ಕ್ಯಾಸೆಟ್‌ಗಳ ಮೊಹರು ಒಡೆದಿದೆ. ಎಲ್ಲವನ್ನೂ ಅವನು ಕೇಳಿದಾನೆ. ತನ್ನ ತಂದೆಯವು ಎಂದು ಸರ್ಪ್ರೈಸ್ ಕೊಡುಕ್ಕೆ ಮನೆಗೆ ಹೋಗೂ ತನಕ ಪೊಟ್ಟಣ ಓಪನ್ ಮಾಡಕೂಡದು ಅಂತ ಹೇಳಿ ಕೊಟ್ಟಿದಾನೆ, ಎಂದು ಅರ್ಥಮಾಡಿಕೊಂಡಳು. ಒಂದೊಂದಾಗಿ ತೆಗೆದು ನೋಡಿದಳು. ಒಂದೊಂದರ ಮೇಲೂ ಪಿತಾಜಿ ಹಾಡುತ್ತಿರುವ ಬೇರೆ ಬೇರೆ ಭಂಗಿಗಳು. ಅಂತರ್ಮುಖತೆ, ತಲ್ಲೀನತೆ, ತಾನ್ ಹೊಡೆದಾಗ ಉಕ್ಕುವ ವಿಜೃಂಭಣೆ, ರಾಗದ ರಸವನ್ನು ವಿಶದೀಕರಿಸುವ ಗುರುಭಾವ. ಅಪೂರ್ವದ ಚಿತ್ರಗಳು. ದೊಡ್ಡ ಅಳತೆಯವಾಗಿದ್ದರೆ ಒಂದೊಂದನ್ನೂ ಕಟ್ಟು, ಗಾಜು ಹಾಕಿಸಿ ಗೋಡೆಯನ್ನು ಅಲಂಕರಿಸಬಹುದಾದವುಗಳು ಎನ್ನಿಸಿತು. ಹಿಂಬದಿಯನ್ನು ನೋಡಿದಳು. ರಾಗದ ಹೆಸರು, ಸಾಥಿದಾರರ ಹೆಸರುಗಳು. ಓಹ್, ಟಿಪ್ಸಿಸ್ ಕಾಕಾ. ಸಂಗೀತದ ಸಂಕಲನ: ಚಂಪಾ ಮೋಹನ್. ಒಂದು ಕ್ಷಣ ಅವಳ ಉಸಿರು ನಿಂತಿತು. ಅವರ ಎರಡನೆಯ ಹೆಂಡತಿ. ಎಲ್ಲೆಲ್ಲಿಯೋ ಹಾಡಿ ನಷ್ಟವಾಗಿ ಹೋಗುತ್ತಿದ್ದ ಸಂಗೀತವನ್ನು ಹುಡುಕಿ ಉಳಿಸಿ ಸಂಕಲಿಸಿ, ಗ್ರೇಟ್ ಲೇಡಿ ಎನ್ನಿಸಿತು. ಅಂಥವಳನ್ನು ಎಷ್ಟು ಕೆಟ್ಟಮಾತುಗಳಲ್ಲಿ ಬೈಯ್ತಿದ್ದಳು ನನಗೇ ಕೇಳಿ ಕೇಳಿ ಬೇಸರವಾಗಿ ಎಷ್ಟುವರ್ಷ ಅಂತ ಅದನ್ನೇ ಮಾತಾಡ್ತೀಯಮ್ಮ ಅನ್ನುವತನಕ. ಆರು ಕ್ಯಾಸೆಟ್‌ಗಳನ್ನೂ ತಿರುಗಿಸಿ ನೋಡಿ ಹನ್ನೆರಡು ರಾಗಗಳಲ್ಲಿ ಕೇದಾರವನ್ನು ಮೊದಲನೆಯದಾಗಿ ಆರಿಸಿದಳು. ಬೇರೆ ಯಾರಿಗೂ ತೊಂದರೆಯಾಗದಂತೆ ಕೇಳುವ ಕಿವಿಯ ಫ಼ೋನ್ ಹಾಕಿಕೊಂಡು ಸಣ್ಣ ಕ್ಯಾಸೆಟ್ ಪ್ಲೇಯರನ್ನು ಚಾಲೂಮಾಡಿ ಮಲಗಿದಳು. ಆಹ್, ಎಂಥ ಸುರೀಲೀ ಆವಾಜ್. ಷಡ್ಜ ಹಚ್ಚಿದರೇ ಸಾಕು ಕೇದಾರದ ಭಾವ ತುಂಬಿ ಹರಡಿಕೊಳ್ಳುತ್ತೆ. ಈ ಶಕ್ತಿ ಬೇರೆ ಯಾವ ಗಾಯಕನಿಗಿದೆ? ಅವಿನಾಶ್, ಇದಕ್ಕಿಂತ ಉತ್ತಮವಾದ ಯಾವ ಉಡುಗೊರೆ ಇದೆ ಈ ಪ್ರಪಂಚದಲ್ಲಿ! ನಿನ್ನನ್ನ ಮದುವೆಯಾಗುಕ್ಕೆ ಒಪ್ಪಿಕೊಂಡದ್ದು ಸಾರ್ಥಕವಾಯಿತು. ನನಗೆ ತಕ್ಕ ಗಂಡ ನೀನು, ಐ ಲವ್ ಯು, ಐ ಲವ್ ಯು, ಐ ಲವ್ ಯು. ಷಡ್ಜದಿಂದ ಮಧ್ಯಮಕ್ಕೆ ಏಕದಂ ಏರಿದಾಗ ಎಂಥ ಔನ್ನತ್ಯಭಾವ ಹುಟ್ಟಿಸ್ತಾರೆ. ಅದೇ ಶಾಸ್ತ್ರ ಅನುಸರಿಸಿ ದರೂ ಬೇರೆ ಗಾಯಕರು ಯಾಕೆ ಇವರಷ್ಟು ಏರುಭಾವ ತಂದುಕೊಡುಲ್ಲ? ಎಂದುಕೊಳ್ಳುತ್ತಿರು ವಾಗ ಆಲಾಪವು ಮುಂದೆಸಾಗಿತು. ಯಾವ ಯಾವ ಸ್ವರಗಳಮೇಲೆ ಸಂಚರಿಸುತ್ತಿದ್ದಾರೆಂಬ ಸೂಕ್ಷ್ಮ ತಿಳಿಯುತ್ತಿಲ್ಲ. ತನ್ನ ಗುರು ಬಿಜಾಪುರೆಯವರು ಹೇಳಿಕೊಟ್ಟಿದ್ದನ್ನು ನೆನಪಿಗೆ ತಂದುಕೊಂಡು ಅದರ ಸಹಾಯದಿಂದ ಗುರುತಿಸಲು ಪ್ರಯತ್ನಿಸಿದಳು. ಸಾ ಮ, ಮಪ,

ಧಪ, ನಿಧ, ಸಾ । ಸಾ, ನಿಧ, ಪ, ಮ ಪ ಧ ಪ, ಮ , ಗಮರೆಸಾ, ಸಾ, ಮ. ಮಪ, ಧಪಮ, ಪಮ, ರೆ ಸಾ. ಆದರೆ ಸಿಕ್ಕುತ್ತಿಲ್ಲ. ಸಾಧನೆ ಮಾಡ್ತಾ ಮಾಡ್ತಾ ಸಿಕ್ಕುತ್ತೆ. ನೀನು ವಾರಕ್ಕೊಂದು ದಿನ ತಂಬೂರಿ ಮುಟ್ಟಿದರೆ ಆಗುತ್ತಾ? ನಮಗೆಲ್ಲ ನಾಲ್ಕೈದುವರ್ಷ ಸತತ ಸಾಧನೆಯಾದಮೇಲೆ ಸ್ಪಷ್ಟವಾದ ಸ್ವರಜ್ಞಾನವಾದದ್ದು, ಎನ್ನುವ ಅವರ ಮಾತು ನಿಜ. ಈ ನೌಕರಿಮಾಡಿಕೊಂಡು ಪ್ರೈವೇಟ್ ಕಂಪನಿಯಲ್ಲಿ ಸೆಕ್ರೆಟರಿ ಅಂದರೆ ಜೀವ ಹಿಂಡ್ತಾರೆ. ಜೊತೆಗೆ ಲೋಕಲ್ ಟ್ರೇನ್ ಪ್ರಯಾಣ. ಮನೆಗೆ ಬಂದು ಅಭ್ಯಾಸಕ್ಕೆ ಕೂರೂದೆಂದರೆ ಅಮ್ಮನ ಮೌನವಿರೋಧ. ಕ್ಯಾಸೆಟ್ ಕೇಳಬೇಕಾದರೂ ಕಿವಿಗೆ ಫ್ಲೋನ್ ಹಾಕಿಕೊಂಡು ಯಾವ ಸ್ವರಸ್ಪಷ್ಟತೆಯೂ ಇಲ್ಲದೆ, ಕಿವಿಯ ತಮಟೆಗೆ ಬಡಿದಂತಹ ಹಿಂಸೆ, ಎಂದುಕೊಳ್ಳುತ್ತಿರುವಾಗ ತ್ರಿತಾಲ ಮಧ್ಯಲಯ ಆರಂಭವಾಯಿತು:

ಽ ಕಾ ಽ ನ್ಹಾ । ರೇ ಽ ಽಽ ಽಽ । ಽ ನಂ ಽ ಧ್ರಽ । ನಂ ಽ ದನ
ಪ ರ ಮ ನಿ । ರಂ ಽ ಜ ನ । ಹೇ ಽ ದು ಖ । ಭಂ ಽ ಜನ

ನಮ್ಮ ಗುರುಗಳು ಹೇಳಿಕೊಟ್ಟಂತೆಯೇ ಇದೆ. ಕಣಸ್ವರಗಳು. ಮೀಂಡು ತಿಳಿಯುಲ್ಲ. ಹೀಗೆ ಕಣಸ್ವರ ಹಾಕಿ ಮೀಂಡು ಎಳೆಯುಕ್ಕೆ ಮಾಸ್ತರುಗಳಿಗೆ ಸಾಧ್ಯವಿಲ್ಲ. ಗಾಯಕರೇ ಬೇಕು. ಪಿತಾಜಿಯಂಥ ಗಾಯಕರು. ಮಲಗಿದ್ದವಳು ಎದ್ದು ಕುಳಿತಳು. ಕಿವಿಯ ಫ್ಲೋನನ್ನು ಸರಿಮಾಡಿಕೊಂಡಳು. ವಾಹ್!

ಕಂ ಽ ಠ ವ । ನೀ ಽ ಮೋ ತಿ । ಯ ನ ಕೀ ಽ । ಮಾ ಽ ಲಾ ಽ
ಮ – ಸಾ ಸಾ । ಸಾ – ಸಾ ಸಾ । ಸಾ ನಿ ನಿ ರೆ । ಸಾ ನಿ ಧ ಪ
ಪ ಧ ಧ ಸಾ
ಪ ಹ ರ ತ । ಸು ಽ ದಿ ತ । ಭ ಯಿ ಬಿ ಜ । ಽ ವಾ ಽ ಲಾ
ಮ ಗ ಮ ರೆ । ನಿ ರೆ ಸಾ ಸಾ । ಧ ನಿ ಧ ಪ । ಧ ಮ ಪ ಪ
ಗ ಸಾ ಸಾ
ರೆ ಽಽ ಽಽ ಽ । ಽ ನಂ ಽ ದ್ರಽ । ನಂ ಽ ದ ನ ।

ಸಾಹಿತ್ಯದ ಜೊತೆಗೆ ಸ್ವರಗಳನ್ನೂ ನೆನಸಿಕೊಳ್ಳುತ್ತಾ ತಾನೇ ತಬಲದ ಜೊತೆಗೆ ಹಾಡುತ್ತಿರುವಂತೆ ಕಲ್ಪಿಸಿಕೊಂಡು ಬೆರಳುಗಳಿಂದ ಚಿಟಿಕೆ ಹಾಕಿಕೊಳ್ಳತೊಡಗಿದಳು. ನಡುವೆ ತಾನಗಳ ಸ್ವರಚಲನೆ ತಿಳಿಯುತ್ತಿಲ್ಲ. ಆದರೂ ತಾನು ಒಂದು ಸ್ವರವನ್ನೂ ಬಿಡದೆ ಹಾಡುತ್ತಿರುವಂತೆ ಸಂಗತಿ ಮಾಡುತ್ತಿರುವಂತೆ, ಕಲ್ಪಿಸಿಕೊಂಡು ಅನುಸರಿಸುತ್ತಿರುವಾಗ ನಡುವೆ ತನಗೇ ತಿಳಿಯದಂತೆ ಧ್ವನಿಯು ಗಟ್ಟಿಯಾಗಿ ಮಧ್ಯೆ ಮಧ್ಯೆ ವಾಹ್ ಎಂದುಕೊಳ್ಳುತ್ತಾ ಏನೇ ಇಷ್ಟುಹೊತ್ತಿನಲ್ಲಿ ಎಲ್ಲರಿಗೂ ನಿದ್ದೆ ಹಾಳುಮಾಡಿಕೊಂಡು, ಅಮ್ಮನ ಕೂಗುಧ್ವನಿ. ಎಚ್ಚರ ಬಂತು. ಅವಳ ಮೇಲೆ ಸಿಟ್ಟೂ ಬಂತು. ಸಂಗತಿ ಮಾಡುವುದನ್ನು ನಿಲ್ಲಿಸಿ ಬರೀ ಕೇಳತೊಡಗಿದಳು. ದ್ರುತ ಲಯಕ್ಕೆ ಬಂದಾಗ ಕೂಡ ಸ್ವರಗಳು ಎಷ್ಟು ಖಚಿತವಾಗಿವೆ! ಸಾಧನೆ ಇಲ್ಲದವರಿಗೆ ವೇಗ ಜಾಸ್ತಿಯಾದರೆ ಸ್ವರಸ್ಥಾನಗಳು ಕಲಸಿಕೊಳ್ಳುತ್ತವೆ ಎಂಬ ಗುರುಗಳ ಮಾತು ನೆನಪಿಗೆ

ಬಂದು ನನಗೆ ಈ ಖಚಿತತೆ ಬರುಕ್ಕೆ ಎಷ್ಟುವರ್ಷ ಬೇಕೋ! ಎನ್ನಿಸಿತು. ವಯಸ್ಸು ಮೂವತ್ತಾಯಿತು. ನಿತ್ಯಸಾಧನೆ ಇಲ್ಲ. ರವಿವಾರ ಮಾಡಿದರೂ ಒಂದು ತಾಸಿನಲ್ಲಿ ಕಂಠ ಶೈಥಿಲ್ಯವಾಗುತ್ತೆ. ಪಿತಾಜಿ ದಿನಕ್ಕೆ ಹತ್ತು ಹನ್ನೆರಡು ತಾಸು ಮಾಡ್ತಿದ್ದರಂತೆ, ಕಾಡಿನ ನಡುವೆ ನದೀತಟದ ಮಂದಿರದೊಳಗೆ ಕೂತು, ಎಂದು ಓದಿದ ನೆನಪಾಯಿತು. ಸದ್ದಾಗದಂತೆ ಮಂಚದ ಅಡಿಯ ಪೆಟ್ಟಿಗೆ ಎಳೆದು ಪಿತಾಜಿಯ ಪೇಪರ್ ಕಟಿಂಗ್‌ಗಳ ಫೈಲ್ ತೆಗೆದು ಹುಡುಕಿದಳು. ಹೌದು ಇಲ್ಲಿದೆ, 'ಧರ್ಮಯುಗ'ದ ಲೇಖನದಲ್ಲಿ. ಇಡೀ ಲೇಖನವನ್ನು ಮತ್ತೊಮ್ಮೆ ಓದಿಕೊಂಡಳು. ಎಂಥ ಸಾಧನೆ! ಎಂಥ ಸಮರ್ಪಣೆ! ಪುಟದ ನಡುವೆ ಅಚ್ಚಾಗಿದ್ದ ಫ಼ೋಟೋ ಹಳೆಯದಿರಬಹುದು, ಎಷ್ಟು ಲಕ್ಷಣವಾಗಿದಾರೆ. ಕಣ್ಣುಗಳಲ್ಲಿ ಎಂಥ ತೇಜಸ್ಸು! ಎಂಬ ಮೆಚ್ಚುಗೆಯಿಂದ ದಿಟ್ಟಿಸತೊಡಗಿದಳು. ಎಷ್ಟೋ ಹೊತ್ತಿನಮೇಲೆ ಫ಼ೈಲನ್ನು ಪೆಟ್ಟಿಗೆಯಲ್ಲಿಟ್ಟು ಪೆಟ್ಟಿಗೆಯನ್ನು ಸದ್ದಾಗದಂತೆ ಮಂಚದಡಿಗೆ ನೂಕಿ ಮಲಗಿದಳು. ಸುರುಳಿಯನ್ನು ವಾಪಸು ತಿರುಗಿಸಿ ಕೇದಾರವನ್ನು ಮತ್ತೆ ಕೇಳುವ ಮನಸ್ಸಾಯಿತು. ಕೇಳ ತೊಡಗಿದರೆ ನಿದ್ರೆ ಬರುಲ್ಲ. ನಾಳೆ ಬೋರ್ಡ್ ಮೀಟಿಂಗ್. ಪ್ರತಿಯೊಬ್ಬರೂ ಮೆಟ್ಟಿಂಗಾಲಲ್ಲಿ ನಿಂತಿರಬೇಕು. ಯಾವ ಕ್ಷಣದಲ್ಲಿ ಯಾವ ಫ಼ೈಲು, ಯಾವ ಮಾಹಿತಿ ಕೇಳ್ತಾರೆಯೋ! ಈಗ ನಿದ್ರೆ ಮಾಡದಿದ್ದರೆ ಎಷ್ಟು ಚಹಾ ಕುಡಿದರೂ ಬುದ್ಧಿ ಜಡವಾಗುತ್ತೆ ಎಂಬ ಎಚ್ಚರ ಹುಟ್ಟಿ ಕಿವಿಯ ಫ಼ೋನನ್ನು ತೆಗೆದಿಟ್ಟು ಮಲಗಿ ಬೆಡ್‌ಸ್ವಿಚ್ ಆರಿಸಿದಳು.

ಆದರೆ ನಿದ್ದೆ ಬರುತ್ತಿಲ್ಲ. ಕೇದಾರವೇ ತಲೆಯನ್ನು ತುಂಬಿದೆ. ಇನ್ನೊಂದುಸಲ ಅದೇ ಕ್ಯಾಸೆಟ್ ಹಾಕಿ ಕೇಳುವ ಆಶೆಯಾಗುತ್ತಿದೆ. ಪಿತಾಜಿ ಯಾವ ರಾಗ ಹಾಡಿದರೂ ಒಂದೂವರೆ ಗಂಟೆಗೆ ಕಡಮೆ ಇರುಲ್ಲ. ಕೇದಾರದಂಥ ಔಡವ-ಷಾಡವ ರಾಗವನ್ನು ಕೂಡ ಒಂದು ಗಂಟೆಗೆ ಕಮ್ಮಿ ಇಲ್ಲದಂತೆ. ಈ ಕ್ಯಾಸೆಟ್‌ನಲ್ಲಿ ಯಾಕೆ ಒಂದೇ ಕಡೆಗೆ ಇಪ್ಪತ್ತೈದು ಇಪ್ಪತ್ತಾರು ನಿಮಿಷಕ್ಕೆ ಇಳಿಸಿದಾರೆ, ಎರಡೂ ಕಡೆಗೆ ಮಾಡಬೇಕಿತ್ತು ಎನ್ನಿಸಿತು. ಈಗಲೇ ಬಾಗಿಲು ತೆಗೆದು ಹೊರಗೆ ಮೂಲೆಯಲ್ಲಿರುವ ತಂಬೂರಿ ಒಳಗೆ ತಂದು ಶ್ರುತಿಮಾಡಿ ಕೇದಾರ ಹಾಡಿಕೊಳ್ಳುವ ಆಶೆಯಾಗುತ್ತಿದೆ. ಆದರೆ ಐದು ನಿಮಿಷಕ್ಕಿಂತ ಹೆಚ್ಚು ಅದರ ವಿಸ್ತಾರ ಮಾಡುವ ತಿಳಿವಳಿಕೆ ಇಲ್ಲ. ಅಷ್ಟೂ ಆದೀತೋ ಇಲ್ಲವೋ. ತಂಬೂರಿ ಶ್ರುತಿಮಾಡಿ ಎಷ್ಟು ತಿಂಗಳಾಯಿತು! ಅವಿನಾಶನೊಡನೆ ಮನಸ್ಸು ಬೆಳೆದಮೇಲೆ ಮನೆಗೆ ಬರೂದೇ ತಡವಾಗುತ್ತೆ. ಬೆಳಗ್ಗೆ ಬೇಗ ಎದ್ದು ಹೊರಡಬೇಕು. ಈಗ ತಂಬೂರಿ ಹಿಡಿದು ಷಡ್ಜ ಹಚ್ಚಿದರೆ ಸಾಕು, ಅಮ್ಮ ಕಿರಿಚಿಕೊತ್ತಾಳೆ. ಅಕ್ಕಪಕ್ಕದವರು ಕೂಡ. ಅಮ್ಮನಿಗೆ ಸಂಗೀತ ಅಂದರೆ ಒಳಗೇ ದ್ವೇಷ. ನಾನು ನೌಕರಿಗೆ ಸೇರಿ ಗಳಿಸುವ ತನಕ ಕಲಿಯುಕ್ಕೆ ಬಿಡಲಿಲ್ಲ. ಸಂಗೀತ ಕಲಿತೋರೆಲ್ಲ ಪೋಕರಿಗಳಾಗ್ತಾರೆ. ಹಾಳಾಗ್ತಾರೆ ಅನ್ನುವ ಒಂದೇ ಹಟ. ಇಪ್ಪತ್ತ ನಾಲ್ಕನೆ ವಯಸ್ಸಿನಲ್ಲಿ ಕಲಿಯುಕ್ಕೆ ಶುರುಮಾಡಿದರೆ ಎಷ್ಟು ಹಿಡಿತ ಸಿಕ್ಕಭೌದು? ಎಳೆವಯಸ್ಸಿ ನಲ್ಲಿ ಸ್ವರಜ್ಞಾನ ರಾಗಜ್ಞಾನ, ತಾಲಜ್ಞಾನಗಳಾಗಿಬಿಡಬೇಕು. ಗಂಟಲು ಹೇಳಿದ ಹಾಗೆ ಕೇಳ ಬೇಕು. ಮೀನು ಹುಟ್ಟಿದ ಕ್ಷಣದಿಂದಲೇ ಈಜುವ ಹಾಗೆ. ಪಿತಾಜಿ ತಂಬೂರಿ ಹಿಡಿದು ಅಭ್ಯಾಸ ಮಾಡಿಕೊತ್ತಾ ಇದ್ದರೆ ಅಮ್ಮ ನನ್ನನ್ನ ಎದುರಿಗೆ ಉರಟಿಹಾಕ್ತಿದ್ದಳಂತೆ.

ನಾನು ಕೇಳ್ತಾ ಸುಮ್ಮನಿರ್ತಿದ್ದೆನಂತೆ. ಅಮ್ಮನೇ ಹೇಳಿದಾಳೆ. ಈ ಮಗಳಿಗೆ ಸಂಗೀತ ಅಂದರೆ ಪ್ರಾಣ, ಇವಳಿಗೆ ಕಲಿಸಬೇಕು ಅನ್ನುವ ಪ್ರೀತಿ ಅವರಿಗೆ ಇರಬಾರದಾಗಿತ್ತೆ? ಇನ್ನೊಂದು ಮದುವೆಮಾಡಿಕೊಂಡು ಹೋದರೂ ನನ್ನನ್ನ ಕರೆಸಿಕೊಂಡು ಪಾಠ ಹೇಳಬಾರದಾಗಿತ್ತೆ? ಅವರೇ ಬಾಂದ್ರಾದಲ್ಲಿ ಸಂಗೀತಶಾಲೆ ನಡೆಸ್ತಾರಂತೆ. ಅದಕ್ಕಾದರೂ ಬಂದು ಸೇರಿಕೊ, ನಾನು ಪಾಠ ಹೇಳ್ತೀನಿ, ಅಂತ ಹೇಳಬಾರದಾಗಿತ್ತೆ? ಹೇಳಿಕಳಿಸಬಾರದಾಗಿತ್ತೆ? ಇದ್ದಕ್ಕಿದ್ದಂತೆಯೇ ತಂದೆಯ ಮೇಲೆ ಕೋಪ ಹುಟ್ಟಿತು. ಹೀಗೆ ಕೋಪ ಹುಟ್ಟುತ್ತಿರೂದು ಇದೇ ಮೊದಲಸಲವಲ್ಲ ಎಂಬ ನೆನಪಾಯಿತು. ಕಾಲೇಜು ಓದುವಾಗ ತಾನು ಎರಡುಸಲ ಅವರ ಕಛೇರಿಗಳಿಗೆ ಹೋಗಿದ್ದೆ. ಛಬೀಲ್‌ದಾಸ್ ಹೈಸ್ಕೂಲು ಆವರಣದಲ್ಲಿ ಒಂದು ಬಿರ್ಲಾ ಮಾತೃಶ್ರೀ ಸಭಾಂಗಣ ದಲ್ಲಿ ಇನ್ನೊಂದು. ಶಕುಂತಲಾಬೇನ್ ದವೆಯ ಜೊತೆ. ಶಾಸ್ತ್ರೀಯಸಂಗೀತ ಅಂದರೆ ಅವಳಿಗೂ ಹುಚ್ಚು. ಗಂಧರ್ವ ಮಹಾವಿದ್ಯಾಲಯಕ್ಕೆ ಹೋಗ್ತಿದ್ದಳು. ಎಂಥೆಂಥ ದೊಡ್ಡ ಗಾಯಕರು ವಾದಕರ ಸಂಗೀತಾನೆಲ್ಲ ಕೇಳಿದ್ದಳು. ಪಿತಾಜಿ ಗಾಯನ ಅಂದರೆ ಎದ್ದುನಿಂತು ಬಿಡ್ತಿದ್ದಳು. 'ಮೋಹನಲಾಲಜಿ ಗಾಯನ ಕೇಳದೆ ಇದ್ದರೆ ಹುಟ್ಟಿದ್ದಕ್ಕೆ ಸಾರ್ಥಕವಿಲ್ಲ. ನಾನು ಟಿಕೇಟ್ ಅರೇಂಜ್ ಮಾಡ್ತೀನಿ. ನನ್ನ ಜೊತೆ ಬಾ. ಆಮೇಲೆ ನಾನು ನಿನ್ನನ್ನ ಟ್ರೇನಿಗೆ ಹತ್ತುಸ್ತೀನಿ' ಅಂದಳು. ಪಿತಾಜಿಯನ್ನ ನೋಡುವ ಆಶೆ. ಕೇವಲ ರೇಡಿಯೋದಲ್ಲಿ ಕೇಳಿದ್ದ ಅವರ ಗಾಯನ ಎದುರಿಗೆ ಕೇಳುವ ಆಶೆ. ಕಾಲೇಜಿನಲ್ಲಿ ಫಂಕ್ಷನ್ ಇದೆ, ನನ್ನ ಸ್ನೇಹಿತೆ ಜೊತೆಗಿರ್ತಾಳೆ, ಬರೂದೂ ತಡವಾಗುತ್ತೆ ಅಂತ ಅಮ್ಮನಿಗೆ ಹೇಳಿ ಶಕುಂತಲಾಬೇನ್‌ಗೆ ಪಿತಾಜಿ ಅಂದರೆ ದೊಡ್ಡ ಹೀರೋ. ಯಾವ ಸಿನಿಮಾ ನಟನೂ ಇಲ್ಲ. ಕ್ರಿಕೆಟ್ ಆಟಗಾರನೂ ಇಲ್ಲ. ದಾರಿಯುದ್ದಕ್ಕೂ ಅವರ ಸಂಗೀತಾನ ಹೊಗಳಿದ್ದೇ ಹೊಗಳಿದ್ದು. ನಾನು ಅವರ ಮಗಳು ಅಂತ ಅವಳಿಗೇನು ಗೊತ್ತು? ನಾನಾದರೂ ಹ್ಯಾಗೆ ಹೇಳಿಕೊಳ್ಳಲಿ? ಹೇಳಿಕೊಂಡರೆ ನನಗೂ ಹೀನಾಯ. ಅವಳು ಆರಾಧಿಸುವ ಪಿತಾಜಿಗೂ ಹೀನಾಯ. ಯಾಕೋ ಹೊಟ್ಟೆ ನೋವು, ಮನೆಗೆ ಹೋಗ್ತೀನಿ, ಅಂತ ಹೇಳಿ ಹೊರಟುಹೋಗಿಬಿಡಲೇ ಎನ್ನುವಷ್ಟು ಇರಸು ಮುರಸು, ಮೂಕಸಂಕಟ. ಇಡೀ ಸಭೆ ಅವರನ್ನು ಆರಾಧಿಸ್ತಿತ್ತು. ಆ ಸ್ವರಮಾಧುರ್ಯ, ಧ್ವನಿಸೌಷ್ಠವ, ಶಾಸ್ತ್ರ ತಿಳಿಯದೋರನ್ನೂ ಭಾವದಲ್ಲಿ ಹಿಡಿದಿಡುವ ಕಲೆ. ನಾನು ಅವರ ಮುಖಾನೇ ನೋಡ್ತಿದ್ದೆ. ಮೂಗು ಕಣ್ಣು ಹಣೆ ನನ್ನ ಹಾಗಿವೆಯೆ? ಅಲ್ಲಿ ಕೂರಲು ಸಾಧ್ಯ ವಾಗದೆ ಎದ್ದುಹೋಗಬೇಕೆಂಬ ಕೋಪ. ಆದರೆ ಬಿಗಿಯಾಗಿ ಬಂಧಿಸಿಟ್ಟ ಸಂಗೀತಶಕ್ತಿ. ಶಕುಂತಲೆಯ ಮಾತು ನಿಜ. ಇವರದರಂಥ ಗಾಯನ ಬೇರೆ ಯಾರಲ್ಲಿಯೂ ಇಲ್ಲ. ಎರಡು ಕಛೇರಿಗಳಿಗೆ ಮಾತ್ರ. ಮತ್ತೆ ಹೋಗಲಿಲ್ಲ. ಹೋದಷ್ಟೂ ಅವರ ಗಾಯನದ ಆಕರ್ಷಣೆ ಅದಮ್ಯವಾಗುತ್ತೆ; ಅಂತರ್ಯದ ವೇದನೆ ಅಷ್ಟೇ ಅಸಹನೀಯವಾಗುತ್ತೆ, ಎನ್ನಿಸಿತು. ಒಂದು ದಿನ ಶಕುಂತಲೆಯೇ ಹೇಳಿದಳು: 'ಗೊತ್ತಾ, ಪಂಡಿತ ಮೋಹನಲಾಲಜಿಗೆ ಒಬ್ಬ ಹೆಂಡತಿ ಇದ್ದಳಂತೆ. ಅವಳನ್ನ ಬಿಟ್ಟು ತನ್ನ ಶಿಷ್ಯೆಯನ್ನೇ ಮದುವೆಯಾದರಂತೆ. ಎರಡು ಮಕ್ಕಳಾದಮೇಲೆ ಅವಳನ್ನೂ ಬಿಟ್ಟು ದಿಲ್ಲಿಯ ಕಥಕ್ ಡಾನ್ಸರ್ ಮನೋಹರೀ ದಾಸಳ ಜೊತೆಗೆ ಹೊರಟುಹೋದರಂತೆ. ಮೂರು

ನಾಲ್ಕು ವರ್ಷವಾದಮೇಲೆ ಅವಳನ್ನೂ ಬಿಟ್ಟು ಮುಂಬಯಿಗೆ ಹಿಂತಿರುಗಿ ಒಬ್ಬರೇ ಇದಾರಂತೆ.'

'ಒಬ್ಬರೇ?'

'ಒಬ್ಬರೇ ಅಂದರೆ ಅವರಿಗೇನು ಗೋಪಿಯರು ಕಡಮೆಯೆ? ಹೆಸರೇ ಮೋಹನಲಾಲ. ಕೃಷ್ಣ ಮೋಹನನಲ್ಲವೆ?' ಅಂತ ಸೂಕ್ಷ್ಮವಾಗಿ ಹುಬ್ಬುಹಾರಿಸಿ ಮುಗುಳುನಕ್ಕಾಗ ನನ್ನ ವಯಸ್ಸಿನ, ನನ್ನ ತರಗತಿಯ ಸಹಪಾಠಿ ಅವಳ ಕಣ್ಣುಗಳಲ್ಲಿ ಅದೆಂತಹ ಕನಸಿನ ಹೊಳಪು. ಇವರ ವಿಷಯ ನಾನೂ ತುಸು, ತೀರ ತುಸು, ಅಖಚಿತವಾಗಿ ಕೇಳಿದ್ದೆ. ಇವಳಿಗೆ ಖಚಿತ ವಾಗಿಯೇ ಗೊತ್ತಿದೆ. ಇವರು ಹೀಗೆ ಅಂತ ಗೊತ್ತಿದ್ದೂ ಜನರು ಇವರ ಗಾಯನ ಕೇಳುಕ್ಕೆ ಮುಗಿಬೀಳ್ತಾರಲ್ಲ! ಎಂದೆ ಅರ್ಧ ಅವಳಿಗೆ ಕೇಳುವಂತೆ. ಇನ್ನರ್ಧ ನನಗೆ ನಾನೇ ಹೇಳಿ ಕೊಳ್ಳುವಂತೆ. 'ಅದರಿಂದ ಇದಕ್ಕೆ ಏನು ಅಡ್ಡಿ? ಕಲಾವಿದರು ಅಂದರೆ ರಸಿಕತೆ ಇದ್ದೇ ಇರುತ್ತೆ. ರಸಿಕತೆಯ ಕಥೆ ಜಾಸ್ತಿ ಇದ್ದಷ್ಟೂ ಕಲಾವಿದರ ಕಲೆಯ ಆಕರ್ಷಣೆ ಹೆಚ್ಚು, ಗೊತ್ತಾ?' ಎಂದಳು. ನನಗೆ ಅವಳ ಮೇಲೆ ಸಿಟ್ಟುಬಂತು. ಇಂಥವಳ ಜೊತೆ ಸೇರಿದರೆ ನಾನೂ ಕೆಟ್ಟುಹೋದೇನು, ನನ್ನನ್ನೂ ಕೆಡಿಸಿಯಾಳು ಎಂಬ ಭಯವಾಯಿತು. ಬರೀ ಅವರ ವಿಷಯವಲ್ಲ, ಇನ್ನೂ ಎಷ್ಟೋ ಗಾಯಕರ, ವಾದಕರ, ತಬಲಾ ನಿಪುಣರ, ಇಂದಿನ ಹಿಂದಿನ ಕಲಾವಿದರ ವಿಷಯಗಳನ್ನೂ ಅವಳು ಹೇಳುತ್ತಿದ್ದಳು, ಉಳಿದ ಹುಡುಗಿ ಯರು ಸಿನಿಮಾ ನಟ ನಟಿಯರ ಖಾಸಾ ಸಂಗತಿಗಳನ್ನು ಹೇಳುವಂತೆ. ನಿನಗೆ ಯಾರು ಇದೆಲ್ಲ ಹೇಳ್ತಾರೆ? ಎಂದದ್ದಕ್ಕೆ, 'ಸಂಗೀತಕ್ಲಾಸಿಗೆ ಹೋಗ್ತೀನಲ್ಲ. ಕ್ಲಾಸು ಶುರುವಾಗೂ ಮೊದಲು ಹುಡುಗರು ತಮತಮಗೆ ಗೊತ್ತಿರೂ ಇಂಥ ಮಾಹಿತಿಗಳನ್ನ ಪರಸ್ಪರ ಹಂಚಿ ಕೊತ್ತಾರೆ.' ನಾನೇ ಏನೂ ತಿಳಿಯದೋಳು ಅಂತ ಪೆಚ್ಚಾಯಿತು. ನಾಚಿಕೆಯೂ ಆಯಿತು, ನನ್ನ ತಂದೆ ಹೀಗೆ ಅಂತ. ಆದರೆ ನಾನು ನಾಚಿಕೆಪಟ್ಟುಕೊಂಡ ವಿಷಯವನ್ನು ಶಕುಂತಲೆ ಒಂದು ವಿಶೇಷಣವೆಂಬಂತೆ ವರ್ಣಿಸಿದಳಲ್ಲ! ಎಂಬ ಆಶ್ಚರ್ಯ. ಅವಳಮೇಲೆ ಸಿಟ್ಟು ಕೂಡ. 'ನಿನಗೆ ಸಂಗೀತ ಕಲಿಯಲೇಬೇಕು ಅನ್ನಿಸಿದರೆ ನನ್ನ ಜೊತೆ ಬಾ, ಗಂಧರ್ವ ಮಹಾವಿದ್ಯಾಲಯದ ಕ್ಲಾಸು ನಮ್ಮ ಕಾಲೇಜಿನ ಹತ್ತಿರವೇ ನಡೆಯುತ್ತೆ. ನಾನು ಸೇರುಸ್ತೀನಿ. ನಿನ್ನನ್ನ ಮೊದಲನೆ ವರ್ಷಕ್ಕೆ ಸೇರಿಸ್ಕತ್ತಾರೆ. ಎರಡುವರ್ಷ ಕಲಿತರೆ ಸಾಕು, ಸಂಗೀತಾನ ಅರ್ಥಮಾಡ್ಕಂಡು ಸವಿಯಬಹುದು. ಅದು ವೇದವಿದ್ಯೆ ಇದ್ದ ಹಾಗೆ. ಎಂಥ ಉತ್ತಮ ಸಂಸ್ಕಾರವಾಗುತ್ತೆ ಗೊತ್ತಾ ಮನಸ್ಸಿಗೆ?' ಅವಳು ಕರೆದಾಗ ಸೇರಲೇಬೇಕೆಂಬ ಉತ್ಸಾಹ. ಕಾಲೇಜಿನಲ್ಲಿ ಟೈಂ ಟೇಬಲ್ ಬದಲಾಗಿದೆ ಅಂತ ಅಮ್ಮನಿಗೆ ಹೇಳಿ ವಾರಕ್ಕೆ ಮೂರುದಿನ ತಡವಾಗಿ ಮನೆಗೆ ಹೋಗಬಹುದು ಎಂಬ ಉಪಾಯ. ಆದರೆ ನನ್ನ ತಂದೆಯ ವಿಷಯ ಹುಡುಗಿಯರು ಏನೇನೋ ಮಾತನಾಡಿಕೊಳ್ಳೂದು ಕಿವಿಗೆ ಬಿದ್ದರೆ ಸಂಕಟವಾಗುತ್ತೆಂಬ ಅಂಜಿಕೆ. ಅಕಸ್ಮಾತ್ ಯಾವಳಾದರೂ ಹುಡುಗಿಗೆ ಅವರ ಮೊದಲ ಹೆಂಡತಿ ಬೋರಿವಲಿ ಯಲ್ಲಿದ್ದರು ಅಂತ ಗೊತ್ತಿದ್ದು, ನಾನೂ ಬೋರಿವಲಿಯಿಂದ ಬರ್ತಿದೀನಿ ಅನ್ನೂದು ತಿಳಿದು, ಹಾಗೆಯೇ ಜಾಡುಹಿಡಿದು ನಡೆದು ನಾನು ಅವರ ಮಗಳು ಅಂತ ಗೊತ್ತಾಗಿಬಿಟ್ಟರೆ!

ಎಂಬ ಹೆದರಿಕೆ. ಈ ಶಕುಂತಲೆಯಿಂದಲೂ ದೂರವಾಗಿದ್ದರೆ ಕ್ಷೇಮ ಎನ್ನುವ ಎಚ್ಚರಿಕೆ. ನನ್ನ ಬಕುಲಾಲಾಲ್, ಅವರ ಮೋಹನಲಾಲ್ ಎನ್ನುವ ಕೊನೆಯ ಹೆಸರುಗಳು ಒಂದೇ ಎಂಬ ಸಂಗತಿ ಅವಳ ಕುತೂಹಲವನ್ನು ಕೆಣಕಲಿಲ್ಲ. ಲಾಲ್ ಅನ್ನುವ ಹೆಸರು ಈ ಮುಂಬಯಿಯಲ್ಲಿ, ಹಿಂದೂಸ್ಥಾನದಲ್ಲಿ ಲಕ್ಷಗಟ್ಟಲೆ. ನಾನೇನಾದರೂ ಸಂಗೀತದ ತರಗತಿಗೆ ಸೇರಿ, ಅಕಸ್ಮಾತ್ ಪಿತಾಜಿ ಅಲ್ಲಿಗೆ ಬಂದು ಮಾಷ್ಟರು ಎಲ್ಲ ವಿದ್ಯಾರ್ಥಿ ವಿದ್ಯಾರ್ಥಿನಿಯರ ಪರಿಚಯ ಮಾಡುಸ್ತಾ ನನ್ನ ಹೆಸರನ್ನು ಬಕುಲಾಲಾಲ್ ಅಂತ ಹೇಳಿದಾಗ ಅವರು ಗುರುತು ಹಿಡಿದುಬಿಟ್ಟರೆ! ಎಂಬ ಅಂಜಿಕೆ. ಹೀಗೆ ಅಜ್ಞಾತಳಾಗಿಯೇ ಇರಬೇಕು. ಇಲ್ಲದಿದ್ದರೆ ನನಗೆ ಕ್ಷೇಮವಿಲ್ಲವೆಂಬಂತಹ ಭಾವ.

– ೪ –

ಬೋರ್ಡ್‌ಮೀಟಿಂಗ್ ಮಧ್ಯಾಹ್ನ ಮೂರುಗಂಟೆಗಾದರೂ ಎಂ.ಡಿ. ಬೆಳಗಿನಿಂದ ಅತಿ ಚಟುವಟಿಕೆಯಿಂದಿದ್ದಾರೆ. ಯಾವ ಕ್ಷಣದಲ್ಲಿ ಯಾರನ್ನು ಕರೆದು ಏನನ್ನು ಕೇಳ್ತಾರೋ! ಒಂದು ಕ್ಷಣವೂ ಸೀಟಿನಿಂದ ದೂರ ಹೋಗುವಂತಿಲ್ಲ. ಅವಿನಾಶನಿಗೂ ಅಷ್ಟೆ. ಅವನ ಕೋಣೆಯಿಂದ ಇತ್ತ ಬರುವಂತಿಲ್ಲ. ಮಾರ್ಕೆಟಿಂಗ್ ಮ್ಯಾನೆಜರರ ಪಿ.ಎ. ಮಾರ್ಕೆಟಿಂಗೇ ಬೋರ್ಡುಮೀಟಿಂಗಿನಲ್ಲಿ ಮುಖ್ಯವಾಗಿ ಚರ್ಚೆಯಾಗುವ ವಿಷಯ. ಇಲ್ಲಿ ಮೀಟಿಂಗ್ ಮುಗಿದು ಮೆಂಬರುಗಳೆಲ್ಲ ಡಿನ್ನರ್‌ಗೆ ಕಾರುಹತ್ತುವ ತನಕ ಯಾರಿಗೂ ಬಿಡುವಿಲ್ಲ. ಅವಿನಾಶ್ ಷರಾಟನ್ನಿಗೂ ಹೋಗಬೇಕು. ಊಟದ ವ್ಯವಸ್ಥೆ ಯಾವತ್ತೂ ಮಾರ್ಕೆಟಿಂಗ್‌ನವರದೇ. ಮುಖ್ಯವಿಷಯಗಳೆಲ್ಲ ತೀರ್ಮಾನವಾಗೂದು ಡೈನಿಂಗ್ ಟೇಬಲಿನಲ್ಲಂತೆ, ಫ಼ಾರಿನ್ ಪಾನೀಯ ಗಳು ರಕ್ತಕ್ಕೆ ಸೇರಿದಮೇಲೆ ಅಂತ ಅವಿನಾಶ್ ಹೇಳ್ತಾನೆ. ಇವತ್ತು ಬೇರೆ ಯಾವುದೂ ಅವಳ ತಲೆಗೆ ಹೋಗುತ್ತಿಲ್ಲ. ಹಣ ಕಳಿಸಿದರು, ಲಗ್ನಪತ್ರಿಕೆಗೆ ಬರುಲ್ಲ ಅಂದರು. ಅಂದರೆ ಮದುವೆಯಲ್ಲಿ ಭಾಗವಹಿಸುಲ್ಲ. ಅವಿನಾಶನಿಗೆ ಏನಂತ ಹೇಳೂದು? ಹ್ಯಾಗೆ ಹೇಳೂದು? ಅವನಿಗೆ ಮೊದಲೇ ಪೂರ್ತಿನಿಜ ಹೇಳಿಬಿಟ್ಟಿದ್ದರೆ ಸಮಸ್ಯೆ ಇರ್ತಿರಲಿಲ್ಲ. ನಾನು ಯಾಕೆ ನಿಜ ಹೇಳಲಿಲ್ಲ? ತಪ್ಪುಮಾಡಿದೆ, ಎಂಬ ಖೇದ ತುಂಬಿಕೊಂಡಿತು. ತಂದೆ ಅನ್ನಿಸಿಕೊಂಡ ಅವರ ಮೇಲೆ ಕೋಪವೂ ಬಂತು. ಇನ್ನೂ ಏನೇನು ಮಾಡಿದಾರೋ! ಅದಕ್ಕೇ ಅಮ್ಮ ಇಷ್ಟು ಕಠಿಣಳಾಗಿ ಒಂದುಲಕ್ಷದ ಗಂಟನ್ನು ವಾಪಸು ಕಳಿಸಿದಾಳೆ. ನನ್ನ ಅವಿನಾಶನ ಸ್ನೇಹ ಬೆಳೆದದ್ದೇ ಸಂಗೀತದ ಆಸಕ್ತಿಯಿಂದ. ಹಾಡ್ತಾನೆ ಕೂಡ. ಶಾಸ್ತ್ರೀಯ ರಾಗಗಳನ್ನಾಧರಿಸಿದ ಸಿನಿಮಾ ಹಾಡುಗಳನ್ನು ಹಿನ್ನೆಲೆ ಗಾಯಕನು ಹಾಡಿರುವ ಧಾಟಿ ಭಾವಗಳು ಚಾಚೂ ತಪ್ಪದಂತೆ. ಶಾಸ್ತ್ರೀಯದ ತರಬೇತಿ ಇಲ್ಲ. ಇದು ಇಂಥ ರಾಗಾಧಾರಿತ ಅಂತ ಹೇಳ್ತಾನೆ. ಎಷ್ಟೋಸಲ ನನಗೇ ಗುರುತುಸಿಕ್ಕುಲ್ಲ. ನ್ಯೂ ಥೇಟರ್ಸ್‌ನಿಂದ ಹಿಡಿದು, ನೌಷದ್ ಆಲಿಯಿಂದ ಇಲ್ಲಿಯತನಕ. ಶುದ್ಧ ಶಾಸ್ತ್ರೀಯಸಂಗೀತ ಕೇಳುವ ತಾಳ್ಮೆ ಬೆಳೆದದ್ದು ನನ್ನಿಂದ. ರಾಗದ ಭಾವ ತಕ್ಷಣ ಹಿಂಡಿ ತೊಟ್ಟಿಕ್ಕಿಬಿಡಬೇಕು. ಸಾವಧಾನ ಗತಿಯಲ್ಲಿ

ಬೆಳೆದು ಅರಳುವ, ಪದ್ಯದ ಅವಲಂಬನೆ ಇಲ್ಲದ ಶುದ್ಧಸ್ವರಗಳನ್ನು ಅನುಭವಿಸುವ ತಾಳ್ಮೆ ಹುಟ್ಟಿದ್ದು. ನಾವಿಬ್ಬರೂ ಜೊತೇಲಿ ಏಳೆಂಟು ಕಛೇರಿಗಳಿಗೆ ಹೋಗಿ ರಾಗಗಳ ಶಾಸ್ತ್ರಲಕ್ಷಣಗಳನ್ನು ನಾನು ಅವನ ಕಿವಿಯಲ್ಲಿ ಉಸುರಿ ರುಚಿ ಹತ್ತಿದ್ದು. ಕ್ಯಾಸೆಟ್ ಕೊಳ್ಳುವ ಹವ್ಯಾಸ. ಮೊದಲು ಸಿನಿಮಾ ಹಾಡುಗಳ, ಘಜಲ್‌ಗಳ ಕ್ಯಾಸೆಟ್ ಕೊಳ್ತಿದ್ದವನು ಈಗ ಶಾಸ್ತ್ರೀಯ ಗಾಯನ ಕೊಳ್ತಾನೆ. ಚಿಕ್ಕಂದಿನಿಂದಲೇ ಶಾಸ್ತ್ರೀಯ ಕಲಿತಿದ್ದರೆ ಅವನ ಕಂಠಶಕ್ತಿ ಮಾಧುರ್ಯಗಳಿಗೆ ಪ್ರಸಿದ್ಧ ಶಾಸ್ತ್ರೀಯ ಗಾಯಕನಾಗಿರ್ತಿದ್ದ. ಒಂದು ದಿನ ಪಿತಾಜಿಯ ಕಛೇರಿಗೆ ಹೋದ. ಸಂಜೆ ಆಫೀಸು ಬಿಟ್ಟು ಮನೆಗೆ ಹೋಗುವಾಗ ತಿಳಿಯಿತಂತೆ. ಹಾಗಿಂದ ಹಾಗೆಯೇ ಕಛೇರಿಗೆ ನುಗ್ಗಿ ಅದೃಷ್ಟಕ್ಕೆ ಟಿಕೀಟು ಸಿಕ್ಕಿತಂತೆ. ಅವರ ಆರಾಧಕನಾಗಿಬಿಟ್ಟ. 'ಬಕುಲಾ, ಪಂಡಿತ ಮೋಹನಲಾಲರೇನಾದರೂ ಸಿನಿಮಾಕ್ಕೆ ಹಾಡಿದರೆ ನಮ್ಮ ಹಿನ್ನೆಲೆ ಗಾಯಕರೆಲ್ಲ ಗಂಟುಮೂಟೆ ಕಟ್ಟಿಕೊಂಡು ಅವರವರ ಊರು ಮುಟ್ಟಬೇಕು. ಶಬ್ದದ ಅವಲಂಬನೆಯೇ ಇಲ್ಲದೆ ಬರೀ ಸ್ವರವಿನ್ಯಾಸದಿಂದಲೇ ಪದ್ಯದ ಪರಿಣಾಮ ಉಂಟುಮಾಡಿಬಿಡ್ತಾರೆ. ಗ್ರೇಟ್. ಗ್ರೇಟ್. ಗ್ರೇಟ್.'

ನಾನು ಉಬ್ಬಿಬಿಟ್ಟೆ. 'ಅವಿನಾಶ್!' ಎಂದೆ. ಮುಂದೆ ಏನು ಹೇಳಬೇಕೆಂದು ತೋಚಲಿಲ್ಲ. ಕಣ್ಣಿನಲ್ಲಿ ನೀರು ತುಂಬಿಕೊಂಡಿತು. ಅವನ ಕೈಹಿಡಿದು ಬಿಕ್ಕಿ ಬಿಕ್ಕಿ ಅತ್ತುಬಿಟ್ಟೆ. ರೆಸ್ಟೋರಾದಲ್ಲಿ ಸುತ್ತಮುತ್ತಣ ಕುರ್ಚಿಗಳಲ್ಲಿದ್ದವರು, ನಮ್ಮ ಹತ್ತಿರವೇ ಜಾಗಕ್ಕೆ ಕಾದು ನಿಂತಿದ್ದವರು ಏನೆಂದುಕೊಂಡಾರೆಂಬ ಪರಿವೆ ಇಲ್ಲದೆ. ಅಷ್ಟರಲ್ಲಾಗಲೇ ನನಗೆ ಅವನಮೇಲೆ ಪ್ರೀತಿ ಹುಟ್ಟಿತ್ತೆ? ನನ್ನ ಪಿತಾಜೀನ ಅವನು ಅಷ್ಟೊಂದು ಮೆಚ್ಚಿದ್ದರಿಂದ ನನ್ನಲ್ಲಿದ್ದ ಸ್ನೇಹ ಕ್ಷಣಾರ್ಧದಲ್ಲಿ ಪ್ರೇಮವಾಗಿ ಪರಿವರ್ತಿತವಾಯಿತೆ? ಅಷ್ಟುಜನರ ಎದುರಿಗೆ ಅತ್ತದ್ದು, ಅವನ ಕೈ ಹಿಡಿದುಕೊಂಡದ್ದು ಅವನಿಗೆ ಆಶ್ಚರ್ಯ. ಗಲಿಬಿಲಿ. ಅವನ ಕಣ್ಣುಗಳು ಜಲ ಮಯವಾದ ನನ್ನ ಕಣ್ಣುಗಳನ್ನು ಸಂಧಿಸಿದವು. ಅವು ನನ್ನ ಕಣ್ಣಿನ ನೀರಿನಿಂದ ಅಂಟಿ ಕೊಂಡವು. 'ಅವಿನಾಶ್, ನೀವು ಗ್ರೇಟ್, ಗ್ರೇಟ್, ಗ್ರೇಟ್ ಅಂದಿರಲ್ಲ ಅವರು ನನ್ನ ತಂದೆ. ನಾನು ಅವರ ಮಗಳು,' ಎಂದು ಉಸುರಿದೆ.

'ಹೌದಾ? ಯಾಕೆ ಹೇಳಿರಲಿಲ್ಲ ಇಷ್ಟುದಿನ?'

'ಆಮೇಲೆ ಹೇಳ್ತೀನಿ. ಲಂಚ್ ಟೈಂ. ತಿಂದು ಮುಗಿಸಿದವರು ಬೇಗ ಜಾಗ ಖಾಲಿಮಾಡಲಿ ಅಂತ ಹೋಟೆಲಿನವರು ನಿರೀಕ್ಷಿಸ್ತಾರೆ. ಕಾದುನಿಂತಿರೋರಂತೂ ನಮ್ಮನ್ನೇ ನೋಡ್ತಿದಾರೆ.' ಬೇಗ ಬೇಗ ಮುಗಿಸಿ ಹೊರಗೆ ಬಂದೆವು. ಕೇಳುವ ಉತ್ಕಟ ಕುತೂಹಲ ಅವನಿಗೆ; ಹೇಳುವ ಅದಮ್ಯ ಒತ್ತಡ ನನಗೆ. 'ನೀವೂ ಕೇಳಲಿಲ್ಲ. ನಾನೂ ಹೇಳಲಿಲ್ಲ. ನಾನು ಆರು ವರ್ಷದ ಹುಡುಗಿಯಾಗಿದ್ದಾಗ ಪಿತಾಜಿ ತನ್ನ ಒಬ್ಬಳು ಶಿಷ್ಯೆಯನ್ನ ಮದುವೆ ಮಾಡಿ ಕೊಂಡರು. ಅವಳ ಜೊತೆಯೇ ಹೆಚ್ಚಾಗಿ ಇರ್ತಾರೆ. ತಾಯಿಗೆ ಅಸಮಾಧಾನ ಪೂರ್ತಿ ಹೋಗಿಲ್ಲ. ಕಲಾವಿದರು, ಗಂಡಸರು, ಏನೋ ಆಯಿತು ಹೋಗಲಿ ಅನ್ನುವ ಸಮಾಧಾನವಿಲ್ಲ. ಪಿತಾಜಿಯ ಸ್ವಭಾವ ತುಂಬ ಉದಾರವಾದದ್ದು.' ನಿಜವನ್ನು ಪೂರ್ತಿ ಹೇಳದೆ, ಅವರ ಪ್ರಕಾಶದಲ್ಲಿ ನನ್ನದೂ ಒಂದುಪಾಲು ಸೇರಿಸಿಕೊಂಡು ಮಾತನಾಡಿದೆ.

'ಆರ್ಟಿಸ್ಟ್ ಅಲ್ಲವೆ? ಅದಕ್ಕೆ ನೀವು ನಾಚಿಕೆ ಪಟ್ಟುಕೊಬಾರದು' ಅಂತ ಸಮಾಧಾನ ಹೇಳಿದ. ಅನಂತರ, 'ಯಾಕೆ ನಿಮಗೆ ಅಳು ಬಂತು?' ಎಂದ.

'ನನ್ನ ಪಿತಾಜಿಯ ಗಾಯನವನ್ನ ನೀವು ಅಷ್ಟೊಂದು ಮೆಚ್ಚಿಕೊಂಡಿರಲ್ಲ ಅನ್ನುವ ಆತ್ಮೀಯತೆಗೆ.' ಅವನು ನನ್ನ ಕೈ ಹಿಡಿದು ಹಿಸುಕಿದ. ಆಫೀಸಿಗೆ ತಡವಾಗ್ತಿತ್ತು. ಇಬ್ಬರೂ ಬೇಗ ಬೇಗ ನಡೆದೆವು.

ಮರುದಿನ ನಾವಿಬ್ಬರೂ ಪರಸ್ಪರರನ್ನು ನೋಡುವಾಗ ಇಬ್ಬರ ಕಣ್ಣುಗಳಲ್ಲೂ ನಾಚಿಕೆ, ತಡವರಿಕೆ. ಹನ್ನೆರಡುಗಂಟೆಯ ಹೊತ್ತಿಗೆ ಕಂಪ್ಯೂಟರ್ ಮುಂದೆ ಕೂತು ಕೆಲಸ ಮಾಡುತ್ತಿದ್ದ ನನ್ನ ಹತ್ತಿರ ಬಂದ ಅವನು, 'ಲಂಚ್‌ಬ್ರೇಕಿನಲ್ಲಿ ನಿಮ್ಮ ಕೈಲಿ ತುಂಬ ಮಾತಾಡೂದಿದೆ. ಸಮುದ್ರದಷ್ಟು.' ಅಂದ ಸ್ತಿಮಿತವಿಲ್ಲದ ಧ್ವನಿಯಲ್ಲಿ. ತಿರುಗಿ ನೋಡಿದರೆ ಅವನ ಕಣ್ಣುಗಳಲ್ಲಿ ಆರಾಧನೆ! ಆ ದೃಷ್ಟಿಯಿಂದ ನನ್ನ ದೃಷ್ಟಿಯನ್ನು ಕೆಳಗಿಳಿಸುಕ್ಕೆ ನನಗೂ ಸಾಧ್ಯವಾಗಲಿಲ್ಲ. ಈ ಹಾಳು ಮುಂಬಯಿಯಲ್ಲಿ ಪ್ರೇಮಿಗಳು ಭಾವನೆಯನ್ನು ಉಸುರಿಕೊಳ್ಳುವಂಥ ಪ್ರತ್ಯೇಕ ತಾಣವೆಲ್ಲಿದೆ? ಆಫೀಸು ಕಾರಿಡಾರಿನ ಮೂಲೆಯಲ್ಲೇ ನಿಲ್ಲಿಸಿಕೊಂಡು ಹೋಗಿ ಬರುವವರಿಗೆ ಕೇಳಿಸದಷ್ಟು ಮೆಲ್ಲಗೆ ಹೇಳಿದ, 'ರಾತ್ರಿ ಎಲ್ಲ ಕನಸು. ಮೊನ್ನೆ ನಿಮ್ಮ ಪಿತಾಜಿ ಹಾಡಿದ ಮಾಲಕೌಂಸಿನ ಸಾಕಾರ ರೂಪ ಸಿಕ್ಕಿತು. ಆ ರಾಗವನ್ನ ನಾನು ಎಷ್ಟು ಫಿಲ್ಮ್ ಹಾಡುಗಳಲ್ಲಿ ಕೇಳಿದೀನಿ. ಹಾಡಿದೀನಿ. ಅದರ ಆರಾಧನೆಗಾಗಿ ಏನನ್ನು ಬೇಕಾದರೂ ಕೊಡ್ತೀನಿ. ಸಿನಿಮಾ ದೋರು ಅದರ ಕಿರು ರೂಪರೇಷೆ ಮಾತ್ರ ಬಳಸ್ತಾರೆ. ನಿಮ್ಮ ಪಿತಾಜಿ ಅದರ ಅನಂತ ಮಗ್ಗುಲುಗಳನ್ನ ತೋರಿಸಿದರು. ಸಾಗರದಂತೆ ವಿಸ್ತರಿಸಿದರು. ಸಮುದ್ರದ ಅಲೆಗಳಂತೆ ಉಬ್ಬರಿಸಿ ತೋರಿಸಿದರು. ನೆನ್ನೆ ಸಂಜೆಯಿಂದ ಮಾಲಕೌಂಸಿನ ಸಾಕಾರ ಸ್ವರೂಪ ಕಾಣತೊಡಗಿದೆ. ಬಕುಲಾ, ನೀವೇ ಮಾಲಕೌಂಸ್. ಇಷ್ಟುದಿನ ಜೊತೆಯಲ್ಲಿದ್ದರೂ ಅದನ್ನ ಗುರುತಿಸದಿದ್ದ ದಡ್ಡ ನಾನು. ನಿಮಗೆ ಗೊತ್ತಲ್ಲವೆ ಅದರ ಚಲನ್? ತುಸು ಹಾಡಿತೋರುಸ್ತೀರಾ? ಗಟ್ಟಿಯಾಗಿ ಬೇಡ. ಗುನುಗಿ ಸಾಕು.' ನನಗೂ ಲಹರಿಬಂತು. ಮ ಗ. ಮ ಧ ನಿ ಧ . ಮ , ಗ ಸಾ ಎಂದು ಪಕಡ್ ಹಿಡಿದು ನಿ ಸ ಗ ಮ , ಧ ಮ ಗ ಮ ನಿ ಧ ಮ ಗ ಮ . ಸಾ ನಿ ಧ ಮ ಗ ಮ , ಸ್ವರಗಳನ್ನು ಜೋಡಿಸಿಕೊಂಡು ಗುನುಗುವಾಗ ಅವನ ಕಣ್ಣು ಗಳಲ್ಲಿ ಅದೆಂಥ ತನ್ಮಯತೆ, ಅದೆಂಥ ಆರಾಧನೆ. ನುಡಿಯಲ್ಲಿ ವ್ಯಕ್ತಪಡಿಸಲಾಗದಷ್ಟು ಸಮರ್ಪಣೆ. ನಾನು ನಿಲ್ಲಿಸಿ ನನಗೆ ಗೊತ್ತಿರೂದೇ ಇಷ್ಟು ಎಂದಾಗ ಅವನು ಅತ್ತ ಇತ್ತ ತಿರುಗಿ ನೋಡಿ ಈ ಮೂಲೆಗೆ ಯಾರೂ ಬರುತ್ತಿಲ್ಲ ಅಂತ ಖಚಿತಮಾಡಿಕೊಂಡು ಬಾಗಿ ನನ್ನ ತುಟಿಗಳಿಗೆ ಮುತ್ತಿಟ್ಟುಬಿಟ್ಟ. ನಾನು ಕರಗಿ ಕತ್ತುಬಗ್ಗಿಸಿಕೊಂಡಾಗ, 'ಐ ಲವ್ ಯು. ಯು ಆರ್ ಮೈನ್' ಎಂದು ನನ್ನ ಬಲಹಸ್ತ ಹಿಡಿದು ಬಿಗಿಯಾಗಿ ಹಿಸುಕಿದ. ಮರುದಿನ ಆಪ್ ಬಿಟ್ಟು ತುಮ್ ಎಂಬ ಪ್ರಯೋಗ ಆರಂಭಿಸಿ ಹೇಳಿದ: 'ಜ್ಞಾಪಿಸಿಕೊಂಡರೆ ನಿನಗೂ ನಿನ್ನ ಪಿತಾಜಿಗೂ ಮುಖದ ಹೋಲಿಕೆ ಸ್ಪಷ್ಟವಾಗಿದೆ. ಧ್ವನಿಯಲ್ಲಿ ಕೂಡ. ಸಂಗೀತವನ್ನ ಬಿಟ್ಟು ನೀನ್ಯಾಕೆ ಈ ಸೆಕ್ರೆಟರಿಯ ಕೆಲಸಕ್ಕೆ ಬಂದೆ? ಸಂಗೀತಪ್ರಪಂಚಕ್ಕೆ ಆದ ಮಹಾನಷ್ಟ ನನಗೆ ಲಾಭ ಕೊಟ್ಟಿತು. ಇಲ್ಲದಿದ್ದರೆ ನಾವಿಬ್ಬರೂ ಸಂಧಿಸುವ ಸಂದರ್ಭವೇ ಬರ್ತಿರಲಿಲ್ಲ.'

'ನನಗೂ ಸಂಗೀತದ ಮೇಲೆ ತುಂಬ ಪ್ರೀತಿ ಇದೆ. ಈ ಕೆಲಸ ಬಿಟ್ಟು ಅದಕ್ಕೆ ತೊಡಗ ಬೇಕು ಅನ್ನುವಷ್ಟು. ಆದರೆ ಈ ನೌಕರಿಯಲ್ಲಿ ನೀವು ಸಿಕ್ಕಿದಿರಿ. ನಿಮಗಿಂತ ಬೇರೆ ಏನೂ ಬೇಡ. ಸಂಗೀತ ಕೂಡ,' ಎನ್ನುವಾಗ ನನ್ನ ಕಣ್ಣುಗಳು ಮಂಜಾಗಿ ಗಂಟಲು ದ್ರವಗೊಂಡು, ಕೈ ತಾನಾಗಿಯೇ ಮುಂದೆ ಹೋಗಿ ಅವನ ಹಸ್ತವನ್ನು ಹಿಡಿದುಕೊಂಡಿತು. ಕಾರಿಡಾರಿನಲ್ಲಿ ನಮ್ಮ ಆಫೀಸಿನವರೇ ಯಾರಾದರೂ ಗಮನಿಸಬಹುದೆಂಬ ಪರಿವೆಯೂ ಇಲ್ಲದೆ.

ಪಿತಾಜಿಗೂ ನಮಗೂ ಸಂಪರ್ಕವೇ ಇಲ್ಲವೆಂಬ ನಿಜವನ್ನು ಅವನಿಗೆ ಹೇಳಲೇ ಇಲ್ಲ. ಹೇಳಿದರೆ ದೂರವಾಗ್ತಾನೆ ಅನ್ನುವ ಭಯವೆ? ನಮ್ಮ ಪ್ರೀತಿಯೇ ಪಿತಾಜಿಯ ಸಂಗೀತಜಲದಲ್ಲಿ ಚಿಗುರಿರುವಾಗ ಆ ಜಲವನ್ನೇ ಹೊರಹರಿಸಿದರೆ ಬಳ್ಳಿಯು ಬಾಡಿಹೋಗು ತ್ತೆಂಬ ಎಚ್ಚರಿಕೆಯೆ? ತುಂಬ ಪ್ರೋಗ್ರಾಂ ಇರೋರು. ಒಂದು ದಿನ ಊರಲ್ಲಿದ್ದರೆ ಹದಿನೈದು ದಿನ ಇರುಲ್ಲ. ಅಂತ ಒಂದು ದಿನ ಹೇಳಿದೆ. ನಮ್ಮನ್ನು ಪದೆ ಪದೆ ಭೇಟಿಯಾದರೆ ಎರಡನೆ ಹೆಂಡತಿ ನರಕ ಮಾಡ್ತಾಳೆ ಅನ್ನುವ ಒಂದು ಕಾರಣವಿದೆ ಅವರಿಗೆ ಅಂತ ಇನ್ನೊಂದು ದಿನ. 'ಎರಡನೆ ಮದುವೆ ಮಾಡಿಕೊಂಡವರಿಗೆ ಇಂಥವೆಲ್ಲ ಅಡಚಣೆ ಇದ್ದದ್ದೇ. ಅವರು ನಿನ್ನ ಕೈಹಿಡಿದು ನನ್ನ ಕೈಲಿಟ್ಟು ಧಾರೆ ಎರೆದುಬಿಟ್ಟರೆ ಸಾಕು,' ಎಂದ.

'ಅಗತ್ಯವಾಗಿ. ಒಳಗೆ ತುಂಬ ಪ್ರೀತಿ ಇಟ್ಟುಕೊಂಡಿದಾರೆ ಮಗಳು ಅಂದರೆ,' ಎಂದೆ. ಮನಸ್ಸು ಕಲ್ಪನೆಯ ಸುಖದಲ್ಲಿ ವಿಹರಿಸಿತು. ಅದಕ್ಕೂ ನಿಜಕ್ಕೂ ವ್ಯತ್ಯಾಸವನ್ನು ಗಟ್ಟಿಮಾಡಿ ಕೊಳ್ಳದೆ ನಾನು ಕಾಲೇಜು ಓದುವಾಗ ಅವರು ತಾಯಿಗೆ ಕಾಣದಂತೆ ನನಗೆ ಕೈಖರ್ಚಿಗೆ ಮುಚ್ಚಿ ಮುಚ್ಚಿ ಹಣ ಕೊಡ್ತಿದ್ದರು ಅಂತ ವರ್ಣಿಸಿದೆ. ಒಂದು ದಿನ ಜಾಯ್ಸ್ ಪಾರ್ಲರ್‌ಗೆ ಕರೆದೊಯ್ದು ಐದು ದೊಡ್ಡ ಲೋಟ ಐಸ್‌ಕ್ರೀಂ ತಿನ್ನಿಸಿದ್ದರು ಅಂದೆ. ನನಗೆ ಸಂಗೀತ ಕಲಿಸಬೇಕಂತ ಅವರಿಗೂ ಆಶೆ ಇತ್ತು. ಆದರೆ ಕ್ರಮವಾಗಿ ನನ್ನನ್ನು ಕೂರಿಸಿಕೊಂಡು ಹೇಳಲು ಎರಡನೆ ಹೆಂಡತಿಯ ಮಾರಿತನ, ಎಂದು ವಿವರಿಸಿದೆ. ಅವನ ತಂದೆ ತಾಯಿ ನಮ್ಮ ಚಾಳಿನ ಮನೆ ನೋಡಲು ಬಂದ ದಿನ ಕೂಡ ಪಿತಾಜಿಗೂ ನಮಗೂ ಸಂಪರ್ಕವಿಲ್ಲ ಅಂತ ಸುಳಿವು ಕೊಡಕೂಡದೆಂತ ಅಮ್ಮನಿಗೂ ಛೋಟುವಿಗೂ ತಾಕೀತು ಮಾಡಿ ನಡುವೆ ನಾನೇ ಅವರು ಇದ್ದಕ್ಕಿದ್ದಂತೆ ಭೋಪಾಲಿಗೆ ಹೋಗಬೇಕಾಗಿ ಬಂತು ಎಂದೆ. ಯಾಕೆ ಈ ಸುಳ್ಳನ್ನು ಪೋಷಿಸಿಕೊಂಡು ಬಂದೆ ನಾನು? ಎಂಬ ಆತ್ಮವಿಶ್ಲೇಷಣೆ ಮತ್ತೆ ಮತ್ತೆ ತೊಡ ಗಿತು.

ಇಡೀ ಆಫೀಸು ಮೌನವಾಗಿತ್ತು. ಯಾರೂ ಗಟ್ಟಿಯಾಗಿ ಉಸಿರು ಕೂಡ ಆಡದೆ ತಮ್ಮ ತಮ್ಮ ಕೆಲಸಗಳಲ್ಲಿ ತೊಡಗಿದ್ದರು. ಬೋರ್ಡ್‌ಮೀಟಿಂಗ್ ನಡೀತಿದೆ. ಎಂ.ಡಿ. ಯಾವಾಗ ಯಾವ ಮಾಹಿತಿಪತ್ರ ಬೇಕೆಂತ ಇಂಟರ್‌ಕಾಮಿನಲ್ಲಿ ಕೇಳ್ತಾರೋ ಎಂದು ಎಲ್ಲರೂ ಎಚ್ಚರವಾಗಿದಾರೆ. ತಾನು ಟಿಪ್ನಿಸ್ ಕಾಕಾಗೆ ಫೋನು ಮಾಡಬೇಕು, ವಾಸ್ತವವಾಗಿ ಅವರಿಗೂ ಪಿತಾಜಿಗೂ ಆದ ಮಾತಿನ ವಿವರ ತಿಳಿಯಬೇಕು, ಎನ್ನಿಸಿತು. ಬೋರ್ಡ್ ಮೀಟಿಂಗ್ ಆಗ್ತಿರುವಾಗ ಯಾರೂ ಹೊರಗೆ ಯಾರಿಗೂ ಫೋನು ಮಾಡಬಾರದು

ಅಂತ ನಿಯಮವಿಲ್ಲ. ಅಕಸ್ಮಾತ್ ಮಾಡಿದರೂ ಯಾರಿಗೆ ಗೊತ್ತಾಗುತ್ತೆ? ಇಂಟರ್‌ಕಾಂ ವ್ಯವಸ್ಥೆಯೇ ಬೇರೆ, ಎಂದು ಗುಂಡಿಗಳನ್ನೊತ್ತಿದಳು. ಅವರದೇ ಧ್ವನಿ. 'ಕಾಕಾ, ನಾನು ಬಕುಲಾ,' ತಗ್ಗಿಸಿದ, ಬೇರೆ ಯಾರಿಗೂ ಕೇಳಿಸದ ಧ್ವನಿಯಲ್ಲಿ ಕೇಳಿದಳು: 'ನೆನ್ನೆ ನೀವು ಬಂದಿದ್ದರಂತೆ. ಪಿತಾಜಿ ವಾಸ್ತವವಾಗಿ ಏನಂದರು? ಅಮ್ಮನಿಗೆ ಕೋಪವಿದೆ. ನೀವಂದ ಮಾತನ್ನ ಶಾಂತವಾಗಿ ಅರ್ಥಮಾಡಿಕೊಂಡು ಅವಳು ನನಗೆ ಹೇಳಲಾರಳು. ನಾನೇ ಬಂದು ನಿಮ್ಮನ್ನ ನೋಡ್ತೀನಿ. ಪಿತಾಜಿ ಏನಂದರು ಹೇಳಿ.'

'ಮದುವೆ ಖರ್ಚಿಗೆ ಅಂತ ಒಂದುಲಕ್ಷ ಸಾಲ ತಂದು ಅದನ್ನ ತಲಪಿಸು ಅಂತ ನನ್ನನ್ನ ಕಳಿಸಿದರು. ಬಕುಲಾ ಹಣವನ್ನ ಕೇಳಲಿಲ್ಲ, ಅವಳಿಗೆ ಬೇಕಾದದ್ದು ಮದುವೆಗೆ ನೀವು ಬಂದು ಆಶೀರ್ವಾದ ಮಾಡೂದು ಅಂದೆ. ಆಶೀರ್ವಾದ ಇದ್ದೇ ಇದೆ. ಮದುವೆ ಯಾದಮೇಲೆ ಅವಳ ಗಂಡನನ್ನ ಕರಕೊಂಡುಬರುಕ್ಕೆ ಹೇಳಿ, ಅಂದರು.'

'ಅವರೇ ಮುಂದೆನಿಂತು ಲಗ್ನಪತ್ರಿಕೆ, ಲಗ್ನ, ಎರಡನ್ನೂ ಯಾಕೆ ಮಾಡೂದಿಲ್ಲ.'

'ನಾನು ಹ್ಯಾಗೆ ಹೇಳಲಿ ಮಗಳೆ? ಅವರನ್ನ ಪ್ರಶ್ನೆ ಕೇಳುವ ಸ್ಥಾನವಾಗಲಿ ಸಲಿಗೆಯಾಗಲಿ ನನಗಿಲ್ಲ.'

'ನಾನೇ ಅವರನ್ನ ಭೇಟಿಮಾಡಿ ಮುಖಾಮುಖಿ ಕೇಳಿದರೆ ಹ್ಯಾಗೆ?'

'ಇದಕ್ಕೆ ನಾನು ಹ್ಯಾಗೆ ಉತ್ತರ ಹೇಳಲಿ? ನೀನು ಅಕಸ್ಮಾತ್ ಭೇಟಿಮಾಡಿದರೂ ಈ ವಿಷಯವಾಗಿ ನನ್ನ ಕೈಲಿ ಸಮಾಲೋಚಿಸಿದೆ ಅಂತ ಅವರಿಗೆ ಹೇಳಬಾರದು. ಯಾಕೆಂದರೆ ನಾನು ಆಶ್ರಿತ. ಅವರು ಆಶ್ರಯದಾತರು. ಅವರಿಗೆ ಬೇಸರವಾಗುವ ಕೆಲಸ ನಾನು ಮಾಡಬಾರದು ಅಲ್ಲವೆ?'

'ಅಂದರೆ ನಾನು ಅವರನ್ನ ಭೇಟಿಮಾಡಿದರೆ ಅವರಿಗೆ ಬೇಸರವಾಗುತ್ತೆಯೆ?'

'ಮಗಳೇ, ನೀನು ತುಂಬ ಜಾಣೆ. ನೀನು ನಿನ್ನ ತಂದೇನ ಭೇಟಿಮಾಡಿದರೆ ನಿನ್ನ ತಂದೆಗೆ ಬೇಸರವಾಗುತ್ತೆಯೇ ಇಲ್ಲವೇ ಅನ್ನೂ ಉತ್ತರವನ್ನ ನಾನು ಹ್ಯಾಗೆ ಹೇಳಲಿ? ನನಗೆ ಯಾವ ಯಜಮಾನಿಕೆ ಇದೆ? ಇದು ನೀನು ತೀರ್ಮಾನ ಮಾಡಬೇಕಾದ ಪ್ರಶ್ನೆ ಅಲ್ಲವೆ?'

'ಕಾಕಾ, ನಿಮ್ಮನ್ನ ಮಾತಿಗೆ ಸಿಕ್ಕಿಸಬೇಕು ಅಂತ ನಾನು ಕೇಳಲಿಲ್ಲ. ನನಗೆ ಏನೂ ತೋಚುತಾ ಇಲ್ಲ. ಅಸಹಾಯಕ ಸ್ಥಿತಿಯಲ್ಲಿದೀನಿ. ಇದನ್ನ ಬೇರೆ ಯಾರಕೈಲೂ ಸಮಾಲೋಚಿಸುವಂತೆಯೂ ಇಲ್ಲ.'

'ಮದುವೆ ಸಮಾರಂಭವನ್ನ ಸೇರುಕ್ಕೆ ಪಿತಾಜಿಗೆ ಇಷ್ಟವಿಲ್ಲ. ಸೇರಿಸಿಕೊಳ್ಳುಕ್ಕೆ ಮಾತಾಜಿಗೆ ಇಷ್ಟವಿಲ್ಲ. ಇವರು ಕೊಟ್ಟ ಹಣವನ್ನೂ ಅವರು ತಿರಸ್ಕರಿಸಿದಾರೆ. ನಾನಾಗಲೇ ಈ ಸಂಗತಿ ಯನ್ನ ಪಿತಾಜಿಗೆ ಹೇಳಿ ಆಗಿದೆ. ಅವರಿಗೆ ಬೇಸರ ಆಗಿಯೇ ಆಗಿರುತ್ತೆ. ಮಧ್ಯೆ ನೀನ್ಯಾಕೆ ಇಷ್ಟು ಹಟ ಮಾಡ್ತಿಯ? ಇಷ್ಟುವರ್ಷ ತಾಯಿಯ ಪೋಷಣೆ ಪಾಲನೆಯಲ್ಲಿ ಬೆಳೆದೆ. ಈಗ ನಿನ್ನ ಕಾಲಮೇಲೆ ನೀನು ನಿಂತಿದೀಯ. ನಿನ್ನ ಮದುವೆ ನೀನು ನಿಶ್ಚಯ ಮಾಡಿಕೊಂಡಿ

ದೀಯ. ಮದುವೆಯಾದಮೇಲೆ ನೀನು ಹೋಗಿ ದರ್ಶನ ಮಾಡಿದರೆ ಪಿತಾಜಿ ಆಶೀರ್ವಾದ ಮಾಡಿಯೇ ಮಾಡ್ತಾರೆ. ಅವರು ಸ್ವಭಾವತಃ ಉದಾರಿಗಳು. ನೀನು ಅವರಿಗೆ ನಮಸ್ಕಾರ ಮಾಡಿದಾಗ ನಿನ್ನಮ್ಮ ತಿರಸ್ಕರಿಸಿದ ಒಂದುಲಕ್ಷವನ್ನ ನಿನಗೆ ಕೊಟ್ಟು ಸಂಸಾರ ಹೂಡುಕ್ಕೆ ಖರ್ಚುಮಾಡು ಅಂದರೂ ಅನ್ನಬಹುದು. ಅವಳ ಮದುವೆಗೆ ಅಂತ ತೆಗೆದಿಟ್ಟ ಹಣವನ್ನ ಅವಳಿಗೇ ಆಶೀರ್ವಾದ ಮಾಡಿಕೊಟ್ಟರೆ ಚಂದ ಅಂತ ನಾನು ಕೂಡ ಒಂದು ಸಲಹೆ ಹೇಳಬಹುದು.'

ಅವಳಿಗೆ ಮುಂದೆ ಮಾತು ತಿಳಿಯಲಿಲ್ಲ. ಇನ್ನೂ ಏನಾದರೂ ಕೇಳಿದರೆ ಅದು ಕಾಕಾನ ಮೇಲೆ ಅತಿ ಭಾರದ ಹೊರೆ ಹಾಕಿದಂತಾಗಬಹುದು. ಅವರು ಹಾಗೆ ತಿಳಿಯಬಹುದು. ಇಷ್ಟು ಮಾಡಿರೂದೇ ಹೆಚ್ಚು, ಎನ್ನಿಸಿತು. ಆಫೀಸಿನಲ್ಲಿ ಎಲ್ಲರೂ ನಿಶ್ಶಬ್ದವಾಗಿರುವಾಗ ತಾನು ಎಷ್ಟು ತಗ್ಗಿದ ಧ್ವನಿಯಲ್ಲಿ ಮಾತನಾಡಿದರೂ ಬೇರೆಯೋರಿಗೆ ಕೇಳುತ್ತೆ, ಕೇಳಿರುತ್ತೆ, ಎಂಬ ಆತಂಕವೂ ಆಯಿತು. 'ಕಾಕಾ, ನಿಮಗೆ ತುಂಬ ಕೃತಜ್ಞಳಾಗಿದೀನಿ. ಕಷ್ಟಕೊಟ್ಟಿದ್ದಕ್ಕೆ ಕ್ಷಮಿಸಿ. ಈ ವಿಷಯದಲ್ಲಿ ನಿಮ್ಮನ್ನು ಬಿಟ್ಟರೆ ನನಗೆ ಬೇರೆ ಯಾರೂ ಇಲ್ಲ. ನನ್ನ ಬಾಸ್ ಕರೀತಿದಾರೆ. ಬೈ ಬೈ' ಎಂದು ಸಂಭಾಷಣೆಯನ್ನು ಮುಗಿಸಿದಳು.

– ೫ –

ಸಂಜೆ ಅವಿನಾಶ ಸಿಕ್ಕುವುದು ಸಾಧ್ಯವಿಲ್ಲವೆಂದು ಅವಳಿಗೆ ಮೊದಲೇ ಗೊತ್ತಿತ್ತು. ಆರೂವರೆಗೆ ಬೋರ್ಡ್ ಮೆಂಬರುಗಳೆಲ್ಲ ಕಾರುಗಳನ್ನು ಹತ್ತಿ ಷರಾಟನ್ನಿಗೆ ಹೋದ ತಕ್ಷಣ ಆಫೀಸಿನಲ್ಲಿ ಕಾದು ಕುಳಿತಿದ್ದ ಎಲ್ಲರೂ ಬಸ್ಸು ರೈಲುಗಳನ್ನು ಹಿಡಿಯಲು ಓಡಿದರು. ಬಕುಲಳಿಗೆ ಆ ರಾತ್ರಿಯೂ ನಿದ್ರೆ ಬರಲಿಲ್ಲ. ಒಂದುಲಕ್ಷ ಕಳಿಸಿದ್ದು ಮದುವೆಯಲ್ಲಿ ಭಾಗವಹಿಸದಿರುವ ಪರ್ಯಾಯವಾಗಿ ಎಂಬ ಅರ್ಥ ಟಿಪ್ನಿಸ್ ಕಾಕಾರ ಮಾತಿನಲ್ಲಿದೆ. ಅಮ್ಮ ಅದನ್ನು ತಿರಸ್ಕರಿಸಿದುದು ಆತ್ಮಗೌರವಯುತವಾಗಿಯೇ ಇದೆ ಎನ್ನಿಸತೊಡಗಿತು. ಹೊರಗೆ ಸೋಫದ ಮೇಲೆ ಮಲಗಿರುವ ಭೋಟು ಅಮ್ಮನಕೈಲಿ ವಾದಮಾಡುತ್ತಿದಾನೆ: 'ಹ್ಯಾಗೂ ಕೊಟ್ಟರು. ಅವಳ ಮದುವೆಗೆ ಬಳಸುಕ್ಕೆ ನಿನಗೆ ಇಷ್ಟವಿರಲಿಲ್ಲ. ನನಗೆ ಕೊಟ್ಟುಬಿಡ ಬೇಕಾಗಿತ್ತು. ಇದನ್ನ ನಿಮ್ಮ ಮಗನಿಗೆ ಕೊಟ್ಟಿದೀನಿ ಅಂತ ಹೇಳಿಕಳಿಸಿದ್ದರೂ ಅದೇ ಅರ್ಥ ಬರ್ತಿತ್ತು. ನಾನು ಮುಂದೆಬರೂದು ನಿನಗೆ ಬೇಕಿದ್ದರೆ ತಾನೆ?'

'ಅಳಿಯ ಅಲ್ಲ, ಮಗಳ ಗಂಡ ಅನ್ನುವ ಹಾಗಿದೆ ನಿನ್ನ ಮಾತು. ತಾಯಿಯ ಮರ್ಯಾದೆ ಕಾಪಾಡುವ ಬುದ್ಧಿ ಇದ್ದಿದ್ದರೆ ನೀನು ಮತ್ತೆ ಈ ಮಾತು ಆಡ್ತಿರಲಿಲ್ಲ. ನಾಚಿಕೆ ಇಲ್ಲದೋನೇ.' ಅಮ್ಮ ಕಿರುಚುತ್ತಿದಾಳೆ. ಅಮ್ಮ ಮಾಡಿದ್ದು ಅವಳ ದೃಷ್ಟಿಯಿಂದ ಸರಿಯಾಗಿಯೇ ಇದೆ; ಮದುವೆಗೇ ಬರದಿದ್ದಮೇಲೆ ಅವರ ಹಣ ಯಾಕೆ? ಎಂದು ತನಗೂ ಅನ್ನಿಸತೊಡಗಿದೆ. ಆದರೆ ಅವಿನಾಶನಿಗೆ ಯಾವ ರೀತಿ ಹೇಳೂದು? ಅವರು

ಸದ್ಯ ಎರಡುತಿಂಗಳು ಊರಿನಲ್ಲಿರೂದಿಲ್ಲ, ಆದ್ದರಿಂದ ಮದುವೆಗೆ ಬರೂದಿಲ್ಲ, ಅಂದರೆ ಹೇಗೆ? ನಮ್ಮಪಾಡಿಗೆ ನಾವು ಲಗ್ನಪತ್ರಿಕೆಯನ್ನ ಶ್ರೀಮತಿ ರಾಮಕುಮಾರಿಲಾಲ್ ಮತ್ತು ಪಂಡಿತ ಮೋಹನಲಾಲ್ ಅನ್ನುವ ಹೆಸರಿನಲ್ಲಿ ಅಚ್ಚು ಮಾಡಿಬಿಡೂದು. ಆದರೆ ಲಗ್ನಪತ್ರಿಕೆಯ ಶಾಸ್ತ್ರದ ದಿನವಾದರೂ ಅವರು ಉಪಸ್ಥಿತರಿರಬೇಕಲ್ಲ. ಯೋಚಿಸಿ ಯೋಚಿಸಿ ತಲೆ ಕೆಟ್ಟು ಹೋಯಿತು. ಇವತ್ತಾದರೂ ನಿದ್ದೆ ಮಾಡದಿದ್ದರೆ ನಾಳೆ ಆಫೀಸಿನಲ್ಲಿ ಕೂರುಕ್ಕೆ ಸಾಧ್ಯವಿಲ್ಲ. ಬೋರ್ಡ್‌ಮೀಟಿಂಗ್ ಆದ ಮರುದಿನ, ಬಾಸ್ ಸಖತ್ ಡಿಕ್ಟೇಶನ್ ಕೊಡ್ತಾರೆ. ಅವರು ಹೇಳುವ ವೇಗದಲ್ಲಿ ಒಂದೂ ತಪ್ಪಿಲ್ಲದಂತೆ ತಗಂಡು ವಾಕ್ಯರಚನೆಯನ್ನು ತಿದ್ದಿ ಪ್ರಿಂಟ್‌ಔಟ್ ಕೊಡಬೇಕು, ಎಂಬ ನೆನಪಾದಾಗ ತಾನೀಗ ನಿದ್ದೆ ಮಾಡಲೇಬೇಕೆಂಬ ಹಟಹುಟ್ಟಿತು. ನಿಷ್ಕ್ರಿಯಸ್ಥಿತಿಗೆ ತಂದುಕೊಳ್ಳಲು ಎಷ್ಟು ಪ್ರಯತ್ನಿಸಿದರೂ ಮನಸ್ಸು ಲಂಗುಲಗಾಮಿಲ್ಲದೆ ಸಿಕ್ಕಿದ ದಾರಿಯಲ್ಲಿ, ಹೊಸ ಸಂದುಗೊಂದುಗಳನ್ನು ಸೃಷ್ಟಿಸಿಕೊಂಡು ನುಗ್ಗುತ್ತಿದೆ. ದೊಡ್ಡ ದೊಡ್ಡ ಎಕ್ಸಿಕ್ಯುಟಿವ್‌ಗಳು ರಾತ್ರಿ ನಿದ್ರೆಮಾತ್ರೆ ನುಂಗೂದು ಇದಕ್ಕೇ ಇರಬಹುದು. ನಾನಾದರೂ ಒಂದನ್ನು, ನನಗೆ ಅದರ ಹೆಸರೂ ಗೊತ್ತಿಲ್ಲ, ಒಂದು ದಿನವೂ ನುಂಗಿಲ್ಲ. ಮನೆಯಲ್ಲಿ ಇಟ್ಟಿರಬೇಕು. ತಗೊಳ್ಳಬಾರದು. ತೀರ ಸಂದರ್ಭ ಬಂದಾಗ ಅಪೂರ್ವಕ್ಕೊಂದು, ಎಂಬ ಮಧ್ಯಮಮಾರ್ಗ ಹೊಳೆಯಿತು. ಇವತ್ತು ರಾತ್ರಿ ಕಳೆಯಲಿ ನೋಡೋಣ ಎಂದು ಕಣ್ಣು ಮುಚ್ಚಿ ಕೈಕಾಲು ನರಮಂಡಲಗಳನ್ನೆಲ್ಲ ಸ್ಥಗಿತ ಸ್ಥಿತಿಗೆ ತಂದುಕೊಂಡಳು. ಇನ್ನೇನು ನಿದ್ರೆ ಬಂದೇಬಿಟ್ಟಿತು ಎಂದು ಭಾವಿಸಿದಳು. ಎಷ್ಟೋಹೊತ್ತು ಕಳೆದಂತಾಯಿತು. ಆದರೂ ಅದರ ಸುಳಿವಿಲ್ಲ. ಥುತ್ ಎಂದು ಕೋಪ ಬಂದು ಕಾಲುಗಳನ್ನು ಜಾಡಿಸಿ ಮಗ್ಗುಲು ಬದಲಿಸಿದಳು. ಬಹಳ ಹೊತ್ತಿನ ಮೇಲೆ ಒಂದು ದಾರಿ ಹೊಳೆಯಿತು: ಯಾರನ್ನೂ ನಂಬಿ ಪ್ರಯೋಜನವಿಲ್ಲ. ಅಪ್ಪ ಅನ್ನಿಸಿಕೊಂಡವರಿಗೆ ಮಗಳ ಅಸ್ತಿತ್ವದ ಅರಿವೇ ಇದ್ದಂತಿಲ್ಲ. ತಾಯಿಗೆ ಸೂಕ್ಷ್ಮಗಳು ಅರ್ಥವಾಗುಲ್ಲ. ತಮ್ಮ ಮೊದಲಿನಿಂದಲೂ ಅಡ್ಡಾತಿಡ್ಡ. ನೌಕರಿ ಬೇಕಂದರೆ ಎಂಜಿನಿಯರಿಂಗ್ ಅಥವಾ ಬಿ.ಕಾಮ್, ಜೊತೆಗೆ ಕಂಪ್ಯೂಟರ್. ಬೇರೆ ಯಾವುದೂ ಪ್ರಯೋಜನವಿಲ್ಲ ಅಂತ ಗೋರೆ ಸಾಹೇಬರೇ ಮನೆಗೆ ಕರೆಸಿ ಹೇಳಿದರೂ ಕೇಳಲಿಲ್ಲ. ಒಂದು ಡಿಗ್ರೀನೂ ಮಾಡಲಿಲ್ಲ. ಇವನಿಗೆ ಇನ್ನೆಂಥ ದೊಡ್ಡನೌಕರಿ ಕೊಡಿಸಿ ಯಾರು? ಇರೂ ನೌಕರಿಯನ್ನ ಮನಸ್ಸಿಟ್ಟು ಮಾಡದೆ ಸ್ವಂತ ಬಿಸಿನೆಸ್ ಮಾಡ್ತಾನಂತೆ! ಇಂಥೋನಿಗೆ ಅಕ್ಕನ ಮನಸ್ಸಿನ ಸೂಕ್ಷ್ಮಗಳು ಏನು ಅರ್ಥವಾದಾವು! ನನ್ನ ಅವಿನಾಶನೇ ಸರಿ. ಅವನ ಎದೆಯಲ್ಲಿ ಮುಖವಿಟ್ಟು, 'ನನ್ನ ರಾಜಾ, ನಿಜಹೇಳುಕ್ಕೆ ನಾಚಿಕೆಯಾಗಿ ನಾನು ನಿನಗೆ ಕಲ್ಪನೆಗಳನ್ನು ಹೇಳಿಕೊಂಡು ಬಂದೆ. ಪಿತಾಜಿಗೂ ನಮಗೂ ಯಾವ ಸಂಪರ್ಕವೂ ಇಲ್ಲ. ಹತ್ತೊಂಬತ್ತು ವರ್ಷವಾಯಿತು. ಈಗ ನಾನೇ ಹೇಳಿಕಳಿಸಿದ್ದೆ. ಲಗ್ನಪತ್ರಿಕೆ, ಕನ್ಯಾದಾನಕ್ಕೆ ಬರುಕ್ಕೆ ಅವರಿಗೆ ನಾಚಿಕೆ ಇರಬಹುದು. ಒಂದುಲಕ್ಷ ಹಣಕಳಿಸಿದರು. ಅಮ್ಮ ತಿರಸ್ಕರಿಸಿ ವಾಪಸು ಮಾಡಿದರು. ಮದುವೆಯಾದಮೇಲೆ ಗಂಡನ ಸಂಗಡ ಬರಲಿ, ಆಶೀರ್ವಾದ ಮಾಡ್ತೀನಿ ಅಂತ ಹೇಳಿದಾರೆ. ಅವರು ಎರಡನೆ ಹೆಂಡತಿಯ ಜೊತೆಯಲ್ಲೂ ಇಲ್ಲ. ಬಾಂದ್ರಾದಲ್ಲಿ ತಮ್ಮ ಸಂಗೀತಶಾಲೆಯ ಪಕ್ಕದಲ್ಲೇ ಇನ್ನೊಂದು

ಫ್ಲ್ಯಾಟ್‌ನಲ್ಲಿರ್ತಾರೆ. ಎಲ್ಲ ನಿನಗೆ ಮೊದಲೇ ಗೊತ್ತಿರಲಿ ಅಂತ ಹೇಳ್ತಿದೀನಿ. ತಪ್ಪು ಕಲ್ಪನೆ, ತಪ್ಪು ನಿರೀಕ್ಷೆ ನಿನಗಿರೂದು ಬೇಡ. ನಿನ್ನ ಜೊತೆ ಸಂಸಾರ ಮಾಡೋಳು ನಾನು. ನನ್ನನ್ನ ನೋಡು. ನನ್ನ ಮಾತು ನಂಬು.'

ಅವನ ಎದೆಯಲ್ಲಿ ಮುಖವಿಟ್ಟು ಎಂದುಕೊಳ್ಳುವಾಗ ಕಣ್ಣುಗಳು ತುಂಬಿಕೊಂಡವು. ಅವನ ಎದೆಯನ್ನು ಕಣ್ಣೀರಿನಿಂದ ನೆನಸಿ ಹೇಳ್ತೀನಿ. ಕರಗುತಾನೆ. ಅರ್ಥಮಾಡ್ಕತ್ತಾನೆ. ನನ್ನ ಅವಿನಾಶ ಅರ್ಥಮಾಡ್ಕಂಡರೆ ಯಾರ ಹೆಸರೂ ಬೇಡ, ಯಾರ ಆಶೀರ್ವಾದವೂ ಬೇಡ, ಎಂಬ ನೆಮ್ಮದಿ ಕಂಡಿತು. ಅದೇ ದಾರಿ, ಅದೇ ವಿವೇಕ, ಎನ್ನಿಸಿತು. ಈ ಸಾಯಂ ಕಾಲವೇ ಹೇಳಬೇಕು, ಎಂದು ನಿಶ್ಚಯಿಸಿದಾಗ ಈ ಹಾಳುಮುಂಬಯಿಯಲ್ಲಿ ಎದೆಯಮೇಲೆ ಮುಖವಿಟ್ಟು ಮಾತನಾಡಬಹುದಾದ ಏಕಾಂತ ಸ್ಥಾನವೇ ಇಲ್ಲ. ಯಾವ ಸಮುದ್ರದಡಕ್ಕೆ ಹೋದರೂ ಜನ, ಜನ, ಜನ ನಮ್ಮಂಥ ಪ್ರೇಮಿಗಳು. ಪೋಲಿಸರು. ಏಕಾಂತ ಹುಡುಕಿ ಕೊಂಡೇ ಅಲ್ಲವೆ ಆಫೀಸಿನಲ್ಲಿ ಸ್ಪೆಶಲ್ ಡ್ಯೂಟಿ ಇದೆ ಅಂತ ಅಮ್ಮನಿಗೆ ಹೇಳಿ ಭಾನುವಾರ ಬೆಳಗ್ಗೆ ಬೇಗ ಎದ್ದು ದಾದರ್‌ವೆಸ್ಟ್‌ನಲ್ಲಿ ಸೂಟ್‌ಕೇಸ್ ಹಿಡಿದು ಕಾಯುತ್ತಿದ್ದ ಅವನನ್ನು ಸಂಧಿಸಿ ಹೋಟೆಲಿನಲ್ಲಿ ರೂಮು ಹಿಡಿದು ಸಂಜೆತನಕ ಇದ್ದು, ಹೆದರಬೇಡ ಬಕುಲಾ, ಎಲ್ಲ ಪ್ರೇಮಿಗಳೂ ಮಾಡೂದೇ ಹೀಗೆ, ಎಂಬ ಅವನ ಒತ್ತಾಸೆ. ನನಗೂ ಆಶೆ, ಜೊತೆಗೆ ಭಯ. ಒಟ್ಟು ನಾಲ್ಕು, ಪ್ರತಿಸಲವೂ ಹೋಟೆಲಿನ ಕೋಣೆಯನ್ನು ಪ್ರವೇಶಿಸುವತನಕ, ಸಂಜೆ ಹೊರಬಂದು ಬೀದಿಯ ಜನಜಂಗುಳಿಯಲ್ಲಿ ಮಾಯವಾಗುವತನಕ ಡವಗುಟ್ಟುವ ಎದೆ. 'ನನ್ನ ರಾಜಾ, ಇನ್ನುಮೇಲೆ ಈ ಕಳ್ಳಸಾಹಸ ಬೇಡ. ನನಗೆ ಹಿಂಸೆಯಾಗುತ್ತೆ. ಮದುವೆಯಾಗಿಬಿಡೋಣ. ರಾತ್ರಿ ಜೊತೆಯಲ್ಲಿದ್ದು ಬೆಳಗ್ಗೆ ಜೊತೆಯಲ್ಲಿ ಆಫೀಸಿಗೆ ಬಂದು ಸಂಜೆ ಜೊತೆಯಲ್ಲಿ ಹಿಂದಿರುಗ್ತೀವಲ್ಲ.' ಅವನೂ ಒಪ್ಪಿಕೊಂಡ. ಇವತ್ತು ಜುಹೂ ಬೀಚಿಗೆ ಹೋಗಾಣ. ನಿನ್ನೆದೆಯಲ್ಲಿ ಮುಖವಿಡದೆ ಮಾತಾಡುಕ್ಕೆ ನನಗೆ ಸಾಧ್ಯವಾಗುಲ್ಲ. ಲೋಕಲ್ ಟ್ರೇನ್ ಸ್ಟೇಶನ್ನಿನ ಮೂಲೇಲಿನಿಂತು ಹೇಳುವ ವಿಷಯವಲ್ಲ, ಅನ್ನಬೇಕು, ಎಂದುಕೊಂಡಳು.

– ೬ –

ಬಕುಲಾಳ ಮಾತನ್ನು ಅವಿನಾಶ ತಕ್ಷಣ ಒಪ್ಪಿಕೊಂಡ. ಹುಡುಗಿ ನನಗೆ ಗೊತ್ತಿರುವವಳು. ನನ್ನ ಸಹೋದ್ಯೋಗಿನಿ. ನಾನು ಅವಳನ್ನ ಪ್ರೀತಿಸ್ತೀನಿ. ಅವಳು ನನ್ನನ್ನ ಪ್ರೀತಿಸ್ತಾಳೆ, ಇದ ಕ್ಕಿಂತ ಇನ್ನೇನುಬೇಕು? ಅವಳ ತಂದೆ ಲಗ್ನಪತ್ರಿಕೆ ಮಾಡಿಕೊಡಲಿ ಬಿಡಲಿ. ಕನ್ಯಾದಾನ ಅವರು ಮಾಡಲಿ ಅಥವಾ ತಾಯಿ ಮಾಡಲಿ, ಇವೆಲ್ಲ ಶಾಸ್ತ್ರ ಅರ್ಧಗಂಟೆಯದು. ಜೀವನವಿಡೀ ಜೊತೇಲಿ ಬಾಳುವೆ ಮಾಡೋಳು ಒಪ್ಪಿಗೆಯಾಗಿರುವಾಗ ಇನ್ನೇನು ಬೇಕು ಎಂದುಕೊಂಡ. ಆದರೆ ಅವನ ತಂದೆ ಅಷ್ಟುಬೇಗ ಸಮ್ಮತಿಸಲಿಲ್ಲ. 'ತಂದೆಯೇ ಮುಂದೆ ನಿಂತು ಲಗ್ನಪತ್ರಿಕೆ, ಕನ್ಯಾದಾನ ಮಾಡ್ತಾರೆ ಅಂತ ಮೊದಲು ಹೇಳಿದಳು. ಈಗ ಹೀಗಂತಾಳೆ.

ಸ್ವಲ್ಪ ಹಿಂದೆ ಮುಂದೆ ವಿಚಾರಿಸದೆ ಸಿಕ್ಕಿ ಹಾಕ್ಕೊಳ್ಳೂದು ವಿವೇಕವಲ್ಲ,' ಎಂದು ಬಿಗಿ ಹಿಡಿದರು.

ತಾಯಿಯಂತೂ, 'ಹುಡುಗಿ ನಿನ್ನ ಸಮದ್ದೇ ನೌಕರಿಯಲ್ಲಿದಾಳೆ, ಪಗಾರ ತರ್ತಾಳೆ ಅನ್ನೂದ ಬಿಟ್ಟರೆ ಮನೆತನದ ಘನಂದಾರಿ ಏನೂ ಇಲ್ಲ. ಚಾಳಿನಲ್ಲಿ ವಾಸ. ಮೂವತ್ತುವರ್ಷ ಕೂಡ ಆಗಿದೆ. ಹೆಣ್ಣಿಗೆ ಮೂವತ್ತುವರ್ಷ ಅಂದರೆ ಮುದಿ, ತಿಳಕೊ. ನಿನಗೆ ಹೆಣ್ಣಕೊಡುವ ಯಾರೂ ದಿಕ್ಕಿಲ್ಲವೆ?' ಎಂದರು. ಅವರಿಗೂ ಈ ಸಂಬಂಧದಲ್ಲಿ ಹೆಚ್ಚು ಉತ್ಸಾಹವಿರಲಿಲ್ಲ.

'ಈ ಹುಡುಗಿಯ ಕುಟುಂಬಕ್ಕೂ ಪಂಡಿತ ಮೋಹನಲಾಲರಿಗೂ ಸಂಬಂಧ ಹ್ಯಾಗಿದೆ, ಯಾಕೆ ಹಾಗಿದೆ ಅನ್ನೂದ ವಿಚಾರಿಸೂದು ಕಷ್ಟವೆ, ಎಲ್ಲ ಮುಂಬಯಿಯಲ್ಲೇ ಇರುವಾಗ, ನೀನೂ ಇದೇ ಷಹರಿನಲ್ಲಿದೀಯ,' ತಂದೆ ಮತ್ತೆ ಹೇಳಿದರು. ತಾಯಿಯ ಅಸಮ್ಮತಿ ಅವಿನಾಶನಿಗೆ ಎಂದೂ ಒಪ್ಪಿಗೆಯಾಗಿರಲಿಲ್ಲ. ಆದರೆ ತಂದೆಯ ಮಾತಿಗೆ ಅವನು ಒಂದು ದಿನವೂ ಎದುರು ಹೇಳಿದವನಲ್ಲ. ಅವರು ಕೂಡ ಲೋಕಾನುಭವ ದೂರಾಲೋಚನೆಗಳನ್ನು ಅನ್ವಯಿಸದೆ ಯಾವುದನ್ನೂ ಮಾತನಾಡುತ್ತಿರಲಿಲ್ಲ. 'ನಾನು ವಿಚಾರಿಸಲೇ ಅಥವಾ ನೀನೇ ವಿಚಾರುಸ್ತೀಯ?' ತಂದೆ ಕೇಳಿದರು. ಸಂಗೀತ ಕಲೆ ಮೊದಲಾದ ವಲಯಗಳಲ್ಲಿ ತಂದೆಗೆ ತಿಳಿವಳಿಕೆ ಕಡಮೆ ಎಂದು ಗೊತ್ತಿದ್ದ ಮಗ ನಾನೇ ವಿಚಾರಿಸ್ತೀನಿ ಎಂದ. ಒಂದು ದಿನದ ನಂತರ ನನ್ನ ಒಳ್ಳೆಯದಕ್ಕೇ ಹೇಳ್ತಿದಾರೆ, ನಿಜವಾಗಿಯೂ ಪತ್ತೆ ಮಾಡಬೇಕು ಎನ್ನಿಸಿತು. ಹ್ಯಾಗೆ ಎಂಬುದನ್ನು ಒಂದು ದಿನವೆಲ್ಲಾ ಆಲೋಚಿಸಿದ. ಯಾವುದಾದರೂ ಖಾಸಗಿ ಪತ್ತೆದಾರಿ ಸಂಸ್ಥೆಯನ್ನು ಕೇಳಲೇ? ಎನ್ನುವ ಆಲೋಚನೆ ಬಂತು. ವಿಪರೀತ ಹಣ ಎಳೀತಾರೆ ಎಂಬ ಅಡ್ಡಿ ಕಾಣಿಸಿತು. ಇನ್ನೊಂದು ದಿನದ ಹೊತ್ತಿಗೆ ಒಂದು ದಾರಿ ಹೊಳೆಯಿತು. ತಾನು ಮೋಹನ್ ಮೆಲೋಡಿಸ್ ಕ್ಯಾಸೆಟ್‌ಗಳನ್ನು ಕೊಂಡ ಅಂಗಡಿಯ ಕಪಾಡಿಯಾ ಇವನ ಪರಿಚಯಸ್ಥ. ಏಳೆಂಟು ವರ್ಷಗಳಿಂದ ಇವನು ಅವನ ಹತ್ತಿರವೇ ಕ್ಯಾಸೆಟ್‌ಗಳನ್ನು ಕೊಳ್ಳುವುದು. ಇವನಿಗೆ ಅವನು ಬೆಲೆಯಲ್ಲಿ ರಿಯಾಯ್ತಿಯನ್ನೂ ಕೊಡುತ್ತಾನೆ. ಆ ಸಂಜೆ ಬಕುಲಾಳಿಂದ ಬೀಳ್ಕೊಂಡ ಇವನು ಸೀದಾ ಸಾನೆ ಗುರೂಜಿ ಮಾರ್ಗದಲ್ಲಿ ಮಹಡಿಯ ಮೇಲಿರುವ ಮೆಲೊಡಿ ಹೌಸ್‌ಗೆ ಹೋದ. ಹ್ಯಾಗಿವೆ ನಾನು ಕೊಟ್ಟ ಆರು ಕ್ಯಾಸೆಟ್‌ಗಳು? ಕಪಾಡಿಯ ಮೆಚ್ಚುಗೆಯಿಂದ ಮಾತನಾಡಿಸಿದ. ಅವನೊಂದಿಗೆ ಗಪ್ಪಾ ಆರಂಭಿಸಿ ಮಾತನ್ನು ಇತ್ತ ತಿರುಗಿಸಿದಾಗ ಮೋಹನ್ ಮೆಲೋಡಿಸ್ ನಿರ್ಮಾಪಕ ವಿತರಕರು ಬೇರೆ ಯಾರೂ ಅಲ್ಲ ಸಂಗೀತ ಸಂಕಲನ ಮಾಡಿರುವ, ಪಂಡಿತ ಮೋಹನಾಲರ ಹೆಂಡತಿ ಚಂಪಾಲಾಲಳೇ ಎಂಬ ಮಾಹಿತಿ ಸಿಕ್ಕಿತು. ಅವರ ಮನೆ ಇರುವುದು ಕುರ್ಲಾದಲ್ಲಿ ಎಂಬುದರ ಜೊತೆಗೆ ವಿಳಾಸ ಫೋನ್ ನಂಬರೂ ಸಿಕ್ಕಿದವು.

'ಪಂಡಿತಜೀಗೆ ಇಬ್ಬರು ಹೆಂಡತೀರು ಅಂತ ಹೇಳ್ತಾರೆ, ನಿಜವಾ?' ಇವನು ಗಪ್ಪಾವನ್ನು ಮುಂದುವರೆಸಿದ.

'ಕೃಷ್ಣ ಭಗವಾನನಿಗೆ ಎಷ್ಟು ಜನ ಹೆಂಡಿರು ಅನ್ನುವ ಹಾಗಿದೆ ನಿಮ್ಮ ಪ್ರಶ್ನೆ. ಅವರು ಕಲಾವಿದರು. ನನಗೆ ಗೊತ್ತಿರೂಮಟ್ಟಿಗೆ ಅಫಿಶಿಯಲ್ ವೈಫ್ ಅಂದರೆ ಚಂಪಾಬಾಯಿ.

ಬಹಳ ಒಳ್ಳೆಯ ಹೆಂಗಸು. ನೇರವಾದ ವ್ಯವಹಾರ. ನಸೆನಸೆ ಇಲ್ಲ. ಚೌಕಶಿ ಇಲ್ಲ. ಇಷ್ಟು ಪದಾರ್ಥ ಕೊಂಡರೆ ಇಷ್ಟು ಕಮಿಷನ್ ಅನ್ನುವ ನೇರ ಲೆಕ್ಕಾಚಾರ. ನಾನೊಬ್ಬನೇ ಈ ಮೋಹನ್ ಮೆಲೋಡೀಸಿನ ಎಷ್ಟು ಕ್ಯಾಸೆಟ್ ಮಾರಿದೀನಿ ಗೊತ್ತಾ? ಮೂವತ್ತುಸಾವಿರ ರೂಪಾಯಿ ಬೆಲೇದು. ಫ಼ೋನ್ ಮಾಡಿದರೆ ಸಾಕು. ಎರಡು ಗಂಟೆಯೊಳಗೆ ಮಾಲು ಡೆಲಿವರಿ ಮಾಡುಸ್ತಾಳೆ. ಎಫ಼ಿಶಿಯಂಟ್ ಅಂದರೆ ಎಫ಼ಿಶಿಯಂಟ್. ಮುಂಬಯಿಯಲ್ಲಿ ಬೇರೆ ಯಾವ ಕಂಪನಿಯೂ ಇಷ್ಟು ಚುರುಕಾಗಿ ಕೆಲಸಮಾಡುಲ್ಲ. ಎಚ್.ಎಂ.ವಿ.ಯೂ ಇಲ್ಲ. ಲಿಂಕ್ ಹೌಸೂ ಇಲ್ಲ.'

ಮಾರ್ಕೆಟಿಂಗ್ ವಿಭಾಗದಲ್ಲಿ ಕೆಲಸ ಮಾಡುತ್ತಿದ್ದ ಅವಿನಾಶನಿಗೆ ಫ಼ೋನು ಮಾಡಿದ ಎರಡೇ ಗಂಟೆಯಲ್ಲಿ ಸರಕು ತಲುಪಿಸುವ ಈ ಮಹಿಳೆಯ ಬಗೆಗೆ ಮೆಚ್ಚುಗೆ ಹುಟ್ಟಿತು. 'ಆಕೆ ಸ್ವತಃ ಸಂಗೀತಗಾರ್ತಿಯೇ? ಸಂಗೀತ ಸಂಕಲನ ಅಂತ ಬೇರೆ ಮುದ್ರಿಸಿದಾರೆ?' ಎಂದ.

'ಅವರ ಫ಼್ಲ್ಯಾಟಿಗೆ ಮೋಹನ ಸಂಗೀತ ಮಹಾವಿದ್ಯಾಲಯ ಅಂತ ಬೋರ್ಡು ಹಾಕಿದಾರೆ. ಗಂಡ ಪ್ರೋಗ್ರಾಂಗೆ ಹೋದಾಗಲೆಲ್ಲ ಈಕೆಯೇ ಕ್ಲಾಸು ಮಾಡೂದು.'

ಅಷ್ಟರಲ್ಲಿ ಮೂರುಜನ ಗಿರಾಕಿಗಳು ಬಂದರು; ಕಪಾಡಿಯಾ ಮಾತು ನಿಲ್ಲಿಸಿ ಅವರತ್ತ ತಿರುಗಿದ. ಸಣ್ಣ ಕೋಣೆಯಾದದ್ದರಿಂದ ಹೆಚ್ಚುಜನ ನಿಲ್ಲಲು ಜಾಗವೂ ಇರಲಿಲ್ಲ. ಕಪಾಡಿಯಾ ಇವನಿಗೆ ಥ್ಯಾಂಕ್ಯೂ ಎಂಬಂತೆ ಕಣ್ಣುಮಾಡಿ, 'ಮುಂದಿನವಾರ ಬನ್ನಿ. ಇನ್ನಷ್ಟು ಹೊಸ ಕ್ಯಾಸೆಟ್‌ಗಳು ಬಂದಿರ್ತವೆ,' ಎಂದ. ಅದು ತನಗೆ ಹೇಳಿದ ಗುಡ್‌ಬೈ ಎಂದು ಅರ್ಥ ಮಾಡಿಕೊಂಡ ಇವನು ಹೊಸಲು ದಾಟುತ್ತಿರುವಾಗ ಅವನು, 'ಇಲ್ಲಿ ನೋಡಿ. ಮೋಹನ್ ಮೆಲೊಡೀಸ್‌ನವರು ಒಬ್ಬೊಬ್ಬ ಗಿರಾಕಿಗೆ ಮಾರೂದಿಲ್ಲ. ರಿಬೇಟ್ ಏನಿದ್ದರೂ ಅಂಗಡಿಯೋರಿಗೆ ಮಾತ್ರ. ನೀವು ಅಡ್ರಸ್ ತಗೊಂಡಿರಲ್ಲ ಅದಕ್ಕೆ ಹೇಳ್ತಿದೀನಿ,' ಎಂದು ಜ್ಞಾಪಿಸಿದ.

ಅವಿನಾಶ ಇನ್ನೊಂದು ದಿನ ಆಲೋಚಿಸಿದ. ಉಪಾಯ ಹೊಳೆಯಿತು. ಕಪಾಡಿಯಾ ಕೊಟ್ಟ ಸಂಖ್ಯೆಗೆ ಫ಼ೋನು ಮಾಡಿದ. ಮೇಡಂ ಚಂಪಾಜಿಯವರ ಕೈಲಿ ಮಾತನಾಡಬೇಕು ಎಂದ. ಸ್ಪೀಕಿಂಗ್, ಎಂದು ಉತ್ತರ ಬಂತು. 'ನನ್ನ ಹೆಸರು ವಿನಯಚಂದ್ರ ಪ್ರಸಾದ್ ಅಂತ. ಪತ್ರಕರ್ತ. ಪಂಡಿತ್ ಮೋಹನಲಾಲಜಿಯವರ ದೊಡ್ಡ ಅಭಿಮಾನಿ. ಅವರ ಧ್ವನಿ ಸುರಳಿಗಳು ಹೊರಬಂದಿರುವ ಸಂದರ್ಭದಲ್ಲಿ ಅವರ ಮೇಲೊಂದು ಲೇಖನ ಬರೀತಿದೀನಿ. ನಿಮ್ಮನ್ನ ಸಂದರ್ಶಿಸಿ ಬರೆ ಅಂತ ನಮ್ಮ ಸಂಪಾದಕರು ಹೇಳಿದಾರೆ. ಕಲಾವಿದರಿಗಿಂತ, ಕಲಾವಿದರ ಜೀವನಸಂಗಾತಿ ಹೇಳುವ ಮಾತುಗಳಿಗೆ ಮಹತ್ತ್ವ ಹೆಚ್ಚು. ಬರಬಹುದೆ?'

'ಯಾವ ಪತ್ರಿಕೆ ನಿಮ್ಮದು?'

"ದಿಲ್ಲಿಯಿಂದ ಹೊರಡುತ್ತೆ. ದೇಶವ್ಯಾಪೀ ಪ್ರಸಾರವಿದೆ. ಹಿಂದಿ, ಬಂಗಾಲಿ, ಒಡಿಯಾ, ಅಸ್ಸಾಮೀ ಭಾಷೆಗಳಲ್ಲಿ ಪ್ರಕಟವಾಗುತ್ತೆ. ಹೆಸರು 'ಭಾಷಾ' ಅಂತ."

'ಬನ್ನಿ.'

'ಈ ಸಂಜೆ ಐದಕ್ಕೆ. ಕುರ್ಲಾದಲ್ಲಿ ನಿಮ್ಮ ಫ್ಲ್ಯಾಟಿನ ಕಟ್ಟಡದ ಗುರುತು ಹೇಳ್ತೀರಾ ದಯವಿಟ್ಟು.'

'ನಾಲ್ಕಕ್ಕೆ ಬನ್ನಿ. ಐದರಿಂದ ನಮ್ಮ ಕ್ಲಾಸು ಶುರುವಾಗುತ್ತೆ.'

ಅವಳು ಹೇಳಿದುದನ್ನು ಗುರುತು ಹಾಕಿಕೊಂಡು ಬಾಸಿಗೆ ಹೇಳಿ ಬೇಗ ಆಫೀಸು ಬಿಟ್ಟ. ಚರ್ಮದ ಕೈಚೀಲಕ್ಕೆ ಒಂದು ಶೀಘ್ರಲಿಪಿ ಪುಸ್ತಕ ಪೆನ್ಸಿಲ್ ಹಾಕಿಕೊಂಡ. ಕೈಚೀಲದ ಕನ್ನದಲ್ಲಿ ಸೆಕ್ಕಿಸಿದ್ದ ತನ್ನ ಹೆಸರು ಕಂಪನಿಗಳ ಚೀಟಿಯನ್ನು ತೆಗೆದುಹಾಕಿ ಕಂಪ್ಯೂಟರಿನಲ್ಲಿ ವಿ.ಸಿ. ಪ್ರಸಾದ್, ಪತ್ರಕರ್ತ, ಭಾಷಾ, ಹೊಸದಿಲ್ಲಿ ಎಂಬ ಅಚ್ಚುಹಾಳೆ ತೆಗೆದು ಸೇರಿಸಿದ. ದೊಡ್ಡ ಕಟ್ಟಡದ ಮೂರನೆ ಮಹಡಿಯ ಪೂರ್ವದಿಕ್ಕಿನ ಪಾರ್ಶ್ವದಲ್ಲಿ ದೊಡ್ಡದಾಗಿ ಹಾಕಿದ್ದ ಮೋಹನ ಸಂಗೀತ ಮಹಾವಿದ್ಯಾಲಯ, ಪ್ರಾಚಾರ್ಯ: ಪಂಡಿತ್ ಮೋಹನಲಾಲ್, ಎಂಬ ಬೋರ್ಡು ಟ್ಯಾಕ್ಸಿಯ ಕಿಟಕಿಯಿಂದಲೇ ಕಂಡಿತು. ಗೇಟಿನಲ್ಲಿ ಚೌಕಿದಾರ. ಲಿಫ್ಟ್. ಬಾಗಿಲು ತೆಗೆದ ಸುಮಾರು ಐವತ್ತೈದು ಕಳೆದ ದಪ್ಪ ಮೈಕಟ್ಟಿನ ಮಹಿಳೆ. ವಜ್ರದ ಓಲೆ. ಹಣೆಯ ಮೇಲಿನ ದುಂಡುಕುಂಕುಮ, ಹೊಳೆಯುವ ಬಂಗಾರದ ಸರದ ಪಕ್ಕದಲ್ಲಿ ಎದ್ದುಕಾಣುವ ಕರಿಮಣಿಯ ಮಾಂಗಲ್ಯಸರ. ರೇಶ್ಮೆಯ ಕಟಕ್ ಸೀರೆ. ನೆರಳಿನಲ್ಲಿ ಬೆಳೆದು ಬೆಲೆಬಾಳುವ ಕ್ರೀಮ್‌ಗಳಿಂದ ಪೋಷಿತವಾದ ಸುಕುಮಾರ ಚರ್ಮದ ಮುಖ, ತೋಳು, ಮೊಣಕೈಗಳು. 'ತಾವೇ ಮೇಡಂ ಚಂಪಾಲಾಲ್ ಅಂತ ಭಾವಿಸುತೀನಿ. ನಾನು ವಿನಯಚಂದ್ರ ಪ್ರಸಾದ್,' ಎಂದು ಎದೆಯನ್ನು ತುಸು ಬಾಗಿಸಿದ. ಬೈಠಿಯೇ, ಆಕೆ ಹಿಂದಿಯಲ್ಲಿ ಹೇಳಿದರು. ಹಾಲು ದೊಡ್ಡದಾಗಿತ್ತು. ಗೋಡೆಗೆ ಒರಗಿಸಿಟ್ಟ ನಾಲ್ಕು ತಂಬೂರಿಗಳು. ನೆಲದಮೇಲೆ ಎರಡು ಹಾರ್ಮೋನಿಯಂ. ಒಂದು ಜೊತೆ ತಬಲಾ. ಒಂದು ಗೋಡೆಗೆ ಹೊಂದಿಸಿದ್ದ ಸೋಫಾವನ್ನು ಬಿಟ್ಟರೆ ನೆಲದ ಆ ಕಡೆಯಿಂದ ಈ ಕಡೆಗೆ ಹಾಸಿದ್ದ ಜಮಖಾನ. ಗೋಡೆಯ ಮೇಲೆ ಮೋಹನಲಾಲರ ವಿವಿಧ ಸಂದರ್ಭ, ಭಂಗಿಗಳ ಫೋಟೋಗಳು. ನಡುವೆ ಮೋಹನಲಾಲರು ಮತ್ತು ಈ ಮಹಿಳೆ ಇಬ್ಬರೂ ಇರುವ ಇತ್ತೀಚಿನ ಒಂದು ದೊಡ್ಡ ಫೋಟೋ. ಆಕೆ ಒಳಗೆ ಹೋಗಿ ಸಿದ್ಧಪಡಿಸಿಟ್ಟುಕೊಂಡಿದ್ದಂತೆ ಚಹಾ ಬಿಸ್ಕತ್ತುಗಳನ್ನು ತಂದಿಟ್ಟರು. ಇವನು ಸೋಫಾದ ಮೇಲೆ ಕುಳಿತು ಚಹಾ ಕಪ್ಪನ್ನ ಎತ್ತಿಕೊಂಡಾಗ ಆಕೆ ಒಂದು ಕುರ್ಚಿಯ ಮೇಲೆ ಕುಳಿತರು. ಮೋಹನಲಾಲರ ಸಂಗೀತ, ಬಾಲ್ಯದ ಸಾಧನೆ ಮೊದಲಾಗಿ ನಾಲ್ಕಾರು ಪ್ರಶ್ನೆಗಳನ್ನು ಕೇಳಿ ಉತ್ತರ ಬರೆದುಕೊಂಡನಂತರ, 'ಅವರ ಕಲೆಯ ಸ್ಫೂರ್ತಿ ನೀವು ಅನ್ನುವ ಮಾತನ್ನು ಹಲವುಕಡೆ ಕೇಳಿದೀನಿ. ಮದುವೆಯಾಗಿ ಎಷ್ಟು ವರ್ಷವಾಯಿತು? ಎಷ್ಟು ಮಕ್ಕಳು? ಮದುವೆಯ, ಮದುವೆಯಾದ ಹೊಸತರಲ್ಲಿ ತೆಗೆದ ಕೆಲವು ಫೋಟೋಗಳಿದ್ದರೆ ಕೊಡಿ. ಮೂಲವನ್ನು ತಪ್ಪದೆ ಹಿಂತಿರುಗುಸ್ತೀನಿ' ಎಂದು ಕೇಳಿದಮೇಲೆ, 'ಮೇಡಂ, ಜನಗಳು ಏನೇನೋ ಹೇಳ್ತಾರೆ. ತಪ್ಪುಭಾವನೆಗಳನ್ನು ಸರಿಪಡಿಸೂದು ಪತ್ರಕರ್ತನಾದ ನನ್ನ ಕರ್ತವ್ಯ. ನೀವು ಹೇಳುವ ಉತ್ತರವನ್ನ ಅಚ್ಚು ಮಾಡಬಹುದು ಅಂತ ನೀವು ಅನುಮತಿ ಕೊಟ್ಟರೆ ಮಾತ್ರ ನಾನು ಬರಕೊತ್ತೀನಿ. ಇಲ್ಲ

ದಿದ್ದರೆ ಇಲ್ಲ.' ಎಂದು ಶೀಘ್ರಲಿಪಿ ಪುಸ್ತಕ ಮತ್ತು ಪೆನ್ಸಿಲ್‌ಗಳನ್ನು ಕೆಳಗೆ ಇಟ್ಟು ಕೇಳಿದ: 'ಪಂಡಿತ್‌ಜಿ ಬಾಂದ್ರಾದಲ್ಲೇ ಇರ್ತಾರೆ, ಮನೆಗೆ ಬರುಲ್ಲ ಅನ್ನೂದು ನಿಜವೆ?'

'ನಾನ್‌ಸೆನ್ಸ್. ಈ ಮನೆ ನೋಡಿದಿರಲ್ಲ. ಎಲ್ಲ ವಾಸಸ್ಥಾನಗಳ ಫ್ಲ್ಯಾಟ್‌ಗಳು. ಇಲ್ಲಿ ಹೆಚ್ಚು ವಿದ್ಯಾರ್ಥಿಗಳನ್ನ ತಗೋಳಕ್ಕೆ ಸಾಧ್ಯವಿಲ್ಲ ಅಂತ ಬಾಂದ್ರಾದಲ್ಲೊಂದು ಶಾಖೆ ತೆಗೆದಿದೀವಿ.'

'ನೋಡಿದಿರಾ? ಈಗ ನಿಜ ಗೊತ್ತಾಯ್ತು. ಪಂಡಿತ್‌ಜಿಗೆ ಇನ್ನೊಂದು ಮದುವೆಯಾಗಿದೆ, ಆಗಿತ್ತು, ಅಂತ ಒಂದು ಸುದ್ದಿ ಇದೆ. ನಿಜವಾ?'

'ಶುದ್ಧ ಸುಳ್ಳು. ಹಸಿ ಸುಳ್ಳು.' ಆಕೆ ಖಂಡತುಂಡವಾಗಿ ಅಲ್ಲಗಳೆದರು.

'ಕುಟುಂಬ ಬೋರಿವಲೀಲಿದೆ. ಮೂವತ್ತುವರ್ಷದ ಒಬ್ಬ ಮಗಳು, ಇಪ್ಪತ್ತನಾಲ್ಕರ ಮಗ ಇದಾರೆ ಅಂತ ಕೆಲವರು ಹೇಳ್ತಾರೆ. ಏನಂತೀರ?'

'ಹಸಿ ಸುಳ್ಳು ಅಂದೆನಲ್ಲ.'

'ಆ ಮಕ್ಕಳು ತಮ್ಮ ಹೆಸರನ್ನ ಲಾಲ್ ಅಂತ ಇಟ್ಟುಕೊಂಡಿದಾರಂತೆ. ಅವರಿಗೆ ಹುಟ್ಟದೆ ಹ್ಯಾಗೆ ಇಟ್ಟುಕೊತ್ತಾರೆ? ನಿಮ್ಮನ್ನ ಮದುವೆಯಾಗುಕ್ಕೆ ಮುಂಚೆ ಒಬ್ಬಳನ್ನ ಮದುವೆ ಯಾಗಿದ್ದರಂತೆ.'

'ಮಿಸ್ಟರ್ ಪ್ರಸಾದ್,' ಆಕೆ ಆಪ್ತವಾಗಿ ಮಾತನಾಡಿದರು. 'ಸರ್ಕಾರದ ಕಾನೂನು ನಿಮಗೆ ಗೊತ್ತಿಲ್ಲವೆ? ಒಬ್ಬ ವ್ಯಕ್ತಿ ಒಬ್ಬರಿಗಿಂತ ಹೆಚ್ಚು ಜನರನ್ನ ಏಕಕಾಲದಲ್ಲಿ ಮದುವೆ ಯಾಗೂದು ಅಸಾಧ್ಯ ಅಂತ. ನಮ್ಮ ಮದುವೆಯ ರಿಜಿಸ್ಟರ್ ದಾಖಲೆ ತೋರಿಸಲೆ?'

'ಛೇ, ಛೇ, ನೀವು ಅವರ ಹೆಂಡತಿ ಅನ್ನೂದು ಪ್ರಪಂಚಕ್ಕೇ ಗೊತ್ತು. ನನಗೂ ಗೊತ್ತು. ಆದರೆ ನಿಮ್ಮ ಮದುವೆಗೆ ಮೊದಲು ಆಗಿದ್ದ ಮದುವೆ, ಇಬ್ಬರು ಮಕ್ಕಳ ವಿಷಯ ಏನು ಅಂತ ನನಗೆ ಬೇಕು. ನೀವು ಬೇಡ ಅಂದರೆ ನಾನು ಬರೆಯುಲ್ಲ. ನನ್ನೊಳಗೇ ಇರುತ್ತೆ. ಆಣೆಮಾಡಿ ಹೇಳ್ತೀನಿ.'

'ನನ್ನಾಣೆಗೂ ನೀವು ಯಾರಕೈಲೂ ಹೇಳುಲ್ಲವಾ?' ಆಕೆ ಕೈನೀಡಿದರು.

ಇವನು ಆಕೆಯ ಬಲ ಅಂಗೈಮೇಲೆ ಒಂದು ಪೆಟ್ಟು ಹಾಕಿದ.

'ನನಗೂ ಸರಿಯಾಗಿ ಗೊತ್ತಿಲ್ಲ. ಕಲಾವಿದರು ಅಂದರೆ ಏನಾದರೂ ಇರಬಹುದು. ನಮ್ಮ ಯಜಮಾನರಿಗಂತೂ ನಾನು ತಿಳಿದಮಟ್ಟಿಗೆ ಇಂಥ ಪ್ರವೃತ್ತಿ ಇಲ್ಲ. ಅಕಸ್ಮಾತ್ ಮದುವೆಗೆ ಮೊದಲು ಯಾರೋ ಒಬ್ಬ ಹೆಂಗಸಿಗೆ ದುಡ್ಡು ಪಡ್ಡು ಕೊಟ್ಟು ದೇಹಬಾಧೆ ತೀರಿಸಿಕೊಂಡಿರಬಹುದು. ಕಸಮುಸುರೆ ಕೆಲಸದೋರು, ಅಡುಗೆಯೋರು ಈ ಥರದ ಒಳಸಂಪಾದನೆ ಮಾಡ್ತಾರೆ ಅಂತ ಕೇಳಿದೀನಿ. ಎಷ್ಟೋ ದೊಡ್ಡಮನುಷ್ಯರೇ ಇಂಥ ಹೆಂಗಸರ ಸಂಪರ್ಕ ಮಾಡ್ತಾರಂತೆ. ಕೆಲವು ಸಮಯ, ಇಂಥ ಹೆಂಗಸರು ಹೇಗೆ ಹೇಗೋ ಬಸುರಾಗಿ ಮಕ್ಕಳನ್ನು ಹಡೆದು ಪ್ರಸಿದ್ಧರ ಹೆಸರು ಹೇಳೂದೂ ಉಂಟು. ನಮ್ಮ ಹಿಂದಿನ

ಬೀದಿಯ ಒಬ್ಬರ ಮನೆಗೆ ಕೆಲಸಕ್ಕೆ ಬರುವ ಒಬ್ಬ ಇಪ್ಪತ್ತೈದುವರ್ಷದ ಹುಡುಗಿ ಸಿನಿಮಾ ನಟ ವಿಜಯಕುಮಾರ್ ತನ್ನನ್ನು ಅಪೇಕ್ಷೆಪಟ್ಟು ಕರಕೊಂಡಿದ್ದ ಅಂತ ಹೇಳ್ಕತ್ತಾಳಂತೆ. ಇಂಥೋರಿಗೆ ಏನುಮಾಡುಕ್ಕೆ ಸಾಧ್ಯ? ನಮ್ಮ ಯಜಮಾನರದು ತುಂಬ ಮುಗ್ಧಸ್ವಭಾವ. ಏನೂ ತಿಳಿಯುಲ್ಲ. ಇಲ್ಲದೆ ಇದ್ದರೆ ಇಷ್ಟು ದೊಡ್ಡ ಕಲಾವಿದರಾಗುಕ್ಕೆ ಸಾಧ್ಯವೆ? ರಾತ್ರಿ ಒಂಬತ್ತೂವರೆಯ ಒಳಗೆ ಎಲ್ಲಿದ್ದರೂ ಮನೆಗೆ ಬಂದುಬಿಡ್ತಾರೆ. ಒಂದೊಂದು ಸಲ, ತೀರ ಆಯಾಸವಾಗಿದ್ದರೆ, ಸ್ವಲ್ಪ ಡ್ರಿಂಕ್ಸ್ ತಗೋಳೂದು ಮಾತ್ರ ಉಂಟು.'

ಅಷ್ಟರಲ್ಲಿ ಸುಮಾರು ಇಪ್ಪತ್ತುವರ್ಷದ ಮೂರು ಹುಡುಗಿಯರು ಬಾಗಿಲಿನ ಹತ್ತಿರ ಕಾಣಿಸಿಕೊಂಡರು. ಹೊರಗೇ ನಿಲ್ಲುವಂತೆ ಶ್ರೀಮತಿ ಚಂಪಾಲಾಲ್ ಅವರಿಗೆ ಕೈಸನ್ನೆ ಮಾಡಿದರು. ಮತ್ತೆ ಯಾವ ಪ್ರಶ್ನೆಯೂ ಅವಿನಾಶನಿಗೆ ಹೊಳೆಯಲಿಲ್ಲ. ಹೊರಗೆ ನಿಂತಿದ್ದ ಹುಡುಗಿಯರ ಜೊತೆಗೆ ಇನ್ನಿಬ್ಬರು ಸೇರಿದರು. ತರಗತಿ ಶುರುವಾಗುತ್ತದೆ ಎಂದು ಅರ್ಥಮಾಡಿಕೊಂಡ ಇವನು, 'ಥ್ಯಾಂಕ್ಯು ವೆರಿಮಚ್ ಮೇಡಂ' ಎಂದು ಹೇಳಿ ತನ್ನ ಶೀಘ್ರಲಿಪಿ ಪುಸ್ತಕ ಪೆನ್ಸಿಲ್‌ಗಳನ್ನು ಚರ್ಮದ ಚೀಲಕ್ಕೆ ಹಾಕಿಕೊಂಡ. ಅವಳು ಕೊಡುತ್ತೇನೆಂದು ಹೇಳಿದ ಫ್ಲೋಟೋಗಳನ್ನು ಅವನೂ ಮರೆತ. ಅವಳೂ ಮರೆತಳು.

ಅಧ್ಯಾಯ ೮

– ೧ –

ಬೆಳಗ್ಗೆ ಬೇಗ ಎಚ್ಚರವಾಯಿತು. ಬೆಡ್‌ಸ್ವಿಚ್ ಹಾಕಿನೋಡಿದ: ಐದೂ ಕಾಲು. ರಾತ್ರಿ ನಿದ್ದೆ ಬಂದಾಗ ಒಂದು ಕಳೆದಿತ್ತು. ಇನ್ನಷ್ಟು ಮಾಡಬೇಕೆಂದು ಸ್ವಿಚ್ ಆರಿಸಿ ಮಲಗಿದರೆ ಕಣ್ಣು ಆರಲಿಲ್ಲ. ಸಂಗೀತಗಾರನೆಂದರೆ ಕನಿಷ್ಠ ಹನ್ನೆರಡುಗಂಟೆ ನಿದ್ದೆಗೆಡುವ, ಬೇಕೆನಿಸಿದಾಗ ಹನ್ನೆರಡುಗಂಟೆ ನಿದ್ದೆಮಾಡುವ ಶಕ್ತಿ ಇರಬೇಕು. ಇಲ್ಲದಿದ್ದರೆ ಪ್ರೋಗ್ರಾಂ ಕೊಡೂದು ಹೇಗೆ? ಹನ್ನೆರಡೂವರೆ ಗಂಟೆ ಕಾಲ ವ್ಯತ್ಯಾಸವಾಗುವ ಕ್ಯಾಲಿಫ಼ೋರ್ನಿಯಾಕ್ಕೆ ಹೋದಾಗ ಹೇಗೆ ಹೊಂದಿಕೊಂಡುಬಿಟ್ಟೆ! ಎಂಬ ನೆನಪು ಬಂದು ಇನ್ನು ಎರಡುನಿಮಿಷದಲ್ಲಿ ತನಗೆ ಗಾಢನಿದ್ರೆ ಬರಲೇಬೇಕೆಂಬ ನಿಶ್ಚಯ ಮಾಡಿ ಕಣ್ಣುಗಳೊಳಗೆ ಕತ್ತಲು ತುಂಬಿಕೊಂಡ. ಇನ್ನೇನು ನಿದ್ರೆ ಹತ್ತಬೇಕು, ಎನ್ನುವಲ್ಲಿ ರಾತ್ರಿ ಅಷ್ಟುಹೊತ್ತು ಬಾರದಂತೆ ಕಾಡಿದ ಸಂಗತಿಯ ನೆನಪುಬಂತು. ಏನಾದರೂ ಚಿಂತೆ ಹತ್ತಿದರೆ ನಿದ್ದೆಯನ್ನ ತಡೆಯುತ್ತೆ. ಬೇಗ ಎಬ್ಬಿಸಿಯೂ ಬಿಡುತ್ತೆ. ಅದಿಲ್ಲದಿದ್ದರೆ ಇಷ್ಟುಬೇಗ ಎಚ್ಚರವಾಗ್ತಿರಲಿಲ್ಲ ಎಂಬ ವಿವರಣೆ ಹುಟ್ಟಿತು. ಒಂದುಲಕ್ಷ ರೂಪಾಯಿ ಬೇಡ ಅಂತ ವಾಪಸು ಮಾಡಿದಳಂತೆ. ಲಗ್ನಪತ್ರಿಕೆಗೆ, ಕನ್ಯಾದಾನಕ್ಕೆ ಅಪ್ಪ ಬರಬೇಕು ಅನ್ನುವುದೆಲ್ಲ ಮಗಳ ಚಟಪಟಿಕೆ ಮಾತ್ರ, ತಾಯಿಗೆ ಏನೂ ಗೊತ್ತಿಲ್ಲ. ಎಂಟುಗಂಟೆಗೆ ರಾಜಾರಾಮನ ಫ಼ೋನು ಬಂದಾಗಿನಿಂದ. ಯಾಕೆ ಹಚ್ಚಿಕೊಬೇಕು, ಭೇಟಿಯನ್ನು ಬಿಟ್ಟು ಇಪ್ಪತ್ತನಾಲ್ಕು, ಎಲ್ಲ ಕಡಿದುಕೊಂಡು ಹತ್ತೊಂಬತ್ತು ವರ್ಷವಾಯಿತು. ನಾನು ನಿಸ್ಸಂಗನಾಗಿಯೇ ಇದ್ದೆ. ರಾಜಾರಾಮನ ಬಲವಂತಕ್ಕೆ ಒಪ್ಪಿ ಮದುವೆಯ ಖರ್ಚು ಕೊಡುಕ್ಕೆ ಹೋದರೆ ಪೊಗರು, ಎಂದುಕೊಂಡು ಕಣ್ಣುಗಳಲ್ಲಿ ಇನ್ನಷ್ಟು ಕತ್ತಲೆ ತಂದುಕೊಳ್ಳಲು ಹೆಣಗಿದ. ಒಂದು ಸಲ ತಲೆಗೆ ಇಂಥ ಚಿಂತೆ ಹೊಕ್ಕರೆ ಎರಡು ಮೂರು ದಿನ ಕಾಡುತ್ತೆ, ಎಂಬ ನೆನಪಾಯಿತು. ದಢಕ್ಕನೆ ಎದ್ದು ಕೂತ. ತಣ್ಣೀರಿನಲ್ಲಿ ಸ್ನಾನ ಮಾಡಿದ. ಮುಖಕ್ಷೌರ ಮಾಡಿಕೊಳ್ಳಲಿಲ್ಲ. ಕೆಟಲ್‌ಗೆ ಸ್ವಿಚ್ ಹಾಕಿ ಒಂದು ಕಪ್ ಚಹಾ ಮಾಡಿ ಕುಡಿದು ತಂಬೂರಿ ಶ್ರುತಿಮಾಡಿ ಮಂದ್ರದ ಸಾಧನೆಯಲ್ಲಿ ಮುಳುಗಿ ಎದ್ದರೆ ಮನಸ್ಸಿನ ಕಲ್ಮಷಗಳು ತೊಳೆದುಹೋಗ್ತವೆ. ಮಲಗಿದರೆ ತಕ್ಷಣ ನಿದ್ದೆ ಹತ್ತುತ್ತೆ, ಎಂಬುದು ಅವನ ಅನುಭವವಾಗಿತ್ತು. ಔಷಧಿ ಗೊತ್ತಿದೆ, ರೋಗ ಕಾಣಿಸಿಕೊಂಡ ತಕ್ಷಣ ತೆಗೆದುಕೊಳ್ಳುಕ್ಕೆ ಹೊಳೆಯುಲ್ಲ. ಇದನ್ನೇ ಪ್ರಾರಬ್ಧ ಅನ್ನೂದು ಎಂಬ ಅಧ್ಯಾತ್ಮ ಕಾಣಿಸಿತು. ಈ ಅಧ್ಯಾತ್ಮವು ಬೈರಾಗಿ ಭೈರವದ ಮಂದ್ರಭಾವಕ್ಕೆ ಹೊಂದಿಕೊಂಡಿತು. ಮನಸ್ಸಿನಿಂದ ಮರೆಯೂ ಆಯಿತು. ಮಂದ್ರ

ಸಂಚಾರಗಳು ಮತ್ತು ಅವುಗಳ ಭಾವ ಮಾತ್ರ ತುಂಬಿಕೊಂಡವು.

ಎಂಟುಗಂಟೆಯಾದರೂ ಅವನು ಬೈರಾಗಿ ಭೈರವವನ್ನೇ ಹಾಡಿಕೊಳ್ಳುತ್ತಿದ್ದ. ಮಂದ್ರ ಕಳೆದು ಮಧ್ಯ, ತಾರಕಸಪ್ತಕಗಳವರೆಗೂ ಏರಿ ಇಳಿಯುತ್ತಿದ್ದ. ಒಳ್ಳೆ ಲಹರಿ ಹುಟ್ಟಿತು. ತಬಲ ಇರಬೇಕಾಗಿತ್ತು ಎನ್ನಿಸಿತು. ಜೊತೆಗೊಂದಿಷ್ಟು ಹಾರ್ಮೋನಿಯಂ ಒತ್ತಾಸೆ. ಸಹಕಾರೀ ವಾದ್ಯಗಳು ಸೇರಿಕೊಂಡಾಗ ಅಂತರ್ಮುಖತೆ ಕಡಮೆಯಾಗುತ್ತೆ ಎನ್ನಿಸಿದರೂ ಬರೀ ಅಂತರ್ಮುಖತೆಯಲ್ಲಿ ಎಷ್ಟುಹೊತ್ತು ಹಾಡುಕ್ಕೆ ಸಾಧ್ಯ? ಬರೀ ಧ್ಯಾನ ಮಾಡಿಕೊಂಡು ಬದುಕುಕ್ಕೆ ಆಗುತ್ತೆಯೆ? ಧ್ಯಾನದಿಂದ ಆರಂಭವಾದರೂ ಲೌಕಿಕ ಪರಿಕರಗಳಿಲ್ಲದೆ ಜೀವನ ಅನ್ನಿಸಿಕೊಂಡೀತೆ? ಬಾಹ್ಯದಿಂದ ಅಂತರ, ಅಂತರದಿಂದ ಬಾಹ್ಯ, ಎರಡೂ ಮುಖಗಳಲ್ಲಿ ಹರಿಯದಿದ್ದರೆ ರಸಪುಷ್ಟಿಯಾಗೂದು ಹೇಗೆ? ಎಂಬ ವಿಚಾರಗಳು ಹುಟ್ಟಿದವು. ಮನಸ್ಸಿಗೆ ಹಿತವೆನ್ನಿಸಿತು. ಬರೆದಿಟ್ಟುಕೊಬೇಕು ಇಂಥವನ್ನೆಲ್ಲ ಎಂದುಕೊಂಡ. ಬರೆದಿಟ್ಟುಕೊಬೇಕು ಎಂಬಂಥ ಎಷ್ಟೋ ವಿಚಾರಗಳು ಎಷ್ಟೋ ಸಲ ಯಾವ ಯಾವ ಸಂದರ್ಭಗಳಲ್ಲೆಲ್ಲ ಹೊಳೆದಿವೆ. ಆದರೆ ತಾನು ಬರೆಯುವುದಿಲ್ಲ. ನನಗ್ಯಾಕೆ ಬರವಣಿಗೆಯ ತಂಟೆ ಅಂತ ಅತ್ತ ನೂಕಿದೀನಿ, ಅನ್ನುವ ನೆನಪಾಯಿತು. ರಾಗವನ್ನು ಮುಕ್ತಾಯ ಮಾಡುವ ಮನಸ್ಸಿಲ್ಲದೆ ದ್ರುತದಿಂದ ಮಧ್ಯಕ್ಕೆ, ಮಧ್ಯದಿಂದ ದ್ರುತಕ್ಕೆ, ಮತ್ತೆ ವಿಲಂಬಗತಿಗೆ ತಾನಗಳನ್ನು ಬದಲಿಸುತ್ತಿದ್ದ. ಅಷ್ಟರಲ್ಲಿ ಫೋನು ಬಾರಿಸಿತು. ಗೋಡೆಯ ಕಡೆಗೆ ನೋಡಿದರೆ ಎಂಟೂಕಾಲು. ಜನಗಳು ಫೋನು ಮಾಡುವ ಹೊತ್ತೇ. ತಂಬೂರಿಯನ್ನು ಬದಿಗಿಟ್ಟು ಎದ್ದುಹೋಗಿ ರಿಸೀವರ್ ಎತ್ತಿಕೊಂಡ.

'ಪಂಡಿತ್ ಮೋಹನಲಾಲ್‌ಜಿ ಇದಾರೆಯೆ? ದಿಲ್ಲಿಯ ಮಹಾವೀರ ಪ್ರಸಾದ್ ಅಂತ. ಮುಂಬಯಿಗೆ ಬಂದಿದೀನಿ. ತಮ್ಮನ್ನ ಕಾಣಬೇಕಾಗಿದೆ. ಪ್ರೋಗ್ರಾಂ ಫ್ಲಿಕ್ಸ್ ಮಾಡಬೇಕು. ಇನ್ನೊಂದು ತಾಸಿನಲ್ಲಿ ಬರಬಹುದೆ?'

'ನಾನೇ ಮೋಹನಲಾಲ್ ಮಾತಾಡ್ತಿರೂದು ಬನ್ನಿ.'

ಖುಷಿಯಾಯಿತು. ದಿಲ್ಲಿಯಲ್ಲಿ ನನ್ನ ರೇಟು ಒಂದು ಲಕ್ಷವಾಗಿ ಎರಡುವರ್ಷವಾಯಿತು. ವಿಮಾನ ಪ್ರಯಾಣ. ಕೊನೆಪಕ್ಷ ನಾಲ್ಕು ಸ್ಟಾರ್ ಹೋಟೆಲಿನ ವಾಸ್ತವ್ಯ. ರಾಜಾರಾಮನ ಮೂವತ್ತುಸಾವಿರ ವಾಪಸುಮಾಡಿ, ಉಳಿದದ್ದ ಕೈಯಲ್ಲಿಟ್ಟುಕೊಬೇಕು. ಇಷ್ಟು ದೊಡ್ಡಗಾಯಕ ನಾಗಿ ಸಣ್ಣಪುಟ್ಟದ್ದಕ್ಕೆಲ್ಲ ಸಾಲ ಮಾಡೂದು ಅಂದರೆ ಏನು? ಎಂಬ ಆಲೋಚನೆಗಳು ಒಟ್ಟಿಗೆ ಒಂದೇ ಕಿರುಕ್ಷಣದಲ್ಲಿ ಹೊಳೆದವು. ಮುಖ ಕ್ಷೌರ ಮಾಡಿಕೊಂಡು ಬ್ರೆಡ್ಡು ಜಾಮ್ ಬಾಳೆಹಣ್ಣು ತಿಂದು ಒಂದು ಲೋಟ ಹಾಲು ಕುಡಿದ. ಮಧ್ಯಾಹ್ನ ಮೆಸ್ಸಿನಿಂದ ಊಟದ ಡಬ್ಬಿ ಬರುವ ತನಕ ಸಾಕು. ಬೇಕಾದರೆ ಮತ್ತೊಂದು ಕಪ್ಪು ಚಹಾ ಮಾಡಿಕೊಳ್ಳುವುದು ಅವನ ಪದ್ಧತಿ. ಇಷ್ಟರಲ್ಲಿ, ಯಾವ ವಾರ ಇವತ್ತು, ರೇವತಿ ಬರಬೇಕಾಗಿತ್ತು. ಅಮೆರಿಕದಿಂದ ಬಂದಮೇಲೆ ಯಾರಿಗೂ ಕ್ರಮವಾಗಿ ಪಾಠ ಶುರುಮಾಡಿಲ್ಲ. ಮೂಡ್ ಬಂದಿಲ್ಲ, ಎಂದು ಕೊಳ್ಳುವಾಗ ಆಕಳಿಕೆ ಬಂತು. ರಾತ್ರಿ ಸರಿಯಾಗಿ ನಿದ್ರೆ ಹತ್ತದಿದ್ದರೆ ಹೀಗೆಯೇ, ಎಂದುಕೊಂಡು ದಿಲ್ಲಿಯವರು ಬರುವುದಿಲ್ಲದಿದ್ದರೆ ನಿದ್ದೆ ಮಾಡಬಹುದಿತ್ತು ಎಂಬ ಆಲೋಚನೆಯಲ್ಲಿ

ಸೋಫಾದಮೇಲೆ ಕುಳಿತು ಗೋಡೆಯ ಮೇಲೆ ನಿಶ್ಶಬ್ದವಾಗಿ ನಡೆಯುತ್ತಿದ್ದ ಗಡಿಯಾರವನ್ನು ನೋಡಿದ. ಹಾಗೆಯೇ ಕಣ್ಣುಮುಚ್ಚಿಕೊಂಡ. ಮುಂದಿನ ಬಾಗಿಲು ಎರಡು ಅಂಗುಲ ತೆರೆದಿತ್ತು. ಮಂಪರು ಹತ್ತಿತು. ಕರೆಗಂಟೆ ಸದ್ದಾಯಿತು. ಇವನು ಕೋನ್, ಕಮಿನ್ ಪ್ಲೀಸ್ ಎನ್ನುವಷ್ಟರಲ್ಲಿ ಬಾಗಿಲು ತೆರೆದುಕೊಂಡು ಒಳಗೆ ಬಂದವರು ಇವನು ತಿರುಗಿ ನೋಡಿದರೆ ಗಲಿಬಿಲಿಯಾಗಿ, ಕಕ್ಕಾವಿಕ್ಕಿಯಾಗಿ, ತನ್ನ ಕಣ್ಣುಗಳನ್ನು ತಾನೇ ನಂಬದಂತಾಯಿತು: ಮನೋಹರೀ. ಮನೋಹರೀದಾಸ್. ಎರಡು ಅಡಿ ಒಳಗೆ ಬಂದು, ತುಸು ಬಾಗಿ, 'ಪಂಡಿತ್‌ಜೀ, ಒಳಗೆ ಬರಲಪ್ಪಣೆಯೆ?' ಎಂದು ಹಸ್ತಲಾಘವಕ್ಕೆ ಬಲಗೈ ಮುಂದೆ ಮಾಡಿದಳು. ಸಲ್ವಾರ್ ಕಮೀಜ್, ಹೆಗಲ ಮೇಲೊಂದು ಶಲ್ಯ. ಎಡಹೆಗಲಿಗೆ ವ್ಯಾನಿಟಿ ಚೀಲ. ತಿದ್ದಿದ ಹುಬ್ಬುಗಳು. ಕಪ್ಪಗೆ ಮಿನುಗುವ ಇಳಿಗೂದಲು. ಕೆನ್ನೆಗಳಿಗೆ ರೂಜ್. ತುಟಿಗೆ ಲಿಪ್‌ಸ್ಟಿಕ್, ಕಣ್ಣಿಗೆ ಕಾಡಿಗೆ. ಬನ್ನಿ, ಎನ್ನಲು ತೋಚದೆ ಇವನು ನೋಡುತ್ತಾ ಕೂತಿದ್ದಾಗ, 'ಮೋಸಮಾಡಿದಳು ಅಂದುಕೊಬೇಡಿ. ನಾನೇ ಫೋನ್ ಮಾಡಿದ್ದರೆ ನೀವು ಸಂದರ್ಶನ ಕೊಡ್ತಿದ್ದಿರೋ ಇಲ್ಲವೋ ಅಂತ ಅನುಮಾನಪಟ್ಟೆ. ಕೋಪ ಎಷ್ಟಿದ್ದರೂ ಎದುರಿಗೆ ಹೊರಹಾಕಿ. ನಾಲ್ಕು ಏಟು ಹೊಡೀರಿ. ಅಥವಾ ಒದೀರಿ. ಒದ್ದು ಹೊಡೆದು ಸಮಾಧಾನವಾದಮೇಲೆ ನಾನು ಮಾತಾಡ್ತೀನಿ. ಉಫ್, ಏನು ಬೆವರು ಮುಂಬಯಿಯಲ್ಲಿ, ದಿಲ್ಲಿಯಲ್ಲಿ ಶಖೆ ಇದ್ದರೂ ಇಷ್ಟು ಬೆವರುಲ್ಲ. ಫ್ಯಾನಿನ ಸ್ವಿಚ್ ಎಲ್ಲಿದೆ?' ಎಂದು ತಾನೇ ಸುತ್ತ ನೋಡಿ ಹಾಕಿದಳು. ಅನಂತರ ಬಂದು ಸೋಫಾದಮೇಲೆ ಅವನ ಹತ್ತಿರ ಕೂತು ಅವನ ಬಲಗೈ ಹಿಡಿದು ಹೇಳಿದಳು: 'ಪಂಡಿತ್ ಮೋಹನಲಾಲ್‌ಜಿ, ತಮ್ಮನ್ನ ಹೇಗೆ ಕರೆಯಬೇಕು ಅನ್ನೂದನ್ನಾದರೂ ದಯವಿಟ್ಟು ಹೇಳಿ. ಹದಿನೈದು ವರ್ಷವಾಯಿತಲ್ಲ ನೀವು ಬಿಟ್ಟು ಬಂದು. ಆಮೇಲೆ ನಾನು ಕಾಗದ ಬರೆದೆ. ಕ್ಷಮಿಸಿ ಅಂತ ಕೇಳಿಕೊಂಡೆ. ನೀವು ಕ್ಷಮಿಸಲಿಲ್ಲ. ಕಲಾವಿದರು, ಅದೂ ನಿಮ್ಮಂಥ ರಸಪೂರ್ಣರು ಇಷ್ಟು ಕಠಿಣವಾಗಿರೂದು ಭರತಮುನಿಗೂ ಅರ್ಥವಾಗದ ವಿಚಾರ. ಹದಿನೈದುವರ್ಷದಿಂದ ನೀವು ನನ್ನ ಒಂದೇ ಒಂದು ಪ್ರದರ್ಶನ ನೋಡಿದೀರಾ? ನೋಡಿಲ್ಲ. ನಿಮ್ಮದು ದಿಲ್ಲಿಯಲ್ಲಿ ಯಾವ ಪ್ರೋಗ್ರಾಂ ಆದರೂ ನಾನು ಊರಿನಲ್ಲಿದ್ದರೆ ತಪ್ಪದೆ ಬಂದು ಕೇಳಿದೀನಿ ಗೊತ್ತಾ? ದಿಲ್ಲಿಯಲ್ಲಿ ಮಾತ್ರವಲ್ಲ, ಗ್ವಾಲಿಯರಿನ ತಾನಸೇನ ಸಮಾರೋಹ, ಪುಣೆಯ ಸವಾಯಿಗಂಧರ್ವ, ಇದೇ ಮುಂಬಯಿಯ ಮಹಾರಾಷ್ಟ್ರ ಉತ್ಸವಗಳಲ್ಲಿ ನಿಮ್ಮ ಗಾಯನ ಕೇಳಿದೀನಿ. ಯಾವ ಊರಿನಲ್ಲಿ ಯಾವ ರಾಗ ಹಾಡಿದಿರಿ ಅಂತ ಹೇಳಲಾ ಬೇಕಾದರೆ? ನಿಮ್ಮ ಕೋಪ ನನ್ನಮೇಲೆ ಮಾತ್ರವಲ್ಲ, ನನ್ನ ನೃತ್ಯದ ಮೇಲೆ ಕೂಡ ಇದೆ. ನನಗೆ ನಿಮ್ಮ ಮೇಲೂ ಕೋಪವಿಲ್ಲ, ನಿಮ್ಮ ಸಂಗೀತದ ಮೇಲೂ ಇಲ್ಲ. ನಿಮ್ಮ ಸಂಗೀತವನ್ನ ನಾನು ಮೊದಲಿನ ಹಾಗೇ ಆರಾಧಿಸ್ತೀನಿ. ಗೊತ್ತಾ?'

ಅವನಿಗೆ ಮುಜುಗರವಾಯಿತು. ತಾನು ಸಣ್ಣವನಾಗಿದ್ದೇನೆ ಎನ್ನಿಸಿತು. ಮಾತಿನ ಜಾಣತನದಿಂದ ಇವಳು ಸಣ್ಣವನನ್ನಾಗಿ ಮಾಡ್ತಿದಾಳೆ ಎಂಬ ಅನುಮಾನವೂ ಬಂತು. ಆದರೆ ನೆನಪಿಗೆ ಬರುತ್ತಿದೆ. ಒಂದುಸಲ ಪುಣೆಯ ಸವಾಯಿಗಂಧರ್ವ ಪುಣ್ಯತಿಥಿಯಲ್ಲಿ ನನ್ನದೂ ಇತ್ತು. ಇವಳದೂ. ಆದರೆ ನನ್ನದು ಮೊದಲ ದಿನದ ಕೊನೆಯ ಐಟಮ್.

ಅವಳದು ಮೂರನೆಯ ದಿನದ ಮೂರನೆಯ ಐಟಮ್. ಗ್ವಾಲಿಯರ್‌ನಲ್ಲೂ ಹಾಗೆಯೇ. ನಮ್ಮಿಬ್ಬರ ಸಂಬಂಧ, ದೂರವಾದದ್ದು ಸಂಗೀತಪ್ರಪಂಚದ ಎಲ್ಲರಿಗೂ ಗೊತ್ತಿದೆ. ಯೋಜಕರು ಬೇರೆ ಬೇರೆ ದಿನ ಹಾಕಿದ್ದಾರೆ. ಇವಳು ಮೊದಲ ದಿನವೇ ಬಂದು ಎಲ್ಲರ ಸಂಗೀತವನ್ನೂ ಕೇಳಿರಬಹುದು. ಅಥವಾ ಪಂಡಿತ್ ಮೋಹನಲಾಲಜಿ ಯಾವ ರಾಗ ಹಾಡಿದರು ಅಂತ ಯಾರನ್ನೋ ಇಚಾರಿಸಿ ತಿಳಿದುಕೊಂಡಿರಬಹುದೆನ್ನಿಸಿತು. ಇಲ್ಲ, ಸಂಗೀತ ಕೇಳುವ ಆಸಕ್ತಿ ಇದೆ. ಸಂಗೀತದ ತಿಳಿವಳಿಕೆಯೂ ಇದೆ. ಇತರ ನರ್ತಕ ನರ್ತಕಿಯರಂತೆ ಮೇಲುಮೇಲಿನ ಜ್ಞಾನವಲ್ಲ. ಸ್ವತಃ ಹಾಡಬಲ್ಲಳು. ನಾನು ಇವಳ ಕಾರ್ಯಕ್ರಮಕ್ಕೆ ಒಂದು ದಿನ ಮೊದಲೇ ಅಲ್ಲಿಂದ ಹೊರಟು ಬರುತ್ತಿದ್ದೆ. 'ಕಲ್ಕತ್ತೆಯ ಐ.ಟಿ.ಸಿ. ಯಮನ್ ಉತ್ಸವದಲ್ಲಿ ನೀವು ಬರೀ ಆಲಾಪವನ್ನೇ ಎರಡೂಕಾಲು ತಾಸು ಹಾಡಲಿಲ್ಲವೆ? ಬಂಗಾಳಿಗಳು ನಿಮ್ಮನ್ನ ಭಾರತದ ನಂಬರ್ ಒನ್ ಗಾಯಕ ಅಂತ ಹೊಗಳಲು ಶುರುಮಾಡಿದ್ದು ಅವೊತ್ತಿನಿಂದ ಅಲ್ಲವೆ? ನಾನು ಅಲ್ಲಿದ್ದೆ. ನೀವು ಯಾವ ಬಣ್ಣದ ಜುಬ್ಬಾ ಹಾಕಿಕೊಂಡಿದ್ದಿರಿ ಹೇಳಲಾ?' ಈಗ ಅವನ ಅನುಮಾನವೆಲ್ಲ ಹೋಗಿ ಮುಖದಲ್ಲಿ ತುಸು ಪ್ರಸನ್ನತೆ ಮೂಡಿತು.

'ಮೋಹನ್, ನನ್ನ ಹಾಗೆಯೇ ನೀನೂ ಒಂಟಿ ಇದೀಯ ಅಂತ ಗೊತ್ತು. ಬಂದವಳಿಗೆ ಒಂದು ಕಪ್ ಚಹಾ ಮಾಡುವ ವ್ಯವಸ್ಥೆ ಇದೆ ತಾನೆ? ಅಡುಗೆಮನೆ ತೋರಿಸಿದರೆ, ಮಾಡಿ ನಿನಗೂ ಕೊಟ್ಟು ನಾನೂ ಕುಡೀತೀನಿ.' ಅವಳು ಸಲಿಗೆ ಆತ್ಮೀಯತೆಗಳ ಏಕವಚನ ವನ್ನೂ ಪ್ರಯೋಗಿಸಿದಾಗ ಅವನಿಗೆ ಇದು ಅತಿ ಎನ್ನಿಸಿತು.

'ಚಹಾ ಆಗುತ್ತೆ. ಈಗ ನೀನು ಬಂದ ಕೆಲಸ ಹೇಳು,' ಎಂದು ಕೋಪದ ಧ್ವನಿಯಲ್ಲೇ ಹೇಳಿದ.

'ನಿನ್ನ ಕೋಪ ಕೇವಲ ನಟನೆಯದು ಅಂತ ನೀನೇ ತೋರಿಸಿಕೊಂಡುಬಿಟ್ಟೆ' ಎಂದು ಕೈಎತ್ತಿ ಅವನ ಕೈಮೇಲೊಂದು ಪೆಟ್ಟುಕೊಟ್ಟು ಅವಳು ವಿಜೃಂಭಣೆಯಿಂದ ನಕ್ಕಳು. 'ಕೋಪವಿದ್ದೋರು ಏಕವಚನ ಪ್ರಯೋಗಿಸುಲ್ಲ.'

'ಆಯಿತು. ತಾವು ಬಂದ ಕಾರ್ಯವನ್ನು ಹೇಳೋಣವಾಗಲಿ,' ಅವನು ತಿದ್ದಿಕೊಂಡ.

"ಒಂದುಸಲ ಸತ್ಯ ಹೊರಬಂದಮೇಲೆ ಮುಚ್ಚಿ ಹಾಕುವ ಪ್ರಯತ್ನ ಎಷ್ಟು ಮಾಡಿದರೂ ವ್ಯರ್ಥ ಪಂಡಿತ್‌ಜೀ, ಅರ್ಥಮಾಡ್ಕಳಿ. ನಾನು ಏರ್‌ಪೋರ್ಟಿಗೆ ಹೊರಟಿದೀನಿ. ಕೆಳಗೆ ಕಾರು ಕಾಯ್ತಿದೆ. ಈ ಫ್ಲೈಟ್ ಬೇಡ, ಮುಂದಿನದು ಕೊಡಿ, ನಾಳಿನದು ಕೊಡಿ ಅಂತ ಫೋನು ಮಾಡಬಹುದು. ಅವರು ಕೇಳುವ ಹೆಚ್ಚಿನ ದುಡ್ಡು ಕೊಡಬಹುದು. ಆದರೆ ಸಂಜೆ ದಿಲ್ಲಿಯಲ್ಲಿ ಪ್ರೋಗ್ರಾಂ ಇದೆ. ಜರ್ಮನ್ ಎಂಬಸಿ ಇಂಡೋ-ಜರ್ಮನ್ ಸಾಂಸ್ಕೃತಿಕ ಉತ್ಸವ ಏರ್ಪಡಿಸಿದಾರೆ. ಅದರಲ್ಲಿ ನನ್ನ ಡಾನ್ಸ್ ಒಂದು ಐಟಮ್. ನಾನು ಹೊರಡಲೇ ಬೇಕು. ನೇರವಾಗಿ ಹೇಳಿಬಿಡ್ತೀನಿ. ಪ್ಯಾರಿಸಿನಲ್ಲಿ ಒಂದು ಅಂತರ ರಾಷ್ಟ್ರೀಯ ನೃತ್ಯಸಮ್ಮೇಳನ ಏರ್ಪಾಟಾಗಿದೆ. ಒಂದು ದಿನ ನಾನು ಪ್ರಯೋಗಸಹಿತ ಭಾಷಣ ಕೊಡಬೇಕು. ಅದೇ ಸಂಜೆ ಅದೇ ವಿಷಯ ಕುರಿತು ಸಾರ್ವಜನಿಕ ಪ್ರದರ್ಶನಾನೂ ಕೊಡಬೇಕು. ಯಾವ ವಿಷಯ ಗೊತ್ತಾ? ಭಾರತೀಯ ಸಂಗೀತ ಮತ್ತು ನೃತ್ಯಗಳ ಅಂತಸ್ಸಂಬಂಧ. ವಿಷಯ

ನಾನು ಆರಿಸಿದ್ದಲ್ಲ. ಉತ್ಸವದ ನಿರ್ದೇಶಕರು ಕೊಟ್ಟಿರೂದು. ನಿನ್ನನ್ನ ಬಿಟ್ಟು ಈ ವಿಷಯವನ್ನ ನಿರ್ವಹಣೆಮಾಡುಕ್ಕೆ ಯಾರಿಗಾದರೂ ಸಾಧ್ಯವೆ? ಮಾಡಿದರೆ ವಿಷಯಕ್ಕೆ ನ್ಯಾಯ ಸಲ್ಲಿಸಿದ ಹಾಗಾಗುತ್ತೆಯೆ? ನಾನು ಯೊಚನೆ ಮಾಡಿರೂದು ಅಂದರೆ ಮೂರು ರಾಗಗಳನ್ನ ಆರಿಸಿ ಕೊಳ್ಳೋಣ. ಬೆಳಗಿನದೊಂದು. ಸಂಜೆಯದೊಂದು. ಮಧ್ಯಾಹ್ನ ಅಥವಾ ಮಧ್ಯರಾತ್ರಿಯದು ಇನ್ನೊಂದು. ಆ ಸಮಯಗಳ ಭಾವ ಹುಟ್ಟುವ ಹಾಗೆ ನೀನು ವಿಸ್ತಾರವಾಗಿಯೇ ಹಾಡೂದು. ಒಂದೊಂದೂ ನಲವತ್ತೈದು ನಿಮಿಷ. ನಾನು ಅದನ್ನೇ ನರ್ತಿಸೂದು. ಬೆಳ ಗಿನ ರಾಗದಲ್ಲಿ ಆಲಾಪವೇ ಹೆಚ್ಚು. ಅದಕ್ಕೆ ತಕ್ಕ ಅಭಿನಯ. ನೃತ್ತಭಾಗ ಕಡಮೆ. ಸಂಜೆ ಯದೂ ಹಾಗೆಯೇ. ಮಧ್ಯಾಹ್ನ ಅಥವಾ ಮಧ್ಯರಾತ್ರಿಯದಕ್ಕೆ ನೃತ್ತ ಹೆಚ್ಚಿರಬೇಕು. ನೃತ್ತಕ್ಕೆ ಅದೇ ರಾಗದ ತರಾನಾ ಹಾಡೂದು. ಮೊದಲು ಐದುನಿಮಿಷ ನೀನು ಆಲಾಪ ಮಾಡೂದು. ಅನಂತರ ನಿನ್ನ ಅದೇ ಆಲಾಪವನ್ನ ನಿನ್ನ ಆಲಾಪದ ಜೊತೆಗೆ ನಾನು ನೃತ್ಯ ಮತ್ತು ಅಭಿ ನಯದಲ್ಲಿ ನಿರೂಪಿಸೂದು. ಇಬ್ಬರೂ ಕೂಡಿ ತಾಲೀಮ್ ಮಾಡಿದರೆ ಎಲ್ಲ ಸ್ಪಷ್ಟವಾಗುತ್ತೆ. ಭಾರತ ದೇಶದ ಅತ್ಯುತ್ತಮವಾದ ಸಂಗೀತ, ನರ್ತನಗಳು ಮೇಳೈಸಬೇಕು ಅಂತ ನನ್ನ ಆಶೆ. ನೀನು ಎಂಟುದಿನ ದಿಲ್ಲಿಗೆ ಬಂದರೆ ಸಾಕು ತಾಲೀಮಿಗೆ.'

'ನಾನು ಕುಣಿತದೋರಿಗೆ ಹಿನ್ನೆಲೆಗಾಯನ ಹಾಡೂದಿಲ್ಲ ಮೇಡಂ,' ಅವನು ತಕ್ಷಣ ಹೇಳಿಬಿಟ್ಟ.

'ಇದು ಕುಣಿತವಲ್ಲ ಸಾರ್. ಕೋಪದಲ್ಲಿರುವಾಗ ಹಳೇದೇ ಮನಸ್ಸನ್ನ ತುಂಬಿಕೊಳ್ಳುತ್ತೆ. ಹೊಸತನ್ನ ಹೇಳಿದರೂ ಅರ್ಥಮಾಡ್ಕಳುಕ್ಕೆ ಮನಸ್ಸು ಸಿದ್ಧವಿರುಲ್ಲ. ಮುನ್ನೆಲೆ ನಿಮ್ಮದು. ನೀವು ಹಾಡಿದ್ದನ್ನ ನಾನು ನಿರೂಪಿಸಬೇಕು. ಐಟಮ್‌ಗಳಿಗೆ ತೋಡಿ, ಜೋಗಿಯ, ಭೈರವ ಅಥವಾ ಕಲ್ಯಾಣ, ಭೂಪಾಲಿ, ದುರ್ಗಾ ಅಥವಾ ಸಾರಂಗ್, ಧನಾಶ್ರೀ, ಭಿಮಪಲಾಸಿ ಅಥವಾ ಬಾಗೇಶ್ರೀ, ಕಾನಡಾ, ಮಾಲಕೌಂಸ್ ಹೀಗೆ ರಾಗದ ಹೆಸರೇ ಕೊಡೂದು. ಅಂದರೆ ಯಾವುದು ಪ್ರಧಾನವಾಯಿತು? ಯೋಚನೆಮಾಡಿ. ನಾಳೆ ನಾನು ಫೋನಿನಲ್ಲಿ ವಿವರಿಸ್ತೀನಿ. ಒಂದು ಗಂಟೆಯಾದರೂ ಸರಿ ನಿಮಗೆ ಅನುಮಾನ ಪರಿಚ್ಛೇದವಾಗುವವರೆಗೆ ಮಾತಾಡ್ತೀನಿ. ಅಥವಾ ಇಲ್ಲಿಗೆ ಬಂದು ಹೋಗ್ತೀನಿ. ಈಗ ನನಗೆ ಹೊತ್ತಾಯಿತು. ಸಿಟ್ಟೆಲ್ಲ ಬಿಟ್ಟುಬಿಡಿ. ಕಲಾವಿದರು ಸಿಟ್ಟು ಇಟ್ಟುಕೊಬಾರದು,' ಎಂದು ಹತ್ತಿರ ಸರಿದು ಅವನ ಮುಖವನ್ನು ಹಿಡಿದು ತುಟಿಗಳಮೇಲೆ ಬಿಗಿಯಾಗಿ ಮುತ್ತಿಟ್ಟು ಗುಡ್‌ಬೈ ಎಂದಳು. ಅವಳ ಕಣ್ಣುಗಳು ಮತ್ತೆ ಮಾತಿಗೆ ಅವಕಾಶವಿಲ್ಲೆಂದು ಹುಕುಂ ಮಾಡುತ್ತಿದ್ದವು. ಅನಂತರ ಮೇಲೆ ಎದ್ದು ಸರಸರನೆ ಹೊರಟುಹೋದಳು.

– ೨ –

ಹದಿನೈದುವರ್ಷಗಳ ನಂತರ ಅವಳು ಮತ್ತೆ ಹುಡುಕಿಕೊಂಡು ಬಂದದ್ದು, ತನ್ನ

ಸಂಗೀತದ ಬಗೆಗೆ ಇಷ್ಟೊಂದು ಮೆಚ್ಚುಗೆ ಇಟ್ಟುಕೊಂಡಿರುವುದು, ನನ್ನನ್ನು ಭಾರತದ ನಂಬರ್ ಒನ್ ಗಾಯಕ ಎಂದು ಕ್ರಮೀಕರಿಸಿರುವುದು ಅವನಿಗೆ ಖುಷಿಕೊಟ್ಟಿತು. ಮಹತ್ವಾಕಾಂಕ್ಷಿ ಹುಡುಗಿ. ಮನಸ್ಸಿಗೆ ಹತ್ತಿದುದನ್ನು ಮಾಡದೆ ಬಿಡುವವಳಲ್ಲ. ನರ್ತನಕ್ಷೇತ್ರದಲ್ಲಿ ನಂಬರ್ ಒನ್. ಶರೀರವನ್ನು ಸದಾ ಹದದಲ್ಲಿಟ್ಟುಕೊಂಡು ನಿತ್ಯ ನರ್ತನದ ಜೊತೆಗೆ ನಿತ್ಯ ಯೋಗಸಾಧನೆ, ಯಾವ ಹೊಸ ಕಲ್ಪನೆ ಬಂದರೂ ಅದನ್ನು ಅಭಿನಯ ನೃತ್ಯ ನೃತ್ತಗಳಿಗೆ ಅಳವಡಿಸಿ ರೂಪ ಕೊಟ್ಟು ಸಾಧಿಸುವ ಛಲ. ಯಾರು ಎಷ್ಟೇ ಇಲ್ಲವೆಂದರೂ ಒತ್ತಾಯಮಾಡಿ ಕಾಡಿಬೇಡಿ ಪೂರೈಸುವ ಜಿಗುಟು, ಅಭಿನಯಕಲೆಯಲ್ಲಿ ತಾನು ಸಾಧಿಸಿರುವ ಹಾವಭಾವಗಳನ್ನು ಬಳಸಿ ಮಾತಿನಲ್ಲಿ ಒಪ್ಪಿಸುವ ಚಳಕ. ನಂಬರ್ ಒನ್. ನಾಳೆ ಬೆಳಗಿನ ತನಕವೂ ಕಾಯುವುದಿಲ್ಲ. ಇವತ್ತು ರಾತ್ರಿಯೇ ಜರ್ಮನ್ ಎಂಬೆಸಿಯ ಕಾರ್ಯಕ್ರಮ ಮುಗಿದು ಮನೆಗೆ ಹಿಂತಿರುಗಿದ ತಕ್ಷಣ ಫೋನು ಮಾಡ್ತಾಳೆ, ಅಷ್ಟರಲ್ಲಿ ನನ್ನ ಉತ್ತರ ಸಿದ್ಧಮಾಡಿಟ್ಟುಕೊಂಡಿರಬೇಕು, ಎನ್ನಿಸಿತು.

ಹಾಗೆಯೇ ಮನಸ್ಸು ತಾನು ಅವಳು ಒಂದಾದ ಸನ್ನಿವೇಶವನ್ನು ನೆನಸಿಕೊಂಡಿತು. ನಾಗಪುರದ ಕಾಲೇಜು ಆವರಣದಲ್ಲಿ ಟಿಕೆಟ್ ಇಲ್ಲದೆ ನಡೆಸಿದ ಕಾರ್ಯಕ್ರಮ. ಮೋಸದ ಆಯೋಜಕ. ಮುಂಬಯಿಗೆ ಬಂದು ಐದುಸಾವಿರ ಅಡ್ವಾನ್ಸ್ ಕೊಟ್ಟು ಉಳಿದ ಹದಿನೈದು ಸಾವಿರವನ್ನ ನಾಗಪುರದಲ್ಲಿ ಕಾರ್ಯಕ್ರಮ ಆರಂಭವಾಗುವ ಮೊದಲು ಕೊಡುವ ಮಾತು ಕೊಟ್ಟ. ತಂಬೂರಿಗಳು ಶ್ರುತಿಯಾದರೂ ಹಣವಿಲ್ಲ. ಅವನ ತಾಯಿಗೆ ಹೃದಯಾಘಾತ, ತುರ್ತಾಗಿ ಆಸ್ಪತ್ರೆಗೆ ಹೋಗಬೇಕಾಯಿತು, ನೀವು ಹಾಡಿ, ಹಣ ಎಲ್ಲೂ ಹೋಗುಲ್ಲ. ರಿಸರ್ವ್‌ಬ್ಯಾಂಕಿನಲ್ಲಿದ್ದಷ್ಟೇ ಸುರಕ್ಷಿತವಾಗಿರುತ್ತೆ ಅಂತ ಅವನ ಸಹಾಯಕ ಮಾತಿನ ಚಳಕ ಮಾಡಿ, ಇಂಥವರ ಚಲನ್ ನನಗಿಂತ ಚಂಪಾಗೆ ಬೇಗ ಅರ್ಥವಾಗುತ್ತೆ, ಹಣ ಮುಂದಿಟ್ಟಲ್ಲದೆ ಹಾಡೂದಿಲ್ಲ ಅಂತ ಕಟ್ಟುನಿಟ್ಟಾಗಿ ಹೇಳಿ, ಅದ್ಯಾವ ಆಸ್ಪತ್ರೆ ಅವನ ತಾಯೀನ ಸೇರಿಸಿರೂದು, ಹೆಸರು ಹೇಳಿ ನಾನು ಹೋಗಿ ವಿಚಾರುಸ್ತೀನಿ ಅಂತ ಎದ್ದುನಿಂತಾಗ ಅವನು ಬ್ಬೆಬ್ಬೆಬ್ಬೆ ಅನ್ನತೊಡಗಿ. ಅವನ ಮೋಸಕ್ಕೆ ಸೇರಿರುವ ಸಹಸ್ರ ಸಂಗೀತಪ್ರೇಮಿಗಳಿಗೆ ನಿರಾಶೆ ಮಾಡ ಬಹುದೇ ಎಂಬ ಪ್ರಶ್ನೆ ಹುಟ್ಟಿ ಅವನಿಗೆ ಕಾಸು ಕೊಟ್ಟಿರೋ ಅವರಿಗೂ ಅವನಿಗೂ ಸಂಬಂಧ ಇದು ಅಂತ ನನ್ನನ್ನ ದಬ್ಬಿಕೊಂಡು ಇವಳು ಹೋಟೆಲಿನಿಂದ ಸಾಮಾನು ತಗಂಡು ರೈಲ್ವೆಸ್ಟೇಶನ್ನಿಗೆ ಹೋಗಿ ಅವನು ಮೋಸಮಾಡಿದರೂ ಸಂಗೀತರಸಿಕರಿಗೆ ನಾವು ನಿರಾಶೆ ಮಾಡಬಾರದೆಂದು ನಾನು ಎಷ್ಟು ಅನುನಯಿಸಿದರೂ ಕೇಳದೆ ದಬ್ಬುತ್ತಿರುವಾಗ ಕೊನೆಗಳಿಗೆಯಲ್ಲಿ ನೀನು ಮುಂಬಯಿಗೆ ಹೋಗು ನಾನು ಅದೇ ಕಾಲೇಜು ಆವರಣದಲ್ಲಿ ನಾಡದ್ದು ಒಂದು ಫ್ರೀ ಕಾರ್ಯಕ್ರಮ ಕೊಟ್ಟು ಸಂಗೀತರಸಿಕರ ಋಣಸಂದಾಯ ಮಾಡಿದ ಮೇಲೆ ಬರ್ತೀನಿ ಎಂದಾಗ ಹೆಂಡತಿ ಮಕ್ಕಳಿಗೆ ಮೋಸ ಮಾಡ್ತಿದೀರಿ ನೀವು ಅಂತ ಅವಳು ಅಬ್ಬರ ಮಾಡಿ, ಪ್ಲಾಟ್‌ಫ಼ಾರ್ಮಿನ ಜನವೆಲ್ಲ ಸುತ್ತುವರೆದು ನೋಡತೊಡಗಿ, ನಾನು ಅಲ್ಲಿಂದ ತಪ್ಪಿಸಿಕೊಂಡು ಬಂದು..... ರಸಿಕರಿಗೂ ಕಲಾವಿದನಿಗೂ ನಡುವೆ ಹಣ ಬರಲೇಬಾರದು. ದೇವಸ್ಥಾನದಲ್ಲಿ ಹಾಡೂದೇ ಸರಿ. ಫ಼ುಕಟ್. ಯಾರು ಬೇಕಾದರೂ

ಬಂದು ಕೇಳಿಕೊಂಡು ಹೋಗುವ ಹಾಗೆ, ಅವತ್ತು ನಾನು ಕಾಲೇಜು ಆವರಣದಲ್ಲಿ ಹಾಡಿದಂತೆ, ಮೂರು ನಾಲ್ಕು ಸಾವಿರ ಜನ, ಆ ಆರ್ತತೆ, ದೇವರಿಗೆ ಮೊರೆ ಇಡುವ ಮಟ್ಟದ ಗಾಯನ. ಸಭಿಕರ ಹೃದಯದಲ್ಲಿ ಕೂತು ಕೇಳುವ ದೇವರು, ಸಮಸ್ತ ಸಭಿಕರೂ ನನ್ನ ಮೊರೆಯನ್ನು ಆಲಿಸುವ ದೇವರಸ್ವರೂಪಸಮಷ್ಟಿಯೇ ಆಗಿ, ಮೊನ್ನೆ ಕಾದು ಕುಳಿತಿದ್ದ ಅವರನ್ನು ಅಲಕ್ಷಿಸಿ ನಡೆದದ್ದರ ಪ್ರಾಯಶ್ಚಿತ್ತ. ಮರುದಿನ ಪ್ರಿನ್ಸಿಪಾಲರ ಮನೆಗೇ ಬಂದು ನನ್ನ ಪಾದಮುಟ್ಟಿ ನಮಸ್ಕರಿಸಿ, 'ನನ್ನ ಹೆಸರು ಮನೋಹರೀ ದಾಸ್, ನರ್ತಕಿ. ದಿಲ್ಲಿಯಿಂದ ಬಂದಿದೀನಿ. ಇವತ್ತು ಸಂಜೆ ನನ್ನ ಕಾರ್ಯಕ್ರಮವಿದೆ. ನೀವು ಇದ್ದು ನೋಡಿದರೆ ನನ್ನ ಪುಣ್ಯ ಅಂತ ಭಾವಿಸ್ತೀನಿ. ನೆನ್ನೆ ಅಕಸ್ಮಾತ್ ಒದಗಿದ ಅವಕಾಶ. ನಿಮ್ಮ ಗಾಯನ ಕೇಳಿದೆ. ನಿಮ್ಮ ಪಾದಸ್ಪರ್ಶ ಮಾಡುಕ್ಕಿಂತ ಬೇರೆ ರೀತಿಯಿಲ್ಲ ನನ್ನ ಮೆಚ್ಚುಗೆ ವ್ಯಕ್ತಪಡಿಸುಕ್ಕೆ. ನಾನು ಉಳಿದಿರುವ ಹೋಟೆಲಿಗೇ ಬನ್ನಿ. ನಿಮಗೊಂದು ರೂಮು ಕೊಡುಸ್ತೀನಿ. ತುಂಬ ಮಾತಾಡಬೇಕು ಸಂಗೀತ ನರ್ತನಗಳ ವಿಷಯ.' ಮನೋಹರೀದಾಸ್. ಹೆಸರು ಕೇಳಿದ್ದೆ, ಪ್ರತಿಭಾವಂತ ನರ್ತಕಿ, ಎಲ್ಲ ಕಡೆಯೂ ಪ್ರಸಿದ್ಧಳು. ಅವಳ ನರ್ತನ ನೋಡುವ ಅವಕಾಶ ವಾಗಿರಲಿಲ್ಲ. ಅವಳ ನಿಲುವು, ಸೀರೆಯುಟ್ಟ ಶರೀರದ ಮಾಟ, ಕಣ್ಣುಗಳ ನೋಟ. ಹದಿನೆಂಟು ವರ್ಷದ ಹಿಂದೆ, ಅಂದರೆ ಅವಳಿಗೆ ಮೂವತ್ತಾರು ಮೂವತ್ತೇಳು. ಇಪ್ಪತ್ತೆರಡರಂತೆ ಕಾಣುವ, ಒಂದು ಗೆರೆಯೂ ಇಲ್ಲದ ಕೆನ್ನೆ, ಹಣೆ, ಕಣ್ಣಂಚುಗಳು. ಹೋಟೆಲಿನ ಕೋಣೆಯಲ್ಲಿ ಕುಳಿತು ನೆನ್ನೆ ಸಂಜೆ ನಾನು ಹಾಡಿದ ರಾಗಗಳ ಚಲನ್‌ಗಳನ್ನು ಹಾಡಿಕೊಂಡು ಅಭಿನಯದಲ್ಲಿ ತೋರಿಸುತ್ತಾ, 'ಮೋಹನ್‌ಜೀ, ನಿಮ್ಮ ತನ್ಮಯತೆ, ಸಂಗೀತವನ್ನು ಲೌಕಿಕದಿಂದ ಪರಮಾರ್ಥಕ್ಕೆ ಎತ್ತುವ ಆರ್ತತೆ, ನಾನು ಎಲ್ಲಿಯೂ ಕೇಳಿರಲಿಲ್ಲ. ನೀವು ಎದುರಿಗೆ ಕೂತು ಹಾಡಿದರೆ ಸಾಕು, ನನ್ನ ನರ್ತನಕ್ಕೊಂದು ಹೊಸ ಎತ್ತರ ಕಂಡುಕೊಬಹುದು,' ಎಂದು ಕೇಳುವಾಗ ತೋರಿದ ಶಿಷ್ಯೆಯ ಭಾವ. ಆ ಸಂಜೆಯ ಕಾರ್ಯಕ್ರಮದಲ್ಲಿ ಮುಂದಿನ ಸಾಲಿನ ಮಧ್ಯದ ಸೀಟಿನಲ್ಲಿ ನಾನು ಕೂತಿದ್ದಾಗ, ತುಂಬಿದ ಸಭಾಮಂದಿರ, ಗಣೇಶವಂದನೆ ಮಾಡುವ ಮೊದಲು ಅವಳು ಮೈಕಿನ ಮುಂದೆ ನಿಂತು, 'ಇವತ್ತಿನ ನೃತ್ಯಪ್ರದರ್ಶನ ನೋಡಲು ದಯಮಾಡಿರುವ ಮಹಾನ್ ಗಾಯಕ ಪಂಡಿತ್ ಮೋಹನಲಾಲ್‌ಜಿಯವರನ್ನು ನಾನು ಹೃತ್ಪೂರ್ವಕವಾಗಿ ಸ್ವಾಗತಿಸುತ್ತೇನೆ. ಅವರ ಉಪಸ್ಥಿತಿಯು ನನಗೆ ಮಾತ್ರವಲ್ಲ, ಇಡೀಸಭೆಗೆ ದೊಡ್ಡ ಗೌರವ ಕೊಟ್ಟಿದೆ,' ಎಂದಾಗ ಸಮಸ್ತ ಸಭಿಕರೂ ಕರತಾಡನ ಮಾಡಿ ನನ್ನಲ್ಲಿ ಇವಳ ಬಗೆಗೆ ಕೃತಜ್ಞತೆ ಮೂಡಿ. ಇನ್ನೊಬ್ಬರ ಗುಣವನ್ನು ಗುರುತಿಸಿ ಪ್ರೋತ್ಸಾಹಿಸುವ ಗುಣವಿದೆ ಅವಳಲ್ಲಿ. ನಿಜವಾಗಿಯೂ ನಾನು ನರ್ತನವನ್ನು ಸರಿಯಾಗಿ ನೋಡಿರಲಿಲ್ಲ. ಅದೊಂದು ಮೈ ಕುಣಿಸುವ ಕಲೆ ಎಂಬ ಉಪೇಕ್ಷೆಯನ್ನೇ ಇಟ್ಟುಕೊಂಡಿದ್ದೆ. ನರ್ತನ ನೋಡುವಾಗ ಅವರು ಬಳಸುವ ಕೈಕಾಲು ಮುರಿದುಕೊಂಡ ಸಂಗೀತದಿಂದ ಸಿಟ್ಟುಮಾಡಿ ಕೊತ್ತಿದ್ದೆ. ಆದರೆ ಆವೊತ್ತು ಅವಳ ಪ್ರದರ್ಶನ ನೋಡುವಾಗ ಸಂಗೀತದ ಭಾವವನ್ನು ಮೂರ್ತರೂಪದಲ್ಲಿ ತೋರಿಸುವ ಕಲೆ ಇದು ಎನ್ನಿಸಿಬಿಟ್ಟಿತು. ಸಂಗೀತದ ಪೂರ್ಣ ರೂಪವನ್ನು ಇಲ್ಲಿ ನಿರೀಕ್ಷಿಸಬಾರದು. ಅದರ ಭಾವವನ್ನಷ್ಟೇ ನೋಡಬೇಕು ಅನ್ನುವ ಅರಿ

ವಾಯಿತು. ಸಂಗೀತಕ್ಕಿಲ್ಲದ ಮಾಂತ್ರಿಕಸೆಳೆತ ಇಲ್ಲಿರುವುದು ಕಂಡಿತು. ಇಡೀ ಶರೀರವು ತಾಲದ ಗತಿಯ ಅಭಿವ್ಯಕ್ತಿಯಾಗಿದೆ. ಕೈಕಾಲುಗಳ ಚಲನೆಯಲ್ಲಿ, ಕುತ್ತಿಗೆಯ ಭಂಗಿಯಲ್ಲಿ, ಕಣ್ಣುಗಳ ನೋಟದಲ್ಲಿ ತಾಲದ ಚಲನೆಯಿದೆ, ಕಾಲದ ರಚನೆ ಇದೆ. ನಮ್ಮ ಅರ್ಥವು ಕಂಠದಲ್ಲಿ ಹುಟ್ಟಿದರೆ ಇವಳ ಭಾವವು ಇಡೀ ಶರೀರದಲ್ಲಿ ವ್ಯಕ್ತವಾಗುತ್ತದೆ. ಮನುಷ್ಯಶರೀರದಲ್ಲಿ ಇಷ್ಟೊಂದು ಸೊಬಗಿದೆ ಅಂತ ನನಗೆ ಗೊತ್ತೇ ಇರಲಿಲ್ಲ, ಅಂತ ದಿಟ್ಟಿಸಿ ನೋಡ್ತಿರುವಾಗ ಹಿನ್ನೆಲೆಯ ಗಾಯನ, ತಬಲದ ಚಾಲನಗಳಲ್ಲಿ ಹೊಸ ಅರ್ಥ ಕಾಣತೊಡಗಿತು. ಬರೀ ಗಾಯನದಲ್ಲಿ ಇವನ್ನು ತರಲು ಸಾಧ್ಯವಿಲ್ಲ, ಅನ್ನಿಸಿತು. ಅವಳು ತತ್ಕಾರ ಮಾಡಿದಾಗಲಂತೂ ತಾಲದ ರಚನೆ ಮತ್ತು ಒಳಮಾರ್ಗಗಳನ್ನು ಎಷ್ಟೊಂದು ಬಿಡಿಸಿ ಬಿಡಿಸಿ ತೋರುಸ್ತಿದಾಳೆ! ನಾನು ಕೇಳಿರುವ ತಬಲಾ ಸೋಲೋಗಳಲ್ಲಿ ಈ ಬಗೆಯ ರಚನಾವ್ಯೂಹಗಳಿಲ್ಲ! ಇವಳ ಕಾಲುಗಳಲ್ಲಿ ತಾಲವಿದೆ ಎನ್ನಿಸಿ ಸೆಟೆದುಕೂತು ನೋಡಿದೆ.

ಈ ಸಂಜೆಯ ತಾರೆ ಅವಳು. ಕಾರ್ಯಕ್ರಮದ ನಂತರ ಅಭಿಮಾನಿಗಳು ವೇದಿಕೆಗೆ ನುಗ್ಗಿ ಮುತ್ತಿಕೊಂಡರು. ನಾನು ನನ್ನ ಕುರ್ಚಿಯ ಮೇಲೆ ಸುಮ್ಮನೆ ಕೂತಿದ್ದೆ. ಅವಳೂ, ಮೂವರು ಸಂಗಡಿಗರೂ ವೇಷ ಬದಲಿಸಲು ಹೋದರು. ಆಯೋಜಕರಿಗೆ ಹೇಳಿ ನಾನು ಆಟೋ ಮಾಡಿಸಿಕೊಂಡು ಹೋಟೆಲಿಗೆ ಬಂದು ಊಟ ಮಾಡಿ ನನ್ನ ಕೋಣೆಯಲ್ಲಿ ಮಲಗಿದೆ. ಮನಸ್ಸು ನರ್ತನದ ಲಯಕ್ಕೆ ಮಿಡಿಯುತ್ತಾ ತೇಜವಾಗಿತ್ತು. ಆದರೆ ಒಂದು ಭಾಗದಲ್ಲಿ ಇವಳು ನಾಳೆ ಅತ್ತ ದಿಲ್ಲಿಗೆ ಹೋಗ್ತಾಳೆ. ನಾನು ಇತ್ತ ಮುಂಬಯಿಗೆ ಹೋಗಬೇಕು, ಎಂಬ ಒಂಟಿತನದ ಖಿನ್ನತೆಗೆ ಇಳಿದಿತ್ತು. ಎಷ್ಟೋ ಹೊತ್ತು ಕಳೆಯಿತು. ಬಾಗಿಲು ತಟ್ಟಿದ ಶಬ್ದ. ಅವಳೇ ಎನ್ನಿಸಿತು ಮನಸ್ಸಿನೊಳಗೆ. ಎದ್ದು ಬಾಗಿಲು ತೆರೆದರೆ ಹೌದು ಅವಳೇ. 'ಏನು, ನೀವು ಮೊದಲೇ ಬಂದುಬಿಟ್ಟಿದೀರಿ. ಬೇಸರವಾಯಿತಾ ಡಾನ್ಸ್ ನೋಡಿ?' ನರ್ತನದ ವೇಷ ತೆಗೆದಿದ್ದಳು. ಮುಖದ ಬಣ್ಣ ತೊಳೆದುಕೊಂಡಿದ್ದಳು. ಹಣೆಗೆ ಬಿಂದಿ. ಅವಳ ತೆಳು ಸುಂದರ ಮೈಕಟ್ಟು ವ್ಯಕ್ತವಾಗುವಂತಹ ತೆಳು ಸೀರೆ.

'ಒಳಗೆ ಬನ್ನಿ. ಕಾರ್ಯಕ್ರಮವಾದಮೇಲೆ ಅಭಿಮಾನಿಗಳ ತುಂಬುಳಿಯಲ್ಲಿ ನಾನಿದ್ದರೆ ಮುಜುಗರ ಅಂತ ಬಂದುಬಿಟ್ಟೆ. ಊಟಕ್ಕೂ ನಿಮ್ಮನ್ನ ಕಾಯಲಿಲ್ಲ. ನಿಮ್ಮ ಊಟವಾಯಿತೆ? ಒಳಗೆ ಬನ್ನಿ.'

'ನಿಮ್ಮ ಊಟವಾಯಿತು ಅಂತ ಹೇಳಿದರು. ಆದ್ದರಿಂದ ನಾನೂ ಮಾಡಿದೆ ಸಂಗಡಿಗರ ಜೊತೆ. ಹೇಳಿ, ಹೇಗನಿಸಿತು? ರಾತ್ರಿ ಎಲ್ಲ ಮಾತಾಡಬಹುದು.' ಅವಳು ಒಳಗೆಬಂದು ಕುರ್ಚಿಯ ಮೇಲೆ, ನಾನು ಮಂಚದ ಮೇಲೆ ಕುಳಿತೆವು.

'ನಿಜ ಹೇಳಬೇಕೆಂದರೆ ನರ್ತನದ ಎಲ್ಲ ಅಂಗಗಳೂ ನನಗೆ ಗೊತ್ತೇ ಇಲ್ಲ. ಚನ್ನಾಗಿತ್ತು. ಅನನ್ಯವಾಗಿತ್ತು. ಅದ್ಭುತವಾಗಿತ್ತು. ಅಂದರೆ ಗೊತ್ತಿರೂ ಮಾತುಗಳನ್ನ ಬಳಸಿದಹಾಗಾಗುತ್ತೆ. ಮನುಷ್ಯನ ದೇಹದ ಮೂಲಕ ಎಷ್ಟು ವಿಧವಾದ ಭಾವಗಳನ್ನ ವ್ಯಕ್ತಮಾಡಬಹುದು, ಕಾಲುಗಳಿಂದ ಎಂತೆಂತಹ ತಾಳರಚನೆಗಳನ್ನ ರಂಗವಲ್ಲಿ ಇಟ್ಟ ಹಾಗೆ ಬಿಡಿಸಿಡಬಹುದು ಅನ್ನೂದ ಕಂಡ ಹಾಗಾಯಿತು. ನಿಮ್ಮ ಪಾದಗಳನ್ನೇ ನೋಡ್ತಿರಬೇಕು ಅನ್ನಿಸುತ್ತೆ.'

'ನಿಜವಾಗಿಯೂ.'

'ಮಾತಿನಲ್ಲಿ ಹೇಳುಕ್ಕೆ ನನಗೆ ಕವಿತಾಶಕ್ತಿ ಇಲ್ಲ. ನನ್ನ ಮುಖ ನೋಡಿ. ನಾನು ಹೇಳೂದು ನಿಜವೋ, ಬರೀ ಸೌಜನ್ಯವೋ ಅಂತ ನಿಮಗೇ ಅರ್ಥವಾಗುತ್ತೆ.'

ಅವಳ ನೋಟವು ಪರೀಕ್ಷಕಮೊನಚಿನಿಂದ ನನ್ನ ಕಣ್ಣುಗಳನ್ನು ಕೊರೆದು ಆಳಕ್ಕೆ, ದೃಷ್ಟಿಯ ಮೂಲಕ್ಕೆ ಇಳಿದವು. ಅವಳ ನೋಟಕ್ಕೆ ಆ ಶಕ್ತಿ ಇತ್ತು. ನಾನು ನನ್ನ ಕಣ್ಣುಗಳನ್ನು ಅತ್ತಿತ್ತ ಚಲಿಸದೆ ಅವಳ ದೃಷ್ಟಿಪ್ರವೇಶಕ್ಕೆ ಆನಿಸಿಕೊಂಡೆ. ಇಲ್ಲದಿದ್ದರೆ ನಾನು ಸುಳ್ಳುಮೆಚ್ಚಿಗೆ ನುಡೀತಿದೀನಿ ಅಂತ ಅರ್ಥವಾಗ್ತಿತ್ತು. ನನ್ನ ದೃಷ್ಟಿಯ ಮೂಲ ಹಿಡಿದು ವಶಪಡಿಸಿಕೊಡ ನಂತರ, 'ನಿಜ, ನೀವು ನಿಜ ಹೇಳ್ತಿದೀರಿ,' ಉಸಿರಿದಳು.

'ಮನೋಹರೀ, ಮತ್ತೆ ಮತ್ತೆ ನೋಡಬೇಕು ಅನ್ನಿಸುತ್ತೆ ನಿಮ್ಮ ನೃತ್ಯವನ್ನ. ನಿಮ್ಮ ಭಾವನಿರೂಪಣೆಯನ್ನ. ಪಾದಚಲನಾ ವೈಖರಿಯನ್ನ. ಸಮ್‌ಗೆ ಬರುವಾಗ ಮಿಂಚಿನಂತೆ ಎರಚುವ ನಿಮ್ಮ ಕಣ್ಣುಗಳ ಹೊಳಪನ್ನ. ಆ ಒಂದು ಕ್ಷಣದಲ್ಲಿ ನಿಮ್ಮ ಇಡೀ ಶರೀರ ತಾಳುವ ಶಿಲ್ಪರೂಪ ಪ್ರಕಾಶವನ್ನ.'

ಅವಳ ಕಣ್ಣುಗಳು ಅರಳಿದವು. ಅವುಗಳಲ್ಲಿ ಧನ್ಯತೆಯ ಭಾವ ವ್ಯಕ್ತವಾಯಿತು. 'ಮನೋಹರಿ, ನಿಮ್ಮ ನರ್ತನ ನನ್ನ ಗಾಯನಕ್ಕಿಂತ ಹೆಚ್ಚು ಮೂರ್ತವಾದದ್ದು; ಭಾವವನ್ನು ಕೈಲಿ ಮುಟ್ಟುವ ಹಾಗೆ, ತೋಳುಗಳಿಂದ ತಬ್ಬಿ ಹಿಡಿಯುವ ಹಾಗೆ, ಸಾಕಾರಗೊಳಿಸಿ ಕಾಣಿ ಸುವ ಸಗುಣರೂಪದ್ದು. ಗಾಯನವಾದರೋ ಹಿಡಿತಕ್ಕೆ ಸಿಕ್ಕದ, ಅಳತೆಗೆ ಸಿಕ್ಕದ ಭಾವಗಳನ್ನು ಎಬ್ಬಿಸಿ ಮರೆಯಾಗುವಂಥ ಅದೃಶ್ಯಗುಣದ್ದು. ನನ್ನ ಕಂಠಕ್ಕಿಂತ ನಿಮ್ಮ ಮೈ ಮುಖ ಕಣ್ಣು ಗಳು, ಹುಬ್ಬು, ತೋಳಿನ ಬಾಗುಗಳಿಗೆ ಹೆಚ್ಚಿನ ಸಾಕ್ಷಾತ್ಕಾರ ಶಕ್ತಿ ಇದೆ.'

ಅವಳ ದೃಷ್ಟಿಯು ನನ್ನಲ್ಲಿ ಶರಣಾಗಿತ್ತು. ಅದರಲ್ಲಿ ಧನ್ಯತೆಯ ರಸವೊಡೆದಿತ್ತು. ಆ ತಕ್ಷಣದಲ್ಲಿ ನನಗೆ ನಾವಿಬ್ಬರೂ ಒಂದೇ ಹದದ, ಒಂದೇ ಪರಿಪಾಕದ ರಸದಲ್ಲಿ ಮುಳುಗಿರುವ ವಿಶಿಷ್ಟ ವ್ಯಕ್ತಿಗಳು ಎನ್ನಿಸಿತು. ನಾನು ಅವಳ ಕಣ್ಣುಗಳನ್ನು ನೋಡತೊಡಗಿದೆ. ಕೊರೆದು ಪ್ರವೇಶಿಸಲು ಪ್ರಯತ್ನಪಟ್ಟೆ, ಅವಳು ದಾರಿಮಾಡಿಕೊಟ್ಟು ಸಹಕರಿಸಿದಳು. ನನ್ನ ನೋಟವು ಅವಳ ದೃಷ್ಟಿಯ ಮೂಲಬೇರನ್ನು ಮುಟ್ಟಿ ಅರಿಯುತ್ತಿತ್ತು. 'ಮನೋಹರೀ, ರಾತ್ರಿ ಇಲ್ಲೇ ಇದ್ದುಬಿಡಿ,' ಎಂದೆ ಕಂಪಿಸುವ ಧ್ವನಿಯಲ್ಲಿ, ಯಾವ ಪೂರ್ವಾಲೋಚನೆಯೂ ಇಲ್ಲದೆ. ಅವಳ ಕಣ್ಣುಗಳು ತೆರೆದುಕೊಂಡೇ ಇದ್ದವು. ಮೂರು ಆವರ್ತನಕಾಲ ಮೌನತಾಲ ಸಾಗಿದ ನಂತರ ನಾನು ಸಮ್ ತೋರಿಸುವಂತೆ, 'ಇದ್ದುಬಿಡಿ,' ಎಂದೆ.

'ನಿದ್ದೆಮಾಡಿದರೆ ನಾನು ಏಳೂದು ನಿಧಾನ. ಬೆಳಗ್ಗೆ ಸಂಗಡಿಗರಿಗೆಲ್ಲ ಗೊತ್ತಾದರೆ ಚಂದಲ್ಲ,' ಉಸುರಿದಳು.

'ನಿಮ್ಮ ಕೋಣೆಗೆ ಬೀಗಹಾಕ್ಕಂಡು ಬಂದಿದೀರಲ್ಲವೆ?'

ತನ್ನ ಬಲಗೈಯಲ್ಲಿದ್ದ ಬೀಗದ ಕೈಯನ್ನು ತೋರಿಸಿದಳು.

ಹೆಣ್ಣಿನ ಶರೀರವು ಇಷ್ಟೊಂದು ಸಂಚಾರಿಭಾವಗಳನ್ನು ಒಂದು ಸ್ಥಾಯಿಭಾವಕ್ಕೆ

ಪೋಣಿಸಿದ ರಸಮಾಲೆ ಎಂಬ ಕಲ್ಪನೆ ನನಗೆ ಬರಲು ಈ ಹಿಂದೆ ಸಾಧ್ಯವಿರಲಿಲ್ಲ. ಅದೆಂಥ ಹದ! ಅಂಗೈ, ಬೆರಳು, ಮೊಣಕೈ, ತೋಳು, ಭುಜ, ಎದೆ, ಕಿಬ್ಬೊಟ್ಟೆ, ತೊಡೆ, ಮೊಣಕಾಲು, ಬೊಜ್ಜಿನ ಜೋಲಿಲ್ಲ. ಕೂಲಿ ಹೆಂಗಸರಂಥ, ಆಟಗಾರ್ತಿಯರಂಥ, ಕಠಿಣ ಮಾಂಸಖಂಡವಿಲ್ಲ. ಹದವಾದ ಕಲಾತ್ಮಕವಾದ ಮೈಕಟ್ಟು ಮೈಮಾಟಗಳು ನರ್ತಕಿಯರಿಗೆ ಮಾತ್ರ ಸಾಧ್ಯ ಎಂಬ ಸಾಕ್ಷಾತ್ಕಾರವಾಯಿತು. ಅಂಗಾಂಗದ ಒಂದೊಂದು ಅಂಗುಲವನ್ನೂ ಅವರು ರಸಾಭಿವ್ಯಕ್ತಿಗಾಗಿ ಶ್ರುತಿ ಮಾಡಿರುತಾರೆ. ಕಾಲ್ಬೆರಳಿನಿಂದ ನೆತ್ತಿಯ ಕೂದಲಿನವರೆಗೆ ಕೈಬೆರಳಿನಿಂದ ಕುತ್ತಿಗೆಯ ನರದವರೆಗೆ ಒಂದೊಂದು ಮೆಟ್ಟಿಲೂ ಒಂದೊಂದು ಸೂಕ್ಷ್ಮ ಸ್ವರಸ್ಥಾನವಾಗಿರುತ್ತೆ. ಅದನ್ನು ಸ್ಪರ್ಶಿಸುವುದೇ ಒಂದು ಯೋಗ. ಬೆರಳಿನಿಂದ ಮುಟ್ಟಿ ಕಣ್ಣುಮುಚ್ಚಿದರೆ ಆಕಾಶದಲ್ಲಿ ಸ್ವರಭಾವವು ವೇದ್ಯವಾಗುವ ಅನುಭವವಾಗುತ್ತೆ. ಕಲಾವಿದನು ತನ್ನ ವಾದ್ಯವನ್ನು ಬಾರಿಸುಲ್ಲ; ಆರಾಧಿಸುತಾನೆ. ಮನೋಹರೀ, ನಾನು ನಿನ್ನನ್ನು ಪ್ರೀತಿಸ್ತೀನಿ ಅನ್ನುವ ಮಾತು ಅಪೂರ್ಣ, ನೀರಸ, ಅರ್ಥಹೀನ. ನಾನು ನಿನ್ನನ್ನು ಆರಾಧಿಸ್ತೀನಿ, ಆರಾಧಿಸ್ತಿದೀನಿ, ಅಂದರೆ ನಿಜಕ್ಕೆ ಹತ್ತಿರ. ಕೊಡು ಎನ್ನೂದಲ್ಲ, ಕೃಪೆಮಾಡು; ಮಾಡು ಅಲ್ಲ, ಕರುಣಿಸು, ಎಂಬಂತಹ ಮಾತುಗಳು ಮಾತ್ರ ಸಮ್ಮತವಾದ ಭಾವಕಾಂಡ ಇದು. ನೀನು ತಿಳಿದವಳು. ಸ್ವರಸ್ಥಾನಗಳನ್ನು ಬಲ್ಲವಳು. ಸ್ವರಸೂಕ್ಷ್ಮಗಳ ವ್ಯತ್ಯಾಸ ಅರಿತು ಪ್ರಯೋಗಿಸ ಬಲ್ಲ ಪರಿಣತ ಕಲಾವಿದೆ. ನಿನಗೆ ಸಂಗೀತದಲ್ಲಿ ಎಷ್ಟೊಂದು ಪ್ರವೇಶವಿದೆ. ಸಂಗೀತದ ಭಾಷೆಯಲ್ಲೇ ಸಂವಾದ ಮಾಡ್ತಿದೀಯ. ರಾಗದ ಮೂಲನಾಡಿ ಮಿಡಿದಾಗ ಸುಖಯಾತನೆ ಯಿಂದ ಪ್ರೋತ್ಸಾಹಿಸ್ತಿದೀಯ. ಸ್ವರಶೋಧನೆಯಲ್ಲಿ ಮುಳುಗಿದಾಗ ಸ್ವರಶೋಧನೆಯೊಂದೇ ಜೀವಿತದ ಪರಮಕರ್ಮ, ಇದಕ್ಕೆ ಮುಂದಿನ ಮೆಟ್ಟಿಲೆಂಬುದೇ ಇಲ್ಲ ಎಂಬಂತಹ ತನ್ಮ ಯತೆಯಿಂದ ಕ್ಷಣವನ್ನು ಅನಂತವಾಗಿಸುವ ಗುಣ ನಿನ್ನದು. ನರ್ತಕಿಯಾದರೂ ದ್ರುತಕ್ಕೆ ಎಳೆಯದೆ, ಕಾಲದ ಅಂತ್ಯಪ್ರವೃತ್ತಿಯನ್ನು ಮೆಟ್ಟಿಕ್ಕಿ ಧ್ಯಾನದ ಅನಂತತೆಯಲ್ಲಿ ನಟ್ಟುಕೊಳ್ಳುವ ಗುಣದವಳು. 'ಮೋಹನ್, ನರ್ತನದಲ್ಲಿ ಲಾಸ್ಯ, ತಾಂಡವ ಅಂತ ಎರಡು ವಿಧ. ತಾಂಡ ವವು ಕಸುವನ್ನು ವ್ಯಕ್ತಪಡಿಸುತ್ತೆ. ಲಾಸ್ಯವು ಭಾವದಲ್ಲಿ ವಿಹರಿಸುತ್ತೆ. ನಿನ್ನ ಗಾಯನದಲ್ಲಿ ಭಾವವೇ ಪ್ರಧಾನ. ನನ್ನ ಗುಣವೂ ಅದೇ. ಅದಕ್ಕೇ ನನಗೆ ನಿನ್ನ ಗಾಯನ ಅಂದರೆ ಪ್ರಾಣ.'

'ವಾಹ್! ಮನೋಹರೀ,'

'ವಾಹ್! ಮೋಹನ್,'

'ಇಬ್ಬರ ಹೆಸರನ್ನೂ ದೈವವು ನಿಶ್ಚಯಿಸಿ ಇಡಿಸಿದೆ.'

'ಸತ್ಯ, ಪರಮಸತ್ಯ.'

'ಇವಳೆಂಥ ಅಗ್ಗದ ಮನಸ್ಸಿನ ಹೆಣ್ಣು. ಇಂಗಿತ ವ್ಯಕ್ತಪಡಿಸಿದ ತಕ್ಷಣ ಒಪ್ಪಿಬಿಟ್ಟಳು ಅನ್ನುವ ಭಾವನೆ ನಿನಗಿಲ್ಲತಾನೆ! ನಾನೊಲಿದದ್ದು ನಿನ್ನ ಕಲಾಶಕ್ತಿಗೆ. ನರ್ತಕಿ ಅಂದರೆ ಎಂಥೆಂಥವರು ಹಿಂದೆ ಬೀಳ್ತಾರೆ, ಸೂಚನೆ ಕಳಿಸ್ತಾರೆ. ಯಾರಿಗೂ ನನ್ನ ಕಾಲಿನ ಧೂಳು

ಮುಟ್ಟುಕ್ಕೆ ಕೂಡ ಆಸ್ಪದಕೊಡೂದಿಲ್ಲ. ನನ್ನ ಮೇಲಿನ ಗೌರವ ಕಮ್ಮಿಯಾಗಿಲ್ಲತಾನೆ?' ಇದ್ದಕ್ಕಿದ್ದಂತೆಯೇ ಕೇಳಿದಳು. ಸುಳ್ಳು ಹೇಳಿದರೆ ಪತ್ತೆಮಾಡುವ ಅವಳ ಹರಿತವಾದ ನೋಟದಿಂದ ನನ್ನ ಕಣ್ಣುಗಳನ್ನು ದಿಟ್ಟಿಸುತ್ತಾ.

'ನಿನ್ನಾಣೆಗೂ ಇಲ್ಲ. ನನ್ನನ್ನು ಕೂಡ ಸಿಕ್ಕಿದ ಹೆಂಗಸರ ಬೆನ್ನಹಿಂದೆ ಹೋಗುವ ಗಾಯಕ ಅಂದುಕೊಬೇಡ. ನೀನೊಬ್ಬಳೇ ನನ್ನ ಅಂತರಂಗ ಪ್ರವೇಶಿಸಿದೋಳು. ನನ್ನ ರತಿ.' ಎನ್ನುತ್ತಾ ಅವಳ ಐದು ಬೆರಳುಗಳಿಗೂ ನನ್ನ ಐದು ಬೆರಳುಗಳನ್ನು ಕೊಂಡಿ ಹಾಕಿ ಬಿಗಿಮಾಡಿದಾಗ ಅವಳ ನೋಟವು ಪ್ರಸನ್ನವಾಯಿತು.

'ಆಯೋಜಕ ಮೋಸ ಮಾಡಿದ್ದಕ್ಕೆ ನಿನ್ನ ಧರ್ಮಪತ್ನಿ ನಿನ್ನನ್ನ ಸ್ಟೇಶನ್ನಿಗೆ ಎಳಕೊಂಡು ಹೋದರಂತೆ. ಅವನು ನನಗೆ ಮೋಸಮಾಡಿದ ಅಂತ ನಾನು ನನ್ನ ಸಹಸ್ರ ಶ್ರೋತೃಗಳಿಗೆ ಮೋಸ ಮಾಡಬಾರದು ಅಂತ ನೀನು ಅಂಗಲಾಚಿದೆಯಂತೆ. ಕೊನೆಗೆ ಸ್ಟೇಶನ್ನಿನಿಂದ ಓಡಿ ತಪ್ಪಿಸಿಕೊಂಡು ಬಂದೆಯಂತೆ. ನನ್ನ ಆಯೋಜಕರು ಹೇಳಿದರು. ಮೋಹನ್ ನೆನ್ನೆಯ ನಿನ್ನ ಗಾಯನ ನಿಜವಾಗಿಯೂ ಭಗವಂತನೂ ಇಳಿದು ಬಂದು ಕೇಳುತ್ತಿದ್ದ ಅನ್ನುವಂತಿತ್ತು. ನನ್ನ ಅದೃಷ್ಟ, ನನಗೂ ಕೇಳುಕ್ಕೆ ಸಿಕ್ಕಿತು. ಕೇಳಕೇಳುತ್ತಲೇ ನನ್ನ ಮನಸ್ಸು ನಿನಗೆ ಅರ್ಪಿಸಿಕೊಂಡಿತ್ತು. ಈಗ ಹೀಗೆ ಹೇಳ್ತಿದಾಳೆ ಅಂತ ಅಪನಂಬಿಕೆಪಡ್ತೀಯಾ ಅಥವಾ ಸುಳ್ಳು ಹೇಳಿ ಇವಳಿಗೆ ಆಗಬೇಕಾದ್ದೇನು ಅಂತ ನಂಬ್ತೀಯಾ?'

ನನ್ನ ಕಣ್ಣು ತುಂಬಿ ಬಂತು. ಅವಳ ಬಲಗೆನ್ನೆ ಒದ್ದೆಯಾಯಿತು. ನನ್ನ ಮುಖವನ್ನು ತನ್ನ ಎದೆಗೆ ಒತ್ತಿಕೊಂಡು ಶಮನ ಮಾಡಿದಳು. ರತಿಯು ವಾತ್ಸಲ್ಯಕ್ಕೆ ತಿರುಗಿತು. ಪೌರುಷವು ಆಶ್ರಯವನ್ನರಸತೊಡಗಿತು. ಅದುವರೆಗೆ ರತಿಪ್ರಚೋದಕವಾಗಿದ್ದ ಅವಳ ದೃಢವಾದ ಸ್ತನಗಳು ಮಾತೃಸ್ಥಾನವಾಗಿ ನನ್ನ ಕಣ್ಣೀರಿನಿಂದ ಅಭಿಷಿಕ್ತಗೊಂಡವು. ಇವಳಿಗೆ ಎಲ್ಲವನ್ನೂ ತೋಡಿಕೊಳ್ಳಬೇಕೆನ್ನಿಸಿತು. ಹೇಳತೊಡಗಿದೆ. ಒಂದಕ್ಕೆ ಹಿನ್ನೆಲೆಯಾಗಿ ಇನ್ನೊಂದು ಅದಕ್ಕೆ ಹಿನ್ನೆಲೆಯಾಗಿ ಹಿಂದಿನದು. ರಾಮಕುಮಾರಿಯದನ್ನು ಹೇಳದೆ ಚಂಪಾ ಮತ್ತು ಅವಳ ಮದುವೆಯನ್ನು ಹೇಳುವುದು ಸಾಧ್ಯವಿರಲಿಲ್ಲ. ಯಾವ ಸ್ಥಿತಿಯಲ್ಲಿ ರಾಮಕುಮಾರಿ ಯನ್ನು ಮದುವೆಯಾದೆ ಅನ್ನುವುದನ್ನೂ ಹೇಳಬೇಕಾಗಿತ್ತು. ಕಾಮಬಾಧೆಯ ಯಾತನೆಯನ್ನು ಮಾತ್ರ ಹೇಳಿದೆ. ಸೂಳೆಗೇರಿಗೆ ಹೋದದ್ದನ್ನು ಮುಚ್ಚಿದೆ. ಹಾಗೆಯೇ ಹಿಂದೆ ಹೋಗಿ ನನ್ನ ಹುಟ್ಟು, ಹರಿದ್ವಾರದ ಓಂಕಾರಾಶ್ರಮ, ಸಾಗರ, ಚಿತ್ತರಪುರದ ರಾಜಾಸಾಹೇಬರಲ್ಲಿ ಪಡೆದ ಸಾಧನೆಗಳನ್ನೂ ವಿವರಿಸಿದೆ. ಅವಳು ಆಪ್ತಭಾವದಿಂದ ಕೇಳುತ್ತಿದ್ದಾಳೆಂಬುದನ್ನು ಅವಳ ಹಾಲುಬಣ್ಣದ ಕಣ್ಣುಗಳು ಸೂಚಿಸುತ್ತಿದ್ದವು. ಎಲ್ಲ ಹೇಳಿ ಮುಗಿಸುವಾಗ ಹೊರಗೆ ಕಾಗೆಗಳು ಕೂಗುತ್ತಿದ್ದವು. 'ಮೋಹನ್, ನಿನ್ನ ಕೈಲಿ ಇನ್ನೂ ಮಾತಾಡಬೇಕು. ನೀನು ಹೇಳೂದ ಇನ್ನೂ ಕೇಳಬೇಕು ಅನ್ನಿಸುತ್ತೆ. ಜನಗಳು ಏಳುವ ಹೊತ್ತು. ನಾನು ಹೋಗ್ತೀನಿ. ನೀನು ಸ್ವಲ್ಪ ನಿದ್ದೆ ಮಾಡು. ನಾನು ಮತ್ತೆ ಬರ್ತೀನಿ. ಬೇಜಾರು ಮಾಡಿಕೊಬೇಡ,' ಸಮಾಧಾನಪಡಿ ಸುತ್ತಾ ಮುದ್ದಿಸಿದಳು ಆರೆಂಟು ಹತ್ತು ಹನ್ನೆರಡು ಸಲ. ಅನಂತರ ಮೇಲೆದ್ದು ಕುಪ್ಪಸ ತೊಟ್ಟು ಸೀರೆಯುಟ್ಟು ಬಾಚಣಿಗೆ ಕೇಳಿ ತಲೆ ಸರಿಮಾಡಿಕೊಂಡು

ಬೀಗದಕ್ಕೈ ಹಿಡಿದು ಶಬ್ದವಾಗದಂತೆ ಬಾಗಿಲುತೆಗೆದು ಚಪ್ಪಲಿ ಧರಿಸಿದ್ದರೂ ತುಸುವೂ ಸಪ್ಪಳವಾಗದಂತೆ ಹೊರಟುಹೋದಳು. ನಾನು ಮಲಗಿದೆ. ನಿದ್ದೆಬಂತು.

ಕೋಣೆಯ ಕರೆಗಂಟೆ ಕಿರುಗುಟ್ಟಿದಾಗ ಎಚ್ಚರವಾಯಿತು. ಗಂಟೆ ಒಂಬತ್ತೂಕಾಲು. ಎದ್ದು ಬಾಗಿಲು ತೆರೆದಾಗ ನಿಂತಿದ್ದೋಳು ಅವಳು, ಸ್ನಾನಮುಗಿಸಿ ತಲೆಬಾಚಿ ಹಣೆಗೆ ಕುಂಕುಮವಿಟ್ಟು ಬೇರೆ ಸೀರೆಯುಟ್ಟು ದೇವಸುಂದರಿಯ ಹಾಗೆ ಕಾಣ್ತಿದ್ದಳು. ಒಳಗೆ ಬಂದು ಬಾಗಿಲುಮುಚ್ಚಿ ಮಂಚದಮೇಲೆ ಕುಳಿತಳು. 'ನಾನು ಮೂರುತಾಸು ನಿದ್ದೆ ಮಾಡಿದೆ. ನೀನು ನಾಲ್ಕುತಾಸು ಮಾಡಿರಬಹುದು. ಬೇಗ ಹಲ್ಲುಜ್ಜಿ ಬರ್ತೀಯಾ. ಒಂದು ಮುಖ್ಯವಿಷಯ ಹೇಳ್ತೀನಿ.' ನಾನು ಸ್ನಾನ ಮುಗಿಸಿ ಬಂದೆ. ನನ್ನ ಕೈ ಹಿಡಿದು ಹೇಳಿದಳು: 'ನೀನ್ಯಾಕೆ ಮುಂಬಯಿಯಲ್ಲಿರಬೇಕು? ಇಡೀ ಭಾರತ ನಿನ್ನ ಕ್ಷೇತ್ರ. ಮುಂಬಯಿ ಏನು ದಿಲ್ಲಿ ಏನು? ಉತ್ತರ ಭಾರತದ ಸಂಗೀತಕೇಂದ್ರಗಳಿಗೆ ಕಾಶಿ, ಬಿಹಾರ, ಬಂಗಾಲಗಳಿಗೆ ಮುಂಬಯಿಗಿಂತ ದಿಲ್ಲಿ ಹತ್ತಿರ. ಸುಮ್ಮನೆ ಬಂದುಬಿಡು. ಜೀವನವನ್ನ ಹೊಸದಾಗಿ ಆರಂಭ ಮಾಡು. ಈಗ ಬೆಳಗಿನ ಜನತಾ ಎಕ್ಸ್‌ಪ್ರೆಸ್‌ನಲ್ಲಿ ನನ್ನ ಸಂಗಡಿಗರು ಪ್ರಯಾಣಮಾಡಿದರು. ಅದರಲ್ಲಿ ಎ.ಸಿ.ಯಾಗಲಿ ಫಸ್ಟ್ ಕ್ಲಾಸ್ ಆಗಲಿ ಇರಲಿಲ್ಲ. ನನಗೆ ಮೂರುಗಂಟೆಯ ಗಾಡಿಯಲ್ಲಿ ಎ.ಸಿ. ಬರ್ತ್ ರಿಸರ್ವ್ ಆಗಿದೆ. ಆಯೋಜಕರಿಗೆ ಹೇಳಿದರೆ ನಿನಗೂ ಒಂದು ಬರ್ತ್ ಮಾಡಿಕೊಡ್ತಾರೆ. ನನ್ನ ಜೊತೆ ಬಂದುಬಿಡು. ನನ್ನ ಸಂಗೀತ ಶಾಲೇಲಿ ಒಂದು ಗೆಸ್ಟ್ ರೂಮ್ ಇದೆ. ನಿನಗೇ ಹತ್ತಿರದಲ್ಲಿ ಒಂದು ಫ್ಲ್ಯಾಟ್ ಸಿಕ್ಕೂತನಕ ಇರು. ದಿಲ್ಲೀಲಿ ಮನೆ ಸಿಕ್ಕೂದು ಮುಂಬಯಿಯಷ್ಟು ಕಷ್ಟವಿಲ್ಲ. ಒಂದು ದಿನದಲ್ಲಿ ಸಿಕ್ಕುತ್ತೆ. ನಿನಗೆ ನಾನಿರ್ತೀನಿ. ನನಗೆ ನೀನಿರು. ನಿನ್ನ ಸಂಪಾದನೆ ನಿಂದು. ನನ್ನ ಸಂಪಾದನೆ ನಂದು. ಮದುವೆ, ಅಧಿಕಾರ ಯಾವ ಬಂಧನವೂ ಇಲ್ಲದೆ ಇದ್ದುಬಿಡೋಣ. ಯಾವಾಗಲಾದರೊಮ್ಮೆ ನನ್ನ ಕುಣಿತಕ್ಕೆ ನೀನು ಹಾಡು. ನಿನ್ನ ಹಾಡಿಗೆ ನಾನು ತಾಳ ಕೊಡ್ತೀನಿ.'

ನನಗೆ ತಕ್ಷಣ ಯಾಕಾಗಬಾರದು? ಎನ್ನಿಸಿಬಿಟ್ಟಿತು. ಮತ್ತೆ ಮುಂಬಯಿಗೆ ಹೋಗಿ ಅವಳ ರಂಪ ಕೇಳುವ ಪ್ರಸಂಗವಿಲ್ಲ. ಅವಳಿದ್ದಲ್ಲಿ ಸಂಗೀತ ಹುಟ್ಟೂದಿಲ್ಲ. ಈ ದೇವಮನೋಹರಿಯ ಕೃಪಾದೃಷ್ಟಿಯೊಂದೇ ಸಾಕು ಹೊಸ ಹೊಸ ಸ್ವರಕಲ್ಪನೆಗಳು ರಾಗವಲಯಗಳು ಹೊಳೆಯುಕ್ಕೆ. ಇವಳು ಸುಮ್ಮನೆ ಮಂಚದ ಬದಿಯಲ್ಲಿ ಕೂತಿರುವಾಗಲೂ ಭಾವ ತುಳುಕುವ ಕಲಾ ವಿಗ್ರಹದ ಭಂಗಿಯಲ್ಲಿದ್ದಾಳೆ. ಇವಳು ಹೇಗೆ ಕೂರಲಿ, ಹೇಗೆ ನಿಲ್ಲಲಿ, ಇವಳ ಕಣ್ಣುಗಳು ಹೇಗೆ ತಿರುಗಲಿ, ಕೈ ಹೇಗೆ ಚಲಿಸಲಿ, ಭಾವವಿರುತ್ತೆ. ಸ್ವರಸಂಚಾರವಿರುತ್ತೆ. ಇಂಥವಳು ತಾನೇ ಕರೀತಿರುವಾಗ ಇನ್ನೇನು ಬೇಕು? ಎನ್ನಿಸಿತು. ಬಿಡುಗಡೆ ಸಿಕ್ಕಿದಂತಾಯಿತು. 'ರೈಲು ಛಾರ್ಜಿಗೆ ನನ್ನ ಹತ್ತಿರ ಮೂರುಕಾಸೂ ಇಲ್ಲ,' ಅಂದೆ.

'ನಿನ್ನ, ನನ್ನ, ಅನ್ನಬೇಡ. ಇದು ನಿಂದು,' ಎನ್ನುತ್ತಾ ತನ್ನ ಚೀಲಕ್ಕೆ ಕೈಹಾಕಿ ತುಂಬಿದ ಪರ್ಸು ತೆಗೆದು ನನ್ನ ತೊಡೆಯ ಮೇಲಿಟ್ಟಳು.

– ೩ –

ಮಲಗುವ ಕೋಣೆಯ ಕಿಟಕಿಯಿಂದ ಹೊರಗೆ ವಿಶಾಲವಾದ ಸಮುದ್ರ ಕಾಣಸುತ್ತಿದೆ. ನಡುವೆ ಒಂದು ದೊಡ್ಡ ದೋಣಿ. ಮೀನು ಹಿಡಿಯುವವರದು. ಎತ್ತರಕ್ಕೆ ಕಟ್ಟಿರುವ ಹಾಯಿಯು ಜಲ ಅಂತರಿಕ್ಷಗಳಿಗೆ ಸಂಬಂಧ ಸೂಚಿಸುತ್ತಿದೆ. ಗಂಟಲಿನಿಂದ ಹೊರಡುವ ನಾದವು ಆಕಾಶವನ್ನು ಒಳಗೊಳ್ಳುವಂತೆ. ಯಾವಾಗ ಒಂಟಿದೋಣಿಯನ್ನು ನೋಡಿದರೂ ಸ್ವಾತಂತ್ರ್ಯದ ಕಲ್ಪನೆ ಬರುತ್ತೆ. ಗಾಳಿಯಿಂದ ಚಲಿಸುತ್ತಾ, ಯಾವ ದಿಕ್ಕಿನಲ್ಲಿ ಬೇಕಾದರೂ ತೇಲುತ್ತಾ, ನಾನು ಮದುವೆಯಾಗಬಾರದಾಗಿತ್ತು, ಅದರಲ್ಲೂ ಎರಡನೆಯವಳನ್ನು ಎಂಬ ಖೇದದ ನಡುವೆ ಬಿಡುಗಡೆ ಸಿಕ್ಕಿದಂತಹ; ಮುಂಬಯಿಯ ದಿಕ್ಕನ್ನು ಹಿಂದೆ ಬಿಟ್ಟು ದಿಲ್ಲಿಯ ಕಡೆಗೆ ರೈಲು ಓಡುವಾಗ, ಗಿಡ ಮರ ಗುಡ್ಡ ಬಂಡೆ ಮನೆ ಹಳ್ಳಿಗಳು ನಿಶ್ಶಬ್ಧವಾಗಿ ಹಿಂದೆ ಸರಿಯುವ ಹವಾನಿಯಂತ್ರಿತ ಗಾಡಿಯಲ್ಲಿ ಮನೋಹರಿಯ ಬೆರಳುಗಳೊಳಗೆ ಬೆರಳುಗಳು ಹೆಣೆದುಕೊಂಡು ಕುಳಿತಾಗ ಎಂತಹ ಬಿಡುಗಡೆಯಭಾವ! ನನಗೂ ಇವಳಿಗೂ ಮದುವೆಯ ಬಂಧನವಿರುಲ್ಲ. ನನ್ನ ದುಡಿಮೆ ಇವಳು ಕೇಳುಲ್ಲ. ಇವಳ ದುಡಿಮೆ ನಾನು ಕೇಳುಲ್ಲ. ಮಕ್ಕಳು ಮರಿಗಳೆಂಬ ಹೊರೆ ಇಲ್ಲ. ನನ್ನ ಗಾಯನದ ಭಕ್ತೆ ಇವಳು, ಇವಳ ನರ್ತನದ ಭಕ್ತ ನಾನು. ಬೇರೆ ಯಾವ ಲೌಕಿಕ ಸಂಬಂಧದ ಹೊರೆಯೂ ಇಲ್ಲ. ನಾನು ಸ್ವತಂತ್ರನಾಗಿದೀನಿ. ನಿಜವಾದ ಕಲಾವಿದನಾಗ್ತಿದೀನಿ. ವಿಶಾಲ ಸಾಗರದಲ್ಲಿ ತೇಲುವ ಹಾಯಿಯಂತೆ. ಕಿಟಕಿಯಿಂದ ಹೊರಗೆ ನೋಡ್ತಿರುವ ಅವಳ ಕಣ್ಣುಗಳು ಕನಸು ಕಾಣ್ತಿವೆ. ಅದು ನನ್ನ ಕನಸು. ಅವಳ ಕಣ್ಣುಗಳನ್ನು ನೋಡಿದರೇ ತಿಳೀತಿದೆ. ಅವಳು ಕಾಣ್ತಿರೂದು ನನ್ನ ಕನಸನ್ನು. ಮಾತನಾಡಿ ನಿಮಗ್ನಳನ್ನಾಗಿಸೂದು ಬೇಡ. ನಡುವೆ ಒಮ್ಮೊಮ್ಮೆ ಬೆರಳುಗಳನ್ನು ಬಿಗಿಮಾಡ್ತಾಳೆ. ತನ್ನದನ್ನು ಬಿಚ್ಚಿ ಹೇಳಿದಾಳೆ. ಅವಳ ಗುರುವನ್ನೇ ಮದುವೆಯಾಗಿದಾಳಂತೆ. ಎಪ್ಪತ್ತೆಂಟು ವರ್ಷವಂತೆ. ಮದುವೆಯಾಗಿ ಹದಿನೈದು ವರ್ಷವಾಯಿತಂತೆ. ಇವಳಿಗೆ ಇಪ್ಪತ್ತೆರಡು ಆಗಿದ್ದಾಗ. 'ಅರವತ್ತೆರಡರ ಮುದುಕರನ್ನ ಯಾಕೆ ಮದುವೆಯಾದೆ?'

'ಅವರಿಗೆ ಹೆಂಡತಿ ಸತ್ತಿದ್ದರು. ಅರವತ್ತೆರಡುವರ್ಷ. ಮಗಳು ಮದುವೆಯಾಗಿ ಲಕಿಮ್‌ಪುರದಲ್ಲಿದ್ದಳು. ಬೇಸಿಹಾಕೋರು ಯಾರೂ ಇಲ್ಲ. ದಿಲ್ಲಿಯಲ್ಲಿ ಮನೆಬಾಡಿಗೆ ಕೊಟ್ಟು ನೆಮ್ಮದಿಯಾಗಿರುವಂಥ ಸಂಪಾದನೆ ಕಮ್ಮಿಯಾಗಿತ್ತು. ಕಾಲ ಬದಲಾಯಿಸ್ತಿತ್ತು. ಶಾಸ್ತ್ರಶುದ್ಧಿಯನ್ನ ಸ್ವಲ್ಪವೂ ಬಿಟ್ಟುಕೊಡದ ಅವರಿಗೆ ಪ್ರೋಗ್ರಾಂ ಸಿಕ್ಕೂದೂ ಕಮ್ಮಿಯಾಕ್ತಿತ್ತು. ದಿಲ್ಲಿ ಬಿಟ್ಟು ಮಗಳಮನೆಗೆ ಹೊರಟುಹೋಗುವ ತೀರ್ಮಾನ ಮಾಡಿದರು. ಅವರ ಪಾಠದ ಶಿಸ್ತು, ಶಾಸ್ತ್ರನಿಷ್ಠೆ ನನಗೆ ಪ್ರಿಯವಾಗಿತ್ತು. ಅವರಷ್ಟು ನಿಷ್ಠೆಯಿಂದ ಪಾಠ ಹೇಳೋರು ಯಾರೂ ಇರಲಿಲ್ಲ. ಅವರನ್ನ ಕಳಕೊಳ್ಳುಕ್ಕೆ ನನಗೆ ಮನಸ್ಸಿರಲಿಲ್ಲ. ಇಪ್ಪತ್ತೆರಡರ ವಯಸ್ಸು. ಅವರನ್ನೇ ಮದುವೆಯಾಗಿ, ಅವರನ್ನ, ಅವರ ವಿದ್ಯೆಯನ್ನ ನನ್ನದು ಮಾಡಿಕೊಬೇಕು ಅನ್ನುವ ಹುಚ್ಚೂ ಹುಟ್ಟಿಬಿಟ್ಟಿತು. ಪ್ರಾರಂಭದಲ್ಲಿ ಅವರು ಒಪ್ಪಲಿಲ್ಲ. ಅನಂತರ ಅವರಿಗೂ ನನ್ನ ಪ್ರಸ್ತಾಪದಲ್ಲಿ ರುಚಿ ಹುಟ್ಟಿತು. ಮದುವೆಯಾದೆವು. ಮದುವೆ ಅಂದರೇನು? ಸದಾ

ಗುರುಸೇವೆ ಮಾಡುವ ಭಾಗ್ಯ. ವಧುವಿಗೆ ಅವರು ಕೊಟ್ಟ ಉಡುಗೊರೆ? ಅವರ ವಿದ್ಯೆಯ ಶೇಷಭಾಗವನ್ನು ಸ್ವಲ್ಪವೂ ಕೃಪಣತೆ ಮಾಡದೆ ಮೂರುವರ್ಷದಲ್ಲಿ ಅರೆದು ಕುಡಿಸಿದರು. ಅಭಿನಯದ, ನೃತ್ಯದ, ನೃತ್ತದ, ಮರ್ಮಗಳನ್ನೆಲ್ಲ ಬಿಡಿಸಿ ಬಿಡಿಸಿ ಹೇಳಿ ಅಭ್ಯಾಸ ಮಾಡಿಸಿದರು. ತಾಳದ ಸಂಕೀರ್ಣರಚನೆಗಳನ್ನೆಲ್ಲ ಬಾಯಲ್ಲಿ ಹೇಳಿ ತಾವೇ ಗೆಜ್ಜೆ ಕಟ್ಟಿಕೊಂಡು ಕುಣಿದು ತೋರಿಸಿ ಹತ್ತು ಹತ್ತು ಸಲ ಅಭ್ಯಾಸಮಾಡಿಸಿ ಕರಗತಗೊಳಿಸಿದರು. ಇಪ್ಪತ್ತೈದನೆಯ ವಯಸ್ಸಿನಲ್ಲಿ ನನ್ನನ್ನು ರಂಗಪ್ರವೇಶ ಮಾಡಿಸಿದ ನಂತರ ಒಂದೇ ದಿನದಲ್ಲಿ ಭಾರತದ ನಂಬರ್ ಒನ್ ನೃತ್ಯಗಾರ್ತಿಯ ಉದಯವಾಯಿತು ಅಂತ ಕೆಲವು ಪತ್ರಿಕೆಗಳು ಬರೆಯುವ ಮಟ್ಟಿಗೆ ಅರೆದು ಕುಡಿಸಿದರು. ಅದಕ್ಕೆ ಮೊದಲು ಎಂಟುವರ್ಷ ಕಲಿಸಿದ್ದುದು ಕಾಲುಭಾಗ ವಾಗಿದ್ದರೆ ಈ ಮೂರುವರ್ಷದಲ್ಲಿ ಕಲಿಸಿದ್ದುದು ಮುಕ್ಕಾಲುಭಾಗವಾಗಿತ್ತು. ಪ್ರತಿಯೊಂದನ್ನೂ ಮಾಡಿ ತೋರಿಸುವಷ್ಟು ಶಕ್ತಿ ಇರಲಿಲ್ಲ. ಬೇಗ ದಂ ಬಂದುಬಿಡ್ತಿತ್ತು. ನೃತ್ತಭಾಗವನ್ನು ತುಸು ಮಾಡಿ ಉಳಿದದ್ದ ನನ್ನಿಂದ ಮಾಡಿಸಿ ತಬಲಾದವನನ್ನ ಕರೆಸಿ ಗಂಟೆ ಗಂಟೆ ಗಂಟೆ ಗಟ್ಟಲೆ ತಯಾರಿ ಕೊಡಿಸಿದರು. ಅಭಿನಯಭಾಗದಲ್ಲಿ ಮಾತ್ರ ಇವತ್ತೂ ಈ ಎಪ್ಪತ್ತೆಂಟರ ವಯಸ್ಸಿನಲ್ಲೂ ಸಮುದ್ರದಂತಿದಾರೆ. ಅವರಿಂದ ಎಷ್ಟು ತುಂಬಿಕೊಂಡರೂ ಕಡಮೆಯಾಗದ ಜ್ಞಾನ, ಕಲ್ಪನಾಶೀಲತೆ.'

'ಏನು ಅವರ ಹೆಸರು?'

'ಸೋಹನಗುರು.'

'ಆಹ್. ಹೆಸರು ಕೇಳಿದೀನಿ. ಸಂಗೀತದಲ್ಲೂ ಅವರಿಗೆ ತುಂಬ ಪ್ರವೇಶವಿದೆ ಅಂತ.' ನಾನು ಆಶ್ಚರ್ಯಪಟ್ಟೆ.

'ಪ್ರವೇಶ! ಅವರಿಗೆ ಮಹಾರಾಜ್ ಅನ್ನುವ ಬಿರುದಿತ್ತು. ಮಹಾರಾಜ್ ಅಂದರೆ ನೂರು ಶಿಷ್ಯರನ್ನು ತಯಾರುಮಾಡಿರಬೇಕು. ಸ್ವತಃ ನೃತ್ಯಕೃತಿಗಳನ್ನ ರಚಿಸಿರಬೇಕು. ಸಂಗೀತದಲ್ಲಿ ಸಂಪೂರ್ಣ ಪ್ರಭುತ್ವವಿರಬೇಕು. ಅಖಿಲ ಭಾರತ ನೃತ್ಯಸಮ್ಮೇಳನದಲ್ಲಿ ಅವರಿಗೆ ನೃತ್ಯಗುರು ಅನ್ನುವ ಬಿರುದು ಕೊಟ್ಟರು. ಮಹಾರಾಜ್‌ಗಿಂತ ಮೇಲಿನದು.'

ಅವರಿಂದ ಹೊಸ ತಾಳರಚನೆಗಳನ್ನು ಹೇಳಿಸಿಕೊಳ್ಳಬೇಕೆನ್ನಿಸಿತು. ನರ್ತನದವರಿಗೆ ಅದರಲ್ಲಿಯೂ ಕಥಕರಿಗೆ ತಾಳದ ಬಲೆಗಳನ್ನು ಹೆಣೆಯಲು ಇರುವ ಕೌಶಲವು ಸಂಗೀತಗಾರ ರಿಗೆ ಅದರಲ್ಲೂ ಗಾಯಕರಿಗೆ ಇರುವುದಿಲ್ಲ ಎಂಬ ಅಂಶ ನೆನಪಿಗೆ ಬಂತು. ಮನೋಹರಿ ಹೇಳಿದಳು: 'ನೀನು ದಿಲ್ಲಿ ಚನ್ನಾಗಿ ನೋಡಿದೀಯಾ?'

'ಅಲ್ಪಸ್ವಲ್ಪ. ಪ್ರೋಗ್ರಾಂಗೆ ಬಂದಾಗ ಒಂದು ಅಥವಾ ಎರಡು ದಿನ ಇರೂದು.'

'ಸೌತ್ ಎಕ್ಸ್‌ಟೆನ್‌ಶನ್‌ನಲ್ಲಿ ನನ್ನ ಮನೆ. ಗುರೂಜಿ ಮನೆಬಿಟ್ಟು ಹೊರಗೆ ಬರಲ್ಲ. ನನ್ನ ಸ್ಕೂಲ್ ಇರೂದು ಗ್ರೀನ್‌ಪಾರ್ಕ್. ಮೂರು ಕಿಲೋಮೀಟರ್. ಈಗ ಹೋದ ತಕ್ಷಣ ನೀನು ಸ್ಕೂಲಿನಲ್ಲೇ ಒಂದು ಕೋಣೆಯಲ್ಲಿರ್ತೀಯ. ಅದರ ಹತ್ತಿರವೇ ನಿನಗೊಂದು ಬಾಡಿಗೆಮನೆ ಹುಡುಕೋಣ,' ಎಂದವಳು, 'ಸ್ಕೂಲು ನಾನೇ ಆರಂಭಿಸಿದ್ದು. ಸ್ವಂತ

ಕಟ್ಟಡ. ರಾಮಚರಣ ಮಿತ್ತಲ್ ಅಂತ ಒಬ್ಬ ದೊಡ್ಡ ಬಿಸಿನೆಸ್‌ಮನ್ ಇದಾರೆ. ಟ್ರಾನ್ಸ್ ಪೋರ್ಟ್ ಬಿಸಿನೆಸ್. ಉತ್ತರ ಭಾರತಕ್ಕೇ ದೊಡ್ಡದು ಅಂತಾರೆ. ಒಂದೂವರೆ ಸಾವಿರ ಲಾರಿಗಳಿವೆಯಂತೆ. ಲಲಿತಕಲೆ ಅಂದರೆ ಅಭಿಮಾನ. ಅದರಲ್ಲೂ ನೃತ್ಯ ಅಂದರೆ. ನನ್ನ ಶಾಲೆಗೆ ಅವರೇ ಚೀಫ್ ಪೇಟ್ರನ್. ಕಟ್ಟಡ ಕಟ್ಟುವ ಜಾಗ ಕೊಡಿಸಿದ್ದು, ಕಟ್ಟಡಕ್ಕೆ ಹಣ ಶೇಖರಿಸಿದ್ದು ಅವರ ಸಹಾಯದಿಂದಲೇ. ಬಿಡುವಾದಾಗ ಬಂದು ಶಾಲೆಯನ್ನ ನೋಡಿ ವಿಚಾರಿಸಿಕೊಂಡು ಹೋಗ್ತಾರೆ. ನನ್ನ ಕಾರ್ಯಕ್ರಮ ದಿಲ್ಲಿಯಲ್ಲಿ ಎಲ್ಲಿ ಆದರೂ ತಪ್ಪದೆ ಬರ್ತಾರೆ. ನನ್ನ ಶಾಲೆಗೆ ಆಧಾರಸ್ತಂಭ ಅವರೇ. ವಯಸ್ಸು ಅರವತ್ತೈದು.'

ಈ ಐದು ಬೆರಳುಗಳ ಬುಡಗಳೂ ಆ ಐದು ಬೆರಳುಗಳ ಬುಡಗಳೊಡನೆ ಬಿಗಿಗೊಂಡು ಈ ಅಂಗೈ ರೇಖೆಗಳು ಆ ಅಂಗೈ ರೇಖೆಗಳೊಡನೆ ಒಂದಾಗಿ ನಾವಿಬ್ಬರೂ ಕಿಟಕಿಯ ಹೊರಗೆ ಮೌನವಾಗಿ ಹಿಂದೋಟ ಹೊಡೆಯುತ್ತಿದ್ದ ಗಿಡಮರ ಬಂಡೆಗುಡ್ಡ ಮನೆಗಳನ್ನು ನೋಡುತ್ತಿರುವಾಗ ನನ್ನ ಮನಸ್ಸು ಅವಳು ಹೇಳಿದ ಈ ವಿವರಗಳನ್ನು ಮೆಲುಕುಹಾಕುತ್ತಿತ್ತು. ನನ್ನ ಜೀವನದ ಎಲ್ಲ ಸ್ಥೂಲಾಂಶಗಳನ್ನೂ ನಾನು ರಾತ್ರಿಯೇ ಅವಳಿಗೆ ಹೇಳಿದ್ದೆ. ದಿಲ್ಲಿಯಲ್ಲಿ ಇಳಿದಾಗ ನನಗೆ ಅವಳ ಹಿನ್ನೆಲೆ ಏನೂ ಗೊತ್ತಿಲ್ಲದೆ ಇರಬಾರದೆಂದು ಹೇಳಿದ್ದಾಳೆ ಎನ್ನಿಸಿ ದರೂ ಅವಳ ಶಾಲೆಯ ಚೀಫ್ ಪೇಟ್ರನ್ ರಾಮಚರಣ ಮಿತ್ತಲ್ ಅವರಿಗೂ ಇವಳಿಗೂ ವಿಶೇಷವೇನೋ ಇದೆ ಎನ್ನಿಸಿತು. ಅದನ್ನು ನನಗೆ ಮೊದಲೇ ತಿಳಿಸಿಬಿಡಬೇಕೆಂದು ಇದನ್ನು ಹೇಳಿದಾಳೆ, ಎಂದು ಅರ್ಥವಾಯಿತು. 'ನಿನ್ನ ಶಾಲೆಯ ಲೆಟರ್‌ಹೆಡ್ ಹತ್ತಿರ ಇದೆಯೆ?' ಎಂದೆ.

ಮೌನದಲ್ಲಿ ಕಿಟಕಿಯ ಹೊರಗೆ ನೋಡುತ್ತಿದ್ದ ಅವಳು, 'ಯಾಕೆ?' ಅಂದಳು.

'ಸುಮ್ಮನೆ ಕೇಳಿದೆ.'

ಅವಳು ಎದ್ದು ಮೇಲಿನ ಬರ್ತಿನಮೇಲಿದ್ದ ಕಿರುಪೆಟ್ಟಿಗೆಯ ಬಾಗಿಲು ತೆರೆದು ತನ್ನ ಲೆಟರ್‌ಹೆಡ್ ಪ್ಯಾಡ್ ಕೊಟ್ಟಳು. ದಪ್ಪ ಅಕ್ಷರದಲ್ಲಿ ಮನೋಹರೀ ದಾಸ್ ಸ್ಕೂಲ್ ಆಫ್ ಇಂಡಿಯನ್ ಕ್ಲಾಸಿಕಲ್ ಡಾನ್ಸ್ ಎಂಬ ಶಿರೋನಾಮೆ. ಅದರ ಕೆಳಗೆ ವಿಳಾಸ, ಫೋನ್ ಸಂಖ್ಯೆ. ಎಡಭಾಗದಲ್ಲಿ ಅಧ್ಯಕ್ಷೆ ಮತ್ತು ನಿರ್ದೇಶಕಿ: ಮನೋಹರೀದಾಸ್, ಎಂದು ಮಾತ್ರ ಇತ್ತು. 'ಮುಖ್ಯ ಪೋಷಕರ ಹೆಸರು ಹಾಕಿಯೇ ಇಲ್ಲ?' ಎಂದೆ.

'ನಾನು ನಿನಗೆ ಹೇಳಿದ್ದು ಅಷ್ಟೆ. ಹೆಸರು ಹಾಕೂದು ಅವರಿಗೆ ಇಷ್ಟವಾಗುಲ್ಲ. ಪ್ರಚಾರ ಬೇಡ ಅಂತ ಹೇಳಿಬಿಟ್ಟಿದಾರೆ,' ಎಂದವಳು ಹರಿತವಾದ ದೃಷ್ಟಿಯಿಂದ ನನ್ನ ಕಡೆಗೆ ತಿರುಗಿ, 'ಏನು ನಿನ್ನ ಪ್ರಶ್ನೆ?' ಎಂದಳು.

'ಸುಮ್ಮನೆ ಕೇಳಿದೆ ಅಷ್ಟೆ.' ನಾನು ಉತ್ತರಿಸಿದೆ.

ಪ್ಯಾಡನ್ನು ಕಿರುಪೆಟ್ಟಿಗೆಯಲ್ಲಿಟ್ಟು ಮೊದಲಿನಂತೆ ನನ್ನ ಕೈಹಿಡಿದು ಕುಳಿತಳು. ನಮ್ಮ ಮುಂದಿನ ಎರಡು ಬರ್ತುಗಳ ಇನ್ನಿಬ್ಬರು ನಾಲ್ಕು ಸಾಲು ಆಚೆಯಲ್ಲಿದ್ದ ತಮ್ಮ ಗೆಳೆಯರೊಡನೆ ಇಸ್ಪೀಟು ಆಡುತ್ತಿದ್ದುದರಿಂದ ನಮ್ಮಿಬ್ಬರಿಗೂ ಏಕಾಂತವಿತ್ತು. ತುಸು

ಹೊತ್ತಿನನಂತರ ಅವಳು ನನ್ನ ಮುಖದ ಹತ್ತಿರಕ್ಕೆ ತನ್ನ ಮುಖ ತಂದು ಉಸಿರಿದಳು, 'ಒಂದು ತಿಳಕ: ಕಲಾವಿದ ಕಲಾವಿದೆಯ ನಡುವೆ ಮಾತ್ರ ನಿಜವಾದ ಪ್ರೀತಿ ಪ್ರೇಮ ಇರುಕ್ಕೆ ಸಾಧ್ಯ. ಉಳಿದದ್ದೆಲ್ಲ ಲೌಕಿಕ ವ್ಯವಹಾರಗಳು, ಕೃತಜ್ಞತೆ. ಪತಿಯೊಡನೆ ಇರುವುದು ಕರ್ತವ್ಯ, ಗುರುಭಕ್ತಿ, ಚರಣಸೇವೆ. ಮನಸ್ಸನ್ನ ಶಾಂತವಾಗಿಟ್ಟುಕೊ.'

ನನಗೆ ನಾಚಿಕೆಯಾಯಿತು. ಇವಳದು ಚುರುಕುಬುದ್ಧಿ ಎಂಬ ಅರಿವಾಯಿತು. ಅಭಿಮಾನವೂ ಹುಟ್ಟಿತು.

– ೪ –

ಮನೋಹರೀ ದಾಸ್ ಸ್ಕೂಲ್ ಆಫ್ ಇಂಡಿಯನ್ ಕ್ಲಾಸಿಕಲ್ ಡಾನ್ಸ್ ಕಟ್ಟಡ ಇಷ್ಟು ದೊಡ್ಡದಾಗಿರುತ್ತದೆಂದು ನಾನು ಕಲ್ಪಿಸಿಕೊಳ್ಳುವುದೂ ಸಾಧ್ಯವಿರಲಿಲ್ಲ. ಬರೀ ಬೋರ್ಡ್ ಅಲ್ಲ. ಇಡೀ ಭವನದ ಒಡತಿ ಇವಳು. ವ್ಯಾಪಾರ ಸಂಕೀರ್ಣದ ಹತ್ತಿರವೇ ದೊಡ್ಡ ಕಾಂಪೌಂಡಿನ ನಡುವೆ ದಂತದ ಬಣ್ಣದ ಕೆಳ ಮತ್ತು ಮೇಲಿನ ಅಂತಸ್ತುಗಳದು. ಕೆಳ ಭಾಗದಲ್ಲಿ ಮೂವತ್ತೈದು ಅಡಿ ಉದ್ದ ಇಪ್ಪತ್ತು ಅಡಿ ಅಗಲದ ಒಂದು ನೃತ್ಯಾಂಗಣ. ಅಲ್ಲದೆ ಪಾಠದ ನಾಲ್ಕು ಕೋಣೆಗಳು. ಪ್ರತ್ಯೇಕ ಶೌಚ. ಚಹಾ ಮೊದಲಾಗಿ ಮಾಡಿಕೊಳ್ಳಬಹುದಾದ ಒಂದು ಕಿರುಕೋಣೆ. ವಿದ್ಯುತ್ ಜಲಶೋಧಕಯಂತ್ರ. ಮಹಡಿಯ ಮೇಲೂ ಅದೇ ವಿನ್ಯಾಸದ ಅಷ್ಟೇ ಸ್ಥಳದ ಕೊಠಡಿಗಳು. ನನ್ನ ಕೋಣೆಗೆ ಲಗತ್ತಿಸಿದ ಶೌಚ, ಸ್ನಾನಕ್ಕೆ ಬಾಯಲರ್. ಮಂಚ, ಸೋಫ಼, ಹವಾನಿಯಂತ್ರಕ. ಮೇಲಿನ ಇನ್ನೊಂದು ಕೋಣೆಗೂ ಕೆಳಗಿನ ದೊಡ್ಡ ನೃತ್ಯಾಂಗಣಕ್ಕೂ ಹವಾನಿಯಂತ್ರಕಗಳು. ಉಳಿದ ಕಡೆ ಹವಾಶೀತಕಗಳು. ಒಳಗೆ ಬಂದರೆ ಹೊರಗಿನ ಶಬ್ದ ಬಿಲ್‌ಕುಲ್ ಬಂದ್. ಹವೆಯೂ ತಂಪು. ಕಾಂಪೌಂಡಿನಲ್ಲಿ ಹಸಿರು ತುಂಬಿದ ಮರಗಿಡಬಳ್ಳಿಗಳು. ಬಾಗಿಲಿಗೆ ಚೌಕೀದಾರ್. ದಿಲ್ಲಿಯಲ್ಲಿ ಈ ಕಟ್ಟಡಕ್ಕೇ, ಈ ಊರಿನಲ್ಲಿ ಜಾಗ ಮತ್ತು ಕಟ್ಟಡದ ಬೆಲೆ ನನಗೆ ಗೊತ್ತಿಲ್ಲವಾದರೂ, ಕೋಟಿಯ ಮೇಲೆ ಆದೀತು ಎಂದು ನನ್ನ ಮನಸ್ಸು ಲೆಕ್ಕ ಹಾಕಿತು. ಇಂಥದನ್ನು ಮೇಂಟೇನ್ ಮಾಡಿ ಚೌಕಿದಾರನನ್ನಿಡುವುದು ದೊಡ್ಡ ವಹಿವಾಟೇ. ಕಲಾವಿದೆಯೊಬ್ಬಳು ಇದರ ಒಡತಿ ಎಂದರೆ ಅಭಿಮಾನಪಡಬೇಕು ಎನ್ನಿಸಿತು.

ಅವಳ ಮನೆಗೆ ಬೆಳಗ್ಗೆ ಅಡುಗೆಯವಳು ಬರುತ್ತಾಳೆ. ಅವಳು ಮಾಡಿಕೊಟ್ಟ ನಾಶ್ತಾ ಮುಗಿಸಿ ನನಗೂ ತೆಗೆದುಕೊಂಡು ಎಂಟುಗಂಟೆಗೆ ತನ್ನ ಕಾರು ನಡೆಸಿಕೊಂಡು ಬಂದರೆ ರಾತ್ರಿಯ ತನಕ ಶಾಲೆಯಲ್ಲೇ ಇರುತ್ತಾಳೆ. ಮಧ್ಯಾಹ್ನ ಒಬ್ಬ ಆಳು ಮನೆಯಿಂದ ಸೈಕಲ್‌ನಲ್ಲಿ ನಮ್ಮಿಬ್ಬರಿಗೂ ಆಗುವಷ್ಟು ಊಟ ತರ್ತಾನೆ. ಪ್ರಾರಂಭಿಕಮಟ್ಟದ ಪಾಠ ಹೇಳಲು ಬೆಳಗ್ಗೆ ಸಂಜೆ ಐವತ್ತು ವರ್ಷದ ಜಯಸುಖಲಾಲ್‌ಜಿ ಬರ್ತಾರೆ. ಬೆಳಗ್ಗೆ ಮೂವತ್ತೆರಡು ಹುಡುಗ ಹುಡುಗಿಯರು. ಸಂಜೆ ನಲವತ್ತು. ಮನೋಹರಿಯು ಪಾಠವನ್ನು ಸಣ್ಣಕೋಣೆಯಲ್ಲಿ

ಮಾಡ್ತಾಳೆ. ಒಬ್ಬೊಬ್ಬರಿಗೆ ಅಥವಾ ಇಬ್ಬರು ಮೂವರ ಜೋಡಿಗೆ ಮಾತ್ರ. ಅವಳಿಗೆ ತಬಲಾ ಕೂಡ ಬರುತ್ತೆ. ಸಂಜೆ ತಬಲಾ ಮಾಸ್ತರರು ಬರ್ತಾರೆ. ಬೆಳಗ್ಗೆ ಹತ್ತೂವರೆಯಿಂದ ಸಂಜೆ ನಾಲ್ಕೂವರೆಯವರೆಗೆ ಇಡೀ ಶಾಲೆಯಲ್ಲಿ ಬೇರೆ ಯಾರೂ ಇರುಲ್ಲ. ನಮ್ಮಿಬ್ಬರ ಏಕಾಂತಕ್ಕೆ ಭಂಗವಿಲ್ಲ. ಮುಂದಿನ ದೊಡ್ಡ ಬಾಗಿಲಿಗೆ ಬೋಲ್ಟ್ ಹಾಕಿಕೊಂಡು ಮೇಲೆ ಬಂದರೆ ಊಟದವನು ಕರೆಗಂಟೆ ಒತ್ತಿದಾಗ ಮಾತ್ರ ಕೆಳಗಿಳಿದು ಹೋಗ್ತಾಳೆ. ಉಳಿದಂತೆ ಒಂದೇ ಹಾಸಿಗೆಯಲ್ಲಿ ಮಲಗಿ ನಾವು ಎಷ್ಟು ಹರಟಿದರೂ ಹೇಗೆ ಇದ್ದರೂ ಕೇಳೋರಿಲ್ಲ. ನಡುವೆ ಒಂದೊಂದು ಫೋನ್. ಬೆಳಗ್ಗೆ ಹತ್ತೂವರೆಯ ಸುಮಾರಿಗೆ ಒಮ್ಮೆ ಸಂಜೆ ಆರೂ ವರೆಗೆ ಮತ್ತೊಮ್ಮೆ ರಾಮಚರಣ ಮಿತ್ತಲರ ಫೋನ್ ಬರುತ್ತೆ. ಅವರೇ ಮಾಡ್ತಾರೆ. ಇವಳು ಮಾಡೂದು ಅಪೂರ್ವ. ತೀರ ಅಗತ್ಯವಿದ್ದರೆ ವಿನಾ. ಸಂಭಾಷಣೆ ಏನಿದ್ದರೂ ಇವಳ ಕಷ್ಟ ಸುಖ ವಿಚಾರಿಸೂದು. ಚೌಕೀದಾರ ರಾತ್ರಿ ಸರಿಯಾಗಿ ಬರ್ತಾನೆಯೆ? ಒಬ್ಬ ಪ್ಲಂಬರ್ ಕರೆಸಿ ಸಂಪು, ಮೇಲಿನ ಟ್ಯಾಂಕುಗಳನ್ನು ಕ್ಲೀನ್‌ಮಾಡಿಸು. ಎಲ್ಲ ನಲ್ಲಿಗಳಿಗೂ ವಾಷರ್ ಬದಲಾಯಿಸುವಂತೆ ಹೇಳು. ಕಟ್ಟಡದ ಮುಂಭಾಗದ ಗೋಡೆ ಮಾಸಲು ತಿರುಗಿದೆ, ಪೇಂಟ್ ಮಾಡಿಸು, ಇಂಥವೇ ಮಾತು. ಫೋನ್ ಗಂಟೆ ಬಾರಿಸಿದಾಗ ಅದು ಮಿತ್ತಲರದೇ ಅಂತ, ಇವಳು ಅಂತಃಪ್ರೇರಣೆಯಿಂದಲೆಂಬಂತೆ ಹೇಳಿಬಿಡ್ತಾಳೆ. ಅದು ಅವರದೇ ಆಗಿರುತ್ತೆ. ಸಾಧಾರಣವಾಗಿ ಅವರೊಡನೆ ಫೋನಿನಲ್ಲಿ ಮಾತನಾಡುವಾಗ ಅವಳು ಬಲಗೈಯಲ್ಲಿ ನನ್ನ ಕೈ ಹಿಡಕೊತ್ತಾಳೆ. ಅಥವಾ ನನ್ನ ಕುತ್ತಿಗೆಯನ್ನು ಬಳಸಿ ತಬ್ಬಿ ಕೊತ್ತಾಳೆ. ಅಥವಾ ಬಲಗೈಯಿಂದ ಸನ್ನೆಮಾಡಿ ನನ್ನನ್ನು ಹತ್ತಿರಕ್ಕೆ ಕರೆದು ಕೂರಿಸಿ ನನ್ನ ತೊಡೆಯ ಮೇಲೆ ಕೂತು ಬಲಗೈಯಿಂದ ನನ್ನನ್ನಪ್ಪಿ ಎಡಗೈಯಿಯ ಫೋನಿಗೆ ಮಾತನಾಡ್ತಾಳೆ. ಹೀಗೆ ಮಾಡೂದರಿಂದ ನನಗೂ ಅವಳಲ್ಲಿ ಹೆಚ್ಚಿನ ನಿಕಟತೆಯುಂಟಾಗುತ್ತೆ. ಆತನಿಂದ ಇವಳನ್ನು ರಕ್ಷಿಸಿ ಅಂತರಂಗಕ್ಕೆ ಶಕ್ತಿ ಕೊಡ್ತಿದೀನೆಂಬ ಸಫಲತೆಯ ಭಾವ ಮೂಡುತ್ತೆ. ಫೋನಿನ ಸಂಭಾಷಣೆ ಮುಗಿದ ನಂತರ ತಪ್ಪದೆ ನನ್ನನ್ನು ಬಿಗಿಯಾಗಿ ಅಪ್ಪಿ ಮುತ್ತಿಡ್ತಾಳೆ. ಬೆಳಗಿನ ಹೊತ್ತಾಗಿ ತರಗತಿಗಳು ಮುಗಿದು ಜಯಸುಖಲಾಲಜಿ ಹೋಗಿದ್ದರೆ ಮಂಚಕ್ಕೆ ಎಳೀತಾಳೆ. ಆ ಫೋನು ಬಂದು ಹೋಗೂದು ನಮಗೊಂದು ಪ್ರಚೋದನೆ ಮತ್ತು ಉತ್ತೇಜನವಾಗುತ್ತೆ. ಪ್ರಿಯಾ, ನೀನೇ ನನಗೆ ದಿಕ್ಕು, ಎಂದು ಅಪ್ಪುಗೆಯನ್ನು ಮತ್ತೆ ಮತ್ತೆ ಬಿಗಿಗೊಳಿಸುತ್ತಾಳೆ. ಸಂಕಟದಿಂದ, ಸುಖದಿಂದ, ಸುಖಸಂಕಟಗಳ ಮಿಶ್ರಣದಿಂದ ನರಳತಾಳೆ. ನಾನು ರಕ್ಷಕನಾಯಕನಾಗಿರ್ತೀನಿ. ನನ್ನ ಪೌರುಷವು ಉತ್ತೇಜನಗೊಂಡು ಲಹರಿ ಬಂದಾಗ ಎಷ್ಟು ಹಾಡಿದರೂ ಬಳಲಿಕೆಯಾಗದ ಶಾರೀರ ಶಕ್ತಿಯಾಗುತ್ತೆ. ಫೋನಿನ ಮಾತಿನಲ್ಲಿ ಅವಳು ಅವರನ್ನು ಚರಣ್ ಎಂದು ಕರೀತಾಳೆ. 'ಹ್ಹಾ ಹ್ಹಾ, ಅಲ್ಲವೆ? ನೀವು ಕೈ ಹಿಡಿದಿರಿ ಅಂದರೆ ಮುಗೀತು. ತುಂಬ ಬಿಸ್ಸಿಯಾಗಿ ನನ್ನನ್ನು ಮರೆತರೆ ಗತಿ ಏನು? ಬಾದಷಹರು ಈ ಹವೇಲಿಗೆ ಪಾದ ಬೆಳೆಸಿ ಮೂರು ವಾರ ಕಳೀತು. ಮುಂದಿನಸಲ ಬಂದಾಗ ನಾನು ಮಾತೇ ಆಡಿಸುಲ್ಲ ತಿಳಕೊಳ್ಳಿ' ಎಂಬಂತಹ ಶೃಂಗಾರ ಕೋಪವನ್ನು ಹತ್ತು ಹನ್ನೆರಡು ದಿನಕ್ಕೊಮ್ಮೆ ತೋರಿಸ್ತಾಳೆ. ಆ ಮಾತನಾಡುವಾಗ ನನ್ನನ್ನು ಇನ್ನಷ್ಟು ಬಿಗಿಯಾಗಿ ತಬ್ಬಿಕೊತ್ತಾಳೆ. ಅಂಥ ಮಾತು ಮುಗಿದ ತಕ್ಷಣ ತನ್ನ ಹಣೆಬರಹವೆಂಬಂತೆ

ಹಣೆಯನ್ನು ತಟ್ಟಿಕೊತ್ತಾಳೆ. ಆ ದಿನ ನನ್ನಲ್ಲಿ ರಕ್ಷಕರಾಜಕುಮಾರಭಾವ ಉಕ್ಕಿ ಹರಿಯುತ್ತೆ. ಅವರು ಯಾವತ್ತೂ ಮೊದಲೇ ತಿಳಿಸಿ ಇವಳ ಅನುಕೂಲ ಮತ್ತು ಶಾಲೆಯ ಸನ್ನಿವೇಶ ತಿಳಕೊಳ್ಳದೆ ಇಲ್ಲಿಗೆ ಬರುಲ್ಲ. ಬಂದರೂ ಸಂಜೆ ಏಳೂವರೆಯ ನಂತರ. ಒಂದುತಾಸು ಅವಳೊಡನೆ ಏಕಾಂತದಲ್ಲಿ ಇದ್ದು ಹೋಗ್ತಾರೆ. ಮಧ್ಯಾಹ್ನದ ವೇಳೆ ತುಂಬ ಬಿಸಿ. ಅಕಸ್ಮಾತ್ ಬಂದರೆ ಎರಡುಮೂರು ವರ್ಷಕ್ಕೊಮ್ಮೆ ಮಾತ್ರ, ಫ಼ೋನು ಮಾಡದೆ ಯಾವತ್ತೂ ಬರುಲ್ಲ, ಎಂದಳು.

ಒಂದು ಸಂಜೆ ಏಳುಗಂಟೆಗೆ ನನಗೆ ಹೇಳಿದಳು: 'ಅರ್ಧಗಂಟೇಲಿ ಮಿತ್ತಲ್ ಸಾಹೇಬರು ಬರ್ತಾರೆ. ನೀನು ಮೇಲಿನ ಕೋಣೇಲಿರು. ನಾನು ಕೆಳಗೆ ಗೆಜ್ಜೆ ಕಟ್ಟಿಕೊಂಡು ಟೇಪು ಹಾಕ್ಕಂಡು ಅಭ್ಯಾಸ ಮಾಡ್ತಿರ್ತೀನಿ. ಅವರು ಬಂದಮೇಲೆ ನಾನೇ ಮೇಲೆ ಬಂದು ಕೂಗ್ತೀನಿ. ಕೆಳಗೆ ಬಾ. ಇವರು ಮುಂಬಯಿಯಿಂದ ಮೊನ್ನೆ ಬಂದರು, ಒಂದು ಮನೆ ಹುಡುಕ್ತಿದಾರೆ ಅಂತ ನಾನು ಹೇಳ್ತೀನಿ. ಪರಿಚಯ ಉಭಯಕುಶಲೋಪರಿ ಆದಮೇಲೆ ನೀನು ಸ್ನೇಹಿತರ ಮನೆಗೆ ಇಲ್ಲೇ ಗ್ರೀನ್‌ಪಾರ್ಕಿನಲ್ಲಿ ಊಟಕ್ಕೆ ಹೋಗ್ತೀನಿ ಅಂತ ಹೇಳಿ ಹೋಗಿಬಿಡು. ನೀನು ಇದೇ ಕಟ್ಟಡದಲ್ಲಿದ್ದರೆ ಅವರಿಗೆ ಸಂಕೋಚವಾಗುತ್ತೆ. ಒಂದು ಗಂಟೆಗಿಂತ ಹೆಚ್ಚು ಕಾಲ ಅವರು ಇರುಲ್ಲ. ಎಂಟೂ ಮುಕ್ಕಾಲಿಗೆ ದೂರದಲ್ಲಿ ನೋಡು ಅವರ ಬಿಳೀ ಬೆನ್ಜ್ ನಿಂತಿದ್ದರೆ ಮತ್ತೆ ಎಲ್ಲಾದರೂ ತಿರುಗಾಡಿಕೊಂಡು ಬಾ. ಅಥವಾ ಆಚೆಮೂಲೆಯ ಚಹಾದ ಅಂಗಡೀಲಿ ಕೂತಿರು.'

'ನಾನು ಬೇಕಾದರೆ ಈಗಲೇ ಹೊರಗೆ ಹೋಗ್ತೀನಿ.'

'ಬೇಡ. ನೀನಿಲ್ಲಿದೀ ಅನ್ನೂದು ನಾನು ತಿಳಿಸೂದು ಉತ್ತಮ. ಬೇರೆ ಮೂಲದಿಂದ ತಿಳಿದರೆ ಚನ್ನಲ್ಲ. ರಾತ್ರಿ ಕಾವಲಿನ ಚೌಕಿದಾರ, ಗಾರ್ಡನ್ ಮಾಲಿ, ನೆಲ ಸಾರಿಸಿ ಒರೆಸು ವವರು, ಅಥವಾ ಬೇರೆ ಯಾವ ರೀತಿ ಇವರು ಸುದ್ದಿ ತಿಳಿಕೊಳ್ತಾರೋ ಹೇಳಲು ಬರುಲ್ಲ. ಇವರು ಆ ಥರ ಕೆಳದರ್ಜೆ ವಿಧಾನದವರಲ್ಲ. ತುಂಬ ಡಿಗ್ನಿಫ಼ೈಡ್. ಆದರೂ ನಾವು ಎಚ್ಚರವಾಗಿರಬೇಕು. ಅಲ್ಲದೆ ಮುಂದೆ ಹ್ಯಾಗೂ ನಾನು ನೀನು ಸಮೀಪದವರಾಗಿರಬೇಕು. ಈಗಲೇ ಪರಿಚಯ ಮಾಡಿದ್ದರೆ ಸಹಜ. ನಾನು ಕಲಾವಿದೆ, ಸ್ವತಂತ್ರವಾಗಿ ಎಷ್ಟೋ ಊರುಗಳಿಗೆ ಹೋಗಿ ಪ್ರದರ್ಶನ ಕೊಡೋಳು, ಇತರ ಗಂಡಸು ಕಲಾವಿದರ ಜೊತೆ ನರ್ತಿಸೋಳು ಅನ್ನೂದೆಲ್ಲ ಅವರಿಗೆ ಗೊತ್ತಿದೆ. ಅದಕ್ಕೆಲ್ಲ ಅವರ ಆಕ್ಷೇಪವೂ ಇಲ್ಲ. ನಾನು ಹೇಳಿದ ಹಾಗೆ ಮಾಡು.'

ಮಿತ್ತಲರನ್ನು ನೋಡಿ ನನಗೆ ಆಶ್ಚರ್ಯವಾಯಿತು. ಅವರೊಬ್ಬ ದಪ್ಪಹೊಟ್ಟೆಯ ಸ್ಥೂಲಕಾಯದ ಖಾದಿ ವಸ್ತ್ರದ ಶೇಟರೆಂದು ನನ್ನ ಕಲ್ಪನೆಯಾಗಿತ್ತು. ಆದರೆ ಎದ್ದುನಿಂತು ನನ್ನ ಕೈ ಕುಲುಕಿದವರು ಸಫ಼ಾರಿ ಬುಷ್‌ಶರ್ಟುಧಾರಿ. ಕಪ್ಪಗೆ ಮಿನುಗುವ ಡೈ ಮಾಡಿಸಿಕೊಂಡ ತುಂಬು ಕ್ರಾಪ್‌ಕಟ್ಟಿನ, ಬಿಳಿಪು ಮೈಬಣ್ಣ, ಗುಲಾಬಿಬಣ್ಣದ ಫ಼್ರೇಮಿನ ಕನ್ನಡಕ, ಚರ್ಮದ ಪಟ್ಟಿಯ ಕೈ ಗಡಿಯಾರದ ವ್ಯಕ್ತಿ. ಅರವತ್ತೈದು ಎಂದು ಮನೋಹರಿಯೇ ಹೇಳಿದ್ದುದರಿಂದ ವಯಸ್ಸನ್ನು ನಿರ್ಧರಿಸುವುದು ಕಷ್ಟವಾಗಲಿಲ್ಲ. ಇಲ್ಲದಿದ್ದರೆ ಐವತ್ತೈದರಿಂದ ಅರವತ್ತು

ಎಂದು ತಕ್ಷಣ ಹೇಳಿ ಅನಂತರ ತಿದ್ದಿಕೊಳ್ಳಬೇಕಾದಂತಹ ಮುಖ ಮೈಕಟ್ಟುಗಳು. 'ತಮ್ಮ ಹೆಸರು ಕೇಳಿದೀನಿ. ದೊಡ್ಡ ಕಲಾವಿದರು. ಇಲ್ಲದಿದ್ದರೆ ಮನೋಹರೀಜೀ ಇಷ್ಟು ಗೌರವಿಸುತ್ತಿರಲಿಲ್ಲ. ವೆಲ್ಕಂ ಟು ದಿಲ್ಲಿ. ಇಲ್ಲಿ ಸಂಗೀತಕ್ಕೆ ತುಂಬ ಪ್ರೋತ್ಸಾಹವಿದೆ,' ಎಂದು ಮನಸ್ಸನ್ನು ಗೆಲ್ಲುವಂತಹ ಸ್ವಾಗತದ ನಗೆ ನಕ್ಕು, 'ತಶ್‌ರೀಫ್ ರಖ್ಖಿಯೇ' ಎಂದು ಸೋಫಾ ತೋರಿಸಿದರು. ನಾನು ಕುಳಿತೆ. ಅವರ ಕಲಾ ಪ್ರೋತ್ಸಾಹವನ್ನು ಹೊಗಳಿದೆ. ನಾನೀಗ ಒಬ್ಬ ಸ್ನೇಹಿತರ ಮನೆಗೆ ಊಟಕ್ಕೆ ಹೋಗಬೇಕು. ಇನ್ನು ಕೆಲವರನ್ನ ಕರೆದಿದಾರೆ. ಅವರೆಲ್ಲ ಕಾಯ್ತಿದಾರೆ, ಎಂದು ಕ್ಷಮಾಯಾಚನೆ ಮಾಡಿ ಮೇಲೆ ಎದ್ದೆ. 'ಡ್ರೈವರಿಗೆ ಹೇಳ್ತೀನಿ. ನಿಮ್ಮನ್ನ ಬಿಟ್ಟುಬರೂ ಹಾಗೆ,' ಅವರು ಹೇಳಿದರು. ಇಲ್ಲ ಇಲ್ಲೇ ಹಿಂಬದಿಯಲ್ಲಿ ಎರಡನೆ ರಸ್ತೆ. ಐದುನಿಮಿಷವೂ ಇಲ್ಲ. ಮನೋಹರೀಜೀ, ನಾನು ಬರೂದು ತಡವಾದರೂ ಆದೀತು. ಚೌಕೀದಾರ ಇರ್ತಾನಲ್ಲ, ಎಂದೆ. ಎಷ್ಟು ಹೊತ್ತಾದರೂ ಚಿಂತೆ ಇಲ್ಲ, ಎಂದು ಅವಳು ಬಾಗಿಲಿನ ತನಕ ಬಂದು ಕಳಿಸಿಕೊಟ್ಟಳು.

ಮಿತ್ತಲರ ಎದುರಿಗೆ ಅವಳು ಹೇಳಿದ ಪಾತ್ರಾಭಿನಯವನ್ನು ಉತ್ತಮವಾಗಿ ಮಾಡಿದೆನಾದರೂ ಮನಸ್ಸು ಮುದುಡಿಕೊಂಡಿತು. ತನ್ನ ಗುರುವನ್ನು ಮದುವೆಯಾಗಿದಾಳೆ. ಅವರಿಗೆ ಎಪ್ಪತ್ತೆಂಟು ವರ್ಷವಂತೆ. ನಾನು ಭೇಟಿಮಾಡಿಲ್ಲ. ಈ ಒಬ್ಬ ಪೋಷಕರು. ಅವರ ಭೇಟಿ ಇದ್ದಾಗ ನಾನು ಜಾಗ ಖಾಲಿಮಾಡಿ ತಾತ್ಕಾಲಿಕ ಅತಿಥಿಯಂತೆ ನಟಿಸಿ, ಏನೀ ಪಾಡು! ಎಂಬ ವ್ಯಾಕುಲ ತುಂಬಿಕೊಂಡಿತು. ಮಾರ್ಕೆಟ್ ಮುಂದಿನ ರಸ್ತೆಯಲ್ಲಿ ಉದ್ದಕ್ಕೆ ನಡೆಯುತ್ತಿದ್ದೆ. ಅಷ್ಟರಲ್ಲಿ ಆ ಪ್ರದೇಶದ ಪರಿಚಯವಾಗಿತ್ತು. ಹೌಸ್‌ಖಾಸ್, ಯೂಸುಫ್ ಸರಾಯಿ, ಸಫ್ದರ್‌ಜಂಗ್ ಆಸ್ಪತ್ರೆಗಳೆಲ್ಲ ಗುರುತಾಗಿದ್ದವು. ಗಡಿಯಾರ ನೋಡಿ ಕೊಂಡಾಗ ನಾನು ಹೊರಟು ಕಾಲುಗಂಟೆ ಕಳೆದಿತ್ತು. ಇಷ್ಟರಲ್ಲಿ ಅವಳು ಬೆತ್ತಲಾಗಿ ಆ ಶೇಟುವಿನ ಜೊತೆ ಬಿದ್ದಿರ್ತಾಳೆ ಎಂಬ ಕಲ್ಪನೆ ಮನಸ್ಸಿಗೆ ಬಂದಾಗ ಅಸಹ್ಯವೆನಿಸಿತು. ಕೋಪ ಬಂತು. ಇವಳನ್ನು ನೆಚ್ಚಿಕೊಂಡು ನಾನು ಹಿಂದು ಮುಂದು ಯೋಚಿಸದೆ ಈ ಊರಿಗೆ ಬಂದುಬಿಟ್ಟೆನಲ್ಲ! ಎಂಬ ಖೇದ ಆವರಿಸಿಕೊಂಡಿತು. ಅದೇ ರಸ್ತೆಯಲ್ಲಿ ನಿಧಾನವಾಗಿ ಐ.ಐ.ಟಿ.ಯ ಕಡೆಗೆ ನಡೆದೆ. ಈ ಊರು ಮುಂಬಯಿಯಂತಲ್ಲ. ಬೀದಿಗಳಲ್ಲಿ ನಡೆಯಬಹುದು ಎಂಬ ಸಂತೋಷವಾಯಿತು. ರಾತ್ರಿ ಎಂಟರ ಹೊತ್ತಿನಲ್ಲಿ ನಡೆಯುವ ಹಿತವೂ ಇತ್ತು. ಗಡಿಯಾರ ನೋಡಿಕೊಂಡು ಎಂಟೂಮುಕ್ಕಾಲರ ವೇಳೆಗೆ ಹಿಂತಿರುಗಿದಾಗ ಕಾರು ಇರಲಿಲ್ಲ. ಚೌಕೀದಾರ ಬಂದಿರಲಿಲ್ಲ. ಕರೆಗಂಟೆ ಒತ್ತಿ ಕಾದುನಿಂತೆ. ಒಳಗೆ ಬೆಳಕಿತ್ತು. ಬಾಗಿಲು ತೆರೆದ ಮನೋಹರಿಯ ತಲೆಕೂದಲು ಒದ್ದೆಯಾಗಿತ್ತು. ಆಗತಾನೆ ಸ್ನಾನಮುಗಿಸಿ ತಲೆಯನ್ನು ಉಜ್ಜಿಕೊಂಡಂತಿತ್ತು. ಒಳವಸ್ತ್ರಗಳಿಲ್ಲದೆ ಅವಸರದಲ್ಲಿ ಸುತ್ತಿಕೊಂಡ ಸೀರೆ ಕೂಡ ಅಲ್ಲಲ್ಲಿ ಒದ್ದೆಯಾಗಿತ್ತು. ಮುಖಕ್ಕೆ ಪ್ರಸಾಧನವಾಗಲಿ ಹಣೆಗೆ ಕುಂಕುಮವಾಗಲಿ ಇರಲಿಲ್ಲ. ಕೈಗಡಿಯಾರವಿರಲಿಲ್ಲ. ನಾನು ಒಳಗೆ ಬಂದನಂತರ ಬಾಗಿಲುಮುಚ್ಚಿ ಕೇಳಿದಳು: 'ಎಷ್ಟು ಹೊತ್ತು ಹೋಗಿಬಿಟ್ಟೆ? ಅವರು ಎಂಟೂಕಾಲಿಗೇ ಹೋದರು. ಅವರ ಕಾರು ಹೋಗೂದನ್ನ ಗಮನಿಸುತ್ತಾ ನೀನು ಆ ಚಾಯ್ ದುಕಾನಿನಲ್ಲಿರ್ತೀಯ ಅಂತ ನಾನು

ಭಾವಿಸಿದ್ದೆ.'

ನಾನು ಮಾತನಾಡಲಿಲ್ಲ. ಮಾತು ತಿಳಿಯಲಿಲ್ಲ. ಅವಳೊಡನೆ ಮೊದಲು ಇದ್ದ ಆಪ್ತ, ತನ್ಮಯಭಾವ ಇಳಿದುಹೋಗಿತ್ತು. ನನ್ನ ಮುಖ ಕಣ್ಣುಗಳಿಂದಲೇ ಅವಳು ನನ್ನ ಒಳಗನ್ನು ಅರ್ಥಮಾಡಿಕೊಂಡಂತೆ ತೋರಿತು. 'ಮೋಹನ್, ಹೇಳುಕ್ಕೆ ನಾಚಿಕೆಯಾಗುತ್ತೆ. ಆದರೆ ಹೇಳಲೇಬೇಕು. ಅವರು ಹೋದ ತಕ್ಷಣ ನಾನು ಮೈಲಿಗೆಯಾಗಿದೀನಿ ಅನ್ನಿಸಿಬಿಟ್ಟಿತು. ತಕ್ಷಣ ಸ್ನಾನಮಾಡಬೇಕು ಅನ್ನಿಸಿತು. ಎರಡೆರಡುಸಲ ಶಾಂಪೂ, ಸಾಬೂನುಗಳನ್ನ ಹಾಕಿ ಸ್ನಾನಮಾಡಿದೆ. ಆ ಬಟ್ಟೆಗಳನ್ನು ಧೋಬಿಗೆ ಕೊಡಬೇಕು, ಮತ್ತೆ ಕೈಲಿ ಮುಟ್ಟಬಾರದು ಅನ್ನಿಸಿತು. ಈಗ ಸ್ನಾನ ಮಾಡಿದೀನಿ. ಆದರೂ ನಿನ್ನನ್ನ ಕೈಲಿಸಹ ಮುಟ್ಟೋದುಬೇಡ ಅನ್ನಿಸುತ್ತೆ. ಕೊನೆಪಕ್ಷ ಒಂದು ರಾತ್ರಿ ಕಳೆದು ಹೊಸ ದಿನ ಬರುವ ತನಕ.' ನಾನು ಅವಳನ್ನು ದಿಟ್ಟಿಸಿನೋಡಿದೆ. ಅವಳು ತನ್ನ ಕಣ್ಣುಗಳನ್ನು ಭೂಮಿಯ ಕಡೆಗೆ ಇಳಿಬಿಟ್ಟಳು. ಕೆಳಗಿನ ಹಲ್ಲುಗಳು ಮೇಲಿನ ತುಟಿಯನ್ನು ಕಚ್ಚಿ ಹಿಡಿದವು. ಮುಖ ಕೆಳಗೆ ಬಾಗಿತು. ಮೌನ ಕವಿಯಿತು. ತುಸುಹೊತ್ತಾದ ಮೇಲೆ ಕತ್ತು ತಗ್ಗಿಸಿಯೇ, 'ಹಿಂದೆ ಎಂದೂ ಈ ಭಾವನೆ ಬಂದಿರಲಿಲ್ಲ. ಅವರು ಎಷ್ಟಾದರೂ ನನ್ನ ಪೋಷಕರು. ಅವರಿಲ್ಲದೆ ಈ ಕಟ್ಟಡ, ವಾಸದ ಮನೆ ಆಗ್ತಿರಲಿಲ್ಲ. ಈ ಸಂಸ್ಥೆ ಈ ಮಟ್ಟಿಗೆ ಬೆಳೀತಿರಲಿಲ್ಲ. ಅವರೆಂದರೆ ನನಗೆ ಸ್ನೇಹವೂ ಇದೆ. ಕೃತಜ್ಞತೆಯಂತೂ ತುಂಬಿದೆ. ನಾನು ಅವರಿಗೆ ಪ್ರತಿಯಾಗಿ ಕೊಡ್ತಿರೂದಾದರೂ ಏನು? ಅಪೂರ್ವಕ್ಕೊಮ್ಮೆ ಅರ್ಧಮುಕ್ಕಾಲು ಗಂಟೆಯ ಕಂಪನಿ, ಎನ್ನುವ ಭಾವನೆ ಇತ್ತು. ಆದರೆ ಇವತ್ತು ಮನಸ್ಸಿಗೆ ಎಷ್ಟು ಹಿಂಸೆಯಾಯಿತು ಗೊತ್ತಾ? ಅವರ ಸಂಬಂಧದ ಮೂಲವನ್ನೇ ಪ್ರಶ್ನಿಸಿಕೊಳ್ಳುವಂತಾಯಿತು.' ಎಂದು ಹೇಳಿ ಮುಖವನ್ನು ಮೇಲೆ ಎತ್ತಿದಳು. ಅವಳ ಎರಡು ಕಣ್ಣುಗಳೂ ದ್ರವಗೊಂಡಿದ್ದವು. ಸಮಾಧಾನಮಾಡಲೆಂದು ನಾನು ಹೆಜ್ಜೆಯನ್ನು ಮುಂದೆ ಇಟ್ಟು ಕೈಎತ್ತಿದೆ. 'ನಹಿ. ನಹಿ. ನನ್ನ ಮುಟ್ಟಬೇಡ. ಕೊನೆ ಪಕ್ಷ ಈ ರಾತ್ರಿ ಕಳೆದು ಹೊಸ ದಿನ ಬರುವವರೆಗೆ,' ಎಂದು ಅವಳು ಹಿಂದೆಸರಿದಳು.

ಅವಳು ಹೋದಮೇಲೆ ನಾನು ಡಬ್ಬಿಯನ್ನು ತೆಗೆದು ಊಟಮಾಡಿದೆ. ಖೇದ ಇಳಿದುಹೋಗಿತ್ತು. ಕೋಪ ಅಸಹ್ಯಗಳೆಲ್ಲ ಕಳೆದು ಮನಸ್ಸು ಹಗುರವಾಗಿತ್ತು. ನೆಮ್ಮದಿ ಸಿಕ್ಕಿತು.

ಮರುಬೆಳಗ್ಗೆ ತರಗತಿ ಮುಗಿದು ಎಲ್ಲರೂ ಹೋದಮೇಲೆ ನನ್ನ ಕೋಣೆಗೆ ಬಂದು ಎಂದಿನಂತೆ ಮಂಚದ ಮೇಲೆ ನನ್ನ ಬದಿಯಲ್ಲಿ ಕುಳಿತು ಕೈಹಿಡಿದುಕೊಂಡಳು. ನಾನೂ ಹಿಡಿದೆ. ಯಾವ ಶೃಂಗಾರಚೇಷ್ಟೆಯನ್ನೂ ಮಾಡಲಿಲ್ಲ. ತುಸು ಹೊತ್ತು ಅದೂ ಇದೂ ಮಾತನಾಡಿದ ನಂತರ ಲಜ್ಜೆಯನ್ನು ತುಳುಕಿಸುತ್ತಾ ಮುಖ ತಗ್ಗಿಸಿ ಹೇಳಿದಳು: 'ಹೇಳುಕ್ಕೆ ನಾಚಿಕೆ ಅನ್ನಿಸುತ್ತೆ. ಆದರೆ ಏನನ್ನಿಸುತ್ತೆ ಗೊತ್ತಾ? ಮನಸ್ಸಿಗೆ ಸ್ವಲ್ಪ ಕಷ್ಟವಾದರೂ ಇಬ್ಬರೂ ಪ್ರಯತ್ನಪಟ್ಟು ಒಂದಾಗಬೇಕು. ಮನಸ್ಸಿನಲ್ಲಿ ಏನಾದರೂ ಕಲೆ ಉಳಿದಿದ್ದರೆ ಅಳಿಸಿಹಾಕಿಬಿಡಬೇಕು.' ನನಗೂ ಅದು ಸರಿ ಎನ್ನಿಸಿತು. ಅವಳು ಇವತ್ತು ಹೊಸ ದಿನ ಎಂದಳು. ಒಂದಾ ದೆವು.

ಒಬ್ಬರ ತೋಳಿನಲ್ಲೊಬ್ಬರು ವಿಶ್ರಮಿಸಿದ ನಂತರ ಎಂದಳು: "ಇಲ್ಲಿ ಇಷ್ಟೊಂದು ಖಾಲಿ ಜಾಗವಿದೆ. ನಿನಗೆ ಪ್ರತ್ಯೇಕ ಮನೆಗೆ ಯಾಕೆ ಬಾಡಿಗೆ ಕೊಡಬೇಕು ಅಂದುಕೊಂಡಿದ್ದೆ. ನೆನ್ನೆ ಅವರು ಏನಂದರು ಗೊತ್ತಾ? ಅವರು ಯಾವತ್ತೂ ಸೂಕ್ಷ್ಮವಾಗಿ ಸೂಚ್ಯವಾಗಿ ಮಾತಾಡೋರು. ನೇರವಾಗಿ ಏನೂ ಹೇಳುಲ್ಲ. 'ನೀನು ಹೆಸರಾಂತ ಕಲಾವಿದೆ. ಅವರೂ ಹೆಸರಾಂತ ಗಾಯಕರು. ಇಲ್ಲಿಯೇ ವಾಸಮಾಡಿದರೆ ಜನ ಇಲ್ಲದ ಕತೆ ಕಟ್ಟಬಹುದು. ಯಾಕೆ ಅವಕಾಶ ಕೊಡಬೇಕು? ಯೋಚನೆ ಮಾಡು' ಅಂದರು. ಅಂದರೆ ಅವರಿಗೆ ಹೊಟ್ಟೆಕಿಚ್ಚು ಆರಂಭವಾಗಿದೆ. ನೀನು ಕಲಾವಿದ. ನಾನು ನಿನಗೆ ಒಲಿದಿದೀನಿ ಅಂತ. ಹತ್ತಿರದಲ್ಲೇ ಒಂದು ಮನೆ ಹುಡುಕೋಣ. ಮಧ್ಯಾಹ್ನವೆಲ್ಲ ನೀನು ಇಲ್ಲಿಗೆ ಬರಬಹುದು. ಬೇಕಾದಾಗ ನಾನು ಅಲ್ಲಿಗೆ ಬರಬಹುದು. ಒಂದು ರೀತಿಯಲ್ಲಿ ನಮಗೆ ಇನ್ನೂ ಹೆಚ್ಚು ಅನುಕೂಲ. ನಮ್ಮಿಬ್ಬರ ನಿಕಟತೆಯನ್ನ ಅವರು ಕ್ರಮೇಣ ತಿಳಿಯಲಿ. ಒಂದೇ ಸಲಕ್ಕೆ ಬೇಡ."

ನನಗೂ ಅದು ಸರಿ ಎನ್ನಿಸಿತು. ಎರಡುವಾರಕ್ಕೊಮ್ಮೆಯಾಗಲಿ ಅವರು ಬರುವ ದಿನ ಒಂದುತಾಸು ನಾನು ಸ್ಥಳಬಿಟ್ಟು ಹೋಗುವ ಹೀನಾಯ ಬೇಡ. ನರ್ತನ ಕಲಿಯಲು ಬರುವ ವಿದ್ಯಾರ್ಥಿ ವಿದ್ಯಾರ್ಥಿನಿಯರು ನನ್ನನ್ನೇಕೆ ದಿನಾ ನೋಡಬೇಕು? ಅದೂ ಅಲ್ಲದೆ ಇಲ್ಲಿ ಬೆಳಗ್ಗೆ ಸಂಜೆ ಒಂದೇಸಮನೆ ಆಗುವ ಕುಣಿತದ ಗದ್ದಲವು ನನ್ನ ಸ್ವರಲಹರಿಗೆ ಪೂರಕವಲ್ಲ ಅಂತ ಆಲೋಚಿಸಿದೆ. ಹತ್ತಿರವೇ ಇದ್ದ ಒಂದು ಟು-ಲೆಟ್ ಸೇವೆಯ ಅಂಗಡಿಗೆ ಅವಳು ನನ್ನನ್ನು ಕರೆದೊಯ್ದಳು. ಎರಡು ಗಂಟೆಯ ಅವಧಿಯಲ್ಲಿ ನೃತ್ಯಶಾಲೆಯಿಂದ ಆರುನಿಮಿಷದ ಕಾಲ್ನಡಿಗೆಯ ದೂರದಲ್ಲಿ ಎರಡು ಕೋಣೆ, ಅಡುಗೆಮನೆ ಮತ್ತು ಸ್ನಾನಶೌಚಗಳ ಒಂದು ಬರಸಾತಿ ಸಿಕ್ಕಿತು. ಮುಂಬಯಿಯಲ್ಲಿ ಕಲ್ಪಿಸಿಕೊಳ್ಳಲೂ ಸಾಧ್ಯವಿಲ್ಲದ ಶಾಂತ ಏಕಾಂತಸ್ಥಳ. ಮೇಲಿನ ಬಿಸಿಲುಮಚ್ಚೆಲ್ಲ ನನ್ನದೇ. ಎಷ್ಟು ಗಟ್ಟಿಯಾಗಿ ಹಾಡಿಕೊಂಡರೂ ಯಾರಿಗೂ ಕೇಳಿಸದ ಏಕಾಂತ. ಬಿಸಿಲುಮಚ್ಚಿನಲ್ಲಿ ಅಂಗಾಂತ ಮಲಗಿದರೆ ಆಕಾಶಕ್ಕೆ ಹತ್ತಿರವಾಗಿರುವ ಭಾವ. ಬೇಕಾದಷ್ಟು ವಾರ್ಡ್‌ರೋಬ್ ಮತ್ತು ಕಪಾಟುಗಳು. ಬಾಡಿಗೆ ಕೂಡ ಮುಂಬಯಿಯವರಿಗೆ ನಂಬಲು ಸಾಧ್ಯವಿಲ್ಲದಷ್ಟು ಕಡಮೆ. ತಿಂಗಳಿಗೆ ಒಂದೂವರೆ ಸಾವಿರ. ಹತ್ತು ತಿಂಗಳ ಮುಂಗಡಕ್ಕೆ ಮನೋಹರಿ ಅಲ್ಲಿಯೇ ಒಂದು ಚೆಕ್ ಕೊಟ್ಟಳು. ಒಂದು ಕೋಣೆಗೆ ಎ.ಸಿ. ಹಾಕಿಸಿಕೊಡ್ತೀನಿ. ನನ್ನ ಹತ್ತಿರ ಇದೆ. ನೆಲಕ್ಕೆ ಹಾಸುವ ರತ್ನಗಂಬಳಿ ಮಂಚ, ಕುರ್ಚಿಗಳೂ ಇವೆ, ಎಂದಳು. ನರ್ತನಶಾಲೆಯಿಂದ ಒಂದು ತಂಬೂರಿಯನ್ನೂ ತಂದುಕೊಟ್ಟಳು.

– ೫ –

ನಾನು ದಿಲ್ಲಿಗೆ ಬಂದ ಮೂರುವಾರಗಳ ನಂತರ, ಅಂದರೆ ನನ್ನದೇ ಬರಸಾತಿ

ಮನೆ ಮಾಡಿಕೊಂಡ ಒಂದುವಾರದ ಮೇಲೆ ಒಂದು ಸಂಜೆ ಅವಳು ನನ್ನನ್ನು ತನ್ನ ಮನೆಗೆ ಕರೆದೊಯ್ದಳು. ಅವಳ ಗುರು ಸೋಹನಗುರುವನ್ನು ನೋಡಬೇಕೆಂಬ ಕುತೂಹಲ ನನಗೂ ಇತ್ತು. ನನ್ನ ಮನಸ್ಸು ಅವರನ್ನು ಅವಳ ಗುರುವೆಂದು ಭಾವಿಸುತ್ತಿತ್ತೇ ವಿನಾ ಪತಿ ಎಂದು ಅಲ್ಲ. ದಿನಾ ರಾತ್ರಿ ಅವಳು ಮನೆಗೆ ಹೋಗುತ್ತಿದ್ದರೂ, ಯಾವುದಾದರೂ ಮಾತಿನಲ್ಲಿ ಜೊತೆಯಲ್ಲೇ ಮಲಗುತ್ತಾಳೆಂಬ ಸೂಚನೆಯಿದ್ದರೂ ನನಗೆ ಅವರ ಸಂಬಂಧದಲ್ಲಿ ನನ್ನ ಬಗೆಗೆ ಹೀನಾಯಭಾವನೆ ಎಂದೂ ಬರುತ್ತಿರಲಿಲ್ಲ. ಅವರು ನರ್ತಿಸುವ ಎಷ್ಟೋ ದೊಡ್ಡ ದೊಡ್ಡ ಫೋಟೋಗಳನ್ನು ನರ್ತನಶಾಲೆಯ ಗೋಡೆಗಳ ಮೇಲೆ ಹಾಕಿದ್ದಳು. ಅವಳ ಚಿತ್ರಗಳಂತೂ ತುಂಬಿದ್ದವು. ಅವರು ಅವಳು ಕೂಡಿ ನರ್ತಿಸಿದ ಮೂರು ಫೋಟೋಗಳು ಇದ್ದವು. ಅವರ ಮುಖದಲ್ಲಿ ತೇಜಸ್ಸಿತ್ತು. ಅವರನ್ನು ನೋಡಬೇಕೆಂಬ ಬಯಕೆಯನ್ನು ನಾನಾಗಿಯೇ ವ್ಯಕ್ತಪಡಿಸಿರಲಿಲ್ಲ. ಈಗ ಅವಳಾಗಿಯೇ ಏರ್ಪಡಿಸಿದುದರಿಂದ ಸಂತೋಷವಾಯಿತು. ರಾತ್ರಿ ಎಂಟುಗಂಟೆಗೆ ನಾವಿಬ್ಬರೂ ಅವಳ ಕಾರಿನಲ್ಲಿ ಮನೆ ತಲುಪಿದಾಗ ಅವರು ಸೋಫದಮೇಲೆ ಕೂತು ಟಿ.ವಿ.ಯಲ್ಲಿ ಟೆನಿಸ್‌ಮ್ಯಾಚ್ ನೋಡುತ್ತಿದ್ದರು. ನಾನು ಕಲ್ಪಿಸಿಕೊಂಡದ್ದಕ್ಕಿಂತ ಹೆಚ್ಚು ವಯಸ್ಸು ಅವರ ಮುಖ ಮೈಗಳಲ್ಲಿ ಕಾಣುತ್ತಿತ್ತು. ಕಣ್ಣುಗಳು ಪ್ರಖರವಾಗಿದ್ದರೂ ಜೋಲುತ್ತಿದ್ದವು. ಮದ್ಯದ ಪರಿಣಾಮವೆಂದು ಥಟ್ಟನೆ ಹೇಳಬಹುದಾಗಿತ್ತು. ಮನೋಹರಿಯನ್ನು ಕಂಡ ತಕ್ಷಣ, 'ಯಾಕೆ ಇಷ್ಟು ತಡ?' ಎಂದರು. ಎಷ್ಟು ಬೇಗ ಹೋದರೂ ಯಾಕೆ ಇಷ್ಟು ತಡ? ಎನ್ನುವುದು ಅವರ ಯಾಂತ್ರಿಕ ಅಭ್ಯಾಸ ಎಂದು ಅವಳು ನನ್ನೊಡನೆ ಹಲವು ಬಾರಿ ಹೇಳಿದ್ದುದು ನೆನಪಿಗೆ ಬಂತು. ನನ್ನ ಪರಿಚಯ ಮಾಡಿಕೊಟ್ಟಾಗ ಅವರು: 'ಮುಂಬಯಿ ಬಿಟ್ಟು ದಿಲ್ಲಿಗೆ ಯಾಕೆ ಬಂದಿರಿ? ಈ ಷಹರಿನಲ್ಲಿ ಕಲೆಗೆ ಜನಪ್ರೋತ್ಸಾಹವಿಲ್ಲ. ಇರೂದೆಲ್ಲ ಕಂಡವರ ದುಡ್ಡು ಹೊಡೆಯುವ ಸರ್ಕಾರದ ಒತ್ತಾಸೆ. ಒಳಸಂಚುಗಳು,' ಎಂದರು. ದಿಲ್ಲಿಯ ಈ ಗುಣ ನನಗೆ ಮೊದಲೇ ಗೊತ್ತಿದ್ದುದರಿಂದ ನಾನು ಯಾವ ಟಿಪ್ಪಣಿಯನ್ನೂ ಮಾಡಲಿಲ್ಲ. ಹಿರಿಯ ಕಲಾವಿದರಿಗೆ ಮಾಡಬೇಕಾದ ರೀತಿಯಲ್ಲಿ ಬಗ್ಗಿ ಅವರ ಪಾದಸ್ಪರ್ಶ ಮಾಡಿದೆ. ಅವರು ಎದ್ದುನಿಂತು ನನ್ನನ್ನು ಆಲಿಂಗಿಸಿಕೊಂಡರು.

ಮನೆ ಭಾರಿಯಲ್ಲದಿದ್ದರೂ ಕಲಾಭಿರುಚಿಯಿಂದ ಕಟ್ಟಿಸಿದುದು. ಸಂಗೀತ ಅಥವಾ ನರ್ತನದ ಕಿರುಸಭೆಯನ್ನು ಏರ್ಪಡಿಸಬಹುದಾದಂತಹ ಒಂದು ಅಂಗಣ. ನೆಲಕ್ಕೆ ರತ್ನಗಂಬಳಿ ಇಲ್ಲ. ಮೊಸಾಯಿಕ್ ಕೂಡ ಇಲ್ಲ. ಗಾರೆ ಹಾಕಿದ್ದರು. ಕುಣಿತವನ್ನು ಮೊಸಾಯಿಕ್ ತಡೆ ಯುವುದಿಲ್ಲವೆಂದು ಹೀಗೆ ಮಾಡಿಸಿದ್ದಾರೆಂಬುದು ಸ್ಪಷ್ಟವಿತ್ತು. ಅದಲ್ಲದೆ ಎರಡು ಕೋಣೆಗಳು. ಅಡುಗೆ, ಸ್ನಾನ. ಮಹಡಿಯ ಮೇಲೆ ಸಣ್ಣ ಅಂಗಣ, ಎರಡು ಕೋಣೆಗಳು. ಒಂದು ಬಿಸಿಲುಮಚ್ಚು. ನನ್ನ ಗುರು, ನನ್ನ ಕಲಿಕೆ ಮೊದಲಾಗಿ ವಿಚಾರಿಸಿಕೊಂಡರು. ಮನೋಹರಿ ಒಂದು ಲೋಟಕ್ಕೆ ಒಂದು ಪೆಗ್ ವಿಸ್ಕಿ ಬಗ್ಗಿಸಿ ಫ್ರಿಜ್‌ನ ನೀರು ಮತ್ತು ಐಸುಗಳನ್ನು ಹಾಕಿ ಅವರಿಗೆ ಕೊಟ್ಟಳು. ನನಗೆ ಕೋಕ್. 'ಯಾಕೆ? ನಾನೊಬ್ಬನೇ ಪಾಪಕೆಲಸ ಮಾಡುವವನೊ?' ಸೋಹನ ಗುರುಗಳು ಕೇಳಿದರು.

'ಇಲ್ಲ, ನೀವೊಬ್ಬರೇ ಪುಣ್ಯವಂತರು. ಇವರಿಗೆ ಲಭ್ಯವಿಲ್ಲ,' ಅವಳು ಉತ್ತರಿಸಿದಳು.

'ನೋಡಿ, ನಾನು ಆಡಿದ ಮಾತಿಗೆ ತಪ್ಪೋನಲ್ಲ. ಇವಳು ಬಂದು ಕೊಡೂತನಕ ಕಾಯ್ತೀನಿ. ನಾನಾಗಿಯೇ ತೆಗೆದು ಕುಡಿಯುವುದಿಲ್ಲ. ನೋಡಿ, ಇಷ್ಟು ಕೊಟ್ಟಿದಾಳಲ್ಲ ಜಿಪುಣಿ, ಇನ್ನೊಂದುಸಲ ಕೇಳುವಂತಿಲ್ಲ. ಇದನ್ನ ಪ್ರಾಮಾಣಿಕವಾಗಿ ಪಾಲಿಸಿಕೊಂಡು ಬಂದಿದೀನಿ,' ಎಂದು ಅವರು ನಕ್ಕರು. ಆಮೇಲೆ ನನ್ನ ಕಡೆಗೆ ಲೋಟವನ್ನೆತ್ತಿ ಚೀರ್ಸ್ ಎಂದರು. ಮನೋಹರಿ ಅಡುಗೆಯನ್ನು ಬಿಸಿ ಮಾಡಲು ಹೋದಳು. ಮೂರು ಗುಟುಕು ಕುಡಿದನಂತರ ಅವರು, 'ಗಂಭೀರ ರಾಗಗಳು ಮಾತ್ರ ನಿಮಗೆ ಇಷ್ಟ ಅಂದಿದ್ದಳು ಮನೋಹರಿ. ಬಾಗೇಶ್ರೀ ಹಾಡ್ತೀರಾ?' ಎಂದರು.

'ತಾವು ಅಪೇಕ್ಷೆಪಟ್ಟರೆ ಆಗಲಿ. ಆದರೆ ಮೂರುವಾರದಿಂದ ಗಂಟಲಿಗೆ ಅಭ್ಯಾಸ ತಪ್ಪಿದೆ.'

'ತಪ್ಪಿದರೆ ಏನಾಯ್ತು? ಮನೋಹರೀ,' ಎಂದು ಗಟ್ಟಿಯಾಗಿ ಕೂಗಿದರು. ಅವಳು ಬಂದನಂತರ, 'ಇವರು ಈಗ ಬಾಗೇಶ್ರೀ ಹಾಡ್ತಾರೆ. ಊಟ ಆಮೇಲೆ. ಹೊಟ್ಟೆಗೆ ಬಿದ್ದರೆ ಉಸಿರು ತುಂಬಿ ಹಾಡುಕ್ಕಾಗುಲ್ಲ. ಆ ತಣ್ಣನೆಯ ಕೋಕ್ ಕುಡೀಬೇಡಿ. ಬಿಸಿ ಚಹ ಮಾಡಿ ಕೊಡು ಅಥವಾ ಬಿಸಿಬಿಸಿ ಹಾಲು. ತಂಬೂರಿ ತಂದುಕೊಡು. ತಬಲಾ ಇಲ್ಲಿ ತಾ, ಶ್ರುತಿ ಮಾಡಿಕೊಡ್ತೀನಿ. ನೀನು ಸಂಗತ್ ಕೊಡು. ನಾನು ಕೇಳಬೇಕು.'

ನಾನು ಬಿಸಿಹಾಲು ಕುಡಿದು ತಂಬೂರಿಯ ಶ್ರುತಿ ಮಾಡಿಕೊಂಡು, ಅವರು ತಬಲಾದ ಶ್ರುತಿಮಾಡುವ ವೇಳೆಗೆ ಅವರು ತಮ್ಮ ಲೋಟವನ್ನು ಮುಗಿಸಿಬಿಟ್ಟಿದ್ದರು. ಅವಳ ಕಡೆ ತಿರುಗಿ, 'ಈಗ ಸಂಗೀತ ಕೇಳಬೇಕು. ದೊಡ್ಡಗವಯಿ ಅಂತ ಹೇಳಿದೀಯ. ಅದರಲ್ಲೂ ಬಾಗೇಶ್ರೀ. ಇನ್ನೊಂದಿಷ್ಟು ಹಾಕು ಜಿಪುಣತನ ಬಿಟ್ಟು' ಎಂದರು. ಅವಳು ಎದ್ದು ಇನ್ನೊಂದು ಪೆಗ್ ಹದ ಮಾಡಿಕೊಟ್ಟಳು. ನೆಲದಮೇಲೆ ಒಂದು ಜಮಖಾನೆ ಹಾಸಿ ಗೋಡೆಗೆ ಒರಗಿಸಿ ಅವಳು ಅವರಿಗೆ ಒಂದು ದಿಂಬು ಇಟ್ಟಳು. ನಾಲ್ಕು ಅಡಿ ದೂರದಲ್ಲಿ ನಾನು, ನನ್ನ ಎದುರಿಗೆ ತಬಲ ಹಿಡಿದ ಅವಳು ಕುಳಿತೆವು.

'ನೀವು ನೆಲದಮೇಲೆ ಕೂತು ಹಾಡುವಾಗ ನಾನು ಸೋಫದಮೇಲೆ ಕೂತರೆ ಅಗೌರವ. ನೀವು ವಯಸ್ಸಿನಲ್ಲಿ ಚಿಕ್ಕವರಾದರೂ ಸಂಗೀತಕ್ಕೆ ಮರ್ಯಾದೆ ಕೊಡಬೇಕು,' ಎನ್ನುತ್ತಾ ಅವರು ದಿಂಬು ಒರಗಿ ಕುಳಿತರು. ಷಡ್ಜವನ್ನು ಹಿಡಿಯುವ ಮೊದಲು ನನ್ನ ಕಣ್ಣುಗಳು ಸಹಜವಾಗಿ ಅವರ ಕಡೆಗೆ ಹೊರಳಿದವು. ಎಪ್ಪತ್ತೆಂಟುವರ್ಷದ ಅವರು ದ್ರೋಣಾಚಾರ್ಯ ರಂತೆ ಕಂಡರು. ಅವರ ಹಲ್ಲುಗಳು ಕಟ್ಟಿಸಿದವೆಂದು ಸ್ಪಷ್ಟವಾಗುತ್ತಿತ್ತು. ಅಗಲವಾದ ಹಣೆ. ನೀಳ ಮೂಗು. ಅಭಿನಯದ ಸಾಧನೆ ಮಾಡಿ ಮಾಡಿ ಹೇಗೆಂದರೆ ಹಾಗೆ ಕೇಳುವ ಕಣ್ಣು ಗಳು. ಬೊಕ್ಕತಲೆ. ತೇಜಸ್ವಿಯಾದ ಮುಖ. ಈ ದೊಡ್ಡ ಗುರುವಿನ ಎದುರಿಗೆ ಹಾಡಲು ನನಗೆ ಅಂಜಿಕೆಯಾಯಿತು. ನನ್ನ ಗುರು ರಾಜಾ ಸಾಹೇಬರು ಈಗ ಬದುಕಿದ್ದರೆ ಹೀಗೆಯೇ ಕಾಣುತ್ತಿದ್ದರು ಎನ್ನಿಸಿತು. ಶಿಷ್ಯತ್ವ ಮುಗಿಸಿ ಇಷ್ಟುವರ್ಷ ಹೊರಗೆ ಹಾಡಿ ಹೆಸರು ಗಳಿಸಿದ್ದೀ

ಯಲ್ಲ, ಈ ಘನರಾಗವನ್ನು ಹಾಡು ನೋಡುವಾ ಎಂದು ಅವರ ಆತ್ಮವು ಈ ರೂಪತಾಳಿ ನನ್ನೆದುರು ಕೂತಿದೆ ಎನ್ನಿಸಿತು. ಆ ಭಾವನೆಯನ್ನು ಅದುಮಿ ಮೇಲೆದ್ದು ಎದುರು ಕೂತಿರುವವರು ಎಷ್ಟು ದೊಡ್ಡ ಕಲಾವಿದರಾದರೂ ಮೂಲತಃ ನರ್ತಕರು. ನಾನು ಗಾಯಕ, ನಾನೂ ಸಾಕಷ್ಟು ಸಾಧನೆ ಮಾಡಿದೀನಿ ಎಂಬ ಆತ್ಮವಿಶ್ವಾಸವನ್ನು ಗಳಿಸಿಕೊಳ್ಳಲು ಐದು ನಿಮಿಷವಾಯಿತು.

ಸಾ. ನಿ ಧ, ಸಾ, ಎಂದು ಚಲಿಸುವ ವೇಳೆಗೆ ಅವರ ಮುಖದಲ್ಲಿ ರಾಗದ ಹಿಡಿತದ ಭಾವ ಮೂಡಿತು. ತರ್ಜನಿಯಿಂದ ತಮಗೆ ತಾವು ಚಲನೆಯ ಗತಿಯನ್ನು ನಿರ್ದೇಶಿಸಿಕೊಳ್ಳ ತೊಡಗಿದರು. ರಾಗವು ನನ್ನನ್ನು ಹಿಡಿದು ಆತಂಕ, ಆಗಂತುಕಭಾವನೆಗಳನ್ನೆಲ್ಲ ನಿವಾರಿಸಿತು. ಪ್ರೇಮಪೂರ್ವಕ ಅರ್ಚನೆಯ ವಿಸ್ತಾರವಾದ ಕಲಾಪಗಳು. ಹೇಗೆ ಹೇಗೆ ಸಂಚರಿಸಿದರೂ ಪೂಜೆಯ ವಿಧ ವಿಧಾನಗಳೇ. ಭಕ್ತಿ, ಕರ್ಮ, ವಿರಾಮ, ಭರವಸೆ, ನಡುನಡುವೆ ನಿರಾಶೆ. ಧ ಮ ಪ ಧ ಮ ಗ ಗಳಲ್ಲಿ ಹುಟ್ಟುವ ವಿಚಿತ್ರ ಲಾಸ್ಯ. ನನ್ನಪಾಡಿಗೆ ನಾನು ಹಾಡಿಕೊಳ್ಳುತ್ತಿದ್ದೆ. ಎಷ್ಟೋ ಹೊತ್ತಿನ ನಂತರ ನನ್ನ ಕಣ್ಣುಗಳು ಗುರುತಿಸಿದವು: ನಾನು ಹಾಡುವ ಭಾವಗಳನ್ನು, ಒಂದೊಂದು ತುಣುಕು ಸಂಚಾರದ ಭಾವಗಳನ್ನೂ ಅವರ ಮುಖವು ಅಭಿನಯಿಸುತ್ತಿದೆ. ಅವರ ಕೈ ಮತ್ತು ಬೆರಳುಗಳ ಚಲನೆಯು ಕೇವಲ ಸಂಗೀತಶ್ರೋತೃವಿನ ಮಗ್ನಕ್ರಿಯೆಯಲ್ಲ. ನನ್ನ ಗಾಯನಕ್ಕೆ ಅವರು ಅಭಿನಯದ ಸಾಥಿ ಕೊಡುತ್ತಿದ್ದಾರೆ. ಅದು ಅರ್ಥವಾದನಂತರ ನಾನು ಅವರನ್ನು ನೋಡುತ್ತಲೇ, ಅವರಿಗಾಗಿಯೇ ಹಾಡತೊಡಗಿದೆ. ಅವರಿಂದ ಸ್ಫೂರ್ತಿ ದೊರೆಯತೊಡಗಿತು. ಹಾರ್ಮೋನಿಯಂ ಸಾಥಿದಾರನಾಗಿದ್ದರೆ ಅವನ ಸ್ವರಚಲನೆಯು ನನ್ನ ಗಾಯನ ಚಲನೆಯನ್ನನುಸರಿಸಿ ನೆನಪಿಗೆ ತಂದುಕೊಟ್ಟು ಮುಂದಿನ ಸ್ವರಕಲ್ಪನೆಗೆ ಸಹಾಯಕವಾಗುತ್ತಿತ್ತು. ಆದರೆ ಇವರ ಸಾಥಿಯು ಸ್ವರಚಲನೆಯ ಭಾವವನ್ನನುಸರಿಸುತ್ತಿದೆ. ನಾನು ಅದೇ ಭಾವವನ್ನು ಪುನರಾವರ್ತಿಸಬೇಕು. ಅಥವಾ ಅದಕ್ಕೆ ತುಸು ವರ್ಣಪಲ್ಲಟ ವನ್ನೋ ಅರ್ಥಪಲ್ಲಟವನ್ನೋ ಮಾಡಿ ಬದಲಿಸಬೇಕು, ಅಥವಾ ಬೇರೆ ಭಾವವನ್ನು ಆವಿಷ್ಕರಿಸಬೇಕು. ಆದರೆ ಅವನ್ನೆಲ್ಲ ಸ್ವರಸಂಚಾರದ ಮೂಲಕವೇ ಮಾಡಬೇಕು. ಭಾವದ ಪ್ರಜ್ಞೆ ಇಟ್ಟುಕೊಂಡು ಸ್ವರದ ನಡೆಯನ್ನು ನಿರ್ವಹಿಸುವ ಹೊಸ ಭರವಸೆಯು ಆರಂಭದಲ್ಲಿ ತುಸು ತೊಡಕಾಗಿ ಕಂಡರೂ ದಾರಿಸಿಕ್ಕಿದಮೇಲೆ ರಾಗಪ್ರಸ್ತುತಿಯ ಹೊಸ ವಿಧಾನವಾಗಿ ಕಂಡು ಅದನ್ನೇ ಅನುಸರಿಸಿದೆ. ನನ್ನ ಗಾಯನವು ಬರೀ ಸ್ವರಸಂಚಾರ, ಭಾವಸಂಚಾರವಲ್ಲ, ಅಭಿನಯ ಕ್ರಿಯೆಯಲ್ಲೂ ವ್ಯಕ್ತವಾಗುವ ಮೂರ್ತಸ್ವರೂಪವೆನ್ನಿಸಿ ಇದುವರೆಗೆ ಅನುಭವಿಸಿ ಅರಿಯದ ಸಂತೋಷ ಸಿಕ್ಕಿತು. ನನಗೂ ಅವರಿಗೂ ಸಂಪೂರ್ಣ ಸಹಭಾಗಿತ್ವ ಸಿದ್ಧಿಸಿತು. ಅವರ ಮುಖದಲ್ಲಿ ಎಂತಹ ಸ್ನೇಹ! ಹಾರ್ಮೋನಿಯಂ ಸಾಥಿದಾರನಲ್ಲಿ ಅನುಸರಣೆಯ ಮೆಚ್ಚುಗೆಯನ್ನು ವಿನಾ ಸ್ನೇಹದ ಸಮಾನತೆಯನ್ನು ಕಂಡರಿಯದ ನನಗೆ ಇವರಲ್ಲಿ ಸಮಾನತೆ ಮಾತ್ರವಲ್ಲ ನನಗಿಂತ ಎತ್ತರದ ಭಾವಜ್ಞಾನಿಯ ಸಾಹಚರ್ಯ ದೊರೆತಿತ್ತು. ನಾನು ಅವರನ್ನು ಅನುಸರಿಸುತ್ತಿದ್ದೇನೆಯೋ ಅವರು ನನ್ನನ್ನು ಅನುಸರಿಸುತ್ತಿದ್ದಾರೆಯೋ ಎಂಬ ಪರಿವೆ ಇಲ್ಲದೆ ಒಂದೇ ರಾಗಚಲನೆಯ ಎರಡು ಅಭಿವ್ಯಕ್ತಿಗಳಾಗಿ ಹರಿಯುತ್ತಿದ್ದೆವು.

ಅವರು ತಮ್ಮ ಒರಗುದಿಂಬನ್ನು ಬಿಟ್ಟು ಬೆನ್ನುಹುರಿಯನ್ನು ನೆಟ್ಟಗೆಮಾಡಿ ಅರೆಪದ್ಮಾಸನದಲ್ಲಿ ಕುಳಿತು ತಮ್ಮ ಎರಡೂ ಕೈಗಳು, ಎದೆ ಭುಜ, ಮುಖ ಕಣ್ಣುಗಳಿಂದ ರಾಗವನ್ನು ಅಭಿನಯಿಸುತ್ತಿದ್ದರು.

ತಬಲ ಹಿಡಿದ ಮನೋಹರಿಗೆ ಒಂದೇಸಮನೆ ವಿಲಂಬಿತ ಗತಿಯಲ್ಲಿ ನಡೆಯುವುದು ಕಷ್ಟವಾಗಿರಬೇಕು. ನಡುವೆ ಒಮ್ಮೆ ಮಧ್ಯಲಯಕ್ಕೆ ಜಾರಿಬಿಟ್ಟಳು. ನನಗಿಂತ ಮೊದಲು ಅವಳ ಗುರುವಿನ ಮುಖದಲ್ಲಿ ಅಸಮ್ಮತಿ ಕಂಡಿತು. ಅವರ ಕಣ್ಣುಗಳು ಅವಳೆಡೆಗೆ ಶಿಕ್ಷೆಯ ಹೊಳಪನ್ನು ರಾಚಿದವು. ಅವಳ ಮುಖದಲ್ಲಿ ತಪ್ಪೊಪ್ಪಿಗೆ ಕಂಡಿತು. ಮತ್ತೊಮ್ಮೆ ಗತಿಯನ್ನು ಬದಲಿಸದಿದ್ದರೂ ಒಂದೊಂದು ಮಾತ್ರೆಯಲ್ಲಿ ನಾಲ್ಕು ನಾಲ್ಕು ಅಕ್ಷರಗಳನ್ನು ಹಾಕಿದಳು. ಆಗ ಮಾತ್ರ ಗುರುವು, 'ಇದು ಕುಣಿತವಲ್ಲ, ಗಾಯನ' ಎಂದುಬಿಟ್ಟರು. ಅವಳು ನಾಚಿಕೆಯಿಂದ ನೀರಾದಳು. ಅನಂತರ ಮತ್ತೆ ಅಂತಹ ತಪ್ಪು ಮಾಡಲಿಲ್ಲ. ಒಂದೊಂದು ಕಾಲಿಗೂ ಇನ್ನೂರು ಗೆಜ್ಜೆಗಳನ್ನು ಕಟ್ಟಿಕೊಂಡು ತಾಳದ ಅಗಣಿತ ವೈವಿಧ್ಯವನ್ನು ಸಾಕಾರಗೊಳಿಸುವ ಇವಳಿಗೆ ವಿಲಂಬಿತ ಗತಿಯ ಸ್ವರಾಲಾಪಕ್ಕೆ ಠೇಕಾ ಹಿಡಿಯುವ ಕೆಲಸವು ಶಿಕ್ಷೆಯಾಗಿದೆ ಎಂದು ನನಗೆ ಅನ್ನಿಸಿದರೂ ಸ್ವರ ಮತ್ತು ರಾಗಗಳಲ್ಲಿ ರಕ್ತಿ ಇರುವುದು ನನಗೆ ತಿಳಿದಿತ್ತು.

ಏಕತಾಲದಲ್ಲಿ ಒಂದೂಕಾಲು ತಾಸಿಗೂ ಮೀರಿ ಆಲಾಪ ಮಾಡಿ ಮಧ್ಯಲಯ ತ್ರಿತಾಲದಲ್ಲಿ

ಕೌ ऽ ನ ಕ । ರ ತ ತೋ ರಿ । ಬಿ ನ ತಿ ಪಿ । ಯ ರ ವಾऽ

ಚೀಜನ್ನು ಆರಂಭಿಸಬೇಕೆಂದು ಹೊರಟವನು ಆ ಕ್ಷಣದಲ್ಲಿ ಮನಸ್ಸು ಬದಲಿಸಿ ಅದೇ ಮಧ್ಯಲಯ ತ್ರಿಕಾಲದಲ್ಲಿ

ಉ ವ ತ ನ । ದೇ ॰ ರೇ ॰ ऽ ನಾ । ऽ ऽ ತ ನ । ದೇ ॰ ರೇ ॰ ನಾ ऽ ಅ ತ ತ ನ । ದೇ ॰ ರೇ ॰ ನಾ ತ । ದಾ ರೆ ದಾ ನಿ । ನಾ ದಿರ್ ದಿರ್ ತ ಎಂದು ತರಾನವನ್ನು ಆರಂಭಿಸಿದೆ. ಹಾಗೆ ಮಾಡಿದುದು ತಪ್ಪೆಂದು ಆರಂಭಿಸಿದ ನಂತರ ಹೊಳೆಯಿತು. ಚೀಜಿನಲ್ಲಿ ಆವಿಷ್ಕರಿಬಹುದಾದ ಭಾವಗಳು. ನಾದಾರ್ಥ ಮತ್ತು ಕವಿತಾರ್ಥಗಳ ಸಂಗಮದಿಂದ ಹೊರಡುವ ಭಾವದ ಘನತೆಯನ್ನು ಕಳೆದುಕೊಂಡೆನೆನ್ನಿಸಿತು. ತಬಲ ಹಿಡಿದಿದ್ದ ಅವಳಿಗೆ ಅವಕಾಶಕೊಡುವ ಆಗಂತುಕ ಕಾರಣಕ್ಕಾಗಿ ನಾನು ರಾಗಪೋಷಣೆಯನ್ನು ಬಲಿಕೊಟ್ಟೆನೆಂಬ ಪಶ್ಚಾತ್ತಾಪವುಂಟಾಯಿತು. ಆದರೆ ಅಷ್ಟರಲ್ಲಿ ಸೋಹನಗುರುವು ತಮ್ಮ ಹಸ್ತಾಘಾತದಿಂದ ತಾಳ ಹಿಡಿದು ಚಾಲನೆ ಕೊಟ್ಟುಬಿಟ್ಟರು. ಮನೋಹರಿಯೂ ಕಾದು ಕುಳಿತಿದ್ದವಳಂತೆ ಬೋಲುಗಳ ಸುರಿಮಳೆಗರೆಯತೊಡಗಿದಳು. ಅವಳ ಬಾಜು ಗಾಯನಕ್ಕೆ ತಕ್ಕುದಲ್ಲ, ನೃತ್ಯದ್ದು ಎನ್ನಿಸಿ ನನ್ನಲ್ಲಿ ಆಗಂತುಕಭಾವ ಹುಟ್ಟಿತು. ಗುರುಗಳ ಹಸ್ತತಾಳವು ಅವಳ ಕಡೆಗೆ ತಿರುಗಿತು. ಅವರಿಬ್ಬರಲ್ಲೇ ಸಂವಾದಿತನವೇರ್ಪಟ್ಟು ತಾಲದ ಚಂಚಲಚನೆ ಶುರುವಾಯಿತು. ಕುಳಿತಿದ್ದ ಗುರುವು ಮೇಲೆ ಎದ್ದು ಕುಣಿಯತೊಡಗಿದರು. ಅವಳು

ಖುಷಿಯಿಂದ ಅರಳಿ ತಾಲವನ್ನು ಅರಳಿಸಿದಳು. ನಾನು ಹಾಡುವುದನ್ನು ನಿಲ್ಲಿಸಿದೆ. 'ನಹಿ, ನಹಿ, ನಿಲ್ಲಿಸಕೂಡದು. ನಿಮ್ಮ ತರಾನದಲ್ಲಿ ಲೆಹರಾ ಹಿಡಿಯಿರಿ,' ಗುರುಗಳು ಹುಕುಂ ಮಾಡಿದರು. ಕೈ ಬೆರಳುಗಳಿಂದ ತಾಳವನ್ನು ತೋರಿಸುತ್ತಾ ನಾನು ಲೆಹರಾ ಹಾಡತೊಡಗಿದೆ. ಐದುನಿಮಿಷ ಅವರ ಕುಣಿತ ಸಾಗಿತ್ತು. ಇವರಿಗೆ ಈ ಕುಣಿತದ ಆಯಾಸವನ್ನು ತಡೆದುಕೊಳ್ಳುವ ಶಕ್ತಿ ಇದೆಯೇ ಎಂದು ನಾನು ಆತಂಕಗೊಂಡಿದ್ದಾಗ, 'ಗೆಜ್ಜೆ ಕಟ್ಟು ಬಾ ನನಗೆ' ಎಂದು ಆಜ್ಞಾಪಿಸಿದರು. ಲೆಹರಾವನ್ನು ನಿಲ್ಲಿಸಬೇಡವೆಂದು ನನಗೆ ಸೂಚನೆ ಕೊಟ್ಟು ಅವಳು ಮೇಲೆ ಎದ್ದು ಅದೇ ಅಂಗಣದಲ್ಲಿದ್ದ ಒಂದು ಕಪಾಟಿನ ಬಾಗಿಲು ತೆಗೆದು ಒಂದು ಜೊತೆ ಗೆಜ್ಜೆಗಳನ್ನು ತಂದು ಅವರ ಎರಡು ಕಾಲುಗಳಿಗೂ ಬೇಗ ಬೇಗ ಬಿಗಿದು ಕಟ್ಟಿ ಹಿಂತಿರುಗಿ ತಬಲದ ಮುಂದೆ ಕೂತು ಬಾರಿಸತೊಡಗಿದಳು. ನನ್ನ ಲೆಹರಾ ಬಾಗೇಶ್ರೀಯಲ್ಲೇ ನಡೆಯುತ್ತಿತ್ತು. ಅವರು ಅದನ್ನೇ ನರ್ತಿಸತೊಡಗಿದರು. ಅದೆಂತಹ ತಾಲರಚನೆ! ತಾಲವೈವಿಧ್ಯ! ಎಂಬ ಬೆರಗಿನಿಂದ ನಾನು ಲೆಹರಾ ಹಿಡಿದಿದ್ದೆ. ನಡುವೆ ತರಾನವನ್ನು ಬಿಟ್ಟು

ಮ ಗ .

ನಿ ಸಾ ಗ ಮ । ನಿ ಧಾ ಽ ಮ । ಗ ಽ ಮ ಗ । ರೆ ಸಾ ನಿ ಧ

ಎಂದು ಸ್ವರಕ್ಕೆ ತಿರುಗಿದೆ. ಬಾಗೇಶ್ರೀ ಭಾವವು ಸ್ಫುಟವಾದ ಚೌಕಟ್ಟು ಕೊಟ್ಟಿತು. ಮತ್ತೆ ತುಸು ಹೊತ್ತು ಅವಳ ತಬಲದ ತಾಲ ಮತ್ತು ಅವರ ಪದಚಲನೆಯ ಗೆಜ್ಜೆಗಳ ತಾಳದ ಸಮ್ಮೇಳನ ನಡೆದಿತ್ತು. ಅಷ್ಟರಲ್ಲಿ ಅವರಿಗೆ ಏದುಸಿರು ಬರತೊಡಗಿತು. ಕುಣಿಯುತ್ತಿದ್ದವರು ನಿಂತು ಬರೀ ಬಲಪಾದದ ಸೂಕ್ಷ್ಮ ಚಲನೆಯಿಂದ ತಾಲಕೊಡುತ್ತಾ ಸುಧಾರಿಸಿಕೊಳ್ಳತೊಡಗಿದರು. 'ನೀವು ಇಲ್ಲಿ ಬನ್ನಿ. ನಾನು ಕುಣೀತೀನಿ,' ಎಂದು ಮೇಲೆದ್ದು ಬಂದು ಅವಳು ಅವರನ್ನು ಹಿಡಿದುಕೊಂಡಳು. ಪರವಾಗಿಲ್ಲ ಬಿಡು ಅವರು ಹೇಳಿದರೂ ಕೇಳದೆ ತೋಳು ಹಿಡಿದು ಕರೆತಂದು ತಬಲದ ಮುಂದೆ ಅವಳು ಕೂತಿದ್ದ ಜಾಗದಲ್ಲಿ ಕೂರಿಸಿ ಬಾಗಿ ಅವರ ಕಾಲಿನ ಗೆಜ್ಜೆಗಳನ್ನು ಬಿಚ್ಚಿದಳು. ಬೇಗ ಹೋಗಿ ಕಪಾಟಿನ ಬಾಗಿಲು ತೆರೆದು ಅವರಿಗೆ ಕಟ್ಟಿದುದಕ್ಕಿಂತ ಹೆಚ್ಚು ಗೆಜ್ಜೆಗಳುಳ್ಳ ತನ್ನ ಗೆಜ್ಜೆಸರಗಳನ್ನು ತಂದು ಗುರುವಿನ ಕೈಯಲ್ಲಿಟ್ಟು ಅವರ ಪಾದಗಳಿಗೆ ನಮಸ್ಕರಿಸಿ ಅವುಗಳನ್ನು ವಾಪಸು ತೆಗೆದುಕೊಂಡು ತನ್ನ ಎರಡು ಕಾಲುಗಳಿಗೂ ಕಟ್ಟಿ ಸೊಂಟಕ್ಕೆ ಒಂದು ಪಟ್ಟಿ ಬಿಗಿದುಕೊಂಡಳು. ಅವರು ತಬಲಾ ಬಾರಿಸಿದರು. ಅವಳು ಕುಣಿದಳು. ಹೆಚ್ಚು ಸಂಕೀರ್ಣತೆ ಇಲ್ಲದೆ ಅವರು ಸರಳತಾಳ ಹಿಡಿದರು. ಅವಳು ಸಂಕೀರ್ಣವಾದ ಸಮೃದ್ಧ ರಚನಾವಿಲಾಸದ ಕ್ಲಿಷ್ಟ ಬೋಲುಗಳನ್ನು ಬಾಯಲ್ಲಿ ಹೇಳುತ್ತಾ ಕುಣಿಯತೊಡಗಿದಳು. ನಾನು ಸ್ವರದ ಲೆಹರಾ ಹೇಳುತ್ತಲೇ ಇದ್ದೆ. ಅವಳು ಶುದ್ಧ ನೃತ್ತದಲ್ಲಿ ತನ್ಮಯಳಾಗಿದ್ದಳು. ಅವಳ ಇಡೀ ಶರೀರವು ಬಾಗೇಶ್ರೀ ರಾಗದ ಅರ್ಚನಾ ವೈವಿಧ್ಯ, ಭಕ್ತಿ ಕಲಾಪಗಳ ಮಾಧ್ಯಮವಾಗಿತ್ತು. ಕಾಲಿಗೆ ಗೆಜ್ಜೆ, ಸಲ್ವಾರ್ ಕಮೀಜ್, ಆಗ ತಾನೆ ಸೊಂಟಕ್ಕೆ ಬಿಗಿದ ಒಂದು ಪಟ್ಟಿಯನ್ನು ಬಿಟ್ಟರೆ ಬೇರೆ ಪ್ರಸಾಧನವಿಲ್ಲ. ಮುಖಕ್ಕೆ ಬಣ್ಣವಿಲ್ಲ. ಕೈ ತೋಳು ಕುತ್ತಿಗೆಗಳಿಗೆ ಆಭರಣಗಳಿಲ್ಲ. ಆದರೆ ಅವಳು ಬಾಗೇಶ್ರೀಯ

ಪೂರ್ವನಾಮವಾದ ವಾಗೀಶ್ವರಿಯು ಅವತಾರವೆತ್ತಿ ಬಂದು ದರ್ಶನ ಕೊಡುತ್ತಿರುವಂತೆ ಕಂಡಳು. ಸಾಹಿತ್ಯದ ಅರ್ಥವಿಲ್ಲ, ಶಾಬ್ದಿಕ ಕವಿತೆ ಇಲ್ಲ. ಬರೀ ತಾಲ. ತನ್ನ ಶರೀರ ಮತ್ತು ಪಾದಗಳ ಚಲನೆಯ ಶುದ್ಧತಾಳದಿಂದ ನನ್ನ ಸ್ವರದ ಲೆಹರಾಕ್ಕೆ ಸಾಕಾರ ರೂಪ ಕೊಟ್ಟಿದ್ದಳು. ಇದು ಈ ಲೋಕದಲ್ಲಿ ಹುಟ್ಟಿದ ರಕ್ತಮಾಂಸಯುಕ್ತ ದೇಹವಲ್ಲ, ದೈವೀಶಕ್ತಿಯನ್ನು ಪ್ರಕಟ ಗೊಳಿಸಲೆಂದು ತಾಳಿರುವ ಅವತಾರ ಎನ್ನಿಸಿಬಿಟ್ಟಿತು. ಸಂಪೂರ್ಣ ಮಗ್ನತೆಯಿಂದ ಕುಣಿದು ಕುಣಿದು, ಎಷ್ಟು ಕುಣಿದರೂ ದಣಿವು ಕಾಣದೆ ಉಸಿರಿನ ಗತಿಯು ಅಸ್ತವ್ಯಸ್ತವಾಗದೆ ಮುಖ ಕುತ್ತಿಗೆ ಕಂಕುಳುಗಳಲ್ಲಿ ಜಿನುಗಿದ ಬೆವರು ಕೂಡ ಅವಳ ಸೌಂದರ್ಯಕ್ಕೆ ಮೆರುಗು ಕೊಡುತ್ತಿರುವಂತೆ ಕುಣಿದಳು. ಆ ತಾಳದ ರಚನೆ ನನಗೆ ತಿಳಿಯುತ್ತಿರಲಿಲ್ಲ. ಆ ಬೋಲುಗಳನ್ನು ನಾನು ಕೇಳಿರಲಿಲ್ಲ. ಆದರೆ ಲೆಹರಾದಲ್ಲಿ ತುಸುವೂ ತಪ್ಪದೆ ಸಮ್ ತೋರಿಸುತ್ತಿದ್ದೆ. ಗುರುಗಳು ಕೂಡ ತಬಲಾ ನುಡಿಸುವುದನ್ನು ಬಿಟ್ಟು ಚಪ್ಪಾಳೆಯಿಂದ ಸಮ್ ಕೊಡತೊಡಗಿದರು. ಅವಳು ಮಾಡುತ್ತಿದ್ದ ಸಮ, ಸತೀತ, ಅನಾಗತಗಳಿಗೆ ಈ ಹಸ್ತಾಘಾತದ ಗುರುತು ಬೇಕಾಗುತ್ತಿತ್ತು. ನನ್ನ ಲೆಹರಾ ಸಾಲುತ್ತಿರಲಿಲ್ಲ.

ಎಷ್ಟೋ ಹೊತ್ತು ಕುಣಿದ ನಂತರ ಅವಳು ನಿಂತು ಉಸಿರೆಳೆದುಕೊಂಡಳು. ನಾನು ಲೆಹರಾ ಹಾಡುತ್ತಲೇ ಇದ್ದೆ. ಗುರುಗಳು ನನ್ನ ಕಡೆಗೆ ತಿರುಗಿ, 'ಮಧ್ಯಲಯದಲ್ಲೊಂದು ಚೀಜ್ ಹಾಡಿ' ಎಂದರು. ನನಗೆ ಆಶ್ಚರ್ಯವಾಯಿತು. ಚೀಜ್ ಹಾಡಬೇಕಿದ್ದವನು ತತ್ಕ್ಷಣದಲ್ಲಿ ಮನಸ್ಸು ಬದಲಿಸಿ ತರಾನಾ ಆರಂಭಿಸಿದುದು ಅವರಿಗೆ ಅರ್ಥವಾಗಿದೆ ಎನ್ನಿಸಿತು. ತಕ್ಷಣ

ಕೌ ऽ ನ ಕ । ರ ತ ತೋ ರಿ । ಬಿ ನ ತಿ ಪಿ । ಯ ರ ವಾ ऽ

ಹಾಡತೊಡಗಿದೆ. ಅವಳು ಅದನ್ನೇ ಅಭಿನಯಿಸತೊಡಗಿದಳು. ನಾನು ನಡುವೆ ಹಾಕುತ್ತಿದ್ದ ತಾನಗಳನ್ನು ಕುಣಿಯುತ್ತಾ ಸಾಹಿತ್ಯ ಭಾಗವನ್ನು ಅಭಿನಯಿಸಿದಳು. ಈ ಚೀಜು ಅವಳಿಗೆ ಗೊತ್ತಿತ್ತೇ, ಮೊದಲೇ ಅಭ್ಯಾಸ ಮಾಡಿಕೊಂಡಿದ್ದಳೇ, ಎಂದು ನನಗೇ ಅನುಮಾನ ಬರುವಷ್ಟು ಸಮರಸವಾಗಿ ನೃತ್ಯಮಾಡಿದಳು. ಹಾರ್ಮೋನಿಯಂ ಸಾಥಿಗಿಂತ ಕಷ್ಟದ ಕೆಲಸ ಇದು. ಪದ್ಯದ ಭಾಗವನ್ನು ಗ್ರಹಿಸಿ ಅಭಿನಯದಲ್ಲಿ ವ್ಯಕ್ತಪಡಿಸಬೇಕು ಎಂಬ ಅರಿವಾಯಿತು. ಅಭಿನಯಶಕ್ತಿ ಗುರುವಿನಷ್ಟಿಲ್ಲ, ಪಾದಕರ್ಮದಲ್ಲಿ ಮಾತ್ರ ಅಪ್ರತಿಮ ಎನ್ನಿಸಿತು. ಪ್ರಾಯವಿದ್ದಾಗ ಗುರುವು ಇವಳಿಗಿಂತ ಅದ್ಭುತವಾಗಿದ್ದಿರಬಹುದು ಎಂಬ ಕಲ್ಪನೆಯೂ ಬಂತು. ಚೀಜನ್ನು ಮಧ್ಯಲಯದಲ್ಲಿ ಹತ್ತು ನಿಮಿಷ ಹಾಡಿ ಮತ್ತೆ ಐದು ನಿಮಿಷ ದ್ರುತಲಯಕ್ಕೆ ಏರಿ ಮುಕ್ತಾಯ ಮಾಡಿದೆ. ನೃತ್ತದಲ್ಲಿ ಅವಳು ಮಾಡಿದ ಅತಿದ್ರುತ ಅನುದ್ರುತಗಳನ್ನು ನೋಡಿದ್ದ ನನಗೆ ನನ್ನ ದ್ರುತಲಯವು ನಿಶ್ಶಕ್ತ, ಕ್ಷಯರೋಗಪೀಡಿತ, ಎನ್ನಿಸಿತು.

ಗಾಯನ-ನರ್ತನವು ಮುಗಿದಮೇಲೆ ಮನೋಹರಿ ತನ್ನ ಸೊಂಟದ ಪಟ್ಟಿ ಮತ್ತು ಗೆಜ್ಜೆಗಳನ್ನು ಮುಚ್ಚಿಟ್ಟು ತಂಬೂರಿ ತಬಲಗಳನ್ನು ತೆಗೆಯುವಾಗ ಸೋಹನಗುರುಗಳು ನೆಲದಿಂದ ಎದ್ದು ಸೋಫ಼ದ ಮೇಲೆ ಕುಳಿತರು. ನಾನು ಎದುರಿನ ಸೋಫ಼ದ ಮೇಲೆ ಕುಳಿತೆ. 'ನೀವು ಒಳ್ಳೆ ಗಾಯಕರು. ಒಳ್ಳೆ ಅಡಿಪಾಯವಿದೆ. ಕಲ್ಪನಾಶಕ್ತಿಯೂ ಚನ್ನಾಗಿದೆ.

ಇಂಥ ಗಾಯಕರು ಸಿಕ್ಕಬೇಕು ಸರಿಯಾದ ನರ್ತನ ಮಾಡಬೇಕಾದರೆ. ಆದರೆ ನರ್ತನಕ್ಕೆ ಹಾಡುವುದಕ್ಕೇ ಸ್ವಲ್ಪ ಬೇರೆ ರೀತಿಯ ಅಭ್ಯಾಸಬೇಕು' ಎಂದರು. ಮನೋಹರಿ ಅಡುಗೆಮನೆಗೆ ಹೋಗಿ ಊಟವನ್ನು ಬಿಸಿ ಮಾಡತೊಡಗಿದಳು. ಇಷ್ಟು ಉನ್ನತಮಟ್ಟದ ಕಲೆಯ ಮಾಧ್ಯಮ ವಾದ ಅವಳ ಶರೀರವು ಅಡುಗೆಮನೆಯ ಕೆಲಸ ಮಾಡುತ್ತಿದೆಯಲ್ಲಾ ಎಂದು ನನಗೆ ವ್ಯಥೆಯಾಯಿತು. ಅವಳು ಊಟಕ್ಕೆ ಕರೆದಾಗ ಅವಳ ಗುರು-ಪತಿಯು, 'ಕುಣಿದು ಆಯಾಸವಾಗಿದೆ. ಇನ್ನು ಒಂದೇ ಒಂದು ಪೆಗ್ ಕೊಟ್ಟುಬಿಡು. ಮತ್ತೆ ಕೇಳುಲ್ಲ,' ಎಂದರು.

'ಆಯಾಸವಾಗಿಲ್ಲ ಅಂತ ನಾನು ಹೇಳುಲ್ಲ. ಆದರೆ ಎರಡು ಪೆಗ್ ಆಯಿತು. ನೀವು ಏನು ಹೇಳಿದರೂ ಇನ್ನಿಲ್ಲ,' ಅವಳು ಉತ್ತರಿಸಿದಳು.

'ನಿನಗೂ ಆಯಾಸವಾಗಿದೆ. ತುಂಬ ಚನ್ನಾಗಿ ಕುಣಿದಿದೀಯ. ನೀನೂ ಒಂದು ಪೆಗ್ ತಗೊಳ್ಳುವ ಹಕ್ಕು ಸಂಪಾದಿಸಿದೀಯ. ತಗೊ, ನಾನು ಬೇಡ ಅನ್ನುಲ್ಲ,' ಅವರು ವಾದಿಸಿದರು.

'ನಾನು ಹಕ್ಕು ಸಂಪಾದಿಸಿದ್ದರೆ ತಗೋತೀನಿ. ಹಾಗಂತ ನಿಮ್ಮ ಹಕ್ಕು ಜಾಸ್ತಿಯಾಗುಲ್ಲ,' ಅವಳು ನಿಶ್ಚಯವಾಗಿ ಉತ್ತರಿಸಿದಳು.

'ಇವರು ಅತಿಥಿಗಳು. ತುಂಬ ಚನ್ನಾಗಿ ಹಾಡಿದಾರೆ. ಅವರು ಹಾಡದಿದ್ದರೆ ನಾನೂ ಕುಣೀತಿರಲಿಲ್ಲ. ನೀನೂ ಕುಣೀತಿರಲಿಲ್ಲ. ಅವರಿಗೊಂದು ಪೆಗ್ ಕೊಡೂದು ಧರ್ಮ. ನಾನೊಂದು ನೀನೊಂದು ತಗೋಳೋದು ಅತಿಥಿಗೆ ತೋರುವ ಸೌಜನ್ಯ. ಏನಂತೀರ ಮೋಹನಲಾಲ್‌ಜಿ? ಇಷ್ಟು ಉತ್ಸಾಹಪೂರ್ಣ ಕಲಾಭಿವ್ಯಕ್ತಿಯಾದ ನಂತರವೂ ನೀವು ಬೇಡ ಅಂದರೆ ಹಿರಿಯನಾದ ನನಗೆ ಅಗೌರವ ತೋರಿಸಿದ ಹಾಗೆ. ನಿಮಗೆ ವಯಸ್ಸೆಷ್ಟು? ನಲವತ್ತು ನಲವತ್ತೆರಡಾ? ನನಗಿಂತ ಎಷ್ಟು ಚಿಕ್ಕವರು?'

ಅವರ ಮಾತಿನ ವೈಖರಿಗೆ ಅವಳು ಮುಗುಳ್ನಕ್ಕಳು. ಮೂವರೂ ತೆಗೆದುಕೊಂಡೆವು. ನನಗೆ ಮದ್ಯದಲ್ಲಿ ವಿಶೇಷ ರುಚಿ ಇರಲಿಲ್ಲ. ಆಗಲೂ ಉಂಟಾಗಲಿಲ್ಲ. ಊಟ ಮುಗಿಯುವ ವೇಳೆಗೆ ನಡುರಾತ್ರಿ ಒಂದು ಗಂಟೆಯಾಗಿತ್ತು. ಸೋಹನಗುರುಗಳಿಗೆ ತೂಕಡಿಕೆ ಶುರುವಾಗಿತ್ತು. ಕುಣಿದು ಆಯಾಸವಾಗಿದ್ದುದರ ಜೊತೆಗೆ ಅವರ ವಯಸ್ಸಿಗೆ ಮೂರು ಪೆಗ್ ಹೆಚ್ಚು ಎಂದು ನಾನು ಅರ್ಥಮಾಡಿಕೊಂಡೆ. ಒಂದು ಪೆಗ್ ಅವಳಿಗೆ ಕಾರು ನಡೆಸಲಾರದಷ್ಟು ಪರಿಣಾಮ ಮಾಡಿರಲಿಲ್ಲವಾದರೂ ಆ ಹೊತ್ತಿನಲ್ಲಿ ನನ್ನನ್ನು ಬಿಟ್ಟುಬರಲು ಹೊರಡುವುದು ಬೇಡವೆಂದು ನಿರ್ಧರಿಸಿದಳು. 'ಮಹಡಿಯ ಮೇಲಿನ ರೂಮಿನಲ್ಲಿ ನಿಮಗೆ ವ್ಯವಸ್ಥೆ ಮಾಡ್ತೀನಿ. ಬೆಳಗ್ಗೆ ಹೋದರಾಯಿತು,' ಎಂಬ ಸೂಚನೆಯನ್ನು ನಾನು ಒಪ್ಪಿಕೊಂಡೆ. ಮೊದಲು ಸೋಹನಗುರುವನ್ನು ಎಬ್ಬಿಸಿ ತಮ್ಮ ಶಯನಕೋಣೆಗೆ ಕರೆದೊಯ್ದು ಮಲಗಿಸಿ ಬಂದನಂತರ ಅವಳು ನನ್ನನ್ನು ಕರೆದುಕೊಂಡು ಮೇಲಿನ ಕೋಣೆಗೆ ಹತ್ತಿದಳು. ಮಂಚದ ಹಾಸಿಗೆಯ ಛದ್ದರು ಶುಚಿಯಾಗಿಯೇ ಇತ್ತು. ನನ್ನನ್ನು ಬಿಗಿಯಾಗಿ ಅಪ್ಪಿ, 'ನನ್ನ ಸ್ಫೂರ್ತಿ, ಈಗ ನಿನ್ನನ್ನ ಹೀಗೆಯೇ ರಾತ್ರಿ ಇಡೀ ತಬ್ಬಿ ನಿದ್ರೆ ಮಾಡಬೇಕು ಅನ್ನಿಸುತ್ತೆ. ಆದರೆ

ಅವರಿಗೆ ನಡುನಡುವೆ ಎಚ್ಚರವಾಗುತ್ತೆ,' ಎಂದು ನಿಟ್ಟುಸಿರಿಟ್ಟಳು. ಜೊತೆಯಲ್ಲಿ ಮಲಗುವುದು ನನಗೂ ಹಿತವಾದ ಕಲ್ಪನೆಯಾಗಿತ್ತು. ಹಗಲು ಎಷ್ಟೇ ವಿರಾಮದಲ್ಲಿ ಅಬಾಧಿತವಾಗಿ ನಾವು ಸಂಗಸುಖ ಪಡೆಯುತ್ತಿದ್ದರೂ ಇಡೀ ರಾತ್ರಿ ಸಂಗದಲ್ಲಿ ನಿದ್ರಿಸುವ ನೆಮ್ಮದಿ ದೊರೆತಿರಲಿಲ್ಲ. ಅಲ್ಲದೆ ಅವಳ ಶರೀರವು ಈಗತಾನೆ ನನ್ನ ಗಾಯನವನ್ನು ಬಿಂಬಿಸಿತ್ತು. ನೃತ್ತ ಮಾಡಿದಾಗಲಂತೂ ಅದು ದೈವೀಕಾಯವಾಗಿ ಮಾಂತ್ರಿಕಶಕ್ತಿಯಿಂದ ಮಿಂಚಿತ್ತು. ಅದನ್ನು ನನ್ನ ಎದೆಗೆ ಒತ್ತಿಕೊಂಡು ನಿದ್ರೆಹೋಗುವುದಕ್ಕಿಂತ ಹೆಚ್ಚಿನ ಸಾರ್ಥಕತೆ ಯಾವುದುಂಟು? ಎಂಬ ಭಾವ ತುಂಬಿಕೊಂಡಿತು. ಆದರೆ ಅವರಿಗೆ ನಡುವೆ ಎಚ್ಚರವಾದೀ ತೆಂಬ ಆತಂಕವೂ ಇತ್ತು.

'ನೀನು ಹೋಗು ಅಂದರೆ ಮಾತ್ರ ನಾನು ಹೋಗ್ತೀನಿ,' ಎಂದ ಅವಳು ಅನುಮತಿಗೆ ಕತ್ತೆತ್ತಿ ನನ್ನ ಮುಖ ನೋಡಿದಳು. 'ಸ್ವಲ್ಪವಾದರೂ ನಾವಿಬ್ಬರೂ ತಗೊಂಡಿದೀವಿ. ಹೊತ್ತೂ ಮೀರಿದೆ. ಸ್ವಲ್ಪಹೊತ್ತು ಅಪ್ಪುಗೆಯಲ್ಲಿ ಮಲಗಿದ್ದು ನಾನು ಇಳಿದುಹೋಗಲೇ ಎಂದರೆ ನಡುವೆ ನಿದ್ದೆ ಎಳೆದುಬಿಟ್ಟರೆ ಏನು ಮಾಡೂದು?'

'ಬೇಡ. ಈಗಲೇ ಹೋಗಿಬಿಡು,' ನಾನು ಸಮ್ಮತಿಸಿದೆ.

ಮಲಗಿದರೆ ನಿದ್ರೆ ಬರಲಿಲ್ಲ. ಎಪ್ಪತ್ತೆಂಟುವರ್ಷವಾಗಿದ್ದರೂ ಅಭಿನಯದಲ್ಲಿ ಇವರನ್ನು ಸರಿಗಟ್ಟುವವರು ಯಾರೂ ಇಲ್ಲವೆಂದು ಮನೋಹರಿ ನಾಲ್ಕಾರು ಬಾರಿ ಹೇಳಿದ್ದ ಮಾತು ನೆನಪಿಗೆ ಬಂತು. ಸ್ವರವನ್ನಾಧರಿಸಿ ನಾನು ಮಾಡುವ ರಾಗವಿಸ್ತಾರವನ್ನು ಅವರ ರೀತಿಯಲ್ಲಿ ಭಾವವನ್ನಾಧರಿಸಿ ಮಾಡುವುದನ್ನೂ ಅಭ್ಯಾಸ ಮಾಡಿಕೊಳ್ಳಬೇಕು ಎಂಬ ವಿಚಾರ ಮನಸ್ಸನ್ನು ಹೊಕ್ಕಿತು. ಹಾಗೆ ಮಾಡಿದರೆ ರಾಗವನ್ನು ಸಾಹಿತ್ಯಕ್ಕೆ, ಸಂಗೀತವನ್ನು ಠುಮರಿಗೆ ಇಳಿಸಿದಂತಾಗು ವುದಿಲ್ಲವೆ? ಎಂಬ ಪ್ರಶ್ನೆ ಹುಟ್ಟಿತು. ರಾಜಾಸಾಹೇಬರು ಯಾವತ್ತೂ ಠುಮರಿಗೆ ವಿರೋಧಿ. ಶುದ್ಧಸಂಗೀತವೆಂದರೆ ಶುದ್ಧ ರಸ. ಠುಮರಿಯು ಭಾವಗಳ ವರ್ತುಲದಲ್ಲಿ ಸುತ್ತುತ್ತದೆ. ಭಾವಕ್ಕಿಂತ ರಸವು ಕಲಾತ್ಮಕವಾಗಿ ಪರಿಪೂರ್ಣವಾದುದು ಎಂಬುದು ಅವರ ಅಭಿಪ್ರಾಯ ವಾಗಿತ್ತು. ಅದು ನನಗೂ ನಿಜವೆನ್ನಿಸಿತ್ತು. ಅಭಿನಯವೆಂದರೆ ಭಾವವಲ್ಲವೆ? ಎಂಬ ಪ್ರಶ್ನೆಯೇ ತಲೆಯಲ್ಲಿ ಭ್ರಮರಿ ಹಾಕುತ್ತಿತ್ತು. ಭ್ರಮರಿ ಎಂಬ ಶಬ್ದದ ಸಂಗಡ ಇದೀಗ ಮನೋಹರಿ ಮಾಡಿದ ನೃತ್ತವು ನೆನಪಿಗೆ ಬಂದು ಅವಳು ಚಕ್ಕರದಾರ್ ಪರನ್ ಮಾಡಿದರೂ ಅದು ತಬಲವಿದ್ದರೆ ಮಾತ್ರ ಶೋಭಿಸುವುದು ಎಂಬ ಐಬು ಅರಿವಿಗೆ ಬಂತು. ಗುರೂಜಿ ತಬಲಾ ಹಿಡಿಯಬಲ್ಲವರಾದರೂ ಅವರು ಮೂಲತಃ ತಬಲಜಿಯಲ್ಲ. ಅಲ್ಲದೆ ಮನೋಹರಿ ಯಂಥ ಚುರುಕಿನ ನರ್ತಕಿಯ ತತ್ಕಾರಕ್ಕೆ ತಬಲಾ ಬಾರಿಸುವ ಬೆರಳಿನ ಶಕ್ತಿ ಅವರ ಈ ವಯಸ್ಸಿನಲ್ಲಿರುವುದು ಅಸಾಧ್ಯ ಎಂಬ ನೆನಪಾಯಿತು. ಇದೇ ಆಲೋಚನೆಗಳು. ನಡುವೆ ಅವಳ ನೆನಪು. ಒಂಟಿಭಾವನೆ. ಹಾಗೆಯೇ ಹೊರಳಾಡುತ್ತಿರುವಾಗ ಅತ್ಯಂತ ಸೂಕ್ಷ್ಮವಾದ ಪಾದಸಪ್ಪಳವಾಯಿತು. ಕಣ್ಣು ತೆರೆದು ನೋಡಿದರೆ ಮಂಚದ ಪಕ್ಕದಲ್ಲಿ ಮನೋಹರಿ ನಿಂತಿದ್ದಾಳೆ. ನನ್ನ ಕಿವಿಯ ಹತ್ತಿರಕ್ಕೆ ಬಾಗಿ, 'ನಿನಗೂ ನಿದ್ದೆ ಬಂದಿರುಲ್ಲ ಅನ್ನಿಸಿತು,' ಎಂದು ಪಿಸುಗುಟ್ಟಿದಳು. ನಾನು ಕೈನೀಡಿದೆ.

ಕಿಟಕಿಗಳಿಗೆ ಘರದೆ ಹಾಕಿದ್ದರೂ ಬೀದಿಯ ದೀಪವು ತುಸು ನುಸುಳಿ ಅವಳ ಆಕೃತಿ ಕಾಣುತ್ತಿತ್ತು. ಬಾಗಿಲನ್ನು ನಿಶ್ಶಬ್ದವಾಗಿ ಓರೆ ಮಾಡಿ ಬಂದು ನನ್ನ ಪಕ್ಕದಲ್ಲಿ ಮಲಗಿ ಅವಳು ಹೇಳಿದಳು: 'ಅಡುಗೆಮನೆಯ ದೀಪ ಹಾಕಿ ಬಂದಿದೀನಿ. ಅಕಸ್ಮಾತ್ ಅವರಿಗೆ ಎಚ್ಚರವಾದರೂ ಅಡುಗೆಮನೇಲಿ ಕೆಲಸ ಮಾಡ್ತಿದ್ದೆ ಅಂತ ಹೋದರೆ ಸರಿ. ಎಚ್ಚರವಾದರೆ ಸದ್ದು ಮಾಡ್ತಾರೆ. ಎದ್ದುಬರುಲ್ಲ. ಮೆಟ್ಟಿಲನ್ನಂತೂ ಹತ್ತಿಬರುಲ್ಲ. ಆತಂಕಪಟ್ಟುಕೊಬೇಡ,' ಎಂದು ಬಿಗಿಯಾಗಿ ಅಪ್ಪಿಕೊಂಡಳು. ನಾನು ಅವಳನ್ನು ಮುದ್ದಿಸಿದೆ. 'ಒಂದೇ ಮನೆಯಲ್ಲಿ ನಾವು ಬೇರೆ ಬೇರೆ ಮಲಗೂದು ಎಷ್ಟು ಕಷ್ಟ ಅಂತ ಅನುಭವಕ್ಕೆ ಬಂತು. ಮಧ್ಯಾಹ್ನ ವಿರಾಮದಲ್ಲಿಯೇ ಕೂಡ್ತೀವಿ. ಆದರೆ ಜೊತೇಲಿ ನಿದ್ರಿಸುವ ಶಾಂತಿಯೇ ಬೇರೆ' ಎಂದು ಪಿಸುಗುಟ್ಟಿದಳು.

'ಮನೂ, ನಾವು ಮದುವೆಯಾಗಿಬಿಡೋಣವೆ?' ನನ್ನ ಮನಸ್ಸಿನಲ್ಲಿ ತಕ್ಷಣ ಹೊಳೆದದ್ದನ್ನು ಹೇಳಿದೆ.

'ನೀನು ಮದುವೆಯಾದವನಲ್ಲವೆ? ಮುಂಬಯಿಯಲ್ಲಿ ಹೆಂಡತಿ ಮಕ್ಕಳು?'

'ಮುಂಬಯಿಯನ್ನೇ ಬಿಟ್ಟಮೇಲೆ ಅವರದ್ದೇನು? ಡೈವೋರ್ಸ್ ಮಾಡ್ತೀನಿ.'

ಅವಳು ಇನ್ನಷ್ಟು ಪ್ರೀತಿಯಿಂದ ತಬ್ಬಿಕೊಂಡಳು. ಅವಳ ಉಸಿರು ತಡೆದು ತಡೆದು ಬರುತ್ತಿತ್ತು. ಕೈ ಎತ್ತಿ ನನ್ನ ತಲೆಯನ್ನು ಹಿಡಿದು ತನ್ನ ಎದೆಗೆ ಒತ್ತಿಕೊಂಡಳು. ಒಂದು ನಿಮಿಷದ ನಂತರ, 'ಗುರೂಜಿ ಬದುಕಿರೂತನಕ ಅವರ ಯೋಗಕ್ಷೇಮ ನನ್ನ ಧರ್ಮ. ಅವರನ್ನ ಮದುವೆಯೂ ಮಾಡಿಕೊಂಡಿದೀನಿ. ಆದರೆ ಅವರು ನನಗೆ ಯಾವುದಕ್ಕೂ ಅಡ್ಡಿಮಾಡಿಲ್ಲ. ಹಣಕಾಸು, ಸಂಪಾದನೆ, ಖರ್ಚು ಒಂದನ್ನೂ ಕೇಳುಲ್ಲ. ನಿನ್ನನ್ನ ಮದುವೆ ಯಾದರೆ ಅವರು ನಾನು ದುಡಿದ ಅನ್ನ ತಿನ್ನುಲ್ಲ. ಅದರ ಪಾಪ ಯಾರಿಗೆ?' ಎಂದಳು.

ಅವಳಿಗೆ ಅವರನ್ನು ಕಂಡರೆ ಕೃತಜ್ಞತೆ ಮಾತ್ರವಲ್ಲ, ಭಕ್ತಿ ಪ್ರೀತಿಗಳಿವೆ ಎಂದು ನಾನು ಅರ್ಥಮಾಡಿಕೊಂಡಿದ್ದೆ. ಅವು ಘನಿಷ್ಠವಾದ ಭಾವನೆಗಳು ಎಂದು ಈಗ ಅನ್ನಿಸಿತು. 'ನಾನು ಏನೇ ಮಾಡಲಿ. ಅವರಿಗೆ ನೋವಾಗುವ ಕೆಲಸ ಮಾಡುಕ್ಕೆ ನನಗೆ ಸಾಧ್ಯವಿಲ್ಲ. ಒಂದು ಅರ್ಥದಲ್ಲಿ ದೇವರಂತೆ ಅವರನ್ನ ಪೂಜಿಸುತೀನಿ. ಊರಿನಲ್ಲಿರುವ ದಿವಸ ಅವರ ಪಾದಕ್ಕೆ ತಲೆಮುಟ್ಟಿಸಿ ನಮಸ್ಕರಿಸಿಯೇ ನಿತ್ಯಕರ್ಮ ಆರಂಭಿಸೂದು,' ಎಂದು ಸುಮ್ಮನಾದಳು. ನಾನು ಒಂದು ಮಾತೂ ಆಡಲಿಲ್ಲ. ಮನಸ್ಸು ಅವಳ ಭಾವನೆಯ ಆಳವನ್ನು ಅಳೆಯುತ್ತಾ ವಿಸ್ಮಯದಲ್ಲಿ ಮುಳುಗಿತ್ತು.

ತುಸು ಹೊತ್ತಿನ ನಂತರ, 'ಬೇಸರವಾಯ್ತಾ?' ಎಂದಳು.

'ಯಾಕೆ?'

'ನನ್ನ ಮಾತು ಕೇಳಿ. ಅವರಿಗೆ ಇಷ್ಟು ನಿಷ್ಠೆಯಿಂದಿರುವ ಇವಳು ನನ್ನನ್ನು ನಿಜ ವಾಗಿಯೂ ಪ್ರೀತಿಸ್ತಾಳಾ? ಅನ್ನುವ ಅನುಮಾನ ಹುಟ್ಟಿರಬಹುದು ನಿನಗೆ. ನಿಜ ಹೇಳು.' ನಾನು ಸುಮ್ಮನಿದ್ದೆ. 'ನಿನ್ನ ಮೌನವೇ ಉತ್ತರ. ಆದರೆ ಒಂದನ್ನು ಅರ್ಥಮಾಡಿಕೊ.

ಅವರು ನನಗೆ ಗಂಡ. ನೀನು ನನ್ನ ಮೋಹನಕೃಷ್ಣ. ರಾಧೆಯ ಸಮಸ್ತಪ್ರೀತಿಯ ಸ್ವಾಮಿ ಯಾರು? ಗಂಡನೋ ಕೃಷ್ಣನೋ? ನೀನು ನರ್ತಕನಾಗಿದ್ದರೆ ನನ್ನ ಮಾತಿನ ಅರ್ಥ ಆಗ್ತಿತ್ತು. ಸಂಗೀತಗಾರರಿಗೆ ಸರಿಗಮಪದನಿಯ ಆಚೆಗೆ ಏನೂ ತಿಳಿಯುಲ್ಲ. ಭಾವ ಅರ್ಥ ವಾದರೆ ತಾನೆ ಪ್ರೀತಿಯ ಸ್ವರೂಪ ತಿಳಿಯೂದು?' ಎಂದು ಮುದ್ದಿಸತೊಡಗಿದಳು. ಅವಳು ಹೇಳುತ್ತಿರೂದು ನಿಜ, ನಟನೆಯಲ್ಲ ಎಂದು ನನ್ನ ಅಂತರಂಗವು ತಕ್ಷಣ ಒಪ್ಪಿ ಕೊಂಡಿತು. ನಾನೂ ಪ್ರತಿಸ್ಪಂದಿಸಿದೆ.

ಅವಳು ಇನ್ನಷ್ಟು ನಿಕಟವಾಗಿ ಅಪ್ಪಿ, 'ನಾನು ಮೊದಲೇ ಹೇಳಿದೆನಲ್ಲ. ಅವರಿಗೆ ಎಚ್ಚರವಾಗುಲ್ಲ. ಅಕಸ್ಮಾತ್ ಆದರೆ ಎಲ್ಲಿದೀ ಅಂತ ಕೂಗಿಕೊಂಡಾರು. ನಾನು ಈ ಕಡೆ ಯಿಂದ ಅಡುಗೆಮನೆಗೆ ಹೋಗಿ ಆ ಕಡೆಯಿಂದ ಆ ಕೋಣೆಗೆ ಹೋದರೆ ಆಯಿತು. ಸ್ವಲ್ಪವೂ ಆತಂಕವಿಟ್ಟುಕೊಬೇಡ. ಅಭಿಸಾರಿಕೆಯು ಬಂದು ನಿನ್ನ ತೋಳು ಸೇರಿದ್ದಾಳೆ. ಈ ಯಮುನೆಯ ತಟದ ಮರಳ ಹಾಸಿಗೆಯ ಮೇಲೆ ನಿನ್ನ ರಾಧೆಯನ್ನು ಮನದಣಿಯ ಸವಿ. ಬೆಳಕು ಹರಿಯುವ ತನಕ ಕಾಲ ನಿನ್ನದು' ಎಂದು ಉಸಿರಿದಳು. ನನಗೆ ಉತ್ಸಾಹ ಬಂತು. ನಿಶ್ಶಬ್ದದ ಮುಸುಕಿನಲ್ಲಿ ರತಿವಿಸ್ತಾರವು ಅಖಂಡವಾಯಿತು. ಇಬ್ಬರ ಬಿಸಿ ಬೆವರೂ ಬೆರೆತು ಕ್ರಮೇಣ ಶಮನದ ತಂಪು ಶಾಂತಿ ಪಸರಿದರೂ ತೋಳುಗಳು ಬಿಚ್ಚಿಕೊಳ್ಳಲಿಲ್ಲ. ಎಷ್ಟೋ ಹೊತ್ತಿನನಂತರ ಅವಳು ನಿಶ್ಶಬ್ದದ ಮುಸುಕಿನೊಳಗೇ ಪಿಸುಗುಟ್ಟಿದಳು: 'ಇನ್ನುಮೇಲೆ ಒಂದೊಂದು ದಿನ ಬೇರೆ ಯಾವುದಾದರೂ ಊರಿನ ಹೆಸರು ಹೇಳಿ ಪ್ರೋಗ್ರಾಂ ಇದೆ, ರಾತ್ರಿ ಬರುಲ್ಲ ಅಂತ ಹೇಳ್ತೀನಿ. ನಿನ್ನ ಮನೆ ಇದೆ. ಹಗಲು ಎಷ್ಟೇ ವಿರಾಮವಿದ್ದರೂ ರಾತ್ರಿಯ ಶಾಂತಿ, ಅಖಂಡತೆ ಲಭಿಸುಲ್ಲ.' ಅದಕ್ಕೇ ಹಿಂದಿನ ಕಾಲದಲ್ಲಿ ಸಂಗೀತ ಮಹಿಫಲ್‌ಗಳನ್ನ ರಾತ್ರಿಯ ಹೊತ್ತು ಏರ್ಪಡಿಸ್ತಿದ್ದರು, ನನಗೆ ತಕ್ಷಣ ಹೊಳೆಯಿತು.

– ೬ –

ನಾನೀಗ ವಸತಿಯನ್ನು ಮುಂಬಯಿಯಿಂದ ದಿಲ್ಲಿಗೆ ಬದಲಾಯಿಸಿದ್ದೇನೆಂದು ತಿಳಿಸಿ ದಿಲ್ಲಿಯ ಮನೋಹರಿದಾಸ್ ನೃತ್ಯಶಾಲೆಯ ವಿಳಾಸಕೊಟ್ಟು ಕಾರ್ಡುಗಳನ್ನು ಮುದ್ರಿಸಿ ನನಗೆ ಮತ್ತು ಅವಳಿಗೆ ನೆನಪಿಗೆಬಂದ ಸಂಗೀತ ಮತ್ತು ಪ್ರದರ್ಶನ ಕಲಾಸಭೆಗಳಿಗೆ ಅಂಚೆಯಲ್ಲಿ ಕಳಿಸಿದೆ. ಮನೋಹರಿಯ ಪ್ರಯತ್ನದಿಂದ ದಿಲ್ಲಿಯಲ್ಲೇ ಒಂದು ಕಛೇರಿ ಏರ್ಪಟ್ಟಿತು. ಅದರ ಆಹ್ವಾನ ಪತ್ರಿಕೆಯಲ್ಲಿ 'ಮುಂಬಯಿಯಿಂದ ದಿಲ್ಲಿಗೆ ಬಂದು ನೆಲೆಸಿರುವ' ಎಂದು ಹಾಕಿದ್ದರು. ಸ್ವಾಗತದ ನುಡಿಯಲ್ಲಿ ಕೂಡ ಹೇಳಿದರು. ಅದನ್ನೇ ಅನುಸರಿಸಿ ಪತ್ರಿಕಾ ವಿಮರ್ಶಕರೂ ಈ ಅಂಶವನ್ನು ಸೇರಿಸಿದರು. ಎಲ್ಲಕಡೆಯೂ ಪ್ರಚಾರವಾಯಿತು. ಅದನ್ನು ಮುಂಬಯಿಯ ಪತ್ರಿಕೆಗಳೂ ಸುದ್ದಿಯಾಗಿ ಹಾಕಿದವು. ನಾಗಪುರದ ಘಟನೆಯನ್ನು ಒಂದು ಸ್ಥಳೀಯ ಪತ್ರಿಕೆಯು ವಿವರವಾಗಿ ವರದಿ ಮಾಡಿ ಅದರ ಮುಖ್ಯಾಂಶಗಳು

ಮುಂಬಯಿಯ ಪತ್ರಿಕೆಗಳಲ್ಲೂ ಬಂದವು. ಅವುಗಳ ಮರಾಠಿ, ಇಂಗ್ಲಿಷ್ ಮತ್ತು ಹಿಂದಿ ಪತ್ರಿಕೆಗಳ ಕಟಿಂಗ್‌ಗಳನ್ನು ಪರಾಂಜಪೆ ಕಳಿಸಿದರು. ಜೊತೆಗೊಂದು ಕಾಗದ: 'ನೀವು ಸಂಸಾರದ ಕಲಾವಿರೋಧೀ ಮನೋಧರ್ಮದಿಂದ ಬೇಸತ್ತು ಮುಂಬಯಿಯನ್ನೇ ಬಿಟ್ಟಿರಿ ಅಂತ ನಮ್ಮಲ್ಲಿ ಕೆಲವರು ಅಂದುಕೊತ್ತಿದಾರೆ. ಬೇಸರವಿಲ್ಲದಿದ್ದರೆ ವಾಸ್ತವಾಂಶ ತಿಳಿಸಿ.' ಪರಾಂಜಪೆ ನನ್ನಲ್ಲಿ ವಿಶ್ವಾಸವಿಟ್ಟುಕೊಂಡವರು. ಚಂಪಾಳ ಮೂಲಕ ಪರಿಚಯವಾದರೂ ಈಗ ಅವಳನ್ನು ಮೀರಿ ನನ್ನ ಗಾಯನದ ಬಗೆಗೆ ಅಭಿಮಾನ ಬೆಳೆಸಿಕೊಂಡವರು. ನಿಮ್ಮ ಊಹೆ ಸರಿಯಾಗಿದೆ. ಎಲ್ಲವನ್ನೂ ಕಾಗದದಲ್ಲಿ ಬರೆಯುವುದು ಚಂದವಲ್ಲ. ದಿಲ್ಲಿಗೆ ಬಂದಾಗ ಭೇಟಿಮಾಡಿ. ಮಾತನಾಡೋಣ ಎಂದು ಉತ್ತರಿಸಿದೆ. ಎರಡು ವಾರದ ನಂತರ ಅವರು ಒಂದು ಮರಾಠಿ ಪತ್ರಿಕೆಯ ಕಟಿಂಗ್ ಕಳಿಸಿದರು. ನಾಗಪುರದಲ್ಲಿ ಕುಮಾರಿ ಮನೋಹರೀದಾಸಳ ನರ್ತನವನ್ನು ನೋಡಿ ಮೋಹನಲಾಲರು ಆ ದಿನವೇ ಪ್ರಿನ್ಸಿಪಾಲರ ಮನೆಯಿಂದ ಅವಳಿದ್ದ ಹೋಟೆಲಿಗೆ ಬದಲಾಯಿಸಿ, ಅಲ್ಲಿಂದ ಹಾಗೆಯೇ ಅವಳೊಡನೆ ದಿಲ್ಲಿಗೆ ಹೊರಟುಹೋದರೆಂದು ನಮ್ಮ ನಾಗಪುರದ ಪ್ರತಿನಿಧಿಯು ವಿಚಾರಿಸಿ ದಾಗ ತಿಳಿಯಬಂತು. ಸಂಗೀತವು ನರ್ತನದಿಂದ ಆಕರ್ಷಿತವಾಗಿರುವ ಸಂಗತಿ ಇದು. ನರ್ತನವೇ ಸಂಗೀತದಿಂದ ಆಕರ್ಷಿತವಾಗಿ ಮುಂಬಯಿಗೆ ಬಂದಿದ್ದರೆ ಮುಂಬಯಿಯ ಕಿರೀಟಕ್ಕೊಂದು ಗರಿ ಸೇರುತ್ತಿತ್ತು. ಈ ಘಟನೆಯಿಂದ ಸಂಗೀತ ಹೆಚ್ಚೋ, ನರ್ತನ ಹೆಚ್ಚೋ ಎಂದು ಕಲಾಮೀಮಾಂಸಕರು ವಾಗ್ವಾದದಲ್ಲಿ ತೊಡಗುವಂತಾಗಿದೆ, ಎಂದು ರಮ್ಯ, ಹಾಸ್ಯ, ಕುಹಕಗಳನ್ನು ಸೇರಿಸಿ ಬರೆದಿತ್ತು. ಈ ಕಟಿಂಗ್ ತಲುಪಿದ ಬಗೆಗಾಗಲಿ, ಅದರ ವಾಸ್ತವತೆಯ ಬಗೆಗಾಗಲಿ ನಾನು ಪರಾಂಜಪೆಗೆ ಉತ್ತರಿಸಲಿಲ್ಲ. ಇದು ಮುಂಬಯಿ ಮತ್ತು ಆ ಭಾಗದ ಕಲಾಪ್ರಪಂಚದಲ್ಲಿ ಮನರಂಜನೆಯ ಸುದ್ದಿಯಾಗಿರುತ್ತದೆಂಬುದು ಸ್ಪಷ್ಟವಾಗಿತ್ತು. ಇದರಲ್ಲಿ ನಾನು ಮಾಡಿರುವ ಹೆಡ್ಡತನವು ಈಗ ಅರ್ಥವಾಯಿತು. ನಾನಿದ್ದುದು ಬಾಡಿಗೆಯ ಮನೆ. ಹತ್ತು ತಿಂಗಳ ಅಡ್ವಾನ್ಸ್. ಮುಂಬಯಿಯಷ್ಟು ಮನೆಯ ಕೊರತೆಯಿಲ್ಲದ ದಿಲ್ಲಿಯಲ್ಲಿ ನಾನೇ ಬದಲಾಯಿಸಬಹುದು. ಅವರೇ ಬಿಡಿಸಬಹುದು. ನರ್ತನಶಾಲೆಯ ವಿಳಾಸವಾದರೆ ಖಾಯಂ ಎಂದು ಆಲೋಚಿಸಿ ನಾನು ಅದನ್ನು ಪ್ರಚುರಗೊಳಿಸಿದ್ದೆ. ಮನೋಹರಿಯೂ ಅನುಮೋದಿಸಿದ್ದಳು. ಅದಕ್ಕೆ ಈ ಅರ್ಥ ಬರುತ್ತದೆಂದು ನಮ್ಮಿಬ್ಬರಲ್ಲಿ ಯಾರಿಗೂ ಹೊಳೆಯಲಿಲ್ಲ. ಒಂದು ವಾರ ಕಸಿವಿಸಿಯಾಗಿತ್ತು. ಅನಂತರ ಇರುವುದೇ ಉಂಟಂತೆ, ಜನ ತಿಳಿದುಕೊಂಡರೆ ನನಗೇನು! ಎಂಬ ಉಪೇಕ್ಷೆ ಹುಟ್ಟಿತು. ಕ್ರಮೇಣ ಅದೇ ಹೊಂದಿಕೊಂಡಿತು. ಮಾತ್ರವಲ್ಲ, ಹೆಮ್ಮೆಯ ಸಂಗತಿ ಎಂದೂ ತೋರತೊಡಗಿತು. ಇಂಥ ಗಾಯಕನನ್ನು ಆಕರ್ಷಿಸಿದವಳೆಂಬ ಝಳಪು ಅವಳಿಗೆ. ಇಂಥ ಪ್ರಸಿದ್ಧ ನರ್ತಕಿಯ ಜೊತೆಗೂಡಿದವನೆಂಬ ಮಾಟ ಕಲಾರಸಿಕರಲ್ಲಿ ನನ್ನ ವಿಷಯವಾಗಿ ಬೆಳೆಯುತ್ತದೆಂಬ ಭಾವನೆ ಬೆಳೆಯಿತು. 'ಮೋಹನ್, ಸಾರ್ವಜನಿಕರೆದುರು ಮದುವೆಯಾಗಿ ತಾಳಿ ಕಟ್ಟುಕ್ಕಿಂತ ಹೆಚ್ಚಿನ ಮನ್ನಣೆಯಲ್ಲವೆ ಇದು?' ಎಂದು ಅವಳೇ ನಕ್ಕಳು.

– ೭ –

ಒಂದು ಬೆಳಗ್ಗೆ ನನ್ನ ಬರಸಾತಿ ಮನೆಯಲ್ಲಿ ಕೂತು ತಂಬೂರಿ ಹಿಡಿದು ಅಭ್ಯಾಸ ಮಾಡಿಕೊಳ್ಳುತ್ತಿದ್ದೆ. ಒಂಬತ್ತು ಗಂಟೆ. ಕರೆಗಂಟೆಯ ಶಬ್ದವಾಯಿತು. ಕೋಣೆಯ ಬಾಗಿಲು ತೆರೆದಿದ್ದರೂ ಬರಸಾತಿಯನ್ನು ಪ್ರವೇಶಿಸುವ ಕೆಳಗಿನ ಬಾಗಿಲಿಗೆ ಬೋಲ್ಟ್ ಹಾಕಿಕೊಂಡಿದ್ದೆ. ನೆಲಗುಡಿಸಿ ಸಾರಿಸಿ ಬಟ್ಟೆ ಒಗೆದು ಚಹಾದ ಪಾತ್ರೆಗಳನ್ನ ತೊಳೆಯುವ ಕೆಲಸದವಳು ಬಂದು ಹೋಗಿದ್ದಳು. ನನಗೆ ಹೀಗೆ ಸಂದರ್ಶಕರು ಇರಲಿಲ್ಲ. ಇದು ಮನೋಹರಿ ಬರುವ ವೇಳೆಯಲ್ಲ. ಅಲ್ಲದೆ ಈ ದಿನ ಹನ್ನೆರಡುಗಂಟೆಗೆ ಊಟಕ್ಕೆ ನರ್ತನಶಾಲೆಗೆ ನಾನೇ ಹೋಗುವುದೆಂದು ಮಾತನಾಡಿಕೊಂಡಿದ್ದೆವು. ಎದ್ದು ಹೋಗಿ ಬಾಗಿಲು ತೆರೆದರೆ ಎದುರು ನಿಂತಿದ್ದವಳು ಚಂಪಾ. ನನಗೆ ಕಸಿವಿಸಿಯಾಯಿತು. ನನಗೇ ಗೊತ್ತಾಗದ ಅಧೀರತೆ. ನಾನು ಮಾತನಾಡಿಸಲಿಲ್ಲ. ಒಳಗೆ ಬಾ ಅನ್ನಲಿಲ್ಲ. ಇಲ್ಲಿಗ್ಯಾಕೆ ಬಂದೇ ಹೊರಟು ಹೋಗು ಎನ್ನಲೂ ಇಲ್ಲ. ನನ್ನಪಾಡಿಗೆ ನಾನು ಹಿಂತಿರುಗಿ ಮೇಲೆ ಹತ್ತಿ ಬಂದು ತಂಬೂರಿಯ ಮುಂದಿನ ನನ್ನ ಜಾಗದಲ್ಲಿ ಕುಳಿತೆ. ಹಿಂದೆಯೇ ಬಂದ ಅವಳು ಗೋಡೆಯ ಬದಿಗಿದ್ದ, ಮನೋಹರಿ ನರ್ತನಶಾಲೆಯಿಂದ ಕಳಿಸಿದ್ದ ಸೋಫ಼ದ ಮೇಲೆ ಕುಳಿತಳು. ನೆಲಕ್ಕಿಂತ ಸೋಫ಼ಾ ಅಥವಾ ಕುರ್ಚಿಯೇ ಹೆಚ್ಚು ಅನುಕೂಲವಾಗುವಂತೆ ವರ್ಧಿಸಿತ್ತು ಅವಳ ಕಾಯ. ನಾನು ತಂಬೂರಿ ಮಿಡಿಯತೊಡಗಿದೆ. ಅವಳು ಇದ್ದಕ್ಕಿದ್ದಂತೆಯೇ ಬಂದು ಎದುರಿಗೆ ಕೂತಿರುವ ಈ ಸನ್ನಿವೇಶದಲ್ಲಿ ಹಾಡುವ ಮನೋಧರ್ಮ ಉಳಿಯುವುದು ಅಸಾಧ್ಯವೆಂದು ಅರಿವಾಗಿತ್ತು. ನಾನು ಅವಳ ಕಡೆಗೆ ಕತ್ತೆತ್ತಿ ನೋಡಲಿಲ್ಲ. ಆದರೆ ನನ್ನ ಎದುರಿಗೇ ಹತ್ತು ಅಡಿ ದೂರದಲ್ಲಿ ಅವಳು ಕೂತಿರುವಾಗ ಎಷ್ಟುಹೊತ್ತೆಂದು ಕತ್ತನ್ನು ಕೆಳಗೆಮಾಡಿ ಕೂಡುವುದು? ಎದ್ದು ಬೇರೆ ಕೋಣೆಗೆ ಹೋಗಲೆ? ಅಥವಾ ನನಗೆ ಹೊರಗೆ ಕೆಲಸವಿದೆ. ಬೀಗ ಹಾಕಿಕೊಬೇಕು. ಮೇಲೆ ಏಳು ಅನ್ನುವುದೆ? ಎಂಬ ಪರ್ಯಾಯ ಗಳು ಹೊಳೆದವು. ಬೆರಳುಗಳು ಅಂಗಾತಮಲಗಿದ್ದ ತಂಬೂರಿಯ ತಂತಿಗಳಮೇಲೆ ಆಡುತ್ತಲೇ ಇದ್ದವು. ಎಷ್ಟೋಹೊತ್ತಿನ ಮೇಲೆ ಅವಳು ಬಂದಿರುವ ವಿಷಯ ಮಾತನಾಡಿ ಮುಗಿಸಿದಲ್ಲದೆ ನಿವಾರಿಸಿಕೊಳ್ಳುವ ದಾರಿಯಿಲ್ಲವೆನ್ನಿಸಿ ಕತ್ತೆತ್ತಿದೆ. 'ಏನು ಬಂದದ್ದು? ಬೇಗ ಹೇಳಿ ಮುಗಿಸಿಬಿಡು. ನನಗೆ ಹೊರಗಡೆ ಕೆಲಸವಿದೆ. ಮಧ್ಯಾಹ್ನದ ಟ್ರೇನಿಗೆ ಹೋಗಬೇಕು,' ಎಂದೆ.

'ಯಾಕೆ ಹೀಗೆ ಮಾಡಿದಿರಿ?' ಮುಖದಲ್ಲಿ ಸೋಲನ್ನು ಪ್ರಕಟಿಸುತ್ತಾ ಅವಳು ಕೇಳಿದಳು.

'ಹೀಗೆ ಅಂದರೆ ಹ್ಯಾಗೆ? ಇಬ್ಬರಿಗೂ ಗೊತ್ತಿರುವ ಮಾತನ್ನು ಎತ್ತಿ ಕೊಡವೂದರಿಂದ ಪ್ರಯೋಜನವಿಲ್ಲ. ನಾನು ಯಾವ ಮಾತಿಗೂ ಉತ್ತರ ಹೇಳೂದಿಲ್ಲ.'

'ಇನ್ನುಮೇಲೆ ನಿಮ್ಮ ಪ್ರೋಗ್ರಾಮಿನ ನಿರ್ವಹಣೆ ನೀವೇ ನೋಡಿಕೊಳ್ಳಿ. ಚೌಕಶಿ, ನಿಶ್ಚಯ, ವಸೂಲಿ, ಎಲ್ಲ ನಿಮ್ಮದೇ. ನಾನು ಯಾವುದಕ್ಕೂ ಬರೂದಿಲ್ಲ. ಆಯಿತೇ? ಒಪ್ಪಿ ಕೊಂಡಿದೀನಿ.'

'ನನ್ನ ಪ್ರೋಗ್ರಾಮನ್ನ ಈಗ ನಾನೇ ನಿರ್ವಹಣೆ ಮಾಡಿಕೊತ್ತಿದೀನಿ. ಅದನ್ನ ಯಾರೂ ಹೇಳಿ ಕೇಳುವ ಅಗತ್ಯವಿಲ್ಲ.'

'ಕೈ ಹಿಡಿದ ಸಂಸಾರದ ಗತಿ ಏನು? ಅಪ್ಪ ಎಲ್ಲಿ ಅಪ್ಪ ಎಲ್ಲಿ ಅಂತ ಹಲುಬುವ ಮಕ್ಕಳಿಗೆ ಏನು ಹೇಳಬೇಕು ನಾನು?'

'ಬೋರಿವಲಿಗೆ ಹೋಗಿ ರಾಮಕುಮಾರಿಯನ್ನ ಕಾಣು. ಅಪ್ಪ ಎಲ್ಲಿ ಅಪ್ಪ ಎಲ್ಲಿ ಅಂತ ಹಲುಬುವ ಮಕ್ಕಳಿಗೆ ಅವಳು ಏನು ಹೇಳ್ತಿದಾಳೆ ಕೇಳಿ ಅದೇ ಮಾತನ್ನ ನಿನ್ನ ಮಕ್ಕಳಿಗೆ ಹೇಳು.'

ಅವಳ ಮುಖ ಮಂಕಾಯಿತು. ತಕ್ಕ ಕ್ಷಣದಲ್ಲಿ ತಕ್ಕ ಉತ್ತರ ಹೊಳೆಯಿತೆಂದು ನನ್ನಲ್ಲಿ ಗೆಲುವು ಮೂಡಿತು. ಆದರೆ ಸೋಲುವುದು ಅವಳ ಸ್ವಭಾವವಲ್ಲ. 'ನಿನ್ನ ಮಕ್ಕಳು ಅಂತೀರಲ್ಲ. ನಿಮ್ಮ ಮಕ್ಕಳಲ್ಲವೆ?' ಎಂದಳು.

'ರಾಮಕುಮಾರಿಯ ಮಕ್ಕಳೂ ನನ್ನವೇ. ನೀನು ಅಲ್ಲ ಅಂತಿದ್ದೆ.' ನಾನು ತಿರುಗಿಸಿದೆ. ಈಗ ಅವಳ ಬಾಯಿ ಕಟ್ಟಿತು. ನನ್ನ ಕಣ್ಣುಗಳು ಅವಳಮೇಲೆ ಬೆಂಕಿಯ ಉರಿ ಸೂಸುತ್ತಿದ್ದವು. ಅವಳ ಕಣ್ಣುಗಳು ನನ್ನಮೇಲೆ ಕಿಡಿ ಕಾರುತ್ತಿದ್ದವು. ಅವಳ ತುಟಿಗಳು ಮಾತು ತೋಚದ ಸ್ಥಿತಿಯಲ್ಲಿ ಚಲಿಸುತ್ತಿದ್ದವು.

ಒಂದು ನಿಮಿಷದ ನಂತರ, 'ಬೇಕಾದರೆ ದಿನಾ ದೇವಸ್ಥಾನದಲ್ಲಿ ಮುಫ಼ತ್ ಹಾಡಿ. ನಾನು ಕೇಳೂದಿಲ್ಲ.' ಎಂದಳು.

'ನಾನು ಹೇಗೆ ಹಾಡಿದರೂ ಕೇಳೂ ಅಧಿಕಾರ ಯಾರಿಗೂ ಇಲ್ಲ.'

'ನನ್ನ, ಮಕ್ಕಳ, ಜೀವನ ಹ್ಯಾಗೆ ಸಾಗಬೇಕು?'

'ಕುರ್ಲಾದ ಫ್ಲ್ಯಾಟ್ ನನ್ನ ಹಣದಲ್ಲಿ ಕಟ್ಟಿಸಿರೂದು. ಬಾಡಿಗೆಗೆ ಕೊಟ್ಟರೆ ತಿಂಗಳಿಗೆ ಹತ್ತುಸಾವಿರ ಬರುತ್ತೆ. ಕಲ್ಯಾಣದಲ್ಲೋ ದೊಂಬಿವಲಿಯಲ್ಲೋ ಒಂದು ಸಾವಿರಕ್ಕೆ ಫ್ಲ್ಯಾಟ್ ಹಿಡಿದು ಜೀವನ ಮಾಡು. ಅಥವಾ ಬೋರಿವಲಿಯಲ್ಲಿ ಒಂದು ಚಾಳ್ ಹಿಡಿ. ಒಂದು ಒಂದೂವರೆ ಸಾವಿರಕ್ಕೆ ಸಿಗುತ್ತೆ. ಉಳಿದ ಹಣ ಜೀವನಕ್ಕೆ ಸಾಕು. ಇದುವರೆಗೆ ಕೂಡಿಸಿಟ್ಟಿರೂ ಹಣದ ಬಡ್ಡಿ ಎಷ್ಟಾಯಿತು? ನಾನು ಲೆಕ್ಕ ತೆಗೆಸ್ತೀನಿ.' ಎಂದೆ.

'ಲೆಕ್ಕ ತೆಗೆಸ್ತೀನಿ ಅಂದರೆ ವಕೀಲರ ಮಾತಾಡ್ತಿದೀರೇನು?' ಅವಳು ಸವಾಲು ಮಾಡಿದಳು.

'ವಕೀಲರನ್ನ ಕೇಳದೆ ನೀನು ಇಲ್ಲಿಗೆ ಬಂದಿದೀ ಏನು?' ನಾನು ಜವಾಬು ಕೊಟ್ಟೆ.

ಅವಳ ತುಟಿಗಳು ಮತ್ತೆ ಮಾತು ತೋಚದೆ ಚಲಿಸತೊಡಗಿದವು. ಅರ್ಧನಿಮಿಷದ ನಂತರ, 'ನಾನು ಸಂಸಾರ ಕೂಡಿಸಿ ನಡೆಸಿಕೊಂಡು ಹೋಗಬೇಕು ಅನ್ನುವ ಮನೆತನಸ್ಥ ಹೆಣ್ಣುಮಗಳು. ಕೋರ್ಟು ವಕೀಲರ ಮಾತಾಡ್ತಿರೋದು ನೀವು.' ಎಂದಳು.

'ವಕೀಲರನ್ನ ಕೇಳಿ ರಿಜಿಸ್ಟರ್ ಮದುವೆಯ ಬಲೆ ಹಾಕಿದೋಳು ಯಾರು?' ನಾನು

ಕೇಳಿದೆ. ಅವಳು ನಿರುತ್ತರಳಾದಳು.

ಒಂದುನಿಮಿಷದ ನಂತರ, 'ನಿಜವಿಷಯ ಒಪ್ಪಿಕೊಂಡುಬಿಡಿ. ನರ್ತಕಿ ಹೆಚ್ಚು ಮೋಹಕಳಾಗಿದಾಳೆ. ಹೆಸರೂ ಮನೋಹರೀ ಅಂತ. ಬೆನ್ನುಹತ್ತಿ ಬಂದಿದೀರಿ. ನಿಮ್ಮ ಖುಷಿಗೆ ಎರಡು ಮಕ್ಕಳನ್ನ ಹೆತ್ತು ಆಕರ್ಷಣೆ ಕಮ್ಮಿಯಾದ ನಾನು ಬೇಡವಾಗಿದೆ' ಎಂದು ಅಳು ಬರಿಸಿಕೊಂಡಳು. ನಿಜವಾಗಿಯೂ ಅಳತೊಡಗಿದಳು. ನನ್ನ ಮನಸ್ಸು ವಿಚಲಿತವಾಯಿತು. ಅಯ್ಯೋ ಅನ್ನಿಸಲು ಶುರುವಾಯಿತು. ಕಣ್ಣಿನಲ್ಲಿ ನೀರನ್ನು ತುಂಬಿಕೊಂಡೇ ಕುಳಿತಿದ್ದವಳು ಮೇಲೆ ಎದ್ದು ಹತ್ತಿರಕ್ಕೆ ಬಂದು ನೆಲದಮೇಲೆ ಕುಳಿತು ನನ್ನನ್ನು ತಬ್ಬಿಕೊಂಡಳು. ಶರೀರಸ್ಪರ್ಶದಿಂದ ನಾನು ಕರಗಬಹುದೆಂದು, ಎಂದು ನನಗೆ ಅನ್ನಿಸಿತು. ಗಟ್ಟಿಯಾಗಿ ತಬ್ಬಿಕೊಂಡು ನನ್ನ ಮುಖವನ್ನು ಕೈಲಿ ಹಿಡಿದು ನೀವು ಒಳ್ಳೆಯೋರು, ನೀವು ಒಳ್ಳೆಯೋರು ಎನ್ನುತ್ತಾ ನನ್ನ ತುಟಿಗಳಿಗೆ ಮುತ್ತಿಡತೊಡಗಿದಳು. ಇದು ನನ್ನ ಮನಸ್ಸನ್ನು ಒಲಿಸಿಕೊಳ್ಳುವ ಪ್ರಯತ್ನವೋ, ಕಾಮೋದ್ರೇಕಗೊಳಿಸಿ ಗೆಲ್ಲುವ ಪ್ರಯತ್ನವೋ ಎಂಬ ಅರಿವು ನನ್ನಲ್ಲಿ ಹುಟ್ಟಿತು. ಅಸಹ್ಯವೆನ್ನಿಸಿತು. ಆ ಸ್ಥೂಲಕಾಯ, ಆ ಕಲ್ಪನಾರಹಿತ ಮುಖ, ಕನಸು ಇಲ್ಲದ ಕಣ್ಣುಗಳು. ಅಪ್ರಜ್ಞೆಯಲ್ಲಿಯೂ ಲಯವನ್ನು ಮಿಡಿಯುವ, ಸ್ವರಗಳನ್ನು ಸೂಸುವ ಚಿಗರೆಯಂತಹ ಚುರುಕುಶಕ್ತಿಯ ಮನೋಹರಿಯ ಮಾಂತ್ರಿಕ ಮೈಕಟ್ಟು ತುಲನೆಯ ಮಾದರಿಯಾಯಿತು. ನಾನು ಮೇಲೆ ಎದ್ದು ಹತ್ತು ಅಡಿ ದೂರ ನಡೆದು ಸೋಫ಼ದ ಮೇಲೆ ಕೂತೆ. ಅವಳು ಬುಸುಗುಟ್ಟ ತೊಡಗಿದಳು. ಕಣ್ಣುಗಳ ನೀರನ್ನು ಒರೆಸಿಕೊಂಡಳು. ಎರಡು ಕಣ್ಣುಗಳೂ ಕಬ್ಬಿಣವನ್ನೂ ಕರಗಿಸಬಲ್ಲ ಉಷ್ಣದಕಿಡಿ ಹಾರಿಸತೊಡಗಿದವು. ತುಟಿಗಳನ್ನು ಹಲ್ಲುಗಳಿಂದ ಕಚ್ಚಿ ಹಿಡಿದು ಕೊಂಡಳು. ದೃಷ್ಟಿಯುದ್ಧದಲ್ಲಿ ಸೋಲಬಾರದೆಂದು ನಾನೂ ದುರುಗುಟ್ಟಿ ದಿಟ್ಟಿಸುತ್ತಿದ್ದೆ.

'ಅವಳ್ಯಾರು ಹುಡುಕಿ ಚಪ್ಪಲೀಲಿ ಹೊಡೀತೀನಿ,' ಎಂದಳು.

'ಡಾನ್ಸ್ ಮಾಡಿ ಮಾಡಿ ಅವಳ ಕಾಲುಗಳು ಗಟ್ಟಿಯಾಗಿವೆ. ಒಂದೇಟು ಒದೆದರೆ ನಿನ್ನ ಸೊಂಟ ಮುರಿದು ಸಾಯೂತನಕ ತೆವಳುವ ಹಾಗಾಗುತ್ತೆ. ಅವಳ ತಂಟೆಗೆ ಹೋದರೆ ಹುಷಾರ್. ಇದು ದಿಲ್ಲಿ. ಅವಳು ಒಂದು ಮಾತು ಹೇಳಿ ಪೋಲೀಸರು ಜೈಲಿಗೆ ಹಾಕಿದರೆ ಆರು ವರ್ಷವಾದರೂ ಬಿಡಿಸಿಕೊಳ್ಳಕ್ಕಾಗಲ್ಲ.' ನಾನು ಚಕ್ಕನೆ ಉತ್ತರಿಸಿದೆ.

ಮಾತಿಗೆ ಮಾತು ಬೆಳೆಯುವ ಈ ಸನ್ನಿವೇಶವನ್ನು ಮುಗಿಸಬೇಕೆಂಬ ನಿಶ್ಚಯ ನನ್ನಲ್ಲಿ ಹುಟ್ಟಿತು. ಕುಳಿತವನು ಎದ್ದು ಇನ್ನೊಂದು ಕೋಣೆಗೆ ಹೋದೆ. ಪ್ರಯಾಣದ ಸೂಟ್‌ಕೇಸಿಗೆ ನಾಲ್ಕಾರು ಬಟ್ಟೆಗಳನ್ನು ಹಾಕಿ ಬಾಗಿಲು ಮುಚ್ಚಿ ಬೀಗ ಹಾಕಿದೆ. ಇಸ್ತ್ರಿ ಮಾಡಿದ ಜುಬ್ಬ ಪೈಜಾಮ ಧರಿಸಿ ತಲೆಬಾಚಿ ಕೈಗಡಿಯಾರ ಕಟ್ಟಿ, ಎಡಗೈಲಿ ಸೂಟ್‌ಕೇಸ್, ಬಲಗೈಲಿ ಎರಡು ಬೀಗ ಬೀಗದಕೈ ಹಿಡಿದು ಅವಳು ಕೂತಿದ್ದ ಕೋಣೆಗೆ ಬಂದು, 'ನನಗೆ ರೈಲಿಗೆ ಹೊತ್ತಾಗುತ್ತೆ. ಜಾಗ ಖಾಲಿ ಮಾಡು,' ಎಂದೆ.

'ಯಾವ ಊರಿನಲ್ಲಿ ಪ್ರೋಗ್ರಾಂ?'

ಇಷ್ಟು ಮಾತಾದ ಮೇಲೂ ಮತ್ತೆ ಈ ಪ್ರಶ್ನೆ ಕೇಳುವುದು ಅವಳ ಸ್ವಭಾವಕ್ಕೆ ಮಾತ್ರ ಸಾಧ್ಯ ಎಂದು ನನಗೆ ಥಟ್ಟನೆ ಅನ್ನಿಸಿತು. 'ಅದನ್ನ ಕೇಳೂ ಉಸಾಬರಿ ನಿನಗ್ಯಾಕೆ?'

'ನಾನು ಹೋಗೂದಿಲ್ಲ. ಇಲ್ಲೇ ಇರ್ತೀನಿ,' ಉತ್ತರಿಸಿದಳು.

'ಪೋಲೀಸರಿಗೆ ಫೋನ್ ಮಾಡಬೇಕಾ? ದಿಲ್ಲಿ ಅಂದರೆ ಏನಂತ ತಿಳಿದಿದೀಯ?' ಕಷ್ಟಪಟ್ಟು ಮೇಲೆ ಎದ್ದಳು. ಮನೆಯ ಬಾಗಿಲು ಬರಸಾತಿಯ ಪ್ರವೇಶದ ಬಾಗಿಲುಗಳಿಗೆ ಬೀಗಹಾಕಿ ನನ್ನಪಾಡಿಗೆ ನಾನು ಸರಸರನೆ ಇಳಿದು ಹೊರಬಂದೆ. ನರ್ತನಶಾಲೆಗೆ ಬಂದಾಗ ಕಾಂಪೌಂಡಿನ ಗಿಡಗಳಿಗೆ ಪಾತಿ ಮಾಡಿ ಮುಗಿಸಿ ಕೈಕಾಲು ತೊಳೆದುಕೊಳ್ಳುತ್ತಿದ್ದ ಮಾಲಿ ನಿಮ್ಮನ್ನ ಹುಡುಕಿಕೊಂಡು ಒಬ್ಬ ದಪ್ಪನೆಯ ಹೆಂಗಸು ಬಂದಿದ್ದರು. ನಿಮ್ಮ ಮನೆಯ ಗುರುತು ಹೇಳಿಕಳಿಸಿದೆ, ಎಂದ.

ಸೂಟ್‌ಕೇಸನ್ನು ಕಂಡ ಮನೋಹರಿ ಪ್ರಶ್ನಾರ್ಥಕವಾಗಿ ನೋಡಿದಳು. ನಡೆದದ್ದನ್ನು ಸ್ಥೂಲವಾಗಿ ಹೇಳಿದ ನಾನು ಮಾಲಿಯ ಮಾತನ್ನು ಹೇಳಿ ಅವಳು ಇಲ್ಲಿಗೆ ಬಂದರೂ ಬಂದಾಳು ಎಂದೆ. ಹೊರಗೆ ಹೋಗಿ ನೋಡಿಬಂದ ಅವಳು, 'ಕೆಲಸ ಮುಗಿಸಿ ಹೋಗಿದಾನೆ. ಮುಂದಿನ ಬಾಗಿಲು ಹಾಕಿದೀನಿ. ಮಧ್ಯಾಹ್ನ ಊಟ ತರುವವನು ವಿನಾ ಬೇರೆ ಯಾರು ಬೆಲ್‌ಮಾಡಿದರೂ ಬಾಗಿಲು ತೆಗೆಯೂದು ಬೇಡ. ಅಕಸ್ಮಾತ್ ಆಕೆ ಬಂದರೂ ನೀನು ಇಲ್ಲಿಲ್ಲ, ಎಲ್ಲಿದಾರೋ ನನಗೇನು ಗೊತ್ತು? ಅಂತ ಹೇಳ್ತೀನಿ. ಹೆಚ್ಚಿಗೆ ಮಾತಾಡಿದರೆ ಪೋಲೀಸಿಗೆ ಫೋನ್‌ಮಾಡ್ತೀನಿ ಅಂತೀನಿ,' ಎಂದಳು. ಇವಳ ಸನ್ನಿಧಿಯಲ್ಲಿ ಅವಳಿಂದ ರಕ್ಷಣೆ ದೊರೆತಂತಾಯಿತು. ಅವಳು ಆಡಿದ ಪ್ರತಿಯೊಂದು ಮಾತು ನಾನು ಕೊಟ್ಟ ಉತ್ತರಗಳನ್ನು ವಿವರವಾಗಿ ಜ್ಞಾಪಿಸಿಕೊಂಡು ಹೇಳಿದೆ. ಇಲ್ಲಿಗೆ ಬಂದರೂ ನಾಲ್ಕುಗಂಟೆಯ ವೇಳೆಗೆ ನನ್ನ ಮನೆಗೆ ಹಿಂತಿರುಗುವುದು ನನ್ನ ವಾಡಿಕೆಯಾಗಿತ್ತು. ನಾಲ್ಕೂಕಾಲಿಗಾಗಲೆ ವಿದ್ಯಾರ್ಥಿ ವಿದ್ಯಾರ್ಥಿನಿಯರು ಬರುತ್ತಿದ್ದರು. ಮಾಸ್ತರ್ ಜಯಸುಖಲಾಲಜಿಯೂ ಬರುವ ಹೊತ್ತು ಅದೇ. ನಮ್ಮಿಬ್ಬರ ಸಂಬಂಧದ ಊಹೆ ಅವರಿಗೆ ಇಲ್ಲವೆಂದಲ್ಲ. ಆದರೆ ಅನಾವಶ್ಯಕ ವಾಗಿ ಯಾರಿಗಾದರೂ ಯಾಕೆ ಎದ್ದು ಕಾಣಿಸಬೇಕು ಎಂಬ ಎಚ್ಚರದಿಂದ ನಾನು ಹಾಗೆ ಮಾಡುತ್ತಿದ್ದೆ. ನಾಲ್ಕುಗಂಟೆಗೆ ಮನೆಗೆ ಹೋಗುವುದೆ? ಅವಳು ಮತ್ತೆ ಬಂದರೆ ನಾನು ಬೇರೆ ಊರಿನ ಪ್ರೋಗ್ರಾಮಿಗೆಂದು ಹೊರಬಂದದ್ದನ್ನು ಹೇಗೆ ವಿವರಿಸೂದು? ಸುಳ್ಳು ಹೇಳಿದೆ ಅಂದರೆ ಹೆದರಿ ನಡೆದೆ ಎಂಬ ಅರ್ಥವಾಗುಲ್ಲವೆ? ಎಂಬ ಚಿಂತೆ ಕಾಣಿಸಿತು. 'ಸಂಜೆ ಎಂಟರತನಕ ನೀನು ಹೋಗಲೇಬೇಡ. ಸುಮ್ಮನೆ ಮೇಲಿನ ಕೋಣೆಯಲ್ಲಿರು,' ಮನೋಹರಿ ಸೂಚಿಸಿದಳು. ಕೆಳಗೆ ನಡೆಯುತ್ತಿದ್ದ ತಾಳದ ಸಪ್ಪಳವನ್ನು ಆಲಿಸುತ್ತಾ ಮಲಗಿದೆ.

ಆ ರಾತ್ರಿ ಚಂಪಾ ಬರಲಿಲ್ಲ. ಮರುದಿನವೂ ಬರಲಿಲ್ಲ. ಅದರ ಮರುದಿನ ಮನೋಹರಿ ಹೇಳಿದಳು: 'ಊರಿಗೆ ಹಿಂತಿರುಗಿದಾರೆ. ಹಿಂತಿರುಗಿ ಸುಮ್ಮನೆ ಕೂರುವ ಹೆಂಗಸಲ್ಲ ಆಕೆ. ಕಾಯ್ದೆಯ ಕ್ರಮ ಕೈಗೊಳ್ಳಬಹುದು. ಒಂದು ಸಲ ಕಾಯ್ದೆಯ ಕೈಗೆ ಸಿಕ್ಕಿಕೊಂಡರೆ ಬೋನಿನೊಳಗೆ ಬಿದ್ದ ಹಾಗೆ. ನಾನೊಬ್ಬ ವಕೀಲರ ಪರಿಚಯ ಮಾಡಿಕೊಡ್ತೀನಿ. ಅವರಿಗೆ

ಎಲ್ಲಾನೂ ಹೇಳು. ಎಲ್ಲಾನೂ ಅಂದರೆ ನನ್ನ ನಿನ್ನ ಸಂಬಂಧವನ್ನಲ್ಲ. ಆಕೆಯ ಸ್ವಭಾವ, ಮೊದಲ ಹೆಂಡತಿಯಿದ್ದರೂ ನಿನ್ನನ್ನ ಮದುವೆಗೆ ಸಿಕ್ಕಿಸಿಕೊಂಡದ್ದು ಮೊದಲಾಗಿ. ಬೊಂಬಾಯಿ ಅಸಹ್ಯವಾಗಿ ದಿಲ್ಲಿಗೆ ಬಂದುಬಿಟ್ಟೆ. ಅವರು ಮುನ್ನೆಚ್ಚರಿಕೆಯ ಮಾರ್ಗ ಹೇಳ್ತಾರೆ. ಅದರಂತೆ ಮಾಡು.'

ವಕೀಲ ರಾಮೂವಾಲಿಯಾ ಕೇಳಿದರು: 'ಈಗ ನಿಮ್ಮ ಹತ್ತಿರ ಎಷ್ಟು ಹಣವಿದೆ?'

'ಐವತ್ತು, ಅರವತ್ತು ಸಾವಿರ ಇರಬಹುದು.'

'ಅದನ್ನ ಒಂದುಲಕ್ಷ ಮಾಡಿ. ಆಕೆಯ ಹೆಸರಿಗೊಂದು ಅಕೌಂಟ್ ಪೇಯೀ ಚೆಕ್ ಬರೆಯಿರಿ. ಜೊತೆಗೊಂದು ಕಾಗದ. ಮೊನ್ನೆ ನೀನು ಇಲ್ಲಿಗೆ ಬಂದು ನನ್ನೊಡನೆ ಮಾತನಾಡಿ ನಾವಿಬ್ಬರೂ ತೀರ್ಮಾನಿಸಿದ ರೀತಿ ಈ ಚೆಕ್ ಕಳಿಸುತ್ತಿದೀನಿ. ನನ್ನ ಹತ್ತಿರ ಹಣವಿಲ್ಲದೆ ಸಾಲ ಮಾಡಿ ಇದನ್ನ ಒದಗಿಸಿದೀನಿ. ಸಂಗೀತಗಾರನ ಸಂಪಾದನೆಯೂ ಒಂದೇಸಮನೆ ಇರುಲ್ಲ. ಜನಗಳ ರುಚಿ ಬದಲಾಗುತ್ತೆ. ಹೊಸ ಕಲಾವಿದರು ಬಂದರೆ ಹಳಬರಲ್ಲಿ ಆಸಕ್ತಿ ಕಡಮೆಯಾಗುತ್ತೆ. ನಾನು ಮುಂಬಯಿಯಲ್ಲಿದ್ದು ಸಂಪಾದನೆ ಚನ್ನಾಗಿದ್ದಾಗ ನಿನ್ನ ಹೆಸರಿನಲ್ಲಿ ಕೊಂಡ ಫ್ಲ್ಯಾಟು ಮತ್ತು ಮಾಡಿದ ಠೇವಣಿಗಳಲ್ಲಿ ಸಂಸಾರ ನಡೆಸಬೇಕು. ಮಕ್ಕಳ ವಿದ್ಯಾಭ್ಯಾಸವಾಗಬೇಕು. ಮುಂಬಯಿಯಲ್ಲಿ ನನ್ನ ಸಂಪಾದನೆ ಕಡಮೆಯಾದ್ದರಿಂದ ಹೊಸ ಮಾರ್ಕೆಟ್ ಹುಡುಕಿಕೊಂಡು ದಿಲ್ಲಿಗೆ ಬಂದಿದೀನಷ್ಟೆ. ಇಲ್ಲಿ ಸಂಪಾದನೆ ಕುದುರಿದರೆ ಆಗಾಗ ಇನ್ನಷ್ಟು ಹಣ ಕಳಿಸ್ತೀನಿ. ಈ ಒಂದುಲಕ್ಷವನ್ನು ಈಗಾಗಲೆ ಇರುವ ಠೇವಣಿಗೆ ಸೇರಿಸು. ಶೇಕಡಾ ಹನ್ನೆರಡರಿಂದ ಹದಿನಾಲ್ಕರವರೆಗೆ ಬಡ್ಡಿ ಹೇಗೂ ಬರುತ್ತೆ. ಅದರಲ್ಲಿ ನಿನ್ನ ಮತ್ತು ಮಕ್ಕಳ ಜೀವನ, ಮಕ್ಕಳ ವಿದ್ಯಾಭ್ಯಾಸ ಮಾಡಿಸು. ಇಲ್ಲಿ ಒಳ್ಳೆಯ ಕಾಲ ಬರುವಸೂಚನೆ ಕಾಣುತ್ತಿದೆ. ನಾವಿಬ್ಬರೂ ದೇವರಮೇಲೆ ಭಾರ ಹಾಕಬೇಕು.'

ನನಗೆ ಈ ಸಲಹೆಯ ಹಿಕಮತ್ತು ಅರ್ಥವಾಗಲಿಲ್ಲ. 'ಮೊದಲನೆಯದಾಗಿ ತಕ್ಷಣದಲ್ಲಿ ಐವತ್ತುಸಾವಿರ ಹೊಂದಿಸೂದು ಕಷ್ಟ. ಹೊಂದಿಸಿದರೂ ಒಂದುಲಕ್ಷ ಯಾಕೆ ಕೈ ಬಿಡಬೇಕು?' ಕೇಳಿದೆ.

'ಪಂಡಿತ್‌ಜೀ, ನೀವು ಸಂಗೀತದಲ್ಲಿ ದೊಡ್ಡೋರು. ವ್ಯವಹಾರ ಅರ್ಥವಾಗಲಿಲ್ಲ. ಒಂದು ಲಕ್ಷದ ಚೆಕ್. ಕಾಗದದ ಧಾಟಿ, ಇಬ್ಬರೂ ಕೂಡಿ ದೇವರಮೇಲೆ ಭಾರಹಾಕುವ ಭರವಸೆ ನೋಡಿದ ತಕ್ಷಣ ಆಕೆ ಸುಮ್ಮನಾಗಿ ಚೆಕ್ಕಿಗೆ ರುಜುಮಾಡಿ ಬ್ಯಾಂಕಿಗೆ ಜಮಾ ಮಾಡ್ತಾರೆ. ಅಂದರೆ ಮುಂಬಯಿಯ ಫ್ಲ್ಯಾಟು, ಆಕೆಯ ಹೆಸರಿನಲ್ಲಿರುವ ಠೇವಣಿ ಹಣ ಗಳೆಲ್ಲ ನಿಮ್ಮ ಸಂಪಾದನೆಯಲ್ಲಿ ಮಾಡಿದ್ದು ಅನ್ನೂದ ಒಪ್ಪಿಕೊಂಡಂತಾಗುತ್ತೆ. ಮತ್ತೆ ನೀವು ಒಂದುಕಾಸೂ ಕಳಿಸಬೇಡಿ. ಮುಂದೆ ಎಂದಾದರೂ ಆಕೆ ಕೋರ್ಟಿಗೆ ಹೋದರೆ ಠೇವಣಿಗಳ ಹಣವೆಷ್ಟು, ಅವುಗಳಿಂದ ಬರ್ತಿರೂ ಬಡ್ಡಿ ಎಷ್ಟು? ಅನ್ನೂ ಲೆಕ್ಕ ನಾವು ಹೊರಡಿಸಬಹುದು. ಆಕೆ ಮತ್ತೆ ಏನೂ ಕೇಳದ ಹಾಗೆ ಬಾಯಿಮುಚ್ಚಿಸಬಹುದು.'

ಐವತ್ತುಸಾವಿರ ಮನೋಹರಿ ಹೊಂದಿಸಿಕೊಟ್ಟಳು. ಅವಳ ಹತ್ತಿರ ಮೂವತ್ತು ಮಾತ್ರ

ನಗದು ಇತ್ತು. ಉಳಿದ ಇಪ್ಪತ್ತನ್ನು ಬ್ಯಾಂಕಿನಿಂದ ಸಾಲ ಕೊಡಿಸಿದಳು. ಇಷ್ಟು ಜಾಣೆ ಚಂಪಾ ರಾಮೂವಾಲಿಯಾ ವಕೀಲರು ಹಾಕಿದ ಬಲೆಗೆ ಬಿದ್ದುಬಿಟ್ಟಳು. 'ನೀವು ಕಳಿಸಿದ ಒಂದುಲಕ್ಷವನ್ನು ಫೈನಾನ್ಸ್ ಫಂಡಿನ ಠೇವಣಿಗೆ ಹಾಕಿದೀನಿ. ಶೇಕಡಾ ಹದಿನಾಲ್ಕು ಬಡ್ಡಿ ಬರುತ್ತೆ. ಅವರ ಹತ್ತಿರ ಈಗಾಗಲೆ ಇರುವ ಹನ್ನೆರಡುಲಕ್ಷದ ಜೊತೆಗೆ ಇದನ್ನೂ ಸೇರಿಸಿ ಕೊಂಡಿದಾರೆ. ಆದರೂ ಮುಂದೆ ಹುಡುಗರ ವಿದ್ಯಾಭ್ಯಾಸಕ್ಕೆ ಬಡ್ಡಿಯ ಹಣ ಸಾಲುವುದಿಲ್ಲ. ನೀವು ಪ್ರೋಗ್ರಾಮಿನ ಹಣ ಬಂದ ಬಂದಂತೆ ನನಗೆ ಕಳಿಸುತ್ತಿರಿ. ದಿಲ್ಲಿಯಲ್ಲಿ ಗೊತ್ತಿಲ್ಲದ ಕಡೆಯಲ್ಲಿ ಎಲ್ಲೂ ಠೇವಣಿ ಮಾಡಬೇಡಿ.....' ಎಂದು ಕಾಗದ ಬರೆದಳು. ನಾನು ಮತ್ತೆ ಬರೆಯಲಿಲ್ಲ. ಮತ್ತೆ ಹಣ ಕಳಿಸಲಿಲ್ಲ. ಈ ಕಾಗದವನ್ನೂ ನಾನು ಬರೆದ ಕಾಗದದ ಪ್ರತಿ ಯನ್ನೂ ಜೋಪಾನವಾಗಿಡುವಂತೆ ವಕೀಲರು ಸೂಚಿಸಿದರು.

– ೮ –

ಎತ್ತರಕ್ಕೆ ಕಟ್ಟಿರುವ ಹಾಯಿಯು ಜಲ ಅಂತರಿಕ್ಷಗಳಿಗೆ ಸಂಬಂಧ ಸೂಚಿಸುತ್ತಿದೆ. ಒಂಟಿದೋಣಿಯು ಯಾವಾಗಲೂ ಸ್ವಾತಂತ್ರ್ಯದ ಕಲ್ಪನೆ ಹುಟ್ಟಿಸುತ್ತೆ. ಒಂದುಲಕ್ಷ ರೂಪಾಯಿ ಯಲ್ಲಿ ರಾಮೂವಾಲಿಯಾ ವಕೀಲರು ಸ್ವಾತಂತ್ರ್ಯ ಕೊಡಿಸಿಬಿಟ್ಟರು, ಮತ್ತೆ ಅವಳು ಏನೂ ಕೇಳದಂತೆ, ಎಂಬ ನೆನಪಾದಾಗ ಅವಳಿಂದಲೇನೋ ಬಿಡುಗಡೆಯಾಯಿತು. ಹಾಗೆಯೇ ರಾಮಕುಮಾರಿಗೂ ಒಂದಷ್ಟು ಠೇವಣಿ ಮಾಡಿಸುವ ಹಣ ಯಾಕೆ ಕೊಡಲಿಲ್ಲ? ಪ್ರತಿ ತಿಂಗಳೂ ಇಷ್ಟು ಅಂತ ಯಾಕೆ ಕಳಿಸಲಿಲ್ಲ? ರಾಜಾರಾಮನಿಗೆ ಕಳಿಸಿದ್ದರೆ ಅವನು ಮೊದಲಿನಂತೆ ತಲುಪಿಸುತ್ತಿದ್ದ. ಅವಳ ನೆನಪೇ ಬರಲಿಲ್ಲವೆ? ಎಂದು ಜ್ಞಾಪಿಸಿಕೊಂಡಾಗ ನೆನಪು ಬಂತು ಎಂಬ ಜ್ಞಾಪಕವಾಯಿತು. ಸ್ವತಂತ್ರವಾಗುವ ಬಯಕೆ, ಚಂಪಾಳಿಂದ ಆದಂತೆ ರಾಮಕುಮಾರಿಯಿಂದಲೂ. ಕ್ರಮವಾಗಿ ಹಣ ಕಳಿಸುತಿದ್ದರೆ ಸ್ವಾತಂತ್ರ್ಯವೇನು ಬಂತು? ಎಂಬ ಭಾವನೆ. ಸಮರ್ಥನೆ. ಮಕ್ಕಳಿಗೆ ಕರ್ತವ್ಯ. ಹಣಕೊಟ್ಟು ಚಂಪಾಳ ಮಕ್ಕಳ ಕರ್ತವ್ಯ ಮುಗಿಸಿಕೊಂಡಿದ್ದೆ. ರಾಮಕುಮಾರಿಯ ಮಕ್ಕಳು ಮನಸ್ಸಿನಿಂದ ಮಬ್ಬಾಗಿದ್ದರು. ನೋಡಿ ಆರು ವರ್ಷವಾಗಿತ್ತಲ್ಲ. ಮಕ್ಕಳಿಲ್ಲದ ಮನೋಹರಿ ಎಷ್ಟು ಸ್ವತಂತ್ರ ವಾಗಿದಾಳೆ! ನಾನು ಅವಳಂತೆ ಮುಕ್ತನಾಗಿರಬೇಕು. ಮಕ್ಕಳು ಮರಿಗಳೆಂಬ ಭಾರ ಕಲಾವಿದ ನನ್ನು ಮುಳುಗಿಸುತ್ತೆ. ಆಕಾಶದಲ್ಲಿ ಹಾರಗೊಡುಲ್ಲ, ಎಂಬ ಭಾವನೆಯಲ್ಲಿ ರಾಮಕುಮಾರಿಯ ಹೊಟ್ಟೇಲಿ ಹುಟ್ಟಿದ ಮಕ್ಕಳು ಇನ್ನಷ್ಟು ಮಸುಕಾಗಿಹೋದರು, ಎಂಬ ಜ್ಞಾಪಕ ಬಂತು. ಒಂದುಲಕ್ಷವನ್ನು ಬಕುಲೆಗೆ ಕೊಡಿ. ರಾಮಕುಮಾರಿಗೆ ಬೇಡಿ ಅಂತ ಹೇಳಬೇಕಾಗಿತ್ತು, ಪಶ್ಚಾದ್ವಿವೇಕ ಕಾಣಿಸಿತು. ಹ್ಯಾಗೆ ಗೊತ್ತಾಗಬೇಕಿತ್ತು ಅವಳು ಹೀಗೆ ಧಿಕ್ಕರಿಸ್ತಾಳೆ ಅಂತ. ರಾಜಾರಾಮನಿಗೂ ಈ ಸೂಕ್ಷ್ಮ ಹೊಳೆದಿರಲಿಕ್ಕಿಲ್ಲ, ಆಲೋಚನೆ ತೊಡಗಿದಾಗ ಆ ಹಾಯಿ ಯಲ್ಲಿ ಒಬ್ಬನಿದಾನೋ ಇಬ್ಬರಿದಾರೋ? ಎಂಬ ಕುತೂಹಲ ಹುಟ್ಟಿತು. ಬರೀ ಕಣ್ಣಿಗೆ

ಕಾಣುಲ್ಲ. ಬೈನಾಕ್ಯುಲರ್ ಮೂಲಕ ನೋಡಬೇಕು. ಅಮೆರಿಕದಲ್ಲಿ ಚಿಕ್ಕಚಿಕ್ಕ ಹುಡುಗರೂ ಇಟ್ಟುಕೊಂಡಿರ್ತಾರೆ. ಪಾರ್ಕಿಗೆ, ಬೆಟ್ಟಗುಡ್ಡಗಳಿಗೆ, ಪಿಕ್‌ನಿಕ್ಕಿಗೆ ಹೋದಾಗ ದೂರದ ಹಕ್ಕಿಗಳನ್ನು, ಶಿಖರಗಳನ್ನು, ಎತ್ತರದ ಗಿಡಮರಗಳ ತುದಿಗೊಂಬೆಗಳನ್ನು ಅದರ ಮೂಲಕ ನೋಡ್ತಾರೆ. ನಾನೂ ಒಂದನ್ನ ಕೊಂಡು ತರಬೇಕಾಗಿತ್ತು. ಹಾಯಿಯ ಒಳಗಿರೋರು ಎಷ್ಟು ಜನ, ಇಬ್ಬರಾದರೆ ಒಂದು ಗಂಡು ಒಂದು ಹೆಣ್ಣಿನ ಜೋಡಿಯೇ ಅಥವಾ ಇಬ್ಬರೂ ಗಂಡಸರೋ? ಅನ್ನೂದೂ ಕಾಣ್ತಿತ್ತು.

ಗಂಡಿಗೆ ಅನುರೂಪಳಾದ ಹೆಣ್ಣು ಹೆಣ್ಣಿಗೆ ಅನುರೂಪನಾದ ಗಂಡು ಜೊತೆಗೂಡೂದು ಭಾಗ್ಯದ ಆಕಸ್ಮಿಕ. ನನಗೆ ಮನೋಹರಿ ದೊರೆತಂತೆ. ಅವಳಿಗೆ ನಾನು ದೊರೆತಂತೆ ಅಂತ ಅವಳೂ ಹೇಳಿದಳು. ಜೊತೆ ಸೇರಿದರೆ ಅದೆಂಥ ಕವಿತೆ! ಸ್ವರಗಳ ಮಿಂಚು, ಲಯದ ಸಂಚು. ಕನವರಿಕೆಯಲ್ಲಿ ನಾನು ಗುನುಗುತ್ತೀನಂತೆ. ಅದನ್ನು ಮೊದಲು ಹೇಳಿದವಳು ಅವಳು. ಅವಳು ಕಾಲಿನ ಮೂಲಕ ಕನವರಿಸಿಕೊತ್ತಾಳೆ. ಪಾದಗಳು ತಾಲಬದ್ಧವಾಗಿ ಕಂಪಿಸುತ್ತವೆ, ಚಲಿಸುತ್ತವೆ, ಘಟ್ಟಿಸುತ್ತವೆ. ಪಕ್ಕದಲ್ಲಿ ಮಲಗಿದ್ದ ನನಗೆ ಅದರ ಅನುಭವವಾಗಿದೆ. ನಾನು ಗಮನಿಸಿದೀನಿ. ಅವಳ ಕನವರಿಕೆಯ ಪಾದಚಲನೆ ಕೂಡ ತಾಲ ತಪ್ಪುಲ್ಲ. ಜನ್ಮಜಾತ ಲಯಕಾರ್ತಿ. ಒಂದು ದಿನ ಹೇಳಿದಳು: 'ಮೋಹನ್', ನಿನ್ನ ಬಾಗೇಶ್ರೀಯನ್ನ ರಂಗದಮೇಲೆ ನರ್ತಿಸುವ ಆಶೆಯಾಗಿದೆ. ಹೊಸ ನೃತ್ಯರೂಪಕವನ್ನ ಸೃಷ್ಟಿಸುವ ಆಶೆ. ಗುರೂಜಿಯ ಸಹಾಯ ಕೇಳ್ತೀನಿ. ನೀನು ಮನಸ್ಸು ತುಂಬಿ ಹಾಡು. ನಾನು ಅದರ ಸೂಕ್ಷ್ಮಗಳನ್ನೆಲ್ಲ ಗ್ರಹಿಸಿ ಅಭಿನಯಿಸಿ ನರ್ತಿಸ್ತೀನಿ. ಗುರೂಜಿ ಹೇಳಿಕೊಡ್ತಾರೆ. ತಬಲಜೀನೂ ಮನೆಗೇ ಕರೆದು ಅಲ್ಲೇ ಅಭ್ಯಾಸಮಾಡೋಣ.'

ನನಗೆ ಖುಷಿಯಾಯಿತು. ಖ್ಯಾತ ಗಾಯಕರಾರೂ ನರ್ತನಕ್ಕೆ ಹಾಡುಲ್ಲವೆಂಬ ಸಂಗತಿ ನನಗೆ ಗೊತ್ತಿಲ್ಲದ್ದಲ್ಲ. ಅಕಸ್ಮಾತ್ ಹಾಡಿದರೆ ನರ್ತಕಿ ಅಥವಾ ನರ್ತಕನಿಗೆ ಆಶೀರ್ವದಿಸಿದಂತೆ; ಅಥವಾ ತನಗಿಂತ ದೊಡ್ಡ ಕಲಾವಿದೆ, ಕಲಾವಿದ ಅಂತ ಸಾರ್ವಜನಿಕ ವಾಗಿ ಒಪ್ಪಿಕೊಂಡಂತೆ. ನನ್ನ, ಮನೋಹರಿಯ ನಡುವೆ ಇಂಥ ಉಚ್ಚ ನೀಚ ಭಾವನೆ ಬರಲೇಬಾರದಂತ ನಿಶ್ಚಯಿಸಿದೆ. ಅಲ್ಲದೆ ನಾವು ಮಾಡ್ತಿರೂದು ಸಾಧಾರಣವಾದ ನೃತ್ಯ ಪ್ರದರ್ಶನವನ್ನಲ್ಲ. ಅದು ಮೂಲತಃ ರಾಗ, ಗಾಯಕನ ಸೃಷ್ಟಿ. ಅದನ್ನ ಅವಳು ನೃತ್ಯರೂಪದಲ್ಲಿ ತೋರಿಸ್ತಾಳಷ್ಟೆ, ಎಂಬ ಸಮರ್ಥನೆಯ ಜೊತೆಗೆ ಈ ಕೃತಿಯು ನಮ್ಮಿಬ್ಬರ ಪ್ರೇಮದ ಕಾಣಿಕೆ ಅನ್ನುವ ಭಾವನೆಯೂ ಉಕ್ಕಿತು. ತಕ್ಷಣ ಒಪ್ಪಿದೆ. ತಾಲೀಮು ಶುರುವಾಯಿತು. ನನಗೋ ಠುಮರಿ ಅಂದರೆ ಒಲವಿಲ್ಲ, ಗೌರವವೂ ಇಲ್ಲ. ಕವಿತೆ ಮತ್ತು ಭಾವಗಳ ಮಟ್ಟ ದಲ್ಲಿ ಹಾಡುವುದು ಶುದ್ಧಸಂಗೀತವಲ್ಲ ಎಂಬ ರಾಜಾಸಾಹೇಬರ ಭಾವನೆ ನನ್ನದೂ ಆಗಿತ್ತು. ಆದರೆ ಈಗ ಅಭಿನಯಕ್ಕೆ ನಿಲುಕುವಂತೆ ನಾನು ಆಲಾಪ ಮಾಡಬೇಕಿತ್ತು. ರಾಗ ಸೂಕ್ಷ್ಮಗಳಲ್ಲಿಯೇ ವಿಸ್ತರಿಸಿಕೊಂಡು ನಿಂತರೆ ಅವಳೇನು ಮಾಡಬೇಕು? ಅದು ಒಂದು ಥರದ ಕವಿತಾಭಾವವೇ ಆಯಿತು. ಹೊಂದಿಕೊಂಡೆ. ಯಾಕೆಂದರೆ ನಾವು ತೋರಿಸಹೊರ ಟದ್ದು ಬಾಗೇಶ್ರೀಯ ದೃಶ್ಯರೂಪ. ಮಧ್ಯಲಯದ ಚೀಜನ್ನು ಅವರು ಗಾಯನದ ಗತ್‌ನಿಂದ ನರ್ತನದ ಗತ್‌ಗೆ

ತಿರುಗಿಸಿದರು. ನಾನು ಅದನ್ನೂ ಒಪ್ಪಬೇಕಾಯಿತು. ರಾಗವನ್ನು ನೃತ್ಯ ರೂಪದಲ್ಲಿ ತೋರಿಸುವಾಗ ನೃತ್ಯಧರ್ಮವನ್ನು ಉಲ್ಲಂಘಿಸೂದು ಹೇಗೆ ಸಾಧ್ಯ? ರಾಗದ ಚೌಕಟ್ಟು ಮತ್ತು ಸ್ವರರಚನೆಗಳನ್ನೂ ಕೈಬಿಡು ಅಂತ, ಅವರೇನೂ ಕೇಳ್ತಿಲ್ಲ. ಇದೊಂದು ಪ್ರಯೋಗ, ಪ್ರಯೋಗವೆಂದರೆ ಎರಡು ಪ್ರಕಾರಗಳೂ ಒಂದು ಇನ್ನೊಂದರ ಗುಣವನ್ನು ಸ್ವೀಕರಿಸಲೇಬೇಕು ಎಂಬ ಮೂಲಸತ್ಯ ಮನಗಂಡಿತು. ಕೊನೆಗೆ ಬರುವ ನೃತ್ತಭಾಗದಲ್ಲಿ ಮಾತ್ರ ತಾಲದ ಬೋಲುಗಳನ್ನು ನರ್ತಕಿಯೇ ಹೇಳುವುದು. ಅವನ್ನು ಹೇಳುವ ತಾಲಜ್ಞಾನ ನನಗಿರಲಿಲ್ಲ. ಆದರೆ ಅವಳು ಬೋಲುಗಳನ್ನು ಹೇಳುವಾಗ ನಾನು ಕೊಡುವ ಲೆಹರಾ ಬಾಗೇಶ್ರೀಯಲ್ಲಿರುವುದರಿಂದ ಅದು ಆ ರಾಗದ ನೃತ್ತವೇ ಆಗುತ್ತೆ. ಹೀಗಾಗಿ ನನ್ನ ಗಾಯನದ ವಿಸ್ತರಣವಾಗುತ್ತೆ ಎಂಬ ಕಲ್ಪನೆಯನ್ನು ನಾನು ಒಪ್ಪಿಕೊಂಡೆ.

ಈ ಕೃತಿಯ ಪ್ರದರ್ಶನ ಏರ್ಪಡಿಸಲು ದಿಲ್ಲಿಯ 'ಅಭಿನಯ' ಸಂಸ್ಥೆ ಮುಂದೆ ಬಂತು. ಮನೋಹರಿ ಜೋರಾಗಿಯೇ ಪ್ರಚಾರ ಮಾಡಿಸಿದಳು. ಕೃತಿಕಲ್ಪನೆ; ಪಂಡಿತ್ ಮೋಹನಲಾಲ್‌ಜಿ ಮತ್ತು ಗುರು ಸೋಹನಲಾಲ್‌ಜಿ ಎಂಬುದರಲ್ಲಿ ನನ್ನ ಹೆಸರನ್ನು ಮೊದಲು ಹಾಕಿಸಿದಳು. ಕಲ್ಪನೆಯನ್ನು ರಾಗದ ದೃಷ್ಟಿಯಿಂದ ತಾಂತ್ರಿಕವಾಗಿ ವಿವರಿಸಿದ ಹತ್ತು ವಾಕ್ಯಗಳನ್ನೂ ಮುದ್ರಿಸಿದಳು. ಬಾಗೇಶ್ರೀ ಒಂದುಗಂಟೆ ಇಪ್ಪತ್ತು ನಿಮಿಷ ಆಗುತ್ತಿತ್ತು. ಕಾರ್ಯಕ್ರಮಕ್ಕೆ ಬರೀ ಅದೊಂದೇ ಸಾಲುವುದಿಲ್ಲೆಂದು ಗಣೇಶವಂದನದ ಜೊತೆಗೆ ತಾನು ಮೊದಲು ಮಾಡುತ್ತಿದ್ದ ಎರಡು ಐಟಂಗಳನ್ನು ಇಟ್ಟು ಮುಖ್ಯ ಕೃತಿಯನ್ನು ಕೊನೆಗೆ ನಿಯೋಜಿಸಿದಳು. ಮೊದಲ ಭಾಗಕ್ಕೆ ಎಂದಿನಂತೆ ದುರ್ಗಾಪ್ರಸಾದ್ ಹಾಡಿದರು.

ಕಮಾನಿ ಸಭಾಗೃಹದ ಕುರ್ಚಿಗಳೆಲ್ಲ ತುಂಬಿದುದು ಮಾತ್ರವಲ್ಲ, ಎರಡು ಕಡೆಗಳಲ್ಲೂ ಜನ ನಿಂತುಬಿಟ್ಟಿದ್ದರು. ಮುಂಬದಿಯ ಮತ್ತು ಮಧ್ಯದ ತಿರುಗಾಡುವ ಜಾಗಗಳಿಗೂ ಪ್ಲಾಸ್ಟಿಕ್ ಕುರ್ಚಿಗಳನ್ನು ಹಾಕಿ ಕೂರಿಸಿದ್ದರು. ದಿಲ್ಲಿಯಲ್ಲಿ ನೃತ್ಯ ಕಾರ್ಯಕ್ರಮಕ್ಕೆ ಇಷ್ಟು ಜನ ಸೇರಿದ್ದೇ ಅಪೂರ್ವವೆಂದು ಎಲ್ಲರೂ ಹೇಳಿದರು. ಸಂಗೀತ ಮತ್ತು ನೃತ್ಯಪ್ರೇಮಿಗಳಿಬ್ಬರನ್ನೂ ಆಕರ್ಷಿಸಿದ ಕಾರ್ಯಕ್ರಮ ಇದು. ಮಾತ್ರವಲ್ಲ, ಹಾಡಲು ಸ್ವತಃ ಮೋಹನಲಾಲರೇ ಕೂರುತ್ತಾರೆಂದು ಪ್ರಚಾರದಲ್ಲಿ ಅಚ್ಚುಮಾಡಿದ್ದುದು ಹೆಚ್ಚಿನ ಆಕರ್ಷಣೆಯಾಗಿತ್ತು. ಬಾಗೇಶ್ರೀ ಅದ್ಭುತ ಯಶಸ್ಸು ಕಂಡಿತು. ಪತ್ರಿಕೆಗಳೆಲ್ಲ ಹೊಗಳಿ ಹಾಡಿದವು. ಹಿಂದೂಸ್ತಾನ್ ಟೈಮ್ಸಿನಲ್ಲಿ ಬೃಜಭೂಷಣರು ಬರೆದರು: "ಭಾರತೀಯ ಸಂಗೀತದಲ್ಲಿ ಹೊಸ ಪ್ರಯೋಗಗಳಾ ದಾಗ, ಹೊಸ ಶೈಲಿಗಳು ಹುಟ್ಟಿದಾಗ ನೃತ್ಯದಲ್ಲಿಯೂ ಹೊಸ ವಿಧಾನಗಳು ಪ್ರತಿಫಲಿಸಿರುವುದು ಎಲ್ಲರಿಗೂ ತಿಳಿದಿರುವ ಸಂಗತಿ. ಅದೇ ರೀತಿ ನೃತ್ಯವು ಪ್ರಯೋಗಮಾಡಿ ಆವಿಷ್ಕರಿಸಿದ ಹೊಸ ಲಯಕಾರಿಗಳನ್ನು ಸಂಗೀತಗಾರರು, ಅದರಲ್ಲಿಯೂ ವಾದಕರು ಬಳಸಿಕೊಂಡಿರು ವುದೂ ಅಷ್ಟೇಮಟ್ಟಿಗೆ ತಿಳಿದಿರುವ ಸಂಗತಿ. ಯಾವುದಾದರೊಂದು ರಾಗದ ಆಧಾರವಿಲ್ಲದೆ ಲಯವನ್ನು ಸೃಷ್ಟಿಸುವುದಾಗಲಿ, ಲಯದ ಹೆಜ್ಜೆಯಿಲ್ಲದೆ ರಾಗಾಲಾಪಮಾಡುವುದಾಗಲಿ ಸಾಧ್ಯವಿಲ್ಲವೆಂಬ ಮೂಲತತ್ತ್ವವನ್ನಾಧರಿಸಿ ಮೋಹನಲಾಲ್ ಮತ್ತು ಸೋಹನಲಾಲರು ಬಾಗೇಶ್ರೀ ಸಂಗೀತ–ನೃತ್ಯಕೃತಿಯನ್ನು ಕಲ್ಪಿಸಿ ಎರಡೂ

ಮಾಧ್ಯಮಗಳ ಹೊಸ ಸಾಧ್ಯತೆಗಳನ್ನು ತೋರಿಸಿದ್ದಾರೆ. ಈ ಕೃತಿಯು ಕುಮಾರಿ ಮನೋಹರೀದಾಸಳ ಅಭಿನಯ ಮತ್ತು ನರ್ತನ ಪ್ರೌಢಿಮೆಯನ್ನು ಹೊಸ ಎತ್ತರಕ್ಕೆ ಏರಿಸಿದೆ. ಮನೋಹರಿಯ ಅಭಿನಯ ಮತ್ತು ಲಯಶಕ್ತಿಗೆ ಮೋಹನಲಾಲರ ಕಂಠದ, ಅಳತೆಗೆ ಎಟುಕದ ಭಾವಶಕ್ತಿಯೂ ಸೇರಿ 'ಬಾಗೇಶ್ರೀ'ಯು ಮರೆಯಲಾರದ ಕಲಾನುಭವವನ್ನು ಕೊಡುತ್ತದೆ....." ಇತರ ಪತ್ರಿಕೆಗಳೂ ಇದೇ ಜಾಡಿನಲ್ಲಿ ಹೊಗಳಿದವು. ದಿಲ್ಲಿಯಲ್ಲೇ ಮತ್ತೆ ಐದು ಪ್ರದರ್ಶನಗಳಾದವು. ಜಯಪುರ, ಗ್ವಾಲಿಯರ್, ಭೋಪಾಲ್, ನಾಗಪುರ, ಬನಾರಸ್, ಲಕ್ನೋ, ಕಟಕ್, ಕಲ್ಕತ್ತ, ಹೀಗೆ ಎರಡುತಿಂಗಳಿನಲ್ಲಿ ಎಂಟು ಕಡೆ ಪ್ರದರ್ಶನಗಳೇರ್ಪಟ್ಟವು. ಎಲ್ಲೆಲ್ಲೂ ರಸಿಕರು, ಸ್ಥಳೀಯ ಪತ್ರಿಕೆಗಳು ಒಕ್ಕೊರಲಿ ನಿಂದ ಮೆಚ್ಚಿದರು. ನನ್ನ ಗಾಯನವು ಆಕರ್ಷಣೆಯ ಒಂದು ಮುಖ್ಯ ಅಂಶವಾಗಿತ್ತು. ನಾಗಪುರದವರೆಗೆ ಕಾರ್ಯಕ್ರಮದ ಮೊದಲ ಭಾಗಕ್ಕೆ ದುರ್ಗಾಪ್ರಸಾದ್ ಹಾಡಿದರು. ಬನಾರಸ್ ಲಕ್ನೋ, ಕಟಕ್, ಕಲ್ಕತ್ತಗಳ ಪ್ರವಾಸಕ್ಕೆ ಬರಲು ಅವರಿಗೆ ಸಾಧ್ಯವಾಗಲಿಲ್ಲ. ಮೊದಲೇ ಒಪ್ಪಿಕೊಂಡಿದ್ದ ಬೇರೆ ಕಾರ್ಯಕ್ರಮಗಳಿದ್ದವು. ಬೇರೆ ಗಾಯಕರು ಸಿಕ್ಕುವುದು ಅಷ್ಟು ಸುಲಭವಾಗಿರಲಿಲ್ಲ.

'ಮೋಹನ್, ನರ್ತನಕ್ಕೆ ಹಾಡೂದು ಅಂದರೆ ಹೀನಾಯ ಅನ್ನುವ ಭಾವನೆ ನಿನಗೂ ಇದೆ ಅಂತ ನನಗೆ ಗೊತ್ತು. ಬರೀ ಬಾಗೇಶ್ರೀಯಿಂದ ಕಾರ್ಯಕ್ರಮ ಆಗುಲ್ಲ. ಮೊದಲಿನ ಮೂರು ಸಣ್ಣ ಐಟಂಗಳಿಗೂ ನೀನೇ ಹಾಡಿದರೆ ಮಾತ್ರ ಕಾರ್ಯಕ್ರಮ ನಡೆಯುತ್ತೆ. ಇಲ್ಲದಿದ್ದರೆ ಕ್ಯಾನ್ಸಲ್ ಮಾಡಬೇಕಾಗುತ್ತೆ. ನನ್ನ ನೃತ್ಯಕ್ಕೆ ಹಾಡೂದನ್ನು ನೀನು ಹೀನಾಯ ಅಂತ ತಿಳಕೊತ್ತೀಯಾ?' ಮನೋಹರಿ ಈ ಪ್ರಾರ್ಥನೆ ಮಾಡುವಾಗ ನಾವಿಬ್ಬರೂ ಪರ ಸ್ಪರ ತೋಳುಗಳನ್ನು ಬಳಸಿ ಮಲಗಿದ್ದೆವು. ಅಷ್ಟರಲ್ಲಿ ನಮ್ಮ ಜೋಡಿಯ ಹೆಸರು ಯಾವ ಮಟ್ಟದಲ್ಲಿ ಪ್ರಚಾರವಾಗಿತ್ತೆಂದರೆ ನಾವಿಬ್ಬರೂ ಪ್ರವಾಸದಲ್ಲಿ ಒಂದೇ ಕೋಣೆಯಲ್ಲಿ ರಾತ್ರಿಯನ್ನು ಕಳೆಯುತ್ತಿದ್ದೆವು. ಹೆಸರಿಗೆ ಅಕ್ಕಪಕ್ಕದ ಎರಡು ಕೋಣೆಗಳು ನಮಗೆ ಬುಕ್ ಆಗಿರುತ್ತಿದ್ದವು. ಜೊತೆಯ ಕಲಾವಿದರನ್ನು ಹೇಗೂ ಕಡಮೆ ಬಾಡಿಗೆಯ ಹೋಟೆಲುಗಳಲ್ಲಿ ಉಳಿಸುತ್ತಿದ್ದರು. ಕಾರ್ಯಕ್ರಮ ಮುಗಿದ ನಂತರ ಬೇರೆ ಬೇರೆ ಮಲಗುವುದು ಸಾಧ್ಯವಾಗುತ್ತಿರಲಿಲ್ಲ. ಅಲ್ಲದೆ ರಾತ್ರಿಯ ಶಾಂತಿಯಲ್ಲಿ ಜೊತೆಯಾಗಿರಲು ಸೃಷ್ಟಿಯಾದ ಹೊಸ ಅವಕಾಶಕ್ಕೆ ನಾವಿಬ್ಬರೂ ಹಿಗ್ಗುತ್ತಿದ್ದೆವು. ನಾನು ಹಾಡುಲ್ಲ ಅನ್ನೂದು ಹೇಗೆ? ದುರ್ಗಾಪ್ರಸಾದರು ಹಾಡುತ್ತಿದ್ದ ಐಟಂಗಳನ್ನು ನಾನು ನೋಡಿದ್ದೆ. ಹಾಡಲು ಯಾವ ತಯಾರಿಯೂ ಬೇಕಿರಲಿಲ್ಲ. ಆದರೂ ಅವಳು ಒಮ್ಮೆ ತಯಾರಿಕೊಟ್ಟಳು.

ಬಾಗೇಶ್ರೀಯಿಂದ ನನಗೂ ಹೊಸ ಪ್ರಚಾರ ಸಿಕ್ಕಿತು. ಮನೋಹರೀದಾಸಳಂಥ ನರ್ತಕಿಯನ್ನು ಸ್ಫೂರ್ತಿಗೊಳಿಸಿದ ಗಾಯಕನೆಂಬ ಶೃಂಗಾರರಮ್ಯ ಕಲ್ಪನೆಯು ರಸಿಕರ ಕಲ್ಪನೆಯಲ್ಲಿ ಸೇರಿ ನನ್ನ ತಾರಾಮೌಲ್ಯ ಏರಿತು. ನನ್ನ ಸ್ವತಂತ್ರ ಕಾರ್ಯಕ್ರಮಕ್ಕೆ ಇಪ್ಪತ್ತುಸಾವಿರ ವಿದ್ದ ಸಂಭಾವನೆಯನ್ನು ಮೂವತ್ತಕ್ಕೆ ಏರಿಸಿದೆ. ಸಂಗೀತ ಸಭೆಗಳು, ಆಯೋಜಕರು ಒಪ್ಪಿಕೊಂಡರು. ನನಗೂ ಖುಷಿಯಾಯಿತು. ಅವಳಿಗೂ ಖುಷಿಯಾಯಿತು. ಬಾಗೇಶ್ರೀಯಂತೆ ಇನ್ನೊಂದು ರಾಗವನ್ನು ನರ್ತನವಾಗಿ ರೂಪಿಸಬೇಕು. ಬರೀ ತಾನೊಬ್ಬಳಾದರೆ ಏಕತಾನತೆ

ಯಾಗುತ್ತದೆ. ಕನಿಷ್ಠ ಮೂವರಾದರೂ ಬೇರೆ ಹುಡುಗಿಯರನ್ನು ಹಾಕಿಕೊಂಡು ದೃಶ್ಯಸಂಯೋಜನೆಯ ವೈವಿಧ್ಯವನ್ನು ತರಬೇಕು ಎಂದು ಅವಳು ಆಲೋಚಿಸಿದಳು. ನಾನು ಒಪ್ಪಿಕೊಂಡೆ.

ತಿಕ್ಕಾಟ ಶುರುವಾದದ್ದು ಇಲ್ಲಿಂದ. ನನಗೂ ಕಾರ್ಯಕ್ರಮಗಳು, ಅವಳಿಗೂ. ಬಾಗೇಶ್ರೀ ಅವಳ ಪ್ರೇಕ್ಷಕರಿಗೆ ಹೊಸ ಆಕರ್ಷಣೆಯ ಅಲೆಯನ್ನು ಸೃಷ್ಟಿಸಿತಾದರೂ ಅವಳ ಹಳೆಯ ಅಲೆ ಏನೂ ಕಡಮೆ ಇರಲಿಲ್ಲ. ಯಾವ ಕಾರ್ಯಕ್ರಮವಾಗಲಿ, ಅವಳು ರಂಗವನ್ನು ಪ್ರವೇಶಿಸಿದರೆ ಸಾಕು ಪ್ರೇಕ್ಷಕರಲ್ಲಿ ಮಿಂಚಿನ ಸಂಚಾರವಾಗುತ್ತಿತ್ತು. ನನ್ನ ಕಾರ್ಯಕ್ರಮಕ್ಕೆ ದಿನಗಳನ್ನು ಹೊಂದಿಸಬೇಕು. ಅವಳ ಕಾರ್ಯಕ್ರಮಗಳಿಗೆ ಅವು ವಿರೋಧವಾಗಬಾರದು. ನನಗಿಷ್ಟಬಂದ ದಿನ ನಡೆಯುತ್ತಿರಲಿಲ್ಲ. ಸಂಗೀತ ಸಭೆಗಳ, ಆಯೋಜಕರ, ಸಭಾಗೃಹಗಳು ಖಾಲಿ ಇರುವ, ಪ್ರೇಕ್ಷಕರಿಗೆ ಅನುಕೂಲವಾಗುವ ರಜಾದಿನಗಳ ಅದರಲ್ಲಿಯೂ ಮರುದಿನ ರಜಾ ಇರುವ ದಿನಗಳಲ್ಲಿ ನನ್ನ ಆಯ್ಕೆಯನ್ನು ಸೂಚಿಸಬೇಕು. ಒಮ್ಮೆ ದಿನವನ್ನು ಸಮ್ಮತಿಸಿದರೆ ಅದಕ್ಕೆ ಬದ್ಧನಾಗಿ ನಡೆಸಿಕೊಡಬೇಕು. ಅಷ್ಟರಲ್ಲಿ ಅವಳಿಗೆ ಒಂದು ಆಮಂತ್ರಣ ಬಂದಿರುತ್ತಿತ್ತು. ಯಾವುದೋ ಹಬ್ಬ, ಯಾವುದೋ ವಿಶೇಷ ಸಂದರ್ಭ, ಆ ದಿನವೇ ನೃತ್ಯ ಕಾರ್ಯಕ್ರಮ ನಡೆಯಬೇಕು. ಕಲ್ಕತ್ತೆಗೆ ಹತ್ತಿರದ ಪೂರ್ವದಿಕ್ಕಿನಲ್ಲಿ ನನ್ನದು ಮೊದಲೇ ನಿಶ್ಚಯವಾಗಿರುತ್ತಿತ್ತು. ಅದೇ ದಿನ ಅಥವಾ ಒಂದೆರಡು ದಿನಗಳ ಹಿಂಚು ಮುಂಚು ಅವಳಿಗೆ ಬರೋಡದಲ್ಲೋ, ಅಹಮದಾಬಾದಿನಲ್ಲೋ ಆಮಂತ್ರಣ ಬಂದುಬಿಡುತ್ತಿತ್ತು. ನಾನು ಅಲ್ಲಿಂದ ಇಲ್ಲಿಗೆ ಬಂದು ತಲುಪುವುದು ಸಾಧ್ಯವೇ ಇಲ್ಲ. 'ಗಾಯನ ಕಾರ್ಯಕ್ರಮ ನಿನ್ನೊಬ್ಬನದು. ನರ್ತನ ನಮ್ಮಿಬ್ಬರದು. ಎರಡರಲ್ಲಿ ಯಾವುದು ಮುಖ್ಯ ನೀನೇ ನಿರ್ಧರಿಸು,' ಅವಳು ನನ್ನಮೇಲೆ ಭಾರ ಹಾಕುತ್ತಿದ್ದಳು. ನನಗೆ ನೈತಿಕ ಸಮಸ್ಯೆ. ಅವಳ ಮೇಲಿರುವ ಪ್ರೇಮನಿಷ್ಠೆಯ ಸಮಸ್ಯೆ. ಅಷ್ಟರಲ್ಲಿ ದುರ್ಗಾಪ್ರಸಾದರನ್ನು ಸಂಪೂರ್ಣ ಕೈಬಿಟ್ಟು ನಾನೊಬ್ಬನೇ ಅವಳ ಗಾಯಕನಾಗಿಬಿಟ್ಟಿದ್ದೆ. ಹೋಟೆಲಿನಲ್ಲಿ ಒಂದೇ ಕೋಣೆಯಲ್ಲಿ ಉಳಿದುಕೊಳ್ಳುವ ಮಟ್ಟಿಗೆ ನಮ್ಮ ಜೋಡಿಯ ಅವಿನಾಭಾವವನ್ನು ಹೊರ ಊರುಗಳ ಆಯೋಜಕರು, ಕಲಾ ಸಭೆಗಳವರಲ್ಲಿ ತೋರಿಸಿಕೊಂಡಿದ್ದೆವು. ಎಲ್ಲರೂ ನಮ್ಮನ್ನು ಅಪೂರ್ವದ ಕಲಾದಂಪತಿಗಳೆಂದು ಮೌನವಾಗಿ ಒಪ್ಪಿಕೊಂಡಿದ್ದರು. ಯಾರೂ ಎಲ್ಲಿಯೂ ಆ ಬಗೆಗೆ ಹಗರಣದ ಮಾತನಾಡಿರಲಿಲ್ಲ. ಯಾವ ಕಿಡಿಗೇಡಿ ಪತ್ರಿಕೆಯೂ ಏನೂ ಬರೆದಿರಲಿಲ್ಲ. ಇವರು ನಿಜವಾಗಿಯೂ ದಂಪತಿಗಳಿರಬಹುದೆಂಬ ಭಾವನೆ ಹಲವು ಕಡೆಗಳಲ್ಲಿ ಬಂದಿತ್ತು. ನಾವಿಬ್ಬರೂ ಒಂದಾಗಿರುವಾಗ ನನ್ನದು ಎಂಬ ಸ್ವಾರ್ಥ ಸಲ್ಲದು ಎಂಬ ಭಾವನೆ ನನ್ನಲ್ಲಿ ಬೆಳೆಯಿತು. ಸಂಗೀತ ಕಾರ್ಯಕ್ರಮಗಳನ್ನು ಬಿಡುತ್ತಾ ಬಂದೆ. ಕ್ರಮೇಣ ನರ್ತನದ ಗಾಯಕನಾದೆ. ಅದೂ ಎಂಥ ಗಾಯನ? ಬಾಗೇಶ್ರೀಯಂಥದು ಅಪೂರ್ವ. ನರ್ತನಕ್ಕೆ ಹೊಂದುವಂತಹ, ನರ್ತನಕ್ಕೆಂದೇ ಬರೆದ ಕವಿತೆಗಳು, ಭಜನೆಗಳು, ಠುಮರಿಗಳು. ಯಾವುದನ್ನು ಹಾಡಿದರೂ ನನ್ನ ಕಂಠಶಕ್ತಿಯು ಭಾವವನ್ನು ತುಂಬುತ್ತಿತ್ತು. ಮೋಹನಲಾಲ ಅಂದರೆ ಅತ್ಯುತ್ತಮ ನೃತ್ಯಗಾಯಕ ಎಂಬ ಹೆಸರು ಬೆಳೆಯಿತು. ಕ್ರಮೇಣ ಇವನೊಬ್ಬ ಶುದ್ಧಗಾಯಕನೆಂಬ ಹೆಸರೇ ಮರೆತುಹೋಯಿತು. 'ಶುದ್ಧ ಶಾಸ್ತ್ರೀಯಗಾಯಕ ಪಂಡಿತ್ ಮೋಹನಲಾಲರಿಗೆ

ಏನಾಗಿದೆ? ತಮ್ಮ ಕಲೆಯನ್ನು ನೃತ್ಯಗಾಯನಕ್ಕೆ ಇಳಿಸಿ ಅನ್ಯಾಯ ಮಾಡುತ್ತಿದ್ದಾರೆ' ಎಂಬಂತಹ ವಾಚಕವಾಣಿಯ ಪತ್ರಗಳು ಆಗೀಗ ವೃತ್ತಪತ್ರಿಕೆಗಳಲ್ಲಿ ಪ್ರಕಟವಾಗುತ್ತಿದ್ದವು. ಹಾಗೆಂದು ನಾನು ಸಂಗೀತಕಛೇರಿಗಳನ್ನು ಮಾಡುವುದೇ ಇಲ್ಲವೆಂದು ಬಿಟ್ಟಿರಲಿಲ್ಲ. ಅಂಥ ಕಾರ್ಯಕ್ರಮಗಳ ದಿನಗಳನ್ನು ಹೊಂದಿಸುವುದು ಕಷ್ಟವಾಗುತ್ತಿತ್ತು. ಕಾರ್ಯಕ್ರಮ ನಡೆಸಿದರೂ ಮೊದಲಿನಂತೆ ಲಯದ ಅವಧಿಯನ್ನು ಸಾಧ್ಯವಾದಷ್ಟೂ ವಿಸ್ತರಿಸಿ ಸ್ವರದಲ್ಲಿ ಲೀನವಾಗುವ ಮನೋಧರ್ಮ ಕಡಮೆಯಾಗಿತ್ತು. ಮಂದ್ರದ ಗಾಂಧಾರಕ್ಕೆ ಇಳಿಯುವುದೇ ಕಷ್ಟವಾಗುತ್ತಿತ್ತು. ಪ್ರತಿದಿನ ಎದ್ದು ಮಂದ್ರಸಾಧನೆ ಮಾಡುವುದನ್ನು ನಿಲ್ಲಿಸಿಬಿಟ್ಟಿದ್ದೆ. ಗಾಯನ ವೆಂದರೆ ನರ್ತನದ ಲಯಗಾರಿಕೆಗೆ ಕಲ್ಪಿಸುವ ಹಿನ್ನೆಲೆ ಎಂಬ ಕಲ್ಪನೆ ಮನಸ್ಸಿನಲ್ಲಿ ಜಾಗ ಮಾಡಿಕೊಂಡಿತ್ತು. ಮೂರುವರ್ಷದಲ್ಲಿ ಶಾಸ್ತ್ರೀಯಸಂಗೀತ ಪ್ರಪಂಚದಲ್ಲಿ ನನ್ನ ಕಿಮ್ಮತ್ತು ಇಳಿದುಹೋಗಿತ್ತು.

ಸಂಪಾದನೆಯೂ ಕಡಮೆಯಾಯಿತು. ಇಳಿದೇಹೋಯಿತು. ಒಂದು ತಂಬೂರಿಯೂ ಇಲ್ಲದೆ ಬರಿಕೈಯಲ್ಲಿ ಹೋಗಿ ಅವರು ಒದಗಿಸಿದ ಹಾರ್ಮೋನಿಯಂ ಅಥವಾ ಸಾರಂಗಿ, ತಬಲದವರೊಡನೆ ಕೂತು ನಾಲ್ಕುತಾಸು ಹಾಡಿ ಮೂವತ್ತುಸಾವಿರ, ಅಕಸ್ಮಾತ್ ಛೇಂಬರ್ ಬೈಠಕ್ ಸಿಕ್ಕಿದರೆ ಮೇಲೆ ಐದು, ಹತ್ತುಸಾವಿರ ಕಮಾಯಿಸಿಕೊಂಡು ಬರುವುದಕ್ಕೂ ಇಡೀ ನರ್ತನದ ತಂಡದೊಡನೆ ಹೋಗಿ ನಲವತ್ತು ಐವತ್ತು ಸಾವಿರ ಪಡೆದು ಅದರಲ್ಲಿ ವಾದ್ಯ ದವರಿಗೆ, ಇತರೆ ನರ್ತಕರಿಗೆ ಕೊಟ್ಟು ವೇಷಭೂಷಣಗಳಿಗೆ ಖರ್ಚುಮಾಡಿ, ತಾಲೀಮಿಗೆ ಖರ್ಚುಮಾಡಿ, ಎಷ್ಟೋಸಲ ಪ್ರಯಾಣದ ವೆಚ್ಚವನ್ನೂ ನಾವೇ ಭರಿಸಿ ಉಳಿದದ್ದರಲ್ಲಿ ನನ್ನದೆಂಬ ಪ್ರತ್ಯೇಕ ಪಾಲು ಕೇಳುವುದು ಹೇಗೆ? ಪಾಲು ಕೇಳಲು ಹೋದರೆ ಪ್ರಧಾನ ನರ್ತಕಿಗೆ ಹೋಲಿಸಿದರೆ ನನ್ನ ಕೊಡುಗೆ ಏನು? 'ನಿನ್ನ ಗಾಯನವೇ ನನಗೆ ಸ್ಫೂರ್ತಿ' ಎಂದು ಅವಳೇನೋ ಹೇಳುತ್ತಿದ್ದಳು. ಆ ಮಾತು ಎರಡು ವರ್ಷದಲ್ಲಿ ಅರ್ಥಕಳೆದುಕೊಂಡಿತ್ತು. ನಾನು ಸ್ಫೂರ್ತಿಯಿಂದ ಹಾಡುತ್ತಿಲ್ಲವೆಂಬ ಒಳಸತ್ಯ ನನಗೇ ಗೊತ್ತಿತ್ತು. ಅವಳಿಗೆ ಗೊತ್ತಿಲ್ಲದೆ ಇದ್ದೀತೆ? ನನ್ನದು ನಿನ್ನದು ಎಂಬ ಭೇದದ ಲೆಕ್ಕಮಾಡುವುದು ನನಗೇ ಮುಜುಗರವಾಯಿತು. ನನ್ನ ಮನೆಬಾಡಿಗೆ, ಊಟ ತಿಂಡಿ, ಬಟ್ಟೆಬರೆಗಳನ್ನು ಅವಳು ನೋಡಿಕೊಳ್ಳತೊಡಗಿದಳು. ನಾನು ಮೇಲೆ ಏನೂ ಕೇಳುತ್ತಿರಲಿಲ್ಲ. ಒಂದು ದಿನ ಅವಳೇ ಕೇಳಿದಳು: 'ಪ್ರತ್ಯೇಕ ಮನೆ ಬಾಡಿಗೆ ಯಾಕೆ ಕೊಡಬೇಕು? ಮಾಲೀಕ ಬಾಡಿಗೆ ಹೆಚ್ಚುಮಾಡಿ ಅಂತಿದಾನೆ ಬೇರೆ. ಇಲ್ಲಿ ಮಹಡಿಯ ಮೇಲೆ ಇಷ್ಟೊಂದು ಜಾಗವಿದೆ. ನಾನು ನೀನು ಇಷ್ಟು ನಿಕಟ ಅನ್ನೂದು ಮಿತ್ತಲ್ ಸಾಹೇಬರಿಗೆ ಗೊತ್ತಿಲ್ಲದೆ ಇರುತ್ತೆಯೆ? ಸುಮ್ಮನೆ ಬೇರೆ ರೂಮಿನಲ್ಲಿ ಇದ್ದುಬಿಡು. ಅವರು ಇತ್ತೀಚೆಗೆ ಬರೂದೂ ಕಮ್ಮಿಯಾಗ್ತಿದೆ. ಮೂರುನಾಲ್ಕು ವಾರಗಳಿಗೊಮ್ಮೆ. ಆಗ ಒಂದುತಾಸು ನೀನು ವಾಕಿಂಗ್ ಹೋಗಿಬಂದರೆ ಆಗದೆ?' ತಿಂಗಳಿಗೆ ಎರಡುಸಾವಿರ ಉಳಿಯುತ್ತೆ ನಿಜ. ಆದರೆ ಅವರು ಬಂದಾಗ ನಾನು ವಾಕಿಂಗ್ ಹೋಗುವುದು ಹೀನಾಯ ವೆನ್ನಿಸಿತು. ಬೇಡ, ಬೇಡ, ಎಂದುಬಿಟ್ಟೆ.

ಪ್ರೇಮವು ಸ್ಥಾಯಿ, ಶಾಶ್ವತ, ಅಮರವೆಂಬ ಭಾವನೆ ದಿಲ್ಲಿಗೆ ಬಂದ ಹೊಸತರಲ್ಲಿ

ನನ್ನನ್ನು ತುಂಬಿಕೊಂಡಿತ್ತು. ಸ್ಥಾಯಿ ಅಂದರೆ ಖಾಯಂ, ಶಾಶ್ವತ ಎಂಬ ಅರ್ಥ ಹೇಗೋ ನನ್ನ ತಲೆಯಲ್ಲಿತ್ತು. ಸ್ಥಾಯಿಭಾವ ಸಂಚಾರಿಭಾವಗಳ ಕಲ್ಪನೆ ಪ್ರತಿಯೊಂದು ರಾಗದಲ್ಲೂ ಉಂಟು. ರಾಗದ ಆರಂಭದಿಂದ ಅಂತ್ಯದವರೆಗೂ ಸೂಚಿತವಾಗುವುದು ಸ್ಥಾಯಿ. ಆದರೆ ಅದು ತನಗೆತಾನೆ ಸೂಚಿತವಾಗುಲ್ಲ. ಸಂಚಾರಿಭಾವಗಳ ಮೂಲಕವೇ ಅದು ಪರಿಪೋಷಿತವಾಗಬೇಕು. ಸ್ಥಾಯಿಭಾವ ಉಳಿಯಲು, ಉಳಿದು ಬೆಳೆಯಲು ಸಂಗೀತದ ಕ್ರಿಯೆ ನಡೆಯುತ್ತಿರಬೇಕು. ಕ್ರಿಯೆ ನಿಂತರೆ ಭಾವವೂ ಮುಕ್ತಾಯ ಎಂಬ ವಿಶ್ಲೇಷಣೆ ಹೊಳೆದಿರಲಿಲ್ಲ. ಜೊತೆಯಲ್ಲಿದ್ದು ಜೊತೆಯಲ್ಲಿ ಜೀವನಕ್ರಿಯೆಯಲ್ಲಿ ತೊಡಗಿದರೆ ಮಾತ್ರ ಪ್ರೇಮವೆಂಬ ಸ್ಥಾಯಿಭಾವವು ಸ್ರವಿಸುತ್ತಿರುತ್ತೆ. ಕ್ರಿಯೆಯೇ ಇಲ್ಲದಿದ್ದರೆ ಭಾವದ ಸ್ರಾವ ಎಲ್ಲಿಂದ ಬರಬೇಕು? ಎಂಬ ಸೂಕ್ಷ್ಮ ಅರ್ಥವಾಗಿರಲಿಲ್ಲ. ಇತ್ತೀಚೆಗೆ ಅವಳ ಬಗೆಗೆ ನನ್ನಲ್ಲಿ ಆಕರ್ಷಣೆ ಕಡಮೆಯಾಗುತ್ತಿತ್ತು. ಅವಳ ನರ್ತನ, ಒಂದೊಂದು ಕಾಲಿಗೂ ಕಟ್ಟಿ ತ್ತಿದ್ದ ಇನ್ನೂರು ಗೆಜ್ಜೆಗಳ ವಿನ್ಯಾಸಪೂರ್ಣ ನಿನಾದ, ಲಯಗಾರಿಕೆ, ಕಣ್ಣು ಕುತ್ತಿಗೆ ಕೈ ಬೆರಳು ಮೈಮಾಟಗಳಲ್ಲಿ ವ್ಯಕ್ತವಾಗುವ ಅಭಿನಯಗಳು ಅಭ್ಯಸ್ತವಾಗಿ ಆರಂಭದ ತಿಂಗಳು ಗಳಲ್ಲಿದ್ದ ನಾವೀನ್ಯದ ಹೊಳಹು ಕಾಣುತ್ತಿರಲಿಲ್ಲ. ಎಷ್ಟನೆಯ ಸಮ್ಮಿಗೆ ಯಾವ ಬೋಲು ಕೊಡುತ್ತಾಳೆ, ಅವಳ ಉಡಾನ್‌ಗಳ ವೈಖರಿ ಯಾವುದು, ಪರನ್ ಯಾವ ರೀತಿಯದು, ಎಲ್ಲಿ ಎಂತಹ ತಿಹಾಯಿಕೊಡುತ್ತಾಳೆ, ಎಂಬ ಮರ್ಮಗಳೆಲ್ಲ ತಿಳಿದು ನಾನು ಎಲ್ಲಿ ಹೇಗೆ ಹಾಡಬೇಕು ಎಂಬ ತಂತ್ರಗಳು ಕರಗತವಾದವು. ನನ್ನಮೇಲೆ ಆಗುತ್ತಿದ್ದ ಅವಳ ನರ್ತನದ ಮಾಂತ್ರಿಕಪರಿಣಾಮ ಕಡಮೆಯಾಗುತ್ತಿತ್ತು. ದೇಹಸಂಪರ್ಕವೂ ಅಷ್ಟೆ. ಮೊದಲು ಅದು ದೇವಸುಂದರಿಯರಾದ ರಂಭೆ ಊರ್ವಶಿಯರೊಡನೆ ಆಗುವ ದೈವೀಸಂಪರ್ಕದ ಅನು ಭವಕ್ಕೆ ಏರುತ್ತಿತ್ತು. ಕನಸಿನ ಸಾಕಾರವಾಗುತ್ತಿತ್ತು. ಪ್ರತಿ ಬಾರಿಯೂ ರತಿಪೂಜೆ, ರತಿ ಆರಾಧನೆಯಾಗುತ್ತಿತ್ತು. ಈಗ ಅಗತ್ಯಬಿದ್ದಾಗ ನಡೆಯಬೇಕಾದ ಕಾಯದ ಕ್ರಿಯೆ ಎನ್ನಿಸ ತೊಡಗಿತು. ಪ್ರೀತಿ ಇರಲಿಲ್ಲವೆಂದಲ್ಲ. ಕನಸಿರಲಿಲ್ಲ. ಅವಳಿಗೆ ಕೆಲಸದ ಜಂಜಡ. ಆದರೂ ಬಿಡುವು ಮಾಡಿಕೊಂಡು ನನ್ನನ್ನು ಸೇರುತ್ತಿದ್ದಳು. ನನಗೆ ಏನು ಕಡಮೆಯಾಗಿದೆ? ಪ್ರೇಮದ ಸ್ಥಾಯಿಗುಣಕ್ಕೆ ಏನಾಯಿತು? ಎಂದು ಯೋಚಿಸುತ್ತಿದ್ದೆ.

ನಾನು ಅವುಗಳನ್ನು ಅರ್ಥಮಾಡಿಕೊಳ್ಳುವ ಮೊದಲೇ ಕ್ರಮೇಣ ಇತರ ಕೆಲಸಗಳು ನನ್ನ ಮೇಲೆ ಬಿದ್ದಿದ್ದವು. ಹೊಸನರ್ತನಕ್ಕೆ ಬೇಕಾದ ಬಟ್ಟೆಯನ್ನು ಹೊಲಿಯಹಾಕುವುದು, ದರ್ಜಿಯ ಅಂಗಡಿಗೆ ನಾಲ್ಕುಬಾರಿ ಅಲೆಯುವುದು, ರೈಲ್ವೆ ಆರಕ್ಷಣ ಕಿಟಕಿಯ ಮುಂದೆ ಒಂದು ಒಂದೂವರೆ ತಾಸು ಸರದಿ ನಿಂತು ಕಾರ್ಯಕ್ರಮಕ್ಕೆ ಹೋಗಬೇಕಾದ ದೂರದ ಊರುಗಳಿಗೆ ರಿಸರ್ವೇಶನ್ ಮಾಡಿಸುವುದು, ತಬಲಾ ಸಿತಾರ್ ಮೊದಲಾದ ವಾದಕರಲ್ಲದೆ ಸಹನರ್ತಕ ನರ್ತಕಿಯರಿಗೂ ಕೂಡಿ. ಸಾಧಾರಣವಾಗಿ ಸಹನರ್ತಕ ನರ್ತಕಿಯರು ಇವಳ ಶಾಲೆಯಲ್ಲಿ ಕಲಿಯುವ ಹಿರಿಯ ವಿದ್ಯಾರ್ಥಿ ವಿದ್ಯಾರ್ಥಿನಿಯರೇ. 'ಮೋಹನ್ ಇಷ್ಟು ಕೆಲಸ ಅಡರಿಕೊಂಡಿದೆ. ಈ ಹುಡುಗೀರೋ, ಎಷ್ಟು ತಾಲೀಮು ಮಾಡಿಸಿದರೂ ತಪ್ಪು ಮಾಡ್ತಾರೆ. ಇವತ್ತು ಅವರ ಅಭಿನಯ ಕೋರಿಯೋಗ್ರಫಿಗಳೆರಡನ್ನೂ ಪಕ್ಕಾ

ಮಾಡಬೇಕು. ರಿಸರ್ವೇಶನ್ ಮಾಡಿಸಿಕೊಂಡು ಬರ್ತೀಯಾ? ಓಂಪ್ರಕಾಶ ಇದೇ ಸಮಯದಲ್ಲಿ ಕೈಕೊಟ್ಟಿದಾನೆ,' ಎಂದು ಅವಳು ಭಾವಪೂರ್ಣವಾಗಿ ಪ್ರಾರ್ಥಿಸಿಕೊಂಡರೆ ಇಲ್ಲ ಅನ್ನೂದು ಹೇಗೆ? 'ನಾವು ಎಷ್ಟು ಜನ, ನಮಗೆ ಏನೇನು ವ್ಯವಸ್ಥೆ ಮಾಡಬೇಕು, ನಾವು ಬರುವ ರೈಲಿನ ಸಮಯಗಳನ್ನೆಲ್ಲ ತಿಳಿಸಿ ಅವರಿಗೆ ಒಂದು ಕಾಗದ ಬರೀತೀಯ? ನಿನ್ನನ್ನ ಬಿಟ್ಟರೆ ಸರಿಯಾಗಿ ಬರೆಯೋರು ಯಾರು?' ಎಂದು ಅಸಹಾಯಕತೆಯನ್ನು ಕಣ್ಣು ಹುಬ್ಬು ಮುಖಗಳಲ್ಲಿ ಸೂಸುತ್ತಾ ಪ್ರಾರ್ಥಿಸಿ ನನ್ನ ತುಟಿಗೆ ತುಟಿಯಿಟ್ಟು ಚುಂಬಿಸಿದರೆ ನಿರಾಕರಿಸೂದು ಹೇಗೆ ಸಾಧ್ಯ? 'ಕೆಲಸ ಹೇಳ್ತಿದಾಳೆ ಅಂತ ಬೇಜಾರು ಮಾಡಿಕೊಬೇಡ. ಬೇರೆ ಕೆಲಸವಿಲ್ಲದ ನಿನಗೂ ಬೇಸರಕಳೆಯುತ್ತೆ ಅಂತ ಹೇಳ್ತಿದೀನಿ. ನನಗೋ ಮೈ ತುರಿಸಿಕೊಳ್ಳುಕ್ಕೂ ಪುರ ಸೊತ್ತಿಲ್ಲ.' ಕೆಲಸದ ಒತ್ತಡದಲ್ಲಿ ಸಮಯ ಉಳಿಸಲೆಂದು ಅವಳು ವಿಮಾನದಲ್ಲಿ ಪ್ರಯಾಣ ಮಾಡತೊಡಗಿದಳು. 'ನೀನು ತಪ್ಪು ತಿಳೀಬೇಡ. ಈ ಹುಡುಗೀರನ್ನ ಹುಡುಗರು ವಾದ್ಯದವರ ಜೊತೆ ರೈಲಿನಲ್ಲಿ ಬಿಡುಕ್ಕೆ ನನಗೆ ಭಯವಾಗುತ್ತೆ. ಏನಾದರೂ ಹೆಚ್ಚು ಕಡಮೆಯಾದರೆ ಜವಾಬ್ದಾರಿ ಯಾರದು? ನೀನು ಅವರ ಜೊತೆ ಬಂದರೆ ಒಂದು ನಿಗಾ ಇರುತ್ತೆ. ಪ್ಲೀಸ್.' ವಿಮಾನವಿಲ್ಲದ, ಅವಳೂ ರೈಲಿನಲ್ಲಿ ಪ್ರಯಾಣ ಮಾಡಬೇಕಾದ ಕಡೆ ಅವರಿಗೆಲ್ಲ ಪ್ರಥಮ ಅಥವಾ ಎ.ಸಿ. ದರ್ಜೆಯ ಟಿಕೀಟು ತೆಗೆಯಲು ದುಬಾರಿ, ಆದರೆ ಹುಡುಗಿಯರನ್ನು ಹುಡುಗರ, ವಾದ್ಯದವರ ಜೊತೆ ಬಿಡಲು ಜವಾಬ್ದಾರಿ, ಆದ್ದರಿಂದ ನಾನು ಅವರ ಜೊತೆ. ಅವಳೊಬ್ಬಳೇ ಮೇಲಿನದರ್ಜೆಯಲ್ಲಿ. ಇಷ್ಟು ದೊಡ್ಡ ನರ್ತಕಿಯಾದ ಅವಳು ಸಾಧಾರಣ ದರ್ಜೆಯಲ್ಲಿ ಪಯಣಿಸಿ ಇಳಿದರೆ ಸ್ವಾಗತಿಸಲು ಬರುವ ಆಯೋಜಕರು ಏನಂದುಕೊಂಡಾರು? ಬೈನಾಕ್ಯುಲರ್ ಇದ್ದರೆ ನೋಡಬಹುದಿತ್ತು ಎಂದುಕೊಳ್ಳುವಾಗ ನಾನು ಯಾಕೆ ಕ್ರಮೇಣ ಇವನ್ನೆಲ್ಲ ಒಪ್ಪಿಕೊಂಡುಬಿಟ್ಟೆ? ನಿನಗಿಂತ ದೊಡ್ಡಕಲಾವಿದ ನಾನು, ನರ್ತನದ ಗಾಯಕನಲ್ಲ, ಶುದ್ಧ ಸ್ವತಂತ್ರ ಗಾಯಕ, ನನಗೂ ನಿನಗೂ ಸಂಬಂಧವಿಲ್ಲ ಅಂತ ಯಾಕೆ ಹೇಳಲಿಲ್ಲ? ಎಂಬ ಪ್ರಶ್ನೆ ತೊಡಗಿತು. ಪ್ರೇಮವು ಆಳುತನಕ್ಕೆ ತಿರುಗಿತ್ತು. ಹರಿದುಕೊಂಡು ಹೊರಬರುವ ಜ್ಞಾನ ಹುಟ್ಟಿರಲಿಲ್ಲ ಎಂಬ ಉತ್ತರ ಕಾಣಿಸಿತು. ಕೊಳ್ಳಬೇಕು ಅಂದರೆ ಮುಂಬಯಿಯಲ್ಲಿ ಸಿಕ್ಕೂದಿಲ್ಲವೆ ಬೈನಾಕ್ಯುಲರ್? ಉತ್ತಮ ಗುಣಮಟ್ಟದ್ದು ಸಿಕ್ಕದೆ ಇರಬಹುದು. ನೀನು ಬರುವಾಗ ಒಂದನ್ನ ತಗೊಂಡು ಬಾ ಅಂತ ಬರೆಯಬೇಕು ಮಧುವಿಗೆ ಎಂಬ ಪರಿಹಾರ ಕಂಡಿತು.

– ೬ –

ಪ್ರೇಮವೆನ್ನುವುದು ಚಿರಸ್ಥಾಯಿಯಲ್ಲ. ರಾಗದ ರಸವಿದ್ದಂತೆ. ಎಷ್ಟೇ ವಿಸ್ತರಿಸಿದರೂ ತನಗೆತಾನೆ ಮುಕ್ತಾಯವಾಗುತ್ತೆ, ಎಂಬ ಒಳಸತ್ಯ ಅವಳಿಗೆ ಗೊತ್ತಿತ್ತೆ? ಅವಳಲ್ಲಿ ಮುಕ್ತಾಯ ವಾಗಿತ್ತು. ನನ್ನಲ್ಲಿ ಇನ್ನೂ ಅಂಟಿಕೊಂಡಿತ್ತು. ಪ್ರಾರಬ್ಧದಿಂದ ಹುಟ್ಟುವ ಅಜ್ಞಾನದಂತೆ. ಕಾರ್ತೀಕರಾಮನ ಪ್ರವೇಶವಾದರೂ ನನಗೆ ಪೂರ್ತಿ ಅರ್ಥವಾಗಲಿಲ್ಲ. ಹೊಸಪ್ರಯೋಗ

ಮಾಡಿ ಹೊಸ ಸರಕನ್ನು ಕೊಡದೆ ಯಾವ ಪ್ರದರ್ಶನಕಲೆಯ ವ್ಯಾಪಾರ ಮುಂದುವರೆದೀತು? ಹೊಸ ಕೊರಿಯೊಗ್ರಫಿ, ಹೊಸವಸ್ತುಗಳನ್ನು ಅವಳು ಹುಡುಕುತ್ತಲೇ ಇದ್ದಳು. ಈಗ ಪ್ಯಾರೀಸ್ ಉತ್ಸವಕ್ಕೆ ಸಂಗೀತದ ರಾಗಗಳ ನರ್ತನ ರೂಪಗಳನ್ನು ಆಲೋಚಿಸಿರುವಂತೆ. ಹಿಂದೆ ಮಾಡಿದ್ದ ಬಾಗೇಶ್ರೀಯ ತರಹ. ಹೊಸ ಹೊಸ ಪ್ರಯೋಗ ಮಾಡುವುದು ಅವಳ ಸ್ವಭಾವವೂ ಹೌದು. ಅದಕ್ಕಾಗಿ ಒಂದೇಸಮನೆ ದುಡೀತಾಳೆ. ತಲೆ ಕೆಡಿಸಿಕೊತ್ತಾಳೆ. ಭೋಪಾಲದ ಕಾರ್ತೀಕರಾಮ ಲಯ, ತಾಂಡವಗಳೇ ಜೀವಾಳವಾದ ಜಯಪುರ ಘರಾನೆಯವನು. ಇವಳು ಭಾವ ಅಭಿನಯಗಳು ಪ್ರಧಾನವಾಗಿ ಶುದ್ಧ ಕುಣಿತವಾದ ತತ್ಕಾರ ಕೂಡ ಭಾವಾಭಿವ್ಯಕ್ತಿಯಾಗಬೇಕೆನ್ನುವ ಲಕ್ನೋ ಘರಾಣಿಯವಳು. ಅವನನ್ನು ಭಾವಕ್ಕಿಂತ ಕ್ರಿಯೆಯು ಪ್ರಧಾನವಾದ ಕೃಷ್ಣನನ್ನಾಗಿಸಿ ತಾನು ಭಾವನದಿಯಾದ ರಾಧೆಯಾಗಿ ಅವಳ ವಿರಹವು ಕ್ರಿಯಾಪ್ರಧಾನನಾದ ಗಂಡಸನ್ನು ಹಿಡಿದಿಡಲಾರದ ಭಾವಜೀವಿ ಹೆಣ್ಣಿನ ದುಃಖದ ರೂಪವೆಂಬ ಅರ್ಥವನ್ನು ಕೊಟ್ಟು ಗೀತಗೋವಿಂದದಿಂದ ಆಯ್ದ ಅಷ್ಟಪದಿಗಳನ್ನು ನರ್ತನಕ್ಕೆ ಅಳವಡಿಸುವುದು. ರಂಗದ ಒಂದು ಭಾಗದಲ್ಲಿ ವಿರಹದಿಂದ ಬೇಯುವ ರಾಧೆ ಇನ್ನೊಂದು ಭಾಗದಲ್ಲಿ ಕೃಷ್ಣ. ಇವಳದು ಸಂಪೂರ್ಣ ಲಾಸ್ಯ. ಅವನದು ತಾಂಡವ. ಇವಳ ಲಾಸ್ಯಕ್ಕೆ ಅಷ್ಟಪದಿಯನ್ನು ಠುಮರಿಯ ಶೈಲಿಯಲ್ಲಿ ಒಂದೊಂದು ಪದ, ಪದಗುಚ್ಛವನ್ನೂ ಪದರ ಪದರ ಬಿಡಿಸಿ ಹಾಡಬೇಕು. ಅವನದನ್ನು ಮಧ್ಯಲಯದಲ್ಲಿ ಆರಂಭಿಸಿ ದ್ರುತದ ಬೋಲುಗಳನ್ನು ಮುಟ್ಟಿಸಿದರೆ ಅವನೇ ಜೈಪುರ ಶೈಲಿಯಲ್ಲಿ ಪಢಂತ್ ಹೇಳಿಕೊಂಡು ಮುಂದುವರೆಸಬೇಕು.

ಭೋಪಾಲಿನ ಕಾರ್ತಿಕರಾಮನನ್ನು ಇವಳೇ ಕರೆಸಿಕೊಂಡಳು. ದಿಲ್ಲಿಗೆ ಬರುವ, ಇಡೀ ದೇಶದಲ್ಲಿ ಹೆಸರು ಮಾಡಿರುವ ಇವಳ ಜೊತೆ ನರ್ತಿಸಿದರೆ ಸಿಗುವ ಮನ್ನಣೆಯಿಂದ ಅವನು ಹಿಗ್ಗಿದ. ಜೊತೆಯಲ್ಲಿ ತಾಲೀಮ್ ನಡೆಸಬೇಕು. ನರ್ತನಶಾಲೆಯ ಅತಿಥಿಕೋಣೆಯಲ್ಲಿ ಇಳಿಸಿದಳು. ಇವಳ ತಾಲೀಮಿಗಂತೂ ನಾನು ಇರಲೇಬೇಕು. ನಾನಿಲ್ಲದಾಗಲೂ ಅವರಿಬ್ಬರೂ ಅಭ್ಯಾಸ ಮಾಡಿಕೊತ್ತಿದ್ದರು. ನಾನು ಅಲ್ಲಿಯೇ ಇದ್ದರೆ ಅವಳೇನೂ ಬೇಡ ಅಂತಿರಲಿಲ್ಲ. ಆದರೆ ಸಹಾಯಕನ ಬೇರೆ ಬೇರೆ ಕೆಲಸ ಹಚ್ಚಿಸುತ್ತಾಳೆಂದು ಇತ್ತೀಚೆಗೆ ನಾನೇ ಅಲ್ಲಿಗೆ ಹೋಗುವುದನ್ನು ಕಡಮೆಮಾಡಿದ್ದೆ. ಹೇಳಿದುದನ್ನು ಮಾಡದೆ ಧಿಕ್ಕರಿಸುವ ಧೈರ್ಯವಿರಲಿಲ್ಲ. ಅವಳ ಹರಿತವಾದ ಒಂದು ಕಣ್ಣನೋಟಕ್ಕೆ ಅಂಜುತ್ತಿದ್ದೆ. ಏನನ್ನೋ ತಪ್ಪಿಸಿಬಿಡುತ್ತಾಳೆ. ಅವಿಧೇಯತೆಯನ್ನು ಮೌನವಾಗಿಯೇ ಶಿಕ್ಷಿಸುತ್ತಾಳೆ ಎಂಬ ಅಂಜಿಕೆ. ನಾನು ನನ್ನ ಬರಸಾತಿಗೆ ಬಂದು ಮಲಗಿದರೆ ಅವಳಿಗೆ ಕಾರ್ತೀಕರಾಮನ ಮೇಲೆ ಮನಸ್ಸಾಗಿದೆಯೇ? ಎಂಬ ಅನುಮಾನ. ನನಗೆ ಈ ಬರಸಾತಿ ಮನೆಸಿಕ್ಕುವ ಮೊದಲು, ಅನಂತರ ಕೂಡ ಮಧ್ಯಾಹ್ನದ ವೇಳೆ, ನಾವಿಬ್ಬರೂ ಆ ಅತಿಥಿ ಕೋಣೆಯಲ್ಲಿ ಸೇರುತ್ತಿದ್ದಂತೆ, ಈಗ ಅವಳು ಅವನನ್ನು. ನನ್ನ ಊಟ ಇಲ್ಲಿಗೇ ಬರುತ್ತಿದೆ. ಅವನು ಬಂದನಂತರ ಅವಳು ತಾನಾಗಿಯೇ ನನ್ನನ್ನು ಸಂಧಿಸಲು ಬರುತ್ತಿಲ್ಲ. ನಾನು ಕರೆದಾಗ ಉತ್ಸಾಹಹೀನಳಾಗಿ ಕರ್ತವ್ಯ ನಿರ್ವಹಿಸ್ತಾಳೆ, ಎನ್ನಿಸಿತು. ಹೋಗಿ ಪರೀಕ್ಷೆಮಾಡಲೆ? ಮಾಡಿದರೆ ಗೊತ್ತಾಗುತ್ತೆಯೆ? ಮುಂದಿನ ದೊಡ್ಡ

ಬಾಗಿಲಿಗೆ ಒಳಗಿನಿಂದ ಅಗಳಿ ಹಾಕಿರುತ್ತೆ. ಕರೆಗಂಟೆ ಒತ್ತಿದರೆ ಬಂದು ತೆಗೀತಾಳೆ. ಏನು? ಅಂದರೆ ನಾನು ಏನು ಹೇಳೂದು? ಆ ದಿನದಿಂದ ತಾಲೀಮಿನ ಸಮಯದಲ್ಲಿ ಅವರಿಬ್ಬರ ಮುಖಭಾವಗಳನ್ನು ಕಣ್ಣುಗಳು ಪರಸ್ಪರ ಕಳಿಸುವ ಗುಪ್ತಸಂದೇಶಗಳನ್ನು ನಾನು ಗಮನಿಸುತ್ತಿ ದೀನಿ ಅಂತ ಗೊತ್ತಾಗದಷ್ಟು ಸೂಕ್ಷ್ಮವಾಗಿ ಲಕ್ಷಿಸತೊಡಗಿದೆ. ಹೌದು ಎನ್ನಿಸಿತು. ಅವನ ಬಗೆಗೆ ಅವಳು ಹುಚ್ಚು ಮಾರ್ದವಳಾಗಿದ್ದಳು. ಅವಳ ಕಲ್ಪನೆಯನ್ನು ಅನುಸರಿಸದೆ ಅವನು ತಾಲೀಮಿನಲ್ಲಿ ತಪ್ಪು ಮಾಡಿದಾಗ ಕೂಡ ಅವಳ ಬಾಯಿಯಲ್ಲಿ ತಿದ್ದುವ ಮಾತು ಬಂದರೂ ಕಣ್ಣುಗಳಲ್ಲಿ ಮೆಚ್ಚುಗೆ ಸೂಸುತ್ತಿತ್ತು. ಪ್ರೇಮವನ್ನು ಬಚ್ಚಿಟ್ಟುಕೊಳ್ಳುವುದು ಅವಳಂತಹ ಅಭಿನಯವಿಶಾರದೆಗೂ ಸಾಧ್ಯವಿಲ್ಲವೆ? ಅನ್ನಿಸಿಬಿಟ್ಟಿತು. ಅಥವಾ ಸಮಾನ ಕಲಾವಿದನಿಗೆ ತೋರಿಸುವ ಮೆಚ್ಚುಗೆಯೊ? ನನ್ನನ್ನು ಸಂಧಿಸಲು ಅವಳಲ್ಲಿ ಹುಟ್ಟಿರುವ ನಿರುತ್ಸಾಹದ ಕಾರಣವು ಅವನಲ್ಲಿ ಹುಟ್ಟಿರುವ ಪ್ರೇಮವೋ? ಅಥವಾ ಹೊಸ ರಚನೆಯನ್ನು ತಯಾರಿಸುವಾಗ ಉಂಟಾಗುವ ಮಗ್ನತೆಯೊ? ಬಾಗೇಶ್ರೀಯನ್ನು ತಯಾರಿಸುವಾಗಲೂ ಇಷ್ಟೇ ಮಗ್ನತೆಯಿತ್ತು. ಆದರೆ ಆಗ ನನ್ನಮೇಲಿನ ಪ್ರೀತಿ ಉತ್ಕಟವಾಗಿತ್ತು. ಅವಳ ಮನೆ ಯಲ್ಲಿ ಅಭ್ಯಾಸ ಮಾಡಿದ ರಾತ್ರಿ ನಿದ್ರೆ ಬರದೆ ಪಕ್ಕದಲ್ಲಿದ್ದ ಗಂಡ-ಗುರುವನ್ನು ಬಿಟ್ಟು ನಿಶ್ಶಬ್ದವಾಗಿ ಮೆಟ್ಟಿಲು ಹತ್ತಿ ಬಂದು ಬೆಳಗಿನವರೆಗೂ ನನ್ನ ತೋಳಿನಲ್ಲಿದ್ದ ನೆನಪಾಗಿ ಈಗ ಕೃಷ್ಣನಾಗಿರುವ ಅವನ ಮೇಲೆ ರಾಧೆಯಾಗಿರುವ ಇವಳಿಗೆ ಅಂಥದೇ ಭಾವನೆ ಹುಟ್ಟಿಲ್ಲವೆ? ಎಂಬ ಅನುಮಾನ ಹುಟ್ಟಿತು. ಕಸಿವಿಸಿ, ಸಂಕಟ. ದಡ ದಡನೆ ಇಳಿದು ಹೋಗಿ ಬಾಗಿಲು ತೆಗೆಸಿ ಅವಳ ಎರಡು ತೋಳುಗಳನ್ನೂ ಹಿಡಿದು ಕುಲುಕಿ ಕೇಳಿಬಿಡಬೇಕು ನನಗೆ ಮೋಸಮಾಡ್ತಿದೀಯ, ನಿಜ ಹೇಳು, ಗದ್ದರಿಸಬೇಕು ಎಂಬ ಉದ್ವಿಗ್ನತೆ. ಆದರೆ ಹೋಗಿ ಕೇಳಲು ಆತ್ಮಗೌರವ. ಪ್ರೀತಿಪ್ರೇಮಗಳು ತಾವಾಗಿಯೇ ಹುಟ್ಟಬೇಕು. ತಾವಾಗಿಯೇ ಬದುಕುಳಿಯಬೇಕು. ಕೋಪದಿಂದ, ಯಾಚನೆಯಿಂದ, ತಗಾದೆಯಿಂದ ಉಳಿಸಿಕೊಳ್ಳುವುದಲ್ಲ ಎಂಬ ಅಭಿಮಾನ. ಏನೂ ಮಾಡಲು ತೋಚದೆ ಮಲಗಿ ಹೊರಳುತ್ತಿದ್ದೆ. ಬೇಸರವಾಗಿ ಎದ್ದು ತಿರುಗಲು ಹೋಗ್ತಿದ್ದೆ. ಸಫ್ದರ್‌ಜಂಗ್ ಆಸ್ಪತ್ರೆಯ ತನಕ ಹೋಗಿ ರೋಗಿಗಳನ್ನು ನೋಡಲುಬಂದು ಹೊರಗೆ ಕೂತಿರುತ್ತಿದ್ದ ಜನಗಳ ಮಧ್ಯೆ ಕೂರುತ್ತಿದ್ದೆ. ನಿಮ್ಮ ಕಡೆ ರೋಗಿಯಾ? ಏನಾಗಬೇಕು? ಏನು ಕಾಹಿಲೆ? ಅಕ್ಕಪಕ್ಕದವರು ಕೇಳ್ತಿದ್ದರು. ಶೂನ್ಯಭಾವ ಕವೀತಿತ್ತು. ಮತ್ತೊಂದು ದಿನ ಐ.ಐ.ಟಿ.ಯ ತನಕ ನಡೆದು ಅದರ ಆವರಣದಲ್ಲೆಲ್ಲ ನಡೀ ತಿದ್ದೆ. ಅಲ್ಲಿಯೂ ಒಂಟಿ. ಒಂದು ದಿನ ತಂಬೂರಿ ಶ್ರುತಿಮಾಡಿದೆ. ತಿಂಗಳುಗಳೇ ಕಳೆದಿದ್ದವು ನನ್ನ ಮನೆಯ ತಂಬೂರಿ ಶ್ರುತಿಮಾಡಿ. ಹಾಡಿಕೊಳ್ಳತೊಡಗಿದೆ. ಪೂರ್ವನಿಶ್ಚಯವಿಲ್ಲದೆಯೇ ಧ್ವನಿಯು ದರ್ಬಾರಿಯ ಷಡ್ಜವನ್ನು ನುಡಿಯತೊಡಗಿತು. ಅದರಲ್ಲೇ ಲೀನವಾಗಿ ಎಷ್ಟೋ ಹೊತ್ತು ನುಡಿದುಕೊಳ್ಳತೊಡಗಿದೆ. ಕಾಲವನ್ನು ಬಿಡಬಹುದು; ಆದರೆ ತನ್ನದೇ ಆದ ಲಯವನ್ನು ಧ್ವನಿಸದೆ ಯಾವ ಸ್ವರವೂ ವಿಸ್ತಾರಗೊಳ್ಳುವುದಿಲ್ಲವೆಂಬುದು ಅನುಭವದಿಂದ ಗೊತ್ತಿತ್ತು. ಆದರೆ ಅದು ಕಾಲಗೆಜ್ಜೆಯೊಡನೆ ಸಹಕರಿಸುವ ಲಯವಲ್ಲ. ತನ್ನ ದಿಗಂತವನ್ನು ತಾನೇ ಸೂಚಿಸಿಕೊಳ್ಳುವ, ಮುಂದೆ

ವಿಸ್ತರಿಸಿಕೊಳ್ಳುವ ಒಳಸರಿದ ಸೂಕ್ಷ್ಮರೇಖೆಗಳು ಮಾತ್ರ. ಇಷ್ಟು ಸಾಕು, ಇದಕ್ಕಿಂತ ಹೆಚ್ಚಿನ ಚಲನೆ ಸಾಧುವಲ್ಲ. ಚಲನೆಯ ಬೆನ್ನುಹತ್ತಿ ಹೋಗುವುದು ಲುಚ್ಚಾ ಕೆಲಸ ಅನ್ನಿಸಿಬಿಟ್ಟಿತು. ಕ್ರಮೇಣ ಮಂದ್ರಕ್ಕೆ ಇಳಿದೆ. ಒಂದೊಂದು ಸ್ವರವನ್ನೂ ತನ್ನ ಮಿತಿಯನ್ನು ದಾಟಿಸುವ ವಿಸ್ತಾರಕ್ಕೆ ನಿಲ್ಲಿಸುತ್ತಾ. ಕೊನೆಗೆ ಷಡ್ಜವನ್ನು ಮುಟ್ಟಿದಾಗ ಚಲನೆಯನ್ನು ಸಂಪೂರ್ಣವಾಗಿ ಸ್ಥಗಿತಗೊಳಿಸುವ ಓಂಕಾರಸ್ಥಿತಿ. ನಾನು ಸಂಗೀತವನ್ನು ಅಲಕ್ಷ್ಯಮಾಡಿದ್ದರೂ ಅದು ನನ್ನ ಕೈಬಿಟ್ಟಿಲ್ಲ. ಮಂದ್ರವು ಸಿಕ್ಕಿದೆ. ಮಂದ್ರಷಡ್ಜವೂ ಎಟುಕಿದೆ ಎಂಬ ಆನಂದವು ಮಂದ್ರಷಡ್ಜದ ಆನಂದದೊಡನೆ ಬೆರೆಯಿತು. ಕಣ್ಣುಗಳಲ್ಲಿ ನೀರು ಒಸರಿತು. ವ್ಯಾಕುಲವು ಎಷ್ಟೋ ಕಡಮೆಯಾಯಿತು. ಮರುದಿನದಿಂದ ಬೆಳಗ್ಗೆ ಎದ್ದು ಮಂದ್ರಸಾಧನೆಯಲ್ಲಿ ತೊಡಗಿದೆ. ಚಿತ್ತಸ್ವಾಸ್ಥ್ಯ ದೊರಕಿದಂತಾಯಿತು. ಯಾವಳು ಯಾವನ ಜೊತೆ ಮಲಗಿದರೆ ನನಗೇನು ಎಂಬ ರಾಜಸನಿರ್ಲಿಪ್ತಿ ಕಾಣಿಸಿತು. ರಾಜಸವಾದರೂ ಸರಿ, ನಿರ್ಲಿಪ್ತಿ ಕಾಣಿಸಿತೆಂಬ ಸಮಾಧಾನ ಹುಟ್ಟಿತು. ನನ್ನೊಳಗೆ ನಡೆಯುತ್ತಿರುವುದನ್ನು ಅವಳಿಗೆ ಹೇಳಲಿಲ್ಲ. ಅವಳೂ ಕೇಳಲಿಲ್ಲ. ಕೇಳುವ ಸೂಕ್ಷ್ಮವಾಗಲಿ, ವ್ಯವಧಾನವಾಗಲಿ, ಅವಳಿಗೂ ಇರಲಿಲ್ಲ.

ಅಷ್ಟಪದಿಯ ಈ ರಚನೆಯ ಮೊದಲ ಪ್ರಯೋಗದ ಅವಕಾಶವಾದದ್ದು ಪಟ್ಣದಲ್ಲಿ. ಪ್ರಚಾರದ ಕರಪತ್ರದಲ್ಲಿ ಎಂದಿನಂತೆ ಮನೋಹರಿಯ ಹೆಸರು ಎದ್ದುಕಾಣುವಂತೆ ಇತ್ತು. ಅದರ ಕೆಳಗೆ ಕಾರ್ತೀಕರಾಮನದು. ನನ್ನ ಹೆಸರು ಅನಂತರ. ಈಗಾಗಲೆ ಗಾಯಕನಾಗಿ ನನ್ನ ಹೆಸರು ಮರೆಯಾಗಿತ್ತು. ನೃತ್ಯಗಾಯಕನಿಗೆ ಸಲ್ಲಬೇಕಾದಷ್ಟೇ ನನಗೂ ಸಂದಿತ್ತು. ಇಡೀ ಗುಂಪಿಗೆ ನಾನೇ ಟಿಕೇಟು ರಿಸರ್ವ್‌ಮಾಡಿ ಎಲ್ಲರೊಡನೆ ಸಾಧಾರಣ ದರ್ಜೆಯ ಸ್ಲೀಪರ್ ಬೋಗಿಯಲ್ಲಿ ಬಂದಿದ್ದೆ. ಕಾರ್ತೀಕರಾಮನೂ ನಮ್ಮ ಜೊತೆಯಲ್ಲಿದ್ದ. ನಾವು ಹಿಂದಿನ ಸಂಜೆ ಹೊರಟೆವು. ಅವಳು ಮರುದಿನ ಬೆಳಗಿನ ವಿಮಾನದಲ್ಲಿ ಬರುವವಳಿದ್ದಳು. ಕಾರ್ತೀಕರಾಮ ಏಕೋ ನನ್ನೊಡನೆ ಸರಿಯಾಗಿ ಮುಖ ಕೊಟ್ಟು ಮಾತನಾಡ್ತಿರಲಿಲ್ಲ. ನನ್ನ ಸೀಟಿನ ಪಕ್ಕದ ಭಾಗದ ಜಾಗ ಹಿಡಿದಿದ್ದ. ನಾನೂ ಅವನಿಂದ ದೂರ ದೂರವೇ ಇದ್ದೆ. ಇತರ ಹುಡುಗ ಹುಡುಗಿಯರು, ತಬಲ ಸಿತಾರಿನವರು ಮಾತ್ರ ನನ್ನನ್ನು ಮಾಸ್ತರ್‌ಜಿ ಎನ್ನುತ್ತಿದ್ದರು. ಗುರೂಜಿ ಎಂಬ ಹೆಸರು ನರ್ತನದ ಗುರು ಮನೋಹರಿಗೆ ಮಾತ್ರ ಸಲ್ಲುವುದಾಗಿತ್ತು.

ಕಾರ್ಯಕ್ರಮದ ಆರಂಭದ ಮೊದಲು ವಾದ್ಯಮೇಳದ ನಡುವೆ ನಾನು, ನನ್ನ ಬಲ ಪಕ್ಕದಲ್ಲಿ ತಬಲಾದ ಜಯಸ್ವಾಲ, ಎಡಪಕ್ಕದಲ್ಲಿ ಶೀಲಾ, ಅವಳ ಎಡಕ್ಕೆ ಸಾರಂಗಿಯ ಸಿರಾಜುದ್ದೀನ್ ಅವನ ಎಡಕ್ಕೆ ಸಿತಾರಿನ ಸರಫ಼ರಾಜ್ ಕುಳಿತಿದ್ದೆವು. ಕಾರ್ಯಕ್ರಮ ಆರಂಭವಾಗಲು ಐದುನಿಮಿಷವಿತ್ತು. ಸಭೆಯ ಮುಂದಿನ ಸಾಲಿನಲ್ಲಿ ಕುಳಿತಿದ್ದ ಒಬ್ಬ ವೃದ್ಧರು ನಮ್ಮ ಕಡೆಗೆ ಕೈ ಮುಗಿದರು. ನಾನು ಗಮನಿಸಿದೆ. ನಮ್ಮ ಐವರಲ್ಲಿ ಅವರು ಯಾರಿಗೆ ಅಭಿವಾದನೆ ಮಾಡಿದರಂತ ನನಗೆ ತಿಳಿಯಲಿಲ್ಲ. ಹೇಗಾದರೂ ಸರಿ ಅಂತ ಆಲೋಚಿಸಿ ಅರ್ಧನಿಮಿಷದ ನಂತರ ನಾನು ಕೈಮುಗಿದೆ. ಕುಳಿತಿದ್ದ ಅವರು ಎದ್ದು ರಂಗದಮೇಲೆ ಬಂದು ನನ್ನ ಮುಂದೆ ಬಾಗಿ ನಿಂತು, 'ಫ಼ಯಾಜ್ ಅಹಮದ್ ಅಂತ

ನನ್ನ ಹೆಸರು. ಧ್ರುಪದ ಹಾಡ್ತೀನಿ.' ಅವರ ಹೆಸರು ಕೇಳಿದ್ದೆ. ಕಲ್ಕತ್ತದ ಸಮ್ಮೇಳನದಲ್ಲಿ ಅವರ ಗಾಯನವನ್ನು ಕೇಳಿದ್ದ ನೆನಪು ಬಂತು. ಉದ್ದನೆಯ ಕೂದಲು, ಕಪ್ಪು ಬಣ್ಣ. ಪೈಜಾಮ, ಜುಬ್ಬಾ, ಮೇಲೆ ವೇಸ್ಟ್‌ಕೋಟು. ಎದ್ದುನಿಂತು ಅವರ ಎರಡು ಕೈಗಳನ್ನು ಹಿಡಿದು ಬಾಗಿದೆ. 'ನಾನೊಬ್ಬ ಗಾಯಕನಾಗಿ ಹೇಳ್ತಿದೀನಿ. ನೀವ್ಯಾಕೆ ಶುದ್ಧಗಾಯನ ಬಿಟ್ಟು ಈ ಕುಣಿತದ ಗಾಯನಕ್ಕೆ ಬಿದ್ದುಬಿಟ್ಟಿರಿ. ಜಲಂಧರ್‌ನ ಹರವಲ್ಲಭ ಸಂಗೀತ ಸಮ್ಮೇಳನದಲ್ಲಿ ನೀವು ಮಾಡಿದ ತೋಡಿಯ ಆಲಾಪ, ಅದೂ ಮಂದ್ರದ ಕೆಲಸ ಬೇರೆ ಯಾರಿಗೆ ಸಾಧ್ಯ? ಅದೆಂಥ ಧ್ವನಿ? ಅದೆಂಥ ಭಾವಸಂಚಾರ? ಇನ್ನೊಮ್ಮೆ ಕೇಳಬೇಕು ಅನ್ನಿಸುತ್ತೆ,' ಎಂದರು. ಅಷ್ಟರಲ್ಲಿ ನರ್ತನ ಆರಂಭವಾಗುವ ಸೂಚನೆಯಾಯಿತು. ಫ಼ಯಾಜ್ ಅಹಮದ್ ಆಮೇಲೆ ಸಿಕ್ಕುವಾ ಎಂದು ಹೇಳಿ ಪಕ್ಕದ ಮೆಟ್ಟಿಲುಗಳಿಂದ ಇಳಿದು ಹೋಗಿ ತಮ್ಮ ಕುರ್ಚಿಯ ಮೇಲೆ ಕುಳಿತರು.

ಮನೋಹರಿಯಿಂದ ಗಣೇಶವಂದನೆಯಾಯಿತು. ಅನಂತರ ಮುಖ್ಯವಾದ ರಚನೆ ಅಷ್ಟಪದಿ. ಮೊದಲನೆಯ ಅಭಿನಯಕ್ಕೆ ಆರಿಸಿದ್ದ

ನಿಂದತಿ ಚಂದನಮಿಂದುಕಿರಣಮನುವಿಂದತಿ ಖೇದಮಧೀರಂ

ವ್ಯಾಲನಿಲಯ ಮಿಲನೇನ ಗರಲಮಿವ ಕಲಯತಿ ಮಲಯ ಸಮೀರಂ

ಅಷ್ಟಪದಿಯನ್ನು ದರಬಾರಿಯಲ್ಲಿ ಇಡಿಯಾಗಿ ಹಾಡಿದನಂತರ ಒಂದೊಂದೇ ಪದಗಳನ್ನು ಬಿಡಿಸಿ ವಿಲಂಬಿತದಲ್ಲಿ ವಿಸ್ತರಿಸತೊಡಗಿದೆ. ನನಗೇ ತಿಳಿಯದಂತೆ ಮಂದ್ರಕ್ಕೆ ಇಳಿದೆ. ನಿ , ನಿ , ನಿ ಪ, ಮ ಪ , ಎಂದು ಒಳಕ್ಕಿಳಿದು ಆಂದೋಲನ ಮಾಡುತ್ತಾ ಮೈಮರೆತೆ.
ಧ ಧ ಧ

ಅದೇ ಆಂದೋಲನದಲ್ಲಿ ವಿಲಂಬಿತಕಾಲವನ್ನು ಇನ್ನೂ ವಿಲಂಬಿತಗೊಳಿಸುತ್ತಾ ದರ್ಬಾರಿಯ ಸ್ಥಗಿತ ಚಲನೆಯ ಸೌಖ್ಯವನ್ನನುಭವಿಸುತ್ತಾ ಕಣ್ಣುಮುಚ್ಚಿದೆ. ನಿಮೀಲನಗೊಂಡಿದ್ದ ರೆಪ್ಪೆಗಳನ್ನು ನಡುವೆ ಒಮ್ಮೆ ಅರನಿಮೀಲನಗೊಳಿಸಿದಾಗ ನನ್ನ ಮುಖವು ಸಭಿಕರ ಮೊದಲಸಾಲಿನತ್ತ ತಿರುಗಿತ್ತು. ಫ಼ಯಾಜ್‌ರು ನನ್ನ ಮುಖವನ್ನೇ ಮೆಚ್ಚುಗೆಯ ಕಣ್ಣುಗಳಿಂದ ನೋಡುತ್ತಾ ಬಲತರ್ಜನಿಯನ್ನು ಮುಂದೆ ಮಾಡಿ ನನ್ನ ಸ್ವರಚಲನೆಗೆ ತಕ್ಕಂತೆ ಆಡಿಸುತ್ತಿದ್ದರು. ನನಗೆ ಸ್ಫೂರ್ತಿ ಬಂತು. ಇನ್ನೂ ವಿಲಂಬಿತಗೊಳಿಸಿದೆ. ವಾದಿ ಋಷಭವನ್ನು ತಲುಪಿ ನಿಂತುಬಿಟ್ಟೆ. ಮಂದ್ರವಾದರೂ ಸ್ವರಸೌಖ್ಯ ತುಸುವೂ ನಲುಗಲಿಲ್ಲ. ಫ಼ಯಾಜರ ಮುಖಭಾವವು ಅದ್ಭುತ ಎಂಬ ಅಭಿಪ್ರಾಯವನ್ನು ಸೂಚಿಸುತ್ತಿತ್ತು. ಧ್ರುಪದದ ಸಾಧಕರಾದ ಅವರೇ ಮೆಚ್ಚಿರುವಾಗ ನನಗೆ ಇನ್ನಷ್ಟು ಸ್ಫೂರ್ತಿಬಂತು. ಅವರ ಬೆರಳು ಬೇಗ ಇಳಿಯಬೇಡಿ, ಋಷಭದ ಭಾವ ವನ್ನು ಇನ್ನಷ್ಟು ಹಿಡಿದು ಹೊಮ್ಮಿಸಿ ಎಂಬಂತೆ ನಿಂತುಬಿಟ್ಟಿತು. ಅಷ್ಟರಲ್ಲಿ ನನ್ನ ಎಡಪಕ್ಕದಲ್ಲಿದ್ದ ಸಾಥಿ ಹುಡುಗಿ ಶೀಲಾ ನನ್ನ ಕಡೆಗೆ ಬಾಗಿ ಪಂಡಿತ್‌ಜೀ, ಪಂಡಿತ್‌ಜೀ ಎಂದು ಎಚ್ಚರಿಸುವಂತೆ ಪಿಸುಗುಟ್ಟಿದಳು. ನಾನು ಹಾಡುತ್ತಿರುವುದು ಸರಿಯಾಗಿದೆ, ಸ್ವರವು ಎಲ್ಲೂ ವಿಚಲಿತವಾಗಿಲ್ಲ, ಅತಿಕ್ರಮಿಸಿಲ್ಲ, ಬೇರೆ ರಾಗದ ಚಲನದಲ್ಲಿ ಹರಿದಿಲ್ಲ, ಇವಳೇನು ಮಧ್ಯ ತಲೆಹಾಕುವುದು,

ಎಂದು ಒಮ್ಮೆ ಅವಳತ್ತ ದುರುಗುಟ್ಟಿ ನೋಡಿ ಮತ್ತೆ ಅರೆನಿಮೀಲಿತನಾದೆ. ಅಷ್ಟರಲ್ಲಿ ಫ಼ಯಾಜರು ಏನೋ ಅನಾಹುತವಾಗಿದೆ ಎಂಬಂತೆ ಬಲಗೈ ಆಡಿಸುತ್ತಾ ತೋರುಬೆರಳನ್ನು ನರ್ತಕಿ ಮನೋಹರಿಯ ಕಡೆಗೆ ಮಾಡಿದರು. ನನಗೆ ಅರ್ಥವಾಗಲಿಲ್ಲ. ಅವರು ಮತ್ತೆ ಮತ್ತೆ ಬೆರಳು ಮಾಡಿದ ನಂತರ ಮುಖವನ್ನು ಮನೋಹರಿಯ ಕಡೆಗೆ ತಿರುಗಿಸಿದೆ. ಅವಳು ಸುಮ್ಮನೆ ನಿಂತುಬಿಟ್ಟಿದ್ದಳು. ಮುಖ ಉರಿಯುತ್ತಿತ್ತು. ನೀನು ಹಾಡು, ಮೈಕ್ ಎಳಕೊ ಎಂದು ಹತ್ತಿರ ಬಂದು ಶೀಲಾಳ ಹತ್ತಿರ ಪಿಸುಗುಟ್ಟಿದಳು. ಶೀಲಾ ಸರಕ್ಕನೆ ನನ್ನ ಮುಂದಿದ್ದ ಮೈಕನ್ನು ತನ್ನ ಮುಂದಕ್ಕೆ ಎಳೆದುಕೊಂಡು ಅಭಿನಯದ ಲಯಕ್ಕೆ ತಕ್ಕ ಲಯದಲ್ಲಿ ಹಾಡತೊಡಗಿದಳು. ಮನೋಹರಿ ಅಭಿನಯ ಆರಂಭಿಸಿದಳು. ಆಗಿದ್ದ ಅನಾಹುತ ಆಗ ನನ್ನ ಅರಿವಿಗೆ ಬಂತು: ಒಳಕ್ಕೆ ಇಳಿದಂತೆ ಚಲನೆ ನಿಧಾನವಾಗುತ್ತೆ. ಇನ್ನೂ ಇಳಿದರೆ ಸ್ಥಗಿತಸ್ಥಿತಿಗೆ ಸಮೀಪವಾಗುತ್ತೆ. ದರ್ಬಾರಿಯ ಆಂದೋಲನದ ಮರ್ಮವಿರುವುದೇ ಅಲ್ಲಿ. ಉತ್ತಮ ಗಾಯನವು ಸಾಧಿಸಬೇಕಾದ ಸ್ಥಾನ ಅದು. ಕೆಳಗೆ ನೀರು ಹರಿಯುತ್ತಿದ್ದರೂ ಮೇಲೆ ಹೆಪ್ಪುಗಟ್ಟಿರುವ ಹಿಮದಂತೆ ನಿಂತು ಕಾಲದ ಸ್ಥಿರ ಅಸ್ಥಿರ ಮುಖಗಳೆರಡನ್ನೂ ಹಿಡಿದಿಡೂದು. ಗಾಯನದ ಯೋಗಸ್ಥಿತಿ ಅದು. ಚಲನೆಯೊಂದನ್ನೇ ಆಧರಿಸಿರುವ ನರ್ತನಕ್ಕೆ ಅಲ್ಲಿ ಪ್ರವೇಶವಿಲ್ಲ. ನರ್ತನಕ್ರಿಯೆಯ ಅಂಗವೇ ಆದ ಅಭಿನಯ ಕೂಡ ಈ ಸ್ಥಗಿತಸ್ಥಿತಿಗೆ ಬಂದರೆ ಶಿಲ್ಪವಾಗಿಬಿಡುತ್ತೆ. ನರ್ತನ ನಿಂತುಹೋಗುತ್ತೆ. ಇದು ಸ್ಪಷ್ಟವಾಗಿ ಅರ್ಥವಾಗುಕ್ಕೆ ನನಗೆ ಮೂರುನಾಲ್ಕು ನಿಮಿಷ ಬೇಕಾಯಿತು. ಶೀಲಾಗೆ ಈ ಅಷ್ಟಪದಿಯನ್ನು ಹಾಡುವ ಸಂಗೀತ ಸಾಮರ್ಥ್ಯವಿರಲಿಲ್ಲ. ತನ್ನ ಕೈಲಾಗದ ಕೆಲಸಕ್ಕೆ ತೊಡಗಿ ತತ್ತರಿಸುತ್ತಿದ್ದಳು. ಅವಳು ಇದ್ದದ್ದು ನಡುನಡುವೆ ನರ್ತನದ ಬೋಲ್‌ಗಳನ್ನು ಹೇಳಲು. ಅವಳೂ ನರ್ತಕಿಯೇ. ಮನೋಹರಿಯ ಹಿರಿಯ ವಿದ್ಯಾರ್ಥಿನಿ. ಎಲ್ಲ ನರ್ತಕಿಯರಂತೆ ಅವಳು ಕಲಿತಿದ್ದುದೂ ಪ್ರಾಥಮಿಕಮಟ್ಟದ ಗಾಯನವನ್ನು. ಅರ್ಥದ ಪದರಗಳನ್ನು ಬಿಡಿಸಲಾರದೆ, ಒಂದು ಶಬ್ದ ಹಲವು ಅರ್ಥಭಾವಗಳ ವಿನ್ಯಾಸಗಳನ್ನು ಸ್ವರಸಂಚಲನೆಯ ವೈವಿಧ್ಯದಲ್ಲಿ ವ್ಯಕ್ತಪಡಿಸ ಲಾರದೆ ಹೆಣಗುತ್ತಿದ್ದಳು. ಸಂಗೀತದ ಅವಲಂಬನೆ ಇಲ್ಲದೆ ಮನೋಹರಿ ದಿಕ್ಕುತಪ್ಪಿದ್ದಳು. ಮೋಹನ್‌ಲಾಲ್‌ಜಿ, ನೀವು ಹಾಡಿ, ಆ ಹುಡುಗೀ ಕೈಲಿ ಆಗುಲ್ಲ, ಮೂರನೆ ಸಾಲಿನಲ್ಲಿದ್ದ ಒಬ್ಬ ಸಭಿಕರು ಕೂಗಿಕೊಂಡರು. ನೀವು ಹಾಡಬೇಕು, ಫ಼ಯಾಜರು ಎದ್ದುನಿಂತು ಹೇಳಿದರು. ನಾನು ಹಾಡತೊಡಗಿದೆ. ಶೀಲಾ ಮೈಕನ್ನು ನನ್ನ ಮುಂದಕ್ಕೆ ಸರಗಿಸಿದಳು. ನರ್ತನವು ಸುಗಮವಾಗಿ ಸಾಗಿತು. ಆದರೆ ಮನೋಹರಿಯ ಲಹರಿ ತಪ್ಪಿತ್ತು. ಅಭ್ಯಾಸದ ಬಲದ ಮೇಲೆ ಅವಳು ಅಭಿನಯಿಸುತ್ತಿದ್ದಳು; ಅವಳ ಎಂದಿನ ಸಹಜಪ್ರತಿಭೆ ಮಿಂಚುತ್ತಿರಲಿಲ್ಲ. ನಾನು ಕೂಡ ಬುದ್ಧಿಯ ಬಲದಿಂದ ಅಭಿನಯಕ್ಕೆ ಸಹಕಾರಿಯಾಗಿ ಪದ್ಯಗಳನ್ನು ಹಾಡುತ್ತಿದ್ದೆ. ಮನೋಧರ್ಮವು ರಾಗದ ಮಂದ್ರಸಪ್ತಕದ ವಿಲಂಬಿತಗತಿಯನ್ನು ಕಲ್ಪಿಸಿಕೊಳ್ಳುತ್ತಿತ್ತು. ಎಷ್ಟುಹೊತ್ತಾದರೂ ನೃತ್ಯಗಾಯನದ ಚುರುಕಿಗೆ ಹದಗೊಳ್ಳಲಿಲ್ಲ. ಸೂಕ್ಷ್ಮಗುಣೀ ಜನಗಳಿಗೆ ಐಬು ತಿಳಿಯುತ್ತಿತ್ತು. ಸಾಧಾರಣ ಸಭಿಕರಿಗೆ ರಂಜನೆಯಾಗುತ್ತಲೇ ಇತ್ತು. ಕಾರ್ತೀಕರಾಮನ ಕುಣಿತ ಆರಂಭವಾದಾಗಲಂತೂ ಸಾಧಾರಣರು ಖುಷಿಪಟ್ಟರು. ಅದನ್ನು ಅರಿತ ಮನೋ

ಹರಿಯೂ ನಡುನಡುವೆ ಕುಣಿತಕ್ಕೆ ತಿರುಗಿದಳು. ಒಟ್ಟಿನಲ್ಲಿ ಅವಳ ಮೂಲಕಲ್ಪನೆಗೆ ವ್ಯತ್ಯಯವಾದುದು ಮಾತ್ರವಲ್ಲ; ಪ್ರದರ್ಶನವು ನಾವು ನಿರೀಕ್ಷಿಸಿದ ಮಟ್ಟದಲ್ಲಿ ಸಫಲವಾಗ ಲಿಲ್ಲವೆಂಬ ಭಾವನೆಯು ನಮ್ಮ ತಂಡದ ಎಲ್ಲರಿಗೂ ಬಂತು.

ಪ್ರದರ್ಶನ ಮುಗಿದಮೇಲೆ ತೆರೆ ಇಳಿಯಿತು. ಫಯಾಜರು ಮೆಟ್ಟಿಲುಗಳನ್ನು ಹತ್ತಿ ನಾನಿದ್ದಲ್ಲಿಗೆ ಬಂದರು. ಮಡಿಸಿದ ತಾಂಬೂಲವನ್ನು ನನ್ನ ಕೈಗೆ ಇಡುತ್ತಾ, 'ಶುದ್ಧಸಂಗೀತದ ಮಟ್ಟಕ್ಕೆ ನರ್ತನ ಬರಲಾರದು,' ಎಂದರು ನನಗೆ ಅನ್ನಿಸುತ್ತಿದ್ದ ಮಾತನ್ನೇ ಅವರು ಹೇಳಿದರು. 'ನೀವು ಯಾಕೆ ಗಾಯನಕಛೇರಿಯನ್ನೇ ಬಿಟ್ಟುಬಿಟ್ಟಿರಿ? ನಮ್ಮ ಪಟ್ನಾದ ಮಗಧ ಸಂಗೀತಸಭೆಯವರು ಕಳೆದ ವರ್ಷ ಆಹ್ವಾನಿಸಿದ್ದರಂತೆ. ನಿಮ್ಮಿಂದ ಉತ್ತರವೇ ಇಲ್ಲವಂತೆ.' ಅವರಿಗೆ ಏನೆಂದು ಉತ್ತರಿಸಲಿ? ನಾನು ಸಿಕ್ಕಿಕೊಂಡ ಪರಿಸ್ಥಿತಿಯನ್ನು ಆ ಪರಿಸ್ಥಿತಿಯಲ್ಲಿ ಹೇಗೆ ವಿವರಿಸಲಿ? ಅವರ ಕುಶಲ ಕೇಳತೊಡಗಿದೆ. ಈ ವರ್ಷ ಕರೆದರೆ ತಪ್ಪದೆ ಬರ್ತೀನಿ ಅಂದೆ. ಅಷ್ಟರಲ್ಲಿ ಶೀಲಾ ಹತ್ತಿರ ಬಂದು ನಿಮ್ಮನ್ನ ಗುರೂಜಿ ಕರೀತಾರೆ, ಎಂದಳು. ನನ್ನನ್ನು ತರಾಟೆಗೆ ತೆಗೆದುಕೊಳ್ಳಲು ಮನೋಹರಿ ಹೇಳಿಕಳಿಸಿದಾಳೆ, ತಕ್ಷಣ ಅರ್ಥವಾಯಿತು. ಬೇಕೆಂದೇ ಅಲಕ್ಷಿಸಿ ಫಯಾಜರೊಡನೆ ಮಾತು ಮುಂದುವರೆಸಿದೆ. ಹಿರಿಯ ವಿದ್ಯಾರ್ಥಿ ನಟವರಲಾಲ ವೇದಿಕೆಯ ಮೇಲೆ ಕಳಚಿಬಿದ್ದಿರಬಹುದಾದ ಗೆಜ್ಜೆಗಳನ್ನು ಹುಡುಕುತ್ತಿದ್ದ. ಶೀಲಾ ಮತ್ತೆ ಬಂದಳು. ಮಾಸ್ತರ್‌ಜೀ, ಗುರೂಜಿ ಕರೀತಿದಾರೆ. ಬೇಗ ಬರಬೇಕಂತೆ, ಆತಂಕದಿಂದ ಹೇಳಿದಳು. ಮತ್ತೆ ಭೇಟಿಯಾಗೋಣ, ಫಯಾಜರಿಂದ ಬೀಳ್ಕೊಂಡು ತೆರೆಯ ಹಿಂಬದಿಗೆ ಹೋದೆ. ವೇಷಭೂಷಣಗಳನ್ನು ಬೇಗ ತೆಗೆಯಲು ಇಷ್ಟವಿಲ್ಲದ ಹುಡುಗ ಹುಡುಗಿಯರು ಒಂದು ಬದಿಗಿದ್ದರು. ಬಲಬದಿಯ ಗ್ರೀನ್‌ರೂಮಿನಲ್ಲಿದ್ದ ಮನೋಹರಿ ಬಣ್ಣ ತೆಗೆಯದೆ ನನ್ನನ್ನೇ ಕಾಯುತ್ತಿದ್ದಂತಿತ್ತು. ಫಯಾಜರ ಕೈಲಿ ಮಾತನಾಡಲು ಬಿಡದೆ ಎರಡುಸಲ ತಾಕೀತು ಮಾಡಿದ್ದಕ್ಕೆ ನನಗೂ ಕೋಪ ಬಂದಿತ್ತು.

'ಪ್ರೋಗ್ರಾಂ ಹಾಳುಮಾಡಬೇಕು ಅಂತ ಮೊದಲೇ ನಿಶ್ಚಯಿಸಿಕೊಂಡು ಬಂದಿದ್ದೆಯಾ?' ಕೋಪವನ್ನು ಹತೋಟಿಯಲ್ಲಿಟ್ಟುಕೊಂಡಂತೆ ಕೇಳಿದಳು.

'ಇದನ್ನ ಯಾರಿಗೆ ಹೇಳ್ತಿದ್ದೀ, ನನಗೆ ಅರ್ಥವಾಗ್ತಿಲ್ಲ.'

'ನರ್ತನಕ್ಕೆ ಹಾಡುಕ್ಕೆ ನನಗೆ ಇಷ್ಟವಿಲ್ಲ, ಇನ್ನುಮೇಲೆ ನಾನು ಸಂಗೀತಕಛೇರಿ ಮಾತ್ರ ಮಾಡ್ತೀನಿ ಅಂತ ತಾಲೀಮಿಗೆ ಮೊದಲೇ ಹೇಳಿದ್ದರೆ ನಾನು ಬೇರೆಯೋರನ್ನ ನೇಮಿಸಿಕೊತ್ತಿದ್ದೆ. ಇಷ್ಟುದಿನ ನಟನೆ ಮಾಡಿ ಇವತ್ತು ಹೀಗೆ ಮಾಡಬೇಕು ಅಂತ ಸಂಚು ಹೂಡಿದ್ದೆಯಲ್ಲವೆ?'

'ನಾಲಗೆ ಬಿಗಿಹಿಡಿದು ಮಾತನಾಡಿದರೆ ಉತ್ತರ ಕೊಡಬಹುದು.' ಅವಳೂ ಯಾವತ್ತೂ ಹೀಗೆ ಬಿಚ್ಚಿ ರೇಗಿರಲಿಲ್ಲ. ನಾನೂ ಹೀಗೆ ಉತ್ತರ ಕೊಟ್ಟಿರಲಿಲ್ಲ.

'ನಾಲಗೆ ಬಿಗಿಹಿಡಿ ಅಂತ ತಂಡದ ಯಜಮಾಂತಿಗೆ ಯಾರೂ ಇದುವರೆಗೆ ಹೇಳಿರ ಲಿಲ್ಲ.'

'ನಾನು ನಿನ್ನ ನೌಕರನೂ ಅಲ್ಲ. ನೀನು ನನ್ನ ಯಜಮಾಂತಿಯೂ ಅಲ್ಲ. ಬಾಯಿ ಮುಚ್ಚು.'

'ಷಟ್ ಅಪ್, ರಾಸ್ಕಲ್!' ಅವಳು ಇಂಗ್ಲಿಷಿನಲ್ಲಿ ಕಿರುಚಿದಳು.

'ಏಯ್, ನನ್ನನ್ನ ರಾಸ್ಕಲ್ ಅಂತೀಯ?' ಅನ್ನುತ್ತಾ ಹತ್ತಿರ ಹೋದೆ. ದುರುಗುಟ್ಟಿಕೊಂಡು ನೋಡಿದೆ. ನನ್ನೊಳಗೆ ಹೊತ್ತಿಕೊಂಡ ಅವಮಾನ ಕೋಪಗಳು ತಹಬಂದಿಗೆ ಬರಲಿಲ್ಲ. ಕೈಎತ್ತಿ ಅವಳ ಎಡಗೆನ್ನೆಗೆ ಒಂದು ಬಾರಿಸಿದೆ. ಅವಳು ಕಿರುಚಿದುದು ಹುಡುಗಿಯರಿಗೆ ಕೇಳಿರಬೇಕು. ಅಷ್ಟರಲ್ಲಿ ಶೀಲಾ ಮತ್ತು ಇತರ ಇಬ್ಬರು ಬಾಗಿಲಿಗೆ ಬಂದರು. ನಾನು ಹೊಡೆದುದನ್ನು ನೋಡಿದರು. ಅವರು ನೋಡಿದುದನ್ನು ಅವಳು ನೋಡಿದಳು. ಕೈಎತ್ತಿ ಕ್ಷಣಾರ್ಧದಲ್ಲಿ ನನ್ನ ಎಡಗೆನ್ನೆಗೆ ಬಾರಿಸಿದಳು. ಅದು ನನಗೆ ಅನಿರೀಕ್ಷಿತವಾಗಿತ್ತು. ಏನೂ ತೋಚದೆ ನಿಂತುಬಿಟ್ಟೆ. ತಿರುಗಿ ಹೊಡೆಯದಿದ್ದರೆ ನನ್ನ ಮರ್ಯಾದೆ ಉಳಿಯುಲ್ಲವೆನ್ನಿಸಿತು. ಕೈಎತ್ತಿದೆ. ಅಷ್ಟರಲ್ಲಿ ಅವಳು ತನ್ನ ಎರಡು ಕೈಗಳನ್ನೂ ನನ್ನ ಭುಜಗಳಿಗೆ ಹಾಕಿ ತಳ್ಳಿದಳು. ತತ್ತರಿಸಿ ಗೋಡೆಗೆ ಆತುಕೊಂಡೆ. ಮುಂದೆ ನುಗ್ಗಿ ನನ್ನ ತೋಳುಗಳನ್ನು ಹಿಡಿದು ಎಳೆದು ಬಾಗಿಲಿನ ಕಡೆಗೆ ತಳ್ಳಿಕೊಂಡು ಬಂದಳು. ಹುಡುಗಿಯರು ದಾರಿ ಬಿಟ್ಟರು. ನನ್ನನ್ನು ಬಾಗಿಲಿನಿಂದ ಆಚೆಗೆ ಜಾಡಿಸಿ ನೂಕಿ ಗೆಟ್ಔಟ್, ರಾಸ್ಕಲ್ ಎಂದು ಬುಸುಗುಟ್ಟಿದಳು. ಮೇಕಪ್ ಮಾಡಿಕೊಂಡಿದ್ದ ಹುಡುಗರು, ತಬಲದ ಜಯಸ್ವಾಲ್, ಸಾರಂಗಿಯ ಸಿರಾಜುದ್ದೀನ್, ಸಿತಾರಿನ ಸರಫ಼ರಾಜ್, ಎಲ್ಲರೂ ನೋಡಿದರು. ನನಗೆ ತಲೆಸುತ್ತಿ ಬಂದಂತಾಯಿತು. ತಂಡದ ಯಜಮಾಂತಿಯೇ ಹಿಡಿದು ನೂಕಿರುವುದರಿಂದ ಯಾರೂ ಹತ್ತಿರಬಂದು ಎತ್ತುವ, ಗಾಳಿ ಹಾಕುವ, ಸಮಾಧಾನಪಡಿಸುವ ಧೈರ್ಯಮಾಡಲಿಲ್ಲ. ಒಂದು ನಿಮಿಷದ ನಂತರ ಎದ್ದುಕೂತೆ. ಅವಳು ಗ್ರೀನ್‌ರೂಮಿನ ಒಳಗೆ ಹೋಗಿ ಬಾಗಿಲು ಹಾಕಿಕೊಂಡಿದ್ದಳು. ಬಾಗಿಲು ನೂಕಿ ಒಳಗೆ ನುಗ್ಗಿ ಅವಳನ್ನು ಪ್ರತಿಯಾಗಿ ಹೊಡೆಯೂದು ಸಾಧ್ಯವಿಲ್ಲ ಅಂತ ಅರ್ಥವಾಗಿತ್ತು. ಹೊಡೆಯಹೋದರೆ ಉಳಿದೋರು ತಡೀತಾರೆಂಬ ಅಡ್ಡಿಯಲ್ಲ, ಅವಳು ನರ್ತಕಿ, ಕುಣಿದು ಕುಣಿದು ಬಾಗಿ ಬಳುಕಿ ತೋಳುಗಳನ್ನು ಎತ್ತಿ ಇಳಿಸಿ ಕಾಯಶಕ್ತಿ ಬೆಳೆಸಿ ಕೊಂಡಿದಾಳೆ. ಜೊತೆಗೆ ಶರೀರದ ಆಕಾರವನ್ನು ಮೋಹಕವಾಗಿಟ್ಟುಕೊಳ್ಳಲು ಪ್ರತಿದಿನವೂ ಯೋಗಾಸನಸಾಧನೆ ಮಾಡ್ತಾಳೆ. ಹಾಡೂದು ಬಿಟ್ಟರೆ ಯಾವ ಸಾಧನೆಯೂ ಇಲ್ಲದ ಕಾಯ ನನ್ನದು. ಅವಳು ತಳ್ಳಿದಾಗ ವಿರೋಧಿಸುವ ಶಕ್ತಿ ಇರಲಿಲ್ಲವೆಂಬ ಅರಿವಾಯಿತು. ನರ್ತನದ ವಿದ್ಯಾರ್ಥಿ ವಿದ್ಯಾರ್ಥಿನಿಯರು, ಸಂಗೀತ ಸಹಾಯಕರು ನೋಡುತ್ತಾ ನಿಂತಿದಾರೆ. ನಿಲ್ಲಲು ನಾಚಿಕೆಯಾಯಿತು. ನಿಂತು ಮಾಡೂದಾದರೂ ಏನು? ಸರಸರನೆ ನಡೆದು ಘರದೆಯಿಂದ ಆ ಕಡೆಗೆ ಬಂದೆ. ಸಭಾಗೃಹದ ಬಾಗಿಲಿನಿಂದ ಹೊರನಡೆದೆ. ಹತ್ತಿರವಿದ್ದ ಒಂದು ಸೈಕಲ್‌ರಿಕ್ಷಾ ಏರಿ ಹೋಟೆಲಿನ ಹೆಸರು ಹೇಳಿದೆ. ಕೋಣೆಗೆ ಹೋಗಿ ನನ್ನ ಸೂಟ್ ಕೇಸ್ ಎತ್ತಿಕೊಂಡು, 'ಡಾನ್ಸ್‌ಪಾರ್ಟಿಯೋರು. ನಾನೊಬ್ಬ ಹೋಗ್ತಿದೀನಿ' ಅಂತ ಕೌಂಟರಿಗೆ ಹೇಳಿ ಅದೇ ಸೈಕಲ್‌ರಿಕ್ಷಾ ಹತ್ತಿ ರೈಲ್ವೆಸ್ಟೇಶನ್ನಿಗೆ ನಡೆದೆ. ಅರ್ಧಗಂಟೆಗೆ ಹೌಡಾ-ದಿಲ್ಲಿ ಎಕ್ಸ್ ಪ್ರೆಸ್

ಬರುತ್ತೆ, ಅಂದರು.

ತೀರ ಚಿಕ್ಕೋನಾಗಿದ್ದಾಗ ಅಮ್ಮನಿಂದ ಹೊಡೆಸಿಕೊತ್ತಿದ್ದ ನೆನಪು. ಆದರೆ ಅವಳು ಹೊಡೆದಮೇಲೆ ತಬ್ಬಿಕೊಳ್ಳುತ್ತಿದ್ದಳು. ಬೆನ್ನು ಸವರುತ್ತಿದ್ದಳು. ಕೇರಿಯ ಪಡ್ಡೆಹುಡುಗರಿಂದ ತಳ್ಳಾಡಿಸಿಕೊಂಡಿದ್ದೆ. ಗುರುಗಳ ಆಶ್ರಮ ಸೇರಿದಮೇಲೆ ಅಂಥ ಯಾವ ಒರಟು ಅನುಭವವೂ ಇರಲಿಲ್ಲ. ಇವಳಿಗೆ ಮೊದಲು ಹೊಡೆದವನು ನಾನು, ನಿಜ. ಆದರೆ ಪ್ರೋಗ್ರಾಂ ಹಾಳುಮಾಡ ಬೇಕು ಅಂತ ಮೊದಲೇ ನಿಶ್ಚಯಿಸಿಕೊಂಡು ಬಂದಿದ್ದೆ ಅಂತ ಒಂದೇಸಮನೆ ಅಂದರೆ ಸಿಟ್ಟು ಬರದೆ ಇರುತ್ತೆಯೆ? ಕೊನೆಗಳಿಗೆಯಲ್ಲಿ ನುಗ್ಗಿದ ಈ ಡಬ್ಬಿಯಲ್ಲಿ ಕೂರುವ ಜಾಗ ಸಿಕ್ಕಿದ್ದೇ ಪುಣ್ಯ ಅನ್ನಿಸಿತು. ಅವರೆಲ್ಲರಿಗೂ ರಿಸರ್ವ್ ಆಗಿರೂದೂ ನಾಳೆಬೆಳಗ್ಗೆ ಎಂಟು ಗಂಟೆಯ ಗಾಡೀಲಿ. ಅವಳ ವಿಮಾನ ಮಧ್ಯಾಹ್ನ ಒಂದೂವರೆಗೆ, ಎಂಬ ನೆನಪಾದಾಗ ರಾಸ್ಕಲ್, ಕ್ರಮೇಣ ತಾನು ವಿಮಾನ, ಫಸ್ಟ್, ಎ.ಸಿ. ಕ್ಲಾಸುಗಳನ್ನ ಹಿಡಿದು ನನ್ನನ್ನ ಸಾದಾ ಕ್ಲಾಸ್ ಸ್ಲೀಪರಿಗೆ ಇಳಿಸಿದಳು, ನೆನಪು ಬಂತು. ಕೋಪತುಂಬಿಕೊಂಡಿತ್ತು. ಸಂಬಂಧ ಒಡೆ ಯಿತು ಅನ್ನುವ ಖೇದ ಇರಲಿಲ್ಲ.

ಮಧ್ಯಾಹ್ನ ಒಂದುಗಂಟೆಗೆ ನಯೀದಿಲ್ಲಿ ಸ್ಟೇಷನ್ ಮುಟ್ಟುವ ಎಷ್ಟೋಮೊದಲೇ ಮನಸ್ಸು ನಿಶ್ಚಯಿಸಿತ್ತು. ಅದರಂತೆ ನೇರವಾಗಿ ನನ್ನ ಬರಸಾತಿ ಮನೆಗೆ ಹೋಗಿ. ಬಟ್ಟೆಬರೆ ಕಟ್ಟಿಕೊಂಡು. ಬ್ಯಾಂಕ್ ಪಾಸು ಬುಕ್ಕು ನೋಡಿ. ನೂರ ಇಪ್ಪತ್ತೊಂದು ರೂಪಾಯಿ. ಪಟ್ಣ ದಲ್ಲಿ ನನ್ನ ಜುಬ್ಬದ ಜೇಬಿನಲ್ಲಿ ಆರು ಸಾವಿರ. ರೈಲು ಛಾರ್ಜು ಕಳೆದು ಉಳಿದದ್ದು ಜೇಬಿ ನಲ್ಲೇ ಇತ್ತು. ಅವಳಿಗೆ ಹಿಂತಿರುಗಿಸಕೂಡದಂತ ನಿರ್ಧರಿಸಿ. ಒಂದೊಂದು ಪ್ರೋಗ್ರಾಮಿಗೆ ಮೂವತ್ತುಸಾವಿರ, ವರ್ಷಕ್ಕೆ ಕೊನೆಯಪಕ್ಷ ಎಂಟು ಹತ್ತು ಲಕ್ಷ ಬರುವ ನನ್ನ ಆದಾಯ ಹಾಳು ಮಾಡಿದಾಳೆ, ನಾನ್ಯಾಕೆ ರೈಲಿಗೂ ದುಡ್ಡಿಲ್ಲದೆ ಭಿಕಾರಿ ಹಾಗೆ ಹೋಗಬೇಕು? ಎನ್ನಿಸಿ. ಬೀಗದ ಕೈಯನ್ನು ನೆಲದ ಅಂತಸ್ತಿನಲ್ಲಿದ್ದ ಮಾಲೀಕರಿಗೆ ಕೊಟ್ಟು, 'ಮನೋಹರೀಜಿ ಬರ್ತಾರೆ, ಅವರ ಕೈಲಿ ಕೊಡಿ.' ಆಟೋ ಹತ್ತಿ ರೈಲ್ವೆಸ್ಟೇಶನ್ನಿಗೆ ಹೋದಾಗ ಪ್ಲಾಟ್‌ಫಾರಮ್ಮಿನಲ್ಲಿ ನಿಂತಿದ್ದ ಮುಂಬಯಿಯ ರೈಲು. ಇಪ್ಪತ್ತು ರೂಪಾಯಿ ಟಿ.ಟಿ. ಸ್ಲೀಪರ್ ಜಾಗ ಸಿಕ್ಕಿ.

ಆದರೆ ರೈಲು ಹೊರಟಮೇಲೆ ಹೇಳದೆ ಕೇಳದೆ ಹೇಡಿಯಂತೆ ಹೆದರಿ ಬರಲಿಲ್ಲವೆ? ಎಂಬ ಪ್ರಶ್ನೆ ಬಾಧಿಸಿ. ಈ ಗಾಡಿ ನಿಜಾಮುದ್ದೀನಿನಲ್ಲಿ ನಿಲ್ಲುತ್ತದೆಯೋ ಇಲ್ಲವೋ? ಇಲ್ಲ ದಿದ್ದರೆ ಮಥುರಾದಲ್ಲಿ ಇಳಿದು ವಾಪಸು ಹೋಗಿ, ಈಗಾಗಲೆ ವಿಮಾನದಲ್ಲಿ ಬಂದಿಳಿದಿರ್ತಾಳೆ, ಎದುರಿಗೆ ನಿಂತು ನನಗೂ ನಿನಗೂ ಸಂಬಂಧ ಕಡಿಯಿತು. ನಾನು ಹೋಗ್ತಿದೀನಿ. ನಮ ಸ್ಕಾರ, ಅನ್ನುವ ಕಲ್ಪನೆ ಕಾಡತೊಡಗಿ. ಸುಮಾರು ಒಂದು ತಾಸು. ಹೋದೋನು ಹೋಗು, ಅಂದರೆ! ಅನ್ನಬಹುದು. ಅಂದೇ ಅಂತಾಳೆ. ಎಂಬ ಸನ್ನಿವೇಶವೂ ಕಾಣಿಸಿ. ಮಥುರಾ ಹತ್ತಿರ ಬರುತ್ತಿರುವಂತೆ ಯಾವುದೂ ಬೇಡ, ಒಡೆದು ಆಯಿತು, ಮತ್ತೆ ವಿದಾಯದ ನಾಟಕ ಯಾಕೆ? ಎಂಬ ಸಮಾಧಾನ ಹುಟ್ಟಿ.

- ೧೦ -

ಕರೆಗಂಟೆಯಾಯಿತು. ಊಟದ ಡಬ್ಬಿ ಬಂತು. ಹತ್ತೊಂಬತ್ತು ವರ್ಷವಾಯಿತಲ್ಲವೆ? ಡಬ್ಬಿಯ ಊಟ ಶುರುವಾಗಿ, ದಿಲ್ಲಿಯದೂ ಸೇರಿ. ಅವಳ ಮನೆಯ ಅಡುಗೆಯವಳೂ ಡಬ್ಬಿಯಲ್ಲಿ ಹಾಕಿಕಳಿಸುತ್ತಿದ್ದಳು. ಚಂದ ಅಡಿಗೆ ಅಂದರೆ ಚಂಪಾ. ರಾಮಕುಮಾರಿಯೂ ಅಷ್ಟೆ. ಮನೆಯ ಊಟ ಬೇಕಾದರೆ ಇನ್ನೊಂದು ಮದುವೆ ಮಾಡಿಕೊಬೇಕು. ಗಿರಾಕಿ ಹೆಚ್ಚಾಗಿ ಬಿಸಿನೆಸ್ ಬೆಳೀತಾ ಬೆಳೀತಾ ಎಲ್ಲ ಮೆಸ್‌ಗಳೂ ಒಂದೇ, ಎಂದುಕೊಂಡು ಊಟ ಮಾಡುವಾಗ ಈ ಏಕತಾನದ ರುಚಿಗೆ ವಾಂತಿ ಹುಟ್ಟುತ್ತೆ. ಪ್ರೋಗ್ರಾಮಿಗೆ ಹೋದಾಗಲೂ ಹೋಟೆಲು ಊಟ, ದೊಡ್ಡ ಹೊಟೇಲು ಅಷ್ಟೆ, ಎಂಬ ನೆನಪಾಯಿತು. ದಾದರಿನ ಪ್ರಶಾಂತಿ, ಮನೆಯಲ್ಲೇ ನಡೆಸುತ್ತಿದ್ದ ಗುಜರಾತಿ ಮೆಸ್. ನೆಲದಮೇಲೆ ಕೂತು ಊಟ. ಅಂಥದು ಎಲ್ಲಿಯೂ ಇಲ್ಲ. ದಿಲ್ಲಿಯಿಂದ ಮುಂಬಯಿಗೆ ಬಂದು ದಾದರಿನಲ್ಲಿ ಇಳಿದು ವಿಠೋಬಾ ಲಾಜಿನಲ್ಲಿ ಕೋಣೆ ಹಿಡಿದು ದಿನಕ್ಕೆ ಐವತ್ತು ರೂಪಾಯಿ. ಎರಡು ಗಲ್ಲಿ ಹಿಂಬದಿಗೆ ಪ್ರಶಾಂತಿ, ಎಂಟು, ಅಲ್ಲ ಹತ್ತು ದಿನ. ಮೂರೂವರೆ ವರ್ಷದ ನಂತರ ಹಿಂದಿ ರುಗಿ ಎಲ್ಲಾನೂ ಹೊಸದಾಗಿ ಕಂಡುಕೊಬೇಕು. ಸಂಗೀತ ಸಭೆಗಳು. ಆಯೋಜಕರು. ಮೊದಲು ಟಿಪ್ನಿಸನನ್ನು ಹಿಡಿಯಬೇಕೆಂದರೆ ಅವನದು ಮಾತ್ರವಲ್ಲ, ಮುಂಬಯಿಯಲ್ಲಿ ಎಲ್ಲರ ಟೆಲಿಫ಼ೋನ್ ನಂಬರುಗಳೂ ಬದಲಾಗಿವೆ. ನಡೆದೇ ಮಾಹಿಮ್‌ಗೆ ಹೋಗಿ ಸದ್ಯ ಮಹಾರಾಯ ಮನೆ ಬದಲಾಯಿಸಿರಲಿಲ್ಲ. ನಾನು ಮುಂಬಯಿಗೇ ವಾಪಸು ಬಂದಿದೀನಿ ದಾದರ್ ವಿಠೋಬಾ ಲಾಜಿನ ಹದಿನಾರನೆ ನಂಬರಿನ ಖೋಲಿ. ರಾಜಾರಾಮರಾವ್ ಬಂದ ತಕ್ಷಣ ಕಳಿಸಿ ಅಂತ ಹೇಳಿ. ಬೆಳಗ್ಗೆ ಎದ್ದವನೇ ಬಂದ ಪುಣ್ಯಾತ್ಮ. ನನ್ನ ಎಲ್ಲ ಕಥೇನೂ ಕೇಳಿ, 'ನೀವು ಮತ್ತೆ ಎಸ್ಟಾಬ್ಲಿಶ್ ಆಗೂದು ಕಷ್ಟವಾಗಲಾರದು. ಆದರೂ ಔಟ್ ಆಫ಼್ ಸೈಟ್ ಈಸ್ ಔಟ್ ಆಫ಼್ ಮೈಂಡ್. ಡಾನ್ಸ್‌ಗೆ ಹಾಡುಕ್ಕೆ ಹೋಗಿಬಿಟ್ಟ, ಅವನ ಸ್ಟಾಂಡರ್ಡ್ ಇದ್ದದ್ದೇ ಇಷ್ಟು, ಅನ್ನುವ ಅಪಪ್ರಚಾರವೂ ನಡೆದಿತ್ತು. ಈಗ ನಿಮ್ಮ ಹೆಸರೇ ಯಾರೂ ಎತ್ತೂದಿಲ್ಲ,' ಎಂದವನು ಆಲೋಚನೆ ಮಾಡಿ, 'ಪರಾಂಜಪೆಯೋರನ್ನ ಕಂಡು ಮಾತಾಡೂದು ಚಲೋ.'

'ಅವನು ಚಂಪಾಳ ಕಡೆ. ಅವಳ ಅಪ್ಪ ಅವನನ್ನ ವೃತ್ತಿಯಲ್ಲಿ ನಿಲ್ಲಿಸಿದ್ದು. ಅವನಿಂದ ನನಗೆ ತೊಂದರೆಯೇ ಆದೀತು.'

"ಹಂಗಿಲ್ಲ. ಆಕೆಯ ಅಪ್ಪ ಸತ್ತಮೇಲೆ ಅಷ್ಟು ಮಮತೆ ಉಳಿದಿಲ್ಲ. ಒಂದು ಸಲ ಅವರೇ, 'ಹೆಂಡತಿ ನೀಚಳಾದರೆ ಒದ್ದು ದೂರ ಹಾಕಬೇಕಿತ್ತು. ಇವನ್ಯಾಕೆ ಮುಂಬಯೀನೇ ಬಿಟ್ಟು ಡಾನ್ಸಿಗೆ ಹಾಡುಕ್ಕೆ ಸೇರಿಕೊಬೇಕಿತ್ತು? ಎಂಥ ಗಾಯನ! ಎಂಥ ಸ್ವರಸಾಧನೆ!' ಅಂತ ಹೇಳಿದ್ದರು. ಅವರ ನಂಬರ್ ನನ್ನ ಕಡೆ ಇದೆ. ನಾನೇ ಫ಼ೋನ್ ಮಾಡ್ತೀನಿ ತಡೀರಿ." ನನ್ನನ್ನೂ ಕರೆದುಕೊಂಡು ಕೆಳಗೆ ಲಾಜಿನ ಆಫ಼ೀಸಿನಿಂದ ನಾನು ಬಂದ ಸುದ್ದಿ ಹೇಳಿದಾಗ ಅವ ಆ ಕಡೆಯಿಂದ ಏಯ್ ತಮಾಷಿ ಮಾಡ್ತೀರೇನು? 'ಅವರ ಕೈಲೇ

ಕೊಡ್ತೀನಿ, ಮಾತನಾಡಿ.'

ಮರುಮಧ್ಯಾಹ್ನ ಹನ್ನೆರಡಕ್ಕೆ ನಾನು ಅವನ ಆಫೀಸಿಗೆ ಹೋಗಿ ನನ್ನನ್ನು ಊಟಕ್ಕೆ ಕರೆದೊಯ್ದು, ಹೇಳುಕ್ಕೆ ಶುರುಮಾಡಿದರೆ ಯಾವುದನ್ನು ಮುಚ್ಚೂದು, ಯಾವುದನ್ನು ಬಿಚ್ಚೂದು, ವ್ಯತ್ಯಾಸ ತಿಳಿಯದೆ, ತಿಳಿಯುವ ಅಗತ್ಯವಿಲ್ಲ. ಪತ್ರಕರ್ತನಾದರೂ ತಿಳಿದದ್ದನ್ನೆಲ್ಲ ಬರೆಯೋನಲ್ಲ ಎಂಬ ನಂಬಿಕೆ ಹುಟ್ಟಿಬಿಟ್ಟಿತು. 'ಪಂಡಿತ್‌ಜಿ, ನಿಮ್ಮ ಮನಸ್ಸಿಗೆ ವಿರುದ್ಧವಾದ ಪ್ರಶ್ನೆ ಕೇಳ್ತಿದೀನಿ ಅಂದುಕೊಬೇಡಿ. ಮತ್ತೆ ಚಂಪಾಬಾಯಿಯ ಜೊತೆ ಇರುಕ್ಕೆ ಒಪ್ಪಿಗೆಯಿದ್ದರೆ ಹೇಳಿ. ನಾನು ಆಕೆ ಕೈಲಿ ಮಾತಾಡಿ ಇನ್ನು ಅಂಥ ತಪ್ಪು ಮಾಡುಲ್ಲ ಅಂತ ಆಣೆ ಹಾಕಿ ನಿಮ್ಮನ್ನ ಕರಕೊಂಡು ಹೋಗೂ ಹಾಗೆ ಮಾಡ್ತೀನಿ, ನನ್ನ ಬಲವಂತವಿಲ್ಲ.'

'ಈ ಹೆಂಗಸಿನಿಂದ ತಪ್ಪಿಸಿಕೊಳ್ಳುಕ್ಕೆ ಹೋಗಿ ಆ ಹೆಂಗಸಿನ ಮುಷ್ಟಿಗೆ ಬಿದ್ದೆ. ಇನ್ನು ಅವಳಿಂದ ತಪ್ಪಿಸಿಕೊಂಡು ಬಂದು ಇವಳ ಬೋನಿಗೆ ಬೀಳಲೆ? ಈ ಜನ್ಮದಲ್ಲಿ ಯಾವಳ ಕೈಗೂ ಸಿಕ್ಕುಲ್ಲ. ಸನ್ಯಾಸಿಯಾಗಿರ್ತೀನಿ.'

'ಸನ್ಯಾಸಿಯಾಗಿರೂದಂತೂ ಸಾಧ್ಯವಿಲ್ಲ. ನೀವು ಕಲಾವಿದರು.'

'ಆದರೇನಂತೆ? ಸ್ವಾಮಿಹರಿದಾಸರು ಸನ್ಯಾಸಿಗಳಲ್ಲವೆ? ಹಾಗಿದ್ದರೇ ಸಂಗೀತದಲ್ಲಿ ದೊಡ್ಡದನ್ನ ಸಾಧಿಸಬೌದು. ನಾನು ನಿಶ್ಚಯಮಾಡಿದೀನಿ.'

'ಅವರ ಸಂಗೀತವೂ ಸನ್ಯಾಸಿ ಸಂಗೀತವೇ. ನಿಮ್ಮ ಸಂಗೀತದ ಮನೋಧರ್ಮ ನನಗೆ ಗೊತ್ತಿದೆ. ಸನ್ಯಾಸಿಯ ಹಾಗಿರ್ತೀನಿ ಅಂತ ಯಾರಕೈಲೂ ಮಾತಾಡಿ ಸಿಕ್ಕಿಕೊಬೇಡಿ. ಈಗ ಖೇದದ ಲಹರಿಯಲ್ಲಿದೀರಿ. ಚಂಪಾಬಾಯಿಯ ಜೊತೆ ಬೇಡ ಅನ್ನಿಸಿದರೆ ಬೇಡ.'

ಅವನು ಲೋಕವನ್ನು ನನಗಿಂತ ಹೆಚ್ಚು ಬಲ್ಲವನು ಅನ್ನಿಸಿದರೂ ನನ್ನ ಮಾತೇ ನನಗೆ ನಿಜವಾಗಿ ಕಂಡಿತು. 'ಆ ಮಾತಿರಲಿ. ನಿಮ್ಮ ಲಾಜಿನಲ್ಲಿ ಅನುಕೂಲವಾಗಿದೆ ತಾನೆ? ಒಂದು ವಾರ ಆರಾಮ ತಗೋಳಿ. ನಾನು ಏನಾದರೂ ಮಾಡ್ತೀನಿ. ನೀವು ಬೇರೆ ಯಾರನ್ನೂ ಭೇಟಿಯಾಗಬೇಡಿ. ನಿಮ್ಮ ಸ್ಥಿತಿ ಹೀಗಿದೆ ಅಂತ ಯಾರಿಗೂ ಹೇಳಬೇಡಿ. ಕಷ್ಟದಲ್ಲಿದಾರೆ ಅನ್ನುವ ಸುದ್ದಿ ಹಬ್ಬಿಬಿಟ್ಟರೆ ಮತ್ತೆ ಎದ್ದುನಿಲ್ಲೂದು ಕಷ್ಟ.'

ಅವನ ಮಾತು ನಿಜ ಎನ್ನಿಸಿತು. ರಾಜಾರಾಮನನ್ನು ಬಿಟ್ಟು ಬೇರೆ ಯಾರನ್ನೂ ಭೇಟಿಯಾಗ್ತಿರಲಿಲ್ಲ. ನನ್ನ ಸ್ಥಿತಿಯನ್ನು ಬೇರೆ ಯಾರಿಗೂ ಹೇಳಬಾರದೆಂಬ ಮಾತನ್ನು ಅವನೂ ಒಪ್ಪಿದ. ಆರನೆಯ ದಿನ ಪರಾಂಜಪೆಯಿಂದ ಫೋನ್ ಬಂತು, 'ಪಂಡಿತ್‌ಜಿ, ನನ್ನ ಪ್ಲಾನ್ ಒಪ್ಪಿಕೊಳ್ಳಿ. ದೇವಲಾಲಿ ಹತ್ತಿರ ಒಂದು ಹಳ್ಳಿ ಇದೆ. ಕೋರೇಗಾಂವ್ ಅಂತ. ಅಲ್ಲೊಬ್ಬರು ಅನುಕೂಲಸ್ಥ ದೇಸಾಯರು. ಸಂಗೀತಪ್ರೇಮಿ. ನಿಮ್ಮ ಭಕ್ತರಾಗಿದ್ದೋರು. ಅವರದೊಂದು ದೊಡ್ಡ ತೋಟ ಇದೆ ಊರಿನಿಂದ ಒಂದುಮೈಲಿ ದೂರದಲ್ಲಿ. ಆ ತೋಟದ ಮನೆಯಲ್ಲಿ ನೀವು ಕೆಲವು ದಿನ ಇರಿ. ಅವರ ಮನೇಲೇ ಮಕ್ಕಳ ಪಾಠಕ್ಕೆ ಅಂತ ಮೂರು ತಂಬೂರಿ ಇಟ್ಟಿದಾರಂತೆ. ಒಂದನ್ನ ನೀವು ಆರಿಸಿಕೊಳ್ಳಿ. ಬೇರೆ ಏನೂ ಬೇಡ. ನಿಮ್ಮ ಹಳೆಯ ಶುದ್ಧ ಶಾಸ್ತ್ರೀಯ ಸಂಗೀತದ ಅಭ್ಯಾಸ ಮಾಡಿಕೊಳ್ಳಿ. ಮೂರೂವರೆ

ವರ್ಷ ಮಂದ್ರಸಾಧನೆಯಿಲ್ಲ. ಶುದ್ಧ ಸಂಗೀತದ ಅಭ್ಯಾಸವಿಲ್ಲ ಅಂದರೆ ನೀವು ಕಛೇರಿ ಮಾಡೂದು ಹ್ಯಾಗೆ? ಒಂದೆರಡು ತಿಂಗಳು ಎಲ್ಲಾನೂ ಮರೆತು ಸಾಧನೆ ಮಾಡಿ. ನಾನು ನಿಮ್ಮನ್ನ ಸಂಗೀತಪ್ರಪಂಚದಲ್ಲಿ ಎತ್ತಿ ಕೂರಿಸೂ ಏರ್ಪಾಟು ಮಾಡ್ತೀನಿ.'

ಅವರ ಮಾತು ಸರಿ ಎನ್ನಿಸಿತು. ರಾಜಾರಾಮನೂ ಒಪ್ಪಿದ. 'ಮೂರೂವರೆ ವರ್ಷದಿಂದ ಎಷ್ಟೋ ರಾಗಗಳ ಶಾಸ್ತ್ರಸೂಕ್ಷ್ಮ ಮರೆತಿರ್ತದೆ. ನನ್ನ ಹತ್ತಿರ ಇರೂ ಭಾತಖಂಡೆ ಪುಸ್ತಕಗಳನ್ನ ಕೊಟ್ಟಿರ್ತೀನಿ. ಅಗತ್ಯಬಿದ್ದಾಗ ನೋಡಿಕೊಳ್ಳಿ,' ಎಂದ.

ದೇಸಾಯಿಯವರ ತೋಟ ಗುರು ರಾಜಾಸಾಹೇಬರ ಕಾಡಿನ, ಪಕ್ಕದಲ್ಲಿ ಹರಿಯುತ್ತಿದ್ದ ದರ್ನಾ ಹೊಳೆ ನರ್ಮದೆಯ, ನೆನಪು ತರುತ್ತಿತ್ತು. ಇಲ್ಲಿ ದೇವಸ್ಥಾನವೊಂದಿಲ್ಲ. ಅನುಕೂಲ ವಾದ ತೋಟದ ಮನೆ. ಮಾವು, ಚಿಕೂ, ಪೇರಲ, ಸೀಬೆಗಳ ನೂರೈವತ್ತು ಎಕರೆಯ ತೋಟ. ಆಧುನಿಕ ರೀತಿಯ ವ್ಯವಸಾಯ. ಬೇಲಿಯಲ್ಲಿ ಉದ್ದಕ್ಕೂ ತೇಗದ ಮರಗಳು. ಜಯವಂತ ದೇಸಾಯಿಯವರಿಗೆ ಸಂಗೀತದಲ್ಲಿ ತಕ್ಕಮಟ್ಟಿನ ಪ್ರವೇಶವೂ ಇದೆ. ಶಾಸ್ತ್ರಭಾಗ ಹೆಚ್ಚು ಗೊತ್ತಿಲ್ಲದಿದ್ದರೂ ಕೇಳಿಕೇಳಿ ಒಳ್ಳೆಯ ಸಂಗೀತವನ್ನ ಒಂದುನಿಮಿಷದಲ್ಲಿ ಗುರುತಿಸುವ ಶಕ್ತಿ ಇದೆ. ನಾನು ಸಾಧನೆ ಮಾಡಿಕೊಳ್ಳುತ್ತಿದ್ದರೆ ಅವರು ನಿಶ್ಶಬ್ದವಾಗಿ ಪಕ್ಕದ ಕೋಣೆಯಲ್ಲಿ ಮಲಗಿರುತ್ತಿದ್ದರು. ನಸುಕಿಗೇ ಎದ್ದು ಮಂದ್ರಸಾಧನೆ. ಹತ್ತುಗಂಟೆಗೆ ಇನ್ನೊಂದು ಬೈಠಕ್. ಊಟದ ನಂತರ ನಿದ್ರೆ. ನಾಲ್ಕರಿಂದ ಸಂಜೆ ಕತ್ತಲು ಬೀಳುವವರೆಗೆ ಮತ್ತೆ ಸಾಧನೆ. ಮನೆ ಯಿಂದ ಬರುತ್ತಿದ್ದ ಶುದ್ಧ ಆಹಾರ. ರಾಜಾಸಾಹೇಬರ ಅರಮನೆಯಂಥದೇ. ರಾತ್ರಿ ಖರ್ಜೂರ ದ್ರಾಕ್ಷಿ ಬಾದಾಮು ಮಿಶ್ರಿ ಕೇಸರಿಗಳನ್ನು ಕರಗಿಸಿದ ಬಿಸಿಹಾಲು. ಕ್ರಮೇಣ ನನ್ನ ಹಳೆಯ ಸಂಗೀತಶಕ್ತಿ ಕೂಡಿಕೊಂಡಿತು. ಕಂಠಶಕ್ತಿ ಮಾತ್ರವಲ್ಲ, ಕಲ್ಪನಾಶಕ್ತಿ, ರಾಗಸೂಕ್ಷ್ಮ ಗಳು, ಎಲ್ಲವೂ ನೆನಪಿಗೆಬಂದವು. ಪುಸ್ತಕ ನೋಡುವ ಪ್ರಮೇಯ ಅಪೂರ್ವಕ್ಕೆ ಮಾತ್ರ.

ಪರಾಂಜಪೆಯ ಮಾತು ನಿಜ. ನನ್ನದು ಸ್ವಾಮಿಹರಿದಾಸರ ರಕ್ತವಲ್ಲ. ಹದಿನೈದು ದಿನದಲ್ಲಿ ಕಾಮಬಾಧೆ ಕಾಣಿಸಿಕೊಂಡಿತು. ರಾಜಾಸಾಹೇಬರ ಕಾಡಿನ ಮಹದೇವ ಮಂದಿರ ದಲ್ಲಿ ಕಾಣಿಸಿಕೊಳ್ಳುತ್ತಿದ್ದಂಥದು. ಸಂಗೀತದ ಮಗ್ನತೆಯನ್ನು ಹಾಳುಮಾಡುವಂತೆ, ಒಳಗೇ ಹುಟ್ಟಿ ತುಂಬಿಕೊಳ್ಳುವ ವಾಹಿನಿ. ಹತ್ತೊಂಬತ್ತು ವರ್ಷ ಕಳೆದಿದೆ. ಆದರೂ ಇಂಗಬೇಡವೆ ಕಾಮ? ಏನೋ ಕೆಲಸವಿದೆ ಅಂತ ಒಂದು ದಿನ ರೈಲು ಹಿಡಿದು ಮುಂಬಯಿಗೆ ಹೋಗಿ ಸೂಳೆಗೇರಿಯಲ್ಲಿ..... ಥೂ ಅಸಹ್ಯ. ಮನೋಹರಿಯನ್ನು ಅನುಭವಿಸಿದಮೇಲೆ ಬೇರೆ ಯಾವ ಅಂಥಿಂಥ ಹೆಂಗಸನ್ನು ಮುಟ್ಟುವುದೂ ಕಲಾತ್ಮಕ ಅಧಃಪತನ. ಅವಳಮೇಲಿನ ಕೋಪ ಪೂರ್ತಿ ಹೋಗದಿದ್ದರೂ ಅವಳು ಕೊಡುತ್ತಿದ್ದ ಅಪ್ರತಿಮ ರತಿಸುಖದ ನೆನಪು ಬಂದರೆ ಬೇರೆ ಯಾವ ಹೆಂಗಸಿನ ಕಲ್ಪನೆಯೂ ಬರುತ್ತಿರಲಿಲ್ಲ. ಒಂದು ಬೈಠಕ್ ಸಾಧನೆಮಾಡಿ ತೋಟದೊಳಗೆ ತಿರುಗಾಡಲು ಹೋದಾಗ ಕೆಲಸ ಮಾಡುತ್ತಿದ್ದ ದಷ್ಟಪುಷ್ಟ ಮೈಕಟ್ಟಿನ, ಆಗತಾನೆ ಬಿರಿಯುವ ಮೊಗ್ಗಿನಂಥ ಹದಿನೆಂಟರ ಹುಡುಗಿಯರನ್ನು, ಅರಳಿ ಸಿದ್ಧವಾದ ಇಪ್ಪತ್ತೆರಡು ಇಪ್ಪತ್ತನಾಲ್ಕರ ಯುವತಿಯರನ್ನು ನೋಡಿದಾಗ ಕೂಡ ನರ್ತಕಿಯ ಮೈಸೊಬಗು ಬೇರೆಯವರಿಗೆ ಇರಲು ಸಾಧ್ಯವಿಲ್ಲವೆಂಬ ನೆನಪುಬಂದರೆ ಯಾಕೆ ಹೀಗಾಯಿತು ನನ್ನ

ಅವಳ ಪ್ರೇಮ! ಎಂಬ ಚಿಂತನೆ ತೊಡಗುವುದು. ಶುರುವಿನಲ್ಲಿ ಅವಳೂ ನನ್ನನ್ನು ಅಷ್ಟೇ ಗಾಢವಾಗಿ ಪ್ರೇಮಿಸುತ್ತಿದ್ದಳು. ಇಲ್ಲದಿದ್ದರೆ ಆ ಪ್ರಣಯೋತ್ಕಟತೆ ಹೇಗೆ ಸಾಧ್ಯ? ಎಂಬ ಜಿಜ್ಞಾಸೆ ಕಾಡುವುದು. ತೋಟದ ಕೆಲಸ ಮಾಡುವ ಹೆಂಗಸರನ್ನು ನೋಡುವ ಆಸಕ್ತಿ ಇಳಿದುಹೋಗುತ್ತಿತ್ತು. ಇದು ಒಂದೆರಡು ತಿಂಗಳ ಸಾಧನಾಕಾಂಡ. ಆಮೇಲೆ ಏನಾದರೂ ಆಗುತ್ತೆ ಎಂಬ ಅಗೋಚರ ಭರವಸೆ ಮೂಡುವುದು. ಹಿಂತಿರುಗಿ ಮತ್ತೆ ತಂಬೂರಿ ಹಿಡಿಯುವುದು.

ಒಂದು ರಾತ್ರಿ ಒಂಬತ್ತುಗಂಟೆಯಲ್ಲಿ ದೇಸಾಯರ ಡ್ರೈವರ್ ಒಂದು ಚೀಟಿ ತಂದುಕೊಟ್ಟ. ಡೀಫೆ ಟ್ರಾಕ್ಟರ್, ಕಾರು ಎರಡೂ ಯಂತ್ರಗಳ ಡ್ರೈವರ್. ಬೋರ್‌ವೆಲ್‌ಗಳ ಜವಾಬ್ದಾರಿಯೂ ಅವನದೆ. ವಿದ್ಯುತ್ ಪದಾರ್ಥಗಳ ದುರಸ್ತಿಯನ್ನೂ ನೋಡಿಕೊಳ್ಳುತ್ತಿದ್ದ. 'ಪರಾಂಜಪೆಯವರು ಮುಂಬಯಿಯಿಂದ ನಿಮ್ಮೊಡನೆ ಫೋನಿನಲ್ಲಿ ಮಾತನಾಡಲು ಅಪೇಕ್ಷಿಸುತ್ತಾರೆ. ಬನ್ನಿ.' ಕಾರಿನಲ್ಲಿ ಕೂತು ಅವರ ವಾಡೆಗೆ ಹೋದೆ. ದೇಸಾಯಿಯವರೇ ಫೋನು ಹಚ್ಚಿಕೊಟ್ಟರು. 'ಸಂಪೂರ್ಣ ಸಂಗೀತದಲ್ಲಿ ಮುಳುಗಿದೀರಂತೆ. ನಿಮ್ಮ ಮೊದಲಿನ ಹದ ಬಂದುಬಿಟ್ಟಿದೆ ಅಂದರು ದೇಸಾಯರು. ಒಂದು ಪ್ಲಾನ್ ಮಾಡಿದೀನಿ. ನೀವು ಒಪ್ಪಿಕೊಳ್ಳಿ. ಮುಂಬಯಿಯ ಪ್ರೆಸ್‌ಕ್ಲಬ್‌ಗೆ ನಿಮ್ಮಿಂದ ಒಂದು ಬೆನೆಫ಼ಿಟ್ ಕಛೇರಿ. ನಿಮಗೆ ಒಂದಾಣೆಯೂ ಸಂಭಾವನೆ ಇಲ್ಲ. ಟಿಪ್ನಿಸ್‌ಗೆ ಹೇಳಿ. ಅವರಿಗೂ ಏನೂ ಇಲ್ಲ. ಮುಫ಼ತ್ ಬಾರಿಸುವಂತೆ ಒಬ್ಬ ಒಳ್ಳೆಯ ತಬಲದವರಿಗೆ ನೀವೇ ಹೇಳಬೇಕು. ನಾವು ಟಿಕೇಟು ಮಾರಿ ಹತ್ತುಲಕ್ಷವಾದರೂ ಕೂಡಿಸಬೇಕು ಅಂತ ತೀರ್ಮಾನಿಸಿದೀವಿ. ಪ್ರೆಸ್‌ಕ್ಲಬ್ಬಿನ ಬೆನೆಫ಼ಿಟ್ ಆದ್ದರಿಂದ ಎಲ್ಲ ಪತ್ರಿಕೆಗಳೂ ನಿಮಗೆ ಉತ್ಸಾಹದಿಂದ ಪ್ರಚಾರ ಕೊಡ್ತವೆ. ನಿಮ್ಮ ಮೇಲೆ ಲೇಖನಗಳನ್ನ ಹಾಕ್ತವೆ. ಫ಼ೋಟೋ, ಸಂದರ್ಶನಗಳೂ ನಡೀತಾವೆ. ನರ್ತನಕ್ಕೆ ಹಾಡುಕ್ಕೆ ಸರಿ, ಯಾವತ್ತೂ ಶುದ್ಧ ಶಾಸ್ತ್ರೀಯ ಸಂಗೀತದ ಯೋಗ್ಯತೆ ಅವನಿಗೆ ಇರಲಿಲ್ಲ ಅಂತ ನಿಮಗೆ ಆಗದ ಒಂದು ಗುಂಪು ಪ್ರಚಾರ ಮಾಡ್ತಿದೆ. ಅವರ ಬಾಯಿ ಮುಚ್ಚಿಸೂ ಹಾಗೆ ನೀವು ಶುದ್ಧ, ಗಂಭೀರವಾಗಿ ಹಾಡಿತೋರಿಸಬೇಕು. ಆಮೇಲೆ ಅದರ ವರದಿ, ವಿಮರ್ಶೆಗಳೂ ಬರ್ತವೆ. ಈ ಕಛೇರಿ ಯಶಸ್ವಿಯಾದರೆ, ನೀವು ಗಾಯಕರಾಗಿ ಮತ್ತೆ ಪ್ರತಿಷ್ಠಾಪಿತರಾದಿರಿ ಅಂತಲೇ ಅರ್ಥ. ಏನಂತೀರಿ?'

ಈ ಮಾತು ಕೇಳುವಾಗಲೇ ನಾನು ಪುಳಕಿತನಾಗಿದ್ದೆ. 'ಧರ್ಮಾನಂದರಾವ್, ನನಗೆ ಯಾವುದು ಒಳ್ಳೇದು ಅಂತ ನಿಮಗಿಂತ ಬೇರೆ ಯಾರಿಗೆ ಗೊತ್ತು? ಆವೊತ್ತಿನ ಗಾಯನದ ಬಗ್ಗೆ ನೀವು ಚಿಂತೆ ಮಾಡಬೇಡಿ. ಹಿಂದೆ ಹಾಡ್ತಿದ್ದೆನಲ್ಲ ಅದಕ್ಕಿಂತ ಹತ್ತು ಅಂಗುಲ ಮೇಲ್ಮಟ್ಟದಲ್ಲೇ ಹಾಡ್ತೀನಿ ಅಂತ ತಿಳಕೊಳ್ಳಿ.'

'ಪತ್ರಕರ್ತರು ಅಂದರೆ ಭಾಳ ಕೀಟಲೆ ಜನ. ನಿಮ್ಮ ಆ ನರ್ತಕಿಯ ಸಂಬಂಧ ಕುರಿತು ಅಗ್ಗದ ಪ್ರಶ್ನೆಗಳನ್ನೆಲ್ಲ ಕೇಳ್ತಾರೆ. ಯಾಕೆ ಬಿಟ್ಟುಬಂದಿರಿ ಅನ್ನೂದಂತೂ ಕೇಳಿಯೇ ಕೇಳ್ತಾರೆ. ನೀವು ಒಂದೂ ಕೋಪದ ಮಾತಾಡಬಾರದು. ನರ್ತನವು ರಾಗದ ಭಾವವನ್ನ ಮೂರ್ತವಾಗಿ ತೋರಿಸುತ್ತೆ ಅನ್ನಿಸಿ ನಾನು ಹೋದೆ. ಅನಂತರ ನರ್ತನಕ್ಕೆ ಸಂಗೀತ

ಬೇಕು. ಆದರೆ ಸಂಗೀತವು ನರ್ತನವಿಲ್ಲದೆ ಸ್ವತಂತ್ರವಾಗಿ ನಿಲ್ಲುವ ಮೂಲಕಲೆ ಅನ್ನಿಸಿದ್ದರಿಂದ ನನ್ನ ಕಲೆಗೆ ನಾನು ಹಿಂತಿರುಗಿದೆ, ಅಂತ ಉತ್ತರ ಹೇಳಬೇಕು. ಆಕೆಯ ಬಗ್ಗೆ ಒಂದೂ ಕೋಪದ ಮಾತು ಆಡಬೇಡಿ. ಕೆಲವರು ನೀವಿರುವ ಕಡೆಗೇ ಸಂದರ್ಶನಕ್ಕೆ ಬರಬಹುದು.'

ನನ್ನಂಥ ಕಲಾವಿದನನ್ನು ಅವಳು ತೊತ್ತಿನಮಟ್ಟಕ್ಕೆ ಇಳಿಸಿದ್ದಳು ಅಂತ ಹೇಳಿಬಿಡುವಷ್ಟು ಕೋಪವಿತ್ತು. ಆದರೆ ಪರಾಂಜಪೆಯ ವಿವೇಕ ಸರಿ ಎನ್ನಿಸಿತು.

ಮುಂಬಯಿಯ ಇಂಗ್ಲಿಷ್, ಮರಾಠಿ, ಹಿಂದಿ ಪತ್ರಿಕೆಗಳಲ್ಲಿ ನನ್ನದೇ ಸುದ್ದಿ. ಈಗ ನಾನು ಕೂತು ಸಾಧನೆ ಮಾಡಿಕೊಳ್ಳುತ್ತಿರುವ ತೋಟದ ಫ಼ೋಟೋಗಳು. ರಾಜಾಸಾಹೇಬರ ಕಾಡಿನ ಬದಿಯ ಮಂದಿರದಲ್ಲಿ ನಾನು ಮಾಡಿದ್ದ ಸಾಧನೆಯ ಹಿನ್ನೆಲೆಯ ವಿವರಗಳು. ನಾನು ಏನೂ ಹೇಳದಿದ್ದರೂ ನರ್ತನ ಮತ್ತು ನರ್ತಕಿ, ಗಾಯನ ಮತ್ತು ಗಾಯಕನ ವ್ಯತ್ಯಾಸವನ್ನು ಮಸಕು ಮಾಡಿ ಗುಸುಗುಸು ಸಾಮಗ್ರಿಯನ್ನು ಸೃಷ್ಟಿಸುವ ವಾಕ್ಯಗಳು. ಕಾರ್ಯಕ್ರಮಕ್ಕೆ ದೇಸಾಯರು ತಮ್ಮ ಎ.ಸಿ. ಕಾರಿನಲ್ಲಿ ಕರೆದುಕೊಂಡುಹೋದರು. ಮುಂಬಯಿಯಲ್ಲಿ ಪಂಚತಾರಾ ಹೋಟೆಲಿನಲ್ಲಿ ವಸತಿ. ಕಾರ್ಯಕ್ರಮ ಅದ್ಭುತವಾಯಿತೆಂದು ದೇಸಾಯರೇ ಹೇಳಿದರು. 'ನೀವು ಹಿಂದೆ ಹಾಡುತ್ತಿದ್ದುದಕ್ಕಿಂತ ಈಗ ನಿಜವಾಗಿಯೂ ಹತ್ತು ಅಂಗುಲ್ಲವಲ್ಲ, ಹತ್ತು ಅಡಿ ಮೇಲೆ ಬೆಳೆದಿದ್ದೀರಿ,' ಎಂದರು. 'ನಿಮ್ಮ ಲಯಗಾರಿಕೆಯಲ್ಲಿ ಜೀವ ನರ್ತಿಸುತ್ತೆ. ಭಾವ ಇನ್ನಷ್ಟು ಘನವಾಗಿದೆ. ನರ್ತನದಿಂದಲೂ ಲಾಭಮಾಡಿಕೊಂಡಿದೀರಿ. ನಾಟಕದ ಸಂಗೀತದಿಂದ ಒಂದು ಕಾಲದಲ್ಲಿ ಶಾಸ್ತ್ರೀಯ ಗಾಯನಕ್ಕೆ ರಂಗು ಬಂದಿತ್ತು ನೆನಪಿಲ್ಲವೆ?' ಮರುದಿನ ಊರಿಗೆ ವಾಪಸು ಹೋಗುವಾಗ ಅವರೇ ಟಿಪ್ಪಣಿ ಮಾಡಿದರು. ಕಛೇರಿಯನ್ನು ಮುಕ್ತಾಯ ಮಾಡುವ ಮುನ್ನ ಕೆಲವರು ಒಂದು ನರ್ತನದ ಹಾಡು ಹೇಳಿ ಎಂದು ಚೀಟಿ ಕಳಿಸಿದರು. 'ನಾನು ಹಾಡೂದಿಲ್ಲ. ಅದನ್ನ ಪೂರ್ತಿಬಿಟ್ಟು ನನ್ನ ಮೂಲವಾದ ಶುದ್ಧಶಾಸ್ತ್ರೀಯಕ್ಕೆ ಬಂದಿದೀನಿ,' ನಾನು ಉತ್ತರ ಹೇಳಿದೆ. ಅದನ್ನು ಎರಡು ಅಗ್ಗದ ಪತ್ರಿಕೆಗಳು ಉದ್ಧರಿಸಿ, ಕಂಸದಲ್ಲಿ ಈ ವಾಕ್ಯದ ಮೂಲಕ ನನಗೂ ನರ್ತಕಿಗೂ ಮತ್ತೆ ಕೂಡಲಾಗದಂತಹ ಬೇರ್ಪಡೆಯಾಗಿದೆ ಎಂದು ಪಂಡಿತ ಮೋಹನಲಾಲರು ಧ್ವನಿಸಿದರು ಎಂದು ಯಾರೂ ಅರ್ಥಮಾಡಿಕೊಳ್ಳಬಾರದು ಅಂತ ಬರೆದಿದ್ದವು. ಬೆನಿಫ಼ಿಟ್ ಕಾರ್ಯಕ್ರಮ, ಅದರ ಅದ್ಭುತ ಯಶಸ್ಸಿನ ಸುದ್ದಿ ದಿಲ್ಲಿಯ ಪತ್ರಿಕೆಗಳಲ್ಲೂ ಬಂದಿತ್ತಂತೆ. ಒಂದು ಪತ್ರಿಕೆ ತನ್ನ ಕಲೆಗೆ ಹಿಂತಿರುಗಿದ ಗಾಯಕ ಎಂಬ ಶೀರ್ಷಿಕೆ ಹೊತ್ತು ಪ್ರಕಟಿಸಿತ್ತಂತೆ. ನನಗೆ ಖುಷಿಯಾಯಿತು. ಅವಳು ಓದಿಕೊಂಡಿರ್ತಾಳೆ ಎಂಬ ಸಮಾಧಾನ ಹುಟ್ಟಿತು.

ಮೂರು ವಾರದ ನಂತರ ಪರಾಂಜಪೆಯಿಂದ ಇನ್ನೊಂದು ಫ಼ೋನು ಬಂತು. 'ಪೋರ್ಟಿನ ಸ್ವರವಿಲಾಸ್ ಸಂಗೀತಸಭೆಯು ನಿಮ್ಮ ಕಛೇರಿ ಏರ್ಪಡಿಸಲು ನಿಶ್ಚಯಿಸಿ ನಿಮ್ಮ ವಿಳಾಸ ಕೇಳಿದೆ. ಮೂರೂವರೆವರ್ಷದಲ್ಲಿ ಬೇರೆ ಸಂಗೀತಗಾರರು ತಮ್ಮ ಫ಼ೀಜು ಏರಿಸಿದಾರೆ. ರಾಷ್ಟ್ರಮಟ್ಟದ ಸಿತಾರು, ಸರೋದಿನವರಂತೂ ಬಾಯಿಗೆ ಬಂದದ್ದೇ ಬೆಲೆ ಮಾಡಿದಾರೆ. ನೀವು ಐವತ್ತುಸಾವಿರಕ್ಕೆ ಕಮ್ಮಿ ಇಲ್ಲ ಅನ್ನಿ. ಅವರು ಒಪ್ಪಿಕೊತ್ತಾರೆ. ಒಬ್ಬರು

ಒಪ್ಪಿ ಕೊಟ್ಟರೆ ಸರಿ, ಉಳಿದ ಎಲ್ಲರೂ ಅನುಸರಿಸ್ತಾರೆ. ನಂಬರ್ ಒನ್ ಗಾಯಕ ಅನ್ನುವ ಹೆಸರು ಉಳಿಸಿಕೊಬೇಕಾದರೆ ನಂಬರ್ ಒನ್ ಫ್ಲೀಜು ವಸೂಲು ಮಾಡಬೇಕು.'

ಎರಡನೆಯ ದಿನ ಸಭೆಯ ಕಾರ್ಯದರ್ಶಿ ಸಮರ್‌ಚಂದ್ ಕಪೂರ್ ನಾನಿದ್ದ ತೋಟದ ಮನೆಗೇ ಬಂದು ಐವತ್ತುಸಾವಿರಕ್ಕೆ ಕರಾರು ಸಹಿಮಾಡಿ ಹತ್ತು ಸಾವಿರ ಮುಂಗಡ ಕೊಟ್ಟುಹೋದ.

ಊಟವಾಯಿತು. ಮಲಗಿದರೆ ನಿದ್ರೆ ಬರುತ್ತಿಲ್ಲ. ಮಧ್ಯಾಹ್ನ ನಿದ್ರೆಯಾಗದಿದ್ದರೆ ಸಂಜೆ ಲವಲವಿಕೆ ಇರುಲ್ಲ. ಯಾವುದಾದರೂ ಚಿಂತೆ ತಲೆಗೆ ಹತ್ತಿದರೆ ಹಾಳುನಿದ್ದೆ ತಪ್ಪಿಸಿ ಕೊಂಡುಬಿಡುತ್ತೆ. ರಾತ್ರಿ ಹತ್ತುಗಂಟೆಗೆ ಅವಳು ಫ಼ೋನು ಮಾಡಿಯೇ ಮಾಡ್ತಾಳೆ. ಏನಂತ ಹೇಳೂದು? ಅವಳ ಸುದ್ದಿಯೇ ಇರಲಿಲ್ಲ. ಇದ್ದಕ್ಕಿದ್ದಂತೆ ಬಂದು ನೀನು ಹಾಡು, ನಾನು ಕುಣೀತೀನಿ ಅಂತ ಕರೆದುಹೋದಳು. ಯಾವುದನ್ನೂ ನಿರ್ಧರಿಸಲಾರದೆ ಮಗ್ಗುಲು ಹೊರಳಿದ.

ಅಧ್ಯಾಯ ೬

– ೧ –

ಇಡೀ ರಾತ್ರಿ ನಿದ್ರೆ ಬರಲಿಲ್ಲ. ಹೊಡೆದು ದಬ್ಬಬಾರದಾಗಿತ್ತು ಎನ್ನಿಸಿತು. ಅವನೇಕೆ ಮೊದಲು ಹೊಡೆದ? ಪ್ರದರ್ಶನ ಕೆಡಿಸುವಂತೆ ಹಾಡಿದ್ದಕ್ಕೆ ಕೇಳಬಾರದಾಗಿತ್ತೆ? ಶಿಸ್ತು ಇಲ್ಲದಿದ್ದರೆ ಇಡೀ ತಂಡದ ಕೆಲಸ ನಡೆಸೂದು ಹೇಗೆ? ಈ ನೃತ್ಯರಚನೆಯನ್ನ ಕೆಡಿಸೂದಲ್ಲದೆ ಬೇರೆ ಕಾರಣ ಏನಿತ್ತು? ಮತ್ಸರ. ಕಾರ್ತೀಕ ಬಂದಮೇಲೆ ಆಗಾಗ ಮೌನಮುನಿಸು. ಕ್ರಮೇಣ ಹೊಂದಿಕೊತ್ತಾನೆ ಅಂದುಕೊಂಡಿದ್ದರೆ ಒಳಗೇ ಸಂಚುಹೂಡಿದ್ದ ರಾಸ್ಕಲ್. ಬಾಯಿಬಿಟ್ಟು ಹೇಳಬೇಕಾಗಿತ್ತು. ಧೈರ್ಯವಿದ್ದಿದ್ದರೆ. ಎಷ್ಟು ಹೊರಳಿದರೂ ನಿದ್ದೆ ಬರ್ತಿಲ್ಲ. ತಾನೊಬ್ಬಳೇ. ಯಾರಿಗೂ ಅನುಮಾನ ಬರೂದು ಬೇಡ ಅಂತ ಕಾರ್ತೀಕನನ್ನ ಅವನ ಜೊತೇಲಿ ಆ ಹೋಟೆಲಿನಲ್ಲಿ ಇಳಿಸಿದೀನಿ. ಅವರ ಜೊತೆಯೇ ಸಾದಾಕ್ಲಾಸ್ ಸ್ಲೀಪರಿನಲ್ಲಿ ಪ್ರಯಾಣ ಮಾಡಿಸಿದೀನಿ. ಇವನಿಗೆ ಅನುಮಾನ ಬರುವ ಕಾರಣವೇ ಇಲ್ಲದಂತೆ ನಡೆದು ಕೊಂಡಿದೀನಿ. ಆದರೂ ಯಾಕೆ ಹೀಗೆ ಮಾಡಿದ? ತಾನು ಎಷ್ಟಾದರೂ ಗಾಯಕ, ಒಂದು ಬದಿಯಲ್ಲಿ ಇತರ ಮೂವರ ಜೊತೆ ಕೂತು ಹಾಡೋನು. ಕಾರ್ತೀಕ ರಂಗದಮೇಲೆ ಮಿಂಚುವ ನರ್ತಕ. ನನ್ನ ಜೊತೆಗೆ ಜೊತೆಯಾಗಿ ಕುಣೀತಾ ಚಕ್ಕರದಾರ್ ಪರನ್ ತೆಗೀತಾ ಸಭಿಕರ ಚಪ್ಪಾಳೆ ಗಿಟ್ಟಿಸೋನು. ರಾಧೆಯ ಪ್ರೇಮವನ್ನ ಸೆಳೆಯುವ ಕೃಷ್ಣ. ಸಂಗೀತಗಾರರಿಗೆ ಯಾವತ್ತೂ ಹೊಟ್ಟೆಕಿಚ್ಚು. ಕೀಳುಭಾವನೆ, ಎಂಬ ಕಾರಣ ಕಂಡಿತು. ಮನಸ್ಸು ಸ್ವಲ್ಪ ಸಮಾಧಾನಕ್ಕೆ ಬಂತು. ಹೊಡೆಯುವ, ನೂಕುವ ಮಟ್ಟಕ್ಕೆ ಹೋಗಬಾರದಾಗಿತ್ತು. ಆದರೆ ಹಾಗೆ ಮಾಡಿಸಿದೋನು ಅವನೇ. ಬೆಳಗ್ಗೆ, ಬೆಳಗ್ಗೆ ಆಗುಲ್ಲ, ದಿಲ್ಲಿಗೆ ಹೋದಮೇಲೆ ತಾಳ್ಮೆಯಿಂದ, ಆದರೆ ಬಿಗಿ ಬಿಡದೆ ಅವನ ತಪ್ಪನ್ನ ಬಿಡಿಸಿಹೇಳಿ ಮನದಟ್ಟುಮಾಡಿ ಮತ್ತೆ ಹಾಗೆ ಮಾಡದ ಹಾಗೆ ದಾರಿಗೆ ತರಬೇಕು. ಯಜಮಾಂತಿಯ ಮೇಲೆ ಕೈಎತ್ತದ ಹಾಗೆ ಬಿಗಿಮಾಡಬೇಕು ಎಂದುಕೊಂಡಳು. ಒಂದು ಪೆಗ್ ವಿಸ್ಕಿ, ಕಾರ್ಯಕ್ರಮ ಮುಗಿದಮೇಲೆ, ತಗೊಂಡಿದ್ದರೆ ಇಂಥವೆಲ್ಲ ಹಳ್ಳ ದಿಣ್ಣೆಗಳು ಸಮಮಟ್ಟಗೊಂಡು ನಿದ್ದೆ ಬರ್ತಿತ್ತು. ನನಗೆ ಒಂದೇ ಪೆಗ್ ಸಾಕು. ಯಾವತ್ತೂ ಮೀರಿಲ್ಲ, ಎಂಬ ನೆನಪಾಯಿತು. ಈಗ ಎರಡು ಗಂಟೆ. ಹೋಟೆಲಿನ ಬಾರ್ ಮುಚ್ಚಿರುತ್ತೆ, ಎಂದುಕೊಂಡಳು. ಕಾರ್ತೀಕ ಮಲಗಿರ್ತಾನೆ. ಇಲ್ಲ, ನನ್ನಂತೆಯೇ ಎಚ್ಚರವಾಗಿ ಹೊರಳಾಡ್ತಿರ್ತಾನೆ. ಕಣ್ಣುಗಳಲ್ಲಿ ಅದೆಷ್ಟು ಸ್ನಿಗ್ಧಪ್ರೇಮ ತುಂಬಿ ತುಳುಕುಸ್ತಾನೆ! 'ಮನೋಹರೀಜೀ, ಶೃಂಗಾರದ ಅಭಿನಯವನ್ನ ನಿಮ್ಮಿಂದ ಕಲಿತೆ.

ನನ್ನ ಗುರು ಎಷ್ಟು ಹೇಳಿಕೊಟ್ಟಿದ್ದರೂ ಕಾಯ್ದೆಯಂತೆ ಕಣ್ಣು ಹುಬ್ಬು ಆಡುಸ್ತಿದ್ದೆ,' ಅಂದನಲ್ಲ. ಅವನ ಜೀವನದಲ್ಲಿ ಇಂಥ ಗಾಢಪ್ರೇಮದ ಅನುಭವ ಎಂದೂ ಆಗಿರಲಿಲ್ಲವಂತೆ. ಪ್ರಣಯೋತ್ಕಟವಾದಾಗ ತನಗೆತಾನೆ ಹುಟ್ಟುವ ಕವಿತೆಯ ಮಾತುಗಳಲ್ಲಿ. ನಿಜವಾಗಿಯೂ ಪ್ರೀತಿಯಲ್ಲಿ ಮುಳುಗಿದಾನೆ. ಮನೋಹರೀದಾಸ್–ಕಾರ್ತೀಕರಾಮರ ಜೋಡಿ ಭಾರತೀಯ ನರ್ತನಜಗತ್ತಿನಲ್ಲೇ ಅದ್ವೀತಿಯವಾಗಬೇಕು. ಅವನಂತೆ ಕೃಷ್ಣ, ನನ್ನಂತೆ ರಾಧೆ, ಯಾರೂ ಮಾಡಿರಬಾರದು. ಅವನನ್ನು ತಯಾರುಮಾಡ್ತೀನಿ. ಅವನ ಜಯಪುರದ ಪಾದಪರಿಣತೆಗೆ ನನ್ನ ಲಕ್ನೋದ ಭಾವಪರಿಣತೆಯನ್ನು ಬೆರೆಸಿ ರಸಮೂರ್ತಿಮಾಡ್ತೀನಿ. ಪ್ರೇಮದ ಗುಣವೇ ಗುಣಾತ್ಮಕವಾಗಿ ಮೇಲೆತ್ತೂದು. ಕಾರ್ತೀಕ್, ನೀನು ಚಿಕ್ಕೋನು ಅಂತ ಸಂಕೋಚಪಡಬೇಡ. ಹದಿಹರೆಯದ ಕೃಷ್ಣನಿಗಿಂತ ರಾಧೆ ಎಷ್ಟೋ ದೊಡ್ಡವಳು. ಎಷ್ಟು? ನನಗೂ ನಿನಗೂ ಇರುವ ಹಾಗೆ ಕನಿಷ್ಠ ಹತ್ತುವರ್ಷ. ಆದರೂ ಕೃಷ್ಣ ತಾನು ಕಿರಿಯ ಅನ್ನುವ ಸಂಕೋಚವಿಲ್ಲದೆ, ಅಜ್ಞತೆಯ ಮುಗ್ಗರಿಕೆಯಿಲ್ಲದೆ ಪ್ರಣಯಕದನದಲ್ಲಿ ಮುನ್ನುಗ್ಗಿ ಮೇಲೆಬಿದ್ದು ಹಿಗ್ಗಾ ಮುಗ್ಗಾಗಿಸಿ ಸೋಲಿಸಿ ಬಳಲಿಸುತ್ತಿರಲಿಲ್ಲವೆ? ನೀನಿನ್ನೂ ಸಂಕೋಚವನ್ನು ಕಳಚಿ ವಿಜೃಂಭಿಸಬೇಕು. ಮೋಹನಲಾಲ ನಡುವೆ ಬಂದುಬಿಟ್ಟಾನು ಅನ್ನುವ ಅಂಜಿಕೆಯೆ? ಇಲ್ಲ, ನಾನೂ ನೀನೂ ಎರಡುದಿನವಾದರೂ ಪ್ರತ್ಯೇಕವಾಗಿ ಬೇರೊಂದು ಊರಿಗೆ ಹೋಗಬೇಕು, ಅಥವಾ ದಿಲ್ಲಿಯಲ್ಲೇ ಒಂದು ಹೋಟೆಲಿನಲ್ಲಿರಬೇಕು. ಈ ಮೋಹನಲಾಲನಿಗೆ ಸ್ವಂತ ಊರಿಲ್ಲ, ಮನೆಯಿಲ್ಲ. ಅವನು ಎಲ್ಲಿಯೂ ಹೋಗುಲ್ಲ. ಆತಂಕವಿಲ್ಲದ ವಾತಾವರಣದಲ್ಲಾದರೆ ನೀನೂ ಸದಾ ವಿಜೃಂಭಿಸುವ ಶೃಂಗಾರವೀರನಾಗ್ತೀಯ. ಕೃಷ್ಣನ ಮೇಲಿರುವಷ್ಟೇ ಭಕ್ತಿಯಿಂದ ನಾನು ನಿನ್ನ ದಾಸಿಯಾಗ್ತೀನಿ. ಕಾರ್ತೀಕ್, ತಂಡದ ಒಡತಿ ನಾನು. ತಂಡದಲ್ಲಿ ನಾನು ಹೇಳಿದ ಹಾಗೆ ನೀನು ಕೇಳಿದರೂ ಶೃಂಗಾರದ ಏಕಾಂತತೆಯಲ್ಲಿ ನಾನು ನಿನ್ನ ದಾಸಿ. ಮೀರಾದಾಸಿ ಯಲ್ಲ, ರಾಧಾದಾಸಿ.

ಹವಾನಿಯಂತ್ರಕದ ಜಿಂಯ್‌ಗುಡಿತ, ಕಿಟಕಿಗೆ ಎಳೆದಿರುವ ದಪ್ಪ ಕಪ್ಪು ತೆರೆಯಲ್ಲಿ ಹೊರಗೆ ಕೂಗುವ ಕಾ ಕಾ ಸದ್ದಾಗಲಿ, ಚಿಲಿಪಿಲಿಯಾಗಲಿ ಕೇಳುವುದಿಲ್ಲ. ಬೆಳಕು ಪ್ರವೇಶಿ ಸುವುದಿಲ್ಲ, ಎಂಬ ಅರಿವಾದಾಗ ಮುಸುಕನ್ನು ಸರಿಸಿ ಬೆಡ್‌ಸ್ವಿಚ್ ಒತ್ತಿ ನೋಡಿದಳು. ಎದುರಿನ ಗೋಡೆಯ ಮೇಲೆ ನಿಶ್ಶಬ್ದವಾಗಿ ಚಲಿಸುವ ಗಡಿಯಾರ ಆರೂವರೆ ತೋರಿಸುತ್ತಿತ್ತು. ಬಾಪ್‌ರೇ, ಎಂದು ಸರಕ್ಕನೆ ಎದ್ದುಕೂತಳು. ಅವರೆಲ್ಲ ಎಂಟುಗಂಟೆಯ ಗಾಡಿಗೆ ಹೋಗ ಬೇಕು. ನಾನು ಹೋಗಿ ಎಲ್ಲರೂ ಗಾಡಿ ಹತ್ತಿದರೇ ಅಂತ ವಿಚಾರಿಸಿ, ಸರಸರನೆ ಹೋಗಿ ಹಲ್ಲು ತಿಕ್ಕತೊಡಗಿದಳು. ಎಲ್ಲರೂ ಎದ್ದು ಸಿದ್ಧರಾಗಿ ತಮ್ಮ ತಮ್ಮ ಚೀಲ, ಸಾಮಾನುಗಳನ್ನು ಕಟ್ಟಿ, ಶೀಲಾ ಸೋಮಾರಿ, ಮರೆತೂಬಿಡ್ತಾಳೆ. ಮುಖ ತೊಳೆದು ಸಲ್ವಾರ್‌ಕಮೀಜ್ ಹಾಕಿ ಕೊಂಡು ಚೀಲ ಹಿಡಿದು ಲಿಫ್ಟ್ ಹೊಕ್ಕು ಕೆಳಗೆ ಬಂದರೆ ಕಾರ್ಯವಾಹ ಕಾಯುತ್ತಿದಾನೆ. ಇನ್ನರ್ಧಗಂಟೇಲಿ ಅವರೆಲ್ಲ ಸ್ಟೇಶನ್ ತಲುಪುತಾರೆ. ನಿಮ್ಮನ್ನ ಬೇಕಾದರೆ ಆ ಹೋಟೆಲಿಗೇ ಕರಕೊಂಡು ಹೋಗ್ತೀನಿ ಎಂದ. ಕಾರಿನಲ್ಲಿ ಕೂತು ಹೋಗುವಾಗ ಸಹಸ್ರ ಸಹಸ್ರ ಗೋಪಿಯರು ಕೃಷ್ಣನನ್ನು ಪ್ರೇಮಿಸುತ್ತಿದ್ದರು. ಆರಾಧಿಸುತಿದ್ದರು. ನನ್ನನ್ನು ಅಲಕ್ಷಿಸಿ ಅವಳಲ್ಲಿ

ಮುಳುಗಿದಾನೆ ಅನ್ನುವ ಕುದಿತವಿರ್ತಿತ್ತೇ ಹೊರತು ಬೇರೆಯವಳನ್ನು ಪ್ರೀತಿಸಬಾರದು ಅನ್ನುವ ಆಗ್ರಹವಿರ್ತಿರ ಲಿಲ್ಲ. ಇಬ್ಬರು ಮೂವರು ನಾಲ್ವರು ಹೆಂಡಿರಿರುವ ಗಂಡಂದಿರು ಇರ್ತಿರಲಿಲ್ಲವೆ? ಒಬ್ಬ ಹೆಂಗಸಿಗೆ ಇಬ್ಬರು ಪ್ರೇಮಿಗಳಿರಬಾರದೆ? ಇಬ್ಬರನ್ನೂ ಭಾವಸಂತೃಪ್ತಿ ಕಾಯಸಂತೃಪ್ತಿಗಳಿಂದ ತಣಿಸುವ ಶಕ್ತಿ ಇದ್ದರೆ ಅವರಿಬ್ಬರೂ ಯಾಕೆ ಸಾಮರಸ್ಯದಿಂದ ನಡೆದುಕೊಬಾರದು? ಅವನ ಗಾಯನ, ಇವನ ನರ್ತನ, ಇಬ್ಬರೂ ಯಾಕೆ ನನಗೆ ಜೋಡಿಯಾಗಬಾರದು? ಎಂಬ ಆಲೋಚನೆ ಬಂತು. ಅದೇ ಮನಸ್ಸನ್ನು ಹಿಡಿದುಬಿಟ್ಟಿತು. ಸಿಟ್ಟಿನಿಂದ ಹೊಡೆದೆ, ಅವನು ಹೊಡೆದದ್ದರಿಂದ ಹೊಡೆದೆ, ಅದು ಸಂಚಾರಿಕ್ರಿಯೆ, ಈ ಸಂಚಾರಿಕ್ರಿಯೆ ಧ್ವನಿಸೂದೂ ಪ್ರೇಮವನ್ನೇ. ನಾನು ಅವನನ್ನೂ ಪ್ರೀತಿಸ್ತೀನಿ. ಅಲಕ್ಷ್ಯಿಸೂದಿಲ್ಲ. ಬರಸಾತಿಗೆ ಹೋಗೂದ ನಿಲ್ಲಿಸಿಲ್ಲ. ಆರಂಭದ ವಾರ, ತಿಂಗಳುಗಳ ವಿಜೃಂಭಣೆ ಇಳಿದಿದ್ದರೂ ನನ್ನ ಪ್ರೇಮ ಶಾಂತ ವಾಗಿ ಹರೀತಲೇ ಇದೆ. ಇದನ್ನ ಅವನಿಗೆ ಬಿಡಿಸಿ ಹೇಳಬೇಕು. ಎಲ್ಲರ ಎದುರಿಗೂ ಅವನ ಕೈಹಿಡಿದು ಸಾರಿ ಅನ್ನಬೇಕು. ನಾಳೆ ಬೆಳಗ್ಗೆ ಅವನು ದಿಲ್ಲಿ ತಲುಪಿದ ತಕ್ಷಣ ಬರಸಾತಿ ಮನೆಯ ಬಾಗಿಲುಮುಚ್ಚಿ ತೋಳಿನಲ್ಲಿ ಬಂಧಿಸಿ ಕಾರ್ತೀಕನನ್ನು ಗೆಳೆಯನನ್ನಾಗಿ ಸ್ವೀಕರಿಸು ಅಂತ ಬೇಡಿಕೊಬೇಕು, ಎಂಬ ಆಲೋಚನೆ ಮೂಡಿತು.

ಲಾಜಿನ ಕೆಳಭಾಗದಲ್ಲಿ ಎಲ್ಲರೂ ತಮ್ಮ ತಮ್ಮ ಚೀಲ ಪೆಟ್ಟಿಗೆಗಳೊಡನೆ ನಿಂತಿದ್ದರು. ಅವಳ ಕಣ್ಣು ಒಂದು ಹೊಳಪಿನಲ್ಲಿ ಸರ್ವೇಕ್ಷಣ ಮಾಡಿತು. ಅವನು ಇಲ್ಲ. ನಾಚಿಕೆಯಿಂದ ಮರೆಯಲ್ಲಿದಾನೆ, ಅಥವಾ ಮೊದಲೇ ಸ್ಟೇಶನ್ನಿಗೆ ಹೋಗಿದಾನೆ ಎಂಬ ಉತ್ತರ ತಕ್ಷಣ ಹೊಳೆಯಿತು. ಶೀಲಾ ಹತ್ತಿರ ಬಂದು, 'ದೀದೀ, ಒಂದುನಿಮಿಷ ಈ ಕಡೆ ಬನ್ನಿ,' ತುಸು ದೂರ ಕರೆದೊಯ್ದು, 'ಮಾಸ್ತರ್‌ಜಿ ನೆನ್ನೆ ರಾತ್ರಿ ನಾವುಗಳು ಬರುವುದರೊಳಗೇ ತಮ್ಮ ಚೀಲ ತಗೊಂಡು ಲಾಜಿನಿಂದ ಹೋದರಂತೆ. ಕೌಂಟರಿನವರು ಈಗ ಬೆಳಗ್ಗೆ ಹೇಳಿದರು.'

ಮನೋಹರಿಯ ಮೈ ಒಳಗೆ ಕಂಪನವಾಯಿತು. ನಾನು ಎಲ್ಲರೆದುರಿಗೂ ಕೈಹಿಡಿದು ಸಾರಿ ಅನ್ನುವ ಉದಾರತೀರ್ಮಾನ ಮಾಡಿಕೊಂಡು ಬಂದರೆ ಇವನು ಹೀನಕೆಲಸ ಮಾಡಿದಾನೆ, ಎಂದುಕೊಂಡಳು. ಶೀಲಾಳಿಗೆ ಸುಮ್ಮನೆ ಹೂಂ ಎಂದಳು. ಆದರೆ ಅವಳೆದುರಿಗೆ ತನ್ನ ಧಿಕ್ಕಾರವಾಗಿದೆ ಎಂಬ ಅರಿವಾಗಿ ಮತ್ತೆ ಏನಾದರೂ ಹೇಳಬೇಕೆನ್ನಿಸಿತು. ಎರಡುನಿಮಿಷದ ನಂತರ, 'ಬೇರೆ ಎಲ್ಲೋ ಇರಬಹುದು. ಅವರ ಟಿಕೇಟೂ ಈ ಗಾಡಿಗೇ ಇದೆ. ಸ್ಟೇಶನ್ನಿಗೆ ಬಂದಿರ್ತಾರೆ. ಮತ್ತೆಲ್ಲಿ ಹೋದಾರು?' ಎಂದಳು. ನಾಲ್ವರು ಹುಡುಗಿಯರು. ಜೊತೆಗೆ ನಾಲ್ವರು ಗಂಡಸರು. ಸಾರಂಗಿಯ ಸಿರಾಜುದ್ದೀನ್, ಸಿತಾರಿನ ಸರಫ಼ರಾಜ್. ಇಪ್ಪತ್ತನಾಲ್ಕು ಇಪ್ಪತ್ತೈದರವರು. ಕಾರ್ತೀಕನಿಗೆ ಮೂವತ್ತಾದರೂ ಕೃಷ್ಣನ ಪಾತ್ರದ ಕಳೆ ಇರುವವನು. ತಬಲಾದ ಜಯಸ್ವಾಲರೇ ಇದ್ದದ್ದರಲ್ಲಿ ಹಿರಿಯರು. ಮೂವತ್ತೆಂಟು. ಅವರನ್ನ ಇತ್ತ ಕರೆದು ಹೇಳಿದಳು: 'ಮೋಹನಲಾಲ್‌ಜಿ ಸ್ಟೇಶನ್ನಿನಲ್ಲಿ ನಿಮ್ಮನ್ನ ಸೇರಿಕೊಬಹುದು. ಅಕಸ್ಮಾತ್ ಅವರು ಬರದಿದ್ದರೆ ಎಲ್ಲರನ್ನೂ ನೋಡಿಕೊಳ್ಳೂ ಜವಾಬ್ದಾರಿ ನಿಮ್ಮದು. ಎಲ್ಲಾ ಪ್ರಾಯದ ಹುಡುಗೀರು. ಅವರವರ ಮನೆಗೆ ತಲುಪಿಸಿ ಆಮೇಲೆ ನೀವು ಹೋಗಬೇಕು.' ಜರೂರ್, ದೀದಿ. ಆಯೋಜಕರು ಎಲ್ಲರ ಟಿಕೀಟನ್ನೂ ನನ್ನ ಕೈಗೇ ಕೊಟ್ಟಿದಾರೆ, ಎಂದರು.

ಅವಳು ಸ್ಟೇಶನ್ನಿಗೆ ಹೋಗಲಿಲ್ಲ. ತನ್ನ ತ್ರಿತಾರಾ ಹೋಟೆಲಿಗೆ ಹಿಂತಿರುಗಿದಳು. ತಾನೂ ಸಿದ್ಧವಾಗಿ ಹನ್ನೊಂದೂವರೆಗೆ ವಿಮಾನನಿಲ್ದಾಣಕ್ಕೆ ಹೊರಡಬೇಕು. ನಾಚಿಕೆಪಟ್ಟು ಕೊಂಡಿದಾನೆ, ವಿವರಣೆ ತಲೆಯನ್ನು ತುಂಬಿಕೊಂಡಿತು. ಲಜ್ಜೆ ಕೋಪಗಳ ಮಿಶ್ರಣದ ಸಂಚಾರಿಭಾವವೋ? ವಿಶ್ಲೇಷಣೆ ತೊಡಗಿತು. ಅಥವಾ ರಾತ್ರಿಯೇ ಯಾವುದಾದರೂ ರೈಲು ಹಿಡಿದು, ಎಂಬ ಆಲೋಚನೆ ಹೊಳೆದಾಗ ಆರುಸಾವಿರ ಅವನ ಹತ್ತಿರವಿತ್ತು. ನೆನಪು ಬಂದು, ಅವನು ಅಲ್ಲಿ ತಲುಪುವ ವೇಳೆಗೆ ನಾನೂ ಮುಟ್ಟಿರ್ತೀನಿ ಎಂದು ಸ್ನಾನಕ್ಕೆ ಇಳಿದಳು.

ವಿಮಾನನಿಲ್ದಾಣಕ್ಕೆ ಹೋದಾಗ ತಿಳಿಯಿತು: ಅನಿವಾರ್ಯ ಕಾರಣಗಳಿಂದ ವಿಮಾನವು ಎರಡುತಾಸು ತಡವಾಗಿದೆ. ಬೇಗ ದಿಲ್ಲಿ ಮುಟ್ಟಿ ಅವನನ್ನ ಹಿಡಿದು ರಮಿಸಿ ಸಮಾಧಾನಮಾಡಿ ತಾನೂ ಸಮಾಧಾನಗೊಳ್ಳಬೇಕೆಂಬ ಕಾತರದಲ್ಲಿದ್ದವಳಿಗೆ ಆತುರದಿಂದ ಓಡುವಾಗ ಜಾರಿ ಬಿದ್ದಂತಾಯಿತು. ಬೇರೆ ದಾರಿ ಇಲ್ಲ. ಪಟ್ನಾದ ವಿಮಾನ ಯಾವಾಗಲೂ ಹೀಗೆಯೇ ಅಂತ ಕೇಳಿದ್ದ ಮಾತು ನೆನಪಿಗೆಬಂತು. ನೀವು ಹೋಗಿ. ನಿಮ್ಮ ಬೇರೆ ಕೆಲಸಗಳಿರುತ್ತವೆ ಎಂದು ಆಯೋಜಕರನ್ನು ಕಳಿಸಿದಳು. ಅವನನ್ನು ಯಾವ ಯಾವ ಮಾತುಗಳಿಂದ ರಮಿಸಬೇಕೆಂದು ಮನಸ್ಸಿನಲ್ಲೇ ವಾಕ್ಯರಚನೆ ಮಾಡಿಕೊಳ್ಳುತ್ತಾ ಕುಳಿತಳು. ತುಸುಹೊತ್ತಿಗೆ ಧ್ವನಿವರ್ಧಕದಲ್ಲಿ ಒಂದು ಘೋಷಣೆಬಂತು. ದಿಲ್ಲಿಯ ಯಾನ ಇನ್ನೂ ಒಂದುತಾಸು ತಡವಾಗುವ ಸಂಭವವಿದೆ. ಚೆಕ್‌ಇನ್ ಮಾಡಿರುವ ಪ್ರಯಾಣಿಕರೆಲ್ಲ ಕೂಪನ್ ಪಡೆದು ಲಘು ಆಹಾರ ಸ್ವೀಕರಿಸಬಹುದು. ಒಂದುತಾಸು..... ಸಂಭವ ಅಂದರೆ ಅನಿರ್ದಿಷ್ಟವೇ. ಕೋಪಬಂತು. ತಡಮಾಡಿದಷ್ಟೂ ಅವನ ಕೋಪ ಗಟ್ಟಿಕಟ್ಟುತ್ತೆ. ಅವನು ಮನೆ ಮುಟ್ಟಿದ ಬೆನ್ನಲ್ಲಿಯೇ ಹೋಗಿ ತೋಳಿನಮಾಲೆ ಹಾಕಿ ಚುಂಬನದ ವೃಷ್ಟಿ ಕರೆದು ಆರ್ದ್ರನಯನಗಳ ತಂಪಿನಲ್ಲಿ ತಣಿಸುವ ಆತುರದಲ್ಲಿದ್ದವಳಿಗೆ ಎಂಥ ರಗಳೆ! ನೇಣುಗಟ್ಟಿಸಬೇಕು ವಿಮಾನದವನನ್ನ. ಅವನ ಲಘು ಆಹಾರವೂ ಬೇಡ, ಗುರು ಆಹಾರವೂ ಬೇಡ, ಎಂದುಕೊಂಡಳು.

ಒಂದೂವರೆಗೆ ಹೊರಡಬೇಕಾದ ವಿಮಾನ ಐದೂವರೆಗೆ ಹೊರಟಿತು. ತನ್ನ ಸೂಟ್ ಕೇಸನ್ನು ಮನೆಯಲ್ಲಿ ಎಸೆದು ಕಾರು ನಡೆಸಿಕೊಂಡು ಗ್ರೀನ್‌ಪಾರ್ಕಿಗೆ ಬಂದು ನಿಂತು ಪಕ್ಕದ ಬಾಗಿಲಿನ ಬದಿಗಿದ್ದ ಬರಸಾತಿ ಮನೆಯ ಕರೆಗಂಟೆ ಒತ್ತಿದರೆ ಉತ್ತರವಿಲ್ಲ. ಬೀದಿಗೆ ಬಂದು ಕತ್ತೆತ್ತಿ ನೋಡಿದರೆ ಬರಸಾತಿಯಲ್ಲಿ ದೀಪವಿಲ್ಲ. ಊಟಕ್ಕೆ ಹೋಗಿರಬಹುದೇ ಎಂಬ ಆಲೋಚನೆ ಬಂದರೂ ಹೇಗಾದರೂ ಸರಿ ಎಂದು ಕೆಳಗೆ ವಾಸಿಸುವ ಮಾಲೀಕರ ಮನೆಯ ಕರೆಗಂಟೆ ಒತ್ತಿದಳು. ಬಾಗಿಲು ತೆರೆದ ಒಡತಿ, 'ಹ್ಞಾ, ಬನ್ನಿ ಬನ್ನಿ' ಎಂದು ಒಳಗೆ ಹೋಗಿ ಬೀಗದಕೈ ತಂದು, 'ನೀವು ಬಂದರೆ ಕೊಡಿ ಅಂತ ಕೊಟ್ಟುಹೋದರು' ಎಂದಳು.

'ಎಲ್ಲಿಗೆ ಹೋದರು?' ಇವಳು ಗಾಬರಿಯಿಂದ ಕೇಳಿದಳು.

'ಹೇಳಲಿಲ್ಲ.'

ಇವಳು ಸರಸರನೆ ಮೆಟ್ಟಿಲು ಹತ್ತಿ ಹೋಗಿ ನೋಡಿದಳು. ಖಾಲಿಮಾಡಿದಾನೆ. ತನ್ನ ಬಟ್ಟೆಬರೆ ಸಮೇತ. ಮಂಚ, ಸೋಫ಼, ಲೋಟ ತಂಬಿಗೆ ಸುರೈಗಳು ಮಾತ್ರ ಇವೆ. ನಾನು ತಂದಿಟ್ಟಿದ್ದ ತಂಬೂರಿಯೂ ಇದೆ. ಹತ್ತಿರ ಆರುಸಾವಿರ ಇತ್ತು. ಹೊಡೆದುಕೊಂಡು ಹೋದ. ಆರುಸಾವಿರ ಹೊಡೆದುಕೊಂಡು ಹೋದ ಎಂಬ ಅರಿವಾದಾಗ ಕೋಪಬಂತು. ಅವಳಿಗೇ ಅರ್ಥವಾಗದ ಸಮಾಧಾನವೂ ಆಯಿತು. ಇಂಥವನಿಗೆ ಯಾಕೆ ಕೊರಗಬೇಕು? ಕಳ್ಳ, ಮೋಸಗಾರ, ಎಂದುಕೊಂಡಳು. ಎಲ್ಲಿಗೆ ಹೋಗಿರಬಹುದು? ಎಂಬ ಕುತೂಹಲ ಮಾತ್ರ ನಿಲ್ಲಲಿಲ್ಲ. ದಿಲ್ಲಿಯಲ್ಲೇ ಯಾರಾದರೂ ಗುರುತಿನೋರನ್ನ ಹುಡುಕಿಕೊಂಡು. ನೆನಸಿಕೊಂಡಳು. ಯಾರೂ ಅಂಥ ಗುರುತಿನೋರು ಕಾಣಲಿಲ್ಲ. ತನ್ನ ನರ್ತನವಲಯದ ಹೊರಗೆ ಅವನಿಗೆ ಯಾರ ನಿಕಟತೆಯೂ ಇಲ್ಲ. ಮುಂಬಯಿಗೆ ಹೋಗಿಬಿಟ್ಟನೆ, ಆ ಹೆಂಡತಿಯ ತೆಕ್ಕೆಗೆ, ನೋಡು ಆರುಸಾವಿರ ತಂದಿದೀನಿ, ಆ ಡಾನ್ಸರ್‌ಗೂ ನನಗೂ ಇನ್ನು ಎಂದೆಂದಿಗೂ ಸಂಬಂಧವಿಲ್ಲ, ನೀನು ಹೇಳಿದ ಹಾಗೆ ಕೇಳ್ತೀನಿ ಅಂತ, ಹಳೆಯ ಹೆಂಡತಿಯ ಕಾಲು ಹಿಡಿಯುಕ್ಕೆ? ಮನಸ್ಸಿಗೆ ಕಸಿವಿಸಿಯಾಯಿತು. ಅವನು ಒಬ್ಬನೇ ಏನುಬೇಕಾದರೂ ಮಾಡಿಕೊಳ್ಳಲಿ. ಹಣವನ್ನ ಅವನೇ ಇಟ್ಟುಕೊಳ್ಳಲಿ. ಆದರೆ ಇನ್ನೊಬ್ಬ ಹೆಂಗಸಿನ ಶರಣುಹೋದ, ಅದರಲ್ಲಿಯೂ ಯಾರನ್ನು ಬಿಟ್ಟು ತನ್ನ ಶರಣುಬಂದಿದ್ದನೋ ಮತ್ತೆ ಅವಳನ್ನೇ ಹುಡುಕಿ ಕೊಂಡು ಹೋದನೆಂಬ ಕಲ್ಪನೆಯೇ ಹೊಟ್ಟೆಯೊಳಗೆ ಚೂರಿಯಿಂದ ಇರಿದಂತಾಗುತ್ತಿತ್ತು. ಸಿಟ್ಟಿನಲ್ಲಿ ನನ್ನಿಂದ ದೂರಹೋಗುವ ತೀರ್ಮಾನ ಮಾಡಿದಾನೆ. ಆ ಹಣ ಬಿಟ್ಟರೆ ಹತ್ತಿರ ಬೇರೆ ಕಾಸಿಲ್ಲ. ತಗಂಡುಹೋಗಿದಾನೆ, ಎಂಬ ಸಹಾನುಭೂತಿಯೂ ಹುಟ್ಟಿತು. ನೀನು ಮತ್ತೆ ಆ ಹೆಂಡತಿಯ ತೋಳಿಗೆ ಬೀಳದಿದ್ದರೆ, ನಾನು ಹಣವನ್ನ ಮಾಫ಼ಿ ಮಾಡ್ತೀನಿ. ಮತ್ತೆ ಆರುಸಾವಿರ ಬೇಕಾದರೂ ಕೊಡ್ತೀನಿ. ಹಣ ಬೇಕು ಅಂತ ಒಂದು ಫ಼ೋನುಮಾಡು ಸಾಕು, ಎಂದು ಮನಸ್ಸಿನಲ್ಲೇ ಅವನಿಗೆ ಹೇಳಿದಳು. ವಾಪಸು ಮನೆಗೆ ಕಾರು ನಡೆಸುವಾಗ ಬರಸಾತಿ ಮನೆ ಖಾಲಿಮಾಡಿ ಲೆಕ್ಕ ಮುಗಿಸಬೇಕು ಎಂಬ ನೆನಪಾಯಿತು. ನೋಟಿಸ್ ಕೊಡದೆ ಖಾಲಿಮಾಡೂದರಿಂದ ಮುಂದಿನ ಮೂರು ತಿಂಗಳ ಬಾಡಿಗೆ ಕೇಳ್ತಾರೆ. ಹ್ಯಾಗೂ ಖಾಲಿ ಬಾಡಿಗೆ ತಗೋತಾರೆ, ಮೂರುತಿಂಗಳು ನಾನೇ ವಶದಲ್ಲಿಟ್ಟುಕೊಂಡಿದ್ದರೆ ಹ್ಯಾಗೆ? ಕಾರ್ತೀಕನನ್ನು ಅಲ್ಲಿ ಇಟ್ಟು, ಎಂಬ ಇನ್ನೊಂದು ಉಪಾಯ ಹೊಳೆಯಿತು. ಈಗ ಈ ಹೊಟ್ಟೆಕಿಚ್ಚಿನವನು ಇಲ್ಲದಿರುವಾಗ ಕಾರ್ತೀಕ ಶಾಲೆಯಲ್ಲಿದ್ದರೇನು, ಪ್ರತ್ಯೇಕ ಇದ್ದರೇನು? ಎಂಬ ಆಲೋಚನೆ ಬಂದರೂ ಬಿಟ್ಟಿ ಬಾಡಿಗೆ ಕೊಡುವ ಬದಲು ನನ್ನ ವಶದಲ್ಲೇ ಇಟ್ಟು ಕೊಂಡು ಮೂರುತಿಂಗಳಾದರೂ ಕಾರ್ತೀಕನ ಜೊತೆ ಸಂಪೂರ್ಣ ಏಕಾಂತ ಯಾಕೆ ಪಡೆಯಬಾರದು? ಮಂಚ ಕುರ್ಚಿ ಎಲ್ಲವೂ ಇವೆ, ಎಂಬ ಉಪಯೋಗ ಕಾಣಿಸಿತು.

'ಹ್ಯಾಗಾಯಿತು ಪ್ರೋಗ್ರಾಂ?' ಅವರ ನಿತ್ಯದ ಕೋಟಾ ಒಂದು ಪೆಗ್ಗನ್ನು ಕೈಗೆ ಕೊಟ್ಟಾಗ ಗುರೂಜಿ ಕೇಳಿದರು.

'ಶುರೂನಲ್ಲೇ ಮೂಡ್ ಕೆಟ್ಟಿತು. ನಿಂದತಿ ಚಂದನಮಿಂದುಕಿರಣಮನುವಿಂದತಿ

ಖೇದ ಮಧೀರಂ ಮಧ್ಯಲಯ ದರ್ಬಾರಿಯಲ್ಲಿ ಹಾಡುವ ಬದಲು ಮೋಹನಲಾಲ ರಾಗದ ವಿಲಂಬಿತ ಆಲಾಪ ಶುರುಮಾಡಿ ಮಂದ್ರಕ್ಕೆ ಇಳಿದುಬಿಟ್ಟ. ನಾನೆಂಥ ಅಭಿನಯ ಮಾಡೂದು?'

'ಯಾಕೆ ಹಾಗೆ ಮಾಡಿದ?' ಅವರು ಕೇಳಿದರು.

'ಹೊಟ್ಟೆಕಿಚ್ಚು' ಎಂದವಳು ಅವರು ಯಾಕೆ ಹೊಟ್ಟೆಕಿಚ್ಚು ಎಂಬ ಪ್ರಶ್ನೆ ಕೇಳಿದರೆ ಕಾರ್ತಿಕನ ಹಿನ್ನೆಲೆಯನ್ನು ಹೇಳಬೇಕಾಗುತ್ತೆ ಅಥವಾ ಅನಾವಶ್ಯಕ ಮಾಹಿತಿ ಕೊಡಬೇಕಾಗುತ್ತೆ ಎಂಬ ಎಚ್ಚರ ಮೂಡಿ 'ಸಂಗೀತಗಾರರಿಗಿರುತ್ತಲ್ಲ ದುರಾಸೆ, ತಾವು ಕೇಳಿದಷ್ಟು ಹಣ ಕೊಡದೆ ಇದ್ದರೆ ಪ್ರೋಗ್ರಾಂ ಕೆಡಿಸೂದು,' ಎಂದಳು. ಅವರು ಮಾತನಾಡಲಿಲ್ಲ. ಕೈಗೆ ಬಂದ ಲೋಟವನ್ನು ಹೀರತೊಡಗಿದರು. ಅವಳು ಹೋಗಿ ಬಟ್ಟೆಬದಲಿಸಿ ಅಡುಗೆಯನ್ನು ಬಿಸಿಮಾಡಿ ಟೇಬಲ್ ಮೇಲಿಟ್ಟು ಅವರನ್ನು ಕೂಗಿದಳು. ಊಟ ಮಾಡುವಾಗ ಅವರು ತಾವಾಗಿಯೇ ಹೇಳಿದರು:

'ಅವನನ್ನ ನೋಡಿದರೆ ಹಣಕ್ಕಾಗಿ ಪ್ರೋಗ್ರಾಂ ಕೆಡಿಸೂ ಜಾತಿಯಲ್ಲ ಅನ್ನಿಸುತ್ತೆ.'

'ಹ್ಯಾಗೆ ಹಾಗಂತೀರಿ ಅವನ ಪಕ್ಷವಹಿಸಿ?'

'ಪಕ್ಷವಹಿಸೂ ಮಾತಲ್ಲ. ಅವನ ಸ್ವಭಾವ ನನಗೆ ಅನ್ನಿಸೂದರಮೇಲೆ ಹಾಗಂದೆ. ಶುದ್ಧ ಸಂಗೀತಗಾರರನ್ನ ನೇಮಿಸಿಕೊಂಡರೆ ಹಾಗೆಯೇ. ಅವರ ಲಹರಿ ಯಾವತ್ತೂ ಆಲಾಪ, ಸ್ವರವಿಸ್ತಾರದ ಕಡೆಗೇ. ಲಯವನ್ನ ನಿಧಾನ ಮಾಡಿ ತಾಳವನ್ನ ನಿಷ್ಕ್ರಿಯ ಮಾಡಿ ಬಿಡ್ತಾರೆ.'

ಅವಳು ಮಾತನಾಡಲಿಲ್ಲ. ಮಾತನಾಡಿದಷ್ಟೂ ಹೆಚ್ಚಿನ ವಿವರ ಹೇಳಬೇಕಾಗುತ್ತೆ. ಕಾರ್ತಿಕನ ಬಗೆಗೆ ಹೆಚ್ಚು ತಿಳಿಸಬಾರದು ಎಂದುಕೊಂಡಳು. ರಾತ್ರಿ ಮಲಗಿದಾಗ ಅವರಿಗೆ ನಿದ್ರೆಬಂತು. ಹಲ್ಲಿಲ್ಲದೆ ಆಕಾರಗೆಟ್ಟ ತುಟಿಗಳಿಂದ ಆಕಾರಗೆಟ್ಟ ಸಪ್ಪಳ ಮಾಡುತ್ತಾ ಗೊರಕೆ ಬಿಡಲಾರಂಭಿಸಿದರು. ಅದು ಅಭ್ಯಾಸವಾಗಿದ್ದ ಅಡ್ಡಿಯಾಗಿದ್ದರೂ ಈ ದಿನ ಅದೇ ದೊಡ್ಡ ಅಡಚಣೆಯಾಯಿತು. ಎಷ್ಟೋ ಹೊತ್ತು ಹೊರಳಾಡಿದಮೇಲೆ ಸ್ವಲ್ಪ ಗೊರಕೆ ನಿಲ್ಲಿಸಿ ಎಂದು ಅವರ ಭುಜ ಅಲುಗಿಸಬೇಕೆನ್ನುವ ಮನಸ್ಸಾಯಿತು. ಆದರೆ ಅವರ ನಿದ್ರೆ ಹಾಳು ಮಾಡುವ ಮನಸ್ಸಾಗಲಿಲ್ಲ. ಮಂಚದಿಂದ ಕೆಳಗಿಳಿದು ಮೆಟ್ಟಿಲು ಹತ್ತಿ ಮಹಡಿಯ ಕೋಣೆಗೆ ಹೋಗಿ ಮಲಗಿದಳು. ನಿಶ್ಶಬ್ದವಿತ್ತು. ಇನ್ನೇನು ನಿದ್ರೆ ಬರುತ್ತೆ ಎಂಬಷ್ಟರಲ್ಲಿ ಮೊದಲ ದಿನ ಅವನು ಬಾಗೇಶ್ರೀ ಹಾಡಿ ನಾನು ಗುರೂಜಿ ಇಬ್ಬರೂ ನರ್ತಿಸಿದ ರಾತ್ರಿ ಗುರೂಜಿ ಮೂರು ಪೆಗ್ ಕುಡಿದು ಗಾಢನಿದ್ರೆಗೆ ಇಳಿದಾಗ ತಾನು ನಿಶ್ಶಬ್ದವಾಗಿ ಮೆಟ್ಟಿಲು ಹತ್ತಿ ಇದೇ ಕೋಣೆಯ ಇದೇ ಹಾಸಿಗೆಗೆ ಬಂದು ಅವನನ್ನು ಸೇರಿದ ನೆನಪು ತುಂಬಿಬಂತು. ಮೂರೂವರೆ ವರ್ಷವಾಯಿತಲ್ಲವೆ? ಎಲ್ಲಿ ಹೋಯಿತು ಆ ಉತ್ಕಟತೆ? ಎಂಬ ಹುಡುಕಾಟ ತೊಡಗಿತು. ಕಾರ್ತಿಕ ಬಂದಮೇಲೆ ಇಳಿದುಹೋಯಿತೆ? ಎಂದು ನೆನಪನ್ನು ಕೆದಕಿ ಕೊಂಡಳು. ಇಲ್ಲ, ಅದಕ್ಕೂ ಮೊದಲೇ ತಣ್ಣಗಾಗುತ್ತಿತ್ತು. ಕಾರ್ತಿಕ ಬಂದಮೇಲೆ ಮತ್ತೆ

ಬೆಚ್ಚಗಾಯಿತು. ಬಿಸಿ ಏರಿತು, ಎನ್ನಿಸಿತು. ಕಾರ್ತೀಕ, ಈಗ ನೀನು ಇಲ್ಲಿರಬೇಕಿತ್ತು, ನನ್ನ ತೋಳಿನಲ್ಲಿ. ನನ್ನ ವಿಹ್ವಲತೆಯನ್ನು ಶಮನಗೊಳಿಸುತ್ತಾ. ನಾನೊಬ್ಬಳೇ ಇಲ್ಲಿ, ನೀನೊಬ್ಬನೇ ಅಲ್ಲಿ. ಯಾವ ಸಾರ್ಥಕಕ್ಕೆ ಈ ಒಂಟಿತನ! ಎಂಟುದಿನವಾಯಿತು ನಿನ್ನನ್ನು ಏಕಾಂತದಲ್ಲಿ ಸಂಧಿಸಿ. ಬೆಳಗು ಮಧ್ಯಾಹ್ನವೆಲ್ಲ ತಾಲೀಮು. ಸಂಜೆ ಪಾಠಗಳು. ಏಳೂವರೆಯ ಮೇಲೆ, ಬರಸಾತಿಯವನು ಬಂದಾನೆಂಬ ಆತಂಕ. ನಾಳೆ ಮಧ್ಯಾಹ್ನ ಪೂರ್ತಿ ನಮ್ಮದಾಗಬೇಕು. ಬರಸಾತಿ ಮನೆಗೆ ಬಿಟ್ಟಿ ಬಾಡಿಗೆ ಕೊಡುವ ಖೇದವೂಬೇಡ, ಎಂಬ ಸಮಾಧಾನ ತಂದು ಕೊಳ್ಳುವಾಗ ಅವನಿಗೆ ನಿಜವಾಗಿಯೂ ವಿಲಂಬಿತ ಆಲಾಪದ ಲಹರಿ ಬಂತೆ? ನರ್ತನ ಮಾಡುವ ನನ್ನ ಚಲನೆಯನ್ನು ನೋಡುವ ಬದಲು ಸಭೆಯ ಮುಂದಿನ ಸಾಲಿನಲ್ಲಿ ಕೂತು ಕೈಸನ್ನೆ ಮಾಡುತ್ತಿದ್ದ ಆ ಮುದುಕನನ್ನು ನೋಡುತ್ತಾ ಮಂದ್ರಕ್ಕೆ ಇಳಿಯುತ್ತಿದ್ದನಲ್ಲ! ನೆನಪುಬಂತು. ಪ್ರೋಗ್ರಾಂ ಕೆಡಿಸಬೇಕೆಂದೇ ಮಾಡಲಿಲ್ಲ ಎನ್ನುವ ಆಲೋಚನೆ ಬಂದಾಗ ತುಸು ಹಿತವಾಯಿತು. ಹಾಗಾದರೆ ಕಾರ್ತೀಕನಮೇಲೆ ಹೊಟ್ಟೆಕಿಚ್ಚಿಲ್ಲ! ಇಬ್ಬರಿಗೂ ಗೆಳೆತನ ಏರ್ಪಡಿಸಬಹುದೆ? ಎಂಬ ಆಶೆಯ ಕಿರಣ ಗೋಚರಿಸಿತು. ಆದರೆ ಬಿಟ್ಟು ಓಡಿಬಿಟ್ಟಿದಾನಲ್ಲ, ಎಲ್ಲಿ ಅಂತ ಹಿಡಿಯೂದು? ದುಡುಕಿಬಿಟ್ಟೆನೆ? ವಿದ್ಯಾರ್ಥಿನಿಯರ ಎದುರಿಗೆ ಕೋಪ ತೋರಿಸಬಾರದಾಗಿತ್ತು, ಖೇದ ಹುಟ್ಟಿತು.

ಮರುಮಧ್ಯಾಹ್ನ ಬರಸಾತಿ ಮನೆಯಲ್ಲಿ ಕಾರ್ತೀಕನನ್ನು ಶಾಂತ ಸುದೀರ್ಘವಾಗಿ ಸಂಧಿಸಿ ಮಲಗಿದ್ದಾಗ ಮೋಹನ ಹೊರಟು ಹೋಗಿರುವುದನ್ನು ತಿಳಿಸಿದಳು. ತನ್ನ ಅವನ ಸಂಬಂಧವನ್ನು ಹೇಳಲಿಲ್ಲ. ಅವನಿಗೂ ಇವನಿಗೂ ಗೆಳೆತನ ಏರ್ಪಡಿಸಬೇಕಾದ ಸನ್ನಿವೇಶವೇ ಇಲ್ಲವಾಗಿರುವಾಗ ಹೇಳುವ ಅಗತ್ಯವಾದರೂ ಏನುಂಟು? ಎಂದುಕೊಂಡಳು. 'ಅವರು ಶುದ್ಧಶಾಸ್ತ್ರೀಯದವರು. ನರ್ತನಕ್ಕೆ ಹಾಡೂದು ಅಂದರೆ ಮೊದಲಿನಿಂದ ಮೂಗು ಮುರೀ ತಿದ್ದರು,' ಎಂದಷ್ಟೇ ಬಿಟ್ಟುಕೊಟ್ಟಳು.

ಮನೋಹರೀಜೀ, ಅವನು ಮಾತು ಶುರುಮಾಡಿದ್ದ. ಅವಳು ಅಷ್ಟರಲ್ಲಿ ತಡೆದು, 'ಜೀ ಅನ್ನೂದ ಬಿಟ್ಟುಬಿಡೋ ಯಾರ್ ಅಂತ ಹೇಳಲಿಲ್ಲವೇನೊ?' ಎಂದಳು. ಮೊದಲು ಅವನು ಇತರ ಹಿರಿಯ ವಿದ್ಯಾರ್ಥಿಗಳಂತೆ ದೀದಿ ಅಂತಿದ್ದ. ಪ್ರೇಮಸಂಬಂಧವೇರ್ಪಟ್ಟ ಮೇಲೆ ಅದನ್ನು ಬಿಟ್ಟು ಮನೋಹರೀಜಿ ಅಂತಾನೆ. ನಾನು ಹತ್ತುವರ್ಷಕ್ಕೆ ಹಿರಿಯಳೆಂಬ ಭಾವನೆಯನ್ನ ಹೊಡೆದು ಹಾಕಲಾರದ ಕಷ್ಟವೇ ಇದು? ಎಂಬ ಅನುಮಾನ ಹುಟ್ಟಿತು. 'ಇಲ್ಲಿ ನೋಡು. ಇನ್ನೊಂದುಸಲ ಜೀ ಅಂದರೆ' ಎಂದು ಅವನ ಕೆನ್ನೆಗೊಂದು ಹುಸಿಪೆಟ್ಟು ಕೊಟ್ಟು, 'ನೋವಾಯಿತಾ? ಅಯ್ಯೋ ಪಾಪ!' ಎಂದು ಪೆಟ್ಟುಬಿದ್ದ ಜಾಗಕ್ಕೆ ಒಂದು ಮುತ್ತಿಟ್ಟು, 'ನಾವಿಬ್ಬರೂ ಸಮ. ನೀನೇ ದೊಡ್ಡೋನು. ತಿಳಕ. ಇಲ್ಲಿ ನೋಡು' ಎಂದು ಅವನ ಶರೀರವನ್ನು ತನ್ನ ಶರೀರದಿಂದ ಅಳತೆ ಹಾಕಿ, ನನ್ನ ಪಾದದ ಆಚೆಗಿವೆ ನಿನ್ನ ಪಾದಗಳು. ಅಂದರೆ ಅರ್ಧ ಅಡಿ,' ಎಂದಳು.

ಅವನ ಮುಖ ಅರಳಿತು. 'ಅವರೊಬ್ಬರೇ ಗಾಯಕರೇನು ಪ್ರಪಂಚದಲ್ಲಿ? ವಾಸ್ತವವಾಗಿ ಶುದ್ಧಗಾಯಕರನ್ನ ಸೇರಿಸಿಕೊಂಡರೆ ತೊಡಕೇ ಜಾಸ್ತಿ. ಕುಣಿತದ ಲಯ ಗೊತ್ತಿಲ್ಲದವನನ್ನು

ಹತ್ತಿರಕ್ಕೇ ಸೇರಿಸಬಾರದು. ನರ್ತಕ ಅಥವಾ ನರ್ತಕಿಯೇ ಪ್ರಧಾನ. ಗಾಯಕನು ಅವನಿಗೆ ಸಾಥಿದಾರ ಮಾತ್ರ. ಬೇರೊಬ್ಬ ಗಾಯಕನನ್ನ ಗೊತ್ತುಮಾಡು. ಇದೇ ಅಷ್ಟಪದಿ ರಚನೆಯನ್ನ ಒಂದು ವಾರದಲ್ಲಿ ಮತ್ತೆ ತಯಾರು ಮಾಡಿ ಕಾರ್ಯಕ್ರಮ ಮಾಡಾಣ.' ಅವಳಿಗೆ ಖುಷಿ ಯಾಯಿತು. ಒಂದೇ ವಾರದಲ್ಲಿ ಮಾಡಬೇಕು. ದೊಡ್ಡ ಪ್ರಚಾರವಾಗಬೇಕು. ಪತ್ರಿಕೆಗಳೆಲ್ಲ ಹೊಗಳಬೇಕು. ಅವನಿಗೆ ಗೊತ್ತಾಗಿ ಅಹಂಕಾರ ಇಳಿಯಬೇಕು, ಎಂದುಕೊಂಡಳು.

ಮೊದಲು ಅವಳಿಗೆ ಸಂಗೀತದ ಸಾಥಿ ಕೊಡುತ್ತಿದ್ದ ದುರ್ಗಾಪ್ರಸಾದನೇ ಸಿಕ್ಕಿದ. 'ಪಂಡಿತ್‌ಜೀ, ನಿಮಗೆ ಬೇಸರವಾಗಿರೂದು ಸಹಜವೇ. ದೊಡ್ಡ ಸಂಗೀತಗಾರ ಅಂತ ಬಾಗೇಶ್ರೀ ರೂಪಕಕ್ಕೆ ಅವರನ್ನ ಇಟ್ಟುಕೊಂಡೆ. ವಸ್ತು ಇದ್ದದ್ದೇ ಹಾಗೆ. ಅದನ್ನ ನೀವು ಹಾಡುಕ್ಕೆ ಸಾಧ್ಯವಿರಲಿಲ್ಲ. ಆದರೆ ಆತ ಉಳಿದದ್ದನ್ನೂ ತಾನೇ ಹಾಡ್ತೀನಿ ಅಂತ ಹಟ ಹಿಡಿ ದರು. ನಿಮ್ಮನ್ನ ಬಿಡಿಸಬೇಕು ಅಂತ ನನಗೆ ಸ್ವಲ್ಪವೂ ಇರಲಿಲ್ಲ. ಆದರೆ ಏನು ಮಾಡ್ತೀರ? ಒಂದೊಂದುಸಲ ಒಬ್ಬೊಬ್ಬರ ಹಟಕ್ಕೆ ಬಲಿ ಬೀಳಬೇಕಾಗುತ್ತೆ. ಮೊದಲಿನಂತೆ ನೀವೇ ಇನ್ನುಮೇಲೆ ನಮಗೆ ಖಾಯಂ ಗಾಯಕರು,' ಎಂದಳು.

'ಮೋಹನಲಾಲನಿಗೆ ಯಾವ ಸ್ವರಜ್ಞಾನವಿದೆ ಅಂತ ತಿಳಿದಿದ್ದಿರಿ ದೀದೀ? ಸಿನಿಮಾಕ್ಕೆ ಹೊಂದುವಂಥ ಆವಾಜ್ ಇದ್ದರೆ ಸಂಗೀತವಾಗುತ್ತಾ?'

'ನೀವು ಹೇಳೂದು ನಿಜ. ಅದು ನನಗೂ ಅರ್ಥವಾಯಿತು. ಅದಕ್ಕೇ ಅವರನ್ನ ಕಳಿಸಿದೆ.'

ಮತ್ತೆ ಸೇರಿಕೊಳ್ಳಲು ದುರ್ಗಾಪ್ರಸಾದನಿಗೆ ಇಷ್ಟು ಸಾಕಾಯಿತು.

ದಿಲ್ಲಿಯ 'ನೂಪುರ'ದವರು ಈ ರೂಪಕವನ್ನು ಆಯೋಜಿಸಿದರು. ಇನ್ನು ಒಂದು ತಿಂಗಳಿಗೆ ಪ್ರದರ್ಶನ. ಕಮಾನಿ ಸಭಾಗೃಹವೇ ಸಿಕ್ಕಿತು. ಒಳ್ಳೆಯ ಪ್ರಚಾರವೂ ಸಿಕ್ಕಿತು. ಇದರ ವೈಶಿಷ್ಟ್ಯದ ಬಗೆಗೆ ಎರಡು ಇಂಗ್ಲಿಷ್ ಮತ್ತು ಮೂರು ಹಿಂದೀ ಪತ್ರಿಕೆಗಳಲ್ಲಿ ಕಿರು ಪರಿಚಯ ಪ್ರಕಟವಾಯಿತು. ಇದು ತನ್ನ ಹೆಸರನ್ನು ನಾಲ್ಕು ಮೆಟ್ಟಿಲಾದರೂ ಮೇಲೆ ಎತ್ತ ಬೇಕೆಂದು ಮನೋಹರಿ ಹಟತೊಟ್ಟಳು. ಇತರ ಹುಡುಗಿಯರು, ಕಾರ್ತೀಕ, ದುರ್ಗಾಪ್ರಸಾದ, ವಾದ್ಯದವರು ಎಲ್ಲರನ್ನೂ ಕೂಡಿಸಿ ತಾಲೀಮು ನಡೆಸಿದಳು. ಇದು ಅದ್ಭುತ ಯಶಸ್ಸು ಕಾಣುತ್ತದೆಂದು ತಂಡದ ಎಲ್ಲರೂ ಉತ್ಸುಕರಾದರು.

– ೨ –

ಒಂದು ಅಪರಾಹ್ಣ ಅವಳಿಗೊಂದು ಫೋನ್‌ಬಂತು. "ಮೇಡಂ ನನ್ನ ಹೆಸರು ಡಿ.ಎಲ್. ಗುಹಾ. ಧನಿಕಲಾಲ್ ಗುಹಾ. ಪತ್ರಕರ್ತ. 'ನೂಪುರ'ದವರು ಆಯೋಜಿಸಿರುವ 'ಪರಿಕ್ರಮ' ರೂಪಕದ ಬಗೆಗೆ ನಿಮ್ಮನ್ನೊಂದು ಸಂದರ್ಶನ ಮಾಡಬೇಕೆಂದಿದೀನಿ. ನಿಮ್ಮ ರಿಹರ್ಸಲ್‌ನ ಎರಡು ಫೋಟೋಗಳು ಬೇಕು. ನಾನೇ ನನ್ನ ಕ್ಯಾಮರಾದಲ್ಲೇ ತಗೋತೀನಿ.

ಸಂದರ್ಶನ ಕೊಡ್ತೀರಾ?"

ಅವಳಿಗೆ ಖುಷಿಯಾಯಿತು. ಉದ್ವಿಗ್ನತೆಯುಂಟಾಯಿತು. ಸಿನಿಮಾದವರು ಮಾಡುವ ಪ್ರಿ ಪಬ್ಲಿಸಿಟಿಯಂತೆ ರಿಹರ್ಸಲ್‌ನ ಫೋಟೋಗಳೇ ಪ್ರಕಟವಾದರೆ ಟಿಕೇಟ್‌ಗಳು ಎರಡು ದಿನದಲ್ಲಿ ಖತಂ. ಇದುವರೆಗೆ ಬೇರೆ ಯಾವ ನೃತ್ಯಕೃತಿಗೂ ನರ್ತಕರಿಗೂ ಇಂಥ ಪ್ರಚಾರ ಸಿಕ್ಕಿಲ್ಲವೆಂಬ ನೆನಪುಬಂತು. 'ಜರೂರ್ ಬನ್ನಿ. ಈಗ ಐದುಗಂಟೆಗೆ ರಿಹರ್ಸಲ್ ಆರಂಭ. ನನ್ನ ಸ್ಕೂಲ್ ಆಫ್ ಡಾನ್ಸಿಂಗ್ ನೋಡಿದೀರಾ?'

'ಮನೋಹರಿದಾಸ್ ಸ್ಕೂಲ್ ನೋಡದ ಪತ್ರಕರ್ತ ದಿಲ್ಲೀಲಿ ವೃತ್ತಿ ಮಾಡುಕ್ಕೆ ಸಾಧ್ಯವೇ?' ಅವನ ಉತ್ತರದಿಂದ ಅವಳಿಗೆ ಇನ್ನಷ್ಟು ಖುಷಿಯಾಯಿತು.

ಅವನು ಆರೂವರೆಗೆ ಬಂದ. ಮೂವತ್ತರ ವಯಸ್ಸು. ಹದವಾಗಿ ಕತ್ತರಿಸಿದ ಗಡ್ಡ. ಜೀನ್ಸ್, ಬೇಟೆಗಾರರ ಷರಟು ಧರಿಸಿದ್ದ. ಉದ್ದನೆಯ ಕೂದಲು. ಬಲಗೈಗೆ ಗಡಿಯಾರ. ಎಡಹೆಗಲಿಗೆ ಕ್ಯಾಮರಾ. ವಿನಯದಿಂದ ಬಾಗಿದ. ಹತ್ತುನಿಮಿಷ ತದೇಕಚಿತ್ತದಿಂದಲೆಂಬಂತೆ ರಿಹರ್ಸಲ್ ನೋಡಿದ ನಂತರ ಏಳೆಂಟು ಫೋಟೋ ಕ್ಲಿಕ್ಕಿಸಿದ. ನರ್ತನಶಾಲೆಯ ಮುಂಭಾಗದ ನೋಟವನ್ನೂ ತೆಗೆದ. 'ಮನೋಹರೀಜೀ, ನಿಮ್ಮನ್ನು ಪ್ರತ್ಯೇಕವಾಗಿ ಸಂದರ್ಶಿಸಬೇಕು,' ಎಂದ. ತತ್ಕಾರದಲ್ಲಿ ಗೋಪಿಯರ ನರ್ತನದ ಅಭ್ಯಾಸ ಮಾಡಿಸುವಂತೆ ಕಾರ್ತೀಕನಿಗೆ ಹೇಳಿ ಅವಳು ಈತನನ್ನು ನಾಲ್ಕು ಕುರ್ಚಿಗಳಿದ್ದ ಒಂದು ಕೋಣೆಗೆ ಕರೆದೊಯ್ದು ಫ್ಲಾಸ್ಕಿ ನಲ್ಲಿದ್ದ ಟೀ ಮತ್ತು ಬಿಸ್ಕತ್ತುಗಳನ್ನು ಕೊಟ್ಟು ತಾನೂ ಟೀ ಕಪ್ ಹಿಡಿದು ಎದುರಿಗೆ ಕೂತಳು. ಬಾಗಿಲು ಹಾಕಿದ್ದುದರಿಂದ ತಾಳದ ಸದ್ದು ಮೃದುಸಪ್ಪಳವಾಗಿ ಕೇಳಿಸುತ್ತಿತ್ತು. ಈ ಕೃತಿಯ ಕಲ್ಪನೆ ಹುಟ್ಟಿದ ಬಗೆ, ಇದರ ಕಲಾತ್ಮಕ ವೈಶಿಷ್ಟ್ಯ ಮೊದಲಾಗಿ ನಾಲ್ಕಾರು ಪ್ರಶ್ನೆಗಳನ್ನು ಕೇಳಿ ಅವಳ ಉತ್ತರವನ್ನು ಬರೆದುಕೊಂಡ ನಂತರ ಅವನು ಮುಗ್ಧ, ಆಪ್ತ ಧ್ವನಿಯಲ್ಲಿ ಕೇಳಿದ: 'ನಿಮ್ಮಲ್ಲಿ ಮೊದಲು ಇದ್ದ ಗಾಯಕ ಮೋಹನಲಾಲಜಿ ಹೊರಟು ಹೋದರಂತೆ ನಿಜವೆ?'

ಅವಳು ತುಸು ಅಧೀರೆಯಾದಳು. ತೋರ್ಪಡಿಸಿಕೊಳ್ಳದೆ ಹೂಂ ಎಂದಳು.

'ಯಾಕೆ ಹೋಧರು?'

'ಅವರು ಶುದ್ಧಸಂಗೀತಗಾರರು. ಆ ಮಾರ್ಗದಲ್ಲಿ ನಡೆಯಬೇಕು ಅಂತ ಹೋದರು,' ಅದೇ ಸರಿಯಾದ ಉತ್ತರವೆಂದು ಅವಳ ಬುದ್ಧಿ ಒಪ್ಪಿಗೆ ನೀಡಿತು.

'ಆದರೆ ಮೂರೂವರೆವರ್ಷ ನಿಮ್ಮ ಜೊತೆ ಇದ್ದರಲ್ಲ. ನೀವೂ ಅವರೂ ಒಂದೇ ಅನ್ನುವಷ್ಟು ನಿಕಟವಾಗಿ, ಐ ಮೀನ್, ಅವರ ಗಾಯನ, ನಿಮ್ಮ ನೃತ್ಯ ಎರಡೂ ಒಂದೇ ಅನ್ನುವಂತೆ.'

'ಕಲೆಯಲ್ಲಿ ತಮ್ಮ ತಮ್ಮ ಮನೋಧರ್ಮ ತಿಳಿದುಕೊಳ್ಳುಕ್ಕೆ ಸಮಯ ಹಿಡಿಯುತ್ತೆ.'

'ಅದು ಸರಿ. ಪಟ್ನಾದಲ್ಲಿ ನೀವು ಅವರ ಕೆನ್ನೆಗೆ ಹೊಡೆದು ಭುಜ ಹಿಡಿದು ದಬ್ಬಿ ಬೀಳಿಸಿ ಹೊರಗೆ ಹಾಕಿದಿರಂತೆ. ಅದಕ್ಕೇ ಅವರು ನಿಮ್ಮನ್ನು ಬಿಟ್ಟರಂತೆ. ನಿಜವೆ?'

ಈ ನೇರ ಅನಿರೀಕ್ಷಿತ ಪ್ರಶ್ನೆಯಿಂದ ಅವಳು ಕಂಗೆಟ್ಟಳು. ಅವಳ ಕಣ್ಣುಗಳು ನಿಜವನ್ನು ಬಿಟ್ಟುಕೊಟ್ಟವು. 'ಸುಳ್ಳು. ಯಾರು ನಿಮಗೆ ಹೇಳಿದರು ಹಾಗಂತ?'

'ಸುಳ್ಳಾ? ನಿಜವಾಗಿಯೂ ಸುಳ್ಳಾ?' ಅವಳ ಕಣ್ಣುಗಳನ್ನೇ ದಿಟ್ಟಿಸುತ್ತಾ ಅವನು ಕೇಳಿದ. ಅಭಿನಯದಲ್ಲಿ ಬೇಕಾದಾಗ ಬೇಕಾದ ಭಾವವನ್ನು ಸೂಚಿಸಬಲ್ಲ ಆ ಕಣ್ಣುಗಳಲ್ಲಿ ಗೊಂದಲವುಂಟಾಗಿತ್ತು. ಮನಸ್ಸು ಇವನಿಗೆ ಯಾರು ಹೇಳಿರಬಹುದು ಎಂಬ ಪ್ರಶ್ನೆಯಲ್ಲಿ ತೊಡಗಿ ಇವನನ್ನು ಎದುರಿಸುವ ತಕ್ಷಣದ ಕೆಲಸವನ್ನು ಕೈಬಿಟ್ಟಿತ್ತು. 'ನಿಮಗೂ ಅವರಿಗೂ ಯಾಕೆ ವೈಮನಸ್ಸು ಬಂತು ಹೇಳಿ.'

"ಅವೆಲ್ಲ ಕಟ್ಟಿಕೊಂಡು ನಿಮಗೇನ್ರೀ? ನಿಮಗೆ ಬೇಕಾದದ್ದು ನನ್ನ ಕಲೆ. ನೀವು ಸಂದರ್ಶನ ಕೇಳಿಬಂದದ್ದು ನನ್ನ ರಚನೆ 'ಪರಿಕ್ರಮ'ದ ವಿಷಯ." ಅವಳು ತಕ್ಷಣ ಜೋರುಮಾಡಿದಳು.

'ಸಾರಿ ಮೇಡಂ. ನಿಮ್ಮ ಖಾಸಗಿ ವಿಷಯದಲ್ಲಿ ಮೂಗು ತೂರಿಸೂದು ನನ್ನ ಉದ್ದೇಶವಲ್ಲ. ಆದರೆ ನೀವು ಅವರ ಕೆನ್ನೆಗೆ ಹೊಡೆದು ಹೊರಕ್ಕೆ ದಬ್ಬಿದುದು ಎಲ್ಲರಿಗೂ ಗೊತ್ತಿದೆ. ಎಲ್ಲ ಕಡೆಯೂ ಗುಸು ಗುಸು ಆಗಿದೆ. ನಿಜ ತಿಳಿಸೂದು ಪತ್ರಕರ್ತನಾದ ನನ್ನ ಧರ್ಮ. ನಿಮ್ಮ ಕಲೆಯ ನಿಷ್ಠ ಅಭಿಮಾನಿಯಾಗಿ ನಿಮ್ಮ ಪರವಾದ ವಿವರಣೆಯನ್ನ ಪ್ರಕಟಿಸಿ ಜನಮನದಲ್ಲಿ ನಿಮ್ಮ ಬಗೆಗೆ ಹುಟ್ಟಿರುವ ತಪ್ಪುಕಲ್ಪನೆಯನ್ನ ಹೋಗಲಾಡಿಸಬೇಕೋ ಬೇಡವೋ?'

ಅವನ ಬಗೆಗೆ ಅವಳಲ್ಲಿ ನಂಬಿಕೆ ಹುಟ್ಟಿತು. ಆದರೆ ಮರುಕ್ಷಣ ಇವನು ಠಕ್ಕು ಮಾಡುತ್ತಿರಬಹುದು ಎಂಬ ಎಚ್ಚರವೂ ಆಯಿತು. 'ಇವನ್ನೆಲ್ಲ ನಿಮಗೆ ಯಾರು ಹೇಳಿದರು?'

'ಎಲ್ಲೆಲ್ಲೂ ಹರಡಿರುವ ಸುದ್ದಿಯನ್ನ ಯಾರು ಹೇಳಿದರು ಅಂತ ಹೇಳೂದು? ನೀವು ಕೆನ್ನೆಗೆ ಹೊಡೆದು ಹೊರದಬ್ಬಿದುದು ತಪ್ಪಲ್ಲ. ತಂಡದ ಯಜಮಾನಿಗೆ ಆ ಅಧಿಕಾರ ಇದ್ದೇ ಇದೆ. ಆದರೆ ಯಾಕೆ ಹಾಗೆ ಮಾಡಿದಿರಿ ಹೇಳಿ.'

ತಾನು ಹಾಗೆ ಮಾಡಲೇ ಇಲ್ಲ ಎಂದು ತಪ್ಪಿಸಿಕೊಳ್ಳುವ ಮನಸ್ಸಾಯಿತು. ಅವನು ಬೇರೆ ಸಾಕ್ಷಿಯನ್ನ ಮುಂದಿರಿಸಿ ನೀವು ಸುಳ್ಳು ಹೇಳ್ತಿದೀರಿ ಅಂತ ಆರೋಪಿಸಬಹುದು, ಎಂಬ ಭಯವಾಯಿತು. 'ಗುಹಾಜೀ, ಈ ವಿಷಯ ಇಲ್ಲಿಗೆ ಸಾಕು. ನಿಮಗೆ ಇಷ್ಟವಿದ್ದರೆ ನನ್ನ ಹೊಸರಚನೆಯ ಬಗೆಗೆ ನಾಲ್ಕುಮಾತು ಬರೆಯಿರಿ. ಇಲ್ಲದಿದ್ದರೆ ಸುಮ್ಮನಿರಿ. ಇವೆಲ್ಲ ಸಾರ್ವಜನಿಕ ಸಂಗತಿಗಳಲ್ಲ' ಎಂದಳು. ಆದರೆ ಮರುಕ್ಷಣವೇ ಮೋಹನನೇ ಏನಾದರೂ ಪತ್ರಿಕೆಯವರಿಗೆ ಹೇಳಿಬಿಟ್ಟಿದಾನೆಯೋ? ಎಂಬ ಅನುಮಾನಬಂತು. ಒಂದುನಿಮಿಷದ ನಂತರ ತಾನು ಹೊಡೆಸಿಕೊಂಡು ದಬ್ಬಿಸಿಕೊಂಡೆ ಎಂಬ ಅವಮಾನದ ಸಂಗತಿಯನ್ನು ತಾನೇ ಹೇಳಿಕೊಳ್ಳುವುದಿಲ್ಲ ಎನ್ನಿಸಿತು. ನಮ್ಮ ತಂಡದಲ್ಲೇ ಯಾರಾದರೂ, ಯಾರಿಗೋ ಹೇಳಿ, ಸುದ್ದಿ ತಣ್ಣಗೆ ಹರಡಿ ಇವನ ಕಿವಿಗೆ ಬಿದ್ದು, ಆ ತಕ್ಷಣವೇ ಎಲ್ಲರಿಗೂ ಕಟ್ಟಪ್ಪಣೆ ಮಾಡಬೇಕಿತ್ತು ಯಾರೂ ಎಲ್ಲೂ ಏನೂ ಬಾಯಿಬಿಡಕೂಡದು ಅಂತ. ಹೊಳೆಯಲಿಲ್ಲ,

ಎಂದುಕೊಳ್ಳುವಾಗ ತಾನು ಅನ್ಯಮನಸ್ಕಳಾಗಿರುವುದನ್ನು ಅವನು ಗಮನಿಸುತ್ತಿದ್ದಾನೆಂಬ ಅರಿವಾಯಿತು.

'ಅಂತೂ ಘಟನೆ ನಡೆದದ್ದು ನಿಜ.' ಅವನು ಆ ಪಾಯಿಂಟಿನಿಂದ ಮುಂದೆ ಸರಿಯಲಿಲ್ಲ.

'ನಾನು ತಾಲೀಂ ನೋಡಬೇಕು. ಪ್ರದರ್ಶನದ ದಿನ ಹತ್ತಿರಬಂತು,' ಎಂದು ಹೇಳಿ ಅವಳು ಮೇಲೆ ಎದ್ದಳು.

'ಸಾರಿ ಮೇಡಂ. ನಿಮಗೆ ತೊಂದರೆ ಕೊಟ್ಟೆ,' ಎಂದು ಅವನೂ ಮೇಲೆ ಎದ್ದ. ಅವನ ಮುಖವು ಇವನು ಕೇಡಿಗನಲ್ಲ ಎಂಬ ಭಾವನೆಯನ್ನು ಅವಳಲ್ಲಿ ಹುಟ್ಟಿಸುವಂತಹ ಮುಗಳ್ನಗೆಯನ್ನೇ ತುಳುಕಿಸುತ್ತಿತ್ತು.

ಹೊರೈಸನ್ ಇಂಗ್ಲಿಷ್ ಪತ್ರಿಕೆಯ ಭಾನುವಾರದ ಸಾಂಸ್ಕೃತಿಕ ಪುಟದಲ್ಲಿ ಅವನು ಬರೆದ ಲೇಖನ ತದ್ವಿರುದ್ಧವಾಗಿತ್ತು. 'ಎಂಡ್ ಆಫ್ ಎ ರೊಮಾನ್ಸ್' ಎಂಬ ಶೀರ್ಷಿಕೆ. 'ಕಲಾ ಸೃಷ್ಟಿಯಲ್ಲೊಂದು ಪ್ರಯೋಗ' ಎಂಬ ಉಪಶೀರ್ಷಿಕೆ. ಇವಳು ಹೊಸದಾಗಿ ಮಾಡುತ್ತಿರುವ ಗೀತಗೋವಿಂದ ಆಧಾರಿತ ನೃತ್ಯರಚನೆಯ ವೈಶಿಷ್ಟ್ಯದ ಬಗೆಗೆ ಮೆಚ್ಚುಗೆಯಿಂದಲೇ ಎರಡು ಪ್ಯಾರಾಗಳನ್ನು ಬರೆದಿದ್ದ. ಅನಂತರ, ಈ ಕಲಾಪ್ರಯೋಗದಲ್ಲಿ ಗಮನಿಸಬೇಕಾದ ಜೀವನಾನುಭವದ ಸಂಗತಿ ಎಂದರೆ ಮನೋಹರಿಯ ಕಲಾಜೀವನದಲ್ಲಿ ನರ್ತಕ ಕಾರ್ತೀಕರಾಮರ ಪ್ರವೇಶ ಮತ್ತು ತತ್ಪರಿಣಾಮವೋ ಎಂಬಂತೆ ಸಂಗೀತಗಾರ ಮೋಹನಲಾಲರ ನಿಷ್ಕ್ರಮಣ. ಮೂರೂವರೆವರ್ಷಗಳ ಹಿಂದೆ ತನ್ನ ಪ್ರವೇಶ ಮತ್ತು ಸಹವಾಸದಿಂದ ಈ ನರ್ತಕಿಯ ಪ್ರತಿಭೆಯು ಪ್ರಚೋದನೆಗೊಂಡು ಅರಳಿತು ಎಂಬ ಪ್ರಶಂಸೆಗೆ ಒಳಗಾಗಿದ್ದ ಮೋಹನಲಾಲರು ಎಷ್ಟು ಅವಮಾನಕರವಾಗಿ ನಿರ್ಗಮಿಸಬೇಕಾಯಿತೆಂಬುದನ್ನು ಗಮನಿಸಿದರೆ ಕಲಾಜೀವನದ ಹುಬ್ಬೇರಿಸುವಂತಹ ವೈಚಿತ್ರ್ಯವು ಸ್ಪಷ್ಟವಾಗುತ್ತದೆ. ಪ್ರದರ್ಶನವಾದ ನಂತರ ಈ ನರ್ತಕಿಯು ತನ್ನ ಪೂರ್ವಸ್ಫೂರ್ತಿಯನ್ನು ಗ್ರೀನ್‌ರೂಮಿಗೆ ಕರೆಸಿ ಕೆನ್ನೆಗೆ ಬಾರಿಸಿ, ಮುಗ್ಗುರಿಸಿ ಮಕಾಡೆ ಬೀಳುವಂತೆ ಭುಜಹಿಡಿದು ಹೊರಗೆ ದಬ್ಬಿಬಿಟ್ಟಳು. ಆ ಬಡಪಾಯಿ ಗಾಯಕನು ಮತ್ತೆ ಮುಖ ತೋರಿಸದೆ ಕಣ್ಮರೆಯಾದ ಎಂಬ ಸುದ್ದಿ ಕಲಾಸಕ್ತರ ವಲಯಗಳಲ್ಲಿ ಸುತ್ತುಹಾಕುತ್ತಿದೆ. ಈ ಬಗೆಗೆ ಕಲಾವಿದೆ ಮನೋಹರಿಯನ್ನು ಈ ಪತ್ರಕರ್ತನು ಮುಖಾಮುಖಿ ಪ್ರಶ್ನಿಸಿದಾಗ ಆಕೆ ನೇರ ಉತ್ತರಕೊಡದೆ ನುಣುಚಿಕೊಳ್ಳಲು ಪ್ರಯತ್ನಿಸಿದರಾದರೂ ಅವರ ತರಬೇತಿ ಹೊಂದಿ ನುರಿತ ಸುಂದರ ನಯನಗಳು ಸತ್ಯದ ಚಿತ್ರತೆರೆಗಳಾದವು! ಎಂದು ಬರೆದಿದ್ದ. ಮೋಹನಲಾಲನು ಧ್ಯಾನಿಬುದ್ಧನಂತೆ ಅಂತರ್ಮುಖಿ, ಅರೆನಿಮೀಲಿತವಾಗಿ ಹಾಡುತ್ತಿರುವ ಒಂದು ಹಳೆಯ ಫ಼ೋಟೋ ಹಾಕಿ ಅದರ ಅಡಿಯಲ್ಲಿ ನಿಷ್ಕ್ರಮಿಸಿದ ಗಾಯಕ ಎಂದು ಬರೆದಿತ್ತು. ತತ್ಕಾರದಲ್ಲಿ ಮೂರು ಚಕ್ಕರ್ ಮುಗಿಸಿ ಸಮ್ ಮೇಲೆ ನಿಂತು ಎರಡುಕೈಗಳನ್ನೂ ಸಮರೂಪದಲ್ಲಿ ಹಿಡಿದು ಮುಖದಲ್ಲಿ ವಿಜೃಂಭಣೆಯ ನಗೆಯನ್ನು ಬೀರುವ ಕಾರ್ತೀಕರಾಮನ ದೊಡ್ಡ ಫ಼ೋಟೋ ಹಾಕಿ ಅದರ ಕೆಳಗೆ ಹೊಸ ಸ್ಫೂರ್ತಿಯ ಆಗಮನ ಎಂದು ಮುದ್ರಿಸಿತ್ತು. ಅದರ ಮಗ್ಗುಲಲ್ಲಿಯೇ ವೇಷಭೂಷಣಗಳೊಡನೆ

ಲಜ್ಜೆಯ ಶೃಂಗಾರಾಭಿನಯದ ಘುಂಘುಟವನ್ನು ತುಸು ಮೇಲೆತ್ತಿದ ಮನೋಹರಿಯ ಮುಖದ ಒಂದು ಫ಼ೋಟೋ, ಹಿಂದೆ ಯಾವುದೋ ಪ್ರದರ್ಶನದಲ್ಲಿ ತೆಗೆದದ್ದು.

'ನೂಪುರ'ದ ಕಾರ್ಯದರ್ಶಿ ಫ಼ೋನ್‌ಮಾಡಿ, "ಮನೋಹರಿಜೀ, 'ಹೊರೈಸನ್' ಪತ್ರಿಕೆಗೆ ನೀವು ಸಂದರ್ಶನ ಕೊಟ್ಟಿದ್ದಿರಾ? ಡಿ.ಎಲ್. ಗುಹಾ ಅನ್ನುವ ಕಿಡಿಗೇಡಿ ಏನೇನೋ ಬರೆದಿದಾನೆ" ಎಂದಾಗಲೇ ಅವಳಿಗೆ ಈ ಲೇಖನದ ಸುದ್ದಿ ತಿಳಿದದ್ದು.

ಪತ್ರಿಕೆಯನ್ನು ತರಿಸಿ ಓದಿದಾಗ ಕೋಪ ಕುದಿಯಿತು. ಈ ಲೌಂಡೀಮಗನಿಗೆ ಚಪ್ಪಲಿಯಲ್ಲಿ ಹೊಡೆಯಬೇಕು ಎನ್ನಿಸಿತು. ಹೆಸರು ಗುಹಾ. ಇಲ್ಲಿಗೆ ಬಂದ ದಿನ ಕಾರ್ಡ್ ಕೊಡಲಿಲ್ಲ. ನಾನೂ ಕೇಳಲಿಲ್ಲ. ಅವನು ಎಲ್ಲೇ, ಯಾವ ಜಾಗದಲ್ಲೇ ಯಾವ ಹೊತ್ತಿನಲ್ಲೇ ಸಿಕ್ಕಲಿ ಜುಟ್ಟು ಹಿಡಿದು ಚಪ್ಪಲಿಯಲ್ಲಿ ಮಡಗದಿದ್ದರೆ ನನ್ನ ಹೆಸರು ಮನೋಹರಿಯಲ್ಲ ಎಂದು ಆಣೆಮಾಡಿಕೊಂಡಳು. ಐದುನಿಮಿಷ ಚಡಪಡಿಸಿದ ನಂತರ ದೂರವಾಣಿಯ ನಿರ್ದೇಶಿ ಯನ್ನು ಎತ್ತಿಕೊಂಡು ಹುಡುಕಿದಳು. ಸಿಕ್ಕಿತು. 'ನಿಮ್ಮ ಸಂಪಾದಕರಿಗೆ ಮಾತಾಡಬೇಕು,' ಎಂದು ತಗಾದೆ ಮಾಡಿದಳು. 'ಸಂಪಾದಕ ಸಾಹೇಬರೇ, ನಾನು ಮನೋಹರಿದಾಸ್ ಸ್ಕೂಲ್ ಆಫ಼್ ಇಂಡಿಯನ್ ಡಾನ್ಸ್‌ನ ನಿರ್ದೇಶಕಿ. ನೆನ್ನೆ ದಿನದ ನಿಮ್ಮ ಪತ್ರಿಕೆಯಲ್ಲಿ ನನ್ನ ಬಗ್ಗೆ ಗುಹಾ ಅನ್ನುವ ಹಲಾಲುಕೋರ ಸುಳ್ಳು ಸುಳ್ಳೇ ಬರೆದಿದಾನೆ. ಅವನು ನನ್ನ ಕ್ಷಮಾ ಪಣೆ ಬೇಡಿ ಬರೆಯಬೇಕು. ಇಲ್ಲದಿದ್ದರೆ ನಾನು ಬಿಡೋಳಲ್ಲ.'

'ಮೇಡಂ,' ಸಂಪಾದಕ ಶಾಂತಧ್ವನಿಯಲ್ಲಿ ಉತ್ತರಿಸಿದ. 'ಅವರು ಬರೆದಿರೋದು ಯಾವ ಯಾವ ಅಂಶಗಳಲ್ಲಿ ತಪ್ಪು ಅಂತ ನೀವು ಆಧಾರಸಹಿತ ನಮಗೊಂದು ಕಾಗದ ಬರೆದರೆ ನಾವು ಖಂಡಿತ ಮುಂದಿನ ರವಿವಾರದ ಪುರವಣಿಯ ಅದೇ ಕಾಲಂನಲ್ಲಿ ಪ್ರಕಟಿಸುತೀವಿ. ನಿಮ್ಮ ಪತ್ರ ಸಾಧ್ಯವಾದಮಟ್ಟಿಗೂ ಸಂಕ್ಷಿಪ್ತವಾಗಿರಲಿ. ಇವತ್ತೇ ಪೋಸ್ಟ್‌ಮಾಡಿ. ಯಾಕೆಂದರೆ ರವಿವಾರದ ಪುರವಣಿ ಮೂರುದಿನ ಮೊದಲೇ ಅಚ್ಚಿಗೆ ಹೋಗುತ್ತೆ.'

ಇವನು ಯೋಗ್ಯ ಎನ್ನಿಸಿತು. ತಕ್ಷಣ ತನ್ನ ಲೆಟರ್‌ಹೆಡ್ ತೆಗೆದು, 'ನಿಮ್ಮ ಲೇಖಕನು ನನ್ನ ಬಗೆಗೆ ಬರೆದಿರುವ ಲೇಖನವು ಬರೀ ಸುಳ್ಳಿನಿಂದ ಕೂಡಿದೆ. ಕಲಾವಿದರ ಖಾಸಗಿ ಸಂಗತಿಗಳಲ್ಲಿ ತಲೆಹಾಕುವ ಅಯೋಗ್ಯ ಕೆಲಸ ಮಾಡಿದೆ. ಅವನು ನನಗೆ ನಿಮ್ಮ ಪತ್ರಿಕೆಯ ಮೂಲಕ ಕ್ಷಮಾಯಾಚನೆ ಮಾಡದಿದ್ದರೆ ನಾನು ಅವನ ಮೇಲೆ ಮಾನನಷ್ಟ ಮುಕದ್ದಮೆ ಹೂಡುತ್ತೇನೆ' ಎಂದು ಬರೆದು ಲಕೋಟೆಗೆ ಹಾಕಿ ಗೋಂದು ಹಚ್ಚಿ ಆ ಕ್ಷಣವೇ ತಾನೇ ಹೋಗಿ ತನ್ನ ಶಾಲೆಯ ಎದುರಿಗೇ ಕಾಣುತ್ತಿದ್ದ ಅಂಚೆಪೆಟ್ಟಿಗೆಗೆ ಹಾಕಿಬಂದಳು. ಹಾಕಿ ಬಂದ ನಂತರ ತಾನು ಬರೆದದ್ದು ಸರಿಯೆ? ಇನ್ನೂ ಏನಾದರೂ ಬರೆಯಬೇಕಿತ್ತೆ? ಕಾರ್ತೀಕನೊಡನೆ ಸಮಾಲೋಚಿಸಬೇಕಿತ್ತು ಎನ್ನಿಸಿತು. ಹೆಂಡತಿ ಮಕ್ಕಳನ್ನು ನೋಡಿಕೊಂಡು ಬರುವುದಾಗಿ ಭೋಪಾಲಿಗೆ ಹೋಗಿರುವ ಅವನು ಬರುವುದು ನಾಳೆ. ಅಲ್ಲಿಯವರೆಗೆ ಕಾಯುವಂತಿರಲಿಲ್ಲ, ಎಂಬ ಸಮಾಧಾನ ಹುಟ್ಟಿತು. ಈಗ ಬರೆದಿರೂದು ಸಾಕು, ಬದ್ಮಾಷ್ ಹೆದರಿ ನಡುಗುಕ್ಕೆ. ಕ್ಷಮಾಯಾಚನೆ ಬರೆದೇ ಬರೀತಾನೆ, ಎಂದುಕೊಂಡಳು.

ಮುಂದಿನ ರವಿವಾರ ಅವಳ ಪತ್ರ ಪ್ರಕಟವಾಗಿತ್ತು. ದಪ್ಪ ಅಕ್ಷರಗಳಲ್ಲಿ ನರ್ತಕಿ ಮನೋಹರೀದಾಸರ ಸ್ಪಷ್ಟನೆ ಎಂಬ ಶೀರ್ಷಿಕೆಯಿತ್ತು. ಅವಳದೊಂದು ಕೋಪದ ಭಂಗಿಯ ಮುಖದ ಚಿತ್ರ ಹಾಕಿ ಅದರ ಕೆಳಗೆ ಪ್ರಕಟಿಸಿದ್ದರು. ಆದರೆ ಅದರ ಕೆಳಗೆ ಅಷ್ಟೇ ದಪ್ಪ ಅಕ್ಷರದಲ್ಲಿ ಲೇಖಕ ಗುಹಾ ಅವರ ಉತ್ತರ ಎಂಬ ಅಚ್ಚನ್ನು ನೋಡಿ ಆತಂಕವಾಯಿತು: 'ಕಲಾವಿದರ ಖಾಸಗಿ ಸಂಗತಿಗಳಲ್ಲಿ ತಲೆಹಾಕುವ ಅಯೋಗ್ಯತನದ್ದೆಂದು ಬೈಯುವ ಮೂಲಕ ಶ್ರೀಮತಿ ಮನೋಹರಿದಾಸರು ನನ್ನ ಲೇಖನದ ಸತ್ಯವನ್ನು ತಾವೇ ಒಪ್ಪಿಕೊಂಡಿದ್ದಾರೆ. ನಾನು ಬರೆದಿರುವುದರಲ್ಲಿ ಒಂದೂ ಸುಳ್ಳಿಲ್ಲವೆಂದು ಮತ್ತೊಮ್ಮೆ ದೃಢಪಡಿಸುತ್ತೇನೆ,' ಎಂದು ಅಚ್ಚುಮಾಡಿತ್ತು. ಅವಳನ್ನು ಮುಟ್ಟಿದವರು ಉರಿದುಹೋಗುವಷ್ಟು ಕೋಪಬಂತು. ಪತ್ರಿಕೆಗೆ ಮತ್ತೆ ಫ಼ೋನು ಮಾಡಿದಳು. 'ಇವತ್ತು ರವಿವಾರ, ಸಂಪಾದಕರು ಸಿಕ್ಕೊದಿಲ್ಲ' ಎಂಬ ಉತ್ತರ ಬಂತು. ಯಾರ ಕೈಯಲ್ಲಾದರೂ ಮಾತನಾಡಬೇಕೆಂಬ ಚಟಪಟಿಕೆಯಾಯಿತು. ಮೇಲೆ ಹೋಗಿ ಕಾರ್ತೀಕನಿಗೆ ತೋರಿಸುವ ದಾರಿಕಂಡಿತು. ಈ ಇಂಗ್ಲಿಷ್ ಪತ್ರ–ಉತ್ತರಗಳು ಅವನಿಗೆ ಸ್ಪಷ್ಟವಾಗಿ ಅರ್ಥವಾಗುವುದಿಲ್ಲ. ನಾನೇ ಅನುವಾದಿಸಿ ಹೇಳಬೇಕು, ಎಂದುಕೊಳ್ಳುತ್ತಿರುವಾಗ ಫ಼ೋನ್ ಬಾರಿಸಿತು. 'ನೂಪುರ'ದ ಕಾರ್ಯದರ್ಶಿ ಹೇಳಿದ: "ಮೇಡಂ, ನಾಲ್ಕು ಹಿಂದೀ ಪತ್ರಿಕೆಗಳು ತಮ್ಮ ಭಾನುವಾರದ ಹರಟೆ ಕಾಲಂನಲ್ಲಿ ಕಳೆದವಾರ ಗುಹಾ ಬರೆದಿದ್ದ ವಿಷಯವನ್ನ ಸಾಮಗ್ರಿ ಮಾಡಿಕೊಂಡಿವೆ. ಅವುಗಳ ಹೆಸರು ಹೇಳ್ತೀನಿ ಬರಕೊಳ್ಳಿ. ಇಲ್ಲದಿದ್ದರೆ ನಾನೇ ಕಟಿಂಗ್ ಕಳಿಸ್ತೀನಿ. ಇವತ್ತಿನ ಇಂಗ್ಲಿಷ್ 'ಹೊರೈಸನ್'ನಲ್ಲಿ ನಿಮ್ಮ ಪತ್ರ ಅವನ ಉತ್ತರ ನೋಡಿದೆ. ನೀವು ಯಾಕೆ ಉತ್ತರ ಬರೆಯುಕ್ಕೆ ಹೋದಿರಿ? ನಿಮ್ಮ ಪತ್ರದಿಂದ ಅವನು ತನ್ನ ಪತ್ರಿಕೆಯನ್ನ ಇನ್ನಷ್ಟು ರಂಜಕ ಮಾಡಿಕೊಂಡ. ಇಂಥವನ್ನೆಲ್ಲ ಅಲಕ್ಷಿಸಿ ಸುಮ್ಮನಿದ್ದುಬಿಡೂದು ಮೇಲು. ಬರೆಯುವ ಮೊದಲು ನನಗಾದರೂ ಒಂದು ಫ಼ೋನ್ ಮಾಡಬಾರದಿತ್ತೇ?"

'ಕೋರ್ಟಿನಲ್ಲಿ ಅವನಿಗೂ ಅವನ ಪತ್ರಿಕೆಗೂ ಬುದ್ಧಿ ಕಲುಸ್ತೀನಿ.'

'ದುಡುಕಬೇಡಿ. ಕೋರ್ಟಿಗೆ ಹೋದರೆ ನಿಮ್ಮನ್ನ ಪಾಟಿಸವಾಲು ಮಾಡಿ ಇನ್ನೂ ಎಷ್ಟೋ ರಂಜಕ ಪ್ರಶ್ನೆ ಕೇಳುಸ್ತಾರೆ. ಅವನ್ನೆಲ್ಲ ಪತ್ರಿಕೇಲಿ ಅಚ್ಚುಮಾಡಿ ಪ್ರಸಾರ ಹೆಚ್ಚಿಸಿಕೊತ್ತಾರೆ. ಮುಕದ್ದಮೆ ಗೆಲ್ಲೂದು ಖಚಿತವಿಲ್ಲ. ಸಮಾಧಾನವಾಗಿರಿ. ನಾನು ಬಂದು ಮಾತಾಡ್ತೀನಿ.'

ಸಮಾಧಾನದಿಂದಿರುವುದು ಅವಳಿಗೆ ಸಾಧ್ಯವಾಗಲಿಲ್ಲ. ಕಾರ್ಯದರ್ಶಿಯೂ ಬರಲಿಲ್ಲ. ಕುಹಕಸುದ್ದಿಗಳನ್ನು ತನ್ನ ನರ್ತನಶಾಲೆಗೆ ಬರುವ ವಿದ್ಯಾರ್ಥಿ ವಿದ್ಯಾರ್ಥಿನಿಯರೆಲ್ಲ ಓದಿರುತ್ತಾರೆ. ಆದರೆ ಯಾರೂ ಈ ಬಗೆಗೆ ತನ್ನೆದುರು ಮಾತನಾಡುವುದಿಲ್ಲ. ಅವರೆದುರಿಗೆ ತನ್ನ ವಜನ್ ಕಡಮೆಯಾಗಿದೆ ಎನ್ನಿಸತೊಡಗಿತು. ಈ ವಿಷಯದಲ್ಲಿ ತನಗೆ ಧೈರ್ಯ ಹೇಳುವ ಶಕ್ತಿ ಕಾರ್ತೀಕನಿಗೂ ಇಲ್ಲ. ಅವನೇ ಅಧೀರನಾಗಿದ್ದಾನೆ. ಅವನ ಹೆಂಡತಿ ಸಿಟ್ಟು ಬಂದರೆ ರಾಕ್ಷಸಿಯಂತೆ. ಅವಳೇನೂ ಪತ್ರಿಕೆ ಓದುಲ್ಲ. ಆದರೆ ಓದಿದ ಯಾರಾದರೂ ಸುದ್ದಿ ತಿಳಿಸಿದರೆ ಹೇಗೆ ಆಡ್ತಾಳೋ ಎಂಬ ಚಿಂತೆ ಅವನನ್ನು ಕಾಡುತ್ತಿದೆ. ನೀನು ಬಾಯಿ ಮುಚ್ಚಿಕೊಂಡು ಬಿದ್ದಿರು. ಇಲ್ಲದಿದ್ದರೆ ನನಗೂ ನಿನಗೂ ಖೇಲ್‌ಖಲಾಸ್ ಎನ್ನುವ

ಗಂಡಸುತನ ಇವನಿಗೆ ಇದ್ದಂತಿಲ್ಲ. ನನ್ನನ್ನು ಪ್ರೀತಿಸ್ತಾನೆ ನಿಜ. ಯಾವ ಹಂತದವರೆಗೆ ಉಳಿದ ಸಂಬಂಧಗಳನ್ನು ತ್ಯಾಗ ಮಾಡಬಲ್ಲ? ಎಂಬುದು ಪರೀಕ್ಷೆಗೆ ಸಿಕ್ಕಿಲ್ಲ, ಎಂಬ ಅರಿವಾಯಿತು. ಸಿಟ್ಟುಬಂತು. ತಡೆದುಕೊಂಡಳು. ಯಾರಿಗೆ ಯಾವ ಕೆಡಕು ಮಾಡಿದೀನಿ ಅಂತ ಇವರು ಹೀಗೆ ಗೋಳುಹುಯ್ದುಕೊಬೇಕು? ಕಲಾಸೇವೆ ಮಾಡಿಕೊಂಡಿದಾಳೆ ಅನ್ನುವ ಕೃತಜ್ಞತೆಯಾದರೂ ಇರಬೇಡವೆ? ಎಂದುಕೊಂಡಳು. ಕಾರ್ತೀಕನನ್ನು ಕೂಡಲು ಕೂಡ ಮನಸ್ಸು ಬರುತ್ತಿಲ್ಲ. ಅವನಿಗೂ ಅಷ್ಟೆ. ಯಾರಿಗೆ ತಿಳಿದಿತೋ, ಯಾರು ಬೇಹು ಇಟ್ಟಿದ್ದಾರೋ, ಎಂಬ ಭಯ. ಆತಂಕ. ಬೇರೆ ಯಾರೂ ಇಲ್ಲ; ಇವರಿಬ್ಬರೇ ಮಧ್ಯಾಹ್ನ ಪೂರ್ತಿ ಬಾಗಿಲು ಹಾಕಿಕೊಂಡು ನರ್ತನಶಾಲೆಯ ಒಳಗೆ ಏನು ಮಾಡುತ್ತಾರೆ? ಎಂಬ ತನಿಖೆ ಮಾಡಿದರೆ! ಎಂಬ ಕಲ್ಪನೆ; ಇಂಥ ಸಂದರ್ಭದಲ್ಲಿ ನನಗೆ ಧೈರ್ಯ ಹೇಳಿ ಒತ್ತಾಸೆ ಯಾಗಿ ನಿಲ್ಲುವ ಶಕ್ತಿ ಇವನಿಗಿರಬೇಕು; ಎಂದು ಸಿಡಿಮಿಡಿಗುಟ್ಟುತ್ತಿದ್ದಳು.

ಕಾರ್ಯದರ್ಶಿ ಗುರುವಾರ ಬಂದ. "ತಯಾರಿ ಹೇಗಿದೆ ಅಂತ ವಿಚಾರಿಸುಕ್ಕೆ ಬಂದೆ. ಶನಿವಾರ ಬೆಳಗ್ಗೆ ಮೂರುಗಂಟೆ ಕಾಲ ಸ್ಟೇಜ್ ರಿಹರ್ಸಲ್‌ಗೆ ಬಿಟ್ಟುಕೊಡುಕ್ಕೆ ಒಪ್ಪಿ ದಾರೆ. ಗ್ರಾಂಡ್‌ಸಕ್ಸಸ್ ಆಗಬೇಕು. ಆ ಡಿ.ಎಲ್. ಗುಹಾ ಸಿಕ್ಕಿದ್ದ. ತಗಲಿಕೊಂಡೆ ನೋಡಿ, ಮುಖದ ನೀರು ಇಳುಕುವಷ್ಟು. ಅವನೇನಂತಾನೆ ಗೊತ್ತಾ? 'ನೀವೂ ಆಕೆಯೂ ನನಗೆ ಕೃತಜ್ಞರಾಗಿರಬೇಕು. ನಾನು ಆಕೆಗೊಂದು ಹೆಸರು ಸೃಷ್ಟಿಸಿಕೊಟ್ಟಿದೀನಿ. ನೇರವಾಗಿ ಯಾವ ಆಪಾದನೇನೂ ಮಾಡದೆ ಜನಗಳ ಕಲ್ಪನೇನ ಕೆರಳಿಸಿದೀನಿ. ಅಷ್ಟು ಸಾಕು ಆಕೆಯ ಜನಾಕರ್ಷಣೆಗೆ. ಆ ಹೆಂಗಸಿಗೆ ಬುದ್ಧಿ ಸಾಲದು. ಸುಮ್ಮನೆ ರೇಗ್ತಾಳೆ, ತಾನು ಚಿತ್ತೂರಿನ ರಾಣಿ ಪದ್ಮಿನಿ ಅನ್ನೂ ಹಾಗೆ.' ಅವನ ಮಾತು ನಿಜ ಅನ್ನಿಸುತ್ತೆ. ಈ ಪಿಸು ಸುದ್ದಿ ಹಬ್ಬಿದ ಮೇಲೆ ಟಿಕೇಟು ಎಷ್ಟು ಬೇಗ ಖರ್ಚಾಯ್ತು, ಗೊತ್ತಾ? ಹೌಸ್‌ಫುಲ್ ಆಯ್ತು. ಎರಡೂ ಕಡೆಗೆ, ಮಧ್ಯ ಭಾಗದಲ್ಲಿ, ವೇದಿಕೆಯ ಹತ್ತಿರದ ಅಂಗಳದಲ್ಲಿ ಒಟ್ಟು ಮುನ್ನೂರು ಕಬ್ಬಿಣದ ಕಿರುಕುರ್ಚಿಗಳನ್ನ ಹಾಕಿ ಇನ್ನಷ್ಟು ಟಿಕೇಟು ಮುದ್ರಿಸಿ ಮಾರಿದೀನಿ. ಜಾಗವಿಲ್ಲ. ಇಂಥ ಕಿರುಕುರ್ಚಿಗಳು, ಅಂತ ಹೇಳಿದರೂ ಕ್ಯೂ ನಿಂತು ತಗೊಂಡಿದಾರೆ. ದಿಲ್ಲಿಯ ಇತಿ ಹಾಸದಲ್ಲಿ ಡಾನ್ಸಿಗೆ ಇಷ್ಟು ಟಿಕೇಟು ಮಾರಿರೂದು ಇದೇ ಮೊದಲು. ಇನ್ನೂ ಬೇಡಿಕೆ ಇದೆ. ಇದಕ್ಕಿಂತ ದೊಡ್ಡ ಸಭಾಗೃಹ ಸಿಕ್ಕೂದಿಲ್ಲ. ನೃತ್ಯದ ಇನ್ನೊಂದು ಪ್ರದರ್ಶನಾನ ಮುಂದಿನ ವಾರ ಏರ್ಪಡಿಸುತೀನಿ. ಅದರ ವಿಷಯವಾಗಿ ಇನ್ನೆರಡು ದಿನದಲ್ಲಿ ಘೋಷಣೆ ಕೊಡ್ತೀನಿ ಅಂತ ಹೇಳಿ ಕಳಿಸ್ತಿದೀವಿ."

ಅವಳಿಗೆ ಗೊಂದಲವಾಯಿತು. ಹೌಸ್‌ಫುಲ್ ಆಗಿ ಮೇಲೆ ಮುನ್ನೂರು ಕುರ್ಚಿಗಳು. ಮುಂದಿನ ವಾರ ಇನ್ನೊಂದು ಪ್ರದರ್ಶನ. ಕೋಪ ಕಡಮೆಯಾಯಿತು. ಕಾರ್ಯದರ್ಶಿ ಹೇಳಿದ: 'ಸಿನಿಮಾದೋರು ಕೈಯಿಂದ ಕಾಸುಕೊಟ್ಟು ಪತ್ರಿಕೆಗಳಲ್ಲಿ ಗಾಸಿಪ್ ಬರೆಸಿಕೊತ್ತಾರೆ; ಸಹಾಯ ಮಾಡುಕ್ಕೆ ಹೊರಟರೆ ಈ ಹೆಂಗಸಿಗೆ ತಿಳಿಯೂದಿಲ್ಲ, ಅಂತಲೂ ಹೇಳಿದ ಗುಹಾ.'

ಕಾರ್ಯದರ್ಶಿ ಹೋದಮೇಲೆ ಅವಳು ಮೇಲಿನ ಕೋಣೆಗೆ ಹೋದಳು. ಕಾರ್ತೀಕನಿಗೆ

ಎಲ್ಲವನ್ನೂ ಹೇಳಿ, 'ಜನದಲ್ಲಿ ಆಕರ್ಷಣೆ ಹುಟ್ಟಿಸುಕ್ಕೆ ಅಂತ ನಮ್ಮ ಹಿತೈಷಿಗಳೇ ಇಂಥ ಸುದ್ದಿಗಳನ್ನ ಪತ್ರಿಕೆಯಲ್ಲಿ ಹಾಕುಸ್ತಾರೆ. ಸಿನಿಮಾದೋರದ್ದೂ ಹೀಗೆ ಸೃಷ್ಟಿಮಾಡಿದ ಸುಳ್ಳು ಸುದ್ದಿಗಳೇ. ನಾನು ಅವರನ್ನ ದೀದಿ ಅಂತೀನಿ. ಗುರು ಅಂತ ತಿಳಕಂಡಿದೀನಿ. ಅವರ ಕಾಲುಮುಟ್ಟಿ ನಮಸ್ಕಾರ ಮಾಡ್ತೀನಿ, ಅಂತ ನಿನ್ನ ಹೆಂಡತಿಗೆ ಹೇಳು. ನಾವು ಭೋಪಾಲದ ಕಾರ್ಯಕ್ರಮಕ್ಕೆ ಹೋದಾಗ ಅವಳನ್ನ ಹೋಟೆಲಿಗೆ ಕರಕೊಂಡು ಬಾ. ಅಥವಾ ನಿನ್ನ ಮನೆಗೆ ನನ್ನನ್ನ ಕರಕೊಂಡು ಹೋಗಿ ಸುತ್ತಮುತ್ತ ಜನರೆದುರಿಗೆ ನೀನು ನನಗೆ ಚರಣಸ್ಪರ್ಶ ಮಾಡಿ ಅವಳಿಂದಲೂ ಮಾಡಿಸು.'

'ಭೇಷ್. ಒಳ್ಳೆಯ ಉಪಾಯ!' ಅವನ ಮನಸ್ಸಿನಿಂದ ಭಾರ ಇಳಿಕಿದಂತಾಯಿತು.

ನರ್ತನ ಕಾರ್ಯಕ್ರಮ ದೊಡ್ಡ ಯಶಸ್ಸು ಪಡೆಯಿತು. ಬಹುಭಾಗ ಪ್ರೇಕ್ಷಕರು ಪ್ರೌಢೆ ರಾಧೆ ಮತ್ತು ತರುಣ ಕೃಷ್ಣರಲ್ಲಿ ಮನೋಹರಿ ಮತ್ತು ಕಾರ್ತೀಕರಾಮರನ್ನು ಹುಡುಕಿದರು. ಇನ್ನು ಕೆಲವರು ಪ್ರೌಢೆ ಮನೋಹರಿ ಮತ್ತು ತರುಣ ಕಾರ್ತೀಕರಾಮರಲ್ಲಿ ರಾಧೆ ಮತ್ತು ಕೃಷ್ಣರನ್ನು ಕಲ್ಪಿಸಿಕೊಂಡರು. ಪತ್ರಿಕೆಗಳೂ ಗಮನಕೊಟ್ಟು ವರದಿ ಮಾಡಿದವು. ಹಿಂದೂಸ್ತಾನ್ ಟೈಂಸ್ ಮತ್ತು ಸ್ಟೇಟ್ಸ್‌ಮನ್ ವಿಮರ್ಶಕರು ಮಾತ್ರ ರಾಧೆಯು ಲಕ್ನೋ ಘರಾಣೆಯ ಅಭಿನಯ ಹಾಗೂ ಸೊಬಗುಗಳನ್ನು ಪ್ರಕಟಿಸುವುದು, ಕೃಷ್ಣನು ಜಯಪುರ ಘರಾಣೆಯ ಪಾದಕ್ರಿಯೆ ಮಾಡುವುದು ಹೊಂದಾಣಿಕೆಯಾಗದ ಪ್ರಯೋಗ ಎಂದು ಬರೆದರು. ಆದರೆ ಸಾಮಾನ್ಯ ಪ್ರೇಕ್ಷಕರ ಮೆಚ್ಚುಗೆಗೆ ಇದರಿಂದ ಚ್ಯುತಿಯಾಗಲಿಲ್ಲ. ಆಗ್ರಾ, ಜಯಪುರ, ಜೋಧಪುರ, ಲಕ್ನೋ, ಅಲಹಾಬಾದ್ ಗ್ವಾಲಿಯರ್ ಮೊದಲಾಗಿ ಆಹ್ವಾನಗಳು ಬಂದವು.

– ೩ –

ಒಂದು ಬೆಳಗ್ಗೆ ಹತ್ತುಗಂಟೆಯ ಹೊತ್ತಿನಲ್ಲಿ ಗುಹಾ ಸೌತ್ ಎಕ್ಸ್‌ಟೆನ್‌ಶನ್‌ನಲ್ಲಿರುವ ಮನೋಹರಿಯ ಮನೆಗೆ ಹೋದ. ಮನೋಹರಿ ತನ್ನ ತಂಡದೊಡನೆ ಜಯಪುರ ಗೋಧಪುರಗಳಿಗೆ ಒಟ್ಟಿಗೆ ಹೋಗಿದ್ದಳು. ನಿರೀಕ್ಷಿಸಿದಂತೆ ಗುರು ಸೋಹನಲಾಲ್ ಒಬ್ಬರೇ ಇದ್ದರು. ಅಡುಗೆಯವಳು ಬಾಗಿಲು ತೆರೆದಳು. ತಾನೊಬ್ಬ ಪತ್ರಕರ್ತನೆಂದು ಪರಿಚಯ ಮಾಡಿಕೊಂಡ ಗುಹಾ ಗುರುವಿನ ಕೀರ್ತಿ, ಕಲಾಸುದ್ದಿ, ಅವರ ಕಾಲದ ಸಾಧನೆಯ ನಿಷ್ಠೆ ಮತ್ತು ಶಿಸ್ತುಗಳನ್ನು ಬಾಯಿತುಂಬ ಹೊಗಳಿದ. ಸೋಫಾದಮೇಲೆ ಕುಳಿತ ಗುರುವಿನ ಮುಖ ಅರಳಿತು. ಅವರು ತಮ್ಮ ಕಾಲದ ಪರಂಪರೆಯ ಶುದ್ಧಿಯ ಬಗೆಗೆ ಹೇಳತೊಡಗಿದರು. ಅವರ ನೆತ್ತಿ ಸಂಪೂರ್ಣ ಬೊಕ್ಕವಾಗಿತ್ತು. ಪ್ರಕಾಶಮಯವಾಗಿದ್ದರೂ ಕಣ್ಣುಗಳು ಇಳಿಬಿದ್ದಿದ್ದವು. ಅಂದವಾದ ಸಾಲು ಹಲ್ಲುಗಳು ಹೊಸದಾಗಿ ಕಟ್ಟಿಸಿದವುಗಳೆಂದು ಸ್ಪಷ್ಟವಾಗಿ

ಕಾಣಿಸುತ್ತಿದ್ದವು. ಅವರ ಮಾತನ್ನು ತನ್ನ ದಾರಿಗೆ ತಿರುಗಿಸುತ್ತಾ ಅವನು ಕೇಳಿದ: 'ಗುರೂಜಿ, ತಮ್ಮ ವಯಸ್ಸು ಎಂಭತ್ತೆರಡಲ್ಲವೆ?'

'ಹ್ಞಾ, ಎಂಭತ್ತೊಂದು ತುಂಬಿ ಎಂಭತ್ತೆರಡು.'

'ಈ ಕಾಲದಲ್ಲಿ ಎಷ್ಟೋ ತರುಣ ನರ್ತಕ ನರ್ತಕಿಯರು ಲಕ್ನೋ ಜಯಪುರ ಘರಾಣೆಗಳನ್ನ ಮಿಶ್ರಮಾಡ್ತಿದ್ದಾರಲ್ಲ ಅದಕ್ಕೆ ನೀವು ಏನು ಹೇಳ್ತೀರಿ?'

'ಏನು ಹೇಳ್ತೀನೆಯೆ? ಸಂಕರ. ಹಾದರ. ಜಯಪುರದೋರ ಪಾದಗತಿಯ ಚುರುಕಿಗೆ ಮರುಳಾಗೂದು ಅಂದರೆ ಕೃಷ್ಣಪರಮಾತ್ಮನು ತನ್ನ ರಥವನ್ನು ಬಿಟ್ಟು ಬಡಬಡಬಡ ಮೋಟಾರ್ ಬೈಕ್ ಸವಾರಿ ಮಾಡಿದ ಹಾಗೆ.'

'ಗುರೂಜೀ, ಎಂಥ ಉಪಮೆ ಕೊಟ್ಟಿರಿ! ಕಾಳಿದಾಸನಿಗೆ ಮಾತ್ರ ಸಾಧ್ಯ. ನಿಮ್ಮ ಶಿಷ್ಯೆ ಹಾಗೂ ಪತ್ನಿ ಮನೋಹರೀಜಿ ರಾಧೆಗೆ ಲಕ್ನೋ ಶೈಲಿ ಇಟ್ಟುಕೊಂಡು ಜಯಪುರ ಶೈಲಿಯ ಕಾರ್ತೀಕರಾಮನ ಕೈಲಿ ಕೃಷ್ಣನ ಪಾತ್ರ ಹಾಕಿಸಿ ಅದೇ ಶೈಲಿಯ ಕುಣಿತ ಮಾಡಿಸಿದಾರೆ ಅದಕ್ಕೆ ಏನಂತೀರಿ?'

'ಅವಳು ಮಾಡಿದಳೆ? ನಿಜವೆ?'

'ದಿಲ್ಲಿಯಲ್ಲಿ ಎರಡು ಪ್ರದರ್ಶನಗಳಾದವು. ನೀವು ಆಕ್ಷೇಪಿಸುತೀರಿ, ಗುರುವಿನ ಅಧಿಕಾರದಿಂದ ಬೈಯ್ತೀರಿ ಅಂತ ನಿಮಗೆ ಹೇಳದೆ ಇರಬಹುದು.'

'ಹೌದಾ? ಅವಳನ್ನ ಮನೆಯಿಂದ ಹೊರಗೆ ಹಾಕ್ತೀನಿ. ಯಾರವನು ಕಾರ್ತೀಕರಾಮ ಅಂದರೆ? ಆ ಜಯಪುರದೋರಿಗೆ ತಾವೇ ಶುದ್ಧರು, ನಾವೆಲ್ಲ ಮುಸಲ್ಮಾನರ ಗುಲಾಮಿಗೆ ಬಿದ್ದ ಲಂಡರು ಅನ್ನುವ ಅಹಂಕಾರವಿದೆ. ನಮ್ಮನ್ನ ಎಷ್ಟು ತಿರಸ್ಕಾರದಿಂದ ಕಾಣ್ತಾರೆ ಗೊತ್ತಾ ಅವರು? ಕುದುರೆ ಕುಣಿದ ಹಾಗೆ ದಡಬಡ ಕುಣಿದುಬಿಟ್ಟರೆ ನರ್ತನವಾಗುತ್ತೆಯೆ? ಪಾದಕ್ರಿಯೆಯಲ್ಲೂ ಕಾವ್ಯದ ಭಾವ ತುಳುಕದಿದ್ದರೆ ಅದೆಂಥ ನರ್ತನ?.....'

ಎಂಬ ಅವರನ್ನು ತಡೆದು, 'ಕಾರ್ತೀಕರಾಮರ ಬಗೆಗೆ ನಿಮ್ಮ ಅಭಿಪ್ರಾಯವೇನು?' ಎಂದು ಕೇಳಿದ.

'ಯಾರು ಅವನು?'

'ನಿಮಗೆ ಗೊತ್ತೇ ಇಲ್ಲವೆ? ಜಯಪುರ ಶೈಲಿಯ ನರ್ತಕ. ನಿಮ್ಮ ಪತ್ನಿಯು ಕೃಷ್ಣನ ಪಾತ್ರ ಹಾಕಿಸಿದವರು.'

'ನಾನು ಅವನ ಕುಣಿತ ನೋಡಿಲ್ಲ. ನೋಡುವುದೇನಿದೆ ಅದರಲ್ಲಿ.'

ಗುಹಾ ಸಿಟ್ಟಿನಿಂದ ಮಾತನಾಡಿದ ಗುರುವಿನ ನಾಲ್ಕು ಫ಼ೋಟೋಗಳನ್ನು ತೆಗೆದ. ಗೋಡೆಯ ಮೇಲೆ ಹಾಕಿದ್ದ ಅವರು ಮತ್ತು ಮನೋಹರಿಯು ಮದುವೆಯಾದ ಹೊಸತರಲ್ಲಿ ತೆಗೆಸಿದ ದಂಪತಿ ಚಿತ್ರವನ್ನೂ ತನ್ನ ಕ್ಯಾಮರಾಕ್ಕೆ ಇಳಿಸಿಕೊಂಡ. ಮನೆಯ ಮುಂಭಾಗ, ಮಹಡಿ ಮೊದಲಾದವುಗಳ ಫ಼ೋಟೋ ಹಿಡಿದು, 'ಆಯಿತು ಗುರೂಜೀ. ಮತ್ತೆ ಬರ್ತೀನಿ.

ನಿಮ್ಮಂಥ ಗುರುಗಳ ಮಾತನ್ನ ನಾನು ತುಂಬ ಕೇಳಬೇಕಾಗಿದೆ. ನಿಮ್ಮ ಅಭಿನಯವನ್ನ ನೋಡುವ ಭಾಗ್ಯ ನನಗೆ ಒದಗಬೇಕು,' ಎಂದು ಹೇಳಿ ಅವರ ಪಾದಸ್ಪರ್ಶ ಮಾಡಿ ಹೊರಟುಹೋದ.

ಮೂರನೆ ದಿನಕ್ಕೆ ಬಂದ ಭಾನುವಾರದ ಸಂಚಿಕೆಯಲ್ಲೇ ಅವನ ಲೇಖನ ಪ್ರಕಟವಾಗಿತ್ತು. ಕಲೆಯ ಹಾದರ: ಗುರು ಸೋಹನಲಾಲಜಿ, ಎಂಬ ದೊಡ್ಡ ಶೀರ್ಷಿಕೆ. ಕೆಳಗೆ ಅವರ ದ್ರೋಣಸದೃಶ ಮುಖದ ಫ಼ೋಟೋ. ಎಂಭತ್ತೆರಡು ವರ್ಷದ ನರ್ತನಗುರು ಸೋಹನಲಾಲ್ ಜಿಯು ನಲವತ್ತೊಂದು ವರ್ಷದ ತನ್ನ ಶಿಷ್ಯೆ ಹಾಗೂ ಪತ್ನಿ ಮನೋಹರಿಯು ತನಗಿಂತ ಹತ್ತುವರ್ಷಕ್ಕೆ ಕಿರಿಯನಾದ ಕಾರ್ತೀಕರಾಮನೊಡನೆ ಕೂಡಿ ಮಾಡುತ್ತಿರುವ ಕಲಾಪ್ರಯೋಗ ವನ್ನು ಹಾದರ ಎಂದು ಕರೆದಿದ್ದಾರೆ. ಕಾರ್ತೀಕರಾಮನು ಯಾರೆಂಬುದೇ ಅವರಿಗೆ ಗೊತ್ತಿಲ್ಲ. ಅವನೊಡನೆ ಈಕೆ ಏನೇನು ಪ್ರಯೋಗ ಮಾಡುತ್ತಿದ್ದಾಳೆಂಬುದೂ ತಿಳಿದಿಲ್ಲ. ಮನೆಯಿಂದ ಹೊರಗೆ ಹೋಗದೆ ವೃದ್ಧಾಪ್ಯದ ಭಾರದಲ್ಲಿ ತಮ್ಮ ಹಳೆಯ ಉಜ್ವಲ ಕಲಾ ಜೀವನವನ್ನ ಮೆಲುಕುಹಾಕುತ್ತಾ ತಮ್ಮ ಹೆಂಡತಿ ಕಟ್ಟಿಸಿರುವ ಸೌತ್ಎಕ್ಸಟೆನ್ಶನ್ ಮನೆಯಲ್ಲಿ ಕಾಲ ಕಳೆಯುವ ಅವರಿಗೆ ತಾವು ಕಲಿಸಿದ ಕಲಾಶುದ್ಧಿಯನ್ನು ಸಂಕರದಿಂದ ಅಪವಿತ್ರಗೊಳಿ ಸುತ್ತಿರುವ ಪತ್ನಿಯ ಮೇಲೆ ಭಯಂಕರ ಕೋಪವಿರುವುದು ನಾನು ಖುದ್ದು ಸಂದರ್ಶಿಸಿದಾಗ ಹೊರಹೊಮ್ಮಿತು, ಎಂದು ತಾನು ಸಂಗ್ರಹಿಸಿದ ಸಾಮಗ್ರಿಯನ್ನು ದ್ವಂದ್ವಾರ್ಥ ಬರುವ ವಾಕ್ಯಗಳಲ್ಲಿ ವಿನ್ಯಾಸಗೊಳಿಸಿ ಪ್ರಕಟಿಸಿದ್ದ. ಜೊತೆಗೆ ನಾಲ್ಕು ಫ಼ೋಟೋಗಳು. ಕೋಪದಿಂದ ಉರಿಯುವ ಗುರುವಿನ ಮುಖ. ಶೃಂಗಾರದ ಲಜ್ಜೆಯನ್ನು ತುಳುಕಿಸುತ್ತಾ ಕಾರ್ತೀಕನೊಡನೆ ನರ್ತಿಸುವ ರಾಧಾವೇಷದ ಮನೋಹರಿಯ ಮುಖ. ಅರವತ್ತುಮೂರರ ಗುರು ಸೋಹನ ಲಾಲ್ ಮತ್ತು ಇಪ್ಪತ್ತೆರಡರ ಮನೋಹರಿಯು ಮದುವೆಯಾದ ಹೊಸತರಲ್ಲಿ ತೆಗೆಸಿದ ಫ಼ೋಟೋ ಮತ್ತು ಹತ್ತುವರ್ಷಕ್ಕೆ ಕಿರಿಯನಾದ ಕೃಷ್ಣ ಎಂಬ ಅಡಿಟಿಪ್ಪಣಿಯೊಡನೆ ಕಾರ್ತೀಕನ ನಗುಮುಖದ ಚಿತ್ರಗಳನ್ನು ಹಾಕಿದ್ದ. ನರ್ತನ ಕಲಾಜಗತ್ತಿನಲ್ಲಿ ದೊಡ್ಡ ಗುಸು ಗುಸು ಶುರುವಾಯಿತು. ಭಾನುವಾರ ಸಂಜೆ ಜೋಧಪುರದಲ್ಲಿ ಮನೋಹರಿ ಮತ್ತು ತಂಡದ ಕಾರ್ಯಕ್ರಮವಿತ್ತು. ಆ ದಿನ ಬೆಳಗ್ಗೆ ಅಲ್ಲಿಯೇ ಹೊರೈಸನ್ ಅವಳಿಗೆ ಸಿಕ್ಕಿತು. ಆ ಪತ್ರಿಕೆಯು ತನ್ನ ಬಗೆಗೆ ಕುಹಕದ ಸುದ್ದಿ ಪ್ರಕಟಿಸಿ ತಾನು ಉತ್ತರಿಸಿ ಅವರು ಅದಕ್ಕೆ ಟಿಪ್ಪಣಿಯಾಗಿ ಉತ್ತರಿಸಿದಮೇಲೆ ಅದರ ಭಾನುವಾರದ ಪುರವಣಿಯನ್ನು ಓದುವ ಕುತೂಹಲ ಅವಳಲ್ಲಿ ಹುಟ್ಟಿತು. ತಾನು ಬಂದಿಳಿದ ಹೋಟೆಲು ಕೋಣೆಯಲ್ಲಿಯೇ ಆ ದಿನದ ಆ ಪತ್ರಿಕೆಯನ್ನು ಹಾಕಿದ್ದರು. ನಿತ್ಯದ ಸುದ್ದಿಯ ವಿಭಾಗದಲ್ಲಿ ಅವಳಿಗೆ ಆಸಕ್ತಿ ಇರಲಿಲ್ಲ. ಪುರವಣಿಯನ್ನೇ ಎತ್ತಿಕೊಂಡು ಕಣ್ಣಾಡಿಸಿದರೆ ಎರಡನೆ ಪುಟದ ಮುಕ್ಕಾಲು ಭಾಗ, ಬಾಪ್‌ರೇ, ನಾಲ್ಕು ಚಿತ್ರಗಳು! ಹಾದರ ಎಂಬ ಪದವನ್ನೊಳಗೊಂಡ ಶೀರ್ಷಿಕೆ! ಎರಡುಸಲ ಓದಿಕೊಂಡಳು. ಇಂಗ್ಲಿಷ್ ಭಾಷೆ ತನಗೆ ಪ್ರೌಢವಾಗಿ ತಿಳಿಯದಿದ್ದರೂ ಲೇಖನದ ದ್ವಂದ್ವಾರ್ಥದ ಕಿಡಿಗೇಡಿತನ ಅರ್ಥವಾಯಿತು. ಇವನು ನಾನಿಲ್ಲದಾಗ ನನ್ನ ಮನೆಗೆ ಹೋಗಿದಾನೆ. ನನ್ನ ಮನೆಯ ಲೋಂಜಿನ ಗೋಡೆಯ ಮೇಲಿರುವ ದಂಪತಿ

ಘೋಟೋದ ಪ್ರತಿ ಮಾಡಿಕೊಂಡಿದಾನೆ. ಗುರೂಜಿ ಯಾಕೆ ಹೀಗೆ ಮಾತನಾಡಿದರು? ಅವರಮೇಲೆ ವಿಪರೀತ ಕೋಪಬಂತು. ಅವರಿಗೆ ಯಾವುದಕ್ಕೂ ಕಮ್ಮಿಯಾಗದಂತೆ, ನಾನು ಊರಿನಲ್ಲಿಲ್ಲದಿದ್ದರೆ ಅಡುಗೆಯವಳು ರಾತ್ರಿ ಕೂಡ ಮನೆಯಲ್ಲಿರುವ ಹಾಗೆ ವ್ಯವಸ್ಥೆಮಾಡಿ ನೋಡಿಕೊತ್ತಿದೀನಿ. ಸ್ವಲ್ಪವಾದರೂ ಕೃತಜ್ಞತೆಬೇಡವೇ? ಎನ್ನಿಸಿತು. ಈ ಲೌಂಡೀಮಗ ಗುಹಾ ಯಾಕೆ ನನ್ನಮೇಲೆ ಹೀಗೆ ಕತ್ತಿ ಮಸೀತಾನೆ? ನಾನೇನಾದರೂ ಅವನನ್ನ ಕರೆದು ದುಡ್ಡು ಗಿಡ್ಡು ಕೊಡಲಿ ಅಂತಲೆ ಎಂಬ ಅನುಮಾನ ಹುಟ್ಟಿತು. ಮನಸ್ಸು ಮಂಕಾಯಿತು. ಸ್ನಾನ ಮಾಡಿ ನಾಶ್ತಾ ಚಹಾ ತೆಗೆದುಕೊಳ್ಳುವಾಗ ಇದರಿಂದ ಜನಾಕರ್ಷಣೆ ಹೇಗೆ ಹೆಚ್ಚುಕ್ಕೆ ಸಾಧ್ಯ? ಎಂಬ ಪ್ರಶ್ನೆ ಬಾಧಿಸಿತು.

ಸಂಜೆಯವರೆಗೂ ಮನಸ್ಸು ವ್ಯಗ್ರವಾಗಿತ್ತು. ಪ್ರಸಾಧನ ಮಾಡಿಕೊಳ್ಳುವಾಗ ಇಂಥ ಮಾತು ಎಷ್ಟೇ ಬರಲಿ ಪ್ರದರ್ಶನ ಕೆಡಬಾರದು ಎಂದು ನಿಶ್ಚಯಿಸಿದಳು. ಪತ್ರಿಕೆಯ ಈ ಲೇಖನ ಕಾರ್ತೀಕನಿಗೆ ಗೊತ್ತಿಲ್ಲ. ಬೇರೆ ಯಾರಿಗೂ ತಿಳಿದಂತಿಲ್ಲ. ನಾನೊಬ್ಬಳು ಗಟ್ಟಿಯಾಗಿದ್ದರೆ ಸಾಕು, ಎಂದು ನಿರ್ಧರಿಸಿದಳು. ಕಾರ್ಯಕ್ರಮ ತುಂಬ ಯಶಸ್ವಿಯಾಯಿತು. ಕೊನೆಗೆ ಜನಗಳು ಹುಚ್ಚೆದ್ದು ಚಪ್ಪಾಳೆ ತಟ್ಟಿದರು. ಅವಳಿಗೆ ಸಮಯಸ್ಫೂರ್ತಿ ಬಂತು. ಮುಖ್ಯಸ್ಥೆಯಾಗಿ ತಂಡದ ಕಲಾವಿದರುಗಳನ್ನು ಸಭೆಗೆ ಪರಿಚಯಿಸಿದನಂತರ ಅವಳೇ, 'ನೀವೆಲ್ಲ ನೋಡಿ ಆನಂದಿಸಿದ್ದೀರಿ. ಅದಕ್ಕಿಂತ ಹೆಚ್ಚಿನ ಯಶಸ್ಸು ಬೇರೊಂದಿಲ್ಲ. ಆ ಘರಾಣೆ, ಈ ಘರಾಣೆ, ಮಿಶ್ರಣ, ಅನ್ನುವ ಕೊಂಕುಮಾತನ್ನ ಕೆಲವರು ಸೃಷ್ಟಿಸಿ ರಂಜನೆ ಮಾಡಿಕೊಬಹುದು. ಎಲ್ಲ ಘರಾಣೆಗಳೂ ಮೂಲ ಭಾರತೀಯ ನಾಟ್ಯಪರಂಪರೆಯ ಬೇರೆ ಬೇರೆ ವಾಹಿನಿಗಳೇ. ಜಯಪುರ ಘರಾಣೆಯ ಕ್ರಿಯಾತ್ಮಕತೆಯನ್ನು ನಾನು ಕೃಷ್ಣನ ಪಾತ್ರಕ್ಕೆ ಅಳವಡಿಸಿದೀನಿ. ಇದರಿಂದ ರಚನೆಗೆ ಕಳೆ ಬಂದಿದ್ದರೆ ಸಾಕು. ಒಟ್ಟಿನಲ್ಲಿ ನೀವೆಲ್ಲ ಇದನ್ನ ಮೆಚ್ಚಿಕೊಂಡಿದ್ದೀರೋ ಇಲ್ಲವೋ?' ಎಂಬ ಪ್ರಶ್ನೆ ಹಾಕಿ ನಿಲ್ಲಿಸಿದಳು. ಸಭಿಕರೆಲ್ಲ ಮತ್ತೆ ಗಟ್ಟಿಯಾಗಿ ಕರತಾಡನ ಮಾಡಿದರು. ಕೆಲವರು ಇದನ್ನೇ ಇನ್ನೊಂದು ಪ್ರದರ್ಶನ ಕೊಡಿ ಎಂದು ಕೂಗಿದರು. ಅವಳಿಗೆ ಆತ್ಮವಿಶ್ವಾಸ ಹುಟ್ಟಿತು. ಯಾವ ಸೂಳೆಮಗ ಏನು ಬರೆದುಕೊಂಡರೂ ನಾನು ಕೇರ್‌ಮಾಡುಲ್ಲ, ಮನಸ್ಸಿನಲ್ಲೇ ಅಂದುಕೊಂಡಳು.

— ೪ —

ವಿಮಾನ ನಿಲ್ದಾಣದಿಂದ ಮನೆಗೆ ಬಂದಾಗ ಅಪರಾಹ್ಣ ನಾಲ್ಕುಗಂಟೆ. ಮಧ್ಯಾಹ್ನದ ನಿದ್ದೆ ಮುಗಿಸಿ ಎಚ್ಚೆತ್ತಿದ್ದ ಗುರೂಜಿ ಒಂದೇಸಲದ ಕರೆಗಂಟೆಗೆ ಬಂದು ಬಾಗಿಲುತೆರೆದರು. ಅವರ ಬಗೆಗೆ ಇವಳಿಗೆ ಕೋಪ ಬಂದಿದ್ದಂತೆ ಇವಳ ಬಗೆಗೆ ಅವರಿಗೂ ಕೋಪವಿದ್ದುದು

ಅವರ ಮುಖದಲ್ಲಿ ಕಾಣುತ್ತಿತ್ತು. ಪೆಟ್ಟಿಗೆಯನ್ನು ಕೋಣೆಯ ಮಂಚದಮೇಲೆ ಹಾಕಿದವಳೇ ಹಾಲ್‌ಗೆ ಬಂದಳು. ಸೋಫ಼ಾದ ಮೇಲೆ ಕುಳಿತ ಅವರು ಇವಳತ್ತ ನೋಡುತ್ತಿದ್ದರು. 'ಯಾವನೋ ಕೇಡಿಗ ಪೇಪರಿನೋನು ಬಂದು ಏನೋ ಕೇಳಿದ ಅಂತ ನೀವು ಬಾಯಿಗೆ ಬಂದ ಹಾಗೆ ಮಾತಾಡಬಹುದೆ?' ಎನ್ನುವಾಗ ಅವಳ ಧ್ವನಿ ಬುಸುಗುಡುತ್ತಿತ್ತು.

'ಯಾವ ಪೇಪರಿನೋನು? ಏನು ನಾನಂದದ್ದು?'

'ಇಲ್ಲಿ ನೋಡಿ' ಎಂದು ಪತ್ರಿಕೆಯ ಹಾಳೆಯನ್ನು ಬಿಡಿಸಿ ಮುಂದೆ ಹಿಡಿದು, 'ಈ ಫ಼ೋಟೋಗಳನ್ನ ನೋಡಿ. ನಾನು ಹಾದರ ಮಾಡ್ತಿದೀನಿ ಅಂತ ಎರಡರ್ಥದ ಮಾತು ಹಾಕಿ ಬರೆದಿದಾನೆ. ನೀವು ಆಡದೆ ಅವನು ಬರೆದಿದಾನೆಯೆ?'

'ಓ, ಅದೇ! ನಾನೂ ಕೇಳಬೇಕು ಅಂತ ಕಾಯ್ತಿದೀನಿ. ಆ ಪ್ರೋಗ್ರಾಂಗೆ ಹೋಗಿದ್ದೆಯಾ ಈಗ? ನಿನ್ನ ರಚನೆಯಲ್ಲಿ ಜಯಪುರದೋನನ್ನ ಸೇರಿಸಿಕಳ್ಳೂದು, ಅವನ ಶೈಲಿಯನ್ನ ಬೆರೆಸೂದು ಅಂದರೆ ಹಾದರವಲ್ಲದೆ ಇನ್ನೇನು? ಗೊತ್ತಾದರೆ ನಾನು ಬೈಯ್ತೀನಿ ಅಂತ ಕದ್ದುಮುಚ್ಚಿ ಅವನನ್ನ ಕರಕಂಡು ಮಾಡ್ತಿದೀಯಾ?'

'ಕದ್ದುಮುಚ್ಚಿ ಏನು? ದೇಶಕ್ಕೇ ಗೊತ್ತು.'

'ಗುರು ಸೋಹನಲಾಲನ ಹೆಂಡತಿ ಮಾಡ್ತಿರೂ ಕೆಲಸ ದೇಶಕ್ಕೇ ಗೊತ್ತಾ?'

'ಏನು ನಾನು ಮಾಡಬಾರದ ಕೆಲಸ ಮಾಡಿರೂದು?'

'ಮಾಡಬಾರದ್ದು ಮಾಡಿಲ್ಲವೆ?' ಗರುಡಪಕ್ಷಿಯಂಥ ಅವರ ಎರಡು ಕಣ್ಣುಗಳು ಕೊರೆದು ಪ್ರವೇಶಿಸುವಂತೆ ದಿಟ್ಟಿಸುತ್ತಿದ್ದ ತೀವ್ರತೆಯನ್ನು ತಡೆದುಕೊಳ್ಳುವುದು ಅವಳಿಗೆ ಕಷ್ಟವಾಯಿತು. ತಕ್ಷಣ ಉತ್ತರ ಹೊಳೆಯಲಿಲ್ಲ. ಅವರನ್ನು ಚನ್ನಾಗಿ ತರಾಟೆಗೆ ತೆಗೆದುಕೊಳ್ಳಬೇಕೆಂದು ನಿಶ್ಚಯಿಸಿ ತಾನು ಆಡಬೇಕಾದ ಹರಿತವಾದ ನಾಲ್ಕಾರು ಮಾತುಗಳನ್ನು ಅವಳು ಮನಸ್ಸಿನಲ್ಲಿಯೇ ಪೂರ್ವಾಭ್ಯಾಸ ಮಾಡಿಕೊಂಡು ಬಂದಿದ್ದಳು. ಘರಾಣೆಗಳೆಂಬ ಸಣ್ಣಸಣ್ಣ ನಿಯಮಗಳನ್ನಿಟ್ಟುಕೊಂಡರೆ ಕಲೆ ಉಳಿಯುಲ್ಲ. ಕರ್ನಾಟಕ ಪದ್ಧತಿಯಿಂದ ಹಿಂದೂಸ್ತಾನಿ ಸಂಗೀತವು ರಾಗಗಳನ್ನು ತೆಗೆದುಕೊಳ್ಳುತ್ತಿಲ್ಲವೇನು? ಎಲ್ಲ ನೃತ್ಯಶೈಲಿಗಳೂ ಮೂಲ ಭರತನ ನಿಯಮಗಳನ್ನನುಸರಿಸಿಯೇ ಬೆಳೆದಿಲ್ಲವೇನು? ಎಂದೆಲ್ಲ ನೃತ್ಯ ಮೀಮಾಂಸೆಯ ವಾದಗಳನ್ನು ಸಿದ್ಧಪಡಿಸಿಕೊಂಡಿದ್ದಳು. ಆದರೆ ಮಾಡಬಾರದ್ದು ಮಾಡಿಲ್ಲವೆ? ಎಂಬ ಅವರ ಪ್ರಶ್ನೆಯಿಂದ ತನ್ನೊಳಗಿನ ಕಟ್ಟಡವೇ ತಿರುಚಿಕೊಂಡು ಬೇರೆ ಆಕಾರ ತಾಳಿದಂತೆ ಆಯಿತು. ಅವರನ್ನು ಎದುರಿಸುವುದು ಕಷ್ಟವಾಗಿ ಅಡುಗೆಮನೆಗೆ ನಡೆದಳು. ಅಲ್ಲಿಗೆ ಬಂದದ್ದರಿಂದ ಏನಾದರೂ ಕೆಲಸ ಮಾಡಬೇಕೆಂದು ಚಹಾ ಮಾಡತೊಡಗಿದಳು. ಚಹಾ ಸಿದ್ಧವಾದಮೇಲೆ ತನಗೂ ಬೇಕಿತ್ತು ಎನ್ನಿಸಿತು. ಸೋಫ಼ದಮೇಲೆ ಕೂತಿದ್ದ ಅವರ ಮುಂದಕ್ಕೆ ಟೀಪಾಯಿ ಎಳೆದು ಚಹಾ ಬಿಸ್ಕತ್ತುಗಳ ಟ್ರೇಯನ್ನು ಅದರ ಮೇಲಿಟ್ಟು ಅಡುಗೆಮನೆಗೆ ಹಿಂತಿರುಗಿ ಅಲ್ಲಿಯೇ ಸ್ಟೂಲಿನಮೇಲೆ ಕೂತು ಚಹಾ ಕುಡಿದಳು.

ರಾತ್ರಿ ದೊಡ್ಡಹಾಸಿಗೆಯಲ್ಲಿ ಅವರ ಪಕ್ಕ ಮಲಗಿದ್ದಾಗಲೂ ಮಾಡಬಾರದ್ದು

ಮಾಡಿಲ್ಲವೆ? ಎಂಬ ಅವರ ಗೃಧ್ರಕಣ್ಣುಗಳ ಪ್ರಶ್ನೆ ಇರಿಯುತ್ತಿತ್ತು. ಏನು ನಾನು ಮಾಡಬಾರದ ಕೆಲಸ ಮಾಡಿರೂದು ಎಂಬ ಸಮರ್ಥನೆ ಕಾಣಿಸಿಕೊಂಡರೂ ಅವರ ಪ್ರಶ್ನೆಯ ಇರಿತ ಕಡಮೆಯಾಗ ಲಿಲ್ಲ. ಮಿತಿಯ ಒಂದು ಪೆಗ್ ವಿಸ್ಕಿಯ ಮೇಲೆ ಬಿದ್ದ ಬಿಸಿಬಿಸಿ ಊಟದ ರಾತ್ರಿಯ ನಿದ್ದೆ ಹತ್ತಿ ಅವರ ಹಲ್ಲು ತೆಗೆದಿಟ್ಟ ತುಟಿಗಳು ಆಕಾರಹೀನ ಸಪ್ಪಳದಲ್ಲಿ ಗೊರಕೆ ಬಿಡುತ್ತಿದ್ದವು. ತನಗೆ ಈ ಆಕಾರ ತಪ್ಪಿದ ಗೊರಕೆಯು ಯಾವಾಗಲೂ ಕಸಿವಿಸಿ ಮಾಡಿದೆ. ಆದರೆ ಈಗ ಅಸಹ್ಯವೆನ್ನಿಸತೊಡಗಿತು. ಸಂಪೂರ್ಣವಾಗಿ ಹಲ್ಲಿಲ್ಲದ ಬಾಯಿ ಮಾತ್ರ ಇಂಥ ರಚನಾರಹಿತ ಸದ್ದು ಮಾಡುತ್ತದೆ ಎಂಬ ಅರಿವಾದಾಗ ನನ್ನಪಾಡಿಗೆ ನಾನು ಯಾಕೆ ಬೇರೆ ಕೋಣೆಯಲ್ಲಿ ಮಲಗುತ್ತಿಲ್ಲ? ಎಂಬ ಪ್ರಶ್ನೆ ಕಾಣಿಸಿಕೊಂಡಿತು. ಬರೀ ಗೊರಕೆಯಲ್ಲ, ಈತನ ಪುಂಸತ್ವವು ನಿಶ್ಶೇಷವಾಗಿ ಗಳಿತಗೊಂಡಾಗಲೇ, ಹದಿನೈದು ವರ್ಷದ ಹಿಂದೆಯೇ ನಾನು ಹಾಸಿಗೆಯನ್ನು ಬೇರೆ ಮಾಡಿಕೊಬೇಕಿತ್ತು. ಯಾಕೆ ಮಾಡಿಕೊಳ್ಳದೆ ಗುರುಭಕ್ತಿ ಪತಿಭಕ್ತಿಗಳಿಂದ ಇವರ ಮಗ್ಗುಲಲ್ಲೇ ಮುಂದುವರೆಸಿದೆ? ಈ ಭಕ್ತಿಯ ಬೆಲೆಯನ್ನೇ ಅರ್ಥಮಾಡಿಕೊಳ್ಳದೆ ಮಾಡ ಬಾರದ್ದು ಮಾಡಿಲ್ಲವೇನು? ಅಂದರಲ್ಲ! ಕೃತಜ್ಞತೆ ಇಲ್ಲದವರು, ಎಂದುಕೊಳ್ಳುವಾಗ ಆ ಲೌಂಡಿಮಗ ಗುಹನ ವಾಕ್ಯಗಳಂತೆ ಇವರ ಈ ಪ್ರಶ್ನೆಯಲ್ಲೂ ಎರಡರ್ಥವಿದೆ ಎಂಬ ಅರಿವಾಯಿತು. ಎರಡು ಶೈಲಿಗಳನ್ನು ಬೆರೆಸೂದು ಎಂಬುದೇ ಇವರ ಅರ್ಥವಿರಬಹುದು. ನನ್ನ ಮತ್ತು ಕಾರ್ತೀಕನ ಸಂಬಂಧ ಇವರಿಗೆ ಗೊತ್ತಿಲ್ಲದೆ ಇರಬಹುದು. ಅಥವಾ ಆ ಸಂಬಂಧವು ಮೊಳೆಯುವ ಮಾತುಗಳನ್ನು ಗುಹಾ ಇವರ ತಲೆಗೆ ಬಿತ್ತಿದಾನೆಯೊ? ಎಂಬ ಅನುಮಾನ ಬರತೊಡಗಿತು. ಈಗ ಪ್ರಯಾಣ ಮಾಡ್ತಿದಾನೆ. ರೈಲು ಬೆಳಗ್ಗೆ ಏಳಕ್ಕೆ ತಲುಪಿ ಎಂಟರ ಒಳಗೆ ನೃತ್ಯಶಾಲೆಗೆ ಬರ್ತಾನೆ, ಎಂದುಕೊಂಡಳು. ಅವನನ್ನು ಮನೆಗೆ ಕರಕೊಂಡು ಬಂದಿಲ್ಲ. ಇವರಿಗೆ ಪರಿಚಯ ಮಾಡಿಸಿಲ್ಲ. ಮಾಡಿಸಿದ್ದರೆ ಯಾವ ಘರಾಣೆ, ಯಾರು ನಿನ್ನ ಗುರು, ಎಂದೆಲ್ಲ ಕೇಳುತ್ತಿದ್ದುದು ಮಾತ್ರವಲ್ಲ, ಅವನ ಘರಾಣೆಯನ್ನು ಅವನೆದುರೇ ತುಚ್ಛವಾಗಿ ಹಳಿಯತೊಡಗುತ್ತಿದ್ದರು. ಆಮೇಲೆ ಅವನು ಇಲ್ಲಿ ಏನು ಮಾಡ್ತಾನೆ? ಎಂದು ಕೇಳಿ ನಾನು ಅವನನ್ನು ಜೊತೆಗೆ ಹಾಕಿಕೊಂಡು ಅಷ್ಟಪದಿ ಆಧಾರಿತ ರಚನೆ ಮಾಡ್ತಿರೂದನ್ನ ಹೇಳಲೇಬೇಕಿತ್ತು. ಅದನ್ನ ಮಾಡುಕ್ಕೆ ಇವರು ಬಿಡ್ತಿರಲಿಲ್ಲ, ಎಂಬ ಸರಣಿ ಬಿಚ್ಚಿಕೊಳ್ಳತೊಡಗಿತು.

ಆಕಾರಹೀನ ಗೊರಕೆ ನಿಂತೇ ಇಲ್ಲ. ಒಂದೊಂದು ದಿನ ಹೀಗೆಯೇ ಎಂಬ ಅರಿವಿ ನೊಡನೆ ಒಮ್ಮೆ ಎಡಕ್ಕೆ ತಿರುಗಿ ನೋಡಿದಳು. ರಾತ್ರಿಯ ಕತ್ತಲಿನಲ್ಲೂ ಅವರ ಮುಖ ಕಾಣಿಸಿತು. ಅಥವಾ ಕಲ್ಪನೆಗೆ ಸಿಕ್ಕಿತು. ದಂತವನ್ನು ತೆಗೆದಿಟ್ಟ ಆಕಾರಹೀನ ಬಾಯಿ. ನರ ಗಳು ಉಬ್ಬಿಕೊಂಡ ಹಣೆ. ಇಪ್ಪತ್ತು ವರ್ಷದ ಹಿಂದೆ ಹೀಗೆ ಇರಲಿಲ್ಲ. ಅರವತ್ತೆರಡು, ಮುಪ್ಪು ಕಾಲಿಟ್ಟಿತ್ತು. ಆಕ್ರಮಿಸಿರಲಿಲ್ಲ. ನನಗೆ ಅಷ್ಟು ವ್ಯತ್ಯಾಸ ತಿಳಿಯುತ್ತಿರಲಿಲ್ಲ. ಇಪ್ಪತ್ತೆರಡಕ್ಕೆ ಎಷ್ಟು ತಿಳಿದೀತು? ಸುತ್ತಮುತ್ತ ಮುದುಕರನ್ನು ನೋಡುತ್ತಿದ್ದರೂ ಆ ಮುಪ್ಪು ಇನ್ನು ನಾಲ್ಕೈದು ವರ್ಷಗಳಲ್ಲೇ ಇವರನ್ನು ಅಡರಿ ಸುಕ್ಕುಗಟ್ಟಿಸುತ್ತದೆಂಬ ಅನ್ವಯ ಹೊಳೆಯದಷ್ಟು ವಿದ್ಯಾದಾಹ ಬಾಧಿಸುತ್ತಿರುವಾಗ ಹೇಗೆ ತಿಳಿದೀತು? ಕಾಹಿಲೆ ಬಿದ್ದರು, ನಾನೇ ಬೇಗ

ಬಂದು ಆ ಸಣ್ಣ ಮನೆಯನ್ನು ಗುಡಿಸಿ ಸಾರಿಸಿ ಅವರಿಗೆ ಖಿಚಡಿ ಮಾಡಿಕೊಟ್ಟು, ಡಾಕ್ಟರಿಂದ ಔಷಧಿ ತಂದು, ಬಟ್ಟೆ ಒಗೆದು ಪಾತ್ರೆ ತೊಳೆದು. ಒಂದು ವಾರದ ಜ್ವರ. ಅವರು ಅಧೀರರಾದರು. ಒಬ್ಬನೇ ಎಷ್ಟುದಿನ ಇರಲಿ? ಜಡ್ಡು ಜಾಪತ್ತು ಆದರೆ ನೋಡಿ ಕೊಳ್ಳೋರು ಯಾರು? ದಿಲ್ಲಿ ಸಾಕು. ಸುಮ್ಮನೆ ನನ್ನ ಮನೆಗೆ ಬಂದುಬಿಡಿ ಅಂತ ಮಗಳು ಹೇಳ್ತನೇ ಇರ್ತಾಳೆ, ಹೋಗ್ತೀನಿ. ಈ ದಿಲ್ಲಿಯಲ್ಲಿ ನನಗೆ ಇರೂದಾದರೂ ಏನು? ಎಂಬ ತೀರ್ಮಾನಮಾಡಿದಾಗ ನನಗೆ ಶೂನ್ಯ ಕವಿಯಿತು. ನನಗೆ ಪಾಠ ಹೇಳೋರು ಯಾರು? ದಿಲ್ಲಿಯಲ್ಲಿ ಕಥಕ್ ದಂಧೆಯವರು ಎಷ್ಟೋ ಜನ ಇರಬಹುದು, ನೂರು ಜನ ಇದ್ದಾರು. ಆದರೆ ಸೋಹನಗುರುವಿನಂಥ ಕಲಾವಿದ ಬೇರೊಬ್ಬ ಇಲ್ಲ. ಇವರಿಂದ ಕಲಿತಮೇಲೆ ಯಾರ ಶಿಕ್ಷಣ ರುಚಿಸೀತು? ಇವರಿಗಿರುವ ಅಭಿನಯಕಲೆ, ಕವಿತೆಯ ಒಂದು ಸಾಲನ್ನು ಇಪ್ಪತ್ತು ಮೂವತ್ತು ರೀತಿಯಲ್ಲಿ ಅರ್ಥೈಸಿ ಅಭಿನಯದಲ್ಲಿ ತೋರಿಸುವ ಕಲ್ಪನಾಶಕ್ತಿ ಬೇರೆ ಯಾರಿಗಿದೆ? ಬೇರೆಯವರು ಪದಗತಿಯಲ್ಲಿ ದೈಹಿಕ ಚಮತ್ಕಾರ ಸೃಷ್ಟಿಸಬಹುದು; ಆದರೆ ಇವರಂತೆ ತಾಲದ ದೃಶ್ಯಕಾವ್ಯವನ್ನು ಸೃಷ್ಟಿಸಬಲ್ಲವರು ಯಾರು? ಇಂಥವರು ತಪ್ಪಿಹೋದರೆ ಏನು ಗತಿ? ಎಂಬ ಆತಂಕಹುಟ್ಟಿ ರಾತ್ರಿ ನಿದ್ರೆಹತ್ತದೆ, ಹತ್ತಿದರೂ ಅರ್ಧತಾಸಿನಲ್ಲಿ ಎಚ್ಚರ ವಾಗಿ ಗುರೂಜಿ ಹೋಗಬೇಡಿ, ದಿಲ್ಲಿಯನ್ನ ಬಿಡಬೇಡಿ, ನನ್ನ ಕೈಬಿಡಬೇಡಿ ಎಂದು ಒಳಗೇ ಮೌನವಾಗಿ ಹಲುಬುತ್ತಾ, ಶ್ಯಾಮನು ಬೃಂದಾವನವನ್ನು ಬಿಟ್ಟು ಮಥುರೆಗೆ ಹೊರಟುನಿಂತಾಗ ಪರಿತಪಿಸುವ ರಾಧೆಯಾಗಿರುವಂತೆ ಕನಸು ಬಿದ್ದು, ಎಚ್ಚರವಾದಾಗ ಐದನೆ ಮಹಡಿಯ ಕಿರುಕೋಣೆಯ ಕಿಟಕಿಯಿಂದ ಬರುತ್ತಿದ್ದ ಮಬ್ಬುಬೆಳಕಿನಲ್ಲಿ ಇವರು ಯಮುನಾತಟದ ಮರಳಿನಮೇಲೆ ಚುರುಕು ಕಾಲಿನಿಂದ ನರ್ತಿಸುವ ಹದಿನಾರುವರ್ಷದ ಶ್ಯಾಮನಾಗಿ ಕಾಣತೊಡಗಿ ಶ್ಯಾಮ್, ಇಲ್ಲ, ನಾನು ನಿನ್ನನ್ನು ಬಿಡುವುದಿಲ್ಲ ಆರ್ತಳಾಗಿ ಕೈನೀಡಿ ಅಭಿನಯಿಸುವ ಕಲ್ಪನೆ ತೊಡಗಿ.

ಐದಾರುದಿನದಲ್ಲಿ ಎಂಥ ವಿಚಿತ್ರವಾದ ಆಲೋಚನೆ! ಬರೀ ಆಲೋಚನೆಯಲ್ಲ, ಗಟ್ಟಿಯಾದ ನಿರ್ಧಾರ. ಹೌದು, ಅವರಿಗೆ ಅಡುಗೆ ಮಾಡಿ ಹಾಕೋರಿಲ್ಲ. ಜೊತೆಗೆ ಯಾರೂ ಇಲ್ಲ. ಅಂಥ ಮಹಾಕಲಾವಿದರಿಗೆ ಒತ್ತಾಸೆ ಬೇಡವೆ? ಸಂಗಾತಿ ಬೇಡವೆ? ಅವರ ಹೆಂಡತಿಯನ್ನು ನಾನು ನೋಡಿರಲಿಲ್ಲ. ಸತ್ತು ಏಳೆಂಟು ವರ್ಷವಾಯಿತಂತೆ. ಆಕೆ ಏನೂ ನರ್ತಕಿಯಾಗಿರಲಿಲ್ಲ. ಕೇವಲ ಗೃಹಿಣಿ. ಆದ್ದರಿಂದ ಸಂಗಾತಿಯಾಗಿರಲಿಲ್ಲ. ಗುರೂಜಿಗೆ ಜೀವನದಲ್ಲಿ ಮೊಟ್ಟಮೊದಲ ಬಾರಿಗೆ ಒಬ್ಬ ಸಂಗಾತಿ ಸಿಕ್ಕಿ ಅವರು ಇನ್ನೂ ಹೆಚ್ಚು ಉತ್ಸಾಹದಿಂದ ನರ್ತನ ಮಾಡಿ, ನರ್ತನ ಕಲಿಸಿ, ಹೊಸ ಹೊಸ ರಚನೆಗಳನ್ನು ಸೃಷ್ಟಿಸು ವಂತಾದರೆ! ಆ ಸಂಗಾತಿ ನಾನೇ ಆದರೆ! ಅರವತ್ತಮೂರು. ತಮ್ಮ ವಯಸ್ಸನ್ನು ಎಂದೂ ಮುಚ್ಚಿಕೊಂಡಿಲ್ಲ. ಆದರೇನಂತೆ? ಅಭಿನಯಿಸತೊಡಗಿದರೆ ಹದಿನಾರರ ಶ್ಯಾಮನಾಗಿಬಿಡ್ತಾರೆ. ಪ್ರೌಢೆ ರಾಧೆಯಾಗ್ತಾರೆ. ಯದ್ಭಾವಂ ತದ್ಭವತಿ. ಭಾವಿಸಿದಂತೆ ವಾಸ್ತವತೆ. ಭಾವ ಮುಖ್ಯ. ಕಲೆ ಎಂದರೆ ಭಾವ. ಎಂಬ ವಿಚಾರಗಳು ಸ್ಫುಟವಾಗಿ ಇಲ್ಲ, ನನ್ನ ಗುರು ಶ್ಯಾಮನನ್ನು ನನ್ನಿಂದ ದೂರಹೋಗುಕ್ಕೆ ನಾನು ಬಿಡುಲ್ಲ ಎಂಬ ನಿಶ್ಚಯವಾಗಿ ಹಿಂದುಮುಂದು

ನೋಡದೆ ಫ್ಲ್ಯಾಟಿನ ಬೀಗ ಅಮುಕಿ ತುರ್ಕಮಾನ್‌ಗೇಟಿನ ಬಸ್‌ಹತ್ತಿ ಹೋದಾಗ ಅವರು ಅಕ್ಕಿ ಆರಿಸುತ್ತಿದ್ದರು. 'ಮನೋಹರೀ, ಏನು ಇಷ್ಟು ಹೊತ್ತಿನಲ್ಲಿ ಬಂದೆ?'

'ಬಂದು ಕರಕಂಡು ಹೋಗು ಅಂತ ಮಗಳಿಗೆ ಕಾಗದ ಬರೆದು ಹಾಕಿದಿರಾ?'

'ಈಗತಾನೆ ಅಂಚೆಡಬ್ಬಕ್ಕೆ ಹಾಕಿಬಂದೆ. ಯಾಕೆ?'

ನನಗೆ ಮಾತು ಹೊರಡಲಿಲ್ಲ. ಮನಸ್ಸಿಗೆ ಮಂಕು ತುಂಬಿಕೊಂಡಿತು. ತುಸು ಹೊತ್ತಾದ ಮೇಲೆ ಅವರೇ, 'ಈ ಪ್ರಶ್ನೆ ಕೇಳುಕ್ಕೆ ಅಂತ ಈ ಹೊತ್ತಿನಲ್ಲಿ ಬಂದೆಯಾ? ಯಾಕೆ ಹೇಳು.'

'ನೀವು ಹೋದರೆ ನನ್ನ ಗತಿ ಏನು?'

'ನಿನ್ನ ಚಿಂತೆಯೂ ಸರಿ. ನಿನ್ನ ನಾಡಿಯಲ್ಲಿ ನರ್ತನಕಲೆ ಇದೆ. ತಕ್ಕ ಮೈಕಟ್ಟು ರೂಪಗಳೂ ಇವೆ. ಕಲಿಯುವ ಶ್ರದ್ಧೆ ಇದೆ. ಆದರೆ ನಾನು ಇಲ್ಲಿ ಒಬ್ಬನೇ ಇರಲಾರೆ. ಲಕಿಮ್‌ಪುರ ಅಷ್ಟು ಸುಲಭವಾಗಿ ಬಂದು ಪಾಠ ಹೇಳಿಸಿಕೊಂಡು ಹೋಗಬಹುದಾದ ಹತ್ತಿರವಲ್ಲ. ಜೀವನ ಅಂದರೆ ಪರಿಸ್ಥಿತಿ ಹೀಗೆಯೇ ಬರ್ತವೆ.'

'ಗುರೂಜಿ, ನನ್ನ ಮಾತು ಕೇಳಿ. ನೀವು ದಿಲ್ಲೀನ ಬಿಡಬೇಡಿ. ನಾನು ನಿಮಗೆ ಅಡುಗೆಮಾಡಿ ಇಕ್ಕುತೀನಿ. ಬಟ್ಟೆ ಒಗೆದುಕೊಡ್ತೀನಿ. ಎಲ್ಲ ಸೇವೇನೂ ಮಾಡ್ತೀನಿ. ನಿಮ್ಮ ಜೊತೆಗಿರ್ತೀನಿ.'

ಇವರು ಒಂದುನಿಮಿಷ ಯೋಚಿಸಿದರು. 'ಏನು ಮಾತಾಡ್ತಿದೀ? ಮದುವೆ ವಯಸ್ಸಿನ ಹುಡುಗಿ ನನ್ನ ಜೊತೆ ಇದ್ದರೆ ಈ ಪುರಾನೀ ದಿಲ್ಲಿಯ ನನ್ನ ಸುತ್ತಮುತ್ತಿನ ಜನ ಸುಮ್ಮ ನಿರ್ತಾರೆಯೆ? ನಿನ್ನ ತಾಯಿ ಸುಮ್ಮನಿರ್ತಾಳೆಯೆ?'

'ನಾನು ನಿಮ್ಮನ್ನ ಮದುವೆಯಾಗ್ತೀನಿ ಎಲ್ಲರೂ ಬಾಯಿಮುಚ್ಕೊ ಹಾಗೆ.'

ಇವರು ಅವಾಕ್ಕಾದರು. ಒಂದುನಿಮಿಷದ ನಂತರ: 'ನಿನಗೇನು ಹುಚ್ಚುಗಿಚ್ಚು ಹಿಡಿ ದಿದೆಯೆ? ನನ್ನ ವಯಸ್ಸೇನು? ನಿನ್ನ ವಯಸ್ಸೇನು? ನೀನು ನನಗಿಂತ ನಲವತ್ತೊಂದುವರ್ಷಕ್ಕೆ ಚಿಕ್ಕೋಳು.'

'ಆದರೇನಂತೆ? ನಾನು ಮದುವೆಯಾಗುಕ್ಕೆ ನಿಶ್ಚಯಿಸಿರೂದು ನಿಮ್ಮ ಕಲೆಯನ್ನ. ವಯಸ್ಸನ್ನಲ್ಲ. ಕಲೆಗೆ ವಯಸ್ಸಿದೆಯೆ? ಮುಪ್ಪಿದೆಯೆ? ಕ್ಷಣಾರ್ಧದಲ್ಲಿ ನೀವು ಹದಿನಾರರ ಹರೆಯದ ಕೃಷ್ಣನಾಗುಲ್ಲವೆ?'

ನಾನು ಗುರುವಿನೊಡನೆ ಇಷ್ಟು ನಿರರ್ಗಳವಾಗಿ ಮಾತನಾಡಬಲ್ಲೆ ಅಂತ ನನಗೇ ಗೊತ್ತಿರಲಿಲ್ಲ. 'ಹುಚ್ಚು ಹುಚ್ಚು ಮಾತಾಡಬೇಡ. ಬಿಸಿಲಲ್ಲಿ ಬಂದಿದೀಯ. ನಿಂದೂ ಊಟ ವಾಗಿಲ್ಲ ಅಂತ ಮುಖ ನೋಡಿದರೇ ತಿಳಿಯುತ್ತೆ. ತರಕಾರಿ ಶೋಧಿಸಿ ಹೆಚ್ಚಿ ಮಾಡೋರಾರು ಅಂತ ನಾನು ಬರೀ ಚಾವಲ್ ದಾಲ್‌ಗೆ ಸಿದ್ಧಮಾಡ್ತಿದ್ದೆ. ಹೋಗಿ ಒಂದಷ್ಟು ಕಾಯಿಪಲ್ಯ ತಗೊಂಡು ಬಾ. ಆ ಗೂಡಿನಲ್ಲಿ ಚಿಲ್ಲರೆ ಇರುವ ಜಾಗ ಗೊತ್ತಲ್ಲ? ಮನೇಲಿ ಗೋಧಿಹಿಟ್ಟೂ

ಇಲ್ಲ. ಕಲಸಿ ಲಟ್ಟಿಸಿ ಬೇಯಿಸುವ ಕಷ್ಟ ಬೇಡ ಅಂತ ತಂದಿಲ್ಲ.'

ಕಿಟಕಿ ಬೆಳಕು ಗಾಳಿಗಳಿಲ್ಲದ ಕಿಷ್ಕಂಧದ ಅಡುಗೆಮನೆಯನ್ನು ಹೊಕ್ಕು ಸೀಮೆಎಣ್ಣೆ ಸ್ಟೋವ್ ಹಚ್ಚಿ ನಾನು ಮಾಡಿದ ಅಡುಗೆಯನ್ನು ಅವರು ಬಹುತ್ ಬಡಿಯಾ ಬನಾಯೀ ಎಂದು ಮೆಚ್ಚಿ ಊಟ ಮಾಡಿದರು. ನಾನು ನಿಜವಾಗಿಯೂ ಶ್ರದ್ಧೆಯಿಂದ ಚನ್ನಾಗಿ ಮಾಡಿದ್ದೆ. ಅವರು ಮೆಚ್ಚಿ ನನ್ನ ಪ್ರಸ್ತಾಪವನ್ನು ಒಪ್ಪಿಕೊಳ್ಳಲಿ ಅಂತ.

ಒಂದುವಾರವಾದರೂ ಅವರು ಈ ವಿಷಯ ಎತ್ತಲಿಲ್ಲ. ವಾರಕ್ಕೆ ಎರಡುದಿನದ ನನ್ನ ಪಾಠ ಮಾತ್ರ ಆಯಿತು. ಮತ್ತೆ ಕೇಳಲು ನನಗೆ ನಾಚಿಕೆ. ಇವೆಲ್ಲ ಗಂಡಸು ಆಡ ಬೇಕಾದ ಮಾತು, ಮಾಡಬೇಕಾದ ಪ್ರಸ್ತಾಪ. ಅವೊತ್ತು ಯಾವುದೋ ಉದ್ವೇಗದಲ್ಲಿ ಮಾತನಾಡಿಬಿಟ್ಟಿದ್ದೆ. ಮತ್ತೆ ಮತ್ತೆ ನಾನೇ ಆಡಲು ಒಳಗೇ ಏನೋ ತಡೀತಿತ್ತು. ಬಿಗುಮಾನವೆ? ನಾಚಿಕೆಯೆ? ದೇವರೇ, ಅವರು ದಿಲ್ಲಿ ಬಿಟ್ಟು ಅಲ್ಲ ನನ್ನನ್ನು ಬೇಡ ಅಂತ ಮಗಳಮನೆಗೆ ಹೋಗದೆ ಇರಲಿ, ಒಳಗೇ ಬೇಡಿಕೊತ್ತಿದ್ದೆ. ಜಯಂತಿಯ ಜೊತೇಲಿ ನನ್ನ ಪಾಠವಾದನಂತರ ಇವರು ನನ್ನೊಬ್ಬಳಿಗೆ, 'ತುಸು ಇರು. ಒಂದಿಷ್ಟು ಕೆಲಸವಿದೆ' ಅಂದದ್ದು ಎಂಟನೆಯ ದಿನ ವಲ್ಲವೆ? ಹೌದು. ಶುಕ್ರವಾರ. ಜಯಂತಿ ಹೋದಳು. ನನ್ನನ್ನು ಎದುರಿಗೆ ಕೂರಿಸಿಕೊಂಡು ಕೇಳಿದರು: 'ಅವೊತ್ತು ನೀನು ಮಾತಾಡಿದೆಯಲ್ಲ, ಆ ವಿಚಾರ ಇನ್ನೂ ನಿನ್ನ ಮನಸ್ಸಿನಲ್ಲಿದೆಯೆ?'

ನನಗೆ ತಕ್ಷಣ ನಾಚಿಕೆ ಆಯಿತು. ಕತ್ತು ಬಗ್ಗಿಸಿದೆ. ಇವರೇ ಕೇಳಿದರು: 'ನಿನ್ನ ಮನಸ್ಸಿನಲ್ಲಿ ಅದೇ ವಿಚಾರ ಗಟ್ಟಿಯಾಗಿದ್ದರೆ ನಾನು ಮುಂದಿನ ಮಾತನಾಡ್ತೀನಿ.' ನನಗೆ ಈಗಲೂ ಮಾತು ತಿಳಿಯಲಿಲ್ಲ. 'ಆಗ ಹುಟ್ಟಿದ್ದು ಆ ಕ್ಷಣದ ಭಾವನೆ, ಈಗ ಉಳಿದಿಲ್ಲ ಅನ್ನದಿದ್ದರೆ ಹೇಳಿಬಿಡು. ನನ್ನ ಬಲವಂತವಿಲ್ಲ. ಯಾಕೆಂದರೆ ನನ್ನನ್ನ ಕರಕೊಂಡುಹೋಗುಕ್ಕೆ ಮಗಳು ಅಳಿಯ ಬರ್ತೀವಿ ಅಂತ ಕಾಗದ ಬರೆದಿದಾರೆ. ಅವರು ಅಲ್ಲಿಂದ ಹೊರಡುವ ಮೊದಲು ತಲಪೂಹಾಗೆ ನೀವು ಬರಬೇಡಿ ಅಂತ ನಾನು ಕಾಗದ ಬರೀಬೇಕು.' ಅಂದರೆ ಮದುವೆಯಾಗುಕ್ಕೆ ಇವರು ಮನಸ್ಸು ಮಾಡಿದಾರೆ ಎನ್ನುವ ಅರ್ಥ ನನಗೆ ಆಯಿತು. ಎದೆಯೊಳಗೆ ಅಂಜಿಕೆಯಿಂದ ಬಿಸಿ ಕಂಡಿತು. ಆ ವಿಚಾರ ಈಗ ನನ್ನಲ್ಲಿ ಉಳಿದಿಲ್ಲ ಎಂದುಬಿಡುವ ಆಲೋಚನೆ ಮಿಂಚಿತು. ಆದರೆ ಅದನ್ನು ಹೇಳುವ ಧೈರ್ಯವಿಲ್ಲ. ಹಾಗೆ ಹೇಳಿ, ಇವರು ಹೊರಟುಹೋದರೆ ನನ್ನ ಕಲಿಕೆಯ ಗತಿ? ಬರೀ ಕಲಿಕೆಯಲ್ಲ, ಒಂದು ವಾರದಲ್ಲಿ ನನ್ನ ಮನಸ್ಸಿನಲ್ಲಿ ಸಖನ ರೂಪ ತಾಳಿದ್ದ ಇವರು ಹೊರಟುಹೋದರೆ ನನ್ನ ಜೀವವಾದರೂ ಹೇಗೆ ಉಳಿಯಬೇಕು? ಎನ್ನಿಸಿತು. 'ನೀನು ಏನೂ ಮಾತಾಡ್ತಾ ಇಲ್ಲ. ಅಂದರೆ ನಿನಗೆ ಇಷ್ಟವಿಲ್ಲ. ಇಪ್ಪತ್ತೆರಡರ ಪ್ರಾಯದಲ್ಲಿ ಹುಡುಗೀರ ಮನಸ್ಸಿನಲ್ಲಿ ಏನೇನೋ ಕಲ್ಪನೆಗಳು ಮೂಡಿ ಮರೆಯಾಗ್ತವೆ. ನಿನಗೂ ಅಂಥದೊಂದು ಆಗಿತ್ತು ಅಲ್ಲವೆ? ಹಾಗಂತ ಸ್ಪಷ್ಟವಾಗಿ ಹೇಳು. ನನ್ನ ಬಲವಂತವಿಲ್ಲ. ನನ್ನನ್ನ ಮದುವೆಯಾಗಿ ಜೊತೆಯಲ್ಲಿರು ಅಂತ ನಾನೇನೂ ನಿನ್ನನ್ನ ಕೇಳ್ತಿಲ್ಲ. ಪ್ರಸ್ತಾಪ ಮಾಡಿದೋಳು ನೀನು. ಅದು ಗಟ್ಟಿಯಾಗಿದ್ದರೆ ಮಾತ್ರ ನಾನು ಮುಂದಿನ ಹೆಜ್ಜೆ ಇಡ್ತೀನಿ. ಗಟ್ಟಿಯೇ ಪೊಳ್ಳೇ ಅಂತ ಪರೀಕ್ಷಿಸುಕ್ಕೆ ಈಗ

ಪ್ರಶ್ನೆ ಮಾಡ್ತಿದೀನಿ.'

ನನಗೆ ತಪ್ಪಿಸಿಕೊಳ್ಳಲಾಗದ ಮಾತಿನ ಪಂಜರದೊಳಗೆ ಸಿಕ್ಕಿಕೊಂಡಂತಾಯಿತು. ನಾನು ಕಟ್ಟಿದ ಮಾತಿನ ಪಂಜರವೋ ಅಥವಾ ನನ್ನ ಮಾತುಗಳನ್ನು ಬಳಸಿ ಅವರು ಕಟ್ಟಿದ ಪಂಜರವೋ ಎಂಬ ವ್ಯತ್ಯಾಸ ಆಗ ಹೊಳೆಯಲಿಲ್ಲ. ಒಂದುನಿಮಿಷದ ನಂತರ: 'ಒಂದು ಸಲ ಆಡಿದಮೇಲೆ ನನ್ನ ಮಾತು ಯಾವಾಗಲೂ ಗಟ್ಟಿಯೇ' ಎಂದೆ.

'ನಿನ್ನ ಹತ್ತಿರ ಯಾವುದೂ ಮುಚ್ಚುಮರೆ ಇಲ್ಲ. ನನಗೆ ತಿಂಗಳಿಗೆ ಐನೂರು ರೂಪಾಯಿ ಸಂಪಾದನೆ ಆಗುತ್ತೆ. ಅದರಲ್ಲಿ ಜೀವನವಾಗಬೇಕು. ತುಂಬ ವರ್ಷದಿಂದ ಇರೂದರಿಂದ ಈ ಮನೆಯ ಬಾಡಿಗೆ ನಲವತ್ತು ರೂಪಾಯಿ ಇದೆ. ನಾನು ಬಿಟ್ಟರೆ ಏಳೆಂಟುನೂರು ಕೊಡುವಂಥೋರೂ ಇದಾರೆ. ಹೇಗಾದರೂ ಮಾಡಿ ನನ್ನನ್ನ ಖಾಲಿಮಾಡಿಸ ಬೇಕು ಅಂತ ಮಾಲೀಕ ಪ್ರಯತ್ನಮಾಡ್ತಿದಾನೆ. ಈ ಸಂಪಾದನೆ ಇದೇ ರೀತಿ ಮುಂದುವರೆ ಯುತ್ತೆ ಅಂತ ಹೇಳುವಂತಿಲ್ಲ. ನಾನು ಕಲಿಸಿದ ರೀತಿ ನೀನು ಶ್ರಮಪಟ್ಟರೆ ಮೂರು ಮೂರೂವರೆ ವರ್ಷದಲ್ಲಿ ನಿನ್ನನ್ನ ಅಖಿಲಭಾರತ ಮಟ್ಟದ ನರ್ತಕಿಯಾಗಿ ಮಾಡಬಲ್ಲೆ. ಆಮೇಲೆ ನಾವಿಬ್ಬರೂ ಕಾರ್ಪಣ್ಯವಿಲ್ಲದೆ ಬದುಕಬಹುದು. ಒಂದು ಸ್ವಂತಮನೇನೂ ಮಾಡಿಕೊಬಹುದು.'

'ನೀವು ಎಷ್ಟು ಸಾಧನೆಮಾಡಿಸಿದರೂ ನಾನು ಮಾಡ್ತೀನಿ,' ಎನ್ನುವಾಗ ನಾನು ಉತ್ಸುಕಳಾಗಿದ್ದೆ.

'ಇನ್ನೊಂದು ತಿಳಕ' ಅವರು ಹೇಳಿದರು: 'ಈ ಮುದುಕನನ್ನ ಮಾಡಿಕೊಂಡು ನನ ಗೇನು ಸಿಕ್ಕುತ್ತೆ ಅಂದುಕೊಬೇಡ. ವಯಸ್ಸಾಗಿದ್ದರೂ ನನಗೆ ಮುಪ್ಪುಬಂದಿಲ್ಲ. ನೃತ್ಯ ಮಾಡಿ ಮಾಡಿ ಈ ಶರೀರ ಪ್ರಾಯವನ್ನ ಕಾಪಾಡಿಕೊಂಡಿದೆ. ಈಗಲೂ ನಾನು ಕೃಷ್ಣನ ಪಾತ್ರ ಹಾಕಿ ಕಾಲಿಗೆ ಗೆಜ್ಜೆ ಕಟ್ಟಿ ಕುಣಿಯುಕ್ಕೆ ಶುರುಮಾಡಿದರೆ ಇಡೀ ಹಿಂದೂಸ್ಥಾನದಲ್ಲಿ ಯಾವನು ಸರಿಗಟ್ತಾನೆ? ತಬಲದ ಯಾವ ಬನಾರಸ್ ಮಹಾರಾಜ ನನ್ನ ಪಾದಗಳ ಚುರುಕು ಅನುಸರಿಸಿ ಬಾರಿಸ್ತಾನೆ?' ನನಗೆ ಅದೂ ನಿಜವೆನ್ನಿಸಿತು. ಗುರುಗಳ ಕಾರ್ಯಕ್ರಮ ವನ್ನು ನಾನೂ ನೋಡಿದ್ದೆ. ಅವರ ಪದಗತಿಯನ್ನು ಅನುಸರಿಸಲು ನಿಜವಾಗಿಯೂ ಬನಾರಸಿನ ಬಿಂದೂ ಮಹಾರಾಜರಿಗೆ ಕಷ್ಟವಾಗಿ ವಹವಾ ಅಂದಿದ್ದರು. ಶರೀರದ ಪ್ರಾಯ, ಮುಪ್ಪುಗಳ ಅರ್ಥ ನನಗೆ ಹೇಗೆ ಆಗಬೇಕು? ಇಪ್ಪತ್ತೆರಡಾದರೂ ಅನುಭವವಿಲ್ಲ. ನರಗಳು ಉಬ್ಬಿಕಾಣುವ ಇವರ ಮುಂಗೈಗಳು ಬಾಸುರಿಯನ್ನು ಹಿಡಿದು ಮಿಂಚಿನವೇಗದಲ್ಲಿ ನರ್ತಿಸುವ ಹದಿನಾರರ ಹರೆಯದ ಕೃಷ್ಣನ ಕೈಗಳಂತೆ ಕಂಡವು.

ಈ ಮದುವೆಯನ್ನು ಅಮ್ಮನಿಗೆ ಹೇಗೆ ಹೇಳುವುದು? ಬಿ.ಎಸ್‌ಸಿ. ಪಾಸು ಮಾಡಿಸಿ ನನ್ನನ್ನು ಟೀಚರ್ ಮಾಡಿಸಬೇಕೆಂದು ಎಷ್ಟೋ ಆಶೆ ಇಟ್ಟುಕೊಂಡಿದ್ದಳು. ವಿಜ್ಞಾನ ನನ್ನ ತಲೆಗೆ ಹೋಗುತ್ತಿರಲಿಲ್ಲ. ಬೀಜಗಣಿತ ಕಗ್ಗಂಟಾಗುತ್ತಿತ್ತು. ತಾಳದ ಗಣಿತವಾದರೆ ತನಗೆತಾನೆ ಲೆಕ್ಕ ಹೊಳೆಯುತ್ತಿತ್ತು. ಏಕ್ ದೊ ತೀನ್, ಚಾರ್ ಪಾಂಚ್ ಛೇ, ಆಗಲಿ ತತ್ ತತ್

ತೀಗದಾ, ದೀಗ್ ದೀಗ್ ತೀಗದಾ ಆಗಲಿ, ತೀಗದಾ ತಿಗದಾ ತೀಗದಾ ತತ್ ತತ್ ಥೈ ಆಗಲಿ ಲೆಕ್ಕ ತಕ್ಷಣ ಸಿಕ್ಕಿಬಿಡ್ತಿತ್ತು. ಲಯದಲ್ಲಿ ಯಾವ ಬದಲಾವಣೆ ಮಾಡಿದರೂ ತಿಳೀತಿತ್ತು. ನಿದ್ರೆಯಲ್ಲೂ ಕಾಲುಗಳು ತಾಳ ತಪ್ಪದಂತೆ ಚಲಿಸುತ್ತಿದ್ದುವಂತೆ. ಕಾಲೇಜಿಗೆ ಹೋಗ್ತಿದ್ದೆ. ಮುಂದಿನ ತರಗತಿಗೆ ತಳ್ತಿದ್ದರು. ಕೊನೆಯ ವರ್ಷದ ವಿಶ್ವವಿದ್ಯಾಲಯದ ಪರೀಕ್ಷೆಯಲ್ಲಿ ಪಾಸಾಗುಲ್ಲ ಅಂತ ನನಗೇ ಗೊತ್ತಿತ್ತು. ಗಣಿತ ವಿಜ್ಞಾನಗಳನ್ನು ಬಿಟ್ಟು ಯಾವುದಾದರೂ ಮಾನವಿಕ ವಿಷಯ ಕೊಡಿಸಿದ್ದರೆ ಬಿ.ಎ. ಆದರೂ ಮುಗೀತಿತ್ತು ಅಂತ ಅಮ್ಮನೂ ಚಿಂತಿಸುತ್ತಿದ್ದಳು. ಆದರೆ ಬಿ.ಎಸ್‌ಸಿ. ಮಾಡಿದರೆ ಉಪಾಧ್ಯಾಯಿನಿಯಾಗಿ ನೌಕರಿ ಸಿಕ್ಕುವಷ್ಟು ಅವಕಾಶ ಬಿ.ಎ. ಆದವರಿಗೆ ಇಲ್ಲ ಅಂತ ಸ್ವತಃ ಉಪಾಧ್ಯಾಯಿಯಾದ ಅವಳ ಅನುಭವದಿಂದ ಹಾಗೆ ಮಾಡಿದ್ದಳು. ನೃತ್ಯದಲ್ಲಾದರೂ ಡಿಪ್ಲೊಮಾ ಮಾಡಿದರೆ ಯಾವುದಾದರೂ ದೊಡ್ಡಶಾಲೆಯಲ್ಲಿ ಡಾನ್ಸ್ ಟೀಚರ್ ಎಂಬ ನೌಕರಿ ಸಿಕ್ಕಬಹುದು. ಆದರೆ ಎಲ್ಲ ಶಾಲೆಗಳಲ್ಲೂ ಅಂಥ ಹುದ್ದೆಗಳಿಲ್ಲ. ಅಲ್ಲದೆ ಸಂಬಳ ಸಾರಿಗೆ ಬಡ್ತಿ ಅಂತಸ್ತು ಮೊದಲಾದವುಗಳಲ್ಲಿ ಕಟ್ಟಕಡೆಯ ಸ್ಥಾನ ನೃತ್ಯ, ಸಂಗೀತಗಳ ಉಪಾಧ್ಯಾಯರದು ಎಂಬ ಪರಿಗಣನೆಯೂ ಅವಳನ್ನು ಬಾಧಿಸುತ್ತಿತ್ತು. ಇಬ್ಬರು ಮಕ್ಕಳನ್ನು ಕಟ್ಟಿಕೊಂಡು ಇಪ್ಪತ್ತಮೂರಕ್ಕೆ ವಿಧವೆಯಾಗಿ ತಂದೆಯ ಸಹಾಯದಿಂದ ಬಿ.ಎಸ್‌ಸಿ. ಮುಗಿಸಿ ಹೈಸ್ಕೂಲು ಉಪಾಧ್ಯಾಯಿನಿಯಾದವಳಿಗೆ ಮಕ್ಕಳ ವಿದ್ಯಾಭ್ಯಾಸ ಮತ್ತು ನೌಕರಿಯ ಬಗೆಗೆ ನಿಶ್ಚಿತ ಗುರಿ ಇತ್ತು. ಮಗನಿಗಂತೂ ಎಂಜನಿಯರಿಂಗ್‌ಗೆ ಪ್ರವೇಶ ಸಿಕ್ಕಿತ್ತು. ನನ್ನದೊಂದೇ ಆಧಾರ ಕಾಣದ ಸ್ಥಿತಿ. ನಿನ್ನನ್ನ ಡಾನ್ಸ್ ಕ್ಲಾಸಿಗೆ ಸೇರಿಸಿ ನಾನೇ ಹಾಳುಮಾಡಿದೆ ಅಂತ ಬೈಯ್ದುಕೊಳ್ಳುತ್ತಿದ್ದಳು. ಆದರೆ ನನಗೆ ನೃತ್ಯವು ಕೇವಲ ನೌಕರಿಯ ಸಾಧನವಾಗಿರಲಿಲ್ಲ. ಜೀವನದ ಉಸಿರಾಗಿತ್ತು. ಗುರುವು ಹೇಳಿಕೊಟ್ಟ ಪಾಠವನ್ನು ಮನೆಯಲ್ಲಿ ಗೆಜ್ಜೆ ಕಟ್ಟಿಕೊಂಡು ಅಭ್ಯಾಸ ಮಾಡಿಕೊಬೇಕು; ಆದರೆ ಐದನೆಯ ಮಹಡಿಯ ಒಂದು ಕಿರುಹಾಲು ಎರಡು ಕೋಣೆಗಳ ಫ್ಲ್ಯಾಟಿನಲ್ಲಿ ಕಥಕ್ಕಿನ ಪಾದಕ್ರಿಯೆಯ ಅಭ್ಯಾಸ ಮಾಡಿಕೊಳ್ಳತೊಡಗಿದರೆ ಕೆಳಗಿನ ಫ್ಲ್ಯಾಟಿನವರು ಹತ್ತಿ ಬಂದು ಬಾಗಿಲು ಬಡಿಯುತ್ತಿದ್ದರು. ಏಯ್ ಹುಡುಗಿ, ನಿನಗೆ ಪೋಲೀಸ್ ಕಂಪ್ಲೇಂಟ್ ಕೊಡಬೇಕೇನು? ಅಮ್ಮ ಮನೆಗೆ ಬಂದಮೇಲೆ ಅವಳಿಗೂ ದೂರು ಹೇಳುತ್ತಿದ್ದರು. ಜಯಂತಿಯ ಸ್ನೇಹವಾಗದಿದ್ದರೆ ಮನೇಲಿ ಅಭ್ಯಾಸ ಮಾಡಿಕೊಳ್ಳೊದೇ ಆಗ್ತಿರಲಿಲ್ಲ. ನೆಲ ಮತ್ತು ಮಹಡಿಗಳೆರಡೂ ಇದ್ದ ಸ್ವತಂತ್ರ ಕಟ್ಟಡದ ಅವಳ ಮನೇಲಿ ಅವಳಿಗೆ ನಾನು ನನಗೆ ಅವಳು ತಾಳ ಹಿಡಿದು ಅಭ್ಯಾಸ ಮಾಡಿಕೊಂಡು, ಅವಳಿಗಿಂತ ನಾನು ಎಷ್ಟು ಚುರುಕು!

ಅಮ್ಮ ಒಪ್ಪುಲ್ಲ ಅಂತ ಮೊದಲೇ ಗೊತ್ತಿತ್ತು. ನನ್ನ ನಿಶ್ಚಯಾನ ಅವಳಿಗೆ ಹೇಳುಕ್ಕೂ ಅಂಜಿಕೆ. ಅವಳ ದೃಷ್ಟಿಯಿಂದ ಆಲೋಚಿಸುವ ತಾಳ್ಮೆ ಆಗ ನನಗೆಲ್ಲಿ ಬರಬೇಕು? ಚಿಕ್ಕವಯಸ್ಸಿಗೆ ಗಂಡನನ್ನು ಕಳಕೊಂಡು ಇಪ್ಪತ್ತೆರಡರತನಕ ಇಷ್ಟು ಕಷ್ಟಪಟ್ಟು ಬೆಳೆಸಿದ ಮಗಳು ಇದ್ದಕ್ಕಿ ದ್ದಂತೆಯೇ ತನ್ನ ಅಜ್ಜನ ವಯಸ್ಸಿನ ಗುರುವನ್ನ ಮದುವೆಯಾಗ್ತೀನಿ ಅಂದರೆ ಹೇಗೆ ಒಪ್ತಾಳೆ? ಹೆದರಿಸಿದಳು, ಬೆದರಿಸಿದಳು. ಕಾಲು ಮುರಿದು ಕೂರುಸ್ತೀನಿ

ನೀನು ಡಾನ್ಸ್ ಮಾಡದ ಹಾಗೆ ಅಂದಳು. ಈ ಗುರೂಜಿಯ ಮನೆಗೆ ಬಂದು ಹೀನಾಮಾನಾ ಬೈದಳು. ನನ್ನ ಮಗಳ ಮನಸ್ಸು ಕೆಡಿಸಿದೀಯ? ಪೋಲೀಸ್ ಕಂಪ್ಲೇಂಟ್ ಕೊಟ್ಟು ಅರೆಸ್ಟ್ ಮಾಡುಸ್ತೀನಿ ಬದ್ಮಾಷ್ ಅಂತ ಅಕ್ಕಪಕ್ಕದೋರು ಸೇರುವ ಹಾಗೆ ಕಿರಿಚಿದಳು. ನನ್ನ ಹಟ ಬಲಿಯಿತು. ಹೋಗು ಪೋಲೀಸಿಗೆ. ನನಗೆ ಇಪ್ಪತ್ತೆರಡು ವರ್ಷವಾಗಿದೆ. ಯಾವ ಪೋಲೀಸರೂ ಏನೂ ಮಾಡುಕ್ಕಾಗುಲ್ಲ ಅಂತ ನೆರೆದ ಜನರೆದುರಿಗೆ ಜವಾಬ್ ಕೊಟ್ಟೆ. ಸಿಟ್ಟುಮಾಡಿಕೊಂಡು ಹೊರಟುಹೋದವಳು ಮತ್ತೆ ಮೂರುವರ್ಷ ಬರಲಿಲ್ಲ. ದಿಲ್ಲಿಯಲ್ಲಿ ನನ್ನ ರಂಗಪ್ರವೇಶವಾಗಿ ಪೇಪರುಗಳಲ್ಲೆಲ್ಲ ಹೊಗಳಿಕೆ ಬಂದಮೇಲೆ ಅವಳೇ ಬಂದಳು. ಮಗಳಮೇಲಿನ ಕೋಪ ಇಳಿದಿತ್ತು. ಆದರೆ ತನ್ನ ತಂದೆಯ ವಯಸ್ಸಿನ ಮುದುಕನನ್ನ ಅಳಿಯ ಅಂತ ಒಪ್ಪಿಕೊಳ್ಳುಕ್ಕೆ ಆಗದೆ ಇವರ ಮೇಲೆ ಗುರುಗುಟ್ಟಿದಳು.

'ನನ್ನನ್ನ ಮದುವೆಯಾಗು ಅಂತ ನಾನೇನು ನಿನ್ನ ಮಗಳನ್ನ ಕೇಳಿಕೊಳ್ಳಲಿಲ್ಲ. ಆಗು ಅಂತ ಕೇಳಿದೋಳು ಅವಳು. ಕೋಪವಿದ್ದರೆ ಅವಳಮೇಲೆ ತೆಗಿ. ನನ್ನ ಮನೆಗೆ ಬಂದು ನನ್ನಮೇಲೇಕೆ ಹೀಗೆ ಗುರುಗುಟ್ಟುತೀ?' ಇವರು ಕೇಳಿದ್ದಕ್ಕೆ ಮುಖಭಂಗವಾಗಿ ಹೊರಟು ಹೋದಳು. ಮತ್ತೆ ಬರಲಿಲ್ಲ. ಆಮೇಲೆ ನಾನೇ ಆಗಾಗ್ಗೆ ಅಲ್ಲಿಗೆ ಹೋಗಿ ನೋಡೂದು ಪದ್ಧತಿಯಾಯಿತು. ಕೊನೆಗೂ ಅವಳು ನನ್ನನ್ನ ಕ್ಷಮಿಸಲಿಲ್ಲ. ರಿಟೈರ್ ಆದಮೇಲೆ ಮಗನ ಜೊತೆ ಇರುಕ್ಕೆ ಅಂತ ಹೈದರಾಬಾದಿಗೆ ಹೋಗಿಬಿಟ್ಟಳು. ಆಮೇಲೆ ನಾನೂ ಹೋಗಲಿಲ್ಲ. ಅವಳು ಒಂದು ಕಾಗದಾನೂ ಬರೆಯಲಿಲ್ಲ. ಎಷ್ಟು ವರ್ಷವಾಯಿತು ಅವಳನ್ನ ನೋಡಿ? ಮನೋಹರಿ ನೆನಪು ಮಾಡಿಕೊಂಡಳು. ಅಮ್ಮ, ನಾನು ಈಗ ಇರೂದು ನನ್ನ ಮನೆ, ನಾನು ಸಂಪಾದಿಸಿದ್ದು. ಬಾ, ಒಂದು ತಿಂಗಳಾದರೂ ಇರು ಅಂತ ಹೈದರಾಬಾದಿಗೆ ಹೋಗಿ ಕರೀಬೇಕು. ಈ ಮುದುಕನ ಮುಖ ನೋಡಿದರೆ ನಿನಗೆ ತಡೆಯುಕ್ಕಾಗದಿದ್ದರೆ ಇಲ್ಲಿ ಬೇಡ, ನರ್ತನಶಾಲೆಯ ಮಹಡಿಯ ಮೇಲೆ ಬೇಕಾದಷ್ಟು ಜಾಗವಿದೆ, ಅನ್ನಬೇಕು ಎನ್ನುವ ಆಲೋಚನೆ ಬಂತು. ಅವಳ ಕೋಪ ಹತಾಶೆಗಳು ಇವರಮೇಲೆ ತಿರುಗದಂತೆ ಸಂರಕ್ಷಿಸಿ, ನನ್ನಮೇಲೆ ಬೀಳುವಂತೆ ಮಾಡಿಕೊಂಡು ಇವರಿಗೆ ನೆನಪಿದೆಯಾ? ತಿರುಗಿ ನೋಡಿದಳು. ತನ್ನ ಕಡೆಗೆ ಬೆನ್ನುಮಾಡಿಕೊಂಡು ಮಲಗಿದಾರೆ. ಉಸಿರಿನ ಶಬ್ದ ಕೇಳಿಸುತ್ತಿದೆ. ಗೊರಕೆ ಇಲ್ಲ. ಅವರು ಹೇಳಿದಂತೆ ಮೂರೂವರೆವರ್ಷದ ಅರೆತ. ಎಂಥೆಂಥ ಬೋಲ್‌ಗಳು. ಎಂಥೆಂಥ ಚಕ್ಕರ್‌ಗಳು. ಎಂಥೆಂಥ ಗತಿಗಳು. ಅಭಿನಯದ ಮರ್ಮ. ಕವಿತ್‌ದ ಪದರು ಪದರು ತೆಗೆಯುವ ಕಲ್ಪನೆಗಳು. ಆಯಾಸವಾದರೂ ಬಿಡದೆ ತಾವೇ ಮಾಡಿ ಮಾಡಿ ತೋರಿಸುತ್ತಾ, ತಾವೇ ತಬಲಾ ಹಿಡಿದು ಮಾಡಿಸುತ್ತಾ, 'ಸುಸ್ತು ಅಂದುಕೊಬೇಡ. ಮಾಡಿ ಮಾಡಿ ದಮ್ ತೆಗೆದುಹಾಕಿಬಿಡಬೇಕು' ಎಂದು ಪ್ರೋತ್ಸಾಹಿಸುತ್ತಾ: 'ಬರೀ ಇಷ್ಟು ಸಾಲದು. ಯೋಗಾಸನಗಳನ್ನೂ ಮಾಡು. ಪ್ರಾಣಾಯಾಮ ಕಲಿ. ಶರೀರದ ಮಾಟ ಉಳಿಸಿಕೊಳ್ಳುಕ್ಕೆ, ದಮ್ ಹತೋಟಿಯಲ್ಲಿಟ್ಟುಕೊಳ್ಳುಕ್ಕೆ, ಇವೆರಡೂ ಬೇಕು. ಇವೆರಡು ಮಾಡಿದೋರು ಅರವತ್ತಾದರೂ ಚಿಗರೆಯಂತೆ ಚಿಮ್ಮಬಹುದು. ತಿಳಕೊ' ಎಂದು ಅವನ್ನೂ ಹೇಳಿಕೊಟ್ಟು ನನ್ನ ಶರೀರದ ಹಗುರ ನನಗೇ ಅನುಭವಕ್ಕೆ ಬರತೊಡಗಿ, ವಾಹ್, ಕುಣಿತವೆಂದರೆ

ಗಾಳಿ ಯಲ್ಲಿ ತೇಲುವಷ್ಟು ಸುಲಭವೆನ್ನಿಸಿ. ನಾನೂರು ಗೆಜ್ಜೆಗಳಿದ್ದರೂ ಎರಡೂ ಕಾಲುಗಳಿಂದ ಒಂದೇ ಕಿಂಕಿಣಿಯ ನಾದವು ಹೊರಡುವಂತಹ ಹತೋಟಿಯನ್ನು ಕಲಿಸಿ. ನೆನಸಿಕೊಂಡರೆ ಅದೆಷ್ಟು ಗಾಢಮಗ್ನತೆಯ ಕಲಿಕೆ, ಗಾಢನಿಷ್ಠೆಯ ಕಲಿಸಿಕೆ! ರಾತ್ರಿ ಮಲಗುವ ಮುನ್ನ ಅವರೇ ನನ್ನ ಪಾದಗಳಿಗೆ ಎಳ್ಳೆಣ್ಣೆ ಸವರಿ ಹದವಾಗಿ ನೀವಿ, ನೀವು ನನ್ನ ಕಾಲು ಮುಟ್ಟ ಬಾರದು ಅಂತ ಹೌಹಾರಿದರೆ, 'ಅವತ್ತವತ್ತಿನ ನೋವನ್ನ ಅವತ್ತವತ್ತೇ ತೆಗೆದುಹಾಕಬೇಕು. ನಾಳೆ ಇದಕ್ಕಿಂತಹೆಚ್ಚು ಅಭ್ಯಾಸಮಾಡಬೇಕು. ಗೆಜ್ಜೆ ಕಟ್ಟಿದಾಗ ನೀನು ಹೆಂಡತಿ, ಶಿಷ್ಯೆ ಅನ್ನುವ ಭಾವನೆ ಇರೂದಿಲ್ಲ. ನೀನೊಬ್ಬ ಪಾರ್ವತಿ. ಲಾಸ್ಯದೇವಿ,' ಅಂತ ಸಮಾಧಾನ ಹೇಳಿದರಲ್ಲ. ಪ್ರತಿದಿನ ನನ್ನ ಪಾದಗಳಿಗೆ ಮಾಲೀಶ್ ಮಾಡಿ, ಕಿತ್ತು ಬರುವ ಗೆಜ್ಜೆಯನ್ನು ಮತ್ತೆ ಸ್ವಸ್ಥಾನಕ್ಕೆ ಸೇರಿಸಿ ಕಟ್ಟಿ, ಕಲ್ಲನ್ನು ವಿಗ್ರಹವನ್ನಾಗಿಸುವ ಶಿಲ್ಪಿಯ ಏಕಾಗ್ರತೆಯಿಂದ. ಪ್ರೀತಿಯೋ, ವಾತ್ಸಲ್ಯವೋ, ಭಕ್ತಿಯೋ, ಮುಂದೆ ತನ್ನ ಹೆಸರು ಉಳಿಸುವವಳೆಂಬ ವಾಂಛೆಯೋ. ಆ ಶ್ರದ್ಧೆಯಿಂದ ಕಲಿಸದಿದ್ದರೆ ನಾನೆಲ್ಲಿ ನರ್ತಕಿಯಾಗ್ತಿದ್ದೆ! ಎಂಬ ನೆನಪಿನೊಡನೆ ಉದ್ದೇಶ ಏನೇ ಇರಲಿ. ಈ ವಯಸ್ಸಿನಲ್ಲಿ ಮಗಳ ಅಧೀನದಲ್ಲಿ ಬೀಳುವುದನ್ನು ತಪ್ಪಿಸಿ ಕೊಳ್ಳುವ, ರಕ್ತಗತವಾಗಿರುವ ನರ್ತನಜೀವನವನ್ನು ಬಿಟ್ಟು ಆ ಹಳ್ಳಿಯಲ್ಲಿರುವುದರಿಂದ ತಪ್ಪಿಸಿಕೊಳ್ಳುವ, ದುಡಿದು ಮುಪ್ಪಿನಲ್ಲಿ ಆಸರೆ ಕೊಡುವಂಥ ಚಿಕ್ಕವಯಸ್ಸಿನ ಹುಡುಗಿ ತಾನಾಗಿ ಬಂದಿರುವಾಗ ಯಾಕೆ ಕಳಕೊಬೇಕು? ಎಂಬ ಪ್ರಾಪಂಚಿಕ ಹಂಚಿಕೆಗಳೇ ಇರಲಿ. ಇಷ್ಟು ಶ್ರದ್ಧೆಯಿಂದ ಕಲಿಸಿದರಲ್ಲ! ಎಂಬ ನೆನಪಿನೊಡನೆ ಇದ್ದಕ್ಕಿದ್ದಂತೆಯೇ ಕೃತಜ್ಞತೆ ಮೂಡಿತು.

ಮೂರೂವರೆವರ್ಷ ಅವೆಂಥ ದಿನಗಳು! ಹೊಸ ತಾಲ, ಹೊಸ ಹೆಜ್ಜೆ, ಹಳೆಯ ಚಲನೆಯ ಮೇಲೆ ಗಳಿಸುವ ಹೊಸ ಪ್ರಭುತ್ವ. ಕಾಲವನ್ನು ಬಲೆಯಂತೆ ಬಿಡಿಸಿ ಬಿಡಿಸಿ ತೋರಿಸುವ, ತಾಲಕ್ಕೆ ತಕ್ಕಂತೆ ಪಾದಕ್ರಿಯೆಯನ್ನು ಹೊಂದಿಸುವ, ಪಾದದಿಂದಲೇ ತಾಲಜಾಲ ವನ್ನು ಸೃಷ್ಟಿಸುವ, ಸಾಧನೆಯಲ್ಲಿ ಅದೆಂತಹ ಆನಂದ! ಕನ್ನಡಿ ಎದುರು ಕೂತು ಕಣ್ಣುಗಳ ಚಲನೆಯನ್ನು ಅಭ್ಯಾಸ ಮಾಡುವಾಗ ಕಾಣುತ್ತಿದ್ದ ಹೊಸ ಹೊಸ ಭಾವಗಳ ರೋಮಾಂಚನ. ಶರೀರದ ಬಾಗು ಬಳುಕುಗಳಿಗೆ ಪಾದಕ್ರಿಯೆ, ಹಸ್ತಕ್ರಿಯೆ, ಕಣ್ಣು ಹುಬ್ಬು ತುಟಿಗಳ ವಿನ್ಯಾಸಾರ್ಥ ಗಳನ್ನು ಹೊಂದಿಸಿ ಅರ್ಥದ ಏಕತೆಯನ್ನು ಸಾಧಿಸುವ ಹುಮ್ಮಸ್ಸು. ಬೇರೆ ಏನೂ ಕಾಣು ತ್ತಿರಲಿಲ್ಲ. ಬೇಕಿರಲಿಲ್ಲ. ಬೇರೆ ಏನಾದರೂ ಇದೆ ಎಂಬ ಅರಿವೂ ಇರಲಿಲ್ಲ. ಈತ ಅರವತ್ತೆ ರಡು ತುಂಬಿದವರು, ನಾನು ಇಪ್ಪತ್ತೆರಡು ತುಂಬಿದವಳು ಎಂಬ ವ್ಯತ್ಯಾಸದ ಅರಿವೂ ಇರಲಿಲ್ಲ. ಅಪೂರ್ವಕ್ಕೊಮ್ಮೆ ಇವರು ಚಪಲ ತೀರಿಸಿಕೊಂಡರೂ ಇವರ ಮುಪ್ಪಿನ ಮಿತಿ ಅರ್ಥವಾಗಿರಲಿಲ್ಲ. ಇಷ್ಟಕ್ಕೆ ಜನಗಳು ಯಾಕೆ ಅಷ್ಟು ಹುಚ್ಚೇಳ್ತಾರೆ! ಎಂಬ ತುಚ್ಛಭಾವನೆ. ಬೆಳಗೆಲ್ಲ ಕುಣಿತ. ಮಧ್ಯಾಹ್ನ ತುಸುನಿದ್ದೆ. ಮತ್ತೆ ಕುಣಿತ. ಸಂಜೆ ಸಂಗೀತಾಭ್ಯಾಸ. ಮತ್ತೆ ಕುಣಿತ. ಊಟವಾದ ನಂತರ ಹೆಣನಿದ್ರೆ. ಕನಸಿನಲ್ಲೂ ತಬಲದ ಬೋಲುಗಳಿಗೆ ಹೆಜ್ಜೆಯ ಸಂಗತಿ, ಬಾಯಿಯಲ್ಲಿ ಪದಂತಗಳು. ಬೃಂದಾವನದ ಕೃಷ್ಣ ಕೂಡ ಪಾದಘಾತ, ಪಾದ ಚರ್ಯೆ, ತಾಲದ ಸಾವಿರ ದಳಗಳಾಗಿ ಕಾಣಿಸಿಕೊಳ್ಳುತ್ತಿದ್ದನೇ ಹೊರತು ಮಧುರ ಭಾವವನ್ನು

ಪ್ರಚೋದಿಸುವ ಸಖನಾಗಿ ಮೂಡುತ್ತಿರಲಿಲ್ಲ. ಈ ತನ್ಮಯ ತಪಸ್ಸಿನ ನಡುವೆ ಬಸರಿಯಾಗಿದೀನೆಂಬ ಸೂಚನೆ ಕಾಣಿಸಿಕೊಂಡಾಗ, ಆ ಸೂಚನೆಯನ್ನು ಅರ್ಥಮಾಡಿಕೊಳ್ಳುವ ತಿಳಿವಳಿಕೆಯೂ ಇರಲಿಲ್ಲ. ಡಾಕ್ಟರು ಹೇಳಿದಾಗ ಹೌಹಾರಿದೆ. ಬಸಿರು, ಮಗು. ಸಾಧನೆಯ ಗತಿ ಏನು? ಆಗ ಇವರಮೇಲೆ ತೆಪ್ಪಗೆ ಬಿದ್ದುಕೊಳ್ಳಲಾರದೆ ಇದೇನು ಮಾಡಿಬಿಟ್ಟರು ಎಂಬ ಕೋಪ ಬಂತು. ಪರೀಕ್ಷೆಮಾಡಿದ ಡಾಕ್ಟರು ನನ್ನ ಪೆದ್ದುತನ ನೋಡಿ ನಿನಗೆ ತಾಯಿ ಇಲ್ಲವೆ? ಇಂಥವನ್ನೆಲ್ಲ ತಾಯಿಯೇ ತಿಳಿಯಹೇಳ್ತಾರೆ. ಅವರನ್ನ ಬಿಟ್ಟು ಅಜ್ಜನ ಜೊತೆ ಬಂದಿದೀಯಲ್ಲ. ಅವರು ಅಜ್ಜನಲ್ಲ ಮೇಡಂ. ನನ್ನ ಯಜಮಾನರು ಎಂದದ್ದಕ್ಕೆ ಯಜಮಾನರೆ! ಬಡತನದಿಂದ ಅಷ್ಟು ಮುದುಕರಿಗೆ ಕಟ್ಟಿಬಿಟ್ಟರೆ ನಿನ್ನ ತಾಯಿತಂದೆ? ಇಲ್ಲ ಮೇಡಂ. ನಾನೇ ಮಾಡಿಕೊಂಡೆ. ನನ್ನ ವಿದ್ಯಾಗುರುಗಳು. ನಾನು ನರ್ತನದ ಸಾಧನೆ ಮಾಡ್ತಿದೀನಿ.

ಆಕೆಯ ಮುಖದಲ್ಲಿ ಎಂಥ ಕೋಪ. ನನ್ನ ಮೇಲಲ್ಲ. ಪರೀಕ್ಷಾ ಕೋಣೆಯ ಹೊರಗೆ ಕೂತಿದ್ದ ಇವರಮೇಲೆ. 'ನೀವು ನೀವು ಏನು ಮಾಡಿಕೊಂಡರೂ ಟೀಕೆ ಮಾಡೂದು ನನ್ನ ಅಧಿಕಾರಕ್ಕೆ ಸೇರಿದ್ದಲ್ಲ. ಆದರೆ ಅರವತ್ತಮೂರು ವರ್ಷದ ಗಂಡಸಿನ ವೀರ್ಯದಿಂದ ಹುಟ್ಟುವ ಮಗು ಸಂಪೂರ್ಣ ಗಟ್ಟಿಮುಟ್ಟಾಗಿರುತ್ತದೆಂಬ ಖಚಿತತೆ ಇಲ್ಲ. ಇಪ್ಪತ್ತಮೂರರ ನಿನ್ನದು ತುಂಬುಶಕ್ತಿಯ ಗರ್ಭ. ಆದರೆ ಆತನದು ದುರ್ಬಲ ಬೀಜ.'

'ಇದನ್ನ ತೆಗೆದುಹಾಕಿಬಿಡಿ ಮೇಡಂ. ನೀವು ಇದನ್ನ ಹೇಳುವ ಮೊದಲೇ ತೆಗೆಸಿಕೊಬೇಕು ಅನ್ನುವ ತೀರ್ಮಾನ ನಾನು ಮಾಡಿದ್ದೆ. ಅವರೂ ಒಪ್ಪಿದಾರೆ. ನನ್ನ ಸಾಧನೆಗೆ ಅಡ್ಡಿಬರುತ್ತೆ.'

'ಹೌದಾ? ಖಚಿತವಾದ ತೀರ್ಮಾನವೆ?' ನನ್ನ ನಿಶ್ಚಯವನ್ನ ಪರೀಕ್ಷಿಸುವವರಂತೆ ಅವರು ನೋಡಿದರು.

'ಹೌದು ಮೇಡಂ.'

'ಹಾಗಿದ್ದರೆ ಮುಂದಿನ ಬುಧವಾರ ಬಾ. ಬೆಳಗ್ಗೆ. ಬರೀ ಹೊಟ್ಟೇಲಿ. ಅವರನ್ನೂ ಕರ ಕೊಂಡು.'

ಡಾಕ್ಟರ ಕೋಣೆಯಿಂದ ಹೊರಬಿದ್ದಾಗ ಹಗುರವನ್ನಿಸಿತು. ಆದರೆ ನನಗೇ ಅರ್ಥವಾಗದ ವ್ಯಸನ ಆವರಿಸಿತು. ಏನೋ ಕಳೆದುಕೊಂಡಂತಹ, ಯಾವುದರಿಂದಲೋ ವಂಚಿತಳಾದಂತಹ, ಸಂತೋಷಪ್ರವಾಸ ಮಾಡುವಾಗ ನಮಗೆ ಗೊತ್ತಿಲ್ಲದಂತೆ ಪೆಟ್ಟಿಗೆ ಚೀಲ ಪರ್ಸುಗಳಲ್ಲದೆ ಕೈಯ ಬಳೆ ಕೊರಳಿನ ಸರಗಳೆಲ್ಲ ಕಳವಾದರೆ ಆಗುವಂತಹ ನಷ್ಟಭಾವ. ಗರ್ಭಕ್ಕೆ ಇಷ್ಟೊಂದು ಶಕ್ತವಾದ ಸಂತೋಷದ ಬೇರುಂಟೆಂಬ ತಿಳಿವಳಿಕೆಯೇ ಆ ಮೊದಲು ಇರ ಲಿಲ್ಲ. ಅದು ಕಟ್ಟುವಾಗ ನಾನು ಯಾವ ಸಂತೋಷವನ್ನೂ ಅನುಭವಿಸಿರಲಿಲ್ಲ. ಇವರು ಚಪಲ ತೀರಿಸಿಕೊಳ್ಳುವುದನ್ನು ಸಹಿಸಿದ್ದೆ, ಅಷ್ಟೆ. ಆದರೆ ಈಗ ಅದನ್ನು ಕಳಚಿಸುವ ತೀರ್ಮಾನವನ್ನು ನಾನೇ ಕೈಗೊಂಡಾಗ ಅದೆಷ್ಟು ಬಾಧಿಸತೊಡಗಿತು! ದುರ್ಬಲಮಗು ಹುಟ್ಟಿದರೂ ಚಿಂತೆ

ಇಲ್ಲ. ಇಟ್ಟುಕೊಳ್ಳಬೇಕೆಂಬ ಆಶೆ. ಅದನ್ನು ಎದುರಿಗೆ ಮಲಗಿಸಿಕೊಂಡೇ ಕುಣಿತದ ಅಭ್ಯಾಸ ಮಾಡಬಹುದೆಂಬ ಉಪಾಯ. ಇವರ ಕೈಲಿ ಮಾತನಾಡಲಿಲ್ಲ. ಇವರೂ ಈ ವಿಷಯ ಮತ್ತೆ ಎತ್ತಲಿಲ್ಲ. ತೌರಿಗೆ ಹೋಗಿ ಅಮ್ಮನ ಕೈಲಿ ಹೇಳಿಕೊಳ್ಳುವಂತಿಲ್ಲ. ಒದ್ದಾಡಿ, ಒದ್ದಾಡಿ ಒಬ್ಬಳೇ ಅತ್ತು ಕಣ್ಣೊರೆಸಿಕೊಂಡು ಬುಧವಾರ ಬೆಳಗ್ಗೆ ನರ್ಸಿಂಗ್‌ಹೋಮಿಗೆ ಹೋಗಿ ಡಾಕ್ಟರ ಮುಂದೆ ನಿಂತು, 'ಮೇಡಂ, ಇದನ್ನ ಇಲಾಜು ಮಾಡೋದರ ಜೊತೆಗೆ ಮುಂದೆ ಎಂದಿಗೂ ಗರ್ಭಕಟ್ಟದ ಹಾಗೆ ಆಪರೇಷನ್ ಮಾಡಿಬಿಡಿ.'

ನನ್ನ ಮುಖವನ್ನು ಅರ್ಧನಿಮಿಷ ನೋಡಿದ ಅವರು, 'ಇಷ್ಟು ಚಿಕ್ಕವಯಸ್ಸಿಗೆ?'

'ಕಾಲ ಕಳೆದಂತೆ ನನ್ನ ಗಂಡನ ವಯಸ್ಸು ಹೆಚ್ಚುತ್ತಲೇ ಇರುತ್ತೆ. ಈಗ ಕಟ್ಟಿರುವ ಗರ್ಭವೇ ದುರ್ಬಲವಾದರೆ, ಇನ್ನುಮೇಲಿನ ವರ್ಷಗಳದು ಇನ್ನಷ್ಟು ದುರ್ಬಲವಾಗಿರುತ್ತೆ ತಾನೆ? ಮತ್ತೆ ಹೀಗೆ ತೆಗೆಸುವ ಗೋಳು ಯಾಕೆ ಬೇಕು?'

ಅವರು ಏನೂ ಹೇಳಲಿಲ್ಲ. ಒಂದುನಿಮಿಷದ ನಂತರ ಕತ್ತು ಹಾಕಿದರು. 'ಹಾಗಿದ್ದರೆ ಫ಼ಾರಮ್ಮಿಗೆ ರುಜುಮಾಡು. ನಿನ್ನ ಗಂಡನದೂ ಮಾಡಿಸು.'

ಇವರು ಆರಾಮವಾಗಿ ನಿದ್ದೆಮಾಡ್ತಿದಾರೆ. ನಾನು ಮಾಡಿದ ತ್ಯಾಗವನ್ನ ಮರೆತಿದಾರೆ. ಹಾದರದ ಕೆಲಸ ಅಂತ ಪತ್ರಿಕೆಯೋನ ಕೈಲಿ ಹೇಳಿದ್ದಲ್ಲದೆ ನನ್ನೆದುರೂ ಆಡಿದರು. ಘರಾಣೆಗಳ ಮಿಶ್ರಣವೇ ಅಲ್ಲ, ಶರೀರಗಳ ಮಿಶ್ರಣವಾದರೂ ಇಪ್ಪತ್ತಮೂರರ ಹುಡುಗಿಯ ಗರ್ಭನಾಳವನ್ನು ಕತ್ತರಿಸಿ ಈ ಜನ್ಮದಲ್ಲಿ ತಾಯಿಯಾಗೂದ ವಂಚಿಸೂದಕ್ಕಿಂತ ದೊಡ್ಡಪಾಪವೇ ಅದು? ಇವರನ್ನು ಕೇಳಿಬಿಡಬೇಕು ಎನ್ನಿಸಿತು. ಈಗಲೇ ಭುಜಹಿಡಿದು ಅಲುಗಿಸಿ ಎಚ್ಚರಮಾಡಿ ಎಬ್ಬಿಸಿ ಕೂರಿಸಿ ಕೇಳಬೇಕು, ನ್ಯಾಯಾಲಯದಲ್ಲಿ ಆಪಾದಿತನನ್ನು ಕೇಳುವ ಹಾಗೆ. ಎಡಗೈ ಅತ್ತ ಹೋಯಿತು. ಆದರೆ ಅಷ್ಟರಲ್ಲಿ ಈ ಮುದುಕನನ್ನು ಗೋಳು ಹುಯ್ದುಕೊಂಡು ಏನು ಪ್ರಯೋಜನ? ಎನ್ನಿಸಿತು. ದಬಾಯಿಸಿ ಕೇಳಿದರೆ ನಿನಗೆ ವಿದ್ಯೆಯ ಸಾಧನೆ ಬೇಕಾ ಗಿತ್ತು, ನೀನೇ ತೀರ್ಮಾನ ಮಾಡಿಕೊಂಡೆ, ನಾನೇನೂ ಹೇಳಲಿಲ್ಲ ಅಂದಾರು. ಅಥವಾ ಹೌದು, ನನ್ನ ವೀರ್ಯದಿಂದ ಆರೋಗ್ಯಶಾಲಿಯಾದ ಮಗು ಹುಟ್ಟಿರಲಿಲ್ಲ. ಅಂಥ ಮಗು ನಿನಗೆ ಬೇಡವಾಗಿತ್ತು. ಇನ್ನೇನು, ಒಬ್ಬ ಚಿಕ್ಕವಯಸ್ಸಿನ ಶಕ್ತಿಶಾಲಿ ಗಂಡಸನ್ನು ಕರ ಕೊಂಡು ಮಗು ಹೆರುತ್ತಿದ್ದೆಯಾ? ಅಂತ ಕೇಳಿಬಿಟ್ಟರೆ ಏನಂತ ಉತ್ತರ ಕೊಡೂದು? ತೀರ ಇಕ್ಕಟ್ಟಿಗೆ ಸಿಕ್ಕಿಕೊಂಡರೆ ಯಾವ ಮಾತಾಡುಕ್ಕೂ ಹೇಸದ ಮನುಷ್ಯ ಈತ, ಎಂಬ ನೆನಪಾಯಿತು. ಗರ್ಭನಾಳದ ಸಂಪರ್ಕ ತಪ್ಪಿಸಿದುದೆಷ್ಟೋ ಅಷ್ಟೆ. ಅನಂತರ ಈತನ ಚಪಲ ಕಡಮೆಯಾಯಿತು. ಶುಷ್ಕಚಪಲ ಉಳಿಯಿತು. ಕ್ರಮೇಣ ಅದೂ ನಿಂತುಹೋಯಿತು. ಮುಪ್ಪಿನ ವಯಸ್ಸಿನಲ್ಲಿ ದುಡಿದು ತಂದು ಸಾಕುವ ಹೆಂಡತಿಯನ್ನು ತಯಾರು ಮಾಡಿದರು. ಅವಳ ಗತಿ ಏನು ಅನ್ನೂದ ಯೋಚಿಸಲಿಲ್ಲ. ಈಗ ಹಾದರ ಎಂಬ ಎರಡರ್ಥದ ಮಾತ ನಾಡಿದಾರೆ, ಎಂಬ ಕೋಪ ಮತ್ತೆ ಬಿಸಿಯಾಯಿತು.

– ೫ –

ಕಲಿತು ಪ್ರದರ್ಶನ ಆರಂಭಿಸುವ ತನಕ ತುಳಿಸಿಕೊಂಡು ಹುದುಗಿದ್ದ ಆಶೆ ಇದ್ದಕ್ಕಿದ್ದಂತೆ ಹೇಗೆ ಚಿಗುರಿನಿಂತಿತು! ಗುರು ಸೋಹನಲಾಲಜಿಯ ಏಕೈಕ ಶಿಷ್ಯೆ. ಅವರ ವಿದ್ಯೆಯ ಉತ್ತರಾಧಿಕಾರಿಣಿ ಎಂಬ ಪ್ರಚಾರದಿಂದ ಗಂಡಾಪೂಜೆ ಮಾಡಿಸಿಕೊಂಡ ಕಾರ್ಯಕ್ರಮವೇ ಅದ್ಭುತ ಯಶಸ್ಸು ಕಂಡು ತನಗೆತಾನೇ ಪ್ರಚುರವಾಗಿ ಹಣವೂ ಬರತೊಡಗಿದಮೇಲೆ ಕಲಿಕೆಯ ಭಾರ ಕಳೆದ ಉಲ್ಲಾಸದಲ್ಲಿ ಅದೂ ಗೋಚರಿಸಿಕೊಂಡು ಹುಚ್ಚೆಬ್ಬಿಸತೊಡಗಿತು. ಇಪ್ಪತ್ತೇಳು ವರ್ಷ. ವಿಜೃಂಭಿಸುವ ಆರೋಗ್ಯ. ಕಾಂತಿ ಸೂಸುವ ರೂಪ. ಅಂತರಂಗವನ್ನು ಅಪ್ರಯತ್ನಕವಾಗಿ ವ್ಯಕ್ತಪಡಿಸುವ ಕಣ್ಣುಗಳ ಹೊಳಪು. ಎದುರು ನಿಂತು ಮಾತನಾಡುವ ಎಂತಹ ಗಂಡಸಾದರೂ ಸೋತು. ಗೊಂದಲಗೊಂಡ ಕಣ್ಣುಗಳನ್ನು ಕೆಳಗಿಳಿಸುವ ಮಾಟ. ಆದರೆ ಚಪಲರಹಿತನಾದರೂ ಸ್ವಾಮಿತ್ವವನ್ನು ಸ್ಥಾಪಿಸುವ ಈತನ ಕಾವಲು. ಒಂದುವರ್ಷ ನರಳಿ ನರಳಿ ಗುರುವೂ ಆಗಿರುವ ಪತಿಯನ್ನು ಅತಿಕ್ರಮಿಸಿದರೆ ಪಾಪವಲ್ಲವೆ? ತಪ್ಪುಮಾಡಿದರೆ ತಾವು ಕಲಿಸಿದ ವಿದ್ಯೆ ನಶಿಸಿಹೋಗಲಿ ಅಂತ ಶಾಪ ಹಾಕಿದರೆ ಅನ್ನುವ ಭಯ ಸೇರಿಕೊಂಡು ಇನ್ನೊಂದು ಬಗೆಯಲ್ಲಿಯೂ ನರಳಿ ಗಂಡಸರೆಲ್ಲ ಗೊಂದಲಗೊಂಡ ಕಣ್ಣಿನ ಮಟ್ಟದಲ್ಲಿ ಮಾತ್ರ ನಿಂತುಬಿಡ್ತಾರೆಂಬ ಹತಾಶೆ ಮೂಡಿದ್ದಾಗ ಮಿತ್ತಲ್ ಸಾಹೇಬರು. ಐವತ್ತಾರು ಅಂತ ಅವರೇ ಹೇಳುವತನಕ ನನಗೆ ಗೊತ್ತೇ ಇರಲಿಲ್ಲ. ಹೇಳಿದರೂ ನಂಬಿಕೆ ಬರಲಿಲ್ಲ. ತಲೆಯ ತುಂಬುಗೂದಲಿಗೆ ಹಾಕಿದ್ದ ಬಣ್ಣವು ಬಣ್ಣದವ್ಯತ್ತಿಯ ನನಗೇ ತಿಳಿಯದಷ್ಟು ಸಹಜವಾಗಿ. ತುಸುವೂ ಸುಕ್ಕಿಲ್ಲದ ಮುಖ ಮೈಗಳು. ನಲವತ್ತು ಅಂತ ತಿಳಿದಿದ್ದೆ. ಹೊಸ ದಾಗಿ ಮದುವೆಯಾದವರಂತಹ ಸೂಟು. ಟ್ರಾನ್ಸ್‌ಪೋರ್ಟ್ ಆಪರೇಟರ್ಸ್ ಅಸೋಸಿಏಶನ್ ಆಫ್ ಇಂಡಿಯಾದ ವಾರ್ಷಿಕಾಧಿವೇಶನದಲ್ಲಿ ನನ್ನದು ಒಂದುಗಂಟೆಯ ನೃತ್ಯ. ಕೊನೆಯಲ್ಲಿ ನೆನಪಿನ ಕಾಣಿಕೆ ಕೊಟ್ಟು ಗುಲಾಬಿ ಹಾರ ಹಾಕಿದ ಅಧ್ಯಕ್ಷ ರಾಮಚರಣ್ ಮಿತ್ತಲ್ ಕೈ ನೀಡಿ ನನ್ನ ಬಲಗೈ ಹಿಡಿದು ಕುಲುಕಿದಾಗಲೆ ಕಳಿಸಿದ ನಿಶ್ಯಬ್ದಸ್ಪರ್ಶಸಂದೇಶ. ಕಣ್ಣುಗಳಲ್ಲಿ ಗೊಂದಲವಿಲ್ಲ. ಹಾರ ಹಾಕಿದ ನಂತರ ಕೈಹಿಡಿಯುವ ವರನಂತೆ ಸನ್ನಿವೇಶದ ಪತಿ ತಾನು ಎಂಬಂತಹ ಆತ್ಮವಿಶ್ವಾಸ. ಹಸ್ತಲಾಘವಕ್ಕೆಂದು ಹಿಡಿದ ಕೈಯನ್ನು ತುಸು ನೋವಾಗು ವಂತೆ ಬಿಗಿಮಾಡಿ ಹಿಸುಕಿದಾಗಲೇ ಈತ ಏನೋ ಹೆಚ್ಚಿನ ಸಂದೇಶ ನೀಡ್ತಿದಾನೆ ಅನ್ನುವ ಭಾವಹುಟ್ಟಿತು. ಅನಂತರ ನಡೆದ ಭೋಜನಕೂಟದಲ್ಲಿ ಆತನೇ ನನ್ನನ್ನು ಕರೆದು ಪಕ್ಕದಲ್ಲಿ ಕೂರಿಸಿಕೊಂಡರು. ಗುರೂಜಿ, ತಬಲಾ, ಸರೋದ್‌ನವರೆಲ್ಲ ಎಲ್ಲೆಲ್ಲೋ. ಸುಮಾರು ಇನ್ನೂರು ಜನಗಳ ಭೋಜನ ಸಭೆ. ಅಷ್ಟು ಗದ್ದಲದ ನಡುವೆಯೂ ತಮಗೆ ಬೇಕಾದ ಅಂಶಗಳನ್ನು ಪಡೆಯಲು ಎಷ್ಟು ಕುಶಲವಾಗಿ ಸಂಭಾಷಣೆ ಮಾಡಿದರು! ಎಷ್ಟುವರ್ಷದ ಸಾಧನೆ? ತಂದೆ ತಾಯಿ ಯಾರು? ನಿಮ್ಮ ಟೆಲಿಫೋನ್ ಸಂಖ್ಯೆ ಯಾವುದು? ಫೋನ್ ಇಲ್ಲವೆಂದದ್ದಕ್ಕೆ ಇಕೋ ನನ್ನ ಕಾರ್ಡ್ ಇಟ್ಟುಕೊಳ್ಳಿ. ನೀವೇ ನನಗೆ ಫೋನ್ ಮಾಡುವಿರಲ್ಲವೆ? ನಿಮ್ಮ ಅಕ್ಕಪಕ್ಕದ ಯಾವುದಾದರೂ ನಂಬರ್ ಕೊಟ್ಟರೆ ನಾನು ಅಲ್ಲಿಗೆ ಮಾಡಿ ನಿಮ್ಮನ್ನು ಕರೆಸ

ಬಹುದಲ್ಲವೆ? ನಿಮ್ಮೊಡನೆ ಪ್ರತ್ಯೇಕವಾಗಿ ಮಾತನಾಡುವುದಿದೆ. ಒಪ್ಪಿಗೆ ತಾನೆ? ಅಭಿನಯ ಕಲಿತ ನಾನು ಪೆದ್ದು. ಪ್ರತಿಯೊಂದು ಪ್ರಶ್ನೆಯಿಂದಲೂ ನನ್ನೊಳಗೆ ಆಗ್ತಿದ್ದ ಭಾವವ್ಯತ್ಯಾಸವನ್ನು ಎಷ್ಟು ಕರಾರುವಾಕ್ಕಾಗಿ ಅರ್ಥಮಾಡಿಕೊತ್ತಿದ್ದರು! ಈತ ಅನುಭವಿ ಅನ್ನೂದು ಆಗ ನನಗೆ ಹೇಗೆ ತಿಳೀಬೇಕು? ಆದರೆ ಅಷ್ಟುದೊಡ್ಡ ವ್ಯವಹಾರವನ್ನ ನಿರ್ವಹಿಸಿ ಬಂದ ಅನುಭವದಿಂದ ಪಡೆದ ಗ್ರಹಿಕೆಯಶಕ್ತಿ ಚುರುಕಾಗಿತ್ತು. ಮಿತ್ತಲ್ ಟ್ರಾನ್ಸ್‌ಪೋರ್ಟ್ ಕಾರ್ಪೋರೇಷನ್‌ನ ಸಂಪೂರ್ಣ ಒಡೆಯ ತಾನು. ಒಂದೂವರೆ ಸಾವಿರ ಲಾರಿಗಳಿವೆ. ಅಖಿಲ ಭಾರತ ಸಾಗಣೆದಾರರ ಸಂಘಕ್ಕೆ ಕಳೆದ ಎರಡುವರ್ಷಗಳಿಂದ ಅಧ್ಯಕ್ಷರಾಗಿದಾರೆ. ಊಟದ ನಂತರ ಬೀಳ್ಕೊಡುವಾಗ ಮತ್ತೆ ನನ್ನ ಕೈಹಿಡಿದು ಮೊದಲಿನಂತೆಯೇ ಬಿಗಿಯಾಗಿ ಹಿಸುಕಿ, 'ಫ಼ೋನ್ ಮಾಡಿ. ಕಾಯ್ತಿರ್ತೀನಿ. ಬೆಳಗ್ಗೆ ಹತ್ತರಿಂದ ಮಧ್ಯಾಹ್ನ ಒಂದು. ಸಂಜೆ ನಾಲ್ಕರಿಂದ ಏಳು ನನಗೆ ಪ್ರಶಸ್ತ ಸಮಯ,' ಎಂದಾಗ ಕಣ್ಣುಗಳಿಂದ ಸೂಸಿದ ಸಂದೇಶ. ತಮ್ಮ ಖಾಸಾ ಡ್ರೈವರನ್ನು ಕರೆದು, 'ಮೇಡಂ ಅವರನ್ನೂ ಅವರ ಜೊತೆಯೋರನ್ನೂ ಅವರ ಮನೆಗೆ ಬಿಟ್ಟು ಬಾ. ಮನೆ ನೋಡಿಕೊಂಡಿರು,' ಹೇಳಿದಾಗ ಆತನ ಉದ್ದೇಶ ನನಗೆ ಇನ್ನಷ್ಟು ಸ್ಪಷ್ಟವಾಗಿ ಹಿತವಾಯಿತು. ಅಂಥ ಸುಖದ ಆಸನದ ಏರ್ ಕಂಡಿಷನ್ ಕಾರಿನಲ್ಲಿ ನಾನು ಹಿಂದೆ ಕೂತೇ ಇರಲಿಲ್ಲ. ಏನು ನೂಕುನುಗ್ಗಲು! ಸಿಕ್ಕಿದೋರು ಸಿಕ್ಕಿದ ಕಡೆ ಊಟಕ್ಕೆ ಕೂತುಕೊಬೇಕಾಯಿತು, ಗುರೂಜಿ ಎಂದರು.

ಅವರು ಎಲ್ಲಾನೂ ಹೇಳಿಬಿಟ್ಟಿದಾರೆ. ನನ್ನಮೇಲೆ ಹಾಕಿದಾರೆ. ನನ್ನ ಮನೇಲಿ ಫ಼ೋನು ಇಲ್ಲವಾದ್ದರಿಂದ ಫ಼ೋನು ಮಾಡಬೇಕಾದೋಳು ನಾನು. ನಮ್ಮ ಗಲ್ಲಿಯ ಕೊನೆಗಿರುವ ಬೂತಿನಿಂದ ಗಾಜಿನ ಕಿರುಕೋಣೆಯ ಏಕಾಂತದೊಳಗೆ ನಿಂತು ಏನು ಬೇಕಾದರೂ ಸಂಭಾಷಣೆ ಮಾಡಬಹುದು. ಆ ರಾತ್ರಿ ನಿದ್ರೆ ಬರಲಿಲ್ಲ. ಅವರು ಹಿಡಿದು ಹಿಸುಕಿದ ಬಲಗೈ ನೋವು ಹಿತವಾದ ನೆನಪು ತುಂಬಿಸುತ್ತಿತ್ತು. ಅವರ ಬಿಗಿಹಸ್ತವನ್ನು ಹಿಡಿದಿರುವ ಕಲ್ಪನೆಯೇ ಕಾಡತೊಡಗಿತು. ಅದೆಂತಹ ಆತ್ಮವಿಶ್ವಾಸದ ಕಣ್ಣುಗಳು! ನಲವತ್ತರ ವಯಸ್ಸು. ಊಟದಲ್ಲಿ, ಮಾತಿನಲ್ಲಿ, ಯಾರನ್ನಾದರೂ ಅಭಿವಾದಿಸುವುದರಲ್ಲಿ ಅದೆಂತಹ ವೈಖರಿ! ಅಭಿನಯದರ್ಪಣದಲ್ಲಿ ಹೇಳಿರುವ, ಗುರೂಜಿ ಮಾಡಿ ವಿವರಿಸಿರುವ ರೀತಿಗಳಿಗಿಂತ ಅಭಿವ್ಯಕ್ತಿವೈಖರಿ. ನನಗೇ ಗೊತ್ತಿರಲಿಲ್ಲ. ಅವರಲ್ಲಿರುವ ಸೊಬಗನ್ನು ಕಲಿಯಬೇಕು. ಕಲಿಕೆಯಿಂದ ಬಾರದ ಸಹಜಸೊಬಗು ಅವರದು. ಬೆಳಗಿನಜಾವದವರೆಗೂ ನಿದ್ರೆ ಬರಲಿಲ್ಲ. ಬೆಳಗ್ಗೆ ನಿಧಾನವಾಗಿ ಎಚ್ಚರವಾದಾಗ ಗುರೂಜಿ ಇಲ್ಲಿ ನೋಡು, ನಿನ್ನ ಫ಼ೋಟೋ ಬಂದಿದೆ, ಪೇಪರನ್ನು ತಂದುಕೊಟ್ಟರು. ಮಿತ್ತಲ್ ಸಾಹೇಬರು ನನ್ನ ಕೈಕುಲುಕುತ್ತಿರುವ ಚಿತ್ರ. ನನಗಿಂತ ನಾಲ್ಕು ಅಂಗುಲ ಎತ್ತರವಾಗಿದಾರೆ. ಅದರ ಕೆಳಗೆ ತನ್ನ ಮಿಂಚುವ ನರ್ತನದಿಂದ ಸಭಿಕರ ಮನವನ್ನು ಸೂರೆಗೈದ ಕುಮಾರಿ ಮನೋಹರೀದಾಸಳನ್ನು ಸಭಾಧ್ಯಕ್ಷ ರಾಮಚರಣ ಮಿತ್ತಲ್ ಅವರು ಅಭಿನಂದಿಸುತ್ತಿರುವುದು, ವಿವರಣೆ. ಅದರ ಕೆಳಗೆ ಸಾಗಣೆದಾರರ ಸಮಸ್ಯೆಗಳು, ವರದಿ. ಕ್ಯಾಮರಾದವನು ನನ್ನ ಮುಖ ಎದುರಿಸಿದಾನೆ. ಅವರ ಪಾರ್ಶ್ವ ಮಾತ್ರ ಕಾಣ್ತಿದೆ. ಮುಖ ಕಾಣ್ತಿಲ್ಲ. ಇವನೆಂಥ ಫ಼ೋಟೋಗ್ರಾಫ಼ರ್, ಸಿಟ್ಟು

ಬಂತು.

ಎದ್ದು ಮುಖತೊಳೆದು ಯೋಗಾಸನ ಮಾಡುವಾಗ ಇದೆಲ್ಲ ತಪ್ಪು, ಅವರೇನೋ ಶ್ರೀಮಂತ. ಕೋಟ್ಯಧಿಪತಿ. ನನ್ನಂಥ ಎಷ್ಟು ಜನರನ್ನು ಕೊಂಡು ಅನುಭವಿಸಿದ್ದಾನೋ! ನಾನೇಕೆ ಅವನ ಬಲೆಗೆ ಬೀಳಬೇಕು. ಕಲೆಯನ್ನ ಮದುವೆಯಾಗಿದೀನಿ. ಸುಖಸಂತೋಷ ಏನಿದ್ದರೂ ಅದರಲ್ಲೇ ಪಡೀತೀನಿ ಅನ್ನುವ ನಿಶ್ಚಯ ಮೂಡಿತು. ಮನಸ್ಸು ಎಷ್ಟೇ ಎತ್ತೆತ್ತಲೋ ಓಡಾಡಿದರೂ ಕೊನೆಯ ಪಕ್ಷ ಶರೀರಶುದ್ಧಿ ಉಳಿಸಿಕೊಬೇಕು. ಮುದುಕನಾಗಲಿ ತದುಕನಾಗಲಿ ನಾನೇ ಕೇಳಿ ಈ ಗುರೂಜಿಯಿಂದ ಮಾಂಗಲ್ಯಧಾರಣೆ ಮಾಡಿಸಿಕೊಂಡಿದೀನಿ. ಅಗ್ನಿಸಾಕ್ಷಿಯಾಗಿ ಕೈಹಿಡಿದಿದೀನಿ. ನಿರ್ವಂಚನೆಯಿಂದ ವಿದ್ಯೆ ಕಲಿಸಿದಾರೆ. ಇನ್ನೂ ಕಲುಸ್ತಿದಾರೆ. ಶರೀರ ಒಂದರಲ್ಲಾದರೂ ಅವರಿಗೆ ನಿಷ್ಠಳಾಗಿದ್ದುಬಿಡ್ತೀನಿ. ಮನಸ್ಸು ಅಡ್ಡಹರಿದಾಗ ಎದ್ದು ಗೋಡೆಯ ಮೇಲಿರುವ ಕಣ್ಣಯನ ಪಟದ ಮುಂದೆ ತನ್ಮಯತೆಯಿಂದ ನರ್ತಿಸ್ತೀನಿ. ಕುಣಿದು ಕುಣಿದು ಒಳಗಿನ ಶಕ್ತಿ ಖರ್ಚುಮಾಡಿದರೆ ದಣಿವಿನಿಂದ ನಿದ್ರೆಬಂದು ಮನಸ್ಸು ಸಮಾಧಾನವಾಗುತ್ತೆ. ಹೀಗೆ ಬ್ರಹ್ಮಚರ್ಯೆ ಸಾಧಿಸಿದರೆ ನರ್ತನವೆಲ್ಲ ದೈವಾರ್ಪಿತವಾಗಿ ದೊಡ್ಡಕಲಾವಿದೆಯಾಗ್ತೀನಿ. ಇವರನ್ನ ಮದುವೆಯಾದದ್ದು ಈ ಧ್ಯೇಯದಿಂದ ತಾನೆ! ಎಂಬ ವಿಚಾರ ಗಟ್ಟಿಯಾಯಿತು. ನನಗೆ ತಿಳಿದ ಬೇರೆ ಯಾವ ನರ್ತಕಿಗೂ ಇಲ್ಲದ ಬಾಗುಬಳುಕುವ ಸೂಕ್ಷ್ಮಶಕ್ತಿ ಯೋಗಸಾಧನೆಯಿಂದ ನನ್ನ ಶರೀರಕ್ಕೆ ಸಾಧಿಸಿದೆ. ಎಷ್ಟು ಕುಣಿದರೂ, ಎಷ್ಟು ಭ್ರಮರಿ ಮಾಡಿದರೂ ದಮ್ಮುಬಾರದ ಹತೋಟಿ ಪ್ರಾಣಾಯಾಮದಿಂದ ಸಿಕ್ಕಿದೆ. ಬ್ರಹ್ಮಚರ್ಯೆ ಇಲ್ಲದೆ ಯೋಗವಿಲ್ಲ. ನರ್ತನವೂ ಯೋಗದ ಒಂದು ರೂಪವೇ. ಬ್ರಹ್ಮಚರ್ಯೆಯಿಂದ ನರ್ತನದಲ್ಲಿ ಅತ್ಯಂತ ಪರಿಣತಿ ಸಾಧಿಸ್ತೀನಿ ಅಂತ ನಿರ್ಧರಿಸಿ ಸ್ನಾನಮಾಡಿ ಗೂರುಜಿಗೆ ನಾಷ್ಟಾ ಮಾಡಿಕೊಟ್ಟು ನಾನೂ ತಿಂದು ಕುಣಿಯತೊಡಗಿದೆ. ನಾನು ಕಾಲಿನ ಗೆಜ್ಜೆಯಿಂದ, ಪಾದಘಟ್ಟಣೆಯಿಂದ ಹಾಕುವ ತಾಳದ ಗಣಿತ ವೈಖರಿಗೆ ಗುರೂಜಿಯೇ ಮೆಚ್ಚಿ ವಾಹವಾ ವಾಹವಾ ಹೇಳುವಂತೆ ಕುಣಿದು ಕುಣಿದು ತತ್ಕಾರದಲ್ಲಿ ಲೀನಳಾದೆ. ತತ್ ಅಂತ ನಿರ್ದೇಶಿಸುವ ಪರಬ್ರಹ್ಮವೇ ತನ್ನ ಮೂಲಕ ಚೈತನ್ಯರೂಪಿಯಾಗಿ ವ್ಯಕ್ತವಾಗುವಂತೆ, ಗಾಯನ, ಕವಿತೆಯ ಭಾಷೆಗಳಾವುವೂ ಇಲ್ಲದ ಶುದ್ಧ ನೃತ್ತವಾಗಿ ಕಾಣಿಸಿಕೊಳ್ಳುವ ತಲ್ಲೀನತೆಯಲ್ಲಿ ಕುಣಿದು ಕುಣಿದು, ಕುಣಿಯುತ್ತಾ ತಾಳದ ಹೊಸ ಹೊಸ ಬಂಧಗಳು, ಹೊಸ ಹೊಸ ಲೆಕ್ಕಾಚಾರಗಳು, ಹೊಸರಚನೆಗಳು ಮನಸ್ಸಿಗೆ ಹೊಳೆಯುತ್ತಾ, ಅವು ಬೋಲುಗಳ ಭಾಷೆಯಲ್ಲಿ ನಾಲಗೆಯಿಂದ ವ್ಯಕ್ತವಾಗೂದು ಕಷ್ಟವಾಗಿರುವಾಗ ಪಾದಗಳು ತಮಗೆತಾವೇ ಅನಾಯಾಸವಾಗಿ ವ್ಯಕ್ತಪಡಿಸುವ ಆನಂದದಲ್ಲಿ ಮುಳುಗಿ, ಇದೇ ಅಲ್ಲವೇ ಯೋಗಿಗಳು ಮುಟ್ಟುವ ಸಮಾಧಿಸ್ಥಿತಿ! ಎಂಬ ಅರಿವುಂಟಾಗಿ ಲಯದ ಗತಿಯನ್ನು ಇನ್ನಷ್ಟು ಇನ್ನಷ್ಟು ತೇಜಗೊಳಿಸಿ ನಡುವೆ ವಿಲಂಬಿತ ಲಾಸ್ಯಕ್ಕೆ ಇಳಿದು ನಾನೇ ಲಾಸ್ಯದ ಪಾರ್ವತಿಯೂ ಆಗಿ ತಾಂಡವದ ಶಿವನೂ ಆಗಿ. ಅದಕ್ಕೆ ತಕ್ಕಂತೆ ತಬಲಾ ಹಿಡಿಯುವ ದೈಹಿಕ ಕಸುವಿಲ್ಲದೆ ತತ್ತರಿಸಿದ ಗುರೂಜಿ ಕೊನೆಗೆ, 'ಅದ್ಭುತವಾಗಿ ಮಾಡಿದೆ. ನಾನು ಹೇಳಿಕೊಟ್ಟಿರೂದಕ್ಕಿಂತ ಮುಂದೆ ಹೋಗಿದೀಯ. ಈ ಐಟಂ ತಬಲದ

ಜಯಸ್ವಾಲನಿಗೆ ಅಭ್ಯಾಸ ಮಾಡಿಸೋಣ. ಇಡೀ ದಿಲ್ಲಿಯಲ್ಲಿ ನಿನ್ನ ಸಮ ನೃತ್ತ ಮಾಡೋರು ಯಾರೂ ಇಲ್ಲ ಅನ್ನಿಸೋಣ,' ಅಂದರು, ಯಾವತ್ತೂ ಅಷ್ಟು ಮುಕ್ತವಾಗಿ ಹೊಗಳದೆ ಇದ್ದವರು.

ಮಧ್ಯಾಹ್ನ ಅಡುಗೆ ಊಟ ಮಾಡಿದಮೇಲೆ ತುಸು ನಿದ್ರೆಬಂತು. ನಿದ್ರೆಯಲ್ಲೂ ತತ್ಕಾರದ ಸಮಾಧಿಭಾವ. ಕೃಷ್ಣಪಂಥದ ಭಕ್ತರು ಪೂಜೆಯ ಅಂಗವಾಗಿ ತಾಳ ಬಾರಿಸಿ ಕೊಂಡು ಕುಣಿಯುವ ಅರ್ಥ ಹೊಳೆಯಿತು. ಇನ್ನು ಇಡೀ ಜೀವನವನ್ನು ಹೀಗೆ ಕಳೆಯ ಬೇಕು. ಆ ಮಿತ್ತಲ್ ಸಾಹೇಬರ ಕಾರ್ಡನ್ನು ಹರಿದು ಎಸೆಯಬೇಕು ಅನ್ನಿಸಿತು.

ಅನ್ನಿಸಿತು. ಆವೊತ್ತು ಮಾತ್ರ. ಮರುಬೆಳಗ್ಗೆ ಯೋಗ ಮಾಡುವಾಗ ನರ್ತನಗುರು ಕೃಷ್ಣನ ನೆನಪು. ಅವನೇನೂ ಯೋಗಿಯಂತೆ ಸರ್ವಸಂಗ ಪರಿತ್ಯಾಗಿಯಾಗಿರಲಿಲ್ಲ. ರಾಧೆ, ಇತರ ಗೋಪಿಯರ ಸಂಗಸುಖವನ್ನನುಭವಿಸುತ್ತಲೇ ಅವರನ್ನೂ ನರ್ತನಕ್ಕೆ ಪ್ರೇರೇಪಿಸಿ ತಾನೂ ಕುಣೀತಿದ್ದ. ತಾಂಡವ ಮಾಡಿದ ಶಿವನಿಗೆ ಲಾಸ್ಯಕ್ಕೆ ಒಬ್ಬ ಪಾರ್ವತಿ ಬೇಕಾಯಿತು. ಅನ್ನುವ ಹೋಲಿಕೆಗಳು. ನೆನ್ನೆ ಹುಚ್ಚುಹಿಡಿದ ಹಾಗೆ ನೃತ್ತ ಮಾಡಿದೆ. ಅಭಿನಯ ಮಾಡಲಿಲ್ಲ. ನನಗೆ ಬರುವ ಅಭಿನಯವಾದರೂ ಯಾವುದು? ಪುಸ್ತಕದಲ್ಲಿ ಓದಿದ್ದು. ಗುರೂಜಿ ಕಲಿಸಿದ್ದು. ಶೃಂಗಾರ, ಲಜ್ಜೆ, ವಿರಹಗಳನ್ನು ಅನುಭವಿಸಿಲ್ಲ. ಎಂಟು ಬಗೆಯ ನಾಯಿಕೆಯರಲ್ಲಿ ಒಂದು ಬಗೆಯನ್ನೂ ಅನುಭವಿಸಿಲ್ಲ. ರತಿಸುಖ ಅನುಭವಿಸಿಯೇ ಇಲ್ಲ. ನಾನೆಂಥ ನರ್ತಕಿಯಾದೇನು? ನನ್ನದೇನು ಸನ್ಯಾಸಿನೀ ಸಾಧನೆಯೆ? ಲಹರಿ ತೊಡಗಿತು. ಗೋಡೆಯ ಮೇಲಿದ್ದ ಕೃಷ್ಣ ಮಿತ್ತಲರ ರೂಪ ತಾಳಿದ. ರಾಮಚರಣ ಮಿತ್ತಲ್ ಅಲ್ಲ. ಕೃಷ್ಣಚರಣ ಮಿತ್ತಲ್. ಅದೂ ಅಲ್ಲ. ಕೃಷ್ಣರೂಪಿ ಮಿತ್ತಲ್ ಎಂದು ಮನಸ್ಸು ತಿದ್ದತೊಡಗಿತು.

ಹೀಗೆಯೇ ಧರ್ಮಕರ್ಮಗಳ ಎರಡು ಗೋಡೆಗಳಿಗೂ ಜೋಕಾಲಿ ಬಡಿಯುತ್ತಾ ಒಂದು ವಾರ ಕಳೆದೆ. ಹುಚ್ಚಿಯಾಗದೆ ಆರೋಗ್ಯವಂತ ಕಲಾವಿದೆಯಾಗಿರಬೇಕಾದರೆ ಮಿತ್ತಲ್ ಸಾಹೇಬರನ್ನು ಕಾಣಲೇಬೇಕೆನ್ನಿಸಿತು. ಮರುಬೆಳಗ್ಗೆ ಹತ್ತೂವರೆಗೆ ಮನೆಯ ಸಾಮಾನು ತರ್ತೀನಿ ಅಂತ ಹೇಳಿ ಹೊರನಡೆದು ಗಲ್ಲಿಯ ಮೂಲೆಯ ಟೆಲಿಫೋನ್ ಬೂತಿನಿಂದ ಅವರ ಸಂಖ್ಯೆಯನ್ನು ಕರೆದೆ. ಫೋನಿನಲ್ಲಿ ಮೊದಲಸಲವಾದರೂ ಅವರ ಧ್ವನಿಯ ಗುರುತು ಸಿಕ್ಕಿತು. ನಾನು, ಗೊತ್ತಾಯಿತೆ? ಎನ್ನುವಾಗ ನನ್ನ ಧ್ವನಿ ಕಂಪಿಸುತ್ತಿತ್ತು. 'ಒಂದುನಿಮಿಷ ತಡೀರಿ. ಒಳಗಿನ ಛೇಂಬರಿನಿಂದ ಮಾತಾಡ್ತೀನಿ,' ಅಂದರು. ಆಫೀಸಿನ ಸದ್ದು. ಒಂದುನಿಮಿಷದ ನಂತರ ಅವರ ಧ್ವನಿ ಕೇಳಿದಾಗ ನಿಶ್ಶಬ್ದ ವಾತಾವರಣ. 'ಮನೋ ಹರೀಜೀ, ಯಾಕೆ ಇಷ್ಟುದಿನ ಕಾಯಿಸಿದಿರಿ?' ಎನ್ನುವಾಗ ಅವರ ಧ್ವನಿಯ ವಿರಹದ ತಾಪವು ನನ್ನನ್ನು ಮುಟ್ಟುತ್ತಿತ್ತು.

'ಬೇಸರವಾ? ತೀರ್ಮಾನ ಮಾಡುಕ್ಕೆ ಸಮಯಬೇಕಾಯಿತು.'

'ನೀವು ತೀರ್ಮಾನ ಮಾಡಿದ್ದರಿಂದ ನನ್ನ ಜೀವ ಉಳೀತು. ಯಾವಾಗ ಸಿಕ್ತೀರಿ, ನಿಮ್ಮನ್ನ ಯಾವ ಜಾಗದಲ್ಲಿ ಪಿಕ್‌ಅಪ್ ಮಾಡಬೇಕು, ಹೇಳಿ.'

'ಮನೆಯಿಂದ ಒಬ್ಬಳೇ ಹೊರಗೆ ಬರುವ ದಾರಿ ತೋಚುತಾ ಇಲ್ಲ.'

'ನಿಮಗೆ ಯಾರೂ ಸ್ನೇಹಿತೆ ಇಲ್ಲವೆ? ನಾಳೆ ಅವಳ ಹುಟ್ಟುಹಬ್ಬ. ಊಟಕ್ಕೆ ಕರೆದಿದಾಳೆ ಅನ್ನಿ.'

ತಕ್ಷಣ ಹೈಸ್ಕೂಲಿನ ಗೆಳತಿ ಪ್ರೇಮಲತಾಳ ನೆನಪು ಬಂತು. ನೋಡಿಯೇ ನಾಲ್ಕುವರ್ಷ ವಾಗಿತ್ತು. ನಾನು ಈ ಮುದುಕ ಗುರೂಜೀನ ಮದುವೆಯಾಗಿ ಬಂದಮೇಲೆ ಅವಳಿಗೆ ಬೇಸರದ ಜೊತೆಗೆ ಕೋಪಬಂದಿತ್ತು. ಆಮೇಲೆ ಅವಳು ನನ್ನ ಸಂಪರ್ಕ ಮಾಡಿರಲಿಲ್ಲ. ನಾನೂ ಹುಡುಕಿಕೊಂಡು ಹೋಗಲಿಲ್ಲ. ಈಗ ಅವಳ ಹುಟ್ಟುಹಬ್ಬ, ಹೋಗಬೇಕು ಎಂಬ ಉಪಯೋಗವನ್ನು ಸುಲಭವಾಗಿ ಯಾವುದೇ ಅಪಾಯವೂ ಇಲ್ಲದೆ ಪಡೆಯಬಹುದು ಎನ್ನಿಸಿತು. ಇದ್ದಾಳೆ, ಎಂದೆ.

'ಹಾಗಾದರೆ ನಾಳೆ ಬೆಳಗ್ಗೆ ಹತ್ತೂವರೆಗೆ ಸರಿಯಾಗಿ ರಶ್ಮಿಮಾರ್ಗ ಕೃಷಿಭವನದ ಎದುರಿನ ಬಸ್‌ಸ್ಟಾಪಿನಲ್ಲಿ ನಿಂತಿರಿ. ನನ್ನ ಕಾರಿನ ನಂಬರ್ ಗುರುತು ಹಾಕಿಕೊಳ್ಳಿ. ಬೆನ್ಜ್. ದಂತದ ಬಣ್ಣ. ನಂಬರ್..... ಪೆನ್ಸಿಲ್ ಕಾಗದ ಇದೆಯಾ? ಕರೆಕ್ಟ್ ಹತ್ತೂವರೆಗೆ ಬರ್ತೀನಿ. ನೀವು ತಡಮಾಡಬಾರದು. ಕಾರಿನಲ್ಲಿ ಬಂದು ಆ ಸ್ಥಳದಲ್ಲಿ ಕಾಯ್ತಾ ನಿಲ್ಲಿಸೂದು, ತಳಾಯಿಸೂದು ಸರಿಯಲ್ಲ. ನಾನು ಐದು ಹತ್ತುನಿಮಿಷ ತಡವಾದರೂ ಚಿಂತೆ ಇಲ್ಲ. ನೀವು ಐದುನಿಮಿಷ ಮೊದಲೇ ಬಂದಿರಿ. ಅತಿಯಾದ ಬಣ್ಣದ ಮೇಕಪ್ ಮಾಡಿಕೊಬೇಡಿ. ಆದರೆ ಒಳ್ಳೆಯ ಬಟ್ಟೆ ಹಾಕಿರಿ.'

'ನನಗೆ ಭಯವಾಗುತ್ತೆ,' ನನ್ನ ಧ್ವನಿ ನಡುಗುತ್ತಿತ್ತು.

'ಭಯದ ಕಾರಣವಿಲ್ಲ. ಸಂಪೂರ್ಣವಾಗಿ ನನ್ನನ್ನ ನಂಬಿ. ನನ್ನ ಜೊತೆ ಇರುವಾಗ ಯಾರೂ ಏನೂ ಮಾಡುಲ್ಲ. ನಿಮ್ಮ ಕ್ಷೇಮವನ್ನ ನಾನು ನೋಡಿಕೊತ್ತೀನಿ. ಮನೆಗೆ ಬರೂದು ಸಂಜೆಯಾಗುತ್ತೆ ಅಂತ ಹೇಳಿ ಬನ್ನಿ.'

ನನಗೆ ಮುಂದೆ ಮಾತು ತಿಳಿಯಲಿಲ್ಲ. ಕೇಳಿತೆ? ಅವರು ಕೇಳಿದರು. ಆಯಿತು. ಫ಼ೋನ್ ಇಡಲೆ? ಇಡಿ. ನಾನೂ ಇಟ್ಟೆ. ಗೋದಿಹಿಟ್ಟು ಎಣ್ಣೆ ಅಕ್ಕಿಗಳನ್ನು ತೆಗೆದುಕೊಂಡು ಮನೆಗೆ ಹೋದಾಗ ಅವರ ಮುಖ ನೋಡಿ ಅಂಜಿಕೆಯಾಯಿತು. ಅವರಿಗೆ ಮಾತು ಕೊಟ್ಟಿದೀನಿ. ಹುಟ್ಟುಹಬ್ಬದ ಪ್ರಸ್ತಾಪ ಹೇಗೆ ಮಾಡೂದು? ಬಿಸಿಬಿಸಿ ಮಾಡಿ ಬಡಿಸುವಾಗ ಮಾತನಾಡಿದೆ. ನಿಮಗೆ ಅಡುಗೆ ಮಾಡಿಟ್ಟು ಹೋಗ್ತೀನಿ. ಬಡಿಸಿಕೊಂಡು ಉಣ್ಣಿ, ಎಂದೆ. ಯಾರು ಅವಳು? ಇಷ್ಟು ದಿನ ಅವಳ ಹೆಸರೇ ಹೇಳಿರಲಿಲ್ಲ. ಎಲ್ಲಿ ಅವಳ ಮನೆ? ಹಲವು ವಿವರಗಳನ್ನು ಕೇಳಿದರು. ಅಭಿಸಾರಿಕೆಗೆ ಸುಳ್ಳು ಸಹಜವಾಗಿಯೇ ಹುಟ್ಟುತ್ತೆ ಅಂತ ಆ ದಿನ ಅರ್ಥವಾಯಿತು.

ಮೆರೆಡಿಯನ್ ಹೋಟೆಲಿನ ಹೆಸರು ಕೇಳಿದ್ದೆ. ಅದರೊಳಗೊಂದು ಸುಸಜ್ಜಿತ ಸಭಾಗೃಹ ಇದೆ. ಪ್ರತಿಷ್ಠಿತ ವಿದೇಶೀ ಅತಿಥಿಗಳಿಗೆ ಅಲ್ಲಿ ನೃತ್ಯ, ಸಂಗೀತ ಏರ್ಪಡಿಸ್ತಾರೆ, ಕೇಳಿದ್ದೆ. ಎಂದಾದರೊಂದು ದಿನ ಅಲ್ಲಿ ನರ್ತಿಸುವ ಆಮಂತ್ರಣ ನನಗೂ ಬಂದೀತು ಅನ್ನುವ

ಆಶೆ ಇಟ್ಟುಕೊಂಡಿದ್ದೆ. ಈಗ ಮಿತ್ತಲರೊಡನೆ ಅದರ ಲಾಬಿಯನ್ನು ಹಾಯ್ದು ಲಿಫ್ಟ್‌ಹತ್ತಿ ನಾಲ್ಕನೆಯ ಅಂತಸ್ತಿನ ಒಂದು ಕೋಣೆ ಪ್ರವೇಶಿಸುವೆನೆಂಬ ಕಲ್ಪನೆ ಇರಲಿಲ್ಲ. ಬಾಗಿಲುಮುಚ್ಚಿ ಬೋಲ್ಟ್ ಎಳೆದ ನಂತರ ಅವರು, 'ಮನೋಹರಿ, ಸ್ವಲ್ಪವೂ ಅಂಜಬೇಡಿ. ನಾವಾಗಿಯೇ ಕರೆಯದೆ ಇಲ್ಲಿ ಯಾರೂ ಕೋಣೆಯ ಒಳಗೆ ಬರುಲ್ಲ. ಬಾಗಿಲು ತಟ್ಟುಲ್ಲ. ಈ ಸ್ಥಳ, ಈ ಕಾಲ ಸಂಪೂರ್ಣ ನಮ್ಮದು. ಈಗ ಹೇಳಿ, ನಾನು ನಿಮ್ಮನ್ನು ಆಪ್ ಎನ್ನಲೋ, ತುಮ್ ಎನ್ನಲೋ?' ಎಂದು ಕೇಳುತ್ತಾ ನನ್ನ ಕೈಹಿಡಿದು ಮೃದುವಾಗಿ ಹಿಸುಕಿದ ರೀತಿಗೆ ನನ್ನ ಕಣ್ಣಿನಲ್ಲಿ ನೀರು ತುಂಬಿಕೊಂಡಿತು.

ಅನುಮತಿ ಕೇಳಬೇಕಾ? ಎನ್ನುವುದು ನನ್ನ ಅಂತರಂಗದ ಮಾತಾಗಿತ್ತು.

ಕಾಯದಲ್ಲಿ ವ್ಯಕ್ತವಾಗದ ಪ್ರೇಮಕ್ಕೆ ಅರ್ಥವಿಲ್ಲ. ಪ್ರೇಮವಿಲ್ಲದೆ ಸಂಪೂರ್ಣ ಕಾಯತೃಪ್ತಿ ಸಾಧ್ಯವಿಲ್ಲ. ಪರಸ್ಪರ ನಂಬಿಕೆಹುಟ್ಟದೆ ಇವೆರಡರಲ್ಲಿ ಯಾವುದೂ ಸಿದ್ಧಿಸುಲ್ಲ, ಎಂಬ ಸತ್ಯ ನನಗೆ ಆ ದಿನ ಆವಿಷ್ಕಾರವಾಯಿತು. ಅವರಿಗೆ ಐವತ್ತೈದುವರ್ಷವಂತೆ. ನನಗಿಂತ ಇಪ್ಪತ್ತೆಂಟುವರ್ಷಕ್ಕೆ ಹಿರಿಯರು. ನನಗೆ ಆ ಭಾವ ಬರಲೇಇಲ್ಲ. ನನ್ನ ಸಮವಯಸ್ಕರು, ನನಗಿಂತ ಕಿರಿಯರು, ರಾಧೆಗಿಂತ ಕೃಷ್ಣ ಕಿರಿಯನಿದ್ದಂತೆ ಎನ್ನಿಸಿತು. ಹಣವುಳ್ಳವರು, ದೊಡ್ಡಮೊತ್ತ ಖರ್ಚುಮಾಡಿ ದೊಡ್ಡ ಹೋಟೆಲಿಗೆ ಕರೆತಂದಿದಾರೆ ಎಂಬ ಭಾವನೆಯೂ ಬರಲಿಲ್ಲ. ಏಯ್, ನಾನು ನಿನ್ನನ್ನು ತುಮ್ ಅನ್ನಬೇಕಾದರೆ ನೀನೂ ನನ್ನನ್ನು ತುಮ್ ಅನ್ನಬೇಕು. ಅವರು ಎಂದ ತಕ್ಷಣ ನಾನು ತುಮ್ ಎಂದೆ. ತೂ ಎಂದೆ. ಕೆನ್ನೆಗೆ ತಟ್ಟಿದೆ. ಗುದ್ದಿದೆ. ಸಲಿಗೆಯು ಬುಗ್ಗೆಯಂತೆ ಉಕ್ಕಿತು. 'ನನಗೆ ಹೊಟ್ಟೆ ಕಿಚ್ಚು ಜಾಸ್ತಿ. ನಿಜ ಹೇಳಿ. ನಿಮಗೆ ಬೇರೆ ಯಾರಾದರೂ ಸ್ನೇಹಿತೆ ಇದ್ದರೆ ನಾನು ಸಹಿಸೂದಿಲ್ಲ' ಎಂದೆ.

'ನಿನ್ನಾಣೆಗೂ ಹೇಳ್ತೀನಿ. ಬೇರೆ ಯಾರೂ ಇಲ್ಲ. ಇದ್ದರು. ಒಟ್ಟಿಗೆ ಅಲ್ಲ. ಒಂದೊಂದು ಸಲಕ್ಕೆ ಒಬ್ಬರಂತೆ. ಒಟ್ಟು ಇಬ್ಬರು. ಒಬ್ಬಳು ನನ್ನ ಆಫೀಸಿನಲ್ಲೇ ಸೆಕ್ರೆಟರಿಯಾಗಿದ್ದಳು. ಪ್ರೀತಿ ಬೆಳೆಯಿತು. ಒಂದೇ ಆಫೀಸಿನಲ್ಲಿ ನಾನು ಮಾಲೀಕನಾಗಿ ಅವಳು ನೌಕರಳಾಗಿರುವಾಗ ಇಂಥ ಸಂಬಂಧ ಸರಿಯಲ್ಲ ಅನ್ನಿಸಿತು. ಬೇರೆ ಕಂಪನಿಯಲ್ಲಿ ಕೆಲಸ ಕೊಡಿಸಿದೆ. ವಾರಕ್ಕೊಮ್ಮೆ ಹೀಗೆ ನಾಲ್ಕೈದು ಗಂಟೆ ಸಂಧಿಸುತ್ತಿದ್ದೆವು. ಫೋನಿನಲ್ಲಿ ಮಾತಾಡ್ತಿದ್ದೆವು. ಅವಳಿಗೆ ಮದುವೆ ಯಾಯಿತು. ಆಮೇಲೆ ನನ್ನ ಮನಸ್ಸು ಒಪ್ಪುಲ್ಲ, ಬಲವಂತ ಮಾಡಬೇಡಿ ಅಂದಳು. ಅವಳ ಭಾವನೆಯನ್ನ ನಾನು ಗೌರವಿಸಿದೆ. ಅವಳ ಗಂಡನಿಗೆ ಬೇರೆ ಕಂಪನಿಯಲ್ಲಿ ದೊಡ್ಡಕೆಲಸ ಸಿಕ್ಕುಕ್ಕೆ ಸಹಾಯ ಮಾಡಿದೆ. ಐದುವರ್ಷದಿಂದ ಅವಳ ಸಂಪರ್ಕವಿಲ್ಲ. ಈಗ ಇಪ್ಪತ್ತೈದುವರ್ಷದ ಹಿಂದೆ ಒಂದು ಸ್ನೇಹವಿತ್ತು. ಅವಳು ಅತಿಯಾಗಿ ಹಣ ಕೇಳುಕ್ಕೆ ಶುರುಮಾಡಿದಳು. ಸಹಾಯಮಾಡುಕ್ಕೆ ನನಗೆ ಸಂತೋಷವೇ ಆಗ್ತಿತ್ತು. ಆದರೆ ಅವಳ ಮನೋಭಾವ ನೋಡಿ ಇವಳೊಡನೆ ಪ್ರೀತಿ ಪ್ರೇಮ ಸಾಧ್ಯವಿಲ್ಲ ಅನ್ನಿಸಿತು. ಬಿಟ್ಟು ಬಿಟ್ಟೆ. ನಿನ್ನದು ಹೇಳು. ಗುರು ಸೋಹನಲಾಲರನ್ನ ಹ್ಯಾಗೆ ಮದುವೆಯಾದೆ?'

ಎಲ್ಲವನ್ನೂ ಮನಸ್ಸು ಬಿಚ್ಚಿ ಹೇಳಿದೆ. ಅವರನ್ನು ದಿಲ್ಲಿಯಲ್ಲಿ ಉಳಿಸಿಕೊಳ್ಳಲು ನಾನೇ ಮಾಡಿದ ಮದುವೆಯ ಸಲಹೆ, ಅವರಲ್ಲಿ ನನಗೆ ಪ್ರೀತಿ ಕಾಣಿಸಿಕೊಂಡದ್ದು. ಅನಂತರದ

ತಯಾರಿ ಮೊದಲಾಗಿ ಎರಡೂ ಮುಖಗಳನ್ನು ವಿವರಿಸಿದೆ. ಇದುವರೆಗೆ ಯಾರಿಗೂ ಹೇಳಿಕೊಂಡಿರಲಿಲ್ಲ. ಅವರು ಆಳವಾದ ಸಹಾನುಭೂತಿಯಿಂದ ಕೇಳಿದರು. ಗುರೂಜಿಯ ಬಗೆಗೆ ಗೌರವ ವ್ಯಕ್ತಪಡಿಸಿದರು. 'ಮನೋಹರೀ, ನಾವು ವಾರಕ್ಕೊಂದು ದಿನವಾದರೂ ಹೀಗೆ ಸಂಧಿಸಬೇಕು' ಎಂದರು.

ನನ್ನ ಕಣ್ಣಿನಲ್ಲಿ ನೀರು ತುಂಬಿಕೊಂಡಿತು. 'ನಾನು ಗುರೂಜಿಗೆ ಮೋಸ ಮಾಡ್ತಿಲ್ಲತಾನೆ? ಇಲ್ಲ ಅಂತ ನೀವು ಒತ್ತಾಸೆ ಕೊಟ್ಟರೆ ನಾನು ಬರ್ತೀನಿ,' ಅವರ ಎದೆಗೆ ನನ್ನ ಮುಖವಿಟ್ಟೆ.

'ಮೋಸ ಮಾಡಿಕೊಂಡದ್ದು ನಿನಗೆ. ನೀನು ಯಾರಿಗೂ ಮಾಡಿಲ್ಲ. ಮಾಡ್ತಿಲ್ಲ.' ನನ್ನ ಬೆನ್ನು ಸವರಿದರು.

'ಎಂಥ ಸಂದರ್ಭದಲ್ಲೂ ನನ್ನ ಕೈಬಿಡೂದಿಲ್ಲ ಅಂತ ನೀವು ಆಣೆಮಾಡಿ ಹೇಳಬೇಕು,' ಎಂದೆ.

ನನ್ನ ತಲೆಯ ಮೇಲೆ ತಮ್ಮ ಅಂಗೈ ಇಟ್ಟು ಹೇಳಿದರು: 'ನೀನು ನಂಬು. ನಂಬಿಕೆಯೇ ಪ್ರೀತಿ ಅಂತ ನಾನು ತಿಳಿದಿದೀನಿ.'

ಹೊರಡುವಾಗ ಕೇಳಿದರು: 'ನಿನ್ನನ್ನ ಅದೇ ಜಾಗದಲ್ಲಿ ಇಳುಸ್ತೀನಿ. ಆಟೋಗೆ ದುಡ್ಡಿದೆಯೆ? ಮುಂದಿನ ವಾರ ಇದೇ ಬುಧವಾರ ಅದೇ ಹೊತ್ತಿಗೆ ಅದೇ ಜಾಗದಲ್ಲಿ ಸಿಕ್ಕು. ಅವೊತ್ತಿಗೂ ನಿನ್ನ ಹತ್ತಿರ ದುಡ್ಡಿರಬೇಕು. ಯಾಕೆ ಕೇಳ್ತಿದೀನಿ ಗೊತ್ತಾ? ನಿನ್ನ ಖರ್ಚಿಗೆ ನಾಲ್ಕೈದುಸಾವಿರ ರೂಪಾಯಿಯನ್ನ ಇಲ್ಲೇ ಕೊಡಬಹುದು. ಆದರೆ ಇಷ್ಟು ಸಂತೋಷವಾಗಿದ್ದನಂತರ ಹಣ ಕೊಟ್ಟರೆ ನನ್ನ ನಿನ್ನ ಸಂಬಂಧ ಕೆಳಗಿಳಿದ ಭಾವನೆ ಬರ ಬಹುದು. ಅರ್ಥವಾಯಿತೆ ನಾನು ಹೇಳಿದ್ದು?'

ಒಂದುನಿಮಿಷ ಹಿಡಿಯಿತು ನನಗೆ ಅರ್ಥವಾಗಲು. ಅವರ ಮೇಲಿನ ಗೌರವ ಇನ್ನಷ್ಟು ಹೆಚ್ಚಾಯಿತು. 'ಪ್ರೋಗ್ರಾಂ ಕೊಡುಕ್ಕೆ ಶುರು ಮಾಡಿದಮೇಲೆ ನನ್ನ ಹತ್ತಿರ ದುಡ್ಡಿರುತ್ತೆ. ಮನೆಯ ಸಾಮಾನು ತರೂದೂ ನಾನೇ. ನೀವು ಕೊಟ್ಟರೂ ನನಗೆ ಬೇಡಿ,' ಎಂದೆ. ಅವರ ಮುಖದಲ್ಲಿ ಸಂತೋಷ ಮೂಡಿತು.

ಮನೆಗೆ ಹೋಗುವಾಗ ಒಂದು ಪೊಟ್ಟಣ ಜಿಲೇಬಿ ಕಟ್ಟಿಸಿಕೊಂಡೆ. ಹುಟ್ಟುಹಬ್ಬದ ಸಿಹಿಯನ್ನು ಗೆಳತಿ ನಿಮಗೂ ಕಳಿಸಿದಾಳೆ ಎಂದೆ. ಸ್ನೇಹಿತೆಯರೆಲ್ಲ ಸೇರಿದ್ದೆವು. ಇನ್ನುಮೇಲೆ ವಾರಕ್ಕೊಂದು ದಿನವಾದರೂ ಸೇರಬೇಕು ಅಂತ ನಿಶ್ಚಯಿಸಿದಾರೆ, ಎಂದೆ. ಇವತ್ತು ನಡೆದ ಹುಟ್ಟುಹಬ್ಬದ ಸಮಾರಂಭದಲ್ಲಿ ನಡೆಯಿತೆಂಬ ಎಷ್ಟೋ ಸಣ್ಣ ಪುಟ್ಟ ಘಟನೆಗಳು ನೆನಪಿನ ಮಾತುಗಳು ಜೋಕುಗಳನ್ನು ಹೇಳಿದೆ. ನನಗೆ ಇಷ್ಟೊಂದು ಕಲ್ಪನಾಶಕ್ತಿ ಇತ್ತೆಂಬುದು ನನಗೇ ಗೊತ್ತಿರಲಿಲ್ಲ.

ಹಾಸಿಗೆ ಸೇರಿದಾಗ, ನಿಕಟವಾಗಿ ಪ್ರಣಯಕ್ರಿಯೆಯಲ್ಲಿ ತೊಡಗಿದಾಗ ನಾನು ಮಿತ್ತಲ್ ಸಾಹೇಬರನ್ನು ಸಹಜವೆಂಬಂತೆ ತುಮ್ ಎನ್ನುತ್ತಿದ್ದೆ. ಉಳಿದಂತೆ ಎಷ್ಟು ಪ್ರಯತ್ನಪಟ್ಟರೂ ಆ ಸರ್ವನಾಮ ಬರುತ್ತಿರಲಿಲ್ಲ. ಆಪ್ ಎಂದೇ ಹೊರಡುತ್ತಿತ್ತು. ಅರೆ ಭಾಯಿ, ಯಾಕೆ

ಹೀಗೆ ಮಾಡ್ತೀ? ಅವರೇ ಕೇಳುತ್ತಿದ್ದರು. ನನಗೆ ಆಗೂದಿಲ್ಲ. ನೀವು ಬಲವಂತ ಮಾಡಬೇಡಿ, ಎಂದೆ. ಅವರು ಹುಕುಂ ಎಂದರು.

ಹೀಗೆಯೇ ಆರು ತಿಂಗಳು ನಾವು ಬೇರೆ ಬೇರೆ ಹೋಟೆಲುಗಳಲ್ಲಿ ಸೇರುತ್ತಿದ್ದೆವು. ಅವರು ಮೊದಲೇ ಕೋಣೆಯನ್ನು ವಶಕ್ಕೆ ತೆಗೆದುಕೊಂಡು ಸಿದ್ಧ ಮಾಡಿಡುತ್ತಿದ್ದರು. ಹೋಟೆಲನ್ನು ಪ್ರವೇಶಿಸಿ ಕೋಣೆಯನ್ನು ಹೊಕ್ಕು ಬಾಗಿಲುಮುಚ್ಚಿಕೊಳ್ಳುವ ತನಕ ನನಗೆ ಆತಂಕ. ಹೊರಬರುವಾಗಲೂ ಅಷ್ಟೆ. ನಾನು ನರ್ತಕಿ. ಹೊರಗೆ ಪ್ರದರ್ಶನ ನೀಡಿದವಳು. ಪತ್ರಿಕೆಗಳಲ್ಲಿ ಫ಼ೋಟೋ ಬರುತ್ತೆ. ಯಾರೂ ಗುರುತಿಸುಲ್ಲವೆ? ಇಷ್ಟರಲ್ಲಿ ಗುರುತಿಸಿಲ್ಲವೆ? ಎಂಬ ಅಂಜಿಕೆ. ಹಾಗೆಂದು ನಮ್ಮ ಭೇಟಿಯನ್ನು ನಿಲ್ಲಿಸುವುದಾಗಲಿ ವಿರಳ ಮಾಡಿಕೊಳ್ಳುವುದಾಗಲಿ ಸಾಧ್ಯವಿರಲಿಲ್ಲ. ಒಂದುದಿನ ಸಾಹೇಬರು ಹೇಳಿದರು: 'ನೋಡು, ನನಗೊಂದು ವಿಚಾರ ಬಂದಿದೆ. ಹೀಗೆ ಬೇರೆ ಬೇರೆ ಹೋಟೆಲುಗಳಲ್ಲಿ ರೂಮು ತೆಗೆದುಕೊಳ್ಳೂದು ಒಂದೇಸಮನೆ ಕ್ಷೇಮವಾಗಿರುಲ್ಲ. ನಾನು ಬಿಸಿನೆಸ್ ಸರ್ಕಲ್‌ನಲ್ಲಿರೋನು. ನಿನ್ನದಂತೂ ಎಲ್ಲರ ಕಣ್ಣಿಗೂ ಬೀಳುವ ಕ್ಷೇತ್ರ. ನಮ್ಮದೇ ಒಂದು ಸ್ವಂತ ಜಾಗ ಮಾಡಿಕೊಬೇಕು. ಬರೀ ನಾವು ಸಂಧಿಸುಕ್ಕಲ್ಲ. ನಿನ್ನ ಕಲೆಯ ಬೆಳವಣಿಗೆಯ ದೃಷ್ಟಿಯಿಂದ ಸಹ. ನಿನ್ನದೇ ಒಂದು ಕಟ್ಟಡ ಕಟ್ಟೋಣ. ಮನೋಹರೀ ಸ್ಕೂಲ್ ಆಫ಼್ ಇಂಡಿಯನ್ ಡಾನ್ಸ್ ಅಂತ ಹೆಸರಿಟ್ಟು ಒಂದು ಶಾಲೆ ಆರಂಭಿಸು. ದೊಡ್ಡ ಕಟ್ಟಡವನ್ನೇ ಕಟ್ಟೋಣ. ಸ್ವಂತಕ್ಕೆ ಒಂದು ಸಂಸ್ಥೆ ಇದ್ದರೆ ಪ್ರದರ್ಶನಪ್ರಪಂಚದಲ್ಲಿ ಒಂದು ವಿಶೇಷ ವಜನ್ ಇರುತ್ತೆ. ಬೆಳಗ್ಗೆಯೋ ಸಂಜೆಯೋ ಅಥವಾ ಎರಡೂ ಹೊತ್ತೋ ನೀನು ಅಲ್ಲಿ ಕ್ಲಾಸು ನಡೆಸು. ಮಧ್ಯಾಹ್ನ ನಮಗೆ ಬೇಕೆನ್ನಿಸಿದ ದಿನ ನಾವು ಅಲ್ಲೇ ಸಂಧಿಸಬಹುದು. ಬೇಕಾದರೆ ಸಂಜೆ ಕ್ಲಾಸು ಮುಗಿದಮೇಲೂ ಅದು ನಮ್ಮಿಬ್ಬರದಾಗಿರಬೇಕು. ಒಂದು ಎಚ್ಚರವಿರಲಿ: ಕಟ್ಟಡ, ಶಾಲೆ, ಎರಡೂ ಸಂಪೂರ್ಣ ನಿನ್ನೊಬ್ಬಳ ಹೆಸರಿನಲ್ಲಿರಲಿ. ನಿನ್ನ ಗುರೂಜಿಗೆ ಅದರಮೇಲೆ ಯಾವುದೇ ತೆರನಾದ ಅಧಿಕಾರವಿರಬಾರದು. ಅಲ್ಲಿ ಕ್ಲಾಸು ತಗೋಳಕ್ಕೆ ಅಂತಲೂ ಅವರು ಬರಬಾರದು. ಶುರುವಿನಿಂದಲೂ ಹಾಗೆಯೇ ನಡೆಸಿ ಅಭ್ಯಾಸ ಮಾಡಬೇಕು. ಅರ್ಥವಾಯಿತೆ?'

ಅರ್ಥವಾಗಲು ನನಗೆ ಹತ್ತುನಿಮಿಷ ಹಿಡಿಯಿತು. 'ದಿಲ್ಲಿಯಲ್ಲಿ ಅಂಥ ಕಟ್ಟಡ ಕಟ್ಟುಕ್ಕೆ ಎಷ್ಟು ಹಣಬೇಕು?' ಎಂದೆ.

'ಅದರ ಲೆಕ್ಕ ನೀನು ಹಾಕಬೇಡ. ನಾನು ಬರೀ ನಿನ್ನನ್ನಲ್ಲ, ನಿನ್ನ ಕಲೆಯನ್ನೂ ಪ್ರೀತಿಸ್ತೀನಿ ತಿಳಕ,' ಎಂದವರು, 'ಇನ್ನೊಂದು ಅಂಶ ನೀನು ಪಾಲಿಸಬೇಕು. ಡಿ.ಡಿ.ಎ.ಯಿಂದ ಜಾಗ ಪಡೆಯೂದರಿಂದ ಅಥವಾ ಬೇರೆ ಯಾರಿಂದಲಾದರೂ ಕೊಳ್ಳೂದರಿಂದ ಹಿಡಿದು ಕಟ್ಟಡ ಕಟ್ಟೂತನಕ ಎಲ್ಲವೂ ನಿನ್ನ ಹೆಸರಿನಲ್ಲಿ ನಡೆಯುತ್ತೆ. ಹಣ ಎಲ್ಲಿಂದ ಬಂತು ಅಂತ ಯಾರು ಕೇಳಿದರೂ ಸಾಲ ಮಾಡಿದೀನಿ ಅನ್ನು. ನನ್ನ ಹೆಸರು ಪ್ರಚಾರಕ್ಕೆ ಬರೂದು ಬೇಡ. ಕಾರಣ ಹೇಳಿಬಿಡ್ತೀನಿ. ನನ್ನ ಮೂವರು ಗಂಡುಮಕ್ಕಳಲ್ಲಿ ಇಬ್ಬರಿಗೆ ಬೇರೆ ಬಿಸಿನೆಸ್ ಆರಂಭಿಸಿ ಕೊಟ್ಟಿದೀನಿ. ಅವರು ಕಷ್ಟಪಟ್ಟು ಅದನ್ನ ಬೆಳೆಸಿಕೊಬೇಕು. ಹಿರಿಯನನ್ನ ನನ್ನ ಟ್ರಾನ್ಸ್‌ಪೋರ್ಟ್ ವ್ಯವಹಾರದಲ್ಲಿ ಪಳಗಿಸಿದೀನಿ. ನಾನು ನಿನಗೆ ಇಂಥದೊಂದು ಸಹಾಯ

ಮಾಡಿದೀನಿ ಅಂತ ಸುದ್ದಿಯಾದರೆ ಯಾವನಾದರೂ ಪೇಪರಿನೋನು ಬರೆಯಬಹುದು. ನನ್ನ ಹೆಂಡತಿಗೆ ತಿಳಿಯಬಹುದು. ಸಹಜವಾಗಿಯೇ ಅವಳಿಗೆ ಕೋಪ ಮತ್ಸರ ಗಂಡನಮೇಲೆ ದ್ವೇಷ ಹುಟ್ಟುತ್ತೆ. ನಿಮ್ಮಪ್ಪ ಕುಟುಂಬದ ಆಸ್ತೀನೆಲ್ಲ ಆ ಸೂಳೆಗೆ ಕೊಟ್ಟು ನಿಮ್ಮನ್ನೆಲ್ಲ ಬೀದಿ ಪಾಲು ಮಾಡ್ತಿದಾರೆ ಅಂತ ಮಕ್ಕಳ ತಲೆಗೆ ಹಾಕಿ ಅವರನ್ನ ನನ್ನ ವಿರುದ್ಧ ಎತ್ತಿಕಟ್ತಾಳೆ. ನಾನು ಸಂಪಾದಿಸಿರೂದರಲ್ಲಿ ಈ ಕಟ್ಟಡ ಒಂದು ಸಹಸ್ರಾಂಶವೂ ಇಲ್ಲ. ಆದರೆ ದ್ವೇಷದಿಂದ ಮಕ್ಕಳ ಮನಸ್ಸು ಕೆಡಿಸ್ತಾಳೆ. ಅವರನ್ನ ನಾನು ಕೆಲಸದ ಶಿಸ್ತಿಗೆ ಒಳಪಡಿಸಿ ಬಿಗಿ ಮಾಡಿದೀನಿ. ನಮ್ಮಪ್ಪ ನಮ್ಮಮೇಲೆ ಸರ್ವಾಧಿಕಾರ ಮಾಡ್ತಿದಾನೆ ಅನ್ನುವ ಭಾವನೆ ಇಬ್ಬರು ಕಿರಿಯ ಮಕ್ಕಳಿಗಿದೆ. ತಮ್ಮ ಬಿಸಿನೆಸ್‌ನಲ್ಲಿ ಬೆಳೆದು ನಿಲ್ಲೂತನಕ ಇರುತ್ತೆ. ಈ ಅವಧೀಲಿ ನನ್ನ ಹೆಂಡತಿ ನನ್ನ ವಿರುದ್ಧ ಮಕ್ಕಳನ್ನ ಎತ್ತಿಕಟ್ಟೂದು ಸುಲಭ. ಇದರಿಂದ ತನ್ನ ಮಕ್ಕಳ ಭವಿಷ್ಯವನ್ನೇ ಹಾಳುಮಾಡ್ತಿದೀನಿ ಅನ್ನುವ ವಿವೇಕ, ವಿವೇಚನೆ ಅವಳಿಗೆ ಇರುಲ್ಲ. ಇದಕ್ಕೆಲ್ಲ ಯಾಕೆ ಅವಕಾಶ ಕೊಡಬೇಕು? ನನ್ನಮೇಲಿನ ಕೃತಜ್ಞತೆಯಿಂದ ನೀನು ನಾಲ್ಕು ಜನರ ಮುಂದೆ ಉಪಕಾರಸ್ಮರಣೆ ಮಾಡೂದು ಸಹಜ. ಆದರೆ ಈ ಪರಿಣಾಮವನ್ನ ಜ್ಞಾಪಕ ದಲ್ಲಿಟ್ಟುಕೊ.'

ಒಂದೇಸಮನೆ ಎಷ್ಟು ಗಾಢವಾಗಿ ನಿದ್ದೆ ಮಾಡ್ತಿದಾರೆ! ನನ್ನ ಹಾಗೆ ನಿದ್ದೆಯಿಲ್ಲದೆ ಯಾವ ರಾತ್ರಿಯಾದರೂ ಒದ್ದಾಡಿದ್ದುಂಟೆ? ಅದೇನು ನೀನು ಅಲ್ಲಿ ಸ್ಕೂಲು ಕಟ್ಟಿಸ್ತಿರೂದು? ಅಷ್ಟು ದೂರ, ಹತ್ತಿರದಲ್ಲೇ ಎಲ್ಲಾದರೂ ಯಾಕೆ ಮಾಡಲಿಲ್ಲ? ಅಷ್ಟೊಂದು ಹಣ ಎಲ್ಲಿ ಬಂತು? ಕೊಸರಾಡಿದರು. ಬ್ಯಾಂಕಿನಿಂದ ಸಾಲ ಮಾಡಿದೀನಿ. ಹ್ಯಾಗೆ ತೀರುಸ್ತಿ? ಪ್ರೋಗ್ರಾಂ ಮಾಡಿ ತೀರುಸ್ತೀನಿ. ಮನೋಹರೀ ದಾಸ್ ನರ್ತನಶಾಲೆ ಎಂಬ ಹೆಸರಿಟ್ಟಾಗ ನೀನೇ ಸ್ವತಂತ್ರಳಾಗಿಬಿಟ್ಟೆಯೋ, ಗಂಡ, ಗುರು-ನನ್ನ ಹೆಸರು ಸೇರಿಸದೆ? ಮತ್ತೆ ಕೊಸರಾಡಿದರು. ನಿಮ್ಮದು ಹ್ಯಾಗೂ ಮನೇಲಿ ಇದ್ದೇ ಇದೆ. ಹೆಂಗಸು ನಡೆಸೂ ಶಾಲೆ ಅಂದರೆ ಶ್ರೀಮಂತರು ತಮ್ಮ ಹೆಣ್ಣುಮಕ್ಕಳನ್ನ ಕಳಿಸ್ತಾರೆ. ಆ ಕಡೆ ಎಲ್ಲ ಶ್ರೀಮಂತರು ಜಾಸ್ತಿ. ತಬಲಕ್ಕೂ ಸರೋದಿಗೂ ಹೆಂಗಸರನ್ನೇ ನೇಮಿಸ್ಕತ್ತೀನಿ. ಗಂಡಸರಿಗೆ ಅಲ್ಲಿ ಪ್ರವೇಶವಿಲ್ಲ. ನನಗೆ ಕೂಡ? ನಿಮಗೆ ಕೂಡ. ಸರಿ. ನನ್ನ ಜನ್ಮದಲ್ಲಿ ಅಲ್ಲಿಗೆ ಕಾಲಿಡುಲ್ಲ, ಆಣೆ ಇಟ್ಟುಬಿಟ್ಟರು. ಬೆಳಗ್ಗೆ ಹತ್ತರಿಂದ ಸಂಜೆ ನಾಲ್ಕರವರೆಗೆ ಯಾವ ಕಾಟವೂ ಇಲ್ಲದ, ಚೆಕ್-ಇನ್, ಚೆಕ್-ಔಟ್‌ಗಳ ಆತಂಕವಿಲ್ಲದ ಏಕಾಂತ. ಶಾಲೆಗೇ ಒಂದು ಟೆಲಿಫೋನ್. ಅವರಿಗೆ ಅನುಕೂಲ ವಾದಾಗ ಸಂಭಾಷಣೆ. ಆರು ತಿಂಗಳು ಕಳೆದಿತ್ತು. 'ಮನಾ, ಸೌತ್ ಎಕ್ಸ್‌ಟೆನ್‌ಶನ್‌ನಲ್ಲಿ ಒಂದು ಮನೆ ಮಾರಾಟಕ್ಕಿದೆ. ಹೊಸದಾಗಿ ಕಟ್ಟಿಸಿದ್ದು. ನಿನ್ನ ಹೆಸರಿಗೆ ರಿಜಿಸ್ಟರ್ ಮಾಡಬೇಕು ಅಂತ ತೀರ್ಮಾನಿಸಿದೀನಿ. ನಿನಗೊಂದು ಕಾರು ತೆಗೆದುಕೊಡ್ತೀನಿ. ಡ್ರೈವಿಂಗ್ ಕಲಿತುಕೊ. ಈಗಿರುವ ಆ ಗಲ್ಲಿಯ ಕಿಷ್ಕಿಂದದಲ್ಲಿ ಕಾರು ನಿಲ್ಲಿಸೂದು ಹೇಗೆ? ಹೊಸಮನೆ ಇಲ್ಲಿಗೆ ಮೂರೂವರೆ ನಾಲ್ಕು ಕಿಲೋಮೀಟರ್ ಆದೀತು. ಈಗ ಇರುವ ಹನ್ನೆರಡು ಕಿಲೋಮೀಟರ್ ದೂರವಿಲ್ಲ. ಎರಡೂ ಹೊಸದಿಲ್ಲಿ. ಶುಭ್ರವಾಗಿವೆ.'

ನರ್ತನಶಾಲೆಯನ್ನೇ ಇಷ್ಟು ದೊಡ್ಡದಾಗಿ ಕಟ್ಟಿಸಿದಾರೆ. ಅದರ ಜೊತೆಗೆ ಹೊಸಮನೆ.

ಕಾರು. ಎಷ್ಟೊಂದು ಖರ್ಚುಮಾಡ್ತಿದಾರೆ ನನಗಾಗಿ? ನನಗೆ ಈ ಶಾಲೆ ಸಾಕು. ಮನೆಬೇಡ ಎನ್ನುವ ಮಾತು ಮನಸ್ಸಿನಲ್ಲಿ ಮೂಡುತ್ತಿತ್ತು. ಆದರೆ ಅವರಾಗಿಯೇ ಮಾಡ್ತಿರುವಾಗ ನಾನೇಕೆ ಅಡ್ಡ ಹಾಕಲಿ, ವ್ಯವಹಾರ ಎಚ್ಚರಿಸಿತು. ಥ್ಯಾಂಕ್ಯೂ, ಥ್ಯಾಂಕ್ಯೂ ಡಿಯರ್, ಅಪ್ಪಿ ಮುದ್ದಿಟ್ಟೆ. ಗುರೂಜಿ ಹೊಸಮನೆಗೆ ಬರುಲ್ಲ ಅಂದರು. ನನಗೆ ಹೊಂದಿರುವ ಜಾಗ. ಮೂವತ್ತು ವರ್ಷದಿಂದ ಇದೀನಿ. ಶಾಲೆ ನಡೆಸಿದೀನಿ. ಇದನ್ನ ಬಿಟ್ಟು ನಯೀದಿಲ್ಲಿಯ ಅದೆಂಥದೋ ವಿಸ್ತರಣಕ್ಕೆ ನಾನು ಬರೂದಿಲ್ಲ. ನೀನೊಬ್ಬಳೇ ಹೋಗು, ಹಟ ಹಿಡಿದರು. ನರ್ತನಶಾಲೆಯಲ್ಲಿ ಅವರಿಗೆ ಹೆಸರು ಪ್ರವೇಶ ಸಂಬಂಧಗಳನ್ನು ನಿಷಿದ್ಧಮಾಡಿದ ಸಿಟ್ಟಿಗೆ ಅಂತ ನನಗೆ ಅರ್ಥವಾಯಿತು. ಹಾಗಿದ್ದರೆ ನಾನು ಹೊಸಮನೇಲಿರ್ತೀನಿ. ನೀವು ಇಲ್ಲೇ ಇರಿ. ನಿಮ್ಮ ಗಳಿಕೆ ಖರ್ಚಿಗೆ ಸಾಲದಿದ್ದರೆ ನಾನು ಕೊಡ್ತೀನಿ. ಆಗಬಹುದೆ? ಎಂದೆ. ನೀನು ಏನಾಗ್ತಿದೀಯ ಇತ್ತೀಚೆಗೆ? ನನಗೆ ಗೊತ್ತಿದೆ, ಕಿರಿಚಿದರು. ಏನು ನಿಮಗೆ ಗೊತ್ತಿರೂದು? ದುಡಿಯೂ ವಯಸ್ಸಿನಲ್ಲಿ ದುಡಿಯಬೇಕು. ಇಂಗ್ಲಿಷ್ ಮಾತಾಡೂ ಮೊಹಲ್ಲಾದಲ್ಲಿ ಕೇಳಿದಷ್ಟು ಫೀಜು ಕೊಡ್ತಾರೆ. ಇಂಗ್ಲಿಷಿನಲ್ಲಿ ಪಾಠಹೇಳುವ ವಿದ್ಯೆ ಇದ್ದರೆ ಸರಿ. ಅದ ಬಿಟ್ಟು ಈ ಗಲ್ಲಿಯ ಕೊಳೆತ ವಾಸನೇಲಿ ಯಾಕಿರಬೇಕು? ಕೊಳಕುಬುದ್ಧಿ ನಿಮ್ಮದು. ನನಗೆ ಗೊತ್ತಿದೆ ಅಂದಿರಲ್ಲ, ಏನು ಗೊತ್ತಿರೂದು? ಇಂಥ ಮಾತು ಮತ್ತೆ ಯಾವತ್ತಾದರೂ ನಿಮ್ಮ ಬಾಯಿಂದ ಬಂದರೆ ನಿಮ್ಮ ಮರ್ಯಾದೆ ಉಳಿಯುಲ್ಲ. ಹುಷಾರ್, ಅಂತ ಕೂಗಿದ್ದಕ್ಕೆ ಮೆತ್ತಗಾಗಿಬಿಟ್ಟರು. ನನ್ನಪಾಡಿಗೆ ನಾನು ಹೊಸಮನೆ ಅಣಿಮಾಡಿಕೊಂಡೆ. ಡ್ರೈವಿಂಗ್ ಕಲಿತೆ. ಲೈಸೆನ್ಸ್ ಸಿಕ್ಕಿತು. ವಾರಕ್ಕೊಂದು ದಿನ ಹೋಗಿ ಇವರನ್ನು ಗಲ್ಲಿಮನೆಯಲ್ಲಿ ನೋಡಿಕೊಂಡು ಬರ್ತಿದ್ದೆ. ಅಲ್ಲಿಗೆ ಬನ್ನಿ ಅಂತ ನಾನಾಗಿಯೇ ಮತ್ತೆ ಕರೀಲಿಲ್ಲ. ಇವರು ತಾವಾಗಿಯೇ ಕೇಳಲಿಲ್ಲ. ಒಂದು ಥರಕ್ಕೆ ಹಗುರ ಅನ್ನಿಸಿತು. ಮಿತ್ತಲ್ ಸಾಹೇಬರು ಹೊಸ ಮನೆಗೆ ಕೂಡ ಬರಬಹುದು ಎಂಬ ಅನುಕೂಲ ಕಂಡಿತು. ಆದರೆ ಪತಿದೇವರು ತಮ್ಮ ಅನ್ನ ದಾಲ್ ರೊಟ್ಟಿಗಳನ್ನು ತಾವೇ ಬೇಸಿಕೊಳ್ಳುವುದು ಕರುಳನ್ನು ಬಾಧಿಸುತ್ತಿತ್ತು. ಹೆಂಡತಿ ಯಾಗಿ ನನ್ನ ಕರ್ತವ್ಯ ಮಾಡ್ತಿಲ್ಲ ಅನ್ನುವ ಪಾಪಪ್ರಜ್ಞೆ ಕೂಡ ಚುಚ್ಚತೊಡಗಿತು. ಆದರೆ ಅವರನ್ನು ಹದದಲ್ಲಿಡಬೇಕು ಎಂಬ ನಿಶ್ಚಯವೂ ಇತ್ತು. ಬೇಸಿಕೊಂಡು ತಿನ್ನಲಿ, ತಾವೇ ಸುಸ್ತಾಗಿ, ಅಲ್ಲಿಗೆ ಬರ್ತೀನಿ ಕರಕೊಂಡು ಹೋಗು ಅಂತ ಕೇಳಿಕೊಳ್ಳಲಿ, ಆಮೇಲೆ ಹದ ದಲ್ಲಿರ್ತಾರೆ ಎಂಬ ಯೋಜನೆ ಕಾಣಿಸಿತು. ಹದಿನೈದುದಿನದಲ್ಲಿ ಇವರು ಕಾಹಿಲೆ ಬಿದ್ದರು. ಅರ್ಧಭಾಗ ಕಾಹಿಲೆ; ಅರ್ಧಭಾಗ ನಟನೆ, ನನಗೆ ತಕ್ಷಣ ಅರ್ಥವಾಯಿತು. ನೀವು ಇಲ್ಲಿ ದ್ದರೆ ನನಗೆ ಪ್ರತಿದಿನಾ ಬಂದು ನೋಡಿಕೊಂಡು ಹೋಗುಕ್ಕೆ ಸಾಧ್ಯವಿಲ್ಲ. ಅಲ್ಲಿಗೆ ಕರಕೊಂಡು ಹೋದರೆ ಬರ್ತೀರೋ? ಅವರನ್ನೇ ಕೇಳಿದ್ದಕ್ಕೆ ನಿನ್ನಿಷ್ಟ ಅಂತ ನರಳಿದರು. ಕಾರಿನಲ್ಲಿ ಕೂರಿಸಿಕೊಂಡು ಕರೆದೊಯ್ದೆ. ಡಾಕ್ಟರು ಔಷಧಿ ಕೊಟ್ಟರು. ಔಷಧಿ ಇಲ್ಲದಿದ್ದರೂ ಗುಣ ವಾಗ್ತಿತ್ತು. ಗಲ್ಲಿಮನೆ ಖಾಲಿಮಾಡಿ ಮಾಲೀಕನಿಗೆ ಒಪ್ಪಿಸಿದಾಗ ಖುಷಿಯಾದ.

ಮತ್ತೆ ಆರುತಿಂಗಳು ಕಳೆದಿತ್ತು. ಒಂದು ಬೆಳಗ್ಗೆ ಹತ್ತೂವರೆಗೆ ಬಂದ ಮಿತ್ತಲ್ ಸಾಹೇಬರು, 'ಮನಾ, ನಿನ್ನ ಬ್ಯಾಂಕ್ ಇಲ್ಲೇ ಹತ್ತಿರ ಇದೆ ಅಲ್ಲವೆ? ಇಕೋ, ಈ ಸೂಟ್

ಕೇಸ್ ತಗೊ. ನಾನು ಬರೂದು ಬೇಡ. ಹತ್ತುಲಕ್ಷ ಇದೆ. ದೀರ್ಘಕಾಲದ ಠೇವಣಿ ಇಟ್ಟು ಬಾ. ತಿಂಗಳಿಗೆ ಹತ್ತು ಸಾವಿರಬಡ್ಡಿ ಬರುತ್ತೆ. ನಿನಗೆ ಇತ್ತೀಚೆಗೆ ಪ್ರೋಗ್ರಾಂಗಳು ಸಿಕ್ತಿವೆ. ಸಂಪಾದನೆ ಪರವಾಗಿಲ್ಲ ಅಂತ ನನಗೆ ಗೊತ್ತು. ಆದರೆ ಎಲ್ಲೂ ಪ್ರೋಗ್ರಾಂ ಸಿಕ್ಕದಿದ್ದರೂ ಜೀವನಕ್ಕೆ ಕಾರ್ಪಣ್ಯವಿಲ್ಲ ಅನ್ನುವ ರಕ್ಷೆ ಇದ್ದರೆ ಕಲಾವಿದರು ಹೆಚ್ಚು ಆತ್ಮಗೌರವದಿಂದ ಕೆಲಸ ಮಾಡಬಹುದು. ಆಗ ಸಂಪಾದನೆಯೂ ಜಾಸ್ತಿಯಾಗುತ್ತೆ.'

ಅವರಿಗೆ ಏನು ಹೇಳಬೇಕೋ ತಿಳಿಯಲಿಲ್ಲ. ಬೇಡವೆನ್ನುವ ಮನಸ್ಸಂತೂ ಬರಲಿಲ್ಲ. ಅವರ ಸಂಪಾದನೆಯಲ್ಲಿ ಇವೆಲ್ಲ ತೃಣಮಾತ್ರ. ಅವರ ಹೆಂಡತಿಗೇನು ಕಡಮೆಮಾಡ್ತಾರೆಯೆ? ಆಕೆ ಇವರಿಗೆ ಕೊಡ್ತಿರೂ ಸಂತೋಷವಾದರೂ ಎಷ್ಟು? ಆಕೆ ಸಂಪೂರ್ಣಸಂತೋಷ ಕೊಟ್ಟಿದ್ದರೆ ಇವರು ನನ್ನನ್ಯಾಕೆ ಅರಸಿಕೊಂಡು ಬರ್ತಿದ್ದರು? ಆಕೇನ ನಾನು ಒಂದುದಿನವೂ ನೋಡಿರಲಿಲ್ಲ. ನಾನು ಕೇಳಿದ್ದಕ್ಕೆ ಇವರೇ ಒಂದುದಿನ ಫ಼ೋಟೋ ತಂದು ತೋರಿಸಿದ್ದರು. ಕೆಲಸವಿಲ್ಲದ ಶ್ರೀಮಂತರ ಮನೆಯ ಕೊಬ್ಬುತುಂಬಿದ ಗೃಹಿಣಿ. ಐವತ್ತುಕಳೆದ ಮುಪ್ಪನ್ನು ಮುಚ್ಚುವ ವಜ್ರ ವೈಡೂರ್ಯಗಳು. ಆಕೆಯ ಮೇಲೆ ಕೋಪಹುಟ್ಟಿತು. ಮತ್ಸರವಂತೂ ಇದ್ದೇ ಇತ್ತು. ಆಕೆಯ ಕಿವಿಯ ಎರಡು ವಜ್ರದ ಓಲೆಗೇ ಹತ್ತು ಲಕ್ಷವಂತೆ. ನನಗಿಂತ ಯಾವ ಹೆಚ್ಚಿನ ಅರ್ಹತೆ ಇದೆ ಅವಳಿಗೆ? ಇವರು ದುಡಿದ, ದುಡಿಯುತ್ತಿರುವ ಕೋಟಿ ಕೋಟಿಗಳನ್ನೆಲ್ಲ ಅನುಭವಿಸೋಳು ಅವಳು, ಅವಳ ಮಕ್ಕಳೇ ಅಲ್ಲವೆ? ನನಗೆ ಹತ್ತುಲಕ್ಷ ಕೊಟ್ಟರೆ ಏನಂತೆ? ಅನ್ನಿಸಿತು. ಆದರೆ ಕಣ್ಣುಗಳಲ್ಲಿ ಕೃತಜ್ಞತೆಯನ್ನು ತುಳುಕಿಸಿ ಅವರ ಕುತ್ತಿಗೆಯನ್ನು ಬಳಸಿ ಮುತ್ತಿಟ್ಟೆ. ಬ್ಯಾಂಕಿನಿಂದ ಹಿಂತಿರುಗಿದಮೇಲೆ ವಿಶೇಷ ಸಕ್ರಿಯಳಾಗಿ ಅವರಿಗೆ ತುಸುವೂ ಆಯಾಸವಾಗದಂತೆ ಸಂತೋಷದಲ್ಲಿ ತೇಲಿಸಿದೆ. ಕೃತಜ್ಞತೆಯೂ ಪ್ರೇಮದ ಒಂದು ಸಂಚಾರೀ ಭಾವವಲ್ಲವೆ? ಎಂಬ ಚಿಂತನೆ ಮನಸ್ಸಿಗೆ ಬಂತು. 'ನನ್ನ ಸ್ವಾಮಿ, ಇಷ್ಟೆಲ್ಲ ಕೊಟ್ಟು ನನ್ನನ್ನ ಸಣ್ಣವಳನ್ನಾಗಿ ಮಾಡಬೇಡಿ. ಪ್ರತಿಯಾಗಿ ನಾನೇನು ಕೊಡಬಲ್ಲೆ ಹೃದಯಾಂತರಾಳದಿಂದ ಪುಟಿದೇಳುವ ಪ್ರೇಮಸೇಚನೆಯನ್ನು ಬಿಟ್ಟು? ನಿಮ್ಮವಳು ನಾನು ಮಾತ್ರವಲ್ಲ. ಇನ್ನುಮೇಲೆ ನನ್ನ ಕಲೆಯೂ ನಿಮಗೆ ಅರ್ಪಿತ. ಯಾರಿಗೂ ಅಂಜ ಬೇಡಿ. ದಿಲ್ಲಿಯಲ್ಲಿ ನನ್ನ ಕಾರ್ಯಕ್ರಮ ಎಲ್ಲಿದ್ದರೂ ಬಂದುನೋಡಿ. ತಬಲಾ ಸರೋದ್ ಗಾಯಕರನ್ನ ಕರೆಸಿ ಒಂದೊಂದು ದಿನ ಇಲ್ಲೇ ನಿಮ್ಮೊಬ್ಬರಿಗೇ ನರ್ತನ ಮಾಡಿತೋರುಸ್ತೀನಿ. ಬೇರೆ ಯಾರೂ ಇರುಲ್ಲ. ನಿಮ್ಮ ಪರಿಚಯಾನೂ ವಾದಕರಿಗೆ ಹೇಳುಲ್ಲ. ನೀವು ನೋಡಿ ಸಂತೋಷಪಡಬೇಕು. ಯಾಕೆ ಇಷ್ಟೊಂದು ಹೆದರಬೇಕು ನೀವು? ನಿಮ್ಮ ಸಖಿ ನಿಮಗಾಗಿ ನರ್ತಿಸಬೇಡವೆ? ಅದನ್ನ ನೀವು ನೋಡಬೇಡವೆ? ವಾದಕರು ಬೇಡ ಅನ್ನುವುದಾದರೆ ಕ್ಯಾಸೆಟ್ ಹಾಕಿಕೊಂಡು ಮಾಡ್ತೀನಿ. ನೀವು ನೋಡಬೇಕು,' ನಿವೇದಿಸಿಕೊಂಡೆ. ಅವರ ಮನಸ್ಸು ತುಂಬಿಬಂದಿದ್ದುದು ಅವರ ಕಣ್ಣುಗಳಲ್ಲೇ ಕಾಣ್ತಿತ್ತು.

ಆ ದಿನ ಅವರಿಗೆ ಉಂಟಾದ ಸಂತೋಷವೇ ನನಗೆ ಒಂದು ಮಾದರಿಯಾಯಿತು. ಪ್ರತಿ ಸಲ ಸಂಧಿಸಿದಾಗಲೂ ಅವರಿಗೆ ಅದಕ್ಕಿಂತ ಹೆಚ್ಚು, ಅಥವಾ ಅಷ್ಟೇ ಮಟ್ಟದ ಸಂತೋಷ ಕೊಡಬೇಕಂತ ನಿಶ್ಚಯಿಸಿಕೊಂಡೆ. ನನ್ನ ಮನಸ್ಸಿಗೆ ಸ್ಪಷ್ಟವಾಗಿ ತಿಳಿದುಹೋಗಿತ್ತು.

ಅಷ್ಟೊಂದು ವಜ್ರವೈಡೂರ್ಯಗಳನ್ನು ಹೇರಿಕೊಂಡು ಐವತ್ತು ಕಳೆದ ಆ ಸ್ಥೂಲ ಹೆಂಗಸಿಗೆ ಇಂಥ ಸುಖ ಕೊಡುವ ಶಕ್ತಿ ಇಲ್ಲ. ಕಲೆಯಂತೂ ಸಾಧ್ಯವೇ ಇಲ್ಲ. ಆದ್ದರಿಂದಲೇ ಇವರು ನನ್ನನ್ನ ಅರಸಿಕೊಂಡು ಬರ್ತಾರೆ. ಆದರೆ ಒಂದುದಿನವೂ ಆಕೆಯ ಸೌಂದರ್ಯದ ಬಗೆಗೆ ರಸಿಕಶಕ್ತಿಯ ಬಗೆಗೆ ಅರಕೆಯ ಬಗೆಗೆ ಒಂದುಮಾತೂ ಆಡುಲ್ಲ. ಆ ಮೌನದ ಅರ್ಥವೇನು? ಅಸಮಾಧಾನವಲ್ಲವೆ? ಅದನ್ನು ನನ್ನ ಕೈಲಿ ಹೇಳಬಾರದೆ? ಮನಸ್ಸು ಹಪಹಪಗುಟ್ಟತೊಡಗಿತು. ನನಗೆ ಪ್ರಪಂಚದಲ್ಲಿ ಅವಳೊಬ್ಬಳೇ ಸ್ಪರ್ಧಿ ಅನ್ನಿಸತೊಡಗಿತು. ಬೇರೆ ಯಾವ ನರ್ತಕಿಯೂ ಅಲ್ಲ. ನನಗಿಂತ ಚಿಕ್ಕವಳಾಗಿ ಎಳೆಯ ಹದಿವಯಸ್ಸಿನಲ್ಲೇ ಗುರುವಿನ ಸಂಪೂರ್ಣಕೃಪೆ ದೊರೆತು ಹುಟ್ಟಿನಿಂದಲೂ ಅಭಿಜಾತಸೌಂದರ್ಯವನ್ನು ಪಡೆದ ಪ್ರತಿಭಾಶಾಲಿ ನರ್ತಕಿಯೊಬ್ಬಳ ಉದಯವಾಗಿದ್ದರೂ ನನಗೆ ಈಕೆಯ ಮೇಲೆ ಇದ್ದಂತಹ ಸ್ಪರ್ಧಾಭಾವನೆ ಹುಟ್ಟಿರಲಿಲ್ಲ. ಬರೀ ಸ್ಪರ್ಧೆಯಲ್ಲ. ಈರ್ಷ್ಯೆ. ಈತ ಅವಳ ವಿಷಯವನ್ನೇ ಆಡುಲ್ಲ. ನನ್ನನ್ನ ಹೊಗಳ್ತಾರೆ. ಆದರೆ ನೀನು ಅವಳಿಗಿಂತ ಉತ್ತಮ ಎಂಬ ಒಂದೇ ಒಂದು ವಾಕ್ಯವನ್ನು ಒಮ್ಮೆಯೂ ಹೇಳುಲ್ಲ. ನನ್ನನ್ನ ಒಳಗೇ ಕುದಿಸಿ ಬೇಯಿಸಿ ಸಾಯಿಸಬೇಕೆಂದೇ ಹೀಗೆ ಮಾಡ್ತಿದಾರೆಯೆ? ರಾತ್ರಿ ನಿದ್ರೆಯಲ್ಲಿ ಅವಳು, ಆ ಘೋಟೋದವಳು ಕಾಣಿಸಿಕೊಂಡು ಅಣಕಿಸತೊಡಗಿದಳು. ಎರಡು ಕಟ್ಟಡ, ಕಾರು, ಹತ್ತುಲಕ್ಷ ಹಣ, ಇಷ್ಟರವಳು ನೀನು. ನನ್ನ ಸ್ಥಾನ ನಿನಗೇನಿದೆ? ಅಂತ ಒಂದು ರಾತ್ರಿ ಕೇಳಿಬಿಟ್ಟಳು. ಹೌದು, ಅವಳ ಸ್ಥಾನ ನನಗಿಲ್ಲ. ನಾನು ಇಟ್ಟುಕೊಂಡೋಳು. ಸೂಳೆ. ಅವಳಾದರೆ ಧರ್ಮಪತ್ನಿ, ಗೃಹಿಣಿ ಎಂಬ ದುಗುಡ ತುಂಬಿಕೊಂಡಿತು. ಇಡೀ ರಾತ್ರಿ ನಿದ್ರೆ ಇಲ್ಲ. ಇವರ್ಯಾಕೆ ನನ್ನನ್ನು ಹೀಗೆ ಗೋಳು ಹೊಯ್ದುಕೊತ್ತಿದಾರೆ! ಮನಾ, ನಾವು ಹೀಗೆ ಕದ್ದುಮುಚ್ಚಿ ಭೇಟಿಯಾಗೂದು ಬೇಡ. ಅವಳನ್ನ ಡೈವೋರ್ಸ್ ಮಾಡಿಬಿಡ್ತೀನಿ. ನಾವಿಬ್ಬರೂ ಮದುವೆಯಾಗೋಣ. ಮಕ್ಕಳು ತಮ್ಮ ಕಾಲಮೇಲೆ ತಾವು ನಿಂತಿದಾರೆ. ನನಗೆ ಬೇರೆ ಯಾವ ಬಂಧನವೂ ಇಲ್ಲ ಅಂತ ಯಾಕೆ ಹೇಳುಲ್ಲ? ಅನ್ನುವ ಪ್ರಶ್ನೆ ಕಾಡತೊಡಗಿತು. ಅವಳನ್ನು ಡೈವೊರ್ಸ್ ಮಾಡುಕ್ಕೆ ಒಂದು ಕಾರಣ ಬೇಕಲ್ಲವೆ? ಅವಳು ಇನ್ನೊಬ್ಬ ಗಂಡಸಿನೊಡನೆ ಸಂಬಂಧ ಇಟ್ಟುಕೊಂಡು ಅದು ಇವರಿಗೆ ತಿಳಿದು, ಅವಳು ಅವನಿಗೆ ಬರೆದ ಕಾಗದ ಇವರಿಗೆ ಸಿಕ್ಕಿ. ಇನ್ನು ನಿನ್ನ ಮುಖದರ್ಶನ ಮಾಡೂದಿಲ್ಲ, ಜೀವನಾಂಶ ತಗೊಂಡು ಹೊರಟುಹೋಗು ಅಂತ ಕಳಿಸಿ, ಸೀದಾ ನನ್ನನ್ನು ಹುಡುಕಿಕೊಂಡುಬಂದು ನಮ್ಮ ನರ್ತನಶಾಲೆಯ ಅಂಗಳದಲ್ಲಿ ನಮ್ಮ ಮದುವೆಯಾಗಿ, ಅಥವಾ ಅವಳು ಅಪಘಾತದಲ್ಲಿ ಸತ್ತು. ಅಥವಾ ಕ್ಯಾನ್ಸರ್ ಆಗಿ. ನನ್ನ ದುಃಖ ದುಮ್ಮಾನಗಳಿಗೆಲ್ಲ ಕಾರಣಳಾಗಿ ಸಂಪೂರ್ಣ ಸಂತೋಷಕ್ಕೆ ಅಡ್ಡಗಲ್ಲಾಗಿರುವ ಅವಳು ಏನಾದರೂ ಕಾರಣದಿಂದ ಮುಕ್ತಾಯವಾಗಿ, ಮನಾ, ಅಡ್ಡಿ ಕಳೀತು. ಬಾ, ನಿನ್ನ ಕೈ ಹಿಡೀತೀನಿ. ಎಲ್ಲ ಕಡೆಯೂ, ಮರ್ಚೆಂಟ್ಸ್ ಅಸೋಸಿಏಶನ್ ಸಭೆಯಲ್ಲಿ, ರೋಟರಿಯಲ್ಲಿ, ಪಾರ್ಟಿಗಳಲ್ಲಿ, ನಾನು ನೀನು ಜೊತೇಲಿ, ಮೀಟ್ ಮೈ ಮಿಸಸ್ ಮನೋಹರೀ ಮಿತ್ತಲ್. ಕನಸಿನಲ್ಲೂ, ಅರೆನಿದ್ರೆಯಲ್ಲೂ, ಎಚ್ಚರದಲ್ಲೂ. ನಾನೇ ವೇಷಮರೆಸಿಕೊಂಡು ಹೋಗಿ

ರಬ್ಬರ್‌ಗ್ಲೌಸ್ ತೊಟ್ಟ ಕೈಯಿಂದ ಅವಳ ಪಕ್ಕೆ, ಎದೆ, ಹೊಟ್ಟೆಗಳಿಗೆ ಮೊನಚಾದ ಚಾಕುವಿನಿಂದ ತಿವಿದು ತಿವಿದು ತಪ್ಪಿಸಿಕೊಂಡು ಬಂದು, ಕಳ್ಳರು ಒಡವೆಯ ಆಸೆಗಾಗಿ ಮಾಡಿದ ಖೂನಿ ಎಂದು ಪೋಲೀಸರು ವರದಿಸಲ್ಲಿಸುವ ಚಿತ್ರವೂ ಒಂದುದಿನ ಸುಳಿಯಿತು.

– ೬ –

ಒಂದುದಿನ ಅವರಿಗೆ ವಿರಾಮವಿತ್ತು. ನಾಲ್ಕುಗಂಟೆಯವರೆಗೂ ಇರುವುದಾಗಿ ಹೇಳಿದರು. ಅವರನ್ನು ಒಂದು ತೆಪ್ಪವನ್ನಾಗಿ ಮಾಡಿ ಸುಖದ ಅಲೆಗಳಮೇಲೆ ತೇಲಿಸಿದೆ. ಹಿಂದೆಂದೂ ಅನುಭವಿಸಿರದ ಆಳ ಎತ್ತರಗಳಲ್ಲಿ ಓಲಾಡಿಸಿದೆ. ಸಂತೃಪ್ತಿ ಅವರ ಮುಖದಲ್ಲಿ ತುಳುಕುತ್ತಿತ್ತು. ಬಡಿಯಾ, ಬಹುತ್ ಬಹುತ್ ಬಡಿಯಾ ಎಂದು ಅಪ್ಪಿ ಬಿಗಿಮಾಡಿದರು. ತುಸು ಸಮಯದ ಶಾಂತಮೌನದ ನಂತರ ಅವರ ಕಿವಿಯಲ್ಲಿ ಉಸುರಿದೆ: 'ನಾನೊಂದು ಪ್ರಶ್ನೆ ಕೇಳ್ತೀನಿ. ಬೇಸರಪಟ್ಟುಕೊಳ್ಳುಲ್ಲ ಅಂದರೆ.'

'ಕೇಳು. ಕೇಳು ನನ್ನ ರತಿದೇವಿ.' ಅವರೂ ಪಿಸುಗುಟ್ಟಿದರು.

'ಇಂಥ ಸಂತೋಷವನ್ನ ನಿಮ್ಮ ಹೆಂಡತಿಯಿಂದ ಯಾವತ್ತಾದರೂ ಪಡೆದಿದೀರಾ?'

'ಯಾಕೆ ಈ ಪ್ರಶ್ನೆ ಕೇಳ್ತಿದೀ?'

'ನೀವು ಒಂದುದಿನವೂ ಆ ವಿಷಯ ಮಾತಾಡೂದಿಲ್ಲ,' ಎಂದು ಮುಖವನ್ನೆತ್ತಿ ಅವರ ಮುಖವನ್ನು ದಿಟ್ಟಿಸಿದೆ. ಅವರು ಮಾತನಾಡಲಿಲ್ಲ. ಮೌನಿಯಾದರು. ಅವರ ಕಣ್ಣುಗಳು ನನ್ನ ಕಣ್ಣುಗಳನ್ನು ಸಂಧಿಸಿದ್ದರೂ ಅವರ ಅಂತರಂಗವು ಒಳಸರಿದಿತ್ತು. ನನಗೆ ಅಂಜಿಕೆಯಾಯಿತು. 'ನನ್ನ ಪ್ರಶ್ನೆಯಿಂದ ಬೇಸರವಾಯಿತಾ?' ಎಂದೆ ಕ್ಷಮೆಯಾಚಿಸುವ ವಳಂತೆ. ಅವರು ದೊಡ್ಡ ದಣಿ ಎಂಬ ಅರಿವು ತಕ್ಷಣ ಬಂದು. ಅವರು ಆಗಲೂ ಮಾತ ನಾಡಲಿಲ್ಲ. ಗಾಢ ಆಲೋಚನೆಯಲ್ಲಿ ಮುಳುಗಿರುವಾಗ ಮತ್ತೆ ಮತ್ತೆ ಮಾತನಾಡೂದು ಎಳೆಸುತನವೆನ್ನಿಸಿ ನಾನೂ ಸುಮ್ಮನಾದೆ.

ತುಸುಹೊತ್ತಿನಮೇಲೆ ಅವರು ನನ್ನ ನೆತ್ತಿಯನ್ನು ಸವರಿದರು. ಅವರ ಅಂತರಂಗದೊಳ ಗೊಂದು ಮುಗುಳ್ನಗೆ ಸುಳಿದು ಮಾಯವಾಯಿತೆಂದು ಅವರ ಮುಖವನ್ನೇ ನೋಡುತ್ತಿದ್ದ ನನಗೆ ಅರ್ಥವಾಯಿತು. ಯಾಕೆ, ಏನು, ಅಂತ ನಾನು ಕೇಳಲಿಲ್ಲ. ಅವರೇ ಅಂದರು: 'ಆಶೆಯೇ ದುಃಖದ ಮೂಲ ಅನ್ನುವ ಆರ್ಯಸತ್ಯವನ್ನು ಬುದ್ಧ ಕಂಡುಹಿಡಿದ ಅಂತ ನಾನು, ನೀನು, ಎಲ್ಲರೂ ಶಾಲಾಪಠ್ಯದಲ್ಲಿ ಓದಿದೀವಿ. ನಾನೇ ಬುದ್ಧನಾಗಿದ್ದರೆ ಅದಕ್ಕಿಂತ ಹೆಚ್ಚು ಆಳವಾದ ಸತ್ಯವನ್ನ ಹೇಳ್ತಿದ್ದೆ: ತುಲನೆಯೇ ದುಃಖದ ಮೂಲ ಅಂತ. ವ್ಯಾಪಾರದಲ್ಲಿ ಎಷ್ಟೊಂದು ಸ್ಪರ್ಧೆ ಇರುತ್ತೆ. ಉಳಿದವರನ್ನ ಹಿಂದೆಹಾಕುವ, ತುಳಿಯುವ ಸ್ಪರ್ಧೆ. ನಾನು ಒಂದುದಿನವೂ ಬೇರೆ ಸಾಗಣೆದಾರರೊಡನೆ ಪೈಪೋಟಿ ಮಾಡಿಲ್ಲ. ಹೋಲಿಸಿಕೊಂಡಿಲ್ಲ. ನನ್ನ ಬಿಸಿನೆಸ್ಸನ್ನು ಪ್ರಾಮಾಣಿಕವಾಗಿ ಮಾಡಿಕೊಂಡು ಇಷ್ಟು ಬೆಳೆಸಿದೀನಿ. ಸುಖವಾಗಿದೀನಿ.'

ನನಗೆ ಕೆನ್ನೆಗೆ ಹೊಡೆದಹಾಗಾಯ್ತು. ಹಗುರವಾಗಿ ತಲೆಸುತ್ತು ಬಂದಂತಾಯ್ತು. ಅವರ ಕಣ್ಣುಗಳನ್ನು ಸಂಧಿಸುವ ಶಕ್ತಿ ಉಡುಗಿ ನನ್ನ ಕಣ್ಣುಗಳು ಮುಚ್ಚಿಕೊಂಡವು. ಈ ಒಂದು ಪ್ರಶ್ನೆಯಿಂದ ಇವರು ನನ್ನ ಅಂತರಂಗವನ್ನೆಲ್ಲ ಅರ್ಥಮಾಡಿಕೊಂಡುಬಿಟ್ಟಿದಾರೆ ಅನ್ನಿಸಿ ಸಿಕ್ಕಿಹಾಕಿಕೊಂಡ ಅಸಹಾಯಕತೆ ಉಂಟಾಯಿತು. ನಾನು ಹಾಗೆ ಹೇಳಲಿಲ್ಲ. ಈ ಅರ್ಥದಲ್ಲಿ ಕೇಳಲಿಲ್ಲ ಎಂಬ ಯಾವ ಉಪಾಯದ ಮಾತುಗಳೂ ಹೊಳೆಯದೆ ನನ್ನ ಸಿಕ್ಕಿಕೊಂಡ ಸ್ಥಿತಿಯನ್ನು ಮೌನದಿಂದ ಒಪ್ಪಿಕೊಳ್ಳಬೇಕಾಯಿತು. ಸಾರಿ, ತಪ್ಪಾಯಿತು, ಎಂದರೆ ತಪ್ಪನ್ನು ನೇರವಾಗಿ ಒಪ್ಪಿಕೊಂಡಂತೆ ಆಗುತ್ತೆ ಅನ್ನುವ ಅರಿವಾಯಿತು. ಅಲ್ಲಿ ಅವರ ಜೊತೆ ಇರೂದು ಕಷ್ಟವಾಗಿ ಎದ್ದು ಶೌಚದ ಕೋಣೆಗೆ ನಡೆದೆ. ಎಲ್ಲ ಮುಗಿದರೂ ಹೊರಬಂದು ಅವರ ದೃಷ್ಟಿಗೆ ಬೀಳುವುದು ಕಠಿಣವಾಗಿ ತುಂಬ ಹೊತ್ತು ಅಲ್ಲೇ ಇದ್ದೆ. ಆ ದಿನದಿಂದ ಆಕೆಯ ಚಿತ್ರ ನನ್ನನ್ನು ಬಾಧಿಸೂದು ಕಡಮೆಯಾಯಿತು. ಆದರೆ ನನ್ನ ಮತ್ತು ಮಿತ್ತಲ್ ಸಾಹೇಬರ ಸಂಬಂಧದ ಸ್ವರೂಪದ ಬಗೆಗೆ ಒಳಗುದಿ ಇದ್ದೇ ಇತ್ತು.

ಇದಾದ ಒಂದುತಿಂಗಳ ನಂತರ, ಅಲ್ಲ, ಮೂರುವಾರದನಂತರ, ಸಾಗಣೆದಾರರ ಸಂಘದ ಅಧಿವೇಶನ ನಡೆದು ಮಿತ್ತಲರನ್ನು ಮೂರನೆಯ ಬಾರಿಗೆ ಅಧ್ಯಕ್ಷರನ್ನಾಗಿ ಆರಿಸಿದ್ದರು. ಅದರ ನಿಮಿತ್ತ ದಿಲ್ಲಿ ಸಾಗಣೆದಾರರು ಒಂದು ಅಭಿನಂದನಾ ಸಮಾರಂಭ ಏರ್ಪಡಿಸಿದ್ದುದನ್ನು ಪತ್ರಿಕೆಯಲ್ಲಿ ಓದಿದೆ. ಸಮಾರಂಭದ ಕೊನೆಗೆ ದಿಲ್ಲಿಯ ಚಿತ್ರಾವ್ಯಾಸಳಿಂದ ನರ್ತನ ಏರ್ಪಡಿಸಿದ್ದರು. ನನಗೆ ಕಸಿವಿಸಿಯಾಯಿತು. ನಾನು ಮಿತ್ತಲರು ಸಂಧಿಸಿದ್ದೇ ಸಾಗಣೆದಾರರ ಸಮ್ಮೇಳನದಲ್ಲಿ ನನ್ನ ಕಾರ್ಯಕ್ರಮ ಏರ್ಪಡಿಸಿದ್ದರಿಂದ. ಈಗ ಚಿತ್ರಾಳನ್ನೇಕೆ ಕರೆದಿದಾರೆ? ಅದು ವ್ಯವಸ್ಥಾಪಕರ ತೀರ್ಮಾನವಾದರೂ ಇವರನ್ನೊಂದು ಮಾತು ಕೇಳಿ ರುಲ್ಲವೆ? ಅಥವಾ ಇವರೇ ಅವಳಿಗಿಂತ ಮನೋಹರೀದಾಸ್ ಚನ್ನಾಗಿ ಮಾಡ್ತಾಳೆ ಅನ್ನುವ ಒಂದು ಮಾತು ಹೇಳಬಹುದಿತ್ತಲ್ಲವೆ? ನನ್ನ ಮೇಲೆ ಬೇಸರವೆ? ಆ ಮಾತು ನಡೆದಮೇಲೆ ಕೂಡ ಅವರು ಇಲ್ಲಿಗೆ ಬಂದಿದ್ದರಲ್ಲ. ಅದನ್ನು ಸ್ವಲ್ಪವೂ ಮನಸ್ಸಿಗೆ ಹಚ್ಚಿಕೊಳ್ಳದವರಂತೆ ಸಂತೋಷದಿಂದಿದ್ದರಲ್ಲ, ಚಿಂತೆ ತೊಡಗಿತು. ಮುಂದಿನ ಸಲ ಅವರು ಬಂದಾಗ ನಾನೇ ಕೇಳಿದೆ, 'ಚಿತ್ರಾವ್ಯಾಸ್ ಅಂದರೆ ನನಗೇನೂ ಮತ್ಸರವಿಲ್ಲ. ಆದರೆ ನಿಮ್ಮ ಅಭಿನಂದನೆಯಲ್ಲಿ ನಾನು ಬಂದು ಮುಫ಼ತ್ ನರ್ತನಮಾಡೂದು ವಿಹಿತ. ಮುಫ಼ತ್‌ಮಾಡ್ತೀನಿ ಅಂತ ನಾನು ಕರೆದೋರ ಕೈಲಿ ಹೇಳ್ತಿರಲಿಲ್ಲ. ಯಾಕೆಂದರೆ ಇವಳಿಗೇನು ಮುಫ಼ತ್‌ಮಾಡುವ ಕಾರಣ ಅನ್ನುವ ಊಹೆ ತೊಡಗ್ತಿತ್ತು. ಆದರೆ ಇವಳನ್ನ ಕರೀರಿ ಅಂತ ನೀವು ಒಂದು ಮಾತು ಹೇಳಬಹುದಿತ್ತಲ್ವೆ? ದೇವಸ್ಥಾನದಲ್ಲಿ ದೇವರಮುಂದೆ ನೃತ್ಯಸೇವೆ ಮಾಡುವ ಅವಕಾಶ ತಪ್ಪಿತು ಅಂತ ವ್ಯಸನವಾಗುತ್ತೆ.'

ಅವರು ಒಂದುನಿಮಿಷ ಮೌನಿಯಾದರು. ಅನಂತರ ತೀರ್ಮಾನಿಸಿದವರಂತೆ, 'ಬೇಸರಿಸಿಕೊಳ್ಳುಲ್ಲ ಅಂದರೆ ನಿಜ ಹೇಳ್‌ತೀನಿ.'

'ಹೇಳಿ.'

'ನೀನೇ ಮಾಡಲಿ ಅಂತ ನನಗೂ ಆಶೆ ಇತ್ತು. ಚಿತ್ರಾ ಮಾಡುವಾಗ ನಾನು

ನಿನ್ನನ್ನೇ ಕಲ್ಪಿಸಿಕೊಂಡು ನೋಡ್ತಿದ್ದೆ. ಸಮಾರಂಭಕ್ಕೆ ದಂಪತಿಸಮೇತ ಬರಬೇಕು ಅಂತ ಮೊದಲೇ ಒತ್ತಾಯಮಾಡಿದ್ದರು. ನನ್ನ ಹೆಂಡತಿಗೆ ರೇಶ್ಮೆ ಸೀರೆ ಬೆಳ್ಳಿ ತಟ್ಟೆಗಳ ಉಡುಗೊರೆ ತಂದಿದ್ದರು. ನಾನು ಅವಳ ಪಕ್ಕದಲ್ಲಿ ಕೂತಿರುವಾಗ ನನ್ನನ್ನು ನೋಡಿಕೊಂಡು ನರ್ತನ ಮಾಡುಕ್ಕೆ ನಿನಗೆ ಕಷ್ಟವಾಗುತ್ತೆ ಅಂತ ಆಲೋಚಿಸಿ ನಾನು ಆ ಸೂಚನೆ ಕೊಡಲಿಲ್ಲ.'

ಅವರು ಹೇಳಿದ ಈ ಉತ್ತರದಲ್ಲಿ ನನಗಾಗಬಹುದಾದ ಮುಜುಗರವನ್ನು ನಿವಾರಿಸುವ ಮುಂದಾಲೋಚನೆಯನ್ನು ತಿಳಿಸುವ ಉದ್ದೇಶವಿದ್ದುದು ನನಗೆ ಅರ್ಥವಾದರೂ ಅವರು ಎರಡನೆಯ ಸಲ ನನ್ನ ಅಂತರಂಗದ ರಹಸ್ಯವನ್ನು ಚುಚ್ಚಿದ್ದರು. ನನಗೆ ಕೋಪಬಂತು. ಸುಮ್ಮನಿದ್ದರೆ ತಪ್ಪು ಒಪ್ಪಿಕೊಂಡಂತೆ ಆಗುತ್ತೆ ಎಂಬ ಎಚ್ಚರ ಮೂಡಿತು. 'ನನ್ನನ್ನ ಅಷ್ಟು ಸಣ್ಣೋಳು ಅಂತ ತಿಳಕೊಂಡಿರಾ? ನಿಮ್ಮ ಹೆಂಡತಿ ನನಗೆ ಅಕ್ಕ ಅಂತ ತಿಳಕೊಂಡು ಸಂತೋಷವಾಗಿಯೇ ನರ್ತನ ಮಾಡ್ತಿದ್ದೆ,' ಎಂದೆ ಕೋಪದ ಉಲ್ಬಣತೆಯನ್ನು ನಟಿಸುತ್ತಾ.

'ಇನ್ನೊಮ್ಮೆ ಸಂದರ್ಭ ಬಂದರೆ ಖಂಡಿತ ಸೂಚಿಸ್ತೀನಿ.' ಅವರೆಂದರು. ಆ ಮಾತನ್ನು ಲಂಬಿಸದೆ ಮುಕ್ತಾಯ ಮಾಡಬೇಕೆಂದು ನನ್ನ ಮನಸ್ಸು ಹವಣಿಸುತ್ತಿತ್ತು.

– ೭ –

ಎಷ್ಟುಹೊತ್ತಿಗೆ ನಿದ್ರೆಬಂತೋ ತಿಳಿಯಲಿಲ್ಲ. ಎಚ್ಚರವಾದಾಗ ಗೋಡೆಯ ಮೇಲಿನ ಗಡಿಯಾರ ಒಂಬತ್ತೂಕಾಲು ತೋರಿಸುತ್ತಿತ್ತು. ಸದ್ಯ, ಇಷ್ಟಾದರೂ ನಿದ್ದೆಬಂತಲ್ಲ! ಎಂಬ ಹಗುರವಾಯಿತು. ಇಷ್ಟರಲ್ಲಿ ನಾನು ಶಾಲೆಗೆ ಹೋಗಿ ಒಂದು ತಾಸಾಗಿರಬೇಕಾಗಿತ್ತು ಎಂಬ ನೆನಪಾದರೂ ಎದ್ದುಕೂರುವ ಲವಲವಿಕೆ ಬರಲಿಲ್ಲ. ಮೈಮುರಿದು ಹೊರಳಿದಾಗ ಮಾಡಬಾರದ್ದು ಮಾಡಿಲ್ಲವೆ? ಎಂಬ ಅವರ ಮಾತು ನೆನಪಿಗೆಬಂತು. ಕೊರೆದು ಪ್ರವೇಶಿಸುವ ಗರುಡದೃಷ್ಟಿಯ ಎರಡು ಕಣ್ಣುಗಳು. ಎದ್ದಿದ್ದಾರೆ, ಸ್ನಾನ ನಾಷ್ತಾ ಮುಗಿಸಿ ಸೋಫ಼ಾದ ಮೇಲೆ ಕೂತಿದ್ದಾರೆ ಎಂದುಕೊಂಡು ಆಲಿಸಿದಳು. ಅಡುಗೆಯವಳು ಅಡುಗೆಮನೆಯಲ್ಲಿ ಕೆಲಸ ಮಾಡುತ್ತಿದ್ದಾಳೆ. ಹೆಚ್ಚು ತಡಮಾಡದೆ ಐದುನಿಮಿಷದಲ್ಲಿ ಎದ್ದು ಸ್ನಾನಮುಗಿಸಿ ನಾಷ್ತಾ ಮಾಡಿದಳು. ಎರಡು ದಿನವಾದರೂ ಮೌನಶಿಕ್ಷೆ ವಿಧಿಸದಿದ್ದರೆ ಇನ್ನೂ ಹತೋಟಿ ತಪ್ಪುತಾರೆ ಎಂದು ನಿಶ್ಚಯಿಸಿ, ಸೋಫ಼ದ ಮೇಲೆ ಕೂತಿದ್ದ ಅವರನ್ನು ಮಾತನಾಡಿಸದೆ ತನ್ನ ಚೀಲ ಮತ್ತು ಕಾರಿನ ಬೀಗದ ಕೈಗಳನ್ನು ತೆಗೆದುಕೊಂಡು ರಾಜೀ, ಗಾರಾಜ್ ಬಾಗಿಲು ಹಾಕಿಕೋ, ಎಂದು ಹೇಳಿ ಹೊರನಡೆದಳು. ಶಾಲೆಯಲ್ಲಿ ಬೆಳಗಿನ ತರಗತಿಗಳು ಮುಗಿದಿದ್ದವು. ಓಂಪ್ರಕಾಶ ಮಾಸ್ತರು ತನ್ನನ್ನೇ ಕಾಯುತ್ತಿದ್ದರು. ಕಾರ್ತೀಕ್‌ಜಿ ಹೇಳಿದರು ಜಯಪುರ ಜೋಧಪುರಗಳಲ್ಲಿ ಗ್ರಾಂಡ್ ಸಕ್ಸಸ್ ಆಯಿತಂತೆ. ಇಕಾ, ಒಂದು ರಿಜಿಸ್ಟರ್ಡ್ ಲಕೋಟೆ ಇದೆ, ಎಂದು ಹೇಳಿ ತಂದುಕೊಟ್ಟರು. ಸಣ್ಣ ಲಕೋಟೆ. ಒಳಗೆ ತುಂಬ ಹಾಳೆಗಳಿರುವ ಕಾಗದದಂತೆ ಕಾಣಿಸಿತು. ಇಂದ ಎಂಬಲ್ಲಿ ಜಯಂತದೇಸಾಯಿ, ಜಮೀನುದಾರರು,

ಕೋರೆಗಾಂವ್, ದೇವಲಾಲಿ ಮಾರ್ಗ, ಮಹಾರಾಷ್ಟ್ರ, ಎಂದು ಅಚ್ಚಾಗಿತ್ತು. ಯಾವುದೋ ಆಹ್ವಾನವಿರಬೇಕು ಎಂದುಕೊಂಡು ಅದನ್ನು ಒಡೆಯದೆ ತನ್ನ ಚೀಲಕ್ಕೆ ಇಟ್ಟುಕೊಂಡಳು. ಓಂಪ್ರಕಾಶ್ ಹೋದಮೇಲೆ ಮುಂಭಾಗದ ಬಾಗಿಲುಮುಚ್ಚಿ ಬೋಲ್ಟ್ ಹಾಕಿಕೊಂಡು ಮಹಡಿ ಹತ್ತಿದಳು. ಕಾರ್ತೀಕ ತನ್ನ ಕೋಣೆಯಲ್ಲಿ ಸೂಟ್‌ಕೇಸನ್ನು ಸರಿಪಡಿಸಿಕೊಳ್ಳುತ್ತಿದ್ದ. ಅವನ ಮುಖದಲ್ಲಿ ಗಾಬರಿಯಿತ್ತು. ಇವಳನ್ನು ನೋಡಿದ ತಕ್ಷಣ ಮಂಚದ ಮೇಲಿದ್ದ ತಂತಿ ಸಂದೇಶವನ್ನು ತೆಗೆದು ಮುಂದೆ ಹಿಡಿದ: ತಾಯಿಯ ಸ್ಥಿತಿ ಗಂಭೀರ. ತಕ್ಷಣ ಹೊರಟುಬಾ.

'ನಾನು ಬಂದ ಅರ್ಧಗಂಟೆಗೆ ಇದು ಬಂತು. ನಿಮ್ಮನ್ನೇ ಕಾಯ್ತಿದ್ದೆ. ನೀವು ಬರದಿದ್ದರೆ ಫೋನ್ ಮಾಡ್ತಿದ್ದೆ. ಒಂದುಗಂಟೆಗೆ ಒಂದು ರೈಲಿದೆ,' ಎಂದ. ಹೆಚ್ಚು ಮಾತಿಗೆ ಅವಕಾಶವಿರ ಲಿಲ್ಲ. ಅವನೊಡನೆ ಏಕಾಂತದಲ್ಲಿದ್ದು ಮೈಮನಸ್ಸುಗಳನ್ನು ಹಗುರ ಮಾಡಿಕೊಳ್ಳುವ ಆಲೋಚನೆಯಲ್ಲಿದ್ದ ಅವಳಿಗೆ ನಿರಾಶೆಯಾಯಿತು. ತಾವಿಬ್ಬರೂ ಜೊತೆಯಲ್ಲಿದ್ದು ಇವತ್ತಿಗೆ ಆರು ದಿನವಾಗಿತ್ತು. ಗಡಿಯಾರ ನೋಡಿಕೊಂಡಳು. ಹತ್ತೂಮುಕ್ಕಾಲು. ಅವನು ತಕ್ಷಣ ಹೊರಡಬೇಕು. ಆಟೋ ಹಿಡಿದು ಸ್ಟೇಶನ್ ತಲುಪಿ, ಟಿಕೇಟಿಗೆ ಕ್ಯೂ ನಿಂತು, ಗಾಡಿಯಲ್ಲಿ ಕೂರುವ ಜಾಗ ಸಿಕ್ಕಿ. ರಾತ್ರಿ ಗಾಡಿಗೆ ಹೋದರೆ ಆಗುಲ್ಲವೆ? ಎಂದಳು. ಸೀರಿಯಸ್ ಅಂತ ಬರೆದಿದಾರೆ, ಎನ್ನುವಾಗ ಅವನ ಧ್ವನಿ ಅರೆ ನೆನೆದಿತ್ತು. ಅವಳು ಮತ್ತೆ ಮಾತನಾಡದೆ ತನ್ನ ಪರ್ಸ್ ತೆಗೆದು ಎರಡುಸಾವಿರ ರೂಪಾಯಿ ಕೊಟ್ಟು ಬೇಗ ಹೊರಡು ಎಂದಳು. ಅವನನ್ನು ಆಟೋ ಹತ್ತಿಸಿ ಹಿಂತಿರುಗಿ ಬಂದಮೇಲೆ ತನ್ನ ಆಫೀಸು ಕೋಣೆಯ ಬೀಗ ತೆಗೆದು ಕೂತು ರಿಜಿಸ್ಟರ್ ಲಕೋಟೆಯನ್ನು ಒಡೆದಳು. ಅದರೊಳಗೆ ಗಟ್ಟಿ ಗೋಂದು ಹಾಕಿದ್ದ ಇನ್ನೊಂದು ಲಕೋಟೆ. ಕತ್ತರಿಯಲ್ಲಿ ಉಪಾಯವಾಗಿ ದಡವನ್ನು ಕತ್ತರಿಸಿ ಕೊಡವಿದರೆ ರಬ್ಬರ್‌ಬ್ಯಾಂಡ್ ಹಾಕಿದ ನೋಟುಗಳ ಒಂದು ಕಟ್ಟು. ಜೊತೆಯಲ್ಲಿ ಒಂದೂ ಕಾಗದವಿಲ್ಲ. ಬಿಡಿಸಿ ನೋಡಿದಳು. ನೂರು ರೂಪಾಯಿಗಳವು. ಎಣಿಸಿದಳು. ಅರವತ್ತು. ಯಾರಿವರು ದೇಸಾಯಿ, ಯಾಕೆ ಎಂತುಗಳಿಲ್ಲದೆ ಆರುಸಾವಿರ ಕಳಿಸಿದವರು? ಎಷ್ಟು ಜ್ಞಾಪಿಸಿಕೊಂಡರೂ ಗೊತ್ತಾಗುತ್ತಿಲ್ಲ. ದೇಸಾಯಿ ಎಂಬ ಹೆಸರಿನ ಯಾವ ಜಮೀನುದಾರನೂ ತನ್ನನ್ನು ಇದುವರೆಗೆ ಭೇಟಿಮಾಡಿಲ್ಲ. ಮಾತನಾಡಿಸಿಲ್ಲ. ಕೋರೆಗಾಂವ್ ಇರಲಿ. ದೇವಲಾಲಿಗೆ ಕೂಡ ತಾನು ಒಮ್ಮೆಯೂ ಹೋಗಿಲ್ಲ, ಎಂದುಕೊಳ್ಳುವಾಗ ನಾಸಿಕದ ಹತ್ತಿರ ಇರುವ ಒಂದು ಸ್ಟೇಶನ್ ಎಂಬ ನೆನಪು ಬಂತು. ಈತ ದೇವಲಾಲಿಯವರು ಕೂಡ ಅಲ್ಲ. ಕೋರೆಗಾಂವ್, ದೇವಲಾಲಿ ಮಾರ್ಗ. ಜಮೀನುದಾರರು. ಲಕೋಟೆಯ ಮೇಲೆ ಮುದ್ರಿತ ವಾದ ಈ ವಿಳಾಸವನ್ನು ಬಿಟ್ಟರೆ ಬೇರೆ ಯಾವ ಗುರುತೂ ಇಲ್ಲ, ತಕ್ಷಣ ಹೊಳೆಯಿತು, ಆರುಸಾವಿರ. ಅವನು ಕಳಿಸಿರೂದು. ಲಕೋಟೆಯನ್ನು ಎತ್ತಿ ತಿರುಗಿಸಿ ನೋಡಿದಳು. ಕೋರೆಗಾಂವ್ ಅಂಚೆಯ ಮುದ್ರೆ ಇದೆ. ಚೆಕ್ ಆದರೆ ತನ್ನ ಹೆಸರು ಗೊತ್ತಾಗುತ್ತೆ. ತನ್ನ ಹೆಸರಿನ ವಿಳಾಸ ಬರೆದರೂ ಗೊತ್ತಾಗುತ್ತೆ. ನಾನು ತಗೊಳ್ಳದೆ ಇರಬಹುದು ಅಂತ ಯಾರದೋ ಹೆಸರು ಹಾಕಿ ನೋಟುಗಳನ್ನ ಕಳಿಸಿದಾನೆ. ರಿಜಿಸ್ಟರಿಗೆ ಒಂದು ಇಂದದ

ವಿಳಾಸ ಬೇಕೇಬೇಕು. ಇವರ ಮುದ್ರಿತ ಲಕೋಟೆ ಬಳಸಿದಾನೆ. ವಿಳಾಸ ಅವನ ಅಕ್ಷರವಲ್ಲ. ರಿಜಿಸ್ಟರ್ ಎ.ಡಿ. ಅಂತ ಇದೆ. ತಲುಪಿದ್ದಕ್ಕೆ ರಶೀತಿ ಹೋಗಿರುತ್ತೆ. ಲಕೋಟೆಯನ್ನು ಒಡೆದುಬಿಟ್ಟರೆ ಹಣ ಸ್ವೀಕರಿಸಿದಂತೆಯೇ. ಅದೇ ಲಕೋಟೆಯನ್ನ ವಾಪಸು ಮಾಡುಕ್ಕಾಗುಲ್ಲ. ಅವನು ಈ ಜಮೀನುದಾರನ ಅತಿಥಿಯಾಗಿದಾನೆ ಅಥವಾ ಅವರ ಮನೆಯಲ್ಲೊಂದು ಛೇಂಬರ್ ಬೈಠಕ್. ನಾನೂ ದುಡೀತಿದೀನಿ, ನಿನ್ನ ಹಣ ವಾಪಸು ತಗೋ ಎಂಬ ಧಿಮಾಕು ತೋರಿಸಿದಾನೆ, ಎಂಬೆಲ್ಲ ಅರ್ಥಗಳು ಹೊಳೆದವು. ಆದರೆ ಹತ್ತುನಿಮಿಷದ ನಂತರ ಅವನು ನನ್ನನ್ನು ಧಿಕ್ಕರಿಸಿದಾನೆ. ತಿರಸ್ಕರಿಸಿದಾನೆ. ನಿನ್ನ ಹಣವನ್ನ ನಾನು ಮರೆತು ಒಯ್ದಿದ್ದೆ. ಅಥವಾ ಬೇರೆ ಹಣವಿಲ್ಲದ್ದರಿಂದ ತೆಗೆದುಕೊಂಡಿದ್ದೆ. ಈಗ ತಗೋ ವಾಪಸ್, ಇಂಥ ನೂರರಷ್ಟು ಹಣ ದುಡಿಯಬಲ್ಲೆ ನಾನು ಅಂತ ಸೂಚಿಸಿದಾನೆ ಎನ್ನಿಸಿತು. ವಾಪಸು ಹೊಡೆಯಬಾರದಾಗಿತ್ತು. ಹೊಡೆದು ದಬ್ಬಬಾರದಾಗಿತ್ತು. ಹಾಳುಪೇಪರಿನೋರು ಅದನ್ನೆಲ್ಲ ಸುದ್ದಿಮಾಡಿ ಹಾಕಿ, ಅವನೂ ಓದಿರ್ತಾನೆ. ನನ್ನನ್ನ ನೋಯಿಸಬೇಕು ಅಂತಲೇ ನಿನ್ನ ದುಡ್ಡು ನನ್ನ ಎಕ್ಕಡಕ್ಕೆ ಸಮಾನ ಅನ್ನುವ ತಿರಸ್ಕಾರದಿಂದಲೇ ಕಳಿಸಿದಾನೆ. ಜೊತೇಲಿ ಒಂದು ಸಾಲಿನದಾದರೂ ಕಾಗದವಿಲ್ಲ. ಬೈದು ಕೂಡ ಬರೆದಿಲ್ಲ. ನೀನು ಅದಕ್ಕೂ ಅರ್ಹಳಲ್ಲ ಅಂತ ಸೂಚಿಸುಕ್ಕೆ ಬರೀ ನೋಟುಗಳನ್ನಿಟ್ಟಿದಾನೆ, ಎಂದುಕೊಂಡಳು. ಶುದ್ಧ ಗಾಯನದ ಲಹರಿ ಬಂದಿರಬಹುದು, ಅದಕ್ಕೇ ವಿಲಂಬಿತದಲ್ಲಿ ಮಂದ್ರಕ್ಕೆ ಇಳಿದು ನಿಂತುಬಿಟ್ಟ ಎನ್ನಿಸತೊಡಗಿತು. ತಾನೂ ವಿಲಂಬಿತಮಂದ್ರಕ್ಕೆ ಇಳಿದಂತೆ ಗುನುಗತೊಡಗಿದಳು. ಗಂಟಲು ಸಿಕ್ಕಿ ಹಾಕಿಕೊಂಡಿತು. ಒಳಗಿನಿಂದ ಕಟ್ಟಿಕೊಂಡಂತಾಯಿತು. ಅಳು ಬಂತು. ನಾಲ್ಕೈದುಸಲ ಬಿಕ್ಕಿ ಬಿಕ್ಕಿ ಅತ್ತುಬಿಟ್ಟಳು. ಮೂರು ತಿಂಗಳಾಯಿತು ಪಟ್ನಾದಲ್ಲಿ ಅದು ನಡೆದು ಅವನು ಹೋಗಿ ಎಂಬ ಲೆಕ್ಕ ನೆನಪಿಗೆ ಬಂತು. ಕುರ್ಚಿಯೊರಗಿ ತಲೆ ತಗ್ಗಿಸಿ ಒಂದೇ ಭಂಗಿಯಲ್ಲಿ ಕುಳಿತಳು. ಅವನದೇ ನೆನಪು. ಕಾರ್ತೀಕನಿಗಿಂತ ಹೆಚ್ಚು ಬೆಚ್ಚನೆಯ ಭಾವದ, ಬಿಸಿಪ್ರಣಯದ ಗಂಡಸು. ಸಂಸಾರವನ್ನು ಸಂಪೂರ್ಣವಾಗಿ ತೊರೆದುಬಂದಿದ್ದ. ತನ್ನ ಗಾಯನ ಕಛೇರಿಗಳನ್ನೂ ಬಿಟ್ಟು ಅಂಟಿಕೊಂಡಿದ್ದ ಎಂಬ ನೆನಪು ಬಂದು ನನಗೆ ಸೊಕ್ಕು ಬಂದಿತ್ತು ಎನ್ನಿಸಿತು. ಕರೆಗಂಟೆಯ ಸದ್ದಾಯಿತು. ಗಡಿಯಾರ ನೋಡಿಕೊಂಡಳು. ಹನ್ನೆರಡೂವರೆ. ಊಟದ ಡಬ್ಬಿ. ಎದ್ದು ಹೋಗಿ ಬಾಗಿಲು ತೆರೆದಳು. ಹುಡುಗ ಮನೆಯಿಂದ ತಂದಿದ್ದಾನೆ. ಇಬ್ಬರ ಊಟ. ಕಾರ್ತೀಕ ಹೊರಟುಹೋಗಿದ್ದಾನೆ. ಆ ತಕ್ಷಣ ಮನೆಗೆ ಫೋನ್ ಮಾಡಬೇಕಿತ್ತು, ಒಬ್ಬರಿಗೆ ಮಾತ್ರ ಕಳಿಸು ಅಂತ, ಎಂದುಕೊಂಡವಳು ಮೇಜದ ಮೇಲೆ ತಟ್ಟೆ ಇಟ್ಟುಕೊಂಡು ಊಟ ಮಾಡತೊಡಗಿದಳು. ಕೃಷ್ಣನಾಗಿ ಕುಣಿಯುವ ಹತ್ತುವರ್ಷಕ್ಕೆ ಚಿಕ್ಕಪ್ರಾಯದ ನರ್ತನದ ಜೊತೆಗಾರನ ಅಮಲಿನಲ್ಲಿ ಅವನನ್ನು ಕಡೆಗಣಿಸಿದೆನೆ? ಎಂದು ಚಿಂತಿಸತೊಡಗಿದಳು. ಊಟ ಮುಗಿದು ತಟ್ಟೆ ತೊಳೆದಿಟ್ಟಾಗ ಗಡಿಯಾರ ನೋಡಿಕೊಂಡಳು. ಒಂದು ಗಂಟೆ. ಭೋಪಾಲದ ರೈಲು ಹೊರಟಿರುತ್ತೆ. ಅವನಿಗೆ ಕೂರಲು ಜಾಗ ಸಿಕ್ಕಿರುತ್ತೆ ಎಂದುಕೊಳ್ಳುವಾಗ ಬಂದಿರುವುದು ಧೋಕಾ ಟೆಲಿಗ್ರಾಂ ಎನ್ನಿಸಿತು. ಮೆಟ್ಟಿಲು ಹತ್ತಿ ಅವನ ಕೋಣೆಗೆ ಹೋಗಿ ನೋಡಿದರೆ ಅದು ಹಾಸಿಗೆಯ ಮೇಲೆಯೇ ಇತ್ತು. ಕಳಿಸಿದವರ

ಹೆಸರು ಬ್ರದರ್ ಎಂದಿತ್ತು. ಹೆಸರಿಲ್ಲ. ನೆನ್ನೆ ಸಂಜೆ ಎಂಟುಗಂಟೆಗೆ ಅಲ್ಲಿಂದ ಕಳಿಸಿದ್ದಾರೆ. ಮೊನ್ನೆ ಭಾನುವಾರದ ಹೊರೈಸನ್ ಪತ್ರಿಕೆಯ ಪುರವಣಿ ಅಲ್ಲಿಗೂ ಹೋಗಿರುತ್ತೆ. ಅವರು ಇಂಗ್ಲಿಷ್ ಪತ್ರಿಕೆ ಓದುವ ಮಟ್ಟದ ಜನರಲ್ಲದಿದ್ದರೂ ಯಾರೋ ಹುಡುಕಿಕೊಂಡು ಹೋಗಿ ಓದಿ ಹೇಳಿರ್ತಾರೆ. ಅಥವಾ ಯಾವುದಾದರೂ ಸ್ಥಳೀಯ ಹಿಂದೀ ಪತ್ರಿಕೆಯು ಅದರ ರಂಜಕಭಾಗಗಳನ್ನು ಅನುವಾದಿಸಿ ಭಾನುವಾರ ಸಂಜೆಯೋ ಸೋಮವಾರ ಬೆಳಗ್ಗೆಯೋ ಹಾಕಿರುತ್ತೆ. ಇವರು ನೆನ್ನೆ ಬೆಳಗ್ಗೆ ಓದಿರ್ತಾರೆ. ಇವನ ಹೆಂಡತಿ ಗಟ್ಟಿಗಿತ್ತಿಯಂತೆ. ಹೆಂಡತಿಯ ಮಾತು ತೆಗೆ ದರೆ ಹೆದರುತ್ತಿದ್ದ. ಅವಳೇ ಅವನ ತಾಯಿಗೆ ಸೀರಿಯಸ್ ಅನ್ನುವ ಕಾರಣ ಸೃಷ್ಟಿಸಿ ತಂತಿ ಕೊಡಿಸಿದಾಳೆ. ಎಂಬುದೆಲ್ಲ ಕ್ಷಣಾರ್ಧದಲ್ಲಿ ಹೊಳೆದುಬಿಟ್ಟಿತು. ಇವನನ್ನು ಕಳಿಸಲೇಬಾರದಾಗಿತ್ತು ಎಂದುಕೊಂಡಳು. ಅವನು ಹೊರಟಾಗ ಹೊಳೆಯಲಿಲ್ಲ ಎಂಬ ಖೇದ ಹುಟ್ಟಿತು. ರೈಲು ಹೊರಟಿರುತ್ತೆ. ಎಷ್ಟೇ ಬೇಗ ಕಾರು ನಡೆಸಿದರೂ ನಿಜಾಮುದ್ದೀನ್, ಫರೀದಾಬಾದ್, ನಿಲ್ಲುತ್ತೋ ಇಲ್ಲವೋ, ಮಥುರಾ, ಅಷ್ಟು ದೊಡ್ಡ ರೈಲಿನಲ್ಲಿ ಎಲ್ಲಿ ಅಂತ ಹುಡುಕೂದು? ರೈಲಿನ ವೇಗವನ್ನು ಹಿಂದೆ ಹಾಕುವಂತೆ ಕಾರು ಓಡಿಸೂದು ಸಾಧ್ಯವಿಲ್ಲ ಎಂಬ ಪರಿಸ್ಥಿತಿ ಅರ್ಥವಾಗುವಾಗ ಅವನು ಮತ್ತೆ ಹಿಂತಿರುಗುಲ್ಲ ಎಂದು ಅಂತರಾಳವು ಭವಿಷ್ಯ ನುಡಿಯಿತು. ವಿಳಾಸ ತನ್ನ ಹತ್ತಿರವಿದೆ. ಅವನಿಗೆ ಟೆಲಿಫೋನ್ ಇಲ್ಲ ಎಂಬ ನೆನಪಾಯಿತು. ನಡುರಾತ್ರಿಯ ಹೊತ್ತಿಗೆ ಭೋಪಾಲ್ ತಲುಪ್ತಾನೆ. ನಾಳೆ ಮಧ್ಯಾಹ್ನದ ಹೊತ್ತಿಗೆ ಅವನೇ ಫೋನ್ ಮಾಡಬಹುದು ಎಂದುಕೊಂಡಳು. ನಾಲ್ಕುಗಂಟೆಗೆ ಹಿರಿಯ ತರಗತಿಯ ರಜತ್‌ನಿಗೆ ಪ್ರತ್ಯೇಕವಾಗಿ ಅಭ್ಯಾಸ ಮಾಡಿಸುವಾಗ, ನಾಳೆ ಅವನು ಖಂಡಿತ ಫೋನ್ ಮಾಡ್ತಾನೆ. ನಾನೇಕೆ ಸುಮ್ಮಸುಮ್ಮನೆ ಘಾಸಿಗೊಳ್ಳಬೇಕು ಎಂದು ಸಮಾಧಾನ ತಂದುಕೊಂಡಳು.

ಆದರೆ ನಾಳೆ ಮಧ್ಯಾಹ್ನವಾದರೂ ಫೋನ್ ಬರಲಿಲ್ಲ. ಸಂಜೆ ಪಾಠ ಮಾಡುವಾಗಲೂ ಬರಲಿಲ್ಲ. ರಾತ್ರಿ ಮನೆಗೆ ಹೋದರೂ ಇಲ್ಲ. ಫೋನ್ ನಂಬರ್ ಬರೆದುಕೊಂಡು ಹೋಗಿ ಲ್ಲದೆ ಇರಬಹುದು, ನೆನಪು ಕೈಕೊಟ್ಟಿರಬಹುದು. ಎಲ್ಲವನ್ನೂ ನೋಟುಪುಸ್ತಕದಲ್ಲಿ ಗುರುತು ಹಾಕಿಕೊಳ್ಳುವ ವಿದ್ಯೆ ತರಬೇತಿ ಅಭ್ಯಾಸಗಳಿಲ್ಲದವನು ಎಂಬ ವಿವರಣೆ ಹೊಳೆಯಿತು. ಕಾಗದ ಬರೀತಾನೆ ತಲಪುಕ್ಕೆ ಎರಡುದಿನವಾಗುತ್ತೆ ಎಂಬ ಸಮಾಧಾನ ತಂದುಕೊಂಡಳು. ಗುರೂಜಿ ಪಕ್ಕದಲ್ಲಿ ಮಲಗಿದ್ದರೂ ಅವಳು ಮಾತನಾಡಿಸಲಿಲ್ಲ. ಅವರೇ ತಪ್ಪಾಯ್ತು ಅಂತ ಕ್ಷಮಾಯಾಚನೆ ಮಾಡುವ ತನಕ ಆಡಿಸಬಾರದು ಎಂಬ ನಿಶ್ಚಯಮಾಡಿಕೊಂಡು ಬಲಗಡೆಗೆ ತಿರುಗಿದಳು. ಮೇಲಿನ ಕೋಣೆಗೆ ಹೋಗಿ ಮಲಗುವ ಮನಸ್ಸು ಬಂದರೂ, ಬೇಡ, ಪಕ್ಕದಲ್ಲಿ ಮಲಗಿದ್ದೇ ಮೌನದಿಂದ ಹಿಸುಕಿ ಹಿಸುಕಿ ಬುದ್ಧಿ ಕಲಿಸಬೇಕು ಎಂಬ ನಿರ್ಧಾರವನ್ನು ಗಟ್ಟಿಮಾಡಿಕೊಂಡಳು. ಕಾರ್ತೀಕನಿಂದ ಫೋನ್ ಬರದಿದ್ದ ಹತಾಶೆಯು ಗುರೂಜಿಯ ಮೇಲಿನ ಸಿಟ್ಟನ್ನು ಇನ್ನಷ್ಟು ಚುರುಕುಗೊಳಿಸುತ್ತಿತ್ತು.

ಆರನೆಯ ದಿನ ಕಲ್ಕತ್ತೆಯಿಂದ ಒಂದು ಫೋನ್‌ಬಂತು. "ನಾನು ದಕ್ಷಿಣ ಕಲ್ಕತ್ತಾ ಕಲಾವಿಲಾಸ ಸಂಘದ ಕಾರ್ಯದರ್ಶಿ, ಡಾಕ್ಟರ್ ಅಮಿತ್ ಘೋಷ್ ಅಂತ ನಿಮ್ಮ

ಇತ್ತೀಚಿನ ನೃತ್ಯರಚನೆ 'ಪರಿಕ್ರಮ'ವನ್ನ ನಮ್ಮ ಸದಸ್ಯರಿಗೆ ತೋರಿಸಬೇಕು ಅಂತ ತೀರ್ಮಾನ ಮಾಡಿದೀವಿ. ನಮಗೊಂದು ಡೇಟ್ ಕೊಡಿ. ಶನಿವಾರ ಸಂಜೆಯಾದರೆ ಪ್ರಶಸ್ತ. ಆಗದಿದ್ದರೆ ಭಾನುವಾರ. ನಿಮ್ಮ ತಂಡದಲ್ಲಿ ಒಟ್ಟು ಎಷ್ಟುಜನ ಇದ್ದೀರಿ ತಿಳಿಸಿ. ಎಲ್ಲರಿಗೂ ಸಾದಾ ದರ್ಜೆ ಸ್ಲೀಪರ್‌ಕೋಚ್ ಟಿಕೇಟು ಕೊಡ್ತೀವಿ. ಸಾಧಾರಣ ಹೋಟೆಲಿನಲ್ಲಿ ಒಂದು ಕೋಣೆಗೆ ಇಬ್ಬರಂತೆ ಇಳಿಸುವ ವ್ಯವಸ್ಥೆ ಮಾಡ್ತೀವಿ. ಇದರಮೇಲೆ ನಿಮ್ಮ ಒಟ್ಟು ಸಂಭಾವನೆ ಎಷ್ಟು ಹೇಳಿ."

'ನನ್ನೊಬ್ಬಳಿಗೆ ವಿಮಾನದ ಟಿಕೇಟು ಕೊಡಬೇಕು. ಕೊನೆಪಕ್ಷ ತ್ರಿತಾರಾ ಹೋಟೆಲಿನಲ್ಲಿ ಇಳಿಸಬೇಕು.'

'ಓ.ಕೆ. ಸಂಭಾವನೆ ಎಷ್ಟು?'

'ಬೇರೆ ಕಡೆಗಳಲ್ಲೆಲ್ಲ ಐವತ್ತುಸಾವಿರ ಕೊಟ್ಟಿದಾರೆ. ನೀವು ಹೆಚ್ಚು ಕೊಟ್ಟರೆ ಬೇಡ ಅನ್ನೊದಿಲ್ಲ,' ಎಂದು ಕಿಲಕಿಲನೆ ನಕ್ಕಳು.

'ಶಕ್ತಿ ಇದ್ದಿದ್ದರೆ ಹೆಚ್ಚೂ ಕೊಡ್ತಿದ್ದೆವು. ಏರ್ ಟಿಕೇಟು, ತ್ರಿತಾರಾ ಹೋಟೆಲು ಅಂದರೇ ಏಳೆಂಟುಸಾವಿರ ಹೆಚ್ಚುಬೀಳುತ್ತೆ. ಆದ್ದರಿಂದ ಮೂವತ್ತುಸಾವಿರಕ್ಕೆ ಒಪ್ಪಿಕೊಬೇಕು.'

'ನನ್ನೊಬ್ಬಳ ಕಾರ್ಯಕ್ರಮವಾಗಿದ್ದರೆ ಒಪ್ಪಿಕೊತ್ತಿದ್ದೆ. ಆದರೆ ಇಬ್ಬರು ಪ್ರಧಾನ ನರ್ತಕರಿದೀವಿ. ಉಳಿದ ಐವರು ಒತ್ತಾಸೆಯ ನರ್ತಕಿಯರು. ಹಂಚಿದರೆ ಎಷ್ಟು ಬರುತ್ತೆ?'

'ಓ.ಕೆ. ಮೂವತ್ತೈದು ಮಾಡಿಕೊಳ್ಳಿ. ಇನ್ನೂ ಸ್ವಲ್ಪ ಹೆಚ್ಚು ಒದಗಿಸಿ ಅಂತ ಸಮಿತಿಯ ಮುಂದೆ ಪ್ರಸ್ತಾಪ ಇಡ್ತೀನಿ. ಸಮಿತಿ ಒಪ್ಪಿದರೂ ಹಣ ಒದಗಿಸೂದು ತಾನೇ ಮುಖ್ಯಪ್ರಶ್ನೆ.'

'ಯೋಚನೆ ಮಾಡಿ. ನನ್ನ ಪಾರ್ಟನರ್ ಆರ್ಟಿಸ್ಟ್ ಊರಿಗೆ ಹೋಗಿದಾರೆ. ಅವರು ಯಾವತ್ತು ಬರ್ತಾರೆ ತಿಳಿದು ನಿಮಗೆ ಡೇಟ್ ತಿಳಿಸಿ ಫೋನು ಮಾಡ್ತೀನಿ. ನಿಮ್ಮ ನಂಬರ್ ಕೊಡಿ.'

ಇಪ್ಪತ್ತಾರನೆಯ ತಾರೀಖು ಲಕ್ನೋದಲ್ಲಿದೆ. ಹಾಗಿಂದ ಹಾಗೆಯೇ ಕಲ್ಕತ್ತೆಗೆ ಹೋದರೆ ಪ್ರಯಾಣದ್ದು ತುಸು ಉಳಿಯುತ್ತೆ. ಇವನು ಹೋಗಿ ಆರುದಿನವಾಯಿತು. ಲಕ್ನೋದ್ದನ್ನ ಮರೆತುಬಿಟ್ಟಿದಾನೆಯೋ? ಎಂಬ ಆತಂಕ ಹುಟ್ಟಿತು. ಸಂಜೆಯಾದರೂ ಆಲೋಚಿಸುತ್ತಿರುವಾಗ ತಾನೇ ಭೋಪಾಲಿಗೆ ಹೋಗಿಬಂದರೆ ಹೇಗೆ? ಎಂಬ ಉಪಾಯ ಹೊಳೆಯಿತು. ತಕ್ಷಣ ತನ್ನ ಟ್ರಾವೆಲ್ ಏಜೆಂಟನಿಗೆ ಫೋನು ಮಾಡಿದಳು: 'ಮೇಡಂಜಿಯಿಂದ ಯಾಕೆ ಫೋನು ಬಂದಿಲ್ಲ ಅಂತ ನಾನೂ ಯೋಚಿಸ್ತಿದ್ದೆ. ಭೋಪಾಲಿಗಾ? ಬೆಳಗ್ಗೆ ಹೋಗಿ ಸಂಜೆ ವಾಪಸ್? ಇದೆ. ಬೆಳಗ್ಗೆ ಏಳಕ್ಕೆ ಪಾಲಂ ಬಿಟ್ಟರೆ ಎಂಟಕ್ಕೆ ಭೋಪಾಲ್. ಸಂಜೆ ಆರಕ್ಕೆ ಬಿಟ್ಟರೆ ಏಳಕ್ಕೆ ಪಾಲಂ. ನಾಳೆಗಾ? ಐದುನಿಮಿಷ ತಾಳಿ. ಜಾಗ ಇದ್ದರೆ ಈಗಲೇ ಕನ್‌ಫರ್ಮ್ ಮಾಡಿಬಿಡ್ತೀನಿ.' ಐದೇನಿಮಿಷದಲ್ಲಿ ಅವನೇ ಫೋನು ಮಾಡಿ, 'ನೀವು ನಿಮ್ಮ ಶಾಲೇಲೇ ಇರ್ತೀರಾ? ಹತ್ತುನಿಮಿಷದಲ್ಲಿ ನಮ್ಮ ಹುಡುಗನ ಕೈಲಿ ಟಿಕೇಟು ಕಳುಸ್ತೀನಿ' ಎಂದ.

– ೮ –

ಕಾರ್ತೀಕ ಕೊಟ್ಟಿದ್ದ ಸರಸ್ವತೀ ವಿದ್ಯಾಮಂದಿರದ ವಿಳಾಸಕ್ಕೆ ಹೋದರೆ ಅದೊಂದು ಸಣ್ಣ ಸಂಗೀತಶಾಲೆ. ನಾಲ್ಕು ಹಳೆಯ ಹಾರ್ಮೋನಿಯಂ. ನಾಲ್ಕು ತಂಬೂರಿಗಳಿದ್ದವು. ಹದಿನೈದರಿಂದ ಹದಿನೆಂಟು ವಯಸ್ಸಿನ ಐದುಹುಡುಗರು. ಬೇಟೇ, ದೊಡ್ಡೋರು ಯಾರೂ ಇಲ್ಲವಾ ನಿಮ್ಮ ಗುರುಗಳು? ಎಂದು ಇವಳು ಕೇಳಿದ್ದಕ್ಕೆ ಚಹಾ ಕುಡಿಯುಕ್ಕೆ ಹೋಗಿದಾರೆ ಮಾಷ್ಟರು ಎಂದರು. ಅವರನ್ನ ಬೇಗ ಕರಕೊಂಡು ಬಾರಪ್ಪ ನಿಮ್ಮಲ್ಲೊಬ್ಬ ಹೋಗಿ. ಅರ್ಜೆಂಟ್ ಭೇಟಿಯಾಗಬೇಕಿತ್ತು, ಇವಳು ಕೇಳಿಕೊಂಡಳು. ಒಬ್ಬ ಹುಡುಗ ಹೋದ. ಕಾಲುಗಂಟೆಯ ನಂತರ ಸುಮಾರು ನಲವತ್ತು ವರ್ಷದ ಅರ್ಧ ಕೊಳೆಯಾದ ಪೈಜಾಮ, ಒಗೆದು ಇಸ್ತ್ರಿ ಇಲ್ಲದ ಜುಬ್ಬಾ, ಕಾಂಗ್ರೇಸ್ ಟೋಪಿ ಹಾಕಿದ ಒಬ್ಬರೊಡನೆ ಹಿಂತಿರುಗಿದ. ಇವಳು ವಿಚಾರಿಸಿದ್ದಕ್ಕೆ, 'ಕಾರ್ತೀಕರಾಮ್‌ಜಿ ಇಲ್ಲಿ ನರ್ತನದ ಕ್ಲಾಸು ಮಾಡ್ತಿದ್ದರು ನಿಜ. ಆದರೆ ಈಗ ದಿಲ್ಲಿಯಲ್ಲಿದಾರೆ ದೊಡ್ಡ ನರ್ತಕರಾಗಿ. ನರ್ತನದ ಕ್ಲಾಸು ನಡೀತಿಲ್ಲ' ಎಂದರು.

'ಅವರ ಮನೆ ತೋರಿಸಬೇಕಲ್ಲ.'

'ನನಗೆ ಗೊತ್ತಿಲ್ಲ. ಸುಕ್ಲಾಜಿಗೆ ಗೊತ್ತಿರುತ್ತೆ.'

'ಅವರನ್ನ ಎಲ್ಲಿ ಹುಡುಕೂದು?'

'ಮನೆ ಗುರುತು ಹೇಳ್ತೀನಿ. ಹೋಗಿ.'

ತಾನು ದಿಲ್ಲಿಯಿಂದ ಬಂದಿದೀನಿ, ಈ ಊರು ಗೊತ್ತಿಲ್ಲ. ಹತ್ತಿರ ಟ್ಯಾಕ್ಸಿ ಇದೆ. ದಯವಿಟ್ಟು ಬಂದು ತೋರಿಸಿ, ನಿಮ್ಮನ್ನ ವಾಪಸು ಬಿಡ್ತೀನಿ, ಅನುನಯಿಸಿಕೊಂಡ ನಂತರ ಅವರು ಒಪ್ಪಿ ಬಂದು ಟ್ಯಾಕ್ಸಿಯಲ್ಲಿ ಕೂತರು. ಗಲ್ಲಿಗಳಲ್ಲಿ ಸುತ್ತಿದಮೇಲೆ ಸುಕ್ಲಾಜಿಯ ಮನೆ ಸಿಕ್ಕಿತು. ಅವರೂ ಸಿಕ್ಕಿದರು. ಕಾರ್ತೀಕರಾಮರ ಮನೆಯ ಗುರುತು ಹೇಳುವುದಾಗಿ ಅವರೂ ಹೇಳಿದರು. ಸಂಗೀತ ಮಾಸ್ತರರನ್ನು ಬೇಡಿಕೊಂಡಂತೆ ಇವರನ್ನೂ ಬೇಡಿದ ನಂತರ ಬಂದು ಟ್ಯಾಕ್ಸಿಯಲ್ಲಿ ಕೂತರು. ಗಲ್ಲಿ ಹಾಗೂ ರಸ್ತೆಗಳನ್ನು ಸುತ್ತಿ ಟ್ಯಾಕ್ಸಿ ಹೊರಟಿತು. ನೀವು ಯಾರು? ದಿಲ್ಲಿಯಿಂದ ಯಾಕೆ ಬಂದಿದೀರಿ? ನಿಮಗೂ ಕಾರ್ತೀಕನಿಗೂ ಏನು ಸಂಬಂಧ? ಎಂದು ಮುಂತಾಗಿ ಸುಕಲಾಜಿ ಕೇಳುತ್ತಿದ್ದ ತನಿಖೆಯ ಪ್ರಶ್ನೆಗಳಿಂದ ತಪ್ಪಿಸಿಕೊಳ್ಳಲು ಅವಳು, 'ಕಾರ್ತೀಕಜಿಯ ತಾಯಿಯ ಆರೋಗ್ಯ ಹೇಗಿದೆ?' ಎಂದಳು.

'ಕಾರ್ತೀಕನ ತಾಯಿಯದೆ?' ಎಂದು ಒಂದುನಿಮಿಷ ಅವಾಕ್ಕಾದ ಆತ, 'ನೋಡಿ, ನನಗ್ಯಾಕೆ ಈ ವ್ಯವಹಾರ, ಇಲ್ಲದ ವೈಮನಸ್ಯ? ನಾನು ಮನೆಗಿನೆ ತೋರಿಸುಲ್ಲ. ಏ ಡ್ರೈವರ್ ನಿಲ್ಲಿಸು. ನಾವಿಬ್ಬರೂ ಇಳೀತೀವಿ,' ಎಂದುಬಿಟ್ಟರು.

'ನೀವೇನೂ ಹೆದರಬೇಡಿ. ನೀವು ಮನೆ ತೋರಿಸಿದಿರಿ ಅಂತ ನಾನು ದೇವರ ಆಣೆಗೂ ಹೇಳುಲ್ಲ. ದೂರದಲ್ಲಿ ತೋರಿಸಿ ನೀವಿಬ್ಬರೂ ಇಳಿದುಬಿಡಿ. ವಾಪಸು ಒಂದು

ಆಟೋ ಮಾಡಿಕೊಂಡು ಹೋಗಿ. ಆಟೋಕ್ಕೆ ಇಕೊ, ತಗೊಳಿ' ಎಂದು ಒಂದುನೂರು ರೂಪಾಯಿಯ ನೋಟು ತೆಗೆದು ಮುಂದೆ ಹಿಡಿದಳು.

ಸುಕಲಾಜಿಯ ಮುಖಚಹರೆ ಬದಲಾಯಿಸಿತು. ಅವರ ಕಣ್ಣುಗಳು ಸಂಗೀತ ಮಾಸ್ತರರ ಕಣ್ಣುಗಳೊಡನೆ ಸಂದೇಶ ವಿನಿಮಯ ಮಾಡಿಕೊಂಡವು. ಅನಂತರ, 'ಓ! ಭೋಪಾಲಿನಲ್ಲಿ ಆಟೋದ ರೇಟು ನಿಮಗೆ ಗೊತ್ತಿಲ್ಲ. ನಾವಿಬ್ಬರು ಬೇರೆ ಬೇರೆ ಕಡೆಗೆ ಹೋಗಬೇಕು. ಇನ್ನು ನೂರುರೂಪಾಯಿ ಕೊಟ್ಟುಬಿಡಿ,' ಎಂದರು. ಇವಳು ಮರುಮಾತಿಲ್ಲದೆ ತೆಗೆದುಕೊಟ್ಟ ಮೇಲೆ ಅವರು ಡ್ರೈವರನಿಗೆ ದಾರಿ ತೋರಿಸತೊಡಗಿದರು. ಸುತ್ತಿ ಬಳಸಿದ ನಂತರ ಒಂದು ಕೊಳಕು ಗಲ್ಲಿಯಲ್ಲಿ, 'ನಿಲ್ಲಿಸು. ತಕ್ಷಣ ನಿಲ್ಲಿಸು' ಎಂದು ಡ್ರೈವರನಿಗೆ ಹೇಳಿ, 'ಅಕೋ ಅಲ್ಲಿ ನೋಡಿ. ಪಾತ್ರೆ ತೊಳೀತಾ ಕೂತಿದೆಯಲ್ಲ ಮುದುಕಿ, ಅವಳೇ ಕಾರ್ತೀಕನ ತಾಯಿ. ನಾವು ಇಳೀತೀವಿ. ನಮ್ಮ ಹೆಸರು ಹೇಳೂಕೂಡದು. ದೇವರಾಣೆ ಇಟ್ಟಿದೀರಿ' ಎಂದು ಹೇಳಿ ಅವರಿಬ್ಬರೂ ಸರಸರನೆ ಇಳಿದು ಮರೆಯಾದರು.

ಚರಂಡಿಯ ಹತ್ತಿರ ಮುದುಕಿ ಪಾತ್ರೆ ತೊಳೆಯುತ್ತಿತ್ತು. ಕಿಷ್ಕಿಂಧದ ಹಳೆಮನೆ. ಮುಂಬದಿಯಲ್ಲೇ ಅಟ್ಟದ ಮೆಟ್ಟಿಲು. ಇವಳು ಹೋಗಿ ಕಾರ್ತೀಕರಾಮ್‌ಜಿ ಎಲ್ಲಿ ತಾಯಿ? ಎಂದದ್ದಕ್ಕೆ ಮುದುಕಿ ಮೇಲಿದಾನೆ ಎಂದವಳು ತಕ್ಷಣ ಎಚ್ಚೆತ್ತವಳಂತೆ ನೀವು ಯಾರು? ಎಂದಿತು. ಪ್ರೋಗ್ರಾಂ ಕೇಳುಕ್ಕೆ ಬಂದಿದೀನಿ. ಈ ಊರಿನೋಳೇ, ಇವಳು ಹೇಳಿ ತಾನೇ ಮೆಟ್ಟಿಲು ಹತ್ತತೊಡಗಿದಳು. ಮೇಲ್ಭಾಗದ ಒಂದು ಸಣ್ಣಹಾಲು, ಎರಡುಕೋಣೆಗಳ ಮನೆಯಲ್ಲಿ ಕಾರ್ತೀಕ ಇದ್ದ. ಇವಳನ್ನು ನೋಡಿದ ಅವನ ಮುಖದಲ್ಲಿ ಸಂಭ್ರಮ, ಗೊಂದಲ, ಅಂಜಿಕೆಗಳು ಒಟ್ಟಿಗೆ ವ್ಯಕ್ತವಾದವು. ಒಳಗೆ ಬನ್ನಿ, ಕೂಡಿ, ಎಂದು ಹೇಳುವುದೂ ತಿಳಿಯದೆ ನಿಂತುಬಿಟ್ಟ. ಒಂದುನಿಮಿಷದ ನಂತರ, 'ಕೂಡಿ. ಮನೆ ಹ್ಯಾಗೆ ಸಿಕ್ಕಿತು' ಎಂದು ಮಾತನಾಡಿದ. ಅವನ ಧ್ವನಿಯನ್ನು ಕೇಳಿ ಅಡುಗೆಮನೆಯಿಂದ ಬಂದ ಹೆಂಗಸು ಅವನ ಹೆಂಡತಿ ಎಂದು ಇವಳು ಅರ್ಥಮಾಡಿಕೊಂಡಳು. ಯಾವುದಕ್ಕೂ ಅಂಜುವುದಿಲ್ಲವೆಂಬಂತಹ ಗತ್ತಿನ ಹಳ್ಳಿಯ ಕಳೆಯ ದುಂಡುಮುಖ. ನರ್ತನಕ್ಕೆ ಸಾಧ್ಯವೇ ಇಲ್ಲವೆಂಬಂತಹ ಅಡ್ಡ ಮೈಕಟ್ಟು. ಎಡದಿಂದ ಬಲ ಹೆಗಲಿಗೆ ಹಾಕಿಕೊಂಡ ಕೊಳೆ ಸೀರೆಯ ಸೆರಗು. ಬೆವರಿನ ಜಿಡ್ಡು ಜಿನುಗುವ ಕೆಂಚು ಬಣ್ಣ. ಅವಳಿಗೆ ವಿವರಣೆ ಕೊಡುವುದು ತನ್ನ ಕರ್ತವ್ಯವೆಂಬಂತೆ ಗೊಂದಲಗೊಂಡ ಕಾರ್ತೀಕ, 'ಇವರು ಮನೋಹರೀ ದೀದಿ. ದಿಲ್ಲಿಯಿಂದ ಬಂದಿದಾರೆ' ಎಂದು ಪರಿಚಯ ಹೇಳಿ, 'ಕೂತುಕೊಳ್ಳಿ ದೀದೀಜಿ' ಎಂದು ಒಂದು ಸ್ಟೂಲನ್ನು ತಂದಿಟ್ಟು ತಾನು ನಿಂತುಕೊಂಡ.

'ದಿಲ್ಲಿಯಿಂದ ಬಂದಿದೀರಾ!' ಎಂದ ಅವಳು ಬಾಗಿಲಿನಿಂದ ಹೊರಗೆ ನಡೆದು, 'ಲೋ ಸಾಜನ್. ಎಲ್ಲಿ ಹೋದೆಯೋ, ದಿಲ್ಲಿಯಿಂದ ಅವಳು ಬಂದಿದಾಳೆ ಅಂತ ಹೇಳಿ ಬೇಗ ನಿಮ್ಮಪ್ಪನ ಕರಕೊಂಡು ಬಾ. ಓಡು,' ಎಂದು ಕೂಗಿ ಒಳಗೆ ಬಂದು ಸಾಜನನ ಅಪ್ಪ ಬರುವ ತನಕ ತಾನು ಮಾತನಾಡುವುದಿಲ್ಲವೆಂಬಂತೆ ಗೋಡೆಯೊರಗಿ ನಿಂತಳು.

ಕಾರ್ತೀಕನೇ ಮುಜುಗರ ಹೊಗಲಾಡಿಸಲೆಂಬಂತೆ, 'ನಾಶ್ತಾ ಆಯಿತೆ ದೀದೀಜಿ.

ದಿಲ್ಲಿಯಲ್ಲಿ ಎಲ್ಲ ಕುಶಲವೆ? ಗುರೂಜಿ ಹ್ಯಾಗಿದಾರೆ?' ಎಂದು ಮಾತನಾಡತೊಡಗಿದ. ಅಷ್ಟರಲ್ಲಿ ನೀಲಿಬಣ್ಣದ ಎಣ್ಣೆಗಟ್ಟಿದ ಪ್ಯಾಂಟು, ಅದೇ ಬಣ್ಣದ ಅದೇ ಸ್ಥಿತಿಯ ಬುಶ್‌ಶರಟು ಹಾಕಿದ ಸುಮಾರು ಮೂವತ್ತೈದುವರ್ಷ ವಯಸ್ಸಿನ ಒಬ್ಬ ಮನುಷ್ಯ ಮೆಟ್ಟಿಲು ಹತ್ತಿಬಂದ. ಕೈಯಲ್ಲಿ ಒಂದು ಸ್ಪಾನರ್. ಈತನೊಬ್ಬ ಮೆಕ್ಯಾನಿಕ್, ಮಾಡುತ್ತಿದ್ದ ಕೆಲಸದ ಮಧ್ಯದಲ್ಲಿ ಓಡಿಬಂದಿದಾನೆ ಎಂಬುದು ಸ್ಪಷ್ಟವಾಗುತ್ತಿತ್ತು. ಅವನ ಹಿಂದೆಯೇ ಕಾರ್ತೀಕನ ತಾಯಿ ಹತ್ತಿ ಬಂದಳು. ಕಾರ್ತೀಕ, 'ದೀದೀಜಿ, ಇವರು ನನ್ನ ಭಾಯಿಸಾಹೇಬ್. ಸ್ವಂತ ಸ್ಕೂಟರ್ ರಿಪೇರಿ ಇಟ್ಟಿದಾರೆ. ಇಡೀ ಭೋಪಾಲಿನಲ್ಲಿ ಸ್ಕೂಟರ್ ವಿಷಯ ಇವರಷ್ಟು ತಿಳಿದೋರಿಲ್ಲ. ದೂರ ದೂರದ ಮೊಹಲ್ಲಾಗಳಿಂದಲೂ ಇವರ ಹತ್ತಿರವೇ ರಿಪೇರಿ ಮಾಡಿಸಬೇಕು ಅಂತ ಹುಡಿಕ್ಕಂಡು ಬರ್ತಾರೆ. ಮೂರು ದಿವಸವಾದರೂ ಕಾದು ದಶರಥ್‌ಜೀ, ನಿಮ್ಮ ಹಸ್ತಸ್ಪರ್ಶವೇ ಆಗಬೇಕು. ಬೇರೆ ಯಾರು ಮಾಡಿದರೂ ಇದು ಸರಿಯಾಗುಲ್ಲ ಅಂತ ಬೇಡಿಕೊತ್ತಾರೆ,' ಎಂದು ವಾತಾವರಣವನ್ನು ತಿಳಿಗೊಳಿಸಲೆತ್ನಿಸಿದ.

ಅಣ್ಣ ದಶರಥರಾಮ, 'ಇವರ ಪರಿಚಯ?' ಎಂದ.

'ನನ್ನ ದೀದಿ. ಮನೋಹರೀಜೀ, ಇಡೀ ಹಿಂದೂಸ್ತಾನಕ್ಕೆ ದೊಡ್ಡ ನರ್ತನಕಾರ್ತಿ.'

ಅವನು ಹೇಳಿದ ತಕ್ಷಣ ಅವನ ಹೆಂಡತಿ, 'ನಾನು ಎಣಿಸ್ಕತ್ತಾ ಇದೀನಿ ಐದುಸಲ ದೀದೀಜಿ ದೀದೀಜಿ ಅಂದದ್ದನ್ನ. ದೀದಿ ಅಂದರೆ ನಾವೆಲ್ಲ ಸುಲಭವಾಗಿ ಮೋಸ ಹೋಗ್ತೀವಿ ಅಂತ ತಿಳಕೊಂಡಿದೀಯಾ ನೀನು?' ಎಂದು ಕೇಳಿದ ಗಡಸಿಗೆ ಮನೋಹರಿ ಸುಸ್ತಾಗಿ ಉಸಿರು ಹಿಡಿದುಕೊಂಡಳು. ಕಾರ್ತೀಕನೂ ದಿಗ್ಭ್ರಾಂತನಾಗಿ ನಿಂತುಕೊಂಡ. ಹೆಂಡತಿ, 'ಇವನನ್ನ ಎಗರಿಸ್ಕಂಡು ಹೋಗಾಕೆ ಅಂತ ಬಂದಿದಾಳೆ ಇವಳು ದಿಲ್ಲಿಯಿಂದ ಕಾರು ಮಾಡ್ಕಂಡು. ಅದಕ್ಕೇ ನಿಮಗೆ ಹೇಳಿಕಳಿಸಿದ್ದು. ಇವಳಿಗೆ ಏನು ಮಾಡಬೇಕೋ, ನೀವೇ ಮಾಡಿ. ಇಲ್ಲದಿದ್ದರೆ ನಾನು ಮಾಡ್ತೀನಿ,' ಎಂದು ಹೇಳಿ ದಢ ದಢ ಹೆಜ್ಜೆ ಇಕ್ಕುತ್ತಾ ಅಡುಗೆಕೋಣೆಗೆ ನಡೆದಳು. ಆ ಹಳೆಯ ಅಟ್ಟ ನಡುಗಿತು.

ದಶರಥರಾಮ ಮಾತನಾಡಿದ: 'ಮೇಡಂ, ಕೆಟ್ಟಮಾತು ಆಡಬಾರದು. ಇವಂದೂ ನಿಮ್ಮದೂ ಏನು ಸಂಬಂಧವಿದೆಯೋ ಇಲ್ಲವೋ ನಮಗ್ಯಾಕೆ. ಪೇಪರಿನಲ್ಲಿ ಪ್ರಿಂಟಾಗಿ ಬಂದಿದೆ ಅಂದರೆ ಈ ಭೋಪಾಲ್ ಶಹರದಲ್ಲಿ ನಾವು ತಲೆ ಎತ್ತಿ ತಿರುಗುಕ್ಕೆ ಆಗುತ್ತಾ? ನಾನೇ ಇವನಿಗೆ ತಾರು ಕೊಟ್ಟು ಕರೆಸಿದೆ. ಕುಣಿತ ಮಾಡಿಯೇ ಕಾಸು ಸಂಪಾದನೆ ಮಾಡಬೇಕಾಗಿಲ್ಲ. ನನ್ನ ಹತ್ತಿರ ಎರಡುವರ್ಷ ಟ್ರೇನಿಂಗ್ ತಗೊಳ್ಳಲಿ. ಅವನುದ್ದೇ ಬೇರೆ ಸ್ಕೂಟರ್ ರಿಪೇರಿ ಶಾಪ್ ಇಟ್ಟುಕೊಡ್ತೀನಿ ಅಂತ ಹೇಳಿದೀನಿ. ಇವನೇನಾದರೂ ಕದ್ದು ನಿಮ್ಮ ಹತ್ತಿರ ಬಂದರೆ ನಾವೆಲ್ಲ ನರ್ತನಶಾಲೆ ಬಾಗಲಲ್ಲಿ ಕೂತು ಗಲಾಟೆಮಾಡತೀವಿ. ಮಕ್ಕಳು ಮರಿ ಸಮೇತ. ನಿಮ್ಮ ಗ್ರೀನ್‌ಪಾರ್ಕು ನನಗೆ ಗೊತ್ತಿಲ್ಲದ ಜಾಗವೇನಲ್ಲ. ಯೂಸುಫ್ ಸರಾಯಿಯಲ್ಲಿದೆಯಲ್ಲ ಕಪೂರ್ ಆಟೋ ಗಾರಾಜ್, ಸ್ಕೂಟರ್ ಮೋಟರ್ ಬೈಕ್, ರಿಕ್ಷಾ ಗಳ ರಿಪೇರಿ, ದಿಲ್ಲಿಗೇ ಬೆಸ್ಟ್, ಅಲ್ಲೇ ನಾನು ಮೂರುವರ್ಷ ಕೆಲಸ ಕಲಿತದ್ದು. ತಿಳಕಳಿ.'

'ದಶರಥ್‌ಜೀ, ಪೇಪರಿನೋರು ಸುಳ್ಳು ಸುಳ್ಳೇ ಬರೀತಾರೆ ಹೆದರಿ ಹಣ ಕೊಡಲಿ ಅಂತ. ಮಸಾಲೆ ಮಾಡಿ ಮಾರಾಟವಾಗಲಿ ಅಂತ. ಅದನ್ನೆಲ್ಲ ನಂಬಭೌದಾ?' ಅವಳು ಹೇಳುವಷ್ಟರಲ್ಲಿ ಮೆಟ್ಟಿಲು ಹತ್ತಿ ಏಳು ಎಂಟು ಹತ್ತು ಹನ್ನೆರಡು ಹದಿನೈದು..... ಜನಗಳು ಬರತೊಡಗಿದರು. ದಶರಥರಾಮ, 'ಏಯ್, ಎಷ್ಟುಜನ ಬರ್ತೀರ. ಏನಿದೆ ಇಲ್ಲಿ? ಹಳೆ ಅಟ್ಟ. ಭಾರ ತಡೆದೀತಾ?' ಎಂದು ಗದ್ದರಿಸಿಕೊಂಡ. ಮನೋಹರಿ ತಿರುಗಿನೋಡಿದಳು. ಬೀದಿಯಲ್ಲೆಲ್ಲಾ ಜನ ತುಂಬಿಕೊಂಡಿತ್ತು.

'ಸುಳ್ಳೋ ನಿಜವೋ ನಮ್ಮ ಕೇರೀಲಿ ನಮ್ಮ ಮರ್ಯಾದೆ ಹೋಯ್ತ? ನೋಡಿದೆಯಾ ಜನ ಹ್ಯಾಗೆ ಘೇರಾಯಿಸಿದಾರೆ?' ಕಾರ್ತೀಕನ ತಾಯಿ, ಮುದುಕಿ ಬಲಗೈಯನ್ನು ಮನೋ ಹರಿಯ ಕಡೆಗೆ ತಿವಿಯುತ್ತಾ ಕೇಳಿದಳು.

'ನಿಮ್ಮ ಮಗ ದಿಲ್ಲೀಲೇ ಇರಬೇಕು ಅಂತ ನಾನೇನೂ ಹೇಳಿಲ್ಲ. ಬೇರೆ ಬೇರೆ ಊರು ಗಳಲ್ಲಿ ಪ್ರೋಗ್ರಾಂಗಳಿರ್ತಾವೆ. ಅಲ್ಲಿಗೆ ಬಂದರೆ ಸಾಕು. ತಾಲೀಂಗೆ ಒಂದೊಂದು ವಾರ ದಿಲ್ಲಿಗೆ ಬಂದರೆ ಸರಿ. ಈಗ ಇದ್ದಕ್ಕಿದ್ದಹಾಗೆ ಬರುಲ್ಲ ಅಂದರೆ ಅಡ್ವಾನ್ಸ್ ಕೊಟ್ಟಿರೂ ಪ್ರೋಗ್ರಾಂನೋರು ಸುಮ್ಮನೆ ಬಿಟ್ಟಾರಾ?' ಇವಳು ಕೇಳಿದಳು.

ಅಣ್ಣ ದಶರಥರಾಮನಿಗೆ ಈ ಅಂಶ ಅರ್ಥವಾಯಿತು. ಅವನ ಮುಖ ಉತ್ತರ ತಿಳಿಯಲಿಲ್ಲವೆಂಬಂತೆ ಕಂಡಿತು. ಅಷ್ಟರಲ್ಲಿ ಅಡುಗೆಮನೆಯಿಂದ ನುಗ್ಗಿಬಂದ ಹೆಂಡತಿ, 'ಹಂಗಾ? ಇವನು ದಿಲ್ಲಿಗೆ ಹೋಗಲಿ, ಪ್ರೋಗ್ರಾಂಗೆ ಹೋಗಲಿ ನಾನೂ ಜೊತೇಲಿ ಇರ್ತೀನಿ. ಪ್ರೋಗ್ರಾಂ ಮುಗಿದ ತಕ್ಷಣ ಬಣ್ಣ ತೊಳೆದು ಗೆಜ್ಜೆ ಬಿಚ್ಚಿಟ್ಟು ನನ್ನ ಜೊತೆ ಬಂದುಬಿಡಬೇಕು. ಈಕೆ ಅದಕ್ಕೆ ಒಪ್ಕತ್ತಾಳಾ ಕೇಳಿ.' ಎಂದು ತನ್ನ ಭಾವನಿಗೆ ಹೇಳಿದಳು.

ಮನೋಹರಿಗೆ ಅಪಮಾನವೆನ್ನಿಸಿತು. ನನ್ನನ್ನ ಏನಂತ ತಿಳಕೊಂಡಿದಾಳೆ ಈ ಹಳ್ಳಿಯ ಹೆಂಗಸು? ಎಂದು ಮೈಉರಿಯಿತು. ತಿರುಗಿ ನೋಡಿದಳು. ಕಾರ್ತೀಕ ತಪ್ಪು ಮಾಡಿದವನಂತೆ ನೆಲ ನೋಡುತ್ತಾ ನಿಂತಿದ್ದಾನೆ. ಒಂದು ಮಾತೂ ಇಲ್ಲ. ಹೆಂಡತಿಯನ್ನು ಬಾಯಿಮುಚ್ಚು ಎಂದು ಗದ್ದರಿಸುವ ಧೈರ್ಯವಿಲ್ಲ. ಅವಳಿಗೆ ಅಸಹ್ಯವಾಯಿತು. 'ದಶರಥ್‌ಜೀ, ಪ್ರೋಗ್ರಾಂಗೆ ರುಜು ಹಾಕಿದೀನಿ. ಎರಡುಸಾವಿರ ಇಸಕೊಂಡು ಬಂದ ನಿಮ್ಮ ತಮ್ಮ ಒಂದು ಫೋನು ಮಾಡಲಿಲ್ಲ. ಒಂದು ಕಾಗದ ಬರೆಯಲಿಲ್ಲ. ಪ್ರೋಗ್ರಾಂನೋರು ಕೇಳುವ ನಷ್ಟಪರಿಹಾರವನ್ನ ನಾನು ಕೋರ್ಟಿಗೆ ಹಾಕಿ ಇವರಿಂದ ವಸೂಲು ಮಾಡಬಹುದು ತಿಳಕಳಿ. ಇಂಥೋರ ಎದುರಿಗೆ ಕೂತು ಈ ಮಾತುಗಳನ್ನ ಕೇಳೂದು ನನಗೆ ಅಗೌರವ,' ಎಂದು ಮೇಲೆ ಎದ್ದು ಬಾಗಿಲಿನಿಂದ ಹೊರಗೆ ನಡೆಯತೊಡಗಿದಳು.

ದಶರಥರಾಮ ಜಮಾಯಿಸಿದ್ದ ಜನಗಳಿಗೆ ದಾರಿ ಬಿಡ್ರೋ ಮೇಡಂಜಿಗೆ ಎಂದ. ಇವಳು ಮೆಟ್ಟಿಲಿನ ಹತ್ತಿರಕ್ಕೆ ಕಾಲಿಟ್ಟಿರುವಾಗ ಕಾರ್ತೀಕ ದೀದೀ, ನಿಮ್ಮನ್ನ ಕಳಿಸಿಬರ್ತೀನಿ ಎಂದು ಮುಂದೆ ಹೆಜ್ಜೆಇಟ್ಟ. ಅವಳು ತಿರುಗಿ ನೋಡಿದಳು. ಅವನ ಹೆಂಡತಿ ತಕ್ಷಣ ಅವನ ಎಡರಟ್ಟೆಯನ್ನು ಬಿಗಿಯಾಗಿ ಹಿಡಿದು, 'ಎಲ್ಲಿಗೆ ಹೋಗ್ತೀ ಕಳಿಸುಕ್ಕೆ? ಹಾಗಿಂದ

ಹಾಗೆಯೇ ಇವಳ ಜೊತೆ ಮಾಯವಾಗುಕ್ಕೆ ಹಿಕಮತ್ ಮಾಡ್ತಿದೀಯ? ನಾನು ಬಿಡೋಳಲ್ಲ,' ಎಂದು ಜಗ್ಗಿದಳು. ಅವನ ಮುಖದಲ್ಲಿ ಬೆವರು ಜಿನುಗಿ ತೊಟ್ಟಿಕ್ಕಲು ಶುರುವಾಯಿತು. ಮನೋಹರಿಯ ಕಣ್ಣುಗಳಲ್ಲಿ ತಿರಸ್ಕಾರ ಉರಿಯತೊಡಗಿತು. ಆದರೆ ಅವನ ಕಣ್ಣುಗಳು ಅವಳ ದೃಷ್ಟಿಯನ್ನು ಸಂಧಿಸದೆ ನೆಲಕಚ್ಚಿತ್ತು. ಪ್ರೇಕ್ಷಕರು ಜಾಗ ಬಿಟ್ಟರು. ಇವಳು ಮೆಟ್ಟಿಲಿಳಿದು ಬೀದಿಯಲ್ಲಿ ಜಾಗ ಮಾಡಿಕೊಂಡು ಹೋಗಿ ಟ್ಯಾಕ್ಸಿಯಲ್ಲಿ ಕೂತು ಸೀದಾ ಏರ್‌ಪೋರ್ಟ್ ಎಂದಳು.

ಟ್ಯಾಕ್ಸಿ ಗಲ್ಲಿಗಳಲ್ಲಿ ಸುತ್ತಿ ಸಾಗುತ್ತಿತ್ತು. ತನ್ನ ಜೀವನದಲ್ಲಿಯೇ ಇಂಥ ಅವಮಾನವನ್ನು ಅನುಭವಿಸಿರಲಿಲ್ಲವೆಂದು ಅವಳ ಮನಸ್ಸು ಹೇಳಿಕೊಳ್ಳುತ್ತಿತ್ತು. ಅವನು ಹೆಂಡತಿಗೆ ಅಂಜುತ್ತಾನೆಂದು ತನಗೆ ಗೊತ್ತಿತ್ತು. ಆದರೆ ಇಷ್ಟು ಗಡಗಡನಡುಗುತ್ತಾನೆಂದು ಕಲ್ಪಿಸಿಕೊಂಡಿರಲಿಲ್ಲ. ಆ ಗಲ್ಲಿಯೋ ಆ ಜನಗಳೊ! ಸೌತ್‌ಎಕ್ಸ್‌ಟೆನ್‌ಶನ್‌ನ ಹೊಸಮನೆಗೆ ಬರುವ ಮೊದಲು ತಾನೂ ಗುರೂಜಿಯ ಜೊತೆ ತುರ್ಕಮಾನ್‌ಗೇಟಿನ ಗಲ್ಲಿಯಲ್ಲಿದ್ದರೂ ಅದು ದಿಲ್ಲಿಯ ಗಲ್ಲಿ. ಭೋಪಾಲದ ಗಲ್ಲಿಯಲ್ಲ ಎಂಬ ವ್ಯತ್ಯಾಸ ಕಂಡಿತು. ಪುಕ್ಕಟ್ಟೆ ದೊಡ್ಡಪ್ರದರ್ಶನ ನಡೀತಿದೆ ಅನ್ನುವಂತೆ ಎಷ್ಟು ಜನ ಸೇರಿಬಿಟ್ಟರು! ಅವರೆಲ್ಲರೆದುರಿಗೆ ನಾನು ಇನ್ನೊಬ್ಬಳ ಗಂಡನನ್ನು ಅಪಹರಿಸುವ ಹಸಿದ ಹೆಂಗಸಾಗಿಬಿಟ್ಟೆ! ಅವಳಿಗೆ ಎತ್ತಿ ಕೆನ್ನೆಗೆ ಹೊಡೆಯಬೇಕಾಗಿತ್ತು, ಎನ್ನಿಸಿತು. ತಕ್ಷಣ ಅವಳ ತೋಳಿನ ನೆನಪುಬಂದು ಹೊಡೆದಾಟಕ್ಕೆ ಹೇಳಿ ಮಾಡಿಸಿದಂತಿತ್ತು ಎಂಬ ನೆನಪಾಯಿತು. ಆ ಕೀಳು ಜನದ ಜೊತೆ ನನಗೇಕೆ ಜಗಳ, ಸುಮ್ಮನೆ ಹೊರಟುಬಂದದ್ದು ವಿವೇಕವಾಯಿತು ಎಂದುಕೊಂಡಳು. ಅಷ್ಟರಲ್ಲಿ ಟ್ಯಾಕ್ಸಿ ದೊಡ್ಡರಸ್ತೆಗೆ ಬಂದಿತ್ತು. ಗಡಿಯಾರ ನೋಡಿಕೊಂಡಳು. ಇನ್ನೂ ಹತ್ತೂಮುಕ್ಕಾಲು. ಯಾನ ಇರೂದು ಸಂಜೆ ಆರಕ್ಕೆ. ಅಲ್ಲಿ ಕೂತು ಏನು ಮಾಡೂದು? ಎನ್ನಿಸಿತು. ಮತ್ತೆ ಮತ್ತೆ ಟ್ಯಾಕ್ಸಿಗೆ ಯಾಕೆ ತೆರಬೇಕು ಎಂಬ ಆಲೋಚನೆ ಬಂದು ಸುಮ್ಮನಾದಳು. ಟ್ಯಾಕ್ಸಿ ವೇಗವಾಗಿ ಓಡತೊಡಗಿದಾಗ ಒಳಗಿನಿಂದ ಒತ್ತರಿಸಿಕೊಂಡು ಅಳುಬಂತು. ಆದರೆ ಅಳುವುದು ಸೋಲಿನ ಗುರುತು, ದೌರ್ಬಲ್ಯ, ಎಂಬ ಅರಿವು ಹುಟ್ಟಿ ಅದನ್ನು ಮೆಟ್ಟಿಕೊಂಡಳು. ವಿಮಾನ ನಿಲ್ದಾಣದಲ್ಲಿ ನೊಣ ಎಣಿಸುತ್ತಾ ಕೂತಿರುವಾಗ, ತನಗೆ ಬಂದದ್ದು ಮೋಸದ ತಾರು ಅಂತ ಅವನಿಗೆ ಅನ್ನಿಸಲಿಲ್ಲವೆ? ಎಂಬ ಕುತೂಹಲಹುಟ್ಟಿತು. ನನಗೇ ಅನ್ನಿಸಿತು. ಆ ಜನಗಳನ್ನು ಬಲ್ಲ, ಅವರೊಡನೆಯೇ ಬೆಳೆದ, ಅವನಿಗೆ ಅರ್ಥವಾಗದೆ ಇದ್ದೀತೆ? ಅರ್ಥವಾಗಿದ್ದರೂ ಹೋಗದೆ ಉಳಿಯುವ ಧೈರ್ಯವಿರಲಿಲ್ಲವೆ? ಎಂದು ಆಲೋಚಿಸುವಾಗ ಮೋಹನಲಾಲನ ನೆನಪಾಯಿತು. ಧೈರ್ಯ ಅಂದರೆ ಅವನು. ನಾಗಪುರದಿಂದ ತಕ್ಷಣ ಹೊರಟುಬಿಟ್ಟ. ಹೆಂಡತಿ ದಿಲ್ಲಿಗೆ ಬಂದು ಒತ್ತಾಯಮಾಡಿದರೂ ಅವಳನ್ನು ಹೊರಹಾಕಿದ. ಅಂಥ ಪ್ರೀತಿ, ನಿಷ್ಠೆ. ಇಂಥ ಹಳ್ಳಿಯ ಗಟಾಣಿಗೆ ಅಂಟಿಕೊಂಡು ಇವನೆಂಥ ನರ್ತಕನಾಗಿದ್ದಾನು? ಪಾದಕುಶಲತೆ, ಬಿಟ್ಟರೆ ಮತ್ತೇನೂ ಇಲ್ಲ. ಅಭಿನಯ ದಾರಿದ್ರ್ಯವು ಬರೀ ಘರಾಣೆಯ ಕೊರತೆಯಲ್ಲ, ಎಂದುಕೊಂಡಳು. ಎರಡು ತಾಸಿನ ನಂತರ ಕ್ಯಾಂಟೀನಿಗೆ ಹೋಗಿ ಸಿಕ್ಕಿದ ಸ್ಯಾಂಡ್‌ವಿಚ್ ತಿಂದು ರುಚಿಹೀನ ಚಹಾ ಕುಡಿದು ಮತ್ತೆ ಬಂದು

ಪ್ರತೀಕ್ಷಾಂಗಣದಲ್ಲಿ ಕೂತಾಗ ಅವನೇ ನಾದರೂ ಹುಡುಕಿಕೊಂಡು ಬಂದಾನೆಯೆ? ಎಂಬ ಆಶೆ ಹುಟ್ಟಿತು. ನಾನು ಪ್ರಯಾಣಮಾಡು ವುದು ವಿಮಾನದಲ್ಲೇ ಅಂತ ಅವನಿಗೆ ಗೊತ್ತಿದೆ. ನೇರವಾಗಿ ಇಲ್ಲಿಗೇ ಬಂದಿರ್ತೀನಿ ಅಂತ ಊಹಿಸಿ, ಏನಾದರೂ ಕಾರಣ ಹೇಳಿ ಮನೆಯಿಂದ ತಪ್ಪಿಸಿಕೊಂಡು, ಬಂದಾನೆಯೆ? ಎಂದು ತಿರುಗಿನೋಡಿದಳು. ಪದೇಪದೇ ತಿರುಗಿ ನೋಡಿದಳು. ಅನಂತರ ಪ್ರವೇಶದ್ವಾರದ ಕಡೆಗೆ ಕುರ್ಚಿಯನ್ನು ತಿರುಗಿಸಿಕೊಂಡು ಕುಳಿತಳು. ಎರಡುತಾಸು ಕಳೆಯಿತು. ಅತ್ತ ನೋಡುವುದು ತನಗೇ ಅವಮಾನವೆನ್ನಿಸಿ ಕುರ್ಚಿಯನ್ನು ಮೊದಲಿನಂತೆ ಕೌಂಟರುಗಳ ಕಡೆಗೆ ತಿರುಗಿಸಿಕೊಂಡಳು.

ಪಾಲಂನಿಂದ ಮನೆಗೆ ಕಾರು ನಡೆಸಿಕೊಂಡು ಬರುವಾಗ ರಜತನನ್ನು ಕೃಷ್ಣನ ಪಾತ್ರಕ್ಕೆ ತಯಾರುಮಾಡಿದರೆ ಹೇಗೆ? ಎಂಬ ಆಲೋಚನೆ ಬಂತು. ಮೋಹನಲಾಲ ಹೋದಮೇಲೆ ದುರ್ಗಾಪ್ರಸಾದನ ಗಾಯನದಿಂದ ನಡೆಸುತ್ತಿಲ್ಲವೆ? ಮುಖ್ಯ ಕಲಾವಿದೆ ನಾನು. ಉಳಿದವರನ್ನು ಬೆಳೆಸಿ ಮುಂದೆ ತರೋಳು ನಾನು. ಈ ಪುಕ್ಕಲನ ಪಾದಗತಿ ಚನ್ನಾಗಿದೆ ಅಂತ ಕರೆದು ಮುಂದಕ್ಕೆ ತಂದೆ. ಅವನೇ ಕಳಕೊಂಡ, ಎಂಬ ಹಮ್ಮು ಹುಟ್ಟಿತು. ಒಂದುತಿಂಗಳು ಬೆಳಗ್ಗೆ ಮಧ್ಯಾಹ್ನ, ಸಂಜೆ ನಾನೇ ತಯಾರಿಕೊಟ್ಟು ಕೃಷ್ಣನ ಚಲನ್‌ಗಳನ್ನು ಪಾದಗತಮಾಡಿಸಿದರೆ ಸಾಕು, ಅಭಿನಯದ ಜೊತೆಗೆ ನಾನೂ ನೃತ್ತಮಾಡಿ, ತತ್ಕಾರಮಾಡಿ ರಂಗೇರಿಸಬಹುದು ಎನ್ನಿಸಿತು. ಆದರೆ ಅವನು ವಿದ್ಯಾರ್ಥಿ. ಎಂಜಿನಿಯರಿಂಗ್ ತರಗತಿಗಳನ್ನು ಬಿಟ್ಟು ಬೆಳಗ್ಗೆ ಮಧ್ಯಾಹ್ನ ಸಂಜೆ ಅಭ್ಯಾಸಕ್ಕೆ ಕಳಿಸಲು ತಾಯಿ ತಂದೆ ಒಪ್ಪಿಲ್ಲ. ವಿಮಾನದಲ್ಲಿ ಕರೆದೊಯ್ದರೂ ಪ್ರೋಗ್ರಾಂಗಳಿಗೆಲ್ಲ ಕಳಿಸೂದೂ ಇಲ್ಲ, ಎಂಬ ಅಡ್ಡಿ ಕಾಣಿಸಿತು. ಯಾರನ್ನಾದರೂ ಹುಡುಕಿ ಭೋಪಾಲಿನಲ್ಲೇ ದೊಡ್ಡ ಪ್ರಚಾರದ ದೊಡ್ಡ ಯಶಸ್ಸಿನ ಇದೇ ರಚನೆಯ ಕಾರ್ಯಕ್ರಮ ಮಾಡಬೇಕೆಂಬ ಛಲಹುಟ್ಟಿತು.

ರಾತ್ರಿ ಊಟ ಮಾಡಿ ಮಲಗಿದಾಗ ಗುರೂಜಿ ಎಂದಿನಂತೆ ಆಕಾರಹೀನ ಬಾಯಿಯಿಂದ ಆಕಾರಹೀನ ಗೊರಕೆ ಶುರುಮಾಡಿದರು. ತಾನೇಕೆ ಇಲ್ಲಿ ಮಲಗ್ತಿದೀನಿ, ಈ ಎಂಭತ್ತೆರಡು ವರ್ಷದ ಮುದುಕನೊಡನೆ, ಮನಸ್ಸೂ ದೂರವಾಗಿರುವಾಗ, ಎಂಬ ಪ್ರಶ್ನೆ ಬಾಧಿಸತೊಡಗಿತು. ಎದ್ದು ಮಹಡಿಯ ಮೇಲಿನ ಕೋಣೆಗಾದರೂ ಹೋಗಿ ಮಲಗಿದರೆ ಮನಸ್ಸಿಗಾದರೂ ಬಿಡುಗಡೆಯಾದೀತು ಎಂಬ ಉಪಾಯ ತೋಚಿತು. ಇಲ್ಲಿ ನಿದ್ರೆ ಬರುತ್ತಿಲ್ಲ. ಅಲ್ಲಿ ಮಲ ಗೂದು ಬೇಡ. ಸ್ವಲ್ಪ ಹೊತ್ತಾದರೂ ಇದ್ದು ಬರಬೇಕೆನ್ನಿಸಿ ಎದ್ದು ಹೋದಳು. ಫ್ಲ್ಯಾನ್ ಹಾಕಿಕೊಂಡು ದೊಡ್ಡ ಮಂಚದಮೇಲೆ ಒಂಟಿಯಾಗಿ ಮಲಗಿದಾಗ ಹಿತವೆನ್ನಿಸಿತು. ಸ್ವತಂತ್ರವೆನ್ನಿಸಿತು. ಒಂದುದಿನ ಮೋಹನ ಇಲ್ಲಿ ಮಲಗಿದಾಗ ತಾನು ನಿಶ್ಶಬ್ದವಾಗಿ ಮೆಟ್ಟಿಲು ಹತ್ತಿಬಂದು ಅವನನ್ನು ಸೇರಿದ ಉತ್ಕಟತೆಯ ನೆನಪಾಯಿತು. ಇದ್ದಕ್ಕಿದ್ದಂತೆಯೇ ಆಶೆ ಕಲಕಿತು. ಅಲೆ ಎದ್ದಿತು. ಪ್ರಚಂಡವಾಯಿತು. ಕಾರ್ತೀಕನನ್ನು ಸೇರಿ ಇವತ್ತಿಗೆ ಹದಿಮೂರು ದಿನವಾಯಿತೆಂಬ ನೆನಪಾಯಿತು. ಇನ್ನು ಅವನು ಬರುಲ್ಲ. ಹೇಡಿ. ಮೋಹನನನ್ನು ನಾನೇ ಕಳಕೊಂಡೆ. ಮಿತ್ತಲ್ ಸಾಹೇಬರು ಇತ್ತೀಚೆಗೆ ಬರೂದೇ ಕಡಮೆ. ಬಂದರೂ ಹೆಚ್ಚು ಆಸಕ್ತಿ ಇಲ್ಲ. ಅರವತ್ತೊಂಬತ್ತು ತುಂಬುತ್ತಿದೆ. ತಲೆಗೆ ಬಣ್ಣ ಹಾಕಿಸಿಕೊಳ್ಳೂದನ್ನೂ

ಬಿಟ್ಟಿದಾರೆ. ನಮ್ಮ ವಯಸ್ಸನ್ನು ನಾವು ಒಪ್ಪಿಕೊಬೇಕು ಎಂಬ ವೈರಾಗ್ಯದ ಮಾತನಾಡ್ತಾರೆ, ಎಂಬ ನೆನಪಾಯಿತು. ಮುದುಕ ಗುರೂಜಿಯಂತೂ ಯಾವತ್ತೂ ಮುದುಕನೇ. ತಿಳಿವಳಿಕೆ ಇಲ್ಲದ ವಯಸ್ಸಿನಲ್ಲಿ ನಾನು ಇವನನ್ನ ಮದುವೆಯಾಗ್ತೀನಿ ಅಂದೆ. ತಿಳಿವಳಿಕೆ ಇದ್ದ ಇವನ್ಯಾಕೆ ಒಪ್ಪಿಕೊಂಡ? ನನ್ನ ಮಾತಿಗೆ ನನ್ನನ್ನು ಸಿಕ್ಕಿಸುವ ಮಾತನಾಡಿದ? ಪ್ರೇಮ ಮಾಡ್ತೀನಿ ಅಂದರೂ ಯಾರೂ ಗತಿಯಿಲ್ಲದ ಸ್ಥಿತಿಗೆ ತಂದ ಎಂದುಕೊಂಡಳು. ಕೋಪದಿಂದ ಉಸಿರು ಎದ್ದು ಎದ್ದು ಬರತೊಡಗಿತು.

– ೯ –

ರಾತ್ರಿ ಒಂಬತ್ತೂವರೆಗೆ ಒಂದು ಫೋನ್‌ಬಂತು. ಹೆಂಗಸಿನ ಧ್ವನಿ. “ಮೇಡಂ, ನೆನ್ನೆ ಹಲವುಸಲ ಫೋನ್ ಮಾಡಿದೆ. ಯಾರೂ ಎತ್ತಿಕೊಳ್ಳಲಿಲ್ಲ. ನಾನು ‘ಸೋದರಿ’ ಸಂಸ್ಥೆಯ ಉಪ ಕಾರ್ಯದರ್ಶಿನಿ. ಸರಳಾ ಶ್ರೀವಾಸ್ತವ್ ಅಂತ. ನಿಮ್ಮದು ಒಂದು ಸಂದರ್ಶನ ಬೇಕಿತ್ತು.”

‘ನಾನು ಯಾವ ಪೇಪರಿನೋರಿಗೂ ಸಂದರ್ಶನ ಕೊಡುಲ್ಲ.’ ಇವಳು ತಟ್ಟನೆ ಉತ್ತರಿಸಿದಳು.

‘ನಾವು ಪೇಪರಿನೋರಲ್ಲ. ಕಷ್ಟದಲ್ಲಿರುವ ಹೆಂಗಸರಿಗೆ ನೆರವು ನೀಡುವ, ಹೆಂಗಸರಲ್ಲಿ ಅವರಿಗೆ ಆಗುತ್ತಿರುವ ಅನ್ಯಾಯದ ಅರಿವು ಮೂಡಿಸುವ ಸಂಸ್ಥೆ. ಸದ್ದಿಲ್ಲದೆ ಕೆಲಸಮಾಡೂದು ನಮ್ಮ ವಿಧಾನ. ಸಂದರ್ಶನ ಕೊಡುಕ್ಕೆ ನಿಮಗೆ ಇಷ್ಟವಿಲ್ಲದಿದ್ದರೆ ಬೇಡಿ. ನಾನು ಬಂದು ಭೇಟಿಯಂತೂ ಆಗ್ತೀನಿ. ನಾವು ಮಾಡ್ತಿರೂ ಕೆಲಸ ತೋರುಸ್ತೀನಿ. ನಿಮಗೆ ನಮ್ಮಲ್ಲಿ ನಂಬಿಕೆ ಬಂದರೆ ಮುಂದಿನ ಮಾತಾಡಿ. ಇಲ್ಲದಿದ್ದರೆ ಬೇಡಿ.’

ಇವಳು ಒಪ್ಪಿಕೊಂಡಳು. ಒಂದುತಾಸಿನಲ್ಲಿ ಬರುವುದಾಗಿ ಆಕೆ ಹೇಳಿದಳು.

ಸುಮಾರು ಮೂವತ್ತರವಯಸ್ಸು. ಸರಳವಾದ ಸೀರೆಯುಟ್ಟು ಕುಪ್ಪಸತೊಟ್ಟಿದ್ದಳು. ಎಡಗೈಗೆ ಚರ್ಮದ ಪಟ್ಟಿಯ ಗಡಿಯಾರ ಬಿಟ್ಟರೆ ಬಳೆ ಸರ ಓಲೆ ಮೊದಲಾಗಿ ಯಾವ ಒಡವೆಯೂ ಇಲ್ಲ. ಹಣೆಗೆ ಕುಂಕುಮವಿಲ್ಲ. ನೋಡಿದ ತಕ್ಷಣ ಮನೋಹರಿಗೆ ಇವಳು ವಿಧವೆ ಎನ್ನಿಸಿತು. ಸಾಧಾರಣ ಲಕ್ಷಣದ ಮುಖ, ಬಣ್ಣ, ಮೈಕಟ್ಟುಗಳು. ಮುಖಕ್ಕೆ ತುಸುವಾದರೂ ಪ್ರಸಾಧನವಾಗಲಿ ತುಟಿಗೆ ಬಣ್ಣವಾಗಲಿ ಇಲ್ಲ. ಹಿಂದಕ್ಕೆ ಇಳಿಬಿದ್ದ ಬಾಬ್ ಮಾಡಿಸಿದ ಕರಿಗೂದಲು. ತನ್ನ ಒಂದು ಕೈಚೀಲದ ಜೊತೆಗೆ ಇನ್ನೊಂದು ಚೀಲ ಹಿಡಿದಿದ್ದಳು. ಇವಳು ತನ್ನ ಆಫೀಸು ಕೋಣೆಗೆ ಕರೆದೊಯ್ದು ಕೂರಿಸಿದಮೇಲೆ ತನ್ನ ಸಂಸ್ಥೆಯ ಕೆಲಸ ಕಾರ್ಯಗಳನ್ನು ವಿವರಿಸಿದಳು. ಹೆಂಗಸಿಗೆ ಎಲ್ಲೆಲ್ಲಿಯೂ ಅನ್ಯಾಯವಾಗುತ್ತಿದೆ. ಮನೆಯಲ್ಲಿ ತಾಯಿಯೇ ಹುಡುಗಿಯನ್ನು ಕಡೆಗಣಿಸಿ ಗಂಡುಮಕ್ಕಳನ್ನು ಎತ್ತಿಹಿಡಿಯುತ್ತಾಳೆ. ಶಾಲಾಕಾಲೇಜುಗಳಲ್ಲಿ ಹುಡುಗಿಯರಿಗೆ ಆಗುವ ಕೀಟಳೆ, ಹಿಂಸೆ, ವರದಕ್ಷಿಣೆ, ಅತ್ತೆಯ

ಕಾಟ, ದುಷ್ಟ ಅಭ್ಯಾಸಗಳ ಗಂಡ. ಇವನ್ನೆಲ್ಲ ಹೆಂಗಸರ ಅರಿವಿಗೆ ತರುವುದಷ್ಟೇ ತಮ್ಮ ಕೆಲಸ. ಈ ಸಂಚಿಕೆಗಳನ್ನು ನೋಡಿ, ಎಂದು ತನ್ನ ಇನ್ನೊಂದು ಚೀಲದಲ್ಲಿದ್ದ ಆರು ಆಯ್ದ ಸಂಚಿಕೆಗಳನ್ನು ತೆಗೆದು ಮೇಜದ ಮೇಲಿಟ್ಟು ಹೇಳಿದಳು: 'ಇವು ವೃತ್ತಪತ್ರಿಕೆಗಳ ಥರ ಉದ್ರೇಕ ಹುಟ್ಟಿಸುವ ಬರಹಗಳಲ್ಲ. ಮಹಿಳೆಯ ಸಮಸ್ಯೆಗಳನ್ನು ಗಂಭೀರವಾಗಿ ಚರ್ಚಿಸುವ, ಚಿತ್ರಿಸುವ ಲೇಖನಗಳು. ಇವುಗಳ ಪ್ರಸಾರ ಕೂಡ ಸೀಮಿತ. ಪತ್ರಿಕಾ ಅಂಗಡಿಗಳಲ್ಲಿ ಸಿಕ್ಕೂದಿಲ್ಲ. ನೀವೊಬ್ಬರು ನರ್ತಕಿ. ಬೆಡಗು ಇರೋರು ಅನ್ನೋದು ನಮಗೆ ಮುಖ್ಯವಲ್ಲ. ಆದರೆ ನಿಮಗೆ ಅನ್ಯಾಯವಾಗಿದೆ ಅಂತ ನಮಗೆ ಅನ್ನಿಸಿದೆ. ನಿಮ ಗಿಂತ ನಲವತ್ತುವರ್ಷಕ್ಕೆ ಹಿರಿಯ ಗುರುವನ್ನು ನೀವು ಮದುವೆಯಾದದ್ದಾದರೂ ಹ್ಯಾಗೆ? ಆಗದಿದ್ದರೆ ವಿದ್ಯೆ ಹೇಳಿಕೊಡುಲ್ಲ ಅಂತ ಅವರು ಬಲೋದ್ಧಂಥ ಮಾಡಿಲ್ಲವೆ? ಬರೀ ನಿಮ್ಮೊಬ್ಬರ ಅನುಭವವಲ್ಲ. ಕಲೆಯಲ್ಲಿ ಆಸಕ್ತಿ ಇರುವ ಎಷ್ಟುಜನ ಹೆಣ್ಣುಮಕ್ಕಳನ್ನ ಹೀಗೆ ಶೋಷಿಸೂದಿಲ್ಲ? ಸಂಗೀತದಲ್ಲಿ, ಸಾಹಿತ್ಯದಲ್ಲಿ, ನರ್ತನದಲ್ಲಿ, ಉಳಿದ ಎಷ್ಟೋ ಕ್ಷೇತ್ರಗಳಲ್ಲಿ ಕೂಡ. ಆಮೇಲೆ ಪೇಪರಿನೋರು ಮಸಾಲೆ ಸುದ್ದಿ ಮಾಡಿ ಗೂಬೆ ಕೂರಿಸೂದು ಹುಡುಗಿಯ ಮೇಲೆ. ನಲವತ್ತುವರ್ಷಕ್ಕೆ ದೊಡ್ಡ ಗಂಡಸು ಮದುವೆಯಾಗಬಹುದು. ಹತ್ತುವರ್ಷಕ್ಕೆ ಚಿಕ್ಕವನೊಡನೆ ನರ್ತನ ಮಾಡಿದರೆ ಯಾಕೆ ಕುಹಕದ ಸುದ್ದಿ ಮಾಡಬೇಕು? ಪತ್ರಿಕೆಯೋರು ಬಣ್ಣ ಸವರಿ ತಿರುಚ್ತಾರೆ ಅಂತ ನೀವು ಸುಮ್ಮನಿದ್ದರೆ ಸತ್ಯ ತಿಳಿಯೂದು ಹೇಗೆ? ನಮ್ಮ ಈ ಸಂಚಿಕೆಗಳನ್ನ ಓದಿನೋಡಿ. ಅಥವಾ ಬರೀ ಕಣ್ಣಾಡಿಸಿ. ನಿಮಗೆ ಒಪ್ಪಿಗೆಯಾದರೆ ನನಗೆ ನಿಜವಿಷಯ ಹೇಳಿ. ನಾನು ಬರೆದ ನಂತರ ನಿಮಗೆ ತೋರಿಸದೆ ಅಚ್ಚುಮಾಡೂದಿಲ್ಲ. ಇದು ನನ್ನ ಭಾಷೆ.'

ಆಕೆ ತನ್ನ ಪರಿಚಯವನ್ನು ಇನ್ನಷ್ಟು ಹೇಳಿದಳು. ಪಿ.ಎಚ್‌ಡಿ. ಮಾಡಿದ್ದಾಳೆ. ಲೇಡಿ ಶ್ರೀರಾಮ್ ಕಾಲೇಜಿನಲ್ಲಿ ಲೆಕ್ಚರರ್. ಸಂಚಿಕೆಗಳನ್ನು ತೆಗೆದು ಕಣ್ಣಾಡಿಸಿದಳು. ಒಂದೂ ಚಿತ್ರ ವಿಲ್ಲ. ಉದ್ವೇಗ ಹುಟ್ಟಿಸುವ ಶೀರ್ಷಿಕೆಗಳಿಲ್ಲ. ಗಂಭೀರ ಗ್ರಂಥದ ಶೈಲಿ. ಇವಳಿಗೆ ಅವಳಲ್ಲಿ ನಂಬಿಕೆ ಹುಟ್ಟಿತು. ಯಾಕೆ ಹೇಳಬಾರದು? ಎನ್ನಿಸಿತು. ಬರಕೊಳ್ಳಿ. ಹೇಳ್ತೀನಿ ಎಂದಳು. ಅವಳು ಕಾಗದ ಪೆನ್ನುಗಳನ್ನು ತೆಗೆದು ಕುಳಿತಳು. ತಾಯಿ, ತಮ್ಮರ ತನ್ನ ಹಿನ್ನೆಲೆ, ನರ್ತನಕ್ಕೇ ಜೀವನವನ್ನು ಮುಡಿಪಾಗಿಡುವ ನಿಶ್ಚಯ. ಗುರುವಿಗೆ ಕಾಹಿಲೆಯಾದಾಗ ತಾನು ಸೇವೆ ಮಾಡಿದುದು, ಅವರು ಮಗಳ ಊರಿಗೆ ಹೋಗುವ ನಿಶ್ಚಯ ಮಾಡಿದಾಗ ತನಗಾದ ವಿಹ್ವಲ, ತಾನೇ ಅವರಿಗೆ ಮದುವೆಯ ಪ್ರಸ್ತಾಪ ಮಾಡಿದುದನ್ನು ಹೇಳಿ ಆದರೆ ಅಷ್ಟು ವಯಸ್ಸಾದ ಅವರು ಇಪ್ಪತ್ತೆರಡರ ತನಗೆ ಮದುವೆಯ ಸಾಧಕ ಬಾಧಕಗಳನ್ನು ಬಿಡಿಸಿ ಹೇಳಲಿಲ್ಲ. ತನಗಿನ್ನೂ ಪ್ರಾಯವಿದೆ ಎಂದರು ಎಂಬುದನ್ನೆಲ್ಲ ಹೇಳಿಬಿಟ್ಟಳು.

'ಆಮೇಲೆ ನಿಮಗೂ ತಾಯಿಗೂ ಹೇಗಿದೆ ಸಂಬಂಧ?'

'ವಿಧವೆಯಾದ ತಾನು ಮಕ್ಕಳನ್ನು ಬೆಳೆಸಿ ಒಳ್ಳೆಯ ಸ್ಥಿತಿಗೆ ತರಬೇಕು ಅಂತ ಅಮ್ಮ ನಿಗೆ ಛಲವಿತ್ತು. ನನ್ನ ಹಟದಿಂದ ಅವಳಿಗೆ ಬೇಸರವಾಯಿತು. ತನ್ನ ವಯಸ್ಸಿನವನಾಗಿದ್ದರೆ ಒಪ್ಪಿಕೊಳ್ಳುತ್ತಿದ್ದಳೇನೋ, ಆದರೆ ತನ್ನ ತಂದೆಯ ವಯಸ್ಸಿನ ಮುದುಕನನ್ನು ಅಳಿಯ

ಅಂತ ಒಪ್ಪಿಕೊಳ್ಳೂದು ಅವಳಿಗೆ ಸಾಧ್ಯವಾಗಲಿಲ್ಲ. ನಮ್ಮ ಸಂಬಂಧ ತಣ್ಣಗಾಯಿತು. ದೂರವಾಯಿತು. ಈಗ ವರ್ಷಕ್ಕೊಂದು ಕಾಗದವೂ ಇಲ್ಲ. ಫೋನೂ ಇಲ್ಲ. ಅವಳ ಪ್ರೀತಿ ಆಸರೆ ಎಲ್ಲ ನನ್ನ ತಮ್ಮನಮೇಲೆ ನಟ್ಟುಬಿಟ್ಟಿತು. ನೌಕರಿಯಿಂದ ನಿವೃತ್ತಳಾಗಿದಾಳೆ. ತಮ್ಮ ಹೈದರಾಬಾದಿನಲ್ಲಿ ಎಂಜಿನಿಯರ್. ಮದುವೆಯಾಗಿ ಮಕ್ಕಳಿದಾರೆ. ಅಮ್ಮ ಅವನ ಜೊತೆ ಇದಾಳೆ.'

'ಇಷ್ಟು ದೊಡ್ಡ ಕಟ್ಟಡವನ್ನ ಹೇಗೆ ಕಟ್ಟಿಸಿದಿರಿ?'

'ಇದೇ ನಿವೇಶನ ಕಟ್ಟಡವನ್ನ ಒತ್ತೆ ಇಟ್ಟು ಸಾಲಮಾಡಿದೆ. ದೇಶದ ಎಲ್ಲ ಕಡೆಯೂ ಪ್ರೋಗ್ರಾಂ ಮಾಡಿ ತೀರಿಸಿದೆ. ಇನ್ನೂ ಬಾಕಿ ಇದೆ.'

'ತಾಯಿಯಾಗಬೇಕು ಅಂತ ನಿಮಗೆ ಯಾವತ್ತೂ ಇಚ್ಛೆಯಾಗಲಿಲ್ಲವೆ?'

ಇದನ್ನು ಉತ್ತರಿಸಬೇಕೋ ಬೇಡವೋ ಎಂದು ಅವಳು ಅನುಮಾನಿಸಿದಳು. 'ಹೇಳಿ. ಸೋದರಿಯರೊಡನೆ ಸತ್ಯವನ್ನ ಹಂಚಿಕೊಳ್ಳುಕ್ಕೆ ಯಾಕೆ ಹಿಂಜರಿಯಬೇಕು?' ಅವಳು ಒತ್ತಾಯ ಮಾಡಿದಳು. ತನಗಾಗಿದ್ದ ಬಸರನ್ನು ತೆಗೆಸಿದುದು, ಇಷ್ಟು ಮುದುಕವೀರ್ಯದಿಂದ ಹುಟ್ಟುವ ಮಗುವು ದುರ್ಬಲವಾಗಿರುತ್ತದೆಂಬ ಭಯದಿಂದ ತಾನು ಶಸ್ತ್ರಚಿಕಿತ್ಸೆ ಮಾಡಿಸಿ ಕೊಂಡದ್ದು ಎಲ್ಲವನ್ನೂ ಹೇಳಿದಳು.

ಡಾ. ಸರಳಾ ಶ್ರೀವಾಸ್ತವಳು ಹೋಗಿ ಮರುದಿನವೇ ಸಂದರ್ಶನದ ಟೈಪು ಪ್ರತಿಯನ್ನು ತಂದುತೋರಿಸಿದಳು. 'ನೀವು ಹೇಳಿದ್ದೊಂದು, ನಾನು ಬರೆದದ್ದೊಂದು ಆಗಬಾರದು. ಟೈಪು ಪ್ರತಿಯನ್ನೊಮ್ಮೆ ನೋಡಿ ತಿದ್ದಿಕೊಡಿ. ನಿಮ್ಮ ಸಮ್ಮತಿ ಇಲ್ಲದ ಒಂದು ವಾಕ್ಯವನ್ನೂ ನಾವು ಅಚ್ಚುಮಾಡುಲ್ಲ.'

ಇದೆಲ್ಲ ಯಾಕೆ ಅಚ್ಚಾಗಬೇಕು ಎಂದು ಮನೋಹರಿಗೆ ಒಮ್ಮೆ ಅನ್ನಿಸಿತು. ಆದರೆ ತನಗೆ ಜೀವನದಲ್ಲಿ ತುಂಬ ಅನ್ಯಾಯವಾಗಿದೆ ಎಂಬ ಭಾವನೆಯನ್ನು ಹೇಳಿಕೊಂಡದ್ದರಿಂದ ನೆನ್ನೆಯಿಂದ ಮನಸ್ಸು ತುಸು ಹಗುರವಾಗಿತ್ತು. ಹೇಳಿಕೊಳ್ಳಬಹುದಾದವರು ತನಗೆ ಯಾರೂ ಇಲ್ಲ. ತಾಯಿಯಂತೂ ದೂರ ಇದ್ದಾಳೆ. ಇವರಾದರೂ ಸೋದರಿಯರ ಬಳಗ ಎನ್ನುತ್ತಿದ್ದಾರೆ. ನನ್ನ ಸಮ್ಮತಿ ಇಲ್ಲದ ಒಂದು ವಾಕ್ಯವನ್ನೂ ಮುದ್ರಿಸುವುದಿಲ್ಲವೆಂಬ ಪ್ರಾಮಾಣಿಕತೆ ತೋರಿಸಿದ್ದಾರೆ. ಮಾಡಿಕೊಳ್ಳಲಿ. ಪಿ.ಎಚ್‌ಡಿ. ಮಾಡಿರುವ ಹುಡುಗಿ. ಮದುವೆಯಾಗಿಲ್ಲವಂತೆ. ಮಾಡಿಕೊಳ್ಳುಲ್ಲವಂತೆ. ಮದುವೆಯಿಂದಲೇ ಹೆಂಗಸಿನ ಜೀವನ ಸಾರ್ಥಕವಾಗಬೇಕಿಲ್ಲ ಅಂತಾಳೆ. ಇವಳ ಬಗೆಗೆ ಸ್ನೇಹಹುಟ್ಟಿತು. ಎಲ್ಲ ಸರಿಯಾಗಿದೆ. ಅಚ್ಚುಮಾಡಿ, ಎಂದಳು.

ಒಂದುವಾರದ ನಂತರ ತನ್ನ ಸಂದರ್ಶನವಿರುವ ಸಂಚಿಕೆ ಅಂಚೆಯಲ್ಲಿ ಬಂತು. ಇನ್ನೂ ಎರಡು ಲೇಖನಗಳು. ಅವಳು ಅವನ್ನು ಓದಲಿಲ್ಲ. ತನ್ನ ಸಂದರ್ಶನವನ್ನು ಮತ್ತೊಮ್ಮೆ ಓದಿಕೊಂಡಾಗ ಇವನ್ನೆಲ್ಲ ಯಾಕೆ ಮುದ್ರಿಸಬೇಕಾಗಿತ್ತು. ನನ್ನ ಕತೆಯನ್ನು ನಾನೇ ಬೀದಿಯ ಲೌಡ್‌ಸ್ಪೀಕರಿನಲ್ಲಿ ಹೇಳಿಕೊಂಡಂತೆ, ಎನ್ನಿಸಿತು. ನಾನೇ ಒಪ್ಪಿಗೆ ಕೊಟ್ಟಿದ್ದೆ ಎಂಬ ನೆನಪಾಗಿ ಇದು ಸರಳಾ ಶ್ರೀವಾಸ್ತವಳಂಥ ಕೆಲವೇ ಜನ ವಿದ್ಯಾವಂತೆ ಮಹಿಳೆಯರು

ಓದಿಕೊಳ್ಳುವ ಪತ್ರಿಕೆ ಎಂಬ ಸಮಾಧಾನ ತಂದುಕೊಂಡು ಸಂಚಿಕೆಯನ್ನು ಮೇಜದ ಖಾನೆಯಲ್ಲಿಟ್ಟಳು. ಆದರೆ ಮೂರನೆಯ ದಿನ ಹಿಂದೀ ಮತ್ತು ಇಂಗ್ಲಿಷ್ ಪತ್ರಿಕೆಗಳಲ್ಲಿ ಇದೇ ಸುದ್ದಿಯನ್ನು ಸುರುಸುರುಬತ್ತಿ ಹೊತ್ತಿಸಿದಷ್ಟು ಥಾಳಾಗಿ ಪ್ರಕಟಿಸಿದ್ದರು. ಮನೋಹರಿಯು ಮುದುಕಗಂಡನಿಗೆ ಕೊಟ್ಟ ತಿರುಗೇಟು ಎಂದು ಒಂದು ಪತ್ರಿಕೆಯು ಶೀರ್ಷಿಕೆ ಕೊಟ್ಟಿತ್ತು. ಲಲಿತಕಲಾ ಕ್ಷೇತ್ರದಲ್ಲಿ ಸ್ತ್ರೀಶೋಷಣೆಯ ವಿರುದ್ಧ ಕತ್ತಿ ಬಿಚ್ಚಿದ ನರ್ತಕಿ, ಎಂದು ಇನ್ನೊಂದು ಪತ್ರಿಕೆ. ತನ್ನ ತಾಯ್ತನಕ್ಕೆ ಎರವಾದ ದಾರುಣಸ್ಥಿತಿಯ ಅಳಲು, ಎಂದು ಮತ್ತೊಂದರ ಉಪಶೀರ್ಷಿಕೆ. 'ಸೋದರಿ'ಯಲ್ಲಿದ್ದ ಮುಖ್ಯಾಂಶಗಳನ್ನೆಲ್ಲ ರಂಜಿಸಿ ಶೀರ್ಷಿಕೆ ಉಪಶೀರ್ಷಿಕೆಗಳನ್ನಿತ್ತು ಪ್ರಕಟಿಸಿದ್ದವು. ಎರಡು ಪತ್ರಿಕೆಗಳು ಹೆಚ್ಚಿನ ವಿವರಗಳಿಗೆ ನಮ್ಮ ಭಾನುವಾರದ ಸಂಚಿಕೆಯನ್ನು ನೋಡಿ ಎಂದು ಹಾಕಿದ್ದವು. ಇವಳಿಗೆ ಫೋನುಗಳ ಮೇಲೆ ಫೋನುಗಳು. 'ಮೇಡಂ, ನಮಗೊಂದು ಸಂದರ್ಶನ ಕೊಡಿ. ನಿಮಗೆ ಐನೂರು ರೂಪಾಯಿ ಕೊಡ್ತೀವಿ' ಎಂದು ಒಂದು. 'ನಮಗೆ ಸಂಪೂರ್ಣ ಮೀಸಲಾದ ಸಂದರ್ಶನ ಕೊಟ್ಟರೆ ಸಾವಿರ ರೂಪಾಯಿ ಸಂಭಾವನೆ,' ಎಂದು ಇನ್ನೊಂದು. 'ಸೋದರಿ'ಯ ವಿಷಯವನ್ನ ನೀವು ಹ್ಯಾಗೆ ಬಳಸಿಕೊಂಡಿದೀರಿ? ಎಂದು ಕೇಳಿದರೆ, 'ಒಮ್ಮೆ ಪ್ರಕಟವಾದರೆ ಸಾಕು. ಸುದ್ದಿಯಾಗಿ ಬಳಸಿಕೊಳ್ಳುವ ಅಧಿಕಾರ ನಮಗಿದೆ ನಾವೇನೂ ಅದನ್ನು ತದ್ವತ್ ಪುನರ್ಮುದ್ರಿಸಿಲ್ಲ,' ಎಂದರು. ಅವಳಿಗೆ ಸೋದರಿಯ ಮೇಲೆ ಸಿಟ್ಟುಬಂತು. ಡಾ. ಸರಳಾ ಶ್ರೀವಾಸ್ತವಳಿಗೆ ಫೋನುಮಾಡಿದಳು. 'ಮೇಡಂ, ಪೇಪರಿನೋರೇ ಹಾಗೆ. ಯಾವುದರ ಗಾಂಭೀರ್ಯವನ್ನೂ ಉಳಿಸುಲ್ಲ. ಎಲ್ಲವನ್ನೂ ಬೀದಿಪಾಲು ಮಾಡ್ತಾರೆ. ಆದರೂ ನಮ್ಮ ಪತ್ರಿಕೆಯ ಸಂದರ್ಶನಕ್ಕೆ ತನ್ನದೇ ಆದ ಮೌಲ್ಯವಿದೆ. ಒಂದು ಗಂಭೀರಚಿಂತನೆಗೆ ಅದು ಮೂಲವಾಗಲಿದೆ,' ಎಂದಳು. ಅನಂತರ, 'ನೀವೊಬ್ಬ ಸೋದರಿ. ಇಂಥದಕ್ಕೆಲ್ಲ ಸೂಕ್ಷ್ಮ ಮನಸ್ಸಿನವರಾಗಬಾರದು. ಪ್ರತಿಯೊಂದು ಪೇಪರಿನವರೂ ನಮ್ಮ ಪತ್ರಿಕೆಯ ಆಧಾರವನ್ನು ಉಲ್ಲೇಖಿಸಿಯೇ ಬರೆದಿದಾರೆ. ಅಂದರೆ ಗಂಭೀರ ಮನಸ್ಸಿನವರು ನಮ್ಮ ಪತ್ರಿಕೆಯನ್ನು ತರಿಸಿ ಓದುತಾರೆ. ಇತರರ ರಂಜಕ ವ್ಯಾಖ್ಯಾನಗಳನ್ನು ಉಪೇಕ್ಷಿಸಬೇಕು. ನೀವು ಗಟ್ಟಿಯಾಗಬೇಕು,' ಎಂದಳು.

– ೧೦ –

ಒಂದುವಾರ ಕಳೆದಿತ್ತು. ಮಧ್ಯಾಹ್ನ ಇವಳು ಶಾಲೆಯಲ್ಲಿದ್ದಳು. ಮನೆಯಿಂದ ಫೋನ್ ಬಂತು. ಮಾತನಾಡುತ್ತಿದ್ದವಳು ಅಡುಗೆಯ ರಾಜಿ. 'ದೀದೀ, ಗುರೂಜಿಯ ಮಗಳು ಬಂದಿದಾರೆ. ಪಿತಾಜೀನ ಕರಕಂಡು ಹೋಗುಕ್ಕೆ. ನಿಮ್ಮನ್ನ ಕರಿ ಅಂತಿದಾರೆ.'

ಇವಳಿಗೆ ಒಂದುಕ್ಷಣ ಏನೂ ಅರ್ಥವಾಗಲಿಲ್ಲ. ಗುರೂಜಿಯ ಮಗಳು, ಲಕಿಮ್‌ಪುರ

ದವಳು, ತನ್ನ ತಾಯಿಯ ವಯಸ್ಸಿನವಳು. ಈಗ ಅರವತ್ತು ತುಂಬಿದೆ. ನನ್ನ ಮದುವೆಯಾದಾಗಿನಿಂದ ನನ್ನನ್ನ ದ್ವೇಷಿಸುತ್ತಿದಾಳೆ. ತನ್ನ ವೃದ್ಧತಂದೆಗೆ ಮೋಹದ ಜಾಲ ಬೀರಿ ಮದುವೆಯಾಗಿ ಅವರ ವಿದ್ಯೆಯನ್ನೆಲ್ಲ ಲಪಟಾಯಿಸಿಕೊಂಡವಳೆಂದು ಎದುರು ನಿಂತು ಬೈದುಹೋಗಿದ್ದಳು. ಇಪ್ಪತ್ತುವರ್ಷದಲ್ಲಿ ತಂದೆಯನ್ನು ನೋಡಲು ಐದಾರುಸಲ ಬಂದಿದಾಳೆ. ಪ್ರತಿಸಲ ಬಂದಾಗಲೂ, ನೀನು ನನ್ನಪ್ಪನನ್ನ ಸರಿಯಾಗಿ ನೋಡಿಕೊತ್ತಿಲ್ಲ. ನಿನ್ನ ಮೆರೆತವೇ ನಿನಗೆ ಮುಖ್ಯ ಎಂದು ಚುಚ್ಚಿ ಮಾತನಾಡಿದಾಳೆ. ನನ್ನನ್ನು ಹತೋಟಿಯಲ್ಲಿಡಲು ಮಗಳ ಈ ಬೆಂಬಲವಿರುವುದು ಒಳ್ಳೆಯದೆಂಬಂತೆ ಈ ಮುದುಕನೂ ಮೌನವಾಗಿರ್ತಾನೆ, ಎಂಬ ನೆನಪುಬಂತು. ಅವಳೂ ಪತ್ರಿಕೆಯಲ್ಲಿ ಓದಿ ಬಂದಿರಬಹುದು, ಎಂದು ಅರ್ಥ ವಾಯಿತು. ಫ಼ೋನನ್ನು ಗುರೂಜಿಗೆ ಕೊಡು, ಎಂದಳು. ರಾಜಿ ನೀವೇ ಮಾತನಾಡಬೇಕಂತೆ ಎಂದದ್ದು ಕೇಳಿಸಿತು. ಅನಂತರ ಅವರು ನಿಮ್ಮನ್ನೇ ಮನೆಗೆ ಕರಿ ಅಂತಿದಾರೆ ಎಂದಳು. ಮಗಳು, ಅಪ್ಪ ಸೇರಿ ನನ್ನನ್ನ ವಿಚಾರಣೆಗೆ ಗುರಿಪಡಿಸುಕ್ಕೆ ಕರೀತಿದಾರೆ, ಎನ್ನಿಸಿತು. ಅದೂ ನಡೆದುಹೋಗಲಿ, ಎಂಬ ತೀರ್ಮಾನಹುಟ್ಟಿ, ಈಗ ಬರ್ತೀನಿ ಅಂತ ಹೇಳು, ಎಂದು ಫ಼ೋನನ್ನು ಕೆಳಗಿಟ್ಟಳು.

ಕಾರು ನಿಲ್ಲಿಸಿ ಮನೆಯನ್ನು ಹೊಕ್ಕ ತಕ್ಷಣ ಮಗಳು, 'ಏನೇ ನಮ್ಮಪ್ಪನ ಸೂಳೆ? ಸೂಳೆ ಮಾಡೂ ಕೆಲಸ ಮಾಡಿದೀಯ. ಯಾವಳಾದರೂ ಪತಿವ್ರತೆ ಹೆಣ್ಣು ತನ್ನ ಗಂಡನ ವಿಷಯ ರಾಡಿಮಾಡಿ ಪೇಪರಿನಲ್ಲಿ ಹಾಕುಸ್ತಾಳಾ?' ಎಂದಳು.

'ನಿಜವಾಗಿ ಕೈಹಿಡಿದ ಗಂಡ ಯಾವನಾದರೂ ಹೆಂಡತಿಯನ್ನ ಹಾದರದೋಳು ಅಂತಾನಾ?' ಇವಳು ತಕ್ಷಣ ಕೇಳಿದಳು.

'ನೀನು ಮಾಡ್ತಿರೂದು ಹಾದರವಲ್ಲದೆ ಗರತಿ ಕೆಲಸವಾ ಹೇಳು.' ಅವಳು 'ಹಾದರ' ಶಬ್ದದ ಅಭಿನಯ ಮಾಡುತ್ತಾ ಕೇಳಿದಳು.

ಇವಳಿಗೆ ಅಸಹ್ಯವಾಯಿತು. ಇವಳಮಟ್ಟದಲ್ಲಿ ಮಾತನಾಡುವುದು ತನ್ನ ಗೌರವಕ್ಕೆ ಕಡಮೆ ಎನ್ನಿಸಿತು. 'ನೀನು ಈಗ ಬಂದದ್ದು ಯಾಕೆ ಹೇಳು,' ಎಂದಳು.

'ನನ್ನಪ್ಪನನ್ನ ನನ್ನ ಮನೆಗೆ ಕರಕಂಡು ಹೋಗ್ತೀನಿ. ಹೆತ್ತ ಅಪ್ಪನಿಗೆ ಒಂದು ತುತ್ತು ಅನ್ನ ನನ್ನ ಮನೇಲಿ ಇಲ್ಲದೆ ಇಲ್ಲ.'

ಇವಳು ಗುರೂಜಿಯ ಕಡೆಗೆ ತಿರುಗಿ, 'ನೀವೇನು ಹೇಳ್ತೀರಿ?' ಎಂದಳು.

'ನಿನ್ನ ಕೈಯ ಅನ್ನ ತಿಂದರೆ ನನಗೆ ರೌರವನರಕ ಪ್ರಾಪ್ತಿಯಾಗಲಿ. ನಾನು ಹೋಗ್ತೀನಿ. ನಾನು ನಿನಗೆ ಕಲಿಸಿದ ವಿದ್ಯೆ ನಾಶವಾಗಲಿ ಅಂತ ಶಾಪಕೊಟ್ಟು ಹೋಗ್ತೀನಿ.' ಅವರು ಕಿರಿಚಿಕೊಂಡರು.

'ನನ್ನ ಮನೇಲಿ ಅರಚೂದು ಕಿರಚೂದು ನಡೆಯುಲ್ಲ. ಹೋಗೋರು ಬಾಯಿಮುಚ್ಚಿಕೊಂಡು ಹೋಗಬೇಕು. ರಾಜೀ, ಇವರ ಬಟ್ಟೆ ಬರೆ ತಂದು ಗಂಟುಕಟ್ಟಿ ಕೊಡು' ಎಂದಳು. ಅಡುಗೆಯ ಆಳು ಸುಮ್ಮನೆ ನಿಂತಿದ್ದಳು. ಇವಳೇ ಕೋಣೆಗೆ ಹೋಗಿ ಕೈಗೆ

ಸಿಕ್ಕಿದ ಪಂಚೆ, ಜುಬ್ಬಗಳನ್ನು ಸುತ್ತಿ ತಂದು ಮಗಳ ಮುಂದೆ ಹಾಕಿ, 'ಹೊರಡೋರು ಬೇಗ ಹೊರಡಿ. ನನಗೆ ಬೇರೆ ಕೆಲಸವಿದೆ,' ಎಂದಳು.

ಮಗಳೂ ಅವಾಕ್ಕಾದಳು. ಗುರೂಜಿಯೂ ಅವಾಕ್ಕಾದರು. ಮಗಳು, 'ನಮ್ಮಪ್ಪನಿಗೆ ಎರಡು ಜೊತೆ ಬಟ್ಟೆ ಹೊಲಿಸಿಕೊಡೂ ಶಕ್ತಿ ನನಗಿದೆ. ಈ ಹಳೆಬಟ್ಟೆ ನನ್ನ ಮನೆ ನೆಲ ಒರೆಸುಕ್ಕೂ ಲಾಯಕ್ಕಿಲ್ಲ,' ಎಂದಳು.

'ಹಾಗಿದ್ದರೆ ಹೆಚ್ಚು ಮಾತಿಲ್ಲದೆ ಕರಕಂಡು ಹೊರಡು. ಇನ್ನು ಒಂದೇ ಒಂದು ಮಾತೂ ಆಡಕೂಡದು,' ಅವಳನ್ನು ದುರುಗುಟ್ಟಿಕೊಂಡು ನೋಡುತ್ತಾ ಇವಳು ನಿಂತಳು.

ನೆಲದಮೇಲೆ ಇಟ್ಟಿದ್ದ ತನ್ನ ಕಿರುಪೆಟ್ಟಿಗೆಯನ್ನು ಎತ್ತಿಕೊಂಡು ತನ್ನ ಅಪ್ಪನ ಕೈಹಿಡಿದು ಮಗಳು ಹೊರಟಳು. ಹೊಸಿಲು ದಾಟುವ ಮುನ್ನ ಗುರೂಜಿ, 'ನನ್ನನ್ನ ಹೀಗೆ ಬೀದಿಪಾಲು ಮಾಡಿ ಕಳುಸ್ತಿದೀಯ. ನಾನು ಕಲಿಸಿದ ವಿದ್ಯೆ ನಾಶವಾಗಲಿ. ನಾಶವಾಗಲಿ. ನಾಶವಾಗಲಿ. ತಿಹಾಯಿಶಾಪ ನಿಜವಾಗುತ್ತೆ. ನೀನು ಬಂದು ಕಾಲಿಗೆಬಿದ್ದರೂ ನಾನು ಹಿಂಗಿರುಗಿಬರುಲ್ಲ. ಬರುಲ್ಲ, ಬರುಲ್ಲ,' ಎಂದು ಹೇಳಿ ಮಗಳನ್ನು ಅನುಸರಿಸಿ ಮೆಟ್ಟಿಲಿಳಿಯತೊಡಗಿದರು. ಇವಳು ನೋಡುತ್ತಾ ನಿಂತಳು. ಅವರು ಮೆಟ್ಟಿಲಿಳಿದು ಕಣ್ಮರೆಯಾದರೂ ಹಾಗೆಯೇ ನೋಡುತ್ತಾ ನಿಂತಿದ್ದಳು.

ಅವಳಿಗೆ ಭಾರವಿಳಿದಂತಾಯಿತು. ಇಪ್ಪತ್ತುದಿನದಿಂದ ಅವಳು ಅವರ ಜೊತೆ ಮಲಗುತ್ತಿರ ಲಿಲ್ಲ. ಮೇಲೆ ಮಲಗುತ್ತಿದ್ದಳು. ಯಾಕೆ ಹೀಗೆ ಮಾಡ್ತಿದೀ ಎಂದು ಅವರೂ ಕೇಳಿರಲಿಲ್ಲ. ಇವಳೂ ಕಾರಣ ಹೇಳಿರಲಿಲ್ಲ. ಪರಸ್ಪರ ಮಾತನಾಡುವ ಸೌಹಾರ್ದತೆಯೇ ಇಲ್ಲವಾಗಿತ್ತು. ಹೊರಟು ಹೋದದ್ದು ಒಳ್ಳೆಯದೇ ಆಯಿತು, ಎಂದುಕೊಂಡಳು. ನಾನು ಕಲಿಸಿದ ವಿದ್ಯೆ ನಾಶವಾಗಲಿ ಎಂಬ ಅವರ ತಿಹಾಯಿಶಾಪ ನಿಜವಾಗುತ್ತದೆಂಬ ಅಂಜಿಕೆಯೂ ಅವಳಿಗೆ ಉಂಟಾಗಲಿಲ್ಲ. ಇವರು ಪರಶುರಾಮನೂ ಅಲ್ಲ, ನಾನು ಕರ್ಣನೂ ಅಲ್ಲ ಎಂದುಕೊಂಡಳು. ಅವರ ಬಟ್ಟೆಬರೆಗಳನ್ನೆಲ್ಲ ಸುತ್ತಿ ಒಂದು ಗೂಡಿಗೆ ತುರುಕಿ ಬಾಗಿಲು ಮುಚ್ಚಿದಳು. ಕೆಳಗಿನ ಕೋಣೆಯ ಹಾಸಿಗೆಯ ಛದ್ದರುಗಳನ್ನು ಬದಲಿಸಿ ಸ್ವಚ್ಛ ಮಾಡಿದಳು. ನನ್ನ ಮನೆಯಲ್ಲಿ ನಾನು ಹಾಯಾಗಿ ಬೇಕಾದ ಕಡೆ ಮಲಗಬಹುದು ಎಂದುಕೊಂಡಳು. ಮರುರಾತ್ರಿ ಮನೆಗೆ ಹಿಂತಿರುಗಿದಾಗ ಒಂಟಿ ಎನ್ನಿಸಿತು. ಮೋಹನ ಹೊರಟುಹೋದ. ಪುಕ್ಕಲ ಕಾರ್ತೀಕ ಇಲ್ಲದಾದ. ಮದುಕನಂತೂ ಹೋಗುವ ಕೃಪೆ ಮಾಡಿದ. ನಾನೊಬ್ಬಳೇ, ಶಾಲೆ ಯಲ್ಲೂ ಮನೆಯಲ್ಲೂ ಎಂಬ ಅರಿವಾದಾಗ ಭಣ ಭಣ ಕಾಣಿಸಿತು. ಊಟಮಾಡಿ ಮಲಗಿದಾಗ ಮಿತ್ತಲ ಸಾಹೇಬರ ನೆನಪುಬಂತು. ಅವರು ಬರೂದೇ ವಿರಳವಾಗ್ತಿದೆ. ಈ ಸಲ ಬಂದು ಒಂದೂವರೆ ತಿಂಗಳಾಯಿತು, ಲೆಕ್ಕ ಹಾಕಿಕೊಂಡಳು. ಈ ಮನೆಯ ನಿಜ ವಾದ ಯಜಮಾನರು ಅವರು ಎಂಬ ಜ್ಞಾಪಕ ಬಂದು ನಾಳೆ ಫೋನು ಮಾಡಬೇಕು, ಇನ್ನುಮೇಲೆ ಮನೆಗೇ ಬನ್ನಿ, ಯಾರು ಕಾಣ್ತಾರೋ, ಯಾರು ನಿಗಾ ಇಡ್ತಾರೋ ಎಂಬ ಆತಂಕಬೇಡ. ಈ ಮನೆ ನಿಮ್ಮದು, ನಾನು ಬಿಸಿಯಾಗಿ ಅಡುಗೆಮಾಡಿ ಬಡುಸ್ತೀನಿ ಅನ್ನ ಬೇಕು ಎಂದುಕೊಂಡಳು. ಇದೂ ಅಷ್ಟೆ, ಅದೂ ಅಷ್ಟೆ. ನಿನ್ನ ಹೆಸರಿನಲ್ಲೇ ಇರಬೇಕು

ಅಂತ, ಒತ್ತಿ ಹೇಳಿ ರಿಜಿಸ್ಟರ್ ಮಾಡಿಸಿಕೊಟ್ಟರು. ಇಲ್ಲದಿದ್ದರೆ ಮುದುಕ ತನ್ನ ಮಗಳಿಗೆ ಮಾಡಿಬಿಡ್ತಿತ್ತು, ಎಂಬ ಅರಿವಾಯಿತು. ಅವರೇ ನನ್ನ ರಕ್ಷಕ, ನನ್ನ ಕೃಷ್ಣ, ಎಂದುಕೊಂಡಳು. ಗಡಿಯಾರ ನೋಡಿದಳು. ರಾತ್ರಿ ಹತ್ತೂವರೆ. ನಾಳೆ ಬೆಳಗ್ಗೆ ಅವರಿಗೆ ಫೋನು ಮಾಡಬೇಕು. ಮುದುಕ ಬಿಟ್ಟುಹೋದದ್ದನ್ನು ಹೇಳಿ ಮನೆಗೆ ಬನ್ನಿ ಅಂತ ಕರೆಯಬೇಕು. ಒಂದು ರಾತ್ರಿಯಾದರೂ ಪೂರ್ತಿ ಅವರು ಈ ಹಾಸಿಗೆಯಲ್ಲಿ ಜೊತೆಯಲ್ಲಿರಬೇಕು ಎಂಬ ಆಪ್ತಬಯಕೆ ಮೂಡಿತು.

ಫೋನಿನಲ್ಲಿ ಸಿಕ್ಕಿದ ಸಾಹೇಬರು ನಾನೂ ಭೇಟಿಯಾಗಿ ನಿನ್ನ ಕೈಲಿ ಮಾತನಾಡಬೇಕು ಅಂತಿದ್ದೆ ಎಂದರು. ಬರೀ ಮಾತಾ? ಎನ್ನುವ ಕೀಟಳೆ ನಾಲಗೆಗೆ ಬಂದರೂ ಫೋನಿನಲ್ಲಿ ಆಡಬಾರದು, ಅಲ್ಲಿ ಬೇರೊಂದು ರಿಸೀವರ್ ಇದ್ದು ಬೇರೆಯವರು ಎತ್ತಿಕೊಂಡಿರಲೂ ಬಹುದು ಎಂಬ ಎಚ್ಚರ ಮೂಡಿತು. ಮುದುಕ ಹೊರಟುಹೋದ ಸಂಗತಿಯನ್ನು ತಿಳಿಸಿ, 'ಮನೆಗೇ ಬನ್ನಿ. ನೀವು ಫೋನು ಮಾಡಿದರೆ ನಾನು ಅಲ್ಲಿಗೆ ಹೋಗಿರ್ತೀನಿ. ಗುರುತು ಸಿಕ್ಕುತ್ತಾ? ನೀವು ಅಲ್ಲಿಗೆ ಬಂದು ಎಷ್ಟು ವರ್ಷವಾಯಿತು!' ಎಂದಳು. ನಂಬರು, ರಸ್ತೆಯ ಸಂಖ್ಯೆ ಹೇಳು, ಅವರು ಬರೆದುಕೊಂಡರು.

ಅವರು ಮನೆಗೇ ಬಂದರು. ತಲೆಯ ಕೂದಲು ವಿರಳವಾಗಿಲ್ಲ. ಆದರೆ ಹಿಮದಷ್ಟು ಬೆಳ್ಳಗಾಗಿದೆ. ಯಾಕೋ ವೈರಾಗ್ಯಮೂರ್ತಿಯಂತೆ ಕಾಣುಸ್ತಿದಾರೆ ಎನ್ನಿಸಿತು. ಬಾಗಿಲುಮುಚ್ಚಿ ತಬ್ಬಿಕೊಂಡರು. ಕೋಟಿನ ಗುಂಡಿಗಳನ್ನು ಬಿಚ್ಚಿ ತೆಗೆದಿಟ್ಟಳು. ಅವರು ತನ್ನನ್ನು ಅಪ್ಪಿ ಮುತ್ತಿಡಲಿಲ್ಲ. ಮರೆತುಬಿಟ್ಟರೊ? ತಾನೇ ಅವರ ಕುತ್ತಿಗೆಯನ್ನು ಬಳಸಿ ತುಟಿಗೆ ತನ್ನ ತುಟಿ ಸೇರಿಸಿದಳು. ಅವರು ಬೇಡ ಅನ್ನಲಿಲ್ಲ, ಅತ್ತ ನೂಕಲಿಲ್ಲ. ಆದರೆ ತಾವು ಕೊಡಲಿಲ್ಲ. 'ಬಾ, ಕೂರುವಾ,' ಎಂದು ಕೈ ಹಿಡಿದು ಸೋಫದ ಮೇಲೆ ಪಕ್ಕದಲ್ಲಿ ಕೂರಿಸಿಕೊಂಡರು. ಮಲಗುವ ಮನೆಗೆ ನಡೆಸಿಕೊಂಡು ಹೋಗಲಿಲ್ಲ. ಇದು ಮನೆಯೇ ಆಗಿ ಕಾಲವು ವಿಪುಲವಾಗಿರುವುದರಿಂದ ಆತುರ ಮಾಡುತ್ತಿಲ್ಲವೆಂದು ಅವಳು ಅರ್ಥಮಾಡಿಕೊಂಡಳು. 'ಮನೋಹರೀ, ಈ ಪೇಪರಿನೋರಿಗೆ ನೀನು ಹ್ಯಾಗೆ ಸಾಮಗ್ರಿಯಾಗಿ ಸಿಕ್ಕಿಬಿದ್ದೆ? ಹೇಳು,' ಎಂದು ಕೈಹಿಸುಕಿದರು. ತನ್ನವರೆಂದು ಎಲ್ಲವನ್ನೂ ಹೇಳಿಕೊಳ್ಳುವಂಥ ಒಬ್ಬರು ಸಿಕ್ಕಿದರೆಂದು ಅವಳಿಗೆ ಹಿತವಾಯಿತು. ಗುಹಾ ಎಂಬ ತರುಣ ಬಂದು ಸಂದರ್ಶನ ಕೇಳಿದಂದಿನಿಂದ ಪ್ರಾರಂಭಿಸಿದಳು. ಆದರೆ ಹೇಳುವಾಗ ತೊಡಕಾಯಿತು. ತನ್ನ ಮತ್ತು ಮೋಹನನ ಸಂಬಂಧವನ್ನು ಇವರಿಗೆ ಅನುಮಾನ ಬರದಂತೆ ವಿವರಿಸುವುದು ಮುಜುಗರವಾಯಿತು. ಹಾಗೆಯೇ ಕಾರ್ತೀಕನ ವಿಷಯವನ್ನೂ ತೇಲಿಸಬೇಕಾಯಿತು. ಈತನದು ಮಹಾ ಚಾಣಾಕ್ಷಬುದ್ಧಿ. ಯಾವುದನ್ನೂ ಬಾಯಿಬಿಟ್ಟು ಹೇಳುಲ್ಲ. ಒಂದು ಎಳೆ ಸಿಕ್ಕಿದರೆ ಇಡೀವಸ್ತ್ರದ ರಚನೆ ವಿನ್ಯಾಸ ಮತ್ತು ಬೆಲೆಗಳನ್ನು ಅರ್ಥಮಾಡಿಕೊತ್ತಾರೆ ಎಂಬ ಅರಿವಾದಾಗ ಅವರಿಗೆ ಅನುಮಾನ ಉಂಟಾಗದಂತೆ ತೇಲಿಸಿ ವಿವರಗಳನ್ನು ಹೊಂದಿಸುವುದು ಕಷ್ಟವಾಯಿತು. ಆದರೂ ಹೇಳತೊಡಗಿದಳು. ಅವರೂ ಮೌನವಾಗಿ ಸಹಾನುಭೂತಿಯಿಂದಲೆಂಬಂತೆ ಕೇಳುತ್ತಿದ್ದರು. ಕೊನೆಗೆ ಮಾತನಾಡಿದರು:

'ನೀನು ಮನಸ್ಸಿಗೆ ನೋವುಮಾಡಿಕೊಳ್ಳುಲ್ಲ ಅಂದರೆ ನಾನು ಮಾತಾಡ್ತೀನಿ.'

'ಹೇಳಿ. ನಿಮ್ಮ ಮಾತೇ ನನಗೆ ಶಕ್ತಿ ಕೊಡಬೇಕು,' ಅವಳು ಅವರ ಕೈಹಿಡಿದು ಹಿಸುಕಿ ದಳು.

'ನನಗೂ ನಿನಗೂ ಇಪ್ಪತ್ತೆಂಟುವರ್ಷದ ಅಂತರವಿದೆ. ವಯಸ್ಸಿಗೆ ತನ್ನದೇ ಆದ ಧರ್ಮವಿದೆ. ಅದನ್ನ ನಾವಿಬ್ಬರೂ ಒಪ್ಪಿಕೊಬೇಕು,' ಎಂದರು.

'ನನ್ನ ನಿಮ್ಮ ಪ್ರೀತಿ ಶರೀರಧರ್ಮವೊಂದನ್ನೇ ಅವಲಂಬಿಸಿಲ್ಲ. ಇನ್ನು ಇಪ್ಪತ್ತುವರ್ಷ ಕಳೆದರೂ ನಾನು ನಿಮ್ಮೋಳು. ನೀವು ನನ್ನ ಕೃಷ್ಣ,' ಎಂದು ಅವಳು ಅವರನ್ನು ಅಪ್ಪಿ ಮುದ್ದಿಟ್ಟಳು.

ಅವಳ ತಲೆ ಸವರುತ್ತಾ ಅವರು ಹೇಳಿದರು: 'ಕಲಾವಿದೆಗೆ ಇನ್ನೊಬ್ಬ ಕಲಾವಿದನ ಮೇಲೆ, ಕಲಾವಿದನಿಗೆ ಇನ್ನೊಬ್ಬ ಕಲಾವಿದೆಯ ಮೇಲೆ ಹುಟ್ಟುವಷ್ಟು ಪ್ರೀತಿ ಸಾಧಾರಣ ವ್ಯಕ್ತಿಯ ಮೇಲೆ ಹುಟ್ಟೂದು ಸಹಜವಲ್ಲ; ಇತರರು ಕಲಾವಿದರ ಪ್ರೀತಿಯನ್ನ ಬಯಸೂದು ಅತಿಕ್ರಮಣ ಅಂತ ನಾನು ಅರ್ಥಮಾಡಿಕೊಂಡಿದೀನಿ.'

'ಏನು ನೀವಂತಿರೂದು?' ಅವರ ಗ್ರಹಿಕೆಯನ್ನು ವಿರೋಧಿಸುತ್ತಾ, ವಿರೋಧಕ್ಕೆ ಅಭಿನಯದಿಂದ ತೀವ್ರತೆಯನ್ನು ಸೇರಿಸಿ ಅವಳು ಕೇಳಿದಳು.

'ನಿನ್ನ ಸ್ವಂತ ವಿಷಯ ಬರೆಯುಕ್ಕೆ ಪತ್ರಿಕೆಯೋರಿಗೆ ಯಾವ ಅಧಿಕಾರವೂ ಇಲ್ಲ. ಸರಿಯಾದ ಕಾನೂನು ಮಾಡಿ ಅವರಿಗೆ ಜೈಲು ಶಿಕ್ಷೆ ಮಾಡಬೇಕು ಅಂತ ನನ್ನ ಅಭಿ ಪ್ರಾಯ. ಆದರೆ ಬೆಂಕಿ ಇಲ್ಲದೆ ಹೊಗೆ ಹುಟ್ಟುಲ್ಲ. ಮೋಹನಲಾಲನಲ್ಲಿ ನೀನು ಅನುರಕ್ತಳಾಗಿರ ಲಿಲ್ಲವೆ? ನಿಜ ಹೇಳು. ಅನಂತರ ಕಾರ್ತೀಕರಾಮನಲ್ಲಿ ಅನುರಾಗವಿರಲಿಲ್ಲವೆ? ನಿನ್ನನ್ನ ಭರ್ತ್ಸನೆಮಾಡುಕ್ಕೆ ನಾನು ಈ ಪ್ರಶ್ನೆ ಕೇಳ್ತಿಲ್ಲ. ನಿನಗೆ ಅದು ಸಹಜ. ಅದು ನಿನ್ನ ಪ್ರಪಂಚ. ಹೊರಗಿನವನಾದ ನನ್ನಂಥೋನಿಗೆ ಅದರೊಳಗೆ ಪ್ರವೇಶವಿರಬಾರದು. ಆದರೆ ವ್ಯವಹಾರ ಧರ್ಮ ಬೇರೆಯೇ ಇರುತ್ತೆ. ನೀವು ಹಣ ಇರೋರ ಕೈಗೆ ಸಿಕ್ಕಿಕೊತ್ತೀರಿ.'

ಅವರು ಅವಳ ಕಣ್ಣುಗಳನ್ನು ಹುಡುಕಿ ಹಿಡಿದಿಟ್ಟು ಆಡಿದ ಮಾತುಗಳನ್ನು ಅಲ್ಲಗಳೆ ಯಲು ಅವಳಿಗೆ ಹೆಣಗಿದರೂ ಸಾಧ್ಯವಾಗಲಿಲ್ಲ. 'ನೀವು ಮಾಡಿರುವ ಉಪಕಾರಕ್ಕೆ ಏನು ಕೊಟ್ಟರೂ ಸಾಲದು. ಪ್ರವೇಶವಿರಬಾರದು ಅಂತ ಯಾಕಂತೀರಿ?' ಎಂದು ಅವರ ಎರಡು ಕೈಗಳನ್ನೂ ಹಿಡಿದು ಹಿಸುಕಿದಳು.

'ಉಪಕಾರ ಮಾಡೂದಿದ್ದರೆ ಮಾಡಿ ನಿಮ್ಮ ಕಲೆಯನ್ನ ನೋಡಿ ಆನಂದಿಸಿ ದೂರವಿರ ಬೇಕು. ಆದರೆ ಯಾರಿಗೂ ಹಾಗೆ ನಿರ್ಲಿಪ್ತರಾಗಿರುಕ್ಕೆ ಸಾಧ್ಯವಿಲ್ಲ. ಕಲಾವಿದರ ಮೇಲೆ ಹುಟ್ಟುವ ಆಕರ್ಷಣೆ ಮೂಲಮಾಯೆಯನ್ನ ಮೀರಿಸುತ್ತೆ. ಅದಕ್ಕೇ ಎಷ್ಟೋ ಜನ ತಮ್ಮ ಆಸ್ತಿ ಅಡವುಗಳನ್ನೆಲ್ಲ ಕಲಾವಿದೆಯರಿಗೆ ಒಪ್ಪಿಸಿ ಭಿಕಾರಿಗಳಾಗ್ತಾರೆ. ಆಸ್ತಿ ಇದ್ದು ಸ್ವಾತಂತ್ರ್ಯವೂ ಇದ್ದರೆ ಹೆಂಗಸರೂ ಕಲಾವಿದರಿಗೆ ಒಪ್ಪಿಸಿ ಟೋಪಿ ಬೀಳ್ತಿದ್ದರು. ಆದರೆ ನೀನು ಎಂದೂ ನನ್ನನ್ನು ಕೇಳಲಿಲ್ಲ. ನಾನು ನಿನಗೆ ಕೊಟ್ಟಿದ್ದೇನಿದ್ದರೂ ಸ್ವಯಿಚ್ಛೆಯಿಂದ. ಅದೂ ನನ್ನ

ಗಳಿಕೆಯ ತೃಣಮಾತ್ರವನ್ನ. ನಿನಗೆ ದುರಾಶೆ ಇಲ್ಲ. ಗಂಡಸರನ್ನು ಮಾಯೆಗೆ ಸಿಕ್ಕಿಸಲು ಕಲೆಯನ್ನು ಬಳಸುವ ಲೌಕಿಕವಿಲ್ಲ. ಅದಕ್ಕೇ ನಾನು ನಿನ್ನನ್ನ ಗೌರವಿಸ್ತೀನಿ.'

ಅವಳಿಗೆ ನೆಮ್ಮದಿಯಾಯಿತು. ನನ್ನನ್ನು ನೀವೊಬ್ಬರೇ ಅರ್ಥಮಾಡಿಕೊಂಡಿರೋರು, ಎನ್ನುತ್ತಾ ಅವರ ತುಟಿಗೆ ಮುತ್ತಿಟ್ಟಳು. ಅವಳ ಕಣ್ಣುಗಳಲ್ಲಿ ನೀರು ತುಂಬಿಕೊಂಡಿತು. ಅದನ್ನು ತಮ್ಮ ಬೆರಳುಗಳಿಂದ ಒರೆಸುತ್ತಾ ಅವರು ಹೇಳಿದರು: 'ಅದಕ್ಕೇ ನಿನ್ನ ಸ್ನೇಹವನ್ನ ಯಾವತ್ತಿಗೂ ಮುಂದುವರೆಸಬೇಕು ಅನ್ನುವ ಮನಸ್ಸು ನನಗಿದೆ. ನಿನಗೆ ಯಾವತ್ತು ಏನು ಕಷ್ಟವಿದ್ದರೂ ನನಗೆ ಫೋನುಮಾಡು. ನಾನು ಬದುಕಿರುವವರೆಗೆ ಸಹಾಯ ಮಾಡ್ತೀನಿ. ಶರೀರವನ್ನ ನಿನ್ನ ಕಲಾವಿದ ಮಿತ್ರರಿಗೆ ಅರ್ಪಿಸಿಕೊಂಡಿದೀಯ ಅಂತ ಮಾತ್ರವಲ್ಲ, ನಿನ್ನ ಮನಸ್ಸು ಅತ್ತ ಹರಿದಿದೆ ಅನ್ನೂದು ಅರ್ಥವಾದ ನಂತರ ನನಗೆ ನಿನ್ನಮೇಲೆ ಪ್ರೇಮ ಉಳಿದಿಲ್ಲ. ಅದು ಇಲ್ಲದೆ ಶರೀರಸುಖ ಬಯಸೂದು ಮೃಗಪ್ರವೃತ್ತಿಯಾಗುತ್ತೆ. ಎಪ್ಪತ್ತನ್ನು ಮುಟ್ಟುತ್ತಿರುವ ಈ ವಯಸ್ಸಿನಲ್ಲಿ ನನಗೆ ಕೇವಲ ಶರೀರಸುಖ ಸಾಧ್ಯವೂ ಇಲ್ಲ, ಅಗತ್ಯವೂ ಇಲ್ಲ. ನೀನು ಸಂಪೂರ್ಣ ನನ್ನವಳೇ ಆಗಿದ್ದ ವರ್ಷಗಳನ್ನ ನನ್ನ ಜನ್ಮದ ಭಾಗ್ಯದ ಅವಧಿ ಅಂತ ತಿಳಕೊಂಡರ್ತೀನಿ,' ಎಂದು ಹೇಳಿ ಅವರು ಅವಳ ಬಲಗೈಯನ್ನು ತೆಗೆದುಕೊಂಡು ಹಿಡಿದು ಹಿಸುಕಿದರು. ಅವರ ಮಾತುಗಳನ್ನು ವಿರೋಧಿಸುವ, ಅಲ್ಲಗಳೆ ಯುವ, ಶಕ್ತಿ ಅವಳಿಗೆ ಬರಲಿಲ್ಲ. ಕತ್ತೆತ್ತಿ ಅವರ ದೃಷ್ಟಿಯನ್ನು ಎದುರಿಸುವ ಶಕ್ತಿಯೂ ಹುಟ್ಟಲಿಲ್ಲ. ನರಗಳು ಉಬ್ಬಿಕೊಂಡು ತನ್ನ ಕೈಯನ್ನು ಹಿಸುಕಿ ಹಿಡಿದಿರುವ ಅವರ ಬಲಗೈ ಯನ್ನು ನೋಡತೊಡಗಿದಳು. ಹದಿನೈದುವರ್ಷಗಳ ಹಿಂದೆ ಇವರು ತನ್ನ ಕೈಯನ್ನು ಇದೇ ಬಿಗಿಯಿಂದ ಹಿಡಿದಿದ್ದ, ಅಲ್ಲಿಂದ ಇವರ ಮತ್ತು ತನ್ನ ಪ್ರೇಮವು ಚಿಗುರಿ ಬೆಳೆದ ನೆನಪುಮೂಡಿತು. ತಾನು ಏನಾದರೂ ಮಾತನಾಡಬೇಕು. ಮೋಹನಲಾಲರ, ಕಾರ್ತೀಕನ ಬಗೆಗಿನ ಆಕರ್ಷಣೆ ಬೇರೆ ರೀತಿಯದು, ನನ್ನ ನಿಮ್ಮ ನಡುವೆ ಇರುವ ಪ್ರೀತಿಗೆ ಅದನ್ನು ಹೋಲಿಸೂದು ತಪ್ಪು, ಎಂದು ಏನಾದರೂ ಹೇಳುವ ಇಚ್ಛೆಯಾದರೂ ಒಳಗಿನಿಂದ ಮಾತು ಹುಟ್ಟಲಿಲ್ಲ.

– ೧೧ –

ಒಂಟಿತನ ಬಾಧಿಸತೊಡಗಿತು. ಶಾಲೆಯಲ್ಲಿ ಗುರುವೆಂಬ ಬಿಗಿಯನ್ನು ಇಟ್ಟುಕೊಳ್ಳಬೇಕು. ಮನೆಗೆ ಬಂದರೆ ಯಾರೂ ಇಲ್ಲ. ಈ ಸ್ಥಿತಿ ಹೇಗೆ ಬಂತು? ಎಂದು ಆಲೋಚನೆಮಾಡಿದ್ದ ಸಂಗತಿಗಳೇ ತಲೆಯಲ್ಲಿ ಮತ್ತೆ ಮತ್ತೆ ಗಾಣ ಸುತ್ತುತ್ತಿದ್ದವು. ಇನ್ನುಮೇಲೆ ಪೇಪರಿನವರನ್ನು ಹತ್ತಿರ ಸೇರಿಸಬಾರದೆಂದು ಮನಸ್ಸು ಹೇಳುತ್ತಿತ್ತು. ಆದರೆ ಅವರಿಂದ ಸಂಪೂರ್ಣ ದೂರ ವಾದರೆ ನರ್ತನಜಗತ್ತಿನ ಮುಂಚೂಣಿಯಲ್ಲಿರುವುದು ಸಾಧ್ಯವಿಲ್ಲ ಎಂಬ ವ್ಯವಹಾರಜ್ಞಾನವೂ ಎಚ್ಚರಿಸುತ್ತಿತ್ತು. ಕಾರ್ತೀಕನನ್ನು ಮನಸ್ಸಿನಿಂದ ಸಂಪೂರ್ಣವಾಗಿ ವಜಾಮಾಡಿದಳು. ಆದರೆ

ಮೋಹನಲಾಲನ ನೆನಪು ಬಾಧಿಸತೊಡಗಿತು. ತೀವ್ರ, ಉತ್ಕಟಪ್ರೇಮವೆಂದರೆ ಅವನೊಡನೆ ಇದ್ದ ಆರಂಭದ ವರ್ಷದ್ದು ಎಂಬ ನೆನಪು ತುಂಬಿಕೊಳ್ಳುವುದು. ಮಿತ್ತಲ ಸಾಹೇಬರ ಮಾತು ನಿಜ. ಕಲಾವಿದೆಗೆ ಇನ್ನೊಬ್ಬ ಕಲಾವಿದನೊಡನೆ, ಕಲಾವಿದನಿಗೆ ಇನ್ನೊಬ್ಬ ಕಲಾವಿದೆಯೊಡನೆ ಆಗುವ ಪ್ರಣಯದ ತೀವ್ರತೆ ಬೇರೆ ಯಾರೊಡನೆಯೂ ಹುಟ್ಟುವುದಿಲ್ಲ ಎನ್ನಿಸತೊಡಗಿತು. ಆರುಸಾವಿರ ಕಳಿಸಬೇಕೆಂದರೆ ಎಲ್ಲೋ ಕಾರ್ಯಕ್ರಮ ಸಿಕ್ಕಿದೆ. ದೇವಲಾಲಿ ಮಾರ್ಗ ಕೋರೆಗಾಂವ್‌ಗೆ ಹೋಗಿಬಂದರೆ ಹೇಗೆ? ಎಂಬ ವಿಚಾರವೂ ಬಂತು. ಆದರೆ ತನಗಾದ ಅವಮಾನವನ್ನೆಲ್ಲ ಕೂಡಿಟ್ಟುಕೊಂಡು ಮುಯ್ಯಿ ತೀರಿಸಿಕೊಳ್ಳುತ್ತಾನೆಂಬ ಅಂಜಿಕೆ ತುಂಬಿಕೊಂಡಿತು.

ಒಂದುದಿನ ಅಂಚೆಯಲ್ಲಿ 'ಶ್ರುತಿ' ಸಂಗೀತಸಭೆಯ ಒಂದು ಅಚ್ಚಾದ ಪ್ರಚಾರಪತ್ರ ಬಂತು. ಮೇಲೆ 'ಪ್ರಸಾರದ ಕೃಪೆಗಾಗಿ' ಎಂದು ಕೂಡ ಮುದ್ರಿಸಿತ್ತು. ದಿಲ್ಲಿಯಲ್ಲಿ ಪಂಡಿತ ಮೋಹನಲಾಲರ ಕಛೇರಿ ಏರ್ಪಡಿಸಿತ್ತು. ಟಿಕೇಟು ದರ ದೊರೆಯುವ ಸ್ಥಳ ಹಾಗೂ ದೂರವಾಣಿ ಸಂಖ್ಯೆಗಳನ್ನು ಕೊಟ್ಟಿದ್ದುದಲ್ಲದೆ ತುಸು ದೊಡ್ಡದಾಗಿ ಕಲಾವಿದನ ಪರಿಚಯ ಕೊಟ್ಟಿತ್ತು. ಗಾಯಕನಾಗಿ ಹೊಸಹುಟ್ಟು ಪಡೆದ ಪಂಡಿತ ಮೋಹನಲಾಲರ ಬಗೆಗೆ ಮುಂಬಯಿ ಪತ್ರಿಕೆಗಳ ಅಭಿಪ್ರಾಯಗಳ ಕೆಲವು ತುಣುಕುಗಳನ್ನು ಕೆಳಗೆ ಕೊಟ್ಟಿದ್ದೇವೆ: 'ಮೂರೂವರೆ ವರ್ಷಗಳಲ್ಲಿ ಸಂಪೂರ್ಣ ನೃತ್ಯಗಾಯಕನಾಗಿ ಶುದ್ಧ ರಾಗಸಂಗೀತಲೋಕಕ್ಕೆ ಕಳೆದುಹೋಗಿದ್ದ ಮೋಹನಲಾಲರು ಮುಂಬಯಿ ಪ್ರೆಸ್‌ಕ್ಲಬ್‌ಗೆ ಕೊಟ್ಟ ಬೆನೆಫಿಟ್ ಕಾರ್ಯಕ್ರಮ ದಲ್ಲಿ ತಮ್ಮ ಗಟ್ಟಿ ಪುನರ್ಜನ್ಮವನ್ನು ಸಾಧಿಸಿ ತೋರಿಸಿದ್ದಾರೆ. ನಾಟ್ಯಗಾಯನ, ನರ್ತನಗಾಯನ, ಠುಮರಿ ಮೊದಲಾದ ಗಾಯನದ ಬೇರೆ ಬೇರೆ ಪ್ರಕಾರಗಳಿಗೆ ತಾಯಿಬೇರಾದ ರಾಗಗಾಯನ ದಲ್ಲಿ ತಮ್ಮ ಅನನ್ಯ ಸಾರ್ವಭೌಮತ್ವವನ್ನು ಪ್ರತಿಷ್ಠಾಪಿಸಿಕೊಂಡಿದ್ದಾರೆ.' 'ಲಘುಪತ್ರಿಕೆಗಳು ಏನೇ ಬರೆದಿರಲಿ, ಮೋಹನಲಾಲರ ಪುನರಾಗಮನವು ಸಂಗೀತಪ್ರೇಮಿಗಳಿಗೆ ಇತ್ತೀಚಿನ ವರ್ಷಗಳ ಅತ್ಯಂತ ಸಂತೋಷದ ಸುದ್ದಿಯಾಗಿದೆ.' 'ಶುದ್ಧ ರಾಗಸಂಗೀತಕ್ಕೆ ಹಿಂತಿರುಗಿದ್ದರೂ ತಮ್ಮಲ್ಲಿ ಮೊದಲೇ ಇದ್ದ ಭಾವಸಾಂದ್ರತೆಯನ್ನು ಮೋಹನಲಾಲರು ಅಲ್ಲಿ ಆದ ಅನುಭವ ದಿಂದ ಹೆಚ್ಚು ಶ್ರೀಮಂತಗೊಳಿಸಿಕೊಂಡಿದ್ದಾರೆ. ಕಲಾವಿದನ ಮಟ್ಟಿಗೆ ಹೇಳುವುದಾದರೆ ಅನುಭವಗಳನ್ನು ಒಳ್ಳೆಯ ಕೆಟ್ಟ ಎಂದು ವಿಂಗಡಿಸುವ ಬದಲು ಅವು ಅವನ ಕಲೆಯ ಭಾವಜ್ಞಾನ, ಭಾವಸ್ಫುಟತೆ, ಭಾವಸೂಕ್ಷ್ಮಗಳನ್ನು ಹೆಚ್ಚಿಸಲು ಸಹಾಯಕವಾದವೇ ಇಲ್ಲವೇ ಎಂಬ ದೃಷ್ಟಿಯಿಂದ ನೋಡಬೇಕು. ಮೋಹನಲಾಲರ ಮೂರೂವರೆವರ್ಷದ ಸ್ವಸ್ಥಾನಭ್ರಷ್ಟತೆ ಕೂಡ ಅವರ ಸಂಗೀತವು ಹೆಚ್ಚು ಪ್ರೌಢವಾಗಲು ಸಹಾಯಕವಾಗಿದೆ. ಈ ದೃಷ್ಟಿಯಿಂದ ಸಂಗೀತಪ್ರಪಂಚವು ನರ್ತನಲೋಕಕ್ಕೆ ಕೃತಜ್ಞವಾಗಿರಬೇಕು!' ಹೀಗೆ ಒಂದೂವರೆ ಪುಟಗಳ ಉದ್ಧರಣಗಳಿದ್ದವು.

ಈ ಪ್ರಚಾರಪತ್ರಿಕೆಯನ್ನು 'ಶ್ರುತಿ' ಸಭೆಯವರು ತನಗೆ ಕೀಟಳೆಗೆಂದು ಕಳಿಸಿದ್ದಾರೆಂದು ಅವಳಿಗೆ ಅನ್ನಿಸಲಿಲ್ಲ. ತಮ್ಮ ಕಾರ್ಯಕ್ರಮಗಳನ್ನು ಇತರ ಸಂಘ ಸಂಸ್ಥೆಗಳಿಗೆ ಪ್ರಸಾರಕ್ಕೆಂದು

ತಿಳಿಸುವುದು ಎಲ್ಲೆಲ್ಲೂ ಇರುವ ಪದ್ಧತಿ ಎಂದುಕೊಂಡಳು. ಹೌದು, ಅವನು ಮರುಹುಟ್ಟು ಪಡೆದಿದ್ದಾನೆ. ಪ್ರೆಸ್‌ಕ್ಲಬ್‌ನವರು ಸಹಾಯಾರ್ಥ ಕಛೇರಿ ಏರ್ಪಡಿಸಿದ್ದರೆಂದರೆ ದೊಡ್ಡದಾಗಿಯೇ ಪ್ರತಿಷ್ಠಾಪನೆಗೊಂಡಿದ್ದಾನೆ ಎಂದುಕೊಂಡಳು. ಮರುದಿನದ ವೃತ್ತಪತ್ರಿಕೆಗಳಲ್ಲೂ 'ಶ್ರುತಿ'ಯ ಕಛೇರಿಯು ಸುದ್ದಿಯಾಗಿ ಬಂತು. ಅಂದರೆ ದಿಲ್ಲಿಯ ಪತ್ರಿಕೆಗಳೂ ಅವನ ಬಗೆಗೆ ಸದಾಸ್ಥೆ ವಹಿಸಿವೆ. ಒಂದು ಕಡೆ ಅನುಕೂಲಕರ ಗಾಳಿ ಶುರುವಾದರೆ ಪತ್ರಿಕೆಗಳು ಅದೇ ದಿಕ್ಕು ಹಿಡೀತವೆ ಎಂದುಕೊಂಡಳು. ತಾನೂ ಈ ಕಛೇರಿ ಕೇಳಬೇಕೆಂದು ಇದ್ದಕ್ಕಿದ್ದಂತೆಯೇ ಆಶೆಯಾಯಿತು. ಟಿಕೀಟು ಸಿಕ್ಕುವ ಸ್ಥಳಗಳನ್ನು ಗಮನಿಸಿದಳು. 'ಶ್ರುತಿ'ಯ ಕಾರ್ಯಾಲಯ ಬೇಡ, ಎಂದು ತೀರ್ಮಾನಿಸಿದಳು. ತಾನೇ ಕರೋಲ್‌ಬಾಗಿಗೆ ಕಾರು ನಡೆಸಿಕೊಂಡು ಹೋಗಿ ಕೈಲಾಶ್ ಹೋಟೆಲಿನ ಕೌಂಟರಿನಿಂದ ಒಂದು ಟಿಕೇಟುಕೊಂಡಳು. ಕೌಂಟರಿನ ನಗದಿ ಇದೂ ಒಂದು ಕೆ.ಜಿ. ಬರ್ಫಿಯ ವ್ಯಾಪಾರವೆಂಬಂತೆ ಟಿಕೀಟು ಕೊಟ್ಟು ಹಣಪಡೆದ. ತನ್ನ ಗುರುತು ಹಿಡಿಯುವ ತಿಳಿವಳಿಕೆ ಇಲ್ಲವೆಂದು ಅವಳಿಗೆ ಹಗುರವಾಯಿತು. ಸಭಾಗೃಹದ ನಡುಭಾಗದಲ್ಲಿ ಜಾಗ ಸಿಕ್ಕಿತು. ಒಳ್ಳೆಯದೇ ಆಯಿತು ಎಂದುಕೊಂಡಳು. ಆದರೆ ಸಭಿಕರಲ್ಲಿ ತನ್ನ ಗುರುತು ಹಿಡಿಯುವವರು ಇದ್ದೇ ಇರುತ್ತಾರೆ. ಸಂಗೀತಪ್ರೇಮಿಗಳಲ್ಲಿ ಬಹುಭಾಗ ನೃತ್ಯಪ್ರೇಮಿಗಳೂ ಆಗಿರುತ್ತಾರೆ, ಪತ್ರಕರ್ತರಂತೂ ಬಂದೇ ಇರುತ್ತಾರೆ, ಎಂಬ ಆತಂಕ ಕಾಡಿತು. ಹೋಗುವುದೋ ಬೇಡವೋ ಎಂದು ಒಂದುದಿನ ತೊಳಲಿದಮೇಲೆ ಪತ್ರಿಕೆಯ ಬದ್ಮಾಷ್‌ಗಳಿಗೆ ಎಪ್ಪೆ ಹಾಕದಿದ್ದರೆ ನಾನೆಂಥ ನರ್ತಕಿ ಎಂದು ನಿರ್ಧಾರ ಮಾಡಿದಳು. ಸಿದ್ಧ ಉಡುಪುಗಳ ಅಂಗಡಿಗೆ ಹೋಗಿ ತನ್ನ ಅಳತೆಯ ಒಂದು ಬುರ್ಖಾವನ್ನು ಕೊಂಡಳು. ಸಂಗೀತಕ್ಕೆ ಹೋಗುವ ಮುನ್ನ ಮುಖಕ್ಕೆ ಬಣ್ಣ ಬಳಿದು ಎಡಕೆನ್ನೆಯ ಮೇಲೊಂದು ಬಲ ಕಣ್ಣಿನ ಕೆಳಗಿನ ಮೂಳೆಯ ಮೇಲೊಂದು ದಪ್ಪ ಕರಿ ಮಚ್ಚೆಗಳನ್ನು ಸೃಷ್ಟಿಸಿಕೊಂಡಳು. ಕಣ್ಣುಗಳನ್ನು ತುಂಬಿ ಹೊರ ಚೆಲ್ಲುವಷ್ಟು ಕಾಜಲ್ ಹಾಕಿ ಕನ್ನಡಿಯಲ್ಲಿ ನೋಡಿಕೊಂಡಳು. ತನಗೇ ಗುರುತು ಸಿಕ್ಕಲಿಲ್ಲ. ಕಛೇರಿ ಆರಂಭವಾಗಲು ಐದುನಿಮಿಷವಿರುವಾಗ ಸಭಾಗೃಹವನ್ನು ಪ್ರವೇಶಿಸಿ ತನ್ನ ಜಾಗದಲ್ಲಿ ಕೂತಳು. ಆರಂಭವಾಗಿ ಪ್ರೇಕ್ಷಕವಲಯದ ದೀಪಗಳು ಮಂದವಾಗಿ ಸಭಿಕರ ಗಮನವೆಲ್ಲ ವೇದಿಕೆಯಲ್ಲಿ ನೆಡುವತನಕ ತನ್ನ ಬುರ್ಖಾದ ಮುಖದ ಮುಚ್ಚಳವನ್ನು ತೆಗೆಯಲಿಲ್ಲ.

ಹೌದು, ಅವನು ತನ್ನ ಮೂಲಶಕ್ತಿಯಿಂದ ಪ್ರಕಾಶಿಸುತ್ತಿದ್ದಾನೆ. ಸ್ವರಶುದ್ಧಿ ಭಾವಶುದ್ಧಿಗಳು ಮಾತ್ರವಲ್ಲ, ಭಾವಶಾಂತಿಯನ್ನೂ ಸಾಧಿಸಿದ್ದಾನೆ. ಷಡ್ಜ ಹಚ್ಚಿದ ಕ್ಷಣದಲ್ಲಿಯೇ ಭಾವಶಾಂತಿ ಪ್ರಸರಿಸಿಬಿಟ್ಟಿತು. ನೀರಿನಂತೆ ತೆಳುವಾದದ್ದಲ್ಲ. ಹಾಲಿನಂತೆ ಮಂದವಾಗಿ ಸುತ್ತಲೂ ವಿಸ್ತರಿಸುವ, ಅದೂ ಅಲ್ಲ, ಬೆಳದಿಂಗಳಿನಂತೆ ಪಸರುವ ಶಾಂತಿ ಎನ್ನಿಸಿತು. ಇಲ್ಲಿ ಸದ್ದುಗದ್ದಲಕ್ಕೆ ಆಸ್ಪದ ವಿಲ್ಲ, ತಬಲಜಿಯ ಅಹಂಕಾರ ತಲೆ ಎತ್ತುವಂತಿಲ್ಲ, ಬಾಹ್ಯಗಮನವಿಲ್ಲ. ಇಡೀ ಚಲನೆಯು, ಗುರುತಿಸಲು ಕಷ್ಟವಾಗುವ, ಅಂತರಂಗದ ಕೇಂದ್ರವನ್ನು ಗೆಲ್ಲಲು ಸಜ್ಜಾಗುತ್ತಿರುವ ನಿಧಾನ ಚಲನೆ. ಧ್ಯಾನ. ನರ್ತನವಲ್ಲ. ಶುದ್ಧ ನಿಶ್ಶಬ್ದಲಾಸ್ಯ, ತಾಂಡವವಲ್ಲ, ಎಂದುಕೊಂಡಳು. ಸಭೆ ಮಾತ್ರವಲ್ಲ ಇಡೀ ಸಭಾಂಗಣವು ಧ್ಯಾನದಲ್ಲಿ ತೊಡಗಿದ ವಿಶಾಲ ಗುಹೆಯಂತಾಗಿದೆ.

ತುಸುಹೊತ್ತಿನಲ್ಲಿ ತನಗೇ ಶಾಂತಿಯ ಅನುಭವವಾಗುತ್ತಿದೆ. ಅವನು ತನ್ನ ಪ್ರೇಮಿಯಾಗಿದ್ದ, ಈಗ ಬಿಟ್ಟು ಹೋಗಿದ್ದಾನೆ. ತನಗೆ ಸ್ಪರ್ಧಿಯಾಗಿ ವಿಜೃಂಭಿಸುತ್ತಿದ್ದಾನೆ ಎಂಬ ಬಾಧಕಭಾವಗಳೆಲ್ಲ ಅಡಗಿ ತಣ್ಣಗಾಗಿ ಸ್ವರಶಾಂತಿಯೊಂದೇ ನಿಜವಾಗಿದೆ. ಕಪ್ಪು ಕಾಜಲ್ ಬಳಿದುಕೊಂಡಿದ್ದ ಕಣ್ಣಂಗಳಗಳಲ್ಲಿ ಸೂಕ್ಷ್ಮವಾಗಿ ನೀರು ದ್ರವಿಸಿತು. ಅಷ್ಟು ದೂರದ ವೇದಿಕೆಯ ಮಧ್ಯದಲ್ಲಿ ಕೂತು ಅರೆನಿಮೀಲಿತನಾಗಿ ಸ್ವರಶೋಧನೆಯಲ್ಲಿ ತೊಡಗಿರುವ ಅವನು ಕಾಣದಂತಾಯಿತು. ಕಣ್ಣಿನಿಂದ ಕಂಡೇನಾಗಬೇಕು ಎನ್ನಿಸಿ ರೆಪ್ಪೆಗಳನ್ನು ಮುಚ್ಚಿ ಕುಳಿತಳು. ಮಾರವಾ ರಾಗದ ಆಲಾಪವನ್ನೇ ಒಂದುತಾಸು ಮಾಡಿದ. ಮಾಡಿ ನಿಲ್ಲಿಸಿದ. ಚೀಸ್ ಹಾಡಲಿಲ್ಲ. ಅಂತರ್ಮುಖೀ ಠೇಕಗಳನ್ನು ಬಿಟ್ಟರೆ ತಬಲದವನಿಗೆ ಕೆಲಸದ ಅವಕಾಶವನ್ನೇ ಕೊಡಲಿಲ್ಲ. ಇದು ಕೇವಲ ರಾಗಗಾಯನವಲ್ಲ. ಮಂತ್ರಕ್ರಿಯೆ. ನಿಲ್ಲಿಸಿದ ನಂತರ ಕೂಡ ಮುಗಿಯಿತೆಂಬುದೂ ಅರ್ಥವಾಗದೆ ಪ್ರೇಕ್ಷಕರು ಕೇಳುತ್ತಲೇ ಕುಳಿತಿದ್ದರು.

ಅನಂತರ ಖಮಾಜ್ ರಾಗವನ್ನು ವಿಸ್ತಾರವಾಗಿ ಹಾಡಿ ವಿರಾಮಕೊಟ್ಟ. ಜನಗಳು ಚಹಾ ಕುಡಿಯಲು ಹೋದರು. ಇವಳು ಕುಳಿತಲ್ಲಿಂದ ಕದಲಲಿಲ್ಲ. ತನ್ನ ತಲೆಯ ಮುಸುಕನ್ನು ಮುಚ್ಚಿಕೊಂಡಳು. ಇವಳ ಎದುರಿಗೇ ಕುಳಿತಿದ್ದ ಇಬ್ಬರು ಗೆಳೆಯರು ಹೋಗಲಿಲ್ಲ. ಪೊಟ್ಟಣದಲ್ಲಿ ಸುತ್ತಿ ತಂದಿದ್ದ ಬೀಡವನ್ನು ತೆಗೆದು ಬಾಯಿಗೆ ಹಾಕಿ ಮಾತನಾಡಿಕೊಳ್ಳತೊಡಗಿದರು: 'ಅವಳನ್ನ ಬಿಟ್ಟದ್ದು ಒಳ್ಳೇದೇ ಆಯಿತು,' ಒಬ್ಬ ಎಂದ. "ಬರೀ ಅವನ ಗಾಯನ ಉಳಕೊಂಡಿತು ಅಂತ ಅಲ್ಲ. ಅವಳು ಹಾಕಿದ ಅನ್ನ ತಿಂದುಕೊಂಡು ಇರ್ತಿದ್ದನಂತೆ. ಮೇಲೆ ಮೂರುಕಾಸು ಕೈಖರ್ಚಿಗೆ ಇಲ್ಲದೆ. ಈಗ ಇವನ ಫ್ಹೀಜು ಎಷ್ಟು ಗೊತ್ತಾ? ಅವಳನ್ನು ಬಿಟ್ಟ ಐದುತಿಂಗಳಿನಲ್ಲಿ? ಐವತ್ತು ಸಾವಿರ. ಪ್ಲೇನ್ ಪ್ರಯಾಣ. ಇಂಪೀರಿಯಲ್ ಹೋಟೆಲಿನಲ್ಲಿ ಇಳಿಸಿದಾರಂತೆ. 'ಶ್ರುತಿ'ಯ ಟ್ರೆಶರರ್ ನನ್ನ ಕೊಲೀಗ್. ಹೇಳಿದ."

ವಿರಾಮದ ನಂತರ ಅವನು ಶಹಾನಾ ಆರಂಭಿಸಿದ. ದಿಲ್ಲಿಯ ಶ್ರೋತೃಗಳಿಗೆ ಅಪೂರ್ವದ ರಾಗವಾಗಿತ್ತು. ಇವಳಿಗೆ ಅದು ಒಂದು ವಿಧವಾದ ಅವಲಂಬನೆಯನ್ನು ಕೊಟ್ಟಿತು. ಅಢಾಣದ ಉತ್ಸಾಹ, ದರ್ಬಾರಿಯ ಗಾಂಭೀರ್ಯ, ಮಲ್ಹಾರದ ಸಂಕಟದ ನಡುವಿನ ಭರವಸೆಗಳನ್ನು ಸೂಚಿಸುತ್ತಾ ಕಷ್ಟವೇ ಕೊನೆಯಲ್ಲ, ತಾಳಿದರೆ ಬಾಳುಂಟು ಎಂಬಂತಹ ಸಹಿಷ್ಣುತಾಶಕ್ತಿ ಮೂಡತೊಡಗಿತು. ನಿ ಧನಿಪ, ಧಮಪ ಎಂಬ ಸ್ವರವಿನ್ಯಾಸಸ್ಥಾನಗಳಲ್ಲಿ ತನ್ನ ಬಲಗೈಯನ್ನಾಡಿಸುತ್ತಾ ಭಾವವನ್ನು ಆತ್ಮಸಾತ್ ಮಾಡಿಕೊಳ್ಳತೊಡಗಿದಳು. ತಾನು ಧರಿಸಿರುವ ಬುರ್ಖಾಕ್ಕೆ ಈ ಹಸ್ತವಿನ್ಯಾಸವು ವಿಸಂಗತವಾಗುತ್ತದೆಂದು ಎಡಬಲದವರೋ ಹಿಂಬದಿಯವರೋ ಅಂದುಕೊಂಡಾರೆಂಬ ಆತಂಕವೂ ಆಗಲಿಲ್ಲ. ಸಂಚಾರೀಭಾವ ಗಳು ಬೆಳೆದು ಹೊಳೆಯಾಗಿದ್ದ ರಾಗವು ನದಿಯಾಗಿ ತುಂಬಿಕೊಂಡನಂತರ ಇವನೊಬ್ಬನೇ ನನಗೆ ದಿಕ್ಕು ಎನ್ನಿಸಿಬಿಟ್ಟಿತು. ಇಷ್ಟು ದೊಡ್ಡ ಗಾಯಕ, ಹೇಳಿದಂತೆ ಕೇಳುತ್ತಿದ್ದ, ಸಂಪೂರ್ಣ ನನ್ನವನಾಗಿದ್ದ. ಅವನಿದ್ದರೂ ಕಾರ್ತೀಕನನ್ನು ಬಯಸಿದೆ, ಒಪ್ಪಿ ಒಪ್ಪಿಸಿಕೊಂಡೆ, ಅದಕ್ಕೇ ಹೀಗೆ ಶಿಕ್ಷಿಸಿ ಹೊರಟುಹೋದ, ಎನ್ನಿಸಿತು. ಮೋಹನ್, ನೀನು ಮಾಡಿದ ಶಿಕ್ಷೆಗೆ ನಾನು ಅರ್ಹಳು, ನಿನ್ನದು ತಪ್ಪಿಲ್ಲ, ನೀನು ಕ್ರೂರಿಯಲ್ಲ,

ಉದಾತ್ತ. ಶಿಕ್ಷೆಗೂ ಮಿತಿಯಿರಬೇಕು, ಅದು ತಪ್ಪಿನ ಸಮತೂಕದ್ದಾಗಿರಬೇಕು. ನೀನು ಒಂದು ಶತಾಂಶ ಮಾತ್ರೆಯೂ ಸಮವನ್ನು ಮೀರುವವನಲ್ಲ, ನನ್ನನ್ನು ಒಪ್ಪಿಕೊ. ನನ್ನ ನರ್ತನಕ್ಕೆ ಹಾಡಬೇಡ, ನನ್ನ ಕಾರ್ಯಕ್ರಮಗಳಿಗೆ ಬರಬೇಡ, ಈಗ ಮನೆ ಸಂಪೂರ್ಣ ಖಾಲಿ ಇದೆ. ಅಲ್ಲಿ ಇದ್ದುಬಿಡು. ನಿನಗೆ ಬೇಕಾದಂತೆ ಅಭ್ಯಾಸಮಾಡು, ಸ್ವರಸಾಧನೆ ಮಾಡು. ನಿನ್ನ ಕೋಣೆಯ ಹೊರಗಿನಿಂದಲೇ ಅದನ್ನು ಕೇಳಿ ನಾನು ಆಯಾದಿನಕ್ಕೆ ಬೇಕಾದ ಶಕ್ತಿಯನ್ನ ಪಡೀತೀನಿ. ನಿನಗಿಷ್ಟ ಬಂದಂತೆ ಕಛೇರಿ ಗಳನ್ನ ಒಪ್ಪಿಕೊ. ನಿನಗಿಷ್ಟ ಬಂದಷ್ಟು ಫೀ ಸಂಪಾದಿಸು. ನನಗೆ ಒಂದು ಕಾಸೂ ಕೊಡಬೇಡ. ನಿನ್ನ ವಾಸ ಊಟ ಬಟ್ಟೆ ಸೇವೆಗಳೆಲ್ಲ ನನ್ನದು. ನನಗಾದರೂ ಬೇರೆ ಯಾರಿದಾರೆ? ನಿನಗೆ ಅರ್ಪಿಸಿ ನಿನ್ನ ಸೇವೆ ಮಾಡೂದರಲ್ಲೇ ನನ್ನ ಜೀವನದ ಸಾರ್ಥಕ್ಯವಿದೆ. ಮಿತ್ತಲ್ ಸಾಹೇಬರ ಮಾತು ನಿಜ. ಕಲಾವಿದೆಯು ಇನ್ನೊಬ್ಬ ಕಲಾವಿದನನ್ನು ಮಾತ್ರ ಪ್ರೀತಿಸಬಲ್ಲಳು. ನಿನ್ನಂತೆ ಭಾವದ ಮಹಾನದಿಯನ್ನು ತುಂಬಿಹರಿಸುವ ಬೇರೊಬ್ಬನಿಲ್ಲ.

ಪ

ನಿ ಮ ಪಸಾ ಆಹ್ ಆಹ್ ನೀನು ಕೋಪದಲ್ಲಿ ಹೋಗಿ ಆ ಹೆಂಡತಿಯ ಬೋನಿಗೆ ಬಿದ್ದಿಲ್ಲತಾನೆ? ನಿನ್ನ ಗಾಯನ ಮುಗಿದ ಒಂದುತಾಸಿನ ನಂತರ ಇಂಪೀರಿಯಲ್ ಹೋಟೆಲಿಗೆ ಬರ್ತೀನಿ. 'ಶ್ರುತಿ'ಯ ಕಾರ್ಯದರ್ಶಿ ಮೊದಲಾಗಿ ಜನರಿದ್ದರೂ ಭಯವಿಲ್ಲ. ಈ ಬುರಖಾ ತೆಗೆದು ಕಾರಿನಲ್ಲಿ ಹಾಕಿಯೇ ಬರ್ತೀನಿ, ನಾವಿಬ್ಬರೂ ಒಂದೇ ಆಗುವಾಗ ಯಾರು ಏನಂದುಕೊಂಡಾರೆಂಬ ಅಂಜಿಕೆ ಏಕೆ? ಯಾವ ಪೇಪರಿನೋನು ಏನಾದರೂ ಬರೆದು ಕೊಳ್ಳಲಿ, ಪ್ರೇಮಿಗಳು ಶಾಶ್ವತವಾಗಿ ಒಂದಾಗುವ ಘನಮುಹೂರ್ತದಲ್ಲಿ ಶಹನಾಯಿ ನುಡಿದರೆ ಶುಭನಾದ, ನಾಯಿ ಬೊಗುಳಿದರೆ ದೃಷ್ಟಿ ನಿವಾರಣೆ.

ಕಾರಿನಲ್ಲಿ ಕುಳಿತಾಗ ತುಸು ಎಚ್ಚರಹುಟ್ಟಿತು. ಮುನ್ನುಗ್ಗಿ ಹೋಗುವ ಲಹರಿ ನನಗೆ ಬಂದಿದೆ. ಅವನು ಹೇಗೆ ವರ್ತಿಸುತಾನೋ! ಜನರ ಎದುರಿಗೆ ಅವಮಾನಕರವಾಗಿ ತಿರಸ್ಕರಿಸಿದರೆ! ಸ್ಟಾರ್ಟ್‌ಮಾಡದೆ ಹತ್ತುನಿಮಿಷ ಮೌನವಾಗಿ ಕುಳಿತಳು. ಮನೆಗೆ ಹೋಗುವುದು. ಒಂದುತಾಸಿನ ನಂತರ ಫೋನು ಮಾಡುವುದು, ಎಂದು ತೀರ್ಮಾನಿಸಿ ಚಾಲನೆ ಮಾಡಿದಳು. ಆದರೆ ಮನೆಯನ್ನು ಮುಟ್ಟಿ ಬಾಗಿಲು ತೆಗೆದಮೇಲೆ ಇಂಥ ಸನ್ನಿವೇಶದಲ್ಲಿ ದೂರಧ್ವನಿಯು ಭಾವಸೇತುವನ್ನು ನಿರ್ಮಿಸುವುದಿಲ್ಲ. ಎದುರಿಗೆ ಹೋಗಬೇಕು. ಕಣ್ಣಿನಲ್ಲಿ ಕಣ್ಣನ್ನು ಜೋಡಿಸಿ ಅಂತರಂಗದಾಳಕ್ಕೆ ಇಳಿದು ಪ್ರವೇಶಿಸಬೇಕು. ಎಡಹಸ್ತದಿಂದ ಭುಜ ಹಿಡಿದು ಬಲಹಸ್ತದಿಂದ ಪಾದಗ್ರಹಣ ಮಾಡಿ ವಿರೋಧವನ್ನು ಆರಂಭದಲ್ಲೇ ಮುಳುಗಿಸಿ ಮಾತನಾಡಬೇಕು, ಎನ್ನಿಸಿತು. ಈಗಲೂ ಅಲ್ಲಿಗೆ ಹೋಗೋಣವೆ? ಹೋಗುವ ವೇಳೆಗೆ ಒಟ್ಟು ಒಂದೂಕಾಲು ತಾಸು ಕಳೆದಿರುತ್ತೆ, ಎಂದು ಗಡಿಯಾರ ನೋಡಿಕೊಂಡಳು. ರಾತ್ರಿ ಹತ್ತರ ನಂತರ ಕೋಣೆಗೆ ಸಂದರ್ಶಕರನ್ನು ಬಿಡುವುದಿಲ್ಲ ಎಂಬ ಅಡ್ಡಿಯ ಜೊತೆಗೆ ನಿಮ್ಮನ್ನು ನೋಡಲು ಇಂಥವರು ಬಂದಿದಾರೆ ಅಂತ ಮೊದಲು ಫೋನಿನಲ್ಲಿ ಹೇಳುವುದು ಅಲ್ಲಿಯ ಕ್ರಮ. ನನ್ನ ಹೆಸರು ಕೇಳಿದ ತಕ್ಷಣ ಅವನು ಸಂದರ್ಶನವನ್ನು ನಿರಾಕರಿಸಬಹುದು

ಎಂಬ ಆತಂಕ ಕಾಣಿಸಿತು. ಯಾವ ದಾರಿಯೂ ಕಾಣದೆ ಫ್ರಿಜ್‌ನಿಂದ ಊಟ ತೆಗೆದು ಬಿಸಿ ಕೂಡ ಮಾಡಿಕೊಳ್ಳದೆ ತಿಂದು ಮಲಗಿದಳು. ನಾಗಪುರದಲ್ಲಿ ಎಷ್ಟು ಸುಲಭವಾಗಿ ಸೇರಿ ದೆವು! ಯಾವ ಅಡ್ಡಿಯೂ ಎದುರಾಗಲಿಲ್ಲ. ಮನಸ್ಸಿನಲ್ಲಿ ಸುಳಿಯಲಿಲ್ಲ. ಮನೋಹರೀ, ರಾತ್ರಿ ಇಲ್ಲೇ ಇದ್ದುಬಿಡಿ, ಎಂದ. ನಾನು ಇದ್ದುಬಿಟ್ಟೆ. ಯಾವ ಪ್ರೇಮಿಗಳೂ ಅನುಭವಿಸದ ಉತ್ಕಟತೆಯಿಂದ ಯಾವ ರಾಸಾಯನಿಕ ಪ್ರಯೋಗವೂ ವಿಂಗಡಿಸಲು ಸಾಧ್ಯವಾಗದ ಏಕತೆಯಿಂದ ಬೆರೆತುಬಿಟ್ಟೆವು. ಆದರೆ ಈಗ ಒಂದುಸಲ ಒಡೆದ ನಂತರ ಸಂಪರ್ಕ ಸಾಧಿಸುವುದಕ್ಕೇ ಎಷ್ಟು ಅಡ್ಡಿ ಕಾಣಿಸುತಿದೆ! ಎಂದುಕೊಂಡಳು. ಗಡಿಯಾರ ನೋಡಿದಳು. ಇಷ್ಟುಹೊತ್ತಿನಲ್ಲಿ ಫ್ಲೋನ್ ಮಾಡಿದರೂ ಸ್ವಾಗತ ಮೇಜಿನವರು ಎಚ್ಚರಮಾಡಿ ಸಂಪರ್ಕ ಕೊಡುವುದಿಲ್ಲ. ಸಾರಿ. ನಮ್ಮ ಅತಿಥಿ ವಿಶ್ರಾಂತಿಯಲ್ಲಿದ್ದಾರೆ ಎಂದುಬಿಡ್ತಾರೆ, ಅಡ್ಡಿ ಕಂಡಿತು.

ಎರಡುವಾರ ಕಳೆದಿತ್ತು. ಯಾವ ಹಾದಿಯೂ ತೋಚಿರಲಿಲ್ಲ. ಒಂದು ಬೆಳಗ್ಗೆ ಶಾಲೆ ಯಲ್ಲಿದ್ದಾಗ ಫ್ಲೋನ್ ಬಂತು. 'ದೀದೀ, ನನ್ನ ನೆನಪು ಉಳಿದಿದೆಯೆ, ಅದಿತಿ ಅಗರವಾಲ್, ನಿಮ್ಮ ಶಿಷ್ಯೆ. ನೀವು ತಮಾಷೆಗೆ ಎ.ಎ. ಅಂತಿದ್ದಿರಿ. ನನ್ನ ಮದುವೆಗೂ ಬಂದು ಆಶೀರ್ವಾದ ಮಾಡಿದ್ದಿರಿ. ತೌರುಮನೆಗೆ ಬಂದಿದೀನಿ. ನಿಮ್ಮನ್ನ ನೋಡಬೇಕು ಅನ್ನಿಸಿದೆ.'

'ಬಂಬಯಿಗಲ್ಲವೆ ನಿನ್ನನ್ನ ಕೊಟ್ಟದ್ದು?'

'ಥ್ಯಾಂಕ್ಯೂ ದೀದಿ, ನೀವು ಜ್ಞಾಪಕದಲ್ಲಿಟ್ಟುಕೊಂಡಿದೀರಿ.'

'ಬಾ. ಇನ್ನು ಅರ್ಧಗಂಟೆಗೆ ಬಿಡುವಾಗ್ತೀನಿ,' ಹೇಗಾದರೂ ಮಾತು ತೆಗೆದು ಸಂಕೋಚ ಬಿಟ್ಟು ಅವನ ಬಗೆಗೆ ವಿಚಾರಿಸಬೇಕು, ಎಂದುಕೊಂಡಳು. ಅವಳಿಗೆ ಸಂಗೀತದ ಆಸಕ್ತಿಯೂ ತುಂಬ ಇತ್ತು ಎಂಬ ನೆನಪುಬಂತು.

ತರಗತಿಗಳೆಲ್ಲ ಮುಗಿದು ಓಂಪ್ರಕಾಶ್ ಕೂಡ ಹೋಗಿ ಆಗಿತ್ತು. ಇಷ್ಟುದೊಡ್ಡ ಕಟ್ಟಡದಲ್ಲಿ ಒಬ್ಬಳೇ ಎನ್ನಿಸುತ್ತಿತ್ತು. ಬೆಳಗ್ಗೆ ಹತ್ತರಿಂದ ಸಂಜೆ ನಾಲ್ಕರವರೆಗೆ ಸಂಪೂರ್ಣ ಖಾಲಿ. ಮಿತ್ತಲ್ ಸಾಹೇಬರು ತಿಂಗಳಿಗೊಮ್ಮೆ ಒಂದುತಾಸು ಬರುತ್ತಿದ್ದರೂ ಈ ಖಾಲಿ ಹೊಡೆಯುತ್ತಿರ ಲಿಲ್ಲ, ಎಂಬ ನೆನಪಾಯಿತು. ಮೋಹನನಂತೂ ಇಲ್ಲಿ ಒಂದುತಿಂಗಳೂ ಪೂರ್ತಿ ಇರಲಿಲ್ಲ. ಕಾರ್ತೀಕ ಮಾತ್ರ ಇದ್ದ. ಆದರೂ ಇದು ಮಿತ್ತಲ್ ಸಾಹೇಬರದು ಎಂಬ ಭಾವನೆ ನನ್ನ ಮನಸ್ಸಿನಿಂದ ಹೋಗಿಲ್ಲ, ಎಂದುಕೊಂಡಳು. ಆ ಮನೆಯನ್ನು ಬಾಡಿಗೆಗೆ ಕೊಟ್ಟು ನಾನು ಇಲ್ಲೇ ಇದ್ದುಬಿಟ್ಟರೆ ಹೇಗೆ? ಎಂಬ ವಿಚಾರ ಹುಟ್ಟಿತು. ತಿಂಗಳಿಗೆ ಎಂಟು ಹತ್ತು ಸಾವಿರ ವಾದರೂ ಬರುತ್ತೆ. ವಿದ್ಯುತ್ ಖರ್ಚು ಉಳಿಯುತ್ತೆ. ಪೆಟ್ರೋಲ್ ಖರ್ಚು ಕಮ್ಮಿಯಾಗುತ್ತೆ. ಇಲ್ಲಿಯ ಇಡೀ ಮೇಲ್ಭಾಗ ಖಾಲಿ ಇದೆ, ಎಂದುಕೊಂಡಾಗ ವಿವೇಕವೆನ್ನಿಸಿತು.

ಬಾಗಿಲು ತೆರೆದ ತಕ್ಷಣ, ಅದಿತಿಯ ಮದುವೆಯಾಗಿ ಆರುವರ್ಷವಾಯಿತಲ್ಲವೆ? ಬಾಗಿ ಪಾದಸ್ಪರ್ಶ ಮಾಡುವಾಗಲೇ ರವಿಕೆಯಿಂದ ಇಣುಕುವ ಪಕ್ಕೆಗಳ ನಸುಬೊಜ್ಜು. 'ಡಾನ್ಸ್ ಅಭ್ಯಾಸ ಬಿಟ್ಟುಬಿಟ್ಟೆಯಾ?'

'ನೀವು ಬೈಯ್ತೀರಿ ಅಂತ ನನಗೆ ಅನ್ನಿಸಿತ್ತು. ನಿಮಗೆ ಒಂದು ಔನ್ಸ್ ಕೂಡ ತೂಕ ಏರಿಲ್ಲ. ನಾನು ಆಹಾರದಲ್ಲಿ ತುಂಬ ಕಟ್ಟುನಿಟ್ಟು. ಆದರೂ.....' ಎಂದು ನಗುತ್ತಾ ಪಾದಸ್ಪರ್ಶ ಮಾಡಿದ ಬೆರಳುಗಳನ್ನು ಬಾಬ್‌ಮಾಡಿಸಿದ ತಲೆಗೆ ಸವರಿಕೊಂಡಳು. ಒಳಗೆ ಆಫೀಸು ರೂಮಿನಲ್ಲಿ ಸೋಫದ ಮೇಲೆ ಎದುರಾಬದರು ಕುಳಿತು ತನ್ನ ಕುಟುಂಬದ ಬಗೆಗೆ ಹೇಳಿ ಕೊಂಡಳು. ಒಂದು ಹೆಣ್ಣು, ಒಂದುಗಂಡು ಮಕ್ಕಳಿವೆ. ಹೆರಿಗೆಯಾದಮೇಲೆ ನರ್ತನ, ಅದೂ ಕಥಕ್, ಮಾಡಬಾರದು ಅಂದರಂತೆ. ಬಿಟ್ಟುಬಿಟ್ಟಿದ್ದಾಳೆ.

'ಯಾರು ಹಾಗಂದೋರು?'

'ನಂಟರಿಷ್ಟರೆಲ್ಲ ಅದೇ ಹೇಳ್ತಾರೆ.'

'ಅವರಿಗೇನು ಗೊತ್ತು ನರ್ತನದ ವಿಷಯ? ಮಾಡ್ತಾ ಇದ್ದೋರು ನಿಲ್ಲಿಸಿಬಿಟ್ಟರೆ ತೂಕ ಏರದೆ ಇರುತ್ತೆಯೆ?'

'ದೀದೀ, ನಿಜ ಅಂದರೆ ನನಗೆ ಸಂಗೀತದಲ್ಲಿ ಹೆಚ್ಚು ಆಸಕ್ತಿ ಬೆಳೆದಿದೆ. ಮುಂಬಯಿಯಲ್ಲಿ ಎಲ್ಲಿ ಕಛೇರಿಯಾದರೂ ಹೋಗ್ತೀನಿ. ಮಹಾರಾಷ್ಟ್ರೀಯರಲ್ಲಿ ಡಾನ್ಸ್‌ಗಿಂತ ಸಂಗೀತದ ವಾತಾವರಣ ಹೆಚ್ಚು. ಇತ್ತೀಚೆಗೆ ಕಲಿಯುಕ್ಕೆ ಕೂಡ ವಾರಕ್ಕೆರಡು ಬಾರಿ ಪಾಠಕ್ಕೆ ಹೋಗ್ತಿದೀನಿ. ಪಂಡಿತ್ ಮೋಹನಲಾಲ್‌ಜಿಯವರನ್ನೇ ಹೋಗಿ ಕೇಳಿದೆ, ಎಂದವಳು ಏನೋ ಎಚ್ಚರ ವಾದಂತಾಗಿ ತಕ್ಷಣ ಸುಮ್ಮನಾದಳು. ಮಾತನ್ನು ಬೇರೆ ದಿಕ್ಕಿಗೆ ತಿರುಗಿಸಲು ಪ್ರಯತ್ನಿಸಿದ ಳಾದರೂ ಹೊಳೆಯದೆ ತಡವರಿಸತೊಡಗಿದಳು. ಒಪ್ಪಿಕೊಂಡರೆ? ಇವಳೇ ಕೇಳಿದಮೇಲೆ, "ನಾನೆಷ್ಟು ದಡ್ಡಿ ಅಂತ ನನಗೇ ಗೊತ್ತಿರಲಿಲ್ಲ. ಹಾಡು ನೋಡೋಣ ಅಂದರು. ಮದುವೆಗೆ ಮೊದಲು ಕಲಿತದ್ದೂ ಅಭ್ಯಾಸ ತಪ್ಪಿತ್ತು. ಅವರೇ ಹೇಳಿದರು: 'ನೋಡಿ ನಾವು ಕಾರ್ಯಕ್ರಮ ಕೊಡುಕ್ಕೆ ಅಂತ ಸದಾ ಪ್ರವಾಸ ಮಾಡ್ತಿರೋರು. ಒಂದುಮಟ್ಟದ ತರಬೇತಿಯಾದಮೇಲೆ ನಮ್ಮ ಹತ್ತಿರ ಬಂದರೆ ಬಿಡುವಿದ್ದಾಗ ಪಾಠ ಮಾಡ್ತೀವಿ. ಅದಕ್ಕೆ ಮೊದಲು ಯಾರಾದರೂ ಸರಿಯಾದ ಮಾಷ್ಟರರಿಂದ ತಯಾರಾಗಿ ಬನ್ನಿ' ಅಂದರು."

'ಎಲ್ಲಿ ವಾಸವಾಗಿದಾರೆ? ಹೆಂಡತಿಯೂ ಪಾಠ ಹೇಳ್ತಾರೆಯಲ್ಲವೆ?' ತನಗೆ ಬೇಕಾದ ಪ್ರಶ್ನೆ ಕೇಳಲು ಇವಳಿಗೆ ಅವಕಾಶ ಸಿಕ್ಕಿತು.

'ಹೆಂಡತಿಯ ವಿಷಯ ಗೊತ್ತಿಲ್ಲ. ಇವರು ಆಕೆ ಜೊತೆ ಇಲ್ಲ. ಖಾರ್‌ನಲ್ಲಿ ಒಂದು ಸಣ್ಣ ಬಾಡಿಗೆ ಫ್ಲ್ಯಾಟ್‌ನಲ್ಲಿದಾರೆ. ಇತ್ತೀಚೆಗೆ ಅಲ್ಲಿಗೆ ಬಂದದ್ದು. ಅದು ಸಿಕ್ಕೂತನಕ ದೇವ ಲಾಲಿಯ ಹತ್ತಿರ ಒಬ್ಬ ಜಮೀನುದಾರರ ತೋಟದ ಮನೇಲಿದ್ದರಂತೆ.'

ಅವನು ಹಣ ಕಳಿಸಿದ್ದು ದೇವಲಾಲಿ ಮಾರ್ಗ ಎಂಬ ವಿಳಾಸದಿಂದ, ನೆನಪಾಯಿತು. ಮನಸ್ಸು ಹಗುರವಾಯಿತು. ಇಲ್ಲಿಂದ ಹೋದವನು ಆ ಹೆಂಡತಿಯ ತೋಳಿಗೆ ಬೀಳಲಿಲ್ಲ, ಸ್ವತಂತ್ರವಾಗಿದಾನೆ, ಭರವಸೆ ಮಿನುಗಿತು. ಇವಳನ್ನೇ ಕೇಳಿದರೆ ಅವನ ವಿಳಾಸ ಸಿಕ್ಕಬಹುದು. ಫೋನ್ ನಂಬರು ಕೂಡ ಸಿಕ್ಕಬಹುದು ಎಂಬ ದಾರಿಕಂಡಿತು. ಹತ್ತಿರ ಇಲ್ಲದಿದ್ದರೂ ಬಂಬಯಿಗೆ ಹಿಂತಿರುಗಿದಮೇಲೆ ತಿಳಿದು ಬರೆ ಅಥವಾ ಫೋನುಮಾಡು ಎನ್ನುವ

ಆಲೋಚನೆ ಬಂತು. ಆದರೆ ನನ್ನ ಅವನ ಸಂಗತಿ ಇವಳಿಗೂ ತಿಳಿದಿದೆ. ಇಲ್ಲದ ಕುತೂಹಲ ಹುಟ್ಟಿಸಿದಂತಾಗುತ್ತೆ, ಬೇಡ, ವಿಳಾಸ ಪಡೆಯುವ ದಾರಿ ನೂರೊಂದಿವೆ ಎಂದುಕೊಂಡಳು.

ಅದಿತಿ ಹೋದಮೇಲೆ ಮನೆಯನ್ನು ಬಾಡಿಗೆಗೆ ಕೊಟ್ಟು ವಾಸವನ್ನು ಶಾಲೆಗೇ ಬದಲಿಸುವ ವಿಚಾರ ಮತ್ತೊಮ್ಮೆ ಬಂತು. ಆದರೆ ತಕ್ಷಣ ಅದನ್ನು ತುಳಿದು ಹಾಕಿದಳು. ಮೋಹನನನ್ನು ಮತ್ತೆ ದಿಲ್ಲಿಗೆ ಕರೆತರುವುದು ಸುಲಭವೆಂದು ಅಂತರಂಗವು ಹೇಳತೊಡಗಿತು. ಗಂಡಹೆಂಡಿರಲ್ಲೇ ಜಗಳವಾಗುಲ್ಲವೆ? ಒಬ್ಬರಿಗೊಬ್ಬರು ಕೈಎತ್ತಿ ಹೊಡೆಯುಲ್ಲವೆ? ಹೊಡೆದಾಡಿದೋರು ಮತ್ತೆ ಒಂದಾಗುಲ್ಲವೆ? ನಾನೇ ಹೋಗ್ತೀನಿ. ಅವನ ಕಾಲುಹಿಡಿದು, ನಿನ್ನನ್ನ ಕರೆತರುಕ್ಕೆ ಅಂತ ಗುರೂಜಿಯನ್ನೂ ಅವರ ಮಗಳ ಊರಿಗೆ ಕಳಿಸಿದೀನಿ; ಮುಂಬಯಿಗಿಂತ ದಿಲ್ಲಿಯ ಹವೆ ಒಳ್ಳೆಯದು; ಇಡೀ ಉತ್ತರ ಭಾರತಕ್ಕೆ, ಕಲ್ಕತ್ತೆಗೆ, ಪಂಜಾಬು, ಹರಿಯಾಣ, ರಾಜಸ್ಥಾನಗಳಿಗೆಲ್ಲ ಹತ್ತಿರ. ರಾಷ್ಟ್ರದ ರಾಜಧಾನಿ. ಅಲ್ಲಿಗೆ ಬಾ, ನಿನ್ನ ಸೇವೆ ಮಾಡುಕ್ಕೆ ನಾನಿದೀನಿ, ನನ್ನ ನರ್ತನಕ್ಕೆ ನೀನು ಹಾಡಬೇಡ, ನಿನ್ನ ಗಾಯನವನ್ನ ನಾನು ಆರಾಧಿಸ್ತೀನಿ ಅಂತ ಹೇಳಿದರೆ ಯಾಕೆ ಬರುಲ್ಲ? ಎಂದು ತನಗೆತಾನೆ ಖಚಿತ ಮಾಡಿಕೊಂಡಳು.

– ೧೨ –

ಗುರೂಜಿ ಹೋದಮೇಲೆ ಅವಳಿಗೆ ಭಾರ ಇಳಿದಂತೆ ಆಯಿತು. ಜೊತೆಗೆ ಒಂದು ವಿಧವಾದ ಉತ್ಸಾಹಹೀನತೆ. ಊಟ ತಿಂಡಿಗಳಲ್ಲಿ ಕ್ರಮವಾಗಿರುವ ಅಗತ್ಯ ಕಾಣದಂತಾಯಿತು. ಅವರಿಗಾಗಿ, ಅವರ ವಯಸ್ಸಿಗಾಗಿ ಊಟೋಪಚಾರಗಳ ನಿಯಮಿತತೆ ಇತ್ತು. ಈಗ ಅಡುಗೆಯವಳಿಗೆ ಸಂಬಳ ಕೊಡುತ್ತಿರುವ ಭಾರಕ್ಕಾಗಿ ನಿಯಮಿತತೆಯನ್ನು ಪಾಲಿಸಬೇಕಾಯಿತು. ಪ್ರತಿದಿನ ಎದ್ದು ಯೋಗಾಸನ ಮಾಡುವುದಕ್ಕೂ ಪಾಲುಮಾರಿಕೆ. ಯಂತ್ರದಂತೆ ದುಡಿಯುವುದರಿಂದ ಸಾಧಿಸುವುದೇನು? ಎಂಬ ಆಲಸ್ಯ. ಮಿತ್ತಲ್ ಸಾಹೇಬರು ಹೋದ ಮೇಲಂತೂ ಗುರಿಹೀನತೆ ಹೆಚ್ಚು ವ್ಯಾಪಕವಾಯಿತು. ಕಾರ್ತೀಕ ಕಳಚಿಕೊಂಡ ನಂತರ ಹೊಸರಚನೆಯೂ ಇಲ್ಲವಾಗಿ ಕೈಗೆ ಬಂದಿದ್ದ ಕಾರ್ಯಕ್ರಮಗಳ ಆಮಂತ್ರಣಗಳನ್ನೇ ಬಿಡ ಬೇಕಾಯಿತು. ತಾನು ಕುಣಿದು ಅಭ್ಯಾಸವನ್ನು ಕೈಯಲ್ಲಿಟ್ಟುಕೊಳ್ಳಬೇಕೆಂಬ ಲವಲವಿಕೆ ಹೋಗಿ ತನ್ನ ಶರೀರದ ಹಗುರವು ಕಡಮೆಯಾಗುತ್ತಿದೆ ಎಂದು ತನಗೇ ಅನ್ನಿಸತೊಡಗಿತು. ಆದರೆ ಮೋಹನನ ಕಚೇರಿಯನ್ನು ಕೇಳಿಬಂದನಂತರ ಇದ್ದಕ್ಕಿದ್ದಂತೆಯೇ ಜಾಗ್ರತೆಯುಂಟಾದಂತೆ ಆಯಿತು. ಶುದ್ಧ ರಾಗಗಾಯನವನ್ನು, ಅದರ ಸಾಧನೆಯನ್ನು, ಸಂಪೂರ್ಣವಾಗಿ ಬಿಟ್ಟಿದ್ದ ಅವನೇ ಇಷ್ಟು ಶಕ್ತಿಯುತವಾಗಿ ರೂಢಿಸಿಕೊಂಡಿದ್ದಾನೆಂಬ ಸ್ಪರ್ಧಾಭಾವವಲ್ಲ. ಅವನ ಸಂಗೀತವು ತನಗೆ ಪ್ರೇರಣಾಶಕ್ತಿ ಎಂಬ ಭಾವನೆಯುಂಟಾಯಿತು. ಅವನು ಗಾಯನದಲ್ಲಿ ಸಾಧಿಸಿಕೊಂಡ ಶಾಂತಿ ಮತ್ತು ಪರಿಣತಿಗಳನ್ನು ತಾನು ನರ್ತನದಲ್ಲಿ ಮತ್ತೆ

ಸಂಪಾದಿಸಿಕೊಳ್ಳಬೇಕು; ಅವನು ನಾದದ ಅಂತರ್ಮುಖತೆಯಲ್ಲಿ ಪಡೆಯುವ ತನ್ಮಯತೆಯನ್ನು ತಾನು ತತ್‌ಕಾರದಲ್ಲಿ ಪಡೆಯಬೇಕು ಎನ್ನಿಸಿತು. ಒಂದು ಬೆಳಗ್ಗೆ ಬೇಗ ಎದ್ದು ಯೋಗಾಸನ ಮಾಡತೊಡಗಿದಳು. ಶರೀರದಲ್ಲಿ ಅಷ್ಟರಲ್ಲಾಗಲೇ ಬೆಳೆದಿದ್ದ ಜಡತೆಯು ವಿರೋಧಿಸಿತು. ಎಲಾ ಇದರ, ಎಂದು ಸವಾಲೆಂಬಂತೆ ಭಾವಿಸಿ ಇಪ್ಪತ್ತು ನಿಧಾನಗತಿಯ ಸೂರ್ಯನಮಸ್ಕಾರ ಹಾಕಿದಳು. ಇನ್ನು ಮೂರು ದಿನದಲ್ಲಿ ಕ್ಲಿಷ್ಟವಾದ ಆಸನಗಳನ್ನೆಲ್ಲ ಹಾಕುವುದೆಂದು ನಿಶ್ಚಯಮಾಡಿಕೊಂಡಳು. ತಿರುಗಿ ತಿರುಗಿ ನಿಲುವುಗನ್ನಡಿಯಲ್ಲಿ ತನ್ನ ಶರೀರದ ಮಗ್ಗುಲುಗಳನ್ನೆಲ್ಲ ನೋಡಿಕೊಂಡಾಗ ಎಚ್ಚರ ತಪ್ಪಿದರೆ ಎಷ್ಟು ಬೇಗ ಚೈತನ್ಯ ವಾಹಕತೆಯನ್ನು ಕಳಕೊಂಡು ಜಡವಾಗಿ ಬಿಡುತ್ತೆ! ಎಂಬ ಆಶ್ಚರ್ಯವಾಯಿತು. ಇವತ್ತೇ ಜಯಸ್ವಾಲನಿಗೆ ಹೇಳಿಕಳಿಸ್ತೀನಿ. ಪ್ರತಿ ಸಂಜೆ ಒಂದುತಾಸಾದರೂ ತಬಲದ ಜೊತೆ ಕುಣಿಯದಿದ್ದರೆ ಈ ಶರೀರ ಹೀಗೆಯೇ ನಿಷ್ಪ್ರಯೋಜಕವಾಗುತ್ತೆ ಎಂದುಕೊಂಡಳು. ತನ್ನಂತೆ ಶರೀರವನ್ನು ಚುರುಕಾಗಿಟ್ಟುಕೊಳ್ಳುವ ಸಂಪೂರ್ಣ ಅಗತ್ಯ ಗಾಯಕನಿಗಿಲ್ಲ. ಮೋಹನ ಇಲ್ಲಿಗೆ ಬಂದ ಹೊಸತರಲ್ಲಿ ಒಂದಿಷ್ಟು ಪ್ರಾಣಾಯಾಮ ಮಾಡ್ತಿದ್ದ, ಆಸನಗಳನ್ನ ಹಾಕ್ತಿರಲಿಲ್ಲ, ಎಂಬ ನೆನಪಾಯಿತು.

ಅವನ ವಿಳಾಸ ಸಿಕ್ಕಿತು. 'ಶ್ರುತಿ'ಯ ಕಾರ್ಯದರ್ಶಿಗೆ ಫೋನ್ ಮಾಡಿದಳು. ತಾನು ಟ್ರಾನ್ಸ್‌ಪೋರ್ಟ್ ಅಸೋಸಿಏಶನ್‌ದ ಕಾರ್ಯದರ್ಶಿನಿ ಎಂದು ಪರಿಚಯ ಹೇಳಿ ವಾರ್ಷಿಕೋತ್ಸವಕ್ಕೆ ಪಂಡಿತ್ ಮೋಹನಲಾಲಜಿಯನ್ನ ಕರೆಸುವ ವಿಚಾರವಿದೆ. ಅವರ ವಿಳಾಸ, ಫೋನ್ ನಂಬರ್ ಕೊಡಿ ದಯವಿಟ್ಟು ಎಂದಳು. ಸಿಕ್ಕಿಯೇಬಿಟ್ಟಿತು. ಫೋನು ಬೇಡ. ಕಾಗದ ಬರೆಯುವ, ಎಂಬ ಆಲೋಚನೆ ಬಂತು. ಏನೆಂದು ಬರೆಯುವುದು? ಹೇಗೆ ಬರೆಯುವುದು? ಹೊಳೆಯಲಿಲ್ಲ. ಅಪೂರ್ವಕ್ಕೊಮ್ಮೆ ಪತ್ರಿಕೆಗಳ ವಿಶೇಷ ಸಂಚಿಕೆಯಲ್ಲಿ ಬರುವ ಕಥೆ, ಕಿರು ಕಾದಂಬರಿಗಳಲ್ಲಿ ಓದಿದ ಪ್ರೇಮಪತ್ರಗಳ ನೆನಪಾಯಿತು. ನಾನು ಬರೆಯಬೇಕಾದದ್ದು ಪ್ರೇಮಪತ್ರವನ್ನಲ್ಲ, ಪ್ರಿಯಕರನನ್ನು ಸಮಾಧಾನಪಡಿಸುವ ಪತ್ರ, ಎಂಬ ಅರಿವಾಯಿತು. ಮೂರುದಿನ ತೋಚದೆ ಒದ್ದಾಡಿದನಂತರ ಇದ್ದಕ್ಕಿದ್ದಂತೆಯೇ ಬರೆಯುವ ದಾರಿ ಕಾಣಿಸಿತು. ಪೆನ್ನು ತೆಗೆದು ಕುಳಿತಳು. ತಾನೇ ಬರೆಸಿಕೊಂಡುಹೋಯಿತು. ಕೋಪವನ್ನು ಗೆದ್ದವರು ಯಾರೂ ಇಲ್ಲ. ಋಷಿ ಮುನಿಗಳನ್ನೇ ಅದು ಜಾರಿ ಬೀಳಿಸುತ್ತಿತ್ತು. ನಾನು ಕೋಪದಲ್ಲಿ ನಿನ್ನನ್ನು ಪ್ರತಿಯಾಗಿ ಹೊಡೆದು ನೂಕಿದ್ದಕ್ಕೆ ಪಶ್ಚಾತ್ತಾಪದ ಬೆಂಕಿಯಲ್ಲಿ ಬೆಂದಿದ್ದೇನೆ. ಪ್ರತಿದಿನ ಬೇಯುತ್ತಿದ್ದೇನೆ. ನನ್ನನ್ನು ಕ್ಷಮಿಸಿದ್ದೇನೆಂದು ನೀನು ಒಂದು ಫೋನು ಮಾಡುವುದನ್ನು ಕಾಯುತ್ತಿದ್ದೇನೆ, ಎಂದು ಒಂದು ಕಾಗದ ಬರೆದಳು. ಅಂಚೆಗೆ ಹಾಕಲು ಭಯವಾಯಿತು. ಅದನ್ನು ಹಾಗೆಯೇ ಇಟ್ಟಳು. 'ಶ್ರುತಿ'ಯ ನಿನ್ನ ಗಾಯನಕ್ಕೆ ನಾನು ಬಂದಿದ್ದೆ. ಮುಂದಿನ ಸಾಲಿನಲ್ಲಿ ಕೂತಿದ್ದರೂ ನಿನಗೆ ಗುರುತು ಸಿಗದಂತೆ ಬುರಖಾ ವೇಷಧಾರಿಯಾಗಿದ್ದೆ. ಕೆಟ್ಟ ಪತ್ರಿಕೆಯವರಿಂದ ನಿನಗಾಗಲಿ ನನಗಾಗಲಿ ಕುಹಕ ವಾಗಬಾರದೆಂಬ ಎಚ್ಚರವಹಿಸಿದ್ದೆ. ನೀನೇ ನನಗೆ ಗುರು, ನಿನ್ನ ಗಾಯನವೇ ನನ್ನ ನರ್ತನದ ಸ್ಫೂರ್ತಿಸ್ಥಾನ, ಎಂದು ವರ್ಣಿಸಿದನಂತರ, ಇಲ್ಲಿಗೆ ಬಂದುಬಿಡು. ಗುರೂಜಿ

ಮಗಳಮನೆಗೆ ಹೊರಟುಹೋದರು. ಮಿತ್ತಲ್ ಸಾಹೇಬರು ವಿದಾಯ ಹೇಳಿದರು. ಮನೆಯಲ್ಲಿ ಇರು. ನೀನು ಸಾಧನೆ ಮಾಡಿಕೊಳ್ಳುವುದನ್ನು ಕೋಣೆಯ ಹೊರಗಿನಿಂದ ಕೇಳಿಕೊಂಡರೆ ಸಾಕು, ನನಗೆ ಸ್ಫೂರ್ತಿ ಬರುತ್ತೆ. ನನ್ನ ನರ್ತನಕ್ಕೆ ನೀನು ಹಾಡಬೇಡ. ಹಾಡೆಂದು ಒಂದು ದಿನವೂ ನಾನು ಕೇಳುವುದಿಲ್ಲ, ಎಂದು ಇನ್ನೊಂದು ದೀರ್ಘಪತ್ರವನ್ನು ಒಂದುವಾರದ ನಂತರ ಬರೆದಳು. ಮೊದಲನೆಯದನ್ನು ಅಂಚೆಗೆ ಹಾಕಿಲ್ಲವೆಂಬ ನೆನಪಾಯಿತು. ಹಾಕದ ಮೇಲೆ ಬರೆದೇನು ಪ್ರಯೋಜನ? ಎಂದು ತನ್ನನ್ನುತಾನು ಹಳಿದುಕೊಂಡಳು. ಧೈರ್ಯಮಾಡಿ ಎರಡನ್ನೂ ಒಟ್ಟಿಗೆ ಸೇರಿಸಿ ತಾನೇ ಅಂಚೆ ಕಛೇರಿಗೆ ಹೋಗಿ ತೂಕ ಮಾಡಿಸಿ ಸ್ಟಾಂಪ್ ಹಚ್ಚಿ ಹಾಕಿದಳು. ನಾಳೆ ಅವನಿಗೆ ತಲುಪುತ್ತೆ. ಓದಿದ ತಕ್ಷಣ ಫೋನು ಮಾಡ್ತಾನೆ, ಎಂಬ ಭರವಸೆಯಿಂದ ಮರುದಿನವೆಲ್ಲ ಫೋನಿನ ಹತ್ತಿರವೇ ಇದ್ದಳು. ಅದು ಬರಲಿಲ್ಲ. ಅಂಚೆಯಿಂದ ವಿಳಂಬವಾಗಿರಬಹುದು, ಅವನು ಊರಿನಲ್ಲಿಲ್ಲದಿರಬಹುದು, ಕಾರ್ಯಕ್ರಮಗಳ ಮೇಲೆ ಕಾರ್ಯಕ್ರಮಗಳು ಒದಗುತ್ತಿವೆ, ಎಂಬ ವಿವರಣೆಗಳನ್ನು ತಾನೇ ಸೃಷ್ಟಿಸಿಕೊಂಡಳು. ಒಂದು ದಿನ, ಎರಡು ದಿನ, ಒಂದು ವಾರ, ಕಾಯ್ದಳು. ಒಂದೊಂದುಸಲ ಅಂಚೆಯವರು ಎಲ್ಲಿಯದೋ ಕಾಗದವನ್ನು ಎಲ್ಲಿಗೋ ಕಳಿಸಿ ದಾರಿತಪ್ಪಿಸಿ ಅಲೆಸುತ್ತಾರೆಂಬ ವಿವರಣೆ ಹುಟ್ಟಿತು. ಅವನು ಮಾಡಿದಂತೆ ನಾನೂ ಒಂದು ಕಲ್ಪಿತ ಸಂಗೀತಸಭೆಯ ವಿಳಾಸಕೊಟ್ಟು ರಿಜಿಸ್ಟರ್ ಮಾಡಬೇಕಿತ್ತು ಎಂದು ಪೂರ್ವಾನ್ವಯ ಮಾಡಿಕೊಂಡಳು. ನಾನೊಂದು ಕಾಗದ ಬರೆದಿದ್ದೆ. ತಲುಪಲಿಲ್ಲವೆ? ಎಂದು ಫೋನುಮಾಡುವ ವಿಚಾರ ಬಂತು. ಉತ್ತರಿಸ ಕೂಡದೆಂದು ಅವನು ತೀರ್ಮಾನ ಮಾಡಿದ್ದರೆ ನಾನಾಗಿಯೇ ಇನ್ನೆಷ್ಟು ಕೆಳಗಿಳಿಯಬೇಕು? ಎಂಬ ವಿರೋಧ ಹುಟ್ಟತೊಡಗಿತು.

ಕ್ರಮೇಣ ಅವನಮೇಲೆ ಉದಾಸೀನ ಬೆಳೆಸಿಕೊಳ್ಳಲು ಪ್ರಯತ್ನಿಸಿದಳು. ಮೊದಲು ಹೊಡೆದೋನು ಅವನು. ನಾನು ಹಿಂತಿರುಗಿಸಿದೆ ಅಷ್ಟೆ. ಇಡೀ ಪ್ರೋಗ್ರಾಂ ಕೆಡಿಸಬಹುದಾ ಅವನು? ಎಂದುಕೊಳ್ಳತೊಡಗಿದಳು. ಪ್ರತಿದಿನ ಅಂಚೆಯ ಡಬ್ಬ ತೆಗೆಯುವಾಗ ಮೂಲೆಯಲ್ಲಿ ಅವಿತಿರುತ್ತಿದ್ದ ಆಶೆಯು ಕ್ರಮೇಣ ಕಡಮೆಯಾಯಿತು. ಕೆಲವು ದಿನಗಳ ನಂತರ ಡಬ್ಬಕ್ಕೆ ಕೈಹಾಕುವ ಮೊದಲೇ ಅವನಿಂದ ಏನೂ ಬಂದಿರುಲ್ಲ ಎಂದು ತನ್ನೊಳಗೆತಾನೇ ಪಂದ್ಯ ಕಟ್ಟಿಕೊಳ್ಳುತ್ತಿದ್ದಳು. ಕಾಗದಗಳನ್ನು ನೋಡಿದ ನಂತರ ನಾನು ಅಂದುಕೊಂಡಂತೆ ಆಗಲಿಲ್ಲವಾ! ನಾನೇ ಗೆದ್ದೆ ಎಂದು ತನಗೆತಾನೆ ಹೇಳಿಕೊಳ್ಳುತ್ತಿದ್ದಳು. ಕ್ರಮೇಣ ಪಂದ್ಯ ಕಟ್ಟಿಕೊಳ್ಳುವುದು, ತನಗೆತಾನೆ ಹೇಳಿಕೊಳ್ಳುವುದು, ಎರಡೂ ನಿಂತುಹೋದವು. ತಾನು ಬರೀ ನರ್ತನಶಾಲೆಯ ನಿರ್ದೇಶಕಿಯಾಗಿರಬಾರದು, ಹೊಸ ಹೊಸ ರಚನೆಗಳನ್ನು ಮಾಡಬೇಕು, ಯಾವೊಬ್ಬ ವ್ಯಕ್ತಿಯನ್ನೂ ಅವಲಂಬಿಸದೆ ನಾನೇ ಪ್ರಧಾನಪಾತ್ರ ವಹಿಸುವಂತಹ ಕೃತಿಗಳನ್ನು ರಚಿಸಬೇಕು. ಸಹಾಯಕ್ಕೆ ತನ್ನ ಶಿಷ್ಯ ಶಿಷ್ಯೆಯರು, ಸೀನಿಯರ್ ಶಿಷ್ಯ ಶಿಷ್ಯೆಯರನ್ನು ಮಾತ್ರ ಸೇರಿಸಿಕೊಂಡು ಮಾಡಬೇಕು ಎಂದು ನಿರ್ಧರಿಸಿದಳು.

– ೧೩ –

ಒಂದು ಆಮಂತ್ರಣಪತ್ರಿಕೆ ಬಂತು. ಅದರ ಸುದ್ದಿ ಪತ್ರಿಕೆಗಳಲ್ಲಿಯೂ ಪ್ರಕಟವಾಗಿತ್ತು. ದಿಲ್ಲಿಯ ಠುಮ್ರಿ ಸಭೆಯು ದೇಶದ ಐವರು ಖ್ಯಾತ ಠುಮ್ರಿ ಗಾಯಿಕೆ ಗಾಯಕರ ಕಾರ್ಯಕ್ರಮವನ್ನೇರ್ಪಡಿಸಿತ್ತು. ಸಿದ್ಧೇಶ್ವರಿದೇವಿ, ಗಿರಿಜಾದೇವಿಯರಲ್ಲದೆ ಪ್ರಧಾನವಾಗಿ ಖ್ಯಾಲ್ ಗಾಯಕರೆಂದು ಪ್ರಸಿದ್ಧಿಪಡೆದವರೂ ಇದ್ದರು.

ಮನೋಹರಿಗೆ ಆಶ್ಚರ್ಯ ತಂದ ಸಂಗತಿ ಎಂದರೆ ಮೂರನೆಯ ಐಟಂ ಆಗಿ ಗುರು ಸೋಹನ್‌ಲಾಲರಿಂದ ಭಾವ್‌ಬತಾನ ಇತ್ತು. ಅವರನ್ನು ದಿಲ್ಲಿಗೆ ಕರೆಸುವುದು, ಅವರು ಬರಲು ಒಪ್ಪುವುದು ಅವಳಿಗೆ ಆಶ್ಚರ್ಯದ ಜೊತೆಗೆ ಕಿರಿಕಿರಿಯ ಸುದ್ದಿಯಾಗಿತ್ತು. ತುಸು ಹೊತ್ತಿನನಂತರ ತನ್ನನ್ನು ಬಿಟ್ಟುಹೋದರು, ದಿಲ್ಲಿಗೇ ಬರುವುದಿಲ್ಲ ಅನ್ನಲಿಲ್ಲವೆಂಬ ನೆನಪು ಬಂತು. ಕುಣಿಯಲು ಕೈಲಾಗುಲ್ಲ, ನೆಲದಮೇಲೆ ಕೂತು ಭಾವವನ್ನು ತೋರಿಸಲೇನು ಅಡ್ಡಿ ಎಂಬುದೂ ಹೊಳೆಯಿತು. ಅವರದೊಬ್ಬರದಿಲ್ಲದಿದ್ದರೆ ನಾನು ಹೋಗಿ ನೋಡಬಹುದಿತ್ತು, ಎಂದುಕೊಂಡಳು. ಶುದ್ಧ ರಾಗ ಸಂಗೀತಕ್ಕಿಂತ ಠುಮ್ರಿಯು ಕಥಕ್ ನೃತ್ಯದ ಅಭಿನಯ ಭಾಗವನ್ನು ಹೆಚ್ಚು ಪ್ರಚೋದಿಸಿದೆ. ಒಂದು ಪದ್ಯದ ಒಂದೊಂದು ಸಾಲನ್ನು, ಅನಂತರ ಒಂದೊಂದು ಶಬ್ದವನ್ನೂ ಕೆಲವೊಮ್ಮೆ ಒಂದೊಂದು ಅಕ್ಷರವನ್ನೂ ಬಿಡಿಸಿ ಅದರ ಅರ್ಥವನ್ನು, ಅರ್ಥಪಲ್ಲಟವನ್ನು, ಅರ್ಥಕ್ಲೇಷೆಯನ್ನು ಬಿಡಿಸಿ ಬಿಡಿಸಿ ತೋರಿಸುತ್ತಾ ಒಂದೊಂದು ಅರ್ಥವಿನ್ಯಾಸವನ್ನೂ ಸಂಗೀತದ ಸ್ವರವಿನ್ಯಾಸದಿಂದ ಭಾವಾನುಭವಕ್ಕೆ ತಂದುಕೊಡುತ್ತಾ ಹಾಡುವ ಕಲೆಯ ಮರ್ಮವನ್ನರಿಯದೆ ಅಭಿನಯದ ಮರ್ಮ ತಿಳಿಯುವುದಿಲ್ಲವೆಂಬುದು ಅವಳಿಗೆ ಗೊತ್ತಿದ್ದ ಸಂಗತಿ. ತನ್ನ ಗುರೂಜಿ ಅದರಲ್ಲಿ ನಿಷ್ಣಾತರು, ಎಂಬ ನೆನಪುಬಂತು. ಇತ್ತೀಚೆಗೆ ತಾನು ಠುಮರಿಯನ್ನೇ ಕೇಳಿಲ್ಲ. ಸಿದ್ದೇಶ್ವರಿದೇವಿ, ಗಿರಿಜಾದೇವಿಯರಿರುವ ಈ ಕಾರ್ಯಕ್ರಮವನ್ನ ತಪ್ಪಿಸಿಕೊಳ್ಳಬಾರದು ಎನ್ನಿಸಿತು. ನಡುವೆ ಗುರೂಜಿಯದೊಂದು ಐಟಂ ಇಲ್ಲದಿದ್ದರೆ! ಭಾವಬತಾನವನ್ನು ಮುಂದಿನ ಒಂದು ಸಾಲಿನಲ್ಲಿ ಕೂತು ಹತ್ತಿರದಿಂದ ನೋಡಬೇಕು. ಯಾವುದಾದರೂ ಪೇಪರಿನ ಕಿಡಿಗೇಡಿಗಳು ನನ್ನದೂ ಒಂದು ಫೋಟೋ ಹೊಡೆದು ಹಲ್ಕಾಶೀರ್ಷಿಕೆಯ ಸುದ್ದಿ ಮಾಡಬಹುದು, ಎಂಬ ಆತಂಕ ಬಾಧಿಸಿತು. ಒಂದುದಿನ ಕಳೆದನಂತರ, ಸೂಳೆಮಕ್ಕಳಿಗೆ ಹೆದರಿ ಒಳ್ಳೆ ಕಲಿಯುವ ಅವಕಾಶ ತಪ್ಪಿಸಿಕೊಬೇಕೇನು? ಎಂಬ ಧೈರ್ಯಹುಟ್ಟಿತು. ತನ್ನಲ್ಲಿರುವ ಬುರ್ಖಾದ ನೆನಪಾದಾಗ ಮತ್ತೇನು ಬೇಕು? ಎಂದುಕೊಂಡಳು.

ಗುರೂಜಿ ಹೋದಮೇಲೆ ಮನೆಗೆ ಬಂದಾಗ ಒಂಟಿತನವೆನ್ನಿಸುತ್ತಿದ್ದರೂ ಖೇದವಿರಲಿಲ್ಲ. ತನ್ನ ಮನೆ ಸಂಪೂರ್ಣವಾಗಿ ತನ್ನದು, ಮಿತ್ತಲ್ ಸಾಹೇಬರು ಇಲ್ಲಿಗೇ ಬಂದು ನಿರಾತಂಕವಾಗಿ ಬೇಕಾದಷ್ಟು ಹೊತ್ತು ಇರಬಹುದು ಎನ್ನಿಸಿತ್ತು. ಮೋಹನಲಾಲನನ್ನು ಬಯಸಿದಂತೆ ಅವಳ ಮನಸ್ಸು ಗುರೂಜಿಯನ್ನು ನೆನಸಿಕೊಂಡು ತಳಮಳಿಸಿರಲಿಲ್ಲ. ಅವನ ಸಂಗೀತಕಛೇರಿಗೆ ಹೋಗುವಾಗ ಕಾಣಿಸಿದ ಅಂಜಿಕೆ, ಸಂಭ್ರಮ, ಒಳಕುದಿತಗಳು ಹುಟ್ಟಲಿಲ್ಲ. ಬುರಖಾ

ಹಾಕಿಕೊಂಡು ಮೂರನೆಯ ಸಾಲಿನ ನಡುಭಾಗದಲ್ಲಿ ಕುಳಿತಳು. ಪ್ರೇಕ್ಷಕರು ತಿರುಗಾಡುವ ನಾಲ್ಕಡಿ ಖಾಲಿ ಜಾಗವು ಅವಳ ಬಲ ಬದಿಗಿತ್ತು. ದಿಲ್ಲಿಯ ಠುಮರಿ ರಸಿಕರೆಲ್ಲ ಸೇರಿದ್ದರು. ಜಾಗ ಸಾಲದೆ ಬದಿಗಳಲ್ಲೆಲ್ಲ ಕಬ್ಬಿಣದ ಮಡಿಸುವ ಕುರ್ಚಿಗಳನ್ನು ಹಾಕಿದ್ದರು. ತನ್ನನ್ನು ಯಾರೂ ಗಮನಿಸುತ್ತಿಲ್ಲ. ಗುರುತಿಸಲೂ ಸಾಧ್ಯವಿಲ್ಲವೆಂಬ ಧೈರ್ಯದಿಂದ ಅವಳು ಆರಾಮವಾಗಿ ಕುಳಿತಿದ್ದಳು. ಗುರೂಜಿಯನ್ನು ನೋಡುವ ಕುತೂಹಲ ಮನಸ್ಸನ್ನು ತುಂಬಿ ಕೊಂಡಿತ್ತು. ಹೋದಮೇಲೆ ಅವರೂ ತನಗೊಂದು ಕಾಗದ ಬರೆದಿಲ್ಲ. ಬರೆಸಿಲ್ಲ. ಫೋನು ಮಾಡಿಲ್ಲ. ತಾನೂ ಬರೆದಿಲ್ಲ. ಮಗಳು ತನ್ನ ಮೇಲಿನ ಕೋಪ ತೋರಿಸಲು ಬಂದಿದ್ದಳು. ತನ್ನನ್ನು ಮೂದಲಿಸಲೆಂದು ಅವಳ ತಂದೆಯನ್ನು ಕರೆದೊಯ್ಯುವ ರೋಪು ಹಾಕಿದಳು. ಅವಳ ರೋಫು ಅವಳ ಮೇಲೆಯೇ ಅಗಿತುಕೊಂಡಿತು. ಈಗ ಹೇಗೆ ನೋಡಿಕೊತ್ತಿದ್ದಾಳೆಯೋ! ನಾನಾದರೂ ತಿಂಗಳಿಗೆ ಇಂತಿಷ್ಟು ಅಂತ ಹಣ ಕಳಿಸಬೇಕಾಗಿತ್ತು, ಎಂದುಕೊಂಡಳು. ಆದರೆ ತನ್ನನ್ನು ಹಾದರಗಿತ್ತಿ ಎಂದು ಹೋದವರಿಗೆ ತಾನಾಗಿಯೇ ಯಾಕೆ ಕಳಿಸಬೇಕಿತ್ತು? ಎಂದೂ ಇನ್ನೊಂದು ಮನಸ್ಸು ಹೇಳಿತು. ಅಷ್ಟರಲ್ಲಿ ಕಾರ್ಯದರ್ಶಿ ಸ್ವಾಗತದ ಮಾತು ಹೇಳತೊಡಗಿದ. ಠುಮರಿಯ ವೈಶಿಷ್ಟ್ಯ, ಅದನ್ನು ವಿಶೇಷ ಜತನದಿಂದ ಪೋಷಿಸಬೇಕೆಂಬ ಧ್ಯೇಯದಿಂದ ಈ ಕಾರ್ಯಕ್ರಮ ಏರ್ಪಡಿಸಿರುವುದಾಗಿ ಹೇಳಿ ಮೊದಲ ಗಾಯಕ ಬೃಜ ನಾರಾಯಣರನ್ನು ಪರಿಚಯಿಸಿದ. ಅನಂತರ ಅವರು ಹಾಡಲು ಆರಂಭಿಸಿದರು. ಅವಳ ಮನಸ್ಸು ಠುಮರಿಭಾವದಲ್ಲಿ ಮುಳುಗತೊಡಗಿತು. ಅರ್ಥದ ಒಂದೊಂದು ಮಗ್ಗುಲನ್ನು ತೋರಿಸಿದಾಗಲೂ ಸಭಿಕರು ವಾಹ್‌ವಾ, ಆಹಾ, ಆಹ್, ಎಂದು ತಮ್ಮ ಮನಸ್ಸಿನ ಐಕ್ಯ ವನ್ನು ಸೂಚಿಸುತ್ತಿದ್ದರು. ಈ ತೆರನಾದ ಭಾಗಿತ್ವವನ್ನು ತಪ್ಪಿಸಿಕೊಳ್ಳುವುದು ಸಾಧ್ಯವಿಲ್ಲವೆನ್ನಿಸಿತು. ಗಾಯಕನು ಒಂದೊಂದು ಭಾವವಿನ್ಯಾಸ ಮಾಡಿದಾಗಲೂ ಅವಳಿಗೆ ತಾನಾಗಿದ್ದರೆ ಅದನ್ನು ಹೇಗೆ ಅಭಿನಯದಲ್ಲಿ ತೋರಿಸುತ್ತಿದ್ದೆ, ಎಂಬ ಕಲ್ಪನೆ ಬಂದು ಬುರಖಾದೊಳಗೇ ತೋಳು ಮತ್ತು ಹಸ್ತಚಲನೆ ಮಾಡತೊಡಗಿದಳು. ಕಣ್ಣು ಹುಬ್ಬುಗಳು ಅದಕ್ಕೆ ತಕ್ಕಂತೆ ವ್ಯಕ್ತಪಡಿಸುತ್ತಿದ್ದವು. ಯಾರಾದರೂ ಗುರುತು ಹಿಡಿಯುತ್ತಾರೆಂಬ ಅಂಜಿಕೆ ಇಂಗಿಹೋಯಿತು. ಅರ್ಧಗಂಟೆಯ ನಂತರ ಎರಡನೆಯ ಗಾಯಕರು ಬಂದರು. ಬನಾರಸಿನ ಬಿಂದೇಶ್ವರಪ್ರಸಾದ್. ಸಿದ್ದೇಶ್ವರಿ ದೇವಿಯ ಶಿಷ್ಯರೆಂದು ಪರಿಚಯ ಮಾಡಿಕೊಟ್ಟರು. ಆತನೂ ಚನ್ನಾಗಿ ಹಾಡುತ್ತಿದ್ದನೆನ್ನಿಸಿತು. ಸಂಗೀತವೆಂದರೆ ಠುಮರಿ. ಅದರಲ್ಲಿರುವ ಭಾವದ ಶತಮುಖೀ ವೈವಿಧ್ಯ, ಸಮೃದ್ಧಿಗಳು ಶುದ್ಧರಸದ ರಾಗಸಂಗೀತದಲ್ಲಿ ಎಲ್ಲಿವೆ? ಅದು ಸಂನ್ಯಾಸೀಕಲೆ, ಎನ್ನಿಸಿಬಿಟ್ಟಿತು. ಅದಕ್ಕೇ ಅಷ್ಟು ವಿವರವಾಗಿ ಕಾಗದ ಬರೆದರೂ ಆ ಬದ್ಮಾಷ್ ಒಂದು ಉತ್ತರ ಬರೆಯಲಿಲ್ಲ. ಫೋನು ಮಾಡಲಿಲ್ಲ. ಶುದ್ಧಸಂಗೀತಗಾರರು ತಮ್ಮನ್ನು ತಾವು ಪ್ರೀತಿಸಿಕೊತ್ತಾರೆ. ಬೇರೆಯವ ರನ್ನು ಪ್ರೀತಿಸದ, ಕಷ್ಟಸುಖಗಳಲ್ಲಿ ಮಿಳಿತವಾಗದ, ಅಂತಃಕರಣವಿಲ್ಲದ ಅಹಂಭಾವದವರು, ಎಂದುಕೊಂಡಳು.

ಮೂರನೆಯ ಕಲಾವಿದ ಗುರು ಸೋಹನಲಾಲಜಿ ಸಭೆಗೆ ಬಂದಾಗ ಸಭಿಕರು ದೀರ್ಘ ಕರತಾಡನದಿಂದ ಸ್ವಾಗತಿಸಿದರು. ಅವಳ ಎದೆ ಹೊಡೆದುಕೊಳ್ಳತೊಡಗಿತು.

ಅವರು ತನ್ನ ಮನೆಯನ್ನು ಬಿಡುವಾಗ ಇದ್ದಂತಲ್ಲದೆ ಈಗ ಕೃಶವಾಗಿದ್ದಾರೆ. ಪೈಜಾಮ ದೊಳಗಿನ ತೊಡೆ ಕಾಲುಗಳು ಒಣಗಿಕೊಂಡಿವೆ ಎನ್ನಿಸಿತು. ಮುಖದಲ್ಲಿ ಕೂಡ ಮೂಳೆಗಳು ಎದ್ದು ಕಾಣುತ್ತಿವೆ. ಜುಬ್ಬದಮೇಲೆ ಧರಿಸಿರುವ ವೇಸ್ಟ್‌ಕೋಟು ಹಳೆಯದು. ತಾನು ಹೊಲಿಸಿಕೊಟ್ಟದ್ದು. ವೇದಿಕೆಯ ಮಧ್ಯದಲ್ಲಿ ಅರೆಪದ್ಮಾಸನದಲ್ಲಿ ಕುಳಿತರು. ಅವರಿಗೆ ಹಾಡಲು ಕುಳಿತವರು ಸಾಹಿಬ್‌ಸಿಂಗ್ ಕಜರೀವಾಲ್. ಬಹಳ ಹಿಂದಿನ ತಲೆ. ಇವರ ಸ್ನೇಹಿತರು. ಜೊತೆಗೊಬ್ಬ ಸಾರಂಗಿಯೂ, ಒಬ್ಬ ತಬಲಿಯಾ. ಸೋಹನಲಾಲಜಿ ಹೆಗಲಮೇಲಿದ್ದ ಕೆಂಪುಶಾಲನ್ನು ತಮ್ಮ ಕಾಲು ತೊಡೆಗಳು ಮುಚ್ಚುವಂತೆ ಹಾಕಿಕೊಂಡರು. ಪರಿಚಯಿಸುವ ಕಾರ್ಯದರ್ಶಿ ಮಾತನಾಡಿದ: 'ದಿಲ್ಲಿಯನ್ನು ಬಿಟ್ಟು ಮಗಳ ಮನೆಗೆ ಹೋದ ಗುರು ಸೋಹನಲಾಲ್‌ಜಿ ಮಹಾರಾಜರು ಈಗ ಮೊಟ್ಟಮೊದಲು ದಿಲ್ಲಿಗೆ ಪಾದಸ್ಪರ್ಶ ಮಾಡಿದ್ದಾರೆ. ಭಾವ ಮತ್ತು ಅರ್ಥಗಳನ್ನು ಅಭಿನಯದಲ್ಲಿ ವ್ಯಕ್ತಪಡಿಸುವುದರ ಮೂಲಕ ಇವರಂತೆ ಭಾವಗಳನ್ನು ತೋರಿಸುವ ನರ್ತಕರು ಬೇರೊಬ್ಬರಿಲ್ಲ ಅಂದರೆ ಅತಿಶಯೋಕ್ತಿಯಲ್ಲ. ಈ ವಯಸ್ಸಿನಲ್ಲೂ ಅವರಿಗಿರುವ ಅರ್ಥವಿನ್ಯಾಸಶಕ್ತಿಯನ್ನು ದಿಲ್ಲಿಯ ರಸಿಕರು ಅನುಭವಿಸಿ ತಿಳಿಯಲೆಂದು ಅವರು ದೊಡ್ಡಮನಸ್ಸು ಮಾಡಿ ಬಂದಿದ್ದಾರೆ.' ಅಷ್ಟರಲ್ಲಿ ವಿರಾಮದ ನಂತರ ಹಾಡಲು ನಿಯೋಜಿಸಿದ್ದ ತಾರಾಮೌಲ್ಯದ ಠುಮರಿ ಗಾಯಕಿಯರಾದ ಗಿರಿಜಾದೇವಿ, ಸಿದ್ದೇಶ್ವರಿದೇವಿಯರು ಸಭೆಗೆ ಬಂದು ಮುಂದಿನ ಸಾಲಿನ ನಡುಭಾಗದಲ್ಲಿ ಕುಳಿತು ವೇದಿಕೆಯ ಮೇಲಿದ್ದ ಗುರೂಜಿಗೆ ಕೈಮುಗಿದರು. ಅವರು ಅದನ್ನು ಸ್ವೀಕರಿಸಿ ಪ್ರತಿ ಅಭಿ ವಾದನೆ ಮಾಡಿದರು. ಇವಳ ಎದೆಯ ಬಡಿತ ಮತ್ತಷ್ಟು ಏರಿತು. ಸಾಹಿಬ್‌ಸಿಂಗರು ಹಾಡಿದರು. ಗುರೂಜಿ ಅಭಿನಯಿಸತೊಡಗಿದರು:

ಘಿರ ಘಿರ ಆಯಿ ಬಾದರಾ

ತನಗೆ ಗೊತ್ತಿದ್ದ ಕವಿತೆಯೇ. ಗುರೂಜಿಯೇ ಕಲಿಸಿದುದು. ಸಾಹಿಬ್‌ಸಿಂಗರು ವಯಸ್ಸಾಗಿದ್ದರೂ ಎಷ್ಟು ಭಾವಪೂರ್ಣವಾಗಿ ಹಾಡುತ್ತಿದ್ದಾರೆ! ಬುರಖಾದೊಳಗೇ ಅಭಿನಯಿಸಬೇಕೆಂದು ತನಗೇ ಒತ್ತಡವಾಗುತ್ತಿದೆ. ಮೂಳೆಗಳು ಪ್ರಧಾನವಾದ, ಕಣ್ಣುಗಳು ಗುಳಿಬಿದ್ದ, ಕಣ್ಣಿನ ಕೆಳಗಿನ ಮಾಂಸಖಂಡವು ಇಳಿಬಿದ್ದ, ಬೊಕ್ಕತಲೆಯ ಹಿನ್ನೆಲೆಯಲ್ಲಿ ಇನ್ನೂ ಅಗಲವಾಗಿ ಕಾಣುವ ಗುರೂಜಿಯ ಮುಖವು ಭಾವವನ್ನು ವ್ಯಕ್ತಪಡಿಸತೊಡಗಿತು. ಅದಕ್ಕೆ ತಕ್ಕ ಹಸ್ತ ವಿನ್ಯಾಸಗಳು. ಕುಳಿತಲ್ಲೇ ನರ್ತಿಸುತ್ತಿದ್ದಾರೆಂಬ ಭಾವಸೃಷ್ಟಿಯಾಯಿತು. ಬೇಸಿಗೆಯ ಶಖೆಯಿಂದ ಬಳಲಿ ಜೀವಶಕ್ತಿಯು ಕನಿಷ್ಠಕ್ಕಿಳಿದ ಭೂಮಿಗೆ ಭರವಸೆಯನ್ನು ನೀಡುವ ಮೇಘರಾಗದ ಮೋಡಗಳು ಆಕಾಶದಲ್ಲಿ ಘೇರೈಸುವ ಅರ್ಥ ಅವರ ಅಭಿನಯದಲ್ಲಿ ಎಷ್ಟು ಸಹಜವಾಗಿ ಮೂಡಿಬಂತು! ಗಿರಿಜಾ, ಸಿದ್ದೇಶ್ವರಿ, ದೇವಿಯರಿಬ್ಬರೂ ಒಟ್ಟಿಗೆ ವಾಹ್ ಎಂದು ಅವರ ಅಭಿನಯಕ್ಕೆ ಒತ್ತಾಸೆ ಎಂಬಂತೆ ಕೈಗಳನ್ನು ಮೇಲುಚಾವಣಿಯಂತೆ ಎತ್ತಿದರು. ಮೇಘವು ಮಲ್ಹಾರವಾಯಿತು. ಮೇಘಮಲ್ಹಾರವಾಯಿತು. ಗಾಯಕನ ಕಂಠದ ಬದಲಾದ ರಾಗಗಳಿಗನು ಗುಣವಾಗಿ ಇವರು ಅಭಿನಯಿಸುತ್ತಿದ್ದಾರೋ, ಇವರ ಅಭಿನಯದ ಭಾವ ಪರಿವರ್ತನೆ ಗಳನ್ನನುಸರಿಸಿ ಅವರು ಹಾಡುತ್ತಿದ್ದಾರೋ ಎಂಬುದು ತಿಳಿಯದಂತಹ

ಹೊಂದಾಣಿಕೆ. ಅವರ ಮುಂದೆ ಇಟ್ಟಿದ್ದ ಮೈಕಿನಲ್ಲಿ ಅವರೂ ಅಭಿನಯದ ಜೊತೆಗೆ ಹಾಡುತ್ತಿದ್ದಾರೆಂಬ ಭಾಸವಾಗುತ್ತಿತ್ತು. ಭಾವಬತಾನಾಕ್ಕೆ ನರ್ತಕನೇ ಹಾಡಿಕೊಂಡು ಅಭಿನಯಿಸುವ ಪೂರ್ವಪದ್ಧತಿ ಅವಳ ನೆನಪಿಗೆ ಬಂತು. ಘಿರ ಘಿರ ಆಯಿ ಬಾದರಾ, ಒಂದೇ ಭೋಟಾ ಸಾಲನ್ನು ಅದೆಷ್ಟು ಬಗೆಯ ಅರ್ಥಗಳಲ್ಲಿ ಅಭಿನಯಿಸುತ್ತಿದ್ದಾರೆ! ಕೃಷ್ಣ ಮೇಘಗಳು ಒಂದರ ಮೇಲೊಂದು ಘೇರಾಯಿಸಿ ಭಯ ಹುಟ್ಟಿಸುವ, ಗುಡುಗು ಮಿಂಚುಗಳಿಂದ ದಿಙ್ಮೂಡಗೊಳಿಸುವ, ತಂಗಾಳಿಯಿಂದ ತೇಲಿಬಂದು ಒಕ್ಕೂಡಿ ಹಿತವನ್ನುಂಟುಮಾಡುವ, ಶಖೆಯ ಕ್ರೌರ್ಯ ಕಳೆಯಿತೆಂದು ಸಂಕಟನಿವಾರಣೆಯನ್ನು ಸೂಚಿಸುವ ಅರ್ಥತರಂಗಗಳನ್ನು ಒಂದರ ನಂತರ ಮತ್ತೊಂದರಂತೆ ಅಭಿನಯದಿಂದ ಸೃಷ್ಟಿಸುತ್ತಾ ಮೋಡವೆಂದರೆ ತುಂಬಿದ ತಲೆಕೂದಲೆಂಬ ಭಾವವನ್ನು ಹೊಮ್ಮಿಸಿಬಿಟ್ಟರು. ಅಲ್ಲಿಂದ ಭೈರವಿಯ ಭಾವಕ್ಕೆ ತಿರುಗಿ ಘೇರೈಸುವ ಮೋಡಗಳು ಪ್ರೇಮಿಯ ಹೃದಯವನ್ನು ಮುತ್ತಿ ಹುಟ್ಟಿಸುವ ಸಂಶಯಗಳೆಂಬ ಭಾವಕ್ಕೆ ಪಲ್ಲಟಗೊಂಡವು. ವಿರಹದ ಅದೆಷ್ಟು ವಿಭಾವಗಳು! ಮೋಡವು ಸುರಿಸುವುದು ಭೂಮಂಡಲವನ್ನು ಸುಡುವ ಶಖೆಯಿಂದ ಮುಕ್ತಿಗೊಳಿಸುವ ಮಳೆಯನ್ನು ಮಾತ್ರವಲ್ಲ, ವಿರಹಿಯ ಬಿಸಿ ಹೃದಯವು ಹಿಂಡುವ ಕಣ್ಣೀರನ್ನು ಎಂಬ ಅಭಿನಯ. ಒಂದೇಸಾಲಿಗೆ ಇಷ್ಟೊಂದು ಅರ್ಥಗಳು! ತಾನು ಎಣಿಸಲಿಲ್ಲ. ಸೂಕ್ಷ್ಮ ಅರ್ಥ, ಭಾವಗಳನ್ನು ಎಣಿಸಿದ್ದರೆ ಇಪ್ಪತ್ತರಲ್ಲಿ ಇಪ್ಪತ್ತು ದಾಟುತ್ತಿತ್ತು. ಇನ್ನೂ ಎಷ್ಟು ಅರ್ಥಗಳನ್ನು ಅವರ ಅಭಿನಯರಹಸ್ಯದಲ್ಲಿ ಹುದುಗಿಸಿಟ್ಟುಕೊಂಡಿದ್ದಾರೋ! ನನಗೆ ಕಲಿಸಿದ್ದರು. ನಾನು ಪೂರ್ತಿಯಾಗಿ ಗ್ರಹಿಸಿರಲಿಲ್ಲ. ಇವೆಲ್ಲ ಪೂರ್ತಿಯಾಗಿ ಕಲಿಸುವಂಥವಲ್ಲ. ತನ್ನ ಪ್ರತಿಭೆಯಿಂದ ತತ್‌ಕ್ಷಣದಲ್ಲಿ ನಿರ್ಮಿಸ ಬೇಕಾದವು. ಬೊಕ್ಕತಲೆಯ, ಎಂಭತ್ತಮೂರು ವರ್ಷದ ಕೊಕ್ಕು ಮೂಗಿನ, ಗುಳಿಬಿದ್ದ ಕೆನ್ನೆಗಳ ಮುಖದಲ್ಲಿ ಯಮುನಾತಟಕ್ಕೆ ಬಂದು ಬಿರುಮೋಡದ ಭಯಕ್ಕೆ ಸಿಕ್ಕಿಬಿದ್ದ ರಾಧೆಯ ತರುಣ ಸುಂದರ ಮುಖವನ್ನು ಹೇಗೆ ಮೂಡಿಸಿಬಿಟ್ಟಿದ್ದಾರೆ! ಅವಳೊಳಗೆ ಅದ್ಭುತ ಕಂಡಂತಾಯಿತು. ಗುರೂಜಿಯ ಬಗೆಗೆ ಭಕ್ತಿ ಒಸರಿತು.

ಅವರು ಅಭಿನಯವನ್ನು ಸಮಾಪ್ತಿಗೊಳಿಸಿದಾಗ ಸಭಿಕರು ದಿಙ್ಮೂಢರಾಗಿ ಕುಳಿತಿದ್ದರು. ಗಿರಿಜಾದೇವಿ ಸಿದ್ದೇಶ್ವರಿದೇವಿಯರು ಎದ್ದುನಿಂತು 'ಅದ್ಭುತ! ಅದ್ಭುತ!' ಎಂದರು. ಮನೋಹರಿಗೆ ಸ್ವಾಧೀನ ತಪ್ಪಿತ್ತು. ಕುಳಿತಲ್ಲಿಂದ ಎದ್ದು ದಢ ದಢನೆ ವೇದಿಕೆಯ ಕಡೆಗೆ ಓಡಿದಳು. ಮೆಟ್ಟಿಲುಗಳನ್ನು ಹತ್ತುವಾಗ ತನ್ನ ಬುರಖಾವನ್ನು ಬಿಚ್ಚಿ ತೆಗೆದಳು. ಎಲ್ಲರಿಗೂ ಅವಳ ಗುರುತು ಸಿಕ್ಕಿತು. ವೇದಿಕೆಯ ಮೇಲೆ ನುಗ್ಗಿ ನಡೆದು ಬಾಗಿ ಅವರ ಪಾದಗಳನ್ನು ಹಿಡಿದು, 'ಗುರೂಜೀ, ನನ್ನನ್ನು ಕ್ಷಮಿಸಿ. ಈ ಅಲ್ಪಳನ್ನು ಕ್ಷಮಿಸಿ. ನಿಮ್ಮನ್ನ ದಿಲ್ಲಿಯಿಂದ ಹೊರಗೆ ಕಳಿಸೂದಿಲ್ಲ. ಮನೆಯ ಯಜಮಾನರು ನೀವು. ನೀವು ಕೋಪಿಸಿಕೊಂಡಿದ್ದರೆ ನನ್ನ ವಿದ್ಯೆ ನಾಶವಾಗುತ್ತೆ,' ಎಂದು ಬಿಕ್ಕುವ ಗಂಟಲಿನಿಂದ ಬಡಬಡಿಸಿದುದು ಮೈಕಿನ ಮೂಲಕ ಇಡೀ ಸಭೆಯನ್ನು ತುಂಬಿಕೊಂಡಿತು. ಹತ್ತಾರು ಕ್ಯಾಮರಾಗಳ ಮಿಂಚುಗಳು ಹೊಳೆದವು. ಅವಳು ಗಟ್ಟಿಯಾಗಿ ಬಿಕ್ಕಿ ಬಿಕ್ಕಿ ಅಳುವುದನ್ನು ಮೈಕು ಬಿತ್ತರಿಸಿತು.

– ೧೪ –

ಮೂರುವರ್ಷ ಕಳೆದಿತ್ತು. ಈಗ ನಲವತ್ತೈದು ನಡೆಯುತ್ತಿದೆ. ಹಗಲನ್ನು ಕಳೆಯುವುದು ಏನೂ ಕಷ್ಟವಿಲ್ಲ. ತರಗತಿಗಳು. ತಾಲೀಮು. ಸಂಚಾರ. ಪ್ರದರ್ಶನಗಳಲ್ಲಿ ಸಮಯ ಹೋಗುತ್ತದೆ. ಒಂದೊಂದು ರಾತ್ರಿ ಕಾರಣವಿಲ್ಲದೆಯೇ ನಿದ್ರೆ ತಪ್ಪಿಬಿಡುತ್ತದೆ. ಶರೀರ ಬಳಲಿದ್ದರೂ ನಿದ್ರೆಹತ್ತುವುದಿಲ್ಲ. ಯಾವುದಾದರೂ ನೃತ್ಯರಚನೆಯ ಕಲ್ಪನೆ ತುಂಬಿಕೊಂಡು ಹೀಗಾದರೆ ಸಹಿಸುವುದು ಕಷ್ಟವಾಗುವುದಿಲ್ಲ. ಆದರೆ ತನ್ನ ಜೀವನದ ಸುಖದುಃಖದ ಬಗೆಗೆ, ತಾನು ಏನು ದುಡಿದು ಏನು ಸಾಧಿಸಿದಂತಾಯಿತು, ಅಗುತ್ತಿದೆ, ಎಂಬುದರ ಕಡೆಗೆ ಮನಸ್ಸು ಹರಿದರೆ ನಿದ್ರೆಯು ಸತಾಯಿಸುತ್ತಿದೆ ಎಂಬ ಅರಿವು ತೀವ್ರವಾಗಿ ಒಂಟಿತನದ ಸಂಕಟ ಬಾಧಿಸುತ್ತದೆ. ಗುರೂಜಿಯನ್ನು ಮನೆಗೆ ಕರೆತಂದರೂ ಅವಳು ತನ್ನಪಾಡಿಗೆ ತಾನು ಮೇಲಿನ ಕೋಣೆಯಲ್ಲಿ ಮಲಗುತ್ತಾಳೆ. ದೈಹಿಕಭಾಗ ಹೋಗಲಿ. ಪ್ರೀತಿಯ ಭಾವವೂ ಇಲ್ಲದಿರುವಾಗ ಜೊತೆಯಲ್ಲಿ ಮಲಗುವ ಹಿಂಸೆಯನ್ನೇಕೆ ಅನುಭವಿಸಬೇಕು? ಎಂಬ ಸಮರ್ಥನೆ ಮಾಡಿಕೊಳ್ಳುತ್ತಾಳೆ. ಅವರೂ ಅಷ್ಟೇ: ಸಂಗಡ ಮಲಗು, ನಿದ್ರೆ ಬರುವವರೆಗೆ ಏನಾದರೂ ಮಾತನಾಡುತ್ತಾ ಕಳೆಯೋಣ ಎಂದು ಒಂದುದಿನವೂ ಅಂದಿಲ್ಲ. ಕರೆತಂದ ದಿನ ನಾನು ಮಾಡಿದ ಈ ವ್ಯವಸ್ಥೆಯನ್ನು ಸಹಜವೆಂಬಂತೆ ಒಪ್ಪಿಕೊಂಡುಬಿಟ್ಟರು, ಎಂಬ ನೆನಪಾಗುತ್ತದೆ. ನಾನು ಹೀಗೆ ಕರೆಯಲಿ ಅಂತ ಕಾಯುತ್ತಿದ್ದರೇನೋ! ಮತ್ತೆ ಕರೆ ಯಲು ಮಗಳು ಒಮ್ಮೆಯೂ ಬರಲಿಲ್ಲ. ಅವಳ ಮನೆಯಲ್ಲಿ ಹೇಗೆ ನೋಡಿಕೊಂಡರು ಅಂತ ಇವರು ಒಂದು ದಿನವೂ ಬಾಯಿಬಿಟ್ಟಿಲ್ಲ. ನಾನೇಕೆ ಕೇಳಲಿ? ಇವರಿಗಾಗಿಯೇ ಈ ಮನೆಯನ್ನು ಬಾಡಿಗೆಗೆ ಕೊಡದೆ ಇಟ್ಟಿದ್ದಹಾಗಾಯಿತು. ತಿಂಗಳಿಗೆ ಹತ್ತುಸಾವಿರ ಬಾಡಿಗೆ, ಗುಡಿಸಿ ಸಾರಿಸುವವಳ ಸಂಬಳ. ವಿದ್ಯುತ್ ಬಿಲ್ಲುಗಳು, ಎಂಬ ಲೆಕ್ಕ ಕಾಣಿಸಿಕೊಂಡಾಗ ಒಂದು ಕ್ಷಣದ ಆವೇಶಕ್ಕೆ ಸಿಕ್ಕಿ ಏನೋ ಮಾಡಿಕೊಂಡುಬಿಟ್ಟೆ ಎಂದುಕೊಂಡಳು. ಪತ್ರಿಕೆ ಯವರು ಅದನ್ನೇ ಕಾಯುತ್ತಿದ್ದವರಂತೆ ಫೋಟೋ ಹಿಡಿದು ಸುದ್ದಿ ಮಾಡಿ. ಇಂಥದನ್ನು ನಿರೀಕ್ಷಿಸುತ್ತಿದ್ದವನಂತೆ ಗುಹಾ 'ಹುಚ್ಚು ಹುಡುಗಿ' ಎಂಬ ಶೀರ್ಷಿಕೆ ಕೊಟ್ಟು ಸುದ್ದಿ ಮಾಡಿ ದನಲ್ಲ. ಫೋನ್‌ಮಾಡಿ ಬೈದದ್ದಕ್ಕೆ, 'ಮೇಡಂ, ನನ್ನ ಮಾತು ನಂಬಿ. ದಿಲ್ಲಿಯ ಕಲಾವಲಯ ದಲ್ಲಿ ನಾನು ಬರೆದದ್ದೇ ಉಳಿದೆಲ್ಲರಿಗೆ ಮಾದರಿಯಾಗುತ್ತೆ. ಒಂದು ವಾರ ಕಾಯಿರಿ.' ಹಿಂದಿ ಪತ್ರಿಕೆಗಳೆಲ್ಲ ಹುಚ್ಚು ಹುಡುಗಿ ಎಂದೇ ಹೆಸರಿಟ್ಟುಬಿಟ್ಟರಲ್ಲ. ಅವನೇ ಶಾಲೆಗೆ ಫೋನ್‌ಮಾಡಿ ಬಂದು, 'ನಿಮಗೆ ಈ ಮರ್ಮ ಅರ್ಥವಾಗಿಲ್ಲ. ಹುಚ್ಚು ಹುಡುಗಿ ಅನ್ನುವುದರಲ್ಲಿ ಹುಡುಗಿ ಅನ್ನುವುದು ಮುಖ್ಯವಾದ ಶಬ್ದ. ಯೋಗಾಸನ ಮಾಡಿ ತಂತಿಯಂತೆ ಸಂರಕ್ಷಿಸಿಕೊಂಡ ಈ ತೆಳು ಮೈಕಟ್ಟು ನಿಮ್ಮ ದೊಡ್ಡ ಆಸ್ತಿ. ಎಲ್ಲರೂ ನಿಮ್ಮನ್ನು ಹುಡುಗಿ ಅಂತಲೇ ನಂಬಿದಾರೆ. ಹುಚ್ಚುತನವಿದೆ ಅಂದರೆ ಸಹಜಕಲಾವಿದೆ ಅಂತ ನಂಬುತಾರೆ. ಇನ್ನು ಇಪ್ಪತ್ತುವರ್ಷವಾದರೂ ನೀವು ಇಪ್ಪತ್ತರ ಹರೆಯದ ನರ್ತಕಿಯಾಗಿರ್ತೀರಿ. ನಾನು ನಿಮ್ಮಮೇಲೆ ಒಂದು ಸಚಿತ್ರಲೇಖನ ಮಾಡ್ತೀನಿ. ನಾನು ಹೇಳಿದಂತೆ ಕೇಳಿ. ಈ ದೇಶದ

ನಂಬರ್ ಒನ್ ನರ್ತಕಿ ಮಾಡಿಬಿಡ್ತೀನಿ.'

'ಬೇಡಪ್ಪಾ ನಿಮ್ಮ ಎರಡರ್ಥದ ಲೇಖನಿಗೆ ಸಿಕ್ಕುವ ಅವಸ್ಥೆ!'

'ಆ ಹಂತ ಕಳೀತು. ಅದರಿಂದಲೂ ನಿಮಗೆ ಒಳ್ಳೇದೇ ಆಯಿತು. ನನ್ನನ್ನ ನಂಬಿ. ನಾನು ಹೇಳಿದ ಹಾಗೆ ಕೇಳಿ' ಎಂದು ಒಪ್ಪಿಸಿ ಮನೆಗೆ ಕರೆದೊಯ್ದು ವಯಸ್ಸಾದ ಗುರೂಜಿಯ ಕಾಲುಗಳಿಗೆ ನೆಲದಮೇಲೆ ಕೂತು ನಾನು ಎಣ್ಣೆತಿಕ್ಕುವ, ಸ್ವತಃ ಕೈಗಳಿಂದ ಊಟಕ್ಕೆ ಬಡಿಸುವ, ಕೈಹಿಡಿದು ಸೋಫ಼ದಮೇಲೆ ಕೂರಿಸುವ, ಅವರೆದುರಿಗೆ ನರ್ತನದ ಭಂಗಿಯಲ್ಲಿ ನಿಂತು ಪಾಠ ಹೇಳಿಸಿಕೊಳ್ಳುತ್ತಿರುವ ಅಭಿನಯಗಳನ್ನು ಮಾಡಿಸಿ ಫ಼ೋಟೋಗಳನ್ನು ತೆಗೆದ. ಪರಂಪರೆಯ ಆಳದಲ್ಲಿ ಬೇರುಬಿಟ್ಟಿರುವ ಹುಚ್ಚು ಹುಡುಗಿಯ ಅಂತರಂಗ ಜೀವನ ಎಂಬ ಶೀರ್ಷಿಕೆ ಕೊಟ್ಟ ಲೇಖನ. ಬೆಳಗೆದ್ದು ಮಾಡುವ ಯೋಗಾಸನ, ನರ್ತನಾಭ್ಯಾಸ, ಗುರುಸೇವೆ, ಶಾಲೆಯಲ್ಲಿ ನರ್ತನಾಧ್ಯಾಪನ ಮೊದಲಾಗಿ ನರ್ತನವನ್ನು ಯೋಗದ ಮಟ್ಟಕ್ಕೆ ಎತ್ತಿ ನಿಲ್ಲಿಸಿರುವ ಏಕೈಕ ಕಲಾವಿದೆ ಎಂದೆಲ್ಲ ಬರೆದ ಅವನ 'ಸಂಶೋಧನಾತ್ಮಕ' ಲೇಖನವು ಇತರ ಪತ್ರಿಕೆಗಳಿಗೆ ಸಾಮಗ್ರಿಯಾಗಿ ಹಿಂದೂಸ್ಥಾನದ ಪ್ರೇಕ್ಷಕರೆಲ್ಲ ನನ್ನ ನರ್ತನದಲ್ಲಿ ಅಧ್ಯಾತ್ಮದ ಹೊಳಹನ್ನು ಕಾಣತೊಡಗಿ. ನನ್ನ ಹೆಸರು ಸರ್ಕಾರದ ಉನ್ನತಾಧಿಕಾರಿಗಳ ಕಣ್ಣಿಗೂ ಬಿದ್ದು ರಾಷ್ಟ್ರೀಯ ಕಾರ್ಯಕ್ರಮಗಳಲ್ಲೂ ಅವಕಾಶ ಸಿಕ್ಕಿ. ರಾಜ್ಯ ಸರ್ಕಾರಗಳೂ ಆಮಂತ್ರಿಸತೊಡಗಿ. ಮನೋಹರಿದಾಸ್ ಅಂದರೆ ವಿ.ಐ.ಪಿ. ಕಲಾವಿದೆಯಾಗಿ ಮಾರ್ಪಟ್ಟು ರಾಯಭಾರಿ ಕಛೇರಿಗಳು, ವಿಮಾನ ಸಂಸ್ಥೆಗಳು ಕಾರ್ಯಕ್ರಮಕ್ಕೆ ಆಮಂತ್ರಿಸುವುದಲ್ಲದೆ ತಮ್ಮ ತಮ್ಮ ಮುಖಪತ್ರಿಕೆಗಳಲ್ಲಿ ಸಚಿತ್ರ ಲೇಖನಗಳನ್ನು ಹಾಕಿ ಈ ಮೂರುವರ್ಷದಲ್ಲಿ ಎಂತಹ ರೂಪಾಂತರ! ಎಂದುಕೊಂಡಳು. ಆದರೂ ಈ ಒಂಟಿತನ. ಗುರೂಜಿಯ ಮೇಲೆ ನನಗೆ ಯಾವ ಪ್ರೀತಿಯೂ ಉಳಿದಿಲ್ಲ. ನಿಕಟ ಭಾವವಿಲ್ಲ. ಆದರೂ ನಾನೇಕೆ ಹುಚ್ಚು ಹುಡುಗಿಯಾದೆ? ಕಲೆಯ ತಾತ್ಕಾಲಿಕ ಆವೇಶವನ್ನು ನಿಜಜೀವನಕ್ಕೆ ಪರಿವರ್ತಿಸಿ ಸ್ಥಾಯೀಭಾರವನ್ನು ಮೈಮೇಲೆ ಎಳೆದುಕೊಂಡೆ? ನನ್ನ ಮಟ್ಟಿಗೆ ಕಲೆಯ ಭಾವವೇ ನಿಜ ವೇನೋ! ಇಲ್ಲದಿದ್ದರೆ ವಿದ್ಯೆಗಾಗಿ ಈ ಮುದುಕನನ್ನು ಮದುವೆಯಾಗಿ, ಈ ಮದುವೆಯಿಂದ ಅಮ್ಮನಿಂದಲೂ ದೂರವಾಗಿ. ಹುಚ್ಚಿಯಲ್ಲದೆ ಬುದ್ಧಿ ಸ್ತಿಮಿತವಿರುವ ಯಾವ ಹುಡುಗಿ ಹೀಗೆ ಮಾಡಿಕೊತ್ತಾಳೆ? ಎಂಬ ಖೇದ ಆವರಿಸಿತು.

– ೧೫ –

ಮರುದಿನ ಪೂರ್ವಾಹ್ಣ ಹನ್ನೊಂದರಲ್ಲಿ ಅವಳು ಶಾಲೆಯ ತನ್ನ ಆಫ಼ೀಸಿನಲ್ಲಿ ಕೂತು ಆ ದಿನದ ಟಪಾಲು ನೋಡುತ್ತಿದ್ದಳು. ಗುಹಾ ಫ಼ೋನುಮಾಡಿದ. ಅವನು ಮಾಡಿದರೆ ಸಾಧಾರಣವಾಗಿ ಈ ಹೊತ್ತಿಗೇ. ಅಲ್ಲದೆ ಈಗ ಅಂತಃಪ್ರೇರಣೆಯು ಅವನೇ ಎಂದೂ ಹೇಳಿತು. 'ಗುಡ್‌ಮಾರ್ನಿಂಗ್', ಮನೋಹರೀ, ಸಾರಿ, ಮನೋಹರೀಜೀ, ಬಿಡು

ವಾಗಿದ್ದೀರಾ?' ಅವನು ತನ್ನನ್ನು ಸಂಬೋಧಿಸುತ್ತಿದ್ದುದು ಮೇಡಂ ಎಂದು. ಈಗ ಹೆಸರು ಹಿಡಿದು, ಅದರಲ್ಲೂ ಅದೃಢ ಧ್ವನಿಯಲ್ಲಿ, ಜೀ ಎಂಬುದನ್ನು ಅನಂತರದ ತಿದ್ದು ಪಡಿಯಂತೆ ಸೇರಿಸಿ, ಎಂಬುದೆಲ್ಲ ಕೂಡಿ ತಕ್ಷಣ ಅವನ ಉದ್ದೇಶದ ಬಗೆಗೆ ಶಂಕೆ ಮೂಡಿತು. ಆದರೂ ಶಾಂತವಾಗಿ ಬನ್ನಿ, ಎಂದಳು.

'ಕೋಪವಿಲ್ಲ ತಾನೆ?'

'ನಿಮ್ಮ ಮೇಲೆಯೇ ಕೋಪ? ಏನು ಹುಚ್ಚು ಮಾತು?' ಎಂದಳು.

'ನಾನೊಂದು ಕೇಳಬೇಕು ಅಂತಿದೀನಿ. ಅದನ್ನ ಕೇಳಿದಮೇಲೆ ಕೋಪ ಮಾಡಿಕೊಳ್ಳಲ್ಲ ಅಂತ ಮೊದಲೇ ಮಾತು ಕೊಡಬೇಕು.'

'ಸಾಕಪ್ಪ, ನಿಮ್ಮ ಇಂಟರ್‌ವ್ಯೂ ಪ್ರಶ್ನೆಗಳು.'

'ಇಂಟರ್‌ವ್ಯೂ ಅಲ್ಲ. ಸ್ವಂತದ ಮಾತು.'

'ಬನ್ನಿ. ಫೋನಿನಲ್ಲೇ ಪಿರುಕಣೆ ಮಾಡ್ತಿದೀರಲ್ಲ.'

ಅವನ ಮನಃಸ್ಥಿತಿಯನ್ನು ಅವಳು ಊಹಿಸಿದಳು. ನನ್ನ ಊಹೆ ತಪ್ಪಿದ್ದರೂ ಇರಬಹುದು ಎಂಬ ಎಚ್ಚರವೂ ಮೂಡಿತು. ಅವಳೊಳಗೂ ಗೊಂದಲ ಹುಟ್ಟಿತು. ನಾಲ್ಕುವರ್ಷದಿಂದ ತಾನು ಒಂಟಿ ಎಂಬ ನೆನಪಾದಾಗ ಸ್ವಾಗತಿಸುವ ಮನಸ್ಸಾಯಿತು. ಆದರೆ ತನ್ನ ಊಹೆ ತಪ್ಪಿರಬಹುದು ಎಂದು ಮತ್ತೆ ಎಚ್ಚರಮಾಡಿಕೊಂಡಳು. ಒಳಗೆ ಬಂದ ಗುಹಾ ಮುಖಕೊಟ್ಟು ಮಾತನಾಡಲಿಲ್ಲ. ತನಗೆ ಏನೂ ಗೊತ್ತಿಲ್ಲವೆಂಬಂತಹ ಸಹಜ ರೀತಿಯಲ್ಲಿ ಅವಳು ಆಫೀಸಿಗೆ ಕರೆದೊಯ್ದು ಸೋಫಾದ ಮೇಲೆ ಕೂರಿಸಿದಳು. ಅವಳು ಮೇಜದ ಹಿಂದಿನ ತನ್ನ ಕುರ್ಚಿಯ ಮೇಲೆ ಕೂಡಹೋದಾಗ ಅವನು, 'ಇಲ್ಲಿ ಬನ್ನಿ. ಹತ್ತಿರ ಕೂತರೆ ಆತ್ಮೀಯ ವಿಷಯ ಮಾತಾಡೂದು ಸುಲಭ' ಎಂದ.

ಅವಳು ಬಂದು ಅವನ ಪಕ್ಕದಲ್ಲಿ ಕೂತಳು. ಅವನು ಫಕ್ಕನೆ ಅವಳ ಬಲಗೈಗೆ ಕೈಹಾಕಿ ಹಿಡಿದುಕೊಂಡ. ಅವಳು ಶೇಕ್‌ಹ್ಯಾಂಡಿನಂತೆ ಬಿಗಿ ಮಾಡಿ ಕುಲುಕಿ, 'ಏನು ಇಂಗ್ಲಿಷ್‌ರಾಗಿ ಬಿಟ್ಟಿರಿ?' ಎಂದಳು.

ಅವನಿಗೆ ಗೊಂದಲವಾಯಿತು. ಮುಜುಗರವಾಯಿತು. ಮಾತು ತಿಳಿಯಲಿಲ್ಲ. ಕತ್ತೆತ್ತಿ ನೋಡುವುದು ಕಷ್ಟವಾಗಿ ಹೆಣಗಿದ. ಅವಳೇ ಏನೋ ಮಾತಾಡಬೇಕು ಅಂದಿರಿ, ಎಂದಾಗ ಧೈರ್ಯ ಬಂದು, 'ನನಗೆ ನಿಮ್ಮ ಸ್ನೇಹಬೇಕು,' ಎಂದ.

'ಈಗ ಇಲ್ಲವೆ?' ಅವಳು ಸಹಜವಾಗಿ ಕೇಳಿದಳು.

'ಐ ಮೀನ್.....'

'ನನಗೆ ಯಾವತ್ತೂ ನಿಮ್ಮ ಬಗೆಗೆ ಸ್ನೇಹವಿದೆ. ಇಲ್ಲದಿದ್ದರೆ ನಿಮ್ಮನ್ನ ನಂಬುತ್ತಲೇ ಇರಲಿಲ್ಲ.'

'ಸುತ್ತುಬಳಸು ಮಾತುಬೇಡ. ಐ ಲವ್ ಯು. ನೀವು ಒಪ್ಪಿಕೊಬೇಕು.'

ಅವಳಿಗೆ ತಕ್ಷಣ ಹಿತವೆನ್ನಿಸಿತು. ಗುಹಾ ಸುಂದರನಲ್ಲದಿದ್ದರೂ ತಕ್ಕ ಮೈಕಟ್ಟಿನ ಆರೋಗ್ಯವಂತ ಚುರುಕು ಹುಡುಗ. ತನಗೂ ತಣಿಯುವ ಬಯಕೆಯಾಗುತ್ತಿದೆ. ಕಾರ್ತೀಕ ಹೋದಮೇಲೆ, ನಾಲ್ಕುವರ್ಷದಿಂದ ಶುಷ್ಕಜೀವನ ನಡೆಸುತ್ತಿದೀನಿ. ಯಾರೂ ಹೀಗೆ ಕೇಳಿರಲಿಲ್ಲ, ಎಂಬ ಅರಿವಾಯಿತು. ಆದರೆ ಯಾಕೋ ಅವನಮೇಲೆ ಹೃದಯ ಕರಗುತ್ತಿಲ್ಲ. 'ಗುಹಾಜೀ, ನೀವು ನನಗಿಂತ ಹತ್ತುವರ್ಷಕ್ಕೆ ಚಿಕ್ಕೋರು,' ಎಂದಳು.

'ಇಲ್ಲ. ನೀನು ನನಗಿಂತ ಹತ್ತುವರ್ಷಕ್ಕೆ ಚಿಕ್ಕೋಳು. ನಿನ್ನ ವಯಸ್ಸು ಇಪ್ಪತ್ತೈದು ಅಂತ ನನ್ನ ತಲೆಮೇಲೆ ಕೈಇಟ್ಟುಕೊಂಡು ಹೇಳ್ತೀನಿ.' ಅವನು ಧೈರ್ಯವಾಗಿ ಅವಳ ಮುಖ ನೋಡುತ್ತಾ ಮಾತನಾಡಿದ. ಅವಳು ಅವನ ಕಣ್ಣುಗಳನ್ನೇ ಪರೀಕ್ಷಕ ದೃಷ್ಟಿಯಿಂದ ನೋಡಿದಳು. ಒಂದು ಹೆಜ್ಜೆ ಮುಂದೆ ಇಟ್ಟನಂತರ ಹಿಂದೆ ಸರಿಯುವುದು ಅವನಿಗೆ ಸಾಧ್ಯವಿರಲಿಲ್ಲ. ತನ್ನ ಮಾತನ್ನು ಸಮರ್ಥಿಸಿಕೊಳ್ಳುತ್ತಾ ಹೇಳಿದ: 'ಗುರೂಜಿ ನಿಮಗೆ ಕೇವಲ ಗುರೂಜಿ ಅಂತ ನನಗೆ ಗೊತ್ತು. ನಾನು ನಿಮ್ಮನ್ನ ಮದುವೆಯಾಗ್ತೀನಿ.'

'ನಿಜವಾಗಿಯೂ?' ಅವಳು ಎದೆಯನ್ನು ಸೆಟೆಸಿ ಪ್ರಚೋದನಾತ್ಮಕವಾಗಿ ದೃಷ್ಟಿಯನ್ನು ಕೊಂಕಿಸಿ, ಕೇಳಿದಳು. ಅವನೊಳಗೆ ಗೊಂದಲ ಹುಟ್ಟಿತೆಂದು ಅವನ ಕಣ್ಣುಗಳಿಂದಲೇ ಅರ್ಥಮಾಡಿಕೊಂಡ ಅವಳು, 'ಮದುವೆಯ ಮಾತಿರಲಿ. ತನಗಿಂತ ಚಿಕ್ಕೋನ ಜೊತೆ ಬರೀ ಸ್ನೇಹ ಕೂಡ ಚನ್ನಲ್ಲ,' ಎಂದಳು.

'ಸುಳ್ಳು ಹೇಳಬೇಡಿ. ಕಾರ್ತೀಕರಾಮ ನಿಮಗಿಂತ ಹತ್ತುವರ್ಷಕ್ಕೆ ಚಿಕ್ಕೋನಲ್ಲವೆ?' ಅವನು ಸರಕ್ಕನೆ ಕೇಳಿದ.

'ಆದರೆ ಅವನ ಜೊತೆ ನನಗೆ ಯಾವ ಸ್ನೇಹವೂ ಇರಲಿಲ್ಲ. ಇದೆ ಅಂತ ನೀವು ಪತ್ರಿಕೇಲಿ ಬರೆದು ಅನ್ಯಾಯಮಾಡಿದೀರಿ.'

ಅವನಿಗೆ ದಿಕ್ಕು ಕಾಣದಂತಾಯಿತು. 'ನಿಜವೆ?' ಎಂದ.

'ನಿನ್ನಮೇಲೆ ಆಣೆಇಟ್ಟು ಹೇಳ್ತೀನಿ ಕೇಳು,' ಎಂದು ಅವನ ನೆತ್ತಿಯಮೇಲೆ ತನ್ನ ಬಲಹಸ್ತವನ್ನು ಒತ್ತಿ ಹಿಡಿದು ಹೇಳಿದಳು. 'ನೀನು ನನ್ನ ತಮ್ಮ. ಒಂಟಿಯಾಗಿದೀಯ. ಹೂಂ ಅಂದರೆ ನಿನಗೆ ತಕ್ಕ ಹುಡುಗಿಯನ್ನ ಹುಡುಕಿ ಮೂರುತಿಂಗಳಲ್ಲಿ ಮದುವೆ ಮಾಡ್ತೀನಿ. ಮದುವೆ ಸೀರೆಯ ಖರ್ಚು ನನಗಿರಲಿ.'

'ವಯಸ್ಸಿನ ಅಂತರವನ್ನ ನಾನು ನಂಬುಲ್ಲ.'

'ನೀನು ನಂಬುಲ್ಲ. ಆದರೆ ಯಾರೂ ಮೀರುಕ್ಕೆ ಸಾಧ್ಯವಿಲ್ಲ. ಕಾಲ, ತಾಲ ಎರಡೂ ಒಂದೇ. ನಿನಗೆ ಅರ್ಥವಾಗಿಲ್ಲ. ನನ್ನ ಹತ್ತಿರ ಪಾಠಕ್ಕೆ ಸೇರು. ಅರ್ಥಮಾಡುಸ್ತೀನಿ' ಎಂದು ಅವನ ಕೆನ್ನೆಗೆ ಹುಸಿಪೆಟ್ಟು ಹಾಕಿದಳು.

ಅವನ ಮುಖ ಕೆಂಪಾಯಿತು. ಗೊಂದಲ ಹರಡಿಕೊಂಡಿತು. 'ನಿನ್ನನ್ನ ಶಿಕ್ಷಿಸುವ ಅಧಿಕಾರ ನನಗಿದೆ ಅಂತ ನೀನು ಒಪ್ಪಿಕೊಂಡಿದೀಯ. ಯಾಕೆಂದರೆ ಐ ಲವ್ ಯು ಅಂತ ಹೇಳಿಬಿಟ್ಟೆಯಲ್ಲ. ಲವ್ ಅಂದರೆ ಪ್ರೀತಿ ಅಂದರೆ ವಾತ್ಸಲ್ಯ. ಹೊರಗೆಲ್ಲ ತುಂಟತನ

ಮಾಡ್ತೀ ಅಂತ ಯಶೋದೆ ಕೃಷ್ಣನಿಗೆ ಹೀಗೆಯೇ ಕೆನ್ನೆಗೆ ಹೊಡೀತಿದ್ದಳು. ಗೊತ್ತೆ?'

ಅವನು ಮೌನಿಯಾದ. ಐದುನಿಮಿಷದ ನಂತರ ಸಾರಿ ಎಂದ. 'ಏಯ್, ಕೃಷ್ಣ ಇಂಗ್ಲಿಷಿನಲ್ಲಿ ಸಾರಿ ಅಂತಿದ್ದನೇನೂ? ಅದನ್ನೇ ಬೃಜಭಾಷೆಯಲ್ಲಿ ಹೇಳು. ಅಥವಾ ಸಂಸ್ಕೃತದಲ್ಲಿ ಹೇಳು.'

ಅವನಿಗೆ ಮಾತು ತಿಳಿಯಲಿಲ್ಲ. ಅವಳೆದುರಿಗೆ ಕೂಡುವುದು ಮುಜುಗರವಾಗುತ್ತಿತ್ತು. ಗಡಿಯಾರ ನೋಡಿಕೊಂಡು ಒಂದು ಪ್ರೆಸ್ ಕಾನ್‌ಫ಼ರೆನ್ಸ್‌ಗೆ ಹೋಗಬೇಕು ಎಂದು ಎದ್ದ. 'ಯಾವಾಗ ಬರ್ತೀಯಾ? ಒಂದು ಲೇಖನ ಬರೆದಿದೀನಿ. ಇಂಗ್ಲಿಷಿನಲ್ಲಿ. ನೀನು ತಿದ್ದಿಕೊಡ ಬೇಕು. ಇವತ್ತಿನಿಂದ ನಾನು ನಿನ್ನನ್ನ ಏಕವಚನದಲ್ಲೇ ಮಾತಾಡಿಸೂದು. ನೀನು ಒಪ್ಪಿಕೊಂಡಿ ದೀಯ,' ಎಂದು ಅವನ ಬೆನ್ನಿನಮೇಲೆ ಒಂದು ಪೆಟ್ಟು ಹಾಕಿದಳು.

ಅವನು ಹೋದಮೇಲೆ ತಾನು ಪಾರಾದೆ ಎಂದುಕೊಂಡಳು. ಇವನ ಜೊತೆಗೆ, ಈ ಪತ್ರಿಕೆಯವನ ಜೊತೆಗೆ, ಸ್ನೇಹ ಸಂಬಂಧ ಸಲ್ಲದು ಎಂದು ಮನಸ್ಸು ಹೇಳಿತು. ಕಲಾವಿದೆಗೆ ಬೇರೊಬ್ಬ ಕಲಾವಿದನಲ್ಲಿ ಮಾತ್ರ ಪ್ರೇಮವು ಸಾಧ್ಯ ಎಂಬ ಮಿತ್ತಲ ಸಾಹೇಬರ ಮಾತು ನೆನಪಿಗೆ ಬಂತು. ಆದರೆ ನಿರಾಶನಾಗಿ ಹೋದ ಇವನು ನನ್ನ ವಿರುದ್ಧ ತಿರುಗಿಬೀಳದಂತೆ ನಿರ್ವಹಿಸಬೇಕು, ನಿರ್ವಹಿಸ್ತೀನಿ. ಅಕ್ಕತನವನ್ನು, ಹಿರಿಯಕ್ಕನ ಅಧಿಕಾರವನ್ನು ನನಗೆ ಒಪ್ಪಿಸುವಂತೆ ಮಾಡ್ತೀನಿ, ಎಂದು ನಿಶ್ಚಯಿಸಿಕೊಂಡಳು.

ಅಧ್ಯಾಯ ೧೦

– ೧ –

ಅವನಿಗೆ ಗಾಢನಿದ್ದೆ ಹತ್ತಿತ್ತು. ಫೋನ್ ಹೊಡೆದು ಎಚ್ಚರಗೊಳಿಸಿತು. ಅವಳದೇ ಎಂದು, ಎತ್ತಿಕೊಂಡು ದೀಪಹಾಕಿದ. ಗೋಡೆಯ ಮೇಲಿನ ಗಡಿಯಾರ ಹನ್ನೆರಡೂ ಕಾಲು ತೋರಿಸುತ್ತಿತ್ತು. 'ಹಾಯ್ ಮೋಹನ್‌ಜಿ, ಈ ಹೊತ್ತಿನಲ್ಲಿ ನಿಮ್ಮ ನಿದ್ರೆ ಕೆಡಿಸಿದ್ದಕ್ಕೆ ಕ್ಷಮೆ ಇರಲಿ. ಏನಾಯಿತು ಗೊತ್ತಾ? ನರ್ತನ ಕಾರ್ಯಕ್ರಮವಾದ ಮೇಲೆ ಡಿನರ್ ಇದ್ದದ್ದು ನನಗೆ ಮರೆತೇಹೋಗಿತ್ತು. ಅಂಬ್ಯಾಸಡರ್, ಅವನ ಹೆಂಡತಿ ಬಂದಿದ್ದರು. ಫ್ರೆಂಚ್ ಅಂಬ್ಯಾಸಡರ್, ಇಟಾಲಿಯನ್ ಅಂಬ್ಯಾಸಡರ್, ಒಟ್ಟು ಐದುಜನ, ಅವರವರ ಹೆಂಡತಿಯರ ಸಮೇತ. ಆ ದೇಶಗಳಿಂದೆಲ್ಲ ಆಮಂತ್ರಣ ಬರುವ ಸಂಭವವಿದೆ. ನೋಡಿ, ಐಯಾಮ್ ಸಾರಿ, ನೋಡು, ನಾನು ಒಂದಿಷ್ಟು ತಗೊಂಡಿದೀನಿ ನಿಜ. ಆದರೂ ನಿನ್ನನ್ನ ಗೌರವಸೂಚಕ ಬಹುವಚನದಲ್ಲಿ ಮಾತಾಡಿಸುಕ್ಕೆ ಕಷ್ಟವೇನು, ಅಸಾಧ್ಯವಾಗ್ತಿದೆ. ನೀನು ಬೇಕಾದರೆ ನನ್ನನ್ನ ಬಹುವಚನದಲ್ಲೇ ಮಾತಾಡಿಸು. ಮೇಡಂ ಅನ್ನು, ಮದಾಂ ಅನ್ನು. ಅದು ಸರಿಯಾದ ಉಚ್ಚಾರ. ನಾನು ಏಕವಚನದಲ್ಲೇ ಮಾತಾಡಿಸೋಳು. ಪ್ಯಾರಿಸ್ ಉತ್ಸವಕ್ಕೆ ನೀನು ಒಪ್ಪಿದೀ ಅಂತ ನನ್ನ ಅಂತರಂಗ ಹೇಳ್ತಿದೆ. ಅದು ಹೇಳಿದ್ದು ಯಾವತ್ತೂ ಫೇಲ್ ಆಗಿಲ್ಲ. ನಿನ್ನ ಹೆಸರನ್ನು ಸೂಚಿಸಿ ನಾಳೆ ಅವರಿಗೆ ಒಪ್ಪಿಗೆ ತಿಳುಸ್ತೀನಿ. ಓ.ಕೆ?'

ಐದುಜನ ಅಬ್ಯಾಂಸಡರ್‌ಗಳ ಜೊತೆ ಊಟಮಾಡಿದಾಳೆ. ಪ್ಯಾರಿಸ್‌ಗೆ ಹೋಗಿಬಂದರೆ ಇತರ ಯುರೋಪಿಯನ್ ದೇಶಗಳಿಗೂ ಅವಕಾಶವಾಗುತ್ತೆ. ಯಾಕೆ ತಪ್ಪಿಸಿಕೊಬೇಕು, ಕಿವಿಯಿಂದ ಕೇಳುವ ಸಮ ಸಮಯದಲ್ಲೇ ಅವನ ಮನಸ್ಸು ಆಲೋಚಿಸಿತ್ತು. 'ನಿನ್ನ ಡಾನ್ಸಿಗೆ ನಾನು ಗಾಯಕನಲ್ಲ. ಮೊದಲು ಅರ್ಧಗಂಟೆ ನಾನು ಒಂದು ರಾಗ ಹಾಡ್ತೀನಿ. ಅದನ್ನೇ ಲಯವನ್ನು ತೇಜಗೊಳಿಸಿ ಹಾಡುವಾಗ ನೀನು ಡಾನ್ಸ್ ಮಾಡಬೇಕು. ನನ್ನ ಹೆಸರು ಮೊದಲು ಹಾಕಬೇಕು. ನನಗೇನು ಫಾರಿನ್ ಹೊಸತಲ್ಲ. ಈಗತಾನೆ ಅಮೆರಿಕಾದಲ್ಲಿ ಎರಡೂವರೆತಿಂಗಳು ಇದ್ದುಬಂದಿದೀನಿ,' ಎಂದ.

'ಆಗಲಪ್ಪ. ನಿನ್ನದು ಮೊದಲು ಹಾಕುಸ್ತೀನಿ. ದಪ್ಪನಾಗಿಯೂ ಹಾಕುಸ್ತೀನಿ. ಹೊರಡುವ ಮೊದಲು ಒಂದುವಾರವಾದರೂ ಜೊತೇಲಿ ಅಭ್ಯಾಸ ಮಾಡಬೇಕು. ಸಾಥಿದಾರರೆಲ್ಲ ನನ್ನ ಸೆಟ್‌ನವರೇ. ಅವರಿಗೆ ನಿನ್ನ ಆಲಾಪದ ನಿಧಾನಲಯದ ಮರ್ಮ ಹೇಳಿಕೊಡಬೇಕು. ಥ್ಯಾಂಕ್ಯು ಮೋಹನ್, ಥ್ಯಾಂಕ್ಯು. ನಿದ್ದೆ ಕೆಡಿಸಿದ್ದಕ್ಕೆ ಮತ್ತೊಮ್ಮೆ ಕ್ಷಮಾಯಾಚನೆ ಮಾಡ್ತೀನಿ.

ಫ಼ೋನು ಇಡಲೆ? ಗುಡ್‌ನೈಟ್.'

ಹದಿನೆಂಟುವರ್ಷದ ಹಿಂದೆ ತಾನು ಅವಳೂ ಕೂಡಿ ಬಾಗೇಶ್ರೀ ಮಾಡಿದ ನೆನಪು ಮೂಡಿತು. ಆಕಳಿಕೆ ಬಂತು. ಇದೇ ಫ಼ೋನನ್ನ ಬೆಳಗ್ಗೆ ಮಾಡಿದ್ದರೆ ಏನು ಹೋಗ್ತಿತ್ತು ಇವಳ ಗಂಟು, ಎಂದು ಗೊಣಗಿಕೊಳ್ಳುತ್ತಾ ದೀಪ ಆರಿಸಿದ. ದಿಲ್ಲಿಯಲ್ಲಿದ್ದರೆ ಎಂಬಸಿಗಳು, ಅಂಬ್ಯಾಸಡರ್‌ಗಳು, ಕಲ್ಚರಲ್ ಅಟ್ಯಾಚಿಗಳು, ಸರ್ಕಾರದ ಕೌನ್ಸಿಲ್‌ಗಳು ಇವರ ಜೊತೆಯೇ ಧಂಧೆ, ಮುಂಬಯಿ ಹಾಗಲ್ಲ. ಇಲ್ಲಿ ಸಾರ್ವಜನಿಕರು ಕಾಸು ಕೊಟ್ಟು ನಡೆಸುವ ಸಭೆಗಳು. ಕಲಾವಿದ ಲಾಚಾರ್ ಆದ ಅಂದರೆ ಸದಸ್ಯರಿಗೆ ಬೇಸರ. ಸಭೆಗಳು ಕರೆಯುಲ್ಲ, ಎಂದು ಹೋಲಿಸಿಕೊಳ್ಳುತ್ತಾ ಕಣ್ಣುಮುಚ್ಚಿದ.

– ೨ –

ಪ್ರೀತಿ ಪ್ರೇಮ ಮೊದಲಾದ ಆರ್ದ್ರ ವಿಭಾವಗಳಿಲ್ಲದೆ ಹನ್ನೆರಡು ವರ್ಷಗಳನ್ನು ಕಳೆದ ತನಗೆ ಏನಾಗಿದೆ? ಎಂದು ಮನೋಹರಿ ತನ್ನೊಳಗೇ ತಳಮಳಿಸುತ್ತಾಳೆ. ಪ್ಯಾರಿಸಿನ ಕಾರ್ಯಕ್ರಮಕ್ಕೆ ಬರುವುದಾಗಿ ಅವನು ಒಪ್ಪಿಕೊಂಡ ಕ್ಷಣದಿಂದ ಅವನಿಗೂ ತನಗೂ ಮತ್ತೆ ಸ್ನೇಹ ಬೆಳೆಯುತ್ತದೆಂಬ ಭರವಸೆ ಶಕ್ತವಾಗಿದೆ. ಇದು ನಾನು ನಿಯೋಜಿಸಿದ ಕಾರ್ಯಕ್ರಮವಲ್ಲ. ಪ್ಯಾರಿಸಿನ ಪ್ರದರ್ಶನ ಕಲಾಮಂಡಲಿಯವರು ಯೋಜಿಸಿ ಏರ್ಪಡಿಸಿದುದು. ಭಾರತದೇಶದ ಸಂಗೀತದ ಮೂಲಸ್ವರೂಪ ಮತ್ತು ಅದರ ನೃತ್ಯರೂಪಗಳನ್ನು ತೋರಿಸುವಂಥ ಮೂರುಗಂಟೆಯ ಒಂದು ಕಾರ್ಯಕ್ರಮ ಕೊಡಿ ಎಂದು ಕೇಳಿದವರು ಅವರು. ಇವನಲ್ಲದೆ ಬೇರೆ ಗಾಯಕನನ್ನು ಆರಿಸುವುದು ಹೇಗೆ ಸಾಧ್ಯ? ಬೇರೆ ದೇಶದವರಿಗೆ ತೋರಿಸುವಾಗ ನಮ್ಮ ಅತ್ಯುತ್ತಮವಾದುದನ್ನು ಆರಿಸಬೇಡವೆ? ಇವನನ್ನು ಸಂಪರ್ಕಿಸಲೆಂದೇ ಅವರು ಈ ವಸ್ತುವನ್ನು ಆರಿಸಿ, ನನಗೆ ವಹಿಸಿದರೆ? ಇದರಲ್ಲಿ ಏನೋ ಒಂದು ಪೂರ್ವನಿಶ್ಚಿತ ದೈವೇಚ್ಛೆಯಿದ್ದಂತೆ ಅವಳಿಗೆ ತೋಚುತ್ತಿತ್ತು. ಅವನು ಬರಲು ಕೂಡ ಒಪ್ಪಿದ್ದಾನೆ. ಮತ್ತೆ ನನ್ನ ಗೆಳೆಯನಾಗುತ್ತಾನೆ, ಸಖನಾಗುತ್ತಾನೆ ಎಂಬ ಭರವಸೆ ಘನವಾಗುತ್ತಿತ್ತು. ನಾನು ಸೂಚಿಸಬೇಕು, ಧ್ವನಿಸಬೇಕು, ಹಾವಭಾವದಲ್ಲಿ ವ್ಯಕ್ತಪಡಿಸಬೇಕು. ಆದರೆ ವ್ಯಕ್ತವಾಗಿ, ವಾಚ್ಯವಾಗಿ ಮೇಲೆ ಬೀಳಬಾರದು ಎಂದು ನಿರ್ಧರಿಸಿದಳು. 'ಮೋಹನ್, ದಿಲ್ಲಿಯಲ್ಲಿ ನಿನ್ನ ಒಂದುವಾರದ ವಸತಿಯನ್ನು ಎಲ್ಲಿ ಏರ್ಪಡಿಸಲಿ? ಫ಼್ರಾನ್ಸಿನವರೇನೋ ಪಂಚತಾರಾ ಹೋಟೆಲಿನ ಖರ್ಚು ಕೊಡ್ತಾರೆ. ಆದರೆ ನನ್ನ ಶಾಲೆಯ ಅತಿಥಿಕೋಣೆಯನ್ನು ಸ್ವಚ್ಛಪಡಿಸಿ ಅಲಂಕರಿಸಿಡಲೂಬಹುದು. ನೀನು ನೃತ್ಯಶಾಲೆಯಲ್ಲೇ ಇದ್ದರೆ ಎಷ್ಟು ಹೊತ್ತಾದರೂ ತಾಲೀಮು ಮಾಡುಕ್ಕೆ ಅನುಕೂಲ. ಏನು ಮಾಡಲಿ?' ಎಂದು ಫ಼ೋನು ಮಾಡಿದ್ದಕ್ಕೆ,

'ಹೊಟೇಲು ಖರ್ಚು ಕೊಡೋರು ಟ್ಯಾಕ್ಸೀದೂ ಕೊಡ್ತಾರಲ್ಲವೆ?' ಎಂದುಬಿಟ್ಟ.

'ಕೊಟ್ಟೇ ಕೊಡ್ತಾರೆ. ನೀನು ಟ್ಯಾಕ್ಸಿಯಲ್ಲೇಕೆ ಕೂರಬೇಕು ನನ್ನ ಕಾರ್ ಇರುವಾಗ,' ಎಂದು ಮುಜುಗರವನ್ನು ತಿಳಿಮಾಡಿದಳು.

ಅವನು ಸ್ನೇಹದಿಂದಿದ್ದ. ವಾದ್ಯಸಂಗಾತಿಗಳೊಡನೆ ಸಹಕರಿಸಿದ. ತನ್ನ ಸಲಹೆಸೂಚನೆಗಳನ್ನೂ ಹಿತಭಾವದಿಂದ ಸ್ವೀಕರಿಸಿದ. ತಾನೂ ಹೊಸಕಲ್ಪನೆಗಳನ್ನು ಹೇಳಿ ರಚನೆಯ ಕಲಾಗುಣವನ್ನು ಹೆಚ್ಚಿಸಿದ. ಕಾರು ನಡೆಸುವಾಗ ತಾನು ಅವನ ತೊಡೆಯ ಮೇಲೆ ಎಡಗೈ ಹಾಕಿದರೆ ಅದನ್ನು ಸ್ನೇಹದಿಂದ ಹಿಡಿಯುತ್ತಿದ್ದ. ಅಷ್ಟೆ. ಹೋಟೆಲಿನಲ್ಲಿ ಇಳಿದು, 'ಬೆಳಗ್ಗೆ ನೀನ್ಯಾಕೆ ಇಷ್ಟು ದೂರ ಡ್ರೈವ್ ಮಾಡಿಕೊಂಡು ಬರ್ತೀ? ನಾನೇ ಟ್ಯಾಕ್ಸಿ ಮಾಡಿಕೊಂಡು ಬಂದರೆ ಅಯಿತಲ್ಲ' ಎನ್ನುತ್ತಿದ್ದ. ಒಳಗೆ ಬಾ, ನನ್ನ ಕೋಣೆಗೆ ಹೋಗೋಣ ಬಾ ಎಂದು ಒಂದುದಿನವೂ ಕರೆಯಲಿಲ್ಲ. ತಾನು ಇದಕ್ಕಿಂತ ಮೇಲೆಬಿದ್ದು ಹೋಗೂದು ಹೇಗೆ? ಕೇವಲ ವ್ಯವಹಾರಕ್ಕಾಗಿ ಒಪ್ಪಿಬಂದಿದಾನೆಯೆ? ಅಂತರಂಗದಲ್ಲಿ ಕ್ಷಮಿಸಿಲ್ಲವೆ? ಅಥವಾ ಪುಂಸತ್ವ ಮುಗಿದುಹೋಗಿದೆಯೆ? ಎಂಬ ವಿರುದ್ಧ ದಿಕ್ಕಿನ ಅನುಮಾನಗಳು ಕಾಡತೊಡಗಿದವು. ಅವನಿಗೆ ಹಲವು ಕಿರಿವಯಸ್ಸಿನ ಹೆಂಗಸರ ಸ್ನೇಹವಿದೆ, ಅದಕ್ಕೆಂದೇ ಇಡೀ ಫ್ಲ್ಯಾಟಿನಲ್ಲಿ ಒಬ್ಬನೇ ಇದಾನೆ ಎಂಬ ಮಾತನ್ನು ಮುಂಬಯಿಯಲ್ಲಿ, ಇತರ ಊರುಗಳಲ್ಲೂ, ಸಂಗೀತವಲಯಗಳಲ್ಲಿ ಕೇಳಿದ್ದಳು. ಅಷ್ಟು ಹೆಂಗಸರ ಸ್ಫೂರ್ತಿಯೇ ಅವನ ಗಾಯನಶಕ್ತಿಯ ಮರ್ಮ ಎಂಬ ಲಘುವಿವರಣೆಯೂ ಅವಳ ಕಿವಿಗೆ ಬಿದ್ದಿತ್ತು. ಅಂಥವನ ಸ್ನೇಹವನ್ನು ಮರಳಿ ಪಡೆಯಹೊರಟಿರುವ ನಾನು ನನ್ನನ್ನು ಅವರಲ್ಲೊಬ್ಬಳಾಗಿ ಕೆಳಗಿಳಿಸಿಕೊತ್ತಿಲ್ಲವೆ? ಎಂಬ ಸಿಡಿಮಿಡಿಹುಟ್ಟಿತು. ಇಡೀರಾತ್ರಿ ಚಡಪಡಿಸಿದಳು. ಒಮ್ಮೆ ಅವನು ನನ್ನ ಕೈ ಸೇರಲಿ. ಬೇರೆ ಯಾವ ಹೆಂಗಸಿನಲ್ಲೂ ಮನಸ್ಸು ಹುಟ್ಟದಂತೆ ಮಾಡ್ತೀನಿ ಎಂಬ ಆತ್ಮವಿಶ್ವಾಸವನ್ನು ತಂದುಕೊಂಡಾಗಲೇ ನಿದ್ರೆ ಹತ್ತಿದುದು. ಅವನು ತನ್ನಿಂದ ದೂರವಾದಮೇಲೆ ತಾನು ಅನುಭವಿಸಿದ ಬವಣೆಗಳನ್ನೆಲ್ಲ ಅವನೊಡನೆ ತೋಡಿಕೊಂಡಳು. ಕಾರ್ತೀಕರಾಮ ಹೋದದ್ದನ್ನು ಹೇಳಿದಳು. ಅವನ ಪುಕ್ಕಲನ್ನು ವರ್ಣಿಸಿದಳು. ಆದರೆ ತನಗೂ ಅವನಿಗೂ ಶರೀರಸಂಬಂಧವಿದ್ದುದನ್ನು ಸೂಚನೆಯಿಂದಲೂ ತಿಳಿಸಲಿಲ್ಲ. ಮಿತ್ತಲ್ ಸಾಹೇಬರು ದೂರವಾದ ಸನ್ನಿವೇಶವನ್ನು ವಿವರಿಸಿದಳು. ಗುರೂಜಿ ಹೋದದ್ದು, ತಾನು ಆವೇಶಕ್ಕೆ ಸಿಕ್ಕಿ ಅವರನ್ನು ಒಂದುನಿಮಿಷದಲ್ಲಿ ಮತ್ತೆ ಕರೆತಂದದ್ದನ್ನು ಹೇಳಿದಳು. ಆದರೆ ತನ್ನ ಮನಸ್ಸು ಅವನಿಗಾಗಿ ಹಾತೊರೆಯುತ್ತಿರುವುದನ್ನು ಹೇಳಲಿಲ್ಲ. ಇದನ್ನು ವಾಚ್ಯ ಮಾಡಿ ಹೇಳಬೇಕೆ? ಅವನೇ ಅರ್ಥಮಾಡಿಕೊಳ್ಳಲಿ ಎಂಬ ಅಭಿಮಾನದಿಂದ ನಿಲ್ಲಿಸಿದಳು. ಸಹಾನುಭೂತಿಯಿಂದ ಕೇಳುತ್ತಿದ್ದ. ಮುಂದೆ ಯಾವ ಆರ್ದ್ರತೆಯ ಮಾತನ್ನೂ ಆಡಲಿಲ್ಲ.

ವಿಮಾನದಲ್ಲಿ ವಾದಕರಿಗೆ ಸಾಧಾರಣ ದರ್ಜೆಯ ಟಿಕೇಟು ಇದ್ದವು. ಇವರಿಬ್ಬರಿಗೆ ಎಕ್ಸಿಕ್ಯುಟಿವ್ ತರಗತಿ. ಅಕ್ಕಪಕ್ಕದ ಅಗಲವಾದ ಸೋಫಾದಂತಹ ಆಸನಗಳ ಒರಗನ್ನು ಹಿಂದೆ ಮಾಡಿ ಆರಾಮಾಸನದಲ್ಲಿ ಕಾಲುಚಾಚಿ ರಾತ್ರಿ ಪ್ರಯಾಣ ಮಾಡುವಾಗ ಅವಳು ಮೃದು ಕಂಬಳಿಯೊಳಗೆ ಕೈನೀಡಿ ಅವನ ಬಲಗೈಯನ್ನು ಹಿಡಿದುಕೊಂಡಳು. ಅವನೂ ಹಿಡಿದ. ಆದರೆ ಅದರಲ್ಲಿ ಕಾವು ಇರಲಿಲ್ಲ. ಆದರೂ ಅವಳು ಬಿಡಲಿಲ್ಲ. ಹಾಗೆಯೇ ನಿದ್ರೆ ಹೋದಳು. ಅವನು ತನ್ನ ಎಡಗಡೆಗಿದ್ದ ಕಿಟಕಿಯಿಂದ ರಾತ್ರಿ ಕತ್ತಲನ್ನು ನೋಡುತ್ತಾ ಕುಳಿತಿದ್ದ. ಅನಂತರ ನಿದ್ರೆಮಾಡಿದ.

– ೩ –

ಕಾರ್ಯಕ್ರಮ ತುಂಬ ಯಶಸ್ವಿಯಾಯಿತು. ಅವಳು ಸಿದ್ಧಪಡಿಸಿದ್ದ ವಿವರಣೆಯೊಂದಿಗೆ ಬೆಳಗಿನ ತೋಡಿ ಸಂಜೆಯ ಭೂಪಾಲಿ ನಡುರಾತ್ರಿಯ ಮಾಲಕೌಂಸ್‌ಗಳ ಭಾವಗಳು ಮತ್ತು ಅವುಗಳನ್ನು ಅವಳು ನರ್ತನಕ್ಕೆ ಪರಿವರ್ತಿಸಿದ ರೀತಿಗಳನ್ನು ಕಲಾಭಿಜ್ಞರು ಮೆಚ್ಚಿ ಹೊಗಳಿದರು. ಪ್ರದರ್ಶನದಲ್ಲಿ ಸಂಗೀತದ್ದೇ ಮೇಲುಗೈಯಾಗಿತ್ತು. ಮೋಹನನೇ ಪ್ರಧಾನಕಲಾವಿದನಾಗಿದ್ದ. ಅದರಿಂದ ಅವನು ಖುಷಿಯಾಗಿದ್ದ. ಅವಳೂ ಸಂತೋಷಪಟ್ಟಳು. ಇನ್ನು ಐದುದಿನ ಬೆಳಗ್ಗೆ ಇತರ ಕಲಾವಿದರೊಡನೆ ನಡೆಯುವ ಚರ್ಚೆಯನ್ನು ಕೇಳುವುದು, ಮಧ್ಯಾಹ್ನ, ಸಂಜೆ ಬೇರೆ ಬೇರೆ ಪರಂಪರೆಗಳ ಸಂಗೀತ-ನರ್ತನಗಳ ಪ್ರದರ್ಶನವನ್ನು ನೋಡುವುದು. ಇಬ್ಬರೂ ಜೊತೆಯಲ್ಲಿ ತಿರುಗಿದರು. ಜೊತೆಯಲ್ಲಿ ನೋಡಿದರು. ಒಂದೇ ಹೋಟೆಲಿನ ಅಕ್ಕಪಕ್ಕದ ಕೋಣೆಗಳಲ್ಲಿದ್ದರೂ ಅವನು ಅವಳನ್ನು ತನ್ನ ಕೋಣೆಗೆ ಕರೆಯಲಿಲ್ಲ. ತಾನು ಅವಳ ಕೋಣೆಗೆ ಹೋಗಲಿಲ್ಲ. ಸಭ್ಯವ್ಯಕ್ತಿಯಂತೆ ತನ್ನ ಕೋಣೆಗೆ ತಾನು ಹೋಗಿಬಿಡುತ್ತಿದ್ದ. ತನ್ನ ಸಭ್ಯತೆಯನ್ನು ಕಾಯ್ದುಕೊಳ್ಳಬೇಕೆಂಬ ಅಭಿಮಾನದಿಂದ ಅವಳೂ ತನ್ನ ಕೋಣೆಗೆ ಹೋಗುತ್ತಿದ್ದಳು. ಅವರು ಊರಿಗೆ ಹೊರಡುವ ಹಿಂದಿನ ದಿನ ಪ್ರದರ್ಶನವಿರಲಿಲ್ಲ. ಇಬ್ಬರೂ ಜೊತೆಯಲ್ಲಿ ನದಿಯಮೇಲೆ ವಿಹಾರ ಹೋದರು. ನದಿಯ ದಡದ ಉದ್ಯಾನದಲ್ಲಿ ಸುತ್ತಾಡಿದರು. 'ಮೋಹನ್, ಪ್ಯಾರೀಸಿಗೆ ಬರೋರು ಪ್ರೇಮಿಗಳು ಅಥವಾ ಮಧುಚಂದ್ರದ ಜೋಡಿಗಳು. ಗೊತ್ತಾ?' ಅವಳು ಕೇಳಿದಳು.

'ಮಧುಚಂದ್ರದ ಜೋಡಿಗಳು ಪ್ರೇಮಿಗಳಲ್ಲ ಅಂದಹಾಗಾಯಿತು,' ಅವನು ವಿಶ್ಲೇಷಿಸಿದ.

ಅವಳಿಗೆ ತನ್ನ ಮಾತು ಗುರಿ ತಲುಪಲಿಲ್ಲವೆಂಬ ಖೇದವಾಯಿತು. ಅವನು ಬೇಕೆಂದೇ ಗುರಿ ತಪ್ಪಿಸುತ್ತಿದ್ದಾನೆಯೇ? ಎಂಬ ಅನುಮಾನವೂ ಬಂತು. ಇವತ್ತು ಇವನನ್ನು ಬಿಡುಲ್ಲ, ಬಿಡಕೂಡದು, ಸೋಲನ್ನು ಸ್ವೀಕರಿಸಕೂಡದು ಎಂದು ನಿಶ್ಚಯಿಸಿದಳು. 'ಪ್ರೇಮಿಗಳು ಪ್ಯಾರೀಸಿಗೆ ಬರ್ತಾರೆ. ಅಥವಾ ಬಂದಮೇಲೆ ಪ್ರೇಮಿಗಳಾಗ್ತಾರೆ. ಅಥವಾ ಹಳೆ ಪ್ರೇಮವನ್ನ ಮತ್ತೆ ಚಿಗುರಿಸಿಕೊತ್ತಾರೆ. ಈ ಮಾತು ಕೇಳಿದೀಯಾ?' ಎಂದಳು.

'ಕವಿಗಳು ಬರೆದಿರಬಹುದು,' ಎಂದ. ಅವಳ ಹಟ ಇನ್ನೂ ಬೆಳೆಯಿತು.

ರಾತ್ರಿ ಹೋಟೆಲಿಗೆ ಹಿಂತಿರುಗಿ ಅವನು ತನ್ನ ಕೋಣೆಯ ಬಾಗಿಲು ತೆಗೆದಾಗ ಅವಳೂ ಹಿಂಬಾಲಿಸಿದಳು. 'ನೋಡು, ಪ್ಯಾರೀಸಿಗೆ ಬಂದು ಇಲ್ಲಿಯ ಪಾನೀಯದ ರುಚಿ ನೋಡದಿದ್ದರೆ ಏನು ಪ್ರಯೋಜನ? ಇದರ ಸೂಕ್ಷ್ಮವನ್ನ ಅರ್ಥಮಾಡಿಕೊಳ್ಳದವನು ಕಲಾವಿದನೇ ಅಲ್ಲ ಅಂತಾರೆ. ನಿನಗೆ ರುಚಿ ತೋರಿಸದಿದ್ದರೆ ನಾನು ಕರಕೊಂಡುಬಂದದ್ದೇ ವ್ಯರ್ಥ. ಅದಕ್ಕೋಸ್ಕರ ನಿನ್ನ ರೂಮಿಗೆ ಬಂದೆ. ನಿನಗೆ ಪಾನೀಯಗಳ ರುಚಿ ಹೆಚ್ಚು ಗೊತ್ತಿಲ್ಲ ಅಂತ ಗೊತ್ತಿದೆ. ನಾನು ಗೊತ್ತುಮಾಡುಸ್ತೀನಿ. ಇದೊಂದು ದಿನ. ನಾಳೆ ಹೊರಟುಬಿಡ್ತಿದೀವಲ್ಲ,' ಎಂದು ಅವನ ಕೈಹಿಡಿದು ಸೋಫದ ಮೇಲೆ ಕೂರಿಸಿಕೊಂಡಳು. ಅನಂತರ ಮೇಲೆ ಎದ್ದು ಫ್ರಿಜ್ ತೆಗೆದು ಸಾಲಿಗೆ ಇಟ್ಟಿದ್ದ ಎರಡು ಮಧ್ಯಮಗಾತ್ರದ

ಬಾಟಲುಗಳನ್ನು ತೆಗೆದಳು. ಲೋಟ, ಹಿಮದ ಗಡ್ಡೆಗಳನ್ನು ಹೊರಗಿಟ್ಟಳು. 'ನೋಡು, ಇದು ಫ್ರೆಂಚಿನವರ ವಿಶೇಷ ವೈನ್. ಇದರಿಂದ ಯಾವ ಅಮಲೂ ಏರುಲ್ಲ. ಆದರೆ ಈ ಇನ್ನೊಂದು ಮಾತ್ರ ಹದವಾದ ಹಿತವಾದ ಪಾನೀಯ. ನಾನೂ ಕುಡೀತೀನಿ. ಹೆದರಬೇಡ. ಸ್ನೇಹಿತರು ಜೊತೇಲಿ ಕುಡಿಯೂದು ಕ್ಷುಲ್ಲಕ ಕೆಲಸವಲ್ಲ. ಸ್ನೇಹವರ್ಧನೆಯ ಕಲಾಪ. ಮನಸ್ಸು ಬಿಚ್ಚಿ ಹಂಚಿಕೊಳ್ಳುವ ವಿಧಾನ.' ಎಂದು ಲೋಟಕ್ಕೆ ಹಾಕಿಕೊಟ್ಟಳು.

'ನನಗೆ ಅಭ್ಯಾಸವಿಲ್ಲ. ಆದರೆ ಗೊತ್ತಿಲ್ಲ ಅಂದುಕೊಬೇಡ,' ಎಂದು ಅವನು ಚೀರ್ಸ್ ಹೇಳಿದ.

ಸ್ವಲ್ಪಹೊತ್ತಿಗೆ ಅವನ ಮುಜುಗರ ಹಿಂಜರಿಕೆಗಳು ಕಳೆಯತೊಡಗಿದವು. ಅವಳು ಅವನನ್ನು ಮುದ್ದಿಸಿದಳು. ಅವನೂ ಅವಳನ್ನು ಮುದ್ದಿಸಿದ. ಅವನು ಹದಕ್ಕೆ ಬಂದನೆಂದು ಅವಳಿಗೆ ಸಂತೋಷವಾಯಿತು. ಪ್ರೋತ್ಸಾಹ ಸಿಕ್ಕಿತು. 'ಮೋಹನ್, ನಿಜ ಹೇಳು. ನೀನು ನನ್ನನ್ನ ಕ್ಷಮಿಸಿದ್ದೀಯಾ? ನಿನ್ನ ಅಂತರಂಗದೊಳಗಿನ ಮಾತು ಹೇಳು.'

'ಓ! ಅದಾ? ನೀನು ನನಗೆ ಹೊಡೆದು ದಬ್ಬಿದ್ದಾ? ನೀನು ಹಾಗೆ ಮಾಡದಿದ್ದರೆ ನಾನು ನಿನ್ನನ್ನ ಬಿಟ್ಟುಹೋಗ್ತಿರಲಿಲ್ಲ. ಸ್ವತಂತ್ರವಾಗಿ ಶುದ್ಧ ಸಂಗೀತಕಛೇರಿ ಶುರುಮಾಡಿ ಈ ಮಟ್ಟಕ್ಕೆ ಏರ್ತಿರಲಿಲ್ಲ. ನಾನು ನಿನಗೆ ಕೃತಜ್ಞನಾಗಿದೀನಿ ಡಿಯರ್' ಎಂದು ಬಿಗಿಯಾಗಿ ಅಪ್ಪಿ ಮುದ್ದಿಸಿದ.

'ಪೂರ್ತಿ ಕ್ಷಮಿಸಿಲ್ಲ ಅಂದಹಾಗಾಯಿತು.'

'ಕೃತಜ್ಞತೆಯು ಕ್ಷಮೆಗಿಂತ ಹೆಚ್ಚಿನ ಭಾವವಲ್ಲವೆ?'

'ಹಾಗಾದರೆ ಮೊದಲಿನಂತೆ ಯಾಕೆ ಒಪ್ಪಿಸಿಕೊತ್ತಿಲ್ಲ?' ಎಂದು ಅವನ ಕೋಟನ್ನು ಕಳಚಲು ಕೈಹಾಕಿದಳು. ತನ್ನ ಬಟ್ಟೆಗಳನ್ನು ತೆಗೆದುಹಾಕಲು ಅವನೇ ಸಹಕರಿಸಿದ. ಅವಳ ಬಟ್ಟೆಗಳನ್ನೂ ಕಳಚಲೆತ್ನಿಸಿದ. ಅವನ ಪ್ರಯತ್ನವನ್ನು ಅವಳು ಕಾರ್ಯಗತಗೊಳಿಸಿದಳು. ಬಾ, ಎಂದು ಅವನೇ ಅವಳನ್ನು ಎದುರಿಗೇ ಇದ್ದ ಹಾಸಿಗೆಗೆ ಕರೆದೊಯ್ದ. ಚಳಿ ಎನ್ನಿಸುತ್ತಿದ್ದುದರಿಂದ ಇಬ್ಬರೂ ಜೋಡಿಸಿಟ್ಟಿದ್ದ ಕಂಬಳಿಯನ್ನು ಎಳೆದುಕೊಂಡರು. ಅವನು ಅವಳನ್ನು ಪ್ರೀತಿಯಿಂದ ಮುದ್ದಿಸಿದ. ಅವಳು ಪ್ರಚೋದಿಸತೊಡಗಿದಳು. ಎಷ್ಟುಹೊತ್ತಾದರೂ ಅವನು ಅದೇ ಹಂತದಲ್ಲಿದ್ದ. ಏರಲಿಲ್ಲ. ಅವಳು ಅಸಮಾಧಾನ ತೋರಿಸಲಿಲ್ಲ. ಇದು ಸಹಜವೆಂಬಂತೆ, ಪ್ರೀತಿಯಿಂದ ಅವನ ಆತ್ಮವಿಶ್ವಾಸವನ್ನು ವರ್ಧಿಸತೊಡಗಿದಳು. 'ಆಗದಿದ್ದರೆ ಚಿಂತಿಸಬೇಡ ಸಖ, ನನಗೆ ಬೇಕಾದದ್ದು ನಿನ್ನ ಹೃದಯ. ಶರೀರ ಒಂದೊಂದುಸಲ ಹೀಗೆ ಕೈಕೊಡುತ್ತೆ. ಈಗ ಆಗದಿದ್ದರೆ ಇನ್ನೊಂದುಸಲ ಆಗುತ್ತೆ' ಎಂದು ಅವನ ಕಿವಿಯಲ್ಲಿ ಸಮಾಧಾನವನ್ನು ಉಸುರಿದಳು. ಎಷ್ಟೋ ಹೊತ್ತಾದಮೇಲೆ, 'ಒಂದು ಪ್ರಶ್ನೆ ಕೇಳ್ತೀನಿ. ಬೇಸರಪಟ್ಟುಕೊಬೇಡ. ಬಹಳ ಜನ ಹೆಂಗಸರ ಸಹವಾಸ ಇಟ್ಟುಕೊಂಡಿದೀಯ ಅನ್ನುವ ಮಾತು ನನ್ನ ಕಿವಿಗೆ ಬಿದ್ದಿದೆ. ನಿಜವೆ? ನೀನು ಮಾಡ್ತಿದೀ ಅಂತ ನನ್ನ ಆಕ್ಷೇಪವಿಲ್ಲ. ನಾನು ದುಡುಕಿ ಅವಿವೇಕ ಮಾಡಿದಮೇಲೆ ನೀನಾದರೂ ಹೇಗೆ ಶುದ್ಧಬ್ರಹ್ಮಚರ್ಯದಲ್ಲಿರುಕ್ಕೆ ಸಾಧ್ಯ? ಅಲ್ಲದೆ ಕಲಾವಿದ. ಯಾಕೆ ಕೇಳ್ತಿದೀನಿ ಅಂದರೆ ಅತಿಯಾದ ಲಂಪಟತೆ ಇದ್ದರೆ

ಪುಂಸತ್ವ ನಾಶವಾಗುತ್ತಂತೆ. ಅರವತ್ತು ವರ್ಷಕ್ಕೇ ಎಲ್ಲ ನಷ್ಟಮಾಡಿಕೊಂಡೆಯಾ?' ಎಂದಳು. ಧ್ವನಿಯಲ್ಲಿ ಭರ್ತ್ಸನೆ ಇರಲಿಲ್ಲ. ನೋವಿತ್ತು.

ಈಗ ಅವನು ಮಾತನಾಡಿದ: 'ನೋಡು ನಿಜ ಸಂಗತಿ ಹೇಳಿಬಿಡ್ತೀನಿ. ನನಗೆ ನಿನ್ನ ಮೇಲೆ ಪ್ರೀತಿ ಹುಟ್ಟಿದೆ. ಆದರೆ ನಿನಗೆ ವಯಸ್ಸಾಗಿದೆ. ಅವತ್ತು ನೀನು ಮುಂಬಯಿಯಲ್ಲಿ ನನ್ನ ಫ್ಲ್ಯಾಟಿಗೆ ಬಂದು, ಹೋಗುವ ಮೊದಲು ನನ್ನ ಮುಖ ಹಿಡಿದು ತುಟಿಗಳಮೇಲೆ ಬಿಗಿಯಾಗಿ ಮುತ್ತಿಕ್ಕಿದೆಯಲ್ಲ. ಆಮೇಲೆ ನೀನು ಹೊರಟುಹೋದೆ. ಹದಿನೈದುವರ್ಷದ ಹಿಂದಿನ ನಿನ್ನ ತುಟಿಗಳ ಸ್ಪರ್ಶದ ನೆನಪು ತೇಲಿಬಂತು. ಅದಕ್ಕೂ ಇದಕ್ಕೂ ಎಷ್ಟು ವ್ಯತ್ಯಾಸವಿದೆ ಅನ್ನಿಸಿಬಿಟ್ಟಿತು. ಒಬ್ಬ ವ್ಯಕ್ತಿಯನ್ನ ಅರಿಯುಕ್ಕೆ ಕಣ್ಣು ಕಿವಿ ಮಾತ್ರವಲ್ಲ; ಸ್ಪರ್ಶವು ಬಹು ಅಮೂಲ್ಯವಾದ ಸಾಧನ. ಬೆರಳು ಹಸ್ತಗಳ ಸ್ಪರ್ಶಕ್ಕಿಂತ ಕೆನ್ನೆ ತುಟಿ ನಾಲಗೆಗಳಿಂದ ಮಾಡುವ ಸ್ಪರ್ಶ ಹೆಚ್ಚು ಸಂವೇದನಾಪೂರ್ಣವಾಗಿರುತ್ತೆ. ಕಣ್ಣನೋಟ, ಕಿವಿಯ ಶ್ರವಣಗಳು ನೆನಪಿನಲ್ಲಿ ಉಳಿಯುವ ಹಾಗೆ ಸ್ಪರ್ಶವೇದನೆಯೂ ಉಳಿಯುತ್ತೆ. ಇಲ್ಲದಿದ್ದರೆ ನಿನ್ನ ತುಟಿಗಳ ಅವೊತ್ತಿನ ಸ್ಪರ್ಶವೇದನೆಯಾದ ತಕ್ಷಣ ಹದಿನೈದುವರ್ಷಗಳ ಹಿಂದಿನ ವೇದನೆಯ ನೆನಪು ಉಕ್ಕಿಬಂದು ವ್ಯತ್ಯಾಸ ಗೊತ್ತಾಗೂದು ಹೇಗೆ ಸಾಧ್ಯ?'

'ಏನು ವ್ಯತ್ಯಾಸ?' ಅವಳು ಕುತೂಹಲದಿಂದ ಕೇಳಿದಳು.

'ಹೇಳ್ತೀನಿ ಕೇಳು. ಒಬ್ಬಳದರಂತೆ ಇನ್ನೊಬ್ಬಳದಿರೂದಿಲ್ಲ. ಒಬ್ಬೊಬ್ಬರ ಸ್ಪರ್ಶಗುಣವೂ ವಿಶಿಷ್ಟವೇ. ಪ್ರತಿಯೊಬ್ಬರ ಧ್ವನಿಯೂ, ಹೆಬ್ಬೆಟ್ಟಿನ ಗುರುತೂ ವಿಶಿಷ್ಟವಾಗಿರುವ ಹಾಗೆ. ಹದಿ ನೈದು ವರ್ಷದಲ್ಲಿ, ನಲವತ್ತೆರಡರಿಂದ ಐವತ್ತೇಳರವರೆಗಲ್ಲವೆ? ತುಟಿಗಳ ವೇದನಾಗುಣದಲ್ಲಿ ಇಷ್ಟು ಬದಲಾವಣೆಯಾಗೂದೆಂದರೆ, ರುಚಿಕ್ಷೀಣ, ಹಿತಕ್ಷೀಣವಾಗಿ ಚರ್ಮದ ಗುಣ ಕಡಮೆಯಾಗಿ ಮೃದುರಬ್ಬರಿನ ಗುಣ ಕಾಣಿಸಿಕೊಬೇಕೆ? ವಿಚಿತ್ರ, ಅಂದುಕೊಂಡೆ. ದೇಹಧರ್ಮ, ಅನ್ನಿಸಿತು. ನಿನ್ನ ಕುತ್ತಿಗೆಯ ಮಾಟ ಕಾಯ್ದುಕೊಂಡಿದೀಯ. ಯೋಗಸಾಧನೆಯನ್ನ ಬಿಟ್ಟಿಲ್ಲ. ದೇಹ ಸ್ಥೂಲವಾಗಿಲ್ಲ. ದಾರ್ಢ್ಯ ಇಳಿದಿಲ್ಲ. ಕಿರುಗೂದಲೂ ತಪ್ಪಿಸಿಕೊಳ್ಳದ ಹಾಗೆ ಇಪ್ಪತ್ತರ ಹರೆಯದ ಕಪ್ಪುಬಣ್ಣ ಹಾಕಿಕೊಂಡಿದ್ದೆ. ದಟ್ಟವಾಗಿ ಕಾಣಲಿ ಅಂತ ಗುಂಗುರುಹದ ಮಾಡಿಕೊಂಡಿದ್ದೆ. ಯೋಗಸಾಧನೆ, ನೃತ್ಯಸಾಧನೆ, ಮಾಡಿ ಆಕೃತಿ ದಾರ್ಢ್ಯಗಳನ್ನ ಹದದಲ್ಲಿಟ್ಟು ಕೊಂಡರೂ ವಯೋಧರ್ಮವನ್ನ ಸ್ಥಗಿತದಲ್ಲಿಟ್ಟುಕೊಳ್ಳುಕ್ಕೆ ಸಾಧ್ಯವೆ? ಅನ್ನುವ ಏನೇನೋ ಆಲೋಚನೆಗಳು ಬಂದವು.'

'ನಾನು ಮುದುಕಿಯಾದೆ ಅಂತಿದೀಯಾ?' ಅವಳಿಗೆ ಶಾಕ್ ಹೊಡೆದಂತಾಯಿತು.

'ಅದಲ್ಲ ನಾನು ಹೇಳ್ತಿರೂದು. ಪ್ಯಾರೀಸಿಗೆ ಬಂದೋರು ಪ್ರೇಮಿಗಳಾಗ್ತಾರೆ ಅಂತ ನೀನು ಹೇಳ್ತಿದ್ದೆ. ನನಗೂ ಅದು ನಿಜ ಅನ್ನುಸ್ತಿತ್ತು. ಈಗಲೂ ಅನ್ನುಸ್ತಿದೆ. ಏನು ಈ ಫ್ರೆಂಚ್ ಹೆಂಗಸರ ತೆಳು ಮೈಕಟ್ಟು! ನೀಳ ನಿಲುವು. ಹುಬ್ಬು ಮೂಗುಗಳ ಮಾಟ. ನಟಿ ಯರು, ನರ್ತಕಿಯರು, ಗಾಯಿಕೆಯರು ಮಾತ್ರವಲ್ಲ, ಬೀದಿಯಲ್ಲಿ ತಿರುಗಾಡುವಾಗ ಯಾವ ಹೆಂಗಸನ್ನು ನೋಡಿದರೂ ಇವಳು ಶುದ್ಧ ಫ್ರೆಂಚ್‌ಮೂಲದೋಳು, ಇವಳು ಬೆರಕೆ ಮೂಲದೋಳು ಅಂತ ಹೇಳಿಬಿಡಬಹುದು. ಆದರೆ ನನಗೆ ಈ ಯಾವ ಹೆಂಗಸರನ್ನು

ಕಂಡರೂ ಭೂಪಾಲಿಯ ನೆನಪಾಗ್ತಿತ್ತು. ಅವಳದೂ ಫ್ರೆಂಚ್‌ಮೂಲ. ತಂದೆ ಇಂಗ್ಲಿಷನಂತೆ. ಸ್ಮಿತ್ ಅಂತ. ತಾಯಿಯ ಕಡೆಯವರೆಲ್ಲ ಶುದ್ಧ ಫ್ರೆಂಚ್.'

'ಯಾರು ಭೂಪಾಲಿ ಅಂದರೆ?'

'ಅವಳಿಗೆ ನಾನಿಟ್ಟ ಹೆಸರು. ನನ್ನ ಶಿಷ್ಯೆ. ಅಮೆರಿಕೆಯಲ್ಲಿ ನಾಲ್ಕುವಾರ ಒಂದೇ ಕೋಣೆಯಲ್ಲಿದ್ದೆವು. ಭೂಪಾಲಿ ರಾಗದ ಸುಖೋಲ್ಲಾಸವೆಲ್ಲ ಅವಳಲ್ಲಿದೆ. ಮೊದಲಸಲ ಅವಳನ್ನ ಕೂಡಿದಾಗ ನನಗೆ ನಿನ್ನ ನೆನಪಾಯಿತು. ಮೈಕಟ್ಟಿನಲ್ಲಿ, ಕೈಕಾಲುಗಳ ನೀಳಮಾಟದಲ್ಲಿ, ಮುಕ್ತ ಕಲಾತ್ಮಕತೆಯಲ್ಲಿ. ಆದರೆ ನಾನು ನಿನ್ನನ್ನು ಸೇರಿದಾಗ ನಿನಗೆ ಮೂವತ್ತೇಳು. ಅವಳಿಗೆ ಈಗ ಇನ್ನೂ ಇಪ್ಪತ್ತೊಂಬತ್ತು. ಏನಾಯಿತು ಗೊತ್ತಾ?.....' ಅವನು ಮಾತನಾಡುತ್ತಲೇ ಇದ್ದ. ಅವಳು ಸಂಪೂರ್ಣ ಮೌನಿಯಾದಳು. 'ಅವೊತ್ತು ನೀನು ವಿಮಾನಕ್ಕೆ ಹೊತ್ತಾಗುತ್ತೆ ಅಂತ ಓಡಿಬಿಟ್ಟೆ. ರಾತ್ರಿ ಹನ್ನೆರಡೂಕಾಲಿಗೆ ಫೋನ್ ಮಾಡಿದೆಯಲ್ಲ. ಮರುಬೆಳಗ್ಗೆ ಅವಳ ಕಾಗದ ಬಂತು. ಅಮೆರಿಕ ಸರ್ಕಾರದ ಕಲಾವಿಭಾಗವು ಅವಳಿಗೆ ಭಾರತಲ್ಲಿದ್ದು ಭಾರತೀಯ ಸಂಗೀತ ಗುರುಮುಖೇನ ಅಭ್ಯಾಸ ಮಾಡುಕ್ಕೆ ಶಿಷ್ಯವೇತನ ಕೊಟ್ಟಿದೆ. ನಾನು ಇವಳಿಗೆ ಪಾಠ ಹೇಳ್ತೀನಿ ಅಂತ ನನ್ನದೊಂದು ಸಮ್ಮತಿಪತ್ರ ತಕ್ಷಣ ಕಳಿಸಬೇಕಿತ್ತು. ಶಿಷ್ಯವೇತನ ಆರಂಭದಲ್ಲಿ ಎರಡುವರ್ಷಕ್ಕೆ. ಇವಳ ಪ್ರಗತಿ ಚನ್ನಾಗಿದೆ, ಇನ್ನೂ ಕೆಲವು ಕಾಲ ಪಾಠ ನಡೆಯಬೇಕು ಅಂತ ನಾನು ಶಿಫಾರಸ್ಸು ಮಾಡಿದರೆ ಇನ್ನೊಂದು ವರ್ಷ ಮುಂದುವರೆಸ್ತಾರೆ. ಅವಳು ಬಹಳ ಸಲ ಫೋನ್ ಮಾಡಿದಳಂತೆ. ನಾನು ಊರಿನಲ್ಲಿರಲಿಲ್ಲ. ಏನಾಯ್ತು ಗೊತ್ತಾ? ಅಮೆರಿಕದಿಂದ ಬಂದಮೇಲೆ ನನಗೆ ಯಾವ ಆಪ್ತಶಿಷ್ಯೆಗೂ ಬಾ ಅಂತ ಫೋನುಮಾಡುವ, ಪಾಠವಾದಮೇಲೆ ಇರು ಅಂತ ಹೇಳುವ ಮನಸ್ಸಿಲ್ಲ. ಯಾಕೆ ಹೀಗಾಗಿದೆ ಅಂತ ಒಂದೊಂದುಸಲ ಯೋಚಿಸ್ತಿದ್ದೆ. ಅವಳ ಕಾಗದ ಬಂದಮೇಲೆ ಅರ್ಥ ವಾಯಿತು. ಅವಳನ್ನ ಅನುಭವಿಸಿದ ನಂತರ ಬೇರೆ ಯಾರಮೇಲೂ ಬಯಕೆಯಾಗ್ತಿಲ್ಲ ಅಂತ. ಅಮೆರಿಕಾ ಸರ್ಕಾದೋರು ಅವಳಿಗೆ ಶಿಷ್ಯವೇತನ ಕೊಡದಿದ್ದರೆ ನನ್ನ ಗತಿ ಏನಾಗ ಬೇಕಿತ್ತು! ಪ್ಯಾರಿಸಿನಿಂದ ನ್ಯೂಯಾರ್ಕಿಗೆ ಒಂದು ಟಿಕೀಟು ತಗೋಬೇಕಾಗಿತ್ತು.'

ಅವನು ಸುಮ್ಮನಾದ. ಅವಳಂತೂ ಮೌನಿಯಾಗಿ ನಿಶ್ಚೇಷ್ಟಿತೆಯಾಗಿದ್ದಳು. ತುಸು ಹೊತ್ತಾದ ಮೇಲೆ ಅವನಿಗೆ ನಿದ್ದೆ ಎಳೆಯತೊಡಗಿತು. 'ಸಖೀ, ಯಾಕೆ ನೀನು ಮಾತೇ ಆಡ್ತಿಲ್ಲ. ಐ ಲವ್ ಯು,' ಎಂದು ಅಮಲುಗಣ್ಣಿನಲ್ಲಿ ಹೇಳುತ್ತಾ ಅವನು ಅಂಗಾತನಾಗಿ ಅವಳ ಕುತ್ತಿಗೆಯನ್ನು ಬಳಸಿ ಮುಖವನ್ನು ತನ್ನ ಎದೆಯಮೇಲೆ ಬರುವಂತೆ ಎಳೆದುಕೊಂಡು, 'ನೀನು ಹೀಗೆ ನನ್ನ ಎದೆಯ ಮೇಲೆ ಮುಖವಿಟ್ಟು ಮಲಗಬೇಕು. ನಂಗೆ ಚನ್ನಾಗಿ ನಿದ್ದೆ ಬರುತ್ತೆ,' ಎಂದ. ಹಾಗೆಯೇ ನಿದ್ದೆ ಮಾಡಿಬಿಟ್ಟ.

ಅವಳು ಮೆಲ್ಲನೆ ಅವನ ಎಡತೋಳನ್ನು ಸಡಲಿಸಿ ತನ್ನನ್ನು ತಾನು ಬಿಡಿಸಿಕೊಂಡಳು. ಬಟ್ಟೆ ಹಾಕಿಕೊಂಡು ಕೋಣೆಯ ಬಾಗಿಲೆಳೆದು ಪಕ್ಕದ ತನ್ನ ಕೋಣೆಗೆ ಹೋದಳು.

ಬೆಳಗ್ಗೆ ಸ್ವಾಗತಕಾರರು ಫೋನು ಬಾರಿಸಿದಾಗಲೇ ಅವನಿಗೆ ಎಚ್ಚರ. ತಾವು ಈಗ

ಹೊರಡಬೇಕು ಎಂಬ ಅರಿವಾಯಿತು. ಮೈಮನಸ್ಸುಗಳು ಇನ್ನೂ ಜಡವಾಗಿದ್ದವು. ಸರಸರನೆ ಎದ್ದು ಸ್ನಾನ ಮಾಡಿದ. ಅವಳ ಕೋಣೆಯ ಬಾಗಿಲು ತಟ್ಟಿದರೆ ಉತ್ತರವಿಲ್ಲ. ಒಬ್ಬನೇ ನಾಶ್ತಾದ ಅಂಗಳಕ್ಕೆ ಹೋದ. ಅವಳು ಆಗಲೇ ನಾಶ್ತಾ ಮುಗಿಸಿದ್ದಳು. ತನ್ನನ್ನು ನೋಡಿಯೂ ನೋಡದವಳಂತೆ ಚಹಾ ಕುಡಿಯುತ್ತಿದ್ದಳು. ಯಾಕೆಂದು ಅರ್ಥಮಾಡಿಕೊಳ್ಳುವ ಗೊಡವೆಗೆ ಹೋಗದೆ ತಟ್ಟೆಯನ್ನೆತ್ತಿಕೊಂಡು ನಾಷ್ತದ ವಸ್ತುಗಳನ್ನು ಆರಿಸಿಕೊಳ್ಳತೊಡಗಿದ. ಅವನು ತಟ್ಟೆ ಹಿಡಿದು ಅತ್ತ ಬರುವುದರಲ್ಲಿ ಅವಳು ಹೊರಟುಹೋಗಿದ್ದಳು. ಹೆಂಗಸರೆಂದರೆ ಹೀಗೆ, ಒಂದು ಹದ ಇರೂದಿಲ್ಲ ಎಂದುಕೊಂಡು ಕುಳಿತು ತಿನ್ನತೊಡಗಿದ. ಹೋಟೆಲಿನ ಕಾರಿನಲ್ಲಿ ಇಬ್ಬರೂ ಜೊತೆಯಲ್ಲಿ ಕೂತು ವಿಮಾನನಿಲ್ದಾಣಕ್ಕೆ ಹೋಗುವಾಗಲೂ ಅವಳು ಅವನನ್ನು ಮಾತನಾಡಿಸಲಿಲ್ಲ. ಕಿಟಕಿಯಿಂದ ಅತ್ತ ನೋಡುತ್ತಿದ್ದಳು. ಅವನೇ ಒಂದುಸಲ ಅವಳ ಎಡಗೈ ಮೇಲೆ ತನ್ನ ಕೈಹಾಕಿದ. ಅವಳು ಸ್ವಲ್ಪವೂ ಸ್ಪಂದಿಸದೆ ರಬ್ಬರ್‌ಗೊಂಬೆಯಂತೆ ಕುಳಿತಿದ್ದಳು. ವಿಮಾನನಿಲ್ದಾಣದಲ್ಲಿ ಇಬ್ಬರೂ ತಳ್ಳುಗಾಡಿಗಳಿಗೆ ತಮ್ಮ ತಮ್ಮ ಪೆಟ್ಟಿಗೆಗಳನ್ನ ಹಾಕಿಕೊಂಡಮೇಲೆ ಅವಳು ತನ್ನ ಚೀಲ ತೆಗೆದು, 'ಇಕೋ, ನಿಮ್ಮ ಟಿಕೀಟು. ಚೆಕ್‌ಇನ್ ಮಾಡಿಸಿ ನಿಮಗೆ ಬೇಕಾದ ಸೀಟು ತಗೊಳ್ಳಿ,' ಎಂದಳು.

'ಯಾಕೆ. ನೀನೇ ಇಬ್ಬರಿಗೂ ಒಟ್ಟಿಗೆ ಚೆಕ್‌ಇನ್ ಮಾಡಿಸು. ಬರುವಾಗ ಮಾಡಿಸಿದ ಹಾಗೆ. ಜೊತೆಯಲ್ಲಿ ಮಾತಾಡ್ತಾ.....'

'ಇಲ್ಲ. ನನ್ನ ಪಾಡಿಗೆ ನಾನು ಪ್ರಯಾಣಮಾಡ್ತೀನಿ.'

ಅವನಿಗೆ ಅರ್ಥವಾಗಲಿಲ್ಲ. 'ಯಾಕೆ ಇದ್ದಕ್ಕಿದ್ದಂತೆ ಹೀಗೆ?'

ಅವಳು ಅವನನ್ನು ಸುಡುವಂತೆ ನೋಡಿದಳು. ತನ್ನ ಚೀಲದ ಇನ್ನೊಂದು ಪದರಕ್ಕೆ ಕೈಹಾಕಿ, 'ಇದು ದಿಲ್ಲಿಯಿಂದ ಮುಂಬಯಿಯ ಟಿಕೀಟು. ಅಂತರರಾಷ್ಟ್ರೀಯ ನಿಲ್ದಾಣದಿಂದ ಅಂತರದೇಶೀಯ ನಿಲ್ದಾಣಕ್ಕೆ ಫ್ರೀಕೋಚ್ ಸರ್ವಿಸ್ ಇರುತ್ತೆ. ಇಲ್ಲದಿದ್ದರೆ ಒಂದು ಟ್ಯಾಕ್ಸಿ ತಗೊಂಡು ಹೋಗಿ.'

ಅವನಿಗೂ ಸಿಟ್ಟು ಬಂತು. 'ಪ್ಯಾರಿಸಿನಿಂದ ಮುಂಬಯಿಗೇ ನೇರವಾಗಿ ಟಿಕೀಟು ಮಾಡಿಸಬಹುದಿತ್ತಲ್ಲ. ಇದೇನು ಏರ್‌ಪೋರ್ಟ್ ಬದಲಾಯಿಸುವ ಭಾನಗಡಿ?' ಎಂದ.

'ಬುಕ್‌ಮಾಡುವಾಗ ನನಗೆ ಬುದ್ಧಿ ಇರಲಿಲ್ಲ. ಸಾರಿ,' ಎಂದು ತನ್ನ ತಳ್ಳುಗಾಡಿಯನ್ನು ನೂಕಿಕೊಂಡು ಸರಸರನೆ ಹೊರಟುಹೋದಳು.

ಅವಳ ಬೆನ್ನನ್ನೇ ದಿಟ್ಟಿಸಿ ನೋಡುತ್ತಿದ್ದ ಅವನು, 'ಹೆಂಗಸರಿಗೆ ಬುದ್ಧಿ ಒಂದೇಸ್ತಿಮಿತ ದಲ್ಲಿರುಲ್ಲ. ಇದ್ದರೆ ಅವರ‍್ಯಾಕೆ ಹೆಂಗಸರಾಗಿರ್ತಿದ್ದರು!' ಎಂದುಕೊಂಡ.

ಅಧ್ಯಾಯ ೧೧

– ೧ –

ಬೆಳಗ್ಗೆ ಸ್ನಾನಕ್ಕೆ ಇಳಿಯಬೇಕೆನ್ನುವಾಗ ಫೋನು ಬಾರಿಸಿತು. 'ಹಾಯ್ ಗುರೂಜೀ, ಭೂಪಾಲಿ ಮಾತಾಡ್ತಿದೀನಿ. ನಿಮಗೆ ನಾಡದ್ದು, ಅಂದರೆ ಬುಧವಾರ ರಾತ್ರಿ ಹನ್ನೊಂದೂವರೆಗೆ ಬಾಂಬೇ ತಲುಪುತೀನಿ. ಫ್ಲೈಟ್‌ನಂಬರ್ ಬರಕೊಳ್ಳಿ. ನಿಮ್ಮ ಫ್ಲ್ಯಾಟಿಗೆ ಹತ್ತಿರದಲ್ಲಿ ಕಡಮೆ ಬಾಡಿಗೆಯ ಹೋಟೆಲಿನಲ್ಲಿ ನನಗೊಂದು ರೂಮು ಬುಕ್‌ಮಾಡಿ. ಇವತ್ತು ಸಂಜೆ ನಿಮಗೆ ಮತ್ತೆ ಫೋನುಮಾಡ್ತೀನಿ. ಹೋಟೆಲಿನ ಹೆಸರು, ವಿಳಾಸ ಫೋನುಗಳನ್ನ ನನಗೆ ತಿಳಿಸಿ.'

'ಹಾಯ್ ಭೂಪಾಲೀ, ಇನ್ನು ಒಂದು ತಿಂಗಳಿಗೆ ನಿನ್ನ ಫ್ಲ್ಯಾಟೇ ಕೈಗೆ ಬರುತ್ತೆ. ಅಲ್ಲಿ ಯವರೆಗೆ ನನ್ನ ಜೊತೆ ಇದ್ದುಬಿಡು. ಹೋಟೆಲ್ ಯಾಕೆ?' ಅವನು ರೋಮಾಂಚಿತನಾದ.

'ನಿಮಗೆ ತೊಂದರೆ ಇಲ್ಲವೆ?'

'ನೀನು ಬಂದರೆ ಎಲ್ಲ ತೊಂದರೆಗಳೂ ತಮಗೆ ತಾವೇ ನಿವಾರಣೆಯಾಗ್ತವೆ. ನನಗೆ ಹಾಡುಕ್ಕೆ ಮಾತ್ರವಲ್ಲ, ಜೀವನಕ್ಕೇ ಸ್ಫೂರ್ತಿ ಸಿಕ್ಕುತ್ತೆ.'

'ಥ್ಯಾಂಕ್ಯೂ ಗುರೂಜಿ. ಥ್ಯಾಂಕ್ಯೂ.'

'ನಾನು ಏರ್‌ಪೋರ್ಟಿಗೆ ಬರ್ತೀನಿ. ರಾತ್ರಿ ಆ ಹೊತ್ತಿನಲ್ಲಿ ನೀನೊಬ್ಬಳೇ ಟ್ಯಾಕ್ಸಿಯೋನ ಜೊತೇಲಿ ಬರೂದು, ನನ್ನ ಫ್ಲ್ಯಾಟ್ ಹುಡುಕೂದು ಬೇಡ.'

'ಥ್ಯಾಂಕ್ಯೂ ಗುರೂಜೀ, ಥ್ಯಾಂಕ್ಯೂ ವೆರಿ ವೆರಿ ವೆರಿಮಚ್.'

ಫೋನನ್ನು ಕೆಳಗಿಟ್ಟು ಸ್ನಾನಮಾಡುವಾಗ ತಾನು ಅತಿ ಆವೇಶಕ್ಕೆ ಸಿಕ್ಕಿ ಮಾತನಾಡಿಬಿಟ್ಟೆನೇ? ಎಂಬ ಅನುಮಾನ ಬಂತು. ಹೇಗೂ ಮೂರುವರ್ಷ ಜೊತೆಯಲ್ಲಿರುತ್ತಿದ್ದಳು. ಅವಳದೇ ಫ್ಲ್ಯಾಟು. ನನ್ನ ಫ್ಲ್ಯಾಟಂತೂ ಇದ್ದೇ ಇದೆ. ಒಂದುತಿಂಗಳು ಜೊತೆಯಲ್ಲೇ ಇರೂದು ಅಂದರೆ ಇಲ್ಲದ ಗುಸುಗುಸು. ನನಗೂ ಸ್ವಾತಂತ್ರ್ಯ ಕಡಮೆ. ಅವಳೇ ಕೇಳಿದಂತೆ ಒಂದು ಹೋಟೆಲ್ ರೂಮು ಮಾಡಿದ್ದರೆ ಬಂದ ರಾತ್ರಿ ವಿಶ್ರಾಂತಿ ಪಡೆದು ಮರುದಿನ ಬೆಳಗ್ಗೆ ಹನ್ನೊಂದಕ್ಕೆ ಇಲ್ಲಿಗೆ ಬಂದಿದ್ದರೆ ಸಂಜೆಯವರೆಗೆ ಯಾರ ಕಾಟವೂ ಇಲ್ಲದೆ, ನಾನು ಆವೇಶಕ್ಕೆ ಸಿಕ್ಕಿಬಿಟ್ಟೆ, ಎಂದುಕೊಂಡ. ಬೇಡ. ನಿನಗೆ ಹೋಟೆಲಿನಲ್ಲೇ ರೂಮು ಮಾಡ್ತೀನಿ ಅಂತ ತಿರುಗಿ ಫೋನು ಮಾಡಿಬಿಡಲೇ ಎಂಬ ಆಲೋಚನೆ ಬಂತು. ಆದರೆ ಅವಳ ನಂಬರು ಹೇಳಲಿಲ್ಲ. ಈಗಾಗಲೆ ಅವಳ ಊರು ಪ್ಲಸಂಟ್ ವೀಲ್‌ನ ಕೋಣೆಯನ್ನು

ಖಾಲಿಮಾಡಿರ್ತಾಳೆ. ಅಲ್ಲಿಗೆ ಮಾಡಿ ಪ್ರಯೋಜನವಿಲ್ಲ, ಎಂಬ ಅರಿವಾಯಿತು. ನ್ಯೂಯಾರ್ಕಿನಲ್ಲಿ ನನ್ನ ಕೋಣೆಯಲ್ಲೇ ಇಟ್ಟುಕೊಂಡದ್ದು, ಕಾರ್ಯಕ್ರಮಗಳಿಗೆ ಹೋದ ಊರುಗಳಲ್ಲಿ ಒಂದೇ ಕೋಣೆಯಲ್ಲಿ ಉಳಿದದ್ದು ವಿವೇಕವಾಗಲಿಲ್ಲ ಅಂತ ರಾಜಾರಾಮ ಹೇಳಿದ ನೆನಪು ಬಂದು ಮುಂಬಯಿಯಲ್ಲಿ ಯಾಕೆ ಇಲ್ಲಸಲ್ಲದ ಗುಲ್ಲಿಗೆ ಅವಕಾಶಕೊಡಬೇಕು? ಇವಳನ್ನು ಇಲ್ಲೇ ಇಟ್ಟುಕೊಂಡರೆ ಉಳಿದ ಹುಡುಗೀರಿಗೂ ರೇಗಬಹುದು. ಈಗ ಎಲ್ಲ ಒಂದು ಥರ ಮುಗುಂ ಆಗಿದೆ. ಹಾಗೆಯೇ ಇರಬೇಕು. ಸುಮ್ಮಸುಮ್ಮನೆ ಪ್ರದರ್ಶನ, ಪ್ರಚಾರ, ಸಲ್ಲದು ಎಂಬ ತೀರ್ಮಾನ ಮಾಡಿಕೊಂಡ. ವಾಸ್ತವವಾಗಿ ತಾನು ಈಗ ಗಾಢವಾಗಿ ಪ್ರೀತಿಸ್ತಿರೂದು ಭೂಪಾಲೀನೇ, ಭೂಪಾಲಿ ಒಬ್ಬಳನ್ನೇ, ಅಮೆರಿಕೆಯಿಂದ ಹಿಂತಿರುಗಿ ಐದುತಿಂಗಳಾದರೂ ಬೇರೆ ಯಾರನ್ನೂ ಕರೆದುಕೊಂಡಿಲ್ಲ. ಆ ಮನಸ್ಸೇ ಬಂದಿಲ್ಲ, ಎಂಬ ನೆನಪಾಯಿತು. ಇಷ್ಟು ಉತ್ಕಟತೆ, ಏಕವ್ರತಗಳು ಒಳ್ಳೆಯದಲ್ಲ. ಪ್ರೀತಿಯು ಏಕವ್ರತವಾದರೆ ಮನಸ್ಸು ಮದುವೆಯ ಬಲೆಗೆ ಸಿಕ್ಕಿಸಿ ಎಳೆದು ಬಿಟ್ಟೀತು, ಎಂಬ ಎಚ್ಚರಹುಟ್ಟಿತು. ಅಮೆರಿಕದಲ್ಲಿ ಎಷ್ಟೇ ಉತ್ಕಟಪ್ರೀತಿಯಿದ್ದರೂ ಎಷ್ಟೋಜನ ಮದುವೆಯ ತಂಟೆಗೆ ಬೀಳದೆ ಬರೀ ಸಹಜೀವನ ಮಾಡಿಕೊಂಡಿರ್ತಾರಂತೆ, ಎಂಬ ನೆನಪಾಯಿತು. ಅವಳೂ ಅಮೆರಿಕನ್ನಳೇ. ಈ ವ್ಯವಸ್ಥೆಗೆ ಒಪ್ಪಿಯಾಳು. ಅಥವಾ ಅವಳ ಮನಸ್ಸು ಹೇಗಿದೆಯೊ? ಬರೀ ನನ್ನ ಗಾಯನದಿಂದ ಆಕರ್ಷಿತಳಾಗಿದಾಳೆಯೋ ಅಥವಾ ನನ್ನಿಂದಲೂ ಆಕರ್ಷಿತಳಾಗಿದಾಳೆಯೊ? ಬಿಡಿಸಿ ಅರ್ಥಮಾಡಿಕೊಳ್ಳೂದು ಕಷ್ಟ. ಆದರೂ ಎರಡಕ್ಕೂ ವ್ಯತ್ಯಾಸವಿದೆ, ಎಂದುಕೊಂಡ. ಸ್ನಾನಮುಗಿಸಿ ಸರಸ್ವತಿಯ ಪಟ ಮತ್ತು ತಂಬೂರಿಗಳಿಗೆ ಊದುಗಡ್ಡಿ ಬೆಳಗಿ ಕಣ್ಣುಮುಚ್ಚಿ ನಿಂತು ಧ್ಯಾನಮಾಡುವ ಮುನ್ನ ಹೇಗಾದರಾಗಲಿ ಹತ್ತಿರದ ಒಂದು ಹೋಟೆಲಿನಲ್ಲಿ ಒಂದು ಕೋಣೆ ಬುಕ್‌ಮಾಡೂದು, ಹೇಗೂ ವಿಮಾನನಿಲ್ದಾಣಕ್ಕೆ ಹೋಗ್ತೀನಿ, ಏನೋ ಸ್ವಲ್ಪ ಅಡಚಣೆ ಇದೆ. ನನಗೆ ಆ ಕ್ಷಣದಲ್ಲಿ ನೆನಪಿಗೆ ಬರಲಿಲ್ಲ. ನಿನಗೆ ಹೋಟೆಲಿನ ಕೋಣೆ ಮಾಡಿದೀನಿ. ಚನ್ನಾಗಿ ನಿದ್ರೆಮಾಡು. ಬೆಳಗ್ಗೆ ಹನ್ನೊಂದರ ಹೊತ್ತಿಗೆ ನಾನೇ ಬಂದು ಫ್ಲ್ಯಾಟಿಗೆ ಕರಕೊಂಡು ಹೋಗ್ತೀನಿ ಅಂತ ಹೇಳೂದು, ಎಂದು ನಿಶ್ಚಯಿಸಿಕೊಂಡ. ಮರು ಆಲೋಚನೆ ಬಂದರೆ ಇನ್ನೂ ಎರಡೂವರೆ ದಿನ ಸಮಯವಿದೆ, ಎಂಬ ಹೊರದಾರಿಯೂ ಕಾಣಿಸಿತು. ಕಣ್ಣುಮುಚ್ಚಿ ಮನಸ್ಸಿನಲ್ಲಿ ಸಪ್ತಸ್ವರಗಳ ಅಧಿದೇವತೆಯ ಚಿತ್ರವನ್ನು ತಂದುಕೊಂಡು ಸ್ವರಜ್ಞಾನವನ್ನು ಪ್ರಖರಗೊಳಿಸು ತಾಯಿ, ಪ್ರಖರಗೊಂಡ ಜ್ಞಾನವು ತನಗೆತಾನೆ ಗಂಟಲಿನಲ್ಲಿ ಹೊಮ್ಮುವ ಶಕ್ತಿಯನ್ನೂ ಕೊಡು, ಎಂಬ ನಿತ್ಯವಾಕ್ಯವನ್ನು ಜಪ ಮಾಡಿದಂತೆ ಮೂರುಸಲ ಹೇಳಿಕೊಂಡ. ಜ್ಞಾನದ ಬೆಳಕು, ತಾಯಿಯ ವಾತ್ಸಲ್ಯಗಳು ಬೆರೆತು ಮೈದಾಳಿದ ಪಟದ ಸರಸ್ವತಿಯ ಮುಖವು ಚಿತ್ತದಲ್ಲಿ ಸ್ಪಷ್ಟವಾಗಿ ಕಾಣಿಸಿತು. ಅದು ಹಾಗೆ ಕಾಣಿಸುವ ತನಕ ಅವನು ಧ್ಯಾನವನ್ನು ನಿಲ್ಲಿಸುತ್ತಿರಲಿಲ್ಲ. ಈಗ ನಿಲ್ಲಿಸಿ ಪ್ರದಕ್ಷಿಣೆಮಾಡಿ ನಮಸ್ಕಾರ ಹಾಕಿ ನಾಶ್ತಾ ತಿನ್ನಲು ಅಡುಗೆಮನೆಗೆ ನಡೆದ. ಕಾರ್ನ್‌ಫ್ಲೇಕ್ಸಿಗೆ ಹಾಲು ಬಗ್ಗಿಸಿ, ಚಹಾದ ನೀರಿನ ಕೆಟಲಿನ ಸ್ವಿಚ್ ಹಾಕಿದಮೇಲೆ ತನ್ನ ಮಲಗುವ ಕೋಣೆಗೆ ಹೋಗಿ ಒಗೆದ ಪೈಜಾಮ, ಜುಬ್ಬಾ ಹಾಕಿಕೊಳ್ಳುತ್ತಿದ್ದಾಗ ಕರೆಗಂಟೆಯ ಸದ್ದಾಯಿತು.

ಯಾರಿರಬಹುದು? ಇವತ್ತು ಯಾರಿಗೆ ಪಾಠಕ್ಕೆ ಹೇಳಿದ್ದೆ? ಎಂದುಕೊಳ್ಳುತ್ತಾ ಹೋಗಿ ಬಾಗಿಲು ತೆಗೆದರೆ ಅರೆ! ಆಶ್ಚರ್ಯ! ಒಂದೂ ಫೋನೂ ಮಾಡದೆ. ಮಧು!

ನೋಡಿದ ತಕ್ಷಣ ಮನಸ್ಸು ಅವಳಲ್ಲಿ ನಟ್ಟುಹೋಯಿತು. ನವವಧುವಿನ ಸಮರ್ಪಣ. ಜೀವನವಿಡೀ ಸಾಂಗತ್ಯವನ್ನು ಕೊಡುವ, ಬಯಸುವ, ಮುಖಭಾವ. ಕಣ್ಣೆತ್ತಿ ಪೂರ್ಣದೃಷ್ಟಿಯಿಂದ ನೋಡುವ ಬಯಕೆಯಿದ್ದರೂ ಅದುಮಿ ನೆಲವನ್ನೇ ದಿಟ್ಟಿಸುವ ಕೆಂಪು ತಿರುಗಿದ ಮುಖದ ಲಜ್ಜೆ. ನಿಧನಿರೆಗರೆನಿರೆs ಸಾs. ಕಲ್ಯಾಣೀ. ಮನಸ್ಸು ಎಲ್ಲವನ್ನೂ ಮರೆತು ಅವಳಲ್ಲಿ ಮುಳುಗಿಹೋಯಿತು. 'ಅರೇ, ಬಾಗಿಲಲ್ಲೇ ನಿಂತೆಯಲ್ಲ. ಒಳಗೆ ಬಾ. ಯಾವಾಗ ಬಂದೆ? ಮೊದಲೇ ಫೋನು ಯಾಕೆ ಮಾಡಲಿಲ್ಲ? ನಾನು ಪ್ರೋಗ್ರಾಂ ಟೂರು ಹಾಕಿಕೊಂಡಿದ್ದರೆ ನೀನು ಇಲ್ಲಿ ಕಾಯಬೇಕಾಗಿತ್ತು.' ಎಂದು ಅವಳ ತೋಳು ಹಿಡಿದು ಸ್ವಾಗತಿಸಿದ. ಅವಳ ಬಲಗೈಯಲ್ಲಿ ಒಂದು ಪ್ಲಾಸ್ಟಿಕ್ ಕಾಗದದ ಚೀಲ. ಎಡಗೈಯಲ್ಲಿ ಅವಳ ಕೈಚೀಲ. ಒಳಗೆಬಂದವಳೇ ಎರಡು ಚೀಲಗಳನ್ನೂ ನೆಲದಮೇಲಿಟ್ಟು, ತಾನು ನೆಲದಮೇಲೆ ಕುಳಿತು ಅವನ ಎರಡುಕಾಲುಗಳನ್ನೂ ಹಿಡಿದು ಹಣೆಯನ್ನು ಒತ್ತಿದಳು. ಆ ಸಮರ್ಪಣೆ ಮತ್ತು ಭಕ್ತಿಗಳು ಅವನಿಗೆ ಆಪ್ಯಾಯಮಾನವಾಗಿದ್ದವು. ಮಧುವಿನ ಭಕ್ತಿಯೇ ಅಂಥದು. ಈ ಶ್ರದ್ಧಾಭಕ್ತಿಗಳು ಬೇರೆ ಯಾವ ಶಿಷ್ಯ ಶಿಷ್ಯೆಯಲ್ಲೂ ಇಲ್ಲ ಎಂಬ ಅರಿವಾಯಿತು. ಅವಳಾಗಿಯೇ ಹಣೆಯನ್ನು ಎತ್ತುವತನಕ ಸುಮ್ಮನೆ ನಿಂತಿದ್ದು ಅನಂತರ ಎರಡು ಭುಜಗಳನ್ನೂ ಹಿಡಿದು ಮೇಲೆ ಎತ್ತಿ ಅವಳನ್ನು ತನ್ನ ಎದೆಗೆ ಒತ್ತಿ ಬಿಗಿಯಾಗಿ ತಬ್ಬಿಕೊಂಡ. ಬಿಸಿ ಅಪ್ಪುಗೆಯ ನೆನಪು ತುಂಬಿಕೊಂಡಿತು. ಇದು ಅನನ್ಯ ಎನ್ನಿಸಿತು. ಮನಸ್ಸು ಉತ್ಕಟವಾಯಿತು. ಕೆಳಗೆ ಇಳಿಬಿದ್ದಿದ್ದ ಅವಳ ಮುಖವನ್ನು ಎತ್ತಿ ತಿರುಗಿಸಿ ತುಟಿಗಳಿಗೆ ಉತ್ಕಟವಾಗಿ ಮುತ್ತಿಟ್ಟ. ಅವಳು ಪ್ರತಿಯಾಗಿ ಸ್ಪಂದಿಸಲಿಲ್ಲ. ಭಾರದಿಂದಲೆಂಬಂತೆ ಅವಳ ಕುತ್ತಿಗೆಯು ಕೆಳಕ್ಕೇ ಜಗ್ಗುತ್ತಿತ್ತು. ಇವಳು ಯಾವಾಗಲೂ ನವವಧು. ನಾಚಿಕೆ. ಕೆಲವು ದಿನಗಳನಂತರ ಸಂಧಿಸಿದಾಗಲೆಲ್ಲ ಹೀಗೆಯೇ. ಇವಳ ಸಂಚಾರಸ್ವರಗಳೇ ಹೀಗೆ. ಸ್ಥಾಯಿಭಾವವೂ ಇದೇ, ಎಂದುಕೊಂಡ. 'ಕಲ್ಯಾಣೀ, ಯಮನ್ ಅಂದರೆ ಅರ್ಥವಿಲ್ಲ. ಕಲ್ಯಾಣ ಅನ್ನೂದೇ ಮೂಲ ಹೆಸರು. ಕರ್ಣಾಟಕಿಯಲ್ಲಿ ಕಲ್ಯಾಣಿ ಅಂತಾರೆ. ಅದು ಇನ್ನೂ ಸಮರ್ಪಕ ರೂಪ. ಇನ್ನುಮೇಲೆ ನಾನು ನಿನ್ನನ್ನ ಕಲ್ಯಾಣಿ ಅಂತ ಕರೀತೀನಿ. ನಾನು ನಿನಗೆ ಒಂದುವಾರ ಅಭ್ಯಾಸ ಮಾಡಿಸಿದ್ದು, ಆಮೇಲೆ ಜೊತೇಲಿ ಹಾಡಿದ್ದು. ಆ ರಾಗದ ಭಾವಗಳ ಮೂರ್ತಿ ನೀನಾಗಿದೀಯ. ನವವಧು,' ಎಂದು ಅವಳ ಕಿವಿಯಲ್ಲಿ ಉಸುರಿದ. ಅವಳ ಕತ್ತು ಇನ್ನೂ ಕಬ್ಬಿಣದಷ್ಟು ಭಾರವಾಗಿತ್ತು.

'ನಾಶ್ತಾ ಆಗಿದೆಯಾ? ಬಾ, ಮಾಡು. ನಾನು ನೀನು ಲಾಸ್ ಗಟಾಸ್‌ನಲ್ಲಿ ಪ್ರತಿದಿನ ಬೆಳಗ್ಗೆ ಜೊತೇಲಿ ನಾಶ್ತಾ ಮಾಡ್ತಿದ್ದ ನೆನಪಾಗುತ್ತೆ. ಅಷ್ಟೆಲ್ಲ ಪದಾರ್ಥಗಳು ಇಲ್ಲಿ ಸಿಕ್ಕಲ್ಲ ಅಷ್ಟೆ.'

ಅವಳು ಎರಡು ಚೀಲಗಳನ್ನೂ ಎತ್ತಿ ಅಡುಗೆಕೋಣೆಗೆ ಬಂದಳು. ಬಲಗೈ ಚೀಲದ ಭರ್ತಿ ಹಣ್ಣುಗಳಿದ್ದವು. ಅವನ್ನು ತೆಗೆದು ತೊಳೆದು ಅವನು ನೆನೆಹಾಕಿದ್ದ ಕಾರ್ನ್‌ಫ್ಲೇಕ್ಸಿಗೆ

ಸೇಬು, ದ್ರಾಕ್ಷಿಗಳನ್ನು ಕತ್ತರಿಸಿಹಾಕಿದಳು. ಇನ್ನೊಂದು ಪೊಟ್ಟಣದಲ್ಲಿದ್ದ ಒಣದ್ರಾಕ್ಷಿಯನ್ನು ಉದುರಿಸಿದಳು. ಎಲ್ಲವನ್ನೂ ಮಿಶ್ರಮಾಡಿ ಒಂದು ಬೋಗುಣಿಗೆ ಹಾಕಿ ಚಮಚವಿಟ್ಟು ಅವನ ಮುಂದೆ ಇಟ್ಟು, ಬ್ರೆಡ್ಡು ಟೋಸ್ಟರು ಎಲ್ಲಿವೆ ತೋರಿಸಿ. ಮಾಡಿಕೊಡ್ತೀನಿ, ಎಂದಳು. ಅನಿರೀಕ್ಷಿತವಾಗಿ ಬಂದಿದಾಳೆ, ಮಾಡಿಕೊಡ್ತಾಳೆ, ಹೊಟ್ಟೆಗೆ ಭಾರವಾಗುತ್ತಾದರೂ ತಿನ್ನಬೇಕೆನ್ನಿಸಿತು. ತೋರಿಸಿದ. 'ಕಾರ್ನ್‌ಫ್ಲೇಕ್ಸ್ ಎಲ್ಲ ನನಗೇ ಹಾಕಿದೀಯ. ನೀನು ತಿನ್ನುಲ್ಲವೆ? ಬಾ, ಜೊತೇಲಿ ತಿನ್ನೋಣ,' ಎಂದ. ನಂದು ಆಗಿದೆ. ಮುಗಿಸಿಯೇ ಹೊರಟೆ, ಎನ್ನುತ್ತಾ ಅವಳು ಟೋಸ್ಟರಿಗೆ ಬ್ರೆಡ್ ಇಡತೊಡಗಿದಳು. ಒಂದು ಚಮಚ ಫಲಮಿಶ್ರಿತ ಕಾರ್ನ್‌ಫ್ಲೇಕ್ಸನ್ನು ಬಾಯಿಗಿಟ್ಟು ಆಸ್ವಾದಿಸುವಾಗ ಭೂಪಾಲಿಯನ್ನು ಬಿಟ್ಟು ಪ್ರಪಂಚದಲ್ಲಿ ಬೇರೆ ಯಾರೂ ಬೇಡವೆನ್ನುತ್ತಿದ್ದ ಮನಸ್ಸು ಕಲ್ಯಾಣಿಯನ್ನು ನೋಡಿದತಕ್ಷಣ ಅವಳಲ್ಲಿ ಮುಳುಗಿದ ಅನುಭವದ ವಿಶ್ಲೇಷಣೆಗೆ ತೊಡಗಿತು. ಒಂದುನಿಮಿಷ ಆಶ್ಚರ್ಯವೆನ್ನಿಸಿದರೂ ಅನುಭವವು ಸಹಾಯಕ್ಕೆ ಬಂದು ವಿವರಣೆಯು ಸ್ಪಷ್ಟವಾಯಿತು. ಭೂಪಾಲಿಯ ಲಹರಿ ತುಂಬಿದಾಗ ಮನಸ್ಸು ಬೇರೆ ಯಾವ ರಾಗವನ್ನೂ ಹತ್ತಿರ ಸುಳಿಯಗೊಡುಲ್ಲ. ಕಲ್ಯಾಣಿಯ ಲಹರಿ ತುಂಬಿದಾಗಲೂ ಇತರ ರಾಗದಿಂದ ದೂರವಿರುತ್ತೆ. ಹಾಗೆಯೇ ಇರಬೇಕು. ಇಲ್ಲದಿದ್ದರೆ ರಾಗಶುದ್ಧಿ ಉಳಿಯುಲ್ಲ. ತಂಬೂರಿಯಲ್ಲಿ ಶ್ರುತಿ ಬದಲಿಸಿಕೊಂಡು ಷಡ್ಜ ಹಿಡಿದರೆ ಸರಿ, ಅದು ಬೇರೆಯೇ ಆದ ಷಡ್ಜ. ಬೇರೆಯದೇ ಸಂಚಾರ, ಬೇರೆಯದೇ ಭಾವನಿರೂಪಣೆ, ಎಂಬ ವಿವರಣೆಯು ಸಮರ್ಪಕವೆನ್ನಿಸಿತು. ಅವಳಿಗೆ ಹೋಟೆಲಿನಲ್ಲಿ ರೂಮು ಮಾಡೂದೇ ಸರಿ. ಅವಳನ್ನು ನಾನು ಅಲ್ಲೇ ಸಂಧಿಸಿ ಕೂಡಬೇಕು. ಅವಳದೇ ಬಾಡಿಗೆ ಫ್ಲ್ಯಾಟ್‌ಗೆ ಹೋದಮೇಲಂತೂ ತೊಂದರೆ ಇಲ್ಲ. ಪಾಠಕ್ಕೆ ಮಾತ್ರ ಇಲ್ಲಿಗೆ. ಅಮೆರಿಕದವಳಾದ್ದರಿಂದ ಅವಳಿಗೆ ಕೊಟ್ಟ ಸಮಯಕ್ಕೆ ಸರಿಯಾಗಿ ಬಂದು ಪಾಠ ಮುಗಿಸಿದ ನಂತರ ಹೊರಟುಹೋಗ್ತಾಳೆ. ಇವಳಾದರೂ ಒಮ್ಮೆ ಬಂದರೆ ಎರಡು ಮೂರುವಾರ ಇರ್ತಾಳೆ. ಬೆಳಗಿನಿಂದ ಸಂಜೆಯತನಕ. ಇವಳು ಬರುವ ಮೊದಲೇ ಭೂಪಾಲಿಗೆ ಬೆಳಗ್ಗೆ ಎಂಟರಿಂದ ಒಂಬತ್ತರತನಕ ವಾರಕ್ಕೆ ಮೂರುದಿನ ಪಾಠಮಾಡಿ ಕಲಿಸಿದರೆ ಆಯಿತು ಎಂಬ ನಿರ್ವಿಘ್ನ ಕಂಡಿತು.

'ಕಲ್ಯಾಣೀ, ನಿನ್ನ ಊರಿನಿಂದ ಹೊರಟಮೇಲೆ, ಅದರಲ್ಲೂ ಅಮೆರಿಕ ಬಿಟ್ಟಮೇಲೆ ನಿನ್ನನ್ನ ಎಷ್ಟು ಜ್ಞಾಪಿಸಿಕೊತ್ತಿದೀನಿ ಗೊತ್ತಾ? ನನ್ನ ಹೆಸರು ಉಳಿಸಿ ಹೇಳುವಂಥ ಶಿಷ್ಯೆ ನೀನೊಬ್ಬಳೇ. ಶ್ರದ್ಧೆಯಿಂದ ಕಲಿ. ನಾನೂ ಶ್ರದ್ಧೆಯಿಂದ ಕಲುಸ್ತೀನಿ. ಎಲ್ಲಿ ಕ್ಯಾಸೆಟ್, ರೆಕಾರ್ಡಿಂಗ್ ಮೆಶಿನ್ ತಂದಿಲ್ಲವಲ್ಲ?' ಎಂದು ಅವಳ ಮುಖ ನೋಡಿದ.

'ತರ್ತೀನಿ.'

'ಹಾಗಾದರೆ ಈವೊತ್ತು ರಾಗಪ್ರಸ್ತಾವನೆ!' ಎನ್ನುತ್ತಾ ಶೃಂಗಾರಭಾವವನ್ನು ಬೀರುತ್ತಾ ಅವಳನ್ನು ನೋಡಿದ. ಅವಳು ದೃಷ್ಟಿಯನ್ನು ಸಂಧಿಸಲಿಲ್ಲ. ಕತ್ತು ಬಗ್ಗಿಸಿಕೊಂಡಳು. ಮೇಲೆ ಎದ್ದು ಅವಳನ್ನು ತಬ್ಬಿ ಮುದ್ದಿಸುತ್ತಾ ತನ್ನ ಮಲಗುವ ಕೋಣೆಗೆ ತಳ್ಳಿಕೊಂಡು ನಡೆದ. ಕಿಟಕಿಯ ಥರದೆಗಳನ್ನು ಮುಚ್ಚಿ ಎ.ಸಿ. ಹಾಕಿ, 'ನಿನ್ನ ಮನೆಯ ರಾಜಸುಖದ

ಹಾಸಿಗೆಗೆ ಇದನ್ನ ಹೋಲಿಸಬೇಡ. ಈ ಶಖೆ ದೇಶದಲ್ಲಿ ಅಂಥ ದಪ್ಪಹಾಸಿಗೆಯಲ್ಲಿ ಮಲಗಿದರೆ ಇನ್ನಷ್ಟು ಶಖೆಯೇ,' ಎಂದು ಕೈ ಹಿಡಿದು ಮಂಚದ ಬದಿಗೆ ಕೂರಿಸಿಕೊಂಡ. ಅವಳು ಒಂದೂ ಮಾತನಾಡಲಿಲ್ಲ. ಗಮನವಿಟ್ಟು ಮುಖ ನೋಡಿದ. ಅವಳು ಬಂದಾಗಿನಿಂದ ಅವಳ ಮುಖದಲ್ಲಿ ನವವಧುವಿನ ಜೀವಪೂರ್ಣ ಲಜ್ಜೆ ಇರಲಿ ಸಾಧಾರಣ ಕಳಕಳೆಯೂ ಇಲ್ಲವೆಂಬುದು ಮೊದಲಬಾರಿಗೆ ಅರ್ಥವಾಯಿತು. ಒಂದು ರೀತಿಯ ವಿರಾಗಿಣಿಯ ಭಾವವಿದೆ ಎಂದು ವಿಂಗಡಣೆಯಾಯಿತು. ದಿಟ್ಟಿಸಿ ನೋಡಿದ. ಎದುರಿನ ಗೋಡೆಯ ಕಡೆಗೆ ತಿರುಗಿಸಿದ್ದ ಅವಳ ಕಣ್ಣುಗಳಲ್ಲಿ ಹಟದಿಂದ ತಂದುಕೊಂಡ ಶುಷ್ಕತೆ, ಜಿಜ್ಞಾಸೆ, ತಾನು ಎಲ್ಲದರಿಂದಲೂ ದೂರವೆಂಬ ನಿರ್ಲಿಪ್ತಿಗಳು ಕಂಡವು. ಅವನಿಗೆ ಕೆಡುಕೆನ್ನಿಸಿತು. ಅವಳ ಮುಖವನ್ನು ತನ್ನ ಕಡೆಗೆ ತಿರುಗಿಸಿಕೊಂಡು, 'ಕಲ್ಯಾಣಿ, ಯಾಕೆ ಹೀಗಿದಿಯ? ಎಲ್ಲ ಕ್ಷೇಮವಷ್ಟೆ? ವಿಕ್ರಮ್ ಚನ್ನಾಗಿದಾರಾ?' ಎಂದ.

'ಚನ್ನಾಗಿದಾರೆ.' ಅವಳು ಶುಷ್ಕಳಾಗಿ ಉತ್ತರಿಸಿದಳು.

'ಮತ್ತೆ, ಯಾಕೆ ಹೀಗಿದೀ ಹೇಳು.'

ಅವಳು ಎದ್ದು ಅಡುಗೆಕೋಣೆಗೆ ಹೋಗಿ ತನ್ನ ಚೀಲವನ್ನು ತಂದಳು. ಅದರೊಳಗಿನಿಂದ ಇಪ್ಪತ್ತೈದು ಮೂವತ್ತು ಪುಟಗಳ ಒಂದು ಮಡಿಕೆಯನ್ನು ತೆಗೆದು, 'ಇದನ್ನ ನೀವು ಓದಿದಮೇಲೆ ನಾನು ಏನು ಹೇಳಬೇಕೋ ಹೇಳ್ತೀನಿ,' ಎಂದು ಅವನ ಮುಂದಿಟ್ಟಳು.

'ನೀನೇ ಓದಿ ಹೇಳಿಬಿಡು. ನೀನು ಬರೆದದ್ದಾ? ಯಾವ ವಿಷಯ? ಸಂಗೀತ ಕುರಿತು ಬರೆದಿದೀಯ? ನನಗಂತೂ ನಾಲ್ಕು ವಾಕ್ಯ ಬರೆಯುಕ್ಕೆ ಸಾಧ್ಯವಿಲ್ಲ.'

'ನೀವೇ ಓದಬೇಕು. ಅಲ್ಲ, ಓದಿಕೊಬೇಕು. ಬೇರೆ ಯಾರಿಗೂ ತೋರಿಸಬೇಡಿ. ಈಗ ನಾನು ಮನೆಗೆ ಹೋಗ್ತೀನಿ. ನೀವು ಓದಿಕೊಂಡಮೇಲೆ ನನಗೆ ಫ಼ೋನ್‌ಮಾಡಿ. ಬರ್ತೀನಿ. ಮಾತಾಡೋಣ. ನೋಡಿ, ಇಲ್ಲಿದೆ ನಂಬರು' ಎಂದು ಒಂದು ಕಾರ್ಡನ್ನು ತೆಗೆದು ಮಡಿಕೆಯ ಮೇಲಿಟ್ಟು ತನ್ನ ಚೀಲ ತೆಗೆದುಕೊಂಡು ಹೊರಟುಹೋದಳು. ಬಾಗಿಲು ಹಾಕಿಕೊಂಡ ಸದ್ದಿನಿಂದ ಅವಳು ಹೋದದ್ದು ಅರಿವಿಗೆ ಬರುವ ಹೊತ್ತಿಗೆ ಹೋಗಿಬಿಟ್ಟಿದ್ದಳು. ಕುತೂಹಲ ಹುಟ್ಟಿತು. ವಿಕ್ರಮನಿಗೆ ಏನಾದರೂ ಸುಳಿವು ಸಿಕ್ಕಿ ಇಬ್ಬರಿಗೂ ಜಗಳವಾಗಿದೆಯೆ? ಎಂಬ ಅನುಮಾನದ ಜೊತೆಗೆ ಆತಂಕವಾಯಿತು. ಮಡಿಕೆಯನ್ನು ಕೈಗೆ ಎತ್ತಿಕೊಂಡ. ಬಿಳಿಯ ಕ್ಸೆರಾಕ್ಸ್ ಹಾಳೆಗಳು. ತನ್ನ ಕೋಣೆಗೆ ಹೋಗಿ ಕನ್ನಡಕ ತಂದು ಓದತೊಡಗಿದ. ಅವಳದೇ ಅಕ್ಷರ. ಹಿಂದಿಯಲ್ಲಿ:

– ೨ –

ವಿರಹ ಎಂದರೆ ಇದೇಯೆ? ವಿಪ್ರಲಂಭ ಎಂದರೂ ಇದೇ. ಹಾಗಿದ್ದರೆ ಅದನ್ನು ಶೃಂಗಾರ ಎನ್ನುತ್ತಾರೆ ಯಾಕೆ? ಇಂಥ ನೋವು, ಒಳಗೇ ಕವರಿ ನಿಶ್ಶಬ್ದವಾಗಿ ಬೂದಿಮಾಡುವ

ಬೆಂಕಿ. ವಿಪ್ರಲಂಭ ಅಂಗಾರವೆನ್ನದೆ ವಿಪ್ರಲಂಭ ಶೃಂಗಾರವೆಂದೇಕೆ ಕರೆದರು? ಆಕಾಶದೆತ್ತರದ ಆನಂದಕ್ಕೆ ಎತ್ತಿ ಇದ್ದಕ್ಕಿದ್ದಂತೆಯೇ ಪಾತಾಳಕ್ಕೆ ನೂಕಿದಂತೆ. ಮೂವತ್ತುಸಾವಿರ ಅಡಿ ಎತ್ತರದಲ್ಲಿ ಹಿತವಾಗಿ ಯಾನ ಮಾಡುತ್ತಿದ್ದಾಗ ವಿಮಾನವು ಎರಡು ಹೋಳಾಗಿ ಭೂಮಿಗೆ ಅಪ್ಪಳಿಸಿದಂತೆ. ದೇವರೇ ಇಂಥ ನೋವನ್ನು ನಾನು ಎಂದೂ ಅನುಭವಿಸಿರಲಿಲ್ಲ. ತೌರು ಬಿಟ್ಟು ಅಮೆರಿಕೆಗೆ ಹೊರಡುವಾಗಲೂ. ಆಗ ಆಗಿದ್ದುದು ವ್ಯಸನ ಮಾತ್ರ. ಮೂರುವಾರ, ಅದರಲ್ಲೂ ಕೊನೆಯ ಎರಡುವಾರ ತುಂಬಿಕೊಂಡಿತ್ತು. ಬರೀ ಸ್ವರಪೂರ್ಣತೆಯಲ್ಲ. ಒಬ್ಬ ಮಹಾನ್‌ಕಲಾವಿದನ ಶಕ್ತಿಯ ಅಂಶವಾಗಿ ಹೋಗಿದ್ದೆ. ಅವರ ಸ್ವರಕ್ಕೆ ಸ್ವರ ಜೋಡಿಸಿ ಹರಿಯುತ್ತಿದ್ದೆ. ಆ ಪ್ರವಾಹವು ನನ್ನನ್ನು ಸಾಗಿಸುತ್ತಿತ್ತು. ಪ್ರಯತ್ನದ ಶಕ್ತಿವ್ಯಯವಿಲ್ಲದೆ ನಾನೂ ಪ್ರವಹಿಸುತ್ತಿದ್ದೆ. ಪ್ರವಹಣದ ಆನಂದದ ಕೊನೆಯ ಹಂತವಾಗಿ ನಾನು ನಿಮ್ಮ ಜೊತೆ ಹಾಡಿದ, ಅಲ್ಲ, ನೀವು ನನ್ನನ್ನು ನಿಮ್ಮ ಜೊತೆ ಹಾಡಿಸಿಕೊಂಡ ಎರಡುಸಾವಿರ ಮೀರಿದ ಶ್ರೋತೃಗಳ ಕಛೇರಿಯಾದ ಮರುಬೆಳಗ್ಗೆಯೇ ನೀವು ಹೊರಟುಹೋಗುತ್ತೀರೆಂಬ ಅರಿವೇ ನನಗಿರಲಿಲ್ಲ. ನಿಮ್ಮ ಜೊತೆ ಸಾಧನೆ, ತುಂಬಿದ ಸಭೆಯಲ್ಲಿ ನಿಮ್ಮ ಜೊತೆ ಹಾಡುತ್ತೀನೆಂಬ ಉತ್ಕಟ ನಿರೀಕ್ಷೆಯಲ್ಲಿ ನೀವು ಹೊರಡುವುದು ನೆನಪಿನಲ್ಲಿ ಇರಲೇಇಲ್ಲ. ಈ ಜೊತೆ, ಈ ಗಾಯನಸಾಂಗತ್ಯ ಯಾವಾಗಲೂ ಮುಂದುವರೆಯುತ್ತದೆಂಬ ಭಾವನೆ ಇತ್ತು. ಈ ಗಾಯನಸಾಂಗತ್ಯವು ಅನಂತಕಾಲದ ಭಾವವನ್ನು ತುಂಬಿ ತುಳುಕಿಸುತ್ತಿತ್ತು. ಜೋತಮೆ ಜೋತ ಮಿಲಾಜಾ ಜೋಗಿ ಎನ್ನುವಾಗ ಭೈರವಿಯ ಕರುಣರಸದ ತೀವ್ರತೆಯು, ಅದು ರಸವಲ್ಲ, ನನ್ನೊಳಗಿನ ವೈಯಕ್ತಿಕ ಭಾವವು ಕಟ್ಟೆಯೊಡೆದು, ಗುರೂಜೀ, ನಿಮಗೆ ಅರ್ಥವಾಗಲಿಲ್ಲವೆ? ಆದರೂ ಬೆಳಗಿನ ವಿಮಾನದಲ್ಲಿ ಯಾಕೆ ಹೊರಟುಹೋದಿರಿ? ಹದಿನೈದುದಿನ ತೋರಿಸಿದ ಅಖಂಡ ಪ್ರೀತಿಯು, ನಾನು ಅಖಂಡವಾಗಿ ಅರ್ಪಿಸಿಕೊಂಡದ್ದು ಸ್ವಲ್ಪವೂ ನೆನಪಿಗೆ ಬರಲಿಲ್ಲವೆ? ನಿಮ್ಮ ಪ್ರೀತಿಯು ವಿಮಾನದ ಟಿಕೇಟಿನ ಟೈಂ ಟೇಬಲಿನೊಳಗೆ ಅಡಕವಾಗುವಷ್ಟು ಮಿತವಾದದ್ದೇ? ನೀವು ಕೂತಿದ್ದ ಕಾರು ಮನೆಯಿಂದ ಕೆಳಗಿಳಿಯಿತು. ನನ್ನ ದುಃಖ ಹರಿದಿಳಿಯಿತು. ಬೆಟ್ಟವನ್ನಿಳಿಯುವ, ಕಾಡಿನ ನಡುವಣ ಅಂಕುಡೊಂಕು ದಾರಿಯಲ್ಲಿ ನಡೆಸುವ ವಿಕ್ರಮ್ ಅಂತೂ ತಿರುಗಿ ನೋಡುವಂತಿಲ್ಲ. ನೀವಾದರೂ ತಿರುಗಿ ನೀರು ತುಂಬಿ ದೃಷ್ಟಿ ಮಸುಕಾದ ನನ್ನ ಮುಖವನ್ನು ಒಮ್ಮೆಯಾದರೂ ಯಾಕೆ ನೋಡಲಿಲ್ಲ? ತಿರುಗಿ ನೋಡಿದರೆ ವಿಕ್ರಮ್‌ಗೆ ನಿಮ್ಮ ಮನಸ್ಸಿನೊಳಗಿನದನ್ನು ತೋರಿಸಿಕೊಂಡಂತಾಗುತ್ತದೆಂಬ ಎಚ್ಚರವೆ? ಇಂಥ ದುರ್ಭರ ಸಂದರ್ಭದಲ್ಲೂ ಇಷ್ಟು ಎಚ್ಚರವಾಗಿರುವುದು ಗಂಡಸರಿಗೆ ಮಾತ್ರ ಸಾಧ್ಯ. ಬಾಕಿ ಹೆಂಗಸರ ವಿಷಯ ನಾನರಿಯೆ. ನನಗಂತೂ ಅಸಾಧ್ಯ. ವಿಮಾನ ನಿಲ್ದಾಣಕ್ಕೆ ಬರದಿದ್ದುದೇ ಒಳ್ಳೆಯದಾಯಿತು. ಇಲ್ಲಿ ಮನೆಯಲ್ಲಿ ಬಿಕ್ಕಿ ಬಿಕ್ಕಿ ಬಿಕ್ಕಿ ಅತ್ತಂತೆ ಅಲ್ಲಿ ಎಲ್ಲರೆದುರಿಗೂ ಮಾಡಿದ್ದರೆ ಏನಂದುಕೊಳ್ಳುತ್ತಿದ್ದರು! ನನ್ನ ಅಳುವಿನಿಂದ ನಿಮಗೂ ಅಳು ಬಂದು ನೀವೂ ಕಟ್ಟೆಯೊಡೆದಿದ್ದರೆ ಗುಟ್ಟು ರಟ್ಟಾಗುತ್ತಿತ್ತು. ಆ ಮಟ್ಟಿಗಾದರೂ ನಿಮ್ಮ ಮಧು ಜಾಣೆಯಲ್ಲವೆ? ವಿಕ್ರಮ್ ಹೇಳಿದರು: ವಿಮಾನ ನಿಲ್ದಾಣದಲ್ಲಿ ಮೂವತ್ತಾರು ಜನ ಸೇರಿದ್ದರಂತೆ ನಿಮ್ಮನ್ನು

ಬೀಳ್ಕೊಡಲು. ಭಾರತೀಯರಲ್ಲಿ ಮಾತ್ರ ಈ ಗುಣವಿರುವುದು. ತಮ್ಮವರನ್ನು ಕಳಿಸಿಕೊಡಲು ವಿಮಾನ ನಿಲ್ದಾಣಕ್ಕೇ ಬಂದು ಹಾರ ತುರಾಯಿ ಹಾಕಿ ಸಮಾರಂಭವನ್ನೇ ಮಾಡಿಬಿಡುವುದು. ರಾತ್ರಿಯ ನಿಮ್ಮ ಸಂಗೀತವು ಅವರನ್ನೆಲ್ಲ ಗೆದ್ದುಬಿಟ್ಟಿದೆ. ಪಂಡಿತ್‌ಜಿ, ನಿಮ್ಮನ್ನ ಕಳಿಸುಕ್ಕೆ ನಮಗಾರಿಗೂ ಮನಸ್ಸಿಲ್ಲ. ನಮ್ಮಗಳ ಒಬ್ಬೊಬ್ಬರ ಮನೆಯಲ್ಲೂ ಒಂದೊಂದು ಸಂಜೆ ಛೇಂಬರ್ ಬೈಠಕ್ ಮಾಡಿಸಿಕೊಂಡು ದಿನಾ ಕೇಳಬೇಕಂತ ಆಶೆ. ಆರುವಾರದ ಆ ನ್ಯೂಯಾರ್ಕ್ ಕಾರ್ಯಕ್ರಮಕ್ಕೆ ಯಾಕೆ ಒಪ್ಪಿಕೊಂಡಿರಿ? ಅಂದರಂತೆ. ನೀವೇನಪ್ಪ, ಇಡೀ ಸಿಲಿಕನ್‌ವ್ಯಾಲಿಯನ್ನು ಗೆದ್ದುಬಿಟ್ಟಿರಿ. ಎಲ್ಲಿ ಹೋದರೂ ಹೀಗೆಯೇ ಗೆಲ್ಲುತೀರಿ. ಅದಕ್ಕೇ ಜಂಬ ನಿಮಗೆ. ಕಾರಿನಲ್ಲಿ ಕೂತವರು ಈ ಮಧುವಿನ ಕಡೆಗೆ ತಿರುಗಿ ನೋಡದೆ ಹೋದಿರಿ. ವಿಮಾನನಿಲ್ದಾಣಕ್ಕೆ ಎಂಟುಜನ ಹೆಂಗಸರೂ ಬಂದಿದ್ದರಂತೆ, ಸಂಗೀತದ ಯಾವ ಹಿನ್ನೆಲೆಯೂ ಪರಿಶ್ರಮವೂ ಇಲ್ಲದಿದ್ದರೂ ನೆನ್ನೆ ಸಂಜೆ ಕೇಳಿದ್ದರಿಂದಲೇ ನಿಮ್ಮ ಫ್ಯಾನ್‌ಗಳಾಗಿ, ಮಿಸೆಸ್ ಮಧುಮಿತಾ ಷಾ ಬರಲಿಲ್ಲವೇ ಅಂತ ನನಗಾಗಿ ಕಣ್ಣಾಡಿಸಿದ ರಂತೆ. ಅವಳಿಗೆ ಹುಷಾರಿಲ್ಲ ಅಂತ ವಿಕ್ರಮ್ ಹೇಳಿದ್ದಕ್ಕೆ, ಅಷ್ಟು ಅದ್ಭುತವಾಗಿ ಗುರುವಿನ ಸಮಕ್ಕೂ ಹಾಡಿದರು, ಬಳಲಿಕೆಯಾಗಿದೆ, ಅಂದರಂತೆ. ವಿಕ್ರಮ್ ಹೇಳಿದರು: 'ನೀನು ಮಂಕಾಗಿರಬೇಡ. ಈ ಎರಡು ರಾಗಗಳಿಗೆ ಪ್ರತಿದಿನ ಮಾಡಿದ ಸಾಧನೆಯ ಟೇಪುಗಳಿವೆಯಲ್ಲ. ಅವನ್ನೆಲ್ಲ ಕೇಳು. ಅದೇ ದಾರಿಯಲ್ಲಿ ಸಾಧನೆಮಾಡು. ನ್ಯೂಯಾರ್ಕನ್ನು ಮುಗಿಸಿ ಆರು ವಾರದ ನಂತರ ಮತ್ತೆ ಇಲ್ಲಿಗೆ ಒಂದೆರಡು ವಾರದ ಮಟ್ಟಿಗೆ ಬಂದು ಇನ್ನೆರಡು ರಾಗ ತಯಾರುಮಾಡಿಸಿ ಅಂತ ಕೇಳೋಣ. ಅವರಿಗೆ ಸಾಧ್ಯವಾಗದೆ ಇದ್ದರೆ ನೀನೇ ಮುಂಬಯಿಗೆ ಹೋಗಿಬರುವೆಯಂತೆ.' ಅವರು ನಿಮಗೆ ಎಷ್ಟು ದೊಡ್ಡ ಭಕ್ತರಾಗಿದಾರೆ ಗೊತ್ತಾ? ಯಾರಾ ದರೂ ನಿಮ್ಮ ಸಂಗೀತ ಚನ್ನಾಗಿಲ್ಲ ಅಂದರೆ ಅವರಿಗೆ ಸಂಗೀತ ತಿಳಿಯುಲ್ಲ ಅಂತ ತೀರ್ಮಾನಿಸುವಷ್ಟು, ಎರಡನೇಸಲ ಅದೇ ಮಾತನಾಡಿದರೆ ಅವರನ್ನು ಹಿಡಿದು ಹೊಡೆಯು ವಷ್ಟು!

ಓದುತ್ತಾಹೋದಂತೆ ಅವನಿಗೆ ಬಾನಿನಲ್ಲಿ ತೇಲುತ್ತಿರುವಂತಹ ಉಲ್ಲಾಸವಾಯಿತು. ತಾನು ಇದುವರೆಗೆ ಒಂದೂ ಪ್ರೇಮಪತ್ರ ಪಡೆದಿರಲಿಲ್ಲ. ತಾನೂ ಯಾರಿಗೂ ಬರೆದಿಲ್ಲ. ಮನಸ್ಸನ್ನು ಬೆರೆಸಿಕೊಂಡ ಇಬ್ಬರು ಶಿಷ್ಯೆಯರು ಕೂಡ ಮದುವೆಯಾಗಿ ಹೋದಮೇಲೆ ಕೇವಲ ದೀವಾಲೀ ಶುಭಾಶಯ, ಹೊಸವರ್ಷದ ಶುಭಾಶಯ ಕಳಿಸ್ತಾರೆಯೇ ಹೊರತು ಓದಿದರೆ ಹೀಗೆ ಉತ್ಕಟತೆ ಬರುವಂತಹ ಕಾಗದ ಬರೆದಿಲ್ಲ. ಮಧುವಿನ ಪ್ರೇಮ ಬೇಗ ಮಾಸಿಹೋಗುವಂಥದಲ್ಲ. ಇವಳಷ್ಟು ಗಾಢವಾಗಿ ಬೇರೆ ಯಾರೂ ನನ್ನನ್ನು ಪ್ರೀತಿಸಿಲ್ಲ, ಎನ್ನಿಸಿತು. ಮುಂದೆ ಓದತೊಡಗಿದ:

ಇವತ್ತು ಬುಧವಾರ. ನೀವು ಹೋದದ್ದು ಭಾನುವಾರ ಬೆಳಗ್ಗೆ. ನಾನಿನ್ನೂ ಬದುಕಿದೀನಿ. ಸತ್ತುಹೋದಳು ಅಂತ ತಿಳಿಕೊಂಡಿದೀರಾ? ಯಾಕೆ ಫೋನು ಮಾಡಲಿಲ್ಲ? ಪ್ರಯಾಣ ಮಾಡಿದವರು ಊರು ತಲುಪಿದ ತಕ್ಷಣ ಕ್ಷೇಮವಾಗಿ ತಲುಪಿದೆ ಅಂತ ಒಂದು ಫೋನು ಮಾಡುವುದು ಸೌಜನ್ಯ ಮಾತ್ರವಲ್ಲ, ಕರ್ತವ್ಯ ಅನ್ನುವ ಪ್ರಾಥಮಿಕ ನಡವಳಿಕೆಯೂ

ಗೊತ್ತಿಲ್ಲವೆ ನಿಮಗೆ? ನ್ಯೂಯಾರ್ಕ್‌ನಲ್ಲಿ ನಿಮ್ಮ ವಸತಿಯ ವಿಳಾಸ, ಫೋನಿನ ನಂಬರನ್ನು ಕೇಳಿ ಗುರುತು ಹಾಕಿಕೊಳ್ಳುವುದು ಸಂಗೀತದ ಲಹರಿಯಲ್ಲಿ ಮರೆತುಹೋಯಿತು. ಅಥವಾ ನಿಮಗೂ ಗೊತ್ತಿರಲಿಕ್ಕಿಲ್ಲ. ನಿಮ್ಮ ಫೋನಿಗೆ ಕಾದು ಕಾದು ಸೋಮವಾರವೆಲ್ಲ ನಾನು ಎಷ್ಟು ಕಡೆಗೆ, ಎಷ್ಟು ನಂಬರುಗಳಿಗೆ ಪ್ರಯತ್ನಪಟ್ಟೆ ಗೊತ್ತಾ? ನೆನ್ನೆ ಸಂಜೆ ನಾವು ಊಟ ಮಾಡುವಾಗ ನಿಮ್ಮ ಕರೆ ಬಂದು ವಿಕ್ರಮ್ ನಂಬರನ್ನು ಗುರುತು ಹಾಕಿಕೊಳ್ಳುವ ತನಕ. ವಿಕ್ರಮ್ ಇದ್ದುದರಿಂದ ನಾನು ಮುಕ್ತವಾಗಿ ಮಾತನಾಡಲಾಗಲಿಲ್ಲ ಅಂತ ನಿಮಗೂ ಗೊತ್ತು. ಇವತ್ತೆಲ್ಲ ನೀವು ನನಗೆ ಯಾಕೆ ಮಾಡಲಿಲ್ಲ? ಕಲೆಕ್ಟ್ ಕಾಲ್ ಅಂದರೆ ಬೀದಿಯ ಬದಿಯ ಫೋನಿನಿಂದಲೂ ಮಾಡಬಹುದು, ಮಾಡಿ, ಅಂತ ವಿಕ್ರಮ್ ಅಲ್ಲದೆ ನಾನೂ ಹೇಳಲಿಲ್ಲವೆ? ಗುರೂಜೀ, ನೀವು ನನ್ನ ಜೀವನವನ್ನೇ ಕೊಂಡೊಯ್ದಿದೀರಿ, ಅಂದೆನಲ್ಲ ನಾನು. ವಿಕ್ರಮ್ ಎದುರಿಗೆ ಇದಕ್ಕಿಂತ ಹೆಚ್ಚು ಬಿಡಿಸಿಹೇಳಲು ಸಾಧ್ಯವೆ? ಆದರೂ ಇವತ್ತೆಲ್ಲ ಯಾಕೆ ಮಾಡಲಿಲ್ಲ? ಹಾಳು ನ್ಯೂಯಾರ್ಕ್ ಇಲ್ಲಿಗೆ ಮೂರುಗಂಟೆ ಮೊದಲು. ವಿಕ್ರಮ್ ಆಫೀಸಿಗೆ ಹೋಗುವ ವೇಳೆಗೆ ನಿಮಗೆ ಹನ್ನೊಂದುಗಂಟೆ. ನೀವು ಹೋಟೆಲು ಬಿಟ್ಟು ಎರಡೂವರೆ ತಾಸಾಗಿರುತ್ತೆ. ಈಗ ಮೂರುಸಲ ಮಾಡಿದರೂ ಕೌಂಟರಿನವರು ಇನ್ನೂ ಬಂದಿಲ್ಲ ಅಂತಿದಾರೆ. ನಿಮ್ಮ ಕಾರ್ಯಾಗಾರದ ನಂಬರನ್ನಾದರೂ ಯಾಕೆ ಕೊಡಲಿಲ್ಲ? ಅಲ್ಲಿ ನಡುನಡುವೆ ಫೋನ್‌ಕರೆಗಳು ಬಂದರೆ ಪಾಠಕ್ಕೆ ತೊಂದರೆ ಅಂತ ವ್ಯವಸ್ಥಾಪಕರೇ ನಿಷೇಧಿಸಿದ್ದಾರೆಯೆ?

ಗುರೂಜಿ, ಅಲ್ಲ ನನ್ನ ಜೋಗಿ, ಅಲ್ಲ ನನ್ನ ಜೀವಸಖ, ನಿಮ್ಮ ಕೈಲಿ ಫೋನಿನಲ್ಲಾದರೂ ಮಾತನಾಡಲು ನಾನು ಯಾಕೆ ಇಷ್ಟು ಒದ್ದಾಡುತ್ತಿದೀನಿ ಅನ್ನುವುದೂ ನಿಮಗೆ ಅರ್ಥವಾಗುಲ್ಲವೆ? ನನ್ನನ್ನು ಬೇಯಿಸುತ್ತಿರುವ ಈ ವಿರಹವನ್ನು ಬೇರೆ ಯಾರೊಡನೆ ಹೇಳಿ ಶಮನಮಾಡಿಕೊಳ್ಳಲಿ? ಅಂಥ ಆತ್ಮೀಯಳು ನನಗೆ ಯಾರೂ ಇಲ್ಲ. ತಡೆಯಲಾರದೆ ಅಕಸ್ಮಾತ್ ಯಾರಕೈಲಾದರೂ ಹೇಳಿಕೊಂಡರೆ ಸಂಗೀತದ ವಿದ್ಯಾರ್ಥಿನಿಯು ಸಂಗೀತಗುರುವಿನ ಜೊತೆ ಅಫೇರ್ ಮಾಡುತ್ತಿದಾಳೆ ಎಂದೇ ವಿಕೃತ ವ್ಯಾಖ್ಯಾನ ಮಾಡಿಬಿಡುತ್ತಾರೆ. ನನ್ನ ಭಾವನೆಯ ಪಾವಿತ್ರ್ಯವನ್ನು ಬೇರೆಯವರು ಹೇಗೆ ಅರ್ಥಮಾಡಿಕೊಂಡಾರು. ನಿಮ್ಮ ಕೈಲಿ ಮಾತ್ರ ಹೇಳಿಕೊಳ್ಳಲು ಸಾಧ್ಯ. ನನಗೆ ಆಗುತ್ತಿರುವ ವೇದನೆಯು ಅಲ್ಲ ಯಾತನೆಯು ನಿಮಗೂ ಆಗುತ್ತಿಲ್ಲವೆ? ಆಗಲೇಬೇಕಲ್ಲವೆ? ನಿಮಗೆ ಕೂಡ ಬೇರೆಯವರ ಕೈಲಿ ಹೇಳುಕೊಳ್ಳುವಂಥ ಸಂಗತಿಯಲ್ಲ ಇದು, ಅಲ್ಲವೆ? ನೀವು ಯಾರಕೈಲಿ ಹೇಳಿಕೊಂಡು ಶಮನ ಮಾಡಿಕೊಳ್ಳುತ್ತಿದೀರಿ? ಪ್ರೇಮಿಗಳು ಪರಸ್ಪರ ತೋಡಿಕೊಂಡರೆ ಶಮನವೂ ಆಗುತ್ತೆ, ಸಹನೀಯವೂ ಆಗುತ್ತೆ, ಗಾಢವೂ ಆಗುತ್ತೆ. ಪರಸ್ಪರ ಅವಲಂಬನೆಯು ಗಟ್ಟಿಯಾಗುತ್ತೆ ಅನ್ನುವ ಮೂಲಶ್ರುತಿ ನಿಮಗೆ ಗೊತ್ತಿಲ್ಲವೆ? ಒಳಗೆ ಕುದಿಯುವುದನ್ನು ಹೊರಹಾಕದಿದ್ದರೆ ಬೇರೆಯವರೆದುರಿಗೆ, ವಿಕ್ರಮರೆದುರಿಗೆ ಉಕ್ಕಿಬಿಡಬಹುದೆಂಬ ಭಯದಿಂದ ನಾನೊಂದು ಉಪಾಯ ಕಂಡುಹಿಡಿದಿದೀನಿ. ನಾನೊಬ್ಬಳೇ ಕೂತು ನನ್ನ ಭಾವನೆಗಳನ್ನೆಲ್ಲ ಬರೆಯುತ್ತಿದೀನಿ. ನೀವೇ ಎದುರಿಗಿದೀರಿ, ಬರಹವೇ ಮಾತು ಎಂಬ ಭಾವದಲ್ಲಿ. ಬರೆದು ಬರೆದು ನಿಮ್ಮ

ವಿಳಾಸ ಬರೆದು ಅಂಚೆಪೆಟ್ಟಿಗೆಯಲ್ಲಿ ಹಾಕುತ್ತೀನೆಂಬ ಒಳ ಆಲೋಚನೆಯಿಂದ. ನೀವಂತೂ ಕಲ್ಲುದೇವರು. ನಾನು ಎಷ್ಟು ಹಪಹಪಿಸಿದರೂ ಒಂದು ಫೋನು ಕೂಡ ಮಾಡದ ವಿಗ್ರಹಮೂರ್ತಿ!

ನೆನ್ನೆ ನಿಮ್ಮನ್ನು ಕಲ್ಲುದೇವರು, ವಿಗ್ರಹಮೂರ್ತಿ ಎಂದುಕೊಂಡೆ. ನಿಂದಾಸ್ತುತಿಯು ನೇರ ಭಕ್ತಿಗಿಂತ ಹೆಚ್ಚು ಪರಿಣಾಮಕಾರಿ ಎಂಬ ಮಾತನ್ನು ನಿಜವೆನ್ನಿಸುವಂತೆ ನೀವು ಈಗ ಫೋನು ಮಾಡಿದಿರಿ. ಬೀದಿಯ ಫೋನಿನಿಂದ ಮಾಡುತ್ತಿದ್ದುದರಿಂದ ನಿಮಗೆ ಸರಿಯಾಗಿ ಕೇಳುತ್ತಿರಲಿಲ್ಲ. ನಿಮಗೂ ಸರಿಯಾಗಿ ಮಾತನಾಡಲು ಆಗುತ್ತಿರಲಿಲ್ಲ ಅನ್ನುವುದು ನಿಜವಾದರೂ ನಿಮ್ಮ ಮಾತಿನಲ್ಲಿ ನಾನು ತಿಳಿದುಕೊಂಡಿದ್ದಷ್ಟು ಭಾವ ತುಂಬಿರಲಿಲ್ಲ. ನಾನು ಅದೆಷ್ಟು ಬಡಬಡನೆ ನನ್ನದನ್ನೆಲ್ಲ ತೋಡಿಕೊಳ್ಳುತ್ತಿದ್ದೆ. ನೀವು ಎಚ್ಚರ ಸಮಾಧಾನಗಳಿಂದ ಕೇಳುತ್ತಿದ್ದಿರಿ. ಮಧು, ನನಗೂ ನಿನ್ನಷ್ಟೇ, ನಿನಗಿಂತ ಹೆಚ್ಚು ಪರಿತಾಪವಾಗಿದೆ. ನಿನ್ನನ್ನು ದಿನಕ್ಕೆ ನೂರುಸಲವಾದರೂ ಜ್ಞಾಪಿಸಿಕೊಳ್ತಿದೀನಿ ಅನ್ನುವಂಥ ಒಂದು ಮಾತನ್ನೂ ಆಡಲಿಲ್ಲ. 'ಶಾಂತವಾಗಿರು. ಅತಿಯಾಗಿ ಭಾವೋದ್ವೇಗಕ್ಕೆ ಒಳಗಾಗಬಾರದು. ಇನ್ನು ಮೂರುತಿಂಗಳಿಗೆ ಹೇಗೂ ಮುಂಬಯಿಗೆ ಬರ್ತೀಯಲ್ಲ. ಊರಿಗೆ ಹಿಂತಿರುಗಿದಮೇಲೆ ನನ್ನ ಪ್ರೋಗ್ರಾಮ್‌ಗಳು ಹ್ಯಾಗೆ ಬೀಳುತ್ತವೋ ನೋಡಿ ನಿನಗೆ ಡೇಟ್ಸ್ ತಿಳಿಸ್ತೀನಿ' ಎಂದಿರೇ ಹೊರತು ನಾನು ನಿನ್ನ ವಿರಹದಲ್ಲಿ ಬೇಯ್ತಿದೀನಿ ಅನ್ನಲಿಲ್ಲ. ನಿಮಗೆ ನನಗಿಂತ ವಯಸ್ಸೂ ಹೆಚ್ಚು, ಅನುಭವವೂ ಹೆಚ್ಚು, ಅನ್ನುವುದು ನಿಜ. ನೀವು ಅಷ್ಟೊಂದು 'ಅನುಭವಸ್ಥ'ರು ಅನ್ನೋದು ತಿಳಿದೂ ತಿಳಿದೂ ನಾನು ನಿಮಗೆ ಸಂಪೂರ್ಣ ಸಮರ್ಪಿಸಿಕೊಂಡೆ. ಆದ್ದರಿಂದ ನಾನು ಹಗುರ ಳಾದೆನೆ?

ಅವನು ಓದುವುದನ್ನು ನಿಲ್ಲಿಸಿದ. ವ್ಯಂಗ್ಯವಾಗಿಯೇ ಬರೆದುಕೊಂಡಿರಲಿ, ಅವಳ ಮಾತು ನಿಜ. ನಾನು 'ಅನುಭವಸ್ಥ.' ನಿನ್ನ ವಿರಹದಿಂದ ನಾನು ಬೇಯುತ್ತಿದೀನಿ. ದಿನಕ್ಕೆ ನೂರುಸಲ ನೆನಸಿಕೊಳ್ತೀನಿ ಅನ್ನುವಂಥ ಮಾತನಾಡಿದರೆ ಹೆಂಗಸರು ಅದನ್ನೇ ನಿಜ ಅಂತ ಭಾವಿಸಿ ಹುಚ್ಚು ಹುಚ್ಚು ಕೆಲಸಕ್ಕೆ ನೆಗೆದಾರು! ಅವರ 'ಅಮರ', 'ಚಿರಂತನ', 'ಜನ್ಮ ಜನ್ಮಾಂತರ' ಎಂಬಂತಹ ಮಾತುಗಳನ್ನು ಕೇಳಿಸಿಕೊಬೇಕು. ಆಡಬಾರದು. ಈ ಹದದಲ್ಲೇ ಸಂಬಂಧವನ್ನು ನಡೆಸಿಕೊಂಡು ಹೋಗಬೇಕು. ಯಾವಾಗ ಎಷ್ಟು ಬೇಕೋ ಅಷ್ಟಕ್ಕೆ ಮಾತ್ರ ಬಳಸಿಕೊಬೇಕು ಎಂಬ ತಿಳಿವಳಿಕೆ ನನಗೆ ಅನುಭವದಿಂದ ಬಂದಿದೆ. ಒಮ್ಮೆ ಪೂರ್ಣಸಮಾಗಮವಾಗಿಬಿಟ್ಟರೆ ಹೇಗೂ ಅವರು ಕಲಿಕೆ ಮುಗಿಯುವ ತನಕ ಅಥವಾ ಮದುವೆಯಾಗುವ ತನಕ ಅಥವಾ ಬೇರೆ ಏನಾದರೂ ಅಡಚಣೆಯಾಗುವ ತನಕ ಸಂಧಿಸಿಯೇ ಸಂಧಿಸುತ್ತಾರೆ. ಆದರೆ ಮಧುವಿನ ಈ ಬರವಣಿಗೆ ಮಾತ್ರ ಓದಲು ಹಿತ ವಾಗಿದೆ. ನನ್ನನ್ನು ನಾನು ಸಮರ್ಪಿಸಿಕೊಳ್ಳಬೇಕೆನ್ನಿಸುವಷ್ಟು ರಾಗಪೂರ್ಣವಾಗಿದೆ, ಎನ್ನಿಸಿ

ಮುಂದೆ ಓದತೊಡಗಿದ:

ಜೀವಸಖ, ಸ್ವರಸಖ, ಒಂದುಗಂಟೆಯ ಹಿಂದೆ ನಾನು ನಿಮ್ಮಮೇಲೆ ತುಂಬ ಕೋಪ ಮಾಡಿಕೊಂಡಿದ್ದೆ. ವಾಸ್ತವವಾಗಿ ನೀವು ಫ್ಲೋನಿನಲ್ಲಿ ಮಾತನಾಡುವಾಗ ಹತ್ತಿರ ಬೇರೆ ಯಾರೋ ಇದ್ದಿರಬಹುದು. ಅರ್ಧಭಾಗ ಅಭ್ಯರ್ಥಿಗಳು ಭಾರತೀಯರು ಅಂದಿರಿ. ಅವರಲ್ಲಿ ಯಾರಾದರೂ ಹತ್ತಿರ ಇದ್ದು ನೀವು ಹಿಂದಿಯಲ್ಲಿ ಮಾತನಾಡಲು ಸಾಧ್ಯವಾಗದೆ ಇರಬಹುದು ಎಂಬುದು ನನ್ನ ದಡ್ಡತಲೆಗೆ ಹೊಳೆಯಲೇ ಇಲ್ಲ. ಸಂಜೆ ನೀವು ಹೋಟೆಲು ಕೋಣೆಯಿಂದಲೂ ಕಲೆಕ್ಟ್‌ಕಾಲ್ ಮಾಡಬಹುದು. ವಿಕ್ರಮ್ ಏಳುಗಂಟೆಗೆ ಮೊದಲು ಯಾವತ್ತೂ ಮನೆಗೆ ಬರುಲ್ಲ. ನೀವು ಅಲ್ಲಿಂದ ರಾತ್ರಿ ಒಂಬತ್ತೂವರೆಗೆ ಮಾಡಿದರೂ ಕನಿಷ್ಠ ಅರ್ಧಗಂಟೆ ಮಾತನಾಡಬಹುದು. ಇನ್ನುಮೇಲೆ ನಾನೇ ನಿಮಗೆ ಸಂಜೆಯಾದಾಗ ಪ್ರಯತ್ನಿಸುತೀನಿ. ಇನ್ನೂ ಒಂದು ಆಲೋಚನೆ ಹೊಳೆಯುತ್ತಿದೆ. ಈ ವಾರಾಂತ್ಯ ಸಾಧ್ಯವಿಲ್ಲ. ವಿಕ್ರಮರ ಕಂಪನಿಯ ಉನ್ನತ ಆಡಳಿತ ವರ್ಗದವರದೆಲ್ಲ ಪಿಕ್‌ನಿಕ್ ವ್ಯವಸ್ಥೆ ಮಾಡಿದಾರೆ. ಪ್ರತಿಯೊಬ್ಬರೂ ತಮ್ಮ ತಮ್ಮ ಹೆಂಡತಿ ಅಥವಾ ಗಂಡನನ್ನು ಕರೆತರಬೇಕು ಅಂತ ಹೇಳಿ ದಾರೆ. ಅದರ ಮುಂದಿನ ವಾರಾಂತ್ಯ ನಾನು ನ್ಯೂಯಾರ್ಕಿಗೆ ಬಂದರೆ ಹೇಗೆ? ಎರಡುದಿನ ಜೊತೆಯಲ್ಲಿರಬಹುದು. ಗುರೂಜಿಯನ್ನ ನೋಡಬೇಕು, ಇನ್ನೊಂದು ರಾಗದ ಮೊದಲ ಸುತ್ತಿನ ಆಲಾಪ ಹೇಳಿಸಿಕೊಬೇಕು ಅಂದರೆ ವಿಕ್ರಮ್ ಒಪ್ಪಿಕೊತ್ತಾರೆ. ಅದು ಅವರ ನಂಬಿಕೆಯನ್ನು ಅತಿಯಾಗಿ ಎಳೆದಂತೆಯೆ? ತಾವೂ ಜೊತೆಗೆ ಬರ್ತೀನಿ ಅಂದರೆ! ಅಪ ನಂಬಿಕೆಯಿಂದಲ್ಲ; ಅವಕಾಶವಿದ್ದರೆ ನಿಮ್ಮನ್ನು ನೋಡುವ ಆಶೆ ಅವರಿಗೂ ಇರುತ್ತೆ. ಅವರು ಜೊತೆಯಲ್ಲಿ ಬಂದರೆ ನ್ಯೂಯಾರ್ಕ್ ಟ್ರಿಪ್ ಮಾಡಿಯೂ ನಿಷ್ಫಲ.

ಇವತ್ತು ಬೆಳಗಿನಜಾವ ಒಂದು ಧೈರ್ಯದ ಕೆಲಸ ಮಾಡಿದೆ. ಮಾಡದೆ ಇರಲು ಸಾಧ್ಯವೇ ಇರಲಿಲ್ಲ. ರಾತ್ರಿಯೆಲ್ಲ ನಿದ್ರೆಇಲ್ಲ. ನಿಮ್ಮನ್ನು ನೋಡುವ, ನಿಮ್ಮೊಡನೆ ಇರುವ ಕಲ್ಪನೆಯೇ ಒಳಗಿನಿಂದ ಹೊಡೆದು ಹೊಡೆದು ನಿದ್ರೆಯನ್ನು ಹೊಡೆದೋಡಿಸುತ್ತಿತ್ತು. ನಾಲ್ಕುಗಂಟೆಯ ವೇಳೆಯಲ್ಲಿ ವಿಕ್ರಮ್ ಗಾಢನಿದ್ರೆಯಲ್ಲಿದ್ದರು. ನಿಶ್ಶಬ್ದವಾಗಿ ಹಾಸಿಗೆಯಿಂದ ಇಳಿದು ಕೋಣೆಯ ಬಾಗಿಲು ತೆರೆದು ಅಷ್ಟೇ ನಿಶ್ಶಬ್ದವಾಗಿ ಮುಚ್ಚಿಕೊಂಡು ಮೆಟ್ಟಲಿಳಿದು ಸಂಗೀತದ ಕೋಣೆಗೆ ಬಂದೆ. ಅವರಿಗೆ ಎಚ್ಚರವಾಗಿ ಹುಡುಕಿಕೊಂಡು ಬಂದರೂ ಎಚ್ಚರ ವಾಯಿತು, ಮಂದ್ರಸಾಧನೆ ಮಾಡುಕ್ಕೆ ಬಂದೆ ಅನ್ನಬಹುದು. ಸಂಗೀತ ಕೋಣೆಯ ಬಾಗಿಲು ಮುಚ್ಚಿ ಅಲ್ಲಿಂದ ನಿಮಗೆ ಫ್ಲೋನ್ ಮಾಡಿದೆ. ನಮ್ಮ ಶಯನಕೋಣೆಯಲ್ಲೊಂದು ಫ್ಲೋನ್ ಇದ್ದರೂ ಅದರಲ್ಲಿ ತುಸುವೂ ಶಬ್ದವಾಗುವುದಿಲ್ಲ. ವಿಕ್ರಮ್‌ಗೆ ಎಚ್ಚರವಾಗಿ ಬೇರೆ ಯಾರಿಗಾದರೂ ಮಾಡಲೆಂದು ರಿಸೀವರ್ ಎತ್ತಿಕೊಂಡರೆ ವಿನಾ. ಆದರೆ ಅವರು ಗಾಢ ನಿದ್ರೆಯಲ್ಲಿದ್ದಾರೆ. ಅಲ್ಲದೆ ಈ ಹೊತ್ತಿನಲ್ಲಿ ಇದುವರೆಗೆ ಎಂದೂ ಯಾರಿಗೂ

ಮಾಡಿಲ್ಲ. ಸ್ವಲ್ಪವಾದರೂ ಅಪಾಯಕ್ಕೆ ಒಡ್ಡಿಕೊಳ್ಳದಿದ್ದರೆ ಜೀವನದಲ್ಲಿ ಏನೂ ಸಾಧಿಸಲು ಸಾಧ್ಯವಿಲ್ಲ ಎಂಬ ಮಾತನ್ನು ನೆನಸಿಕೊಂಡು ನಿಮಗೆ ಮಾಡಿದೆ. ಆಗ ನಿಮಗೆ ಬೆಳಗಿನ ಏಳುಗಂಟೆ. ಆದರೆ ರಿಸೀವರ್ ಎತ್ತಿಕೊಂಡು ಉತ್ತರಿಸಿದುದು ಒಂದು ಹೆಣ್ಣುಧ್ವನಿ. ಅಮೆರಿಕನ್ ಇಂಗ್ಲಿಷ್. ಗುರೂಜಿ ಬ್ಯಾತ್‌ರೂಮಿನಲ್ಲಿದ್ದಾರೆ. ಎನಿ ಮೆಸೇಜ್? ಇಲ್ಲ. ಆಮೇಲೆ ಕರೀತೀನಿ, ಎಂದು ನಾನು ವಿಸಂಪರ್ಕಗೊಳಿಸಿದೆ. ಮೈ ಬೆವರಿತು. ಸಂಜೆಯ ಹೊತ್ತಿನಲ್ಲಾದರೆ ಯಾರೋ ಕಾರ್ಯಾಗಾರದ ವಿದ್ಯಾರ್ಥಿನಿ ಅನ್ನಬಹುದು. ಈ ದೇಶದಲ್ಲಿ ಯಾರೂ ಬೆಳಗಿನ ಏಳು ಗಂಟೆಗೆ ಹೋಟೆಲಿನಲ್ಲಿರುವ ಇನ್ನೊಬ್ಬರ ಕೋಣೆಗೆ ಹೋಗುವುದಿಲ್ಲ. ಇವರು ಇನ್ನೊಬ್ಬ ಹೆಂಗಸಿನ ಜೊತೆ ಇದ್ದಾರೆಯೆ? ಭಾರತೀಯ ಸಂಗೀತದಿಂದ ಆಕರ್ಷಿತರಾದ ಬಿಳಿಯ ಹೆಂಗಸರೂ ಉಂಟು. ಅರ್ಧಗಂಟೆಯ ನಂತರ ಮತ್ತೆ ಫೋನುಮಾಡಿ ಯಾರವಳು ಅಂತ ಕೇಳಿಬಿಡುವ ಮನಸ್ಸಾಯಿತು. ಯಾರಾದರೆ ನಿನಗೇನು ಎಂದು ಅವರು ಕೇಳಿಬಿಟ್ಟರೆ? ಎಂಬ ಅಂಜಿಕೆಯೂ ಆಯಿತು. ಬೆಳಗ್ಗೆ ಎಂಟುಗಂಟೆಗೆ ವಿಕ್ರಮ್ ಆಫೀಸಿಗೆ ಹೋದನಂತರ ಒಂದು ಉಪಾಯ ಹೊಳೆಯಿತು. ಮತ್ತೆ ಫೋನ್‌ಮಾಡಿದೆ. ಹತ್ತು ಸೆಕೆಂಡಿನ ನಂತರ ಆಪರೇಟರ್ ನೋ ರೆಸ್ಪಾನ್ಸ್ ಎಂದಳು. ಕೋಣೆಯಲ್ಲಿ ಇಬ್ಬರಲ್ಲವೇ ಇರುವುದು, ಇನ್ನೊಬ್ಬ ರಾದರೂ ಇರಬೇಕಲ್ಲ, ಅಂದೆ. ಅವಳು ಮತ್ತೆ ನೋ ರೆಸ್ಪಾನ್ಸ್ ಎಂದಳೇ ವಿನಾ ಇರುವವರು ಎಷ್ಟು ಜನ ಎಂಬುದನ್ನು ಹೇಳಲಿಲ್ಲ. ಈ ದೇಶದ ತರಬೇತಿಯೇ ಹೀಗೆ. ತಮ್ಮ ವ್ಯಾಪ್ತಿಗೆ ಬಾರದ ಒಂದು ಮಾಹಿತಿಯನ್ನೂ ಹೊರಬಿಡುವುದಿಲ್ಲ. ನಿಮಗೆ ರಾತ್ರಿ ಒಂಬತ್ತು ಆಗಿದ್ದಾಗ ಇನ್ನೊಮ್ಮೆ ಮಾಡಿದೆ. ನೀವೇ ಎತ್ತಿಕೊಂಡಿರಿ. ಹಿಂದಿಯಲ್ಲೇ ಮಾತನಾಡಿದಿರಿ. ಹ್ಯಾಗಿದೀಯ? ಆರೋಗ್ಯವೆ? ಎಂಬ ಕುಶಲೋಪರಿಯನ್ನು ಕೇಳಿದನಂತರ ನಾನೇ ಬಿಡುವಾದಾಗ ಮಾಡ್ತೀನಿ, ನೀನು ಮಾಡಬೇಡ ಅಂದುಬಿಟ್ಟಿರಿ. ಶಿಷ್ಯರು ನಿಮ್ಮ ಕೋಣೆಯಲ್ಲೂ ತುಂಬಿರುತ್ತಾರೆಯೆ?

ಅವನಿಗೆ ನೆನಪುಬಂತು: ಭೂಪಾಲಿ ಹಾಗೆ ಉತ್ತರ ಹೇಳಿರಬಹುದು. ನಾನು ಈ ಹಾಳೆಗಳನ್ನು ಓದಿದನಂತರ ಇವಳು ಈ ಅಂಶವನ್ನು ಕೇಳಬಹುದು. ಒಂದೇ ಹೋಟೆಲಿನಲ್ಲಿ ಎಷ್ಟೋ ವಿದ್ಯಾರ್ಥಿ ವಿದ್ಯಾರ್ಥಿನಿಯರಿದ್ದರು, ಎಷ್ಟೋ ದಿನ ಬೆಳಗ್ಗೆ ಬೇಗ ನನ್ನ ಕೋಣೆಗೆ ಬರುತ್ತಿದ್ದರು. ಕೆಲವುದಿನ ರಾತ್ರಿ ಬಹುಹೊತ್ತಿನ ತನಕ ಇರುತ್ತಿದ್ದರು, ಯಾವ ದಿನ ಯಾರು ಉತ್ತರ ಹೇಳಿದರೋ ನನಗೇನು ಗೊತ್ತು? ಎಂದರೆ ಆಯಿತು ಎಂದು ಸಂದಿಗ್ಧವನ್ನು ಬಗೆಹರಿಸಿಕೊಂಡು ಮುಂದೆ ಓದಿದ:

ಗುರೂಜಿ, ಪ್ರಾಣಸಖ, ನೆನ್ನೆ ಸಂಜೆ ನೀವು ಬಿಡುವಾದಾಗ ನಾನೇ ಮಾಡ್ತೀನಿ. ನೀನು ಮಾಡಬೇಡ ಅಂದಿರಿ. ಮತ್ತೆ ಮಾಡಲಿಲ್ಲ. ನಿಮ್ಮಲ್ಲಿ ಮಾತ್ರ ಹೇಳಿಕೊಳ್ಳಬಹುದಾದ ನನ್ನನ್ನು ಒಳಗೇ ಸುಡುತ್ತಿರುವ ಒಂದು ಸಂಗತಿಯನ್ನು ಅಬಾಧಿತವಾಗಿ ಹೇಳಿಕೊಳ್ಳಬೇಕಂತ ನಾನು ಫೋನುಮಾಡಿದ್ದೆ. ನೀವು ಮತ್ತೆ ಮಾಡಲಿಲ್ಲ. ಇವತ್ತೂ ಇದುವರೆಗೂ ಮಾಡಿಲ್ಲ. ಆದ್ದರಿಂದ ಈ ಕಾಗದದ ಮೇಲೆ ಬರೆದು ಹೊರಹಾಕಿಕೊಳ್ಳುತ್ತಿದ್ದೇನೆ. ಇದನ್ನೇ ನಿಮಗೆ ಅಂಚೆರವಾನೆ ಮಾಡುವ ಮನಸ್ಸು ಕೂಡ. ಆದರೆ ಯಾರಕೈಗಾದರೂ ಬಿದ್ದೀತೆಂಬ

ಆತಂಕವೂ ಇದೆ. ನೀವು ಇಲ್ಲಿಂದ ವಿಮಾನ ಹತ್ತಿ ಹೊರಟುಹೋದಿರಲ್ಲ, ಭಾನುವಾರ ಬೆಳಗ್ಗೆ, ಆ ದಿನವೆಲ್ಲ ಮಂಕಾಗಿದ್ದೆ. ಕಣ್ಣುಗಳು ಬಾತುಕೊಂಡಿದ್ದವು. ಅಪರಾಹ್ಣ ವಿಕ್ರಮ್ ತಮ್ಮ ಕಂಪ್ಯೂಟರ್ ಕೋಣೆಯಲ್ಲಿ ಕೂತು ಆಫ಼ೀಸಿನ ಕೆಲಸ ಮಾಡಿಕೊಳ್ಳುತ್ತಿದ್ದರು. ರಾತ್ರಿ ಊಟ ಮಾಡಿದಮೇಲೆ, ಬೇಗ ಮಲಗೋಣವಾ? ಎಂದು ಕಣ್ಣುಸನ್ನೆ ಸೇರಿಸಿ ಹೇಳಿದಾಗ ನನಗೆ ಹಿಂಸೆಯಾಯಿತು. ಕಳೆದ ಮೂರು ವಾರದಿಂದ ರಾತ್ರಿ ಜೊತೆಯಲ್ಲಿ ಮಲಗಿದರೂ ಅವರು ನನ್ನನ್ನು ಬಲವಂತ ಮಾಡಿರಲಿಲ್ಲ. ಸನ್ನೆಮಾಡಿದ್ದರು. ಕೀಟಳೆಯ ಮಾತನಾಡಿದ್ದರು. ಕೊನೆಗೆ ನೀನು ಸಂಗೀತದ ಲಹರಿಯಲ್ಲಿದೀಯ, ನಿದ್ರೆಮಾಡು ಎಂದು ರಿಯಾಯ್ತಿ ಹೇಳಿ ತಮ್ಮಪಾಡಿಗೆ ತಾವು ನಿದ್ರೆಮಾಡಿದ್ದರು. ಆದರೆ ನೀವು ಊರಿಗೆ ಹೋದ ರಾತ್ರಿ, ಭಾನುವಾರ ಬೇರೆ, ಗಂಡನು ತನ್ನ ಹಾಸಿಗೆಯ ಸುಖವನ್ನಪೇಕ್ಷಿಸಿದಾಗ ಯಾವ ನೆಪಒಡ್ಡಿ ತಪ್ಪಿಸಿಕೊಳ್ಳು ವುದು? ತಪ್ಪಿಸಿಕೊಂಡರೆ ದಾಂಪತ್ಯದ ಸಾಮರಸ್ಯ ಉಳಿಯುತ್ತೆಯೆ? ಅದು ಧರ್ಮವೆ? ಆದರೆ ಆ ದೊಡ್ಡ ಹಾಸಿಗೆಯು ವಿಕ್ರಮರದಲ್ಲ, ನಿಮ್ಮದು, ಅಲ್ಲಿ ಅವರಿಗೆ ಒಪ್ಪಿಸಿಕೊಂಡರೆ ವ್ಯಭಿಚಾರ ಮಾಡಿದಂತೆ ಎಂಬ ಭಾವನೆ ತುಂಬಿಕೊಂಡಿತು. ಆದರೂ ನಾನು ಅವರಿಗೆ ಪ್ರತಿ ಹೇಳಲಿಲ್ಲ. ತೀರ ನಿಷ್ಕ್ರಿಯಳಾಗಿದ್ದರೆ ಅವರಿಗೆ ಬೇಸರವಾಗುತ್ತದೆಂಬ ಎಚ್ಚರದಿಂದ ಮನಸ್ಸನ್ನು ಅದುಮಿ ಹೊರ ಮೈಯಿಂದ ಅವರನ್ನು ತಣಿಸಿದೆ. ಒಳಗೇ ಹಿಂಸೆಯನ್ನನು ಭವಿಸಿದೆ. ಮದುವೆಯಾದಾಗಿನಿಂದ ಸಂತೋಷದಾಯಕವಾಗಿದ್ದ ನನ್ನ ಅವರ ಸಮಾಗಮವು ಮೊಟ್ಟಮೊದಲ ಬಾರಿಗೆ ಹಿಂಸೆಯ, ಅಧರ್ಮದ, ದ್ವಂದ್ವದ ಅನುಭವವಾಯಿತು. ನಿಮ್ಮೊಡನೆ ಆಗುವ ಸಮಾಗಮವೊಂದೇ ಯಾವ ದ್ವಂದ್ವವೂ ಇಲ್ಲದ ಧರ್ಮಯುತವಾದ ಶುದ್ಧ ಆನಂದದ ಅನುಭವ ಎನ್ನಿಸಿಬಿಟ್ಟಿತು. ನೀವು ಇಲ್ಲಿದ್ದು ವಾಸ್ತವ ಅನುಭವವಾಗುತ್ತಿರುವಾಗ ಹಾಗನ್ನಿಸುತ್ತಿರಲಿಲ್ಲ. ಆತಂಕವು ಅದರ ಕಾರಣವಿರಬಹುದು. ಆದರೆ ಈಗ ಅದೊಂದೇ ಧರ್ಮ, ವಿಕ್ರಮರಿಗೆ ಅರ್ಪಿಸಿಕೊಳ್ಳುವುದು ಪಾಪ ಎನ್ನಿಸುತ್ತಿದೆ. ಇದನ್ನು ಯಾರಕೈಲಿ ಹೇಳಿಕೊಳ್ಳಲಿ?

ಈ ಮಾತುಗಳಿಂದ ಅವನಿಗೆ ಹಿತವಾಯಿತು. ಹೆಮ್ಮೆಯಾಯಿತು. ಅವಳು ಸಂಪೂರ್ಣ ವಾಗಿ ನನ್ನವಳು ಎಂಬ ಸಾರ್ಥಕಭಾವ ಹುಟ್ಟಿತು. ಸಂಗೀತದ ಸೂಕ್ಷ್ಮಾತಿಸೂಕ್ಷ್ಮಗಳನ್ನೂ ನಿನಗೆ ಬಿಡಿಸಿ ಬಿಡಿಸಿ ಹೇಳಿಕೊಡ್ತೀನಿ, ನಿನಗೆ ಪಾಠ ಹೇಳುಕ್ಕಾಗಿಯೇ ಬೇರೆ ಯಾವ ಕಾರ್ಯಕ್ರಮವೂ ಇಲ್ಲದೆಯೇ ನಿನ್ನ ಊರಿಗೆ ಬಂದು ನಿನ್ನೊಡನೆ ಎರಡುಮೂರು ತಿಂಗಳಿರ್ತೀನಿ, ಎಂದು ಅವಳಿಗೆ ಮನಸ್ಸಿನಲ್ಲಿಯೇ ವರ ಕೊಟ್ಟ. ಆ ದೊಡ್ಡ ಹಾಸಿಗೆಯ ನೆನಪಾಯಿತು. ಆ ಹಾಸಿಗೆಯಲ್ಲಿ ನಾವಿಬ್ಬರೂ ಸೇರಿದರೆ ಮಾತ್ರ ಸಂಪೂರ್ಣಸಿದ್ಧಿ ಎನ್ನಿ ಸಿತು. ಮತ್ತೆ ಬರ್ತೀನಿ ಮಧು, ತಪ್ಪದೆ ಬರ್ತೀನಿ ಎಂದು ಮನಸ್ಸಿನಲ್ಲಿ ಭಾಷೆ ನೀಡಿದ. ಅನಂತರ ವಿಕ್ರಮನಿಗೆ ಅಸಮಾಧಾನ ಮಾಡಬಾರದು, ಅವನು ಒಳ್ಳೆಯ ಹುಡುಗ, ಅಲ್ಲದೆ ನಮ್ಮಿಬ್ಬರ ಏಕಾಂತಕ್ಕೆ ಸ್ವಲ್ಪವೂ ಅಡ್ಡಿಮಾಡುಲ್ಲ. ಅಂಥ ಗಂಡ ತೀರ ಅಪೂರ್ವ ಎಂಬ ಔದಾರ್ಯ ವಿವೇಕಗಳನ್ನೂ ಹೇಳಿಕೊಂಡ. ತುಸು ಹೊತ್ತು ಫ್ಯಾನು ತಿರುಗುವುದನ್ನು ನೋಡುತ್ತಾ ಕುಳಿತಿದ್ದ. ವಿಕ್ರಮನ ಬಗೆಗೆ ಸ್ನೇಹ ಹುಟ್ಟಿತು. ಮುಂದೆ ಓದತೊಡಗಿದ:

ಇನ್ನೂ ಸಹಿಸಲು ಸಾಧ್ಯವಿಲ್ಲದ ಕೆಲಸ ಮಾಡಿದ್ದೀರಿ. ಲಾಸ್‌ಎಂಜಲೀಸಿಗೂ ನಾವಿರುವ ಊರಿಗೂ ಅಮೆರಿಕದ ಲೆಕ್ಕದಲ್ಲಿ ತುಂಬ ಹತ್ತಿರ ಅಂತ ನಿಮಗೆ ಗೊತ್ತಿಲ್ಲವೆ? ಲಾಸ್‌ಎಂಜಲೀಸ್ ಕೂಡ ಕ್ಯಾಲಿಫ಼ೋರ್ನಿಯಾದಲ್ಲಿದೆ ಎನ್ನುವಷ್ಟು ತಿಳಿವಳಿಕೆಯೂ ಇಲ್ಲವೆ? ಅಲ್ಲಿ ನಿಮ್ಮ ಎರಡು ಕಾರ್ಯಕ್ರಮಗಳೆಂಬುದನ್ನೂ ನಾನು ಪತ್ರಿಕೆಯಲ್ಲಿ ಓದಿ ತಿಳಿಯಬೇಕೆ? ನಿಮ್ಮ ಗುರೂಜಿಯ ಎರಡು ಪ್ರೋಗ್ರಾಮ್ ಅಂತೆ, ನಿಮಗೆ ಗೊತ್ತೇ ಇರಲಿಲ್ಲವೆ? ನಿಮಗೆ ಫ಼ೋನ್‌ಮಾಡಿ ಮೊದಲು ತಿಳಿಸಲಿಲ್ಲವೆ? ಅಂತ ಇಲ್ಲಿಯ ಸಂಗೀತಪ್ರಿಯರು ನನ್ನನ್ನು ಫ಼ೋನಿನಲ್ಲಿ ಕೇಳಬಹುದೆಂದು ನಿಮಗೆ ಹೊಳೆಯಬೇಡವೆ? ಹೀಗೆ ನನ್ನನ್ನು ಅಲಕ್ಷಿಸಿದಿರಿ ಅಂದರೆ ನನ್ನ ಸ್ಥಾನಮಾನ ಏನಾಗಬೇಡ? ಇಡೀ ಅಮೆರಿಕೆಯಲ್ಲಿ ಪಂಡಿತ ಮೋಹನಲಾಲರ ಸಂಗೀತಪ್ರತಿನಿಧಿ ನಾನು ಅಂತ ಇವರೆಲ್ಲ ತಿಳಿದುಕೊಂಡಿದಾರೆ. ಹೇಳಿ, ನಿಮ್ಮ ಬೇರೆ ಯಾವ ಶಿಷ್ಯರು ಈ ದೇಶದಲ್ಲಿದಾರೆ? ಅಲ್ಲದೆ ನಿಮ್ಮ ಜೊತೆಯಲ್ಲಿ ನನ್ನನ್ನು ಹಾಡಿಸಿ ನೀವು ಮಾಡಿದ ಅದ್ಭುತ ಕಛೇರಿಯನ್ನು ಕೇಳಿದ ಯಾರಿಗಾದರೂ ಈ ಭಾವನೆ ಬಂದೇಬರು ಲ್ಲವೆ? 'ಮಧು, ಲಾಸ್ ಎಂಜಲೀಸ್‌ನಲ್ಲಿ ನನ್ನ ಗಾಯನವಿದೆ. ನೀನು ಬಂದು ತಂಬೂರಿ ಮತ್ತು ಗಾಯನದ ಸಾಥ್‌ಕೊಡಬೇಕು' ಅಂತ ನೀವು ಹುಕುಮ್ ಮಾಡಿದ್ದರೆ ನನ್ನ ಗೌರವ ಎಷ್ಟು ಮೇಲೇರುತ್ತಿತ್ತು! ಇಂಥಿಂಥ ರಾಗ ಹಾಡ್ತೀನಿ ಅಂತ ಮೊದಲೇ ಹೇಳಿದ್ದರೆ ನಾನು ಸ್ವಲ್ಪ ಅಭ್ಯಾಸ ಮಾಡಿಕೊಂಡು ಬರ್ತಿದ್ದೆ. ಅಥವಾ ಒಂದುವಾರ ಮೊದಲೇ ಬಂದು ನಮ್ಮ ಮನೆಯಲ್ಲಿದ್ದು ನನಗೆ ತಯಾರಿಕೊಟ್ಟು! ಯಾಕೆ ಹೀಗೆ ಮರೆತುಬಿಟ್ಟಿರಿ? ನಾನು ಬರುಲ್ಲ. ಲಾಸ್‌ಎಂಜಲೀಸಿನ ನಿಮ್ಮ ಕಾರ್ಯಕ್ರಮ ಕೇಳುಲ್ಲ. ಇಲ್ಲಿಂದ ಒಂದು ಗುಂಪೇ ಹೊರಟಿದೆ. ಮಿಶ್ರ, ಸರ್ದೇಸಾಯಿ, ಗೋಯಲ್, ಗುಪ್ತ, ಮೂರ್ತಿ, ಕುಲಕರ್ಣಿ ಇನ್ನೂ ಏಳೆಂಟು ಜನ. ಕುಟುಂಬಸಮೇತ. ಒಂದು ಕೋಚ್ ಮಾಡಿಕೊಂಡು. ಎಲ್ಲರೂ ಸೇರಿ ಕೋಚ್ ಮಾಡಿರುವಾಗ ನಾವು ವಿಮಾನದಲ್ಲಿ ಹೋಗುವುದು ಚನ್ನಲ್ಲ, ಅಂದು ವಿಕ್ರಮ್ ನಮ್ಮಿಬ್ಬರ ಹೆಸರು ಸೇರಿಸಿದ್ದಾರೆ. ನಿಮ್ಮ ಕಛೇರಿ ಕೇಳಿದಮೇಲೆ ಈ ಸುತ್ತಮುತ್ತ ಶಾಸ್ತ್ರೀಯ ಸಂಗೀತ ತಿಳಿಯದಿದ್ದರೂ ಕೇಳುವವರ ಸಂಖ್ಯೆ ಹೆಚ್ಚಾಗಿದೆ. ಇನ್ನುಮುಂದೆ ಕೇಳಿದರೆ ಶಾಸ್ತ್ರೀಯವನ್ನು ಮಾತ್ರ ಕೇಳ್ತೀವಿ ಅಂತಾರೆ. 'ನಮಗೆ ಕೇಳುವ ಆಶೆ ಇದೆ. ನೀವೇ ಒಂದು ಕಛೇರಿ ಮಾಡಿ, ಅವತ್ತು ನಿಮ್ಮ ಗುರುಗಳ ಜೊತೆ ಹಾಡಿದ ಯಮನ್, ಬಿಹಾಗ್ ರಾಗಗಳನ್ನೇ ಹಾಡಿ,' ಅಂತ ಕೆಲವರು ನನ್ನನ್ನ ಕೇಳ್ತಿದಾರೆ. ಇಂಥ ಸ್ಥಿತಿಯಲ್ಲಿ ನೀವು ನನಗೆ ಏನೂ ತಿಳಿಸದೆ, ಇಲ್ಲ, ನಾನು ಬರುಲ್ಲ. ಹುಷಾರಿಲ್ಲ ಅಂತ ಹೇಳ್ತೀನಿ. ಫ಼ೋನುಮಾಡಿ ನಿಮ್ಮನ್ನ ತರಾಟೆಗೆ ತೆಗೆದುಕೊಬೇಕೆನ್ನುವಷ್ಟು ನನಗೆ ಕೋಪಬಂದಿದೆ. ನೀನು ಮಾಡಬೇಡ. ನಾನೇ ಮಾಡ್ತೀನಿ ಅಂದಿರಲ್ಲ. ಆಮೇಲೆ ನೀವು ಎರಡುಸಲ ಮಾತ್ರ ಮಾಡಿದ್ದಿರಿ. ಅನಂತರ ಸುದ್ದಿ ಇಲ್ಲ. ನಾನಾಗಿಯೇ ಮಾಡಲಿಲ್ಲ. ಯಾಕೆ ಗೊತ್ತೆ? ನೀವು ರೇಗಿಬಿಟ್ಟೀರಿ ಅನ್ನುವ ಭಯದಿಂದಲಲ್ಲ. ನನಗೂ ಆತ್ಮಗೌರವವಿದೆ.

ನನ್ನನ್ನು ಹೀಗೆ ಅಲಕ್ಷಿಸಿ ನೀವು ಉಂಟುಮಾಡಿರುವ ನೋವನ್ನು ಯಾರಕೈಲಿ ಹೇಳಿಕೊಳ್ಳಲಿ? ಯಾವ ರೀತಿ ಹೇಳಿಕೊಳ್ಳಲಿ? 'ಹೀಗೆ ಲಾಸ್ ಎಂಜಲೀಸಿಗೆ ಬರ್ತಿದೀನಿ.

ನೀವಿಬ್ಬರೂ ಕಾರ್ಯಕ್ರಮಕ್ಕೆ ಬನ್ನಿ ಅಂತ ಅವರು ನಮಗೊಂದು ಫೋನೂ ಮಾಡಲಿಲ್ಲ. ನಾನು ಬರೂದಿಲ್ಲ. ನೀವು ಬೇಕಾದರೆ ಕೋಚಿನಲ್ಲಿ ಹೋಗಿಬನ್ನಿ,' ಅಂದೆ. 'ಅಲ್ಲಿಯ ಕಾರ್ಯಾಗಾರ ಅಂದರೆ ಬೆಳಗಿನಿಂದ ರಾತ್ರಿತನಕ ಬಿಸಿ ಇರುತ್ತೆ. ಕಲಾವಿದರು ಲಹರಿಯವರು. ದೊಡ್ಡ ಕಲಾವಿದರಿಗೆ ಲಹರಿಯ ಗುಣ ಹೆಚ್ಚಾಗಿರುತ್ತೆ. ನಿನಗೇನು ಲಹರಿ ಕಡಮೆ ಇದೆಯೆ! ನಾನು ಅದಕ್ಕೆಲ್ಲ ಮುನಿಸಿಕೊತ್ತೀನೆಯೆ? ಅವರು ಎಷ್ಟಾದರೂ ಗುರುಗಳು. ನೀನು ಶಿಷ್ಯೆ. ಹುಚ್ಚುಹುಚ್ಚಾಗಿ ಆಡಬೇಡ. ಅಲ್ಲದೆ ಸ್ಯಾನ್‌ಹೊಸೆಗೂ ಲಾಸ್ ಎಂಜಲೀಸಿಗೂ ಇಷ್ಟು ಹತ್ತಿರ, ಎರಡೂ ಒಂದೇ ರಾಜ್ಯದಲ್ಲಿವೆ, ಅನ್ನುವುದು ಅವರಿಗೆ ಗೊತ್ತಿಲ್ಲದೆಯೂ ಇರಬಹುದು. ಸ್ವರಸ್ಥಾನಗಳನ್ನು ಬಿಟ್ಟು ಭೂಸ್ಥಾನಗಳನ್ನು ಅವರು ಎಂದು ಗಮನಿಸಿದಾರೆ?' ವಿಕ್ರಮ್ ನಿಮ್ಮ ಭಕ್ತರಾಗಿದಾರೆ. ನಿಮ್ಮ ಪರವಹಿಸುತಾರೆ. ಆದರೂ ನೀವು ನನ್ನನ್ನು ಅಲಕ್ಷಿಸಿದೀರಿ. ಹೀಗೆ ಮಾಡಬಾರದು.

ಏಳುಗಂಟೆಯ ಪ್ರಯಾಣಮಾಡಿ ಬೇಸರದ ಬಳಲಿಕೆಯಾಗಿದ್ದರೂ ವೇದಿಕೆಗೆ ಬಂದ ನಿಮ್ಮನ್ನು ನೋಡಿದ ತಕ್ಷಣ ನನ್ನ ಮೈಯಲ್ಲಿ ಮಿಂಚಿನ ಸಂಚಾರವಾಯಿತು. ತಡವಾಗಿ ಬುಕ್ ಮಾಡಿದುದರಿಂದ ನಮಗೆಲ್ಲ ಬಾಲ್ಕನಿ ಸಾಲುಗಳ ಜಾಗ ಸಿಕ್ಕಿದ್ದವು. ನಿಮ್ಮ ಪಕ್ಕದಲ್ಲಿ ತಂಬೂರಿ ಹಿಡಿದು ಕೂರಬೇಕಾಗಿದ್ದ ನಾನು ಆ ದೊಡ್ಡ ಸಭಾಂಗಣದ ಬಾಲ್ಕನಿಯ ಹಿಂಬದಿಯಲ್ಲಿ ಕೂತು ನಿಮ್ಮನ್ನು ನೋಡಬೇಕಾಯಿತು. ಯಾರವಳು ಬಿಳಿ ಹುಡುಗಿ, ಸುಮಾರು ನನ್ನ ವಯಸ್ಸಿನವಳೇ, ತಂಬೂರಿ ಬಾರಿಸಲು ಎಲ್ಲಿಂದ ಹುಡುಕಿ ತಂದು ಕೂರಿಸಿದಾರೆ ಈ ಲಾಸ್ ಎಂಜಲೀಸಿನವರು? ಬೈತಲೆ. ಜಡೆ. ಬಿಂದಿ. ಓಲೆಗಳು. ಸೀರೆ ಕುಪ್ಪಸ. ಗಾಜಿನ ಬಳೆ. ಹಾಲಿಉಡ್ಡನ್ನು ಒಳಗೊಂಡಿದೆಯಲ್ಲವೆ ಲಾಸ್ ಎಂಜಲೀಸ್, ಅಪ್ಪಟ ಭಾರತೀಯರಂತೆಯೇ ಮೇಕಪ್ ಮಾಡಿ. ತಾನ್‌ಪೂರ ಒತ್ತಾಸೆಗೆ ಪಂಡಿತ ಮೋಹನಲಾಲಜಿಯವರ ಶಿಷ್ಯೆ ಕುಮಾರಿ ಲಾರೆನ್ ಸ್ಮಿತ್, ಸ್ವಾಗತದ ನುಡಿ. ಇವಳು ಯಾವಾಗ ಶಿಷ್ಯೆಯಾಗಿಬಿಟ್ಟಳು? ಎನ್ನಿಸಿತು. ನೀವು ಮೊದಲು ಮಾರವಾ ಹಾಡಿದಿರಿ. ತುಂಬ ಮೃದುವಾದ, ಆದರೆ ಅಷ್ಟೇ ಕಷ್ಟವಾದ ರಾಗ. ನನಗೆ ಹೇಳಿಕೊಟ್ಟಿಲ್ಲ, ಮುಂಬಯಿಯಲ್ಲೂ ಹೇಳಿಕೊಟ್ಟಿಲ್ಲ. ಮೀಂಡ್ ಇಲ್ಲದೆ ಎಷ್ಟು ನೇರ ಗಂಭೀರ ಮಾರ್ದವತೆಯಿಂದ ಚಲಿಸಿದಿರಿ. ಮ ಧ , ನಿ ಧ , ಸಾ̇ ವಾಹ್. ಧ ಮ ಗ ರೆ , ಗ ಮ ಗ , ರೆ . ಸಾ . ಎಷ್ಟು ಸರಳ. ಅಷ್ಟೇ ಕಷ್ಟ. ನಿಮ್ಮೊಬ್ಬರಿಗೇ ಸಾಧ್ಯ. ನಾನು ತಾನಪೂರ ಒತ್ತಾಸೆಗೆ ಕೂತಿದ್ದರೂ ನಡುವೆ ಸ್ವರದ ಒತ್ತಾಸೆ ಕೊಡುತ್ತಿರಲಿಲ್ಲ. ನೀವು ಹೇಳಿಯೇಕೊಟ್ಟಿಲ್ಲ. ಆ ಹುಡುಗಿ ಪರವಾಗಿಲ್ಲ. ತಂಬೂರಿಯನ್ನು ಒಂದೇ ಹದದಲ್ಲಿ ನುಡಿಸುತ್ತಿದ್ದಳು. ಇಷ್ಟು ಸೂಕ್ಷ್ಮವಾದ, ಸಾಧಾರಣ ಶ್ರೋತೃಗಳಿಗೆ ಹೆಚ್ಚು ಅಭ್ಯಸ್ಥವಲ್ಲದ ರಾಗವಾದರೂ ಸಭಿಕರನ್ನು ಎಷ್ಟು ಬೇಗ ಹಿಡಿದು ಕಟ್ಟಿಹಾಕಿಬಿಟ್ಟಿರಿ! ಗುರೂಜಿ, ಗ್ರೇಟ್. ನೀವು ಗ್ರೇಟ್. ನಾನು ಕೇಳಿರುವ ಬೇರೆ

ಯಾವ ಗಾಯಕನಿಗೂ ಈ ಶಕ್ತಿ ಇಲ್ಲ. ಒಂದು ತಾಸಿನ ಮಾರ್ದವವಮೋಡಿ. ಎರಡನೆಯದು ಭೂಪಾಲಿ ಎಂದು ಹೇಳಿದ ತಕ್ಷಣ ಜನರೆಲ್ಲ ಎಷ್ಟು ಹರ್ಷದಿಂದ ಸ್ವಾಗತಿಸಿದರು! ಈಗ ನಾನು ತಂಬೂರಿ ಹಿಡಿದು ಕೂತಿರಬೇಕಾಗಿತ್ತು. ಸ್ವರ ಹಿಡಿಯುತ್ತಿದ್ದೆ. ನಡುನಡುವೆ ತಾನಗಳನ್ನೂ ಜೊತೆಗೂಡಿಸುತ್ತಿದ್ದೆ. ಆದರೆ ಅವಳೂ, ಲಾರೆನ್ ಸ್ಮಿತ್‌ಳೂ ಸ್ವರ ಹಿಡಿದಳು. ನಿಮ್ಮ ಪರಿಣತಿಗೆ ತಕ್ಕಂತಲ್ಲದಿದ್ದರೂ ತಪ್ಪಿಲ್ಲದೆ ಹಿಡಿದಳು. ಸರಳ ರಾಗ. ಸರಳ ಸ್ವರಗಳು. ಅವಳಿಗೆ ನೀವು ಬೇಕೆಂದೇ ಅವಕಾಶ ಕೊಡುತ್ತಿದ್ದೀರಿ. ಅವಳನ್ನು ಪ್ರಕಾಶಿಸಲೆಂದು. ಒಂದೊಂದು ತಾನವನ್ನೂ ಹೊಡೆಯುತ್ತಾಳೆ. ಅವಳು ಹೊಡೆಯುವ ತಾನ ಒಂದು ಆವರ್ತನವನ್ನು ಪೂರ್ಣಮಾಡಲೆಂದು ನೀವು ಕಾಯುತ್ತೀರಿ. ಎಲ್ಲಿ ಕಲಿತಳು? ಯಾವಾಗ ಶಿಷ್ಯೆಯಾದಳು? ನೀವು ನನಗೆ ಮೋಸ ಮಾಡಿದೀರಿ ಎಂಬ ಭಾವನೆ ಹುಟ್ಟಿ ಕೋಪ ಬರುತ್ತಿದೆ. ಇವಳ ಧ್ವನಿಯನ್ನು ಎಲ್ಲೋ ಕೇಳಿದೀನಿ ಎನ್ನಿಸುತ್ತಿತ್ತು. ಎಲ್ಲಿ ಎಂಬುದು ತಿಳಿಯಲಿಲ್ಲ. ಭೂಪಾಲಿ ಸಭಿಕರಿಗೆ ತುಂಬ ಪ್ರಿಯವಾಯಿತು. ಮಧ್ಯಂತರ ಕೊಡಲಿಲ್ಲ. ಒಳ್ಳೆಯದೇ ಆಯಿತು. ಸುಮ್ಮನೆ ಸಮಯ ನಷ್ಟ. ಲಹರಿಭಂಗ ಕೂಡ. ಕೊನೆಯ ಜಲಧರ ಕೇದಾರವೂ ಸಭಿಕರಿಗೆ ಹೆಚ್ಚು ಪರಿಚಯವಿಲ್ಲದ ರಾಗ. ಆದರೂ ನೀವು ಹಾಡತೊಡಗಿದ ತಕ್ಷಣ ಕೇದಾರ ಮತ್ತು ಮಲ್ಲಾರಗಳ ಪರಿಪೂರ್ಣ ಸಂಯೋಗದ ಬವಣೆಯ ಬಳಲಿಕೆ, ಕೋಮಲ ಸಂಭ್ರಮ, ಧನ್ಯತೆಗಳ ಭಾವ ತುಂಬಿಕೊಂಡಿತು. ನೀವು ನನಗೆ ಕೇದಾರ ಪಾಠ ಮಾಡಿದ್ದಿರಿ. ಜಲಧರದ ಪ್ರಕಾರವನ್ನು ಮಾಡಿರಲಿಲ್ಲ. ಈ ರಾಗಕ್ಕೆ ಬಂದಾಗ ಲಾರೆನ್ ಸ್ಮಿತ್ ಬಾಯಿಮುಚ್ಚಿಕೊಂಡಿದ್ದಳು. ಭೂಪಾಲಿಯೊಂದೇ ಅವಳಿಗೆ ಗೊತ್ತಿದ್ದ ರಾಗವಿರಬೇಕು. ನೀವು ಸಹಜ ಉದಾರತೆಯಿಂದ ಅವಳಿಗೆ ತುಂಬ ಅವಕಾಶಕೊಟ್ಟಿರಿ. ಎಲ್ಲೋ ಯಾರ ಹತ್ತಿರವೋ ಕಲಿತು ಈಗ ನಿಮ್ಮನ್ನು ಭೇಟಿಮಾಡಿ ಶಿಷ್ಯೆ ಅನ್ನುವ ಪ್ರಚಾರ ಪಡೆಯಲು ಹೊಂಚುಹಾಕಿದ್ದಾಳೆ. ಕಛೇರಿ ಮುಗಿದ ತಕ್ಷಣ ಜನಗಳು ನಿಮ್ಮನ್ನು ಸುತ್ತುವರೆದರು. ನಾವು ಒಂದು ಕೋಚಿನ ಜನ ಇನ್ನೂ ಹೋಟೆಲುಗಳಿಗೆ ಚೆಕ್‌ಇನ್ ಮಾಡಿರಲಿಲ್ಲ. ಒಂದೇ ಹೋಟೆಲಿನಲ್ಲಿ ಜಾಗ ಸಿಕ್ಕಿರಲಿಲ್ಲ. ಸಭಾಭವನದಿಂದ ಓಡಿಹೋಗಬೇಕಾಯಿತು. ಬೇರೆ ಸಭಾಭವನದಲ್ಲಿದ್ದ ಬೆಳಗಿನ ಕಾರ್ಯಕ್ರಮಕ್ಕೆ ನಮ್ಮ ಕೋಚು ಬರುವುದೇ ಐದುನಿಮಿಷ ತಡವಾಯಿತು. ನಾವು ಭಾರತೀಯರು ಹೇಳಿದ ಸಮಯಕ್ಕೆ ಸಿದ್ಧರಾಗಿ ಹೊರಡುವುದಿಲ್ಲ. ನಮ್ಮ ಶಿವಮತ ಭೈರವ ಆಗಲೇ ಶುರುವಾಗಿತ್ತು. ಹೆಚ್ಚು ಪ್ರಚಲಿತವಲ್ಲದ ರಾಗ. ನಮ್ಮ ಕೋಚಿನಲ್ಲಿ ಬಹುಮಂದಿ ನೀವು ತೋಡಿ ಹಾಡುತ್ತೀರೆಂದು ಪಂದ್ಯಕಟ್ಟಿದ್ದರು. 'ನೀವು ಏನನ್ನುತ್ತೀರಿ? ನಿಮ್ಮ ಗುರುಗಳ ಫ್ಲೇವರಿಟ್ ಯಾವುದು?' ಅಂತ ನನ್ನನ್ನೂ ಪಂದ್ಯಕ್ಕೆ ಸಿಕ್ಕಿಸಲು ಪ್ರಯತ್ನಿಸಿದ್ದರು. 'ಅವರಲ್ಲಿರುವ ಅಪಾರ ರಾಗಸಂಗ್ರಹದಲ್ಲಿ ಯಾವುದನ್ನು ಹಾಡ್ತಾರೋ ಯಾರಿಗೂ ಊಹಿಸುಕ್ಕೆ ಸಾಧ್ಯವಿಲ್ಲ' ಎಂದಿದ್ದೆ. ಸಭೆಯಲ್ಲಿ ಕುಳಿತನಂತರ ನಮ್ಮ ಗುಂಪಿನ ಹಲವರು ಯಾವ ರಾಗವೆಂದು ನನ್ನನ್ನು ಕೈಸನ್ನೆಯಿಂದ ಕೇಳಿದರು. ಗುರೂಜೀ, ನನಗೆ ನೀವು ಇದನ್ನೂ ಪಾಠ ಮಾಡಿರಲಿಲ್ಲ. ಭೈರವ, ಅಹಿರ್ ಭೈರವ ಎರಡನ್ನು ಮಾತ್ರ ಕಲಿಸಿದ್ದಿರಿ. ನಿಮ್ಮ ಸಂಗ್ರಹದಲ್ಲಿರುವ ಎಲ್ಲವನ್ನೂ

ಕಲಿಸುವತನಕ ನಾನು ಬಿಡೂದಿಲ್ಲ. ಅವಳು ಈಗಲೂ ನೆನ್ನೆಯಂತೆಯೇ ಸೀರೆಯುಟ್ಟು ಕುಪ್ಪುಸತೊಟ್ಟು ಕುಂಕುಮವಿಟ್ಟು ಕುಳಿತಿದಾಳೆ. ನಡುವೆ ಎಲ್ಲೂ ಸ್ವರ ಹಿಡಿಯುತ್ತಿಲ್ಲ. ಭೂಪಾಲಿಯೊಂದೇ ಅವಳಿಗೆ ಪ್ರವೇಶವಿರುವ ರಾಗ. ನಿಮ್ಮ ರಾಗವು ಬೆಳಗಿನ ಶಾಂತಿಯನ್ನು ಸೃಷ್ಟಿಸಿಬಿಟ್ಟಿದೆ. ನಿಮ್ಮ ಮೇಲಿನ ಮುನಿಸಿನಿಂದ ಇಲ್ಲಿಗೆ ಬರದೆ ಉಳಿದಿದ್ದರೆ ನನಗೆ ಎಂತಹ ನಷ್ಟವಾಗುತ್ತಿತ್ತು! ಇದಾದಮೇಲೆ ಜೋಗಿಯಾ ಆರಂಭಿಸಿದಿರಿ. ಶಿವಮತ ಭೈರವ ಹಾಡಿದ ತಕ್ಷಣ ಅದೇ ಭೈರವ ಥಾಟಿನ ಇನ್ನೊಂದು ರಾಗವನ್ನು ಯಾಕೆ ಎತ್ತಿಕೊಂಡಿರಿ? ಶಿವಮತದ ಶಾಂತಿ ಸಾಲದು, ವೈರಾಗ್ಯವೂ ಬೇಕು ಅಂತಲೆ? ಅನಂತರದ ಸಾರಂಗವು ಗೆಲುವನ್ನು ಮೂಡಿಸಿತು. ಪ್ರಖರವಾದ ಬೆಳಕು, ಮೈಚಳಿಯನ್ನು ಕೊಡವಿಕೊಂಡ ಮಧ್ಯಾಹ್ನದ ಕಾವುಗಳನ್ನು ಸೃಷ್ಟಿಸಿತು. ಗುರೂಜೀ, ದಿನದ ಸಮಯಕ್ಕೆ ತಕ್ಕಂತೆ ನೀವು ರಾಗಗಳನ್ನು ಆರಿಸುತ್ತೀರಿ, ನಿಜ. ಆದರೆ ನೀವು ಹಾಡಲು ಶುರುಮಾಡಿದರೆ ಆ ರಾಗವೇ ದಿನದ ಸಮಯವನ್ನು ಸೃಷ್ಟಿಸುತ್ತದೆ. ಮಧ್ಯಾಹ್ನದ ಸುಡುಬಿಸಿಲಿನಲ್ಲಿ ನೀವು ದರ್ಬಾರಿ ಹಾಡಿದರೆ ನಡುರಾತ್ರಿಯ ಶಾಂತಗಾಂಭೀರ್ಯ ಸೃಷ್ಟಿಯಾಗುತ್ತದೆ. ಮಧ್ಯರಾತ್ರಿಯ ತಂಪಿನಲ್ಲಿ ಸಾರಂಗ ಹಾಡಿದರೆ ಮಧ್ಯಾಹ್ನದ ಬಿಸಿಲಿನ ಚಟುವಟಿಕೆಯ ಅನುಭವವಾಗುತ್ತದೆ. ಕಾಲವನ್ನು ಸೃಷ್ಟಿಸುವ ಶಕ್ತಿ ನಿಮ್ಮ ಕಲೆಗಿದೆ. ಯು ಆರ್ ಗ್ರೇಟ್, ಯು ಆರ್ ಗ್ರೇಟ್. ಜೋಗಿಯಾಕ್ಕೆ ನಾನು ಜೊತೆ ಗೂಡಿಸುತ್ತಿದ್ದೆ. ಸಾರಂಗಕ್ಕೆ ಸಹ. ನನಗೇಕೆ ಒಂದು ಫೋನು ಮಾಡಿ ಕರೆಯಲಿಲ್ಲ. ನಮ್ಮ ಸಂಗೀತದ ರಕ್ತವು ನಾಡಿಗಳಲ್ಲಿ ಸಂಚರಿಸದ ಆ ಹುಡುಗಿಯನ್ನೇಕೆ ತಂಬೂರಿ ಬಾರಿಸಲು ಕೂರಿಸಿಕೊಂಡಿರಿ? ನಾನು ನಿಜವಾಗಿಯೂ ಮತ್ಸರದಿಂದ ಈ ಮಾತನ್ನು ಹೇಳುತ್ತಿಲ್ಲ. ಭಾರತೀಯಳಾಗಿ ಹುಟ್ಟಿ ನಮ್ಮ ಭವ ಭಾವಗಳನ್ನು ಜೀರ್ಣಿಸಿಕೊಂಡು ಬೆಳೆಯದ ಬಿಳಿ ಹುಡುಗಿಗೆ ನಮ್ಮ ರಾಗಗಳ ಭಾವ ಹೇಗೆ ತಿಳಿದೀತು? ಅವಳ ಬೆರಳುಗಳು ಏಕಪ್ರಕಾರವಾಗಿ ತಂತಿಗಳಮೇಲೆ ಚಲಿಸುತ್ತಿವೆ; ಆದರೆ ಅಷ್ಟೇ ಏಕಪ್ರಕಾರವಾಗಿ ಚಲಿಸುವ ಒಂದು ಸರಳಯಂತ್ರ ವನ್ನೇ ನಿರ್ಮಿಸಿ ಇಡಬಹುದಿತ್ತು. ಅವಳನ್ನೇಕೆ ಅಲ್ಲಿ ಕೂರಿಸಿಕೊಂಡಿರಿ? ಭೈರವಿಯ ಕಿರು ಆಲಾಪದಲ್ಲಿ ಅವಳು ಧ್ವನಿ ಸೇರಿಸಿದಳು. ಆ ರಾಗದ ಪರಿಚಯವಿದ್ದಂತೆ ಕಾಣಿಸುತ್ತದೆ. ಭೈರವಿಯ ಪರಿಚಯವಿಲ್ಲದ ವಿದ್ಯಾರ್ಥಿ ವಿದ್ಯಾರ್ಥಿನಿ ಯಾರಿದ್ದಾರೆ? ಅಹ್, ಮತ್‌ಜಾ ಜೋಗಿ ಆರಂಭಿಸಿದಿರಿ. ಅದನ್ನು ಕೇಳಿದರೇ ನನಗೆ ಬಿಕ್ಕಿ ಬಿಕ್ಕಿ ಅಳುವಂತಾಗುತ್ತಿದೆ. ನನ್ನ ಜೋಗಿ, ನನ್ನ ಕೃಷ್ಣ, ಹೋಗಬೇಡ. ಈ ಮೀರಾದಾಸಿಯನ್ನು ಬಿಟ್ಟು ಹೋಗಬೇಡ. ಅಗರ ಚಂದನಗಳ ಚಿತೆಯನ್ನು ರಚಿಸಿ ನಾನು ಅದರಲ್ಲಿ ಮಲಗಿಬಿಡುತ್ತೇನೆ. ನಿನ್ನ ಕೈಯಿಂದಲೇ ಅದಕ್ಕೆ ಬೆಂಕಿ ಹೊತ್ತಿಸಿ ಹೋಗು. ಜೋಗೀ, ಮತ್‌ಜಾ. ಗುರೂಜಿ, ಯಾಕೆ ಈ ಹಾಡನ್ನು ಎತ್ತಿಕೊಂಡಿರಿ? ನಾನಿಲ್ಲಿ ಬಂದಿರುವುದು ನಿಮಗೆ ಗೊತ್ತೇ ಇದೆ. ಇಲ್ಲದಿದ್ದರೆ ಬೇರೆ ಹಾಡನ್ನು ಹಾಡುತ್ತಿದ್ದಿರಿ. ಭೈರವಿಯಲ್ಲಿ ನಿಮಗೆ ಅದೆಷ್ಟು ಹಾಡುಗಳು ಗೊತ್ತಿವೆ ಅಂತ ನನಗೆ ತಿಳಿದಿಲ್ಲವೆ? ಅಳು ಬರುತ್ತಿದೆ. ಬಲಪಕ್ಕದಲ್ಲಿ ವಿಕ್ರಮ್ ಕುಳಿತಿದ್ದಾರೆ. ಎಡಪಕ್ಕದಲ್ಲಿ ಮಿಸೆಸ್ ಮಿಶ್ರ. ತಡೆದುಕೊಳ್ಳದೆ ಅತ್ತುಬಿಟ್ಟರೆ ಅವರಾದರೂ ಏನಂತ ಅರ್ಥಮಾಡಿ ಕೊಂಡಾರು? ಸನಿವೇಲಿನ ಕಛೇರಿಯಲ್ಲಿ ನಾನೊಬ್ಬಳೇ

ಈ ಮತ್‌ಜಾ ಜೋಗಿಯನ್ನು ಹಾಡತೊಡಗಿ ಅಳು ಬಂದದ್ದನ್ನು ಇವರೆಲ್ಲ ನೋಡಿದ್ದಾರೆ. ಅವಳೂ ಮಧ್ಯೆ ಮಧ್ಯೆ ಮತ್‌ಜಾ ಎಂಬ ತುಣುಕಿಗೆ ಬಾಯಿ ಹಾಕುತ್ತಿದ್ದಾಳೆ. ಇಲ್ಲ. ಭೈರವಿಯ ನಾಡಿ ನಿನಗೆ ಗೊತ್ತಿಲ್ಲ. ಮೀರಾದಾಸಿಯ ಭಕ್ತಿಯ ಆಳವು ನಿನ್ನ ಅರಿವಿಗೆ ಮೀರಿದುದು. ಒತ್ತಿ ಬರುತ್ತಿದ್ದ ದುಗುಡವು ಈಗ ತುಸು ಕಡಮೆಯಾಗುತ್ತಿದೆ.

ಅದ್ಭುತವಾದ ಕಛೇರಿ. ಜನಗಳು ಹುಚ್ಚೆದ್ದು ನಿಂತು ಚಪ್ಪಾಳೆ ತಟ್ಟುತ್ತಿದ್ದಾರೆ. ಶೇಕಡಾ ಹತ್ತು ಹದಿನೈದು ಭಾಗ ಬಿಳಿಯರೂ ಇದ್ದಾರೆ. ಆಭಾರಮನ್ನಿಸಲು ಕಾರ್ಯದರ್ಶಿ ಬಂದು ನಿಂತಿದ್ದಾನೆ. ಇಂಥ ಸಂಗೀತವನ್ನು ವರ್ಣಿಸಿ ಅದಕ್ಕೆ ತಕ್ಕ ಕೃತಜ್ಞತೆ ಹೇಳಲು ಯಾರಿಗೆತಾನೆ ಸಾಧ್ಯ? ಹಾರ್ಮೋನಿಯಮ್‌ನ ರಾಜಾರಾಮಟಿಪ್ನಿಸ್, ತಬಲದ ಓಂಕಾರಪ್ರಭು ಗಳಿಗೆ ಆಭಾರ ಹೇಳಿದಮೇಲೆ, 'ವಿ ಆಲ್ಸೋ ಥ್ಯಾಂಕ್ ದಿ ಕನ್‌ಸಾರ್ಟ್ ಆಫ್ ದಿ ಮೇನ್ ಆರ್ಟಿಸ್ಟ್ ಹೂ ಹೈಟನ್‌ಡ್ ದಿ ಮೂಡ್ ಆಫ್ ದಿ ಕಾನ್‌ಸರ್ಟ್' ಎಂದ. ತಲೆಹರಟೆ. ಈಡಿಯಟ್. ಸರಿಯಾಗಿ ಇಂಗ್ಲಿಷ್ ಭಾಷೆ ತಿಳಿಯದ ಹುಡುಗು. ಇವನಿಗೆ ಆಭಾರ ಮನ್ನಣೆಯ ಕೆಲಸ ವಹಿಸಿದ್ದು ಕಾರ್ಯಕಾರೀ ಸಮಿತಿಯ ತಪ್ಪು! ಹೋಗಿ ಅವನ ಕೆನ್ನೆಗೆ ಬಾರಿಸಬೇಕೆಂಬಷ್ಟು ಸಿಟ್ಟು ಬಂತು ನನಗೆ. ಆದರೆ ಗುರೂಜಿ, ಅವನ ಅಗೌರವಯುತವಾದ ಕೀಟಳೆಮಾತಿಗೆ ನೀವು ಥ್ಯಾಂಕ್ಯೂ ಥ್ಯಾಂಕ್ಯೂ ಅಂದಿರಲ್ಲ, ಸ್ವಲ್ಪವಾದರೂ ಇಂಗ್ಲಿಷ್ ಭಾಷೆಯ ಪಾಠ ಹೇಳಿಸಿಕೊಳ್ಳಬಾರದೆ?

ನಿಮ್ಮನ್ನು ನೋಡಲೇಬೇಕೆಂದು ನಾನು ಹೊರಟೆ. ಆದರೆ ಜನಗಳು ಸುತ್ತಿಕೊಂಡುಬಿಟ್ಟಿದ್ದರು. ಅನಂತರ ವ್ಯವಸ್ಥಾಪಕರು ನಿಮ್ಮನ್ನು ಸುತ್ತುವರೆದು ಕರೆದೊಯ್ದು ಕಾರಿಗೆ ಕೂರಿಸಿ ಹೊರಟುಬಿಟ್ಟರು. ತಂಬೂರಿ ಸಂಗಾತಿಯೂ ನಿಮ್ಮ ಜೊತೆಯಲ್ಲಿ ಕುಳಿತಳು. ನೀವು ನೇರವಾಗಿ ವಿಮಾನ ನಿಲ್ದಾಣಕ್ಕೆ ಹೋಗಬೇಕಿತ್ತಂತೆ. ನಾವು ಹೊರಟೆವು. ಬೆಳಗ್ಗೆ ಎಲ್ಲರೂ ಚೆಕ್‌ಔಟ್ ಮಾಡಿ ಚೀಲಗಳನ್ನು ಕೋಚಿನಲ್ಲಿ ಇಟ್ಟುಬಂದಿದ್ದೆವು. ನಾನೂರು ಮೈಲಿಯ ಪ್ರಯಾಣ. ದಾರಿಯ ಒಂದು ಮೆಕ್‌ಡೊನಾಲ್ಡಿಗೆ ನುಗ್ಗಿ ಪ್ರತಿಯೊಬ್ಬರೂ ತನಗೆ ಬೇಕಾದ ಬರ್ಗರ್, ಸ್ಯಾಂಡ್‌ವಿಚ್ ಮೊದಲಾಗಿ ಕಟ್ಟಿಸಿಕೊಂಡು ಬಂದು ಕುಳಿತ ತಕ್ಷಣ ಕೋಚು ಹೊರಟಿತು. ಎಲ್ಲರೂ ಸಂಗೀತದ ಲಹರಿಯಲ್ಲಿದ್ದರು. ಸಂಗೀತ ಗೊತ್ತಿಲ್ಲದವರು ಕೂಡ ಸ್ವರವಿಸ್ತಾರವನ್ನು ಗುನುಗುತ್ತಿದ್ದರು. ಇನ್ನು ಕೆಲವರು ಗುರೂಜಿಯಂತೆ ಎರಡುಕೈಗಳನ್ನೂ ಆಡಿಸಿಕೊಂಡು ತಾನ್ ಹೊಡೆಯುತ್ತಿದ್ದರು. ವಾರಕ್ಕೊಂದು ದಿನ ನನ್ನಿಂದ ಗಾಯನ ಕಲಿಯುತ್ತಿದ್ದ ಮಿಶ್ರರು ಎದ್ದುನಿಂತು, 'ಎಲ್ಲರಿಗೂ ಸಂಗೀತದ ಲಹರಿ ಇದೆ. ನೆನ್ನೆ ಸಂಜೆ, ಇಂದು ಮುಂಜಾನೆ ನಾವು ಕೇಳಿದ ರಾಗಗಳನ್ನೇ ಮತ್ತೆ ಕೇಳಿದರೆ ಮಾತ್ರ ಅದು ಶಮನ ವಾಗುತ್ತೆ. ಪಂಡಿತ್ ಮೋಹನಲಾಲಜಿಯ ಖಾಸಾ ಶಿಷ್ಯೆ ಮಧುಮಿತಾಜಿ ಆ ರಾಗಗಳನ್ನು ಹಾಡಲಿ. ತಬಲಾ ಹಾರ್ಮೋನಿಯಂ ತಂಬೂರಿ ಯಾವುದೂ ಇಲ್ಲ. ಬೇಡವೂ ಬೇಡ. ಅವರು ಸುಮ್ಮನೆ ಹಾಡಿತೋರಿಸಿದರೆ ಸಾಕು,' ಎಂದರು. ಎಲ್ಲರೂ ಚಪ್ಪಾಳೆ ತಟ್ಟಿದರು. ಹೌದು ಹೌದು ಎಂದರು. ಹಿಂದಿನ ಭಾಗದಲ್ಲಿ ಕೂತಿದ್ದ ಒಬ್ಬರು ಪಿಯಾಕೇ ನಜರಿಯಾ ಎಂದರು. ಮಿಶ್ರರು, 'ಅದು ಇರಲಿ. ನೆನ್ನೆ ಇವತ್ತು ನಾವು ಕೇಳಿದ ರಾಗಗಳು ಈಗ

ಆಗಲಿ' ಎಂದರು. ಅದೇ ಸರಿ, ಎಲ್ಲರೂ ಒಕ್ಕೊರಲಿನಿಂದ ಕೇಳಿದರು. ನನಗೆ ಮುಜುಗರ ವಾಯಿತು. ನನ್ನ ಮುಖ ಕೆಂಪಾಯಿತೆಂದು ನನಗೇ ಅನ್ನಿಸಿತು. ಗಂಟಲನರಗಳು ಉಬ್ಬಿ ಕೊಂಡಂತೆ ಆಯಿತು. 'ಓಡುತ್ತಿರುವ ಕೋಚಿನ ಒಳಗೆ ಹೊರಗಿನ ಶಬ್ದ ಬರುಲ್ಲ. ಏರ್‌ಟೈಟ್ ಆಗಿದೆ. ಆದರೆ ಎಂಜಿನ್ನಿನ ಗುಂಯ್‌ಗುಡಿತ ಬೇರೆಯೇ ಶ್ರುತಿಯಲ್ಲಿದೆ. ಇದರಲ್ಲಿ ಹಾಡೂದು ಕಷ್ಟ,' ಎಂದೆ. ಕಷ್ಟವಾದರೂ ಚಿಂತೆ ಇಲ್ಲ. ಹಾಡಲೇಬೇಕು, ಎಲ್ಲರೂ ಹಟಹಿಡಿದರು. ಹಾಡು ಎಂದು ವಿಕ್ರಮರೂ ಒತ್ತಾಯ ಮಾಡಿದರು. ನೆನ್ನೆ ಸಂಜೆಯ ಭೂಪಾಲಿ, ಇವತ್ತು ಮಧ್ಯಾಹ್ನದ ಸಾರಂಗಗಳನ್ನು ತುಸು ವಿಸ್ತಾರವಾಗಿಯೇ ಹಾಡಿದೆ. ಜನಗಳಿಗೆ ಶಮನವಾಯಿತು. ಮತ್ತೆ ಏನನ್ನೂ ಕೇಳಲಿಲ್ಲ. ನಡುವೆ ಕೆಲವರು ತೂಕಡಿಸುತ್ತಿದ್ದರು. ಇನ್ನು ಕೆಲವರು ಗಾಢನಿದ್ರೆಯಲ್ಲೇ ಮುಳುಗಿದರು. ಉಳಿದವರು ಪರಸ್ಪರ ಹರಟೆಯಲ್ಲಿ ತೊಡಗಿದರು. ನಾನು ನಡುಭಾಗದಲ್ಲಿ ಕೂತಿದ್ದೆ. ಪಕ್ಕದಲ್ಲಿ ಮಿಸೆಸ್ ಸರ್ದೇಸಾಯಿ. ವಿಕ್ರಮ್ ಮುಂಭಾಗದಲ್ಲಿ ನಾಲ್ಕೈದು ಜನರೊಡನೆ ಏನೋ ಮಾತನಾಡತೊಡಗಿದರು. ನನ್ನ ಹಿಂಬದಿಯ ಎರಡನೆ ಸಾಲಿನಲ್ಲಿದ್ದ ಕುಲಕರ್ಣಿ ತಮ್ಮ ಪಕ್ಕದಲ್ಲಿದ್ದ ಭೋಸ್ಲೆಗೆ ಹೇಳುತ್ತಿದ್ದರು: 'ಓಟ್ ಆಫ್ ಥ್ಯಾಂಕ್ಸ್ ಮಾಡಿದ ಸೆಕ್ರೆಟರಿ ಕನ್‌ಸಾರ್ಟ್, ಕಾನ್‌ಸರ್ಟ್ ಅಂತ ಪನ್ ಮಾಡಿದನಲ್ಲ. ಇಂಗ್ಲಿಷ್ ಭಾಷೆಯ ಹಿಡಿತ ತನಗೆ ಹೇಗಿದೆ ಅಂತ ತೋರಿಸಿ ಕೊಳ್ಳಕ್ಕೆ ಮಾತ್ರ ಮಾಡಿದ್ದಲ್ಲವಂತೆ. ಮೋಹನಲಾಲ್‌ಗೆ ಚುಚ್ಚಬೇಕು ಅಂತಲೇ ಮಾಡಿದನಂತೆ. ತಂಬೂರಿ ಸಾಥಿಗೆ ನನ್ನ ಜೊತೆ ಇವಳು ಬರ್ತಾಳೆ, ಅವಳಿಗೂ ಅಪ್ ಅಂಡ್ ಡೌನ್ ಕೊಡಿ ಅಂತ ಕೇಳಿದನಂತೆ ಅವನು. ತಂಬೂರಿ ಮಿಡಿಯುವಂಥೋರು ನಮ್ಮ ಲಾಸ್ ಎಂಜಲೀಸ್‌ನಲ್ಲಿ ನೂರುಜನ ಸಿಕ್ತಾರೆ. ಅವರನ್ನೇಕೆ ಮೂರುಸಾವಿರ ಮೈಲಿಯಿಂದ ಕರೆಸ ಬೇಕು, ಸಭೆಯ ಹತ್ತಿರ ಹಣವಿಲ್ಲ ಅಂದರಂತೆ ಇವರು. ನಾನೇ ಅವರ ಟಿಕೀಟಿಗೂ ಹಾಕ್ತೀನಿ. ನಾವಿಬ್ಬರೂ ಜೊತೇಲಿ ಇರೋರು. ನಮಗೆ ಡಬಲ್‌ಬೆಡ್ ರೂಮು ರಿಸರ್ವ್ ಮಾಡಿಸಿ ಅಂದರಂತೆ ಆರ್ಟಿಸ್ಟ್ ಮೋಹನಲಾಲ್. ಆರ್ಟಿಸ್ಟ್‌ಗಳನ್ನ ಹೋಟೆಲಿನಲ್ಲಿರಿಸುಕ್ಕೆ ಸಭೆಯ ಹತ್ತಿರ ದುಡ್ಡೆಲ್ಲಿರುತ್ತೆ? ಯಾರೋ ಒಬ್ಬೊಬ್ಬರ ಮನೆಯಲ್ಲಿಳಿಸೂದು, ಅವರ ಆತಿಥ್ಯ, ಸಂಚಾರಗಳನ್ನೆಲ್ಲ ಹೋಸ್ಟ್ ನೋಡಿಕೊಳ್ಳೂದು ತಾನೆ ಎಲ್ಲ ಕಡೆ ಮಾಡುವ ವ್ಯವಸ್ಥೆ? ಆದರೆ ಆರ್ಟಿಸ್ಟ್ ಹೀಗೆ ಬಾಯಿಬಿಟ್ಟು ಕೇಳಿದರೆ ಮನೇಲಿಳಿಸಿಕೊಳ್ಳೋದು ಇವರಿಗೂ ಮುಜುಗರ, ಅವರಿಗೂ ಪ್ರೈವೆಸಿ ಇಲ್ಲ. ದೊಡ್ಡ ಆರ್ಟಿಸ್ಟು. ಸಣ್ಣ ಲಾಜಿನಲ್ಲಿ ಇಳಿಸುವಂತಿಲ್ಲ. ದೊಡ್ಡ ಹೋಟೆಲಿನಲ್ಲಿ ಊಟ ತಿಂಡಿಯೂ ದುಬಾರಿ. ಒಟ್ಟಿನಲ್ಲಿ ಎರಡುದಿನಕ್ಕೆ ನಾನೂರೈವತ್ತು ಡಾಲರ್ ಎಕ್ಸ್ಟ್ರಾ ಹುಟ್ಟಿಹೋಯ್ತು. ತಬಲ, ಹಾರ್ಮೋನಿಯಂನೋರುನ್ನ ಬೇರೆ ಒಬ್ಬರ ಮನೇಲಿ ಇಳಿಸಿದ್ದರಂತೆ. ಈ ಬಿಳಿಹುಡುಗಿ ನ್ಯೂಯಾರ್ಕಿನಲ್ಲಿ ಹೊಡೆದ ಕ್ಯಾಚ್ ಅಂತೆ. ಅದಕ್ಕೇ ಸೆಕ್ರೆಟರಿ ಕನ್‌ಸಾರ್ಟ್ ಅಂದದ್ದು. ಫನ್ ಅಂದರೆ ಅವನು ಮಾಡಿದ ಪನ್ ಮೋಹನಲಾಲನಿಗೆ ಅರ್ಥವಾಗಲಿಲ್ಲ. ಅವನೇ ಥ್ಯಾಂಕ್ಯೂ ಥ್ಯಾಂಕ್ಯೂ ಅಂದದ್ದ ನೀವೂ ಕೇಳಿದಿರಲ್ಲ.' ಕುಲಕರ್ಣಿ ಮರಾಠಿಯಲ್ಲಿ ಆಡಿದ ಪ್ರತಿಯೊಂದು ವಾಕ್ಯವೂ ನನ್ನ ಕಿವಿಗೆ ಸ್ಪಷ್ಟವಾಗಿ ಬಿತ್ತು. 'ಕೋಚಿಗೆ ಬರುವ ಮೊದಲು

ನಾನು ಕಂಫರ್ಟ್ ರೂಮಿಗೆ ಹೋಗಿದ್ದೆನಲ್ಲ, ಆಗ ರಾಯ್ಕರ್ ಅಂತ ಸಿಕ್ಕಿದ್ದ. ನಿಮಗೆ ಪರಿಚಯ ಉಂಟಾ?' 'ಗೊತ್ತು ಗೊತ್ತು. ಗೋವಾ. ಸಾಫ್ಟ್‌ವೇರ್. ಡೆಕನ್ ಎಂಜಿನೀರಿಂಗ್ ಕಾಲೇಜ್.' 'ಅವನೂ ಸಂಗೀತಸಭೆಯ ಕಾರ್ಯಕಾರಿ ಸಮಿತಿ ಸದಸ್ಯ. ಹೇಳಿದ.'

ನನಗೆ ಮೂರ್ಛೆಬಂದಂತಾಯಿತು. ಕೋಚಿನ ಒಳಗೆಲ್ಲ ಗುಹೆಯ ಒಳಗೆ ಇರುವಂತಹ ನಿಶ್ಶಬ್ದ. ನಾನೂ ಗುಹೆಯ ಒಳಕ್ಕೆ ಕುಸಿದಂತೆ. ಕಳಲಿ ಕೆಳಗೆ ಬೀಳುವವಳಿಗೆ ಆಸರೆಕೊಟ್ಟು ಹಿಡಿದುಕೊಳ್ಳುವವರು ಯಾರೂ ಇಲ್ಲವೆಂಬಂತೆ. ಕಣ್ಣುಗಳು ತಮಗೆತಾವೇ ಮುಚ್ಚಿಕೊಂಡವು. ಎಷ್ಟೋ ಹೊತ್ತಾಯಿತು: ಆದಂತಾಯಿತು. ಎಚ್ಚರವಾಗುವ ವೇಳೆಗೆ ಕುಲಕರ್ಣಿ ಹೇಳಿದುದು ನೂರಕ್ಕೆ ನೂರರಷ್ಟು ನಿಜ ಎನ್ನಿಸಿತ್ತು. ಈ ಗುರೂಜಿಯ ರಕ್ತಗುಣ ನನಗೆ ಗೊತ್ತಿದೆ, ಎಂದು ಖಚಿತವಾಯಿತು. ನೆನ್ನೆ ಸಂಜೆಯಿಂದ ಆಗಾಗ ನೆನಪನ್ನು ಕಾಡುತ್ತಿದ್ದ ಒಂದು ಪ್ರಶ್ನೆಗೆ ಉತ್ತರ ಹೊಳೆಯಿತು. ನ್ಯೂಯಾರ್ಕಿನ ಹೋಟೆಲಿಗೆ ಅಲ್ಲಿಗೆ ಬೆಳಗ್ಗೆ ಏಳುಗಂಟೆಗೆ ಫೋನ್‌ಮಾಡಿದ್ದಾಗ ಗುರೂಜಿ ಬ್ಯಾತ್‌ರೂಮಿನಲ್ಲಿದ್ದಾರೆ, ಎನಿಮೆಸೆಜ್? ಎಂದ ಧ್ವನಿ ಇವಳದ್ದೇ. ಅಂದರೆ ನನ್ನಿಂದ ಬೀಳ್ಕೊಂಡುಹೋದ ಒಂದುವಾರದೊಳಗೆ ಅವಳ ಜೊತೆಗೆ ಇರತೊಡಗಿದಾರೆ. ಗುಹೆಯೊಳಗೆ ಕುಸಿದುಬಿದ್ದ ನಾನು ಆಳ ಆಳ ಆಳಕ್ಕೆ ಜಾರುತ್ತಿರುವ ಅನುಭವವಾಗುತ್ತಿದೆ. ಕೋಚಿನೊಳಗೆಲ್ಲ ನಿಶ್ಶಬ್ದ. ಕಾಲವು ವಿಲಂಬಿತವಾಗುತ್ತಾ ನಡೆದು ಒಂದು ಮಾತ್ರೆಯಿಂದ ಇನ್ನೊಂದು ಮಾತ್ರೆಯ ನಡುವಣ ಅವಧಿ ಮುಗಿಯುವುದೇ ಇಲ್ಲ, ಮುಂದಿನ ಮಾತ್ರೆ ಬರುವುದೇ ಇಲ್ಲ ಎನ್ನಿಸಿತ್ತು. ಎಷ್ಟೋ ಹೊತ್ತಿನನಂತರ ಭೋಸ್ಲೆಯ ಧ್ವನಿ, ಮರಾಠಿಯಲ್ಲಿ: 'ಕಲೆಯನ್ನ ನೋಡಿದಾಗ ಸ್ವರ್ಗ ಪ್ರವೇಶಮಾಡಿದ ಹಾಗಾಗುತ್ತೆ. ಕಲಾವಿದನ ಒಳಹೊಕ್ಕಾಗ ಬೇರೆಯೇ ಇರುತ್ತೆ. ಯಾಕೆ ಈ ಕಾಂಟ್ರಡಿಕ್ಷನ್?' 'ನನ್ನನ್ನೂ ಈ ಪ್ರಶ್ನೆ ಬಾಧಿಸಿದೆ,' ಕುಲಕರ್ಣಿಯ ಉತ್ತರ.

ಕೋಚು ರಾತ್ರಿ ಒಂಬತ್ತೂವರೆ ಗಂಟೆಗೆ ಸ್ಯಾನ್‌ಹೊಸೆ ಕೋಚ್ ಸ್ಟೇಶನ್ ತಲುಪಿ ಎಲ್ಲರೂ ಇಳಿದು ಕಾರ್ ಪಾರ್ಕಿಂಗ್‌ನ ಕಡೆಗೆ ಹೋಗುವಾಗ ಪರಸ್ಪರ ಬೀಳ್ಕೊಡುತ್ತಾ, ಕೆಲವರು ಮಧುಮಿತಾಜಿ, ಥ್ಯಾಂಕ್ಸ್ ಫಾರ್ ಯುವರ್ ಎಕ್ಸಲೆಂಟ್ ಮ್ಯೂಸಿಕ್ ಇನ್ ದಿ ಕೋಚ್ ಎಂದಾಗ ಅವರಿಗೆ ಪ್ರತಿವಂದನೆ ಹೇಳಬೇಕೆಂಬುದೂ ಹೊಳೆಯದೆ ವಿಕ್ರಮರ ಹಿಂದೆ ನಡೆದೆ. ಐದುನಿಮಿಷದಲ್ಲಿ ಅಡುಗೆಯನ್ನು ಬಿಸಿ ಮಾಡಿದೆ. ನಾಳೆ ಬೆಳಗ್ಗೆ ಬೇಗ ಎದ್ದು ಕೆಲಸಕ್ಕೆ ಹೋಗಬೇಕಾಗಿದ್ದುದರಿಂದ ವಿಕ್ರಮ್ ತಕ್ಷಣ ಮಲಗಿಬಿಟ್ಟರು. ಅವರ ಪಕ್ಕ ದಲ್ಲಿ ಮಲಗಿದ ನಾನು ನಿದ್ರೆ ಇಲ್ಲದೆ ಹೊರಳುತ್ತಿದ್ದೆ.

ಅವನಿಗೆ ಲಾಸ್ ಏಂಜಲೀಸಿನ ಎರಡು ಕಾರ್ಯಕ್ರಮಗಳೂ ನೆನಪಿಗೆ ಬಂದವು. ಆ ಬಗೆಗೆ ರಾಜಾರಾಮ ಹೇಳಿದುದೂ ನೆನಪಾಯಿತು: ಭೂಪಾಲಿಯನ್ನು ಕರೆದೊಯ್ದುದ್ದರಿಂದ ಆಯೋಜಕರಿಗೆ ಅನಾವಶ್ಯಕ ಖರ್ಚು ಬಿದ್ದದ್ದು ಮಾತ್ರವಲ್ಲ, ಅಭಿಮಾನಿಗಳು ಹತ್ತಿರವಾಗು ವುದು ನಿಂತುಹೋಯಿತು. ಅಲ್ಲದೆ ಎಷ್ಟೋಜನ ಭಾರತೀಯರಿಗೆ ಇದು ಸಮ್ಮತವಾದ ನಡವಳಿಕೆ ಎನ್ನಿಸುವುದಿಲ್ಲ. ಇಂಥದನ್ನು ಇನ್ನುಮುಂದೆ ಮಾಡುವುದಿಲ್ಲವೆಂದು ತಾನು ಈಗಾಗಲೇ ತೀರ್ಮಾನಿಕೊಂಡಿರುವ ಜ್ಞಾಪಕ ಬಂದು ಮನಸ್ಸಿನ ಕಲಮಲ ತಣ್ಣಗಾಯಿತು.

ವಾಸ್ತವವಾಗಿ ಲಾಸ್ ಏಂಜಲೀಸಿಗೂ ಮಧುವಿನ ಊರಿಗೂ ಅಷ್ಟು ಹತ್ತಿರ ಅಂತ ನನಗೆ ಗೊತ್ತೇ ಇರಲಿಲ್ಲ. ಲಾಸ್ ಏಂಜಲೀಸ್, ಲಾಸ್ ಗಟಸ್, ಎರಡೂ ಲಾಸ್‌ಗಳೇ. ಇಷ್ಟರಿಂದ ಲಾದರೂ ಹೊಳೆಯಲಿಲ್ಲ, ಎಂಬ ಖೇದವಾಯಿತು. ಆದರೆ ಆಗ ಭೂಪಾಲಿಯ ಮೇಲಿನ ಭಾವನೆ ಎಷ್ಟು ಉತ್ಕಟವಾಗಿತ್ತೆಂದರೆ, ಎರಡುದಿನ ಬಿಟ್ಟಿರೂದು ಕಷ್ಟವಾಗಿತ್ತು. ಇಲ್ಲದಿದ್ದರೆ ನಾನು ಕೈಯಿಂದ ಅವಳ ಟಿಕೇಟಿಗೆ ಖರ್ಚುಮಾಡ್ತಿದ್ದೆನೇ? ಮಧುವಿನ ಊರು ಅಷ್ಟು ಹತ್ತಿರ ಅಂತ ಗೊತ್ತಿದ್ದು ಅವಳೂ ಅಲ್ಲಿಯವರೂ ಕಛೇರಿಗೆ ಬರ್ತಾರೆಂತ ಅಂದಾಜಿದ್ದರೆ ಕರೆದೊಯ್ಯುತ್ತಿರಲಿಲ್ಲವೇನೋ! ಅದೂ ಹೇಳಲು ಬರ್ತಿರಲಿಲ್ಲ. ಒಂದು ರಾಗದಲ್ಲಿ ತಲ್ಲೀನ ನಾಗಿರುವಾಗ ಬೇರೊಂದು ರಾಗವು ಎಷ್ಟೇ ಭಾವಸಾಂದ್ರವಾದದ್ದಾದರೂ ನೆನಪಿಗೆ ಬರದಿರು ವಂತೆ ಆಗ್ತಿತ್ತೇನೋ! ಎಂಬ ಸಮಝಾಯಿಶಿ ಕಂಡಿತು. ಆದರೆ ಈಗ ಎರಡುತಾಸಿನ ಹಿಂದೆ ಕಲ್ಯಾಣಿಯನ್ನು ನೋಡಿದ ತಕ್ಷಣ ಭೂಪಾಲಿಯು ಮನಸ್ಸಿನಿಂದ ಮರೆಯಾದಳಲ್ಲ. ನನಗೆ ಕಲ್ಯಾಣಿಯ ಮೇಲಿರುವ ಪ್ರೀತಿಯೇ ಹೆಚ್ಚು ಆಳವಾದದ್ದಿರಬೇಕು. ಅವಳಿಗೆ ಸಿಟ್ಟು ಬಂದಿದೆ. ಇದನ್ನ ಬಿಡಿಸಿಹೇಳೂದು ಹೇಗೆ? ಎಂಬ ಕಷ್ಟದಲ್ಲಿ ಸಿಕ್ಕಿಕೊಂಡ. ಅವಳು ಅಮೆರಿಕನ್ನಳು, ಇರುವ ಅಲ್ಪಾವಧಿಯಲ್ಲಿ ನಮ್ಮ ಸಂಗೀತವನ್ನ ಬಿಡಿಸಿ ಹೇಳಬೇಕು ಅಂತ ಜೊತೆಯಲ್ಲಿ ಕರೆದೊಯ್ದೆ, ಜೊತೆಯಲ್ಲಿ ಇಟ್ಟುಕೊಂಡೆ. ರಾಗಗಳನ್ನ ಬಿಡಿಸಿ ಹೇಳ್ತಿದ್ದೆ. ಡಬಲ್‌ಬೆಡ್ ಬೇಕು ಅಂತ ನಾನು ಕೇಳಿರಲಿಲ್ಲ. ಅವರು ಕೊಟ್ಟಿರಲಿಲ್ಲ. ಯಾವನು ಅವನು ಮಸಾಲೆಯ ಕಲ್ಪನೆ ಸೇರಿಸಿದ ಬೋಳಿಮಗ, ಎಕ್ಕಡದಲ್ಲಿ ಹೊಡೀಬೇಕು ಅಂದರೆ ಕಲ್ಯಾಣಿ ಒಪ್ಪಿಕೊತ್ತಾಳೆ. ಒಪ್ಪಿಕೊಳ್ಳದೆ ಇನ್ನೇನು ಮಾಡುಕ್ಕೆ ಸಾಧ್ಯ? ಎಂಬ ಆಲೋಚನೆ ಬಂದಾಗ ಸಮಾಧಾನವಾಯಿತು. ಇಂಥ ಸನ್ನಿವೇಶಗಳು ಹಿಂದೆಯೂ ಹಲವು ಹೆಂಗಸ ರೊಡನೆ ಬಂದಿವೆ. ನಿನ್ನನ್ನು ಬಿಟ್ಟು ನಾನು ಬೇರೆಯವರನ್ನ ಸ್ಪರ್ಶಿಸಿಲ್ಲ. ನಿನ್ನಾಣೆಗೂ ಎಂಬ ಒಂದು ಮಾತನ್ನು ಅವರೆಲ್ಲ ಒಪ್ಪಿಕೊಂಡಿದಾರೆ. ಒಪ್ಪಿಕೊಳ್ಳದೆ ಬೇರೆ ದಾರಿ ಯಾವುದುಂಟು? ಕಲ್ಯಾಣಿಯೂ ಒಪ್ಪಿಕೊಂಡು ಸುಮ್ಮನಾಗ್ತಾಳೆ ಎಂಬ ಭರವಸೆ ಹುಟ್ಟಿತು. ಮುಂದೆ ಓದತೊಡಗಿದ:

ಗುರೂಜಿ, ನಿರ್ಭಾವಕತೆಯಿಂದ ನೋಡಿದರೆ ನಿಮ್ಮ ನಡೆವಳಿಕೆಯಲ್ಲಿ ಆಶ್ಚರ್ಯಕರ ವಾದದ್ದು ಏನೂ ಇಲ್ಲ. ಹೀಗೆ ಮಾಡುವುದೇ ನಿಮಗೆ ಸಹಜ. ತಿಳಿದೂ ತಿಳಿದೂ ಮತ್ತೆ ನಿಮ್ಮ ವಶವಾದದ್ದು ನನ್ನ ತಪ್ಪು. ವಶವಾಗದೆ, ನೀವು ಪಾಠ ಹೇಳಿಕೊಡುವುದಿಲ್ಲವೆಂದು ಮೊದಲು ಒಪ್ಪಿಸಿಕೊಂಡೆ. ಆರುವರ್ಷದ ನಂತರ ನನ್ನದೇ ಸಂಸಾರ ಬೇಕೆನ್ನಿಸಿತು. ಸಂಗೀತಪಾಠ ಬಿಟ್ಟು ನಿಮ್ಮಿಂದ ನನಗೆ ಸ್ನೇಹ ಪ್ರೀತಿ ಸಾಹಚರ್ಯ ಸಮಯ ಯಾವುದೂ ಸಿಕ್ಕುತ್ತಿರಲಿಲ್ಲ. ನನ್ನ ಸಂಗೀತಸಾಧನೆಗೆ ಸಂಪೂರ್ಣ ರಕ್ಷಣೆ ಪೋಷಣೆ ಕೊಡುವಂಥ ಗಂಡನೇ ಸಿಕ್ಕಿದರು. ಮೂರುವರ್ಷದಲ್ಲಿ ಅದು ಸಾಲದು ಸಂಗೀತದ ಪಾಠ ಬೇಕು ಅನ್ನಿ ಸಿತು. ನಿಮ್ಮ ನೆನಪೇ ಆಕರ್ಷಣೆಯಾಯಿತು. ನಾನಾಗಿಯೇ ಮೇಲೆಬಿದ್ದು ನಿಮ್ಮನ್ನ ಕರೆಸಿ ಕೊಂಡೆ. ನೀವು ಬಿಡುವುದಿಲ್ಲ ಅಂತ ನನಗೆ ಪೂರ್ತಿಗೊತ್ತಿರಲಿಲ್ಲವೆ? ಗೊತ್ತಿತ್ತು. ನಿಮ್ಮ ಸಂಗೀತದ ಆಕರ್ಷಣೆಯಲ್ಲಿ ಅದು ಮುಚ್ಚಿಹೋಗಿತ್ತು. ತೆರೆದುಕೊಂಡಿದ್ದರೂ ಅದರ

ವಾಸ್ತವಸನ್ನಿವೇಶಗಳನ್ನು ನಾನು ಕಲ್ಪಿಸಿಕೊಳ್ಳಲಾರದಾದೆ. ನೀವು ಬಿಡಲಿಲ್ಲ. ನಿಮ್ಮ ಸ್ವಭಾವಕ್ಕೆ ತಕ್ಕಂತೆಯೇ ನಡೆದುಕೊಂಡಿರಿ. ಬರೀ ನನ್ನನ್ನು ಮಾತ್ರವಲ್ಲ, ನಮ್ಮ ದಾಂಪತ್ಯದ ಶಯ್ಯೆಯಲ್ಲೇ ಆಗಬೇಕೆಂದು ಹಟಮಾಡಿ ಆಕ್ರಮಿಸಿದಿರಿ. ನಾನೂ ಮೋಹವಶಳಾದೆ. ಆ ಶಯ್ಯೆಯ ಪಾವಿತ್ರ್ಯವನ್ನೂ ನಾಶಮಾಡಿದಿರಿ. ಆದರೂ ನೀವಿರುವ ತನಕ ನನಗೆ ಅದರ ಅರಿವಾಗಲಿಲ್ಲ. ವಿಕ್ರಮರನ್ನು ತಪ್ಪಿಸುತ್ತಿದ್ದೆ. ಸಂಗೀತಸಾಧನೆಯಲ್ಲಿ ಬಳಲಿದ್ದಾಳೆಂದು ಭಾವಿಸಿದ ಅವರೂ ಒತ್ತಾಯಿಸದೆ ಸುಮ್ಮನಿರುತ್ತಿದ್ದರು. ನೀವು ಹೋದನಂತರ ಕೇವಲ ಕರ್ತವ್ಯದೃಷ್ಟಿಯಿಂದ ಅವರಿಗೆ ಅರ್ಪಿಸಿಕೊಂಡಾಗ ನಾನು ನಿಮಗೆ ಸೇರಿದವಳು, ನಿಮಗೆ ಮಾತ್ರ ಸೇರಿದವಳು, ಗಂಡ ವಿಕ್ರಮರೊಡನೆ ವ್ಯಭಿಚಾರಮಾಡುತ್ತಿದ್ದೇನೆ, ಎನ್ನಿಸಿತು. ಈ ಶಯನಯಾತನೆಯನ್ನನು ಭವಿಸುತ್ತಲೇ ದಿನಗಳನ್ನು ನೂಕುತ್ತಿದ್ದೆ. ನಿಮ್ಮಿಂದ ಒಂದು ಫೋನು ಬಾರದಿದ್ದರೂ, ನಾನು ಫೋನು ಮಾಡುವುದನ್ನು ನೀವು ನಿಷೇಧಿಸಿದ್ದರೂ. ಕಳೆದವಾರ ಲಾಸ್ ಏಂಜಲೀಸಿನಲ್ಲಿ ಲಾರೆನ್ ಸ್ಮಿತ್‌ಳಿಗೂ ವಿಮಾನದ ಖರ್ಚುಕೊಡಬೇಕೆಂದು ನೀವು ಕೇಳಿದ್ದು ಅವರು ಇಲ್ಲವೆಂದದ್ದು, ನಿಮ್ಮಿಬ್ಬರಿಗೂ ಡಬಲ್ ಹಾಸಿಗೆಯ ಒಂದೇ ಕೋಣೆಯನ್ನೇರ್ಪಡಿಸಬೇಕೆಂದು ಕೇಳಿ ಅಂಥ ಕೋಣೆಯಲ್ಲಿ ಉಳಿದದ್ದು ತಿಳಿದಮೇಲೆ ನನಗೆ ನನ್ನಮೇಲೆ ಕೋಪಬಂದಿದೆ. ನಿಮ್ಮಮೇಲೆ ಮಾಡಿಕೊಳ್ಳುವ ಅಧಿಕಾರ ನನಗಿಲ್ಲವೆಂಬ ಅರಿವಾಗಿದೆ. ಅಷ್ಟು ಒಳ್ಳೆಯ ಗಂಡನಿಗೆ ಮೋಸಮಾಡಿದ ವ್ಯಭಿಚಾರಿಣಿ ಎಂದು ನನ್ನನ್ನು ನಾನು ಪ್ರತಿಕ್ಷಣವೂ ಹಳಿದುಕೊಳ್ಳುತ್ತಿದ್ದೇನೆ. ಮೂರುತಿಂಗಳಿಗೊಮ್ಮೆ ಮುಂಬಯಿಗೆ ಹೋಗಿ ಎರಡುವಾರ ಅಖಂಡವಾಗಿ ನಿಮ್ಮಿಂದ ಟೇಪು ಸಮೇತ ಪಾಠಹೇಳಿಸಿಕೊಂಡು ಬಾ ಎಂದು ವಿಕ್ರಮ್ ಹೇಳುತ್ತಿದ್ದಾರೆ. ದಿನಾ ಬೆಳಗಿನ ಜಾವ ಎದ್ದು ಮಂದ್ರಸಾಧನೆ ಮಾಡು, ಪ್ರಾಣಾಯಾಮ ಮಾಡು, ಸೋಮಾರಿಯಾಗ್ತಿದೀಯ ಅಂತ ಬೈಯತೊಡಗಿದಾರೆ ಕೂಡ. ಇನ್ನು ಮೂರುವರ್ಷಗಳಲ್ಲಿ ನನ್ನನ್ನೊಬ್ಬ ಪ್ರಥಮದರ್ಜೆಯ ಗಾಯಕಿಯಾಗಿ ಬೆಳೆಸಬೇಕೆಂಬ ನಿಶ್ಚಯಮಾಡಿಬಿಟ್ಟಿದಾರೆ. ಮೊನ್ನೆ ಬೆಳಗ್ಗೆ ನಾಲ್ಕಕ್ಕೇ ಎದ್ದು ಮುಖತೊಳೆದು ಚಹ ಕುಡಿದು ನಾಲ್ಕೂವರೆಗೆ ಸಂಗೀತ ಕೋಣೆಯ ಬಾಗಿಲುಮುಚ್ಚಿ ತಂಬೂರಿ ಶ್ರುತಿ ಮಾಡಿಕೊಂಡು ಕುಳಿತೆ. ಷಡ್ಜವು ಶಾಂತಿಯನ್ನು ಕೊಟ್ಟಿತು. ಒಳಗಿಳಿಯುವುದನ್ನೇ ಮರೆತು ಆ ಸುಖದಲ್ಲಿ ಲೀನಳಾಗಿದ್ದೆ. ಎಷ್ಟೋಹೊತ್ತಿನ ನಂತರ ನಾನು ಬಂದು ಕೂತಿರುವ ಉದ್ದೇಶದ ನೆನಪಾಗಿ ಒಂದೊಂದೇ ಮೆಟ್ಟಿಲು ಇಳಿಯತೊಡಗಿದೆ. ಇಳಿಯುತ್ತಾ ಇಳಿಯುತ್ತಾ ಕಸಿವಿಸಿಯಾಯಿತು. ಯಾತನೆಯಾಗತೊಡಗಿತು. ನನ್ನ ಪಾಪದ ತಂತುಗಳು ಮಿಡಿಯತೊಡಗಿದವು. ನನ್ನ ಗಂಟಲಿನಲ್ಲಿ ಒಡೆಯುತ್ತಿದ್ದ ಪ್ರತಿಯೊಂದು ಸ್ವರಸೂಕ್ಷ್ಮವೂ ವ್ಯಭಿಚಾರಿಣಿ, ವ್ಯಭಿಚಾರಿಣಿ ಎಂದು ನನ್ನ ಅಂತರಂಗವನ್ನು ಚುಚ್ಚತೊಡಗಿತು. ಮಂದ್ರಷಡ್ಜ ಮುಟ್ಟಿದಾಗ ಒಳಗೆಲ್ಲ ನರಕ ಕಾಣಿಸಿತು. ನರಕಯಾತನೆಯಾಯಿತು. ನೀವು ಇಲ್ಲಿ ನನಗೆ ವಿಶೇಷವಾಗಿ ಸಾಧನೆ ಮಾಡಿಸಿದ ಕಲ್ಯಾಣ ರಾಗದ ಮಂದ್ರಷಡ್ಜ. ನವವಧುವಿನ ಮಾರ್ದವ ಲಜ್ಜೆಯಿಂದ ಬಳುಕುವ ಆ ರಾಗದ ಮೂಲಕ್ಕೆ ಇಂತಹ ನರಕ ಸೃಷ್ಟಿಸುವ ಗುಣವಿದೆಯೆ? ಎಂಬ ಗಲಿಬಿಲಿಯಾಯಿತು. ಹಾಡುವುದನ್ನು ನಿಲ್ಲಿಸಿಬಿಟ್ಟೆ. ವಿಕ್ರಮರನ್ನು ಆಫೀಸಿಗೆ ಕಳಿಸಿ, ಮಾರಿಯಾ ಅಡುಗೆಮಾಡಿಟ್ಟು ಹೋದಮೇಲೆ

ಮತ್ತೆ ಅದೇ ಜಾಗದಲ್ಲಿ ತಂಬೂರಿ ಹಿಡಿದು ಕೂತು ಅದೇ ಮಂದ್ರವನ್ನು ಪ್ರವೇಶಿಸತೊಡಗಿದೆ. ಅದೇ ಪಾಪಭಾವ. ಪಾಪದ ಶಿಕ್ಷೆಯ ಭಾವ. ಬರೀ ಭಾವವಲ್ಲ, ಮೈಯ ಜ್ಞಾನೇಂದ್ರಿಯ ನರಗಳಲ್ಲೆಲ್ಲ ಹೊಮ್ಮುವ ನೋವು. ರಕ್ತದ ಕ್ಯಾನ್ಸರ್ ಬಂದವರಿಗೆ ಆಗುತ್ತದೆ ಅಂತ ವರ್ಣಿಸುತ್ತಾರಲ್ಲ, ಅಂಥ ನೋವು. ರಕ್ತವು ಸಂಚಲಿಸುವ ಎಲ್ಲ ಅಂಗಗಳಲ್ಲೂ ಹಿಂಡುವ ನೋವು. ಸ್ವರಸಾಧನೆಯನ್ನು ನಿಲ್ಲಿಸಿ ತಂಬೂರಿಯನ್ನು ರತ್ನಗಂಬಳಿಯ ಮೇಲೆ ಅಂಗಾತ ಮಲಗಿಸಿದೆ. ಮಂದ್ರವೆಂದರೆ ಅಂತರ್‌ಮುಖತೆ. ಬರೀ ರಾಗದ ಆಳವಲ್ಲ, ಆತ್ಮದ ಆಳಕ್ಕೆ ಇಳಿಯುವ ಅನುಭವ. ರಾಗದ ಜೀವವಿರುವುದೇ ಮಂದ್ರದಲ್ಲಿ ಎಂಬುದು ಚಿಕ್ಕಹುಡುಗಿಯಲ್ಲಿ ಸ ಪ ಸಾ ಕೂಗುವಾಗಲೇ ನನ್ನ ಅನುಭವವಾಗಿತ್ತು. ನೀವು ಕೂಡ ಮಂದ್ರಷಡ್ಜವನ್ನು ಮುಟ್ಟುವುದೆಂದರೆ ಯೋಗಸಾಧನೆಯಲ್ಲಿ ಮೂಲಾಧಾರವನ್ನು ತಲುಪಿದಂತೆ ಎಂದು ಹೇಳಿದ್ದಿರಿ. ಇದುವರೆಗೆ ಅಸ್ಪಷ್ಟವಾಗಿದ್ದ, ನಮ್ಮ ಅಂತರಂಗವನ್ನೆಲ್ಲ ತಡಕಿಕೊಳ್ಳುವ ಅನುಭವ ಅದು ಎಂಬ ಗ್ರಹಿಕೆ ಈಗ ತೀವ್ರವಾಗಿ ಅನುಭವಕ್ಕೆ ಬಂದಿದೆ. ನನಗೆ ನೆನಪಿರುವಂತೆ ನಾನು ಬೇರೆ ಯಾವ ಕೆಟ್ಟಕೆಲಸವನ್ನೂ ಮಾಡಿಲ್ಲ. ತಿಳಿದೂ ತಿಳಿದೂ ಯಾರಿಗೂ ನೋವು ಮಾಡಿಲ್ಲ. ಗುರುವಿಗೆ ನನ್ನ ಕನ್ಯತ್ವವನ್ನು ಒಪ್ಪಿಸಿದ್ದೆ ಎಂಬುದನ್ನು ಮದುವೆಗೆ ಮೊದಲು ವಿಕ್ರಮರಿಗೆ ಹೇಳಲಿಲ್ಲವೆಂಬುದನ್ನು ಬಿಟ್ಟರೆ ಬೇರೆ ಯಾರಿಗೂ ಯಾವ ರೀತಿಯ ಮೋಸವನ್ನೂ ಮಾಡಿಲ್ಲ. ಅವರು ನನ್ನನ್ನು ನಂಬಿದರು. ನಂಬಿದ್ದಾರೆ. ಆರಾಧಿಸಿದರು. ಆರಾಧಿಸುತ್ತಿದ್ದಾರೆ. ನನ್ನ ಸಂಗೀತದ ಬೆಳವಣಿಗೆಗೆ ಸ್ವಲ್ಪವೂ ತೊಂದರೆಯಾಗುವುದಿಲ್ಲವೆಂದು ನಾನು ಕೇಳದೆಯೇ ಮದುವೆಗೆ ಮುನ್ನ ಮಾತುಕೊಟ್ಟು ಅದರಂತೆಯೇ ನಡೆದುಕೊಳ್ಳುತ್ತಿದ್ದಾರೆ. ನನ್ನನ್ನೂ ನಿಮ್ಮನ್ನೂ ಈ ಕಾಡಿನ ನಡುವಿನ ಮನೆಯಲ್ಲಿ ಬಿಟ್ಟು ನಾಲ್ಕೈದು ದಿನ ಪ್ರವಾಸ ಹೋಗುವ, ಉಳಿದಂತೆ ಬೆಳಗಿನಿಂದ ಸಂಜೆಯವರೆಗೆ ಆಫೀಸಿಗೆ ಹೋಗುವ ಮಟ್ಟದ ನಂಬಿಕೆಯನ್ನು ನನ್ನಲ್ಲಿ ಇರಿಸಿದ್ದಾರೆ. ಮೂರು ತಿಂಗಳಿಗೊಮ್ಮೆ ಮುಂಬಯಿಗೆ ಕಳಿಸುವ, ನಿಮಗೆ ಸಮೃದ್ಧವಾಗಿ ದಕ್ಷಿಣೆಯನ್ನು ಕೊಡುವ ಆಲೋಚನೆಯೂ ಅವರದೇ. ಮಗುವಾದರೆ ಬಸರಿಬಾಣಂತಿತನ ಅದರ ಓಸರಿಸಿಕೆ ಮೊದಲಾದವುಗಳಲ್ಲಿ ನನ್ನ ಸಂಗೀತ ಸಾಧನೆ ನಲುಗುತ್ತದೆಂದು ಹೇಳಿದ್ದರಿಂದ ನಿನಗಿಷ್ಟವಿಲ್ಲದಿದ್ದರೆ ಬೇಡಬಿಡು ಎನ್ನುವ ಔದಾರ್ಯವನ್ನೂ ತೋರಿದ್ದಾರೆ. ಮಂದ್ರಷಡ್ಜವು ಅವರೇ ಆಗಿ ಅವರ ನೈತಿಕ ತಂತುವಾಗಿ ನನಗೆ ಕಾಣಿಸುತ್ತಿದೆ. ಅದನ್ನು ಸಮೀಪಿಸಲು ಭಯವಾಗುತ್ತದೆ. ಭಯದ ನೋವು ಉಲ್ಬಣಿಸುತ್ತದೆ. ಸಿಲಿಕನ್ ವ್ಯಾಲಿಯಲ್ಲಿ ನಾವಿಬ್ಬರೂ ಜೊತೆಯಲ್ಲಿ ಹಾಡಿದ ಇಡೀ ಕಛೇರಿಯನ್ನು ವಿಡಿಯೋ ಮಾಡಿದರಲ್ಲ, ಅದನ್ನು ವಿಕ್ರಮ್ ಒಂದುವಾರ ಪ್ರತಿಸಂಜೆಯೂ ನೋಡಿದರು. ಅವರ ಆಪ್ತರಿಗೆಲ್ಲ ಪ್ರತಿ ಮಾಡಿಸಿ ಹಂಚಿದರು. ನೀವು ನನಗೆ ಅಭ್ಯಾಸ ಮಾಡಿಸಿದುದನ್ನೆಲ್ಲ ಟೇಪು ಮಾಡಿಕೊಂಡೆನಲ್ಲ, ಅವೆಲ್ಲವನ್ನೂ ಎರಡುಬಾರಿ ಕೇಳಿದರು. ಈಗ ಅವರೇ ನನ್ನ ಅಭ್ಯಾಸವನ್ನು ಮೇಲ್ವಿಚಾರಣೆ ಮಾಡಲು ಬರುತ್ತಾರೆ. ಭಾವದಿಂದ, ಸ್ಥೂಲಸಂಚಾರದಿಂದ ರಾಗವನ್ನು ಹೇಳಬಲ್ಲರೇ ವಿನಾ ಸ್ವರಸ್ಥಾನವನ್ನು ಗುರುತಿಸುವ ಜ್ಞಾನ ಅವರಿಗಿಲ್ಲ. ಆದರೂ ಸಾಧನೆಯ ವಿಧಾನದ ಬಗೆಗೆ ಅವರು ಕೊಡುವ ಸಲಹೆಗಳು ಉಪಯುಕ್ತವಾಗಿವೆ.

ವಾರಕ್ಕೊಮ್ಮೆ ನನ್ನ ಅಭ್ಯಾಸವನ್ನು ಆಲಿಸಿದರೆ ನನ್ನಲ್ಲಿ ಪ್ರಗತಿಯಾಗಿ ದೆಯೋ ಇಲ್ಲವೋ ಎಂಬುದನ್ನು ಗುರುತಿಸಿ ಹೇಳುವಷ್ಟು ತಿಳಿವಳಿಕೆ ಅವರಿಗೆ ಬಂದಿದೆ. ಪ್ರಗತಿಯನ್ನು ತೋರಿಸದಿದ್ದರೆ ಅವರು ಏನೆಂದಾರೋ ಎಂಬ ಅಂಜಿಕೆಯೂ ನನಗೆ ಆಗುತ್ತದೆ. ನೈತಿಕ ತಂತು ಮಾತ್ರವಲ್ಲ, ನನ್ನ ಸಾಧನೆಯ ಗುರುವೂ ಆಗುತ್ತಿದ್ದಾರೆ.

ಎರಡುವಾರದಿಂದ ನಾನು ಬರೆದಿಲ್ಲ. ಗುರುವಿಗೆಂದು ಬರೆಯುವ ಸಂದರ್ಭ ಮುಗಿದುಹೋಗಿದೆ. ನನಗೂ ಅವರಿಗೂ ಯಾವ ಸಂಬಂಧವೂ ಇಲ್ಲವೆಂದು ಮನಸ್ಸು ತೀರ್ಮಾನಿಸಿದೆ. ಅವರು ನ್ಯೂಯಾರ್ಕಿನಿಂದ ಮುಂಬಯಿಗೆ ಹೋಗಿ ಇಷ್ಟರಲ್ಲಿ ಮೂರು ವಾರ ಕಳೆದಿವೆ. ತೊಳಲಾಟದಿಂದ ಶಮನ ಪಡೆಯುವ ಸಾಧನವಾಗಿ ಕಾಣುವುದರಿಂದ ಬರೆದುಕೊಳ್ಳುತ್ತಿದ್ದೇನೆ. ಒಂದು ವಾರದಿಂದ ಮಂದ್ರದ ಅಭ್ಯಾಸವನ್ನು ನಿಲ್ಲಿಸಿಬಿಟ್ಟಿದ್ದೇನೆ. ಉಳಿದ ಭಾಗದ ಅಭ್ಯಾಸವನ್ನೂ ಹೆಚ್ಚು ಕಡಮೆ ನಿಲ್ಲಿಸಿದಂತೆಯೇ ಆಗಿದೆ. ಟೇಪುಗಳನ್ನೂ ಕೇಳುತ್ತಿಲ್ಲ. ಒಂದು ಯೋಜನೆ ಹೊಳೆಯುತ್ತಿದೆ. ಪ್ರಪಂಚದಲ್ಲಿ ಎಲ್ಲರೂ ಸಂಗೀತದಿಂದಲೇ ಜೀವಿಸುತ್ತಿಲ್ಲ. ಭಾರತದಿಂದ ಇಲ್ಲಿಗೆ ಬಂದಿರುವ ಹೆಂಗಸರಲ್ಲಿ ಬಹುಮಂದಿಗೆ ಸಂಗೀತದ ಪ್ರೀತಿಯೂ ಇಲ್ಲ, ಗಂಧವೂ ಇಲ್ಲ. ಅವರು ಸಂತೋಷವಾಗಿಲ್ಲವೆ? ನಾನೂ ಮನೆಕೆಲಸ ಮಾಡಿಕೊಂಡು ಇದ್ದುಬಿಡಲೆ? ನಿಜವೆಂದರೆ ಇಷ್ಟು ದೊಡ್ಡ ಮನೆಯ ಕೆಲಸ ಮಾಡುವುದು ನನಗೆ ದೈಹಿಕವಾಗಿಯೇ ಸಾಧ್ಯವಿಲ್ಲ. ಅಭ್ಯಾಸವಿಲ್ಲ. ಮಾಡಿ ಬೆಳೆದಿಲ್ಲ. ಮಾರಿಯಾಳ ಅಡುಗೆಕೆಲಸವನ್ನು ಬಿಡಿಸಬಹುದು. ಆದರೆ ಅದೂ ಏಕತಾನವಾಗುತ್ತದೆ. ಕಂಪ್ಯೂಟರ್ ತರಗತಿಗೆ ಸೇರಿಕೊಂಡರೆ ಹೇಗೆ? ಭಾರತದಿಂದ ಬಂದಿರುವ ಎಷ್ಟೋ ಜನ ವಿದ್ಯಾವಂತ ಹೆಂಡತಿಯರು ಅದನ್ನು ಕಲಿತು ಒಳ್ಳೆಯ ನೌಕರಿಗೆ ಸೇರಿದ್ದಾರೆ. ಇದು ಹೇಳಿ ಕೇಳಿ ಸಿಲಿಕನ್ ವ್ಯಾಲಿ. ಅದೊಂದೇ ಈ ಪ್ರದೇಶದಲ್ಲಿ ನೌಕರಿಯ ಮಾರ್ಗ. ನನಗೆ ನೌಕರಿಯ ಅಗತ್ಯವಿಲ್ಲ. ವಿಕ್ರಮರ ಕಂಪನಿಯಲ್ಲೇ ಏನಾದರೂ, ಅದೂ ಬೇಡ. ಮನೆಯಲ್ಲೇ ಇದ್ದು ಕೊಂಡು ಅವರ ಕೆಲಸಗಳಿಗೆ ಸಹಾಯಮಾಡಬಹುದು. ಕಂಪ್ಯೂಟರ್ ಮತ್ತು ಅದರ ವಿಧಾನಗಳು ಗೊತ್ತಿಲ್ಲದೆ ಈ ದೇಶದಲ್ಲಿ ಯಾವ ಕೆಲಸವನ್ನೂ ಮಾಡಲು ಸಾಧ್ಯವಿಲ್ಲ.

ನನ್ನ ಆಲೋಚನೆಯನ್ನು ಮುಂದಿಟ್ಟಾಗ ವಿಕ್ರಮರು ಉತ್ಸಾಹತೋರಲಿಲ್ಲ. 'ಕಂಪ್ಯೂಟರ್ ಕೆಲಸ ಮಾಡುವಂಥ ಲಕ್ಷ ಜನರಿದಾರೆ. ನಿನ್ನಂತೆ ಹಾಡುವ ಶಕ್ತಿ ಸಾಧನೆಗಳಿರುವವಳು ನೀನೊಬ್ಬಳೇ. ಇದನ್ಯಾಕೆ ಬಿಡ್ತೀಯ?' ಎಂದರು. 'ಇದನ್ನ ಬಿಡ್ತಿಲ್ಲ. ನನಗೊಂದು ಬದಲಾವಣೆ ಬೇಕು. ಕೂತರೆ ನಿಂತರೆ ನಿದ್ರಿಸಿದರೆ ಎಚ್ಚರವಾದರೆ ಸಂಗೀತವೇ ಆದರೆ ಬೋರ್ ಆಗು ಲ್ಲವೆ? ಸ್ವಲ್ಪ ಬದಲಾವಣೆ ಇದ್ದರೆ ಸಂಗೀತವನ್ನೂ ಹೊಸ ಬೆಳಕಿನಲ್ಲಿ ಅರ್ಥಮಾಡಿಕೊಬಹುದು. ಸಂಗೀತದ ವಿಷಯವಾಗಿ ನನಗೆ ಹೊಳೆಯದ ಎಷ್ಟೋ ಅಂಶಗಳು ನಿಮಗೆ ಹೊಳೆಯುಲ್ಲವೆ?' ಎಂಬ ವಾದವನ್ನು ಒಪ್ಪಿಕೊಂಡರು. 'ಶುರುವಿನಲ್ಲೇ ನೀನು ತರಗತಿಗೆ ಹೋಗುವ ಅಗತ್ಯವಿಲ್ಲ. ಪ್ರಾಥಮಿಕ ಅಂಶಗಳನ್ನ ಮನೇಲೇ ಅಭ್ಯಾಸಮಾಡು. ನಾನು ಹೇಳಿಕೊಡ್ತೀನಿ. ಗುರುವಿಗೆ ದಕ್ಷಿಣೆ ಕೊಟ್ಟು ಗಂಡಾಪೂಜೆ ಮಾಡಿಸಿಕೊ,' ಎಂದು ನಕ್ಕರು. ಮತ್ತೆ ಸಂಗೀತದ ಕಲಾಪದ ಮಾತಿನಲ್ಲೇ ಹೇಳಿದುದರಿಂದ ನನಗೆ ಕಿರಿಕಿರಿಯಾಯಿತು.

ತೋರಿಸಿಕೊಳ್ಳುವಂತಿಲ್ಲ. ನಾನು ಟೈಪಿಂಗ್ ಕೂಡ ಕಲಿತವಳಲ್ಲ. ಮನೆಯಲ್ಲಿ ನನಗೊಂದು ಸಣ್ಣ ಯಂತ್ರವನ್ನು ತಂದಿಟ್ಟು ಅದನ್ನು ತೆರೆಯುವ ಮುಚ್ಚುವ ಟೈಪು ಮಾಡುವ ಮೊದಲ ಪಾಠವನ್ನು ಹೇಳಿಕೊಟ್ಟರು. 'ನೀನು ಹಾರ್ಮೋನಿಯಂ ಬಾರಿಸೂದಿಲ್ಲವೆ? ಕಣ್ಣುಮುಚ್ಚಿ ಬಾರಿಸಿದರೂ ಯಾವ ಗತಿಯಲ್ಲಿ ಬಾರಿಸಿದರೂ ಬೆರಳುಗಳು ಆಯಾ ಮನೆಗಳ ಮೇಲೆಯೇ ಹೋಗುವ ಹಾಗೆ. ಮಾಡ್ತಾ ಮಾಡ್ತಾ ಬೆರಳುಗಳು ತಮಗೆತಾವೇ ಸರಿಯಾದ ಗುಂಡಿಗಳನ್ನ ಮುಟ್ತವೆ. ಈ ಪುಸ್ತಕ ನೋಡಿ ಅಭ್ಯಾಸಮಾಡಿಕೊ.' ವಿಕ್ರಮರೂ ಕಂಪ್ಯೂಟರ್ ಎಂಜಿನಿಯರೇ. ಅವರು ಕಟ್ಟಿ ಬೆಳೆಸುತ್ತಿರುವುದೂ ಅದೇ ಕಂಪನಿಯೇ. ಹೆಂಡತಿಯು ತಮ್ಮ ಕ್ಷೇತ್ರದಲ್ಲಿ ಪ್ರವೇಶ ಪಡೀತಿರೂದು ಅವರಿಗೂ ಪ್ರಿಯವೇ ಆಯಿತು. ಆದರೆ ಸಂಗೀತವು ತಮ್ಮ ಹೆಂಡತಿಗೆ ಕೊಟ್ಟಿರುವ ವೈಶಿಷ್ಟ್ಯವನ್ನು ಕಳೆದುಕೊಳ್ಳಲು ಅವರಿಗೆ ಇಷ್ಟವಿಲ್ಲ. 'ಕಂಪ್ಯೂಟರ್ ಕಲಿಯೋರು ಲಕ್ಷ ಲಕ್ಷ ಜನರಿದಾರೆ. ಸಂಗೀತಾಭ್ಯಾಸ ಮಾಡ್ತಿದೀಯ?' ಎಂದು ಒಮ್ಮೊಮ್ಮೆ ಕೇಳುತ್ತಿದ್ದಾರೆ.

ಈಗ ಹೆಚ್ಚು ತಪ್ಪಿಲ್ಲದೆ ಟೈಪು ಮಾಡಬಲ್ಲೆ. ಆಗುವ ತಪ್ಪುಗಳನ್ನು ನಾನೇ ಗುರುತಿಸಿ ಸರಿಪಡಿಸಬಲ್ಲೆ. ಕಂಪ್ಯೂಟರ್ ಯಂತ್ರವು ಮಾಡಬಹುದಾದ ಬೇರೆ ಬೇರೆ ಮಾಂತ್ರಿಕ ಕೆಲಸಗಳನ್ನು ಗುರುತಿಸಿ ಮಾಡಿಸಬಲ್ಲೆ. ಅದೇ ಒಂದು ವಿಸ್ಮಯಜಗತ್ತಾಗಿ ತೋರುತ್ತಿದೆ. ಅದರೊಳಗಿನ ಆಟಗಳೂ ಅಷ್ಟೆ. ಮಾದಕ ಗುಣವಿದೆ. 'ಮೂರುತಿಂಗಳಿನಲ್ಲಿ ಇಷ್ಟು ಪ್ರಗತಿ ಯಾಗಿರೂದು ನಿಜವಾಗಿಯೂ ಮೆಚ್ಚಬೇಕಾದದ್ದು. ಆದರೆ ಸಂಗೀತವನ್ನ ಪೂರ್ತಿ ಕೈಬಿಟ್ಟಿ ದೀಯ. ಯಾಕೆ ಅದರ ಮೇಲೆ ಇದ್ದಕ್ಕಿದ್ದಂತೆಯೆ ವೈರಾಗ್ಯ?' ವಿಕ್ರಮ್ ಕೇಳಿದರು. ಅವರಿಗೆ ಏನು ಹೇಳಲಿ? ಇಲ್ಲ, ಅದರ ಅಭ್ಯಾಸಾನೂ ಮಾಡ್ತಿದೀನಿ ಅಂತ ಸುಳ್ಳುಹೇಳಿದರೆ ಅವರಿಗೆ ಗೊತ್ತಾಗಿಬಿಡುತ್ತೆ. ಅಲ್ಲದೆ ಸುಳ್ಳುಹೇಳುವುದು ಒಂದು ರೀತಿಯ ವ್ಯಭಿಚಾರ ಅನ್ನಿಸುತ್ತಿದೆ. ನಿಜಹೇಳಬೇಕಾದರೆ ಮಾಡಿರುವ ವ್ಯಭಿಚಾರವನ್ನು ತೆರೆದು ಮುಂದಿಡಬೇಕು. ಮಿಶ್ರ ಮತ್ತು ಸರ್ದೇಸಾಯಿ ಕೂಡ ಫೋನು ಮಾಡುತ್ತಿದ್ದಾರೆ: 'ಮೇಡಮ್, ನಮಗೆ ಯಾವಾಗ ಸಂಗೀತಪಾಠ ಮತ್ತೆ ಶುರುಮಾಡ್ತೀರಿ? ವಾರಕ್ಕೊಂದು ದಿನ ನಿಮ್ಮ ಪಾಠವಿದ್ದರೆ ನಮಗೆ ದಿನಾ ಒಂದು ಒಂದೂವರೆ ಗಂಟೆಯಾದರೂ ಅಭ್ಯಾಸ ಮಾಡಿಕೊಳ್ಳುವ ಬಂಧ ವಿರುತ್ತೆ. ಇಲ್ಲದಿದ್ದರೆ ಕಲಿತಿರೂದನ್ನೂ ಮರೀತೀವಿ.' ಮೊನ್ನೆ ಮಿಶ್ರ ಬಂದಿದ್ದರು. ಕೇಳಿದರ: 'ನೀವು ಮೂರುತಿಂಗಳಿಗೊಂದು ಸಲ ಮುಂಬಯಿಗೆ ಹೋಗಿ ಎರಡು ರಾಗಗಳನ್ನ ಆಮೂಲಾಗ್ರ ಹೇಳಿಸಿಕೊಂಡು ಟೇಪು ಮಾಡಿಕೊಂಡು ಬರ್ತೀರಿ, ಮುಂದಿನ ಮೂರುತಿಂಗಳು ಇಲ್ಲಿ ಸಾಧನೆ ಮಾಡಿ ಅವುಗಳನ್ನ ಆತ್ಮಸಾತ್ ಮಾಡಿಕೊಳ್ತೀರಿ. ಮತ್ತೆ ಮುಂಬಯಿಗೆ ಹೋಗಿ ಇನ್ನೆರಡು ರಾಗಗಳನ್ನ ಹೇಳಿಸಿಕೊಳ್ತೀರಿ, ಅಂತ ವಿಕ್ರಮ್ ಹೇಳಿದ್ದರು. ನೀವೋ ಸಂಗೀತಾನೇ ಬಿಟ್ಟುಬಿಟ್ಟಿರಿ. ನಮಗೂ ಪಾಠ ಹೇಳ್ತಿಲ್ಲ. ಕಂಪ್ಯೂಟರ್ ಶುರುಮಾಡಿದೀರಿ. ನೀವೂ ದುಡಿಯುವ ಅಗತ್ಯವಿದೆಯೆ ವಿಕ್ರಮರಿಗೆ? ಸಾರಿ. ಒರಟಾಗಿ ಕಾಣಬಹುದು ನನ್ನ ಪ್ರಶ್ನೆ.' ಶನಿವಾರ ಬೆಳಗ್ಗೆ ಹತ್ತುಗಂಟೆ, ಮಿಶ್ರರು ಫೋನು ಮಾಡದೆಯೆ ಬಂದಿದ್ದರು. ವಿಕ್ರಮ್ ಮನೆಯಲ್ಲಿರಲಿಲ್ಲ. ಶನಿವಾರವಾದರೂ ಕಂಪನಿಗೆ ಹೋಗಿದ್ದರು,

ಮಧ್ಯಾಹ್ನ ಊಟಕ್ಕೆ ಬಂದುಬಿಡ್ತೀನಿ, ಎಂದು ಹೇಳಿ. ಮಿಶ್ರರು ತುಂಬ ಲಹರಿಯ ವ್ಯಕ್ತಿ. ಐವತ್ತುವರ್ಷ. ಕಿವಿಗಳ ಹತ್ತಿರ ಬಿಳಿಪು ತಿರುಗಿ ನೆತ್ತಿಯ ಮೇಲೆ ಕಪ್ಪಗಿರುವ ಕ್ರಾಪಿನ ನಡುವೆ ಸೂಕ್ಷ್ಮವಾಗಿ ಗಮನಿಸಿದರೆ ಮಾತ್ರ ಕಾಣುವ ಒಂದು ಪಿಳ್ಳೆಜುಟ್ಟು ಬಿಟ್ಟು ಗಂಟು ಹಾಕುತ್ತಾರೆ. ಈತ ಕಾಶಿಯ ಬ್ರಾಹ್ಮಣನೆಂದು ಗೊತ್ತಿದ್ದವರು ಮಾತ್ರ ಅದನ್ನು ಗಮನಿಸಬೇಕು. ಉಳಿದವರ, ಅದರಲ್ಲೂ ಇಲ್ಲಿಯ ಬಿಳಿಯರ ಗಮನ ಅತ್ತ ಹೋಗುವುದು ಸಾಧ್ಯವಿಲ್ಲ. ನನ್ನ ಹತ್ತಿರ ಸಂಗೀತ ಕಲಿಯಲು ಬರುತ್ತಿದ್ದವರಲ್ಲಿ ಅವರೊಬ್ಬರು. ಧ್ವನಿಮಾಧುರ್ಯವಿಲ್ಲ. ಆದರೆ ದೃಢತೆ ಇದೆ. ತುಂಬ ಆಳದಿಂದ, ನಾಭಿಯಿಂದ ಹೊರಡುತ್ತದೆ. ತೀವ್ರವಾದ ಭಾವದ ಬುಗ್ಗೆಯನ್ನೊಡೆದುಕೊಂಡು ಬರುತ್ತದೆ. ಪ್ರತಿಯೊಂದು ರಾಗದ ಧಾಟಿಯೂ ಗೊತ್ತಿದೆ. ವಿವರವಾದ ಸ್ವರವಿಸ್ತಾರವಾಗಲಿ ತಾನಜೋಡಣೆಯಾಗಲಿ ತಿಳಿದಿಲ್ಲ. ಅವರಿಗೆ ಪಾಠ ಹೇಳುವುದೆಂದರೆ ನನ್ನ ರಾಗಸ್ವರೂಪದ ಜ್ಞಾನವು ಇನ್ನಷ್ಟು ಆಳವಾಗುತ್ತದೆ. ಅವರು ಕೇಳಿರುವಷ್ಟು ಸಂಗೀತವನ್ನು ಈ ಕಣಿವೆಯಲ್ಲಿ ಬೇರೆ ಯಾರೂ ಕೇಳಿಲ್ಲ. 'ಮೇಡಮ್, ಇಲ್ಲಿ ಕೂತು ಏನು ಪ್ರಯೋಜನ? ಸಂಗೀತದ ಕೋಣೆಗೆ ನಡೀರಿ. ಮೂರುದಿನದಿಂದ ನನಗೆ ಹುಚ್ಚು ಹಿಡಿದಿದೆ. ಎರಡುತಾಸಾದರೂ ಯಾವುದಾದರೂ ಒಂದು ಆಲಾಪ ಮಾಡಿಸಿ. ನೀವೂ ಮಾಡಿ. ಇಲ್ಲದಿದ್ದರೆ ಸಿಕ್ಕಿದ ವಿಮಾನ ಹತ್ತಿ ನನ್ನ ಕಾಶಿಗೆ ಓಡಿಬಿಟ್ಟೇನು. ಕಂಪನಿಯವರು ಡಿಸ್‌ಮಿಸ್ ಮಾಡಿಯಾರು,' ಎಂದು ಮೇಲೆ ಎದ್ದು ಸಂಗೀತದ ಕೋಣೆಗೆ ನಡೆದೇಬಿಟ್ಟರು. ನಾನು ಅದನ್ನು ಪ್ರವೇಶಿಸಿ ಎರಡು ತಿಂಗಳಾಗಿತ್ತು. ಮಾರಿಯಾಳ ಮಗ ವಾರಕ್ಕೊಂದು ದಿನ ಬಂದಾಗ ಹೂವರ್ ಮಾಡಿ ಗೋಡೆಗಳ ಧೂಳು ಹೊಡೆಯುತ್ತಿದ್ದುದರಿಂದ ಒಳಗೆ ಶುಚಿಯಾಗಿತ್ತು. ಎರಡು ತಂಬೂರಿ ಎತ್ತಿಕೊಂಡು ಅವರೇ ಶ್ರುತಿ ಮಾಡತೊಡಗಿದರು. 'ಯಾಕೆ ತಂತಿಗಳು ಬಿಗಿಯಾಗಿವೆ? ಹದ ತಪ್ಪಿವೆ? ಬಿರಟೆ ತಿರಗೂದಿಲ್ಲ. ಬಹಳ ದಿನವಾಗಿವೆ ಕೈಲಿಹಿಡಿದು ಅನ್ನಿಸುತ್ತೆ. ನೀವೇ ಮಾಡಿ,' ಎಂದು ನನ್ನ ಕಡೆಗೆ ಓಲಿಸಿದರು. 'ನನಗೆ ಹಾಡುವ, ಹಾಡಿಸುವ ಇಷ್ಟವಿಲ್ಲ. ಈ ಕೋಣೆಯಲ್ಲಿ ಕೂರುವ ಇಷ್ಟವೂ ಇಲ್ಲ. ಲೌಂಜಿಗೆ ಬನ್ನಿ' ಎನ್ನುವ ಮನಸ್ಸಾದರೂ ಅವರ ಹಂಬಲವನ್ನು ನೋಡಿದ ನಾನು ಎರಡನ್ನೂ ಶ್ರುತಿ ಮಾಡಿಕೊಟ್ಟೆ. 'ಬೆಳಗೋ ಮಧ್ಯಾಹ್ನವೋ ಸಂಜೆಯೋ ಮುಖ್ಯವಲ್ಲ. ಯಾವುದಾದರೂ ಒಂದು ಆಲಾಪ ಶುರುಮಾಡಿ. ನನಗೆ ಆಯ್ಕೆಯನ್ನ ಬಿಟ್ಟರೆ ಕೋಮಲ ಋಷಭ ಆಸಾವರೀ. ಮೂರುದಿನದಿಂದ ಕಾಡ್ತಿದೆ.' ಎಂದು ಸಾರೆ ಮಪ, ಧ, ಸ ಎಂದು ಆರಂಭಿಸಿಯೇಬಿಟ್ಟರು. ಅವರಿಗೆ ಗೊತ್ತಿದ್ದಷ್ಟು ಸ್ವರವಿಸ್ತಾರ ಮಾಡುತ್ತ ಮಂದ್ರಕ್ಕಿಳಿದರು. ಶಾಸ್ತ್ರಜ್ಞಾನ ಕಡಮೆಯಾದರೂ ತಿಳಿದಿರುವುದನ್ನು ಖಚಿತವಾಗಿ ತಿಳಿದಿದ್ದಾರೆ. ಎಲ್ಲಿಯೂ ತಪ್ಪುಮಾಡುವುದಿಲ್ಲ. ತಪ್ಪುಮಾಡಿದರೆ ರಾಗದ ಭಾವಕ್ಕೆ ನೋವಾಗುತ್ತದೆಂಬ ಸೂಕ್ಷ್ಮ ಅಂತರ್ಜ್ಞಾನ. ಮಧ್ಯಮ ಷಡ್ಜದಲ್ಲೇ ಬೇರುಮುಟ್ಟುವ ಅವರ ಭಾವಶಕ್ತಿಯಲ್ಲಿ ನಾನೂ ಮುಳುಗಿಬಿಟ್ಟೆ, ನಿಧಾನವಾಗಿ ಮಂದ್ರದ ಇಳಿತವನ್ನು ಹೇಳಿಕೊಡತೊಡಗಿದೆ. ಅವರನ್ನು ಎದುರಿಗೆ ಕೂರಿಸಿಕೊಂಡು ಹೇಳುವಾಗ ನಡೆಯ ಹೊಸ ಹೊಸ ಸೂಕ್ಷ್ಮಗಳು ನನಗೇ ಗೋಚರಿಸತೊಡಗಿದವು. ನಾನು ಮಾಡಿತೋರಿಸಿದ ಪ್ರತಿಯೊಂದು ವಿನ್ಯಾಸವನ್ನೂ ಸೃಷ್ಟಿಸಿ

ತೋರಿಸುವ ಶಕ್ತಿ ಅವರ ಗಂಟಲಿಗಿರಲಿಲ್ಲ. ತಮಗೆ ಸಾಧ್ಯವಾಗದುದನ್ನು ಖೇದ ಸಂತೋಷ ದಿಂದಲೇ ನಿಲ್ಲಿಸಿ ನನ್ನತ್ತ ನೋಡುತ್ತಿದ್ದರು. ನನಗೆ ಇನ್ನಷ್ಟು ಹೊಳೆಯುತ್ತಿತ್ತು. ಸ್ಫೂರ್ತಿ ಬಂದಂತಾಗುತ್ತಿತ್ತು. ನಡುನಡುವೆ ಅವರೇ ಅಚ್ಛಾ, ಬಹುತ್ ಅಚ್ಛಾ ಎಂದು ತಲೆಹಾಕಿ ಮುಂದೆ ಸಾಗುವಂತೆ ಸೂಚಿಸುತ್ತಿದ್ದರು. ಗಾಂಧಾರದಿಂದ ಕೋಮಲಋಷಭಕ್ಕೆ ಇಳಿಯು ವಾಗ ಪ್ರಯತ್ನಿಸಿ ಗಂಟಲಿನ ನರಗಳು ಹಿಡಿದುಕೊಂಡಂತಾಗಿ ಪ್ರಯತ್ನವನ್ನು ಕೈಬಿಟ್ಟು. ಅವರ ಕಣ್ಣುಗಳ ಮಿನುಗು ನನಗೆ ಸವಾಲಿನಂತೆ ಕಾಣಿಸಿತು. ನನ್ನನ್ನು ಛೇಡಿಸುತ್ತಿದ್ದಾರೆಂಬ ಭಾಸ ಹುಟ್ಟಿಸಿತು. ನಾನು ಬಿಡಲಿಲ್ಲ. ಮಧ್ಯಷಡ್ಜದಿಂದ ಮತ್ತೆ ಆರಂಭಿಸಿದೆ. ಕ್ರಮೇಣ ಇಳಿದೆ. ಕೊನೆಗೂ ಮಂದ್ರಷಡ್ಜವನ್ನು ಮುಟ್ಟಿದೆ. 'ಕೋಮಲಋಷಭದಿಂದ ಧುಮಿಕಿಬಿಟ್ಟಿರಿ ಪಂದ್ಯ ಗೆಲ್ಲುವವರಂತೆ. ಭಾವ ಮುರುಟಿಹೋಯಿತು,' ಅವರು ಟಿಪ್ಪಣಿಮಾಡಿದರು. ನನಗೆ ನಾಚಿಕೆ ಎನ್ನಿಸಿತು: ಎರಡುತಿಂಗಳಾಗಿತ್ತು ಅಭ್ಯಾಸತಪ್ಪಿ ಎಂಬ ಕ್ಷಮಾಪಣೆ ಕೇಳುವ ಮನಸ್ಸಾಯಿತು. ಹಾಗೆ ಹೇಳಲು ನಾಚಿಕೆಯಾಗಿ ಮತ್ತೆ ಪ್ರಯತ್ನಿಸಿದೆ. ಈಗ ಮಿಶ್ರರು ಗುರುಗಳಾಗಿದ್ದರು. ನಾನು ಪಾಠ ಒಪ್ಪಿಸುವ ಶಿಷ್ಯಳಾಗಿದ್ದೆ. ಕೊನೆಗೊಮ್ಮೆ ಅವರು ತಮ್ಮ ಕ್ರಾಪಿನ ಮಧ್ಯದಲ್ಲಿ ಗಂಟುಕಟ್ಟಿದ್ದ ಪಿಳ್ಳೆಜುಟ್ಟು ಕೂಡ ಒಪ್ಪಿಗೆ ಸೂಚಿಸುವಂತೆ ಕತ್ತು ಹಾಕಿ ದರು. ನಡುನಡುವೆ ಅವರೂ ಸ್ವರಹಚ್ಚಿ ಒತ್ತಾಸೆ ಕೊಡುತ್ತಿದ್ದುದರಿಂದ ನಾನು ವಿಶ್ರಮಿಸಿ ವಿಶ್ರಮಿಸಿ ಚಲಿಸುತ್ತಿದ್ದೆ. ವಿಶ್ರಮಿಸುವಾಗ ಹೊಸ ಹೊಸ ನಾಡಿಗ್ರಂಥಿಗಳು ತೆರೆದುಕೊಳ್ಳುತ್ತಿದ್ದವು. ಕೊನೆಗೆ ನಾನು ತ್ರಿತಾಲದಲ್ಲಿ

। ತೊ ತು ಷ್ಣ ರೊ । ದಾ ऽऽ ಸ । ಜ ನು ಮ ಜ । ನು ಮ ಕಿ , ಮ್ಯೆ । ಚೀಜನ್ನು ಎತ್ತಿಕೊಂಡಾಗ ಅವರೂ ಬಲಗೈಯಿಂದ ತಾಲ ತೋರಿಸುತ್ತಾ ದನಿಗೂಡಿಸಿದರು. ನಂತರ ದಢಕ್ಕನೆ ಎದ್ದು ಗೋಡೆಯ ಹತ್ತಿರವಿದ್ದ ಪೆಟ್ಟಿಗೆಯ ಬಾಗಿಲು ತೆರೆದು ಹಾರ್ಮೋನಿಯಂ ಎತ್ತಿ ತಂದು ತಮ್ಮ ಮುಂದಿಟ್ಟುಕೊಂಡು ಕೂತು ಸಾಥಿ ಮಾಡತೊಡಗಿದರು. ನನ್ನ ಗಾಯನದ, ತಾನಗಳ ಎಲ್ಲ ಸೂಕ್ಷ್ಮಗಳನ್ನೂ ಬಾರಿಸದಿದ್ದರೂ ಎಡಗೈಯಿಂದ ಕರಾರುವಾಕ್ಕಾಗಿ ಸಮ್ ತೋರಿಸುತ್ತಿದ್ದರು. ಬಾರಿಸುವುದು ಕಷ್ಟವೆನ್ನಿಸಿದಾಗ ಕೈಬಿಟ್ಟು ನನಗೆ ಬರೀ ತಾಲದ ಚೌಕಟ್ಟು ಮತ್ತು ಸಮ್‌ಗಳನ್ನು ತೋರಿಸುತ್ತಾ ಹುರಿದುಂಬಿಸುತ್ತಿದ್ದರು. ನಡುನಡುವೆ ವಾಹ್, ಕ್ಯಾ ಬಾತ್ ಹೈ ಎಂಬ ಪ್ರೋತ್ಸಾಹಕಾರಕ ಉದ್ಗಾರಗಳು. ಇಡೀ ಕೋಣೆ ಸಂಗೀತದಿಂದ ತುಂಬಿಹೋಯಿತು. ಬಾಗಿಲು ಮುಚ್ಚಿರಲಿಲ್ಲವಾದರೂ ನಾದವು ನುಣುಚಿ ಕೊಳ್ಳುತ್ತಿರಲಿಲ್ಲ. ತಾನಗಳಲ್ಲಿ ಪುನರಾವರ್ತಿಸುತ್ತಿದ್ದರೂ ನನಗೆ ನಿಲ್ಲಿಸುವ ಮನಸ್ಸಾಗಲಿಲ್ಲ. ಅವರ ಮುಖದಲ್ಲಿ ಕೂಡ ಮುಂದುವರೆಸುವ ಉತ್ಸಾಹ. ತಬಲವಿಲ್ಲ. ಹಾರ್ಮೋನಿಯಂ ಒತ್ತಾಸೆ ಇಲ್ಲ. ಅದನ್ನೇ ತಿರುಗಿಸಿ ತಿರುಗಿಸಿ ಹಾಡಿದೆ. ಕೊನೆಗೊಮ್ಮೆ । ಜ ನು ಮ ಜ । ನು ಮ ಕಿ , ಮ್ಯೆ । ದ ತಿಹಾಯಿ ಕೊಟ್ಟು ಮುಕ್ತಾಯ ಮಾಡಿದಾಗ ಅವರ ಮುಖದಲ್ಲಿ ಮೆಚ್ಚುಗೆ ಮಾತ್ರವಲ್ಲ, ತೃಪ್ತಿ ಮೂಡಿತ್ತು.

ವಾಹ್! ಸ್ವಲ್ಪ ಶಮನವಾಯಿತು, ಅವರು ಹೇಳುತ್ತಿದ್ದಾಗ ವಿಕ್ರಮ್ ಕೋಣೆಯೊಳಗೆ ಬಂದರು. 'ತುಂಬ ಚನ್ನಾಗಿತ್ತು. ಆಲಾಪ ಮಧ್ಯಸಪ್ತಕದ ಉತ್ತರಾಂಗದಲ್ಲಿದ್ದಾಗಲೇ ನಾನು

ಬಂದೆ. ಒಳಗೆ ಬಂದರೆ ಮೂಡ್ ಶಿಫ್ಟ್ ಆಗುತ್ತೆ ಅಂತ ರೂಮಿನ ಹೊರಗೇ ಕೂತಿದ್ದೆ,' ಅಂದರು. ಮಧ್ಯಾಹ್ನ ಒಂದುಗಂಟೆಯಾಗಿತ್ತು. 'ಮಿಶ್ರಾಜಿಯ ಮನೆಗೆ ಫೋನ್‌ಮಾಡಿ ಅವರು ಇಲ್ಲೇ ಊಟ ಮಾಡ್ತಾರೆ ಅಂತ ತಿಳಿಸಿ,' ನಾನು ವಿಕ್ರಮ್‌ಗೆ ಹೇಳಿದೆ.

ಮರುದಿನ ಕಂಪ್ಯೂಟರ್ ಅಭ್ಯಾಸ ಮಾಡಿಕೊಳ್ಳಲು ಕೂತಾಗ ಅದೊಂದು ಅರ್ಥಹೀನ, ಭಾವಹೀನಕ್ರಿಯೆ, ನನ್ನ ಅಂತರಂಗದೊಳಗೆ ನಾನು ಲೀನಳಾಗುವ ಕೆಲಸವಲ್ಲ ಎನ್ನಿಸಿಬಿಟ್ಟಿತು. ಅದನ್ನು ಅಲ್ಲಿ ಬಿಟ್ಟು ಸಂಗೀತಕೋಣೆಗೆ ಹೋಗಿ ತಂಬೂರಿ ಹಿಡಿಯಬೇಕೆನ್ನಿಸಿತು. ಹೋಗಿ ಶ್ರುತಿ ಮಾಡಿಕೊಂಡೆ. ನನಗೇ ಗೊತ್ತಿಲ್ಲದಂತೆ ನೆನ್ನೆ ಹಾಡಿದ ಕೋಮಲಋಷಭ ಆಸಾವರಿ ಮನಸ್ಸಿಗೆ ಬಂತು. ಹಾಡಿಕೊಳ್ಳತೊಡಗಿದೆ. ಕರುಣರಸ ತುಂಬಿಕೊಂಡಿತು. ಒಳಗೆ ಇಳಿದಷ್ಟೂ ಗಾಢವಾಗುವ ದಯೆ, ಇಡೀ ಜೀವನದ ಬಗೆಗೆ ತಾಳುವ ಕನಿಕರ. ಇನ್ನೂ ಇಳಿದಾಗ ಪಶ್ಚಾತ್ತಾಪ. ಋಷಭದಿಂದ ಷಡ್ಜ ತಲುಪುವುದು ನೆನ್ನೆಯಷ್ಟು ಕಷ್ಟವಾಗಲಿಲ್ಲ. ಇಳಿದು ಮಂದ್ರಷಡ್ಜದ ಮೇಲೆ ನಿಂತಾಗ ಯಾವ ಭಯವೂ ಇಲ್ಲದೆ ಸರಿತಪ್ಪುಗಳನ್ನೆಲ್ಲ ಒಪ್ಪಿ ಜೀವನದ ಮೂಲಶ್ರುತಿಗೆ ಹೊಂದಿರುವ ಭಾವ. ಆ ಷಡ್ಜದಲ್ಲೇ ಎಷ್ಟೋಹೊತ್ತು ನಿಂತಿದ್ದೆ, ನಿಂತೇ ತಪಸ್ಸುಮಾಡುವ ಯೋಗಿನಿಯಂತೆ. ಅಷ್ಟರಲ್ಲಿ ವಿಕ್ರಮ್ ಸಂಗೀತಕೋಣೆಯ ಬಾಗಿಲಿನ ಹೊರಗೆ ಬಂದು ಕೂತಂತಾಯಿತು. ನಾನು ಸಾಧನೆಮಾಡಿಕೊಳ್ಳುವಾಗ ಅವರು ಒಳಗೆ ಬರುವುದಿಲ್ಲ. ಭಾವಕ್ಕೆ ಸೂಕ್ಷ್ಮವಾಗಿಯಾದರೂ ಭಂಗಮಾಡುವ ಕೆಲಸ ಮಾಡುವುದಿಲ್ಲ. ಆದರೂ ನನ್ನ ಭಾವ ಅವರ ಕಡೆಗೆ ಹರಿಯಿತು. ಅವರನ್ನು ಒಳಗೊಂಡಿತು. ಅವರ ಮೂರ್ತಿಯ ಎದುರು ನಿಂತೇ ನನ್ನ ಪಾಪಪುಣ್ಯಗಳನ್ನೆಲ್ಲ, ಒಪ್ಪು ತಪ್ಪುಗಳನ್ನೆಲ್ಲ ಒಪ್ಪಿಕೊಳ್ಳುತ್ತಿರುವ ಭಾವ ಮೂಡಿತು. ಹಾಡುವುದಕ್ಕೆ ಯಾವ ಭಂಗವೂ ಉಂಟಾಗಲಿಲ್ಲ. ಮಂದ್ರದ ಆಳದಲ್ಲಿ ಬಹುಹೊತ್ತು ಮುಳುಗಿದ್ದು ಕ್ರಮೇಣ ನೀರಿನಿಂದ ಮೇಲೆ ಬಂದೆ. ಮಧ್ಯಸಪ್ತಕವನ್ನೂ ನಿಧಾನವಾಗಿ ಕ್ರಮಿಸಿ ಎಲ್ಲವನ್ನೂ ಹೊಟ್ಟೆಗೆ ಹಾಕಿಕೊಂಡು ಕ್ಷಮಿಸೆಂಬ ಮೊರೆಯ ತಾರವನ್ನು ತಲುಪಿದೆ. ಎಷ್ಟೋಹೊತ್ತು ಮೊರೆ ಇಟ್ಟನಂತರ ಶಮನವಾದಂತಾಯಿತು. ನನಗೇ ತಿಳಿಯದಂತೆ

। ತೊ ತು ಮ್ಹ ರೊ । ದಾ , ಽ ಽ ಸ । ಜ ನು ಮು ಜ । ನು ಮ ಕಿ , ಮ್ಯೆ ।
। ಽ ಸ ಽ ಕಿ । ಇ ಽ ಚ್ಛಾ ಽ । ಪೂ಼ಽ ಽಽ ರ ನ । ಕ ರ ಹೊ ದಾ ।
ಸ

ಎಂದು ಆರಂಭಿಸಿದಾಗ ಎಲ್ಲ ಭಾರವನ್ನೂ ಕೊಡವಿಕೊಂಡು ಅರ್ಪಣೆಯಲ್ಲಿ ಹಗುರವಾದ ಭಾವ ಹುಟ್ಟಿ ತೇಲಿಸಿಬಿಟ್ಟಿತು. ಬಲಗೈಲಿ ತಂಬೂರಿ ಮಿಡಿದುಕೊಳ್ಳುತ್ತಾ ಎಡಗೈಲಿ ತಾಳದ ಬಂಧವನ್ನು ತೋರಿಸಿಕೊಳ್ಳುತ್ತಾ ಹಾಡತೊಡಗಿದಾಗ ತಾಪ, ಪಶ್ಚಾತ್ತಾಪ, ತಪ್ಪೊಪ್ಪಿಗೆ, ಶಿಕ್ಷೆಗಳ ಪರಿಕ್ರಮಗಳನ್ನೆಲ್ಲ ಮೀರಿದ ಸ್ಥಿತಿಯೊಂದಿದೆ ಎಂಬ ಭಾವ ಉಕ್ಕತೊಡಗಿತು. ಎಷ್ಟೋಹೊತ್ತು ಹಾಡಿಕೊಂಡೆ. ತಾನಗಳ ಪುನರಾವರ್ತನೆಯನ್ನು ಲೆಕ್ಕಿಸಲಿಲ್ಲ. ಹೊಸತಾನಗಳನ್ನು ಯೋಚಿಸಿ ಯೋಜಿಸುವ, ಅವುಗಳ ತಾಳಬದ್ಧತೆಯನ್ನು ಲೆಕ್ಕಹಾಕುವ ವ್ಯವಧಾನವಿರಲಿಲ್ಲ. ಆಸರೆ ಕೊಡುವ ಸಾಥಿ ವಾದ್ಯಗಳೂ ಇರಲಿಲ್ಲ. ಇಲ್ಲದಿದ್ದರೆ ಬೇಡ, ಪಯಣವನ್ನು

ನಾನೊಬ್ಬಳೇ ಮಾಡಬೇಕು, ಏಕಾಕಿನಿಯಾಗಿ ಎಂಬ ಆತ್ಮವಿಶ್ವಾಸದ ಉಪೇಕ್ಷೆಮೂಡಿತು.

ಹಾಡುವುದು ನಿಂತರೂ ಬೆರಳುಗಳು ತಂಬೂರಿ ಮಿಡಿಯುವುದನ್ನು ನಿಲ್ಲಿಸಲಿಲ್ಲ. ಶಾಂತ ಶಾಮಕ ಝೇಂಕಾರದಲ್ಲಿಯೇ ಮಗ್ನವಾದ ಮನಸ್ಸು ಅಷ್ಟುಹೊತ್ತು ಅನುಭವಿಸಿದ ಭಾವಸಂಚಲನೆಯ ಅರ್ಥವನ್ನು ಮೆಲುಕುಹಾಕುತ್ತಿತ್ತು. ಏನೋ ಅರ್ಥವಾದಂಥ, ಆದರೆ ಅದೇನೆಂಬುದು ಗೋಚರವಾಗದಂಥ ಸ್ಥಿತಿ. ರಾಗಭಾವದ ಅರ್ಥವನ್ನು ನಾನು ಈ ಹಿಂದೆ ಎಂದೂ ಮೆಲುಕುಹಾಕಿರಲಿಲ್ಲ, ಆಲೋಚಿಸಿರಲಿಲ್ಲ. ಭಾವವನ್ನು ಅರ್ಥ ಆಲೋಚನೆ ಗಳಿಗೆ ಒಪ್ಪಿಸಿ ಹಿಂಸಿಸಬಾರದು ಎಂಬ ಅಸ್ಪಷ್ಟ ವಿಚಾರ ಇರುತ್ತಿತ್ತು. ಭಾವ ಅಂದರೆ ಭಾವ. ಆಲೋಚಿಸುವುದೇನಿದೆ ಅದರಲ್ಲಿ? ಎಂಬಂತಹ ವಿಚಾರ. ಆದರೆ ಈಗ ಈ ಆಸಾವರಿಯಲ್ಲಿ ಮುಷ್ಟಿಗೆ ಸಿಕ್ಕುವಂಥ ಏನೋ ಒಂದು ಗಹನವಾದ ವಿಚಾರವಿದೆ ಎನ್ನಿಸಿತು.

ಕೋಮಲಋಷಭ ಆಸಾವರಿಯನ್ನು ಒಂದು ತಿಂಗಳಿನಿಂದ ಹಾಡುತ್ತಿದ್ದೇನೆ. ಮಿಶ್ರಾಜಿಗೂ ನಾಲ್ಕು ಶನಿವಾರ ಇದನ್ನೇ ಪಾಠಮಾಡಿದ್ದೇನೆ. ಸರ್ದೇಸಾಯಿಯೂ ಬರುತ್ತಿದ್ದಾರೆ. ವಿಕ್ರಮ್ ಮೊನ್ನೆ ಜರ್ಮನಿಗೆ ಹೋದರು. ಹಿಂತಿರುಗಲು ಇನ್ನೂ ನಾಲ್ಕುದಿನವಾಗುತ್ತದೆ. ಅವರು ಊರಿನಲ್ಲಿಲ್ಲದಾಗ ಅತ್ಯಂತ ಪ್ರಮುಖ ನಿರ್ಧಾರ ಕೈಗೊಳ್ಳುವುದು ಸುಲಭವೆನ್ನಿಸುತ್ತದೆ. ಎಲ್ಲವನ್ನೂ ತೀರ್ಮಾನಿಸಿ ಆಗಿದೆ. ವಿಕ್ರಮರ ಎದುರಿಗೆ ಕೂತು ಎಲ್ಲವನ್ನೂ ಹೇಳಿ ಹೊರಡುವುದೋ, ಹೋದನಂತರ ಅವರಿಗೊಂದು ಕಾಗದ ಬರೆದು ತಿಳಿಸುವುದೋ ಎಂಬುದೇ ಇನ್ನು ತೀರ್ಮಾನವಾಗಬೇಕಾದ ಪ್ರಶ್ನೆ. ಐದುತಿಂಗಳಿನಿಂದ ಬರೆದಿರುವ ಈ ಹಾಳೆಗಳನ್ನು ಅವರಿಗೆ ಒಪ್ಪಿಸಿಬಿಟ್ಟರೆ ಸಾಕು, ಎಲ್ಲವೂ ವಿದಿತವಾಗುತ್ತದೆ. ಎದುರಿಗೆ ಕೂತು ಹೇಳುವಾಗ ಎಲ್ಲ ವಿವರವೂ ನೆನಪಿಗೆ ಬರುವುದಿಲ್ಲ. ಬಂದರೂ ಹೇಳಲು ಮುಜುಗರವಾಗಬಹುದು. ಅಲ್ಲದೆ ನನಗೂ ಹಿಂಸೆ. ಕೇಳುವ ಅವರಿಗೂ ಹಿಂಸೆ. ಹೋದನಂತರ ತಲುಪುವಂತೆ ಕಾಗದ ಬರೆಯುವುದು ಅವರ ಮುಖ ನೋಡಿ ಹೇಳಲು ಧೈರ್ಯವಿಲ್ಲದ ಕೆಲಸ. ಆದರೆ ನನಗೆ ಅಧೈರ್ಯವಿರುವುದು ಸುಳ್ಳಲ್ಲ. ಅವರಂತಹ ಉತ್ತಮ ವ್ಯಕ್ತಿಗೆ ಸತ್ಯ ವನ್ನು ತಿಳಿಸುವುದು ಮುಖ್ಯವೇ ಹೊರತು ದೃಷ್ಟಿಗೆ ದೃಷ್ಟಿಕೊಟ್ಟು ತಿಳಿಸುವುದೋ ಕಾಗದದ ಮೂಲಕ ತಿಳಿಸುವುದೋ ಎಂಬುದು ದೊಡ್ಡಪ್ರಶ್ನೆಯಲ್ಲ. ಇಂಥ ತಪ್ಪೊಪ್ಪಿಗೆಯನ್ನು ದೃಷ್ಟಿಗೆ ದೃಷ್ಟಿಕೊಟ್ಟು ಮಾಡುವುದು ಉದ್ಧಟತನವಾಗುತ್ತದೆ.

ವಿಕ್ರಮ್, ನನ್ನನ್ನು ಕ್ಷಮಿಸಿ ಎಂಬುದು ಅರ್ಥವಿಲ್ಲದ ಔಪಚಾರಿಕ ಮಾತು. ಕ್ಷಮಿಸುವುದ ರಿಂದ ನಿಮ್ಮ ಮನಸ್ಸಿಗೆ ನೆಮ್ಮದಿ ದೊರಕುವುದಾದರೆ ಕ್ಷಮಿಸಿ. ನೀವು ಮೋಸಹೋದಿರಿ. ನಾನು ಮೋಸಮಾಡಿದೆ. ಮೋಸವನ್ನು ಮುಂದುವರೆಸುತ್ತಾ ಅಥವಾ ಹಿಂದೆ ಮಾಡಿದ ಮೋಸವನ್ನು ಮುಚ್ಚಿಟ್ಟುಕೊಂಡು ನಿಮ್ಮೊಡನೆ ಬಾಳುತ್ತಾ ಇರುವುದು ನನಗೆ ಸಾಧ್ಯವಿಲ್ಲ. ಈ ಮೋಸವನ್ನು ಅಂತ್ಯಗೊಳಿಸಬೇಕೆಂಬ ಏಕಮಾತ್ರ ಉದ್ದೇಶದಿಂದಲೂ ನಾನು ಹೋಗು

ತ್ತಿಲ್ಲ. ಸಂಗೀತಸಾಧನೆಗೇ ನನ್ನ ಜೀವನವನ್ನು ಸಂಪೂರ್ಣ ಮುಡಿಪಾಗಿಟ್ಟುಕೊಳ್ಳುತ್ತೇನೆ. ತಪ್ಪುಕೆಲಸ ಮಾಡಿದರೂ ಬೇರೊಬ್ಬರಿಗೆ ಮೋಸಮಾಡುವ ಪರಿಸ್ಥಿತಿ ನನಗೆ ಬೇಡವೆಂಬ ಬಿಡುಗಡೆಯ ಬಯಕೆಯೂ ನನ್ನ ಈ ತೀರ್ಮಾನದಲ್ಲಿ ಸೇರಿದೆ. ಮುಂಬಯಿಗೆ ಹೋದವಳು ಮತ್ತೆ ಬರುವುದಿಲ್ಲ. ಈ ಕಾಗದವನ್ನೇ ವಕೀಲರಿಗೆ ತೋರಿಸಿ ನೀವು ವಿಚ್ಛೇದನ ಪಡೆಯ ಬಹುದು. ಅಥವಾ ನನಗೆ ನೇರವಾಗಿ ಕಾಗದ ಕಳಿಸುವಂತೆ ನೀವು ವಕೀಲರಿಗೆ ಹೇಳಿ. ಅದಕ್ಕೆ ಸಹಿಮಾಡಿ ಕಳಿಸುತ್ತೇನೆ. ನಿಮ್ಮಿಂದ ಒಂದು ಬಿಡಿಗಾಸೂ ಜೀವನಾಂಶ ನಾನು ಅಪೇಕ್ಷಿಸುವುದಿಲ್ಲ. ನ್ಯಾಯವಾಗಿ ನೋಡಿದರೆ ನಿಮಗೆ ಮೋಸಮಾಡಿದ್ದಕ್ಕೆ, ಮೊದಲೇ ಆಗಿದ್ದುದನ್ನು ಮುಚ್ಚಿಟ್ಟು ಮದುವೆಯಾದದ್ದಕ್ಕೆ, ಈ ನಡುವಯಸ್ಸಿನಲ್ಲಿ ನಿಮ್ಮನ್ನೊಬ್ಬ ವಿಚ್ಛೇದಿತರನ್ನಾಗಿ ಮಾಡಿ ಎಲ್ಲ ದೃಷ್ಟಿಗಳಿಂದಲೂ ಸಮರ್ಪಕವಾದ ಕನ್ಯೆಯು ಸಿಕ್ಕುವ ಸಂಭವವನ್ನು ಹಾಳುಮಾಡಿದುದಕ್ಕೆ ನಾನೇ ನಿಮಗೆ ಪರಿಹಾರಕೊಡಬೇಕು. ಇದು ಹಣದ ಮೂಲಕ ಸಲ್ಲಿಸಬಹುದಾದ ಪರಿಹಾರವಲ್ಲ, ಕ್ಷಮಿಸಿ ಎಂದು ನಿಮ್ಮ ಪಾದಗಳಿಗೆ ನನ್ನ ಹಣೆಯನ್ನು ಸೋಕಿಸಿ ಬೇಡಿಕೊಳ್ಳುವ ಮೂಲಕ ಸಲ್ಲಿಸಬಹುದಾದ ಪರಿಹಾರ. ಈ ಹಗರಣವನ್ನೆಲ್ಲ ನಾನು ಬೇರೆ ಯಾರಿಗೂ ಹೇಳುವುದಿಲ್ಲ. 'ಸಂಗೀತವನ್ನು ಮುಂದುವರೆಸುವ ಏಕಮಾತ್ರ ಉದ್ದೇಶದಿಂದ ನಾನು ಹಿಂತಿರುಗಿದ್ದೇನೆ. ವಿಕ್ರಮ್ ದೇವರಂಥ ಮನುಷ್ಯರು. ಆದರೆ ಈ ದೇಶದಲ್ಲಿದ್ದು ಸಂಗೀತಸಾಧನೆ ಸಾಧ್ಯವಿಲ್ಲ' ಎಂದು ಮಾತ್ರ ಮುಂಬಯಿಯಲ್ಲಿ ತಾಯಿ, ಅಣ್ಣಂದಿರು, ಅತ್ತಿಗೆಯರಿಗೆ ಹೇಳುವುದೆಂದು ಮಾಡಿಕೊಂಡಿದ್ದೇನೆ. ಆದರೆ ನಿಜ ವಿಷಯವನ್ನು ನಿಮಗೆ ಬೇಕಾದವರಿಗೆ ಹೇಳುವ ಅಧಿಕಾರ ನಿಮಗಿದೆ.

– ೩ –

ಇವಳು ಗಂಡನನ್ನು ಬಿಟ್ಟುಬಂದಿದ್ದಾಳೆಯೆ? ಮೋಹನಲಾಲನಿಗೆ ಕಸಿವಿಸಿಯಾಯಿತು. ತಕ್ಷಣ ಚೇತನ ಅಡಗಿದಂತಾಯಿತು. ಅದಕ್ಕೇ ಮುಖದಲ್ಲಿ ಲವಲವಿಕೆ ಇರಲಿಲ್ಲ. ಹುಚ್ಚು ಹುಡುಗಿ. ನನ್ನನ್ನಾದರೂ ಒಂದು ಮಾತು ಕೇಳಿ, ಫೋನುಮಾಡಿ ಕೇಳುಕ್ಕೆ ಏನಾಗಿತ್ತು? ಇದು ಕ್ಸೆರಾಕ್ಸ್ ಪ್ರತಿ. ಮೂಲವನ್ನು ಅವನಿಗೆ ಕೊಟ್ಟುಬಂದಿದಾಳೆ, ಎಂದು ಅರ್ಥಮಾಡಿ ಕೊಂಡ. ಅಷ್ಟು ಸಹಕಾರಿಯಾಗಿದ್ದ ಗಂಡ. ಅವನಿಗೇಕೆ ಹೇಳಬೇಕಿತ್ತು? ಹೇಳುವಂಥದಾದರೂ ಏನಿದೆ? ಗುರುಶಿಷ್ಯೆಯ ಸಂಬಂಧ ಆಪ್ತವಾಗಿಯೇ ಇರುತ್ತೆ. ಸಾಧಾರಣ ಶಿಷ್ಯೆಯಲ್ಲ. ಖಾಸಾ. ತನ್ನ ವಿದ್ಯೆಯನ್ನೆಲ್ಲ ನಿರ್ವಂಚನೆಯಿಂದ ದಾನಮಾಡಿ ತನ್ನ ಹೆಸರು ಹೇಳುವಮಟ್ಟಕ್ಕೆ ತರುವುದೆಂದರೆ ಸಾಧಾರಣ ಶಿಷ್ಯಳಾಗಿದ್ದರೆ ಹೇಗೆ ಸಾಧ್ಯ? ಅಥವಾ ಹೊಟ್ಟೆಯಲ್ಲಿ ಹುಟ್ಟಿದ ಮಗ ಅಥವಾ ಮಗಳಾಗಬೇಕು. ಸುಮ್ಮಸುಮ್ಮನೆ ಯಾರೂ ವಿದ್ಯೆಯ ರಹಸ್ಯವನ್ನ ಬಿಟ್ಟು ಕೊಡುಲ್ಲ. ನಿನ್ನ ಪಾತಿವ್ರತ್ಯವನ್ನ ಉಲ್ಲಂಘಿಸು, ನಿನ್ನ ಗಂಡನನ್ನ ಪ್ರೀತಿಸಬೇಡ, ಅಂತ ನಾನು ಯಾವತ್ತೂ ಹೇಳಿಲ್ಲ, ಎಂದು ಸಮರ್ಥನೆಮಾಡಿಕೊಂಡ. ನಾನು ಕೂಡ ವಿಕ್ರಮನ ಜೊತೆ ಸ್ನೇಹದಿಂದಲೇ ಇದೀನಿ ಎಂಬ ಉಪಸಮರ್ಥನೆಯೂ ಹುಟ್ಟಿತು. ಅವಳು

ಮೊದಲಿನಿಂದಲೂ ಅಷ್ಟೆ. ಲಹರಿಯ ಹುಡುಗಿ. ಒಳಗಿನಿಂದ ಹುಚ್ಚುಹತ್ತಿದರೆ ಅದರಲ್ಲೇ ನುಗ್ಗಿಬಿಡುತ್ತಾಳೆ, ಎಂದುಕೊಂಡ. ಕರೆಗಂಟೆ ಬಾರಿಸಿತು. ಗಡಿಯಾರ ನೋಡಿದರೆ ಊಟದ ಡಬ್ಬಿ ಬರುವ ಹೊತ್ತಾಗಿದೆ. ಹೋಗಿ ಬಾಗಿಲು ತೆರೆದ ತಕ್ಷಣ ಊಟದ ಘಮ ಒಳಗೆ ನುಗ್ಗಿತು. ಡಬ್ಬಿಯನ್ನು ಮೇಜದ ಮೇಲಿಟ್ಟರೂ ಹಸಿವು ಕಾಣುತ್ತಿಲ್ಲ. ಇವತ್ತು ಅವಳೇ ಬಹಳ ವರ್ಘುನ್‌ದಾರ್ ನಾಶ್ತಾ ತಿನ್ನಿಸಿದ್ದ ನೆನಪಾಯಿತು. ಇದನ್ನೆಲ್ಲ ಬರೆದಿದಾಳೆ ನಿಜ. ಕ್ಸೆರಾಕ್ಸ್ ಕೂಡ ಮಾಡಿಸಿ ನನಗೆ ಕೊಟ್ಟಿದಾಳೆ. ಮೂಲವನ್ನು ನಿಜವಾಗಿಯೂ ಗಂಡನಿಗೆ ಕೊಟ್ಟಿದಾಳೆಯೆ? ಅಥವಾ ನನ್ನ ವಿಚಾರ ಕೇಳಿದಮೇಲೆ ಕೊಡುವಾ ಅಂತ ಕಾಯ್ದಿಟ್ಟಿದಾಳೆಯೋ? ಹೆಂಗಸರು ಏನೇನು ತಂತ್ರ ಹುದುಗಿಸಿಟ್ಟಿರ್ತಾರೋ, ತಕ್ಷಣ ನಂಬಬಾರದು ಎಂದುಕೊಂಡ. ಆದರೆ ಅವಳು ತಂತ್ರಗಾರ ಹುಡುಗಿಯಲ್ಲ ಎಂದು ಹಿಂಬದಿಯಲ್ಲೇ ಮನಸ್ಸು ಹೇಳಿತು. ಕಿಟಕಿಯ ಫರದೆ ತೆರೆದು ನೋಡಿದ. ಸಮುದ್ರ ಖಾಲಿ ಇತ್ತು. ಒಂದೂ ದೋಣಿ ಇರಲಿಲ್ಲ. ತುಸು ಹೊತ್ತು ಖಾಲಿ ಸಮುದ್ರವನ್ನು ನಿಟ್ಟಿಸಿದಮೇಲೆ ಮನಸ್ಸಿನಲ್ಲಿ ಖಾಲಿ ಕಾಣಿಸಿಕೊಳ್ಳತೊಡಗಿತು. ಸಮುದ್ರವೆಂದರೆ ದೋಣಿಗಳಿರಬೇಕು. ಹಡಗುಗಳಿರಬೇಕು. ಒಂದಾದರೂ. ಇಲ್ಲದೆ ಇದ್ದರೆ ಭಯಂಕರ ಎನ್ನಿಸಿತು. ಬೆಳಕಿನ ರಾವನ್ನು ತಡೆಯಲು ಫರದೆಯನ್ನು ಮೊದಲಿನಂತೆ ಮುಚ್ಚಿಬಂದು ಅವಳ ಕಾಗದದ ಹಾಳೆಗಳನ್ನು ಕೈಲಿ ಹಿಡಿದು ಮಂಚದ ಮೇಲೆ ಮಲಗಿದ. ಸ್ವಲ್ಪ ಹೊತ್ತಾದಮೇಲೆ ಯಾವಳೋ ಹುಚ್ಚು ಹುಡುಗಿ ಏನೋ ಮಾಡಿಕೊಂಡಳು ಅಂತ ನಾನೇಕೆ ಕಲಮಲಪಡಬೇಕು? ನನ್ನನ್ನು ಹೇಳಿ ಕೇಳಿ ಮಾಡಿದಳೆ? ಎಂಬ ಸಮಾಧಾನ ತಂದುಕೊಳ್ಳಲು ಪ್ರಯತ್ನಿಸಿದ. ಫೋನುಮಾಡಿ ಕರೆದು ಮುಖದ ನೀರು ಇಳಿಯುವ ಹಾಗೆ ಉಗಿದು ನಿನ್ನ ಯಡವಟ್ಟಿನಲ್ಲಿ ನನ್ನ ಯಾವ ಜವಾಬ್ದಾರಿಯೂ ಇಲ್ಲ ಅಂತ ಹೇಳಿಬಿಡಬೇಕು, ಎಂದು ನಿಶ್ಚಯಿಸಿದ. ಅದೇ ಸರಿ ಎಂದು ಆ ನಿಶ್ಚಯವನ್ನು ಮತ್ತೊಮ್ಮೆ ಗಟ್ಟಿಮಾಡಿಕೊಂಡು ಮಗ್ಗುಲು ಹೊರಳಿದ. ಒಂದು ಕಪ್ ಚಹಾ ಕುಡಿಯಬೇಕೆನ್ನಿಸಿತು. ಎದ್ದು ಅಡುಗೆಕೋಣೆಗೆ ಹೋಗಿ ಮಾಡಿ ಎರಡು ಹೀರು ಕುಡಿದು ಕಪ್ಪನ್ನು ಟೀಪಾಯಿಯಮೇಲೆ ಇಟ್ಟ. ಇಷ್ಟರಲ್ಲಿ ಮನೆಯಲ್ಲಿ ಹೇಳಿರಬಹುದೆ? ಬೇರೆ ಯಾರಿಗೂ ಹೇಳುಲ್ಲ ಅಂತ ಕಾಗದದಲ್ಲಿ ಬರೆದಿದಾಳೆ. ಆದರೂ ಮನಸ್ಸು ಹುಚ್ಚು ಹುಚ್ಚು ತಿರುಗಿ ಹೇಳಿಬಿಟ್ಟು, ತಾಯಿಯ ಕೈಲಾದರೂ ಸುರಿದುಕೊಂಡು, ಎಂದುಕೊಳ್ಳುವಾಗ ವ್ಯಾಪಾರಸ್ಥರ ಮನೆ, ಇಬ್ಬರು ಅಣ್ಣಂದಿರೂ ಒಳ್ಳೆಯ ವ್ಯಾಪಾರ ನಡೆಸ್ತಾರೆ ಎಂಬ ನೆನಪಾಯಿತು. ಅವರಿಗೆ ತಿಳಿದು ತಮ್ಮ ತಂಗಿಯ ಸಂಸಾರ ಹಾಳುಮಾಡಿದ ಇವನು ಅಂತ ಏನಾದರೂ, ಎಂಬ ಸಂಭವ ಕಾಣಿಸಿತು. ಏನು ಮಾಡಬಲ್ಲರು ನನ್ನನ್ನ? ಅವಳೇ ಖುಷಿಯಿಂದ ನನ್ನನ್ನ ಸೇರಿದಾಳೆ, ಹಾಗಂತ ಅವಳೇ ಸ್ವಂತ ಅಕ್ಷರದಲ್ಲಿ ಬರೆದಿದಾಳೆ, ಇಲ್ಲಿ ನೋಡಿ, ಅಂದರೆ ಆಯಿತು ಎಂಬ ಸಮಾಧಾನ ಕಾಣಿಸಿತು. ದೊಡ್ಡ ಮನೆತನದವರು ಇಂಥ ಸಂದರ್ಭದಲ್ಲಿ ಸದ್ದುಗದ್ದಲ ಮಾಡುಲ್ಲ ಎಂಬ ಸಾಮಾನ್ಯಜ್ಞಾನವು ನೆರವಿಗೆ ಬಂದು ನೆಮ್ಮದಿಯಾಯಿತು.

ಎರಡುಗಂಟೆಗೆ ಹಸಿವಾಯಿತು. ಆರಿ ತಣ್ಣಗಾಗಿದ್ದ ಡಬ್ಬಿಯನ್ನೇ ಊಟಮಾಡಿ

ಮಲಗಿದ. ನಿದ್ದೆ ಹತ್ತಲಿಲ್ಲ. ಘರದೆಗಳನ್ನು ಮುಚ್ಚಿ ಎ.ಸಿ. ಹಾಕಿಕೊಂಡರೂ ಇಲ್ಲ. ಕೈ ತನಗೆತಾನೆ ಅವಳು ಕೊಟ್ಟ ಹಾಳೆಗಳನ್ನು ಎತ್ತಿಕೊಂಡಿತು. ಕಣ್ಣುಗಳು ಅವುಗಳ ಮೇಲೆ ಆಡತೊಡಗಿದವು. ಒಟ್ಟಿನಲ್ಲಿ ಏನು ಅವಳ ತಾತ್ಪರ್ಯ? ನಾನು ನಿಮ್ಮನ್ನು ಪ್ರೀತಿಸ್ತೀನಿ. ನೀವು ಬೇರೊಬ್ಬಳಲ್ಲಿ ಮನಸ್ಸು ಹಾಕಿ ನನ್ನನ್ನ ಮರೆತಿರಿ. ಅಷ್ಟೇ ಅಲ್ಲ. ನನ್ನಿಂದ ನನ್ನ ಗಂಡನಿಗೆ ಮೋಸಮಾಡಿಸಿದಿರಿ. ಅವಳು ಒಪ್ಪಲಿಲ್ಲ; ನಾನು ಬಲವಂತಮಾಡಿದೆ, ನಿಜ. ಆದರೆ ಬಲವಂತಮಾಡದೆ ಯಾವ ಹೆಣ್ಣು ಒಪ್ತಾಳೆ? ಒಪ್ಪಿದನಂತರ ಸಂಪೂರ್ಣವಾಗಿ ಸಮರ್ಪಿಸಿಕೊಂಡಳೋ ಇಲ್ಲವೋ? ನನಗಿಂತ ಹೆಚ್ಚಾಗಿ ರಾಗೋದ್ದೀಪ್ತಳಾದಳೋ ಇಲ್ಲವೋ? ಇನ್ನು ನಾನು ಅವಳ ಗಂಡನಿಗೆ ಮೋಸಮಾಡಿಸಿದೆ ಅನ್ನುವ ಆಪಾದನೆ ತನಗೆತಾನೆ ಕುಸಿದುಬೀಳುತ್ತೆ. ಯಾವ ನ್ಯಾಯವೂ ಇದನ್ನ ಒಪ್ಪಲ್ಲ ಎಂದು ಮನಸ್ಸಿಗೆ ಖಚಿತವಾಯಿತು. ಹಾಳೆಗಳನ್ನು ಮಡಿಸಿಟ್ಟು ಕನ್ನಡಕ ತೆಗೆದು ಮಗ್ಗುಲು ತಿರುಗಿ ಕಣ್ಣುಮುಚ್ಚಿದ. ಆದರೂ ನಿದ್ರೆ ಬರಲಿಲ್ಲ. ಮಧ್ಯಾಹ್ನ ಊಟದ ನಂತರ ನಿದ್ರೆ ಮಾಡದಿದ್ದರೆ ಸಂಜೆಯ ಹೊತ್ತಿಗೆ ಗಾರು ಗಾರು. ಮಾಡಲೇಬೇಕು. ಆದರೆ ಮೂರೂವರೆ ಆಗಿಹೋಯಿತು ಎಂದುಕೊಳ್ಳುವಾಗ ಅವಳನ್ನೇ ಕರೆದು ತೀರ್ಮಾನ ಮಾಡಿಬಿಡಬೇಕು, ನಿನ್ನ ಹುಚ್ಚಾಟಕ್ಕೆ ನೀನು ಮಾತ್ರ ಜವಾಬ್ದಾರಳು. ನನ್ನನ್ನು ಸಿಕ್ಕಿಸಬೇಡ ಅಂತ ಹೇಳಿ ಚುಕ್ತಾ ಮಾಡಿಬಿಡಬೇಕು ಎಂಬ ನಿಶ್ಚಯ ಮೂಡಿತು. ಅವಳು ಕೊಟ್ಟ ಕಾರ್ಡು ತಲೆದಿಂಬಿನ ಹತ್ತಿರವೇ ಇತ್ತು. ಪಟಪಟನೆ ಫೋನಿನ ಗುಂಡಿಗಳನ್ನು ಒತ್ತಿದ.

ಅವಳು ಅರ್ಧಗಂಟೆಯಲ್ಲಿ ಬಂದಳು. ಬಲಗೈಲಿ ಒಂದು ಸಣ್ಣ ಪೆಟ್ಟಿಗೆ. ನೋಡಿದ ತಕ್ಷಣ ತಿಳಿಯಿತು. ರೆಕಾರ್ಡ್ ಮಾಡಿಕೊಳ್ಳುವ ಯಂತ್ರ. ಅಮೆರಿಕದಿಂದ ತಂದಿದ್ದಾಳೆ. ಎಡಗೈಯಲ್ಲಿ ತನ್ನ ಪರ್ಸು ಮೊದಲಾದ ಸಾಮಾನುಗಳಲ್ಲದೆ ಖಾಲಿಕ್ಯಾಸೆಟ್‌ಗಳನ್ನು ತುಂಬಿಕೊಂಡಿದ್ದಂತೆ ಕಾಣಿಸಿತು. 'ಪಾಠ ಶುರುಮಾಡಿಸಬೇಕು ಅಂತ ತಯಾರಿಗೆ ಬಂದ ಹಾಗಿದೆ,' ಅವನು ಕೇಳಿದ.

'ನೀವು ಯಾವಾಗ ಶುರುಮಾಡಿದರೂ ನಾನು ತಯಾರು,' ಅವಳೆಂದಳು.

'ಅಲ್ಲೇ ನಡಿ, ಕೂತು ಮಾತನಾಡುವ,' ಅವನು ಮಲಗುವ ಕೋಣೆಯ ಕಡೆಗೆ ಕಣ್ಣು ಹಾಯಿಸಿದ. ಅವಳು ಯಾವ ಅಂಜಿಕೆ ಆತಂಕಗಳೂ ಇಲ್ಲದೆ ಅವನನ್ನು ಅನುಸರಿಸಿದಳು. ಅವನು ಮಂಚದಮೇಲೆ ಕುಳಿತು ದಿಂಬು ಹಾಕಿಕೊಂಡು ಗೋಡೆಯೊರಗಿದ. ಅವಳು ಅವನಿಗೆ ಎರಡಡಿ ದೂರದಲ್ಲಿ ಒಂದು ಕುರ್ಚಿ ಎಳೆದುಕೊಂಡು ಕೂತು ತನ್ನ ಚೀಲಗಳನ್ನ ನೆಲದಮೇಲಿಟ್ಟಳು. ಅವಳ ಮುಖದಲ್ಲಿ ಲವಲವಿಕೆ ಇರಲಿಲ್ಲ. ನಿಶ್ಚಯದ ಗಾಂಭೀರ್ಯವಿತ್ತು. ಅವನ ಕಣ್ಣುಗಳನ್ನು ಸಂಧಿಸುವ ದಿಟ್ಟತನವಿರಲಿಲ್ಲ. ಎ.ಸಿ.ಯ ಕಿರು ಗುಂಯ್‌ಗುಡಿತವನ್ನು ಆಲಿಸುತ್ತಿರುವವರಂತೆ ಇಬ್ಬರೂ ಸುಮ್ಮನೆ ಕುಳಿತರು.

ಹೇಳು, ಅವನು ಕೇಳಿದ. ಅವಳು ತಕ್ಷಣ ಮಾತನಾಡಲಿಲ್ಲ. ಅವನು ಮತ್ತೊಮ್ಮೆ ಹೇಳು ಎಂದ ನಂತರ, 'ನೀವು ಹೇಳಬೇಕು,' ಎಂದಳು.

'ಈ ಕಾಗದಾನ ವಿಕ್ರಮನಿಗೆ ಎದುರಿಗೇ ಕೊಟ್ಟೆಯಾ?' ಎಂದ.

"ಎದುರಿಗೇ ಕೊಡುವ ಧೈರ್ಯ ಆಗಲಿಲ್ಲ. ಧೈರ್ಯಕ್ಕಿಂತ ಅದು ಉದ್ಧಟತನ ಅನ್ನಿಸಿತು. ನಿಮ್ಮಿಂದ ಪಾಠ ಕಲಿಯಕ್ಕೆ ಅವರು ಹೇಗೂ ಹೋಗು ಹೋಗು ಅಂತ ಬಲ ವಂತಮಾಡ್ತಿದ್ದರು. ಈ ರೆಕಾರ್ಡಿಂಗ್ ಮೆಶಿನ್ ಅದಕ್ಕೆಂದೇ ಹೊಸದಾಗಿ ಕೊಂಡುತಂದರು. ಅತಿಸೂಕ್ಷ್ಮ ಸ್ವರವ್ಯತ್ಯಾಸಗಳನ್ನೂ ಗುರುತಿಸುವಂಥ ಯಂತ್ರ ಇದು. ಸ್ಯಾನ್‌ಫ್ರಾನ್ಸಿಸ್ಕೋ ಅಂತರ ರಾಷ್ಟ್ರೀಯ ವಿಮಾನನಿಲ್ದಾಣಕ್ಕೆ ಬಂದು ಕಳಿಸಿದರು. ಎರಡುವಾರ ಅಂತ ಆತುರಪಟ್ಟುಕೊಬೇಡ. ಗುರೂಜಿ ಊರಿನಲ್ಲೇ ಇದ್ದು ಪಾಠದ ಲಹರಿ ಇದ್ದರೆ ಎಷ್ಟುದಿನ ಬೇಕಾದರೂ ಇದ್ದು ಬಾ ಅಂದರು. ಇಮಿಗ್ರೇಶನ್ ಚೆಕ್ ಕಳೆದು ಒಳಗೆ ಬಂದಮೇಲೆ ನಾನು ಒಂದು ಫ಼ೋನ್‌ಬೂತಿಗೆ ಹೋಗಿ ಮನೆಗೆ ಫ಼ೋನ್ ಮಾಡಿ, 'ವಿಕ್ರಮ್, ನನ್ನನ್ನ ಕ್ಷಮಿಸಿ. ನಮ್ಮ ಹಾಸಿಗೆಯ ತಲೆದಿಂಬಿನಮೇಲೆ ಒಂದು ಬಿಳಿ ಬಣ್ಣದ ಲಕೋಟೆ ಇಟ್ಟಿದೀನಿ. ಅದನ್ನ ಓದಿ.' ಅಂತ ರೆಕಾರ್ಡೆಡ್ ಮೆಸೇಜ್ ಬಿಟ್ಟೆ. ಐವತ್ತುನಿಮಿಷದಲ್ಲಿ ಅವರು ಮನೆ ಸೇರಿರ್ತಾರೆ. ತಕ್ಷಣ ಓದಿಕೊಂಡಿರ್ತಾರೆ."

ಅವನು ಮತ್ತೆ ಏನೂ ಕೇಳಲಿಲ್ಲ. ಅವಳು ಹೇಳಲಿಲ್ಲ. ಒಂದುನಿಮಿಷದ ನಂತರ ಅವಳೇ ಮಾತನಾಡಿದಳು: 'ನಾನು ಲಂಡನ್‌ನಲ್ಲಿ ಇಳಿದ ತಕ್ಷಣ ಅವರಿಗೆ ಫ಼ೋನ್‌ಮಾಡೂದು ಅಭ್ಯಾಸ. ಆದರೆ ಮಾಡಲಿಲ್ಲ. ಮುಂಬಯಿ ತಲುಪಿದ ಒಂದುತಾಸಿನಲ್ಲಿ ನನಗೆ ಮಾಡೂದು ಅವರ ಅಭ್ಯಾಸ. ಮಾಡಲಿಲ್ಲ. ನಾನು ಬಂದು ಎರಡುದಿನವಾಯಿತಲ್ಲ. ಅವರು ಮಾಡಿಲ್ಲ. ನನಗಂತೂ ಮಾಡೂದು ಏನೂ ಉಳಿದಿಲ್ಲ. ಎಲ್ಲಾನೂ ಕಳಕೊಂಡಿದೀನಿ. ಕತ್ತರಿಸಿಕೊಂಡಿ ದೀನಿ. ನಾನು ಕಳಕೊಂಡಿರೂದಕ್ಕೆ ನನಗೆ ದುಃಖವಾಗ್ತಿಲ್ಲ. ಆದರೆ ಅವರು ಎಷ್ಟು ನೋವು ತಿಂತಿದಾರೋ ಅಂತ ಕಲ್ಪಿಸಿಕೊಂಡರೆ ತಡಕೊಳ್ಳುಕ್ಕೆ ಆಗುಲ್ಲ. ಅವರಷ್ಟು ಒಳ್ಳೆಯ ಮನುಷ್ಯರೇ ಇಲ್ಲ. ಅಂಥ ಒಳ್ಳೆಯ ಗಂಡನೇ ಇರುಕ್ಕೆ ಸಾಧ್ಯವಿಲ್ಲ. ಅವರಿಗೆ ಯಾಕೆ ಈ ನೋವಾಗಬೇಕು? ನನ್ನಂಥ ಕೆಟ್ಟ ಹೆಂಡತಿ ಸಿಕ್ಕಬೇಕು? ಜೀವನದಲ್ಲಿ ನ್ಯಾಯವಿಲ್ಲ. ಇದ್ದಿದ್ದರೆ ಅವರಿಗೆ ಉತ್ತಮಳಾದ ಹೆಂಡತಿ ಸಿಕ್ತಿದ್ದಳು.' ಎನ್ನುವಾಗ ಅವಳಿಗೆ ಅಳು ಒತ್ತರಿಸಿಕೊಂಡು ಬಂತು. ತಡೆದುಕೊಳ್ಳಲು ಪ್ರಯತ್ನಿಸಿದಳು. ಆದರೆ ಮುಚ್ಚಳವನ್ನು ಕಿತ್ತೆಸೆದ ಕುದಿಯಂತೆ ಉಕ್ಕತೊಡಗಿತು. ಅಳುವುದು ತನ್ನ ಅಭಿಮಾನಕ್ಕೆ ಊನವೆಂಬ ಅರಿವೂ ಇಲ್ಲದಂತೆ ಬಿಕ್ಕಿ ಬಿಕ್ಕಿ ಅಳತೊಡಗಿದಳು. ಗುರುವಿಗೆ ಕಸಿವಿಸಿಯಾಯಿತು. ಅವನೂ ವ್ಯಗ್ರನಾದ. ಕುಳಿತಿದ್ದಲ್ಲಿಂದ ಮುಂದೆ ಸರಿದು ಎಡಗೈಲಿ ಅವಳ ಭುಜಹಿಡಿದು ಸಮಾಧಾನ ಮಾಡಿಕೊ, ಸಮಾಧಾನ ಮಾಡಿಕೊ ಎಂದು ಬಲಗೈಯಿಂದ ಅವಳ ನೆತ್ತಿಯನ್ನು ಸವರ ತೊಡಗಿದ.

ಅವಳು ಎರಡುನಿಮಿಷದ ನಂತರ ತಹಬಂದಿ ಮಾಡಿಕೊಂಡಳು. ಇನ್ನೆರಡುನಿಮಿಷದ ನಂತರ, 'ನಾನು ನನಗಾಗಿ ಅಳಲಿಲ್ಲ. ಯಾಕೆಂದರೆ ನನ್ನ ಈ ಸನ್ನಿವೇಶ ನಾನೇ ಆಲೋಚಿಸಿ ನಿಶ್ಚಯಿಸಿ ತಂದುಕೊಂಡದ್ದು. ನನಗೆ ದುಃಖವಾಗ್ತಿರೂದು ವಿಕ್ರಮರಿಗೋಸ್ಕರ. ಅವರಿಗೆ ನೋವುಂಟು ಮಾಡುವ ಯಾರನ್ನೂ ದೇವರು ಕ್ಷಮಿಸುಲ್ಲ. ಅಷ್ಟು ಒಳ್ಳೆಯೋರು ಅವರು,' ಎಂದಳು.

ಅವನಿಗೆ ತುಸುಹೊತ್ತು ಮೆದುಳನ್ನು ಕೊರೆಯುವ ನೀರಿನಲ್ಲಿ ಮುಳುಗಿಸಿದಂತಾಯಿತು. ಯಾವ ಮಾತೂ ತೋಚಲಿಲ್ಲ. ಸುಮ್ಮನೆ ಅವಳ ಮುಖನೋಡಿದ. ನೀರುತುಂಬಿದ ಅವಳ ಕಣ್ಣುಗಳು ಅವನ ಮುಖವನ್ನು ನೋಡುತ್ತಿದ್ದವು. ಸ್ವಲ್ಪ ಹೊತ್ತಾದನಂತರ ಅವನಿಗೆ ಮಾತು ಚಾಲನೆಗೊಂಡಿತು. 'ಅವನಿಗಾಗಿರುವ ನೋವಿಗೆ ನಾನು ಕಾರಣ, ನೀನು ಕೆಟ್ಟದ್ದುಕೂಡ ನನ್ನಿಂದ ಅಂತ ತಾನೆ ನಿನ್ನ ಸೂಚ್ಯಾರ್ಥ?' ಎಂದ.

ಅವಳು ಅವನ ಕಣ್ಣುಗಳನ್ನು ದಿಟ್ಟಿಸಿನೋಡಿದಳು. ಅನಂತರ ನಿಧಾನವಾಗಿ ಮಾತನಾಡಿದಳು: 'ಗುರೂಜೀ, ನೀವು ನನ್ನ ಗುರು. ನಿಮ್ಮ ಮೇಲೆ ದೋಷಾರೋಪಮಾಡಿದರೆ ನನ್ನ ವಿದ್ಯೆ ನಾಶವಾಗುತ್ತೆ. ಯಾವ ಸನ್ನಿವೇಶದಲ್ಲೂ ನೀವು ತಪ್ಪುಮಾಡಿಲ್ಲ. ಮಾಡಿರೂದನ್ನೆಲ್ಲ ನನ್ನ ಜವಾಬ್ದಾರಿಯಿಂದ ನಾನು ಮಾಡಿದೀನಿ. ಇವಳೂ ನನ್ನವಳು ಅನ್ನುವ ಭಾವನೆ ಬರದಿದ್ದರೆ ವಿದ್ಯೆಯ ರಹಸ್ಯವನ್ನೆಲ್ಲ ಬಿಚ್ಚಿ ಹೇಳಿಕೊಡುಕ್ಕೆ ಸಾಧ್ಯವಿಲ್ಲ, ನೀನೂ ನಿನ್ನಲ್ಲಿರೂದ ಅರ್ಪಿಸಿಕೊಂಡರೆ ನಾನು ನನ್ನ ವಿದ್ಯೆಯನ್ನ ಇನ್ನೂ ಉತ್ಸಾಹದಿಂದ ನಿನಗೆ ಅರ್ಪಿಸಿಕೊಳ್ಳುವ ಮನಸ್ಸಾಗುತ್ತೆ, ಅಂದಿರಿ. ಬಲವಂತಮಾಡಲಿಲ್ಲ. ಪೂರ್ವಾಪರವನ್ನ ಯೋಚನೆಮಾಡಿಯೇ ನಾನು ಒಪ್ಪಿಸಿಕೊಂಡೆ. ನೀವು ಕ್ರಮವಾಗಿ ಪಾಠಾನೂ ಹೇಳಿದಿರಿ. ಆರುವರ್ಷದ ಮೇಲೆ ನನಗೆ ನನ್ನದೇ ಸಂಸಾರ ಬೇಕು ಅನ್ನಿಸಿತು. ನಿಮಗೂ ಹೇಳದೆ ಮದುವೆಯಾಗಿ ಅಮೆರಿಕೆಗೆ ಹೋಗಿಬಿಟ್ಟೆ. ನಿಮ್ಮನ್ನ ಮತ್ತೆ ಬರಮಾಡಿಕೊಂಡರೆ ನೀವು ಅದನ್ನ ಮತ್ತೆ ಕೇಳ್ತೀರಿ, ಇವಳು ಮದುವೆಯಾದವಳು, ಪರರ ಸೊತ್ತು ಅನ್ನುವುದನ್ನ ಪರಿಗಣಿಸುಲ್ಲ ಅಂತ ಗೊತ್ತಿತ್ತು. ಆದರೂ ನಾನು ನಿಮ್ಮನ್ನ ಕರೆದೆ. ನೀವು ಎರಡು ರಾಗಗಳನ್ನ ಸಂಪೂರ್ಣವಾಗಿ ಕಲಿಸಿದಿರಿ. ಈಗ ಎಲ್ಲ ರಾಗಗಳನ್ನೂ ಸಂಪೂರ್ಣವಾಗಿ ಕಲೀಬೇಕು ಅಂತಲೇ ಹೊರಟುಬಂದಿದೀನಿ. ಗಂಡನಿಗೆ ಮೋಸಮಾಡೂದು, ಬಿಡೂದು ಪೂರ್ತಿ ನನಗೆ, ನನ್ನ ಕರ್ತವ್ಯದ ವ್ಯಾಪ್ತಿಗೆ ಸೇರಿದ್ದು. ನಿಮಗೆ ಸಂಬಂಧಿಸಿದ್ದಲ್ಲ. ಆದ್ದರಿಂದ ತಿಳಿಸಬೇಕಾದ್ದನ್ನ ಅವರಿಗೆ ತಿಳಿಸಿ ಬಂದಿದೀನಿ. ನೀವು ವಿಚಲಿತರಾಗುವ ಕಾರಣವಿಲ್ಲ. ನನಗೆ ಕಣ್ಣೀರು ಬಂದದ್ದನ್ನ ಹೆಣ್ಣಿನ ಸಹಜದೌರ್ಬಲ್ಯ ಅಂತ ತಿಳಕೊಂಡು ಸುಮ್ಮನಿದ್ದುಬಿಡಿ. ಇವತ್ತಿನಿಂದಲೇ ಪಾಠ ಹೇಳಿಕೊಡಿ.'

'ಜಾಣತನದ ಮಾತಾಡ್ತಿದೀಯ ನೀನು.'

'ಇದರಲ್ಲಿ ಜಾಣತನ ಯಾವುದೂ ಇಲ್ಲ.'

'ಗಂಡನ ಜೊತೆ ಸಂಸಾರವಿರುವಾಗ ನನ್ನ ಜೊತೆ ಪ್ರೀತಿ ಇಟ್ಟುಕೊಳ್ಳೂದು ಕಷ್ಟ ಅಂತ ಅವನನ್ನ ಬಿಟ್ಟು ಬಂದಿದೀಯ; ಈಗ ಸಂಪೂರ್ಣ ಮನಸ್ಸಿನಿಂದ ನನಗೆ ಒಪ್ಪಿಸಿಕೊತ್ತೀಯ; ಅದು ತಾನೆ ನಿನ್ನ ಮಾತಿನ ತಾತ್ಪರ್ಯ?'

ಅವಳು ಉತ್ತರಿಸಲಿಲ್ಲ. ಅವನ ಮುಖವನ್ನೊಮ್ಮೆ ತೀಕ್ಷ್ಣವಾಗಿ ನೋಡಿದಳು. ಬಹುಬೇಗ ತನ್ನ ದೃಷ್ಟಿಯನ್ನು ಎ.ಸಿ.ಯ ಕಡೆಗೆ ತಿರುಗಿಸಿದಳು. ಸ್ಪಷ್ಟವಾಗಿ ಹೇಳು, ಅವನು ಕೇಳಿದ.

'ಗುರೂಜೀ, ನೀವು ಕೇಳಿದಿರಿ ಅಂತ ನಾನು ಉತ್ತರ ಹೇಳಬೇಕಾಗಿದೆ. ಒರಟು ಮಾತಾಡ್ತಿದಾಳೆ ಅಂತ ತಪ್ಪು ತಿಳೀಬಾರದು. ತಿಳಿಯುಲ್ಲ ಅಂತ ಅಭಯಕೊಟ್ಟರೆ ಹೇಳ್ತೀನಿ,'

ಎಂದು ಬಾಗಿ ಅವನ ಎರಡು ಕಾಲುಗಳನ್ನೂ ಮುಟ್ಟಿದಳು. ಅವನು ಇಲ್ಲ, ಹೇಳು ಎಂದ. ಅನಂತರ ನಿಧಾನವಾಗಿ ಮಾತನಾಡಿದಳು: 'ಒಪ್ಪಿಸಿಕೊಳ್ಳೂದು ಅನ್ನೂ ಮಾತಿನಲ್ಲೇ ನನಗೆ ಅರ್ಥಕಾಣ್ತಿಲ್ಲ. ಶರೀರವನ್ನ ಯಾರೂ ಯಾರಿಗೂ ಒಪ್ಪಿಸಿಕೊಬಾರದು. ಅದು ಯಾರಿಗೆ ಸೇರಬೇಕೋ ಅವರು ತಮಗೆ ತಾವೆ ತೆಗೆದುಕೊಬೇಕು. ಆದರೂ ಎಷ್ಟೋಜನ ತಮ್ಮ ಶರೀರವನ್ನ ಒಪ್ಪಿಸಿಕೊತ್ತಾರೆ. ಕೆಲವರು ಇಂತಿಷ್ಟು ಅವಧಿಗೆ ಇಂತಿಷ್ಟು ಹಣ ಅನ್ನುವ ಲೆಕ್ಕದಲ್ಲಿ ಹಣಕ್ಕಾಗಿ ಒಪ್ಪಿಸಿಕೊತ್ತಾರೆ. ಇನ್ನು ಕೆಲವರು ವೃತ್ತಿಯಲ್ಲಿ ಮೇಲೆಬರುಕ್ಕೆ, ಇನ್ನು ಕೆಲವರು ಗ್ಲಾಮರ್‌ಗೆ, ಅಧಿಕಾರಕ್ಕೆ, ಹೀಗೆ ಹಲವು ಕಾರಣಗಳಿಗೆ ಒಪ್ಪಿಸಿಕೊತ್ತಾರೆ. ಅವರ ಶರೀರವನ್ನ ಅವರಿಗೆ ಬೇಕಾದ ಉದ್ದೇಶಸಾಧನೆಗೆ ಒಪ್ಪಿಸಿಕೊಳ್ಳುವ ಅಧಿಕಾರ ಹೆಂಗಸಿಗಾಗಲಿ ಗಂಡಸಿಗಾಗಲಿ ಇಲ್ಲವೆ? ಆದರೆ ಹಣ, ವರತ್ತಿಯ ಮೇಲ್ಮೆ, ಅಧಿಕಾರ, ಗ್ಲಾಮರ್, ಇವೆಲ್ಲವುಗಳಿಗಿಂತ ವಿದ್ಯೆ ಶ್ರೇಷ್ಠವಾದದ್ದು. ಅದರಲ್ಲೂ ಸಂಗೀತವಿದ್ಯೆ ಅತ್ಯಂತ ಶ್ರೇಷ್ಠವಾದದ್ದು. ನನ್ನ ಜೀವ ಸದಾ ತುಡಿಯೂದು ಸಂಗೀತವಿದ್ಯೆಗೆ. ಅದಕ್ಕೆ ಒಪ್ಪಿಸಿಕೊಂಡರೆ ತಪ್ಪೇನಿದೆ? ವಿವಾಹ ಚೌಕಟ್ಟಿನೊಳಗೆ ಇದ್ದು ಹೀಗೆ ಒಪ್ಪಿಸಿಕೊಂಡರೆ ತಪ್ಪಾಗುತ್ತೆ ಅಂತ ವಿಕ್ರಮರನ್ನ ಬಿಟ್ಟುಬಂದಿದೀನಿ.'

ಎಂದು ಅವನ ಮುಖ ನೋಡಿದಳು. ಅವನ ಕಣ್ಣುಗಳು ಅವಳತ್ತ ತಿರುಗಿದ್ದರೂ ದೃಷ್ಟಿಯು ಒಂದು ಅಖಚಿತ ವಲಯದಲ್ಲಿ ಚದುರಿಕೊಂಡಿತ್ತು. 'ಇನ್ನೂ ಒಂದು ಮಾತು ಹೇಳಿಬಿಡ್ತೀನಿ ಕೇಳಿ. ನನಗೆ ಈಗ ಮೂವತ್ತು ತುಂಬಿತು. ನಿಮಗೆ ಸ್ಫೂರ್ತಿಕೊಡುವ ಶಕ್ತಿ ನನ್ನ ಶರೀರಕ್ಕೆ ಇಲ್ಲದೆ ಇರಬಹುದು. ಯಾವುದೋ ಹಳೆಯ ದಾಕ್ಷಿಣ್ಯಕ್ಕೆ ಕಟ್ಟುಬಿದ್ದು ಸ್ಫೂರ್ತಿಹೀನ ಪ್ರವಚನದ ಸಂಕಟ ಅನುಭವಿಸಬೇಡಿ. ನನ್ನ ತಂದೆ ನನ್ನ ಹೆಸರಿನಲ್ಲಿ ಒಂದು ದೊಡ್ಡ ಫ್ಲ್ಯಾಟ್ ತೆಗೆದುಕೊಟ್ಟಿದ್ದರು. ಎಷ್ಟೋವರ್ಷದ ಹಿಂದೆ. ನನ್ನ ದೊಡ್ಡಣ್ಣ ಅದನ್ನ ಒಂದು ಕಂಪನಿಗೆ ಗೆಸ್ಟ್‌ಹೌಸ್ ಅಂತ ಒಳ್ಳೆಯ ಬಾಡಿಗೆಗೆ ಕೊಟ್ಟಿದಾರೆ. ಬಾಡಿಗೆ ನನ್ನ ಬ್ಯಾಂಕಿಗೆ ಜಮಾ ಆಗಿ ಈಗ ಎಷ್ಟೋ ಲಕ್ಷ ಆಗಿರಬಹುದು. ನನ್ನ ಮದುವೆಯಲ್ಲಿ ಬಂದ ಉಡುಗೊರೆ ಹಣವನ್ನೂ ಅಣ್ಣ ಅದೇ ಬ್ಯಾಂಕಿಗೆ ಜಮಾಮಾಡಿಸಿದ್ದರು. ಗುರುದಕ್ಷಿಣೆ ಯಾಗಿ ನಾನು ಮೊದಲಿನಂತೆ ನಿಮಗೆ ಒಪ್ಪಿಸಿಕೊಳ್ಳೂದು ನಿಮಗೆ ಬೇಕಾದರೂ ನಾನು ಕೊಡ್ತೀನಿ. ನನ್ನಲ್ಲಿ ಸ್ಫೂರ್ತಿ ಕೊಡುವ ಶಕ್ತಿ ಇಲ್ಲದಿದ್ದರೆ ಹಣದ ರೂಪದಲ್ಲೇ ಕೊಡ್ತೀನಿ. ನೀವು ಎಷ್ಟು ಕೇಳಿದರೂ ಅಷ್ಟು. ಅದು ನನ್ನ ದುಡ್ಡು. ಯಾರದನ್ನೂ ತೆಗೆದುಕೊಡ್ತಿಲ್ಲ.'

ಅವನ ದೃಷ್ಟಿ ಇನ್ನೂ ಅಖಚಿತವಾಗಿಯೇ ಇತ್ತು. ಒಂದುನಿಮಿಷದ ನಂತರ ಅವಳು ಮಾತನಾಡಿದಳು: 'ನಾನು ಒಲಿದಿರೂದು ನಿಮ್ಮ ಸಂಗೀತಕ್ಕೆ. ಬೇರೆ ಗಾಯಕರಾರೂ ಇಲ್ಲ ಅಂತ ಅಲ್ಲ. ಆದರೆ ನಿಮ್ಮ ಗಾಯನಶೈಲಿ, ಭಾವಪರಿಪೋಷಣೆ, ಸೂಕ್ಷ್ಮ ಕೆಲಸಗಳು, ಭೂಮಿಯಿಂದ ಆಕಾಶಕ್ಕೆ ಏರಿಸುವ ಕಲಾಶಕ್ತಿಗಳು ಅನನ್ಯವಾದವು. ಇಷ್ಟು ವರ್ಷ ನಿಮ್ಮಲ್ಲಿ ಕಲಿತನಂತರ ಕೊನೆಯ ಹಂತವನ್ನು ನಿಮ್ಮಲ್ಲಿಯೇ ಕಲಿಯಬೇಕು. ಬೇರೆ ಯಾರಲ್ಲಿ ಕಲಿಯಹೋದರೂ ತಳಹದಿಗೂ ಗೋಡೆಗೂ ಶಿಖರಕ್ಕೂ ತಾಳಮೇಳವಾಗುಲ್ಲ. ನಿಮ್ಮ ಕಲಾರಹಸ್ಯವೂ ದೊರೆಯುಲ್ಲ. ಆದ್ದರಿಂದ ನೀವೇ ನನಗೆ ಕಲಿಸಬೇಕು. ನಾನು ಸಾಯುವತನಕ ಪಂಡಿತ ಮೋಹನಲಾಲರ ಶಿಷ್ಯೆ ಅನ್ನುವ ಹೆಸರಿನಲ್ಲೇ ಹಾಡಬೇಕು.'

ಅವನು ಈಗಲೂ ಮಾತನಾಡಲಿಲ್ಲ. ಅವಳಿಗೂ ಹೇಳುವಂಥದು ಮತ್ತೆ ಏನೂ ಇರಲಿಲ್ಲ. ಕುಳಿತವಳು ಎದ್ದು ಕಿಟಕಿಯ ಹತ್ತಿರಕ್ಕೆ ಹೋಗಿ ಫರದೆಯನ್ನು ಸರಗಿಸಿ ಪಶ್ಚಿಮಕ್ಕೆ ಬಾಗಿ ಕೆಂಪು ಕಿರಣಗಳಿಂದ ಸಮುದ್ರದ ಅಲೆಗಳನ್ನು ತಡೆಯುತ್ತಿದ್ದ ಸೂರ್ಯನನ್ನು ತುಸುಹೊತ್ತು ನೋಡುತ್ತಿದ್ದಳು. ನಂತರ ಅವನತ್ತ ತಿರುಗಿ, 'ಇದಾವುದನ್ನೂ ನನ್ನ ಮನೇಲಿ ಹೇಳುಲ್ಲ. ಗಂಡನನ್ನು ಬಿಟ್ಟುಬಂದಿರೂದನ್ನೂ ಹೇಳುಲ್ಲ. ಅಮೆರಿಕದಲ್ಲಿದ್ದು ಸಂಗೀತ ಕಲಿಯುಕ್ಕೆ ಸಾಧ್ಯವಿಲ್ಲ ಅಂತ ಬಂದಿದೀನಿ. ಇಲ್ಲಿ ಕೆಲವು ತಿಂಗಳು ಅಲ್ಲಿ ಕೆಲವು ತಿಂಗಳು ಇರ್ತೀನಿ ಅಂತಲೇ ಹೇಳ್ತೀನಿ. ವಿಕ್ರಮರೂ ಹಾಗೆಯೇ ಹೇಳ್ತಾರೆ ಅನ್ನುವ ನಂಬಿಕೆ ನನಗಿದೆ. ಆತ ತುಂಬ ಸಂಯಮದಿಂದ ವರ್ತಿಸುವ ವ್ಯಕ್ತಿ. ಎಲ್ಲಾದರೂ ನನ್ನೊಬ್ಬಳಿಗೆ ಆಗುವಂಥ, ಸಂಗೀತಸಾಧನೆಗೆ ಅನುಕೂಲವಾದಂಥ ಒಂದು ಫ್ಲ್ಯಾಟ್ ಬಾಡಿಗೆಗೆ ಮಾಡಿಕೊಂಡು ಇರ್ತೀನಿ.'

– ೪ –

ರಾತ್ರಿ ವಿಮಾನನಿಲ್ದಾಣದಿಂದ ಕರೆತಂದು ಪಶ್ಚಿಮ ಬಾಂದ್ರಾದ ಮೋತಿಸದನ್ ಹೋಟೆಲಿನ ಆರನೆಯ ಮಹಡಿಯ ಕೋಣೆಯಲ್ಲಿ ಇಳಿಸುವ ಹೊತ್ತಿಗೆ ಅವಳು ಬಳಲಿ ಕುಸಿಯುವಂತಾಗಿದ್ದಳು. ಅವನಿಗೆ ಮುತ್ತಿಕ್ಕಿ ಸಾರಿ ಗುರೂಜಿ, ನಿದ್ದೆ ಬರ್ತಿದೆ ಎಂದಳು. ಅವನು ತನ್ನ ಫ್ಲ್ಯಾಟಿಗೆ ಹಿಂತಿರುಗಿದ. ಅಪರಾಹ್ಣ ಮೂರುಗಂಟೆಗೆ ಹೋದಾಗ ಎಚ್ಚರವಾಗಿ ಸ್ನಾನ ಊಟ ಮುಗಿಸಿದ್ದಳು. ಇವನ ಮನಸ್ಸನ್ನು ಅರ್ಥಮಾಡಿಕೊಂಡು ತಾನೇ ಮುನ್ನಡೆದು ಮುದ್ದಿಸಿ ಕರೆದುಕೊಂಡು ಇವಳು ನಿಜವಾಗಿಯೂ ಅದೇ ಭೂಪಾಲಿ ಎನ್ನಿಸುವ ಉತ್ಕಟತೆಯನ್ನು ಉದ್ದೀಪಿಸಿ ತಣಿಸಿದಳು. ನಂತರ ಹಾಗೆಯೇ ಅವನ ತೋಳಿನಲ್ಲೇ ನಿದ್ರೆ ಮಾಡಿಬಿಟ್ಟಳು. ಗಾಢ ನಿದ್ರೆ. ಒಂಬತ್ತೂವರೆ ಗಂಟೆಯ ಕಾಲವ್ಯತ್ಯಾಸ. ಹದಿನಾರು ಗಂಟೆಯ ಯಾನದ ಬಳಲಿಕೆ. ನಿದ್ರಿಸಲಿ ಎಂದು ಅವನು ಅವಳ ತಲೆ ಬೆನ್ನುಗಳನ್ನು ಸವರಿ ಮಲಗಿಸಿದರೂ ಅವಳು ಆರೆಂಟು ಗಂಟೆ ಅಥವಾ ಎಂಟು ಹತ್ತು ಗಂಟೆ ಎಚ್ಚರವಾಗುವುದಿಲ್ಲವೆನ್ನಿಸಿದಾಗ ಎಷ್ಟುಹೊತ್ತು ಅಂತ ಹೀಗೆ ಅವಳ ತಲೆಯಡಿಗೆ ತನ್ನ ತೋಳನ್ನು ಕೊಟ್ಟು ಮಲಗಿರುವುದು? ಎನ್ನಿಸತೊಡಗಿತು. ಆದರೆ ತಕ್ಷಣ ಬಿಟ್ಟು ಏಳುವ, ಎದ್ದುಹೋಗುವ ಮನಸ್ಸಾಗಲಿಲ್ಲ. ಇವ ಳೊಬ್ಬಳೇ ನನ್ನ ಹೃದಯಾಂತರಾಳದ ಪ್ರೇಯಸಿ, ಮೂರುವರ್ಷ ಇರ್ತಾಳೆ, ಬೇರೆಯೋರನ್ನು ಪೂರ್ತಿ ಕೈಬಿಡೂದು ಬೇಡ. ಆದರೆ ಮೊದಲಿನಷ್ಟು ಪದೇ ಪದೇ ಕರಕೊಳ್ಳೂದೂ ಸಾಧ್ಯವಿಲ್ಲ, ಅರವತ್ತಾಯಿತು, ಎಂಬ ನೆನಪು ಬಂತು. ಭೂಪಾಲಿಯ ಸಂಪರ್ಕದಲ್ಲಿ ಅರವತ್ತು ಮೂವತ್ತಾಗುತ್ತದೆ. ಈಗಲಂತೂ ಇಪ್ಪತ್ತೈದಾಯಿತು ಎಂಬ ಮೆಲುಕು ಬಂದು ಹಿತವಾಯಿತು. ಇವಳಲ್ಲಿ ಒಂದು ಮುಕ್ತತೆ ಇದೆ. ಯಾವುದೇ ರೀತಿಯ ನೈತಿಕಬಂಧನ ಹಾಕುಲ್ಲ. ಮದುವೆಯಾಗಿಲ್ಲ ಅನ್ನೂದು ಮಾತ್ರವಲ್ಲ. ಮುಕ್ತತೆಯೇ ಆ ಸಮಾಜದ ಮುಖ್ಯಗುಣ. ಬರೀ ಮುಕ್ತತೆಯಲ್ಲ, ಗುರುಪ್ರೇಮವೂ

ಅಷ್ಟೇ ಇದೆ. ಪ್ರಯಾಣದ ಬಳಲಿಕೆ, ಜೆಟ್‌ಲ್ಯಾಗ್ ಎಳೆಯುತ್ತಿದ್ದರೂ ಎಷ್ಟು ಶ್ರದ್ಧಾಭಕ್ತಿಗಳಿಂದ ಗುರುಸೇವೆ ಮಾಡಿದನಂತರ ನಿದ್ದೆ ಮಾಡಿದಳು! ಎಂಬ ಮೆಚ್ಚುಗೆ ಮೂಡಿತು. ನಿದ್ರಿಸುತ್ತಿದ್ದ ಅವಳ ತುಟಿಗಳನ್ನು ಮುದ್ದಿಸಿದ. ಎರಡುದಿನದಿಂದ ಬಾಧಿಸುತ್ತಿದ್ದ ಕಲಮಲವು ಇಂಗಿದಂತಾಯಿತು. ಗುರುವಿನ ಮೇಲೆ ಆಪಾದನೆ. ಗಂಡನಿಗೆ ಮೋಸಮಾಡಿರುವ, ಮಾಡುತ್ತಿರುವ, ಪಾಪಭಾವನೆಯಂತೆ. ಅದಕ್ಕೇ ಅವನನ್ನು ಬಿಟ್ಟು ಬಂದಳಂತೆ. ಬೇರೆ ಕೆಲವರು ಹಣಕ್ಕಾಗಿ, ಅಧಿಕಾರಕ್ಕಾಗಿ, ಕೀರ್ತಿಗಾಗಿ ಶರೀರ ಒಪ್ಪಿಸಿಕೊಳ್ಳುವ ಹಾಗೆ ಇವಳು ವಿದ್ಯೆಗಾಗಿ ಒಪ್ಪಿಸಿಕೊಳುಕ್ಕೆ ಸಿದ್ಧಳಾಗಿದಾ ಳಂತೆ. ಅವಳಿಗೆ ಇನ್ನುಮುಂದೆ ಒಂದು ಸ್ವರವನ್ನೂ ಹೇಳಿ ಕೊಡುಲ್ಲ. ಈಗ ಕಲಿಸಿರೂದು ಕೂಡ ಮರೆತುಹೋಗಲಿ ಅಂತ ಶಾಪ ಹಾಕ್ತೀನಿ, ಕರ್ಣನಿಗೆ ಪರಶುರಾಮ ಶಾಪ ಕೊಟ್ಟಂತೆ, ಎಂದುಕೊಂಡ. ಪೂರ್ತಿ ಕಲಿಯುವ ಮೊದಲೇ ಯಾಕೆ ಕದ್ದು ಮದುವೆ ಮಾಡಿಕೊಂಡು ಹೋದಳು, ವಿದ್ಯೆಯೇ ಸರ್ವಸ್ವವಾಗಿದ್ದರೆ? ಎಡತೋಳಿನಲ್ಲಿ ನೋವು ಕಾಣಿಸಿತು. ಭೂಪಾಲಿಯ ತಲೆಯು ಅಲುಗಾಡದೆ ಅದರ ಮೇಲೇ ಇದೆ. ಬಿಡಿಸಿಕೊಳ್ಳದಿದ್ದರೆ ನೋವು ಹೆಚ್ಚಾಗುತ್ತೆ. ಅವಳನ್ನು ಹೆಚ್ಚು ಅಲುಗಿಸದೆ ತೋಳನ್ನ ನಿಧಾನವಾಗಿ ಎಳೆದುಕೊಂಡು ತಲೆಗೆ ಒಂದು ದಿಂಬು ಕೊಟ್ಟ. ಅವಳು ಹೊರಳಿ ಇವನ ಕಡೆಗೆ ಬೆನ್ನುಮಾಡಿ ಮಲಗಿದಳು. ತುಸುಹೊತ್ತು ಕಳೆದಮೇಲೆ ಮನಸ್ಸು ಮಧುವನ್ನು ಬಿಟ್ಟು ಇತ್ತಬಂತು. ಆದರೆ ಯಾವ ಆಲೋಚನೆಯೂ ಇಲ್ಲದ ಖಾಲಿ ಖಾಲಿ ಸ್ಥಿತಿಯಲ್ಲಿತ್ತು. ಎಷ್ಟುಹೊತ್ತು ಅಂತ ಹೀಗೆ ಮಲಗಿರೂದು? ಎನ್ನಿಸಿ ಮೇಲೆ ಎದ್ದ. ಶೌಚದ ಕಿರುಕೋಣೆಗೆ ಹೋಗಿ ಮುಖತೊಳೆದು ತಲೆಬಾಚಿ ಬಟ್ಟೆ ಹಾಕಿಕೊಂಡು ಕೋಣೆಯಿಂದ ಹೊರಗೆ ಬಂದು ಬಾಗಿಲೆಳೆದುಕೊಂಡ. ಒಳಗಿನಿಂದ ತನಗೆತಾನೆ ಬೀಗ ಹಾಕಿಕೊಂಡಿತು.

ಮರುಬೆಳಗ್ಗೆ ಫೋನುಮಾಡಿ ಹೋಟೆಲಿಗೆ ಹೋದಾಗ ಭೂಪಾಲಿ ಸ್ನಾನಾದಿಗಳನ್ನು ಮುಗಿಸಿ ಸಿದ್ಧಳಾಗಿದ್ದಳು. 'ನೀವು ಯಾವಾಗ ಹೋದಿರೋ ನನಗೆ ಗೊತ್ತಿಲ್ಲ. ಎಚ್ಚರವಾದಾಗ ಬೆಳಕು ಹರೀತಿತ್ತು. ನಿದ್ದೆಯ ಜಡರು ಕಳೆದಿತ್ತು. ಸ್ನಾನಮಾಡಿ ಬ್ರೇಕ್‌ಫಾಸ್ಟ್ ಮುಗಿಸಿದೆ. ನಿಮ್ಮ ಫೋನ್ ಬಂತು. ಹೇಳಿ, ಈಗ ಏನು ಮಾಡೋಣ?' ಎಂದಳು.

ಅವನು ಕಣ್ಣುಸನ್ನೆ ಮಾಡಿದ. ಅವಳಿಗೆ ಅರ್ಥವಾಯಿತು. ಸಮ್ಮತಿಯ ಮುಗುಳ್ನಕ್ಕಳು.

ಆದರೆ ಅನಂತರ ಅವನಿಗೇ ಒಂದು ಖಾಲಿ ಕಾಣಿಸಿತು. ಶರೀರವು ಅಭಿವ್ಯಕ್ತಿಯಲ್ಲಿ ತೊಡಗಿರುವಾಗ ಬೇರೆ ಮಾತು ಬೇಕಿಲ್ಲ. ಆದರೆ ಎಲ್ಲ ಮುಗಿದಮೇಲೆ ಇವಳೊಡನೆ ಮಾತನಾಡಲು ವಿಷಯವೇ ಹೊಳೆಯುತ್ತಿಲ್ಲ. ನ್ಯೂಯಾರ್ಕು ಅವಳ ಊರಲ್ಲ. ತನಗೂ ಆ ಊರಿನ ಬಗೆಗೆ ಕೇಳುವಂಥ ಹೆಚ್ಚು ಸಂಗತಿಗಳು ಗೊತ್ತಿಲ್ಲ. ಅವಳ ಊರು ಕೇರಿಗಳೂ ತಿಳಿದಿಲ್ಲ. ನೆನಪಿರುವುದೇನಿದ್ದರೂ ಅವಳ ಊರಿನ ಸಮೀಪದಲ್ಲಿರುವ ಅಟ್ಲಾಂಟಿಕ್ ಸಿಟಿ ಮಾತ್ರ. ಐದಾರುಗಂಟೆಗಳಲ್ಲಿ ಹದಿಮೂರುಸಾವಿರ ಡಾಲರನ್ನು ಕಳೆದುಕೊಂಡ ಜೂಜಿನ ಪಟ್ಟಣ. ಭೂಪಾಲೀ, ಅಮೆರಿಕದಿಂದ ಹಿಂತಿರುಗಿದಮೇಲೆ ನಿನ್ನ ನೆನಪಿನಲ್ಲೇ ಮುಳುಗಿದ್ದೆ. ಬೇರೆ ಯಾವ ಹೆಂಗಸನ್ನೂ ಮುಟ್ಟಿಲ್ಲ ಎಂಬುದೊಂದೇ ಅವಳ ಕೈಲಿ ಆಡಬಹುದಾದ

ಆಪ್ತ ಮತ್ತು ಸತ್ಯವಾದ ಮಾತು ಎನ್ನಿಸಿತು. ಬೇರೆ ಹೆಂಗಸನ್ನು ಮುಟ್ಟಿಲ್ಲ ಎಂಬ ಭಾಗವು ತನ್ನನ್ನೇ ಅಗ್ಗಗೊಳಿಸುತ್ತದೆ ಎಂಬ ಅರ್ಥವಾಗಿ ಆ ವಾಕ್ಯವನ್ನು ಅದುಮಿಕೊಂಡ. ಇನ್ನು ಇವಳೊಡನೆ ಆಡಬಹುದಾದ ಮಾತು ಯಾವುದು? ಅಲ್ಲದೆ ತನಗೆ ಇಂಗ್ಲಿಷ್‌ಭಾಷೆ ಅಷ್ಟು ಸಲೀಸಾಗಿಯೂ ಬರುವುದಿಲ್ಲ, ಎಂಬ ಅರಿವಾದಾಗ ಇಷ್ಟಕ್ಕೆ ಇಷ್ಟು ತಿಂಗಳಿನಿಂದ ಕಾಯುತ್ತಿದ್ದೆನೆ? ಎಂಬ ಶೂನ್ಯ ಕಾಣತೊಡಗಿತು. ಮಧು ಸರಿ. ಎಷ್ಟು ಮಾತನಾಡಿದರೂ ಮುಗಿಯುಲ್ಲ. ಇಬ್ಬರದೂ ಒಂದೇ ಭಾಷೆ, ಒಂದೇ ದೇಶ, ಒಂದೇ ಊರು, ರಾಗಭಾವಗಳನ್ನೂ ಒಂದೇ ರೀತಿ ಗ್ರಹಿಸುವ ಮನೋಧರ್ಮಗಳು. ಊಟ ತಿಂಡಿ ತಿನಿಸು ವೇಷ ಭೂಷಣ ಹಾಡುವ ಚೀಜಿನ ಪ್ರತಿಯೊಂದು ಪದದ ಅರ್ಥಗ್ರಹಿಕೆ, ಎಲ್ಲವೂ ಒಂದೇ, ಎಂಬ ಅರಿ ವಾಯಿತು. ಆದರೆ ತನ್ನ ಗಂಡನಿಗೆ ಮೋಸಮಾಡಿಸಿದವನು ಅಂತ ಆಪಾದಿಸಿದಾಳೆ. ಬರೀ ಆಪಾದಿಸಿ ಜಗಳ ಕಾಯ್ದಿದ್ದರೆ ಸಮಾಧಾನಪಡಿಸಬಹುದಿತ್ತು. ಎಲ್ಲಾನೂ ಬರೆದು ಅವನಿಗೆ ಕೊಟ್ಟೂ ಬಂದಿದಾಳೆ. ಯಾರನ್ನ ಕೇಳಿ ಕೊಟ್ಟಳು? ನನ್ನನ್ನೇನಾದರೂ ಕೇಳಿದಳಾ? ದುರಹಂಕಾರ. ಗುರುವಿಗಿಂತ ತಾನು ಉತ್ತಮಳು ಅನ್ನುವ ನೈತಿಕ ದುರಹಂಕಾರ. ಅಹಂಕಾರ ಅಳಿಯುವತನಕ ವಿದ್ಯಾಪ್ರಗತಿಯಾಗುಲ್ಲ, ಎಂದುಕೊಂಡ.

'ಗುರೂಜಿ, ನನ್ನ ಪಾಠ ಯಾವತ್ತು ಶುರುಮಾಡ್ತೀರ? ಇಂಥ ದಿನ ಶುರುಮಾಡಿದೀನಿ ಅಂತ ನಿಮ್ಮ ದಾಖಲೆಪತ್ರ ಲಗತ್ತಿಸಿ ನಾನು ಅಮೆರಿಕಾಕ್ಕೆ ವರದಿ ಕಳಿಸಬೇಕು,' ಭೂಪಾಲಿ ಕೇಳಿದಳು.

'ಇವತ್ತು ನನ್ನ ಫ್ಲ್ಯಾಟ್ ತೋರುಸ್ತೀನಿ. ನಡದೇ ಬರಬಹುದು. ನಾಳೆ ಬೆಳಗ್ಗೆ ಒಂಬತ್ತಕ್ಕೆ ನಿನ್ನ ಕ್ಲಾಸು. ಇನ್ನು ಇಪ್ಪತ್ತುದಿನಕ್ಕೆ ನಿನ್ನ ಫ್ಲ್ಯಾಟು ಕೈಗೆ ಸಿಕ್ಕುತ್ತೆ. ಆಮೇಲೆ ದಿನಾ ಅಭ್ಯಾಸಮಾಡಿಕೊಬಹುದು. ಈ ಹೋಟೆಲ್‌ಕೋಣೆಯಲ್ಲಿ ಸಂಗೀತಾಭ್ಯಾಸ ಮಾಡಿದರೆ ಬೇರೆ ಗಿರಾಕಿಗಳು ತಕರಾರು ಮಾಡ್ತಾರೆ.'

ಅಲ್ಲಿಗೆ ಮಾತು ಮುಗಿಯಿತು. ಹೆಚ್ಚಿನ ಸಂಭಾಷಣೆಗೆ ವಿಷಯ ತೋಚಲಿಲ್ಲ. ತಾನು ಸಂಪರ್ಕವಿಟ್ಟುಕೊಂಡ ಇತರ ಹೆಂಗಸರೊಡನೆಯೂ ಹೀಗೆಯೇ ಆಗುವುದು ನೆನಪಿಗೆ ಬಂತು. ನೀನು ರತಿ, ನೀನು ಸುಂದರಿ, ನೀನು ಸ್ಫೂರ್ತಿ, ನೀನು ಕನಸಿನ ರಾಣಿ ಎಂದೆಲ್ಲ ಪುಂಖಾನುಪುಂಖವಾಗಿ ಬರುವ ಮಾತುಗಳು ಬಯಕೆ ತೀರಿ ಚಿತ್ತಾದನಂತರ ಅರ್ಥ ಕಳೆದುಕೊಳ್ಳುತ್ತವೆ. ಈಗ ಯಾರೋ ಬರುವವರಿದ್ದಾರೆ, ನಾನು ಎಲ್ಲಿಗೋ ಹೋಗಬೇಕು, ಎಂಬಂತಹ ಒಂದಲ್ಲೊಂದು ನೆಪ ಹುಟ್ಟಿಸಿ ಅವಳನ್ನು ಬೇಗ ಸಾಗಹಾಕ್ತೀನಿ. ಶರೀರಕಾಮನೆ ಮುಗಿದಮೇಲೂ ಕನಸುಗಳನ್ನು ಸೃಷ್ಟಿಸುತ್ತಾ, ಹಂಚಿಕೊಳ್ಳುತ್ತಾ ಜೊತೆಯಲ್ಲಿ ಮಲಗುವುದು ವಿರಳ. ಹಾಗೆ ಕನಸು ಕಾಣುತ್ತಿದ್ದುದು ಮನೋಹರಿಯೊಡನೆ, ದಿಲ್ಲಿಗೆ ಹೋದ ಆರಂಭದ ತಿಂಗಳುಗಳಲ್ಲಿ. ಮಧುವಿನೊಡನೆ, ವಿಕ್ರಮ ಪ್ರವಾಸ ಹೋದ ಹಗಲು ರಾತ್ರಿಗಳಲ್ಲಿ. ಮನೋಹರಿ ಹಾಗೆ ಮಾಡಿದಳು. ಇವಳಿಗೆ ಇದ್ದಕ್ಕಿದ್ದಂತೆಯೇ ಪತಿವ್ರತಾಧರ್ಮದ ಜ್ವರ ಬಂದುಬಿಟ್ಟಿತು. ಜ್ವರವು ಸನ್ನಿಗೆ ತಿರುಗಿ ಗಂಡನಿಗೆ ಕಾಗದವನ್ನೇ ಕೊಟ್ಟು ಬಂದುಬಿಟ್ಟಳು. ಯಾರನ್ನ ಕೇಳಿ ಕೊಟ್ಟಳು, ರಾಸ್ಕಲ್? ಎಂದು ಹುದುಗಿದ ಕೋಪದಿಂದ ಕೇಳಿಕೊಂಡ.

– ೫ –

ಭೂಪಾಲಿ ಮುಂಬಯಿಗೆ ಬಂದು ಐದು ದಿನವಾಗಿತ್ತು. ಒಂದು ಬೆಳಗ್ಗೆ ಒಂಬತ್ತರಿಂದ ಹತ್ತೂವರೆಯವರೆಗೆ ಪಾಠ ಹೇಳಿಸಿಕೊಂಡು ಹೋದಳು. ಹನ್ನೊಂದರ ಸುಮಾರಿಗೆ ಕರೆ ಗಂಟೆಯಾಯಿತು. ಇವನು ಹೋಗಿ ಬಾಗಿಲು ತೆರೆದರೆ ಮಧು ನಿಂತಿದ್ದಳು. ಎಡಗೈಲಿ ತನ್ನ ಕೈಚೀಲ. ಬಲಗೈಲಿ ಹಿಡಿದಿದ್ದ ಪ್ಲಾಸ್ಟಿಕ್ ಚೀಲವು ಹಣ್ಣುಗಳದೆಂದು ನೋಡಿದರೇ ಕಾಣುತ್ತಿತ್ತು. ಅವನು ಅವಳನ್ನು ಬಾ ಎನ್ನಲಿಲ್ಲ. ಮಾತನಾಡಿಸಲಿಲ್ಲ. ಅವಳೇ ಒಳಗೆ ಬಂದಳು. ಅಡುಗೆಮನೆಗೆ ಹೋಗಿ ಹಣ್ಣಿನ ಚೀಲವನ್ನು ಊಟದ ಮೇಜಿನ ಮೇಲಿಟ್ಟು ಬಂದಳು. ಅಷ್ಟರಲ್ಲಿ ಅವನು ಸೋಫಾದ ಮೇಲೆ ಕುಳಿತಿದ್ದ. ಅವನ ಕಾಲಿನ ಹತ್ತಿರ ನೆಲದ ಮೇಲೆ ಕೂತು ಬಾಗಿ ಚರಣಸ್ಪರ್ಶಮಾಡಿ ಕೈಯನ್ನು ತಲೆಗೆ ಸವರಿಕೊಂಡಳು.

ಅವನು ಮಾತನಾಡಲಿಲ್ಲ. ಉಪೇಕ್ಷಿಸುವವನಂತೆ ಕುಳಿತಿದ್ದ. ಒಂದುನಿಮಿಷ ಸುಮ್ಮನೆ ಕುಳಿತಿದ್ದ ಅವಳು, 'ನಾನೇನೂ ಹೊಸದಾಗಿ ಸೇರ್ತಿಲ್ಲ. ಆದರೂ ಇವತ್ತು ಗುರುವಾರ. ಪಾಠ ಶುರುಮಾಡುಕ್ಕೆ ಒಳ್ಳೆಯ ದಿನ ಅಂತ ಬಂದೆ. ಕ್ಯಾಸೆಟ್‌ಗಳನ್ನೂ ತಂದಿದೀನಿ,' ಎಂದಳು.

ಅವನು ಮಾತನಾಡಲಿಲ್ಲ. ಅವಳು ಕತ್ತೆತ್ತಿ ಅವನ ಮುಖ ನೋಡಿದಳು. ಅವನ ದೃಷ್ಟಿಯು ಅವಳ ಮುಖವನ್ನು ಸಂಧಿಸಿದರೂ ಅರೆಕ್ಷಣದಲ್ಲಿ ಅವನು ಅದನ್ನು ಅತ್ತ ಹೊರಳಿಸಿದ. ಒಂದು ನಿಮಿಷದ ನಂತರ ಅವಳೇ, 'ಗುರೂಜಿ, ನಾನು ಯಾವ ತಪ್ಪುಮಾಡಿದ್ದರೂ ನೀವು ಕ್ಷಮಿಸಬೇಕು. ತಿಳೀದೆ ಯಾವ ಮಾತನಾಡಿದ್ದರೂ ಮರೀಬೇಕು. ನೀವು ಕೋಪಿಸಿಕೊಂಡರೆ ನನಗೆ ಯಾರು ದಿಕ್ಕು? ಇವತ್ತು ಪಾಠ ಶುರುಮಾಡಲೇಬೇಕು.'

ಅವನು ಈಗಲೂ ಮಾತನಾಡಲಿಲ್ಲ. ಅವಳ ಕಡೆಗೆ ನೋಡಲೂ ಇಲ್ಲ. ಮತ್ತೆ ಒಂದು ನಿಮಿಷ ಕಾದನಂತರ ಅವಳು ಬಗ್ಗಿ ಅವನ ಎರಡು ಕಾಲುಗಳನ್ನೂ ಗಟ್ಟಿಯಾಗಿ ಹಿಡಿದು ತನ್ನ ಹಣೆಯನ್ನು ಅದಕ್ಕೆ ಒತ್ತಿ, 'ನೀವು ಎದ್ದು ತಂಬೂರಿ ತಗೊ ಅನ್ನೂತನಕ ನಾನು ಬಿಡೂದಿಲ್ಲ' ಎಂದಳು. ಅವನು ಮಾತನಾಡಲಿಲ್ಲ. ಅವಳು ಬಿಡಲಿಲ್ಲ. ಹಿಡಿತವನ್ನು ಇನ್ನೂ ಬಿಗಿಮಾಡಿದಳು. ಅನಂತರ, 'ನೀವು ಮಾತನಾಡಲೇಬೇಕು,' ಎಂದಳು.

ಅವನು ಈಗ ಮಾತನಾಡಿದ: 'ಗುರುಭಕ್ತಿ ಇರೋರಿಗೆ ನೈತಿಕ ಅಹಂಕಾರ ಇರುಲ್ಲ. ನಿನ್ನ ಪಾತಿವ್ರತ್ಯ, ನಿನ್ನ ಗಂಡನಿಗೆ ನಿಜ ಹೇಳೂದು ಮುಂತಾದ ವ್ರತಾಚರಣೆಗಿಂತ ಗುರುವು ಕಮ್ಮಿ ಆದನಲ್ಲವೆ? ನಿನಗೆ ವಿದ್ಯೆ ಹೇಳುವ ಮನಸ್ಸು ನನಗೆ ಹ್ಯಾಗೆ ಬರಬೇಕು?'

'ಆ ದ್ವಂದ್ವವೇ ಬೇಡ, ದ್ವಂದ್ವಾತೀತಳಾಗಿ ಗುರುವಿಗೆ ಸಮರ್ಪಿಸಿಕೊಬೇಕು ಅಂತ ತಾನೆ ನಾನು ಅವರಿಗೆ ಹೇಳಿ ಇಲ್ಲಿಗೆ ಬಂದಿರೂದು? ಗುರುವೇ ಸರ್ವಸ್ವವಲ್ಲದಿದ್ರೆ ಹಾಗೆ ಯಾಕೆ ಮಾಡ್ತಿದ್ದೆ?'

'ಕೆಲವರು ಹಣಕ್ಕಾಗಿ ಶರೀರ ಒಪ್ಪಿಸ್ಕತ್ತಾರೆ. ಅದರಂತೆ ನೀನು ವಿದ್ಯೆಗಾಗಿ ಒಪ್ಪಿಸ್ಕತ್ತೀ ಅನ್ನೂ ಮಾತು ಯಾಕೆ ಆಡಿದೆ?'

'ತಪ್ಪಾಯಿತು. ವಿದ್ಯೆಗಾಗಿ ಅಲ್ಲ. ನಿಮ್ಮ ಮೇಲಿನ ಭಕ್ತಿಗಾಗಿ ಒಪ್ಪಿಸ್ಕತ್ತೀನಿ. ಯಾವ ದ್ವಂದ್ವವೂ ಇಲ್ಲದೆ ಒಪ್ಪಿಸ್ಕತ್ತೀನಿ, ಬನ್ನಿ,' ಎಂದು ಮೇಲೆ ಎದ್ದು ನಿಂತು ಅವನ ಮುಖವನ್ನು ತಬ್ಬಿ ತನ್ನ ಎದೆಗೆ ಒತ್ತಿಕೊಂಡಳು. ಅವನು ಮಾತನಾಡಲಿಲ್ಲ. ವಿರೋಧಿಸಲೂ ಇಲ್ಲ. 'ಗುರೂಜೀ, ನನ್ನದೇನಿದ್ದರೂ ನಿಮ್ಮದು. ನಾನು ಯಾರಿಗೂ ಅಂಜಬೇಕಿಲ್ಲ. ನನ್ನ ಅಂತರಂಗ ದಲ್ಲಿ ಅಂಜಿಕೆ ಇಲ್ಲ. ಬನ್ನಿ,' ಎಂದು ಅವನನ್ನು ಮೇಲೆ ಎತ್ತಿದಳು. ಅವನು ಎದ್ದು ನಿಂತ. ಅವನ ತೋಳು ಹಿಡಿದು ಮಲಗುವ ಮನೆಗೆ ನಡೆಸಿದಳು. ಎ.ಸಿ. ಹಾಕಿ ಕಿಟಕಿಗಳ ಥರದೆ ಮುಚ್ಚಿ ಹತ್ತಿರ ಬಂದು ತಬ್ಬಿ ಮುದ್ದಿಸಿ, 'ಒಪ್ಪಿಸಿಕೊಬೇಕು. ಒಪ್ಪಿಸಿಕೊಳ್ಳಿ. ನೀವು ಬರೀ ಗುರುವಲ್ಲ, ನನ್ನ ದಣಿ, ನನ್ನ ಸಖ, ನನ್ನ ಏಕಮಾತ್ರ ಪ್ರೇಮಿ,' ಎಂದು ಉಸುರಿದಳು. ಅವನಿಗೆ ನಂಬಿಕೆ ಬಂತು. ಮುನಿಸು ಇಳಿಯಿತು. ಪ್ರಣಯಪೂರ್ವ ಕ್ರೀಡೆಯಲ್ಲಿ ತೊಡಗಿದ. ಅವನಿಗೆ ಪ್ರಿಯವಾದ ಪ್ರಚೋದನೆಗಳನ್ನು ನೆನಪಿಟ್ಟುಕೊಂಡು ಅವಳು ಅರ್ಪಿಸತೊಡಗಿದಳು. ಅವನು ಪ್ರತಿಸ್ಪಂದಿಸಿದ. ಅವಳು ಮುದ್ದಿಸಿದಳು. ಮಗುವನ್ನು ಸಮಾಧಾನಪಡಿಸುವಂತೆ ನೇವರಿಸಿದಳು. ಅವನ ಕೋಪತಾಪ ಸೋಲು ದೌರ್ಬಲ್ಯಗಳನ್ನೆಲ್ಲ ಹೊಟ್ಟೆಗೆ ಹಾಕಿಕೊಳ್ಳುವ ತಾಯಿಯಂತೆ ರಮಿಸಿದಳು. ಮನಸ್ಸಿನಿಂದ ಉತ್ತೇಜಿತನಾದ ಅವನು ಕಾಯವನ್ನೂ ಶ್ರುತಿಮಾಡಲು ಯತ್ನಿಸಿದ. ಹೆಣಗಿದ. ಅವಳು ಕರುಣೆ, ವಾತ್ಸಲ್ಯ, ಪಾಲನೆ, ಪೋಷಣೆಗಳಿಂದ ಹುರಿದುಂಬಿಸತೊಡಗಿದಳು. ಆದರೂ ಶ್ರುತಿ ಕೂಡದು. ಕೆಮ್ಮಿ ಕ್ಯಾಕರಿಸಿದರೂ ಧ್ವನಿ ಕೂಡದು. 'ಸ್ವಲ್ಪ ಹೊತ್ತು ಸುಮ್ಮನಿರಿ. ನಿಮಗೆ ನನ್ನಮೇಲಿನ ಕೋಪ ಪೂರ್ತಿಹೋಗಿಲ್ಲ. ಹೋದರೆ ಸರಿಯಾಗುತ್ತೆ. ನನ್ನ ತೊಡೆಯಮೇಲೆ ತಲೆ ಇಟ್ಟು ಮಲಗಿಬನ್ನಿ,' ಎಂದು ಅವಳು ತಲೆ ಸವರಿದಳು.

ಇದ್ದಕ್ಕಿದ್ದಂತೆಯೇ ಅವನು ಸೆಟೆದು ಕುಳಿತ. ಅವಳನ್ನು ಉರಿಯುವ ಕಣ್ಣುಗಳಿಂದ ನೋಡಿದ. ತನ್ನ ಬಲಗೈ ಬೀಸಿ ಅವಳ ಕಪಾಳಕ್ಕೆ ಫಟ್ ಎಂದು ಬಾರಿಸಿದ. ಅವಳಿಗೆ ಅರ್ಥವಾಗುವ ಮೊದಲು ಇನ್ನೊಂದು ಬಾರಿಸಿದ. ಅವಳಿಗೆ ತಲೆಸುತ್ತು ಬಂತು. ಅವನನ್ನು ಹಿಡಿದುಕೊಂಡು ಅವನ ಎದೆಗೆ ಮುಖವನ್ನು ಒರಗಿಸಿಕೊಂಡಳು. ಅದು ಅವನಿಗೆ ತಿಳಿಯಲಿಲ್ಲ. 'ಮಹಾ ಪತಿವ್ರತೆ ನೀನು. ಅವನಿಗೆ ದೊಡ್ಡ ಕಾಗದಾನೂ ಬರೆದುಕೊಡಬೇಕು. ನನಗೆ ಒಪ್ಪಿಸಿಕೊಳ್ಳೂ ನಾಟಕಾನೂ ಆಡಬೇಕು. ನಿನ್ನ ಸಮರ್ಪಣೆ ನಿಜವಾದ ಭಕ್ತಿಯದಲ್ಲ ಅನ್ನುಕ್ಕೆ ನನ್ನ ಶರೀರ ನಿನ್ನನ್ನ ತಿರಸ್ಕರಿಸ್ತಿರೂದೇ ಸಾಕ್ಷಿ. ಹೊರಟುಹೋಗು. ಮತ್ತೆ ಇಲ್ಲಿ ಕಾಲಿಡಬೇಡ. ಅವತ್ತು ಇಲ್ಲಿ ಬಿಟ್ಟುಹೋದೆಯಲ್ಲ, ಆ ರಿಕಾರ್ಡಿಂಗ್ ಮೆಶಿನ್ ತಗಂಡು ಹೋಗು. ನಿನ್ನ ಜನ್ಮದಲ್ಲಿ ನಿನಗೆ ಸಂಗೀತ ಸಾಧಿಸುಲ್ಲ. ಇದು ಗುರುವಿನ ಶಾಪ. ತಿಳಕೊ,' ಎಂದು ಪಟಪಟನೆ ಮಾತನಾಡಿದ.

ಅಧ್ಯಾಯ ೧೨

– ೧ –

ಲಿಫ್ಟ್ ಇಳಿದು ಕೆಳಗೆ ಬಂದಾಗ ಎಲ್ಲಿಗೆ ಹೋಗಬೇಕೆಂಬುದು ತೋಚಲಿಲ್ಲ. ತುಸು ದೂರ ನಡೆದರೆ ಟ್ಯಾಕ್ಸಿಸ್ಟಾಂಡ್ ಇರುವುದು ಗೊತ್ತು. ನೇರವಾಗಿ ಮನೆಗೆ ಹೋಗಬಹುದು. ಹೋಗಿಮಾಡುವುದೇನು? ಎಂಬ ಪ್ರಶ್ನೆ ರೂಪುಗೊಳ್ಳುವ ಮೊದಲೇ ಏನೂ ಇಲ್ಲ ಎಂಬ ಶೂನ್ಯ ಉತ್ತರ ಕಾಣಿಸಿಕೊಂಡಿತು. ನನ್ನ ಪ್ರಾಮಾಣಿಕತೆ ಇರಬೇಕಾಗಿದ್ದುದು ನನ್ನ ಗಂಡನಿಗೆ. ಅವರಿಗೆ ತಪ್ಪೊಪ್ಪಿಗೆ ಮಾಡಿಯಾಯಿತು. ಅದನ್ನು ಈ ಗುರುವಿಗೆ ತೋರಿಸಬಾರದಾಗಿತ್ತು, ನಾನು ಕೆಟ್ಟೆ ಎಂಬುದಷ್ಟೇ ನನ್ನನ್ನು ಬಾಧಿಸಿದ ಸಂಗತಿ, ನೀವು ಕೆಡಿಸಿದಿರಿ ಎಂಬುದಲ್ಲ ಅಂತ ಬಿಡಿಸಿಹೇಳಿದರೂ ಅವರು ಅರ್ಥಮಾಡಿಕೊಳ್ಳಲಿಲ್ಲ, ಎನ್ನಿಸತೊಡಗಿತು. ಅವರು ಕೆಡಿಸದೆ ನಾನು ಕೆಡುವುದು ಹೇಗೆ? ಈ ಸೀಳಿನ ಸೂಕ್ಷ್ಮ ಅವಳಿಗೇ ಅಬದ್ಧವೆನ್ನಿಸಿತು. ಗಂಡನನ್ನು ಬಿಟ್ಟಾಯಿತು, ಈಗ ಸಂಪೂರ್ಣ ನಿಮ್ಮವಳು ಅಂದು ಒಪ್ಪಿಸಿಕೊಂಡರೂ ಅವರಿಗೆ ಸ್ವೀಕರಿಸಲು ಸಾಧ್ಯವಾಗಲಿಲ್ಲ. ಕೋಪದಿಂದ ಹೊಡೆದೂಬಿಟ್ಟರು. ಇನ್ನು ಎಂದೆಂದಿಗೂ ಪಾಠ ಹೇಳುಲ್ಲ, ಈ ಜನ್ಮದಲ್ಲಿ ನಿನಗೆ ಸಂಗೀತ ಸಾಧಿಸುಲ್ಲ ಅಂತ ಶಾಪ ವನ್ನೂ ಕೊಟ್ಟರು, ಎಂದು ನಡೆದದ್ದನ್ನೆಲ್ಲ ನೆನಸಿಕೊಂಡಾಗ ಏನೂ ಇಲ್ಲವೆಂಬ ಶೂನ್ಯವು ಇನ್ನಷ್ಟು ಗಾಢವಾಯಿತು. ಟ್ಯಾಕ್ಸಿಸ್ಟಾಂಡಿನ ಕಡೆಗೆ ನಡೆಯುವ ಬದಲು ಎಡಕ್ಕೆ ತಿರುಗಿದಳು. ಅರ್ಧಫರ್ಲಾಂಗು ದೂರದಲ್ಲಿ ಸಮುದ್ರದ ದಡ ಬಂತು. ಸಮುದ್ರವನ್ನು ಒತ್ತರಿಸಿ ಮಾಡಿದ ಒಂದು ದೊಡ್ಡ ಜಗುಲಿ. ಸುಮಾರು ನೂರಡಿ ಉದ್ದ ಐವತ್ತಡಿ ಅಗಲ. ಸಂಜೆಯ ವೇಳೆ ಮಕ್ಕಳು ಆಡವಾಡುವ ಸ್ಥಳ. ಐಸ್‌ಕ್ರೀಂ, ಲಾಲಿಪಪ್ಪು, ಚಿಕ್ಕಿ ಮೊದಲಾಗಿ ಮಾರುವವರ ಗದ್ದಲ. ಆದರೆ ಈ ಹನ್ನೆರಡೂವರೆಗಂಟೆಯ ಉರಿಬಿಸಿಲಿನಲ್ಲಿ ಇಡೀ ಜಗುಲಿ ಸಂಪೂರ್ಣಖಾಲಿ. ಅದರ ಅಂಚಿಗೆ ಹೋಗಿ ನಿಂತುಕೊಂಡಳು. ಉದ್ದಕ್ಕೂ ಕಟ್ಟಿದ್ದ ನಾಲ್ಕು ಅಡಿ ಎತ್ತರದ ಕಬ್ಬಿಣದ ಕಟಕಟೆಯನ್ನು ಹಿಡಿದುನೋಡಿದಳು. ಇಪ್ಪತ್ತು ಅಡಿ ಕೆಳಗೆ ಸಮುದ್ರದ ಅಲೆಗಳು ರಪ್ ರಪ್ ಎಂದು ಜಗುಲಿಯ ಗೋಡೆಗೆ ಹೊಡೆಯುತ್ತಿದ್ದವು. ಬಿರುಗಾಳಿ ಇಲ್ಲ. ಭರತವಿಲ್ಲ. ಆದರೂ ಅದರ ಹೊಡೆತದ ರಭಸಕ್ಕೆ ಒಂದು ದೊಡ್ಡ ಆನೆ ಸಿಕ್ಕಿದರೂ ಜಜ್ಜಿಗುಜ್ಜಾಗಿ ಸಾಯಬಹುದಾಗಿತ್ತು. ನಾನು ಈ ಜಾಗವನ್ನು ನೋಡಿಯೇ ಇರಲಿಲ್ಲವಲ್ಲ! ಎನ್ನಿಸಿತು. ನೋಡುತ್ತಾ ನಿಂತಾಗ ತನ್ನ ಬಲಗೈಯಲ್ಲಿ ಹಿಡಿ ದಿದ್ದ ಟೇಪ್‌ರೆಕಾರ್ಡರ್ ಭಾರವೆನ್ನಿಸಿತು. ಕಾಲಿನ ಹತ್ತಿರ ನೆಲದಮೇಲೆ ಇಟ್ಟುನಿಂತಳು. ಎದ್ದು ಎದ್ದು ಗೋಡೆಗೆ ಹೊಡೆಯುತ್ತಿದ್ದ

ಅಲೆಗಳನ್ನು ನೋಡುತ್ತಿರುವಾಗ ಇದ್ದಕ್ಕಿದ್ದಂತೆ ಆಸಾವರಿಯ ಮಂದ್ರಷಡ್ಜದ ನೆನಪಾಯಿತು. ಸತ್ಯವನ್ನು ಮುಖಾಮುಖಿಗೊಳಿಸಿದ ಸ್ಥಿತಿ. ಪವಿತ್ರ ಮಾಂಗಲ್ಯವನ್ನು ಕಟ್ಟಿ ಅಷ್ಟೇ ಪವಿತ್ರಭಾವದಿಂದ ನನ್ನನ್ನು ನಂಬಿ ನಡೆಯುತ್ತಿರುವ ಗಂಡನಿಗೆ ಮಾಡುತ್ತಿದ್ದ ಮೋಸವನ್ನು ಬಿಚ್ಚಿ ಪಕ್ಕಳೆ ಮಾಡಿತೋರಿಸಿದ ಸ್ವರಸ್ಥಾನ. ಅದರಲ್ಲೇ ಮುಳುಗಿಹೋಗಬೇಕೆನ್ನಿಸುವ ಆಶೆ. ಮುಳುಗಿ ಈ ಅಲೆಗಳು ಸುತ್ತು ಹೊಡೆಸಿದಂತೆ ತಿರುಗಿ ಗೋಡೆಗೆ ಹೊಡೆದರೆ ಮುಗಿಯಿತು. ಸಮಾಪ್ತಿ. ಸ್ವರಸಮಾಪ್ತಿ. ಜೀವಸಮಾಪ್ತಿ. ಮತ್ತೆ ಇಲ್ಲಿ ಕಾಲಿಡಬೇಡ, ಈ ಜನ್ಮದಲ್ಲಿ ನಿನಗೆ ಸಂಗೀತ ಸಾಧಿಸುಲ್ಲ. ನಾಲ್ಕೇ ಅಡಿಯ ಕಟಕಟೆ. ಮಧ್ಯಾಹ್ನದ ಬಿಸಿಲು. ಯಾರೂ ಜನವಿಲ್ಲ. ಕಟಕಟೆಯನ್ನು ಹತ್ತಿ ನೆಗೆದುಬಿಟ್ಟರೆ ಆನೆಗಿಂತ ದೊಡ್ಡಗಾತ್ರದ ಅಲೆಯು ತನ್ನೊಳಗೆ ಸೆಳೆದುಕೊಂಡು ತಿರುಗಿಸಿ ಗೋಡೆಗೆ ಹೊಡೆಯುವ ಮೊದಲೇ ಜೀವವು ನೀರಿನಲ್ಲಿ ಬೆರೆತು ಹೊಡೆದ ತಕ್ಷಣ ಶವವು ಗುರುತು ಸಿಗದಂತೆ ನಜ್ಜುಗುಜ್ಜಾಗಿ ಅದರ ಹಿಂದೆ ಬರುವ ಇನ್ನೊಂದು ಗಜಗಾತ್ರದ ಅಲೆಯು ತನ್ನೊಳಗೆ ಸುತ್ತುಹಾಕಿಸಿ ಬಡಿದರೆ ಬುರುಡೆ, ಮೂಳೆ, ಗಂಟುಗಳೆಲ್ಲ ಪುಡಿ ಪುಡಿಯಾಗಿ ಗುರುತು ಸಿಗದಂತಾಗಿ, ಕಟಕಟೆಯನ್ನು ಹತ್ತಿ ಧುಮುಕಿಬಿಡಬೇಕೆಂಬ ಸಂಕಲ್ಪ ಹಠಾತ್ತನೆ ಕಾಣಿಸಿಕೊಂಡಿತು. ಗಂಡನಿಂದಲೂ ವರ್ಜಿತಳಾಗಿ ಗುರುವಿನಿಂದಲೂ ತಿರಸ್ಕೃತಳಾಗಿ ಇನ್ನು ಸಂಗೀತವೇ ಇಲ್ಲದ ಶೂನ್ಯಸ್ಥಿತಿಗೆ ಬಂದಿರುವಾಗ ಸಾವಿಗಿಂತ ಉತ್ತಮವಾದ ಶ್ರುತಿ ಯಾವುದು? ಎನ್ನಿಸಿತು. ಭಯವಾಗಲಿಲ್ಲ. ಆದರೆ ದುಃಖ ಒತ್ತರಿಸಿಬಂತು. ಬಿಕ್ಕಿ ಬಿಕ್ಕಿ ಅಳತೊಡಗಿದಳು. ಸೀರೆಯ ಸೆರಗನ್ನು ಮಡಿಸಿ ಬಾಯಿಗೆ ಇಟ್ಟುಕೊಂಡಳು. ಅದನ್ನು ತಳ್ಳಿ ಅಳುವು ನುಗ್ಗತೊಡಗಿತು. ಯಾರಿಗಾದರೂ ಕೇಳೀತೆಂಬ ಪರಿವೆಯೂ ಇಲ್ಲದೆ ಗಟ್ಟಿಯಾಗಿ ಅತ್ತಳು. ಶರೀರಕ್ಕೆ ಬಳಲಿಕೆಯಾಯಿತು. ಕಟಕಟೆಯನ್ನು ಹಿಡಿದು ನೆಲದಮೇಲೆ ಕುಳಿತಳು. ಕಣ್ಣಿನಲ್ಲಿ ತುಂಬಿದ್ದ ನೀರಿನ ವರ್ಣವಿಶೇಷಕ್ಕೆ ಸಮುದ್ರದ ಅಲೆಗಳು ರಭಸವನ್ನು ಕಳೆದುಕೊಂಡ ಜಲವರ್ಣ ಚಿತ್ರಗಳಂತೆ ಕಾಣತೊಡಗಿದವು. ಸೆರಗಿನಿಂದ ಕಣ್ಣುಗಳನ್ನು ಒರೆಸಿಕೊಂಡಳು. ಅಲೆಗಳ ರಭಸ ಕಿವಿಯನ್ನು ತುಂಬಿತ್ತು. ಆದರೂ ಯಾರೋ ತನ್ನ ಹಿಂದೆ ನಿಂತಿರುವಂತೆ ಭಾಸವಾಯಿತು. ತಿರುಗಿ ನೋಡಿದಳು. ಒಬ್ಬ ಮುದುಕರು. ಮನೆಯಲ್ಲಿ ಉಡುವಂತಹ ಒಂದು ಇಸ್ತ್ರಿ ಇಲ್ಲದ ಬಿಳಿಧೋತ್ರ. ದರ್ಜಿಯು ಹೊಲಿದ ಕಿರು ಅಂಗಿ. ದಪ್ಪ ಕನ್ನಡಕ. ಕೈಯಲ್ಲೊಂದು ಊರುಗೋಲು. ಬಾಯಿಯಲ್ಲಿ ಮೇಲೆ ಕೆಳಗೆ ಎರಡು ಕಡೆಗಳಲ್ಲಿಯೂ ಕಟ್ಟಿಸಿದ ಬಿಳಿಹಲ್ಲುಗಳು. ಎಂಭತ್ತು, ಎಂಭತ್ತೈದನ್ನು ಮೀರಿದ ವಯಸ್ಸು. ಬೊಕ್ಕತಲೆ. 'ಯಾಕೆ ಅಳ್ತಿದೀಯ ಬೇಟೀ?' ಎಂದರು, ಹಲ್ಲು ಕಟ್ಟಿದ್ದರೂ ಮುಪ್ಪಿನ ಉಚ್ಚಾರದಲ್ಲಿ. ಅವಳಿಗೆ ಮುಜುಗರವಾಯಿತು. ತನ್ನೊಳಗಿನ ರಹಸ್ಯವನ್ನು ಯಾರೋ ಪತ್ತೆಮಾಡಿಬಿಟ್ಟರೆಂಬ ನಾಚಿಕೆಯಾಯಿತು. ಮಾತು ಹೊರಡಲಿಲ್ಲ. ಅವರೇ, 'ನೋಡು, ಎದುರಿಗೆ ಕಾಣುತ್ತಲ್ಲ, ನಾಲ್ಕನೆ ಅಂತಸ್ತಿನಲ್ಲಿ, ಆ ಫ್ಲ್ಯಾಟು ನಮ್ಮದು. ಊಟದ ನಂತರ ಆರಾಮ ಕುರ್ಚಿಯ ಮೇಲೆ ಒರಗಿ ಜೊಂಪು ತೆಗೆಯೂದು ನನ್ನ ಪದ್ಧತಿ, ಸಮುದ್ರದ ಕಡೆಗೆ ಮುಖಮಾಡಿ. ನಿದ್ರೆ ಹತ್ತಿತ್ತು. ದಢಕ್ಕನೆ ಎಚ್ಚರವಾಯ್ತು. ಕಾರಣ ಗೊತ್ತಿಲ್ಲ. ಕಣ್ಣು ಬಿಟ್ಟು ನೋಡಿದರೆ ನೀನು ಅಸ್ಪಷ್ಟವಾಗಿ ಕಾಣ್ತಿದ್ದೆ. ತೆಗೆದು

ಟೀಪಾಯಿಮೇಲೆ ಇಟ್ಟಿದ್ದ ಕನ್ನಡಕ ಹಾಕಿಕೊಂಡು ನೋಡಿದೆ. ನೀನು ಸ್ಪಷ್ಟವಾಗಿ ಕಂಡೆ. ನನಗೆ ಕಾಣಿಸಿದ್ದು ಬರೀ ನಿನ್ನ ಬೆನ್ನು. ಯಾರೋ ಒಬ್ಬ ಹುಡುಗಿ ಕಷ್ಟದಲ್ಲಿದಾಳೆ, ಈ ಬಿಸಿಲಿನಲ್ಲಿ ಈ ಜಾಗದಲ್ಲಿ ಯಾಕೆ ನಿಂತಿದಾಳೆ? ಅನ್ನಿ ಸಿತು. ಮೇಲೆ ಎದ್ದು ಕೋಲು ಹಿಡಿದು ಲಿಫ್ಟ್‌ನಲ್ಲಿ ಇಳಿದು ರಸ್ತೆದಾಟಿ ಬಂದೆ. ಅಷ್ಟರಲ್ಲಿ ನೀನು ನೆಲದಮೇಲೆ ಕೂತಿದ್ದೆ. ಸಂಕೋಚಪಟ್ಟುಕೊಬೇಡ. ನಮ್ಮ ಮನೆಗೆ ಬಾ. ಅಥವಾ ನಿಮ್ಮ ಮನೆಗೆ ಹೋಗು. ದುಃಖ ಅನ್ನೂದು ಅಲೆ ಇದ್ದ ಹಾಗೆ. ಒಂದು ಅಲೆಯಂತೆ ಇನ್ನೊಂದು ಅಲೆ ಇರುಲ್ಲ. ಒಂದು ಘಳಿಗೆಯಂತೆ ಮುಂದಿನ ಘಳಿಗೆ ಇರುಲ್ಲ.'

ಅವಳು ಕತ್ತೆತ್ತಿ ಅವರ ಮುಖ ನೋಡಿದಳು. ಅರ್ಧನಿಮಿಷದಲ್ಲಿ ನಾಚಿಕೆಯಾಗಿ ಕತ್ತು ಬಗ್ಗಿಸಿದಳು. ಅವರು ಹೇಳಿದರು: 'ನೋಡಮ್ಮ, ನಿನ್ನ ಸ್ವಂತ ವಿಷಯ ತಿಳಕಾಬೇಕು ಅನ್ನುವ ಕುತೂಹಲ ನನಗಿಲ್ಲ. ಆದರೆ ದುಃಖವನ್ನ ಯಾರಾದರೂ ಆಪ್ತರಕೈಲಿ ಹೇಳಿಕೊಂಡರೆ ಕಮ್ಮಿಯಾಗುತ್ತೆ. ಕೆಲವರು ಯಾರಕೈಲೂ ಹೇಳಿಕೊಳ್ಳದೆಯೇ ಅದನ್ನ ಗೆದ್ದು ಮೇಲೆಬರ್ತಾರೆ. ಅಂಥೋರು ನಿಜವಾಗಿಯೂ ಗಟ್ಟಿಗರು. ಇನ್ನೊಬ್ಬರ ಕೈಲಿ ಹೇಳಿಕೊಳ್ಳೋರು ದುರ್ಬಲರು ಅಂತ ಅಲ್ಲ. ಅರ್ಥವಾಯಿತೆ. ನಾನು ಹೇಳಿದ್ದು? ಎಲ್ಲಿ, ಕತ್ತೆತ್ತಿ ನನ್ನ ಮುಖನೋಡು.'

ಅವಳು ಕತ್ತು ಬಗ್ಗಿಸಿಯೇ ಇದ್ದಳು. ಅವರ ಮುಖ ನೋಡುವುದು ಕಷ್ಟವೆನಿಸಿತು. ಅವರೇ ಮತ್ತೊಮ್ಮೆ, 'ಕತ್ತೆತ್ತು. ನಾನು ನಿನ್ನ ಮುಖ ನೋಡ್ತೀನಿ,' ಎಂದಾಗ ಕತ್ತೆತ್ತಿ ಅವರನ್ನು ನೋಡಿದಳು. ಅವರು ಅವಳ ಮುಖವನ್ನು ದಿಟ್ಟಿಸಿದರು. ಅರ್ಧನಿಮಿಷದ ನಂತರ ಹೇಳಿದರು: 'ಮುಖ ನೋಡಿಯೇ ಹೇಳುವಶಕ್ತಿ ನನಗಿದೆ. ನೀನು ಗಟ್ಟಿ ಹುಡುಗಿ. ಪರಿಸ್ಥಿತೀನ ನೀನೇ ನಿಭಾಯಿಸಿ ದಾಟುತೀಯ. ಯಾರಕೈಲೂ ಹೇಳಿಕೊಳ್ಳೂ ಅಗತ್ಯವಿಲ್ಲ. ಮೇಲೆ ಏಳು. ಅದೇನು ಪೆಟ್ಟಿಗೆ, ತಗಂಡು ಮನೆಗೆ ಹೋಗು.'

ಅವರೆದುರಿಗೆ ಕುಳಿತಿರಲು ಅವಳಿಗೆ ನಾಚಿಕೆಯಾಯಿತು. ಮೇಲೆ ಎದ್ದು ಬಾಗಿ ಅವರಿಗೆ ನಮಸ್ಕಾರ ಮಾಡಿ ರೆಕಾರ್ಡರನ್ನು ಕೈಲಿ ಹಿಡಿದು ಟ್ಯಾಕ್ಸಿಸ್ಟಾಂಡ್ ಕಡೆಗೆ ನಡೆದಳು.

– ೨ –

ಅವರು ಆಡಿದುದು ಲೋಕಾರೂಢಿಯ ಸಮಾಧಾನದ ಮಾತೆಂದು ಬುದ್ಧಿ ಹೇಳಿದರೂ ಅವರಿಗೆ ವಿಶೇಷಶಕ್ತಿ ಇರಬಹುದೆಂದು ಮನಸ್ಸು ನುಡಿಯುತ್ತಿತ್ತು. ಕತ್ತೆತ್ತಿಸಿ ಮುಖವನ್ನು ದಿಟ್ಟಿಸಿನೋಡಿ ಮುಖನೋಡಿಯೇ ಹೇಳುವ ಶಕ್ತಿ ನನಗಿದೆ. ನೀನು ಗಟ್ಟಿ ಹುಡುಗಿ. ಪರಿಸ್ಥಿತೀನ ನೀನೇ ನಿಭಾಯಿಸಿ ದಾಟುತೀಯ. ಯಾರಕೈಲೂ ಹೇಳಿಕೊಳ್ಳುವ ಅಗತ್ಯವಿಲ್ಲ, ಅಂದರಲ್ಲ. ಅವರಿಗೆ ಆ ಶಕ್ತಿ ಇರಬಹುದು. ಇದ್ದೇ ಇದೆ. ಇಲ್ಲದಿದ್ದರೆ ನಾನು ಸಮುದ್ರಕ್ಕೆ ಬೀಳುವ ಹೊತ್ತಿಗೆ ಸರಿಯಾಗಿ ಅವರು ಬಂದುನಿಂತಿದ್ದರಾದರೂ ಹೇಗೆ? ಎಂದು ಮನಸ್ಸು ಅವರ ವಿಶೇಷಶಕ್ತಿಯ ಅಸ್ತಿತ್ವದ ಕಡೆಗೇ ಹೆಚ್ಚು ಹೆಚ್ಚು ಓಲತೊಡಗಿತು. ಕಣ್ಣುಗಳಲ್ಲಿ ಅದೆಂತಹ ಅನುಗ್ರಹಪೂರ್ಣ ಕಾರುಣ್ಯ! ನಾನು ಕತ್ತೆತ್ತಿ ನೋಡಿದುದು ಒಂದೇಸಲ,

ಒಂದೇಕ್ಷಣ. ಆದರೆ ಮತ್ತೆ ನೋಡುವ ಆಶೆಯಾಗುತ್ತೆ, ಎನ್ನಿಸಿತು.

ಅವಳು ಒಂದುವಾರ ಏನೂ ಮಾಡಲಿಲ್ಲ. ಎಲ್ಲಿಯೂ ಹೋಗಲಿಲ್ಲ. ಮನೆಯಲ್ಲಿ ತಾಯಿ ಅತ್ತಿಗೆಯರು ಅಣ್ಣಂದಿರು ಅವರ ಮಕ್ಕಳು ಮೊದಲಾಗಿ ಯಾರೊಡನೆಯೂ ಹೆಚ್ಚು ಮಾತನಾಡದೆ ತನ್ನ ಕೋಣೆಯಲ್ಲಿ ಸುಮ್ಮನೆ ಮಲಗಿರುತ್ತಿದ್ದಳು. ಅನಾವಶ್ಯಕ ಮಾತುಗಳಿಗೆ ಅವಕಾಶಬೇಡವೆಂದು ಚಹ ನಾಶ್ತಾ ಊಟಗಳ ಸಮಯಕ್ಕೆ ಹೊರಗೆ ಬಂದು ಎಲ್ಲರೊಡನೆ ಸೇರುತ್ತಿದ್ದಳು. ಅಮೆರಿಕದಲ್ಲಿದ್ದು ಸಂಗೀತ ಕಲಿಯಲು ಸಾಧ್ಯವಿಲ್ಲ, ಇನ್ನುಮೇಲೆ ಮುಂಬಯಿಯಲ್ಲಿ ಹೆಚ್ಚು ದಿನ ಇರಬೇಕು ಅಂತ ಬಂದಿದೀನಿ, ಗುರೂಜಿ ಊರಿನಲ್ಲಿಲ್ಲ ಎಂದಷ್ಟೇ ಎಲ್ಲರಿಗೂ ಹೇಳಿದಳು. ತನಗೆ ಸ್ವಲ್ಪ ಓದುವುದಿದೆ ಎಂದು ಹೇಳಿ ತನ್ನ ತಲೆದಿಂಬಿನ ಹತ್ತಿರ ಭಾತಖಂಡೆಯವರ ಸಂಗೀತಶಾಸ್ತ್ರದ ಸಂಪುಟಗಳನ್ನು ಇಟ್ಟುಕೊಂಡಿ ದ್ದಳು. ತಾನು ಬರೆದ ಹಾಳೆಗಳನ್ನು ವಿಕ್ರಮರಿಗೆ ತಲುಪಿಸಿದುದು ಅವಿವೇಕದ ಕೆಲಸವಾಯಿತೆ? ಎಂಬ ಅನುಮಾನ ಒಂದೆರಡುಸಲ ಮನಸ್ಸಿನಲ್ಲಿ ಸುಳಿಯಿತಾದರೂ ನಿಜವನ್ನು ಒಪ್ಪಿಕೊಂಡದ್ದ ರಿಂದ ಮನಸ್ಸಿಗೆ ಹಗುರವೂ ಆಗಿತ್ತು. ತಾನು ಮುಂಬಯಿಗೆ ಬಂದರೆ ತಲುಪಿದ ಅರ್ಧಗಂಟೆ ಯಲ್ಲಿ ಅವರ ಫೋನು ಬರುತ್ತಿತ್ತು. ಅನಂತರ ದಿನಕ್ಕೊಮ್ಮೆ ಮಾಡುತ್ತಿದ್ದರು. ಈಗ ಒಮ್ಮೆಯೂ ಇಲ್ಲ. ಇಷ್ಟೆಲ್ಲ ತಿಳಿದನಂತರ ಮಾಡುತ್ತಾರೆ ಎಂದು ತಾನೂ ನಿರೀಕ್ಷಿಸಿಲ್ಲ. ಆದರೆ ಗಂಡನಿಂದ ಒಂದುಸಲವೂ ಫೋನುಬಂದಿಲ್ಲವೆಂದು ತಾಯಿಯೇ ಎರಡುಸಲ ಅಂದಿದ್ದರು. ಅವರು ಊರಿನಲ್ಲಿಲ್ಲ, ಪ್ರವಾಸ ಹೋಗಿದಾರೆ, ತಾನು ಹೇಳಿದ ಉತ್ತರದಿಂದ ಅಮ್ಮನಿಗೆ ಪೂರ್ತಿ ನಂಬಿಕೆ ಹುಟ್ಟಲಿಲ್ಲವೆಂದು ಅವಳ ಮನಸ್ಸಿಗೇ ಅನ್ನಿಸುತ್ತಿತ್ತು. ಯಾವ ಊರಿನಲ್ಲಿದ್ದರೂ ಆ ದೇಶದಲ್ಲಿ ಫೋನು ಮಾಡುವುದು ಕಷ್ಟವಲ್ಲ ಎಂಬಷ್ಟು ಮಾಹಿತಿ ಅಮ್ಮನಿಗಿದೆ. ಅತ್ತಿಗೆಯರು ಕೂಡ ಆ ಬಗೆಗೆ ಮಾತನಾಡಿಲ್ಲ. ಎಲ್ಲವೂ ಸಾಧಾರಣವಾಗಿದೆ ಎಂಬಂತೆ ಇದ್ದಾರೆ. ನನ್ನ ಬ್ಯಾಂಕಿನ ಪಾಸ್‌ಬುಕ್, ಚೆಕ್‌ಬುಕ್ಕುಗಳನ್ನು ಅಣ್ಣನಿಂದ ಕೇಳಬೇಕು. ಹಣ ನನ್ನದಾದರೂ ವ್ಯವಹಾರ ನೋಡಿಕೊಳ್ಳುತ್ತಿರುವವರು ಅವರು. ಕೇಳಲು ಸಂಕೋಚ ವಾಗುತ್ತಿದೆ. ನನಗೊಂದು ಫ್ಲ್ಯಾಟ್ ಹುಡುಕಬೇಕು. ಖಾರ್‌ನಲ್ಲಿರುವ ನನ್ನದೇ ಆದರೆ ಒಬ್ಬಳಿಗೆ ತೀರ ದೊಡ್ಡದು. ಅದರ ಬಾಡಿಗೆ ಬರುತ್ತಿರಲಿ. ಕಡಮೆ ಬಾಡಿಗೆಯ ಒಂದು ಫ್ಲ್ಯಾಟು ಹಿಡಿದು ಹೋಗಬೇಕು ಎಂದು ತಾನು ಅಮೆರಿಕವನ್ನು ಬಿಡುವ ಮೊದಲು ಮಾಡಿದ ತೀರ್ಮಾನವೇ ಸಾಧುವೆನ್ನಿಸಿತು. ಆದರೆ ಪಾಠಹೇಳಿಕೊಡುವ ಗುರುವೇ ಸಂಪೂರ್ಣ ತಿರಸ್ಕರಿಸಿದ್ದಾರೆ. ಮತ್ತೆ ಹೋಗಿ ಅವರನ್ನು ಕೇಳುವುದು ನಿಷ್ಫಲವೆನ್ನಿಸಿತು. ಕೇಳುವ ಮನಸ್ಸೂ ಬರುತ್ತಿಲ್ಲ. ಇನ್ನೆಂದಿಗೂ ಆತನ ಮುಖವನ್ನೂ ನೋಡಬಾರದು ಎಂಬ ತೀರ್ಮಾನವೂ ಗಟ್ಟಿಯಾಗುತ್ತಿತ್ತು. ಇನ್ನು ಕಲಿಯುವುದು ಯಾರಿಂದ? ಶ್ರದ್ಧೆಯಿಂದ ಹೇಳಿಕೊಡುವವರು ಯಾರು? ಬರೀ ಜ್ಞಾನವಲ್ಲ, ಭಾವಶಕ್ತಿಗೆ ಹೊಂದುವಂತೆ ಸ್ವರಗಳನ್ನು ಪ್ರವಹಿಸಿ ನೇಯುವ ಈತನಂಥ ಪ್ರತಿಭಾವಂತ ಬೇರೆ ಯಾರಿದ್ದಾರೆ? ಸರಿಯಾದ ಗುರು ಸಿಕ್ಕಿದರೆ ಮುಂಬಯಿಯೇ ಯಾಕೆ, ಬೇರೆ ಯಾವ ಊರಾದರೂ ಸರಿ, ಹೋಗಿ ಒಂದು ಮನೆ ಮಾಡಿಕೊಂಡು ಇದ್ದು ಕಲಿಯಬೇಕು

ಎಂಬ ನಿರ್ಧಾರ ಮಾಡಿಕೊಂಡಳು. ಒಂದುವಾರದ ನಂತರ ತಾನು ಸುಮ್ಮನೆ ಒಬ್ಬಳೇ ಕೋಣೆಯ ಬಾಗಿಲು ಮುಚ್ಚಿಕೊಂಡು ಮಲಗಿದ್ದರೆ ಏನೂ ಹೊಳೆಯುಲ್ಲ, ಸಂಗೀತ ಬಲ್ಲ ನಾಲ್ಕುಜನರ ಹತ್ತಿರ ಮಾತನಾಡಬೇಕು ಎಂಬ ದಾರಿ ಹೊಳೆಯಿತು. ಯಾರನ್ನು ಕೇಳೂದು? ಹಾಗೆಯೇ ನೆನಸಿಕೊಳ್ಳತೊಡಗಿದಳು. ಇನ್ನೊಂದು ಕಷ್ಟ ಕಾಣಿಸಿತು. ಯಾವ ಹೊಸ ಗುರುವಿನ ಹತ್ತಿರ ಹೋದರೂ ನೀನು ಇದುವರೆಗೆ ಕಲಿತಿರುವ ವಿಧಾನವನ್ನ ಮರೆತುಬಿಡು, ನನ್ನ ಘರಾಣೆಗೆ ಇದು ಹೊಂದುಲ್ಲ ಅಂತಾರೆ. ಅವರ ಘರಾಣೆಗೆ ನೇಣು ಬಿಗೀತಾರೆ. ಎಷ್ಟೇ ಕೆಟ್ಟೋನಾದರೂ ಈ ಗುರೂಜಿಯ ಗಾಯನದಲ್ಲಿ ಘರಾಣೆಯ ಬಂಧನವಿಲ್ಲ. ಎಲ್ಲ ಸಂಗೀತಪದ್ಧತಿಗಳ ಉತ್ತಮಾಂಶಗಳೂ ಇವೆ ಎಂಬ ನೆನಪಾಗಿ ಮತ್ತೆ ಅವರ ನೆನಪುಬಂತು. ಈತ ಜೇನುನೊಣದಂಥವನು. ಎಲ್ಲ ಜಾತಿಯ ಹೂವುಗಳಿಂದಲೂ ಹೀರಿ ತನ್ನದೇ ಆದ ರಸದ ಜೇನನ್ನು ಸೃಷ್ಟಿಸಬಲ್ಲ ಸ್ವತಂತ್ರ ಜಾತಿಯವನು ಎಂಬ ಹೋಲಿಕೆ ಬಂದಾಗ ಮನಸ್ಸು ಅವನ ದೋಷವನ್ನು ಮರೆಯಿತು.

ಮರುಬೆಳಗ್ಗೆ ಚಹಾ ಕುಡಿಯುವಾಗ ಬಾಲ್ಕನಿಗೆ ಬಂದು ಬಿದ್ದ ವೃತ್ತಪತ್ರಿಕೆಯನ್ನು ತೆಗೆದುನೋಡಿದಳು: ಇಂದಿನ ಕಾರ್ಯಕ್ರಮದ ಕಾಲಮಿನ ಮೇಲೆ ಕಣ್ಣುಹೋದಾಗ ಸಂಜೆ ಆರುಗಂಟೆಗೆ ಸಿ.ಜೆ. ಹಾಲ್‌ನಲ್ಲಿ ಪಂಡಿತ್ ಮೋಹನಲಾಲರ ಗಾಯನವೆಂಬ ಐಟಮ್ ಕಾಣಿಸಿತು. ತಕ್ಷಣ ಮೈ ಜುಂ ಎಂದಿತು. ಅದರ ಜೊತೆಗೇ ತಿರಸ್ಕಾರ ಹುಟ್ಟಿತು. ಅವನಿಂದ ಕಲಿಯೂದೇ ಇಲ್ಲವೆಂದ ಮೇಲೆ ಅವನ ಗಾಯನ ಕೇಳೂದೇಕೆ? ಎಂಬ ಉಪೇಕ್ಷೆ. ಹಾರ್ಮೋನಿಯಂ: ರಾಜಾರಾಮ್ ಟಿಪ್ನಿಸ್. ತಬಲಾ ಓಂಕಾರ ಪ್ರಭು. ಅದೇ ಜೋಡಿ. ಸನಿವೇಲಿನಲ್ಲಿ ನಾನು ಅವನು ಹಾಡಿದಾಗ ಸಂಗತ್ ಮಾಡಿದವರು. ನಮ್ಮ ಮನೆಗೆ ಊಟಕ್ಕೆ ಕರೆದಿದ್ದೆ. ತುಂಬ ಒಳ್ಳೆಯ ಜನ ಎಂಬ ನೆನಪುಬಂತು. ಸ್ನಾನ ಮುಗಿ ಸುವ ವೇಳೆಗೆ ಹೋಗಲೇಬೇಕು. ಅವನನ್ನು ತಿರಸ್ಕರಿಸಿದರೆ ಅವನ ಕಲೆಯನ್ನೇಕೆ ತಿರಸ್ಕರಿಸಬೇಕು? ಎಂಬ ಹೊಂದಾಣಿಕೆ ಕಂಡಿತು. ಹೊರಗೆ ಬಂದು ಮತ್ತೆ ಪತ್ರಿಕೆಯನ್ನು ತೆಗೆದುನೋಡಿದಳು. ಬುಕಿಂಗ್ ಟೆಲಿಫೋನ್ ನಂಬರ್ ಇತ್ತು. ಫೋನ್‌ಮಾಡಿ ಕೇಳಿದಳು. ಎಲ್ಲ ಖರ್ಚಾಗಿದೆ. ಮೇಲಿನ ವರ್ಗದ ಇನ್ನೂರು ರೂಪಾಯಿಯ ಹನ್ನೆರಡು ಸೀಟು ಖಾಲಿ ಇವೆ, ಎಂಬ ಉತ್ತರ ಸಿಕ್ಕಿತು. 'ನಾನು ದಾದರಿನಿಂದ ಮಾತಾಡ್ತಾ ಇದೀನಿ. ಟಿಕೇಟಿಗಾಗಿ ಅಲ್ಲಿಗೆ ಬಂದು ಹೋಗುಕ್ಕೆ ಕಷ್ಟವಾಗುತ್ತೆ. ನನ್ನ ಹೆಸರು ವಿಳಾಸ ಫೋನ್ ನಂಬರ್ ಬರಕೊಳ್ಳಿ, ನನಗೆ ಒಂದು ಸೀಟು ಇಟ್ಟಿರಿ. ಅರ್ಧಗಂಟೆ ಮೊದಲು ಬಂದು ಹಣಕೊಟ್ಟು ಟಿಕೀಟು ತಗೋತೀನಿ. ಆಗಬಹುದೆ?' ಅವರು ಒಪ್ಪಿಕೊಂಡರು. ಅರ್ಧನಿಮಿಷದ ನಂತರ ಫೋನ್ ಬಾರಿಸಿತು. ನೀವು ಟಿಕೇಟ್ ರಿಸರ್ವೇಶನ್‌ಗೆ ಫೋನ್‌ಮಾಡಿದ್ದಿರಾ? ನಿಮ್ಮ ಹೆಸರು ವಿಳಾಸ ಹೇಳಿ. ಖಚಿತಮಾಡಿಕೊಳ್ಳುಕ್ಕಾಗಿ ನಾನು ತಿರುಗಿ ಮಾಡ್ತಿದೀನಿ, ಅದೇ ಧ್ವನಿ ಹೇಳಿತು.

ಎರಡನೆ ಸಾಲಿನಲ್ಲಿ ಮಧ್ಯಭಾಗದ ಜಾಗ ತನ್ನದಾಗಿತ್ತು. ವೇದಿಕೆಗೆ ಹತ್ತಿರ. ಅವನಿಗೆ ಕಾಣಿಸಬಹುದು. ಗುರುತೂ ಆಗಬಹುದು. ಯಾಕೋ ಸಂಕೋಚವೆನ್ನಿಸಿತು. ಎದ್ದು

ಹೋಗಿ ನಡುಭಾಗದಲ್ಲೋ ಹಿಂಬದಿಯಲ್ಲೋ ಯಾರನ್ನಾದರೂ ನನಗೆ ಈ ಜಾಗಬಿಟ್ಟು ಮುಂಭಾಗದ ಇನ್ನೂರು ರೂಪಾಯಿಯ ಜಾಗಕ್ಕೆ ಹೋಗ್ತೀರಾ? ಅಂತ ಕೇಳಿದರೆ ಸಂತೋಷ ದಿಂದ ಒಪ್ತಾರೆ, ಎಂಬ ಆಲೋಚನೆ ಬಂತು. ಅದೇ ಸರಿ ಎನ್ನಿಸಿ ಎದ್ದು ನಿಂತಳು. ಆದರೆ ಕಾಸುಕೊಟ್ಟು ಕೇಳುಕ್ಕೆ ಬಂದಿದೀನಿ. ನಾನೇಕೆ ಮುಜುಗರಪಟ್ಟುಕೊಬೇಕು ಎಂಬ ಹಟ ಹುಟ್ಟಿತು. ಕುಳಿತಳು. ತುಸು ಹೊತ್ತಿನನಂತರ, ಸಂಗೀತ ಆರಂಭವಾಗುವ ಹೊತ್ತಿಗೆ ಸೆರಗನ್ನು ತಲೆಯ ಮೇಲೆ ಬರುವಂತೆ ಹೊದ್ದುಕೊಳ್ಳಲೇ ಎಂಬ ಆಲೋಚನೆ ಬಂತು. ಹಾಗೆಯೇ ಸೆರಗನ್ನು ಹೊದೆದುಕೊಂಡಳು. ಇದೊಂದು ರೀತಿ ಚನ್ನಾಗಿರುತ್ತೆ. ಪೂರ್ವಕಾಲದ ಮನೆತನಸ್ಥ ಪದ್ಧತಿ ಎನ್ನಿಸಿತು. ಐದುನಿಮಿಷದ ನಂತರ ಮನೆತನದ ಪದ್ಧತಿಯಾದರೆ ಸರಿ. ನನ್ನ ಸಂತೋಷಕ್ಕಾದರೂ ಸರಿ. ಮುಖ ಮರೆಸಿಕೊಳ್ಳುಕ್ಕೆ ಯಾಕೆ ವೇಷ ಬದಲಿಸಿಕೊಬೇಕು ಎಂದು ಸೆರಗನ್ನು ಮೊದಲಿನಂತೆ ಎಡಹೆಗಲಿನಿಂದ ಬಂದು ಬಲಹೆಗಲು ಮುಚ್ಚುವಂತೆ ಮಾಡಿಕೊಂಡಳು. ತನ್ನ ಮುಂಬದಿಯ ಸಾಲಿನಲ್ಲಿ ಒಬ್ಬರು ಬಂದರು. ಸುಮಾರು ಎಪ್ಪತ್ತುವರ್ಷ. ತಲೆತುಂಬ ಬಿಳಿಕೂದಲು. ಲಕ್ಷಣವಾದ ಚುರುಕು ಮುಖ. ಎಲ್ಲೋ ನೋಡಿದ್ದೀನಲ್ಲ, ಎಂದುಕೊಳ್ಳುತ್ತಿರುವಾಗಲೇ ಗೋರೆ ಸಾಹೇಬರು ಎಂಬ ನೆನಪುಬಂತು. ತಕ್ಷಣ ಎದ್ದುಹೋಗಿ ಮಾತನಾಡಿಸುವ ಉತ್ಸಾಹ ಉಕ್ಕಿತು. ಅವರಿಗೆ ನನ್ನ ನೆನಪಿರಲಿಕ್ಕಿಲ್ಲ, ಎನ್ನಿಸಿ ಉತ್ಸಾಹ ಇಳಿಯಿತು. ಅವರು ತನ್ನ ಮುಂದಿನ ಎಡಕ್ಕೆ ನಾಲ್ಕನೆಯ ಸೀಟಿನಲ್ಲಿ ಕುಳಿತರು. ಹತ್ತಾರು ಜನಗಳು ಅವರ ಹತ್ತಿರ ಬಂದು ನಮಸ್ಕಾರ ಹೇಳಿ, ಕುಶಲ ವಿಚಾ ರಿಸಿಹೋದರು. ಮೊದಲ ಸಾಲಿಗೆ ಇನ್ನೊಬ್ಬಳು ಬಂದಳು. ತಿಳಿ ಹಸಿರಿನ ರೇಶ್ಮೆಸೀರೆ, ಗುಲಾಲು ಅಂಚಿನ ಕುಪ್ಪಸ, ಹಣೆಗೆ ಕುಂಕುಮ, ಕೈಗೆ ಕೆಂಪು ಬಳೆಗಳು, ತೆಳ್ಳನೆಯ ಬಿಳಿ ಹೆಂಗಸು. ಇಪ್ಪತ್ತೇಳು ಇಪ್ಪತ್ತೆಂಟರ, ಅವಳೇ ಇರಬಹುದೆ, ಲಾಸ್ ಎಂಜಲೀಸಿನಲ್ಲಿ ಇವನ ಜೊತೆ ತಂಬೂರಿ ಹಿಡಿದು ಭೂಪಾಲಿ ರಾಗಕ್ಕೆ ಮಾತ್ರ ನಡುನಡುವೆ ಸ್ವರ ಕೂಡಿಸಿದವಳು? ಎಂಬ ಅನುಮಾನ ಬಂತು. ಲಾಸ್ ಎಂಜಲೀಸಿನಲ್ಲಿ ಬಾಲ್ಕನಿಯ ದೂರದ ಸೀಟಿನಲ್ಲಿ ಕೂತು ನೋಡಿದ್ದು, ಸರಿಯಾಗಿ ಗೊತ್ತಾಗುಲ್ಲ, ಎನ್ನಿಸಿತು. ಟೂರಿಸ್ಟ್ ಇರಬಹುದು. ಅಥವಾ ಯಾರೋ ಕಾನ್ಸುಲೇಟ್ ಅಧಿಕಾರಿಣಿಯೋ, ಅಧಿಕಾರಿಯ ಹೆಂಡತಿಯೋ ಇರ ಬಹುದು, ಎಂದುಕೊಂಡಳು. ವೇದಿಕೆಗೆ ಹಾರ್ಮೋನಿಯಂ, ತಬಲ, ಜೋಡು ತಂಬೂರಿ ಗಳನ್ನು ತಂದಿಟ್ಟರು. ಟಿಪ್ನಿಸ್, ಪ್ರಭು, ಪ್ರವೇಶಿಸಿ ತಮ್ಮ ತಮ್ಮ ಜಾಗಗಳಲ್ಲಿ ಕುಳಿತರು. ಇಪ್ಪತ್ತೈದು ವಯಸ್ಸಿನ ಇಬ್ಬರು ಹುಡುಗಿಯರು ಬಂದು ತಂಬೂರಿಗಳನ್ನು ಹಿಡಿದುಕೊಂಡರು. ಅನಂತರ ಅವನು, ಪಂಡಿತ್ ಮೋಹನಲಾಲ್‌ಜಿ, ಪ್ರವೇಶಿಸಿದ. ಸಭಿಕರು ತುಂಬುಕರತಾಡನ ದಿಂದ ಸ್ವಾಗತಿಸಿದರು. ಅವಳಿಗೆ ಮೈ ಜುಂ ಎಂದಿತು. ತಿರಸ್ಕಾರವೂ ಹುಟ್ಟಿತು. ಕಾರ್ಯ ದರ್ಶಿಯು ಸ್ವಾಗತದ ಮಾತುಗಳನ್ನಾಡುವಾಗ ಗಾಯಕನು ಮುಂದಿನ ಸಾಲುಗಳಮೇಲೆ ಕಣ್ಣಾಡಿಸಿದ. ಗೋರೆ ಸಾಹೇಬರಿಗೆ ಕೈಮುಗಿದ. ಅವರು ಗೌರವಸ್ವೀಕಾರ ಮಾಡುವವರಂತೆ, ಕುಶಲ ವಿಚಾರಿಸುವಂತೆ, ಎರಡು ಕೈಗಳನ್ನೂ ಆಶೀರ್ವಾದದ ಭಂಗಿಯಲ್ಲಿ ಎತ್ತಿದರು. ಅನಂತರ ಅವನ ಕಣ್ಣುಗಳು ಸೀರೆಯುಟ್ಟಿದ್ದ

ಬಿಳಿಹುಡುಗಿಯನ್ನು ಗುರುತಿಸಿತು. ಹೌದು ಅವಳೇ, ಎಂದು ಇವಳಿಗೆ ಖಚಿತವಾಯಿತು. ಅನಂತರ ಅವನ ಕಣ್ಣುಗಳು ಮುಂದಿನ ಎರಡುಮೂರು ಸಾಲುಗಳನ್ನು ಪರಿವೀಕ್ಷಿಸುತ್ತಿರುವಾಗ, ಹೌದು ನನ್ನ ಗುರುತು ಹಿಡಿದ, ಮುಖದಲ್ಲಿ ಕಸಿವಿಸಿ ಹುಟ್ಟಿತು, ಕಣ್ಣುಗಳನ್ನು ಬೇರೆಡೆಗೆ ತಿರುಗಿಸಬೇಕೆಂಬುದೂ ತಕ್ಷಣ ತಿಳಿಯದೆ ಗೊಂದಲಕ್ಕೆ ಸಿಕ್ಕಿದ್ದಾನೆ, ಕಾರ್ಯದರ್ಶಿಯ ಸ್ವಾಗತದ ಮಾತು ಮುಗಿಯಿತೆಂಬ ಪರಿವೆಯೂ ಇಲ್ಲದ ಅಸ್ಥಿರಭಾವದಲ್ಲಿದ್ದಾನೆ ಎನ್ನಿಸಿತು. ತಾನು ಯಾವ ಭಾವವನ್ನೂ ತೋರಿಸಿಕೊಳ್ಳದೆ, ಯಾವ ಖಾಸಗಿ ಪರಿಚಯವೂ ಇಲ್ಲದ ಶ್ರೋತೃ ಎಂಬಂತೆ ಕುಳಿತಳು. ಒಂದುನಿಮಿಷದ ನಂತರ ಅವನು ಗಂಟಲನ್ನು ಸರಿಪಡಿಸಿಕೊಳ್ಳುವವನಂತೆ ಕೆಮ್ಮಿ ಈಗ ಪೀಲೂ ಹಾಡ್ತೀನಿ ಎಂದು ಹೇಳಿ ಷಡ್ಜ ಹಿಡಿದ. ಅವನ ಎಂದಿನ ಸ್ವರಶಕ್ತಿಯಿಂದ ಮಾದಕ ಮಾರ್ದವ ಕಸುವು ಪಸರತೊಡಗಿತು. ಇತರ ಗಾಯಕರು ಕ್ಷುದ್ರರಾಗ ಅಂತ ಪರಿಗಣಿಸುವ ಪೀಲುವಿನಿಂದಲೇ ಕಛೇರಿ ಆರಂಭಿಸಿ ಸಭಿಕರ ಮನಸ್ಸನ್ನ ಸೆರೆಹಿಡಿದುಬಿಟ್ಟಿದಾನೆ, ಎಂಬ ಅವನ ಶಕ್ತಿಯ ಅರಿವಾಯಿತು. ಈ ರಾಗದ ಶಾಸ್ತ್ರವು ನೆನಪಾಗಿ ಭೈರವಿ, ಭೀಮ ಪಲಾಸಿ ಮತ್ತು ಗೌರಿಗಳ ಮಿಶ್ರಣವೂ ಮನಸ್ಸಿಗೆ ಬಂತು. ಕೋಮಲಗಂಧಾರ, ಕೋಮಲ ಧೈವತ ಮತ್ತು ಕೋಮಲ ನಿಷಾದಗಳ ಪ್ರಭಾವಕ್ಕೆ ಸಿಕ್ಕಿ ಚಿತ್ತವು ಕೋಮಲವಾಯಿತು. ಇದ್ದಕ್ಕಿದ್ದಂತೆಯೇ ವಿಕ್ರಮನ ನೆನಪು ಬಂತು. ಅವರಿಗೆ ತಿಳಿಸಬಾರದಾಗಿತ್ತು, ತಿಳಿಸಿ ನೋವುಂಟುಮಾಡಬಾರದಾಗಿತ್ತು. ನನ್ನೊಳಗಿನ ಮೋಸವನ್ನು ಹೊರಹಾಕಿ ಹಗುರಮಾಡಿ ಕೊಳ್ಳುವ ಭರದಲ್ಲಿ ಅವರನ್ನು ಯಾತನೆಗೆ ಸಿಕ್ಕಿಸಿಬಿಟ್ಟೆ. ಸಂಗೀತವೆಂದರೆ ಅದೆಂಥ ಭಕ್ತಿ ಅವರದು! ಅದನ್ನೂ ನಾಶಮಾಡಿದೆ. ಅವರಿಗೆ ಇನ್ನು ಸಂಗೀತವೆಂದರೆ ಪ್ರೀತಿ ಗೌರವ ಉಳಿದಿರುಲ್ಲ, ಎನ್ನಿಸಿತು. ಒಪ್ಪಿಸಿಕೊಳ್ಳದೆ ಇವನು ಪಾಠ ಹೇಳ್ತಿರಲಿಲ್ಲ. ಮುಂಬಯಿಗೆ ಹೋಗಿ ಕಲಿ, ಕಲಿ ಅಂತ ಅವರೂ ಮುಗ್ಧಭಕ್ತಿಯ ಒತ್ತಾಯಮಾಡ್ತಿದ್ದರು. ಮುಂದೆ ಕಲಿ ಯದೆ ನನಗೆ ಕೂಡ ಬದುಕೂದು ಅಸಾಧ್ಯವಾಗಿತ್ತು. ಏನು ಈ ಮಾಯೆ? ಎನ್ನಿಸತೊಡಗಿತು. ಅವನು ರಾಗಾಲಾಪದಲ್ಲಿ ತೊಡಗಿದ್ದ. ರಾಜಾರಾಮ ಟಿಪ್ನಿಸ್ ಅದ್ಭುತ ಹಾರ್ಮೋನಿಯಂ ಸಾಥಿದಾರ. ಹಾರ್ಮೋನಿಯಂನಂಥ ಮಿತಸ್ವರಗಳ ವಾದ್ಯದಲ್ಲಿ ಎಂತಹ ಸೂಕ್ಷ್ಮವಿನ್ಯಾಸ ಗಳನ್ನು ಹೊರಡಿಸುತಾರೆ! ಅನುಸರಿಸುಲ್ಲ. ಸಹಸರಿಸ್ತಾರೆ! ಮುಖದಲ್ಲಿ ಸ್ವಲ್ಪವೂ ಪ್ರಯತ್ನದ ದಣಿವಿಲ್ಲ. ಅವನು ಮುಟ್ಟುವ, ಮೂಸುವ, ನೆರಳು ಬೀಳಿಸುವ ಸ್ವರಸೂಕ್ಷ್ಮಗಳು ಅವನಿಗಿಂತ ಮೊದಲೇ ತಮಗೆ ಗೊತ್ತಿರುವಷ್ಟು ಅಂತಃಪ್ರಜ್ಞೆಯಿಂದ ಸಹಚರಿಸ್ತಾರೆ. ನಿಜ ಅನ್ನುವುದೂ ಒಂದು ಬಗೆಯ ಅಹಂಕಾರವೆ? ವಿಕ್ರಮರಂಥೋರಿಗೆ ನೋವುಮಾಡುವ ನಿಜ, ಎಂಬ ಪ್ರಶ್ನೆ ತೊಡಗಿಕೊಂಡಿತು. ಹಾಗೆಯೇ ಕಣ್ಣುಮುಚ್ಚಿದಳು. ಮಂಪರು ಬಂದಂತಾಯಿತು. ಗಾಯನವು ಕೇಳಿಸದಂತಾಯಿತು. ಗಂಡನಿಗೆ ಮೋಸಮಾಡೂದು ಬೇಡ ಅಂತ ಬಿಟ್ಟು ಬಂದಿದೀನಿ. ಈಗ ಸಂಪೂರ್ಣ ನಿಮ್ಮವಳು, ಒಪ್ಪಿಸಿಕೊಳ್ಳಿ ಅನ್ನಬಾರದಾಗಿತ್ತು. ದಾಂಪತ್ಯ ನಿಷ್ಠೆಯು ಒಂದು ಮುಖ ಮಾತ್ರ. ನನ್ನ ತೀರ ಆಪ್ತವಾದುದನ್ನು, ಅತ್ಯಂತ ಆಪ್ತಭಾವದಲ್ಲಿ ಮಾತ್ರ ಅರ್ಪಿಸಬೇಕಾದುದನ್ನು ಇವನ ವಿದ್ಯೆಗೆ ವಿನಿಮಯವಾಗಿ ಒಪ್ಪಿಸಿಕೊಂಡದ್ದು

ಭ್ರಷ್ಟತನ ಎನ್ನಿಸತೊಡಗಿತು. ನನ್ನ ಮನೆಯಲ್ಲಿ, ನನ್ನ ದಾಂಪತ್ಯದ ಹಾಸಿಗೆಯಲ್ಲಿ ಒಪ್ಪಿಸಿಕೊಂಡದ್ದು ಮಾತ್ರವಲ್ಲ, ನೀನು ಒಪ್ಪಿಸಿಕೊಳ್ಳದಿದ್ದರೆ ಸಂಪೂರ್ಣಮನಸ್ಸಿನಿಂದ ವಿದ್ಯೆಯನ್ನು ಒಪ್ಪಿಸೂದು ನನಗೂ ಸಾಧ್ಯವಿಲ್ಲ ಅಂತ ಒಂಬತ್ತುವರ್ಷದ ಹಿಂದೆ ಅವನು ಹೇಳಿದಾಗಲೇ ನಾನು ಒದೆದು ದೂರವಾಗಬೇಕಿತ್ತು. ಈ ಸಂಗೀತವನ್ನು ಕಲೀದಿದ್ದರೆ ಏನಾಗ್ತಿತ್ತು? ಇವನನ್ನು ಬಿಟ್ಟು ಬೇರೆಯೋರಿಂದ ಕಲಿತರೆ ಏನಾಗ್ತಿತ್ತು? ಎಂಬ ಪ್ರಶ್ನೆಗಳು ಹುಟ್ಟಿ ನೆನಪಿನ ಗೋಜಲುಗಳು ತೊಡಗಿಕೊಂಡವು. ಇವನಂಥ ಗಾಯಕ ಮತ್ತೊಬ್ಬ ಇರಲಿಲ್ಲ. ಸಿಕ್ಕಲಿಲ್ಲ. ಸಂಗೀತವು ಮಾಸ್ತರರಿಂದ ಕಲಿಯುವ ವಿದ್ಯೆಯಲ್ಲ. ಪ್ರತಿಭಾಶಾಲಿ ಗಾಯಕನಿಂದಲೇ ಒಳಮರ್ಮವನ್ನು ಪ್ರವೇಶಿಸಬೇಕಾದ ವಿದ್ಯೆ ಎಂಬುದೆಲ್ಲ ನೆನಪಿಗೆಬಂದು ಗೋಜಲು ಇನ್ನೂ ಸಂಕೀರ್ಣವಾಯಿತು.

ಗಾಯನ ನಡೆಯುತ್ತಿತ್ತು. ಯಾವ ಯಾವ ಸ್ವರಗಳನ್ನು ಮುಟ್ಟಿ, ಮುಟ್ಟಿದಂತೆಮಾಡಿ, ಯಾವುದರ ಮೇಲೆ ಎಷ್ಟು ಮಾತ್ರೆ ನಿಂತು ಚಲಿಸುತ್ತಿದ್ದಾನೆಂಬ ಶಾಸ್ತ್ರಸೂಕ್ಷ್ಮಗಳನ್ನು ಬುದ್ಧಿಯು ಗ್ರಹಿಸುತ್ತಿತ್ತು. ಮನಸ್ಸು ಮಾತ್ರ ಅವನೇ ಕರೆಯಲಿ, ಫೋನುಮಾಡಲಿ ಮತ್ತೆ ತಿರುಗಿ ನೋಡುಲ್ಲ, ಶರೀರ ಮತ್ತು ಮನಸ್ಸುಗಳನ್ನು ಒಪ್ಪಿಸುಲ್ಲ ಎಂಬ ತಾನವನ್ನು ಹೊಡೆ ಹೊಡೆದು ಸಮ್ ತಲುಪುತ್ತಿತ್ತು. ಶರೀರವೂ ಪವಿತ್ರವಾದದ್ದು, ಶರೀರಸಂಬಂಧವೂ ಪವಿತ್ರವಾಗಿರಬೇಕು. ಅದನ್ನು ಅಪವಿತ್ರಗೊಳಿಸಿ ಕಲಿಯುವ ವಿದ್ಯೆಗೆ ಯಾವ ಪಾವಿತ್ರ್ಯ ಉಳಿಯುತ್ತೆ? ಎಂಬ ಉಪತಾನ ಉದಿಸುತ್ತಿತ್ತು. ಗಾಯನವನ್ನು ಗ್ರಹಿಸುತ್ತಿದ್ದ ಬುದ್ಧಿಗೆ ಇದ್ದಕ್ಕಿದ್ದಂತೆಯೇ ಇದನ್ನು ನಾನೂ ಸೃಷ್ಟಿಸಬಲ್ಲೆ, ನನ್ನನ್ನು ಮೀರಿದ ಗಹನತೆಯು ಇದರಲ್ಲಿಲ್ಲ, ಎನ್ನಿಸಿತು. ತಾನಗಳ, ತಾಲದ ಲೆಕ್ಕಾಚಾರದೊಡನೆ ಸುತ್ತು ಹೊಡೆಯುತ್ತಾ ಸ್ವರಗಳನ್ನು ಬಿಟ್ಟು ಹಿಡಿಯುವ ವಿನ್ಯಾಸಗಳೊಡನೆ ತಾಲವನ್ನು ವಿಲೀನಗೊಳಿಸುವ ಕ್ರೀಡೆಯ ಮರ್ಮವನ್ನು ಗ್ರಹಿಸುತ್ತಾ ಪರೀಕ್ಷಕಳಂತೆ ನೋಡುತ್ತಾ ಕುಳಿತಳು.

ಎರಡನೆಯ ರಾಗ ಛಾಯಾನಟವನ್ನು ಕೇಳುವಾಗ ಇದ್ದಕ್ಕಿದ್ದಂತೆಯೇ, ನಾನು ಇಷ್ಟು ಕಲಿತಿದೀನಿ, ಇಷ್ಟೊಂದು ತಂತ್ರಜ್ಞಾನ ಬೆಳೆದಿರುವಾಗ ಯಾವ ಗುರುವಿನ ಗುಲಾಮಿಯೂ ಇಲ್ಲದೆ ಬೆಳೆಯುಕ್ಕೆ ಸಾಧ್ಯವಿಲ್ಲವೆ? ಎಂಬ ಬೆಳಕು ಕಾಣತೊಡಗಿತು.

– ೩ –

ರಾತ್ರಿ ಚನ್ನಾಗಿ ನಿದ್ರೆ ಬಂತು. ಬೆಳಗ್ಗೆ ಟೆಲಿಫೋನ್ ಡೈರೆಕ್ಟರಿಯಲ್ಲಿ ಹುಡುಕಿದಾಗ ಮೂರು ಪುಟಗಳ ಭರ್ತಿ ಇದ್ದ ಟಿಪ್ನಿಸ್ ಎಂಬ ಹೆಸರಿನಲ್ಲಿ ರಾಜಾರಾಮ ಎಂಬುದನ್ನು ಕಂಡುಹಿಡಿಯುವುದು ಸಾಧ್ಯವಾಗಲಿಲ್ಲ. ಇಂಗ್ಲಿಷಿನ ಆರ್ ಎಂಬ ಅಕ್ಷರದವೇ ಇಪ್ಪತ್ತಕ್ಕೂ ಮೀರಿ ಇದ್ದವು. ಅವರ ಮನೆ ಪಕ್ಕದ ಮಾಹಿಮ್‌ನಲ್ಲಿ ಎಂದು ಕೇಳಿದ್ದ ನೆನಪಿತ್ತು. ಆರ್ ಟಿಪ್ನಿಸ್, ಮಾಹಿಮ್ ಎಂಬ ಹೆಸರಿನ ಮೂರು ಸಂಖ್ಯೆಗಳನ್ನು ಗುರುತು ಮಾಡಿಕೊಂಡು ಗುಂಡಿ ಒತ್ತಿದಾಗ ಎರಡನೆಯದು ಅವರದೇ ಆಗಿತ್ತು. ಅವರದೇ ಧ್ವನಿ. ಸ್ಪೀಕಿಂಗ್

ಎಂದರು. 'ಕಾಕಾ, ನನ್ನ ಹೆಸರು ಮಧುಮಿತಾ ಷಾ. ಅಮೆರಿಕದ ಸನಿವೇಲ್ ದೇವಸ್ಥಾನದ ಸಭಾಂಗಣದಲ್ಲಿ ಪಂಡಿತ್ ಮೋಹನಲಾಲಜಿಯವರಿಗೆ ನಾನು ತಾನಪೂರ ಸಾಥ್‌ಮಾಡಿದ್ದೆ. ನೀವು ಹಾರ್ಮೋನಿಯಂ ಸಾಥ್‌ಮಾಡಿದಿರಿ. ನನ್ನ ಯಜಮಾನರು ವಿಕ್ರಮ್ ಷಾ ನಿಮ್ಮನ್ನ ನಮ್ಮ ಮನೆಗೆ ಕರೆತಂದಿದ್ದರು. ನೆನಪಿದೆಯೆ?'

'ನೆನಪಿಲ್ಲದೆ ಇರುತ್ತೆಯೆ? ಅದ್ಭುತವಾಗಿ ಸಹಗಾಯನ ಮಾಡಿದಿರಿ. ತೌರುಮನೆಗೆ ಬಂದಿದೀರೇನು? ದಾದರ್‌ನಲ್ಲಿ ನಿಮ್ಮ ಮನೆ ಅಂದಿದ್ದಿರಿ.'

'ಥ್ಯಾಂಕ್ಯೂ ಕಾಕಾ, ಜ್ಞಾಪಕದಲ್ಲಿಟ್ಟುಕೊಂಡಿದೀರ. ನಿಮ್ಮನ್ನ ನೋಡುಕ್ಕೆ ಬರಬೇಕು ಅಂತಿದೀನಿ. ಈಗ ಮನೇಲಿರ್ತೀರಾ? ಮನೆಯ ವಿಳಾಸ, ಗುರುತು ಹೇಳ್ತೀರಾ?'

ಮಾಹಿಮ್ ಅವಳಿಗೆ ಚನ್ನಾಗಿ ಗೊತ್ತಿದ್ದ ಪ್ರದೇಶ. ಅವರು ಹೇಳುವಾಗಲೇ ಬೀದಿ ಮತ್ತು ಕಟ್ಟಡಗಳನ್ನು ಕಲ್ಪಿಸಿಕೊಂಡಳು. ಕಾಲುಗಂಟೆಯಲ್ಲಿ ನಡೆದೇ ತಲುಪಿದಳು. ಬಾಗಿಲು ತೆರೆದ ತಕ್ಷಣ ಬಾಗಿ ಅವರ ಕಾಲುಮುಟ್ಟಿ ನಮಸ್ಕರಿಸಿದಾಗ ಟಿಪ್ನಿಸ್ ಪ್ರಸನ್ನರಾದರು. 'ನನಗ್ಯಾಕವ್ವಾ ಚರಣಸ್ಪರ್ಶನಮಸ್ಕಾರ' ಎಂದು ಸಂಕೋಚ ವ್ಯಕ್ತಪಡಿಸಿದರು. ಅಡುಗೆಮನೆಯಲ್ಲಿದ್ದ ಹೆಂಡತಿಯನ್ನು ಕೂಗಿ ಪರಿಚಯ ಮಾಡಿಸಿ ಚಹಾ ತರಲು ಹೇಳಿ ಇವಳನ್ನು ತಮ್ಮ ಸಂಗೀತದ ಕೋಣೆಗೆ ಕರೆದೊಯ್ದರು. ಮುಂಬಯಿಯಲ್ಲಿದ್ದರೂ ನಿಶ್ಶಬ್ದವಾದ ಕೋಣೆ. ಅವರ ಮೂರನೆಯ ಅಂತಸ್ತಿನ ಎತ್ತರಕ್ಕೆ ಬೆಳೆದಿದ್ದ ಹಲಸಿನಮರದ ಕೊಂಬೆಯು ಕಿಟಕಿಗೆ ಎರಡೇ ಅಡಿ ದೂರದಲ್ಲಿ ಹಸಿರು ಎಲೆಗಳನ್ನು ಹರಡಿ ನಿಶ್ಶಬ್ದದ ಭಾವವನ್ನು ಹೆಚ್ಚಿಸಿತ್ತು. ನೆಲದಮೇಲೆ ಜಮಖಾನೆ ಹಾಸಿ ಗೋಡೆಯ ಹತ್ತಿರ ಒರಗುದಿಂಬು ಇಟ್ಟಿದ್ದರು. ಸಾಲಿಗೆ ಐದು ಹಾರ್ಮೋನಿಯಂ ಪೆಟ್ಟಿಗೆಗಳು. ಮೂಲೆಯಲ್ಲಿ ಒರಗಿಸಿ ನಿಲ್ಲಿಸಿದ್ದ ಎರಡು ತಂಬೂರಿಗಳು. ಉಭಯ ಕುಶಲೋಪರಿಗಳಾಗುವ ವೇಳೆಗೆ ಟಿಪ್ನಿಸ್‌ರ ಹೆಂಡತಿ ಚಹಾ ಬಿಸ್ಕತ್ತುಗಳನ್ನು ತಂದು ಇಟ್ಟುಹೋದರು. ಚಹ ಕುಡಿಯುತ್ತಾ ಅವಳು ಹೇಳಿದಳು:

'ನೇರವಾಗಿ ಮಾತಿಗೆ ಬರ್ತೀನಿ. ಸಂಗೀತವನ್ನ ಮುಂದುವರೆಸಬೇಕು ಅಂತ ತೀರ್ಮಾನ ಮಾಡಿದೀನಿ. ಒಂದೊಂದುಸಲ ಮುಂಬಯಿಗೆ ಬಂದರೆ ಅದಕ್ಕಾಗಿಯೇ ನಾಲ್ಕೈದು ತಿಂಗಳು ಇರ್ತೀನಿ. ದಿನದ ಇಪ್ಪತ್ತನಾಲ್ಕು ಗಂಟೆಯಲ್ಲಿ ಊಟ ಸ್ನಾನ ನಿದ್ರೆಗಳನ್ನ ಬಿಟ್ಟರೆ ಉಳಿದ ಸಮಯವೆಲ್ಲ ಕಲಿಕೆಗೆ ಮೀಸಲು. ನನ್ನ ಕಲಿಕೆ ಈಗ ಯಾವ ಮಟ್ಟದಲ್ಲಿದೆ ಅಂತ ನಿಮಗೇ ಗೊತ್ತಿದೆ. ಮುಂದಕ್ಕೆ ನೀವು ನನ್ನ ಗುರುವಾಗಿ ಪಾಠ ಹೇಳಬೇಕು. ಇನ್ನು ಮೂರುನಾಲ್ಕು ವರ್ಷದಲ್ಲಿ ನನ್ನನ್ನೊಬ್ಬ ಆತ್ಮವಿಶ್ವಾಸದಿಂದ ಹಾಡುವ ಕಲಾವಿದೆಯಾಗಿ ಮಾಡಬೇಕು. ನೀವು ಯಾವ ಲೆಕ್ಕದಲ್ಲಿ ಎಷ್ಟು ಫೀ ಕೇಳಿದರೂ ಕೊಡ್ತೀನಿ. ಮುಂದೆ ನನ್ನ ಜನ್ಮವಿಡೀ ರಾಜಾರಾಮ ಟಿಪ್ನಿಸರ ಶಿಷ್ಯೆ ಅನ್ನುವ ಹೆಸರಿನಲ್ಲೇ ಹಾಡ್ತೀನಿ.'

ಟಿಪ್ನಿಸನ ಮುಖ ಅರಳಿತು. 'ಬೇಸ್, ನಿಮ್ಮ ಮಾತು ಕೇಳಿದರೆ ಖುಷಿಯಾಗುತ್ತೆ. ನಿಮಗೆ ದೊಡ್ಡಕಲಾವಿದೆಯಾಗಿ ಬೆಳೆಯುವ ಶಕ್ತಿಯೂ ಇದೆ. ನಾನು ಆಯುಷ್ಯವಿಡೀ ಸಾಥಿದಾರನಾಗಿ ಕಳೆದಿದೀನಿ. ಹಾರ್ಮೋನಿಯಂ ಪಾಠವಾಗಿದ್ದರೆ ತಕ್ಷಣ ಒಪ್ಪಿಕೊತ್ತಿದ್ದೆ. ಆದರೆ ಗಾಯನಕ್ಕೆ ಗುರು ಆಗೂದು ಹೇಗೆ? ಶಾಸ್ತ್ರಜ್ಞಾನ, ಸ್ವರಕಲ್ಪನೆಗಳೆಲ್ಲ ಇದ್ದರೂ

ಹಾಡಿತೋರಿಸುವ ಅಭ್ಯಾಸವಿಲ್ಲ.'

'ನೀವು ಹಾಡಿತೋರಿಸುವ ಅಗತ್ಯವಿಲ್ಲ. ನಾನು ಹಾಡ್ತೀನಿ. ನೀವು ಶಾಸ್ತ್ರವನ್ನ ಬಿಡಿಸಿಹೇಳಿ. ಸ್ವರಕಲ್ಪನೆಗಳನ್ನ ಬಾಯಲ್ಲಿ ಹೇಳಿ. ಅದೂ ಬೇಡ. ಹಾರ್ಮೋನಿಯಂನಲ್ಲಿ ನುಡಿಸಿ ತೋರಿಸಿ. ನಾನು ಹಾಡುಕ್ಕೆ ದಾರಿ ತೋರಿಸಿದರೆ, ತಪ್ಪು ತಿದ್ದಿದರೆ ಸಾಕು. ಸಿತಾರು ವಿದ್ವಾಂಸರು ಬಾನ್ಸುರಿ ವಾದಕನನ್ನು ತಯಾರುಮಾಡಬಹುದಾದರೆ ಹಾರ್ಮೋನಿಯಂ ವಿದ್ವಾಂಸರು ಗಾಯಕಿಯನ್ನೇಕೆ ತಯಾರುಮಾಡಬಾರದು?'

ಟಿಪ್ಪಿಸಿಗೆ ನಿರಾಕರಿಸುವ ಯಾವ ಉತ್ತರವೂ ತಕ್ಷಣ ಹೊಳೆಯಲಿಲ್ಲ. ಎರಡುನಿಮಿಷ ನಿರುತ್ತರನಾಗಿ ಕುಳಿತಿದ್ದ. ಅನಂತರ, 'ಮೋಹನಲಾಲಜಿ ನಿಮ್ಮಮನೇಲೇ ಮೂರುವಾರ ಇದ್ದು ನಿಮಗೆ ಎರಡು ರಾಗ ತಯಾರಿಮಾಡಿಸಿದರಲ್ಲ. ಮೊದಲಿನಿಂದಲೂ ನಿಮಗೆ ಕಟ್ಟಡ ಕಟ್ಟಿದೋರೇ ಅವರು. ಅವರ ಹತ್ತಿರವೇ ಹೇಳಿಸಿಕೊಂಡರೆ ಕಲಿಕೆಯೂ ಸುಲಭ. ಇಂಥವರ ಶಿಷ್ಯೆ ಅಂದರೆ ಹೆಸರೂ ಬೇಗಬರುತ್ತೆ.'

ಅವಳು ಈ ಪ್ರಶ್ನೆಗೆ ಸಿದ್ಧಳಾಗಿದ್ದಳು. 'ಕಾಕಾ, ನಿಮ್ಮನ್ನ ಗುರುವಾಗಿ ಸ್ವೀಕರಿಸುಕ್ಕೆ ಬಂದಿದೀನಿ. ನಿಮ್ಮ ಹತ್ತಿರ ಮುಚ್ಚುಮರೆ ಮಾಡಿದರೆ ನನಗೆ ನೆಮ್ಮದಿ ಇರುಲ್ಲ. ಇದನ್ನ ಯಾರಕೈಲೂ ಮಾತಾಡುಲ್ಲ ಅಂತ ನನಗೆ ವಚನ ಕೊಡ್ತೀರಾ?'

ಅವನು ಒಂದುನಿಮಿಷ ಆಲೋಚಿಸಿದ. ಏನಿರಬಹುದೆಂಬುದು ಅವನ ಊಹೆಗೆ ಹೊಳೆದುಹೋಯಿತು. ಪಂಡಿತ ಮೋಹಲಾಲರನ್ನು ಅವನು ಇಪ್ಪತ್ತೈದುವರ್ಷದಿಂದ ಬಲ್ಲ. ವಚನಕೊಟ್ಟು ತಿಳಿದುಕೊಳ್ಳುವಂಥ ಭಾರದ ಸಂಗತಿ ತನಗೇಕೆ? ಎಂಬ ಎಚ್ಚರ ಹುಟ್ಟಿತು. ಯಾವ ಉತ್ತರವನ್ನೂ ಕೊಡದೆ ಸುಮ್ಮನೆ ಕುಳಿತುಬಿಟ್ಟ. ಎರಡುನಿಮಿಷ ಕಾದ ನಂತರ ಅವಳು ಹೇಳಿದಳು: 'ಅವರ ಕಛೇರಿ ಎಲ್ಲಿ ನಡೆದರೂ ನಿಮ್ಮನ್ನೇ ಸಾಥಿಗೆ ಕರೆ ದೊಯ್ತಾರೆ ಅಂತ ನನಗೆ ಗೊತ್ತು. ವೈಮನಸ್ಸು ಬಂದರೆ ನಿಮ್ಮನ್ನ ಪೂರ್ತಿಯಾಗಿ ಕೈಬಿಟ್ಟು ಬೇರೆಯೋರನ್ನ ಕರೀಭೌದು. ಅದಕ್ಕೆ ನೀವು ಸುಮ್ಮನಾದಿರಿ. ಅಲ್ಲವೆ?'

ಅವನು ಉತ್ತರಿಸಲಿಲ್ಲ. ಕಣ್ಣು ತಿರುಗಿಸಿಕೊಂಡರೆ ಸೋಲು ಒಪ್ಪಿಕೊಂಡಂತಾಗುತ್ತದೆಂದು ಅವಳ ಮುಖವನ್ನು ನೋಡುತ್ತಿದ್ದ. 'ಕಾಕಾ, ನಿಮ್ಮ ಹತ್ತಿರ ಕಲೀತಿದೀನಿ ಅಂತ ಮುಂದೆ ನಾನು ಕಛೇರಿ ಮಾಡೂತನಕ ಯಾರ ಹತ್ತಿರವೂ ಹೇಳುಲ್ಲ, ನನ್ನದೇ ಒಂದು ಫ್ಲ್ಯಾಟ್ ಮಾಡಿಕೊಂಡಿರ್ತೀನಿ. ನೀವು ಅಲ್ಲಿಗೇ ಬಂದು ಪಾಠ ಹೇಳಿ. ಅಥವಾ ನಿಮ್ಮ ಮನೆಗೇ ನಾನು ಬರ್ತೀನಿ. ರಹಸ್ಯ ಕಾಪಾಡುಕ್ಕೆ ಯಾವುದು ಅನುಕೂಲವೋ ಹಾಗೆ ಮಾಡೋಣ. ಈಗ ನಾನು ಹೇಳೂದ ನೀವು ಕೇಳಲೇಬೇಕು. ಅವರು ಕೈಬಿಟ್ಟರೂ ನಿಮಗೇನೂ ಯಾರೂ ಕರೆಯದ ಸ್ಥಿತಿ ಇಲ್ಲ. ಭಾರತದ ಖ್ಯಾತಿವೆತ್ತ ಹಾರ್ಮೋನಿಯಂ ವಾದಕರಲ್ಲಿ ನೀವೊಬ್ಬರು. ಅವರಲ್ಲದೆ ಭಾರತದ ಇತರ ದೊಡ್ಡ ದೊಡ್ಡ ಗಾಯಕರೂ ನಿಮ್ಮನ್ನ ಕರೆ ಯೂದು, ನೀವೇಬೇಕು ಅನ್ನೂದು ನನಗೆ ಗೊತ್ತಿದೆ. ಒಬ್ಬ ಹೆಣ್ಣುಮಗಳು ತನ್ನ ಕಷ್ಟ ಹೇಳಿಕೊತ್ತೀನಿ ಅಂದರೆ ಅದು ನನ್ನ ಕಿವಿಗೆ ಬೀಳೂದೇ ಬೇಡ ಅನ್ನುವಂಥ ಅಧೈರ್ಯ ನಿಮಗಿಲ್ಲ ಅಂತ ನನಗೆ ಗೊತ್ತಿದೆ.'

ಅವನಿಗೆ ಸಿಕ್ಕಿಕೊಂಡಂತಾಯಿತು. ತನ್ನ ಗೌರವವನ್ನು ಉಳಿಸಿಕೊಳ್ಳುವ ಮನಸ್ಸಾಯಿತು. 'ಹೇಳಿ. ನಾನು ಗೋಪ್ಯವನ್ನ ಕಾಪಾಡ್ತೀನಿ' ಎಂದ.

'ಮೋಹನಲಾಲಜಿಯಿಂದಲೇ ಕಲಿಯಬೇಕು ಅನ್ನುವ ಹುಚ್ಚು ನನಗೆ. ತಾವು ಕೇಳಿದುದನ್ನು ಒಪ್ಪಿಸಿಕೊಳ್ಳದಿದ್ದರೆ ಅವರು ಮನಸ್ಸಿಟ್ಟು ಪಾಠ ಹೇಳ್ತಿರಲಿಲ್ಲ. ತಿಂಗಳುಗಟ್ಟಲೆ ತೊಳಲಿ ತೊಳಲಿದ ಮೇಲೆ ಒಪ್ಪಿಕೊಂಡೆ. ಚನ್ನಾಗಿಯೇ ಹೇಳಿಕೊಟ್ಟರು. ಅವರಿಗೆ ನಾನೊಬ್ಬಳೇ ಅಲ್ಲ ಇಂಥ ಶಿಷ್ಯೆ ಅಂತ ಕ್ರಮೇಣ ಗೊತ್ತಾಯಿತು. ಆರುವರ್ಷ ಕಲಿತಮೇಲೆ ಮದುವೆಯಾಗಬೇಕೆನ್ನುವ ಮನಸ್ಸಾಯಿತು. ಮದುವೆಯಾದೆ. ದೇವರಂಥ ಗಂಡ ಸಿಕ್ಕಿದರು. ಅಲ್ಲಿ ಸಂಗೀತದ ಕಲಿಕೆಗೆ ಅವಕಾಶವಿಲ್ಲ. ನೀವು ಹೇಳಿದಿರಲ್ಲ, ಮೂರುವಾರ ನನ್ನ ಮನೆಯಲ್ಲೇ ಇದ್ದು ಎರಡು ರಾಗ ಕಲಿಸಿದರು ಅಂತ. ನಾನೀಗ ವಿವಾಹಿತೆ ಅಂತ ಬೇಡಿಕೊಂಡರೂ ಬಿಡದೆ ಅವರ ಗುರುದಕ್ಷಿಣೆ ವಸೂಲುಮಾಡಿದರು. ಹೆಂಗಸು ತನ್ನ ಮರ್ಯಾದೆ ಉಳಿಸಿ ಕೊಂಡೂ ಕಲೆಯನ್ನ ಸಾಧಿಸೂದು ಸಾಧ್ಯವಿಲ್ಲವೆ? ಅನ್ನುವ ಪ್ರಶ್ನೆ ನನ್ನನ್ನು ಬಾಧಿಸಿ.....' ಎನ್ನುವಾಗ ಅವಳಿಗೆ ಒತ್ತಿಕೊಂಡು ಅಳುಬಂತು. ಒತ್ತಿಹಿಡಿದರೂ ನಿಲ್ಲುವುದಿಲ್ಲವೆಂದು ಅವಳಿಗೇ ಅರ್ಥವಾಗಿ ಬಿಕ್ಕಿ ಬಿಕ್ಕಿ ಅತ್ತಳು, ಅನಂತರ ಕಣ್ಣುಗಳನ್ನು ಒರೆಸಿಕೊಂಡು ತಲೆ ತಗ್ಗಿಸಿ ಕುಳಿತಳು. ಒಂದುನಿಮಿಷದ ನಂತರ, 'ಎಷ್ಟೋ ಹೆಂಗಸರು ಅಳುವಿನ ಮೂಲಕ ಅನುಕಂಪ ಗಿಟ್ಟಿಸಿಕೊಳ್ಳೂದು ನನಗೆ ಗೊತ್ತಿದೆ. ಅಂಥ ಕೆಲಸ ನಾನು ಎಂದೂ ಮಾಡಿಲ್ಲ. ಇದ್ದಕ್ಕಿದ್ದಂತೆ ಅಳು ಬಂತು. ಸಾರಿ. ಇದನ್ನ ಬೇರೆ ಯಾರಕೈಲೂ ಹೇಳಿಕೊಂಡಿರಲಿಲ್ಲ. ಮನೆಯಲ್ಲಿ ತಾಯಿಯ ಕೈಲಿ ಹ್ಯಾಗೆ ಹೇಳಿಕೊಳ್ಳಲಿ?'

ಟಿಪ್ನಿಸ್ ಅವಳ ಮುಖವನ್ನೇ ನೋಡುತ್ತಿದ್ದ. ನೋಡದೆ ದೃಷ್ಟಿಯನ್ನು ಅತ್ತಿತ್ತ ಹೊರಳಿಸಿದರೆ ಅವಳನ್ನು ಅಲಕ್ಷಿಸಿದಂತೆ ಆಗುತ್ತದೆಂಬ ಅರಿವಾಯಿತು. ಹತ್ತುನಿಮಿಷ ಹಾಗೆಯೇ ಕಳೆಯಿತು. ಅವರಿಬ್ಬರೂ ಒಬ್ಬರ ಮುಖವನ್ನೊಬ್ಬರು ನೋಡುತ್ತಿದ್ದರು. ತನ್ನ ದೃಷ್ಟಿಯನ್ನು ಹಿಂತೆಗೆದುಕೊಂಡರೆ ತನಗೆ ಬೇರೆ ಆಸರೆ ಇಲ್ಲವೆಂಬ ಮೊರೆ ಅವಳಲ್ಲಿ; ತನ್ನ ದೃಷ್ಟಿಯನ್ನು ಹೊರಳಿಸಿದರೆ ಅವಳು ಕುಸಿಯುತ್ತಾಳೆಂಬ ಅನುಕಂಪ ಅವನಲ್ಲಿ. ಅನಂತರ ಅವನು: 'ಆ ಮೂಲೆಯಲ್ಲಿರುವ ತಂಬೂರಿ, ಕರಿ ಕೌದೀದು, ಎತ್ತಿಕೊಂಡು ಶ್ರುತಿಮಾಡಿಕೊಳ್ಳಿ ನೋಡೋಣ,' ಎಂದ. ಅದು ಹೆಣ್ಣು ತಂಬೂರಿ. ಮಿರಜ್‌ದು.

ಅವನು ಹೇಳಿದಂತೆ ಗೂಡಿನಲ್ಲಿದ್ದ ಒಂದು ಬಟ್ಟೆಯನ್ನು ತಂದು ತಂಬೂರಿಯನ್ನು ಒರೆಸಿ, 'ಮಧ್ಯಮವೋ ಪಂಚಮವೋ?' ಎಂದಳು.

'ಕಲ್ಯಾಣ್, ಬಿಹಾಗ್ ಎರಡನ್ನು ಬಿಟ್ಟು ಯಾವುದಾದರೂ ಸರಿ. ಅವೆರಡು ಎರಡುವಾರಗಳ ತಯಾರಿಯಾಗಿತ್ತಲ್ಲವೆ?'

ಅವಳು ಆಲೋಚಿಸತೊಡಗಿದಳು. ಇಂಥ ರಾಗವೆಂದು ನಿಶ್ಚಯಿಸಲಾಗಲಿಲ್ಲ. ಇದ್ದಕ್ಕಿದ್ದಂತೆಯೇ ಪೀಲೂ ಎಂಬ ನೆನಪುಬಂತು. ಅವನು ತನ್ನ ಪಕ್ಕದಲ್ಲಿದ್ದ ಹಾರ್ಮೋನಿಯಂ ಎಳೆದುಕೊಂಡು, 'ಶ್ರುತಿ ಕೊಡಲಾ? ಯಾವ ಮನೆ?' ಎಂದ.

'ಹಾಗೆಯೇ ಮಾಡಿಕೊತ್ತೀನಿ. ತಪ್ಪಾದರೆ ತೋರಿಸೂರಂತೆ,' ಎಂದು ಮಾಡಿಕೊಂಡಳು.

ಅವನು, 'ಹಾಡಿ. ನಿಧಾನವಾಗಿ ಆಲಾಪದಿಂದ' ಎಂದ.

ಹಾಡಲು ಶುರುಮಾಡಿದಾಗ ವಾಸ್ತವವಾಗಿ ತನಗೆ ಈ ರಾಗದ ಪಾಠವಾಗಿಲ್ಲ. ಮಿಶ್ರ ರಾಗ. ಆರೋಹ ಅವರೋಹಗಳ ಸ್ವರಪ್ರಯೋಗಗಳಲ್ಲಿ ವಿದ್ವಾಂಸರಲ್ಲಿ ಭಿನ್ನಮತವಿದೆ. ನೆನ್ನೆ ಕಛೇರಿಯಲ್ಲಿ ಕೇಳಿದ ಪ್ರಭಾವದಿಂದ ಇದನ್ನು ಆರಿಸಿಕೊಂಡದ್ದು ತಪ್ಪಾಯಿತು, ಎನ್ನಿಸಿತು. ಶುರುಮಾಡಿಯಾಗಿದೆ, ಹಿಂತಿರುಗುವಂತಿಲ್ಲ, ಎಂದು ನಿಧಾನವಾಗಿ ಸ್ವರವಿಸ್ತಾರ ಮಾಡತೊಡಗಿದಳು. ಅವನು ಅವಳನ್ನು ಅನುಸರಿಸಿದ. ಮುಂದೆ ನಡೆದು ಪಥದರ್ಶನ ಮಾಡಲಿಲ್ಲ. ಆದರೆ ಅನುಸರಿಸುತ್ತಿರುವುದರಿಂದ ತಾನು ತಪ್ಪುಮಾಡುತ್ತಿಲ್ಲವೆಂಬ ನಂಬಿಕೆ ಬಂತು. ತಾನು ಸ್ವೀಕೃತಿಗಾಗಿ ಪಾಠ ಒಪ್ಪಿಸುತ್ತಿರುವ ಅಭ್ಯರ್ಥಿನಿ ಎಂಬುದನ್ನು ಮರೆತು ವಿಸ್ತರಿಸಿದಳು. ಸುಮಾರು ಅರ್ಧಗಂಟೆ ಹಾಡಿ ನಿಲ್ಲಿಸಿದಾಗ ಅವನು ಮುಗುಳ್ನಕ್ಕ. ಅವನ ನಗೆಯ ಅರ್ಥ ಅವಳಿಗೆ ಆಗಲಿಲ್ಲ. ಅವಳ ಮುಖಭಾವವನ್ನರಿತ ಅವನು, 'ನೆನ್ನೆ ಸಿ.ಜೆ. ಹಾಲಿಗೆ ಬಂದಿದ್ದಿರಾ?' ಎಂದ.

'ವಾಸ್ತವವಾಗಿ ನನಗೆ ಈ ರಾಗದ ಸಂಚಾರಮಾರ್ಗಗಳ ಪಾಠ ಪ್ರಾಥಮಿಕಮಟ್ಟದಲ್ಲೂ ಆಗಿಲ್ಲ. ನೆನ್ನೆ ಕೇಳಿದ ನೆನಪಿನಲ್ಲಿ ಹಾಡಿದೆ. ಈಗ ನೀವು ಹೇಳಿಕೊಡಿ,' ಅವಳು ಧೈರ್ಯದಿಂದ ಕೇಳಿದಳು.

ಅವನು ರಾಗಲಕ್ಷಣವನ್ನು ಹೇಳುತ್ತಾ ಬಾರಿಸತೊಡಗಿದ. ಈಗ ಅವನು ಬಾರಿಸಿದುದನ್ನು ಹಾಡುವುದು ಅವಳ ಸರದಿಯಾಯಿತು. ಎಂತಹ ಚತುರವಾದಕನಾದರೂ ಹಾರ್ಮೋನಿಯಂ ನಲ್ಲಿ ಹೊರಡಲಾರದ ಸ್ವರಸೂಕ್ಷ್ಮಗಳನ್ನು ಅವಳು ಗ್ರಹಿಸಿ ಹಾಡಿದಳು. ಅವನು ಬಿಡಿಸಿ ಬಿಡಿಸಿ ತಾನೂ ಬಾಯಲ್ಲಿ ಹೇಳಿ ಹಾಡಿಸಿದ. ಬಾಯಿಯಿಂದ ಹೊರಡಿಸಿ ತೋರಿಸಲು ಅವನಿಗೆ ಸಾಧ್ಯವಾಗದಿದ್ದರೂ ಅವನ ಕಲ್ಪನೆಯು ಅವಳಿಗೆ ಅರ್ಥವಾಗುತ್ತಿತ್ತು. ಅದನ್ನು ಹೆಚ್ಚು ಕಷ್ಟವಿಲ್ಲದೆ ಲಯತಪ್ಪದೆ ಹಾಡಿದಳು. ಮೊದಲು ಸ್ವರಗಳಲ್ಲಿ, ಅನಂತರ ಅಕಾರದಲ್ಲಿ. ಒಂದೊಂದು ನಡೆಯನ್ನೂ ಎರಡು ಮೂರು ಬಾರಿ ಹಾಡಿಸಿ ತಪ್ಪಿಲ್ಲದೆ ಕೂರಿಸಿದನಂತರ ಅವನು ಮುಂದಿನ ನಡೆಗೆ ಹೋಗುತ್ತಿದ್ದ. ನಡುನಡುವೆ ಇದು ಅಮೀರ್‌ಖಾನ್ ಸಾಹೇಬರ ವರಸೆ, ನಾನು ಅವರಿಗೆ ಸಾಥಿಮಾಡಿದ್ದೆ, ಇದು ಪಂಡಿತ ತಿವಾರಿಯವರ ವರಸೆ, ಇದು ಮಣಿರಾಮರ ರೀತಿ ಎಂದು ಜ್ಞಾಪಿಸಿಕೊಂಡು ವಿವರಿಸಿ ಬಾರಿಸಿತೋರಿಸುತ್ತಿದ್ದ. ನಡುವೆ ಒಮ್ಮೆ ಅವನ ಹೆಂಡತಿ ಸೋನೂತಾಯಿ ಬಾಗಿಲಿನ ಹತ್ತಿರಕ್ಕೆ ಬಂದು ನೋಡಿಹೋದದ್ದೂ ಅವನ ಗಮನಕ್ಕೆ ಬರಲಿಲ್ಲ. ಅಭ್ಯಾಸ ಮುಗಿದಾಗ ಎರಡೂ ಕಾಲು ಗಂಟೆಯಾಗಿತ್ತು. ಅವತ್ತು ಮೂರುಗಂಟೆ ಪಾಠವಾಗಿತ್ತು. ಬರೀ ಸ್ವರವಿಸ್ತಾರ.

'ಆಲಾಪ ಹೀಗೆ ಅಭ್ಯಾಸಮಾಡಿದರೆ ಸಾಕೊ? ಚೀಸ್ ವಿಷಯ ಚಿಂತೆಬೇಡಿ. ಚೀಸಿನ ಬಾಗು ಬಳುಕುಗಳು, ತಾನದ ವರಸೆಗಳು ಹಾರ್ಮೋನಿಯಂ ಬೆರಳುಗಳಿಗೆ ಯಾವತ್ತೂ ಲೀಲಾಜಾಲ.' ಅವನ ಮುಖದಲ್ಲಿ ತೃಪ್ತಿ ಇತ್ತು.

'ಗುರೂಜಿ, ಗಂಡಾಪೂಜೆ ಯಾವತ್ತು ಮಾಡೋಣ?'

'ಕಾಕಾ ಅಂತ ಮಾತು ಶುರುಮಾಡಿದವರು ಗುರೂಜಿ ಅಂದುಬಿಟ್ಟಿರಲ್ಲ. ಗಂಡಾಪೂಜೆ

ಮೊದಲಾಗಿ ಯಾವ ಕಲಾಪವೂ ಬೇಡ. ತಂಬೂರಿ ಹಾರ್ಮೋನಿಯಮ್ ಕಣ್ಣಿಗೆ ಒತ್ತಿಕೊಳ್ಳಿ. ಒಳಗೆ ನಡೀರಿ. ನಮ್ಮ ದೇವರಕೋಣೆಯಲ್ಲಿ ಸರಸ್ವತಿ ವಿಗ್ರಹವಿದೆ. ನಮಸ್ಕಾರಮಾಡಿ ಕುಂಕುಮ ಇಟ್ಟುಕೊಳ್ಳಿ. ಅಷ್ಟು ಸಾಕು.'

ಅವಳು ಅದರಂತೆ ಮಾಡಿದಳು. ಸೋನೂತಾಯಿ ಅವಳನ್ನೂ ಊಟಕ್ಕೆ ಎಬ್ಬಿಸಿದಳು. 'ಮೊದಲ ದಿನ. ಬರೀ ಹೊಟ್ಟೇಲಿ ಹೋಗಬಾರದು' ಎಂದು ಗುರುವೂ ಬಲವಂತಮಾಡಿದ. ಊಟಮಾಡುವಾಗ ಹೇಳಿದ: 'ನನ್ನ ಹತ್ತಿರ ಕಲೀತೀನಿ ಅಂತ ಸದ್ಯಕ್ಕೆ ಯಾರಕೈಲೂ ಹೇಳ ಬೇಡಿ. ಹೇಳೂದರಿಂದ ಯಾವ ವಿಶೇಷ ಪ್ರಯೋಜನವಿದೆ? ನಾನು ಪ್ರೋಗ್ರಾಮಿಗೆ ಬೇರೆ ಊರುಗಳಿಗೆ ಹೋದಾಗ ಇಲ್ಲ. ಊರಿನಲ್ಲಿದ್ದರೆ ವಾರಕ್ಕೆ ಮೂರುನಾಲ್ಕು ದಿನವಾದರೂ ಪಾಠಮಾಡ್ತೀನಿ. ಕೂತರೆ ಎರಡುಮೂರು ಗಂಟೆ. ನಾಳೆ ಬೆಳಗ್ಗೆ ಒಂಬತ್ತಕ್ಕೆ ಬನ್ನಿ.'

ಅವಳು ಅವರಿಬ್ಬರಿಗೂ ಪಾದಮುಟ್ಟಿ ನಮಸ್ಕರಿಸಿ ಹೊರಟಳು. ಟಿಪ್ನಿಸರು ಇಷ್ಟುಬೇಗ ಒಪ್ಪಿಕೊಳ್ಳುತ್ತಾರೆಂದು ಅವಳೇ ನಿರೀಕ್ಷಿಸಿರಲಿಲ್ಲ. ಅಲ್ಲದೆ ಮೊದಲದಿನದ ಪಾಠವನ್ನೇ ಇಷ್ಟು ವಿವರವಾಗಿ ಹೇಳಿ ಅಭ್ಯಾಸಮಾಡಿಸಿದುದನ್ನು ನೆನೆದಾಗ ಸಮಸ್ಯೆ ಬಗೆಹರಿದು ತಾನು ಸ್ವರಾಕಾಶದಲ್ಲಿ ತೇಲುತ್ತಿರುವಂತೆನ್ನಿಸಿತು.

– ೪ –

ಮನೆಗೆ ಹೋದತಕ್ಷಣ ತನ್ನನ್ನೇ ಕಾಯುತ್ತಿದ್ದವರಂತೆ ತಾಯಿ ಕೇಳಿದರು: 'ಬೇಟೀ, ಬೆಳಗ್ಗೆ ಎದ್ದು ಎಲ್ಲಿಗೆ ಹೋಗಿದ್ದೆ? ಊಟಕ್ಕೂ ಬರಲಿಲ್ಲ. ಒಂದು ಫೋನೂ ಮಾಡಲಿಲ್ಲ. ನನಗೆ ಎಷ್ಟು ಗಾಬರಿಯಾಗಿತ್ತು ಅಂತ!'

'ಅಮ್ಮ, ಗುರುಗಳನ್ನ ಹುಡುಕಿಕೊಂಡು ಹೋಗಿದ್ದೆ. ನನ್ನ ಅದೃಷ್ಟ. ಅವರು ಒಪ್ಪಿ ಕೊಂಡರು. ಮೊದಲದಿನವೇ ಮೂರುಗಂಟೆ ಅಭ್ಯಾಸಮಾಡಿಸಿದರು. ಅವರ ಮನೇಲೇ ಊಟ ಮಾಡಿಸಿದರು. ನಾಳೆ ಬೆಳಗ್ಗೆ ಒಂಬತ್ತಕ್ಕೆ ಬಾ ಅಂದಿದಾರೆ,' ಅವಳು ಸಡಗರದಿಂದ ಹೇಳಿದಳು.

ಅವಳ ಹಿಂದೆಯೇ ಅವಳ ಕೋಣೆಗೆ ಬಂದ ತಾಯಿ ಬಾಗಿಲನ್ನು ಮುಚ್ಚಿ ಬೆತ್ತದ ಕುರ್ಚಿಯ ಮೇಲೆ ಕುಳಿತರು. ಇದು ಅತ್ತಿಗೆಯರು ಅಪರಾಹ್ಣದ ನಿದ್ರೆಮಾಡುವ ಸಮಯ. ಆದರೂ ತನ್ನ ಕೋಣೆಗೆ ಬಂದು ಬಾಗಿಲುಮುಚ್ಚಿ ಕುಳಿತರೆಂದರೆ ಅಮ್ಮ ಗುಟ್ಟಿನ ಮಾತ ನಾಡಲು ಬಂದಿದ್ದಾರೆಂದು ಅವಳು ಅರ್ಥಮಾಡಿಕೊಂಡಳು. ಯಾವ ವಿಷಯವೆಂಬುದೂ ಅವಳ ಊಹೆಗೆ ಬಂತು. ಅವರೇ ಮಾತು ತೆಗೆಯಲೆಂದು ಸುಮ್ಮನೆ ಕುಳಿತಳು. ಎರಡು ನಿಮಿಷದಲ್ಲಿ ಅವರು ಆರಂಭಿಸಿದರು: 'ನೀನು ಬಂದು ಎರಡುವಾರ ಆಯಿತಲ್ಲವೆ? ಗಂಡನಿಂದ ಒಂದುಸಲವೂ ಫೋನು ಇಲ್ಲ. ನೀನು ಸಂಗೀತದ ಗುರುಗಳನ್ನ ಹುಡುಕಿಟ್ಟಿ ದೀಯ. ಗಂಡ ಹೆಂಡತೀದು ಏನು ಕತೆ? ಏನೋ ಮುಚ್ಚಿಡ್ತಿದೀಯ. ತಾಯಿಯ ಕೈಲಿ ಮುಚ್ಚಿಡಬಾರದು ಹೆಣ್ಣುಮಕ್ಕಳು.'

'ಮುಚ್ಚಿಡುವಂಥದೇನೂ ಇಲ್ಲ. ಆ ದೇಶದಲ್ಲಿ, ಸಂಗೀತ ಕಲಿಯುವ ಅವಕಾಶವಿಲ್ಲ. ಇಲ್ಲಿ ಬಂದು ಮೂರುನಾಲ್ಕು ತಿಂಗಳಿದ್ದು ಪಾಠ ಹೇಳಿಸ್ಕತ್ತೀನಿ. ಆಮೇಲೆ ಅಲ್ಲಿ ಮೂರುನಾಲ್ಕು ತಿಂಗಳು ಅದನ್ನೇ ಅಭ್ಯಾಸ ಮಾಡ್ಕತ್ತೀನಿ. ಅವರೇ ಒಪ್ಪಿ ಕಳಿಸಿದಾರೆ. ನಾನು ಎರಡುಸಲ ಅವರಿಗೆ ಫೋನು ಮಾಡಿದೀನಿ. ಅವರು ಟೂರ್‌ನಲ್ಲಿರ್ತಾರೆ. ಅವರು ಟೂರ್ ಹೋಗೂ ತಿಂಗಳುಗಳಲ್ಲಿ ನಾನು ಇಲ್ಲಿಗೆಬರ್ತೀನಿ. ಊರಿನಲ್ಲಿರೂ ತಿಂಗಳುಗಳಲ್ಲಿ ಅಲ್ಲಿಗೆ ಹೋಗ್ತೀನಿ. ನೀವೇನೂ ಚಿಂತೆ ಮಾಡಬೇಡಿ.'

'ಏನೋ ಅಮ್ಮ. ನನಗೇನೂ ತಿಳಿಯುಲ್ಲ,' ಎಂದರು. ನೀನು ಈಗ ಹೇಳುತ್ತಿರುವ ಮಾತು ನಂಬುವಂಥದಲ್ಲ ಎಂಬುದು ಅದರ ಅರ್ಥ ಎಂದು ಅವಳು ತಿಳಿದುಕೊಂಡಳು. ಮತ್ತೆ ಮಾತನಾಡಿ ಬೆಳೆಸಬಾರದೆಂದು ಸುಮ್ಮನಾದಳು. ಅನಂತರ ಶೌಚದ ಕೋಣೆಗೆ ಹೋದಳು. ಹಿಂತಿರುಗಿ ಬರುವ ವೇಳೆಗೆ ಅಮ್ಮ ಅಲ್ಲಿರಲಿಲ್ಲ. ಅವರಿಗೆ ಅಸಮಾಧಾನ ವಾಗಿರುವುದು ಸ್ಪಷ್ಟವಾಗಿತ್ತು. ಗುರುಗಳು ಹೇಳಿಕೊಟ್ಟ ಸ್ವರಸಂಚಾರಗಳು ಮನಸ್ಸಿನಿಂದ ಮರೆಯಾಗಿ ಕಲಮಲ ಕಾಣಿಸಿಕೊಂಡಿತು. ತನ್ನನ್ನು ನಿಜವಾಗಿಯೂ ಕಾಡಿಸಬೇಕಾದ ಗಂಡನ ನೆನಪನ್ನು ಒಂದು ಸಹನೀಯಸ್ಥಿತಿಗೆ ತಂದುಕೊಳ್ಳುತ್ತಿದ್ದೇನೆ. ಆದರೆ ಅಮ್ಮನ ಪ್ರಶ್ನೆಗಳನ್ನು ಎದುರಿಸುವುದು ಕಷ್ಟವಾಗುತ್ತಿದೆ ಎಂಬ ವಾಸ್ತವವು ಮನಸ್ಸನ್ನು ತುಂಬಿಕೊಂಡಿತು. ಅತ್ತಿಗೆಯರು ಬಾಯಿಬಿಟ್ಟು ಏನೂ ಆಡುತ್ತಿಲ್ಲ, ಕೇಳುತ್ತಿಲ್ಲ. ಅಮ್ಮನ ಭಯದಿಂದ ಸುಮ್ಮ ನಿದ್ದಾರೆ. ಇಲ್ಲದಿದ್ದರೆ ಒಂದೊಂದು ಓರೆನೋಟದಲ್ಲೇ ಚೂರಿ ಹಾಕಬಹುದು ಎಂಬ ಅರಿವೂ ಹುಟ್ಟಿತು. ನನ್ನದೇ ಒಂದು ಸಣ್ಣ ಫ್ಲ್ಯಾಟು ಮಾಡಿಕೊಬೇಕು. ನನ್ನ ಖಾತೆಯಲ್ಲಿ ಎಷ್ಟು ದುಡ್ಡಿದೆ ಅಂತ ನೋಡಿಕೊಬೇಕು, ತಡಮಾಡಬಾರದು ಎನ್ನಿಸಿತು. ಇವನ್ನೆಲ್ಲ ಯಾರು ಮಾಡೋರು? ಅಣ್ಣಂದಿರನ್ನು ಬಿಟ್ಟು ಏನನ್ನು ಮಾಡಹೊರಡೂದೂ ಸರಿಯಲ್ಲ ವೆಂಬ ಎಚ್ಚರಹುಟ್ಟಿತು. ಅದನ್ನೇ ಚಿಂತಿಸುತ್ತಾ ಕುಳಿತಿರುವಾಗ ಚಿಕ್ಕಣ್ಣನ ಕೈಲಿ ಎಲ್ಲವನ್ನೂ ಹೇಳಿಕೊಂಡರೆ ಹೇಗೆ? ಹೇಳಿಕೊಂಡನಂತರ ನನಗೊಂದು ಫ್ಲ್ಯಾಟ್ ಹುಡುಕು ಅಂದರೆ ಸರಿಯಾಗುತ್ತೆ, ಇಲ್ಲದಿದ್ದರೆ ಮೂರುನಾಲ್ಕು ತಿಂಗಳು ತೌರುಮನೆಯಲ್ಲಿ ಯಾಕಿರಬಾರದು ಅನ್ನುವ ಪ್ರಶ್ನೆ ಹಾಕ್ತಾರೆ, ಎಂಬ ಎಚ್ಚರಹುಟ್ಟಿತು. ರಾತ್ರಿ ಎಲ್ಲರದೂ ಒಟ್ಟಿಗೆ ಊಟವಾದಮೇಲೆ ಚಿಕ್ಕಣ್ಣ ಅಜಯನನ್ನು ಸನ್ನೆಮಾಡಿ ತನ್ನ ಕೋಣೆಗೆ ಕರೆದು ಹೇಳಿದಳು:

'ನಿನ್ನ ಕೈಲಿ ಪ್ರತ್ಯೇಕವಾಗಿ ಮಾತಾಡಬೇಕು. ಮನೇಲಿ ಬೇಡ. ಎಲ್ಲಿ, ಯಾವಾಗ, ಹೇಳು. ನಾಳೆ ಬೆಳಗ್ಗೆಯಿಂದ ಹನ್ನೆರಡರವರೆಗೆ ನನಗೆ ಸಂಗೀತ ಪಾಠವಿದೆ.'

ಅವನು ಒಂದುನಿಮಿಷ ಆಲೋಚಿಸಿ ಹೇಳಿದ: 'ಮಧ್ಯಾಹ್ನ ಎರಡುಗಂಟೆಗೆ ನನಗೆ ಅಂಗಡಿಗೆ ಫೋನ್‌ಮಾಡು. ಯಾವಾಗ, ಎಲ್ಲಿಗೆ ಬರಬೇಕು ಹೇಳ್ತೀನಿ.'

– ೫ –

ಓಶಿಯನ್ ಹೋಟೆಲಿನ ಐಲಂಡ್ ರೆಸ್ತುರಾದ ಒಂದು ಮೂಲೆಯ ಮೇಜದ

ಮುಂದೆ ಎದುರುಬದರಾಗಿ ಕುಳಿತು ಚಿಕ್ಕಣ್ಣ ಅಜಯನು ತಿಂಡಿ ಮತ್ತು ತಂಪು ಪಾನೀಯಗಳಿಗೆ ಹೇಳಿದ ನಂತರ ತಂಗಿಯುನ್ನು ಹೇಳು ಎಂದ. 'ನಿನ್ನನ್ನು ಬಿಟ್ಟರೆ ಹೇಳಿಕೊಳ್ಳುವಂಥೋರು ಯಾರೂ ನನಗೆ ಇಲ್ಲ. ಕೇಳಿದಮೇಲೆ ನನ್ನನ್ನ ಕಡೆಗಾಣಿಸ್ತಾರೆ ಅಂತ ಮಾತ್ರವಲ್ಲ, ನೋವು ಉಣ್ತಾರೆ ಅಂತ ಕೂಡ ಯಾರಿಗೂ ಹೇಳುಕ್ಕೆ ನನಗೆ ಇಷ್ಟವಿಲ್ಲ,' ಎಂದು ಆರಂಭಿಸಿ ಅವಳು ಸಂಗೀತಪಾಠದ ಆರಂಭದಲ್ಲೇ ಸಂಗೀತಕ್ಕಾಗಿ ಗುರು ಮೋಹನಲಾಲರಿಗೆ ಒಪ್ಪಿಸಿಕೊಂಡದ್ದರಿಂದ ಹಿಡಿದು ಇದುವರೆಗಿನ ಮುಖ್ಯಸಂಗತಿಗಳನ್ನೆಲ್ಲ ಹೇಳಲು ಒಂದುಗಂಟೆ ಯಾಯಿತು. ಕೈಸನ್ನೆ ಮಾಡದೆ ಹತ್ತಿರ ಬಂದು ಗ್ರಾಹಕರ ಏಕಾಂತಕ್ಕೆ ಭಂಗಮಾಡಕೂಡದೆಂದು ಆ ರೆಸ್ತುರಾದ ನಿಯಮವಾಗಿತ್ತು. ಎಲ್ಲವನ್ನೂ ಹೇಳಿದನಂತರ ಎರಡುನಿಮಿಷ ಇಬ್ಬರೂ ಮೌನವಾಗಿದ್ದರು. 'ನಿನಗೆ ಏನನ್ನಿಸುತ್ತೆ ಪ್ರಾಮಾಣಿಕವಾಗಿ ನನ್ನಕೈಲಿ ಹೇಳು,' ಅವಳು ಕೇಳಿದಳು.

ಒಮ್ಮೆ ಏದುಸಿರುಬಿಟ್ಟನಂತರ ಚಿಕ್ಕಣ್ಣ ಅರ್ಧ ತನಗೆ ಇನ್ನರ್ಧ ಅವಳಿಗೆ ಹೇಳುವಂತೆ ಮೆಲುದನಿಯಲ್ಲಿ ಮಾತನಾಡಿದ: 'ಅವನು ಈ ಥರದೋನು ಅಂತ ನಾನೂ ಕೇಳಿದ್ದೆ. ಅವನು ಎಂಥೋನಾದರೇನು ನನ್ನ ತಂಗಿ ಗಟ್ಟಿಯಾಗಿರುವಾಗ ಅನ್ನುವ ಧೈರ್ಯವೂ ಇತ್ತು. ಪ್ರಪಂಚದಲ್ಲಿ ಬೇರೆ ಹುಡುಗೀರು ದುರ್ಬಲೆಯರಾಗಿರಬಹುದು, ನಮ್ಮ ಮನೆ ಹುಡುಗಿ ಹಾಗಿರೂದು ಸಾಧ್ಯವೇ ಇಲ್ಲ ಅಂತ ಎಲ್ಲ ತಂದೆತಾಯಿಯರೂ ಅಣ್ಣ ಅಕ್ಕಂದಿರೂ ಗಟ್ಟಿನಂಬಿಕೆ ಇಟ್ಟುಕೊಂಡಿರುವ ಹಾಗೆ. ನೀನು ಮದುವೆಯಾಗಿ ಹೋದಮೇಲಂತೂ ಆ ಬಗೆಯ ಚಿಂತೆ, ಅನುಮಾನ ಹುಟ್ಟುವ ಕಾರಣವೇ ಇರಲಿಲ್ಲ. ನೀನು ಅಲ್ಲಿ ಅವನ ಜೊತೆ ಸನಿವೇಲ್ ಹಿಂದೂಮಂದಿರದ ಸಭೆಯಲ್ಲಿ ಹಾಡಿದ ಕ್ಯಾಸೆಟನ್ನ ಭಾವನೇ ಕಳಿಸಿದ್ದರಲ್ಲ. ಕೇಳಿ ನಾವೆಲ್ಲ ಉಬ್ಬಿಬಿಟ್ಟೆವು. ನಮ್ಮ ಹುಡುಗಿ ಆ ಪ್ರಸಿದ್ಧ ಗವಯಿಗೆ ಸಮಸಮ ಹಾಡುವ ಮಟ್ಟಮುಟ್ಟಿದಳು ಅಂತ.'

ಅವನು ಅಲ್ಲಿಗೆ ನಿಲ್ಲಿಸಿದ. ಒಂದುನಿಮಿಷ ಕಾಯ್ದನಂತರ ಅವಳು, 'ಇನ್ನೇನೂ ಇಲ್ಲವಾ ಹೇಳುವಂಥ ಭಾವನೆ? ಮುಚ್ಚುಮರೆ ಇಲ್ಲದೆ ಹೇಳು.'

'ನೋಡು ನಾವು ಮುಂಬಯಿಯಲ್ಲಿರೋರು ನಿಜ. ಹೊಸಪ್ರಪಂಚ ಮುಂಬಯಿಯಲ್ಲಿ ಕಣ್ಣಿಗೆ ಬೀಳುವಷ್ಟು, ಅನುಭವಕ್ಕೆ ಬರುವಷ್ಟು, ನಮ್ಮ ದೇಶದ ಬೇರೆ ಯಾವ ಊರಿನಲ್ಲೂ ಬರುಲ್ಲ. ಆದರೂ ನಮ್ಮ ಕುಟುಂಬದಲ್ಲಿ ಇಂಥದು ನಡೆದಿರೂದು ಇದೇ ಮೊದಲು ಅನ್ನಿಸುತ್ತೆ. ನಿನ್ನ ಮೇಲಿನ ಕೋಪದಿಂದ ಹೇಳ್ತಿಲ್ಲ. ನಮ್ಮದು ಸಂಪ್ರದಾಯಸ್ಥ ಕುಟುಂಬ ಅಂತ ಹೇಳ್ತಿದೀನಿ.'

'ನಮ್ಮ ಕುಟುಂಬದಲ್ಲಿ ಯಾರೂ ಗ್ರಾಜುಏಟ್ ಆಗಿರಲಿಲ್ಲ. ದೊಡ್ಡಣ್ಣ, ನೀನು, ನಾನು ಆದೆವು. ಅಮೆರಿಕಾದಲ್ಲಿರೋರಿಗೆ ಹೆಣ್ಣು ಕೊಟ್ಟಿರಲಿಲ್ಲ. ಅಲ್ಲವೆ?' ಅವನು ಉತ್ತರ ಹೇಳಲಿಲ್ಲ. 'ನಾನು ಮಾಡಿದ್ದನ್ನ ಸಮರ್ಥಿಸಿಕೊಳ್ಳುಕ್ಕೆ ಈ ಮಾತು ಕೇಳಲಿಲ್ಲ. ನಿನ್ನ ತಂಗಿ ಕೆಟ್ಟಕೆಲಸಕ್ಕೆ ಬಲಿಯಾದಳು. ಆದರೆ ಗಂಡನಿಗೆ ಆದ ಮೋಸವನ್ನ ಒಳಗೇ ಮುಚ್ಚಿಟ್ಟುಕೊಳ್ಳದೆ ಹೇಳಿ ಹೊರಬರುವ ಪ್ರಾಮಾಣಿಕಳೂ ಆಗಿದ್ದಾಳೆ. ಪಶ್ಚಾತ್ತಾಪದಿಂದ ಬೇಯುತ್ತಲೂ

ಇದಾಳೆ ಅನ್ನುವ ಭಾವನೆ ನಿನ್ನಲ್ಲಿ ಯಾಕೆ ಬರ್ತಿಲ್ಲ?' ಅವನು ಅವಳ ಮುಖವನ್ನು ನೋಡಿದ. ಅವನ ದೃಷ್ಟಿಯನ್ನು ಎದುರಿಸುತ್ತಲೇ ಅವಳು ಹೇಳಿದಳು: 'ಗಂಡನಿಂದ ಒಂದು ಕಾಸೂ ನಾನು ತಗೊಳ್ಳೂದಿಲ್ಲ. ನ್ಯಾಯವಾಗಿ ನೋಡಿದರೆ ಅವರಿಗೇ ನಾನು ನಷ್ಟ ತುಂಬಿಕೊಡಬೇಕು. ಆದರೆ ಅದು ಹಣದಲ್ಲಿ ಅಳೆದುಕೊಡುವಂಥದಲ್ಲ. ನನ್ನನ್ನ ಸಂಪೂರ್ಣವಾಗಿ ಶುದ್ಧಜೀವನದ ಸಂಗೀತಸಾಧನೆಗೆ ಸಮರ್ಪಿಸಿಕೊಂಡು ಇನ್ನು ನಾಲ್ಕೈದು ವರ್ಷದಲ್ಲಿ ಹೆಸರು ಹೇಳುವಂಥ ಗಾಯಕಿ ಆಗುವ ನಿಶ್ಚಯಮಾಡಿ ಬಿಟ್ಟುಬಂದಿದೀನಿ. ಅಪ್ಪ ಮಾಡಿಕೊಟ್ಟ ಮನೆಯ ಬಾಡಿಗೆ ಏನಿದೆಯೋ ಅದೊಂದೇ ನನಗೆ ಆಧಾರ. ಇದಾವುದನ್ನೂ ಯಾರಿಗೂ ಹೇಳದೆ ದೊಡ್ಡಣ್ಣನ ಕೈಲಿ ಹೇಗೆ ಮಾತಾಡಬೇಕೋ ಆಲೋಚಿಸಿ ವ್ಯವಸ್ಥೆಮಾಡು. ನನಗೊಂದು ಸಣ್ಣ ಫ್ಲ್ಯಾಟ್ ಬಾಡಿಗೆಗೆ ಬೇಕು. ನಾಲ್ಕೈದು ವರ್ಷದಮೇಲೆ ಕಛೇರಿ ಮಾಡಿ ನನ್ನ ಅನ್ನ ದುಡಿದುಕೊಳ್ಳುವ ಮಟ್ಟ ಮುಟ್ತೀನಿ.'

'ನಿನ್ನ ಫ್ಲ್ಯಾಟಿನ ವ್ಯವಹಾರ ನಾನೇ ನೋಡಿಕೊತ್ತಿದೀನಿ. ತಿಂಗಳಿಗೆ ಮೂವತ್ತುಸಾವಿರ ಬರ್ತಿದೆ. ಅದಲ್ಲದೆ ನಿನ್ನ ಹೆಸರಿನಲ್ಲಿ ಇಪ್ಪತ್ತುಲಕ್ಷ ಠೇವಣಿ ಇದೆ. ಶೇಕಡ ಹದಿನೈದು ಬಡ್ಡಿ. ಎಲ್ಲ ಲೆಕ್ಕಾನೂ ಪ್ರತ್ಯೇಕ ಇಟ್ಟಿದೀವಿ. ಆಡಿಟರ್ ಪ್ರತಿವರ್ಷವೂ ನೋಡಿ ಟ್ಯಾಕ್ಸ್ ಕಟ್ಟಿಸಿ ಚೊಕ್ಕ ಮಾಡ್ತಿದಾರೆ. ನಿನಗೆ ಬೇರೆ ಫ್ಲ್ಯಾಟ್ ಯಾಕೆ ಬೇಕು? ನಮ್ಮ ಮನೇಲಿ ನಿನ್ನದೇ ಒಂದು ಕೋಣೆ ಇದ್ದೇಇದೆ.'

'ಹೆಣ್ಣುಮಕ್ಕಳು ತೌರಿಗೆ ನಾಲ್ಕುದಿನದ ಮಟ್ಟಿಗೆ ಬಂದಾಗ ಸರಿ. ಮದುವೆಯಾಗಿ ಮನೆತಪ್ಪಿ ಖಾಯಂ ಆಗಿ ಬಂದವಳನ್ನ ಅತ್ತಿಗೆಯರು ಹೇಗೆ ಕಾಣ್ತಾರೆ? ಅತ್ತಿಗೆಯರ ಮಾತು ಹೋಗಲಿ ಅಮ್ಮ ಹೇಗೆ ಕಂಡಾರು? ನಿನ್ನಕೈಲಿ ಹೇಳಿದ್ದನ್ನೆಲ್ಲ ಅವರಕೈಲಿ ಹೇಳ ಬಹುದೆ? ದೊಡ್ಡಣ್ಣನ ಕೈಲಿ ಹೇಳಬಹುದೆ? ನೀನು ನನಗಿಂತ ಐದುವರ್ಷಕ್ಕೆ ದೊಡ್ಡೋನು. ನಾವಿಬ್ಬರೂ ಜೊತೇಲಿ ಆಟವಾಡಿ ಜಗಳವಾಡಿ ಬೆಳೆದೋರು ಅಂತ ನಿನಗೆ ಹೇಳಿದೆ.'

ತುಸುಹೊತ್ತು ಆಲೋಚಿಸಿದ ಅವನು, 'ಅದೂ ನಿಜ' ಎಂದ. ಎರಡುನಿಮಿಷದ ನಂತರ ಲಹರಿಯನ್ನು ಬದಲಿಸಲೆಂಬಂತೆ, 'ಕೂತು ಮಾತಾಡುಕ್ಕೆ ಅಂತ ಈ ಹೋಟೆಲಿಗೆ ಕರಕಂಡು ಬಂದೆ. ಟಿಳಕ್‌ಬ್ರಿಜ್ ಹತ್ತಿರ ಫುಟ್‌ಪಾತ್‌ಮೇಲೆ ಬಿಸಿಬಿಸಿಯಾಗಿ ಬೇಯಿಸಿಕೊಡುವ ಕಚೋರಿ ಮಾತ್ರ ನಿನಗೆ ಇಷ್ಟ ಅಲ್ಲವೆ?' ಎಂದ. ಮನೆಯಲ್ಲಿ ಕಾಣದಂತೆ ತಾವಿಬ್ಬರೂ ಫುಟ್‌ಪಾತ್ ಮೇಲೆ ಬೇಯಿಸುವ ತಿಂಡಿ ತಿನ್ನುತ್ತಿದ್ದ ವಯಸ್ಸಿನ ನೆನಪಾಗಿ ಅವಳಿಗೆ ತುಸು ಹಗುರವೆನ್ನಿಸಿತು.

'ನನಗೆ ಇನ್ನೂ ಒಂದು ಆಲೋಚನೆ ಬರ್ತಿದೆ. ಈ ಮುಂಬಯಿಯ ಕೊಳಕು ಗಾಳಿ, ಗದ್ದಲ, ಎಲ್ಲೆಲ್ಲೂ ಹರಡಿಹಬ್ಬಿರುವ ಕಸಕೊಳಚೆಗಳಲ್ಲಿ ಎಂಥ ಸಂಗೀತಸಾಧನೆ ಯಾದೀತು? ನಗರಕ್ಕೆ ಹತ್ತಿಪ್ಪತ್ತು ಮೈಲಿದೂರದ ಯಾವುದಾದರೂ ಶಾಂತವಾದ ಜಾಗದಲ್ಲಿ ಒಂದು ಚಿಕ್ಕಮನೆ ಬಾಡಿಗೆಗೆ ಸಿಕ್ಕಿದರೆ ಒಬ್ಬ ಅಡುಗೆಯೋಳನ್ನ ಇಟ್ಟುಕೊಂಡು ಇದ್ದು ಸಾಧನೆಮಾಡ್ತೀನಿ. ಪಾಠ ಹೇಳಿಸಿಕೊಳ್ಳುಕ್ಕೆ ಬಂದುಹೋಗುವ ವಾಹನ ಸೌಕರ್ಯವಿರಬೇಕು. ಈ ಊರಿನಲ್ಲಿ ಕಾರು ಇಟ್ಟುಕೊಳ್ಳುವ, ಕಾರು ನಡೆಸುವ ಪಾಟಲುಬೇಡ.'

ಅವನು ಲಾಸ್‌ಗಟಾಸಿಗೆ ಬಂದಿದ್ದಾಗ ಅವಳ ವನಮಧ್ಯದ ಮನೆಯನ್ನು ನೋಡಿ ಸಂಗೀತಸಾಧನೆಗೆ ತಕ್ಕಸ್ಥಳ ಎಂದು ಮೆಚ್ಚುಗೆ ಹೇಳಿದ್ದ.

– ೬ –

ಊರಿನಲ್ಲಿದ್ದ ದಿನ ಟಿಪ್ನಿಸರು ತಪ್ಪದೆ ಪಾಠಹೇಳುತ್ತಿದ್ದರು. ತನ್ನದೇ ಫ್ಲ್ಯಾಟು ಸಿಕ್ಕುವತನಕ ಕಾಯುವ ಮನಸ್ಸಿಲ್ಲದೆ ಅವಳು ತೌರುಮನೆಯ ತನ್ನ ಕೋಣೆಯಲ್ಲೇ ತಂಬೂರಿ ಹಿಡಿದು ಬೆಳಗ್ಗೆ ಆದ ಪಾಠವನ್ನು ಸಂಜೆಯವರೆಗೂ ಅಭ್ಯಾಸ ಮಾಡಿಕೊಳ್ಳುತ್ತಿದ್ದಳು. ಗುರುವಿನ ಪಾಠವನ್ನೂ ಟೇಪು ಮಾಡಿಕೊಂಡು ನೆರವು ಪಡೆಯುತ್ತಿದ್ದಳು. ಮದುವೆಗೆ ಮೊದಲು ಕೊಂಡಿದ್ದ ತಂಬೂರಿ, ಹಾರ್ಮೋನಿಯಂಗಳನ್ನು ಅಮೆರಿಕೆಗೆ ಒಯ್ದು ಅಲ್ಲಿಯೇ ಬಿಟ್ಟು ಬಂದದ್ದರಿಂದ ಈಗ ಹೊಸವನ್ನು ಕೊಂಡುತಂದಳು. ಅವಳು ಬೇರೆ ಫ್ಲ್ಯಾಟ್ ಮಾಡಿಕೊಳ್ಳು ವುದನ್ನು ಮನೆಯಲ್ಲಿ ಎಲ್ಲರೂ ಒಪ್ಪಿದರು. ಪ್ರತಿ ಮೂರುತಿಂಗಳ ನಂತರ ಮುಂಬಯಿಯಲ್ಲಿ ಮೂರು ನಾಲ್ಕು ತಿಂಗಳು ಪಾಠಕ್ಕೆ ಉಳಿಯುವ, ಆಗ ಅಭ್ಯಾಸಕ್ಕೆ ತಬಲ ಸಾಥಿದಾರರು ದಿನಕ್ಕೆ ನಾಲ್ಕಾರುಗಂಟೆ ಬರುವ, ಮನೆಯಲ್ಲಿ ಎಲ್ಲರಿಗೂ ತೊಂದರೆ, ಬೆಳೆಯುವ ಮಕ್ಕಳ ಓದಿಗೂ ಗದ್ದಲ, ಎಂಬ ಕಾರಣವನ್ನು ಎಲ್ಲರೂ ಒಪ್ಪಿಕೊಂಡರು. ಅತ್ತಿಗೆಯರಂತೂ ಅನುಮೋದಿಸಿದರು.

ಒಂದುದಿನ ಒಂದು ವಿಧಾನ ಹೊಳೆಯಿತು. ಟಿಪ್ನಿಸ್ ಗುರುಗಳೇನೋ ಶಾಸ್ತ್ರಭಾಗವನ್ನು ಬಿಡಿಸಿ ಬಿಡಿಸಿ ನುಡಿಸಿ ಹೇಳಿಕೊಡುತ್ತಾರೆ. ಆದರೆ ಗಾಯಕರು ಹೇಗೆ ಗಾಯನದಲ್ಲಿ ಹೊಮ್ಮಿಸುತ್ತಾರೆಂಬುದನ್ನು ಟೇಪುಗಳಲ್ಲಿ ಕೇಳಿದರೆ ರಾಗಗಳ ಗಾಯನಕಲ್ಪನೆಯು ಹೆಚ್ಚು ಸ್ಪಷ್ಟವಾಗಿ ತಿಳಿಯುತ್ತದೆ. ಮಾರ್ಕೆಟಿಗೆಂದು ನಿರ್ಮಿಸಿದ ತುಣುಕು ತುಣುಕು ರಾಗಗಳಲ್ಲ. ಸಂಗೀತಸಭೆಗಳಲ್ಲಿ ವಿಸ್ತಾರವಾಗಿ ಹಾಡಿರುವ ಟೇಪುಗಳನ್ನು ಸಂಪಾದಿಸಿ ಕೇಳಬೇಕು. ಒಂದು ರಾಗವನ್ನು ಕಲಿಯುವಾಗ ಅದನ್ನು ನಾಲ್ಕಾರು ಪ್ರಬುದ್ಧ ಗಾಯಕ ಗಾಯಿಕೆಯರು ಹಾಡಿರುವ ಟೇಪುಗಳನ್ನು ಗಮನವಿಟ್ಟು ಕೇಳಬೇಕು. ಟಿಪ್ನಿಸ್ ಗುರುಗಳ ಪಾಠವನ್ನೂ ಕರಗತ ಮಾಡಿಕೊಳ್ಳಬೇಕು. ಅನಂತರ ನನ್ನದೇ ಶೈಲಿಯನ್ನು ಸಾಧಿಸಿಕೊಳ್ಳಬೇಕು ಎಂಬ ಉಪಾಯ ಹೊಳೆಯಿತು. ಟಿಪ್ನಿಸರ ಹತ್ತಿರ ಪ್ರಸ್ತಾಪಿಸಿದಾಗ ಅವರೂ ಅನುಮೋದಿಸಿದರು. ಪ್ರತಿಯೊಬ್ಬರೂ ತಮ್ಮದೇ ಶೈಲಿಯನ್ನು ರೂಪಿಸಿಕೊಳ್ಳಬೇಕು, ಗುರುವಿನ ಕಾರ್ಬನ್ ಪ್ರತಿ ಯಾಗಬಾರದು. ಹಲವು ಶೈಲಿಗಳಿಂದ ಪಡೆದು ತನ್ನದು ಮಾಡಿಕೊಂಡರೆ ತಪ್ಪಿಲ್ಲ, ಎಂಬುದು ಅವರ ವಿಚಾರವಾಗಿತ್ತು. ಅವರೇ ಹೇಳಿದರು: 'ಗೋರೆ ಸಾಹೇಬರು ಗೊತ್ತಾ ನಿನಗೆ? ನನಗೆ ತಿಳಿದಮಟ್ಟಿಗೆ ಕಛೇರಿಗಳ ಟೇಪುಗಳನ್ನು ಅವರಷ್ಟು ಸಂಗ್ರಹಮಾಡಿಟ್ಟಿರೋರು ಮುಂಬಯಿಯಲ್ಲಿ ಯಾರೂ ಇಲ್ಲ. ನಾನು ಬೇಕಾದರೆ ಅವರಿಗೆ ನಿನ್ನ ಪರಿಚಯ ಮಾಡಿ ಕೊಡಬಹುದು. ಮಾಡಿಕೊಟ್ಟರೆ ನನಗೂ ನಿನಗೂ ವಿಶ್ವಾಸ ಇದೆ ಅಂತಲಾಗಲಿ ಅಥವಾ ನೀನು ನನ್ನಿಂದ ಕಲೀತಿದಿ ಅಂತಲಾಗಲಿ ಗೊತ್ತಾಗುತ್ತೆ. ಸದ್ಯಕ್ಕೆ ಗೊತ್ತಾಗೂದುಬೇಡ.

ಯಾರ ಮೂಲಕವಾದರೂ ಪ್ರಯತ್ನಮಾಡು.'

ತನ್ನ ಅಣ್ಣನಿಗೇ ಅವರ ಪರಿಚಯವಿರುವುದು ಅವಳ ನೆನಪಿಗೆಬಂತು. ಹತ್ತುವರ್ಷದ ಹಿಂದೆ ಒಂದುದಿನ ಇದೇ ಮೋಹನಲಾಲನ ಬೆನಿಫ಼ಿಟ್ ಕಛೇರಿಯನಂತರ ಅವರು ತನ್ನನ್ನು ತಮ್ಮ ಕಾರಿನಲ್ಲಿ ಕರೆತಂದು ಬಿಟ್ಟು ತಮ್ಮ ಮನೆಗೆ ಮಾತುಂಗಕ್ಕೆ ಹೋಗಿದ್ದರು. ಅನಂತರ ಸಂಗೀತ ಕಛೇರಿಗಳಲ್ಲೆಲ್ಲ ನೋಡುತ್ತಿದ್ದೆ. ಈಗ ಅವರು ಮರೆತಿರಬಹುದು. ಮತ್ತೆ ಅವಳು ಚಿಕ್ಕಣ್ಣನನ್ನು ಹಿಡಿದಳು. ಎರಡುದಿನದ ನಂತರ ಅವನು, 'ಗೋರೆ ಸಾಹೇಬರಕ್ಕೈಲಿ ಮಾತಾಡಿದೀನಿ. ನಾಳೆ ಸಂಜೆ ಏಳುಗಂಟೆಗೆ ಅವರ ಮನೇಲಿ ಭೇಟಿಯಾಗು. ಅಡ್ರೆಸ್, ಫ಼ೋನ್ ನಂಬರ್ ಕೊಟ್ಟಿದಾರೆ' ಎಂದು ಒಂದು ಚಿಕ್ಕ ಹಾಳೆಯನ್ನು ಕೊಟ್ಟ.

ಅವಳು ಅವರಿಗೆ ಪಾದಮುಟ್ಟಿ ನಮಸ್ಕರಿಸಿದಳು. ಬೆಳ್ಳಗೆ ಮಿನುಗುತ್ತಿದ್ದರೂ ಅವರ ತಲೆಗೂದಲು ದಟ್ಟವಾಗಿತ್ತು. ಮುಖವು ಹತ್ತುವರ್ಷದ ಹಿಂದೆ ನೋಡಿದ್ದಂತೆಯೇ ಇತ್ತು. ಮುಪ್ಪು ಕಾಣುತ್ತಿರಲಿಲ್ಲ. 'ಬನ್ನಿ, ಬನ್ನಿ, ಮೂರು ತಿಂಗಳನಂತರ ಮುಂಬಯಿಗೆ ಬಂದು ಮೂರುತಿಂಗಳು ಪಾಠ ಹೇಳಿಸಿಕೊಂಡು ಹೋಗುವ ಪ್ಲಾನ್ ಮಾಡಿದೀರಂತೆ. ಮೋಹನ ಲಾಲ್‌ಜಿಯಲ್ಲವೆ ನಿಮ್ಮ ಗುರು? ಮದುವೆಯಾಗಿ ಹೋಗುವ ಮೊದಲು ನೀವು ಅವರ ಕಛೇರಿಗಳಲ್ಲಿ ತಂಬೂರಿ ಸಾಥ್ ಮಾಡ್ತಿದ್ದಿರಿ ಅಲ್ಲವೆ?' ಎಂದು ಸ್ವಾಗತಿಸಿದರು.

'ಅವರು ತುಂಬ ಬಿಸಿ ಇರ್ತಾರೆ. ಅವರ ಹತ್ತಿರ ಕಲೀತಿಲ್ಲ. ಯಾರಾದರೂ ಶಾಸ್ತ್ರಜ್ಞರನ್ನ ಹಿಡೀಬೇಕು ಅಂತಿದೀನಿ. ಅವರು ಹೇಳಿದ್ದನ್ನ ನಾನೇ ಸಾಧನೆಯಿಂದ ಆತ್ಮಸಾತ್ ಮಾಡಿಕೊ ಬೇಕು ಅಂತ ಆಲೋಚಿಸಿದೀನಿ. ಜೊತೆಗೆ ದೊಡ್ಡ ದೊಡ್ಡ ಗಾಯಕರು ಒಂದು ರಾಗವನ್ನ ಹೇಗೆ ಹಾಡಿದಾರೆ ಅಂತ ದೀರ್ಘಟೇಪಿನಲ್ಲಿ ಕೇಳಿದರೆ ರಾಗದ ಮರ್ಮಗಳು ತಿಳಿಯ ಬಹುದು.'

'ಮೊದಲು ಒಂದು ರಾಗ ಹಾಡ್ತೀರಾ? ಕೇಳಿದಮೇಲೆ ಹೇಳ್ತೀನಿ, ಇಲ್ಲಿ ಬನ್ನಿ ತಂಬೂರಿ ಕೊಡ್ತೀನಿ,' ಎಂದು ತಮ್ಮ ಸಂಗೀತದ ಕೋಣೆಗೆ ಕರೆದೊಯ್ದರು. ನಾಲ್ಕು ತಂಬೂರಿ, ಒಂದು ಹಾರ್ಮೋನಿಯಂ, ಒಂದು ಡಗ್ಗಾ ಒಂದು ತಬಲಾ ಇದ್ದವು. ಸುಮಾರು ಇಪ್ಪತ್ತು ಅಡಿ ಉದ್ದ ಹದಿನೈದು ಅಡಿ ಅಗಲದ ಕೋಣೆ. ಕಿಟಕಿ ಹಾಕಿದರೆ ಬಿಲ್‌ಕುಲ್ ನಿಶ್ಶಬ್ದ. ಗುಂಯ್‌ಗುಡಿತವಿಲ್ಲದ ಎ.ಸಿ. ಎರಡೇ ಎರಡು ಬೆತ್ತದ ಕುರ್ಚಿಗಳು. ನೆಲದ ಉದ್ದಗಲಕ್ಕೂ ಕಾಶ್ಮೀರದ ರತ್ನಗಂಬಳಿ. ಅವರು ಹೇಳಿದರು: 'ನಾನು ಹಾಡೂದಿಲ್ಲ. ಹಾಡುಕ್ಕೆ ಬರೂದೂ ಇಲ್ಲ. ಆದರೆ ಯಾರಾದರೂ ಗಾಯಕರು ಬಂದಾಗ ಹಾಡಿಸುಕ್ಕೆ ಇರಲಿ ಅಂತ ಎರಡು ಹೆಣ್ಣುತಂಬೂರಿ, ಎರಡು ಗಂಡು ತಂಬೂರಿ ಇಟ್ಟಿದೀನಿ. ನಿಮ್ಮ ತಂಬೂರಿಯನ್ನ ನೀವೇ ಆಯ್ದು ಶ್ರುತಿಮಾಡಿಕೊಂಡು ನಿಮಗಿಷ್ಟ ಬಂದ ಒಂದು ರಾಗ ಹಾಡಿ.'

ಇದರಲ್ಲಿ ಪಾಸಾದರೆ ಮಾತ್ರ ಅವರು ಟೇಪುಗಳನ್ನು ತೋರಿಸುವುದು ಎಂದು ಅವಳು ಅರ್ಥಮಾಡಿಕೊಂಡಳು. ಹೆಣ್ಣುತಂಬೂರಿಯನ್ನು ಆಯ್ದು ನೆಲದಮೇಲೆ ಕುಳಿತು ಶ್ರುತಿಮಾಡಿಕೊಂಡು, 'ಕಲ್ಯಾಣ್?' ಎಂದಳು. ಬಹುತ್ ಅಚ್ಛಾ ಎನ್ನುತ್ತಾ ಅವರು ಎದುರಿನ

ಗೋಡೆಗೆ ದಿಂಬು ಆನಿಸಿಕೊಂಡು ಒರಗಿ ಕುಳಿತರು. ಅವಳು ಮುಕ್ಕಾಲುಗಂಟೆ ವಿಸ್ತಾರವಾಗಿ ಆಲಾಪ ಮಾಡಿ, 'ಮುಂದೆ ಹಾಡುಕ್ಕೆ ತಬಲವಿಲ್ಲ' ಎಂದು ನಿಲ್ಲಿಸಿದಳು.

'ನಿಮಗೆ ಸಂಗೀತ ಹತ್ತುತ್ತೆ. ಕಂಠ, ಕಲ್ಪನೆ ಎಲ್ಲ ಬಹಳ ಚಂದ ಇದೆ. ಇನ್ನೂ ಗುರು ವಿನ ಪಡಿಯಚ್ಚು. ಸ್ವತಂತ್ರವಾಗೂದು ಎಂದು? ಮೂವತ್ತುವರ್ಷದ ಒಳಗೆ ಗುರುವಿನಿಂದ ಬೇರೆಯಾಗಿ ತನ್ನತನ ಸಾಧಿಸಿಕೊಳ್ಳದವನು ಎಂದಿಗೂ ದೊಡ್ಡಗಾಯಕನಾಗಲಾರ. ನಿಮಗೆಷ್ಟು ವಯಸ್ಸು? ಮೂವತ್ತರ ಹಾಗೆ ಕಾಣ್ತೀರಿ.'

'ಹೌದು. ಅದಕ್ಕೇ ಬೇರೆ ಬೇರೆ ಶೈಲಿಯ ಗಾಯಕರ ಗಾಯನಗಳನ್ನ ಕೇಳಿ ಉತ್ತಮಾಂಶ ಗಳನ್ನೆಲ್ಲ ಅರ್ಥಮಾಡಿಕೊಂಡು ನನ್ನದೇ ಸಾಧನೆಮಾಡಬೇಕು ಅಂತಿದೀನಿ. ನಿಮ್ಮ ಸಹಾಯ, ಆಶೀರ್ವಾದ, ಮಾರ್ಗದರ್ಶನ, ಬೇಡಿ ಬಂದಿದೀನಿ.'

'ಇಲ್ಲಿ ಬನ್ನಿ, ತೋರುಸ್ತೀನಿ,' ಎಂದು ಕರೆದರು. ಅವಳು ಮೇಲೆ ಎದ್ದು ಹತ್ತಿರಹೋದಳು. ಇಡೀ ಗೋಡೆಗೆ ಮೇಲಿನಿಂದ ನೆಲದತನಕ ಹಾಕಿದ್ದ ತೆಳುವಾದ ಹಸಿರು ಘರದೆಯನ್ನು ಎಳೆದರು. ಅದು ಗೋಡೆ ಎಂದು ಅವಳು ತಿಳಿದಿದ್ದಳು. ವಾಸ್ತವವಾಗಿ ಘರದೆಯ ಒಳಗೆ ನೆಲದಿಂದ ಎಂಟು ಅಡಿ ಎತ್ತರಕ್ಕೆ ಗೋಡೆಯ ಈ ಬದಿಯಿಂದ ಆ ಬದಿಯತನಕ ಗಾಜಿನ ಬಾಗಿಲುಗಳ ಕಪಾಟುಗಳಿದ್ದವು. ಆರು ಅಂಗುಲಗಳ ಖಾನೆಗಳು. ಉದ್ದಕ್ಕೂ ಜೋಡಿಸಿರುವ ಸಂಗೀತದ ಟೇಪುಗಳು. ನೋಡಿದ ತಕ್ಷಣ, ಸುಮಾರು ಎಷ್ಟಿರಬಹುದು? ಆಶ್ಚರ್ಯದಿಂದ ಉಸಿರುಕಟ್ಟುವಷ್ಟು. 'ಇಲ್ಲಿ ಬನ್ನಿ,' ಎಂದು ಅವರು ಎದುರಿನ ಗೋಡೆಯನ್ನೂ ಮುಚ್ಚಿದ್ದ ಘರದೆಯನ್ನು ಎಳೆದರು. ಅಲ್ಲಿಯೂ ಅದೇ ರೀತಿಯ ಅಷ್ಟೇ ಸಂಖ್ಯೆಯ ಖಾನೆಗಳ ಕಪಾಟುಗಳ ತುಂಬ ಟೇಪುಗಳು. 'ಸುಮಾರು ಹತ್ತುಸಾವಿರ ಗಂಟೆಗಳ ಶಾಸ್ತ್ರೀಯ ಗಾಯನದ ಟೇಪುಗಳಿವೆ. ನಲವತ್ತು ವರ್ಷಗಳಿಂದ ಮುಂಬಯಿಯಲ್ಲಿ ಯಾವ ಬಡೆ ಬಡೆ ಗವಯಿ, ವಾದಕರು ಹಾಡಿದಾರೋ, ಬಾರಿಸಿದಾರೆಯೋ ಅವೆಲ್ಲ ಟೇಪುಮಾಡಿಸಿ ಸಂಪಾದಿಸಿ ಇಟ್ಟಿದೀನಿ. ಇಲ್ಲಿ ಮಾತ್ರವಲ್ಲ, ದಿಲ್ಲಿ ಕಲ್ಕತ್ತೆಗಳ ಸಂಗೀತಸಭೆಗಳ ಸಂಪರ್ಕವೂ ಉಂಟು. ಅಲ್ಲಿಗೆ ಹೋದಾಗಲೂ ಟೇಪುಮಾಡಿಸಿಕೊಂಡು ಬರ್ತೀನಿ. ಇಲ್ಲಿ ನೋಡಿ ಬನ್ನಿ,' ಎಂದು ಇನ್ನೊಂದು ಗೋಡೆಯ ಘರದೆಯನ್ನು ಎಳೆದರು. ದೊಡ್ಡ ಪುಸ್ತಕಭಂಡಾರ ಗಳಲ್ಲಿರುವಂತಹ ಇಂಡೆಕ್ಸ್ ಪೆಟ್ಟಿಗೆ ಇತ್ತು. ಒಂದೊಂದಾಗಿ ಖಾನೆ ಎಳೆದು ತೋರಿಸಿ ಹೇಳಿದರು: 'ಕಲಾವಿದ, ಕಲಾವಿದೆಯ ಹೆಸರಿನಿಂದ ಒಂದು ಇಂಡೆಕ್ಸ್ ಮಾಡಿಸಿದೀನಿ. ರಾಗಗಳ ಹೆಸರಿನಿಂದ ಇನ್ನೊಂದು. ನೀವು ಹಾಡಿದಿರಲ್ಲ ಕಲ್ಯಾಣ್, ಕೆ.ಎ.ಎಲ್.ಎ.ಎನ್. ಅಂತ ತೆಗೆಯಿರಿ. ಯಾವ ಯಾವ ಕಲಾವಿದ ಯಾವ ವರ್ಷ, ಎಲ್ಲಿ, ಹಾಡಿದುದು ಅನ್ನುವ ಮಾಹಿತಿಯೊಡನೆ ನಂಬರ್‌ಮಾಡಿದ ಕಾರ್ಡುಗಳಿವೆ. ಕನಿಷ್ಠ ಐವತ್ತು ಕಲ್ಯಾಣ್‌ಗಳು ಸಿಗ್ತವೆ. ಅದರ ಬೇರೆ ಬೇರೆ ಪ್ರಕಾರದ ಟೇಪುಗಳನ್ನು ತೋರಿಸುವ ಕಾರ್ಡುಗಳೂ ಇವೆ. ಅದು ಎಷ್ಟುನಿಮಿಷದ್ದು ಅನ್ನೂದೂ ನಮೂದಾಗಿದೆ. ಇಲ್ಲಿ ಬನ್ನಿ' ಎಂದು ಇನ್ನೊಂದು ಗೋಡೆಯ ಘರದೆ ಎಳೆದರು. ಟೇಪುಗಳು ಆರಂಭವಾಗುವ ಕಾಲದ ಹಿಂದಿನ ಡಿಸ್ಕ್‌ಗಳನ್ನು ಜೋಡಿಸಿದ ಖಾನೆಗಳು ಇಡೀ ಗೋಡೆಯ

ಅರ್ಧಭಾಗದಷ್ಟಿದ್ದವು. 'ಈ ಡಿಸ್ಕುಗಳನ್ನೆಲ್ಲ ಕ್ಯಾಸೆಟ್‌ಗೆ ಪರಿವರ್ತಿಸುವ ಮೆಶಿನ್ ತಂದಿಟ್ಟಿದೀನಿ. ಇವನ್ನೆಲ್ಲ ಮಾಡಿ ಕ್ಯಾಸೆಟ್‌ಗಳಿಗೆ ಕಲಾವಿದ, ರಾಗ, ಸಂಗತ್‌ಕಾರ ಮೊದಲಾದುವನ್ನು ಬರೆಯುವಂಥ ಒಬ್ಬ ಟೆಕ್ನಿಶಿಯನ್ನನ್ನ ಹುಡುಕ್ತಿದೀನಿ. ಸರಿಯಾದೋರು ಸಿಕ್ಕಿಲ್ಲ.'

'ನಾನು ಯಾವ ರಾಗವನ್ನ ಎತ್ತಿಕೊತ್ತೀನೋ ನಾಲ್ಕೈದು ಜನ ದೊಡ್ಡ ಗಾಯಕರು ಅದನ್ನ ಹಾಡಿರೋದ ನಾನು ಟೇಪುಮಾಡಿಕೊಭೌದೆ? ಎರಡುಮೂರು ವಾರದಮೇಲೆ ಇನ್ನೊಂದು ರಾಗ ಎತ್ತಿಕೊಂಡಾಗ ಅದರದ್ದೂ ಹೀಗೇ ನಾಲ್ಕೈದು ಟೇಪುಗಳು. ನಿಮ್ಮನ್ನ ಕೇಳುಕ್ಕೆ ಭಯವೂ ಆಗ್ತಿದೆ.'

'ಇದರಲ್ಲಿ ಕಾಪಿರೈಟಿನ ಪ್ರಶ್ನೆಯೂ ಇದೆ. ಯಾರಾದರೂ ಚೋರಿ ಬಿಸಿನೆಸ್‌ನೋರ ಕೈಗೆ ಸಿಕ್ಕಿ ಅವರೇನಾದರೂ ಕ್ಯಾಸೆಟ್‌ಮಾಡಿ ಮಾರಿಕೊಂಡರೆ ಕಲಾವಿದರಿಗೆ ಅನ್ಯಾಯವಾಗುತ್ತೆ. ನಾನು ಒಬ್ಬರಿಗೂ ಕೊಡುಲ್ಲ. ಆದರೆ ನೀವು ವಿದ್ಯಾರ್ಥಿನಿ, ಸಾಧಕಿ ಅಂತ ಕೊಡ್ತೀನಿ. ಅಲ್ಲದೆ ಮೆಹತಾನ ತಂಗಿ. ನನ್ನ ಹೆಂಡತಿಗೆ ನಿಮ್ಮ ಪರಿಚಯ ಮಾಡಿಸಿಕೊಡ್ತೀನಿ. ನಾನು ಇಲ್ಲದಾಗಲೂ ಬಂದು ಮಾಡಿಕೊಳ್ಳಿ. ಯಾವತ್ತು ಬಂದಿರಿ, ಯಾವುದನ್ನ ಮಾಡಿಕೊಂಡಿರಿ ಅನ್ನೂದ ಒಂದು ಕಾಗದದಲ್ಲಿ ಬರೆದಿಟ್ಟು ಹೋಗಬೇಕು. ನನ್ನ ಮೂಲಟೇಪು ಈ ಕೋಣೆಯಿಂದ ಹೊರಗೆ ಹೋಗಬಾರದು. ನಿಮ್ಮ ಕೆಲಸವಾದನಂತರ ಅವನ್ನ ಅವುಗಳ ಸ್ಥಾನದಲ್ಲೇ ಇಡಬೇಕು. ಲೈಬ್ರರಿಶಿಸ್ತು ಗೊತ್ತಿದೆಯೆ?'

'ಸಾರ್, ನೀವು ನನ್ನನ್ನ ನಂಬಿ. ಮತ್ತೆ ಯಾರಿಗೂ ನಾನು ಕೊಡುಲ್ಲ. ನಿಮ್ಮ ಒಂದೇ ಒಂದು ಟೇಪು ಈ ಕೋಣೆಯಿಂದ ಹೊರಗೆ ಹೋಗುಲ್ಲ. ತಂಬೂರಿಯ ಮೇಲಿನ ಆಣೆ. ನಾಳೆ ಬಂದು ಪೀಲೂ ಮಾಡಿಕೊತ್ತೀನಿ.'

'ಪೀಲುವೆ? ನನ್ನ ಹತ್ತಿರ ಮೂವತ್ತನಾಲ್ಕು ಇದೆ. ನೀವು ಖಾಲಿಟೇಪು ತನ್ನಿ ಸಾಕು. ನನ್ನ ಹೈಸ್ಪೀಡು ಮೇಶಿನ್‌ನಲ್ಲೇ ಕಾಪಿಮಾಡಿಕೊಳ್ಳಿ. ಕಡಮೆದರ್ಜೆಯ ಮೆಶಿನ್‌ಗೆ ನನ್ನ ಟೇಪು ಹಾಕಕೂಡದು.'

'ಆಯಿತು. ನೀವೇ ನನ್ನ ಪೋಷಕರು,' ಎನ್ನುವಾಗ ಅವಳ ಕಂಠ ಕೃತಜ್ಞತೆಯಿಂದ ತುಂಬಿಬಂತು.

– ೭ –

ಹದಿನೈದು ದಿನ ಕಳೆದಿತ್ತು. ಒಂದು ರಾತ್ರಿ ಎಲ್ಲರದೂ ಊಟವಾದಮೇಲೆ ಚಿಕ್ಕಣ್ಣ ಅವಳ ಕೋಣೆಗೆ ಬಂದು ತಗ್ಗಿದ ಧ್ವನಿಯಲ್ಲಿ ಹೇಳಿದ: 'ಒಂದು ಒಳ್ಳೆಯ ಪ್ರಸ್ತಾಪ ಬಂದಿದೆ. ನೀನು ಬಯಸಿದ್ದಂಥ ಜಾಗ. ನಾನು ನೀನು ಹೋಗಿ ನೋಡಿ ಒಪ್ಪಿದರೆ ಕೊಂಡುಬಿಡೋಣ ಅಂತ ದೊಡ್ಡಣ್ಣ ಹೇಳಿದಾರೆ. ಪನವೇಲ್ ನೋಡಿದೀಯಾ?'

'ಹೈಸ್ಕೂಲು ಓದುವಾಗ ಒಂದುಸಲ ಪಿಕ್‌ನಿಕ್ ಕರೆದೊಯ್ದಿದ್ದರು. ಗುಡ್ಡ ಕಾಡುಗಳ ಪ್ರದೇಶ.'

'ಅಲ್ಲಿ ಒಂದು ತೋಟ ಮಾರಾಟಕ್ಕಿದೆ. ನಾಲ್ಕೆಕರೆ. ಬೆಳೆದು ಫಲಕೊಡುವ ಮಾವು. ನಡುವೆ ಒಂದು ಹಳೆಶೈಲಿಯ ಕಟ್ಟಡವಂತೆ. ವಿದ್ಯುತ್, ಬೋರ್‌ವೆಲ್, ಮನೆಗೆ ನಲ್ಲಿಯ ವ್ಯವಸ್ಥೆ ಎಲ್ಲ ಇವೆಯಂತೆ. ಬಹಳ ನಂಬಿಕಸ್ಥನಾದ ಆಳು ಗಂಡ ಹೆಂಡತಿ ಸದಾ ಅಲ್ಲೇ ಇದ್ದು ನೋಡಿಕೊತ್ತಾರಂತೆ. ಕರೆಯುವ ಎರಡು ಹಸು ಸಾಕಿದಾರಂತೆ. ಅದರ ಉತ್ಪತ್ತಿ ಅವನದೇ. ತೋಟ ಮಾರೋರು ನಮ್ಮ ಗಿರಾಕಿಗಳು. ಅವರದೂ ಮುಂಬಯಿಯಲ್ಲಿ ವ್ಯಾಪಾರವಿದೆ. ನಮ್ಮ ಸಹಾಯ ಸಹಕಾರದಿಂದ ವ್ಯಾಪಾರ ವೃದ್ಧಿಯಾಗಿದೆ. ನಾಳೆ ಬೆಳಗ್ಗೆ ನಾನು ಕರಕೊಂಡು ಹೋಗ್ತೀನಿ. ತೋಟದ ಮಾಲೀಕರೂ ಬರ್ತಾರೆ. ನೀನು ಒಪ್ಪಿದರೆ ಕೊಂಡುಬಿಡೋಣ.'

'ಹಣ ಎಷ್ಟಾಗುತ್ತೆ?' ಅವಳು ಅತಂಕದಿಂದ ಕೇಳಿದಳು.

'ಅದರ ಚಿಂತೆ ಈಗ ಬೇಡ. ಆಮೇಲೆ ಮಾತಾಡೋಣ. ಬೆಳಗ್ಗೆ ನನ್ನ ಜೊತೆ ಹೊರಡು.'

ಬೆಳಗ್ಗೆ ಒಂಬತ್ತಕ್ಕೆ ತೋಟದ ಮಾಲೀಕ ಸತೀಶಚಂದ್ರ ಮನೆಗೆ ಬಂದ. ದೊಡ್ಡಣ್ಣ ಆತನನ್ನು ದಿವಾನಖಾನೆಯಲ್ಲಿ ಕೂರಿಸಿ ಮಾತನಾಡಿಸಿದರು. ಅನಂತರ ಅವನು ಇವರಿಬ್ಬರನ್ನೂ ತನ್ನ ಕಾರಿನಲ್ಲಿ ಕೂರಿಸಿಕೊಂಡು ಹೊರಟ. ಚಿಕ್ಕಣ್ಣ ಮುಂದಿನ ಸೀಟಿನಲ್ಲಿ, ಇವಳು ಹಿಂದಿನ ಸೀಟಿನಲ್ಲಿ ಕುಳಿತರು. ಸತೀಶಚಂದ್ರ ದಾರಿಯಲ್ಲಿ ವಿವರಿಸುತ್ತಿದ್ದ: 'ರಸ್ತೆಯಲ್ಲಿ ಹೋದರೆ ದಾದರಿನಿಂದ ಒಂದೂವರೆಗಂಟೆ ಪ್ರಯಾಣ. ಎಸ್.ಟಿ. ಬಸ್‌ಗಳೂ ಇವೆ. ಪ್ರತಿ ಹದಿನೈದುನಿಮಿಷಕ್ಕೊಂದು. ಪನ್‌ವೇಲ್ ಬಸ್‌ಸ್ಟಾಂಡಿನಿಂದ ತೋಟ ಮೂರು ಕಿಲೋ ಮೀಟರ್. ಬೇಕಾದರೆ ನಡೆಯಬಹುದು. ಇಲ್ಲದಿದ್ದರೆ ರಾತ್ರಿ ಹತ್ತುಗಂಟೆಯವರೆಗೂ ಆಟೋ ಸಿಗುತ್ತೆ. ಸೈಕಲ್‌ರಿಕ್ಷಾಗಳಿವೆ. ದಾದರಿನಿಂದ ಕುರ್ಲಾಕ್ಕೆ ಹೋದರೆ ಹಾರ್ಬರ್‌ಲೈನ್ ರೈಲೂ ಇದೆ. ಅರ್ಧಗಂಟೆಗೊಂದು. ಸ್ಟೇಶನ್ನಿನಿಂದಲೂ ಆಟೋ, ಸೈಕಲ್‌ರಿಕ್ಷಾಗಳು ಸಿಕ್ತವೆ. ಇಷ್ಟು ಅನುಕೂಲವಿದ್ದರೂ ಇಷ್ಟು ಹತ್ತಿರ ಇದ್ದರೂ ನೀವು ಸಂಪೂರ್ಣವಾಗಿ ಮುಂಬಯಿ ವಾತಾವರಣದಿಂದ ದೂರ ಇರ್ತೀರಿ. ಮಹಾಬಳೇಶ್ವರಕ್ಕೆ ಹೋದಹಾಗೆ. ಆದರೆ ಮಹಾಬಳೇಶ್ವರದ ಹಾಗೆ ಟೂರಿಸ್ಟ್ ಜಾಗವಲ್ಲ. ನೀವೇ ನೋಡ್ತೀರಲ್ಲ, ಇಷ್ಟು ಹತ್ತಿರವಿದ್ದೂ ಮುಂಬಯಿಯಿಂದ ಕಲುಷಿತವಾಗಿಲ್ಲದ ಜಾಗ.'

ಅವನ ವಿವರಣೆಯಿಂದಲೇ ಅವಳಿಗೆ ಕನಸುಕಟ್ಟಿತು. ನಡುವೆ ಸತೀಶಚಂದ್ರ, 'ಇದು ವಾಶಿ, ಇದು ಸಾನ್‌ಪಾಡ, ಇದು ಜುಯಿನಗರ್, ಇದು ಬೇಲಪೂರ್,' ಎಂದು ಹೇಳುತ್ತಿದ್ದ. 'ಪನ್‌ವೇಲ್ ಹತ್ತಿರ ಬಂತು. ಅಕೋ, ಆ ಕಡೆಗೆ ಎಸ್.ಟಿ. ಸ್ಟಾಂಡ್. ನಾವು ಇಲ್ಲಿ ಎಡಕ್ಕೆ ತಿರುಗ್ತೀವಿ' ಎಂದಾಗ ಸುತ್ತಮುತ್ತ ಸಣ್ಣ ಸಣ್ಣ ತೋಟಗಳು. ಹೊಲಗದ್ದೆಗಳು. ಒಂದೂವರೆ ಕಿಲೋಮೀಟರ್ ನಂತರ ಬಲಕ್ಕೆ ತಿರುಗಿ ಕಿರುರಸ್ತೆಯಲ್ಲಿ ಸಾಗಿದರೆ ಮುಂದೆ ಹಸಿರು ಮರಗಳಿಂದ ತುಂಬಿಕೊಂಡ ಒಂದು ಗುಡ್ಡ. ಗುಡ್ಡಕ್ಕೆ ಮೊದಲೇ ಬಲಬದಿಗೆ 'ಆಮ್‌ಬಾಗ್' ಎಂಬ ದೇವನಾಗರಿ ಲಿಪಿಯ ಬೋರ್ಡಿನ ಗೇಟು. ಅದರ ಬಾಗಿಲಿನಲ್ಲಿ ಕಾರುನಿಲ್ಲಿಸಿ ಕೆಳಗಿಳಿದು ಅವನು ಗೇಟು ತೆಗೆದು ಕಾರನ್ನು ಒಳಗೆ ನಡೆಸಿದ. ಅವಳು ಕನಸಿನಲ್ಲಿಯೂ

ಕಲ್ಪಿಸಿಕೊಳ್ಳಲಾರದಂಥ ಸ್ಥಳ. ತೋಟದ ತುಂಬ ಚನ್ನಾಗಿ ಬೆಳೆದ ಮಾವಿನಮರಗಳು. ಬೇಲಿಯ ನಡುವೆ ಹದಿನೈದು ಇಪ್ಪತ್ತು ಅಡಿಗಳಿಗೊಂದರಂತೆ ಬೆಳೆಸಿದ, ಸುಮಾರು ಮೂವತ್ತು ಅಡಿ ಎತ್ತರದ ತೇಗದ ಗಿಡಗಳು. ನಡುವೆ ಕೊಂಕಣದ ಶೈಲಿಯ ಗಾರೆನೆಲದ ತಕ್ಕಷ್ಟು ದೊಡ್ಡದೇ ಎನ್ನಬಹುದಾದ ಮನೆ. ಅಷ್ಟಕ್ಕೂ ಗಾರೆಯ ನೆಲ. ಬೇಸಿಗೆಯಲ್ಲಿ ಕಾಯದಂತೆ ಹದಿನೈದು ಅಡಿ ಎತ್ತರದ ಭಾವಣಿ ಕಟ್ಟಿ ಮರದಹಲಗೆ ಸಾರಣೆ ಮಾಡಿ ಅದರಮೇಲೆ ಸೀಮೆಹಂಚು ಹೊದೆಸಿದ್ದಾರೆ. ಕೆಳಗೆ ದೊಡ್ಡ ಅಂಗಳ. ಅಡುಗೆ, ಸ್ನಾನ, ಶೌಚ, ಎರಡು ಕೋಣೆಗಳು. ಮೇಲೆ ಒಂದು ಅಂಗಳ, ಎರಡು ಕೋಣೆ, ಶೌಚ, ಬಿಸಿಲು ಮಚ್ಚು. ಮೇಲುಗಡೆಗೂ ನಲ್ಲಿ ಹಾಕಿದ್ದಾರೆ. ಎಲ್ಲ ಕೋಣೆಗಳಿಗೂ ಫ್ಯಾನುಗಳು. 'ಎಂಥ ಬೇಸಿಗೆಯಲ್ಲೂ ಇಲ್ಲಿ ಎ.ಸಿ.ಯ ಅಗತ್ಯ ಕಂಡಿಲ್ಲ. ಬೇಸಿಗೆಯ ರಾತ್ರಿಯಲ್ಲೂ ನಾವು ಫ್ಯಾನು ಆರಿಸಿ ಮಲಗಿರುವುದುಂಟು,' ಸತೀಶಚಂದ್ರ ಹೇಳಿದ.

ಮೇಲಿನ ಅಂಗಳವನ್ನು ತನ್ನ ಸಂಗೀತಸಾಧನೆಯ ಸ್ಥಳವನ್ನಾಗಿ ಮಧು ಕಲ್ಪಿಸಿಕೊಂಡಳು. ಬಿಸಿಲುಮಚ್ಚೆಗೆ ಬಂದಾಗಲಂತೂ ಲಾಸ್ ಗಟಾಸಿಗಿಂತ ಹೆಚ್ಚು ಪ್ರಕೃತಿಸಹಜ ಸ್ಥಳವೆನ್ನಿಸಿತು. ಬಲಗಡೆಯ ಹಸಿರುಮರ ತುಂಬಿದ ಗುಡ್ಡ ಮಾತ್ರವಲ್ಲ, ಎದುರಿಗೆ ಒಂದು ಕಿಲೋಮೀಟರ್ ದೂರದಲ್ಲಿ ಗುಡ್ಡಗಳ ಸಾಲು. ಶುದ್ಧ ನೀಲ ಆಕಾಶ. ನಿಶ್ಶಬ್ದವಾತಾವರಣ. ಪರಿಶುದ್ಧಗಾಳಿ. ಸತೀಶಚಂದ್ರ, 'ಇಲ್ಲಿ ಒಬ್ಬರೇ ಇರಬಹುದು. ಕಳವು ದರೋಡೆಗಳಿಲ್ಲ. ಜೊತೆಗೆ ಆಳು ಇದಾನಲ್ಲ, ಗಂಡ ಹೆಂಡತಿ ಇಬ್ಬರೂ ಸತ್ಯಯುಗದ ಜನಗಳು. ಬನ್ನಿ ನೀವೇ ನೋಡೋರಂತೆ,' ಎಂದು ಹಿಂಬದಿಗೆ ಕರೆದೊಯ್ದ. ಆಳುಗಳಿಗೆಂದೇ ಕಟ್ಟಿದ ಮನೆಯಲ್ಲಿ ಸುಮಾರು ಐವತ್ತುವರ್ಷದ ಗಂಡಸು, ನಲವತ್ತೈದುವರ್ಷದ ಹೆಂಗಸು ಇದ್ದರು. ಅವರಿಬ್ಬರನ್ನೂ ನೋಡಿದ ತಕ್ಷಣವೇ ಅವಳಿಗೆ ನಂಬಿಕೆಹುಟ್ಟಿತು. ಅವರ ಎದುರಿಗೇ ಸತೀಶಚಂದ್ರ ಹೇಳಿದ: 'ವಾಘೆ ಅಂತ ಈತನ ಹೆಸರು. ಎರಡು ಹಸು ಸಾಕಿದಾನೆ. ತೋಟದಲ್ಲಿ ಮೇಯುತ್ತವೆ. ಅದರ ವೆಚ್ಚ, ಆದಾಯ ಪೂರ್ತಿ ಅವನದು. ಇಡೀ ತೋಟದ ವ್ಯವಸಾಯದ ನಿಗ ನೋಡಿಕೊತ್ತಾನೆ. ವ್ಯವಸಾಯ ಅಂದರೇನು? ಬರೀ ಮಾವು. ಬುಡದಲ್ಲಿ ಸ್ವಲ್ಪ ಕುಕ್ಕಿ ವರ್ಷಕ್ಕೊಮ್ಮೆ ಗೊಬ್ಬರ ಕೊಡಬೇಕು. ಪಂಪಿನಿಂದ ಪ್ರತಿಪಾತಿಗೂ ಹದಿನೈದು ದಿನಕ್ಕೊಮ್ಮೆ ನೀರು ಹರಿಸಬೇಕು. ಮಳೆಗಾಲ ನಾಲ್ಕುತಿಂಗಳು ಬಿಟ್ಟು. ಇದೆಲ್ಲ ಅವನ ಜವಾಬ್ದಾರಿ. ತಿಂಗಳಿಗೆ ಒಂದೂವರೆಸಾವಿರ ಸಂಬಳ. ನಿಮ್ಮ ಮನೆಕೆಲಸ ಅಡುಗೆಪಾತ್ರೆಗಳನ್ನ ಬೇಕಾದರೆ ಈಕೆಯೇ ಮಾಡ್ತಾಳೆ. ಎಲ್ಲ ಕೆಲಸವೂ ಚನ್ನಾಗಿ ಬರುತ್ತೆ. ಮಾಲಕ್ಷ್ಮಿ ಅಂತ ಹೆಸರು. ಅವಳಿಗೆ ನೀವು ಇಷ್ಟು ಅಂತ ಸಂಬಳ ನಿಗದಿ ಮಾಡಿಕೊಭೌದು. ಮಾವಿನಮರಗಳು ಹೂಬಿಡುವ ಕಾಲಕ್ಕೆ ಮುಂಬಯಿಯಿಂದ ಕಂಟ್ರಾಕ್ಟರುಗಳು ಬಂದು ಇಡೀ ಬೆಳೆಯನ್ನ ಗುತ್ತಿಗೆ ಮಾಡಿ ಕೊಂಡುಬಿಡ್ತಾರೆ. ಅದರ ವ್ಯವಹಾರ ನಾನು ಹೇಳಿಕೊಡ್ತೀನಿ. ಎಲ್ಲ ಆಲ್ಫಂಸೋ ಎಕ್ಸ್‌ಪೋರ್ಟ್ ಕ್ವಾಲಿಟಿ ಜಾತಿಮರಗಳು.'

ತೋಟವನ್ನು ತಾವಿಬ್ಬರೂ ಒಮ್ಮೆ ಸುತ್ತುಹಾಕಿ ಬರುವುದಾಗಿ ಹೇಳಿ ಚಿಕ್ಕಣ್ಣ ತಂಗಿಯನ್ನು ಕರೆದುಕೊಂಡು ಒಳಭಾಗಕ್ಕೆ ನಡೆದ. ಒಳಗೆಲ್ಲ ಸುತ್ತಿದಮೇಲೆ ಹೇಳಿದ: 'ನಿನಗೆ ಒಪ್ಪಿಗೆಯಾಗಿದೆ

ಅಂತ ನಿನ್ನ ಮುಖವೇ ಹೇಳುತ್ತೆ. ತಗಂಡುಬಿಡೋಣ. ಬೇರೆಯೋರಿಗೆ ಕೊಟ್ಟರೆ ಮೂವತ್ತು ಲಕ್ಷಕ್ಕೆ ಹೋಗುತ್ತೆ, ನಿಮಗಾದರೆ ಇಪ್ಪತ್ತೈದಕ್ಕೇ ಕೊಡ್ತೀನಿ ಅಂತ ಸತೀಶಚಂದ್ರ ಹೇಳ್ತಾನೆ. ಅವನ ಬಿಸಿನೆಸ್ಸಿಗೆ ನಮ್ಮಿಂದ ಸಹಾಯವಾಗಿದೆ, ಆಗ್ತಿದೆ. ಮುಂದೆಯೂ ಆಗುತ್ತೆ ಅಂತ ಅವನಿಗೆ ಗೊತ್ತು. ಚೌಕಶಿಮಾಡಿದರೆ ಇಪ್ಪತ್ತಕ್ಕೆ ಇಳಿಯಬಹುದು. ಅಥವಾ ಇನ್ನೊಂದು ಜಾಸ್ತಿಯಾಗಬಹುದು. ಹಣದ ವಿಷಯ ಯಾರಕೈಲೂ ಮಾತಾಡಬೇಡ. ಮನೆಯ ಮಗಳು ಮದುವೆಯಾಗಿ ಹೋದಮೇಲೆ ತೌರಿನಿಂದ ಒಂದು ಸೌಟು ಕೊಡುಕ್ಕೂ ಸೊಸೆಯ ತಕರಾರು ಇರುತ್ತೆ. ನಿನ್ನ ಮದುವೆಯಾದಮೇಲೆ ಫರ್ನಿಚರ್, ಪಾತ್ರೆಪಡಗ, ಫ್ರಿಜ್, ಅಳಿಯನಿಗೆ ಕಾರು ಹೀಗೆ ಏನೂ ಕೊಟ್ಟಿಲ್ಲ. ಅಮೆರಿಕಾಕ್ಕೆ ಹೋದೋರಿಗೆ ಕೊಡೂದೇನು? ನಿನಗೆ ಮೊದಲಿನಿಂದ ಚಿನ್ನಬೆಳ್ಳಿಯಲ್ಲೂ ಆಸೆ ಇಲ್ಲ. ಅಲ್ಲದೆ ಮುಂದೆ ಟ್ಯಾಕ್ಸ್ ಕಾರಣದಿಂದ ನಾನೂ ದೊಡ್ಡಣ್ಣನೂ ನಮ್ಮ ಬಿಸಿನೆಸ್ಸನ್ನ ಒಡೆದು ಎರಡು ಮಾಡಿಕೊಬೇಕು ಅಂತಿದೀವಿ. ಇವೆಲ್ಲ ನಮ್ಮಿಬ್ಬರಿಗೆ ಮಾತ್ರ ಗೊತ್ತಿರುವ, ಕೇವಲ ಟ್ಯಾಕ್ಸ್ ಉದ್ದೇಶಕ್ಕಾಗಿ ಮಾಡಿಕೊಳ್ಳುವ, ವ್ಯವಸ್ಥೆ. ಸೊಸೇರಿಗೆ ಹೇಳುವ ಸಂಗತಿಯಲ್ಲ. ನಮ್ಮ ಈಗಿರುವ ಬಿಸಿನೆಸ್ ಅಪ್ಪ ಶುರುಮಾಡಿದ್ದು. ಕಾನೂನು ಪ್ರಕಾರ ನಿನ್ನದೂ ಒಂದು ಭಾಗವಿದೆ. ಆದರೆ ನೀನು ಎಂದೂ ಅಂಗಡಿಗೆ ಬರಲಿಲ್ಲ. ಅದಕ್ಕಾಗಿ ದುಡೀಲಿಲ್ಲ. ಆದರೂ ನಿನಗೆ ತಕ್ಕಮಟ್ಟಿಗೇ ಒಂದು ಅಂಶವನ್ನ ಕೊಟ್ಟು ನಿನ್ನ ಪಾಲು ಸಂದಾಯವಾಯಿತು ಅಂತ ಖುಲಾಸೆಪತ್ರ ಮಾಡಿಸಿಕೊಬೇಕು ಅಂತ ದೊಡ್ಡಣ್ಣನ ವಿಚಾರ. ಈ ತೋಟದ ಖರೀದಿಯ ಖರ್ಚು ಏನಿದ್ದರೂ ನಾವು ಕೊಡ್ತೀವಿ. ನಿನ್ನ ಹೆಸರಿಗೆ ಖರೀದಿ. ಇದರ ಹಣವನ್ನ ನೀನು ಅಮೆರಿಕದಿಂದ ತಂದೆ ಅಂತ ಮನೇಲಿ ಹೇಳು. ಏನಂತೀಯ?'

ಅವಳಿಗೆ ಮನಸ್ಸು ತುಂಬಿಬಂತು. ಮಾತನಾಡಲು ತೋಚಲಿಲ್ಲ. ಕಣ್ಣುಗಳು ಹನಿಗೂಡಿದವು. ಸೆರಗಿನಿಂದ ಒರೆಸಿಕೊಂಡು, 'ಇದನ್ನ ನಾನು ನಿರೀಕ್ಷಿಸಿರಲಿಲ್ಲ. ನೀವು ಹೇಳಿದಂತೆ ನಾನು ಬರೆದುಕೊಡ್ತೀನಿ. ಪಾಲುಕೊಟ್ಟೆವು ಅಂತ ಭಾವಿಸಬೇಡಿ. ತೌರಿನ ಆಶೀರ್ವಾದ ಅನ್ನೂ ಭಾವನೆಯಿಂದ ಕೊಟ್ಟರೆ ನಾನು ಒಪ್ಪಿಕೊತ್ತೀನಿ,' ಎಂದಳು.

ಅಧ್ಯಾಯ ೧೩

– ೧ –

ಒಂದು ಬೆಳಗ್ಗೆ ಏಳುಗಂಟೆಗೆ ಕರೆಗಂಟೆ ಬಾರಿಸಿತು. ಯಾರು ಈ ಹೊತ್ತಿನಲ್ಲಿ ಬಂದು ತೊಂದರೆಕೊಡೋರು, ಎಂದು ಕಿರಿಕಿರಿಯಾಯಿತು. ಇತ್ತೀಚೆಗೆ ಅವನಿಗೆ ಸಾಧನೆ ಮಾಡುವಾಗ ಮನಸ್ಸು ಸರಿಯಾಗಿ ಕೂಡುತ್ತಿರಲಿಲ್ಲ. ಕಂಠವು ಅಭ್ಯಾಸಬಲದಿಂದ ಹೊಂದಿಕೊಳ್ಳುತ್ತಿತ್ತು. ರಾಗ, ಅದರ ಸ್ವರಸಂಚಾರ ಸೂಕ್ಷ್ಮಗಳೆಲ್ಲ ನೆನಪಿನಿಂದ ಗೋಚರಿಸುತ್ತಿದ್ದವು. ಆದರೆ ತದೇಕಚಿತ್ತದಿಂದ ದೊರೆಯುವ ಸೂಜಿಯ ಮೊನೆಯಂತಹ ಸೂಕ್ಷ್ಮಗುರಿಯಾಗಲಿ ಸಂಚಾರದ ಪ್ರತಿಯೊಂದು ಮೊನೆಯ ಮುನ್ನಡೆಯಲ್ಲೂ ಉಂಟಾಗುವ ಶೋಧಕ ರೋಮಾಂಚವಾಗಲಿ ಆಗುತ್ತಿರಲಿಲ್ಲ. ಯಾಕೆ ಹೀಗಾಗುತ್ತಿದೆ ಎಂದು ಹಲವು ದಿನ ಆಲೋಚಿಸಿದ್ದನಾದರೂ ಉತ್ತರ ಹೊಳೆದಿರಲಿಲ್ಲ. ಒಂದು ದಿನ ಇದ್ದಕ್ಕಿದ್ದಂತೆಯೇ ಒಂದು ನೆನಪು ಹೊಳೆಯಿತು; ಸಿ.ಜೆ. ಹಾಲಿನಲ್ಲಿ ಪೀಲೂ ಹಾಡುವಾಗ ಈ ಊನ ಮೊದಲಬಾರಿಗೆ ಕಾಣಿಸಿಕೊಂಡಿತು. ಕಾರಣ ಮಾತ್ರ ತಿಳಿಯಲಿಲ್ಲ. ಇನ್ನೊಂದು ದಿನ ಅದೇ ಹೊಳಹಿನ ಇನ್ನೊಂದು ಭಾಗವೆಂಬಂತೆ ಒಂದು ಆಲೋಚನೆ ಬಂತು. ಕಲ್ಲಾಣಿ, ಅಲ್ಲ. ಮಧು ವೇದಿಕೆಯ ಎದುರಿನ ಎರಡನೆ ಸಾಲಿನಲ್ಲಿ ಕೂತು ನನ್ನನ್ನು ದುರುಗುಟ್ಟಿಕೊಂಡು ನೋಡುತ್ತಿದ್ದಳು. ಕೋಪವೋ ನಾಚಿಕೆಯೋ ಅಥವಾ ಮರುಆಶೆಯೋ ತಿಳಿಯುತ್ತಿಲ್ಲ, ಒಟ್ಟಿನಲ್ಲಿ ಯಾವುದೋ ಒಂದು ಆಗಂತುಕಭಾವವು ಮನಸ್ಸನ್ನು ಹಿಡಿದು ಸ್ವರಸಂಚಾರದ ತನ್ಮಯತೆಯನ್ನು ಕೆಡಿಸಿತ್ತು. ಆವೊತ್ತಿನಿಂದ, ಹೌದು ಆಮೇಲೆ ಜಯಪುರಕ್ಕೆ ಹೋಗಿದ್ದೆ, ಬೆಂಗಳೂರಿಗೆ ಹೋಗಿದ್ದೆ, ಕೊಲ್ಲಾಪುರಕ್ಕೆ ಹೋಗಿದ್ದೆ. ಎಲ್ಲಿಯೂ ನನ್ನ ಎಂದಿನ ತನ್ಮಯತೆ ಸಾಧಿಸಲಿಲ್ಲ. ಸಭಿಕರೇನೋ ಖುಷಿಪಟ್ಟು ಚಪ್ಪಾಳೆತಟ್ಟಿದರು. ಮನೆಯಲ್ಲಿ ಬೆಳಗೆದ್ದು ಸ್ವರಸಾಧನೆಗೆ ಕೂತರೂ ಅಂಥದೇ ಐಬು. ಅವಳೇನಾದರೂ ಮಾಟಗೀಟ ಮಾಡಿಸಿದಾಳೆಯೆ? ವ್ಯಾಪಾರಸ್ಥ ಜನಗಳು ಹೇಳುಕ್ಕೆ ಬರುಲ್ಲ. ಯಾರಾದರೂ ಸರಿಯಾದ ಜ್ಯೋತಿಷಿಯನ್ನು ನೋಡಬೇಕು. ಆದರೆ ನಿಜವಾಗಿ ಭವಿಷ್ಯಜ್ಞಾನವಿರುವ ಜ್ಯೋತಿಷಿ ಯಾರು ಅಂತ ಹ್ಯಾಗೆ ಪತ್ತೆಮಾಡೂದು? ಎಲ್ಲರೂ ಪ್ರಚಾರಪ್ರವೀಣರು ಎಂಬ ಅಡ್ಡಿ ಕಾಣುತ್ತಿತ್ತು. ನಾಲ್ಕು ದಿನವಾದಮೇಲೆ ಹಾಗೆಲ್ಲ ಮಾಡಿಸುವಂಥೋಳಲ್ಲ; ಗುರುವಿಗೆ ಕೇಡುಮಾಡಿಸಿದರೆ ತನ್ನ ವಿದ್ಯೆಯೂ ನಾಶವಾಗುತ್ತೆ ಅನ್ನುವ ಎಚ್ಚರವಿದ್ದೇ ಇರುತ್ತೆ ಅವಳಿಗೆ ಎಂಬ ಸಮಾಧಾನ ಕಂಡಿತು. ಆದರೂ ಯಾಕೆ ಹೀಗೆ ಆಗ್ತಿದೆ? ಅವಳನ್ನು ಹೊಡೆದು ಕಳಿಸಿದ್ದು ತಪ್ಪು. ನಿಜವಾಗಿಯೂ ಸ್ಫೂರ್ತಿಯ ಶಕ್ತಿ ಇರುವ ಹುಡುಗಿ ಅವಳು. ಸಂಗೀತಸೂಕ್ಷ್ಮವನ್ನ ಅವಳಂತೆ ಅರ್ಥಮಾಡಿಕೊಳ್ಳುವ ಯಾವ

ಶಿಷ್ಯೆ ಇದಾಳೆ ನನಗೆ? ಅವಳಿಗಿರುವ ಭಾರತೀಯ ಸಂಗೀತದ ಸಹಜ ಅಂತರ್ಜ್ಞಾನ ಭೂಪಾಲಿಗೆ ಇಲ್ಲ. ಸ್ಫೂರ್ತಿ ಇಲ್ಲದೆ ನನಗೆ ಹೀಗಾಗ್ತಿದೆ ಎಂಬ ನಿಷ್ಕರ್ಷೆಗೆ ಬಂದುನಿಂತ. ಈಗ ಫ಼ೋನುಮಾಡಿ ಅವಳನ್ನು ಕರೆದು ಸಮಾಧಾನಮಾಡಿದರೆ ಪ್ರಸನ್ನಳಾಗ್ತಾಳೆಂಬ ಪರಿಹಾರ ತಕ್ಷಣ ಕಂಡಿತಾದರೂ ಅವಳು ಇನ್ನು ಬರುಲ್ಲವೆಂದು ಅಂತರಂಗ ನುಡಿಯ ತೊಡಗಿತು. ಗಂಡನಿಗೆ ಮೋಸ, ಹಾದರ, ಮಂದ್ರಷಡ್ಜವು ಕಾಣಿಸುವ ಸತ್ಯದರ್ಶನ, ಅಂತ ಏನೇನನ್ನೋ ತಲೆಗೆ ತುಂಬಿಕೊಂಡೋಳು ಮತ್ತೆ ಮೊದಲಿನಂತೆ ಪ್ರಸನ್ನಳಾಗಿ ಸಮರ್ಪಿಸಿಕೊಂಡು ಸ್ಫೂರ್ತಿಕೊಡ್ತಾಳೆಯೆ? ಎಂಬ ಕಾರಣಗಳು ಅನಂತರ ಗೋಚರಿಸ ತೊಡಗಿದವು. ಒಂದುವಾರ ಕಳೆದನಂತರ, ಹಟಮಾಡಿ ಇಚ್ಛಾಶಕ್ತಿಯನ್ನು ಗಟ್ಟಿಮಾಡಿ ಸಾಧನೆ ಮಾಡಿದರೆ ನಾಲ್ಕಾರು ದಿನದಲ್ಲಿ ತನ್ಮಯತೆ ಸಾಧಿಸಿಯೇ ಸಾಧಿಸುತ್ತೆ; ಸಂಗೀತ ಅಂದರೆ ಯೋಗ, ಯೋಗ ಅಂದರೆ ಮನಸ್ಸನ್ನು ಇಚ್ಛಾಶಕ್ತಿಗೆ ಒಪ್ಪಿಸಿ ಹತೋಟಿಗೆ ತರೂದು; ಈ ಮೋಹನಲಾಲನಿಗೆ ಸಾಧ್ಯವಾಗದ ಇಚ್ಛಾಶಕ್ತಿ ಯಾವುದಿದೆ? ಎಂದು ತನಗೆತಾನೇ ಹೇಳಿಕೊಂಡು ಸಾಧನೆಗೆ ತೊಡಗಿದ್ದ. ಆರಂಭಿಸಿ ನಾಲ್ಕು ದಿನವಾಗಿತ್ತು. ಈ ದಿನ ಒಂದುಗಂಟೆಯಾಗಿತ್ತು. ಆದರೂ ತನ್ಮಯತೆ ಸಾಧಿಸಿರಲಿಲ್ಲ. ಅಷ್ಟರಲ್ಲಿ ಈ ಕರೆಗಂಟೆ. ಬೋಲ್ಟ್ ಹಾಕಿರಲಿಲ್ಲ. ಗಟ್ಟಿಯಾಗಿ ಕಮ್‌ಇನ್ ಎಂದು ಕೂಗಿದ. ಬೆರಳುಗಳು ತಂಬೂರಿ ಯನ್ನು ಮಿಡಿಯುತ್ತಲೇ ಇದ್ದವು. ಒಂದುನಿಮಿಷ ಕಾದರೂ ಬಾಗಿಲನ್ನು ನೂಕಲಿಲ್ಲ. ಮತ್ತೆ ಕರೆಗಂಟೆ, ಥೂ ಕರ್ಕಶಸದ್ದಿನ ಇದನ್ನು ಬದಲಿಸಬೇಕು, ಒಳಗಿನ ಶಬ್ದ ಹೊರಗೆ ಕೇಳುಲ್ಲ, ಹೊರಗಿನದು ಒಳಗೂ ಕೇಳಿಸುಲ್ಲ. ಇಲ್ಲಿ ಸ್ವಿಚ್ ಒತ್ತಿದರೆ ಅಲ್ಲಿ ಬಾಗಿಲು ತನಗೆ ತಾನೆ ತೆಗೆದುಕೊಳ್ಳುವಂಥ ತಂತ್ರವಿದ್ದರೆ, ಅಮೆರಿಕ ಫ಼್ರಾನ್ಸ್‌ಗಳಲ್ಲಿರುವಂತೆ, ಎಂದುಕೊಂಡು ತಂಬೂರಿಯನ್ನು ಜಮಖಾನೆಯ ಮೇಲೆ ಮಲಗಿಸಿ ಎದ್ದು ಹೋಗಿ ಬಾಗಿಲುತೆರೆದರೆ ಎದುರಿಗೆ ನಿಂತಿರುವ ಒಬ್ಬ ಹುಡುಗಿ ಅಲ್ಲ ಹೆಂಗಸು ಅಲ್ಲ ಇಪ್ಪತ್ತೈದರಿಂದ ಮೂವತ್ತುವರ್ಷ. ಸಲ್ವಾರ್ ಕಮೀಜ್, ಉದ್ದನೆಯ ಬಾಬ್‌ಕಟ್. ಆಫ಼ೀಸು ಕೆಲಸಕ್ಕೆ ಹೋಗುವವಳಂತಹ ಕೈಚೀಲ, ಎಲ್ಲಿಯೋ ನೋಡಿರುವಂತಿದೆ! ಇಲ್ಲ, ನೋಡಿಲ್ಲ. ಏನು ಬೇಕಾಗಿತ್ತು? ಅಪ್ರಸನ್ನತೆ ಯಿಂದ ಕೇಳಿದ. ಅವಳು ಬಾಗಿ ಕಾಲುಮುಟ್ಟಿ ನಮಸ್ಕರಿಸಿದಳು. ಎಲ್ಲರೂ ಹೀಗೆ ತನ್ನ ಚರಣಸ್ಪರ್ಶ ಮಾಡುವುದರಿಂದ ಅವನಿಗೆ ಇದು ವಿಶೇಷರೀತಿಯ ಅಭಿವಾದನೆ ಎನ್ನಿಸಲಿಲ್ಲ.

'ನನ್ನ ಗುರುತು ಸಿಕ್ಕುತ್ತಾ?' ಅವಳು ಕೇಳಿದಳು.

ಅವನು ಮುಖವನ್ನು ದಿಟ್ಟಿಸಿದ. ಎಲ್ಲೋ ನೋಡಿರುವಂತೆ. ಎಷ್ಟು ಊರು ತಿರುಗ್ತೀನಿ, ಒಂದೊಂದು ಕಛೇರೀಲೂ ಸಾವಿರಾರು ಜನ ಬರ್ತಾರೆ, ನೂರಾರು ಜನವಾದರೂ ಬಂದು ಪರಿಚಯ ಹೇಳಿಕೊಂಡು ನಮಸ್ತೆ ಅಥವಾ ಪಾದಸ್ಪರ್ಶಮಾಡಿ, 'ಇಲ್ಲ, ನೆನಪಾಗ್ತಿಲ್ಲ. ನೀವೇ ಹೇಳಿಬಿಡೂದು ಸಲೀಸು,' ಎಂದ.

'ಒಳಗೆ ಬರಬಹುದಾ?' ಎಂದಳು.

ತಾನು ಬಾಗಿಲಿನಲ್ಲಿ ಅಡ್ಡನಿಂತಿರುವುದರಿಂದ ಅವಳು ಹಾಗೆ ಕೇಳಿದಳೆಂದು ಅವನಿಗೆ ಅರ್ಥವಾಯಿತು. 'ಸಂಗೀತಸಾಧನೆ ಮಾಡಿಕೊತ್ತಿದ್ದೆ. ಇನ್ನೂ ಒಂದು ತಾಸು, ಅಥವಾ

ಇನ್ನಷ್ಟು ಹೊತ್ತು ಆದೀತು,' ಎಂದ.

'ನಿಮ್ಮ ಅಭ್ಯಂತರವಿಲ್ಲದಿದ್ದರೆ ಒಳಗೆ ಬಂದು ಕೂತು ಕೇಳ್ತೀನಿ. ಅಭ್ಯಂತರವಿದ್ದರೆ ಇಲ್ಲೇ ಹೊರಗೆ ನಿಂತಿರ್ತೀನಿ. ನಾನೂ ಒಂಬತ್ತುಗಂಟೆಗೆ ಆಫೀಸು ಮುಟ್ಟಬೇಕು.'

'ಏನು ಮಾತಾಡಬೇಕು ಹೇಳಿ? ಸಂಗೀತ ಕಲಿಯಬೇಕಾ? ಬನ್ನಿ ಒಳಗೆ' ಎಂದ. ಈ ಹುಡುಗಿ ಆಕರ್ಷಕವಾಗಿ ಕಂಡಳು. ಮಕ್ಕಳನ್ನು ಹೆತ್ತಿಲ್ಲದ ಬಿಗಿಯಾದ ಮೈಕಟ್ಟು. ಮನಸ್ಸು ಲಂಪಟವಾಯಿತು. ಆದರೆ ಮಧುವಿನಂತೆ ಸ್ಫೂರ್ತಿಕೊಡುವ ಶಕ್ತಿ ಇವಳಲ್ಲಿದೆಯೇ? ಎಂಬ ಕುತೂಹಲ ಮನಸ್ಸಿನಲ್ಲಿ ಹುಟ್ಟಿತು. ಅವಳು ಒಳಗೆ ಬಂದು ಮಲಗಿಸಿದ್ದ ತಂಬೂರಿಯ ಎದುರಿಗೆ ಕುಳಿತಳು. 'ಇದುವರೆಗೆ ಏನು ಕಲಿತಿದ್ದೀರಿ? ಆರಂಭದ ಮಟ್ಟದೋರಿಗೆ ನಾನು ಪಾಠ ಹೇಳುಲ್ಲ. ನನ್ನ ಶಾಲೆಯಲ್ಲಿ ಬೇರೆ ಮಾಸ್ತರರಿದಾರೆ. ಪ್ರೌಢಮಟ್ಟದೋರಿಗೆ ಅದೂ ನಾನು ಪರೀಕ್ಷೆಮಾಡಿ ಒಪ್ಪಿಗೆಯಾದರೆ ಮಾತ್ರ ನಾನು ಹೇಳೂದು. ಈಗ ಇರೋರಿಗೆ ಹೇಳುಕ್ಕೇ ಸಮಯವಿಲ್ಲ.' ಎನ್ನುತ್ತಾ ತಾನು ಮಂದ್ರಸಾಧನೆಗೆ ಕುಳಿತಿದ್ದ ಜಾಗದಲ್ಲಿ ಮಂಡಿಸಿದ. ಇಬ್ಬರ ನಡುವೆಯೂ ನಾಲ್ಕು ಅಡಿ ಮಾತ್ರ ಅಂತರ. ನಡುವೆ ತಂಬೂರಿ. ಹೊರಗಿನಿಂದ ನಡೆದುಬಂದದ್ದರಿಂದ ಅವಳ ಮುಖ ಕುತ್ತಿಗೆಗಳು ಒದ್ದೆಯಾಗಿದ್ದವು. ಅವಳು ಅವನನ್ನು ದಿಟ್ಟಿಸಿನೋಡುತ್ತಿದ್ದಳು. ಆ ಕಣ್ಣಿನ ಅರ್ಥ ಅವನಿಗೆ ಆಗಲಿಲ್ಲ. ಇಷ್ಟು ಧೈರ್ಯವಾಗಿ ಬಂದು ಇಷ್ಟು ಹತ್ತಿರ ಕುಳಿತು ಹೀಗೆ ದಿಟ್ಟಿಸಿನೋಡಬೇಕೆಂದರೆ, ಬೇಕಾದಷ್ಟು ಚೆಂಗಲು ಹೊಡೆದಿರುವ ಹುಡುಗಿಯೇ ಇರಬೇಕು. ಇಂಥೋಳು ಎಂಥ ಸ್ಫೂರ್ತಿಕೊಟ್ಟಾಳು? ವಿನಯ ಭಕ್ತಿ ಸಮರ್ಪಣಭಾವಗಳಿಲ್ಲದ, ಇಷ್ಟು ದಿಟ್ಟತನದ ಹುಡುಗಿಯ ತಂಟೆಯೇ ಬೇಡ ಎಂದು ಮನಸ್ಸಿನೊಳಗೇ ನಿಶ್ಚಯಮಾಡಿಕೊಂಡು, 'ಹೇಳಿ, ನಾನು ಸ್ವರಸಾಧನೆ ಮಾಡಿಕೊಬೇಕು. ಎದುರಿಗೆ ಅಪರಿಚಿತರು ಕೂತಿದ್ದರೆ ಸಾಧನೆ ಸಾಧ್ಯವಿಲ್ಲ. ಫೋನ್‌ಮಾಡಿ ಸಮಯ ತಗೊಳ್ಳದೆ ಇದ್ದಕ್ಕಿದ್ದಂತೆ ಬೆಳಗ್ಗೆ ಏಳುಗಂಟೆಯಲ್ಲಿ ಬಂದಿದೀರ. ಬೇಗ ಹೇಳಿಬಿಡಿ.'

'ನನ್ನ ಗುರುತು ಸಿಕ್ಕಲಿಲ್ಲವೆ?' ಅವಳು ಮತ್ತೆ ಕೇಳಿದಳು.

'ಎಷ್ಟುಸಲ ಕೇಳ್ತೀರ ಅದೇ ಮಾತನ್ನ?' ಅವನಿಗೆ ರೇಗಿತು. ಧ್ವನಿ ಏರಿತ್ತು. 'ಲಕ್ಷ ಜನ ಬಂದು ಪರಿಚಯ ಹೇಳಿಕೊತ್ತಾರೆ. ಹ್ಯಾಗೆ ಜ್ಞಾಪಕವಿರುತ್ತೆ?'

ದಿಟ್ಟಿಸಿನೋಡುತ್ತಿದ್ದ ಅವಳ ಕಣ್ಣುಗಳು ತಕ್ಷಣ ಶಾಖಕ್ಕೆ ಕರಗಿದ ತುಪ್ಪದಂತೆ ದ್ರವ ವಾಯಿತು. 'ನನ್ನ ಹೆಸರು ಬಕುಲಾ ಅಂತ. ಬಕುಲಾಲಾಲ್.' ಹೇಳಿ ಮುಗಿಸುವ ವೇಳೆಗೆ ಅವಳ ಧ್ವನಿ ಬಿಗಿ ತಪ್ಪುತ್ತಿತ್ತು.

ಅವನ ಕಣ್ಣುಗಳು ಗುರಿತಪ್ಪಿದವು. ಅವನಿಗೇ ತಿಳಿಯದಂತೆ ದೃಷ್ಟಿಯು ಕೆಳಗೆ ಜಾರಿತು, ಶಕ್ತಿಹೀನ ಧ್ವನಿಯು ಶ್ರುತಿತಪ್ಪಿ ಕೆಳಗಿಳಿಯುವಂತೆ. ಚೈತನ್ಯವು ಇದ್ದಕ್ಕಿದ್ದಂತೆ ಅರೆ ಮಟ್ಟಕ್ಕೆ ಇಳಿದಂತಾಯಿತು. ನಿಶ್ಚಯಿಸಿದರೂ ಕಣ್ಣುಗುಡ್ಡೆಗಳನ್ನು ಮೇಲೆತ್ತಿ ನಿಲ್ಲಿಸಿಕೊಳ್ಳಲು ಸಾಧ್ಯವಾಗಲಿಲ್ಲ. ಕಿವಿಯ ಒಳಗೆಲ್ಲ ಛುಂಯ್‌ಗುಡುವ ಮೌನದ ಒತ್ತಡ. ನನ್ನ ಗುರುತು ಸಿಕ್ಕಲಿಲ್ಲವೆ? ಅಂತ ಇವಳು ಪದೇಪದೇ ಕೇಳಿದರೂ ನೆನಪು ಕೈಕೊಟ್ಟು ಕಲ್ಪನೆ ಎತ್ತೆತ್ತಲೋ.....ಒಳಗೆಲ್ಲ ನಾಚಿಕೆ ಎನ್ನಿಸತೊಡಗಿತು. ಒಂದುನಿಮಿಷದ ನಂತರ, ಬಂದ ತಕ್ಷಣ

ಅವಳೇ ತನ್ನ ಗುರುತು ಹೇಳಿಬಿಟ್ಟಿದ್ದರೆ ಎತ್ತೆತ್ತಣದ ಕಲ್ಪನೆಗೆ ಅವಕಾಶವೇ ಇರಲಿಲ್ಲ, ನನ್ನನ್ನು ಪರೀಕ್ಷಿಸುವ ಪ್ಲಾನು ಮಾಡಿಕೊಂಡೇ ಬಂದಿದಾಳೆ, ಎಂಬ ಸಮಾಧಾನ ಸೃಷ್ಟಿಯಾಗ ತೊಡಗಿತು. ಈಗ ಯಾಕೆ ಬಂದಿದಾಳೆಂಬುದೂ ಹೊಳೆಯಿತು. ಎಷ್ಟು ದಿನವಾಯಿತು ಇವಳಮ್ಮ ಲಕ್ಷರೂಪಾಯಿಯನ್ನು ತಿರಸ್ಕರಿಸಿ? ಅದನ್ನ ಇಸಕೊಳ್ಳುಕ್ಕೆ ಇವಳು ಬಂದಿರ ಬಹುದು. ಇವಳಿಗೆ ಅಂತ ನಿಶ್ಚಯಿಸಿದ್ದನ್ನ ಇವಳಿಗೇ ಕೊಡಬೇಕು. ಮನೇಲಿ ನಗದು ಇಲ್ಲ. ಚೆಕ್ ಕೊಟ್ಟರೂ ಆಗುತ್ತೆ. ಅಥವಾ ನಾನೇ ಬ್ಯಾಂಕಿಗೆ ಹೋಗಿ ನಗದು ತಂದು.....ಎಂದು ಕೊಳ್ಳುವಾಗ ಅವಳು ಮಾತನಾಡಿದಳು:

"ನಿಮಗೆ ಗುರುತು ಸಿಕ್ಕೂದು ಕಷ್ಟವೆ? ನನಗೆ ಆರುವರ್ಷವಾಗುವ ತನಕ ನೋಡ್ತಿದ್ದಿ ರಂತೆ. ತಿಂಗಳಿಗೊಂದುಸಲ ಅಮ್ಮನಿಗೆ ದುಡ್ಡು ಕೊಡುಕ್ಕೆ ಬಂದಾಗ. ಕೆಳಗಿನ ಮನೇಲಿ ಆಡ್ತಿದ್ದೋಳನ್ನ ಕರೆಸಿ ಚಾಕಲೇಟು ಕೊಡ್ತಿದ್ದಿರಂತೆ. ಆಮೇಲೆ ಬರೂದ ನಿಲ್ಲಿಸಿದಿರಂತೆ. ನಾನು ಚಿಕ್ಕಮಗುವಾಗಿದ್ದಾಗ ನೀವು ತಂಬೂರಿ ಬಾರಿಸಿಕೊಂಡು ಹಾಡುಕ್ಕೆ ಶುರುಮಾಡಿದರೆ ಅಳೂದ ನಿಲ್ಲಿಸಿ ಸಂಗೀತ ಆಲಿಸ್ತಾ ಸುಮ್ಮನಾಗಿಬಿಡ್ತಿದ್ದೆನಂತೆ. ಹಾಗಂತ ಅಮ್ಮ ನಾನು ಹುಡುಗಿಯಾಗಿದ್ದಾಗ ಹೇಳ್ತಿದ್ದಳು. ಇತ್ತೀಚೆಗೆ ಅವಳು ಆ ವಿಷಯ ಒಂದುಸಲವೂ ಮಾತಾಡುಲ್ಲ. ನಾನು ಶಾಲೆಗೆ ಹೋಗುಕ್ಕೆ ಶುರುಮಾಡಿದ ವಯಸ್ಸಿನಲ್ಲಿ ನಮ್ಮಪ್ಪ ಎಲ್ಲಿ ಅಂತ ಕೇಳಿದಾಗ ಅವಳು ಈ ಸುಳ್ಳನ್ನ ಸೃಷ್ಟಿಸಿರಬಹುದು. ನೀವು ನನ್ನ ಪಿತಾಜಿ ಅಂತ ಹೇಳ್ದೋಳೂ ಅವಳೇ. ಇವತ್ತೂ ಅವಳು ಅದನ್ನ ಅಲ್ಲಗಳೆಯುಲ್ಲ. ನಿಮ್ಮ ವಿಷಯ ಮಾತಾಡುಲ್ಲ ಅಷ್ಟೆ. ನಾನೀಗ ಇಲ್ಲಿಗೆ ಬಂದ ಕಾರಣ ಅಂದರೆ ನಿಮ್ಮನ್ನ ಒಂದು ನಿಜ ವನ್ನ ಕೇಳಿ ತಿಳಕಾಬೇಕು ಅಂತ. ಹಿನ್ನೆಲೆ ಹೇಳಿಬಿಡ್ತೀನಿ. ನನ್ನ ಶಾಲಾ ಸರ್ಟಿಫಿಕೇಟಿನಲ್ಲಿ ನಮೂದಾಗಿರೂ ಜನ್ಮತಿಥಿಯ ಪ್ರಕಾರ ನನಗೀಗ ಮೂವತ್ತುವರ್ಷ ತುಂಬಿತು. ಕಾಲೇಜು ಓದುವಾಗಿನಿಂದ ಶಾಸ್ತ್ರೀಯ ಸಂಗೀತ ಅಂದರೆ ಪ್ರೀತಿ, ಕೇಳುಕ್ಕೆ, ಕಲಿಯುಕ್ಕೆ. ಆದರೆ ತಾಯಿಗೆ ಅದನ್ನ ಕಂಡರೆ ಭಯ. ಅದರ ಗೀಳು ಹತ್ತಿಸಿಕೊಂಡೋರು ಕೆಟ್ಟು ಹಾಳಾಗ್ತಾರೆ ಅಂತ. ಕಾಲೇಜು ಮುಗಿದು ಕೆಲಸಕ್ಕೆ ಸೇರಿ ಸಂಪಾದನೆ ಶುರುಮಾಡಿದಮೇಲೆ ಬೋರಿವಲೀ ಲಿರುವ ಬಿಜಾಪುರೆ ಅನ್ನುವ ಸಂಗೀತ ಮಾಸ್ತರರಿಂದ ಹೇಳಿಸಿಕೊಳ್ಳುಕ್ಕೆ ಶುರುಮಾಡಿದೆ. ಹಟಮಾಡಿ ಆಗೊಂದು ಈಗೊಂದು ಕಛೇರೀನೂ ಕೇಳುವ ಸ್ವಾತಂತ್ರ್ಯವಹಿಸಿದೆ. ನನ್ನ ಸಹೋದ್ಯೋಗಿ ಒಬ್ಬ ಇದ್ದ. ಅವಿನಾಶ್ ಅಂತ. ಶಾಸ್ತ್ರೀಯದ ತರಬೇತಿಯಾಗಲಿ ಕೇಳಿಕೆ ಯಾಗಲಿ ಇರಲಿಲ್ಲ. ಆದರೆ ಶಾಸ್ತ್ರೀಯ ಧಾಟಿಯ ಲಘುಸಂಗೀತವನ್ನ ಭಾವಪೂರ್ಣವಾಗಿ ಹಾಡ್ತಿದ್ದ. ಅವನನ್ನ ನಾನು ಶಾಸ್ತ್ರೀಯ ಕಛೇರಿಗೆ ಕರೆದೊಯ್ದು ಕೇಳುವ ರುಚಿಹತ್ತಿಸಿದೆ. ಒಂದುದಿನ ಅವನು ನಿಮ್ಮ ಕಛೇರಿಗೆ ಹೋದ. ನಿಮ್ಮ ಭಕ್ತನಾಗಿಬಿಟ್ಟ. ಮರುದಿನ ಆಫೀಸಿ ನಲ್ಲಿ ಸಂಧಿಸಿದಾಗ ನಿಮ್ಮ ಗಾಯನವನ್ನ ಹೊಗಳುವುದಲ್ಲ, ಸ್ತುತಿಸುಕ್ಕೆ ಶುರುಮಾಡಿದ. ನನ್ನ ಕಣ್ಣಿನಲ್ಲಿ ನೀರು ತುಂಬಿಕೊಂಡುಬಿಡ್ತು. ಯಾಕೆ? ಅಂದ. ನಾನು ಅವರ ಮಗಳು ಅಂದೆ. ಹೌದು ಅವರಿಗೂ ನಿನಗೂ ಮುಖದಲ್ಲಿ ಹೋಲಿಕೆ ಇದೆ ಅಂದ. ನಿಮ್ಮ ಸಂಗೀತದ ಮೇಲಿನ ಪ್ರೀತಿಗೇ ಇರಬಹುದು ಅವನಿಗೆ ನನ್ನಮೇಲೆ ಪ್ರೀತಿ ಬೆಳೆದು ಮಾತು ಮದುವೆಯ

ಹಂತ ತಲುಪಿತು. ಅವನ ತಂದೆ ತಾಯಿ ನಮ್ಮ ಚಾಳಿನ ಮನೆಗೆ ಬಂದು ನೋಡಿ ಲಗ್ನನಿಶ್ಚಯ ಮಾಡುವ ತನಕ ಬಂತು. ನನ್ನ ತಂದೆ ನಮ್ಮ ಜೊತೆಯೇ ಇದಾರೆ ನಮ್ಮನ್ನ ಕಂಡರೆ ಪ್ರೀತಿಯಿಂದ ಇದಾರೆ, ಅಂತ ನಾನು ಅವನಕೈಲಿ ಸುಳ್ಳುಹೇಳ್ತಿದ್ದೆ. ನನಗೂ ಅವರಿಗೂ ಸಂಪರ್ಕವಿಲ್ಲ ಅನ್ನಕ್ಕೆ ನಾಚಿಕೆ, ಭಯ. ನಿಮ್ಮ ತಂದೆ ಲಗ್ನಪತ್ರಿಕೆ ಮಾಡಿಕೊಡಲಿ ಅಂತ ಅವನ ತಂದೆ ತಾಯಿ ಕೇಳಿದರು. ಅವನೂ ಅದೇ ಅಪೇಕ್ಷೆಪಟ್ಟ. ಅದರಲ್ಲಿ ತಪ್ಪೇನಿದೆ? ನಾನು ಟಿಪ್ನಿಸ್ ಕಾಕಾಗೆ ಫೋನುಮಾಡಿ ನಿಮಗೆ ಹೇಳಿಸಿದೆ. ನಾನೇ ನಿಮ್ಮನ್ನ ಬಂದು ಕೇಳುಕ್ಕೆ ಭಯ. ಮುಖಾನೇ ನೋಡಿ ನೆನಪಿಲ್ಲದವರನ್ನ, ಒಂದೇ ಶಹರದಲ್ಲಿದ್ದರೂ ಸಂಪೂರ್ಣ ಕೈಬಿಟ್ಟವರನ್ನ ನೇರವಾಗಿ ಭೇಟಿಯಾಗಿ ಕೇಳುಕ್ಕೆ ಭಯವಾಗುಲ್ಲವೆ? ಆದರೆ ನೀವು ಬರೀ ಒಂದುಲಕ್ಷ ರೂಪಾಯಿ ಕಳಿಸಿದಿರಿ. ಲಗ್ನಪತ್ರಿಕೆಗೆ ಬರುಲ್ಲ ಅಂದಿರಿ. ನಾನು ಯಾರಕೈಲಿ ಹೇಳಿಕೊಬೇಕು? ನನ್ನ ಕೈಹಿಡಿಯುಕ್ಕೆ ಮುಂದಾಗಿರುವ ಅವಿನಾಶನಿಗಿಂತ ಆತ್ಮೀಯರು ಯಾರು? ಆಗ ಅವನಿಗೆ ಎಲ್ಲಾನೂ ಹೇಳಿಕೊಂಡುಬಿಟ್ಟೆ. 'ಅವರು ನನ್ನ ತಂದೆ ನಿಜ. ಆದರೆ ಅವರಿಗೂ ನಮಗೂ ಸಂಪರ್ಕವಿಲ್ಲ. ಇನ್ನೊಂದು ಮದುವೆ ಮಾಡಿಕೊಂಡು ಹೋಗಿ ಅವರು ನಮ್ಮ ಕೈಬಿಟ್ಟರು. ನಿಮ್ಮ ಹೆಂಡತಿಯಾಗೋಳು ನಾನು. ನನ್ನನ್ನ ನಂಬಿ. ನಾನು ಒಳ್ಳೆಯ ಹೆಂಡತಿಯಾಗಿರ್ತೀನಿ. ಲಗ್ನಪತ್ರಿಕೆಗೆ, ಕನ್ಯಾದಾನಕ್ಕೆ ಅವರು ಬರಬೇಕು ಅಂತ ಒತ್ತಾಯಮಾಡಬೇಡಿ' ಅಂತ ಬೇಡಿಕೊಂಡೆ. ಅವನು ಕುರ್ಲಾದ ನಿಮ್ಮ ಎರಡನೆ ಹೆಂಡತಿಯ ಮನೆ ಪತ್ತೆಮಾಡಿದ. ನಿಮ್ಮ ಇತ್ತೀಚಿನ ಆರು ಕ್ಯಾಸೆಟ್‌ಗಳು ಮಾರ್ಕೆಟ್ಟಿಗೆ ಬಂದಿವೆಯಲ್ಲ, ಮೋಹನ್ ಮೆಲೊಡೀಸ್, ಆ ವಿಳಾಸ ಹಿಡಿದು, ತಾನೊಬ್ಬ ದಿಲ್ಲಿಯಿಂದ ಬಂದ ಪತ್ರಕರ್ತ ಅಂತ ಸೋಗುಹಾಕಿ ನಿಮ್ಮ ಎರಡನೆ ಹೆಂಡತಿ ಚಂಪಾ ಮೋಹನರನ್ನ ಸಂದರ್ಶನಮಾಡಿ, 'ನಿಮ್ಮ ಗಂಡನಿಗೆ ನಿಮ್ಮದು ಎರಡನೆ ಮದುವೆಯಂತೆ. ಬೋರಿವಲೀಲಿ ಮೊದಲ ಹೆಂಡತಿ, ಒಬ್ಬ ಮಗಳು, ಒಬ್ಬ ಮಗ ಇದಾರಂತೆ. ಏನು ಹೇಳ್ತೀರ?' ಅಂತ ಕೇಳಿದ್ದಕ್ಕೆ, 'ಅಕಸ್ಮಾತ್ ಮದುವೆಗೆ ಮೊದಲು ಯಾರೋ ಒಬ್ಬ ಹೆಂಗಸಿಗೆ ದುಡ್ಡುಪಡ್ಡು ಕೊಟ್ಟು ದೇಹಬಾಧೆ ತೀರಿಸಿಕೊಂಡಿರಬಹುದು. ಕಸುಮುಸುರೆ ಕೆಲಸದೋರು, ಅಡುಗೆಯೋರು ಈ ಥರದ ಒಳಸಂಪಾದನೆ ಮಾಡ್ತಾರೆ ಅಂತ ಕೇಳಿದೀನಿ. ಎಷ್ಟೋ ದೊಡ್ಡಮನುಷ್ಯರೇ ಇಂಥ ಹೆಂಗಸರ ಸಂಪರ್ಕ ಮಾಡ್ತಾರಂತೆ. ಕೆಲವು ಸಮಯ, ಇಂಥ ಹೆಂಗಸರು ಹೇಗೆ ಹೇಗೋ ಬಸುರಾಗಿ ಮಕ್ಕಳನ್ನು ಹಡೆದು ಪ್ರಸಿದ್ಧರ ಹೆಸರು ಹೇಳೂದೂ ಉಂಟು,' ಅಂದರಂತೆ. ಅವನಿಗೆ ನನ್ನ ಹುಟ್ಟಿನಮೇಲೆ ಅನುಮಾನ ಬಂತು. ತಂದೆ ತಾಯಿಗೆ ಹೇಗೂ ಪೂರ್ತಿಸಮ್ಮತಿ ಇರಲಿಲ್ಲ. ನನ್ನನ್ನ ಕೈಬಿಟ್ಟ. ನೋಡಿ ನೆನಪಿಲ್ಲ ದೋರನ್ನ ತಂದೆ ಅಂತ ನನಗ್ಯಾಕೆ ಸುಳ್ಳು ಹೇಳಿದೆ? ಅಂತ ಕೇಳಿದ. ಅವರು ಕೈಬಿಟ್ಟರೂ ನನಗೆ ತಂದೆಯಮೇಲೆ ಪ್ರೀತಿ ಇದೆ, ಅದಕ್ಕೆ ಹೇಳಿದೆ ಅಂದದ್ದಕ್ಕೆ, 'ಚಂಪಾಬಾಯಿಯ ಪ್ರತಿಯೊಂದು ಮಾತೂ ನಿಜ ಅನ್ನಿಸೂ ಹಾಗಾಗಿದೆ. ಮಾತಿಗೆ ಮಾತು ಬೆಳೆಸಿದರೆ ಕೆಟ್ಟ ಪ್ರಶ್ನೆಗಳನ್ನ ಕೇಳಬೇಕಾಗುತ್ತೆ. ನಾನೂ ನೀನು ಕೊಲೀಗ್ಸ್. ಜಗಳ ಕಾಯಬಾರದು. ಮದುವೆ ಪ್ರಸ್ತಾಪವನ್ನ ಮರೆತುಬಿಡೋಣ,' ಅಂದುಬಿಟ್ಟ. ಒಂದೇ ಆಫೀಸಿನಲ್ಲಿ ಪ್ರತಿದಿನ

ಒಬ್ಬರನ್ನೊಬ್ಬರು ನೋಡೂದು ಮುಜುಗರ ಅನ್ನಿಸಿರಬಹುದು. ಬೆಂಗಳೂರಿನಲ್ಲಿ ನಮ್ಮ ಕಂಪನಿಯ ಸೇಲ್ಸ್‌ಶಾಖೆ ಈಗ ತಾನೆ ಹೊಸದಾಗಿ ಶುರುವಾಗಿತ್ತು. ಎಂ.ಡಿ.ಗೆ ಹೇಳಿ ಅಲ್ಲಿಗೆ ವರ್ಗಮಾಡಿಸಿಕೊಂಡು ಹೊರಟುಹೋಗಿಬಿಟ್ಟ."

ಈ ಮಾತುಗಳನ್ನು ಅವನು ಕೇಳುತ್ತಿದ್ದಾನೆಯೇ ಇಲ್ಲವೇ, ನಡುನಡುವೆ ಹೂಂ ಎಂಬ ಅಗತ್ಯವಾದ ಪ್ರತಿಕ್ರಿಯೆಯನ್ನಾದರೂ ತೋರಿಸುತ್ತಿದ್ದಾನೆಯೇ ಎಂಬುದನ್ನೂ ಗಮನಿಸದೆ ಹೇಳಿ ಮುಗಿಸಿದಳು. ಅನಂತರ ಕತ್ತೆತ್ತಿ ಅವನ ಮುಖ ನೋಡಿದಳು. ಅವನೂ ಅವಳಿಗೆ ಮುಖಕೊಟ್ಟಿರಲಿಲ್ಲ. ನಡುವೆ ಅಡ್ಡಮಲಗಿದ್ದ ತಂಬೂರಿಯ ತಂತಿಗಳನ್ನು ನೋಡುತ್ತಿದ್ದ. ಒಂದುನಿಮಿಷದ ನಂತರ ಅವಳೇ ಮಾತನಾಡಿದಳು: 'ಈಗ ನಿಮ್ಮನ್ನ ಕೆಲವು ಪ್ರಶ್ನೆಗಳನ್ನ ಕೇಳ್ತೀನಿ. ಯಾವ ಮುಲಾಜೂ ಇಲ್ಲದೆ ನಿಜವಾದ ಉತ್ತರ ಹೇಳಿಬಿಡಿ. ನಾನು ಓದಿ ನೌಕರೀಲಿದೀನಿ. ನನ್ನ ತಮ್ಮನೂ ದುಡೀತಿದಾನೆ. ನನ್ನ ಅಮ್ಮನಂತೂ ಒಬ್ಬರು ವಕೀಲರ ಮನೇಲಿ ಅಡುಗೆಕೆಲಸಮಾಡಿ ನಮ್ಮನ್ನ ಸಾಕಿದಳು. ಈಗಲೂ ದುಡೀತಿದಾಳೆ. ಎಷ್ಟು ಮುಪ್ಪುಬಂದರೂ ಅನ್ನಕ್ಕೆ ಇನ್ನೊಬ್ಬರಿಗೆ ಕೈಒಡ್ಡುಲ್ಲ, ಮಕ್ಕಳನ್ನೂ ಕೇಳುಲ್ಲ ಅಂತಾಳೆ. ಆದ್ದರಿಂದ ಯಾವ ಜವಾಬ್ದಾರಿಯ ಭಯವೂ ಇಲ್ಲದೆ ನೀವು ನಿಜ ಹೇಳಬೇಕು: ನಮ್ಮಮ್ಮ ನಿಜವಾಗಿಯೂ ಬೇರೆ ಯಾರಿಗೋ ಬಸುರಾಗಿ ನಮ್ಮನ್ನ ಹೆತ್ತು ಆಮೇಲೆ ನಿಮ್ಮ ಹೆಸರು ಹೇಳಿದಾಳೆಯೆ? ಅಥವಾ ನಿಮ್ಮ ಮದುವೆಗೆ ಮೊದಲು ನಮ್ಮಮ್ಮನಿಗೆ ಅಷ್ಟು ದುಡ್ಡುಕೊಟ್ಟು ನಿಮ್ಮ ದೇಹಬಾಧೆ ತೀರಿಸಿಕೊಂಡಿರಾ? ಭವಾನಿಗುಡಿಯಲ್ಲಿ ಮದುವೆ ಮಾಡಿಕೊಂಡರು ಅಂತ ಅಮ್ಮ ದೇವರಮೇಲೆ ಆಣೆ ಇಟ್ಟು ಹೇಳ್ತಾಳೆ. ಮದುವೆ ಮಾಡಿಸಿದ ಪೂಜಾರಿ ಈಗ ಬದುಕಿಲ್ಲ. ಆದ್ದರಿಂದ ಅವರ ಸಾಕ್ಷಿಯೂ ಲಭ್ಯವಿಲ್ಲ. ನಮ್ಮ ಚಾಳಿನಲ್ಲೇ ಒಬ್ಬರಿದ್ದರಂತೆ. ಅವರ ಊರಿನ ಕಡೆಯೋಳಂತೆ ಅಮ್ಮ. ಅವರೇ ನಿಮಗೆ ಹೇಳಿ ಅಮ್ಮನನ್ನು ಇಲ್ಲಿಗೆ ಕರೆಸಿ ಮದುವೆ ಮಾಡಿಸಿದರಂತೆ. ಇದೂ ಅಮ್ಮನ ಹೇಳಿಕೆ. ಆದರೆ ಈಗ ಇಪ್ಪತ್ತು ವರ್ಷದ ಹಿಂದೆ ಅವರು ಈ ಚಾಳಿನ ಮನೆ ಮಾರಿ ಹೊರಟುಹೋದರು. ಎಲ್ಲಿದಾರೋ ಗೊತ್ತಿಲ್ಲ. ಹೀಗಾಗಿ ನಿಮಗೂ ನನಗೂ ಇರುವ ಸಂಬಂಧವನ್ನ ಬೇರೆ ಯಾವ ಮೂಲದಲ್ಲೂ ಪರೀಕ್ಷಿಸಿಕೊಳ್ಳುಕ್ಕೆ ಸಾಧ್ಯವಿಲ್ಲದೆ ನೇರವಾಗಿ ನಿಮ್ಮನ್ನೇ ಕೇಳುಕ್ಕೆ ಬಂದಿದೀನಿ. ನಿಜ ಹೇಳಿದರೂ ನಿಮಗೆ ಯಾವ ಜವಾಬ್ದಾರಿಯೂ ಇಲ್ಲ. ಟಿಪ್ನಿಸ್ ಸಾಹೇಬರ ಕೈಲಿ ಒಂದುಲಕ್ಷ ಕಳಿಸಿದಿರಲ್ಲ, ಯಾಕೆ ಕಳಿಸಿದಿರಿ? ಈಗ ಅದನ್ನ ಮತ್ತೆ ಕೊಡುಕ್ಕೆ ಬಂದರೂ ನಾನು ಕೈಲೂ ಮುಟ್ಟುಲ್ಲ. ನನಗೆ ಬೇಕಾದದ್ದು ನಾನು ಹ್ಯಾಗೆ ಹುಟ್ಟಿದೆ ಅನ್ನುವ ನಿಜ ಮಾತ್ರ.'

ಅವಳು ಮಾತು ನಿಲ್ಲಿಸಿದಾಗಲೂ ಅವನು ತಂಬೂರಿಯ ತಂತಿಗಳನ್ನೇ ನೋಡುತ್ತಿದ್ದ. ಒಂದುನಿಮಿಷ ಕಾದು ಕುಳಿತಿದ್ದ ಅವಳು, 'ನನ್ನ ಪ್ರಶ್ನೆ ಮುಗೀತು. ಉತ್ತರ ಹೇಳಿ' ಎಂದಳು.

ಅವನು ತಕ್ಷಣ ಧೈರ್ಯತಂದುಕೊಂಡ. ಕತ್ತೆತ್ತಿ ಅವಳ ಮುಖನೋಡುತ್ತಾ ಮನಸ್ಸಿಗೆ ಬಂದ ಉತ್ತರ ಹೇಳಿಬಿಟ್ಟ: 'ಅವೆಲ್ಲ ಹಿಂದಿನ ಪುರಾಣ ಹೇಳುಕ್ಕೆ ನನಗೆ ಇಷ್ಟವಿಲ್ಲ.'

'ನಾನು ಕೂಡ ಪುರಾಣ ಕೇಳುಕ್ಕೆ ಬಂದಿಲ್ಲ. ನನಗೆ ಬೇಕಾದ ಉತ್ತರ ಇಷ್ಟೆ: ನೀವು

ನಮ್ಮಮ್ಮನಿಗೆ ತಾಳಿಕಟ್ಟಿ ನಮ್ಮನ್ನು ಹುಟ್ಟಿಸಿದಿರಾ? ಅಥವಾ ನಿಮ್ಮಿಂದ ದುಡ್ಡು ಪಡೆದು ನಮ್ಮಮ್ಮ ನಿಮ್ಮ ದೇಹಬಾಧೆ ತೀರಿಸುವಾಗ ನಾವು ಆಕಸ್ಮಿಕವಾಗಿ ಹುಟ್ಟಿದೆವೆ? ಅಥವಾ ಯಾವ ಸಂಬಂಧವೂ ಇಲ್ಲದ ನಿಮ್ಮ ಹೆಸರನ್ನು ನಮ್ಮಮ್ಮ ಸುಮ್ಮಸುಮ್ಮನೆ ಹೇಳ್ತಿದಾಳೆಯೆ? ಈ ಮೂರರಲ್ಲಿ ಒಂದನ್ನ ಹೌದು ಅನ್ನೂದು ಪುರಾಣವಾಗುಲ್ಲ. ನೀವು ಬೋರಿವಲೀನ ನೋಡಿಯೇ ಇಲ್ಲ ಅಂದರೂ ಸಾಕು ನನ್ನ ಪ್ರಶ್ನೆಗೆ ಉತ್ತರ ಸಿಗುತ್ತೆ.' ಎಂದು ಅವಳು ಅವನ ಮುಖವನ್ನು ನೋಡತೊಡಗಿದಳು. ಅವಳ ದೃಷ್ಟಿಯಿಂದ ತನ್ನ ದೃಷ್ಟಿಯನ್ನು ಬಿಡಿಸಿಕೊಳ್ಳುವುದು ಈಗ ಅವನಿಗೆ ಕಷ್ಟವಾಯಿತು. ದೃಷ್ಟಿಯನ್ನು ಅತ್ತಿತ್ತ ಮಾಡಿದರೆ ತಾನು ಸೋಲನ್ನೊಪ್ಪಿಕೊಂಡಂತಾಗುತ್ತದೆ ಎಂಬ ಅರಿವಾಗಿ ತಾನೂ ಅವಳ ಕಣ್ಣುಗಳನ್ನು ನೋಡತೊಡಗಿದ. ಅವಳ ಹಣೆ, ಮೂಗು, ಕಣ್ಣುಗಳು ತನ್ನವನ್ನೇ ಹೋಲುತ್ತಿವೆ ಎನ್ನಿಸಿತು. ಆದರೆ ಒಂದು ಕ್ಷಣದನಂತರ ಅವಳ ತಾಯಿಯವನ್ನು ಹೋಲುತ್ತವೆಯೆ? ಎಂಬ ಅನುಮಾನ ಹುಟ್ಟಿತು. ಅವಳ ತಾಯಿಯ ಖಚಿತ ರೂಪರೇಖೆಗಳು ನೆನಪಿಗೆ ಬರಲಿಲ್ಲ. ನೆನಪನ್ನು ಕೆದಕಿಕೊಳ್ಳತೊಡಗಿದ. ಆದರೆ ಮನಸ್ಸಿನೊಳಗೆ ಬಂದ ಈ ಪ್ರಶ್ನೆಗಳನ್ನು ಹೊರಗೆ ತೋರಿಸಿಕೊಳ್ಳಲಿಲ್ಲ. ತುಸುಹೊತ್ತು ನಡೆದ ದೃಷ್ಟಿಹೋರಾಟದ ನಂತರ ಅವಳು, 'ತಕ್ಷಣ ಉತ್ತರ ಹೇಳುಕ್ಕೆ ನಿಮಗೆ ಸಂಗತಿಗಳು ನೆನಪಿಗೆ ಬಾರದೆಯೂ ಇರಬಹುದು. ನಿಧಾನವಾಗಿ ಜ್ಞಾಪಿಸಿಕೊಂಡು ಹೇಳಿ,' ಎಂದು ತನ್ನ ಚೀಲಕ್ಕೆ ಕೈಹಾಕಿ ಒಂದು ಕಾರ್ಡು ತೆಗೆದು ಅವನ ಮುಂದೆ ಹಾಕಿ, 'ಇದರಲ್ಲಿ ನನ್ನ ಆಫೀಸು, ಫೋನು ನಂಬರು ಇವೆ. ಮನೆಯ ವಿಳಾಸವೂ ಇದೆ,' ಎಂದು ಹೇಳಿ ಮೇಲೆ ಎದ್ದು ತನ್ನ ಚೀಲ ತೆಗೆದುಕೊಂಡು ಹೊರಟು ಹೋದಳು.

– ೨ –

ಅವಳು ಹೋದನಂತರ ಅವನ ಬೆರಳುಗಳು ತಮಗೆತಾವೇ ತಂಬೂರಿಯ ತಂತಿಗಳ ಮೇಲೆ ಚಲಿಸಿದವು. ಬೆಳಗ್ಗೆ ಗವಯಿಗಳು ಸ್ವರಸಾಧನೆ ಮಾಡಿಕೊಳ್ಳುವ ಹೊತ್ತು. ಈ ಸಮಯದಲ್ಲಿ ಬಂದು ಅಡಚಣೆಮಾಡಬಾರದು ಅನ್ನುವ ಜ್ಞಾನ ಎಷ್ಟೋ ಜನಕ್ಕೆ ಇರೂದೇ ಇಲ್ಲ ಎಂದು ಮನಸ್ಸು ವ್ಯಗ್ರಗೊಂಡಿತ್ತು. ಅವೆಲ್ಲ ಹಿಂದಿನ ಪುರಾಣ ಹೇಳುಕ್ಕೆ ನನಗೆ ಇಷ್ಟವಿಲ್ಲ ಎನ್ನುವಮಾತು ಕೋಪದಲ್ಲಿ ಬರಲಿಲ್ಲ. ವಾಸ್ತವಾಂಶವೇ ಅದು. ಮನುಷ್ಯ ಮುಂದೆ ನೋಡಬೇಕು. ಹಳೆಯದನ್ನು ನೆನಸಿಕೊಂಡು ಕೂತರೆ ಸಾಧಿಸುವುದೇನನ್ನು? ಎಂಬ ಸಮರ್ಥನೆ ಹುಟ್ಟಿತು. 'ನಾನು ಕೂಡ ಪುರಾಣ ಕೇಳುಕ್ಕೆ ಬಂದಿಲ್ಲ. ನನಗೆ ಬೇಕಾದ ಉತ್ತರ ಇಷ್ಟೇ: ನೀವು ನಮ್ಮಮ್ಮನಿಗೆ ತಾಳಿಕಟ್ಟಿ ನಮ್ಮನ್ನು ಹುಟ್ಟಿಸಿದಿರಾ? ಅಥವಾ ನಿಮ್ಮಿಂದ ದುಡ್ಡು ಪಡೆದು.....' ನನ್ನನ್ನು ಭರ್ತ್ಸನೆ ಮಾಡುಕ್ಕೆಂದೇ ಬಂದಿದಾಳೆ, ಸೊಕ್ಕಿನವಳು, ಎಂಬ ಕೋಪವು ತಂಬೂರಿಯ ಝೇಂಕಾರವು ತುಂಬಿಕೊಳ್ಳುವುದನ್ನು ತಡೆಯಿತು. ಹಾಗೆ ಬಂದು ಕೇಳುವ ಅಧಿಕಾರವಿರುವ ಅವಳ ತಾಯಿ ಬರಲಿಲ್ಲ. ಚೋಟುದ್ದದ ಆರು

ವರ್ಷದವಳಾಗಿದ್ದ ಇವಳು ಬಂದು.....ಇನ್ನಷ್ಟು ಸಿಟ್ಟುತುಂಬಿಕೊಂಡಿತು. ತಂಬೂರಿಯ ತಂತಿಗಳು ನುಡಿಯುತ್ತಲೇ ಇದ್ದವು. ಯಾರಿಗೂ ನನ್ನಮೇಲೆ ಅಧಿಕಾರವಿಲ್ಲ. ನಾನೊಬ್ಬ ಕಲಾವಿದ. ಅಧಿಕಾರವಿರೂದು ತಂಬೂರಿಗೆ ಮಾತ್ರ. ಶ್ರುತಿಗೆ ಮಾತ್ರ. ಸ್ವರಶುದ್ಧಿಗೆ ಮಾತ್ರ. ತಪ್ಪು ಮಾಡಿದ್ದೀ, ಅಪಸ್ವರ ನುಡಿದಿದ್ದೀ, ಎಂದು ಒಂದು ದಿನವಾದರೂ, ಒಂದುಸಲವಾದರೂ ತಂಬೂರಿಯು ನನ್ನನ್ನು ಕೇಳಿಲ್ಲ, ಆರೋಪಿಸಿಲ್ಲ, ಎಂಬ ಸಮರ್ಥನೆಯಲ್ಲಿ ಮನಸ್ಸನ್ನು ಶ್ರುತಿಯಲ್ಲಿ ತೊಡಗಿಸಿಕೊಳ್ಳಲು ಹೆಣಗಿದ. ಶ್ರುತಿ ಸಿಕ್ಕಿತು. ಸಾಧನೆ, ಐವತ್ತುವರ್ಷದ ಸಾಧನೆ. ಎಂಥ ಜಂಜಡದ ನಡುವೆಯೂ ಧ್ಯಾನದಲ್ಲಿ ತೊಡಗಬಲ್ಲ ಸಿದ್ಧನ ಶಕ್ತಿ, ಎಂಬ ಹೋಲಿಕೆ ಬಂದು ತುಸು ನೆಮ್ಮದಿಯಾಯಿತು. ಅರವತ್ತು ತುಂಬಿದ ಬೇರೆ ಯಾವ ಗಾಯಕ ನನ್ನಂತೆ ಒಂದು ದಿನವೂ ಬಿಡದೆ ಬೆಳಗ್ಗೆ ಎದ್ದತಕ್ಷಣ ಸ್ವರಸಾಧನೆ ಮಾಡ್ತಾನೆ? ಮೂವತ್ತು ವರ್ಷದ ಯಾವ ಯುವಕ ನನ್ನಂತೆ ಉಸಿರು ಬಳಲದೆ ಮೂರೂ ಸಪ್ತಕದಲ್ಲಿ ಆವರ್ತನಗಳ ಮೇಲೆ ಆವರ್ತನಗಳಂತೆ ತಾನಸಂಚಾರ ಮಾಡುತ್ತಾ ಸೂಜಿಯ ಮೊನೆ ಯಷ್ಟೂ ಸ್ವರ ಊನವಾಗದೆ ವಿಜೃಂಭಿಸ್ತಾನೆ? ಇನ್ನು ನಲವತ್ತುವರ್ಷ ಕಳೆದರೂ ಈ ಮೋಹನಲಾಲ ಅಲ್ಲ ಮೋಹನಸೇನ ಸ್ವರಾಧಿಪತಿಯಾಗಿಯೇ ವಿಜೃಂಭಿಸ್ತಾನೆ, ಎಂದು ಕೊಳ್ಳುತ್ತಾ ಷಡ್ಜವನ್ನು ಹಿಡಿದ. ಯಾವ ರಾಗವೆಂದು ಪ್ರಜ್ಞಾಪೂರ್ವಕವಾಗಿ ನಿಶ್ಚಯಿಸಿಕೊಳ್ಳದೆ ಹಿಡಿದರೂ ಅದು ಕೋಮಲ ಋಷಭ ಆಸಾವರಿಯಾಗಿದ್ದುದು ಅರಿವಿಗೆ ಬಂತು. ಆ ರಾಗದ ಆರೋಹ ಅವರೋಹಗಳ ಚೌಕಟ್ಟು ಮತ್ತು ಸಂಚಾರಸೂಕ್ಷ್ಮಗಳು ಮನಸ್ಸಿಗೆ ಬಂದು ತನಗೆತಾನೇ ಆಹಾ! ಎಂದುಕೊಂಡ. ಮನಸ್ಸು ಅತ್ತಿತ್ತ ತುಳುಕದಂತೆ ಮಗ್ನಗೊಳಿಸಿ ಅದರ ಮಂದ್ರದ ಒಂದೊಂದು ಮೆಟ್ಟಿಲಿನಲ್ಲಿಯೂ ಸುದೀರ್ಘವಾಗಿ ನಿಂತು ಭಾವವನ್ನು ಆಹ್ವಾನಿಸಿಕೊಳ್ಳುತ್ತಾ ಇಳಿಯತೊಡಗಿದ. ಘ ಗ಼ , ದಿಂದ ಮಂದ್ರ ಕೋಮಲ ಋಷಭಕ್ಕೆ ಇಳಿಯುವಾಗ ಇದ್ದಕ್ಕಿದ್ದಂತೆಯೇ ಕಸಿವಿಸಿಯಾಯಿತು. ಈ ರಾಗದ ಮಂದ್ರಷಡ್ಜ ತಲುಪಿ ನಿಂತಾಗ ಅವಳಿಗೆ ತನ್ನ ಸರಿತಪ್ಪುಗಳ ದರ್ಶನವಾಯಿತಂತೆ ಎಂಬ ನೆನಪು ಬಂತು. ಮಂದ್ರಷಡ್ಜವು ಧ್ಯಾನಸ್ಥಳ ಎಂಬುದಂತೂ ನಿಜ. ಸಂಗೀತಶಾಸ್ತ್ರವು ಅದನ್ನೇ ಹೇಳುತ್ತೆ. ರಾಗದ ಉಗಮಸ್ಥಾನ ಅದು. ಅದು ಸ್ಪಷ್ಟವಾಗಿ ಸಿಕ್ಕಿದರೆ ಅಲ್ಲಿಂದ ರಾಗದ ಯಾವ ಸಪ್ತಕದ ಯಾವ ಸ್ವರವಾದರೂ ಗೋಚರವಾಗುತ್ತೆ. ಅದು ಬಿಟ್ಟು ಮಂದ್ರಷಡ್ಜವನ್ನು ಜೀವನದ ಸರಿತಪ್ಪುಗಳ ಸಾಕ್ಷಿಸ್ಥಾನ ಅಂತ ಭಾವಿಸಿದರೆ ತಲೆಕೆಟ್ಟು ಸಂಗೀತ ಬತ್ತಿಹೋಗುತ್ತೆ. ಅವಳಿಗೆ ಆದದ್ದೂ ಇದೇ. ದಾರಿ ತಪ್ಪಿದಳು. ಸಂಗೀತದ ದಾರಿ ತಪ್ಪಿಸಿಕೊಂಡಳು. ಸಂತ ಳಾಗಬೇಕು ಅನ್ನುವ ಹುಚ್ಚು ಹಿಡಿದಿದೆ ಅವಳಿಗೆ. ಹಿಮಾಲಯಕ್ಕೆ ಹೋಗಿ ಯೋಗಿಗಳ ಶಿಷ್ಯತ್ವ ವಹಿಸಲಿ. ನನಗೂ ಅವಳಿಗೂ ಸಂಬಂಧವಿಲ್ಲ. ಸಂಗೀತವನ್ನೇ ಬಿಟ್ಟಿದ್ದರಿಂದ ಈ ನೈತಿಕ ಅಹಂಕಾರಕ್ಕೆ ಬಿದ್ದಿದ್ದಾಳೆ ಎಂಬ ಆಲೋಚನೆಗಳು ಎದ್ದು ಸ್ವರಮಗ್ನತೆ ಕಲಕಿತು. ಆದರೆ ತನಗೆ ಐವತ್ತುವರ್ಷದ ಅಭ್ಯಾಸಬಲವಿರುವ ನೆನಪು ಮಾಡಿಕೊಂಡ. ಗಂಟಲು ಋಷಭದಿಂದ ಷಡ್ಜವನ್ನು ಮುಟ್ಟಿತು. ಆಸಾವರಿಯ ಮಂದ್ರಷಡ್ಜ. ಅನಾಯಾಸವಾಗಿ ತಲುಪಿ ಅಷ್ಟೇ ಅನಾಯಾಸವಾಗಿ ಅದರಮೇಲೆ ನಿಂತಿದೆ. ಅಲ್ಲಿಂದ ರಾಗದ

ಮೂರೂಸಪ್ತಕಗಳ ಎಲ್ಲ ಸ್ವರಗಳನ್ನೂ ಸ್ಪಷ್ಟವಾಗಿ ನೋಡುತ್ತಿದೆ. ಯಾವ ದ್ವಂದ್ವವೂ ಇಲ್ಲ. ಕಲೆಯನ್ನು ಕಲೆ ಯಾಗಿ ನೋಡಬೇಕು. ತನ್ನೊಳಗಿನ ದ್ವಂದ್ವಗಳಿಗೆ ಪ್ರಚೋದಕವಾಗಿ ಭಾವಿಸಿದರೆ ಅವಳಿಗೆ ಆಗಿರುವಂಥ ಹುಚ್ಚಿಗೆ ಕಾರಣವಾಗುತ್ತೆ, ಎನ್ನಿಸಿತು. ಈಗ ಆ ಷಡ್ಜವನ್ನೇ ಕಲಾನಂದದ ಚಿಲುಮೆಯಾಗಿ ಮಾಡಿಕೊಂಡು ಸವಿಯುತ್ತಾ ಎಷ್ಟೋ ಹೊತ್ತು ಕಳೆದ. ಅನಂತರ ಉಸಿರಿಗೆ ವಿಶ್ರಾಂತಿ ಕೊಟ್ಟ ಬಳಿಕವೂ ಮತ್ತೆ ಅದೇ ಸ್ಥಾನವನ್ನು ಗುರಿ ಇಟ್ಟಂತೆ ಮುಳುಗಿ ಹಿಡಿದು ಸ್ವರಕ್ರೀಡೆಯಾಡಿದ. ತೃಪ್ತಿಯಾಯಿತು. ಕ್ರಮೇಣ ಆರೋಹ ಮಾಡಿ ಮಧ್ಯಸಪ್ತಕದ ಷಡ್ಜಕ್ಕೆ ಬರುವಾಗ ಇದ್ದಕ್ಕಿದ್ದಂತೆಯೇ ಕೋಪಬಂತು. 'ನನ್ನ ಗುರುತು ಸಿಕ್ಕುತ್ತಾ.' 'ನನ್ನ ಗುರುತು ಸಿಕ್ಕಲಿಲ್ಲವೆ?' ಅಂತ ಯಾಕೆ ಪರೀಕ್ಷಿಸಬೇಕಿತ್ತು? ನೇರವಾಗಿ 'ನನ್ನ ಹೆಸರು ಬಕುಲಾ, ಬಕುಲಾಲಾಲ್' ಅಂತ ಯಾಕೆ ಹೇಳಲಿಲ್ಲ? ಹೇಳಿಬಿಟ್ಟಿದ್ದರೆ, ಎಂದುಕೊಳ್ಳುವಾಗ ತನಗೇ ಸ್ಪಷ್ಟವಾಗದ ಮುಜುಗರ ಕಾಣಿಸಿತು. ಅವಳು ಮಗಳು ಅಂತ ಗೊತ್ತಿದ್ದರೆ, ಅವಳು ಹೇಳಿಬಿಟ್ಟಿದ್ದರೆ, ನನ್ನ ಮನಸ್ಸು ಹಾಗೆ ಯೋಚಿಸುತ್ತಲೇ ಇರಲಿಲ್ಲ. ನನ್ನನ್ನು ಪರೀಕ್ಷೆ ಮಾಡಬೇಕು ಅಂತಲೇ ಅವಳು ಗುರುತು ಸಿಕ್ಕುತ್ತಾ, ಗುರುತು ಸಿಕ್ಕಲಿಲ್ಲವೆ? ಅಂತ ಆಟ ಆಡಿಸಿದಳೆ? ಈ ಕಾಲದ ಚೂಪು ಹುಡುಗಿಯರು! ನನ್ನನ್ನು ಭರ್ತ್ಸನೆ ಮಾಡಲೆಂದೇ ಬಂದವಳು. ನಾನು ಆ ವಯಸ್ಸಿನ ಹುಡುಗಿಯರನ್ನ ಜಾಲಾಡ್ತೀನಿ ಅಂತ ಗೊತ್ತಿರಬೇಕು. ಪರಿಚಯ ಹೇಳದೆ ಬಂದು ಎದುರಿಗೆ ಕೂತರೆ ನನ್ನೊಳಗೆ ಯಾವ ಭಾವನೆ ಬರುತ್ತೆ ಅನ್ನೂದ ಮುಖಚಹರೆಯಲ್ಲೇ ಪರೀಕ್ಷಿಸಿ ನನ್ನ ಯೋಗ್ಯತಾ ಪರೀಕ್ಷೆಮಾಡುವ ಹುನ್ನಾರದಿಂದ ಬಂದಳೆ? ಎಂಬ ಅನುಮಾನ ಮೂಡಿತು. ಹಾಡುತ್ತಿದ್ದ ಗಂಟಲು ನಿಂತುಬಿಟ್ಟಿತು. ಬೆರಳುಗಳು ತಂಬೂರಿ ನುಡಿಸುತ್ತಿದ್ದವು. ನನ್ನನ್ನು ಪರೀಕ್ಷಿಸುಕ್ಕೆ ಇವಳಾರು? ಎಂಬ ಕೋಪ ಬಂತು. ಆದರೆ ಆಪಾದನೆ ಸಾಬೀತುಪಡಿಸುವ ವಕೀಲರಂತೆ ಸಿದ್ಧಮಾಡಿಕೊಂಡು ಬಂದಿದ್ದ ಅವಳ ಮಾತುಗಳು! ಪ್ರಶ್ನೆಗಳು! ನೀವು ನಮ್ಮಮ್ಮನಿಗೆ ತಾಳಿಕಟ್ಟಿ ನಮ್ಮನ್ನು ಹುಟ್ಟಿಸಿದಿರಾ? ಅಥವಾ ನಿಮ್ಮಿಂದ ದುಡ್ಡು ಪಡೆದು ನಮ್ಮಮ್ಮ ನಿಮ್ಮ ದೇಹಬಾಧೆ ತೀರಿಸುವಾಗ ನಾವು ಆಕಸ್ಮಿಕವಾಗಿ ಹುಟ್ಟಿದೆವೆ? ಅಥವಾ ಯಾವ ಸಂಬಂಧವೂ ಇಲ್ಲದ ನಿಮ್ಮ ಹೆಸರನ್ನು ನಮ್ಮಮ್ಮ ಸುಮ್ಮಸುಮ್ಮನೆ ಹೇಳ್ತಿದಾಳೆಯೆ? ನೀವು ಬೋರಿವಲೀನ ನೋಡಿಯೇ ಇಲ್ಲ ಅಂದರೂ ಸಾಕು ನನ್ನ ಪ್ರಶ್ನೆಗೆ ಉತ್ತರ ಸಿಕ್ಕುತ್ತೆ. ಈ ಮೂರು ಪ್ರಶ್ನೆ ಮತ್ತು ನಾಲ್ಕನೆಯ ಸೂಚನೆಯು ತಂಬೂರಿಯ ನಾಲ್ಕು ತಂತಿಗಳಂತೆ ಮಿಡಿಯತೊಡಗಿ ಮನಸ್ಸು ಅದರ ಆವರ್ತನದಲ್ಲೇ ಸುತ್ತುಹಾಕತೊಡಗಿತು. ಅವನಿಗೇ ತಿಳಿಯದಂತೆ ಬೆರಳುಗಳು ನಿಂತು ತಂಬೂರಿಯ ಮಿಡಿತವು ಸ್ಥಗಿತವಾಗಿತ್ತು. ಎಷ್ಟೋ ಹೊತ್ತು ಮೂರುಪ್ರಶ್ನೆ, ಒಂದು ಸೂಚನೆಯ ಆವರ್ತನದಲ್ಲಿ ಮನಸ್ಸು ಸುತ್ತುತ್ತಿತ್ತು.

ಬಾಗಿಲು ತಟ್ಟಿದ ಶಬ್ದವಾಯಿತು. ಭೂಪಾಲಿ ಎಂದು ತಕ್ಷಣ ಮನಸ್ಸು ಹೇಳಿತು. ಅವಳು ಕರೆಗಂಟೆ ಒತ್ತುವುದಿಲ್ಲ. ಸಂಗೀತಕ್ಕೆ ತದ್ವಿರುದ್ಧವಾದ ಸದ್ದು ಅದರದು, ಎನ್ನುತ್ತಾಳೆ. ಬಾಗಿಲು ತಟ್ಟುವಾಗಲೂ ಮೂರು ಅಥವಾ ನಾಲ್ಕು ಮಾತ್ರೆಯ ತಬಲದ ಬೋಲಿನಂತೆ ಬೆರಳಾಡಿಸಿರುತ್ತಾಳೆ. ಇವನು ಕಮ್‌ಇನ್ ಎನ್ನುವುದು ಅವಳಿಗೆ ಕೇಳುವುದಿಲ್ಲ. ಆದರೆ ಅನಂತರ ಹದವಾಗಿ ಬಾಗಿಲು ನೂಕುತ್ತಾಳೆ. ತೆರೆದುಕೊಳ್ಳುತ್ತದೆ.

'ಇನ್ನೂ ಸಾಧನೆ ಮಾಡಿಕೊತ್ತಿದ್ದಿರಾ?' ಎನ್ನುತ್ತಾ ಅವಳು ಎದುರಿಗೆ ಬಂದು ಕುಳಿತಳು. ಅವನು ಮಾತನಾಡಲಿಲ್ಲ. ಅವಳೇ ತನ್ನ ಹೆಣ್ಣುತಂಬೂರಿಯನ್ನು ತೆಗೆದು ಶ್ರುತಿಮಾಡಿಕೊಂಡಳು. ಅಭ್ಯಾಸ ಮಾಡ್ತಿರು. ಸ್ನಾನ ನಾಶ್ತಾ ಮಾಡಿಬರ್ತೀನಿ, ಎಂದು ಹೇಳಿ ಅವನು ಎದ್ದುಹೋದ. ಸ್ನಾನ ಮಾಡುವಾಗ ಅವಳು ಹಾಡಿಕೊಳ್ಳುವುದು ಕಿವಿಗೆ ಬೀಳುತ್ತಿದ್ದರೂ ಅವನಿಗೆ ಗಮನವಿರಲಿಲ್ಲ. ಒಂದಿಷ್ಟು ಕಾರ್ನ್‌ಫ್ಲೇಕ್ಸ್ ತಿಂತೀಯಾ? ಅವಳನ್ನು ಕೇಳಿದ್ದಕ್ಕೆ, 'ನನ್ನ ಲೈಟ್ ಬ್ರೇಕ್‌ಫಾಸ್ಟ್ ಆಗಿದೆ. ಹೆಚ್ಚು ತಿಂದರೆ ಹಾಡುಕ್ಕೆ ಆಗುಲ್ಲ. ಬೇಡ' ಎಂದಳು. ಅವನಿಗೆ ಪಾಠ ಹೇಳುವ ಲಹರಿ ಇರಲಿಲ್ಲ. ಆದರೆ ಬಲವಂತವಾಗಿಯಾದರೂ ಹೇಳುವುದರಲ್ಲಿ ತೊಡಗಿಸಿಕೊಳ್ಳದಿದ್ದರೆ ಒಳಗೇ ಅರೆಯುತ್ತಿದ್ದ ಬಕುಲಳ ಪ್ರಶ್ನೆಯಿಂದ ತುಸುವಾದರೂ ಬಿಡಿಸಿಕೊಳ್ಳುವ ಬೇರೆ ದಾರಿ ಇಲ್ಲವೆಂಬ ಉಪಾಯದಿಂದ ಬಂದು ಅವಳ ಮುಂದೆ ಕುಳಿತ. ಅಲ್ಲದೆ ಇವಳು ಅಮೆರಿಕದವಳು. ಯಾವುದೇ ಕಾರಣಕ್ಕೂ ಪಾಠ ತಪ್ಪಿಸುವಂತಿಲ್ಲ ಎಂಬ ಎಚ್ಚರವೂ ಇತ್ತು. ಎರಡು ತಾಸು ಅಭ್ಯಾಸಮಾಡಿಸಿಕೊಂಡ ಮೇಲೆ ಅವಳು ಕೇಳಿದಳು: 'ಗುರೂಜಿ, ನೀವು ಯಾಕೋ ಅನ್ಯಮನಸ್ಕರಾಗಿದೀರಿ?'

'ಮನಸ್ಸಿನ ಸ್ವಭಾವವೇ ಹಾಗೆ. ಸದಾ ಜಿತವಾಗಿರುಲ್ಲ,' ಅವನು ತೇಲಿಸಿದ.

'ಹತ್ತಿರ ಬನ್ನಿ, ಇಬ್ಬರೂ ಕೂಡಿ ಜಿತ ಮಾಡೋಣ' ಎಂದ ಅವಳು ತಂಬೂರಿಯನ್ನು ಕೆಳಗಿಟ್ಟು ತಾನೇ ಹತ್ತಿರ ಜರುಗಿ ಅವನನ್ನು ತಬ್ಬಿಮುದ್ದಿಸಿದಳು. ಮುತ್ತಿಟ್ಟಳು. ಅವಳನ್ನು ಹಾಸಿಗೆಗೆ ಕರೆದೊಯ್ದು ಒಂದುವಾರವಾಗಿತ್ತು. ಅವಳಿಗೂ ಅಗತ್ಯವಿತ್ತು. 'ನಡೀರಿ, ಕೋಣೆಗೆ ಹೋಗಾಣ,' ಎನ್ನುತ್ತಾ ಕಣ್ಣುಗಳಿಂದ ಹೊಳಪು ಬೀರಿದಳು. ಮನಸ್ಸನ್ನು ಹಗುರ ಮಾಡಿ ಕೊಳ್ಳಲು ಇದು ತಾನಾಗಿಯೇ ಒದಗಿದ ವಿಧಾನ ಎನ್ನಿಸಿದ ಅವನು ಮೇಲೆ ಎದ್ದ. ಅವಳು ಬಾಗಿಲಿನ ಬೋಲ್ಟ್ ಹಾಕಿ ಬಂದಳು. ಹಾಸಿಗೆಯನ್ನು ಸೇರಿದಾಗ ಅವನ ಮನಸ್ಸು ಅನ್ಯವಾಯಿತು. ಭೂಪಾಲಿಗೆ ಬಕುಲಳದೇ ವಯಸ್ಸು; ಅಥವಾ ಒಂದುವರ್ಷಕ್ಕೆ ಚಿಕ್ಕವಳು ಎಂಬ ಲೆಕ್ಕ ಮನಸ್ಸಿನಲ್ಲಿ ಹೊಳೆಯಿತು. ಅವನ ಅನ್ಯಮನಸ್ಥಿತಿಯನ್ನರಿತ ಅವಳು ಎಲ್ಲ ನಡೆಯನ್ನೂ ತಾನೇ ವಹಿಸಿ ರಮಿಸಿ ಮುದ್ದಿಸಿ ಪ್ರಚೋದಿಸಿದರೂ ಅವನ ದೇಹವು ಅನ್ಯಶಕ್ತಿಯ ವಶದಲ್ಲೇ ಇದ್ದಂತಿತ್ತು. ಹೀಗಾಗುವುದು ಅಸಹಜವಲ್ಲವೆಂಬ ತಿಳಿವಳಿಕೆ ಯಿದ್ದ ಅವಳು, 'ಗುರೂಜಿ, ಏನೋ ನಿಮ್ಮನ್ನ ಬಾಧಿಸುತ್ತಿದೆ. ನನಗೆ ಹೇಳುವಂಥದಾದರೆ ಹೇಳಿ,' ಎಂದು ಆತ್ಮೀಯವಾಗಿ ಕೇಳಿದಳು. ಬೆಳಗ್ಗೆ ಬಕುಲ ಬಂದದ್ದನ್ನು ಹೇಳಿಕೊಂಡುಬಿಡ ಬೇಕೆಂದು ಅವನ ಮನಸ್ಸಿಗೆ ಬಂತು. ಆದರೆ ಇವಳು ವಿದ್ಯಾರ್ಥಿನಿ. ಇವಳೆದುರಿಗೆ ತಾನು ಹಗುರಾದೇನು ಎಂಬ ಎಚ್ಚರಹುಟ್ಟಿತು. ಬಕುಲಳನ್ನು ಕಂಡಾಗ ತನ್ನಲ್ಲಿ ಹುಟ್ಟಿದ ಕಾಮದ ಸಂಭಾವ್ಯಭಾವವನ್ನಂತೂ ಇವಳಕೈಲಿ ಹೇಳುವಂತಿಲ್ಲ. ಯಾರಕೈಲೂ ಹೇಳುವಂಥದಲ್ಲ. ಅಮೆರಿಕದ ಹೇಳಕೇಳುವವರಿಲ್ಲದ ಮುಕ್ತಸಮಾಜದಲ್ಲಿ ಹದಿನಾರು ಕಳೆದ ಯಾವ ವಯಸ್ಸಿನ ಅಂತರದ ಗಂಡು ಹೆಣ್ಣುಗಳು ಬೇಕಾದರೂ ಪರಸ್ಪರ ಸಮ್ಮತಿಯಿಂದ ಕೂಡಬಹುದೆಂಬ ನಂಬಿಕೆಯ ಇವಳು ಅವಳು ಮಗಳೆಂದು ಗೊತ್ತಿಲ್ಲದೆ ಹುಟ್ಟಿದ ಈ ಭಾವದಲ್ಲಿ ತಪ್ಪಿಲ್ಲ ವೆಂದಾಳೆಯೆ? ಎಂಬ ಸಾಧ್ಯತೆಯೂ ಕಂಡಿತು. ಆದರೆ ತನ್ನೊಡನೆ ಈ ಸಂಬಂಧವಿರುವಾಗ

ಗೊತ್ತಿಲ್ಲದೆಯಾದರೂ ಬೇರೆ ಹುಡುಗಿಯ ಬಗೆಗೆ ಇಂಥ ಆಶೆ ಹುಟ್ಟಿತೆಂದು ಹೇಳಿದರೆ ರೇಗಿಯಾಳು. ಯಾವ ದೇಶವಾಗಲಿ ಯಾವ ಸಮಾಜವಾಗಲಿ, ಇಂಥ ಸಂಬಂಧದಲ್ಲಿ ಸ್ವಾಮ್ಯದ ಭಾವವಿದ್ದೇ ಇರುತ್ತೆ, ಎಂಬ ಎಚ್ಚರವೂ ಹುಟ್ಟಿತು. ಇವಳೊಡನೆ ಹಾಸಿಗೆಯಲ್ಲಿ ಬೆತ್ತಲೆಯಾಗಿರುವುದು ಹಿಂಸೆಯಾಯಿತು. ಯಾಕೋ ಇವತ್ತು ಮನಸ್ಸು ಸರಿ ಇಲ್ಲ. ಸಾರಿ, ಎಂದ. ಇಟ್ಸ್ ಓಕೇ ಎಂದು ಅವಳು ತಕ್ಷಣ ಒಪ್ಪಿಕೊಂಡಳು. ಇಬ್ಬರೂ ಕೋಣೆಯಿಂದ ಹೊರಗೆ ಬಂದನಂತರ ನಾನು ಹೋಗ್ತೀನಿ. ಟೇಕ್ ಕೇರ್ ಎಂದು ಹೇಳಿ ಅವಳು ಬಾಗಿಲು ತೆರೆದುಕೊಂಡು ಹೊರಟುಹೋದಳು. ಅವನು ಮತ್ತೆ ಮಲಗುವ ಕೋಣೆಗೆ ಹೋಗಿ ಕಿಟಕಿಯ ಘರದೆ ಸರಿಸಿ ಕಂದುಬಣ್ಣದ ಸಮುದ್ರವನ್ನು ನೋಡುತ್ತಾ ನಿಂತ. ಎಷ್ಟು ಹೊತ್ತಾದರೂ ಬಕುಲಳ ಮೇಲಿನ ಕೋಪ ಇಳಿಯಲಿಲ್ಲ.

ರಾತ್ರಿ ಸರಿಯಾಗಿ ನಿದ್ರೆ ಹತ್ತಲಿಲ್ಲ. ಕೋಪ. ಅದರ ಜೊತೆಗೆ ಎಲ್ಲವನ್ನೂ ಕಳೆದು ಕೊಂಡಂತಹ, ಏನೂ ಉಳಿದಿಲ್ಲವೆಂಬಂತಹ ಶೂನ್ಯ. ಇಡೀ ಸಮುದ್ರವು ಬಗ್ಗಡವಾಗಿ ಕೆಂಪು ಅಲೆಗಳು ಎದ್ದು ಎದ್ದು ಬಡಿಯುವಂತಹ ಭಾವ. ಹಾಸಿಗೆಯಲ್ಲಿ ಹೊರಳಿ ಹೊರ ಳಿದರೂ ನಿದ್ರೆ ಸುಳಿಯಲಿಲ್ಲ.

ಎರಡುದಿನ ಹೀಗೆಯೇ ಕಳೆಯಿತು. ಮೂರನೆಯ ಬೆಳಗ್ಗೆ ಎಚ್ಚರಾಗುವಾಗ ಅವಳ ಮಾತುಗಳು ಸ್ಪಷ್ಟವಾಗಿ ನೆನಪಿಗೆ ಬರತೊಡಗಿದವು. ಅವಳಿಗೂ ಶಾಸ್ತ್ರೀಯಸಂಗೀತವೆಂದರೆ ಪ್ರಾಣವಂತೆ. ನನ್ನ ಸಂಗೀತದ ಭಕ್ತೆಯಂತೆ. ನನ್ನ ಸಂಗೀತದ ಭಕ್ತಿಯಿಂದಲೇ ನನ್ನ ಮಗ ಳೆಂದು ತಿಳಿದದ್ದರಿಂದ ಆ ಹುಡುಗ, ಏನವನ ಹೆಸರು? ಅವಿನಾಶ್ ಅಂದಳು. ಅವನು ಇವಳು ಹತ್ತಿರವಾದರಂತೆ. ಹೆಮ್ಮೆ ಎನ್ನಿಸಿತು. ನಾನು ಲಗ್ನಪತ್ರಿಕೆಗೆ ಹೋಗಿ ಕನ್ಯಾದಾನ ಮಾಡುಕ್ಕೆ ಒಪ್ಪಿದ್ದರೆ ಮದುವೆಯಾಗ್ತಿತ್ತು. ಯಾಕೆ ಹೋಗಲಿಲ್ಲ? ಮುಖ ತೋರಿಸುಕ್ಕೆ ನಾಚಿಕೆಯೆ? ಅಥವಾ ರಾಮಕುಮಾರಿಯ ಎದುರಿಗೆ ನಿಲ್ಲುಕ್ಕೆ ಭಯವೆ? ಕಳಿಸಿದ ಒಂದುಲಕ್ಷ ಹಣವನ್ನ ತಿರಸ್ಕರಿಸಿದಳಲ್ಲ. ನಾನೇ ಹೋಗಿದ್ದರೆ ತಿರಸ್ಕರಿಸುತ್ತಿರಲಿಲ್ಲವೇನೋ? ತಪ್ಪುಮಾಡಿದೆ, ಎನ್ನಿಸತೊಡಗಿತು. ಇದರಲ್ಲೆಲ್ಲ ಹೆಚ್ಚು ಅನ್ಯಾಯವಾಗಿರೂದು ರಾಮಕುಮಾರಿಗೆ ಎಂದು ಇದ್ದಕ್ಕಿದ್ದಂತೆಯೇ ತೋರತೊಡಗಿತು. ಮನೋಹರಿಯನ್ನು ಬಿಟ್ಟು ದಿಲ್ಲಿಯಿಂದ ಹಿಂತಿರುಗಿದಮೇಲೆ ಮತ್ತೆ ಚಂಪಾಳ ಹತ್ತಿರ ಹೋಗುವ ಪ್ರಶ್ನೆಯಂತೂ ಇರಲಿಲ್ಲ. ಆದರೆ ರಾಮಕುಮಾರಿಯ ಹತ್ತಿರ ಯಾಕೆ ಹೋಗಲಿಲ್ಲ? ಮದುವೆಯ ರಿಜಿಸ್ಟರ್ ದಾಖಲೆಯ ಬಲವಿದ್ದ ಚಂಪಾ ತಕರಾರು ಮಾಡ್ತಾಳೆಂಬ ಭಯವೆ? ಮನಸ್ಸು ಮಾಡಿದ್ದರೆ ಚಂಪಾಳ ಭಯವನ್ನು ಮೀರಿಯೂ ರಾಮಕುಮಾರಿಯನ್ನು ಮಕ್ಕಳಸಮೇತ ಹತ್ತಿರ ಇಟ್ಟುಕೊಬಹುದಿತ್ತು. ನಾನು ಪ್ರತ್ಯೇಕವಾಗಿದ್ದೇ ಆ ಕುಟುಂಬದ ನಿಗನೋಡಿಕೊಂಡು ಆಗಾಗ ಅವಳೊಡನೆ ದಾಂಪತ್ಯಸಂಪರ್ಕವನ್ನೂ ಮಾಡಬಹುದಿತ್ತು. ನೀನು ಚಾಳಿನಲ್ಲಿರು. ನಾನು ಈ ಫ್ಲ್ಯಾಟಿ ನಲ್ಲಿರ್ತೀನಿ. ವಿದ್ಯಾರ್ಥಿಗಳಿಗೆ ಪಾಠ ಹೇಳುಕ್ಕೆ ನಾನು ಇಲ್ಲಿಯೇ ಇರಬೇಕು ಅಂತ ಹೇಳಿ ಅವಳನ್ನು ಒಪ್ಪಿಸಬಹುದಿತ್ತು. ಆದರೆ ಮನಸ್ಸು ಆ ದಿಕ್ಕಿನಲ್ಲಿ ಹರಿಯಲೇ ಇಲ್ಲ. ಸ್ಫೂರ್ತಿ ಕೊಡುವಂಥ, ಹುಚ್ಚು ಏರಿಸುವಂಥ

ಸಂಗಸುಖವನ್ನು ಕೊಟ್ಟ ಮನೋಹರಿ ಕೈಕೊಟ್ಟಳು. ನನ್ನ ಸಂಗಿತವನ್ನು ತುಳಿದುಹಾಕಿದಳು. ಅವಳನ್ನು ಬಿಟ್ಟುಬಂದದ್ದೇ ಒಂದು ಮರುಹುಟ್ಟಾ ಯಿತು. ಯಾವ ಹೆಂಗಸಿನ ಹಿಡಿತಕ್ಕೂ ಸಿಕ್ಕಿಕೊಳ್ಳಬಾರದೆಂಬ ನಿಶ್ಚಯ ಮೂಡಿತು. ಆದರೆ ಹೆಂಗಸಿಲ್ಲದೆ ಸ್ಫೂರ್ತಿ ಇಲ್ಲವೆಂಬ ಸತ್ಯವೂ ಆವಿಷ್ಕಾರವಾಗಿತ್ತು. ಯಾವ ಒಬ್ಬ ಹೆಂಗಸಿನ ಹಿಡಿತಕ್ಕೆ ಯಾಕೆ ಸಿಕ್ಕಬೇಕು? ಹಿಡಿತಕ್ಕೆ ಸಿಕ್ಕೂದೆಂದರೆ ಸ್ಫೂರ್ತಿಯ ಸೆಲೆ ಬತ್ತಿ ಮರುಭೂಮಿಯಾದಂತೆ. ಮದುವೆ ಅನ್ನೂದು ಅಂಥ ಮರಳುಗಾಡಾಗಿಸುವ ಖಾಯಂ ಹಿಡಿತ. ಅದರೊಳಕ್ಕೆ ಒಂದು ಕಿರುಬೆರಳಿನ ಉಗುರನ್ನೂ ಸಿಕ್ಕಿಕೊಳ್ಳಲು ಬಿಡಬಾರದು ಎಂಬ ವಿಚಾರ ಸ್ಪಷ್ಟವಾಯಿತು. ಮುದುಕ ಗಂಡನಿದ್ದಾಗಲೂ ಮನೋಹರಿ ನನ್ನನ್ನು ಎಷ್ಟು ಉನ್ಮಾದದಿಂದ ಪ್ರೀತಿಸಿದಳು! ನನ್ನಲ್ಲಿ ಎಷ್ಟು ಪ್ರಚಂಡ ಉನ್ಮಾದ ಉಕ್ಕಿಸಿದಳು! ಅನಂತರ ಅವಳೇ ಕ್ರಮೇಣ ನನ್ನಲ್ಲಿ ಭಾವಸಾಂದ್ರತೆ ಕಳೆದುಕೊಂಡು ಕಾರ್ತೀಕನಲ್ಲಿ ಅನುರಕ್ತೆಯಾದಳು! ಅಥವಾ ಕಾರ್ತೀಕ ಸಿಕ್ಕಿದ್ದರಿಂದ ನನ್ನಮೇಲಿನ ಭಾವ ಕಮ್ಮಿಯಾಯ್ತು. ಆಗ ಸಿಟ್ಟು ಬಂದಿತ್ತು. ಅವಳನ್ನು ಬಿಟ್ಟು ಬಂದನಂತರ ಅದೇ ಮಾರ್ಗವಾಯಿತು. ಒಬ್ಬ ಗಾಯಕ ಎಷ್ಟು ರಾಗಗಳನ್ನು ಹಾಡ್ತಾನೆ! ಎಲ್ಲೋ ಅವಿತಿರುವ ರಾಗವು ಆವಾಹಿಸಿದಾಗ ಮೈಕೈ ತುಂಬಿದ ಬಾಗುಬಳುಕುಗಳಿಂದ ತನ್ನ ಸುಂದರ ಸ್ವರೂಪದೊಡನೆ ಪ್ರತ್ಯಕ್ಷವಾಗುವ ಹಾಗೆ, ತನ್ನದೇ ಸ್ವರೂಪದ ವಿಶಿಷ್ಟ, ಅನನ್ಯ ಸ್ಫೂರ್ತಿಕೊಡುವ ಹಾಗೆ, ಒಬ್ಬ ಹುಡುಗಿಯು ತನ್ನದೇ ಆದ ಅನನ್ಯ ವಿಶಿಷ್ಟಸ್ಫೂರ್ತಿಕೊಡ್ತಾಳೆ. ಆ ರಾಗ ಹಾಡುವಾಗ ಬೇರೆ ರಾಗದ ಅರಿವೂ ಇರಬಾರದು. ಅನಂತರ ಇನ್ನೊಂದು ರಾಗ ಎತ್ತಿಕೊಂಡಾಗ ಇದರ ನೆನಪು ಬರಬಾರದು. ಯಾವ ರಾಗಕ್ಕೂ ಗಾಯಕನಮೇಲೆ ಖಾಯಂ ಹಕ್ಕಿನ ಹಿಡಿತವಿರಬಾರದು, ಸಂಪೂರ್ಣ ಸ್ವಾತಂತ್ರ್ಯದಲ್ಲಿರಬೇಕು ಅನ್ನುವ ಕಲ್ಪನೆ ಸ್ಪಷ್ಟವಾಯಿತು. ಅಷ್ಟರಲ್ಲಿ ನಾಲ್ಕುವರ್ಷ ಕಳೆದಿತ್ತು. ರಾಮಕುಮಾರಿ ಗೋರೆ ಸಾಹೇಬರ ಮನೆಯಲ್ಲಿ ಅಡುಗೆಗೆ ಸೇರಿ ಸಂಸಾರ ಸಾಗಿಸುತ್ತಿದ್ದಳು. ನನ್ನದೇ ಚಾಳಿನಲ್ಲಿ ನೆಲೆನಿಂತಿದ್ದಳು. ಮತ್ತೆ ಯಾಕೆ ಅಂಟಿಸಿಕೊಳ್ಳೂದು ಅನ್ನುವ ಮನೋಭಾವದಲ್ಲಿ ದೂರ ಉಳಿದೆ, ಎಂಬ ನೆನಪಾದಾಗ ಎರಡುವರ್ಷ ಒಂದೇಸಮನೆ ಅವಳೆದುರಿಗೆ ಒಂದು ರಾಗ ಅಭ್ಯಾಸಮಾಡಿಕೊಂಡರೂ ಇದು ಯಾವ ರಾಗ ಅಂತ ಕೇಳಿದರೆ ಹೇಳುವಷ್ಟು ಗ್ರಹಿಕೆ ಇಲ್ಲದ ಹೆಂಗಸು. ಅಡುಗೇನೇನೋ ಚನ್ನಾಗಿ ಮಾಡ್ತಿದ್ದಳು. ಅವಳ ಹತ್ತಿರ ಮತ್ತೆ ಹೋಗಿದ್ದರೆ ಸಂಗೀತಕ್ಕೆ ಯಾವ ಸ್ಫೂರ್ತಿಸಿಗ್ತಿತ್ತು? ಅದೂ ಗಾಢ ಉನ್ಮಾದದಲ್ಲಿ ಮನೋಹರಿಯಂಥ ಕಲಾವಿದೆಯ ಸಂಗಸ್ಫೂರ್ತಿಯನ್ನನು ಭವಿಸಿದಮೇಲೆ? ನನ್ನಿಂದ ಸಂಗೀತ ಕಲಿಯುಕ್ಕೆ ತಮ್ಮನ್ನು ಸಮರ್ಪಿಸಿಕೊಳ್ಳುವವರೆಗೂ ತಳ್ಳುವ ಸಂಗೀತಪ್ರೇಮ, ಸಂಗೀತಜ್ಞಾನಗಳ ಹುಡುಗೀರು ಲಭ್ಯವಿರುವಾಗ ರಾಮಕುಮಾರಿ ಯನ್ನು ಮತ್ತೆ ಕರಕೊಳ್ಳುವ ಯಾವ ಆಕರ್ಷಣೆ ಇತ್ತು? ಸಂಗೀತದ ತಿಳಿವಳಿಕೆಯುಳ್ಳ ಚಂಪಾಳ ಆಕರ್ಷಣೆ ಸತ್ತುಹೋಗಿತ್ತು. ನನ್ನನ್ನು, ನನ್ನ ಸಂಪಾದನೆಯನ್ನು, ಸಂಪೂರ್ಣವಾಗಿ ಹಿಡಿತದಲ್ಲಿಟ್ಟುಕೊಳ್ಳುವ ಅವಳ ಹೀನಮುಷ್ಟಿಯಿಂದ ಮಾತ್ರವಲ್ಲ, ನನಗೆ ಸ್ಫೂರ್ತಿ ಕೊಡುವ ಶಕ್ತಿ ಅವಳಲ್ಲಿ ಸತ್ತುಹೋಗಿದೆ ಅನ್ನುವ, ಸತ್ತುಹೋಗಿದೆ ಅಲ್ಲ, ಅವಳಲ್ಲಿ ಎಂದೂ ಇರಲಿಲ್ಲ

ಅನ್ನುವ ಅರಿವಿನಿಂದ. ಅದುವರೆಗೆ ನಾನು ನಗರದ ಒಬ್ಬ ಹುಡುಗಿಯನ್ನೂ ಮುಟ್ಟಿ ಮುದ್ದಿಸಿ ಅನುಭವಿಸಿರಲಿಲ್ಲ. ಸಂಗೀತಜ್ಞಾನವುಳ್ಳ ಒಬ್ಬ ಹೆಂಗಸಿನ ಸಂಗವೂ ಲಭಿಸಿರಲಿಲ್ಲ. ಚುನ್ನಿ, ರಾಮಕುಮಾರಿ, ಇಬ್ಬರೂ ಸಂಗೀತದ ಮನೋಧರ್ಮವಿಲ್ಲದೋರು, ವಿದ್ಯೆ ಇಲ್ಲದೋರು, ಹಳ್ಳಿಯೋರು. ಸಂಗೀತದ ಜ್ಞಾನವಿದ್ದರೂ ಅದನ್ನು ವ್ಯಾಪಾರಕ್ಕೆ ಹಚ್ಚೋದರಲ್ಲೇ ಹೆಚ್ಚು ಬುದ್ಧಿ ಇರೋಳು ಚಂಪಾ ಎಂಬ ಅರಿವೂ ಆಗಿತ್ತು. ಅವಳೂ ಬೇಡ, ಇವಳೂ ಬೇಡ, ಸಂಪೂರ್ಣ ಸ್ವಾತಂತ್ರ್ಯ ಒಂದೇಬೇಕು ಎಂಬ ನಿಶ್ಚಯದಲ್ಲಿ ದೂರ ಉಳಿದೆ. ಆದರೆ ಅವಳ ಹತ್ತಿರ ಸರ್ಕಾರಿ ದಾಖಲೆಯ ಮದುವೆಯ ಹಕ್ಕು ಇತ್ತು. ತಿಂಗಳಿಗೆ ಅಷ್ಟು ದುಡ್ಡು ಎಸೀತಾ ದೂರವಿಟ್ಟೆ ಎಂಬ ನೆನಪು ಮಾಡಿಕೊಂಡ. ಅಷ್ಟರಲ್ಲಿ ಕಣ್ಣಿಗೆ ಏನೋ ಚುಚ್ಚಿದಂತಾಯಿತು. ರೆಪ್ಪೆಗಳನ್ನು ತೆರೆದುನೋಡಿದ. ಕಿಟಕಿಯಿಂದ ಬಿಸಿಲು ಬರುತ್ತಿತ್ತು. ಸರಸರನೆ ಎದ್ದುಕುಳಿತ.

— ೩ —

ಒಂದುವಾರದಲ್ಲಿ ಮನಸ್ಸು ಬೇರೊಂದು ಮಗ್ಗುಲಿನಿಂದ ಮೆದುವಾಗತೊಡಗಿತು. ನಾನೇ ಲಗ್ನಪತ್ರಿಕೆ ಮಾಡ್ತೀನಿ, ಕನ್ಯಾದಾನಾನೂ ಮಾಡ್ತೀನಿ, ನಾನೊಬ್ಬ ಕಲಾವಿದ. ಸಂಗೀತಗಾರ. ನನ್ನ ಜೀವನದ ಜಾಡು ಬೇರೆ. ಆದರೆ ಅವರು ನನ್ನ ಮಕ್ಕಳು. ಅವರ ತಾಯಿ ಸಭ್ಯ ಹೆಂಗಸು, ಕುರ್ಲಾದವಳನ್ನು ಮದುವೆಯಾಗುವ ಮುನ್ನ ಇವಳನ್ನು ನಾನು ಮದುವೆಯಾಗಿದ್ದೆ ಅಂತ ಅವರು ಒಪ್ಪುವಂತೆ ಹೇಳ್ತೀನಿ, ಆ ಹುಡುಗನಿಗೆ ಫೋನುಮಾಡಿ ಕರೆಸು. ಅವನ ತಂದೆ ತಾಯಿಯರ ವಿಳಾಸ ಕೊಡು, ಎಂದು ಹೇಳುವ ಮನಸ್ಸು ಬಂತು. ಆ ಹುಡುಗ ಕುರ್ಲಾಗೆ ಹೋಗಿ ಆ ಚಾಂಡಾಲಿಯನ್ನು ಕೇಳಿದನಂತೆ. ಅವಳ ಮಾತು ನಂಬಿ ಇವಳನ್ನು ಬಿಟ್ಟನಂತೆ. ನೇರವಾಗಿ ನನ್ನ ಹತ್ತಿರ ಬಂದು ಯಾಕೆ ಕೇಳಲಿಲ್ಲ? ಏಕಪಕ್ಷೀಯ ಮಾತಿನಿಂದ ಯಾವುದನ್ನೂ ತೀರ್ಮಾನಿಸಬಾರದು ಅನ್ನುವ ತಾಳ್ಮೆ ಇಲ್ಲದೋನು ಎಂಥ ಗಂಡನಾದಾನು! ಎಂದುಕೊಂಡ. ಬಕುಲಳ ಆಫೀಸಿಗೆ ಫೋನುಮಾಡಿ ಹಾಗಂತ ಹೇಳುವ ಮನಸ್ಸಾಯಿತು. ಅವಳು ಕೊಟ್ಟಿದ್ದ ಕಾರ್ಡನ್ನು ಹುಡುಕುವಾಗ ಮನಸ್ಸು ಹಿಂದೇಟು ಹಾಕಿತು. ಪಾಟೀಸವಾಲು ಮಾಡುವ ವಕೀಲಳಂತೆ ಮಾತನಾಡಿದಳು. ಈಗ ನಾನಾಗಿಯೇ ತಗ್ಗಿ ಸಹಾಯದ ಮಾತಾಡಿದರೆ ಮತ್ತೆ ಏನಾದರೂ ಮೊನಚು ಮಾತನಾಡಿಯಾಳು, ಎಂಬ ಅನುಮಾನ ಹುಟ್ಟಿತು. ನೀವು ಈಗ ಬಂದರೂ ಅವನು ಒಪ್ಪೊಲ್ಲ. ಅದು ಮುರಿದುಹೋದಮೇಲೆ ಬಂದೇನು ಪ್ರಯೋಜನ ಅಂದರೆ? ಎಂಬ ಅಂಜಿಕೆ ಹುಟ್ಟಿತು. ಕಾರ್ಡು ಕೈಗೆ ಸಿಕ್ಕಿದರೂ ಫೋನುಮಾಡದೆ ಅದನ್ನು ಒಂದು ಕಡೆ ಇಟ್ಟ. ಯಾವಳಕೈಲಿ ಮಾತಾಡೂದೂ ಬೇಡ. ಯಾರ ತಂಟೆಯೂ ಬೇಡ, ಪ್ರಪಂಚದಲ್ಲಿ ಹುಟ್ಟಿದ ಎಲ್ಲರ ಜೀವನಕ್ಕೂ ನಾನು ಹೊಣೆಯಲ್ಲ ಎಂದುಕೊಂಡು ಇಡೀ ಸಂಬಂಧವನ್ನು ಮರೆಯಲು ಯತ್ನಿಸಿದ. ಮನಸ್ಸಿಗೆ ತುಸುನೆಮ್ಮದಿ ಎನ್ನಿಸಿತು.

ಆದರೆ ಬೇಸರ ಕಾಣತೊಡಗಿತು. ಎಲ್ಲತರಲ್ಲೂ ಶುಷ್ಕಭಾವ. ಬೆಳಗೆದ್ದು ತಂಬೂರಿ ಹಿಡಿದು ಸ್ವರಸಾಧನೆ ಮಾಡುವುದರಲ್ಲೂ ನೀರಸ ಅನುಭವ. ಎಲ್ಲವೂ ಒಣಗಿಹೋಗಿರುವಂತಹ, ಮಧ್ಯಾಹ್ನದ ಬಿಸಿಲಿನಲ್ಲಿ ಮರಳುಗಾಡಿನಮೇಲೆ ವಿಮಾನದಲ್ಲಿ ಹೋಗುವಾಗ ಕಾಣುವಂಥ ಶುಷ್ಕದೃಶ್ಯ. ಊಟ ತಿಂಡಿಯಲ್ಲೂ ರುಚಿ ಕಡಮೆಯಾಯಿತು. ಯಾವ ಖಾಸಾ ಶಿಷ್ಯೆಯನ್ನೂ ಪಾಠವಾದ ನಂತರ ಇರು ಎಂದು ಹೇಳುವ ಮನಸ್ಸಿಲ್ಲ. ಉತ್ಸಾಹದ ಚಿಲುಮೆ ಭೂಪಾಲಿ ಕೂಡ ತನ್ನ ಮುಖದಿಂದಲೇ ಒಳಗಿನ ಒಣಹವೆಯನ್ನರಿತವಳಂತೆ ಮಾತಿನಲ್ಲಿ, ಕಣ್ಣಿನಲ್ಲಿ ಸೂಚನೆ ಕೊಡದೆ ಪಾಠವಾದಮೇಲೆ ಸುಮ್ಮನೆ ಹೊರಟುಹೋಗುತ್ತಿದಾಳೆ. ಅದರಿಂದ ಕಾಟ ತಪ್ಪಿತು ಎಂಬ ಸಮಾಧಾನವು ಒಂದು ಮೂಲೆಯಲ್ಲಿ ಹುಟ್ಟಿದರೂ ಇಡೀ ಮನಸ್ಸು ಮರಳುಗಾಡಾಗಿದೆ ಎಂಬ ಅರಿವು ಹುಟ್ಟಿ ಇನ್ನಷ್ಟು ನೀರಸವಾಗುತ್ತಿತ್ತು. ಈ ನಡುವೆ ಬನಾರಸಿನಲ್ಲಿ ಒಂದು ಕಛೇರಿಯಿತ್ತು. ಸಾಥಿದಾರರನ್ನು ನೀವು ಮುಂಬಯಿ ಯಿಂದ ಕರೆತರುವ ಅಗತ್ಯವಿಲ್ಲ. ನಿಮಗೆ ಸಾಥಿ ಮಾಡುವಂಥ ತಬಲಾ ಮತ್ತು ಹಾರ್ಮೋನಿಯಂ ವಾದಕರು ನಮ್ಮ ಬನಾರಸಿನಲ್ಲಿದ್ದಾರೆ ಎಂದು ಕಾರ್ಯದರ್ಶಿ ಮೊದಲೇ ಹೇಳಿದ್ದ. ಅಲ್ಲಿ ಹೋಗಿ ನೋಡಿದರೆ ರಾಮರತನ್ ಯಾದವರ ಹಾರ್ಮೋನಿಯಂ. ಸ್ವತಃ ಕಿಷನ್ ಮಹಾರಾಜರ ತಬಲಾ. ಎಂಥ ಗಾಯಕನೂ ಗೌರವಪಡಬೇಕಾದ, ಪರಿಪಕ್ವನಾಗದ ಸಂಗೀತಗಾರನು ಗಾಬರಿಪಡಬೇಕಾದ ಜೋಡಿ. ಎಂಥ ಲಯಗಾರಿಕೆಗೂ ತಬಲದ ಚೌಕಟ್ಟು ಕೊಡುವ, ಅವಕಾಶ ಕೊಟ್ಟರೆ ಹೊಸ ಹೊಸ ಲಯಗಳನ್ನು ಬಾರಿಸಿ ಸವಾಲು ಹಾಕುವ, ತಬಲದಲ್ಲಿ ರಾಗದ ಭಾವವನ್ನು ಸೃಷ್ಟಿಸುವ, ಸ್ಫೂರ್ತಿ ಹುಟ್ಟಿಸುವ ಕೈ. ಅವನಿಗೆ ಅಂಜಿಕೆಯಾಯಿತು. ತನ್ನ ಒಣಗಿಹೋಗಿರುವ ಭಾವದಲ್ಲಿ ಇವರ ಕಲೆಯನ್ನು ಉದ್ದೀಪಿಸಿ ನಾನೂ ಉಕ್ಕಿ ಹರಿಯುವಂತೆ ಹಾಡಬಲ್ಲೆನೆ? ಎಂಬ ಅನುಮಾನ ಹುಟ್ಟಿತು. ಆಲಾಪವನ್ನು ಶುರುಮಾಡಿದಾಗ ತನ್ನ ಅಂಜಿಕೆ ತನಗೇ ನಿಜವೆಂದು ಕಾಣತೊಡಗಿತು. ಬನಾರಸಿನ ಶ್ರೋತೃಗಳು ಮಹಾರಸಿಕರು. ರಸದ ಎಂತೆಂತಹ ಮುಚ್ಚಿದ ಕಣ್ಣಿಗಳನ್ನೂ ಗುರುತಿಸಿ ಬಿಡಿಸಬಲ್ಲವರು. ಅವರಲ್ಲಿ ಬಹುಭಾಗ ಜನರು ಸ್ವತಃ ಸ್ವಲ್ಪವಾದರೂ ಹಾಡಿ ಅಥವಾ ನುಡಿಸಿ ಅನುಭವದಿಂದ ಶಾಸ್ತ್ರಜ್ಞಾನ ಸಂಪಾದಿಸಿದವರು. ನಾಡಿಸ್ಥಾನವನ್ನು ಕೈಲಿ ಮುಟ್ಟ ದೆಯೇ ಅದರ ಲಕ್ಷಣವನ್ನು ಹೇಳಬಲ್ಲ ಒಳನೋಟವುಳ್ಳವರು. ತನ್ನ ಆಲಾಪ ಶಾಸ್ತ್ರಬದ್ಧ ವಾಗಿದೆ. ಕಿಂಚಿತ್ತೂ ಅಪಸ್ವರವಾಗಲಿ ಅಪಚಲನೆಯಾಗಲಿ ಇಲ್ಲದೆ ಸಾಗುತ್ತಿದೆ. ಆದರೆ ಸ್ವರನಾಡಿಯನ್ನು ಮಿಡಿದರೆ ಉಂಟಾಗುವ ರಸಪ್ರೋಕ್ಷಣೆಯಾಗುತ್ತಿಲ್ಲ, ತಾನು ಒಂಟಿಯಾಗಿ ಹೆಣಗುತ್ತಿದ್ದೇನೆ ಅಷ್ಟೆ ಎಂಬ ಅರಿವು ತನಗೇ ಆಗುತ್ತಿದೆ. ಸಭಿಕರೇನೋ ಸಭಾಮರ್ಯಾದೆ ಯಿಂದ, ಕಲಾವಿದನ ಸ್ಫೂರ್ತಿನಾಶಮಾಡಬಾರದೆಂಬ ರಿಯಾಯಿತಿಯಿಂದ ತಲೆಯಾಡಿಸು ತ್ತಿದ್ದಾರೆ. ಮುಂದಿನ ಸಾಲಿನಲ್ಲಿರುವ ಒಬ್ಬ ವೃದ್ಧರು ನಡುವೆ ಒಮ್ಮೊಮ್ಮೆ ವಾಹ್ ಎನ್ನುತ್ತಿದ್ದಾರೆ. ಆದರೆ ತಾನು ಇಂಥ ರಿಯಾಯಿತಿಮೇಲೆ ಸಂಚರಿಸುವ ಸವಾರನಲ್ಲ, ನನ್ನ ಮೂಲಶಕ್ತಿಯನ್ನು ಆವಾಹಿಸಿಕೊಳ್ಳುವ ಕಲಾವಿದನಾಗಿ ಹಾಡಬೇಕು ಎಂಬ ಎಚ್ಚರಮೂಡಿತು. ಇದ್ದಕ್ಕಿದ್ದಂತೆಯೇ

ಒಂದು ಉಪಾಯ ಹೊಳೆಯಿತು. ಮೈಕಿನ ಹತ್ತಿರಕ್ಕೆ ಮುಖ ತಂದು, 'ಕಿಷನ್ ಮಹಾರಾಜರು ಇರುವಾಗ ಅವರನ್ನು ಬಿಟ್ಟು ಆಲಾಪ ಶುರುಮಾಡಿದ ನನ್ನ ತಪ್ಪನ್ನು ಕ್ಷಮಿಸಬೇಕು. ಈಗ ಇದೇ ರಾಗದ ಆಲಾಪವನ್ನು ವಿಲಂಬಿತ ಏಕತಾಲದಲ್ಲಿ ಪುನರಾರಂಭಿಸುತೀನಿ,' ಎಂದು ಹೇಳಿ ಅವರ ಕಡೆ ನೋಡಿದ. ಮಹಾರಾಜರ ಕಣ್ಣುಗಳಲ್ಲಿ ತುಂಟಾಟದ ನಗೆ ಸೂಸಿತು. ಅರೆಪದ್ಮಾಸನದಲ್ಲಿದ್ದ ಅವರು ತಮ್ಮ ಎಂದಿನ ವಜ್ರಾಸನದಲ್ಲಿ ಕುಳಿತರು. ಇವನು ಆಲಾಪ ಆರಂಭಿಸಿ ಸಮ್ ತೋರಿಸಿದ. ಕಾಲವು ಅವರ ಕೈಗೆ ಹೋಯಿತು. ಸದ್ದುಗದ್ದಲವಿಲ್ಲದೆ ಅವರು ಅದನ್ನು ವಶಕ್ಕೆ ತೆಗೆದುಕೊಂಡರು. ಇವನಿಗೆ ಜೊತೆ ಸಿಕ್ಕಿತು. ಪ್ರಚೋದನೆ ಸಿಕ್ಕಿತು. ಹಾರ್ದಿಕ ಸಹಕಾರದಲ್ಲೂ ಕ್ರೀಡಾತ್ಮಕ ಸ್ಪರ್ಧೆ ಸೃಷ್ಟಿಯಾಯಿತು. ಶುಷ್ಕತೆಯು ಮಾಯವಾಗಿ ರಸ ಒಸರಿತು. ಅದೇ ರಾಗ. ಅವೇ ಆರೋಹ ಅವರೋಹ ವಾದಿ ಸಂವಾದಿಗಳು. ಮಳೆಬಿದ್ದ ಮರುದಿನದ ಮರದ ಎಲೆಗಳಂತೆ ನಳನಳಿಸತೊಡಗಿದವು. ಈಗ ಜನಗಳ ಮುಖದಲ್ಲಿ ವ್ಯಕ್ತವಾಗುತ್ತಿದ್ದುದು ಸಭಾಮರ್ಯಾದೆಯ, ಸಜ್ಜನಿಕೆಯ ರಿಯಾಯಿತಿಯಲ್ಲ. ನನ್ನ ಅಧಿಕಾರದಿಂದ ಗೆದ್ದು ವಸೂಲುಮಾಡುತ್ತಿರುವ ಒಳಗೆ ನಿಲ್ಲಲಾರದೆ ಉಕ್ಕಿಹರಿಯುತ್ತಿರುವ ಮೆಚ್ಚುಗೆ ಎಂಬುದು ಅರ್ಥವಾಯಿತು. ಕಛೇರಿ ಅದ್ಭುತ ಯಶಸ್ವಿಯಾಯಿತು. ಮಧ್ಯ ಮತ್ತು ದ್ರುತಲಯಗಳಿಗೆ ಬಂದಾಗಲಂತೂ ತಬಲದೊಡನೆ ನಡೆಸುತ್ತಾ ಸಾಗಿದ ಸರಸಕ್ರೀಡೆಯು ರಾಗರಸದ ಇದುವರೆಗೆ ತನಗೇ ಗೊತ್ತಿಲ್ಲದ ಹತ್ತು ಹಲವು ಪೋಷಕಭಾವಗಳನ್ನು ಸೃಷ್ಟಿಸಿ ತುಂಬಿಹರಿಸಿತು. ತಾನು ಬನಾರಸನ್ನು ಗೆದ್ದೆ, ಕಾಶಿಯನ್ನು ಗೆದ್ದೆ ಎಂಬ ತೃಪ್ತಿಯಲ್ಲಿ ಮುಕ್ತಾಯಮಾಡಿದ.

ಆ ರಾತ್ರಿ ಎಲ್ಲ ಮನಸ್ಸು ನಿದ್ರೆಯಲ್ಲೂ ಹಿತವಾದ ಲಹರಿಯಲ್ಲಿತ್ತು. ಮರುಮಧ್ಯಾಹ್ನ ವಿಮಾನ ಹತ್ತಿ ಹಿಂತಿರುಗುವಾಗ ಮತ್ತೆ ಶುಷ್ಕಭಾವ ಕಾಣಿಸಿಕೊಂಡಿತು. ವಿಮಾನದೊಳಗೆ ಕಿವಿಯನ್ನು ತುಂಬಿಕೊಳ್ಳುವ ಏಕತಾನದ ಒಣಸದ್ದಿನಂತೆ. ಗಗನಸಖಿಯನ್ನು ಕೇಳಿ ಒಂದಿಷ್ಟು ಹತ್ತಿತರಿಸಿಕೊಂಡು ಎರಡು ಕಿವಿಗಳಿಗೂ ತುರುಕಿಕೊಂಡಾಗ ಅದು ತುಸು ಕಡಮೆಯಾಯಿತು. ಕಿಟಕಿಯಿಂದ ಕೆಳಗೆ ನೋಡುತ್ತಿರುವಾಗ ಎತ್ತೆತ್ತಲೋ ಅಲೆಯುತ್ತಿದ್ದ ಮನಸ್ಸು ಕಲೆಯು ಕೊಡುವ ರಸವು ತಾತ್ಕಾಲಿಕವಾದದ್ದಲ್ಲವೆ! ಎಂಬ ಉದ್ಗಾರವನ್ನು ಸೃಷ್ಟಿಸಿತು. ಆ ಉದ್ಗಾರದ ಅರ್ಥ ಅವನಿಗೇ ಪೂರ್ತಿ ಆಗಲಿಲ್ಲ. ಕಿಷನ್ ಮಹಾರಾಜರ ಲಯದ ಅಣೆಕಟ್ಟು, ಬನಾರಸಿನ ಸಹಸ್ರ ಸಂಗೀತರಸಿಕರ ಮುಖಭಾವಗಳ ಪೋಷಣೆಯಲ್ಲಿ ನನ್ನ ಮನಸ್ಸು ಒಣನೆಲವನ್ನು ತೋಡಿ ಸಮೃದ್ಧ ನೀರಿನ ಚಿಲುಮೆಯನ್ನುಕ್ಕಿಸಿತು. ಕಛೇರಿ ಕಳೆದು ವಿಜೃಂಭಣೆಯು ಇಳಿದಮೇಲೆ ಜಲಾಂಶವನ್ನೆಲ್ಲ ಇಂಗಿಸಿ ಆವಿಮಾಡಿ ಹೊರಹಾಕುವ ಒಣಹವೆ, ಎನ್ನಿಸಿತು. ಏನೋ ಹೊಸ ಅರ್ಥ ಹೊಳೆದಂತಾಯಿತು. ಆದರೆ ಅದು ಸ್ಪಷ್ಟವಾಗಲಿಲ್ಲ. ಸ್ಪಷ್ಟವಾಗುವಂತೆ ಚಿಂತಿಸುವ ಅಭ್ಯಾಸವೂ ಅವನಿಗಿರಲಿಲ್ಲ.

ದಿಲ್ಲಿಯಲ್ಲಿ ವಿಮಾನವನ್ನು ಬದಲಿಸಿ ಹೊರಟಾಗ ಅವನ ಪಕ್ಕದಜಾಗ ಖಾಲಿ ಇತ್ತು. ವಿಮಾನವು ಎತ್ತರವನ್ನೇರಿ ಸಮಸ್ಥಿತಿಗೆ ಬಂದು ಈಗ ನಿಮ್ಮ ಕುರ್ಚಿಯ ಬೆಲ್ಟುಗಳನ್ನು ಕಳಚಬಹುದು ಎಂಬ ಸೂಚನೆ ಬಂದ ಐದುನಿಮಿಷದ ನಂತರ ಒಬ್ಬ ಹುಡುಗಿ ಹತ್ತಿರಬಂದು,

'ನಮಸ್ಕಾರ. ನಿಮ್ಮ ಕಛೇರಿ ಮುಂಬಯಿಯಲ್ಲಿ ಎಲ್ಲಿ ನಡೆದರೂ ನಾನು ತಪ್ಪಿಸಿಕೊಳ್ಳುಲ್ಲ. ನಿಮ್ಮ ಸಂಗೀತ ಅಂದರೆ ಅಷ್ಟು ಮೆಚ್ಚುಗೆ ನನಗೆ' ಎಂದಳು. ಅವನು ಅವಳ ಮುಖ ನೋಡಿದ. ಭುಜದವರೆಗೆ ಬಾಬ್ ಮಾಡಿಸಿದ ತುಂಬುಗೂದಲು. ಪ್ಯಾಂಟ್‌ಹಾಕಿ, ಮೊಲೆಗಳ ಮಾಟವನ್ನು ತೋರಿಸುವಂತಹ ಅರ್ಧತೋಳಿನ ಇನ್‌ಶರಟು. ಚುರುಕಾದ ಕಣ್ಣುಗಳು. ಸುಮಾರು ಇಪ್ಪತ್ತೈದರ ವಯಸ್ಸು. ಅವಳ ಪಕ್ಕದಿಂದ ಹೋದ ಗಗನಸಖಿಗಿಂತ ಎರಡು ಮೂರು ಇಂಚು ಎತ್ತರ. ಅವನು ಸಂತೋಷ ಎಂದ. 'ಈ ಜಾಗ ಖಾಲಿ ಇದೆಯೆ? ನಾನು ಕೂರಬಹುದೆ?' ಎಂದು ಆಪ್ತವಾಗಿ ಕೇಳಿದಳು. ಅವನಿಗೆ ಖುಷಿಯಾಯಿತು. ನೀರಸತೆ ಕಳೆದಂತಾಯಿತು. ಬನ್ನಿ, ಬನ್ನಿ ಎಂದ. ಅವಳು ಕುಳಿತನಂತರ ಸಂಗೀತ ಕಲೀತೀರಾ? ಎಂದ. 'ಕಲೀತಿದ್ದೆ. ಮೆಡಿಕಲ್ ಸೇರಿದಮೇಲೆ ಸಮಯ ಸಿಕ್ತಾ ಇಲ್ಲ. ಈಗ ದಿಲ್ಲಿಯಲ್ಲಿ ಆಲ್ ಇಂಡಿಯಾ ಇನ್‌ಸ್ಟಿಟ್ಯೂಟ್‌ನಲ್ಲಿ ಎಂ.ಡಿ. ಮಾಡ್ತಿದೀನಿ. ನಿಮ್ಮ ಪಕ್ಕದಲ್ಲಿ ಕೂತು ನಿಮ್ಮಕೈಲಿ ಮಾತಾಡುವ ಅವಕಾಶ ಸಿಕ್ಕುತ್ತೆ ಅನ್ನುವ ಕನಸು ಕೂಡ ಇರಲಿಲ್ಲ. ಓಹ್, ಎಷ್ಟು ಸಂತೋಷವಾಗ್ತಿದೆ! ದಿಲ್ಲಿಯಿಂದ ಬರ್ತೀದೀರಾ?' ಎಂದಳು. ಅವನಿಗೆ ಅವಳಲ್ಲಿ ಆಸಕ್ತಿಮೂಡಿತು. ಇವಳು ನಿಜವಾಗಿಯೂ ಒಬ್ಬ ಫ್ಯಾನ್. ಸಂಗೀತ ಕಲಿಯುವವಳಲ್ಲ. ಆದರೂ.....ಆದರೂ.....ಎಂದು ಅವಳ ಮುಖನೋಡಿದ. ಮೆಚ್ಚುಗೆಯು ತುಳುಕುವ ಕಣ್ಣುಗಳಿಂದ ನನ್ನನ್ನು ನೋಡುತ್ತಿದ್ದಾಳೆ. ಮುಂಬಯಿ ಬಂದಾಗ ತನ್ನ ಕಾರ್ಡು ಕೊಟ್ಟು ಬಿಡುವಾದಾಗ ಬನ್ನಿ ಎನ್ನಬಹುದೆ? ಎಂದು ಮನಸ್ಸಿನ ಒಂದು ಭಾಗವು ಲೆಕ್ಕಹಾಕತೊಡಗಿತು. ದಿಲ್ಲಿಯ ಶೃಂಗಸಂಸ್ಥೆಯಲ್ಲಿ ಎಂ.ಡಿ. ಮಾಡ್ತಿದಾಳೆ. ಮುಂಬಯಿ ಮೂಲಸ್ಥಳ ಇರಬಹುದು. ಅನುಕೂಲಸ್ಥ ಮನೆ. ಇಲ್ಲದಿದ್ದರೆ ಊರಿಗೆ ಹೋಗಿಬರುಕ್ಕೆ ವಿಮಾನ ಹೇಗೆ ಬಳಸ್ತಾಳೆ, ದ್ವಿತೀಯ ದರ್ಜೆ ರೈಲು ಸ್ಲೀಪರ್ ಬಿಟ್ಟು? ಇಂಥೋರು ಬಂದು ಚಂದಾಗಿ ಮಾತಾಡುಸ್ತಾರೆ. ಆಟೋಗ್ರಾಫ್ ತಗೋತಾರೆ. ಭೇಟಿಯಾದದ್ದರಿಂದ ಖುಷಿಯಾಯಿತು, ಥ್ಯಾಂಕ್ಯು ಸೋ ಮಚ್ ಅಂತ ಕೊನೆಗೆ ಹೇಳಿಹೋಗ್ತಾರೆ. ನಾನಾಗಿಯೇ ಕಾರ್ಡುಕೊಟ್ಟು ಆಸಕ್ತಿ ತೋರಿಸಿ ಮೂರ್ಖನಾಗೂದು ಬೇಡ, ಎಂದು ಇನ್ನೊಂದು ಭಾಗವು ತೂಕ ಹೇಳಿತು. ಹುಡುಗಿ ಮಾತ್ರ, 'ನಿಮ್ಮ ಸಂಗೀತ ಕೇಳಿದರೆ ಸಿಗುವ ಉಲ್ಲಾಸ ಬೇರೆ ಯಾವುದರಲ್ಲೂ ಇಲ್ಲ. ದೈವಾಂಶವಿಲ್ಲದೆ ಇಂಥ ಕಲೆ ಯಾರಿಗೂ ಸಿದ್ಧಿಸುಲ್ಲ. ನನ್ನ ಸ್ನೇಹಿತೆಯೊಬ್ಬಳಿದಾಳೆ. ಅವಳದೂ ಇದೇ ಅಭಿಪ್ರಾಯ' ಎನ್ನುತ್ತಿದ್ದಳು. ಹೆಂಗಸರು ಮೆಚ್ಚುಗೆ ನುಡಿದಾಗ ಅದನ್ನು ವಿನಯಕ್ಕಾದರೂ ಅಲ್ಲಗಳೆಯದೆ ಮುಗುಳುನಗೆಯಿಂದ ಸ್ವೀಕರಿಸಿ ಅವರು ಆ ಮಾತನ್ನು ಮುಂದುವರೆಸಿ ಬೆಳೆಸುವಂತೆ ಪ್ರೋತ್ಸಾಹಿಸುವ ಕರಗತವಾದ ಕಲೆ ಹೊರಬಂತು. ಹುಡುಗಿಗೆ ಮುಂದೆ ಮಾತನಾಡುವ ಲಹರಿಬಂತು. ಅವನು ಅವಳ ಮುಖವನ್ನು ಸರಿಯಾಗಿ ನೋಡಿದ. ತನಗೆ ಈಗ ಇರುವ ಹುಡುಗಿಯರ, ಹೆಂಗಸರ, ಜೊತೆಯೇ ಬೇಡವಾಗಿದೆ. ಭೂಪಾಲಿಯನ್ನು ಮುಟ್ಟಿಯೇ ಒಂದು ತಿಂಗಳಾಯಿತು. ಇನ್ನು ಇವಳಕೈಲಿ ಕುಶಲಸಂಭಾಷಣೆ ಮಾಡಿಕೊಂಡು ಒಂದೂವರೆ ಗಂಟೆ ಕಳೆಯುವುದರಲ್ಲಿ ಏನು ಬಂತು? ಎಂಬ ನಿರುತ್ಸಾಹ ಹುಟ್ಟಿತು. ಆಕಳಿಸುವವನಂತೆ ಕೈಯನ್ನು ಅಡ್ಡ ಇಟ್ಟುಕೊಂಡು ದೊಡ್ಡದಾಗಿ ಬಾಯಿ ತೆಗೆದ. ಅನಂತರ ಸಾರಿ, ರಾತ್ರಿ ಕಛೇರಿ, ನಿದ್ರೆ ಇಲ್ಲ ಎಂದು ಹೇಳುತ್ತಾ ಬಾಯಿಯ

ಜೊತೆಗೆ ಕಣ್ಣುಮುಚ್ಚಿದ. ಒಂದುನಿಮಿಷದ ನಂತರ ಅವಳು ಎದ್ದುಹೋದ ಸಪ್ಪಳ ಕೇಳಿಸಿತು. ಕಣ್ಣನ್ನು ಹಾಗೆಯೇ ಮುಚ್ಚಿ ಕುಳಿತಿದ್ದಾಗ ಎಷ್ಟಾದರೂ ಬಕುಲಾ ಈ ಕಾಲದ ಹುಡುಗಿ, ಸಿಟ್ಟುಸೆಡವುಗಳೆಲ್ಲ ಇವೆ. ಕಣ್ಣುಮುಚ್ಚಿದ ತಕ್ಷಣ ಎದ್ದುಹೋದ ಈ ಹುಡುಗಿಯ ಥರಾ. ಅವರಮ್ಮನನ್ನೇ ಭೇಟಿಮಾಡಿ ಬಕುಲಳ ಆ ಗಂಡು, ಏನವನ ಹೆಸರು? ಅವಿನಾಶ್, ಅವನ ಅನುಮಾನ ಬಗೆಹರಿಯಬೇಕಾದರೆ ನಾನು ಏನು ಮಾಡಬೇಕು? ಅಂತ ಕೇಳಿ ಸಾಮರಸ್ಯ ಸೃಷ್ಟಿಸಿಕೊಂಡರೆ ಹೇಗೆ? ಎಂಬ ಆಲೋಚನೆ ಬಂತು. ಅದೊಂದು ದೊಡ್ಡಹೆಜ್ಜೆಯ ಕ್ರಾಂತಿಕಾರಿ ಆಲೋಚನೆ ಎಂದು ಅವನಿಗೇ ಅನ್ನಿಸಿತು. ಇಪ್ಪತ್ತನಾಲ್ಕು ವರ್ಷದ ನಂತರ ಹೋಗಿ ಮತ್ತೆ ನೋಡುವುದು. ಇಷ್ಟು ದಿನ ಯಾಕೆ ಕೈಬಿಟ್ಟಿದ್ದಿರಿ ಅಂತ ಕೇಳ್ತಾಳೆ, ಎಂಬ ಅಂಜಿಕೆ ಹುಟ್ಟಿತು. ಗಗನಸಖಿಯು ಉಪಾಹಾರದ ಗಾಡಿಯನ್ನು ತಳ್ಳಿಕೊಂಡು ಬರುವವೇಳೆಗೆ, 'ಗ್ರಹಚಾರ ಹಾಗಿತ್ತು. ನಾನೇನು ಸುಖವಾಗಿದೀನಿ ಅಂತ ತಿಳಕೊಂಡೆಯಾ? ನನ್ನ ನಿನ್ನ ಮಧ್ಯೆ ರಾಹುವಿನಂತೆ ಬಂದ ಅವಳನ್ನೂ ಬಿಟ್ಟುಬಿಟ್ಟೆ. ನನ್ನ ಕೈನೋಡಿದ ಕಾಶಿಯ ದೊಡ್ಡ ಜ್ಯೋತಿಷಿಯೇ ಹೇಳಿದ್ದರು ನಿನಗೆ ಸಂಸಾರಸುಖವಿಲ್ಲ, ಸಂಗೀತಸೇವೆಯೊಂದೇ ನಿನ್ನ ಹಣೇಲಿ ಬರೆದಿರೂದು ಅಂತ. ಅದನ್ನ ಕೆದಕಿ ಪ್ರಯೋಜನವಿಲ್ಲ. ಈಗ ಮಗಳ ಮದುವೆಗೆ ಏನು ಮಾಡಬೇಕು ಹೇಳು. ನೀನೂ ಅಡುಗೆಯ ಕೆಲಸ ಬಿಟ್ಟುಬಿಡು. ಪ್ರತಿ ತಿಂಗಳೂ ಬಡ್ಡಿ ಬರುವ ಹಾಗೆ ನಿನ್ನ ಹೆಸರಿನಲ್ಲಿ ಬ್ಯಾಂಕು ಠೇವಣಿ ಇಡ್ತೀನಿ, ಅನ್ನೂದು. ಇನ್ನೂ ಗುರ್ ಅಂದರೆ ಸಮಯಕ್ಕೆ ತಕ್ಕ ಹಾಗೆ ಸಾಮಭೇದಗಳ ಮಾತಿನಿಂದ ಸಮಾಧಾನ ಮಾಡೂದು, ಎಂಬ ದಾರಿ ಹೊಳೆಯಿತು. ಅವಳಿಗೂ ಒಂದು ನಾಲ್ಕೈದುಲಕ್ಷದ ಠೇವಣಿ ಮಾಡಿಕೊಡಬೇಕು ಎಂಬ ನಿಶ್ಚಯ ಮೂಡಿ ಮನಸ್ಸಿಗೆ ನೆಮ್ಮದಿ ಹುಟ್ಟಿತು. ಶರೀರವು ಹುಚ್ಚೆದ್ದು ಮುಂಬಯಿಯ ಕಾಮಾಟಿಗೇರಿಗೆ ಹೋಗಿ ಹಾಳಾಗುತ್ತಿದ್ದ ಸ್ಥಿತಿಯಲ್ಲಿದ್ದಾಗ ತಾಳಿಕಟ್ಟಿಸಿಕೊಂಡು ಎರಡು ಮಕ್ಕಳನ್ನು ಹೆತ್ತಳು ಎಂಬ ಕರುಣೆ ಹುಟ್ಟಿತು. ಐದುಲಕ್ಷ ಯಾವ ಮಹಾದುಡ್ಡು, ಮುಂದಿನ ಐದು ಕಛೇರಿಗಳ ಸಂಪಾದನೆಯನ್ನು ಅವಳಿಗೆ ಕೊಟ್ಟನಂತರ ಉಳಿದ ಖರ್ಚುವೆಚ್ಚ ಎಂಬ ಲೆಕ್ಕಹಾಕಿಕೊಂಡ.

ಟ್ಯಾಕ್ಸಿ ಇಳಿದು ಫ್ಲ್ಯಾಟಿಗೆ ಹೋಗುವ ಹೊತ್ತಿಗೆ ಅಂಜಿಕೆಯಾಗತೊಡಗಿತು. ಹಣ ಕೊಡುವುದು ಸರಿ. ನ್ಯಾಯವೂ ಹೌದು. ಆದರೆ ಹೋಗಿ ಮುಖಕೊಟ್ಟು ನಾನೇ ಮಾತನಾಡಿಸೂದು ಅಂದರೆ, ಕಳಿಸಿದ ಒಂದುಲಕ್ಷವನ್ನ ವಾಪಸುಕಳಿಸಿದ ಧೀಮಾಕಿನವಳಿಗೆ. ಲಿಫ್ಟ್‌ನಲ್ಲಿ ಹತ್ತುವಾಗ ಟಿಪ್ನಿಸ್‌ಕೈಲಿ ಹೇಳಿಕಳಿಸಿದರೆ ಹೇಗೆ? ಐದುಲಕ್ಷ ಬೇಡ ಅಂದರೆ ನನ್ನ ತಪ್ಪಿಲ್ಲ. ಮಗಳ ಮದುವೆಯಲ್ಲೂ ನಿನ್ನ ಪಾತ್ರವಿಲ್ಲ ಅಂದರೂ ನನ್ನ ತಪ್ಪಿಲ್ಲ. ಆಮೇಲೆ ನೆಮ್ಮದಿಯಿಂದ ಇರಬಹುದು ಎಂಬ ಬಿಡುಗಡೆಯ ಉಪಾಯ ಹೊಳೆದು ಹಗುರವಾಯಿತು.

— ೪ —

ಒಂದುವಾರ ಅತ್ತ ಇತ್ತ ಹೊಯ್ದಾಡಿದ ನಂತರ ತಾನೇಹೋಗಿ ಸ್ವತಃ ಎದುರಿಸಿ

ಬಗೆಹರಿಸಿಕೊಳ್ಳುವುದು ಉತ್ತಮವೆಂಬ ತೀರ್ಮಾನಕ್ಕೆ ಬಂದ. ಮೊದಲೇ ತಿಳಿಸಿ ಉತ್ತರವನ್ನೋ ಸಬೂಬನ್ನೋ ಸಿದ್ಧಪಡಿಸಿಕೊಳ್ಳುವ ಅವಕಾಶ ಕೊಡದೆ ಇದ್ದಕ್ಕಿದ್ದಂತೆ ಹೋಗುವುದೆಂದು ನಿಶ್ಚಯಿಸಿದ. ಗೋರೆ ಸಾಹೇಬರ ಮನೆಯಿಂದ ಸಂಜೆ ನಾಲ್ಕೂವರೆ ಐದರ ವೇಳೆಗೆ ಹಿಂತಿರುಗುತ್ತಾಳೆಂದು ಟೆಪ್ನಿಸ್ ಹೇಳಿದ್ದ ನೆನಪಾಯಿತು. ಬೋರಿವಲಿ ಸ್ಟೇಷನ್ನಿನಿಂದ ಚಾಳಿಗೆ ಹೋಗುವ ದಾರಿ ಇಪ್ಪತ್ತನಾಲ್ಕು ವರ್ಷವಾದರೂ ಸ್ಪಷ್ಟವಾಗಿ ನೆನಪಿದೆ, ಎಂದುಕೊಳ್ಳು ವಾಗ ಈಗ ಅದು ಮೊದಲಿನ ಬೋರಿವಲಿಯಾಗಿ ಉಳಿದಿರುಲ್ಲ ಮುಂಬಯಿಯ ಕಿಷ್ಕಿಂಧದ ಒಳಭಾಗವೇ ಆಗಿರುತ್ತೆ ಎಂಬ ಅರಿವು ಹುಟ್ಟಿತು. ಬಕುಲಾ ಕೊಟ್ಟ ಕಾರ್ಡನ್ನು ಕಿಸೆಗೆ ಹಾಕಿಕೊಂಡು ಕೆಳಗಿಳಿದ. ಇಪ್ಪತ್ತುವರ್ಷದಿಂದ ತಾನು ಮುಂಬಯಿಯ ಲೋಕಲ್ ರೈಲು ಹತ್ತಿಯೇ ಇಲ್ಲವೆಂಬ ನೆನಪಾಯಿತು. ರೈಲಿನಲ್ಲಿ ಹೋದರೂ ಅಲ್ಲಿ ಚಾಳಿನತನಕ ನಡೆಯಬೇಕು ಎಂದು ಯೋಚಿಸಿ ಒಂದು ಟ್ಯಾಕ್ಸಿ ಹತ್ತಿಕುಳಿತ.

ಬಾಗಿಲು ಮತ್ತು ಗೋಡೆಗಳಿಗೆ ಬಣ್ಣಹಾಕಿಸಿದ್ದರೂ ಗುರುತು ಸಿಕ್ಕಿತು. ಕದ ಅರ್ಧ ತೆಗೆದಿತ್ತು. ಬಗ್ಗಿ ನೋಡಿದ. ಅದರಲ್ಲಿಯೇ ಒಂದು ಕೋಣೆಯ ವಿಂಗಡಣೆ ಕಾಣಿಸಿತು. ಯಾರೂ ದೃಷ್ಟಿಗೆ ಬೀಳಲಿಲ್ಲ. ಬಾಗಿಲಿನ ಪಕ್ಕದಲ್ಲಿದ್ದ ಕರೆಗಂಟೆ ಒತ್ತಿದ. ಅಡುಗೆಮನೆಯಿಂದ ಬಂದವಳು, ಹೌದು, ಇಪ್ಪತ್ತನಾಲ್ಕು ವರ್ಷದಿಂದ ನೋಡಿರದಿದ್ದರೂ ಅದೇ ಆಕೃತಿಯ, ಸ್ನೋ ಪೌಡರುಗಳನ್ನು ಕಾಣದ ಚಳಿ ಬಿಸಿಲು ಇಬ್ಬನಿ ಶಖೆಗಳಿಗೆ ಹೊಂದಿಕೊಂಡ ಒರಟು ಚರ್ಮದ ಮುಖ. ಹಣೆಗೆ ಕುಂಕುಮ. ಸರಳವಾದ ಬೂದು ಚಿಕ್ಕೆಗಳ ಬಿಳಿಸೀರೆ. ಎರಡೂ ಕಿವಿಯ ಮೇಲ್ಭಾಗಗಳಲ್ಲಿ ಪಟ್ಟೆಯಂತೆ ಬಿಳುಪಾದ ತಲೆಗೂದಲನ್ನು ನೆತ್ತಿಯ ಮಧ್ಯಕ್ಕೆ ಬೈತಲೆ ತೆಗೆದು ಬಾಚಿ ಹಾಕಿಕೊಂಡ ಜಡೆ. ಕೊರಳಿನಲ್ಲಿ ಕರಿಮಣಿಯ ಮಂಗಳಸೂತ್ರ, ಎರಡು ಕೈಗೂ ಎರಡೆರಡು ಕೆಂಪು ಗಾಜಿನ ಬಳೆಗಳು. ಸೀರೆಯನ್ನು ಕಚ್ಚೆಹಾಕಿ ಉಟ್ಟಿಲ್ಲ ದಿದ್ದರೂ ನೋಡಿದ ತಕ್ಷಣ ಕೆಳಮಧ್ಯಮ ವರ್ಗದ ಮಹಾರಾಷ್ಟ್ರೀಯಳೆಂಬಂತೆ ಕಾಣುತ್ತಿದ್ದಳು.

'ನಾನು,' ಇವನು ಹೇಳಿಕೊಂಡ. ಒಂದು ಕ್ಷಣ ಇವನನ್ನು ನೋಡಿದ ನಂತರ ಅವಳು ಸಂಭ್ರಾಂತಳಾದಳು. ದೃಷ್ಟಿಯನ್ನು ತಗ್ಗಿಸಿದಳು. 'ಗೊತ್ತಾಗಲಿಲ್ಲವೆ? ನಾನು,' ಇವನು ಮತ್ತೆ ಹೇಳಿಕೊಂಡ.

ಅಷ್ಟರಲ್ಲಿ ಅವಳು ಚೇತರಿಸಿಕೊಂಡಳು: 'ಮಕ್ಕಳು ಮನೇಲಿಲ್ಲ. ಏಳುಗಂಟೆ ಮೇಲೆ ಬಂದರೆ ಸಿಕ್ತಾರೆ,' ಎಂದಳು.

'ನನ್ನ ಗುರುತು ಸಿಕ್ಕಲಿಲ್ಲವೆ? ನಾನು,' ಎನ್ನುತ್ತಾ ಅವನು ಒಳಗೆ ನಡೆದು ಸೋಫದ ಮೇಲೆ ಕುಳಿತ.

'ನನಗೆ ಯಾರ ಗುರುತೂ ಇಲ್ಲ,' ಎಂದಾಗ ಅವಳಿಗೆ ಗುರುತು ಹತ್ತಿದೆ, ಕೋಪದ ಮಾತನಾಡುತ್ತಿದ್ದಾಳೆ ಎಂದು ಅರ್ಥಮಾಡಿಕೊಂಡ.

'ಬಕುಲಾ ಬಂದಿದ್ದಳು. ಲಗ್ನಪತ್ರಿಕೆಗೆ ನಾನು ಬರಲಿಲ್ಲ ಅಂತ ಗಂಡು ಮುನಿಸಿಕೊಂಡು ಮದುವೆಯೇ ಬೇಡ ಅಂದನಂತೆ. ನಾನು ಒಂದೇಸಮ ಊರಲ್ಲಿ ಇರುಲ್ಲ. ಒಂದು ದಿನ

ಇದ್ದರೆ ಹತ್ತು ಹದಿನೈದು ದಿನ ಪ್ರವಾಸವಿರುತ್ತೆ. ಆದ್ದರಿಂದ ಬರಲಿಲ್ಲ. ನೀವು ಯಾವತ್ತು ಲಗ್ನಪತ್ರಿಕೆ ಇಡ್ತೀರೋ ಮೊದಲೇ ಹೇಳಿದರೆ ಬರ್ತೀನಿ. ಲಗ್ನ ಇಟ್ಟ ದಿನ ಬಂದು ಕನ್ಯಾದಾನ ಮಾಡ್ತೀನಿ. ಮೊದಲೇ ತಿಳಿಸಿಬಿಟ್ಟರೆ ನನ್ನ ಪ್ರೋಗ್ರಾಂ ಹೊಂದಿಸಿಕೊತ್ತೀನಿ ಅಂತ ಹೇಳುಕ್ಕೆ ಬಂದೆ,' ಎಂದ. ಅವಳ ಮುಖದಲ್ಲಿ ಗೊಂದಲ ಕಾಣಿಸಿತು. ಅವನೇ, 'ಇಲ್ಲಿ ಜಾಗ ಸಾಲುಲ್ಲ ಅಂದರೆ ನನ್ನ ಫ್ಲ್ಯಾಟಿನಲ್ಲೇ ಲಗ್ನಪತ್ರಿಕೆ ಏರ್ಪಡಿಸಬಹುದು. ಮದುವೆಯನ್ನ ದೊಡ್ಡ ಕಲ್ಯಾಣಮಂದಿರದಲ್ಲಿ ಮಾಡಬಹುದು. ಎಷ್ಟು ದುಡ್ಡಾದರೂ ನಾನು ಕೊಡ್ತೀನಿ,' ಎಂದ.

ಗೊಂದಲ ಇನ್ನೂ ಹೆಚ್ಚಾದಂತೆ ಅವಳ ಮುಖವು ಸೂಚಿಸಿತು. ಒಂದುನಿಮಿಷದ ನಂತರ ತನ್ನೊಳಗೇ ಸ್ಪಷ್ಟ ಮಾಡಿಕೊಂಡವಳಂತೆ, 'ಟಿಪ್ನಿಸ್ ಸಾಹೇಬರು ಸುಳ್ಳು ಹೇಳಿದಾರೆಯೇ ನನ್ನಕೈಲಿ? ಅವರ ಟೆಲಿಫೋನ್ ನಂಬರು ನನ್ನ ಹತ್ತಿರ ಇದೆ. ಕರೆಸಿ ಮುಖಾಬಿಲೆ ಮಾಡಿಸಲೆ?' ಎಂದಳು.

ಅವನ ಬುದ್ಧಿಗೆ ಗರ ಹೊಡೆದಂತಾಯಿತು. ಅಸಹಾಯಕಳಾಗಿ ವಿಧೇಯತೆ, ಕರುಣರಸಗಳನ್ನು ಮಾತ್ರ ಸೂಸುತ್ತಿದ್ದ ಇವಳು ಇಷ್ಟು ಚುರುಕಾಗಿದ್ದಾಳೆಯೆ? ಎಂದು ಒಳಗೇ ಹುಟ್ಟಿದ ಪ್ರಶ್ನೆಯನ್ನು ಅರ್ಥಮಾಡಿಕೊಳ್ಳಲಾರದೆ ಒಂದುನಿಮಿಷ ತತ್ತರಿಸಿದ. ಮಾತು ಹೊಳೆಯಲಿಲ್ಲ. ಇನ್ನೆರಡುನಿಮಿಷದ ನಂತರ ತಾನು ಏನಾದರೂ ಉತ್ತರ ಕೊಡಲೇಬೇಕು, ಇಲ್ಲದಿದ್ದರೆ ಸೋಲೊಪ್ಪಿಕೊಂಡಂತೆ ಆಗುತ್ತೆ ಎಂಬ ಎಚ್ಚರವಾಗಿ ಆ ಕ್ಷಣದಲ್ಲಿ ತನಗೆತಾನೇ ಉಕ್ಕಿಬಂದ ಮಾತನಾಡಿದ: 'ಆದದ್ದಾಯಿತು. ನಾನೇನು ಸುಖವಾಗಿದೀನಿ ಅಂತ ತಿಳಕಾಬೇಡ. ಹೆಂಗಸಿಗಿರುವ ಹಾಗೆ ಗಂಡಸಿಗೂ ಗ್ರಹಚಾರ ಅನ್ನೂದು ಕಾಡುತ್ತೆ. ಗ್ರಹಚಾರರೂಪದಲ್ಲಿ ಅವಳು ನನ್ನನ್ನ ಹಿಡಕೊಂಡಳು. ನಾಲ್ಕೈದುವರ್ಷ ನಾನು ಅವಳ ವಶದಲ್ಲಿದ್ದೆ ನಿಜ. ಆಮೇಲೆ ಅವಳನ್ನ ಒದ್ದು ಹೊರಹಾಕಿದೆ. ಅವಳ ಮನೆಬಾಗಿಲು ತುಳಿದಿಲ್ಲ. ಅವಳ ಮುಖನೋಡಿಲ್ಲ. ಗೊತ್ತಿದೆ ಏನು ನಿನಗೆ? ಹೊರಗೆ ಹೋದಾಗ ಹೋಟೆಲು ರೊಟ್ಟಿ, ಊರಿನಲ್ಲಿದ್ದ ದಿನ ಮೆಸ್ಸಿನ ರೊಟ್ಟಿ ತಿಂದುಕೊಂಡಿದೀನಿ.'

ಕೊನೆಯ ವಾಕ್ಯಕ್ಕೆ ನಿಲ್ಲಿಸಿದಾಗ ತನ್ನ ಕಷ್ಟವನ್ನು ನಿವೇದಿಸಿಕೊಂಡದ್ದಲ್ಲದೆ ಅವಳ ಸವತಿಯನ್ನೂ ಬಹುಹಿಂದೆಯೇ ದೂರಮಾಡಿರುವ ಸಂಗತಿಯಿಂದ ಅವಳ ಅಂತರಂಗವನ್ನು ತಡಕಿದ್ದೇನೆಂಬ ಸಮರ್ಪಕಭಾವ ಹುಟ್ಟಿತು. ಈ ಮಾತು ಅವಳನ್ನು ತುಸು ಮೃದುಗೊಳಿಸುತ್ತದೆನ್ನುವ ನಿರೀಕ್ಷೆಯಿಂದ ಅವಳ ಮುಖವನ್ನು ನೋಡತೊಡಗಿದ. ಅರ್ಧನಿಮಿಷದಲ್ಲಿ ಅವಳು ಉತ್ತರಿಸಿದಳು: 'ಪೈಸವಿರುವ ಮಂದಿ ಊಟಕ್ಕೆ ಯಾವ ಯಾವ ವ್ಯವಸ್ಥೆಯನ್ನಾದರೂ ಮಾಡಿಕೊಭೌದು. ಅದೆಲ್ಲ ಪುರಾಣ ನನಗೇಕೆಬೇಕು!'

ಅವನಿಗೆ ಮುಖಕ್ಕೆ ಹೊಡೆದಂತಾಯಿತು. ಆದರೆ ತಾನು ಸೋಲಕೂಡದೆಂದು ನಿಶ್ಚಯಿಸಿದ. ಎಷ್ಟೋ ಹೆಂಗಸರೊಡನೆ ಪ್ರೇಮಕಲಹ ಮಾಡಿದ ಅನುಭವವಿತ್ತು. ಶಿಷ್ಯೆಯರಲ್ಲದ, ಕೇವಲ ಕಲಾಪ್ರೇಮದಿಂದ ಸ್ನೇಹ ಬೆಳೆಸಿದ ಪ್ರೌಢಹೆಂಗಸರು, ನೀವು ನನ್ನನ್ನು ಅಲಕ್ಷಿಸುತ್ತಿದೀರಿ. ನಾನು ನಿಮಗಾಗಿ ಹಪಹಪಿಸುವ ನೂರರಲ್ಲೊಂದು ಭಾಗವೂ ನಿಮ್ಮಲ್ಲಿಲ್ಲ,

ಎಂದು ಕಾರಣ ಒಡ್ಡಿ ಜಗಳ ಮಾಡುತ್ತಿದ್ದರು. ಒಬ್ಬಳಂತೂ, ನನ್ನ ಗಂಡ ಮಕ್ಕಳನ್ನು ತೊರೆದು ಬರ್ತೀನಿ, ಮದುವೆಯಾಗಿ, ಇಲ್ಲದಿದ್ದರೆ ನಿಮ್ಮ ಪ್ರೇಮವೆಲ್ಲ ನಾಟಕ ಅಂತ ಒಪ್ಪಿಕೊಳ್ಳಿ ಎಂದು ಸವಾಲು ಹಾಕಿದ್ದಳು. ಅವರಿಗೆ ನೋವಾಗದಂತೆ, ಆದರೆ ತಾನು ಮಾತಿಗೆ ಸಿಕ್ಕದಂತೆ, ಅಂಥ ಸಂದರ್ಭಗಳನ್ನೆಲ್ಲ ನಯವಾಗಿ ಭಾವಪೂರ್ಣವಾಗಿ ನಿಭಾಯಿಸಿದ ನೆನಪಿನಿಂದ ಆತ್ಮವಿಶ್ವಾಸ ಹುಟ್ಟಿತು. ಕುಳಿತಿದ್ದವನು ಮೇಲೆ ಎದ್ದು ಹತ್ತಿರ ಹೋಗಿ ಅವಳ ಎರಡೂ ಭುಜಗಳನ್ನು ಹಿಡಿದು ಉಸುರಿದ: 'ರಾಮೀ, ನನ್ನ ಮಾತು ನಂಬು. ಈಗ ಹೀಗಾಗಿರಬಹುದು. ಮುಂದಿನ ಜನ್ಮದಲ್ಲೂ ನಿನ್ನನ್ನೇ ಮದುವೆಯಾಗ್ತೀನಿ. ನೀನೇ ನನ್ನ ಹೆಂಡತಿಯಾಗಿ ಹುಟ್ಟು ಅಂತ ಅಂಬಾಭವಾನಿಯನ್ನ ಕೇಳಿಕೊತ್ತೀನಿ. ಇನ್ನುಮೇಲೆ ಪ್ರತಿ ತಿಂಗಳೂ ನಿನಗೆ ಐದುಸಾವಿರರೂಪಾಯಿ ಕೊಡ್ತೀನಿ. ಬೇರೊಬ್ಬರ ಮನೇಲಿ ಅಡುಗೆ ಮಾಡೂದ ಇವತ್ತಿನಿಂದಲೇ ಬಿಟ್ಟುಬಿಡು,' ಎಂದವನು ಭುಜವನ್ನು ಬಿಟ್ಟು ಅವಳ ಮುಖವನ್ನು ಹಿಡಿದು ತುಟಿಗಳಿಗೆ ಒತ್ತಿ ಮುತ್ತಿಟ್ಟ. ಅಸಹ್ಯವಾದವಳಂತೆ ಅವಳು ಕೊಸರಿ ಬಿಡಿಸಿಕೊಂಡು ದೂರ ನಡೆದಳು. ಅವಳು ಕೊಸರಿದ ಶಕ್ತಿಗೆ ಅವಳು ತನಗಿಂತ ಹೆಚ್ಚು ಶಕ್ತಳೆಂದು ಅವನಿಗೆ ಅನ್ನಿಸಿತು. ತನ್ನಿಂದ ಒಂದುಮಾರು ದೂರ ಹೋದ ಅವಳನ್ನೇ ನೋಡತೊಡಗಿದ.

ಅವಳ ಕಣ್ಣುಗಳಲ್ಲಿ ಬೆಂಕಿ ಕಾಣಿಸಿತು. ಒಂದುನಿಮಿಷದಲ್ಲಿ ನೀರು ತುಂಬಿಕೊಂಡಿತು. ಆದರೆ ಬೆಂಕಿ ಕಡಮೆಯಾಗಲಿಲ್ಲ. ಒಳಗಿನಿಂದ ಅಳು ಉಕ್ಕುವಂತೆ ತೋರಿದರೂ ಮುಖವು ಬಿರುಸಾಯಿತು. ಯಾವುದೋ ಶಕ್ತಿಯು ಮೈಮೇಲೆ ಬಂದಂತೆ ಆದಳು. ಮಾತನಾಡತೊಡಗಿದಂತೆ ತುಟಿಗಳು ಚಲಿಸಿದವು. ಅನಂತರ ಮಾತನಾಡಿದಳು: 'ಮುಂದಿನ ಜನ್ಮದಲ್ಲಿ ನನ್ನನ್ನೇ ಮದುವೆಯಾಗ್ತೀಯಾ? ಇಲ್ಲಿ ನೋಡು ಈ ಕೊರಳಲ್ಲಿ, ಅಂಬಾಭವಾನಿಯ ಗುಡಿಯಲ್ಲಿ ನೀನು ಕಟ್ಟಿದ ತಾಳಿ, ತೆಗೆದುಹಾಕಬಾರದು ಅಂತ ಇಟ್ಟುಕೊಂಡಿದೀನಿ. ಮುಂದಿನ ಜನ್ಮಕ್ಕೆ ಕಾಲುಮುಟ್ಟಿ ಕೇಳಿಕೊಂಡರೂ ನಿನ್ನ ಹೆಂಡತಿಯಾಗುಲ್ಲ. ನಾನು ಆಗಲೇ ಅಂಬಾಭವಾನಿಯನ್ನ ಕೇಳಿಕೊಂಡಿದೀನಿ. ಹೆಣ್ಣಾಗಿ ಹುಟ್ಟಿಸಿದರೆ ಗೋರೆ ಸಾಹೇಬರ ಹೆಂಡತಿ ಮಾಡು. ಇಲ್ಲದಿದ್ದರೆ ಹೆಣ್ಣುಜನ್ಮ ಬೇಡ ಅಂತ.'

ಅವನು ದಿಗ್ಭ್ರಾಂತನಾದ. ಮುಂದಿನ ಜನ್ಮದಲ್ಲಾದರೂ ನಿನ್ನನ್ನ ಮದುವೆಯಾಗ್ತೀನಿ ಅಂತ ಆಣೆಮಾಡಿ ಅಂತ ಎಷ್ಟೋ ಹೆಂಗಸರು ತನ್ನನ್ನು ಕೇಳಿರುವ, ತಾನು ಹಾಗೆ ಆಣೆ ಮಾಡಿರುವ, ನೆನಪಾಯಿತು. ಇವಳೇನಾದರೂ ಗೋರೆ ಸಾಹೇಬರ ಹತ್ತಿರ ಅಂಥ ಆಟ ಆಡ್ತಿದಾಳೆಯೊ? ಎಂಬ ಅನುಮಾನ ತಕ್ಷಣ ಹುಟ್ಟಿತು. ತಟಕ್ಕನೆ ಕೇಳಿದ: 'ನಿಜ ಹೇಳು. ನಿನಗೂ ಗೋರೆಗೂ ಎಷ್ಟು ದಿನದಿಂದ ಸಂಬಂಧವಿದೆ? ನನಗೂ ಒಂದಿಷ್ಟು ನಿಜ ಗೊತ್ತಿದೆ.'

'ಏನು ನಿನಗೆ ನಿಜಗೊತ್ತಿರೂದು?' ಗೋರೆ ಸಾಹೇಬರ ಬಗೆಗೆ ತನ್ನ ಮನಸ್ಸಿನಲ್ಲಿರುವುದನ್ನು ತಾನು ಉದ್ವಿಗ್ನಳಾಗಿ ಆಡಬಾರದಾಗಿತ್ತೆಂದು ಅವಳಿಗೆ ಈಗ ಅರಿವಾಯಿತು. ಹಾನಿಯನ್ನು ತಡೆಗಟ್ಟಲೆಂಬಂತೆ ತಕ್ಷಣ ತಿರುಗಿಸಿದಳು: 'ಅವರಂಥ ಯೋಗ್ಯ ಗಂಡಸು ಯಾರಿ

ದಾರೆ? ಅವರ ಮನೆಗೆ ಅಡುಗೆಯೋಳಾಗಿ ಸೇರಿದಾಗ ನನಗೆ ಮೂವತ್ತು ವಯಸ್ಸು. ದಿಕ್ಕಿ ಲ್ಲದೆ ಆಶ್ರಯಕ್ಕೆ ಬಿದ್ದ ಚಿಕ್ಕವಯಸ್ಸಿನ ಹೆಂಗಸನ್ನ ನೀನಾಗಿದ್ದರೆ ಸುಮ್ಮನೆ ಬಿಡ್ತಿದ್ದೆಯ? ಆ ಪುಣ್ಯಾತ್ಮರ ಮನಸ್ಸಿನಲ್ಲಿ ಒಂದೇ ಒಂದು ದಿನ ಕೆಟ್ಟಬುದ್ಧಿ ಬಂದಿಲ್ಲ. ದಿಕ್ಕಿಲ್ಲದ ಹೆಂಗಸು ಅಂತ ಕೈತುಂಬ ಸಂಬಳ ಕೊಟ್ಟು ಮಕ್ಕಳನ್ನ ಓದಿಸುಕ್ಕೆ ಸಹಾಯಮಾಡಿ ಅವರಿಗೆ ನೌಕರಿ ಕೊಡಿಸಿ ದೇವರ ಹಾಗೆ ನಡಕೊಂಡಿದಾರಲ್ಲ, ಅಂಥ ದೇವರು ನನಗೆ ಮುಂದಿನ ಜನ್ಮ ದಲ್ಲಿ ಗಂಡನಾಗಲಿ ಅಂತ ಯಾವ ಹೆಂಗಸು ಅಂಬಾಭವಾನೀನ ಕೇಳುಲ್ಲ? ಅವರ ಪಾದವನ್ನಲ್ಲದೆ ನಾನು ಅವರನ್ನ ಸೋಕಿಸಿಕೊಂಡಿಲ್ಲ. ನಿನ್ನಂಥ ಲುಚ್ಚನಿಗೆ ಅದು ಹ್ಯಾಗೆ ತಿಳಿದೀತು? ನಿನಗೂ ಒಂದಿಷ್ಟು ನಿಜ ಗೊತ್ತಿದೆ ಅಂದೆಯಲ್ಲ, ಅದೇನು ಗೊತ್ತಿರೂದು ಬಗುಳು.'

ಅವನಿಗೆ ಬಾಯಿ ಕಟ್ಟಿಹೋಯಿತು. ಅವಳು ಅವನನ್ನೇ ದುರುಗುಟ್ಟಿಕೊಂಡು ನೋಡ ತೊಡಗಿದಳು. ಅವಳ ದೃಷ್ಟಿಯನ್ನು ಎದುರಿಸುವುದು ಅಸಾಧ್ಯವೆನ್ನಿಸಿ ತನ್ನ ಕಣ್ಣುಗಳನ್ನು ಕೆಳಗೆ ಇಳಿಸಿದ. ತಾನು ಕಣ್ಣುಗಳನ್ನು ಕೆಳಗೆ ಇಳಿಸಿದರೂ ಅವಳು ತನ್ನನ್ನು ಸುಡುವಂತೆ ನೋಡುತ್ತಿರುವಳೆಂದು ಮೈಕೈಗಳಿಗೆಲ್ಲ ತಿಳಿಯುತ್ತಿತ್ತು. ನಿಂತಿರುವುದು ಕಷ್ಟವಾಗುತ್ತಿತ್ತು. ಸೋಫಾದ ಮೇಲೆ ಕೂರುವ ಮನಸ್ಸಾಯಿತು. ಅಲ್ಲಿ ಕೂತು ಮುಂದೆ ಮಾಡುವುದೇನು? ಅನಂತರ ಮೇಲೆ ಏಳುವುದು ಕಷ್ಟವಾಗಬಹುದು ಎಂಬ ಮುನ್ನೋಟಹುಟ್ಟಿತು. ಒಂದು ಮಾತನ್ನೂ ಆಡದೆ ಹಿಂತಿರುಗಿ ಬಾಗಿಲಿನಿಂದ ಹೊರಗೆ ಹೋಗಿಬಿಟ್ಟ. ಮೆಟ್ಟಿಲು ಕಡೆ ನಡೆದು ಸರಸರನೆ ಇಳಿದು ಬೀದಿಯ ದಿಕ್ಕಿಗೆ ದಾಪುಗಾಲು ಹಾಕಿದ.

ಇಂಥ ಸೋಲನ್ನು ತನ್ನ ಜೀವನದಲ್ಲಿ ಹಿಂದೆ ಎಂದೂ ಅನುಭವಿಸಿರಲಿಲ್ಲ ಎನ್ನಿಸಿತು. ನಿಜವಾಗಿಯೂ ಎಂದೂ. ನಿಧಾನವಾಗಿ ಜ್ಞಾಪಿಸಿಕೊಂಡ. ಮನೋಹರಿ ತನ್ನನ್ನು ಗ್ರೀನ್ ರೂಮಿನಿಂದ ಜಾಡಿಸಿ ನೂಕಿ ಹೊರದಬ್ಬಿದುದು ಕೂಡ ಇದರಷ್ಟು ಸೋಲಲ್ಲ ಎನ್ನಿಸಿತು. ಅದಾಗಿ ಹದಿನೇಳು ವರ್ಷ ಕಳೆಯಿತು ಎಂದು ಲೆಕ್ಕ ಹಾಕಿಕೊಂಡ. ಲೌಡಿ ತಾನಾಗಿಯೇ ಬಂದು ಕಾಲು ಕಟ್ಟಿದಳು. ಅಮೇಲೆ ಕೂಡ ಅವಳನ್ನು ಎಲ್ಲಿಡಬೇಕೋ ಅಲ್ಲಿ ಇಟ್ಟೆ, ಎಂಬ ತೃಪ್ತಿಯ ನೆನಪು ಬಂತು. ಆದರೆ ಇವಳು ಮುಂದಿನ ಜನ್ಮದಲ್ಲಿ ಆ ಟ್ಯಾಕ್ಸ್ ವಕೀಲನನ್ನ ಗಂಡನಾಗಿ ಕೊಡು ಅಂತ ಈಗಲೇ ಬೇಡಿಕೊಂಡಿದಾಳಂತೆ. ಅವನ ಕಾಲು ಬಿಟ್ಟು ಬೇರೆ ಏನನ್ನೂ ಮುಟ್ಟಿಲ್ಲವಂತೆ. ಮೈ ಎಲ್ಲ ಉರಿಯಿತು. ಆ ಬದ್ಮಾಷನಿಗೆ ಏನಾ ದರೂ ಮಾಡಬೇಕೆಂಬ ಛಲ ಹುಟ್ಟಿತು. ಹಣ ಇರಬಹುದು. ದೊಡ್ಡ ದೊಡ್ಡ ವ್ಯಾಪಾರಿಗಳು ಉದ್ಯಮಪತಿಗಳು ಇವನ ಕಕ್ಷಿದಾರರಿರಬಹುದು. ಆದರೆ ಮತ್ತೊಬ್ಬನ ಹೆಂಡತಿಯ, ಅದೂ ಅದ್ವಿತೀಯ ಕಲಾವಿದನ ಹೆಂಡತಿಯ ಮನಸ್ಸನ್ನು ಹೀಗೆ ಗೆದ್ದು ಇಟ್ಟುಕೊಳ್ಳಲು ಇವನಿಗೇನು ಅಧಿಕಾರ? ಎಂಬ ಪ್ರಶ್ನೆ ಹಾವಿನ ಹೆಡೆಯಂತೆ ಎದ್ದು ಎದ್ದು ನಿಂತಿತು. ಅವನಿಗೂ ಇವಳಿಗೂ ನಿಜವಾದ ಸಂಪರ್ಕವಿಲ್ಲವೆ? ಎಂಬ ಪ್ರಶ್ನೆಯೂ ಕಾಡತೊಡಗಿತು. ಇದ್ದಿದ್ದರೆ ಇವಳೇಕೆ ಈ ಕೆಳಮಧ್ಯಮ ವರ್ಗದವರಂತೆ ಇರುತ್ತಿದ್ದಳು. ಸ್ನೋ ಅಥವಾ ಕ್ರೀಂ ಕಾಣದ ಚರ್ಮ. ಬಣ್ಣ ಹಚ್ಚಿಕೊಳ್ಳದ ತಲೆಗೂದಲು. ಒಂದು ಎಳೆ ಬಂಗಾರವೂ ಇಲ್ಲದ ಕೊರಳು,

ಕೈಗಳು. ಮುಂದಿನ ಜನ್ಮದ್ದು ಬರೀ ಇವಳ ಬಯಕೆಯಾಗಿರಬೇಕು. ಕಲೆಯ ಗಂಧವಿದ್ದಿದ್ದರೆ ಈ ಜನ್ಮದಲ್ಲಿ ನನ್ನ ಕಲಾವಿದಗಂಡನು ನನಗೆ ಪೂರ್ತಿದಕ್ಕಲಿಲ್ಲ, ಮುಂದಿನ ಜನ್ಮದಲ್ಲಾದರೂ ದಕ್ಕಿಸು ಅಂತ ಕೇಳ್ಕತ್ತಿದ್ದಳು. ಇಂಥ ಸಂಸ್ಕಾರದವಳಿಗೆ ಮುಂದಿನ ಜನ್ಮದಲ್ಲಿ ನಾನು ಸಿಕ್ಕೂದು ಹೇಗೆ ಸಾಧ್ಯ? ಎಂದೆಲ್ಲ ಮನಸ್ಸು ಸಮಝಾಯಿಷಿ ಹುಡುಕುತ್ತಿತ್ತು. ಇದ್ದಕ್ಕಿದ್ದಂತೆಯೇ ಇನ್ನೊಂದು ಅಂಶ ಹೊಳೆಯಿತು: ಆ ಗೋರೆ ಭಾರಿ ಭಾರಿ ವ್ಯಾಪಾರಸ್ಥರು ಉದ್ಯಮಪತಿಗಳ ವಕೀಲ ಮಾತ್ರವಲ್ಲ, ಮುಂಬಯಿಯ ಎಲ್ಲ ಸಂಗೀತಸಭೆಗಳಿಗೂ ಪೋಷಕ, ಬೆನ್ನೆಲುಬು. ಪ್ರತಿಯೊಬ್ಬ ಗಾಯಕ, ವಾದಕನನ್ನೂ ಕೈಯಲ್ಲಿಟ್ಟುಕೊಂಡಿರೋನು. ಅವನ ಸಂಗೀತಜ್ಞಾನವೂ ಪಕ್ಕಾ. ಅವನನ್ನು ಎದುರುಹಾಕಿ ಕೊಂಡು ನಿಭಾಯಿಸೂದು ಯಾವ ಸಂಗೀತಗಾರನಿಗೂ ಕಷ್ಟವೇ. ನಾನೇಕೆ ಸುಮ್ಮಸುಮ್ಮನೆ ಕಷ್ಟಕ್ಕೆ ಸಿಕ್ಕಿಕೊಬೇಕು? ಎಂಬ ಎಚ್ಚರ ಹುಟ್ಟಿತು. ಇಂತಹ ಅನುಕೂಲಸ್ಥ, ಸಂಗೀತಜ್ಞ, ಸ್ವತಃ ಇಷ್ಟು ಲಕ್ಷಣವಾಗಿರೋನು, ಸಂಗೀತದ ಗಂಧಗಾಳಿ ಇಲ್ಲದ ಇವಳಮೇಲೆ ಕಣ್ಣುಕೂಡ ಹಾಯಿಸಿರುಲ್ಲ. ತಾನು ಮುಂದಿನ ಜನ್ಮದಲ್ಲಾದರೂ ಈ ಜನ್ಮದಲ್ಲಿ ಅಡುಗೆಚಾಕರಿ ಮಾಡುತ್ತಿರುವಂಥ ದೊಡ್ಡ ಮನೆಯ ಒಡತಿಯಾಗುವ ಕನಸು ಕಾಣ್ತಿದಾಳೆ ಎಂಬ ವಿವರಣೆ ಹುಟ್ಟಿ ಮನಸ್ಸು ತುಸು ಶಾಂತವಾದರೂ ತನಗಾದ ಸೋಲಿನ ನೋವು ಕಡಮೆ ಯಾಗಲಿಲ್ಲ. ಹತ್ತಿಪ್ಪತ್ತು ಸಾವಿರ ಶ್ರೋತೃಗಳ ಸಮ್ಮೇಳನದಲ್ಲಿ ವೇದಿಕೆಗೆ ಬಂದೆನೆಂದರೆ ಎಲ್ಲರೂ ಎದ್ದುನಿಂತು ಸ್ವಾಗತಿಸುವ ತನ್ನನ್ನು ಹೀಗೆ ಧಿಕ್ಕರಿಸುವ ಅವಳ ದಾರ್ಷ್ಟ್ಯವನ್ನು ಮರೆಯಲು ಸಾಧ್ಯವಾಗಲಿಲ್ಲ.

ಏಳೆಂಟು ದಿನ ಕಳೆದಿತ್ತು. ಒಂದು ಮಧ್ಯಾಹ್ನ ಬಕುಲಳ ಆಫೀಸಿಗೆ ಫೋನುಮಾಡಿದ: 'ನಿನ್ನಕೈಲಿ ಒಂದೆರಡು ಸಂಗತಿ ಮಾತಾಡಬೇಕಿತ್ತು. ಹಾಗೆಯೇ ನೀನು ಕೇಳಿದ ಪ್ರಶ್ನೆಗಳಿಗೂ ಉತ್ತರ ಹೇಳಬೇಕಿತ್ತು. ಇವತ್ತು ಸಂಜೆ ಮನೆಗೆ ಹೋಗುವಾಗ ಇಲ್ಲಿಗೆ ಬರ್ತೀಯಾ?' ತಕ್ಷಣ ಉತ್ತರ ಹೇಳಲು ಅವಳಿಗೆ ತಿಳಿಯಲಿಲ್ಲ. 'ನಿನ್ನ ಕೋಪ ಇಳಿಯದಿದ್ದರೂ ಬಾ. ಅಪ್ಪನ ಕೈಲಲ್ಲದೆ ಮಗಳು ಇನ್ಯಾರಕೈಲಿ ಮುನಿಸಿಕೊಬೇಕು?' ಎಂದಾಗ ಅವಳು ಮೆತ್ತ ಗಾದಳು. ಐದೂವರೆಯ ಹೊತ್ತಿಗೆ ಬರ್ತೀನಿ ಎಂದಳು.

ಅವಳು ಬಂದಾಗ ಅವನು ಚಹಾ ಬಿಸ್ಕತ್ತು ಬಾಳೆಹಣ್ಣುಗಳನ್ನು ಕೊಟ್ಟ. ಅವಳ ಮುಖದಲ್ಲಿ ಸಂಕೋಚ ಹಿಂಡುತ್ತಿತ್ತು. ಅವಳ ಕೆಲಸ ಸಂಬಳ ಸಾರಿಗೆಗಳನ್ನು ವಿಚಾರಿಸಿದ. ಸಂಗೀತವನ್ನ ಯಾರ ಹತ್ತಿರ ಕಲೀತಿದಾಳೆ, ಎಷ್ಟು ಕಲಿತಿದಾಳೆ ಮುಂತಾಗಿ ಕೇಳಿದ. ತಮ್ಮ ಏನು ಮಾಡ್ತಿದ್ದಾನೆ ಎಂಬುದನ್ನೆಲ್ಲ ಪ್ರಶ್ನೆ ಮರುಪ್ರಶ್ನೆಗಳನ್ನು ಹಾಕಿ ತಿಳಿದುಕೊಂಡ. ಅನಂತರ ಹೇಳಿದ:

'ನಾನು ಯಾರು ಯಾರಿಗೋ ಸಂಗೀತ ಕಲಿಸ್ತೀನಿ. ಒಬ್ಬರಿಂದಲೂ ಒಂದು ಪೈಸೆ ಫೀಜು ಮುಟ್ಟುಲ್ಲ, ಮುಟ್ಟಕೂಡದು ಅಂತ ನನ್ನ ಗುರುವಿನ ಧ್ಯೇಯ. ಇನ್ನು ನನ್ನ ಮಗಳಿಗೆ ಹೇಳಿಕೊಡುಲ್ಲ ಅಂತೀನೆಯೆ? ಆದರೆ ನಾನು ಆರಂಭದ ಹಂತದೋರಿಗೆ ಸಪಾಸಾದಿಂದ ಕಲಿಸಲಾರೆ. ನೀನು ನಿನ್ನ ಗುರುಗಳಿಂದ ಕಲಿಯಬಹುದಾದದ್ದನ್ನ ಶ್ರದ್ಧೆಯಿಂದ ಕಲಿ. ಆಮೇಲೆ ಹೆಚ್ಚಿನಮಟ್ಟದ ತಯಾರೀನ ನಾನು ಕೊಡ್ತೀನಿ.' ಅವಳಲ್ಲಿ ತುಂಬಿಕೊಂಡ

ಸಂತೋಷವು ಕಣ್ಣುಗಳಲ್ಲಿ ಮಿನುಗಿತು. 'ಅಲ್ಲೀತನಕ ನಿನ್ನ ಗುರುಗಳಿಗೆ ಕೊಡುವ ಫ್ಲೀಜನ್ನ ನಾನು ಕೊಡ್ತೀನಿ. ನೀನು ನನ್ನ ಮಗಳು, ನಾನು ಹೇಳಿದೀನಿ ಅಂತ ತಿಳಿಸು. ಅವರು ಶ್ರದ್ಧೆ ಯಿಂದ ಕಲಿಸ್ತಾರೆ.' ಅವಳ ಕಣ್ಣುಗಳ ಮಿನುಗು ಈಗ ಪ್ರಕಾಶವಾಯಿತು. 'ಆ ಹುಡುಗ ಅವಿನಾಶನಿಗೆ ಹೇಳು. ಅವನ ಅಮ್ಮ ಅಪ್ಪರಿಗೂ ಹೇಳು. ಲಗ್ನಪತ್ರಿಕೆ ನಾನು ಮಾಡಿಕೊಡ್ತೀನಿ. ಕನ್ಯಾದಾನಾನೂ ನಾನು ಮಾಡ್ತೀನಿ. ಒಳ್ಳೆಯ ಕಲ್ಯಾಣಮಂದಿರದಲ್ಲೇ ಮದುವೇನೂ ಮಾಡ್ತೀನಿ. ನನಗೆ ತಿಂಗಳುಗಟ್ಟಲೆ ಮೊದಲೇ ಪ್ರೋಗ್ರಾಂ ಫ್ಲಿಕ್ಸ್ ಆಗಿರುತ್ತೆ. ಎಲ್ಲದಕ್ಕೂ ಮೊದಲೇ ಡೇಟ್ ಹೇಳಬೇಕು ಅಷ್ಟೆ. ಇನ್ನು ಕಿಷನ್ ಸ್ವಂತ ವ್ಯಾಪಾರ ಶುರುಮಾಡುಕ್ಕೆ ಬಂಡವಾಳವಿಲ್ಲ ಅಂತಾನೆಯೆ? ಮೂರುನಾಲ್ಕು ಲಕ್ಷ ನಾನು ಕೊಡ್ತೀನಿ ಅಂತ ಹೇಳು. ಹಾಕಿದ ದುಡ್ಡು ಕಳೆಯದೆ ಬೆಳೆಸುವ ಜವಾಬ್ದಾರಿ ಅವನಿಗೆ ಇರೂದು ಮುಖ್ಯ. ಬಂದು ನನ್ನನ್ನ ಭೇಟಿಯಾಗುಕ್ಕೆ ತಿಳಿಸು.'

ಬಕುಲಳ ಕಣ್ಣುಗಳಲ್ಲಿ ತುಂತುರು ತುಂಬಿಕೊಂಡಿತು. 'ಒಂದುವಾರದ ಹಿಂದೆ ಇವೇ ವಿಷಯ ಹೇಳುಕ್ಕೆ ಅಂತ ಬೋರೀವಲಿಗೆ ಬಂದಿದ್ದೆ. ನಿಮ್ಮಮ್ಮ ಹೇಳಿದಳು ತಾನೆ?'

'ಇಲ್ಲವಲ್ಲ!' ಅವಳ ಮುಖದಲ್ಲಿ ಆಶ್ಚರ್ಯಕಂಡಿತು.

'ನಿನ್ನ ಮದುವೆಯ ವಿಷಯಾನೇ ಮಾತಾಡುಕ್ಕೆ ಅಂತ ನಾನೇ ಹೋದೆ. ಲಗ್ನಪತ್ರಿಕೆ, ಕನ್ಯಾದಾನ, ಮದುವೆಯ ಖರ್ಚು ಎಲ್ಲ ನನಗಿರಲಿ. ಗಂಡಿನೋರನ್ನ ಕರೆಸು ಅಂತ ಹೇಳಿದೆ. ನಾನು ಇಷ್ಟು ದಿನ ಯಾಕೆ ಬರಲಿಲ್ಲ ಅಂತ ಕೋಪ ತೋರಿಸಿದಳು. ನಾನು ಯಾಕೆ ಬರಲಿಲ್ಲ, ನನ್ನ ಕಷ್ಟಸುಖ ಏನು ಅಂತ ವಿವರಿಸುಕ್ಕೆ ಹೋದರೆ ಕೇಳಲಿಲ್ಲ. ಮುಂದಿನ ಜನ್ಮದಲ್ಲಿ ನಾನು ಗೋರೆಸಾಹೇಬರನ್ನ ಮದುವೆಯಾಗ್ತೀನಿ, ಅವರು ನನ್ನ ಕೈಹಿಡೀತಾರೆ, ಅಂತ ನೇರವಾಗಿ ಹೇಳಿಬಿಟ್ಟಳು. ಏನಿವೆಲ್ಲ ಮಾತುಗಳು? ಬರೀ ಅಡುಗೆ ಮಾಡಿದ್ದರಿಂದ ಅವರು ಇಷ್ಟೆಲ್ಲ ಸಹಾಯಮಾಡ್ತಾರೆಯೆ? ನಾನು ಒಂದು ಮಾತೂ ಆಡಲಿಲ್ಲ. ಕಲಾಪ್ರಪಂಚಲ್ಲಿ ನಾನು ಎಂಥೆಂಥ ಹೆಂಗಸರನ್ನೋ ನೋಡಿದೀನಿ. ಆದರೆ ನಿಮ್ಮಮ್ಮ ಹೀಗೆ ಅಂತ ಕಲ್ಪಿಸಿಕೊಂಡಿರಲಿಲ್ಲ. ನಾನು ಎರಡನೆ ಲಗ್ನವಾದದ್ದು ತಪ್ಪು. ಆದರೆ ಇಪ್ಪತ್ತುವರ್ಷದಿಂದ ಅವಳ ಮುಖನೋಡಿಲ್ಲ, ಅವಳ ಮನೆಗೆ ಕಾಲಿಟ್ಟಿಲ್ಲ. ದೇವರಮೇಲೆ ಆಣೆ ಇಟ್ಟು ಹೇಳ್ತೀನಿ. ಅವಿನಾಶನಿಗೆ ಅವಳು ಸುಳ್ಳು ಹೇಳಿದಾಳೆ. ಅದಕ್ಕೆ ತಕ್ಕ ಶಾಸ್ತಿ ಮಾಡ್ತೀನಿ. ಆದರೆ ಮುಂದಿನ ಜನ್ಮಕ್ಕೆ ಆ ಅನುಕೂಲಸ್ಥ ವಕೀಲನೇ ತನಗೆ ತಾಳಿಕಟ್ಟುವ ಗಂಡ ಅನ್ನುವ ಇವಳ ಮಾತಿನ ಅರ್ಥವೇನು? ಮರ್ಯಾದಸ್ಥ ಹೆಂಗಸಿನ ಬಾಯಲ್ಲಿ ಬರುವ ಮಾತೇ ಇದು?'

– ೫ –

ತಮ್ಮನ್ನು ಸಾಕಿ ಈ ಸ್ಥಿತಿಗೆ ತಂದವಳೆಂಬ ಕೃತಜ್ಞತೆಯಿದ್ದರೂ ಬಕುಲಳಿಗಾಗಲಿ ಕಿಷನ್‌ಗಾಗಲಿ ತಾಯಿಯ ಬಗೆಗೆ ಆರ್ದ್ರಭಾವವಿರಲಿಲ್ಲ. ಅಪ್ಪ ಎನ್ನುವ ಗಂಡಿನ ಹೆದರಿಕೆ

ಯಿಲ್ಲದ ಕುಟುಂಬದಲ್ಲಿ ತಾನೇ ಅಪ್ಪನ ಪಾತ್ರವನ್ನು ವಹಿಸದಿದ್ದರೆ ಈ ಮುಂಬಯಿ ಮಹಾಷಹರದಲ್ಲಿ ಮಕ್ಕಳು ಹಾಳಾಗುತ್ತಾರೆಂಬ ಭಯದಿಂದ ತಾಯಿಯು ತುಂಬ ಕಟ್ಟುಮಾಡಿ ಬೆಳೆಸಿದ್ದಳು. ಸದಾ ಕೂತು ಓದಬೇಕು. ಸಂಜೆಯ ಒಳಗೆ ಮನೆಗೆ ಬರಬೇಕು. ಬಹುಬೇಗ ಕೋಪಮಾಡಿಕೊಳ್ಳುತ್ತಿದ್ದಳು. ಮಕ್ಕಳು ತಮ್ಮ ವಯಸ್ಸಿಗೆ ಸಹಜವಾಗಿ ಹಟಮಾಡಿದರೆ ಪಟಪಟನೆ ಹೊಡೆಯುತ್ತಿದ್ದಳು. ಆಮೇಲೆ ನಿಮಗಾಗಿ ನಾನು ಎಷ್ಟು ಕಷ್ಟಪಡ್ತೀದೀನಿ ಅಂತ ತಿಳಿಯೂದಿಲ್ಲ. ನೀವು ಹುಟ್ಟಿದ್ದೂ ಅಲ್ಲದೆ ಗೋಳೂ ಹುಯ್ಕತ್ತೀರಿ ಎಂದು ಅತ್ತು ಬಿಡುತ್ತಿದ್ದಳು. ಅವಳ ಅಳುವು ಇವರಲ್ಲಿ ದೋಷಭಾವ ಹುಟ್ಟಿಸಿ ಶಿಕ್ಷೆಯ ತೀವ್ರತೆಯನ್ನು ಹೆಚ್ಚಿಸುತ್ತಿತ್ತು. ಜೀವನದಲ್ಲಿ ತಾವು ಅಂಜಬೇಕಾದ ಗಂಡಸೆಂದರೆ ಗೋರೆ ಸಾಹೇಬರು ಎಂಬ ಭಾವನೆ ಇಬ್ಬರಲ್ಲೂ ಬೆಳೆದಿತ್ತು. ತಮ್ಮನ್ನು ಯಾವ ಕ್ಲಾಸಿಗೆ ಸೇರಿಸಬೇಕು, ಹೈಸ್ಕೂಲಿನಲ್ಲಿ ಯಾವ ವಿಷಯಗಳನ್ನು ಕೊಡಿಸಬೇಕು, ಕಾಲೇಜಿನಲ್ಲಿ ಯಾವ ವಿಷಯ ಓದಿದರೆ ಬೇಗ ನೌಕರಿ ಸಿಗುತ್ತೆ ಮೊದಲಾದುವನ್ನೆಲ್ಲ ತಮಗೆ ಹೇಳಿಸಲು ತಾಯಿ ತಮ್ಮನ್ನು ಅವರ ಮನೆಗೆ ಕರೆದೊಯ್ಯುತ್ತಿದ್ದಳು. ಹೋದ ತಕ್ಷಣ ಅವರ ಕಾಲುಮುಟ್ಟಿ ನಮಸ್ಕರಿಸಬೇಕು. ಅನಂತರ ನಿಂತೇ ಇರಬೇಕು, ಸುನೀತಿ ತಾಯಿಯವರಿಗೂ ನಮಸ್ಕರಿಸಬೇಕು; ಆದರೆ ಅವರ ಕಾಲನ್ನು ಮುಟ್ಟಬಾರದು. ಪಾದಗಳಿಂದ ಒಂದು ಗೇಣುದೂರದ ನೆಲವನ್ನು ಮಾತ್ರ ಮುಟ್ಟಿ ಕೈಯನ್ನು ಹಣೆಗೆ ಒತ್ತಿಕೊಳ್ಳಬೇಕು ಎಂಬುದನ್ನು ತಾಯಿ ಮೊದಲೇ ಹೇಳಿಕೊಟ್ಟಿರುತ್ತಿದ್ದಳು. ಸಾಹೇಬರು ಕೋಪತಾಪಗಳಿಲ್ಲದೆ ಶಾಂತವಾಗಿ ಮಾತನಾಡಿಸಿದರೂ ಅವರ ಬಗೆಗೆ ಭಯವಲ್ಲದೆ ಬೇರೆ ಯಾವ ಭಾವವೂ ಬೆಳೆದಿರಲಿಲ್ಲ. ಒಟ್ಟಿನಲ್ಲಿ ಅವರ ಮನೆಗೆ ಹೋಗಿ ಅವರನ್ನು ಭೇಟಿಯಾಗಿರುವುದೇ ಐದಾರುಸಲ. ಕೊನೆಯಸಲ ಅವರನ್ನು ಕಂಡಿದ್ದುದು ನೌಕರಿ ಕೊಡಿಸಲು ಅಮ್ಮ ಕರಕೊಂಡು ಹೋದಾಗ. ಬಿ.ಕಾಮ್. ಓದಿ ಟೈಪಿಂಗ್ ಕಲಿ ಎಂಬ ಸೂಚನೆ ಕೊಟ್ಟಿದ್ದವರು, ಅನಂತರ ಕಂಪ್ಯೂಟರ್ ಕಲಿಯಲು ಹೇಳಿದ್ದವರು ಅವರೇ. ಅವರ ಸೂಚನೆ ಎಂದರೆ ಅಮ್ಮನು ಹುಕುಂ ಎಂದು ಭಾವಿಸುತ್ತಿದ್ದಳು. ತನಗೆ ಇಷ್ಟವಿಲ್ಲದ ಬಿ.ಕಾಂ.ಗೆ ಸೇರಿಸಿದವರು ಎಂಬ ಅಸಾಮಾಧಾನ ಬಕುಲಳಿಗೆ ಇದ್ದೇ ಇತ್ತು. ಓದಿ ನೌಕರಿಗೆ ಸೇರಿದಮೇಲೆ ಸಂಗೀತವನ್ನೂ ಕಲಿ, ಸಂಜೆ ಕಂಪ್ಯೂಟರ್ ಕ್ಲಾಸಿಗೆ ಹೋಗು, ನಿಮ್ಮ ಮನೆಯ ಸ್ಥಿತಿಯಲ್ಲಿ ಈಗಲೇ ಸಂಗೀತ ಅಂತ ಹೋಗೂದು ಸರಿಯಲ್ಲ ಅಂತಲೂ ಅವರು ಹೇಳಿದ್ದರು. ಹೀಗನ್ನಿ ಅಂತ ಅಮ್ಮ ಹೇಳಿಕೊಟ್ಟಿದ್ದರೂ ಇರಬಹುದು ಎಂಬ ಅನುಮಾನವೂ ಅವಳಿಗಿತ್ತು. ಅಮ್ಮನಮೇಲೆ ಆಗಾಗ್ಗೆ ಹುಟ್ಟುತ್ತಿದ್ದ ಕೋಪವು ಗೋರೆ ಸಾಹೇಬರ ಮೇಲೂ ತಿರುಗುತ್ತಿತ್ತು. ನೀನು ಹೀಗೆ ಮಾಡ್ತೀ ಅಂತ ಸಾಹೇಬರಿಗೇ ಹೇಳ್ತೀನಿ, ಎಂಬ ಬೆದರಿಕೆಯನ್ನು ತಾಯಿ ಆಗಿಂದಾಗ ಹಾಕುತ್ತಿದ್ದುದೂ ಇದರ ಒಂದು ಕಾರಣವಾಗಿತ್ತು. ಇವರಿಬ್ಬರೂ ಸೇರಿ ತಾನು ಚಿಕ್ಕವಯಸ್ಸಿನಿಂದಲೇ ಸಂಗೀತ ಕಲಿಯುವುದಕ್ಕೆ ಅಡ್ಡಿಮಾಡಿದರು ಎಂಬ ಕಹಿಯೂ ತೀವ್ರವಾಗಿತ್ತು. ಅವರ ಮಾರ್ಗದರ್ಶನ ಸಹಾಯಗಳಿಲ್ಲ ದಿದ್ದರೆ ತಾನು ಹೀಗೆ ಓದಿ, ಇಷ್ಟು ಬೇಗ ಇಂಥ ಒಳ್ಳೆಯ ನೌಕರಿ ಪಡೆಯುತ್ತಿರಲಿಲ್ಲವೆಂಬ ಕೃತಜ್ಞತೆಯೂ ಬರುತ್ತಿತ್ತು. ತನ್ನ ತಾಯಿ ಗೋರೆ ಸಾಹೇಬರು ಹೇಳಿದಂತೆ ಕೇಳುತ್ತಾಳೆ

ಎಂಬುದರ ಜೊತೆಗೆ ಗೋರೆ ಸಾಹೇಬರು ತನ್ನ ತಾಯಿಯ ಮೂಲಕ ತನ್ನನ್ನು ನಿಯಂತ್ರಿಸುತ್ತಾರೆ ಎಂಬ ಅರಿವು ಅವಳಲ್ಲಿ ಅವರ ಬಗೆಗೆ ಅಹಿತಭಾವವನ್ನು ಹುಟ್ಟಿಸುತ್ತಿತ್ತು. ಅವರು ಷಹರಿನ ಎಲ್ಲ ಸಂಗೀತಸಭೆಗಳಿಗೂ ಸಹಾಯ ಮಾಡುತ್ತಾರೆಂದು ತನ್ನ ಕಾಲೇಜಿನ ಗೆಳತಿ ಯರಿಂದ, ತನ್ನ ಗುರು ಬಿಜಾಪುರೆಯವರಿಂದ ಕೇಳಿದ್ದಳು. ಆದರೆ ತಾನು ಸಂಗೀತ ಕಲಿ ಯಲು ಅಡ್ಡಿ ಮಾಡಿದ್ದಾರೆ ಎಂಬ ಅಸಮಾಧಾನವೂ ಸೇರಿಕೊಂಡಿತ್ತು. ತಂದೆಗಿಂತ ಗೋರೆ ಸಾಹೇಬರ ನಿಯಂತ್ರಣವು ಅವಳ ಮನಸ್ಸಿನಲ್ಲಿ ಹೆಚ್ಚು ಶಕ್ತವಾಗಿತ್ತು. ಬೇರೆ ಮದುವೆ ಮಾಡಿಕೊಂಡು ತಮ್ಮನ್ನು ಅಲಕ್ಷಿಸಿದ್ದಾರೆ ಎಂಬ ಏಕಮಾತ್ರ ಅಸಮಾಧಾನವು ಕಾಲಕಳೆದಂತೆ ತನ್ನ ತೀಕ್ಷ್ಣತೆಯನ್ನು ಕಳೆದುಕೊಂಡು ಅವರ ಅಸ್ತಿತ್ವವು ಯಾವಾಗಲೋ ಒಮ್ಮೆ ಮನಸ್ಸಿನ ಒಂದು ದೂರದ ಮೂಲೆಯಲ್ಲಿ ಕಾಣಿಸಿಕೊಳ್ಳುವ ನೆನಪಾಗಿತ್ತು. ಅದೂ ತನಗೆ ಸಂಗೀತದಲ್ಲಿ ಇಷ್ಟು ಆಸಕ್ತಿ ಇರುವುದರಿಂದ. ಕಿಷನನಿಗೆ ಅದೂ ಇರಲಿಲ್ಲ. ಮೋಹನಲಾಲ ಎಂಬ, ಒಂದು ಕಛೇರಿಗೆ ಒಂದುಲಕ್ಷ ಗಿಟ್ಟಿಸುವ ಸಂಗೀತಗಾರನು ತನ್ನ ತಂದೆಯಂತೆ. ತನ್ನ ಸಂಗೀತದ ವಿದ್ಯಾರ್ಥಿನಿಯನ್ನು ಕಟ್ಟಿಕೊಂಡು ತನ್ನ ತಾಯಿಯನ್ನು ಬಿಟ್ಟನಂತೆ. ಹುಟ್ಟಿದಾಗಿನಿಂದ ತನ್ನನ್ನು ನೋಡಿಯೇ ಇಲ್ಲವಂತೆ. ಈಗ ಸಂಗೀತ ಕಲಿಯುವ, ಸಂಗೀತದ ಹುಚ್ಚು ಇರುವ ಹೆಂಗಸರ ಹತ್ತಿರ ಶೋಕಿಮಾಡಿಕೊಂಡು, ದೇಶದಲ್ಲೆಲ್ಲ ಕಛೇರಿ ಮಾಡಿಕೊಂಡು ಪಶ್ಚಿಮಬಾಂದ್ರಾದಲ್ಲಿ ಇದ್ದಾನಂತೆ. ಇದಕ್ಕಿಂತ ಅವನಿಗೆ ಹೆಚ್ಚು ಗೊತ್ತೂ ಇಲ್ಲ. ತಿಳಿಯುವ ಆಸಕ್ತಿಯೂ ಇಲ್ಲ. ಗೋರೆ ಸಾಹೇಬರೆಂದರೆ ತುಸು ಅಂಜಿಕೆ ಇದೆ. ನೀನು ಬಿ.ಕಾಮ್. ಪಾಸು ಮಾಡದಿದ್ದರೆ ಹಾಳಾಗ್ತೀ ನೋಡು. ಪಾಸು ಮಾಡಿದರೆ ಯಾರಾದರೂ ಆಡಿಟರ ಹತ್ತಿರ ನಾನೇ ಕೆಲಸಕ್ಕೆ ಸೇರುಸ್ತೀನಿ. ಸರಿಯಾಗಿ ಕೆಲಸ ಕಲಿತರೆ ನೀನೇ ಸ್ವಂತ ಆಫೀಸು ತೆಗೀಬಹುದು. ಸಿ.ಎ. ಮಾಡಬಹುದು. ಅಥವಾ ಯಾವುದಾದರೂ ಕಂಪನೀಲಿ ನಿನ್ನ ಅಕ್ಕನಿಗೆ ಕೊಡಿಸಿದ ಹಾಗೆ ನೌಕರಿ ಕೊಡುಸ್ತೀನಿ, ಎಂದು ಹೇಳಿದ್ದರು. ಇನ್ನೊಂದು ದಿನ ಅಮ್ಮ ತನ್ನನ್ನು ಅವರ ಮನೆಗೆ ಕರೆದೊಯ್ದು ನಿಲ್ಲಿಸಿ ಅವರಿಂದ ಬೈಸಿದ್ದಳು. ಅವರು ಇಂಗ್ಲಿಷಿನಲ್ಲಿ ಬೈದಿದ್ದರು. ಆದರೂ ನಾನು ಪಾಸು ಮಾಡಲಿಲ್ಲ. ಈಗಿರುವ ಕೆಲಸವೂ ಅವರೇ ಕೊಡಿಸಿದ್ದು. ಅವನಿಗೆ ಗೋರೆ ಸಾಹೇಬರ ಮೇಲೆ ಒಂದು ರೀತಿಯ ಭಯ, ಅಸಮಾಧಾನಗಳಿದ್ದವು. ತನ್ನನ್ನು ಬೈಯುವ ಶಕ್ತಿ ಸ್ವತಃ ಇಲ್ಲದ್ದರಿಂದ ಅವರ ಕೈಲಿ ಬೈಯಿಸುತ್ತಾಳೆಂಬ ಕೋಪವು ಅವರ ನೆನಪನ್ನು ಆಕ್ರಮಿಸುತ್ತಿತ್ತು. ತಾನು ಕೆಲಸ ಮಾಡುವ ಶೇಟು ಕೂಡ, ನಿನಗೆ ಇಷ್ಟೂ ಜವಾಬ್ದಾರಿ ಇಲ್ಲ ಅಂತ ಹೇಳಿದರೆ ಗೋರೆ ಸಾಹೇಬರು ಏನಂತಾರೆ ಗೊತ್ತಾ? ಎಂದು ಹೆದರಿಸುತ್ತಿದ್ದ.

ಈಗ ಇದ್ದಕ್ಕಿದ್ದಂತೆಯೇ ಇಬ್ಬರ ಮನಸ್ಸಿನಲ್ಲೂ ಸಂಬಂಧ ಬದಲಾಯಿಸಿತು. ತಾನೇ ಲಗ್ನಪತ್ರಿಕೆ ಮಾಡಿ, ಖರ್ಚು ಹಾಕಿ ಕಲ್ಯಾಣಮಂದಿರ ಹಿಡಿದು ಕನ್ಯಾದಾನ ಮಾಡುವ, ಬಿಜಾಪುರೆ ಗವಯಿಗಳಿಂದ ಬೇಗ ಕಲಿತನಂತರ ಕ್ರಮವಾಗಿ ಸಂಗೀತ ಕಲಿಸುವ ತನ್ನ ತಂದೆಯ ಚಿತ್ರ ಬಕುಲಳ ಮನಸ್ಸನ್ನು ಸಂಪೂರ್ಣ ಬದಲಾಯಿಸಿತು. ಸಂಗೀತದ ಗಂಧ ವಿಲ್ಲದ, ಸಂಗೀತವೆಂದರೆ ಬೆಂಕಿಯಾಗುವ ಇಂಥವಳೊಡನೆ ಅವರಾದರೂ ಹೇಗೆ ಸಂಸಾರ

ಮಾಡಿಕೊಂಡಿರಲು ಸಾಧ್ಯ? ಅದಕ್ಕೇ ಬೇರೆ ಮದುವೆಯಾದರು. ಈಗ ಅವಳನ್ನೂ ಬಿಟ್ಟು ನೋಡಿಕೊಳ್ಳೋರು ಇಲ್ಲದೆ ಒಂಟಿಯಾಗಿದಾರೆ. ಬೇರೆ ಹೆಂಗಸರ ಸ್ನೇಹ ಇರಬಹುದು. ಕಲಾವಿದರು ಅಂದರೆ ಇದ್ದೇ ಇರುತ್ತೆ. ಕಲೆಯ ಗಂಧವಿಲ್ಲದ ಗಂವಾರರು ಅದನ್ನೇ ದೊಡ್ಡದು ಮಾಡಿ ಮಾತಾಡಬಹುದು. ಸ್ಫೂರ್ತಿ ಇಲ್ಲದಿದ್ದರೆ ಕಲೆ ಹೇಗೆ ಬೆಳೆದೀತು? ಎಂಬ ಸಮರ್ಥನೆಗಳೂ ಮನಸ್ಸಿನಲ್ಲಿ ಹುಟ್ಟಿದವು. ಆಗ ಅವರು ಮದುವೆಗೆಂದು ಕಳಿಸಿದ ಲಕ್ಷರೂಪಾಯಿಯನ್ನು ವಾಪಸು ಬಿಸಾಕಿದಳು. ಈಗ ನನ್ನ ಮದುವೆಯ ಸಲುವಾಗಿ ತಾವಾಗಿಯೇ ಹುಡುಕಿಕೊಂಡು ಮನೆಗೆ ಬಂದಾಗ ಮುಂದಿನ ಜನ್ಮದಲ್ಲಿ ಗೋರೆಸಾಹೇಬರೇ ನನ್ನ ಗಂಡ ಅನ್ನುವ ಮಾತನಾಡಿ ಕಳಿಸಿದಳು. ಯಾವ ಸಂಭಾವಿತ ಹೆಂಗಸು ಇಂಥ ಮಾತನಾಡಿಯಾಳು? ಅವಳ ಮನಸ್ಸು ಕುದಿಯತೊಡಗಿತು. ಕೋಪವನ್ನು ತನ್ನೊಳಗೇ ಅದುಮಿಟ್ಟುಕೊಳ್ಳಲು ಬಹಳ ದಿನ ಸಾಧ್ಯವಾಗಲಿಲ್ಲ. ಒಂದು ಸಂಜೆ ಬಂದವಳು ಕೇಳಿಯೇ ಬಿಟ್ಟಳು: 'ಎಲ್ಲ ಖರ್ಚೂ ಹಾಕಿ ಲಗ್ನಪತ್ರಿಕೆ ಕನ್ಯಾದಾನಗಳನ್ನ ಮಾಡ್ತೀನಿ ಅಂತ ಪಿತಾಜಿ ಬಂದು ಹೇಳಿದ್ದನ್ನ ಯಾಕೆ ಇಷ್ಟು ದಿನವಾದರೂ ಮುಚ್ಚಿಟ್ಟಿದೀಯ?'

ತಾಯಿ ಅವಾಕ್ಕಾದಳು. ಎರಡುನಿಮಿಷ ಅವಳಿಗೆ ಉತ್ತರ ಹೊಳೆಯಲಿಲ್ಲ. ಅನಂತರ, 'ನೀನು ಅವನನ್ನ ನೋಡುಕ್ಕೆ ಹೋಗಿದ್ದೆಯಾ?' ಪ್ರತಿ ಏಟು ಹಾಕಿದಳು.

'ದೇಶಕ್ಕೆ ದೇಶವೇ ಚರಣಸ್ಪರ್ಶ ಮಾಡುವಂಥ ದೊಡ್ಡೋರನ್ನ ಅವನು ಇವನು ಅಂತೀಯ? ಈಗ ಮುಚ್ಚಿಟ್ಟಹಾಗೆ ಅವರ ವಿಷಯ ನಮ್ಮಿಂದ ಇನ್ನೂ ಏನೇನು ಮುಚ್ಚಿಟ್ಟಿದೀಯ ಹೇಳು. ಗೋರೆ ಸಾಹೇಬರೇ ಮುಂದಿನ ಜನ್ಮದಲ್ಲಿ ನಿನ್ನ ಗಂಡನಾಗಲಿ ಅಂದೆಯಂತೆ. ಈ ಜನ್ಮದಲ್ಲಿ ಅವರು ನಿನಗೆ ಏನಾಗಬೇಕು ಹೇಳು. ಈ ಜನ್ಮದಲ್ಲಿ ಏನೂ ಆಗಿರದಿದ್ದರೆ ಮುಂದಿನ ಜನ್ಮದ ಮಾತು ಯಾಕೆ ಆಡ್ತಿದ್ದೆ? ನೀನು ಇಂಥದೆಲ್ಲ ಮಾಡ್ತಿ ಅಂತ ಗೊತ್ತಿದ್ದೇ ನಮ್ಮಪ್ಪ ನಿನ್ನನ್ನ ದೂರ ಮಾಡಿರಬಹುದು, ಯಾರಿಗೆ ಗೊತ್ತು?' ಎಂದವಳು ತನ್ನ ಮಾತು ಎಲ್ಲೆ ಮೀರಿತು ಎಂಬ ಅರಿವಾಗಿ ತಕ್ಷಣ ಬಾಯಿಮುಚ್ಚಿಕೊಂಡಳು.

ಆದರೆ ಅಷ್ಟರಲ್ಲಿ ತಾಯಿಗೆ ಗರಬಡಿದಿತ್ತು. ಒಂದು ಮಾತೂ ಹೊಳೆಯಲಿಲ್ಲ. ತಲೆಯಲ್ಲಿ ಒಂದು ವಿಚಾರವೂ ಸುಳಿಯಲಿಲ್ಲ. ನಿಂತ ನೆಲ ಸಮತಪ್ಪಿದಂತಾಯಿತು. ಕೆಲವು ವರ್ಷಗಳ ಹಿಂದೆ ಒಂದು ಬೆಳಗ್ಗೆ ಇದೇ ಜಾಗದಲ್ಲಿ ನಿಂತಿದ್ದಾಗ ಇಡೀ ಕಟ್ಟಡವೇ ಅತ್ತ ಇತ್ತ ಓಲಿದಂತಾಗಿ ತಾನು ಗೋಡೆ ಹಿಡಿದು ಕುಳಿತು, ಎರಡುಸಲ ಕಣ್ಣರೆಪ್ಪೆ ಹೊಡೆಯುವುದರಲ್ಲಿ ಚಾಳಿನ ಇತರ ಮನೆಗಳವರು ಭೂಕಂಪ, ಭೂಕಂಪ ಎಂದು ಕೆಳಗೆ ಓಡುತ್ತಾ ತಾನೂ ಅವರನ್ನನುಸರಿಸಿ ಓಡಿಹೋಗಿದ್ದ ನೆನಪಾಯಿತು. ಈಗಲೂ ಆ ರೀತಿ ಆಗುತ್ತಿದೆ. ಆದರೆ ಇದು ಭೂಕಂಪವಲ್ಲ. ತಾನು ಹಾಗೆಯೇ ನಿಂತಿದ್ದರೆ ಬಿದ್ದುಬಿಡುತ್ತೇನೆ ಎಂಬ ಅಂಜಿಕೆಯಾಗಿ ಗೋಡೆ ಹಿಡಿದು ನೆಲದ ಮೇಲೆ ಕುಳಿತಳು. ಬಾಯಿಮುಚ್ಚಿ ಎರಡು ತುಟಿಗಳನ್ನೂ ಹಲ್ಲುಗಳ ಒಳಕ್ಕೆ ಸೇರಿಸಿ ಕಚ್ಚಿಕೊಂಡ ಮಗಳು ಅಲ್ಲಿ ನಿಲ್ಲದೆ ತನ್ನ ಕೋಣೆಗೆ ಹೋಗಿ ಬಾಗಿಲು ಮುಚ್ಚಿಕೊಂಡಳು. ಎರಡುನಿಮಿಷದ ನಂತರ ತಾಯಿಗೆ ಸಂತುಲನೆ ಬಂತು. ಎದ್ದು ನಿಂತಳು. ತಾನು ಬೀಳುವುದಿಲ್ಲ ಎಂಬ ಖಾತರಿಯಾಯಿತು. ಕಾಲಿಗೆ

ಎಕ್ಕಡವನ್ನೂ ಮೆಟ್ಟಿಕೊಳ್ಳದೆ ಹೊರನಡೆದಳು. ಮೆಟ್ಟಿಲಿಳಿದು ಬೀದಿಗೆ ಬಂದು ನಡೆಯ ತೊಡಗಿದಳು. ಸಂಜೆಯ ವಾಹನ ಮತ್ತು ಜನಸಂದಣಿಯಲ್ಲಿ ರಸ್ತೆ, ಗಲ್ಲಿಗಳನ್ನು ದಾಟಿ ಉದ್ದಕ್ಕೆ ನಡೆದು ಅಂಬಾಭವಾನಿಯ ಗುಡಿಗೆ ಬಂದಳು. ಅಲ್ಲೂ ಜನಗಳ ನೂಕುನುಗ್ಗಲು. ಜಾಗ ಬಿಡಿಸಿಕೊಂಡು ಗರ್ಭಗುಡಿಯ ಎದುರಿಗೆ ನಿಂತು ಕೈಮುಗಿದು ಕೈಲಿ ಖಡ್ಗ ಹಿಡಿದು ವೀರಗಾಸೆ ಹಾಕಿ ಹುಲಿಯಮೇಲೆ ಕುಳಿತಿದ್ದ ಅಮೃತಶಿಲೆಯ ದೇವಿಯನ್ನು ದಿಟ್ಟಿಸಿ ಕಣ್ಣು ತುಂಬ ತುಂಬಿ ಅನಂತರ ರೆಪ್ಪೆಗಳನ್ನು ಮುಚ್ಚಿಕೊಂಡಳು. ನಾನು ಏನಾದರೂ ಪಾಪಕೆಲಸ ಮಾಡಿದ್ದರೆ, ಪಾಪದ ಯೋಚನೆ ಮಾಡಿದ್ದರೆ ನಿನ್ನ ಕೈಲಿರುವ ಖಡ್ಗದಿಂದ ನನ್ನ ಕೊರಳನ್ನ ಕತ್ತರಿಸು ತಾಯಿ. ಇಲ್ಲದಿದ್ದರೆ ಪಾಪದ ಮಾತನಾಡೋರ ನಾಲಗೆಯನ್ನ ತುಂಡುಮಾಡು. ಮುಂದಿನ ಜನ್ಮಕ್ಕಾದರೂ ಒಳ್ಳೆಗಂಡ ಸಿಕ್ಕಲಿ ಅಂತ ನಿನ್ನನ್ನ ಧ್ಯಾನಿಸಿ ಕೊಂಡರೆ ಪಾಪ ಹ್ಯಾಗಾಗುತ್ತೆ ನೀನೇ ಹೇಳು, ಎಂಬ ವಾಕ್ಯಗಳನ್ನು ಮುಚ್ಚಿದ ರೆಪ್ಪೆಯೊಳಗೆ ಭದ್ರಮಾಡಿಕೊಂಡು ನಿಂತಳು. ತುಸುಹೊತ್ತು ಆ ವಾಕ್ಯಗಳು ಶಬ್ದಚಿತ್ರಗಳಂತೆ ಕಣ್ಣಿನ ಒಳ ತೆರೆಯಮೇಲೆ ನಿಂತುಬಿಟ್ಟವು. ಅನಂತರ ಗೋರೆ ಸಾಹೇಬರೇ ಮುಂದಿನ ಜನ್ಮಕ್ಕೆ ನನ್ನ ಗಂಡನಾಗಲಿ ಅಂತ ನಿನ್ನೆದುರಿಗೇ ನಿಂತು ನಾನು ಕೇಳಿಕೊಂಡಿದೀನಿ. ಪಾಪವಾಗಿದ್ರೆ ನೀನೇ ಅದು ತಪ್ಪು ಅಂತ ಹೇಳಬೇಕಾಗಿತ್ತು. ನೀನು ಹೇಳಲಿಲ್ಲ. ಆಗಿದ್ದರೆ ಈಗಲೂ ಹೇಳಿಬಿಡು, ಎಂಬ ವಾಕ್ಯಗಳು ರೂಪಗೊಂಡವು. ಮುಚ್ಚಿದ್ದ ಕಣ್ಣುಗಳು ಹಾಗೆಯೇ ಇದ್ದವು. ಅದು ಪಾಪವೆಂಬ ಯಾವ ಅಂತರ್ಬೋಧೆಯೂ ಆಗಲಿಲ್ಲ. ತುಸು ಹೊತ್ತಾದಮೇಲೆ ಕಣ್ಣುಬಿಟ್ಟಳು. ಪೂಜಾರಿ ಅವಳ ಹಣೆಗೆ ಕಲಸಿದ ಕುಂಕುಮದ ಪ್ರಸಾದವನ್ನು ಉದ್ದುದ್ದವಾಗಿ ಬಳಿದ. ತನ್ನ ಬಲಅಂಗೈಯನ್ನು ಎಡಅಂಗೈಮೇಲೆ ಇಟ್ಟು ಮನೆಗೊಂದಿಷ್ಟು ಕೊಡಪ್ಪಾ ಎಂದಳು. ಒಂದು ಕಡಲೆಕಾಳು ಗಾತ್ರದಷ್ಟು ಕಲಸಿದ ಕುಂಕುಮವನ್ನು ಅವನು ಬೆರಳಿನಲ್ಲಿ ಗೋರಿ ಅವಳ ಬಲಅಂಗೈಗೆ ಉಂಡೆಯಾಗಿ ಮೆತ್ತಿದ. ಆ ಅಂಗೈಯನ್ನು ಕಣ್ಣಿಗೆ ಒತ್ತಿಕೊಂಡು ನಿಂತಲ್ಲಿಯೇ ಮೂರುಸುತ್ತು ಪ್ರದಕ್ಷಿಣೆಮಾಡಿ ಅವಳು ಗುಡಿಯಿಂದ ಹೊರಬಂದಳು. ಮನೆಯ ಕಡೆಗೆ ನಡೆಯುವಾಗ ಅವಳ ಹೆಜ್ಜೆಗಳು ದೃಢವಾಗಿದ್ದವು. ಶರೀರದ ಸಂತುಲನೆ ಸಮವಾಗಿತ್ತು. ಮನಸ್ಸಿನ ಆವೇಗವು ಚಲನೆಗೆ ವೇಗವನ್ನೂ ಕೊಟ್ಟಿತ್ತು. ಸರಸರನೆ ಚಾಳನ್ನು ತಲುಪಿದಳು. ಮೆಟ್ಟಿಲುಗಳನ್ನು ಹತ್ತಿ ಮೇಲೆ ಹೋಗಿ ತನ್ನ ಮನೆಗೆ ಬಂದಾಗ ಬಾಗಿಲುಹಾಕಿತ್ತು. ಕರೆಗಂಟೆಯೊತ್ತಿದಳು. ಯಾರು? ಒಳಗಿನಿಂದ ಕಿಷನ್‌ನ ಧ್ವನಿ. ನಾನು, ಸ್ಪಷ್ಟವಾಗಿ ಹೇಳಿದ ಮೇಲೆ ಬಾಗಿಲು ತೆರೆದ. ಇವಳು ಒಳಗೆ ಬಂದಮೇಲೆ ಬಾಗಿಲನ್ನು ಮುಚ್ಚಿ ಬೋಲ್ಟ್‌ಹಾಕಿದ. ಅವನಿನ್ನೂ ಬೂಟು ಬಿಚ್ಚಿರಲಿಲ್ಲ. ಅಡ್ಡಪಟ್ಟಿಯ ಅರೆತೋಳು ಶರಟಿನಮೇಲೆ ಜೀನ್ಸ್ ಹಾಕಿದ್ದ. ಸೋಫಾದಮೇಲಿದ್ದ ಅವನ ಕೈಪೆಟ್ಟಿಗೆಯ ಬಾಗಿಲು ತೆರೆದಿತ್ತು. ಅದರೊಳಗೆ ನೂರು ರೂಪಾಯಿಗಳ ನೋಟಿನ ಕಟ್ಟುಗಳು. ಒಂದು ಕಟ್ಟಿನಲ್ಲಿ ಹತ್ತು ಸಾವಿರವಿರುತ್ತದೆಂದು ನೋಡಿದತಕ್ಷಣ ಅವಳಿಗೆ ಅರ್ಥವಾಯಿತು. ಅವನು ಅದೀಗ ಪೆಟ್ಟಿಗೆಯ ಬಾಗಿಲು ತೆಗೆದು ಕಟ್ಟುಗಳನ್ನು ಎಣಿಸುತ್ತಿದ್ದ, ನೌಕರಿಗೆ ಸಂಬಂಧಿಸಿದ ಹಣ, ನಾಳೆ ಬೆಳಗ್ಗೆ ಶೇಟುವಿಗೆ ಕೊಡಬೇಕಾದದ್ದು, ಬಾಗಿಲುಮುಚ್ಚಿ ಎಣಿಸುತ್ತಿದ್ದಾನೆಂದು

ತಕ್ಷಣ ಅರ್ಥವಾಯಿತಾದರೂ ಅದರ ಕಡೆ ಗಮನಕೊಡಲಿಲ್ಲ. ಕೋಣೆಯ ಬಾಗಿಲು ಅರ್ಧತೆಗೆದಿತ್ತು. ಬಕುಲಾ ತನ್ನ ಮಂಚದಮೇಲೆ ಕೂತು ತಂಬೂರಿಯನ್ನು ಟಿನ್‌ಟಿನ್‌ಗುಟ್ಟಿಸುತ್ತಿದ್ದಳು. ಒಳಗೆ ನಡೆದ ತಾಯಿ ತನ್ನ ಬಲಅಂಗೈಯಲ್ಲಿದ್ದ ದೇವಿಯ ಪ್ರಸಾದವನ್ನು ಎಡಅಂಗೈಗೆ ಹಾಕಿಕೊಂಡು ಬಲತರ್ಜನಿಯಿಂದ ಅರ್ಧದಷ್ಟನ್ನು ತೆಗೆದು ಮಗಳ ಹಣೆಗೆ ಉದ್ದುದ್ದವಾಗಿ ಇಟ್ಟು ಹೇಳಿದಳು:

'ಗುಡಿಗೆ ಹೋಗಿದ್ದೆ. ನಾನು ಕೇಳಿಕೊಂಡದ್ದರಲ್ಲಿ ಪಾಪವಿದ್ದರೆ ನಿನ್ನ ಖಡ್ಗದಿಂದ ನನ್ನ ಕತ್ತು ಕತ್ತರಿಸು. ಇಲ್ಲದಿದ್ದರೆ ಪಾಪದ ಮಾತಾಡೋರ ನಾಲಗೆ ಕತ್ತರಿಸು ಅಂತ ಕೇಳಿ ಕೊಂಡೆ. ನಂದೇನೂ ಪಾಪವಿಲ್ಲ ಅಂತ ದೇವಿ ಹೇಳಿದಾಳೆ. ನಿನ್ನ ನಾಲಗೆ ಇಂಗಿಹೋಗುತ್ತೆ. ಹೌದು, ನಾನು ಕೇಳಿಕೊಂಡಿದ್ದೆ, ಇವತ್ತಲ್ಲ ಹದಿನಾರುವರ್ಷದಿಂದ ಕೇಳ್ಕತ್ತಿದೀನಿ. ಗೋರೆ ಸಾಹೇಬರಂಥ ಒಳ್ಳೆಯೋರು ನನಗೆ ಮುಂದಿನ ಜನ್ಮಕ್ಕಾದರೂ ಗಂಡನಾಗಿ ಸಿಕ್ಕಲಿ ಅಂತ. ಎಂಟುದಿನದ ಹಿಂದೆ ಬಂದಾಗ ನಿಮ್ಮಪ್ಪನಿಗೂ ಅದೇ ಮಾತು ಹೇಳಿದ್ದೆ. ಅವನು ನಿನಗೆ ಚುಚ್ಚಿದಾನೆ. ನೀನು ಬಂದು ನನ್ನ ಪಾಪ ಪುಣ್ಯ ಕೇಳ್ತೀಯಾ? ನಿನ್ನ ನಾಲಗೆ ಇಂಗಿಹೋಗುತ್ತೆ. ಈಗ ನಾನು ಇಟ್ಟದ್ದು ದೇವೀಪ್ರಸಾದವಲ್ಲ, ದೇವೀಶಾಪ. ಚೋಟುದ್ದ ಇದ್ದೋಳನ್ನ ಸಾಕಿ ಈ ಮಟ್ಟಕ್ಕೆ ತಂದದ್ದಕ್ಕೆ ನನ್ನ ಹೀಗಂತೀಯಾ?'

ಅವಳ ಧ್ವನಿ ಏರಿತ್ತು. ಬಾಗಿಲು ಹಾಕಿದ್ದರೂ ಚಾಳು ಆದದ್ದರಿಂದ ಬೇರೆ ಯಾರಿಗೂ ಕೇಳಿಸಿಲ್ಲವೆನ್ನುವಂತಿಲ್ಲ. ಮಗಳು ಕತ್ತೆತ್ತಿ ತಾಯಿಯ ಮುಖನೋಡಿದಳು. ಹಣೆಯ ಉದ್ದಕ್ಕೂ ಬಳಿದಿದ್ದ ಕುಂಕುಮವು ಅವಳ ಮುಖಕ್ಕೆ ಭಯಾನಕರೂಪ ಕೊಟ್ಟಿತ್ತು. ತನ್ನ ಹಣೆಗೂ ಅದನ್ನು ಬಳಿದು ಶಾಪಕೊಟ್ಟಿದ್ದಾಳೆ. ದೇವರು ದಿಂಡರು ವರ ಶಾಪಗಳಲ್ಲಿ ತನಗೆ ನಂಬಿಕೆ ಇಲ್ಲವೆಂಬ ನೆನಪಾದರೂ ಅವಳಿಗೆ ಭಯವಾಯಿತು. ಅಷ್ಟರಲ್ಲಿ ಕೋಣೆಯ ಬಾಗಿಲಿನಹತ್ತಿರ ಬಂದ ಕಿಷನ್, 'ಏನಮ್ಮ, ಏನಾಯಿತು?' ಎಂದು ಕೇಳಿದ. ಅವನ ಧ್ವನಿ ಯಲ್ಲಿದ್ದ ಸಾಂತ್ವನವನ್ನು ಕೇಳಿದ ಅಮ್ಮನಿಗೆ ತನ್ನ ಪರವಾಗಿ ಇವನೊಬ್ಬನಿದ್ದಾನೆಂದ ನಂಬಿಕೆ ಬಂದು, ಸಂಜೆ ಮಗಳು ಅಂದಮಾತು, ತನಗಾದ ನೋವು, ತಾನು ದೇವಿಯನ್ನೇ ಕೇಳಲು ತಕ್ಷಣ ಹೋದದ್ದು ಎಲ್ಲವನ್ನೂ ಹೇಳಿದಳು. ಕಿಷನ್ ಅಕ್ಕನನ್ನು ತರಾಟೆಗೆ ತೆಗೆದು ಕೊಂಡ. 'ನೀನು ಸಂಗೀತ ಕಲೀತಿದೀ ಅಂತ ಆ ಸಂಗೀತಗಾರ ಅಪ್ಪನನ್ನ ದೇವರು ಅಂತ ತಿಳಕೊಂಡಿದೀ ಏನು? ಹುಟ್ಟಿಸಿ ಓಡಿಹೋದ ಮೇಲೆ ಅವನು ನಮಗೆ ಮಾಡಿದ್ದೇನು? ನಮ್ಮನ್ನ ಸಾಕಿದೋಳು ಅಮ್ಮ. ಅಪ್ಪನಿಂದ ಏನು ಬೇಕಾದರೂ ವಸೂಲಮಾಡಿಕೊ. ಯಾರ ತೀಟೆಗೆ ಕೊಡ್ತಾನೆ? ಆದರೆ ಅಮ್ಮನ ಮನಸ್ಸು ನೋಯಿಸಿದರೆ ಎಚ್ಚರಿಕೆ. ಇವತ್ತು ಸಾಯಂಕಾಲ ನಾನೂ ಅಲ್ಲಿಗೆ ಹೋಗಿದ್ದೆ. ನನ್ನ ಬಿಸಿನೆಸ್ಸಿಗೆ ಎರಡುಲಕ್ಷ ಕೊಟ್ಟ. ತಗಂಡು ಬಂದಿದೀನಿ. ನಿಮ್ಮಮ್ಮ ಮುಂದಿನ ಜನ್ಮಕ್ಕೆ ಗೋರೆ ಸಾಹೇಬರನ್ನೇ ಗಂಡನಾಗಿ ಕೊಡು ಅಂತ ಹರಕೆ ಮಾಡ್ಕಂಡಿದಾಳಂತೆ. ಅವಳೇ ಹೇಳಿದಳು. ಏನಿದರ ಅರ್ಥ? ಅಂತ ಅವನು ನನ್ನ ಕಿವಿಗೂ ಹಾಕಿದ. ನಾನೇನೂ ಹಾಗಂತ ಮನೆಗೆ ಬಂದು ಅಮ್ಮನನ್ನ ಕೇಳ್ತಿರಲಿಲ್ಲ. ಬಿ.ಕಾಮ್. ಪಾಸುಮಾಡಿ ಕಂಪ್ಯೂಟರ್ ಕಲಿತಾಕ್ಷಣ ನೀನು

ಮಹಾ ಬುದ್ಧಿವಂತೆ ಯಾದೆ ಏನು?'

ಮಗನ ಮಾತಿನಿಂದ ಅವನಾದರೂ ತನ್ನ ಕಡೆಗಿದ್ದಾನೆಂಬ ನೆಮ್ಮದಿ ಹುಟ್ಟಿತು. ಆದರೆ ಒಂದುನಿಮಿಷದ ನಂತರ ಆ ಮಾತಿನ ಅರ್ಥವಾಗತೊಡಗಿತು. ತಕ್ಷಣ ಹೇಳಿದಳು, ಅವಳಿಗೇ ತಿಳಿಯದಂತೆ ಧ್ವನಿಯು ಕಿರಿಚಾಗಿತ್ತು: 'ಅವನು ಕಾಸು ಕೊಡ್ತಾನೆ ಅಂತ ಹೋಗಿ ನಾಲಗೆ ಒಡ್ಡಿದೆಯಾ? ಮಾನಮರ್ಯಾದೆ ಇದೆಯೆ ನಿನಗೆ? ಅವನಿಗೆ ಕೈಒಡ್ಡಲಿ ಅಂತಲೆ ನಾನು ನಿನ್ನನ್ನ ಹೆತ್ತು ಹೊತ್ತು ಸಾಕಿ ಸಲಹಿದ್ದು? ಈಗಿಂದೀಗ ಹೋಗಿ ವಾಪಸು ಕೊಟ್ಟು ಬಾ.'

ಕಿಷನ್ ಕೋಪತೋರಿಸಲಿಲ್ಲ. 'ಅಮ್ಮ, ಇವಳು ಆಡಿದ ಮಾತಿಗೆ ನಿನಗೆ ಸಿಟ್ಟು ಬರೂದು ನ್ಯಾಯ. ಆದರೆ ದುಡ್ಡು ಯಾಕೆ ವಾಪಸು ಕೊಡಬೇಕು? ಹೆತ್ತು ಹೊತ್ತು ಸಾಕಿ ಸಲಹಿದ್ದೆಲ್ಲ ನೀನೇ ಮಾಡಿದ್ದು, ಅವನು ಏನೂ ಮಾಡಿಲ್ಲ ಅಂತ ನನಗೆ ಗೊತ್ತಿಲ್ಲವೆ? ಎರಡನೆ ಹೆಂಡತಿಯ ಮಕ್ಕಳಿಗೆ ಅವನು ಎಷ್ಟು ಕೊಟ್ಟಿದಾನೆ ಗೊತ್ತೆ? ಆ ಮಗ ಬ್ರಬೌರ್ನ್ ಸ್ಟೇಡಿಯಂನಲ್ಲಿ ಕ್ರಿಕೆಟ್ ಆಡ್ತಾನೆ. ಅಲ್ಲಿ ಕ್ರಿಕೆಟ್ ಆಡೂದು ಅಂದರೆ ಎಷ್ಟು ಷೋಕಿ ಅಂತ ನಿನಗೆ ಗೊತ್ತಿಲ್ಲ. ಇಲ್ಲಿ ಬಿ.ಇ. ಮಾಡಿದಾನೆ. ಮುಂದೆ ಓದುಕ್ಕೆ ಇಂಗ್ಲಂಡಿಗೆ ಹೋಗ್ತಾನಂತೆ. ಆ ಮಕ್ಕಳಿಗೆ ಲಕ್ಷ ಲಕ್ಷ ಕೊಡ್ತಾನಂತೆ. ನನಗೆ ಒಂದುಸಲ ಗೋಪಾಳದ ಎರಡುಲಕ್ಷ ಕೊಟ್ಟರೆ ನಾನ್ಯಾಕೆ ವಾಪಸು ಕೊಡಬೇಕು? ತಿನ್ನೋರು ತಿಂತಾನೇ ಇರಲಿ. ಕಷ್ಟಪಡೋರು ಪಡ್ತಾನೇ ಇರಬೇಕು ಅಂದರೆ ಯಾವ ನ್ಯಾಯ? ಆಮೇಲೆ ಇಟ್ಟುಕೊಂಡ ಸೂಳೆಮಕ್ಕಳಿಗೆ ಅಷ್ಟು ಷೋಕಿ. ನಿಜವಾದ ಹೆಂಡತಿ ಮಕ್ಕಳು ಯಾಕೆ ಒಂದು ಕಾಸೂ ಮುಟ್ಟಬಾರದು ಅಂತ?'

ಅವಳಿಗೆ ಉತ್ತರ ಹೊಳೆಯಲಿಲ್ಲ. ಮಗನು ತನ್ನನ್ನು ತಾನು ನಿಜವಾದ ಹೆಂಡತಿಯ ಮಗ ಅಂದದ್ದಲ್ಲದೆ ಇನ್ನೊಬ್ಬಳನ್ನು ಸೂಳೆ ಅಂದದ್ದು ಒಂದುಥರಕ್ಕೆ ಹಿತವೆನ್ನಿಸಿತು. ಇಂಥ ಮಾತು ಮಗಳ ಬಾಯಲ್ಲಿ ಬರಲಿಲ್ಲ ಎಂಬ ವ್ಯತ್ಯಾಸ ಕಂಡಿತು. ಮಗನು ತಾಯಿಯ ಎಡಅಂಗೈ ನೋಡಿ, 'ದೇವಿಯ ಪ್ರಸಾದ ನನ್ನ ಹಣೆಗೂ ಹಚ್ಚು, ಸ್ವಂತ ಬಿಸಿನೆಸ್‌ನಲ್ಲಿ ಲಾಭವಾಗಲಿ ಅಂತ ಎಂದು ಸೊಂಟಬಗ್ಗಿಸಿ ತನ್ನ ಮುಖವನ್ನು ಅವಳ ಹತ್ತಿರಕ್ಕೆ ತಂದ. ಕಲಸಿದ ಕುಂಕುಮವನ್ನು ಅವಳು ಅವನ ಹಣೆಗೆ ಹಚ್ಚಿದಳು. ಅಪ್ಪನಿಂದ ಪಡೆದ ಹಣವನ್ನು ಹೂಡಿ ಮಾಡುವ ಬಿಸಿನೆಸ್ ಲಾಭದಾಯಕವಾಗಲಿ ಎಂದು ತಾನು ಆಶೀರ್ವಾದದ ಕುಂಕುಮ ಹಚ್ಚಿದರೆ ಆ ಹಣಕ್ಕೆ ತಾನೂ ಸಮ್ಮತಿ ನೀಡಿದಂತೆ ಎಂಬ ಅರ್ಥವು ಅವಳಿಗೆ ತಕ್ಷಣ ಹೊಳೆಯಲಿಲ್ಲ. ಆದರೆ ರಾತ್ರಿ ಮಲಗಿದಾಗ ನಿದ್ರೆ ಹತ್ತಲಿಲ್ಲ. ಎರಡುಲಕ್ಷ ಕೊಡುಕ್ಕೆ ತನಗಂತೂ ಆಗುಲ್ಲ. ಅವನಿಂದ ಸಿಕ್ಕಿದ್ದನ್ನ ಬ್ಯಾಡ ಅಂದರೆ ಇವು ಕೇಳುಲ್ಲ. ಆ ಹೆಂಡತಿಯ ಮಕ್ಕಳು ಅಷ್ಟು ಷೋಕಿಯಾಗಿ ತಿಂತಿರುವಾಗ ನೀವು ತಿನ್ನಬೇಡಿ ಅನ್ನೂದು ನ್ಯಾಯವಾ? ಎಂಬ ಪ್ರಶ್ನೆ ಕಾಡತೊಡಗಿತು. ಆದರೆ ಅದಕ್ಕೆ ಕೈ ಒಡ್ಡೂದರಿಂದ ಇವುಗಳ ಮರ್ಯಾದೆಗೇ ಕಮ್ಮಿ ಎಂಬ ಇನ್ನೊಂದು ನುಡಿ ಒಳಗೇ ಕೇಳುತ್ತಿತ್ತು. ಎಷ್ಟು ಹೊತ್ತು ಹೊರಳಿದರೂ ತೊಳಲಾಟ ಬಗೆಹರಿಯಲಿಲ್ಲ. ಕೊನೆಗೊಮ್ಮೆ ಅವನ ಎಂಜಲಿಗೆ

ಕೈ ಒಡ್ಡದೆ ಇವನೇ ದುಡಿದು ತಿನ್ನುಕ್ಕೆ ಆಗುಲ್ಲವೆ? ಅವನು ಲಗ್ನಪತ್ರಿಕೆ ಕನ್ಯಾದಾನ ಮಾಡದೆ ಇವಳಿಗೆ ಮದುವೆಯೇ ಆಗುಲ್ಲವೆ? ಶುರೂನಲ್ಲೇ, ಅವನು ನಮ್ಮಪ್ಪ. ಅವನ ಚಾಳಿ ಇಂಥದು. ನಮ್ಮಮ್ಮ ಇನ್ನೊಬ್ಬರ ಮನೇಲಿ ಅಡುಗೆಮಾಡಿ ನನ್ನನ್ನ ಸಾಕಿದಳು. ನಾನು ಇಂಥ ನೌಕರಿಲಿದೀನಿ, ಇಷ್ಟು ಪಗಾರ ಬರ್ತದೆ ಅಂದರೆ ಏನಾಗುತ್ತೆ? ಯಾರೂ ಮದುವೆಯಾಗೂದೇ ಇಲ್ಲವೇ? ಎಂಬ ಪ್ರಶ್ನೆಗಳು ಹುಟ್ಟಿದಾಗ ಮಕ್ಕಳಮೇಲೆ ಸಿಟ್ಟು ಬಂತು. ಇಷ್ಟು ದಿನ ಕಷ್ಟಪಟ್ಟು ಸಾಕಿದ ತನ್ನನ್ನು ಕೈಬಿಟ್ಟವು, ಎನ್ನಿಸಿತು. ಅಳುಬಂತು. ಅತ್ತರೆ ನಿದ್ರೆ ಮಾಡುತ್ತಿರುವ ಅವನಿಗೆ ಎಚ್ಚರವಾಗಿ ಕೇಳಿಸುತ್ತೆ. ಕೋಣೆಯೊಳಗೆ ಮಲಗಿರುವ ಅವಳಿಗೂ ಕೇಳಬಹುದು. ತನ್ನ ಮರ್ಯಾದೆಯೇ ಕಮ್ಮಿಯಾಗುತ್ತೆ. ಇವುಗಳ ಎದುರಿಗೆ ನಾನು ಬೇತುಕೊಬೇಕೆ? ಎಂಬ ಆತ್ಮಗೌರವ ಹುಟ್ಟಿದಮೇಲೆ ಅಳುವನ್ನು ಸಮಾಧಾನಪಡಿಸಿ ಕೊಳ್ಳುವುದು ಸುಲಭವಾಯಿತು.

ಆದರೆ ತನ್ನ ಮಕ್ಕಳನ್ನು ತನ್ನಿಂದ ದೂರವಾಗಿಸುವ ಮೂಲಕ ಸೇಡು ತೀರಿಸಿಕೊಳ್ಳುಕ್ಕೆ ಅವನು ನಿಂತಿದಾನೆ ಎಂಬ ಭಾವನೆ ಎರಡುದಿನದಲ್ಲಿ ಹುಟ್ಟಿತು. ಹೇಳಿಕೊಳ್ಳಲು ತನಗೆ ಬೇರೆ ಯಾರೂ ಇಲ್ಲ. ಬೆಳಗ್ಗೆ ತುಸುಬೇಗ ಗೋರೆ ಸಾಹೇಬರ ಮನೆಗೆ ಹೋಗಿ ಸುನೀತಿತಾಯಿ ಸ್ನಾನಕ್ಕೆ ಹೋದ ಸಮಯ ಕಾದು ಸಾಹೇಬರ ಹತ್ತಿರ ಹೋಗಿ ನಿಮ್ಮ ಕೈಲಿ ಮಾತಾಡುವ ವಿಷಯವಿತ್ತು ಎಂದಳು. ನಾಳೆ ಸಂಜೆ ಆಫೀಸಿಗೆ ಬಾ, ಅವರು ಹೇಳಿದರು.

ಆಫೀಸಿನಲ್ಲಿ ಅವಳು ಹೇಳುದುದನ್ನೆಲ್ಲ ಕೇಳಿದಾಗ ಅವರಿಗೆ ಆಶ್ಚರ್ಯವಾಯಿತು. ಅವರು ಮನೆಯಲ್ಲಿ ಹೆಂಡತಿಗೆ ಕಾಣದಂತೆ ಅವಳಿಗೆ ಸಹಾಯಮಾಡುತ್ತಿದ್ದರು. ಕಷ್ಟಸುಖ ಗಳನ್ನೆಲ್ಲ ಕೇಳಿ ಆಸರೆಕೊಡುತ್ತಿದ್ದರು. ತಮ್ಮ ಹೆಂಡತಿ ನಾಲ್ಕು ತಿಂಗಳು ದೇಶದಲ್ಲಿಲ್ಲದಾಗ ತಮಗೆ ಈಕೆಯಮೇಲೆ ಮನಸ್ಸಾಗಿದ್ದುದು ನಿಜ. ಈಕೆ ದೇಹಸಂಪರ್ಕಕ್ಕೆ ಮುಂದಾಗದೆ ಅವಳ ಅಂತರಂಗವು ಸಮ್ಮತಿಸದೆ, ಅವಳು ನಂಬುವ ಅಂಬಾಭವಾನಿ ದೇವಿಯು ಅದು ತಪ್ಪೆಂದು ಕನಸಿನಲ್ಲಿ ಹೇಳಿ ತಾನು ಅದನ್ನು ಗೌರವಿಸಿ ಎಂಬುದೆಲ್ಲ ನೆನಪಿಗೆ ಬಂತು. ಆದರೆ ಮುಂದಿನ ಜನ್ಮದಲ್ಲಿ ಗೋರೆಸಾಹೇಬರೇ ತನಗೆ ಗಂಡನಾಗಲಿ ಎಂದು ತಾನು ಅಂಬಾಭವಾನಿಯನ್ನು ಕೇಳಿಕೊಂಡಿದ್ದೇನೆಂಬ ಮಾತನ್ನು ಕೇಳಿ ಅವರಿಗೆ ಆಶ್ಚರ್ಯವಾಯಿತು. ತಮಗೆ ಹಿಂದಿನ, ಮುಂದಿನ ಜನ್ಮಗಳಲ್ಲಿ ನಂಬಿಕೆ ಇಲ್ಲ. ಅವಳಿಗೆ ಇದೆ. ತಾವು ತಿಂಗಳಿಗೊಮ್ಮೆ ಯಾದರೂ ಇವಳನ್ನು ಇದೇ ಆಫೀಸಿನಲ್ಲಿ ಬೇರೆ ಯಾರೂ ಇಲ್ಲದ ಸಮಯದಲ್ಲಿ ಭೇಟಿ ಯಾಗಿ ಕಷ್ಟಸುಖ ವಿಚಾರಿಸಿ ಆಸರೆ ಕೊಡುತ್ತಿದ್ದರೂ ಪ್ರೀತಿಯ, ಮಾಧುರ್ಯದ ಒಂದು ಮಾತೂ ಆಡುವುದಿಲ್ಲ. ಆ ಭಾವವೇ ತಮ್ಮಲ್ಲಿ ಉಳಿದಿಲ್ಲ. ಅದು ಹುಟ್ಟಿದ ಎರಡುತಿಂಗಳಿನಲ್ಲೇ ಆರಿಹೋಯಿತು. ಅನಂತರ ಉಳಿದದ್ದು ಅನುಕಂಪ ಮಾತ್ರ. ಮಾರ್ದವಭಾವವೂ ಇದೆ. ಆದರೆ ಇವಳ ಬಯಕೆಯು ಈ ಜನ್ಮದಲ್ಲಿ ತಪ್ಪುಮಾಡದೆ ಮುಂದಿನ ಜನ್ಮದಲ್ಲಿ ಈಡೇರಿಸಿ ಕೊಳ್ಳಲು ಗಟ್ಟಿಯಾಗಿದೆ. ಅದಕ್ಕೆ ತಾನು ನಂಬುವ ದೇವತೆಯ ಸಮ್ಮತಿ ಅನುಗ್ರಹಗಳನ್ನು ಬೇಡಿದ್ದಾಳೆ. ಆಶ್ಚರ್ಯದ ಜೊತೆಗೆ ಆರ್ದ್ರತೆಯೂ ಉಂಟಾಯಿತು. ಆದರೆ ಅದನ್ನು

ತೋರಿಸಿಕೊಳ್ಳಲಿಲ್ಲ. ಕೇಳಿದರು: 'ನಿನ್ನ ಮನಸ್ಸಿನಲ್ಲಿ ಏನೇ ಇರಲಿ. ಅಂಬಾಭವಾನಿಯನ್ನು ಏನೇ ಕೇಳಿಕೊಂಡಿರು. ಅದನ್ನ ಬಾಯಿಬಿಟ್ಟು ಹೇಳಿದರೆ ಗಂಡನಾದವನಿಗೆ ಸಿಟ್ಟು ಬರುಲ್ಲವೆ? ಅವನೆದುರಿಗೆ ಯಾಕೆ ಆ ಮಾತಾಡಿದೆ?'

ಅವಳು ತಕ್ಷಣ ಉತ್ತರಿಸಿದಳು: 'ಮುಂದಿನ.....ಇದ್ದಕ್ಕಿದ್ದಂತೆಯೇ ಹತ್ತಿರ ಬಂದು ನನ್ನ ಭುಜಹಿಡಕೊಂಡು ಮುಂದಿನಜನ್ಮದಲ್ಲಿ ನಿನ್ನನ್ನೇ ಮದುವೆಯಾಗ್ತೀನಿ, ನೀನೇ ನನ್ನ ಹೆಂಡತಿಯಾಗಿ ಹುಟ್ಟು ಅಂತ ಅಂಬಾಭವಾನೀನ ಕೇಳಿಕೊತ್ತೀನಿ, ಇನ್ನುಮೇಲೆ ಪ್ರತಿತಿಂಗಳೂ ನಿನಗೆ ಐದುಸಾವಿರ ಕೊಡ್ತೀನಿ. ಇನ್ನೊಬ್ಬರ ಮನೇಲಿ ಅಡುಗೆಮಾಡೂದ ಬಿಟ್ಟುಬಿಡು ಅನ್ನಬೌದಾ ಅವನು? ಹದಿನೈದು ವರ್ಷದಿಂದ ಕೇಳಿಕೊಂಡಿರುವ ನನ್ನ ಮಾತನ್ನ ನಡೆಸುತಾಳಾ ಅಂಬಾಭವಾನಿ ಅಥವಾ ಈಗ ಬೇಳ್ವೆ ಮಾಡುಕ್ಕೆ ಬಂದಿರೂ ಅವನ ಮಾತು ಕೇಳ್ತಾಳೆಯಾ? ಸಿಟ್ಟುಬರದೆ ಇರುತ್ತಾ? ನಾನು ತಕ್ಷಣ ಹಾಗಂದುಬಿಟ್ಟೆ.'

'ಈ ಮಾತಿನಿಂದ ನನಗೂ ನಿನಗೂ ಏನೋ ಸಂಬಂಧವಿದೆ ಅಂತ ಅವನು ಅರ್ಥಮಾಡ್ಕಳುಲ್ಲವೆ? ನನ್ನ ಹೆಂಡತಿ ಹಾಗೆ ಮಾಡ್ತಿದಾಳೆ ಅಂತ ಜನರಕೈಲಿ ಹೇಳಿ ತನ್ನ ತಪ್ಪು ಮುಚ್ಚಿಕೊಳ್ಳುಕ್ಕೆ ಈ ಮಾತು ಬಳಸುಲ್ಲವೆ? ನನ್ನ ಮರ್ಯಾದೆಯಾದರೂ ಏನಾಗುತ್ತೆ ಇದರಿಂದ?'

ಅವಳು ಗಂಭೀರಳಾದಳು. ದೊಡ್ಡತಪ್ಪು ಮಾಡಿದ ಭಾರ ಅವಳ ಮುಖದಲ್ಲಿ ಕಾಣಿಸಿತು. ಒಂದುನಿಮಿಷದಲ್ಲಿ ಅವಳ ಕಣ್ಣುಗಳಲ್ಲಿ ನೀರು ತುಂಬಿಕೊಂಡಿತು. 'ನಂಗೆ ಅದೇನೂ ಹೊಳೀಲಿಲ್ಲ,' ಎನ್ನುತ್ತಾ ಹತ್ತಿರ ಬಂದು ಬಾಗಿ ಅವರ ಬೂಟುಕಾಲನ್ನು ಮುಟ್ಟಿದಳು.

'ಹೋಗಲಿ ಬಿಡು. ಯಾವುದನ್ನೂ ಮಾಡುಕ್ಕೆ ಹೇಸದ ಜನ ಯಾವುದನ್ನೂ ಆಡುಕ್ಕೂ ಹೇಸುಲ್ಲ ಅನ್ನೂದ ನೆನಪಿನಲ್ಲಿಟ್ಟುಕೊ.'

ತಾನು ಸಾಕಿಸಲಹಿದ ಮಕ್ಕಳು ಈಗ ಅವನ ದುಡ್ಡಿಗೆ ಜೊಲ್ಲು ಸುರಿಸುತ್ತಿರುವುದರಿಂದ ತನಗಾಗಿರುವ ಅಳಲನ್ನು ತೋಡಿಕೊಂಡಳು. 'ವಯಸ್ಸಿಗೆ ಬಂದ ಮಕ್ಕಳು. ನೀನು ನಿನ್ನ ಭಾವನೆಯನ್ನ ಬಿಡಿಸಿಹೇಳಬಹುದು. ಅವರನ್ನ ಕಟ್ಟಿಹಾಕುಕ್ಕೆ ಸಾಧ್ಯವೆ? ಮನಸ್ಸಿಗೆ ಅತಿಯಾಗಿ ಹಚ್ಚಿಕೊಬೇಡ.' ಅವರು ಸಮಾಧಾನ ಹೇಳಿದರು.

— ೬ —

ಸಂಜೆ ಅವಳು ಮನೆಗೆ ಹೋಗುವ ಹೊತ್ತಿಗೆ ಏಳೂವರೆಗಂಟೆಯಾಗಿತ್ತು. ಬಕುಲಾ ಮನೆಗೆ ಬಂದು ಸಂಗೀತ ಅಭ್ಯಾಸಮಾಡಿಕೊಳ್ಳುತ್ತಿದ್ದಳು. ತಾಯಿಗೆ ಬಾಗಿಲು ತೆರೆಯಲು ಎದ್ದುಬಂದವಳು 'ಯಾಕೆ ಇಷ್ಟು ಲೇಟು?' ಎಂದು ಕೇಳಿದಳು. ತಾಯಿಗೆ ಒಂದು ಕ್ಷಣ ಹಿಂತೆಗೆಯುವಂತಾಯಿತು. ತಾನು ಎಲ್ಲಿಗೆ ಹೋಗಿದ್ದೆ ಅಂತ ಇವಳಿಗೆ ಹೇಗಾದರೂ ಗೊತ್ತಾಗಿದೆಯೆ? ಎಂಬ ಅನುಮಾನ ಹುಟ್ಟಿತು. ಆದರೂ ತೋರಿಸಿಕೊಳ್ಳದೆ ಸುಮ್ಮನೆ

ಒಳಗೆ ನಡೆದು ಕೈಕಾಲು ತೊಳೆದು ಅಡುಗೆಕೋಣೆ ಹೊಕ್ಕಳು. ಮೊದಲು ಮನೆಗೆ ಬಂದ ಮಗಳು ಒಂದಿಷ್ಟೂ ಅಡುಗೆಯ ಕೆಲಸ ಮಾಡಿಲ್ಲ. ತಾನೊಬ್ಬಳು ಚಹಾ ಮಾಡಿಕೊಂಡು ಕುಡಿದಿದ್ದಾಳೆ. ಚಹಾದ ಪಾತ್ರೆಗಳನ್ನೂ ತೊಳೆದಿಟ್ಟಿಲ್ಲ. ತಾನು ಈಗ ಪಾತ್ರೆತೊಳೆದು ತರಕಾರಿ ಹೆಚ್ಚಿ ಎಲ್ಲವನ್ನೂ ಮಾಡಬೇಕು. ಕೋಪಬಂತು. ದುಡಿದೂ ತರಬೇಕು, ಬೇಸಿಯೂ ಹಾಕಬೇಕು. ನನ್ನನ್ನ ಏನಂತ ತಿಳಕೊಂಡಿದಿ? ಎಂದು ಕೇಳುವ ಮನಸ್ಸುಬಂತು. ಅಡುಗೆಭಾಗ ದಿಂದ ಹೊರಗೆ ಬಂದು ಬಕುಲಳ ಕಿರುಕೋಣೆಯ ಬಾಗಿಲು ನೂಕಿ ನಿಂತಳು. ಮಗಳು ತಂಬೂರಿ ಮಿಡಿಯುತ್ತಾ ಮಂಚದಮೇಲೆ ಕುಳಿತಿದ್ದಾಳೆ. ಅವಳ ಹಿಂಬದಿಯ ಗೋಡೆಯ ಮೇಲೆ ಗಾಜು ಮತ್ತು ಕಟ್ಟುಗಳನ್ನು ಹಾಕಿದ ಒಂದು ದೊಡ್ಡ ಫ಼ೋಟೋ. ತಕ್ಷಣ ಯಾರ ದೆಂದು ತಿಳಿಯಲಿಲ್ಲ. ದಿಟ್ಟಿಸಿನೋಡಿದಳು: ಅವನದು, ಬಕುಲಾಳ ಅಪ್ಪನದು. ಕಛೇರಿಯಲ್ಲಿ ಬಾಯಿಬಿಟ್ಟು ಹಾಡುತ್ತಿರುವ ಭಂಗಿ. ಯಾವಾಗ ತಂದಳು? ಬೆಳಗ್ಗೆ ಕೋಣೆಯ ಕಸಗುಡಿಸು ವಾಗ ತನ್ನ ಕಣ್ಣಿಗೆ ಬಿದ್ದಿರಲಿಲ್ಲ. ಈಗ ತಂದು ಹಾಕಿಕೊಂಡಿದಾಳೆ, ಎನ್ನಿಸಿತು. ತಾನು ಕೇಳ ಬೇಕೆಂದುಕೊಂಡ ಮಾತು ಒಳಗೇ ಉಳಿಯಿತು. ತಂಬೂರಿ ಹಿಡಿದು ಕೂತ ಅವಳು ಮತ್ತು ಫ಼ೋಟೋದಲ್ಲಿರುವವನು, ಇಬ್ಬರನ್ನೂ ಒಂದುಸಲ ಬಿಸಿಗಣ್ಣಿನಿಂದ ನೋಡಿ ಹಿಂತಿರುಗಿದಳು. ಅಡುಗೆಕೋಣೆಗೆ ಹಿಂತಿರುಗಿದಾಗ ತಾನು ಯಾಕೆ ಇವರಿಗೆ ಸೇವೆ ಮಾಡಬೇಕು? ಎಂಬ ಪ್ರಶ್ನೆ ಮತ್ತೆ ಎದ್ದು ನಿಂತಿತು. ಆದರೂ ಆಲೂಗಡ್ಡೆ ಬದನೆಕಾಯಿಗಳನ್ನು ತೊಳೆಯತೊಡಗಿದಳು. ಅನಂತರ ಅವುಗಳನ್ನು ಹೆಚ್ಚಿ ಒಲೆಯ ಮೇಲೆ ಬಾಣಲೆ ಇಟ್ಟು ಎಣ್ಣೆ ಬಗ್ಗಿಸುವಾಗ ಮಗಳು ಅಡುಗೆಕೋಣೆಗೆ ಬಂದು ಹೇಳಿದಳು: 'ಆ ಫ಼ೋಟೋ ನೋಡಿದ ತಕ್ಷಣ ಯಾಕೆ ಉರಿಗಣ್ಣುಮಾಡಿದೆ? ನಿನ್ನ ಕೋಪ ನೋಡಿದಮೇಲೆ ಹಾಡಿಕೊಳ್ಳುವ ಮೂಡ್ ಸತ್ತುಹೋಗುತ್ತೆ. ಪಿತಾಜೀನ ಕಂಡರೆ ನಿನಗೆ ಆಗುಲ್ಲ ಅಂತ ನನಗೆ ಗೊತ್ತಿದೆ. ಆದರೆ ಅವರ ನೇರಶಿಷ್ಯರಲ್ಲದವರೂ ಸಾವಿರಾರು ವಿದ್ಯಾರ್ಥಿಗಳು ಇಡೀ ದೇಶದಲ್ಲಿ ಅವರ ಫ಼ೋಟೋನ ಮುಂದಿಟ್ಟುಕೊಂಡು ಸಂಗೀತಸಾಧನೆ ಮಾಡ್ತಾರೆ. ಅವರ ಮಗಳೇ ಆಗಿರುವ ನಾನು ಯಾಕೆ ಒಂದು ಇಟ್ಟುಕೊಬಾರದು? ನಿನಗೆ ಇಷ್ಟವಿಲ್ಲದಿದ್ದರೆ ಆ ಖೋಲಿಗೆ ಬರಬೇಡ.'

ತಾಯಿ ಮಾತನಾಡಲಿಲ್ಲ. ಅದು ತನಗೆ ಕೇಳಲೇ ಇಲ್ಲವೆಂಬಂತೆ ಬಾಣಲೆಗೆ ಸಾಸಿವೆ ಉದುರಿಸಿ ಅದು ಚಟಗುಟ್ಟಿದ ನಂತರ ತರಕಾರಿ ತುಂಬಿ ನೀರು ಹಾಕಿದಳು. ಈಗ ಮಾತ ನಾಡದೆ ಇರಲು ಅವಳಿಗೆ ಸಾಧ್ಯವಾಗಲಿಲ್ಲ. ಪಟಪಟನೆ ಅಂದಳು: 'ಗಾಣೆ ಅರಚಿಕೊಳ್ಳೋರು ಫ಼ೋಟೋನಾದರೂ ಹಾಕಿಕೊಳ್ಳಲಿ, ಶಿಲಾಮೂರ್ತಿನಾದರೂ ಇಟ್ಟುಕೊಳ್ಳಲಿ. ತಾಳಿಕಟ್ಟಿ ಎರಡುಮಕ್ಕಳನ್ನ ಹುಟ್ಟಿಸಿ ಬಿಟ್ಟುಹೋದೋನ ಫ಼ೋಟೋ ನನ್ನ ಮನೇಲಿರುಕ್ಕೆ ನಾನು ಬಿಡುಲ್ಲ. ಇದು ನನ್ನ ಮನೆ. ಮದುವೆಯಾಗಿ ನಿನ್ನ ಮನೆ ಮಾಡಿಕೊಂಡು ಹೋದಮೇಲೆ ಗೋಡೆಭರ್ತಿ ಅಂಥ ನೂರು ಪಟ ಹಾಕಿಕೊ. ನಾನು ಕೇಳುಲ್ಲ.'

ಸತ್ಯ ತನ್ನ ಕಡೆಗಿದೆ ಎಂಬಂತಹ ಆತ್ಮವಿಶ್ವಾಸದಿಂದ ಮಗಳು ಮಾತನಾಡಿದಳು:

'ನೀನು ರೇಗ್ತೀ ಅಂತ ನಾನು ರೇಗುಲ್ಲ. ಈ ಮನೆ ಬಾಡಿಗೆ ಯಾರ ಹೆಸರಲ್ಲಿದೆ? ನಿನ್ನ ಹೆಸರಲ್ಲೋ ಪಿತಾಜಿಯ ಹೆಸರಲ್ಲೊ? ಅವರ ಮನೇಲಿ ನೀನು ಇದೀಯೋ ಇಲ್ಲವೊ?'

'ಇದು ಅವನ ಮನೆಯಾ?' ಈ ಹೊಸಪ್ರಶ್ನೆಯಿಂದ ಅವಳು ತಬ್ಬಿಬ್ಬಾದಳು.

'ನಿನ್ನದಾ? ಬಾಡಿಗೆ ನಿನ್ನ ಹೆಸರಿಗಿದೆಯಾ?'

ಈ ಬಗೆಗೆ ಅವಳು ಯೋಚಿಸಿರಲೇ ಇಲ್ಲ. ಬಾಡಿಗೆ ತನ್ನ ಹೆಸರಿಗಿಲ್ಲ ನಿಜ. ಇಷ್ಟುವರ್ಷ ತಾನು ಪ್ರತಿತಿಂಗಳೂ ಬಾಡಿಗೆ ಕೊಟ್ಟಿದೀನಿ ಎಂಬ ನೆನಪು ಮಾತ್ರ ಅಯಿತು.

'ಮನೆ ಪಿತಾಜಿಯ ಹೆಸರಿನಲ್ಲೇ ಇದೆ. ಜ್ಞಾಪಕದಲ್ಲಿಟ್ಟುಕೊ. ಅವರನ್ನ ಸೇರಿಸುಲ್ಲ ಅಂದರೆ ನಡೆಯುಲ್ಲ. ಬೇಕಾದರೆ ಅವರೇ ನಿನ್ನನ್ನು ಹೊರಗೆ ಹಾಕಬಹುದು.'

ಅವಳು ನಿಂತಿದ್ದ ನೆಲ ಜೋಲಾಡಲು ಪ್ರಾರಂಭಿಸಿತು. ಅಡುಗೆಯ ಬಡುವನ್ನು ಹಿಡಿದು ಸಂತುಲನೆಯನ್ನು ತಂದುಕೊಂಡಳು. ಒಂದುನಿಮಿಷದಲ್ಲಿ ನೆಲವು ಮಟ್ಟಸವಾಯಿ ತಾದರೂ ಅವಳ ಬಾಯಿಕಟ್ಟಿಹೋಯಿತು. ಮಗಳು ಹೇಳಿದಳು: 'ಬೇಕಾದರೆ ಪಿತಾಜಿಯ ಪಟವನ್ನ ನನ್ನ ಕೋಣೆಯಿಂದ ತೆಗೆದು ಹಾಲಿನ ಗೋಡೆಗೆ ಹಾಕಬಹುದು. ನಿನಗ್ಯಾಕೆ ಕಸಿವಿಸಿ ಅಂತ ನಾನು ಹಾಗೆ ಮಾಡಲಿಲ್ಲ. ಅವರಿಗೆ ಮರ್ಯಾದೆ ಕೊಡದೆ ಮಾತಾಡಿದರೆ ನಾನು ಸುಮ್ಮನಿರುಲ್ಲ.'

ತಾಯಿ ಪ್ರತಿ ಉತ್ತರ ಕೊಡಲಿಲ್ಲ. ಬಾಯಿಮುಚ್ಚಿಕೊಂಡು ಅಡುಗೆ ಮಾಡಿದಳು. ಅಡುಗೆಯಾದ ಮೇಲೆ ಒಂದು ತಟ್ಟೆಗೆ ಚಪಾತಿ ಪಲ್ಯ ಹಾಕಿ ಒಂದು ಕಟೋರಿಯಲ್ಲಿ ದಾಲು ಇನ್ನೊಂದರಲ್ಲಿ ಮೊಸರು ಇಟ್ಟು, 'ಊಟದ ತಾಟು ತಯಾರಿದೆ. ಬೇಕಾದೋರು ಬಂದು ತಗಂಡು ಹೋಗಬಹುದು' ಎಂದಳು. ತಂಬೂರಿ ಬಾರಿಸಿಕೊಳ್ಳದೆ ಸುಮ್ಮನೆ ಕೂತಿದ್ದ ಮಗಳು ಬಂದು ಒಂದು ತಟ್ಟೆಯನ್ನು ಎತ್ತಿಕೊಂಡು ಹೋದಳು. ತಾನು ಊಟ ಮಾಡಕೂಡದೆಂದು ತಾಯಿ ನಿಶ್ಚಯಿಸಿದ್ದಳು. ಅದು ಮಗಳಿಗೆ ಅರ್ಥವಾಗಲಿಲ್ಲ. ಹಾಲಿನ ಸೋಫ಼ದ ಮೇಲೆ ಕೂತು ಊಟಮಾಡುತ್ತಿದ್ದ ಮಗಳ ಹತ್ತಿರ ಬಂದು ತಾಯಿ ಕೇಳಿದಳು: 'ಬೇಕಾದರೆ ಅವರೇ ನನ್ನನ್ನ ಈ ಮನೆಯಿಂದ ಹೊರಗೆ ಹಾಕಬಹುದು ಅಂದೆಯಲ್ಲ, ಅದು ನೀನು ಅನ್ನುವ ಮಾತೋ ಅವನು ಅಂದ ಮಾತೊ?'

ಮಗಳು ಉತ್ತರ ಹೇಳಲಿಲ್ಲ. ತಾಯಿ ಮತ್ತೆ ಅದೇ ಪ್ರಶ್ನೆ ಕೇಳಿದಳು, ಉತ್ತರ ಹೇಳುವ ತನಕ ತಾನು ಬಿಡುವುದಿಲ್ಲ ಅನ್ನುವಂತೆ. 'ಅದೆಲ್ಲ ಯಾಕೆ ತನಿಖೆ ಈಗ?' ಮಗಳು ಮುಖದ ಬೇಸರವನ್ನು ಅಸಹ್ಯಕ್ಕೆ ತಿರುಗಿಸಿ ಕೇಳಿದಳು.

'ತನಿಖೆಯಲ್ಲ. ಇದು ಯಾರ ಮಾತು ನಿಜ ಹೇಳಿಬಿಡು. ಅಂಬಾಭವಾನಿಯ ಆಣೆ ಇದೆ. ಸುಳ್ಳು ಹೇಳಿದೋರ ನಾಲಗೆ ಸೇದಿಹೋಗುತ್ತೆ, ಎಚ್ಚರವಿರಲಿ.'

ಮಗಳಿಗೆ ದಿಗಿಲಾಯಿತು. ಅವಳಿಗೆ ಅಂಬಾಭವಾನಿ ಎಂದರೆ ಪೂರ್ತಿನಂಬಿಕೆ ಇರಲಿಲ್ಲ. ಆದರೆ ಸುಳ್ಳು ಹೇಳಿದರೆ ನಾಲಗೆ ಸೇದಿಹೋಗುತ್ತದೆಂಬ ಷರತ್ತನ್ನು ಎದುರಿಗಿಟ್ಟು ಕೊಂಡೂ ಸುಳ್ಳನ್ನೇ ಹೇಳುವ ಧೈರ್ಯಬರಲಿಲ್ಲ. ಉತ್ತರ ಹೇಳದೆ ಬಾಯಿಗೆ ಹೊಸ ಚೂರು ಚಪಾತಿ ಇಟ್ಟುಕೊಂಡು ಅಗಿಯತೊಡಗಿದಳು. ಒಂದುನಿಮಿಷ ಕಾದು ನಿಂತ ತಾಯಿ

ನಿಜಹೇಳ್ತೀಯೋ ನಾನು ಈಗಿಂದೀಗ ಅಂಬಾಭವಾನಿ ಮಂದಿರಕ್ಕೆ ಹೋಗಿ ಹರಕೆ ಕಟ್ಟಲೊ? ಎಂದಾಗ ಇದರಿಂದ ಪಾರಾಗುವ ಸಂದನ್ನು ಹುಡುಕತೊಡಗಿದಳು. ತಕ್ಷಣ ಹೊಳೆದ, 'ಅವರೇನೂ ನಿನ್ನನ್ನ ಈ ಮನೆಯಿಂದ ಹೊರಗೆ ಹಾಕ್ತೀನಿ ಅನ್ನಲಿಲ್ಲ. ಇದು ನನ್ನ ಮನೆಯೇ. ಆ ಕಾಲದಲ್ಲಿ ಸಂಪಾದನೆ ಕಮ್ಮಿ ಇದ್ದಾಗ ಪಗಡಿಕೊಟ್ಟು ಬಾಡಿಗೆಗೆ ಹಿಡಿದೋರು ಯಾರು? ಇವತ್ತೂ ಬಾಡಿಗೆ ತನ್ನ ಹೆಸರಿನಲ್ಲಿದೆ, ನಾನು ಇದು ನನ್ನದಲ್ಲ ಅಂದರೆ ಮಾಲೀಕ ನಿಮ್ಮಮ್ಮನನ್ನ ಎತ್ತಿ ಹೊರಕ್ಕೆ ಹಾಕ್ತಾನೆ ಅಂದರು. ಅದನ್ನೇ ನಾನು ಅಂದದ್ದು,' ಎಂಬ ಉತ್ತರಕೊಟ್ಟಳು. ತಾಯಿ ಅಲ್ಲಿಗೆ ಸುಮ್ಮನಾದಳು. ಅಡುಗೆಮನೆಗೆ ಹೋಗಿ ಕಿಷನನಿಗೆ ಆಗುವಷ್ಟು ಚಪಾತಿ ಮಾಡಿ ತಾಟಿಗೆ ಎಲ್ಲವನ್ನೂ ಬಡಿಸಿ ಅದರಮೇಲೆ ಒಂದು ತಾಟು ಮುಚ್ಚಿ ಹೊರಗೆ ಬಂದಳು. ಮಗಳು ಅಷ್ಟರಲ್ಲಿ ತನ್ನ ಕೋಣೆ ಸೇರಿದ್ದಳು. ತಾಯಿ ಎಂದಿನಂತೆ ನೆಲದಮೇಲೆ ಒಂದು ಮಂದಲಿಗೆ ಹಾಸಿ ಒಂದು ದಿಂಬು ಇಟ್ಟುಕೊಂಡು ಫ್ಯಾನಿನ ಅಡಿಯಲ್ಲಿ ಮಲಗಿದಳು. ಎಷ್ಟೋ ಹೊತ್ತಿನಮೇಲೆ ನಿದ್ರೆಬಂತು.

ಬೆಳಗ್ಗೆ ಬೇಗ ಎದ್ದು ಅವರಿಬ್ಬರಿಗೂ ಅಡುಗೆಮಾಡಿ ತಿನ್ನಲು ನೀಡಿ ಡಬ್ಬಿಗಳನ್ನು ಸಿದ್ಧಮಾಡಿಕೊಟ್ಟಳು. ತಾನು ಮಾತ್ರ ಏನೂ ತಿನ್ನಲಿಲ್ಲ. ತಾನು ತಿನ್ನುತ್ತಿದ್ದೆನೋ ಇಲ್ಲವೋ ನೋಡುವ ವ್ಯವಧಾನ ಅವರಿಗೆ ಎಂದೂ ಇರಲಿಲ್ಲ. ಇವತ್ತು ಮಧ್ಯಾಹ್ನ ಸಾಹೇಬರ ಮನೆಯಲ್ಲಿ ಊಟ ಮಾಡುವತನಕ ಉಪವಾಸವಿದ್ದರೆ ಪ್ರಾಣವೇನೂ ಹೋಗುಲ್ಲ ಎಂಬ ಹಟದಿಂದ ಅಡುಗೆಯ ಪಾತ್ರೆಗಳನ್ನು ತೊಳೆದು ನೆಲ ಒರೆಸತೊಡಗಿದಳು. ತನ್ನನ್ನು ಈ ಮನೆಯಿಂದ ಹೊರಹಾಕಿಸುವ ಶಕ್ತಿ ತನಗಿದೆ ಅನ್ನುವ ಮಾತನಾಡಿದನೆ ಅವನು? ಎಂಬ ಕಿಚ್ಚು ಒಳಗೇ ಸುಡುತ್ತಿತ್ತು. ಆವೊತ್ತಿನಿಂದ ಅವಳು ಆ ಮನೆಯಲ್ಲಿ ತಾನು ದುಡಿದು ತಂದು ಬೇಯಿಸಿದುದನ್ನು ತಿನ್ನುವುದನ್ನು ಬಿಟ್ಟು ಮಧ್ಯಾಹ್ನದ ಒಂದು ಊಟದಲ್ಲೇ ಇರ ತೊಡಗಿದಳು. ಈ ಸಂಗತಿ ಮಕ್ಕಳಿಗೆ ತಿಳಿಯಲಿಲ್ಲ. ತಿಳಿಸಬೇಕೆಂಬ ಇಚ್ಛೆಯೂ ಅವಳಿಗೆ ಆಗಲಿಲ್ಲ. ತಮ್ಮೆಲ್ಲರನ್ನೂ ಬಿಟ್ಟಿದ್ದ, ತಾನು ಈಗ ಬಿಟ್ಟಿರುವ ಅವನ ಪರ ಇಬ್ಬರೂ ಇದ್ದಾರೆ. ಇವಳಿಗೆ ಅಪ್ಪನ ಹೆಸರು, ಗಾಣೆ; ಇವನಿಗೆ ಅಪ್ಪನ ಹಣ, ಬೇಕು. ಇಂಥವರಕೈಲಿ ಏನು ಹೇಳಿಕೊಳ್ಳೂದು ನನ್ನ ಮಾನಮರ್ಯಾದೆಯನ್ನ, ನಾನು ಅನುಭವಿಸಿದ ಕಷ್ಟವನ್ನ? ಎಂಬ ನಷ್ಟಭಾವದಲ್ಲಿ ಸುಮ್ಮನಿದ್ದುಬಿಟ್ಟಳು.

ಒಂದುವಾರ ಕಳೆದಿತ್ತು. ಒಂದುಬೆಳಗ್ಗೆ ಇವಳು ಹೋಗುವ ಹೊತ್ತಿಗೆ ಸುನೀತಿತಾಯಿ ಮನೆಯಲ್ಲಿರಲಿಲ್ಲ. ಸಾಹೇಬರು, 'ಗಣೇಶ ಮಂದಿರಕ್ಕೆ ಹೋಗಿದಾಳೆ, ಈಗ ಬರ್ತಾಳೆ' ಎಂದರು. ಅನಂತರ ಅವರೇ, 'ಏಳೆಂಟು ದಿನದಿಂದ ನೀನು ತುಂಬ ಮಂಕಾಗಿದ್ದೀಯ. ಅವತ್ತು ನನ್ನಕೈಲಿ ಮಾತಾಡಿಹೋದ ಮರುದಿನದಿಂದ ಅಂತ ನನ್ನ ನೆನಪು. ಏನು ಸಂಗತಿ ಹೇಳು,' ಎಂದರು. ಇವಳಿಗೆ ಅಳು ಬಂದುಬಿಟ್ಟಿತು. 'ನಾಳೆ ಸಂಜೆ ಐದೂವರೆಗೆ ಆಫೀಸಿಗೆ ಬಾ. ಮಾತಾಡೋಣ,' ಎಂದು ಅವರು ತಮ್ಮ ಕೋಣೆಗೆ ಹೋದರು. ಇವಳು ಅಡುಗೆಮನೆ ಹೊಕ್ಕಳು. ಐದುನಿಮಿಷದಲ್ಲಿ ಸುನೀತಿ ತಾಯಿ ಹಿಂತಿರುಗಿದರು.

ಮರುಸಂಜೆ ಅವಳು ಮಗಳೊಡನೆ ಆದ ಮಾತು ಆ ದಿನದಿಂದ ತಾನು ಮನೆಯಲ್ಲಿ

ಏನೂ ತಿನ್ನದಿರುವುದನ್ನು ಹೇಳಿದಾಗ ಅವರು ಅವಳನ್ನು ಸರಿಯಾಗಿ ಗಮನಿಸಿದರು. ಒಂದುವಾರದಲ್ಲಿ ಅವಳು ಇಳಿದಿದ್ದಳು. ಕೆನ್ನೆಗಳು ಒಳಸರಿದಿದ್ದವು. ಕಣ್ಣುಗಳ ಹತ್ತಿರವೂ ತುಸು ಗುಳಿಯಾಗಿತ್ತು. ಕೇಳಿದರು: 'ಬಾಡಿಗೆ ಕೊಡ್ತಿರೋಳು ನೀನು. ಮುಂಬಯಿಯಲ್ಲಿ ವಾಸ್ತವವಾಗಿ ಬಾಡಿಗೆದಾರರದ್ದೇ ಮನೆ. ನೀನು ದುಡಿದ ಅನ್ನ. ನೀನ್ಯಾಕೆ ಉಪವಾಸ ಇದೀಯ?'

'ಮನೆ ಅವರದ್ದು. ಅವರ ಹೆಸರಿನಲ್ಲಿ ತಾನೆ ಇರೂದು?'

'ಇಷ್ಟು ವರ್ಷ ಯಾರ ಹೆಸರಿನಲ್ಲಿ ಬಾಡಿಗೆ ಕಟ್ಟಿದೀಯ?'

'ಮೋಹನ್‌ಲಾಲ್ ಹೆಸರಲ್ಲೇ. ಬೇರೆ ಹೆಸರಲ್ಲಿ ಕೊಡುಕ್ಕೆ ಹೋದರೆ ಅದೇ ನೆವಮಾಡಿ ಕೊಂಡು ಮಾಲೀಕ ಬಿಡಿಸ್ತಿದ್ದ.'

'ಅದು ಸಾಧ್ಯವಿಲ್ಲ. ಕಾನೂನು ಪ್ರಕಾರ ಬಾಡಿಗೆದಾರ ಅಂದರೆ ಹೆಂಡತಿ ಮಕ್ಕಳೂ ಸೇರ್ತಾರೆ,' ಎಂದವರು ತಕ್ಷಣ ಸುಮ್ಮನಾದರು.

ಅವಳೇ, 'ಕಾನೂನು ಹಿಡಿಯುಕ್ಕೆ ಹೋದರೆ ನಾನು ಹೆಂಡತಿಯೇ ಅಲ್ಲವಲ್ಲ?' ಜ್ಞಾಪಿಸಿದಳು.

ಅವರು ತಕ್ಷಣ ಮಾತನಾಡದೆ ಏನೋ ಯೋಚಿಸತೊಡಗಿದರು. ಅವರು ಯೋಚಿಸು ವಾಗ ನಡುವೆ ತಾನು ಮಾತನಾಡಬಾರದೆಂಬ ಸೂಕ್ಷ್ಮದಿಂದ ಅವಳು ಸುಮ್ಮನೆ ಕುಳಿತಳು. ಹತ್ತು ನಿಮಿಷದ ನಂತರ ಅವರು ಮಾತನಾಡಿದರು: 'ಇದುವರೆಗೆ ನನಗೂ ಇದು ಹೊಳೆ ದಿರಲಿಲ್ಲ. ಈಗ ಕಾಲ ಕೂಡಿಬಂದಿದೆ. ಅವನೂ ಮಿತಿಮೀರಿ ಹೋಗ್ತಿದಾನೆ. ನಾನು ಹೇಳಿದ ಹಾಗೆ ಕೇಳು. ಒಬ್ಬ ಬುದ್ಧಿವಂತ ವಕೀಲರನ್ನ ಗೊತ್ತುಮಾಡಿಕೊಡ್ತೀನಿ. ನೀನು ನನ್ನನ್ನ ಮದುವೆಯಾಗಿ ಇಬ್ಬರು ಮಕ್ಕಳನ್ನ ಹುಟ್ಟಿಸಿ ಆಮೇಲೆ ಸಾಕಿಸಲಹಿ ಮಾಡದೆ ಕೈಬಿಟ್ಟಿದೀಯ. ಮಕ್ಕಳನ್ನ ನಾನು ಅಡುಗೆ ಚಾಕರಿ ಮಾಡಿ ಸಾಕಿದೀನಿ. ಅವತ್ತಿನಿಂದ ಇವತ್ತಿನವರೆಗೆ ಮತ್ತು ಮುಂದೆ ನನ್ನ ಜೀವನಪರ್ಯಂತ ನಿನ್ನ ಅಂತಸ್ತಿಗೆ ತಕ್ಕಂತೆ ಜೀವನನಿರ್ವಹಣೆಗೆ ಕೊಡಬೇಕು, ಈ ತಕ್ಷಣದಿಂದ ತಾತ್ಕಾಲಿಕ ಜೀವನನಿರ್ವಹಣೆಯನ್ನೂ ಈ ದಾವಾದ ಖರ್ಚನ್ನೂ ಕೊಡಬೇಕು ಅಂತ ಒಂದು ದಾವಾ ಹಾಕಿಸು. ಇವಳನ್ನ ನಾನು ಮದುವೆಯೇ ಆಗಿಲ್ಲ ಅಂತ ಅವನು ವಾದ ತರ್ತಾನೆ. ಆಗ ಈ ಇಬ್ಬರು ಮಕ್ಕಳ ಮತ್ತು ಅವನ ರಕ್ತಪರೀಕ್ಷೆ ಮಾಡಿಸಿ ಅಂತ ನೀನು ಕೋರ್ಟನ್ನ ಕೇಳಬೇಕು. ರಕ್ತಪರೀಕ್ಷೆಯಲ್ಲಿ ಅವು ಅವನ ಮಕ್ಕಳೇ ಅಂತ ಸಾಬೀತಾಗುತ್ತೆ. ಅವು ಮದುವೆಯಾಗದೆ ಹುಟ್ಟಿದವು ಇವಳು ಸೂಳೆ ಅಂತ ಅವನು ಹೇಳಬೇಕು. ಅದು ಸುಳ್ಳು ಅಂತ ನಾವು ಸಾಕ್ಷಿ ಒದಗಿಸ ಬಹುದು. ಅಲ್ಲದೆ ಸಂದರ್ಭಗಳನ್ನು ಗಮನಿಸಿ ಇದು ಮದುವೆಯಾಗಿದೆ ಅಂತಲೇ ತೀರ್ಪುಬರುತ್ತೆ. ನಮ್ಮ ಲಾಯರು ಅದಕ್ಕೆ ತಕ್ಕದ್ದು ಮಾಡ್ತಾರೆ. ಅಂದರೆ ಅವನ ಎರಡನೆ ಮದುವೆ ಅಸಿಂಧುವಾಗುತ್ತೆ. ಒಂದು ಮದುವೆಯಾಗಿದ್ದೂ ಇನ್ನೊಂದು ಮಾಡಿಕೊಂಡದ್ದಕ್ಕೆ ಜೈಲುಶಿಕ್ಷೆಯೂ ಆಗುತ್ತೆ. ಇಷ್ಟೆಲ್ಲ ಹಗರಣ ಪತ್ರಿಕೆಗಳಲ್ಲಿ ಕಾಣಿಸಿಕೊಂಡು ಅವನು ಹೆದರಿ ಬಂದು ಕಾಲುಕಟ್ಟಿಕೊತ್ತಾನೆ. ರಾಜಿ ಮಾಡ್ಕಳುಕ್ಕೆ ಕೇಳ್ತಾನೆ. ಪ್ರತಿ ತಿಂಗಳೂ ಹತ್ತುಸಾವಿರ

ಜೀವನಾಂಶ ಕೊಡ್ತೀನಿ ಅಂತ ಕೋರ್ಟಿನ ಮೂಲಕವೇ ಕರಾರು ಮಾಡಿಕೊಂಡು ನಾವು ಕೈಬಿಡಬಹುದು. ಅಥವಾ ಒಟ್ಟಿಗೆ ಹತ್ತು ಹದಿನೈದು ಲಕ್ಷ ಪಡೆದು ಕೈಬಿಡಬಹುದು. ಹದಿನೈದುಲಕ್ಷ ಬ್ಯಾಂಕಿನಲ್ಲಿಟ್ಟರೆ ತಿಂಗಳಿಗೆ ಹದಿನೈದುಸಾವಿರ ಬಡ್ಡಿಬರುತ್ತೆ. ಸುಮ್ಮನೆ ಒಪ್ಪಿಕೊ. ಒಂದುವಾರದಲ್ಲಿ ನಾನು ವಕೀಲರನ್ನ ಗೊತ್ತುಮಾಡ್ತೀನಿ. ನೀನು ಅವರಿಗೆ ಒಂದು ಕಾಸೂ ಕೊಡಬೇಕಾಗಿಲ್ಲ. ಕೇಸುಗೆದ್ದು ದೊಡ್ಡಗಂಟು ಬಂದಮೇಲೆ ಇಷ್ಟು ಕೊಡು ಅಂತ ನಾನು ನಿನಗೆ ಹೇಳ್ತೀನಿ.'

ಅವಳ ಮುಖ ಅರಳಿತು. ಹೀಗೆ ಮಾಡಲಿಕ್ಕೆ ಬರ್ತದೇನು? ಎನ್ನಲು ತೆರೆದ ಬಾಯಿಯನ್ನು ಮುಚ್ಚಿಕೊಳ್ಳುವುದನ್ನೂ ಮರೆತಳು.

'ನಾನು ವಕೀಲ, ಜ್ಞಾಪಕದಲ್ಲಿಟ್ಟುಕೊ. ಆದರೆ ನಾನು ನಡೆಸುವ ಕೇಸುಗಳು ಬೇರೆ ಬಾಬಿನವು. ಮದುವೆ ಜೀವನಾಂಶ ಡೈವರ್ಸುಗಳಿಗೆ ಸಂಬಂಧಿಸಿದ ಕೇಸುಗಳಿಗೆ ಇಡೀ ಮುಂಬಯಿಗೇ ಚಾಣಾಕ್ಷರಾದ ವಕೀಲರನ್ನ ನಾನು ನೇಮಿಸಿಕೊಡ್ತೀನಿ. ಅವನು ಎಂಥ ದೊಡ್ಡ ವಕೀಲರನ್ನಿಟ್ಟರೂ ಬಚಾವು ಆಗದ ಹಾಗೆ ಕೇಸು ನಡೆಸಿಕೊಡ್ತಾರೆ. ಸ್ವಲ್ಪವೂ ಚಿಂತೆ ಮಾಡಬೇಡ. ಇವತ್ತಿನಿಂದ ಹೋಗಿ ಸರಿಯಾಗಿ ಊಟಮಾಡು. ನೀನು ದುಡಿಯುವ ಅನ್ನ ಅದು.'

'ಮಾಡ್ತೀನಿ' ಎಂದು ಅವಳು ಅವರಿಗೆ ಮಾತುಕೊಟ್ಟಳು.

'ನಾಳೆ ತುಸುಬೇಗ ಮನೆಗೆ ಬಾ. ಈಗ ಹೇಳಿದ ಮಾತನ್ನ ಮನೇಲಿ ಬಾಯಿಯ ಎದುರಿಗೆ ನನಗೆ ಹೇಳು. ನಾನು ಇದೇ ಮಾತನ್ನ ನಿನಗೆ ಹೇಳ್ತೀನಿ. ಯಾಕೆಂದರೆ ಕೇಸು ಶುರುವಾದಮೇಲೆ ನೀನು ನನಗೆ ಹೇಳುವ ನಾನು ನಿನಗೆ ಹೇಳುವ ಮಾತುಗಳು ಇರ್ತವೆ. ಪ್ರತಿಸಲವೂ ನೀನು ಸಮಯಕಾದು ಇಲ್ಲಿಗೆ ಬರುವ ಅಗತ್ಯವಿಲ್ಲ. ಈ ವಿಷಯದಲ್ಲಿ ಬಾಯಿಗೂ ನೀನು ಅಂದರೆ ತುಂಬ ಕರುಣೆ, ಅವನು ಅಂದರೆ ಕೋಪ, ಇದೆ. ಸದ್ಯದಲ್ಲಿ ಈ ಯಾವ ಮಾತನ್ನೂ ಮಕ್ಕಳ ಕೈಲಿ ಆಡಬೇಡ. ಇವು ನನ್ನ ಮಕ್ಕಳೇ ಅಲ್ಲ ಅಂತಲೋ ಅಥವಾ ತಾನು ಹುಟ್ಟಿಸಿದ್ದು ನಿಜವಾದರೂ ನಿನ್ನನ್ನು ಮದುವೆಯಾಗಿಲ್ಲ ಅಂತಲೋ ಅವನು ಕೋರ್ಟಿನಲ್ಲಿ ವಾದ ಹಾಕಿದರೆ ಇವೇ ಮಕ್ಕಳು ಅವನ ವಿರುದ್ಧ ತಿರುಗ್ತಾರೆ. ಅದನ್ನೂ ಅರ್ಥಮಾಡಿಕೊ. ಸದ್ಯಕ್ಕೆ ಒಂದುಮಾತೂ ಆಡಬೇಡ.'

– ೭ –

ಈ ಮಾತು ನಡೆದ ಮೂರನೆಯ ದಿನ ಅವರು ದಿಲ್ಲಿಗೆ ಹೋದರು. ಸುಪ್ರೀಮ್ ಕೋರ್ಟಿನಲ್ಲಿ ತೆರಿಗೆಗೆ ಸಂಬಂಧಿಸಿದ ನಾಲ್ಕುದಿನ ಉಳಿಯಬೇಕಾದ ಒಂದು ದೊಡ್ಡ ದಾವೆ ಇತ್ತು. ಸಂಜೆ ಹೋಟೆಲುಕೋಣೆಗೆ ಬಂದು ತುಸು ಉಪಾಹಾರ ತೆಗೆದುಕೊಂಡನಂತರ ಗುಪ್ತಾ ಎಂಡ್ ಕೋ ತೆರಿಗೆ ವಕೀಲರ ಕಛೇರಿಗೆ ಹೋಗಿ ನಾಳಿನ ವಾದಕ್ಕೆ, ಈ ದಿನ ನ್ಯಾಯಮೂರ್ತಿಗಳು ಮತ್ತು ಸರ್ಕಾರಿ ವಕೀಲರು ಎತ್ತಿದ ಅಂಶಗಳಿಗೆ ಉತ್ತರ ಸಿದ್ಧಪಡಿಸಿ

ಕೊಳ್ಳಬೇಕಾಗಿತ್ತು. ರಾತ್ರಿ ಹೋಟೆಲಿಗೆ ಹಿಂತಿರುಗುವಷ್ಟರಲ್ಲಿ ಹನ್ನೆರಡು ಆಗುತ್ತಿತ್ತು. ಆದರೂ ನಡುವೆ ಅದರಲ್ಲೂ ಬೆಳಗ್ಗೆ ಎದ್ದು ಸ್ನಾನ ಉಪಾಹಾರಾದಿಗಳನ್ನು ಮುಗಿಸಿ ಕೋರ್ಟಿಗೆ ಹೋಗುವವರೆಗೆ ಅವಳ ಅಥವಾ ಮೋಹನಲಾಲನ ಸ್ಥಿತಿಯು ಅವರ ಮನಸ್ಸಿನಲ್ಲಿ ಸುಳಿಯುತ್ತಿತ್ತು. ದೊಡ್ಡ ಗಾಯಕ. ಎಲ್ಲಿ ಯಾವ ಹೊಸ ನಡೆಯನ್ನು ಕಲ್ಪಿಸ್ತಾನೆ, ಎಲ್ಲಿ ಆಶ್ಚರ್ಯ ಹುಟ್ಟಿಸುವಂತೆ ತಿರುಗಿಬಿಡ್ತಾನೆ, ಯಾವಾಗ ಅನಾಮತ್ ಎರಗಿಬಿಡ್ತಾನೆ, ಯಾವ ತಿರುವಿನಲ್ಲಿ ಅಪ್ಪಳಿಸಿಬಿಡ್ತಾನೆ, ಹೇಳಲು ಬರುಲ್ಲ. ಬೇರೆ ಯಾವ ಗಾಯಕನಿಗೂ ಹೊಳೆಯದ ಹಂದರಗಳು, ನೇಯ್ಗೆಯ ವಿನ್ಯಾಸಗಳು ಅವನಿಗೆ ನೂರಾರು, ಸಹಸ್ರಾರು ಸಂಖ್ಯೆಯಲ್ಲಿ ಕಾಣಿಸುತ್ತವೆ. ಅರವತ್ತೊಂದಾಯಿತು. ತಾನು ಯಾವ ಘರಾಣೆಯವನಾಗಿರಲಿ ಹಿಂದೂಸ್ತಾನೀ ಸಂಗೀತದ ತರುಣಪೀಳಿಗೆಯಲ್ಲಿ ಕೆಲವು ಅಂಶಗಳಲ್ಲಾದರೂ ಅವನನ್ನು ಅನುಕರಿಸದ, ಅವನಿಂದ ಪ್ರಭಾವಿತನಾಗದ ಗಾಯಕನಿಲ್ಲ. ಇಂಥ ಮೇಧಾವಿಗೆ ನೀತಿಯ ಮೂಲಭೂತ ನಿಯಮಗಳಾದರೂ ಇರಬಾರದೆ? ಕಲಾವಿದರೆಲ್ಲರೂ ಹೀಗೆಯೆ? ಅಥವಾ ಪ್ರದರ್ಶನ ಕಲಾವಿದರು ಮಾತ್ರ ಹೀಗೆಯೆ? ಕಲಾವಿದರ ಖಾಸಗಿ ನಡತೆಯನ್ನು ನೋಡಬಾರದು ಎಂದರೂ ಅವರ ಖಾಸಗಿ ದುರ್ನಡತೆಗೂ ಒಂದು ಮಿತಿ ಬೇಡವೆ? ಇಷ್ಟಾದರೂ ಮೋಹನಲಾಲನ ಸಂಗೀತದ ಬಗೆಗೆ ತಮಗೆ ಅಸಹ್ಯ ಹುಟ್ಟಿಲ್ಲ, ಆಕರ್ಷಣೆ ಕಡಮೆಯಾಗಿಲ್ಲ, ಎಂಬ ನೆನಪಾಗಿ ಆಶ್ಚರ್ಯವಾಯಿತು. ಒಂದು ವರ್ಷವಾಯಿತಲ್ಲವೆ ಅವನು ನನ್ನ ಹತ್ತಿರಬಂದು, ತಾನು ಕಛೇರಿಯಲ್ಲಿ ಹಾಡಿದ ಟೇಪುಗಳಿಂದ ವ್ಯಾಪಾರದ ಕ್ಯಾಸೆಟ್ ಮಾಡಿ ಮಾರುತ್ತಿದ್ದಾಳೆ ಎರಡನೆ ಹೆಂಡತಿ ಅನ್ನುವ ಕಂಪ್ಲೇಂಟ್‌ನೊಡನೆ. ಅವಳಿಗೂ ಅವಳ ಮಕ್ಕಳಿಗೂ ನಿಮಗೂ ಯಾವ ರೀತಿಯ ಸಂಬಂಧವಿರಬೇಕೆನ್ನೂದ ಮೊದಲು ನಿಮ್ಮ ಮನಸ್ಸಿನಲ್ಲಿ ನಿಶ್ಚಯಿಸಿ ನನ್ನ ಹತ್ತಿರ ಬನ್ನಿ, ನಾನು ವಕೀಲರನ್ನ ಗೊತ್ತು ಮಾಡ್ತೀನಿ ಅಂತ ಹೇಳಿಕಳಿಸಿ. ಮತ್ತೆ ಬರಲಿಲ್ಲ. ಜೀವನದ ಮುಖ್ಯ ಸಮಸ್ಯೆಗಳನ್ನು ಒಂದು ಕಟ್ಟಿಗೆ ಒಳಪಡಿಸಿ ನಿಶ್ಚಯಿಸುವ ಶಕ್ತಿ ಇಲ್ಲ. ಕಲಾವಿದರೆಲ್ಲರೂ ಹೀಗೆಯೆ? ಎಂಬ ಪ್ರಶ್ನೆಗಳು ಮನಸ್ಸಿನಲ್ಲಿ ಸುಳಿದು ಸಾಗುತ್ತಿದ್ದವು. ಆದರೂ ಸರಿಯಾಗಿ ಬುದ್ಧಿ ಕಲಿಸಬೇಕು. ತಾನು ದಿಕ್ಕಿಲ್ಲದ ಸ್ಥಿತಿಯಲ್ಲಿದ್ದಾಗ ದಿಕ್ಕಿಲ್ಲದ ಹುಡುಗಿಯನ್ನ ಮದುವೆಯಾಗಿ, ಎರಡು ಮಕ್ಕಳು ಹುಟ್ಟಿಸಿದ ಮೇಲೆ ಕೈಬಿಟ್ಟು ಆಮೇಲೆ ವರ್ಷಕ್ಕೆ ಮೂವತ್ತು ನಲವತ್ತು ಲಕ್ಷ ಸಂಪಾದಿಸು ವಾಗಲೂ ಏನೂ ಕೊಡದೆ. ಜೊತೆಗೆ ಅದೇನು ಹೆಣ್ಣುಗಳ ಹುಚ್ಚು! ಹೀಗಾದರೆ ಮರ್ಯಾದಸ್ಥ ಹೆಣ್ಣುಮಕ್ಕಳು ಅವನಿಂದ ಕಲಿಯೂದು ಹೇಗೆ? ಗೋರೆಗೆ ಕೋಪಬಂತು. ತಕ್ಕ ಶಿಕ್ಷೆಯಾಗ ಬೇಕು ಎಂದುಕೊಂಡರು. ಆದರೆ ಇಂಥವರು ಕೋರ್ಟಿಗೆ ಹೋದರೆ ಜಗಳಕ್ಕೆ ನಿಲ್ಲುಲ್ಲ. ಚೌಕಾಶಿಮಾಡಿ ಅಷ್ಟೋ ಇಷ್ಟೋ ಕೊಟ್ಟು ನುಣುಚಿಕೊಂಡುಬಿಡ್ತಾರೆ, ಎಂದು ಅವರ ವೃತ್ತಿಜೀವನದ ಅನುಭವವು ಹೇಳಿತು. ಅವಳ ವಾಸಕ್ಕೆ ಎರಡುಕೋಣೆಯ ಒಂದು ಫ್ಲ್ಯಾಟು ಕೊಂಡುಕೊಡು. ಮೇಲೆ ಹತ್ತುಲಕ್ಷ ನಗದು, ಅಂತ ಬಿಗಿಪಟ್ಟು ಹಾಕಬೇಕು. ರಿಯಾಯಿತಿ ಸಲ್ಲ. ರಾಮಕುಮಾರಿಗೆ ಕಟ್ಟುನಿಟ್ಟಾಗಿ ಹೇಳಬೇಕು, ಎಂದು ನಿಶ್ಚಯಮಾಡಿ ಕೊಂಡರು. ಅವಳ ಕೇಸ್ ತೆಗೆದುಕೊಳ್ಳಬೇಕೆಂದು ದಿಲ್ಲಿಯಿಂದಲೇ ಅಡ್ವೋಕೇಟ್ ಗುಪ್ತೆಗೆ

ಫೋನುಮಾಡುವ ಮನಸ್ಸಾದರೂ ಅವರಿಗೆ ಸಮಯವಾಗಲಿಲ್ಲ. ಅಲ್ಲದೆ ದಿಲ್ಲಿಯಿಂದ ಫೋನುಮಾಡಿ ಹೇಳುವಂಥ ತುರ್ತು ಕೇಸೂ ಅಲ್ಲ, ಎಂದುಕೊಂಡು ಸುಮ್ಮನಾದರು.

ಐದನೆಯ ದಿನ ಬೆಳಗಿನ ವಿಮಾನದಲ್ಲಿ ಮುಂಬಯಿ ತಲುಪಿದರೂ ಮನೆಯಲ್ಲಿ ಹೆಚ್ಚು ಹೊತ್ತು ಇರಲಾಗಲಿಲ್ಲ. ಮನೆಗೆ ಬಂದವರೇ ಸೂಟ್‌ಕೇಸನ್ನು ಹಾಕಿ ಕೇಸಿನ ಫೈಲು ಗಳ ಪೆಟ್ಟಿಗೆಯನ್ನು ಸಂಗಡ ತೆಗೆದುಕೊಂಡು ಬೇಗ ಆಫೀಸಿಗೆ ಹೋಗಬೇಕಾಗಿತ್ತು. ಮನೆ ಯಲ್ಲಿ ರಾಮಕುಮಾರಿಯನ್ನು ಕಂಡ ಕತ್ಷಣ ಕುಶಲ ವಿಚಾರಿಸುವ ಪದ್ಧತಿಯನ್ನು ಇಟ್ಟು ಕೊಂಡಿರಲಿಲ್ಲ. ಅವಳ ವಿಷಯ ಏನಿದ್ದರೂ ಸುನೀತಿ ಹೇಳುವುದು ಪದ್ಧತಿಯಾಗಿತ್ತು. ಅಲ್ಲದೆ ಆಫೀಸಿನಲ್ಲಿ ತುರ್ತಾದ ಕೆಲವು ಕೆಲಸಗಳಿದ್ದವು.

ಮರುದಿನ ಅಪರಾಹ್ಣ ಮೂರೂವರೆಗಂಟೆಗೆ ಅವರ ಆಫೀಸಿಗೆ ರಾಮಕುಮಾರಿ ಫೋನು ಮಾಡಿದಳು: 'ಲಾಯರನ್ನ ಗೊತ್ತುಮಾಡಿದಿರಾ? ಮಾಡಬೇಡಿ ಅಂತ ಹೇಳುಕ್ಕೆ ಫೋನು ಮಾಡ್ತಿದೀನಿ.'

'ಯಾಕೆ ಏನು ವಿಷಯ?'

'ಆಫೀಸಿಗೆ ಬಂದು ನಿಮ್ಮಕೈಲಿ ಮಾತಾಡ್ತೀನಿ. ತಾಯಿಯ ಎದುರಿಗೆ ಬ್ಯಾಡಿ.'

'ತಾಯಿ ಏನಾದರೂ ಆಕ್ಷೇಪದ ಮಾತು ಆಡಿದರೇನು?'

'ಇಲ್ಲ ಇಲ್ಲ. ಅವನಮೇಲೆ ಕೇಸು ಹಾಕು. ವಸೂಲುಮಾಡು ಅಂತಲೇ ಅಂದರು. ಆದರೂ ನೀವು ಒಬ್ಬರೇ ಇರುವಾಗ ಮಾತಾಡೂ ಸಂಗತಿ ಇದೆ.'

'ನಾಳೆ ಸಂಜೆ ಆರಕ್ಕೆ ಬಾ.'

ಆರು ಅಂದರೆ ಆರು. ಅವಳಿಗೆ ಕೈಗಡಿಯಾರವಿಲ್ಲ. ಆದರೆ ಮೊದಲೇ ಬಂದಿದ್ದು ತುಸು ಹತ್ತಿರದ ಎಲ್ಲಾದರೂ ಕಾದುನಿಂತಿದ್ದು ಗಡಿಯಾರ ಕಟ್ಟಿದ ಯಾರನ್ನಾದರೂ ಗಂಟೆ ಎಷ್ಟು ಎಂದು ಕೇಳಿ, ಸಮಯಕ್ಕೆ ಸರಿಯಾಗಿ ಬರುತ್ತಾಳೆಂಬುದು ಅವರಿಗೆ ಗೊತ್ತು. ಎರಡು ಮೂರು ನಿಮಿಷ ಹೆಚ್ಚು ಅಥವಾ ಕಡಮೆ. ಅವಳಿಗೆ ಗಂಟೆ ಹೇಳಿದವರ ಗಡಿಯಾರದ ವ್ಯತ್ಯಾಸದಿಂದ ಆಗುವ ಹಿಂಚುಮುಂಚು. ಈಗ ಬಂದು ಎಂದಿನಂತೆ ಎದುರಿನ ಕುರ್ಚಿಯ ಮೇಲೆ ಕುಳಿತಳು. ಯಾವಾಗಲೂ ಇರುತ್ತಿದ್ದ ಸಲಿಗೆಯು ಅವಳ ಮುಖದಲ್ಲಿರಲಿಲ್ಲ. ಗಾಂಭೀರ್ಯವಿತ್ತು. ತಾವು ಮಾತು ಆರಂಭಿಸದೆ ಅವಳು ಏನೂ ಹೇಳುವುದಿಲ್ಲವೆಂದು ಅರ್ಥಮಾಡಿಕೊಂಡ ಅವರು ಕೇಳಿದರು: 'ಕೇಸಿನಲ್ಲಿ ಏನೇನು ಕೇಳಬೇಕು ಅಂತ ಯೋಚನೆ ಮಾಡಿದೆ? ಏನೇನು ಕೇಳು ಅಂತ ಬಾಯಿ ಹೇಳಿದರು?'

'ಆ ಹೆಂಡತಿಗೆ ಎಂಥ ಫ್ಲ್ಯಾಟು ಕಟ್ಟಿಸಿಕೊಟ್ಟಿದಾನೋ ಅಷ್ಟು ದೊಡ್ಡ ಫ್ಲ್ಯಾಟು, ಪ್ರತಿ ತಿಂಗಳೂ ಅವಳಿಗೆ ಎಷ್ಟು ಕೊಡುತಿದ್ದ ಇದುವರೆಗೆ ಅಷ್ಟು ರೂಪಾಯಿ ಕೇಳು ಅಂದರು. ಆದರೆ ನಾನು ಏನೂ ಕೇಳೂದುಬ್ಯಾಡ ಅಂತ ತೀರ್ಮಾನ ಮಾಡಿದೀನಿ. ಕೇಸು ಹಾಕೂದುಬ್ಯಾಡ.'

'ಯಾಕೆ ಇದ್ದಕ್ಕಿದ್ದಹಾಗೆ ಮನಸ್ಸು ಬದಲಾಯಿಸಿದೆ?'

'ಇಷ್ಟು ವರ್ಷ ನಾನು ದುಡಿದು ತಿಂದಿದೀನಿ. ಮಕ್ಕಳನ್ನ ಬೆಳೆಸಿದೀನಿ. ಬರೀ ನಾನು

ದುಡಿದದ್ದರಿಂದ ಇಷ್ಟೆಲ್ಲ ಆಗ್ತಿರಲಿಲ್ಲ. ನೀವು ಸಾಕಿದಿರಿ. ಆಗಾಗ್ಗೆ ಕೊಟ್ಟು ಬ್ಯಾಂಕಿನಲ್ಲಿ ಠೇವಣಿ ಮಾಡಿಸಿದಿರಿ. ಈಗ ಮಕ್ಕಳು ಸ್ವತಂತ್ರವಾಗಿದಾರೆ. ಅಪ್ಪ ಅಂತ ಅವನ ಗಂಜಲಿಗೆ ಕೈ ಒಡ್ಡಿದಾರೆ. ಬ್ಯಾಡ ಅಂದರೆ ಕೇಳುಲ್ಲ. ಇಷ್ಟಕ್ಕೂ ಬ್ಯಾಡ ಅನ್ನುಕ್ಕೆ ನಾನ್ಯಾರು? ಆದರೆ ನಾನ್ಯಾಕೆ ಅವನ ಹಂಗಿನ ಅನ್ನ ತಿನ್ನಬೇಕು? ನನ್ನ ಮಧ್ಯಾಹ್ನದ ಊಟ ನಿಮ್ಮ ಮನೇಲೇ ಆಗುತ್ತೆ. ಅವತ್ತು ಎಲ್ಲಾನೂ ಹೇಳಿದ ದಿನದಿಂದ ತಾಯಿ ನಾಷ್ಟಾ ಇಟ್ಟಿದ್ದು ಬೆಳಗ್ಗೆ ಮನೆಗೆ ಬಂದ ತಕ್ಷಣ ನನಗೆ ಕೊಡ್ತಾರೆ. ತಿಂದಮೇಲೆ ಕೆಲಸಮಾಡು ಅಂತ ಹೇಳಿದಾರೆ. ಇನ್ನು ರಾತ್ರಿಯ ಎರಡು ರೊಟ್ಟಿಯಷ್ಟೇ ನನಗೆ ಬೇಕಾದ್ದು. ದಹಿಸರದಲ್ಲಿ ಒಂದು ಹೊಸಚಾಳು ಕಟ್ತಿದಾರೆ. ಒಂದೂವರೆಲಕ್ಷ ಕೊಟ್ಟರೆ ಒಂದುರೂಮು, ಕಕ್ಕಸು, ಸ್ನಾನ, ಅಡುಗೆಕೋಣೆ ಇರುತ್ತಂತೆ. ಬೋರೀವಲಿಗಿಂತ ದೂರ. ಲೋಕಲ್ ರೈಲುಗಳೂ ಕಡಮೆ. ಆದರೇನಂತೆ. ಬ್ಯಾಂಕಿನಲ್ಲಿ ಇಟ್ಟಿರೂ ಗಂಟನ್ನ ಕೊಟ್ಟು ತಗಾತೀನಿ. ಈಗಿರುವ ಅವನ ಹೆಸರಿನಲ್ಲಿರೂ ಮನೇನ ಬಿಟ್ಟುಬಿಡ್ತೀನಿ. ಅವನು ಅದನ್ನ ವಶಕ್ಕೆ ತಗೊಳ್ಳಲಿ. ಅಥವಾ ಬಕುಲಾ, ಕಿಷನ್ ಅದರಲ್ಲೇ ಇರಲಿ. ಅದು ನನ್ನ ಬಾಬತ್ ಅಲ್ಲ. ಅವರಿಂದ ಬೇರೆಯಾಗಿ ದೂರವಾಗಿ ಇರೂದು ನನಗೆ ಮರ್ಯಾದೆ.'

'ಬ್ಯಾಂಕಿನಲ್ಲಿರೂ ಹಣವನ್ನ ವಾಸದ ಜಾಗಕ್ಕೆ ಕೊಟ್ಟರೆ ಮುಪ್ಪಿನ ವಯಸ್ಸಿನಲ್ಲಿ ಉಪವಾಸ ಸಾಯ್ತೀಯಾ?'

'ಇಷ್ಟು ಬೇಗ ಮುಪ್ಪೆಲ್ಲಿ ಬರುತ್ತೆ? ಒಬ್ಬಳೇ ಇದ್ದರೆ ಖರ್ಚೂಕಮ್ಮಿಯಲ್ಲವೆ? ಉಳಿಸ ಬಹುದು. ಇನ್ನೊಂದು ಹೊಳೀತು. ಹೊಟ್ಟೆಗಿಲ್ಲದೆ ಸಾಯುವ ಸ್ಥಿತಿಬಂದರೆ ನಾನಾಗಿಯೇ ದೇವರ ಹೆಸರು ಹೇಳಿ ಅನ್ನನೀರು ಬಿಟ್ಟುಬಿಟ್ಟರೆ ನಾಲ್ಕೈದು ದಿನದಲ್ಲಿ ಜೀವ ತನಗೆತಾನೆ ಹೋಗುತ್ತೆ. ಉಪವಾಸ ಸಾಯುವ ಸಂದರ್ಭವೇ ಇಲ್ಲವಲ್ಲ?' ಎಂದು ನಕ್ಕಳು.

'ಇದು ನಿನಗೆ ಎಲ್ಲಿ ಹೊಳೀತು?'

'ಅಂಬಾಭವಾನಿ ಮುಂದೆ ನಿಂತು ಕಣ್ಣುಮುಚ್ಚಿ ಕೇಳ್ಕತ್ತಿದ್ದೆ. ಹೊಳೀತು.'

ಅವರು ಮತ್ತೆ ಏನೂ ಕೇಳಲಿಲ್ಲ. ಅವಳ ಮಾತುಗಳನ್ನು ಮೆಲುಕುಹಾಕತೊಡಗಿದರು. ಕಾನೂನು ಪ್ರಕಾರ ತನಗಿರುವ ಹಕ್ಕನ್ನು ಬಿಟ್ಟುಕೊಡುವ ಈ ತೀರ್ಮಾನವು ಪಲಾಯನ ವೆನ್ನಿಸಿತು.

'ಕೋರ್ಟಿನಲ್ಲಿ ಹೋಗಿ ನಿಲ್ಲುಕ್ಕೆ ಭಯವೆ? ಅವನ ಕಡೆ ವಕೀಲರು ಏನೇನೋ ಪ್ರಶ್ನೆ ಕೇಳ್ತಾರೆ ಅನ್ನುವ ಅಂಜಿಕೆಗೆ ಹೀಗೆ ತೀರ್ಮಾನಮಾಡಿದೀಯಾ?' ಎಂದರು.

'ನನಗೆಂಥ ಭಯ? ಯಾವ ಕೋರ್ಟಿನಲ್ಲಿ ಯಾವ ವಕೀಲರು ಏನು ಕೇಳಿದರೂ ಜವಾಬ್ ಕೊಡ್ತೀನಿ. ಇಷ್ಟು ವರ್ಷ ಅನುಭವಿಸಿದೋಳಿಗೆ ಭಯ ಯಾಕಾಗಬೇಕು?' ಎನ್ನುವಾಗ ಅವಳ ಕಣ್ಣುಗಳಲ್ಲಿ ಧೈರ್ಯ, ಆತ್ಮವಿಶ್ವಾಸಗಳು ಹೊಳೆಯತೊಡಗಿದವು.

ಅವರು ಮಾತನಾಡಲಿಲ್ಲ. ಅವಳ ಅಂತಶ್ಶಕ್ತಿಯ ಸ್ವರೂಪವನ್ನು ಅರ್ಥಮಾಡಿಕೊಳ್ಳಲು ಹೆಣಗುತ್ತಿದ್ದರು. ಎರಡುನಿಮಿಷದ ನಂತರ, 'ನೀನು ಬಿಟ್ಟುಹೋದರೆ ಮಕ್ಕಳ ಗತಿ ಏನು, ಅವರನ್ನ ಯಾರು ನೋಡಿಕೊಳ್ಳೋರು ಅನ್ನುವ ಕರುಳು ಬಾಧಿಸುಲ್ಲವೆ?

ಯೋಚಿಸಿದೀಯಾ?'

'ಮನಸ್ಸು ಗಟ್ಟಿಮಾಡಿಕೊಂಡಿದೀನಿ. ಅವರು ಪೂರ್ತಿ ನನ್ನ ಮಕ್ಕಳಾಗಿ ಉಳಿದಿಲ್ಲ. ನನ್ನ ತಾವಲೂ ಲಾಭ ಹೊಡೀತೀನಿ, ಅವನಿಂದಲೂ ಕಮಾಯಿಸ್ತೀನಿ ಅನ್ನುವ ಬುದ್ಧಿ ಹುಟ್ಟಿದಮೇಲೆ ಅವು ನನ್ನ ಮಕ್ಕಳೇ ಅಲ್ಲ ಅಂತ ಮನಸ್ಸಿನಲ್ಲಿ ಗಟ್ಟಿಮಾಡ್ಕಂಡಿದೀನಿ.'

'ನಿನ್ನ ಬ್ಯಾಂಕಿನಲ್ಲಿರೂ ಗಂಟನ್ನ ಮುಟ್ಟಬೇಡ. ದಹೀಸರದ ಫ್ಲ್ಯಾಟನ್ನ ನಾನು ತೆಗೆದುಕೊಡ್ತೀನಿ.'

ಅವಳು ಮಾತನಾಡಲಿಲ್ಲ. ಒಂದುನಿಮಿಷದಲ್ಲಿ ಅವಳ ಕಣ್ಣುಗಳಲ್ಲಿ ನೀರು ತುಂಬಿ ಕೊಂಡಿತು. ಅವರು ಅವಳ ಮುಖವನ್ನು ನೋಡುತ್ತಾ ಕುಳಿತರು. ಅವಳೇ ಶಬ್ದಗಳನ್ನು ತಡಕಿಕೊಂಡು ಮಾತನಾಡಿದಳು: 'ಬ್ಯಾಂಕಿನಲ್ಲಿರೂದೂ ನಿಮ್ಮ ಹಣವೇ. ನೀವು ಆಗ ಕೊಟ್ಟದ್ದು. ಈಗ.....' ಎಂದವಳು ಬಿಕ್ಕಿಬಿಕ್ಕಿ ಅಳತೊಡಗಿದಳು.

ಶಾಂತವಾಗಿ ಆಲಿಸುತ್ತಿದ್ದ ಅವರು ಎರಡುನಿಮಿಷದ ನಂತರ ಹೇಳು ಎಂದರು.

'ಪೂರ್ತಿ ನಿಜ ಹೇಳಿಬಿಡಲಾ?' ಅವಳು ಅಳುವನ್ನು ನಿಯಂತ್ರಿಸಿಕೊಂಡು ಕೇಳಿದಳು.

'ಹೇಳು.'

'ಒಂದು ಚೂರೂ ಮುಚ್ಚಿಡದೆ?'

'ಒಂದು ಚೂರೂ ಮುಚ್ಚಿಡದೆ ಹೇಳು.'

'ನೀವು ದಿಲ್ಲಿಗೆ ಹೋದಿರಲ್ಲ. ತಾಯಿ ಒಬ್ಬರಿಗೇ ಅಡುಗೆ. ಹೆಚ್ಚು ಕೆಲಸವಿರಲಿಲ್ಲ. ಬೇಗ ಬೋರಿವಲಿಗೆ ಹೋಗಿ ಮನೆಗೆ ಹೋಗದೆ ಅಂಬಾಭವಾನಿ ಗುಡಿಗೆ ಹೋದೆ. ಕಂಬ ಒರಗಿ ಕೂತು ಕಣ್ಣುಮುಚ್ಚಿ ಧ್ಯಾನಿಸುತ್ತಿರುವಾಗ ಮುಂದಿನ ಜನ್ಮದಲ್ಲಿ ನಿಮ್ಮ ಹೆಂಡತಿಯಾಗುವ ನನ್ನನ್ನು ನೀವು ಹದಿನೈದುವರ್ಷದಿಂದ ಸಾಕ್ತಿದೀರಿ. ಬ್ಯಾಂಕಿನಲ್ಲಿ ಗಂಟು ಮಾಡಿಕೊಟ್ಟಿದೀರಿ. ಈಗ ಯಾಕೆ ಅವನ ಜೀವನಾಂಶಕ್ಕೆ ಕೈ ಒಡ್ಡಬೇಕು? ಅವನಿಗೂ ನನಗೂ ಏನು ಸಂಬಂಧ? ಅನ್ನಿಸಿತು. ಕೇಸು ಹಾಕೂದು ಬ್ಯಾಡ ಅನ್ನೂದು ಆಗ ಹೊಳೀತು. ನೀವು ಊರಲ್ಲಿಲ್ಲದಾಗ ತಾಯಿ ನನ್ನ ಕಷ್ಟಸುಖ ತುಂಬ ವಿಚಾರಿಸಿದರು. ಇನ್ನುಮೇಲೆ ಮನೆಗೆ ಬಂದ ತಕ್ಷಣ ನಾಶ್ತಾ ಮಾಡಿ ಕೆಲಸ ಶುರುಮಾಡು ಅಂದರು. ಇಲ್ಲೀತನಕ ಅವರೇನು ನನ್ನನ್ನ ಕೆಟ್ಟದ್ದಾಗಿ ನಡೆಸಿಕೊತ್ತಿರಲಿಲ್ಲ. ಆದರೆ ಆವೊತ್ತು ಅವನ ವಿಷಯಾನೆಲ್ಲ ತಾಯಿಯ ಎದುರು ಕೂತು ಹೇಳಿದಮೇಲೆ ಅವರು ನಾನಂದರೆ ಹೆಚ್ಚು ಪ್ರೀತಿ ತೋರುಸ್ತಿದಾರೆ. ಇದುವರೆಗೂ ನಾನು ಉಡ್ತಿರೂದು ಅವರು ಉಟ್ಟುಕೊಟ್ಟ ಸೀರೆ. ಅವನ್ನೇ ಬಕುಲಾಗೆ ಕೊಡ್ತಿದ್ದೆ. ಅವನ್ನುಟ್ಟೇ ಅವಳು ಕಾಲೇಜಿಗೂ ಹೋಗ್ತಿದ್ದಳು. ನೌಕರಿಗೆ ಸೇರಿದಮೇಲೆ ಇನ್ನೊಬ್ಬರು ಉಟ್ಟಿದ್ದ ನಾನ್ಯಾಕೆ ಉಡಲಿ? ಅನ್ನುವ ಧಿಮಾಕಿನ ಮಾತಾಡಿದಳು. ಅದು ಹೋಗಲಿ, ನೀವು ದಿಲ್ಲಿಯಿಂದ ಬರುವ ಹಿಂದಿನ ದಿನ ಅಂಬಾಭವಾನಿ ಗುಡಿಗೆ ಹೋಗಿ ಒಬ್ಬಳೇ ಕಂಬ ಒರಗಿಕೂತು ಧ್ಯಾನಮಾಡ್ತಿದ್ದೆ. ಇದ್ದಕ್ಕಿದ್ದಹಾಗೆ ಒಂದು ವಿಚಾರ ಹೊಳೀತು. ಮುಂದಿನ ಜನ್ಮದಲ್ಲಿ ನಾನು ನಿಮ್ಮ ಹೆಂಡತಿಯಾದರೆ ತಾಯಿಗೆ ಗಂಡ ಆಗೋರು ಯಾರು? ಈ ಜನ್ಮದಲ್ಲಿ ಭಕ್ತಿಯಿಂದ ಗಂಡನ ಸೇವೆ ಮಾಡಿದೋರಿಗೆ

ಮುಂದಿನ ಜನ್ಮದಲ್ಲೂ ಅದೇ ಗಂಡ ಸಿಗಬೇಕಾದ್ದು ನ್ಯಾಯತಾನೆ? ನಾನು ಸಂಬಳ ತಗಂಡು ಅಡುಗೆ ಮಾಡ್ತಿರೋಳು. ಅವರು ತಾಳಿಕಟ್ಟಿಸಿಕೊಂಡು ನಿಮ್ಮ ಸೇವೆಮಾಡ್ತಿರೋರು. ಮುಂದಿನ ಜನ್ಮದ ಅಧಿಕಾರವನ್ನ ಅವರಿಂದ ಹ್ಯಾಗೆ ಕಿತ್ತುಕೊಳ್ಳುಕ್ಕೆ ಆಗುತ್ತೆ? ಕಿತ್ತುಕೊಂಡರೆ ನ್ಯಾಯವಾ? ನಾನೆಂಥ ಪಾಪಿ! ಅನ್ನಿಸಿಬಿಡ್ತು. ಅವತ್ತು ರಾತ್ರಿ ಎಲ್ಲ ಅದೇ ಯೋಚನೆಮಾಡ್ತಿದ್ದೆ.' ಎಂದು ಮಾತುನಿಲ್ಲಿಸಿ ಮುಂದೆ ಹೇಳಬೇಕಾದುದನ್ನು ಮನಸ್ಸಿನಲ್ಲಿ ಹೊಂದಿಸಿಕೊಳ್ಳುತ್ತಿರುವಂತೆ ಕಣ್ಣುಮುಚ್ಚಿದಳು. ಅವರು ಅವಳ ಮುಖವನ್ನೇ ನೋಡುತ್ತಿದ್ದರು. ಒಂದುನಿಮಿಷದ ನಂತರ ಅವಳು ಕಣ್ಣುಬಿಟ್ಟು ಮಾತನಾಡತೊಡಗಿದಳು: 'ಮುಂದಿನ ಜನ್ಮದಲ್ಲಿ ನಿಮ್ಮ ಹೆಂಡತಿಯಾಗ್ತೀನಿ ಅನ್ನೂ ಭಾವನೆ ಇದ್ದಾಗ ನೀವು ಏನು ಕೊಟ್ಟರೂ ನಾನು ಇಸಕೊತ್ತಿದ್ದೆ. ಈಗ ಅದೇನೂ ಇಲ್ಲ ಅಂತ ನನಗೇ ಗೊತ್ತಾಗಿರುವಾಗ ನೀವು ಒಂದೂವರೆಲಕ್ಷ ಕೊಟ್ಟು ಫ್ಲ್ಯಾಟು ತೆಗೆದುಕೊಡ್ತೀನಿ ಅಂದರೆ ಹ್ಯಾಗೆ ತಗೊಳ್ಳಲಿ?'

ಅವಳ ಮನಸ್ಸಿನಲ್ಲಾಗುತ್ತಿರುವ ಪಲ್ಲಟಗಳನ್ನು ಅರ್ಥಮಾಡಿಕೊಳ್ಳಲು ಪ್ರಯತ್ನಿಸುತ್ತಾ ಅವರು ಮೌನಿಯಾದರು. ಇಬ್ಬರ ಕಣ್ಣುಗಳೂ ಪರಸ್ಪರ ನೋಡುತ್ತಿದ್ದವು. ತುಸುಹೊತ್ತಿನ ಮೇಲೆ ಅವಳು ತನ್ನ ದೃಷ್ಟಿಯನ್ನು ತಗ್ಗಿಸಿ ಮೇಜದ ಅಂಚನ್ನು ನೋಡತೊಡಗಿದಳು. ಎರಡುನಿಮಿಷದ ನಂತರ ಅವರು ಎಂದರು: 'ಮುಂದಿನ ಜನ್ಮವುಂಟೇ ಇಲ್ಲವೇ, ಇದ್ದರೆ ಗಂಡು ಗಂಡಾಗಿಯೇ ಹುಟ್ತಾನೆಯೇ, ಹೆಣ್ಣು ಹೆಣ್ಣಾಗಿಯೇ ಹುಟ್ತಾಳೆಯೇ ಅನ್ನೂ ವಿಷಯದಲ್ಲಿ ನನಗೆ ಯಾವ ನಂಬಿಕೆಯೂ ಇಲ್ಲ. ಒಬ್ಬರಿಗೆ ಸಹಾಯಮಾಡಬೇಕಾದರೆ ಅವರು ಗಂಡ ಅಥವಾ ಹೆಂಡತಿ ಆಗಿರಬೇಕು ಅಥವಾ ಆಗುವವರಿರಬೇಕು ಅನ್ನುವ ನಿರ್ಬಂಧವಿಲ್ಲ. ಸಂಬಂಧವಿಲ್ಲದ ಯಾರಿಗೂ ನೀನು ಸಹಾಯಮಾಡೂದೇ ಇಲ್ಲವೆ? ಮೋಹನಲಾಲನ ಅನ್ನ ತಿನ್ನಕೂಡದು ಅಂತ ತೀರ್ಮಾನ ಮಾಡಿದೀಯ. ಅದು ಮೆಚ್ಚಬೇಕಾದದ್ದು. ಮುಂದಿನ ಜನ್ಮದಲ್ಲಿ ನೀನು ನನ್ನ ಹೆಂಡತಿಯಾಗ್ತೀ ಅನ್ನುವ ಕಲ್ಪನೆಯೂ ಇಲ್ಲದೆ ನಾನು ಇದುವರೆಗೆ ಸಹಾಯಮಾಡಿದೆನಲ್ಲ, ಅದೇ ರೀತಿ ಈ ಫ್ಲ್ಯಾಟನ್ನೂ ಕೊಂಡುಕೊಡ್ತೀನಿ. ಸ್ವತಂತ್ರವಾಗಿರು. ಇದನ್ನ ಯಾರಕೈಲೂ ಹೇಳಬೇಡ. ಈ ಉಪಕಾರವನ್ನ ಹ್ಯಾಗೆ ತೀರಿಸೂದು ಅಂತ ಯೋಚನೆಮಾಡಬೇಡ. ತೀರಿಸಲಿ ಅಂತ ನಾನು ಕೊಟ್ಟಿಲ್ಲ, ಕೊಡ್ತಿಲ್ಲ. ಈಗ ಹೋಗಾಣ. ನನಗೆ ಬೇರೆ ಕಡೆ ಕೆಲಸವಿದೆ,' ಎಂದು ಕೈಗಡಿಯಾರ ನೋಡಿಕೊಂಡರು.

ಅಧ್ಯಾಯ ೧೪

– ೧ –

ಬೇರೆ ಸಂಗತಿಗಳಲ್ಲಿ ಮಾತ್ರವಲ್ಲ, ತನ್ನ ಸ್ವರದಲ್ಲಿಯೂ ಶುಷ್ಕತೆ ಕಾಣತೊಡಗಿದಾಗ ಮೋಹನಲಾಲ ಚಿಂತೆಗೊಳಗಾದ. ಅಪಸ್ವರ ಏಳುವ ಪ್ರಶ್ನೆಯಿರಲಿಲ್ಲ. ಆದರೆ ಹುಟ್ಟುವ ಸ್ವರದಲ್ಲಿ ಭಾವವಿಲ್ಲ. ತನ್ನ ಸಂಗೀತದ ಶಕ್ತಿ ಇರುವುದೇ ದಟ್ಟವಾದ, ಸಾಂದ್ರವಾದ, ಆಳವಾಗಿ ತುಂಬಿ ತುಳುಕುವ ಭಾವದಲ್ಲಿ. ಕರುಣೆಯಾಗಲಿ ವೀರವಾಗಲಿ ಮಾರ್ದವತೆಯಾಗಲಿ ದೈನ್ಯ ಶೋಕ ವಿಜೃಂಭಣೆ ಶರಣಾಗತಿ ಮೊದಲಾಗಿ ಎಣಿಕೆ ಅನುಕರಣೆಗಳಿಗೆ ಸಿಕ್ಕದ ಗಾಳಿಗಿಂತ ಹಗುರವೂ ಸಾಗರಕ್ಕಿಂತ ಗಹನವೂ ಅವೆರಡರ ನಡುವಿನ ಯಾವ ಗೆರೆಯ ಹದದಲ್ಲಾದರೂ ವ್ಯಕ್ತಮಾಡುವ ಶಕ್ತಿ ತನ್ನದು. ಗಾಯಕನ ವ್ಯಕ್ತಿತ್ವದಲ್ಲಿ ರಸವಿದ್ದರೆ ಅವನ ಕಂಠದಲ್ಲಿ ರಸ ತಾನಾಗಿಯೇ ಉಕ್ಕುತ್ತೆ ಎಂದು ತಾನು ಹೆಮ್ಮೆಯಿಂದ ಹೇಳಿಕೊಳ್ಳುತ್ತಿದ್ದ ದಿನಗಳ ನೆನಪಾಗಿ ಅವನು ವಿಹ್ವಲನಾಗುತ್ತಿದ್ದ. ಭಾವಶಕ್ತಿ ಬತ್ತಿಹೋದರೆ ಬದುಕಿಗೆ ಯಾವ ಬೆಲೆ ಇದೆ? ಎಂದು ಆತಂಕವಾಗುತ್ತಿತ್ತು. ಬೆಳಗೆದ್ದು ಸ್ವರಸಾಧನೆ ಮಾಡಿಕೊಳ್ಳುವುದರಲ್ಲೂ ಉತ್ಸಾಹವಿಲ್ಲ. ಪಾಠ ಹೇಳಲೂ ಉತ್ಸಾಹವಿಲ್ಲ. ಜೀವನದ ಇತರ ಸಂತೋಷದ ಚಿಲುಮೆಗಳೆಲ್ಲ ಮುಚ್ಚಿಹೋಗಿದ್ದವು. ಯಾಕೆ ಹೀಗೆ ಎಂದು ಚಿಂತಿಸಿ ಚಿಂತಿಸಿ ಚಿಂತಿಸುತ್ತಿದ್ದಾಗ ಒಂದು ನಡುರಾತ್ರಿ ಕಾರಣ ಹೊಳೆಯಿತು. ಗುರುವು ದಯಪಾಲಿಸಿದ ತಂಬೂರಿಯನ್ನು ತಾನು ಪರಭಾರೆಸೆರೆಯಲ್ಲಿಟ್ಟಿದೀನಿ. ಬಿಡಿಸಿ ತಂದು ಪೂಜೆಮಾಡಿ ಅದರಲ್ಲಿ ಸಾಧನೆಮಾಡಿದರೆ ಮೊದಲಿನಂತೆ ರಸತುಂಬಿಕೊಳ್ಳುತ್ತೆ. ಅದೇ ಕಾರಣವೆನ್ನಿಸಿತು. ಒಂದು ಕಾರ್ಯಕ್ರಮದ ಫ಼ೀಜು, ಒಂದುಲಕ್ಷ ತಾನೆ ಅವನು ಕೇಳೂದು? ಬಿಸಾಕಿ ತರಬೇಕು ಎಂದು ನಿಶ್ಚಯಿಸಿದ. ಎಷ್ಟೋವರ್ಷದ ಹಿಂದೆಯೇ ಆಗ ನನ್ನ ಫ಼ೀಜು ಇದ್ದಷ್ಟು ಹಣಕೊಟ್ಟು ತಂದುಬಿಡಬೇಕಾಗಿತ್ತು. ಬದ್ಮಾಷನ ಜೊತೆ ಜಿದ್ದಿಗೆ ಹೋಗಿ ಮೂರ್ಖನಾದೆ, ಎಂದುಕೊಂಡ. ತುಸು ಹೊತ್ತಿನನಂತರ ನಿದ್ದೆ ಬಂತು.

ಬೆಳಗ್ಗೆ ಎದ್ದು ಬೇಗ ಸ್ನಾನಮಾಡಿ ಬ್ರೆಡ್‌ಟೋಸ್ಟ್ ಬಾಳೆಹಣ್ಣುಗಳನ್ನು ತಿಂದು ಚಹಾ ಕುಡಿಯುವಷ್ಟರಲ್ಲಿ ಮನೆಕೆಲಸದವಳು ಬಂದು ಕೆಲಸಗಳನ್ನು ಮುಗಿಸಿದಳು. ಅವನು ಆಲ್ಮಿರಾದ ಸುರಕ್ಷಿತಪೆಟ್ಟಿಗೆ ತೆಗೆದು ಒಂದುಲಕ್ಷ ರೂಪಾಯಿಗಳ ಕಟ್ಟುಗಳನ್ನು ಕೈಪೆಟ್ಟಿಗೆಗೆ ಹಾಕಿಕೊಂಡು ಟ್ಯಾಕ್ಸಿ ಹತ್ತಿ ಹೊರಟ. ಮುದುಕ ಜುನ್ನರ್‌ಕರನ ಮುಖನೋಡಿ ಹದಿನೈದು ವರ್ಷವಾಯಿತೆಂಬ ನೆನಪಾಯಿತು. ಈಗ ಎಂಭತ್ತೈದು. ಮಗ ಸಂಗೀತದ ಕಾನ್‌ಫ಼ರೆನ್ಸುಗಳಲ್ಲಿ ಸಿಕ್ತಾನೆ. ನನ್ನದೇ ವಯಸ್ಸು. ಮಾತಾಡಿಸುಲ್ಲ. ನಾನೂ ಅವನನ್ನು ಮಾತಾಡಿಸುಲ್ಲ. 'ನನಗೆ

ಪ್ರೋಗ್ರಾಂ ಕೊಡಿಸಿ, ಊಟಕ್ಕೆ ಕಷ್ಟವಾಗಿದೆ ಅಂತ ಮೊಹನಲಾಲ ನಮ್ಮಪ್ಪನನ್ನ ಬೇಡಿಕೊತ್ತಿದ್ದ ದಿನಗಳೂ ಇದ್ದವು, ಈಗ ನೋಡಿ ನನ್ನನ್ನ ಹಾರ್ಮೋನಿಯಂ ಸಾಥಿಗೆ ಒಂದು ಕಛೇರಿಗೂ ಕರೆಯುಲ್ಲ. ಇಂಥೋರ ಸೊಕ್ಕು ಎಷ್ಟುದಿನ ನಡೆದೀತು!' ಅಂತ ಅವರಿವರ ಕೈಲಿ ಈಗಲೂ ಮಾತಾಡಿಕೊತ್ತಾನಂತೆ, ಎಂಬ ನೆನಪುಬಂತು. ಮನೇಲಿ ಅವನೂ ಇರಬಹುದು. ನಾನಾಗಿಯೇ ಅವನ ಮನೆಗೆ ಹೋದದ್ದ ಕಂಡು ಅಟ್ಟಕ್ಕೇರಬಹುದು, ಎಂಬ ಊಹೆ ಹುಟ್ಟಿ ಇರಿಸುಮುರಿಸಾಯಿತು. ಟ್ಯಾಕ್ಸಿಯನ್ನು ವಾಪಸು ತಿರುಗಿಸಲು ಹೇಳುವ ಮನಸ್ಸು ಬಂತು. ನನ್ನ ಗಾಯನದ ಮೂಲಶ್ರುತಿ ಅವನ ಮನೇಲಿ ಸೆರೆಬಿದ್ದಿರುವಾಗ ಅದನ್ನ ಬಿಡಿಸಿಕೊಂಡು ಬರದೆ ಇರಿಸುಮುರಿಸಿಗೆ ಸಿಕ್ಕಿದರೆ ಆಗುಲ್ಲ, ಅಲ್ಲದೆ ಒಂದುಲಕ್ಷದ ಗಂಟು ನೋಡಿದರೆ ನಾಯಿಯ ಹಾಗೆ ನಾಲಗೇಲಿ ಜೊಲ್ಲು ಸುರುಸ್ತಾರೆ ಅಪ್ಪ ಮಗ ಇಬ್ಬರೂ ಎಂಬ ಧೈರ್ಯ ತಂದುಕೊಂಡ.

ಮನೆಯಲ್ಲಿ ಮಗ ಆನಂದ ಇರಲಿಲ್ಲ. ಅಪ್ಪ ವಿಠ್ಠಲ ಜುನ್ನರ್‌ಕರ್ ಡೈವಾನ್‌ಮೇಲೆ ಲೋಡು ಒರಗಿ ಕುಳಿತಿದ್ದ. ತಲೆ ಸಂಪೂರ್ಣಬೊಕ್ಕಾಗಿದೆ. ಕಚ್ಚೆಪಂಚೆಯುಟ್ಟು ಬನಿಯನ್ ಹಾಕಿದ್ದಾನೆ. ಬಾಗಿಲು ತೆಗೆದವಳು ಆನಂದನ ಹೆಂಡತಿ ಇರಬಹುದು. ಯಾರಂತ ಹೇಳ ಬೇಕು? ಎಂದಳು. ಮೋಹನಲಾಲ್ ಅನ್ನಿ, ಇವನು ಅಂದದ್ದು ಮುದುಕನಿಗೆ ಕೇಳಿಸಿತು. ಆದರೂ ಮನೆಗೆ ಬಂದವನೇ ಮೊದಲು ಮಾತನಾಡಿಸಲಿ ಎಂಬಂತೆ ಸುಮ್ಮನೆ ಕುಳಿತಿದ್ದ. ಇವನೇ ಹತ್ತಿರ ಹೋಗಿ, 'ನಮಸ್ಕಾರ್ರೀ ಪಂಡಿತ್‌ಜಿ. ನಾನು ಮೋಹನಲಾಲ್.'

ಎಂದು ತುಸು ಗಟ್ಟಿಯಾಗಿ ಹೇಳಿದಮೇಲೆ, 'ಮೋಹನಲಾಲ್ ಅಂದರೆ ಯಾರು? ಯಾವ ಮೋಹನಲಾಲ್? ಆ ಹೆಸರಿನೋರು ಭಾಳ ಇದಾರೆ ಮುಂಬಯಿಯಲ್ಲಿ. ಟೆಲಿಫೋನ್ ಡೈರೆಕ್ಟರಿ ತೆಗೆದರಂತೂ ಹತ್ತುಹಾಳೆ ಭರ್ತಿ' ಎಂದ. ಮುದುಕ ಬೇಕೆಂದೇ ನನ್ನನ್ನು ಅಲಕ್ಷಿಸುತ್ತಿದಾನೆ ಎಂದು ಇವನು ಅರ್ಥಮಾಡಿಕೊಂಡ. ಅವನ ಸ್ವಭಾವವೇ ಹಾಗೆ ಎಂಬುದು ಆ ಕ್ಷಣದಲ್ಲಿ ನೆನಪಿಗೆ ಬರಲಿಲ್ಲ.

'ನಿಮ್ಮ ಹತ್ತಿರ ತಂಬೂರಿ ಪಾನ್‌ಮಾಡಿದ್ದ ಮೋಹನಲಾಲ. ಬಿಡಿಸಿಕೊಂಡು ಹೋಗುವಾ ಅಂತಬಂದೆ, ನನ್ನ ಒಂದು ಪ್ರೋಗ್ರಾಮಿನ ಹಣ ಜೊತೇಲಿ ತಗಂಡು.'

ಇವನು ಎಂದಮೇಲೆ, 'ಪಂಡಿತ್ ಮೋಹನಲಾಲ್‌ಜಿ ಅನ್ನಬೇಕು. ಬರೀ ಮೋಹನಲಾಲ ಅಂದರೆ ಹ್ಯಾಂಗೆ ತಿಳೀಬೇಕು? ಖುರ್ಚಿ ತಂದು ಹಾಕವ್ವಾ ಗಾಯಕಸಮ್ರಾಟರು ದಯಮಾಡಿ ಸಿದಾರೆ. ಚಹಾಮಾಡು,' ಎಂದು ಅವರು ಸೊಸೆಗೆ ಕೂಗಿ ಹೇಳಿದರು.

ಸಮ್ರಾಟ ಎಂಬ ಮಾತಿನಲ್ಲಿ ಇವನಿಗೆ ವ್ಯಂಗ್ಯ ಕಾಣಿಸಿತು. ಆದರೂ ಉಭಯಕುಶ ಲೋಪರಿ ಮಾತನಾಡಿ ಚಹಾ ಕುಡಿದನಂತರ, 'ಒಂದುಲಕ್ಷ ತಂದಿದೀನಿ. ಎಣಿಸಿಕೊಳ್ಳಿ, ನನ್ನ ತಂಬೂರಿ ನನ್ನ ಕೈಗೆ ಒಪ್ಪಿಸಿ' ಎಂದ.

'ಒಂದು ಕಛೇರಿಗೆ ಒಂದುಲಕ್ಷ ತಗೊಳ್ಳುವ ಹಂಗಾದೆಯಲ್ಲ. ನನಗೆ ಭಾಳ ಖುಷಿ ಯಾಯ್ತು. ನನ್ನ ಮಗನ್ನ ಯಾಕೆ ಸಂಗತಿಗೆ ತಗೊಳ್ಳುಲ್ಲ ನೀನು? ಆ ಟಿಪ್ಪಿಸನನ್ನ ಕಟ್ಟಿ

ಕೊಂಡು ಯಾಕೆ ಒದ್ದಾಡ್ತೀಯ?'

'ಒದ್ದಾಡ್ತಾ ಏನಿಲ್ಲವಲ್ಲ! ನಿಮ್ಮ ಮಗನ್ನ ತಗೋಬಾರದು ಅಂತ ಏನಿಲ್ಲ. ಆದರೆ ಪರ ಸ್ಪರ ಮನೋಧರ್ಮ, ಗಾಯನವಾದನ ಸಾಮರಸ್ಯ ಏರ್ಪಡಬೇಕಲ್ಲ. ಆಯ್ತು, ನಿಮ್ಮ ಮಗನನ್ನೂ ತಗೋತೀನಿ.'

'ನಿಮ್ಮ ಮಗನನ್ನೂ ಅನ್ನಬ್ಯಾಡ. ನಿಮ್ಮ ಮಗನನ್ನೇ ಅನ್ನು. ನಿನ್ನನ್ನ ಮುಂದಕ್ಕೆ ತಂದೋನು ನಾನು, ಹೌದಲ್ಲವೊ?'

ಇವನಿಗೆ ರೇಗಿತು. ಇವನೇನು ನನ್ನನ್ನ ಮುಂದಕ್ಕೆ ತಂದದ್ದು! 'ವಿಠ್ಠಲ್‌ರಾವ್. ಯಾರು ಯಾರನ್ನೂ ಮುಂದಕ್ಕೆ ತರುಕ್ಕೆ ಸಾಧ್ಯವಿಲ್ಲ. ಒಳಗೆ ಶಕ್ತಿ ಇರೋನನ್ನ ತುಳಿಯುಕ್ಕೂ ಸಾಧ್ಯವಿಲ್ಲ. ನೀವು ಕೇಳಿದ ಒಂದುಲಕ್ಷ ಎಣಿಸಿಕೊಂಡು ನನ್ನ ತಂಬೂರಿ ವಾಪಸು ಕೊಡಿ,' ಎಂದು ತನ್ನ ಕೈಪೆಟ್ಟಿಗೆಯ ಬಾಗಿಲು ತೆರೆಯಲು ಉದ್ಯುಕ್ತನಾದ.

'ಹಾಗೋ!' ಜುನ್ನರಕರರು ಇವನನ್ನು ಗುಡಿಸಿ ಬಿಸಾಕುವ ಧಾಟಿಯಲ್ಲಿ ಹೇಳಿದರು: 'ಯಾವ ತಂಬೂರಿ ನೀನು ಹೇಳ್ತಿರೂದು? ಒಂದುಲಕ್ಷ ಬೆಲೆಬಾಳುಕ್ಕೆ ಅದರ ಬುರುಡೆಯನ್ನ ಚಿನ್ನದಲ್ಲಿ ಮಾಡಿರಬೇಕು. ನಮ್ಮ ಮನೇಲಿ ಅಂಥದು ಯಾವುದೂ ಇಲ್ಲವಲ್ಲ!'

'ನಾನು ಕಷ್ಟ ಅಂತ ನಿಮ್ಮ ಹತ್ತಿರ ಇಪ್ಪತ್ತೈದು ರೂಪಾಯಿಗೆ ಅಡವಿಟ್ಟು ಆಮೇಲೆ ನಾನು ಬಿಡಿಸಿಕೊಳ್ಳುಕ್ಕೆ ಬಂದಾಗ ನಿನ್ನ ಒಂದು ಪ್ರೋಗ್ರಾಮಿನ ಹಣ ಕೊಡು ಅಂದಿರಲ್ಲ ಅದು. ನೀವು ಹಾಗೆ ಹೇಳಿದಾಗ ನನ್ನ ಫ಼ೀ ಇಪ್ಪತ್ತುಸಾವಿರ ಇತ್ತು. ನಾನು ಕೊಡುಲ್ಲ ಅಂದಿದ್ದೆ. ಈಗ ಸುಮ್ಮನೆ ಒಂದುಲಕ್ಷ ತಗಂಡು ನನ್ನ ಪದಾರ್ಥ ಕೊಡ್ತಿರೋ ಇಲ್ಲವೊ?'

'ಮನೆಗೆ ಬರುವ ಮಹಾಲಕ್ಷ್ಮಿ ಒಂದುಲಕ್ಷವನ್ನ ಬ್ಯಾಡ ಅನ್ನುವಷ್ಟು ಮೂರ್ಖನೇ ನಾನು? ನಿನ್ನ ತಂಬೂರಿ ನನ್ನ ಕಡೆ ಇಲ್ಲ. ಮೂವತ್ತೆರಡುವರ್ಷದ ಹಿಂದಿನ ಮಾತಲ್ಲವೆ ಅದು? ಎಷ್ಟೋ ತಂಬೂರಿಗಳು ಒಡೆದುಹೋಗ್ತವೆ. ಕೆಲವರು ಇಸಕಂಡುಹೋಗಿ ವಾಪಸು ಕೊಡೂದಿಲ್ಲ. ಹೀಗೆ ಏನೋ ಆಗಿ ನಿನ್ನ ತಂಬೂರಿ ಕಳೆದುಹೋಗಿದೆ. ನಾನೇನು ಮಾಡಲಿ ಹೇಳು?' ಮುದುಕ ಜುನ್ನರ್‌ಕರ್ ರೇಗದೆ ಶಾಂತವಾಗಿಯೇ ಮಾತನಾಡಿದರು.

ಈ ಖದೀಮನ ಮಾತಿನ ವರಸೆಯೇ ಇದು ಎನ್ನಿಸಿದ ಮೋಹನಲಾಲ ಕುಳಿತಲ್ಲಿಂದ ಮೇಲೆ ಎದ್ದು ಬಲತುದಿಗಿದ್ದ ಮೆಟ್ಟಿಲು ಹತ್ತತೊಡಗಿದ. ಎಲಾ, ನನ್ನ ಮನೆ ಅಟ್ಟ ಹತ್ತುವ ಅಧಿಕಾರ ನಿನಗೆ ಯಾರು ಕೊಟ್ಟೋರು? ಎಂದು ಮುದುಕ ಕೂಗಿಕೊಂಡದ್ದನ್ನು ಲಕ್ಷಿಸದೆ ಮೇಲೆ ಹೋದರೆ ಕೌದಿಯಿಂದ ಕಟ್ಟಿದ್ದ ಐದು ತಂಬೂರಿಗಳನ್ನು ಗೋಡೆಯ ಗೂಟಗಳಿಗೆ ಕಟ್ಟಿ ನಿಲ್ಲಿಸಿದ್ದರು. ಅದರಲ್ಲಿ ಇದು ತನ್ನದೇ ಎಂಬ ಅಂತಃಪ್ರೇರಣೆಯಿಂದ ನಾಲ್ಕನೆಯದನ್ನು ಗೂಟದಿಂದ ಬಿಡಿಸಿ ಕೌದಿಯನ್ನು ಕಳಚಿನೋಡಿದರೆ ಅದೇ! ಬುರುಡೆಯ ಎರಡು ಕಡೆ ಗಳಿಗೂ ಹದಿದ ದಂತದ ಚಿತ್ತರಪುರ ರಾಜ್ಯದ ಲಾಂಛನ ನವಿಲಿನ ವಿನ್ಯಾಸ. ಕೌದಿ ಮುಚ್ಚಿದ್ದರೂ ಇಡೀ ತಂಬೂರಿ ಧೂಳಿನಿಂದ ತುಂಬಿತ್ತು. ಕೈಗೆ ತೆಗೆದುಕೊಂಡು ಕಣ್ಣಿಗೆ ಒತ್ತಿಕೊಂಡ. ರಾಜಾಸಾಹೇಬರು ಕಣ್ಣಿನೊಳಗಿನಿಂದ ಬಂದು ಪ್ರತ್ಯಕ್ಷವಾದಂತೆ, ಮಂದಿರದ ಮಹದೇವಲಿಂಗವು ಕಾಣಿಸಿಕೊಂಡಂತೆ, ಎದುರಿಗೆ ವಿಸ್ತಾರವಾದ ಪ್ರಪಾತದಲ್ಲಿ ಮಂದ್ರಷಡ್ಜದ

ಆಳದಲ್ಲಿ ಹರಿಯುವ ನರ್ಮದೆಯು ಪ್ರತ್ಯಕ್ಷಳಾದಂತೆ ಆಯಿತು. ಸ್ವರವೂ ಸಿಕ್ಕಿತು. ಅದರ ಒಂದೊಂದು ಛಾಯೆಯ ಭಾವಗಳೂ ದಕ್ಕಿದವು ಎನ್ನಿಸಿತು. ತಂಬೂರಿಯನ್ನು ಕೈಲಿ ಹಿಡಿದು ಹಿಂತಿರುಗುವ ಹೊತ್ತಿಗೆ ಮೆಟ್ಟಿಲಿನಮೇಲೆ ಮುದುಕನ ಸೊಸೆ, ಆನಂದನ ಹೆಂಡತಿ ಅಡ್ಡನಿಂತಿದ್ದಳು. 'ದಾರಿಬಿಡಿ ವೈನಿ. ಇದನ್ನ ದಾದಾಗೆ ತೋರಿಸಬೇಕು,' ಎಂದು ಇವನು ಉಪಾಯವಾಗಿ ಕೇಳಿದ. ಅವಳು ಕೆಳಗಿಳಿದಳು. ಇವನೂ ಕೆಳಗಿಳಿದು ಬಂದು, 'ಮುದುಕಾ, ನನ್ನ ತಂಬೂರಿ ಕಳೆದುಹೋಯಿತು ಅಂತ ಸುಳ್ಳು ಹೇಳ್ತೀಯ? ನೀನಾಗಿ ಕೊಟ್ಟಿದ್ದರೆ ಒಂದುಲಕ್ಷ ದಕ್ತಿತ್ತು. ಈಗ ಇಲ್ಲಿ ನೋಡು,' ಎಂದು ಜುಬ್ಬದ ಕಿಸೆಗೆ ಕೈ ಹಾಕಿ ತೆಗೆದು, 'ನೀನು ಸಾಲ ಕೊಟ್ಟಿದ್ದ ಅಸಲು ಇಪ್ಪತ್ತೈದುರೂಪಾಯಿ ಮಾತ್ರ ಕೊಡ್ತೀನಿ' ಎಂದು ಮೂರುನೋಟುಗಳನ್ನು ಮುದುಕನ ಮುಂದೆ ಎಸೆದು ತನ್ನ ಕೈಪೆಟ್ಟಿಗೆಯನ್ನು ಎಡಗೈಲಿ, ಧೂಳು ತುಂಬಿದ ತಂಬೂರಿಯನ್ನು ಬಲಗೈಲಿ ಹಿಡಿದು ಹೊರಗೆನಡೆದ. ಹಿಡಕೊ ಹಿಡಕೊ ಅವನನ್ನ ಎಂದು ಮುದುಕನು ಸೊಸೆಗೆ ಹೇಳಿದರೂ ಗೊಂದಲಗೊಂಡ ಅವಳು ಸುಮ್ಮನೆ ನಿಂತಿದ್ದಳು. ಬೀದಿಗೆ ಬಂದ ಮೋಹನಲಾಲ ಜನಜಂಗುಳಿಯಲ್ಲಿ ಮರೆಯಾದ. ತುಸುದೂರದಲ್ಲಿ ಒಂದು ಟ್ಯಾಕ್ಸಿ ಸಿಕ್ಕಿತು.

ಫ್ಲ್ಯಾಟಿಗೆ ಬಂದು ಒಂದು ಚೌಕದಿಂದ ಧೂಳು ಹೊಡೆದು ಅನಂತರ ಬಿಗಿಯಾಗಿ ಹಿಂಡಿದ ಒದ್ದೆ ಬಟ್ಟೆಯಿಂದ ಇಡೀ ತಂಬೂರಿಯನ್ನು ಮೂರುಸಲ ಒರೆಸಿದಮೇಲೆ ಅದು ಕೈಲಿ ಮುಟ್ಟುವಂತಾಯಿತು. ಬಿರಟೆಗಳು ಒಂದು ಸೂಜಿಮೊನೆಯಷ್ಟೂ ತಿರುಗಿಸಲು ಸಾಧ್ಯವಾಗದಷ್ಟು ಹಿಡಿದುಕೊಂಡಿದ್ದವು. ಇನ್ನೂ ಬಲವಂತವಾಗಿ ತಿರುಗಿಸಿದರೆ ಅವು ಮುರಿಯಬಹುದು ಅಥವಾ ದಿಂಡಿನಲ್ಲಿ ಬಿರುಕು ಹುಟ್ಟಬಹುದು ಎಂಬ ಅಂಜಿಕೆಯಾಯಿತು. ತಂತಿಗಳೆಲ್ಲ ಸಂಪೂರ್ಣ ತುಕ್ಕು ಹಿಡಿದಿದ್ದವು. ಮುಂಬಯಿಯ ಲವಣಜಲಾಂಶದ ಹವೆ. ಮೂವತ್ತೆರಡುವರ್ಷ ಇಟ್ಟಲ್ಲಿಯೇ ಇಟ್ಟಿದ್ದ, ಎಂಬ ನೆನಪಾಯಿತು. ದಾದರಿನ 'ಸರಸ್ವತೀ ಮ್ಯೂಸಿಕಲ್ ಇನ್‌ಸ್ಟ್ರುಮೆಂಟ್ಸ್'ದವನಿಗೆ ಕೊಟ್ಟು ಎಚ್ಚರದಿಂದ ಬಿರಟೆಗಳನ್ನು ಸರಿಮಾಡಿ ಹೊಸ ತಂತಿ ಹಾಕಿ ಕುದುರೆಯನ್ನು ಪರೀಕ್ಷಿಸಬೇಕೆಂದು ನಿರ್ಧರಿಸಿದ. ಆ ತಕ್ಷಣ ಹೋಗಲು ಮನಸ್ಸು ಬರಲಿಲ್ಲ. ತಂದ ತಕ್ಷಣ ಶ್ರುತಿಮಾಡಿಕೊಂಡು ಸ್ವರಸಾಧನೆ ಮಾಡಿ ಅನಂತರ ಒಂದು ಬಡಾಖ್ಯಾಲ್ ಹಾಡಬೇಕು ಎಂಬ ಆಶೆಯ ಲಹರಿ ಇನ್ನೂ ಇತ್ತು. ಅದನ್ನು ಎದುರಿಗೆ ಮಲಗಿಸಿ ಪ್ರತಿಬೆಳಗ್ಗೆ ಸ್ನಾನದನಂತರ ತಾನು ಹಣೆಗೆ ಹಚ್ಚಿಕೊಳ್ಳಲು ಮತ್ತು ಶುಕ್ರವಾರ ಸರಸ್ವತಿ ಪೂಜೆಯಾಗಿ ತಂಬೂರಿ ಹಾರ್ಮೋನಿಯಂ ಮತ್ತು ತಬಲಗಳಿಗೆ ಹಚ್ಚಲು ಇಟ್ಟಿದ್ದ ಕುಂಕುಮದ ಡಬ್ಬಿಯಿಂದ ಕುಂಕುಮ ತೆಗೆದು ಈ ತಂಬೂರಿಗೆ ಮೂರು ಕಡೆಗಳಲ್ಲಿ ಹಚ್ಚಿಸಿದ. ಒಂದು ಚಿಟಿಕೆಯನ್ನು ಹಿಡಿದು ತನ್ನ ಭ್ರೂಮಧ್ಯದಿಂದ ಲಲಾಟ ಮಧ್ಯದವರೆಗೆ ಬಳಿದುಕೊಂಡ. ತಾನು ನಿತ್ಯ ಅಭ್ಯಾಸಕ್ಕೆ ಬಳಸುತ್ತಿದ್ದ ತಂಬೂರಿಗೂ ಹಚ್ಚಿಸಿ ಅದನ್ನು ಶ್ರುತಿಮಾಡಿ ಬಾರಿಸಿಕೊಳ್ಳುತ್ತಾ ಸ್ವರಸಾಧನೆಗೆ ತೊಡಗಿದ. ಅರೆನಿಮೀಲಿತ ಕಣ್ಣುಗಳಿಗೆ ಎದುರಿಗೆ ಮಲಗಿದ್ದ, ಗುರುವಿನಿಂದ ಅನುಗ್ರಹೀತವಾದ ತಂಬೂರಿ ಕಾಣುತ್ತಿತ್ತು. ರೆಪ್ಪೆಗಳನ್ನು ಸಂಪೂರ್ಣವಾಗಿ ಮುಚ್ಚಿದರೂ ಅದು ಮನಸ್ಸನ್ನು ತುಂಬಿ ಈಗ ನುಡಿಯುತ್ತಿರು

ವುದು ಅದೇ ತಂಬೂರಿ ಎಂಬ ಭಾವ ಹುಟ್ಟಿತು. ಸ್ವರ ಹತ್ತಿತು. ಕಂಠದಲ್ಲಿ ಮಾತ್ರವಲ್ಲ, ಭಾವದಲ್ಲಿಯೂ ಹತ್ತಿ ತುಂಬಿಕೊಂಡಿತು. ಈಗ ಬೆಳಗಾಗುತ್ತಿದೆ. ಕತ್ತಲನ್ನು ಕಳೆಸುವ ನಸುಬೆಳಕು ಪೂರ್ವಾಂಚಲದ ಹಿಂಬದಿಯಿಂದ ಆಗಸದ ಕಡೆಗೆ ಸೂಕ್ಷ್ಮವಾಗಿ ಹೊಮ್ಮುವ ಸೂಚನೆ ಕಾಣುತ್ತಿದೆ. ತನಗೇ ತಿಳಿಯದಂತೆ ಭೈರವದ ಭಾವ ಮೂಡುತ್ತಿದೆ. ಇತ್ತೀಚಿನ ತಿಂಗಳುಗಳಲ್ಲಿ ಅಪೂರ್ವವಾಗಿದ್ದು ಸತಾಯಿಸುತ್ತಿದ್ದ ಭಾವದ ಕೊರತೆಯು ಇಲ್ಲವಾಗಿದೆ. ಹಾರೆ ಹಾಕಿದ ಕಡೆ ನೀರು ಒಸರುವಂತಹ ತನುವಿನ ಭೂಮಿ ತನ್ನ ಗಂಟಲೆಂದರೆ. ನಡುವೆ ನಾಲ್ಕಾರು ತಿಂಗಳು ಒಣನೆಲವಾಗಿತ್ತು. ಈಗ ಮೂಲಶಕ್ತಿ ಮತ್ತೆ ಬಂದಿದೆ. ತಂಬೂರಿಯ ಕೃಪೆ. ಗುರುವಿನ ಅನುಗ್ರಹ. ಇದು ರಿಪೇರಿಯಾಗದಿದ್ದರೂ ಅಡ್ಡಿಯಿಲ್ಲ. ಪ್ರತಿದಿನ ಹೀಗೆ ಎದುರಿಗೆ ಇಟ್ಟು ಕುಂಕುಮಹಚ್ಚಿ ಕಣ್ಣಿಗೆ ಒತ್ತಿಕೊಂಡರೆ ಸಾಕು ರಸ ಒಸರುತ್ತೆ ಎಂಬ ಉಪಾಯ ಹೊಳೆಯಿತು. ಸಾ ನಿ ಧಾ ದ ಮೇಲೆಯೇ ಮತ್ತೆ ಮತ್ತೆ ಇಳಿ ಯುತ್ತಾ ರಾಗಭಾವವನ್ನನುಭವಿಸುತ್ತಾ ತಲ್ಲೀನನಾದ. ತನಗೆ ಮರುಹುಟ್ಟು ಬಂತು, ನಡುವೆ ಮರೆಯಾಗಿದ್ದ ಜೀವ ಮರಳಿಬಂತು, ಎಂಬ ಧನ್ಯತೆಯಲ್ಲಿ ಮುಳುಗಿಹೋದ.

ಅಷ್ಟರಲ್ಲಿ ಕರೆಗಂಟೆಯಾಯಿತು. ಕೋಪಬಂತು. ಬಾಗಿಲು ತೆಗೆಯುಲ್ಲ, ಯಾರು ಬಂದಿದ್ದರೂ ಇಲ್ಲ ಅಂತ ಇಳಿದು ವಾಪಸು ಹೋಗಲಿ. ಗೊತ್ತಿರೋರಾದರೆ ಅವರೇ ಮೆಲ್ಲಗೆ ಬಾಗಿಲು ನೂಕ್ತಾರೆ. ಯಾರು ಒಳಗೆ ಬಂದರೂ ನಿಶ್ಶಬ್ದವಾಗಿ ಕೂತು ಸ್ವರಸಾಧನೆ ಕೇಳಬೇಕು. ಒಂದು ಮಾತೂ ಆಡೂದಿಲ್ಲ. ಕಣ್ಣುಬಿಟ್ಟು ನೋಡೂದೂ ಇಲ್ಲ, ಎಂದು ನಿರ್ಧರಿಸಿ ಸ್ವರದ ಮೇಲೆ ನಿಂತೇ ಇದ್ದ. ಕರೆಗಂಟೆ ಮತ್ತೆ ಬಾರಿಸಿತು. ಈ ಸೂಳೆಮಗಂದನ್ನ ಕಿತ್ತುಹಾಕಬೇಕು ಎನ್ನಿಸಿತು. ಆದರೂ ಮೇಲೆ ಏಳದೆ ರೆಪ್ಪೆಗಳನ್ನು ತೆರೆಯದೆ ಸ್ವರಗಳನ್ನು ಸ್ಥಗಿತಗೊಳಿಸದೆ ಹಟಮಾಡಿ ಕುಳಿತ. ಅಷ್ಟರಲ್ಲಿ ಬಾಗಿಲು ನೂಕಿದಂತಾಯಿತು. ಕದ ತೆಗೆದುಕೊಂಡಿತು. ತನ್ನ ಶಿಷ್ಯೆ ಅಥವಾ ಸಂಗೀತವರ್ತುಲದ ಯಾರೂ ಇಷ್ಟು ಒರಟಾಗಿ ನೂಕಿ ತೆಗೆಯುಲ್ಲ ಎನ್ನಿಸಿತು. ಕಣ್ಣುಬಿಟ್ಟು ಆ ಕಡೆಗೆ ದೃಷ್ಟಿಹರಿಸಿದ. ಪ್ರವೇಶಮಾಡಿದ್ದವರು ಒಬ್ಬ ಪೋಲೀಸಿನವರು. ಪೇದೆಯಲ್ಲ. ಅಧಿಕಾರಿ. ವೇಷನೋಡಿದರೆ ಇನ್‌ಸ್ಪೆಕ್ಟರ್ ದರ್ಜೆಯವ ರಂತೆ ಕಾಣುತ್ತಾರೆ. ಇವನು ತನ್ನನ್ನು ಗಮನಿಸಿದನೆಂದು ತಿಳಿದ ತಕ್ಷಣ ಆತ ಸಲ್ಯೂಟ್ ಮಾಡಿದ. ಅನಂತರ ಕತ್ತನ್ನು ಹಿಂದಕ್ಕೆ ತಿರುಗಿಸಿ ಒಳಗೆ ಬನ್ನಿ ಎಂದು ತಾನು ದಾರಿಬಿಟ್ಟ, ಒಳಗೆ ಬಂದವನು ವಿಠ್ಠಲ್ ಜುನ್ನರ್‌ಕರ್. ಎಂಭತ್ತೈದುವರ್ಷದ ಮುದುಕ. ಅವನ ಹಿಂದೆ ಮಗ ಆನಂದ ಜುನ್ನರ್‌ಕರ್. ಅವರಿಬ್ಬರ ಹಿಂದೆ ಒಬ್ಬ ಪೇದೆ. ಇವನಿಗೆ ಪರಿಸ್ಥಿತಿ ತಕ್ಷಣ ಅರ್ಥವಾಯಿತು. ಮುದುಕ ಜುನ್ನರ್‌ಕರ್ ಇನ್‌ಸ್ಪೆಕ್ಟರ ಕಡೆಗೆ ತಿರುಗಿ, 'ಅದೇ, ಅಲ್ಲಿ ಎದುರಿಗೆ ಅಡ್ಡ ಮಲಗಿಸಿಟ್ಟಿದಾನಲ್ಲ, ಅದೇ,' ಎಂದು ಬೆರಳುತೋರಿಸಿದ.

ಇನ್‌ಸ್ಪೆಕ್ಟರು ಕೇಳಿದರು: 'ಪಂಡಿತ್‌ಜಿ, ಈಗ ಎರಡುಗಂಟೆಯ ಹಿಂದೆ ನೀವು ಇವರ ಮನೆಗೆ ನುಗ್ಗಿ ಈ ತಂಬೂರಿಯನ್ನ ಹೊತ್ತುಕೊಂಡು ಬಂದಿರಿ ಅಂತ ಇವರು ಕಂಪ್ಲೇಂಟು ಕೊಟ್ಟಿದಾರೆ. ನೀವು ಹಾಗೆ ಮಾಡಿದ್ದು ನಿಜವೆ?'

ಭಾವತುಂಬಿ ಸ್ವರಗಳು ಸಂಚರಿಸುತ್ತಿರುವಾಗ ಈ ಮುದುಕ ಪೋಲೀಸರನ್ನು ಕರ

ಕೊಂಡು ಬಂದದ್ದರಿಂದ ಅವನಿಗೆ ರೇಗಿತು. ಆದರೆ ತಾಳ್ಮೆ ತಂದುಕೊಂಡು ಅದನ್ನು ಮೂವತ್ತೆರಡುವರ್ಷದ ಹಿಂದೆ ತಾನು ಇವರಲ್ಲಿ ಇಪ್ಪತ್ತೈದುರೂಪಾಯಿಗೆ ಒತ್ತೆ ಇಟ್ಟಿದ್ದರಿಂದ ಆರಂಭಿಸಿ ತಾನು ಒಂದು ಲಕ್ಷ ರೂಪಾಯಿಯೊಡನೆ ಬೆಳಗ್ಗೆ ಹೋಗಿದ್ದುದರವರೆಗೆ ಹೇಳಿ, 'ಹೌದು. ನನ್ನ ಪದಾರ್ಥ ನಾನು ಅಟ್ಟಕ್ಕೆ ಹತ್ತಿ ತಗಂಡುಬಂದೆ. ಇಲ್ಲಿ ನೋಡಿ, ನಿಮಗೆ ತಂಬೂರಿಯ ಸ್ಥಿತಿ ತಿಳಿಯುತ್ತೊ? ತಂತಿಗಳೆಲ್ಲ ತುಕ್ಕು ಹಿಡಿದು ಬಿರಟೆ ಬಿಗಿದುಕೊಂಡು ನಾನು ಒರೆಸಿ ಪೂಜೆ ಮಾಡಿಟ್ಟಿದೀನಿ. ಈಗ ನಿಮ್ಮೆದುರಿಗೇ ಒಂದುಲಕ್ಷ ರೂಪಾಯಿ ಬಿಸಾಕ್ತೀನಿ. ಇವನಿಂದ ನನಗೊಂದು ರಶೀತಿ ಕೊಡಿಸಿಬಿಡಿ.'

ಇನ್‌ಸ್ಪೆಕ್ಟರು ಸೋಫ಼ದಮೇಲೆ ಕುಳಿತು ಮುದುಕ ಜುನ್ನರ್‌ಕರ್‌ನನ್ನು ಕೇಳಿದರು: 'ಇವೆಲ್ಲ ನಿಜವೆ?'

'ಪದಾರ್ಥ ನನ್ನದಾಗಿ ಮೂವತ್ತೆರಡುವರ್ಷವಾಯ್ತು. ಹಣ ಕಂಡಿರೋನು ಇವನೊಬ್ಬ ನೇಯಾ? ವಾಪಸುಮಾಡುಲ್ಲ ಅಂದರೆ ಮಾಡುಲ್ಲ.'

'ಏಯ್, ನಿನಗೆ ಎಕ್ಕಡ ತಗಂಡು ಹೊಡೀತೀನಿ ಬೋಳಿಮಗನೆ' ಎಂದು ದಢಕ್ಕನೆ ಮೇಲೆದ್ದು ಮೋಹನಲಾಲ ಬಾಗಿಲಿನ ಹಿಂಬದಿಯಲ್ಲಿದ್ದ ತನ್ನ ಒಂದು ಎಕ್ಕಡವನ್ನು ಕೈಗೆ ಎತ್ತಿಕೊಂಡ.

'ಪೋಲೀಸ್ ಅಧಿಕಾರಿಗಳು ನೀವು ಬಂದಿದೀರಿ. ನಿಮ್ಮ ಎದುರಿಗೇ ಇವ ಏನಂದ, ಏನು ಮಾಡಲಿಕ್ಕೆ ಹೊರಟಿದಾನೆ, ನೀವು ಬರೆದು ದಾಖಲೆಮಾಡಬೇಕು.' ಮುದುಕ ಜುನ್ನರ್‌ಕರ್ ನ್ಯಾಯ ಒಪ್ಪಿಸಿದರು.

'ತಾಳ್ಮೆಯಿಂದಿರಬೇಕು' ಇನ್‌ಸ್ಪೆಕ್ಟರು ಜುನ್ನರ್‌ಕರರಿಗೆ ಹೇಳಿದರು: 'ಅವರೂ ಸಂಗೀತ ಗಾರರು. ನೀವೂ ಸಂಗೀತಗಾರರು. ತುಕ್ಕುಹಿಡಿದು ಬೆಂಕಿಗೆ ಹಾಕುವಮಟ್ಟಕ್ಕೆ ಬಂದಿದೆ ಈ ತಂಬೂರಿ. ಅವರ ಗುರುಗಳು ಕೊಟ್ಟದ್ದು ಅನ್ನೊ ಕಾರಣಕ್ಕೆ ಅವರು ಒಂದುಲಕ್ಷ ಕೊಡಲು ಸಿದ್ಧವಿದಾರೆ. ನೀವು ಇದನ್ನ ನಿಮ್ಮನಿಮ್ಮಲ್ಲಿ ತೀರ್ಮಾನಮಾಡಿಕೊಳ್ಳದೆ ನಮ್ಮ ಹತ್ತಿರಕ್ಕೆ ವ್ಯಾಜ್ಯ ತರಬಾರದು. ವಯಸ್ಸಾಗಿಯೂ ನೀವು ಯಾವುದೋ ದ್ವೇಷದಿಂದ ಹಟಹಿಡಿದಿದೀರ.'

'ದ್ವೇಷ ಅವನದ್ದು, ನನಗ್ಯಾಕೆ ಬೇಕು ದ್ವೇಷ, ಕದನ!'

ಸುಮಾರು ಒಂದುಗಂಟೆ ಇನ್‌ಸ್ಪೆಕ್ಟರು ನ್ಯಾಯಮಾಡಿದರೂ ವಿಠ್ಠಲ ಜುನ್ನರ್‌ಕರ್ ಒಪ್ಪಲಿಲ್ಲ. ಮಾತಿನ ನಯಗಾರಿಕೆಯನ್ನು ಬಿಡಲಿಲ್ಲ. ಅವರೂ ಇನ್‌ಸ್ಪೆಕ್ಟರ ಪಕ್ಕದಲ್ಲಿ ಸೋಫ಼ದ ಮೇಲೆ ಕೂತು ವಾದಮಾಡುತ್ತಿದ್ದರು. ಮೋಹನಲಾಲ ಗಟ್ಟಿಯಾಗಿ, 'ಏಯ್ ಮುದಿಯಾ, ನಾನು ಈ ತಂಬೂರಿ ತಂದಮೇಲೆ ಭಾವತುಂಬಿ ಹಾಡಿದ್ದೆ. ಭೈರವರಾಗ. ನೀನು ಅಪ್ಪನಿಗೆ ಹುಟ್ಟಿದ ಸಂಗೀತಗಾರನಾಗಿದ್ದರೆ ನನ್ನೆದುರಿಗೆ ಕೂತು ಕೇಳಬೇಕಾಗಿತ್ತು. ಹಾರ್ಮೋನಿಯಂ ವಾದಕನಾಗಿದ್ದರೆ ನನ್ನ ಪೆಟ್ಟಿಗೆ ತಗಂಡು ಸಾಥಿಕೊಡಬೇಕಾಗಿತ್ತು. ಒಂದು ಲಕ್ಷಬ್ಯಾಡ, ದ್ವೇಷ ಬೇಕು ಅಂತೀಯಾ?' ಎಂದವನು ಮುಂದೆ ನುಗ್ಗಿ ಮುದುಕನಿಗೆ ಮುಖಮೋರೆ ನೋಡದೆ ಹೊಡೆಯತೊಡಗಿದ.

ಮೊದಲು ನಾಲ್ಕು ಬೀಳಲಿ ಎಂದು ನಿಧಾನಮಾಡಿದರೋ, ಅಥವಾ ಈ ದೊಡ್ಡ ಗಾಯಕನ ಕೈಹಿಡಿದು ತಡೆಯಲು ತಕ್ಷಣ ಭಕ್ತಿಗೌರವಗಳು ಅಡ್ಡಬಂದವೋ, ಏಳೆಂಟು ಏಟು ಬಿದ್ದಮೇಲೆ ಇನ್‌ಸ್ಪೆಕ್ಟರು ಅವನನ್ನು ತಡೆದರು. ಮಗ ಜುನ್ನರ್‌ಕರನೂ ಹತ್ತಿರಬಂದು ಮೋಹನಲಾಲನ ಮೇಲೆ ಕೈಎತ್ತಿದ. ಪೇದೆ ಅವನನ್ನು ತಡೆದ. ಇನ್‌ಸ್ಪೆಕ್ಟರು ಹೇಳಿದರು: 'ಮನೆಗೆ ನುಗ್ಗಿ ದರೋಡೆ ಮಾಡಿ ಹೊತ್ತುಕೊಂಡುಹೋದರು ಅಂತ ನೀವು ಕಂಪ್ಲೇಂಟು ಕೊಟ್ಟಿದೀರಿ. ದರೋಡೆ ಮಾಡಿದ್ದಲ್ಲ, ಅಡವು ಇಟ್ಟದ್ದನ್ನ ವಾಪಸು ಕೊಡದೆ ನೀವು ಸತಾಯಿಸಿದಿರಿ, ಒಂದುಲಕ್ಷ ಕೊಡುಕ್ಕೆ ತಂದಿದ್ದೆ, ಈಗಲೂ ಕೊಡಲುಸಿದ್ಧ ಅಂತ ಇವರು ಹೇಳ್ತಿದಾರೆ. ಅಡವಿಟ್ಟುಕೊಂಡದ್ದು ನಿಜ ಅಂತ ನೀವೂ ಒಪ್ಪಿಕೊಂಡಿದೀರಿ. ನೀವಿಬ್ಬರೂ ಠಾಣೆಗೆ ಬನ್ನಿ. ಎರಡೂ ಕಡೆಯ ಹೇಳಿಕೆಗಳನ್ನ ನಮ್ಮ ಕಾರಖೂನರು ಬರೀತಾರೆ. ಅದಕ್ಕೆ ನೀವಿಬ್ಬರೂ ರುಜುಮಾಡಿ. ಇದು ಕ್ರಿಮಿನಲ್‌ಕೇಸೋ ಸಿವಿಲ್‌ಕೇಸೋ ಅನ್ನೂದನ್ನ ಕೋರ್ಟು ತೀರ್ಮಾನಮಾಡಲಿ. ಈಗ ತಂಬೂರಿಯನ್ನ ನಾನು ಒಯ್ದು ಸ್ಟೇಶನ್ನಿನಲ್ಲಿ ಇಟ್ಟುಕೊಂಡಿದ್ದು ಕೋರ್ಟಿನ ಸುಪರ್ದಿಗೆ ಕೊಡ್ತೀನಿ.'

'ತಂಬೂರಿಯನ್ನ ಇಲ್ಲಿ ಬಿಟ್ಟುಬಿಡಿ. ನೀವು ಯಾವ ಕೋರ್ಟಿಗೆ ಬೇಕಾದರೂ ದಾಖಲು ಮಾಡಿ. ಈ ಬೋಳೀಮಗನಿಗೆ ನಾನು ಹೆದರೂದಿಲ್ಲ. ಈ ಮುಂಬಯಿಯಲ್ಲಿ ನನಗೆ ಸಾವಿರಜನ ವಕೀಲರಿದಾರೆ,' ಮೋಹನಲಾಲ ಗರ್ಜಿಸಿದ.

'ಬರೀ ಇಷ್ಟಾದರೆ ಕೇಸು ಪೂರ್ತಿಯಾಗುಲ್ಲ. ಈ ಲಫಂಗ ನಿಮ್ಮೆದುರಿಗೇ ನನ್ನನ್ನ ಬೋಳೀಮಗ ಅಂದದ್ದು, ಕೈಗೆ ಚಪ್ಪಲಿ ತಗಂಡದ್ದು, ಆಮೇಲೆ ನನಗೆ ಇಷ್ಟು ಹೊಡೆದದ್ದು ದಾಖಲಾಗಬೇಕು. ಇಲ್ಲದಿದ್ದರೆ ನಾನು ಬಿಡುಲ್ಲ,' ಮುದುಕ ಜುನ್ನರ್‌ಕರ್ ಹಟಹಿಡಿದರು.

ಇನ್ಸ್‌ಪೆಕ್ಟರು ಅವರ ಮುಖ ನೋಡಿದರು. ವೈದ್ಯಕೀಯ ವರದಿಯಾಗುವಂಥ ಗಾಯಗಳೇನೂ ಇರಲಿಲ್ಲ. 'ನೋಡ್ರೀ ನಿಮ್ಮ ಜಗಳಗಳಿಗೆಲ್ಲ ನಾನು ಸಾಕ್ಷಿಯಾಗುಲ್ಲ. ಮುಖ್ಯಕೇಸು ತಂಬೂರೀದು. ಅದನ್ನ ದಾಖಲುಮಾಡ್ತೀನಿ,' ಎಂದವರು ಅದನ್ನು ಎತ್ತಿಕೊಳ್ಳುವಂತೆ ಪೇದೆಗೆ ಆದೇಶಿಸಿ, 'ನಮ್ಮ ಠಾಣೆಗೆ ನಡೀರಿ,' ಎಂದು ಮೋಹನಲಾಲನಿಗೆ ಹೇಳಿದರು.

– ೨ –

ಫ್ಲ್ಯಾಟಿಗೆ ಬಂದು ಊಟ ಮಾಡುವ ಹೊತ್ತಿಗೆ ಸೋತುಹೋದಭಾವ ತುಂಬಿಕೊಂಡಿತು. ಆ ತಕ್ಷಣ ದಾದರಿಗೆ ಹೋಗಿ ರಿಪೇರಿಗೆ ಕೊಟ್ಟುಬಂದಿದ್ದರೆ ಪೋಲೀಸರು ಬಂದಾಗ ನಾನು ಅವನ ಮನೆಗೆ ಹೋಗಿಯೇ ಇಲ್ಲ, ನನಗೆ ಏನೂ ಗೊತ್ತಿಲ್ಲ ಅಂತ ದಬಾಯಿಸಿಬಿಡಬಹುದಿತ್ತು ಎಂಬ ಪಶ್ಚಾದ್ವಿವೇಕ ಹೊಳೆಯಿತು. ಮುದುಕ ಹೀಗೆ ಪೋಲೀಸರನ್ನೇ ಕರಕೊಂಡು ಬರಬಹುದೆಂಬ ಊಹೆಯೂ ತನಗೆ ಬರಲಿಲ್ಲವೆಂಬ ಖೇದ. ಇದ್ದಕ್ಕಿದ್ದಂತೆಯೇ ಅವನತಭಾವ ತುಂಬಿಕೊಂಡಿತು. ರೂಢಿಯಂತೆ ಎರಡುತಾಸು ಮಲಗಲೂ ಮನಸ್ಸು

ಬರಲಿಲ್ಲ. ಯಾರ ನ್ನಾದರೂ ಭೇಟಿಯಾಗಬೇಕು, ಯಾರಾದರೂ ಜೊತೆಗೆಬೇಕು, ಒಬ್ಬನೇ ಇದ್ದರೆ ಅಮುಕಿ ತುಳಿಯುವ ಖಿನ್ನತೆ ಎನ್ನಿಸಿತು. ಯಾರನ್ನಾದರೂ ಇಲ್ಲಿಗೇ ಬರಹೇಳಿದರೆ ಹೇಗೆ? ಎಂಬ ಉಪಾಯ ಹೊಳೆದಾಗ, ಇದ್ದಕ್ಕಿದ್ದಂತೆಯೇ ಫೋನುಮಾಡಿ ಕರೆಸಿಕೊಳ್ಳಬಹುದಾದ ಶಿಷ್ಯೆ ಯರು ಯಾರು? ಎಂದು ನೆನಸಿಕೊಳ್ಳತೊಡಗಿದ. ಎಲ್ಲರಿಗೂ ಅವರವರ ಕೆಲಸಕಾರ್ಯ ಅಡ್ಡಿ ಆತಂಕಗಳಿರುತ್ತವೆ, ಒಂದು ದಿನ ಮೊದಲೇ ನಿಶ್ಚಯಿಸಿಕೊಳ್ಳದಿದ್ದರೆ ಕಷ್ಟ, ಎಂಬ ಅರಿವಾಯಿತು. ಭೂಪಾಲಿಯ ನೆನಪುಬಂತು. ಅವಳು ಬರುವುದಕ್ಕಿಂತ ತಾನೇ ಅವಳ ಫ್ಲ್ಯಾಟಿಗೆ ಹೋದರೆ ಒಳ್ಳೆಯ ಬದಲಾವಣೆಯಾಗುತ್ತೆ ಎನ್ನಿಸಿತು. ಫೋನುಮಾಡಿದ. ಇದ್ದಳು. 'ಹಾಯ್, ನಾನು ಈಗ ನಿನ್ನ ಫ್ಲ್ಯಾಟಿಗೆ ಬಂದರೆ ಹೇಗೆ? ರಾತ್ರಿಯತನಕ,' ಎಂದ.

'ಗುರೂಜಿ, ಗ್ರೇಟ್, ನನ್ನ ರೂಮಿನ ಹರದನೋಡಿ ಬೇಸರಿಸಿಕೊಬಾರದು. ಈಗಲೇ ಬನ್ನಿ,' ಎಂದಳು.

ಎಷ್ಟೋ ದಿನವಾಗಿತ್ತು ಅವಳ ಜೊತೆ ಮಲಗಿ. ಒಳ್ಳೆಯ ಬದಲಾವಣೆ ಎನ್ನಿಸಿತು. ಬೆಳಗಿನಿಂದ ಆದ ಹಗರಣವು ಮನಸ್ಸಿನಿಂದ ಮರೆಯಾಯಿತು. ಅಂತಹ ಸ್ಫೂರ್ತಿಕೊಡುವ ಶಕ್ತಿ ಇವಳಿಗಿದೆ ಎನ್ನಿಸಿತು. ಅವಳ ತೋಳಿನಲ್ಲಿ ಒಂದು ಕಿರುನಿದ್ರೆಯನ್ನೂ ಮಾಡಿದನಂತರ ಬೆಳಗಿನಿಂದ ನಡೆದುದನ್ನು ಅದರ ಹಿನ್ನೆಲೆಯೊಡನೆ ಅವಳಿಗೆ ಹೇಳಿದ. 'ಮುದುಕ ಶುದ್ಧ ಕೇಡಿಗನೇ ಇರಬೇಕು. ಜೂನಿಯರ್ ಜುನ್ನರ್‌ಕರನ ಹಾರ್ಮೋನಿಯಂ ನಾನು ಕೇಳಿದೀನಿ. ಅವನ ವಾದನದಲ್ಲಿ ಶಾಂತಿ ಇಲ್ಲ. ನಿಮ್ಮ ಮನೋಧರ್ಮಕ್ಕೆ ಸ್ವಲ್ಪವೂ ಹೊಂದುವ ವಾದನವಲ್ಲ ಅವನದು,' ಎಂದಳು. ಇವನಿಗೆ ತುಸು ನೆಮ್ಮದಿಯಾಯಿತು. 'ಗುರೂಜೀ, ಇಲ್ಲೇ ಇದ್ದುಬಿಡಿ. ನಾವು ರಾತ್ರಿ ಜೊತೇಲಿ ಮಲಗಿ ತಿಂಗಳುಗಳೇ ಆದವು. ರಾತ್ರಿ ಜೊತೇಲಿ ಮಲಗಿದಾಗ ಸಿಗುವ ವಿರಾಮ ಆರಾಮಗಳು ಹಗಲು ಎಷ್ಟೇ ಉತ್ಕಟವಾಗಿದ್ದರೂ ಸಿಗುಲ್ಲ,' ಎಂದಳು.

ಬೆಳಗ್ಗೆ ಎದ್ದು ಮುಖತೊಳೆದು ಟ್ಯಾಕ್ಸಿ ಹತ್ತಿ ತನ್ನ ಫ್ಲ್ಯಾಟಿಗೆ ಬಂದಾಗ ಕದದ ಸಂದಿ ಯಲ್ಲಿ ವೃತ್ತಪತ್ರಿಕೆ ತೂರಿತ್ತು. ತೆಗೆದುನೋಡಿದರೆ ಮುಖಪುಟದಲ್ಲೇ, 'ಸಂಗೀತಗಾರರಿಬ್ಬರ ಜಗಳ: ಪೋಲೀಸ್ ಸುಪರ್ದಿನಲ್ಲಿ ತಂಬೂರಿ,' ಎಂಬ ದೊಡ್ಡಶೀರ್ಷಿಕೆ. ಅದರಮೇಲೆ ತನ್ನ ದೊಡ್ಡ ಫೋಟೋ. ಎಲಾ, ಎಂದುಕೊಂಡವನು ಸರಸರನೆ ಓದಿದ. ತಾನು ಜುನ್ನರ್‌ಕರ್ ಮನೆಯ ಅಟ್ಟಕ್ಕೆ ನುಗ್ಗಿ ತಂಬೂರಿಯನ್ನು ಹೊತ್ತು ತಂದದ್ದು, ಅವನು ಪೋಲೀಸರಿಗೆ ಕೊಟ್ಟ ಕಂಪ್ಲೇಂಟು ಮೊದಲಾಗಿ ಎಲ್ಲವನ್ನೂ ಮುದ್ರಿಸಿದ್ದಾರೆ. ತಾನು ಕೊಟ್ಟ ಹೇಳಿಕೆಯನ್ನೂ ವಿವರವಾಗಿ ಹಾಕಿದ್ದಾರೆ. ಪೇಪರಿನೋರಿಗೆ ಹ್ಯಾಗೆ ಗೊತ್ತಾಯ್ತು ಇದು? ಎಂದುಕೊಳ್ಳುತ್ತಿರುವಾಗ ವಾಡೇಕರ್ ಮಾಸ್ತರು ಬಂದರು. ಪ್ರತಿದಿನ ಸಂಗೀತಶಾಲೆಗೆ ಬರುವುದಕ್ಕಿಂತ ಹದಿನೈದಿಪ್ಪತ್ತು ನಿಮಿಷ ಮೊದಲೇ ಬಂದಿದ್ದಾರೆ. ಇವನ ಕೈಲಿದ್ದ ಪತ್ರಿಕೆಯನ್ನು ನೋಡಿ, 'ಬೆಳಗೆದ್ದು ಪತ್ರಿಕೆ ನೋಡ್ತೀನಿ, ಈ ಸುದ್ದಿ. ಎಲ್ಲ ಪತ್ರಿಕೆಗಳಲ್ಲೂ ಇದೆ. ಇದೇನಿದು?' ಎಂದರು.

'ನನ್ನ ತಂಬೂರಿ ಇಟ್ಟುಕೊಂಡು ಅವನು ಸತಾಯಿಸುತ್ತಿದ್ದುದು ನಿಮಗೂ ಗೊತ್ತಲ್ಲವೊ? ಅದರ ಮಧ್ಯಲಯದ ನಡೆ ನೆನ್ನೆ ಆದದ್ದು. ಪೇಪರಿನೋರೇನೂ ಸುಳ್ಳು ಬರೆದಿಲ್ಲ. ಆದರೆ ಎಲ್ಲ ಪೇಪರಿಗೂ ಸುದ್ದಿ ಸಿಕ್ಕಿದ್ದು ಹ್ಯಾಗೆ? ಅಂತ ಊಹೆ ಮಾಡ್ತಿದೆ.'

'ಪೋಲೀಸು ಕೇಸುಗಳನ್ನೆಲ್ಲ ಅವರೇ ಪೇಪರಿನೋರಿಗೆ ಕೊಡ್ತಾರೆ. ನೀವು ಪ್ರಸಿದ್ಧರಾದ್ದರಿಂದ ಮೊದಲನೆ ಪೇಜಿನಲ್ಲೇ ಹಾಕಿದಾರೆ,' ವಾಡೇಕರ್ ಮಾಸ್ತರರು ಹೇಳುತ್ತಿರುವಾಗ ಫೋನು ಬಡಿದುಕೊಂಡಿತು.

'ನಾನು ಪರಾಂಜಪೆ. ನೆನ್ನೆ ಸಂಜೆ, ರಾತ್ರಿ ಹನ್ನೊಂದುಗಂಟೆತನಕ ಫೋನುಮಾಡ್ತಿದ್ದೆ. ನೀವು ಇರಲಿಲ್ಲ,' ಎಂದ.

'ನನ್ನ ಊರಕಡೆ ಒಬ್ಬರು ಬಂದಿದ್ದರು. ಅವರನ್ನ ನೋಡುವಾ ಅಂತ ಹೋದೆ.'

'ಇವತ್ತಿನ ಪೇಪರ್ ನೋಡಿದಿರಲ್ಲವೇ ನೀವು? ಪತ್ರಿಕೆ ಆಫೀಸಿಗೆ ಸಂಜೆ ನಾಲ್ಕಕ್ಕೇ ಸುದ್ದಿ ಬಂತು. ಜೊತೆಯಲ್ಲೇ ನಿಮ್ಮದೊಂದು ಪ್ರತ್ಯೇಕ ಸಂದರ್ಶನ ಹಾಕೋಣ ಅಂತ ನಾನು ನಿಮ್ಮನ್ನ ಸಂಪರ್ಕಿಸೂ ಪ್ರಯತ್ನಮಾಡಿದೆ. ಹೋಗಲಿ, ಒಂದುದಿನ ತಡಮಾಡಿದರೂ ಅದರದ್ದೇ ಪ್ರಯೋಜನವಿರುತ್ತೆ. ಈಗ ನನ್ನ ಪ್ರಶ್ನೆಗಳಿಗೆ ಉತ್ತರ ಹೇಳಿ. ಆ ಜುನ್ನರ್‌ಕರನ ಬಣ್ಣ ಬಯಲುಮಾಡ್ತೀನಿ,' ಎಂದು ಕೇಳತೊಡಗಿದ. ಟೆಲಿಫೋನ್ ಮೇಲೆಯೇ ಮಾಡಿದ ಸಂದರ್ಶನ, ಮಾಹಿತಿ, ಸ್ಪಷ್ಟೀಕರಣಗಳು ಅರ್ಧಗಂಟೆ ನಡೆದವು. ಅನಂತರ ಕೇಳಿದ: 'ನೀವು ಯಾವ ವಕೀಲರನ್ನ ಗೊತ್ತು ಮಾಡಿದೀರಿ?'

'ವಕೀಲರನ್ನೆ? ನಾನ್ಯಾಕೆ ಗೊತ್ತುಮಾಡಬೇಕು?' ಮೋಹನಲಾಲ ಆಶ್ಚರ್ಯದಿಂದ ಕೇಳಿದ.

'ಮೋಹನ್‌ಜೀ, ಏನು ನೀವು ಹೇಳ್ತಿರೂದು? ಮನೆಗೆ ನುಗ್ಗಿ ಬಂದು ಪದಾರ್ಥ ಹೊತ್ತು ತಂದ ಆಪಾದನೆ ನಿಮ್ಮ ಮೇಲಿದೆ. ಕಾರಣ ಏನೇ ಇರಲಿ. ನೀವು ಅದನ್ನ ಒಪ್ಪಿಕೊಂಡಿದೀರಿ. ಪದಾರ್ಥ ನಿಮ್ಮ ಮನೇಲಿ ಇದ್ದು, ಪೋಲೀಸರು ನಿಮ್ಮ ಸಮಕ್ಷಮವೇ ವಶಪಡಿಸಿಕೊಂಡಿದಾರೆ. ನಿಮಗೆ ಕೆಟ್ಟಹೆಸರು ತರುಕ್ಕಾಗಿಯೇ ಮುದುಕ ಹಟತೊಟ್ಟಿದಾನೆ. ಈಗಲೇ ಒಬ್ಬ ಸಮರ್ಥವಕೀಲರನ್ನ ಗೊತ್ತುಮಾಡಿ ಅವರು ಹೇಳಿದಹಾಗೆ ಕೇಳಿ. ನನ್ನ ಕೇಳಿದರೆ ಗೋರೆಸಾಹೇಬರನ್ನ ಭೇಟಿಯಾಗಿ. ಅವರು ಒಬ್ಬ ಬುದ್ಧಿಶ್ರದ್ಧೆಗಳಿರುವ ವಕೀಲರನ್ನ ನೇಮಿಸಿಕೊಡ್ತಾರೆ. ಗುರುತು ಪರಿಚಯವಿಲ್ಲದ ಯಾವುದೋ ಬೋರ್ಡಿನ ಒಳಕ್ಕೆ ನುಗ್ಗೂದಕ್ಕಿಂತ ಇದು ಉತ್ತಮವಲ್ಲವೆ?'

ಇವನಿಗೆ ಅದು ಸರಿ ಎನ್ನಿಸಿತು. ತಾನಿನ್ನೂ ವಕೀಲರನ್ನು ನೇಮಿಸಿಕೊಳ್ಳದಿರುವುದಕ್ಕೆ ತುಸು ಗಾಬರಿಯೂ ಆಯಿತು. ಗೋರೆಸಾಹೇಬರನ್ನು ಕಾಣುವುದೇ ಸರಿ ಎಂದುಕೊಳ್ಳುವಾಗ ಫೋನು ಬಾರಿಸಿತು. ಬೆಳಗಿನ ಪತ್ರಿಕೆಯಲ್ಲಿ ಓದಿದ ಹಲವಾರು, ಹತ್ತಾರು, ನೂರಾರು ಜನರು ಫೋನು ಮಾಡತೊಡಗಿದರು. ಎಲ್ಲ ವಿಷಯಗಳೂ ಪತ್ರಿಕೆಗಳಲ್ಲಿದ್ದರೂ ಅದೇ ಅದೇ ಸಂಗತಿಗಳನ್ನ ಕೇಳತೊಡಗಿದರು. ಪತ್ರಿಕೆಗಳಿಂದಲೂ ಫೋನುಗಳು. ಎಲ್ಲರಿಗೂ ಹೇಳಿ ಹೇಳಿ ಸಾಕಾಯಿತು. ಮಧ್ಯಾಹ್ನ ಊಟಮಾಡುವಾಗ ಫೋನಿನ ಪ್ಲಗ್ ತೆಗೆದಿಟ್ಟು

ಕುಳಿತ. ನಿಶ್ಶಬ್ದವಾಗಿ ಊಟಮಾಡುವಾಗ ಗೋರೆಸಾಹೇಬರನ್ನು ನೋಡಲು ಅಡಚಣೆಗಳು ಕಾಣಿಸತೊಡಗಿದವು. ಮುಂದಿನ ಜನ್ಮಕ್ಕೆ ಗೋರೇಸಾಹೇಬರೇ ನನ್ನ ಗಂಡನಾಗಲಿ ಎಂದ ರಾಮಕುಮಾರಿಯ ಮಾತು ನೆನಪಿಗೆಬಂತು. ಅವರಿಬ್ಬರಿಗೂ ಏನೋ ಸಂಬಂಧವಿರಲೇ ಬೇಕೆಂದು ಮನಸ್ಸು ಖಚಿತವಾಗಿ ಹೇಳಿತು. ಬೋರಿವಲಿಯ ಮನೆ ನನ್ನ ಹೆಸರಿನಲ್ಲಿದೆ ಅಂತ ನಾನು ಆಡಿದ ಮಾತನ್ನು ಬಕುಲಾ ಅವಳಿಗೆ ಹೇಳಿದ್ದಕ್ಕೆ ಈಗ ಅವಳು ಆ ಮನೆ ಯನ್ನು ಬಿಟ್ಟು ದಹಿಸರದಲ್ಲಿ ಚಾಳಿನ ಮನೆ ಮಾಡಿಕೊಂಡು ಹೋಗಿದಾಳಂತೆ. ಇಷ್ಟು ದಿನ ನಾನು ಸಾಕಿ ಸಲಹಿದ ನೀವು ಅಪ್ಪನ ಹಣದ ಆಶೆಗೆ ಬಿದ್ದಿರಿ ಅನ್ನುವ ಕೋಪವೂ ಇದೆಯಂತೆ. ಇದನ್ನು ಅವಳು ಗೋರೆಗೆ ಹೇಳದೆ ಇದ್ದಾಳೆಯೆ? ಈಗ ನಾನು ಅವನ ಹತ್ತಿರಕ್ಕೆ ಹೋದರೆ ಇದೇಸಮಯ ಅಂತ ಕೇಸನ್ನು ಕೆಡಿಸಿ ನನಗೆ ಶಿಕ್ಷೆಮಾಡಿಸಿ ಸೇಡುತೀರಿಸಿ ಕೊಂಡರೆ? ಎಂಬ ಭಯಹುಟ್ಟಿತು. ಪರಾಂಜಪೆಗೆ ಇವೆಲ್ಲ ಒಳಸಂಗತಿಗಳು ಗೊತ್ತಿಲ್ಲ. ಬೇರೊಬ್ಬ ವಕೀಲರನ್ನು ಹುಡುಕೂದೇ ವಿವೇಕ ಎನ್ನಿಸಿತು. ಹಾಗೆ ನೋಡಿದರೆ ಎಷ್ಟೋ ವಕೀಲರು ತನ್ನ ಕಛೇರಿಗಳಿಗೆ ಬರ್ತಾರೆ. ಕೋರ್ಟುಗಳಿಂದ ನೇರವಾಗಿಯೂ ಬರುವಂಥೋರಿ ದಾರೆ. ಬಿಳಿಷರಟು ಕರಿಕೋಟು ನೋಡಿದರೇ ಗೊತ್ತಾಗುತ್ತೆ. ಕೋಟನ್ನು ಕಳಚಿ ಕಾರಿನಲ್ಲಿಟ್ಟು ಬಂದರೂ ಷರಟಿನಿಂದ ಗುರುತು ಹಿಡೀಬಹುದು. ಆದರೆ ತನಗೆ ಯಾರದೂ ಹೆಸರು ನೆನಪಿಗೆ ಬರುವಷ್ಟು ಪರಿಚಯವಿಲ್ಲ, ಎಂದು ಆಲೋಚಿಸುತ್ತಾ ಊಟದ ಪಾತ್ರೆಗಳನ್ನು ಎತ್ತಿ ಸಿಂಕಿಗೆಹಾಕಿ ಫೋನಿನ ಪ್ಲಗ್ ಹಾಕಿದ. ತಕ್ಷಣವೇ ಅದು ಹೊಡೆದುಕೊಳ್ಳತೊಡಗಿತು. ರಿಸೀವರ್ ಎತ್ತಿ ಕಿವಿಗೆ ಇಟ್ಟುಕೊಂಡರೆ ಟಿಪ್ನಿಸನ ಧ್ವನಿ: 'ಬೆಳಗಿನಿಂದ ಇಪ್ಪತ್ತುಸಲ ಪ್ರಯತ್ನಿಸಿದೀನಿ. ಒಂದೇಸಮ ಎಂಗೇಜ್ ಸದ್ದು ಬರ್ತಿದೆ. ಫೋನು ಕೆಟ್ಟಿದೆಯೋ ಅಂತ ಕೇಳುಕ್ಕೆ ಎಕ್ಸ್‌ಛೇಂಜಿಗೂ ಮಾಡಿದ್ದೆ.'

'ಈಗ ನೀವು ಯಾಕೆ ಮಾಡಿದಿರೋ ಅದೇ ಕಾರಣಕ್ಕೆ ಬೆಳಗಿನಿಂದ ಒಂದುನೂರು ಜನ ಮಾಡ್ತಿದ್ದರು.'

'ಮುದುಕ ಇಷ್ಟಕ್ಕೆ ಹೋಗ್ತಾನೆ ಅಂತ ನನಗೂ ಅನ್ನಿಸಿರಲಿಲ್ಲ.'

'ಹಾರ್ಮೋನಿಯಂ ಸಾಥಿಗೆ ಬೇರೆಯೋರನ್ನ ಬಿಟ್ಟು ಇನ್ನುಮೇಲೆ ನನ್ನ ಮಗನನ್ನೇ ತಗೊಂಡರೆ ತಂಬೂರಿಕೊಡ್ತೀನಿ ಅಂದ. ಆಗ ನನಗೆ ಸಿಟ್ಟುಬಂದು ಹೀಗೆಮಾಡಿದೆ.'

'ಒಬ್ಬರು ವಕೀಲರನ್ನ ನೇಮಿಸಿಕೊಬೇಕು.'

'ಗೋರೆಸಾಹೇಬರನ್ನ ಕಾಣುವ ಮನಸ್ಸಾಯಿತು. ಆದರೆ ರಾಮಕುಮಾರಿಯ ವಿಷಯ ವಾಗಿ ಅವರಿಗೆ ನನ್ನ ಮೇಲೆ ಕೋಪವಿದೆ. ಇದೇ ಸಂದರ್ಭದಲ್ಲಿ ಅವರು ಮುಯ್ಯಿ ತೀರಿಸಿಕೊಂಡಾರು ಅನ್ನಿಸುತ್ತೆ.' ಆದರೆ ರಾಮಕುಮಾರಿ ಮುಂದಿನ ಜನ್ಮದ ಬಗೆಗೆ ಆಡಿದ ಮಾತುಗಳನ್ನು ಅವನು ಟಿಪ್ನಿಸಿಗೆ ಹೇಳಿರಲಿಲ್ಲ. ಈಗ ಹೇಳಿಬಿಡುವ ಮನಸ್ಸಾದರೂ ಒಳಗಿನಿಂದ ನಾಚಿಕೆಯಾಗಿ ಅದುಮಿಟ್ಟುಕೊಂಡ.

'ಒಂದುವರ್ಷದ ಹಿಂದೆ ಚಂಪಾಬಾಯಿ ಕ್ಯಾಸೆಟ್ ವ್ಯಾಪಾರ ಮಾಡಿದಾಗ ಗೋರೆ ಸಾಹೇಬರನ್ನ ಕಂಡಿದ್ದಿರಲ್ಲವೆ? ಆಗಲೂ ರಾಮಕುಮಾರಿ ಅವರ ಮನೇಲಿ

ಅಡುಗೆಮಾಡ್ತಿದ್ದರು. ಆದರೂ ಅವರು ನಿಮ್ಮ ಹತ್ತಿರ ಆ ಮಾತೇ ಎತ್ತಲಿಲ್ಲ ಅಲ್ಲವೆ? ಒಂದು ತಿಳಕೊಳಿ, ಅವರಿಗೆ ಸಂಗೀತದ ಮೇಲೆ ಎಷ್ಟು ಪ್ರೇಮವಿದೆ ಅಂದರೆ ಸಂಗೀತಗಾರರ ಯಾವ ಲೋಪಗಳನ್ನಾದರೂ ಹೊಟ್ಟೇಲಿ ಹಾಕ್ಕೊತ್ತಾರೆ. ನಿಮಗೆ ಗೊತ್ತಿಲ್ಲವೆ?'

ಟಿಪ್ನಿಸನ ಮಾತು ಎಷ್ಟೇ ನಿಜವಾಗಿ ಕಂಡರೂ ಮೋಹನಲಾಲನಿಗೆ ಗೋರೆಯ ಬಗೆಗೆ ನಂಬಿಕೆ ಹುಟ್ಟಲಿಲ್ಲ. ರಾತ್ರಿ ಬಹುಹೊತ್ತಿನ ತನಕ ನಿದ್ರೆಬಾರದೆ ಯೋಚಿಸುತ್ತಿದ್ದಾಗ ದೇಸಾಯಿ ಎಂಬ ಹೆಸರಿನ ವಕೀಲರ ನೆನಪುಬಂತು. ಗಿರಿಗಾಂವಿನಲ್ಲಿ ಮನೆ. ಅವರ ತಂದೆಯ ಎಂಭತ್ತನೆಯ ಹುಟ್ಟುಹಬ್ಬದ ಸಮಾರಂಭದ ಭಾಗವಾಗಿ ತನ್ನ ಸಂಗೀತಕಛೇರಿ ಏರ್ಪಡಿಸಿದ್ದರು. ದೊಡ್ಡ ವಕೀಲರಂತೆ. ಆ ತಕ್ಷಣ ಎದ್ದು ಹೋದಲ್ಲಿ ಬಂದಲ್ಲಿ ಜನಗಳು ತನ್ನ ಕೈಗೆ ಕೊಡುತ್ತಿದ್ದ ವಿಸಿಟಿಂಗ್ ಕಾರ್ಡುಗಳನ್ನು ತಾನು ತುಂಬುತ್ತಿದ್ದ ಡಬ್ಬವನ್ನು ತೆಗೆದು ಒಂದೊಂದಾಗಿ ನೋಡತೊಡಗಿದ. ಅರ್ಧಗಂಟೆಯ ನಂತರ ಸಿಕ್ಕಿತು. ಚಮನ್‌ಲಾಲ್ ಹೀರಾಭಾಯಿ ದೇಸಾಯಿ. ಹೈಕೋರ್ಟ್ ಅಡ್ವೋಕೇಟ್, ಗಿರ್‌ಗಾಂವ್. ಹೌದು, ಇವರೇ. ಮನಸ್ಸಿಗೆ ಸಮಾಧಾನವಾಯಿತು. ಮಲಗಿ ನಿದ್ರೆಮಾಡಿದ. ಬೆಳಗ್ಗೆ ಎದ್ದು ಫೋನುಮಾಡಿದಾಗ ಸಿಕ್ಕಿದರು. ಸಂಜೆ ಆರಕ್ಕೆ ತಮ್ಮ ಆಫೀಸಿಗೆ ಬರಲು ಹೇಳಿದರು.

ಬೆಳಗಿನ ಪತ್ರಿಕೆಯಲ್ಲಿ ಪರಾಂಜಪೆ ಬರೆದ, ಮುಖಪುಟದಿಂದ ಆರಂಭವಾದ ಒಂದು ಲೇಖನವಿತ್ತು. ನೆನ್ನೆಯ ಪತ್ರಿಕೆಯಲ್ಲಿ ಬಂದ ಸಂಗತಿಗಳ ಜೊತೆಗೆ ತನ್ನೊಡನೆ ಫೋನಿನಲ್ಲಿ ಮಾತನಾಡಿದ ವಿವರಗಳು ಮತ್ತು ಅದೇ ರೀತಿ ತಾನು ವಿಠ್ಠಲ ಜುನ್ನರ್‌ಕರರನ್ನು ಕೇಳಿದ ಪ್ರಶ್ನೆಗಳು, ಅದಕ್ಕೆ ಅವರು ಕೊಟ್ಟ ಉತ್ತರಗಳನ್ನು ಉದ್ಧರಿಸಿ ಯಾವುದೇ ವೃತ್ತಿಯವರಲ್ಲಿ ಪರಸ್ಪರ ಅಸೂಯೆ ಇರುವುದು ಸಹಜವಾದರೂ.....ಎಂದು ಆರಂಭಿಸಿ ಮೂವತ್ತೆರಡು ವರ್ಷದ ಹಿಂದೆ ಅಡವಿಟ್ಟುಕೊಂಡಿದ್ದು ಈಗ ಹಾಳಾದ ಸ್ಥಿತಿಗೆ ತಂದಿಟ್ಟಿರುವ, ಒಬ್ಬ ಉಚ್ಚ ಕೋಟಿ ಗಾಯಕನು ಪವಿತ್ರವೆಂದು ಭಾವಿಸುವ ತಂಬೂರಿಯನ್ನು ಹಿಂತಿರುಗಿಸಲು ಯಾವ ಯಾವ ಹಂತದಲ್ಲಿ ಎಷ್ಟು ಎಷ್ಟು ಹಣ ಕೇಳಿದರು ಎಂಬುದನ್ನೆಲ್ಲ ವಿವರಿಸಿ ಒಂದುಲಕ್ಷ ಮೊತ್ತವನ್ನು ಕೊಡಹೋದರೂ ಒಪ್ಪದಿದ್ದುದು, ಇನ್ನುಮೇಲೆ ತನ್ನ ಮಗನನ್ನು ಮಾತ್ರ ಹಾರ್ಮೋನಿಯಂ ಸಂಗತಿಗೆ ತೆಗೆದುಕೊಳ್ಳಬೇಕೆಂಬ ಕರಾರು ಹಾಕಿದ್ದುದು, ಮೊದಲಾಗಿ ಎಲ್ಲವನ್ನೂ ಬರೆದಿದ್ದ. ತಾನು ಜುನ್ನರ್‌ಕರನನ್ನು ಕೇಳಿದ ಪ್ರಶ್ನೆಗಳು, ಅವನು ಅದಕ್ಕೆ ಕೊಟ್ಟ ಹಾರಿಕೆಯ ಉತ್ತರಗಳನ್ನೂ ಹಾಕಿದ್ದ. ತುಕ್ಕುಹಿಡಿದ ತಂತಿಗಳ ತಂಬೂರಿಯ ಫೋಟೋ ತೆಗೆದು ಮುದ್ರಿಸಿದ್ದ.

ಮೋಹನಲಾಲನಿಗೆ ಖುಷಿಯಾಯಿತು. ಪರಾಂಜಪೆಗೆ ಫೋನುಮಾಡಿ ಕೃತಜ್ಞತೆ ಹೇಳಿದ. ನೆನ್ನೆಯ ಮತ್ತು ಇಂದಿನ ಪತ್ರಿಕೆಗಳನ್ನು ಹಿಡಿದೇ ಸಂಜೆ ದೇಸಾಯಿ ವಕೀಲರಲ್ಲಿ ಹೋದಾಗ ಅವರು ಎರಡನ್ನೂ ನೋಡಿ ಹೇಳಿದರು: 'ಈ ಕೇಸಿನಲ್ಲಿ ಏನೂ ಇಲ್ಲ. ಪಾಟೀಸವಾಲಿನಲ್ಲೇ ಮುದುಕ ತಡವರುಸ್ತಾನೆ. ಜೊತೆಗೆ ಇದು ನಗನಾಣ್ಯಗಳ ದರೋಡೆಯಲ್ಲ. ಮಾರಲು ಹೋದರೆ ಮೂರುಕಾಸೂ ಬಾರದ ಹಳೆತಂಬೂರಿ. ಆದರೆ ಮುದುಕ ನಿಮಗೆ ಕಿರುಕುಳ ಕೊಡುಕ್ಕಾಗಿಯೇ ಕೇಸು ಎಳೀತಾನೆ ಅನ್ನಿಸುತ್ತೆ. ಅದನ್ನ ನಾವು

ನೋಡಿಕೊತ್ತೀವಿ. ನೀವು ಯಾರಕೈಲೂ ಹೇಳಕೂಡದು. ಪದಾರ್ಥ ಅಡವಿಟ್ಟುಕೊಂಡು ನಿಮಗೆ ಇಪ್ಪತ್ತೈದುರೂಪಾಯಿ ಸಾಲ ಕೊಟ್ಟಿದ್ದುದಾಗಿ ಅವನೂ ಒಪ್ಪಿಕೊಂಡಿದಾನೆ. ಹೀಗೆ ಅಡವು ಲೇವಾದೇವಿ ಮಾಡುಕ್ಕೆ ಅವನು ಸರ್ಕಾರದಿಂದ ಲೈಸೆನ್ಸ್ ಪಡೆದಿದ್ದನೆ? ಅನ್ನುವ ಒಂದು ಪಾಯಿಂಟ್ ಹಾಕಿದರೆ ಅಲ್ಲೇ ಮುಗ್ಗುರಿಸಿಬೀಳ್ತಾನೆ. ಆದರೆ ಅವನು ತರಲೆಮಾಡಿ ಹೈಕೋರ್ಟಿನತನಕ ಹೋಗಬಹುದು. ನಿಮ್ಮ ತಂಬೂರಿ ನಿಮಗೆ ಸಿಕ್ಕಬೇಕಾದರೆ ಆರೇಳು ವರ್ಷವಾಗಬಹುದು. ನಮ್ಮ ಕಾನೂನು ವ್ಯವಸ್ಥೆ ಇರೂದೇ ಹೀಗೆ. ನೀವು ಸಿದ್ಧ ವಾಗಿರಬೇಕು.'

ಅವನ ಮನಸ್ಸು ಈ ಅನಿವಾರ್ಯವನ್ನು ಒಪ್ಪಿಕೊಳ್ಳಲು ಸಿದ್ಧವಿರಲಿಲ್ಲ. ಆ ತಂಬೂರಿ ಇಲ್ಲದೆ ತನ್ನ ಸ್ವರದಲ್ಲಿ ಭಾವ ಹುಟ್ಟುವುದಿಲ್ಲವೆಂಬ ನಂಬಿಕೆ ಗಟ್ಟಿಯಾಗಿತ್ತು. 'ಬೇಗ ಕೊಡಿಸುಕ್ಕೆ ಆಗೂದಿಲ್ಲವೆ?' ಎಂದು ಬೇಡಿಕೊಂಡ.

'ನಿಮ್ಮ ಎದುರಾಳಿಯೂ ಹಣ ಖರ್ಚುಮಾಡಿ ಕೇಸು ಎಳೆದರೆ ಸಾಧ್ಯವಾಗುಲ್ಲ. ನನ್ನ ಅನುಭವದಿಂದ ಹೇಳ್ತಿದೀನಿ. ಹಟಕ್ಕೆ ಬಿದ್ದೋರು ಹಣ ಕಳೀತಾರೆ. ಅಥವಾ ಅವನ ಹತ್ತಿರದ ಗೆಳೆಯನೋ ಬಂಧುವೋ ವಕೀಲನಿದ್ದರೂ ಸರಿ. ಅಂದ ಹಾಗೆ, ನಿಮಗೆ ಆಪ್ತರಾದವರು ಮಿ. ಗೋರೆಯವರಲ್ಲವೆ?'

ಈತನೂ ಇದ್ದಕ್ಕಿದ್ದಂತೆ ಗೋರೆಯ ಹೆಸರೆತ್ತಿದ್ದರಿಂದ ಅವನಿಗೆ ಕಿರಿಕಿರಿಯಾಯಿತು. ಉತ್ತರ ಹೇಳಲಿಲ್ಲ. ದೇಸಾಯಿಯವರೇ ಮುಂದುವರೆಸಿದರು: 'ಯಾಕೆ ಕೇಳಿದೆ ಅಂದರೆ ಸಂಗೀತಗಾರರ ಕಷ್ಟಸುಖ ಅಂದರೆ ಅವರು ತುಂಬ ಸಹಾಯಮಾಡೂದು ನನಗೆ ಗೊತ್ತು. ವಾಸ್ತವವಾಗಿ ನನ್ನ ತಂದೆಯ ಎಂಭತ್ತನೆ ಹುಟ್ಟುಹಬ್ಬದ ಪ್ರಯುಕ್ತ ಒಂದು ಕಛೇರಿ ಏರ್ಪಡಿಸಿ ಅಂತ ನನಗೆ ಸೂಚಿಸಿದೋರೂ ಅವರೇ. ನಿಮ್ಮ ಹೆಸರನ್ನ ಶಿಫಾರಸುಮಾಡಿ ದೋರೂ ಅವರೇ. ಸಂಗೀತದ ವಿಷಯ ನನಗೆ ಹೆಚ್ಚುಗೊತ್ತಿಲ್ಲ. ನನ್ನ ತಂದೆಗೂ ಗೊತ್ತಿಲ್ಲ. ಅನುಕೂಲಸ್ಥರು ಸಮಾರಂಭಗಳ ಅಂಗವಾಗಿ ಸಂಗೀತ ನೃತ್ಯ ನಾಟಕಗಳನ್ನ ಏರ್ಪಡಿಸಿ ಪೋಷಿಸಬೇಕು ಅಂತ ಗೋರೆಯವರು ಎಲ್ಲ ಕಡೆಯೂ ಹೇಳ್ತಿರ್ತಾರೆ. ಕ್ರಿಮಿನಲ್ ಕೇಸು ಗಳೇನಿದ್ದರೂ ಅವರು ನನಗೇ ಕಳಿಸಿಕೊಡ್ತಾರೆ. ನೀವು ಅವರ ಹತ್ತಿರ ಹೋಗಿದ್ದರೂ ನನ್ನ ಹತ್ತಿರಕ್ಕೇ ಕಳುಸ್ತಿದ್ದರು. ನೇರವಾಗಿ ಬಂದಿರಿ. ಸಂತೋಷ.'

ಈ ಇಕ್ಕಟ್ಟಿನಿಂದ ತಪ್ಪಿಸಿಕೊಳ್ಳಲೆಂಬಂತೆ ಅವನು ಹೌದು ಹೌದು ಎಂದು ಕತ್ತು ಹಾಕುತ್ತಿದ್ದ.

ಇದಾದ ಮೂರನೆಯ ಬೆಳಗ್ಗೆ ಒಂಬತ್ತುಗಂಟೆಯ ವೇಳೆಯಲ್ಲಿ ದೇಸಾಯಿವಕೀಲರು ಫೋನು ಮಾಡಿದರು. ಕೇಸಿಗೆ ಸಂಬಂಧಿಸಿದಂತೆ ಯಾವುದೋ ಕಲಾಪ ನಡೆದಿದೆ ಎಂಬ ಆತಂಕದಿಂದ ಇವನು, 'ಏನಾಯಿತು ಸಾಹೇಬರೇ?' ಎಂದ.

"ನೆನ್ನೆ ಹೈಕೋರ್ಟು ಆವರಣದಲ್ಲಿ ಮಿ. ಗೋರೆಯವರು ಸಿಕ್ಕಿದ್ದರು. ನೀವು ನನ್ನಲ್ಲಿ ಬಂದಿದ್ದುದು ಮತ್ತು ನಿಮ್ಮ ಕೇಸುಗಳನ್ನ ಹೇಳಿದೆ. ಅವರೂ ಪತ್ರಿಕೆಗಳಲ್ಲಿ ಓದಿದ್ದರಂತೆ. 'ಪಂಡಿತ್ ಮೋಹನಲಾಲ್ ದೊಡ್ಡಗಾಯಕ. ಈ ಕೇಸನ್ನ ಅವರು ನಿಮ್ಮ ಹತ್ತಿರ ತಂದದ್ದರಿಂದ ನನಗೆ ನೆಮ್ಮದಿಯಾಗಿದೆ. ಆತನಿಂದ ನೀವು ಒಂದು ರೂಪಾಯಿಯೂ ಫೀಸು

ತಗೋಬಾರದು' ಅಂತ ಹೇಳಿದರು. ನಾನು ಆಗಲಿ ಅಂದೆ. ಇವತ್ತು ನಮ್ಮ ಆಫೀಸಿನಲ್ಲಿ ಹಾಗಂತ ಸೂಚನೆ ಕೊಡ್ತೀನಿ. ಪಂಚೋಲಿ ಅನ್ನುವ ನನ್ನ ಜೂನಿಯರ್ ನಿಮ್ಮ ಕೇಸು ನೋಡ್ತಾರೆ. ಅವರಿಗೂ ಹೇಳ್ತೀನಿ. ಇದಕ್ಕೆ ಸಂಬಂಧಪಟ್ಟು ಏನಿದ್ದರೂ ನೀವು ಅವರ ಕೈಲಿ ಮಾತಾಡಿ."

ಮೋಹನಲಾಲ ಅವಾಕ್ಕಾದ. ವಕೀಲರಿಗೆ ಕೃತಜ್ಞತೆಯನ್ನು ಹೇಳಲೂ ತೋಚಲಿಲ್ಲ. ಅವರೇ ಹಲೋ, ಕೇಳ್ತಿದೆಯಾ? ಎಂದಾಗ ಹ್ಞು ಹ್ಞು ಎಂದು ಸ್ವರಗಳನ್ನು ಮರೆತ ವಿದ್ಯಾರ್ಥಿಯಂತೆ ತಡವರಿಸಿದ.

– ೩ –

ಸುಮಾರು ಹದಿನೈದುದಿನ ದೊಡ್ಡ ಸಣ್ಣ ಪತ್ರಿಕೆಗಳಲ್ಲೆಲ್ಲ ಇದೇ ಸುದ್ದಿ. ಇದನ್ನು ಕುರಿತ ಹಲವಾರು ವಾಚಕರ ಓಲೆಗಳು. ಬಹಳ ಜನರು ಜುನ್ನರ್‌ಕರನನ್ನು ಕಠಿಣವಾದ ಮಾತುಗಳಲ್ಲಿ ಖಂಡಿಸಿದ್ದರು. ಇಂಥ ರಸನಾಶಕನು ಸಂಗೀತದ ಸಂಗತಿಕಾರ ಹೇಗಾದಾನು? ಎಂಬ ಪ್ರಶ್ನೆ ಎತ್ತಿದ್ದರು. ಇಂಗ್ಲಿಷ್ ಪತ್ರಿಕೆಗಳ ಆವೃತ್ತಿಗಳು ಅಹಮದಾಬಾದ್ ದಿಲ್ಲಿ ಭೋಪಾಲ್, ಲಕ್ನೋ ಜಯಪುರ ಹೈದರಾಬಾದ್ ಮೊದಲಾಗಿ ಹಿಂದೂಸ್ಥಾನೀ ಸಂಗೀತ ವಲಯದ ಪ್ರಮುಖ ನಗರಗಳಲ್ಲೆಲ್ಲ ಮುದ್ರಿತವಾಗುತ್ತಿದ್ದುದರಿಂದ ಎಲ್ಲ ಕಡೆಯೂ ಸುದ್ದಿ ಹರಡಿತು. ಕಿರುಪತ್ರಿಕೆಗಳಿಗೆ ಸರಕಾಯಿತು. ವಾಚಕರು ತಮ್ಮ ಕಲ್ಪನೆಯನ್ನು ಸೇರಿಸಿಕೊಂಡು ಓಲೆಗಳನ್ನು ಬರೆದರು. ಇಡೀ ರಸಿಕ ಜನ ತನ್ನ ಕಡೆಗಿರುವುದನ್ನು ತಿಳಿದ ಮೋಹನಲಾಲನ ಮನಸ್ಸು ಮುದಗೊಂಡಿತು.

ಒಂದುವಾರದ ನಂತರ ಇನ್ನೊಂದು ಖುಷಿಯ ಸುದ್ದಿ ಪ್ರಕಟವಾಯಿತು. ಆ ವರ್ಷದ ತಾನಸೇನ ಪ್ರಶಸ್ತಿಗೆ ಮೋಹನಲಾಲನನ್ನು ಆರಿಸಿದ್ದರು. ಅವನಿಗಿದ್ದ ಸಿದ್ಧಿ ಪ್ರಸಿದ್ಧಿ ಗಳಿಗೆ ಸಹಸ್ರ ಸಹಸ್ರ ಜನರನ್ನು ಸಂಗೀತಕ್ಕೆ ಸೆಳೆದ, ಶಾಸ್ತ್ರವು ಅರ್ಥವಾಗದಿದ್ದರೂ ದೇಶದ ಲಕ್ಷ ಲಕ್ಷ ಜನರನ್ನು ವಿದ್ಯಾವಂತ ಯುವಕರನ್ನು, ಕಲೆಯ ಪರಿಣತಿಯಿಲ್ಲದ ವಿಜ್ಞಾನಿ ತಂತ್ರಜ್ಞಾನಿಗಳನ್ನು ಸಂಗೀತದ ರುಚಿಗೆ ಆಕರ್ಷಿಸಿದ ಅವನ ಸಾಧನೆಗೆ ಈ ಪ್ರಶಸ್ತಿಯು ಹತ್ತುವರ್ಷ ಮೊದಲೇ ಬರಬೇಕಿತ್ತೆಂದು ದೇಶದ ಉದ್ದಗಲಕ್ಕೂ ಜನರು ಆಡಿಕೊಳ್ಳುತ್ತಿದ್ದರು. ಅದು ಈಗ ಬಂತು. ಅಭಿನಂದನೆಗಳು, ಪತ್ರಗಳು, ಫೋನುಗಳು. ಸನ್ಮಾನದ ಆಮಂತ್ರಣಗಳು. ಅವನ ಒಳಗಿನ ಶುಷ್ಕಭಾವ ತುಸು ಕಡಮೆಯಾಯಿತು. ತಂಬೂರಿ ಹಿಡಿದರೆ ಹೊಸ ಉತ್ಸಾಹ ಮೂಡತೊಡಗಿತು. ಬದ್ಮಾಷ್‌ಗಳು ಇಷ್ಟು ತಡಮಾಡಿದಾರೆ. ಪ್ರತಿವರ್ಷವೂ ನನ್ನನ್ನ ಹಿಂದೆ ಹಾಕಿದಾರೆ. ಈಗಲೂ ಇದನ್ನು ನಾನು ಸ್ವೀಕರಿಸುಲ್ಲ ಅಂತ ಅವರ ಮುಖಕ್ಕೆ ಹೊಡೆಯಲೇ ಎಂಬ ಆಲೋಚನೆ ಬಂತು. ಈ ಪ್ರಶಸ್ತಿಗಿಂತ ದೊಡ್ಡವನಾದ ನಾನೇಕೆ ಸ್ವೀಕರಿಸಿ ಇದರ ಮಟ್ಟಕ್ಕೆ ಕುಗ್ಗಬೇಕು? ಎಂಬ ಹಮ್ಮು ಕಾಣಿಸಿಕೊಂಡಿತು. ಹಾಗೆ ಮಾಡಿದರೆ ಪ್ರಶಸ್ತಿಯನ್ನು ಪ್ರಶಸ್ತಿ ಪಡೆದವರನ್ನು ಗೌರವಿಸುವ ಲಕ್ಷಾಂತರ

ಶ್ರೋತೃಗಳನ್ನು, ಪ್ರಶಸ್ತಿಯನ್ನು ನಿರ್ವಹಿಸುವ ಅಧಿಕಾರಶಾಹಿಯನ್ನು ಎದುರುಹಾಕಿಕೊಂಡಂತಾಗುತ್ತದೆ, ಎಂಬ ಎಚ್ಚರದಿಂದ ಸುಮ್ಮನಾದ.

ಪರಾಂಜಪೆ ಫೋನುಮಾಡಿ ಹೇಳಿದ: 'ನಿಮಗೆ ಈ ವರ್ಷವೇ ಪ್ರಶಸ್ತಿ ಬರುಕ್ಕೆ ಜುನ್ನರ್‌ಕರ್ ಮುದುಕ ಕಾರಣ. ನಿಮಗೆ ಗೊತ್ತೆ?'

'ಹ್ಯಾಗೆ?'

'ತಂಬೂರಿಯ ಪ್ರಸಂಗದಿಂದ ಮೂರುವಾರ ಇಡೀ ಹಿಂದೂಸ್ಥಾನದ ಎಲ್ಲ ಪತ್ರಿಕೆಗಳಲ್ಲೂ ನಿಮ್ಮ ಹೆಸರು ಕಾಣಿಸಿಕೊಂಡಿತ್ತು. ಆಯ್ಕೆ ಸಮಿತಿಯವರ ಮನಸ್ಸಿನಮೇಲೆ ಇದರ ಪ್ರಭಾವ ಇದ್ದೇಇರುತ್ತೆ. ಮಾಧ್ಯಮದ ಅನುಭದಿಂದ ಹೇಳ್ತಿದೀನಿ. ಸುದ್ದಿಯಲ್ಲಿರೋರು ಸಮಿತಿಗಳ ಗಮನ ಸೆಳೆಯುವ ಹಾಗೆ ಎಲೆಮರೆಯಲ್ಲಿರುವ ಹಣ್ಣು ಎಷ್ಟು ಪಕ್ವವಾಗಿದ್ದರೂ ಸೆಳೆಯುಲ್ಲ.'

'ನೀವು ಹಂಗೇನಾದರೂ ಬರೆದರೆ ಪ್ರಶಸ್ತಿಮೊತ್ತದಲ್ಲಿ ತನಗರ್ಧ ಸೇರಬೇಕು ಅಂತ ಮುದುಕ ತನ್ನ ದಾವೆಯಲ್ಲಿ ಸೇರಿಸಿಯಾನು!' ಇವನು ಎಂದ. ಇಬ್ಬರೂ ಹೊಟ್ಟೆತುಂಬಿ ಬಿರಿಯುವಷ್ಟು ನಕ್ಕರು.

'ಇನ್ನೊಂದು ಸಂಗತಿ. ಈ ಪ್ರಶಸ್ತಿ ಬಂದ ಪ್ರಯುಕ್ತ ಮುಂಬಯಿಯ ಎಲ್ಲ ಸಂಗೀತಸಭೆಗಳೂ ಸೇರಿ ನಿಮಗೊಂದು ಸಾರ್ವಜನಿಕ ಸನ್ಮಾನ ಮಾಡಬೇಕಂತ ತೀರ್ಮಾನಿಸಿದಾರೆ. ಲಕ್ಷ ಶ್ರೋತೃಗಳಾದರೂ ಸೇರುವಂತೆ ದೊಡ್ಡ ಪ್ರಚಾರಕೊಟ್ಟು ವಾಂಖೇಡೆ ಸ್ಟೇಡಿಯಂನಲ್ಲಿ ಮಾಡಬೇಕು ಅಂತ. ಸನ್ಮಾನದ ನಂತರ ನೀವು ನಾಲ್ಕೈದುಗಂಟೆ ಹಾಡಬೇಕು. ಗೋರೆ ಸಾಹೇಬರನ್ನ ಸನ್ಮಾನ ಸಮಿತಿಯ ಅಧ್ಯಕ್ಷರನ್ನಾಗಿ ಮಾಡಬೇಕು ಅಂತ ಮಾತಾಡಿಕೊಳ್ತಿದಾರೆ. ನಾನು ನಿಮಗೆ ಈಗಲೇ ಹೇಳ್ತಿದೀನಿ. ಹಾಡುಕ್ಕೆ ಒಪ್ಪಿಕೊಳ್ಳಿ. ಅದಕ್ಕೆ ನೀವು ಹಣ ತಗೋಳುಲ್ಲ, ಸಾಥಿದಾರರಿಗೆ ಅವರವರ ಫ್ಲೀ ಕೊಡಿ ಅನ್ನಿ. ಅದರಿಂದ ನಿಮ್ಮ ಅಂತಸ್ತು ಹೆಚ್ಚುತ್ತೆ.'

ಅವನಿಗೆ ಖುಷಿಯಾಯಿತು. 'ನೀವು ಹೇಳಿದಮೇಲೆ ಮುಗೀತು' ಎಂದ.

ಶಾಸ್ತ್ರೀಯಸಂಗೀತದ ಅಷ್ಟು ದೊಡ್ಡ ಕಛೇರಿ ಮುಂಬಯಿಯಲ್ಲಿ ಹಿಂದೆ ಎಂದೂ ನಡೆದಿರಲಿಲ್ಲವೆಂದು ಸಂಗೀತರಸಿಕರು ಮಾತನಾಡಿಕೊಂಡರು. ಉಚಿತಪ್ರವೇಶ. ಎಲ್ಲ ಪತ್ರಿಕೆಗಳೂ ಕೊಟ್ಟ ತುಂಬುಪ್ರಚಾರ. ಎಲ್ಲ ಸಂಗೀತಸಭೆಗಳೂ ಕೂಡಿ ಏರ್ಪಡಿಸಿದುದು. ರಾತ್ರಿ ಎಂಟರಿಂದ ಒಂಬತ್ತೂಕಾಲರವರೆಗೆ ಸನ್ಮಾನ ಕಾರ್ಯಕ್ರಮ. ಒಂಬತ್ತೂವರೆಯಿಂದ ಬೆಳಗಿನ ನಾಲ್ಕರವರೆಗೆ ಗಾಯನ. ನಡುವೆ ಅರ್ಧತಾಸು ವಿರಾಮ. ತಾನು ಅಷ್ಟು ಹುಮ್ಮಸ್ಸಿನಿಂದ ಹಾಡಿ ಎಷ್ಟೋ ವರ್ಷಗಳಾಗಿದ್ದವು ಎಂದು ಮೋಹನಲಾಲನಿಗೇ ಅನ್ನಿಸಿತು. ಸುಮಾರು ಒಂದೂಕಾಲು ಲಕ್ಷ ಜನ ಸೇರಿದ್ದಾರೆಂದು ಸ್ವಾಗತಭಾಷಣ ಮಾಡಿದ ಮುಳುಂದದ ಸಂಗೀತಸಭೆಯ ಕಾರ್ಯದರ್ಶಿ ರಘುವಂಶಿ ಹೇಳಿದ ಮಾತು ನಿಜವಾಗಿತ್ತು. ಅಷ್ಟು

ಜನರು ತನ್ನನ್ನು ಅಭಿನಂದಿಸಲು, ತನ್ನ ಸಂಗೀತ ಕೇಳಲು ಸೇರಿದ್ದಾರೆಂಬುದಕ್ಕಿಂತ ಬೇರೆ ಏನುಬೇಕು ಉತ್ಸಾಹಕ್ಕೆ? ತನಗೆ ಹಾಕಿದ, ತನ್ನ ಎತ್ತರಕ್ಕೂ ಕಟ್ಟಿಸಿದ ಆಗತಾನೆ ಬಿರಿಯುವ ಕೆಂಪುಗುಲಾಬಿಯ ಹಾರವನ್ನು ಎದುರಿಗೇ ಮಲಗಿಸಿದ್ದರು ತೆಳುಕಾಯದ ಮುಗುದೆಯು ಶರೀರವನ್ನು ಬಿಲ್ಲಿನಾಕೃತಿಯಲ್ಲಿ ವಿನ್ಯಾಸಗೊಳಿಸಿಕೊಂಡು ಮಲಗಿರುವಂತೆ. ಸತತವಾಗಿ ಆರುತಾಸು ಹಾಡಿದರೂ ಬಳಲಿಕೆಯಾಗಲಿಲ್ಲ. ಧ್ವನಿ ಕುಗ್ಗಲಿಲ್ಲ. ಉತ್ಸಾಹಕ್ಕೆ ಇನ್ನೊಂದು ಕಾರಣವಿತ್ತು. ತನ್ನ ಸಂಗೀತದ ಬಗೆಗೆ ಅಭಿನಂದಿಸಿ ಮಾತನಾಡಿದ ಬಾಂಬೆ ಫ಼ೋರ್ಟ್ ಮ್ಯೂಸಿಕ್ ಎಸೋಸಿಏಶನ್‌ದ ಅಧ್ಯಕ್ಷ ರಾಮ್‌ಟೇಕೇಕರ್ ಕೊನೆಗೆ, 'ಇಂಥ ಗಾಯಕರು ಮೂವತ್ತೆರಡುವರ್ಷದ ಹಿಂದೆ ಕಷ್ಟಕಾಲದಲ್ಲಿ ಇಪ್ಪತ್ತೈದುರೂಪಾಯಿಗೆ ಅಡವಿಟ್ಟ ತಂಬೂರಿ ಯನ್ನು ಈಗ ಒಂದುಲಕ್ಷ ರೂಪಾಯಿ ಕೊಡುತ್ತೇನೆಂದರೂ ಹಿಂತಿರುಗಿಸದೆ ಪೋಲೀಸ್‌ಕೇಸು ಮಾಡಿರುವ ಹಾರ್ಮೋನಿಯಂ ವಾದಕರ ಮಗ ಇವತ್ತೂ ಒಬ್ಬ ಹಾರ್ಮೋನಿಯಂ ವಾದಕನಾಗಿ ಬದುಕಿದಾನೆ. ಆತ ತಾನಾಗಿಯೇ ಕೋರ್ಟಿನಲ್ಲಿ ಮುಕದ್ದಮೆ ವಾಪಸು ಪಡೆದು ಇನ್ನು ಎರಡುವಾರದಲ್ಲಿ ತಂಬೂರಿಯನ್ನು ತಂದು ಇಪ್ಪತ್ತೈದುರೂಪಾಯಿ ಪಡಕೊಂಡು ಪಂಡಿತ ಮೋಹನಲಾಲರಿಗೆ ಒಪ್ಪಿಸದಿದ್ದರೆ ಅವನನ್ನು ಮುಂಬಯಿಯ ಯಾವ ಸಂಗೀತಸಭೆಯೂ ಕಾರ್ಯಕ್ರಮಕ್ಕೆ ಕರೆಯೂದಿಲ್ಲ ಅಂತ ನಾವೆಲ್ಲ ಸೇರಿ ಈ ಮೂಲಕ ಘೋಷಿಸಿದ್ದೇವೆ. ಅವನನ್ನು ತಮ್ಮ ಸಂಗತಿಗೆ ಇಡೀ ಹಿಂದೂಸ್ಥಾನದ ಯಾವ ಗಾಯಕರೂ ಕರಕೊಳ್ಳಬಾರದು, ಯಾವ ಸಭೆಯೂ ಆಮಂತ್ರಿಸಬಾರದು ಅಂತ ಈ ಮೂಲಕ ಕರೆಕೊಟ್ಟಿದೀವಿ,' ಎಂದು ಘೋಷಿಸಿದಾಗ ಇಡೀ ಸಭೆಯು ಇಡೀ ಹಿಂದೂಸ್ಥಾನಕ್ಕೆ ಕೇಳುವಂತೆ ತಟ್ಟಿದ ಚಪ್ಪಾಳೆಯ ಸದ್ದೇ ಸಾಕಾಯಿತು ಆ ರಾತ್ರಿ ತಾನು ಹಾಡಿದ ಸ್ಫೂರ್ತಿಗೆ.

ಮರುದಿನದ ಎಲ್ಲ ಪತ್ರಿಕೆಗಳಲ್ಲೂ ಮುಖಪುಟದ ವರದಿ, ಸನ್ಮಾನದ ಹಾಗೂ ಜನ ಸಾಗರದ ದೊಡ್ಡ ದೊಡ್ಡ ಫ಼ೋಟೋಗಳು. ಎರಡನೆಯ ದಿನ ಪರಾಂಜಪೆ ಫ಼ೋನುಮಾಡಿ ಹೇಳಿದ: 'ಜುನ್ನರ್‌ಕರ್‌ಗೆ ಎಚ್ಚರಿಕೆ ನೀಡಿದ ಮಾತು ಹೇಳಿಕೊಟ್ಟವರು ಗೋರೆ ಸಾಹೇಬರು. ಅಪ್ಪ ಮಗ ಇಬ್ಬರೂ ಹೆದರಿದಾರೆ. ಕೇಸು ವಾಪಸು ತಕ್ಕೊಳ್ಳುವ ಅರ್ಜಿಸಿದ್ಧಪಡಿಸುವಂತೆ ಆಗಲೇ ಅವರ ವಕೀಲರಿಗೆ ಹೇಳಿದಾರಂತೆ.'

ಮೋಹನಲಾಲನಿಗೆ ಗೋರೆಯವರ ಮೇಲೆ ಕೃತಜ್ಞತೆ ಹುಟ್ಟಿತು. ಒಂದಾದಮೇಲೆ ಒಂದರಂತೆ ತನಗೆ ಉಪಕಾರ ಮಾಡುತ್ತಿದ್ದಾರೆ, ಎಂಬ ನೆನಪಾಯಿತು. ಪರಾಂಜಪೆ ಹೇಳಿದ: 'ನೀವೊಮ್ಮೆ ಗೋರೆ ಸಾಹೇಬರನ್ನು ಕಂಡು ಕೃತಜ್ಞತೆ ಹೇಳೂದು ಒಳ್ಳೆಯದು. ಮುಂಬಯಿಯಲ್ಲಿ ಯಾವ ಸಂಗೀತಗಾರನಿಗೂ ಆಗದಿರುವಷ್ಟು ದೊಡ್ಡ ಸನ್ಮಾನ ಮಾಡಿಸಿ ದಾರೆ. ಅವರು ನಿಲ್ಲದಿದ್ದರೆ ಇಷ್ಟೊಂದು ಸಭೆಗಳು ಒಟ್ಟು ಸೇರೂದು ಸಾಧ್ಯವಾಗ್ತಿರಲಿಲ್ಲ.'

'ಅವರನ್ನ ಕಾಣ್ತೀನಿ,' ಎಂದ.

ಆದರೆ ಹೋಗಿ ಕಾಣಲು ಮುಜುಗರ. ರಾಮಿ ಬೇರೆ ಮನೆ ಮಾಡಿಕೊಂಡು ಹೋಗಿರುವುದು ಅವರಿಗೆ ಗೊತ್ತಿದೆ. ನನ್ನ ಸ್ವಂತಜೀವನದ ಬಗೆಗೆ ಅವರಿಗೆ ಗೌರವವಿರಲಿಕ್ಕಿಲ್ಲ. ಆದರೆ ಅದನ್ನು ಹೊಟ್ಟೆಗೆ ಹಾಕಿಕೊಂಡು ಒಂದೂ ಮಾತನಾಡದೆ ಇಷ್ಟೆಲ್ಲ ಮಾಡ್ತಿದಾರೆ.

ಮುಖಕ್ಕೆ ಮುಖಕೊಟ್ಟು ಅವರ ಎದುರು ಕೂರುವುದು ಹೇಗೆ? ಎಂಬ ಅಂಜಿಕೆಯಾಯಿತು. ಆದರೂ ಹೋಗಿ ನೋಡಲೇಬೇಕು, ಬಿಡುವಂತಿಲ್ಲ ಎಂದುಕೊಂಡ. ಅವರನ್ನು ನೋಡಿ ಬರುವ ಆತಂಕದಲ್ಲೇ ರಾತ್ರಿ ಸರಿಯಾಗಿ ನಿದ್ರೆ ಹತ್ತಲಿಲ್ಲ. ಬೆಳಗಾದಾಗ, ನೋಡಿ ಮುಗಿಸಿಬಿಟ್ಟರೆ ಆತಂಕ ಕಳೆದಹಾಗಾಗುತ್ತೆ, ಮುಂದೆಹಾಕಿದಷ್ಟೂ ಬೆಳೆಯುತ್ತೆ, ನಿರ್ದ್ದೇಡು, ಎನ್ನಿಸಿತು. ಇವತ್ತೇ ಫೋನುಮಾಡಿ ಅವರ ಸಮಯ ಕೇಳಬೇಕು ಎಂದು ನಿರ್ಧರಿಸಿದ. ಆಫೀಸಿನ ನಂಬರು ನನ್ನ ಹತ್ತಿರವಿದೆ. ಡೈರೆಕ್ಟರಿಯಲ್ಲಿ ಮನೆಯದೂ ಸಿಕ್ಕುತ್ತೆ. ಆದರೆ ಮನೆಯಲ್ಲಿ ಅವಳು ಇರ್ತಾಳೆ, ಎಂಬ ಭಯ ಕಾಣಿಸಿತು. ಹತ್ತು ಗಂಟೆಗೆ ಆಫೀಸಿಗೆ ಮಾಡಿದಾಗ ಸಿಕ್ಕಿದರು. 'ಸಾಹೇಬರೇ, ನಾನು ಮೋಹನಲಾಲ. ಬಂದು ತಮ್ಮನ್ನ ಕಂಡು ಆಶೀರ್ವಾದ ತಕೋಬೇಕು ಅಂತಿದೀನಿ. ಸಾಹೇಬರಿಗೆ ಯಾವಾಗ ಬಿಡುವಾಗುತ್ತೆ ಅಂತ ಕೇಳಲಿಕ್ಕೆ ಫೋನುಮಾಡಿದೆ,' ಎಂದ.

'ಓ! ನಾನೇ ಮಾಡಬೇಕು ಅಂತಿದ್ದೆ. ಮೂರುದಿನದಿಂದ ತುಂಬ ಬಿಸಿ ಇದ್ದೆ. ಇವತ್ತು ಅಪರಾಹ್ಣ ನಾಲ್ಕೂವರೆಗೆ ನಿಮಗೆ ಅನುಕೂಲವೆ?'

'ಬೇರೆ ಏನೂ ಪ್ರೋಗ್ರಾಂ ಇಲ್ಲ. ಖಂಡಿತ ಬರ್ತೀನಿ.'

ಫಲಪುಷ್ಪಗಳನ್ನು ಅಣಿಗೊಳಿಸಿಕೊಡುವ ಅಂಗಡಿಗೆ ಹೋಗಿ ಒಂದು ದೊಡ್ಡ ಬಿದಿರಿನ ಕುಕ್ಕೆಯ ಭರ್ತಿ ಬೆಲೆಬಾಳುವ ವಿಧವಿಧವಾದ ಹಣ್ಣುಗಳನ್ನು ಗೋಪುರದಂತೆ ತುಂಬಿಸಿ ಗುಲಾಲು ಬಣ್ಣದ ಕಾಗದ ಸುತ್ತಿಸಿ ಕಟ್ಟಿಸಿದ. ಜೊತೆಗೆ ಒಂದು ದೊಡ್ಡ ಪುಷ್ಪಗುಚ್ಛ ಮಾಡಿಸಿಕೊಂಡು ಗೋರೆಯವರ ಛೇಂಬರಿಗೆ ಕೊಂಡೊಯ್ದು ಕೈಗೆ ಪುಷ್ಪಗುಚ್ಛವಿತ್ತು ಹಣ್ಣಿನ ಕುಕ್ಕೆಯನ್ನು ಅವರ ಕೈಯಿಂದ ಮುಟ್ಟಿಸಿ ಗೋಡೆಯ ಹತ್ತಿರದ ಟೀಪಾಯಿಯ ಮೇಲಿಟ್ಟು ಅವರ ಕಾಲುಗಳನ್ನು ತನ್ನ ಕೈಗಳು ಮುಟ್ಟುವಂತೆ ಬಾಗಿದ. ಅವರು ಅವನನ್ನು ಮೇಲೆತ್ತಿ ಆಲಿಂಗಿಸಿಕೊಂಡರು. ನಿಮ್ಮ ಕೃಪೆಯಿಂದ ಇಷ್ಟೆಲ್ಲ ಆಯ್ತು, ಎಂದು ಇವನೇ ಮಾತು ಆರಂಭಿಸಿದ. 'ಒಳಗೆ ಕಲೆ ಇಲ್ಲದಿದ್ದರೆ ಯಾರ ಕೃಪೆಯೂ ಏನೂ ಮಾಡುಲ್ಲ. ಕೂಡಿ' ಎಂದು ಅವನಿಗೆ ಕುರ್ಚಿತೋರಿಸಿ ಅವರೂ ಕೂತರು.

ಸಂಗೀತ, ಸಂಗೀತಪ್ರಪಂಚದ ಅದೂ ಇದೂ ಮಾತನಾಡಿದನಂತರ ಅವನು ಕೇಳಿದ: 'ಸಾಹೇಬರೆ, ಅವತ್ತು ರಾತ್ರಿಯ ಗಾಯನ ಹೇಗಾಯಿತು?'

'ಜನಗಳೆಲ್ಲ ತನ್ಮಯರಾಗಿ ಆಲಿಸಿದರಲ್ಲ!'

'ಜನಗಳು ಆಲಿಸಿದರು. ನಿಮಗೆ ಹೇಗನ್ನಿಸಿತು?' ಅವರು ತಕ್ಷಣ ಉತ್ತರಿಸಲಿಲ್ಲ. ಅವರ ಅಭಿಪ್ರಾಯದಿಂದ ತನ್ನೊಳಗಿನ ಶುಷ್ಕತೆಗೆ ಉತ್ತರ ಸಿಕ್ಕೀತೆಂಬ ಆಶೆಯಿಂದ ಅವನು ಒತ್ತಾಯಿಸಿದ.

'ನನಗೂ ವಯಸ್ಸಾಯಿತಲ್ಲ. ಎಪ್ಪತ್ತೊಂದು,' ಅವರು ಉತ್ತರಿಸಲಿಲ್ಲ.

'ಆದ್ದರಿಂದ ನೀವು ಹೆಚ್ಚು ಪಕ್ವವಾದ ಶ್ರೋತೃ. ಮುಚ್ಚಿಡಬೇಡಿ, ಹೇಳಿ.'

'ಎಲ್ಲ ಚಂದ ಇತ್ತು. ತಾಂತ್ರಿಕವಾಗಿ ನಿಮ್ಮಲ್ಲಿ ಯಾವ ತಪ್ಪೂ ಇರುಕ್ಕೆ ಸಾಧ್ಯವಿಲ್ಲ. ಆದರೆ ಯಾಂತ್ರಿಕವಾಗಿತ್ತು. ಭಾವ ಬತ್ತಿಹೋದಂತೆ. ಅವೇ ಆಲಾಪದ ನಡೆ, ಅವೇ ತಾನ

ಗಳು. ಹಿಂದಿನ ಸಾಧನೆಯ ಬಲದಿಂದ ಹಾಡಿದ ಹಾಗಿತ್ತು. ಎಲ್ಲಿಯೂ ಹೊಸತು ಕಾಣಲಿಲ್ಲ. ಅನಿರೀಕ್ಷಿತ ತಿರುವು ಇರಲಿಲ್ಲ. ಹೊಸಭಾವದ ಅನುಭವವಾಗಲಿಲ್ಲ.' ಅವರ ವಿಮರ್ಶೆಗೆ ತನ್ನ ಸಮ್ಮತಿ ಇದೆ ಎಂಬಂತೆ ಅವನು ಮೌನವಾಗಿ ಅವರ ಮುಖವನ್ನೇ ನೋಡುತ್ತಿದ್ದ. ಒಂದುನಿಮಿಷದ ನಂತರ ಅವರೇ, 'ಇಷ್ಟಕ್ಕೂ ನನಗೆ ಸಂಗೀತದ ಶಾಸ್ತ್ರಭಾಗ ಹೆಚ್ಚುಗೊತ್ತಿಲ್ಲ. ನಾನೊಬ್ಬ ಸಾಮಾನ್ಯ ಶ್ರೋತೃ,' ಎಂದರು.

'ನೀವು ಸಹೃದಯ ಶ್ರೋತೃ. ನಿಮ್ಮಂಥೋರ ಅಭಿಪ್ರಾಯವೇ ಮುಖ್ಯ. ವಿದ್ವಾಂಸರಿಗೆ ಭಾವಗ್ರಹಣಶಕ್ತಿ ಕಮ್ಮಿ ಇರುತ್ತೆ.' ಇವನು ಉಪಚಾರ ಹೇಳಿದ.

'ನಿಮಗೆ ಯಾಕೆ ಹೀಗಾಗ್ತಿದೆ ವಿಚಾರ ಮಾಡಿದೀರಾ? ನೀವು ಶಿಕಾಗೋದಲ್ಲಿ ಹಾಡಿದ ಜಯಜಯವಂತಿಯ ಕ್ಯಾಸೆಟ್ ಕೇಳಿದಾಗಲೇ ನನಗೆ ಹಾಗನ್ನಿಸಿತ್ತು. ನಿಮಗೆ ಹೇಳಿಯೂ ಇದ್ದೆ ಅಂತ ನೆನಪು. ಪ್ರತಿಯೊಬ್ಬ ಕಲಾವಿದನೂ ಆಗಾಗ್ಗೆ ತನ್ನ ಗಾಯನಮಾರ್ಗವನ್ನು ಪರಿಷ್ಕರಿಸಿಕೊಬೇಕೊ? ಅಥವಾ ರಾಗದ ಭಾವಗಳನ್ನ ಹೊಸದಾಗಿ ಅರ್ಥಮಾಡಿಕೊಬೇಕೊ? ಅಥವಾ ನಮ್ಮ ಸಂಗೀತಗಾರರಿಗೆ ಗಾಯನವಾದನ ಬಿಟ್ಟರೆ ಬುದ್ಧಿಪೋಷಣೆಗೆ ಬೇಕಾದ, ಉದಾಹರಣೆಗೆ ಗಂಭೀರ ಸಾಹಿತ್ಯ, ತತ್ತ್ವಜ್ಞಾನಗಳನ್ನ ಓದುವಂಥ, ಬೇರೆ ಹವ್ಯಾಸವೇ ಇಲ್ಲವೊ? ಅಥವಾ ನಾನು ಯಾಕೆ ಹಾಡ್ತೀನಿ, ಒಂದು ರಾಗದ ಮೂಲಕ ಯಾವ ಅರ್ಥಹೇಳ್ತೀನಿ ಅನ್ನೂ ಸ್ಪಷ್ಟ ಆಲೋಚನೆ ಇಲ್ಲವೊ? ಭಾವ ಅನ್ನೂದೂ ಒಂದು ಬಗೆಯ ಅರ್ಥವೇ. ವ್ಯಾಖ್ಯಾನ, ವಿಮರ್ಶೆಗಳೇ. ಅರ್ಥಸ್ಫುರಣೆ ನಿಂತುಹೋದರೆ ಬರೀ ಅಭ್ಯಾಸ ಅಭ್ಯಸ್ಥ ಸ್ವರಗಳು ಉಳಿದುಕೊಂಡುಬಿಡ್ತವೊ? ಹೀಗೆ ನನ್ನ ಮನಸ್ಸಿನಲ್ಲಿ ಏನೇನೋ ಪ್ರಶ್ನೆಗಳು ಹುಟ್ಟವೆ. ಒಮ್ಮೆ ಕೂತು ನಿಮ್ಮ ಕೈಲೇ ಇವನ್ನೆಲ್ಲ ಚರ್ಚೆಮಾಡಬೇಕು ಅಂದುಕೊತ್ತಿದ್ದೆ. ಇವತ್ತು ನೀವೇ ಬಂದದ್ದು ಬಹಳ ಖುಷಿಯಾಯಿತು.'

ಈ ಯಾವ ಪ್ರಶ್ನೆಗೂ ಉತ್ತರ ಹೊಳೆಯಲಿಲ್ಲ. ಅವರ ಮುಖವನ್ನು ನೋಡುತ್ತಿದ್ದರೂ ಅವನ ಕಣ್ಣುಗಳು ಶೂನ್ಯವನ್ನು ಸೂಚಿಸುತ್ತಿದ್ದವು. ಎರಡುನಿಮಿಷದ ನಂತರ ಅವರೇ ಮಾತು ಬದಲಿಸಿದರು. ಸಂಗೀತಕಛೇರಿಗಳಲ್ಲಿ ಆಗುತ್ತಿರುವ ಬದಲಾವಣೆಗಳು, ಹೊಸ ಪೀಳಿಗೆಯ ಸಂಗೀತಗಾರರು, ಮೊದಲಾಗಿ ಕೇಳತೊಡಗಿದರು. ಚಹಾ ತರಿಸಿದರು. ಮುಕ್ಕಾಲು ತಾಸು ಮಾತನಾಡಿದ ನಂತರ ಅವನೇ ಮೇಲೆ ಎದ್ದು ನಮಸ್ಕರಿಸಿ ಅವರಿಂದ ಬೀಳ್ಕೊಂಡು ಹೊರಗೆಬಂದ.

ತನ್ನ ಸ್ವರದಲ್ಲಿ ಭಾವವು ಆವಿಯಾಗಿಹೋಗಿದೆ ಎಂದು ತಾನು ಎಂದುಕೊಳ್ಳುತ್ತಿದ್ದುದೂ, ನಿಮ್ಮ ಸಂಗೀತ ಯಾಂತ್ರಿಕವಾಗಿದೆ ಎಂಬ ಗೋರೆಯವರ ಮಾತೂ ಒಂದೇ ಅರ್ಥದವು ಎಂದು ಅವನಿಗೆ ಅನ್ನಿಸತೊಡಗಿತು. ಶಿಕಾಗೋದಲ್ಲಿ ಹಾಡುವಾಗಲೇ ಯಾಂತ್ರಿಕತೆ ಬಂದಿತ್ತು, ನನಗೆ ತಿಳಿದಿರಲಿಲ್ಲ ಎಂದೂ ಅರ್ಥವಾಗತೊಡಗಿತು. ಯಾಕೆ? ಎಂಬುದು ಹೊಳೆಯಲಿಲ್ಲ. ಗೋರೆಸಾಹೇಬರು ಹೇಳಿದಂತೆ ನನಗೆ ಬುದ್ಧಿಪೋಷಣೆಗೆ ಬೇಕಾದ ಬೇರೆ ಯಾವ ಹವ್ಯಾಸವೂ ಇಲ್ಲವೆಂದೆ? ಭಾವದ ಅರ್ಥವನ್ನು ಗ್ರಹಿಸುವ ಶಕ್ತಿ ಇಲ್ಲವೆಂದೆ? ಎಂದು ಕೇಳಿಕೊಳ್ಳತೊಡಗಿದ.

– ೪ –

ತಾನಸೇನನ ಸಮಾಧಿ ಇರುವ ಗ್ವಾಲಿಯರ್‌ನಲ್ಲಿ ಮೂರುದಿನಗಳು ನಡೆಯುವ ಸಂಗೀತ ಸಮಾರೋಪದ ಮೊದಲ ಇಡೀರಾತ್ರಿಕಾರ್ಯಕ್ರಮದ ಆರಂಭವನ್ನು ಪ್ರಶಸ್ತಿಪ್ರದಾನದಿಂದ ಮಾಡುವುದು ಪದ್ಧತಿ. ಪ್ರಶಸ್ತಿವಿಜೇತರು ಆ ಕಾರ್ಯಕ್ರಮದಲ್ಲಿ ಹಾಡಬೇಕು. ಪ್ರಶಸ್ತಿ ಸ್ವೀಕಾರವಾದ ತಕ್ಷಣ ಅವರು ಹಾಡಿ ಮುಗಿಸಿದರೆ ಅನಂತರ ಎಷ್ಟೋ ಭಾಗ ಸಭಿಕರು ಎದ್ದುಹೋಗಬಹುದು. ಯಾವಾಗಲೂ ಪ್ರಸಿದ್ಧ ಹಾಗೂ ಜನಾಕರ್ಷಕ ಕಲಾವಿದರನ್ನು ಕೊನೆಗೆ ಹಾಕುವುದು ಕಾರ್ಯಕ್ರಮ ನಿಯೋಜನೆಯ ಒಂದು ತಂತ್ರ. ಕಟ್ಟಕಡೆಗೆ ಹಾಕುವುದು ತಮ್ಮ ಹಿರಿಮೆಗರಿಮೆಗಳಿಗೆ ಸಲ್ಲಿಸುವ ಮನ್ನಣೆ ಎಂಬ ಭಾವನೆ ಕಲಾವಿದರಿಗೂ ಉಂಟು. ಆ ವರ್ಷದ ಪ್ರಶಸ್ತಿವಿಜೇತ ಮೋಹನಲಾಲನ ಗಾಯನವು ಆ ರಾತ್ರಿ ಕಟ್ಟಕಡೆಯ ಎಂದರೆ ಐವರು ಕಲಾವಿದರ ನಂತರ, ಬೆಳಗಿನ ಜಾವದವೇಳೆಗೆ ಬರುವುದೆಂದು ನಿಶ್ಚಯವಾಗಿತ್ತು. ಕೊನೆಗೆ ಬರುವ ಕಲಾವಿದರು ಹೋಟೆಲಿನಲ್ಲಿ ನಿದ್ರಿಸಿ ವಿಶ್ರಾಂತಿ ಪಡೆದು ತಮ್ಮ ಗಾಯನ ಆರಂಭವಾಗುವ ತುಸುಮೊದಲು ಬರುವುದು ರೂಢಿ. ಇಲ್ಲಿ ಉಪಾಂತರು ಹಾಡಲು ಶುರುಮಾಡಿದಾಗ ಹೋಟೆಲಿನಲ್ಲಿ ಕೊನೆಯವನನ್ನು ಎಬ್ಬಿಸಿ ಮುಖತೊಳೆಸಿ ಚಹಾ ಕೊಟ್ಟು ಕರೆತರಲು ಪ್ರತ್ಯೇಕ ಕಾರ್ಯಕರ್ತರೇ ನಿಯೋಜಿತರಾಗಿರುತ್ತಾರೆ. ಸಂಜೆ ಪ್ರಶಸ್ತಿ ಸ್ವೀಕಾರಕ್ಕೆ ಸಭಾಸ್ಥಾನಕ್ಕೆ ಹೊರಡುವ ಅರ್ಧತಾಸು ಮೊದಲು ಮೋಹನಲಾಲನ ಕೋಣೆಗೆ ಗಾಯಕಿಯಂತೆ ಕಾಣುವ ಒಬ್ಬ ಮಹಿಳೆ ಬಂದಳು. ಕಪ್ಪುಬಣ್ಣ ಹಚ್ಚಿ ನಡುಬೈತಲೆ ತೆಗೆದು ಬಾಚಿದ ದಟ್ಟ ತಲೆಗೂದಲು. ರೇಶ್ಮೆಸೀರೆ. ನಾಲ್ಕುಬೆರಳು ಅಗಲದ ಅಂಚಿನ ಕುಪ್ಪಸ. ಚಿನ್ನದಬಳೆಗಳು. ಕೊರಳ ಸರ. ಕಿವಿಗಳಿಗೆ ವಜ್ರದ ಓಲೆಗಳು. ಪಾದದ ಹತ್ತಿರದ ನೆಲದ ಧೂಳನ್ನು ಸ್ಪರ್ಶಿಸಿ ಬೆರಳುಗಳನ್ನು ಸಿಂಧೂರದ ಜಾಗಕ್ಕೆ ಮುಟ್ಟಿಸಿಕೊಂಡಳು. ಕೋಣೆಯಲ್ಲಿ ಹತ್ತಾರು ಜನಗಳು ತುಂಬಿದ್ದರು. ಆಕೆಗೆ ಕೂರಲು ಜಾಗವೂ ಇರಲಿಲ್ಲ. ಹೇಳಿದಳು: 'ಗುರೂಜೀ, ನನ್ನದೊಂದು ಬೇಡಿಕೆ. ಈ ರಾತ್ರಿ ನನ್ನದು ಎರಡನೆಯ ಐಟಂ. ಒಂದು ತಾಸು ಹಾಡುವ ಅವಕಾಶವಿದೆ. ತಾವು ಕೂತಿದ್ದು ಕೇಳಿದಮೇಲೆ ವಿಶ್ರಾಂತಿಗೆ ಏಳ ಬೇಕು. ಈ ಪ್ರಾರ್ಥನೆ ಮಾಡ್ಕಳುಕ್ಕೇ ಬಂದೆ. ನೀವು ಕೇಳಿದರೆ ನಾನು ಪುಣ್ಯವಂತೆ. ನಾನೇನು ಅಷ್ಟು ದೊಡ್ಡಹೆಸರಿನ ಕಲಾವಿದೆಯಲ್ಲ.'

'ಏಯ್, ಕೂಡಿ ಕೂಡಿ,' ಎಂದು ಮೋಹನಲಾಲನೇ ಎದ್ದು ಆಕೆಗೆ ಜಾಗಮಾಡಿ ಕೊಡಲು ನೋಡಿದ. ತುಂಬಿಕೊಂಡಿದ್ದವರಲ್ಲಿ ಒಬ್ಬರು ಆಗ ಎದ್ದು ಜಾಗಬಿಟ್ಟರು. ಆದರೆ ಆಕೆ ಕೂರಲಿಲ್ಲ.

'ನನ್ನ ಹೆಸರು ಜವಾಹರ್‌ಬಾಯಿ. ಜೋಧಪುರದವಳು. ನೀವು ಕೂತಿದ್ದು ಕೇಳ್ತೀನಿ ಅಂತ ಮಾತುಕೊಟ್ಟರೆ ಸಾಕು. ನಾನು ಹೋಗ್ತೀನಿ.'

ಅವನು ಜರೂರ್ ಎಂದ. ಆಕೆ ಹೊರಟುಹೋದಳು.

ಆಕೆ ಹಾಡುವಾಗ ಅವನು ಗಮನವಿಟ್ಟು ನೋಡುತ್ತಿದ್ದ. ಎಲ್ಲೋ ನೋಡಿದ್ದ ನೆನಪು.

ಎಲ್ಲಿ ಎಂಬುದು ಜ್ಞಾಪಕಕ್ಕೆ ಬರುತ್ತಿಲ್ಲ. ಅಂಥ ದೊಡ್ಡ ಗಾಯನಪ್ರತಿಭೆಯಲ್ಲ. ಆದರೆ ತನಗೆ ತಿಳಿದಷ್ಟನ್ನು ಭಾವತುಂಬಿ ಹಾಡುತ್ತಿದ್ದಳು. ವಜ್ರದ ಓಲೆ ಬಂಗಾರದ ಒಡವೆ ಮತ್ತು ಜರಿಯ ಸೀರೆಗಳು ತುಂಬ ಶ್ರೀಮಂತ ಮನೆತನದವಳು ಎಂಬ ಭಾವನೆ ಕೊಡುತ್ತಿದ್ದವು. ತಾನು ಜೋಧಪುರಕ್ಕೆ ಹೋದಾಗ ಭೇಟಿಯಾಗಿದ್ದಿರಬೇಕು. ಅಥವಾ ಮನೆಗೆ ಊಟಕ್ಕೆ ಕರೆದೊಯ್ದಿರಬೇಕು ಎಂಬ ಊಹೆಯ ನೆನಪಿನಿಂದ ವಿವರಣೆ ಕೊಟ್ಟುಕೊಳ್ಳತೊಡಗಿದ. ವಯಸ್ಸು ಸರಿಯಾಗಿ ಕಾಣಿಸುತ್ತಿಲ್ಲ. ಎಷ್ಟೋ ಹೆಂಗಸರ ಮುಖಮಾಟಕ್ಕೆ ವಯಸ್ಸನ್ನು ಮುಚ್ಚುವ ಮಾಯೆ ಇರುತ್ತೆ ಎಂಬ ಎಚ್ಚರಹುಟ್ಟಿತು. ಇಂಥ ಸಂಗೀತಸಮ್ಮೇಳನಗಳಲ್ಲಿ ಗಾಯಕರಿಗೆ ಇಂಥದೇ ಹಾಡ್ತೀನಿ ಅಂತ ಮೊದಲೇ ತಯಾರುಮಾಡಿಕೊಂಡು ಬರುವ ಆಯ್ಕೆ ಇರುಲ್ಲ. ಆ ಸಮಯದ ರಾಗಗಳಲ್ಲಿ ಒಂದನ್ನು ಹಾಡಬೇಕು. ಮೊದಲನೆಯವನು ಹಾಡಿಬಿಟ್ಟಿದ್ದರಲ್ಲಿ ಆಯ್ದುಕೊಬೇಕು. ಆದರೂ ಅಡ್ಡಿ ಇಲ್ಲ, ಬಿಹಾಗ್. ನಡುನಡುವೆ ತನ್ನ ಕಡೆಗೆ ನೋಡುತ್ತಾಳೆ: ನಿಮಗೆ ಒಪ್ಪಿಗೆಯೇ? ಎಂಬಂತೆ. ತಪ್ಪಾಗುತ್ತಿದ್ದರೆ, ಇದಕ್ಕಿಂತ ಹೆಚ್ಚು ಸೂಕ್ಷ್ಮ, ವಿಸ್ತಾರಗಳನ್ನು ತೋರಿಸುವ ಶಕ್ತಿ ಇಲ್ಲದ್ದನ್ನ ಕ್ಷಮಿಸಿ ಎಂಬಂತೆ. ಅವನು ಬಹುತ್ ಅಚ್ಛಾ ಎಂಬಂತೆ ಎರಡುಸಲ ತಲೆಹಾಕಿದ. ಮತ್ತೊಮ್ಮೆ ಸಮ್ ತಲುಪಿದಾಗ ತುಸು ಗಟ್ಟಿ ಯಾಗಿಯೇ ಕ್ಯಾ ಬಾತ್ ಹೈ ಎಂದು ಬಲಗೈಯಿಂದ ಸಮ್‌ತೋರಿಸಿದ. ಆಕೆಯ ಮುಖ ದಲ್ಲಿ ಧನ್ಯತೆ ಅರಳಿತು. ತನಗೆ ನಮಸ್ಕರಿಸುವಂತೆ ತಲೆ ಕುತ್ತಿಗೆ ಎದೆಗಳನ್ನು ಬಾಗಿಸಿದಳು.

ಅವಳ ಗಾಯನ ಮುಗಿದ ತಕ್ಷಣ ಅವನು ಮೇಲೆದ್ದು ಪೆಂಡಾಲಿನಿಂದ ಹೊರಗೆ ಬಂದ. ಅವನ ಸೇವೆಗೆಂದೇ ನಿಯೋಜಿತನಾಗಿದ್ದ ಸ್ವಯಂಸೇವಕನು ಹತ್ತಿರ ಬಂದ. ಹೋಟೆಲಿಗೆ, ಹೇಳಿದ ತಕ್ಷಣ ಇವನನ್ನು ಕಾರಿನ ಹತ್ತಿರಕ್ಕೆ ಕರೆದೊಯ್ದ. ಮಲಗಿದರೆ ನಿದ್ರೆ ಬರಲಿಲ್ಲ. ಇನ್ನು ಮೂರು ಜನ ಮಾತ್ರ ಗಾಯಕರಿದ್ದಾರೆ. ಈಗಾಗಲೆ ಹನ್ನೆರಡಾಗಿದೆ. ಮೂರೂವರೆಯ ಸುಮಾರಿಗೆ ಎಬ್ಬಿಸುತಾರೆ ಎಂಬ ಆತಂಕ ಮಾತ್ರವಲ್ಲ. ಈ ಸಂಜೆ ತನಗೆ ಸಲ್ಲಿಸಿದ ಪ್ರಶಸ್ತಿಯಿಂದ ಅವನ ಮನಸ್ಸು ಉತ್ತೇಜಿತವಾಗಿತ್ತು. ಎಷ್ಟೋ ಸಂಘಸಂಸ್ಥೆಗಳು ಅವನಿಗೆ ಪ್ರಶಸ್ತಿ ಬಿರುದುಗಳನ್ನು ಸಲ್ಲಿಸಿದ್ದವು. ಆದರೆ ಇದರಲ್ಲಿ ಏನೋ ವಿಶೇಷದ ಅನುಭವವಾಗಿತ್ತು. ತಾನಸೇನನ ಹೆಸರಿನದೆಂಬುದು ಒಂದು ಕಾರಣ. ತಾನಸೇನನ ಸಮಾಧಿಯ ಮುಂಬದಿಯಲ್ಲಿಯೇ ಹಾಕಿದ ವೇದಿಕೆಯ ಮೇಲೆ ಕೊಟ್ಟಿದ್ದಾರೆ. ಪ್ರಶಸ್ತಿವಾಚನ ದಲ್ಲಿ ನಮ್ಮ ಕಾಲದಲ್ಲಿ ತಾನಸೇನನಿಗೆ ಹೋಲಿಸಬಹುದಾದ ರಸಿಕ ಜನಮನ್ನಣೆ ಪಡೆದಿರುವ ಗಾಯಕ ಎಂದು ಬರೆದಿದ್ದಾರೆ. ಅದೆಷ್ಟು ರಾಗಗಳು ತಾನಸೇನನ ಹೆಸರಿನಿಂದ ಇನ್ನೂ ಪ್ರಚಲಿತವಾಗಿವೆ! ಮಿಯಾಕಿ ಮಲ್ಹಾರ್, ಮಿಯಾಕಿ ತೋಡಿ, ದರ್ಬಾರಿ, ಮಿಯಾಕಿ ಸಾರಂಗ್, ದೀಪಕ್, ಬಸಂತ್, ಮೇಘಮಲ್ಹಾರ. ನಾನು ಹೊಸದಾಗಿ ಸಾಧಿಸಿದ್ದೇನು? ಸತ್ತಮೇಲೆ ನನ್ನ ಹೆಸರು ಹೇಳಲು ಯಾವ ಹೊಸರಾಗವನ್ನು ಸೃಷ್ಟಿಸಿದೀನಿ? ಹಳೆಯ ರಾಗಗಳಿಗೆ ಅವನು ಕೊಟ್ಟಂತೆ ನಾನು ಯಾವ ಹೊಸಸ್ವರೂಪ ಕೊಟ್ಟಿದೀನಿ? ಎಂಬ ಪ್ರಶ್ನೆ ಗಳು ಹುಟ್ಟಿ ಖಿನ್ನಭಾವ ಬರತೊಡಗಿತು. ಇವತ್ತು ಇಲ್ಲಿ ಯಾವ ರಾಗವನ್ನು

ಹಾಡಲಿ? ಮೋಹನಭೈರವ್, ಮೋಹನಲಲಿತ್ ಮೋಹನತೋಡಿ ಎಂಬ ಹೆಸರುಗಳಿಂದ ಕರೆಸಿಕೊಳ್ಳ ಬಹುದಾದ ಒಂದು ರಾಗವನ್ನೂ ನಾನು ಸೃಷ್ಟಿಸಲಿಲ್ಲ. ಸೃಷ್ಟಿಸಬೇಕೆಂಬ ವಿಚಾರವೇ ಬರ ಲಿಲ್ಲ. ಮೋಹನಲಾಲ ಸತ್ತರೆ ಏನೂ ಉಳಿಯುಲ್ಲ ಎನ್ನಿಸಿತು. ನನ್ನ ಹೆಸರು ಹೇಳುವಂಥ ಯಾವ ಶಿಷ್ಯರೂ ತಯಾರಾಗಲಿಲ್ಲ. ಮುಂದೆ ತಾನು ಹೆಸರುಮಾಡಿ ಗುರುವಿನ ಹೆಸರು ಹೇಳುವಂಥ ಶಿಷ್ಯ ಸಿಕ್ಕೂದಕ್ಕೂ ಗುರು ಪುಣ್ಯ ಮಾಡಿರಬೇಕು. ನನಗೆ ಆ ಪುಣ್ಯವಿಲ್ಲ ಎಂಬ ಅರಿವಾಗಿ ಖಿನ್ನಭಾವ ಇನ್ನೂ ಆಳವಾಯಿತು. ಸುಮ್ಮನೆ ಹೊರಳುತ್ತಾ ಮಲಗಿದ್ದ.

ಬೆಳಗಿನ ಜಾವ ನಾಲ್ಕೂವರೆಯಾದರೂ ಸಭಿಕರು ಕದಲಿರಲಿಲ್ಲ. ನಿದ್ದೆ ಬಂದವರು ಕುಳಿತಲ್ಲೇ ತೂಕಡಿಸಿ ಜಡವನ್ನು ಕಳೆದುಕೊಂಡಿದ್ದರು. ಪಂಡಿತ್‌ಜಿಯ ಗಾಯನ ಕೇಳಲೆಂದೇ ಇಷ್ಟು ಜನ ಸೇರಿದ್ದಾರೆ, ಕಾದಿದ್ದಾರೆ, ಎಂದು ಕಾರ್ಯದರ್ಶಿಯೂ ಸ್ವಾಗತದ ಮಾತುಗಳಲ್ಲಿ ಹೇಳಿದ. ಭಾರತೀಯ ಶೈಲಿಯ ಬೈಠಕ್ ಆದರೂ ಜಾಗಸಾಲದೆ ಒಬ್ಬರ ಬೆನ್ನಿಗೊಬ್ಬರು ಮಂಡಿ ತಗುಲಿಸಿಕೊಂಡು ದಟ್ಟವಾಗಿ ಕೂತಿದ್ದ ಜನಸಹಸ್ರಗಳನ್ನು ನೋಡಿದಾಗ ಇವನಿಗೆ ಉತ್ಸಾಹಬಂತು. ಆತ್ಮವಿಶ್ವಾಸ ಮೂಡಿತು. ತೀರ ಮುಂದೆ ಕಲಾವಿದರು ಮತ್ತು ವಿಶೇಷ ಆಹ್ವಾನಿತರಿಗೆಂದು ಮೀಸಲಿಟ್ಟಿದ್ದ ಭಾಗದಲ್ಲಿ ಬಿಹಾಗ್ ಹಾಡಿದ ಜೋಧಪುರದ ಗಾಯಕಿ ಕುಳಿತಿದ್ದಳು. ಪಕ್ಕದಲ್ಲಿ ಅವಳ ಗಂಡ ದಪ್ಪನೆಯ ದಿಂಬು ಒರಗಿ ಕಾಲುಗಳನ್ನು ತುಸು ನೀಡಿ ಕುಳಿತಿದ್ದಾರೆ. ರಾಜಸ್ಥಾನೀ ರಾಜಶೈಲಿಯ ಪೇಟ, ಜೋಧಪುರಿ ಕರಿಕೋಟು. ಬಿಳಿ ಶರವಾನಿ. ತಲೆ ಮತ್ತು ದಪ್ಪಮೀಸೆಗಳೆರಡಕ್ಕೂ ಕಪ್ಪುಬಣ್ಣ ಹಚ್ಚಿದ್ದಾರೆ. ಎಪ್ಪತ್ತನ್ನು ಸಮೀಪಿಸುವ ವಯಸ್ಸು. ಎಡ ಎರಡು, ಬಲ ಒಂದು ಬೆರಳುಗಳಿಗೆ ಹೊಳೆಯುವ, ವಜ್ರವೇ ಇರಬೇಕು, ಉಂಗುರಗಳು. ಬಂಗಾರದ ಚೈನಿನ ಕೈಗಡಿಯಾರ. ಈಕೆ ರಾಜಮನೆತನದವಳೆ? ಬಣ್ಣ, ಮುಖಭಾವಗಳಿಂದ ಅಲ್ಲವೆನ್ನಿಸಿತು. 'ಇದು ತಾನ್‌ಸೇನನ ಸಂಗೀತ ಸಮಾರೋಹವಾದ್ದರಿಂದ ತಾನ್‌ಸೇನ್ ಪ್ರಶಸ್ತಿವಿಜೇತ ಪಂಡಿತ್ ಮೋಹನಲಾಲಜಿಯು ಮಿಯಾಕಿ ತೋಡಿ ಹಾಡುತ್ತಾರೆ' ಎಂದು ಸ್ವಾಗತದ ಮಾತುಗಳ ಕೊನೆಯಲ್ಲಿ ಕಾರ್ಯದರ್ಶಿಯು ಹೇಳಿದಾಗ ತಮಗೆ ಬೇಕಾಗಿದ್ದುದೇ ಅದು, ತಾವು ನಿರೀಕ್ಷಿಸಿದ್ದೆವು, ಎಂಬಂತೆ ಇಡೀ ಸಭೆಯು ಕರತಾಡನ ಮಾಡಿತು. ಇವನಿಗೆ ಸ್ಫೂರ್ತಿಬಂತು. ಈ ರಾಗವನ್ನು ಎಷ್ಟುಸಲ, ಎಷ್ಟು ಕಡೆ ಹಾಡಿಲ್ಲ? ಇದರ ರಸಸ್ಥಾನಗಳು, ರಸದ ತಿರುವುಗಳು, ರಸಚಲನೆಗಳು ನನಗಿಂತ ಬೇರೆ ಯಾರಿಗೆ ಗೊತ್ತಿವೆ, ಎಂಬ ಆತ್ಮವಿಶ್ವಾಸದಿಂದ ಅವನು ಷಡ್ಜವನ್ನು ಹಚ್ಚಿದ. ಸಭೆ ನಿಶ್ಶಬ್ದವಾಯಿತು. ಹಿಂಬದಿಯ ಗೋರಿಯೊಳಗೆ ಮಲಗಿರುವ ತಾನಸೇನನ ಹೆಣದ ಕಿವಿಗಳೂ ತನ್ನ ಕಡೆಗೆ ತಿರುಗಿವೆ ಎಂಬ ಆತ್ಮವಿಶ್ವಾಸದಿಂದ ಅವನು ತನ್ಮಯನಾದ. ಸಾವಿರಾರು ಬಾರಿ ಸಂಚರಿಸಿರುವ ಸಾಗರದಲ್ಲಿ ಹಡಗಿನ ಚಾಲಕನಿಗೆ ಇರುವ ಮಾರ್ಗಜ್ಞಾನದಿಂದ ಅವನು ರಾಗದ ಆಳ ಎತ್ತರ ಉದ್ದ ಅಗಲಗಳನ್ನು ಜಾಲಾಡಿ ಸಾಗಿದ. ಅವೆಲ್ಲವನ್ನೂ ಅಷ್ಟೇ ಸೂಕ್ಷ್ಮವಾಗಿ ಸಹ ಸರಿಸಿ ಅನುಸರಿಸಿದ್ದ ಟಿಪ್ನಿಸ್ ಹಾರ್ಮೋನಿಯಂ ಒತ್ತಾಸೆ ಕೊಡುತ್ತಿದ್ದ. ಪ್ರಭು ತಬಲಾದಿಂದ ಹಡಗಿನ ಏರಿಳಿಯುವ

ಲಯವನ್ನು ಅನುಸರಿಸುವುದರ ಜೊತೆಗೆ ಕಾಲಮಾಪನ ತೋರಿ ಸುತ್ತಿದ್ದ. ಸಭಿಕರ ಮನಸ್ಸಿನಲ್ಲಿ ಅದ್ಭುತ, ಅತ್ಯದ್ಭುತ ಎಂಬ ಭಾವನೆಯು ಮೂಡಿದೆ ಎಂಬ ಅಂತರ್ಬೋಧೆಯು ಸಭೆಯನ್ನು ಹಿಡಿದು ಆಟವಾಡಿಸುವ ಪ್ರತಿಯೊಬ್ಬ ಮಾಂತ್ರಿಕ ನಿಗೂ ಆಗುವಂತೆ ಮೋಹನಲಾಲನಿಗೂ ಆಯಿತು. ಇದಕ್ಕಿಂತ ಇನ್ನೇನು ಬೇಕು ಎಂಬ ಸಫಲಭಾವದಿಂದ ಅವನು ಅಲೆ ಅಲೆಗಳನ್ನು ಕತ್ತರಿಸಿ ತೇಲಿಕೊಂಡು ಸಾಗಿದ. ಮಧ್ಯಲಯಕ್ಕೆ ಬಂದಾಗಲಂತೂ ಸಭಿಕರೆಲ್ಲರ ಹೃದಯಗಳ ಬಡಿತವು ತಮ್ಮ ತಮ್ಮ ಸಹಜಲಯವನ್ನು ಸಮರ್ಪಿಸಿ ತಾನು ನಿರ್ಮಿಸುವ ಲಯಕ್ಕನುಗುಣವಾಗಿ ಬಡಿಯುತ್ತಿದೆ ಎಂಬ ಭಾವನೆ ಅವನಿಗೇ ಬಂತು. ಎಷ್ಟು ವಿಸ್ತರಿಸಿ ಹಾಡಿದರೂ, ಎಷ್ಟು ಲಯವಿನ್ಯಾಸಗಳನ್ನು ಬದಲಿಸಿದರೂ ಸಭಿಕರಿಗೆ ಹೊರಗಿನಕಾಲ ಸರಿಯುವುದು ತಿಳಿಯಲಿಲ್ಲ. ಕೊನೆಗೆ ಮುಕ್ತಾಯದ ಷಡ್ಜಕ್ಕೆ ಬಂದಾಗ ಚಪ್ಪಾಳೆ ತಟ್ಟುವುದು ಕೂಡ ಅವರಿಗೆ ಹೊಳೆಯಲಿಲ್ಲ.

ಅಷ್ಟರಲ್ಲಿ ಸೂರ್ಯೋದಯವಾಗಿತ್ತು. ಇಷ್ಟು ವಿಸ್ತಾರದ ತೋಡಿಯನ್ನು ಕೇಳಿದಮೇಲೆ ಇನ್ನೊಂದು ರಾಗವನ್ನು ಬೇಡುವ ಮನಸ್ಸು ಸಭೆಗೂ ಇರಲಿಲ್ಲ. ಅವನು ಭೈರವಿ ಹಾಡಿದ. ಆಭಾರಮನ್ನಣೆ ಮಾಡಲು ನಿಂತ ಕಾರ್ಯದರ್ಶಿ, 'ಮಿಯಾ ತಾನಸೇನನ ಶರೀರವು ಸಮಾಧಿಯೊಳಗಿರಬಹುದು. ಆದರೆ ಅವನ ಜೀವವು ತನ್ನ ಈ ತೋಡಿಯನ್ನು ಕೇಳಿ ಪಂಡಿತ ಮೋಹನಲಾಲರನ್ನು ಸ್ವರಸಮ್ರಾಟರೆಂದು ಉದ್ಗರಿಸಿದೆ,' ಎಂದಾಗ ಇಡೀಸಭೆ ಆರಂಭಿಸಿದ ಅನುಮೋದನೆಯ ಕರತಾಡನವನ್ನು ಎಷ್ಟು ಹೊತ್ತಾದರೂ ನಿಲ್ಲಿಸಲಿಲ್ಲ.

ಹೋಟೆಲಿನ ಕೋಣೆಗೆ ಬಂದು ನಾಶ್ತಾ ತಿಂದು ಹಾಲುಕುಡಿದು ಮಲಗಿದಾಗ ಸಮುದ್ರದಲ್ಲಿ ಒಮ್ಮೊಮ್ಮೆ ಇಳಿತ ಒಮ್ಮೊಮ್ಮೆ ಭರತ ಇರುತ್ತೆ. ಹಾಗಂತ ನನ್ನ ರಸವೆಲ್ಲ ಒಣಗಿಹೋಯಿತು ಅಂದುಕೊತ್ತಿದ್ದೆನಲ್ಲ, ದಡ್ಡ! ಎಂದು ತನ್ನನ್ನು ತಾನೇ ಛೇಡಿಸಿಕೊಂಡ. ತುಸುಹೊತ್ತಿಗೆ ಗಾಢವಾದ, ನೆಮ್ಮದಿಯ ನಿದ್ರೆ ಬಂತು. ನಿದ್ರೆಯ ಗಾಢತೆಯಲ್ಲಿ ತುಸು ಏರಿಳಿತಗಳಾಗುತ್ತಿದ್ದರೂ ಮೂರೂವರೆಯವರೆಗೆ ಪೂರ್ತಿ ಎಚ್ಚರವಾಗಲಿಲ್ಲ. ಪ್ರಶಸ್ತಿ ಸ್ವೀಕರಿಸು ವವರು ಸಮಾರೋಹದ ಮೂರುದಿನಗಳೂ ಇರಬೇಕಾದುದು ಸೌಜನ್ಯವಾಗಿತ್ತು. ಟಿಪ್ನಿಸ್ ಮತ್ತು ಪ್ರಭು ಬೆಳಗ್ಗೆ ಹೋಗುವುದು ನಿಶ್ಚಯವಾಗಿತ್ತು. ಇನ್ನೂ ಅರ್ಧತಾಸು ಹೊರಳಾಡುತ್ತಾ ಮಲಗಿದ್ದು ಅನಂತರ ಎದ್ದು ಮುಖಕ್ಷೌರ, ಸ್ನಾನಮಾಡುವ ಹೊತ್ತಿಗೆ ಉತ್ಸಾಹ ಇಳಿದು ಕೆಳಮುಖದ ಭಾವ ಆರಂಭವಾಯಿತು. ನಾನು ಬೆಳಗ್ಗೆ ಹಾಡಿದುದರಲ್ಲಿ ಯಾವ ಹೊಸತಿತ್ತು? ಅವೇ ಚಲನೆಗಳು, ಅವೇ ಸಂಚಾರಗಳು, ಅವೇ ತಾನಗಳು. ಯಾಂತ್ರಿಕವಲ್ಲದೆ ಮತ್ತೇನು? ಎನ್ನಿಸಿತು. ಆದರೆ ಅಷ್ಟು ಜನರು ಮಂತ್ರಮುಗ್ಧರಾಗಿದ್ದರಲ್ಲ, ಕಾರ್ಯದರ್ಶಿ ತಾನಸೇನನ ಜೀವವು ತನ್ನ ಈ ತೋಡಿಯನ್ನು ಕೇಳಿ ಪಂಡಿತ ಮೋಹನಲಾಲರನ್ನು ಸ್ವರಸಮ್ರಾಟರೆಂದು ಉದ್ಗರಿಸಿದೆ ಅಂದಾಗ ಅಷ್ಟು ಹೊತ್ತು ಚಪ್ಪಾಳೆ ಬಡಿದರಲ್ಲ! ಎಂಬ ಸಮರ್ಥನೆ ಹುಟ್ಟಿತು. ಸ್ವಾಗತ, ಆಭಾರಮನ್ನಣೆ ಮಾಡುವವರ ಭಾಷೆ ಯಾವಾಗಲೂ ಉತ್ಪ್ರೇಕ್ಷೆಯಿಂದ ಕೂಡಿರುತ್ತೆ, ಅದಕ್ಕೆ ಬೆಲೆಯಿಲ್ಲ. ಜನಗಳಿಗೆ ತೋಡಿ ಹಿಡಿದಿದೆ ನಿಜ. ಅವರಲ್ಲಿ ಕೆಲವರು ನನ್ನ ಗಾಯನವನ್ನು ಮೊದಲಬಾರಿಗೆ ಕೇಳಿದ್ದಾರೆ. ಉಳಿದವರು ನನ್ನ ಇತರ ರಾಗಗಳನ್ನ

ಕೇಳಿರಬಹುದು. ತೋಡಿಯನ್ನ ಮೊದಲಬಾರಿಗೆ ಕೇಳಿರಬಹುದು. ಪುನಃ ಕೇಳಿದ್ದರೂ ಎಷ್ಟೋ ವರ್ಷದ ಹಿಂದೆ ಇದ್ದಿರಬಹುದು. ಅವರಿಗೆ ಹೊಸತೇ. ನನಗೆ ಯಾವ ಹೊಸತಿತ್ತು ಅದರಲ್ಲಿ? ಎಂಬ ನೇತ್ಯಾತ್ಮಕ ಪ್ರಶ್ನೆಗಳು ಹುಟ್ಟತೊಡಗಿದವು. ಹಾಗಿದ್ರೆ ಯಾವ ಗಾಯಕ ಹೊಸ ಹೊಸತನ್ನು ಹಾಡುಕ್ಕೆ ಸಾಧ್ಯ? ಎಲ್ಲರೂ ಮತ್ತೆ ಮತ್ತೆ ಹಾಡೂದು ಅವೇ ರಾಗ ಗಳನ್ನ, ಅವೇ ತಮ್ಮ ಘರಾಣೆಯ ಶೈಲಿಯಲ್ಲಿ. ನನ್ನದೊಬ್ಬನದು ಯಾಕೆ ಯಾಂತ್ರಿಕ ಅಂದುಕೊಬೇಕು? ಎಂಬ ಸಮಾಧಾನ ತಂದುಕೊಂಡು ಬಟ್ಟೆಧರಿಸಿದ. ಊಟದ ಸಮಯ ಆಗಿಹೋಗಿದೆ. ರಾತ್ರಿ ಏಳಕ್ಕೆ ಊಟಮಾಡಿ ಸಮಾರೋಹಕ್ಕೆ ಹೋಗುವುದು ಎಂದುಕೊಂಡು ಕೋಣೆಗೇ ಒಂದಿಷ್ಟು ತಿಂಡಿ ತರುವಂತೆ ಫೋನ್‌ಮಾಡಿದ. ತಿಂಡಿತರುವ ಸಪ್ಲೈಯರ್ ಹಿಂದೆಯೇ ಜೋಧ್‌ಪುರದ ಗಾಯಕಿ ಬಂದಳು. ಪಾದಮುಟ್ಟಿ ನಮಸ್ಕರಿಸಿ ಹೇಳಿದಳು: 'ಗುರೂಜೀ, ನಿಮ್ಮನ್ನ ಕಾಣಬೇಕು ಅಂತ ಇಪ್ಪತ್ತು ಮೂವತ್ತು ಜನಗಳು ಕಾದಿದಾರೆ. ನೀವು ಬಾಗಿಲಿಗೆ ಡು ನಾಟ್ ಡಿಸ್ಟರ್ಬ್ ಪಟ್ಟಿ ಹಾಕಿದ್ದೀರಿ. ನಾನೂ ಕಾಯ್ತಿದ್ದೆ. ಈ ಹುಡುಗನ ಜೊತೆ ಬಂದುಬಿಟ್ಟೆ. ನಿಮ್ಮೊಬ್ಬರ ಕೈಲಿ ಪ್ರತ್ಯೇಕವಾಗಿ ಮಾತಾಡಬೇಕು. ಬಹಳ ಆತ್ಮೀಯವಾದ ವಿಚಾರವಿದೆ. ನೀವು ನನ್ನನ್ನ ಮರೆತಿದೀರಿ. ನನ್ನ ಯಜಮಾನರು ಆರೂವರೆಗೆ ಹೋಟೆಲಿನಿಂದ ಸಭಾಮಂಟಪಕ್ಕೆ ಹೋಗ್ತಾರೆ. ಇದೇ ಹೋಟೆಲಿನಲ್ಲಿ ಉಳಿದಿರುವ ಬಾಕಿ ಯೋರೂ ಹೋಗ್ತಾರೆ. ನೀವು ಒಂದುತಾಸಾದರೂ ತಡವಾಗಿ ಹೋಗಿ. ನಾನು ಉಳಿದು ನಿಮ್ಮ ಕೈಲಿ ಮಾತಾಡ್ತೀನಿ. ಇಲ್ಲಿ ಜನಗಳು ನುಗ್ತಾರೆ ಅನ್ನೂದಾದರೆ ನಮ್ಮ ಕೋಣೆಗೆ ಬನ್ನಿ. ನಾವೂ ಇದೇ ಹೋಟೆಲಿನಲ್ಲಿದೀವಿ.'

ನೀವು ನನ್ನನ್ನ ಮರೆತಿದೀರಿ ಎಂಬ ಮಾತಿನಿಂದ ಅವನ ಕುತೂಹಲವು ಉದ್ರೇಕ ಗೊಂಡಿತು. ಈಗಲೇ ನಿಮ್ಮ ಗುರುತು ಹೇಳಿ ಎಂದ. 'ಸಂಜೆ ಏಳಕ್ಕೆ ಬಂದಾಗ. ಈಗ ಜನ ಕಾಯ್ತಿದಾರೆ. ನೀವು ಬೇಗ ತಿಂಡಿ ಮುಗಿಸಿ,' ಎಂದು ಅವಳು ಹೊರಗೆಹೋದಳು.

– ೫ –

ಸಂಜೆ ಬೇಗ ಊಟಮಾಡಿ ಬಂದ. ಆಕೆ ಬಂದು ತನ್ನ ಕೋಣೆಗೆ ಕರೆದೊಯ್ದಳು. ತನ್ನದು ಸಂದರ್ಶಕರನ್ನು ಬರಮಾಡಿಕೊಳ್ಳಲು ಒಂದು, ವೇಷಭೂಷಣ ಮಾಡಿಕೊಳ್ಳಲು ಇನ್ನೊಂದು, ಮಲಗಲು ಮತ್ತೊಂದು, ದೊಡ್ಡ ಟಬ್ ಇರುವ ಸ್ನಾನದ ಮಗುದೊಂದು ಕೋಣೆಗಳಿರುವ ಅತಿ ಗಣ್ಯರಿಗೆ ಕೊಡುವ ಸ್ಯೂಟ್ ಎಂಬುದು ಈಗ ಅವನಿಗೆ ಅರ್ಥ ವಾಯಿತು. ಆಕೆ ತನ್ನ ಸಾಧಾರಣ ಕೋಣೆಯ ಬಾಗಿಲುಮುಚ್ಚಿ ಅವನನ್ನು ಒಂದು ಕುರ್ಚಿಯಮೇಲೆ ಕೂರಿಸಿ ತಾನು ಎದುರಿನ ಮಂಚದಮೇಲೆ ಕುಳಿತನಂತರ, 'ಇನ್ನೂ ಗುರುತು ಸಿಕ್ಕಲಿಲ್ಲವೆ?' ಎಂದಳು. ಅವನಿಗೆ ಬಕುಲಳು ನೇರವಾಗಿ ತನ್ನ ಪರಿಚಯ

ಹೇಳದೆ ನನ್ನ ಗುರುತು ಸಿಕ್ಕಲಿಲ್ಲವೇ ಎಂದು ಕೇಳುತ್ತಾ ತನ್ನ ಮನಸ್ಸು ಅವಳು ಇನ್ನೊಂದು ಹೆಣ್ಣು ಎಂದು ಲೆಕ್ಕಹಾಕತೊಡಗಿದ ಅಸಹ್ಯಕರ ಸಂದರ್ಭದ ನೆನಪುಬಂತು. 'ಬಿಹಾಗದ ಮಧ್ಯದಲ್ಲಿ ನಾನೊಮ್ಮೆ ಮಾರೂಬಿಹಾಗದ ನಡೆಯನ್ನು ಹಾಡಿದೆ ನೀವು ಗಮನಿಸಿ ಗುರುತಿಸುತೀರಿ ಅಂತ. ಬೇಕೆಂದೇ ಒಮ್ಮೆ ಕೋಮಲನಿಷಾದದ ಪ್ರಯೋಗಮಾಡಿದೆ. ಆಗಲೂ ಗೊತ್ತಾಗಲಿಲ್ಲವೆ?' ಅವಳು ಮತ್ತೆ ಕೇಳಿದಳು. ಎಷ್ಟೊಂದು ಸತಾಯಿಸ್ತಾಳೆ ಇವಳು ನೇರವಾಗಿ ಮಾತನಾಡದೆ, ಅವನಿಗೆ ಕಿರಿಕಿರಿಯಾಯಿತು.

'ಇಲ್ಲ. ನೇರವಾಗಿ ಗುರುತು ಹೇಳಿ,' ಎಂದ.

'ಮೂವತ್ತೆರಡುವರ್ಷದ ಹಿಂದೆ. ಮುಂಬಯಿಯಲ್ಲಿ ನನ್ನ ಕೋಣೆಗೆ ಬಂದಿದ್ದಿರಿ. ಹಳೆ ಹಾರ್ಮೋನಿಯಂ. ನಾನು ಹೇಳಿದ ಮಾರೂಬಿಹಾಗದ ನಿರೆಗ ತಪ್ಪು ಸಂಗತಿಯನ್ನ ನೀವು ತಿದ್ದಿದಿರಿ. ಆಮೇಲೆ ಒಂದುತಾಸು ಅದನ್ನ ಹಾಡಿತೋರಿಸಿದಿರಿ.'

ಈಗ ತಕ್ಷಣ ನೆನಪುಹತ್ತಿತು. ಎಲ್ಲೋ ನೋಡಿದ್ದೇನೆಂದು ತನ್ನನ್ನು ಬಾಧಿಸುತ್ತಿದ್ದ ಚಿತ್ರವು ನೆನಪಿನ ಸರಿಯಾದ ಹಾಳೆಯಮೇಲೆ ಕೂತು ಹಿಂದುಮುಂದಿನ ಕೊಂಡಿಗಳು ಜೋಡಿಸಿಕೊಂಡವು. ಸರಿಯಾಗಿ ಅವಳ ಮುಖನೋಡಿದ. ಆಗ ಒಣಗಿ ರಕ್ತಹೀನಳಾಗಿದ್ದಳು. ಮೈಮೇಲೆ ಗಿಲೀಟಿನ ಆಭರಣಗಳು. ಅಗ್ಗದ ಥಳಕುಸೀರೆ. ಈಗ ಬೆಲೆಬಾಳುವ ನಿಜವಾದ ರೇಶ್ಮೆ ಮತ್ತು ತುಂಬುಜರಿಯ ಸೀರೆಯುಟ್ಟು ವಜ್ರದ ಓಲೆ, ಮೊಣಕೈ ಉದ್ದಕ್ಕೂ ಬಂಗಾರದ ಬಳೆಗಳು, ಕೊರಳನ್ನು ತುಂಬುವ ದಪ್ಪ ಎಳೆಗಳ ಸರ ಹಾಕಿದ್ದಾಳೆ. ಇಪ್ಪತ್ತೈದುರೂಪಾಯಿಗೆ ಹಾಡುತ್ತೇನೆಂದರೂ ಪ್ರೋಗ್ರಾಂ ಸಿಕ್ಕದ ದಿನಗಳಲ್ಲಿ ಬಾಧಿಸುತ್ತಿದ್ದ ಕಾಮವನ್ನು ಹಿಂಡಿಹಾಕಲು ಮುಂಬಯಿಯಲ್ಲಿ ಸೂಳೆಗೇರಿಗೆ ಹೋಗುತ್ತಿದ್ದ ಸ್ಥಿತಿಯ ನೆನಪು ಬಂದು ಸೂಕ್ಷ್ಮವಾಗಿ ಮೈ ಕಂಪಿಸತೊಡಗಿತು. ಅವನಿಗೆ ನೆನಪು ಬಂತೆಂದು ಅವಳಿಗೆ ಈಗ ಖಚಿತವಾಯಿತು. ಆದರೆ ಅವನಮುಖವು ಒಳಗೇ ಹಿಂಡಿಕೊಳ್ಳುತ್ತಿರುವುದನ್ನು ಕಂಡು ತಕ್ಷಣ ಹೇಳಿದಳು:

"ನನ್ನ ಜೀವನದಲ್ಲಿ ಅದು ಯಾರ ಕೈಲೂ ಹೇಳಿಕೊಳ್ಳಲಾರದ ಸನ್ನಿವೇಶ. ನಿಮ್ಮ ಜೀವನದಲ್ಲೂ ಹಾಗೆಯೇ ಅಂತ ತಿಳಕೊಂಡಿದೀನಿ. ಈಗ ನಾವಿಬ್ಬರೂ ಸಂಧಿಸಿದ್ದರಿಂದ ಒಬ್ಬರಿಗೊಬ್ಬರು ನೆನಪಿಸಭೌದು ಅಷ್ಟೆ. ಆವೊತ್ತು ನಿಮ್ಮ ಗಾಯನ ಕೇಳಿದೆನಲ್ಲ, ಮಾರೂ ಬಿಹಾಗ್, ಒಂದುತಾಸು. ನೀವು ಹೋಗಿಬಿಟ್ಟಿರಿ. ನಾನು ನಿಮಗಾಗಿ ಹಂಬಲಿಸಿದೆ. ಮುಹಬ್ಬತ್ ನಿಂದ ಅಲ್ಲ. ರಾಧೆ ಕೃಷ್ಣನಿಗಾಗಿ ಹಂಬಲಿಸಿದಂತೆ ಅಲ್ಲ. ನಿಮ್ಮಕೈಲಿ ಸಂಗೀತ ಹೇಳಿಸಿಕೊಬೇಕು ಅಂತ. ಆದರೆ ನಿಮ್ಮನ್ನ ಎಲ್ಲಿ ಹುಡುಕೂದು? ಭಾಯಿಜಾನನನ್ನು ನಿಯೋಜಿಸಿದ್ದರೆ ಪತ್ತೆ ಮಾಡ್ತಿದ್ದನೇನೋ! ಆದರೆ ಮುಂಬಯಿಯಲ್ಲಿ ಅನ್ನಸಂಪಾದನೆಯ ಅನ್ಯಮಾರ್ಗ ಯಾವುದಿತ್ತು ನನ್ನಂಥೋಳು ಸಂಗೀತಸಾಧನೆ ಮಾಡುಕ್ಕೆ? ಕಛೇರಿಮಾಡಿ, ಅಂದರೆ ಸಂಗೀತವನ್ನ ಮಾರಿ ಗಳಿಸಬೇಕು. ಆ ಷಹರದಲ್ಲಿ ಮಾರಾಟವಾಗುವ ಮಟ್ಟದ ಸಂಗೀತಾಭ್ಯಾಸ ನನಗಿರಲಿಲ್ಲ. ಅಥವಾ ದೇಹವನ್ನು ಮಾರಿ ಗಳಿಸಬೇಕು. ಎಷ್ಟಾದರೂ ವ್ಯಾಪಾರದ ಕೇಂದ್ರ. ಹೆಣ್ಣಿನ ಮೈವ್ಯಾಪಾರ ಕೂಡ ಅದೆಷ್ಟು ದೊಡ್ಡಪ್ರಮಾಣದಲ್ಲಿ, ಯಾವ ನಾಚಿಕೆ ಹೇಸಿಗೆಯೂ ಇಲ್ಲದೆ ನಡೆಯುತ್ತೆ ಅಲ್ಲಿ! ಆ ಷಹರನ್ನ ಬಿಡಬೇಕು ಅಂತ

ತೀರ್ಮಾನಿಸಿದೆ. ಮತ್ತೆ ನನ್ನೂರು ಉದಯಪುರಕ್ಕೆ ಹೋದೆ. ಅದು ಎಷ್ಟೋ ವಾಸಿ. ಸಂಜೆಯಾದರೆ ಹತ್ತಿಪ್ಪತ್ತಾದರೂ ರಸಿಕರು ಬರ್ತಿದ್ದರು. ಪಾನು ಹಾಕ್ಕೊತ್ತಿದ್ದರು. ಇಂಥ ಹಾಡು ಹೇಳು ಅಂತ ಖಯಾಶ್ ಹೇಳ್ತಿದ್ದರು. ಒಂದೊಂದು ಹಾಡು ಹೇಳಿದಮೇಲೂ ಮುಜರೆಮಾಡಿದಾಗ ಪ್ರತಿಯೊಬ್ಬರೂ ಒಂದು ರೂಪಾಯಿಗೆ ಕಮ್ಮಿ ಇಲ್ಲದಂತೆ ಕೊಡ್ತಿದ್ದರು. ನಿನ್ನ ಕೈಯಿಂದಲೇ ಮುಟ್ಟಿ ಪಾನುತಿನ್ನಿಸು ಅಂತ ಕೆಲವರು ಕೇಳ್ತಿದ್ದರು. ಅದಕ್ಕೆ ಐದುರೂಪಾಯಿ. ಒಟ್ಟಿನಲ್ಲಿ ರಾತ್ರಿ ಹತ್ತು ಹನ್ನೊಂದು ಗಂಟೆಯ ವೇಳೆಗೆ ನೂರುನೂರೈವತ್ತು ರೂಪಾಯಿ ಆಗ್ತಿತ್ತು. ತಬಲಾದೋನಿಗೆ, ಹಾರ್ಮೋನಿಯಂನೋನಿಗೆ ಕೊಟ್ಟಮೇಲೆ ನನಗೆ ಐವತ್ತೋ ಎಪ್ಪತ್ತೈದೋ ಉಳೀತಿತ್ತು. ರಾತ್ರಿ ಮಲಗುಕ್ಕೆ ಗಿರಾಕೀನ ಕರ್ಕಳೋದೋ ಬಿಡೋದೋ ನನ್ನ ಮರ್ಜಿ. ಅದರ ಕಮಾಯಿ ಪೂರ್ತಿ ನನ್ನದೇ. ನಿಜ ಹೇಳಬೇಕು ಅಂದರೆ ಅವತ್ತು ರಾತ್ರಿ ನಿಮ್ಮ ಸೇವೆಮಾಡಿದಮೇಲೆ ನಾನು ಯಾರನ್ನೂ ಕರಕೊಳ್ಳಲೇ ಇಲ್ಲ. ನಾನೊಬ್ಬ ಗಾಯಕಿ. ನನಗಿಂತ ಚಂದಹಾಡುವ, ನನಗೆ ಗುರುವಾಗಬಲ್ಲ, ಇನ್ನೊಬ್ಬ ಗಾಯಕನಲ್ಲದೆ ಬೇರೆ ಯಾರ ಸೇವೆಯೂ ಮಾಡಬಾರದು ಅಂತ ನಿರ್ಧಾರಮಾಡಿದೆ. ಹಾಗೆಯೇ ಇದ್ದೆ.'

'ನಿಮ್ಮ ಈ ಯಜಮಾನರು?'

"ನಿಮ್ಮ ಅಂತ ಯಾಕಂತೀರಿ? ನಿನ್ನ ಅನ್ನಿ. ನಾನು ನಿಮ್ಮನ್ನ ಗುರೂಜಿ ಅಂತ ಕರೆದದ್ದು ಅರ್ಥವಾಗಲಿಲ್ಲವೆ? ಶಿಷ್ಯೆಯನ್ನ ಬಹುವಚನದಲ್ಲಿ ಕರೆದರೆ ಶ್ರೇಯಸ್ಕರವಲ್ಲ. ಒಂದುದಿನ ಇವರು ಬಂದರು. ಎಲ್ಲ ರಸಿಕರೂ ಹೋದಮೇಲೂ ಉಳಿದರು. ಅಥವಾ ಇವರ ರಾಜಪರಿವಾರದ ವೇಷ, ಮುಖಭಾವ ನೋಡಿದ ಇತರ ರಸಿಕರು ಈ ರಾತ್ರಿ ಇವರದ್ದು ಅಂತ ಭಾವಿಸಿ ಬೇಗ ಜಾಗ ಖಾಲಿಮಾಡಿದರು. ಇವರು, 'ರಾತ್ರಿ ಉಳೀಬೇಕು ಅಂತ ಮನಸ್ಸಾಗಿದೆ. ಅಥವಾ ನಾವು ಇಳಕೊಂಡಿರುವ ಜಾಗಕ್ಕೆ ನೀನೇ ಬಾ,' ಅಂದರು. ನಾನು ಆ ಥರದ ದಂಧೆಮಾಡೂದಿಲ್ಲ. ನಿಮಗೆ ಬೇಕಾದರೆ ಇರಿ. ಇಡೀ ರಾತ್ರಿ ಹಾಡ್ತೀನಿ, ಅಂದೆ. 'ಆಯ್ತು. ನಮಗೆ ಈ ರಸಿಕ ಜನಗಳ ಹಂಗೆ ಠುಮ್ರಿ, ಅಭಿನಯ, ಕಾಮಕೇಳಿ ಹಾಡುಗಳು ಹಿಡಿಸೂದಿಲ್ಲ. ಶುದ್ಧ ಶಾಸ್ತ್ರೀಯ ಹಾಡ್ತಿ ಏನು, ನಾವು ಕೇಳಿದ ರಾಗ?' ಎಂದರು. ಇವರು ಸಂಗೀತ ತಿಳಿದೋರಿರಬಹುದು ಎನ್ನಿಸಿ ನನಗೆ ಖುಷಿಯಾಯ್ತು. ಅಂಜಿಕೆಯೂ ಆಯ್ತು. 'ನಾನು ಹೆಚ್ಚು ವಿದ್ಯಾವಂತಳಲ್ಲ, ತಿಳಿದಷ್ಟು ಹಾಡ್ತೀನಿ' ಎಂದೆ. ಕಿಸೆಯ ಗಡಿಯಾರ ತೆಗೆದು ನೋಡಿಕೊಂಡರು. ರಾತ್ರಿ ಹತ್ತಾಗಿತ್ತು. 'ಮೇಘಮಲ್ಹಾರ್ ಹಾಡ್ತೀಯಾ, ಕೇಳಬೇಕು ಅನ್ನಿಸಿದೆ.' ಎಂದರು. ನನಗೆ ಶಕ್ತಿ ಇದ್ದಷ್ಟು ವಿಸ್ತಾರವಾಗಿ ಹಾಡಿದೆ. ಸಂಚಾರಗಳ ಪುನರಾವರ್ತನೆಗಳನ್ನು ಮಾಡಿಕೊಂಡು ಲಂಬಿಸಿದೆ. ಅವರಿಗೆ ಖುಷಿಯಾದದ್ದು ಅವರ ಮುಖದಲ್ಲೇ ಕಾಣ್ತಿತ್ತು. ಅವರು ರಾಗದ ಭಾವವನ್ನು ಗುರುತಿಸಿ ಅನುಭವಿಸ್ತಾರೆ. ಸಂಚಾರಗಳನ್ನ ಅರ್ಥಮಾಡಿಕೊತ್ತಾರೆ. ಸ್ವರಜ್ಞಾನವಾಗಲಿ, ಶಾಸ್ತ್ರಜ್ಞಾನವಾಗಲಿ ಇಲ್ಲ ಅಥವಾ ಹೆಚ್ಚು ಇಲ್ಲ ಅಂತ ನನಗೆ ಅರ್ಥವಾಯಿತು. ಇಂಥ ರಸಿಕರಾದರೂ ಎಲ್ಲಿ ಸಿಕ್ತಿದ್ದರು! ಅದಾದಮೇಲೆ ಮಲ್ಹಾರದ ಎಲ್ಲ ಪ್ರಕಾರಗಳನ್ನೂ ಹಾಡು ಅಂದರು. ನಾನು

ಪರವಾಗಿಲ್ಲ ಅಂದುಕೊಂಡೆ. ಮಿಯಾಮಲ್ಹಾರ್, ದೇಶಮಲ್ಹಾರ್, ಗೌಡಮಲ್ಹಾರ್, ಸುರತ ಮಲ್ಹಾರ್, ಶುದ್ಧಮಲ್ಹಾರ್‌ಗಳನ್ನ ನನಗೆ ತಿಳಿದಷ್ಟು ರಾಗಪರಿಚಯ ಮಟ್ಟದಲ್ಲಿ ಹಾಡಿತೋರಿ ಸಿದೆ. ಒಂದೊಂದನ್ನೂ ವಿಸ್ತಾರವಾಗಿ ಹಾಡಿತೋರಿಸುಕ್ಕೆ ನನಗೆಲ್ಲಿ ಗೊತ್ತಿತ್ತು! ಅಷ್ಟರಲ್ಲಿ ಅವರಿಗೆ ತೂಕಡಿಕೆ ಬರತೊಡಗಿತು. 'ನಿನ್ನ ಹತ್ತಿರ ವಿಸ್ಕಿ ಇದೆಯೊ?' ಎಂದರು. 'ಇಲ್ಲ' ಅಂದೆ. 'ಸರಿ, ನಾಳೆ ಬರ್ತೀವಿ,' ಎಂದು ಹೇಳಿ ಹೊರಟುಹೋದರು. ಒಂದು ರೂಪಾ ಯಿಯೂ ಕೊಡಲಿಲ್ಲ. ಸಾಥೀದಾರರಿಗೂ ಏನೂ ಇಲ್ಲ. ಅವರು ಹೋದಮೇಲೆ ಸಾಥಿದಾರರು ನಾಟಕದ ರಾಜ ಅಂದು ನಕ್ಕರು. ಅವರ ವಿಷಯ ಲಘುವಾಗಿ ಮಾತಾಡೂದು ನನಗೆ ಸಹಿಸಲಿಲ್ಲ. ಆದರೆ ಮನೆಗೆ ಹೋಗುವ ಸಮಯದಲ್ಲಿ ಎರಡುತಾಸು ದುಡಿಸಿಕೊಂಡು ಏನೂ ಕೊಡದೆ ಹೋದರೆ ಅವರಿಗಾದರೂ ಬೇಸರವಾಗುಲ್ಲವೆ? ನನಗಾದರೋ ಇಷ್ಟಾದರೂ ಸಂಗೀತಪರಿಚಯವಿದ್ದು ಕೇಳುವ ಸಹೃದಯರು ಬಂದದ್ದೇ ಸಂತೋಷಕೊಟ್ಟಿತ್ತು. ಬೆಳ ಗಾಯಿತು. ಮಧ್ಯಾಹ್ನ ಹನ್ನೆರಡು ಗಂಟೆಯ ಹೊತ್ತಿಗೆ ಅವರು ಮತ್ತೆ ಬಂದರು. ಅಷ್ಟು ಹೊತ್ತಿನಲ್ಲಿ ಯಾವ ಗಾನೆವಾಲಿಯ ಮನೆ ಸಿದ್ಧವಾಗಿರುತ್ತೆ? ಕಸಗುಡಿಸಿದ್ದರೂ ಮಡಿಸಿಟ್ಟ ಜಮಖಾನೆ ಹಾಸಿರುಲ್ಲ. ಗಾಯಕಿ ಅಲಂಕಾರ ಮಾಡಿಕೊಂಡಿರುಲ್ಲ. ಅಲಂಕಾರ ಆರಂಭ ವಾಗೂದು ಸಂಜೆಗೆ. ಅಲಂಕಾರ ಮಾಡಿಕೊಳ್ಳದೆ ಯಾರಿಗೂ ಮುಖತೋರಿಸಲೇಬಾರದು, ಕಟ್ಟುನಿಟ್ಟಿನ ರಿವಾಜು. ಆದರೆ ನಾನೇ ಬಾಗಿಲು ತೆಗೆದು ಅವರಿಗೆ ಕಾಣಿಸಿಕೊಂಡಿದ್ದೆ. ಬನ್ನಿ ಅಂತ ನಾನು ಸ್ವಾಗತಿಸುವ ಮೊದಲೇ ಅವರು ಒಳಗೆ ಬಂದಿದ್ದರು. ತಾವು ಬಂದಿದ್ದ ಕುದುರೆಗಾಡಿಯವನಿಗೆ 'ನೀನು ಹೋಗು' ಎಂದು ಹೇಳಿಬಿಟ್ಟರು. ಅವರ ಕೈಯಲ್ಲೊಂದು ಕಿರುಚೀಲ. ಅದನ್ನು ನನ್ನ ಮುಂದೆ ಹಿಡಿದು ಹೇಳಿದರು: 'ನಿನ್ನದು ಈ ಹೊತ್ತಿನಲ್ಲಿ ಅಲಂಕಾರವಾಗಿರುಲ್ಲ ಅಂತ ನನಗೆ ಗೊತ್ತು. ಅಲಂಕಾರ ಕಟ್ಟಿಕೊಂಡು ನನಗೇನು! ಈ ಚೀಲದಲ್ಲಿ ಊಟಕಟ್ಟಿಸಿ ತಂದಿದೀನಿ. ನೀನು ಅಡುಗೆಮಾಡಿಕೊತ್ತ ಕೂರಬಾರದು. ಒಂದಿಷ್ಟು ಮಧ್ಯಾಹ್ನದ ರಾಗ ಕೇಳಬೇಕು ಅಂತ ಬಂದೆ. ಯಾವುದು ಹಾಡ್ತೀಯ? ಬೃಂದಾವನಿ ಸಾರಂಗ್, ಭೀಮಪಲಾಸಿ, ಎರಡೂ ನಮ್ಮ ಖಾಯಶ್, ಅವು ಆದಮೇಲೆ ನಿನ್ನ ಖಾಯಶ್ ಬಂದವು ಹಾಡೂವಂತೆ' ಎಂದರು. ಅವರ ಮಾತು ಹುಕುಂ ಆಗಿತ್ತು. ಇಲ್ಲ ಅನ್ನಲು ಶಕ್ತಿ ಇರಲಿಲ್ಲ. ಅವರು ಹೀಗೆ ಒಂದೊಂದಾಗಿ ರಾಗಗಳನ್ನು ಕೇಳಿದರೆ ಅವನ್ನೆಲ್ಲ ಹಾಡುವಷ್ಟು ತಿಳಿವಳಿಕೆ ನನಗೆಲ್ಲಿತ್ತು? ಈಗ ಇದ್ದಕ್ಕಿದ್ದಂತೆಯೆ ಸಾಥಿದಾರರನ್ನ ಎಲ್ಲಿ ಕರೆಸಲಿ? ಸಿಕ್ಕೂದಿಲ್ಲ, ಎಂದೆ.

"'ಸಾಥಿ ಬೇಡವೇಬೇಡ. ನೀನೊಬ್ಬಳೇ ಹಾಡು. ತಂಬೂರಿ ಇಲ್ಲವೇನು?'

"ತಂಬೂರಿ ಕೇಳುವವರೊಬ್ಬರು ಸಿಕ್ಕಿದರಲ್ಲ ಅಂತ ಸಡಗರವಾಯಿತು. ಧೂಳು ತಿನ್ನುತ್ತಾ ಮೂಲೆಯನ್ನು ಒರಗಿದ್ದ ಅದನ್ನು ತೆಗೆದು ಶ್ರುತಿಮಾಡಿ, ಅವರಿಗೆ ಒರಗುದಿಂಬು ಹಾಕಿಕೊಟ್ಟು ಅವರೆದುರು ಕೂತೆ. ಸ್ನಾನಮಾಡಿದ್ದರೂ ಹಳೆಸೀರೆ ಉಟ್ಟಿದ್ದೆ. ಮುಖಕ್ಕೆ ಬಣ್ಣವಿಲ್ಲ. ಗಿಲೀಟಿನದಾದರೂ ಒಡವೆಗಳಿಲ್ಲ. ಆದರೂ ಹಾಡಿದೆ. ಆಯಾ ರಾಗದ ಭಾವ ಗಳನ್ನು ಅವರು ಥಟ್ಟನೆ ಆಸ್ವಾದಿಸುತ್ತಿದ್ದರು. ನಾನು ಉತ್ಸಾಹದಿಂದಲೇ ಹಾಡಿದೆ. ಅವೆರಡೂ

ಆದನಂತರ ಅವರು 'ನಿನ್ನ ಖಯಾಶ್?' ಎಂದರು. 'ಮುಲ್ತಾನಿ?' ಎಂದೆ. 'ಹಾಡು ಹಾಡು' ಎಂದರು. ಅದು ಮುಗಿಯುವ ವೇಳೆಗೆ ಅವರು ತಮ್ಮ ಜೋಧಪುರ ಕೋಟಿನ ಎದೆಯ ಕಿಸೆಗೆ ಕೈಹಾಕಿ ಬಂಗಾರದ ಸರಪಳಿಯಿಂದ ಕಟ್ಟಿದ್ದ ಗಡಿಯಾರ ತೆಗೆದು ನೋಡಿ ಕೊಂಡು, 'ನನಗೆ ಬೇರೆ ಕೆಲಸವಿದೆ. ಬಹಳ ಖುಷಿಯಾಯ್ತು. ಇಕೊ' ಎಂದು ತಮ್ಮ ಕೋಟಿನ ಒಳಜೇಬಿನಿಂದ ನೂರು ರೂಪಾಯಿಗಳ ನೋಟಿನ ಕಟ್ಟನ್ನು ಹೊರತೆಗೆದು ಹತ್ತುನೋಟುಗಳನ್ನು ಎಣಿಸಿ ನನ್ನ ಮುಂದೆ ಹಿಡಿದರು. ನಾನು ಎದ್ದು ಹತ್ತಿರ ಹೋಗಿ ಮುಜರೆಮಾಡಿ ಎರಡು ಕೈಯನ್ನೂ ಒಡ್ಡಿದೆ. ಅದನ್ನು ನನ್ನ ಕೈಗೆ ಹಾಕಿದಮೇಲೆ ಮತ್ತೆ ಎರಡು ನೋಟುಗಳನ್ನು ಎಳೆದು ನನ್ನ ಕೈಗೆ ಹಾಕಿ, 'ರಾತ್ರಿ ಸಾಥಿ ಬಾರಿಸಿದವರಿಗೆ ಇದನ್ನ ಕೊಡು' ಎಂದರು. ನೋಟುಗಳನ್ನು ಕಣ್ಣಿಗೆ ಒತ್ತಿಕೊಂಡು ನಾನು ರಾಜ ರಿವಾಜಿನಂತೆ ಹಿಂದು ಹಿಂದಕ್ಕೆ ಹೆಜ್ಜೆಗಳನ್ನಿಡುತ್ತಾ ಬಗ್ಗಿ ನಡೆದೆ. ಅವರು ಹೊರಟು ನಿಂತರು.

"'ರಾಜಾಸಾಹೇಬರು ಉದಯಪುರದೋರು ಅಂತ ಕಾಣಿಸೂದಿಲ್ಲ. ಗುರುತು ಹೇಳುವ ಕೃಪೆ ಮಾಡಲಿಲ್ಲ' ಎಂದೆ.

"'ಜೋಧಪುರ. ವ್ಯವಹಾರಸಂಬಂಧ ಉದಯಪುರಕ್ಕೆ ಸವಾರಿಯಾಗುತ್ತೆ. ಮತ್ತೊಮ್ಮೆ ಆದಾಗ ಬರ್ತೀವಿ,' ಎಂದು ಹೇಳಿದವರು, 'ಒಂದು ಗಾಡಿ ತರುಸ್ತೀಯ?' ಎಂದರು."

ಅವನಿಗೆ ತನ್ನ ಗುರು ರಾಜಾಸಾಹೇಬರ ನೆನಪುಬಂತು. ಅವಳು ಮುಂದುವರೆಸಿದಳು: "ಆ ದಿನದಿಂದ ನನಗೆ ಅವರ ನೆನಪು ಬಾಧಿಸತೊಡಗಿತು. ಮತ್ತೆ ಏನೂ ಇಲ್ಲ. ಇಂಥ ಯಾರಾದರೂ ಆಶ್ರಯಕೊಟ್ಟರೆ ದಿನಾ ಸಂಜೆ ಮಾಡುತ್ತಿದ್ದ ಗಾಣೇವಾಲಿಯ ಕಸುಬು ಬಿಟ್ಟು ಗಂಭೀರವಾದ ಸಂಗೀತಾಭ್ಯಾಸ ಮಾಡಬಹುದು ಅಂತ. ಪ್ರತಿನಿತ್ಯ ದೇವರನ್ನು ಕೇಳಿಕೊಳ್ಳತೊಡಗಿದೆ. ಮೂರು ತಿಂಗಳಾದಮೇಲೆ ಒಂದು ಮಧ್ಯಾಹ್ನ ಅವರು ಬಂದರು. ಕುದುರೆಗಾಡಿಯನ್ನು ಬಾಗಿಲಿನ ಮುಂದೆ ನಿಲ್ಲಿಸಿಯೇ ಬಂದು ಬಾಗಿಲು ತಟ್ಟಿದರು. ಒಳಗೆ ಬಂದು ಹೇಳಿದರು: 'ನಿನ್ನ ಹೆಸರು ನಾನೂ ಕೇಳಲಿಲ್ಲ. ನೀನೂ ಹೇಳಲಿಲ್ಲ.'

"'ಜವಾಹರ್‌ಬಾಯಿ.'

"'ಹೂಂ. ಕೇಳು. ಈ ಊರಿನಲ್ಲಿದ್ದ ನಮ್ಮ ಆಸ್ತಿವಿವಾದ ಇತ್ಯರ್ಥವಾಯಿತು. ನಾವು ಮತ್ತೆ ಇಲ್ಲಿಗೆ ಬರುವ ಸಂಭವವಿಲ್ಲ. ಈಗ ರಾಜತ್ವವೂ ಇಲ್ಲ. ರಾಜನ ಐಶ್ವರ್ಯವೂ ಇಲ್ಲ. ನಾವು ನೇರವಾಗಿ ರಾಜ್ಯದ ಉತ್ತರಾಧಿಕಾರಿಯೂ ಅಲ್ಲ. ಆದರೂ ನಾವು ರಾಜಪರಂ ಪರೆಗೆ ಸೇರಿದವರು. ನೀನು ಜೋಧಪುರಕ್ಕೆ ಬಂದರೆ ನಿನ್ನನ್ನು ಪಾಸವಾನ್ ಆಗಿ ಮಾಡಿ ಕೊಳ್ತೀವಿ. ರಾಜ ದರ್ಬಾರಿನ ರಿವಾಜುಗಳು, ಪಾಸ್‌ವಾನ್ ಅಂದರೆ ಏನು, ಗೊತ್ತೆ?'

"'ನನ್ನ ತಾಯಿ ಉದಯಪುರಕ್ಕೆ ಪಾಸ್‌ವಾನ್ ಆಗಿದ್ದಳು. ರಾಜತ್ವ ಹೋದಮೇಲೆ ನನಗೆ ಈ ಗತಿಬಂತು.'

"'ಚಿಂತೆಬೇಡ. ನಿನ್ನ ಹೆಸರಿನಲ್ಲೊಂದು ಮನೆ ಕೊಂಡುಕೊಡ್ತೀವಿ. ಬಾಡಿಗೆ ಬರುವಂಥ ಎರಡು ಅಂಗಡಿಮಳಿಗೆಗಳು. ಮೈತುಂಬ ಆಭರಣ. ಜೊತೆಗೆ ನಾವಿರುವತನಕ ನಿನ್ನ ಜೀವನದ ಖರ್ಚುವೆಚ್ಚವೆಲ್ಲ ನೋಡಿಕೊತ್ತೀವಿ. ಪಾಸ್‌ವಾನ್ ಕೈಹಿಡಿದ ಹೆಂಡತಿಯಷ್ಟೇ

ನಿಷ್ಠೆಯಿಂದಿರಬೇಕು. ಸದಾ ಗಾಯನದ ಸಾಧನೆ ಮಾಡಿಕೊಂಡಿರಬೇಕು. ಜೋಧಪುರದಲ್ಲಿರುವ ಯಾವ ಸಂಗೀತದ ಗುರುವಿನಿಂದಾದರೂ ಪಾಠ ಹೇಳಿಸುವ ವ್ಯವಸ್ಥೆಮಾಡ್ತೀವಿ. ಸರಿಯಾಗಿ ಕಲಿತಮೇಲೆ ನೀನು ಹೊರಗೆ ಕಛೇರಿ ಮಾಡುಕ್ಕೂ ನಿರ್ಬಂಧವಿಲ್ಲ. ಪಾಸವಾನಳ ಘನತೆ ಗೌರವಕ್ಕೆ ತಕ್ಕಂತೆ ಯಾವಾಗಲೂ ನಡೆದುಕೊಬೇಕು. ಬರ್ತೀಯ?'

"ನನ್ನ ಕಿವಿಯನ್ನು ನಾನೇ ನಂಬದಾದೆ. ಇಂಥದನ್ನು ಬಯಸುತ್ತಿದ್ದೆ. ಆದರೆ ಇವರೇ ಬಂದು ಕರೀತಾರೆಂಬ ಕಲ್ಪನೆಯೂ ಸಾಧ್ಯವಿರಲಿಲ್ಲ. ಮೂಕಳಾಗಿ ನಿಂತುಬಿಟ್ಟೆ. 'ಏನಂತೀಯ? ಬೇಕಾದರೆ ನಾಳೆಯ ತನಕ ಯೋಚನೆಮಾಡು.'

"ನನಗೆ ತಕ್ಷಣ ಒಂದು ಪ್ರಶ್ನೆ ಹೊಳೆಯಿತು. 'ರಾಣಿಸಾಹೇಬರು ನನ್ನನ್ನು ದ್ವೇಷಿಸೂದಿಲ್ಲವೆ? ರಾಜಾಸಾಹೇಬರ ಸಂಸಾರದಲ್ಲಿ ಕಿರುಕುಳ ಹುಟ್ಟೂದಿಲ್ಲವೆ?'

" 'ರಾಣಿಸಾಹೇಬರು ಖಾನ್‌ದಾನ್ ರಾಜಪೂತ ಮನೆಯಲ್ಲಿ ಹುಟ್ಟಿದೋರು. ರಾಜಪರಂಪರೆಯ ಗಂಡಸರ ರೀತಿನೀತಿಗಳು ಗೊತ್ತಿರೋರು. ಅವರ ಘನತೆಗೆ ಕಡಮೆಯಾಗುವ ಯಾವ ಕೆಲಸಕ್ಕೂ ಇಳಿಯುವವರಲ್ಲ." '

'ಜೋಧಪುರದಲ್ಲಿ ಅಂಥ ದೊಡ್ಡ ಸಂಗೀತಗುರುಗಳು ಯಾರೂ ಇಲ್ಲ ಅಲ್ಲವೆ?' ಮೋಹನಲಾಲ ಕೇಳಿದ.

'ಶಾಸ್ತ್ರಜ್ಞರಿದಾರೆ. ಕಲಾವಿದರು ಕಮ್ಮಿ. ಕಲಾವಿದರಿಂದ ಕಲಿಯಬೇಕಾದ ಕಲೆ ಇದು. ನಾಲ್ಕುವರ್ಷ ತಿಂಗಳಿಗೆರಡುಸಲ ರೈಲಿನಲ್ಲಿ ಜಯಪುರಕ್ಕೆ ಹೋಗಿ ಪಾಠಹೇಳಿಸಿಕೊಂಡು ಬರ್ತಿದ್ದೆ. ಸಂಗೀತ ಬೆಳೆಸಿಕೊಳ್ಳುಕ್ಕೂ ಸಂಗೀತಗಾರರಿರುವ, ಕಛೇರಿಗಳು ತುಂಬ ನಡೆಯುವ ಊರಿನಲ್ಲಿರಬೇಕು. ಹೀಗಾಗಿ ನಾನು ಹೆಚ್ಚು ಬೆಳೀಲಿಲ್ಲ.'

'ಆದರೂ ಚನ್ನಾಗಿ ಹಾಡಿದಿರಿ,' ಅವನು ಪ್ರೋತ್ಸಾಹದ ಮಾತುಗಳನ್ನಾಡಿದ.

'ನಿಮ್ಮನ್ನ ಮುಂಬಯಿಯಲ್ಲಿ ನೋಡಿದೆನಲ್ಲ, ನಿಮ್ಮ ಮುಖ ಮರೆಯುಕ್ಕೇ ಸಾಧ್ಯವಾಗಲಿಲ್ಲ. ಆಮೇಲೆ ಪತ್ರಿಕೆಗಳಲ್ಲಿ ನಿಮ್ಮ ಫೋಟೋ ನೋಡಿದಾಗಲೆಲ್ಲ ಅವರೇ ಇವರು ಅನ್ನುಸ್ತಿತ್ತು. ಇತ್ತೀಚೆಗೆ ಒಬ್ಬ ಹಾರ್ಮೋನಿಯಂ ಸಾಥಿದಾರ ಅಡವಿಡಿಸಿಕೊಂಡಿದ್ದ ನಿಮ್ಮ ತಂಬೂರಿಯನ್ನ ವಾಪಸುಕೊಡದೆ ಸತಾಯಿಸಿ, ನೀವು ನುಗ್ಗಿ ಹೊತ್ತುಕೊಂಡುಬಂದದ್ದೂ ಪೇಪರಿನಲ್ಲಿ ಬಂದಿತ್ತು. ನಮ್ಮ ರಾಜಾಸಾಹೇಬರೇ ನೋಡಿ ತೋರಿಸಿದರು. ಅದರಲ್ಲಿದ್ದ ಫೋಟೋ ನೋಡಿದಾಗಲೂ ನೀವು ಅವರೇ ಅನ್ನಿಸಿತು.'

ತಂಬೂರಿಯನ್ನು ಅಡವಿಟ್ಟ ಹಣದಿಂದಲೇ ನಿನ್ನ ಹತ್ತಿರಬಂದದ್ದು ಎಂದುಬಿಡುವ ಮಾತು ನಾಲಗೆಯ ತನಕ ಬಂತು. ಆದರೆ ಒಳಗೇ ಅದುಮಿಕೊಂಡ. ಅವಳು ಕೇಳಿದಳು: 'ನಾನೇ ಮಾತಾಡ್ತಿದೀನಿ. ನನ್ನದೆಲ್ಲ ಹೇಳಿದೆ. ನೀವು ಏನೂ ಮಾತಾಡಲಿಲ್ಲ. ಹೇಳಿ: ನಿಮಗೆಷ್ಟು ಮಕ್ಕಳು?'

ಮಕ್ಕಳೆ! ಅವನು ತಕ್ಷಣ ಅಂತರ್ಮುಖಿಯಾದ. ಎರಡು ಕ್ಷಣ ಕಾದ ಅವಳು, 'ಚಿಂತಿಸುವ ಕಾರಣವಿಲ್ಲ. ನನಗೂ ಮಕ್ಕಳಿಲ್ಲ. ನಮ್ಮ ಹೆಸರು ಹೇಳುವ ಶಿಷ್ಯರೇ ನಮ್ಮ ಮಕ್ಕಳು. ನಾನು ಏನಂತ ಕಲ್ಪಿಸಿಕೊಂಡಿದ್ದೆ ಗೊತ್ತಾ? ನೀವೇ ಈ ಸಮಾರಂಭದ ಸೂರ್ಯ.

ನಿಮ್ಮ ಶಿಷ್ಯರೆಲ್ಲ ಬಂದಿರ್ತಾರೆ. ನೀವು ಹಾಡುವಾಗ ಅವರಲ್ಲಿ ಮುಖ್ಯರಾದವರು ನಿಮ್ಮ ಹಿಂಬದಿಯಲ್ಲಿ ಎರಡು ಕಡೆಗೂ ತಾನಪೂರ ಹಾಕ್ತಾ ಕೂರ್ತಾರೆ. ನಡುವೆ ಸ್ವಲ್ಪ ಸ್ವಲ್ಪ ಗಾಯನದ ಒತ್ತಾಸೆ ಕೊಡ್ತಾರೆ. ನೀವು ಅವಕಾಶ ಕೊಟ್ಟಾಗ ಒಂದೆರಡು ತಾನಗಳನ್ನೂ ಹಾಕ್ತಾರೆ. ಪಂಡಿತ ಮೋಹನಲಾಜಿಯ ಶಿಷ್ಯಪರಂಪರೆ ಬೆಳೀತಿದೆ. ಅವರ ಗಾಯನಶೈಲಿ ಮುಂದುವರೀತಿದೆ ಅಂತ ಜನಗಳಿಗೆ ನೆಮ್ಮದಿ ಸಿಕ್ಕಬೇಕು. ನನ್ನ ಹಿಂದೆ ಕೂತಿದ್ದ ಇಬ್ಬರು ಅದೇ ಮಾತಾಡಿಕೊಂಡರು. ಇಷ್ಟು ದೊಡ್ಡ ಗವಯಿ, ಇಂಥ ಪ್ರಶಸ್ತಿ ಬಂದ ಸಮಾರಂಭಕ್ಕೆ ಒಬ್ಬ ಶಿಷ್ಯನನ್ನೂ ಕರೆತಂದಿಲ್ಲ ಯಾಕೆ? ಶಿಷ್ಯರನ್ನು ತಯಾರು ಮಾಡಿಯೇ ಇಲ್ಲವೋ! ಅಂತ. ಸದಾ ಪ್ರೋಗ್ರಾಂಗಳಿಗೆ ಸಂಚಾರಮಾಡುವ ಕಲಾವಿದರಿಗೆ ಶಿಷ್ಯರನ್ನು ತಯಾರು ಮಾಡುವ ವ್ಯವಧಾನವಿರುಲ್ಲ. ನಿಮ್ಮ ಮಕ್ಕಳಲ್ಲಿ ಒಬ್ಬರಿಗೂ ಸಂಗೀತದ ಸಂಸ್ಕಾರ ಆಗಲಿಲ್ಲವೆ? ಕಲಿಯುವ ಬಯಕೆ ಹುಟ್ಟಲಿಲ್ಲವೆ?'

ಇಕ್ಕಟ್ಟನ್ನು ನಿವಾರಿಸಿಕೊಳ್ಳುವಂಥ ಯಾವ ಉತ್ತರವೂ ಅವನಿಗೆ ಹೊಳೆಯಲಿಲ್ಲ. ಮಂಕುಬಡಿದ ಕಣ್ಣುಗಳಿಂದ ಅವಳನ್ನು ನೋಡಿದ. ಅವಳು ಹೇಳಿದಳು: 'ಜೋಧಪುರಕ್ಕೂ ಮುಂಬಯಿಗೂ ಅಷ್ಟುದೂರ. ಇಲ್ಲದಿದ್ದರೆ ತಿಂಗಳಿಗೊಮ್ಮೆ ಮುಂಬಯಿಗೆ ಬಂದು ನಿಮ್ಮಕೈಲಿ ಹೇಳಿಸಿಕೊಳ್ಳುವ ಆಶೆ ನನಗೆ ಕೆಲವು ದಿನ ಇತ್ತು. ಆದರೆ ನೀವು ತುಂಬ ಬಿಸಿ ಆರ್ಟಿಸ್ಟ್. ಅದೆಲ್ಲ ಆಗೂದಿಲ್ಲ ಹೋಗೂದಿಲ್ಲ ಅಂತ ಸುಮ್ಮನಾದೆ. ಜೊತೆಗೆ ಅಷ್ಟುದೂರ ಪ್ರಯಾಣ ಮಾಡಿಬಂದು ಹೇಳಿಸಿಕೊಳ್ಳುವ ವಯಸ್ಸೂ ಕಳೆದಿತ್ತು. ಕಲಿಯುಕ್ಕೂ ಶರೀರದಲ್ಲಿ ಕಸುವಿರುವ ವಯಸ್ಸಿರಬೇಕು.'

ಅವಳು ಹಾಗೆಯೇ ಮಾತನಾಡಿಕೊಳ್ಳುತ್ತಿದ್ದಳೇನೋ. ಅವನ ಮನಸ್ಸು ಖಿನ್ನವಾಗ ತೊಡಗಿತು. ಮಾತನಾಡಲು ತೋಚುತ್ತಿರಲಿಲ್ಲ. ಅವಳು ಆಡಿದುದನ್ನು ತಡೆದುಕೊಳ್ಳುವ ಶಕ್ತಿಯೂ ಇರಲಿಲ್ಲ. ನನ್ನನ್ನು ಚುಚ್ಚಿನೋಯಿಸಲೆಂದೇ ಇವಳು ಬಂದಿದ್ದಾಳೆ ಎನ್ನಿಸತೊಡ ಗಿತು. ಸೂಳೆಮುಂಡೆ ಎಂದು ಬೈದುಬಿಡುವಷ್ಟು ಕೋಪಬಂತು. ತಡೆದುಕೊಂಡು ಕೈಗಡಿ ಯಾರ ನೋಡಿ ಹೇಳಿದ: 'ಅಚ್ಛಾ, ನಿಮ್ಮನ್ನ ನೋಡಿ ಬಹಳ ಖುಷಿಯಾಯಿತು. ಸಮಾರೋಹ ನಡೀತಿದೆ. ನಾನು ಅಲ್ಲಿ ಇರದೆ ಇದ್ದರೆ ಜನರು ಅಹಂಕಾರ ಅಂತ ತಿಳಕೊತ್ತಾರೆ,' ಎಂದ. ಅವಳು ಅವನ ಕಾಲುಮುಟ್ಟಿ ನಮಸ್ಕರಿಸಿದಳು.

– ೬ –

ತನಗೆಂದೇ ಇಟ್ಟಿದ್ದ ದೊಡ್ಡ ದಿಂಬು ಒರಗಿ ಸಭೆಯ ಮುಂಬದಿಯಲ್ಲಿ ಕುಳಿತಿದ್ದ. ಗಾಯಕರು ವಾದಕರೆಲ್ಲ ವೇದಿಕೆಯಿಂದಲೇ ತನಗೆ ಬಾಗಿ ಕೈಮುಗಿದ ನಂತರ ಆರಂಭಿಸುತ್ತಿ ದ್ದರು. ಈಗ ವೇದಿಕೆಗೆ ಬಂದವರು ದರ್ಭಾಂಗದ ಕಾಲಿಕಾಪ್ರಸಾದ್ ತಿವಾರಿಯವರು. ಸುಮಾರು ಅರವತ್ತುವರ್ಷ. ತನ್ನದೇ ವಯಸ್ಸು. ಧ್ರುಪದಗಾಯಕರು. ಹಿಂಬದಿಯಲ್ಲಿ ತಂಬೂರಿ ಬಾರಿಸುವ ಇಬ್ಬರು ಶಿಷ್ಯರು. ಒಬ್ಬನಿಗೆ ಮೂವತ್ತು, ಇನ್ನೊಬ್ಬಳಿಗೆ ಇಪ್ಪತ್ತೈದು.

ಅವರ ಹಿಂದೆ ಇನ್ನೂ ಇಬ್ಬರು ಯುವಕರು. ಒಬ್ಬಳು ಯುವತಿ. ಧ್ರುಪದಗಾಯನಕ್ಕೆ ತಕ್ಕಂತೆ ಎಲ್ಲರೂ ಗಂಭೀರವಾಗಿ ಕುಳಿತರು. ಸ್ವಾಗತದ ಮಾತನಾಡಿದ ಕಾರ್ಯದರ್ಶಿ ತಿವಾರಿಯವರ ಸಂಗೀತಸಾಧನೆಯನ್ನು ವಿವರಿಸಿದ ನಂತರ, 'ಅವರ ಬಲಗಡೆಯಲ್ಲಿ ತಂಬೂರಿ ಹಿಡಿದು ಕುಳಿತಿರುವವರು ತಿವಾರಿಯವರ ಚಿರಂಜೀವ ಹಾಗೂ ಶಿಷ್ಯ ಕಾಲಿಂದೀ ಪ್ರಸಾದ ತಿವಾರಿ. ಎಡಗಡೆಗೆ ತಂಬೂರಿ ಹಿಡಿದಿರುವಾಕೆ ಅವರ ಶಿಷ್ಯೆ ಜಾಹ್ನವೀ ಸಿನ್ಹಾ. ಈ ಇಬ್ಬರೂ ಗಾಯನದಲ್ಲಿ ಗುರುಗಳಿಗೆ ಒತ್ತಾಸೆ ಕೊಡುತ್ತಾರೆ. ಈ ಇಬ್ಬರಲ್ಲದೆ ಹಿಂಬದಿಯಲ್ಲಿ ಕುಳಿತಿರುವ ಮೂವರೂ ಗುರುಗಳ ಶಿಷ್ಯರು,' ಎಂದು ಪರಿಚಯಮಾಡಿದ. ಇತರ ಎಲ್ಲ ಖ್ಯಾಲ್‌ಗಾಯಕರಿಗಿರುವಂತೆ ಮೋಹನಲಾಲನಿಗೂ ಧ್ರುಪದಗಾಯನದ ಬಗೆಗೆ ಒಲವು ಗೌರವಗಳಿದ್ದವು. ತಾನಸೇನ ಹಾಡುತ್ತಿದ್ದುದೇ ಅದು. ಅವನ ಗುರು ಸ್ವಾಮಿಹರಿದಾಸರು ಕಲಿಸಿದುದೇ ಅದು ಎಂಬ ಪರಂಪರೆಯ ಇತಿಹಾಸ ಮಾತ್ರವಲ್ಲ, ಅದರ ಗಾಂಭೀರ್ಯ ಮತ್ತು ತಪಸ್ವಿಯಂತಹ ಚಿತ್ತಶುದ್ಧಿಯಿಂದ ಸ್ವರಗಳಮೇಲೆ ನಿಲ್ಲುವ ಗುಣವು ಅವನಿಗೆ ಪ್ರಿಯವಾಗಿತ್ತು. ತಿವಾರಿಯವರೂ ಅದೇ ಗಾಂಭೀರ್ಯ ಮತ್ತು ಸ್ವರಶುದ್ಧಿಯಿಂದ ಬಾಗೇಶ್ರೀಯ ಸ್ವರಾಲಾಪ ಮಾಡತೊಡಗಿದರು. ನಡುವೆ ಅವರ ಮಗನಿಗೆ ಅವಕಾಶ ಕೊಡುತ್ತಿದ್ದರು. ಮಗನದು ಕೂಡ ಅದೆಂಥ ಸ್ವರಶುದ್ಧಿ, ಅಲೆಗಳನ್ನು ಸವರಿಕೊಂಡು ಗುರಿಮುಟ್ಟುವ ದೋಣಿಯಂತಹ ಮೀಂಡುಗಳು. ಒಳ್ಳೆ ತಯಾರಿ. ಅಪ್ಪನ ಹೆಸರು ಉಳುಸ್ತಾನೆ, ಎನ್ನಿಸಿತು. ಅನಂತರ ಎರಡನೆಯ ಅವಕಾಶ ಶಿಷ್ಯೆಗೆ. ಅವಳೂ ಅಡ್ಡಿಯಿಲ್ಲ. ಜಾಹ್ನವೀನದಿಯಂತಹ ಗಾಂಭೀರ್ಯ. ಶಿಸ್ತಿನ ಶಿಕ್ಷಣವಾಗಿದೆ, ಎನ್ನಿಸಿತು. ಹಿಂಬದಿಯಲ್ಲಿ ಯಾರೋ ಮೆಲ್ಲನೆ ಮಾತನಾಡಿದಂತಾಯಿತು: 'ಹೆಣ್ಣುಕಂಠವಾದರೂ ಧ್ರುಪದದ ಸಾಧನೆ ಎಷ್ಟು ಪಕ್ಕಾಮಾಡಿದೆ ನೋಡು!' ಮೋಹನಲಾಲ ತಿರುಗಿನೋಡಿದ. ತನ್ನ ಹಿಂದೆ ಕುಳಿತಿರುವುದು ಜವಹರ್‌ಬಾಯಿ ಮತ್ತು ಅವಳ ಯಜಮಾನ ರಾಜಾಸಾಹೇಬರು. 'ಮೆಲ್ಲಗೆ ಮಾತಾಡಿ,' ಎಂದು ಜವಹರ್ ಪಿಸುಗುಟ್ಟಿದಳು. ಮಗನು ಸ್ವತಂತ್ರವಾಗಿ ಕಛೇರಿಮಾಡುವ ಮಟ್ಟ ಮುಟ್ಟಿದ್ದಾನೆ. ಶಿಷ್ಯೆಯೂ ಪರವಾಗಿಲ್ಲ, ಮೋಹನಲಾಲನಿಗೆ ಅನ್ನಿಸಿತು. ಜವಹರ್‌ಬಾಯಿಯ ಮೂರು ಪ್ರಶ್ನೆಗಳು ನೆನಪಿಗೆ ಬಂದವು. ನಿಮಗೆಷ್ಟು ಮಕ್ಕಳು? ಅವರಲ್ಲಿ ಯಾರಿಗೂ ಸಂಗೀತದ ಸಂಸ್ಕಾರವಾಗ ಲಿಲ್ಲವೆ? ಕಲಿಯುವ ಬಯಕೆ ಹುಟ್ಟಲಿಲ್ಲವೆ? ನಿಮ್ಮ ಹೆಸರು ಉಳಿಸುವಂಥ ಶಿಷ್ಯರನ್ನೇಕೆ ತಯಾರುಮಾಡಲಿಲ್ಲ? ಹುಟ್ಟಿಸಿದ ಲೆಕ್ಕ ನೋಡಿದರೆ ಐದು. ಯಾರೂ ನನ್ನಕೈಲಿ ಉಳಿಯಲಿಲ್ಲ. ಉಳಿಸಿಕೊಳ್ಳುವ ಪ್ರಯತ್ನವನ್ನೇ ನಾನು ಮಾಡಲಿಲ್ಲ ಎಂಬ ವಾಸ್ತವವು ಮೊದಲಬಾರಿಗೆ ಮನಸ್ಸಿಗೆ ಸ್ಪಷ್ಟವಾಗಿ ಕಾಣಿಸಿತು. ಐವರಲ್ಲಿ ಮೊದಲನೆಯದು ಮಾತ್ರ ತಾನು ಹೆಸರು ಹೇಳಿಕೊಳ್ಳುವಂತೆಯೇ ಇಲ್ಲವೆಂಬ ನೆನಪಾಗಿ ಮೊಟ್ಟ ಮೊದಲಬಾರಿಗೆ ಖೇದವಾಯಿತು. ಅಂಥ ಒಬ್ಬ ಮಗನು ಚಿತ್ತರಪುರ ಸಂಸ್ಥಾನದ ಕೂಲಿಯ ತಂದೆತಾಯಿಗಳ ಮಗನಾಗಿದ್ದಾ ನೆಂಬ ನೆನಪು ಅಪೂರ್ವಕ್ಕೊಮ್ಮೆ ಮನಸ್ಸಿನಲ್ಲಿ ತೇಲಿ ಮರೆಯಾಗುತ್ತಿದ್ದರೂ ಎಂದೂ ಬಾಧಿಸಿರಲಿಲ್ಲ. ಈಗ ಬಾಧಿಸತೊಡಗಿತು. ನಾನೀಗ ಭೇಟಿಯಾಗಿ ನಾನು ನಿನ್ನನ್ನು ಹುಟ್ಟಿಸಿದ ಅಪ್ಪ ಅಂದರೆ ಅವನು ಕೇಳ್ತಾನೆಯೆ? ಎಂಬ

ಪ್ರಶ್ನೆ ಎದ್ದಿದ್ದಿತು. ಹಾಗೆ ಅನ್ನುವ ಧೈರ್ಯವಾದರೂ ನನಗಿದೆಯೆ? ಎಂಬ ಇನ್ನೊಂದು ಪ್ರಶ್ನೆ ಹುಟ್ಟಿದಾಗ ಒಳಗೆಲ್ಲ ಕಲಮಲವಾಯಿತು. ಧ್ರುಪದಶೈಲಿಯ ಬಾಗೇಶ್ರೀಯ ಆಲಾಪ ಮಂದ ಗಂಭೀರಗತಿಯಲ್ಲಿ ಸಾಗುತ್ತಿತ್ತು. ಮನಸ್ಸು ಮಗುವನ್ನು ಪಡೆಯುವ ಉದ್ದೇಶದ ಚುನ್ನಿ, ಕಾಮದ ಹುಚ್ಚುಕುದಿಯ ತನ್ನ ಸಮಾಗಮವನ್ನು ನೆನಸಿಕೊಳ್ಳುತ್ತಿತ್ತು. ಮಗುವನ್ನು ಪಡೆಯುವುದು ಒಳಉದ್ದೇಶವಾದರೂ ದೇಹದ ತಣಿವೂ ಅವಳ ಬಯಕೆಯಲ್ಲಿ ಸೇರಿತ್ತು. ಅವಳಿಗೆ ಬೇಕಾದ ಎರಡೂ ಅವಳಿಗೆ ಲಭ್ಯವಾದವು. ನನ್ನ ಹುಚ್ಚುಪ್ರವಾಹವು ತಡೆದುಕೊಳ್ಳಬಲ್ಲ ಶಾಂತಗತಿಯನ್ನು ಮುಟ್ಟಿತು. ಸಂಗೀತಸಾಧನೆಯ ಮೇಲೆ ಮನಸ್ಸು ಮತ್ತೆ ತೊಡಗಿತು. ಈಗೇಕೆ ಆ ಮಗುವಿನ ನೆನಪು ಬಾಧಿಸಬೇಕು? ಹೀಗೆ ಜೀವನದ ಪ್ರತಿಯೊಂದು ಘಟನೆಯೂ ನೈತಿಕಭಾರದ ಬಂಡೆಯಾಗಿ ಮೇಲೆ ಅಗಿತುಕೊಂಡರೆ ಜೀವನದ ನದಿಯ ಪಾತ್ರವು ತೆರೆದುಕೊಳ್ಳುವುದೆಂತು? ಕಲ್ಲುಬಂಡೆ ಗಳಿಲ್ಲದ ನೇರ ಪಾತ್ರದ ನದಿಗಳಲ್ಲಿ ಮಾತ್ರ ನೌಕಾಯಾನ, ನೌಕಾವಿಹಾರ ಸಾಧ್ಯ, ಎಂಬ ಸಮರ್ಥನೆ ಹುಟ್ಟಿತು. ಉಳಿದ ನಾಲ್ವರಂತೂ ಸಾಮಾಜಿಕ ಕಾಯ್ದೆಯಲ್ಲೂ ನನ್ನ ಮಕ್ಕಳೇ. ಎಲ್ಲವೂ ಸರಿಯಾಗಿದ್ದು ನನ್ನ ಜೊತೆಯೇ ಬೆಳೆದಿದ್ದರೆ ಅವರಲ್ಲಿ ಒಬ್ಬಿಬ್ಬರು ಗಾಯಕ ಅಥವಾ ಗಾಯಕಿ ಆಗ್ತಿದ್ದರೇನೋ! ಬಕುಲಳಿಗೆ ಸಂಗೀತ ಅಂದರೆ ಈಗಲೂ ಆಶೆ, ಭಕ್ತಿ. ಚಿಕ್ಕಹುಡುಗಿಯಿಂದ ಜೊತೆಯಲ್ಲಿದ್ದು ಕಲಿಸಿದ್ದರೆ ಇಷ್ಟು ಹೊತ್ತಿಗೆ, ಎಂಬಲ್ಲಿಗೆ ಆಲೋಚನೆಯು ಅಡ್ಡ ತಿರುಗಿ ತುಸು ನನ್ನ ಹತ್ತಿರಬಂದದ್ದಕ್ಕೆ ಮಗ ಮಗಳು ಇಬ್ಬರನ್ನೂ ಬಿಟ್ಟುಹೋದ ಅವಳೆಂಥ ತಾಯಿ? ಎಂಬ ಕೋಪಹುಟ್ಟಿತು. ನನಗಿಂತ ಯಾವ ಥರದಲ್ಲಿ ಉತ್ತಮಳು? ಅವಳಿಗಿಂತ ನಾನೇ ಉತ್ತಮ, ಕಿಷನನಿಗೆ ಎರಡುಲಕ್ಷ ಕೊಟ್ಟಿದೀನಿ. ಮತ್ತೆರಡು ಲಕ್ಷ ಕೇಳಿ ದರೂ ಕೊಡ್ತೀನಿ. ನಾನು ಖುದ್ದು ನಿಂತು ಖರ್ಚುಹಾಕಿ ಲಗ್ನಪತ್ರಿಕೆ ಕನ್ಯಾದಾನ ಮಾಡುಕ್ಕೆ ಸಿದ್ಧನಾಗಿದೀನಿ. ಮಗಳ ಮದುವೆಯ ಸ್ಥಿತಿಯಲ್ಲಿ ಬಿಟ್ಟುಹೋದ ಅವಳೆಂಥ ತಾಯಿ? ಎಂದುಕೊಳ್ಳುವಾಗ ಅವನಿಗೆ ನೆಮ್ಮದಿ ಸಿಕ್ಕತೊಡಗಿತು. ಅವಳೇ ಹೀನಹೆಂಗಸು, ಹೊಂದಿ ಕೊಂಡು ಹೋಗದ ಹಠಮಾರಿ, ಎಂಬ ತೀರ್ಪು ಹುಟ್ಟಿಕೊಂಡಿತು. ಆಲಾಪ ತಾರಕ್ಕೆ ಹೋಗಿ, ತಿವಾರಿಯ ಮುಖ ಹಿಂಡಿಕೊಂಡಿತು. ತನ್ನ ಎಡಕ್ಕೆ ತಿರುಗಿ, 'ಬಚ್ಚೀ, ತಂಬೂರಿ ಯನ್ನ ಸ್ವಲ್ಪ ನನ್ನ ಕಿವಿಯ ಹತ್ತಿರಕ್ಕೆ ತಾ' ಎಂದ. ತಂಬೂರಿ ಬಾರಿಸುವವರು ಯಾವಾಗಲೂ ಹೀಗೆಯೇ. ಅರ್ಧತಾಸಿನನಂತರ ತಮ್ಮ ಭುಜಕ್ಕೆ ಒರಗಿಸಿಕೊಂಡುಬಿಡ್ತಾರೆ, ಝೇಂಕಾರ ಹೊಮ್ಮೋದು ತನ್ನ ಕಿವಿ ತುಂಬಲು, ಗಾಯಕನದನ್ನು ತುಂಬಲು ಅಲ್ಲ ಅನ್ನುವ ಹಾಗೆ. ನನಗೂ ಹೀಗೆಯೇ ಸಿಟ್ಟುಬರುತ್ತೆ. ಆದರೆ ತಾನು ಎಂದೂ ಯಾವಶಿಷ್ಯೆಯನ್ನೂ ಬಚ್ಚಿ ಎಂದಾಗಲಿ ಬೇಟಿ ಎಂದಾಗಲಿ ಕರೆದಿಲ್ಲ. ಕರೆಯುವ ಮನಸ್ಸು ಎಂದೂ ಬಂದಿಲ್ಲ. ದೊಡ್ಡ ಊರುಗಳಲ್ಲಿ ತಂಬೂರಿ ಹಿಡಿಯಲು ಸ್ಥಳದ ಕಿರುಕಲಾವಿದೆಯರೋ, ಸಮಾಜದ ಥಳಕುನಾರಿಯರೋ ಮುಂದೆ ನುಗ್ಗಿ ಕೂರುವುದುಂಟು. ಅಂಥ ಯಾರನ್ನೂ ಬಹೆನ್‌ಜಿ ಎಂದು ಸಂಬೋಧಿಸಿಲ್ಲ, ಎಂಬ ನೆನಪಾಯಿತು. ವಿದ್ಯೆ ಕಲಿಯಲುಬಂದ ಯಾವ ಗಂಡುಹುಡುಗರನ್ನೂ ನಾನು ನಿರಾಕರಿಸಿಲ್ಲ. ಆದರೆ ಹುಡುಗಿಯರ ವಿಷಯದಲ್ಲಿ ತಳೆದ ಮುತುವರ್ಜಿ ವಹಿಸಿಲ್ಲ.

ಹುಡುಗಿಯರಲ್ಲೂ ಸಮರ್ಪಣಭಾವವಿಲ್ಲದವಳಿಗೆ ಪಾಠ ಹೇಳಲಿಲ್ಲ ವೆಂಬ ನೆನಪಾಗಿ ಆದ್ದರಿಂದಲೇ ಇರಬೇಕು ಹೆಸರು ಹೇಳಬಲ್ಲ ಶಿಷ್ಯರಾರೂ ನನ್ನಲ್ಲಿ ಉಳಿ ಯಲೇ ಇಲ್ಲ ಎನ್ನಿಸಿತು. ಹುಡುಗೀರಲ್ಲೂ ಸಂಗೀತಾನೇ ಕಚ್ಚಿಕೊಂಡು ಉಳಿಯೋರೆಷ್ಟು? ಮದುವೆ, ಮಕ್ಕಳು, ಸಂಸಾರ. ಗುರುವಿನ ಹೆಸರು ಹೇಳಬಲ್ಲವರೆಷ್ಟು ಜನ? ಎಂದುಕೊಳ್ಳು ವಾಗ ಮಧುವಿನ ನೆನಪಾಯಿತು. ಚಂಪಾಳನ್ನು ಡೈವೋರ್ಸ್ ಮಾಡ್ತೀನಿ ಅಂದಿದ್ದರೆ ಅವಳು ಮದುವೆಯಾಗುಕ್ಕೆ ಸಿದ್ಧಳಿದ್ದಳು. ಅದೂ ಬೇಡ, ಬೇರೊಬ್ಬಳ ಮೇಲೆ ಕಣ್ಣು ಹಾಕುಲ್ಲ, ನನಗೆ ನೀನು ನಿನಗೆ ನಾನು ಅಂತ ದೇವರೆದುರಿಗೆ ನಿಂತು ಒಂದು ಹಾರಹಾಕಿ ದ್ದರೂ ಮದುವೆಮಾಡಿಕೊಂಡು ಹೋಗದೆ ಮುಂಬಯಿಯಲ್ಲಿ ಉಳಿದು ಇಷ್ಟು ಹೊತ್ತಿಗೆ ಪಂಡಿತ ಮೋಹನಲಾಲಜಿಯ ಶಿಷ್ಯೆ ಅಂತ ದೇಶದ ಮಟ್ಟದಲ್ಲಿ ಹೆಸರು ಮಾಡುವ ಗಾಯಕಿಯಾಗ್ತಿದ್ದಳು, ಮದುವೆಯ ಹುಚ್ಚುಹಿಡಿದು ಹೋಗಿಬಿಟ್ಟಳು. ಅನಂತರ ಗಂಡನಿಗೆ ಅಪ್ರಮಾಣಿಕಳಾದೆ ಅನ್ನುವ ಹುಚ್ಚು ಹತ್ತಿಸಿಕೊಂಡು.....ಎಂಬಲ್ಲಿ ಅದನ್ನು ಹುಚ್ಚು ಅನ್ನ ಬಹುದೆ? ಎಂಬ ಪ್ರಶ್ನೆ ಮೊಟ್ಟಮೊದಲ ಬಾರಿಗೆ ಹುಟ್ಟಿತು. ಆಸಾವರಿಯ ಮಂದ್ರಷಡ್ಜದ ಮೇಲೆ ನಿಂತಾಗ ಕಾಣಿಸಿಕೊಂಡ ಆತ್ಮವಿಮರ್ಶೆ ನಿಜವಿದ್ದರೂ ಇರಬಹುದು. ನಾನು ಅದನ್ನು ಒಪ್ಪಿಕೊಂಡು ಅದು ನನ್ನ ಭರ್ತ್ಸನೆಯಲ್ಲ ಅಂತ ತಿಳಿದು ಪಾಠ ಆರಂಭಿಸಬೇಕಿತ್ತು. ಈ ಒಂದು ವರ್ಷದಲ್ಲಿ ಎಷ್ಟೋ ತಯಾರಾಗ್ತಿದ್ದಳು. ಎರಡುಮೂರು ವರ್ಷದಲ್ಲಿ ಇಡೀ ಹಿಂದೂಸ್ಥಾನದಲ್ಲಿ ಗುರುವಿನ ಹೆಸರು ಹೇಳಬಲ್ಲವಳಾಗ್ತಿದ್ದಳು. ಅವಳದು ನೈತಿಕ ಹಮ್ಮು, ಅದನ್ನು ಮುರಿಯಬೇಕಂತ ನಾನು ಹೊರಟದ್ದೇ ಮುರಿದುಬೀಳುವ ಕಾರಣವಾಯಿತು ಎಂದು ಕಾಣಿಸಿತು. ಬಚ್ಚಿ, ಬೇಟಿ ಎಂಬ ಭಾವತಳೆದರೆ ಶಿಷ್ಯೆಯೊಡನೆ ಸಂಬಂಧ ಎಷ್ಟು ಸರಳ, ಎಷ್ಟು ಸುಲಭ, ಪಾಠ ಹೇಳೂದೂ ಅಷ್ಟೇ ಸುಲಲಿತ ಎಂದು ಇದ್ದಕ್ಕಿದ್ದಂತೆಯೇ ಜೀವನದಲ್ಲಿ ಮೊದಲಬಾರಿಗೆ ಅನ್ನಿಸಿಬಿಟ್ಟಿತು. ತಿವಾರಿ ಶಿಲಾಮೂರ್ತಿಯಂತೆ ಕುಳಿತು ಶಿಲಾಕೃತಿಯಂತೆ ರಾಗವನ್ನು ಕಟ್ಟುತ್ತಿದ್ದಾನೆ. ನಡುವೆ, 'ಇದು ಶುದ್ಧ ತಾನಸೇನೀ ಶೈಲಿ. ತಾನಸೇನ ಹಾಡುತ್ತಿದ್ದುದು ಧ್ರುಪದದಲ್ಲಿ.' ಎಂದು ಮುಂದುವರೆಸಿದ. ನನ್ನನ್ನು ಗಮನಿಸಿ ಈ ಟಿಪ್ಪಣಿ ಮಾಡಿದನೆ? ತಾನಸೇನ ಸಮಾರೋಹದ ಉತ್ತಾರಾಧಿಕಾರಿ ನಾನು, ನೀನಲ್ಲ ಅಂತ ಮೂದಲಿಸಿದನೆ? ಎಂಬ ಅನುಮಾನಹುಟ್ಟಿತು. ಆದರೆ ತಾನು ಏನೂ ಪ್ರತಿಕ್ರಿಯೆ ತೋರಿಸಬಾರದು. ಅದು ಸಭಾಮರ್ಯಾದೆಯಲ್ಲ. ಅಥವಾ ನನ್ನನ್ನು ಬಿಟ್ಟು ಈ ಮೋಹನ ಲಾಲನಿಗೇಕೆ ತಾನಸೇನನ ಹೆಸರಿನ ಪ್ರಶಸ್ತಿಕೊಟ್ಟಿರಿ ಅನ್ನುವ ಅರ್ಥಸೂಚಿಸಿದನೆ? ಎಂಬ ಈರ್ಷ್ಯೆಹುಟ್ಟಿತು. ಆದರೆ ಗಂಭೀರವಾಗಿ ಹಾಡ್ತಿದಾನೆ. ಈ ಮಾತನಾಡುವಾಗ ನನ್ನ ಕಡೆ ನೋಡಲಿಲ್ಲ, ಎಂಬ ಅಂಶ ಗಮನಕ್ಕೆ ಬಂದು ತುಸು ಸಮಾಧಾನವಾಯಿತು. ಧ್ರುಪದದವರು ಯಾವಾಗಲೂ ಹೇಳಿಕೊಳ್ಳೂದೇ ಹೀಗೆ. ಬರೀ ಧ್ರುಪದಕಛೇರಿ ಅಂದರೆ ಜನ ಬರುಲ್ಲ ಅನ್ನುವ ಮುನಿಸಿಗೆ, ಎಂಬ ವಿವರಣೆಯೂ ಮನಸ್ಸಿಗೆಬಂತು. ಇದರಲ್ಲಿ ಚಾಂಚಲ್ಯವಿಲ್ಲ. ಬಳುಕುಗಳ ಆಕರ್ಷಣೆಯಿಲ್ಲ. ಎಲ್ಲವೂ ಗಂಭೀರ, ವೇದಘೋಷದಂತೆ. ಹೋಮಹವನಗಳಲ್ಲಿ ಹಾಡಲು ಸರಿ. ಮನಸ್ಸನ್ನು ಕುಣಿಸಿ ಕುಪ್ಪಳಿಸುವ ಗುಣವಿಲ್ಲ. ಇದನ್ನು ಕಲಿಸೋರು

ಕಲಿಯೂ ಹುಡುಗೀರನ್ನು ಬಚ್ಚಿ ಬೇಟಿ ಅನ್ನದೆ ಬೇರೇನು ಅನ್ನುಕ್ಕೆ ಸಾಧ್ಯ? ನಿಜವಾದ ಕಲೆಯಲ್ಲಿ ಎಲ್ಲ ರಸಗಳೂ ಇರಬೇಕು. ಶೃಂಗಾರವು ಉಳಿದ ಎಲ್ಲ ರಸಗಳಲ್ಲೂ ಕಿಂಚಿತ್ ಪ್ರಮಾಣದಲ್ಲಾದರೂ ಮಿಶ್ರವಾಗಿರಲೇಬೇಕು. ಧ್ರುಪದಿಯರಿಗೆ ಶೃಂಗಾರರಸದ ನಾಡಿ ಏನು ಗೊತ್ತು? ಎಂದು ಸಮಾಧಾನಮಾಡಿಕೊಂಡ.

ಬೆಳಗಿನಜಾವದ ಹೊತ್ತಿಗೆ ಕೊನೆಯ ಗಾಯಕನನ್ನು ಬಿಟ್ಟು ಅವನು ಹೋಟೆಲಿಗೆ ಹೋಗಿ ಮಲಗಿದ. ಬಹಳ ಹೊತ್ತು ನಿದ್ರೆಹತ್ತಲಿಲ್ಲ. ಇಡೀ ಹಿಂದೂಸ್ಥಾನಿ ಸಂಗೀತಗಾರರು ತಾವು ಒಂದಲ್ಲೊಂದು ರೀತಿಯಲ್ಲಿ ತಾನಸೇನನ ಪರಂಪರೆಯವರೆಂದು ಹೇಳಿಕೊಳ್ಳುತ್ತಾರೆ. ತನ್ನ ಹೆಸರು ಹೇಳುವವರಾರು? ನಾನು ಘರಾನಾ ಸಂಸ್ಥಾಪಕನೂ ಅಲ್ಲ. ಆದರೆ ಹೆಸರು ಹೇಳುವ ಮೂವರು ನಾಲ್ವರು ಶಿಷ್ಯರನ್ನಾದರೂ ತಯಾರಿಸಲಿಲ್ಲ ಎಂಬ ಶೂನ್ಯ ಕಾಡತೊಡಗಿತು. ಮೋಹನಲಾಲ ಗಂಡುಹುಡುಗರನ್ನು ಶಿಷ್ಯರನ್ನಾಗಿ ಸ್ವೀಕರಿಸುಲ್ಲ ಎಂಬ ಕಥೆ ಏನಾ ದರೂ ನನಗೇ ಗೊತ್ತಿಲ್ಲದಂತೆ ಬೆಳೆದಿದೆಯೆ? ಆದ್ದರಿಂದ ಯಾವ ಸಮರ್ಥ ವಿದ್ಯಾಕಾಂಕ್ಷಿಯೂ ನನ್ನಲ್ಲಿ ಬರ್ತಿಲ್ಲವೆ? ಎಂಬ ಅನುಮಾನಹುಟ್ಟಿತು. ಸ್ವಲ್ಪ ಹೊತ್ತಾದಮೇಲೆ ಇವನು ಇಂಥೋನು ಇವನ ಜೊತೆ ಬಿದ್ದರೆ ನಮ್ಮ ಮಗ ಅಡ್ಡಹಾದಿ ಬಿದ್ದು ಹಾಳಾದಾನು ಅಂತ ತಂದೆತಾಯಿಯರು ತಡೆಹಾಕ್ತಾರೆಯೆ? ಸಂಶಯ ತಲೆ ಎತ್ತಿತು. ಹುಡುಗೀರು ಬರ್ತಾರಲ್ಲ. ತಡೆ ಹಾಕೂದಿದ್ದರೆ ಹುಡುಗಿಯರ ತಂದೆತಾಯಿಯರು ಹಾಕಬೇಕು, ಸಮಾಧಾನ ಕಂಡಿತು. ಇನ್ನೂ ಸ್ವಲ್ಪ ಹೊತ್ತಾದಮೇಲೆ ಕಲಾವಿದನು ಸಂತನಾಗಿರಬೇಕೆ? ಇಲ್ಲದಿದ್ದರೆ ಕಲೆ ಒಲಿಯು ಲ್ಲವೆ? ಪ್ರಶ್ನೆ ಕಾಣಿಸಿಕೊಂಡಿತು. ಅಷ್ಟರಲ್ಲಿ ನಿದ್ರೆಹತ್ತಿತು.

ರಾತ್ರಿ ಮುಂಬದಿಯಲ್ಲಿ ಸಂಗೀತ ನಡೆಯುತ್ತಿದ್ದಾಗ ಅವನು ಹಿಂಬದಿಯಲ್ಲಿದ್ದ ತಾನಸೇನನ ಸಮಾಧಿ ಮಂಟಪದ ಹತ್ತಿರ ಹೋಗಿ ಕುಳಿತ. ಹೊರಗಿನ ಸಂಗೀತ ಕೇಳುತ್ತಿದ್ದರೂ ಧ್ವನಿವರ್ದಕಗಳೆಲ್ಲ ಅತ್ತ ಕಡೆಗೆ ಮುಖಮಾಡಿದ್ದುದರಿಂದ ಕಿವಿಗೆ ಗಡಚಿಕ್ಕುತ್ತಿರಲಿಲ್ಲ. ತಾನು ಒಂದು ದಿನವೂ ಹೀಗೆ ತಾನಸೇನನ ಸಮಾಧಿಸ್ಥಾನಕ್ಕೆ ಬಂದು ಕೂತಿರಲಿಲ್ಲವೆಂಬ ನೆನಪಾಯಿತು. ಅಷ್ಟೊಂದು ಸಂಗೀತಜ್ಞಾನ ಅವನಿಗೆ ಹೇಗೆ ಉಂಟಾಯಿತು? ಬರೀ ಹುಟ್ಟಿನಿಂದ ಬರುತ್ತೆಯೆ? ಸಾಧನೆಯೆ? ಏನು ಸಾಧನೆ ಅಂದರೆ, ನಾನು ಮಾಡಲಿಲ್ಲವೆ, ಮಾಡ್ತಿಲ್ಲವೆ? ಎಂಬ ಚಿಂತನೆಯಲ್ಲಿ ಮುಳುಗಿದ. ಎಷ್ಟು ಚಿಂತಿಸಿದರೂ ಉತ್ತರ ಹೊಳೆಯಲಿಲ್ಲ. ನಡುರಾತ್ರಿಯ ಹೊತ್ತಿಗೆ ಸಮಾರೋಹದ ಕಾರ್ಯದರ್ಶಿ ಅಲ್ಲಿಗೆ ಬಂದು, 'ಪಂಡಿತ್‌ಜಿ, ನೀವು ಇಲ್ಲಿ ಕೂತಿದೀರಿ. ಎಲ್ಲಿ ಹೋದಿರೋ ಅಂತ ನಾವು ಹುಡುಕ್ತಿದ್ದೆವು. ಈಗ ಡಾಗರ್ ಬಂಧುಗಳ ಗಾಯನ ಶುರುವಾಗುತ್ತೆ. ಅವರಿಗೆ ನಿಮ್ಮಕೈಲಿ ಮಾಲಾರ್ಪಣೆ ಮಾಡಿಸೂದು ಸೂಕ್ತ ಅಂತ ಎಲ್ಲರೂ ತೀರ್ಮಾನಿಸಿಕೊಂಡರು. ದಯವಿಟ್ಟು ಬರ್ತೀರಾ?' ಎಂದರು. ಇವನು ಎದ್ದುಹೋದ. ಹಾರ ಹಾಕಿದನಂತರ ದಿಂಬು ಒರಗಿ ಕೂತು ಕೇಳತೊಡಗಿದ. ತಾನಸೇನನ ಶೈಲಿಯ ಶುದ್ಧರೂಪದ ಪ್ರತಿಪಾದಕರು ತಾವು ಅಂತ ಹೇಳಿಕೊತ್ತಾರೆ ಈ ಮನೆತನದವರು ಎಂಬ ನೆನಪಾಯಿತು. ಇರಬಹುದು, ಎಂದುಕೊಂಡು ಕೇಳತೊಡಗಿದ. ತುಸುಹೊತ್ತಿನಲ್ಲಿ ತಾನಸೇನನ ಬಗೆಗೆ ಪ್ರಚಲಿತವಿದ್ದ

ದೀಪಕ ಮತ್ತು ಮೇಘರಾಗಗಳ ಕಥೆ ನೆನಪಿಗೆಬಂತು. ದೀಪಕರಾಗವನ್ನು ಸಂಪೂರ್ಣವಾಗಿ ಹಾಡಿದರೆ ತಾನು ಬೆಂಕಿ ಹೊತ್ತಿ ಉರಿದು ಸತ್ತುಹೋಗ್ತೀನಿ. ಆದ್ದರಿಂದ ನನ್ನನ್ನು ಬಲವಂತ ಮಾಡಬೇಡಿ, ಅಂದರೂ ಅಕ್ಬರ್ ಬಾದಶಹ ಹಟಮಾಡಿದ. ತನಗೆ ವಿಪತ್ತು ಬಂದಿದೆ ಎಂಬುದನ್ನರಿತ ತಾನಸೇನ ಅದರ ಪರಿಹಾರಾರ್ಥ ತನ್ನ ಮಗಳು ಸರಸ್ವತಿ ಮತ್ತು ಗುರುಭಗಿನಿ ರೂಪವತಿಗೆ ಮೇಘರಾಗ ವನ್ನು ಕಲಿಸಿದನಂತೆ. ತಾನು ಅರಮನೆಯ ಮುಂಬದಿಯ ಮೈದಾನದಲ್ಲಿ ದೀಪಕ ಹಾಡುಕ್ಕೆ ಆರಂಭಿಸುವ ಕ್ಷಣದಲ್ಲೇ ಆ ಇಬ್ಬರೂ ತನ್ನ ಮನೆಯಲ್ಲಿ ಕೂತು ಮೇಘದ ಆಲಾಪ ಆರಂಭಿಸುವ ವ್ಯವಸ್ಥೆ ಮಾಡಿ ಅರಮನೆಯ ಮೈದಾನಕ್ಕೆ ಬಂದು ವೇದಿಕೆಯ ಮೇಲೆ ಕುಳಿತನಂತೆ. ಈ ಅಪೂರ್ವ ರಾಗ ಮತ್ತು ಅದರ ಪರಿಣಾಮವನ್ನು ನೋಡುಕ್ಕೆ ಸಹಸ್ರ ಸಹಸ್ರ ಸಂಖ್ಯೆಯಲ್ಲಿ ಪ್ರಜೆಗಳು, ಅಧಿಕಾರಿಗಳು, ರಾಜಸಂಬಂಧಿಗಳು ಜಮಾಯಿಸಿದ್ದರು. ದೀಪಕದ ಆಲಾಪ ಆರಂಭಿಸಿದ ತುಸುಹೊತ್ತಿಗೆ ಅದರ ಶಬ್ದವು ಕೇಳುವಷ್ಟು ಪ್ರದೇಶದಲ್ಲೂ ಕಡುಬೇಸಿಗೆಯ ಶಖೆಹುಟ್ಟಿತು. ಜನಗಳು, ಅಕ್ಬರ ಬಾದಶಾ ಎಲ್ಲರೂ ಬೆವರೊರಸಿಕೊಳ್ಳ ತೊಡಗಿದರು. ರಾಗದ ದ್ವಿತೀಯಹಂತ ಮುಟ್ಟುವುದರಲ್ಲಿ ತಾನಸೇನನ ಕಣ್ಣುಗಳು ರಕ್ತವರ್ಣ ವಾದವು. ತೃತೀಯಹಂತ ಮುಟ್ಟುವ ವೇಳೆಗೆ ಅವನ ಶರೀರಕ್ಕೆ ಬೆಂಕಿಹೊತ್ತಿಕೊಂಡಿತು. ಚತುರ್ಥಹಂತ ಮುಗಿಸುವಲ್ಲಿ ಇಡೀ ಆವರಣದಲ್ಲಿ ಬೆಂಕಿಯ ಜ್ವಾಲೆ ಆವರಿಸಿಕೊಂಡು ಪ್ರಜೆಗಳು, ಅಕ್ಬರ್‌ಬಾದಶಹ, ಅಧಿಕಾರಿಗಳು, ಸೇನಾಧಿಕಾರಿಗಳು, ರಾಜಬಂಧುಗಳೆಲ್ಲ ಚೀರಾಡುತ್ತ ಚೆಲ್ಲಾಪಿಲ್ಲಿಯಾಗಿ ಓಡತೊಡಗಿದರು. ಉರಿಹತ್ತಿದ್ದ ತನ್ನ ಶರೀರದಲ್ಲಿ ತಾನಸೇನ ಮನೆಗೆ ಓಡಿಬಂದ. ಸರಸ್ವತಿ ರೂಪವತಿಯರು ಮೇಘರಾಗದ ಪೂಜೆ ಅರ್ಚನೆಗಳನ್ನು ಮುಗಿಸಿ ಆಲಾಪ ಆರಂಭಿಸಿದ್ದರು. ಅರ್ಧ ಉರಿಯುತ್ತಿರುವ ತಾನಸೇನನನ್ನು ನೋಡಿದ ತಕ್ಷಣ ರೂಪವತಿಯು ಮೇಘವನ್ನು ತೀವ್ರವಾಗಿ ಹಾಡತೊಡಗಿದಳು. ಆ ತಕ್ಷಣ ಆಕಾಶವು ಮೇಘಾಚ್ಛಾದಿತವಾಯಿತು. ಇಡೀ ನಗರಕ್ಕೆ ಕತ್ತಲು ಕವಿಯಿತು. ಬಿರುಗಾಳಿ ಬೀಸತೊಡಗಿತು. ಗುಡುಗು ಮಿಂಚು ಸಿಡಿಲುಗಳ ಗಂಭೀರ ಘನಘೋರ ಗರ್ಜನೆ ಆರಂಭವಾಯಿತು. ಸರಸ್ವತಿಯು ರಾಗದ ದ್ವಿತೀಯ ಹಂತ ಎತ್ತಿಕೊಂಡಳು. ಆಕಾಶದ ಮೋಡಗಳು ಘನಘೋರ ಕಪ್ಪಗಾದವು. ಧಾರಾಕಾರವಾಗಿ ಮಳೆ ಸುರಿಯತೊಡಗಿ ಇಡೀ ನಗರ ನೆನೆದು ಎಲ್ಲೆಲ್ಲಿಯೂ ನೀರು ತುಂಬಿಕೊಂಡಿತು. ತಾನಸೇನನ ಉರಿಯುವ ಶರೀರವು ಶೀತಲವಾಯಿತು. ಅನಂತರ ಅವನು ಒಂದು ತಿಂಗಳವರೆಗೆ ಹಾಸಿಗೆಯಲ್ಲಿ ಮಲಗಿ ಶರೀರದ ಬೆಂದಗಾಯಗಳನ್ನು ಗುಣ ಮಾಡಿಕೊಬೇಕಾಯಿತು. ಆದ್ದರಿಂದ ತಾನಸೇನನು ಎಂದೂ ದೀಪಕರಾಗವನ್ನು ವಿಸ್ತಾರವಾಗಿ ಹಾಡ್ತಿರಲಿಲ್ಲ. ಸ್ವಲ್ಪ ರಾಗಪರಿಚಯ ಮಾಡಿ ನಿಲ್ಲಿಸಿಬಿಡ್ತಿದ್ದ. ಈ ಕಥೆಯ ಮುಖ್ಯಾಂಶವು ಬೇರೆ ಬೇರೆ ರೂಪತಳೆದು ಇಡೀ ಹಿಂದೂಸ್ಥಾನದಲ್ಲಿ ಪ್ರಚಲಿತವಿರುವ ನೆನಪಾಯಿತು. ಹರಿದ್ವಾರದ ಓಂಕಾರಾಶ್ರಮ ಸೇರುವ ಮೊದಲೇ, ಹರಕೀಪೌಡಿಯ ಗಂಗಾತಟದಲ್ಲಿ ಸಾಧುಗಳು ಹೇಳಿದ್ದುದನ್ನು ತಾನು ಕೇಳಿದ್ದೆ. ಪ್ರತಿಯೊಬ್ಬ ಸಂಗೀತದ ಗುರುವೂ, ಸಂಗೀತಗಾರನೂ ಇದರ ಒಂದೊಂದು ರೂಪವನ್ನು ಹೇಳ್ತಾನೆ. ಇದರ ಅರ್ಥವೇನು?

ಎಂದು ತಾನು ತನ್ನ ಗುರು ರಾಜಾಸಾಹೇಬರನ್ನು ಕೇಳಿದಾಗ ಅವರು ಸಂಗೀತವು ಮೂಲತಃ ಯೋಗಕ್ರಿಯೆ. ಯೋಗಕ್ರಿಯೆಯಿಂದ ಪಂಚಭೂತಗಳನ್ನು ಪ್ರಭಾವಿಸು ವುದು ಸಾಧ್ಯ. ಸಂಗೀತವನ್ನು ಯೋಗದ ಮಟ್ಟದಲ್ಲಿ ಸಾಧಿಸಿದರೆ ಆಯಾ ರಾಗದ ಭೂತ ಶಕ್ತಿಗಳನ್ನು ಪ್ರಚೋದಿಸಬಹುದು ಅಂತ ಶಾಸ್ತ್ರದಲ್ಲಿ ಹೇಳಿದೆ ಅಂದರು. ತಾನಸೇನನು ಮಧ್ಯಾಹ್ನದ ರಾಗಗಳನ್ನು ಹಾಡಿ ಬಿಸಿಲಿನ ಪ್ರಕಾಶವನ್ನು ಪಸರಿಸಿದನಂತೆ. ಇವೆಲ್ಲ ಕೇವಲ ಭಾವಗಳನ್ನು ವರ್ಣಿಸುವ ರೂಪಕಗಳು ಎಂದು ಇದುವರೆಗೂ ತಾನು ಅರ್ಥಮಾಡಿ ಕೊಂಡಿದ್ದ ವಿವರಣೆಯು ನೆನಪಿಗೆ ಬಂದರೂ ಸಂಗೀತದ ಯೋಗಶಕ್ತಿಯ ಕಲ್ಪನೆಯು ಮನಸ್ಸನ್ನು ಸೆಳೆಯಿತು. ಸಂಗೀತವು ಯೋಗದ ಇನ್ನೊಂದು ಮುಖ, ಮಂತ್ರ ಎನ್ನಿಸ ತೊಡಗಿತು.

ಬೆಳಗ್ಗೆ ಸೂರ್ಯಹುಟ್ಟುವ ವೇಳೆಗೆ ಡಾಗರ್‌ಬಂಧುಗಳ ತೋಡಿಯಿಂದ ಸಮಾ ರೋಹವು ಮುಗಿದು ಎಲ್ಲರೂ ಖಾಲಿಮಾಡಿದನಂತರ ಅವನು ಮತ್ತೊಮ್ಮೆ ತಾನಸೇನನ ಸಮಾಧಿಗೆ ಹೋಗಿ ಹಣೆಮುಟ್ಟಿಸಿ ನಮಸ್ಕರಿಸಿ ಅವನ ಸಂಗೀತಕ್ಕೆ ಇದ್ದ ಯೋಗಶಕ್ತಿ ತನ್ನ ಸಂಗೀತಕ್ಕೂ ಬರಲಿ ಎಂದು ಪ್ರಾರ್ಥಿಸಿಕೊಂಡ. ಇದ್ದಕ್ಕಿದ್ದಂತೆಯೇ ಒಂದು ವಿಚಾರ ಹೊಳೆಯಿತು. ಅವನಿಗೆ ಆ ಶಕ್ತಿ ಬಂದದ್ದು ಅವನ ಸಂಗೀತಗುರು ಸ್ವಾಮಿಹರಿದಾಸರಿಂದ. ಅವರು ಬರೀ ಸಂಗೀತಗಾರರಲ್ಲ, ದೊಡ್ಡ ಯೋಗಸಾಧಕರು. ಆದರೆ ನಾನು ಕಲಿತದ್ದು ಲೌಕಿಕದೊರೆ ರಾಜಾಸಾಹೇಬರಿಂದ. ಅವರೂ ಯೋಗದ ಮಾತುಗಳನ್ನು ಹೇಳುತ್ತಿದ್ದರೂ ಸ್ವತಃ ಸಾಧಕರಾಗಿರಲಿಲ್ಲ. ಮಹದೇವ ಮಂದಿರದ ಒಳಗೆ ಮಾತ್ರ ಹಾಡುತ್ತಿದ್ದರೂ ಅದು ತಮ್ಮ ಗುರು ಅಸದ್ ಆಲೀಖಾನರ ಮಾತಿನ ಬಂಧನಕ್ಕೆ ಸಿಕ್ಕಿದ್ದರಿಂದ ಮಾತ್ರ, ಎಂಬ ನೆನಪಾಯಿತು. ಇಷ್ಟು ಹತ್ತಿರ ಬಂದಿದೀನಿ, ತಾನಸೇನನ ಸಮಾಧಿಗೆ ನಮಸ್ಕರಿಸಿದೀನಿ, ಬೃಂದಾವನಕ್ಕೂ ಹೋಗಿ ಸ್ವಾಮಿಹರಿದಾಸರ ಮಂದಿರವನ್ನೇಕೆ ಸಂದರ್ಶಿಸಬಾರದು? ಎಂಬ ವಿಚಾರ ಇದ್ದಕ್ಕಿದ್ದಂತೆ ಹುಟ್ಟಿತು. ಗ್ವಾಲಿಯರ್‌ನಿಂದ ಮಥುರೆಗೆ ಬೇಕಾದಷ್ಟು ರೈಲುಗಳಿರುತ್ತವೆ, ಅಲ್ಲಿಂದ ಆರೇಳು ಮೈಲಿ, ಎನ್ನಿಸಿದುದೇ ತಡ, ನಿಶ್ಚಯಿಸಿಬಿಟ್ಟ. ಹೋಟೆಲಿಗೆ ಹೋದವನೇ ಸ್ನಾನ ತಿಂಡಿ ಮುಗಿಸಿ, ತನ್ನನ್ನು ವೃಂದಾವನಕ್ಕೆ ಕಳಿಸುವಂತೆ ಕಾರ್ಯದರ್ಶಿ ಯನ್ನು ಕೇಳಿದ. ಹನ್ನೊಂದು ಗಂಟೆಯ ರೈಲು ಸಿಕ್ಕಿತು.

– ೭ –

ಸುತ್ತ ದಟ್ಟವಾಗಿ ಬೆಳೆದುನಿಂತ ತುಲಸೀಗಿಡಗಳ ಖಾಲಿಜಾಗ. ಬಲಕ್ಕೆ ಯಮುನೆ. ಮಂದಿರದೊಳಗೆ ಸ್ವಾಮಿ ಹರಿದಾಸರ ಮೂರ್ತಿ. ಈ ಮಂದಿರದಲ್ಲಿ ಯಾತ್ರಿಕರ ಗದ್ದಲವಿಲ್ಲ. ಹೊರಪ್ರಪಂಚದಲ್ಲಿ ತಾನಸೇನನ ಗುರು ಎಂದು ಹೆಸರಾದ ಹರಿದಾಸರ ಮಂದಿರದಲ್ಲಿ ಶಿಷ್ಯನ ಹೆಸರಿಗೆ ಪ್ರಾಮುಖ್ಯವಿರಲಿಲ್ಲ. ಎಲ್ಲ ತೀರ್ಥಕ್ಷೇತ್ರಗಳಲ್ಲಿಯೂ ಇರುವಂತೆ ಇಲ್ಲಿಯೂ ಯಾತ್ರಿಗಳ ಗದ್ದಲ, ಪಂಡರ ಹಾವಳಿ, ಸ್ಥಳಮಹಿಮೆಯ ವಸ್ತುಗಳನ್ನು ಮಾರುವವರ

ಆಕ್ರಮಣ, ಎಲ್ಲೆಲ್ಲೂ ಕೊಳಕಿನ ಮೇಲೆ ಜಿಂಯ್‌ಗುಟ್ಟುವ ನೊಣಗಳಿದ್ದರೂ ಮೋಹನಲಾಲ ನಿಗೆ ಈ ಮಂದಿರದಲ್ಲಿ ಒಂದು ತೆರನಾದ ಶಾಂತಿ ಕಂಡಿತು. ಒಂದುತಾಸು ಒಳಗೆ ಕುಳಿತಿದ್ದು ಹತ್ತಿರವೇ ಇಳಿದುಕೊಂಡಿದ್ದ ಹೋಟೆಲಿನ ತನ್ನ ಕೋಣೆಗೆ ಹೋಗಿ ಮಲಗಿನಿದ್ರಿಸಿದ. ಬೆಳಗ್ಗೆ ಎದ್ದು ಯಮುನೆಯ ದಡದಲ್ಲಿ, ಕೃಷ್ಣನು ಗೋಪಿಯರ ವಸ್ತ್ರಗಳನ್ನು ಕೊಂಬೆಗಳಿಗೆ ಕಟ್ಟಿದನೆಂದು ಹೇಳುವ ಮರದ ಹತ್ತಿರ ಸುತ್ತಾಡಿದ. ಮರುಮುಂಜಾನೆ ಬೇಗ ಎಚ್ಚರ ವಾಯಿತು. ಗಡಿಯಾರ ನೋಡಿಕೊಂಡರೆ ಮೂರೂವರೆಗಂಟೆ. ಈಗ ಹರಿದಾಸಮಂದಿರಕ್ಕೆ ಹೋಗಬೇಕೆಂಬ ಮನಸ್ಸಾಯಿತು. ಮುಖ ತೊಳೆದು ಕತ್ತಲಲ್ಲಿ ನಡೆದುಹೊರಟ. ಮಂದಿರದ ಹತ್ತಿರ ಬಂದಾಗ ಒಳಗಿನಿಂದ ಯಾರೋ ಸ್ವರಸಾಧನೆ ಮಾಡುತ್ತಿರುವ ನಾದ ಕೇಳಿಸಿತು. ಹರಿದಾಸರ ಆತ್ಮವು ನಾದಸಾಧನೆ ಮಾಡುತ್ತಿದೆಯೇ ಎಂಬ ಅನುಮಾನ ಹುಟ್ಟಿತು. ಚಪ್ಪಲಿಯ ಸಪ್ಪಳವಾಗದಂತೆ ಹೆಜ್ಜೆಹಾಕುತ್ತಾ ಮಂದಿರವನ್ನು ಸಮೀಪಿಸಿ ಜಗುಲಿಯಮೇಲೆ ಕುಳಿತ. ಒಳಗೆ ಯಾರೋ ನಿಜವಾಗಿಯೂ ಸ್ವರಸಾಧನೆ ಮಾಡುತ್ತಿದ್ದಾರೆ. ಆ ಸಾಧನೆಯಲ್ಲಿ ಒಂದು ಕ್ರಮವಿದೆ. ಸಕಾರ ಅಥವಾ ಅಕಾರ ನುಡಿಯುವುದಿಲ್ಲ. ದೀರ್ಘವಾಗಿ ಓಂ ಎನ್ನುತ್ತಾರೆ. ಒಂದೊಂದು ಓಂಕಾರವೂ ನಾಭಿಯಿಂದ ಹೊರಟು ಮಸ್ತಿಷ್ಕದವರೆಗೆ ಮೊಳ ಗುತ್ತಾ ದೀರ್ಘಕಾಲ ನುಡಿಯುತ್ತದೆ. ಷಡ್ಜದಿಂದ ಆರಂಭಿಸಿ ಹನ್ನೆರಡು ಸ್ವರಗಳ ಒಂದೊಂದು ಮೆಟ್ಟಿಲಿಗೂ ಒಂದೊಂದು ಸುದೀರ್ಘ ಓಂಕಾರವನ್ನು ನುಡಿಯುತ್ತದೆ. ಮಂದ್ರಷಡ್ಜ ಮುಟ್ಟಿದ ನಂತರ ಇಳಿದ ಕ್ರಮದಲ್ಲಿಯೇ ಓಂಕಾರದಲ್ಲಿ ಹನ್ನೆರಡು ಸ್ವರಗಳನ್ನು ಹತ್ತಿ ಮಧ್ಯಮಸಪ್ತಕದ ಷಡ್ಜಕ್ಕೆ ಬರುತ್ತಾರೆ. ಅಲ್ಲಿಂದ ಮಧ್ಯಮಸಪ್ತಕದ ಹನ್ನೆರಡುಸ್ವರಗಳನ್ನು ಏರುತ್ತಾರೆ. ಅಲ್ಲಿಂದ ತಾರಸಪ್ತಕದ ಹನ್ನೆರಡು ಮೆಟ್ಟಿಲುಗಳು. ಹೀಗೆ ಏರಿಳಿತದ ಒಂದು ವೃತ್ತವನ್ನು ಪೂರ್ಣಗೊಳಿಸಲು ಎಪ್ಪತ್ತೆರಡು ಓಂಕಾರಗಳಾಗುತ್ತವೆ. ಯಾವ ಸಪ್ತಕದ ಯಾವ ಸ್ವರದಲ್ಲೂ ಒಂದು ಕೂದಲೆಳೆಯಷ್ಟೂ ಚಾಂಚಲ್ಯವಿಲ್ಲ. ಸ್ಥಾನಾತಿಕ್ರಮಣವಾಗಲಿ ಸ್ಥಾನಸಂಕೋಚವಾಗಲಿ ಇಲ್ಲ. ಅಷ್ಟು ಖಚಿತ. ಉಸಿರಿನ ಸತ್ತ್ವದಲ್ಲಿಯೂ ಕಿಂಚಿತ್ತೂ ಊನವಿಲ್ಲ. ಒಂದೊಂದು ಓಂಕಾರ ಮುಗಿಯಲು ಕನಿಷ್ಠ ಒಂದುನಿಮಿಷವೆಂದರೂ ಒಂದು ವೃತ್ತ ಪೂರೈಸಲು ಎಪ್ಪತ್ತೆರಡು ನಿಮಿಷಗಳಾಗುತ್ತವೆಂದು ಅವನು ಲೆಕ್ಕಹಾಕಿದ. ಅವರು ಎಷ್ಟು ಹೊತ್ತಿನಿಂದ ಮಾಡುತ್ತಿದ್ದಾರೆಯೋ, ಇದು ಎಷ್ಟನೆಯ ವೃತ್ತವೋ ಅವನಿಗೆ ಕಲ್ಪನೆ ಬರಲಿಲ್ಲ. ಉಷಃಕಾಲವಾಗುವ ವೇಳೆಗೆ ಅವರು ಸಾಧನೆಯನ್ನು ಸಮಾಪ್ತಿಗೊಳಿಸಿದರು. ಅನಂತರ ಸಂಪೂರ್ಣಮೌನ. ಇದು ಶುದ್ಧಸ್ವರದಕ್ರಮ. ಇದರಲ್ಲಿ ಯಾವ ರಾಗವೂ ಕಾಣುವುದಿಲ್ಲ. ಎಲ್ಲ ರಾಗಗಳಿಗೂ ಆಧಾರವಾದ ಎಲ್ಲಸ್ವರಗಳ ಸಾಧನೆಯೂ ಇದೇ ಎಂದು ಅವನಿಗೆ ಅರ್ಥವಾಯಿತು. ಸಂಗೀತದ ಆಳವನ್ನು ಅನುಭವಿಸಿದಂತಾಯಿತು. ರಾಜಾಸಾಹೇಬರ ಕಾಡಿನ ಮಹದೇವಮಂದಿರಲ್ಲಿ ತಾನು ಸ್ವರಸಾಧನೆ ಮಾಡುತ್ತಿದ್ದ ಅನು ಭವದ ನೆನಪಾಯಿತು. ಇದು ಅದಕ್ಕಿಂತಲೂ ಆಳವಾದ ಸಾಧನೆಯಕ್ರಮ ಎಂದು ಅರ್ಥವಾಯಿತು.

ತುಸುಹೊತ್ತಿನಲ್ಲಿ ಸೂರ್ಯೋದಯವಾಗಿ ಎಲ್ಲೆಲ್ಲೂ ಹೊಂಗಿರಣಗಳು ಪಲ್ಲವಿಸಿದವು.

ಒಳಗೆ ನಾದಸಾಧನೆ ಮಾಡುತ್ತಿದ್ದವರು ಎದ್ದು ಹೊರಗೆ ಬಂದಂತಾಯಿತು. ಅವನು ತಿರುಗಿ ನೋಡಿದ. ಅವರೊಬ್ಬ ಸಾಧು. ಕಪ್ಪುಬಣ್ಣದ ಜಟಾಜೂಟ. ನಲವತ್ತರ ವಯಸ್ಸು. ಒಂದು ಹಳೆಯ ತುಂಡುಪಂಚೆಯನ್ನು ಕಚ್ಚೆಯಂತೆ ಬಿಗಿದಿದ್ದಾರೆ. ಹಣೆಯ ಮೇಲೆ ಹಚ್ಚಿ ಉದುರಿಹೋಗಿದ್ದ ಕುಂಕುಮದ ಗುರುತು. ಬೇರೆ ಬಟ್ಟೆಬರೆಗಳಿಲ್ಲ. ಅವನು ತಕ್ಷಣ ಮೇಲೆದ್ದು ಅವರ ಕಾಲುಮುಟ್ಟಿ ನಮಸ್ಕರಿಸಿದ. ತಮ್ಮ ಮೂಗಿನ ತುದಿಯಮೇಲೆ ನಟ್ಟಿದ್ದ ಅವರ ಕಣ್ಣುಗಳು ಇವನಮೇಲೆ ಸರಿದವು. ಯಾವ ಮಾತನಾಡಲೂ ಇವನಿಗೆ ತಿಳಿಯಲಿಲ್ಲ. ಅವರು ತಮ್ಮಪಾಡಿಗೆ ತಾವು ಹೊರಟುಹೋದರು. ಅವರನ್ನು ಹಿಂಬಾಲಿಸುವ ಮನಸ್ಸು ಇವನಿಗೆ ಬರಲಿಲ್ಲ.

ಆ ಹಗಲೆಲ್ಲ ಅವರ ಓಂಕಾರಸಾಧನೆಯೇ ಅವನ ಮನಸ್ಸನ್ನು ತುಂಬಿಕೊಂಡಿತ್ತು. ತಾನು ಮಾಡುವ, ಮಾಡುತ್ತಿದ್ದ ಸಾಧನೆಗಿಂತ ಹೆಚ್ಚು ಆಳವೂ, ಗಂಭೀರವೂ, ಅತೀತವನ್ನು ಧ್ವನಿಸುವಷ್ಟು ಘನವಾದುದೂ ಆಗಿದೆ ಅವರ ಸ್ವರಶಕ್ತಿ ಎಂಬ ಗ್ರಹಿಕೆ ಗಟ್ಟಿಯಾಗಿ ನಿಂತು ಬಿಟ್ಟಿತು. ಹಾಸಿಗೆಯ ಮೇಲೆ ಮಲಗಿದರೂ ನಿದ್ರೆ ಬರುತ್ತಿಲ್ಲ. ರಾತ್ರಿ ಬೇಗ ಊಟಮಾಡಿ ಮಲಗಿದ. ನಿದ್ರೆ ಹತ್ತಿತು. ಆದರೆ ನಡುರಾತ್ರಿಯ ವೇಳೆಗೆ ಕಿವಿಯಲ್ಲಿ ಓಂಕಾರನಾದ ತುಂಬಿಕೊಂಡಂತಾಗಿ ತಟಕ್ಕನೆ ಎಚ್ಚರವಾಯಿತು. ದೀಪ ಹಾಕಿ ಗಡಿಯಾರ ನೋಡಿಕೊಂಡ. ಹನ್ನೆರಡು ಗಂಟೆ. ಎದ್ದು ಮುಖತೊಳೆದು ಕೋಣೆಯ ಬೀಗ ಹಾಕಿಕೊಂಡು ಹರಿದಾಸ ಮಂದಿರದ ಕಡೆಗೆ ಹೆಜ್ಜೆಹಾಕಿದ. ಆಕಾಶದಲ್ಲಿ ನಸುಬೆಳದಿಂಗಳಿತ್ತು. ಸಮಕಾಲೀನ ವ್ಯಾಪಾರ ದಿಂದ ಕಲುಷಿತವಾದ ಬೃಂದಾವನ ತಿರೋಗತವಾಗಿ ಮೂಲಬೃಂದಾವನವು ಉದ್ಭವ ವಾದಂತಿತ್ತು. ಯಮುನೆ, ಕೃಷ್ಣ, ರಾಧೆ, ಗೋಪಿ, ರಾಸ, ಮುರಳಿ, ಹೆಜ್ಜೆಯ ಘುಲುಘುಲು ಗಳೆಲ್ಲವೂ ಕಣ್ಣು ಕಿವಿಗಳಿಗೆ ದಕ್ಕುವಂತಿದ್ದವು. ನಿಧಾನವಾಗಿ ತುಲಸೀಗಿಡಗಳ ನಡುವಣ ಮಂದಿರದ ಕಡೆಗೆ ನಡೆದಾಗ ಅವೆಲ್ಲವೂ ಮರೆಯಾಗಿ ಶುದ್ಧ ಓಂಕಾರ ಕೇಳತೊಡಗಿತು. ಅವರು ರಾತ್ರಿ ಎಲ್ಲ ಈ ಸಾಧನೆ ಮಾಡುತ್ತಿರಬೇಕು, ಎಂದುಕೊಂಡು ಶಬ್ದವಾಗದಂತೆ ನಡೆದು ನೆನ್ನೆ ತಾನು ಕುಳಿತಿದ್ದ ಜಾಗದಲ್ಲಿ ಅದೇ ಕಂಬವನ್ನೊರಗಿ ಕುಳಿತ. ಅದೇ ಕ್ರಮ ದಲ್ಲಿ ಅದೇ ಗಂಭೀರಭಾವದಲ್ಲಿ ಅವರು ಓಂಕಾರ ನುಡಿಯುತ್ತಿದ್ದಾರೆ. ಅವರು ಯಾವ ಸಪ್ತಕದ ಯಾವ ಸ್ವರವನ್ನು ಓಂಕಾರವಾಗಿಸುತ್ತಿದ್ದಾರೆಂಬುದು ಸ್ಪಷ್ಟವಾಗಿ ತಿಳಿಯುತ್ತಿದ್ದುದರಿಂದ ವೃತ್ತದ ಗಣಿತವನ್ನು ಎಣಿಸಿಕೊಳ್ಳುವ ಅಗತ್ಯಕಾಣಲಿಲ್ಲ. ಅವರ ಸ್ವರಕ್ಕೆ ತಾನೂ ಮೆಲುವಾಗಿ ಧ್ವನಿಹಚ್ಚುವ ಮನಸ್ಸಾದರೂ ಅತಿಸೂಕ್ಷ್ಮ ಸ್ಥಿತಿಯಲ್ಲಿರುವ ಅವರಿಗೆ ಅದು ತಿಳಿದು ಮಗ್ನತೆ ಒಡೆಯಬಹುದು, ನನ್ನಮೇಲೆ ಕೋಪಗೊಳ್ಳಬಹುದು, ಎಂಬ ಎಚ್ಚರ ಮೂಡಿ ಮೌನವಾಗಿ ಅವರ ಒಂದೊಂದೂ ಸ್ವರದ ಭಾವದಲ್ಲಿ ಪಾಲ್ಗೊಳ್ಳತೊಡಗಿದ.

ನೆನ್ನೆಯಂತೆ ಇಂದೂ ಅವರು ಉಷಃಕಾಲದ ಹೊತ್ತಿಗೆ ಸಾಧನೆಯನ್ನು ಸಮಾಪನ ಮಾಡಿದರು. ತುಸುಹೊತ್ತು ಒಳಗೆಲ್ಲ ಮೌನವಿತ್ತು. ಅನಂತರ ಆಕಾಶದಲ್ಲಿ ಸೂರ್ಯನ ಹೊಂಗಿರಣಗಳು ಹರಡುವ ವೇಳೆಗೆ ಹೊರಗೆಬಂದರು. ಅವನು ನೆನ್ನೆಯಂತೆಯೇ ಎದ್ದು

ಪಾದಮುಟ್ಟಿ ನಮಸ್ಕರಿಸಿದ. ಒಂದುನಿಮಿಷ ನಿಂತು ತಮ್ಮ ನಾಸಿಕದ ಮೇಲಿದ್ದ ದೃಷ್ಟಿಯನ್ನು ಅವನತ್ತ ಹರಿಸಿ ಅವರು ಕೇಳಿದರು: 'ನೀವು ಸಂಗೀತಗಾರರೆ?'

'ಹೌದು. ನನ್ನ ಹೆಸರು ಮೋಹನಲಾಲ್,' ಎಂದ ಅವನು ಮನಸ್ಸಿನಲ್ಲಿ ಮೂಡಿದ ಈ ವರ್ಷದ ತಾನಸೇನ ಪ್ರಶಸ್ತಿವಿಜೇತ ಎಂಬ ಮಾತನ್ನು ಆಡದೆ ತಡೆದುಕೊಂಡ. ಮೋಹನಲಾಲ್ ಎಂಬ ಹೆಸರು ಹೇಳಿದರೆ ಸಾಕು ಅವರಿಗೆ ಗೊತ್ತಾಗುತ್ತೆ. ಈ ಹೆಸರನ್ನು ಕೇಳದ ಸಂಗೀತಾಸಕ್ತರು ಯಾರಿದ್ದಾರೆ? ಎಂಬ ತರ್ಕವು ತನಗೆತಾನೆ ಅವನೊಳಗೆ ಕೆಲಸ ಮಾಡಿ ಈ ಮಾತನ್ನು ಮುಂದೆ ದಬ್ಬಿದುದು ಅವನಿಗೇ ಅರ್ಥವಾಯಿತು. ಆದರೆ ಅವರು ಕೇಳಿದ ಪ್ರಶ್ನೆಯಲ್ಲಿ ಹೆಸರು ಹೇಳುವ ಅಗತ್ಯವಿರಲಿಲ್ಲ ಎಂಬುದು ಅನಂತರ ತಿಳಿ ಯಿತು: ಅವರಿಗೆ ಕೂಡ ಮೋಹನಲಾಲ ಎಂಬ ಹೆಸರಿನ ವಿಶೇಷವು ಗೊತ್ತಿದ್ದಂತೆ ಕಾಣಲಿಲ್ಲ.

'ನೆನ್ನೆ ಬೆಳಗಿನ ಜಾವ, ಇವತ್ತು ನಡುರಾತ್ರಿಗೆ ಬಂದಿರಿ. ನಿರ್ಜನಸ್ಥಳದಲ್ಲಿ ಸಾಧನೆ ಮಾಡಬೇಕು ಅಂತ ನಾನು ಈ ಮಂದಿರ ಆರಿಸಿಕೊಂಡೆ.'

'ತಮಗೆ ತೊಂದರೆಯಾಗಿದ್ದರೆ ಕ್ಷಮಿಸಬೇಕು.'

'ಆಗಲಿ. ಇನ್ನುಮುಂದೆ ಬರಬೇಡಿ.'

'ತಮ್ಮ ಅಪ್ಪಣೆಯನ್ನು ಮೀರಿಬರುವುದಿಲ್ಲ. ತಮ್ಮ ಸಂಗೀತಸಾಧನೆಯನ್ನು ಕೇಳಿ ನಾನು ಸಂಗೀತದ ಅಜ್ಞಾತಶಕ್ತಿಯನ್ನು ಕಲಿಯಬಹುದೆಂತ ಬಂದೆ. ನನ್ನನ್ನು ತಮ್ಮ ಶಿಷ್ಯ ನನ್ನಾಗಿ ಸ್ವೀಕರಿಸಿದರೆ ನಾನು ಕೃತಾರ್ಥ.'

'ನಾನು ಮಾಡುತ್ತಿರೂದು ಸಂಗೀತಸಾಧನೆಯಲ್ಲ. ಯೋಗಸಾಧನೆ. ಇದು ಯೋಗ ಸಾಧನೆಯ ಒಂದು ವಿಧ ಅಷ್ಟೆ.'

'ಅದನ್ನೇ ನಾನು ಹೇಳಿದುದು ಸಂಗೀತದ ಅಜ್ಞಾತಶಕ್ತಿಯನ್ನ ಕಲಿಯಬೇಕು ಅಂತ. ಅದನ್ನ ತಾವು ಕಲಿಸಿಕೊಟ್ಟರೆ ನನ್ನ ಸಂಗೀತಕ್ಕೆ ಹೊಸಶಕ್ತಿ ಬರುತ್ತೆ. ತಾನಸೇನ ದೀಪಕರಾಗ ಹಾಡಿ ಬೆಂಕಿ ಹೊತ್ತಿಸಿದ್ದು, ಮಗಳ ಮೂಲಕ ಮೇಘರಾಗ ಹಾಡಿಸಿ ಮಳೆಬರಿಸಿ ಬೆಂಕಿಯನ್ನು ನಂದಿಸಿದುದು ಇವೆಲ್ಲ ತನ್ನ ಗುರು ಹರಿದಾಸರಿಂದ ಕಲಿತ ಯೋಗಶಕ್ತಿಯು ಸಂಗೀತದ ಮೂಲಕ ಪ್ರಕಟವಾದದ್ದರಿಂದ ಅಲ್ಲವೇ? ತಮ್ಮ ಕೃಪೆಯಿಂದ ನನಗೂ ಅಂಥ ಶಕ್ತಿ ಸಾಧಿತವಾದರೆ ನಾನು ಧನ್ಯನಾಗ್ತೀನಿ.' ಎಂದು ಮತ್ತೆ ನಮಸ್ಕರಿಸಿದ.

'ಓ! ತಾನಸೇನನಿಗೆ ಅನ್ವಯಿಸಿ ಸಂಗೀತಗಾರರು ಕಟ್ಟಿರುವ ಮಂತ್ರಸಿದ್ಧಿಯ ಕತೆಗಳನ್ನು, ಸಂಗೀತಪ್ರೇಮಿಗಳು ನಂಬಿರೂದ ನಾನೂ ಕೇಳಿದೀನಿ. ಅಕ್ಬರ್‌ಬಾದಶಹನ ವ್ಯಕ್ತಿವೈಭವವನ್ನು ಹರಡುವ ಕಥೆಗಳಲ್ಲಿ ಇವೂ ಕೆಲವು. ಅಕ್ಬರ್‌ಬಾದಶಹನಿಲ್ಲದೆ ದೀಪಕ–ಮೇಘರಾಗಗಳನ್ನು ತಾನಸೇನ ಹಾಡಿದ ಕಥೆ ಇರುವುದು ಶಕ್ಯವಿಲ್ಲ ಅಲ್ಲವೆ?'

'ಹೌದು ಹೌದು. ಬಾದಶಾ ದೊಡ್ಡ ಸಂಗೀತಪ್ರೇಮಿ. ತನ್ನ ವಜೀರರಿಗಿಂತ ಹೆಚ್ಚು ಸಂಬಳವನ್ನು ತಾನಸೇನನಿಗೆ ಕೊಡ್ತಿದ್ದ.'

'ನಿಜ ಸಂಗತಿ ಏನು ಗೊತ್ತೆ? ಸ್ವಾಮಿ ಹರಿದಾಸರು ಲಂಕಾದಹನ ಸಾರಂಗ ಹಾಡಿದಾಗ

ಇದೇ ಬೃಂದಾವನದಲ್ಲಿ ಆಗ ಇದ್ದ ಕಾಡಿನಲ್ಲಿ ಕಾಳ್ಗಿಚ್ಚು ಹುಟ್ಟಿಕೊಂಡಿತು. ಆಗ ಅವರು ಮೇಘವನ್ನು ಹಾಡಿ ಅದನ್ನು ನಂದಿಸಿದರು. ಅವರು ಬರೀ ಸಂಗೀತಗಾರರಾಗಿರಲಿಲ್ಲ. ದೊಡ್ಡ ಯೋಗಿಯಾಗಿದ್ದರು. ಯೋಗಿಯ ಪ್ರಥಮಗುಣ ಯಾವುದು? ಅಕ್ಬರ್ ಬಾದಶಹ ಪರಿಪರಿಯಾಗಿ ಹೇಳಿ ಕಳಿಸಿದರೂ ಅವರು ತಮ್ಮ ಆಶ್ರಮ, ಇದೇ ಜಾಗವನ್ನು ಬಿಟ್ಟು ರಾಜಾಶ್ರಯಕ್ಕೆ ಹೋಗಲಿಲ್ಲ. ಬಾದಶಹನಿಗೆ ತನ್ನ ಗುರುಗಳ ಸಂಗೀತ ಕೇಳಿಸಬೇಕಾದರೆ ತಾನಸೇನನು ಅವನನ್ನು ವೇಷಮರೆಸಿ ಕರೆತಂದು ಆಶ್ರಮದ ಹೊರಗೆ ಅವಿಸಿಕೂರಿಸಿ, ತಾನೊಬ್ಬನೇ ಒಳಗೆ ಹೋಗಿ ಇಂಥ ರಾಗ ಹಾಡಿ ಅಂತ ಬೇಡಿಕೊಂಡ. ಅವರು ಹಾಡಿದ್ದನ್ನು ಬಾದಶಹ ಮರೆಯಲ್ಲಿ ಕೂತು ಕೇಳಿ ಹಿಂತಿರುಗಿದ. ತಾನಸೇನನಿಗೆ ಈ ಗುಣವಿತ್ತೆ? ರಾಜಾಶ್ರಯವನ್ನು ಅವನು ಅರಸಲಿಲ್ಲವೆ? ಬಾದಶಹನನ್ನು ಹೊಗಳುವ ಹಲವಾರು ಸಂಗೀತರಚನೆ ಮಾಡಲಿಲ್ಲವೆ? ಬಾದಶಾಸ್ತುತಿಯ ಕೃತಿಗಳನ್ನು ತನ್ನ ಮಕ್ಕಳಿಂದಲೂ ರಚಿಸಿಸಿ ಅವನ್ನು ತಾನು ತಿದ್ದಿಕೊಟ್ಟು ಅವರಿಗೆಲ್ಲ ಆಸ್ಥಾನದಲ್ಲಿ ದೊಡ್ಡ ಸಂಬಳ ಗಿಟ್ಟಿಸಿಕೊಡಲಿಲ್ಲವೆ? ಅವನು ರಚಿಸಿದ ರಾಗಗಳಲ್ಲಿ ಬಾದಶಹನ ರುಚಿಯನ್ನು ನಿರೀಕ್ಷಿಸಿ ಅವನ ಮೆಚ್ಚುಗೆ ಗಳಿಸುವ ಒಳ ಆಶೆ ಇರಲಿಲ್ಲವೆ? ತಾನು ಬಯಸಿದ ಹೆಣ್ಣಿಗಾಗಿ ಅವನು ತನ್ನ ಧರ್ಮವನ್ನೇ ಬಿಟ್ಟು ಅನ್ಯಧರ್ಮ ಸ್ವೀಕರಿಸಲಿಲ್ಲವೆ? ಅನ್ಯಧರ್ಮ ಸ್ವೀಕಾರದಿಂದ ಅವನಿಗೆ ಬಾದಶಹನ ಆಸ್ಥಾನದಲ್ಲಿ, ಆಸ್ಥಾನಿಕರ ನಡುವೆ ವಿಶೇಷ ಪ್ರಯೋಜನವೂ ಆಗಲಿಲ್ಲವೆ? ಅವನೊಬ್ಬ ಗಾಯಕ, ಕಲಾವಿದ. ದೊಡ್ಡ ಕಲಾಪ್ರತಿಭೆ. ಹಾಗಂತ ಯೋಗಿಗಳಿಗೆ ಮಾತ್ರ ಸಾಧ್ಯವಾದ ಶಕ್ತಿಯನ್ನು ಅವನ ಸಂಗೀತಕ್ಕೆ ನಿಮ್ಮಂಥ ಸಂಗೀತಗಾರರು ಆರೋಪಿಸ್ತಾರೆ. ಅವನು ಎಷ್ಟೇ ರಾಜಾಶ್ರಯಕ್ಕೆ ರಾಜಭೋಗದ ಆಮಿಷಗಳಿಗೆ ಬಿದ್ದರೂ ಸ್ವಧರ್ಮತ್ಯಾಗಮಾಡಿದರೂ ಅದೇ ಧರ್ಮದ ಸಿದ್ಧಿಶ್ರೇಷ್ಠರಾದ ಹರಿದಾಸರು ಅವನನ್ನು ತಿರಸ್ಕರಿಸಿ ಶಪಿಸಲಿಲ್ಲ. ಅದು ಅವರ ಯೋಗಸಿದ್ಧಿಯ ಇನ್ನೊಂದು ಲಕ್ಷಣ.'

ಅವರು ಇಷ್ಟನ್ನೂ ನಿಂತೇ ಮಾತನಾಡುತ್ತಿದ್ದರು. ಅವನೂ ಗೌರವಪೂರ್ಣವಾದ ದೂರದಲ್ಲಿ ನಿಂತು ಕೇಳುತ್ತಿದ್ದ. ಇನ್ನೇನಾದರೂ ಕೇಳುವುದುಂಟೋ? ಎಂಬಂತೆ ಅವರು ಅವನನ್ನು ನೋಡಿದರು. ಅವನಿಗೆ ಕೇಳಲು ಏನೂ ಹೊಳೆಯಲಿಲ್ಲ. ಅವರ ದೃಷ್ಟಿಯು ಮತ್ತೆ ಮೂಗಿನ ತುದಿಯನ್ನು ಸೇರಿದಂತಾಯಿತು. ಅನಂತರ ಅವರು ಮಂದಿರದಿಂದ ಹೊರನಡೆದು ನದಿಯ ಕಡೆಗೆ ಹೆಜ್ಜೆಹಾಕಿದರು. ಅವನು ಅವರ ಹೆಜ್ಜೆಯ ಲಯವನ್ನೇ ನೋಡುತ್ತ ನಿಂತಿದ್ದ.

ಹೋಟೆಲಿಗೆ ಹಿಂತಿರುಗಿ ಸ್ನಾನ ನಾಶ್ತಾಗಳನ್ನು ಮುಗಿಸಿ ಮಂಚದಮೇಲೆ ಮೈ ಚಾಚಿದಾಗ ಒಂದು ಬಗೆಯ ನೆಮ್ಮದಿ, ಒಂದು ಬಗೆಯ ಅಸಂತುಷ್ಟಿ ಒಂದರೊಳಗೊಂದು ಬೆರೆತು ಕಾಣಿಸಿಕೊಂಡವು. ತಾನಸೇನನೂ ನನ್ನಂತಹ ಗಾಯಕನೇ. ಹೆಚ್ಚು ಪ್ರತಿಭಾಶಾಲಿ. ನನಗಿರುವ ಹಣ, ಕೀರ್ತಿ ಮೊದಲಾದ ಐಹಿಕಮೋಹಗಳು ಅವನಿಗೂ ಇದ್ದವು, ಎಂಬ ಭಾವವು ನೆಮ್ಮದಿಯನ್ನು ಕೊಟ್ಟಿತು. ಯೋಗವಾಗದ ಸಂಗೀತದಲ್ಲಿ ಪವಾಡ ಸಾಧಿಸುವುದು ಸಾಧ್ಯವಿಲ್ಲ, ಅದು ನನಗೆ ಎಂದೆಂದಿಗೂ ಸಾಧಿಸುವುದಿಲ್ಲ ಎಂಬುದು ಅಸಂತುಷ್ಟಿಯನ್ನು

ತಂದಿತು. ಹೆಂಡತಿ ಮಕ್ಕಳು ಶಿಷ್ಯರು ಎಲ್ಲತರಲ್ಲೂ ತೃಪ್ತಿಯಿದ್ದುದರಿಂದ ಅವನಿಗೆ ನನ್ನನ್ನು ಕಾಡುತ್ತಿರುವಂಥ ಖಿನ್ನಭಾವ ಇರಲಿಲ್ಲವೇನೋ! ಎಂದುಕೊಂಡ. ತುಸುಹೊತ್ತಿನಲ್ಲಿ ನಿದ್ರೆ ಬಂತು. ಸಾಧುವು ಮೊಳಗುತ್ತಿದ್ದ ಓಂಕಾರವು ಎಚ್ಚರವಾಗುವ ಮುನ್ನ ಕನಸಿನಲ್ಲಿ ಕೇಳಿಸುತ್ತಿತ್ತು. ಅನಂತರ ಎಚ್ಚರವಾಯಿತು. ಎಚ್ಚರವಾದನಂತರವೂ ಅದರ ಆಕರ್ಷಣೆ ಕಾಡತೊಡಗಿತು. ಇವತ್ತು ರಾತ್ರಿಯೂ ಆತ ಮಂದಿರಕ್ಕೆ ಬಂದು ಹೀಗೆಯೇ ಓಂಕಾರ ಸಾಧನೆಮಾಡ್ತಾರೆ. ತಾನು ಹೋಗಿ ಕೇಳಬೇಕು, ಎಂಬ ಅದಮ್ಯ ಆಕರ್ಷಣೆ. ಆದರೆ ನಿರ್ಜನಸ್ಥಳದಲ್ಲಿ ಈ ಸಾಧನೆ ಮಾಡಬೇಕು ಅಂತ ಈ ಸ್ಥಳವನ್ನು ಆರಿಸಿಕೊಂಡೆ, ಇನ್ನು ಮುಂದೆ ಬರಬೇಡಿ ಅಂತ ಸ್ಪಷ್ಟವಾಗಿ ಹೇಳಿಬಿಟ್ಟಿದಾರೆ. ನಾನು ಕದ್ದು ಹೋಗಿ ಕುಳಿತರೂ, ಬೆಳಗ್ಗೆ ಅವರ ಸಾಧನೆ ನಿಂತ ತಕ್ಷಣ ಅಲ್ಲಿಂದ ಕಾಲು ತೆಗೆದರೂ ಅವರಿಗೆ ತಿಳಿಯುತ್ತೆ. ಉದ್ಧಟತನಕ್ಕೆ ಏನಾದರೂ ಶಿಕ್ಷೆಮಾಡಿಯಾರು, ಎಂಬ ಭಯವಾಯಿತು. 'ಮಹಾರಾಜ್, ನಿಮ್ಮ ಶಿಷ್ಯನಾಗ ಬೇಕು ಅಂತ ನಿಶ್ಚಯಿಸಿದೀನಿ. ನನಗೆ ಯೋಗದೀಕ್ಷೆ ಕೊಡಿ' ಅಂತ ಕೇಳಿಕೊಂಡರೆ? ಎಂಬ ಒಂದು ದಾರಿ ಕಾಣಿಸಿತು. ಐಹಿಕ ಆಶೆ ಆಕರ್ಷಣೆಗಳನ್ನೆಲ್ಲ ಬಿಡುವೆಯ? ಸ್ವಾಮಿ ಹರಿದಾಸರಂತೆ ಬಾದಶಹನ ದರ್ಬಾರಿನಲ್ಲಿ ಹಾಡುವ ಆಹ್ವಾನವನ್ನು ತಿರಸ್ಕರಿಸುವೆಯ? ಅಂತ ಕೇಳ್ತಾರೆ. ಆಗ? ಎಂಬ ಪ್ರಶ್ನೆ ಹುಟ್ಟಿತು. ತನ್ನೊಳಗೇ ತಡಕಿಕೊಳ್ಳತೊಡಗಿದ. ಯೋಗಿಗಳು ಅನುಭವಿಸುವ ಅಂತರಂಗದ ಆನಂದದ ಮುಂದೆ ಉಳಿದೆಲ್ಲ ಸುಖಸಂತೋಷ ಗಳೂ ತುಚ್ಛ ಎಂದು ತಾನು ಕೇಳಿದ್ದ ಮಾತುಗಳು ನೆನಪಿಗೆಬಂದವು. ಆ ಮಾತುಗಳ ಮೋಡಿಯಲ್ಲೇ ಎಷ್ಟೋ ಹೊತ್ತು ತಲ್ಲೀನನಾಗಿದ್ದ. ಅನಂತರ ಹೊಟ್ಟೆಯಲ್ಲಿ ಹಸಿವು ಕಾಣಸಿಕೊಂಡಿತು. ಎದ್ದು ಊಟದ ಸಾಲೆಗೆ ಹೋಗಿ ಕೂತು ಊಟಮಾಡುವಾಗ ಪ್ರಶಸ್ತಿ ಸ್ವೀಕಾರಕ್ಕೆ ಭೂಪಾಲಿಯನ್ನಾದರೂ ಕರೆತರಬೇಕಿತ್ತು ಎನ್ನಿಸಿತು. ಹೊಟ್ಟೆಗೆ ರೊಟ್ಟಿ ಪಲ್ಯ ಹಾಲುಮೊಸರುಗಳು ಬಿದ್ದನಂತರ ಹೆಣ್ಣಿನ ಬಯಕೆ ಕಾಣಿಸಿತು. ಯೋಗಸಾಧನೆ ನನಗಲ್ಲ ಎನ್ನಿಸಿತು. ಊಟ ಮುಗಿಸಿ ಕೈಬಾಯಿ ತೊಳೆದು ಕೋಣೆಗೆ ಹಿಂತಿರುಗುವಷ್ಟರಲ್ಲಿ ಹೆಣ್ಣಿನ ಬಯಕೆಯೂ ಇಳಿದುಹೋಗಿತ್ತು. ಮತ್ತೆ ಅವನತಭಾವ. ಇದೀಗ ಜುನ್ನರ್‌ಕರನ ಗಲಾಟೆಯಲ್ಲಿ ಎಲ್ಲ ಪತ್ರಿಕೆಗಳ ದೃಷ್ಟಿಯೂ ನನ್ನಮೇಲೆ ನಟ್ಟಿವೆ. ಅದೇ ಸಂದರ್ಭದಲ್ಲಿ ಈ ಪ್ರಶಸ್ತಿ. ಇಲ್ಲಿಗೆ ಯಾವ ಶಿಷ್ಯೆಯನ್ನು ಕರೆತಂದರೂ, ಅಥವಾ ಬಿಳಿಚರ್ಮದ ಭೂಪಾಲಿಯನ್ನು ತಂದಿದ್ದರೆ ಪತ್ರಿಕೆಯೋರ ಕಣ್ಣಿಗೆ ಎದ್ದು ಕಾಣ್ತಿತ್ತು. ಯಾವನಾದರೂ ಕಿಡಿಗೇಡಿ ಅಪಪ್ರಚಾರ ಶುರುಮಾಡಿದ್ದರೆ ಉಳಿದ ಪತ್ರಕರ್ತರೂ ಅದೇ ಶ್ರುತಿ ಹಿಡೀತಿದ್ದರು. ಒಬ್ಬನೇ ಬಂದದ್ದು ಸರಿಯಾಯಿತು ಎಂಬ ಸಮಾಧಾನಹುಟ್ಟಿತು.

ರಾತ್ರಿ ನಿದ್ರೆಬರಲಿಲ್ಲ. ಸಾಧುವಿನ ಓಂಕಾರ ಕೇಳುವ ಬಯಕೆ ಕಾಡಿಸತೊಡಗಿತು. ಆದರೆ ಹರಿದಾಸಮಂದಿರಕ್ಕೆ ಹೋಗುವಂತಿಲ್ಲ. ಎರಡು ತಾಸು ಹೊರಳಿದನಂತರ ಎದ್ದು ಕೋಣೆಯ ಬೀಗಹಾಕಿಕೊಂಡು ನದಿಯ ದಡಕ್ಕೆ ನಡೆದ. ದೇವಸ್ಥಾನಗಳನ್ನು ದಾಟಿ ಮರಳಿನಮೇಲೆ ಅರ್ಧ ಮೈಲಿಯಷ್ಟು ನಡೆದಮೇಲೆ ನೀರಿಗೆ ತುಸುದೂರದಲ್ಲಿ ಒಣಗಿದ ಮರಳಮೇಲೆ ಕುಳಿತ. ಮನಸ್ಸಿನಲ್ಲೇ ತಂಬೂರಿಯ ಶ್ರುತಿಯನ್ನು ಕಲ್ಪಿಸಿಕೊಂಡು ಸ್ವರಸಾಧನೆ

ಮಾಡತೊಡಗಿದ. ಆ ಸಾಧು ಮಾಡುತ್ತಿದ್ದಂತೆ ಮಂದ್ರಸಪ್ತಕದಲ್ಲಿ ಹನ್ನೆರಡುಸ್ವರಗಳನ್ನು ಇಳಿದು ಹನ್ನೆರಡುಸ್ವರಗಳನ್ನು ಏರಿದ. ಅನಂತರ ಮಧ್ಯಮಸಪ್ತಕದಲ್ಲಿ. ಕೊನೆಗೆ ತಾರಸಪ್ತಕದಲ್ಲಿ ಇದೇ ಸಾಧನೆಮಾಡಿದ. ತಾನೂ ಮಾಡಬಲ್ಲೆ ಎನ್ನಿಸಿತು. ಆದರೆ ಇದರಿಂದ ಲಭಿಸುವುದೇನು? ಮನಸ್ಸು ಯಾವ ಸಪ್ತಕದಲ್ಲಿ ಯಾವ ಸ್ವರವನ್ನು ಕಲ್ಪಿಸಿಕೊಂಡರೂ ಅದನ್ನು ಅರ್ಜುನನು ಬಾಣ ಹೊಡೆದಂತೆ ಹಿಡಿದು ಹೊಮ್ಮಿಸುವ ಶಕ್ತಿ ನನ್ನ ಕಂಠಕ್ಕೆ ಇದ್ದೇ ಇದೆ. ರಾಜಾಸಾಹೇಬರು ಆರು ತಿಂಗಳಿಗೇ ಅದನ್ನು ಅಭ್ಯಾಸಮಾಡಿಸಿದರು. ಅನಂತರ ಇಷ್ಟು ವರ್ಷಗಳೂ ಅದೇ ಮೂಲನಿಯಮದ ಮೇಲೆ ಹಾಡಿದೀನಿ. ನಾನು ಮಾಡುವ ಸ್ವರವಿನ್ಯಾಸಗಳನ್ನು ಆ ಸಾಧು ಮಾಡಬಲ್ಲರೆ? ನನಗೆ ಆಗಿರುವ ಸಂಗೀತಸಾಧನೆ ಅವರಿಗೆ ಆಗಿದೆಯೆ? ಎಂಬ ಪ್ರಶ್ನೆಗಳು ಹುಟ್ಟಿದವು. ಆದರೆ ಅವರು ಸ್ವರದ ಮೂಲಕ ಮಾಡ್ತಿರೂದು ಸಂಗೀತಸಾಧನೆಯಲ್ಲ, ಯೋಗಸಾಧನೆ ಎಂಬ ವಿವರಣೆ ಹುಟ್ಟಿದಾಗ ಸಾಧುವಿನ ಓಂಕಾರದ ವಿಚಿತ್ರ, ವಿಶೇಷಶಕ್ತಿಯ ಅರಿವಾಗತೊಡಗಿತು. ಮೇಲೆ ಎದ್ದು ನಡೆದು ಹರಿದಾಸಮಂದಿರದ ಜಗುಲಿಗೆ ಹೋಗಿ ಕೇಳುವ ಆಶೆ, ಆದರೆ ಸಾಧು ನಿಷೇಧಿಸಿದ್ದಾರೆ ಎಂಬ ಹತಾಶೆಗಳ ನಡುವೆ ಅಸಹಾಯಭಾವ ಹುಟ್ಟಿತು.

ಮತ್ತೆ ಎರಡುದಿನ ಕಳೆಯುವುದರಲ್ಲಿ ಈ ಬೃಂದಾವನದಲ್ಲಿ ಕೂತು ನಾನು ಮಾಡೂದೇನು? ಮಾಡುತ್ತಿರೂದೇನು? ಎಂಬ ಪ್ರಶ್ನೆ ಬಾಧಿಸತೊಡಗಿತು. ಆರುಮೈಲಿ ದೂರದ ಮಥುರೆಗೆ ಹೋದರೆ ನೇರವಾಗಿ ಮುಂಬಯಿಗೆ ರೈಲುಗಳಿವೆ. ಅಥವಾ ಎರಡುತಾಸು ದೂರದ ದಿಲ್ಲಿ ಮುಟ್ಟಿದರೆ ವಿಮಾನಗಳಿವೆ ಎಂಬ ಪರಿಹಾರ ಕಂಡಿತು. ಆದರೆ ಮುಂಬಯಿಗೆ ಹೋಗಿ ಮಾಡುವುದೇನು? ಎಂಬ ನಿರರ್ಥಕತೆ ಎದುರಾಯಿತು. ಇಷ್ಟರಲ್ಲಿ ಕಾಗದಗಳು ಬಂದಿರುತ್ತವೆ. ಟೆಲಿಗ್ರಾಂಗಳು, ಟೆಲಿಫೋನ್‌ಗಳು, ಪ್ರೋಗ್ರಾಂಗಳಿಗೆ ಆಹ್ವಾನಿಸಿ. ನನ್ನ ರೇಟ್ ಒಂದುಲಕ್ಷ ಅಂತ ಈಗ ಎಲ್ಲರಿಗೂ ಗೊತ್ತು. ಯಾರೂ ಚೌಕಾಶಿ ಮಾಡುಲ್ಲ, ತಾನಸೇನ ಪ್ರಶಸ್ತಿ ಬಂದ ಹೊಸತರಲ್ಲಿ ಕರೆಸಿ ಪ್ರೋಗ್ರಾಂ ಮಾಡಿಸುವ ಹುಮ್ಮಸ್ಸು ಸಂಗೀತ ಸಭೆಗಳಿಗೆ, ಸಂಗೀತ ಪ್ರೇಮಿಗಳಿಗೆ ಏರಿರುತ್ತೆ. ಈ ಹುಮ್ಮಸ್ಸು ಒಂದು ತಿಂಗಳ ನಂತರ ಇಳಿಯುತ್ತೆ. ಇಂಥ ಸಂದರ್ಭದಲ್ಲೇ ನಾನು ವಿಳಾಸಸ್ಥಾನ ಬಿಟ್ಟು ಯಾರಿಗೂ ಗೊತ್ತಿಲ್ಲದ ವಿಳಾಸವಿಲ್ಲದ ಜಾಗದಲ್ಲಿ ಬಂದು ಕೂತಿದೀನಿ ಎಂಬ ನೆನಪಾಯಿತು. ಆ ದಿನವೇ, ಆ ತಕ್ಷಣವೇ ಸೂಟ್‌ಕೇಸ್ ಹಿಡಿದು ಮಥುರೆಯ ರೈಲ್ವೆಸ್ಟೇಷನ್ನಿಗೆ ಹೋಗಿಬಿಡಬೇಕೆಂಬ ನಿಶ್ಚಯಹುಟ್ಟಿತು. ಆದರೆ ಹಾಸಿಗೆಯಿಂದ ಮೇಲೆ ಏಳುವ, ಎದ್ದು ಬಟ್ಟೆಬರೆಗಳನ್ನು ಮಡಿಸಿ ಸೂಟ್‌ಕೇಸಿಗೆ ಹಾಕುವ ಕ್ರಿಯಾಶಕ್ತಿ ಇಲ್ಲದಂತೆ ಮಲಗಿದ್ದ. ಇಲ್ಲಿಂದ ಹೋಗಬೇಕು. ಎಲ್ಲಿಗೆ ಎಂದು ಹೊಳೆಯುತ್ತಿಲ್ಲ. ಯಾವ ಊರೂ ಆಕರ್ಷಿಸುತ್ತಿಲ್ಲ. ಎಲ್ಲಿಯೂ ಏನೂ ಕೆಲಸವಿಲ್ಲ.

ಎರಡುದಿನದ ನಂತರ ತಟಕ್ಕನೆ ಚಿತ್ತರ್‌ಪುರಕ್ಕೆ ಹೋಗುವ, ರಾಜಾಸಾಹೇಬರ ಕಾಡಿನ ನಡುವೆ, ನರ್ಮದೆಯ ಕಡೆಗೆ ಮುಖ ಮಾಡಿರುವ ಮಹದೇವ ಮಂದಿರದಲ್ಲಿ ಮೌನವಾಗಿ ಕೂತಿರುವ ಮನಸ್ಸಾಯಿತು. ಅನಂತರ ಎರಡುತಾಸು ತನಗೆತಾನೇ ಹಾಡಿ

ಕೊಳ್ಳುವ ಆಶೆಯಾಯಿತು. ಅರ್ಧಗಂಟೆಯಲ್ಲಿ ಎದ್ದು ಬಟ್ಟೆಬರೆಗಳನ್ನು ಸೂಟ್‌ಕೇಸಿಗೆ ತುಂಬಿಕೊಂಡ. ಉಜ್ಜಯಿನಿಯ ರೈಲು ಎಷ್ಟು ಹೊತ್ತಿಗಿದೆ ಎಂಬುದನ್ನೂ ವಿಚಾರಿಸದೆ ಒಂದು ಆಟೋ ಹತ್ತಿ ಮಥುರೆಯ ರೈಲ್ವೆ ನಿಲ್ದಾಣಕ್ಕೆ ಹೋದ.

– ೮ –

ಮರುದಿನ ಬೆಳಗ್ಗೆ ಉಜ್ಜಯಿನಿಯಲ್ಲಿ ಇಳಿದು ತಕ್ಷಣ ಒಂದು ಟ್ಯಾಕ್ಸಿ ಮಾಡಿಕೊಂಡು ಚಿತ್ತರಪುರಕ್ಕೆ ಹೋಗುವಾಗ ದಾರಿಯಲ್ಲಿ ಶಕಪುರ ಸಿಕ್ಕಿತು. ತಕ್ಷಣ ಭೂಪತರಾಮರ ನೆನಪುಬಂತು. ಬಹುತೇಕ ಅವರೂ ಬದುಕಿರುವುದಿಲ್ಲ. ಮೂವತ್ತನಾಲ್ಕು ವರ್ಷ ಕಳೆದಿದೆ. ಬದುಕಿದ್ದರೆ ಈಗ ನೂರು ಕಳೆದಿರುತ್ತೆ. ಹೇಗಾದರೆ ಹಾಗೆ ಆಗಲಿ ಎಂದು ಟ್ಯಾಕ್ಸಿಯನ್ನು ಪಟ್ಟಣದೊಳಕ್ಕೆ ತಿರುಗಿಸುವಂತೆ ಹೇಳಿದ. ಬೀದಿ ಮತ್ತು ಮನೆಯ ಗುರುತು ಸಿಕ್ಕಿತು. ವಿಚಾರಿಸಿದ: ತಬಲಾ ಗುರುಗಳು ಸತ್ತು ಇಪ್ಪತ್ತೈದು ವರ್ಷವಾಯಿತು! ಅವರ ಗಂಡುಮಕ್ಕಳು ಮನೆ ಮಾರಿಕೊಂಡು ಹೋದರು. ಒಬ್ಬ ಕಲ್ಕತ್ತೆಯಲ್ಲಿದ್ದಾನೆ; ಇನ್ನೊಬ್ಬ ಧನಬಾದಿನಲ್ಲಿ. ಈಗ ಅವರ ಪೈಕಿ ಶಕಪುರದಲ್ಲಿ ಯಾರೂ ಇಲ್ಲ. ಮೋಹನಲಾಲನ ಮನಸ್ಸು ಖಿನ್ನವಾಯಿತು. ಟ್ಯಾಕ್ಸಿಯನ್ನು ಚಿತ್ತರಪುರದ ಕಡೆಗೆ ತಿರುಗಿಸಲು ಹೇಳಿದ. ರಸ್ತೆಯೆಲ್ಲ ಟಾರಾಗಿರುವುದು ಕಾಣಿಸಿತು. ತಾನು ಸೈಕಲ್ ತುಳಿಯುತ್ತಿದ್ದ ಗುಂಡಿಗೊಟರು ಧೂಳು ಮಣ್ಣುಗಳ ಹಾದಿಯಲ್ಲ. ಡ್ರೈವರನ್ನು ಕೇಳಿದ: 'ಈ ರಸ್ತೆ ಟಾರ್ ಆಗಿ ಎಷ್ಟು ವರ್ಷವಾಯಿತು.'

'ಹದಿನೈದಿಪ್ಪತ್ತು ವರ್ಷವಾಗಿರಭೌದು. ನಮ್ಮ ಮಾಲ್ವಾದ ಎಲ್ಲ ರಸ್ತೆಗಳಿಗಿಂತ ಇದು ಉತ್ತಮವಾದದ್ದು.'

'ಏನು ಕಾರಣ?'

'ಭಾಳಾ ಜನ ಫಾರಿನರ್ಸ್ ಬರ್ತಾರೆ. ಚಿತ್ತರ್‌ಪುರ ರೆಸಾರ್ಟ್ ಅಂದರೆ ಅಮೆರಿಕಾ ಇಂಗ್ಲಂಡ್ ಜರ್ಮನಿ ಯುರೋಪ್ ಎಲ್ಲ ಕಡೆಯಿಂದಲೂ ಟೂರಿಸ್ಟ್‌ಗಳು; ಬೇಸಿಗೆ ಮೂರು ತಿಂಗಳು ಬಿಟ್ಟು ಒಂಬತ್ತು ತಿಂಗಳೂ ತುಂಬಿರ್ತಾರೆ.'

'ಯಾರು ರೆಸಾರ್ಟ್ ನಡೆಸೋರು?'

'ನಿಮಗೆ ಗೊತ್ತಿಲ್ಲವೆ? ರಾಜಾಸಾಹೇಬರು. ರಾಜಾ ಜಿತಸಿಂಗ್ ಅಂದರೆ ಭಾಳಾ ಬುದ್ಧಿವಂತರು. ಅವರು ರೆಸಾರ್ಟ್ ಮಾಡಿರೂದರಿಂದ ನಮಗೆ ಒಂದಿಷ್ಟು ಬಿಸಿನೆಸ್. ಇಲ್ಲದಿದ್ದರೆ ಉಜ್ಜಯಿನೀಲಿ ಟ್ಯಾಕ್ಸಿಗಳನ್ನ ಕೇಳೋರು ಯಾರು?'

ಅದೇನು ನೋಡಬೇಕೆಂದು ಮೋಹನಲಾಲನಿಗೂ ಉದ್ವಿಗ್ನತೆಯುಂಟಾಯಿತು. ಮೂವತ್ತನಾಲ್ಕು ವರ್ಷದ ಹಿಂದೆ ತಾನು ಬಿಟ್ಟ ರಾಜಾಸಾಹೇಬರ ಆಶ್ರಯತಾಣ ಈಗ ಏನೇನಾಗಿದೆಯೊ? ಡ್ರೈವರನನ್ನೇ ವಿವರವನ್ನು ಕೇಳುವ ಮನಸ್ಸಾಯಿತು. ಆದರೆ ಒಳ್ಳೆಯ ರಸ್ತೆಯಾದ್ದರಿಂದ ವೇಗವಾಗಿ ಓಡಿದ ಟ್ಯಾಕ್ಸಿಯು ಆಗಲೇ ಮುಕ್ಕಾಲು ದೂರವನ್ನು ಮುಗಿಸಿತ್ತು. ಎಂಥ ಮಳೆಯ ಪ್ರವಾಹ ಬಂದರೂ ಚಿತ್ರಾನದಿಯನ್ನು ದಾಟಲು ತೊಂದರೆ

ಯಾಗದಂತೆ ದೊಡ್ಡ ಆಧುನಿಕ ಸೇತುವೆ ಕಟ್ಟಿದ್ದಾರೆ. ಈ ರಸ್ತೆ, ಈ ಸೇತುವೆಗಳನ್ನು ರಾಜ ಕುಮಾರ ಅಜಿತಸಿಂಗನು ತನ್ನ ಕಾಸು ಬಿಚ್ಚಿ ಮಾಡಿಸಿಲ್ಲ. ಸರ್ಕಾರದಲ್ಲಿ ತನ್ನ ಪ್ರಭಾವ ಉಪಯೋಗಿಸಿ, ದುಡ್ಡ ತಿನ್ನಿಸಿ ಮಾಡಿಸಿದ್ದಾನೆ ಎಂದುಕೊಂಡ. ಮನಸ್ಸು ತನ್ನ ಗುರು ರಾಜಾಸಾಹೇಬರ ಅರಮನೆ, ಕಾಡಿನ ದಾರಿ, ಕಾಡು, ಮಂದಿರಗಳನ್ನು ನೆನೆಸಿಕೊಳ್ಳುತ್ತಿರುವಾಗ ಟ್ಯಾಕ್ಸಿಯವನು ಅರಮನೆಯ ಮುಂದಕ್ಕೆ ತಂದು ನಿಲ್ಲಿಸಿದ. ತಕ್ಷಣ ದೊಡ್ಡ ಹೋಟೆಲುಗಳಲ್ಲಿರು ವಂತಹ ಒಬ್ಬ ಎತ್ತರದ ದರಬಾನ ಹತ್ತಿರಬಂದು ಇವನಿಗೆ ಸಲ್ಯೂಟ್ ಮಾಡಿದ.

'ಇಲ್ಲಿಗೆ ಯಾಕೆ ತಂದೆ?' ಮೋಹನಲಾಲ ಗೊಂದಲದಿಂದ ಡ್ರೈವರನ್ನು ಕೇಳಿದ.

'ಎಲ್ಲಿಗೆ ಹೋಗಬೇಕು ನೀವು ಹೇಳಲಿಲ್ಲ. ಈಗ ಹೇಳಿ ಎಲ್ಲಿಗೆ?'

ಮೋಹನಲಾಲನ ಗೊಂದಲ ಇನ್ನಷ್ಟು ಬಿಕ್ಕಟ್ಟಿಗೆ ಒಳಗಾಯಿತು. ಮಹದೇವ ಮಂದಿರಕ್ಕೆ ಹೋಗುವ ಮೊದಲು ತಾನು ಒಂದು ಕಡೆ ಇಳಿದುಕೊಳ್ಳಬೇಕು. ಈ ಊರಿನಲ್ಲಿ ಯಾರ ಪರಿಚಯ? ಬೇರೆ ಯಾವ ವ್ಯವಸ್ಥೆ ಇದೆ? ಏನೂ ತೋಚದಂತಾಯಿತು. ಡ್ರೈವರ್ ಎಂಜಿನನ್ನು ಆರಿಸಿ ಸುಮ್ಮನೆ ಕುಳಿತ. ಒಂದುನಿಮಿಷ ಯೋಚಿಸಿದ ನಂತರ ಮೋಹನಲಾಲ ದರ್ಬಾನನನ್ನು ಕೇಳಿದ: 'ಅರಮನೆಯ ಕಾಡಿನೊಳಗೆ, ನದೀ ತೀರದಲ್ಲಿ ಮಹದೇವಮಂದಿರ ವಿದೆಯಲ್ಲ, ಅದನ್ನ ನೋಡಬೇಕು, ಪೂಜೆ ಮಾಡಿಸಬೇಕು ಅಂತ ನಾನು ಬಂದದ್ದು. ಪೂಜಾರಿಯ ಮನೆ ಎಲ್ಲಿದೆ ಹೇಳ್ತೀರಾ? ಅಥವಾ ಅವರನ್ನ ಕರೆಸ್ತೀರಾ?'

'ಹೊರಗಿನವರಿಗೆ ಮಂದಿರಕ್ಕೆ ಪ್ರವೇಶವಿಲ್ಲ. ರೆಸಾರ್ಟಿನಲ್ಲಿ ಲಾಡ್ಜರ್ ಆಗಿದ್ದರೆ ಮಾತ್ರ ಕಾಡಿಗೆ ಪ್ರವೇಶ. ಕಾಡೊಳಕ್ಕೆ ಹೋದಮೇಲೆ ಮಂದಿರಕ್ಕೂ ಹೋಗಬಹುದು.'

'ಈ ಊರಿನ ಬೇರೆ ಯಾರೂ ಮಂದಿರಕ್ಕೆ ಹೋಗುಲ್ಲವೆ? ಶಿವರಾತ್ರಿ ಪೂಜೆಗೆ?'

'ಸಾಬ್, ಇದು ರಾಜಾಸಾಹೇಬರ ಖಾಸಗಿ ಮಂದಿರ. ಬೇರೆಯೋರಿಗೆ ಪ್ರವೇಶವಿಲ್ಲ.'

ಮೋಹನಲಾಲನಿಗೆ ಅಸಹಾಯಕಭಾವ ಹುಟ್ಟಿತು. ಟ್ಯಾಕ್ಸಿಯಿಂದ ಕೆಳಗಿಳಿದು ದೊಡ್ಡ ದಾಗಿ 'ಓರಿಯಂಟ್ ರಾಯಲ್ ರೆಸಾರ್ಟ್' ಎಂದು ಬೋರ್ಡು ಹಾಕಿದ್ದ ಅರಮನೆಯ ಮೆಟ್ಟಿಲುಗಳನ್ನು ಹತ್ತಿ ಸ್ವಾಗತಕಕ್ಷೆಗೆ ಹೋದ. ಪಂಚತಾರಾ ಹೋಟೆಲುಗಳು ಅವನಿಗೆ ಹೊಸವಲ್ಲ. ನಾಲ್ಕು ತಾರೆಗಳಿಗೆ ಕಡಮೆಯಿಲ್ಲದ ಹೋಟೆಲಿನಲ್ಲಿ ತನ್ನನ್ನು ಇಳಿಸಬೇಕೆಂದು ಯಾವ ಕಛೇರಿಗೆ ಹೋದರೂ ಅವನು ವ್ಯವಸ್ಥಾಪಕರಿಗೆ ಕರಾರು ಹಾಕುತ್ತಿದ್ದ. ಸ್ವಾಗತದ ಡೆಸ್ಕಿಗೆ ಹೋಗಿ 'ನನಗೊಂದು ರೂಮು ಬೇಕು' ಎಂದ.

'ಇಲ್ಲಿ ರೂಮಿನ ವ್ಯವಸ್ಥೆ ಇಲ್ಲ ಸರ್. ಕುಟೀರಗಳ ವ್ಯವಸ್ಥೆ. ಒಬ್ಬರಿಗಾದರೆ ಕಿರು ಪ್ರಮಾಣದ ಕುಟೀರ. ಕಾಡಿನ ಮಧ್ಯೆ.'

'ದಿನಬಾಡಿಗೆ ಎಷ್ಟು?'

'ಇನ್ನೂರು ಡಾಲರ್. ಪ್ಲಸ್ ಟ್ಯಾಕ್ಸ್.' ಎದುರಿನ ಬೋರ್ಡಿನಮೇಲೆ ಡಾಲರು, ಪೌಂಡು, ಮಾರ್ಕ್, ಫ್ರಾಂಕ್ ಮೊದಲಾದ ಹಣಕ್ಕೆ ರೂಪಾಯಿಯಲ್ಲಿ ಬೆಲೆ ಹಾಕಿದ್ದರು. ಅಂದರೆ ದಿನಕ್ಕೆ ಏಳುಸಾವಿರ ವಸತಿಗೆ ಕೊಡಬೇಕು. ಅವನು ಎಂದೂ ಕೈಯಿಂದ ಕೊಟ್ಟು ಇಷ್ಟು ದುಬಾರಿಯ ಸ್ಥಳದಲ್ಲಿ ಇಳಿದಿರಲಿಲ್ಲ. ಆದರೆ ತನ್ನ ಸಾಧನಾದೈವ ಮಹದೇವನ

ದರ್ಶನ ಮಾಡಲು ಬೇರೆ ದಾರಿ ಇರಲಿಲ್ಲ. ಟ್ಯಾಕ್ಸಿಯವನಿಗೆ ಹಣಕೊಟ್ಟು ಕಳಿಸಿದಮೇಲೆ ರಿಜಿಸ್ಟರ್ ಮಾಡಿದ. ರೆಸಾರ್ಟಿನದೇ ಒಂದು ಸೈಕಲ್‌ರಿಕ್ಷಾದ ಮೇಲೆ ಅವನನ್ನು ಕೂರಿಸಿ, ಜೊತೆಗೆ ಅವನ ಸೂಟ್‌ಕೇಸನ್ನು ಇರಿಸಿ ಅವನ ಸಂಖ್ಯೆಯ ಕುಟೀರಕ್ಕೆ ಕಳಿಸಿದರು. ಕಾಡಿನ ಒಳಗೆಲ್ಲ ಅಲ್ಲಲ್ಲಿ ನೂರಾರು ಕುಟೀರಗಳನ್ನು ನಿರ್ಮಿಸಿದ್ದರು. ಪ್ರತಿಯೊಂದು ಕುಟೀರವನ್ನೂ ಸುತ್ತುವರೆದ ಮರಗಿಡಗಳು. ಸೈಕಲ್ ಅಥವಾ ಸೈಕಲ್‌ರಿಕ್ಷಾಗಳಲ್ಲಿ ಹೋಗುವಾಗ ಒಂದು ಕುಟೀರವೂ ಕಣ್ಣಿಗೆ ಬೀಳದಂತೆ ಇಡೀ ಆವರಣವನ್ನು ವಿನ್ಯಾಸಗೊಳಿಸಿದ್ದರು. ತಾನು ಆರುವರ್ಷ ವಾಸಮಾಡಿದ ಕುಟೀರದಷ್ಟೇ ಗಾತ್ರದ್ದಾಗಿತ್ತು ಅವನಿಗೆ ಕೊಟ್ಟಿದ್ದುದು. ಒಳಗೆ ಮಾತ್ರ ಪಂಚತಾರಾ ಹೋಟೆಲುಗಳಮಟ್ಟದ ಹಾಸಿಗೆ, ಸೋಫ಼ಾ, ಸ್ನಾನ ಮತ್ತು ಶೌಚದ ವ್ಯವಸ್ಥೆಗಳು. ಪ್ರತಿ ಕುಟೀರದಲ್ಲೂ ಒಂದೊಂದು ಹಗುರವಾದ ವಿದೇಶಗಳಲ್ಲಿರುವಂಥ ಸೈಕಲ್. ಅದಕ್ಕೆ ಬೆಲ್ ಇಲ್ಲ. ಇಡೀ ಕಾಡಿನ, ನಡಿಗೆಯಲ್ಲಿ ಹೋಗಬಹುದಾದ ಕಿರುದಾರಿಗಳ ಸೈಕಲ್‌ನಲ್ಲಿ ಕ್ರಮಿಸಬಹುದಾದ ಕಿರುರಸ್ತೆಗಳ ಒಂದು ವಿವರವಾದ ನಕ್ಷೆಯನ್ನು ಮೇಜದಮೇಲೆ ಇಟ್ಟಿದ್ದರು. ಊಟಕ್ಕೆ ಬೇಕಾದರೆ ಸೈಕಲ್ ಹತ್ತಿ ಸ್ವಾಗತಭವನದ ಹಿಂಬದಿಯಲ್ಲಿರುವ ಭೋಜನಶಾಲೆಗೆ ಹೋಗಬಹುದು. ಇಲ್ಲವೆ ಮೆನು ನೋಡಿ ಫ಼ೋನ್‌ಮಾಡಿದರೆ ಕುಟೀರಕ್ಕೆ ಕಳಿಸುತ್ತಾರೆ.

ಸ್ನಾನ ಮುಗಿಸಿ ಅವನು ತಿರುಗಾಡಲು ಹೊರಟ. ಸೈಕಲ್ ಇದ್ದರೂ ಅಭ್ಯಾಸ ತಪ್ಪಿ ಮೂವತ್ತೈದು ವರ್ಷವಾಗಿದೆ. ಈ ಕಾಡಿನಲ್ಲಿ ನಡೆದರೇ ಅದರ ಅನುಭವವಾಗುವುದು ಎಂಬ ನೆನಪು ಬಂತು. ಕಣ್ಣೆದುರಿಗೆ ಕಾಡು ಕಂಡರೂ ಒಳಗೆಲ್ಲ ಸುಖಭೋಗದ ವಸತಿ ಕುಟೀರಗಳು ತುಂಬಿಕೊಂಡಿವೆ. ಪಶ್ಚಿಮದೇಶದ ಜನಗಳಿಗೆ ಅರಿಚಿಕಿರಿಚುವ ಅಭ್ಯಾಸವಿಲ್ಲದ್ದರಿಂದ ಜನಸಂದಣಿ ತಿಳಿಯುವುದಿಲ್ಲ ಎನ್ನಿಸಿತು. ಅಲ್ಲಲ್ಲೇ ಕಾಣುವ ನವಿಲುಗಳು. ಎಲ್ಲೆಲ್ಲೂ ಹೆಣೆದುಕೊಂಡಿರುವ ಎರಡು ಸೈಕಲ್‌ರಿಕ್ಷಾಗಳು ಎದುರುಬದುರು ದಾಟುವಷ್ಟು ಅಗಲದ ಟಾರು ರಸ್ತೆಗಳು. ಅವುಗಳನ್ನು ಹೆರಳಿನಂತೆ ಹೆಣೆದುಕೊಂಡಿರುವ ಕಲ್ಲುಹದಿದ ಕಾಲುದಾರಿಗಳು. ಮೂರು ಅಡಿ ಎತ್ತರದ ಕಬ್ಬಿಣದ ಕಡ್ಡಿಗೆ ಸಿಕ್ಕಿಸಿದ ಬಾಣದ ಆಕೃತಿಯ ಗುರುತಿನ ಬೋರ್ಡುಗಳು, ದಾರಿಯ ಸಂಖ್ಯೆಗಳು. ಇದು ಕಾಡಲ್ಲ ಎನ್ನಿಸಿತು. ನಡುನಡುವೆ ಕೈಹಿಡಿದು ನಡೆಯುವ ಬಿಳಿಜನಾಂಗದ ಹೆಣ್ಣುಗಂಡಿನ ಜೋಡಿಗಳು. ಒಂಟಿಯಾದ ಗಂಡು ಹೆಣ್ಣುಗಳು ಕೂಡ. ಮರವನ್ನೊರಗಿ ನಿಂತು ಗಾಢಚುಂಬನದಲ್ಲಿ ನಿರತರಾದ ಒಂದೊಂದು ಜೋಡಿ ಸಹ. ಭಾರತೀಯರು ಒಬ್ಬರೂ ಇರಲಿಲ್ಲ. ಇವನನ್ನು ಕಂಡು ಹಾಯ್, ಹೆಲೋ ಎಂದು ಮುಗುಳ್ನಗುತ್ತಿದ್ದರು. ನಿಂತು ಮಾತು ಬೆಳೆಸಲು ಇವನಿಗೂ ಮನಸ್ಸಿರಲಿಲ್ಲ. ಅವರಿಗೂ ಅಭ್ಯಾಸವಿಲ್ಲ. ಅಂದಾಜಿನಿಂದ ದಿಕ್ಕು ಹಿಡಿದು ಅವನು ನದಿಯ ಕಡೆಗೆ ನಡೆದ. ಅಲ್ಲಿಂದ ಮಂದಿರದ ಹತ್ತಿರಕ್ಕೆ ಹೋದ. ಬಾಗಿಲು ತೆರೆದಿತ್ತು. ಬಾಗಿಲಿನ ಹೊರಗೆ ಲಿಂಗಪೂಜೆಯ ಅರ್ಥವನ್ನು ವಿವರಿಸಿದ ಒಂದು ಇಂಗ್ಲಿಷ್ ಬೋರ್ಡು. 'ಪ್ರಾಚೀನ ಭಾರತೀಯರು ಮುಕ್ತ ರತಿಯನ್ನನುಸರಿಸುತ್ತಿದ್ದರು. ಯೋನಿ ಮತ್ತು ಶಿಶ್ನಗಳನ್ನು ದೇವರೆಂದು ಬಗೆದು ಪೂಜಿಸುತ್ತಿದ್ದರು. ಇವೆರಡರ ಐಕ್ಯವನ್ನು ಅತ್ಯುನ್ನತ ಅಧ್ಯಾತ್ಮದ

ಅನುಭವಕ್ಕೆ ಸಮವೆಂದು ಭಾವಿಸಿದ್ದರು. ಇಂಥ ಐಕ್ಯದ ಕಲಾತ್ಮಕ ಪ್ರತೀಕವಾಗಿ ಈಶ್ವರಲಿಂಗವನ್ನು ನಿರ್ಮಿಸಿದರು. ಇದನ್ನು ಭಾರತೀಯರು ಇಂದಿಗೂ ಪೂಜಿಸುತ್ತಾರೆ.' ಇವನು ಬಾಗಿಲಿನಿಂದ ಒಳಗೆ ಇಣುಕಿದ. ನಾಲ್ಕು ಜೋಡಿ ಗಂಡುಹೆಣ್ಣುಗಳು ಲಿಂಗವನ್ನು ತದೇಕಚಿತ್ತರಾಗಿ ನಿರುಕಿಸುತ್ತಿದ್ದರು. ಪರಸ್ಪರ ಕೈಹಿಡಿದ ಅಥವಾ ಅಪ್ಪಿಕೊಂಡ ಆ ಜೋಡಿಗಳ ಕಣ್ಣಿನಲ್ಲಿ ಕಾಮದ ಉಪಾಸನೆ ತುಂಬಿಕೊಂಡಿತ್ತು. ಇವನು ಒಳಗೆಲ್ಲ ನೋಡಿದ. ತನ್ನ ನೆನಪಿನಲ್ಲಿ ಘನವಾಗಿ ನಿಂತಿದ್ದ ಮೂರು ಬೀರುಗಳಲ್ಲಿ ಒಂದೂ ಇರಲಿಲ್ಲ; ಮೂರು ತಂಬೂರಿಗಳದೊಂದು, ತಬಲಾ, ಹಾರ್ಮೋನಿಯಂಗಳಲ್ಲದೆ ಮಡಿಸಿಡುತ್ತಿದ್ದ ಹಾಸುಗಂಬಳಿ ಒರಗು ದಿಂಬುಗಳದು ಇನ್ನೊಂದು, ಸಂಗೀತದ ಪುಸ್ತಕಗಳು ತುಂಬಿದ್ದ ಗಾಜಿನ ಬಾಗಿಲಿನದು ಮೂರನೆಯದು. ಲಿಂಗವೆಂದರೆ ನಾದವು ಸುತ್ತಿ ಹಿಂತಿರುಗುವ ಗೋಲಾಕೃತಿಯ ವಿಶ್ವ, ಅಂತರ್ಮುಖಿಯಾಗಿ ನಾದಧ್ಯಾನದಲ್ಲಿ ತಲ್ಲೀನವಾಗುವ ಆಕೃತಿ, ಎಂದು ರಾಜಾಸಾಹೇಬರು ಹೇಳಿದ್ದ ಮಾತುಗಳು ನೆನಪಿಗೆ ಬಂದವು. ಆ ಭಾವವು ಇಲ್ಲಿ ಆವಿಯಾಗಿಹೋಗಿದೆ ಎನ್ನಿಸಿತು. ಇದು ಮಂದಿರವಲ್ಲ. ಕಲ್ಲು ಕಟ್ಟಡ. ಇದರೊಳಗೆ ರಾತ್ರಿ ಎಲ್ಲ ಕೂತರೂ ಸಂಗೀತದ ಒಂದು ಕಿರುತರಂಗವೂ ಹುಟ್ಟುವುದಿಲ್ಲ ಎನ್ನಿಸಿತು. ಅಲ್ಲಿಂದ ಹೊರಗೆ ಬಂದು ಕೆಳಗೆ ಪ್ರಪಾತದಲ್ಲಿ ಹರಿಯುವ ನರ್ಮದೆಯನ್ನು ನೋಡುತ್ತಾ ಮಂದಿರದ ಜಗುಲಿಯಮೇಲೆ ಕುಳಿತ. ಇಲ್ಲಿ ತಾನು ಸಂಪೂರ್ಣವಾಗಿ ಒಂಟಿ ಎಂಬ ಭಾವನೆ ತುಂಬಿಕೊಂಡಿತು. ನರ್ಮದೆ ಕೂಡ ಮೂವತ್ತ ನಾಲ್ಕು ವರ್ಷಗಳಲ್ಲಿ ಸ್ವಂತಕ್ಕೆ ಪೋಷಣೆ ಇಲ್ಲದೆ ಹರಿದುಕೊಂಡು ತಿನ್ನುವ ಮಕ್ಕಳಿಗೆ ತನ್ನದನ್ನೆಲ್ಲ ಉಣಿಸುವ ತಾಯಿಯಂತೆ ಬಡಕಲಾಗಿಹೋಗಿದ್ದಳು. ಬಲಬದಿಯಲ್ಲಿ ಸಂಗಮ ವಾಗುವ ಚಿತ್ರಾನದಿಯ ಪಾತ್ರದಲ್ಲಿ ಚರಂಡಿಯಷ್ಟು ನೀರೂ ಕಾಣುತ್ತಿಲ್ಲ.

ಅವನು ಹಾಗೆಯೇ ಅರ್ಧತಾಸು ಕುಳಿತಿದ್ದಾಗ ಒಬ್ಬ ಬಿಳಿಯ ಮನುಷ್ಯ ಹತ್ತಿರಬಂದ. ಸುಮಾರು ಮೂವತ್ತೈದು ವರ್ಷದ ಆತ ಮಾಸಲು ದಂತದ ಬಣ್ಣದ ಷರಟುಹಾಕಿ ಕಪ್ಪು ಪ್ಯಾಂಟು ಧರಿಸಿದ್ದ. ಕಾಲಿಗೆ ಜಾಗಿಂಗ್ ಪಾದರಕ್ಷೆಗಳು. ಇವನ ಹತ್ತಿರ ಬಂದು, 'ಕ್ಷಮಿಸಿ, ನಿಮ್ಮ ಏಕಾಂತಕ್ಕೆ ಭಂಗವುಂಟುಮಾಡ್ತಿದೀನಿ. ನೀವು ಗಾಯಕ ಮೋಹನಲಾಲ್‌ಜಿ ಅಲ್ಲವೆ?' ಎಂದ.

ಈ ಆವರಣದಲ್ಲೂ ತನ್ನನ್ನು ಗುರುತಿಸಬಲ್ಲ ಒಬ್ಬನಾದರೂ ಸಿಕ್ಕಿದನಲ್ಲ ಎಂಬ ಭಾವನೆಯಿಂದ ಮೋಹನಲಾಲನಿಗೆ ಒಂಟಿತನ ತುಸುಕಳೆಯಿತು. ಕತ್ತೆತ್ತಿ ನೋಡಿದ. ಆಗಂತುಕನೇ, 'ನನ್ನ ಹೆಸರು ವಿನ್‌ಸ್ಟನ್ ಅಂತ. ಊರು ಹ್ಯೂಸ್ಟನ್, ಟೆಕ್ಸಾಸ್. ಗ್ವಾಲಿಯರ್‌ನಲ್ಲಿ ಸಂಗೀತೋತ್ಸವಕ್ಕೆ ಬಂದಿದ್ದೆ. ನಿಮ್ಮ ಗಾಯನ ಸ್ಫೂರ್ತಿಯಿಂದ ಉಕ್ಕಿಹರಿಯಿತು,' ಎಂದ.

ಉಭಯ ಕುಶಲೋಪರಿಗಳಾದ ಮೇಲೆ ಮೋಹನಲಾಲ ಕೇಳಿದ: 'ಇಲ್ಲಿ ಎಷ್ಟು ದಿನ ದಿಂದ ಇದೀರಿ?'

'ಮೂರುದಿನ. ನಾಳೆ ರಾಜಸ್ಥಾನಕ್ಕೆ ಪ್ರಯಾಣ.'

'ಇಲ್ಲಿಗೆ ಯಾಕೆ ಬಂದಿರಿ?'

'ಈ ರೆಸಾರ್ಟಿನ ಮಾಲೀಕ ಮಹಾರಾಜ ಬಹಳ ನಿಪುಣನಾದ ಮಾರಾಟತಜ್ಞ ಅಂತ ಕಾಣಿಸುತ್ತೆ. ಅಮೆರಿಕ ಯೂರೋಪುಗಳ ಪ್ರವಾಸ ನಿರ್ವಾಹಕರುಗಳೆಲ್ಲ ಈ ರೆಸಾರ್ಟಿನ ವಿಷಯವಾಗಿ ಪ್ರಚಂಡ ಪ್ರಚಾರ ಮಾಡ್ತಿದಾರೆ. ಎಲ್ಲ ಅಲ್ಲಿಂದಲೇ ಬುಕ್ ಆಗಿಬಿಡುತ್ತೆ!' ಎಂದು ನಕ್ಕ.

'ಇಲ್ಲಿ ಏನೇನು ಆಕರ್ಷಣೆಗಳಿವೆ?'

'ಬ್ಯಾಡ್‌ಮಿಟನ್, ಟೆನಿಸ್, ಅಮೆರಿಕದ ಬ್ಯಾಸ್ಕೆಟ್‌ಬಾಲ್ ಕೋರ್ಟುಗಳಿವೆ. ದೊಡ್ಡ ಈಜುಕೊಳವಿದೆ. ಹುಲಿಯ ಜಿಂಕೆಶಿಕಾರಿ. ಮಹಾರಾಜರೊಡನೆ ರಾತ್ರಿ ಭೋಜನ, ಇವೆರಡು ವಿಶೇಷಗಳು. ಕೊನೆಪಕ್ಷ ಹತ್ತು ಜನರು ಸೇರಿ ಮೊದಲೇ ತಲಾ ಇನ್ನೂರು ಡಾಲರಿನ ಟಿಕೇಟು ಪಡೆದರೆ ಮಹಾರಾಜಾ ಅಜಿತ್‌ಸಿಂಗ್‌ರೊಡನೆ ಕೂತು ಭೋಜನ ಮಾಡುವ ಅನುಭವ ಲಭ್ಯವಾಗುತ್ತೆ. ಹಿಂದಿನ ರಾಜರ ಭೋಜನಮೇಜು, ಕುರ್ಚಿಗಳು. ಬೆಳ್ಳಿಯ ತಟ್ಟೆಬಟ್ಟಲು ಚಮಚ ಫೋರ್ಕುಗಳು. ಮಹಾರಾಜರು ನಿಜವಾದ ರಾಜವೇಷಧರಿಸಿ ಆಗಮಿಸುತಾರೆ. ಆಗ ಭೋಜನಾಕಾಂಕ್ಷಿಗಳು ಹೇಗೆ ಎದ್ದುನಿಲ್ಲಬೇಕು, ಹೇಗೆ ಬಾಗಬೇಕು ಮೊದಲಾದ ರಿವಾಜುಗಳನ್ನು ಮೊದಲೇ ಹೇಳಿಕೊಟ್ಟಿರ್ತಾರೆ. ಮಹಾರಾಜರು ರಾಜಗಂಭೀರ ಹಸನ್ಮುಖದಿಂದ ಮುಜಿರೆ ಸ್ವೀಕರಿಸ್ತಾರೆ. ಊಟದ ನಡುವೆ ಕುಶಲಸಂಭಾಷಣೆ ಮಾಡ್ತಾರೆ. ಇನ್ನೂರು ಡಾಲರು ಕೊಟ್ಟವರಿಗೆ ತಾವು ಪ್ರಾಚೀನ ಭಾರತದ ರಾಜಸಂಸ್ಕೃತಿಯನ್ನು ಹೊಕ್ಕುಬಂದೆವೆಂಬ ಧನ್ಯತೆಯ ಭಾವ ಉಂಟಾಗುತ್ತೆ. ವ್ಯತ್ಯಾಸವಿಷ್ಟೆ: ಸಾಧಾರಣ ಪ್ರವಾಸಿಗಳಿಗೆ ತಿಳಿಯುಲ್ಲ; ಭೋಜನ ವಿಶೇಷಗಳಲ್ಲಿ ಬಹುಪಾಲು ಮೊಗಲ್‌ಶೈಲಿಯವು. ಪ್ರಾಚೀನ ಭಾರತದ್ದಲ್ಲ. ಒಟ್ಟಿನಲ್ಲಿ ಕನಿಷ್ಠ ಹತ್ತುಜನ ಅಂದರೆ ಎರಡುಸಾವಿರ ಡಾಲರ್. ಎಪ್ಪತ್ತುಸಾವಿರ ಇಂಡಿಯನ್ ರೂಪಾಯಿ. ಐದುಸಾವಿರ ರೂಪಾಯಿ ಖರ್ಚುತೆಗೆದರೆ ಅರವತ್ತೈದುಸಾವಿರ ರೂಪಾಯಿ ನಫೆ! ಎಷ್ಟೋ ದಿನ ಇಪ್ಪತ್ತು ಇಪ್ಪತ್ತೈದು ಜನ ಈ ಭೋಜನಕ್ಕೆ ಸೇರೂದೂ ಉಂಟು.'

ಮೋಹನಲಾಲನಿಗೆ ಆಗ ಆಕ್ಸ್‌ಫರ್ಡಿನಲ್ಲಿ ಓದುತ್ತಿದ್ದ, ತನಗಿಂತ ನಾಲ್ಕುವರ್ಷಕ್ಕೆ ಚಿಕ್ಕ ಯುವರಾಜನ ನೆನಪುಬಂತು. ಅವನನ್ನೇಕೆ ಒಮ್ಮೆ ಭೇಟಿಯಾಗಬಾರದು? ಎಂಬ ಆಲೋಚನೆಹುಟ್ಟಿತು. ಒಂದು ಭೇಟಿಗೂ ಇಷ್ಟು ನೂರುಡಾಲರ್ ಅಂತ ಧಾರಣೆ ಇಟ್ಟಿದಾನೆಯೋ! ಎಂಬ ಅನುಮಾನ ಒಡೆಯಿತು. ಅಷ್ಟರಲ್ಲಿ ವಿನ್‌ಸ್ಟನ್ ತನ್ನ ಕೈಗಡಿಯಾರ ನೋಡಿಕೊಂಡು ಈಗ ಹುಲಿಯ ಜಿಂಕೆಶಿಕಾರಿ ನಡೆಯುತ್ತೆ. ನೊಡುವ ಕುತೂಹಲವಿದ್ದರೆ ಬನ್ನಿ. ಹೋಗುವಾ ಎಂದ.

ಇವನು ಅನುಸರಿಸಿದ. ತನ್ನ ಕೈಯಲ್ಲಿದ್ದ ನಕ್ಷೆಯನ್ನು ನೋಡುತ್ತಾ ಹೆರಳಿನಂತೆ ಸುತ್ತಿಬಳಸಿ ಗಂಟು ಹಾಕಿಕೊಳ್ಳುವ ಐದು ಅಡಿ ಅಗಲದ ಟಾರು ರಸ್ತೆಗಳು ಕಾಲ್ನಡಿಗೆಯ ಕಲ್ಲು ಹಾದಿಗಳಲ್ಲಿ ನಡೆಯುತ್ತಾ ಅಡ್ಡಸಿಗುವ ನವಿಲುಗಳನ್ನು ಕೈಯಿಂದ ಚಿಟಿಕೆ ಹಾಕಿ ದಾರಿಬಿಡಿಸುತ್ತಾ ಕಾಡಿನ ಉತ್ತರಭಾಗಕ್ಕೆ ಕರೆದೊಯ್ದು. ಅಲ್ಲಿ ವಿಶೇಷವನ್ನು ನೋಡಲೆಂಬಂತೆ ಸುಮಾರು ನೂರುಜನರು ನೆರೆದಿದ್ದರು. ಎಪ್ಪತ್ತು ಎಂಭತ್ತುಮಂದಿ ಪಾಶ್ಚಿಮಾತ್ಯರು. ಇಪ್ಪತ್ತು

ಜನ ಭಾರತೀಯರು. ಭಾರತೀಯ ಹೆಂಗಸರೂ ಕಾಡಿನಲ್ಲಿ ಸಾಹಸಕ್ಕೆ ಹೊರಟ ಪಶ್ಚಿಮದವರಂತೆ ಜೀನ್ಸ್ ಮತ್ತು ಅರೆತೋಳಿನ ಷರಟು ಹಾಕಿದ್ದರು. ಕಾಲಿಗೆ ಅರಣ್ಯದಲ್ಲಿ ಸಂಚರಿಸುವವರು ಧರಿಸುವ ವಿಶೇಷ ಒರಟಾಗಿ ಕಾಣುವ ಬೂಟುಗಳು. ಎದುರಿಗೆ ಇಪ್ಪತ್ತು ಅಡಿ ಎತ್ತರಕ್ಕೆ ಬಿಗಿದ ಬೆರಳು ಗಾತ್ರದ ತಂತಿಬಲೆಯ ಬೇಲಿಯ ಆಚೆಗೆ ಸುಮಾರು ಒಂದೂವರೆ ಎಕರೆಯ ಮರಗಿಡಗಳಿಲ್ಲದ ಖಾಲಿ ಜಾಗ. ನಡುನಡುವೆ ವಿರಳ ವಾಗಿ ಎರಡಡಿ ಎತ್ತರದ ಪೊದೆಗಳು. ಅದರೊಳಗೆ ಏನೋ ವಿಶೇಷ ಮನರಂಜನೆ ನಡೆ ಯುತ್ತದೆ ಎಂದು ಇವನು ಕಲ್ಪಿಸಿಕೊಂಡು ವಿನ್‌ಸ್ಟನನ ಮುಖನೋಡಿದ. ಅವನು, 'ಹುಲಿಯು ಜಿಗರೆಯ ಬೇಟೆಮಾಡುವ ದೃಶ್ಯ. ನಿಜವಾದ ಹುಲಿ, ನಿಜವಾದ ಜಿಗರೆ. ಇಂಥದಿದ್ದರೆ ಕಾಡಿಗೆ ಸಹಜವಾದ ರುದ್ರಗಂಭೀರ ಬರುತ್ತದಲ್ಲವೆ?' ಎಂದ. ನೆರೆದಿದ್ದ ಜನಗಳು ಯಾರೂ ಸದ್ದು ಮಾಡುತ್ತಿರಲಿಲ್ಲ. ಹುಲಿ ಮತ್ತು ಜಿಗರೆಗಳಿಗೆ ತಮ್ಮ ಅಸ್ತಿತ್ವವು ತಿಳಿಯಬಾರದೆಂಬಷ್ಟು ಮೌನವಾಗಿದ್ದರು. ಎಷ್ಟೋ ಜನ ಗಿಡಮರಗಳ ಸಂದಿನಲ್ಲಿ ಅವಿತು ನಿಂತರು. ಕೆಲವರು ಮರಗಳನ್ನು ಏರಿ ಸರಿಯಾದ ಕೊಂಬೆಗಳ ಸಂದಿನಲ್ಲಿ ಕುಳಿತರು. ಎಲ್ಲರ ಕೈಯಲ್ಲೂ ಕ್ಯಾಮರಗಳು. ಬೇಟೆಯ ಸ್ಥಳದಲ್ಲಿ ಬಿಸಿಲಿದ್ದುದರಿಂದ ಯಾರೂ ಕ್ಯಾಮರಕ್ಕೆ ಪ್ರಕಾಶವನ್ನಳವಡಿಸುವ ಅಗತ್ಯವಿರಲಿಲ್ಲ. ಎಲ್ಲರೂ ನೋಡುತ್ತಿರುವಾಗ ಒಂದು ಬೆಳೆದ ಜಿಂಕೆಯು ಖಾಲಿ ಆವರಣವನ್ನು ಪ್ರವೇಶಿಸಿತು. ತುಸು ಹೊತ್ತಿನಲ್ಲಿ ಸಮೀಪದಲ್ಲೇ ಒಂದು ಕಡೆ ಹುಲಿಯ ಗುಟ್ಟರಿಕೆ ಕೇಳಿಸಿತು. ಜಿಂಕೆಯು ಹೆದರಿ ಓಡತೊಡಗಿತು. ಎತ್ತ ಓಡಿದರೂ ಬೇಲಿ ಅಡ್ಡಬರುತ್ತಿದೆ. ಹಿಂದಕ್ಕೆ, ಮುಂದಕ್ಕೆ, ಪಕ್ಕಕ್ಕೆ ಓಡಿ ಅದು ನಡುವಣ ಪೊದೆಗಳಲ್ಲಿ ಅಡಗಿಕೊಂಡಿತು. ಅಷ್ಟರಲ್ಲಿ ನಿಧಾನಗತಿಯಲ್ಲಿ ಹೆಜ್ಜೆ ಹಾಕುತ್ತಾ ಒಂದು ದೊಡ್ಡ ಹುಲಿಯು ಆವರಣವನ್ನು ಪ್ರವೇಶಿಸಿತು. ಜಿಂಕೆಯನ್ನು ನೋಡಿ ಅದರ ಹಿಂದೆ ಅರೆವೇಗದಲ್ಲಿ ಓಡಿತು. ಬೇಲಿಗೆ ಎದುರಾದ ಜಿಂಕೆಯು ಸರಕ್ಕನೆ ದಿಕ್ಕು ಬದಲಿಸಿ ಹಿಂಬದಿಗೆ ಓಡಿತು. ಜಿಂಕೆಯ ದಿಶಾಪಲ್ಲಟದ ವೇಗಕ್ಕೆ ತಾನು ಸಮನಲ್ಲ ಎಂಬಂತೆ ಹುಲಿಯು ನಿಧಾನವಾಗಿ ತಿರುಗಿ ಅನುಸರಿಸಿತು. ಓಡಿ ಓಡಿ ದಣಿದ ಜಿಂಕೆಯು ಏದುಸಿರಿ ಡುತ್ತಾ ನಿಂತು ಸುತ್ತ ನೋಡತೊಡಗಿತು. ಹಿಂದಿನಿಂದ ಬಂದ ಹುಲಿಯು ಒಂದುಸಲ ಗುಟ್ಟರಿಸಿತು. ಭಯಗೊಂಡ ಜಿಂಕೆಯು ಏದುಸಿರಿದ್ದರೂ ವೇಗವಾಗಿ ಓಡಿ ತಂತಿಯ ಬಲೆಗೆ ಹೊಡೆದುಕೊಂಡು ಮತ್ತೆ ದಿಕ್ಕು ಬದಲಿಸಿತು. ಇದು ತನಗೆ ದಕ್ಕುವ, ದಕ್ಕಬೇಕಾದ ಬೇಟೆ, ಆತುರುಪಡುವ ಅಗತ್ಯವಿಲ್ಲ ಎಂಬ ಖಚಿತ ವಿಶ್ವಾಸದಲ್ಲಿ ಹುಲಿಯು ವೇಗವಾಗಿ ನುಗ್ಗದೆ ಬರಿದೇ ಆಟವಾಡಿಸುತ್ತಿತ್ತು. ಒಂದೊಂದು ಕ್ಯಾಮರವೂ ಹತ್ತು ಹದಿನೈದು ಇಪ್ಪತ್ತು ಮೂವತ್ತು ಕ್ಲಿಕ್ಕುಗಳನ್ನು ಹೊಡೆಯುತ್ತಿತ್ತು. ಸುಮಾರು ಅರ್ಧಗಂಟೆಯ ಹೊತ್ತಿಗೆ ಜಿಂಕೆಯು ಓಡಿಓಡಿ ಸುತ್ತಿಸುತ್ತಿ ತಪ್ಪಿಸಿ ರಕ್ಷಿಸಿಕೊಳ್ಳುವ ಪ್ರಯತ್ನವೆಲ್ಲ ವ್ಯರ್ಥವೆಂಬ ಅರಿ ವಾಗಿ ಅಪರಿಹಾರ್ಯಕ್ಕೆ ಒಪ್ಪಿಸಿಕೊಳ್ಳುವಂತೆ, ಏದುಸಿರಿನಿಂದ ಸಾಯುವಂತೆ ನಿಂತಿದ್ದಾಗ ಹಿಂದಿನಿಂದ ಬಂದ ಹುಲಿಯು ಒಂದೇ ಏಟಿಗೆ ಎರಗಿ ತನ್ನ ಎರಡು ಪಂಜಗಳಿಂದಲೂ ಹಿಡಿದು ಅಮುಕಿ ಅದರ ಕುತ್ತಿಗೆಗೆ ಬಾಯಿಹಾಕಿತು. ವಿಲಿವಿಲಿ ಒದ್ದಾಡಿ ಹೊರಳತೊಡಗಿದ ಜಿಂಕೆಯು

ನಿಶ್ಚೇಷ್ಟಿತವಾಗುವಾಗ ಹುಲಿಯ ಬಾಯಿಗೆ ತುಂಬಿಕೊಂಡ ರಕ್ತವು ಹನಿಕತೊಡ ಗಿತು. ಅನಂತರ ತನ್ನ ಬೇಟೆಯನ್ನು ಕಚ್ಚಿಕೊಂಡು ಹುಲಿಯು ಬಲಬದಿಗೆ ಹೋಯಿತು. ವಿನ್‌ಸ್ಟನ್ ಮೋಹನಲಾಲನನ್ನು ತನ್ನ ಹಿಂದೆ ಬರುವಂತೆ ಸೂಚಿಸಿ ಸರಸರನೆ ನಡೆದ. ಬೇಟೆಯನ್ನು ಕಚ್ಚಿಕೊಂಡ ಹುಲಿಯು ಪ್ರವೇಶಿಸಿಲು ಅನುವಾಗುವಂತೆ ಒಂದು ಕಬ್ಬಿಣದ ಸರಳುಗಳ ಬಾಗಿಲಿನ ಮೂಲಕ ಇನ್ನೊಂದು ಆವರಣವನ್ನು ಪ್ರವೇಶಿಸಿತು. ಅನಂತರ ತಕ್ಷಣ ಬಾಗಿಲು ತನಗೆ ತಾನೆ ಮುಚ್ಚಿಕೊಂಡಿತು.

ವಿನ್‌ಸ್ಟನ್ ಹೇಳಿದ: 'ಗೊತ್ತಾಯಿತೆ ಬೇಟೆಯ ವಿಧಾನ? ಪ್ರಾಣಿಸಂಗ್ರಹಾಲಯದಲ್ಲಿ ಮಾಡುವಂತೆ ಹುಲಿಯನ್ನು ಸರಳುಗಳಿಂದ ಸುತ್ತುವರಿದ ಒಂದು ಆವರಣದಲ್ಲಿ ಕೂಡಿಹಾಕಿ ದಾರೆ. ಎರಡು ದಿನಕ್ಕೊಮ್ಮೆ ಅದಕ್ಕೆ ಒಂದು ಬೆಳೆದ ಜಿಂಕೆಯ ಆಹಾರ. ಜಿಂಕೆಯ ಆವರಣದೊಳಗೆ ಪ್ರವೇಶಿಸಿದ ತಕ್ಷಣ ಅದನ್ನು ಅಪ್ಪಳಿಸಿ ತಿನ್ನಕೂಡದೆಂಬ ತರಬೇತಿ ಕೊಟ್ಟಿದಾರೆ. ಇದು ತನಗಾಗಿಯೇ ಬಿಟ್ಟಿರುವ ಪ್ರಾಣಿ ಅಂತ ಅದಕ್ಕೆ ಗೊತ್ತು. ಆದರೆ ಜಿಂಕೆಗೆ ಹೊಸ ಅನುಭವ. ಈ ಕಾಡಿಗೆ ಒಂದು ಮೈಲಿದೂರದ ಇಪ್ಪತ್ತೆಕರೆ ಹೊಲದಲ್ಲಿ ಒಂದು ದೊಡ್ಡಹಿಂಡು ಜಿಂಕೆಗಳನ್ನ ಸಾಕಿದಾರೆ. ಅವನ್ನೂ ನಾವು ಹೋಗಿನೋಡಬಹುದು. ಅವುಗಳ ಓಟದ ವೇಗ, ಚಿಮ್ಮುವ ಸೊಗಸು, ಕಿವಿಯನ್ನು ಗುರಿಯಿಟ್ಟು ಶಬ್ದವನ್ನಾಲಿಸುವ ರೀತಿ, ನೋಡಿದರೆ ಪ್ರೀತಿ ಹುಟ್ಟಿಬಿಡುತ್ತೆ. ಅವುಗಳಲ್ಲಿ ತುಂಬ ಮಾಂಸವಿರುವ ದೊಡ್ಡದನ್ನು ಹಿಡಿದು ತಂದು ದಿನ ಬಿಟ್ಟು ದಿನ ಈ ಬೇಟೆಯ ಆಟ ಏರ್ಪಡಿಸುತಾರೆ. ಕಚ್ಚಿ ತನ್ನ ವಾಸಸ್ಥಳಕ್ಕೆ ಒಯ್ದುಮೇಲೆ ನಾಡಿದ್ದಿನವರೆಗೆ ಇಟ್ಟುಕೊಂಡು ತಿನ್ನಬೇಕು ಅಂತ ಹುಲಿಗೆ ಗೊತ್ತು. ಅದನ್ನು ಬೇಟೆಯ ಆಟಕ್ಕೆ ಬಿಟ್ಟಮೇಲೆ ಬಾಗಿಲುಮುಚ್ಚಿ ಒಬ್ಬ ಆಳು ಹಳೆಯ ಬೇಟೆಯ ಮೂಳೆ ಚಕ್ಕಳಗಳನ್ನೆಲ್ಲ ತೆಗೆದು ಹುಲಿಯ ಮಲ ತೆಗೆದು ಜಾಗವನ್ನು ನೀರು ಹಾಕಿ ಶುಚಿಮಾಡಿ ಸಿದ್ಧಪಡಿಸುತಾನೆ.'

ಮೋಹನಲಾಲನಿಗೆ ಇಡೀ ಆಟವು ಕ್ರೂರವೆನ್ನಿಸಿತು. ಅವನಿಗೆ ಜಿಂಕೆಯ ನಡೆ ನೆಗೆತಗಳ ಬಾಗುಬಳುಕುಗಳ ಸಾರಂಗ ರಾಗದ ನೆನಪುಬಂತು. ಅಷ್ಟರಲ್ಲಿ ಹುಲಿಯ ಆವರಣದ ಕಡೆಯಿಂದ ಒಬ್ಬ ಆಳು ನಡೆದುಬಂದ. ಕೈಲಿ ದಪ್ಪ ಬೀಗದ ಕೈಗೊಂಚಲು. ನಲವತ್ತನ್ನು ಸಮೀಪಿಸುವ ವಯಸ್ಸು. ಈ ಓರಿಯಂಟ್ ರಾಯಲ್ ರಿಸಾರ್ಟಿನ ನೌಕರರು ಹಾಕುವಂತಹ ತೋಳುಗಳ ಎರಡು ಕಡೆಗಳಿಗೂ ಒಂದು ಅಂಗುಲ ಅಗಲದ ಹಳದಿಪಟ್ಟಿಯ ಗಿಣಿಹಸಿರು ಪ್ಯಾಂಟು, ಎರಡು ಜೇಬು, ದೊಡ್ಡ ಕಾಲರ್, ಭುಜಗಳ ಮೇಲಿನ ಪಟ್ಟಿಗಳ ತೆಳುಹಳದಿ ಷರಟು. ಸೊಂಟಕ್ಕೆ ಅಗಲವಾಗಿ ಹೊಳೆಯುವ ಬೆಲ್ಟು. ಕಾಲಿಗೆ ಬೂಟುಗಳು. ತುಂಬುಮೀಸೆ. ಮುಖಕ್ಷೌರ ಮಾಡಿದ್ದಾನೆ. ವಿನ್‌ಸ್ಟನ್ ಅವನ ಕಡೆಗೆ ಕಣ್ಣು ತಿರುಗಿಸಿ, 'ಹುಲಿಯ ನಿಗನೋಡುವವನು, ಬೇಟೆಗೆ ಬಿಡುವವನು ಇವನೇ. ಜಿಂಕೆಗಳ ನಿಗವೂ ಇವನಿಗೆ ಸೇರಿದ್ದೇ,' ಎಂದ. ಅವನನ್ನು ತಾನು ಎಲ್ಲೋ ನೋಡಿದ್ದ ನೆನಪು ಮೋಹನಲಾಲನಿಗೆ ಆಯಿತು. ಅವನು ಮುಂದೆ ನಡೆದ. ಕಾಲುನಿಮಿಷದಲ್ಲಿ ಹಿಂಬದಿಯಿಂದ ಬಂದ ಇನ್ನೊಬ್ಬ ನೌಕರ, ಏಯ್ ಗಿರಿ, ಏಯ್ ಗಿರಿ, ಎಂದು ಕೂಗಿದ. ಹುಲಿ ಜಿಂಕೆಗಳ

ಮೇಲ್ವಿಚಾರಕ ಗಿರಿ ಹಿಂತಿರುಗಿ ನಿಂತುಕೊಂಡ. ಮೋಹನಲಾಲ ಅವನ ಮುಖವನ್ನೇ ಮತ್ತೆ ದಿಟ್ಟಿಸಿದ. ಅವನ ಮನಸ್ಸು ನಾನು ಇವನನ್ನು ನೋಡಿದೀನಿ, ಇವನ ಮುಖ, ನೋಡಿದೀನಿ. ಮೀಸೆ ಇಲ್ಲದಿದ್ದರೆ ಇವನ ಮುಖ, ನೋಡಿದೀನಿ, ಎಂದು ಜ್ಞಾಪಿಸಿಕೊಳ್ಳತೊಡಗಿತು. 'ನನಗೆ ಹಸಿವಾಗ್ತಿದೆ. ಊಟ ಮಾಡಿ ತುಸು ಮಲಗಬೇಕು, ಗುಡ್‌ಬೈ' ಎಂದು ಹೇಳಿ ವಿನ್‌ಸ್ಟನ್ ಅವನಿಂದ ಬೀಳ್ಕೊಟ್ಟ. ಮೋಹನಲಾಲನಿಗೂ ಹಸಿವು ಕಾಣಿಸಿತು. ತಾನು ಇತ್ತೀಚೆಗೆ ಇಷ್ಟೊಂದು ನಡೆದಿಲ್ಲವೆಂಬ ನೆನಪುಬಂತು. ತನ್ನ ಕುಟೀರದ ದಿಕ್ಕನ್ನು ಅಂದಾಜು ಮಾಡಿ ನಡೆಯತೊಡಗಿದ.

ಕುಟೀರದಲ್ಲಿ ಊಟಕ್ಕೆ ಆದೇಶವಿತ್ತು ಬಟ್ಟೆ ಬದಲಿಸಿ ಮುಖ ತೊಳೆಯಲು ಸಿಂಕಿನ ಕನ್ನಡಿಯ ಎದುರು ನಿಂತಾಗ ಹುಲಿ ಜಿಂಕೆಗಳ ಮೇಲ್ವಿಚಾರಕನನ್ನು ಎಲ್ಲಿ ಸಂಧಿಸಿದ್ದೆನೆಂಬ ನೆನಪು ಹೊಳೆಯತೊಡಗಿತು. ಸಹೋದ್ಯೋಗಿ ಅವನನ್ನು ಗಿರಿ ಎಂದು ಕರೆದ ಜ್ಞಾಪಕವಾಗಿ ಒಂದು ಕ್ಷಣ ಮೈ ಕಂಪಿಸಿತು. ಇವನೇ ಇರಬಹುದೇ? ಎಂಬ ಅನುಮಾನವು ಇಬ್ಬರೂ ಇದೇ ಅರಮನೆಯ ಸೇವೆಯಲ್ಲಿದ್ದ ಅಮ್ಮ ಅಪ್ಪರ ಮಗನಾದ್ದರಿಂದ ಇಲ್ಲಿ ನೌಕರಿ ಯಲ್ಲಿರುವುದು ಸಹಜವೇ ಎಂಬ ನಿಷ್ಕರ್ಷೆಯಾಗಿ ರೂಪಗೊಳ್ಳತೊಡಗಿತು. ಮಹದೇವ ಮಂದಿರದಲ್ಲಿ ಕೂತು ಒಂದೆರಡು ದಿನ ಸ್ವರಸಾಧನೆ ಮಾಡಿಕೊಳ್ಳಬೇಕೆಂಬ ಆಶೆಯಲ್ಲಿ ನಡುವೆ ಒಮ್ಮೆಯೂ ಚುನ್ನಿಯ ಅವಳ ಹೊಟ್ಟೆಯಲ್ಲಿ ತನ್ನಿಂದಾದ ಮಗುವಿನ ನೆನಪು ಬರಲೇ ಇಲ್ಲವಲ್ಲ, ಎಂಬ ಆಶ್ಚರ್ಯದ ಜೊತೆಗೆ ಖೇದವೂ ಆಯಿತು. ಮುಖ ತೊಳೆದು ಹಿಂತಿರುಗುವ ವೇಳೆಗೆ ಆ ನೆನಪು ಬಂದಿದ್ದರೆ ತಾನು ಇಲ್ಲಿಗೆ ಬರುವುದನ್ನೇ ತಪ್ಪಿಸಿಕೊಳ್ಳು ತ್ತಿರಲಿಲ್ಲವೆ? ಎಂಬ ಪ್ರಶ್ನೆ ಕಾಣಿಸಿಕೊಂಡಿತು. ಈಗಲೂ, ಇವನೇ ಹೌದೋ ಅಲ್ಲವೋ? ನನ್ನ ಮನಸ್ಸಿನೊಳಗೆ ಅಡಗಿದ್ದ ಯಾವಯಾವುದೋ ಭಾವನೆಗಳು ಕನ್ನಡಿಯ ಬಿಂಬದೊಡನೆ ಹೋಲಿಕೆಯನ್ನು ಸೃಷ್ಟಿಸಿ ಗಿರಿ ಎಂಬ ಹೆಸರಿಗೆ 'ಧರ'ವನ್ನು ಜೋಡಿಸಿಲ್ಲವೆ? ಎಂಬ ಸಮಾಧಾನ ತಂದುಕೊಳ್ಳತೊಡಗಿದ. ಅಕಸ್ಮಾತ್ ಇವನೇ ಅವನಾಗಿದ್ದರೆ ಈಗ ನಾನು ಏನುಮಾಡುಕ್ಕೆ ಸಾಧ್ಯ? ನೀನು ಹುಟ್ಟಿದ್ದು ನನ್ನಿಂದ ಅಂತ ಹಳೆಯಕಥೆ ಹೇಳೂದೆ? ಹುಲಿ ಆಡಿಸುವ ಅವನು ಒಂದೇ ಏಟಿಗೆ ಪಂಜದಿಂದ ಅಪ್ಪಳಿಸಿಬಿಟ್ಟಾನು! ಯಾವನು ಸುಮ್ಮನಿದ್ದಾನು ಇಂಥ ಮಾತು ಕೇಳಿ, ಎಂದುಕೊಂಡ. ಕ್ಯಾರಿಯರ್‌ನಲ್ಲಿ ಊಟ ಬರುವ ಹೊತ್ತಿಗೆ ಮಗು ಹುಟ್ಟಬೇಕೆಂದು ನಾನು ಕೂಡಲಿಲ್ಲ. ನನಗೆ ತಡೆಯಲಾಗದ ಕಾಮಬಾಧೆ ಯಿತ್ತು. ಅವಳಿಗೆ ಮಗುವಿನ ಬಯಕೆಯಿತ್ತು. ಆದ್ದರಿಂದ ನಾನು ಹುಟ್ಟಿಸಿದೆ, ಕಲಮಲ ಗೊಳ್ಳೂದರಲ್ಲಿ ಯಾವ ಅರ್ಥವಿದೆ? ಎಂದು ಚಿತ್ತಕ್ಕೆ ಸಮಾಧಾನ ತಂದುಕೊಳ್ಳಲು ಯತ್ನಿಸಿದ. ಸೈಕಲ್ ಹೊಡೆದುಕೊಂಡು ಊಟದ ಕ್ಯಾರಿಯರ್ ತಂದ ಆಳು, 'ಸಾಹೇಬ್, ಇಷ್ಟು ಬಿಸಿ ಇದೆ ನೋಡಿ. ಇನ್ನಷ್ಟು ಬಿಸಿ ಬೇಕಾದರೆ ನಿಮ್ಮ ಕುಟೀರದಲ್ಲೇ ಇರುವ ಮೈಕ್ರೋವೇವ್‌ನಲ್ಲಿ ಮಾಡಿಕೊಡ್ತೀನಿ,' ಎಂದ. ಇವನು ಇಷ್ಟು ಸಾಕು ಎಂದು ಹೇಳಿದಮೇಲೆ ಒಂದು ಟೀಪಾಯಿ ಎಳೆದು ತಟ್ಟೆಇಟ್ಟು ಬಡಿಸತೊಡಗಿದ.

ಊಟ ಮಾಡುವಾಗ ಇವನು ಕೇಳಿದ: 'ನಿಂದು ಇದೇ ಊರೋ?'

'ಹೌದು ಸಾಹೇಬ್.'

'ಹೆಸರೇನು?'

'ಬನ್ವಾರಿಲಾಲ್.'

'ಹುಲಿ ಜಿಂಕೆ ನಿಗನೋಡಿಕೊತ್ತಾನಲ್ಲ ಗಿರಿ, ಅವನದು ಯಾವ ಊರು?'

'ಇಲ್ಲೇ ನಾಲ್ಕು ಮೈಲಿ. ಗೌರಿಗಂಜ್ ಅಂತ.'

'ಅವನ ತಂದೆ ತಾಯಿಯ ಹೆಸರೇನು?'

'ಅವ್ವನ ಹೆಸರು ಚುನ್ನಿ. ಅಪ್ಪ ಬನ್ನಿ. ಅಪ್ಪ ನಾಲ್ಕೈದು ವರ್ಷದ ಹಿಂದೆ ತೀರಿಹೋದ. ಗೂರಲು ರೋಗವಿತ್ತು ಭಾಳ ವರ್ಷಗಳಿಂದ.'

ಅವನಿಗೆ ಮತ್ತೆ ಏನು ಕೇಳುವುದಕ್ಕೂ ಮಾತು ನಿಂತುಹೋಯಿತು. ಕತ್ತುಬಗ್ಗಿಸಿ ಊಟ ಮಾಡತೊಡಗಿದ. ದಾಲು, ಕಡಿ, ಬಾಜಿಗಳ ರುಚಿ ಸಂಪೂರ್ಣವಾಗಿ ಸ್ಥಗಿತಗೊಂಡವು. ಆಳು, 'ಯಾಕೆ ಸಾಹೇಬ್, ಪರಿಚಯವಾ?' ಎಂದದ್ದು ಕಿವಿಗೆ ಸರಿಯಾಗಿ ಕೇಳಲಿಲ್ಲ. ಊಟ ಮಾಡಿದನಂತರ ಟೀಪಾಯಿಯನ್ನು ಒರೆಸಿ ತಟ್ಟೆಬಟ್ಟಲುಗಳನ್ನೆತ್ತಿಕೊಂಡು ಹೊರಡುವ ಮುನ್ನ ಅವನು, 'ಇಲ್ಲಿ ನೋಡಿ, ಟೀ ಮಾಡಿಕೊಳ್ಳುವ ಪದಾರ್ಥಗಳು, ಬಿಸ್ಕಿಟ್‌ಗಳು ಈ ಗೂಡಿನಲ್ಲಿವೆ. ಹಾಲು ಫ್ರಿಜ್‌ನ ಈ ಭಾಗದಲ್ಲಿದೆ' ಎಂದು ಹೇಳಿ ಹೊರಟುಹೋದ.

ಸಿಂಕಿಗೆ ಹೋಗಿ ಕೈ ಬಾಯಿ ತೊಳೆಯುವಾಗ ಕನ್ನಡಿಯೊಳಗೆ ಕಂಡ ಬಿಂಬವು, 'ಇವನು ನನ್ನ ಮೊದಲ ಮಗ. ಜಿಂಕೆಗಳನ್ನ ಸಾಕಿ ಹುಲಿಯ ಬಾಯಿಗೆ ತಳ್ಳುವವನು' ಎಂದಿತು. ಥೂ, ಇದು ಕೆಟ್ಟ ಕಸುಬು. ಬಿಟ್ಟುಬಿಡು ಎಂದು ಹೇಳುವ ಮನಸ್ಸು ಬಂತು. ನಾನು ಎರಡುಲಕ್ಷ ಕೊಡ್ತೀನಿ. ಬೇರೆ ಕಸುಬು ಮಾಡು. ಬಿಸಿನೆಸ್ ಮಾಡು ಎಂಬ ಮಾತು ಹಿಂಬಾಲಿಸಿತು. ಕಿಷನ್‌ಗೆ ಕೊಡಲಿಲ್ಲವೆ ಎರಡುಲಕ್ಷ, ತಗಂಡು ಏನು ಮಾಡಿದ, ಬಿಸಿನೆಸ್ ಎಲ್ಲಿಗೆ ಬಂತು ಅಂತ ವಿಚಾರಿಸಲೇ ಇಲ್ಲ, ಎಂಬ ನೆನಪುಬಂತು. ವಿಚಾರಿಸುವ ವ್ಯವಧಾನವೆಲ್ಲುಂಟು, ಪ್ರೋಗ್ರಾಂಗಳು, ಪ್ರವಾಸಗಳು, ಊರಿನಲ್ಲಿದ್ದಾಗ ಅಭ್ಯಾಸ, ಪಾಠ, ಎಂಬ ಕಾರಣಗಳು ಕಾಣಿಸಿಕೊಂಡವು. ಆಕಳಿಕೆಬಂತು. ರಾತ್ರಿ ರೈಲ್ವೆಪ್ರಯಾಣ. ಸರಿಯಾಗಿ ನಿದ್ರೆ ಇಲ್ಲ. ನೂರು ರೂಪಾಯಿ ಲಂಚ ತಿಂದೂ ಟಿ.ಟಿ. ಹವಾನಿಯಂತ್ರಣವಿಲ್ಲದ ಎರಡನೆ ದರ್ಜೆಯ ಮೂರು ಟೈಯರ್ ಸ್ಲೀಪರ್ ಕೊಟ್ಟ, ಸೂಳೆಮಗ ಎಂದುಕೊಂಡ. ಬರೀ ಆಕಳಿಕೆ. ಮಲಗಿದರೆ ನಿದ್ರೆ ಬರಲಿಲ್ಲ. ಕಿಷನ್‌ಗೆ ಹಣಕೊಟ್ಟದ್ದು ಕೇವಲ ಪುತ್ರವಾತ್ಸಲ್ಯ ದಿಂದಲ್ಲ, ಅವಳಿಂದ ತನ್ನ ಕಡೆಗೆ ಎಳಕೊಳ್ಳಲು, ಮುಂದಿನ ಜನ್ಮದಲ್ಲಿ ನಿನ್ನ ಹೆಂಡತಿ ಯಾಗುಲ್ಲ, ಗೋರೆಸಾಹೇಬನ ಹೆಂಡತಿಯಾಗ್ತೀನಿ ಅಂದ ರಂಡೆಗೆ ಬುದ್ಧಿ ಕಲಿಸಲು ಎಂಬ ನೆನಪುಬಂದು, ಇಬ್ಬರು ಮಕ್ಕಳನ್ನೂ ಬಿಟ್ಟು ತಾನೊಬ್ಬಳೇ ಹೊಸ ಚಾಳು ಮಾಡಿ ಕೊಂಡು ಹೋದಳಂತಲ್ಲ, ಎಂಥ ತಾಯಿ ಅವಳು? ಎಂಬ ಭರ್ತ್ಸನೆ ಮೂಡಿತು. ಚುನ್ನಿಗೆ ನಾನೇನೂ ತಾಳಿ ಕಟ್ಟಲಿಲ್ಲ. ಕಟ್ಟಿದ್ದ ಗಂಡನೇ ಇದ್ದ. ಅಪ್ಪ ಅನ್ನುವ ಹೆಸರು ಅವನದೇ ಎಂಬ ಸಮಾಧಾನ ಸಮರ್ಥನೆಗಳು ಹುಟ್ಟಿದವು. ಆದರೆ ಗಿರಿಯ ಮುಖದ

ನೆನಪು ಯಾಕೆ ಬಾಧಿಸುತ್ತಿದೆ? ಉತ್ತರ ಕಾಣದ ಪ್ರಶ್ನೆ ಮತ್ತೆ ಮತ್ತೆ ಎದ್ದು ನಿಂತಿತು.

ಐದುನಿಮಿಷ ಹಾಸಿಗೆಯ ಮೇಲೆ ಹೊರಳಿದ ನಂತರ ದಢಕ್ಕನೆ ಎದ್ದು ಕುಳಿತ. ಸ್ವಾಗತ ಕಕ್ಷೆಗೆ ಫೋನುಮಾಡಿ ತನಗೊಂದು ಸೈಕಲ್‌ರಿಕ್ಷಾ ಕಳಿಸುವಂತೆ ಹೇಳಿದ. ಅದು ಬರುವಷ್ಟರಲ್ಲಿ ಚಹಾ ಮಾಡಿಕೊಂಡು ಕುಡಿದು ಬಟ್ಟೆ ಧರಿಸಿ ಸಿದ್ಧನಾದ. ಅದರಲ್ಲಿ ಕುಳಿತು, 'ಗೌರಿಗಂಜ್‌ಗೆ ಹೋಗಬೇಕು' ಎಂದ.

'ಅಲ್ಲಿ ಯಾರನ್ನ ನೋಡಬೇಕು ಸಾಹೇಬ್?' ರಿಕ್ಷಾದವನು ಕೇಳಿದ.

'ಊರು ನೋಡಬೇಕು.'

'ಸಣ್ಣಹಳ್ಳಿ. ಕುಗ್ರಾಮ. ನೋಡೂದೇನಿದೆ ಅಲ್ಲಿ?'

'ಸುಮ್ಮನೆ ಕರಕೊಂಡು ಹೋಗು. ಈ ಕಡೆಯ ಒಂದು ಹಳ್ಳಿ ನೋಡುವ ಮನಸ್ಸಾಗಿದೆ. ನನ್ನನ್ನ ಅಲ್ಲಿ ಬಿಟ್ಟು ನೀನು ವಾಪಸು ಬಾ. ನಾನು ವಾಕಿಂಗ್ ಮಾಡಿಕೊಂಡು ಹಿಂತಿರುಗ್ತೀನಿ.'

– ೯ –

ಗೌರಿಗಂಜ್ ವಾಸ್ತವವಾಗಿ ಹದಿನೈದು ಇಪ್ಪತ್ತು ಮನೆಗಳ ಸಣ್ಣಹಳ್ಳಿ ಎಂಬುದು ಊರನ್ನು ಮುಟ್ಟಿದಾಗ ಅವನಿಗೆ ಅರ್ಥವಾಯಿತು. ಸೈಕಲ್‌ರಿಕ್ಷಾದವನಿಗೆ ಹಣಕೊಟ್ಟು ಹಿಂದಕ್ಕೆ ಕಳಿಸಿದನಂತರ ಒಂದು ಮನೆಯ ಜಗುಲಿಯ ಮೇಲೆ ಕೂತಿದ್ದ ಒಬ್ಬ ಹೆಂಗಸನ್ನು ಚುನ್ನಿಯ ಮನೆ ಯಾವುದೆಂದು ವಿಚಾರಿಸಿದ. 'ಯಾವ ಚುನ್ನಿ?' ಅವಳು ಕೇಳಿದಳು. ಗಿರಿಯ ತಾಯಿ. ಬನ್ಸಿಯ ಹೆಂಡತಿ. ಮೊದಲು ಅರಮನೆಯಲ್ಲಿ ಕೆಲಸಕ್ಕಿದ್ದವಳು, ಇವನು ವಿವರಿಸಿದಮೇಲೆ, 'ಅವರ ಮನೆ ಊರೊಳಗಿಲ್ಲ. ಅವರ ಜಮೀನಿನಲ್ಲೇ ಕಟ್ಟಿಕೊಂಡಿದಾರೆ. ತೋರುಸ್ತೀನಿ ಬನ್ನಿ' ಎಂದು ಬೀದಿಗೆ ಬಂದು ಒಂದು ದಿಕ್ಕಿಗೆ ಬೆರಳುತೋರಿಸಿ, 'ಈ ದಿಕ್ಕಿ ನಲ್ಲಿರುವ ಮನೆ ಅದೊಂದೇ. ಹೋಗ್ತಾ ಹೋಗ್ತಾ ಕಾಣುತ್ತೆ. ಹಂಚಿನ ಮನೆ. ಎತ್ತರವಾಗಿದೆ.' ಎಂದಳು.

ಬೇರೆಯವರ ಜಮೀನಿನ ಬದುಗಳಮೇಲೆ ಇವನು ನಡೆದುಹೊರಟ. ಅಲ್ಲಿಗೆ ನೇರವಾದ ಗಾಡಿಯ ದಾರಿ ಇರಬೇಕು. ತನಗೆ ಗೊತ್ತಿಲ್ಲ, ಎನ್ನಿಸಿತು. ಒಂದು ಫರ್ಲಾಂಗಿನ ನಂತರ ಒಂದು ದಿಬ್ಬಹತ್ತಿ ಇಳಿದಮೇಲೆ ಇನ್ನೊಂದು ಫರ್ಲಾಂಗ್ ಆಚೆಗೆ ಮನೆ ಕಾಣಿಸಿತು. ಸರ ಸರನೆ ನಡೆದ. ಮನೆ ತುಸುದೂರದಲ್ಲಿರುವಾಗ ಎರಡು ನಾಯಿಗಳು ಬಗುಳತೊಡಗಿದವು. ಅನಂತರ ಮೇಲೆ ಬೀಳುವಂತೆ ಇವನ ಕಡೆಗೆ ನುಗ್ಗಿದವು. ಇವನು ಭಯದಿಂದ ಹೊಯ್ ಹೊಯ್, ಯಾರು ಮನೆಯಲ್ಲಿ? ಎಂದು ಗಟ್ಟಿಯಾಗಿ ಕಿರುಚಿಕೊಂಡನಂತರ ಸುಮಾರು ಮೂವತ್ತೈದು ವರ್ಷದ ಒಬ್ಬ ಹೆಂಗಸು ಮನೆಯೊಳಗಿನಿಂದ ಬಂದು ಏಯ್ ಸುಮ್ಮನಿರು ಎಂದು ನಾಯಿಗಳನ್ನು ಗದ್ದರಿಸಿದಳು. ಅವು ತಮ್ಮ ರೌದ್ರವನ್ನು ತುಸು ಶಮನ ಮಾಡಿಕೊಂಡ ನಂತರ, 'ಯಾರು ನೀವು? ಯಾರು ಬೇಕು?' ಎಂದಳು.

'ಚುನ್ನಿ ಚೌಧುರಾಣಿಯನ್ನ ನೋಡಬೇಕಿತ್ತು.'

'ಹತ್ತಿರ ಬನ್ನಿ. ಮನೆಯೋರು ಬಂದು ಹೇಳಿದಮೇಲೆ ಕಡಿಯೂ ನಾಯಿಗಳಲ್ಲ ಇವು,' ಎಂದು ಆಹ್ವಾನಿಸಿದಳು. ಲಕ್ಷಣವಾಗಿ ಕಾಣಿಸುತ್ತಾಳೆ. ಅವಳನ್ನೂ ಎಲ್ಲೋ ನೋಡಿದಂತಿದೆ. ಹಳ್ಳಿಯ ಹೊಲಗದ್ದೆಗಳಲ್ಲಿ ಕೆಲಸಮಾಡಿದ ಮೈಕಟ್ಟು, ಚರ್ಮದ ಬಣ್ಣಗಳು. ಮನೆ ತೀರ ಬಡತನದ್ದಲ್ಲ. ಗಾರೆ ನೆಲದ ಜಗುಲಿಯ ಮೇಲೆ ಒಂದು ಮರದ ಬೆಂಚು, ಎರಡು ಬೆತ್ತದ ಕುರ್ಚಿಗಳಿವೆ. 'ಅವ್ವಾ, ನಿನ್ನ ಹೆಸರು ಕೇಳಿಕೊಂಡು ಯಾರೋ ಬಂದಿದಾರೆ' ಹೆಂಗಸು ಕೂಗಿದಳು.

ಒಳಗಿನಿಂದ ಬಂದವಳು ಎಪ್ಪತ್ತನ್ನು ಸಮೀಪಿಸುತ್ತಿದ್ದ ಮುದುಕಿ. ಮುಂದಿನ ಮೇಲು ಭಾಗದಲ್ಲಿ ಎರಡು, ಕೆಳಭಾಗದಲ್ಲಿ ಒಂದು ಹಲ್ಲುಗಳು ಇಲ್ಲವಾಗಿ ಕಿರುಕದವನ್ನು ತೆರೆದ ಬಾಗಿಲಿನಂತೆ ಕಾಣುವ ಬಾಯಿ. ವಿರಳವಾದ ಬಿಳಿಗೂದಲಿನ ನೆತ್ತಿ. ಕುಗ್ಗಿದ ಮೈಕಟ್ಟು. ಅವಳು ಹತ್ತಿರ ಬಂದು ನೋಡಿದಳು. 'ಗುರುತು ಸಿಕ್ತಿಲ್ಲ. ಕಣ್ಣಿನಲ್ಲಿ ಪೊರೆ ಶುರುವಾಗಿದೆ. ಪೂರ್ತಿ ಬೆಳೆದಮೇಲೆ ಆಪರೇಸನ್‌ಮಾಡಿ ತೆಗೀತಾರಂತೆ. ಅಲ್ಲೀವರೆಗೆ ಮಬ್ಬು ಮಬ್ಬು' ಎಂದಳು.

'ನನ್ನ ಹೆಸರು ಗವಯಿ ಮೋಹನಲಾಲ್ ಅಂತ. ದೊಡ್ಡ ರಾಜಾಸಾಹೇಬರ ಕಾಲದಲ್ಲಿ ಮಹದೇವಮಂದಿರದಲ್ಲಿ ಗಾನಾ ಕಲೀತಿದ್ದೆ.'

ಅವಳ ಮುಖದಲ್ಲಿ ನೆನಪು ಕಾಣಿಸಿಕೊಂಡಿತು. ಗೊಂದಲ. ಸಂಕೋಚ, ಅಂಜಿಕೆ. ಚಿಕ್ಕಹೆಂಗಸು ತಾಯಿಯ ಹಿಂಬದಿಯಲ್ಲೇ ನಿಂತಿದ್ದಳು. ಮುದುಕಿಯ ಮುಖದ ದಿಕ್ಕುತಪ್ಪಿದ ಗೆರೆಗಳು ಎರಡುನಿಮಿಷದಲ್ಲಿ ಹತೋಟಿಗೆ ಬಂದವು. 'ದೊಡ್ಡ ರಾಜಾಸಾಹೇಬರ ಕಾಲದಲ್ಲಿ ಬಡೇ ಬಡೇ ಗವಯಿಗಳು ಬರ್ತಿದ್ದರು. ಈಗ ಕಾಲ ಬದಲಾಗಿದೆ. ನನಗೆ ನಿಮ್ಮ ಗುರುತು ಸಿಕ್ತಿಲ್ಲ. ಮೂವತ್ತೈದು ವರ್ಷವಾಯಿತಲ್ಲವೆ ಅವರು ತೀರಿ? ಕೂರಿ ಕೂರಿ. ಕುರ್ಚಿಯ ಮೇಲೆ ಕೂರಿ. ಬೇಟೀ, ಸಾಹೇಬರು ಬಿಸಿಲಲ್ಲಿ ಬಂದಿದಾರೆ. ಚಹಾಮಾಡು ಹೋಗು,' ಎಂದಳು. ಮಗಳು ಒಳಗೆ ಹೋದಳು.

ಈಗ ತಾವಿಬ್ಬರೇ ಇರುವ ಅವಕಾಶವನ್ನು ಅವಳೇ ಕಲ್ಪಿಸಿದಳೆಂದು ಅರ್ಥಮಾಡಿಕೊಂಡ ಇವನು ತಗ್ಗಿದ ಧ್ವನಿಯಲ್ಲಿ, 'ನನ್ನ ನೆನಪು ಬಂತಾ?' ಎಂದ. ಅವಳು ಮಾತನಾಡಲಿಲ್ಲ. 'ನಿನ್ನನ್ನೊಮ್ಮೆ ನೋಡಬೇಕು ಅಂತ ಹುಡುಕಿಕೊಂಡು ಬಂದೆ,' ಎಂದು ಮುಂದುವರೆಸಿದ.

ಅವಳು ಈಗಲೂ ಮಾತನಾಡಲಿಲ್ಲ. ಆದರೆ ಅವಳ ಕಣ್ಣುಗಳು ಹನಿಗೂಡಿದುದು ಅವನಿಗೆ ಕಂಡಿತು. ಒಂದುನಿಮಿಷದ ನಂತರ, 'ಯಾವೂರದಲ್ಲಿದೀರಿ? ಗವಯಿ ಕಸುಬಿನಲ್ಲಿ ಹೊಟ್ಟೆ ತುಂಬುತ್ತಾ? ದೊಡ್ಡ ರಾಜಾಸಾಹೇಬರಿದ್ದಾಗ ಗವಯಿಗಳಿಗೆ ದೊಡ್ಡ ತಟ್ಟೆತುಂಬ ರೂಪಾಯಿಕೊಡ್ತಿದ್ದರು. ಈಗ ಎಲ್ಲ ಹೋಟೆಲಾಯಿತು. ಮದುವೆಯಾಗಿದೆಯಾ? ಮಕ್ಕಳೆಷ್ಟು?' ಎಂದು ಉಭಯಕುಶಲೋಪರಿ ಮಾತನಾಡತೊಡಗಿದಳು. ಚುನ್ನಿ ಚುರುಕುಬುದ್ಧಿಯ ಹೆಂಗಸು. ತನ್ನನ್ನು ಸಂಧಿಸುತ್ತಿದ್ದಾಗ ಕೂಡ ಪರಿಸ್ಥಿತಿಯನ್ನು ತನಗಿಂತ ಹೆಚ್ಚು ಸೂಕ್ಷ್ಮವಾಗಿ ಅರ್ಥಮಾಡಿಕೊಂಡು ತನಗೆ ನಿರ್ದೇಶದ ಜೊತೆಗೆ ಧೈರ್ಯವನ್ನೂ ಕೊಡುತ್ತಿದ್ದಳು.

ಈಗಲೂ ಒಳಗಿರುವ ಮಗಳಿಗೆ ತಿಳಿಯಬಾರದೆಂದು ಲೋಕಾರೂಢಿಯ ಮಾತನಾಡುತ್ತಿದ್ದಾಳೆ ಎಂದು ಇವನು ಅರ್ಥಮಾಡಿಕೊಂಡ. ಒಳಗೆ ಹೋದವಳು ಮಗಳೆ? ಬನ್ನಿಯಂತೂ ವೀರ್ಯಹೀನ. ಇವಳು ಬೇರೆ ಯಾರನ್ನಾದರೂ ಕರಕೊಂಡು ಇವಳನ್ನು ಹೆತ್ತಳೆ? ಅಥವಾ ಸೊಸೆಯನ್ನೇ ಬೇಟಿ ಅಂತ ಕರೆದಳೆ? ಎಂದು ಮನಸ್ಸು ಅನುಮಾನಿಸತೊಡಗಿತು. ಕಿರಿಯ ಹೆಂಗಸು ಚಹಾ ತಂದುಕೊಟ್ಟಳು. ಇವನು ಕುಡಿದನಂತರ ಅವಳ ಕಡೆಗೆ ತಿರುಗಿ ಚುನ್ನಿ, 'ಬೇಟೀ, ಇವರು ದೊಡ್ಡ ಮನುಷ್ಯರು. ಮಹಿಮರು. ಇವರ ಕಾಲುಗಳನ್ನ ಗಟ್ಟಿಯಾಗಿ ಮುಟ್ಟಿ ನಮಸ್ಕಾರಮಾಡು,' ಎಂದಳು. ಅದು ಆದೇಶವೆಂಬಂತೆ ಕಿರಿಯಳು ಇವನ ಎರಡು ಕಾಲುಗಳಿಗೂ ತನ್ನ ಹಣೆಯನ್ನು ಒತ್ತಿ ತನ್ನ ಕೈಗಳಿಂದ ಪಾದಗಳ ಮೇಲ್ಭಾಗವನ್ನು ಹಿಡಿದು ಒಂದುನಿಮಿಷ ಪೂರ್ತಿ ನಮಸ್ಕರಿಸಿದಳು. ಆಮೇಲೆ, 'ನೀನು ಮನೆ ನೋಡಿಕೊಂಡಿರು. ನಾನು ಇವರನ್ನ ದೊಡ್ಡರಸ್ತೆಗೆ ತಲುಪಿಸಿಬರ್ತೀನಿ,' ಎಂದು ಹೇಳಿ ಬಾಗಿಲುವಾಡಕ್ಕೆ ಒರಗಿಸಿಟ್ಟಿದ್ದ ತನ್ನ ಕೋಲನ್ನು ಕೈಲಿ ಹಿಡಿದಳು. ಹಣೆ ಮತ್ತು ಕೈಗಳ ಸ್ಪರ್ಶದಿಂದ ಅಷ್ಟು ದಟ್ಟವಾಗಿ ಭಾವವನ್ನು ತುಂಬಿದ ಕಿರಿಯಳನ್ನು ಮತ್ತೊಮ್ಮೆ ಕಣ್ಣುತುಂಬಿ ನೋಡಿದ ಇವನು ಹೊರಟ.

ಚುನ್ನಿಗೆ ಊರಿಕೊಳ್ಳಲು ಕೋಲು ಬೇಕಿರಲಿಲ್ಲ. ಪೊರೆಬಂದ ದೃಷ್ಟಿಯಿಂದಾಗಿ ದಾರಿಯ ಉಬ್ಬುತಗ್ಗುಗಳನ್ನು ಗುರುತಿಸಿಕೊಳ್ಳಲು ಅದನ್ನು ಬಳಸುತ್ತಿದ್ದಳು. ಒಂದು ಫರ್ಲಾಂಗ್ ನಡೆದ ಮೇಲೆ, 'ಬಲಕ್ಕೆ ದಿಬ್ಬ ಕಾಣುತ್ತಾ? ಅದನ್ನ ಹತ್ತಿ ಇಳಿದರೆ ಒಂದು ದೊಡ್ಡ ಆಲದಮರ ಇದೆ. ಅದರ ಅಡಿ ಕೂತು ಮಾತಾಡಭೌದು. ಯಾರೂ ಬರುಲ್ಲ. ಯಾರಿಗೂ ಕಾಣುಲ್ಲ. ನಡೀರಿ' ಎಂದಳು. ತಾನು ಬಯಸುತ್ತಿದ್ದುದು ಅಂಥದೇ ಸ್ಥಳ, ಅವಕಾಶ ಎನ್ನಿಸಿದ ಅವನು ಅವಳಿಗೆ ದಾರಿತೋರಿಸುವಂತೆ ನಡೆದ. ಐವತ್ತು ಅರವತ್ತು ಬಿಳಲುಗಳೂ ಊರಿ ಬೇರುಬಿಟ್ಟ ಪುರಾತನ ವಟವೃಕ್ಷದ ಅಡಿಯ ಒಂದು ಕಲ್ಲಿನಮೇಲೆ ಅವನು ಕುಳಿತ. ಅವನ ಕಾಲಿನ ಹತ್ತಿರ ನೆಲದಮೇಲೆ ಅವಳು ಕುಳಿತು ಕೇಳಿದಳು: 'ಇದ್ದಕ್ಕಿದ್ದಂತೆ ನೆನಪು ಮಾಡಿಕೊಂಡು ಬಂದುಬಿಟ್ಟಿರಿ. ಯಾಕೆ ಹೇಳಿ?'

'ನನಗೂ ಅರವತ್ತೆರಡಾಯಿತು. ಸಾಯುವ ಮೊದಲು ನಿನ್ನನ್ನೂ ಮಗನನ್ನೂ ಒಂದುಸಲ ನೋಡಬೇಕು ಅನ್ನಿಸಿತು. ಬಂದುಬಿಟ್ಟೆ.'

ಅವಳ ಕಣ್ಣುಗಳು ಮಂಜುಗಟ್ಟಿದವು. 'ಬರೀ ಮಗ ಅಂತ ಯಾಕಂತೀರ. ಮಗಳು ಅನ್ನಿ. ನೀವು ಈ ಊರು ಬಿಟ್ಟು ಹೋದಮೇಲೆ ಗೊತ್ತಾಯಿತು, ನಾನು ಮತ್ತೆ ಬಸರಿಯಾಗಿದ್ದುದು. ಮಗಳು ಹುಟ್ಟಿದಳು. ನಿಮಗೆ ಚಹಾಮಾಡಿಕೊಟ್ಟು ಕಾಲಿಗೆ ತಲೆ ಸೋಕಿಸಿ ನಮಸ್ಕಾರ ಮಾಡಿದಳಲ್ಲ, ಅವಳು. ಪೂನಮ್ ಅಂತ ಹೆಸರಿಟ್ಟೆ.'

'ಇಬ್ಬರೂ ಏನೇನು ಮಾಡ್ತಿದಾರೆ?'

'ಮಗ ಗಿರಿಧರಲಾಲ್ ನಿಮಗೆ ಗೊತ್ತಲ್ಲ. ಒಂದೊಂದು ದಿನ ಅವನನ್ನ ಕಂಕುಳಲ್ಲಿ ಎತ್ತಿಕೊಂಡು ನಾನು ನಿಮಗೆ ಊಟ ತರ್ತಿದ್ದೆನಲ್ಲ. ನೀವು ಎತ್ತಿಕೊಳ್ತಿದ್ದಿರಿ. ನಿಮ್ಮ ಜುಬ್ಬದ ಮೇಲೆ ಒಟ್ಟು ಮೂರು ದಿನ ಉಚ್ಚೆ ಹುಯ್ದಿದ್ದ,' ಅವನಿಗೆ ಮುಂದಿನದು ನೆನಪಿಗೆ

ಬಂತು. ಆರುತಿಂಗಳ ಮಗುವಾದರೂ ಅವನನ್ನು ನೆಲದಮೇಲೆ ಮಲಗಿಸಿದರೆ ಖುಷಿಯಾಗಿ ಕೇಕೆ ಹಾಕಿಕೊಂಡು ಕೈಕಾಲು ಕುಣಿಸುತ್ತಿದ್ದ. ಆದರೆ ಅವನ ಎದುರಿಗೆ ಅವನ ಅಮ್ಮನನ್ನು ತಬ್ಬಿಕೊಂಡರೆ ಗಟ್ಟಿಯಾಗಿ ಅಳುತ್ತಿದ್ದ, ತನ್ನ ವಸ್ತುವನ್ನು ಪರರು ಆಕ್ರಮಿಸಿಕೊಳ್ಳುತ್ತಾರೆಂಬಂತೆ. ಅಮ್ಮ ತನಗೆ ಇಲ್ಲವಾಗುತ್ತಾಳೆಂಬಂತೆ. ಆಮೇಲೆ ಚುನ್ನಿ ಮಗುವನ್ನು ತನ್ನ ಸ್ನೇಹಿತೆಯ ಕೈಗೆ ಕೊಟ್ಟು ತಾನೊಬ್ಬಳೇ ಬರುತ್ತಿದ್ದಳು.

'ಏನು ಮಾಡ್ತಿದಾನೆ ಅವನು?'

'ಅರಮನೆ ಹೋಟೆಲಿನಲ್ಲಿ ಕೆಲಸ. ಒಂದೂವರೆಸಾವಿರ ಸಂಬಳ. ಧೈರ್ಯವಾಗಿ ಹುಲೀನ ಹತೋಟಿ ಮಾಡ್ತಾನೆ. ಜಿಂಕೆಗಳ ನಿಗಾ ಮಾಡ್ತಾನೆ. ಅದರ ಗೊಬ್ಬರವೆಲ್ಲ ನಮಗೇ ಸಿಕ್ಕುತ್ತೆ. ಮದುವೆಯಾಗಿದೆ. ಹದಿಮೂರು ವರ್ಷದ್ದೊಂದು ಹನ್ನೊಂದು ವರ್ಷದ್ದೊಂದು ಗಂಡುಮಕ್ಕಳಿವೆ. ಹೆಂಡತಿ ಒಳ್ಳೆಯೋಳು. ಮಕ್ಕಳ ಜೊತೆ ತೌರುಮನೆಗೆ ಹೋಗಿದಾಳೆ. ಪೂನಮ್‌ಗೆ ಎರಡು ಹೆಣ್ಣು ಒಂದು ಗಂಡುಮಕ್ಕಳು. ಪಕ್ಕದ ಊರು ದುನಿಗೆ ಕೊಟ್ಟಿದೆ. ಸ್ವಂತ ನಾಲ್ಕೆಕರೆ ಭೂಮಿ ಇದೆ. ಅವಳ ಗಂಡನಿಗೂ ಅರಮನೆ ಹೋಟಲಿನಲ್ಲಿ ನೌಕರಿ. ಸಾವಿದಿನ್ನೂರು ಸಂಬಳ.'

ತನಗೆ ಈ ಊರಿನಲ್ಲಿ ಐವರು ಮೊಮ್ಮಕ್ಕಳಿದ್ದಾರೆ ಎನ್ನಿಸಿ ಹೊಸ ಪರಿಸ್ಥಿತಿಗೆ ತನ್ನನ್ನು ತಾನು ಹೊಂದಿಸಿಕೊಳ್ಳಲು ಅವನು ಹೆಣಗುತ್ತಿದ್ದ. ಅದರಿಂದ ಹೊರಬರಲು ಅವಳನ್ನು ಕೇಳಿದ: 'ನಿನಗೆ ನನ್ನ ಜ್ಞಾಪಕ ಬರುತ್ತಾ?'

ಅವಳು ಉತ್ತರ ಹೇಳಲಿಲ್ಲ. ಈ ಪ್ರಶ್ನೆಯಿಂದ ಅವಳ ಮುಖದಲ್ಲಿ ಅಸಮಾಧಾನ ಕಂಡಿತು. 'ಉತ್ತರ ಹೇಳು,' ಅವನು ಕೇಳಿದ.

'ನಿಮಗೆ ನನ್ನ ಜ್ಞಾಪಕ ಬರುತ್ತಾ? ನೀವು ಹೇಳಿ.'

'ಜ್ಞಾಪಕ ಬರದೆ ಹುಡುಕ್ಕಂಡುಬಂದೆನಾ?'

'ಮೂವತ್ತೈದು ವರ್ಷದಮೇಲೆ ಇವತ್ತು ಬಂದಿರಿ. ಇಲ್ಲೀತನಕ ಯಾಕೆ ಬರಲಿಲ್ಲ? ನೀವು ಎಲ್ಲಿಗೆ ಹೋದಿರೋ ಯಾವ ಊರಿನಲ್ಲಿದ್ದಿರೋ ನನಗೆ ಹ್ಯಂಗೆ ತಿಳೀಬೇಕು? ತಿಳಿದರೂ ಉಜ್ಜಯಿನಿಯಿಂದ ಆಚೆಗೆ ನೋಡಿರದ ಹೆಣ್ಣುಹೆಂಗಸು ನಾನು ಹ್ಯಂಗೆ ಬರಬೇಕು? ನಾನು ಎಲ್ಲಿದೀನಿ, ಏನು ಮಾಡ್ತೀನಿ ಅಂತ ನಿಮಗೆ ಗೊತ್ತು. ಯಾಕೆ ಬರಲಿಲ್ಲ?'

'ಬರುವ ಆಶೆ ಇತ್ತು. ಜನ ಏನು ತಿಳಕತ್ತಾರೋ, ಬನ್ಸಿ ಏನಂದುಕೊತ್ತಾನೋ ಅನ್ನುವ ಅಂಜಿಕೆ ಇತ್ತು. ನಾನು ಹೋದ ಎಷ್ಟು ದಿನ ನನ್ನನ್ನ ಜ್ಞಾಪಿಸಿಕೊಂಡೆ, ಇತ್ತೀಚೆಗೆ ಎಷ್ಟು ದಿನಕ್ಕೊಂದು ಸಲ ನನ್ನ ನೆನಪು ಬರುತ್ತೆ, ಹೇಳು.'

'ಎಷ್ಟು ದಿನಕ್ಕೊಂದು ಸಲ ಅಂತ ಯಾಕೆ ಕೇಳ್ತೀರಿ? ಮಕ್ಕಳ ಮುಖ ನೋಡಿದಾಗಲೆಲ್ಲ ಅವನ್ನ ಕೊಟ್ಟೋನ ನೆನಪು ಬಂದೇ ಬರುತ್ತೆ. ನೀವು ಹೋದ ಹೊಸತರಲ್ಲಿ ಭಾಳ ಸಿಟ್ಟು [illegible]ತ್ತು. ಆಗ ಈ ಮನೆ ಕಟ್ಟಿರಲಿಲ್ಲ. ನಾನು ನಿಮಗೆ ಹೇಳಿದೆನಲ್ಲವೆ, ನೀವು ಎಲ್ಲೂ ಹೋಗಬೇಡಿ. ನಮ್ಮ ಜಮೀನಿನಲ್ಲಿ ಒಂದು ಮನೆ ಕಟ್ಟುತೀವಿ. ಅಲ್ಲಿ ನಮ್ಮ ಜೊತೆಗೆ ಇದ್ದುಕೊಂಡು ದಿನಾ ಗಾಣೆ ಸಾಧನೆಮಾಡಿ ಅಂತ. ನಾನು ಇಷ್ಟು ಕೇಳಿಕೊಂಡರೂ

ಹೋದರಲ್ಲ, ಇಷ್ಟೇನ ಇವರ ಪ್ರೀತಿ ಅಂತ. ಆಮೇಲೆ ನನಗೆ ನಾನೇ ಅರ್ಥಮಾಡಿಕೊಂಡೆ. ಗಾಣೇದಾರರಿಗೆ ರಾಜಮಹಾರಾಜರ ಮದದ್‌ಬೇಕು. ಹುಡುಕ್ಕಂಡು ಹೋಗಿದಾರೆ, ಗದ್ದೆ ಮಧ್ಯದ ಗುಡಿಸಿಲಿನಲ್ಲಿ ಕೂತರೆ ಏನು ಬರುತ್ತೆ, ಅಂತ. ಆದರೂ ಯಾವತ್ತಾದರೂ ಬರ್ತೀರ ನನ್ನನ್ನೂ ಮಕ್ಕಳನ್ನೂ ನೋಡಿಕೊಂಡು ಹೋಗುಕ್ಕೆ ಅಂತ ಜೀವ ಕುದ್ದುಕೊತ್ತಿತ್ತು. ಬರುಕ್ಕೆ ನಿಮಗೆ ಯಾವ ಭಯ? ನನ್ನ ಗಂಡ ಬನ್ಸಿ ನಿಮ್ಮನ್ನ ದೊಡ್ಡಮರ್ಯಾದೆಯಿಂದಲೇ ಕಾಣ್ತಿದ್ದ ಅಂತ ನಿಮಗೆ ಗೊತ್ತಿರಲಿಲ್ಲವಾ?'

ಮೋಹನಲಾಲನಿಗೆ ಮಾತು ಹೊರಡಲಿಲ್ಲ. ಸುಮ್ಮನೆ ಕುಳಿತ. ತುಸು ಹೊತ್ತಿನನಂತರ ಚುನ್ನಿ ಅಂದಳು: 'ಮಬ್ಬು ಆದ ಹಂಗೆ ಕಾಣಿಸುತ್ತೆ. ನನ್ನನ್ನ ಮನೆ ಹಾದಿಗೆ ಬಿಟ್ಟು ನೀವು ಹೋಗಿ. ಎಲ್ಲಿ ಇಳಿಕೊಂಡಿದೀರ?'

'ಅರಮನೆ ಹೋಟಲಿನಲ್ಲಿ.'

'ಅಬ್ಬಾ! ದಿನಕ್ಕೆಂಟು ಸಾವಿರವಂತೆ. ನೀವು ಅಷ್ಟು ಸಾವ್ಕಾರರಾಗಿದೀರಾ? ನಾನು ಏನೇನೋ ಮಾತಾಡಿದೆ. ನಿಮ್ಮಂತೋರು ನನ್ನ ಝೋಪಡೀಲಿ ಹೆಂಗೆ ಇದ್ದೀರಿ?'

ತಾನು ಹಾಗೆ ಹೇಳಬಾರದಾಗಿತ್ತೆಂದು ಅವನಿಗೆ ಅನ್ನಿಸಿತು. ಹಣದ ಅಂತರವು ಇಂಥ ಕಂದಕ ಹುಟ್ಟಿಸುತ್ತದೆಂದು ಅರ್ಥವಾಗಿರಲಿಲ್ಲ. ತಕ್ಷಣ ಹೇಳಿದ: 'ಇಲ್ಲಿಗೆ ಬಂದಮೇಲೆ ಎಲ್ಲಿ ಇಳಕೊಬೇಕು ಅಂತ ತಿಳೀಲಿಲ್ಲ. ರಿಕ್ಷಾದವನು ಅಲ್ಲಿಗೆ ಕರೆದೊಯ್ದ. ನೀನು ಎಲ್ಲಿ ದೀಯ, ಮನೆ ಎಲ್ಲಿದೆ ಅಂತ ಮೊದಲೇ ತಿಳಿದಿದ್ದರೆ ನೇರವಾಗಿ ಮನೆಗೇ ಬರ್ತೀದ್ದೆ.'

ಈಗ ಅವಳಿಗೆ ಸಮಾಧಾನವಾಯಿತು. ಎರಡುನಿಮಿಷದ ನಂತರ ಹೇಳಿದಳು: 'ಗವಯಿಗಳು ದೊಡ್ಡದರ್ಬಾರಿನ ಹತ್ತಿರ ಗಾಣೆ ಕಲೀತಿದ್ದರು. ನಿಮ್ಮಪ್ಪ ಇವರಿಗೆ ದಿನಾ ಊಟ ಒಯ್ದುಕೊಡ್ತಿದ್ದರು. ಆ ಗುರುತಿನ ಮೇಲೆ ನಿಮ್ಮಪ್ಪನ್ನ ಹುಡುಕ್ಕಂಡು ಬಂದಿದಾರೆ ಅಂತ ಮಕ್ಕಳಿಗೆ ಹೇಳಭೌದಾಗಿತ್ತು.' ಮತ್ತೆ ಎರಡುನಿಮಿಷವಾದ ಮೇಲೆ ಅವಳೇ ಮಾತ ನಾಡಿದಳು: 'ನನಗೆ ಕಣ್ಣು ಸರಿಯಾಗಿ ಕಾಣುಲ್ಲ. ಯಾರಾದರೂ ನೋಡಿದರೆ ನಿಮ್ಮ ಮುಖಕಟ್ಟು ಗಿರಿಯ ಮುಖಕಟ್ಟು ಒಂದೇ ಥರ ಇದೆ ಅನ್ನಿಸುಲ್ಲತಾನೆ? ಗಿರಿಗೆ ಕೂಡ ಅನುಮಾನ ಹುಟ್ಟುಲ್ಲತಾನೆ? ನೀವು ಹೊರಟುಹೋದಿರಿ. ನಿಮ್ಮ ಮುಖಕಟ್ಟಿನ ನೆನಪು ನನಗೆ ಮಾಸಿಕೊಂಡಿತು. ಗಿರಿ ಬೆಳೆದು ಪ್ರಾಯಕ್ಕೆ ಬಂದಮೇಲೆ ಮತ್ತೆ ನೆನಪು ಹುಟ್ಟಿ ನೀವೇ ಅವನು ಅನ್ನಿಸುಕ್ಕೆ ಶುರುವಾಯಿತು. ನನ್ನ ಗಂಡ ಇವು ಯಾವುದೂ ತಿಳಿಯೂ ಬುದ್ಧಿ ಇಲ್ಲದ ಮೂದೇವಿ ಅಂತ ನಿಮಗೂ ಗೊತ್ತಿಲ್ಲವೆ?'

ಹೆಂಗಸರು ಗಂಡನಿಗಿಂತ ಮಕ್ಕಳಿಗೆ ಹೆದರೂದು ಜಾಸ್ತಿ, ಅವನು ತನ್ನೊಳಗೇ ಅಂದುಕೊಂಡ. ಗಂಡಸರೂ ಹಾಗೆಯೇ ಇರಬಹುದು. ತಾನು ಮಕ್ಕಳಜೊತೆ ಬೆಳೆಯಲೇ ಇಲ್ಲ ಎಂಬ ನೆನಪಾಯಿತು. 'ಹೋಗೋಣವಾ?' ಚುನ್ನಿ ಎದ್ದುನಿಂತಳು. ಸೂರ್ಯ ಮುಳುಗುವ ಹೊತ್ತಾಗುತ್ತಿತ್ತು. ಮತ್ತೆ ಏನು ಕೇಳುವುದಕ್ಕೂ ಹೇಳುವುದಕ್ಕೂ ಅವನಿಗೆ ತೋಚಲಿಲ್ಲ. ತಾನು ಮುಂದೆ ನಡೆದು ಅವಳಿಗೆ ದಾರಿತೋರಿಸಿದ. ದಿಬ್ಬವನ್ನು ಹತ್ತಿ ಮನೆಯ ದಾರಿಗೆ ಅವಳನ್ನು ಬಿಟ್ಟಮೇಲೆ ನಾನು ಹೊರಡ್ತೀನಿ ಎಂದ. ಬೀಳ್ಕೊಡಿಗೆಯ

ಯಾವ ಭಾವನಾತ್ಮಕ ಮಾತೂ ತಿಳಿಯಲಿಲ್ಲ. 'ಇನ್ನು ನನಗೆ ದಾರಿ ಗೊತ್ತಾಗುತ್ತೆ. ಕಣ್ಣು ಮುಚ್ಚಿಕೊಂಡು ಬೇಕಾದರೂ ಮನೆ ಮುಟ್ತೀನಿ' ಎಂದು ಅವಳು ಎಡಕ್ಕೆ ತಿರುಗಿ ನಡೆಯತೊಡಗಿದಳು. ಬಲಕ್ಕೆ ತಿರುಗಿದ ಅವನು ಚಿತ್ತರಪುರದ ರಸ್ತೆಯನ್ನು ಮುಟ್ಟಿದ. ಇಲ್ಲಿಂದ ನಡೆದೇ ಹೋಗಬೇಕು, ಯಾವ ವಾಹನಸೌಲಭ್ಯವೂ ಇಲ್ಲ ಎನ್ನಿಸಿತು. ಹತ್ತಿರ ಎಲ್ಲಾದರೂ ಫ಼ೋನ್ ಇದ್ದರೆ ರೆಸಾರ್ಟ್‌ಗೆ ಮಾಡಿ ಏನಾದರೂ ತರಿಸಬಹುದು ಎನ್ನಿಸಿದರೂ ಒಂಟಿಯಾಗಿ ನಡೆಯುವುದನ್ನೇ ಮನಸ್ಸು ಬಯಸಿತು. ಶರೀರ ಬಳಲಿತ್ತು. ಆದರೂ ಹೆಜ್ಜೆ ಹಾಕತೊಡಗಿದ. ಚಂಪಾಳ ಮಕ್ಕಳಿಗೆ ಹುಟ್ಟಿದಾಗಿನಿಂದ ಇದುವರೆಗೂ ತಿಂದು ಕೊಬ್ಬುವಷ್ಟು ಹಣಕೊಡುತ್ತಲೇ ಇದೀನಿ, ರಾಮಿಯ ಮಕ್ಕಳು ಬೆಳೆಯುವಾಗ ಏನೂ ಕೊಡಲಿಲ್ಲ ಎಂಬ ಹೋಲಿಕೆಯೊಡನೆ ಚುನ್ನಿಯ ಮಕ್ಕಳಿಗೆ ಒಂದು ಗಿಲಿಕೆಯನ್ನೂ ಕೊಡಲಿಲ್ಲ ಎಂಬ ನೆನಪಾಯಿತು. ಇವಳಿಗೆ ತಾಳಿ ಕಟ್ಟಲಿಲ್ಲ. ಇವಳೂ ಅದನ್ನು ಬಯಸಲಿಲ್ಲ. ಅಪ್ಪ ಎಂಬ ಹೆಸರೂ ಇಲ್ಲ. ಅದೆಲ್ಲ ಗೊತ್ತಿದ್ದೇ ಚುನ್ನಿ ಎರಡು ಮಕ್ಕಳನ್ನು ಪಡೆದಳು. ಆ ಯಾವ ಪರಿಣಾಮದ, ಮಕ್ಕಳಾಗುತ್ತದೆಂಬ, ಕಲ್ಪನೆಯೂ ಇಲ್ಲದೆ ನಾನು ಒಳಗಿನ ಹುಚ್ಚನ್ನು ನಿವಾರಿಸಿಕೊಂಡೆ. ಇನ್ನು ತಂದೆ ಮಕ್ಕಳೆಂಬ ಸಂಬಂಧ ಹೇಗೆ ಆದೀತು? ಎಂಬ ಬಿಡುಗಡೆ ಹೊಳೆದರೂ ಅವು ಹುಟ್ಟಿದ್ದು ನನಗೆ, ಅವನ ಮುಖ ನನ್ನದನ್ನು ಹೋಲುತ್ತೆ, ನನಗೆ ಹುಟ್ಟಿದವಳೆಂದು ತಿಳಿಯುವ ಮೊದಲೇ ಅವಳು ನನ್ನ ಪಾದಗಳಿಗೆ ತಲೆಯಿಟ್ಟು ಪಾದದ ಹಿಂಬದಿಯನ್ನು ಕೈಗಳಿಂದ ಮುಟ್ಟಿದಾಗ ವಿಶೇಷ ಸಂಬಂಧದ ಅನುಭವವಾಯಿತು, ಎಂಬ ಅಂಶಗಳು ಕೆಳಕ್ಕೆ ಜಗ್ಗತೊಡಗಿದವು. ಗಿರಿಗೆ ಎರಡು ಗಂಡು, ಪೂನಮ್‌ಳಿಗೆ ಎರಡು ಹೆಣ್ಣು ಒಂದು ಗಂಡು ಇವೆಯಂತೆ. ನೋಡಲು ಹೇಗಿವೆಯೊ? ಎಂಬ ಕುತೂಹಲ ಹುಟ್ಟಿತು. ಬರೀ ಕುತೂಹಲವಲ್ಲ, ನೋಡಬೇಕೆಂಬ ಬಯಕೆ. ಗಿರಿಯ ಹೆಂಡತಿಯನ್ನು, ಪೂನಮ್‌ಳ ಗಂಡನನ್ನು ಕೂಡ ನೋಡುವ ಆಶೆ.

ಅಷ್ಟರಲ್ಲಿ ಕತ್ತಲಾಯಿತು. ದಾರಿ ಗೊತ್ತಾಗುತ್ತಿತ್ತು. ಇನ್ನು ಎಷ್ಟು ದೂರವಿದೆಯೊ? ಆಯಾಸವಾಗುತ್ತಿತ್ತು. ರಾತ್ರಿ ರೈಲು ಪ್ರಯಾಣ. ಬೆಳಗ್ಗೆ ಕಾಡಿನಲ್ಲಿ ಅಲೆದಾಟ. ಹಗಲು ನಿದ್ರೆ ಇಲ್ಲ ಎಂಬ ನೆನಪಾಯಿತು. ಕಾಲನ್ನು ಎಳೆದುಕೊಂಡು ಹೋಗುತ್ತಿದ್ದ. ಅಷ್ಟರಲ್ಲಿ ಎದುರಿನಿಂದ ಒಂದು ಸೈಕಲ್ ಬಂತು. ಅದರದೇ ಡೈನಮೋದಿಂದ ಉರಿಯುವ ಬ್ಯಾಟರಿಯ ಬೆಳಕು ಕಣ್ಣಿಗೆ ಚುಚ್ಚಿತು. ಸವಾರ ಉಲ್ಲಾಸದಿಂದ ಸಿಳ್ಳೆ ಹೊಡೆದುಕೊಂಡು ಸಾಗಿಹೋದ. ಆದರೆ ಐವತ್ತು ಅಡಿ ಹೋದವನು ಹಿಂತಿರುಗಿಬಂದು ಇವನನ್ನು ಮಾತನಾಡಿಸಿದ: 'ಸಾಹಬ್, ಒಬ್ಬರೇ ನಡೀತಿದೀರಿ. ಎಲ್ಲಿಗೆ ಹೋಗಬೇಕು?'

'ಓರಿಯಂಟ್ ರಾಯಲ್ ರೆಸಾರ್ಟ್.'

'ಕ್ಯಾರಿಯರ್‌ಮೇಲೆ ಕೂರ್ತೀರಾ? ನಾನು ಬಿಡ್ತೀನಿ.'

ಇವನಿಗೆ ಜೀವಬಂದಂತಾಯಿತು. ಸರಿಯಾಗಿ ಕೂರಿಸಿಕೊಂಡನಂತರ ಅವನು ಪೆಡಲ್ ಮೀಟಿದಮೇಲೆ ಅದೇ ಉಲ್ಲಾಸದಿಂದ ಸಿಳ್ಳೆಹೊಡಯತೊಡಗಿದ. ಭಾವ ತುಂಬಿ ತೊಟ್ಟಿಕ್ಕುವ ಸಿಳ್ಳೆ. ಶಾಸ್ತ್ರೀಯ ರಾಗವಲ್ಲ. ಈ ಮಾಲವಪ್ರದೇಶದ ಜಾನಪದಮಟ್ಟುಗಳು

ಹೃದಯಕ್ಕೆ ತಟ್ಟುವಷ್ಟು ಭಾವಾತ್ಮಕವಾದವುಗಳೆಂಬುದು ಇವನಿಗೆ ಗೊತ್ತಿತ್ತು. ಅಂಥದೇ ಒಂದು ಮಟ್ಟಿನಲ್ಲಿ ತುಂಬಿರುವದಕ್ಕಿಂತ ಹೆಚ್ಚು ತೀವ್ರವಾದ ಭಾವವನ್ನು ಈ ಸೈಕಲ್‌ಸವಾರ ತನ್ನ ಸಿಳ್ಳೆಯಲ್ಲಿ ಹೊಮ್ಮಿಸುತ್ತಿದ್ದ. ಹೃದಯವು ಕುಸಿದು ಕಲಸಿಕೊಳ್ಳುವಂಥ ಎರಡು ತಿರುವುಗಳನ್ನು ಪಲ್ಲವಿ ಮಾಡಿಕೊಂಡು ಬೇರೊಂದು ಬಗೆಯ ನಡೆಯನ್ನು ಅನುಪಲ್ಲವಿಯಾಗಿ ಬಾರಿಸುವಂತೆ ಕಂಡಿತು. ಪನ್ನಾಲಾಲ ಘೋಷರ ಕೊಳಲಿಗಿಂತ ಹೆಚ್ಚು ಭಾವಸಾಂದ್ರವಾಗಿದೆ ಇವನ ಸಿಳ್ಳೆ ಎನ್ನಿಸಿತು. ಅವನು ದಾರಿಯುದ್ದಕ್ಕೂ ಅದೇ ಮಟ್ಟನ್ನು ಇದು ಪುನರಾವರ್ತನೆ ಎಂಬ ಅರಿವಿಲ್ಲದೆ ಮತ್ತೆ ಮತ್ತೆ ಹೊಡೆಯುತ್ತಿದ್ದ. ಎಷ್ಟು ಪುನರಾವರ್ತಿಸಿದರೂ ಅದರ ರಸದ ಬುಗ್ಗೆ ಮುಗಿಯುವಂಥದಲ್ಲವೆಂದು ಇವನಿಗೂ ಅನ್ನಿಸುತ್ತಿತ್ತು. ಅದೂ ಕತ್ತಲೆಯಲ್ಲಿ ಅದರ ರಸವಿಸ್ತಾರ ಕೊನೆ ಇಲ್ಲದುದೆನ್ನಿಸಿತು.

ಕೊನೆಗೊಮ್ಮೆ ಚಿತ್ತರಪುರದ ದೀಪಗಳು ಕಾಣಿಸಿದವು. ಸವಾರನು ನೇರವಾಗಿ ಅರಮನೆಯ ಮುಂಬದಿಗೆ ಕರೆತಂದು ಎಡಗಾಲನ್ನು ನೆಲಕ್ಕೆ ಕೊಟ್ಟು ಸೈಕಲ್ ನಿಲ್ಲಿಸಿ 'ಇಳಿಯಿರಿ' ಎಂದ. ಇವನು ಕಿಸೆಗೆ ಕೈಹಾಕಿ ಸಿಕ್ಕಿದ ಒಂದು ನೂರು ರೂಪಾಯಿಯನ್ನು ತೆಗೆದು ಅವನ ಕಡೆಗೆ ನೀಡಿದ. ಅದನ್ನು ಕೈಗೆ ತೆಗೆದುಕೊಂಡ ಅವನು, 'ಸಾರ್, ಈ ಹೋಟೆಲಿನಲ್ಲಿ ಒಂದು ಟಿಪ್ ಅಂದರೆ ನೂರು ರೂಪಾಯಿ ಇರುತ್ತೆ. ನಾನು ನಾಲ್ಕು ಮೈಲಿ ಸೈಕಲ್ ತುಳಿದಿದೀನಿ. ಅದೂ ಕತ್ತಲಲ್ಲಿ. ಒನ್ ಥೌಸಂಡ್ ರುಪೀಸ್ ಆದರೂ ಕೊಡಿ' ಎಂದ.

ಇವನಿಗೆ ಏನು ದರೋಡೆ ಇದು? ಎನ್ನಿಸಿತು. ಮುಂಬಯಿಯಲ್ಲಿ ಟ್ಯಾಕ್ಸಿಯ ಬಾಡಿಗೆಯೇ ಒಂದು ಮೈಲಿಗೆ ಆರುರೂಪಾಯಿ ಇದೆ. ದೂರದ ಊರಿಗಾದರೆ ಮೂರು ರೂಪಾಯಿ. ಆದರೂ ಕೂರುವ ಮೊದಲೇ ತಾನು ಬಾಡಿಗೆ ಎಷ್ಟು ಅಂತ ಮಾತಾಡಿಬಿಡಬೇಕಾಗಿತ್ತು, ಎಂಬ ತಪ್ಪಿನ ಅರಿವಾಯಿತು. ಆದರೂ ಒಂದುಸಾವಿರ ಕೊಡುವುದು ಅನ್ಯಾಯಕ್ಕೆ ಸೋತಂತೆ ಎನ್ನಿಸಿತು. ಸೈಕಲ್‌ಸವಾರನು ಧರಿಸಿದ್ದುದು ರೆಸಾರ್ಟಿನ ಸಮವಸ್ತ್ರವೆಂಬುದು ಅಷ್ಟರಲ್ಲಿ ಅವನಿಗೆ ಕಂಡಿತ್ತು. 'ಏನಯ್ಯ, ಕೇಳುಕ್ಕೂ ಒಂದು ಲೆಕ್ಕ ಬ್ಯಾಡವಾ? ನಾನಾಗಲೇ ಒಂದು ಮೈಲಿ ನಡೆದಿದ್ದೆ. ಮೂರುಮೈಲಿ ಸೈಕಲ್‌ಕ್ಯಾರಿಯರ್ ಸವಾರಿಗೆ ಒಂದು ಸಾವಿರವಾ? ರಿಸೆಪ್ಷನ್‌ಗೆ ನಡಿ. ಅವರಿಗೆ ನ್ಯಾಯ ಒಪ್ಪಿಸಿ ಅವರು ಹೇಳಿದಷ್ಟು ಕೊಡ್ತೀನಿ' ಎಂದ.

'ಇದು ಹೋಟೆಲ್‌ಡ್ಯೂಟಿಗೆ ಸಂಬಂಧಪಟ್ಟ ಸೇವೆಯಲ್ಲ. ಡ್ಯೂಟಿ ಮುಗಿಸಿ ನಾನು ಮನೆಗೆ ಹೋಗ್ತಿದ್ದೆ. ನೀವು ಕೊಡೂದಿದ್ದರೆ ಫೈವ್ ಹಂಡ್ರೆಡ್ ಕೊಡಿ. ಇಲ್ಲದಿದ್ದರೆ ಅದನ್ನ ನಾನೇ ನಿಮಗೆ ಟಿಪ್ಸ್ ಅಂತ ಬಿಟ್ಟುಬಿಡ್ತೀನಿ,' ಎಂದು ಅವನು ರೋಪು ಹಾಕಿದ. ಜಗಳವನ್ನು ಮುಂದುವರೆಸುವ ಮನಸ್ಸಿಲ್ಲದೆ ಇವನು ಮತ್ತೆ ನೂರರ ನಾಲ್ಕುನೋಟುಗಳನ್ನು ತೆಗೆದು ಅವನ ಮುಂದೆ ಹಿಡಿದ. ಅವನು ಅವನ್ನು ಎಣಿಸಿಕೊಳ್ಳುವಾಗ ಏನೋ ಅನ್ನಿಸಿ ತುಸು ಮುಂದೆ ಬಂದು ಅವನ ಮುಖ ನೋಡಿದ: ಗಿರಿ. ಇನ್ನೂ ಹೆಚ್ಚು ಹೊತ್ತು ಅವನೆದುರಿಗೆ ನಿಂತರೆ ಬೆಳಕಿನಲ್ಲಿ ಅವನೇನಾದರೂ ತನ್ನ ಮುಖವನ್ನು ಸರಿಯಾಗಿ ನೋಡಿ

ಯಾನೆಂಬ ಅಂಜಿಕೆಯಾಗಿ ಸರಸರನೆ ಸ್ವಾಗತಕಕ್ಷೆಯ ಮೆಟ್ಟಿಲುಗಳನ್ನು ಹತ್ತತೊಡಗಿದ.

– ೧೦ –

ಊಟ ಮಾಡಿ ಮಲಗಿದ ತಕ್ಷಣ ನಿದ್ರೆಬಂತು. ರಾತ್ರಿ ಎಲ್ಲ ಭಾವವು ತುಳುಕುವಂತೆ ಬಾರಿಸಿದ ಸಿಳ್ಳೆಯ ಮಟ್ಟು ಕನಸಿನಲ್ಲಿ ಕೇಳುತ್ತಿತ್ತು. ಬೆಳಗಿನಜಾವ ನಾಲ್ಕುಗಂಟೆಗೆ ಎಚ್ಚರವಾದಾಗ ಯಾವ ರಾಗಕ್ಕೆ ಸೇರಿಸಬಹುದು ಇದನ್ನು? ಎಂಬ ಚಿಂತನೆ ಕಾಡತೊಡಗಿತು. ಮೂರುಮೈಲಿ ಸೈಕಲ್‌ಸವಾರಿಗೆ ಒಂದುಸಾವಿರ ಕೇಳಿದುದಕ್ಕೆ ಸಿಟ್ಟುಬಂದರೂ ಇಲ್ಲಿ ಎಲ್ಲ ನಡೆಯುವುದೂ ಡಾಲರ್ ಲೆಕ್ಕದಲ್ಲಿ. ಬರುವ ಗಿರಾಕಿಗಳೂ ಡಾಲರ್‌ನವರೇ, ಒಂದುಸಾವಿರ ಅಂದರೆ ಸುಮಾರು ಮೂವತ್ತು ಡಾಲರ್ ಎಂದು ಸಮಾಧಾನ ತಂದುಕೊಂಡ. ತನ್ನನ್ನು ಹುಟ್ಟಿಸಿದ ಅಪ್ಪ ಅಂತ ಗೊತ್ತಿದ್ದರೆ ಚರಣಸ್ಪರ್ಶ ಮಾಡ್ತಿದ್ದನೇನೋ! ಎಂಬ ಕಲ್ಪನೆಹುಟ್ಟಿತು. ಅವನು ಅವನ ಹೆಂಡತಿ ಮಕ್ಕಳು, ಪೂನಮ್‌ಳ ಗಂಡ, ಮಕ್ಕಳು, ಎಲ್ಲರೂ. ಆದರೆ ಈಗ ಗೊತ್ತಾದರೆ! ಎಂಬ ಕಲ್ಪನೆಯಿಂದಲೇ ಮುಜುಗರವಾಯಿತು. ಭಯವಾಯಿತು. ತಾನು ಇವರಿಗೆ ಏನಾದರೂ ಸಲ್ಲಿಸಬೇಕು, ಋಣಸಂದಾಯ ಮಾಡಬೇಕು ಎಂಬ ವಿಚಾರಹುಟ್ಟಿತು. ಮೇಲೆ ಎದ್ದು ತನ್ನ ಪೆಟ್ಟಿಗೆ ತೆಗೆದು ನೋಟಿನ ಕಟ್ಟುಗಳನ್ನು ಎಣಿಸಿದ. ಈ ಹೋಟೆಲಿನ ಬಿಲ್ಲು, ಮುಂಬಯಿ ತನಕ ರೈಲ್ವೆ ಖರ್ಚುಗಳನ್ನೆಲ್ಲ ತೆಗೆದರೂ ಎಪ್ಪತ್ತೈದು ಸಾವಿರ ಉಳಿಯುತ್ತೆ. ಐವರು ಮೊಮ್ಮಕ್ಕಳಿಗೂ ತಲಾ ಹದಿನೈದುಸಾವಿರ ಕೊಟ್ಟರೆ ಹೇಗೆ? ಅಥವಾ ಮತ್ತೊಮ್ಮೆ ಚುನ್ನಿಯ ಮನೆಗೆ ಹೋಗಿ ಅವಳಿಗೇ ಎಲ್ಲ ಹಣವನ್ನೂ ಕೊಟ್ಟು ಇದು ನಿನಗೆ, ನಿನಗೆ ಇಷ್ಟಬಂದಂತೆ ಮಕ್ಕಳು ಮೊಮ್ಮಕ್ಕಳಿಗೆ ಕೊಡು ಅಂದರೆ ಹೇಗೆ? 'ನಾನಿಲ್ಲಿ ಸಂಗೀತ ಕಲೀತಿದ್ದೆ. ಬನ್ಸಿ ಆರುವರ್ಷ ಪ್ರತಿದಿನ ಊಟ ಹೊತ್ತುತಂದು, ನನ್ನ ಕುಟೀರವನ್ನ ಗುಡಿಸಿ ಒರೆಸಿ ನಿಗನೋಡಿಕೊಂಡ. ಅದರ ಕೃತಜ್ಞತೆಗೆ ಅಂತ ಕೊಡ್ತಿದೀನಿ' ಅಂದರೆ ಯಾರಿಗೂ ಅನುಮಾನ ಹುಟ್ಟಲ್ಲ. ನನ್ನ ಹೆಸರು ವಿಳಾಸ ಎಲ್ಲಾನೂ ಬಿಚ್ಚಿ ಹೇಳಿಯೂಬಿಡಬಹುದು, ಎಂಬ ಪರಿಹಾರ ಕಂಡಿತು. ಎದ್ದು ಮುಖ ತೊಳೆದು ಚಹ ಮಾಡಿಕೊಂಡು ಬಿಸ್ಕಿಟಿನೊಡನೆ ಕುಡಿದು ಹೊರಗೆ ಬಂದ. ನಸುಕಾಗುತ್ತಿತ್ತು. ಹಾದಿ ತಪ್ಪಿಸುವ ಸುತ್ತು ದಾರಿಗಳಿದ್ದರೂ ಅಂದಾಜಿನಮೇಲೆ ನಡೆದು ಮಂದಿರದ ಹತ್ತಿರಕ್ಕೆ ಬಂದ. ಮಂದಿರದ ಬಾಗಿಲುಹಾಕಿತ್ತು. ಬೀಗವಿರಲಿಲ್ಲ. ಬಾಗಿಲು ತೆರೆದುಕೊಂಡು ಒಳಗೆಬಂದ. ಲಿಂಗವು ಮಬ್ಬುಬೆಳಕಿನಲ್ಲಿ ಸ್ಪಷ್ಟ ಆಕಾರ ತಾಳಿದ ಷಡ್ಜದಂತೆ ಕಾಣುತ್ತಿತ್ತು. ಮನಸ್ಸಿನಲ್ಲಿ ಷಡ್ಜಮೂಡಿತು. ಅಂ ಎಂದು ಮನಸ್ಸಿನೊಳಗೇ ಗುನುಗಿಕೊಳ್ಳತೊಡಗಿದ. ತುಸುಹೊತ್ತಿನಲ್ಲಿ ಅದು ಓಂ ಎಂಬ ಆಕಾರ ತಾಳಿತು. ಮಧ್ಯಸಪ್ತಕದ ಷಡ್ಜವಾಗಿ ನೆಲೆಗೊಳ್ಳುವ ಮೊದಲೇ ಸಾ ರೆ ಮ ಪ ಎಂಬ ಮೀಂಡು ರೂಪಗೊಂಡು ಓಂಕಾರವು ಆಸಾವರಿಯಾಗಿತ್ತು. ಅವನು ಅದೇ ಚಲನೆಯನ್ನು ಹಿಡಿದು ಅದೇ ಓಂಕಾರವನ್ನು ಏಳುಸಲ ಮಾಡಿದ. ಅನಂತರ ಸ್ವರಗಳ ಒಂದೊಂದು ಕಿರುಗ್ರಂಥಿಯನ್ನೂ ಓಂಕಾರದ ರೂಪಕ್ಕೆ ವಿನ್ಯಾಸಗೊಳಿಸಿ

ಕೊಂಡು ಮಂದ್ರದಲ್ಲಿ ಇಳಿಯತೊಡಗಿದ. ತಾನು ಇದೇ ಮಂದಿರದಲ್ಲಿ ಒಂದು ತಿಂಗಳು ಅಭ್ಯಾಸಮಾಡಿ ಅನಂತರ ಕೊನೆಯ ಪಕ್ಷ ಸಾವಿರಬಾರಿಯಾದರೂ ಹಾಡಿ, ಹಾಡಿಕೊಂಡಿದ್ದ ರಾಗವು ಈಗ ಹೊಸ ಸ್ವರೂಪದಲ್ಲಿ ಕಾಣಿಸಿಕೊಳ್ಳತೊಡಗಿತು. ಖೇದ, ಪಶ್ಚಾತ್ತಾಪ, ಧೀರಗಂಭೀರ ಶೋಕ, ದೈವದ ಸಾನ್ನಿಧ್ಯವನ್ನು ಮುಟ್ಟಿ ಮಾಡಿಕೊಳ್ಳುವ ಆರ್ತಕ್ಷಮಾಯಾಚನೆ ಮೊದಲಾದ ಭಾವಗಳು ಅಧ್ಯಾತ್ಮದ ಹದದಲ್ಲಿ ಕಾಣಿಸಿಕೊಂಡವು. ಮಂದ್ರದ ಗುಹೆಯೊಳಗೆ ಇಳಿದು ಹೊರಬರುವುದರಲ್ಲೇ ಇದುವರೆಗೆ ತನಗೆ ಗೋಚರಿಸದಿದ್ದ ಹೊಸ ಸ್ವರಗ್ರಂಥಗಳು ದರ್ಶನ ಕೊಟ್ಟವು. ಒಂದೊಂದೂ ಬೇರೆ ಬೇರೆ ಸ್ತರಗಳ, ಬೇರೆ ಬೇರೆ ಅರ್ಥಪುಂಜಗಳ ಓಂಕಾರವೆನ್ನಿ ಸಿತು. ತಾನು ಒಂದು ತಂಬೂರಿಯ ಆಸರೆಯೂ ಇಲ್ಲದೆ ಹಾಡಿಕೊಳ್ಳುತ್ತಿದ್ದೇನೆಂಬ ಅರಿವೂ ಆಗಲಿಲ್ಲ. ಅಷ್ಟರಲ್ಲಿ ಇಬ್ಬರು ಮಾತನಾಡಿಕೊಂಡು ಮಂದಿರವನ್ನು ಪ್ರವೇಶಿಸಿದರು. ಆಗ ಅವನು ಕಣ್ಣು ತೆರೆದ. ಹೊರಗಿನ ಬಿಸಿಲು ಒಳಗೆ ಬೆಳಕನ್ನು ಹರಡಿದ್ದುದು ಕಾಣಿಸಿತು. ಇಲ್ಲಿ ಹಾಡಿಕೊಳ್ಳುವುದು ಸಾಧ್ಯವಿಲ್ಲವೆನ್ನಿಸಿತು. ತಕ್ಷಣ ಎದ್ದು ಹೊರಗೆನಡೆದ. ಆದರೆ ಓಂಕಾರಗಾಯನದ ಲಹರಿ ಕತ್ತರಿಸಿರಲಿಲ್ಲ. ಎದುರಿಗೆ ಕಂಡ ನರ್ಮದೆಯ ಹೃದಯವನ್ನು ಹಿಗ್ಗಲಿಸುವಷ್ಟು ಅಗಲ ಮತ್ತು ಆಳದ ಪಾತ್ರವು ಓಂಕಾರಕ್ಕೆ ಹೊಸ ಆಯಾಮವನ್ನು ಕೊಟ್ಟಿತು. ಗುಡಿಯಿಂದ ಹೊರಗೆ ಬಂದದ್ದು ಒಳ್ಳೆಯದೇ ಆಯಿತು. ಮಂದ್ರದ ಗುಹೆಯಿಂದ ಹೊರಬಂದ ನಂತರ ಮಧ್ಯಸಪ್ತಕದಲ್ಲಿ ಭೂವಿಸ್ತಾರವನ್ನೂ ತಾರಸಪ್ತಕದಲ್ಲಿ ಆಕಾಶದ ತಾರಾಮಂಡಲಗಳನ್ನೂ ಒಳಗೊಳ್ಳಬಹುದು ಎಂಬ ಕಲ್ಪನೆಮೂಡಿತು. ಅಲ್ಲೇ ನಿಂತು ಅಥವಾ ಕುಳಿತು ಹಾಡಿಕೊಂಡರೆ ಈ ವಿದೇಶೀಯ ಪ್ರವಾಸಿಗರು ಇದೊಂದು ಪ್ರವಾಸದ ಕುತೂಹಲವೆಂದು ತಿಳಿದು ಹತ್ತಿರಬಂದು ನಿಂತಾರೆಂಬ ಎಚ್ಚರವಾಗಿ ಬಂಡೆಕಲ್ಲು ಗೊಟರುಗಳ ದಾರಿಯಲ್ಲಿ ನದಿಯ ಪಾತ್ರದೊಳಕ್ಕೆ ಇಳಿಯತೊಡಗಿದ. ಗಂಟಲು ಮಾತ್ರ ಮಧ್ಯಸಪ್ತಕದ ಸ್ವರಗುಚ್ಛಗಳನ್ನು ಒಳಗೊಂಡ ಓಂಕಾರವನ್ನು ಹಾಡುತ್ತಲೇ ಇತ್ತು. ಹುಡುಕಿಕೊಂಡು ಅತ್ತ ಇತ್ತ ತಿರುಗಿ ನೀರಿನ ದಡ ತಲುಪುವುದರಲ್ಲಿ ಮಧ್ಯಸಪ್ತಕದ ಓಂಕಾರಸ್ಥಾನಗಳನ್ನು ಶೋಧಿಸಿದ್ದ. ನೀರು ಕಂಡವನೇ ಮೇಲುವಸ್ತ್ರಗಳನ್ನು ಕಳಚಿ ನೀರಿನೊಳಗೆ ಇಳಿದು ಕುತ್ತಿ ಗೆಯ ಮಟ್ಟ ನೀರು ಬರುವಂತೆ ಕುಳಿತು ಮೊದಲಿನಿಂದ ಹಾಡಿಕೊಳ್ಳತೊಡಗಿದ. ತಾರಸಪ್ತಕ ವನ್ನು ಸುತ್ತುಹಾಕಿ ಮಧ್ಯಮಷಡ್ಜಕ್ಕೆ ಬರುವ ವೇಳೆಗೆ ಸೂರ್ಯನು ಮೇಲೆ ಏರಿದ್ದ.

ನೀರಿನಿಂದ ಎದ್ದು ಮೈಕೈ ಶೀಟಿ ತುಸುಹೊತ್ತು ಬಿಸಿಲಿನಲ್ಲಿ ನಿಂತನಂತರ ಬಟ್ಟೆ ಹಾಕಿಕೊಂಡು ಇಳಿದ ಕಡೆಯಿಂದ ಮೇಲೆ ಹತ್ತುವಾಗ ಮಧ್ಯಾಹ್ನ ಹನ್ನೆರಡರೊಳಗೆ ಕುಟೀರವನ್ನು ಖಾಲಿಮಾಡದಿದ್ದರೆ ಇನ್ನೊಂದು ದಿನದ ಬಾಡಿಗೆ ಏಳುಸಾವಿರ ಬೀಳುತ್ತದೆಂಬ ಅರಿವಾಯಿತು. ಕೈಗಡಿಯಾರ ನೋಡಿಕೊಂಡ. ಹತ್ತೂವರೆ ತೋರಿಸುತ್ತಿತ್ತು. ಹನ್ನೆರಡರೊಳಗೆ ಖಾಲಿಮಾಡಿ ಸೂಟುಕೇಸನ್ನು ಸ್ವಾಗತಕಾರರ ಹತ್ತಿರ ಇಟ್ಟು ಸೈಕಲ್‌ರಿಕ್ಷಾ ಮಾಡಿಕೊಂಡು ಚುನ್ನಿಯ ಮನೆಗೆ ಹೋಗುವುದೆಂದು ನಿರ್ಧರಿಸಿದ. ಅಂದಾಜಿನಿಂದ ತನ್ನ ಕುಟೀರದ ದಾರಿ ಹಿಡಿದು ನಡೆದಾಗ ತಾನು ಹಾದಿ ತಪ್ಪಿದ್ದೇನೆನ್ನಿಸಿತು. ನಕ್ಷೆಯನ್ನು ತಂದಿಲ್ಲ. ಸುತ್ತಿ

ಸುತ್ತಿ ಕೊನೆಗೊಮ್ಮೆ ಒಂದು ಬಾಣದಗುರುತಿನ ತೋರುಬೋರ್ಡು ಕಣ್ಣಿಗೆ ಬಿದ್ದನಂತರ ಹುಡುಕಿ ಕುಟೀರವನ್ನು ಸೇರಿದಾಗ ಹನ್ನೊಂದಾಗಿತ್ತು. ಚುನ್ನಿಗೆ ಕೊಡಲೆಂದು ಎಪ್ಪತ್ತೈದು ಸಾವಿರ ಮೊತ್ತದ ನೋಟಿನಕಂತೆಗಳನ್ನು ಒಂದು ಪ್ರತ್ಯೇಕ ಚೀಲಕ್ಕೆ ಹಾಕಿಕೊಳ್ಳುವಾಗ ಒಂದು ಆಲೋಚನೆ ಬಂತು. ಹಣ ಕೊಟ್ಟುಬಿಟ್ಟರೆ ಋಣಾನುಬಂಧದ ಭಾವ ಇಳಿದುಹೋಗುತ್ತೆಯೆ? ಇತ್ತೀಚೆಗಷ್ಟೆ ಕಿಷನನಿಗೆ ಎರಡುಲಕ್ಷ ಕೊಟ್ಟೆ. ಬಕುಲಳ ಮದುವೆಗೆ ಕೊಡ್ತೀನಿ ಅಂತ ಹೇಳಿದೀನಿ. ಸ್ವರಮೋಹನ, ಶ್ರುತಿಮೋಹಿನಿಯರಿಗಂತೂ ಉದ್ದಕ್ಕೂ ಕೊಟ್ಟಿದೀನಿ. ಅದರಿಂದ ಅಪ್ಪನ ಸಂಬಂಧ ಪೂರ್ಣಗೊಂಡಿತೆ? ಈಗ ನಿನ್ನ ಗಂಡ ನನಗೆ ಊಟ ಹೊತ್ತು ತರ್ತಿದ್ದ. ಅದರ ಕೃತಜ್ಞತೆಗಾಗಿ ಈ ಹಣ ತಗೊ ಅಂತ ಮಗ ಸೊಸೆ ಮಗಳು ಅಳಿಯಂದಿರ ಕಣ್ಣು ಕಟ್ಟಿ ಚುನ್ನಿಗೆ ಕೊಟ್ಟರೂ ಅವಳು ಹಣವನ್ನು ಏನಂತ ಅರ್ಥಮಾಡಿಕೊಬಹುದು? ಅಷ್ಟು ದಿನ ಕಾಯದ ಒತ್ತಡವನ್ನು ನಿವಾರಿಸಿದ್ದಕ್ಕೆ ಈ ಹಣ ಕೊಡುಕ್ಕೆ ಬಂದಿದಾನೆ ಅಂತ ಮಾಡಿಕೊಂಡರೆ! ಎಂಬ ಅನುಮಾನ ಹುಟ್ಟಿತು. ಚುನ್ನಿ ಹಣಕ್ಕೆ ಬರಲಿಲ್ಲ. ಮಕ್ಕಳು ಬೇಕಾಗಿದ್ದವು. ಎಲ್ಲವನ್ನೂ ತಿಳಿದೇ, ನನ್ನನ್ನು ಪಡೆಯಲೆಂದೇ, ಊಟ ತರುವ ಗಂಡನ ಕೆಲಸವನ್ನು ತಾನು ಬದಲಿಸಿಕೊಂಡು ಬರತೊಡಗಿದಳು. ನನಗೇ ಗೊತ್ತಿಲ್ಲದೆ ನಾನು ಅವಳನ್ನು ಬಯಕೆಯ ಕಣ್ಣುಗಳಿಂದ ನೋಡಿದ್ದಿರಬೇಕು. ಅದನ್ನೂ ನನ್ನ ಒಂಟಿ ಪ್ರಾಯವನ್ನೂ ಗಮನಿಸಿಯೇ ಅವಳು ನನ್ನನ್ನು ಆರಿಸಿರಬೇಕು. ಹಣ ಕೊಡುಕ್ಕೆ ಹೋದರೆ ಅವಳಿಗೆ ಅವಮಾನ ಮಾಡಿದಂತಾಗುತ್ತೆ. ಸಂಬಂಧದ ಸ್ನೇಹವನ್ನು ಕೆಳಗಿಳಿಸಿದಂತಾಗುತ್ತೆ ಎಂಬ ವಿಚಾರ ಮೂಡಿತು. ಕೊಡೂದು ಬೇಡ, ಎಂದು ನಿರ್ಧರಿಸಿದ.

ಸ್ವಾಗತಕಕ್ಷೆಗೆ ಬಂದು ಬಿಲ್ ಸಂದಾಯ ಮಾಡಿದಮೇಲೆ, 'ನಿಮ್ಮ ರೆಸಾರ್ಟ್ ಮಾಲೀಕರನ್ನ ನೋಡುಕ್ಕೆ ಸಾಧ್ಯವೆ?' ಎಂದ.

ಸ್ವಾಗತಕಾರಿಣಿ, 'ಹಿಸ್ ಹೈನೆಸ್ ಅವರನ್ನೆ?' ಎಂದು ತಿದ್ದಿದಳು. ಇವನು ಹೌದು ಎಂದನಂತರ, 'ಅವರ ಸಂದರ್ಶನ ಸಿಗೂದು ತುಂಬ ಕಷ್ಟ. ನಿಮ್ಮ ಪರಿಚಯ, ವಿಳಾಸ, ಯಾವ ಕಾರಣಕ್ಕೆ ಸಂದರ್ಶನ ಬಯಸುತೀರಿ ಅನ್ನೂದನ್ನೆಲ್ಲ ಬರೆದುಕೊಟ್ಟರೆ ನಾವು ಅವರ ಖಾಸಾ ಕಾರ್ಯದರ್ಶಿಯವರಿಗೆ ರವಾನೆ ಮಾಡ್ತೀವಿ. ಸಂದರ್ಶನ ಸಾಧ್ಯವೋ ಇಲ್ಲವೋ, ಸಾಧ್ಯವಾದರೆ ಯಾವ ದಿನ, ಎಷ್ಟು ಹೊತ್ತಿಗೆ ಅನ್ನೂದನ್ನ ಅವರು ತಿಳಿಸ್ತಾರೆ.'

'ನಾನು ಹಾಗೆ ದಿನಗಟ್ಟಲೆ ಕಾಯುಕ್ಕೆ ಸಾಧ್ಯವಿಲ್ಲ. ಈಗ ಹೊರಟಿದೀನಿ. ಸಾಧ್ಯವಿದ್ದರೆ ಅರ್ಧಗಂಟೆ ಮಾತಾಡಬೇಕು ಅಂತ ಇಚ್ಛೆಯಾಯಿತು. ಇವರ ತಂದೆಯವರು ನನಗೆ ತುಂಬ ಸಹಾಯಮಾಡಿದ್ದರು.'

'ಖಾಸಾ ಕಾರ್ಯದರ್ಶಿಗಳ ಕೈಲಿ ಮಾತಾಡಿನೋಡ್ತೀನಿ ತಡೀರಿ' ಎಂದ ಅವಳು ಫೋನ್ ಮಾಡಿ ಕೇಳಿದಳು. ಅವರು ತಿಳಿಸಿದುದನ್ನು ಇವನಿಗೆ ಹೇಳಿದಳು: 'ಇವತ್ತು ರಾತ್ರಿ ಹಿಸ್ ಹೈನೆಸ್ ಜೊತೆ ರಾಜಭೋಜನದ ಅವಕಾಶ ಇದೆಯಂತೆ. ನೀವು ಅಲ್ಲಿ ಬೇಕಾದರೆ ಅವರ ದರ್ಶನ ಮಾಡಬಹುದಂತೆ.'

'ಅಂದರೆ ನಾನು ಇನ್ನೊಂದು ದಿನ ಇಲ್ಲಿ ಉಳಿಯಬೇಕು. ಏಳುಸಾವಿರ ಬಾಡಿಗೆ.

ರಾತ್ರಿ ಡಿನರ್‌ಗೆ ಇನ್ನೂರು ಡಾಲರ್ ಪ್ಲಸ್ ಟ್ಯಾಕ್ಸ್. ಅಂದರೆ ಮತ್ತೆ ಎಂಟುಸಾವಿರ. ಅಲ್ಲಿ ಹತ್ತಾರು ಜನರ ಜೊತೆ ಅವರ ದರ್ಶನ ಅಷ್ಟೆ.'

ಅವಳು ವೃತ್ತಿಪರ ಮುಗುಳುನಕ್ಕಳು. ತನ್ನ ಹೆಸರು, ತಾನೆಂಥ ಪ್ರಖ್ಯಾತ ಸಂಗೀತಗಾರನೆಂಬುದನ್ನು ಹೇಳುವ ಮನಸ್ಸು ಬಂದರೂ ಹೇಳಿದರೆ ಸಂಗೀತಕ್ಕೆ ಅವಮಾನವಾಗುತ್ತೆ ಎಂಬ ಆಲೋಚನೆ ಹುಟ್ಟಿ ಮತ್ತೆ ಮಾತನಾಡಲಿಲ್ಲ. ಉಜ್ಜಯಿನಿಗೆ ಹೊರಟಿದ್ದ ಹೋಟೆಲಿನ ವ್ಯಾನಿಗೆ ಹೋಗಿ ಕುಳಿತ.

ರೈಲಿನಲ್ಲಿಯೂ, ಮುಂಬಯಿ ತಲುಪಿದಮೇಲೂ ಓಂಕಾರದ ಗುಂಗು ಹಿಡಿದುಬಿಟ್ಟಿತು. ಕಿಟಿಕಿ ಬಾಗಿಲುಗಳನ್ನೆಲ್ಲ ಹಾಕಿಕೊಂಡು ತಂಬೂರಿಯನ್ನು ಕಿವಿಯ ಹತ್ತಿರಕ್ಕೆ ಹಿಡಿದು ಬಾರಿಸಿಕೊಳ್ಳತೊಡಗಿದ. ತಂಬೂರಿ ನುಡಿಯುವುದು ಓಂಕಾರವನ್ನೇ ಎಂಬ ಇಷ್ಟು ದಶಕಗಳ ಅನುಭವವು ಈಗ ಸ್ಪಷ್ಟಜ್ಞಾನವಾಗಿ ಕೇಳಿಸತೊಡಗಿತು. ಅದನ್ನೇ ಹಾಡಿಕೊಳ್ಳಲು ಆರಂಭಿಸಿದ. ನೆಲೆತಪ್ಪಿದ ಭಾವ, ದೈನ್ಯ, ಮತ್ತೆ ನೆಲೆಗೆ ಸೇರಿಸಿಕೊಳ್ಳೆಂಬ ಆರ್ತಭಾವ, ಅಪರಿಚಿತ, ಸಂಬಂಧಹೀನ ಭಾವಗಳು ಸಂಬಂಧಕ್ಕಾಗಿ ಹಾತೊರೆಯುವ ನಿಧಾನ ನಿಟ್ಟುಸಿರಿನ ನಡೆ. ಶ್ರುತಿಗಳನ್ನು ಮೆಟ್ಟಿಲು ಮೆಟ್ಟಿಲಾಗಿ ಹತ್ತುತ್ತಾ ಕೊನೆಗೆ ಸಮಾವೇಶವನ್ನು ಕಾಣುವ 'ಮ್' ಎಂಬ ಮೊಳಗು. ರಾಗಶಾಸ್ತ್ರ ಮತ್ತು ತಂತ್ರದ ಪ್ರಯೋಜನ ಪಡೆದು ಅದಕ್ಕೇ ಆಸಾವರಿಯ ಮುಕ್ಕಾಲುಗಂಟೆಯ ಆಲಾಪದ ಸ್ವರೂಪಕೊಟ್ಟ. ತಬಲ ಹಾರ್ಮೋನಿಯಂಗಳ ಸಾಥಿಯಿಲ್ಲ. ನಡುವೆ ಒಮ್ಮೊಮ್ಮೆ ಅದೇ ಓಂಕಾರಕ್ಕೆ ಶ್ರುತಿಗೊಂಡ ಸ್ವರಮಂಡಲ. ಜೋಡಿ ತಾನಪೂರಗಳು ಮಾತ್ರ. ಗಾಯನವು ಧ್ಯಾನವಾಗಿ ಒಳಸರಿದ ಸ್ವರೂಪ ಸಾಧಿಸಿತು. ಅವನಿಗೆ ಹೊಸದನ್ನು ಸೃಷ್ಟಿಸಿದ ಸಂತೃಪ್ತಿ ಉಂಟಾಯಿತು. ತಾನು ರಂಜಕಕಲೆಯಿಂದ ಅಧ್ಯಾತ್ಮದ ಬೆಳಕಿಗೆ ಏರುತ್ತಿರುವೆನೆಂಬ ನಂಬಿಕೆ ಬರತೊಡಗಿತು. ಒಂದೊಂದು ರಾಗವನ್ನೂ ಹೀಗೆ ಅಧ್ಯಾತ್ಮದ ಅಭಿವ್ಯಕ್ತಿಯಾಗಿ ಆವಿಷ್ಕರಿಸಿಕೊಳ್ಳಬೇಕೆಂಬ ಗುರಿ ಕಾಣತೊಡಗಿತು. ಮುಂಬಯಿಯ ಜಂಜಡದ ವಾತಾವರಣದಲ್ಲಿ ಅದು ಸಾಧ್ಯವಾಗದಿದ್ದರೆ ಯಾವುದಾದರೂ ಪರ್ವತಶಿಖರಕ್ಕೆ ಹೋಗಬೇಕು. ಬೃಂದಾವನದ ಹರಿದಾಸಮಂದಿರದಲ್ಲಿ ಕಂಡ ಸಾಧುವಿನಂಥವರನ್ನು ಸಂಧಿಸಿ ಹೊಸ ಭಾವ ಪಡೆಯಬೇಕು. ಹಿಮಾಲಯಕ್ಕೋ ಗಂಗಾತಟಕ್ಕೋ ಅಥವಾ ಹತ್ತಿರವೇ ಇರುವ ಗೋದಾವರಿಯ ಉಗಮಸ್ಥಾನವಾದ ಬ್ರಹ್ಮಗಿರಿಗೋ ಹೋಗಬೇಕು ಎಂಬಂಥ ಆಲೋಚನೆಗಳು ಹುಟ್ಟಿದವು. ದರಬಾರಿ ಕಾನಡವನ್ನು ಅಕ್ಬರ್ ಬಾದಶಹನ ದರ್ಬಾರಿನ ಗಾಂಭೀರ್ಯವನ್ನು ವ್ಯಕ್ತಪಡಿಸುವಂತೆ ತಾನಸೇನನು ಆವಿಷ್ಕರಿಸಿದ. ಮಾಯೆಯು ಸೃಷ್ಟಿಸುವ ಮೂಲಶೋಕದ ಅಭಿವ್ಯಕ್ತಿಯಾಗಿ ಕೆಲವು ಸ್ವರಗಳನ್ನು ಕೆಲವು ನಡೆಗಳನ್ನು ವಿನ್ಯಾಸಗೊಳಿಸಿ ನಾನು ಏಕೆ ಆವಿಷ್ಕರಿಸಿ ಮಾಯಾ ಕಾನಡ ಅಂತ ಪ್ರಚುರಗೊಳಿಸಬಾರದು? ಅಥವಾ ಮೋಹನ ಮಾಯಾ ಕಾನಡ ಅನ್ನಬಾರದು? ಎಂಬಂಥ ಆಕಾಂಕ್ಷೆಗಳು ಹುಟ್ಟಿದವು.

ಮುಂಬಯಿಯ ಗಂಧರ್ವ ಮಹಾವಿದ್ಯಾಲಯದ ವಾರ್ಷಿಕ ಸಂಗೀತ ರಾತ್ರಿಯಲ್ಲಿ ಅವನು ಕೋಮಲ ಋಷಭ ಆಸಾವರಿಯ ಓಂಕಾರವನ್ನು ಮೊದಲಬಾರಿಗೆ ಹಾಡಿದ. ತಾನಸೇನನ ಸಮಾಧಿಗೆ ನಮಸ್ಕರಿಸಿ ಬೃಂದಾವನದ ಸ್ವಾಮಿ ಹರಿದಾಸಮಂದಿರದಲ್ಲಿ

ತಾನು ಸಂಧಿಸಿದ ಯೋಗಿ ಸಾಧುವಿನ ಓಂಕಾರ ಸಾಧನೆಯಿಂದ ತನಗೆ ಈ ಸ್ವರೂಪವು ಹೊಳೆಯಿತೆಂದು ಸಭಿಕರಿಗೆ ವಿವರಿಸಿದನಂತರ ಹಾಡಲು ಆರಂಭಿಸಿದ. ಮೊದಲೇ ಸಂಗೀತಗಾರನ ಉದ್ದ ಕೂದಲು. ಆ ದಿನ ಹಣೆಗೆ ಅಗಲವಾಗಿ ಕುಂಕುಮ ಇಟ್ಟಿದ್ದ. ಕಾವಿಬಣ್ಣದ ಜುಬ್ಬಾ. ಕಣ್ಣುಮುಚ್ಚಿ ಶ್ರುತಿಯೊಳಗೆ ಲೀನವಾಗುವ ಭಂಗಿ. ಸಭಿಕರು ಭಕ್ತಿಭಾವದಲ್ಲಿ ಮುಳುಗಿಹೋದರು. ಅದು ಇಡೀರಾತ್ರಿ ಆರು ಜನ ಕಲಾವಿದರು ಹಾಡಿದ ಗಾಯನಗಳಿಗೆಲ್ಲ ಕಲಶಪ್ರಾಯವಾಯಿತು. ಅವನು ಮುಕ್ತಾಯ ಮಾಡಿದಾಗ ಯಾರೂ ಚಪ್ಪಾಳೆತಟ್ಟಲಿಲ್ಲ. ಕಣ್ಣು ಬಿಡಲಿಲ್ಲ. ಶಬ್ದವು ಚಲನೆಯನ್ನು ಕಳೆದುಕೊಂಡು ನಿಶ್ಯಬ್ದವಾಗಿತ್ತು. ಅವನ ಹಿಂಬದಿಯಲ್ಲಿ ನುಡಿಯುತ್ತಿದ್ದ ಎರಡು ತಂಬೂರಿಗಳ ನುಡಿಗಳು ಕೂಡ ನಿಶ್ಯಬ್ದವನ್ನು ಗಾಢಗೊಳಿಸುತ್ತಿದ್ದವು, ನಿಗೂಢಗೊಳಿಸುತ್ತಿದ್ದವು.

ಅದರ ಎರಡನೆಯ ದಿನ ಮುಂಬಯಿಯ ವೃತ್ತಪತ್ರಿಕೆಗಳಲ್ಲೆಲ್ಲ ಅದರದೇ ಸುದ್ದಿ. ಮೆಚ್ಚುಗೆ. ಪರಾಂಜಪೆ ಅವನೊಡನೆ ಫೋನಿನಲ್ಲಿ ಅರ್ಧತಾಸು ಮಾತನಾಡಿದ. ಮರುದಿನದ ತನ್ನ ಪತ್ರಿಕೆಯ ಸಂಚಿಕೆಯಲ್ಲಿ ದೊಡ್ಡಶೀರ್ಷಿಕೆಯೊಡನೆ ಬರೆದ: 'ಭಾರತೀಯ ಸಂಗೀತದ ಹೊಸ ಎತ್ತರ. ಮೊನ್ನೆ ಗಂಧರ್ವ ಮಹಾವಿದ್ಯಾಯಲದ ವಾರ್ಷಿಕ ಸಂಗೀತೋತ್ಸವದ ರಾತ್ರಿ ತಾನಸೇನ ಪ್ರಶಸ್ತಿವಿಜೇತ ಮೋಹನಲಾಲರು ಪ್ರಸ್ತುತಪಡಿಸಿದ ಓಂಕಾರವು ನಮ್ಮ ಸಂಗೀತವನ್ನು ಕಲೆಯ ಮಟ್ಟದಿಂದ ಅಧ್ಯಾತ್ಮದ ಮಟ್ಟಕ್ಕೆ ಏರಿಸಿತು.....' ಎಂದು ಅವನಿಂದ ಪಡೆದ ಅಂಶಗಳನ್ನೇ ಉಪಯೋಗಿಸಿ ಹಲವಾರು ರಂಜಕ ವಿಶೇಷಣಗಳೊಡನೆ ತನ್ನ ಲೇಖನ ಕೌಶಲವನ್ನು ಮೆರೆದು ದೀರ್ಘ ವಿಮರ್ಶೆಯನ್ನು ಬರೆದ, 'ಧ್ವನಿವರ್ಧಕ, ಬೆಳಕಿನ ವಿನ್ಯಾಸ, ದೊಡ್ಡ ಸಭಾ ನಿರ್ವಹಣೆ ಮೊದಲಾದ ತಾಂತ್ರಿಕಕೌಶಲಗಳಲ್ಲಿ ನಮ್ಮ ಹೆಸರಾಂತ ಸಂಗೀತಗಾರರು ತೊಡಗಿ ರಂಜನೆಯಿಂದ ಜನಪ್ರಿಯತೆಯನ್ನು ಲಗ್ಗೆಹೊಡೆ ಯುತ್ತಿರುವಾಗ ಪಂಡಿತ್ ಮೋಹನಲಾಲಜಿಯಂಥ ಸಾಧಕರು ನಮ್ಮ ಕಲಾಪರಂಪರೆಯ ಮೂಲಾಧಾರವನ್ನು ಮುಟ್ಟಲು ಸಜ್ಜಾಗಿರುವುದು ಇಡೀ ಭರತಖಂಡದ ಕಲಾಪ್ರಪಂಚಕ್ಕೆ ಹೊಸದಿಗಂತವನ್ನು ತೋರಿಸುವಂತಿದೆ.....' ಎಂದು ಮುಕ್ತಾಯಮಾಡಿದ್ದ. ನಡುವೆ ನಡುಹಣೆಗೆ ದೊಡ್ಡದಾಗಿ ಕುಂಕುಮ ಬಳಿದ ಹೊಸಶೈಲಿಯ ಮುಖದ ವರ್ಣಚಿತ್ರ.

ಇತರ ಪತ್ರಿಕೆಗಳು ಇಷ್ಟು ವಿಜೃಂಭಣೆಯಿಂದಲ್ಲದಿದ್ದರೂ ತಕ್ಕಮಟ್ಟಿನ ಪ್ರಾಧಾನ್ಯವನ್ನು ಕೊಟ್ಟು ಈ ಹೊಸ ಗಾಯನವನ್ನು ವಿಮರ್ಶೆ ಮಾಡಿದ್ದವು. ರಾಗದುದ್ದಕ್ಕೂ ಎಲ್ಲ ಸ್ತರಗಳಲ್ಲೂ ಓಂಕಾರವೇ ವಿಜೃಂಭಿಸುವಂತೆ ಮಾಡಿದ ಕಾರಣಕ್ಕಾಗಿ ಅವನ ಆಸಾವರಿಗೆ ಅಧ್ಯಾತ್ಮದ ಪ್ರಭಾವಳಿ ಬಂದು ಪತ್ರಿಕೆಗಳವರು ಮೆಚ್ಚಿದರು. ಜನರೂ ಭಕ್ತಿಭಾವ ವಶರಾದರು. ಅನಂತರ ಅವನು ಯಾವ ಕಛೇರಿಗೆ ಹೋದರೂ ಓಂಕಾರವನ್ನು ಹಾಡುವಂತೆ ಸಭೆಯ ಕಾರ್ಯಕರ್ತರು ಕೇಳುವುದು ಅಥವಾ ಸಭಿಕರೇ ಒತ್ತಾಯಮಾಡುವುದು ಪರಿಪಾಟಲಾಗಿ ಬಿಟ್ಟಿತು.

ಅಧ್ಯಾಯ ೧೫

– ೧ –

ಗಂಡಸರಿಂದ ತನಗೆ ಇಡೀಜೀವನದಲ್ಲಿ ಮೋಸವಾಗಿದೆ ಎಂಬ ಕಹಿ ಮನೋಹರಿಯನ್ನು ತುಂಬಿಕೊಂಡಿತು. ಗುರೂಜಿಗೆ ಅಲ್ಪಸ್ವಲ್ಪ ಕಸುವಿದ್ದ ಮೂರುನಾಲ್ಕು ವರ್ಷಗಳಲ್ಲಿ ತನಗೆ ಅದರ ಜಾಗೃತಿಯೇ ಆಗದಿದ್ದರೂ ಅವರು ಹೇಳಿದಂತೆ ಅವರಿಗೆ ಸುಖವಾಗುವ ಸೇವೆ ಮಾಡಿದೆ. ಅನಂತರ ಮಿತ್ತಲಸಾಹೇಬರಿಗಂತೂ ವಯಸ್ಕ ಗತಿಯ ಲಯ ಹಿಡಿದೇ ನರ್ತಿಸಿದೆ. ನರ್ತನದ ಲಯ ಅಷ್ಟೇ ಗತಿಯದು ಎಂಬ ಅರಿವಿನಿಂದ ತೃಪ್ತಿ ತಂದುಕೊಂಡಿದ್ದೆ. ಮೋಹನನ ಸ್ನೇಹವಾಗುವವತನಕ ಸಮಗತಿಯ ಲಯದ ಅರಿವಾಗುವ ಸಂದರ್ಭವೇ ಇರಲಿಲ್ಲ. ಅತ್ಯುನ್ನತ ಅವಧಿಯ ವರ್ಷಗಳು ಅವು. ಸಮಗತಿಯಲ್ಲಿ ಸಖನಾಗಿದ್ದವನು ಈಗ ನನ್ನನ್ನು ಮುದುಕಿ ಎಂದು ಎದುರಿಗೇ ಹೇಳಿ ಇಪ್ಪತ್ತೊಂಬತ್ತರ ಕಿರಿವಯಸ್ಸಿನವಳ ಧ್ಯಾನಮಾಡುತ್ತಿದ್ದಾನೆ. ಆಗಲೇ ಕುತ್ತಿಗೆ ಹಿಸುಕಿ ಸಾಯಿಸಿಬಿಡಬೇಕಿತ್ತು ದೇಹಶಕ್ತಿಯಲ್ಲಿ ಯಾವತ್ತೂ ನನ್ನ ಸಮನಲ್ಲದ ಗಾಯಕಸೂಳೆಮಗನನ್ನು. ಜೊತೆಗೆ ಕುಡಿದು ಬಿಗಿ ಕಳೆದುಕೊಂಡಿದ್ದ. ಕುಡಿದು ಬಿಗಿ ಕಳೆದುಕೊಂಡಿದ್ದುದರಿಂದ ಕೈಲಾಗದೆ, ತನ್ನ ಮರ್ಯಾದೆ ಉಳಿಸಿಕೊಳ್ಳಲು ನನ್ನನ್ನು ಮುದುಕಿ ಅಂತ ಜರೆದನೊ? ಎಂಬ ಅನುಮಾನ ಹುಟ್ಟಿತು. ನಾನೇ ದುಡುಕಿದೆ. ಜೊತೆಯಲ್ಲಿ ಪ್ರಯಾಣಮಾಡಿ ದಿಲ್ಲಿಯಲ್ಲಿ ಇಳಿಸಿಕೊಂಡಿದ್ದರೆ ಅಮಲೆಲ್ಲ ಪೂರ್ತಿ ಇಳಿದು ಶರೀರದ ಬಿಗಿ ಕೂಡಿಕೊಂಡು ಕೂಡುತ್ತಿದ್ದನೇನೋ! ಪ್ಯಾರೀಸಿನ ತುಂಬು ಸಭಿಕರು ನನ್ನ ನರ್ತನದ ಸೊಬಗನ್ನು, ಭೂಪಾಲಿಯ ಏರುಲಾಸ್ಯವನ್ನು ಮೆಚ್ಚಿ ಅಭಿನಂದಿಸಿದರಲ್ಲ. ಬೆಳಗಿನ ಶಾಂತಿ, ಕ್ರಮೇಣ ಏರುವ ದಿನದ ಚಟುವಟಿಕೆ, ಹೊಸದಿನವನ್ನು ಆರಂಭಿಸುವ ಉತ್ಸಾಹ, ಒರಟಿಲ್ಲದ ಕೋಮಲಶಕ್ತಿಯ ಪ್ರಾದುರ್ಭಾವಗಳನ್ನು ಎಷ್ಟು ಕ್ರಮವಾಗಿ ಅಭಿನಯಿಸಿಬಿಟ್ಟಳು! ಅಂತ ವಿಮರ್ಶಕ ಡೇನಿಯಲ್ ಹೇಳಿದಾಗ ಬೇರೆ ದೇಶ ಗಳ ಕಲಾವಿದರೆಲ್ಲ ಸಮ್ಮತಿಸೂಚಕವಾಗಿ ಎಷ್ಟು ಹಿತಲಯದ ಕರತಾಡನ ಮಾಡಿದರು!

'ದೃಷ್ಟಿಪರಿವರ್ತನೆಯಿಂದ ಹೊಸಜಗತ್ತು, ಹೊಸಜೀವನಗಳನ್ನೇ ತೋರಿಸುವ ನಿನ್ನ ಎರಡು ಕಣ್ಣುಗಳನ್ನು ನನಗೆ ಕೊಟ್ಟುಬಿಡು, ನನ್ನ ಇಡೀಜೀವನವನ್ನು ಬದಲಾಯಿಸಿಕೊಳ್ಳುತೀನಿ' ಅಂದಳು ಅನಾಬಾಟ್ಸ್‌ಕಿ! ಅದರಿಂದ ಹೊಟ್ಟೆಕಿಚ್ಚು ಬಂದು ನನ್ನನ್ನ ಹಾಗೆ ಜರಿದನೆ? ಆದರೆ ಅವನಿಗೂ ಅಷ್ಟೇ, ಅದಕ್ಕಿಂತ ಹೆಚ್ಚು ಮೆಚ್ಚುಗೆ ಸಿಕ್ಕಿತಲ್ಲ. ಏಕಕಂಠದಲ್ಲಿ ಹೀಗೆ ಭಾವಸಮುದ್ರವನ್ನೇ ಸೃಷ್ಟಿಸಬಹುದೆಂಬ ಕಲ್ಪನೆಯೇ ನಮಗಿರಲಿಲ್ಲ ಅನ್ನುವುದು ಕಡಮೆ ಮನ್ನಣೆಯೆ? ಅವನಿಗೆ ಈ ಅವಕಾಶ ಕಲ್ಪಿಸಿಕೊಟ್ಟೋಳು ನಾನು.

ನೀನು ಸಂಜೆ ಮನೆಯ ಮುಂದೆ ಸಾಲುದೀಪ ಹಚ್ಚುವ ಮುಗುದೆಯಾಗಿಬಿಟ್ಟಿದ್ದೆ ಅಂದನಲ್ಲ ಅವನೇ!

ಯಾವ ಯಾವ ಕೋನದಿಂದ ಆಲೋಚಿಸಿದರೂ ಅವನು ತಿರಸ್ಕರಿಸಿದುದನ್ನು ಕ್ಷಮಿಸುವುದಿರಲಿ, ಮರೆತು ಮುಂದೆ ಸಾಗುವುದು ಅವಳಿಗೆ ಸಾಧ್ಯವಾಗಲಿಲ್ಲ. ತಾನು ಏನು ಮಾತನಾಡಿದೆನೆಂಬುದು ಅವನ ನೆನಪಿನಲ್ಲಿರಲಿಕ್ಕಿಲ್ಲ ನಿಜ. ಆದರೆ ಎರಡುವಾರಕ್ಕೂ ಮಿಕ್ಕಿ ಒಂದೇಸಮನೆ ನಾನು ಅವನನ್ನು ಓಲೈಸಿದ ವರ್ತನೆ, ಆಡುತ್ತಿದ್ದ ಮಾತುಗಳ ಧ್ವನಿಯು ತಿಳಿಯದ ದಡ್ಡನಲ್ಲ. ಪಳಗಿದ ರಸಿಕ. ಏನೂ ಅರ್ಥವಾಗದವನಂತೆ ಇದ್ದುಬಿಟ್ಟ. ಈ ಮುದುಕಿಯ ಹತ್ತಿರ ಯಾಕೆ ಜಗಳ ಅನ್ನುವ ಚಾಣಾಕ್ಷತೆಯೆ? ಅಥವಾ ನನ್ನಮೇಲೆ ಕ್ರೌರ್ಯವನ್ನು ಮಸಗಲು ಫ್ರೆಂಚ್ ಮದ್ಯದ ಅಮಲಿನ ಅಭಿನಯ ಮಾಡಿದನೆ?

ಅವನ ಗಾಯನದಿಂದ ನರ್ತನದ ಹೊಸರಚನೆಗಳಿಗೆ ಸ್ಫೂರ್ತಿ ಪಡೆಯುವ ಕನಸು ನಾಶವಾಯಿತು. ತನ್ನನ್ನು ಹೀಗೆ ಅಪಮಾನಿಸಿ ಸ್ನೇಹದ ನೆಲೆಯನ್ನೇ ನಾಶಮಾಡಿದವನ ಗಾಯನವನ್ನು ಮೆಚ್ಚುವುದು ಹೇಗೆ ಸಾಧ್ಯ? ಮೆಚ್ಚಿಗೆಯೇ ಇಲ್ಲದೆ ಸ್ಫೂರ್ತಿ ಹೇಗೆ ಬಂದೀತು? ಎಂದುಕೊಂಡಳು. ಇವನೊಬ್ಬನೇ ಅಲ್ಲ ಪೋತರಾಯ ಗಾಯಕ. ಗಾಯನ ದಿಂದಲೇ ನರ್ತನವು ಬದುಕಬೇಕಿಲ್ಲ. ಯಾರೋ ಒಬ್ಬ ಅಡ್ಡಹಾದಿ ಬಿದ್ದ ಸಂಗೀತಗಾರನ ರುಚಿಯಿಂದ ನನ್ನ ಸೌಂದರ್ಯದ ನಿಷ್ಕರ್ಷೆಯಾಗಬೇಕಿಲ್ಲ ಎಂಬ ಸಮಾಧಾನ ತಂದು ಕೊಂಡಳು. ಆ ಘಟನೆಯನ್ನು ಮರೆತೂಬಿಟ್ಟಳು.

ಎರಡು ತಿಂಗಳು ಕಳೆದಿತ್ತು. ಕಾರ್ತೀಕನೊಡನೆ ಮಾಡುತ್ತಿದ್ದ ರಚನೆಯನ್ನು ಮತ್ತೆ ಮಾಡಬೇಕೆನ್ನಿಸಿತು. ಹದಿನಾಲ್ಕುವರ್ಷದ ಹಿಂದೆ ಅವಮಾನ ವ್ಯಸನಗಳಿಗೆ ಸಿಕ್ಕಿ ಕೈಬಿಟ್ಟ ರಚನೆಯ ಕಲ್ಪನೆ ಮತ್ತೆ ಏಕೆ ಬಾಧಿಸುತ್ತಿದೆ? ಎಂದು ತನ್ನನ್ನು ತಾನು ಕೇಳಿಕೊಂಡರೂ ಉತ್ತರ ಹೊಳೆಯಲಿಲ್ಲ. ಅದು ನನ್ನ ರಚನೆ. ಯಾವನಪ್ಪನದೂ ಅಲ್ಲ. ಯಾವ ಸಂಗೀತವೂ ಬೇಡ. ಯಾವ ಪುಕ್ಕಲನರ್ತಕನ ಸಹಯೋಗವೂ ಬೇಡ. ನಾನೇ ತಯಾರುಮಾಡ್ತೀನಿ ಎಂದುಕೊಂಡಳು. ಕಾರ್ತೀಕನ ಬದಲಿಗೆ ದೇವರಾಜನನ್ನ ತಯಾರುಮಾಡ್ತೀನಿ. ಅವನಿಗೆ ಪ್ರೌಢಪಾಠವೂ ಆಗುತ್ತೆ ಎಂದು ನಿಶ್ಚಯಿಸಿಕೊಂಡಳು. ಉಳಿದವೆಲ್ಲ ಮಾಮೂಲಿ ಪಾತ್ರಗಳು. ನಮ್ಮ ಹುಡುಗಿಯರೇ ಆಗ್ತಾರೆ. ನಾನೇ ರಾಧೆ, ದೇವರಾಜ ಕೃಷ್ಣ. ಯೋಜನೆ ಹುಟ್ಟಿದ ತಕ್ಷಣ ಖುಷಿಯಾಯಿತು. 'ದೇವರಾಜ, ನಿನ್ನ ಮಟ್ಟಕ್ಕೆ ಮೀರಿದ ಒಂದು ಪಾತ್ರ ಕೊಡ್ತೀನಿ. ದಿನಾ ನಾಲ್ಕುನಾಲ್ಕು ತಾಸು ವಿಶೇಷ ತಾಲೀಮ್. ಅದೇ ನಿನಗೆ ಪ್ರವೀಣ ಪರೀಕ್ಷೆಯ ಪಾಠವೂ ಆಗುತ್ತೆ. ಒಪ್ಪುತ್ತೀಯಾ?'

'ಆಗಲಿ ದೀದಿ.' ಅವನ ಮುಖ ಖುಷಿಯಿಂದ ಅರಳಿತು.

'ರಚನೆಯನ್ನ ಭಾರತದ ಎಲ್ಲ ಕಡೆಗೂ ಒಯ್ದು ಪ್ರೋಗ್ರಾಂ ಮಾಡಿದರೆ ನಿನಗೆ ರಜಾ ಸಿಗುತ್ತಾ? ನೌಕರೀಲಿರೋರಿಗೆ ಇದೊಂದು ಗೋಳು.'

'ಬೇರೆ ಯಾವುದಕ್ಕೂ ನಾನು ರಜ ಖರ್ಚುಮಾಡುಲ್ಲ ದೀದಿ. ರಜ ಸಾಲದಿದ್ದರೆ ಕಾಹಿಲೆ ರಜ ಹಾಕ್ತೀನಿ. ಸ್ಪೆಶಲ್‌ರಜ ಹಾಕ್ತೀನಿ. ನನ್ನ ಬಾಸ್‌ಗೆ ಕಲೆ ಅಂದರೆ ಇಷ್ಟ.

ತೊಂದರೆ ಮಾಡುಲ್ಲ.'

ದೇವರಾಜ ಬನಾರಸಿನಲ್ಲಿ ಬಿ.ಎ. ಓದಿದವನು. ಓದುವಾಗಲೇ ನರ್ತನಾಭ್ಯಾಸಮಾಡುತ್ತಿದ್ದ. ಎರಡೂವರೆ ವರ್ಷದ ಹಿಂದೆ ರೈಲ್ವೆಯಲ್ಲಿ ಕಿರಿಯ ಅಧಿಕಾರಿಯ ಹುದ್ದೆ ಸಿಕ್ಕಿ ದಿಲ್ಲಿಗೆ ಬಂದ ಒಂದುತಿಂಗಳಿನ ನಂತರ ಅಭ್ಯಾಸ ಮುಂದುವರೆಸಲು ಅವಳ ಶಾಲೆ ಸೇರಿದ. ಇಪ್ಪತ್ತನಾಲ್ಕು ವರ್ಷ. ಕಲಿಯುವ ಶ್ರದ್ಧೆ ಇದೆಯಾದರೂ ತನ್ನ ಬಾಡಿಗೆ ಕೋಣೆಯಲ್ಲಿ ಅಭ್ಯಾಸಮಾಡಿಕೊಳ್ಳುವ ಅನುಕೂಲವಿಲ್ಲದೆ ಹೆಚ್ಚು ಪ್ರಗತಿಯಾಗುತ್ತಿಲ್ಲ. ಜೊತೆಗೆ ತುಸು ಸಂಕೋಚದ ಪ್ರಕೃತಿ. ಸಂಜೆ ಅವನಿಗೆ ವಿಶೇಷ ತರಬೇತಿ ಆರಂಭಿಸಿದಳು; ಎಂಟೂವರೆ ಒಂಬತ್ತರವರೆಗೆ ಅವನೊಬ್ಬನಿಗೇ ಪಾಠಮಾಡುತ್ತಿದ್ದಳು. ಎರಡುವಾರವಾದ ಮೇಲೆ ಕೇಳಿದಳು: 'ಇಷ್ಟು ಹೊತ್ತು ಕುಣಿಯುಕ್ಕೆ ಬೇಜಾರಾಗುತ್ತಾ?'

'ದೀದಿ, ನನಗೆ ಇಷ್ಟು ಸಾಂದ್ರವಾಗಿ ಇದುವರೆಗೆ ಯಾರೂ ಪಾಠ ಹೇಳಿರಲಿಲ್ಲ. ಈ ಎರಡು ವಾರದಲ್ಲಿ ನನಗೆ ನರ್ತನದ ಮರ್ಮ ಕಾಣ್ತಿದೆ. ಹೀಗೆಯೇ ನೀವು ಪೂರ್ತಿಪಾಠ ಹೇಳಬೇಕು. ಪೂರ್ತಿ ನರ್ತಕನಾಗಿ ನೌಕರಿ ಬಿಟ್ಟುಬಿಡಬೇಕು ಅಂತ ಆಶೆ.'

'ಪೂರ್ತಿ ನರ್ತಕನಾಗ್ತೀಯಾ, ನನ್ನ ಹಾಗೆ?'

'ಹೌದು ದೀದಿ. ನೀವು ಕಲಿಸಿದರೆ' ಎಂದು ಬಾಗಿ ಅವಳ ಎರಡು ಕಾಲುಗಳನ್ನೂ ಅದುಮಿ ಹಿಡಿದು ತಲೆಬಗ್ಗಿಸಿ ಹಣೆಯನ್ನು ಒತ್ತಿದ.

'ಒಂದು ತಿಳಕೊ. ಗುರುವಿನ ಕೃಪೆ ಇಲ್ಲದೆ ಯಾರೂ ಪೂರ್ತಿ ನರ್ತಕರಾಗಿ ಬೆಳೆಯುಕ್ಕೆ ಸಾಧ್ಯವಿಲ್ಲ.'

'ಅದು ನನಗೆ ಗೊತ್ತಿದೆ ದೀದಿ. ಅದಕ್ಕೇ ನಿಮಗೆ ಶರಣಾಗಿದೀನಿ.' ಎಂದು ಪಾದಗಳಿಗೆ ಇನ್ನೊಮ್ಮೆ ಹಣೆಯನ್ನು ಒತ್ತಿದ.

'ಸಂಪೂರ್ಣಶರಣಾದ ಶಿಷ್ಯನನ್ನು ನಾನು ಎಂದೂ ಕೈಬಿಡುಲ್ಲ. ಇದೇ ಶ್ರದ್ಧೆ ಕೊನೆ ತನಕ ಇರುತ್ತೆಯೆ?'

'ನಿಮ್ಮಾಣೆಗೂ ದೀದಿ.'

'ಮೇಲೇಳು,' ಎಂದು ಎಬ್ಬಿಸಿ ಅವನ ತಲೆಯಮೇಲೆ ಬಲಗೈ ಇಟ್ಟು ಸವರುತ್ತಾ ಎಡಗೈಯಿಂದ ಆಲಿಂಗಿಸಿ, 'ನಾನು ನಿನ್ನನ್ನ ನನ್ನ ಹೆಸರು ಹೇಳುವಂಥ ನರ್ತಕನನ್ನಾಗಿ ಮಾಡ್ತೀನಿ. ಈ ಮನೋಹರಿ ಆಡಿದ ಮಾತಿಗೆ ತಪ್ಪೋಳಲ್ಲ,' ಎಂದು ಆಲಿಂಗನವನ್ನು ಬಿಗಿಮಾಡಿ ಕಣ್ಣುಗಳಿಂದ ಕೃಪಾದೃಷ್ಟಿಯನ್ನು ಬೀರಿ, 'ಈಗ ಈ ತ್ರಿವಟ್ ತೋರಿಸ್ತೀನಿ ನೋಡು:

ಕ್ಡಾ ನ್ ಧಾ ಧಾ ಧಾ ಧಾ ತಿ ಟ ಕ ತ ಗ ದಿ ಗಿ ನ್ ಧಾ
ಧ ಕಿ ಟ್ಟ ಕ್ ಧು ಮ್ ಕಿ ಟ್ಟ ಕ್ ಧು ಮ್ಕಿ ಟ್
ಧ ಕಿ ಟ ತ ಕ್ ಧು ಮ್ ಕಿ ಟ ತ ಕ್ ಧಿ ಟ ತ ಗ ನ ಧ
ಕ್ಡಾ ನ್ ಧಾ ಧಾ ಧಾ

ಈಗ ಅಂತರಾ ನೋಡಿಕೊ: ಗ ದಿ ಗ ನ್ ನ ಗ್ಧೇ ಟ್ ಗ ದಿ ನ್ ಕ್ಡಾ ನ್ ಕಿ ಡ್ನ ಗ್

.....ನೀನು ಮಾಡಿತೋರಿಸು.'

ಅವನು ಪ್ರಯತ್ನಿಸಿದ. ಬೋಲುಗಳಿಗೆ ಪಾದಘಾತಗಳ ಹೊಂದಾಣಿಕೆಯಾಗಲಿಲ್ಲ. 'ನೋಡು ಅವು ಹೊಂದಾಣಿಕೆಯಾಗದಿದ್ದರೆ ನೂಪುರದ ಸಪ್ಪಳ ಹೊಂದೂದಿಲ್ಲ. ತಾಲ ಬೇತಾಲವಾಗುತ್ತೆ. ಬೇತಾಲ ಅಂದರೇನು ಹೇಳು? ಭಟ್ಟಿವಿಕ್ರಮಾರ್ಕನ ಕಥೆಯಲ್ಲಿ ಬರುತ್ತಲ್ಲಾ ಅದು. ತಾಲ ತಪ್ಪಿದರೆ ಬೇತಾಲ ಬಂದು ಹಿಡಕಂಡುಬಿಡುತ್ತೆ.'

ಮತ್ತೆ ಒಂದುವಾರ ಕಳೆಯಿತು. ರಾತ್ರಿ ಹತ್ತುಗಂಟೆಯವರೆಗೂ ಅಭ್ಯಾಸ ನಡೆಯುತ್ತಿತ್ತು. 'ಇಷ್ಟು ಹೊತ್ತಿನಲ್ಲಿ ರೂಮಿಗೆ ಒಬ್ಬನೇ ಹೋಗ್ತೀಯ. ಊಟಕ್ಕೇನು ಮಾಡ್ತಿ? ಪಟೇಲನಗರ ದಲ್ಲಲ್ಲವೆ ನಿನ್ನ ರೂಮು?'

'ಹೌದು ದೀದಿ.'

'ನಾಳೆಯೇ ನಿನ್ನ ರೂಮು ಖಾಲಿಮಾಡಿ ಮೇಲೆ ಇರೂ ಒಂದು ರೂಮಿಗೆ ಬಂದು ಬಿಡು. ರಾತ್ರಿ ಅಪಾಯದ ಹೊತ್ತಿನಲ್ಲಿ ಬುದ್ಧಜಯಂತಿ ಪಾರ್ಕ್ ಹತ್ತಿರ ಒಬ್ಬನೇ ಹೋಗುವ ಭಯವಿರುಲ್ಲ. ಬೆಳಗ್ಗೆಯೂ ಎದ್ದು ಒಂದುತಾಸು ಅಭ್ಯಾಸಮಾಡಿಕೊಭೌದು.'

'ಅದೇ ಬಾಡಿಗೇನ ನಿಮಗೆ.....' ಎಂದ.

'ನೀನು ಕಲೀತಿರೂ ವಿದ್ಯಕ್ಕೆ ಬಾಡಿಗೆ ಹಣದ ಲೆಕ್ಕ ತೆಗೀತಿಯಾ? ಹಾಗಂದರೆ ನೋಡು.' ಎಂದು ಅವನ ಎಡಗೆನ್ನೆಗೆ ಒಂದು ಹುಸಿಪೆಟ್ಟು ಹಾಕಿ, 'ನಿನ್ನಂಥ ಶಿಷ್ಯನನ್ನ ಜೊತೇಲಿಟ್ಟುಕೊಂಡು ಕಲಿಸಬೇಕು ಅಂತ ನನಗೆ ಪ್ರೇರಣೆಯಾಯಿತು. ಪೆಟ್ಟಾಯಿತಾ ಕೆನ್ನೆ?' ಎಂದು ಬಲಗೈ ಬೆರಳುಗಳಿಂದ ಸವರಿ, 'ಹಾ, ಹಾ' ಎಂದು ಬಾಯಿಯಿಂದ ಬಿಸಿ ಉಸಿರು ಬಿಟ್ಟು ಹಿತಮಾಡಿದಳು.

'ಇಂಥ ಏಟಾದರೆ ದಿನಾ ಹೊಡೆಸಿಕೊಬೇಕು ಅನ್ನಿಸುತ್ತೆ' ಎನ್ನುವಾಗ ಅವನ ಮುಖ ಅರಳಿತು.

ಅವಳು ಹೇಳಿದಂತೆ ಅವನು ಮರುದಿನವೇ ಇಲ್ಲಿಗೆ ಬದಲಾಯಿಸಿದ. 'ಬೆಳಗ್ಗೆ ಬರು ವಾಗ ನಾನು ನಾಶ್ತಾ ತಂದುಕೊಡ್ತೀನಿ. ನಿನ್ನ ಮಧ್ಯಾಹ್ನದ ಊಟ ಆಫೀಸಿನ ಕ್ಯಾಂಟೀನಿನಲ್ಲಿ ಆಗುತ್ತೆ. ಸಂಜೆ ಬರುವಾಗ ರಾತ್ರಿ ಊಟ ತಂದುಕೊಡ್ತೀನಿ.'

'ಅದೆಲ್ಲ ಬೇಡಿ ದೀದಿ.' ಅವನು ಸಂಕೋಚಪಟ್ಟುಕೊಂಡ.

'ಹೇಳಿದಷ್ಟು ಕೇಳದಿದ್ದರೆ ಕೆನ್ನೆಗೆ ಬೀಳುತ್ತೆ.' ಅವನು ಮುಗುಳ್ನಕ್ಕ. 'ಯಾಕೆ ನಕ್ಕೆ? ಏಟು ಬಿದ್ದಮೇಲೆ ಉಪಚಾರ ಸಿಕ್ಕುತ್ತೆ ಅಂತಲೆ?' ಅವನ ಮುಖ ಕೆಂಪಾಯಿತು.

ಎರಡುದಿನದ ನಂತರ ಸಂಜೆ ಶಾಲೆ ಎಲ್ಲ ಖಾಲಿಯಾದಮೇಲೆ ಪಾಠ ಆರಂಭಿಸುವ ಮುನ್ನ ಹೇಳಿದಳು: 'ಇಷ್ಟು ದಿನ ಬರೀ ಪಾದಕ್ರಿಯೆ ಆಯಿತು. ಜೊತೆ ಜೊತೆಯಲ್ಲಿ ಅಭಿ ನಯವೂ ಅಭ್ಯಾಸವಾಗಬೇಕು. ಇಲ್ಲಿ ಬಾ. ನನ್ನೆರಡು ಕೈಗಳನ್ನೂ ಹಿಡಿ. ನನ್ನ ಕಣ್ಣುಗಳಲ್ಲಿ ಕಣ್ಣಿಟ್ಟುನೋಡು.'

ಅವನು ಅಂತೆಯೇ ಮಾಡಿದ. 'ನೋಡು ನೀನು ಕಣ್ಣಿನಲ್ಲಿ ಕಣ್ಣುಗಳನ್ನು ಕೂಡುಸ್ತಿಲ್ಲ. ದೃಷ್ಟಿಯೇ ಅಭಿನಯದ ಜೀವ. ಜೀವ ಜೀವಗಳು ಬೆರೆತಂತೆ ದೃಷ್ಟಿ ದೃಷ್ಟಿಯೊಳಗೆ

ಬೆರೆತು ಒಂದಾಗಬೇಕು. ಬಾ. ಹತ್ತಿರ ಬಾ. ನನ್ನ ಮುಖವನ್ನ ಕೈಗಳಿಂದ ಹಿಡಕೊ. ಹೀಗೆ,' ಎಂದು ಅವನ ಮುಖವನ್ನು ಹಿಡಿದು ದೃಷ್ಟಿಯನ್ನು ಹೊಗಿಸಿದಳು. ಆದರೆ ಅದನ್ನು ಸ್ವೀಕರಿಸಲಾರದೆ ಅವನ ಕಣ್ಣುಗಳು ನುಣುಚಿಕೊಳ್ಳುತ್ತಿದ್ದವು. 'ನೋಡು, ನೀನು ಕೃಷ್ಣ. ನಾನು ರಾಧೆ. ಹಾಗಂತ ಭಾವಿಸಿಕೊ. ಸಂಪೂರ್ಣವಾಗಿ ಭಾವಿಸಿಕೊ. ಇಲ್ಲದಿದ್ದರೆ ಅಭಿನಯ ಸಾಧ್ಯವಿಲ್ಲ. ನಾನು ಮನೋಹರಿಯಲ್ಲ. ನೀನು ಶಿಷ್ಯನಲ್ಲ. ಇನ್ನೊಂದು ತಿಳಕೊ. ಕೃಷ್ಣನಿಗೆ ಹದಿನಾರುವರ್ಷ. ರಾಧೆ ದೊಡ್ಡೋಳು, ಪ್ರೌಢಳು. ಪ್ರೌಢಳಾದ್ದರಿಂದಲೇ ಅವಳಲ್ಲಿ ಮಾಗಿದ ಪ್ರೇಮವಿದೆ. ಕೃಷ್ಣನನ್ನು ಮುಳುಗೇಳಿಸುವ ಪ್ರಣಯದ ಆಳವಿದೆ. ಆದ್ದರಿಂದಲೇ ರಾಧಾಕೃಷ್ಣರ ಪ್ರೇಮ ಕವಿಕಲಾವಿದರನ್ನು ಪ್ರೇರೇಪಿಸುವಷ್ಟು ಲೋಕೋತ್ತರವಾಗಿದೆ. ನೀನು ಕೃಷ್ಣ. ನನ್ನ ಕೃಷ್ಣ. ನಾನು ನಿನ್ನ ರಾಧೆ. ಹಾಗಂತ ಭಾವಿಸು. ಎಲ್ಲಿ ನನ್ನ ದೃಷ್ಟಿಯಲ್ಲಿ ದೃಷ್ಟಿ ಇಡು.'

ಅವನ ಕಣ್ಣುಗಳಲ್ಲಿ ಗೊಂದಲ ಕಾಣಿಸುತ್ತಿತ್ತು. ಅವಳ ದೃಷ್ಟಿಯ ಭಾವವನ್ನು ಎದುರಿಸಲಾರದೆ ಕಣ್ಣುಗಳು ತಪ್ಪಿಸಿಕೊಳ್ಳುತ್ತಿದ್ದವು. 'ಪಾದಕ್ರಿಯೆಯಲ್ಲಿ ಅಷ್ಟು ಸುಲಭವಾಗಿ ಗ್ರಹಿಸುತೀಯ. ಅಭಿನಯದಲ್ಲಿ ಯಾಕೆ ಗೊಂದಲ ನಿನಗೆ? ಏನಾಗುತ್ತೆ ಹೇಳು.'

'ಏನೂ ಇಲ್ಲ. ಕಲೀತೀನಿ ದೀದಿ.'

'ದೀದಿ ಅಂದರೆ' ಎಂದು ಫಟ್ ಎಂದು ಅವನ ಕೆನ್ನೆಗೆ ಹೊಡೆದಳು. ನಂತರ ಆ ಜಾಗಕ್ಕೆ ತುಟಿಯೂರಿ ಬೆಚ್ಚಗೆ ಮುತ್ತಿಟ್ಟು, 'ರಾಧೆ ಅನ್ನು. ಗುರು ಶಿಷ್ಯ ಅನ್ನೂದ ಮರೆ ಅಂತ ಹೇಳಲಿಲ್ಲವೆ. ನಾನು ನಿನ್ನ ರಾಧೆ, ನೀನು ನನ್ನ ಕೃಷ್ಣ. ಆ ಭಾವಕ್ಕೆ ಸಂಪೂರ್ಣವಾಗಿ ಬಾ. ಕೃಷ್ಣನಾಗು. ಇಲ್ಲಿ ನೋಡು, ರಾಧೆ ಪ್ರೌಢೆಯಾದರೂ ಕೃಷ್ಣನು ಆಕ್ರಮಿಸಬೇಕು. ಯಜಮಾನನಾಗಬೇಕು. ಎಲ್ಲವನ್ನೂ ರಾಧೆ ಹೇಳಿಕೊಡುಕ್ಕೆ ಸಾಧ್ಯವೆ? ಈಗ ನೋಡು. ಕಣ್ಣಲ್ಲಿ ಕಣ್ಣಿಡು. ಗೋಪೀಪೀನ ಪಯೋಧರಮರ್ದನ ಚಂಚಲ ಕರಯುಗಶಾಲೀ, ಗೊತ್ತಿದೆಯೆ ಅರ್ಥ?'

'ಗೊತ್ತಿದೆ.'

'ಗೊತ್ತಿದೆ ರಾಧೇ ಅನ್ನು.'

'ಗೊತ್ತಿದೆ ರಾಧೇ.'

'ಹಾಗಾದರೆ ಪದ್ಯದಲ್ಲಿರುವಂತೆ ಮಾಡು. ಕರಯುಗ, ಎರಡು ಕೈಗಳನ್ನೂ ಇತ್ತ ತಾ. ಹೀಗೆ.'

ಅವನು ಅನುಸರಿಸಿದ. ಸಂಪೂರ್ಣ ಕೃಷ್ಣನಾದ. ಅವಳ ಕಿವಿಯಲ್ಲಿ ತುಟಿಯಿಟ್ಟು 'ರಾಧೇ' ಎಂದು ಉಸುರಿದ.

– ೨ –

ಸಾಮಾನ್ಯ ತರಗತಿಗಳು ಮುಗಿದು ಸಂಜೆ ಏಳೂವರೆಗೆ ಶಾಲೆಯ ಮುಂದಿನ

ಬಾಗಿಲು ಹಾಕಿದನಂತರ ಇಬ್ಬರೂ ಅವನ ಕೋಣೆಯ ಹಾಸಿಗೆಯನ್ನು ಸೇರಿದರೆ ಹತ್ತುಗಂಟೆ ಯಾದರೂ ಅವಳಿಗೆ ಎದ್ದು ಮನೆಗೆ ಹೋಗುವ ಮನಸ್ಸಾಗುತ್ತಿರಲಿಲ್ಲ. ಹೋಗಲು ಅವನೂ ಬಿಡುತ್ತಿರಲಿಲ್ಲ. ನಾಲ್ಕನೆಯ ದಿನ ಅವಳು ಹೇಳಿದಳು: 'ನೀನಿಲ್ಲಿ ಒಂಟಿಯಾಗಿ, ನಾನಲ್ಲಿ ಒಂಟಿಯಾಗಿ ಯಾಕೆ ಮಲಗಬೇಕು? ನನ್ನ ಜೊತೆ ಬಂದುಬಿಡು. ಗುರೂಜಿ ಇಷ್ಟರಲ್ಲಿ ಮಲಗಿರ್ತಾರೆ. ಎಚ್ಚರವಾಗಿದ್ದರೂ ನೀನು ಬಂದು ಮೆಟ್ಟಿಲು ಹತ್ತೂದು ಕಾಣೂದೂ ಇಲ್ಲ, ಕೇಳೂದು ಇಲ್ಲ. ಅಕಸ್ಮಾತ್ ಸೋಫ಼ದ ಮೇಲೆ ಕೂತಿದ್ದರೂ ನಾನು ಒಳಗೆ ಹೋಗಿ ಅವರನ್ನ ರೂಮಿನಲ್ಲಿ ಮಲಗಿಸಿದಮೇಲೆ ಕರೀತೀನಿ. ಒಳಗೆ ಬಂದು ಸೀದ ಮೇಲೆ ನಡಿ. ಜೊತೇಲಿ ಮಲಗುವ ಹಿತ, ಶಾಂತಿಯನ್ನೇಕೆ ಕಳಕೊಬೇಕು?' ಅವನು ಅಂಜಿದ. 'ನಾನು ಹೇಳ್ತಿರುವಾಗ ನಿನಗೇಕೆ ಅಂಜಿಕೆ, ಅನುಮಾನ?' ಎಂದು ಎಬ್ಬಿಸಿಕೊಂಡು ನಡೆದಳು. ಗುರೂಜಿ ಎಂದೂ ಮಹಡಿ ಮೆಟ್ಟಿಲು ಹತ್ತಿಲ್ಲ. ಈಗಂತೂ ತೊಂಬತ್ತೆಂಟು ವರ್ಷ. ಹತ್ತಲು ಸಾಧ್ಯವೇ ಇಲ್ಲ. ತಗ್ಗಿದ ಧ್ವನಿಯಲ್ಲಿ ಮಾತನಾಡಿದರೆ ಕೇಳುವುದೂ ಇಲ್ಲ. ಆದರೂ ಅವರು ಈ ಮನೆಯಲ್ಲಿ ಇದ್ದಾರೆ. ಇಲ್ಲದಿದ್ದರೆ ದೇವರಾಜನನ್ನು ಹೀಗೆ ಕದ್ದು ಮುಚ್ಚಿ ಕರೆತಂದು ಬೆಳಗ್ಗೆ ಕದ್ದುಮುಚ್ಚಿ ಕಳಿಸುವ ಅಗತ್ಯವಿರಲಿಲ್ಲ. ಪ್ರೀತಿಸುವವರು ಜೊತೆ ಯಲ್ಲಿ ಮಲಗಿದ್ದರೆ ಎಂತಹ ಶಾಂತಿ! ಎಷ್ಟು ಹಿತವಾದ ನಿದ್ರೆ ಬರುತ್ತೆ! ನಡುವೆ ತೆಳು ಎಚ್ಚರವಾದಾಗ ತನ್ನನ್ನು ಪ್ರಿಯ ತೋಳು ಬಳಸಿರುವ ಅರಿವಾದರೆ ಮತ್ತೆ ಸುಲಭವಾಗಿ ನಿದ್ರೆ ಮುಳುಗಿಸಿಕೊಳ್ಳುತ್ತೆ. ಅವನು ಬೆನ್ನುಮಾಡಿ ಮಲಗಿದ್ದರೆ ನನ್ನ ತೋಳನ್ನು ಬಳಸಿದರೂ ಸಾಕು, ಅಷ್ಟೇ ನೆಮ್ಮದಿ, ಕ್ಷೇಮಭಾವ, ಮುಂದುವರೆಯುವ ನಿದ್ರೆ. ನನ್ನ ಜೀವನದಲ್ಲಿ ಈಗ ಲಭಿಸಿದೆ. ಇವನಿಗೆ ಇಷ್ಟು ಗಾಢವಾಗಿ ಪ್ರೀತಿಸುವ ಶಕ್ತಿ ಇದೆ ಎಂಬ ಕಲ್ಪನೆಯೇ ನನಗಿರಲಿಲ್ಲ. ದೇವರಾಜ, ನಿನ್ನನ್ನ ರಾಜ ಅಂತೀನಿ. ನೀನು ದೇವರಿಗಲ್ಲ ರಾಜನಾಗಿರುವುದು, ನನಗೆ. ಎಲ್ಲರೆದುರಿಗೂ ಹಾಗೆಯೇ ಕೂಗ್ತೀನಿ. ಯಾರಿಗೆ ಹೆದರಬೇಕು ನಾನು! 'ನಿದ್ದೆ ಬಂತಾ?' ಪಿಸುಮಾತಿನಲ್ಲಿ ಕೇಳುತ್ತಾಳೆ.

'ಇಲ್ಲ.'

'ಏನು ಯೋಚನೆ ಮಾಡ್ತಿದಿ?'

'ನೀನು ಗುರುವಾಗಿ ಸಿಕ್ಕಿದ್ದು ನನ್ನ ಪುಣ್ಯ. ಪ್ರೇಮದ ಅನುಭವವೇ ಇಲ್ಲದಿದ್ದ ನಾನು ಕೃಷ್ಣನ ಪಾತ್ರವನ್ನು ಹೇಗೆ ಅಭಿನಯಿಸುಕ್ಕೆ ಸಾಧ್ಯ? ಈಗ ನೀನು ಪದೆ ಪದೆ ಹೇಳುವ, ಮಾಡಿತೋರಿಸುವ, ತಿದ್ದುವ ಅಗತ್ಯವಿಲ್ಲ ಅನ್ನಿಸುತ್ತೆ.'

'ನನ್ನ ರಾಜಾ,' ಅಪ್ಪಿ ಮುದ್ದಿಸಿ ಕೇಳಿದಳು: 'ಇದು ಬರೀ ನೃತ್ಯಾಭ್ಯಾಸದ ಅಂಗ ಅಂತೀಯಾ?'

'ಹಾಗೆಲ್ಲಂದೆ ನಾನು?'

'ಪ್ರೇಮ ಯಾವತ್ತೂ ಅಮರವಾದದ್ದು. ಚಿರಂತನವಾದದ್ದು. ಎಂದೆಂದಿಗೂ ಕಡಮೆ ಯಾಗುಲ್ಲ ಅಂತ ನನ್ನ ಕೈಹಿಡಿದು ಹೇಳು.'

ನಸುಗತ್ತಲಿನಲ್ಲಿ ಅವಳ ಕೈಹಿಡಿದು ಅವನು ಭಾಷೆಕೊಟ್ಟ. 'ಜನ್ಮಜನ್ಮಕ್ಕೂ ಕಡಮೆ

ಯಾಗುವ ಪ್ರೇಮವಲ್ಲ ಇದು ನನ್ನ ರತೀ, ನನ್ನಾಣೆ, ನನ್ನ ಜೀವದಾಣೆ, ನನ್ನ ಪ್ರೇಮದಾಣೆ.' ಅವಳ ಕಣ್ಣಿನಲ್ಲಿ ನೀರು ತುಂಬಿಕೊಂಡಿತು. ಉಸಿರು ಬಿಸಿಯಾಯಿತು. ಅವನ ಮುಖದ ಮೇಲೆ ಹನಿಕಿದ ಬಿಸಿ ಬಿಂದುವಿನಿಂದ ಅವನು ಇನ್ನಷ್ಟು ಕರಗಿದ.

'ರತೀ, ನಾವು ಮದುವೆಯಾಗಿಬಿಡೋಣವೆ?' ಎಂದ.

'ಆಗ್ತೀಯಾ?'

'ಇಲ್ಲದಿದ್ದರೆ ಕೇಳ್ತಿದ್ದೆನೆ?'

'ನಿನ್ನ ಊರಿನಲ್ಲಿ? ನಿನಗಿಂತ ತುಸು ದೊಡ್ಡೋಳನ್ನ ಆಗ್ತೀನಿ ಅಂದರೆ ಹುಯಿಲೆಬ್ಬಿಸುಲ್ಲವೆ?'

'ನಿನ್ನನ್ನ ನೋಡಿದರೆ ದೊಡ್ಡೋಳು ಅಂತ ಯಾರು ಅನ್ನಬೇಕು? ಇದ್ದರೂ ಎರಡು ಮೂರುವರ್ಷಕ್ಕೆ ಅನ್ನುವ ಹಾಗಿದೀಯ. ನಾನು ತಪ್ಪದೆ ಮನಿಆರ್ಡರ್ ಕಳಿಸಿದರೆ ಸಾಕು, ನಿನ್ನನ್ನ ಕಿರಿಸೊಸೆ ಅಂತ ಖಂಡಿತ ಒಪ್ಪಿಕೊತ್ತಾರೆ. ಒಪ್ಪಿಕೊಳ್ಳದಿದ್ದರೂ ಅವರಪಾಡಿಗೆ ಅವರು ಹಳ್ಳಿಯಲ್ಲಿರ್ತಾರೆ. ನಮ್ಮಪಾಡಿಗೆ ನಾವು ದಿಲ್ಲಿಯಲ್ಲಿರ್ತೀವಿ. ಒಂದು ಮೊಮ್ಮಗು ಹುಟ್ಟಿದರೆ ಸಾಕು ಓಡಿ ಓಡಿ ಬರ್ತಾರೆ.'

ಮಗುವಿನ ಮಾತಿನಿಂದ ಅವಳಿಗೆ ಒಳಗೇ ನಡುಗುವಂತಾಯಿತು. ತನಗೆ ಐವತ್ತೇಳು ತುಂಬುತ್ತಿರುವುದು ಇವನಿಗೆ ಗೊತ್ತಿಲ್ಲವೆನ್ನಿಸಿತು. ಪ್ರೌಢಳು, ತುಸು ಹಿರಿಯಳು, ಆದರೆ ಮಕ್ಕಳನ್ನು ಹೆರುವ ವಯಸ್ಸಿನವಳು ಅಂತ ತಿಳಿದಿದಾನೆ. ನಿಜವಯಸ್ಸನ್ನು ಹೇಳಿಬಿಡಲೆ? ಎನ್ನಿಸಿತು. ಹೇಳಿದರೆ ದೂರಸರಿದಾನೆಂಬ ಅಂಜಿಕೆಯಾಯಿತು.

'ನಿನಗೆ ಮಗು ಅಂದರೆ ಆಶೆಯೆ?' ಕೇಳಿದಳು.

'ನಿನಗೆ ಇಲ್ಲವೆ?' ಅವನ ಪ್ರಶ್ನೆಯಿಂದ ಅವಳಿಗೆ ಉಸಿರುಕಟ್ಟಿದಂತಾಯಿತು. ಒಳಗಿನಿಂದ ದುಃಖ ಒತ್ತರಿಸಿಕೊಂಡು ಬಂತು. ಬಿಕ್ಕಿ ಬಿಕ್ಕಿ ಅಳತೊಡಗಿದಳು. ಅವಳ ಮುಖವನ್ನು ತನ್ನ ಎದೆಗೆ ಒತ್ತಿ ಹಿಡಿದುಕೊಂಡು ಅವನು ಅವಳ ತಲೆಸವರಿದ. 'ಅಳು ಯಾಕೆ ಬಂತು?'

'ನಿನಗೆ ಆಶೆ ಇಲ್ಲವೆ ಅಂತ ಕೇಳಿದೆಯಲ್ಲ.'

'ನಿನ್ನ ಹೊಟ್ಟೆಯ ಮೇಲೆ ಒಂದೂ ಗೆರೆ ಇಲ್ಲ, ಮಡಿಕೆ ಇಲ್ಲ, ಒಂದು ಗ್ರಾಂ ಕೂಡ ಅನಾವಶ್ಯಕ ಮಾಂಸಖಂಡವಿಲ್ಲ. ಆದ್ದರಿಂದ ಒಮ್ಮೆಯೂ ನೀನು ಬಸುರಿಯಾಗಿಲ್ಲ ಅನ್ನಿಸಿತು.'

'ನಿನಗೆ ಗೊತ್ತಿಲ್ಲ ಸುಮ್ಮನಿರು' ಎಂದು ಅವನ ತುಟಿಯಮೇಲೆ ತನ್ನ ತುಟಿಯಿಟ್ಟು ಮುಚ್ಚಿದಳು. ತನಗಾಗಿದ್ದ ಬಸರನ್ನು ತೆಗೆಸಿ ಮತ್ತೆ ಬಸರಾಗದಂತೆ ಶಸ್ತ್ರಕ್ರಿಯೆ ಮಾಡಿಸಿಕೊಂಡ ಸಂದರ್ಭವನ್ನು ಹೇಳಿಬಿಡುವ ಒತ್ತಡಬಂತು. ಹೇಳಲಿಲ್ಲ. ಅವನ್ನೆಲ್ಲ ತಾಳಿಕೊಳ್ಳುವ ಶಕ್ತಿ ಇವನ ಪ್ರೀತಿಗಿಲ್ಲ ಎನ್ನಿಸಿತು. ಇವನಿನ್ನೂ ಅಷ್ಟಪದಿಯಲ್ಲಿದ್ದಾನೆ. ಅದನ್ನು ಮತ್ತೊಮ್ಮೆ ವಿವರವಾಗಿ ಓದಿ ರಾಧೆಯ ದೇಹವರ್ಣನೆಯ ಶಬ್ದಗಳನ್ನೆಲ್ಲ ಗುರುತು ಹಾಕಿ ನನ್ನ ಅಂಗಭಾಗಗಳಿಗೆ ಅನ್ವಯಿಸಿ ಹೇಳುತ್ತಾನೆ. ಪೀನಪಯೋಧರ ಭಾರಭರೇಣ ಎನ್ನುತ್ತಾನೆ.

ನನ್ನವು ಆ ಗಾತ್ರ, ಆ ಭಾರದವುಗಳಲ್ಲ.

ಚಾರು ಚುಚುಂಬ ನಿತಂಬವತೀ, ನಖಲಿಖಿತ ಘನಸ್ತನ ಭಾರಂ,
ಪ್ರಥಮ ಸಮಾಗಮ ಲಜ್ಜಿತಯಾ ಪಟುಚಾಟು ಶತೈರನುಕೂಲಂ
ಮೃದುಮಧುರಸ್ಮಿತ ಭಾಷಿತಯಾ ಶಿಥಿಲೀಕೃತಜಘನದುಕೂಲಂ
ಕಿಸಲಯಶಯನನಿವೇಶಿತಯಾ ಚಿರಮುರಸಿ ಮಮೈವ ಶಯಾನಂ
ಕೃತಪರಿರಂಭಣ ಚುಂಬನಯಾ ಪರಿರಭ್ಯ ಕೃತಾಧರಪಾನಂ

ರಾಧೆಯಾಗಿ ಆರಾಧಿಸುತ್ತಿದ್ದಾನೆ. ಮನೋಹರಿಯನ್ನು ಸ್ವೀಕರಿಸುತ್ತಾನೆಯೆ? ಮನೋಹರಿಯ ಸಂಗತಿಗಳನ್ನೆಲ್ಲ ಹೇಳುವುದು ಬೇಡ ಎಂದುಕೊಂಡಳು. 'ರಾಜ, ರಾಧೆಯು ಬೇರೊಬ್ಬನ ಹೆಂಡತಿ. ಆದರೆ ಕೃಷ್ಣನ ಅಮರಪ್ರೇಮಿ. ಅವರು ಮದುವೆಯಾಗಲಿಲ್ಲ. ಆಗಿದ್ದರೆ ಆ ಪ್ರೇಮದ ಅನನ್ಯ ಉತ್ಕಟತೆ ಉಳೀತಿರಲಿಲ್ಲ,' ಎಂದಳು. ಅವಳ ಒಳಮನಸ್ಸು ಗುರೂಜಿಯನ್ನು ನೆನಸಿಕೊಂಡಿತು. ತೊಂಬತ್ತೆಂಟು. ಬದುಕಿದಾರೆ. ಬದುಕಿದ್ದೂ ನಾನು ರಾಜನನ್ನು ಮದುವೆ ಯಾದರೆ ಆಕ್ಷೇಪಿಸುಲ್ಲ. ತಮ್ಮ ಹಕ್ಕನ್ನು ಸ್ಥಾಪಿಸಹೋಗುಲ್ಲ. 'ನಿಮ್ಮ ಅನ್ನ ಬಟ್ಟೆ ವಸತಿಯನ್ನ ನಾನು ಮುಂದುವರೆಸ್ತೀನಿ. ನಿಮ್ಮ ಪತಿತ್ವ ನಿಂತುಹೋಗಿ ಮೂವತ್ತುವರ್ಷ ಕಳೀತಲ್ಲ' ಅಂದರೆ ಸುಮ್ಮನಾಗದೆ ಬೇರೆ ದಾರಿ ಇಲ್ಲ. ಬೇಕೆಂದರೆ ಡೈವೋರ್ಸ್ ವಿಧಿಯನ್ನು ಪೂರೈಸಬಹುದು ಎಂದುಕೊಂಡಳು. ಆದರೆ ತಾನು ರಾಧೆಯ ಸ್ಥಾನದಿಂದ ರುಕ್ಮಿಣಿಯ ಸ್ಥಾನಕ್ಕೆ ಹೋಗುವುದು ವಿಹಿತವೆ? ನಾಲ್ಕಾರು ದಿನ ಆಲೋಚಿಸಿದಳು. ಯಾವ ಖಚಿತ ನಿರ್ಧಾರಕ್ಕೆ ಬರುವುದೂ ಕಷ್ಟವಾಯಿತು. ಅವನ ಮನಸ್ಸು ಮಗುವಿನ ಕಲ್ಪನೆಗೂ ಅವಕಾಶ ಕೊಟ್ಟಿದೆ ಎಂಬ ನೆನಪು ಅವಳನ್ನು ಹೆಚ್ಚು ಅತಂತ್ರಳನ್ನಾಗಿಸಿತು. 'ನನ್ನ ಕೃಷ್ಣ, ಪ್ರೇಮದ ಅಮರತ್ವದ ಮುಂದೆ ಮದುವೆ ಎಂಬ ಕಟ್ಟು ಕ್ಷುಲ್ಲಕ. ಕಲಾವಿದರ ಮೂಲಸ್ರೋತವು ಪ್ರೇಮ. ಅರ್ಥವಾಯಿತೆ?' ಎಂದು ಬಿಗಿಯಾಗಿ ಮುದ್ದಿಸಿದಳು. ಅವನು ಹೌದು ಎಂದ.

ನೃತ್ಯರಚನೆಯು ಯಶಸ್ವಿಯಾಯಿತು. ಹತ್ತಾರು ಊರುಗಳಲ್ಲಿ ಪ್ರದರ್ಶನ ನಡೆಯಿತು. ದಿಲ್ಲಿಯಲ್ಲೇ ಎಂಟುಬಾರಿ ಆಯಿತು. ಹದಿನೈದು ವರ್ಷಗಳ ಹಿಂದೆ ಇದೇ ರಚನೆಯನ್ನು ಕಾರ್ತೀಕರಾಮನೊಡನೆ ಅವಳೂ ಪ್ರದರ್ಶಿಸಿದ್ದುದನ್ನು ಪ್ರೇಕ್ಷಕರು ಮರೆತಿದ್ದರು. ದಿಲ್ಲಿಯ ಒಬ್ಬ ವಿಮರ್ಶಕನು ಮಾತ್ರ, 'ಒಂದೂವರೆ ದಶಕದ ಹಿಂದೆ ಮನೋಹರಿಯು ಜಯಪುರ ಘರಾನೆಯ ಕಾರ್ತೀಕರಾಮನೆಂಬ ನರ್ತಕನೊಡನೆ ಇದೇ ರಚನೆಯನ್ನು ಪ್ರಸ್ತುತಪಡಿಸಿದ್ದುದು ನೆನಪಿಗೆ ಬರುತ್ತದೆ. ಕಾರ್ತೀಕನಿಗಿಂತ ದೇವರಾಜನು ಕಿರಿಯನಾದುದರಿಂದ ಸಹಜವಾಗಿ ಕೃಷ್ಣನ ಪಾತ್ರಕ್ಕೆ ಹೆಚ್ಚು ಒಪ್ಪುತ್ತಾನೆ. ಆದರೆ ಕಾರ್ತೀಕನಿಗಿದ್ದ ಕ್ಷಣಸ್ಫೂರ್ತಿಯಿಂದ ಸೃಷ್ಟಿಸುವ ತಾಲಸಾಧನೆಯನ್ನು ಇವನು ಇನ್ನೂ ಗಳಿಸಬೇಕಾಗಿದೆ. ಎರಡನೆಯ ಸಲ ನೋಡಿದಾಗ ಇವನು ಗಿಳಿಪಾಠವನ್ನು ಪರಿಣತಿಯಿಂದ ಒಪ್ಪಿಸುತ್ತಿದ್ದಾನೆನ್ನಿಸಿಬಿಡುತ್ತದೆ. ಮನೋಹರಿ ಯಾದರೋ ಪ್ರೌಢರಾಧೆಗೆ ಪ್ರೌಢವಾಗಿ ಒಪ್ಪುವುದರ ಜೊತೆಗೆ ನೃತ್ಯನೃತ್ತಗಳೆರಡರಲ್ಲೂ ತನ್ನ ಪ್ರೌಢತೆಯನ್ನು ಇನ್ನೂ ಮೆರೆಯುತ್ತಾಳೆ,' ಎಂದು ಬರೆದಿದ್ದ.

ಆ ಪತ್ರಿಕೆಯನ್ನು ದೇವರಾಜ ತನ್ನ ಆಫೀಸಿನಲ್ಲಿ ಓದಿ ತಂದುತೋರಿಸಿದ. ಮನೋ

ಹರಿಯು ತನಗೆ ಒಂದೇ ವಾಕ್ಯದಲ್ಲಿ ಪ್ರೌಢ ಎಂಬ ವಿಶೇಷಣವನ್ನು ಮೂರುಸಲ ಬಳಸಿರುವ ಕೇಡಿಗ ಕುಶಲತೆಯನ್ನು ಗಮನಿಸಿದಳು. ಅಯೋಗ್ಯ, ಎಂದುಕೊಂಡಳು. ಸರ್ಕಾರವು ಏರ್ಪಡಿಸುವ ಸಾಂಸ್ಕೃತಿಕ ಕಾರ್ಯಕ್ರಮಗಳಲ್ಲಿ ತಾನು ಪ್ರಭಾವಶಾಲಿಯಾದಮೇಲೆ ಯಾವ ಪತ್ರಿಕೆಯೂ ತನ್ನ ವಿಷಯವಾಗಿ ಕಿಡಿಗೇಡಿ ಟೀಕೆ ಮಾಡುತ್ತಿಲ್ಲವೆಂಬುದನ್ನು ಅವಳು ಗಮನಿಸಿದ್ದಳು. ಈಗ ತಾನು ಭಾರತೀಯ ನರ್ತನವಲಯದಲ್ಲಿ ಒಬ್ಬ ಪ್ರತಿಷ್ಠಿತೆ. ಹಾಗೆ ಬರೆಯುವ, ಪ್ರಕಟಿಸುವ ಧೈರ್ಯ ಯಾರಿಗೂ ಇಲ್ಲವೆಂದು ಭಾವಿಸಿದ್ದಳು. ಯಾರು ಈ ವಿಮರ್ಶಕ? ಹೆಸರು ಹಾಕಿಲ್ಲ. ಬೇಕೆಂದೇ ಹಾಕಿಲ್ಲವೊ? ಪತ್ತೆ ಮಾಡೂದು ಕಷ್ಟವಲ್ಲ ಎಂದುಕೊಂಡಳು. ಆದರೆ ದೇವರಾಜ, 'ಬೆಳಗ್ಗೆ ಇದನ್ನ ಓದಿದಾಗ ನನಗೆ ಅಸಮಾಧಾನ ವಾಯಿತು. ನನ್ನದನ್ನ ಗಿಳಿಪಾಠ ಅಂತ ಬರೆದಿದಾನೆ ಅಂತ. ಸಾಯಂಕಾಲದ ಹೊತ್ತಿಗೆ ಕಮ್ಮಿಯಾಯಿತು. ಬೇರೆಯೋರಿಗೆ ಕಾಣಿಸದೆ ಇದ್ದದನ್ನ ಇವನು ಗುರುತಿಸಿದಾನೆ. ಈ ರಚನೆಯ ಪಾತ್ರದ್ದಂತೂ ಆಯಿತಲ್ಲ. ನನಗೆ ಕ್ರಮವಾಗಿ ಪಾಠ ಶುರುಮಾಡು. ಪ್ರತಿಯೊಂದು ತಾಲವನ್ನೂ ಹಿಂಜಿ ಹಿಂಜಿ ಏನೇನು ಕೆಲಸಮಾಡಬಹುದೋ ಎಲ್ಲಾನೂ ಹೇಳಿಕೊಡು. ಒಂದು ತಾಲದ ಲಯದಿಂದ ಇನ್ನೊಂದು ತಾಳದಲಯಕ್ಕೆ ನೀನು ಹೋಗಿ ಮನಃಪೂರ್ತಿ ಕ್ರೀಡೆಮಾಡಿ ಹಿಂತಿರುಗುವ ಹಾಗೆ ಮಾಡುಕ್ಕೆ ನನಗೆ ಗೊತ್ತಿಲ್ಲ. ಸಂಜೆಯ ಹೊತ್ತು ಮೂರು ಮೂರು ತಾಸು ಕಲಿಸು. ಬೆಳಗ್ಗೆ ನನಗೆ ನಾನೇ ಮಾಡಿಕೊತ್ತೀನಿ,' ಎಂದ.

ಅವನ ಮಾತು ನಿಜವೆನ್ನಿಸಿತು. 'ನಾಳೆಯಿಂದ ಶುರುಮಾಡೋಣ' ಎಂದಳು.

ಆದರೆ ರಾತ್ರಿ ಮಲಗಿದಾಗ ಮೂರು ತಾಸು ಕುಣಿಸಿದರೆ ಮಲಗಿದ ತಕ್ಷಣ ಗೊರಕೆ ಹೊಡೆದುಬಿಡ್ತಾನೆ. ಜೊತೇಲಿ ಮಲಗಿ ಎಚ್ಚರವಾಗಿ ಪರಸ್ಪರ ಸ್ಪರ್ಶಹಿತ, ಪಿಸುಮಾತಿನ ಸುಖವನ್ನನುಭವಿಸುವಂತಿಲ್ಲ ಎಂಬ ಪರಿಣಾಮ ಹೊಳೆಯಿತು. ಮದುವೆಯನಂತರ ಗುರೂಜಿಯು ತನಗೆ ಹಗಲೆಲ್ಲ ತಾಲೀಮು ಕೊಡುತ್ತಿದ್ದಾಗ ತಾನು ರಾತ್ರಿ ಮಲಗಿದ ತಕ್ಷಣ ಯಾವುದರ ಪರಿವೆಯೂ ಇಲ್ಲದೆ ನಿದ್ರೆ ಹೋಗುತ್ತಿದ್ದಂತೆ. ಆ ಬಳಲಿಕೆಯ ನಿದ್ರೆ ಯಿಂದಲೇ ಮುದುಕ ಏನು ಮಾಡಿದರೂ ತಿಳಿಯದೆ ಸಹಿಸಿಕೊಂಡೆ ಎಂಬ ನೆನಪು ಮರುಕಳಿಸಿ ಕಸಿವಿಸಿಯಾಯಿತು. ಇವನೂ ಹಾಗೆ ಮಲಗಿ ತಾನು.....ಕಲ್ಪಿಸಿಕೊಳ್ಳುವುದಕ್ಕೇ ಕಸಿವಿಸಿ ಎನ್ನಿಸಿತು. ಮುದುಕ ನನಗಿಂತ ನಲವತ್ತು ವರ್ಷಕ್ಕೆ ದೊಡ್ಡವನು. ನಾನು ಇವನಿ ಗಿಂತ ಮೂವತ್ತಮೂರು ವರ್ಷಕ್ಕೆ. ಕಸಿವಿಸಿ ಹೆಚ್ಚಾಯಿತು. ರಾಜ ಬಡಬಡ ಮಾತನಾಡುವವ ನಲ್ಲ. ಒಳಗೇ ಇಟ್ಟುಕೊಳ್ಳುವ ಸ್ವಭಾವದವನು. ಇವನೂ ಹಾಗೆಯೇ ಸಹಿಸಿಕೊತ್ತಿದಾನೆಯೆ! ಅಥವಾ ರಾಧಾಕೃಷ್ಣ ಸಂಯೋಗಭಾವದಲ್ಲಿ ಈ ವ್ಯತ್ಯಾಸಗಳು ಹೊಳೆಯುತ್ತಲೇ ಇಲ್ಲವೋ! ಇವನು ಅನನುಭವಿ. ನಾನೇ ಅನುಭವವನ್ನು ತೆರೆದದ್ದು. ಹೋಲಿಕೆಯ ಅರಿವಿಲ್ಲ. ಆದ್ದ ರಿಂದ ಏಕೀಭಕ್ತಿಯಿಂದಿದ್ದಾನೆಯೆ? ಎಂಬ ಅನುಮಾನಬಂತು. ತಕ್ಷಣ ಹೋಲಿಸುವಂಥ ವ್ಯತ್ಯಾಸವೇನಿದೆ? ತುಸು ಪ್ರೌಢೆ ಅಷ್ಟೆ. ಯಾರು ತಾನೆ ನನ್ನನ್ನು ಮೂವತ್ತು ಮೀರಿದೋಳು ಅನ್ನಲುಸಾಧ್ಯ? ಕುತ್ತಿಗೆಯಲ್ಲಿ ಒಂದೇ ಗೆರೆ ಸುಕ್ಕೂ ಇಲ್ಲ. ಎದೆ ಜೋತುಬಿದ್ದಿಲ್ಲ. ಮುಖದ ಚರ್ಮದಬಿಗಿ ಸಡಿಲವಾಗಿಲ್ಲ. ಹೊಟ್ಟೆಯ ನೀಳತನವನ್ನು ಅವನೇ ಮೆಚ್ಚಿದಾನೆ. ನನ್ನಂತೆ

ಯೋಗಸಾಧನೆ ಯಾವ ನರ್ತಕಿ ಮಾಡಿದಾಳೆ, ಮಾಡ್ತಿದಾಳೆ? ಕಣ್ಣುಗಳ ಕೆಳಗೆ ಕಾಣೂದು ಪ್ರೌಢತೆ, ಮುಪ್ಪಲ್ಲ, ಎಂಬ ಸಮಾಧಾನ ತಂದುಕೊಂಡಳು. ಆ ರಾತ್ರಿಯೂ ಅವನು ಅದೇ ತನ್ಮಯತೆಯಿಂದ ತನ್ನನ್ನು ಆರಾಧಿಸಿ ರತಿ, ಮದನಿಕೆ, ಎಂದು ಉಸುರಿದಾಗ ಉಳಿದಿದ್ದ ಕಿಂಚಿತ್ ಅನುಮಾನವೂ ಪರಿಹಾರವಾಯಿತು. ಬೆಳಗಿನಜಾವ ಬೇಗ ಎಚ್ಚರ ವಾಯಿತು. ಅವನ ಗಾಢನಿದ್ರೆಯ ಉಸಿರು ತನ್ನ ಕುತ್ತಿಗೆಯನ್ನು ತಗುಲಿ ಬಳಸುತ್ತಿತ್ತು. ಈ ಸಂಜೆಯಿಂದ ಪ್ರವೀಣಮಟ್ಟದ ಕ್ರಮಪಾಠ ಆರಂಭಿಸಬೇಕು. ದಿನಕ್ಕೆ ಮೂರುತಾಸು. ನಡುನಡುವೆ ತಬಲದ ಜಯಸ್ವಾಲನನ್ನೂ ಕರೆಸಬೇಕು. ಮೂರುತಾಸು ಅಂದರೆ ಕೊನೆಯ ಪಕ್ಷ ಒಂದುದಿನಕ್ಕೆ ಇನ್ನೂರು ರೂಪಾಯಿಯಾದರೂ ಕೇಳ್ತಾನೆ. ತಬಲ ಜೊತೆಗಿಲ್ಲದೆ ತಾಳ ಪಕ್ಕಾ ಆಗುಲ್ಲ, ಎಂದುಕೊಳ್ಳುವಾಗ ಒಳಗಿನಿಂದ ಒಂದು ಎಚ್ಚರ ತಲೆಹಾಕಿತು. ಎಲ್ಲವನ್ನೂ ಸಂಪೂರ್ಣವಾಗಿ ಕಲಿಸಿದಮೇಲೆ, ಕೊನೆಯ ಪಕ್ಷ ಮೂರುವರ್ಷವಾದರೂ ಆಗುತ್ತೆ, ಅಷ್ಟರಲ್ಲಿ ನನಗೆ ಅರವತ್ತು ತುಂಬಿ, ಹಾಳು ಪತ್ರಿಕೆಯೋರು ಮರೆಯುಲ್ಲ, ಲೇಖನ ಬರೀತಾರೆ. ಅಭಿಮಾನಿಗಳು ಸಮಾರಂಭ ಏರ್ಪಡಿಸ್ತಾರೆ. ಸಂಪೂರ್ಣವಾಗಿ ವಿದ್ಯೆಯನ್ನು ಕಲಿತು, ರಾಧೆಗೆ ಅರವತ್ತೆಂಬುದು ಜಾಹೀರಾದಮೇಲೆ ಇವನು ಇದೇ ಉತ್ಕಟತೆಯಿಂದ ಅಂಟಿಕೊಂಡಿರ್ತಾನೆಯೆ? ಇಡೀ ಮೈಯೊಳಗೆ ಕಂಪನವುಂಟಾಯಿತು. ಚರ್ಮದ ರಂಧ್ರಗಳಲ್ಲೆಲ್ಲ ಬೆವರಿನ ಸೂಕ್ಷ್ಮತುಂತುರುಗಳು ಹೊಮ್ಮಿನಿಂತವು. ಅವನ ಉಸಿರು ಕುತ್ತಿಗೆಯನ್ನು ತಾಕಿ ಬಳಸುತ್ತಲೇ ಇತ್ತು. ಬೆಳಗಾಗಿ ಅವನು ಎದ್ದು ತಾನು ನಿಶ್ಶಬ್ದವಾಗಿ ಮೆಟ್ಟಿಲಿಳಿದು ಬಾಗಿಲು ತೆರೆದು ಗುರೂಜಿಯು ಈ ಭಾಗದಲ್ಲಿಲ್ಲವೆಂದು ಸನ್ನೆಮಾಡಿದಮೇಲೆ ಅವನು ನಿಶ್ಶಬ್ದ ಹೆಜ್ಜೆಗಳನ್ನಿಡುತ್ತಾ ಇಳಿದು ಹೊರನಡೆದು ಸ್ಕೂಟರನ್ನು ಮೂವತ್ತು ನಲವತ್ತು ಹೆಜ್ಜೆ ತಳ್ಳಿ ದೂರದಿಂದ ಚಾಲೂಮಾಡಿಕೊಂಡು ಹೋದನಂತರವೂ ತಾನು ಬೆವರುತ್ತಿರುವ ಭಾವನೆ ಕಡಮೆಯಾಗಲಿಲ್ಲ. ಗುರೂಜಿಗೆ ಚಹಾ ಬಿಸ್ಕತ್ತುಗಳನ್ನು ಕೊಟ್ಟಮೇಲೂ ಪೂರ್ತಿನಿಲ್ಲಲಿಲ್ಲ. ಇವಳು ಸ್ನಾನ ಮುಗಿಸಿ ನಾಶ್ತಾ ಮಾಡುವ ವೇಳೆಗೆ ಅಡುಗೆಯವಳು ಬಂದಳು. ಕಾರಿನಲ್ಲಿ ಕುಳಿತು ಚಾಲೂಮಾಡುವಾಗ ಅವನನ್ನು ಮದುವೆಯೇ ಮಾಡಿಕೊಂಡು ಅತ್ತಿತ್ತ ಮಿಸುಗಾಡದಂತೆ ಕಟ್ಟಿ ಹಾಕಿಕೊಂಡರೆ ಹೇಗೆ? ಎಂಬ ಉಪಾಯ ಕಾಣಿಸಿತು. ಅವನೇ ಆ ಪ್ರಸ್ತಾಪ ಮಾಡಿದ್ದ. ನಾನೇ ರಾಧಾಕೃಷ್ಣರಂತೆ ಇರೋಣ ಅಂದಿದ್ದೆ ಎಂಬ ನೆನಪಾಗಿ ಅವನು ಖುಷಿಯಿಂದ ಒಪ್ತಾನೆ. ಕಾಯ್ದೆಯ ಬಂಧನದೊಳಗೆ ಸಿಕ್ಕಿಕೊಂಡರೆ ತಪ್ಪಿಸಿಕೊಳ್ಳುಕ್ಕೆ ಸಾಧ್ಯವಿಲ್ಲ. ಸರ್ಕಾರಿ ನೌಕರ ಬೇರೆ, ಎಂಬ ಇನ್ನೊಂದು ಬಿಗಿ ಗೋಚರಿಸಿತು. ನಾನು ಗುರೂಜಿಯ ಹೆಂಡತಿ ಅನ್ನೂದು ದಾಖಲೆಯಲ್ಲಿದೆ, ಅಲ್ಲಿಂದ ಬಿಡುಗಡೆಯಾಗುವ ತನಕ ಈ ಮದುವೆ ಸಿಂಧುವಲ್ಲ ಎಂಬ ಅಡ್ಡಿತೋಚಿದಾಗ ಉತ್ಸಾಹಕ್ಕೆ ತಣ್ಣೀರು ಸುರಿದಂತಾಯಿತು. ತೊಂಬತ್ತೆಂಟು ತುಂಬಿದೆ. ಜಟಾಯುವಿನಂತೆ ಕೂತಿರ್ತಾರೆ ಯಾವ ಚಿಂತೆ, ಯಾವ ಜವಾಬ್ದಾರಿಯೂ ಇಲ್ಲದೆ. ಇಂಥೋರು ಬೇಗ ಸಾಯೂದೂ ಇಲ್ಲ, ಎಂಬ ಸಿಡಿಮಿಡಿಹುಟ್ಟಿತು. ನರ್ತನಶಾಲೆಗೆ ಬಂದು ಮೆಟ್ಟಿಲು ಹತ್ತಿ ಕೋಣೆಗೆ ಹೋಗಿ ಸ್ನಾನ ಮುಗಿಸಿ ಸಿದ್ಧನಾಗಿದ್ದ ರಾಜನಿಗೆ ನಾಶ್ತಾದ ಪೊಟ್ಟಣ ಕೊಟ್ಟು, 'ಸಂಜೆ ನೀನು

ಹಿಂತಿರುಗುವತನಕ' ಎಂದು ಹೇಳಿ ಚುಂಬನ ವಿನಿಮಯ ಮಾಡಿಕೊಂಡು ಕೆಳಗಿಳಿದು ಸೀನಿಯರ್ ಮಟ್ಟದ ಹುಡುಗಿಯರಿಗೆ ಅಭ್ಯಾಸ ಮಾಡಿಸುವಾಗ ರಾಮೂವಾಲಿಯಾ ವಕೀಲರನ್ನ ನೋಡಿದರೆ ದಾರಿ ಕಾಣಿಸ್ತಾರೆ, ಗುರೂಜಿ ಯಿಂದ ಹಿಂದಿನ ತಾರೀಖು ಹಾಕಿ ಯಾವುದಾದರೂ ಕಾಗದಕ್ಕೆ ಸಹಿಹಾಕಿಸಿ ಅಥವಾ ಏನಾದರೂ ಕಾಯ್ದೆಯ ತಂತ್ರಮಾಡಿ ನಮ್ಮ ಮದುವೆ ಸಿಂಧುವಾಗುವಂತೆ ಮಾಡ್ತಾರೆ ಎಂಬ ವಿಶ್ವಾಸ ಹೊಳೆಯಿತು. ಹತ್ತೊಂಬತ್ತು ವರ್ಷವಾಯಿತಲ್ಲವೆ, ಮೋಹನನ ಹೆಂಡತಿ ತನ್ನಲ್ಲಿರುವ ಆಸ್ತಿಪಾಸ್ತಿ ಠೇವಣಿಗಳ ಲೆಕ್ಕ ಸಮೇತ ಅದೆಲ್ಲವೂ ಅವನ ಹಣದಲ್ಲಿ ಮಾಡಿ ಕೊಂಡವು ಅಂತ ಸ್ವಂತ ಅಕ್ಷರದಲ್ಲಿ ಕಾಗದ ಬರೆಯುವ ಹಾಗೆ ಮಾಡಿಬಿಟ್ಟರು! ಎಂಬ ನೆನಪಾಗಿ ರಾಮೂವಾಲಿಯಾ ವಕೀಲರ ಸಾಮರ್ಥ್ಯದ ಮೇಲಿನ ವಿಶ್ವಾಸ ಸಂಪೂರ್ಣ ವಾಯಿತು. ಮದುವೆಯೇ ತಕ್ಕ ಬಂದೂಬಸ್ತು ಎಂಬ ನಿಶ್ಚಯದೊಡನೆ ಹುಡುಗಿಯರಲ್ಲಿ ಒಬ್ಬೊಬ್ಬಳ ಹಸ್ತ, ಕುತ್ತಿಗೆ ಮತ್ತು ಪಾದಚಲನೆಗಳನ್ನೂ ತಿದ್ದತೊಡಗಿದಳು. ರಾಮೂವಾಲಿಯಾ ರಿಂದ ಮೂಡಿದ ಮೋಹನನ ನೆನಪು ಬಾಧಿಸತೊಡಗಿತು. ಬದ್ಮಾಷ್ ಸೂಳೆಮಗ ನನ್ನನ್ನ ಮುದುಕಿ ಅಂದ. ನನ್ನೆದುರಿಗೇ ತಾನು ಪ್ರೇಮದಲ್ಲಿ ಮುಳುಗಿರುವ ಇಪ್ಪತ್ತೊಂಬತ್ತು ವರ್ಷದ ಫ್ರೆಂಚ್‌ರಕ್ತದ ಹುಡುಗಿಯ ಧ್ಯಾನಮಾಡಿದ. ನನ್ನನ್ನ ಒಪ್ಪಿಕೊಂಡು, ತಾನು ದಿಲ್ಲಿಗೆ ಬಂದಾಗ, ನಾನು ಮುಂಬಯಿಗೆ ಹೋದಾಗ ಸಂಧಿಸುವ ಸ್ನೇಹ ತೋರಿಸಿದ್ದರೆ ಅವನನ್ನ ಎಷ್ಟೋ ಮುಂದೆ ತರ್ತಿದ್ದೆ. ಹತ್ತು ಜನ ಅಂಬ್ಯಾಸಡರುಗಳ ಪರಿಚಯ ಮಾಡುಸ್ತಿದ್ದೆ. ಪದ್ಮಭೂಷಣ ಪದ್ಮವಿಭೂಷಣಗಳಿಗೆ ಮುಂದೆ ಮಾಡ್ತಿದ್ದೆ. ಅವನೇ ಕಳಕೊಂಡ, ಫ್ಹೂಲ್ ಎಂದು ಬಾಯಿಯ ಒಳಗೇ ಉಗುಳಿದಳು. ಇಪ್ಪತ್ತೊಂಬತ್ತರ ಭೂಪಾಲಿ ಅಂದ ನಲ್ಲವೆ? ನಾನು ಇಪ್ಪತ್ತೈದರ ದೇವರಾಜನನ್ನು ಮದುವೆಯಾಗಿ ಮದುವೆಯ ಫ಼ೋಟೋಗಳು ಪೇಪರುಗಳಲ್ಲಿ ಬರುವ ಹಾಗೆ ಮಾಡಿ ಅವುಗಳ ಕಟಿಂಗ್‌ಗಳನ್ನು ಪೋಸ್ಟಿನಲ್ಲಿ ಕಳುಸ್ತೀನಿ, ರಾಸ್ಕಲ್‌ಗೆ ಎಂದು ಸಮಾಧಾನ ತಂದುಕೊಂಡಳು.

ಸಂಜೆ ರಾಜನಿಗೆ ಪಾಠ ಆರಂಭಿಸಿದಳು. ತಾಳದ ಒಂದೊಂದೇ ಲೆಕ್ಕಾಚಾರಗಳನ್ನು ಬಿಡಿಸಿ ಬಿಡಿಸಿ ಹೇಳುತ್ತಾ ಯಾವ ಯಾವ ಲೆಕ್ಕದಲ್ಲಿ ಕೂಡಿಸಿ ಗುಣಿಸಿ ಕಳೆದರೆ, ಭಾಗಿಸಿ ಪಾಲುಮಾಡಿದರೆ, ಯಾವ ಯಾವ ಲಯ ಸಿಕ್ಕುತ್ತದೆಂಬುದನ್ನು ವಿವರಿಸಿ ಹೇಳುತ್ತಾ ತಾನೂ ಕುಣಿದು ಅವನನ್ನೂ ಕುಣಿಸಿದಳು. ಎಷ್ಟು ಕುಣಿದರೂ ತನಗೆ ಬಳಲಿಕೆಯಾಗುತ್ತಿಲ್ಲ. ಏದುಸಿರು ಬರುತ್ತಿಲ್ಲ. ಅವನಿಗೆ ಅಭ್ಯಾಸ ಸಾಲದು. ಯೋಗಾಸನ ಪ್ರಾಣಾಯಾಮಗಳನ್ನು ಮಾಡಬೇಕು ಎಂದುಕೊಂಡಳು. ಎರಡುತಾಸು ಅಭ್ಯಾಸಮಾಡುವಲ್ಲಿ ಅವನು ಸೋತು ಹೋದ. ಬೆಳಗ್ಗೆ ಒಂದುತಾಸು, ಸಂಜೆ ಎರಡುತಾಸು ಇಟ್ಟುಕೊಳ್ಳೋಣ. ಜೊತೆಗೆ ಯೋಗಾಸನ ಮಾಡು ಎಂದು ಹೇಳಿದಳು. ಅಭ್ಯಾಸ ಮುಗಿದಾಗ ಅವನು ಸುಮ್ಮನೆ ನಿಂತುಕೊಂಡ. 'ಸಾಂಪ್ರದಾಯಿಕವಾಗಿ ಗುರುವಂದನೆ ಮಾಡು. ಇಲ್ಲಿ ನಾನು ಗುರು. ಪಾದಸ್ಪರ್ಶ ಮಾಡಿದ ಮೇಲೆ ಪ್ರಿಯೆ' ಎಂದು ಅಧಿಕಾರದಿಂದ ಹುಕುಂ ಮಾಡಿ ಅನಂತರ ಪ್ರೇಮದ ಮುಗುಳು ನಕ್ಕಳು.

ಅವಳು ನಿರೀಕ್ಷಿಸಿದಂತೆಯೇ ಆಯಿತು. ರಾತ್ರಿ ಅವನಿಗೆ ಬೇಗ ನಿದ್ರೆ ಬಂತು. ಮೈ ಮುರಿಯುವಷ್ಟು ಕುಣಿತ. ಅನಂತರ ಇಬ್ಬರೂ ಜೊತೆಯಲ್ಲಿ ಮಾಡಿದ ಹದವಾದ ಬಿಸಿಯ ತುಂತುರುಸ್ನಾನ. ಊಟ. ಅವನನ್ನು ಒಂದುತಾಸಾದರೂ ಎಚ್ಚರವಾಗಿಡಿಸಲು ಅವಳು ಮಾಡಿದ ಪ್ರಯತ್ನ ವ್ಯರ್ಥವಾಯಿತು. ಭುಜ ಅಲುಗಿಸಿ ಪಿಸುಗುಟ್ಟಬೇಕು. ಗಟ್ಟಿ ಯಾಗಿ ಮಾತನಾಡುವಂತಿಲ್ಲ. ಕೋಣೆಯ ಬಾಗಿಲು ಹಾಕಿಕೊಂಡಿದ್ದರೂ ರಾತ್ರಿಯ ನಿಶ್ಶಬ್ದದಲ್ಲಿ ಕೆಳಗೆ ಮಲಗಿರುವ ಗೃಧ್ರಕಿವಿಗೆ ಅಕಸ್ಮಾತ್ ಕೇಳಿಬಿಟ್ಟರೆ! ಎಂಬ ಆತಂಕ. ತನ್ನ ಕುತ್ತಿಗೆಗೆ ಉಸಿರುಬಿಡುತ್ತಾ ನಿದ್ರೆಮಾಡಿಬಿಟ್ಟ. ಅವನಷ್ಟೇ ಕುಣಿದರೂ ತನಗೆ ನಿದ್ರೆಬಂದಿಲ್ಲ. ಎಷ್ಟು ಹೊತ್ತಾದರೂ ಎಚ್ಚರವಾಗಿರಬಲ್ಲೆ. ಇನ್ನು ಎರಡುತಾಸಾದರೂ ಕುಣಿಯಬಲ್ಲೆ. ಯಾರು ಚಿಕ್ಕವರು? ಎಂಬ ಹೆಮ್ಮೆ ಆತ್ಮವಿಶ್ವಾಸಗಳಲ್ಲಿ ನೆಮ್ಮದಿಪಟ್ಟಳು. ಅರ್ಧಗಂಟೆಯ ನಂತರ ಒಂದು ಅಡ್ಡಿ ಕಾಣಿಸಿತು. ಮದುವೆಯಾಗೂದು ಅಂದರೆ ಅವನಿಗೆ ಸಂಪೂರ್ಣವಾಗಿ ಒಪ್ಪಿಸೂದು. ಗುರು ಅನ್ನುವ ಭಯಭಕ್ತಿ ಎರಡುವಾರದಲ್ಲಿ ಅಧಿಕಾರವಾಗಿ ಮಾರ್ಪಡುತ್ತೆ. ಸಾರ್ವಜನಿಕವಾಗಿ, ಶಾಲೆಯ ವಿದ್ಯಾರ್ಥಿ ವಿದ್ಯಾರ್ಥಿನಿಯರ ಸಮಕ್ಷಮ ಗಂಡನೆಂದು ಒಪ್ಪಿಕೊಂಡಮೇಲೆ ತಗ್ಗಿ ನಡೆಯಲೇಬೇಕು. ಅದೇ ಅವನ ನಿರೀಕ್ಷೆಯಾಗಿ, ಅಧಿಕಾರ ಚಲಾಯಿಸ್ತಾನೆ. ಇಷ್ಟು ವರ್ಷ ನಾನು ಅನುಭವಿಸಿದ ಸ್ವಾತಂತ್ರ್ಯ, ಯಾಜಮಾನ್ಯ ಹೊರಟು ಹೋಗುತ್ತೆ. ಮನಸ್ಸು ಗೊಂದಲದಲ್ಲಿ ಸಿಕ್ಕಿತು.

ಮರುಸಂಜೆ ಅವನಿಗೆ ಎರಡುತಾಸು ಅಭ್ಯಾಸಮಾಡಿಸಿದನಂತರ ಇಬ್ಬರೂ ಉಗುರು ಬೆಚ್ಚನೆಯ ತುಂತುರುಸ್ನಾನ ಮಾಡುತ್ತಿರುವಾಗ ಅವನನ್ನು ಕೇಳಿದಳು: 'ನಿಮ್ಮ ಕಡೆ ಹೆಂಡತೀನ ಹೊಡೀತಾರಾ?'

'ಯಾಕೆ?'

'ಆ ಕಡೇಲೆಲ್ಲ ಪೂರ್ವಪದ್ಧತಿ ಅಂತ ಕೇಳಿದೀನಿ.' ಏನೋ ನೆನಸಿಕೊಂಡಂತೆ ಅವನ ಮುಖದಲ್ಲಿ ನಗು ಬಿರಿಯಿತು. 'ಯಾಕೆ ನಕ್ಕೆ?' ಅವಳು ಕೇಳಿದಳು.

'ನನ್ನ ದೊಡ್ಡಮ್ಮ ಒಬ್ಬಳಿದಾಳೆ. ತಾಯಿಯ ಹಿರಿಯಕ್ಕ. ತುಂಬ ಒಳ್ಳೆಯ ಹೆಂಗಸು. ಮುಗ್ಧಸ್ವಭಾವ. ಒಂದುಸಲ ತನ್ನ ಗಂಡನಿಗೆ ತನ್ನಮೇಲೆ ಪ್ರೀತಿಯೇ ಇಲ್ಲ ಅಂತ ಅವಳ ಅಮ್ಮನಕೈಲಿ ಪೇಚಾಡಿಕೊಂಡಳಂತೆ. ಯಾಕೆ ಹಾಗಂತೀ? ಅಂತ ಕೇಳಿದ್ದಕ್ಕೆ ಅವನು ಒಂದುಸಲವೂ ತನ್ನನ್ನ ಹೊಡೆದಿಲ್ಲ ಅಂದಳಂತೆ.'

'ಅಂದರೆ ನಿನ್ನ ಹೆಂಡತೀನ ನೀನು ಹೊಡೀತೀ ಅಂದಹಾಗಾಯ್ತು.'

'ನಾನೆಲ್ಲಿ ಹಾಗಂದೆ?' ಅವನು ಅರ್ಥವಾಗದೆ ಕೇಳಿದ.

'ದೊಡ್ಡಮ್ಮನ ಮಾತು ಹೇಳುವಾಗ ನಿನ್ನ ಮುಖದಲ್ಲಿ ಖುಷಿಯ ನಗೆಯಿತ್ತು.'

'ಅದು ನಗೆ ಬರಿಸುವ ಮಾತಾಗಿತ್ತು.'

ಅವಳು ಅಲ್ಲಿಗೆ ಸುಮ್ಮನಾದಳು. ಆದರೆ ಮನಸ್ಸು ಒಳಗೇ ವ್ಯಗ್ರವಾಗಿತ್ತು. ಮದುವೆ ಯಾದರೆ ಒಂದಲ್ಲೊಂದು ದಿನ ಇವನು ತನ್ನನ್ನು ಹೊಡೆದೇ ಹೊಡೆಯುತ್ತಾನೆ ಎಂದು ಅದು ನಿರ್ಧರಿಸಿಬಿಟ್ಟಿತು. ಅವನೂ ಮತ್ತೆ ಮಾತನಾಡಲಿಲ್ಲ. ಮರುದಿನ ಇದೇ ಸ್ನಾನ

ಮಾಡುವಾಗ ಕೇಳಿದಳು: 'ನಿಮ್ಮ ಕಡೆ ವರದಕ್ಷಿಣೆ ಇದೆಯೆ?'

'ಯಾಕೆ?'

'ಸುಮ್ಮನೆ ಕೇಳಿದೆ.'

'ಇತ್ತೀಚೆಗೆ ಸಖತ್ ಬೆಳೆದುಬಿಟ್ಟಿದೆ.'

'ನೀನು ಮದುವೆಯಾದರೆ ಎಷ್ಟು ಸಿಕ್ಕೀತು?'

'ಆದರೆತಾನೆ ಆ ಪ್ರಶ್ನೆ. ನನಗೆ ನನ್ನ ರಾಧೆ ಇದಾಳೆ.'

'ಕೃಷ್ಣ ರಾಧೆಯನ್ನು ಬಿಟ್ಟು ಹೋದಮೇಲೆ ಎಂಟು ಮದುವೆಯಾದ. ನನ್ನ ಪ್ರಶ್ನೆಗೆ ಉತ್ತರ ಹೇಳು.'

'ಯಾರೋ ಒಬ್ಬ ಜಮೀನುದಾರರಂತೆ. ಮಗಳನ್ನ ಪ್ರಸ್ತಾಪಮಾಡಿದಾರಂತೆ. ತಂದು ಕೊಂಡರೆ ದಿಲ್ಲಿಯಲ್ಲಿ ಒಂದು ಮನೆ ಕಟ್ಟಿಸಿಕೊಡ್ತೀವಿ ಅಂತ ಒತ್ತಾಯಮಾಡ್ತಿದಾರಂತೆ. ಹಾಗಂತ ಕಾಗದ ಬರೆದಿದ್ದರು.'

'ಯಾಕೆ ಕಳಕೊತ್ತಿ? ಆಗಲಿ ಅಂತ ತಕ್ಷಣ ಉತ್ತರ ಬರೆದುಬಿಡು.'

'ಏನು ಮಾತಾಡ್ತೀ ನೀನು?' ಎಂದು ಅವನು ಸೋಪು ಹಚ್ಚಿದ್ದ ಅವಳ ಬೆನ್ನಿನಮೇಲೆ ಫಟ್ಟನೆ ಹೊಡೆದ. ಹುಸಿ ಪೆಟ್ಟಾಗಿರಲಿಲ್ಲ. ಕೋಪದ ಬಿರುಸಿತ್ತು. ಅದರಿಂದ ಅವಳಿಗೆ ಹಿತ ವಾಯಿತು. ಅವನನ್ನು ಪ್ರಣಯತುಂಬಿದ ಕಣ್ಣುಗಳಿಂದ ನೋಡಿದಳು. ಅಪ್ಪಿ ಮುದ್ದಿಸಿದಳು.

ಆ ರಾತ್ರಿ ಅವನು ಮಲಗಿದ ತಕ್ಷಣ ನಿದ್ರಿಸಲಿಲ್ಲ. ತುಸುಹೊತ್ತು ಮಾತನಾಡುತ್ತಿದ್ದ. ಹೇಗೆ ಬೇಕಾದರೂ ಬಾಗುವ, ಎಷ್ಟು ಕುಣಿದರೂ ಬಳಲದ ಅವಳ ಮೈಯಿಯ ಮಾಟ ಮತ್ತು ಸೌಂದರ್ಯವನ್ನು ಹೊಗಳಿದರೆ ಅವಳಿಗೆ ಸಂತೋಷವಾಗುತ್ತದೆಂದು ಅವನು ಅರ್ಥಮಾಡಿಕೊಂಡಿದ್ದ. ಅವಳನ್ನು 'ಸ್ವೀಟ್ ಸೆವೆಂಟೀನ್' ಎಂದು ಹೊಸದಾಗಿ ಕರೆದು ಮುದ್ದಿಸಿದ. ಅವನು ನಿದ್ರೆಹೋದಮೇಲೆ ಅವಳ ಮನಸ್ಸು ಆಲೋಚನೆಯಲ್ಲಿ ತೊಡಗಿತು. ನರ್ತನಶಾಲೆ, ಈ ಮನೆ, ಎರಡೂ ತನ್ನ ಹೆಸರಿನಲ್ಲಿವೆ. ಮದುವೆಯಾದಮೇಲೆ ಅವನಿಗೆ ಇದರಲ್ಲಿ ಎಷ್ಟುಮಟ್ಟಿನ ಹಕ್ಕು ಬರುತ್ತೊ? ವಕೀಲರನ್ನು ಕೇಳಬೇಕು. ಒಂದನ್ನಾದರೂ ನನ್ನ ಹೆಸರಿಗೆ ಬರೆದುಕೊಡು. ಹೆಂಡತಿಯ ಮನೆಯಲ್ಲಿ ನಾನು ವಾಸವಿರುಲ್ಲ. ವಾಸದ ಮನೆಯನ್ನ ನನ್ನ ಹೆಸರಿಗೆ ಮಾಡು. ನಮ್ಮೂರ ಜಮೀನುದಾರರ ಮಗಳನ್ನ ಆಗಿದ್ದರೆ ನನ್ನ ಹೆಸರಿಗೇ ಮನೆ ಕಟ್ಟಿಸಿಕೊಡ್ತಿದ್ದರು ಅಂತ ತಗಾದೆ ಮಾಡಿದರೆ ಏನು ಮಾಡೂದು? ಬರೆದುಕೊಡುಲ್ಲ ಅಂದರೆ ಹೊಡೆಯಲೂಬಹುದು. ನನಗೆ ಮಗು ಹೆರುವ ಶಕ್ತಿಯೂ ಇಲ್ಲ. ವಯಸ್ಸೂ ಇಲ್ಲ ಅಂತ ತಿಳಿದರೆ ಇವನು ಏನಾಗ್ತಾನೋ! ವಯಸ್ಸಿನಲ್ಲಿ ಇಷ್ಟು ಅಂತರವಿದೆ ಅಂತ ಗೊತ್ತಾದರೆ ಹೌಹಾರದೆ ಇದ್ದಾನೆಯೆ? ಮದುವೆಯಾದರೆ ಸಮಸ್ಯೆಗಳು ಹುಟ್ಟಿ ಉಲ್ಬಣಿಸುತ್ತವೆ, ಎನ್ನಿಸತೊಡಗಿತು.

ಸಂಜೆ ಎರಡುತಾಸಿನ ಪಾಠ ಒಂದುತಿಂಗಳು ನಡೆದಿತ್ತು. ಅದಲ್ಲದೆ ಅವನು ಬೆಳಗ್ಗೆ ಒಂದೂವರೆ ಎರಡುತಾಸು ತನಗೆ ತಾನೇ ಅಭ್ಯಾಸಮಾಡಿಕೊಳ್ಳುತ್ತಿದ್ದ. ಹಿಂದಿನ ಸಂಜೆಯ ಎಷ್ಟೋ ಭಾಗಗಳನ್ನು ಟೇಪುಮಾಡಿ ಬೆಳಗ್ಗೆ ಅದರ ಸಹಾಯ ಪಡೆಯುತ್ತಿದ್ದ. ಒಂದು

ಸಂಜೆ ಅವಳು ಹೇಳಿದಳು: 'ನಾನೇನೋ ಇಷ್ಟು ಬೇಗ ಬೇಗ ಹೇಳಿಕೊಡ್ತಿದೀನಿ. ಆದರೆ ಅದು ನಿನ್ನ ದೇಹಗತ, ಪಾದಗತ ಆಗಬೇಕು. ಕೆಳಗಿನ ಇಟ್ಟಿಗೆ ಗಟ್ಟಿಯಾಗಿ ಕೂರದೆ ಮೇಲಿನ ಇಟ್ಟಿಗೆ ಕೂರಿಸಿದರೆ ನಾಳೆ ಇಡೀ ಕಟ್ಟಡವೇ ಕುಸಿಯುತ್ತೆ. ಒಂದುಗಂಟೆಯ ಪಾಠಸಾಕು. ವಾರಕ್ಕೆ ಮೂರುದಿನ. ನೀನು ಬೆಳಗ್ಗೆ ಅಭ್ಯಾಸಮಾಡಿ ಕರಗತಮಾಡಿಕೊಂಡಮೇಲೆ ಮುಂದಿನ ಪಾಠ. ಅದೇ ಸರಿಯಾದ ಕ್ರಮ.'

ಅವನು ಒಪ್ಪಿಕೊಂಡ. ಒಪ್ಪದೆ ವಾದಮಾಡಿಯಾನೆಂದು ಅವಳು ನಿರೀಕ್ಷಿಸಿದ್ದಳು. ರಾತ್ರಿ ಬೇಗ ಮನೆಗೆ ಹೋಗಿ ತುಸುಹೊತ್ತಾದ ನಂತರ ಅವನೂ ಬಂದು ನಿದ್ರೆಗೆ ಮುನ್ನ ಹಾಸಿಗೆಯಲ್ಲಿ ಹೆಚ್ಚು ಹೊತ್ತು ಸಂಗಸುಖವನ್ನನುಭವಿಸಲು ಅನುವು ಸಿಕ್ಕಿತು. ಆದರೆ ಇತ್ತೀಚೆಗೆ ಅವನು ಜೊತೆಯಲ್ಲಿ ಮಲಗಿದಾಗಲೂ ಪಾಠದ ವಿಷಯವನ್ನೇ ಕೇಳುತ್ತಾನೆ. ಬೋಲುಗಳನ್ನು ಹೇಳಿ ಅವನ್ನು ಹಾಗಲ್ಲ ಹೀಗೆ ಬದಲಾಯಿಸಿದರೆ ಏನಾಗುತ್ತೆ? ಎಂಬ ವಿಶ್ಲೇಷಣೆಗೆ ತೊಡಗುತ್ತಾನೆ. 'ನನ್ನ ರಾಜ, ಹಾಸಿಗೇಲಿ ಮಲಗಿದಾಗ ಶೃಂಗಾರದ ಮಾತಾಡ ಬೇಕು. ತೊಡಗಬೇಕು. ಕಾಲಿಗೆ ಗೆಜ್ಜೆ ಕಟ್ಟದೆ, ವಿಶಾಲವಾದ ನೆಲದಮೇಲೆ ನಿಲ್ಲದೆ ನರ್ತನದ ಮಾತು ಚರ್ಚಿಸೂದು ವ್ಯರ್ಥ' ಎಂದು ಅವಳು ಅವನನ್ನು ಮುದ್ದಿಸಿ ಮೈ ತಡವುತ್ತಾಳೆ. ಅವನು ಪ್ರತ್ಯುತ್ತರ ಹೇಳುವುದಿಲ್ಲ. ಶಿಷ್ಯನ ವಿಧೇಯತೆಯನ್ನು ಮೀರುವುದಿಲ್ಲ. ಇಂಥ ಶಿಷ್ಯನಿಗೆ ಶಿಕ್ಷಣದ ಗತಿಯನ್ನು ನಿಧಾನಗೊಳಿಸುವುದು ತಪ್ಪಲ್ಲವೆ? ಎಂದು ಅವಳ ಮನಸ್ಸು ವಿವಂಚನೆಗೆ ಸಿಕ್ಕುತ್ತದೆ. ಕಲಿಯುವತನಕ ಎಲ್ಲರೂ ವಿಧೇಯರಾಗಿಯೇ ಇರ್ತಾರೆ. ಬೇಗ ಕಲಿಸಿದರೆ ಕಲಿತಮೇಲೆ ಕಳಚಿಕೊಂಡು ಹೋಗ್ತಾರೆ, ಎಂಬ ಸಂಶಯ ಗಟ್ಟಿಯಾಗುವುದು. ವಾಸಕ್ಕೆ ಬಾಡಿಗೆ ಇಲ್ಲ. ಬೆಳಗ್ಗೆ ನಾಶ್ತಾ ಸಂಜೆ ಊಟ ಮುಫ಼್ತ್. ಪಾಠಕ್ಕೆ ಫ಼ೀಜು ಇಲ್ಲ. ಎಂಟು ಹತ್ತು ವರ್ಷವಾದರೂ ಕಲಿಯಲಿ ಎಂದು ಮನಸ್ಸು ಯೋಜನೆ ಹಾಕುವುದು. ಅಷ್ಟರಲ್ಲಿ ಮೂವತ್ತೈದು ವರ್ಷವಾಗುತ್ತೆ. ಆಮೇಲೆ ಎಲ್ಲಿಗೆ ಬಿಟ್ಟುಹೋದಾನು? ಯಾರು ಹೆಣ್ಣು ಕೊಟ್ಟಾರು? ಕೊನೆಯ ತನಕ ಇದೇ ವಿಧೇಯತೆಯಿಂದಿದ್ದರೆ ನನ್ನ ಎರಡು ಕಟ್ಟಡಗಳನ್ನೂ ಇವನಿಗೇ ಮಾಡ್ತೀನಿ. ನಾನೇನೂ ಅನ್ಯಾಯ ಮಾಡುಲ್ಲ ಎಂದು ತನ್ನೊಳಗೆ ತಾನೇ ಸಮರ್ಥನೆ ಮಾಡಿಕೊಂಡು ಅವನನ್ನು ಪಟ್ಟುಹಾಕಿ ಹಿಡಿಯುವಂತೆ ಅಪ್ಪಿಕೊಳ್ಳುವಳು. ಒಪ್ಪಿಸಿಕೊಳ್ಳುತ್ತಿದ್ದನಾದರೂ ಅವನ ಮನಸ್ಸು ತಾಲದ ಲೆಕ್ಕ ಹಾಕುತ್ತಿದೆ ಎಂಬುದು ಅವಳಿಗೆ ಅರ್ಥವಾಗುವುದು. 'ಯಾವಾಗಲೂ ಅದನ್ನೇ ಯೋಚಿಸುತ್ತಿದ್ದರೆ ವಿದ್ಯೆ ಹತ್ತುಲ್ಲ. ನಡುನಡುವೆ ಬಿಡುವು ಕೊಡಬೇಕು,' ಎಂದು ಉಸುರುತ್ತಾ ಇನ್ನೂ ಹತ್ತಿರಕ್ಕೆ ಎಳೆದುಕೊಳ್ಳುವಳು.

– ೩ –

ಸರ್ಕಾರದಿಂದ ಅವಳಿಗೊಂದು ಪತ್ರಬಂತು. ಏಷ್ಯಾರಾಷ್ಟ್ರಗಳ ನರ್ತನಸಂಪ್ರದಾಯ ಗಳನ್ನು ತುಲನಾತ್ಮಕವಾಗಿ ಅಧ್ಯಯನಮಾಡುವ ಒಂದು ದೀರ್ಘ ಕಾರ್ಯಾಗಾರವನ್ನು ವಿಶ್ವಸಂಸ್ಥೆಯು ಟೋಕ್ಯೋನಗರದಲ್ಲಿ ಏರ್ಪಡಿಸಿತ್ತು. ಭಾರತದ ಪ್ರತಿನಿಧಿಯಾಗಿ ಅವಳನ್ನು

ಕಳಿಸಬೇಕೆಂದು ನಿರ್ಧರಿಸಲಾಗಿದೆ. ಟೋಕ್ಯೋದ ಪ್ರಯಾಣ, ಮೂರುತಿಂಗಳು ಅಲ್ಲಿನ ವಾಸ್ತವ್ಯ ಮತ್ತು ಸಂಭಾವನೆಗಳನ್ನು ವಿಶ್ವಸಂಸ್ಥೆಯು ಕೊಡುತ್ತದೆ. ಉಳಿದ ವಿವರಗಳನ್ನು ಪ್ಯಾರಿಸಿನಲ್ಲಿರುವ ವಿಶ್ವಸಂಸ್ಥೆಯ ಸಾಂಸ್ಕೃತಿಕ ವಿಭಾಗದ ಕಛೇರಿಯು ತಿಳಿಸುತ್ತದೆ.

ಭಾರತ ಸರ್ಕಾರದ ಉನ್ನತವಲಯಗಳಲ್ಲಿ ಮಾತ್ರವಲ್ಲ, ವಿಶ್ವಸಂಸ್ಥೆಯಲ್ಲೂ ತನಗೆ ಮನ್ನಣೆ ದೊರೆಯುತ್ತದೆ. ಈಗಾಗಲೆ ಅಂತರರಾಷ್ಟ್ರೀಯ ಮಟ್ಟದಲ್ಲಿ ಅಲ್ಲಲ್ಲಿ ಹೆಸರುಬಂದಿದೆ. ಕ್ರಮೇಣ ಸಂಪೂರ್ಣವಾಗಿ ಅಂತರರಾಷ್ಟ್ರೀಯ ಮಟ್ಟದ ಕಲಾವಿದೆಯೇ ಆಗ್ತೀನಿ ಎಂದು ಅವಳು ಹಿಗ್ಗಿದಳು. ಭಾರತ ಸರ್ಕಾರದಿಂದ ತನ್ನ ಈ ಆಯ್ಕೆಗೆ ಸಂಬಂಧಿಸಿದ ಅಧಿಕಾರಿಗಳನ್ನು ಅವಳು ಊಹಿಸಿದಳು. ಫೋನಿನಲ್ಲಿ ತನ್ನ ವಂದನೆಗಳನ್ನು ತಿಳಿಸಿದಳು. ಕಾಲಿನ ಗೆಜ್ಜೆಯೊಂದ ನ್ನುಳಿದು ನರ್ತನದ ವೇಷವನ್ನೇ ಧರಿಸಿ ಪುಷ್ಪಗುಚ್ಛಗಳನ್ನು ಕಾರಿನಲ್ಲಿಟ್ಟುಕೊಂಡು ಮಂತ್ರಾ ಲಯಕ್ಕೆ ಹೋಗಿ ಅಧಿಕಾರಿಗಳ ಸಂದರ್ಶನಪಡೆದು ಅವರ ಕಲಾಭಿಜ್ಞತೆಯನ್ನು ಹೊಗಳಿ ವಂದನೆಸಲ್ಲಿಸಿದಳು. 'ನಿಮ್ಮ ಮಗಳಿಗೆ ಯಾಕೆ ನರ್ತನ ಕಲಿಸುತ್ತಿಲ್ಲ? ಕಲಿಸುವ ಅವಕಾಶ ನನಗೆ ಬೇಡವೆ?' ಎಂದು ಹುಬ್ಬು ಕೊಂಕಿಸಿ ಕೋಪನಟಿಸಿ ಕೇಳಿದಳು. ನರ್ತನ ಕಲಿಯುವ ಮಗಳೆಲ್ಲಿ? ಅವಳಿಗಾಗಲೆ ಮದುವೆಯಾಗಿ ಇಬ್ಬರು ಮಕ್ಕಳಿದಾರೆ, ಎಂದು ತಲೆಗೆ ಕಪ್ಪುಬಣ್ಣ ಸವರಿ ನಡುವಯಸ್ಕನಂತೆ ಕಾಣಿಸಲೆತ್ನಿಸುತ್ತಿದ್ದ ಅಧಿಕಾರಿ ಉತ್ತರಿಸಿದಾಗ, 'ಹೌದಾ? ನಿಮ್ಮನ್ನ ನೋಡಿದರೆ ಹಾಗೆ ಕಾಣುಲ್ಲವಲ್ಲ!' ಎಂದು ಆಶ್ಚರ್ಯನಟಿಸಿ ಅವನಿಗೆ ಸಂತೋಷ ಉಂಟುಮಾಡಿದಳು.

ತಾನು ಇದುವರೆಗೆ ಹೀಗೆ ಒಟ್ಟಿಗೆ ಮೂರುತಿಂಗಳು ಶಾಲೆ ಮತ್ತು ಮನೆಯನ್ನು ಬಿಟ್ಟು ಹೋಗಿಲ್ಲವೆಂಬ ಅರಿವಾದಾಗ ಅವಳಿಗೆ ಚಿಂತೆಹತ್ತಿತು. ಸಹಜವಾಗಿಯೇ ಓಂಪ್ರಕಾಶರಿಗೆ ಶಾಲೆಯ ಮೇಲ್ವಿಚಾರಣೆ ಹೊರಿಸಬೇಕು. ಆದರೆ ಆತ ಆಲಸಿ. ನನ್ನ ಭಯವಿಲ್ಲದಿದ್ದರೆ ಏನಾದರೊಂದು ನೆಪಹೇಳಿ ಚಕ್ಕರ್ ಹಾಕ್ತಾರೆ. ಮೂರುತಿಂಗಳು ಕೇಳುವವರೇ ಇಲ್ಲವಾದಾಗ ವಾರಗಟ್ಟಲೆ ಬರದೆ ಇರಬಹುದು. ಬಂದರೂ ಪೂರ್ತಿಸಮಯ ಕ್ಲಾಸುಮಾಡದೆ ಹೋಗ ಬಹುದು ಎಂಬ ಆತಂಕಹುಟ್ಟಿತು. ವಿದ್ಯಾರ್ಥಿಯೂ ಆಗಿರುವ ದೇವರಾಜ ಇದೇ ಕಟ್ಟಡ ದಲ್ಲಿ ವಾಸಿಸುವುದು ಎಲ್ಲರಿಗೂ ಗೊತ್ತಿದೆ. ಓಂಪ್ರಕಾಶರಿಗೂ ಗೊತ್ತಿದೆ. ಎಷ್ಟಾದರೂ ಸರ್ಕಾರದಲ್ಲಿ ಅಧಿಕಾರಿಯಾಗಿ ನಿರ್ವಹಿಸುತ್ತಿದಾನೆ. ಅವನು ಮೇಲ್ವಿಚಾರಕ ಅಂತ ಎಲ್ಲರಿಗೂ ಹೇಳಿಬಿಡೂದೇ ಸೂಕ್ತ, ಎಂದು ನಿರ್ಧರಿಸಿದಳು. ಮನೆಗೂ ಅಷ್ಟೆ. ಅವನು ಮನೇಲಿ ಮಲಗಬೇಕು. ಅವನ ಪರಿಚಯವನ್ನು ನಮ್ಮ ಶಿಷ್ಯನೆಂದು ಗುರೂಜಿಗೆ ಮಾಡೂದು, ರಾತ್ರಿ ಅವನು ಬೇಗ ಮನೆಗೆಹೋಗಿ ಅಲ್ಲೇ ಊಟಮಾಡೂದು. ಬೆಳಗ್ಗೆ ಕೆಲಸದೋಳು ಬರೂತನಕ ಅಲ್ಲೇ ಇದ್ದುಬರೂದು, ಎಂಬ ವ್ಯವಸ್ಥೆಮಾಡಿದಳು. ದೇವರಾಜನಿಗೆ ಬಿಡಿಸಿ ಹೇಳಿದಳು: 'ಒಂದು ವಿಷಯ ಎಚ್ಚರವಾಗಿರು. ಶಾಲೇಲಿ ಹುಡುಗರೂ ಹುಡುಗೀರೂ ಜೊತೇಲಿ ಕಲೀತಾರೆ. ಕಲಿಯೂದು ನರ್ತನ. ಶೃಂಗಾರಭಾವಗಳು ಪ್ರಧಾನವಾಗಿರ್ತವೆ. ಒಬ್ಬರಿಗೊಬ್ಬರು ಎಲ್ಲೆಮೀರಿ ನಡೆದರೆ ತಂದೆ ತಾಯಿಯರು ಶಾಲೆಯ ಮೇಲೆ ಕೆಟ್ಟಹೆಸರು ಹೇರ್ತಾರೆ. ಎಚ್ಚರವಾಗಿ ನೋಡಿಕೊ. ಅಟೆಂಡೆನ್ಸ್ ಸರಿಯಾಗಿ

ನೋಡಿಕೊ. ನಮ್ಮ ಪ್ರೋಗ್ರಾಂಗಳಲ್ಲಿ ನೀನೇ ಕೃಷ್ಣನ ಪಾತ್ರವಹಿಸೂದು, ಇಲ್ಲೇ ವಾಸ ಇರೂದು, ಆಫೀಸರಾಗಿ ರೂದು ಎಲ್ಲರಿಗೂ ಗೊತ್ತು. ನಿನ್ನ ಮಾತಿಗೆ ಎಲ್ಲರೂ ಅಂಜುತಾರೆ.'

ಅವನು ಜವಾಬ್ದಾರಿಯನ್ನು ಒಪ್ಪಿಕೊಂಡ. ಹೊರಡುವ ಮೊದಲು ನೂರೆಂಟು ಕೆಲಸ. ಪಾಸ್‌ಪೋರ್ಟ್ ನವೀಕರಿಸಬೇಕು, ವೀಸಾ ಆಗಬೇಕು, ಸರ್ಕಾರದ ಕಛೇರಿಗಳಿಗೆ ಓಡಾಡಬೇಕು. ಜಪಾನಿನಿಂದ ಬರುವ ಕಾಗದಪತ್ರಗಳಿಗೆ ತಕ್ಷಣ ಉತ್ತರಿಸಬೇಕು. ಹೀಗಾಗಿ ಶಾಲೆಯ ಮೇಲುತರಗತಿಯ ವಿದ್ಯಾರ್ಥಿಗಳಿಗೆ ಮಾತ್ರವಲ್ಲ, ದೇವರಾಜನಿಗೆ ಕೂಡ ಕ್ರಮ ವಾಗಿ ಪಾಠ ಮಾಡಲಾಗಲಿಲ್ಲ. ಅಸ್ಪಷ್ಟ ಆತಂಕ. ದೇವರಾಜನೇನಾದರೂ ತನಗೆ ಕೈಕೊಟ್ಟು ಬಿಡ್ತಾನೆಯೇ ಎಂಬ ತಳಮಳ. ಅವನನ್ನೂ ಜೊತೆಯಲ್ಲಿ ಕರೆದೊಯ್ಯುವಂತಿದ್ದರೆ! ಎಂದು ಮನಸ್ಸಿನಲ್ಲೇ ಅಂದುಕೊಂಡಳು. ತಾನೇ ಖರ್ಚುಹಾಕಿ ಕರೆದೊಯ್ದರೆ? ಎಂಬ ಆಲೋಚನೆಯೂ ಬಂತು. ಮದುವೆಯೇ ಆಗಿಬಿಟ್ಟಿದ್ದರೆ ವೀಸಾ ಮೊದಲಾದುವೆಲ್ಲ ಸುಲಭವಾಗ್ತಿತ್ತು ಎಂಬ ಖೇದ. ಮೂರುತಿಂಗಳು ಅವನಿಗಾದರೂ ರಜೆ ಸಿಕ್ಕುಲ್ಲವೆಂಬ ಸಮಾಧಾನ. ಹೊರಡುವ ಹಿಂದಿನ ರಾತ್ರಿ ಅವನನ್ನು ಅಪ್ಪಿಮುದ್ದಿಸಿ, 'ರಾಜ, ನನ್ನ ಜೀವ ನಿನ್ನೊಳಗಿದೆ ಅಂತ ಗೊತ್ತಿದೆ ತಾನೆ?' ಎಂದಳು.

'ಇಬ್ಬರ ಜೀವವೂ ಪರಸ್ಪರರಲ್ಲಿದೆ' ಅವನು ಮಾರ್ನುಡಿದ.

'ಹೋಗಬೇಡ ಅಂತ ನೀನು ಈಗ ಹೇಳಿದರೂ ಕ್ಯಾನ್ಸಲ್ ಮಾಡಿಬಿಡ್ತೀನಿ. ವಿದೇಶಯಾತ್ರೆ ಗಿಂತ ನನಗೆ ನೀನು ಹೆಚ್ಚು.'

'ಒಂದೇ ಅವಕಾಶ ಮತ್ತೆ ಬರುಲ್ಲ. ಅವರು ಬೇರೆಯೋರನ್ನ ಆರಿಸುವಷ್ಟು ಸಮಯವೂ ಇಲ್ಲದೆ ಕೊನೇಗಳಿಗೇಲಿ ಇದನ್ನ ನಿರಾಕರಿಸಿದರೆ ಮುಂದೆ ಎಂದೆಂದಿಗೂ ವಿಶ್ವಸಂಸ್ಥೆಯೋರು ನಿನ್ನನ್ನ ಕರೆಯುಲ್ಲ.'

'ನೀನು ಇದನ್ನೆಲ್ಲ ಅರ್ಥಮಾಡಿಕೊಂಡಿದೀಯ ನನ್ನ ರಾಜ. ನಾನು ಬಂದಮೇಲೆ ನಿನಗೆ ದಿನಾ ಮೂರುತಾಸು ಅಭ್ಯಾಸಮಾಡಿಸ್ತೀನಿ,' ಎಂಬ ಮಾತು ಅವಳ ಬುದ್ಧಿಯನ್ನು ತಪ್ಪಿಸಿ ಹೊರಬಂತು. ತಕ್ಷಣ ತಿದ್ದಿಕೊಂಡು, 'ಅಷ್ಟರಲ್ಲಿ ನೀನು ಇದುವರೆಗೆ ಆಗಿರೂ ನಡೆ ಗಳನ್ನೆಲ್ಲ ಪಕ್ಕಾ ಮಾಡಿಕೊಂಡಿರು. ಹಿಂದಿನದು ಪಕ್ಕಾ ಆಗದೆ ಮುಂದಿನದು ಗಟ್ಟಿಯಾಗುಲ್ಲ,' ಎಂದಳು.

ಅವನು, 'ಹೌದು. ಅಭ್ಯಾಸಮಾಡ್ತೀನಿ. ಚಿಂತಿಸಬೇಡ,' ಎಂದು ಆಶ್ವಾಸನೆಯಿತ್ತ.

ವಿಮಾನನಿಲ್ದಾಣಕ್ಕೆ ಅವನಲ್ಲದೆ ಬೇರೆ ಯಾರನ್ನೂ ಕರೆದೊಯ್ಯಲಿಲ್ಲ. ಟ್ಯಾಕ್ಸಿಯ ಹಿಂಬದಿಯ ಸೀಟಿನಲ್ಲಿ ಅವನ ಕೈಹಿಡಿದೇ ಕುಳಿತಳು. ಸಾಮಾನುಗಳನ್ನು ತಳ್ಳುಗಾಡಿಯಲ್ಲಿಟ್ಟು ಕೊಂಡು 'ಪ್ರಯಾಣಿಕರು ಮಾತ್ರ'ದ ಗೇಟು ದಾಟುವ ಮುನ್ನ ಅವನ ಕೈಹಿಡಿದು ಗುಡ್ ಬೈ ಹೇಳುವಾಗ ಅವಳ ಕಣ್ಣುಗಳಲ್ಲಿ ನೀರು ತುಂಬಿಕೊಂಡಿತು.

ಏಷ್ಯಾದ ಬೇರೆ ಬೇರೆ ದೇಶಗಳ ನೃತ್ಯಗಳನ್ನು ನೋಡಿ ತಿಳಿಯುವುದು, ಭಾರತ ದೇಶದ ನೃತ್ಯದ ಮುಖ್ಯಾಂಶಗಳನ್ನು ಮಾಡಿ ವಿವರಿಸುವುದು, ನಡುವೆ ಬೇರೆ ಬೇರೆ ಊರುಗಳಲ್ಲಿ ಏರ್ಪಡಿಸಿದ್ದ ಕಾರ್ಯಕ್ರಮಗಳಲ್ಲಿ ಟೇಪು ಹಾಕಿಕೊಂಡು ಪ್ರದರ್ಶನ

ನೀಡುವುದು, ನರ್ತನವನ್ನು ಕಲಿತುನಿಲ್ಲಿಸಿದ್ದ, ಭಾರತೀಯ ರಾಯಭಾರಕಛೇರಿಯ ಇಬ್ಬರು ಅಧಿಕಾರಿಗಳ ಹೆಂಡತಿಯರಿಗೆ ವಾರಕ್ಕೆರಡರಂತೆ ನವೀಕರಣದ ಪಾಠ ಹೇಳುವುದು, ಹೀಗೆ ಅವಳಿಗೆ ಸಮಯ ತುಂಬಿಹೋಯಿತು. ಆದರೂ ಮನಸ್ಸು ದೇವರಾಜನನ್ನು ನೆನಸಿಕೊಳ್ಳು ತ್ತಿತ್ತು. ಮದುವೆಯಾಗಿ ಜೊತೆಯಲ್ಲಿ ಬಂದಿದ್ದರೆ! ಎಂಬ ಬಯಕೆ ಬಾಧಿಸುತ್ತಿತ್ತು. ಸಾಧ್ಯ ವಾದಾಗ ಫ್ಲೋನ್‌ಮಾಡುವಳು. ಆದರೆ ಎರಡೂ ದೇಶಗಳ ಕಾಲದ ಅಂತರ, ಅವನು ಏಕಾಂತದಲ್ಲಿ ಫ್ಲೋನು ಎತ್ತಿಕೊಳ್ಳುವ ಅವಕಾಶಗಳ ಕೊರತೆಗಳು ಅಡ್ಡಬರುತ್ತಿದ್ದವು. ಮನೆಯಲ್ಲಿ ಮಾಡಿದರೆ ಗುರೂಜಿ, ಶಾಲೆಯಲ್ಲಿ ಫ್ಲೋನ್ ಇರುವುದೇ ಆಫ್ಲೀಸಿನಲ್ಲಿ, ಅವನ ಕಛೇರಿಯಲ್ಲಿ ಅವನಿಗೇ ಪ್ರತ್ಯೇಕ ಕೋಣೆ ಇಲ್ಲ, ಪ್ರತ್ಯೇಕ ಫ್ಲೋನ್ ಇಲ್ಲ. ಹತಾಶೆ ಎನಿಸುತ್ತಿತ್ತು. ಕಾಗದ ಬರೆಯತೊಡಗಿದಳು. ಭಾವನೆಯ ಮಟ್ಟದಲ್ಲಿ ಅವಳು ಎಂದೂ ಏನನ್ನೂ ಬರೆದಿಲ್ಲ. ಆದರೆ ಈಗ ತಾನು ಬರೆಯುತ್ತಿರುವ ಗದ್ಯವೇ ಜಯದೇವ ಕವಿಯನ್ನು ಮೀರಿಸುವ ಪದ್ಯವಾಗುತ್ತಿದೆ ಎನ್ನಿಸಿತು. ಎರಡು ಪುಟಗಳ ಕಾಗದ ಬರೆದು ಅಂಚೆಗೆ ಹಾಕಿದಳು. ಮರುದಿನವೂ ರಾತ್ರಿ ಹೋಟೆಲಿನ ಕೋಣೆಗೆ ಬಂದಮೇಲೆ ಇನ್ನೊಂದು ಬರೆ ದಳು. ಹೋಟೆಲಿಗೆ ಹಿಂತಿರುಗಿಬಿಟ್ಟರೆ ಒಂಟಿ. ಬೇರೆ ಬೇರೆ ದೇಶಗಳ ನರ್ತಕ ಪ್ರತಿನಿಧಿಗಳು ಅದೇ ಹೋಟೆಲಿನಲ್ಲಿದ್ದರೂ ಹೆಂಗಸಾದ ತಾನು ಗಂಡಸರ ಕೋಣೆಗೆ ಹೋಗುವುದು, ಅವರನ್ನು ಕೂಗುವುದು ಗೌರವದ ನಡೆವಳಿಕೆಯಲ್ಲ. ಮೂವರು ನರ್ತಕಿಯರಿದ್ದರೂ ಅವರಿಗೆ ತನ್ನಮೇಲೆ ಅಸೂಯೆಯೋ ಏನೋ, ಹೆಚ್ಚು ಸ್ನೇಹ ತೋರಿಸುತ್ತಿಲ್ಲ. ತನ್ನ ರಾಜ ನಿಗೆ ಕಾಗದ ಬರೆಯುವುದರಲ್ಲೇ ಮನಸ್ಸಿಗೆ ಶಮನಸಿಕ್ಕುತ್ತಿತ್ತು.

– ೪ –

ಅವಳ ಟೋಕ್ಯೋ ವಾಸ್ತವ್ಯವು ತುಂಬ ಸಫಲವಾಯಿತು. ಆ ವರ್ಷದ ರಾಷ್ಟ್ರೀಯ ಕಲಾಉತ್ಸವದಲ್ಲಿ ಅವಳನ್ನು ಹತ್ತುಜನದ ತಂಡದೊಡನೆ ಆಹ್ವಾನಿಸುವುದಾಗಿಯೂ ತಪ್ಪದೆ ಬಂದು ಟೋಕ್ಯೋದಲ್ಲಿ ಮೂರು, ಕ್ಯೋತೋದಲ್ಲಿ ಎರಡು, ನಗೋಯಾ, ಓಸಕಾ, ಹಿರೊಶಿಮಾ ನಗರಗಳಲ್ಲಿ ಒಂದೊಂದು ಒಟ್ಟು ಎಂಟು ಕಾರ್ಯಕ್ರಮಗಳನ್ನು ಕೊಡಬೇಕೆಂದು ಜಪಾನು ಸರ್ಕಾರದ ಸಾಂಸ್ಕೃತಿಕ ಕಾರ್ಯದರ್ಶಿ ಆಹ್ವಾನವಿತ್ತ. ಅವಳು ಸಿದ್ಧಮಾಡಿ ತರುವ ರಚನೆಗಳಲ್ಲದೆ ಬುದ್ಧನನ್ನು ಕುರಿತ ಒಂದಾದರೂ ರಚನೆಯನ್ನು ಸಿದ್ಧಪಡಿಸಿತರುವಂತೆ ಸೂಚನೆಯನ್ನೂ ಇತ್ತ. ಥೈಲಂಡ್, ಮಲೇಶಿಯಾ, ಕೊರಿಯಾ, ಇಂಡೋನೇಶಿಯಾ ಪ್ರತಿ ನಿಧಿಗಳೂ ಅವಳ ನೃತ್ಯಜ್ಞಾನ ಮತ್ತು ಕೌಶಲಗಳನ್ನು ಪ್ರಶಂಸಿಸಿ ತಮ್ಮ ದೇಶಗಳಿಗೆ ಕರೆ ಸುವ ಪ್ರಯತ್ನ ಮಾಡುವುದಾಗಿ ಹೇಳಿದರು. ಮೂರುವರ್ಷ ಕಥಕ್ ನೃತ್ಯ ಕಲಿಯಲು ದಿಲ್ಲಿಯ ಅವಳ ಶಾಲೆಗೆ ಬರುವುದಾಗಿಯೂ ತನ್ನನ್ನು ಒಪ್ಪಿಕೊಳ್ಳಬೇಕೆಂದೂ, ಆಗಲೇ ಭಾರತೀಯ ನೃತ್ಯದಲ್ಲಿ ಎರಡುವರ್ಷದ ತರಬೇತಿ ಪಡೆದಿದ್ದ ಜಪಾನೀ ನರ್ತಕಿ ಟೀಕೊ ಅವಳನ್ನು ಪ್ರಾರ್ಥಿಸಿದಳು. ತಾನು ನಿಜವಾಗಿಯೂ ಅಂತರರಾಷ್ಟ್ರೀಯ ಮನ್ನಣೆಯನ್ನು

ಗಳಿಸಿದೆ ಎಂಬ ಹಿಗ್ಗಿನಿಂದ ಅವಳು ಮರುಪ್ರಯಾಣ ಮಾಡಿದಳು. ರಾಜನಿಗೆ ಷರಟು ಪ್ಯಾಂಟುಗಳಲ್ಲದೆ ಒಂದು ಸೂಟನ್ನೂ ಕೊಂಡಳು.

ಅವನು ಬೆಳಗಿನಜಾವ ವಿಮಾನನಿಲ್ದಾಣಕ್ಕೆ ಬಂದಿದ್ದ. ಹ್ಯಾಪಿ ವೆಲ್‌ಕಂ ಎಂದು ಕೈ ಕುಲುಕಿದ. ತನ್ನ ಕುತ್ತಿಗೆಯನ್ನು ಬಳಸಿ ಚುಂಬಿಸಲಿಲ್ಲ. ಇದು ದಿಲ್ಲಿ, ಭಾರತ. ಪ್ಯಾರಿಸ್ ಅಲ್ಲ ಎಂದು ಅವಳು ಸಮಾಧಾನ ತಂದುಕೊಂಡಳು. ಟ್ಯಾಕ್ಸಿಯಲ್ಲಿ ಅವಳು ಅವನ ಕೈ ಹಿಡಿದು ಕುಳಿತಳು. ಇನ್ನೂ ಹೆಚ್ಚು ನಿಕಟವಾಗಲು ಏಕಾಂತವಿರಲಿಲ್ಲ. ಹಿಂಬದಿಯಿಂದ ಸಾಲುಗಟ್ಟಿ ಬರುತ್ತಿದ್ದ ಇತರ ಟ್ಯಾಕ್ಸಿ, ಕಾರುಗಳು ಒಳಕ್ಕೆಲ್ಲ ಬೆಳಕನ್ನು ರಾಚುತ್ತಿದ್ದವು. ತನ್ನನ್ನು ಮನೆಯಲ್ಲಿಳಿಸಿದ ನಂತರ, 'ಗುರೂಜಿ ಎದ್ದಿಲ್ಲ. ಎರಡುತಾಸಾದರೂ ನಿದ್ದೆಮಾಡಿ. ನಾನೂ ನಿದ್ದೆಮಾಡಬೇಕು.' ಎಂದು ಶಾಲೆಗೆ ಹೊರಟ. ಮೇಲೆ ಜೊತೆಯಲ್ಲಿ ಮಲಗೋಣ ಬಾ ಎಂದು ಅವಳು ಸನ್ನೆಮಾಡಿದಳು. ಬೇಡ ಎಂಬಂತೆ ಅವನು ಮುಖದಲ್ಲಿ ತೋರಿಸಿದ. ಬೆಳಕು ಹರಿಯುತ್ತಿತ್ತು. ಇದು ಅತ್ತಲೂ ಅಲ್ಲದ ಇತ್ತಲೂ ಇಲ್ಲದ ಸಮಯ ಎಂಬ ಇಂಗಿತವನ್ನು ವ್ಯಕ್ತಪಡಿಸುತ್ತಿದ್ದಾನೆ ಎಂದು ಅವಳು ಅರ್ಥಮಾಡಿಕೊಂಡಳು. ಆದರೆ ತುಸುಹೊತ್ತು ಮೇಲೆ ಬಂದು ನಿಶ್ಶಬ್ದ ಆಲಿಂಗನ ಒಂದು ನಿಶ್ಶಬ್ದ ಚುಂಬನವನ್ನಾದರೂ ಕೊಟ್ಟು ಹೋಗಬಹುದಲ್ಲ ಎನ್ನಿಸಿದರೂ ಬಾಯಿಬಿಟ್ಟು ಹೇಳಲಿಲ್ಲ. ಅವನು ಹೋಗಿಬಿಟ್ಟ. ಸ್ಕೂಟರ್ ಚಾಲೂಮಾಡಿದ ಸದ್ದು ಕೇಳಿಸಿತು. ಅವನು ಬದಲಾಯಿಸಿದ್ದಾನೆ ಎನ್ನಿಸಿತು. ಪ್ರೇಮದ ಕಾವು ಕಡಮೆಯಾಯಿತೆ? ದೃಷ್ಟಿಯಿಂದ ಹೊರಗಿದ್ದರೆ ಮನಸ್ಸಿನಿಂದಲೂ ಹೊರಗು ಅನ್ನುವ ಇಂಗ್ಲಿಷ್‌ಗಾದೆ ನಿಜವಾಗುತ್ತಿದೆಯೆ? ಎಂಬ ಅನುಮಾನಬಂತು. ಇಲ್ಲ, ರಾತ್ರಿ ನಿದ್ರೆಮಾಡಿಲ್ಲ. ನಡುರಾತ್ರಿಗೇ ವಿಮಾನನಿಲ್ದಾಣಕ್ಕೆ ಬಂದು ಕಾದುಕೂತಿದಾನೆ. ವಿಮಾನ ಬೇರೆ ತಡವಾಯಿತು. ಅವನಿಗೆ ನಿದ್ರೆ ಕೆಡುವಶಕ್ತಿ ಇಲ್ಲ. ಸ್ವಲ್ಪ ನಿದ್ರೆಮಾಡಲಿ. ಸಂಜೆ ಸಂಪೂರ್ಣ ನಮ್ಮದು. ಇವತ್ತಿನಿಂದ ಪ್ರತಿರಾತ್ರಿಯೂ ನಮ್ಮದು. ಜಪಾನು ಪ್ರವಾಸದಲ್ಲಿ ನಮ್ಮಿಬ್ಬರಿಗೂ ಅಕ್ಕಪಕ್ಕದ ಕೋಣೆ ಮಾಡಿಕೊಳ್ಳೋಣ. ಜೊತೆಯಲ್ಲಿ ಮಲಗೋಣ ಎಂದು ಕಲ್ಪಿಸಿಕೊಂಡಳು. ನಾವಿಬ್ಬರೇ ಆದರೆ ಒಂದೇ ಕೋಣೆಯಲ್ಲಿರಬಹುದಿತ್ತು. ಆದರೆ ಒಟ್ಟು ತಂಡದಲ್ಲಿ ಹೋದಾಗ ಗುಲ್ಲಾಗುತ್ತದೆ ಎಂಬ ಎಚ್ಚರ ತಂದುಕೊಂಡಳು. ಉಳಿದ ಏಶಿಯಾ ದೇಶಗಳಿಗೆ ಹೋದರೂ ಇದೇ ಸಮಸ್ಯೆ, ಎಂಬ ಅರಿವಾಯಿತು. ಮದುವೆಯಾಗಿ ಬಿಟ್ಟರೆ ಯಾರ ನಾಲಗೆಯ ತಂಟೆಯೂ ಇಲ್ಲ, ಎಂಬ ಪರಿಹಾರ ಬಂದುಹೋಯಿತು. ಸ್ನಾನಮಾಡಿ ಬ್ರೆಡ್‌ತಿಂದು ಒಂದು ಮಾತ್ರೆ ನುಂಗಿ ಮಲಗಿದಳು. ನಿದ್ರೆ ಬಂತು.

ಸಂಜೆ ದೇವರಾಜ ಆಫೀಸಿನಿಂದ ಬರುವುದು ತಡವಾಯಿತು. ಅಷ್ಟರಲ್ಲಿ ಇವಳು ವಿದ್ಯಾರ್ಥಿ ವಿದ್ಯಾರ್ಥಿನಿಯರನ್ನು ಕಂಡು ಕ್ಷೇಮಸಮಾಚಾರ ವಿಚಾರಿಸಿದ್ದಳು. ಟೋಕ್ಯೋದ ಕಾರ್ಯಾಗಾರದ ಬಗೆಗೆ ಹೇಳಿದ್ದಳು. ಓಂಪ್ರಕಾಶ ಖುಷಿಯಾಗಿದ್ದರು. ಮತ್ತೆ ತಂಡದೊಡನೆ ಜಪಾನಿಗೆ ಹೋಗುವ ಸುದ್ದಿ ಹೇಳಿದಾಗ ಮೇಲುತರಗತಿಯ ವಿದ್ಯಾರ್ಥಿ ವಿದ್ಯಾರ್ಥಿನಿಯರು ನಮ್ಮನ್ನೂ ಕರಕೊಂಡು ಹೋಗಿ ಎಂದು ಕೇಳಿದರು. ನೋಡೋಣ. ನಮ್ಮ ಶಾಲೆ ಇಂಡಿಯಾಕ್ಕೇ ಫಸ್ಟ್ ಎಂದು ಹೆಮ್ಮೆ, ಪ್ರೋತ್ಸಾಹಗಳ ಮಾತನಾಡಿ ಕಳಿಸಿದಳು. ಇವಳು

ಶಾಲೆಯ ಮುಂಬದಿಯ ಬಾಗಿಲುಮುಚ್ಚಿ ಮೇಲೆ ಬಂದಾಗ ದೇವರಾಜ ಕೈಕಾಲು ಮುಖ ತೊಳೆದು ಬಟ್ಟೆ ಬದಲಿಸಿದ್ದ. 'ಜಾಯಿಂಟ್ ಸೆಕ್ರೆಟರಿ ಮೀಟಿಂಗ್ ಕರೆದಿದ್ದರು. ಮುಗಿಯೂದು ತಡವಾಯಿತು,' ಎಂದು ಕ್ಷಮಾಯಾಚನೆ ಮಾಡಿದ. ಆದರೆ ಹತ್ತಿರ ಬಂದು ಕೂತುಕೊಳ್ಳಲಿಲ್ಲ. ಕೈಹಿಡಿಯಲಿಲ್ಲ. ಅಪ್ಪಿಕೊಳ್ಳಲಿಲ್ಲ. ಅವನ ಬದಲಾವಣೆಯನ್ನು ಗುರುತಿಸಿದ ಅವಳು ಸೋಫಾದ ಮೇಲೆ ಕುಳಿತಳು. ಹಾಸಿಗೆಯ ಮೇಲೆ ಕೂರುತ್ತಾ ಅವನು, 'ಶಾಲೆಯಲ್ಲಿ ಯಾವ ಸಮಸ್ಯೆಯೂ ಆಗಲಿಲ್ಲ. ಆದರೆ ನೀವಿಲ್ಲದೆ ಬಂದು ಮಾಡೂದೇನು ಅಂತ ಪ್ರವೀಣತರಗತಿಯ ಯಾವ ವಿದ್ಯಾರ್ಥಿ ವಿದ್ಯಾರ್ಥಿನಿಯೂ ಬರ್ತಿರಲಿಲ್ಲ. ಮೂವರು ಮಾತ್ರ ಬಂದು ಅಭ್ಯಾಸಮಾಡಿಕೊಂಡು ಹೋಗ್ತಿದ್ದರು. ಓಂ ಪ್ರಕಾಶ್‌ಜಿ ಹೆಚ್ಚು ತಪ್ಪಿಸಿಕೊಂತ್ತಿರಲಿಲ್ಲ,' ಎಂದ.

'ಇನ್ನೇನೂ ಇಲ್ಲವೆ ಹೇಳುವಂಥದು?' ಅವಳು ಗುರಿ ಇಟ್ಟಂತೆ ಕೇಳಿದಳು.

'ಹಿರಿಯ ಹುಡುಗರೇ ಬರ್ತಿರಲಿಲ್ಲ ಅಂದಮೇಲೆ ಶಿಸ್ತಿನ ಸಮಸ್ಯೆಯೇ ಉಂಟಾಗಲಿಲ್ಲ.'

'ಮತ್ತೆ?'

'ಮತ್ತೆ ಏನು? ಅಂತರರಾಷ್ಟ್ರೀಯ ವಿಷಯ ನೀವು ಹೇಳಬೇಕು.'

ಅವಳು ಮೌನವಾಗಿ ಅವನನ್ನು ದಿಟ್ಟಿಸಿದಳು. ಅವನು ಧೈರ್ಯ ತಂದುಕೊಂಡು ತನ್ನ ದೃಷ್ಟಿಯನ್ನು ಎದುರಿಸುತ್ತಿರುವಂತೆ ಕಂಡಿತು. ಎರಡುನಿಮಿಷದ ನಂತರ, 'ಯಾಕೆ ಈ ಬಹುವಚನ?' ಎಂದಳು.

'ಗುರುವಿಗೆ ಏಕವಚನಪ್ರಯೋಗ ಸಲ್ಲದಲ್ಲ. ಮರೆತೆ,' ಎಂದು ಮೇಲೆದ್ದು ಹತ್ತಿರಬಂದು ಅವಳ ಎರಡು ಪಾದಗಳನ್ನೂ ಮುಟ್ಟಿ ಬೆರಳುಗಳನ್ನು ತಲೆಗೆ ಸವರಿಕೊಂಡನಂತರ, 'ನಾಳೆಯಿಂದ ದಿನಕ್ಕೆ ಮೂರುತಾಸು ಅಭ್ಯಾಸಕ್ಕೆ ಕಾಯ್ತಿದೀನಿ,' ಎಂದ.

ಅವಳಿಗೆ ಇನ್ನೂ ರೇಗಿತು. ಏನೋ ಮುಚ್ಚಿಡ್ತಿದಾನೆ ಎಂಬುದು ಖಚಿತವಾಯಿತು. 'ಏನು ಹೇಳಬೇಕೋ ನೇರವಾಗಿ ಹೇಳಿಬಿಡು' ಎಂದಳು ಅವನನ್ನು ದೃಷ್ಟಿಯಲ್ಲಿ ಹಿಡಿದಿಡುತ್ತಾ. ಅವನು ಸೋಲುವಂತಾದ. ಒಂದುನಿಮಿಷ ದೃಷ್ಟಿಯನ್ನು ನೆಲದಕಡೆಗೆ ಇಳಿಬಿಟ್ಟ. ಅನಂತರ ನಿಶ್ಚಯಿಸಿಕೊಂಡವನಂತೆ ಮೇಲೆ ಎತ್ತಿ ಅವಳ ನೋಟವನ್ನು ಸಂಧಿಸಿ ಮಾತನಾಡಿದ: 'ಪ್ರವೀಣ ಪರೀಕ್ಷೆಗೆ ನಮ್ಮಲ್ಲಿ ಕಲೀತಿದಾಳಲ್ಲ ಅಲಕಾ, ನಾನು ಅವಳನ್ನ ಮದುವೆಯಾಗ್ತೀನಿ. ಅವಳ ತಂದೆತಾಯಿಗಳೂ ಒಪ್ಪಿದಾರೆ.'

ಅವಳಿಗೆ ಉಸಿರುಕಟ್ಟಿದಂತಾಯಿತು. ಇಪ್ಪತ್ತೊಂದುವರ್ಷದ ಹುಡುಗಿ. ಇದೀಗ ಬಿ.ಎಸ್‌ಸಿ. ಮಾಡಿದಾಳೆ. ಕಲಿಯುವುದರಲ್ಲಿ ಶ್ರದ್ಧೆ. ಅಷ್ಟು ಚುರುಕಿಲ್ಲ. ತೆಳ್ಳಗೆ ಐದು ಅಡಿ ಮೂರು ಅಂಗುಲ, ಎಂಬ ಚಿತ್ರ ಕಣ್ಣಮುಂದೆ ಸುಳಿಯುವಾಗಲೇ ತಲೆಸುತ್ತು ಬಂದಂತಾಗಿ ಸೋಫಾದ ಮೇಲೆ ಒರಗಿ ತಲೆಯನ್ನು ಹಿಂಬದಿಗೆ ಇಟ್ಟುಕೊಂಡಳು. ಒಂದುನಿಮಿಷ. ಇನ್ನೊಂದುನಿಮಿಷ. ಪ್ರಜ್ಞೆ ತಿಳಿಯಾಯಿತು. ಈಗ ತನಗಾದದ್ದನ್ನು ತೋರಿಸಿಕೊಳ್ಳಬಾರದೆಂಬ ನಿಶ್ಚಯ ಮೂಡಿತು. ಮತ್ತೊಂದುನಿಮಿಷದ ನಂತರ ತಲೆಯನ್ನು ಸರಿಮಾಡಿಕೊಂಡು ನೆಟ್ಟಗೆ ಕುಳಿತಳು. ಅವನು ಎದುರಿಗೆ ನೋಡುತ್ತಲೇ ಕುಳಿತಿದ್ದ. 'ನಾನು ಊರಿನಲ್ಲಿಲ್ಲದ ಸಮಯಾನೇ ಕಾಯ್ತಿದ್ದೆಯಾ ಮೋಸ ಮಾಡುಕ್ಕೆ?' ಬಿಗಿಯಾಗಿ ಕೇಳಿದಳು. ಅವನು

ಉತ್ತರ ಹೇಳಲಿಲ್ಲ. 'ನನ್ನ ಸ್ಕೂಲಿನಲ್ಲಿ ಬೆಳೆದ ಘಟನೆ ಇದು. ಹ್ಯಾಗೆ ಬೆಳೀತು ಇದು?' ವಿಚಾರಣೆಯ ರೀತಿಯಲ್ಲಿ ಕೇಳಿದಳು.

'ನಮ್ಮ ಪ್ರೋಗ್ರಾಂಗೆ ಬರ್ತಿದ್ದಳಲ್ಲ. ರಾಧೆಯ ಸಖಿಯಪಾತ್ರ ಮಾಡ್ತಿದ್ದಳು. ಪರಿಚಯ ವಿತ್ತು. ಒಂದುದಿನ ಪಾಠ ಕೇಳುಕ್ಕೆ ಅಂತ ಬಂದಳು. ಕೂತು ಮಾತನಾಡಿದೆವು. ನನಗೆ ಮನಸ್ಸಾಯಿತು. ಒಂದುವಾರದಲ್ಲಿ ಹತ್ತಿರವಾದೆವು. ನನ್ನನ್ನ ಮದುವೆಯಾಗ್ತೀಯಾ? ಅಂತ ನಾನೇ ಕೇಳಿದೆ. ಅವಳು ಮುಂದುವರೆದದ್ದಲ್ಲ. ದೀದಿಗೆ ತಿಳಿದರೆ? ಶಾಲೆಯ ವಿದ್ಯಾರ್ಥಿ ವಿದ್ಯಾರ್ಥಿನಿಯರು ಪ್ರೀತಿಮಾಡೂದು ಮದುವೆಯಾಗೂದು ಡಿಸಿಪ್ಲಿನ್‌ಗೆ ವಿರೋಧ ಅಂತ ನಿಯಮವಿದೆ ಅಂತ ಹೆದರಿದಳು. ಹೆದರುವ ಕಾರಣವಿಲ್ಲ ಅಂತ ನಾನೇ ಸಮಾಧಾನ ಹೇಳಿದೆ.'

'ಅವಳನ್ನ ಹಾಸಿಗೆಗೆ ಕರಕೊಂಡೆಯಾ? ಇದೇ ರೂಮಿನಲ್ಲಿ ಇದೇ ಮಂಚದಮೇಲೆ?'

'ಇಲ್ಲ. ದೇಹಸಂಪರ್ಕ ಮಾಡಲಿಲ್ಲ. ನಿಕಟವಾಗಿ ಮುಟ್ಟಿಲ್ಲ. ನಿಜ ಹೇಳ್ತೀನಿ. ದೇಹಸಂಪರ್ಕಕ್ಕೆ ನಾನು ಕರೆದೆ. ಅವಳು ಒಪ್ಪಲಿಲ್ಲ. ಮದುವೆಗೆ ಮುಂಚೆ ಕೂಡದು ಅಂತ ಕಟ್ಟುನಿಟ್ಟಾಗಿ ಹೇಳಿದಾಳೆ.'

'ಏನನ್ನು ಕಂಡು ಅಕರ್ಷಿತನಾದೆ ಅವಳಲ್ಲಿ?'

'ಅವಳ ಮುಗ್ಧಸೌಂದರ್ಯವನ್ನ. ಮುಗ್ಧಗುಣವನ್ನ.'

'ದೇಹಸಂಪರ್ಕ ಮಾಡಿಲ್ಲ, ನಿಕಟವಾಗಿ ಮುಟ್ಟಿಲ್ಲ ಅಂತೀಯ. ನೀನು ಹೇಳುವ ಮುಗ್ಧಸೌಂದರ್ಯ ಹೇಗೆ ತಿಳಿಯಿತು?'

'ಆಗ ತಾನೇ ಬಿರಿಯುತ್ತಿರೂ ಮೊಗ್ಗು ದೂರದಲ್ಲಿದ್ದರೂ ಕಂಪು ಬೀರುಲ್ಲವೆ? ಕೈಯಿಂದ ಹಿಡಿದು ಹಿಸುಕಿಯೇ ಅದರ ಸೌಂದರ್ಯ ಪರೀಕ್ಷಿಸಬೇಕೆ?'

ಅವಳು ಮಾತನಾಡಲಿಲ್ಲ. ಮಾತನಾಡಲು ಪ್ರಯತ್ನಿಸುವಂತೆ ತುಟಿಗಳು ಚಲಿಸ ತೊಡಗಿದವು. ಕಣ್ಣುಗಳಲ್ಲಿ ನೀರಿನ ಪೊರೆ ಬಂದಂತಾಯಿತು. ಇದ್ದಕ್ಕಿದ್ದಂತೆ ಮೇಲೆ ಎದ್ದು ಅವನ ಮುಂದೆ ನಿಂತಳು. ಅವನು ಕುಳಿತಲ್ಲಿಯೇ ಕತ್ತೆತ್ತಿ ಅವಳ ಮುಖನೋಡಿದ. ಅವನಿಗೆ ಅರಿವಾಗುವ ಮೊದಲೇ ತನ್ನ ಬಲಗೈ ಬೀಸಿ ಅವನ ಕೆನ್ನೆಗೆ ಫಟಾರನೆ ಹೊಡೆದಳು. ಅವನು ಅರ್ಥಮಾಡಿಕೊಳ್ಳುವ ಮೊದಲು ಇನ್ನೊಂದು ಬಾರಿಸಿದಳು. ನೋವನ್ನು ತಡೆದುಕೊಳ್ಳಲು ಅವನು ದವಡೆಗಳನ್ನು ಕಚ್ಚಿಕೊಂಡ. ಎಡಗೈ ಎತ್ತಿ ಅವನ ಬಲಗೆನ್ನೆಗೂ ಬಿಗಿದಳು. ಏಳೆಂಟು ಏಟುಗಳನ್ನು ಬಾರಿಸಿದಮೇಲೆ ನಿಶ್ಚೇಷ್ಟಿತಳಾಗಿ ಅಲ್ಲಿಯೇ ನಿಂತುಬಿಟ್ಟಳು. ಅವನು ಕತ್ತುಬಗ್ಗಿಸಿದ್ದ. ನಾಚಿಕೆಯಿಂದ ಎಂದು ಅವಳು ಅರ್ಥಮಾಡಿಕೊಂಡಳು. 'ಅವಳು ಬಿರಿಯುತ್ತಿರೂ ಮೊಗ್ಗು. ಇಷ್ಟುದಿನ ನನ್ನ ಸುಖವನ್ನುಂಡಮೇಲೆ ಮುದುಕಿ ಅಂತ ಹೀಯಾಳಿಸ್ತೀಯ?' ಎಂದು ಕಿರಿಚಿಕೊಂಡಳು.

'ನಿಮ್ಮ ವಿಷಯ ನಾನು ಏನೂ ಹೇಳಲಿಲ್ಲ. ಹೇಳೂದೂ ಇಲ್ಲ.' ಅವನು ಚೇತರಿಸಿಕೊಂಡು ಹೇಳಿದ. ಕತ್ತೆತ್ತಿದ ಅವನ ಕೆನ್ನೆಗಳು ಊದಿಕೊಳ್ಳುತ್ತಿದ್ದವು.

'ಹೇಳಲಿಲ್ಲ. ಧ್ವನಿಸಿದೆ. ಅವಳನ್ನ ನೀನು ಹ್ಯಾಗೆ ಮದುವೆಯಾಗ್ತೀಯ ನೋಡ್ತೀನಿ.

ನನ್ನ ನಿನ್ನ ಸಂಬಂಧವನ್ನ ಅವಳಿಗೂ ಅವಳ ಅಪ್ಪ ಅಮ್ಮನಿಗೂ ನಾನೇ ಹೇಳ್ತೀನಿ. ನನ್ನನ್ನ ಮದುವೆಯಾಗುವ ಮಾತೂ ಆಡಿದ್ದ ಅಂತೀನಿ. ನೀನು ಆಡಿದ್ದೆಯೋ ಇಲ್ಲವೋ? ಬೊಗಳು.'

'ನೀವು ವಿದ್ಯೆ ಕಲಿಸಿರುವ ಗುರು. ಆದ್ದರಿಂದ ನೀವು ಇಷ್ಟು ಹೊಡೆದರೂ ನಾನು ಪ್ರತಿಯಾಗಿ ಕೈಎತ್ತಲಿಲ್ಲ. ಇಪ್ಪತ್ತಾರುವರ್ಷದ ನಾನು ಕೈಮಾಡಿದರೆ ತಡಕೊಳ್ಳುವ ಶಕ್ತಿ ನಿಮಗಿಲ್ಲ. ನಾನು ನಿಮಗೇ ಅಂಟಿಕೊಂಡಿರಲಿ ಅಂತ ನೀವು ಪಾಠ ಹೇಳೂದನ್ನೂ ನಿಧಾನಮಾಡ್ತಿರೂದು ನನಗೆ ಅರ್ಥವಾಗಿಲ್ಲ ಅಂತ ತಿಳಿದಿದೀರಾ? ನೀವು ನನ್ನನ್ನು ಫಳೆದ ಸಂಬಂಧ ತಿಳಿದರೆ ನನ್ನ ಅಲಕಾಗೆ ನೋವಾಗುತ್ತೆ. ಅವಳಿಗೆ ಸ್ವಲ್ಪ ನೋವಾದರೂ ನಾನು ಸಹಿಸುಲ್ಲ. ಅವಳನ್ನ ನನ್ನಿಂದ ತಪ್ಪಿಸುಕ್ಕೆ ಪ್ರಯತ್ನಪಟ್ಟರೆ ಹುಷಾರ್, ನೀವು ನನಗೆ ಬರೆದಿರುವ ಕಾಗದಗಳೇ ಸಾಕ್ಷಿ, ಎಲ್ಲವನ್ನೂ ಸೇರಿಸಿ ಪತ್ರಿಕೆಯೋರಿಗೆ ಕೊಟ್ಟು ನೀವು ನನ್ನನ್ನ ಹೇಗೆ ಕೆಡಿಸಿದಿರಿ, ಹೇಗೆ ಹತೋಟಿಯಲ್ಲಿಟ್ಟುಕೊಂಡಿದ್ದಿರಿ ಅನ್ನೂದನ್ನೆಲ್ಲ ಹೇಳಿಬಿಡ್ತೀನಿ.'

'ಹೇಳಿಬಿಡ್ತೀನಿ! ಹೇಳು' ಎಂದು ಇನ್ನೊಮ್ಮೆ ಕೈಎತ್ತಿದವಳು ತಕ್ಷಣ ಮನಸ್ಸು ಬದಲಿಸಿ ಹಿಂತಿರುಗಿ ಅಲಮಾರುವಿನ ಬಾಗಿಲು ತೆಗೆದು ಬಟ್ಟೆ ಬರೆ ಕಾಗದ ಪತ್ರಗಳನ್ನೆಲ್ಲ ಗೂರಾಡಿ ಹುಡುಕತೊಡಗಿದಳು. ಕೆಳಗಿನ ಖಾನೆಯಲ್ಲಿಟ್ಟಿದ್ದ ಪೆಟ್ಟಿಗೆಯನ್ನೂ ತೆಗೆದು ಮಗುಚಿಹಾಕಿದಳು.

'ಅಲ್ಲಿ ಗೂರಾಡಿದರೆ ಏನು ಸಿಕ್ಕುತ್ತೆ? ನೀವು ಹೀಗೆ ಮಾಡಬೌದು ಅಂತ ನನಗೆ ಗೊತ್ತಿತ್ತು. ಕಾಗದಗಳು ಇಲ್ಲಿಲ್ಲ. ನನ್ನ ಆಫೀಸಿನಲ್ಲೂ ಇಲ್ಲ. ಬೇರೆಲ್ಲೋ ಯಾರಿಗೂ ತಿಳಿಯದ ಕಡೆ ಸುರಕ್ಷಿತವಾಗಿವೆ. ಖಾಸಗಿಯಾಗಿ ಬರೆದ ಅವನ್ನು ಸಾರ್ವಜನಿಕಮಾಡುವ ಮನಸ್ಸು ನನಗಿಲ್ಲ. ನನ್ನ, ಅಲಕಾಳ ಮದುವೆಯಾಗಿ ನಿಮ್ಮಿಂದ ಯಾವ ತೊಂದರೆಯೂ ಆಗಲಿಲ್ಲ, ಮುಂದೆಯೂ ಆಗುಲ್ಲ ಅನ್ನುವ ಖಾತ್ರಿಯಾದರೆ ನಾನೇ ನಿಮಗೆ ತಲುಪುಸ್ತೀನಿ,' ಎಂದು ಹೇಳಿ ಅವನು ಗೂರಾಡಿದ್ದ ತನ್ನ ಬಟ್ಟೆಬರೆಗಳನ್ನು ಸರಸರನೆ ಸುತ್ತಿ ಮಡಿಸಿ ಪೆಟ್ಟಿಗೆಗೆ ತುಂಬಿಕೊಳ್ಳತೊಡಗಿದ. ಶೌಚಾಲಯಕ್ಕೆ ಹೋಗಿ ಸೋಪು ಬ್ರಶ್, ಪೇಸ್ಟುಗಳನ್ನೂ ತಂದು ತುಂಬಿದ. ಅವನು ಈ ತಕ್ಷಣವೇ ಇಲ್ಲಿಂದ ಹೊರಟುಹೋಗುತ್ತಾನೆಂದು ಅವಳು ಅರ್ಥಮಾಡಿಕೊಂಡಳು. ಬುದ್ಧಿ ಸ್ತಂಭಿತವಾಗಿತ್ತು. ಮೈಕೈಗಳೆಲ್ಲ ಸೋತಿರುವಂತೆನ್ನಿಸಿತು. ಸೋಫಾದ ಮೇಲೆ ಕೂತು ಕಾಲು ಚಾಚಿದಳು. ತನ್ನಲ್ಲಿದ್ದ ಎರಡು ಬೀಗದ ಕೈಗೊಂಚಲನ್ನು ತೆಗೆದು ಅವಳ ಪಕ್ಕದಲ್ಲಿ ಹಾಕಿ ಪೆಟ್ಟಿಗೆ ಮತ್ತು ಚೀಲವನ್ನು ಒಂದೊಂದು ಕೈಲಿ ಹಿಡಿದು ಅವನು ಹೊರಟುಹೋದ.

ಅಧ್ಯಾಯ ೧೬

– ೧ –

ಒಂದು ದಿನ ಪರಾಂಜಪೆ ಫೋನುಮಾಡಿದ. ಕುಶಲೋಪರಿ ಕೇಳಿದನಂತರ ಒಂದು ಪ್ರಸ್ತಾಪ ಮಾಡಿದ: 'ಓಂಕಾರವನ್ನು ಕ್ಯಾಸೆಟ್ ಮಾಡಿ ಅಂತ ಕೆಲವರು ಕೇಳ್ತಾ ಇದಾರೆ. ಸಂಗೀತದ ಸೇವೆಯಾಗಿ ಏನಾದರೂ ಮಾಡುಕ್ಕೆ ನಾನು ನಿರ್ಧರಿಸಿದೀನಿ. ನನ್ನ ಸ್ನೇಹಿತನ ಮಗ ಒಬ್ಬ ಇದಾನೆ ಶಶಿಕಾಂತ ಪೋಕಳೆ ಅಂತ. ಹೊಸದಾಗಿ ಕ್ಯಾಸೆಟ್ ಬಿಸಿನೆಸ್ ಶುರು ಮಾಡಿದಾನೆ. ಅವನಿಗೆ ಪ್ರೋತ್ಸಾಹ ಮಾಡಿದ ಹಾಗೂ ಆಗುತ್ತೆ. ನೀವು ಸ್ಟುಡಿಯೋಗೆ ಬಂದು ಹಾಡಿದರೆ ಸಾಕು, ಮುಂದಿನದನ್ನೆಲ್ಲ ನಾವು ನೋಡ್ಕೊತ್ತೀವಿ.'

'ವ್ಯವಹಾರದ ಕರಾರು ಏನು?'

'ಸ್ನೇಹಿತನ ಮಗ ಅಂದೆನಲ್ಲ. ತುಂಬ ಪ್ರಾಮಾಣಿಕ ಹುಡುಗ. ಹೆಚ್ಚು ವ್ಯಾಪಾರವಾದರೆ ಶೇಕಡಾ ಲೆಕ್ಕದಲ್ಲಿ ಗೌರವಧನ ಕೊಡ್ತಾನೆ. ಆರಂಭದಲ್ಲಿ ಅಡ್ವಾನ್ಸ್ ಇಪ್ಪತ್ತೈದುಸಾವಿರ ಕೊಡುಸ್ತೀನಿ. ನಿಮಗೆ ಅದು ಯಾವ ಲೆಕ್ಕದ್ದೂ ಅಲ್ಲ. ಹೆಸರೇ ಗೌರವಧನ. ವೀಳ್ಯದಮೇಲೆ ಇಟ್ಟುಕೊಟ್ಟದ್ದು ಅಂತ ನೀವು ಭಾವಿಸಬೇಕು.'

ಕ್ಯಾಸೆಟ್ ವ್ಯವಹಾರ ಮೋಹನಲಾಲನಿಗೆ ಹೆಚ್ಚು ತಿಳಿದಿರಲಿಲ್ಲ. ಚಂಪಾ ಮಾಡಿದ ವ್ಯವಹಾರವನ್ನೇ ಕಾನೂನಿನ ಪ್ರಕಾರ ತಡೆಯುವ ತೀರ್ಮಾನ ತೆಗೆದುಕೊಳ್ಳಲು ಅವನ ಮನಸ್ಸು ನಿಶ್ಚಯಮಾಡಿರಲಿಲ್ಲ. ಕ್ಯಾಸೆಟ್ ಕಂಪನಿಯವರು ಮೋಸಮಾಡುತ್ತಾರೆಂಬ ಭಾವನೆಯೂ ಇತ್ತು. ಆದ್ದರಿಂದ ತಕ್ಷಣ ಉತ್ತರಿಸುವುದು ಕಷ್ಟವಾಯಿತು. ಅಲ್ಲದೆ ತನ್ನಂಥ ಪ್ರಖ್ಯಾತ ಗಾಯಕನ ಎಲ್ಲೆಲ್ಲೂ ಜನರನ್ನು ಆಕರ್ಷಿಸುತ್ತಿರುವ ಈ ಗಾಯನಕ್ಕೆ ಇಪ್ಪತ್ತೈದು ಸಾವಿರ ಗೌರವಧನ ಅಂದರೆ ಏನು! ಎಂಬ ಅಸಮ್ಮತಿಯೂ ಹುಟ್ಟಿತು. ಆದರೂ ತಕ್ಷಣ ಇಲ್ಲವೆನ್ನದೆ, 'ನಿಮಗೇ ಗೊತ್ತಿದೆ ನಾನು ಒಂದೂ ಕ್ಯಾಸೆಟ್ ಮಾಡಿಲ್ಲ. ಯೋಚನೆಮಾಡುಕ್ಕೆ ಟೈಂ ಕೊಡಿ,' ಎಂದ.

'ನಿಧಾನವಾಗಿ ಆಗಲಿ. ಆತುರವಿಲ್ಲ,' ಪರಾಂಜಪೆಯೂ ಒತ್ತಾಯಮಾಡಲಿಲ್ಲ.

ಆ ಸಂಜೆ ಝುನ್‌ಝುನ್‌ವಾಲಾರ ಮನೆಯಲ್ಲಿ ಮೋಹನಲಾಲನನ್ನು ಊಟಕ್ಕೆ ಕರೆದಿದ್ದರು. ಜೊತೆಗೆ ಟಿಪ್ನಿಸ್‌ನನ್ನೂ. ಝುನ್‌ಝುನ್‌ವಾಲಾ ಅವರು ತಮ್ಮ ಇತರ ನಾಲ್ವರು ಗೆಳೆಯರನ್ನು ಕರೆಯುವುದಾಗಿ ಹೇಳಿದ್ದರು. ಟಿಪ್ನಿಸ್ ಮೋಹನಲಾಲನ ಫ್ಲ್ಯಾಟಿಗೆ ಬಂದಿರುವುದು, ಅಲ್ಲಿಗೆ ಝುನ್‌ಝುನ್‌ವಾಲಾ ಅವರು ಕಾರು ಕಳಿಸುವುದು ಎಂದು ಏರ್ಪಾಟಾಗಿತ್ತು. ಬೇರೆ ಕೆಲಸವಿಲ್ಲದ್ದರಿಂದ ಟಿಪ್ನಿಸ್ ಫೋನುಮಾಡಿ ಒಂದುತಾಸು ಮೊದಲೇ ಬಂದ. ಅವನು ಬಂದನಂತರ ಇವನು ಪರಾಂಜಪೆಯ ಪ್ರಸ್ತಾಪವನ್ನು ಹೇಳಿದ. ಕೇಳಿದ ತಕ್ಷಣ

ಅವನ ಮುಖದಲ್ಲಿ ಖಿಲಾಡಿನಗು ಹುಟ್ಟಿ ಅದನ್ನು ತಕ್ಷಣ ಅದುಮಿಕೊಂಡದ್ದು ಇವನ ಕಣ್ಣಿಗೆ ಬಿತ್ತು. 'ಯಾಕೆ ಬಂದ ನಗೂನ ಮುಚ್ಚಿಕೊಂಡಿರಿ?' ಇವನು ಕೇಳಿದ.

'ಮನೇಲಿ ಮೊಮ್ಮಗ ಬಂದಿದ್ದ. ಅವನ ತುಂಟಾಟ ನೆನಪಿಗೆ ಬಂತು.'

'ನಾನು ಪರಾಂಜಪೆಯ ಪ್ರಸ್ತಾಪ ಹೇಳಿದಕ್ಷಣಕ್ಕೇ ಮೊಮ್ಮಗನ ತುಂಟಾಟ ನೆನಪಿಗೆ ಬರಬಾರದು ಅಂತ ಇಲ್ಲ. ಆದರೆ ಅದು ಸುಳ್ಳು ಅಂತ ನಿಮ್ಮ ಮುಖ ಹೇಳುತ್ತೆ. ನಿಜ ಹೇಳಿ,' ಇವನು ಅವನ ಮುಖ ದಿಟ್ಟಿಸಿದ.

ಅಷ್ಟು ಬೇಗ ಮುಖದಮೇಲೆ ಸಹಜಭಾವವನ್ನು ಮೂಡಿಸುವಮಟ್ಟಿನ ಅಭಿನಯಕಲೆ ಟಿಪ್ನಿಸನಿಗಿರಲಿಲ್ಲ. ಇವನು ಮತ್ತೆ ಒತ್ತಾಯ ಮಾಡಿದಮೇಲೆ, 'ನಾನು ಹೇಳಿದೆ ಅಂತ ನೀವು ಎಲ್ಲೂ ಯಾವ ಸಂದರ್ಭದಲ್ಲೂ ಬಾಯಿಬಿಡುಲ್ಲ ಅಂತ ಭಾಷೆಕೊಡಿ,' ಎಂದು ಕೈನೀಡಿ ಮಾತು ತೆಗೆದುಕೊಂಡ ನಂತರ ಹೇಳಿದ: 'ಹಾಗೆ ನೋಡಿದರೆ ಇದೇನೂ ಬಹಳ ಗುಟ್ಟಿನಲ್ಲಿ ಉಳಿದಿಲ್ಲ. ಆದರೆ ತುಂಬ ದೊಡ್ಡೋರಾದ ನಿಮ್ಮ ಕಿವಿಗೆ ಕೆಲವು ಸಣ್ಣ ಸಂಗತಿ ಗಳು ಬೀಳೂದಿಲ್ಲ. ಶಶಿಕಾಂತ ಪೋಕಳೆ ಅಂತ ಅವರು ಹೆಸರು ಹೇಳಿದರಲ್ಲ, ಅವನು ಸ್ನೇಹಿತನ ಮಗನೂ ಅಲ್ಲ ಏನೂ ಅಲ್ಲ. ಇವರು ನೌಕರಿಗೆ ಇಟ್ಟುಕೊಂಡಿರೂ ಹುಡುಗ. ಇವರೇ ವಿಠ್ಠಲ ಕ್ಯಾಸೆಟ್ ಕಂಪನಿ ಅಂತ ನಡೆಸ್ತಿದಾರೆ. ವಿಠ್ಠಲ ಅಂದರೆ ಅವರ ಮನೆದೇವರು. ಪತ್ರಿಕೇಲಿರೂದರಿಂದ ಕಲಾವಿದರ ಪರಿಚಯವಿದೆ, ಪ್ರಚಾರ ಕೊಡ್ತೀನಿ ಅನ್ನೂ ಆಶೆಹುಟ್ಟಿಸ್ತಾರೆ. ನಿಮಗೆ ಇಪ್ಪತ್ತೈದುಸಾವಿರ ಕೊಡ್ತೀನಿ ಅಂದದ್ದು ಭಾರಿ ದೊಡ್ಡಮೊತ್ತ. ಉಳಿದೋರಿಗೆ ಒಂದುಸಾವಿರ ಎರಡುಸಾವಿರ ಕೊಟ್ಟು ಕೈತೊಳೆದಿದಾರೆ. ಎಷ್ಟು ವ್ಯಾಪಾರವಾಯಿತು, ಎಂತು ಒಂದೂ ಲೆಕ್ಕವಿಲ್ಲ. ನಿಮ್ಮ ಓಂಕಾರವನ್ನು ಅವರಿಗೆ ಕೊಟ್ಟರೆ ಹದಿನೈದಿಪ್ಪತ್ತು ಲಕ್ಷ ಲಾಭ ಮಾಡಿಕೊತ್ತಾರೆ. ನೀವು ಬೇರೆ ಸಭೆಗಳಲ್ಲಿ ಹಾಡಿರೂ ಅದನ್ನ ಈಗಾಗಲೆ ಅವರು ಕ್ಯಾಸೆಟ್ ಮಾಡಿಕೊಂಡಿರಲೂಭೌದು. ಈಗ ಎರಡೂವರೆವರ್ಷದ ಹಿಂದೆ ಚಂಪಾಬಾಯಿ ನಿಮ್ಮದು ಕ್ಯಾಸೆಟ್ ಮಾಡಿಕೊಂಡು ಮೋಹನ್ ಮೆಲೊಡೀಸ್ ಅನ್ನೂ ಹೆಸರಿನಲ್ಲಿ ಮಾರ್ಕೆಟ್‌ಮಾಡಿ, ನಾನೂ ಪ್ರಭುವೂ ನಿಮ್ಮನ್ನ ಕೇಳಿದ್ದೆವು ನೆನಪುಂಟಾ? ಅವರಿಗೆ ಐಡಿಯಾ ಕೊಟ್ಟವರೂ ರೆಕಾರ್ಡೆಡ್ ಕ್ಯಾಸೆಟ್ ಸಪ್ಲೈಮಾಡಿದವರೂ ಪರಾಂಜಪೆ ಅವರೇ ಅಂತ ನನಗೆ ಯಾರೋ ಹೇಳಿದರು. ಯಾಕೆಂದರೆ ಇವರನ್ನ ವೃತ್ತಿಯಲ್ಲಿ ಮುಂದೆತಂದ ಪ್ರತಾಪ್‌ರಾವ್ ನಾಯಕರ ಮಗಳಲ್ಲವೆ ಚಂಪಾಬಾಯಿ? ಆಕೆಯ ವಿಚಾರದಲ್ಲಿ ಈತನಿಗೆ ಒಳಗೇ ಸಹಾನುಭೂತಿ ಇದೆ.'

ಮೋಹನಲಾಲ, ಎಲಾ ಇವನ! ಎಂದುಕೊಂಡ. ತಾನು ಅದನ್ನು ಕ್ಯಾಸೆಟ್‌ಮಾಡಿ ಮಾರುವ ಹಂಚಿಕೆ ಇಟ್ಟುಕೊಂಡೇ ಅವನು ಇದಕ್ಕೆ ಅಷ್ಟು ಪ್ರಚಾರಕೊಟ್ಟು ದೊಡ್ಡದಾಗಿ ಬರೆದನೆ? ಎಂಬ ಅನುಮಾನ ಹುಟ್ಟಿತು. ಈ ಕೃತಿಯಲ್ಲಿ ಅಂಥ ಶಕ್ತಿ ಇದೆ. ಅವನು ಬರೆದ. ಅದರಲ್ಲಿಲ್ಲದ ಯೋಗ್ಯತೆಯನ್ನು ಇವನೇನೂ ಕಲ್ಪಿಸಿಬರೆದಿಲ್ಲ ಎಂಬ ಸ್ವಸಮರ್ಥನೆಯೂ ಹುಟ್ಟಿತು.

ಮರುದಿನ ಬೆಳಗ್ಗೆ ಗ್ಲೋಬ್ ಮ್ಯೂಸಿಕಲ್ ವಾಯ್ಸ್ ಕಂಪನಿಯಿಂದ ಒಂದು ಫೋನು ಬಂತು. 'ನಮ್ಮ ಎಕ್ಸಿಕ್ಯೂಟಿವ್ ಡೈರೆಕ್ಟರ್ ತಮ್ಮನ್ನ ಕಾಣಲು ಬರಬೇಕೆಂದಿದಾರೆ. ನೀವೇ ನಮ್ಮ ಕಂಪನಿ ಆಫೀಸಿಗೆ ಬರುಕ್ಕೆ ಒಪ್ಪಿದರೆ ಇನ್ನೂ ಸಂತೋಷ. ಕಾರು ಕಳಿಸ್ತೀವಿ.

ನಿಮ್ಮದೊಂದು ಕ್ಯಾಸೆಟ್ ಮಾಡುವ ಆಲೋಚನೆ ಇದೆ. ಅದನ್ನ ಚರ್ಚಿಸಬೇಕು.' ತಾನೇ ಬರುವುದಾಗಿ ಇವನು ಒಪ್ಪಿಕೊಂಡ. ಫ್ಲೋರ್ಟ್‌ನಲ್ಲಿರುವ ಅವರ ಕಛೇರಿಗೆ ಹೋದಾಗ ಅದು ತುಂಬ ದೊಡ್ಡಕಂಪನಿ, ಅಂತರರಾಷ್ಟ್ರೀಯ ವ್ಯವಹಾರವುಳ್ಳದ್ದು ಎಂಬುದು ಅರ್ಥ ವಾಯಿತು. ಅವರ ಪ್ರಸ್ತಾಪ ನೇರವಾಗಿತ್ತು: 'ನಿಮ್ಮ ಇತ್ತೀಚಿನ ಗಾಯನ ಓಂಕಾರವನ್ನು ನಾವು ಕ್ಯಾಸೆಟ್‌ಮಾಡಿ ಮಾರಾಟ ಮಾಡುವ ಆಲೋಚನೆ ಮಾಡಿದೀವಿ. ಭಾರತದಲ್ಲಿ ಅದು ಆಸಾವರೀರಾಗವನ್ನು ಹಾಡಿರುವ ಒಂದು ಶೈಲಿಯಾಗಿ ಮಾರಾಟವಾಗಬಹುದು. ಆದರೆ ಭಾರತೀಯ ಅಧ್ಯಾತ್ಮ, ಧ್ಯಾನಪದ್ಧತಿಗಳು ಹಬ್ಬುತ್ತಿರುವ ಪಶ್ಚಿಮದೇಶಗಳಲ್ಲಿ ಅದೊಂದು ಧ್ಯಾನರೂಪವಾಗಿ ಮಾರಾಟವಾಗುತ್ತೆ. ಹರೇಕೃಷ್ಣ ಮೊದಲಾದವರಂತೂ ಎರಡು ಕೈ ಗಳಿಂದಲೂ ಸ್ವಾಗತಿಸುತ್ತಾರೆ. ಅಲ್ಲದೆ ಅದನ್ನು ವಿಶ್ರಾಂತಿಪ್ರಚೋದಕ ಧ್ವನಿಯಾಗಿಯೂ ಮನೋರೋಗ ಚಿಕಿತ್ಸೆಯ ಹಿನ್ನೆಲೆಯಾಗಿಯೂ ಬಳಸುವ ಸಾಧ್ಯತೆ ಇದೆ. ಬೇರೆಬೇರೆ ವಲಯಗಳಲ್ಲಿ ನಾವು ಇದೇ ಸಂಗೀತವನ್ನ ಬೇರೆಬೇರೆ ಶೀರ್ಷಿಕೆಯಿಟ್ಟು ಮಾರಾಟಮಾಡ್ತೀವಿ. ಅದನ್ನ ನಮ್ಮ ಮಾರಾಟವಿಭಾಗ ನೋಡಿಕೊಳ್ಳುತ್ತೆ. ನಿಮ್ಮ ಗೌರವಧನವಾಗಿ ಹದಿನೈದುಲಕ್ಷ ರೂಪಾಯಿ ಮುಂಗಡ ಕೊಡ್ತೀವಿ. ಇದು ಬರೀ ಮುಂಗಡ. ಮಾರಾಟವಾದನಂತರ ಇಷ್ಟು ಕ್ಯಾಸೆಟ್ ಇಂಥಿಂಥ ದೇಶಗಳಲ್ಲಿ ಇಷ್ಟಿಷ್ಟು ವ್ಯಾಪಾರವಾಯಿತು ಅನ್ನುವ ಲೆಕ್ಕಕೊಟ್ಟು ನಿಮಗೆ ಶೇಕಡಾ ಇಷ್ಟು ಅಂತ ಗೌರವಧನ ಕೊಡ್ತೀವಿ. ನಿಮಗೆ ಒಪ್ಪಿಗೆಯಾದರೆ ಈಗಲೇ ಒಪ್ಪಿ ಕರಾರಿಗೆ ಸಹಿಮಾಡಿದರೆ ತಕ್ಷಣ ಒಂದುಲಕ್ಷ ಮುಂಗಡ ಹದಿನೈದು ಲಕ್ಷವನ್ನ ರೆಕಾರ್ಡ್ ಆದತಕ್ಷಣ ಕೊಡ್ತೀವಿ. ಇನ್ನು ಎರಡುವಾರದೊಳಗೆ ನಮಗೆ ಅನುಕೂಲವಾದ ದಿನ ಬಂದು ನಾವು ಗೊತ್ತುಮಾಡುವ ಸ್ಟುಡಿಯೋದಲ್ಲಿ ನೀವು ರೆಕಾರ್ಡ್ ಮಾಡಿಕೊಡಬೇಕು. ಅನಂತರ ನಿಮ್ಮ ಇತರ ಕೆಲವು ರಾಗಗಳನ್ನೂ ಕ್ಯಾಸೆಟ್ ಮಾಡುವ ವಿಚಾರವಿದೆ.'

ತನ್ನ ಜನ್ಮದಲ್ಲಿಯೇ ಹದಿನೈದುಲಕ್ಷವನ್ನು ಒಟ್ಟಿಗೆ ಕಂಡಿಲ್ಲ, ಹದಿನೈದು ಕಛೇರಿಯ ಹಣ. ಎಷ್ಟೋ ಕಛೇರಿಗಳಿಗೆ ಯಾವ ಯಾವುದೋ ದಾಕ್ಷಿಣ್ಯಗಳಿಂದ ಹತ್ತು ಇಪ್ಪತ್ತು ಮೂವತ್ತುಸಾವಿರ ಕಡಮೆ ಮಾಡಿಕೊಳ್ಳುವುದೂ ಉಂಟು. ಜೊತೆಗೆ ಪ್ರವಾಸ, ಕೆಲವು ತಿಂಗಳು ಕಾರ್ಯಕ್ರಮ ಇರುವುದೇ ಇಲ್ಲ, ಎಂಬುದೆಲ್ಲ ಮೋಹನಲಾಲನಿಗೆ ಅರಿವಾಯಿತು. ಕರಾರಿಗೆ ಸಹಿಮಾಡಿ ಕಂಪನಿಯ ಕಾರಿನಲ್ಲಿ ಫ್ಲ್ಯಾಟಿಗೆ ಹಿಂತಿರುಗಿದ. ತನ್ನ ಬ್ಯಾಂಕಿನಲ್ಲಿ ಹದಿನೈದುಲಕ್ಷವಿರುತ್ತೆ, ಎಂಬ ಭಾವನೆಯೇ ಖುಷಿಕೊಟ್ಟಿತು.

ಎರಡನೆಯ ದಿನ ಪರಾಂಜಪೆಯಿಂದ ಫೋನುಬಂತು. ಅವನು ಯೋಗಕ್ಷೇಮ ವಿಚಾರಿಸುವಾಗ ಇವನು ಮುಖ್ಯಾಂಶಕ್ಕೆ ಬಂದಾಗ ಏನು ಉತ್ತರ ಕೊಡಬೇಕೆಂಬುದನ್ನು ಯೋಚಿಸತೊಡಗಿದ. ಕರಾರಿಗೆ ಸಹಿಮಾಡಿ ಆಗಿದೆ, ಇವತ್ತಲ್ಲ ನಾಳೆ ಎಲ್ಲರಿಗೂ ತಿಳಿಯುತ್ತೆ, ಇವನಿಗೂ ತಿಳಿಯುತ್ತೆ, ಈಗಲೇ ಹೇಳಿಬಿಡುವುದು ಸೂಕ್ತ ಎಂದು ಮನಸ್ಸಿನಲ್ಲಿ ನಿರ್ಧರಿಸುತ್ತಿರು ವಾಗ ಅವನು: 'ಈಗಾಗಲೆ ನಿಮ್ಮ ಓಂಕಾರವನ್ನ ನಾಲ್ಕು ಬೇರೆ ಬೇರೆ ಕಡೆ ನಾನು ರೆಕಾರ್ಡ್ ಮಾಡಿದೀನಿ. ಅದರಲ್ಲೇ ಯಾವುದಾದರೂ ಒಂದನ್ನ ಉಪಯೋಗಿಸೋಣವೋ ಅಥವಾ ಒಂದು ಸ್ಟುಡಿಯೋದಲ್ಲಿ ಹಾಡ್ತಿರೋ?' ಎಂದ.

'ಧರ್ಮೇಂದ್ರರಾವ್, ಮೊನ್ನೆ ಗ್ಲೋಬ್ ಮ್ಯೂಸಿಕಲ್ ವಾಯ್ಸ್‌ನವರು ಜೊತೆಗೆ ನಾಲ್ಕು ಜನ ಸ್ನೇಹಿತರನ್ನ ಕರಕೊಂಡು ಬಂದಿದ್ದರು. ನನಗೆ ಮಾತಾಡುಕ್ಕೆ ಅವಕಾಶಾನೇ ಕೊಡಲಿಲ್ಲ. ಸ್ನೇಹಿತರು ಸೇರಿ ಓಂಕಾರದ ಕರಾರಿಗೆ ಸಹಿ ಹಾಕಿಸಿಯೇಬಿಟ್ಟರು. ಸಾರಿ. ನಿಮ್ಮ ಸ್ನೇಹಿತರ ಮಗನಿಗೆ ನಾವು ಬೇರೆ ಥರ ಸಹಾಯ ಮಾಡಾಣ. ಪ್ರಾಮಿಸ್,' ಎಂದ.

ಪರಾಂಜಪೆ ಒಂದುನಿಮಿಷ ಮೌನವಾದ. ಟೆಲಿಫೋನ್ ಸಂಪರ್ಕ ಕತ್ತರಿಸಿತೆಂದು ಭಾವಿಸಿದ ಇವನು ಹಲೋ ಹಲೋ ಎಂದ. 'ನಾಲ್ಕು ಜನ ಸ್ನೇಹಿತರು ಅಂದಿರಲ್ಲ ಯಾರ್ಯಾರು?' ಅವನು ಮಾತನಾಡಿದ.

'ಅವರೆ? ನಿಮಗೆ ಗೊತ್ತಿಲ್ಲ. ಕಲ್ಕತ್ತಾದ ಕಡೆಯೋರು. ನಾನು ಪ್ರೋಗ್ರಾಂಗೆ ಹೋಗ್ತೀನಲ್ಲ, ಅದರ ಪೈಕಿ.'

'ಸಂಗೀತಪ್ರಪಂಚದಲ್ಲಿ ನನಗೆ ಗೊತ್ತಿಲ್ಲದೋರು ಯಾರೂ ಇರುಲ್ಲ. ಅವರ ಹೆಸರುಗಳನ್ನ ಹೇಳಿ ಕೇಳೋಣ.'

ಅವನು ತನ್ನನ್ನು ಪಾಟಿಸವಾಲು ಮಾಡ್ತಿದಾನೆಂದು ಇವನಿಗೆ ರೇಗಿತು. ಆದರೂ ತೋರಿಸಿಕೊಳ್ಳದೆ, 'ಒಬ್ಬ ಬ್ಯಾನರ್ಜಿ, ಒಬ್ಬ ದಾಸಗುಪ್ತ, ಇನ್ನೊಬ್ಬ ಸೇನಗುಪ್ತ, ನಾಲ್ಕನೆಯೋನು ರಾಯ್. ನಾನು ಕಲ್ಕತ್ತಾಗೆ ಹೋದಾಗ ಪಾಠ ಹೇಳಿಸಿಕೊತ್ತಾರೆ.'

'ಟರ್ಮ್ಸ್ ಅಂಡ್ ಕಂಡಿಶನ್ಸ್ ಏನು?'

'ಹದಿನೈದುಲಕ್ಷ ಮುಂಗಡ. ಇಂಟರ್‌ನ್ಯಾಶನಲ್ ಮಟ್ಟದ ಪ್ರಸರಣ.'

ಅವನು ಮತ್ತೆ ಮೌನಿಯಾದ. ಅವನೇ ಮಾತನಾಡಲೆಂದು ಇವನು ಹಲೋ ಹಲೋ ಅನ್ನದೆ ಸುಮ್ಮನಿದ್ದ. ಎರಡುನಿಮಿಷದ ನಂತರ ಅವನೇ ಹಲೋ ಎಂದ. ಹೇಳಿ, ಇವನು ಉತ್ತರಿಸಿದಮೇಲೆ, 'ನಿಮ್ಮ ಗಾಯನ, ನಿಮಗಿಷ್ಟ ಬಂದೋರಿಗೆ ಕೊಡುವ ಅಧಿಕಾರ ನಿಮಗಿದೆ. ಆದರೆ ನೀವು ಕೂಡ ಸ್ನೇಹಕ್ಕಿಂತ ಹಣಕ್ಕೆ ಹೆಚ್ಚುಬೆಲೆ ಕೊಟ್ಟಿರಿ ಅಂದರೆ ಖೇದ ವಾಗುತ್ತೆ. ಆಲ್‌ರೈಟ್, ಪ್ರಪಂಚ ಇರೂದೇ ಹಾಗೆ ಅಲ್ಲವೆ?'

'ಇದರಲ್ಲಿ ಸ್ನೇಹದ ಪ್ರಶ್ನೆ ಏನುಬಂತು ಹೇಳಿ,' ಇದನ್ನು ಕೇಳುವಾಗ ಅವನಿಗೆ ಒಳಗೇ ಚಂಪಾಬಾಯಿಯೊಡನೆ ಸಹಾನುಭೂತಿ ಇದೆ ಅವಳು ಕ್ಯಾಸೆಟ್ ಮಾಡಿದ್ದುದರಲ್ಲೂ ಇವನ ಕೈವಾಡವಿದೆ ಎಂದು ಟಿಪ್ನಿಸನ ಮಾತಿನ ನೆನಪಾಯಿತು.

'ಎಂಥೆಂಥ ಸಂದರ್ಭದಲ್ಲಿ ನಾನು ನಿಮಗೆ ಸಪೋರ್ಟ್‌ಮಾಡಿದೀನಿ ಅನ್ನುವ ಸ್ಮರಣೆ ಇದ್ದರೆ ನೀವು ಈ ಪ್ರಶ್ನೆ ಕೇಳ್ತಿರಲಿಲ್ಲ. ನನ್ನ ನೌಕರಿಯ ದಾತನ ಮಗಳಿಗೆ ನೀವು ಅಷ್ಟು ಅನ್ಯಾಯಮಾಡಿದರೂ ನಾನು ನಿಮಗೆ ಸಪೋರ್ಟ್‌ಮಾಡಿದೆ. ದಿಲ್ಲಿಯ ನರ್ತಕಿ ಯಿಂದ ಒದೆಸಿಕೊಂಡು ದಿಕ್ಕಿಲ್ಲದೆ ಮುಂಬಯಿಗೆ ಬಂದಾಗ ಕೊರೆಗಾಂವ್‌ನಲ್ಲಿ ನಿಮ್ಮನ್ನಿಟ್ಟು, ಮುಂಬಯಿಯಲ್ಲಿ ಪ್ರಚಾರಕೊಟ್ಟು ಮತ್ತೆ ನೆಲೆನಿಲ್ಲಿಸಿದೆ. ಉದ್ದಕ್ಕೂ ಸಹಾಯಮಾಡಿದೀನಿ. ಜುನ್ನರ್‌ಕರ್ ಜೊತೆ ಆದ ಜಗಳದಲ್ಲಿ ನಿಮ್ಮ ಕಡೆನಿಂತು ಪ್ರಚಾರಕೊಟ್ಟು ತಂಬೂರಿಯನ್ನ ಅವನು ತಂದು ಒಪ್ಪಿಸೂಹಾಗೆ ಮಾಡಿದೋನು ನಾನು. ಮುಂಬಯಿಯಲ್ಲಿ ನ ಭೂತೋ ನ ಭವಿಷ್ಯತಿ ಅನ್ನುವಂಥ ಸನ್ಮಾನ ಏರ್ಪಡಿಸಿದೋನು ನಾನು. ಈಗ ಹದಿನೈದುಲಕ್ಷ

ಅಡ್ವಾನ್ಸಿಗೆ ಬಾಯಿಬಿಟ್ಟು ಸ್ನೇಹಕ್ಕೆ ವಂಚನೆ ಮಾಡಿದಿರಿ.'

'ವಿಠ್ಠಲ್ ಕ್ಯಾಸೆಟ್ ಕಂಪನಿ ಅನ್ನೋದು ನಿಮ್ಮದೇ ಅಂತ ನೀವು ನೇರವಾಗಿ ನಿಜ ಹೇಳಿದ್ದರೆ ನಾನು ನಿಮಗೇ ಕೊಡ್ತಿದ್ದೆ. ಸ್ನೇಹಿತನ ಮಗನಿಗೆ ಅಂತ ಸುಳ್ಳು ಹೇಳಿದಿರಿ, ಅದಕ್ಕೆ ಮೊದಲು ನನಗೆ ಉತ್ತರಹೇಳಿ,' ಇವನು ಕೇಳಿದ. ಅವನು ಮತ್ತೆ ಮೌನಿಯಾದ. ಇವನೇ, 'ನೀವು ಸಹಾಯ ಮಾಡಿದಿರಿ ನಿಜ. ಆದರೆ ನನ್ನೊಳಗೂ ಸ್ವಂತ ಯೋಗ್ಯತೆ ಇತ್ತ ಲ್ಲವೆ?' ಎಂದ. ಅವನು ಫೋನನ್ನು ಕೆಳಗಿಟ್ಟ.

– ೨ –

ಪರಾಂಜಪೆ ತನಗೆ ಮೊದಲಿನಿಂದಲೂ ಒತ್ತಾಸೆಯಾಗಿದ್ದುದು ನಿಜ ಎಂಬ ನೆನಪು ಬಂದಾಗಲೆಲ್ಲ ಮೋಹನಲಾಲನಿಗೆ ಕೆಡುಕೆನ್ನಿಸುತ್ತಿತ್ತು. ತನ್ನೊಬ್ಬನಿಗೇ ಅಲ್ಲ ಸಂಗೀತ ನರ್ತನ ನಾಟಕ ಚಲನಚಿತ್ರ ಮೊದಲಾದ ಪ್ರದರ್ಶನಕಲೆಗಳಿಗೆ ಅವನು ಕೆಲಸಮಾಡುತ್ತಿದ್ದ ಪತ್ರಿಕೆಯು ಹೆಚ್ಚು ಸ್ಥಳಾವಕಾಶ ಕೊಡುತ್ತಿತ್ತು. ಮುಂಬಯಿಯಲ್ಲಿ ಮಾತ್ರವಲ್ಲ ಭಾರತದ ಯಾವುದೇ ಊರಿನಲ್ಲಿ ನಡೆಯುವ ಉತ್ತಮ ಕಾರ್ಯಕ್ರಮಗಳನ್ನು ಉತ್ತಮ ಫೋಟೋ ಸಮೇತ ವರದಿಮಾಡುತ್ತಿತ್ತು. ಈ ಕಲೆಗಳಲ್ಲಿ ಆಸಕ್ತಿ ಮತ್ತು ಪ್ರಾಥಮಿಕಮಟ್ಟದ ತಿಳಿವಳಿಕೆ ಇದ್ದುದರಿಂದ ಪತ್ರಿಕೆಯು ಇಪ್ಪತ್ತೈದು ಮೂವತ್ತುವರ್ಷಗಳಿಂದ ಪರಾಂಜಪೆಯನ್ನೇ ಆ ವಿಭಾಗದ ಉಪಸಂಪಾದಕನನ್ನಾಗಿ ಇಟ್ಟಿತ್ತು. ಸೇವಾಹಿರಿತನ ಬೆಳೆದಂತೆ ಇತರ ವಿಭಾಗದ ಬಗೆಗೂ ಅವನು ಬರೆಯುತ್ತಿದ್ದ. ನಿಗನೋಡಿಕೊಳ್ಳುತ್ತಿದ್ದ. ಆದರೆ ಪ್ರದರ್ಶನಕಲೆಗಳ ಬಗೆಗೆ ಮುಖ್ಯಸಂಪಾದಕರು ಮಾತ್ರವಲ್ಲದೆ ಇಡೀ ಸಂಪಾದಕವರ್ಗವು ಅವನನ್ನು ವಿಶೇಷ ತಜ್ಞನೆಂದು ಭಾವಿಸಿತ್ತು. ಹೀಗಾಗಿ ಅವನಿಗೆ ಯಾರಾದರೂ ಕಲಾವಿದರನ್ನು ಮೇಲೆತ್ತುವುದು, ಅವರ ಪರವಾಗಿ ಅಭಿಪ್ರಾಯ ಮೂಡಿಸುವುದು ಸುಲಭವಾಗಿತ್ತು. ಬಹಳ ವರ್ಷ ಆ ಕ್ಷೇತ್ರಗಳ ವರದಿ ವಿಮರ್ಶೆಗಳನ್ನು ನೋಡಿಕೊಳ್ಳುತ್ತಿದ್ದುದರಿಂದ ಸಂಗೀತಸಭೆಗಳು, ನರ್ತನ ಮಂಡಲಿಗಳಲ್ಲಿ ಅವನ ಪ್ರಭಾವವಿತ್ತು. ಚಲನಚಿತ್ರರಂಗದವರೂ ಅವನು ಎದುರು ಬಂದರೆ ಒಂದು ಸಲಾಂ ಸಲ್ಲಿಸುತ್ತಿದ್ದರು. ಕೋಟ್ಯಂತರ ರೂಪಾಯಿಗಳು ಮತ್ತು ಇತರ ನೂರೆಂಟು ಅಂಶಗಳನ್ನೊಳಗೊಂಡ ಚಲನಚಿತ್ರ ಕ್ಷೇತ್ರಕ್ಕಿಂತ ಅವನ ಪ್ರಭಾವವು ಸಂಗೀತ, ನರ್ತನಕ್ಷೇತ್ರಗಳಲ್ಲಿ ಗಣನೀಯವಾಗಿತ್ತು. ವಯಸ್ಸಿನಿಂದಾಗಿ ಅವನು ಪತ್ರಿಕೆಯ ಸೇವೆಯಿಂದ ನಿವೃತ್ತನಾಗಿದ್ದರೂ ಅದೇ ಪತ್ರಿಕೆಯು ಅವನನ್ನು ಅದೇ ಕೆಲಸವಾಡಲು ಸಮಾಲೋಚಕನೆಂದು ನೇಮಿಸಿ ಕೊಂಡಿತ್ತು.

ಅವನು ಮೋಹನಲಾಲನೊಡನೆ ಫೋನಿನಲ್ಲಿ ಕೂಗಿ ಮಾತನಾಡಿದ ಮುಂದಿನ ಭಾನುವಾರದ ಪುರವಣಿಯಲ್ಲಿ ಒಂದು ಲೇಖನ ಪ್ರಕಟವಾಯಿತು. ವಿಶ್ವವಿದ್ಯಾಲಯದ ಸಂಗೀತ ವಿಭಾಗದಲ್ಲಿ ಪ್ರೊಫೆಸರ್ ಆದ ಡಾ. ವಜ್ರಕಿಶೋರ ಜಾನಿ ಎಂ.ಮ್ಯೂಸ್, ಪಿಎಚ್.ಡಿ., ಸಂಗೀತಾಚಾರ್ಯ, ಇವರು ಬರೆದಿದ್ದರು. ಅವರದೇ ದೊಡ್ಡ ಫೋಟೋ

ಹಾಕಿ ಸಂಗೀತಕ್ಷೇತ್ರದಲ್ಲಿ ಅವರು ಮಾಡಿರುವ ಸಂಶೋಧನೆ, ಪ್ರಕಟಿಸಿರುವ ಪುಸ್ತಕಗಳ ಪಟ್ಟಿಯನ್ನು ಕೊಟ್ಟಿದ್ದರು. ಅವರು ಲೇಖನವನ್ನು ಕೆಲವು ಸಾಮಾನ್ಯಾಂಶಗಳಿಂದ ಆರಂಭಿಸಿ ನೇರವಾಗಿ ಮೋಹನಲಾಲನಿಗೆ ಹೊಡೆತ ಕೊಡಲೆಂದೇ ಬರೆದಿದ್ದರು: 'ಇತ್ತೀಚಿನ ಎಷ್ಟೋ ಮಹತ್ತ್ವಾಕಾಂಕ್ಷೆಯ, ಹುಂಬಧೈರ್ಯದ ಸಂಗೀತಗಾರರು ಭಾರತೀಯ ಸಂಗೀತದ ಆಧ್ಯಾತ್ಮಿಕ ಜಲವಾಹಿನಿಯನ್ನು ತಾವೊಬ್ಬರು ಮಾತ್ರವೇ ಕುಡಿದು ಬೆಳೆದವರೆಂಬಂತೆ ಪ್ರಚಾರಮಾಡಿಕೊಳ್ಳುವುದು ಎಲ್ಲರಿಗೂ ಗೊತ್ತಿರುವ ಸಂಗತಿ. ಈ ವರ್ಷದ ತಾನಸೇನಪ್ರಶಸ್ತಿಯನ್ನು ಗಿಟ್ಟಿಸಿಕೊಂಡ ಪಂಡಿತ ಮೋಹನಲಾಲಜಿಯವರು (ಅವರು ನನ್ನ ಆತ್ಮೀಯ ಗೆಳೆಯರು ಎಂಬ ಅಂಶ ವನ್ನು ನಾನು ಮರೆಯುವುದಿಲ್ಲ) ತಾವು ಲೌಕಿಕ ಕಲಾವಿದ ತಾನಸೇನನಿಗಿಂತ ಎತ್ತರದ ಯೋಗಮಹಿಮೆಯನ್ನು ಸಂಪಾದಿಸಿದ್ದೇನೆಂದು ಹೇಳಿಕೊಂಡು ಅವನ ಗುರು ಸ್ವಾಮಿ ಹರಿದಾಸರಿಂದ ಸ್ಫೂರ್ತಿಪಡೆದೆನೆಂದು ಓಂಕಾರ ಹಾಡಿ ಜನಸಾಮಾನ್ಯರನ್ನು ಮರುಳುಮಾಡು ತ್ತಿರುವುದು ಸರಿಯಷ್ಟೆ. ಅದು ಕೇವಲ ಅಕಾರದ ಬದಲು ಓಂಕಾರದ ಆಲಾಪ ಮಾಡಿದ ಕೋಮಲಋಷಭ ಆಸಾವರೀ ರಾಗ ಮಾತ್ರ. ಅದರಲ್ಲಿಯೂ ಆಸಾವರೀ ಮತ್ತು ಜೀವನಪುರಿ ಗಳನ್ನು ಅಲ್ಲಲ್ಲಿ ತಿಳಿದೋ ತಿಳಿಯದೆಯೋ ಮಿಶ್ರಮಾಡಿ ರಾಗವನ್ನು ಅಶುದ್ಧಗೊಳಿಸಿದ್ದಾರೆ. ತಮಗೆ ಇರುವ ಜನಪ್ರಿಯತೆಯ ಅಮಲಿನಲ್ಲಿ ತಾವು ಹಾಡಿದುದೇ ರಾಗವೆಂಬ ಉಡಾಫ಼ೆ ಯನ್ನು ಚಲಾಯಿಸುತ್ತಿರುವ ಮೋಹನಲಾಲರು ಧೈರ್ಯವಿದ್ದರೆ ಸಾರ್ವಜನಿಕವಾಗಿ ಸಹಸ್ರಜನ ಸಭಿಕರು ಮತ್ತು ಸಂಗೀತಜ್ಞರ ಮುಂದೆ ನನ್ನನ್ನು ಎದುರಿಗೆ ಕೂರಿಸಿಕೊಂಡು ಅದೇ ಓಂಕಾರಾಲಾಪ ಮಾಡಲಿ. ಅವರು ಎಲ್ಲೆಲ್ಲಿ ತಪ್ಪುಮಾಡುತ್ತಿದ್ದಾರೆಂಬುದನ್ನು ನಾನು ಅಲ್ಲೇ ತೋರಿಸುತ್ತೇನೆ. ಸಂಗೀತಶಾಸ್ತ್ರಜ್ಞಾನವಿಲ್ಲದ ಜನಸಾಮಾನ್ಯರನ್ನು ರಂಜಿಸುವುದೇ ಬೇರೆ, ಶಾಸ್ತ್ರಜ್ಞಾನವುಳ್ಳ ಸೂಕ್ಷ್ಮ ರಸಗ್ರಾಹಿಗಳನ್ನು ಒಪ್ಪಿಸುವುದೇ ಬೇರೆ. ಸಂಗೀತವನ್ನು ಅಧ್ಯಾತ್ಮದಮಟ್ಟಕ್ಕೆ ಒಯ್ಯುವ ಸಂಗೀತಗಾರನು ಮೊದಲು ಸ್ವತಃ ಆಚಾರಶುದ್ಧನಾಗಿರಬೇಕು. ಪಂಡಿತ ಮೋಹನಲಾಲರ ವೈಯಕ್ತಿಕ ಜೀವನವನ್ನು ಬಲ್ಲ ಯಾರೂ ಅವರ ಅಧ್ಯಾತ್ಮ ಯೋಗದ ಅವತಾರದಿಂದ ಮರುಳಾಗುವುದಿಲ್ಲ.....' ಎಂದು ಅರ್ಥಪುಟದಷ್ಟು ಬರೆದಿದ್ದರು.

ಅದನ್ನು ಓದಿದ ತಕ್ಷಣ ಮೋಹನಲಾಲನಿಗೆ ಇದು ಪರಾಂಜಪೆಯ ಪಟ್ಟು ಎಂಬುದು ಅರ್ಥವಾಯಿತು. ವಿಶ್ವವಿದ್ಯಾಲಯದ ಜಾನಿ ಇವನಿಗೆ ಹೆಚ್ಚು ಪರಿಚಿತನಲ್ಲ. ಗಾಯನಕ್ಷೇತ್ರದಲ್ಲಿ ಸಫಲನಾಗದೆ ಪಿಎಚ್.ಡಿ. ಪದವಿ ಪಡೆದು ವಿಶ್ವವಿದ್ಯಾಲಯದ ಸಂಬಳದಮೇಲೆ ಬದುಕುತ್ತಿರುವವನು ಎಂಬಷ್ಟು ಮಾತ್ರ ಗೊತ್ತಿತ್ತು. ಪತ್ರಕರ್ತನು ಇವನನ್ನು ಬಳಸಿದ್ದಾನೆ. ಮೋಹನಲಾಲನ ಮೇಲೆ ಸವಾಲು ಎಸೆಯುವ ಮಾತುಗಳನ್ನು ಬರೆದು ಪ್ರಸಿದ್ಧನಾಗಲು ಇವನು ಸಾಹಸ ಮಾಡಿದ್ದಾನೆ, ಎಂದು ಅರ್ಥಮಾಡಿಕೊಂಡ. ಅದಕ್ಕೆ ಬೆಲೆ ಕೊಡಲಿಲ್ಲ. ಆದರೂ ಊಟ ಮಾಡಿ ಮಲಗುವ ವೇಳೆಗೆ ಮನಸ್ಸು ಖಿನ್ನವಾಗತೊಡಗಿತು. ಪರಾಂಜಪೆಯನ್ನು ಕಳೆದುಕೊಂಡದ್ದು ಮಾತ್ರವಲ್ಲ, ಹಿತೈಷಿ ಅಂತ ತಿಳಿದುಕೊಂಡಿದ್ದವನು ಈ ಮಟ್ಟಕ್ಕೆ ಇಳಿದನಲ್ಲ, ಎಂಬ ಕೊರಗು ಬಾಧಿಸತೊಡಗಿತು. ಅವನಿಗೆ ಒಳಗೇ ಚಂಪಾಬಾಯಿಯ ವಿಷಯದಲ್ಲಿ

ಸಹಾನುಭೂತಿ ಇದೆ ಎಂಬ ಟಿಪ್ನಿಸನ ಮಾತು ನೆನಪಿಗೆಬಂತು. ನನ್ನ ನೌಕರಿಯ ದಾತನ ಮಗಳಿಗೆ ನೀವು ಅಷ್ಟು ಅನ್ಯಾಯ ಮಾಡಿದರೂ ನಾನು ನಿಮಗೆ ಸಪೋರ್ಟ್ ಮಾಡಿದೆ ಎಂಬ ಪರಾಂಜಪೆಯ ಮಾತೂ ಜೊತೆಗೂಡಿತು. ರಾತ್ರಿ ಸರಿಯಾಗಿ ನಿದ್ರೆಬರಲಿಲ್ಲ. ಮಂಗಳವಾರದ ಬೆಳಗಿನ ಪತ್ರಿಕೆಯಲ್ಲಿ ಮೂರು ವಾಚಕರ ಪತ್ರಗಳು ಪ್ರಕಟವಾಗಿದ್ದವು: 'ಭಾನುವಾರದ ಪುರವಣಿಯಲ್ಲಿ ಪ್ರಕಟವಾದ ಸಂಗೀತಾಚಾರ್ಯ ಡಾ. ಜಾನಿಯವರ ಲೇಖನ ಓದಿದಮೇಲೆ ಕೊನೆಗೂ ಒಬ್ಬ ಸಂಗೀತಜ್ಞರು ಧೈರ್ಯಮಾಡಿ ಸತ್ಯವನ್ನು ಬರೆದರಲ್ಲ ಅನ್ನುವ ಸಂತೋಷವಾಗಿದೆ. ಕಳೆದ ಇಪ್ಪತ್ತುವರ್ಷಗಳಿಂದ ನಾನು ಪಂಡಿತ ಮೋಹನಲಾಲರ ಗಾಯನವನ್ನು ಕೇಳುತ್ತಿದ್ದೇನೆ. ಯಾವ ಹೊಸತೂ ಇಲ್ಲದೆ ಅವೇ ಗಿಮಿಕ್, ಅವೇ ಚಪ್ಪಾಳೆಗಿಟ್ಟಿಸುವ ಸರ್ಕಸ್‌ಗಳನ್ನು ಪುನರಾವರ್ತಿಸುತ್ತಿದ್ದಾರೆ. ಅವರ ಯೋಗ ಚನ್ನಾಗಿರುವುದರಿಂದ ಭಾರತದ ಅತ್ಯಂತ ದುಬಾರಿ ಗಾಯಕರಾಗಿಯೂ ಚನ್ನಾಗಿ ಬಿಸಿನೆಸ್ ಮಾಡುತ್ತಿದ್ದಾರೆ.' ಇನ್ನೊಂದು: 'ಮೋಹನಲಾಲರಿಗೆ ಈಗ ಅರವತ್ತೆರಡುವರ್ಷ. ಆದರೂ ಒಬ್ಬನೇ ಒಬ್ಬ ಶಿಷ್ಯನನ್ನು ತಯಾರುಮಾಡಿಲ್ಲವೇಕೆ? ಅವರು ತಯಾರುಮಾಡಲು ಒಪ್ಪಿ ಸೇರಿಸಿಕೊಳ್ಳುವ ಶಿಷ್ಯೆಯರಲ್ಲಿ ಕೂಡ ಯಾರೂ ಮುಂದೆ ಬರಲಿಲ್ಲವೇಕೆ?' ಮೂರನೆಯದು: 'ಈ ಸಂದರ್ಭದಲ್ಲಿ ಪ್ರತಿಯೊಬ್ಬ ಸಂಗೀತಗಾರನ ಬಗೆಗೂ ಪತ್ರಿಕೆಗಳು ನಿಷ್ಪಕ್ಷಪಾತ, ನಿರ್ಭೀತ, ವಿಮರ್ಶೆಯನ್ನು ಪ್ರಕಟಿಸಬೇಕು.' ಅನಂತರ ಹೆಚ್ಚು ಕಡಮೆ ಪ್ರತಿದಿನವೂ ಒಂದು ಎರಡು ಕಟುಟೀಕೆಯ ಪತ್ರಗಳು ಪ್ರಕಟವಾಗತೊಡಗಿದವು. ಅಷ್ಟು ಮಾತ್ರವಲ್ಲ ಮುಂಬಯಿಯ ಇತರ ಪತ್ರಿಕೆಗಳಲ್ಲೂ ಇವನನ್ನು ಟೀಕಿಸುವ ಸಣ್ಣಪುಟ್ಟ ಸುದ್ದಿಗಳು ಮುದ್ರಿತವಾದವು. ಮರಾಠಿ ಹಿಂದಿ ಗುಜರಾತಿ ಸಿಂಧಿ ಕನ್ನಡ ಪತ್ರಿಕೆಗಳೂ ಈ ಅಂಶಗಳನ್ನು ಕಿರುಸುದ್ದಿ ಮಾಡಿದವು. ವಾಚಕರ ಪತ್ರಗಳು ಪ್ರಕಟವಾದವು. ಇತರ ಪತ್ರಿಕೆಗಳಲ್ಲಿ ಇವನ ಪರವಾದ ಪತ್ರಗಳೂ ಪ್ರಕಟವಾದರೆ ಪರಾಂಜಪೆಯದರಲ್ಲಿ ಅಂಥ ಒಂದೂ ಬರಲಿಲ್ಲ. ಒಂದು ಪತ್ರವಂತೂ: 'ಒಂದುಲಕ್ಷಕ್ಕೆ ಕಡಮೆ ಬರುವುದೇ ಇಲ್ಲವೆಂಬ ಮೋಹನಲಾಲರಂಥ ಸಂಗೀತಗಾರರನ್ನು ಮುಂಬಯಿಯ ಸಂಗೀತಸಭೆಗಳು ಬಾಯ್‌ಕಾಟ್ ಮಾಡಿ ಪಾಠ ಕಲಿಸಬೇಕು. ಇಷ್ಟು ಹಣಕ್ಕಿಂತ ಹೆಚ್ಚು ಕೊಡುವುದೇ ಇಲ್ಲವೆಂದು ಎಲ್ಲ ಸಭೆಗಳೂ ಒಟ್ಟು ಸೇರಿ ನಿರ್ಧರಿಸಬೇಕು. ಇಪ್ಪತ್ತೈದು ರೂಪಾಯಿಗೆ ತನ್ನ ತಂಬೂರಿಯನ್ನು ಅಡವು ಇಟ್ಟಿದ್ದ ದಿನಗಳನ್ನು ಮೋಹನಲಾಲರಂಥ ಸಂಗೀತಗಾರರು ನೆನಸಿಕೊಳ್ಳಬೇಕು,' ಎಂಬ ಸಾಲುಗಳನ್ನೊಳಗೊಂಡಿತ್ತು.

ಮೋಹನಲಾಲನಿಗೂ ಹಿತೈಷಿಗಳು ಇಲ್ಲದೆ ಇರಲಿಲ್ಲ. ಭಾನುವಾರದ ಲೇಖನ ಪ್ರಕಟವಾದ ದಿನವೇ ಹಲವರು ಫೋನುಮಾಡಿ ತಮ್ಮ ಬೇಸರವನ್ನು ವ್ಯಕ್ತಪಡಿಸಿದ್ದರು. ಅನಂತರವೂ ಎಷ್ಟೋ ಜನ ಬಂದು ಭೇಟಿಯಾಗಿ ಮಾತನಾಡಿದರು. ಇದು ಪರಾಂಜಪೆಯದೇ ಕೈವಾಡವೆಂದು ಸಂಗೀತ ಪ್ರಪಂಚದ ಒಳಗನ್ನು ತಿಳಿದ ಎಲ್ಲರಿಗೂ ಅರ್ಥವಾಗಿತ್ತು. ಅವನಿಗೂ ನಿಮಗೂ ಏನಾಯಿತು? ಎಂದು ಹಲವರು ಕೇಳಿದರು. ನಡೆದ ಸಂಗತಿಯನ್ನು ಇವನು ಹೇಳಿದ. ಅವರಲ್ಲಿ ಕೆಲವರು ಇವನನ್ನು ವಹಿಸಿ ವಾಚಕರ ಪತ್ರ ಬರೆದರು.

ಆದರೆ ಪರಾಂಜಪೆಯ ಪತ್ರಿಕೆಯಲ್ಲಿ ಒಂದೂ ಪ್ರಕಟವಾಗಲಿಲ್ಲ. ಆದರೆ ಹಳವಂಡ ಇಷ್ಟಕ್ಕೇ ನಿಲ್ಲಲಿಲ್ಲ. ಎರಡುವಾರದಲ್ಲಿ ಸಾಧಾರಣ ಘನತೆಯನ್ನು ಕಾಪಾಡಿಕೊಳ್ಳುವ ಇತರ ಪತ್ರಿಕೆಗಳು ಈ ಸುದ್ದಿ ಮತ್ತು ಅದನ್ನು ಕುರಿತ ಪತ್ರವ್ಯವಹಾರವನ್ನು ಕೈಬಿಟ್ಟವು. ಅನಂತರ ಪೀತಪತ್ರಿಕೆಗಳು ವಿಷಯವನ್ನು ಕೈಗೆತ್ತಿಕೊಂಡವು. ತಂಬೂರಿ ಬಾರಿಸಲು ಹಿಂಬದಿಯ ಎರಡು ಕಡೆಗಳಿಗೂ ಕೂರುತ್ತಿದ್ದ ಶಿಷ್ಯೆಯರೊಡನೆ ಅವನು ಕಛೇರಿಯಲ್ಲಿ ಹಾಡುತ್ತಿದ್ದ ಹಳೆಯ ಫ಼ೋಟೋಗಳನ್ನು ಅಂಥ ಪತ್ರಿಕೆಗಳು ಸಂಪಾದಿಸಿ ಮುಖಪುಟದಲ್ಲಿ ಪ್ರಕಟಿಸಿ ಅದರ ಕೆಳಗೆ ಬರೀ ಹೆಂಗಸರೇ ಬೇಕೆ? ಗಂಡಸರಾದರೆ ಸ್ಫೂರ್ತಿಹತ್ತುವುದಿಲ್ಲವೆ? ಎಂಬಂತಹ ಶೀರ್ಷಿಕೆ ಕೊಡುತ್ತಿದ್ದವು. ಇಪ್ಪತ್ತೊಂದು ವರ್ಷಗಳ ಹಿಂದಿನ ಮನೋಹರೀದಾಸ ಳೊಡನೆ ಇವನು ದಿಲ್ಲಿಗೆ ಹೋಗಿದ್ದ ಸಂಗತಿಯನ್ನು ಕೆಣಕಿದವು. ಬಿಳಿಹುಡುಗಿ ಭೂಪಾಲಿಯ ಫ಼ೋಟೋಗಳನ್ನು ಅಚ್ಚುಮಾಡಿ ಭಾರತೀಯ ಗಾಯಕನಿಗೆ ಭಾರತೀಯ ನಾರಿಯರಿಂದ ಸ್ಫೂರ್ತಿಸಿಗುವುದಿಲ್ಲವೆ? ಎಂಬ ಶೀರ್ಷಿಕೆ ಬರೆಯುತ್ತಿದ್ದವು. ಹೊಲಸುಕಲ್ಪನೆಯ ಹೊಲಸು ಭಾಷೆಯ ವಿವರಗಳನ್ನು ಬರೆದು ಇನ್ನಷ್ಟು ಸುದ್ದಿ ಮುಂದಿನ ಸಂಚಿಕೆಯಲ್ಲಿ ಎಂದು ಟಿಪ್ಪಣಿಯೊಡನೆ ಮುಕ್ತಾಯಮಾಡುತ್ತಿದ್ದವು. ಈ ಪತ್ರಿಕೆಗಳನ್ನು ಸಾಧಾರಣವಾಗಿ ಯಾವ ಸುಸಂಸ್ಕೃತ, ವಿದ್ಯಾವಂತನೂ ಓದುತ್ತಿರಲಿಲ್ಲ. ಆದರೆ ಯಾರೋ ಅವುಗಳನ್ನು ಅಂಚೆಯಲ್ಲಿ ಇವನ ವಿಳಾಸಕ್ಕೆ ಕಳಿಸುತ್ತಿದ್ದರು.

ಮೋಹನಲಾಲನಿಗೆ ಕೋಪ ಬರುತ್ತಿತ್ತು. ಈ ಪತ್ರಿಕೆಗಳವರನ್ನ ಹಿಡಿದು ಮುಖಮೋರೆ ನೋಡದೆ ಚಚ್ಚಿಬಿಡಬೇಕೆನ್ನಿಸುತ್ತಿತ್ತು. ಅಥವಾ ಅವುಗಳಮೇಲೆ ಕೋರ್ಟಿನಲ್ಲಿ ಕೇಸುಹಾಕ ಬೇಕೆಂಬ ಆಲೋಚನೆ ಬರುತ್ತಿತ್ತು. ಹಾಗೆಂದು ಕೆಲವರು ಹಿತೈಷಿಗಳೊಡನೆ ಸಮಲೋಚಿಸಿದ. 'ಬೇಡಿ, ಅವರ ಕಡೆ ಲಾಯರು ನೂರೆಂಟು ಹೊಲಸುಪ್ರಶ್ನೆ ಕೇಳ್ತಾನೆ. ಅವನ್ನೇ ಆ ಪತ್ರಿಕೆ ಗಳು ಮುಂದಿನ ಸಂಚಿಕೆಗಳ ಆಹಾರವಾಗಿ ಬಳಸಿಕೊತ್ತಾವೆ. ಸಿನಿಮಾ ನಟನಟಿಯರ ಮೇಲೆ ಅವುಗಳು ಪ್ರತಿದಿನ ಇಂಥವು ಬರೀತವೆ. ಅವರ್‍ಯಾರೂ ಕೋರ್ಟಿಗೆ ಹೋಗುಲ್ಲ, ಸುಮ್ಮನಿದ್ದುಬಿಡ್ತಾರೆ. ನೀವೂ ಸುಮ್ಮನಿರಿ,' ಎನ್ನುವುದು ಅವರ ವಿವೇಚನೆಯಾಗಿತ್ತು. ಅವನಿಗೆ ಬೇರೆ ಉಪಾಯ ಕಾಣಲಿಲ್ಲ. ಇತ್ತೀಚೆಗೆ ಶಿಷ್ಯೆಯರನ್ನು ತನ್ನ ಫ಼್ಲ್ಯಾಟಿಗೆ ಕರೆಯುವುದು ಅಪೂರ್ವವಾಗಿತ್ತು. ಈಗ ಕರೆಯಲು ಭಯವಾಗತೊಡಗಿತು. ಅವರು ಒಳಗೆ ಬಂದಿರುವಾಗ ಈ ಪತ್ರಿಕೆಗಳು ಹೇಗಾದರೂ ಫ಼ೋಟೋ ತೆಗೆದುಬಿಟ್ಟರೆ! ನನ್ನ ಮನೆಯಲ್ಲೇ ನನಗೇ ಕಾಣದಂತೆ ಕ್ಯಾಮರಾ ಹುದುಗಿಸಿಟ್ಟಿದ್ದರೆ! ನನ್ನ ಎದುರಿನ ಕಟ್ಟಡದ ಫ಼್ಲ್ಯಾಟಿನವರೇನಾದರೂ ಪತ್ರಿಕೆಗಳಿಗೆ ಗುಪ್ತ ಏಜಂಟರಾಗಿ ಕೆಲಸಮಾಡುತ್ತಿದ್ದರೆ! ಎಂಬ ಗುಮಾನಿ ಕಾಡತೊಡಗಿತು. ಭೂಪಾಲಿ ಬಂದಾಗ ಬಾಗಿಲು ಹಾಕಿಕೊಂಡು ಪಾಠ ಮಾಡುವುದಕ್ಕೂ ಅಂಜಿಕೆಹುಟ್ಟಿತು. ಆದರೆ ಬಾಗಿಲು ಹಾಕಿಕೊಳ್ಳದಿದ್ದರೆ ಹೊರಗಿನ ಗದ್ದಲವು ಒಳಗೆ ಬಂದು ಸ್ವರದ ಸೂಕ್ಷ್ಮ ತಪ್ಪುತ್ತಿತ್ತು. ಬೇಕೆನ್ನಿಸಿದ ದಿನ ಅವಳ ಫ಼್ಲ್ಯಾಟಿಗೇ ಹೋಗಬೇಕು. ಇಲ್ಲಿ ಕೂಡದು ಎಂದು ನಿರ್ಧರಿಸಿದ. ಆದರೆ ಅವಳ ಫ಼್ಲ್ಯಾಟಿನಲ್ಲಿ ಗುಪ್ತಸಾಧನಗಳಿಲ್ಲ, ಗುಪ್ತಚಾರರಿಲ್ಲ ಅಂತ ಹೇಗೆ ಹೇಳುವುದು? ಎಂಬ ಅನುಮಾನ ಹುಟ್ಟುವುದು.

ಒಂದು ತಿಂಗಳು ಕಳೆದರೂ ಗ್ಲೋಬ್ ಮ್ಯೂಸಿಕಲ್ ವಾಯ್ಸ್‌ನವರಿಂದ ಸುದ್ದಿಯೇ ಇಲ್ಲ. ಫೋನೂ ಇಲ್ಲ. ಈ ಹಳವಂಡದಲ್ಲಿ ಅವನು ಅದನ್ನು ಮರೆತೇಬಿಟ್ಟಿದ್ದ. ಒಂದುದಿನ ನೆನಪುಬಂತು. ತಾನೇ ಫೋನುಮಾಡಿ ಕೇಳಿದ: 'ಎರಡುವಾರದಲ್ಲೇ ಸ್ಟುಡಿಯೋದಲ್ಲಿ ರೆಕಾರ್ಡ್‌ಮಾಡಿ ಚೆಕ್ ಕೊಡ್ತೀವಿ ಅಂದಿರಲ್ಲ. ಏನು ಸಮಾಚಾರ?'

'ಸಾರ್. ಈ ಪ್ರಾಜೆಕ್ಟ್‌ನ ನಮ್ಮ ಎಂ.ಡಿ. ಅಪ್ರೂವ್‌ಮಾಡಲಿಲ್ಲ. ಡ್ರಾಪ್ ಆದಹಾಗೆ ಕಾಣಿಸುತ್ತೆ. ನಿಮ್ಮ ಬೇರೆ ರಾಗಗಳನ್ನ ಮುಂದೆ ಕನ್ಸಿಡರ್‌ಮಾಡೋಣ ಅಂದಿದಾರೆ.'

'ಕರಾರಿಗೆ ನೀವು ರುಜು ಹಾಕಿಸಿಕೊಂಡಿರಲ್ಲ.'

'ಹಾಕಿಸಿಕೊತ್ತೀವಿ. ಎಂ.ಡಿ.ಯ ಅಪ್ರೂವಲ್ ಆಗಿ ನಮ್ಮ ಮ್ಯಾನೆಜರ್ ರುಜು ಮಾಡೂ ತನಕ ಕರಾರು ಪೂರ್ಣವಾಗುಲ್ಲ. ನಾನೇ ನಿಮಗೆ ಫೋನ್‌ಮಾಡಿ ತಿಳಿಸಬೇಕು ಅಂತಿದ್ದೆ. ಆದರೆ ನಮ್ಮ ತಾಯಿಗೆ ಹುಶಾರಿಲ್ಲದೆ ರಜಾದಮೇಲೆ ಊರಿಗೆ ಹೋಗಿದ್ದೆ. ನೀವು ಆರೋಗ್ಯವಾಗಿದೀರಾ ಸಾರ್? ಯಾವ ಹೊಸರಾಗ ಕಂಪೋಸ್‌ಮಾಡಿದಿರಿ?' ಎಂದು ಉಭಯಕುಶಲೋಪರಿ ಮಾತನಾಡತೊಡಗಿದ. ರುಜುಮಾಡಿದ ನಾನು ಅವ ರಿಂದಲೂ ಸಹಿ ಹಾಕಿಸಿಕೊಂಡು ಕರಾರಿನ ಒಂದು ಪ್ರತಿಯನ್ನು ಇಸಕೊಂಡು ಬರಲಿಲ್ಲವಲ್ಲ! ಸೂಳೆಮಕ್ಕಳಮೇಲೆ ಏನು ಕ್ರಮ ಕೈಗೊಳ್ಳುಕ್ಕೂ ಒಂದು ದಾಖಲೆಯೂ ಇಲ್ಲ. ನಾನು ನಂಬಿಬಿಟ್ಟೆ, ಎಂದು ಮೋಹನಲಾಲನಿಗೆ ಖೇದವಾಯಿತು. ಅವರ ಮೇಲಿನ ಕೋಪ ಇಳಿದಮೇಲೆ ಇಲ್ಲ ಅದು ದೊಡ್ಡ ಕಂಪನಿಯೇ, ಮಾಡಿಕೊಂಡ ಕರಾರಿನಿಂದ ಹಿಂದೆ ಸರಿಯುತ್ತಿರಲಿಲ್ಲ. ಅಷ್ಟರಲ್ಲಿ ಸೂಳೆಮಗ ಪರಾಂಜಪೆ ಹುಟ್ಟಿಸಿದ ಹಳವಂಡದಿಂದ ಹೆದರಿದಾರೆ, ಎಂದು ಅರ್ಥಮಾಡಿಕೊಂಡ. ಈ ಪರಾಂಜಪೆಗೆ ಏನು ಮಾಡಬೇಕು? ಯಾರಾದರೂ ಒಬ್ಬ ಗೂಂಡಾಗೆ ಹತ್ತಿಪ್ಪತ್ತುಸಾವಿರ ಕೊಟ್ಟು ಆಫೀಸಿನಿಂದ ರೈಲ್ವೆಸ್ಟೇಶನ್ನಿಗೆ ಹೋಗುವಾಗ ಹಿಡಿದು ಕೈಯೋ ಕಾಲೋ ಮುರಿಸಬೇಕು, ಪ್ರಾಣ ಹೋಗಿಸಬಾರದು ಎಂಬ ಆಲೋಚನೆ ಬಂತು. ಅಂಥ ಗೂಂಡಾನನ್ನು ಹೇಗೆ ಪತ್ತೆ ಮಾಡುವುದು, ಹೇಗೆ ಪ್ರಸ್ತಾಪಿಸೂದು ಎಂಬ ಚಿಂತೆ ಒಂದೇ ಸಮನೆ ತಲೆಯನ್ನು ಕೊರೆಯತೊಡಗಿತು. ಈ ಸಂದರ್ಭದಲ್ಲಿ ಹೊಡೆಸಿದರೆ ನಾನೇ ಮಾಡಿಸಿದ್ದು ಅನ್ನುವ ಅನುಮಾನ ಹುಟ್ಟುಲ್ಲವೆ? ಒಂದೆರಡು ತಿಂಗಳು ತಡೆದು ಮಾಡಿಸಿದರೆ ಹೇಗೆ? ಎಂಬ ನಿಧಾನ ಕಾಣಿಸಿಕೊಂಡಿತು. ಗೂಂಡಾಬೇಡ. ನಾನೇ ಹೋಗಿ ಅವನ ಕಪಾಳಕ್ಕೆ ಹೊಡೆದುಬರೂದು ಹೆಚ್ಚು ಗಂಡಸುತನ ಎಂದು ಒಂದುಸಲ ಅನ್ನಿಸಿದರೂ ಪೋಲೀಸುಕೇಸು ಮೊದಲಾದ ಇಲ್ಲದ ತರಲೆ ತಾಪತ್ರಯಗಳು ಬೇಡ ಎಂಬ ಎಚ್ಚರವೂ ಹಿಂದೆಯೇ ಹುಟ್ಟಿತು.

ಬೆಳಗಾವಿ ಮತ್ತು ಹುಬ್ಬಳ್ಳಿಗಳಲ್ಲಿ ಒಂದೊಂದು ಕಾರ್ಯಕ್ರಮ ಏರ್ಪಡಿಸುತೀವಿ. ಒಂದೇ ಪ್ರಯಾಣದಲ್ಲಿ ಎರಡನ್ನೂ ಮುಗಿಸಬಹುದು. ಎರಡಕ್ಕೂ ಹೊಂದಿಸಿ ತಾರೀಖು ಕೊಡಿ, ಎಂದು ಐದನೆಯ ದಿನ ಹುಬ್ಬಳ್ಳಿಯಿಂದ ಒಂದು ಫೋನುಬಂತು. ಅವನಿಗೆ ಆಗ ನೆನಪಾಯಿತು. ಇದೇ ರೀತಿ ತಾರೀಖು ಕೇಳಿ ಎರಡುತಿಂಗಳ ಹಿಂದೆ ಗೋವಾದಿಂದ ಒಂದು ಕೋರಿಕೆ ಬಂದಿತ್ತು. ಅಲ್ಲಿಗೆ ತಾನೇ ಫೋನುಮಾಡಿದ. ಅವರು ತಕ್ಷಣ ಒಪ್ಪಿಕೊಂಡರು.

ಮೂರು ಕಾರ್ಯಕ್ರಮಗಳ ದಿನಗಳನ್ನು ಹೊಂದಿಸುತ್ತಿರುವಾಗ ಹೈದರಾಬಾದಿನಿಂದ ಫೋನುಬಂತು. ನಾಲ್ಕನ್ನೂ ಹೊಂದಿಸಿದ. ಒಂದುವಾರದಲ್ಲಿ ನಾಲ್ಕು ಕಾರ್ಯಕ್ರಮ. ನಾಲ್ಕುಲಕ್ಷ ರೂಪಾಯಿ. ವಿಮಾನದಲ್ಲಿ ಗೋವಾಕ್ಕೆ ಹೋದರೆ ಸಂಜೆ ಕಾರ್ಯಕ್ರಮ. ಮರುದಿನ ಬೆಳಗ್ಗೆ ಕಾರಿನಲ್ಲಿ ಬೆಳಗಾವಿ. ಮರುಬೆಳಗ್ಗೆ ಹುಬ್ಬಳ್ಳಿ. ಅಲ್ಲಿಂದ ರೈಲಿನಲ್ಲಿ ಹೈದರಾಬಾದು. ವಿಮಾನದಲ್ಲಿ ಮುಂಬಯಿಗೆ ವಾಪಸು. ಎಲ್ಲ ಕಡೆಯೂ ಓಂಕಾರವನ್ನು ಹಾಡಬೇಕೆಂಬ ವಿಶೇಷ ಬೇಡಿಕೆ. ಎಲ್ಲ ಕಡೆಯೂ ಅದು ಪ್ರಚಂಡ ಯಶಸ್ಸುಕಂಡಿತು. ಎಲ್ಲರೂ ತಲೆತೂಗಿದರು. ಕಣ್ಣುಮುಚ್ಚಿ ಧ್ಯಾನಮಗ್ನರಾದರು. ಕುತೂಹಲವನ್ನು ತಡೆಯಲಾರದೆ ಅವನೇ ಹುಬ್ಬಳ್ಳಿಯ ಕಾರ್ಯದರ್ಶಿಯನ್ನು ಕೇಳಿದ: 'ಓಂಕಾರ ಹೆಂಗನ್ನಿಸಿತು?'

'ಮೋಡಿ ಮಾಡಿತು. ಎಂಥ ಮಠದ ಸ್ವಾಮಿಯ ಬಗೆಗೂ ತಾಳದ ಭಕ್ತಿಭಾವವನ್ನ ನಿಮ್ಮ ಬಗೆಗೆ ತಾಳಿದರು.'

'ಇದನ್ನ ಕುರಿತು ಮುಂಬಯಿಯ ಕೆಲವು ಪತ್ರಿಕೆಗಳು ರಾಡಿ ಎಬ್ಬಿಸಿದ್ದವು. ನಿಮಗೆ ಗೊತ್ತಾ?'

'ಮುಂಬಯಿ ಪತ್ರಿಕೆಗಳು ಇಲ್ಲಿಗೂ ಬರತಾವೆ. ಎಲ್ಲರಿಗೂ ಗೊತ್ತು. ನಮ್ಮ ಹುಬ್ಬಳ್ಳಿಯ ಪತ್ರಿಕೆಗಳೂ ಆ ಸುದ್ದಿಯನ್ನ ರಂಜಕವಾಗಿ ಪ್ರಕಟಿಸಿದ್ದವು. ಪತ್ರಿಕೆ ಓದೂದು ಮನರಂಜನೆಗೆ. ಸಂಗೀತಪ್ರೇಮಿಗಳು ಯಾರೂ ಪತ್ರಿಕೆಯ ಕಥೆಗಳಿಂದ ಮನಸ್ಸು ಬದಲಿಸುಲ್ಲ.'

'ಅಂದರೆ ಇಲ್ಲಿಯ ಜನ ನನ್ನನ್ನ ಇನ್ನೂ ಸಂತ ಅಂತ ತಿಳಕೊಂಡಿದಾರೇನು?'

'ಹಂಗೆಲ್ಲ ತಪ್ಪು ತಿಳಿಯೂದಿಲ್ಲರೀ. ಇಲ್ಲಿಯ ಜನ ಕಲಾವಿದರು ಅಂದರೆ ಹುಚ್ಚೇಳ್ತಾರೆ. ನಮಸ್ಕಾರ ಮಾಡ್ತಾರೆ. ಅವರ ಕಲೇನ ತಲೆಮೇಲಿಟ್ಟುಕೊಂಡು ಮೆರೆಸ್ತಾರೆ. ಆದರೆ ಅವರನ್ನ ಯಾರೂ ಮನೇಲಿ ಇಳಿಸಿಕೊಳ್ಳೂದಿಲ್ಲ. ಅನುಕೂಲವಾದ ಹಾಟೆಲ್‌ದಾಗ ಇಳಿಸಿ ಬೀಳ್ಕೊಡುತಾರ್ರೀ.'

ಮೋಹನಲಾಲನಿಗೆ ಈ ಮಾತು ಪೂರ್ತಿ ಅರ್ಥವಾಗುವ ಮೊದಲೇ ಐದಾರು ಜನ ಸ್ಥಳೀಯ ಸಂಗೀತಗಾರರು ಕೈಲಿ ಹಾರಗಳನ್ನು ಹಿಡಿದು ಭೇಟಿಯಾಗಲು ಬಂದರು.

ಹೈದರಾಬಾದಿನಲ್ಲಿ ಇನ್ನೊಂದು ಘಟನೆ ನಡೆಯಿತು. ಅಲ್ಲಿ ಆದದ್ದು ಬೆಳಗಿನ ಕಛೇರಿ. ಮುಕ್ತಾಯಕ್ಕೆ ಭೈರವಿಯ ಬದಲು ಓಂಕಾರವನ್ನು ಹಾಡಿದ. ಶ್ರೋತೃಗಳು ಸಮಾಧಿಸ್ಥಿತಿಗೆ ಏರಿದರು. ಅವನು ಮರುದಿನ ಮುಂಬಯಿಗೆ ಹೊರಡುವುದಿತ್ತು. ಆದರೆ ಮರುಸಂಜೆ ಒಬ್ಬರ ಮನೆಯಲ್ಲಿ ಛೇಂಬರ್ ಕಛೇರಿ ಮಾಡುವ ಆಹ್ವಾನಬಂತು. ಜೊತೆಗೆ ಬಂದಿದ್ದ ಟಿಪ್ನಿಸ್ ಮತ್ತು ಪ್ರಭುಗಳೂ ಉಳಿದರು. ನಾಳೆ ಸಂಜೆಯ ತನಕ ತಾನು ಯಾರನ್ನೂ ಭೇಟಿಯಾಗುವುದಿಲ್ಲ, ತನಗೆ ವಿಶ್ರಾಂತಿಬೇಕು ಎಂದು ಹೇಳಿ ಅವನು ತನ್ನ ಗೋಲ್ಕೊಂಡಾ ಪಂಚತಾರಾ ಹೋಟೆಲಿನ ಕೋಣೆಯಲ್ಲಿ ಮಲಗಿದ. ಪರಾಂಜಪೆಯ ಅಪಪ್ರಚಾರ ಹೈದರಾಬಾದಿನ ಸಭಾಕಾರ್ಯಕರ್ತರಿಗೂ ಗೊತ್ತಿತ್ತು. ಶ್ರೋತೃಗಳಿಗೂ ಗೊತ್ತಿತ್ತು. ಅದೇ ಓಂಕಾರವನ್ನು ಇಲ್ಲೂ ಹಾಡಿದೆ. ಜನಗಳು ಭಕ್ತಿಭಾವದಲ್ಲಿ ಮುಳುಗಿತೇಲಿದರು. ಆ ಸೂಳೆಮಗನನ್ನು ಹೊಡೆಸಿ, ಹೊಡೆದು ಆಗಬೇಕಾದುದೇನು? ಎಂಬ ಔದಾರ್ಯಹುಟ್ಟಿತು.

ಹಾಗೆಯೇ ಮಲಗಿರುವಾಗ ಈ ಓಂಕಾರದ ಆರಂಭದ ನೆನಪುಬಂತು. ಹರಿದಾಸಮಂದಿರದ ಯೋಗಿಯು ಇದನ್ನು ಧ್ಯಾನವಾಗಿ ಬಳಸುತ್ತಿದ್ದ. ನಾನು ಯೋಗದ ಭಾವನೆಯಿಂದಲೇ ಮಹದೇವಮಂದಿರ ಮತ್ತು ನರ್ಮದೆಯ ಪಾತ್ರಗಳಲ್ಲಿ ಆಸಾವರಿಯ ಆಲಾಪವಾಗಿ ಪರಿವರ್ತಿಸಿದೆ. ಅನಂತರ ಅದರ ಅಕಾರ ಉಕಾರ ಮಕಾರಗಳ ಏರಿಳಿತಗಳನ್ನು ತಂಬೂರಿಯ ಶ್ರುತಿಗೆ ಹೊಂದಿಸಿ ಶುದ್ಧಕಲೆಯಾಗಿ ಸ್ವರೂಪಕೊಟ್ಟೆ. ಹಾಗೆ ಕೊಡದಿದ್ದರೆ ಜನರ ಮನಸ್ಸನ್ನು ಮುಟ್ಟುತ್ತಿರಲಿಲ್ಲ. ಸೂರೆಗೊಳ್ಳುತ್ತಿರಲಿಲ್ಲ. ಹರಿದಾಸಮಂದಿರದ ಯೋಗಿಯ ಸಾಧನೆಯನ್ನು ಯಥಾವತ್ ಯಾವ ಕಛೇರಿಯಲ್ಲಿ ಪ್ರಸ್ತುತಪಡಿಸಿದ್ದರೂ ಜನರು ಹತ್ತುನಿಮಿಷದಲ್ಲಿ ಬೋರು ಹಿಡಿದು ಎದ್ದುಹೋಗುತ್ತಿದ್ದರು. ಕಲೆಯಾದಮೇಲೆ ಪ್ರಸ್ತುತಿ, ಪ್ರದರ್ಶನ, ಹಣ, ವ್ಯಾಪಾರ. ಪರಾಂಜಪೆಯ ವ್ಯಾಪಾರದ ಹಂಚಿಕೆ, ಗ್ಲೋಬ್ ಮ್ಯೂಸಿಕಲ್ ವಾಯ್ಸ್ ಕಂಪ ನಿಯ ಪ್ರಸ್ತಾಪ, ನನಗೆ ಹದಿನೈದುಲಕ್ಷ ಮುಂಗಡದ ಮಾತಾಡಬೇಕಾದರೆ ಅವರು ಎಷ್ಟು ಲಾಭದ ಲೆಕ್ಕ ಹಾಕಿರಬಹುದು? ಗ್ಲೋಬ್ ವ್ಯವಹಾರವನ್ನು ನಾನು ಪರಾಂಜಪೆಗೆ ಹೇಳಬಾರ ದಾಗಿತ್ತು. ಅದನ್ನು ಹೊಡೆದುಹಾಕಬೇಕೆಂದೇ ಅವನು ಅಪಪ್ರಚಾರ ಆರಂಭಿಸಿದ. ಹದಿನೈದು ಲಕ್ಷದ ವ್ಯವಹಾರ ವಾಪಸಾಯಿತು. ಹೋಗಿ ಏನಾಯಿತು? ಜನಗಳು ಇದನ್ನು ಮೆಚ್ಚಿಯೇ ಮೆಚ್ಚುತಾರೆ. ಎರಡು ಮೂರು ಬಾರಿ ಕಛೇರಿಗಳಲ್ಲಿ ಕೇಳುವತನಕ ಮೆಚ್ಚುಗೆ ಇದ್ದೇ ಇರುತ್ತೆ. ಆ ಸೂಳೆಮಗನನ್ನ ನಾನೇಕೆ ಹೊಡೆಸಬೇಕು? ಹೊಡೆಯಬೇಕು? ಇಲ್ಲದ ತರಲೆ ತಾಪತ್ರಯ, ಎಂದುಕೊಂಡ.

ರಾತ್ರಿ ಚನ್ನಾಗಿ ನಿದ್ರೆಬಂತು. ಬೆಳಗ್ಗೆ ಎದ್ದು ಮುಖಕ್ಷೌರ ಸ್ನಾನ ಮುಗಿಸುವ ಹೊತ್ತಿಗೆ ಫ಼ೋನುಬಾರಿಸಿತು. ಸ್ವಾಗತಕಾರಿಣಿ ಕೇಳಿದಳು: 'ಸರ್, ತಮ್ಮನ್ನು ಕಾಣಲು ಮಿಸೆಸ್ ಪ್ರಭಾ ರಾವ್ ಅನ್ನೋರು ಬಂದಿದಾರೆ. ಅವರಕೈಲಿ ಮಾತನಾಡ್ತೀರಾ?' ಇವನು ಹೂಂ ಅಂದ ನಂತರ ಬೇರೊಬ್ಬ ಮಹಿಳೆ ಮಾತನಾಡತೊಡಗಿದಳು. ಅವಳ ಧ್ವನಿ ಕಂಪಿಸುತ್ತಿತ್ತು. 'ಪಂಡಿತ್‌ಜೀ, ನಾನೊಬ್ಬ ಗಾಯಕಿ. ದೊಡ್ಡ ಹೆಸರಿನೋಳಲ್ಲ. ನೆನ್ನೆ ನಿಮ್ಮ ಕಛೇರಿ ಕೇಳಿದೆ. ನಿಮ್ಮನ್ನ ನೋಡಬೇಕು ಅನ್ನಿಸಿತು. ದಯವಿಟ್ಟು ಒಪ್ಪಿಗೆ ಕೊಟ್ಟರೆ.....' ಇವನು ಬನ್ನಿ ಎಂದ.

ಮಿಸೆಸ್ ಪ್ರಭಾರಾವ್ ಸುಮಾರು ಮೂವತ್ತೈದು ವರ್ಷದ ಮಹಿಳೆ. ರೇಶ್ಮೆಯ ಸೀರೆ, ವಜ್ರದ ಓಲೆ, ಮೂಗುತಿ, ವಜ್ರಖಚಿತ ಕೈಬಳೆಗಳು, ಕೈಗಡಿಯಾರ, ಮೈ ಚರ್ಮದ ಸೌಕುಮಾರ್ಯಗಳಲ್ಲಿ ಅನುಕೂಲಸ್ಥ ಮನೆಯವಳು ಎಂಬಂತೆ ಕಂಡಳು. ಪಂಚತಾರಾ ಹೋಟೆಲು ತನಗೆ ಅಪರಿಚಿತವಲ್ಲವೆಂಬ ರೀತಿಯಲ್ಲಿ ಒಳಗೆ ಬಂದಳು. ಆದರೆ ಅವಳ ಮುಖದಲ್ಲಿ ಸಂಭ್ರಮದ ಜೊತೆಗೆ ಅಂಜಿಕೆ ಮತ್ತು ಅನುಮಾನಗಳು ಹಿಂಡುತ್ತಿದ್ದವು. ಅವನು ತೋರಿಸಿದ ಸೋಫ಼ದಮೇಲೆ ಕುಳಿತಳು. ಅವನು ಅವಳ ಎದುರಿನ ಸೋಫ಼ದಮೇಲೆ ಕುಳಿತು ಮಾತನಾಡಿಸಿದ. 'ಗಾಯಕಿ ಅಂದರೆ ನಿಮಗೆ ಯಾವ ವಿಧದಲ್ಲೂ ಹೋಲಿಕೆ ಯವಳಲ್ಲ. ಅಲ್ಪಸ್ವಲ್ಪ ಕಲಿತಿದೀನಿ. ನಿಮ್ಮ ಗಾಯನ ಅಂದರೆ ಆರಾಧನಾಭಾವ. ನೆನ್ನೆ ನಿಮ್ಮ ಓಂಕಾರ ಕೇಳಿದಮೇಲೆ ಭಕ್ತಿಹುಟ್ಟಿಬಿಟ್ಟಿತು. ಎಷ್ಟು ಭಕ್ತಿ ಅಂದರೆ.....ಹೇಗೆ ಹೇಳಲಿ!,,,,,'

ಎಂದು ಮಾತು ತೋಚದೆ ತಡವರಿಸಿದಳು.

ಈ ದಾರಿಯಲ್ಲಿ ಅಷ್ಟು ವರ್ಷದ ಅನುಭವವಿದ್ದ ಅವನಿಗೆ ಅರ್ಥವಾಯಿತು. ತಾನು ಮುಂಬಯಿಬಿಟ್ಟು ಆರುದಿನವಾಯಿತು. ಅದಕ್ಕೆ ಮೂರುದಿನ ಮೊದಲು ಭೂಪಾಲಿ ಯನ್ನು ಅವಳ ಫ್ಲ್ಯಾಟಿನಲ್ಲಿ ಕೂಡಿದ್ದುದು. ಅದೂ ಯಾವ ಪೀತಪತ್ರಿಕೆಯ ಪತ್ತೆದಾರರು ಎಲ್ಲಿ ಅವಿತಿದ್ದಾರೋ ಎಂಬ ಅಂಜಿಕೆಯಲ್ಲಿ. ಇವಳನ್ನು ತಕ್ಷಣ ಮುಟ್ಟಬಾರದೆಂದು ಆಲೋಚಿಸಿ ಕೇಳಿದ: 'ಭಕ್ತಿ ಅಂದರೆ ಯಾವ ಥರದ್ದು?'

ಆಕೆ ಕತ್ತುಬಗ್ಗಿಸಿದಳು. ಉತ್ತರ ಹೇಳಲಿಲ್ಲ. ಅವನು ಮತ್ತೆ ಅದೇ ಪ್ರಶ್ನೆ ಕೇಳಿದನಂತರ, 'ಉತ್ತರ ಹೇಳುಕ್ಕೆ ನನಗೆ ಕಷ್ಟವಾಗುತ್ತೆ ಅಂತ ನಿಮಗೆ ತಿಳಿಯುಲ್ಲವೆ?' ಎಂದಳು.

'ಸಂಕೋಚಪಟ್ಟುಕೊಬೇಡಿ. ನೀವು ಕಲಾವಿದೆ. ನಾನು ಕಲಾವಿದ. ಮುಕ್ತವಾಗಿ ಮಾತಾಡಿ,' ಎಂದು ಎದ್ದು ಅವಳ ಪಕ್ಕದಲ್ಲಿ ಕುಳಿತು ಕೇಳಿದ. ಅವಳು ಈಗಲೂ ಮಾತ ನಾಡಲಿಲ್ಲ. 'ನೀವು ಹೇಳದಿದ್ದರೆ ನಾನು ಮನಸ್ಸು ಮಾಡೂದು ಹೇಗೆ?' ಅವನು ಕೇಳಿದ.

'ರಾಧೆಯ ಭಕ್ತಿ, ಮೀರಾಳ ಭಕ್ತಿ. ಇನ್ನೂ ಹೇಗೆ ಹೇಳಲಿ?' ಅವಳು ಕತ್ತೆತ್ತಿ ಅವನ ಮುಖನೋಡಿ ತನ್ನ ಕಣ್ಣುಗಳಿಂದ ಸೂಚಿಸಿದಳು. ಅವನು ಎದ್ದು ಕೋಣೆಯಬಾಗಿಲಿನ ಹೊರಗಿನ ಹಿಡಿಗೆ ಡುನಾಟ್ ಡಿಸ್ಟರ್ಬ್ ಬೋರ್ಡು ತಗುಲಿಸಿ ಬಾಗಿಲುಮುಚ್ಚಿ ಬೋಲ್ಟು ಹಾಕಿದ.

ಹನ್ನೆರಡುಗಂಟೆಗೆ ಅವಳನ್ನು ಕಳಿಸಿದಮೇಲೆ ಒಬ್ಬನೇ ಭೋಜನಶಾಲೆಗೆ ಹೋಗಿ ಕುಳಿತಾಗ ಅವಳ ಮಾತುಗಳು ನೆನಪಿಗೆ ಬರತೊಡಗಿದವು. ಓಂಕಾರವಲ್ಲದಿದ್ದರೆ ನೀವು ಅಹಿರ್‌ಭೈರವಕ್ಕಾದರೂ ಮನಸೋಲುತ್ತಿದ್ದಿರಿ, ಎಂದು ತಾನು ಬಿಡಿಸಿಕೇಳಿದ್ದಕ್ಕೆ, 'ನಿಮ್ಮ ಸಂಗೀತಕ್ಕೆ ಹದಿನೈದುವರ್ಷದ ಹಿಂದೆಯೇ ಮನಸೋತಿದ್ದೆ. ಆದರೆ ಏನಾದರೂ ಸರಿ ಯಾರಿಗೆ ಏನು ಅನುಮಾನ ಬಂದರೂ ಸರಿ ಅನ್ನುವ ಧೈರ್ಯಮಾಡಿ ಬರುವ ಹುಚ್ಚು ಹಿಡಿಸಿದ್ದು ಓಂಕಾರ. ಆ ತನ್ಮಯತೆ, ಆ ಮಗ್ನತೆ, ಸರ್ವವನ್ನೂ ಸಮರ್ಪಿಸಿಕೊಳ್ಳಬೇಕೆನ್ನುವ ಮಿಡಿತ ಹುಟ್ಟಿಸಿದ್ದು ಅದು. ನನ್ನನ್ನು ಜೀವಾತ್ಮಳನ್ನಾಗಿ ನಿಮ್ಮನ್ನು ಪರಮಾತ್ಮರನ್ನಾಗಿ ಪರಿ ಭಾವಿಸಿ ಐಕ್ಯವಾಗುವ ಸೆಳೆತವುಂಟುಮಾಡಿದ್ದು ಅದು. ಅದರ ಒಂದು ಕ್ಯಾಸೆಟ್ ಕಳಿಸಿಕೊಡ್ತೀರಾ ನನಗೆ? ದಿನಾ ಒಬ್ಬಳೇ ಕೂತು ನಿಮ್ಮ ಧ್ಯಾನಮಾಡ್ತಾ ಕೇಳ್ತೀನಿ.' ಕಳಿಸುವುದಾಗಿ ತಾನು ಒಪ್ಪಿಕೊಂಡ ನೆನಪುಬಂತು. ಇಷ್ಟು ಕಡೆ ಹಾಡಿದೀನಿ. ತನ್ನಲ್ಲಿ ಒಂದೂ ಕ್ಯಾಸೆಟ್ ಇಲ್ಲ. ಮಧುಮಿತಾ ಹೊರಟುಹೋದನಂತರ ತನ್ನ ರೆಕಾರ್ಡಿಂಗ್ ಯಂತ್ರವನ್ನು ಒಮ್ಮೆಯೂ ಅಲಮಾರುವಿನಿಂದ ಹೊರತೆಗೆದಿಲ್ಲವೆಂಬ ನೆನಪುಬಂತು. ಮನಸ್ಸು ಖಿನ್ನವಾಯಿತು.

ಸಂಜೆ ಛೇಂಬರ್ ಬೈಠಕ್ಕಿಗೆ ಕರೆದೊಯ್ದರು. ಸಂಗೀತದ ಸಂಸ್ಕಾರವಿರುವ ಪರಿಮಿತ ಸಂಖ್ಯೆಯ ಶ್ರೋತೃಗಳು ಆತ್ಮೀಯವಾಗಿ ಹತ್ತಿರದಲ್ಲಿ ಕೂತರೆ ಛೇಂಬರ್‌ಬೈಠಕ್ ಉತ್ಸಾಹಕೊಡು ತ್ತದೆ. ಕೆಲವು ನವಶ್ರೀಮಂತರು ತಮ್ಮ ಸಂಪತ್ತನ್ನು ಮೆರೆಸಲೆಂದು ತಮ್ಮಂಥವರನ್ನೇ ಕರೆ ದರೆ ಕಾಟಾಚಾರವಾಗುತ್ತದೆಂಬ ಸಂಗತಿ ಅವನಿಗೆ ತಿಳಿಯದುದಲ್ಲ.

ಕೈಗಾರಿಕೋದ್ಯಮಿ ರಾಜರೆಡ್ಡಿಯವರು ತಮ್ಮ ಅರಮನೆಯಂಥ ಸೌಧದಲ್ಲಿ ಏರ್ಪಡಿಸಿದ್ದರು. ಸುಮಾರು ಮೂವತ್ತುಜನ ಅತಿಥಿಗಳು. ಸಂಗೀತದ ಶಾಸ್ತ್ರಜ್ಞಾನವಿಲ್ಲದಿದ್ದರೂ ಕೇಳಿಬಲ್ಲವರೆಂದು ಪರಿಚಯಕಲಾಪದಿಂದ ತಿಳಿಯಿತು. ಕೊನೆಗೆ ಪರಿಚಯ ಮಾಡಿಕೊಟ್ಟ ರಮಣರಾವ್ ದಂಪತಿಗಳನ್ನು ನೋಡಿದಾಗ ಅವನ ಮನಸ್ಸಿನಲ್ಲಿ ಅಲೆ ಎದ್ದಿತು. ರಮಣರಾವ್ ಹೈದರಾಬಾದಿ ನಲ್ಲಲ್ಲದೆ ವಿಜಯವಾಡ ಗುಂಟೂರು ಮಚಲೀಪಟ್ಟಣ, ನಲ್ಲೂರು ಮೊದಲಾಗಿ ಎಂಟು ಕಡೆ ಮೋಟಾರುವಾಹನಗಳ ಬಿಡಿಭಾಗಗಳ ಅಂಗಡಿ ನಡೆಸುತ್ತಾರಂತೆ. ಅದು ಅವರ ತಂದೆಯವರು ಬೆಳೆಸಿಬಂದ ವ್ಯಾಪಾರ. ಅವರ ಹೆಂಡತಿ ಶ್ರೀಮತಿ ಪ್ರಭಾರಾವ್ ಸ್ವತಃ ಗಾಯಕಿ, ಎಂದು ಪರಿಚಯ ಮಾಡಿಕೊಟ್ಟರು. ಅವನ ಹಿಂಬದಿಯಲ್ಲಿ ತಂಬೂರಿ ಹಿಡಿದು ಕೂತವರಲ್ಲಿ ಪ್ರಭಾ ಒಬ್ಬಳು. ಬೆಳಗ್ಗೆ ಉಟ್ಟುಬಂದಿದ್ದ ಸೀರೆಯನ್ನೇ ಈಗಲೂ ಉಟ್ಟಿದ್ದಳು. ತೊಟ್ಟಿದ್ದ ವಜ್ರದ ಆಭರಣಗಳನ್ನೇ ಈಗಲೂ ತೊಟ್ಟಿದ್ದಳು. ಬೆಳಗ್ಗೆ ಹಾಕಿರದ ಫ್ರೆಂಚ್‌ಸುಗಂಧವನ್ನು ಈಗ ಪೂಸಿದ್ದಳು. ತಾನು ಈಗ ಹಾಡುವುದನ್ನು ಅವರು ರೆಕಾರ್ಡ್ ಮಾಡುತ್ತಿರುವುದು ಅವನಿಗೆ ಕಾಣಿಸಿತು. ರಾಜರೆಡ್ಡಿಯವರ ಸ್ವಂತ ಉಪಯೋಗಕ್ಕೆ ವಿನಾ ಈ ಕ್ಯಾಸೆಟ್‌ಗಳನ್ನ ಬೇರೆ ಯಾರಿಗೂ ಕೊಡಬಾರದು ಎಂದು ಅವನು ಮೊದಲೇ ಹೇಳಿದ. ತನಗೂ ಅವನಿಗೂ ಇದೀಗ ಹೊಸದಾಗಿ ಪರಿಚಯವಾಯಿತೆಂಬಂತೆ ವರ್ತಿಸುತ್ತಿದ್ದ ಪ್ರಭಾರಾವ್, 'ರೆಕಾರ್ಡಿಂಗ್ ಮೆಶಿನ್ ನಮ್ಮದು. ಅದರ ದುರುಪಯೋಗವಾಗುಲ್ಲ ಅಂತ ನಾನು ಆಶ್ವಾಸನೆಕೊಡ್ತೀನಿ' ಎಂದಳು.

ಒಂದು ಬಡಾಖ್ಯಾಲ್ ಎರಡು ಛೋಟಾಖ್ಯಾಲ್‌ಗಳಾದ ನಂತರ ಓಂಕಾರ ಹಾಡುವಂತೆ ಶ್ರೋತೃಗಳು ಬಲವಂತಮಾಡಿದರು. ನೆನ್ನೆ ಕಛೇರಿಯಲ್ಲಿ ಕೇಳಿದಮೇಲೆ ಇನ್ನೊಂದುಸಲ ಅದನ್ನ ಕೇಳಲೇಬೇಕು ಅನ್ನಿಸಿ ಬಂದಿದೀವಿ. ಹಾಡಲೇಬೇಕು ಎಂದು ಏಳೆಂಟುಜನ ಎದ್ದು ನಿಂತು ಕೇಳಿದರು. ಅದಕ್ಕೆ ಹಾರ್ಮೋನಿಯಂ ಮತ್ತು ತಬಲದ ಕೆಲಸವಿರಲಿಲ್ಲ. ತಂಬೂರಿಗಳ ಶ್ರುತಿಯನ್ನು ಮತ್ತೊಮ್ಮೆ ಹದ ಮಾಡಿ ಅವನ್ನು ಬಾರಿಸುತ್ತಿದ್ದ ಇಬ್ಬರು ಮಹಿಳೆಯರಿಗೂ ಇನ್ನಷ್ಟು ಹತ್ತಿರಕ್ಕೆ ಸರಗುವಂತೆ ಮಾಡಿ ಅವನು ಕಣ್ಣುಮುಚ್ಚಿದ. ಪ್ರಭಾ ರಾವ್ ಅಗತ್ಯಕ್ಕಿಂತ ಹೆಚ್ಚು ಹತ್ತಿರಕ್ಕೆ ಸರಗಿದಳು. ಅವಳ ಫ್ರೆಂಚ್ ಪರಿಮಳವು ಮನಸ್ಸನ್ನು ಬೆಳಗಿನ ನೆನಪುಗಳಿಂದ ತುಂಬಿಬಿಟ್ಟಿತು. ಐದುನಿಮಿಷವಾದರೂ ಸ್ವರದಲ್ಲಿ ಮಗ್ನತೆಹತ್ತಲಿಲ್ಲ. ಬೇಸರವಾಯಿತು. ಸೋಲಿನ ಅನುಭವವಾಯಿತು. ತುಸುಹೊತ್ತು ಹೆಣಗಿದನಂತರ ಮನಸ್ಸಿನಲ್ಲಿ ನಾನೊಬ್ಬ ಕಲಾವಿದ, ಗಾಯಕ, ಇದೊಂದು ಕಲಾಕೃತಿ, ಇದರ ಭಾವವನ್ನು ಸೃಷ್ಟಿಸುವುದು ಮಾತ್ರ ನನ್ನ ಕೆಲಸ. ಇವಳು ನೆನ್ನೆ ರಾತ್ರಿ ಕೇಳಿ ಮನಸೋತಂತೆ ಇಲ್ಲಿರುವ ಇತರ ಮೂವತ್ತು ಜನಗಳ ಮನಸ್ಸನ್ನು ಸೋಲಿಸಿ ಕರಗಿಸುವ ಆರ್ತ, ಸಮರ್ಪಣಭಾವ. ಯಾವ ಯಾವ ಸ್ವರಸೂಕ್ಷ್ಮಗಳ ಮೇಲೆ ಯಾವ ಯಾವ ಹದದಲ್ಲಿ ತಾಗಿ ನಿಲ್ಲಬೇಕೋ ಅದರಂತೆ ಹಾಡಿದರೆ ಭಾವ ಬಂದೇಬರಬೇಕು. ನಾನು ಯೋಗಿಯಲ್ಲ, ಸಂತನಲ್ಲ, ಧರ್ಮನಿಷ್ಠನೂ ಅಲ್ಲ, ಗಾಯಕ, ಕೇವಲ ಗಾಯಕ, ಶುದ್ಧಗಾಯಕ, ಬೇರೇನೂ ಅಲ್ಲ, ಎಂಬ ಆಲೋಚನೆಗಳನ್ನು ಜೋಡಿಸಿ ಒತ್ತಾಸೆ ಕೊಟ್ಟುಕೊಂಡು ಹಾಡತೊಡಗಿದ. ಎರಡು

ನಿಮಿಷದಲ್ಲಿ ಭಾವ ಸಾಧಿಸಿತು. ಇನ್ನೆರಡು ನಿಮಿಷದಲ್ಲಿ ತನ್ಮಯತೆಹುಟ್ಟಿತು. ಶ್ರೋತೃಗಳೆಲ್ಲ ಸಮರ್ಪಣಭಾವದಲ್ಲಿ ರೆಪ್ಪೆಗಳನ್ನು ಅರ್ಧಮುಚ್ಚಿದ್ದರು. ಅವನು ಗಾಯನವನ್ನು ತನ್ನ ಸ್ವಾಧೀನಕ್ಕೆ ತೆಗೆದುಕೊಂಡ. ಆಸಾವರಿಯಲ್ಲಿ ತಾನು ಇದುವರೆಗೆ ಅರಸಿ ಹೊರತೆಗೆಯದಿದ್ದ ಅಂತಶ್ಶಕ್ತಿಗಳನ್ನು ಒಂದೊಂದಾಗಿ ಶೋಧಿಸಿ ಓಂಕಾರದ ವಿನ್ಯಾಸದಲ್ಲಿ ಹೊಮ್ಮಿಸತೊಡಗಿದ. ತಾನು ಇದುವರೆಗೆ ಅಭ್ಯಾಸಮಾಡಿಕೊಂಡಿದ್ದಕ್ಕಿಂತ, ಕಛೇರಿಗಳಲ್ಲಿ ಹಾಡಿರುವುದಕ್ಕಿಂತ ಹೆಚ್ಚು ಪರಿಣಾಮಕಾರಿಯಾಗಿ ಹಾಡುತ್ತಿದ್ದೇನೆ ಎಂಬ ಅರಿವು ಅವನಿಗೇ ಆಯಿತು. ಹಲವು ಸಂಗತಿಗಳಲ್ಲಿ ಪುನರಾವರ್ತನೆ ಎನ್ನಿಸಿದರೂ ಮತ್ತೆ ಮತ್ತೆ ಅವೇ ಸಂಚಾರಗಳನ್ನು ಹಿಡಿದು ಅವುಗಳಲ್ಲಿ ಗತಿಪರಿವರ್ತನೆಮಾಡಿ ಓಂಕಾರದ ಹೊಸ ಹೊಸ ಆಯಾಮಗಳ ಗೋಪುರವನ್ನು ಕಟ್ಟಿದ.

ಮುಗಿಸಿದಾಗ ಒಂದು ಗಂಟೆಯಾಗಿತ್ತು. ಎರಡುನಿಮಿಷ ಇಡೀ ಸಭೆ ಗಾಢಮೌನದಲ್ಲಿತ್ತು. ಅನಂತರ ಮನೆಯ ಯಜಮಾನರಾದ ರಾಜರೆಡ್ಡಿಯವರು ಎದ್ದುಬಂದು ಅವನ ಪಾದಮುಟ್ಟಿ ನಮಸ್ಕರಿಸಿದರು. ಇತರರೂ ಒಬ್ಬೊಬ್ಬರಾಗಿ ಬಂದು ಪಾದಸ್ಪರ್ಶಮಾಡಿದರು. ಪ್ರಭಾಳ ಗಂಡ ರಮಣರಾವ್ ಎರಡುಕಾಲುಗಳನ್ನೂ ಹಿಡಿದು, 'ನಮ್ಮ ಮನೆದೇವರ ದೇವಸ್ಥಾನಕ್ಕೆ ಹೋಗಿದ್ದ ಅನುಭವವಾಯಿತು,' ಎಂದವರು ಹೆಂಡತಿಗೆ, 'ಎದ್ದು ನಮಸ್ಕಾರಮಾಡು,' ಎಂದು ಆದೇಶಿಸಿದರು.

ಬೆಳಗ್ಗೆ ವಿಮಾನನಿಲ್ದಾಣಕ್ಕೆ ಹೊರಡುವ ಮುನ್ನ ಇವನನ್ನು ಹುಡುಕಿಕೊಂಡು ಪ್ರಭಾ ಮತ್ತು ರಮಣರಾವ್ ಇಬ್ಬರೂ ಬಂದರು. ರಾವ್ ತಮ್ಮ ಜೇಬಿನಿಂದ ಮೂರು ಕ್ಯಾಸೆಟ್‌ಗಳನ್ನು ತೆಗೆದು, 'ನೆನ್ನೆ ನಿಮ್ಮ ಇಡೀ ಬೈಠಕ್ಕನ್ನ ರೆಕಾರ್ಡ್‌ಮಾಡಿದೋರು ನಾವು. ಮಾಡಬೇಕು ಅಂತ ಐಡಿಯಾ ಕೊಟ್ಟೋರು ನಮ್ಮ ಮಿಸೆಸ್. ನಿಮ್ಮ ಕೊನೆಯ ಹಾಡು ಓಂಕಾರವಂತೂ ಎಂದೆಂದಿಗೂ ಸಂರಕ್ಷಿಸಿ ಇಡುವ ಹಾಗಿದೆ. ಮೊನ್ನೆ ಹಾಡಿದ್ದಕ್ಕಿಂತ ನೆನ್ನೆ ಹಾಡಿದ್ದು ತುಂಬ ಚನ್ನಾಗಿತ್ತು. ಜೀವಂತವಾಗಿತ್ತು. ನಿಮ್ಮ ಹತ್ತಿರ ಒಂದು ಪ್ರತಿ ಇರಲಿ ಅಂತ ತಂದೆವು' ಎಂದು ಅವನಿಗೆ ಕೊಟ್ಟರು.

– ೩ –

ನಾಲ್ಕು ನಗರಗಳಲ್ಲಿ ನಾಲ್ಕುಲಕ್ಷದ ಮೂವತ್ತುಸಾವಿರ ರೂಪಾಯಿಗಳೊಡನೆ ಜಯಭೇರಿ ಹೊಡೆದು ಹಿಂತಿರುಗಿದಮೇಲೆ ಅವನ ಮನಸ್ಸು ಪತ್ರಿಕೆಗಳ ಟೀಕೆ ಮತ್ತು ಪೀತಪತ್ರಿಕೆಗಳ ಕೊಳಕು ಕಥೆಗಳನ್ನು ಉಪೇಕ್ಷಿಸತೊಡಗಿತು. ಅವಿತಿರುವ ಗುಪ್ತಚಾರರ, ಅವಿಸಿರುವ ಕ್ಯಾಮರಾಗಳ, ಅಂಜಿಕೆಯೂ ಹೊರಟುಹೋಯಿತು. ಇಷ್ಟರಮೇಲೆ ಏನು ಬರೆದಾರು? ಇಂಥ ದಿನ ಇಷ್ಟು ಹೊತ್ತಿನಲ್ಲಿ ಒಬ್ಬ ಹೆಂಗಸು ಒಳಗೆಹೋದಳು, ಬಾಗಿಲು ಹಾಕಿಕೊಂಡಿತು ಅಂತ ತಾನೆ? ಅದಕ್ಕೆ ಯಾಕೆ ತಲೆ ಕೆಡಿಸಿಕೊಬೇಕು? ಎಂದುಕೊಳ್ಳತೊಡಗಿದ. ಇವನ ವಿಷಯದಲ್ಲಿ ಪತ್ರಿಕೆಗಳ ಆಸಕ್ತಿಯೂ ಕಡಮೆಯಾಯಿತು. ಬೇರೆ ಬೇರೆ ಊರುಗಳಿಂದ

ಬೇರೆ ಬೇರೆ ತಿಂಗಳುಗಳಲ್ಲಿ ಕಾರ್ಯಕ್ರಮಗಳನ್ನು ಕೇಳಿ ಕಾಗದಗಳು, ಟೆಲಿಫ಼ೋನುಗಳು ಬರುತ್ತಲೇ ಇದ್ದವು. ಆದರೆ ಮನಸ್ಸಿನ ಉತ್ಸಾಹ ಮಾತ್ರ ಇಳಿಯುತ್ತಿತ್ತು. ಓಂಕಾರದ ಮೂಲಕ ಯೋಗದ, ಆ ಮೂಲಕ ಅಧ್ಯಾತ್ಮದ ಮೊದಲ ಮೆಟ್ಟಿಲನ್ನು ಹತ್ತಿದೆ ಎಂಬ ಭಾವನೆಯೂ ಈಗ ಇಲ್ಲವಾಯಿತು. ಜೀವನದಲ್ಲಿ ಇನ್ನೇನಿದೆ ಕಾರ್ಯಕ್ರಮ ಮಾಡುವುದು ಹಣ ತರುವುದು ಬಿಟ್ಟು? ಎಂಬ ಖಾಲಿಖಾಲಿಭಾವ. ಗಿರಿಧರ ಮತ್ತು ಪೂನಮ್‌ರೊಡನೆ ಯಾವ ಸಂಬಂಧವೂ ಇಲ್ಲ. ಚುನ್ನಿಯೊಡನೆಯೂ ಇಲ್ಲ. ಅದೇ ರೀತಿ ರಾಮಕುಮಾರಿ, ಅವಳ ಮಕ್ಕಳೊಡನೆಯೂ ಇಲ್ಲ. ಚಂಪಾ, ಅವಳ ಮಕ್ಕಳೂ ಇಲ್ಲ. ಸಂಬಂಧವಿಟ್ಟುಕೊಂಡ ವರೆಲ್ಲ ಎಷ್ಟು ಬೇಕೋ ಅಷ್ಟು ಹೊತ್ತು ಮಾತ್ರ ಇರುವವರು. ನಾನು ಮಾಡಿದ ವ್ಯವಸ್ಥೆಯೇ ಹಾಗೆ. ಕೆಲವರು ಮದುವೆಯಾಗಿ ಹೋದರು. ಮದುವೆಯಾದವರಿಗೆ ಬೇಕೆನ್ನಿಸಿದಾಗ ಫ಼ೋನುಮಾಡುವುದೂ ಕಷ್ಟ. ಯಾರೊಡನೆಯೂ ಸ್ಥಾಯಿಭಾವವಿಲ್ಲ ಎನ್ನಿಸತೊಡಗಿತು. ಹೆಂಗಸಿನಿಂದ ಕಲೆಗೆ ಸ್ಫೂರ್ತಿ ದೊರಕುತ್ತದೆಂಬ ಮೊದಲಿದ್ದ ಭಾವನೆಯು ಈಗ ಇಲ್ಲವಾಗು ತ್ತಿತ್ತು. ಹಾಗಾದರೆ ಯಾವುದರಿಂದ ಸ್ಫೂರ್ತಿ ಸಿಗುತ್ತೆ? ಇತ್ತೀಚೆಗೆ ಸ್ಫೂರ್ತಿಯೇ ಇಲ್ಲ. ಯಾಂತ್ರಿಕವಾಗಿ ಹಾಡ್ತೀನಿ ಎನ್ನಿಸತೊಡಗಿತು.

ಒಂದು ಪೂರ್ವಾಹ್ಣ ಹನ್ನೊಂದು ಗಂಟೆಯ ಹೊತ್ತಿಗೆ ಫ಼ೋನು ಬಡಿಯಿತು. ಹೆಂಗಸಿನ ಧ್ವನಿ. 'ಗುರುತು ಸಿಕ್ಕಿತಾ?' ಇವನು ಇಲ್ಲವೆಂದ. 'ಇಷ್ಟು ಬೇಗ ಮರೆತುಬಿಟ್ಟಿರಾ?'

'ಪ್ರಾಯಶಃ ನೀವು ಫ಼ೋನಿನಲ್ಲಿ ನನ್ನಕೈಲಿ ಮಾತಾಡ್ತಿರೂದು ಇದೇ ಮೊದಲು. ಎದುರಿಗೆ ಬಂದರೆ ಗುರುತು ಸಿಕ್ಕಬಹುದು.'

'ಹಾಗಾದರೆ ಬಂದುಬಿಡಲಾ.'

'ನಿಮ್ಮ ಹೆಸರು ಹೇಳಿ.'

'ಪ್ರಭಾ. ಹೈದರಾಬಾದ್.' ಅವನು ಉತ್ಸುಕನಾದ. ಧ್ವನಿಯನ್ನು ಗುರುತಿಸದಿದ್ದುದಕ್ಕೆ ಕ್ಷಮೆಕೇಳಿದ.

'ನೀವು ಹೋಗಿ ಒಂದುತಿಂಗಳಾಯಿತು. ನನ್ನಪಾಡು ಏನಾಗಿದೆ ಅಂತ ಒಂದುಸಲ ವಾದರೂ ಯೋಚಿಸಿದೀರಾ? ನಾನು ಹೊರಗೆ ಟೆಲಿಫ಼ೋನು ಬೂತಿನಿಂದ ಮಾತಾಡ್ತಿದೀನಿ. ಬೇಗ ಹೇಳ್ತೀನಿ. ನಾನೊಂದು ಯೋಚಿಸಿದೀನಿ. ತಿಂಗಳಿಗೊಂದು ದಿನ ನಾನು ಮುಂಬಯಿಗೆ ಹೋಗಿ ನಿಮ್ಮಿಂದ ಪಾಠ ಹೇಳಿಸಿಕೊಂಡು ಬರ್ತೀನಿ, ಬೆಳಗಿನ ಮೊದಲ ವಿಮಾನದಲ್ಲಿ ಹೋಗಿ ರಾತ್ರಿ ವಿಮಾನದಲ್ಲಿ ಹಿಂತಿರುಗಬಹುದು ಅಂದರೆ ನನ್ನ ಯಜಮಾನರು ಒಪ್ಪಬಹುದು. ಹೇಗಾದರೂ ಮಾಡಿ ಒಪ್ಪುಸ್ತೀನಿ. ನೀವು ಊರಿನಲ್ಲಿರೂ ದಿನವನ್ನ ಫ಼ೋನಿನಲ್ಲಿ ಹೇಳಿಬಿಟ್ಟರೆ ಸಾಕು. ನಿಮ್ಮದೇ ಫ಼್ಲ್ಯಾಟ್ ಇದೆ. ಬೇರೆ ಯಾರೂ ಇಲ್ಲ ಅಂದಿರಲ್ಲ. ಎರಡುಗಂಟೆ ಪಾಠಾನೂ ಹೇಳಬೇಕು. ಜೊತೇಲೂ ಇರಬೇಕು. ಗೊತ್ತಾಯ್ತಲ್ಲ? ಫ಼ೋನಿನಲ್ಲಿ ಮಾತಾ ಡುಕ್ಕಾಗುಲ್ಲ. ನಾನು ಹುಚ್ಚಿಯಾಗ್ತಿದೀನಿ. ನೀವು ಒಪ್ಪಿಕೊಬೇಕು. ಪ್ಲೀಸ್. ನೀವು ಹೂಂ ಅಂದರೆ ನಾನು ಇವರ ಕೈಲಿ ಪ್ರಸ್ತಾಪಮಾಡ್ತೀನಿ.'

ಇವನ ಖಿನ್ನತೆ ಸ್ವಲ್ಪ ಕಡಮೆಯಾಯಿತು. ಒಬ್ಬ ಕಿರುವಯಸ್ಸಿನ ಶ್ರೀಮಂತ ಹೆಂಗಸು

ನಿಮಗಾಗಿ ಹುಚ್ಚಿಯಾಗ್ತಿದೀನಿ ಅಂದರೆ ಆಗುವಂತಹ ಉತ್ಸಾಹ ಹುಟ್ಟಿತು. ಆದರೆ ಇದ್ದಕ್ಕಿದ್ದಂತೆಯೇ ಅದು ಇಳಿಯಿತು. ಕೆಲವು ದಿನಗಳ ನಂತರ ಇದೂ ಸಪ್ಪೆಯಾಗುತ್ತೆ. ಯಾಕೆ ಸುಮ್ಮನೆ ಸಿಕ್ಕಿಕೊಬೇಕು, ಎಂಬ ನಿರಾಸಕ್ತಿಹುಟ್ಟಿತು.

'ಹೈದರಾಬಾದಿನಿಂದ ಮುಂಬಯಿಗೆ ಬಂದು ಪಾಠ ಹೇಳಿಸಿಕೊಳ್ಳೂದು ಆಗಹೋಗದ ಮಾತು. ನಾನು ಯಾವತ್ತು ಊರಿನಲ್ಲಿರ್ತೀನಿ ಯಾವತ್ತು ಇರುಲ್ಲ ನನಗೇ ಗೊತ್ತಿರುಲ್ಲ.'

'ನೀವು ಒಂದುದಿನ ಮೊದಲು ಫೋನುಮಾಡಿದರೂ ಸಾಕು. ನಾನು ಬರ್ತೀನಿ.'

'ಬೇಡಮ್ಮ.'

'ನೀವಿರೂದು ಬಾಂದ್ರಾವೆಸ್ಟ್ ಅಲ್ಲವೆ? ಮಾಟುಂಗದಲ್ಲಿ ನನ್ನ ದೊಡ್ಡಮ್ಮನ ಮಗಳಿದಾಳೆ. ಅವರ ಮನೆಗೆ ಅಂತ ಹೇಳಿ ಮೂರುದಿನದಮಟ್ಟಿಗೆ ಬರ್ತೀನಿ. ಅವರಿಬ್ಬರೂ ಕೆಲಸಕ್ಕೆ ಹೋಗ್ತಾರೆ. ಹಗಲು ನಾನು ನಿಮ್ಮ ಫ್ಲ್ಯಾಟಿಗೆ ಬರ್ತೀನಿ. ಎರಡುಸಲವಾದರೂ ನಾನು ನಿಮ್ಮನ್ನ ನೋಡಲೇಬೇಕು. ಪ್ಲೀಸ್.'

'ನೋಡಾಣ.'

'ದಯವಿಟ್ಟು ಫೋನ್‌ಮಾಡಬೇಕು. ಬೆಳಗ್ಗೆ ಹತ್ತರಿಂದ ಮಧ್ಯಾಹ್ನ ಒಂದರವರೆಗೆ ಸಂಜೆ ನಾಲ್ಕರಿಂದ ರಾತ್ರಿ ಎಂಟರವರೆಗೆ ಮನೇಲಿ ನಾನೊಬ್ಬಳೇ ಇರ್ತೀನಿ. ಮಾಡ್ತೀರಾ? ಪ್ಲೀಸ್. ಇಲ್ಲಿ ಬೇರೆ ಯಾರೋ ನಾಲ್ಕೈದು ಜನ ಫೋನಿಗೆ ಕಾಯ್ತಿದಾರೆ,' ಎಂದು ಫೋನನ್ನು ಇಟ್ಟಳು.

ಇದಕ್ಕೆ ಸಿಕ್ಕಿಕೊಳ್ಳಬಾರದೆಂದು ಅವನು ನಿಶ್ಚಯಿಸಿದ. ಹೀಗೆ ತಾನಾಗಿ ಬಂದದ್ದನ್ನು ನಿರಾಕರಿಸುವ ಮೊದಲ ಅನುಭವದಲ್ಲಿ ಒಂದು ವಿಧವಾದ ಆತ್ಮಶಕ್ತಿ ಕಾಣಿಸಿತು. ಆದರೆ ತಾನು ಆತ್ಮಶಕ್ತಿ ಎಂದುಕೊಂಡದ್ದು ಮರುದಿನ ಹೊತ್ತಿಗೆ ಅಹಂಕಾರದ ಒಂದು ರೂಪ ಎನ್ನಿಸಿತು. ನೆನಪು ಎಲ್ಲಿಂದೆಲ್ಲಿಗೋ ಅಂಟುಹಾಕತೊಡಗಿತು. ಪ್ರಭಾಳಿಂದ ಅವಳು ಪೂಸಿದ್ದ ಫ್ರೆಂಚ್ ಪರಿಮಳ, ಅಲ್ಲಿಂದ ಪ್ಯಾರೀಸ್, ಪ್ಯಾರೀಸಿನಲ್ಲಿ ಮನೋಹರಿಯ ಅಹಂಕಾರವನ್ನಡಗಿಸಿದ್ದು. ಈಗ ಅವಳು ಏನು ಮಾಡ್ತಿದಾಳೆಯೊ? ಎಂಬ ಕುತೂಹಲ ಹುಟ್ಟಿತು.

ಒಂದುದಿನ ಪ್ರಸಿದ್ಧ ವಜ್ರದ ವ್ಯಾಪಾರಿ ಝುವೇರಿ ಅಂಡ್ ಕೋದ ಮ್ಯಾನೇಜರು ಅವನಿಗೆ ಫೋನುಮಾಡಿ ಭೇಟಿಯಾಗಲು ಬಂದರು. ಸುಮಾರು ಅರವತ್ತು ವರ್ಷದ ರಾವಲ್ ಅವನಿಗೆ ಪರಿಚಯದವರು. ಎಲ್ಲಿ ಸಂಗೀತ ಕಛೇರಿಯಾದರೂ ಹೋಗುತ್ತಿದ್ದುದು ಮಾತ್ರವಲ್ಲ ಮೊದಲಿನ ಅಥವಾ ಎರಡನೆ ಸಾಲಿನ ಜಾಗದಲ್ಲಿ ಕೂರುತ್ತಿದ್ದರು. ಕಛೇರಿ ತುಂಬ ಕಳೆಕಟ್ಟಿದರೆ ಅನಂತರ ವೇದಿಕೆಗೆ ಬಂದು ತಮ್ಮ ಮೆಚ್ಚುಗೆ ಹೇಳುತ್ತಿದ್ದರು. ಈಗ ಅವರು ಬಂದ ಕಾರಣ: ಅವರು ಕೆಲಸ ಮಾಡುವ ಕಂಪನಿಯು ತನ್ನ ಸುವರ್ಣ ಮಹೋತ್ಸವ ಆಚರಿಸುತ್ತದೆ. ಅದರ ಅಂಗವಾಗಿ ಅದು ಹಮ್ಮಿಕೊಂಡಿರುವ ಕಾರ್ಯಕ್ರಮಗಳಲ್ಲಿ ಒಂದು ಗಾಯನ ಕಛೇರಿಯೂ ಇದೆ. ಬಿರ್ಲಾ ಮಾತೃಶ್ರೀ ಸಭಾಗೃಹದಲ್ಲಿ ಏರ್ಪಡಿಸುವ ಅದಕ್ಕೆ ಪಂಡಿತ ಮೋಹನಲಾಲರನ್ನೇ ಕರೆಸಬೇಕೆಂಬುದು ಅವರ ಇಚ್ಛೆ. ಪ್ರವೇಶ

ಉಚಿತವಾದರೂ ಸಂಗೀತ ತಿಳಿಯದವರನ್ನು ಒಳಗೆ ಬಿಡುವುದಿಲ್ಲ. ಉಚಿತ ಆಹ್ವಾನಪತ್ರಿಕೆ ಪಡೆಯುವವರು ತಮ್ಮ ಅಂಗಡಿಗೆ ಬಂದು ಕೇಳಬೇಕು. ಕೊಡುವ ಮುನ್ನ ಅವರು ಇದುವರೆಗೆ ಎಷ್ಟು ಕಛೇರಿಗಳನ್ನು ಕೇಳಿದ್ದಾರೆಂಬಂಥ ಒಂದೆರಡು ಪರೀಕ್ಷಕ ಪ್ರಶ್ನೆಗಳನ್ನು ಕೇಳಿ ಸಮರ್ಪಕರೆನ್ನಿಸಿದರೆ ಮಾತ್ರ ಕೊಡುವುದು. 'ಆದ್ದರಿಂದ ಕೋಣನ ಮುಂದೆ ಕಿನ್ನರಿ ಬಾರಿಸುವಂಥ ಪರಿಸ್ಥಿತಿ ನಿಮಗೆ ಆಗೂದಿಲ್ಲ ಅನ್ನೂದ ಈಗಲೇ ಆಶ್ವಾಸನೆಕೊಡ್ತೀನಿ,' ಎಂದರು. ಅನಂತರ, 'ನಿಮ್ಮ ಸಂಭಾವನೆ ಎಲ್ಲ ಕಡೆ ಒಂದುಲಕ್ಷ ಅಂತ ಗೊತ್ತಿದೆ. ವಿಶೇಷ ಸಂದರ್ಭ ಅಂತ ನಾವು ಎರಡುಲಕ್ಷ ಕೊಡ್ತೀವಿ. ಜೊತೆಗೆ ಆರಂಭಕ್ಕೆ ಮೊದಲು ನಮ್ಮ ಪ್ರೀತಿಯ ಗುರುತು ಅಂತ ಒಂದು ವಜ್ರದ ಉಂಗುರವನ್ನು ನಿಮ್ಮ ಬೆರಳಿಗೆ ತೊಡುಸ್ತೀವಿ. ನೀವು ಅದನ್ನ ಹಾಕಿಕೊಂಡೇ ಹಾಡಬೇಕು. ಮುಂದೆ ಕೂಡ ಸದಾ ಹಾಕಿ ಕೊಂಡಿರಬೇಕು.'

'ವಜ್ರದುಂಗುರ ಧರಿಸಿದ ಕೈಯನ್ನ ಫ಼ೋಟೋ ತೆಗೀತೀರಿ. ಆಮೇಲೆ ಪತ್ರಿಕೆಯಲ್ಲಿ ಪ್ರಚಾರ ಮಾಡ್ತೀರಿ ಅಲ್ಲವೆ?'

'ನೀವು ನಿಜವಾಗಿಯೂ ಜಾಣರು. ವ್ಯಾಪಾರಕ್ಕಿಳಿದರೆ ನಮ್ಮ ಕಂಪನಿಯನ್ನೇ ಖರೀದಿ ಮಾಡಿಬಿಡ್ತೀರಿ' ಎಂದು ರಾವಲ್ ನಕ್ಕರು. ಹಾಗೆಯೇ ಹಾರ್ಮೋನಿಯಂ ಮತ್ತು ತಬಲ ದವರಿಗೆ ಕೂಡ ಉಳಿದ ಕಡೆ ಕೊಡುವುದರ ಎರಡುಪಟ್ಟು ಕೊಡುವುದಾಗಿಯೂ ವಜ್ರ ದುಂಗುರ ತೊಡಿಸುವುದಾಗಿಯೂ ಹೇಳಿ, ಅವಕ್ಕೆ ಯಾರನ್ನು ಕರೆಯಬೇಕೆಂದು ಕೇಳಿದರು. 'ನೀವು ಎಲ್ಲಿ ಹೋದರೂ ಟಿಪ್ನಿಸ್‌ರು, ಪ್ರಭುಗಳನ್ನ ಜೊತೆಗೆ ಹಾಕ್ಕೊಳ್ತೀರಿ. ಆದರೂ ನಿಮ್ಮನ್ನ ಕೇಳದೆ ನಾವು ತೀರ್ಮಾನಿಸಬಾರದಲ್ಲ.'

ಅನಂತರ ಏನೋ ಜ್ಞಾಪಿಸಿಕೊಂಡವರಂತೆ, 'ಅಂದ ಹಾಗೆ ನೋಡಿ, ಒಂದೊಂದು ದಿನ ನಮಗೆ ಟಿಪ್ನಿಸ್ ಮಾಸ್ತರರು ಸಿಕ್ತಾರೆ. ನಮ್ಮ ಸಾಹುಕಾರರದೊಂದು ತೋಟದ ಮನೆಯಿದೆ ಪನ್‌ವೇಲ್‌ನಲ್ಲಿ. ಅಂಗಡಿಗೆ ರಜಾ ಇರುವ ದಿನ ಅವರು ಅಲ್ಲಿಗೆ ಹೋಗಿ ಒಂದು ದಿನ ಪೂರ್ತಿ ಶುದ್ಧಹವೆಯಲ್ಲಿ ಓಡಾಡೂದು ಉಂಟು. ನಾನೂ ಹೋಗ್ತೀನಿ. ಏನಾಯ್ತು ಗೊತ್ತಾ? ಈಗ ಆರು ತಿಂಗಳ ಹಿಂದೆ ನನ್ನ ಹೆಂಡತಿಗೆ ಹುಶಾರು ತಪ್ಪಿತು. ಈ ಮುಂಬಯಿ ಹವೆಯನ್ನ ತಪ್ಪಿಸಿ ಎಲ್ಲಾದರೂ ಒಂದೆರಡು ತಿಂಗಳು ಕಳಿಸಿ ಅಂದರು ಡಾಕ್ಟರು. ಎಲ್ಲಿಗೆ ಕಳಿಸೂದು? ಎರಡು ತಿಂಗಳು ನೀವಿಬ್ಬರೂ ನಮ್ಮ ತೋಟದ ಮನೇಲಿ ಇರಿ. ನೀವೊಬ್ಬರು ಅಲ್ಲಿಂದಲೇ ಅಂಗಡಿಗೆ ಬಸ್ಸಿನಲ್ಲೋ ರೈಲಿನಲ್ಲೋ ಹೋಗಿ ಬಂದು ಮಾಡಿ ಅಂದರು ನಮ್ಮ ಸಾಹುಕಾರರು. ಆಗ ಟಿಪ್ನಿಸ್ ಮಾಸ್ತರರನ್ನ ಆಗಾಗ ನೋಡ್ತಿದ್ದೆ. ಅಲ್ಲಿ ಒಬ್ಬ ಹೆಣ್ಣುಮಗಳಿಗೆ ಪಾಠ ಹೇಳುಕ್ಕೆ ಹೋಗ್ತಾರೆ. ನಾನೂ ಒಂದೊಂದು ದಿನ ಹೋಗಿ ಅವರು ಪಾಠ ಹೇಳೂದನ್ನ ಕೇಳ್ತಾ ಕೂರ್ತಿದ್ದೆ. ಕಛೇರೀಲಿ ಕೇಳೂದಕ್ಕಿಂತ ಪಾಠ ಮಾಡುವಾಗ ಕೇಳಿದರೆ ಶಾಸ್ತ್ರ ಅರ್ಥವಾಗುತ್ತೆ.'

'ಏನು ಆ ಹೆಣ್ಣುಮಗಳ ಹೆಸರು?' ಮೋಹನಲಾಲ ಕುತೂಹಲದಿಂದ ಕೇಳಿದ.

'ಹೆಸರು? ಮರೆತುಹೋಯಿತು. ಒಬ್ಬಳೇ ಇದಾಳೆ ಸ್ವಂತ ತೋಟದಮನೆ ಮಾಡ್ಕಂಡು.

ಇಪ್ಪತ್ತನಾಲ್ಕು ಗಂಟೆಯೂ ಸಂಗೀತಸಾಧನೆ. ಮಾಧವಿ ಅಂತಲೋ ಏನೋ ಹೆಸರು. ಆ ಹೆಸರಿನ ಒಂದು ರಾಗವೇ ಇದೆ ನೋಡಿ, ಮಧುಕೌಂಸ್ ಅಂತ ನೀವು ತುಂಬ ಚನ್ನಾಗಿ ಹಾಡ್ತೀರಿ. ಹಾಂ, ಮಧುಬೇನ್ ಅಂತ ಹೆಸರು.'

ಮೋಹನಲಾಲ ಈ ವಿಷಯದಲ್ಲಿ ಹೆಚ್ಚು ಆಸಕ್ತಿ ತೋರಿಸಲಿಲ್ಲ. ಅವರು ಹೊರಡಲು ಎದ್ದುನಿಂತಾಗ, 'ನನ್ನ ಸಂಭಾವನೆಯಾಗಿ ನೀವು ಎರಡುಲಕ್ಷ ರೂಪಾಯಿ ಕೊಟ್ಟಿರಿ ಅನ್ನೂದ ಪತ್ರಿಕೆಗಳಲ್ಲಿ ಬರೂಹಾಗೆ ಪ್ರಚಾರಮಾಡ್ತೀರಿ ತಾನೆ?'

'ಮಾಡಿ ಅಂತ ನೀವು ಹೇಳಿದರೆ ಮಾಡ್ತೀವಿ. ಯಾಕೆ ಹೇಳಿ?' ಅವರು ಕೇಳಿದರು. ಅವನು ಸುಮ್ಮನೆ ಮುಗುಳ್ನಕ್ಕ. 'ಅರ್ಥವಾಯಿತು,' ಅವರೆಂದರು.

'ಏನು ಅರ್ಥವಾಯಿತು?'

'ಒಂದುಸಲ ಒಬ್ಬರು ಎರಡುಲಕ್ಷ ಕೊಟ್ಟು ಕರೆಸಿದರೆ ಮುಂದೆ ಅದೇ ನಿಮ್ಮ ಸ್ಟಾಂಡರ್ಡ್ ರೇಟ್ ಆಗುತ್ತೆ. ಅಲ್ಲವೆ? ಬಿಸಿನೆಸ್‌ನಲ್ಲಿರೂ ನಮಗೆ ತಿಳಿಯುಲ್ಲವೆ?'

ಅವನು ಅವರನ್ನು ಲಿಫ್ಟ್‌ವರೆಗೆ ಹೋಗಿ ಕಳಿಸಿಬಂದ.

ಮಧುಬೇನ್ ಅಂದರೆ ಮಧುಮಿತಾ ಅಲ್ಲದೆ ಬೇರೆಯಲ್ಲ ಎಂದು ಅವನು ತರ್ಕಿಸಿದ. ನನಗೆ ಹೇಳದೆ ಒಳಗೊಳಗೇ ಅವಳಿಗೆ ಪಾಠ ಹೇಳ್ತಿದಾನೆ. ನೀಯತ್ತು ಇಲ್ಲ, ಎಂದು ಟಿಪ್ನಿಸ್ ಮೇಲೆ ಕೋಪಬಂತು. ನಾನು ಅವನನ್ನು ಬಿಟ್ಟು ಬೇರೆ ಯಾವನನ್ನೂ ಕರೆಯುಲ್ಲ. ಆದರೂ.....ಆ ತಕ್ಷಣ ಫೋನುಮಾಡಿ ಉಗಿದುಬಿಡಬೇಕೆನ್ನುವಷ್ಟು ಕೋಪ ಉಕ್ಕಿತು. ಆದರೂ, ಇಪ್ಪತ್ತೈದು ವರ್ಷಕ್ಕೂ ಮೀರಿ ಬೇರೆ ವಿಷಯಗಳಲ್ಲಿ ನೀಯತ್ತಿನಿಂದ ಇದಾನೆ, ಎಂಬ ನೆನಪಾಗಿ ನಿಯಂತ್ರಿಸಿಕೊಂಡ. ಪನವೇಲ್‌ನಲ್ಲಿ ತೋಟದಮನೆ ಮಾಡಿಕೊಂಡಿದಾಳಾ ಅವಳು? ಅಥವಾ ಆ ಹೆಸರಿನ ಬೇರೆ ಯಾರಾದರೂ, ಅವನ ಅಥವಾ ಹೆಂಡತಿ ಕಡೆಯ ದೂರದ ಸಂಬಂಧದ ಹೆಂಗಸೆ? ಎಂಬ ನಡುವೆ ಇವನೇ ಪನವೇಲ್‌ನಲ್ಲಿ ತೋಟದಮನೆ ಮಾಡಿ ಒಬ್ಬ ಸಂಗೀತದ ಶಿಷ್ಯೆಯನ್ನು ರಖಾವ್ ಮಾಡಿಕೊಂಡಿದಾನೆಯೆ? ಇವನು ಎಲ್ಲದರಲ್ಲೂ ಗುಟ್ಟು, ಯಾವುದನ್ನೂ ಹೊರಕ್ಕೆ ಬಿಡೂಪೈಕಿಯಲ್ಲ, ಎಂಬ ಅನುಮಾನವೂ ಹುಟ್ಟಿತು. ಹಾಗೇನಾದರೂ ಇದ್ದರೆ ಯಾಕೆ ಹೇಳಲಿಲ್ಲ ಅಂತ ಕೇಳುವ ಅಧಿಕಾರ ನನಗಿಲ್ಲ. ನನ್ನ ಇಂಥ ಯಾವ ಸಂಬಂಧದಲ್ಲೂ ಅವನು ಒಂದುದಿನವೂ ಮೂಗು ತೂರಿಸಿಲ್ಲ. ತಿಳಿದರೂ ತಿಳಿಯದ ಹಾಗೆ ಇದ್ದುಬಿಟ್ಟಿದಾನೆ, ಅಪೂರ್ವಕ್ಕೊಮ್ಮೆ ಫ್ಯಾನ್‌ಗಳೆಲ್ಲ ಮುಖ್ಯ ಗಾಯಕರಿಗೆ ವಾದಕರಿಗೆ ಸಿಗ್ತಾರೆ, ಹಾರ್ಮೋನಿಯಂ ಸಾಥಿದಾರರನ್ನ ಯಾರು ಕೇಳ್ತಾರೆ? ಅಂತ ಮೆಚ್ಚುಗೆಯ ಮಾತಾಡೂದ ಬಿಟ್ಟರೆ, ಎಂಬ ನೆನಪುಬಂದು ತಾನೂ ಸುಮ್ಮನಿದ್ದು ಬಿಡೂದೇ ಸೂಕ್ತ ಎಂದುಕೊಂಡ.

ಊಟ ಮಾಡಿ ಒಂದು ನಿದ್ರೆ ತೆಗೆಯುವ ಹೊತ್ತಿಗೆ ಟಿಪ್ನಿಸ್‌ನಿಂದಲೇ ಫೋನುಬಂತು.

'ನಿಮಗೆ ವಜ್ರದ ಉಂಗುರ ತೊಡುಸ್ತಾರಂತಲಾ?' ಎಂದ.

'ನಿಮಗೂ ಪ್ರಭುವಿಗೂ ಉಂಟು. ಅದನ್ನ ಹೇಳಲಿಲ್ಲವಾ?'

'ಮುಖ್ಯದೇವರಿಗೆ ಪಂಚಾಮೃತದ ನೈವೇದ್ಯವಾದರೆ ಪೂಜಾರಿಗಳಿಗೂ ಒಂದೊಂದು ಸೌಟು ಕೊಡಲೇಬೇಕಲ್ಲ!'

ಟಿಪ್ನಿಸನ ಮಾತಿನ ಶೈಲಿಯೇ ಹೀಗೆ ಎಂಬ ನೆನಪು ಬಂದು ಮೋಹನಲಾಲನಿಗೆ ಖುಷಿಯಾಯಿತು. 'ಏನು ಮಾಡ್ತಿದ್ದೀರಿ. ಬನ್ನಿ ಒಂದಿಷ್ಟು ಗಪ್ಪಾ ಹೊಡೆಯೋಣ' ಇವನು ಕರೆದ.

ಟಿಪ್ನಿಸ್ ಮನೆಯಲ್ಲಿ ಅದೀಗ ಮಾಡಿದುದು ಎಂದು ಒಂದು ಸಣ್ಣ ಪ್ಲಾಸ್ಟಿಕ್‌ಚೀಲದಲ್ಲಿ ಹಚ್ಚಿದ ಅವಲಕ್ಕಿ ಕಟ್ಟಿಕೊಂಡು ಬಂದ. ಇವನು ಚಹಾಮಾಡಿದ. ಊಟದ ಮೇಜಿನ ಎದುರು ಬದುರು ಕುಳಿತಮೇಲೆ ಇವನು ಅವನ ಮುಖವನ್ನೇ ನೋಡುತ್ತಾ ಕೇಳಿದ: 'ಪನವೇಲ್‌ನಲ್ಲಿ ನೀವು ಯಾರಿಗೋ ಪಾಠ ಹೇಳ್ತೀರಂತೆ. ದಿನದ ಇಪ್ಪತ್ತನಾಲ್ಕು ಗಂಟೆಯೂ ಅವಳು ಸಾಧನೆ ಮಾಡ್ತಾಳಂತೆ. ಯಾರು ಆಕೆ?'

ತನ್ನ ಮುಖವನ್ನು ಪರೀಕ್ಷಿಸುತ್ತಾ ಈ ಪ್ರಶ್ನೆ ಕೇಳಿದುದು ಅವನಿಗೆ ತಿಳಿಯಿತು. ಮುಖದ ರಂಗು ಒಂದು ಛಾಯೆ ಕಡಮೆಯಾಯಿತು. ಆದರೆ ತನ್ನದೇನೂ ತಪ್ಪಿಲ್ಲವೆಂಬಂತೆ ಅವನು ಸಹಜವಾಗಿ ಹೇಳಿದ: 'ನಿಮ್ಮ ಶಿಷ್ಯೆಯೇ. ಅಮೆರಿಕಾದಲ್ಲಿ ನಿಮ್ಮ ಜೊತೆ ಹಾಡಿದಳಲ್ಲ, ಮಧುಮಿತಾ ಷಾ. ಅಲ್ಲೊಂದು ತೋಟದಮನೆ ಕೊಂಡು ಅಭ್ಯಾಸ ಮಾಡಿಕೊತ್ತಿದಾಳೆ. ಸರಿಯಾಗಿ ಕಲೀಬೇಕು ಅಂತ ಇಲ್ಲಿಗೆ ಬಂದಳು. ಪಾಠ ಮುಂದುವರೆಸಿ ಅಂತ ನಿಮ್ಮನ್ನ ಕೇಳಿದಳಂತೆ. ನೀವು ಒಂದೇ ಸಮ ಊರಿನಲ್ಲಿರುಲ್ಲ, ಕ್ರಮಪಾಠ ಸಾಧ್ಯವಿಲ್ಲ ಅಂದಿರಂತೆ. ನನ್ನ ಹತ್ತಿರಬಂದಳು. ನೋಡಮ್ಮಾ ನನ್ನದು ಹಾರ್ಮೋನಿಯಂ. ಗಾಯನದ ಪಾಠ ನಾನು ಹೇಳುಕ್ಕಾಗುಲ್ಲ ಅಂದರೆ ಬಿಡಲಿಲ್ಲ. ತಾನೇ ಸಾಧನೆಮಾಡ್ತೀನಿ ತಪ್ಪಿದ ಕಡೆ ತಿದ್ದಿ, ಮುಂದಕ್ಕೆ ಹೇಳಿಕೊಡೂದನ್ನ ಪೆಟ್ಟಿಗೇಲಿ ಬಾರಿಸಿ ತೋರಿಸಿ ಸಾಕು ಅಂದಳು. ಇಷ್ಟಕ್ಕೂ ನಾನು ಒಪ್ಪಿಕೊತ್ತಿರಲಿಲ್ಲ. ನೀವು ಊರಿನಲ್ಲಿರುವಾಗ ವಾರಕ್ಕೊಂದೆರಡು ದಿನವಾದರೂ ಅಲ್ಲಿಯ ಶುದ್ಧಹವೇಲಿ ಇರೋಣ; ಪ್ರಕೃತಿ ಸುಧಾರಿಸುತ್ತೆ ಅಂತ ನನ್ನ ಹೆಂಡತಿ ಒತ್ತಾಯಮಾಡಿ ದಳು. ಅವಳಿಗೆ ಇತ್ತೀಚೆಗೆ ಸ್ವಲ್ಪ ಆಸ್ತಮಾ ಥರ ಶುರುವಾಗಿದೆ. ಮುಂಬಯಿಹವದಿಂದ ಅಂತ ಡಾಕ್ಟರು ಹೇಳ್ತಾರೆ. ಬಿಡುವಾದಾಗ ಹೋಗಿ ಒಂದೆರಡು ದಿನ ಇದ್ದು ತಿಳಿದದ್ದು ಹೇಳ್ತೀನಿ.'

ಈ ರಾಜಾರಾಮ ಯಾವುದನ್ನು ಹೇಳಿದರೂ ಕಿರಿಕಿರಿಯಾಗುವ ಅಂಶಗಳನ್ನು ಶೋಧಿಸಿ ತೆಗೆದುಹಾಕಿ ಹಿತವಾಗುವಂತೆ ಮಾತನಾಡ್ತಾನೆಂಬುದು ಅವನಿಗೆ ಹೊಸಸಂಗತಿ ಯಲ್ಲ. ನನ್ನಿಂದಲೇ ಅವಳು ಗಂಡನಿಗೆ ದ್ರೋಹಮಾಡಿ ಅಂತಸ್ಸಾಕ್ಷಿ ತಡೆಯದೆ ಎಲ್ಲವನ್ನೂ ಕಾಗದದಲ್ಲಿ ಬರೆದು ಗಂಡನಿಗೆ ಕೊಟ್ಟು ಮುಂಬಯಿಗೆ ಬಂದದ್ದು, ನನ್ನನ್ನು ಭೇಟಿಯಾಗಿ ಈಗ ಗಂಡನಿಂದ ಬಿಡುಗಡೆಮಾಡಿಕೊಂಡಿದೀನಿ, ಹೇಗೆ ಬೇಕಾದರೂ ಅನುಭವಿಸಿ, ನನಗೆ ಪೂರ್ತಿಪಾಠಹೇಳಿ ಅಂತ ಕೇಳಿದುದು ಎಲ್ಲವನ್ನೂ ಇವನಿಗೆ ಹೇಳದೆ ಇದ್ದಾಳೆಯೆ?

ಎಂಬ ಅನುಮಾನಹುಟ್ಟಿತು. ಈಗ ಈ ಹಾರ್ಮೋನಿಯಂ ಹಿಂಬಾಲಕ ತನ್ನ ಮುಖ ನೋಡ್ತಿದಾನೆ ಅನ್ನಿಸಿತು. ಆದರೆ ತಾನಾಗಿಯೇ ಯಾವುದನ್ನೂ ಬಿಟ್ಟುಕೊಡಬಾರದು ಎಂಬ ನಿಶ್ಚಯ ಮಾಡಿಕೊಂಡ. ತಾನು ಈಗ ಏನಾದರೂ ಮಾತನಾಡದೆ ಪೆಚ್ಚಾಗಿ ಕೂತರೆ ತಪ್ಪೊಪ್ಪಿಕೊಂಡಂತಾಗುತ್ತದೆಂಬ ಎಚ್ಚರಹುಟ್ಟಿ, 'ಹೌದು. ನಮ್ಮ ಶಾಲೇಲಿ ವಾಡೇಕರ ಮಾಸ್ತರ ಪಗಾರ ಬಂದರೆ ಸಾಕು. ನನ್ನ ಮಟ್ಟದಲ್ಲಿ ಯಾರನ್ನೂ ಒಪ್ಪಿಕೊತ್ತಿಲ್ಲ. ಹ್ಯಾಗಿದೆ ಅವಳ ಸಾಧನಾ?'

'ನಿಮ್ಮಿಂದ ಅಡಿಪಾಯವಾಗಿದೆ ಅಂದಮೇಲೆ ಹೇಳೂದೇನಿದೆ? ಶ್ರದ್ಧೆಯಿಂದ ಸಾಧನೆ ಮಾಡ್ತಾಳೆ. ದಿನದ ಇಪ್ಪತ್ತನಾಲ್ಕುಗಂಟೆಯೂ ಅದೇ ಗುಂಗು. ರಾಗವನ್ನ ಅವಳೇ ಬೆಳೆಸ್ತಾಳೆ. ಮುಂದೆ ಹ್ಯಾಗೆ ಬೆಳೆಸಬೇಕು ಅನ್ನೂದ ನಾನು ಬಾರಿಸಿತೋರಿಸ್ತೀನಿ. ನಡುವೆ ರಾಗವಿಸ್ತರಣೆ ಯಲ್ಲಿ ಜ್ಞಾತಿ ರಾಗಗಳ ನೆರಳಿನಸ್ಪರ್ಶ ಮಾಡಿದರೆ ತಿಳಿಸಿಕೊಡ್ತೀನಿ, ಅಷ್ಟೆ. ನೀವು ಹೇಳಿಕೊಟ್ಟರೆ ಸಿಕ್ಕುವ ತಯಾರಿ ನನ್ನಿಂದ ಸಿಕ್ಕೂದಂತೂ ಶಕ್ಯವೇ ಇಲ್ಲ. ನಾನು ನಿಮ್ಮ ಜೊತೆ ಬಾರಿಸೋ ನಾದದ್ದರಿಂದ ನಿಮ್ಮ ಸ್ಥೂಲಚಲನೆಗಳನ್ನ ಬಿಡಿಸಿಹೇಳ್ತೀನಿ ಅಂತ ನನ್ನನ್ನ ಬಲವಂತಮಾಡಿ ಒಪ್ಪಿಸಿದಾಳೆ ಅನ್ನಿಸುತ್ತೆ.'

ಇಲ್ಲಿಯೂ ತನಗೆ ಹಿತವಾಗುವಂತೆಯೇ ಮಾತನಾಡ್ತಿದಾನೆ ಎಂಬುದು ಅರ್ಥ ವಾದರೂ ತನ್ನ ಮನಶ್ಶಾಂತಿಯನ್ನು ಹಾಳುಮಾಡುವವನಲ್ಲ ಇವನು ಎಂಬ ಅರಿವಿನಿಂದ ಅವನಿಗೆ ತುಸು ನೆಮ್ಮದಿ ಎನ್ನಿಸಿತು. ಅವಳು ಖಾನ್‌ದಾನಿ ಹೆಣ್ಣು. ನನ್ನ ಅವಳ ಸಂಬಂಧ, ತಾನು ಗಂಡನನ್ನು ಬಿಟ್ಟುಬಂದದ್ದು, ಅದರ ಕಾರಣವನ್ನ ಇವನಿಗೆ ಹೇಳದೆಯೂ ಇರಬಹುದು, ಎಂಬ ಆಶ್ವಾಸನೆ ಒಳಗೇ ಹುಟ್ಟಿತು. ಅವನ ಮುಖವನ್ನು ಸರಿಯಾಗಿ ನೋಡಿದರೆ ಅದರ ನಿಜಸುಳ್ಳುಗಳ ಛಾಯೆ ಕಾಣಬಹುದೆನ್ನಿಸಿದರೂ ಮುಖವನ್ನು ನೋಡು ವಾಗ ಅವನ ಕಣ್ಣುಗಳು ನನ್ನ ಕಣ್ಣುಗಳನ್ನು ಪರೀಕ್ಷಿಸಬಹುದು ಎಂಬ ಭಯಹುಟ್ಟಿತು. ಎರಡುನಿಮಿಷದ ನಂತರ ಮಾತು ಬದಲಿಸುವುದೇ ಈ ಸನ್ನಿವೇಶದಿಂದ ಬಿಡುಗಡೆಯಾಗುವ ವಿಧಾನವೆನ್ನಿಸಿತು. ಆದರೆ ತಕ್ಷಣ ಬೇರೆ ಯಾವ ಮಾತೂ ಹೊಳೆಯಲಿಲ್ಲ. ಎರಡುನಿಮಿಷ ಹೆಣಗಿದನಂತರ ಒಂದು ಮಾತು ಹುಟ್ಟಿತು:

'ಝವೇರಿ ವಜ್ರದ ಕಂಪನಿಯವರು ನನಗೆ ಎರಡುಲಕ್ಷ ಕೊಡ್ತಾರೆ ಅನ್ನೂದು ನಿಮಗೂ ಗೊತ್ತು. ಹಂಗಂತ ಪೇಪರಿನಲ್ಲಿ ಪ್ರಚಾರಾನೂ ಮಾಡ್ತಾರಂತೆ. ಇನ್ನುಮೇಲೆ ನನ್ನ ಫೀಜು ಎರಡುಲಕ್ಷ ಮಾಡ್ತೀನಿ. ಪರಾಂಜಪೆಯ ಪೇಪರಿನಲ್ಲಿ ಯಾವನ ಕೈಲೋ ಕಾಗದ ಬರೆಸಿದ್ದನಲ್ಲ ಮುಂಬಯಿ ಸಂಗೀತಸಭೆಗಳೆಲ್ಲ ಸೇರಿ ಮೋಹನಲಾಲನ ಫೀಜನ್ನು ಐವತ್ತುಸಾವಿರಕ್ಕೆ ಇಳಿಸಬೇಕು ಅಂತ. ಅದಕ್ಕೆ ಉತ್ತರ ಇದು. ಏನಂತೀರ?'

'ಯಾವನೋ ಪತ್ರಿಕೇಲಿ ಏನೋ ಬರೆದ, ಬರೆಸಿದ ಅಂತ ನೀವು ಯಾಕೆ ಹಚ್ಚಿಕೊ ಬೇಕು? ನೀವು ಎಷ್ಟು ಕೇಳಿದರೂ ನಿಮ್ಮ ಸಂಗೀತದ ಶೋಕಿ ಇರೋರು ಕೊಡಲೇಬೇಕು. ಆದರೆ ಫೀಜು ಜಾಸ್ತಿಮಾಡಿದಷ್ಟೂ ಸಂಗೀತಸಭೆಗಳಿಗೆ ನಿಭಾಯಿಸೂದು ಸಾಧ್ಯವಾಗುಲ್ಲ. ವಜ್ರದ ಕಂಪನಿಗಳಂಥ ಬೇರೆ ಬೇರೆ ಕಂಪನಿಗಳು ಮಾತ್ರ ಕಛೇರಿ ಏರ್ಪಡಿಸುಕ್ಕೆ ಸಾಧ್ಯವಾಗುತ್ತೆ.

ನಿಜವಾದ ಸಂಗೀತಪ್ರೇಮಿಗಳಿಗೆ ಕೇಳುವ ಅವಕಾಶ ತಪ್ಪಿಹೋಗುತ್ತೆ. ಅಲ್ಲವಾ?'

'ಅಲ್ರೀ, ನನ್ನ ಫೀಜು ಜಾಸ್ತಿಯಾದರೆ ಅದಕ್ಕೆ ತಕ್ಕ ಹಂಗೆ ನಿಮ್ಮದೂ ಜಾಸ್ತಿಯಾಗುತ್ತೆ. ನಿಮಗೂ ಲಾಭವೇ ಅಲ್ಲವೆ?'

'ತಾನಾಗಿ ಬಂದರೆ ಯಾರು ಬೇಡ ಅಂತಾರೆ? ಆದರೂ ನಮ್ಮನ್ನ ಕರೆಸೋರ ಕೈಗೆ ಎಟುಕುವ ಹಾಗಿರಬೇಕು ಅನ್ನುವ ಮಾತಿಗೆ ಹೇಳಿದೆ.'

ಈ ಮಾತಿನಲ್ಲೂ ತಾನು ಕೆಳಗೆ ಬೀಳುತ್ತಿದ್ದೇನೆನ್ನಿಸಿತು. ಅಥವಾ ನಯವಾದ ಮಾತಿನಲ್ಲಿ ಇವನು ಬೀಳಿಸಿದನೊ? ಎಂಬ ಅನುಮಾನಹುಟ್ಟಿತು. ಚಹಾದ ಕಪ್ಪುಬಸಿಗಳನ್ನು ತೆಗೆದಿಡುವ ನೆಪದಲ್ಲಿ ಅಲ್ಲಿಂದ ಮೇಲೆ ಎದ್ದ.

ಅಧ್ಯಾಯ ೧೭

– ೧ –

ಕೋಪ, ತಿರಸ್ಕಾರ, ದ್ವೇಷ, ಮೊದಲಾದ ಎಂಥ ನೀಚಭಾವವಾಗಲಿ ಸಂಗೀತದ ಆಲಾಪದ ಮಟ್ಟಕ್ಕೆ ಏರಿದರೆ ಉದಾತ್ತವಾಗಿಬಿಡುತ್ತದೆ; ಹೀನದ್ರವ್ಯವೂ ಘನವಾಗಿಬಿಡುತ್ತದೆ, ಎಂದು ಮೊದಲು ಅನ್ನಿಸುತ್ತಿತ್ತು. ಬರೀ ಆಲಾಪದಲ್ಲಲ್ಲ, ಶ್ರುತಿಯಲ್ಲಿ ಐಕ್ಯವಾಗಿ ಹಾಡುವ ಯಾವ ಪ್ರಕಾರವಿರಲಿ, ಸಂಗೀತದಲ್ಲಿ ಹೀನ, ನೀಚ, ಕ್ಷುದ್ರತೆಗಳಿಗೆ ಸ್ಥಾನವೇ ಇಲ್ಲ. ಈ ಭಾವಗಳು ಉಳಿದಾಗ ಗಾಯನವು ಸಂಗೀತವಾಗುವುದಿಲ್ಲ, ಎಂದು ಈಗ ಅನ್ನಿಸುತ್ತಿದೆ. ದ್ವೇಷಿಸುವಂಥ, ತಿರಸ್ಕರಿಸುವಂಥ ಬೇರೆ ಯಾವ ವ್ಯಕ್ತಿಯೂ ನನ್ನ ಜೀವನದಲ್ಲಿಲ್ಲ. ಅಲ್ಲೊಂದು ಚೂರು ಇಲ್ಲೊಂದು ಚೂರು ಸಣ್ಣತನ ಮಾಡುವ ಅತ್ತಿಗೆಯರಾಗಲಿ, ಕಾಲೇಜು ಓದುವಾಗ ಸ್ಪರ್ಧೆಯಿಂದ ಅಸೂಯೆ, ಕುಹಕಕ್ಕಿಳಿಯುತ್ತಿದ್ದ ಸಹಪಾಠಿಗಳಾಗಲಿ ದ್ವೇಷ ತಿರಸ್ಕಾರಗಳಂಥ ಕಟು ಕಠಿಣ, ಅದೂ ಜೀವನದುದ್ದಕ್ಕೂ ಉಳಿಯುವಂಥ, ಭಾವ ಗಳನ್ನು ಎಂದೂ ಹುಟ್ಟಿಸಿರಲಿಲ್ಲ. ಮದುವೆಯಾಗಿ ಹೊರಟಾಗ ಇಬ್ಬರು ಅತ್ತಿಗೆಯರೂ ಕಣ್ಣಿನಲ್ಲಿ ನೀರು ತುಂಬಿಕೊಂಡು ಆಲಿಂಗಿಸಿದ್ದರು. ಕೊನೆಯ ವರ್ಷದ ಕ್ಲಾಸ್‌ಸೋಷಿಯಲ್ ಆಗಿ ನಾವು ಮತ್ತೆ ಹೀಗೆ ಸಂಧಿಸುವುದಿಲ್ಲವೆಂಬ ಅರಿವಾದಾಗ ಹೆಚ್ಚು ಹತ್ತಿರವಿರದ ಗೆಳತಿ ಯರೂ ಹತ್ತಿರವಾಗಿದ್ದರು. ಮೋಹನಲಾಲನಂತೆ ಇಷ್ಟೊಂದು ಆಕ್ರಮಣಮಾಡಿ ನನ್ನ ಶೀಲವನ್ನೇ ನಾಶಮಾಡಿ, ಅನಂತರ ನನ್ನ ದಾಂಪತ್ಯದ ಪಾವಿತ್ರ್ಯವನ್ನು ಹಾಳುಮಾಡಿ, ಆಮೇಲೆ ನಾನು ಗಂಡನಿಗೆ ನಿಜ ಹೇಳಿ ಮುಂಬಯಿಗೆ ಬಂದು ಶರಣಾಗತಳಾಗಲು ಯತ್ನಿಸಿದಾಗ ನಿನಗೆ ಗುರುಭಕ್ತಿಗಿಂತ ನಿನ್ನ ನೈತಿಕ ಅಹಂಕಾರವೇ ಹೆಚ್ಚಾಯಿತು, ಈ ಜನ್ಮ ದಲ್ಲಿ ನಿನಗೆ ಸಂಗೀತಸಿದ್ಧಿಸುಲ್ಲ, ಇದು ಗುರುವಿನ ಶಾಪ ಅಂತ ಕೆನ್ನೆಗೆ ಹೊಡೆದು.

ಸಂಗೀತಸಾಧನೆಗಾಗಿಯೇ ಹೇಳಿಮಾಡಿಸಿದ ತಪೋವನದಂತಹ ಈ ತೋಟದ ನಡುವಣ ಮನೆಯಲ್ಲಿ ತಂಬೂರಿ ಹಿಡಿದುಕೂತರೆ ಮನಸ್ಸಿನಲ್ಲಿ ದ್ವೇಷತುಂಬಿಕೊಳ್ಳುತ್ತಿತ್ತು. ಅವನು ಕೈಕಾಲು ಕಳೆದುಕೊಂಡ ಹೆಳವನಾಗಲಿ ಎಂದು ಶಪಿಸುವಂಥ ದ್ವೇಷ. ಧರ್ಮವೆನ್ನು ವುದು ನಿಜವಾಗಿದ್ದರೆ ಪಾಪಿಗೆ ಶಿಕ್ಷೆಯಾಗಲೇಬೇಕು. ನರಕದಲ್ಲಿ ವರ್ಣಿಸಿರುವಂತಹ ಕುದಿಯುವ ಕಡಾಯಿಯಲ್ಲಿ ಮುಳುಗಿಸಿ, ಕಬ್ಬಿಣದ ಮೊನಚುಮೂತಿಯ ಕಾಗೆಗಳಿಂದ ಕುಕ್ಕಿಸಿ, ಅವು ಬೇಡ ನಮ್ಮ ಅಪರಾಧ ಕಾಯ್ದೆಯಲ್ಲಿ ವಿಧಿಸಿರುವ ಶಿಕ್ಷೆಗಳಾದರೂ ಆಗ ಬೇಕು. ಏಳುವರ್ಷ ಸಜಾ. ನನ್ನೊಬ್ಬಳನ್ನಲ್ಲ, ತನ್ನಲ್ಲಿ ವಿದ್ಯಾಯಾಚನೆಗಾಗಿ ಬಂದ ಎಷ್ಟು ಜನ ಹುಡುಗಿಯರನ್ನು, ಹೆಂಗಸರನ್ನು, ಇವನು ಕೆಡಿಸಿದ್ದಾನೋ ಅಷ್ಟು ಸಂಖ್ಯೆಯ ಏಳು

ವರ್ಷಗಳ ಸಜೆ, ಎಂಬಂತಹ ಕೋಪ ತುಂಬಿಕೊಂಡರೆ ರಾಗದ ಭಾವ ಮೂಡುವುದೆಂತು? ಹದಮುಟ್ಟಿದ ರೌದ್ರರಸದಲ್ಲಿಯೂ ಕೋಪದ ಕಚ್ಚಾ ದ್ವೇಷವಿರುವುದಿಲ್ಲ, ಇರಬಾರದು, ಎಂಬ ಅರಿವು ಆಗ ನನಗೆ ಹೇಗೆ ಆಗಬೇಕು? ಸಾಧನೆಮಾಡುತ್ತಿದ್ದುದೆಲ್ಲ ಅವನನ್ನು ಮೀರಿಸಬೇಕು, ಅವನು ಕಲಿಸದಿದ್ದರೂ ಕಲಿಯಬೇಕು, ಎಂಬ ಹಟದಿಂದ. ಹೀಗಾಗಿ ಒಂದುವರ್ಷ ರಣಸಾಧನೆ ಮಾಡಿದರೂ ಹಿನ್ನೆಲೆಯ ಅವನ ಅಸ್ತಿತ್ವದಿಂದ ತಪ್ಪಿಸಿಕೊಳ್ಳಲಾಗ ಲಿಲ್ಲ. ಯಾವ ಆಲಾಪಮಾಡಲಿ, ಯಾವ ತಾನ ವಿನ್ಯಾಸಮಾಡಲಿ ಅವನದೇ ಮಾದರಿ. ಆ ಮಾದರಿಯನ್ನು ಮೀರುವ ಹಟ. ಒಂದುದಿನ ರಾಜಾರಾಮ ಕಾಕ ಹೇಳಿದರು: 'ನಿನ್ನ ಗಾಯನಶೈಲಿಯನ್ನ ಕುರಿತು ನಾನು ಬಹಳ ಯೋಚನೆಮಾಡಿದೀನಿ. ಮೋಹನಲಾಲರ ಶೈಲಿಯಲ್ಲೇ ಸಾಧನೆ ಮಾಡ್ತಿದೀಯ. ಅವರಿಂದಲೇ ನಿನ್ನ ಕಲಿಕೆ ಸಂಪೂರ್ಣವಾಗಿದ್ದರೂ ಸ್ವಂತಸಾಧನೆ ಮಾಡಿ ಒಂದೆರಡು ವರ್ಷದಲ್ಲಿ ನಿನ್ನದೇ ದಾರಿ ಕಂಡುಕೊಳ್ಳದಿದ್ದರೆ ನೀನು ಸ್ವಂತಿಕೆಯ ಕಲಾವಿದೆಯಾಗುಲ್ಲ. ಈಗಂತೂ ನೀನು ಅವರಿಂದ ಕಲೀತಿಲ್ಲ. ಕಲಿಸುತ್ತಿರೂ ನಾನು ಸ್ವತಃ ಗಾಯಕನಲ್ಲ. ಆದ್ದರಿಂದ ನಿನ್ನ ದಾರಿಯಲ್ಲಿ ನೀನು ಬೆಳೆಯಬೇಕು. ಹಳೆ ಗುರುಗಳಿಂದ ಸಂಪೂರ್ಣವಾಗಿ ಹೊರಬರಬೇಕು. ಅರ್ಥವಾಯಿತೆ?'

ಕಾಕ ಹೇಳಿದುದು ಸಂಗೀತದ ಅರ್ಥದಲ್ಲಿ. ಮರುದಿನದಿಂದ ನಸುಗತ್ತಲಿನಲ್ಲಿ ಎದ್ದು ಸ್ವರಸಾಧನೆ ಮಾಡುವಾಗಲೇ ಅವನ ಪ್ರಭಾವದಿಂದ ಬಿಡಿಸಿಕೊಳ್ಳುವ ಪ್ರಯತ್ನಮಾಡಿದೆ. ಆರು ತಿಂಗಳಿನಲ್ಲಿ ನನ್ನದೇ ಆಸ್ವಾದನೆಯುಂಟಾಯಿತು. ಕೋಪದಂತಹ ತಾಮಸಭಾವದಿಂದ ಬಿಡುಗಡೆಯಾದಾಗ ರಾಗದ ಸ್ವರೂಪವು ಎಷ್ಟು ಸ್ಪಷ್ಟವಾಗಿ ತನಗೆತಾನೇ ಬಿಚ್ಚಿಕೊಳ್ಳುತ್ತೆ? ಎಂಬ ಅನುಭವವಾಗ್ತಿದೆ.

ಪಾಪದಿಂದ ಬಿಡಿಸಿಕೊಳ್ಳೂದು ಕೋಪದಿಂದ ಬಿಡಿಸಿಕೊಳ್ಳೂದಕ್ಕಿಂತ ಹೆಚ್ಚು ಕಷ್ಟ. ಪಶ್ಚಾತ್ತಾಪದಿಂದ ಒಳಗೇ ಕುದಿದು ಕುದಿದು ಪರಿಶುದ್ಧವಾಗದೆ ಪಾಪದಿಂದ ಮುಕ್ತಿಯಿಲ್ಲ. ಆದರೆ ಪಶ್ಚಾತ್ತಾಪವು ಸಂಗೀತಸಾಧನೆಗೆ ಅಡ್ಡಿಯಾಗದೆ ಪೂರಕವಾಗಿಯೇ ಇದೆ. ಆಸಾವರಿ ಯಂತೂ ಸರಿಯೇ ಸರಿ. ಮಾರ್ವಾದಲ್ಲಿ, ತೋಡಿಪ್ರಕಾರಗಳಲ್ಲಿ, ಮ–ರೆ಼ ಸಂಗತಿಯಿಂದ ಬೈರಾಗಿ ಭೈರವದಲ್ಲಿ, ಮ ಪ ಧ಼ ಽ ನಿ಼ ಽ ಪ , ನಿ಼ ಸ ರೆ ಧ಼ ಽಽಽ ನಿ಼ ಽ ಪ ದಿಂದ ದರ್ಬಾರಿಯಲ್ಲಿ ಮುಳುಗುವಾಗ ಪಶ್ಚಾತ್ತಾಪವೇ ಮೈವೆತ್ತಿದಂತಾಗುತ್ತಿದೆ. ಆತ್ಮಶೋಧನೆಗೆ ತೊಡಗುತ್ತದೆ.

ಕಳೆದ ಮೂರುತಿಂಗಳಿನಿಂದ ಪಶ್ಚಾತ್ತಾಪ ಮತ್ತು ಆತ್ಮಶೋಧನೆಗಳೇ ನಾನು ಅಭ್ಯಾಸ ಮಾಡುತ್ತಿರುವ ರಾಗಗಳ ಪ್ರೇರಕಗುಣಗಳಾಗಿವೆ. ರಾಗಗಳು ಹೆಚ್ಚು ಆಳವನ್ನು ತಲುಪಲು ಸಹಾಯಕವಾಗಿವೆ. ಪಶ್ಚಾತ್ತಾಪವು ನೈತಿಕಸಾಧನೆ. ಅಧ್ಯಾತ್ಮದ ಮೊದಲ ಮೆಟ್ಟಿಲು. ಆದ್ದರಿಂದ ಸಾತ್ತ್ವಿಕಕ್ರಿಯೆ. ಸಾಧನೆಯ ಮಗ್ನತೆಗೆ ಅಡ್ಡಿಮಾಡುವುದಲ್ಲ.

ನಾನು ಮಾಡುತ್ತಿರುವ ತಪ್ಪು ಈಗ ಅರ್ಥವಾಗ್ತಿದೆ. ಗಂಭೀರವಾದ ಯಾವ ರಾಗ ಕ್ಕಾದರೂ ಪಶ್ಚಾತ್ತಾಪವನ್ನು ಬೆರೆಸಬಹುದು. ಅಲ್ಲ, ನಾನು ಬೆರೆಸುತ್ತಿದೀನಿ. ಪರಿಣಾಮವಾಗಿ ರಾಗಗಳ ಸ್ವಂತಿಕೆಯನ್ನು ಹಾಳುಮಾಡಿ ಎಲ್ಲವನ್ನೂ ಪಶ್ಚಾತ್ತಾಪದ ಮೊರೆಗೆ ಇಳಿಸಿಬಿಡ್ತಿದೀನಿ.

ಬೈರಾಗಿಗೂ ಭೈರವಕ್ಕೂ, ಬೈರಾಗಿಭೈರವಕ್ಕೂ ಅಹಿರ್‌ಭೈರವಕ್ಕೂ ವ್ಯತ್ಯಾಸವಿಲ್ಲವೆ? ಬೈರಾಗಿಯಲ್ಲಿ ವಿರಕ್ತಿಯಿದೆ. ನಿರ್ಮೋಹ, ನಿರ್ಮಮಕಾರಗಳಿವೆ. ಒಂಟಿತನದ ಗಾಢಶೋಕವಿದೆ. ಆದರೆ ಪಶ್ಚಾತ್ತಾಪದ ಬಣ್ಣ ಕೊಟ್ಟರೆ ಇವುಗಳ ಸ್ವಂತಿಕೆ ನಾಶವಾಗುತ್ತೆ ಅಗ್ಗದ ಹೋಟೆಲಿನವರು ಹಾಕುವ ಒಂದೇ ಮಸಾಲೆಯು ಎಲ್ಲ ತರಕಾರಿಗಳನ್ನೂ ಒಂದೇರುಚಿ ವಾಸನೆಗಳಿಗೆ ಇಳಿಸುವ ಹಾಗೆ. ನಾನು ತಪ್ಪು ಮಾಡ್ತಿದೀನಿ. ಇಲ್ಲಿ ಕೂಡ ನನ್ನ ಸ್ವಂತದ ಭಾವಗಳನ್ನು ರಾಗದಭಾವಗಳಿಗೆ ಬೆರೆಸುತ್ತಿದೀನಿ.

ಸ್ವಂತದ ಭಾವವನ್ನು ರಾಗದ ಭಾವದೊಡನೆ ಬೆರೆಸಬಾರದೆಂಬ ಅರಿವು ನನ್ನನ್ನು ಕಲಿಕೆಯ ಇನ್ನೊಂದು ಮೇಲಿನ ಮೆಟ್ಟಲಿಗೆ ಕರೆದೊಯ್ದಿದೆ. ಒಂದೊಂದು ರಾಗಕ್ಕೂ ಒಂದೊಂದು ಸ್ಥಾಯಿಭಾವವಿದೆ. ಹಲವು ಸಂಚಾರಿಭಾವಗಳ ಹಳ್ಳ, ತೊರೆ, ಕಿರು ಹೊಳೆಗಳು ಸೇರಿ ಸ್ಥಾಯಿಭಾವದ ನದಿಯು ತುಂಬಿ ಹರಿಯುತ್ತೆ. ಯಾವ ರಾಗಕ್ಕೆ ಯಾವುದು ಸ್ಥಾಯಿಭಾವ, ಅದಕ್ಕೆ ಪೂರಕವಾದ ಸಂಚಾರಿಭಾವಗಳಾವುವು ಎಂಬುದನ್ನರಿತು ಅವುಗಳನ್ನು ಆಯಾ ರಾಗದ ವಿಶಿಷ್ಟ ಸ್ವರವಿನ್ಯಾಸಗಳಿಂದ, ವಾದಿಸಂವಾದಿ ಸ್ಥಾನಗಳನ್ನು ಮೀಟುವುದರಿಂದ ಹುಟ್ಟಿಸುವುದೇ ಸಾಧನೆಯ ಮರ್ಮ. ಅದನ್ನು ಬಿಟ್ಟು ಕೇವಲ ಅಲಂಕಾರಸ್ವರಗಳನ್ನು ನೇಯುವ ಆಟವಾಡಿದರೆ ರಾಗ ಆವಿರ್ಭವಿಸುಲ್ಲ.

ಒಂದೊಂದು ರಾಗದ ಸ್ಥಾಯಿ ಮತ್ತು ಸಂಚಾರಿಭಾವಗಳು, ಸಂಚಾರಿಭಾವಗಳನ್ನು ಸಮ್ಮಿಳಿಸುವ ಕ್ರಮವನ್ನು ಅರಿಯಲು ಒಂದು ಕಾವ್ಯವನ್ನು ಆವಿಷ್ಕರಿಸಿಕೊಂಡಂತಹ ದರ್ಶನವಾಗಬೇಕು. ಜೀವನದ ಚಿಂತನೆ ನಡೆಯಬೇಕು. ನಿತ್ಯಜೀವನದಲ್ಲಿ ಹುಟ್ಟುವ ಎಲ್ಲ ಭಾವಗಳನ್ನೂ ಬಿಡಿಸಿ ಬಿಡಿಸಿ ಒಂದಕ್ಕೆ ಇನ್ನೊಂದರೊಡನೆ, ಇನ್ನುಳಿದ ಎಲ್ಲವುಗಳೊಡನೆ ಇರುವ ಇರಬಹುದಾದ ಸಂಬಂಧವನ್ನು ಗುರುತಿಸಬೇಕು. ಆಗ ಗಾಯನವು ಕಾವ್ಯವಾಗುತ್ತೆ. ಕಾವ್ಯಕ್ಕಿಂತ ಮೇಲಿನದಾಗುತ್ತೆ. ಸ್ವಾಮಿ ಹರಿದಾಸರಂಥೋರು ಇಂಥ ತಿಳಿವಳಿಕೆಯ ಮಟ್ಟದಲ್ಲಿ ರಾಗಗಳನ್ನು ಸಾಕ್ಷಾತ್ಕರಿಸಿಕೊಂಡಿರಬಹುದು. ಅದಕ್ಕೇ ಅಂಥ ಸಂಗೀತಗಾರರನ್ನು ಯೋಗಿ ಅಂತ ಕರೆದಿರಬಹುದು.

ಜೀವನದ ಕಚ್ಚಾಭಾವಗಳ ಸ್ಪರ್ಶವಾದರೆ ಕಲೆಯಶುದ್ಧಿ ಉಳಿಯುಲ್ಲ ಅನ್ನೂದು ನಿಜ. ಆದರೆ ದಿನದಲ್ಲಿ ಎಂಟು ಹತ್ತುಗಂಟೆಗಳು ಶುದ್ಧ ಸಂಗೀತದ ಸಾಧನೆ ಮಾಡೂದರಿಂದ ಜೀವನದ ಕಚ್ಚಾಭಾವಗಳು ಅಳಿದುಹೋಗುಲ್ಲ. ಸಂಗೀತದ ಈ ಹುಚ್ಚು ನನ್ನನ್ನೇಕೆ ಬಾಧಿಸಿತು. ಇನ್ನೂ ಬಾಧಿಸುತ್ತಿದೆ ಎಂಬ ಪ್ರಶ್ನೆ ಆಗಾಗ್ಗೆ ಕಾಡುತ್ತಿದೆ. ಶಾಲೆ ಕಾಲೇಜು ಹಂತದ ಹುಡುಗಿಯಾಗಿದ್ದಾಗ ಓದನ್ನು ಅಲಕ್ಷಿಸುವ ಮಟ್ಟಿಗೆ, ಓದಿ ಏನಾಗಬೇಕು, ಅದರಲ್ಲಿ ಯಾವ ಅರ್ಥವಿದೆ? ಎಂಬ ಮಟ್ಟಿಗೆ ಸಂಗೀತ ಸೆಳೆಯಿತು. ಅನಂತರವಂತೂ ಸಂಗೀತಕ್ಕಾಗಿ ಶೀಲವನ್ನೂ ಒಪ್ಪಿಸಿಕೊಂಡೆ. ನಡುವೆ ಸಂಸಾರಿಯಾಗುವ ಬಯಕೆಯಿಂದ ಅಮೆರಿಕೆಗೆ ಹೋದೆ. ಬೇರೆ ಯಾರಾದರೂ ಮತ್ಸರಪಡುವಂಥ ಸುಖದಾಂಪತ್ಯದ ಪಾವಿತ್ರ್ಯವನ್ನು ಸಂಗೀತಕ್ಕಾಗಿ ತ್ಯಾಗಮಾಡಿದೆ. ಆ ದಾಂಪತ್ಯವನ್ನು ಕಳೆದುಕೊಂಡು ಕಾಡಿನ ಆಶ್ರಮದಂಥ ಈ ನಿರ್ಜನಸ್ಥಳದಲ್ಲಿ ಸ್ವರಸಾಧನೆ ಮಾಡೂದರಿಂದ ಏನು ಸಿಕ್ಕುತ್ತೆ? ಇದು ಹುಚ್ಚಲ್ಲವೆ?

ಎಂಬ ಪ್ರಶ್ನೆಗಳೂ ಆಗಾಗ ಎದ್ದುನಿಲ್ಲುತ್ತವೆ.

ನನ್ನ ಹುಚ್ಚಿಗೆ ನಾನು ಏನು ಬೇಕಾದರೂ ಮಾಡಿಕೊಬಹುದು, ಏನನ್ನು ಬೇಕಾದರೂ ಕಳೆದುಕೊಬಹುದು. ಆದರೆ ವಿಕ್ರಮರಿಗೆ ಮೋಸಮಾಡಿದ್ದಕ್ಕೆ ಸಂಗೀತವು ಯಾವ ಸಮರ್ಥನೆ ಕೊಡಬಲ್ಲದು? ಮದುವೆಗೆ ಮೊದಲು ಕನ್ಯತ್ವವನ್ನು ಕಳೆದುಕೊಂಡಿದ್ದುದನ್ನು ಅವರಿಗೆ ಹೇಳಲಿಲ್ಲ. ಅವರು ಕೇಳಲಿಲ್ಲ. ತಾನು ಮದುವೆಯಾಗುವ ಹೆಂಗಸು ಕನ್ಯೆಯಾಗಿದ್ದಾಳೆಂದು ಅಮೆರಿಕೆಯಲ್ಲಿ ಯಾವ ಗಂಡೂ ನಿರೀಕ್ಷಿಸುಲ್ಲ. ಅಲ್ಲಿ ನೆಲೆಸಿ ತಿಳಿದವರಾದದ್ದರಿಂದ ವಿಕ್ರಮರು ಕೇಳಲಿಲ್ಲವೊ? ಆದರೆ ಅವರು ಹುಟ್ಟಿಬೆಳೆದದ್ದು ಭಾರತದಲ್ಲಿ. ಇದು ಕೇಳಬಾರದ, ವಿಚಾರಿಸಬಾರದ ಪ್ರಶ್ನೆ ಅಂತ ಭಾವಿಸಿ ಕೇಳಿರಲಿಕ್ಕಿಲ್ಲ. ಅಥವಾ ಭಾರತೀಯ ವಧುವು ಕನ್ಯೆಯಾಗಿಯೇ ಇರ್ತಾಳೆಂಬ ಗ್ರಹಿಕೆಯಿಂದ ಸುಮ್ಮನಿದ್ದರೊ? ಮದುವೆಯಾದಮೇಲಾದರೂ ನಂಬಿಕೆ ಪಾವಿತ್ರ್ಯಗಳನ್ನುಳಿಸಿಕೊಂಡಿದ್ದರೆ ವಿವಾಹಪೂರ್ವದ ತಪ್ಪು ಕ್ರಮೇಣ ಮರೆತು ಹೋಗ್ತಿತ್ತು. ಮೋಹನಲಾಲ ಬಲವಂತ ಮಾಡಿದುದು ನಿಜವಾದರೂ ಸಂಗೀತದ ಹುಚ್ಚು ಇಲ್ಲದಿದ್ದರೆ ನಾನು ಒಪ್ಪಿಕೊತ್ತಿರಲಿಲ್ಲ. ಅವನನ್ನು ಮನೆಯಲ್ಲಿರುಕ್ಕೆ ಆಮಂತ್ರಿಸ್ತಿರಲಿಲ್ಲ. ಬೆಂಕಿಯನ್ನು ಸಮೀಪಕ್ಕೆ ಬರಗೊಟ್ಟರೆ ತಾನು ಕರಗುತೀನಿ ಅನ್ನುವ ಜ್ಞಾನ ಬೆಣ್ಣೆಗೆ ಇರ ಬೇಡವೆ?

ಒಂದುವಾರದಿಂದ ವಿಕ್ರಮರ ಮೇಲೆ ತುಂಬ ಸಿಟ್ಟುಬರ್ತಿದೆ. ನನ್ನನ್ನು ಸಂಪರ್ಕಿಸುವ ಪ್ರಯತ್ನಮಾಡಿಲ್ಲ. ಅಣ್ಣನ ಮನೆಗೂ ಫೋನುಮಾಡಿಲ್ಲ. ಅಲ್ಲಿಗೆ ಮಾಡಿದ್ದರೆ ಇಲ್ಲಿಯ ನಂಬರು ಸಿಗ್ತಿತ್ತು. ನನಗೆ ಮಾಡಿ ಒಂದಿಷ್ಟು ಯಾಕೆ ಬಯ್ಯಲಿಲ್ಲ? ಅವರೇನು ಸ್ವಲ್ಪವೂ ಸಿಟ್ಟೇಬಾರದ, ಹೆಂಡತಿಯ ಮೇಲೆ ಮುನಿಸಿಕೊಳ್ಳದ, ಮುನಿಸಾದಾಗ ಹರಿತವಾದ ಮಾತ ನಾಡದ ಸಂತರಲ್ಲ. ನೀನು ಅಯೋಗ್ಯೆ, ರಾಸ್ಕಲ್, ನಂಬಿಕೆ ಕೆಟ್ಟವಳು ಅಂತ ಯಾವ ಬೈಗುಳವನ್ನು ಪ್ರಯೋಗಿಸಿದ್ದರೂ ನನಗೆ ತುಸುವಾದರೂ ಭಾರ ಇಳೀತಿತ್ತು. ದಿನಚರಿಯ ಹಾಳೆಗಳನ್ನು ಅವರ ತಲೆದಿಂಬಿನ ಮೇಲೆ ಇಟ್ಟು ಮುಂಬಯಿಗೆ ಬಂದು ಒಂದೂವರೆವರ್ಷ ವಾದರೂ ಸಂಪರ್ಕವನ್ನೇ ಮಾಡಿಲ್ಲ ಅಂದರೆ ಕೋಪ ಆರಿಲ್ಲ, ಅಥವಾ ಇನ್ನೂ ನೋವು ತಿಂತಿದಾರೆ. ಕೋಪ ನೋವುಗಳೆರಡೂ ಒಂದೇ ರಸದ ಸಂಚಾರಿಭಾವಗಳು. ಕೋಪದಲ್ಲಿ ಕಣ್ಣೀರು, ಕಣ್ಣೀರಿನಲ್ಲಿ ಶಾಪ ಇರುಲ್ಲವೆ?

ಮೊನ್ನೆಯಿಂದ ಒಂದು ಹೊಸಪ್ರಶ್ನೆ ಕಾಣಿಸಿಕೊಂಡಿದೆ. ಒಂದೂವರೆವರ್ಷ ಕಳೆದರೂ ಅವರು ವಿಚ್ಛೇದನಪತ್ರವನ್ನೇಕೆ ಕಳಿಸಿಲ್ಲ. ಅವರೇ ಸ್ವಂತ ಕೈಯಿಂದ ಕಂಪ್ಯೂಟರ್‌ಮೇಲೆ ಬರೆಯುಕ್ಕೆ ತಿರಸ್ಕಾರವಿರಬಹುದು. ಆದರೆ ವಿಚ್ಛೇದನಪತ್ರವನ್ನು ಯಾರೂ ಸ್ವತಃ ಬರೆಯುಲ್ಲ. ಕಳಿಸುಲ್ಲ. ವಕೀಲರಿಗೆ ವಹಿಸ್ತಾರೆ. ವಿಚ್ಛೇದನ ಪಡೆದು ಬೇರೆ ಮದುವೆಯಾಗಿ, ನಿಮ್ಮ ಜೀವನವನ್ನು ಹಾಳುಮಾಡಿಕೊಬೇಡಿ ಅಂತ ನಾನು ಸ್ಪಷ್ಟವಾಗಿ ಬರೆದಿದ್ದೆ. ಆದರೂ ಯಾಕೆ? ಈ ಪ್ರಶ್ನೆಯಿಂದ ಒಂದು ಊಹೆ ಹುಟ್ಟಿದೆ. ವಿಚ್ಛೇದನ ಅವರಿಗೆ ಇಷ್ಟವಿಲ್ಲದಿರಬಹುದು. ಆದ ತಪ್ಪು ಆಯಿತು. ಇನ್ನಾದರೂ ನೆಟ್ಟಗಿರ್ತೀನಿ, ಒಪ್ಪಿಕೊಳ್ಳಿ ಅಂತ ನಾನೇ ಹೋದರೆ ಒಪ್ಪಿಕೊಳ್ಳುವ ಮನಸ್ಸಿದೆಯೆ? ತಪ್ಪುಮಾಡಿರೋಳು ಅವಳು,

ಅವಳೇ ಮೊದಲು ಬರಲಿ, ಫ಼ೋನುಮಾಡಲಿ, ಕಾಗದ ಬರೆಯಲಿ ಅನ್ನುವ ನಿರೀಕ್ಷೆಯೆ? ತಕ್ಷಣ ಮೈಪುಳಕಿತವಾಯಿತು. ವಿಕ್ರಮ್, ನಾನು ಬರೀ ಮೊದಲು ಫ಼ೋನು ಮಾಡುವುದಲ್ಲ, ನಿಮ್ಮ ಪಾದಕ್ಕೆ ತಲೆಕೊಟ್ಟು ಕೇಳಿಕೊಳ್ತೀನಿ. ನೀವು ಈಗಲೂ ನನ್ನನ್ನ ಒಪ್ಪಿಕೊತ್ತೀರಾ? ಎಂಬ ಭಾವನೆ. ಅರ್ಧಗಂಟೆ ಮಾತ್ರ. ಅನಂತರ ಇದು ಹಗಲುಗನಸು ಎನ್ನಿಸತೊಡಗಿತು. ಹೇಗೆ ಒಪ್ಪಿಕೊಂಡಾರು? ಅಷ್ಟೇ ಅಲ್ಲ. ಒಪ್ಪಿಕೊಂಡರೂ ಅವರೊಡನೆ ಮೊದಲಿನಂತೆ ಯಾವ ಕಪ್ಪುನೆರಳೂ ಇಲ್ಲದೆ ಸಂಸಾರಮಾಡೂದು ನನಗೇ ಸಾಧ್ಯವಿಲ್ಲ. ಒಡೆದ ಹಾಲು ಮತ್ತೆ ಹಾಲಾಗುಲ್ಲ. ಇಂಥ ಊಹೆಯಲ್ಲಿ ತೊಡಗೂದು ಇನ್ನಷ್ಟು ದುಃಖಕ್ಕೆ ಕಾರಣ ಎಂಬ ಅರಿವಾಯಿತು. ಸಂಸಾರ ಬಿಟ್ಟು ಸಂಗೀತಕ್ಕೆ ಬಂದಾಯಿತು. ಹಿಂದಿನ ಮಜಲನ್ನು ಯಾಕೆ ನೆನಸಿಕೊಬೇಕು?

ನೆನ್ನೆಯಿಂದ ಇನ್ನೊಂದು ಊಹೆ ಹುಟ್ಟಿ ಭಯವಾಗ್ತಿದೆ. ಬಿಟ್ಟ ಹೆಂಡತಿಯಿಂದ ಅಧಿಕೃತವಾಗಿ ವಿಚ್ಛೇದನ ಪಡೆಯದಿದ್ದರೆ ಆಗುವ ನಷ್ಟ ಅವರಿಗೆ ಗೊತ್ತಿಲ್ಲವೆ? ಕ್ಯಾಲಿಫ಼ೋರ್ನಿಯಾದ ಕಾನೂನು ಪ್ರಕಾರ ಅವರ ಆಸ್ತಿಯ ಅರ್ಧಭಾಗ ನನಗೆ ಸೇರುತ್ತೆ. ನನಗೆ ಏನೂ ಬೇಡ, ನನ್ನ ತಪ್ಪಿನಿಂದ ನಿಮ್ಮ ಜೀವನ ಹಾಳುಮಾಡಿದ್ದಕ್ಕೆ ನಾನೇ ನಿಮಗೆ ಪರಿಹಾರಕೊಡಬೇಕು ಅಂತ ಬರೆದು ಒಂದೂಮುಕ್ಕಾಲು ವರ್ಷವಾಯಿತು. ದಿನಗಳು ಕಳೆದಂತೆ ಆ ದಿನಚರಿಪತ್ರದ ಅಧಿಕೃತ ಬದ್ಧತೆ ಕಡಮೆಯಾಗಬಹುದು. ಇಲ್ಲವೇ ಆಗಬಹುದು. ಇಂಥ ವ್ಯಾವಹಾರಿಕ ಅಪಾಯವನ್ನು ಇಟ್ಟುಕೊಂಡೂ ಸುಮ್ಮನಿರಬೇಕೆಂದರೆ ತಮ್ಮ ಜೀವನದ ಜವಾಬ್ದಾರಿಯನ್ನೂ ಅರಿಯದ ಮಟ್ಟದಲ್ಲಿ ಅವರು ಕ್ಷೀಣಿಸುತ್ತಿದ್ದಾರೆಯೆ? ಬೇಸರ ತಿರಸ್ಕಾರಗಳಿಂದ ಕುಡಿತವನ್ನೇನಾದರೂ ಆರಂಭಿಸಿದಾರೆಯೆ? ಬೆಳಗಿನಿಂದ ಸಂಜೆಯತನಕ ಹೊರಗೆ ದುಡಿದು ಖಾಲಿಮನೆಗೆ, ಅದೂ ಹೆಂಡತಿಯು ನಂಬಿಕೆಗೆ ದ್ರೋಹಮಾಡಿ ಛಿದ್ರಗೊಳಿಸಿಹೋದ ಮನೆ ಎಂಬ ಕಟ್ಟಡಕ್ಕೆ ಹಿಂತಿರುಗಿದಾಗ ಕುಡಿತ ಸುಲಭವಾಗಿ ಸೆಳೆದುಕೊಬಹುದು. ಇಷ್ಟರಲ್ಲಿ ಅವರು ಏನಾಗಿದಾರೆಯೊ? ಏನನ್ನೂ ವಿಚಾರಿಸದೆ ನನ್ನಪಾಡಿಗೆ ನಾನು ಸ್ವರ ರಾಗ ತಾಲಗಳ ಅನ್ವೇಷಣೆಯಲ್ಲಿ ಲಂಪಟಳಾಗಿದೀನಿ. ಅವರ ಯೋಗಕ್ಷೇಮ ನನ್ನ ಕರ್ತವ್ಯವಲ್ಲವೆ? ಹೇಗಿದಾರೆ ಅಂತ ಸ್ಥೂಲವಾಗಿಯಾದರೂ ತಿಳಿದುಕೊಳ್ಳೂದು ಕಷ್ಟವಿಲ್ಲ. ಆದರೆ ವಿಚಾರಿಸುವ ಧೈರ್ಯವಾಗ್ತಿಲ್ಲ. ಸ್ಯಾನ್‌ಹೊಸೆ ಸುತ್ತಮುತ್ತ ಯಾರಿಗಾದರೂ ಫ಼ೋನುಮಾಡಬಹುದು. ಮಾಡಿದರೆ ಅಲ್ಲಿ ಎಲ್ಲರಿಗೂ ಹರಡುತ್ತೆ. ಅಡಗಿದ್ದ ಸುದ್ದಿ ಚಿಗುರಿಕೊಳ್ಳುತ್ತೆ. ಅಣ್ಣಂದಿರಿಗಾದರೂ ಏನಾದರೂ ಗೊತ್ತಿರಬಹುದು. ಗೊತ್ತಿದ್ದರೂ ತಾವಾಗಿಯೇ ಹೇಳುಲ್ಲ, ನಾನಾಗಿಯೇ ಮಾತು ತೆಗೆದು ಕೇಳೂದು ಹ್ಯಾಗೆ?

– ೨ –

ಮೊನ್ನೆಯಿಂದ ಮನಸ್ಸು ಕಲಮಲಗೊಂಡಿದೆ. ಸ್ವರಸಾಧನೆಯಲ್ಲಿ ತೊಡಗೂದೂ ಕಷ್ಟವಾಗಿದೆ. ಒಳಗಿರೂದ ಹೊರಹಾಕಿದರೆ ಕಲಮಲ ತಪ್ಪೀತು. ಹಾಕೂದು ಹೇಗೆ?

ಮೊನ್ನೆ ಬೆಳಗ್ಗೆ ಒಂಬತ್ತು ಗಂಟೆಯ ವೇಳೆಯಲ್ಲಿ ಅಭ್ಯಾಸಮಾಡಿಕೊತ್ತಿದ್ದೆ. ಅಟ್ಟದ ಮೆಟ್ಟಿಲು ಹತ್ತಿಬಂದ ಮಾಲಕ್ಷ್ಮಿ, 'ವೃದ್ಧದಂಪತಿಗಳು ಬಂದಿದಾರೆ. ಮಧುಮಿತಾ ಷಾ ಅವರನ್ನ ನೋಡಬೇಕು ಅಂದರು. ನಿಮ್ಮ ಹೆಸರೇನು ಅಂದದ್ದಕ್ಕೆ ಅವರನ್ನೇ ಕರಿ ಅಂದರು' ಎಂದಳು. ನನ್ನನ್ನು ನೋಡಲು ಇಲ್ಲಿಗೆ ಯಾರೂ ಬರುವುದಿಲ್ಲ. ಯಾವಾಗಲಾದರೊಮ್ಮೆ ಅಜಯಭಾಯಿ ಬರ್ತಾನೆ. ಬೆಳಗಿನ ಹೊತ್ತಿನಲ್ಲಲ್ಲ. ಅಪೂರ್ವಕ್ಕೆ ಅತ್ತಿಗೆಯರು ಮಕ್ಕಳ ಜೊತೆ ಪಿಕ್‌ನಿಕ್‌ಗೆಂದು ಬರುವುದುಂಟು. ಯಾರೂ ಫೋನು ಮಾಡದೆ ಬರುಲ್ಲ. ರಾಜಾರಾಮ ಕಾಕ, ತಬಲದ ಕಲೀಮುಲ್ಲಾರನ್ನು ಬಿಟ್ಟರೆ ಬೇರೆ ಯಾರೂ ಇಲ್ಲ. ತಂಬೂರಿಯನ್ನು ರತ್ನಗಂಬಳಿಯ ಮೇಲೆ ಮಲಗಿಸಿ ಕೆಳಗಿಳಿದು ಬಂದರೆ ಬೆತ್ತದ ಕುರ್ಚಿಗಳ ಮೇಲೆ ಕೂತಿದ್ದವರು ಅತ್ತೆ ಮಾವ. ಈ ಅನಿರೀಕ್ಷಿತದಿಂದ ನಾನು ದಿಗ್ಭ್ರಾಂತಳಾದೆ. ಅವರಿಬ್ಬರೂ ನನ್ನನ್ನು ನೋಡಿದರು. ನಾನು ಕೊನೆಯ ಮೆಟ್ಟಿಲಿನಮೇಲೆ ನಿಂತುಬಿಟ್ಟೆ. ಇದ್ದಕ್ಕಿದ್ದಂತೆಯೇ, ಮೊದಲೇ ತಿಳಿಸದೆ, ಫೋನುಮಾಡದೆ ಬಂದಿದಾರೆ. ಹೇಗೆ ತಿಳಿದುಕೊಂಡರು ನಾನು ಇಲ್ಲಿದೀನಿ ಅಂತ? ಎಂಬ ಪ್ರಶ್ನೆಗಳೂ ರೂಪಗೊಳ್ಳಲಿಲ್ಲ. ಯಾವ ಆಲೋಚನೆಯನ್ನೂ ಮಾಡದೆ ಕೇವಲ ಸಂಸ್ಕಾರಪ್ರೇರಿತಳಾಗಿ ಕೊನೆಯ ಮೆಟ್ಟಿಲಿಳಿದು ಅವರ ಹತ್ತಿರಕ್ಕೆ ನಡೆದು ಇಬ್ಬರ ಚರಣಧೂಳಿಯನ್ನೂ ತಲೆಗೆ ಸವರಿಕೊಂಡೆ. ಮಾತು ತಿಳಿಯಲಿಲ್ಲ. ಚರಣಧೂಳಿ ತೆಗೆದುಕೊಂಡದ್ದರಿಂದ ಅವರ ಮುಖದಲ್ಲಿ ಪ್ರಸನ್ನತೆ ಮೂಡಿತು. ಅವರು ಏನು ಮಾತನಾಡಲು ಬಂದಿದಾರೆಂದು ಅಷ್ಟರಲ್ಲಿ ನನಗೆ ಅರ್ಥವಾಯಿತು. ಏನು ಆಡಿದರೂ ಆಳುಗಳ ಎದುರಿಗೆ ಬೇಡವೆಂದು ಎಚ್ಚರಮೂಡಿತು. ಮೇಲೆ ಬನ್ನಿ ಎಂದು ಅಟ್ಟದಮೆಟ್ಟಿಲು ತೋರಿಸಿದೆ. ಅವರಿಬ್ಬರೂ ಹತ್ತತೊಡಗಿದರು. ಮಾಲಕ್ಷ್ಮಿಗೆ ಹೇಳಿ ಚಹಾ ಮಾಡಿಸಿಕೊಂಡು ಬಿಸ್ಕತ್ತು ಬಾಳೆ ಸೇಬುಗಳೊಡನೆ ಹತ್ತಿಹೋದೆ. ಮೇಲೆ ಇದ್ದ ನಾಲ್ಕು ಬೆತ್ತದ ಕುರ್ಚಿಗಳಲ್ಲಿ ಎರಡರ ಮೇಲೆ ಅವರು ಕುಳಿತಿದ್ದರು. ತೋಟದಗೇಟಿನ ಹತ್ತಿರ ಟ್ಯಾಕ್ಸಿ ನಿಂತಿದ್ದುದು ಮೇಲಿನ ಕಿಟಕಿಯಿಂದ ಕಾಣಿಸಿತು. ಚಹಾ ಮತ್ತು ಲಘು ಆಹಾರದ ತಟ್ಟೆಯನ್ನು ಟೀಪಾಯಿಯ ಮೇಲಿಟ್ಟು, 'ತಗೋಳಿ, ಮುಂಬಯಿಗೆ ಯಾವಾಗ ಬಂದಿರಿ?' ಎಂದು ಕೇಳಿ ನಾನು ರತ್ನಗಂಬಳಿಯ ಮೇಲೆ ತಂಬೂರಿಯ ಹತ್ತಿರ ಕುಳಿತೆ. ಅತ್ತೆ ಮೌನವಾಗಿದ್ದರು. ಮಾವ ಚಹಾದ ಬಸಿಗೆ ಕೈಹಾಕಿದರು. ಗಂಟೆ ಎರಡುಗಂಟೆಗಳಿಗೊಮ್ಮೆ ಅವರು ಚಹಾ ಕುಡಿಯುತ್ತಾರೆಂಬುದು ನನಗೆ ಆಗ ನೆನಪಿಗೆ ಬಂತು. ನಾನು ಲಾಸ್‌ಗಟಾಸಿನಲ್ಲಿದ್ದಾಗ ಇಬ್ಬರೂ ಬಂದಿದ್ದರು. ಮಧೂ ಬೇಟಿ, ನನಗೊಂದು ಕಪ್ ಚಹಾ ಎಂದು ಆಗಾಗ್ಗೆ ಕೇಳುತ್ತಿದ್ದರು. ಈಗ ಅವರೊಡನೆ ಹೇಗೆ ಮಾತನಾಡಬೇಕೆಂಬ ಪ್ರಶ್ನೆ ನನ್ನೊಳಗೆ ಹುಟ್ಟಿತು. ಆಗ ಅವರನ್ನು ಪಿತಾಜಿ ಅಂತ ಸಂಬೋಧಿಸುತ್ತಿದ್ದೆ. ಅತ್ತೆಯನ್ನು ಮಾ ಅಂತಿದ್ದೆ. ಅವರಿಬ್ಬರಿಗೂ ನನಗೂ ಪ್ರೀತಿ ವಾತ್ಸಲ್ಯ ಬೆಳೆದಿತ್ತು. ಆದರೆ ಈಗ ನಾನು ಅವರ ಮಗನನ್ನೇ ಬಿಟ್ಟುಬಂದಿರುವಾಗ, ಬಿಟ್ಟುಬಂದರೇನು, ಹಿರಿಯರನ್ನು ಪಿತಾಜಿ, ಮಾ, ಎಂದು ಕರೆಯುವುದು ಸದಾಚಾರವಲ್ಲವೆ? ಎನ್ನಿಸಿ, 'ಮಾ, ನೀವು ಚಾ ತಗೊಳ್ಳಿ. ಸೇಬು ಚನ್ನಾಗಿದೆ. ತಗೊಳ್ಳಿ' ಎಂದು ಮೇಲೆ ಎದ್ದು ಹತ್ತಿರಹೋಗಿ ಅವರ ಕಪ್ಪಿಗೆ ಚಹಾ ಸುರು ವಿದೆ.

'ನಾನು ಕೇಳುವ ಪ್ರಶ್ನೆಗೆ ನೀನು ಸರಿಯಾದ ಉತ್ತರ ಕೊಟ್ಟರೆ ಮಾತ್ರ ನಾನು ನಿನ್ನ ಕೈಯಿನ ಚಹಾಕುಡಿಯೂದು,' ಅತ್ತೆ ಬಾಯಿಬಿಟ್ಟರು.

'ಅದಕ್ಕೂ ಇದಕ್ಕೂ ಯಾಕೆ ಕೊಂಡಿ ಹಾಕ್ತೀಯ? ಸರಿಯಾದ ಉತ್ತರ ಕೊಡುಲ್ಲ ಅಂತ ಅವಳು ತೋರಿಸಿಕೊಂಡಳೇನು? ನೀನು ಪ್ರಶ್ನೆಯನ್ನೇ ಕೇಳಿಲ್ಲ. ಅವಳು ಮಾತನಾಡಿಲ್ಲ. ಯಾವತ್ತೂ ಕರಾರಿನಿಂದ ಮಾತು ಆರಂಭಿಸಬಾರದು. ಮೊದಲು ಚಹಾಕುಡಿ.' ಮಾವನವರು ಮಾತನಾಡಿದರು: 'ಮಧು ಬೇಟಿ, ಇಲ್ಲಿ ನಿನಗೆ ಬೇಕಾದ ತರಕಾರೀನ ನೀನೇ ಬೆಳೆಸಿಕೊತ್ತೀಯ? ಹೇಳು.'

'ವಾಘ್ ಬೇರೆ ಬೇರೆ ತರಕಾರಿಗಳನ್ನ ಬೆಳೀತಾನೆ. ನಾನು ಪ್ರತಿದಿನ ಆ ಕಡೆಗೆ ಹೋಗಿ ನೋಡುಲ್ಲ. ರಸಗೊಬ್ಬರ ಹಾಕುಲ್ಲ,' ನಾನು ಎಂದೆ.

'ಅದಕ್ಕೇ ನಾನು ಕೇಳಿದ್ದು. ಮಧ್ಯಾಹ್ನದ ಊಟಕ್ಕೆ ಏನು ಪಲ್ಯ ಮಾಡುಸ್ತೀಯ? ಕೆಮಿಕಲ್ಸ್ ಉಪಯೋಗಿಸದೆ ಬೆಳೆಸಿದ ತರಕಾರಿ ತಿಂದು ಎಷ್ಟು ದಶಕಗಳಾದವೋ! ಅಕ್ಕಿ ಗೋಧಿ ಬೇಳೆಗಳಲ್ಲೂ ಕೆಮಿಕಲ್ಸ್ ತುಂಬಿವೆ. ಇಂಥ ಒಂದು ತೋಟಮಾಡಿಕೊಂಡು ನಮ್ಮ ಅಹಾರವನ್ನ ನಾವೇ ಶುದ್ಧವಿಧಾನದಲ್ಲಿ ಬೆಳೆದು ತಿಂದುಕೊಂಡಿರಬೇಕು ಅಂತ ಆಶೆಯಾಗುತ್ತೆ,' ಎಂದು ಬಿಸ್ಕತ್ತನ್ನು ಬಾಯಿಗಿಟ್ಟುಕೊಂಡರು. ನಾನು ಕೆಳಗೆ ಹೋಗಿ ಅತಿಥಿಗಳಿಗೆ ಎರಡು ಥರದ ಪಲ್ಯ, ಒಂದು ಕೋಸಂಬರಿ, ದಾಲು, ಫುಲ್ಕಾ, ಅನ್ನ, ಮೊಸರುಗಳ ಅಡುಗೆ ಮಾಡುವಂತೆ ಮಾಲಕ್ಷ್ಮಿಗೆ ಹೇಳಿಬಂದೆ. ಅಷ್ಟರಲ್ಲಿ ಅತ್ತೆ ಚಹಾ ಕುಡಿಯುತ್ತಿದ್ದರು. ಅವರನ್ನು ಕಂಡಾಗ ನನ್ನೊಳಗೆ ಹುಟ್ಟಿದ್ದ ಕಳವಳ ಈಗ ಕಡಮೆಯಾಗಿತ್ತು. ನಾನು ಮತ್ತೆ ತಂಬೂರಿಯ ಹತ್ತಿರ ಕುಳಿತೆ.

'ನೀನು ಚಹಾ ಕುಡಿಯಲಿಲ್ಲವಲ್ಲಾ,' ಮಾವನವರು ಕೇಳಿದರು.

'ಬೆಳಗ್ಗೆ ಕುಡಿದಿದ್ದೆ. ಮತ್ತೆ ಬೇಕು ಅನ್ನಿಸುಲ್ಲ.'

“ನೋಡಮ್ಮ, ಈ ವಿಷಯ ಹ್ಯಾಗೆ ಶುರುಮಾಡಬೇಕು ಅಂತ ನನಗೆ ತೋಚುತ್ತಿಲ್ಲ, ನೀನು ಮುಂಬಯಿಗೆ ಬಂದಿರೂದಾಗಲಿ, ಇಲ್ಲಿ ತೋಟದ ಮನೇಲಿದ್ದುಕೊಂಡು ಸಂಗೀತ ಸಾಧನೆ ಮಾಡ್ತಿರೂದಾಗಲಿ ನಮಗೆ ಗೊತ್ತೇ ಇರಲಿಲ್ಲ. ನೀವಿಬ್ಬರೂ ಲಾಸ್‌ಗೆಟಾಸ್‌ನಿಂದ ಪ್ರತಿಭಾನುವಾರ ನಮಗೆ ಫೋನ್‌ಮಾಡ್ತಿದ್ದಿರಿ. ಒಬ್ಬರಾದಮೇಲೆ ಒಬ್ಬರು, ಒಂದೊಂದುಸಲ ಇಬ್ಬರೂ ಒಂದೊಂದು ರಿಸೀವರ್ ಹಿಡಿದುಕೊಂಡು ಒಟ್ಟಿಗೆ ಮಾತಾಡ್ತಿದ್ದಿರಿ. ಅಲ್ಲಿಯ ಸುದ್ದಿ ಸಮಾಚಾರ ಹೇಳ್ತಿದ್ದಿರಿ. ಭಾರತದ ಸುದ್ದಿ ಸಮಾಚಾರ ಕೇಳ್ತಿದ್ದಿರಿ. ನಮ್ಮ ಆರೋಗ್ಯ ವಿಚಾರುಸ್ತಿದ್ದಿರಿ. ಎರಡು ವರ್ಷದ ಹಿಂದೆ ಒಂದು ಭಾನುವಾರ ನಿಮ್ಮಿಂದ ಫೋನು ಬರ ಲಿಲ್ಲ. ಏನೋ ಬಿಸೀಲಿದೀರಿ ಅಂದುಕೊಂಡೆವು. ಮುಂದಿನ ಭಾನುವಾರವೂ ಇಲ್ಲ. ಅದರ ಮುಂದಿನ ವಾರವೂ ಇಲ್ಲ. ಆತಂಕವಾಗಿ ನಾನೇ ಮಾಡಿದೆ. ಯಾರೂ ಎತ್ತಿಕೊಳ್ಳಲಿಲ್ಲ. ರೆಕಾರ್ಡೆಡ್ ಮೆಸೇಜ್ ಬಿಟ್ಟೆ. ಎರಡುದಿನದ ಮೇಲೆ ಮತ್ತೆ ಮಾಡಿದೆ ಅಲ್ಲಿ ಬೆಳಗ್ಗೆ ಹತ್ತು ಗಂಟೆಯ ಸಮಯಕ್ಕೆ. ಮಾರಿಯಾ ಉತ್ತರಿಸಿದಳು. ನನ್ನ ಅವಳ ಉಚ್ಚಾರಗಳು ಅದೂ ಫೋನಿನಲ್ಲಿ ಯಾರಿಗೂ ಹೆಚ್ಚು ಅರ್ಥವಾಗಲಿಲ್ಲ. ಮಿ. ಷಾ ಊರಿನಲ್ಲಿಲ್ಲ ಎಂಬುದಷ್ಟೇ

ತಿಳಿದದ್ದು. ಮಧುಮಿತಾ ಷಾ? ಎಂದರೆ ಊರಿನಲ್ಲಿಲ್ಲ ಅಂದಳು. ನೀನೇನಾದರೂ ಮುಂಬಯಿಗೆ ಬಂದಿರಬಹುದೆ? ನಿನ್ನ ತಾಯಿಯ ಮನೆಗೆ ಫೋನುಮಾಡಲೇ ಅಂದು ಕೊಂಡೆ. ನಮಗೆ ತಿಳಿಸದೆ ನೀನು ಭಾರತಕ್ಕೆ ಬಂದಿದೀ, ತಿಳಿದುಕೊಳ್ಳುಕ್ಕೆ ನಾವು ನಿನ್ನ ತೌರನ್ನು ವಿಚಾರಿಸ್ತೀವಿ ಅನ್ನೂದೇ ಯಾಕೋ ನಂಬುಕ್ಕೆ ಕಷ್ಟವಾಯಿತು. ನೀನು ಅಂಥ ಹುಡುಗಿಯಲ್ಲ. ನಿನ್ನ ತೌರು ಅಂಥ ಮನೆತನವಲ್ಲ. ಆಮೇಲೆ ಕಾದು ಅಲ್ಲಿ ರಾತ್ರಿ ಒಂಬತ್ತುಗಂಟೆಯಾಗಿದ್ದಾಗ ಒಂದುದಿನ ವಿಕ್ರಂ ಸಿಕ್ಕಿದ. ಯಾಕೆ ಫೋನು ಮಾಡಲಿಲ್ಲ? ಅಂದದ್ದಕ್ಕೆ ತುಂಬ ಟೂರಿನಲ್ಲಿದೀನಿ. ಸಾರಿ ಡ್ಯಾಡಿ, ಇನ್ನುಮೇಲೆ ಎಲ್ಲಿದ್ದರೂ ಅಲ್ಲಿಂದಲೇ ಮಾಡ್ತೀನಿ ಅಂದ. ಮಧು ಎಲ್ಲಿ ಅಂದದ್ದಕ್ಕೆ ಹೆಚ್ಚಿನ ಸಂಗೀತಾಭ್ಯಾಸಕ್ಕೆ ಸಂಜೆ ಹೊತ್ತು ಸ್ಯಾನ್‌ರಫ್ಲೇಲಿಗೆ ಹೋಗ್ತಾಳೆ ಆಲಿ ಅಕ್ಬರ್ ಅವರ ಹತ್ತಿರಕ್ಕೆ. ಹೋಗ್ತಾ ಎರಡುಗಂಟೆ, ಬರ್ತಾ ಎರಡುಗಂಟೆ ಡ್ರೈವಿಂಗ್. ಅವಳು ಆರೋಗ್ಯವಾಗಿದಾಳೆ. ನಿಮ್ಮನ್ನ ತುಂಬ ಜ್ಞಾಪಿಸಿಕೊತ್ತಾಳೆ, ಅಂದ. ಆಮೇಲೆ ತಪ್ಪದೆ ಫೋನುಮಾಡ್ತಿದ್ದ. ನಿನ್ನ ಧ್ವನಿಯಂತೂ ಇಲ್ಲ. ಹೀಗೆ ಒಂದುವರ್ಷ ಕಳೀತು. ಯಾವ ಅನುಮಾನವೂ ಇಲ್ಲದೆ ಸುಮ್ಮನಿದ್ದೆವು. ಆದರೆ ಒಂದುದಿನ ಇವನು ಏನೋ ಮುಚ್ಚಿಡ್ತಿದಾನೆ ಅನ್ನುವ ಸಂಶಯ ಹುಟ್ಟಿತು. ನೇರ ವಾಗಿ ಕೇಳಿದೆವು: ಬೇಟಾ, ಸಾಯಂಕಾಲ ಸಂಗೀತಪಾಠಕ್ಕೆ ಹೋದರೆ ಬೆಳಗ್ಗೆಯೋ ಮಧ್ಯಾಹ್ನವೋ ನಮಗೊಂದು ಫೋನುಮಾಡುಕ್ಕೆ ಅವಳಿಗೆ ಸಾಧ್ಯವಿಲ್ಲವೆ? ನಿಮಗೆ ಬೆಳಗ್ಗೆ ಮಧ್ಯಾಹ್ನ ಆಗಿರುವಾಗ ನಾವು ಮಾಡಿದರೂ ಅವಳು ಸಿಕ್ಕೂದಿಲ್ಲ. ನಿಜ ಹೇಳು ಅವಳು ಎಲ್ಲಿದಾಳೆ. ಅವನು ಉತ್ತರಿಸಲಿಲ್ಲ. ಮೌನವಾದ. ನಾವು ಬಿಡಲಿಲ್ಲ. ಕೊನೆಗೆ ಹೇಳಿದ: 'ಡ್ಯಾಡಿ, ನೀವು ಆಧುನಿಕ ಜೀವನ ಕಂಡಿರುವ ವಿದ್ಯಾವಂತ ಮನುಷ್ಯರು. ಅರ್ಥಮಾಡ್ಕಳಿ. ಹೆಚ್ಚು ಮಾತಾಡುಕ್ಕೆ ನನಗೆ ಇಷ್ಟವಿಲ್ಲ. ಅಮೆರಿಕದಲ್ಲಿದ್ದರೆ ತನ್ನ ಸಂಗೀತಪ್ರಗತಿ ಸಾಧ್ಯವಿಲ್ಲ ಅಂತ ಅವಳು ಒಂದುವರ್ಷದ ಹಿಂದೆ ಭಾರತಕ್ಕೆ ಹೊರಟುಹೋದಳು. ಅವಳ ತೀರ್ಮಾನವನ್ನ ನಾನು ಗೌರವುಸ್ತೀನಿ. ಅದಕ್ಕೆ ನನ್ನ ಸಮ್ಮತೀನೂ ಕೊಟ್ಟಿದೀನಿ. ಅವಳಿಗೂ ನನಗೂ ಸಂಪರ್ಕವಿಲ್ಲ. ನೀವು ಅವಳನ್ನ ಸಂಪರ್ಕಿಸಬೇಡಿ, ಪ್ಲೀಸ್. ನಾನು ಚನ್ನಾಗಿದೀನಿ. ನನ್ನ ಬಗೆಗೆ ಯೋಚನೆಮಾಡಬೇಡಿ. ಈ ಬೆಳವಣಿಗೆಯನ್ನ ಶಾಂತವಾಗಿ ಸ್ವೀಕರಿಸು ಅಂತ ಅಮ್ಮನಿಗೆ ಹೇಳಿ,' ಅಂದ. ನಮಗೆ ಅದರಲ್ಲೂ ನನಗೆ ತಡಕೊಳ್ಳುಕ್ಕೆ ಆಗದಷ್ಟು ಶಾಕ್ ಆಯಿತು. ಸಂಗೀತ ಕೇಳುಕ್ಕೆ ಅಷ್ಟು ಆಸಕ್ತಿ, ಭಕ್ತಿ ಇರುವ ಅವನಿಗೆ ತಕ್ಕ ಹೆಂಡತಿ ಸಿಕ್ಕಿದಳು, ತುಂಬ ಸಂತೋಷವಾಗಿದಾನೆ ಅಂತ ನಾವು ತಿಳಿದಿದ್ದೆವು. ನಿನ್ನ ಸಂಗೀತಪ್ರಗತಿಗೆ ಅವನು ಏನು ಬೇಕಾದರೂ ಮಾಡುವಂಥೋನು. ನೀನು ಸಂಪರ್ಕ ಕತ್ತರಿಸಿಕೊಂಡು ಭಾರತಕ್ಕೆ ಬರುವ ಅಗತ್ಯವಿರಲಿಲ್ಲ. ಅವನು ನಿಜ ಹೇಳ್ತಿಲ್ಲ ಅಂತ ಅರ್ಥ ವಾಯಿತು. ಈ ಸ್ಥಿತೀಲಿ ಅವನನ್ನ ಹೋಗಿನೋಡಬೇಕು ಮಾರಲ್ ಸಪೋರ್ಟ್ ಕೊಡಬೇಕು ಅನ್ನಿಸಿತು. ಹೊರಟುಬರ್ತೀವಿ, ಯಾವ ದಿನ ಬಂದರೆ ನಿನಗೆ ಅನುಕೂಲ ತಿಳಿಸು ಅಂತ ಫೋನ್‌ಮಾಡಿದೆ. ಈಗ ನೀವು ಬರಬೇಡಿ, ನಾನು ತುಂಬ ಟೂರ್‌ನಲ್ಲಿರ್ತೀನಿ ಅಂತ ನಾಲ್ಕುತಿಂಗಳು ಕಳೆದ. ಆಮೇಲೆ ನಾನೇ ಹೈದರಾಬಾದಿಗೆ ಬರ್ತೀನಿ, ನಿಮ್ಮ ಜೊತೆ

ಎರಡುವಾರ ಇರ್ತೀನಿ ಅಂದ. ಈಗ ಮೂರುತಿಂಗಳಲ್ಲಿ ಬಂದಿದ್ದ. ಮೂರುವಾರವಿದ್ದ. ತನ್ನ ಬಗ್ಗೆ ನಾವು ಚಿಂತಿಸುವ ಕಾರಣವಿಲ್ಲ ಅನ್ನುವ ಹಾಗೆ ನಡಕೊಂಡ. ನಿನ್ನ ವಿಷಯ ತೆಗೆದರೆ ಉತ್ತರವಿಲ್ಲ, ಆ ವಿಷಯ ಬೇಡಿ ಅಂದುಬಿಡ್ತಿದ್ದ. ಅದನ್ನ ಮಾತಾಡೂದರಿಂದ ಅವನಿಗೆ ನೋವಾಗುತ್ತೆ ಅನ್ನಿಸಿ ನಾವೂ ಸುಮ್ಮನಾದೆವು. ಈಗ ಒಂದುತಿಂಗಳ ಹಿಂದೆ ಫೋನು ಮಾಡಿದ್ದಾಗ, ನೋಡಪ್ಪಾ, ಅವಳಿಗೂ ನಿನಗೂ ಹೊಂದೂದೇ ಇಲ್ಲ ಅನ್ನೂದಾದರೆ ಲೀಗಲ್ ಫಾರ್ಮಾಲಿಟಿ ಮುಗಿಸು. ನಾವು ಬೇರೆ ಹೆಣ್ಣುನೋಡ್ತೀವಿ, ಅಥವಾ ನೀನೇ ಅಮೆರಿಕದಲ್ಲಿರುವ ಭಾರತೀಯ ಮೂಲದ ಯಾರಾದರೂ ಹುಡುಗಿ ನೋಡು. ಹೀಗೆ ಒಂಟಿಯಾಗಿ ಇರೂದು ಸರಿಯಲ್ಲ, ಅಂತ ನಾನೇ ಖಡಾಖಂಡಿತವಾಗಿ ಹೇಳಿದೆ. 'ಡ್ಯಾಡೀ, ಯಾಕೆ ಹೀಗೆ ಬಲವಂತಮಾಡ್ತೀರಿ? ಮದುವೆಯಾಗದೆ ಮನುಷ್ಯ ಸುಖವಾಗಿರುಕ್ಕೆ ಸಾಧ್ಯವಿಲ್ಲವೆ? ನಾನೇನಾದರೂ ಅಡ್ಡಹಾದೀಲಿ ನಡೆದರೆ ನೀವು ನನ್ನನ್ನ ಕೇಳಿ. ಅವಳ ವಿಷಯವಾಗಲಿ ಅಥವಾ ಮದುವೆಯಾಗು ಅಂತಲಾಗಲಿ ಕೇಳಬೇಡಿ' ಅಂದ. ಅವನು ಸುಖವಾಗಿಲ್ಲ. ಇದೀನಿ ಅಂತ ತೋರಿಸಿಕೊತ್ತಾನೆ. ನಿನ್ನನ್ನೇ ಪತ್ತೆಮಾಡಿ ಯಾಕೆ ಮಾತಾಡ ಬಾರದು ಅಂತ ನಾವು ನಿಶ್ಚಯಿಸಿದೆವು. ನಿನ್ನ ತೌರುಮನೆಗೆ ಫೋನು ಮಾಡಿ ಕೇಳುಕ್ಕೆ ಮನಸ್ಸಾಗಲಿಲ್ಲ. ಮನೆಮಗಳು ಗಂಡನನ್ನು ಬಿಟ್ಟು ವಾಪಸುಬಂದರೆ ನಿನ್ನ ಹಿರಿಯರಾದ ಅವರು ಅಳಿಯನ ಹಿರಿಯರಾದ ನಮ್ಮನ್ನು ಸಂಪರ್ಕಿಸಬೇಕು. ಅವರು ಹಾಗೆ ಮಾಡಲಿಲ್ಲ. ನಿನ್ನ ಹತ್ತಿರ ಯಾಕೆ ಮುಚ್ಚುಮರೆ? ಡಿಟೆಕ್ಟಿವ್ ಏಜೆನ್ಸಿಗೆ ವಹಿಸಿ ನೀನು ಇಲ್ಲಿರೂದು ಸಂಗೀತಾಭ್ಯಾಸ ಮಾಡ್ತಿರೂದು ಆಗಾಗ್ಗೆ ಇಲ್ಲಿಗೆ ಬಂದು ನಿನಗೆ ಪಾಠ ಹೇಳ್ತಿರೂ ಗುರುಗಳು ಯಾರು, ಇಷ್ಟು ವಿಷಯ ತಿಳಕೊಂಡುಬಂದೆವು. ಈಗ ಸ್ಪಷ್ಟವಾಗಿ ಹೇಳು. ನಿನ್ನ ಇಷ್ಟಕ್ಕೆ ವಿರೋಧವಾಗಿ ಅವನ ಹತ್ತಿರಹೋಗಿ ಸಂಸಾರಮಾಡು ಅಂತ ನಾವು ನಿನ್ನನ್ನ ಕೇಳುಲ್ಲ. ಆದರೆ ಯಾಕೆ ನಿನಗೂ ಅವನಿಗೂ ಸಂಪರ್ಕ ಕಡಿದಿದೆ ಅನ್ನೂದನ್ನಾದರೂ ಹೇಳು. ನಮಗಿರೋನು ಅವನೊಬ್ಬನೇ ಮಗ."

ಅವರು ಇಷ್ಟು ಹೇಳುತ್ತಿರುವಾಗ ನನ್ನ ಮನಸ್ಸು ಭಾವಾವಿಷ್ಟವಾಗಿತ್ತು. ವಿಕ್ರಮರಿಗೆ ಮತ್ತೆ ಮದುವೆಮಾಡಿಕೊಳ್ಳುವ ಆಲೋಚನೆಯೂ ಇಲ್ಲ. ತಂದೆತಾಯಿಯರು ಬಲವಂತ ಮಾಡಿದರೂ ಒಪ್ಪಿಲ್ಲ. ನಾನು ಬಿಟ್ಟುಬಂದ ಕಾರಣವನ್ನು ತಂದೆತಾಯಿಯರಿಗೇ ಹೇಳಿಲ್ಲ. ಇನ್ನು ಬೇರೆಯೋರಿಗೆ ಹೇಳಿರುವುದಂತೂ ಸಾಧ್ಯವಿಲ್ಲ. ಇಂಥ ಸಂಯಮವು ನೋವಿನಿಂದ ಹುಟ್ಟಿದೆಯೆ? ಹೌದು. ಜೊತೆಗೆ ಆತ ಮೂಲತಃ ಉನ್ನತಗುಣದ ಉನ್ನತಸಂಸ್ಕಾರದ ವ್ಯಕ್ತಿ. ನನ್ನ ಕಣ್ಣುಗಳಲ್ಲಿ ನೀರು ತುಂಬಿಕೊಳ್ಳುವಂತಾಯಿತು. ಅವರೆದುರಿಗೆ ಅಳಬಾರದೆಂದು ತಕ್ಷಣ ಮೇಲೆದ್ದು ಕೆಳಗೆ ಹೋಗಿಬಿಟ್ಟೆ. ಮಾಲಕ್ಷ್ಮಿ ಅಡುಗೆ ಮಾಡುತ್ತಿದ್ದಳು. ನಾನು ಹಿತ್ತಿಲ ಬಾಗಿಲಿನಿಂದ ಹೊರನಡೆದು ಆಗತಾನೆ ಮೋತೆ ಹೊರಡುತ್ತಿದ್ದ ಬಾಳೆಯಗಿಡವನ್ನು ನೋಡುತ್ತಾನಿಂತೆ. ಅಳು ಬಂತು. ಅಡ್ಡಿಹಾಕದೆ ಅತ್ತೆ. ಅರ್ಧಗಂಟೆಯ ನಂತರ ಅವರನ್ನು ಹಾಗೆ ಕೂರಿಸಿ ನಾನು ಇಲ್ಲಿಗೆ ಬಂದು ನಿಂತಿರಬಾರದು ಅನ್ನಿಸಿತು. ಸಿಂಕಿನ ಮುಂದೆ ನಿಂತು ಕಣ್ಣುಗಳನ್ನು ತೊಳೆದು ಟವೆಲಿನಿಂದ ಒರೆಸಿ ಮೆಟ್ಟಿಲುಗಳನ್ನು ಹತ್ತಿ ಮೇಲೆ

ಹೋಗಿ ಮೊದಲಿನಂತೆ ಕುಳಿತು ಹೇಳಿದೆ: 'ಪಿತಾಜೀ, ನಾನು ಮದುವೆಯಾದದ್ದೇ ತಪ್ಪು ಅಂತ ಅರ್ಥವಾಯಿತು. ಇಪ್ಪತ್ತನಾಲ್ಕು ಗಂಟೆಯೂ ಸಂಗೀತದಲ್ಲಿ ಮುಳುಗಿರುವ ಮನೋ ಧರ್ಮದ ನಾನು ಗಂಡನ ಯೋಗಕ್ಷೇಮ ನೋಡಿಕೊಳ್ಳಲಾರೆ. ಈ ಮಾತಿನ ಅರ್ಥ ಅವರು ತುಂಬ ಡಿಮಾಂಡಿಂಗ್ ಅಂತ ಅಲ್ಲ. ಅವರಷ್ಟು ಒಳ್ಳೆಯಗಂಡ ಈ ಪ್ರಪಂಚದಲ್ಲೇ ಇಲ್ಲ. ಆದರೂ ನನಗೆ ಸಂಸಾರದಲ್ಲಿ ಇಚ್ಛೆ ಇಲ್ಲ. ನೀವು ಅವರಿಗೆ ಬೇರೆ ಮದುವೆಮಾಡಿ. ಅವರನ್ನು ಮದುವೆಯಾಗಿ ಅವರನ್ನೊಬ್ಬ ಡೈವೋರ್ಸಿಯನ್ನಾಗಿ ಮಾಡಿ ಉತ್ತಮದರ್ಜೆಯ ಹುಡುಗಿ ಸಿಕ್ಕೂದನ್ನ ತಪ್ಪಿಸಿದ ನನ್ನನ್ನ ಕ್ಷಮಿಸಿ. ಇದಕ್ಕಿಂತ ಹೆಚ್ಚು ನನ್ನನ್ನ ಕೇಳಬೇಡಿ.'

'ನೀನು ಇಪ್ಪತ್ತನಾಲ್ಕು ಗಂಟೆಯೂ ಸಂಗೀತದಲ್ಲೇ ಮುಳುಗಿದ್ದರೂ ಸಂಗೀತವನ್ನ ಪೂಜೆ ಮಾಡುವ ಅವನಿಗೆ ಸಂತೋಷವೇ ಆಗಬೇಕಲ್ಲ? ಮದುವೆಯನ್ನು ಯಾಕೆ ಕತ್ತರಿಸಿಕೊಬೇಕು?' ಮಾವ ಕೇಳಿದರು.

ಸುಳ್ಳು ಹೇಳೂದು ನನಗೆ ಮೊದಲಿನಿಂದಲೂ ಸಾಧ್ಯವಿಲ್ಲ. ಅದರಲ್ಲೂ ಶ್ರುತಿಸಾಧನೆ ಮಾಡತೊಡಗಿದಮೇಲೆ ಸಾಧ್ಯವೇ ಇಲ್ಲ. ಅವರ ಈ ಪ್ರಶ್ನೆಯನ್ನು ಒಪ್ಪಿಕೊಳ್ಳದೆ ಬೇರೆ ದಾರಿ ಇಲ್ಲ. ಆದರೆ ಒಳಗಿನ ನಿಜಸಂಗತಿ ಹೇಳುವಂಥದಲ್ಲ. ಹೇಳದೆ ಇದ್ದರೆ ಸುಳ್ಳು ಹೇಳಿ ದಂತಾಗುಲ್ಲವೆ? ಅನ್ನಿಸಿತು. ಯಾಕೆ ಹೇಳಿಬಿಡಬಾರದು? ಎಂಬ ಒತ್ತಡ ಉಂಟಾಯಿತು. ಪಾಪ ಪಶ್ಚಾತ್ತಾಪ ಮೊದಲಾಗಿ ಇದಕ್ಕೆ ಸಂಬಂಧಿಸಿದ ಸಮಸ್ತಭಾವಗಳನ್ನೂ ಒಳಗೆ ಅನುಭವಿಸಿರುವ, ಅನುಭವಿಸುತ್ತಿರುವ ನಾನು ಇದನ್ನು ಇವರಿಂದ ಯಾಕೆ ಮುಚ್ಚಿಕೊಳ್ಳಬೇಕು. ಪೆಟ್ಟಿಗೆಯಲ್ಲಿರುವ ನಾನು ಬರೆದ ದಿನಚರಿಯ ಪ್ರತಿಯನ್ನು ತಂದು ಇವರ ಮುಂದೆ ಇಟ್ಟು, ಓದಿಕೊಳ್ಳಿ. ನಿಮಗೇ ಅರ್ಥವಾಗುತ್ತೆ ಅಂತ ಯಾಕೆ ಹೇಳಿಬಿಡಬಾರದು? ಶಾಸ್ತ್ರದ ಪ್ರಕಾರ ನಾನು ವಿಕ್ರಮರನ್ನು ಮದುವೆಯಾದದ್ದು ಮಾತ್ರವಲ್ಲ, ಅವರ ತಂದೆ ತಾಯಿಯರಿಗೆ ಸೊಸೆಯೂ ಆದೆ. ಗಂಡನಿಗೆ ತಿಳಿಸಿದ್ದನ್ನು ಅತ್ತೆಮಾವರಿಗೆ ಯಾಕೆ ತಿಳಿಸಬಾರದು? ಎನ್ನಿ ಸಿತು. ಆದರೆ ಮಗನೇ ತಿಳಿಸದಿರುವ ಸಂಗತಿಯನ್ನು ಸೊಸೆಯಾದ ನಾನೇಕೆ ತಿಳಿಸಬೇಕು? ಎಂಬ ಅಡ್ಡಿಕಾಣಿಸಿತು. ವಾಸ್ತವಾಂಶವೆಂದರೆ ಈಗ, ಎರಡು ದಿನದ ನಂತರ, ಇದನ್ನು ಬರೆಯುವಾಗ ಅರ್ಥವಾಗುತ್ತಿದೆ, ಅವರಿಗೆ ಹೇಳಿಕೊಳ್ಳಲು ನಾಚಿಕೆಯಾಯಿತು. ಪ್ರಾಣ ಹೋಗುವಂಥ ನಾಚಿಕೆ.

'ಪಿತಾಜಿ, ನಿಮ್ಮ ಪ್ರಶ್ನೆಗೆ ನಾನು ಉತ್ತರಹೇಳಲಾರೆ. ಕ್ಷಮಿಸಿ,' ಎಂದೆ.

ಈಗ ಅತ್ತೆ ಬಾಯಿಹಾಕಿದರು: 'ಹೇಳುಕ್ಕೆ ನಾಚಿಕೆಯಾಗುವಂಥ ಏನೋ ಇದೆ. ಇಬ್ಬರೂ ಸೇರಿ ಮುಚ್ಚಿಟ್ಟುಕೊತ್ತಿದೀರಿ.' ಅವರ ಧ್ವನಿಯಲ್ಲಿ ಕೋಪ ಮಾತ್ರವಲ್ಲ ರೋಷ ತುಂಬಿತ್ತು. ನನಗೆ ಅದು ಸಹಜ ಎಂದು ತೋರಿತು. ಅವರಮೇಲೆ ಅಸಮಾಧಾನ ಹುಟ್ಟ ಲಿಲ್ಲ. ಅವರ ಸ್ಥಿತಿಯಲ್ಲಿರುವ ಯಾರಿಗಾದರೂ ರೋಷಹುಟ್ಟೂದು ಸ್ವಾಭಾವಿಕವೇ ಅನ್ನಿಸಿತು.

ಊಟವಾದಮೇಲೆ ಮಾವನವರು, 'ಪಲ್ಯಗಳು ಬಲುರುಚಿಯಾಗಿದ್ದವು. ಇಂಥ ಶುದ್ಧ ತರಕಾರಿ ಯಾವ ಊರಿನ ಮಾರುಕಟ್ಟೇಲೂ ಸಿಕ್ಕುಲ್ಲ. ತರಕಾರಿಗಿಡಗಳನ್ನ ತೋರು ಸ್ತೀಯಾ?' ಅಂದರು. ನನ್ನ ಜೊತೆಯಲ್ಲಿ ಅವರೊಬ್ಬರೇ ಬಂದರು. ಗಿಡಗಳನ್ನು ನೋಡಿದ

ಮೇಲೆ ಹೇಳಿದರು: 'ನನಗನ್ನಿಸುತ್ತೆ, ನಿಮ್ಮಿಬ್ಬರಲ್ಲಿ ಯಾರೋ ಒಬ್ಬರಿಂದ ಏನೋ ಒಂದು ತಪ್ಪು ಆಗಿದೆ. ಅದನ್ನು ಬಿಟ್ಟುಕೊಡುಕ್ಕೆ ಇನ್ನೊಬ್ಬರಿಗೆ ಇಷ್ಟವಿಲ್ಲ. ಅಂದರೆ ಇಬ್ಬರಿಗೂ ಪರಸ್ಪರ ಪ್ರೀತಿ ಇದೆ. ಬಿಂಕಬಿಗುಮಾನಗಳಿಗೆ ಅತಿಯಾಗಿ ಆಸ್ಪದ ಕೊಡದೆ ನೀವೇ ಒಬ್ಬರೊಡನೊಬ್ಬರು ಮಾತನಾಡಿ ಬಗೆಹರಿಸಿಕೊಳ್ಳೂದು ವಿವೇಕ. ಅವನ ಫ಼ೋನು ನಂಬರ್ ನಿನ್ನ ಹತ್ತಿರ ಇದ್ದೇ ಇದೆ. ನಿನ್ನದನ್ನ ನಾನು ಅವನಿಗೆ ತಿಳುಸ್ತೀನಿ. ಇದೇ ಮಾತನ್ನ ಅವನಿಗೂ ಹೇಳ್ತೀನಿ.' ನಾನು ಉತ್ತರಕೊಡಲಿಲ್ಲ. ಅತ್ತೆಯು ಎದುರಿಗಿಲ್ಲದೆ ಪ್ರತ್ಯೇಕವಾಗಿ ಮಾತನಾಡಲೆಂದೇ ಅವರು ತರಕಾರಿಗಿಡಗಳನ್ನು ತೋರಿಸೆಂಬ ನೆಪದಲ್ಲಿ ನನ್ನನ್ನು ಇಲ್ಲಿಗೆ ಕರೆದುಕೊಂಡು ಬಂದರೆಂದು ನನಗೆ ಆಗ ಅರ್ಥವಾಯಿತು.

ಹೊರಟಾಗ ನಾನು ಅವರಿಬ್ಬರಿಗೂ ಪಾದಮುಟ್ಟಿ ನಮಸ್ಕರಿಸಿದೆ. ಮತ್ತೆ ಅವರು ಏನೂ ಹೇಳಲಿಲ್ಲ. ನನಗಂತೂ ಹೇಳುವಂಥದು ಇರಲಿಲ್ಲ. ಬಿಂಕಬಿಗುಮಾನಗಳಿಗೆ ಅತಿಯಾಗಿ ಆಸ್ಪದ ಕೊಡದೆ ನೀವೇ ಒಬ್ಬರೊಡನೊಬ್ಬರು ಮಾತನಾಡಿ ಬಗೆಹರಿಸಿಕೊಳ್ಳೂದು ವಿವೇಕ ಎಂಬ ಅವರ ಹಿತವಚನ ಕಿವಿಯನ್ನು ತುಂಬಿಕೊಂಡಿದೆ. ನನ್ನನ್ನು ತುಂಬಿಕೊಂಡಿರುವುದು ಬರೀ ಬಿಂಕಬಿಗುಮಾನಗಳೆ? ಗಂಡಹೆಂಡತಿಯರಲ್ಲಿ ಸಾಧಾರಣವಾಗಿ ನಡೆಯುವ ಮುನಿಸಾ ದರೆ ಯಾರು ಮೊದಲು ಮಾತನಾಡಿಸಬೇಕೆಂಬುದಕ್ಕೆ ಬಿಂಕಬಿಗುಮಾನವೆನ್ನಬಹುದು. ಇದು ಆಳವಾದದ್ದು, ಮಂದ್ರಷಡ್ಜಕ್ಕಿಂತ ಹತ್ತು ಸಪ್ತಕ ಆಳದಲ್ಲಿ ಆಗಿರುವುದು.

– ೩ –

ಒಂದುವರ್ಷದಿಂದ ಏನೂ ಬರೆದಿಲ್ಲ. ಬರೆಯುವಂಥ ವಿಷಯವೂ ಇರಲಿಲ್ಲ. ಪ್ರತಿದಿನ ಅನುಭವಿಸಿದ ಅದೇ ನೈತಿಕ ಅರೆತವನ್ನು ಮತ್ತೆ ಮತ್ತೆ ಏನಂತ ಬರೆಯುವುದು? ಸಂಗೀತಕ್ಕೆ ಸಂಬಂಧಿಸಿ ಎಷ್ಟೋ ಹೊಸವಿಚಾರಗಳು, ಹೊಳಹುಗಳು ಆಳವಾದ ಒಳನೋಟ ಗಳು ಬಂದಿವೆ. ಅವು ಸಾಧನೆಯ ಪ್ರಯೋಗದಲ್ಲಿ ಮೂರ್ತಗೊಳಿಸಿಕೊಳ್ಳಬೇಕಾದವು. ರಾಜಾರಾಮ ಕಾಕರೊಡನೆ ಚರ್ಚಿಸಿ ಸ್ಪಷ್ಟಗೊಳಿಸಿಕೊಳ್ಳಬೇಕಾದವು. ಅಥವಾ ಗ್ರಂಥಗಳಲ್ಲಿ ಓದಿ ಒರೆಹಚ್ಚಿಕೊಳ್ಳಬೇಕಾದವು. ಅವುಗಳನ್ನು ಬರೆಯುವ ಅಗತ್ಯವಿಲ್ಲ. ಯಾರ ಕೈಲೂ ಹೇಳಲಾರದ ಸಂಗತಿಗಳನ್ನು ಮಾತ್ರ ಬರೆದುಕೊಳ್ಳುವ ಒತ್ತಡವಾಗುತ್ತಿದೆ.

ಕಳೆದವಾರ ಕಾಲಿಂಗಡಾ ರಾಗದ ಟೇಪುಗಳನ್ನು ಹುಡುಕಲು ಗೋರೆಸಾಹೇಬರ ಮನೆಗೆ ಹೋಗಿದ್ದೆ. ಅಪೂರ್ವಕ್ಕೆಂಬಂತೆ ಮನೆಯಲ್ಲಿದ್ದರು. ಹ್ಯಾಗೆ ಸಾಗಿದೆ ನಿನ್ನ ಅಭ್ಯಾಸ? ಎಂದು ಕುಶಲ ವಿಚಾರಿಸಿದರು. ಮೂರುವರ್ಷವಾಯಿತಲ್ಲವೆ ನೀನು ಆರಂಭಿಸಿ? ನಿನ್ನ ಗಾಯನವನ್ನ ನನಗೊಮ್ಮೆ ಯಾಕೆ ಕೇಳಿಸಬಾರದು? ಎಂದರು. 'ನಿಮಗೆ ಕೇಳಿಸುವ ಹಂತ ಮುಟ್ಟಿಲ್ಲ,' ಎಂದೆ.

'ಮುಟ್ಟಿದೀಯೋ ಇಲ್ಲವೋ ಹೇಳಬೇಕಾದವಳು ನೀನಲ್ಲ. ಕೇಳಿದಮೇಲೆ ನಾವು

ಹೇಳಬೇಕು,' ಎಂದರು.

ಅದು ಕುಶಲಸಂಭಾಷಣೆಯ ಭಾಗವೆಂದು ನಾನು ಭಾವಿಸಿದೆ. ಆದರೆ ಅವರು ಗಂಭೀರವಾಗಿಯೇ ಕೇಳಿದ್ದರು. ನಾನು ಇನ್ನೂ ಸಂಕೋಚವನ್ನು ಅಡ್ಡನಿಲ್ಲಿಸಿದ್ದರೆ ಅವರ ಅಪೇಕ್ಷೆಗೆ ಅಗೌರವ ತೋರಿಸಿದಂತಾಗುತ್ತಿತ್ತು. 'ಸರ್, ನೀವು ಒಂದು ರಜಾ ದಿನ ಬಂದರೆ ನನ್ನ ತೋಟದ ಮನೆ ನೋಡಿದ ಹಾಗೂ ಆಗುತ್ತೆ. ನನ್ನದೇ ಪರಿಸರವಾದ್ದರಿಂದ ನನಗೂ ಹಾಡುವ ಧೈರ್ಯ ಬರುತ್ತೆ,' ಎಂದೆ.

'ತುಂಬ ಒಳ್ಳೆಯಸೂಚನೆ,' ಎಂದವರು ತಮ್ಮ ಡೈರಿಯನ್ನು ನೋಡಿಕೊಂಡು, 'ಬರುವ ಭಾನುವಾರ ಆಗಬಹುದಾ? ಬೆಳಗ್ಗೆ ಒಂಬತ್ತರ ಸುಮಾರಿಗೆ ಅಲ್ಲಿಗೆ ತಲುಪುತೀನಿ, ಸುನೀತಿಬಾಯಿಯನ್ನೂ ಕರಕೊಂಡು. ನಾಶ್ತಾ ಇಲ್ಲೇ ಮುಗಿಸಿರ್ತೀವಿ. ಅಲ್ಲಿಗೆ ಬಂದ ತಕ್ಷಣ ಚಹಾ ಎರಡು ಬಿಸ್ಕಿಟ್ಸ್. ಬೆಳಗಿನದು ಒಂದು, ಪೂರ್ವಾಹ್ಣದ್ದು ಇನ್ನೊಂದು ರಾಗ. ಊಟ. ಅನಂತರ ಅರ್ಧತಾಸು ನಿದ್ದೆ. ಆಮೇಲೆ ಒಂದು ಅಪರಾಹ್ಣದ, ಇನ್ನೊಂದು ಸಂಜೆಯ ರಾಗ. ಯಾವ ಯಾವ ರಾಗ ಅನ್ನೂದ ಅಲ್ಲಿಗೆ ಬಂದಮೇಲೆ ಪರಿಸರ ಲಹರಿ ಎರಡನ್ನೂ ಅನುಸರಿಸಿ ನಾನು ಕೇಳ್ತೀನಿ. ಈಗಲೇ ಹೇಳೂದಿಲ್ಲ' ಎಂದು ಮುಗುಳ್ನಕ್ಕರು. ಅದರ ಅರ್ಥ ನನಗೆ ತಕ್ಷಣ ಆಯಿತು. ಪ್ರಶ್ನೆಗಳನ್ನು ಮೊದಲೇ ಹೇಳಿದರೆ ವಿದ್ಯಾರ್ಥಿನಿಯು ತಯಾರಿ ಮಾಡಿಕೊಂಡಿರ್ತಾಳೆ, ಪರೀಕ್ಷೆ ಪೂರ್ಣವಾಗುಲ್ಲ ಎಂಬುದು ಅವರ ಇಂಗಿತ ವಾಗಿತ್ತು. ನನಗೂ ಮುಗುಳ್ನಗೆ ಬಂತು. 'ಯಾಕೆ ನಗ್ತೀಯ?' ಎಂದರು.

'ಅಪೂರ್ವದ ರಾಗಗಳನ್ನ ಕೇಳಿದರೆ ನಾನು ತಯಾರಿರೂದಿಲ್ಲ. ಮೊದಲೇ ಹೇಳಿಬಿಟ್ಟಿದೀನಿ' ಎಂದೆ.

'ಪ್ರಶ್ನೆಗಳು ಔಟ್‌ಸೈಡ್ ದಿ ಸಿಲಬಸ್ ಅಂತ ವಿಶ್ವವಿದ್ಯಾಲಯದ ಹುಡುಗರು ಸ್ಟ್ರೈಕ್ ಮಾಡುವ ಕಾಲ ಇದು. ಆಗಲಿ.' ಎಂದು ಅವರು ಮತ್ತೊಮ್ಮೆ ನಕ್ಕರು.

ಭಾನುವಾರ ಸಾಹೇಬರ ಜೊತೆಯಲ್ಲಿ ತಪ್ಪದೆ ಬರಬೇಕೆಂದು ಸುನೀತಿ ತಾಯಿಗೆ ಆಹ್ವಾನವಿತ್ತು ಹಿಂತಿರುಗಿದೆ. ಆ ದಿನವೇ ರಾಜಾರಾಮ ಕಾಕರಿಗೆ ಫೋನುಮಾಡಿ ಸಂಗತಿ ಯನ್ನು ತಿಳಿಸಿ, 'ನೀವು ಆ ದಿನ ಬಂದು ಸಾಥಿ ಮಾಡಬೇಕು. ಸಾಥಿ ಅಂದರೆ ತಿಳಿಯದ ಕಡೆ ಮುನ್ನಡೆಸಬೇಕು, ಹೆದರಿಕೆಯಾಗ್ತಿದೆ' ಎಂದೆ.

'ಹೆದರುವ ಕಾರಣವಿಲ್ಲ. ತಬಲಾದ ಕಲೀಮುಲ್ಲಾರಿಗೂ ಹೇಳ್ತೀನಿ' ಎಂದರು. ರಾಜಾ ರಾಮ ಕಾಕರೇ ಬೇಗ ಸಾಹೇಬರ ಮನೆಗೆ ಹೋಗಿ ಸಂಗಡ ಕರೆತರುವುದು, ದಾರಿಯನ್ನೂ ತೋರಿಸುವುದು ಎಂಬ ನಿರ್ಧಾರವಾಯಿತು.

ಅವರಿಗೆ ವಾತಾವರಣ ಬಹಳ ಮೆಚ್ಚುಗೆಯಾಯಿತು. ಕಾಲುಗಂಟೆ ತೋಟದಲ್ಲಿ ಸುತ್ತಾಡಿ ಬಂದರು. ಬೆತ್ತದ ಕುರ್ಚಿಯಿದ್ದರೂ ಅಟ್ಟದಮೇಲೆ ಗೋಡೆಯೊರಗಿ ರತ್ನಗಂಬಳಿಯ ಮೇಲೆ ಕುಳಿತರು. ಕಿಟಕಿ ತೆಗೆದು ಫ್ಯಾನ್ ನಿಲ್ಲಿಸು, ತಂಬೂರಿ ಇಳಿಯುತ್ತೆ, ಎಂದರು. ಸುನೀತಿ ತಾಯಿ ಮಾತ್ರ ಕುರ್ಚಿಯಮೇಲೆ, ಅವರಿಗೆ ನೆಲದಮೇಲೆ ಕೂರುವ ಅಭ್ಯಾಸವಾಗಲಿ ಸಂಗೀತಪ್ರೇಮವಾಗಲಿ ಇಲ್ಲ. ತೋಡಿ ಮತ್ತು ಬಿಲಾವಲ್ ರಾಗಗಳನ್ನು ಕೇಳಿದರು.

ನಾನು ಷಡ್ಜದಿಂದಲೇ ಪ್ರತಿಯೊಂದು ಕಿರುಚಲನೆಯನ್ನೂ ಕಲ್ಪಿಸಿಕೊಂಡು ಹಾಡಿದೆ. ಕಾಕನು ಮುನ್ನಡೆದು ದಾರಿ ತೋರಿಸುವ ಅಗತ್ಯಬೀಳಲಿಲ್ಲ. ಗಾಯನವೇ ನಿಧಾನಗತಿಯಲ್ಲಿದ್ದು ದರಿಂದ ಆಲೋಚಿಸಲು ವ್ಯವಧಾನವಿತ್ತು. ಕಣ್ಣುಮುಚ್ಚಿದರೆ ದಿಗಂತದವರೆಗೂ ಅದರಾಚೆಗೂ ಸುತ್ತುಬಳಸಿನ ಉಬ್ಬುತಗ್ಗುಗಳ ದಾರಿ ಕಾಣಿಸುತ್ತಿತ್ತು. ಹೀಗೆ ತೋಡಿಯನ್ನು ಒಂದೂವರೆತಾಸು ಹಾಡಬಲ್ಲೆನೆಂದು ನನಗೇ ಗೊತ್ತಿರಲಿಲ್ಲ. ಅದಾದನಂತರ ಕಾಕ ಚಹಾ ತಗೋತೀಯಾ? ಎಂದರು. ನಾನು ಬೇಡವೆಂದು ಬಿಲಾವಲ್ ಆರಂಭಿಸಿದೆ. ನಾನು ಅತಿಥೇಯಳು, ಸಾಹೇಬರಿಗೂ ಸುನೀತಿ ತಾಯಿಗೂ ಚಹಾ ಕೇಳಬೇಕು, ಎಂಬ ಕರ್ತವ್ಯವೂ ಮರೆತುಹೋಯಿತು. ಬಿಲಾವಲವನ್ನೂ ನಿಧಾನವಾಗಿ ಒಂದೂಕಾಲುಗಂಟೆ ಹಾಡಿದೆ. ಎದುರಿಗೆ ಕುಳಿತಿದ್ದ ಗೋರೆಸಾಹೇಬರ ಕಣ್ಣುಗಳನ್ನು ನೋಡುತ್ತಿದ್ದೆ. ಅವುಗಳು ಹತ್ತು ಸಹಸ್ರ ಪ್ರೇಕ್ಷಕರ ಕಣ್ಣುಗಳನ್ನೊಳ ಗೊಂಡಂತೆ ನನಗೆ ಕಾಣುತ್ತಿದ್ದವು. ಗೋರೆಸಾಹೇಬರ ಎದುರಿಗೆ ಹಾಡುತ್ತಿದ್ದೇನೆ, ಅವರು ತಲ್ಲೀನರಾಗಿ ಕೇಳುತ್ತಿದ್ದಾರೆ, ಅವರ ಕಣ್ಣುಗಳಲ್ಲಿ ರಸಾಸ್ವಾಧನೆ ಕಾಣುತ್ತಿದೆ, ಸರಿಯಾದ ಸ್ಥಾನಗಳಲ್ಲಿ ಅವರ ಬಲ ತರ್ಜನಿ ಆಡುತ್ತಿದೆ. ಅನಿರೀಕ್ಷಿತವಾಗಿ ಸಮ್ ಕೊಟ್ಟಾಗ ಮುಖದಲ್ಲಿ ಮುಗುಳ್ನಗೆ ಬಿರಿಯುತ್ತದೆ, ಅವರ ಬಲಗೈ ವೇಗವಾಗಿ ಕರಾರುವಾಕ್ಕಾಗಿ ಸಮ್‌ಗೆ ಸಂಗತಿ ಕೊಡುತ್ತಿದೆ, ನಾನು ಹತ್ತುಸಾವಿರ ಜನರ ಸಭೆಯಲ್ಲಿ ಕೂತು ಅವರೆಲ್ಲರ ರಸಪ್ರಜ್ಞೆಗಳನ್ನೂ ಏಕಪ್ರಜ್ಞೆಯಾಗಿಸಿ ಹಾಡುತ್ತಿದ್ದೇನೆ ಎಂಬ ಆನಂದ ಆತ್ಮವಿಶ್ವಾಸಗಳು ಹುಟ್ಟಿದವು. ತುಂಬಿದ ಸಭೆಯಲ್ಲಿ ಯಾರೊಡನೆಯೂ ವ್ಯಕ್ತಿಶಃ ಸಂವಾದವಿಲ್ಲದೆ ನಡೆಯುವಂತೆ ನನ್ನ ಗಾಯನವು ಸಾಹೇಬರ ದೃಷ್ಟಿಗೆ ನನ್ನ ದೃಷ್ಟಿ ಸೇರಿದರೂ ಯಾವ ಸಂವಾದವೂ ಇಲ್ಲದೆ ತನ್ನಪಾಡಿಗೆ ತಾನು ಸಾಗಿತು.

ಮುಕ್ತಾಯವಾದಾಗ ಅವರು ಎರಡುನಿಮಿಷ ತಲೆದೂಗಿದರು. ಮಾತನಾಡಲಿಲ್ಲ. ಊಟ ಮಾಡುವಾಗಲೂ ಮಾತನಾಡಲಿಲ್ಲ. ನಾನು ಸುನೀತಿ ತಾಯಿಗೆ ಉಪಚಾರ ಹೇಳುತ್ತಿದ್ದೆ. ವಿಶ್ರಾಂತಿಯಾದಮೇಲೆ ಚಹಾ ಕುಡಿದು ಮತ್ತೆ ತಂಬೂರಿ ಹಿಡಿದು ಕುಳಿತಾಗ ಸಾಹೇಬರು, 'ಈಗ ನಾನು ಕೇಳುಲ್ಲ. ನಿನ್ನಿಷ್ಟಕ್ಕೆ ಬಿಟ್ಟುಬಿಡ್ತೀನಿ,' ಎಂದರು.

'ನನ್ನಿಷ್ಟಕ್ಕೆ ಬಿಟ್ಟರೆ ನನಗೆ ಹೊಳೆಯೂದಿಲ್ಲ. ನೀವು ಕೇಳಿದರೆ ನನಗೆ ಸುಲಭವಾಗುತ್ತೆ,' ಎಂದೆ. ಒಮ್ಮೆ ತಲೆತೂಗಿದನಂತರ, ಮೊದಲು ಬೃಂದಾವನಿ ಎಂದರು. ಅದನ್ನು ಐವತ್ತು ನಿಮಿಷ ಹಾಡಿದೆ. ಅನಂತರ ಭೀಮಪಲಾಸಿ ಕೇಳಿದರು. ಅದು ಐವತ್ತೈದುನಿಮಿಷವಾಯಿತು. ಮುಗಿದ ನಂತರ ನಾನು ಅವರ ಮುಖ ನೋಡಿದೆ. ಅವರು ಗಂಟಲಿಗೆ ಆಯಾಸವಾಗಿಲ್ಲವೆ? ಎಂದರು.

'ಆಯಾಸವೆಂಥದು. ದಿನಕ್ಕೆ ಎಂಟು ಹತ್ತುತಾಸು ಅಭ್ಯಾಸಮಾಡ್ತಾಳೆ. ಇವತ್ತಿನ ಕೋಟದಲ್ಲಿ ಇನ್ನೂ ಬಾಕಿ ಉಳಿದಿದೆ.' ಗುರು ರಾಜಾರಾಮ ಕಾಕ ಶಿಷ್ಯಳ ಪರವಾಗಿ ಉತ್ತರಿಸಿದರು.

ನಾನು ಎದ್ದು ಕೆಳಗಿಳಿದು ಹೋಗಿ ಚಿವಡಾ ಸೇಬು ಚಹಾಗಳನ್ನು ತರುವಂತೆ ವಾಫೆಗೆ ಹೇಳಿ ಮೇಲೆ ಬಂದು ತಂಬೂರಿಯ ಎದುರಿಗೆ ಕುಳಿತೆ. ಸಾಹೇಬರು, 'ಇವತ್ತಿನ

ನಾಲ್ಕೂ ರಾಗಗಳನ್ನ ಟೇಪುಮಾಡುಕ್ಕೆ ಹೇಳಬೇಕಾಗಿತ್ತು. ನನಗೆ ಕಲ್ಪನಾಬರಲಿಲ್ಲ. ಚಹ ಆದಮೇಲೆ ಒಂದು ಸಾಯಂಕಾಲದ ರಾಗವಾಗಲಿ ಅನ್ನುವ ಮನಸ್ಸು. ಆದರೆ ಒಂದೇ ದಿನ ಹೆಚ್ಚು ತಿನ್ನಬಾರದು,' ಎಂದರು. ಅನಂತರ ಸಂಗೀತದ ಬಗೆಗೆ ಹರಟೆಯಾಯಿತು.

ಅವರೆಲ್ಲ ಹೊರಟಾಗ ಹೊತ್ತು ಮುಳುಗಿತ್ತು. ಕಲೀಮುಲ್ಲಾರನ್ನೂ ತಮ್ಮ ಕಾರಿನಲ್ಲೇ ಕರೆದು ಕೂರಿಸಿಕೊಂಡು ಹೋದರು. ರಾತ್ರಿ ಒಂಬತ್ತೂವರೆಗೆ ರಾಜಾರಾಮ ಕಾಕ ಫ಼ೋನು ಮಾಡಿದರು: "ನಿನ್ನ ಗಾಯನ ಸಾಹೇಬರಿಗೆ ಬಹಳ ಹಿಡಿಸಿದೆ. 'ತುಂಬ ಸ್ವಂತಿಕೆ ಇದೆ. ಯಾರ ಪ್ರಭಾವವೂ ಕಾಣಿಸೂದಿಲ್ಲ. ಇಷ್ಟೊಂದು ತಯಾರಾಗಿದಾಳೆ ಅನ್ನುವ ಕಲ್ಪನೆಯೇ ನನಗಿರಲಿಲ್ಲ. ನನ್ನಿಂದ ಅಷ್ಟೊಂದು ಟೇಪು ಪ್ರತಿಮಾಡಿ ಒಯ್ದು ಕೇಳ್ತಿದ್ದಳಲ್ಲ, ಹತ್ತುಶೈಲಿಗಳ ಅನುಕರಣೆಮಾಡಿ ಮಿಶ್ರ ರುಚಿಯ ಚೌಚೌ ಆಗಿದಾಳೋ ಏನೋ ಅನ್ನುವ ಅನುಮಾನ ಇಟ್ಟುಕೊಂಡಿದ್ದೆ. ಅವಳನ್ನ ಕಛೇರಿ ಮಾಡಲಿಕ್ಕೆ ಬಿಡಿ. ನಾನು ಅಲ್ಲಿಯೇ ಅವಳಿಗೇ ನೇರ ವಾಗಿ ಈ ಮಾತು ಹೇಳಬೇಕು ಅಂತಿದ್ದೆ. ಆದರೆ ಗುರುಗಳಾದ ನಿಮಗೆ ಹೇಳಿ ನಿಮ್ಮ ವಿವೇಚನೆಗೆ ಬಿಡೂದು ಸೂಕ್ತ ಅಂತ ಈಗ ಹೇಳ್ತಿದೀನಿ. ಯಾವುದಾದರೂ ಸಂಗೀತಸಮ್ಮೇಳನ ದಲ್ಲಿ ಅವಕಾಶ ಕಲ್ಪಿಸೋಣ. ಅಥವಾ ಮುಂಬಯಿಯಲ್ಲೇ ನಾಲ್ಕಾರು ಸಭೆಗಳಿಗೆ ಹೇಳಿ ಆರಂಭಮಾಡಿಸೋಣ. ಅವಳ ವಯಸ್ಸಿನ ತಲೆಮಾರಿನಲ್ಲಿ ಇವತ್ತು ಅವಳ ಮಟ್ಟ ಹಾಡು ವಂಥ ಸ್ವಂತಿಕೆಯ ಗಾಯಕ ಗಾಯಕಿಯರನ್ನ ನಾನು ಎಲ್ಲೂ ಕೇಳಿಲ್ಲ' ಅಂದರು. ಅವರ ಮೆಚ್ಚುಗೆಯನ್ನ ಕೇಳಿ ನನಗೆ ಬಹಳ ಖುಷಿಯಾಯಿತು. 'ಅವಳಿನ್ನೂ ಒಂದೆರಡುವರ್ಷ ಏಕಾಂತದಲ್ಲಿ ಸಾಧನೆಮಾಡುವ ಮನಸ್ಸಿನಲ್ಲಿದಾಳೆ' ಅಂದೆ. ಅವರಂದರು: 'ಅದೇನೋ ಒಳ್ಳೇದು. ಆದರೆ ಸಂಗೀತ ತಿಳಿದಿರುವ ಶ್ರೋತೃಗಳ ಎದುರಿಗೆ ಹಾಡೂದೇ ಒಂದು ರೀತಿಯ ಸಾಧನೆಯಾಗುತ್ತೆ. ಸಭಿಕರ ಆಸ್ವಾದನೆ, ವಿಮರ್ಶೆ, ಎರಡೂ ಮೌನವಾಗಿ ಮಂತ್ರಶಕ್ತಿಯಿಂದ ಗಾಯಕನ ರಾಗಸಾಕ್ಷಾತ್ಕಾರಕ್ಕೆ ಪುಷ್ಟಿಕೊಡ್ತವೆ. ಸಭೇಲಿ ಹಾಡಲೂಬೇಕು, ಆಮೇಲೆ ಏಕಾಂತದಲ್ಲಿ ಕೂತು ಚಿಂತನಾಪೂರ್ಣ ಸಾಧನೇನೂ ಮಾಡಬೇಕು. ಆಗ ಗಾಯನ ಗಟ್ಟಿಯಾಗುತ್ತೆ. ಅವಳಿಗೆ ಈಗ ಮೂವತ್ತಮೂರು ಮೂವತ್ತನಾಲ್ಕಲ್ಲವೆ ವಯಸ್ಸು? ಸಭೆಗೆ ಬರುಕ್ಕೆ ಇನ್ನು ತಡಮಾಡಬಾರದು. ಹಾಗಂತ ಹೇಳಿ' ಅಂದರು. ನನಗೂ ಅದು ಸರಿ ಅನ್ನುಸ್ತಿದೆ. ಇನ್ನು ಒಂದುವಾರ ನಾನು ಊರಿನಲ್ಲಿರೂದಿಲ್ಲವಲ್ಲ, ಅದಕ್ಕೆ ಈಗಲೇ ಫ಼ೋನುಮಾಡಿದೆ."

ಈ ಮಾತು ಕೇಳಿ ನನಗೂ ಖುಷಿಯಾದದ್ದು ಮಾತ್ರವಲ್ಲ, ಧನ್ಯತೆಯ ಭಾವ ಹುಟ್ಟಿತು. ಆದರೆ ತಕ್ಷಣ ಅನ್ನಿಸಿದ್ದನ್ನು ಹೇಳಿದೆ: 'ಕಾಕ, ಕಛೇರಿಮಾಡಿ ಜೀವನನಿರ್ವಹಣೆ ಮಾಡುವ ಸ್ಥಿತಿಯಿಂದ ದೇವರು ನನ್ನನ್ನ ಕಾಪಾಡಿದಾನೆ. ನನಗ್ಯಾಕೆ ಆತುರ? ಕಛೇರಿ ಮಾಡೂದೇಬೇಡ ಈ ನನ್ನ ತಪೋವನದಲ್ಲೇ ಸಾಧನೆ ಮಾಡಿಕೊಂಡಿದ್ದುಬಿಡೋಣ ಅನ್ನುವ ಮನಸ್ಸೂ ಒಂದೊಂದುಸಲ ಬರುತ್ತೆ.'

'ನೀನು ಹಣ ತಗೊ, ಬಿಡು. ಲಕ್ಷ ಲಕ್ಷ ರಸಿಕರಿಗೆ ಸಂಗೀತ ಉಣ್ಣಿಸೂದು ಕಲಿತೋರ ಕರ್ತವ್ಯ. ಅದನ್ನ ನಿಧಾನವಾಗಿ ಮಾತಾಡೋಣ.'

– ೪ –

ಹದಿನೈದು ದಿನದಿಂದ ನಾನು ಬರೆದಿಲ್ಲ. ಈಗಲೇ ಕಛೇರಿಕೊಡಲು ಪ್ರಾರಂಭಿಸುವುದೇ ಬೇಡವೇ ಎಂಬುದನ್ನು ಬಿಟ್ಟರೆ ಮನಸ್ಸಿನಲ್ಲಿ ಬೇರೆ ಯಾವ ಚಿಂತನೆಯೂ ಇಲ್ಲ. ಸಾಹೇಬರ ಎದುರಿಗೆ ಹಾಡಿದುದರಿಂದ ನನ್ನ ಸಾಧನೆಗೆ ಇನ್ನಷ್ಟು ಹುರುಪು ಬಂದಿರುವು ದಂತೂ ನಿಜ. ಬಾಯಲ್ಲಿ ಬಿಡಿಸಿ ಹೇಳದಿದ್ದರೂ ಕೇಳುವಾಗ ಅವರ ಮುಖಭಾವದಿಂದ ಕಣ್ಣಿನ ಅರ್ಥದಿಂದ ನನ್ನ ರಾಗಪ್ರಸ್ತುತಿಗೆ ರಚನಾತ್ಮಕ ವಿಮರ್ಶೆಯ ಪೋಷಣೆಯಾಗಿದ್ದುದು ನನಗೇ ಅರ್ಥವಾಗಿದೆ.

ಆದರೆ ನೆನ್ನೆಯಿಂದ ಮನಸ್ಸನ್ನು ವ್ಯಸನ ತುಂಬಿಕೊಂಡಿದೆ. ಇದರಲ್ಲಿ ಹೊಸತೇನೂ ಇಲ್ಲವೆಂಬುದು ನನಗೆ ಗೊತ್ತು. ಆದರೂ ತುಂಬಿಕೊಂಡಿರುವ ವ್ಯಸನವನ್ನು ತೊಳೆದು ಹೊರಹಾಕಲು ಸಾಧ್ಯವಾಗುತ್ತಿಲ್ಲ. ನೆನ್ನೆ ಬೆಳಗ್ಗೆ ಹತ್ತೂವರೆಗೆ ಗೋರೆಸಾಹೇಬರ ಮನೆಗೆ ಹೋದೆ. ಗೌರೀ ರಾಗದ ಕ್ಯಾಸೆಟ್‌ಗಳನ್ನು ಪ್ರತಿಮಾಡಿಕೊಳ್ಳಬೇಕಿತ್ತು. ಸುನೀತಿ ತಾಯಿ ವಿಶೇಷ ಆತ್ಮೀಯತೆಯಿಂದ ಕಂಡರು. ಮೂರುವರ್ಷದಿಂದ ಹದಿನೈದು ಇಪ್ಪತ್ತು ದಿನಗಳಿ ಗೊಮ್ಮೆ ನಾನು ಅವರ ಮನೆಗೆ ಹೋಗುತ್ತಿದೀನಿ. ಗಂಡನ ಆದೇಶದಿಂದಲೆಂಬಂತೆ ಅವರು ನನಗೆ ಸಂಗೀತದ ಕೋಣೆಯ ಬಾಗಿಲು ತೆಗೆದುಕೊಡುತ್ತಿದ್ದಾರೆ. ಒಳಗೆ ಎಷ್ಟುಹೊತ್ತು ಬೇಕಾದರೂ ನಾನು ಇರಬಹುದು. ಎಷ್ಟು ಕ್ಯಾಸೆಟ್‌ಗಳನ್ನಾದರೂ ಪ್ರತಿಮಾಡಿಕೊಳ್ಳಬಹುದು. ಯಾವುದನ್ನೂ ಆಕೆ ಕೇಳುವುದಿಲ್ಲ. ಊಟ ತಿಂಡಿಯ ಸಮಯವಾದರೆ ಬಂದು ಕರೆಯುತ್ತಾರೆ. ಆದರೆ ನಾನು ಎಂದೂ ಊಟಮಾಡಿಲ್ಲ. ಚಹ ನಾಶ್ತಾಗಳನ್ನು ಮಾತ್ರ ತೆಗೆದುಕೊಂಡಿದ್ದೇನೆ. ಆಕೆ ಶುಷ್ಕಸ್ವಭಾವದ ಹೆಂಗಸು. ಕೆಟ್ಟವರೆಂದು ಕರೆಯಲು ನನಗೆ ಯಾವ ಆಧಾರವೂ ಇಲ್ಲ. ಲಕ್ಷಣವಂತೆ. ಅಭಿಜಾತಶೈಲಿಯ ಮುಖಲಕ್ಷಣ ಮೈಕಟ್ಟು ಬಣ್ಣಗಳು. ಬಿಳಿಯ ಅಮೃತಶಿಲೆಯಲ್ಲಿ ಕಡೆದಂತಹ ಆಕೃತಿ. ಶ್ರೀಮಂತಿಕೆಗೆ ತಕ್ಕ ರೇಶ್ಮೆಯ ಉಡುಪು. ಆಭರಣಗಳು. ಹಾಗೆಂದು ಮೈಮೇಲೆ ಮಣಬಂಗಾರ ಹೇರಿಕೊಳ್ಳುವ ದಡ್ಡ ಹೆಂಗಸಲ್ಲ. ಪದವೀಧರೆ. ಮಾತುಕತೆಗಳಲ್ಲಿ ನಗರೀಕೃತ, ವಿದ್ಯಾವಂತ ರೀತಿ. ಆದರೆ ಭಾವರಹಿತ ಗುಣ. ಗಂಡನಾದರೋ ದೊಡ್ಡ ವಕೀಲರಾದರೂ, ಅದೂ ತೆರಿಗೆಯ ವಕೀಲರು, ಭಾವನೆ ತುಂಬಿತುಳುಕುವ ಸ್ವಭಾವದವರು, ಇಲ್ಲದಿದ್ದರೆ ಸಂಗೀತವೆಂದರೆ ಹೀಗೆ ಪ್ರಾಣಕ್ಕಿಂತ ಹೆಚ್ಚು ಹಚ್ಚಿಕೊಳ್ಳುತ್ತಿದ್ದರೆ? ಸಂಗೀತವನ್ನು ಪ್ರೋತ್ಸಾಹಿಸಲು ಹಿಂದೆಮುಂದೆ ನೋಡದೆ ಮುನ್ನುಗ್ಗುತ್ತಿದ್ದರೆ? ಈಕೆಗೆ ಸಂಗೀತದಲ್ಲಿ ಸ್ವಲ್ಪವೂ ಆಸಕ್ತಿ ಇಲ್ಲ. ಗಂಡನೊಡನೆ ಒಂದು ಕಛೇರಿಗೆ ಬಂದದ್ದನ್ನೂ ನಾನು ನೋಡಿಲ್ಲ. ಇದೊಂದು ಬಿಳೀ ಅಮೃತಶಿಲೆಯ ಪ್ರತಿಮೆ. ಈ ದಿನ ಹೆಚ್ಚು ಆಸಕ್ತಿ ವಹಿಸಿ ಮಾತನಾಡಿದರು. ಅವರೇ ಹೇಳಿದರು: "ನನಗೆ ನಿಜವಾಗಿಯೂ ಶಾಸ್ತ್ರೀಯ ಸಂಗೀತ ಕೇಳುಕ್ಕೆ ಬೋರ್ ಆಗುತ್ತೆ. ಭಜನೆಯೋ ಅಭಂಗವೋ ನಾಟ್ಯಸಂಗೀತವೋ ಆದರೆ ಕೇಳಬಹುದು. ಸಾಹಿತ್ಯದ ಅರ್ಥವೇ ಇಲ್ಲದೆ ಬರೀ ಆಆಆ ಅಂತ ವರಲಿದರೆ ಏನಂತ ಕೇಳೂದು? ವಾಸ್ತವವಾಗಿ ಅವೊತ್ತು ನಿಮ್ಮ ತೋಟಕ್ಕೆ ಬರುಕ್ಕೆ ನನಗೆ ಉತ್ಸಾಹ

ವಿರಲಿಲ್ಲ. 'ಸ್ವಲ್ಪ ಹೊತ್ತು ಕೂತುಕೊ. ನಿನಗೆ ಕೇಳೂದು ಬೇಡ ಅನ್ನಿಸಿದರೆ ಹೋಗಿ ತೋಟದಲ್ಲಿ ತಿರುಗಾಡು. ಪ್ರಕೃತಿಗಾದರೂ ಒಳ್ಳೇದಾಗುತ್ತೆ' ಅಂದರು. ಇಲ್ಲಿ ತಾನೆ ಕೂತು ಮಾಡೂದೇನು ಅಂತಬಂದೆ. ನೀವು ಹಾಡಿದ್ದೂ ಆssssಕಾರವೇ ಆದರೂ ನನಗೆ ಸೇರಿತು. ಅದರೊಳಗೊಂದು ಅರ್ಥವಿದೆ. ಮಾತಾಡಿದರೆ ಹುಟ್ಟುವಂಥ ಭಾವವಿದೆ ಅನ್ನಿಸಿತು. ಪೂರ್ತಿ ಕೂತು ಕೇಳಿದೆ." ನನಗೆ ಅವರು ದೊಡ್ಡ ಶಹಬಾಸುಗಿರಿ ಕೊಟ್ಟಂತೆನ್ನಿಸಿತು. ನಾನು ನನಗೆ ಬೇಕಾದ ಕ್ಯಾಸೆಟ್‌ಗಳನ್ನು ಆಯ್ದು ವೇಗವಾಗಿ ಪ್ರತಿಮಾಡುವ ಗುಂಡಿಯನ್ನೊತ್ತಿದೆ. ಅವರು ನೋಡುತ್ತಾ ಅಲ್ಲಿಯೇ ಕುಳಿತಿದ್ದರು. ಎಂದೂ ಅವರು ಹೀಗೆ ಸಂಗೀತದ ಕೋಣೆಗೆ ಬಂದು ನಾನು ಯಾವುವನ್ನು ಪ್ರತಿಮಾಡುತ್ತಿದ್ದೇನೆ ಅಂತ ನೋಡುತ್ತಿರಲಿಲ್ಲ. ಕೆಲವೊಮ್ಮೆ ಯಾವುದಾದರೂ ಕ್ಯಾಸೆಟ್‌ಗಳನ್ನು ನಾನು ಅಲ್ಲಿಯೇ ಧ್ವನಿಪೆಟ್ಟಿಗೆಗೆ ಹಾಕಿ ತುಸುಕೇಳಿ ಪ್ರತಿಮಾಡುವುದೋ ಬೇಡವೋ ಎಂಬುದನ್ನು ನಿರ್ಧರಿಸುತ್ತಿದ್ದೆ. ಕೋಣೆಯಲ್ಲಿ ತುಂಬಹೊತ್ತು ಉಳಿದರೆ ತಮ್ಮ ಅಡುಗೆಯ ಹೆಂಗಸಿನ ಕೈಲಿ ಚಹಾ ಮತ್ತು ಏನಾದರೂ ತಿನಿಸನ್ನು ಕಳಿಸುತ್ತಿದ್ದರು. ಆದರೆ ತಾವು ಒಳಗೆ ಬರುತ್ತಿರಲಿಲ್ಲ. ಈಗ ಅಲ್ಲೇ ಉಳಿದು ನೋಡುತ್ತಿದ್ದುದನ್ನು ಅವರಿಗೆ ಸಂಗೀತದಲ್ಲಿ ಹೊಸದಾಗಿ ಹುಟ್ಟಿದ ಆಸಕ್ತಿ ಎಂದು ನಾನು ಅರ್ಥಮಾಡಿಕೊಂಡೆ. 'ಇವುಗಳನ್ನೆಲ್ಲ ಕೇಳಿ ವೈಶಿಷ್ಟ್ಯಗಳನ್ನು ಅರ್ಥಮಾಡಿಕೊಂಡು ನಿಮ್ಮ ಅಭ್ಯಾಸದಲ್ಲಿ ಅಳವಡಿಸಿಕೊಳ್ತೀರಾ?' ಎಂದರು. ನಾನು ಹೌದು ಎಂದೆ. ಊಟಮಾಡುವಂತೆ ನನ್ನನ್ನು ಬಲವಂತಮಾಡಿದರು. ಅಡುಗೆಯ ಹೆಂಗಸು ಬಡಿಸಿದಳು. ನನಗೆ ಇರುವ ಮಾಲಕ್ಷ್ಮಿಗಿಂತ ಈಕೆ ಚನ್ನಾಗಿ ಅಡುಗೆಮಾಡುತ್ತಾಳೆ, ಇಂಥವಳು ಸಿಕ್ಕಿರುವುದು ಇವರ ಅದೃಷ್ಟ ಎಂದು ನನಗೆ ಅನ್ನಿಸಿತು. ಊಟವಾದಮೇಲೆ ಬನ್ನಿ ಎಂದು ನನ್ನನ್ನು ಮತ್ತೆ ಸಂಗೀತದ ಕೋಣೆಗೆ ಕರೆದೊಯ್ದು ಬಾಗಿಲುಮುಚ್ಚಿ ಕುಳಿತುಕೊಳ್ಳುವಂತೆ ಸೂಚಿಸಿದರು. ತಾವೂ ಒಂದು ಕುರ್ಚಿ ಎಳೆದುಕೊಂಡು ನನ್ನ ಎದುರಿಗೆ ಕೂತು ಹೇಳಿದರು: 'ನಮಗೆ ಊಟಕ್ಕೆ ಬಡಿಸಿದ ಬಾಯಿಯನ್ನ ನೋಡಿದಿರಲ್ಲ. ಹ್ಯಾಗನ್ನಿಸುತ್ತೆ?'

'ತುಂಬ ಚನ್ನಾಗಿ ಅಡುಗೆಮಾಡ್ತಾರೆ. ಗಂಭೀರವಾದ ನಡೆವಳಿಕೆ. ಎಷ್ಟೋ ದಿನ ನನಗೆ ಚಹಾ ತಿನಿಸು ತಂದುಕೊಟ್ಟಿದಾರಲ್ಲ,' ಎಂದೆ.

'ಆಕೆ ಯಾರು ಗೊತ್ತೆ?'

'ಇಲ್ಲ.'

'ಪಂಡಿತ ಮೋಹನಲಾಲ ಅಂತ ಭಾರಿ ಹೆಸರಿನ ಗಾಯಕ ಇದ್ದಾನಲ್ಲ, ಅವನ ಮೊದಲನೆ ಹೆಂಡತಿ. ಮೂವತ್ತುಮೂರು ವರ್ಷದ ಮಗಳು ಇಪ್ಪತ್ತೇಳುವರ್ಷದ ಮಗ ಇದಾರೆ. ಮಗಳು ಐದುವರ್ಷದವಳಾಗಿದ್ದಾಗ ಅವನು ತನ್ನ ಒಬ್ಬ ಶಿಷ್ಯೆಯನ್ನು ರಿಜಿಸ್ಟರ್ ಮದುವೆಯಾಗಿ ಈಕೆಯನ್ನು ಬಿಟ್ಟುಬಿಟ್ಟ, ಆಮೇಲೆ ಎರಡನೆಯವಳನ್ನೂ ಬಿಟ್ಟು ಮನೋಹರಿ ದಾಸ್ ಅನ್ನುವ ನರ್ತಕಿಯ ಜೊತೆ ದಿಲ್ಲಿಗೆ ಓಡಿಹೋದನಂತೆ' ಎಂದು ಮೋಹನಲಾಲರ ವೈವಾಹಿಕ ಜೀವನದ ಬಗೆಗೆ ಹೇಳಿದರು. ಅವರು ಹೇಳಿದ ವಿವರಗಳೆಲ್ಲ ಅವರ ಮನೆಯಲ್ಲಿ ಅಡುಗೆಮಾಡುತ್ತಿರುವ ಮೊದಲ ಹೆಂಡತಿಯಿಂದ ತಿಳಿದ ಸಂಗತಿಗಳೆಂಬುದು ಸ್ಪಷ್ಟವಿತ್ತು.

ನನಗೆ ಗೊತ್ತಿಲ್ಲದ ಎಷ್ಟೋ ಹೊಸಸಂಗತಿಗಳು, ವಿವರಗಳು. 'ಅವನ ನೀತಿಭ್ರಷ್ಟ ವಿಷಯ ಇತ್ತೀಚೆಗೆ ಪತ್ರಿಕೆಗಳಲ್ಲೂ ಬಹಳ ಬಂತು. ನೀವು ಓದಿಲ್ಲ ಅಂತ ಕಾಣುತ್ತೆ. ನಿಮ್ಮ ತೋಟಕ್ಕೆ ಪತ್ರಿಕೆ ಬರುತ್ತೆಯೆ?'

'ನಾನು ತರಿಸೂದಿಲ್ಲ.'

'ಅವನು ಎಂಥ ಲೋಫ಼ರ್ ಅನ್ನೂದು ನಮ್ಮ ಸಾಹೇಬರಿಗೂ ಗೊತ್ತಿದೆ. ಪತ್ರಿಕೆಗಳಲ್ಲಿ ಅವನ ಕಥೆ ಬಯಲಾಗುವ ಮೊದಲೇ ಗೊತ್ತಿತ್ತು. ಆದರೂ ಅವನಿಗೆ ಪ್ರಶಸ್ತಿಬಂದಾಗ ದೊಡ್ಡ ಸನ್ಮಾನಮಾಡುಕ್ಕೆ ಇವರೇ ಮುಖ್ಯರಾಗಿದ್ದರು. ಗೊತ್ತಿದ್ದೂ ಗೊತ್ತಿದ್ದೂ ಯಾಕೆ ಅವನಿಗೆ ಸನ್ಮಾನಮಾಡ್ತೀರಿ? ಅಂತ ನಾನು ಕೇಳಿದೆ. ಕಲೆಗೂ ಕಲಾವಿದನ ಖಾಸಗಿ ನಡತೆಗೂ ಸಂಬಂಧ ಕಲ್ಪಿಸಿದರೆ ಕಲೆಯೇ ಉಳಿಯುಲ್ಲ, ಅಂದರು. ಅವನ ಜೀವನದಿಂದ ತಾನೆ ಕಲೆ ಹುಟ್ಟೂದು ಅಂತ ನಾನು ವಾದಮಾಡಿದೆ. ನನಗೆ ಮನವರಿಕೆ ಮಾಡುಕ್ಕೆ ಅವರಿಗೆ ಆಗಲಿಲ್ಲ. ಕಲೆಯ ಶೋಕಿ ಇರೋರಿಗೆ ಕಲಾವಿದರಿಗೆ ಬೇಕಾದ್ದು ಸಹಾಯಮಾಡುವ ಹುಚ್ಚೂ ಇರುತ್ತೆ ಅಂದುಕೊಂಡು ನಾನು ಸುಮ್ಮನಾದೆ.'

ಪತ್ರಿಕೆಗಳಲ್ಲಿ ಪ್ರಕಟವಾದ ಅವನ ನೀತಿಭ್ರಷ್ಟ ವಿಷಯದ ವಿವರಗಳು ಯಾವುದೆಂದು ಕೇಳುವ ಮನಸ್ಸಾದರೂ ನಾನು ಮಾತನಾಡಲಿಲ್ಲ. ಈ ವಿಷಯದಲ್ಲಿ ಕುತೂಹಲ ತೋರಿಸುವುದು ವಿವೇಕವಲ್ಲವೆಂದು ತಕ್ಷಣ ಅನ್ನಿಸಿತು. ಅದರಲ್ಲಿ ನನ್ನ ಹೆಸರೇನಾದರೂ ಇರಬಹುದೇ ಎಂಬ ಆತಂಕವೂ ಆಯಿತು. ಇರಲಿಕ್ಕಿಲ್ಲ, ಇದ್ದಿದ್ದರೆ ಈಕೆ ಅದನ್ನು ನನ್ನೆದುರಿಗೆ ಪ್ರಸ್ತಾಪಿಸುತ್ತಿರಲಿಲ್ಲ ಎಂಬ ಕಾರಣ ಹುಟ್ಟಿತು. ಇದು ಬಹಳ ಹಿಂದಿನ ಘಟನೆ. ಎರಡುವಾರದ ಹಿಂದೆ ನನ್ನ ತೋಟದ ಮನೆಗೆ ಬಂದು ನನ್ನ ಸಂಗೀತ ಕೇಳಿದನಂತರ ಹುಟ್ಟಿದ ವಿಶ್ವಾಸದಿಂದ ಈ ದಿನ ಹೇಳಿದ್ದಾರೆ. ಅನಂತರ ನಾನು ಇವರಿಗೆ ಸಿಕ್ಕಿರುವುದು ಇದೇ ಮೊದಲಸಲ, ಎಂಬ ಸರಣಿಯೂ ಹೊಳೆಯಿತು.

ಅದುವರೆಗೆ ಗೋರೆಸಾಹೇಬರ ಮನೆಯ ಅಡುಗೆಯ ಬಾಯಿಯಾಗಿ ನನ್ನೊಡನೆ ಯಾವ ಭಾವಸಂಪರ್ಕವೂ ಇಲ್ಲದ ಹೆಂಗಸು ಅಂದಿನಿಂದ ನನ್ನನ್ನು ಹಾಳುಮಾಡಿದವನಿಂದ ಹಾಳಾದ ಭಗಿನಿಯಂತೆ ಸಂಪರ್ಕಗೊಂಡಿದ್ದಾಳೆ. ಆಕೆಯ ಬಿಳಿಗೂದಲಿನ ನಸುಗಪ್ಪುಬಣ್ಣದ, ದುಃಖ ಪಟ್ಟು ಪಟ್ಟು ಜಡ್ಡುಗಟ್ಟಿದ ಮುಖವು ನೆನಪನ್ನು ಕಾಡತೊಡಗಿತು. ಅವನು ಬೇರೆ ಹೆಂಗಸರ ಸಹವಾಸವನ್ನು ಬಿಟ್ಟು ನನ್ನನ್ನು ಮದುವೆಯಾದರೆ ಒಪ್ಪಿಬಿಡಬೇಕೆಂಬ ಆಶೆ ಒಂದು ಹಂತದಲ್ಲಿ ನನಗಿದ್ದ ನೆನಪಾದರೆ ನಾಚಿಕೆಯಾಗುತ್ತಿದೆ. ಗೋರೆಸಾಹೇಬರ ಮನೆಗೆ ಹೋಗುವುದನ್ನೇ ತಪ್ಪಿಸಬೇಕೆಂಬಂತಹ ನಾಚಿಕೆ.

ಮೂರುವಾರದ ನಂತರ ಈ ದಿನ ಮತ್ತೆ ಹೋಗಿದ್ದೆ. ಸುನೀತಿ ತಾಯಿ ಊಟ ಮಾಡಿಸಿದರು. ರಾಮಕುಮಾರಿಯನ್ನು ಸೂಕ್ಷ್ಮವಾಗಿ ನೋಡಿದೆ. ಈವತ್ತೂ ತಾಯಿ ಸಂಗೀತದ ಕೋಣೆಯಲ್ಲಿ ಕೂತು ರಾಮಕುಮಾರಿಗೆ ಸಂಬಂಧಿಸಿದ ಅವನ ವಿಷಯ ಇನ್ನಷ್ಟು ಹೇಳಿದರು. ನನ್ನ ಕೈಲಿ ಅವನ ವಿಷಯ ಮಾತನಾಡಬೇಡಿ, ನನ್ನ ಚಿತ್ತಶಾಂತಿ ಕಲಕುತ್ತೆ ಅಂತ ಅವರಿಗೆ ಹೇಳುವುದಾದರೂ ಹೇಗೆ? ರಾಮಕುಮಾರಿಯ ಬಗೆಗೆ ಸುನೀತಿ ತಾಯಿಗೆ

ತುಂಬ ಕನಿಕರವಿದೆ. ಬೇರೆ ಯಾರಲ್ಲಿಯೂ ಇದನ್ನು ಹೇಳುವುದಿಲ್ಲವೆಂದು ತೋರುತ್ತದೆ. ನಾನೂ ಸಂಗೀತಪ್ರಪಂಚಕ್ಕೆ ಸೇರಿದವಳಾದುದರಿಂದ ನನ್ನೊಡನೆ ಹೇಳುತ್ತಿರ ಬಹುದು. ಅವರಿಗೆ ಗೊತ್ತಿರುವುದಕ್ಕಿಂತ ಸಂಗೀತಜಗತ್ತಿನ ಹೆಚ್ಚು ವಿಷಯಗಳು ಸಾಹೇಬರಿಗೆ ತಿಳಿದಿರಬಹುದು. ತಿಳಿದಿದೆ. ನನ್ನ ವಿಷಯವೂ ಗೊತ್ತಿದೆಯೆ? ರಾಮಕುಮಾರಿಗೆ ಏನಾದರೂ ಕೆಲಸಕೊಡಿಸಿರೆಂದು ಶಿಫಾರಸು ಮಾಡಿದವರು ರಾಜಾರಾಮ ಕಾಕನಂತೆ. ಅದನ್ನು ಈ ದಿನ ಸುನೀತಿ ತಾಯಿ ಹೇಳಿದರು. ರಾಜಾರಾಮ ಕಾಕ ಮಾತ್ರ ರಾಮಕುಮಾರಿಯು ಸಾಹೇಬರ ಮನೆಯಲ್ಲಿ ಕೆಲಸ ಮಾಡುವ ಸಂಗತಿಯನ್ನು ನನ್ನ ಕೈಲಿ ಹೇಳಿಲ್ಲ. ನನ್ನ ವಿಷಯವನ್ನು ಸಾಹೇಬರ ಹತ್ತಿರ ಬಾಯಿಬಿಟ್ಟಿದ್ದಾರೆಯೆ? ಇರಲಿಕ್ಕಿಲ್ಲ. ಈ ಹುಡುಗಿ ಅಂಥ ಒಳ್ಳೆ ಗಂಡನನ್ನು ಬಿಟ್ಟು ತೋಟದ ಮನೆಯಲ್ಲಿ ಯಾಕೆ ನೆಲೆಸಿದ್ದಾಳೆ? ಎಂಬ ಕುತೂಹಲ ವಕೀಲರಾದ ಸಾಹೇಬರಿಗೆ ಹುಟ್ಟಿಲ್ಲವೆ? ಹುಟ್ಟಿದ್ದರೂ ತೋರಿಸಿಕೊಳ್ಳುವ ದರ್ಜೆಯ ವ್ಯಕ್ತಿಯಲ್ಲ ಅವರು.

– ೫ –

ಕಳೆದವಾರ ದೊಡ್ಡಣ್ಣನ ಹುಟ್ಟುಹಬ್ಬವಿತ್ತು. ಮನೆಗೆ ಹೋಗಿದ್ದೆ. ಹೊಸಸುದ್ದಿ ತಿಳಿಯಿತು. ರೇವತಿಭಾಬಿ ಗರ್ಭಿಣಿಯಾಗಿದ್ದಾರೆ. ಇದು ಮೂರನೆಯದು. ಈ ಕಾಲದಲ್ಲಿ ಎರಡರ ನಂತರ ಯಾರೂ ಮಕ್ಕಳನ್ನು ಪಡೆಯುವುದಿಲ್ಲ. ಅದೂ ವಿದ್ಯಾವಂತರ ಮನೆಯಲ್ಲಿ. ಮೂರನೆ ಮಗುವಾಗುವುದು ಎಂದರೆ ಅವಿದ್ಯಾವಂತ ಕಲಂಕ ಎಂಬ ಭಾವನೆ ಬೆಳೆದಿದೆ. ಭಾಭಿ ನನ್ನನ್ನು ತಮ್ಮ ಕೋಣೆಗೆ ಕರೆದುಕೊಂಡು ಹೋಗಿ ಹೇಳಿದರು: 'ಆಕಸ್ಮಿಕವಾಗಿ ಆಯಿತು. ನಿನ್ನ ಅಣ್ಣ ಡಾಕ್ಟರ ಹತ್ತಿರಹೋಗಿ ತೆಗೆಸಿಬಿಡೋಣ ಅಂದರು. ನಾನು ಒಪ್ಪಲಿಲ್ಲ. ನಗೋರು ನಗಲಿ. ದೇವರು ಕೊಟ್ಟಿರುವಾಗ ಯಾಕೆ ಸಂತೋಷಪಡಬಾರದು? ಅಂದೆ.' ಅವರ ಮುಖದಲ್ಲಿ ಮತ್ತೆ ಸಿಕ್ಕಿದ ಸಂತೋಷ ಬಿರಿಯುತ್ತಿತ್ತು. ಇಬ್ಬರಲ್ಲಿ ನನಗೆ ಹೆಚ್ಚು ಹತ್ತಿರವಾದವರು ಇವರೇ. ನನ್ನ ವಯಸ್ಸಿನವರು. ನಾನು ಸಾಯಂಕಾಲವೇ ತೋಟಕ್ಕೆ ಬಂದೆ.

ಎರಡುದಿನದ ನಂತರ ರೇವತಿಭಾಬಿಯ ಮುಖದಲ್ಲಿ ಬಿರಿದ ಸಂತೋಷವು ನನ್ನನ್ನು ಕಾಡಲು ಶುರುವಾಯಿತು. ಮೂವತ್ತನಾಲ್ಕು ವರ್ಷದ ಭಾಭಿ ಮೂರನೆ ಬಾರಿ ತಾಯಿಯಾಗು ತ್ತಿದ್ದಾರೆ ಎಂಬ ವಾಸ್ತವದೊಡನೆ ನಾನು ಬಂಜೆಯಾಗುಳಿದೆ ಎಂಬ ವಾಸ್ತವವು ಹೋಲಿಸಿ ಕೊಳ್ಳುತ್ತಿತ್ತು. ಸಂಗೀತಕ್ಕಾಗಿ ನಾನು ಈ ಸಂತೋಷವನ್ನು ತ್ಯಾಗಮಾಡಿದ್ದೆ. ಮದುವೆಯಾಗಿ ಲಾಸ್‌ಗಟಾಸಿಗೆ ಹೋದನಂತರ ವಿಕ್ರಮರಿಗೆ ಹೇಳಿದ್ದೆ: 'ಮಗು, ಅದರ ಪಾಲನೆಪೋಷಣೆಯಲ್ಲಿ ಸಂಗೀತಸಾಧನೆಗೆ ಅಡ್ಡಿಯಾಗುತ್ತೆ. ನನಗೇನೋ ಮಕ್ಕಳು ಬೇಡ ಅನ್ನಿಸುತ್ತೆ. ನೀವು ಬೇಕು ಅಂದರೆ ನನ್ನ ವಿರೋಧವಿಲ್ಲ.' ಅವರು ಅದಕ್ಕೂ ಒಪ್ಪಿದರು. ಅವರನ್ನು ಬಿಟ್ಟು ಇಲ್ಲಿಗೆ ಬಂದನಂತರ ತಾಯಿಯಾಗುವ ಕಲ್ಪನೆಯೂ ಬಂದಿಲ್ಲ.

ಸಾಧ್ಯತೆಯೂ ಇಲ್ಲ.

ಈಗ ಇದ್ದಕ್ಕಿದ್ದಂತೆಯೇ ತಾಯಿತನದ ಬಯಕೆ ಹುಟ್ಟಿಬಿಟ್ಟಿದೆ. ತೋಟದ ಮಾವಿನಮರಗಳು ಹೂಬಿಟ್ಟಿವೆ. ನಿಜವಾಗಿ ಇದು ವಸಂತಋತು. ಬಸಂತವನ್ನು ಅಭ್ಯಾಸಮಾಡಿಕೊಳ್ಳಬೇಕಾದ ಕಾಲ. ನನಗೆ ಹೊಸ ಅರ್ಥಕಾಣಿಸುತ್ತಿದೆ. ಬಸಂತವೆಂದರೆ ಪ್ರೇಮ ಚಿಗುರುವ, ವಿರಹದ, ಮಿಲನದ ಬಯಕೆಯ, ಜೇನುಹುಳುಗಳು ಮಧುಸಂಚಯಕ್ಕೆ ತೊಡಗಿ ಹೂವಿನಿಂದ ಹೂವಿಗೆ ಸಂಪರ್ಕ ಕಲ್ಪಿಸುವ ಋತುವೆಂದು ನಾನು ತಿಳಿದಿದ್ದೆ. ಬಸಂತರಾಗವನ್ನು ಈ ಭಾವದಿಂದಲೇ ಅರ್ಥೈಸಿದ್ದೆ. ಆದರೆ ಈಗ ತಾಯ್ತನದ ಬಯಕೆಯ ಋತುವಾಗಿದೆ. ತಾಯ್ತನಕ್ಕೆ ಒಯ್ಯದ ವಿರಹ, ಪ್ರಣಯಗಳಿಗೆ ಅರ್ಥವೇನಿದೆ? ಗಂಡುಹೆಣ್ಣಿನ ಪ್ರೀತಿಗೇ ಹೊಸ ಅರ್ಥ ಕಾಣಿಸತೊಡಗಿದೆ. ತಾಯಿಯಾಗಲು ತಂದೆಯಾಗಲು ಪರಸ್ಪರ ಸಹಕಾರಿಯಾಗುವ ಮೂಲಶ್ರುತಿಯಿಲ್ಲದ ಪ್ರೀತಿ ಪ್ರಣಯಗಳಿಗೆ ಯಾವ ಅರ್ಥವಿದೆ? ಎನ್ನಿಸುತ್ತಿದೆ. ಪ್ರೀತಿ ಪ್ರಣಯಗಳಿಂದ ನಾನು ಶಾಶ್ವತವಾಗಿ ವಂಚಿತಳಾಗಿದ್ದೇನೆ ಎಂಬ ಸಂಕಟವು ಒಳಗೇ ಸುಡತೊಡಗಿದೆ. ಬಸಂತದಂಥ ರಾಗವನ್ನು ನಾನು ಹಾಡಲೇಬಾರದು. ಹಾಡಿದರೆ ನನ್ನೊಳಗಿನ ಭಣಭಣವು ಹೊರಹೊಮ್ಮಿ ಅಳುವಂತಾಗುತ್ತದೆ. ಮಧ್ಯಮಾದಿ ಸಾರಂಗವೂ ಇಂಥದೇ ವಿರಹದ ಉರಿ ಹೊತ್ತಿಸುತ್ತದೆ. ಶಾಸ್ತ್ರ ತಿಳಿಯದವರು ಅದನ್ನು ಮಧುಮಾಸ ಸಾರಂಗವೆಂದು ತಪ್ಪು ನುಡಿಯುತ್ತಾರೆಂದುಕೊಂಡಿದ್ದೆ. ಆ ತಪ್ಪುನುಡಿಯೂ ಸತ್ಯವನ್ನೇ ಹೇಳುತ್ತಿದೆ ಎಂದು ಈಗ ಅರ್ಥವಾಗುತ್ತಿದೆ. ಮಧುಮಾಸ ಎಂಬ ಶಬ್ದದಲ್ಲೇ ವಿರಹದ ಯಾತನೆಯು ಬಿರಿಯುತ್ತದೆ. ಇನ್ನು ಮುಂದೆ ನಾನು ಅದನ್ನೂ ಹಾಡಬಾರದು.

ಮೊನ್ನೆಯಿಂದ ಒಂದು ಆಲೋಚನೆ, ಆಲೋಚನೆಯಲ್ಲ ಹಗಲುಗನಸು. ಹಗಲುಗನಸೂ ಅಲ್ಲ, ಹುಚ್ಚು ಕನಸು ತೇಲಿಬರುತ್ತಿದೆ. ನನ್ನನ್ನು ನಾನು ದೇವದಾಸಿ ಅಂತ ಭಾವಿಸಿಕೊಂಡರೆ ಗಂಡ, ಸಂಸಾರ, ಎಂಬ ಯಾವ ಬಂಧನವೂ ಇಲ್ಲದೆ ತಾಯಿಯಾಗಬಹುದು. ಮಗುವು ಹೊಟ್ಟೆಯಲ್ಲಿರುವಾಗಲೇ ನಾನು ಮಾಡುವ ಸ್ವರಸಾಧನೆಯು ಅದರ ನರನಾಡಿಗಳನ್ನು ಸೇರಿ ಅದು ಸಂಗೀತದ ಸಂಸ್ಕಾರದೊಡನೆಯೇ ಹುಟ್ಟಿ, ಮುಂದೆ ನಾನು ಎಳೆಯದರಲ್ಲೇ ಶಿಕ್ಷಣಕೊಟ್ಟು ಇಪ್ಪತ್ತನೆಯ ವರ್ಷಕ್ಕೇ ಸಮಸ್ತ ಭಾರತದ ಸಂಗೀತ ರಸಿಕರನ್ನು ಗೆಲ್ಲುವಂತಹ ಗಾಯಕನೋ ಗಾಯಕಿಯೋ ಆಗಬೇಕು ಎಂಬ ಕನಸು.

ಮೂರುದಿನದಿಂದ ದೇವದಾಸಿಯಾಗುವ ಕನಸೇ ಕಾಡುತ್ತಿದೆ. ಇವತ್ತು ಬೆಳಗ್ಗೆ ಒಂದು ಪ್ರಶ್ನೆಹುಟ್ಟಿ ನನ್ನ ಕನಸಿನ ಅಸಂಬದ್ಧತೆಯು ವ್ಯಕ್ತವಾಯಿತು. ದೇವದಾಸಿಯಂತೆ ನಾನು ತಾಯಿಯಾದರೂ ನನ್ನ ಮಗುವಿಗೆ ಬೀಜದಾನ ಮಾಡುವವನು ಯಾರಾಗಬೇಕು? ಇನ್ನೊಬ್ಬ ಸಂಗೀತಗಾರನೆ? ಎಲ್ಲ ಸಂಗೀತಗಾರರೂ ಮೋಹನಲಾಲನಂತಿರುವುದಿಲ್ಲವಾದರೂ ಯಾವ ಆಧಾರದ ಮೇಲೆ ನಾನು ಒಬ್ಬ ಸಂಗೀತಗಾರನನ್ನು ಆರಿಸಿ ಅವನೊಡನೆ ಮಲಗಲಿ? ಪ್ರೇಮವೆ? ಅಂಥ ಪ್ರೇಮವು ನನಗೆ ಯಾರೊಡನೆಯಾದರೂ ಹುಟ್ಟುವ ಸಂಭವವಿಲ್ಲ. ವಿಕ್ರಮರನ್ನು ಬಿಟ್ಟುಬಂದ,

ಅವರಿಗೆ ಮೋಸಮಾಡಿದ ಪಾಪದ ಚುಚ್ಚಿನಿಂದ ಪಾರಾಗದೆ ನರಳುತ್ತಿರುವವಳಿಗೆ ಬೇರೊಬ್ಬನನ್ನು ಪ್ರೇಮಿಸುವುದು ಹೇಗೆ ಸಾಧ್ಯ? ಅಕಸ್ಮಾತ್ ನಾನು ಪ್ರೇಮಿಸಿದರೂ ಅವನು ಮದುವೆಯಾದವನಾದರೆ ಅವನ ಹೆಂಡತಿ ಮಕ್ಕಳಿಗೆ ನಾನು ಅನ್ಯಾಯಮಾಡಿದಂತಾಗುವುದಿಲ್ಲವೆ? ಅವಿವಾಹಿತನಾಗಿದ್ದರೆ ಅನಂತರ ಅವನು ಮೀಸಲೊಡೆದುಕೊಂಡು ಬೇರೊಬ್ಬಳನ್ನು ಮದುವೆಯಾಗುವುದು ಹೇಗೆ ನ್ಯಾಯ? ನನ್ನನ್ನೇ ಮದುವೆಯಾಗಲಿ ಎಂದರೆ ದೇವದಾಸಿಯ ಕಲ್ಪನೆಯೇ ಸುಳ್ಳಾಗುತ್ತದಲ್ಲ. ಇವನ್ನೆಲ್ಲ ಬಿಡಿಸಿನೋಡಿದರೆ ದುಃಖವೂ ಆಗುತ್ತದೆ. ನಗುವೂ ಬರುತ್ತದೆ.

ನೆನ್ನೆಯಿಂದ ಮನಸ್ಸು ಸ್ಪಷ್ಟವಾದ ನಿಲುಗಡೆಗೆ ಬಂದಿದೆ. ನಾನು ತಾಯಿಯಾಗಬೇಕಾದರೆ ನನ್ನ ಮಗುವನ್ನು ಹುಟ್ಟಿಸುವ ನೈತಿಕ ಅಧಿಕಾರವಿರುವುದು ವಿಕ್ರಮರಿಗೆ ಮಾತ್ರ. ಅವರ ದೊಡ್ಡತನದ ಇನ್ನೊಂದು ಮುಖವು ಈಗ ಅರ್ಥವಾಗುತ್ತಿದೆ. ತಂದೆತಾಯಿಯರಿಗೆ ಒಬ್ಬನೇ ಮಗ. ಅಭಿವೃದ್ಧಿಯಾಗುತ್ತಿರುವ ಸ್ವಂತ ಉದ್ಯಮ. ಅದನ್ನು ಮುಂದೆ ಬೆಳೆಸುವ ಉತ್ತರಾಧಿಕಾರಿಯನ್ನು ಹೆಂಡತಿಯಿಂದ ಅಪೇಕ್ಷಿಸುವ ತಮ್ಮ ಹಕ್ಕನ್ನು ಕೂಡ ನನ್ನ ಸಂಗೀತಾಭಿವೃದ್ಧಿಗಾಗಿ ಬಿಟ್ಟುಕೊಟ್ಟ ಉದಾರಿ ಅವರು. ಅವರನ್ನು ಬಿಟ್ಟು ನನ್ನ ತಾಯಿತನದ ಕಲ್ಪನೆ ಮಾಡುವುದೂ ಪಾಪ. ಆದರೆ ನಾನು ಅವರನ್ನು ಕಳೆದುಕೊಂಡಿದ್ದೇನೆ. ಆದ್ದರಿಂದ ತಾಯಿತನದ ಹಂಬಲವನ್ನು ಹತ್ತಿಕ್ಕಿ ಸಂಗೀತಸಾಧನೆಯಲ್ಲಿ ತೊಡಗುವುದೊಂದೇ ವಿವೇಕ.

ಅಧ್ಯಾಯ ೧೮

- ೧ -

ತಾನು ಕಳೆದಬಾರಿ ಎರಡುವರ್ಷ ಬನಾರಸಿನಲ್ಲಿ ಭಾರತೀಯ ಸಂಗೀತ ಕಲಿತದ್ದಕ್ಕೂ ಈಗ ನಾಲ್ಕುವರ್ಷದಿಂದ ಮುಂಬಯಿಯಲ್ಲಿದ್ದು ಕಲಿಯುತ್ತಿರುವುದಕ್ಕೂ ಇರುವ ವ್ಯತ್ಯಾಸ ಲಾರೆನ್‌ಸ್ಮಿತ್‌ಳಿಗೆ ಸ್ಪಷ್ಟವಾಗಿ ತಿಳಿದಿದೆ. ಬನಾರಸಿನಲ್ಲಿದ್ದಾಗ ತನಗಿನ್ನೂ ಚಿಕ್ಕವಯಸ್ಸು. ಇಪ್ಪತ್ತನಾಲ್ಕುವರ್ಷ. ಕನಸುಗಳು ಹೊಸಶಕ್ತಿಯಿಂದ ಪಲ್ಲವಿಸುವ ವಯಸ್ಸು. ಪ್ರತಿಯೊಂದು ರಾಗವೂ ಹೊಸಭಾವನೆ, ಹೊಸಕನಸುಗಳನ್ನು ಚಿಗುರಿಸಿ ಪಲ್ಲವಿಸುತ್ತಿತ್ತು. ಜೊತೆಗೆ ಅದು ಬನಾರಸ್‌ಪಟ್ಟಣ. ಹರಿಶ್ಚಂದ್ರನ ಕಾಲದಿಂದ ಅಥವಾ ಇನ್ನೂ ಹಿಂದಿನಿಂದ ಇದ್ದು ಈಗಲೂ ತನ್ನೆಲ್ಲ ಪುರಾಣದ ಕಲ್ಪನೆಗಳನ್ನು ತುಂಬಿ ನಳಿನಳಿಸುವ ನಗರಿ. ಗಂಗಾತಟದಲ್ಲಿ ಕೂರಲಿ, ದೋಣಿಯ ಮೇಲೆ ಕೂತು ಘಟ್ಟಸಾಲುಗಳನ್ನು ಕಣ್ಣಿಗೆ ತುಂಬಿಕೊಳ್ಳಲಿ, ಸಂದಿ ಗೊಂದಿಗಳಲ್ಲಿ ಇರುವ ಲೆಕ್ಕಕ್ಕೆ ಸಿಗದ ದೇವಮಂದಿರಗಳ ಮುಂದೆ ನಿಲ್ಲಲಿ, ಹಣೆಗೆ ಕುಂಕುಮ ಬಳಿದುಕೊಂಡು ಕೊರಳಿಗೆ ಚೆಂಡುಹೂವಿನ ಹಾರ ಇಳಿಬಿಟ್ಟು ಜೈ ವಿಶ್ವನಾಥಜಿ, ಜೈ ಅನ್ನಪೂರ್ಣಾಜಿ, ಜೈ ಕೋತವಾಲಜಿ, ಜೈ ರಾಮಚಂದ್ರಜಿ, ಜಯ ಜಯ ತುಲಸೀ ದಾಸಜೀ ಎಂದು ಪರಸ್ಪರ ಮನಸ್ಸಿನಿಂದ ಹೇಳಿಕೊಳ್ಳುತ್ತಾ ನಡೆಯುವ ಜನಗಳ ಕಣ್ಣಿನಲ್ಲಿ ಹೊಮ್ಮುವ ಪುರಾಣಪ್ರಪಂಚಗಳ ವಾತಾವರಣದಲ್ಲಿ ಒಂದೊಂದು ರಾಗದಲ್ಲೂ ಒಂದೊಂದು ಅಧಿದೈವಶಕ್ತಿಯ ಅನುಭವವಾಗುತ್ತಿತ್ತು. ಆ ಗುರೂಜಿಯೇ ಬೇರೆ. ಆಚಾರ್ಯ ಶ್ರುತಿಸಾಗರ ಪಾಂಡೆ ಎನ್ನುವ ಹೆಸರಿನಲ್ಲೇ ಎಂಥ ಅಗಾಧಕಲ್ಪನೆ. ಶ್ರುತಿಯ ಸಾಗರ. ಸಾಗರವೆಂದರೆ ವಿಮಾನದಿಂದ ಕೆಲವು ಗಂಟೆಗಳಲ್ಲಿ, ಹಡಗಿನಿಂದ ಕೆಲವು ವಾರಗಳಲ್ಲಿ ದಾಟಬಹುದಾದ ಜಲರಾಶಿಯಲ್ಲ. ಅಗಾಧ, ಅನಂತ, ಮೇರೆವರಿಯದ, ಸಕಲ ದೈವೀರತ್ನಗಳನ್ನೂ ತನ್ನ ಗರ್ಭದೊಳಗೆ ಅಡಗಿಸಿಕೊಂಡಿರುವ ಅಪ್‌ಶಕ್ತಿಯ ಆಳವಿಸ್ತಾರಗಳು. ಅಂಥ ಸಾಗರೋಪಮ ವಾದ ಶ್ರುತಿಶಕ್ತಿಯನ್ನು ಧ್ವನಿಸುವ ಹೆಸರು. ಬೆಳಗ್ಗೆ ನಸುಗತ್ತಲಿನಲ್ಲೇ ಎದ್ದು ಓಂಕಾರ ಜಪ ಮಾಡುತ್ತಾ ಗಂಗಾಜಿಗೆ ಇಳಿದು ಕುತ್ತಿಗೆಯಮಟ್ಟದ ನೀರಿನಲ್ಲಿ ಕೂತು ಸ್ವರಸಾಧನೆ ಮಾಡಿ ಮನೆಗೆ ಹಿಂತಿರುಗಿ ತಲೆತಲಾಂತರದಿಂದ ತಮ್ಮ ಮನೆಯಲ್ಲೇ ಪ್ರತ್ಯೇಕವಾಗಿ ಕಟ್ಟಿಸಿಕೊಂಡಿರುವ ಸಣ್ಣ ಕೃಷ್ಣಮಂದಿರದಲ್ಲಿ ಕೂತು ಪೂಜೆಮಾಡಿ ಹಣೆಗೆ ಕುಂಕುಮಧರಿಸಿ ಹೊರಬಂದನಂತರ ತಂಬೂರಿ ಹಿಡಿಯುವ ಶ್ರದ್ಧೆ. ಅವರಿಗೂ ತನಗೂ ನಡುವೆ ಇದ್ದ ಗುರುವಿನ ಎತ್ತರದ ಅಂತರ. ಒಂದುದಿನವೂ ಶಿಷ್ಯೆಯನ್ನು ಬಯಕೆಯ ಕಣ್ಣಿನಿಂದ ನೋಡಿದ್ದಿಲ್ಲ. ಸಮೀಪಭಾವಕ್ಕೆ ಅವಕಾಶವೇ ಇರಲಿಲ್ಲ. ಒಂದೊಂದು ರಾಗಕ್ಕೂ

ಸಂಸ್ಕೃತ ಶ್ಲೋಕಗಳನ್ನು ಹೇಳಿ ರಾಗದೇವಿ ಅಥವಾ ದೇವನ ಕಲ್ಪನೆ ಹುಟ್ಟಿಸಿ ಆ ರಾಗವನ್ನು ಹಾಡುವುದೆಂದರೆ ಆ ದೇವಿ ಅಥವಾ ದೇವನನ್ನು ಆವಾಹಿಸಿ ನಿಜಗೊಳಿಸುವುದು ಎನ್ನುತ್ತಿದ್ದರು. ಆ ಕಲ್ಪನೆಗಳೆಲ್ಲ ಅವಳಿಗೆ ಅರ್ಥವಾಗುತ್ತಿರಲಿಲ್ಲ. ಆದರೆ ಮನಸ್ಸಿನಲ್ಲಿ ನಿಗೂಢತೆ ಮೂಡುತ್ತಿತ್ತು. ಪೂರ್ವಗೋಳದ ರಹಸ್ಯಗಳ, ಅವುಗಳಿಗೆಲ್ಲ ಮಾತೃಸ್ಥಾನವಾದ ಭಾರತದ ಜೀವಮೂಲದ ಭಾವ ಮನಸ್ಸಿನಲ್ಲಿ ಮೂಡುತ್ತಿತ್ತು. ಅವರು ಸಂಗೀತವನ್ನು ಕಲೆಯ ವಿಶ್ಲೇಷಣಾತ್ಮಕ ಗ್ರಾಹ್ಯಕಲ್ಪನೆಗಳಿಂದ ವಿವರಿಸುತ್ತಿರಲಿಲ್ಲ, ಪುರಾಣದ ಅಧ್ಯಾತ್ಮಸಾಧನೆಯ ಒಂದು ವಿಧಾನ ವಾಗಿಯೇ ಅರ್ಥೈಸುತ್ತಿದ್ದರು ಎಂಬ ವ್ಯತ್ಯಾಸ ಅವಳಿಗೆ ಈಗ ಅರ್ಥವಾಗಿದೆ. ಮುಂಬಯಿಯ ಶಖೆ ಗದ್ದಲ ಕೆಟ್ಟಹವೆಯ ನಡುವೆ ಕುರೂಪಗಳನ್ನು ಗುಂಪು ನಿಲ್ಲಿಸಿದಂತೆ ಕಟ್ಟಿದ ಬಹು ಅಂತಸ್ತಿನ ಕಟ್ಟಡದ ಆರನೆ ಮಹಡಿಯ ತನ್ನ ಫ್ಲ್ಯಾಟಿನಲ್ಲಿ ಕೂತು ಎದುರಿನ ಕಟ್ಟಡದ ಫ್ಲ್ಯಾಟುಗಳವರು ಒಣಗಹಾಕುವ ಚಡ್ಡಿ, ಅಂಗಿ, ಲಂಗ, ಸೀರೆಗಳ ಬಾಲ್ಕನಿಗಳಲ್ಲೇ ಚಾಪೆ ಹಾಕಿಕೊಂಡು ಬೆವರಿನ ಅರೆಮೈಯಲ್ಲಿ ಮಲಗುವವರ ಜುಗುಪ್ಸೆ ಹುಟ್ಟಿಸುವ ದೃಶ್ಯವನ್ನು ತಪ್ಪಿಸಿಕೊಳ್ಳಲೆಂದು ಕಿಟಕಿಬಾಗಿಲುಗಳನ್ನು ಮುಚ್ಚಿ ತಂಬೂರಿಯ ಶ್ರುತಿಮಾಡಿಕೊಂಡು ಕಣ್ಣುಮುಚ್ಚಬೇಕು. ಬಲವಾಗಿ ಕಿಟಕಿ ಮುಚ್ಚದಿದ್ದರೆ ಪಕ್ಕದ ಫ್ಲ್ಯಾಟಿನ ಟಿ.ವಿ.ಯ ಸದ್ದು. ಯಾರಿಗೆ ಯಾರೂ ನಿಮ್ಮಿಂದ ನನಗೆ ತೊಂದರೆಯಾಗುತ್ತಿದೆ ಎಂದು ಹೇಳಲಾಗದ ದೇಶ ಇದು. ಎಲ್ಲವನ್ನೂ ಮುಚ್ಚಿ ಎ.ಸಿ. ಹಾಕಿಕೊಳ್ಳುವುದೊಂದೇ ಇಲ್ಲಿ ಏಕಾಂತವನ್ನು ಪಡೆಯಬಹುದಾದ ಏಕೈಕ ವಿಧಾನ ಎಂದುಕೊಳ್ಳುತ್ತಿದ್ದಳು. ಇಂಥ ಸ್ಥಿತಿಯಲ್ಲಿ ಭಾರತೀಯ ಶಾಸ್ತ್ರೀಯ ಸಂಗೀತವನ್ನು ಆವಾಹಿಸಿಕೊಳ್ಳುವುದು ಹೇಗೆ? ಎಂಬ ಹತಾಶ ಸಮಸ್ಯೆ ಅವಳನ್ನು ಕಾಡುತ್ತಿತ್ತು. ಅದಕ್ಕೆ ಉತ್ತರವನ್ನು ಅವಳ ಗುರೂಜಿ ಮೋಹನಲಾಲರು ತೋರಿಸಿದ್ದರು. ಸಂಗೀತವೆನ್ನುವುದು ಒಂದು ಕಲೆ. ಒಂದು ಭಾವವು ಹುಟ್ಟಲು ಸಾದ್ಯವಿಲ್ಲದ, ಸಾಧ್ಯವೇ ಇಲ್ಲದ ಸ್ಥಳದಲ್ಲಿ ಅದನ್ನು ಸೃಷ್ಟಿಸುವುದೇ ಸಂಗೀತ ಕಲೆಯ ಮರ್ಮ. ರಾಗಗಳ ಮುಖ್ಯನಾಡಿಗಳನ್ನು ಅರಿತು ಮೀಟುವುದೇ ಅದರ ವಿಧಾನ. ಕೂತು ತಂಬೂರಿ ಶ್ರುತಿಮಾಡಿ ಸ್ವರ ಹಚ್ಚಿದರೆ ಮುಂಬಯಿ ಮರೆಯಾಗಿ ರಾಗವು ವ್ಯಾಪಿಸಿಕೊಳ್ಳುವ ಮರ್ಮವನ್ನು ಹೇಳಿಕೊಟ್ಟರು.

ತನ್ನ ಅವರ ಸಂಬಂಧದಲ್ಲಿ ಅವಳಿಗೆ ಅಸಹಜವಾದುದೇನೂ ಕಾಣಲಿಲ್ಲ. ನ್ಯೂ ಯಾರ್ಕಿನ ಕಮ್ಮಟದಲ್ಲಿ ಎಲ್ಲರಿಗಿಂತ ಎದ್ದುಕಾಣುವ ವ್ಯಕ್ತಿತ್ವ ಮತ್ತು ಲಾವಣ್ಯಗಳಿದ್ದವಳು ತಾನು. ಅವರಲ್ಲಿ ಬಯಕೆ ಹುಟ್ಟಿತು. ವ್ಯಕ್ತಪಡಿಸಿದರು. ವ್ಯಕ್ತಪಡಿಸುವುದು ಅವರ ಹಕ್ಕು, ಸ್ವೀಕರಿಸುವುದು ಅಥವಾ ನಿರಾಕರಿಸುವುದು ತನ್ನ ಹಕ್ಕು. ಯಾರ ಹಕ್ಕಿಗೂ ಚ್ಯುತಿಯಾಗದಂತೆ ತಾವು ಸೇರಿದೆವು. ತನ್ನ ಹಣದ ತೊಂದರೆಯನ್ನು ಅವರು ಶೋಷಿಸಲಿಲ್ಲ. ಹೇಳಿ ಕೇಳಿ ಕಲಾವಿದರು, ಮೇಧಾವಿ ಕಲಾವಿದರು, ಭಾವದ ಉದಯ, ಬಯಕೆಯ ಅಭಿವ್ಯಕ್ತಿ, ತಾವು ಜೊತೆಗೂಡಿದುದು ವೇಗವಾಗಿಯೇ ಆಯಿತು. ಕಲಾವಿದರಲ್ಲದವರಲ್ಲಿಯೂ ಅಷ್ಟೇ ವೇಗವಾಗಿ ಆಗಬಾರದೆಂದಿಲ್ಲ. ಅವರಿಗೆ ಬೇರೆ ಹೆಂಗಸರ ಸಂಪರ್ಕವಿರುವುದು ನನಗೇನೂ ಆಶ್ಚರ್ಯ, ಆಘಾತ ಉಂಟುಮಾಡಲಿಲ್ಲ. ಹೆಂಡತಿಯಿಂದ ದೂರವಿದ್ದಾರೆ, ಕಲಾವಿದರು

ಬೇರೆ. ತಾನು ಭಾರತಕ್ಕೆ ಬಂದನಂತರ ಅವರ ಅನುಕೂಲ ನೋಡಿಕೊಂಡು ತನ್ನ ಸಂಗ ಬಯಸುತ್ತಿದಾರೆ. ಪಾತಕ್ಕೆ ತನ್ನ ಫ್ಲ್ಯಾಟಿಗೇ ಬರುವುದೂ ತಮ್ಮ ಇತರ ಸಂಪರ್ಕಗಳ ಅನುಮಾನ ತನಗೆ ಬಾರದಿರಲಿ ಎಂಬ ಎಚ್ಚರದಿಂದ ಎಂಬ ತಿಳಿವಳಿಕೆ ತನಗಿಲ್ಲವೆ? ತನ್ನನ್ನು ಬಿಟ್ಟು ಬೇರೆ ಯಾರೊಡನೆಯೂ ನಿಕಟವಾಗಬಾರದೆಂಬ ನಿರೀಕ್ಷೆ ಇಟ್ಟುಕೊಳ್ಳಲು ಇದು ಬಾಯ್‌ಫ್ರೆಂಡ್-ಗರ್ಲ್‌ಫ್ರೆಂಡ್ ಸಂಬಂಧವಲ್ಲ..... ಇಷ್ಟೆಲ್ಲ ತಿಳಿವಳಿಕೆ ಇದ್ದೂ ಅವಳಿಗೆ ಅವನ ಮೇಲೆ ಕೋಪಬರುತ್ತಿತ್ತು. ಇಳಿಮುಖದ ವಯಸ್ಸು, ಅದನ್ನೇಕೆ ಹತ್ತು ಹಲವು ಕಡೆ ಹಂಚಬೇಕು? ರತಿಸಮಯದಲ್ಲಿ ನೀನೇ ವಿಶ್ವದ ಏಕೈಕಸುಂದರಿ ಎಂದು ಆಡುವ ವಾಕ್ಯವು ಆ ಸಮಯಕ್ಕೆ ಮಾತ್ರ ಬಂಧಿತವಾಗಿರುವುದೆಂಬುದು ಗೊತ್ತಿದ್ದರೂ ಅದರ ವ್ಯಾಪ್ತಿಯನ್ನು ವಿಸ್ತರಿಸಿಕೊಳ್ಳುವ ಬಯಕೆ ಯಾರಿಗಿರುವುದಿಲ್ಲ? ಅದನ್ನು ಅವಳು ಆಡಿಯೂ ಇದ್ದಳು. ಮುನಿಸು ಮಾಡಿಯೂ ತೋರಿಸಿದ್ದಳು. ಅವರ ಪಾಡಿಗೆ ಅವರ ಪಾಡು. ತಾನು ಬೇರೆ ಸ್ನೇಹಿತರ ಸಂಪರ್ಕವಿಟ್ಟುಕೊಳ್ಳಬಾರದೆಂಬ ನಿಯಮವೇನಿಲ್ಲ. ಅದನ್ನು ಅವರೂ ಹೇಳಲಿಲ್ಲ. ಸಂಗೀತ ಕಛೇರಿಗಳಲ್ಲಿ ತಾವಾಗಿಯೇ ಮಾತನಾಡಿಸಿಕೊಂಡು ಬಂದು ನಿಕಟತೆಯನ್ನು ಬಯಸಿದ ಕಪೂರನಿಗೆ ಅವಳು ಒಮ್ಮೆ ತನ್ನ ಫ್ಲ್ಯಾಟಿಗೆ ಬರುವ ಅವಕಾಶಕೊಟ್ಟಿದ್ದಳು. ಅವನು ನಾಲ್ಕಾರು ಬಾರಿ ಬಂದಿದ್ದ. ಶರೀರದ ಬಯಕೆ ತೀರುವುದು ಬಿಟ್ಟರೆ ಹೆಚ್ಚಿನದೇನೂ ಬೆಳೆಯಲಿಲ್ಲ. ವಿವಾಹಿತ, ಯಾರಿಗೂ ತಿಳಿಯಬಾರದೆಂಬ ಅತಿ ಎಚ್ಚರ. ಶರೀರವನ್ನು ಬಿಟ್ಟರೆ ಬೇರೆ ಯಾವುದನ್ನೂ ಹಂಚಿಕೊಳ್ಳುವ ವ್ಯವಧಾನವಿಲ್ಲ. ಅವಳು ತಾನಾಗಿಯೇ ಅವನ ಸಂಪರ್ಕವನ್ನು ನಿಲ್ಲಿಸಿದ್ದಳು. ಆರುತಿಂಗಳಿನ ನಂತರ ವಿಜಯಾನಂದ ಭಟ್ ಹತ್ತಿರಬಂದ. ಲಕ್ಷಣವಂತ. ಅವಳದೇ ವಯಸ್ಸು. ಬಿ.ಎ. ಓದಿದವನು. ಚನ್ನಾಗಿ ಇಂಗ್ಲಿಷ್ ಮಾತನಾಡುತ್ತಿದ್ದ. ಸ್ವತಃ ಗಾಯಕ. ಗಾಯನದಿಂದಲೇ ಜೀವನಮಾಡುತ್ತಾ ಮುಂಬಯಿಯಲ್ಲಿ ಹೆಣಗುತ್ತಿರುವವನು. ಅವಳಿಗೆ ಕೆಲವು ರಾಗಗಳ ರೀತಿಗಳನ್ನು ವಿವರಿಸಿದ. ಜೊತೆಕೂಡಿದರೆ ಶರೀರವನ್ನು ಬಿಟ್ಟೂ ಮಾತನಾಡುವ ವಿಷಯವಿರುತ್ತಿತ್ತು. ಆದರೆ ಮುಂಬಯಿ ಯಲ್ಲೇ ಇರುವ ಅವನ ತಂದೆತಾಯಿಯರು ಅವನಿಗೆ ಮುಂಬಯಯಲ್ಲೇ ಒಳ್ಳೆಯ ನೌಕರಿಯಲ್ಲಿರುವ ಅವರ ಜಾತಿಯ ಒಂದು ಹುಡುಗಿಯನ್ನು ಹುಡುಕಿ ಮದುವೆಮಾಡುವ ಪ್ರಯತ್ನದಲ್ಲಿದ್ದರು. ಸಂಗೀತವೃತ್ತಿಯಲ್ಲಿ ಸರಿಯಾಗಿ ನೆಲೆ ನಿಂತಿರದ ಅವನಿಗೂ ಅದು ವಿವೇಕದ ದಾರಿ ಎನ್ನಿಸಿತ್ತು. ವಿದೇಶಿ ಹುಡುಗಿಯೊಡನೆ ಹೊರಗಡೆ ಓಡಿಯಾಡಿದರೆ ತನಗೆ ಅಂಥ ಹುಡುಗಿ ಸಿಕ್ಕುವ ಅವಕಾಶ ನಾಶವಾಗಬಹುದೆಂಬ ಅಂಜಿಕೆಯಿಂದ ವರ್ತಿ ಸುತ್ತಿದ್ದ. ನೀನೂ ಭಾರತೀಯಸಂಗೀತ ಕಲಿಯುತ್ತಿದೀಯ, ನಾವಿಬ್ಬರೂ ಮದುವೆ ಯಾಗೋಣ. ಹೆಣಗಿ ಕಷ್ಟಪಟ್ಟು ನಮ್ಮ ಅನ್ನ ನಾವು ದುಡಿದುಕೊಳ್ಳೋಣ ಅನ್ನುವ ವಿಚಾರ ಅವನ ಮನಸ್ಸಿನಲ್ಲಿ ಬರಲೇ ಇಲ್ಲ. ಅವಳಿಗೆ ಇದು ಅಪಮಾನಕಾರಕ ಸ್ನೇಹ ಎನ್ನಿಸಿತು. ಅವಳೇ ದೂರವಾದಳು. ಸಹಜ ಆಶೆ ಭಾರತೀಯರಿಗೂ ಇದೆ. ಆದರೆ ಸಮಾಜವು ಮುಕ್ತವಾಗಿಲ್ಲವಾದುದರಿಂದ ಅಂಜುತಾರೆ. ಅಮೆರಿಕದ ಮುಕ್ತಸಮಾಜದಲ್ಲಿ ಬೆಳೆದ ತನಗೆ ಇದರಿಂದ ಬೇಸರವಾಗುತ್ತೆಂಬ ವಿವರಣೆ

ಕೊಟ್ಟುಕೊಂಡರೂ ಆಗಾಗ ತನ್ನಲ್ಲೇ ಸಿಡಿಮಿಡಿಗುಟ್ಟುತ್ತಿದ್ದಳು. ಆದರೆ ತಾನು ಬಂದ ಕೆಲಸದಲ್ಲಿ ಚ್ಯುತಿಯಾಗಬಾರದೆಂಬ ಕರ್ತವ್ಯಪ್ರಜ್ಞೆಯಿಂದ ಸಂಗೀತಸಾಧನೆಯಲ್ಲಿ ತೊಡಗುತ್ತಿದ್ದಳು. ಸಿಡಿಮಿಡಿಗುಟ್ಟಿಸುವ ಬೇರೆ ಯಾವ ಗುಣಗಳಿರಲಿ ಗುರೂಜಿಯು ಪಾಠದಲ್ಲಿ ಮಾತ್ರ ಎಂದೂ ಶಿಸ್ತು. ತಾವು ಊರಿನಲ್ಲಿರು ವಾಗ ವಾರಕ್ಕೆ ಮೂರುದಿನ ಪಾಠವನ್ನು ಎಂದೂ ತಪ್ಪಿಸುವುದಿಲ್ಲ. ಬೆಳಗ್ಗೆ ಎಂಟೂವರೆಗೆ ಬರುತ್ತೇನೆಂದರೆ ಹತ್ತುನಿಮಿಷ ಹೆಚ್ಚು ಕಡಮೆ ಬಂದೇಬರುತ್ತಾರೆ. ಒಮ್ಮೆ ಕೂತರೆ ಎರಡು ತಾಸಾಗಬಹುದು, ಇನ್ನೂ ಅರ್ಧತಾಸಾಗಬಹುದು ಹಾಡಿ ಹಾಡಿಸಿ ತಿದ್ದಿ ಮನಗತಮಾಡ್ತಾರೆ. ಎಲ್ಲವೂ ರಿಕಾರ್ಡ್ ಆಗೂದರಿಂದ ಅನಂತರ ಅಭ್ಯಾಸ ಮಾಡೂದು ಕಷ್ಟವಾಗುಲ್ಲ. ಪಾಠದ ನಂತರ ಹಾಸಿಗೆಗೆ ಕರೆಯುವ ಬಯಕೆ ಇರಲಿ ಬಿಡಲಿ, ಪಾಠವನ್ನು ಮಾತ್ರ ತಪ್ಪಿ ಸುಲ್ಲ. ಈ ಒಂದು ಗುಣಸಾಕು, ಅವಳು ಅವರನ್ನು ಮೆಚ್ಚಲು.

ಕಳೆದ ವರ್ಷ ಕೆಲವು ಪತ್ರಿಕೆಗಳು ಅವರ ಮೇಲೆ ಪೀತಸುದ್ದಿಗಳನ್ನು ಪ್ರಕಟಿಸಿದ್ದುದನ್ನು ಅವಳೂ ಓದಿದ್ದಳು. ಆ ಬಗೆಗೆ ಅವರು ಎಂದೂ ಅವಳೊಡನೆ ಮಾತನಾಡಿರಲಿಲ್ಲ. ಅವಳೂ ಮಾತು ತೆಗೆಯಲಿಲ್ಲ. ಈ ಬಗೆಯ ಪತ್ರಿಕೋದ್ಯಮ ಅಮೆರಿಕೆಯಲ್ಲಿ ಮಾತ್ರವಲ್ಲ, ಭಾರತದಲ್ಲಿಯೂ ಇದೆ ಎಂದುಕೊಂಡು ಸುಮ್ಮನಾಗಿದ್ದಳು. ಅಮೆರಿಕದಲ್ಲಿ ತಾವು ಮಾಡಿದ ಕಛೇರಿಗಳಿಗೆಲ್ಲ ನನ್ನನ್ನು ಕರೆದೊಯ್ದು ತಂಬೂರಿಗೆ ಕೂರಿಸಿಕೊಂಡಂತೆ ಭಾರತದಲ್ಲಿ ಮಾಡಿಲ್ಲ. ಹೊರಗೆಲ್ಲೂ ತಮ್ಮಿಬ್ಬರ ನಿಕಟತೆಯನ್ನು ಕಾಣಗೊಳಿಸಿಲ್ಲ. ಈ ದೇಶದ ಸನ್ನಿವೇಶಕ್ಕೆ ಅವರು ವಹಿಸುವ ಎಚ್ಚರಿಕೆಯು ಅಗತ್ಯವೇನೋ! ಎಂದುಕೊಂಡು ಸುಮ್ಮನಾಗಿದ್ದಳು.

ಮೂರುವರ್ಷದ ಪಾಠವಾಗಿತ್ತು. ತನ್ನ ವಿದ್ಯಾರ್ಥಿವೇತನವನ್ನು ಇನ್ನೂ ಒಂದುವರ್ಷಕ್ಕೆ ವಿಸ್ತರಿಸಿಕೊಂಡಿದ್ದಳು. ಗುರೂಜಿಯಿಂದ ಶಿಫಾರಸು ದೊರೆತರೆ ಇನ್ನೊಂದುವರ್ಷ ಮುಂದು ವರೆಸುವ ಅವಕಾಶವಿತ್ತು. ಆದರೆ ಅವಳಿಗೇ ಉತ್ಸಾಹ ಕಡಮೆಯಾಗಿತ್ತು. ಆಲಾಪವನ್ನು ಇನ್ನಷ್ಟು ವಿಸ್ತರಿಸುವ, ತಾನಗಳನ್ನು ಇನ್ನಷ್ಟು ಸಂಕೀರ್ಣಗೊಳಿಸುವ ಅಭ್ಯಾಸಮಾಡಬಹುದು. ಮಾಡಿ ಸಾಧಿಸುವುದೇನು? ಬಿಟ್ಟರೆ ಕಳೆದುಕೊಳ್ಳುವುದೇನು? ಎಂಬ ತುಲನೆ ಅವಳ ಮನಸ್ಸನ್ನು ಹಿಡಿದುಬಿಟ್ಟಿತ್ತು. ಭಾರತೀಯಸಂಗೀತವು ತನಗೆ ಈಗ ಕಲೆಯಾಗಿದೆ. ಹಿಂದೆ ಬನಾರಸಿನಲ್ಲಿ ಇದ್ದಾಗ ಆಗಿದ್ದಂತೆ ಬೇರೊಂದು ನಿಗೂಢ ಅನುಭವದ ಕರೆಯಾಗಿ ಉಳಿ ದಿಲ್ಲ. ಯಾಕೆ ಎಂದು ಆಲೋಚಿಸಿದರೆ ಉತ್ತರ ಹೊಳೆಯುತ್ತಿಲ್ಲ. ಹಿಪ್ಪಿಗಳಂತೆ ಹೊಸ ಪ್ರಪಂಚವನ್ನು ಹುಡುಕಿಕೊಂಡು ಅಲೆದು, ಎರಡು ಮೂರುವರ್ಷದ ನಂತರ ಭ್ರಮನಿರಸನ ವಾಗಿ ಅಮೆರಿಕಕ್ಕೆ ಹಿಂತಿರುಗಿ ಅಲ್ಲಿಯ ಔದ್ಯೋಗೀಕೃತ ವೇಗದ ಜೀವನದಲ್ಲಿ ಒಂದಾಗು ತ್ತೇನೆಯೆ? ಕಾಲವನ್ನು ಸ್ಥಗಿತಗೊಳಿಸುವ ಆಲಾಪವು ನನ್ನ ಪ್ರಜ್ಞೆಯ ಸ್ಥಾಯೀ ಗುಣವಾಗಿ ಉಳಿದೀತೆ? ಎಂಬ ಪ್ರಶ್ನೆಗಳು ಅವಳನ್ನು ಕಾಡತೊಡಗಿದವು. ಅಲ್ಲದೆ ಅವಳ ಗುರುವಿನಲ್ಲೇ ಒಂದು ಸ್ಪಷ್ಟ ಬದಲಾವಣೆಯಾಗುತ್ತಿದೆ. ಅವರು ಖಿನ್ನರಾಗಿ ಕಾಣುತ್ತಾರೆ. ದೃಷ್ಟಿಯು ಜೋಲುಬಿದ್ದಿರುತ್ತದೆ. ಮುಖದಲ್ಲಿ ಉತ್ಸಾಹ ಕಾಣಿಸುವುದಿಲ್ಲ. ಪಾಠವನ್ನು ಕರ್ತವ್ಯವೆಂಬಂತೆ ಹೇಳಿಕೊಡುತ್ತಾರೆ. ಅದರಲ್ಲಿ ಮಿಂಚು ಹೊಳೆಯುವುದಿಲ್ಲ. ಇದ್ದಕ್ಕಿದ್ದಂತೆಯೇ ಕೋಪಗೊಳ್ಳು

ತ್ತಾರೆ. ಅನಂತರ ತಪ್ಪುಮಾಡಿದವರಂತೆ ದೃಷ್ಟಿಯನ್ನು ಮುದುಡಿಕೊಳ್ಳುತ್ತಾರೆ. ಅವಳೂ ಎಷ್ಟೋಸಲ ಅವರನ್ನು ರಮಿಸಲು ಪ್ರಯತ್ನಿಸಿದ್ದಾಳೆ. 'ನನಗೇನಾಗಿದೆ. ಸರಿಯಾಗಿಯೇ ಇದ್ದೀನಲ್ಲ. ನಿನ್ನ ಅಭ್ಯಾಸವನ್ನ ನೀನು ಮಾಡು,' ಎಂದು ಅವಳ ಸ್ನೇಹದ ಮೇಲೆ ತಣ್ಣೀರು ಎರಚಿದ್ದಾರೆ.

– ೨ –

ಕಲಿಕೆಗೆ ಮುಕ್ತಾಯ ಹಾಕಿ ಇನ್ನು ಮೂರುತಿಂಗಳಿಗೆ ಅಮೆರಿಕೆಗೆ ಹಿಂತಿರುಗುವ ನಿಶ್ಚಯಮಾಡಿದಳು. 'ಹಾಗಿದ್ದರೆ ಭೈರವಿಯನ್ನ ಕಲಿತುಬಿಡು,' ಅವಳ ಗುರು ಎಂದರು. ಆ ರಾಗವನ್ನು ಇನ್ನೂ ಅಭ್ಯಾಸಮಾಡಿಸಿರಲಿಲ್ಲ. ಅವಳು ಹಿಂದೆ ಬನಾರಸಿನಲ್ಲಿ ಆ ಹಂತ ದಲ್ಲಿ ಕಲಿತಿದ್ದಳು. ಪ್ರತಿಯೊಂದು ಕಛೇರಿಯಲ್ಲೂ ಕೇಳಿದ್ದಳು. ಹಲವು ಟೇಪುಗಳನ್ನು ಸಂಗ್ರಹಿಸಿದ್ದಳು. ಲಹರಿ ಬಂದಾಗ ತಾನೇ ಅದರ ನಡೆಯನ್ನು ಹಾಡಿಕೊಳ್ಳುತ್ತಿದ್ದಳು. ಎಲ್ಲೆ ಲ್ಲಿಯೂ ಬಳಸಿರುವ, ಬಳ್ಳಿಯಂತೆ ಬಾಗಿಸಿ ಸುತ್ತುಹಾಕಬಹುದಾದ ಸುಕೋಮಲ ರಾಗ. ಕಲಿಯಬೇಕೆಂಬ ಆಶೆ ಮೊದಲಿನಿಂದಲೂ ಇತ್ತು. ಕೇಳಿಯೂ ಇದ್ದಳು. 'ಈಗಲ್ಲ. ಭೈರವಿ ಕಲಿಯೂದು ಅಷ್ಟು ಸುಲಭವಲ್ಲ' ಎಂದು ಗುರುವು ಮುಂದೆ ಹಾಕಿದ್ದರು. ಈಗ ಹೇಳಿ ಕೊಡತೊಡಗಿದರು. ರಾಗದ ವಿಶಿಷ್ಟ ವಿನ್ಯಾಸಗಳನ್ನು ನುಡಿದು, ಹಾರ್ಮೋನಿಯಂ ಮೇಲೆ ನುಡಿಸಿ ತೋರಿಸಿದನಂತರ ಎಂದರು: 'ಇದನ್ನ ಯಾರೂ ಖ್ಯಾಲ್‌ಶೈಲಿಯಲ್ಲಿ ಸಂಪೂರ್ಣ ವಿಸ್ತರಿಸಿ ಹಾಡುಲ್ಲ. ಹಾಡಲು ಹೊರಟರೆ ಅದರ ಸುಕೋಮಲ ಸಮರ್ಪಣ ಭಾವಗಳು ಆವಿಯಾಗಿಹೋಗ್ತವೆ. ಪ್ರೇಮ, ವಿರಹ, ಭಕ್ತಿಗಳ ಭಜನೆಗಳ ಮೂಲಕವೇ ಈ ರಾಗದ ಹೊಸ ಹೊಸ ನಾಡಿಗಳನ್ನು ಹುಡುಕಿ ಮಿಡಿಯಬಹುದು. ಅದಕ್ಕೆ ಭಜನೆಗಳ ಅರ್ಥ ಗೊತ್ತಿರಬೇಕು. ಅದರ ವೇದಾಂತ ಗೊತ್ತಿರಬೇಕು,' ಎಂದು ವಿವರಿಸಿದರು.

ಅವರು ಒಂದುತಿಂಗಳು ಹೇಳಿಕೊಟ್ಟರೂ ಅವಳು ಮನಸ್ಸಿಟ್ಟು ಅಭ್ಯಾಸಮಾಡಿದರೂ ಅವರಿಗೆ ತೃಪ್ತಿಯಾಗುತ್ತಿಲ್ಲ. 'ನಿನಗೆ ಭೈರವಿಯ ಮರ್ಮ ತಿಳೀತಿಲ್ಲ' ಎನ್ನುತ್ತಾರೆ. ಮತ್ತೆ ಮತ್ತೆ ಹೇಳುತ್ತಾರೆ. ಭಾವವನ್ನು ವಿವರಿಸುತ್ತಾರೆ. 'ಈ ರಾಗವನ್ನ ಬಿಟ್ಟುಬಿಡು. ಭಾರತೀಯ ಭಕ್ತಿ ನಿನಗೆ ಅರ್ಥವಾಗುಲ್ಲ. ಭಕ್ತಿಗೂ ಪ್ರೇಮಕ್ಕೂ ಇರುವ ಸಂಬಂಧ ನಿಮ್ಮ ಜನಕ್ಕೆ ತಿಳಿಯೂದಿಲ್ಲ. ನೀನು ಭಾರತೀಯ ಸಂಗೀತ ಕಲಿಯುಕ್ಕೆ ಯಾಕೆ ಬಂದೆ ನಿನ್ನ ಸಮಯಾನೂ ಹಾಳುಮಾಡಿಕೊಂಡು, ನನ್ನ ಸಮಯಾನೂ ಹಾಳುಮಾಡಿ. ಹೋಗು ಅಮೆರಿಕಾಕ್ಕೆ ವಾಪಸು. ಕಾಶಿಯಲ್ಲಿ ಇದ್ದೆ ಅಂತೀಯ ಮುಂಡಮೋಚಿಕಳುಕ್ಕೆ' ಎಂದು ರೇಗಿದರು.

'ನಾನು ನುಡಿಯುವ ಸ್ವರಸ್ಥಾನಗಳಲ್ಲಿ ತಪ್ಪಿದೆಯೆ?' ಅವಳು ಕೇಳಿದಳು.

'ಬರೀ ಸ್ವರಸ್ಥಾನ ಸರಿಯಾಗಿದ್ದರೆ ರಾಗದ ಭಾವ ಸಂಪೂರ್ಣವಾಗುಲ್ಲ. ನಿನ್ನೊಳಗೆ ಅದರ ಭಾವವಿರಬೇಕು. ನಿನಗೆ ಅದಿಲ್ಲ. ಮಧು ಒಂದೇಸಲಕ್ಕೆ ಭೈರವಿಯ ಎಲ್ಲ ಭಾವಗಳನ್ನೂ ಗ್ರಹಿಸಿಬಿಟ್ಟಳು. ನೀನು ಬಿಳಿಹುಡುಗಿ, ಏಳುಜನ್ಮ ಎತ್ತಿದರೂ ತಿಳಿಯುಲ್ಲ,' ಎಂದು ಕಿರಿಚಿದರು.

'ಯಾರು ಮಧು ಅಂದರೆ?'

'ಒಬ್ಬ ಭಾರತೀಯ ವಿದ್ಯಾರ್ಥಿನಿ. ಅದನ್ನ ಕೇಳುಕ್ಕೆ ನೀನ್ಯಾರು?' ಎಂದು ಮತ್ತೆ ಕಿರಿಚಿದರು ಅವಳು ಮಾಡಬಾರದ ಅಪರಾಧ ಮಾಡಿದಳೆಂಬಂತೆ.

ಅವಳಿಗೆ ಅಪಮಾನವೆನ್ನಿಸಿತು. 'ನನ್ನ ಗಾಯನದಲ್ಲಿ ತಪ್ಪಿದ್ದರೆ ತಿದ್ದಿ. ಆದರೆ ಬೇರೊಬ್ಬ ಳೊಡನೆ ನನ್ನನ್ನು ಹೋಲಿಸಬೇಡಿ. ನನ್ನ ದೇಶದ, ನನ್ನ ಬಣ್ಣದ, ನನ್ನ ಸಂಸ್ಕೃತಿಯ ಹೆಸರು ಹಿಡಿದು ಮಾತಾಡಬೇಡಿ. ಒಂದು ತಿಂಗಳಿನಿಂದ ನನಗೂ ಸಾಕಾಗಿಹೋಗಿದೆ. ಈ ರಾಗವಿಲ್ಲದಿದ್ದರೂ ನಡೆಯುತ್ತೆ' ಎಂದಳು.

'ಭೈರವಿ ಇಲ್ಲದಿದ್ದರೂ ನಡೆಯುತ್ತೆಯೆ? ಏನು ತಿಳಿದೆ? ಪ್ರೇಮ ಭಕ್ತಿಗಳ ಸಂಬಂಧ ತಿಳಿಯೂ ತನಕ ನಿನಗೆ ಭೈರವಿ ತಿಳಿಯಲ್ಲ. ಗುರುವಿಗೆ ಪ್ರತಿಹೇಳುವ ಮಟ್ಟಕ್ಕೆ ಬಂದೆಯಾ?' ಎಂದು ಎತ್ತಿ ಅವಳ ಎಡಗೆನ್ನೆಗೆ ಪಠಾರನೆ ಬಾರಿಸಿದರು. ಸರಕ್ಕನೆ ತಂಬೂರಿಯನ್ನು ನೆಲಕ್ಕೆ ಮಲಗಿಸಿ ಅವಳೂ ಬಲಗೈ ಎತ್ತಿ ಅವನ ಎಡಗೆನ್ನೆಗೆ ಒಂದೇಟು ಹಾಕಿದಳು. ಅವರು ಅವಾಕ್ಕಾದರು. 'ಗುರುವಿಗೆ ವಾಪಸು ಹೊಡೀತೀಯಾ? ನಿನಗೆ ನಾನು ಕಲಿಸಿದ ವಿದ್ಯೆ ಎಲ್ಲ ಮರೆತುಹೋಗಲಿ. ನನ್ನ ಶಾಪ. ಇದು ನನ್ನ ಶಾಪ' ಎಂದು ಅವಳ ಎರಡು ಕೆನ್ನೆಗಳಿಗೂ ಪಟಪಟನೆ ಏಳೆಂಟು ಏಟುಹೊಡೆದರು. ಅನಂತರ ದಢಕ್ಕನೆ ಎದ್ದು ಹೊರಟು ಹೋದರು.

ಎರಡುನಿಮಿಷದ ನಂತರ ಅವಳ ಮನಸ್ಸು ಎಚ್ಚರಗೊಂಡಿತು. ಇಷ್ಟರಲ್ಲಿ ಅವನು ಲಿಫ್ಟ್ ಇಳಿದು ಹೋಗಿದ್ದಾನೆ. ಈಗ ಹಿಂದಿನಿಂದ ಓಡಿಹೋಗಿ ಬೀದಿಯಲ್ಲಿ ಹಿಡಿದುಹೊಡೆದರೆ ದೃಶ್ಯವಾಗುತ್ತೆ. ಜನ ಸೇರ್ತಾರೆ, ಬೇಡವೆಂಬ ವಿವೇಚನೆಹುಟ್ಟಿತು. ಒಳಗಿನಿಂದ ಒತ್ತಿಬರುವ ಅಳುವನ್ನು ತಡೆದುಕೊಂಡಳು. ಇವನಿಗೆ ತಕ್ಕಶಿಕ್ಷೆ ಮಾಡಲೇಬೇಕು ಎಂಬ ತೀರ್ಮಾನ ಹುಟ್ಟಿತು. ಒಂದುನಿಮಿಷದಲ್ಲಿ ವಿಧಾನ ಹೊಳೆಯಿತು. ಮೇಲೆ ಎದ್ದು ಕೈಗೆ ಪರ್ಸಿನ ಚೀಲಹಿಡಿದು ಕಾಲಿಗೆ ಚಪ್ಪಲಿ ಮೆಟ್ಟಿ ಬಾಗಿಲು ಎಳೆದುಕೊಂಡು ಲಿಫ್ಟಿನಿಂದ ಕೆಳಗಿಳಿದಳು. ಹತ್ತಿರವಿದ್ದ ಆಟೋ ಹಿಡಿದು ಸ್ಟೇಶನ್ನಿಗೆ ಹೋಗಿ ಚರ್ಚ್‌ಗೇಟಿನ ಟ್ರೇನ್‌ಹಿಡಿದಳು. ಶಖೆ, ಕೊಳಕು, ಜೋತುಬಿದ್ದು ತುಂಬಿಕೊಂಡ ಜನಗಳ ಬೆವರಿನ ದಟ್ಟಗಬ್ಬುನಾತ. ಇಡೀ ಮುಂಬಯಿಯ ಮೇಲೆ ಕೋಪ ಉಕ್ಕುತ್ತಿತ್ತು. ಏಶ್ಯನ್ ಟ್ರಿಬ್ಯೂನ್ ಪತ್ರಿಕೆಯ ಕಛೇರಿಗೆ ಹೋಗಿ, 'ಮಿಸ್ಟರ್ ಪರಾಂಜಪೆಯನ್ನ ನೋಡಬೇಕು' ಎಂದಳು.

ಪರಾಂಜಪೆ ಅವಳಿಗೆ ಗೊತ್ತಿದ್ದವನು. ಮುಂಬಯಿಗೆ ಬಂದ ಹೊಸತರಲ್ಲಿ ಅವಳ ದೊಂದು ಕಿರುಪರಿಚಯವನ್ನು ತನ್ನ ಪತ್ರಿಕೆಯಲ್ಲಿ ಹಾಕಿದ್ದ. ಆಗ ಮೋಹನಲಾಲನ ಅಭಿ ಮಾನಿಯಾಗಿದ್ದ. ಇತ್ತೀಚೆಗೆ ಅವನ ವಿರುದ್ಧ ತಿರುಗಿರುವುದು ಅವನ ಆಟಗಳನ್ನು ಬಯಲಿ ಗೆಳೆದಿರುವುದು ಅವಳಿಗೆ ಗೊತ್ತಿತ್ತು. ಒಂದುನಿಮಿಷದಲ್ಲಿ ಸ್ವಾಗತಕಾರಿಣಿ ಲಿಫ್ಟಿನಲ್ಲಿ ಎರಡನೆ ಮಹಡಿಗೆ ಹೋಗಿ. ರೂಮ್‌ನಂಬರ್ ಇಪ್ಪತ್ತಾರು ಎಂದಳು. ಪರಾಂಜಪೆ ಕುರ್ಚಿಯಿಂದ ಎದ್ದುನಿಂತು ಕೈನೀಡಿ ಕುಲುಕಿ ಎದುರಿನ ಕುರ್ಚಿತೋರಿಸಿ, 'ವೆಲ್‌ಕಂ, ಏನು ಸಮಾಚಾರ? ದುಃಖದಲ್ಲಿರೂ ಹಾಗೆ ಕಾಣಿಸುತ್ತೆ. ಏನು ಕೆನ್ನೆಯ ಮೇಲಿನ ಗುರುತು?' ಎಂದ. ಅವನ

ಮುಖದಲ್ಲಿ ಅನುಕಂಪ ಹಿಂಡುತ್ತಿತ್ತು. ಅವಳಿಗೆ ಭಾವವು ತೀವ್ರವಾಯಿತು. ಅಳು ಬರುವಂತಾಯಿತು. 'ಲಾರೆನ್, ಯಾಕೆ ವ್ಯಾಕುಲಗೊಂಡಿದೀಯ? ಹೇಳು' ಅವನು ಅನುನಯಿಸಿದ.

'ಹೇಳುಕ್ಕೆ ಅಂತಲೇ ಬಂದದ್ದು. ರೆಕಾರ್ಡ್ ಮಾಡಿಕೊಳ್ಳಿ. ನಾನೊಂದು ಹೇಳಿಕೆ ನೀಡ್ತೀನಿ,' ಎನ್ನುತ್ತಾ ಅವಳು ಕಣ್ಣುಗಳನ್ನು ಒರೆಸಿಕೊಂಡಳು. ಅವನು ತನ್ನ ಮೇಜದಖಾನೆಯಲ್ಲಿದ್ದ ಟೇಪ್ ರೆಕಾರ್ಡರನ್ನು ತೆಗೆದು ಅವಳ ಮುಂದಿಟ್ಟು ಗುಂಡಿಯನ್ನು ಒತ್ತಿದ. 'ಅವನು ನನ್ನನ್ನು ಹೊಡೆದುಬಿಟ್ಟ. ಇಲ್ಲಿ ನೋಡಿ. ಎರಡು ಕೆನ್ನೆಗಳಿಗೂ ಹೇಗೆ ಬೆರಳುಗಳ ಗುರುತು ಕಾಣುವಂತೆ ಊದಿಕೊಂಡಿವೆ. ಕ್ರೂರಿ. ಪಾಠ ಹೇಳಿಕೊಟ್ಟಾಕ್ಷಣ ಶಿಷ್ಯರನ್ನು ಹೊಡೆಯುವ ಅಧಿಕಾರ ಎಲ್ಲಿದೆ? ಅಮೆರಿಕವಾಗಿದ್ದರೆ ನಾನು ತಕ್ಷಣ ಪೋಲೀಸರಿಗೆ ಫೋನುಮಾಡ್ತಿದ್ದೆ. ಆದರೆ ಈ ದೇಶದ ನ್ಯಾಯ ವಿತರಣೆಯ ವೇಗದಲ್ಲಿ ನನಗೆ ನಂಬಿಕೆ ಇಲ್ಲ. ಆದ್ದರಿಂದ ಜನಗಳಿಗೆ ತಿಳಿಸಬೇಕು ಅಂತ ನಿಮ್ಮ ಹತ್ತಿರಬಂದೆ.'

'ಯಾಕೆ ಹೊಡೆದರು?'

'ಭೈರವಿರಾಗದ ಭಾವಸೂಕ್ಷ್ಮಗಳನ್ನು ನಾನು ಸರಿಯಾಗಿ ಗ್ರಹಿಸಲಿಲ್ಲ ಅಂತ.'

'ಇದೇ ಮೊದಲಸಲ ಹೊಡೆದದ್ದೆ?'

'ಹೌದು.'

'ಹೊಡೆಯುವ ಸಲಿಗೆ ಹೇಗೆ ಬಂತು?'

'ಸಲಿಗೆಯೆ? ನನ್ನ ಗುರುವಲ್ಲವೆ ಅವರು?'

'ಗುರುವಾದ ತಕ್ಷಣ ಅಷ್ಟೊಂದು ಅಧಿಕಾರವಿರುಲ್ಲ. ಅದಕ್ಕಿಂತ ಹೆಚ್ಚಿನ ಆತ್ಮೀಯತೆ ಇದ್ದರೆ ಮಾತ್ರ ಅಂತಹ ಸಲಿಗೆ ಸಾಧ್ಯ. ಅವರಿಗೂ ನಿಮಗೂ ಪ್ರೇಮವಿದೆ ಅಂತ ಎಲ್ಲರಿಗೂ ಗೊತ್ತಿದೆ. ಅದು ಎಲ್ಲಿ ಹುಟ್ಟಿತು? ಹ್ಯಾಗೆ ಹುಟ್ಟಿತು? ಹೇಳಿ.'

'ನ್ಯೂಯಾರ್ಕಿನಲ್ಲಿ ಅವರು ಕಮ್ಮಟ ನಡೆಸಲು ಬಂದಿದ್ದಾಗ. ನಾವು ಭೇಟಿಯಾದ ಒಂದುವಾರದಲ್ಲಿ.'

'ಹುಟ್ಟಿದ ತಕ್ಷಣ ಅವರು ಪ್ರೇಮಕ್ರೀಡೆ ಮಾಡಿದರೆ? ಪ್ರೇಮಚೇಷ್ಟೆ ಆರಂಭಿಸಿದರೆ?'

'ಆಫ್‌ಕೋರ್ಸ್ ವಿ ಡಿಡ್ ಇಟ್' ಎಂದವಳು ತಕ್ಷಣ ಎಚ್ಚೆತ್ತವಳಂತೆ, 'ಮಿಸ್ಟರ್ ಪರಾಂಜಪೆ, ನೀವು ನಮ್ಮ ಸಂಬಂಧದ ಸಂಪೂರ್ಣವಿವರವನ್ನ ಕೇಳ್ತಿದೀರ. ಇದರ ಸಂಪೂರ್ಣ ಕಥೆ ಹೇಳಿದರೆ ಎಷ್ಟು ದುಡ್ಡುಕೊಡ್ತೀರಿ? ಅಮೆರಿಕಕ್ಕೇ ಪ್ರಸಿದ್ಧನಾದ ಗಾಯಕನ ಮೇಲೆ ಒಂದು ಸ್ಕ್ಯಾಂಡಲ್ ಕಥೆ ಕೊಟ್ಟರೆ ಅಲ್ಲಿ ಏನಿಲ್ಲವೆಂದರೂ ಅರ್ಧಮಿಲಿಯನ್ ಡಾಲರ್ ಕೊಡ್ತಾರೆ. ನೀವೆಷ್ಟು ಕೊಡ್ತೀರಿ ಹೇಳಿ.'

'ನಮ್ಮ ದೇಶದಲ್ಲಿ ಹಾಗೆ ಸ್ಟೋರಿಯನ್ನ ಮಾರಿಕೊಳ್ಳೊ ಕ್ರಮವಾಗಲಿ ಅವಕಾಶವಾಗಲಿ ಇಲ್ಲ. ನಾವು ಪ್ರಕಟಿಸೂದೇ ನಿಮಗೆ ಸಲ್ಲಿಸುವ ಬೆಲೆ.'

'ಅಂದರೆ ನಮ್ಮ ಸ್ವಂತವಿಷಯಗಳನ್ನ ಶೋಷಿಸಿ ನಿಮ್ಮ ಪತ್ರಿಕೆಯ ಪ್ರಸಾರ ಹೆಚ್ಚಿಸಿಕೊಳ್ತೀರಿ.'

'ನೀವು ಬಂದು ಹೇಳಿ ಅಂತ ನಾನು ಕರೆದೆನೆ? ಒಂದು ಹೇಳಿಕೆ ಕೊಡಬೇಕು

ಅಂತ ನೀವೇ ಹುಡುಕಿಕೊಂಡು ಬಂದಿರಿ. ಹೇಳಿಕೆಯ ಹಿನ್ನೆಲೆಯನ್ನು ಪ್ರಶ್ನೆಗಳ ಮೂಲಕ ತೆಗೆದು ಒದಗಿಸುವುದು ಪತ್ರಕರ್ತನ ಸ್ವೀಕೃತವಿಧಾನ. ನನ್ನ ಪ್ರಶ್ನೆಗಳಿಗೆ ನೀವು ಉತ್ತರಿಸದಿದ್ದರೆ ನಿಮ್ಮ ಹೇಳಿಕೆಯನ್ನು ಪ್ರಕಟಿಸೂದು ನಮಗೆ ಕಷ್ಟವಾಗುತ್ತೆ.'

'ಕಷ್ಟವಾಗುತ್ತೆಯೆ? ಅಂದರೆ ಪ್ರಕಟಿಸೂದಿಲ್ಲ!' ಎಂದ ಲಾರೆನ್ ಕಂಗೆಟ್ಟವಳಂತೆ ಸುಮ್ಮನೆ ಕುಳಿತುಬಿಟ್ಟಳು. ಅವನು ಅವಳನ್ನೇ ಹಿಡಿದಿಡುವಂತೆ ನೋಡುತ್ತಿದ್ದ. ಅವಳಿಗೆ ತಾನಾಗಿಯೇ ಬಂದು ಯಾವುದೋ ಬೋನಿನಲ್ಲಿ ಸಿಕ್ಕಿಬಿದ್ದ ಅನುಭವವಾಯಿತು. ಒಂದು ನಿಮಿಷ ತನ್ನೊಳಗೇ ಒದ್ದಾಡಿದನಂತರ, 'ಕಷ್ಟವಾಗುತ್ತೆಯೆ? ಪ್ರಕಟಿಸೂದಿಲ್ಲವೆ? ನನಗೆ ಬೇಕಾದ್ದೂ ಅದೇ. ಕೋಪದ ಭರದಲ್ಲಿ ನಾನು ಇಲ್ಲಿಗೆ ಬಂದು ಏನೇನೋ ಮಾತಾಡಿಬಿಟ್ಟೆ. ಸಾರಿ,' ಎಂದು ಹೇಳಿ ದಢಕ್ಕನೆ ಮೇಲೆ ಎದ್ದು ಹೊರಗೆನಡೆದಳು.

ಚರ್ಚ್‌ಗೇಟಿಗೆ ಬಂದು ಟ್ರೇನ್ ಹಿಡಿದು ತನ್ನ ಫ್ಲ್ಯಾಟಿಗೆ ಬಂದಳು. ಗುರುವಿನ ಮೇಲಿನ ಕೋಪ ಇನ್ನೂ ಪೂರ್ತಿ ಇಳಿದಿರಲಿಲ್ಲ. ಆದರೆ ತಾನು ಪತ್ರಿಕೆಯ ಆಫೀಸಿಗೆ ಹೋಗಬಾರದಾಗಿತ್ತು ಎಂದುಕೊಂಡಳು. ಹೇಳಿದಷ್ಟು ರಿಕಾರ್ಡ್‌ಮಾಡಿಕೊಳ್ಳದೆ ಏನೇನನ್ನೋ ಕೆದಕಿಕೇಳಲು ಇವರ್‍ಯಾರು ಎಂಬ ಹೊಸ ಕೋಪಹುಟ್ಟಿತು. ಮಧ್ಯಾಹ್ನದ ಅಡುಗೆಮಾಡಿ ಕೊಳ್ಳುವುದನ್ನೂ ಬಿಟ್ಟು ಫ್ಯಾನು ಹಾಕಿಕೊಂಡು ಮಲಗಿದಳು. ಸಂಜೆಯ ಹೊತ್ತಿಗೆ ಹಸಿವುಕಾಣಿಸಿತು. ಎದ್ದು ಅಡುಗೆ ಊಟ ಮಾಡಿದಮೇಲೆ ಬುದ್ಧಿ ಚಿಂತಿಸತೊಡಗಿತು. ಗುರೂಜಿ ಹೇಳಿದುದು ನಿಜವಿರಬಹುದು. ಈ ದೇಶದವರು ಭಾವಿಸುವ ಪ್ರೇಮ ಮತ್ತು ಭಕ್ತಿಗಳ ಸಂಬಂಧ ನನಗೆ ಅರ್ಥವಾಗುವುದೇ ಇಲ್ಲವೇನೋ! ದೇವರನ್ನು ಪ್ರೇಮಿಯಾಗಿ ಭಾವಿಸುವುದು ಅಸಾಧ್ಯ, ಯಾರಾದರೂ ಸಾಧ್ಯವೆಂದರೆ ಅದೊಂದು ಧರ್ಮಲಂಡತನ ವೆನ್ನುವ ಪರಂಪರೆಯಲ್ಲಿ ಬೆಳೆದವಳು ನಾನು. ಗುರುವು ಕೈ ಎತ್ತಿ ಹೊಡೆದರೂ ತಲೆತಗ್ಗಿಸಿ ಕೂರುವುದು ಇಲ್ಲಿಯವರ ನೀತಿನಿಯಮ. ಗುರುವಿನ ಮೇಲೆ ಕೈ ಎತ್ತುವುದೆಂದರೆ ಅವನ ಕೈಸೇದಿಹೋಗುತ್ತದೆಂಬ ನಂಬಿಕೆ ಇವರದು. ಗುರುವನ್ನು ದೇವರಮಟ್ಟಕ್ಕೆ ಏರಿಸುತ್ತಾರೆ, ಗುರುವೇ ದೇವರೆನ್ನುತ್ತಾರೆ. ಸಂಗೀತದಲ್ಲಿ ಮಾತ್ರವಲ್ಲ, ಅಧ್ಯಾತ್ಮವಿದ್ಯೆಯಲ್ಲಿಯೂ, ಇತರ ವಿದ್ಯೆಗಳಲ್ಲೂ. ಆದ್ದರಿಂದಲೇ ಇರಬೇಕು ಹೊಸತನ್ನು ಆವಿಷ್ಕರಿಸದೆ ಹಳೆಯ ಮೂಲಕಲ್ಪನೆ ಗಳನ್ನೇ ಬೆಳೆಸಿ ಉಳಿಸಿಕೊಂಡು ಬದುಕಿದ್ದಾರೆ. ಪ್ರತಿಯೊಂದು ರಾಗಲಕ್ಷಣವನ್ನು ಹೇಳು ವಾಗಲೂ ಹಳೆಯ ಸಂಸ್ಕೃತಗ್ರಂಥಗಳಲ್ಲಿ ಹೇಗೆ ವಿವರಿಸಿದ್ದಾರೆಂಬುದನ್ನು ಹೇಳಿ ತಮ್ಮ ಪಾಠ ಆರಂಭಿಸ್ತಾರೆ. ತಾವು ಪರಂಪರೆಯನ್ನು ಉಲ್ಲಂಘಿಸಿಲ್ಲವೆಂಬುದನ್ನು ವಿಶೇಷಪ್ರಯತ್ನ ದಿಂದ ಸಾಬೀತುಗೊಳಿಸ್ತಾರೆ. ಅವರ ಸಂಗೀತ, ಅವರ ನಾಟ್ಯಶಾಸ್ತ್ರ, ಅವರ ವೇದಾಂತ, ಅವರ ಯೋಗಗಳೆಲ್ಲ ಒಂದೇ ದರ್ಶನದ ಬೇರೆ ಬೇರೆ ಮುಖಗಳೆನ್ನುತ್ತಾರೆ. ಹೊರಗಿನವಳಾದ ನನಗೆ ಅದು ಪೂರ್ತಿ ಕರಗತವಾಗುಲ್ಲವೇನೋ! ಎಂದುಕೊಂಡಳು. ಮನಸ್ಸು ಮತ್ತೆ ಬನಾರಸಿನ ಗುರುಗಳನ್ನು ಜ್ಞಾಪಿಸಿಕೊಂಡಿತು. ಅವರಾಗಿದ್ದರೆ ನಾನು ಹೊರಗಿನವಳಾಗುತ್ತಿದ್ದೆ. ಆದರೆ ಇವರು ಶುದ್ಧ ಕಲಾವಿದರು, ಅಮೆರಿಕದ ಕಲಾವಿದರಂತೆಯೇ ಸ್ವಚ್ಛಂದವಾಗಿರುವವರು. ಈ ದೇಶದ ಸಂಗೀತದ ಮಹಿಮೆಯನ್ನು ಮಾತಿನಲ್ಲಿ ಹೇಳುವಾಗ

ವೇದ, ಯೋಗ ಎಂದೆಲ್ಲ ಹೇಳಿದರೂ ಸಂಗೀತವನ್ನು ಕಲೆಯಮಟ್ಟದಲ್ಲೇ ಗ್ರಹಿಸಿ ಹಾಡುವವರು. ಅಮೆರಿಕದ ಕಲಾವಿದರಂತೆಯೇ ಸ್ವಂತಜೀವನ ನಡೆಸುವವರು. ಅವರಿಗೆ ಕರಗತವಾದ ರಾಗಭಾವಗಳು ನನಗೇಕೆ ಆಗುವುದಿಲ್ಲ? ಆಗಬಾರದು? ಎಂದು ಹೆಣಗತೊಡಗಿದಳು. ರಾತ್ರಿ ಎದ್ದು ದೀಪ ವನ್ನೂ ಹಾಕಲಿಲ್ಲ. ಮಥನವು ಕತ್ತಲಿನಲ್ಲಿಯೂ ಮುಂದುವರೆಯಿತು.

ಬಹಳ ಸಮಯದವರೆಗೆ ನಿದ್ರೆ ಬರಲಿಲ್ಲ. ಎಚ್ಚರವಾದಾಗ ಬೆಳಗಾಗಿ ತುಂಬಹೊತ್ತಾಗಿದೆ ಎನ್ನಿಸಿತು. ಪೂರ್ತಿ ಎಚ್ಚರವಾಗುವವರೆಗೂ ಅತ್ತಿತ್ತ ಹೊರಳಿ ಅನಂತರ ಕಣ್ಣುಬಿಟ್ಟು ರಾತ್ರಿ ತೆಗೆದಿಡುವುದನ್ನು ಮರೆತು ಇನ್ನೂ ಕೈಯಲ್ಲೇ ಇದ್ದ ಗಡಿಯಾರವನ್ನು ನೋಡಿಕೊಂಡಾಗ ಒಂಬತ್ತು ತೋರಿಸುತ್ತಿತ್ತು. ಎದ್ದು ಬಾಗಿಲು ತೆಗೆದು ಹೊಸಲಿನ ಹತ್ತಿರ ಇಟ್ಟಿದ್ದ ಹಾಲಿನ ಚೀಲ ಮತ್ತು ದಿನಪತ್ರಿಕೆಗಳನ್ನು ಎತ್ತಿಕೊಂಡಳು. ಇದ್ದಕ್ಕಿದ್ದಂತೆಯೇ ಆತಂಕಹುಟ್ಟಿ ಪತ್ರಿಕೆಯ ಪುಟಗಳನ್ನು ತಿರುವಿ ಕಣ್ಣಾಡಿಸಿದಳು. ಎಲಾ, ರಾಸ್ಕಲ್! ಹಾಕಿಬಿಟ್ಟಿದಾನೆ. ಪ್ರಕಟಿಸುಲ್ಲ ಎಂಬ ಭಾವನೆಯನ್ನು ಕೊಟ್ಟು ನಾನು ಇತ್ತ ಬಂದಮೇಲೆ, 'ಅಮೆರಿಕದ ಹುಡುಗಿಯನ್ನು ಲೈಂಗಿಕವಾಗಿ ಆಕರ್ಷಿಸಿ, ಶೋಷಿಸಿ ಭಾರತಕ್ಕೆ ಕರೆತಂದನಂತರ ದೈಹಿಕ ಹಿಂಸೆ ಕೊಡುತ್ತಿರುವ ಗಾಯಕ ಮೋಹನಲಾಲ್' ಎಂಬ ಶೀರ್ಷಿಕೆಕೊಟ್ಟು ಹಾಕಿಬಿಟ್ಟಿದಾನೆ. ಸರಸರನೆ ಓದಿಕೊಂಡಳು: ಆಧ್ಯಾತ್ಮಿಕ ಮೂಲದ ಭಾರತೀಯ ಸಂಗೀತವನ್ನು ಪಶ್ಚಿಮದೇಶಗಳಲ್ಲಿ ಪ್ರಚಾರ ಮಾಡುವ ವೇಷಧರಿಸಿ ನಾಲ್ಕು ವರ್ಷಗಳ ಹಿಂದೆ ಅಮೆರಿಕಕ್ಕೆ ಹೋದ ಪಂಡಿತ ಮೋಹನಲಾಲರು ನ್ಯೂಯಾರ್ಕ್ ನಗರದಲ್ಲೊಂದು ಆರುವಾರಗಳ ಸಂಗೀತಕಮ್ಮಟ ನಡೆಸುವ ಹೊಣೆಹೊತ್ತು ಅಲ್ಲಿ ಸಂಗೀತ ಕಲಿಯಲು ಬಂದ ಒಬ್ಬ ಬಿಳಿಯ ಹುಡುಗಿಯನ್ನು ಮೊದಲದಿನವೇ ಹಾಸಿಗೆಗೆ ಎಳೆದುಕೊಂಡು ಅವಳಿಗೆ ಭಾರತದಲ್ಲಿ ಸಂಗೀತ ಕಲಿಯುವ ವಿದ್ಯಾರ್ಥಿವೇತನ ಕೊಡಿಸಿ ಮುಂಬಯಿಯಲ್ಲಿ ಪ್ರತ್ಯೇಕ ಫ್ಲ್ಯಾಟ್ ಮಾಡಿಟ್ಟು ದೈಹಿಕವಾಗಿ ಉಪಯೋಗಿಸಿ ಸ್ವಲ್ಪವೂ ಪಾಠ ಹೇಳದೆ ಈಗ ಅವಳು ಏನೂ ಕಲಿಯದೆ ಹಿಂತಿರುಗುವ ಸಂದರ್ಭದಲ್ಲಿ ಅವಳಿಗೇ ಕಲಿಯುವ ಸಂಸ್ಕಾರವಿಲ್ಲವೆಂದು ಎಲ್ಲ ತಪ್ಪನ್ನೂ ಅವಳಮೇಲೆ ಹಾಕಿ ಅವಳನ್ನು ಕ್ರೂರವಾಗಿ ಕೆನ್ನೆ ಊದಿಕೊಳ್ಳುವಂತೆ ಹೊಡೆದು, ಭಾರತದ ಪೋಲೀಸರಿಗೆ ದೂರು ಕೊಡಲು ನಂಬಿಕೆಬಾರದ ಆಕೆ ನಮ್ಮ ಪತ್ರಿಕಾಲಯಕ್ಕೆ ಬಂದು ತನ್ನ ಅಳಲುತೋಡಿಕೊಂಡ ಹೃದಯವಿದ್ರಾವಕ ಘಟನೆಯು ಮೋಹನಲಾಲರ ಹೀನವ್ಯಕ್ತಿತ್ವ ಮತ್ತು ಅತಿಹೀನ ಕಲಾಜೀವನ ದಿಂದ ಹೊರಬಂದಿರುವ ಇನ್ನೊಂದು ಹೊಲಸಾಗಿದೆ..... ಎಂದು ಆರಂಭಿಸಿ, ಸುಳ್ಳು, ಬರೀ ಸುಳ್ಳು, ತಿರುಚು ಸುಳ್ಳುಗಳ ಸರಕಟ್ಟಿದ್ದಾನೆ. ನೊ, ನೊ, ನೊ, ನಾನು ಇದಲ್ಲ ಹೇಳಿದ್ದು. ನನ್ನ ಇಂಗಿತ ಇದಲ್ಲ. ಅಥವಾ ಕೋಪದಲ್ಲಿ ಏನು ಹೇಳಿದೆನೋ! ಇಲ್ಲ. ನೆನಪಿದೆ, ಹೀಗೆ ಹೇಳಿಲ್ಲ. ಅವನ ಟೇಪನ್ನು ತಗಂಡು ಬರಬೇಕಿತ್ತು, ಪ್ರಕಟಿಸುಲ್ಲ, ಎಂಬ ಅವನ ಮಾತನ್ನು ನಂಬಿ ತಕ್ಷಣ ಎದ್ದುಬಂದದ್ದು, ಡರ್ಟಿಫ್ಲೆಲೋ, ಡರ್ಟಿಇಂಡಿಯನ್ ಎಂದುಕೊಂಡಳು.

ಇದ್ದಕ್ಕಿದ್ದಂತೆಯೇ ಅವಳ ಶರೀರದಲ್ಲಿ ಸುಸ್ತು ಕಾಣಿಸಿತು. ಕುರ್ಚಿಯ ಮೇಲೆ ಕುಳಿ

ತಳು. ಅನಂತರ ನಿಧಾನವಾಗಿ ಕಣ್ಣುತೆರೆದು ಇಡೀ ವರದಿಯನ್ನು ಓದಿದಳು. ನನ್ನದು ಅಲ್ಲಲ್ಲಿ ಕಾಣಿಸಿಕೊಳ್ಳುವ ನೆಪಮಾತ್ರ. ನಾನು ಹೇಳಿರದ, ಧ್ವನಿಸದ, ಆದರೆ ತನಗೆ ಬೇಕಾದ ಕಥೆ ಉಪಕಥೆಗಳನ್ನೆಲ್ಲ ಪರಾಂಜಪೆ ತುಂಬಿಬಿಟ್ಟಿದಾನೆ ಎನ್ನಿಸಿತು. ತಕ್ಷಣ ಡೈರೆಕ್ಟರಿಯಲ್ಲಿ ಹುಡುಕಿ ಫೋನುಮಾಡಿ ಕೇಳಿದಳು: 'ಮಿಸ್ಟರ್ ಪರಾಂಜಪೆ, ನಾನು ನೀಡಿದ ಹೇಳಿಕೆಯನ್ನು ಪ್ರಕಟಿಸೂದಿಲ್ಲ ಅಂತ ನೀವು ಹೇಳಿದಮೇಲೆ ನಾನು ಅಲ್ಲಿಂದ ಹೊರಟೆ. ನೀವೊಬ್ಬ ಜಂಟಲ್‌ಮನ್ ಅಂತ ನಿಮ್ಮ ಮಾತನ್ನು ನಂಬಿದೆ. ನಾನು ಹೇಳಿಯೇ ಇಲ್ಲದ, ಧ್ವನಿಸಿಯೂ ಇಲ್ಲದ, ಕಟ್ಟು ಅರ್ಥಗಳನ್ನೆಲ್ಲ ಹೆಣೆದು ತಿರುಚಿ ನೀವು ವರದಿ ತಯಾರಿಸಿದೀರಿ.'

'ಮೇಡಂ, ನಿಮಗೆ ಇಷ್ಟಬಂದದ್ದು ಮಾತ್ರ ಪ್ರಕಟವಾಗಬೇಕು ಅಂದಿದ್ದರೆ ಸಂಪಾದಕರಿಗೆ ಪತ್ರ ಬರೆಯಬೇಕಿತ್ತು. ಸುದ್ದಿ, ಸುದ್ದಿಯ ಹಿನ್ನೆಲೆ ಅದರ ಅರ್ಥಗಳನ್ನೆಲ್ಲ ಶೋಧಿಸಿ ವ್ಯಾಖ್ಯಾನಿಸೂದೂ ವರದಿಗಾರನ ಕರ್ತವ್ಯ. ಅವನು ಹಲವು ಮೂಲಗಳಿಂದ ಸಂಗ್ರಹಿಸ್ತಾನೆ. ನಿಮಗಿಂತ ಅವನಿಗೆ ಹೆಚ್ಚು ಗೊತ್ತಿರುತ್ತೆ ಅನ್ನೂದ ಅರ್ಥಮಾಡಿಕೊಳ್ಳಿ.'

'ಆದರೆ ಅವು ನಾನು ಹೇಳಿದ ಮಾತುಗಳಲ್ಲ.'

'ಮಾತು ನಿಮ್ಮದಲ್ಲದಿರಬಹುದು, ವಿಷಯ ನೀವು ಹೇಳಿದ ಮಾತುಗಳಿಗೆ ಸಂಬಂಧಿಸಿದ್ದು.'

'ನಾನ್‌ಸೆನ್ಸ್,' ಎಂದಳು ಏನು ಹೇಳಬೇಕೆಂಬುದು ತಿಳಿಯದುದಕ್ಕೆ.

'ಬೇಕಾದರೆ ನೀವೊಂದು ಲೆಟರ್ ಟು ದಿ ಎಡಿಟರ್ ಮೂಲಕ ತಿದ್ದುಪಡಿ ಕಳಿಸಿ. ಪ್ರಕಟಿಸ್ತೀವಿ.'

'ಜೊತೇಲಿ ವರದಿಗಾರನ ಟಿಪ್ಪಣಿ ಹಾಕಿ ನನ್ನ ಪತ್ರದ ವಿಷಯವನ್ನ ತಿರುಚುಲ್ಲತಾನೆ?'

'ವರದಿಗಾರನ ಸ್ವಸಮರ್ಥನೆಯ ಹಕ್ಕನ್ನ ಕಸಿದುಕೊಳ್ಳುಕ್ಕೆ ನಿಮಗೆ ಅಧಿಕಾರವಿಲ್ಲ.'

'ನಾನ್‌ಸೆನ್ಸ್' ಎಂದು ಎರಡನೆಯ ಸಲ ಕಿರುಚಿಕೊಳ್ಳುವುದು ಬಿಟ್ಟು ಅವಳಿಗೆ ಬೇರೆ ಏನೂ ತೋಚಲಿಲ್ಲ. ಅತ್ತಕಡೆಯಿಂದ ಅವನು ಫೋನನ್ನು ಕೆಳಗಿಟ್ಟುಬಿಟ್ಟ.

ಐದುನಿಮಿಷದ ನಂತರ ಅವಳು ಮೋಹನಲಾಲನಿಗೆ ಫೋನುಮಾಡಿದಳು: 'ಗುರೂಜಿ, ನಾನು, ಭೂಪಾಲಿ ಮಾತಾಡ್ತಿರೂದು. ನನ್ನನ್ನ ಕ್ಷಮಿಸಿ. ನೀವು ಹೊಡೆದು ಹೋದಮೇಲೆ ನನಗೆ ಕೋಪಬಂತು. ಕೋಪದಲ್ಲಿ ಪೇಪರು ಆಫೀಸಿಗೆ ಹೋಗಿ ಪರಾಂಜಪೆಗೆ ನೀವು ಹೊಡೆದದ್ದನ್ನ ಹೇಳಿದೆ. ಅವನು ನಮ್ಮ ಸಂಬಂಧ ಹೇಗೆ ಎಲ್ಲಿ ಶುರುವಾಯಿತು ಅಂತಲೆಲ್ಲ ಕೇಳಿದ. ನ್ಯೂಯಾರ್ಕಿನಲ್ಲಿ, ಒಂದುವಾರದಲ್ಲಿ ಅಂತ ಹೇಳುವ ಹೊತ್ತಿಗೆ ನನಗೆ ಎಚ್ಚರಬಂತು. ನಾನಾಡಿದ ಮಾತನ್ನ ಪ್ರಕಟಿಸೂದಿಲ್ಲ ಅಂತ ಅವನೇ ಹೇಳಿದ. ಆ ನಂಬಿಕೆಯಿಂದ ನಾನು ಹಿಂತಿರುಗಿದೆ. ಅವನು ನಂಬಿಕೆದ್ರೋಹಮಾಡಿದಾನೆ. ಅವನಮೇಲೆ ನೀವು ಏನು ಕ್ರಮ ಕೈಗೊಂಡರೂ ನಾನು ನಿಮ್ಮಪರ ನಿಲ್ತೀನಿ. ಈ ದೇಶದಲ್ಲಿ ಏನು ಮಾಡಬಹುದು ಅಂತ ತೀರ್ಮಾನಿಸುಕ್ಕೆ ನನಗೆ ತಿಳಿಯುಲ್ಲ. ಇನ್ನು ಎರಡುತಿಂಗಳಿಗೆ ಹೊರಟುಹೋಗೋಳು ನಾನು.'

'ರಂಡೆ, ಮಾಡೂದಮಾಡಿ ಈಗ ನನ್ನಪರ ನಿಲ್ತೀನಿ ಅಂತೀಯ? ನನ್ನ ಫ್ಲ್ಯಾಟಿಗೆ

ಬಂದರೆ ನಿನಗೆ ಹಳೆಜೂತದಿಂದ ಹೊಡೀತೀನಿ,' ಅವನು ಅರಚಿದ ಜೋರಿಗೆ ಫ಼ೋನಿನ ಧ್ವನಿಯು ಕಿರುಗುಟ್ಟಿತು.

ಅಧ್ಯಾಯ ೧೯

– ೧ –

ಗಂಡ ಸೋಹನಗುರುವಿಗೆ ನೂರುವರ್ಷತುಂಬಿತು. ಅದನ್ನು ಆಚರಿಸುವ ಒಂದು ಸಮಾರಂಭ ಮಾಡಬಹುದೆ? ಎಂಬ ಆಲೋಚನೆ ಮನೋಹರಿಯ ಮನಸ್ಸಿನಲ್ಲಿ ಹುಟ್ಟಿತು. ನೂರುವರ್ಷ ಬದುಕುವುದೇ ಒಂದು ಅಪೂರ್ವದ ಸಂಗತಿ. ಅಲ್ಲದೆ ಅವರ ಕಾಲದಲ್ಲಿ ಇಡೀ ಭಾರತದಲ್ಲಿ ಖ್ಯಾತರಾಗಿದ್ದವರು. ತಾನು ಮನಸ್ಸುಮಾಡಿದರೆ ದೊಡ್ಡ ಸಮಾರಂಭ ವೇರ್ಪಡಿಸುವುದು ಕಷ್ಟವಲ್ಲ. ಕೇಂದ್ರದ ಒಬ್ಬ ಮಂತ್ರಿಯನ್ನೇ ಮುಖ್ಯ ಅತಿಥಿಯಾಗಿ ಕರೆಸಿ, ಎರಡೂವರೆ ಗಂಟೆಯ ಆಕರ್ಷಕ ನೃತ್ಯಗಳ ಪ್ರೋಗ್ರಾಂ ಇಟ್ಟು ಟಿಕೀಟನ್ನೂ ಹಾಕಿ ಖರ್ಚುಕಳೆದು ಹಣವೂ ಉಳಿಯುವಂಥದು, ಎಂದು ಯೋಚಿಸಿದಳು. ಆದರೆ ಗುರೂಜಿಗೆ ಯಾವುದೂ ನೆನಪಿರುಲ್ಲ. ಅವರ ಸೇವೆಗಾಗಿ ನೇಮಿಸಿರುವ ನರ್ಸು ಮುಖ ತೊಳೆದು ಶೌಚ ಸ್ನಾನಮಾಡಿಸಿ ಕುರ್ಚಿಯ ಮೇಲೆ ಕೂರಿಸಿ ಚಹಾಕೊಟ್ಟರೆ ಕುಡೀತಾರೆ. ಮೃದುವಾದ ಹಲ್ವಾಕೊಟ್ಟರೆ ತಿಂತಾರೆ. ಗಟ್ಟಿಯಾಗಿ ಮಾತಾಡಬೇಕು. ಏನೋ ಕೇಳಿದರೆ ಮತ್ತೆ ಏನೋ ಉತ್ತರ ಹೇಳ್ತಾರೆ. ವಾಕ್ಯಗಳನ್ನು ಸಂಪೂರ್ಣ ಮಾಡುಲ್ಲ. ಕುರ್ಚಿನೇ ಒರಗಿ ತೂಕಡಿಸ್ತಾ ಪುಸ್‌ಪುಸ್ ಅಂತ ಗೊರಕೆ ಹೊಡೀತಾರೆ. ಇಂಥೋರನ್ನ ವೇದಿಕೆಯ ಮೇಲಕ್ಕೆ ಕರೆ ದೊಯ್ಯೊದೂ ಕಷ್ಟ. ನರ್ತನದ ಮೇಲೆ ಏನಾದರೂ ಹತ್ತುನಿಮಿಷ ಮಾತನಾಡಿ, ಐದು ನಿಮಿಷವಾದರೂ ಅಭಿನಯವನ್ನಾದರೂ ಮಾಡಿ ತೋರಿಸುವಂತಿದ್ದರೆ ಸಮಾರಂಭಕ್ಕೆ ಶೋಭೆ. ಇಲ್ಲದಿದ್ದರೆ ಪ್ರಯೋಜನವಿಲ್ಲ, ಎಂದುಕೊಂಡಳು. ಅಲ್ಲದೆ ಅವರನ್ನು ಸಭೆಗೆ ತೋರಿಸಿ ತಾನು ಅವರ ಹೆಂಡತಿ ಅಂತ ಜ್ಞಾಪಿಸಿದರೆ ತನ್ನ ವಯಸ್ಸನ್ನು ಜನರು ಹೆಚ್ಚಾಗಿ ಕಲ್ಪಿಸಿಕೊಳ್ಳಬಹುದು. ನಲವತ್ತುವರ್ಷಕ್ಕೆ ಹಿರಿಯರು ಎಂಬ ಹಳೆಯ ಸಂಗತಿಯನ್ನೇಕೆ ಮತ್ತೆ ಜಾಹೀರುಮಾಡಬೇಕು? ಎಂಬ ಎಚ್ಚರಹುಟ್ಟಿತು. ಏನು ಮಾಡಿದರೂ ತಿಳಿಯದ ಅವರಿಗೇಕೆ ಅವೆಲ್ಲ ಸಮಾರಂಭ? ಎಂದು ಸುಮ್ಮನಾದಳು.

ನೂರೊಂದನೆಯ ವಯಸ್ಸಿಗೆ ಅವರಿಗೆ ಸಂಪೂರ್ಣವಾಗಿ ಸ್ಮೃತಿತಪ್ಪಿತು. ಕಿವಿ ಕೇಳುತ್ತಿದ್ದರೂ ಹೇಳಿದ ಮಾತು ಅರ್ಥವಾಗುತ್ತಿರಲಿಲ್ಲ. ಸ್ನಾನ, ಆಹಾರಸೇವನೆ, ಶಯನ ಮೊದಲಾದವುಗಳನ್ನು ಮಾಡಿಸಿದರೆ ಮಾಡುತ್ತಿದ್ದರು. ಬೇಗ ಸತ್ತಾದರೂ ಹೋಗಬಾರದೆ ಎಂಬ ಆಲೋಚನೆ ಅವಳಲ್ಲಿ ಹಲವುಬಾರಿ ಬರುತ್ತಿತ್ತು. ಇಂಥವರನ್ನು ನೋಡಿಕೊಳ್ಳುವ ಯಾವುದಾದರೂ ಸಂಸ್ಥೆ ಇದೆಯೇ ಎಂದೂ ವಿಚಾರಿಸಿದಳು. ಯಾವುದೂ ತಿಳಿಯಲಿಲ್ಲ. ಒಂದುದಿನ ಅವರು ಏನೋ ತೊದಲು ನುಡಿಯತೊಡಗಿದರು. ಅಮ್ಮ, ಅವರು ಏನೋ ಮಾತಾಡ್ತಾರೆ.

ನನಗೆ ಅರ್ಥವಾಗುಲ್ಲ. ಕೇಳಿ ಬನ್ನಿ, ನರ್ಸು ಬಂದು ಕರೆದಾಗ ಹತ್ತಿರಹೋಗಿ ಕುಳಿತಳು. ಅವರ ತುಟಿಗಳ ಚಲನೆ ಮತ್ತು ಅಸ್ತಿಮಿತ ಉಚ್ಚಾರಗಳನ್ನು ಕೂಡಿಸಿ ಗ್ರಹಿಸಿದಾಗ, 'ಅವಳಿಗೊಂದು ಮದುವೆ ಮಾಡಿ ತಕ್ಕ ಗಂಡಿನ ಕೈಯಲ್ಲಿಡಬೇಕಾಗಿತ್ತು' ಎಂಬ ವಾಕ್ಯವನ್ನು ಜೋಡಿಸಿಕೊಳ್ಳಲು ಸಾಧ್ಯವಾಯಿತು. ಯಾರಿಗೆ ಅನ್ವಯಿಸಿ ಈ ಮಾತಾಡ್ತಿದಾರೆ? ಎಂಬ ಆಶ್ಚರ್ಯವಾಯಿತು. ಕಿವಿಯ ಹತ್ತಿರಕ್ಕೆ ಬಾಯಿತಂದು ಯಾರಿಗೆ ಎಂದು ಎಷ್ಟು ಗಟ್ಟಿಯಾಗಿ ಎಷ್ಟುಸಲ ಕೂಗಿದರೂ ಅವರಿಗೆ ಅರ್ಥವಾಗುತ್ತಿಲ್ಲ. ಆದರೆ ಯಾವಾಗಲೋ ಒಮ್ಮೊಮ್ಮೆ ಈ ವಾಕ್ಯವಾಗಿ ಜೋಡಿಸಿಕೊಳ್ಳಬಹುದಾದ ತೊದಲು ಹೊರಬರುವುದು ನಿಲ್ಲಲಿಲ್ಲ. ಇವತ್ತು ಬೆಳಗ್ಗೆಯಿಂದ ಅದನ್ನು ಆರುಸಲ ಅಂದರು. ಇವತ್ತು ಎಂಟುಸಲ ಅಂದರು ಎಂದು ನರ್ಸು ವರದಿಮಾಡುತ್ತಿದ್ದಳು. ಒಂದುದಿನ ಮನೋಹರಿಯೇ ಹಾಸಿಗೆಯ ಪಕ್ಕ ದಲ್ಲಿ ಕೂತು ಮುಖನೋಡುತ್ತಿದ್ದಾಗ ಅದೇ ತೊದಲು ಹೊರಬಂತು. ಅವಳಿಗೆ ಎಂಬ ಶಬ್ದವನ್ನು ಅವರು ತನಗೆ ಅನ್ವಯಿಸಿ ಆಡುತ್ತಿದ್ದಾರೆ ಎನ್ನಿಸಿತು. ಅದೇ ಹೌದು ಎಂದು ನಿರ್ಧರಿಸಿದಳು. ಆಶ್ಚರ್ಯವಾಯಿತು. ಆ ರಾತ್ರಿ ಮಹಡಿಯ ತನ್ನ ಕೋಣೆಯಲ್ಲಿ ಮಲಗಿದ್ದಾಗ ತನ್ನನ್ನು ಅವರೇ ತಕ್ಕಗಂಡಿನ ಕೈಯಲ್ಲಿಟ್ಟು ಮದುವೆಮಾಡುವ ಕಲ್ಪನೆ ಬಂದು ಮನಸ್ಸಿಗೆ ಮುದವಾಯಿತು. ಈ ವಿಚಾರ ಅವರ ಮನಸ್ಸಿನಲ್ಲಿ ಅಡಗಿ ಕುಳಿತಿತ್ತೆ? ಎಷ್ಟು ದಿನದಿಂದ? ಅಥವಾ ವರ್ಷಗಳಿಂದ? ತಮ್ಮ ಶಕ್ತಿ ಸಂಪೂರ್ಣವಾಗಿ ಉಡುಗಿ ಇವಳಿಗೆ ತಾನು ದುರ್ಬಲವಾಗಿಯಾದರೂ ಗಂಡನಾಗಿರುವುದು ಸಾಧ್ಯವಿಲ್ಲವೆಂಬ ಅರಿವಾದಾಗಿನಿಂದ ಇರಬಹುದೆ? ಯಾವುದೂ ಸರಿಯಾಗಿ ತಿಳಿಯುತ್ತಿಲ್ಲ. ಆದರೆ ಮನಸ್ಸಿಗೆ ಹಿತವಾಯಿತು. ಎಷ್ಟೋ ಹೊತ್ತು ನಿದ್ರೆಬಾರದೆ ಹೊರಳುತ್ತಿದ್ದಳು. ಇವರೇ ಒಬ್ಬ ತಕ್ಕ ಗಂಡನ್ನು ಹುಡುಕಿ ಅವನ ಕೈಯಲ್ಲಿ ನನ್ನನ್ನಿಟ್ಟಿದ್ದರೆ, ಈಗ ಮೂವತ್ತು ಮೂವತ್ತೈದು ವರ್ಷದ ಹಿಂದೆ ಇಟ್ಟಿದ್ದರೆ! ಎಂಬ ಹಿತಕಲ್ಪನೆ ಹುಟ್ಟಿಕೊಂಡಿತು. ನಾನು ಮಕ್ಕಳಾಗದಂತೆ ಶಸ್ತ್ರಕ್ರಿಯೆ ಮಾಡಿಸಿಕೊಳ್ಳುವ ಮೊದಲು ಇಡಬೇಕಿತ್ತು, ಎಂಬ ಇನ್ನೊಂದು ಅಂಶ ಸೇರಿಕೊಂಡಿತು. ಮನಸ್ಸು ಜಡ ವಾಯಿತು. ಏನೂ ತಿಳಿಯದ, ರಾತ್ರಿಯ ನಿಶ್ಶಬ್ದವೂ ಅರಿವಿಗೆಬಾರದ ನಿರ್ವೇದಸ್ಥಿತಿ. ಇದ್ದಕ್ಕಿದ್ದಂತೆ ಅಳುಬಂತು. ಬಿಕ್ಕಿ ಬಿಕ್ಕಿ ಅತ್ತಳು. ಎಷ್ಟೋ ಹೊತ್ತಿನಮೇಲೆ ನಿದ್ರೆಬಂತು.

ಬೆಳಗ್ಗೆ ಎಚ್ಚರವಾಗಿರಲಿಲ್ಲ. ನರ್ಸು ಮಹಡಿಹತ್ತಿ ತನ್ನ ಕೋಣೆಯ ಬಾಗಿಲಿನಲ್ಲಿ ನಿಂತು ಕೂಗುತ್ತಿದ್ದಾಳೆ. 'ಅಮ್ಮಾ, ಗುರೂಜಿ ತೀರಿಹೋಗಿದಾರೆ. ಮಧ್ಯರಾತ್ರಿ ಒಂದುಸಲ ನೋಡಿದ್ದೆ. ಬೆಳಗ್ಗೆ ಎಚ್ಚರವಾದಾಗ ಉಸಿರಿನ ಏರಿಳಿತ ಕಾಣಿಸಲಿಲ್ಲ. ಹತ್ತಿರ ಹೋಗಿ ಪರೀಕ್ಷಿಸಿದೆ. ಯಾವ ಹೊತ್ತಿನಲ್ಲೋ ಹೋಗಿಬಿಟ್ಟಿದಾರೆ.' ಮನೋಹರಿ ಹೌದಾ? ಎಂದು ದಢಕ್ಕನೆ ಎದ್ದುಕೂತಳು. ಅಳುಬಂತು. ಒಂದುನಿಮಿಷ ಅತ್ತನಂತರ ಮನಸ್ಸಿಗೆ ಹಗುರವಾಯಿತು.

ಶಾಸ್ತ್ರೋಕ್ತವಾಗಿ ಶ್ರಾದ್ಧಕರ್ಮಗಳನ್ನು ಮಾಡಿಸಿ ಅವರ ಒಂದು ಫೋಟೋವನ್ನು ದೊಡ್ಡದು ಮಾಡಿಸಿ ಅವರ ಮಂಚದ ಮೇಲಿನ ಗೋಡೆಗೆ ನೇತುಹಾಕಿದಳು. ಸಂಬಳದ

ಜೊತೆಗೆ ಭಕ್ಷೀಸನ್ನೂ ಕೊಟ್ಟು ನರ್ಸನ್ನು ಕಳಿಸಿದಳು.

– ೨ –

ಮುಂಬಯಿಯಲ್ಲಿ ಅವಳ ಮತ್ತು ತಂಡದ ಒಂದು ಕಾರ್ಯಕ್ರಮವಿತ್ತು. ಪರಾಂಜಪೆ ಎಂಬ ಹೆಸರಿನ ಒಬ್ಬ ಪತ್ರಕರ್ತ ಫ಼ೋನ್‌ಮಾಡಿದ್ದ. 'ಮುಂಬಯಿಯಲ್ಲಿ ನನಗೆ ಎರಡುತಾಸು ಸಮಯಕೊಡಬೇಕು. ನಮ್ಮ ಪತ್ರಿಕೆಗೆ ನಿಮ್ಮದೊಂದು ಸಂದರ್ಶನ ಮಾಡಬೇಕು.' ಕಾರ್ಯಕ್ರಮದ ಮರುಬೆಳಗ್ಗೆ ಒಂಬತ್ತರಿಂದ ಹನ್ನೊಂದು. ನನ್ನನ್ನಿಳಿಸುವ ಹೋಟೆಲಿನಲ್ಲಿ ಆಗಲಿ, ಎಂದು ಹೇಳಿದಳು.

ಈ ಹೆಸರನ್ನು ತಾನು ಕೇಳಿರುವ ನೆನಪುಬಂತು. ದಿಲ್ಲಿಯ ಪತ್ರಕರ್ತರಲ್ಲಿ ತನಗೆ ಆಪ್ತಳಾದ ಚಾವ್ಲಾಳನ್ನು ಕೇಳಿದಳು. ಮುಂಬಯಿಯ ಕಲಾಜಗತ್ತಿನಲ್ಲಿ ಪ್ರಭಾವವಿರುವ ಪತ್ರಕರ್ತ. ಬಹಳ ವರ್ಷದಿಂದ ಏಶ್ಯನ್ ಟ್ರಿಬ್ಯೂನ್ ಪತ್ರಿಕೆಯ ಕಲೆ ಸಾಹಿತ್ಯ ಮೊದಲಾದ ವಿಭಾಗಗಳನ್ನು ನೋಡಿಕೊಳ್ಳುತಾನೆ. ಐದುಕಡೆ ಪ್ರಕಟವಾಗುವ ಪತ್ರಿಕೆ. ಕಲೆ ಸಂಸ್ಕೃತಿ ಮತ್ತು ಯುವಜನ ಮಂತ್ರಿ ದೇಶಮುಖರಿಗೆ ಖಾಸಾ. ದಿಲ್ಲಿಗೆ ಬಂದರೆ ಅವರ ಮನೆಯಲ್ಲೇ ಠಿಕಾಣಿ, ಎಂಬಷ್ಟು ಮಾಹಿತಿ ಕೊಟ್ಟು, 'ಸಂಗೀತಗಾರ ಮೋಹನಲಾಲರನ್ನು ಕಂಡರೆ ಇತ್ತೀಚೆಗೆ ಆಗುಲ್ಲ. ಪರಾಂಜಪೆ ಅವನ ಹೆಂಡತಿ ಹೆಸರಿನಲ್ಲಿ ನಡೆಸುವ ಕ್ಯಾಸೆಟ್ ಕಂಪನಿಗೆ ಮೋಹನಲಾಲ ತನ್ನ ಹಾಡು ಕೊಡಲಿಲ್ಲ ಅಂತ ಜಗಳ ಶುರುವಾಯಿತಂತೆ. ಮೋಹನಲಾಲನನ್ನ ಅಟ್ಯಾಕ್ ಮಾಡಿರುವ ಒಂದು ಲೇಟೆಸ್ಟ್ ಲೇಖನವಿದೆ. ಅದಕ್ಕೆ ಸಂಬಂಧಿಸಿದ ವಾಚಕರ ಪತ್ರಗಳೂ ಇವೆ. ನಿಮಗೆ ತಲುಪಿಸುತೀನಿ,' ಚಾವ್ಲಾ ಎಂದಳು.

ಅವನ್ನು ಓದಿದಮೇಲೆ ಪರಾಂಜಪೆಯ ಸ್ವಭಾವ ಎಂಥದೆಂದು ಅವಳು ಕಲ್ಪಿಸಿಕೊಂಡಳು. ಅದರಲ್ಲೂ, ಒಬ್ಬ 'ಹುಡುಗಿಯ ವೈಯಕ್ತಿಕ ಮೋಹದಿಂದ ತಾನು ಅವಳಿಗೆ ಪಾಠ ಹೇಳುವುದಾಗಿ ಅಮೆರಿಕ ಸರ್ಕಾರಕ್ಕೆ ವಚನಕೊಟ್ಟು, ಅವಳ ಪ್ರಗತಿ ಚನ್ನಾಗಿದೆ ಎಂದು ಕಾಲಕಾಲಕ್ಕೆ ಶಿಫಾರಸುಪತ್ರಕೊಟ್ಟು ಅವಳಿಗೆ ವಿದ್ಯಾರ್ಥಿವೇತನ ಬರುವಂತೆ ಮಾಡಿ ಉದ್ದಕ್ಕೂ ಅವಳನ್ನು ಹೀನಸುಖಕ್ಕೆ ಬಳಸಿ ಈಗ ಅವಳ ಅಭ್ಯಾಸ ಸರಿಯಾಗಿಲ್ಲವೆಂದು ದೈಹಿಕಶಿಕ್ಷೆ ಮಾಡಿರುವ ಈತನ ಕ್ರಿಮಿನಲ್ ನಡತೆಯನ್ನುಮುಂಬಯಿಯಲ್ಲಿರುವ ಅಮೆರಿಕದ ಕಾನ್ಸುಲೇಟ್ ಗಮನಿಸಿ ಅವನ ಮೇಲೆ ಕ್ರಮ ತೆಗೆದುಕೊಳ್ಳಬೇಕು. ಇಂಥವನು ಮುಂದೆ ಎಂದೂ ಅಮೆರಿಕೆಗೆ ಕಾಲಿಡದಂತೆ ಅವನಿಗೆ ವಿಸಾ ನಿಷೇಧಿಸಬೇಕು' ವಾಚಕರ ಪತ್ರ ಬರೆ ದಿದ್ದ. ಇವು ಪರಾಂಜಪೆಯೇ ಹೇಳಿ ಬರೆಸಿದ ಅಥವಾ ಬರೆದು ಕಟ್ಟುಹೆಸರು ಹಾಕಿ ಪ್ರಕಟಿಸಿರುವ ಕಾಗದಗಳು ಎಂದು ಅವಳು ತಟ್ಟನೆ ಅರ್ಥಮಾಡಿಕೊಂಡಳು. ಇವನಿಗೆ ಸಂದರ್ಶನ ಕೊಡಲು ತಾನು ಒಪ್ಪಲೇಬಾರದಾಗಿತ್ತು, ಎಂದುಕೊಂಡಳು. ಈಗ ಒಪ್ಪಿ ಆಗಿದೆ. ತನಗೂ ಮೋಹನಲಾಲನಿಗೂ ಇಪ್ಪತ್ತುವರ್ಷದ ಹಿಂದೆ ಇದ್ದ ಸಂಬಂಧ ಕುರಿತು ಅವನು ಕೆದಕುಪ್ರಶ್ನೆ ಕೇಳ್ತಾನೆ ಎಂದು ಅವಳ ಬುದ್ಧಿ ಊಹಿಸಿತು. ಸರ್ಕಾರದ ಮಟ್ಟದಲ್ಲಿ,

ವಿಶ್ವಸಂಸ್ಥೆಯ ಸಾಂಸ್ಕೃತಿಕ ವಿಭಾಗದಲ್ಲಿ, ಹಲವು ದೇಶಗಳ ರಾಯಭಾರಿ ಕಛೇರಿಗಳಲ್ಲಿ ಹೆಸರು ಸಂಪರ್ಕಗಳಿರುವ ತಾನು ಇವನ ಕುತಂತ್ರಕ್ಕೆ ಒಳಗಾಗಬಾರದು ಎಂದು ನಿರ್ಧರಿಸಿದಳು. ಅಲ್ಲದೆ, ತನ್ನನ್ನು ಏಕಾಂತದಲ್ಲಿ ಎಷ್ಟೇ ಅವಮಾನಿಸಿರಲಿ, ಮೋಹನಲಾಲ ಸಾರ್ವಜನಿಕವಾಗಿ ಒಬ್ಬ ಕಲಾವಿದ, ಉತ್ಕೃಷ್ಟ ಕಲಾವಿದ, ಅವನಿಂದ ತನಗೆ ಮೋಸವಾಯಿತು ಎಂದರೆ ತಾನು ಅಗ್ಗವಾಗ್ತೀನಿ ಎಂಬ ಎಚ್ಚರಹುಟ್ಟಿತು.

ಎರಡುದಿನದಲ್ಲಿ ಒಂದು ನಿಶ್ಚಯಕ್ಕೆ ಬಂದಳು. ಅವನು ನನ್ನನ್ನು ಬಳಸಿಕೊತ್ತಾನೋ, ನಾನು ಅವನನ್ನು ಬಳಸಿಕೊತ್ತೀನೋ ನೋಡುವಾ ಎಂದು ತನ್ನಲ್ಲಿತಾನು ಸವಾಲು ಹಾಕಿ ಕೊಂಡಳು.

ಪರಾಂಜಪೆ ಕಾರ್ಯಕ್ರಮದ ಮೊದಲೇ ಗ್ರೀನ್‌ರೂಮಿನಲ್ಲಿ ಅವಳನ್ನು ಭೇಟಿಯಾಗಿ ಕುಶಲೋಪರಿಮಾಡಿ ನಾಳೆ ಬೆಳಗ್ಗೆ ತಾನು ಬರುವುದನ್ನು ಖಚಿತಮಾಡಿಹೋದ. ಬೆಳಗ್ಗೆ ಒಂಬತ್ತರಿಂದ ಎರಡುತಾಸು ತನಗೊಂದು ಮೀಟಿಂಗ್ ಕಿರುಕೋಣೆ ಬೇಕೆಂದು ಹೋಟೆಲಿನವರಿಗೆ ಹೇಳಿ ಅಲ್ಲೇ ಚಹ ಮತ್ತು ಕಿರುತಿನಿಸುಗಳ ವ್ಯವಸ್ಥೆಯೊಡನೆ ಸಿದ್ಧಮಾಡಿದ್ದಳು. ನಡುವೆ ಮೇಜ. ಎದುರು ಬದರಾಗಿ ಇಬ್ಬರೂ ಕುಳಿತರು. 'ಪರಾಂಜಪೇಜಿ, ಮುಂಬಯಿಯಲ್ಲಿ ನಡೆದ ಪ್ರದರ್ಶಕಲೆಗಳ ಇತಿಹಾಸವನ್ನೇ ಬರೆಯುವಷ್ಟು ಅನುಭವ ನಿಮಗುಂಟಂತೆ,' ಎಂದು ಅವಳೇ ಸಂಭಾಷಣೆಯನ್ನು ಆರಂಭಿಸಿದಳು. ಅವನಿಗೆ ಖುಷಿಯಾಯಿತು.

'ಮೇಡಂ, ನಿಮ್ಮ ವಯಸ್ಸೆಷ್ಟು?' ಕೀಟಳೆಯ ನಗೆಯೊಡನೆ ಸಲಿಗೆ ತೋರಿಸುತ್ತಾ ಅವನು ಆರಂಭಿಸಿದ.

'ನರ್ತಕಿಗೆ ಸ್ವಂತ ವಯಸ್ಸೆನ್ನುವುದು ಇಲ್ಲ. ಶಕುಂತಲೆ ಮಾಡಿದರೆ ಹದಿನಾರು. ರಾಧೆಯಾದರೆ ಇಪ್ಪತ್ತೈದು, ಮೀರಾ ಆದರೆ ಮೂವತ್ತು ನಲವತ್ತು.'

'ಮನೋಹರೀದಾಸರಾದಾಗ?'

'ಮನೋಹರೀದಾಸ್ ಅನ್ನೂದು ಶುದ್ಧ ಖಾಸಗಿ ವ್ಯಕ್ತಿ. ಅದನ್ನು ಕಟ್ಟಿಕೊಂಡು ನಿಮ್ಮ ವಾಚಕರಿಗೆ ಏನಾಗಬೇಕು? ಅಂದ ಹಾಗೆ ನಿಮ್ಮ ವಯಸ್ಸೆಷ್ಟು? ಅರವತ್ತಾ? ಯಾವಾಗ ರಿಟೈರ್‌ಮೆಂಟು?' ಎಂದು ಮುಗುಳ್ನಕ್ಕಳು. ಕಾಡಿಗೆ ಹಚ್ಚಿದ್ದ ಅವಳ ಕಣ್ಣುಗಳು ಕೀಟಳೆಯ ನಗೆಬೀರುತ್ತಿದ್ದವು.

'ಹಿಂದೆ ನೀವೂ ಪಂಡಿತ ಮೋಹನಲಾಲರೂ ದಿಲ್ಲಿಯಲ್ಲಿ ನಾಲ್ಕುವರ್ಷ ಜೊತೆಯಲ್ಲಿದ್ದಿರಲ್ಲ, ಆ ಕುರಿತು ಒಂದು ಪ್ರಶ್ನೆ. ಖಾಸಗಿಯದಲ್ಲ. ಸಂಗೀತಪ್ರತಿಭೆಯೂ ನರ್ತನಪ್ರತಿಭೆಯೂ ಮುಖಾಮುಖಿಯಾದಾಗ ಉಂಟಾದ ಕಲಾಸ್ಫೋಟ ಯಾವ ಬಗೆಯದಾಗಿತ್ತು?' ಅವನು ಆಪ್ತಭಾವದ ಮುಗುಳುನಗೆಯ ಲೇಪನದೊಂದಿಗೆ ಕೇಳಿದ.

'ಜೊತೆಯಲ್ಲೆಲ್ಲಿದ್ದೆವು? ಅವೆಲ್ಲ ಪತ್ರಿಕೆಯೋರು ಹುಟ್ಟಿಸಿದ ಕತೆಗಳು. ಒಳ್ಳೆಯ ಗಾಯನದ ಜೊತೆ ಇದ್ದರೆ ನರ್ತನಕ್ಕೆ ಮೆರುಗುಬರುತ್ತೆ. ನರ್ತನದಿಂದ ಗಾಯನಕ್ಕೂ ವಿಶೇಷ ಲಯಕಾರಿಕೆ ಬರುತ್ತೆ.'

'ನೀವೂ ಅವರೂ ಜಗಳವಾಡಿ.....'

'ಜಗಳವೂ ಇಲ್ಲ ಕದನವೂ ಇಲ್ಲ. ಅವರು ಮೂಲತಃ ಶುದ್ಧಸಂಗೀತದ ಗಾಯಕರು. ನರ್ತನಕ್ಕೆ ಎಷ್ಟು ದಿನ ಹಾಡಿಕೊಂಡಿರುಕ್ಕೆ ಸಾಧ್ಯ? ನಮಗೇ ಖಾಯಂ ಗಾಯಕರು ಸಿಕ್ಕುವ ಕಷ್ಟ ನಿಮಗೆ ಗೊತ್ತಿಲ್ಲವೆ?'

'ಇತ್ತೀಚೆಗೆ ನೀವು ಮೋಹನಲಾಲರ ಕಛೇರಿಯನ್ನ ಕೇಳಿಲ್ಲವೆ?'

'ಒಂದೇ ಊರಿನಲ್ಲಿ ನನ್ನ ಅವರ ಕಾರ್ಯಕ್ರಮಗಳು ಒಂದುದಿನ ಹಿಂಚು ಮುಂಚೆ ಇದ್ದರೆ ಕೇಳಬಹುದು. ಅವಕಾಶವಾಗಿಲ್ಲ. ಅವರು ಪ್ರತಿಭಾನ್ವಿತ ಗಾಯಕರು. ಕೇಳುವ ಇಚ್ಛೆ ಇದೆ.'

ಇವಳು ಪಕ್ಕಾ ಮಾದರ್‌ಚೋದ್ ಲೌಂಡಿ ಎಂದು ಅವನು ಒಳಗೇ ಅಂದುಕೊಂಡ. ಮತ್ತೆ ಯಾವ ರೀತಿ ಅವಳನ್ನು ತನಗೆ ಬೇಕಾದ ದಿಕ್ಕಿನಲ್ಲಿ ಸಂಭಾಷಣೆಗೆ ಎಳೆದುಕೊಳ್ಳ ಬೇಕೆಂದು ಅವನು ಒಳಗೇ ಚಟಪಟಿಸುತ್ತಿರುವಾಗ ಅವಳು ಕೇಳಿದಳು: 'ಪರಾಂಜಪೇಜಿ, ಒಂದಿಷ್ಟು ಸ್ವಂತ ವಿಷಯ ಮಾತಾಡ್ತೀನಿ. ನಿಮ್ಮ ರೆಕಾರ್ಡರ್ ತುಸು ನಿಲ್ಲಿಸ್ತೀರಾ?' ಶೂರ್ ಎಂದು ಅವನು ಅದರ ಗುಂಡಿ ಒತ್ತಿ ನಿಲ್ಲಿಸಿದ. ಅವಳು ಮುಂದುವರೆದಳು: 'ನೀವು ನನ್ನ ವಯಸ್ಸು ಕೇಳಿದಿರಿ. ವಾಸ್ತವವಾಗಿ ನಾನು ಪ್ರತಿನಿತ್ಯ ಯೋಗಸಾಧನೆ ಮಾಡ್ತೀನಿ. ಆದ್ದರಿಂದ ನಿಮಗೆ ನಿಜವಾದ ವಯಸ್ಸಿನ ಅಂದಾಜುಸಿಕ್ಕೂದು ಕಷ್ಟ. ನಮ್ಮ ಭಾರತೀಯ ನೃತ್ಯದ ಮೂಲವೇ ಅದು. ನೀವು ದಿಲ್ಲಿಗೆ ಬರ್ತಿರ್ತೀರಿ ಅಂತ ನನಗೆ ಗೊತ್ತು. ಬಂದಾಗ ಕಲೆ, ಸಂಸ್ಕೃತಿಗಳ ಮಂತ್ರಿಗಳ ಮನೇಲೇ ಇಳಕೊತ್ತೀರಿ ಅಂತಲೂ ಗೊತ್ತು. ಒಂದುಸಲ ನನ್ನ ನೃತ್ಯಶಾಲೆಗೆ ಬಂದು ಅಲ್ಲಿಯ ಕ್ರಮವನ್ನ ನಿರೀಕ್ಷಿಸಿ. ದಿಲ್ಲಿಯ ಗಡಿಬಿಡಿಯಿಂದ ದೂರದಲ್ಲಿ ಒಂದು ನೃತ್ಯಗ್ರಾಮ ಮಾಡಬೇಕು ಅಂತ ನನಗೆ ಮನಸ್ಸಿದೆ. ವಿಶ್ವಸಂಸ್ಥೆಯ ಸಂಸ್ಕೃತಿ ವಿಭಾಗದಿಂದ, ಬೇರೆ ಅಂತಾರಾಷ್ಟ್ರೀಯ ಸಂಸ್ಥೆಗಳಿಂದ ಹಣತರಬಹುದು. ತಕ್ಕ ಜಾಗಬೇಕು. ಕುತುಬ್‌ಗೆ ಹನ್ನೆರಡುಮೈಲಿ ದೂರದಲ್ಲಿ ಹರಿಯಾಣಕ್ಕೆ ಸೇರಿದ ಒಂದು ಸ್ಥಳವಿದೆ. ಅಲ್ಲಿ ನನಗೆ ಇಪ್ಪತ್ತೈದು ಎಕರೆ ಸಿಕ್ಕಿದರೆ ಅಂತಾರಾಷ್ಟ್ರೀಯ ವಿದ್ಯಾರ್ಥಿ ವಿದ್ಯಾರ್ಥಿನಿಯರನ್ನ ಆಕರ್ಷಿಸುವಂಥ ಒಂದು ಭಾರತೀಯ ನೃತ್ಯಗ್ರಾಮ ಕಟ್ಟಬಹುದು. ನೀವು ಬಂದು ನಿಮ್ಮ ಮಿತ್ರ ದೇಶಮುಖರಿಗೆ ಹೇಳಿ, ಅವರನ್ನ ನನ್ನ ನೃತ್ಯಶಾಲೆಗೆ ಕರೆ ತಂದರೆ ಈ ಕೆಲಸವಾಗಬಹುದು. ನೀವು ಮುಂಬಯಿಯ ಕಲಾಕ್ಷೇತ್ರದಲ್ಲಿ ತುಂಬ ರಚನಾತ್ಮಕ ಕೆಲಸ ಮಾಡ್ತೀರಿ ಅಂತ ಕೇಳಿದೀನಿ. ಅದಕ್ಕೆ ನಿಮ್ಮ ನೆರವು ಕೋರ್ತಿದೀನಿ.' ಎಂದು ಕೈನೀಡಿ ಅವನ ಕೈಹಿಡಿದು ಕುಲುಕಿದಳು. ಅವಳ ಕಣ್ಣುಗಳು ಸ್ನೇಹದ, ಅಂತರಂಗದ ನಿಕಟತೆಯ ಭಾವವನ್ನು ಹನಿಕಿಸಿದವು. ಸಂದರ್ಶನದ ಪ್ರಯತ್ನದಲ್ಲಿ ಸೋತ ಅವನಿಗೆ ಅವಳ ಕಣ್ಣುಗಳಲ್ಲಿ ವ್ಯಕ್ತವಾದ ಭಾವದಲ್ಲಿ ಗೆಲುವುಕಂಡಿತು.

'ತುಂಬ ಒಳ್ಳೆಯಕೆಲಸ. ದೇಶಕ್ಕೆ ಹೆಸರು ತರುವಂಥದು,' ಎಂದ.

'ನೀವು ಸ್ವತಃ ದಿಲ್ಲಿಗೆಬಂದು ನಿಮ್ಮ ಸ್ನೇಹಿತರ ಮನೆಯಲ್ಲಿ ಕೂತು ಕೆಲಸಮಾಡಿಸಬೇಕು. ನಿಮ್ಮ ವಿಮಾನ ಮತ್ತು ಟ್ಯಾಕ್ಸಿಗಳ ಖರ್ಚು ನನ್ನದು,' ಎಂದು ತನ್ನ ಕೈಚೀಲ ಬಿಚ್ಚಿ ನೋಟುಗಳ ಕಟ್ಟನ್ನು ಹೊರತೆಗೆದಳು.

'ಅದಿರಲಿ, ಬಿಡಿ' ಎಂದು ಅವನು ವಿರೋಧಿಸಿದರೂ ಒಂದು ಮಡಿಕೆ ಹಣವನ್ನು ಅವನ ಕೈಗೆ ತುರುಕಿದಳು.

ಅಧ್ಯಾಯ ೨೦

– ೧ –

ಗಂಡನನ್ನು ಬಿಟ್ಟುಬಂದು ನಾಲ್ಕು ವರ್ಷವಾಯಿತು. ಸಂಪರ್ಕವೇ ಇಲ್ಲ. ಒಂದು ವರ್ಷದ ಹಿಂದೆ ಅತ್ತೆಮಾವ ಬಂದುಹೋದನಂತರವೂ ಇಲ್ಲ. ಅಲ್ಲಿಂದ ಬಂದಮೇಲೆ ನಾನು ಯಾಕೆ ಒಂದು ಕಾಗದಾನಾದರೂ ಬರೆಯಲಿಲ್ಲ? ಎಂಬ ಪ್ರಶ್ನೆ ಒಂದುದಿನ ಮನಸ್ಸಿನಲ್ಲಿ ಹುಟ್ಟಿತು. ಬರೆಯಲು ಏನಿತ್ತು? ಮೋಹನಲಾಲರ ಹತ್ತಿರ ಇಂಥಿಂಥ ಮಾತುಗಳಾದವು. ಅವರು ನನ್ನ ಕೆನ್ನೆಗೆ ಪಟಪಟನೆ ಹೊಡೆದರು. ರೆಕಾರ್ಡಿಂಗ್ ಮೆಶಿನ್ ತೆಗೆದುಕೊಂಡು ಹೊರಗೆ ಬಂದವಳು ಸಮುದ್ರಕ್ಕೆ ಬೀಳುವ ಆಲೋಚನೆಯಿಂದ ತುಂಬಹೊತ್ತು ನಿಂತಿದ್ದೆ, ಅನಂತರ ಅವನಿಲ್ಲದೆಯೂ ಸಂಗೀತಸಾಧನೆ ಮಾಡಬೇಕಂತ ನಿಶ್ಚಯಿಸಿದೆ. ಈ ತೋಟದಮನೆ, ರಾಜಾರಾಮ ಟಿಪ್ನಿಸರ ಪಾಠ ಎರಡೂ ದೊರೆತು ನಾಲ್ಕುವರ್ಷದಿಂದ ಇಷ್ಟು ಸಾಧನೆ ಮಾಡಿದೀನಿ, ಅಂತ ನಾನೇ ಬರೆಯಲೆ? ಎಂಬ ಆಲೋಚನೆಬಂತು. ಆದರೆ ಬರೆಯುವ ಅಧಿಕಾರವನ್ನು ಕಳೆದುಕೊಂಡಿದ್ದೇನೆ. ಅವರು ಮತ್ತೆ ಕೊಟ್ಟರೆ ಮಾತ್ರ ಬರುವಂಥದು ಅದು, ಎನ್ನಿಸಿತು. ಅವರಾಗಿಯೇ ಕೊಡುವುದಿಲ್ಲ, ನಾನೇ ಮೊದಲ ಹೆಜ್ಜೆ ಇಡಬೇಕು ಎಂಬ ವಿಚಾರ ಒಂದುವಾರದ ನಂತರ ಹೊಳೆಯಿತು. 'ಮಧು, ನಿನ್ನ ಸಂಗೀತಸಾಧನೆಯ ಹುಚ್ಚಿನಲ್ಲಿ ಅವನ ದಾಹಕ್ಕೆ ಬಲಿಯಾಗಿದೀಯ. ಮಾಡಿದ ತಪ್ಪನ್ನು ಪ್ರಾಮಾಣಿಕವಾಗಿ ವಿವರವಾಗಿ ನನ್ನಲ್ಲಿ ಒಪ್ಪಿಕೊಂಡಿದೀಯ. ನಾವು ದೂರವಿರಬಾರದು' ಅಂತ ಅವರೇ ಒಂದು ಕಾಗದ ಯಾಕೆ ಬರೆಯಲಿಲ್ಲ? ನಾನು ಇಲ್ಲಿರೂದು ಅವರಿಗೆ ತಿಳಿದು ಒಂದು ವರ್ಷವಾಗಿದೆ. ವಿಳಾಸ, ಫೋನು ಸಂಖ್ಯೆಗಳೆಲ್ಲ ಗೊತ್ತಿವೆ. ಅವರೇ ಮುಂದೆ ಬಂದು ಕ್ಷಮಿಸದಿದ್ದರೆ ನಾನು ಹೇಗೆ ಬರೆಯೂದು? ಎಂದು ದಾರಿಕಾಣದೆ ನಿಂತಳು. ಇತ್ತೀಚೆಗೆ ಸರಿಯಾಗಿ ನಿದ್ರೆಯೂ ಬರುತ್ತಿಲ್ಲ. ಫೋನು ಹೊಡೆದ ಸದ್ದು ಕೇಳಿ ಎಚ್ಚರಾಗಿಬಿಡುತ್ತಿತ್ತು. ಅವರೇ ಫೋನು ಮಾಡಿದಾರೆ ಎನ್ನಿಸಿ ದಢಕ್ಕನೆ ಎಚ್ಚರಾಗುತ್ತಿದ್ದಳು. ಆದರೆ ಇಡೀ ಮನೆ, ಸುತ್ತಲಿನ ತೋಟ, ಬಲಬದಿಯ ಗುಡ್ಡಗಳೆಲ್ಲ ದಟ್ಟಮೌನವಾಗಿರುವುದು ಅರಿವಿಗೆ ಬರುತ್ತಿತ್ತು. ಇಲ್ಲಿ ನಡುರಾತ್ರಿಯಾದರೆ ಅಲ್ಲಿ ನಡುಹಗಲು. ಚಳಿಗಾಲವಲ್ಲವಾದ್ದರಿಂದ ಹನ್ನೆರಡೂವರೆ ಗಂಟೆ ಮಾತ್ರ ಸಮಯದ ವ್ಯತ್ಯಾಸ. ಮನೆಯಿಂದಲೇ ಫೋನು ಮಾಡ ಬೇಕೆಂಬ ನಿರ್ಬಂಧವಿಲ್ಲ. ಅಕಸ್ಮಾತ್ ಅವರು ಪ್ರಯತ್ನಿಸುತ್ತಿದ್ದು, ಈ ರಿಸೀವರ್ ಎರಡುಸಲ ಹೊಡೆದು ಸಂಪರ್ಕ ಕಡಿದುಹೋಗಿರಬಹುದೆ? ಅವರು ಮತ್ತೆ ಪ್ರಯತ್ನಿಸುತ್ತಿರಬಹುದು. ಗಂಟೆ ಆರಂಭವಾದ ತಕ್ಷಣ ಎತ್ತಿಕೊಂಡುಬಿಡಬೇಕು,

ಎಂದುಕೊಳ್ಳುವಳು. ಎಷ್ಟು ಹೊತ್ತು ಕಾದರೂ ಮತ್ತೆ ಬಾರಿಸುತ್ತಿರಲಿಲ್ಲ. ನನಗೆ ಕೇಳಿಸಿದ್ದು ಭ್ರಮೆಯೆ? ಅಥವಾ ಕನಸೆ? ಎಂಬ ಅನುಮಾನ ಶುರುವಾಗುವುದು. ಒಂದುವಾರ ಕಳೆದಮೇಲೆ ನಾನೇ ಯಾಕೆ ಒಂದು ಕಾಗದ ಬರೆಯಬಾರದು? ಎಂಬ ಆಲೋಚನೆ ಗಟ್ಟಿಯಾಗತೊಡಗಿತು. ಒಂದುದಿನ ಕೂತು ಬರೆದಳು. ದಿನವೆಲ್ಲ ಬರೆದಳು. ಸ್ಯಾನ್‌ಫ್ರಾನ್ಸಿಸ್ಕೋ ವಿಮಾನನಿಲ್ದಾಣದಲ್ಲಿ ಸುರಕ್ಷತಾ ಬಾಗಿಲನ್ನು ದಾಟಿದಮೇಲೆ ತಾನು ಮನೆಗೆ ಫ಼ೋನುಮಾಡಿ ದಾಖಲುಸಂದೇಶ ಬಿಟ್ಟನಂತರ ಆದ ಮುಖ್ಯಘಟನೆಗಳನ್ನೆಲ್ಲ ಸ್ಥೂಲವಾಗಿ ಹೇಳಿದಳು. ಬರೆಯುತ್ತಾ ಬರೆಯುತ್ತಾ ತನಗೆ ಆಗಿರುವ ತಾಯಿತನದ ಬಯಕೆಯೂ ಬಂದುಬಿಟ್ಟಿತು. ಅದನ್ನೂ ಬರೆದು ತನ್ನನ್ನು ಒಪ್ಪಿ ಕೊಳ್ಳಬೇಕೆಂದು ಪ್ರಾರ್ಥಿಸಿ, 'ಫ಼ೋನುಮಾಡಿ, ಅಥವಾ ಪತ್ರ ಬರೆಯಿರಿ. ಚಳಿಗಾಲದ ಮೂರು ತಿಂಗಳು ಭಾರತದಲ್ಲಿ, ಉಳಿದಂತೆ ಲಾಸ್‌ಗಟಾಸಿನಲ್ಲಿ ನಾನು ಇರಬಹುದು. ನಡುವೆ ಅಂತಹ ಕಾರ್ಯಕ್ರಮಗಳು ಒದಗಿದರೆ ಭಾರತಕ್ಕೆ ಬಂದುಹೋಗಬಹುದು. ಇಷ್ಟಕ್ಕೂ ಸಾರ್ವಜನಿಕ ಕಛೇರಿಗಳಲ್ಲಿ ಶ್ರೋತೃಗಳು ನನ್ನನ್ನು ಒಪ್ಪಿಕೊಂಡರೆ. ಇಲ್ಲದಿದ್ದರೂ ಆತ್ಮಸಂತೋಷಕ್ಕೆ ಗಂಡನ ಸಂತೋಷಕ್ಕೆ ಹಾಡುವಷ್ಟು ನನಗೆ ಈಗ ಬಂದಿದೆ. ಅಷ್ಟು ಸಾಕು. ಮನೆಯಲ್ಲೇ ಹಾಡಿಕೊಂಡಿರುತ್ತೇನೆ,' ಎಂದು ಮುಗಿಸಿದಳು.

ಕಾಗದವನ್ನು ಅಂಚೆಗೆ ಹಾಕಿದಮೇಲೆ ದಿನ ಎಣಿಸತೊಡಗಿದಳು. ತಲುಪಲು ಒಂದು ವಾರ. ಅಕಸ್ಮಾತ್ ಅವರು ಊರಿನಲ್ಲಿಲ್ಲದಿದ್ದರೆ ಮತ್ತೆ ಮೂರುನಾಲ್ಕುದಿನ. ಪತ್ರ ಓದಿದ ದಿನವೇ ಉತ್ತರಿಸುತ್ತಾರೆಯೆ? ಪತ್ರ ಬರೀತಾರೋ ಅಥವಾ ಫ಼ೋನುಮಾಡ್ತಾರೊ? ಮನಸ್ಸು ಕರಗಿದರೆ ಫ಼ೋನೇ ಮಾಡ್ತಾರೆ. ಅವರು ಬರೆಯುವುದು ಕಡಮೆ. ಅಮೆರಿಕದಲ್ಲಿರುವವರಿಗೆ ಬರವಣಿಗೆಯ ಅಭ್ಯಾಸ ಹೋಗಿರುತ್ತೆ. ಇವರೋ, ಕಂಪ್ಯೂಟರ್ ಅಥವಾ ಫ಼ೋನು.

ಒಂದುವಾರ ಕಳೆಯಿತು. ಪ್ರತಿದಿನ ಫ಼ೋನು ಬಂದೀತೆಂದು ಕಾಯತೊಡಗಿದಳು. ಸಂಜೆ ಮನೆಗೆ ಹಿಂತಿರುಗುವಲ್ಲಿ ಅಂಚೆಪೆಟ್ಟಿಗೆಯಲ್ಲಿ ನನ್ನ ಕಾಗದ ಬಿದ್ದಿರುತ್ತೆ. ಒಂದು ತಾಸಿನಲ್ಲಿ ಫ಼ೋನು ಮಾಡ್ತಾರೆಂದರೆ ಇಲ್ಲಿ ನನಗೆ ಬೆಳಗಿನ ಏಳು ಎಂಟುಗಂಟೆ. ಫ಼ೋನು ಬಾರಿಸಿದಾಗ ತಾನು ದೂರವಿದ್ದು ಕೇಳಿಸದೆ ಇದ್ದೀತು ಎಂದು ಹತ್ತಿರ ಇರತೊಡಗಿದಳು. ರಾತ್ರಿ ಗಾಢನಿದ್ರೆ ಬಂದು ಕೇಳಿಸದೆ ಇದ್ದೀತು ಎಂದು ಎಚ್ಚರವಾಗಿ ಇರುತ್ತಿದ್ದಳು. ಎಂಟುದಿನ ಕಳೆಯಿತು. ಒಂಬತ್ತು. ಹತ್ತು. ಹನ್ನೆರಡು. ಪ್ರವಾಸ ಹೋಗಿದ್ದರೂ ಇವತ್ತು ಬಂದಿರ್ತಾರೆ. ಫ಼ೋನು ಬಂದೇ ಬರುತ್ತೆ, ಎಂದು ಕಾಯ್ದಳು. ಹದಿನೈದು, ಹದಿನಾರು, ಇಪ್ಪತ್ತುದಿನವಾದರೂ ಬರಲಿಲ್ಲ. ಇನ್ನೇನಿದ್ದರೂ ಕಾಗದವೇ. ತಕ್ಷಣ ವ್ಯಕ್ತಪಡಿಸುವ ಭಾವನೆ ಬರಲಿಲ್ಲ ಅಂದರೆ ನಿರಾಕರಿಸಿದಾರೆ, ಎಂಬ ಭಾವ ಬಲಿಯತೊಡಗಿತು. ಯಾವುದರಲ್ಲೂ, ಸ್ವರಸಾಧನೆಯಲ್ಲೂ ಉತ್ಸಾಹವಿಲ್ಲದ ಅವನತಲಹರಿ ಆವರಿಸಿಕೊಂಡಿತು.

ಒಂದುತಿಂಗಳು ಕಳೆದಿತ್ತು. ಅವರಿಂದ ಉತ್ತರಬರುತ್ತದೆಂಬ ಆಶೆಯನ್ನು ಕೈಬಿಟ್ಟಿದ್ದರೂ ಇದ್ದಕ್ಕಿದ್ದಂತೆಯೇ ಫ಼ೋನಿನ ಶಬ್ದಕೇಳುವುದು ನಿಂತಿರಲಿಲ್ಲ. ಗಟ್ಟಿಯಾಗಿ ಹಾಡಿಕೊಳ್ಳುವಾಗ ಫ಼ೋನು ಬಾರಿಸಿದಂತಾಗಿ ಥಕ್ಕನೆ ಗಂಟಲು ಮತ್ತು ತಂಬೂರಿ ಮೀಟುವ ಬೆರಳುಗಳನ್ನು

ನಿಲ್ಲಿಸಿಬಿಡುತ್ತಿದ್ದಳು. ಫ಼ೋನಿನ ಗಂಟೆ ನಿಂತುಹೋಗಿರುತ್ತಿತ್ತು. ಇದು ಭ್ರಮೆ, ಅಲಕ್ಷಿಸಿ ಹೋಗಲಾಡಿಸಿಕೊಳ್ಳಬೇಕು ಎಂದು ನಿರ್ಧರಿಸಿದರೂ ಶಬ್ದ ಕೇಳತೊಡಗಿದಾಗ ಹಾಡುವುದನ್ನು ನಿಲ್ಲಿಸಿ ಆಲಿಸಿ ಇಲ್ಲವೆಂದು ಖಚಿತಮಾಡಿಕೊಳ್ಳುವ ತನಕ ಅದು ನಿಲ್ಲುತ್ತಿರಲಿಲ್ಲ. ಹಾಡದೆ ಇರುವಾಗ, ಎದ್ದು ಫ಼ೋನಿನ ಹತ್ತಿರಕ್ಕೆ ಓಡುವ ತನಕ ಕೇಳಿಸುತ್ತಲೇ ಇತ್ತು. ನಾನೇ ಮಾಡಿ ನನ್ನ ಕಾಗದ ತಲುಪಿತೇ ಅಂತ ಕೇಳಿಬಿಡಲೇ, ಅತ್ತ ಅಥವಾ ಇತ್ತ, ಒಂದು ತೀರ್ಮಾನವಾದರೆ ಈ ಭ್ರಮೆಯ ಕಾಟ ನಿಂತುಹೋಗಬಹುದು, ಎಂಬ ಪರಿಹಾರ ಹೊಳೆಯಿತು. ಆದರೆ ತೀರ್ಮಾನವು ಇತ್ತ ಆಗದೆ ಅತ್ತ ಆದರೆ ಗತಿ? ಎಂಬ ಆತಂಕ ಹುಟ್ಟಿ ಕೈಗೆ ಎತ್ತಿಕೊಂಡ ರಿಸೀವರನ್ನು ಕೆಳಗಿಟ್ಟಳು. ಹೀಗೆ ನಾಲ್ಕು ದಿನ ಕಳೆಯಿತು.

ಒಂದುಬೆಳಗ್ಗೆ ಹತ್ತುಗಂಟೆಗೆ ಅವಳು ರಾಗಸಾಧನೆಮಾಡಿಕೊಳ್ಳುತ್ತಿರುವಾಗ ಮಾಲಕ್ಷ್ಮಿ ಮೇಲೆ ಹತ್ತಿಬಂದು ಅವಳ ಮುಂದೆ ಒಂದು ಲಕೋಟೆಯನ್ನಿಟ್ಟಳು. ಅದರ ಉದ್ದ ಅಗಲ ಸ್ಟಾಂಪು, ಏರ್‌ಮೇಲ್ ಎಂದು ಮೂಲೆಯಲ್ಲಿ ಮುದ್ರಿಸಿದ್ದ ರೀತಿಗಳಿಂದಲೇ ಅಮೆರಿಕದ್ದೆಂದು ಸ್ಪಷ್ಟವಾಯಿತು. ವಿಳಾಸದ ಅಕ್ಷರ ಕೂಡ ಹೌದು ಅವರದ್ದೇ. ರಕ್ತದ ಚಲನೆ ಏರತೊಡಗಿತು. ತಂಬೂರಿಯನ್ನು ಕೆಳಗಿಟ್ಟು ಲಕೋಟೆಯನ್ನು ಕೈಗೆ ಎತ್ತಿಕೊಂಡಳು. ಮಾಲಕ್ಷ್ಮಿ ಕೆಳಗೆ ಹೋದಳು. ಮಧುವಿನ ಕೈನಡುಗುತ್ತಿತ್ತು. ಲಕೋಟೆಯನ್ನು ಒಡೆಯಲು ಅಂಜಿಕೆ. ಸ್ವಲ್ಪ ತೂಕವಾಗಿದೆ. ಒಳಗೆ ಹತ್ತು ಹದಿನೈದು ಪುಟಗಳಿರಬಹುದು. ಇಷ್ಟೊಂದು ದೀರ್ಘವಾಗಿ ಬರೆಯಬೇಕಾದರೆ ನಿರಾಕರಣೆಯ ಉತ್ತರವೇ ಇರುತ್ತೆ ಎಂದು ಅಂತಃಪ್ರೇರಣೆಯಾಯಿತು. ಒಡೆಯುವುದೇ ಬೇಡ. ಉತ್ತರ ತಿಳಿದಮೇಲೆ ಓದುವ ಅಗತ್ಯವೇನು? ಎಂದುಕೊಂಡು ಮೂರುನಿಮಿಷ ಸುಮ್ಮನೆ ಕುಳಿತಿದ್ದಳು. ಇಷ್ಟು ದೊಡ್ಡ ಕಾಗದದಲ್ಲಿ ಬೈದಿರಬಹುದು, ಕೊನೆಗೆ ಕ್ಷಮಿಸಿ ಒಪ್ಪಿರಬಹುದು. ಬಂದ ಕಾಗದವನ್ನು ಓದದೆ ಇದ್ದರೆ ಹೇಗೆ? ಎಂಬ ಸಮಾಧಾನ ತಂದುಕೊಂಡು ಒಡೆದಳು.

'ಮಧುಮಿತಾ,' ಎಂಬ ಸಂಬೋಧನೆ. ಮಧು ಎಂಬ ಮೊಟಕುಹೆಸರಿನಿಂದ ಕರೆಯದೆ ಹೀಗೆ ಪೂರ್ತಿ ಹೆಸರನ್ನು ಯಾಕೆ ಬಳಸಿದ್ದಾರೆ, ಎಂಬ ಪ್ರಶ್ನೆಯೊಡನೆ ಓದಿಕೊಳ್ಳತೊಡಗಿದಳು:

"ನಿನ್ನ ಪತ್ರ ತಲುಪಿ ಮೂರುವಾರ ಕಳೆದವು. ಇಂಥ ಗಂಭೀರ ವಿಷಯವನ್ನು ನಿಧಾನವಾಗಿ ಆಲೋಚಿಸದೆ ಉತ್ತರ ಬರೆಯಬಾರದೆಂದು ತಡಮಾಡಿದೆ. ನಿನ್ನ ಸಂಗೀತ ಸಾಧನೆ ಅಡ್ಡಿ ಆತಂಕಗಳಿಲ್ಲದೆ ಬೆಳೆಯುತ್ತಿರುವುದರಿಂದ ಸಂತೋಷವಾಗಿದೆ. ನೀನು ಇನ್ನೂ ಹೆಚ್ಚು ಸಾಧಿಸಿ ಭಾರತದ ಅದ್ವಿತೀಯ ಗಾಯಕಿಯಾಗಲೆಂದು ಹಾರೈಸುತ್ತೇನೆ.

"ನಿನ್ನನ್ನು ಬೀಳ್ಕೊಟ್ಟು ನನ್ನ ಹೆಂಡತಿ ಇನ್ನೆರಡು ರಾಗಗಳನ್ನು ಕರಗತಮಾಡಿಕೊಂಡು ಬರುತ್ತಾಳೆ, ಅವುಗಳನ್ನು ಪೂಜ್ಯ ಗುರೂಜಿಯು ಪ್ರತಿದಿನ ಕಲಿಸುವ ಟೇಪುಗಳನ್ನೆಲ್ಲ ಅವಳು ಹಿಂತಿರುಗಿದನಂತರ ನಾನೂ ಕೇಳಬಹುದು, ಆ ರಾಗಗಳ ಶಾಸ್ತ್ರಲಕ್ಷಣಗಳನ್ನು ತಿಳಿಯಬಹುದು, ಎಂಬ ಉತ್ಸಾಹದಲ್ಲಿ ಕಾರು ನಡೆಸಿಕೊಂಡು ಮನೆಗೆಬಂದೆ. ಬಾಗಿಲು ತೆಗೆದ ತಕ್ಷಣ ಒಂಟಿಭಾವನೆ. ನೀನೊಬ್ಬಳನ್ನೇ ಬಿಟ್ಟು ನಾನು ಆಗಾಗ ಕಂಪನಿ ಕೆಲಸದ

ಪ್ರವಾಸ ಹೋಗುತ್ತೇನಾದರೂ ನೀನಿಲ್ಲದ ಮನೆಯಲ್ಲಿ ಒಂದುದಿನ ಕಳೆಯುವುದು ಎಷ್ಟು ಕಷ್ಟ, ಎಂಬ ಭಾವನೆಯನ್ನು ನೀನು ಹೋಗಿರುವುದು ಮತ್ತಷ್ಟು ಸಂಗೀತವನ್ನು ಸಂಪಾದಿಸಿ ಕೊಂಡು ಬರಲು ಎಂಬ ಸಮಾಧಾನದಿಂದ ಸಹಿಸಿಕೊಂಡು ಒಳಹೊಕ್ಕೆ. ಫೋನಿನಲ್ಲಿ ದಾಖಲಾಗಿದ್ದ ನಿನ್ನ ಧ್ವನಿ. ನನಗೆ ಏನೋ ಹಿತವಾದ ಅನಿರೀಕ್ಷಿತವನ್ನಿಟ್ಟಿದೀ ಎಂದುಕೊಂಡು ಓಡಿಹೋಗಿ ನಿನ್ನ ದಪ್ಪಲಕೋಟೆಯನ್ನು ಒಡೆದೆ. ಅದನ್ನು ಓದಿದ ತಕ್ಷಣ ನನಗೆ ಏನಾಯಿ ತೆಂಬುದನ್ನು ಈಗ ವರ್ಣಿಸುವುದು ವ್ಯರ್ಥ.

"ಒಂದುವಾರದ ನಂತರ ಒಂದೇಸಮನೆ ಜಿಜ್ಞಾಸೆ ಕಾಡತೊಡಗಿತು: ಯಾರಿಗೂ ಮೋಸಮಾಡಿಲ್ಲ. ಯಾರನ್ನೂ ದ್ವೇಷಿಸಿಲ್ಲ. ನನಗೇಕೆ ಹೀಗಾಯಿತು? ವ್ಯಕ್ತಿಯು ಅನುಭವಿಸುವ ಸಂತೋಷ ಸಂಕಟಗಳಿಗೆ ನ್ಯಾಯಾನ್ಯಾಯಗಳ ಆಧಾರವೇ ಇಲ್ಲವೆ? ಚಿಕ್ಕವಯಸ್ಸಿನಿಂದಲೂ ಆದರ್ಶಗಳನ್ನು ಪ್ರೀತಿಸಿ ಪಾಲಿಸಿ ಬೆಳೆದವನು. ಏರ್‌ಫೋರ್ಸಿನಲ್ಲಿದ್ದ ತಂದೆಯವರಿಗೆ ಆಗಾಗ್ಗೆ ವರ್ಗವಾಗುತ್ತಿತ್ತು. ಅವರನ್ನು ಹಾಕುತ್ತಿದ್ದ ಕಡೆಗಳಲ್ಲೆಲ್ಲ ಶಾಲೆ ಇರುತ್ತಿರಲಿಲ್ಲ. ಎಷ್ಟೋ ಕಡೆಗಳಲ್ಲಿ ಸಂಸಾರವನ್ನು ಕೂಡ ಕರೆದೊಯ್ಯುವಂತಿರಲಿಲ್ಲ. ಏರ್‌ಫೋರ್ಸ್ ಅಧಿಕಾರಿಗಳ ಮಕ್ಕಳ ಶಾಲೆಗೆ ಸೇರಿಸುವ ಬದಲು ಅವರು ನನ್ನನ್ನು ರಾಮಕೃಷ್ಣ ಆಶ್ರಮದ ಶಾಲೆಗೆ ಸೇರಿಸಿದರು. ಅಲ್ಲಿಯ ಧ್ಯೇಯಗಳು ನನಗೆ ಸಹಜವಾಗಿ ರಕ್ತಗತವಾದವು. ಸುಳ್ಳು, ದ್ವೇಷ, ಮತ್ಸರ ಮೊದಲಾದ ಹೀನಗುಣಗಳಿಗೆ ಆಸ್ಪದ ಕೊಡಬಾರದು. ನಂಬಿಕೆ, ಶ್ರದ್ಧೆ, ನಿಜ ಹೇಳುವುದು, ಮೊದಲಾದವುಗಳನ್ನು ಬೆಳೆಸಿಕೊಳ್ಳಬೇಕು, ಎಂಬ ಆದರ್ಶಗಳನ್ನು ಆ ಶಾಲೆಯಲ್ಲಿ ಎಲ್ಲರಿಗೂ ಕುಡಿಸಿ ಪೋಷಿಸುತ್ತಿದ್ದರು. ಆದರ್ಶಗಳ ಬಗೆಗೆ ನಾನು ಕನಸು ಕಾಣುತ್ತಿದ್ದೆ. ಚಿಕ್ಕವಯಸ್ಸಿನಲ್ಲೇ ಮನಸ್ಸು ಸಂಗೀತಕ್ಕೆ ಮನಸೋತಿತ್ತು. ಮೊಟ್ಟಮೊದಲ ಬಾರಿ ನನ್ನ ಹದಿನೆಂಟನೆಯ ವಯಸ್ಸಿನಲ್ಲಿ ನಾನು ದಿಲ್ಲಿಯಲ್ಲಿ ಲಕ್ಷ್ಮಣದೇವ ಮಹಾರಾಜರ ಗಾಯನ ಕೇಳಿದೆ. ರಾಗದ ಹೆಸರು, ಲಕ್ಷಣಗಳೇನೂ ತಿಳಿಯದಿದ್ದರೂ ಅದು ನನ್ನನ್ನು ನಾನು ಅದುವರೆಗೂ ಕಂಡು ಕೇಳರಿಯದ ಕಲ್ಪಿಸಿಕೊಳ್ಳಲಾಗದಿದ್ದ ಒಂದು ಆದರ್ಶಲೋಕಕ್ಕೆ ಕೊಂಡೊಯ್ದಿತು. ಕರುಣೆ, ಕ್ಷಮೆ, ದಾನ, ಗಾಂಭೀರ್ಯ, ತ್ಯಾಗ, ಶಮ, ದಮ, ಮೊದಲಾದ ಅದುವರೆಗೆ ನನಗೆ ಅರ್ಥವಾಗದಿದ್ದ ನೈತಿಕ ಭಾವಗಳು ಅರ್ಥವಾದಂತೆ ಆದವು. ಕೊನೆಗೆ ಭೈರವಿ ಹಾಡುವ ಮುನ್ನ ಮಹಾರಾಜರು ಸಂಗೀತವೆಂದರೆ ಭಗವಂತನ ನೇರ ಸಾಕ್ಷಾತ್ಕಾರವನ್ನು ಸುಲಭವಾಗಿ ಮಾಡಿಕೊಡುವ ಸಾಧನ, ಎಂದು ನಾಲ್ಕು ಮಾತುಗಳನ್ನಾಡಿದರು. ಭಗವಂತನೆಂದರೇನು? ಆದರ್ಶ. ಭಗವಂತನ ಸಾಕ್ಷಾತ್ಕಾರವೆಂದರೆ ಆದರ್ಶಗಳ ಸಾಕ್ಷಾತ್ಕಾರ. ಕಳೆದ ಮೂರುಗಂಟೆಯಲ್ಲಿ ನನಗೆ ಅದು ಆಯಿತಲ್ಲ. ಆದ್ದರಿಂದ ಆದರ್ಶ ಸಾಕ್ಷಾತ್ಕಾರಕ್ಕೆ ಸಂಗೀತಕ್ಕಿಂತ ಉತ್ತಮ ಸಾಧನ ಬೇರೊಂದಿಲ್ಲ ಎಂಬ ಭಾವನೆ ಬೆಳೆಯಿತು. ಅನಂತರ ನಾನು ವಯಸ್ಸಿನಲ್ಲಿ ಬೆಳೆದಂತೆ, ಕಾಲೇಜಿನ ಓದು, ಅಮೆರಿಕದ ಓದು ಮೊದ ಲಾದ ಅನುಭವಗಳು ಆದಂತೆ ಹದಿನೆಂಟರ ಕನಸಿನ ಆದರ್ಶವು ಪಳಗಿದರೂ ಆದರ್ಶದ ಕನಸು ಕಾಣುವುದು, ಸಂಗೀತವು ಆ ಕನಸನ್ನು ಸೃಷ್ಟಿಸುವ ಸಾಧನವಾಗುವುದು ಬದಲಾಗಲಿಲ್ಲ. ಈ ಅಂಶವನ್ನು ನಾನು ನಿನಗೆ ಎಷ್ಟೋಸಲ ಹೇಳಿದ್ದೇನೆ. ಆದರೂ ಈಗ ಮತ್ತೆ ಬರೆಯುತ್ತಿ

ದ್ದೇನೆ. ಏಕೆಂದರೆ ಇದನ್ನು ಬರೆಯದೆ ಈ ಕಾಗದಕ್ಕೆ ತಕ್ಕ ಆರಂಭ ಸಿಕ್ಕುವುದಿಲ್ಲ.

"ನೀನು ಬಿಟ್ಟುಹೋದಮೇಲೆ ನನಗಾಗುತ್ತಿದ್ದ ಸಂಕಟವನ್ನು ಯಾರಕೈಲಿ ಹೇಳಿಕೊಳ್ಳಲಿ? ನೀನು ಇಲ್ಲಿದ್ದಾಗ ಸಂಗೀತದ ಆಸ್ಥೆಯಿಂದ ಆದ ಸ್ನೇಹಬಳಗವೇ ನನ್ನ ಬಳಗವಾಗಿತ್ತು. ಮಿಶ್ರ, ಸರ್ದೇಸಾಯಿ, ಗೋಯೆಲ್, ಗುಪ್ತ, ಮೂರ್ತಿ, ಕುಲಕರ್ಣಿ.....ಇವರಲ್ಲಿ ಯಾರೊಡನೆ ಯಾದರೂ ಹೇಳಿಕೊಳ್ಳುವುದುಂಟೆ? ಮಧುಮಿತಾಗೆ ತನ್ನ ಗುರುವಿನೊಡನೆ ಸಂಬಂಧವಿತ್ತು, ಅದು ಗಂಡನಿಗೆ ಮಾಡುತ್ತಿರುವ ಮೋಸವೆಂಬ ಪ್ರಜ್ಞೆ ಉಜ್ವಲಿಸಿ ಅವಳು ನನ್ನನ್ನು ಬಿಟ್ಟು ಹೊರಟುಹೋದಳು ಅಂತ ತಿಳಿಸಬಹುದೆ? ನೀನು ಸಂಗೀತಪಾಠಕ್ಕೆಂದು ಹೋಗಿರುವುದು ಅವರೆಲ್ಲರಿಗೂ ಗೊತ್ತೇ ಇತ್ತು. ಇನ್ನೂ ಪಾಠ ನಡೆಯುತ್ತಿದೆ, ಎಂದು ಕೆಲವುವಾರ. ಅವಳ ತಾಯಿಗೆ ಆರೋಗ್ಯ ಸರಿ ಇಲ್ಲ ಎಂದು ಮತ್ತೆ ಕೆಲವು ವಾರ ತಳ್ಳಿದೆ. ಅನಂತರ ಒಂದು ದಿನ, 'ಇಲ್ಲಿಗಿಂತ ಅವಳ ಸಂಗೀತಸಾಧನೆಗೆ ಅಲ್ಲಿ ಹೆಚ್ಚು ಅನುಕೂಲವಿದೆ. ಸದ್ಯದಲ್ಲಿ ಬರುವುದಿಲ್ಲ' ಅಂತ ಹೇಳಿಬಿಟ್ಟೆ. ಮತ್ತೆ ಯಾರೂ ಕೇಳಲಿಲ್ಲ. ಅಂತರಂಗದ ಸಂಗತಿಯನ್ನು ಯಾರಕೈಲಿ ಹೇಳಿಕೊಳ್ಳುವುದು? ಸಂಗೀತವೊಂದೇ ಕನ್ಯೆಯಲ್ಲಿ ನೋಡಬೇಕಾದ ಅಂಶವೆಂದು ನಾನೇ ಮೆಚ್ಚಿ ಮದುವೆಯಾದ ಹೆಂಡತಿ ಹೀಗೆ ಮಾಡಿದಳು ಅಂತ ತಂದೆತಾಯಿಗಳಿಗೆ ಹೇಳುವುದು ಹೇಗೆ? ನನ್ನೊಳಗಾಗುತ್ತಿದ್ದುದನ್ನು ಹೊರಹೊಮ್ಮಿಸುವ ಒಂದೇ ಉಪಾಯವಾಗಿ ಡೈರಿಯ ರೂಪದಲ್ಲಿ ಬರೆಯತೊಡಗಿದೆ. ಪ್ರತಿ ದಿನವೂ ಅಲ್ಲ. ಹೇಳಿಕೊಳ್ಳದಿದ್ದರೆ ತಡೆಯು ವುದು ಸಾಧ್ಯವೇ ಇಲ್ಲ ಎಂಬ ಸ್ಥಿತಿ ಬಂದಾಗ ಮಾತ್ರ. ಅದು ಬಲು ದೀರ್ಘವಾಗಿದೆ. ಕರಾರುವಾಕ್ಕೆಂದರೆ ನೂರ ಅರವತ್ತಾರು ಪುಟಗಳಿವೆ. ಬಹುಮಟ್ಟಿಗೆ ಭಾವಗಳ, ವಿಚಾರಗಳ, ಪುನರಾವರ್ತನೆಯಿದೆ. ಅದರಿಂದ ಕೆಲವು ಪ್ಯಾರಾಗಳನ್ನು ಈ ಕಾಗದದಲ್ಲಿ ಉದ್ಧರಿಸುತ್ತೇನೆ.

"ಮಧುಮಿತಾಳಂಥ ಆದರ್ಶಪತ್ನಿಯೇ ಪ್ರಪಂಚದಲ್ಲಿ ಬೇರೊಬ್ಬಳಿಲ್ಲವೆಂಬ ನನ್ನ ಭಾವನೆಯು ಎಷ್ಟು ಹುಸಿಯಾದುದೆಂದು ನನಗೆ ಈಗ ಅರ್ಥವಾಗುತ್ತಿದೆ. ಕಂಪನಿಯ ವ್ಯವಹಾರದಲ್ಲಿ, ಮಾರಾಟವ್ಯವಸ್ಥೆಯಲ್ಲಿ ವಸ್ತುನಿಷ್ಠ ಸೂತ್ರಗಳನ್ನು ಅನ್ವಯಿಸುವ ನನಗೆ ಈ ವಿಷಯದಲ್ಲಿ ಯಾಕೆ ಭಾವನಿಷ್ಠೆಯಿಂದ ಹೊರಬರಲಾಗಲಿಲ್ಲ? ಕನ್ಯೆಯನ್ನು ನೋಡುವ ಮೊದಲೇ ಅವಳು ಚನ್ನಾಗಿ ಹಾಡುತ್ತಾಳೆ, ಮದುವೆಯನಂತರವೂ ಸಂಗೀತಸಾಧನೆಗೆ ಪ್ರೋತ್ಸಾಹಕೊಡುವಂಥ ಗಂಡನನ್ನು ಅಪೇಕ್ಷಿಸುತ್ತಾಳೆ ಎಂಬ ಮಾತನ್ನು ಹೇಳಿದ್ದರು. ಅಷ್ಟಕ್ಕೆ ನನಗಾಗಿಯೇ ದೇವರು ಈ ಕನ್ಯೆಯನ್ನು ಸೃಷ್ಟಿಮಾಡಿದ್ದಾನೆಂಬ ಭಾವನೆಗೆ ಒಳಗಾದೆ. ನಾನು ಕನ್ಯೆಯನ್ನು ನೋಡಲು ಹೋದದ್ದು ಅವಳ ರೂಪ ಎತ್ತರ ಮೈಕಟ್ಟು ಮೊದಲಾದ ವಸ್ತುನಿಷ್ಠ ಮಾನದಂಡಗಳಿಗೆ ನಿಲುಕುವ ಲಕ್ಷಣಗಳನ್ನು ಪರೀಕ್ಷಿಸಲೆಂದಲ್ಲ. ಅವಳು ಹೇಗೆ ಹಾಡುತ್ತಾಳೆಂದು ಕೇಳಲು. ಅವಳಿಗೆ ಸ್ವರಶುದ್ಧಿಯಿತ್ತು. ಸ್ವರಪ್ರಭುತ್ವವಿತ್ತು. ಈಗಾಗಲೆ ತಕ್ಕಮಟ್ಟಿನ ಸಾಧನೆ ಮಾಡಿದ್ದಾಳೆ ಎನ್ನಿಸಿಬಿಟ್ಟಿತು. ಒಳ್ಳೆಯ ಮನೆತನ ಬೇರೆ. ಅಲ್ಲಿಯೇ ಒಪ್ಪಿಬಿಟ್ಟೆ. ತಂದೆತಾಯಿಯರನ್ನು ಕೇಳದೆಯೇ, ಅವರು ಬಂದು ಕನ್ಯೆಯನ್ನು ನೋಡಿ ಸಮ್ಮತಿನೀಡುವ ಮುನ್ನವೇ ನನ್ನ ಒಪ್ಪಿಗೆ ತಿಳಿಸಿಬಿಟ್ಟೆ. ನೀನು ಒಪ್ಪಿರುವಾಗ ಇರುವ

ಸ್ವಲ್ಪಕಾಲದಲ್ಲಿ ನಾವಿನ್ನೂ ನೋಡುವುದಕ್ಕೆ ಯಾಕೆ ಮತ್ತೊಂದು ದಿನ ವ್ಯರ್ಥಮಾಡ ಬೇಕು? ಅಂತ ಪಿತಾಜಿ ಫ಼ೋನಿನಲ್ಲಿ ಹೇಳಿದರು. ನಿನ್ನ ತಂದೆತಾಯಿಯರ ಗೌರವವನ್ನು ಹೇಗೆ ಕಾಪಾಡಬೇಕೆನ್ನುವ ರೀತಿಯೂ ನಿನಗೆ ಗೊತ್ತಿಲ್ಲ ಅಂತ ಅಮ್ಮ ಅದೇ ಫ಼ೋನಿನಲ್ಲಿ ರೇಗಿದಳು. ಮದುವೆಯ ಸಂಜೆ ಚಿಕ್ಕಮ್ಮ ನನ್ನೊಬ್ಬನನ್ನೇ ದೂರ ಕರೆದು ಹೇಳಿದಳು: 'ವಿಕ್ಕೂ, ನಿನ್ನ ನಿಮ್ಮ ಮನೆಯ ಎತ್ತರ ರೂಪಗಳಿಗೆ ತಕ್ಕ ಹೆಣ್ಣಲ್ಲ ಇದು ಅಂತ ನಿಮ್ಮಮ್ಮನಿಗೆ ಅಸಮಾಧಾನವಿದೆ. ಅವರು ಎಂಥೆಂಥ ಕಡೆ, ಎಂಥೆಂಥ ಲಕ್ಷಣವಾದ ಹುಡುಗೀರನ್ನ ನೋಡಿ ಇಟ್ಟಿದ್ದರು ನಿನಗೆ ಗೊತ್ತಿಲ್ಲವೆ? ಇವಳು ಕುರೂಪಿಯಲ್ಲ. ಆದರೆ ಹೆಮ್ಮೆಯಿಂದ ನಮ್ಮ ಸೊಸೆ ಅಂತ ತೋರಿಸಿಕೊಳ್ಳುವಂಥ ಚೆಲುವೆಯಲ್ಲ. ಆದರೆ ನಿನ್ನ ಒಪ್ಪಿಗೆ ಮುಖ್ಯ. ಜೊತೆಯಲ್ಲಿ ಬಾಳುವೆ ಮಾಡೋನು ನೀನು ತಾನೆ! ಯಾಕೆ ಇದನ್ನ ನಿನಗೆ ಹೇಳಿದೆ ಅಂದರೆ, ನನ್ನ ಹೆಂಡತಿ ಸುಂದರಿ ಅಂತ ಮದುವೆಯಾದ ಹೊಸ ಅಮಲಿನಲ್ಲಿ ಗಂಡುಗಳು ಮಾಡುವಂತೆ ನಿಮ್ಮಮ್ಮನ ಎದುರಿಗೆ ಮಾತಾಡಬೇಡ. ನೀನು ಹೇಗೂ ಹೆಂಡತಿ ಕರಕೊಂಡು ಅಮೆರಿಕಾಕ್ಕೆ ಹೋಗ್ತೀಯ. ಕ್ರಮೇಣವಾಗಿ ನಿಮ್ಮಮ್ಮನೂ ಸಮಾಧಾನ ತಂದುಕೊತ್ತಾಳೆ. ನಾನೂ ಸಮಾಧಾನ ಹೇಳ್ತೀನಿ. ತನ್ನ ಸೊಸೆ ಚೆಲುವೆಯಾಗಿರಬೇಕು ಅಂತ ಎಲ್ಲ ಹೆಂಗಸರೂ ಬಯಸುತಾರೆ.' ಈಗ ಬೇರೊಂದು ಪಾರ್ಶ್ವದಿಂದ ನೋಡಿದಾಗ ಹೊಸರೀತಿಯಲ್ಲಿಯೇ ಅರ್ಥವಾಗುತ್ತಿದೆ. ನನ್ನ ಹೆಂಡತಿಯಂಥ ಆದರ್ಶಪತ್ನಿ ಈ ಇಡೀ ಸಿಲಿಕನ್ ವ್ಯಾಲಿಯಲ್ಲಿರುವ ಯಾವ ಭಾರತೀಯನಿಗೂ ಇಲ್ಲವೆಂಬ ಹೆಮ್ಮೆ. ಹೆಮ್ಮೆಯಲ್ಲ, ಸಂತೃಪ್ತಿ ನನಗಿತ್ತು. ಇಲ್ಲಿರುವ ಬಹುತೇಕ ಭಾರತೀಯ ಗಂಡಸರು ಊರಿನಲ್ಲಿ ಹೆಣ್ಣು ಹುಡುಕುವವರಿಗೆ ಹುಡುಗಿ ಕಂಪ್ಯೂಟರ್ ಎಂಜಿನೀರ್ ಆಗಿರಲಿ ಅನ್ನುವ ಸೂಚನೆ ಕೊಡುತ್ತಾರೆ. ಬೇರೆ ಎಂಜಿನೀರಿಂಗ್ ಓದಿದ್ದರೆ ಇಲ್ಲಿಗೆ ಕರೆತಂದಮೇಲೆ ಕಂಪ್ಯೂಟರ್ ತರಬೇತಿ ಕೊಡಿಸಿ ಪರೀಕ್ಷೆ ಪಾಸು ಮಾಡಿಸುತ್ತಾರೆ. ನನ್ನ ಹೆಂಡತಿಯೂ ಇಷ್ಟು ಸಂಬಳ ತರ್ತಾಳೆ ಅಂತ ಹೆಮ್ಮೆಯಿಂದ ಹೇಳಿಕೊತ್ತಾರೆ. ಹೆಂಡತಿಯ ಸಂಬಳವನ್ನು ಅಪೇಕ್ಷಿಸುವುದು ಹೀನ ಎಂಬ ಭಾವನೆ ನನಗೆ ಮೊದಲಿನಿಂದಲೂ ಇದೆ. ನನ್ನ ಹೆಂಡತಿ ಇಷ್ಟು ಚನ್ನಾಗಿ ಹಾಡುತ್ತಾಳೆಂಬ ನನ್ನ ಹೆಮ್ಮೆಯು ಗುಣಾತ್ಮಕವಾದುದು, ಗುಣಾತ್ಮಕವಾಗಿ ಸಾವಿರಮೆಟ್ಟಿಲು ಮೇಲ್ಮಟ್ಟದ್ದು ಎಂದು ನಾನು ಭಾವಿಸಿದ್ದೆ. ದೇವರು ನನಗೆ ಕೊಟ್ಟಿರುವ, ಕೊಡುತ್ತಿರುವ ಸಂಪಾದನೆಯ ಮುಂದೆ ನನ್ನ ಹೆಂಡತಿಯೂ ಎಂಜಿನೀರ್ ಆಗಿ ಸಂಪಾದಿಸಿದ್ದರೂ ಅದು ತೀರ ಅಲ್ಪವೇ ಆಗಿರುತ್ತಿತ್ತು. ನನಗೆ ಅದು ಮುಖ್ಯವಲ್ಲ. ಆದರೆ ಎಂಜಿನೀರ್ ವೃತ್ತಿಗಿಂತ ಸಂಗೀತಗಾರ್ತಿಯಾಗಿರುವುದು ಗುಣಾತ್ಮಕವಾಗಿ ಉತ್ತಮವಾದದ್ದೆಂಬ ನನ್ನ ನಂಬಿಕೆ ಹಾಳಾಯಿತು.

"ಅವಳಿಗಿಂತ ಆದರ್ಶಪತ್ನಿ ಎಲ್ಲಿಯೂ ಇರುವುದು ಸಾಧ್ಯವಿಲ್ಲ ಎಂಬ ನನ್ನ ಗ್ರಹಿಕೆಯು ಮೊನ್ನೆಯಿಂದ ಕುಸಿಯುತ್ತಿದೆ. ಆದರ್ಶಪತ್ನಿ ಎಂಬ ನಿರ್ಣಯಕ್ಕೆ ಪೂರಕವಾದ (೧) ಇತ್ಯಾತ್ಮಕ ಮತ್ತು (೨) ನೇತ್ಯಾತ್ಮಕ ಗುಣಗಳಾವುವು? ಎಂಬ ಒಂದು ಪಟ್ಟಿಮಾಡ ಬೇಕೆನ್ನಿಸಿತು. ನಿಮ್ಮ ವೈವಾಹಿಕ ಜೀವನದಲ್ಲಿ ಅವಳಿಗೆ ಕಿರಿಕಿರಿಯಾಗುವ ಒಂದಾದರೂ ಘಟನೆ

ನಡೆದಿದೆಯೆ? ಅತ್ತೆಯ ಕಾಟವೆ? ಅತ್ತಿಗೆ ನಾದಿನಿಯರ ಕಾಟವೆ? ಗಂಡನು ತಾನು ದುಡಿದದ್ದನ್ನು ತನ್ನ ಅಪ್ಪ ಅವ್ವರಿಗೆ ಕಳಿಸುತ್ತಾನೆಯೆ? ಮದುವೆಯಾಗದ ನಾದಿನಿಯರು, ಮನೆತಪ್ಪಿದ ಅತ್ತಿಗೆ, ನೆಲೆನಿಲ್ಲದ ಮೈದುನಂದಿರು, ಜವಾಬ್ದಾರಿ ಇಲ್ಲದ, ದುಡಿಯದ ಗಂಡ. ಹೀಗೆ ಯಾವ ಸಂಕಟದ ಸ್ಥಿತಿಯನ್ನು ಅವಳು ನಿಭಾಯಿಸಿದ್ದಾಳೆ? ನನ್ನಿಂದ ಒಂದು ಡಾಲರ್ ಕೂಡ ತರಿಸಿಕೊಳ್ಳದ ತಂದೆತಾಯಿ, ಅಕ್ಕತಂಗಿ ಅಣ್ಣತಮ್ಮ ಯಾರೂ ಇಲ್ಲದ, ಇಷ್ಟು ಓದಿ ಇಷ್ಟು ಸಂಪಾದಿಸುತ್ತಿರುವ ಗಂಡ, ಸಿಲಿಕನ್‌ವ್ಯಾಲಿಯಲ್ಲಿರುವ ಭಾರತೀಯರಲ್ಲಿ ನೂರಕ್ಕೆ ಒಬ್ಬಿಬ್ಬರಿಗೆ ಮಾತ್ರ ಇರುವ ಮಟ್ಟದ ಸಂಪಾದನೆ, ಇಂಥ ಮನೆ, ಗುಡಿಸುವ ಸಾರಿಸುವ ಧೂಳು ಹೊಡೆಯುವ, ಅಂಗಡಿಗೆ ಹೋಗಿ ಸಾಮಾನು ತರುವ, ಅಡುಗೆಮಾಡುವ ಬಟ್ಟೆ ಒಗೆದು ಇಸ್ತ್ರಿ ಮಾಡುವ ಪ್ರತಿಯೊಂದು ಕೆಲಸವನ್ನೂ ಮಾಡುವ ದಿನಕ್ಕೆ ನಾಲ್ಕುಗಂಟೆ ಬಂದು ಕೆಲಸ ಮಾಡಿಹೋಗುವ ಮಾರಿಯಾಳಂಥ ಕೆಲಸದಾಳನ್ನು ಎಷ್ಟು ಮಂದಿ ಭಾರತೀಯರಿರಲಿ, ಬಿಳಿ ಅಮೆರಿಕನ್ನರು ಇಟ್ಟುಕೊಂಡಿರುತ್ತಾರೆ? ಇಂಥ ಯಾವ ಕೆಲಸವೂ ಇಲ್ಲದೆ ನಿನಗಿಷ್ಟವಾದಂತೆ ಸಂಗೀತಾಭ್ಯಾಸ ಮಾಡಿಕೊ ಎಂದು ಹೇಳುವ ಗಂಡ ಸಿಕ್ಕಿರುವಾಗ ಅವಳ ಯಾವ ಸದ್ಗುಣಗಳು ಒರೆಗೆ ಸಿಕ್ಕಿ ಕಾಣಿಸಲು ಸಾಧ್ಯ? ಈ ಎಲ್ಲ ಆಯಾಮ, ಅಂಶಗಳಿಗೂ ಕುರುಡನಾಗಿ ನನ್ನ ಹೆಂಡತಿಯಂಥ ಸದ್ಗುಣಿ ಇಡೀ ಸಿಲಿಕನ್‌ವ್ಯಾಲಿಯ ಯಾವ ಭಾರತೀಯ ಕುಟುಂಬದಲ್ಲೂ ಇಲ್ಲವೆಂಬ ಭಾವನೆಯನ್ನು ನಾನು ಹೇಗೆ ಬೆಳೆಸಿಕೊಂಡೆ? ಗಂಡನಿಗೆ ಮೋಸಮಾಡಿದುದನ್ನು ಬಿಟ್ಟರೆ ಉಳಿದ ವಿಷಯಗಳಲ್ಲಿ ಅವಳು ಹೀನಳೆಂದು ನಾನು ಈಗಲೂ ನಿರ್ಷ್ಕರ್ಷಿಸುವುದಿಲ್ಲ. ಆದರೆ ಉತ್ತಮಳೆಂದು ನಿರ್ಣಯಿಸಲು ಯಾವ ಅಂಶಗಳೂ ಕಾಣಿಸುತ್ತಿಲ್ಲ.

"ನನ್ನಲ್ಲಿ ಒಂದು ಬದಲಾವಣೆ ಕಂಡಿದೆ. ಅದನ್ನು ಯಾವ ರೀತಿ ಬರಹದಲ್ಲಿ ಇಳಿಸ ಬೇಕೆಂಬುದು ಈ ಕ್ಷಣದವರೆಗೂ ತಿಳಿಯುತ್ತಿಲ್ಲ. ನನ್ನ ಸಂಗೀತಪ್ರೇಮವು ಪ್ರವೃತ್ತಿಮಟ್ಟದ್ದು. ಯಾರಿಂದಲೂ ಹೇಳಿಸಿಕೊಂಡು ಅಥವಾ ಪ್ರೇರಿತವಾಗಿ ಬಂದದ್ದಲ್ಲ. ಅದು ಉನ್ನತ ಕಲ್ಪನೆಗಳನ್ನು, ಭಾವಗಳನ್ನು ಮನಸ್ಸಿನಲ್ಲಿ ಪ್ರಚೋದಿಸುವ ಸ್ಥಿತಿಯಾಗಿತ್ತು. ಇತ್ತೀಚೆಗೆ ಅವಳು ಹೋಗಿ ಅವಳ ದಿನಚರಿಯ ರೂಪದ ಕಾಗದವನ್ನು ಓದಿದನಂತರ ನಾನು ಸಂಗೀತವನ್ನು ಕೇಳಿರಲಿಲ್ಲ. ಮೊನ್ನೆ ಯಾವ ಆಲೋಚನೆಯೂ ಇಲ್ಲದೆ ನನ್ನ ಸಂಗ್ರಹದಲ್ಲಿದ್ದ ಮಿಶ್ರಬಂಧುಗಳ ಕೌಶೀಕಾನಡವನ್ನು ಹಾಕಿಕೊಂಡೆ. ರುಚಿ ಕಾಣಿಸಲಿಲ್ಲ. ಏನೋ ರಗಳೆ ಎನ್ನಿಸಿತು. ಅದನ್ನು ತೆಗೆದು ಅವರದೇ ಬಿಲಾವಲ್ ಹಾಕಿದೆ. ಅದೂ ಅಷ್ಟೆ, ಬೋರ್ ಎನ್ನಿಸಿತು. ಹಿಂದೆ ಇವೇ ಟೇಪುಗಳನ್ನು ಹಾಕಿಕೊಂಡರೆ ಎಷ್ಟು ಶಕ್ತಭಾವ ಉದ್ದೀಪಗೊಳ್ಳುತ್ತಿತ್ತು! ಹೋಗಲಿ ಎಂದು ಬೇರೆ ನಾಲ್ವರ ಸಂಗೀತವನ್ನು ಪ್ರಯತ್ನಿಸಿದೆ. ರುಚಿಹೀನ, ಭಾವಹೀನ ವಾಗಿದ್ದವು. ನಂಬಿದ ನನ್ನ ಹೆಂಡತಿ, ನಾನು ಕಾಲುಮುಟ್ಟಿ ನಮಸ್ಕರಿಸುತ್ತಿದ್ದ ಅವಳ ಗುರುವು ಮಾಡಿದ ಮೋಸಕ್ಕೆ ಸಂಗೀತದಲ್ಲೇ ರುಚಿ ಕಳೆದುಕೊಳ್ಳುವುದು ಸರಿಯಲ್ಲ ಎಂಬ ಸಮಾಧಾನ ತಂದುಕೊಳ್ಳತೊಡಗಿದೆ. ಸಾಧ್ಯವಾಗಲಿಲ್ಲ. ನನ್ನ ಸಂಗ್ರಹದ ಗಾಯನ, ವಾದನಗಳೆರಡನ್ನೂ ಅಲ್ಲಲ್ಲಿ ತೆಗೆದು ಕೇಳಲು ಪ್ರಯತ್ನಿಸುತ್ತಿದ್ದೇನೆ.

ಆ ರಾಗಗಳು, ಅವುಗಳ ನಡೆಯ ವೈಶಿಷ್ಟ್ಯಗಳು ಪರಿಚಿತವಾಗಿವೆ. ಆದರೆ ರುಚಿ ಹತ್ತುತ್ತಿಲ್ಲ. ನನಗೆ ಈಗ ಆಗಿರುವ ನೋವಿನ ಭಾವವನ್ನು ಹೊರಹಾಕಿ ಹಗುರ ಮಾಡಿಕೊಳ್ಳಲಾದರೂ ಸಂಗೀತದ ನೆರವು ಪಡೆಯಬೇಕೆಂದು ಶೋಕವನ್ನು ವ್ಯಕ್ತಮಾಡುವ ದರ್ಬಾರಿಯನ್ನು ಹಾಕಿ ಕೇಳಿದೆ. ಏನೂ ವ್ಯಕ್ತವಾಗುತ್ತಿಲ್ಲ. ಕಾಫ಼ಿತಾಟಿನ ಯಾವ ರಾಗಗಳಲ್ಲೂ ಗಾಂಭೀರ್ಯದ ಗುಣ ಕಾಣುತ್ತಿಲ್ಲ. ಬೈರಾಗಿಯಲ್ಲಿ ವಿರಾಗದ ಭಾವ ಉಳಿದಿಲ್ಲ. ಸಂಗೀತದಿಂದ ಪ್ರಚೋದಿತನಾಗುವ ಶಕ್ತಿಯನ್ನು ಕಳೆದುಕೊಂಡರೆ ನನಗೆ ಉಳಿಯುವುದೇನು? ಎಂಬ ಪ್ರಶ್ನೆ ಹುಟ್ಟಿ ಅಂಜಿಕೆಯಾಗುತ್ತಿದೆ.

"ಹದಿನೈದು ದಿನದಿಂದ ಅದನ್ನೇ ಯೋಚಿಸುತ್ತಿದ್ದೇನೆ. ಪ್ರಪಂಚದಲ್ಲಿ ಸಂಗೀತದ ರುಚಿ ಇಲ್ಲದವರೇ ಬಹುಸಂಖ್ಯೆಯಲ್ಲಿದ್ದಾರೆ. ಅವರಿಗೆ ಜೀವನದಲ್ಲಿ ಏನೂ ಇಲ್ಲವೆ? ಎಂಬ ಉತ್ತರ ಹುಟ್ಟುತ್ತಿದೆ. ಸಂಗೀತವು ಹುಟ್ಟಿಸುವ ಭಾವವಾದರೂ ಎಂಥದು? ಒಂದು ರಾಗವು ಎಲ್ಲರಲ್ಲೂ ಒಂದೇ ಭಾವವನ್ನು ಮಿಡಿಯುತ್ತದೆಯೆ? ನಮ್ಮ ನಮ್ಮ ಮನೋಭಾವ ಗಳಿಗೆ ತಕ್ಕಂತೆ ನಾವು ಸಂಗೀತಕ್ಕೆ ಪ್ರತಿಕ್ರಿಯೆಗೈಯುತ್ತೇವಲ್ಲವೆ? ಇದೊಂದು ರೀತಿಯ ಮನಶ್ಶಾಸ್ತ್ರದ ಪ್ರಶ್ನೆ. ಆವೇಶವನ್ನು ಪ್ರಚೋದಿಸಿ ನಿರ್ವಹಿಸುವ ತಂತ್ರದ ಪ್ರಶ್ನೆ. ನಾನೇಕೆ ಇದನ್ನು ಈ ಮೊದಲು ಅರ್ಥಮಾಡಿಕೊಂಡಿರಲಿಲ್ಲ?

"ಕಲಾವಿದರು ಮೂಲತಃ ಆವೇಗ ಪ್ರಚೋದಕರು. ಆವೇಗ ಪ್ರಚೋದನಾ ತಂತ್ರ ನಿಪುಣರು. ಅವರು ಪರಸ್ಪರ ಆವೇಗಕ್ಕೆ ಸಿಕ್ಕಿಕೊಳ್ಳುವುದು ಸಹಜವೇ. ಹಾಲಿಉಡ್ಡಿನ ನಟ ನಟಿಯರ ಅನುರಾಗಗಳ ಉಬ್ಬರವಿಳಿತಗಳನ್ನು ಗಮನಿಸಿದರೆ ಈ ಅಂಶ ತಿಳಿಯುತ್ತದೆ. ಇದು ಅರ್ಥವಾಗಲು ನನಗೆ ಇಂಥ ಅನುಭವವಾಗಬೇಕಿತ್ತೆ?

"ಶರೀರದ ಪ್ರವೃತ್ತಿಯು ಮನಸ್ಸಿನ ವ್ಯಾಪಾರವನ್ನು ಮೀರಿ ಪ್ರವಹಿಸುತ್ತದೆ. ಕಳೆದ ಎರಡುವಾರದಿಂದ ಶಾರೀರಿಕಬಯಕೆ ಎಚ್ಚೆತ್ತಿದೆ. ಒಮ್ಮೊಮ್ಮೆ ತೀವ್ರವಾಗಿ ಬಾಧಿಸುತ್ತಿದೆ. ಹಿಂದೆ ಮಧು ಮಿತಾಳು ತೌರಿಗೆ ಹೋಗಿದ್ದಾಗ ಹೀಗಾಗಿದ್ದರೆ ಅವಳ ನೆನಪು ಕಲ್ಪನೆಯಲ್ಲಿ ಮೂಡಿ ಕಾಡಿಸುತ್ತಿತ್ತು. ಆದರೆ ಈಗ ಆಗುತ್ತಿರುವುದು ಬರೀಬಯಕೆ. ಅವಳ ನೆನಪಾಗಲಿ ಕಲ್ಪನೆಯಾಗಲಿ ಮನಸ್ಸನ್ನು ಪ್ರವೇಶಿಸುತ್ತಿಲ್ಲ. ಬೇರೆ ಯಾವ ಹೆಂಗಸೂ ಮೂಡುತ್ತಿಲ್ಲ. ನಾನು ಎಂದೂ ವಿವಾಹಪೂರ್ವದ ಅನುಭವ ಪಡೆದವನಲ್ಲ. ವಿವಾಹೇತರವಂತೂ ಇಲ್ಲವೇ ಇಲ್ಲ. ಈಗ ವಿವಾಹವು ಮುರಿದುಬಿದ್ದಮೇಲೆ ಕೂಡ ಮನಸ್ಸು ಬೇರೆ ಹೆಂಗಸರನ್ನು ಹಿಂಬಾಲಿಸುವುದಿಲ್ಲ. ನನ್ನಷ್ಟು ಸಂಚಾರವಿರುವ ಬಹುತೇಕ ಗಂಡಸರು ಹೊರಗೆ ತುಸು ಸುಖಾವಧಿಯನ್ನು ಅನುಭವಿಸುತ್ತಾರೆಂಬುದು ನನಗೆ ಗೊತ್ತು. ಬಿಸಿನೆಸ್ ಕಾನ್‌ಫ಼ರೆನ್ಸಿಗೆಂದು ಒಂದೇ ಕಂಪನಿಯ ಹೆಂಗಸು ಗಂಡಸು ಬೇರೆ ಊರುಗಳಿಗೆ ಹೋಗಿ ಒಂದೇ ಹೋಟೆಲಿ ನಲ್ಲಿರುವುದು, ರಾತ್ರಿ ಊಟದ ನಂತರ ಸೋಶಿಯಲ್ ಡ್ರಿಂಕ್ ತೆಗೆದುಕೊಳ್ಳುತ್ತಾ ಅನಂತರ, 'ನನ್ನ ಕೋಣೆಗೇ ಹೋಗಿ ಮಾತನಾಡೋಣ' ಎಂಬ ಸಾಂಕೇತಿಕ ಮಾತನಾಡುವುದು ಎಲ್ಲರಿಗೂ ತಿಳಿದಗುಟ್ಟು. ನಾನು ಒಮ್ಮೆಯೂ ಹಾಗೆ ಮಾಡಿಲ್ಲ. ಅವಕಾಶ ಒದಗಿಲ್ಲವೆಂದಲ್ಲ. ನೈತಿಕ ಅಂಜಿಕೆ. ಹೆಂಡತಿ ಇರುವಾಗ ಮಾತ್ರವಲ್ಲ. ಅನಂತರ ಕೂಡ. ಅವಳು ಬಿಟ್ಟುಹೋಗಿ

ಒಂದುವರ್ಷವಾದ ನಂತರ, ಹಾಗೆ ಮಾಡುವ ಮನಸ್ಸಾಗುತ್ತಿದೆ.

"ನೆನ್ನೆ ರಾತ್ರಿ ಕ್ಯಾಥಿಯನ್ನು ನನ್ನ ಮನೆಗೆ ಕರೆದಿದ್ದೆ. ನಮ್ಮ ಕಂಪನಿಯ ವ್ಯವಹಾರವಿರುವ ಇಂಟೆಲ್ ಕಂಪನಿಯಲ್ಲಿರುವವಳು. ಡೈವೋರ್ಸಿ. ಮೂವತ್ತೈದು ವರ್ಷ. ಎಷ್ಟೋ ಸಲ ನನ್ನೊಡನೆ, 'ಈ ವಾರಾಂತ್ಯ ಎಲ್ಲಿಯಾದರೂ ಹೋಗೋಣ ಬರ್ತೀಯಾ?' ಎಂದು ಹುಸಿನಗೆಯಿಂದ ಕೇಳಿದ್ದಳು. ಧೈರ್ಯವಂತೆ. ಇಂಥ ಆಹ್ವಾನಗಳು ಗಂಡಸಿಂದ ಬರಬೇಕು, ಹೆಂಗಸು ಕೇಳಬಾರದು ಎಂಬ ಎಗ್ಗು ಇಲ್ಲದವಳು. ಇಂಥ ಸಂಬಂಧಕ್ಕೆ ಒಂದೇ ಕಂಪನಿಯಲ್ಲಿರುವವರನ್ನು ಆಹ್ವಾನಿಸಬಾರದು. ಕೆಲಸದ ಸಂಬಂಧದಲ್ಲಿ ಇರಸುಮುರಸು ಹುಟ್ಟಬಹುದು ಎಂಬ ಎಚ್ಚರಿಕೆ ಎಲ್ಲರಿಗೂ ಇರುತ್ತದೆ. 'ಈ ಶುಕ್ರವಾರ ಸಂಜೆ ನಮ್ಮ ಮನೆಗೆ ಬರ್ತೀಯಾ? ಭಾನುವಾರ ಸಂಜೆ ಹಿಂತಿರುಗುವಂತೆ,' ಎನ್ನುವಾಗ ನನ್ನ ಧ್ವನಿ ನಡುಗುತ್ತಿತ್ತು.

" 'ರಿಯಲಿ?'

" 'ರಿಯಲಿ.'

" 'ತಮಾಷೆ ಮಾಡಬೇಡ. ಹೆಂಡತಿ ಊರಿನಲ್ಲಿಲ್ಲವಾ?'

" 'ಇಲ್ಲ. ದೇಶಕ್ಕೆ ಹೋಗಿದಾಳೆ.'

" 'ಮನೆಗೆ ಬರುವ ದಾರಿಯ ನಿರ್ದೇಶನಕೊಡು.'

"ಶನಿವಾರ ಭಾನುವಾರಗಳಿಗೆ ಆಗುವ ಅಡುಗೆಯನ್ನು ಶುಕ್ರವಾರವೇ ಮಾಡಿಟ್ಟು ಹೋದರೆ ಮಾರಿಯಾ ಸೋಮವಾರ ಬೆಳಗಿನತನಕ ಬರುವುದಿಲ್ಲ. ಮನೆಯೇ ಸರಿ ಎಂದು ನಾನು ನಿರ್ಧರಿಸಿದ್ದೆ. ಅವಳು ಬರುತ್ತಾಳೆಯೋ ಇಲ್ಲವೋ ಎಂಬ ಅನುಮಾನವೂ ಇತ್ತು. ಏಕೆಂದರೆ ಅವಳು ಇಂಥ ಮಾತನ್ನು ತಮಾಷೆಗೂ ಆಡುತ್ತಿದ್ದಳು. ಮತ್ತೊಮ್ಮೆ ಫೋನುಮಾಡಿ ಖಚಿತಮಾಡಿಕೊಳ್ಳಲೇ ಎಂಬ ಮನಸ್ಸುಬಂದರೂ ಸಂಕೋಚದಿಂದ ಸುಮ್ಮನಿದ್ದೆ. ಅವಳೇ ಫೋನುಮಾಡಿದಳು. ತನ್ನ ಮ್ಯಾಪನ್ನು ಎದುರಿಗಿಟ್ಟುಕೊಂಡು ದಾರಿಯನ್ನು ಹೇಳಿ ಸರಿಯೆ? ಎಂದಳು. 'ಸರಿ. ನೀನು ನನಗೇ ದಾರಿ ಹೇಳಬಲ್ಲೆ,' ಎಂದೆ.

"ಬಂದತಕ್ಷಣ ನಾನು ಅವಳ ಕೋಟನ್ನು ತೆಗೆದು ಹ್ಯಾಂಗರಿಗೆ ಹಾಕಿ, ಕಿರುಪೆಟ್ಟಿಗೆ ಇಸಕೊಂಡು ಮೇಲೆ ಕರೆದೊಯ್ದೆ. ಅತಿಥಿಕೋಣೆಗೆ ಕರೆದೊಯ್ದು ಇದು ನಿನಗೆ ಅನುಕೂಲವೆ? ಎಂದೆ. ಅವಳು ಮುಖನೋಡಿದಳು. ಮುಖದಲ್ಲಿ ಮುನಿಸು ತಂದುಕೊಂಡಳು. ನನಗೆ ಅರ್ಥವಾಗಲಿಲ್ಲ. ಪ್ರಶ್ನಾರ್ಥಕವಾಗಿ ಅವಳ ಮುಖನೋಡಿದೆ. 'ವಿಕ್ರ್ಯಾಮ್. ನನ್ನನ್ನ ಅತಿಥಿ ಮಾಡಿ ಬೇರೆ ರೂಮಿನಲ್ಲಿ ಮಲಗಿಸುಕ್ಕೆ ಕರೆದೆಯಾ?' ಎಂದಳು. ನನ್ನ ತಪ್ಪು ಅರ್ಥವಾಯಿತು. ಸಾರಿ ಎಂದೆ. 'ನೋಡು, ಪ್ರೇಮಿಗಳು ಸಂಧಿಸುವ ರೀತಿಯಲ್ಲ ಇದು. ನಾನು ಬಂದ ತಕ್ಷಣ ನೀನು ಎಳೆದುಕೊಂಡು ಅಪ್ಪಿ ಮುತ್ತಿಡಬೇಕು. ಅಂಥ ಒಂದು ನಡೆಯೂ ಇಲ್ಲದೆ ನನ್ನ ಸೂಟ್‌ಕೇಸ್ ಹಿಡಿದು ತಂದಿಟ್ಟು ಹೋಟೆಲ್ ಅಶರ್ ಥರ ಇದು ನಿನಗೆ ಅನುಕೂಲವೆ? ಅಂತೀಯ. ನೀನು ದಡ್ಡ, ಅನನುಭವಿ,' ಎಂದಳು.

“ ‘ನಿನ್ನ ಎರಡು ಆಪಾದನೆಗಳೂ ನಿಜ. ಸಾರಿ,’ ಎಂದು ಹತ್ತಿರ ಸರಿದು ಅವಳನ್ನು ಬಳಸಿ ಮುತ್ತಿಟ್ಟೆ. ಅವಳು ಆವೇಗ ತುಂಬಿದ ಅರೆಗಣ್ಣುಮಾಡಿ ದೀರ್ಘ ಹಾಗೂ ಗಾಢ ಚುಂಬನದಲ್ಲಿ ನನ್ನನ್ನು ಕಬಳಿಸಿದಳು. ಅಪ್ಪುಗೆಯು ಹಿತವಾಗಿತ್ತು. ಒಂದುವರ್ಷದ ಜಡ ವನ್ನು ಕೊಡವಿ ಉಲ್ಲಾಸಗೊಳಿಸಿತು. ಊಟವಾದನಂತರ ಮತ್ತೆ ಮೇಲೆ ಬಂದಾಗ ಅವಳು, ‘ವಿಕ್ರ್ಯಾಮ್ ಡಿಯರ್, ಯಾವುದು ನಾವಿಬ್ಬರೂ ಮಲಗುವ ಕೋಣೆ?’ ಎಂದಳು.

“ ‘ಇದೇ,’ ನಾನು ಉತ್ತರಿಸಿದೆ.

“ ‘ನಿನ್ನ ಮಾಸ್ಟರ್‌ಬೆಡ್‌ರೂಮು ಯಾವುದು? ನನಗೆ ತೋರಿಸುಲ್ಲವೆ?’

“ ‘ಅಲ್ಲಿದೆ. ನಾನದನ್ನ ಉಪಯೋಗಿಸ್ತಿಲ್ಲ.’ ಎಂದೆ.

“ ‘ತೋರಿಸು ಬಾ,’ ಅವಳೇ ಮುಂದೆನಡೆದಳು. ನಾನು ಹಿಂದೆ ನಡೆದೆ. ಅದನ್ನು ಹೊಕ್ಕ ಅವಳು ನಡುವೆ ನಿಂತು ನಿಧಾನವಾಗಿ ಒಂದು ಸುತ್ತು ತಿರುಗಿ ಉನ್ಮತ್ತ ಉಸಿರೆಳೆದು ಕೊಂಡವಳಂತೆ, ‘ಎಷ್ಟು ಅಭಿರುಚಿಪೂರ್ಣವಾಗಿದೆ!’ ಎಂದಳು. ಅವಳ ಮುಖದಲ್ಲಿ ಮೆಚ್ಚುಗೆ ತುಂಬಿತುಳುಕುತ್ತಿತ್ತು. ಅನಂತರ ನನ್ನನ್ನು ತಬ್ಬಿ, ‘ವಿಕ್ರ್ಯಾಮ್, ಇಂಥ ಸುಂದರ ಶಯನಕೋಣೆ ಇರುವಾಗ ನಾವೇಕೆ ಆ ಗೆಸ್ಟ್‌ರೂಮಿನಲ್ಲಿ ಮಲಗಬೇಕು? ಬಾ, ಮೊದಲು ಜೊತೆಯಲ್ಲಿ ಸ್ನಾನಮಾಡಿ ಬರೋಣ. ಇದಕ್ಕೆ ಲಗತ್ತಾಗಿರುವ ಸ್ನಾನದ ಕೊಠಡಿಯೂ ಅಷ್ಟೇ ಸುಂದರವಾಗಿರಬೇಕು,’ ಎಂದು ಅತ್ತ ನಡೆದು ಬಾಗಿಲು ತೆರೆದು ಒಳಗೆನೋಡಿ, ‘ಬ್ಯೂಟಿಫುಲ್, ಇನ್‌ಸ್ಪೈರಿಂಗ್!’ ಎಂದು ಮಗುವಿನಂತೆ ಹಿಗ್ಗಿದಳು. ಆ ಕೋಣೆಯಲ್ಲಿ ಮಲಗುವ ಪ್ರಸ್ತಾಪದಿಂದಲೇ ನನಗೆ ಉತ್ಸಾಹ ಇಳಿಯಿತು. ನನಗೇ ಪೂರ್ತಿ ಅರ್ಥವಾಗದ ಪಾಪದ ಭೀತಿ ಆವರಿಸಿಕೊಂಡಿತು. ಹೆಂಡತಿಯು ವಿಮಾನ ಹತ್ತಿ, ನಾನು ಅವಳ ಕಾಗದ ವನ್ನು ಓದಿದನಂತರ ಈ ಕೋಣೆಯಲ್ಲಿ ಮಲಗಿರಲಿಲ್ಲ. ಅತಿಥಿಕೋಣೆಯ ಎದುರಿನ ಕೋಣೆಯಲ್ಲಿ ಮಲಗುತ್ತಿದ್ದೆ. ಈಗ ಇವಳು ಕೇಳುತ್ತಿರುವಾಗ ಬೇಡವೆಂದರೆ ಏನಂದು ಕೊಂಡಾಳೋ, ಎಂಬ ದಾಕ್ಷಿಣ್ಯ. ಮಧು ವ್ಯಭಿಚಾರಮಾಡಿದ ದಾಂಪತ್ಯದ ಮಂಚದ ಮೇಲೆಯೇ ನಾನೂ ವ್ಯಭಿಚಾರಮಾಡುತ್ತೇನೆಂಬ ನೈತಿಕಭಯ ತುಂಬಿಕೊಂಡಿತು. ಕ್ಯಾಥೀ, ಇಲ್ಲಿಬೇಡ. ಆ ಹಾಸಿಗೆಯೂ ಇಬ್ಬರಿಗೆ ಆಗುವಷ್ಟು ದೊಡ್ಡದಾಗಿದೆ ಎಂದೆ. ‘ಯಾಕೆ? ಇದು ದಾಂಪತ್ಯದ ಹಾಸಿಗೆ. ಇಲ್ಲಿ ಬೇರೆಯವಳನ್ನು ಸೇರಿಸೂದು ಪಾಪ ಅನ್ನುವ ಭೀರು ತನವೊ?’ ಎಂದಳು. ಅವಳ ಧ್ವನಿಯಲ್ಲಿ ‘ನೀನು ಇಬ್ಬಂದಿ ಆದರ್ಶದ ಮನುಷ್ಯ’ ಎಂಬ ಆಪಾದನೆ ಹುದುಗಿತ್ತು. ‘ಅಥವಾ ಹಾಸಿಗೆ ಗೂರಾಡಿಬಿಟ್ಟರೆ ಮತ್ತೆ ಮೊದಲಿನಂತೆ ಜೋಡಿ ಸೂದು ಕಷ್ಟ. ಹೆಂಡತಿ ಹಿಂತಿರುಗಿದಮೇಲೆ ಗೊತ್ತಾಗುತ್ತೆ ಅನ್ನುವ ಹೆದರಿಕೆಯೆ? ನೀನಿಲ್ಲದಾಗ ನಾನೊಬ್ಬನೇ ಮಲಗಿದ್ದೆ ಅಂದರೆ ಆಗುಲ್ಲವೆ? ಇಬ್ಬರೂ ಜೊತೆಯಿಲ್ಲದಾಗ ಈ ಹಾಸಿಗೆಯನ್ನು ಬಳಸುಲ್ಲ ಅನ್ನುವ ಒಡಂಬಡಿಕೆಯೆ?’ ಅವಳು ಕೆದಕಿ ಕೆದಕಿ ಕೇಳುವ ಪ್ರಶ್ನೆಯಿಂದ ನನ್ನ ಧೈರ್ಯ ಉಡುಗಿದುದು ಮಾತ್ರವಲ್ಲ. ಇವಳಂಥ ಆಕ್ರಮಣಕಾರಿಯೊಡನೆ ಮಲಗಿದರೆ ನಾನು ಆರಂಭದಲ್ಲೇ ಸೋಲಬಹುದು ಎಂಬ ಆತಂಕಹುಟ್ಟಿತು.

“ ‘ಕ್ಯಾಥೀ, ತುಸು ನಿಧಾನವಾಗಿ ಮಲಗೋಣ. ಅದಕ್ಕೆ ಮೊದಲು ನಿನಗೆ ನಮ್ಮ

ಭಾರತೀಯ ಸಂಗೀತದ ಕೆಲವುಭಾಗಗಳನ್ನು ಕೇಳಿಸಬೇಕು ಅಂತ ನನ್ನ ಆಶೆ ಇದೆ. ಸಂಗೀತದ ಕೋಣೆಗೆ ಹೋಗೋಣ ಬಾ,' ಎಂದು ಕೈಹಿಡಿದು ಕರೆದೊಯ್ದೆ. ಅವಳು ನನ್ನ ಜೊತೆಗೇ ಮೆಟ್ಟಿಲಿಳಿದು ಬಂದಳು. 'ನೀನು ಭಾರತೀಯ ಸಂಗೀತ ಕೇಳಿರಬೇಕಲ್ಲ?' ಎಂದೆ. 'ರವಿಶಂಕರರ ಹೆಸರು ಗೊತ್ತಷ್ಟೆ. ಹ್ಯಾರಿಸನ್ನನ ಗುರು. ಅದಕ್ಕಿಂತ ಹೆಚ್ಚು ಗೊತ್ತಿಲ್ಲ.' 'ಹಾಗಿದ್ದರೆ ಇನ್ನೂ ಒಳ್ಳೆಯದು, ಬಾ' ಎಂದು ಅವಳನ್ನು ಕೂರಿಸಿ ಕ್ಯಾಸೆಟ್‌ಗಳ ಡ್ರಾಯರ್ ಎಳೆದು ದರ್ಬಾರಿಕಾನಡವನ್ನು ಹಾಕಿ, 'ಇದನ್ನ ನಿಧಾನವಾಗಿ ಕೇಳು. ಆಮೇಲೆ ಏನನ್ನಿಸುತ್ತೆ ಹೇಳು,' ಎಂದೆ. ಅವಳು ಗಂಭೀರಳಾಗಿ ಕೇಳತೊಡಗಿದಳು. ಹತ್ತುನಿಮಿಷದ ನಂತರ ಅದನ್ನು ನಿಲ್ಲಿಸುವಂತೆ ಸಂಜ್ಞೆಮಾಡಿ, ಆಮೇಲೆ ಹೇಳಿದಳು: 'ಇದನ್ನ ಶಾಸ್ತ್ರೀಯ ಗಾಯನ ಅಂತೀರಾ? ಕಡಿದಾದ ಪರ್ವತಮಾರ್ಗದಲ್ಲಿ ತೀರ ಹಿಂದಿನಮಾಡೆಲ್ ಟ್ರಕ್ ಹತ್ತುವಾಗ ಉಯ್ಯಲಿಡುವಂತೆ ಇದೆ. ರಚನೆಯಾಗಲಿ, ಬಂಧವಾಗಲಿ, ಮೇಳಗುಣವಾಗಲಿ ಇಲ್ಲ,' ಎಂದಳು. ನಾನು ಆಲೋಚಿಸುತ್ತಿದ್ದುದನ್ನೇ ಅವಳು ಖಚಿತಪಡಿಸಿದಳು. ಅನಂತರ ತುಸು ಹೊತ್ತು ಮಾಲಕೌಂಸ್ ಹಾಕಿದೆ. ಭೂಪಾಲಿ ಹಾಕಿದೆ. ಯಾವುವೂ ಅವಳನ್ನು ಆಕರ್ಷಿಸಲಿಲ್ಲ. ಅನಂತರ ಸಿತಾರ್ ಮತ್ತು ಸರೋಡ್ ವಾದ್ಯಗಳು ಅವೇ ರಾಗಗಳನ್ನು ದ್ರುತಗತಿಯಲ್ಲಿ ಜುಗಲಬಂದಿ ಮಾಡಿ ತಬಲದೊಡನೆ ಸ್ಪರ್ಧಿಸುತ್ತಿರುವ ಭಾಗಗಳನ್ನು ಹಾಕಿದೆ. 'ಎಸ್. ಇದನ್ನ ನಾನು ಮೆಚ್ಚುತೀನಿ' ಎಂದು ಎದ್ದುನಿಂತು ಪೃಷ್ಠವನ್ನು ಕುಣಿಸುತ್ತಾ ನುಲಿಯತೊಡಗಿದಳು. ಇವುಗಳ ಭಾವವೇನು ಹೇಳು ಎಂದದ್ದಕ್ಕೆ, 'ವೇಗ, ಚಲನೆ, ನಿಗೂಢತೆ' ಎಂದಳು. ಅವಳು ಸಂಗೀತವೆಂದರೆ ಏನೂ ತಿಳಿಯದವಳಲ್ಲ. ಒಳ್ಳೆಯ ಕಛೇರಿ ಇದ್ದಾಗ ಕೇಳಲು ಸ್ಯಾನ್‌ಫ್ರಾನ್ಸಿಸ್ಕೋಗೆ ಸಹ ಹೋಗುವವಳು. ಸಂಗೀತದ ಅರ್ಥ ನಾವು ಕೊಟ್ಟಂತೆ. ನಾವು ಕೊಡುವುದು ಪರಂಪರೆಯು ರೂಪಿಸಿ ನಮ್ಮ ತಲೆಗೆ ತುಂಬಿದಂತೆ, ಎಂಬ ನನ್ನ ಆಲೋಚನೆಯು ದೃಢವಾಯಿತು.

"ಮೇಲಿನ ಮಹಡಿಗೆ ಬಂದು ಅವಳನ್ನು ಅತಿಥಿಕೋಣೆಗೆ ಕರೆತಂದು ಕೈಹಿಡಿದು ಕ್ಷಮೆಯಾಚಿಸಿದೆ: 'ಕ್ಯಾಥೀ, ನನ್ನನ್ನು ಕ್ಷಮಿಸು. ನನ್ನ ಮನಸ್ಸು ಸರಿ ಇಲ್ಲ. ನಾನು ಬೇರೆ ಕೋಣೆಯಲ್ಲಿ ಮಲಗುತೀನಿ.'

"ಅವಳು ನನ್ನನ್ನು ದುರುಗುಟ್ಟಿಕೊಂಡು ನೋಡಿದಳು. ಕಣ್ಣುಗಳಲ್ಲಿ ಬೆಂಕಿ ಉರಿಯುತ್ತಿತ್ತು. 'ಕ್ಷಮಿಸು ಅಂದ ತಕ್ಷಣ ಕ್ಷಮೆ ಹುಟ್ಟೂದಿಲ್ಲ. ನನ್ನ ವಾರಾಂತ್ಯವನ್ನ ಹಾಳುಮಾಡಿದೆ. ನಿನ್ನ ಸ್ಥಿತಿಯನ್ನ, ಮನಸ್ಸಿನದೋ, ದೇಹದ್ದೋ, ನೀನು ಸರಿಯಾಗಿ ಅರ್ಥಮಾಡಿಕೊಳ್ಳದೆ ಗೆಳತಿಯನ್ನ ಆಹ್ವಾನಿಸಿ ಅವಮಾನ ಮಾಡಬಾರದು. ನನ್ನ ಬೇರೆ ಒಬ್ಬ ಸ್ನೇಹಿತ ವಾರಾಂತ್ಯಕ್ಕೆ ಕರೆದಿದ್ದ. ನಿನ್ನನ್ನ ನಚ್ಚಿಕೊಂಡ ನಾನು ಅವನಿಗೆ ನಾನು ಫ್ರೀ ಇಲ್ಲ ಅಂತ ಹೇಳಿಬಿಟ್ಟೆ,' ಎಂದಳು.

"ನನ್ನನ್ನು ಆವರಿಸಿದ್ದ ಅಸಹಾಯಕತೆಯು ನನ್ನನ್ನು ಕಂಪಿಸುವಂತೆ ಮಾಡಿತ್ತು. ಕೋಪಗೊಂಡಿರುವಾಗ ಮತ್ತೆ ಮತ್ತೆ ಕ್ಷಮೆ ಕೇಳತೊಡಗಿದರೆ ಅವಳು ಇನ್ನಷ್ಟು ಉಗ್ರಳಾದಾಳು ಎಂಬ ಅಂಜಿಕೆಯಿಂದ ನಾನು ನನ್ನ ಮಲಗುವ ಕೋಣೆಗೆ ಹೋದೆ. ರಾತ್ರಿ ಬೇಗ ನಿದ್ರೆ

ಬರಲಿಲ್ಲ. ಅವಳನ್ನು ಕರೆದು ಮೇಲೆ ಹಾಕಿಕೊಂಡ ಅವಮಾನದ ಜೊತೆಗೆ ಸಂಗೀತದ ಅರ್ಥವು ನಾವು ಕಟ್ಟಿಕೊಂಡಂತೆ, ಪರಂಪರೆಯು ತಲೆಗೆ ತುಂಬಿದಂತೆ ಎಂಬ ವಿಚಾರವು ಮನಸ್ಸನ್ನು ಆವರಿಸಿಕೊಂಡಿತು. ನಿದ್ರೆ ಬಂದಾಗ ಬೆಳಗಿನ ಜಾವ. ಎಚ್ಚರವಾದಾಗ ಒಂಬತ್ತು ಗಂಟೆ. ಅತಿಥಿಕೋಣೆಯ ಬಾಗಿಲು ತೆರೆದಿತ್ತು. ಅವಳು ಇರಲಿಲ್ಲ. ಅವಳ ಪೆಟ್ಟಿಗೆ ಇರಲಿಲ್ಲ. ಕೆಳಗಿಳಿದು ಬಾಗಿಲು ತೆಗೆದು ನೋಡಿದೆ. ಅವಳ ಕಾರೂ ಇರಲಿಲ್ಲ.

"ಅವಳೂ ಅವಳ ಗುರೂಜಿಯೂ ಸನಿವೇಲ್ ಮಂದಿರದಲ್ಲಿ ಮಾಡಿದ ಕಛೇರಿಯ ವಿಡಿಯೋಟೇಪನ್ನು ಈ ದಿನ ಪೂರ್ತಿನೋಡಿದೆ. ನನ್ನ ಹೆಂಡತಿಯು ಗುರುವಿನ ಸಮಕ್ಕೂ ಹಾಡಿ ಪ್ರಗತಿಸಾಧಿಸಿದ್ದಾಳೆಂದು ನಾನು ಹೆಮ್ಮೆಪಟ್ಟಿದ್ದ ಕಛೇರಿಯ ಒಳಸತ್ಯ ಈಗ ಸ್ಪಷ್ಟವಾಗಿ ತಿಳಿಯುತ್ತಿದೆ. ಗಾಯನದ ನಡುವೆ ಅವರಿಬ್ಬರೂ ಪರಸ್ಪರ ದೃಷ್ಟಿಗಳಿಂದ ವಿನಿಮಯ ಮಾಡಿಕೊಳ್ಳುತ್ತಿದ್ದ ಭಾವಗಳು ಕೇವಲ ಸಂಗೀತದ ಭಾವಗಳಲ್ಲ. ಪ್ರಣಯದಲ್ಲಿ ತೇಲಿಮುಳುಗುತ್ತಿ ರುವ ಜೋಡಿಗಳ ಅಂತರಂಗದ ಅಭಿವ್ಯಕ್ತಿಗಳು. ಹಾವಭಾವಗಳು ಗಂಡಿಗಿಂತ ಹೆಣ್ಣಿಗೆ ಹೆಚ್ಚು ಎನ್ನುವುದು ಇಲ್ಲಿಯೂ ನಿಜವಾಗಿ ಕಾಣುತ್ತದೆ. ಅಥವಾ ಅವನದ್ದಕ್ಕಿಂತ ಇವಳ ಭಾವೋತ್ಕಟತೆಯು ಹೆಚ್ಚಿನದು. ಒಬ್ಬಳೇ ಮತ್ ಜಾ ಹಾಡುವಾಗ ಅವಳು ಬಿಕ್ಕಿ ಅತ್ತದ್ದು ಮಿರಾಳ ಗೀತೆಯ ಭಾವವನ್ನು ಸಂಗೀತದ ತೀವ್ರತೆಗೆ ಏರಿಸಿದ್ದರಿಂದಲ್ಲ. ಮರುಬೆಳಗ್ಗೆ ಹೊರಟುಹೋಗುವ ತನ್ನ ಪ್ರಿಯಕರ ಗುರುವಿಗೆ ಅನ್ವಯಿಸಿ, ಎಂಬುದು ಈಗ ಅರ್ಥ ವಾಗುತ್ತಿದೆ.

"ಅವಳು ನನಗೆ ಬಿಟ್ಟುಹೋದ ಪುಟಗಳನ್ನು ಈ ದಿನ ಮತ್ತೆ ಓದಿದೆ. ಲಾಸ್ಏಂಜಲೀಸ್ ಕಛೇರಿಗೆ ಹೋಗಿ ಅವನು ಅಷ್ಟು ಬೇಗ ಇನ್ನೊಬ್ಬ ಹುಡುಗಿಯೊಡನೆ ಚಕ್ಕಂದ ಹೊಡೆಯುತ್ತಿ ದ್ದಾನೆಂಬುದು ಗೊತ್ತಾದ ನಂತರ ಅವಳಿಗೆ ತಾನು ಗಂಡನಿಗೆ ಮಾಡಿದ ಮೋಸದ ಅರಿ ವಾಗತೊಡಗಿದೆ. ಇಲ್ಲದಿದ್ದರೆ ಇಬ್ಬರೊಡನೆಯೂ ಸವಿಸಂಬಂಧವನ್ನು ನಡೆಸಿಕೊಂಡು ಹೋಗುತ್ತಿದ್ದಳೇನೋ! ಕಾರಣ ಯಾವುದಾದರೂ ಇರಲಿ, ಗಂಡನಿಗೆ ನಿಜಹೇಳಬೇಕೆಂದು ಹುಟ್ಟಿದ ಅವಳ ಅಂತರಂಗದ ಒತ್ತಡವನ್ನು ನಾನು ಗೌರವಿಸುತ್ತೇನೆ.

"ಮಧುಮಿತಾ, ಹೀಗೆ ನನಗೆ ನಾನು ಬರೆದುಕೊಂಡ ಪುಟಗಳಿಂದ ಉದ್ಧರಿಸಿದರೆ ಇನ್ನೂ ಎಷ್ಟೋ ಹಾಳೆಗಳನ್ನು ಬರೆಯಬಹುದು. ಆದರೆ ಮುಖ್ಯವಾದ ವಿಷಯಗಳನ್ನೆಲ್ಲ ಉದ್ಧರಿಸಿದ್ದೇನೆ. ನಿನ್ನ ತಾಯ್ತನದ ಬಯಕೆಯನ್ನು ವ್ಯಕ್ತಪಡಿಸಿದ್ದೀಯ. ನಿನ್ನ ಬಯಕೆಯ ಮೇಲೆ ಟಿಪ್ಪಣಿಮಾಡಲು ನನಗೆ ಅಧಿಕಾರವಿಲ್ಲ. ನಿನ್ನ ಸಂಗೀತಸಾಧನೆಗೆ ಅಡಚಣೆಯಾಗುತ್ತ ದೆಂದು ನಮಗೆ ಮಕ್ಕಳು ಬೇಡವೆಂದ ನಿನ್ನ ಅಪೇಕ್ಷೆಯನ್ನು ನಾನು ತಕ್ಷಣ ಒಪ್ಪಿದೆ. ಮೊಮ್ಮಗುವನ್ನು ಕಾಣುವ ನನ್ನ ತಾಯಿತಂದೆಯರ ಬಯಕೆಯನ್ನು ಕಡೆಗಣಿಸಿದೆ. ಮಗುವಾಗಲೆಂಬ ನನ್ನ ಆಶೆಯನ್ನೂ ಹತ್ತಿಕ್ಕಿದೆ. ಆಗ ನಿನ್ನ ಸಂಗೀತವೇ ನಿನಗೂ ನನಗೂ ದೊಡ್ಡದಾಗಿ ಕಂಡಿತು. ಗಂಡನ, ಅತ್ತೆಮಾವಂದಿರ ಅಪೇಕ್ಷೆಯನ್ನು ಕಾಣುವ ಕಣ್ಣುಗಳು ನಿನಗಿರಲಿಲ್ಲ. ಈಗ ನಿನಗೆ ತಾಯ್ತನವೂ ಬೇಕೆನ್ನಿಸಿದೆ.

"ನಮ್ಮ ಮದುವೆಯ ವಿಷಯದಲ್ಲಿ ಯಾವ ಒಂದು ತೀರ್ಮಾನಕ್ಕೂ ಬರುವ ಆಂತಶ್ಶಕ್ತಿ ಸಾಲದೆ ನಾನು ಇದುವರೆಗೆ ಸುಮ್ಮನಿದ್ದೆ. ಒಂದು ನಿರ್ಧಾರಕ್ಕೆ ಬರಲು ನಿನ್ನ ಕಾಗದವು ಪ್ರಚೋದನೆಕೊಟ್ಟಿದೆ. ಸಂಗೀತದಮೇಲೆ ನನಗೆ ಪ್ರೀತಿ ಉಳಿದಿಲ್ಲ. ನಿನ್ನ ಮೇಲೆ ಉಳಿಯಲು ಬೇರೆ ಯಾವ ಕಾರಣವೂ ಇಲ್ಲ. ನನ್ನ ವಕೀಲರು ನಿನಗೆ ಪ್ರತ್ಯೇಕವಾಗಿ ಒಂದು ಕಾಗದ ಕಳಿಸುತ್ತಾರೆ. ಅದಕ್ಕೆ ನೀನು ನೋಟರಿಯ ಸಮಕ್ಷಮ ರುಜುಮಾಡಿ ಅವರ ಸಹಿ ಮತ್ತು ಸೀಲು ಹಾಕಿಸಿ ಕಳಿಸಿದರೆ ವಿಲಂಬವಿಲ್ಲದೆ ವಿಚ್ಛೇದನ ದೊರಕುತ್ತದೆ. ದಾಖಲೆಯಲ್ಲಿ ಕೂಡ ಬಿಡುಗಡೆಯಾಗುವುದು ಇಬ್ಬರಿಗೂ ಒಳ್ಳೆಯದು. ನಿನಗೆ ಉಜ್ವಲ ಭವಿಷ್ಯವನ್ನು ಹಾರೈಸುತ್ತೇನೆ. ಇತಿ, ವಿಶ್ವಾಸದಿಂದ, ವಿಕ್ರಮ್ ಷಾ."

ಅವಳ ಚೈತನ್ಯ ನಿಶ್ಚೇಷ್ಟಿತವಾಯಿತು. ಎದುರಿಗೆ ಮಲಗಿದ್ದ ತಂಬೂರಿಯಾಗಲಿ, ಕಿಟಕಿಯ ಜಾಲರಿಯ ಹೊರಗೆ ಚಿಲಿಪಿಲಿಗುಡುತ್ತಿದ್ದ ಹಕ್ಕಿಗಳಾಗಲಿ ಅವಳ ಪ್ರಜ್ಞೆಯಿಂದ ಹೊರಗುಳಿದವು. ತಲೆಯೊಳಗೆ ಶೂನ್ಯ. ನೀರಿನ ತೊಟ್ಟಿಯಲ್ಲಿ ಮುಳುಗಿಸಿ ಮಿಡಿದ ತಂಬೂರಿಯ ತಂತಿಯಂತೆ ನಿಷ್ಕ್ರಿಯ. ಸಂಕಟ. ಕುಳಿತಲ್ಲೇ ಉರುಟಿಕೊಳ್ಳಬೇಕೆನ್ನಿಸಿತು. ಉರುಟಿಕೊಂಡಳು. ಬಲಮಗ್ಗುಲಾಗಿ ಮಲಗಿ ಕಣ್ಣುಮುಚ್ಚಿದ ತುಸುಹೊತ್ತಿನ ಮೇಲೆ ಸಂಕಟವು ಸ್ವಲ್ಪ ತಹಬಂದಿಗೆ ಬಂದಂತಾಯಿತು. ಎಷ್ಟೋ ಹೊತ್ತಿನನಂತರ ಮನಸ್ಸು, ಇದನ್ನು ನಾನು ನಿರೀಕ್ಷಿಸಿರಲಿಲ್ಲ, ಇವನು ಇಷ್ಟೊಂದು ಕಠಿಣ, ಕ್ರೂರಿ ಅನ್ನುವುದನ್ನು, ಎಂದುಕೊಂಡಿತು. ನಿಜಹೇಳಬೇಕೆಂದು ಹುಟ್ಟಿದ ನನ್ನ ಅಂತರಂಗದ ಒತ್ತಡವನ್ನು ಗೌರವಿಸುತ್ತಾ ನಂತೆ, ಆದರೆ ಯಾವುದನ್ನೂ ಮರೆಯುಲ್ಲ, ಕ್ಷಮಿಸುಲ್ಲ. ಇವನು ದೊಡ್ಡ ಉದಾರಿ ಅನ್ನುವ ಮೋಹದಲ್ಲಿ ನಾನೂ ಮೋಸಹೋಗಿದ್ದೆ ಎಂಬ ಆಲೋಚನೆ ನಿಶ್ಯಬ್ದವಾಗಿ ಹುಟ್ಟಿತು.

– ೨ –

ಅವಳು ಇಡೀ ದಿನ ಏನೂಮಾಡಲಿಲ್ಲ. ಸಂಗೀತಸಾಧನೆ ಮಾಡಲಿಲ್ಲ. ಸಂಜೆ ತೋಟದಲ್ಲಿ ಎರಡುಸುತ್ತು ಕಾಲಾಡಿಸಲಿಲ್ಲ. ಒಂದೊಂದು ದಿನ ಮಾಡುತ್ತಿದ್ದಂತೆ ತೋಟದ ಬಲಬದಿಗಿರುವ ಗುಡ್ಡವನ್ನು ಹತ್ತಲಿಲ್ಲ. ಸುಮ್ಮನೆ ತಂಬೂರಿಯ ಪಕ್ಕದಲ್ಲಿ ಮಲಗಿದ್ದಳು. ಸಂಜೆಯ ಚಹಾ ತಂದುಕೊಟ್ಟ ಮಾಲಕ್ಷ್ಮಿ ಕೇಳಿದುದಕ್ಕೆ ಸ್ವಲ್ಪ ತಲೆನೋವು ಎಂದಷ್ಟೇ ಹೇಳಿದಳು. ರಾತ್ರಿ ಮಲಗಿದಾಗ ಬೇಗ ನಿದ್ರೆಬಂತು. ನಡುರಾತ್ರಿಯಲ್ಲಿ ನಿದ್ರೆಯು ತುಸು ತಿಳಿಯಾದಾಗ ಕಾದುಕುಳಿತಿದ್ದಂತೆ ಆ ಕಾಗದದ ನೆನಪುಬಂದು ತಕ್ಷಣ ಪೂರ್ತಿಎಚ್ಚರ ವಾಯಿತು. ದೀಪಹಾಕಿಕೊಂಡು ಅದನ್ನು ಇನ್ನೊಮ್ಮೆ ಓದಲೆ? ಎನ್ನಿಸಿತು. ಮುಖ್ಯವಿಷಯವು ಮನಸ್ಸಿನ ಆಳವನ್ನು ತಟ್ಟಿರುವಾಗ ಮತ್ತೆ ಓದುವುದೇನು? ಎಂದು ತನಗೆ ತಾನು ಹೇಳಿ ಕೊಂಡಳು. ನಾನು ಚೆಲುವೆ ಅಂತ ಯಾವತ್ತೂ ಹೇಳಿಕೊಂಡಿರಲಿಲ್ಲ. ಇವನ ಶಿಫಾರಸು ಕೇಳಿಕೊಂಡಿರಲಿಲ್ಲ. ನೀನು ಚೆಲುವೆಯಲ್ಲ ಅಂತ ಬರೆದು ಜರೆದಿದ್ದಾನೆ, ಎಂದುಕೊಂಡಳು.

ಒಲ್ಲದ ಗಂಡನಿಗೆ ಮೊಸರಲ್ಲಿ ಕಲ್ಲು, ಎಂಬ ಗಾದೆ ನೆನಪಿಗೆ ಬಂತು. ಇಷ್ಟು ಹೇಳಲು ನಾಲ್ಕುವರ್ಷ ಕಾದ. ಅದೂ ನಾನು ಕಾಗದ ಬರೆಯುವ ತನಕ, ಎಂದುಕೊಂಡು ಮಗ್ಗಲು ಬದಲಿಸಿದಳು. ಸಂಗೀತದ ಭಾವಗಳೆಲ್ಲ ಸುಳ್ಳು. ಪರಂಪರೆಯು ತಲೆಗೆ ತುಂಬಿ ಕಟ್ಟಿಹಾಕಿದ್ದು. ಕೋಪತುಂಬಿ ಕೇಳಿದರೆ ಇನ್ನೇನು ಕೇಳಿಸೀತು? ಎಂದುಕೊಂಡಳು. ಬೆಡ್‌ಸ್ವಿಚ್ ಹಾಕಿನೋಡಿಕೊಂಡಳು. ಮೂರುಗಂಟೆ ತೋರಿಸುತ್ತಿತ್ತು. ಇತ್ತೀಚೆಗೆ ತಾನು ಈ ಹೊತ್ತಿನಲ್ಲಿ ಎದ್ದು ಅಭ್ಯಾಸಮಾಡಿಲ್ಲವೆಂಬ ನೆನಪಾಯಿತು. ಹಾಸಿಗೆಯಿಂದ ಎದ್ದು ಮುಖ ತೊಳೆದು ಬಂದಳು. ತಂಬೂರಿಯನ್ನು ಶ್ರುತಿಮಾಡಿಕೊಂಡು ಕಾಫ್ಲಿರಾಗದ ಸ್ವರಗಳನ್ನು ವಿಸ್ತರಿಸ ತೊಡಗಿದಳು. ಆಹ್! ಸ ರಿ ಗ ꜱ ಮತ್ತು ಮ ಗ ರಿ ಸ ಗಳಲ್ಲಿ ಎಂತಹ ದೈನ್ಯತೆ ಇದೆ. ಎಲ್ಲವನ್ನೂ ಬಿಟ್ಟಿದ್ದೇನೆ. ಎಲ್ಲವನ್ನೂ ಕ್ಷಮಿಸು ಎಂಬ ಕೋಮಲಭಾವ. ಅವೇ ಮತ್ತೆ ಮತ್ತೆ ಬರುವಂತೆ ವಿಸ್ತರಿಸಿ ಹಾಡಿಕೊಂಡಳು. ರಾಗಕ್ಕೆ ತನ್ನದೇ ಆದ ಭಾವರಚನೆ ಇಲ್ಲ, ಅದೇನಿದ್ದರೂ ಪರಂಪರೆಯು ತಲೆಗೆ ತುಂಬಿ ಕಟ್ಟಿಹಾಕಿದ್ದು ಎಂಬುದು ಸುಳ್ಳು ಕಲ್ಪನೆ, ಕೋಪದ ತೀರ್ಮಾನ, ಎನ್ನಿಸಿತು. ಹಾಡುತ್ತಾ ಹಾಡುತ್ತಾ ಅದೇ ಅನ್ನಿಸಿಕೆಯು ಗಟ್ಟಿಯಾಯಿತು. ಐದುಗಂಟೆಯವರೆಗೂ ಕಾಫ್ಲಿಯ ವಿಸ್ತಾರವನ್ನೇ ಪುನರಾವರ್ತನೆಯಾದರೂ ಹಾಡಿಕೊಂಡ ನಂತರ ತೂಕಡಿಕೆಬಂತು. ತಂಬೂರಿಯನ್ನು ಕೆಳಗಿಟ್ಟು ಹಾಸಿಗೆಗೆ ಹೋಗಿ ಮಲಗಿದಳು. ಒಂದು ತಾಸು ನಿದ್ರೆಬಂತು. ಎಷ್ಟೋ ಹೊತ್ತು ಹಾಸಿಗೆಯಲ್ಲಿ ಹೊರಳಿದಮೇಲೆ ಎದ್ದು ಮುಖ ತೊಳೆಯುವಾಗ ಕನ್ನಡಿಯಲ್ಲಿ ತನ್ನ ಮುಖ ಕಾಣಿಸಿತು. ತಾನು ಚೆಲುವೆಯಲ್ಲವೆ? ಎಂಬ ಪ್ರಶ್ನೆ ಮನಸ್ಸಿನಲ್ಲಿ ಹುಟ್ಟಿತು. ತನ್ನನ್ನು ತಾನು ಎಂದೂ ಚೆಲುವೆಯೆಂದು ಭಾವಿಸಿಲ್ಲ, ಕುರೂಪಿ ಎಂದೂ ಭಾವಿಸಿಲ್ಲ. ಆ ಬಗೆಗೆ ಮನಸ್ಸನ್ನು ಹೆಚ್ಚು ಹರಿಸಿಲ್ಲ, ಎಂಬ ನೆನಪಾಯಿತು. ಮದುವೆಯಲ್ಲಿ ಇಂಥ ಸ್ಫುರದ್ರೂಪಿ ಗಂಡು ಸಿಕ್ಕಿದ್ದು ಇವಳ ಅದೃಷ್ಟ ಎಂದು ಕೆಲವು ಹೆಂಗಸರು ಟಿಪ್ಪಣಿ ಮಾಡಿದುದು ಅವಳ ಕಿವಿಗೂಬಿದ್ದಿತ್ತು. ವರನಿಗೆ ಹೋಲಿಸಿಕೊಂಡರೆ ತಾನು ಚೆಲುವೆಯಲ್ಲ. ಆದರೆ ಅವರೇ ನನ್ನನ್ನು ಅಪೂರ್ವದ ಚೆಲುವೆ ಎಂದು ಒಪ್ಪಿಕೊಂಡಿರು ವಾಗ ನನಗೇಕೆ ಆ ಚಿಂತೆ? ಎಂದುಕೊಂಡಿದ್ದುದು ನೆನಪಿಗೆಬಂತು. ಆದರೆ ಈಗ ಅವರೇ ನನ್ನನ್ನು ಚೆಲುವಿನ ವರ್ಗದಿಂದ ಕೆಳಗೆ ಹಾಕಿದ್ದಾರೆ ಎಂಬ ನೆನಪಾಗಿ ಮನಸ್ಸು ಮುದುಡಿ ಕೊಂಡಿತು. ಸಿಂಕಿನ ಮೇಲಿನ ಕನ್ನಡಿಯಲ್ಲಿ ಸರಿಯಾಗಿ ನೋಡಿಕೊಂಡಳು. ಈ ತೋಟದ ಮನೆಗೆ ಬಂದು ಸಾಧನೆ ಶುರುಮಾಡಿದಮೇಲೆ ತಾನು ಚರ್ಮಕ್ಕೆ ಕ್ರೀಂ ಕೂಡ ಹಚ್ಚುತ್ತಿಲ್ಲ. ಯೋಗಿನಿಯಂತೆ ಸಾದಾ ಸೀರೆ ಉಡುತ್ತಿದೀನಿ. ಒಂದು ಒಡವೆಯನ್ನೂ ಹಾಕಿಕೊಳ್ಳುತ್ತಿಲ್ಲ ಎಂಬ ನೆನಪಾಗಿ ನರ್ತಕಿಗಾದರೆ ರೂಪ ಮೈಕಟ್ಟು ಎತ್ತರಗಳೆಲ್ಲ ಅಗತ್ಯ. ಗಾಯಕಿಗೆ ಯಾಕೆಬೇಕು? ಅವಳ ರೂಪವಿರುವುದು ಅವಳ ಕಂಠಶಕ್ತಿಯಲ್ಲಿ. ಅದು ಸೃಷ್ಟಿಸುವ ಶುದ್ಧ ಸ್ವರಗಳ ಬೆಳವಳಿಗೆಯಲ್ಲಿ ಎಂದು ತಾನೇ ಹಿಂದೆ ಒಂದುದಿನ ಹೇಳಿಕೊಂಡಿದ್ದುದೂ ಜ್ಞಾಪಕಕ್ಕೆ ಬಂತು. ಆದರೆ ಈ ದಿನ ಏಕೋ ಆ ವಿವರಣೆಯು ಸಾಲದೆನ್ನಿಸಿತು. ತನ್ನ ಕೋಣೆಗೆ ಹೋಗಿ ಡ್ರೆಸಿಂಗ್ ಕನ್ನಡಿ ಎಂದು ಮನೆಯ ಹಿಂದಿನ ಮಾಲೀಕರು ಹಾಕಿದ್ದ ಹಳೆಯ ಎತ್ತರದ ಕನ್ನಡಿಯ

ಮುಂದೆ ನಿಂತು ನೋಡಿಕೊಂಡಳು. ಎಂಥ ಸುಂದರಿಯಾದರೂ ಮನಸ್ಸು ಮುರಿದಮೇಲೆ ಕುರೂಪಿಯಾಗಿಯೇ ಕಾಣುತ್ತಾಳೆ ಎಂಬ ಸಮಾಧಾನ ತಂದು ಕೊಂಡಳು. ಕೆಳಗಿಳಿದು ಹೋಗಿ ಮಾಲಕ್ಷ್ಮಿ ಇಟ್ಟಿದ್ದ ಸೂಜಿ ತಿಂದು ಕಾಫ಼ಿ ಕುಡಿದು ಮತ್ತೆ ಮೇಲೆಬಂದಳು. ಸಂಗೀತಸಾಧನೆಗೆ ತೊಡಗುವ ಲಹರಿಬರಲಿಲ್ಲ. ಹಾಸಿಗೆಯಮೇಲೆ ಬಿದ್ದು ಕೊಳ್ಳುವ ಅಥವಾ ಕುರ್ಚಿಯ ಮೇಲೆ ಒರಗುವ ಮನಸ್ಸು ಆಗಲಿಲ್ಲ. ಏನು ಮಾಡ ಬೇಕೆಂಬುದು ತಿಳಿಯದೆ ಮಹಡಿಯ ಹಜಾರದಲ್ಲಿಯೇ ದಶಪಥ ಹಾಕಿದಳು. ಅನಂತರ ಕೆಳಗಿಳಿದು ಕಾಲಿಗೆ ಚಪ್ಪಲಿಹಾಕಿ ಕೈಲಿ ಛತ್ರಿಹಿಡಿದು ಹೊರಗೆನಡೆದಳು. ತೋಟದ ಬಾಗಿಲಿಗೆ ಬಂದು ಬಲಕ್ಕೆ ತಿರುಗಿದಳು. ಒಂದು ಫ಼ರ್ಲಾಂಗು ನಡೆದನಂತರ ಬಲಕ್ಕೆ ತಿರುಗಿ ಗುಡ್ಡ ಹತ್ತತೊಡಗಿದಳು. ದೃಢವಾಗಿ ಬೆಳೆದ ತೇಗದ ಮರಗಳ ಅಡಿಯಲ್ಲಿ ಹತ್ತಿ ಅಡ್ಡಸಿಕ್ಕಿದ ಬಂಡೆಗಳನ್ನು ಬಳಸಿ ಏರಿ, ನಡುವೆ ನಿಂತು ಉಸಿರನ್ನು ಸರಿಪಡಿಸಿಕೊಂಡು ಮತ್ತೆ ಹತ್ತಿದ ಮೇಲೆ ನೆತ್ತಿ ಬಂತು. ತಾನು ಅಪೂರ್ವಕ್ಕೊಮ್ಮೆ ಬಂದು ಕೂರುವ ಜಾಗ. ದಟ್ಟವಾಗಿ ಕೊಂಬೆಗಳನ್ನು ಹರಡಿಕೊಂಡು ನಿಂತ ದೊಡ್ಡ ಆಲದಮರ. ಎತ್ತರದ ಬೀಸುಗಾಳಿಗೆ ಎಲೆ ಗಳು ಪಟಗುಟ್ಟುತ್ತಿವೆ. ನೆರಳಿನಲ್ಲಿದ್ದ ಒಂದು ಕಲ್ಲಿನಮೇಲೆ ಕುಳಿತಾಗ ತಾನು ಈ ಸ್ಥಳದಲ್ಲಿ ಕೂತು ಸ್ವರೂಪಗಳನ್ನು ಚಿಂತಿಸಿದ ರಾಗಗಳ ಹೆಸರುಗಳು ನೆನಪಿಗೆ ಬಂದವು. ಆದರೆ ಈ ದಿನ ರಾಗಗಳು ಮನಸ್ಸಿನಿಂದ ಮಾಯವಾಗಿವೆ, ಎಂದುಕೊಳ್ಳುತ್ತಿರುವಾಗ ಆ ಕಾಗದವನ್ನು ತರಬೇಕಾಗಿತ್ತು. ಇನ್ನೊಂದುಸಲ ನಿಧಾನವಾಗಿ ಓದಿಕೊಳ್ಳಬಹುದಿತ್ತು, ಎನ್ನಿಸಿತು. ಮತ್ತೆ ಓದದೆಯೂ ಮುಖ್ಯವಿಷಯ ನೆನಪಿಗೆ ಬಂತು. ಹೌದು ನನಗೆ ಗಂಡನ ಕಡೆಯ ಯಾರೊಡನೆಯೂ ಹೊಂದಿಕೊಳ್ಳುವ, ಯಾರನ್ನೂ ಉಪಚರಿಸುವ ಪರಿಸ್ಥಿತಿಯೇ ಬರಲಿಲ್ಲ. ಅತ್ತಿಗೆ ನಾದಿನಿ, ಭಾವಮೈದುನ, ಅವರ ಹೆಂಡತಿ ಮಕ್ಕಳು ಯಾರೂ ಇಲ್ಲ. ಅತ್ತೆ ಮಾವ ಜೊತೆಯಲ್ಲಿಲ್ಲ. ಅವರು ತಮ್ಮ ಮಗನಿಂದ ಹಣ ತರಿಸಿಕೊಳ್ಳುವುದಿಲ್ಲ. ಮನೆಗೆಲಸ, ಅಡುಗೆಕೆಲಸಗಳೂ ಇರಲಿಲ್ಲ, ಎಂಬ ಅಂಶ ಈಗ ನಿಜವೆನ್ನಿಸಿತು. ವಿಕ್ರಮರಲ್ಲದೆ ಅತ್ತೆ ಮಾವ ಅಥವಾ ಅತ್ತೆಯ ತಂಗಿ ಹೆಣ್ಣು ಹುಡುಕಿದ್ದರೆ ನನ್ನನ್ನು ಆರಿಸುತ್ತಿರಲಿಲ್ಲ. ವಿಕ್ರಂ ತಕ್ಷಣ ಒಪ್ಪಿದರು. ಉಳಿದವರಿಗೆ ಒಪ್ಪದೆ ವಿಧಿ ಇರಲಿಲ್ಲ. ಆಗ ನಾನು ಕೇಳುವ ಮೊದಲೇ ಎಲ್ಲವನ್ನೂ ತಾವೇ ಕೊಟ್ಟವರು ಈಗ ನೀನು ಕೊಟ್ಟದ್ದೇನು? ಎಂದು ಪ್ರಶ್ನಿಸಿದ್ದಾರೆ. ನಾನು ಕೊಟ್ಟದ್ದೇನು ಹಾಗಾದರೆ ಅವರಿಗೆ ಸಂತೋಷವಾಗುವ ಸಂಗೀತ, ಸಂಗೀತವಲ್ಲ, ಸಂಗೀತಸಾಧನೆಯನ್ನು ಬಿಟ್ಟರೆ, ಎಂಬ ಪ್ರಶ್ನೆ ನಿಂತುಕೊಂಡಿತು. ಉತ್ತರ ಹೊಳೆಯಲಿಲ್ಲ. ಮನಸ್ಸು ಮ್ಲಾನವಾಯಿತು. ಐದುನಿಮಿಷ. ಅನಂತರ ಶ್ರೀಮಂತಮನೆಯ ಯಾವ ಹುಡುಗಿ ತಾನೆ ಗಂಡನ ಮನೆ ಸೇರಿದಮೇಲೆ ಏನು ಕೊಡ್ತಾಳೆ? ಆಳುಗಳು, ಅಡುಗೆಯೋರು, ಡ್ರೈವರುಗಳಿರುವ ಮನೆಯಲ್ಲಿ, ಎಂಬ ಉತ್ತರ ಹೊಳೆದು ಸಂಗೀತಸಾಧನೇನಾದರೂ ಮಾಡಿ ಅವರನ್ನು ಸಂತೋಷಪಡಿಸಿದ್ದೆನಲ್ಲ, ಎಂಬ ಸಮಾಧಾನ ಹುಟ್ಟಿತು. ಆದರೆ ಗುರುವಿನ ಸಂಗೀತದ ಸೆಳೆತಕ್ಕೆ ಸಿಕ್ಕಿ ಗಂಡನಿಗೆ ಮೋಸಮಾಡಿ, ಎಂದುಕೊಳ್ಳುವಾಗ ಇದ್ದಕ್ಕಿದ್ದಂತೆಯೇ ಕಟ್ಟೆಕುಸಿದು ಒಳಗಿನಿಂದ ಉಕ್ಕಿದಂತೆ ಕಣ್ಣೀರು ಹನಿಯತೊಡಗಿತು.

ಗುಡ್ಡದ ನೆತ್ತಿಗೆ ಹಿಡಿದ ದೊಡ್ಡ ಛತ್ರಿಯಂತಿದ್ದ ಆಲದ ಎಲೆಗಳನ್ನು ಪಟಗುಟ್ಟಿಸುತ್ತಾ ಬೀಸುತ್ತಿದ್ದ ಗಾಳಿಯನ್ನು ತಡೆಯುವಂತೆ ಬಿಕ್ಕಿ ಬಿಕ್ಕಿ ಅತ್ತಳು. ಅನಂತರ ಸೆರಗಿನಿಂದ ಕಣ್ಣುಗಳನ್ನು ಒರೆಸಿಕೊಂಡು ನೆಲದಮೇಲೆ ಉದುರಿದ್ದ ಆಲದ ಕಡ್ಡಿಗಳನ್ನು ನೋಡುತ್ತಾ ಕುಳಿತಳು. ಎಷ್ಟೋ ಹೊತ್ತಾದಮೇಲೆ, ಗಂಡನಿಗೆ ನಿಜಹೇಳಬೇಕೆಂದು ಹುಟ್ಟಿದ ಅವಳ ಅಂತರಂಗದ ಒತ್ತಡವನ್ನು ನಾನು ಗೌರವಿಸುತ್ತೇನೆ, ಎಂಬ ನಿಮ್ಮ ಮಾತಿಗೆ ಬೆಲೆ ಏನು? ಮುಚ್ಚುಮರೆಯ ಸಂಬಂಧವನ್ನು ಹಾಗೆಯೇ ಮುಂದುವರೆಸಿಕೊಂಡು ಹೋಗುವ ಅನುಕೂಲ ಅವಕಾಶಗಳಿದ್ದರೂ ನಿಜಹೇಳಿದ ನನ್ನ ಪ್ರಾಮಾಣಿಕತೆಗೆ ನೀವು ಕೊಟ್ಟ ಉಡುಗೊರೆ ಇದೇ ಏನು? ನಿಮಗೂ ಸಾಧಾರಣ ಗಂಡಸರಿಗೂ ಏನು ವ್ಯತ್ಯಾಸ? ಎಂದು ಮನಸ್ಸಿನಲ್ಲೇ ಕೇಳಿದಳು. ಮನೆಗೆ ಹೋಗಿ ಫೋನುಮಾಡಿ ಇದೇ ಮಾತನ್ನು ಕೇಳಿಬಿಡಬೇಕೆಂಬ ಸಂಕಲ್ಪಹುಟ್ಟಿತು. ಕುಳಿತವಳು ಮೇಲೆ ಎದ್ದಳು. ಬೀಸುಗಾಳಿ ನಿಂತು ತೆಳುಗಾಳಿಯಾಗಿತ್ತು. ಹತ್ತುವುದಕ್ಕಿಂತ ಇಳಿಯುವಾಗ ಹೆಚ್ಚು ಎಚ್ಚರವಿರಬೇಕೆಂಬ ನೆನಪಾಗಿ ನಿಧಾನವಾಗಿ ಹೆಜ್ಜೆ ಹಾಕುತ್ತಾ ಇಳಿದು, ಬಂಡೆಗಳನ್ನು ಬಳಸಿ ಇನ್ನಷ್ಟು ಇಳಿದಳು. ಗುಡ್ಡದ ಮರಗಳ ನೆರಳು ಕಳೆದು ಛತ್ರಿಯನ್ನು ಬಿಚ್ಚುವಾಗ ಪ್ರಶ್ನೆಯಿಂದ, ವಾದದಿಂದ ಮನಸ್ಸು ಒಂದುಗೂಡುತ್ತೆಯೆ? ಎಂಬ ಪ್ರಶ್ನೆ ಹುಟ್ಟಿತು. ಲಾಸ್‌ಗಟಾಸ್ ಬಿಟ್ಟತಕ್ಷಣ ನಿನ್ನ ಗುರು ನ್ಯೂಯಾರ್ಕಿನಲ್ಲಿ ಬಿಳೀ ಹುಡುಗಿಯ ಸಂಪರ್ಕಮಾಡಿ ನಿನ್ನನ್ನು ಕಡೆಗಣಿಸಿದ್ದರಿಂದ ನಿನಗೆ ಅವರ ಮೇಲೆ ಸಿಟ್ಟುಬಂತು. ಆ ಸಿಟ್ಟು ಪ್ರಾಮಾಣಿಕತೆಯ ರೂಪ ಪಡೆಯಿತು, ಅಂದರೆ ಏನು ಹೇಳೂದು? ಎಂಬ ಅಡ್ಡಿ ಕಾಣಿಸಿತು. ತೋಟದ ಬಾಗಿಲಿಗೆ ಬರುವ ವೇಳೆಗೆ ಫೋನುಮಾಡುವ ಧೈರ್ಯವೂ ಹೋಗಿಬಿಟ್ಟಿತು.

ಊಟ ಮಾಡಿ ಮಲಗಿದಾಗ ನಿದ್ರೆಬಂತು. ಹತ್ತುನಿಮಿಷ ಮಾತ್ರ. ದಢಕ್ಕನೆ ಎಚ್ಚರ ವಾಯಿತು. ಮತ್ತೆ ಏನು ಮಾಡಿದರೂ ನಿದ್ರೆಬರಲಿಲ್ಲ. ಎದ್ದು ತಂಬೂರಿ ಹಿಡಿಯುವ ಮನಸ್ಸೂ ಬರಲಿಲ್ಲ. ರಾತ್ರಿಯೂ ಹೀಗೆಯೇ ಆಯಿತು. ನಿದ್ರೆ ಎಚ್ಚರಗಳ ಚಕ್ರದಗತಿ ಬದ ಲಾಯಿಸಿತು. ತನಗೆ ಗೊತ್ತಿಲ್ಲದ ತಾಳಚಕ್ರಕ್ಕೆ ಕಟ್ಟಿ ಹಾಡು ಎಂದಂತೆ. ಎಷ್ಟು ಹೊತ್ತಿಗೋ ಎಚ್ಚರ. ಎಷ್ಟು ಹೊತ್ತಿಗೋ ತೂಕಡಿಕೆ. ಕೇವಲ ತೂಕಡಿಕೆ. ನಿದ್ರೆಯಲ್ಲ. ದಿನಾ ಬೆಳಗ್ಗೆ ಎದ್ದು ಗುಡ್ಡವನ್ನು ಹತ್ತಿ ಆಲದಮರದ ಅಡಿಯಲ್ಲಿ ಎರಡು ಮೂರುಗಂಟೆ ಕೂರುತ್ತಿದ್ದಳು. ಅಲ್ಲಿ ಮಾತ್ರ ಮನಸ್ಸಿಗೆ ತುಸು ಸಡಿಲ ಸಿಕ್ಕುತ್ತಿತ್ತು. ಒಂದು ದಿನ ಅಲ್ಲಿ ಕೂತಿದ್ದಾಗಲೇ ಕುತ್ತಿಗೆಯು ತಟಕ್ಕನೆ ಮುಂಬದಿಗೆ ಕುಸಿದು ಬೀಳುವಂಥ ತೂಕಡಿಕೆಬಂತು. ಕುಳಿತಿದ್ದ ಕಲ್ಲಿನಮೇಲೆಯೇ ಮಲಗಿದಳು. ಅಲ್ಲಿ ಎಂದೂ ಮಲಗಿರಲಿಲ್ಲ. ತಕ್ಷಣ ನಿದ್ರೆಬಂತು. ಗಾಢನಿದ್ರೆ. ಅದರಲ್ಲಿ ಒಂದು ಕೇವಲ ಶಾಬ್ದಿಕ ಕನಸು: ಸಂಗೀತ ಬಿಟ್ಟರೆ ನಾನು ಬೇರೆ ಯಾವುದಕ್ಕೆ ಸಾರ್ಥಕ? ಎಂಬ ತನ್ನದೇ ಧ್ವನಿ ಕೇಳಿಸಿ ತಕ್ಷಣ ಎಚ್ಚರವಾಯಿತು. ಯಾವುದೋ ರಾಗದ ಸಂಚಾರವು ಹೀಗೆ ನಡುನಿದ್ರೆಯಲ್ಲಿ ಕೇಳಿಸುವುದು ಅವಳಿಗೆ ಅಭ್ಯಾಸವಾಗಿತ್ತು. ಆದರೆ ಎಂದೂ ಮಾತು ಕೇಳಿರಲಿಲ್ಲ. ಈಗ ಈ ಸ್ಪಷ್ಟವಾಕ್ಯವು ನೆನಪಿನಲ್ಲಿ ಉಳಿಯಿತು. ಸ್ಪಷ್ಟವಾಗಿ ಎಚ್ಚರವಾದರೂ ಈ ಪ್ರಶ್ನೆ ಮನಸ್ಸಿನಲ್ಲಿ ನಿಂತುಬಿಟ್ಟಿತು. ಎಚ್ಚರವಾದ ನಂತರ

ಬಂಡೆಗಲ್ಲಿನಮೇಲೆ ಮಲಗುವುದು ದೈಹಿಕ ನೋವುಂಟುಮಾಡುತ್ತಿತ್ತು. ಎದ್ದು ಕುಳಿತಳು. ಆದರೂ ನೆನಪಿನಲ್ಲಿ ನಿಂತ ಪ್ರಶ್ನೆಯು ವಾಸ್ತವವಾಗಿ ಪುನರಾವರ್ತಿಸುತ್ತಿದೆ ಎಂಬಂತೆ ಮನಸ್ಸಿಗೆ ಕೇಳತೊಡಗಿತು. ತುಸುಹೊತ್ತು ಕೂತಿದ್ದ ನಂತರ ಎದ್ದು ಮನೆಗೆ ಬಂದಳು. ಮರುದಿನದ ಹೊತ್ತಿಗೆ ಅವಳೇ ಆ ಪ್ರಶ್ನೆಯನ್ನು ಮೆಟ್ಟಿ ತುಳಿಯುವಂತಹ ಉತ್ತರವನ್ನು ಹುಡುಕಿದಳು. ಬೇರೆ ಯಾವ ವೃತ್ತಿಯವರು ತಾನೆ ಅದನ್ನು ಬಿಟ್ಟು ಇತರ ಕೆಲಸಮಾಡ್ತಾರೆ? ಯಶಸ್ವಿ ವಕೀಲರು ತಮ್ಮ ಕಾರನ್ನು ಕೂಡ ತಾವು ನಡೆಸುಲ್ಲ. ಡಾಕ್ಟರೂ ಅಷ್ಟೆ. ಎಂಜಿನಿಯರೂ ಅಷ್ಟೆ. ಮನಸ್ಸಿಗೆ ಸ್ವಲ್ಪ ಹಿತವೆನ್ನಿಸಿತು. ಆದರೆ ಸಂಜೆಯ ಹೊತ್ತಿಗೆ ಇವರೆಲ್ಲ ವೃತ್ತಿಮಾಡೂದು ಕೇವಲ ತಮ್ಮ ವೃತ್ತಿಯ ಸಂತೋಷಕ್ಕಾಗಿ ಅಲ್ಲ. ತಮ್ಮ ಹೆಂಡತಿ, ಮಕ್ಕಳು, ಆಶ್ರಿತರುಗಳನ್ನು ಸಾಕುಕ್ಕೆ. ಆದರೆ ನಾನು ಇದುವರೆಗೆ ಯಾರನ್ನು ಸಾಕಿದೀನಿ? ಎಂಬ ಮರುಪ್ರಶ್ನೆ ಹುಟ್ಟಿ ಮನಸ್ಸು ಮುದುಡಿಕೊಂಡಿತು.

ಆದರೆ ಮರುದಿನದ ಹೊತ್ತಿಗೆ ನಾನು ಈ ವಯಸ್ಸಿನಲ್ಲಿ ವಾಘೆಯಂತೆ ಪಿಕಾಸಿಯ ಕೆಲಸ ಮಾಡುಕ್ಕೆ ಸಾಧ್ಯವೆ? ಪಾತ್ರೆ ತೊಳೆಯುತ್ತಾ ಕೂರಲೆ? ಕಂಪ್ಯೂಟರ್ ಎಂಜಿನಿಯರಿಂಗ್ ಓದಲೆ? ನಾನ್‌ಸೆನ್ಸ್, ಎಂದು ಮೈಕೊಡವಿಕೊಂಡಳು. ಎದ್ದುಹೋಗಿ ತಂಬೂರಿಯ ಶ್ರುತಿ ಮಾಡುತ್ತಾ ಸಮಯವನ್ನು ನೋಡಿ ದುರ್ಗಾ ಹಾಡಬೇಕೆಂದುಕೊಂಡಳು. ಬಲುಮೃದು, ಭಾವಪೂರ್ಣ, ನೇರವಾಗಿ ಹೃದಯವನ್ನು ತಟ್ಟುವ, ಸರಳವಾದ, ತನಗೆ ಪ್ರಿಯವಾದ, ಸಾಕಷ್ಟು ಅಭ್ಯಾಸಮಾಡಿರುವ ರಾಗ. ಭಾವವೂ ನೆನಪಿನಲ್ಲಿದೆ. ಭಾವದ ಸಂಗತಿ ಇಲ್ಲದೆ ರಾಗವು ನೆನಪಿನಲ್ಲುಳಿಯುವುದುಂಟೆ? ಎಂದುಕೊಂಡು ಹಾಡತೊಡಗಿದಳು. ಸ್ವಲ್ಪ ವಿಸ್ತಾರ ಮಾಡುವುದರಲ್ಲಿ ಭಾವತಪ್ಪಿತು. ರುಚಿ ಕಳಚಿಕೊಂಡಿತು. ಶಾಸ್ತ್ರದ ಶುಷ್ಕಜ್ಞಾನ ಮಾತ್ರ ಉಳಿದುಕೊಂಡಿದೆ. ಬರೀ ಅದನ್ನು ಹಿಡಿದು ಹಾಡಲು ಬೋರ್ ಎನ್ನಿಸಿತು. ನಿಲ್ಲಿಸಿದಳು. ತಂಬೂರಿಯನ್ನು ಬೆರಳುಗಳು ಮೀಟುತ್ತಿದ್ದವು. ತುಸು ಹೊತ್ತಿನನಂತರ ಅದೂ ಯಾಂತ್ರಿಕ ಸದ್ದನ್ನು ಕೊಡುತ್ತಿದೆ ಎನ್ನಿಸಿ ನಿಲ್ಲಿಸಿಬಿಟ್ಟಳು. ನಡುರಾತ್ರಿ ಎಚ್ಚರವಾದಾಗ ಸಂಗೀತದ ತನ್ನ ರುಚಿಯೂ ಇಂಗಿಹೋಗುತ್ತಿದೆಯೆ? ಎಂಬ ಪ್ರಶ್ನೆ ಮನಸ್ಸಿನೊಳಗೆ ಕೇಳಿಸತೊಡಗಿತು. ಭಯವಾಯಿತು.

ಬೇರೆ ಇನ್ನೇನು ಮಾಡಲೂ ತೋಚದೆ ಬೆಳಗ್ಗೆ ಎದ್ದು ಗುಡ್ಡದತುದಿಗೆ ಹೋಗಿ ಎರಡು ತಾಸು ಕೂತಿದ್ದು ಹಿಂತಿರುಗಿದಾಗ ಅಟ್ಟದ ಮೆಟ್ಟಿಲಿನ ಮೇಲೆ ಒಂದು ಲಕೋಟೆ ಇತ್ತು. ಯಾವುದಾದರೂ ಅಂಚೆ ಬಂದಿದ್ದು ತಾನು ಮೇಲೆ ಇಲ್ಲದಿದ್ದರೆ ತಕ್ಷಣ ಕಾಣಲಿ ಎಂದು ಮಾಲಕ್ಷ್ಮಿಯು ಅಲ್ಲಿ ಇಡುವುದು ಪದ್ಧತಿಯಾಗಿತ್ತು. ಎತ್ತಿಕೊಂಡು ನೋಡಿದಳು. ಅಮೆರಿಕದ ಸ್ಟಾಂಪು. ಎಡಬದಿಯ ಮೇಲ್ಭಾಗದಲ್ಲಿ ಸ್ಲೇಟರ್, ಡಿಕಿನ್‌ಸನ್ ಅಂಡ್ ಓಕಿನೋವಾ, ಸಾಲಿಸಿಟರ್ಸ್, ಸ್ಯಾನ್‌ಹೊಸೆ ಎಂಬ ಮುದ್ರಣ. ಡೈವೋರ್ಸ್ ಕಾಗದ ಎಂದು ತಕ್ಷಣ ಹೊಳೆಯಿತು. ಎತ್ತಿಕೊಂಡು ಮೆಟ್ಟಿಲು ಹತ್ತಿ ಕುರ್ಚಿಯಮೇಲೆ ಕುಳಿತಳು. ಬಿಚ್ಚಿನೋಡುವುದೇ ಬೇಡ. ನಿಮ್ಮ ರುಜುಮಾಡಿ ಕಳಿಸಿ ಎಂದು ವಕೀಲರು ಬರೆದಿದ್ದಾರೆ ಎಂದುಕೊಂಡು ಅದನ್ನು ತೊಡೆಯಮೇಲೆ ಇಟ್ಟುಕೊಂಡು ಒಂದುಗಂಟೆ ಕುಳಿತಳು. ಅನಂತರ ಗಡಿಯಾರ

ನೋಡಿಕೊಂಡಳು. ಹನ್ನೊಂದುಗಂಟೆ. ಅಲ್ಲಿ ರಾತ್ರಿ ಒಂಬತ್ತೂವರೆ. ಫೋನುಮಾಡಿ, ನಿಮ್ಮ ಲಾಯರ ಲಕೋಟೆ ಬಂದಿದೆ. ನಾನು ಅದನ್ನ ಒಡೆದು ನೋಡುಲ್ಲ. ವಿಚ್ಛೇದ ಕೊಡುಲ್ಲ ಎನ್ನಲೆ? ಎಂಬ ಆಲೋಚನೆಬಂತು. ಅರ್ಧಗಂಟೆ ಅದೇ ನಿಶ್ಚಯದಲ್ಲಿ ಕುಳಿತಿದ್ದಳು. ಆದರೆ ಎದ್ದು ಫೋನುಮಾಡುವ ಶಕ್ತಿ ಕೂಡಲಿಲ್ಲ. ಅಷ್ಟರಲ್ಲಿ ಮಾಲಕ್ಷ್ಮಿ ಕೆಳಗಿನಿಂದ ಬಾಯೀ, ಊಟಕ್ಕೆ ಬರ್ತೀರಾ? ಅಡುಗೆ ಆರುತ್ತೆ ಎಂದು ಕೂಗಿದಳು. ತಾನಿನ್ನೂ ಸ್ನಾನ ಮಾಡಿಲ್ಲವೆಂಬ ನೆನಪಾಯಿತು. ಎದ್ದು ಕೆಳಗೆ ಇಳಿದಳು.

ಆ ನಡುರಾತ್ರಿ ಎಚ್ಚರವಾದಾಗ ಬಂದ ಕಾಗದವನ್ನು ಒಡೆಯದೆ ಓದದೆ ಇಟ್ಟರೆ ಏನು ಸಾಧಿಸಿದಂತಾಗುತ್ತೆ? ಎಂಬ ಆಲೋಚನೆಬಂತು. ಎದ್ದು ಒಡೆದುನೋಡಿದಳು. ಸಂಗಡ ಇರುವ ಡೈವೊರ್ಸ್ ಪತ್ರಕ್ಕೆ ನಿಮ್ಮ ಸಮ್ಮತಿ ಇದೆ ಎಂದು ಭಾವಿಸುತ್ತೇವೆ. ಅದರ ಕೊನೆಗೆ ಗುರುತು ಮಾಡಿರುವ ಜಾಗದಲ್ಲಿ ನೋಟರಿಯ ಸಮಕ್ಷಮ ನಿಮ್ಮ ಸಹಿಹಾಕಿ ನೋಟರಿಯ ಸಹಿ ಸೀಲು ಸಂಖ್ಯೆಗಳನ್ನು ಹಾಕಿಸಿ ನಮಗೆ ಕಳಿಸಿದರೆ ವಿಲಂಬವಿಲ್ಲದೆ ಕಲಾಪವನ್ನು ಪೂರ್ಣಗೊಳಿಸಲು ಸಾಧ್ಯವಾಗುತ್ತದೆ ಎಂಬ ಕಿರುಕಾಗದ. ಡೈವೊರ್ಸ್ ಪತ್ರದಲ್ಲಿ, 'ನಾವಿಬ್ಬರೂ ಸ್ವಇಚ್ಛೆಯಿಂದ ದೂರವಾಗಿ ನಾಲ್ಕುವರ್ಷ ಕಳೆದಿವೆ. ಈಗ ಪರಸ್ಪರ ಯಾರಿಗೆ ಯಾರೂ ಯಾವ ಪರಿಹಾರವನ್ನೂ ಕೊಡದೆ ನಾವಿಬ್ಬರೂ ವಿಚ್ಛೇದಿತರಾಗ ಬೇಕೆಂದು ನಿರ್ಣಯಿಸಿದ್ದೇವೆ. ನಾನು ದೂರದ ಇಂಡಿಯಾ ದೇಶದಲ್ಲಿದ್ದು ಸ್ಯಾನ್‌ಹೊಸೆಯ ನ್ಯಾಯಾಲಯಕ್ಕೆ ಬರಲು ಸಾಧ್ಯವಾಗದುದರಿಂದ ವಿಚ್ಛೇದನಕ್ಕೆ ನನ್ನ ಸಮ್ಮತಿಯನ್ನು ಸೂಚಿಸಿ ನೋಟರಿಯ ಸಮ್ಮುಖದಲ್ಲಿ ಸಹಿಮಾಡಿ ಕಳಿಸಿದ್ದೇನೆ.'

ಫೋನುಮಾಡಿ ಪ್ರಯೋಜನವಿಲ್ಲವೆನ್ನಿಸಿತು. ಆತ್ಮಗೌರವವೂ ಅಡ್ಡನಿಂತಿತು. ಆದರೆ ಪತ್ರಕ್ಕೆ ಸಹಿಮಾಡಲು ಮನಸ್ಸು ಬರಲಿಲ್ಲ. ಮಾಡದೆ ಸುಮ್ಮನಿದ್ದರೆ ಏನಾಗುತ್ತೆ? ಯಾಕೆ ಮಾಡಲಿಲ್ಲ ಅಂತ ಅವನೇ ಕಾಗದ ಬರೆಯಲಿ. ಅಥವಾ ಫೋನುಮಾಡಲಿ. ಆಗ ಜವಾಬು ಕೊಡ್ತೀನಿ, ಎಂದು ನಿರ್ಧರಿಸಿದಳು.

ಆದರೆ ಬೆಳಗ್ಗೆ ಗುಡ್ಡದ ತುದಿಗೆ ಹೋಗಿ ಕುಳಿತಾಗ, 'ನಮ್ಮ ಪತ್ರಕ್ಕೆ ನಾಲ್ಕುವರ್ಷದ ಹಿಂದೆಯೇ ಈ ದೇಶಬಿಟ್ಟು ಹೋದ ಆಕೆಯಿಂದ ಉತ್ತರವಿಲ್ಲ'ವೆಂಬ ಕಾರಣದಿಂದಲೇ ಆ ದೇಶದಲ್ಲಿ ವಿಚ್ಛೇದನ ಪಡೆಯಬಹುದು ಅಥವಾ ವಿಚ್ಛೇದನವನ್ನು ವಿರೋಧಿಸಿದರೆ ಹಾದರಮಾಡಿ ಗಂಡನನ್ನು ಬಿಟ್ಟುಹೋದವಳೆಂಬ ಆರೋಪ ಹೊರಿಸಬಹುದು ಎಂಬ ಊಹೆ ಬಂತು. ಭಯವಾಯಿತು. ವಕೀಲರ ಕೈಗೆ ಸಿಕ್ಕಿದರೆ ಎಂಥ ಸೂಕ್ಷ್ಮಭಾವಗಳನ್ನೂ ಹಾದರದಂತಹ ರೂಕ್ಷ ಮಾತಿಗೆ ಇಳಿಸಿ ವಾದಮಾಡಿ ಸಾಧಿಸುತ್ತಾರೆ. ಕಾಯ್ದೆಯ ಭಾಷೆಯಲ್ಲಿ ಇದು ಹಾದರತಾನೆ! ಎಂದುಕೊಂಡಳು. ಮುಂಬಯಿಯಲ್ಲಿ ಬೀದಿಗೆ ಒಂದಾದರೂ ನೋಟರಿಯ ಬೋರ್ಡುನೋಡಿದ್ದ, ಕೋರ್ಟಿನ ಹತ್ತಿರ ನೂರಾರು ಜನವಿರುತ್ತಾರೆಂದು ಕೇಳಿದ್ದ, ನೆನಪಾಯಿತು. ತಕ್ಷಣ ಎದ್ದು ಮನೆಗೆ ನಡೆದಳು. ರೈಲ್ವೆಸ್ಟೇಶನ್ನಿಗೆ ಕರೆದೊಯ್ಯಲು ಒಂದು ಆಟೋ ಕಳಿಸುವಂತೆ ತನ್ನ ತೋಟದ ವಿಳಾಸ ಮತ್ತು ದಾರಿಗಳನ್ನು ಹೇಳಿ ಫೋನುಮಾಡಿ, ನೋಟರಿಗೆ ಗುರುತನ್ನು ಖಾತ್ರಿಪಡಿಸಲು ತನ್ನ ಪಾಸ್‌ಪೋರ್ಟನ್ನು

ತೆಗೆದುಕೊಂಡು ಸಿದ್ಧಳಾದಳು.

ವಿಚ್ಛೇದನಪತ್ರಕ್ಕೆ ಸಹಿಮಾಡಿ ಕಳಿಸಿದ ವಾರದ ನಂತರ ಮನಸ್ಸು ಒಂದು ನಿಲುಗಡೆಗೆ ಬಂತು. ಆದರೆ ಸಂಗೀತದಲ್ಲಿ ರುಚಿ ತಪ್ಪಿಹೋಯಿತು. ಯಾವ ಭಾವವನ್ನು ಸೃಷ್ಟಿಸಿದರೂ ಯಾವ ಭಾವಸೂಕ್ಷ್ಮಗಳ ಕುಸುರಿಕೆಲಸ ಮಾಡಿದರೂ ಏನು ಸಾರ್ಥಕ? ಪ್ರಪಂಚವೇನೂ ಭಾವದ ಮೇಲೆ ನಿಂತಿಲ್ಲ. ಭಾವವೇ ಪ್ರಪಂಚ ಅಂತ ಸಂಗೀತಗಾರರು, ಸಂಗೀತಪ್ರೇಮಿಗಳು ಇತರ ಕಲೆಗಳವರು ಹೇಳಿಕೊಳ್ತಾರೆ ಅಷ್ಟೆ, ಎಂಬ ಉದಾಸೀನತೆ ಬೆಳೆಯತೊಡಗಿತು. ಒಮ್ಮೊಮ್ಮೆ ಮೋಹನಲಾಲನ ಮೇಲೆ ಈ ಲೋಫ಼ರನಿಂದಲೇ ಇಷ್ಟೆಲ್ಲ ಆದದ್ದು ಎಂಬ ಕೊಪಹುಟ್ಟುವುದು. ತುಸು ಹೊತ್ತಿನ ನಂತರ ಅವನ ಮೇಲೆ ಕೋಪಿಸಿಕೊಂಡರೆ ಸಂಗೀತಕ್ಕೆ ಪುನಃ ಪ್ರಾಶಸ್ತ್ಯಕೊಟ್ಟಂತೆ ಎನ್ನಿಸಿ ಸಮಾಧಾನಮಾಡಿಕೊಳ್ಳುವಳು. ಈ ತೋಟದಲ್ಲಾದರೂ ಒಬ್ಬಳೇ ಇದ್ದು ಏನುಮಾಡಬೇಕು? ಎಂಬ ಪ್ರಶ್ನೆಯೂ ಬಾಧಿಸತೊಡಗಿತು. ಆದರೆ ಬೇರೆ ಎಲ್ಲಿ ಹೋಗುವುದು? ಬೇರೆ ಎಲ್ಲಿ ನನಗೆ ಜೀವನವಿದೆ? ಇಲ್ಲಿ ಹೆಚ್ಚು ಮಾತುಕತೆಗಳಿಲ್ಲದಿದ್ದರೂ ವಾಘೆ ಮಾಲಕ್ಷ್ಮಿಯರಾದರೂ ಇದ್ದಾರೆ ಎಂಬ ಸಮಾಧಾನ ತಂದುಕೊಳ್ಳುತ್ತಿದ್ದಳು.

ಅಧ್ಯಾಯ ೨೧

– ೧ –

ತಾನು ಎಲ್ಲರ ಮೇಲೂ ರೇಗುತ್ತಿದ್ದೇನೆ. ಒಬ್ಬೊಬ್ಬರಾಗಿ ಎಲ್ಲರನ್ನೂ ಕಳೆದುಕೊಳ್ಳುತ್ತಿದ್ದೇನೆ ಎಂಬ ಅರಿವು ಮೋಹನಲಾಲನಿಗೂ ಬರುತ್ತಿತ್ತು. ಭೂಪಾಲಿಯನ್ನು ಹೊಡೆದದ್ದು, ಹೊಡೆಸಿ ಕೊಂಡ ಸಿಟ್ಟಿನಲ್ಲಿ ಅವಳು ಪರಾಂಜಪೆಗೆ ಹೇಳಿಕೆ ಕೊಡಲು ಹೋದದ್ದು. ಅನಂತರ ಅವಳು ತನ್ನ ತಪ್ಪನ್ನು ಒಪ್ಪಿಕೊಂಡು ಕ್ಷಮಾಯಾಚನೆ ಮಾಡಿದಾಗ, 'ರಂಡೆ, ಮಾಡೂದ ಮಾಡಿ ಈಗ ನನ್ನ ಪರ ನಿಲ್ತೀನಿ ಅಂತೀಯ? ನನ್ನ ಫ್ಲ್ಯಾಟಿಗೆ ಬಂದರೆ ನಿನಗೆ ಹಳೆ ಜೂತದಿಂದ ಹೊಡೀತೀನಿ.' ಅಂದದ್ದರ ನೆನಪು ಪದೇ ಪದೇ ಬರತೊಡಗಿತು. ಈ ವಯಸ್ಸಿನಲ್ಲಿ ಬಂದು ನಾಲ್ಕುವರ್ಷ ಕಲಿತ ತಕ್ಷಣ ಅವಳಿಗೆ ಭಾರತೀಯ ಸಂಗೀತ ಕರಗತವಾಗೂದು ಸಾಧ್ಯವಿಲ್ಲ ಅನ್ನುವ ತಾಳ್ಮೆ ನನಗೇಕೆ ಬರಲಿಲ್ಲ ಎಂಬ ಖೇದಹುಟ್ಟಿತು. ಹುಡುಗಿ ನನ್ನ ಮೇಲಿನ ಭರವಸೆಯಿಂದ ಬಂದಳು. ಬಂದದ್ದಕ್ಕೂ ಸಾಧ್ಯವಾದಷ್ಟು ಕಲಿ ತಳು. ಸ್ವದೇಶಕ್ಕೆ ಹಿಂತಿರುಗುವ ಮೊದಲು ಈ ಊರಿನಲ್ಲಿ ಒಂದು ಕಛೇರಿ ಏರ್ಪಡಿಸಿ ಬೀಳ್ಕೊಡಿಗೆ ಮಾಡಿ ಕಳಿಸಿದರೆ ಅವಳಿಗೂ ಒಂದು ಹಿತ ಎಂಬ ಆಲೋಚನೆಬಂತು. ಯಾವುದಾದರೂ ಒಂದು ಸಂಗೀತಸಭೆಗೆ ಹೇಳಿ, ಯಾವ ಸಭೆಗೆ ಹೇಳುವುದು? ಮೂರು ಸಭೆಗಳನ್ನು ಸಂಪರ್ಕಿಸಿದ. ಎಲ್ಲರೂ ಆಗಲಿ ಆಗಲಿ ಅಂದರು. ಯಾರೂ ಸರಿಯಾಗಿ ನಿರ್ಧರಿಸಿ ಫೋನುಮಾಡಲಿಲ್ಲ. ಸಾಂತಾಕ್ರುಜ್ ಸಂಗೀತ ಮಂಡಳಿಯ ಕಾರ್ಯದರ್ಶಿ ವಾಂಖೆಡೆಗೆ ಮೂರನೆಯಸಲ ಫೋನುಮಾಡಿದಾಗ ಅವನು, 'ಪಂಡಿತಜೀ, ನಿಮ್ಮ ಹತ್ತಿರ ಯಾಕೆ ಮುಚ್ಚುಮರೆ? ಅವಳ ಭಾನಗಡಿ ಇತ್ತೀಚೆಗಷ್ಟೇ ಪತ್ರಿಕೆಗಳಲ್ಲಿ ಪ್ರಕಟವಾಗಿದೆ. ಎಷ್ಟೋ ವಾಚಕರ ಪತ್ರಗಳೂ ಪ್ರಕಟವಾಗಿವೆ. ಅವಳ ಕಛೇರಿ, ಗುರುಗಳಾದ ನಿಮ್ಮ ಆಶೀರ್ವಚನ ಏರ್ಪಡಿಸಿದರೆ ಮಂಡಳಿಯ ಸದಸ್ಯರಿಗೆ ಇಷ್ಟವಾಗೂದಿಲ್ಲ. ಇಡೀ ಕಾರ್ಯಕ್ರಮವನ್ನು ಪತ್ರಿಕೆಗಳು ಗೇಲಿ ಮಾಡಲೂಬಹುದು,' ಎಂದ. ದಡ್ಡ ಹುಡುಗಿ, ಎಷ್ಟೇ ಕೋಪಬಂದರೂ ಗುರುವಿನ ವಿರುದ್ಧ ಹೀಗೆ ಸಾರ್ವಜನಿಕವಾಗಿ ಮಾತಾಡಬಾರದು ಅನ್ನುವ ಭಕ್ತಿ ಇಲ್ಲ. ಎಷ್ಟಾದರೂ ಭಾರತೀಯಳಲ್ಲ, ಎಂಬ ಅನುತಾಪಹುಟ್ಟಿತು. ಈ ಸಭೆ ಗಳೇ ಬೇಡ. ಹತ್ತಿಪ್ಪತ್ತುಸಾವಿರ ಖರ್ಚುಮಾಡಿ ತಾನೇ ಒಂದು ಕಾರ್ಯಕ್ರಮ ಏರ್ಪಡಿಸಿದರೆ ಹೇಗೆ? ಎಂಬ ಆಲೋಚನೆಬಂತು. ಪತ್ರಿಕೆಯೋರು ಗೇಲಿ ಮಾಡಲಿ. ಅದೇ ಸಭೆಯಲ್ಲಿ ನಾನು ಭಾಷಣಮಾಡಿ ಹೌದು ನಾನು ಹೊಡೆದದ್ದು ನಿಜ, ಸರಿಯಾಗಿ ಪಾಠ ಒಪ್ಪಿಸದಿದ್ದರೆ ಒಂದು ಪೆಟ್ಟುಹಾಕುವ ಹಕ್ಕು ಕಷ್ಟಪಟ್ಟು ವಿದ್ಯೆ ಕಲಿಸುವ ಗುರುವಿಗಿಲ್ಲವೇನು? ಕೋಪದಲ್ಲಿ

ಹುಡುಗಿ ಪತ್ರಿಕೆ ಆಫ಼ೀಸಿಗೆ ಓಡಿ, ಕೋಪ ಇಳಿದಮೇಲೆ ಇದನ್ನ ಪ್ರಕಟಿಸಬೇಡಿ ಅಂದರೂ ಅದನ್ನೇ ದೊಡ್ಡಗಲಾಟೆ ಮಾಡುವ ಪತ್ರಿಕೆಯೋರ ಯೋಗ್ಯತೇನ ಜನಗಳೇ ಅಳೆಯಬೇಕು. ಪತ್ರಿಕೇಲಿ ನೌಕರಿ ಮಾಡಿಕೊಂಡಿದ್ದು ಅದನ್ನ ಕ್ಯಾಸೆಟ್ ಬಿಸಿನೆಸ್ಸಿಗೆ ಬಳಸಿಕೊತ್ತಿರೂ ಪರಾಂಜಪೆಯು ತನ್ನ ವಿರುದ್ಧ ತಿರುಗಿದ ಬಿಸಿನೆಸ್ಸಿನ ಕಾರಣವನ್ನು ಅಲ್ಲಿಯೇ ಹೇಳಿ ಭಾನಗಡಿಯನ್ನ ಅವನ ಮೇಲೇ ತಿರುಗಿಸಬೇಕು ಎಂಬ ದಾರಿ ಹೊಳೆಯಿತು. ಇದೇ ಸರಿ, ಎಂದುಕೊಂಡ. ಕಛೇರಿಯಲ್ಲಿ ಹಾಡುವ ಮೊದಲು ಅವಳು ರಾಜಾರಾಮನ ಜೊತೆ, ಪ್ರಭುವಿನ ಜೊತೆ ಎರಡುವಾರ ಅಭ್ಯಾಸಮಾಡಿಕೊಳ್ಳಲಿ. ಹಾಲ್ ಬುಕ್‌ಮಾಡುವ ಮೊದಲು ಅವಳನ್ನೊಮ್ಮೆ ಕೇಳಬೇಕೆಂದು ಫ಼ೋನ್‌ಮಾಡಿದ. 'ಒಂದು ತಿಂಗಳಿನಿಂದ ಯಾಕೆ ಫ಼ೋನೂ ಮಾಡಿಲ್ಲ?' ಎಂದು ಮೊದಲು ಕೇಳಿದ.

'ನನ್ನ ಫ಼್ಲ್ಯಾಟಿಗೆ ಬಂದರೆ ನನ್ನ ಹಳೆಜೂತದಿಂದ ಹೊಡೀತೀನಿ ಅಂದಮೇಲೆ ಹ್ಯಾಗೆ ಮಾಡಲಿ?'

'ಅಂದರೇನಾಯ್ತು? ಆ ಮಾತಿಗ್ಯಾಕೆ ಬೆಲೆಕೊಡಬೇಕು? ನೀನು ಶಿಷ್ಯೆಯಲ್ಲವೇನು?'

'ಗುರೂಜಿ, ಒಂದು ಮಾತು ಹೇಳೂದು, ಅದರ ವಿರುದ್ಧವಾಗಿ ವರ್ತಿಸಬೇಕು ಅಂತ ನಿರೀಕ್ಷಿಸೂದು, ಏನಿವೆಲ್ಲ? ನನಗೆ ಅರ್ಥವಾಗೂದಿಲ್ಲ.'

'ಗುರು ಏನಂದರೂ ಬರಬೇಕು. ಭಾರತೀಯಳಾಗಿದ್ದರೆ ನಿನಗೆ ಅರ್ಥವಾಗ್ತಿತ್ತು. ಹೋಗಲಿ, ನಿನಗೊಂದು ಬೀಳ್ಕೊಡಿಗೆ ಕಛೇರಿ ಏರ್ಪಡಿಸ್ತೀನಿ. ನಿನ್ನದೇ ಎರಡುತಾಸಿನ ಕಛೇರಿ. ಗುರುವಾಗಿ ನಾನೊಂದು ಭಾಷಣಮಾಡ್ತೀನಿ. ಗುರುದಕ್ಷಿಣೆ ಅಂತ ನೀನು ನನಗೊಂದು ಧೋತ್ರ, ಒಂದು ಜುಬ್ಬಾ ಕೊಟ್ಟು ನಮಸ್ಕಾರಮಾಡು. ನಾನು ನಿನಗೊಂದು ತಂಬೂರಿಕೊಟ್ಟು ಆಶೀರ್ವಾದ ಮಾಡ್ತೀನಿ. ಕಛೇರಿಗೆ ಮೊದಲು ಎರಡುವಾರ ಟಿಪ್ಸಿಸ್ ಮತ್ತು ಪ್ರಭುಗಳ ಜೊತೆ ಕೂರಿಸಿ ನಿನಗೆ ಮೂರುರಾಗಗಳ ವಿಶೇಷತರಬೇತಿ ಕೊಡ್ತೀನಿ.'

'ಹೌದಾ ಗುರೂಜೀ, ನೀವೆಷ್ಟು ಒಳ್ಳೆಯೋರು! ನಿಮ್ಮ ಕೋಪವು ಪ್ರೀತಿಯ ಸಂಚಾರಿ ಭಾವ ಅಂತ ನಾನು ಅರ್ಥಮಾಡ್ಕೊಳ್ಳಲಿಲ್ಲ,' ಎಂದು ಅವಳು ಮೌನಿಯಾದಳು. ಒಂದುನಿಮಿಷ, ಎರಡುನಿಮಿಷ, ಕಾದರೂ ಮಾತಿಲ್ಲ.

'ಯಾಕೆ ಸುಮ್ಮನಾದೆ?' ಅವನು ಕೇಳಿದಾಗ ಬಿಕ್ಕಿಬಿಕ್ಕಿ ಅಳುವ ಸದ್ದು ಕೇಳಿಸಿತು. 'ಏಯ್ ಹುಡುಗಿ, ಅಳಬೇಡ. ನಾನು ಈಗಲೇ ನಿನ್ನ ಫ಼್ಲ್ಯಾಟಿಗೆ ಬರ್ತೀನಿ' ಎಂದು ಫ಼ೋನನ್ನು ಕೆಳಗಿಟ್ಟು ಬಾಗಿಲೆಳೆದುಕೊಂಡು ಲಿಫ಼್ಟಿನಿಂದ ಇಳಿದು ಹತ್ತಿರಸಿಕ್ಕಿದ ಆಟೋ ಹತ್ತಿ ಅವಳ ಫ಼್ಲ್ಯಾಟನ್ನು ಹೊಕ್ಕ. ಇಬ್ಬರೂ ಪರಸ್ಪರರ ತೋಳತೆಕ್ಕೆಯಲ್ಲಿ ಬಿದ್ದರು. ಇಬ್ಬರಿಗೂ ಇನ್ನಿಲ್ಲದ ಪ್ರೀತಿ ಉಕ್ಕಿಬಂತು. ಬಾಯಿಯಲ್ಲಿ ಮಾತನಾಡದೆಯೇ, ಕಣ್ಣುಗಳಲ್ಲಿ ಸೂಚಿಸದೆಯೇ, ಜೊತೆಯಲ್ಲಿ ಶಯನದ ಕೋಣೆಯನ್ನು ಹೊಕ್ಕರು. ಗುರೂಜೀ, ಎಂದು ಅವಳು ಅಳತೊಡಗಿದಳು. ಅವನ ಕಣ್ಣುಗಳೂ ತುಂಬಿಕೊಂಡವು.

ಎರಡು ಆವೇಗಗಳೂ ಕುದಿದು ಬೆರೆತು ಶಾಂತವಾದಮೇಲೆ ಅವಳು ಹೇಳಿದಳು: "ಗುರೂಜೀ, ಪತ್ರಿಕೆಯೋರು ನನಗೆ ಮಾಡಿರುವ ಹಾನಿ ಯಾವ ಮಟ್ಟದ್ದು ಗೊತ್ತೆ?

ನನಗೆ ಪ್ರತಿತಿಂಗಳೂ ಶಿಷ್ಯವೇತನ ವಿತರಣೆ ಮಾಡ್ತಿದ್ದರಲ್ಲ ಅಮೆರಿಕನ್ ಕಾನ್ಸುಲೇಟಿನವರು, ಅವರು ಪತ್ರಿಕೆಯ ಹಗರಣವನ್ನೆಲ್ಲ ಓದಿದಾರೆ. ಈ ದೇಶದ ಪ್ರತಿಯೊಂದು ಭಾಷೆಯ ಪತ್ರಿಕೆಯನ್ನೂ ಓದಿ ಅಮೆರಿಕೆಗೆ ಅದರ ವ್ಯವಹಾರಗಳಿಗೆ ಸಂಬಂಧಿಸಿದ ಅಂಶಗಳನ್ನು ಇಂಗ್ಲಿಷಿಗೆ ತರ್ಜುಮೆ ಮಾಡಿಕೊಡುವ ಶಿಬ್ಬಂದಿ ಕಾನ್ಸುಲೇಟಿನಲ್ಲಿರುತ್ತೆ. ಮರಾಠಿ, ಹಿಂದಿ, ಇಂಗ್ಲಿಷ್ ಮೂರೂ ಪತ್ರಿಕೆಗಳಲ್ಲಿ ಪ್ರಕಟವಾದ ನನ್ನ ಹಗರಣದ ವಿವರವೆಲ್ಲ ಅವರಿಗೆ ಗೊತ್ತಿದೆ. ಕಾನ್ಸುಲೇಟಿನ ಸಾಂಸ್ಕೃತಿಕ ಅಧಿಕಾರಿಣಿ ಎಲಿನಾರ್ ಗಿಲ್ಡ್ ನನ್ನನ್ನು ಫೋನುಮಾಡಿ ಆಫೀಸಿಗೆ ಕರೆಸಿದ್ದಳು. ಇವೆಲ್ಲದಕ್ಕೂ ಸಮಜಾಯಿಷಿ ಕೊಡು ಅಂದಳು. ನಾನು ಇರುವ ವಿಷಯ ವಿವರಿಸಿದೆ. 'ನಿನ್ನ ಗುರುವಿನ ಕೈಲಿ ನಾನು ಈ ವಿಷಯವಾಗಿ ಮಾಹಿತಿ ಕೇಳ ಬಹುದೆ?' ಅಂದಳು. 'ನಾನು ಸಿಟ್ಟಿನಲ್ಲಿ ಪೇಪರ್ ಆಫೀಸಿಗೆ ಹೋದದ್ದರಿಂದ ಅವರು ಕೋಪಗೊಂಡಿದ್ದಾರೆ. ನೀವು ಕೇಳಿದರೆ ಅವರು ಸಿಟ್ಟಿನ ಉತ್ತರವನ್ನೇ ಕೊಡಬಹುದು' ಅಂದೆ."

'ಆ ಹೆಂಗಸಿಗೆ ಕಲೆ, ಸಂಗೀತ ಅಂದರೆ ತಿಳಿಯುತ್ತೆಯೊ?'

'ಚನ್ನಾಗಿ ತಿಳಿಯುತ್ತೆ.'

'ಹಾಗಾದರೆ ನಿನ್ನ ಕಛೇರಿಗೆ ಅವಳನ್ನೇ ಮುಖ್ಯ ಅತಿಥಿಯಾಗಿ ಆಮಂತ್ರಿಸುತೀನಿ. ನಿನ್ನ ಕಛೇರಿ ಕೇಳಿದರೆ ಅವಳಿಗೆ ಬೇಕಾದ ಎಲ್ಲ ಉತ್ತರವೂ ಸಿಕ್ಕುತ್ತೆ ಅಲ್ಲವೆ?'

'ಗುರೂಜೀ, ನೀವು ಎಷ್ಟು ಕರುಣಾಳು!' ಎಂದು ಅವಳು ಭಾವತುಂಬಿ ತಬ್ಬಿ ಮುದ್ದಿಸಿದಳು.

ಕಾರ್ಯಕ್ರಮ ತುಂಬ ಯಶಸ್ವಿಯಾಯಿತು. ಇತ್ತೀಚೆಗೆ ತಾನೆ ಪಂಡಿತ ಮೋಹನಲಾಲ್ ಮತ್ತು ಲಾರೆನ್ ಸ್ಮಿತ್‌ಳ ಹಗರಣವು ಪತ್ರಿಕೆಗಳಲ್ಲಿ ಬಂದಿದ್ದು ಈಗ ಅವಳಿಗೆ ಬೀಳ್ಕೊಡಿಗೆಯ ಆಶೀರ್ವಚನವನ್ನು ಅದೇ ಗುರುವು ಹೇಳುವುದನ್ನು ಕೇಳುವ ಮತ್ತು ಅಮೆರಿಕದಿಂದ ಬಂದು ನಾಲ್ಕುವರ್ಷದಲ್ಲಿ ಎಷ್ಟು ಕಲಿತಿದ್ದಾಳೆಂದು ಖುದ್ದುಕೇಳುವ ಕುತೂಹಲದಿಂದ ಸಭಾಂಗಣ ಭರ್ತಿಯಾಗಿ ಬಾಗಿಲಿನಿಂದ ಹೊರಗೂ ಜನ ಘೇರಾಯಿಸಿತ್ತು. ಇದಕ್ಕಿಂತ ದೊಡ್ಡ ಸಭಾಂಗಣವನ್ನು ಗೊತ್ತುಮಾಡಬೇಕಿತ್ತು ಎಂದು ಮೋಹನಲಾಲನೇ ಅಂದುಕೊಂಡ. ಅವನು ತನ್ನ ಭಾಷಣದಲ್ಲಿ ಪರಾಂಜಪೆಯ ಹೆಸರು ಹೇಳಲಿಲ್ಲ. ಆದರೆ ತನ್ನ ಹೆಂಡತಿಯ ಹೆಸರಿನಲ್ಲಿ ಕ್ಯಾಸೆಟ್ ಬಿಸಿನೆಸ್ ಮಾಡುವ ಒಬ್ಬ ಪತ್ರಕರ್ತನು ತನ್ನ ಓಂಕಾರದ ಕ್ಯಾಸೆಟ್ಟನ್ನು ಇಪ್ಪತ್ತೈದು ಸಾವಿರಕ್ಕೆ ಹೊಡೆದುಕೊಳ್ಳಲು ಪ್ರಯತ್ನಿಸಿದ್ದು ಗ್ಲೋಬ್ ಕಂಪನಿಯವರು ಕೊಡಲೊಪ್ಪಿದ ಹದಿನೈದುಲಕ್ಷಕ್ಕೆ ಕಲ್ಲು ಹಾಕಿದ್ದುದರಿಂದ ಹಿಡಿದು ಅನಂತರ ತನ್ನಮೇಲೆ ಪೀತಸುದ್ದಿಗಳನ್ನ ಸೃಷ್ಟಿಸಿ ಹರಡಿದುದನ್ನೆಲ್ಲ ಜ್ಞಾಪಿಸಿದ. ಈಗ ಈ ಶಿಷ್ಯೆ ಸರಿಯಾಗಿ ಅಭ್ಯಾಸ ಮಾಡಲಿಲ್ಲವೆಂದು ನಾನು ಹೊಡೆದದ್ದು ನಿಜ. ಅವಳು ಕೋಪದಲ್ಲಿ ಆ ಪತ್ರ ಕರ್ತನಿಗೆ ದೂರು ಹೇಳಿದ್ದೂ ನಿಜ. ಅನಂತರ ಕೋಪ ಇಳಿದ ತಕ್ಷಣ ಇದನ್ನು ಪ್ರಕಟಿಸ ಬಾರದೆಂದು ಕೇಳಿಕೊಂಡರೂ ಸುಳ್ಳು ಬಣ್ಣಗಳನ್ನು ಕಟ್ಟಿ ಪ್ರಕಟಿಸಿ ಬೇರೆ ಪತ್ರಿಕೆಗಳಲ್ಲೂ ಕತೆಹುಟ್ಟಿಸಿ ಹಾಕಿ, ಸುಳ್ಳು ಹೆಸರಿನ ವಾಚಕರ ಪತ್ರಗಳನ್ನು ಮುದ್ರಿಸುವ ಲೋಫರ್ ಕೆಲಸ

ಮಾಡಿದ್ದಾನೆ. ಈಗ ಹಾಡುವ ಈ ಹುಡುಗಿಯ ಗಾಯನವನ್ನು ಕೇಳಿದಮೇಲೆ ಶಿಕ್ಷೆ ಇಲ್ಲದೆ ಇವಳಿಗೆ ಈ ಮಟ್ಟದ ಶಿಕ್ಷಣವು ನಾಲ್ಕುವರ್ಷದಲ್ಲಿ ಬರಲು ಸಾಧ್ಯವೆ? ಅಂತ ನೀವೂ ಈ ಕಾರ್ಯಕ್ರಮಕ್ಕೆ ಬಂದಿರುವ ಅಪ್ಪನಿಗೆ ಹುಟ್ಟಿದ ಪತ್ರಕರ್ತರುಗಳೂ ಆಲೋಚಿಸಿ ನೋಡಿ, ಎಂದು ಮುಗಿಸಿದ. ಅನಂತರ ನಡೆದ ಲಾರೆನ್‌ಳ ಗಾಯನವನ್ನು ಸಭಿಕರು ಮೆಚ್ಚಿ, ನಾಲ್ಕುವರ್ಷದಲ್ಲಿ ಇಷ್ಟು ಕಲಿತಿರುವುದು, ಮೋಹನಲಾಲರು ಕಲಿಸಿರುವುದು, ನಿಜವಾಗಿಯೂ ದೊಡ್ಡ ಸಾಧನೆ ಎಂದು ತಲೆದೂಗಿದರು. ಕಾನ್ಸುಲೇಟಿನ ಸಾಂಸ್ಕೃತಿಕ ಅಟ್ಯಾಚಿಯು ಗುರು ಶಿಷ್ಯೆ ಇಬ್ಬರಿಗೂ ಬುಕೆಗಳನ್ನು ಕೊಟ್ಟು ಅಭಿನಂದಿಸಿದಳು. ಮರುದಿನ ಬಹುತೇಕ ಪತ್ರಿಕೆಗಳು ಲಾರೆನ್‌ಳ ಫೋಟೋ ಹಾಕಿ ಅವಳ ಸಾಧನೆಯನ್ನು ಮೆಚ್ಚಿಬರೆದವು. ಕೆಲವು ಪತ್ರಿಕೆಗಳು ಮಾತ್ರ ಮೋಹನಲಾಲನ ಭಾಷಣದ ಎಲ್ಲ ಅಂಶಗಳನ್ನೂ ವಿವರವಾಗಿ ಪ್ರಕಟಿಸಿದವು. ಮುಂದಿನವಾರ ಎರಡು ಪೀತಪತ್ರಿಕೆಗಳು ಪರಾಂಜಪೆಯನ್ನು ಗುರಿಮಾಡಿ ಕತೆಕಟ್ಟಿ ಮುದ್ರಿಸಿದವು. ಒಂದು ಪತ್ರಿಕೆಯಂತೂ ಅವನ ಹೆಸರು ಹೇಳದೆ ಬಿಳಿಹುಡುಗಿಯ ಮೇಲೆ ಕಣ್ಣುಹಾಕಿ ಸೋತು ಸೇಡುತೀರಿಸಿಕೊಳ್ಳಹೊರಟ ಪತ್ರಕರ್ತ ಎಂಬ ಶೀರ್ಷಿಕೆಯ ಹೊಸತಿರುವು ಕೊಟ್ಟು ಕತೆ ಬೆಳೆಸಿತು. ನಡುವೆ, 'ಶಿಷ್ಯೆಯು ಗುರುವಿಗೆ ಒಪ್ಪಿಸಿಕೊಳ್ಳಬಹುದು. ಆದರೆ ಪತ್ರಕರ್ತನಿಗೆ ಒಪ್ಪಿಸಿಕೊಳ್ಳಬೇಕೆಂಬ ಅಗತ್ಯವೇನಿದೆ?' ಎಂದು ಎರಡುಕಡೆಗೂ ಚುಚ್ಚುವ ಕಿಡಿಗೇಡಿಮಾತನ್ನು ಸೇರಿಸಿತು.

– ೨ –

ಪತ್ರಿಕೆಯ ವರದಿಗಳನ್ನು ನೋಡಿ ಮೋಹನಲಾಲನಿಗೆ ಖುಷಿಯಾಯಿತು. ಪೀತಪತ್ರಿಕೆಗಳ ಕತೆಗಳನ್ನು ನೋಡಿದಾಗ ಇನ್ನಷ್ಟು ಖುಷಿಯಾಯಿತು. ಬದ್ಮಾಷ್ ಇಷ್ಟಕ್ಕೆ ಇಳಿದಿದ್ದ, ಈಗ ಅವನಿಗೆ ತೋರುಸ್ತೀನಿ. ಮುಂಬಯಿಯಲ್ಲಿ ಯಾವ ಕಛೇರಿ ಮಾಡಲಿ, ಹೆಸರು ಹೇಳದೆ ನಾಲ್ಕುವಾಕ್ಯದಲ್ಲಿ ಸೂಳೆಮಗನ ಮಾನತೆಗೆದು ಷಡ್ಜ ಹಿಡೀತೀನಿ, ಎಂದುಕೊಂಡ. ಆದರೆ ಮುಂದಿನ ಬೆಳಗಿನ ಹೊತ್ತಿಗೆ ಮನಸ್ಸು ಖಿನ್ನವಾಯಿತು. ಮುಂಬಯಿಯಲ್ಲಿ ನೆಲೆ ನಿಲ್ಲಿಸುಕ್ಕೆ ನನಗೆ ಮೊದಲಿನಿಂದ ಒತ್ತಾಸೆಕೊಟ್ಟಿದ್ದ. ಮನೋಹರಿ ನೂಕಿ ಕೆಡವಿ ಹೊರಹಾಕಿದಾಗ ಮುಂಬಯಿಗೆ ಬಂದವನಿಗೆ ಪ್ರಚಾರಕೊಟ್ಟು, ಕೋರೆಗಾಂವ್ ದೇಸಾಯರ ತೋಟದಲ್ಲಿಡಿಸಿ ಮತ್ತೆ ನೆಲೆನಿಲ್ಲಿಸಿದ್ದ. ಈಗ ಹೀಗೆ ಜಗಳಕಾಯೂದು ಅಂದರೆ ಸರಿ ಇಲ್ಲ ಎನ್ನಿಸಿತು. ಮತ್ತೆ ಭೂಪಾಲಿಯ ಚುಂಗುಸಿಕ್ಕಿತು ಅಂತ ಹಿಡಿದು ಇನ್ನೊಂದು ಹುಯಿಲೆಬ್ಬಿಸಿ ಅವಳಿಗೂ ತೊಂದರೆಮಾಡಿದ. ಬಿಸಿನೆಸ್ ಶುರುವಾದರೆ ಮನುಷ್ಯನ ಒಳ್ಳೇತನವೆಲ್ಲ ತೊಳೆದುಹೋಗುತ್ತೆ, ಎಂಬ ತತ್ತ್ವ ಹೊಳೆಯಿತು.

ಆದರೆ ತನಗೇಕೆ ಹೀಗೆ ಆಗುತ್ತಿದೆ? ಯಾವುದರಲ್ಲೂ ಆಸಕ್ತಿ ಇಲ್ಲ. ಇಡೀ ಮುಂಬಯಿಯಲ್ಲಿ ಯಾರೂ ಸ್ನೇಹಿತರಿಲ್ಲ ಎಂಬ ಭಾವನೆ. ಜ್ಞಾಪಿಸಿಕೊಂಡರೆ ನೂರುಜನ ಸಂಗೀತಾಭಿಮಾನಿಗಳ ಹೆಸರು ಒಂದೊಂದಾಗಿ ಸುಳಿಯುತ್ತವೆ. ಫೋನುಮಾಡಲು ರಿಸೀವರ್‌ಮುಟ್ಟಿದರೆ

ಬೇಡ, ಎಂಬ ಬೇಸರ. ಯಾರೂ ಅಂಥ ಆತ್ಮೀಯರಿಲ್ಲ. ರಾಜಾರಾಮ ಕೂಡ ಕಛೇರಿಯಲ್ಲಿ ಸಾಥ್‌ಮಾಡಿ ಹಣ ಎಣಿಸಿಕೊಂಡು ಹೋಗುವಷ್ಟಕ್ಕೆ ಸರಿ. ನನಗೆ ಗೊತ್ತಿಲ್ಲದ ಹಾಗೆ ಪನವೇಲಿಗೆ ಹೋಗಿ ಅವಳಿಗೆ ಪಾಠಹೇಳ್ತಾನೆ. ನನಗೆ ಗೊತ್ತಾಗಿ ಕೇಳುವತನಕ ಬಾಯಿಬಿಡಲಿಲ್ಲ. ಎಂಥ ಸ್ನೇಹ! ಎನ್ನಿಸಿತು. ಭೂಪಾಲಿಯೂ ಸ್ವದೇಶಕ್ಕೆ ಹೋಗಿಬಿಟ್ಟಳು. ಬೇರೆ ಹೆಂಗಸರಿಗೆ ಫೋನುಮಾಡಲು ಆಸಕ್ತಿ ಇಲ್ಲ. ಅವರಿಗೂ ಅವರವರ ಅಡ್ಡಿ ಅಡಚಣೆಗಳು. ಸಂಬಂಧ ಚಾಲೂ ಇದ್ದರೆ ಅವರಿಗೂ ಆಶೆ ಬಯಕೆ ಇರುತ್ತೆ. ನನಗೆ ಬೇಕಾದಾಗ ಬೆಳೆಸಿ ಬೇಡವಾದಾಗ ತಪ್ಪಿಸಿದರೆ ಅವರಿಗೂ ಉಪೇಕ್ಷೆಹುಟ್ಟುತ್ತೆ. ಫೋನುಮಾಡಿ ಕರೆಸಿದರೂ ಇಷ್ಟುದಿನ ಯಾಕೆ ತಪ್ಪಿಸಿದಿರಿ? ಅನ್ನುವ ಮುನಿಸಿನಿಂದ ಆರಂಭಿಸ್ತಾರೆ. ಪೇಪರಿನಲ್ಲೆಲ್ಲ ಬಂತಲ್ಲ, ಆ ಅಮೆರಿಕದ ಹುಡುಗಿಯ ಕಥೆ, ನೀವು ನನಗೆ ಮೋಸಮಾಡಿದಂತಾಗಲಿಲ್ಲವೆ? ಅಂತ ಪ್ರತಿಯೊಬ್ಬಳೂ ಕೇಳ್ತಾಳೆ. ಯಾರೊಡನೆಯೂ ಒಳಗಿನ ಭಣಭಣ ತೋಡಿಕೊಂಡು ಆತ್ಮೀಯತೆಯನ್ನು ತುಂಬಿಕೊಳ್ಳುವಂತಿಲ್ಲ, ಎಂಬ ಅರಿವಾದಾಗ ಭಣಭಣ ಇನ್ನೂ ಹೆಚ್ಚಾಯಿತು. ತಂಬೂರಿ ಹಿಡಿದು ಕೂತರೆ ಭಾವ ಏರುಲ್ಲ. ತನ್ನ ಸ್ವರವೇ ಶುಷ್ಕವಾಗಿದೆ. ರಾಗಗಳು ಮಾತ್ರವಲ್ಲ ರಸಸ್ಥಾನಗಳೇ ಒಣಗಿಹೋಗಿವೆ. ತಾನು ಹಾಡುವುದೆಲ್ಲ ಅಭ್ಯಾಸಬಲದಿಂದ, ನೆನಪಿನಿಂದ. ಭಾವಬಲದಿಂದಲ್ಲ.

ಗಾಯನವನ್ನು ಏಕೆ ಬಿಟ್ಟುಬಿಡಬಾರದು? ಎಂಬ ಪ್ರಶ್ನೆ ಒಂದುಸಲ ಹೊಳೆಯಿತು. ಹೊಳೆದದ್ದೇ ತನ್ನ ಶುಷ್ಕತೆಗೆ ಏಕೈಕ ಪರಿಹಾರವಾಗಿ ಕಂಡಿತು. ಎಷ್ಟು ದಿನ ಅಂತ ಹಾಡೂದು? ಜೀವನಕ್ಕಾಗುವಷ್ಟು ದುಡ್ಡು ಮಾಡಿಕೊಂಡು ಎಲ್ಲಾದರೂ, ಎಲ್ಲಾದರೂ ಅಂದರೆ ಎಲ್ಲಿಗೆ? ಯಾವ ಊರಿಗೆ ಹೋದರೂ ಒಂಟಿಯೆ. ಇಲ್ಲೇ ಮುಂಬಯಿಯಲ್ಲಿ ಯಾವುದಾದರೂ ಒಂದು ಕ್ಲಬ್ ಸೇರಬೇಕು. ಅಪರಾಹ್ಣ ನಾಲ್ಕಕ್ಕೆ ಹೋಗಿ ರಾತ್ರಿ ಹತ್ತರತನಕ ಇಸ್ಪೀಟು ಆಡಿಕೊಂಡು, ಜೊತೆಗೆ ಎರಡು ಪೆಗ್ ಹಾಕಿ, ಎಂಬ ಆಲೋಚನೆ ಬಂದಾಗ ತುಸು ಸಮಾಧಾನವೆನ್ನಿಸಿತು. ಆದರೆ ದಿನಾ ಇಸ್ಪೀಟು ಆಡುವುದೂ ಬೋರ್ ಆಗುತ್ತೆ, ಸರಿಯಾದ ಜೊತೆ ಇಲ್ಲದೆ ತನಗೆ ಕುಡಿತವೂ ರುಚಿಸುಲ್ಲ ಎಂಬ ನೆನಪಾದಾಗ ತಾನು ಯಾವುದಕ್ಕೂ ನಾಲಾಯಕ್ ಎನ್ನಿಸಿತು. ಯಾವುದಕ್ಕೂ ನಾಲಾಯಕ್ ಎಂದು ತನ್ನನ್ನು ತಾನು ಹಳಿದುಕೊಂಡ.

ನಾಸಿಕದಲ್ಲಿ ಒಂದು ಕಾರ್ಯಕ್ರಮದ ಆಹ್ವಾನಬಂತು. ನಿಯೋಜಕರು ಖುದ್ದು ಬಂದು ಎರಡುಲಕ್ಷವನ್ನು ಮುಂದಿಟ್ಟರು. 'ಅರ್ಧಮುಂಗಡ ಕೊಟ್ಟು ಕಾರ್ಯಕ್ರಮ ಆರಂಭಿಸುವ ಮುನ್ನ ಉಳಿದರ್ಧ ಕೊಡೂದು ಪದ್ಧತಿ. ನೀವು ಪೂರ್ತಿ ಮುಂದಿಟ್ಟಿದೀರಲ್ಲ. ನಾನು ಬರದೆ ಮೋಸ ಮಾಡಿದರೆ ಏನು ಮಾಡ್ತೀರಿ?' ಅವನು ಕೇಳಿದ.

'ಮೋಸ ಮಾಡಬೇಕು ಅಂತ ನೀವು ತೀರ್ಮಾನಿಸಿದರೂ ನಿಮ್ಮ ಸಂಗೀತ ಅವಕಾಶಕೊಡುಲ್ಲ,' ಎಂದರು.

ಇಂಥ ಹೊಗಳಿಕೆಯ ಮಾತುಗಳು ಅವನಿಗೆ ಹೊಸವಲ್ಲವಾಗಿ ಸುಮ್ಮನಾದ.

ನಾಸಿಕದ ಕಾರ್ಯಕ್ರಮ ಮುಗಿದಮೇಲೆ ಅವನಿಗೆ ತ್ರ್ಯಂಬಕೇಶ್ವರಕ್ಕೆ ಹೋಗಬೇಕೆನ್ನಿಸಿತು.

ಇಪ್ಪತ್ತೈದುವರ್ಷದ ಹಿಂದೆ ಒಮ್ಮೆ ಇದೇ ನಾಸಿಕಕ್ಕೆ ಕಛೇರಿಮಾಡಲು ಬಂದಿದ್ದಾಗ ಅಲ್ಲಿಗೆ ಹೋಗಿದ್ದ ನೆನಪುಬಂತು. ಆಗ ತ್ರ್ಯಂಬಕೇಶ್ವರ ದೇವಾಲಯ ಮತ್ತು ಎತ್ತರವಾದ ಶಿವಲಿಂಗವು ಅವನ ಕಲ್ಪನೆಯನ್ನು ಆಕ್ರಮಿಸಿನಿಂತಿದ್ದವು. ಈಗ ಅವನ್ನು ಮತ್ತೆ ನೋಡುವ ಆಶೆಯಾಯಿತು. ಹಿಂತಿರುಗಿದಮೇಲೆ ನೇರವಾಗಿ ರೈಲ್ವೆಸ್ಟೇಶನ್ನಿಗೋ ಟ್ಯಾಕ್ಸಿಸ್ಟಾಂಡಿಗೋ ಹೋಗಬಹುದೆಂದು ಹೋಟೆಲ್‌ಕೋಣೆಯನ್ನು ಖಾಲಿಮಾಡಿ ತನ್ನ ಸಣ್ಣ ಚರ್ಮದ ಚೀಲವನ್ನು ಕಾರಿಗೆ ಇಟ್ಟುಕೊಂಡ. ಟಿಪ್ನಿಸ್ ಮತ್ತು ಪ್ರಭು ಬೆಳಗಿನ ರೈಲಿಗೇ ಹಿಂತಿರುಗಿ ಹೊರಟರು. ದೇವಸ್ಥಾನವನ್ನು ನೋಡಿದಮೇಲೆ ಗೋದಾವರಿಯ ಉಗಮಸ್ಥಾನ ಬ್ರಹ್ಮಗಿರಿಗೆ ಹೋಗಬೇಕೆನ್ನಿಸಿತು. ಕಾಯುವಂತೆ ಡ್ರೈವರನಿಗೆ ಹೇಳಿ ಜೊತೆಗೊಬ್ಬ ಮಾರ್ಗದರ್ಶಿಯನ್ನು ಕರೆದುಕೊಂಡು ಗಿರಿಯ ಪಾದಕ್ಕೆ ನಡೆದು ಹತ್ತತೊಡಗಿದ. ಚಿಕ್ಕವಯಸ್ಸಿನಲ್ಲಿ ಹರಿದ್ವಾರದಲ್ಲಿ ಬಿಲ್ವಪರ್ವತ ನೀಲಪರ್ವತಗಳನ್ನು ಹತ್ತುತ್ತಿದ್ದ ನೆನಪಾಯಿತು. ಮೆಟ್ಟಿಲುಗಳನ್ನು ಕತ್ತರಿಸಿದ ಕಡಿದಾದ ಬಂಡೆಗಳು. ನಡುನಡುವೆ ಸಣ್ಣದೇವಸ್ಥಾನಗಳು. ಹತ್ತುವವರು ಇಳಿಯುವವರು ನೂರಾರು ಯಾತ್ರಿಕರು. ಶಿಖರದ ನೆತ್ತಿಗೆ ಬಂದು ಸುತ್ತು ನೋಡಿದಾಗ ಬಿಡುಗಡೆಯಾದ ಭಾವ. ಭಾರಿ ಎತ್ತರದ ಶಿಖರವಲ್ಲ. ಆದರೆ ಸುತ್ತಮುತ್ತ ಕಣ್ಣುಹಾಯುವ ತನಕ ಇದಕ್ಕಿಂತ ಉನ್ನತಸ್ಥಾನ ಯಾವುದೂ ಕಾಣಿಸುತ್ತಿಲ್ಲ. ಆಕಾಶದೊಡನೆ ಸಂಬಂಧ ಕಲ್ಪಿಸಿಕೊಳ್ಳಲು ಪರ್ವತ ಶಿಖರಕ್ಕಿಂತ ಬೇರೆ ಪ್ರಶಸ್ತಸ್ಥಳ ಯಾವುದಿದೆ? ಎನ್ನಿಸಿತು. ಸುತ್ತ ನೋಡಿದ. ಮಾರ್ಗದರ್ಶಿ ವಿವರಿಸಿದ: ಒಂದುಕಡೆಗೆ ವೇತರಣಾ ನದಿಗೆ ಅಣೆಕಟ್ಟು. ಅಲ್ಲಿಂದ ಮುಂಬಯಿಗೆ ನೀರು ಸರಬರಾಜಾಗುತ್ತದಂತೆ. ಇನ್ನೊಂದು ಕಡೆಗೆ ತ್ರ್ಯಂಬಕೇಶ್ವರದಲ್ಲಿ ಕಾಣುವ ಹಲವು ಕಲ್ಯಾಣಿಗಳು: ಕುಶವರ್ತತೀರ್ಥ, ಇಂದ್ರತೀರ್ಥ, ಗೌತಮತೀರ್ಥ, ವಿಶ್ವನಾಥತೀರ್ಥ, ಬಿಲ್ವತೀರ್ಥ, ಪ್ರಯಾಗತೀರ್ಥ. ಗಿರಿಯ ನೆತ್ತಿಯಮೇಲೆ ಅವನು ಆಕಾಶವನ್ನು ನೋಡುತ್ತಾ ಅಡ್ಡಾಡಿದ. ಕೊನೆಗೆ ಗೌಮುಖೀ ಗೋದಾವರೀ ದೇವಸ್ಥಾನಕ್ಕೆ ಬಂದಾಗ ಅದರ ಪೂಜಾರಿ ಅವನ ಗುರುತು ಹಿಡಿದರು: 'ನೀವು ಗಾಯಕ ಪಂಡಿತ ಮೋಹನಲಾಲರಲ್ಲವೆ?' ಇಲ್ಲಿ, ಈ ಏಕಾಂತದಲ್ಲಿ, ಬೇರೊಬ್ಬರಿಂದ, ಅದರಲ್ಲೂ ಮಂದಿರದ ಪೂಜಾರಿಯಿಂದ ಗುರುತಿಸಿಕೊಳ್ಳುವುದು ಅವನಿಗೆ ಹಿತವೆನ್ನಿಸಿತು. 'ನಿಮ್ಮ ಗಾಯನ ಕೇಳಿದೀನಿ. ಸಂಜೆ ಅದಕ್ಕೆಂದೇ ನಾಶಿಕಕ್ಕೆ ಬಂದಿದ್ದೆ. ಮುಂಬಯಿಯಲ್ಲೂ ಕೇಳಿದೀನಿ. ನನಗೆ ಸಂಗೀತ ಅಂದರೆ ಬಹಳ ಶೌಕ್.' ಅವನಿಗೆ ಇನ್ನಷ್ಟು ಖುಷಿಯಾಯಿತು. ಅವರೊಡನೆ ಮಾತನಾಡುತ್ತಾ ಕುಳಿತ. ಹಸಿವು ತೋರಿತು. ಅವರು ನೈವೇದ್ಯಕ್ಕೆಂದು ತಂದಿದ್ದ ಮೃಷ್ಟಾನ್ನವನ್ನು ಬಾಳೆಎಲೆಯ ಮೇಲೆ ಹಾಕಿಕೊಟ್ಟರು. ತಿಂದಮೇಲೆ ಅವನಿಗೆ ತೂಕಡಿಕೆ ಬಂತು. ಗುಡಿಯ ಪಕ್ಕದ ಕಲ್ಲುಚಪ್ಪಡಿಯ ಮೇಲೆ ಮಲಗಿದ. ಗಾಢವಾದ, ನೆಮ್ಮದಿಯ ನಿದ್ದೆ ಏರಿತು.

ಎಚ್ಚರವಾಗಿ ಕಣ್ಣುಬಿಟ್ಟಾಗ ನೀಲ ಅಂತರಿಕ್ಷವು ಮೇಲಿನಿಂದ ತನ್ನನ್ನು ಹೊದೆದು ಕೊಂಡಿರುವಂತೆ ಕಾಣಿಸಿತು. ಶಾಂತ ನಿಶ್ಚಲಸ್ಥಿತಿ. ತಾನು ಮಲಗಿರುವುದು ಕಲ್ಲುಚಪ್ಪಡಿಯ ಮೇಲಲ್ಲ. ಆಕಾಶದ್ದೇ ಒಂದುಭಾಗದ ಮೇಲೆ ಎಂಬ ಭಾವ ಮೂಡಿತು. ಹಾಗೆಯೇ

ತುಸುಹೊತ್ತು ಮಲಗಿದ್ದ. ಅನಂತರ ಮೇಲೆ ಎದ್ದು ನದಿಯ ಉಗಮಸ್ಥಾನದ ಹತ್ತಿರಕ್ಕೆ ಹೋಗಿ ಕುಳಿತ. ಅಲ್ಲಿಂದ ಬ್ರಹ್ಮಗಿರಿ ಶಂಕರ ಮತ್ತು ಶಿವಜಟೆಗಳಿಗೆ ಹೋದ. ಮತ್ತೆ ಒಂದು ಬಂಡೆಯಮೇಲೆ ಕೂತು ಕತ್ತೆತ್ತಿ ಆಕಾಶವನ್ನು ನಿರುಕಿಸತೊಡಗಿದ. ತಾನು ಈ ಆಕಾಶಕ್ಕೆ ಸೇರಿದವನು. ಅದರೊಡನೆಯೇ ಇರಬೇಕು. ಕೆಳಕ್ಕೆ ಇಳಿಯಲೇಬಾರದು, ಎನ್ನಿಸಿತು. ಅಷ್ಟರಲ್ಲಿ ಮಾರ್ಗದರ್ಶಿ ಅಲ್ಲಿಗೆ ಬಂದು ಹೇಳಿದ: ಸಾಹೇಬ್, ಬಹಳ ಹೊತ್ತಾಯಿತು. ಒಬ್ಬೊಬ್ಬ ಗಿರಾಕಿಗೂ ನಾವು ಇಷ್ಟು ಹೊತ್ತು ಕಾಯ್ದು ಕೂತರೆ ನಮ್ಮ ಧಂಧೆಯ ಗತಿ ಏನಾಗಬೇಕು? ಮೋಹನಲಾಲನಿಗೆ ಕಿರಿಕಿರಿಯಾಯಿತು. ನಿನಗೆ ದುಪಟ್ಟು ಹಣಕೊಡ್ತೀನಿ. ದೂರದಲ್ಲಿ ಸುಮ್ಮನೆ ಕೂತಿರು ಎಂದ. ಆಕಾಶ ಮತ್ತು ಅಪರಾಹ್ಣದ ಸೂರ್ಯರನ್ನು ನೋಡುತ್ತಾ ಕುಳಿತಾಗ ರಾತ್ರಿ ಯಾಕೆ ಇಲ್ಲೇ ಇದ್ದುಬಿಡಬಾರದು? ಎನ್ನಿಸಿತು. ಎದ್ದುಹೋಗಿ ಪೂಜಾರಿಯನ್ನು ಕೇಳಿದ. 'ಪಂಡಿತಜಿ, ಇಲ್ಲಿ ಉಳಿಯುವ ಯಾವ ವ್ಯವಸ್ಥೆಯೂ ಇಲ್ಲ: ಹಾಸಿಗೆ ಹೊದಿಕೆ, ಕೋಣೆ. ಸಂಜೆ ಐದಕ್ಕಿಂತ ಮೊದಲೇ ನಾವೆಲ್ಲ ತ್ರ್ಯಂಬಕೇಶ್ವರಕ್ಕೆ ಹೊರಟುಹೋಗ್ತೀವಿ. ರಾತ್ರಿ ಯಾರೂ ಇರುಲ್ಲ,' ಅವರು ಉತ್ತರಿಸಿದರು. ಅವನು ತುಸುಹೊತ್ತು ಯೋಚಿಸಿದ. ಅನಂತರ, ಈ ಕಲ್ಲು ಚಪ್ಪಡಿಯ ಮೇಲೆ ಮಲಗ್ತೀನಿ. ಒಬ್ಬನೇ ಇರ್ತೀನಿ. ನನಗೇನೂ ಭಯವಿಲ್ಲ. ಇಲ್ಲಿ ರಾತ್ರಿ ಕಳೆಯಬೇಕು ಅಂತ ಆಶೆಯಾಗ್ತಿದೆ. ಪೂಜಾರಿ ಯೋಚಿಸಿ ಹೇಳಿದರು: 'ಹೊರಗೆ ರಾತ್ರಿಯ ಹೊತ್ತು ಚಳಿಯಾಗುತ್ತೆ. ಕಾಡುಮೃಗಗಳೂ ಉಂಟು. ಹುಲಿ ಇದೆ ಅಂತ ಹೇಳ್ತಾರೆ. ಯಾರೂ ನೋಡಿಲ್ಲ. ಆದರೂ ಪ್ರತೀತಿ ಇದೆ. ರಾತ್ರಿ ಯಾರೂ ಇರೂದಿಲ್ಲ, ಅದೂ ಒಬ್ಬರೇ.'

ತ್ರ್ಯಂಬಕೇಶ್ವರದಲ್ಲಿ ಒಂದು ಕೋಣೆ ಹಿಡಿದು ಉಳಿದು ಬೆಳಗ್ಗೆ ಎದ್ದು ಮತ್ತೆ ಗಿರಿಶಿಖರಕ್ಕೆ ಬಂದು ಸಂಜೆಯವರೆಗೆ ಇದ್ದು ಹಿಂತಿರುಗಲೆ? ಎಂಬ ಆಲೋಚನೆ ಅವನಿಗೆ ಬಂತು. ಆದರೆ ಯಾಕೋ ತಾನು ರಾತ್ರಿ ಅಲ್ಲಿರಬೇಕು ಎಂಬ ಆಶೆ ಬಲವಾಯಿತು. 'ಮಹಾರಾಜ್, ಹಗಲು ಇಷ್ಟು ಜನ ಯಾತ್ರಿಕರು ಬರ್ತಾರೆ. ಹುಲಿ ಇದ್ದರೆ ಒಬ್ಬರಲ್ಲ ಒಬ್ಬರನ್ನ ಒಂದಲ್ಲ ಒಂದುದಿನ ಹೊಡೆದಿರಬೇಕು. ಸಣ್ಣಮುಟ್ಟ ಕಾಡುಮೃಗಗಳಂತೂ ಇರುತ್ತವೆ. ನೀವು ಈ ಮಂದಿರಕ್ಕೆ ಬೀಗ ಹಾಕಬೇಡಿ. ಬೇಕಾದರೆ ರಾತ್ರಿ ಬಾಗಿಲುಮುಚ್ಚಿ ಒಳಗೆ ಮಲಗುತೀನಿ. ಗುಡಿಯೊಳಗೆ ಬೆಲೆಬಾಳುವಂಥದೇನೂ ಇಲ್ಲ. ಇದ್ದರೂ ನನ್ನ ಜವಾಬ್ದಾರಿ. ಇಲ್ಲಿ ಒಂದೆರಡು ದಿನ ಇರಬೇಕು ಅಂತ ಮನಸ್ಸುಬಂದಿದೆ. ನನ್ನ ಗೈಡು ನಿಮಗೆ ಪರಿಚಯದೋನು. ತ್ರ್ಯಂಬಕೇಶ್ವರಕ್ಕೆ ಹೋಗಿ ಕಾರಿನಲ್ಲಿರೂ ನನ್ನ ಸಣ್ಣಪೆಟ್ಟಿಗೆಯನ್ನ ಇಲ್ಲಿಗೆ ತಂದುಮುಟ್ಟಿಸುಕ್ಕೆ ಹೇಳಿ. ಅವನಿಗೆ ನೀವು ಗೊತ್ತುಮಾಡುವ ಇನ್ನಷ್ಟು ದುಡ್ಡುಕೊಡ್ತೀನಿ.'

'ಹೊಸರಾಗ ಆವಿಷ್ಕಾರಮಾಡುಕ್ಕೆ ಬಂದಿದೀರೋ?' ಪೂಜಾರಿ ಕೇಳಿದರು.

'ಹಾಗೆಯೇ ಇಟ್ಟುಕೊಳ್ಳಿ.'

ಪೂಜಾರಿ ತಾನು ಮನೆಗೆ ಒಯ್ಯಲೆಂದು ಇಟ್ಟುಕೊಂಡಿದ್ದ ಮೃಷ್ಟಾನ್ನವನ್ನು ಅವನಿಗೆ ಕೊಟ್ಟು ಹೇಳಿದರು: 'ನಾಳೆಯಾದರೂ ಕೆಡೂದಿಲ್ಲ. ತುಪ್ಪದಲ್ಲಿ ಬೇಯಿಸಿದ್ದು. ಈ ಚೊಂಬಿನಲ್ಲಿ ಉಗಮಸ್ಥಾನದಿಂದ ನೀರು ತಂದು ಕುಡಿಯಬಹುದು. ಅಕೋ ಅಲ್ಲಿ ಕೆಳಭಾಗದಲ್ಲಿ

ಒಂದು ಹಳ್ಳದಲ್ಲಿ ನೀರಿದೆ. ಅದರ ಕೆಳಗೆ ಶೌಚಮಾಡಿ ಆ ನೀರನ್ನ ಉಪಯೋಗಿಸಬಹುದು. ಬೆಳಗ್ಗೆ ಒಂಬತ್ತು ಗಂಟೆಯ ಹೊತ್ತಿಗೆ ಬರುವಾಗ ನಾನು ಒಂದಿಷ್ಟು ರೊಟ್ಟಿ ಭಾಜಿ ತರ್ತೀನಿ. ಮೃಷ್ಟಾನ್ನವಂತೂ ಇದ್ದೇ ಇರುತ್ತೆ.'

– ೩ –

ರಾತ್ರಿ ಬೆಳದಿಂಗಳು ಬಂತು. ಮೆಲ್ಲಗೆ ಹಾಲು ಉಕ್ಕಿದಂತೆ. ತನ್ನಲ್ಲಿರುವ ಕಲ್ಮಶವನ್ನು ಮೇಲುಪದರಕ್ಕೆ ತಂದು ಉಳಿದೆಲ್ಲ ಕಡೆಯೂ ಶುದ್ಧಿಯನ್ನು ವಿಸ್ತರಿಸಿದಂತೆ. ಬಂಡೆಯ ಮೇಲೆ ಕೂತು ಅವನು ಆಕಾಶವನ್ನು ನೋಡುತ್ತಿದ್ದ. ಕೆಳಗೆ ನೋಡಿದಾಗ ಕೇತಕೀ ಅಣೆ ಕಟ್ಟೆಯ ನೀರಿನ ಹಾಳೆಯು ಹೊಳೆಯುತ್ತಿತ್ತು. ಅವನಿಗೆ ಗುರು ರಾಜಾಸಾಹೇಬರ ಕಾಡಿನ, ನರ್ಮದೆಯ ದಡದ ಮಹದೇವಮಂದಿರದ ನೆನಪಾಯಿತು. ಬೆಳದಿಂಗಳಿದ್ದಾಗ ತಾನು ಮಂದಿರದ ಜಗುಲಿಯಮೇಲೆ ಕುಳಿತು ಕೆಳಗೆ ಪ್ರಪಾತದಲ್ಲಿ ಉದ್ದಕ್ಕೆ ಹೊಳೆಯುವ ನರ್ಮದೆಯನ್ನು ನೋಡಿ ಆಧಾರಶ್ರುತಿಯನ್ನು ಕಲ್ಪಿಸಿಕೊಳ್ಳುತ್ತಿದ್ದ ನೆನಪಾಯಿತು. ಎಂಥ ಸಾತ್ತ್ವಿಕಶಾಂತಿಯ ಗಳಿಗೆಗಳು ಅವು! ಎಷ್ಟೋ ರಾತ್ರಿ ರಾತ್ರಿಯ ರಾಗಗಳನ್ನು ಕಲಿಸಲು ರಾಜಾಸಾಹೇಬರು ಬರುತ್ತಿದ್ದರು, ಎಂಬ ನೆನಪಾಗಿ ತಲೆಬಾಗಿದ.

ಅಂಥ ಸಾತ್ತ್ವಿಕಶಾಂತಿಯನ್ನು ಗಾಢಗೊಳಿಸುವ ಸಂಗೀತ ಈಗ ಎಲ್ಲಿಹೋಯಿತು? ಯಾಕೆ ಹೋಯಿತು? ಎಂದು ಚಿಂತಿಸತೊಡಗಿದ. ಉತ್ತರ ಹೊಳೆಯಲಿಲ್ಲ. ಸ್ವಲ್ಪ ಹೊತ್ತಿಗೆ ತೂಕಡಿಕೆ ಶುರುವಾಯಿತು. ಸಂಗೀತಗಾರನಾಗಿ ರಾತ್ರಿ ಇಡೀ ಎಚ್ಚರವಾಗಿರೂದು ಕಷ್ಟದ ಕೆಲಸವಲ್ಲ. ಆದರೂ ನಿದ್ರೆ ಹತ್ತಿಕೊಂಡು ಬರ್ತಿದೆ, ಎಂದುಕೊಳ್ಳುವಾಗ ಚಹಾ ಕುಡಿದಿಲ್ಲವೆಂಬ ನೆನಪು ಆಯಿತು. ಮೂರುನಾಲ್ಕು ಸಲ ಒಂದೊಂದು ಕಪ್ ಬೀಳದೆ ಎಚ್ಚರವಾಗಿರೂದು ಅಲ್ಲಿಯೂ ಸಾಧ್ಯವಿಲ್ಲ, ಎಂಬ ಅರಿವಿನೊಡನೆ ನಾಳೆ ಒಂದಿಷ್ಟು ಚಹಾಪುಡಿ, ಹಾಲಿನಪುಡಿ, ಸಕ್ಕರೆ ತರಿಸಬೇಕು ಎಂದು ತೀರ್ಮಾನಮಾಡಿಕೊಂಡ. ಇಲ್ಲಿ ಚಹಾ ಕಾಯಿಸುವ ಪಾತ್ರೆ ಒಲೆ ಉರಿಗಳಿಗೇನು ಮಾಡುವುದು? ಎಂಬ ಚಿಂತೆಹುಟ್ಟಿತು. ಒಂದು ಸ್ಟೋವು, ಸೀಮೆಎಣ್ಣೆಯ ಬಾಟಲಿ, ಬೆಂಕಿಪೆಟ್ಟಿಗೆ, ಹೀಗೆ ಬೆಳೆಯುತ್ತದೆ ಸಂಸಾರ, ಎಂಬ ಅರಿವು ಹುಟ್ಟಿದಾಗ ಸಾತ್ತ್ವಿಕಶಾಂತಿಯನ್ನು ಗಾಢಗೊಳಿಸುವ ಸಂಗೀತವು ಇಂಥ ಜಂಜಡದಲ್ಲಿ ಸಿಕ್ಕಿ ನಲುಗಿದೆ ಎಂಬ ಉತ್ತರ ಹೊಳೆಯಿತು. ಆಕಳಿಕೆಬಂತು. ಈ ಬಂಡೆಯ ಮೇಲೆ ಮಲಗುವುದೋ ಅಥವಾ ಮಂದಿರದ ಒಳಗೆ ಬಾಗಿಲು ಮುಚ್ಚಿಕೊಂಡು ಮಲಗುವುದೋ ಎಂದು ಯೋಚಿಸು ತ್ತಿರುವಾಗ ದಢದಢದಢ ಎಂಬ ಸದ್ದು ತನ್ನೆಡೆಗೇ ನುಗ್ಗಿದಂತೆ ಕೇಳಿಸಿತು. ಕತ್ತು ತಿರುಗಿಸಿ ನೋಡುತ್ತಾನೆ. ಮೊಸಳೆಯಂತಹ ಒಂದು ಪ್ರಾಣಿ ತನ್ನ ಕಡೆಗೆ ನುಗ್ಗಿ ಪಕ್ಕದಿಂದ ಹಾಯ್ದು ಹೋಯಿತು. ಎದೆ ಹೊಡೆದುಕೊಳ್ಳತೊಡಗಿತು. ನನ್ನಮೇಲೆ ನುಗ್ಗಿದ್ದರೆ ನಾನು ಉಳಿಯುತ್ತಿರ ಲಿಲ್ಲ, ಎಂಬ ಭಯವಾಯಿತು. ನೀರಿನ ಕೆರೆಕಟ್ಟೆ ಇಲ್ಲದ ಇಲ್ಲಿ ಮೊಸಳೆ ಇರುವುದು ಸಾಧ್ಯವಿಲ್ಲವೆಂಬ ಆಲೋಚನೆ ನಿಧಾನವಾಗಿ ಬಂತು. ನಾನು

ಮೊಸಳೆಗಳನ್ನು ನೋಡಿದೀನಿ, ನರ್ಮದಾನದಿಯಲ್ಲಿ, ಗಂಗಾಜಿಯಲ್ಲಿ ಎಂದು ಜ್ಞಾಪಿಸಿಕೊಂಡ. ಇದು ಮೊಸಳೆಯಲ್ಲ. ಉಡ, ಎಂದು ಅರ್ಥಮಾಡಿಕೊಂಡ. ಹೌದು ಇಂಥ ಒಣಗುಡ್ಡಗಾಡಿನಲ್ಲಿರುವ ಪ್ರಾಣಿ ಅದು. ಹುಲಿ ಏನಾದರೂ ಇದ್ದೀತೆ? ಇದೆ, ಆದರೆ ಯಾರೂ ನೋಡಿಲ್ಲ ಅಂತ ಪೂಜಾರಿ ಹೇಳಿದರಲ್ಲ ಎಂಬ ನೆನಪಾದಾಗ, ತಾನು ಈ ಗಿರಿಯನ್ನು ಹತ್ತುವಾಗ ಅಲ್ಲಲ್ಲಿ ಕೆಲವು ದನಗಳು ಮೇಯುತ್ತಿದ್ದುದನ್ನು ನೋಡಿದ ನೆನಪುಬಂತು. ಇದೊಂದೇ ಒಂಟಿಶಿಖರ ವಲ್ಲ. ಬೆಟ್ಟದಸಾಲುಗಳ ಒಂದು ಭಾಗ. ಅಲ್ಲಿ ಎಲ್ಲಿಯೋ ಇರಬಹುದು, ಇಲ್ಲಿಗೂ ಬರ ಬಹುದು, ಹಗಲು ಯಾತ್ರಿಕರು ಗುಂಪುಕಟ್ಟಿ ಇರೂದರಿಂದ ಬರುಲ್ಲ. ರಾತ್ರಿ ಯಾರೂ ಇರುಲ್ಲ ಅಂತ ಬರದೆ ಇರಬಹುದು. ಆದರೆ ತಾನು ಇಲ್ಲಿರುವ ವಾಸನೆ ದೂರದಿಂದಲೇ ಸಿಕ್ಕಿ ಬಂದುಬಿಟ್ಟರೆ! ಎಂಬ ಆಲೋಚನೆ ಬಂದು ಭಯವಾಯಿತು. ಸುತ್ತ ತಿರುಗಿ ನೋಡಿದ. ಬೆಳದಿಂಗಳಿನಲ್ಲಿ ಹುದುಗಿದ ಕಲ್ಲುಗಳು, ಶಿಖರದ ಕಲ್ಲುಗಳು, ಸಣ್ಣಪುಟ್ಟ ಮರಗಳು. ಎಲ್ಲವೂ ನೆರಳುಗಳಂತೆ ಕಾಣಿಸುತ್ತವೆ. ಅವುಗಳಲ್ಲಿ ಒಂದು ಹುಲಿಯೇ ಯಾಕಾಗಿರಬಾರದು? ಬೇಟೆಯಾಡುವಾಗ ಯಾವತ್ತೂ ಕಳ್ಳಹೆಜ್ಜೆ ಹಾಕಿ ನಡೆಯುತ್ತೆ. ಸದ್ದು ಮಾಡುಲ್ಲ. ಗುಟ್ಟರಿಸುಲ್ಲ. ತನ್ನ ಹಿಂದೆಯೇ ಬರುತ್ತಿರಬಹುದು, ಎನ್ನಿಸಿ ಸರಕ್ಕನೆ ತಿರುಗಿನೋಡಿದ. ಮೈಬೆವರಿತು. ನಾಚಿಕೆ ಎನ್ನಿಸಿತು. ನಾನು ಇಷ್ಟೊಂದು ಪುಕ್ಕಲನೆ? ತನ್ನನ್ನು ತಾನು ಕೇಳಿಕೊಂಡ. ಮಂದಿರದೊಳಕ್ಕೆ ಹೋಗಿ ಬಾಗಿಲುಮುಚ್ಚಿ ಒಳಗಿನಿಂದ ಅಗಳಿ ಜಡಿದು ಮಲಗುವ ಆಲೋಚನೆ ನೆನಪಿಗೆ ಬಂದು ಇನ್ನಷ್ಟು ನಾಚಿಕೆಹುಟ್ಟಿತು. ಹುಲಿಗೆ ಯಾಕೆ ಹೆದರಬೇಕು? ಜೀವ ಹೋಗುತ್ತದೆಂದು. ಹೋದರೆ ಏನಾಯಿತು? ಆಲೋಚಿಸತೊಡಗಿದ. ಉತ್ತರ ಸಿಕ್ಕಲಿಲ್ಲ. ಇದು ಬಹಳ ದೊಡ್ಡ ಪ್ರಶ್ನೆ ಎನ್ನಿಸಿತು. ಸತ್ತರೆ ಯಾರಿಗೂ ಏನೂ ಆಗುಲ್ಲ. ಯಾರೂ ನೆನಸಿಕೊಂಡು ಅಳುಲ್ಲ. ದುಃಖದಿಂದ ಕೊರಗಿ ಸಾಯುಲ್ಲ. ಚನ್ನಾಗಿ ಹಾಡ್ತಿದ್ದ. ಹೋಗಿಬಿಟ್ಟ ಅಂತ ಶ್ರೋತೃಗಳು ಕೆಲವು ದಿನ ಜ್ಞಾಪಿಸಿಕೊತ್ತಾರೆ. ಸಂಗೀತದ ಸ್ನೇಹಿತರೊಡನೆ ಯಾವಾಗಲಾದರೊಮ್ಮೆ ಹತ್ತು ಹದಿನೈದು ವರ್ಷದವರೆಗೆ ಮಾತಾಡಿಕೊತ್ತಾರೆ. ಆಮೇಲೆ ಏನೂ ಇರುಲ್ಲ. ಅಷ್ಟೆಯೆ ನನ್ನ ಜೀವನ ಎನ್ನಿಸಿದಾಗ ಒಂದು ತೆರನಾದ ಭ್ರಮನಿರಸನವಾದಂತಾಯಿತು. ನನ್ನ ಗಾಯನದಲ್ಲಿ ವಿಶ್ವದ ಮೂಲಶಕ್ತಿ ಹೊಮ್ಮುತ್ತೆ, ಮೀಟುವ ತಂಬೂರಿಯಲ್ಲಿ ಓಂಕಾರಶಕ್ತಿ ಚಿಮ್ಮುತ್ತೆ ಎಂದೆಲ್ಲ ತಿಳಿದುಕೊಂಡಿದ್ದೆ ನಲ್ಲ, ಎಂಬ ನೆನಪು ಹುಟ್ಟಿ ಮನಸ್ಸು ಬರಡಾಯಿತು. ಸತ್ತರೆ ಖಾಸಗಿಯಾಗಿ ಅಳುವವರು ಯಾರೂ ಇಲ್ಲ ಎಂಬ ಅರಿವಾಯಿತು. ಹಗುರವೂ ಆಯಿತು. ವಿದ್ರಾವಕಭಾವವೂ ಹುಟ್ಟಿತು. ಸತ್ತರೆ ಅಳುವವರೇ ಇಲ್ಲದ ವ್ಯಕ್ತಿ ನಾನು, ಪಂಡಿತ್ ಮೋಹನಲಾಲ್, ಎಂದು ತನ್ನನ್ನು ತಾನು ಗುರುತಿಸಿಕೊಂಡ. ಸಹಸ್ರ ಸಹಸ್ರ ಜನರು ಶೋಕಗೊಳ್ಳುತ್ತಾರೆ, ಹಲವರು ಪತ್ರಿಕೆಗಳಲ್ಲಿ ಶೋಕವಾಕ್ಯಗಳನ್ನೂ ಪ್ರಕಟಿಸುತ್ತಾರೆ. ಆದರೆ ಯಾರೂ ಅಳೂದಿಲ್ಲ, ಎಂದು ಮತ್ತೆ ಹೇಳಿಕೊಂಡ. ಆಹಾರದ ಜಿಂಕೆಯನ್ನು ಹುಲಿಯ ಬೇಟೆಯ ಪಂಜರಕ್ಕೆ ಬಿಡುವ ಗಿರಿಧರನಿಗೆ ತನ್ನ ಗುರುತು ಹೇಳಲು ಅಂಜಿಕೆಯಾಗಿ ಓಡಿಬಂದ ನೆನಪಾಯಿತು. ಅವನ ತಂಗಿ ಪೂನಮ್‌ಗೂ ಗುರುತು ಹೇಳುವಂತಿರಲಿಲ್ಲ.

ಬಕುಲಾ ವಿಮುಖಳಾಗಿದ್ದಾಳೆ. ಕಿಷನ್‌ಗೆ ಕೊಟ್ಟ ಹಣ ಸಾಲದೆಂಬ ಕೋಪ. ಸ್ವರಮೋಹನನಿಗೆ ಇಂಗ್ಲಿಷ್ ಪೌಂಡಿನಲ್ಲಿ ಕೊಡಲಿಲ್ಲವೆಂಬ ಮುನಿಸು. ಶ್ರುತಿಮೋಹಿನಿಯ ಮುಖದ ಗುರುತೂ ಇಲ್ಲ. ಯಾರು ಅಳಬೇಕು? ಮನಸ್ಸು ಖಿನ್ನವಾಯಿತು. ಸಂಕುಚಿಸಿತು. ಯಾರೂ ಅಳುವವರಿಲ್ಲದಿದ್ದರೇ ಹೆಚ್ಚು ಸ್ವಾತಂತ್ರ್ಯ. ಸಾಯಲು ಧೈರ್ಯಬರುತ್ತೆ ಎಂದು ಸಮಾಧಾನ ಮಾಡಿಕೊಂಡ. ತುಸುಹೊತ್ತಾದ ಮೇಲೆ ನಿಜವಾಗಿಯೂ ನನಗೆ ಸಾಯುವ ಬಯಕೆ ಇದೆಯೆ? ಎಂದು ಕೇಳಿಕೊಂಡ. ತುಸುಹೊತ್ತಿನಲ್ಲೇ ಇಲ್ಲವೆನ್ನಿಸಿತು. ನನ್ನ ಧೈರ್ಯಪರೀಕ್ಷೆ ಮಾಡಿಕೊಳ್ಳಕ್ಕೆ ಇಲ್ಲಿ ಕೂತಿದೀನಿ, ಸಾಯುವ ಬಯಕೆಯಿಂದಲ್ಲ ಎಂಬ ಉತ್ತರವು ಸಮಂಜಸವಾಗಿ ಕಂಡಿತು. ಧೈರ್ಯವನ್ನು ಇನ್ನೂ ಹೆಚ್ಚು ಪರೀಕ್ಷಿಸಿಕೊಳ್ಳಲು ರಾತ್ರಿ ಇಲ್ಲೇ ಇದೇ ಬಂಡೆಯ ಮೇಲೆ ಮಲಗುವ ಉಪಾಯ ಹೊಳೆಯಿತು. ಮಲಗಬಹುದು, ಇಷ್ಟು ಹೊತ್ತು ಕೂತಿದ್ದವನಿಗೆ ಮಲಗುವುದೇನು ವ್ಯತ್ಯಾಸ? ಎನ್ನಿಸಿತು. ಪರೀಕ್ಷೆ ಅಂದರೆ ಎಚ್ಚರವಾಗಿ ಪ್ರಜ್ಞಾಪೂರ್ವಕವಾಗಿ ಕೂರುವುದಲ್ಲ, ಹುಲಿ ಬರುವ ಸಂಭವವದಲ್ಲೂ ಆತಂಕವಿಲ್ಲದೆ ನಿದ್ದೆ ಹತ್ತಬೇಕು. ಕನವರಿಸಿ ಕೊಂಡು ಹೌಹಾರದೆ ಶಾಂತವಾಗಿ ನಿದ್ರಿಸಬೇಕು, ಎಂಬ ವಿಧಾನ ಹೊಳೆಯಿತು. ಅದೇ ಸರಿ ಎಂದು ಅಂಗಾತ ಮಲಗಿದ. ಬೆಳದಿಂಗಳು ಹೊಳೆಯುತ್ತಿತ್ತು. ಕಿವಿಗಳು ಸುತ್ತಮುತ್ತ ಒಂದು ತರಗು ಚಲಿಸಿದರೂ ಆಲಿಸುತ್ತಿದ್ದವು. ಮೂಗು ಹುಲಿಯ ಶಿಂಡುವಾಸನೆಯನ್ನು ಅರಸುತ್ತಿತ್ತು. ತುಸುಹೊತ್ತಿಗೆ ಚಂದ್ರ ಸ್ವಲ್ಪ ಸ್ವಲ್ಪವಾಗಿ ಕಪ್ಪುತಿರುಗಿ ಮರೆಯಾಗುತ್ತಿದ್ದ. ಕತ್ತಲು ಕವಿಯತೊಡಗಿತು. ಈಗಲಾದರೂ ಮಂದಿರದೊಳಕ್ಕೆ ಹೋಗಿ ಬಾಗಿಲುಮುಚ್ಚಿ ಮಲಗುವ ಮನಸ್ಸಾಯಿತು. ನಿಜವಾದ ಪರೀಕ್ಷೆಯಿರುವುದು ಈಗ, ಇನ್ನುಮೇಲೆ. ಕತ್ತಲಾಯಿತು ಅಂತ ಎದ್ದುಹೋದರೆ ಗೆದ್ದದ್ದೇನು? ಎಂದುಕೊಂಡು ಮಗ್ಗುಲು ಹೊರಳಿ ಮಲಗಿದ. ಹೇಗೂ ಕತ್ತಲು, ಕಣ್ಣುಗಳನ್ನು ಮುಚ್ಚಿದ್ದರೇನು, ಬಿಚ್ಚಿದ್ದರೇನು, ಎಂದು ರೆಪ್ಪೆಗಳನ್ನು ಮುಚ್ಚಿ, ನಿದ್ದೆಯನ್ನು ತಂದುಕೊಂಡ. ಬರಲಿಲ್ಲ. ಇನ್ನಷ್ಟು ಪ್ರಯತ್ನಿಸಿದ. ತುಸುಹೊತ್ತಿನಮೇಲೆ ಕೈಕಾಲುಗಳು ಸಡಿಲಗೊಂಡವು. ನಿದ್ರೆ ಈಗ ಬರುತ್ತದೆಂಬ ನಿರೀಕ್ಷೆಹುಟ್ಟಿತು. ನಿರೀಕ್ಷೆಯಲ್ಲೇ ಎಷ್ಟೋ ಹೊತ್ತು ಕಳೆಯಿತು.

ಬೆಳಗ್ಗೆ ಎಚ್ಚರವಾದಾಗ ಮುಖದಮೇಲೆ ಬಿಸಿಲು ಚುಚ್ಚುತ್ತಿತ್ತು. ನಿಧಾನವಾಗಿ ಕಣ್ಣುಬಿಟ್ಟು ಸುತ್ತಲೂನೋಡಿದ. ಪೂರ್ತಿ ಎಚ್ಚರಬಂದಾಗ ಪರವಾಗಿಲ್ಲ ನಿದ್ದೆ ಬಂತು, ಆತಂಕದ ಕನವರಿಕೆ ಇಲ್ಲದ ಗಾಢನಿದ್ರೆ ಎಂದುಕೊಂಡ. ತನ್ನ ಕಿರುಪೆಟ್ಟಿಗೆಯನ್ನು ತೆಗೆದು ಸೋಪು, ಬ್ರಶ್ಶು, ರೇಜರ್, ಕಿರುಗನ್ನಡಿಗಳ ಚೀಲವನ್ನು ಕೈಲಿ ಹಿಡಿದು ಪೂಜಾರಿಕೊಟ್ಟಿದ್ದ ಚೊಂಬು ತೆಗೆದುಕೊಂಡು ಕೆಳಗಿನ ದೊಣೆಗೆ ಹೋಗಿ ಶೌಚ ಸ್ನಾನಾದಿಗಳನ್ನು ಮುಗಿಸಿ ಮೇಲೆಬಂದು ಕುಳಿತ. ತುಸುಹೊತ್ತಿಗೆ ಪೂಜಾರಿ ಬಂದರು. ಕೇಳಿದರು: 'ಹೊಳೆಯಿತೊ ಹೊಸರಾಗ? ಏನು ಹೆಸರಿಟ್ಟಿರಿ?'

'ಒಂದೇ ರಾತ್ರಿಗೆ ಪೂರ್ತಿ ಹೊಳೆಯುಲ್ಲ. ಪೂರ್ತಿ ಆವಿಷ್ಕಾರವಾದಮೇಲೆ ಹೆಸರಿನ ಪ್ರಶ್ನೆ. ಎಂಟು ಹತ್ತು ರಾತ್ರಿ ಇರಬೇಕು ಅಂತ ಮನಸ್ಸಾಗಿದೆ.'

'ಇರಿ. ನಾನು ಊಟ ತರ್ತೀನಿ. ರಾಗಾವಿಷ್ಕಾರದ ಪುಣ್ಯದಲ್ಲಿ ನನಗೊಂದಿಷ್ಟು

ಪಾಲು ಇರಲಿ. ಈಗ ಎದ್ದು ರೊಟ್ಟಿ ಬಾಜಿ ತಿನ್ನಿ. ಮಧ್ಯಾಹ್ನಕ್ಕೂ ಉಳಿಯುತ್ತೆ. ರಾತ್ರಿಗೆ ಮಿಷ್ಟಾನ್ನದ ಪ್ರಸಾದ. ನಡುವೆ ಬೇಕಾದರೆ ಇರಲಿ ಅಂತ ಒಂದಿಷ್ಟು ಉಂಡಿ ಮಾಡಿಸಿ ತಂದಿದೀನಿ,' ಎಂದರು.

'ಶಾಸ್ತ್ರಿಗಳೇ ರಾಗಾವಿಷ್ಕಾರದ ಪೂರ್ತಿಪುಣ್ಯವನ್ನ ನಿಮಗೇ ಈ ಗೋದಾವರೀ ಉಗಮಜಲದಲ್ಲಿ ಧಾರೆ ಎರೆದುಕೊಡ್ತೀನಿ,' ಎಂದ. ಅವರಿಗೆ ಖುಷಿಯಾಯಿತು.

ಹಗಲು ಹತ್ತುಗಂಟೆಯ ವೇಳೆಗೆ ಯಾತ್ರಿಕರು ಬರತೊಡಗಿದರು. ಅವನು ದೂರ ಒಂದು ಮರದಡಿಯ ಬಂಡೆಯ ಮೇಲೆ ಕುಳಿತ. ಆ ಕಡೆ ಯಾರೂ ಬರಲಿಲ್ಲ. ಮನಸ್ಸು ನೆನಪಿನ ಕೋಶದಿಂದ ಸ್ವಲ್ಪ ಸ್ವಲ್ಪವಾಗಿ ತೆರೆದುಕೊಂಡು ಮೆಲುಕತೊಡಗಿತು. ತಡೆಯಲಾರದ ಕಾಮ. ಪರಿಣಾಮದ ಪರಿವೆಯಿಲ್ಲದೆ ಚುನ್ನಿಯನ್ನು ಕೂಡಿದೆ. ತನಗೆ ಬೇಕಾದ ಪರಿಣಾಮದ ಉದ್ದೇಶದಿಂದಲೇ ಅವಳು ಕೂಡಿದಳೆಂದು ಹೊಳೆಯಲೂ ಇಲ್ಲ. ದೂರದ ಹಳ್ಳಿಯಿಂದ ಕರೆಸಿದ ಇವಳನ್ನು ಮದುವೆಯಾದರೆ ಸದ್ಯದ ತಡೆಯಲಾರದ ಕಾಮ ತೀರಬಹುದು; ಚುನ್ನಿಯಷ್ಟೇ ಇವಳ ವಿದ್ಯಾಬುದ್ಧಿಗಳೂ. ಕಾಮತೃಪ್ತಿಯಾದ ನಂತರ ನಾನು ನಾನೇ ಅವಳು ಅವಳೇ ಎಂಬ ಪರಿಣಾಮದ ಪರಿವೆಯಾಗಲೇ ಇಲ್ಲ. ಇವಳು ಚಾಲಾಕಿ ವಿದ್ಯಾವಂತೆ, ಶಹರದ ಹೆಣ್ಣು ಎಂಬುದು ತಿಳಿಯದೆ ಇರಲಿಲ್ಲ; ಆದರೂ ಮದುವೆಯಾದರೆ ಪರಿಣಾಮವೇನಾದೀತೆಂಬುದನ್ನು ಊಹಿಸಲೇ ಇಲ್ಲ. ಉತ್ಕಟಸುಖ, ಗಾಯನ ನರ್ತನಗಳ ರಸ ಸಾಮರಸ್ಯವನ್ನು ಕೊಟ್ಟವಳೊಡನೆ ಜೀವನವು ಎಷ್ಟು ದಿನ ಹೇಗೆ ಸಾಗಬಹುದೆಂಬ ಆಲೋಚನೆಯನ್ನೂ ಮಾಡಲಿಲ್ಲ. ನಿಜವಾಗಿ ಆಲೋಚನೆ ಮಾಡಿದುದೆಂದರೆ ಹಿಂತಿರುಗಿದ ಮೇಲೆ ಯಾವ ಶಿಷ್ಯೆಗೂ ಯಾವ ಅಭಿಮಾನಿಭಕ್ತೆಗೂ ಪೂರ್ತಿಸಿಕ್ಕದೆ ಅವರಿಂದ ದಕ್ಕುವ ಸುಖಸ್ಫೂರ್ತಿಗಳನ್ನು ಹೀರತೊಡಗಿದಾಗ. ಆದರೆ ಮುಪ್ಪಿನ ಕಾಲಕ್ಕೆ ಯಾರೂ ಉಳಿಯುವುದಿಲ್ಲವೆಂಬ ಅದರ ಪರಿಣಾಮವೂ ಹೊಳೆಯಲಿಲ್ಲ, ಎಂಬ ಸರಣಿಯಲ್ಲಿ ನೆನಪು ಜೋಡಿಸಿಕೊಂಡಿತು.

ಆ ರಾತ್ರಿ ಬೆಳದಿಂಗಳಿನಲ್ಲಿ ಕೂತಾಗ ಹಿಂದಿನ ರಾತ್ರಿ ಆದಂತಹ ಭಯ ಹುಟ್ಟಲಿಲ್ಲ. ವಾಸ್ತವವಾಗಿ ಹುಲಿ ಇಲ್ಲ. ಇದ್ದರೂ ನಾನು ಅದರ ಭಯವನ್ನು ಗೆದ್ದಿದ್ದೇನೆ ಎನ್ನಿಸಿ ಬೆಳದಿಂಗಳಿನಲ್ಲಿ ಗುಡ್ಡದಮೇಲೆ ಶಿವಜಟಾಮಂದಿರದ ತನಕ ತಿರುಗಾಡತೊಡಗಿದ. ಮಧ್ಯಾಹ್ನ ಬೆಟ್ಟದ ಮೇಲೆ ತಿರುಗಾಡಿ ಚನ್ನಾಗಿ ಸ್ಥಳ ಪರಿಚಯವಾಗಿತ್ತು. ಆಕಾಶದಲ್ಲಿ ಒಂದೊಂದು ವಿರಳ ಅರಳೆಯ ಎಳೆಯಂತೆ ಹರಡಿಕೊಂಡಿದ್ದ ಬಿಳಿಮೋಡಗಳ ಹಿನ್ನೆಲೆಯಲ್ಲಿ ಚಂದ್ರನು ವಿಲಂಬಿತಗತಿಯಲ್ಲಿ ಚಲಿಸುವಂತೆ ಕಾಣುತ್ತಿದ್ದ. ಮೋಡವಿಲ್ಲದಿದ್ದರೆ ಚಲನೆಯೂ ಇರುತ್ತಿರಲಿಲ್ಲ. ಇಲ್ಲ. ಚಂದ್ರ ಚಲಿಸುತ್ತಾನಂತೆ. ಭೂಮಿಯೂ ತನ್ನ ಅಕ್ಷದಮೇಲೆ ಸುತ್ತುಹಾಕುತ್ತದಂತೆ. ಮೋಡವಿಲ್ಲದಿದ್ದರೆ ಚಲನೆ ಕಾಣುತ್ತಿರಲಿಲ್ಲ. ಸಂಚಾರಿಭಾವಗಳಿಲ್ಲದಿದ್ದರೆ ಸ್ಥಾಯಿಭಾವವೂ ಪ್ರಕಟವಾಗದೆ ಕೂತುಬಿಡುತ್ತೆ, ಎಂಬ ಹೋಲಿಕೆ ಹೊಳೆಯಿತು. ಅದನ್ನೇ ಚಿಂತಿಸುತ್ತಾ ನಿಂತಿದ್ದಾಗ ಮಧುವಿನ ನೆನಪು ಬಂತು. ಬೇಚಾರಿ, ಶಿಷ್ಯೆಯಾಗಿ ಒಪ್ಪಿಸಿಕೊಂಡ ಹೊಸತರಲ್ಲೇ ತನ್ನನ್ನು ಮದುವೆಯಾಗು ಅಂತ ಬೇಡಿಕೊಂಡಳು, ಎಂಬ ಜ್ಞಾಪಕವಾಯಿತು. ಎಲ್ಲ

ಹುಡುಗಿಯರೂ ಹೀಗೇ ಬೇಡಿಕೊತ್ತಿದ್ದರು. ಇದೇ ಜೀವನದ ಅತ್ಯಂತದ ಪ್ರೇಮ ಎಂಬ ಮೋಹದಲ್ಲಿ ಸಿಕ್ಕಿಬಿಡುತ್ತಿದ್ದರು. ಜೊತೆಗೆ ಇವಳದು ಅನುಕೂಲಸ್ಥ ವ್ಯಾಪಾರದ ಕುಟುಂಬ. ಗಂಡನನ್ನು ಬಿಟ್ಟುಬಂದಮೇಲಾದರೂ ಒಪ್ಪಿ ಅವಳನ್ನು ಸ್ಥಾಯಿಯಾಗಿ ಇಟ್ಟುಕೊಂಡಿದ್ದರೆ! ಎಂಬ ಪಶ್ಚಾತ್‌ಸಾಧ್ಯತೆ ಹೊಳೆಯಿತು. ಆದರೆ ನನಗೆ ಹೇಳದೆ ಕೇಳದೆ ತಾನೇ ತೀರ್ಮಾನ ಮಾಡಿಕೊಂಡಳು. ಆಸಾವರಿಯ ಮಂದ್ರಷಡ್ಜವು ನಿಜದೊಡನೆ ಮುಖಾಮುಖಿ ಮಾಡಿತಂತೆ. ಮನಸ್ಸನ್ನು ಆಸಾವರಿ ತುಂಬಿಕೊಂಡಿತು. ಶಬ್ದವಾಗದಂತೆ ಅದರ ಮಧ್ಯಸಪ್ತಕದ ಷಡ್ಜವನ್ನು ಗುನುಗಿಕೊಳ್ಳತೊಡಗಿದ. ಕ್ರಮೇಣ ಮಂದ್ರಕ್ಕೆ ಇಳಿದ. ಸದ್ದಾದರೆ ಏನಂತೆ. ಪಕ್ಕದ ಶಿಖರಗಳಲ್ಲಿರ ಬಹುದಾದ ಹುಲಿಗೆ ಕೇಳಿ ಇಲ್ಲೊಬ್ಬ ಮನುಷ್ಯನಿದ್ದಾನೆಂದು ತಿಳಿದು ಕಳ್ಳಹೆಜ್ಜೆ ಇಡುತ್ತಾ ಬರಬಹುದೆ? ಬರಲಿ, ಅದರ ಭಯವನ್ನು ನೆನ್ನೆಯೇ ತೊಡೆದುಕೊಂಡಿದೀನಿ, ಎಂದು ಶಬ್ದಮಾಡಿಕೊಂಡೇ ಮಧ್ಯಮಷಡ್ಜದಿಂದ ಆರಂಭಿಸಿ ಮಂದ್ರಕ್ಕೆ ಇಳಿಯತೊಡಗಿದ. ಆಹಾ, ನಿಜವಾಗಿಯೂ ಅಂತರಂಗವನ್ನು ಬಿಚ್ಚಿತೋರಿಸುವ ರಾಗ ಇದು, ಎನ್ನಿಸಿತು. ಆದರೆ ಯಾವ ರಾಗದ ಮಂದ್ರಷಡ್ಜಕ್ಕೆ ಇಳಿದರೂ ಅಂತರಂಗ ಬಿಚ್ಚಿಕೊಳ್ಳುತ್ತೆ ಎಂಬ ನೆನಪಾಯಿತು. ಇರಲಿ, ಪರೀಕ್ಷಿಸುವಾ ಎಂದು ಬಾಗೇಶ್ರೀಯ ಮಂದ್ರಕ್ಕೆ ಇಳಿಯತೊಡಗಿದ. ಷಡ್ಜಕ್ಕೆ ಬಂದುನಿಂತ. ಭೈರವದಲ್ಲೂ ಇದೇ ಪ್ರಯೋಗಮಾಡಿದ. ತೋಡಿಯನ್ನು ಹಿಡಿದು ಅನುಸರಿ ಸಿದ. ಭಾವ ಬೇರೆಯಾಗುತ್ತೆ. ಆದರೆ ಮಂದ್ರಷಡ್ಜದಲ್ಲಿ ಅಂತರಂಗ ಬಾಯಿಬಿಡುತ್ತೆ. ಸ್ವರ ಗಳು, ಧೈವತವಾದಿ, ಗಾಂಧಾರ ಸಂವಾದಿಗಳಿಂದ ಸಾ, ರೆ, ಮ, ಪ, ಧ ಸಾ, । ಸಾ, ನಿ, ಧ ಪ, ಮ ಗ, ರೆ, ಸಾ, ಭಕ್ತಿವೈರಾಗ್ಯ ವಿಷಾದಭಾವಗಳು ಹುಟ್ಟಿ ಅವಳಿಗೆ ಹೀಗಾಗಿದೆ, ಎಂಬ ವಿವರಣೆಹುಟ್ಟಿತು. ತನಗೆ ತಿಳಿಸದೆ ತನ್ನ ಒಪ್ಪಿಗೆ ಪಡೆಯದೆ ಗಂಡನಿಗೆ ಆ ಕಾಗದ ಕೊಟ್ಟದ್ದಕ್ಕೆ, ಅವನ ಎದುರು ತನ್ನ, ಗುರು ಮೋಹನಲಾಲನ, ಮರ್ಯಾದೆಯನ್ನು ಹೊಡೆದುಕೆಡವಿದ್ದಕ್ಕೆ ಸಿಟ್ಟುಬಂತು. ಕೆನ್ನೆಗೆ ಹೊಡೆದೆ, ಎಂಬ ನೆನಪುಬಂತು.

ತುಸುಹೊತ್ತಿಗೆ ತೂಕಡಿಕೆಬಂತು. ಇನ್ನೂ ಚಂದ್ರ ಮುಳುಗಿಲ್ಲ. ನೆನ್ನೆ ಮಲಗಿದಷ್ಟು ಹೊತ್ತೂ ಆಗಿಲ್ಲ. ನೆನ್ನೆ ಮಲಗಿದ್ದ ಬಂಡೆಯ ಹತ್ತಿರಕ್ಕೆ ಬಂದು ಅದರ ಮೇಲೆ ಕುಳಿತ. ದಿನಾ ಹೊರಗೆ ಮಲಗಿದರೆ ಶೀತವಾದೀತು ಎನ್ನಿಸಿತು. ನೆನ್ನೆ ತನ್ನ ಚೀಲದಲ್ಲಿದ್ದ ಶಾಲನ್ನು ಕೂಡ ಹೊದೆಯಲಿಲ್ಲ ಎಂಬ ನೆನಪುಬಂತು. ಮಂದಿರದ ಒಳಗೆ ಹೋಗಿ ಬೆಂಕಿಪೊಟ್ಟಣ ಗೀರಿ ದೇವರ ದೀಪ ಹಚ್ಚಿಸಿದ. ತನ್ನ ಶಾಲು ತೆಗೆದು ನೆಲದಮೇಲೆ ಹಾಸಿಕೊಂಡು ಬಾಗಿಲುಮುಚ್ಚಿ ಒಳಗೆ ಬೆಚ್ಚಗೆ ಮಲಗಿದ.

ಬೆಳಗ್ಗೆ ಬೇಗ ಎಚ್ಚರವಾಯಿತು. ದೊಣೆಯ ಹತ್ತಿರಹೋಗಿ ಶೌಚಸ್ನಾನಗಳನ್ನು ಮುಗಿಸುವಾಗ ಹರಿದ್ವಾರದ ನೆನಪಾಯಿತು. ಬಾಬಾರ ಹೆಸರೇ ಓಂಕಾರಬಾಬಾ. ಆಶ್ರಮವನ್ನು ಓಂಕಾರಾಶ್ರಮ ಎಂದೇ ಕರೆಯುತ್ತಿದ್ದರು. ಸ್ವರಗಳನ್ನು ಅಕಾರದ ಬದಲು ಓಂಕಾರದಲ್ಲಿ ಅಭ್ಯಾಸ ಮಾಡಿಸುತ್ತಿದ್ದರು, ಎಂಬ ನೆನಪಾದಾಗ ಬೃಂದಾವನದ ಹರಿದಾಸಮಂದಿರದ ಯೋಗಿಯಿಂದ ಕೇಳಿ ರಾಜಾಸಾಹೇಬರ ಮಂದಿರದ ಕೆಳಗಿನ ನರ್ಮದೆಯ ಆಳದಲ್ಲಿ

ಮೊಳೆತು ನಾನು ಹಾಡಿದ ಆಸಾವರಿಯ ಮೂಲ ಓಂಕಾರಾಶ್ರಮದ ಬೀಜಾಭ್ಯಾಸ ಎಂಬ ನೆನಪಾಗಿ ಯಾವುದು ನನ್ನ ಸ್ವಂತ? ಎಂಬ ಪ್ರಶ್ನೆಹುಟ್ಟಿತು. ಸ್ವಂತ ಯಾರದ್ದಾದರೂ ಇರಲಿ, ಸ್ವಂತವೆಂಬುದೇ ಇಲ್ಲದಿರಲಿ, ಅಷ್ಟು ಗಹನವಾದ ರಾಗಪ್ರಸ್ತುತಿಯು ಮುಂಬಯಿಯ ಸಂಗೀತವ್ಯಾಪಾರಕ್ಕೆ ಸಿಕ್ಕಿ ಪರಾಂಜಪೆಯ ಕೋಪ, ಲೇಖನದ ಹಾದರ, ಥೂ ಎನ್ನಿಸಿತು. ಓಂಕಾರದಲ್ಲಿ ಸ್ವರಸಾಧನೆಯ ಜೊತೆಗೆ ಬಾಬಾ ಪ್ರತಿಯೊಬ್ಬ ಶಿಷ್ಯನಿಗೂ ಊರ್ಧ್ವರೇತಸ್ಸು ಅಧೋರೇತಸ್ಸುಗಳ ರಹಸ್ಯವನ್ನು ಹೇಳುತ್ತಿದ್ದರು. ಯಾರೂ ಆ ಸಾಧನೆ ಮಾಡುತ್ತಿರಲಿಲ್ಲ. ಅಧೋರೇತಸ್ಸಿನ ಮಾರ್ಗವನ್ನೇ ಹಿಡಿದು ಸಂಗೀತದಲ್ಲಿ ಇಷ್ಟು ಹೆಸರು ಗಳಿಸಿದ ನನ್ನದು ಯಾವ ಮಾರ್ಗ? ಎಂಬ ಪ್ರಶ್ನೆ ಎದುರುನಿಂತಿತು. ಉತ್ತರ ತಿಳಿಯಲಿಲ್ಲ.

ಅವನು ಗಿರಿಯ ನೆತ್ತಿಯಮೇಲೆ ಒಂದು ವಾರವಿದ್ದ. ರಾತ್ರಿ ಎಷ್ಟೋ ಹೊತ್ತಿನವರೆಗೆ ಬೆಳದಿಂಗಳು ಸೃಷ್ಟಿಸುವ ಸ್ವಪ್ನಲೋಕವನ್ನು ನೋಡುವುದು ಅಥವಾ ತುಂಬು ನಕ್ಷತ್ರಗಳನ್ನು ದಿಟ್ಟಿಸುವುದು; ಹಗಲು ಯಾತ್ರಿಗಳು ಬಾರದ ಕಡೆಯ ಒಂದು ಮರದ ನೆರಳಿನಲ್ಲಿ ಕೂರುವುದು ಅಥವಾ ಮಲಗಿನಿದ್ರಿಸುವುದು ದಿನಚರಿಯಾಗಿತ್ತು. ಮೂರುತಿಂಗಳು ಆರು ತಿಂಗಳಿಗೊಮ್ಮೆಯಾದರೂ ಹಿಮಾಲಯವೋ ವಿಂಧ್ಯವೋ ಸಹ್ಯಾದ್ರಿಯೋ ಯಾವುದಾದ ರೊಂದು ಶಿಖರದ ಮೇಲೆ ಒಂದುವಾರವಾದರೂ ಇರುತ್ತಿದ್ದರೆ ನಾನು ಇಷ್ಟುಮಟ್ಟಿನ ಜಂಜಡಕ್ಕೆ ಸಿಕ್ಕಿಕೊಳ್ಳುತ್ತಿರಲಿಲ್ಲ. ವಿಮಾನಪ್ರಯಾಣ ಶುರುವಾದನಂತರ ಇಂಥ ವನಗಿರಿಗಳನ್ನು ರೈಲಿನ ಕಿಟಕಿಯಿಂದ ನೋಡುವುದು ಕೂಡ ತಪ್ಪಿಹೋಯಿತು ಎಂದುಕೊಂಡ. ಎಂಟನೆಯ ದಿನ ಅಲ್ಲಿಂದ ಹೊರಡುವ ಮುನ್ನ ಎರಡುಸಾವಿರ ರೂಪಾಯಿಯ ನೋಟುಗಳನ್ನು ಮಡಿಸಿ ಪೂಜಾರಿಯ ಮುಂದಿಟ್ಟು, 'ತಾವು ಈ ದಕ್ಷಿಣೆ ತೆಗೆದುಕೊಬೇಕು,' ಎಂದ.

ಒಂದುನಿಮಿಷ ಅವನನ್ನು ನೋಡಿದ ಅವರು, 'ಪಂಡಿತ್‌ಜೀ, ಮೊದಲದಿನವೇ ಹೇಳಿದೆನಲ್ಲ. ನಾನು ನಿಮ್ಮ ಸಂಗೀತದ ಅಭಿಮಾನಿ ಅಂತ. ಇಷ್ಟೊಂದು ದುಡ್ಡನ್ನ ದಿನಾ ತಂದುಕೊಟ್ಟ ಊಟಕ್ಕೆ ಕೊಡ್ತಿದೀರಿ ಅಲ್ಲವೆ?' ಕೇಳಿದರು.

'ಅಲ್ಲ, ಅಲ್ಲ,' ಅವನು ಮುಜುಗರದಿಂದ ಕೈ ಆಡಿಸಿದ.

'ಮಂಗಳಾರತಿಯ ತಟ್ಟೆಗೆ ಹೆಚ್ಚೆಂದರೆ ಹತ್ತುರೂಪಾಯಿ ಹಾಕ್ತಾರೆ. ನೀವೂ ಅಷ್ಟು ಹಾಕಬಹುದು. ಆದರೆ ನೀವು ಪೂಜೆ ಮಾಡಿಸಿಯೇ ಇಲ್ಲ.' ಅವನಿಗೆ ಇನ್ನಷ್ಟು ಮುಜುಗರ ವಾಯಿತು. 'ಎಲ್ಲರೂ ಒಂದೇ ರೀತಿ ಪೂಜೆ ಮಾಡುಲ್ಲ. ನಿಮ್ಮದು ನಾದಪೂಜೆ. ಇಲ್ಲಿ ಆವಿಷ್ಕರಿಸಿಕೊಂಡ ರಾಗದ ಹೆಸರೇನು ಹೇಳಿ.'

'ಗೋದಾವರೀ.'

'ಅಗ್ದೀ ಸೂಕ್ತವಾದ ಹೆಸರು. ನಾನು ಎಲ್ಲಾದರೂ ನಿಮ್ಮ ಕಛೇರಿಗೆ ಬಂದಾಗ ಮೊದಲೇ ಭೇಟಿಯಾಗಿ ಈ ರಾಗ ಹಾಡಿ ಅಂತ ಕೇಳ್ತೀನಿ. ಕೇಳುಸ್ತೀರಾ? ಇಲ್ಲೇ ಹಾಡಿ ಅನ್ನೋನಿದ್ದೆ. ಆದರೆ ತಂಬೂರಿ ಇಲ್ಲ. ಸಾಥಿದಾರರಿಲ್ಲ. ರಾಗ ನಿಮ್ಮ ಮನಸ್ಸಿನಲ್ಲಿ ಆವಿಷ್ಕಾರವಾಗಿರಬಹುದು. ಕಛೇರೀಲಿ ಹಾಡುವ ಮಟ್ಟದ ಪರಿಷ್ಕಾರವಾಗಿಲ್ಲ ಅಲ್ಲವೆ?'

'ಹೌದು, ಹೌದು.'

'ಹೋಗಿಬನ್ನಿ. ನಿಮ್ಮ ಸೂಟ್‌ಕೇಸು ಹೊತ್ತು ತರುಕ್ಕೆ ಒಬ್ಬ ಆಳು ಕೊಡ್ತೀನಿ' ಎಂದು ಶಿವಜಟಾಮಂದಿರದ ಹತ್ತಿರಕ್ಕೆ ಹೋಗಿ ಹದಿನಾರು ವರ್ಷದ ಒಬ್ಬ ಹುಡುಗನನ್ನು ಕರೆತಂದು, 'ಸಾಹೇಬರ ಸೂಟ್‌ಕೇಸ್ ತ್ರ್ಯಂಬಕೇಶ್ವರಕ್ಕೆ ತಲುಪಿಸಿ ಬಾ. ಅವರು ಇಪ್ಪತ್ತೈದು ರೂಪಾಯಿ ಕೊಡ್ತಾರೆ. ಇಸಕೊ' ಎಂದು ಹೇಳಿ ಮೋಹನಲಾಲನ ಹಣೆಗೆ ದೇವರಪ್ರಸಾದ ಕುಂಕುಮವನ್ನಿಟ್ಟು ಕಳಿಸಿದರು.

ಬಸ್ಸು ನಾಸಿಕ ತಲುಪುವ ಹೊತ್ತಿಗೆ ಅವನ ಯೋಚನೆ ಬದಲಾಯಿಸಿತ್ತು. ಟ್ಯಾಕ್ಸಿ, ಬಸ್ಸುಗಳ ನಿಲ್ದಾಣವನ್ನು ಬಿಟ್ಟು ಒಂದು ಆಟೋ ಮಾಡಿಕೊಂಡು ರೈಲ್ವೆನಿಲ್ದಾಣಕ್ಕೆ ನಡೆದು ಹರಿದ್ವಾರಕ್ಕೆ ಹೋಗುವ ಮಾರ್ಗ ಮತ್ತು ವೇಳೆಯನ್ನು ವಿಚಾರಿಸಿದ.

– ೪ –

ನಲವತ್ತಾರು ವರ್ಷದಿಂದ ತನ್ನ ಹುಟ್ಟೂರು, ಸಂಗೀತಕ್ಕೆ ಪ್ರವೇಶಮಾಡಿಸಿದ ಓಂಕಾರಾಶ್ರಮದ ಸ್ಥಾನಕ್ಕೆ ಬಂದೇ ಇಲ್ಲವೆಂಬ ಖೇದವಾಯಿತು. ಮೋಹನಲಾಲ ನಮ್ಮೂರಿನವನು ಅಂತ ಈ ಊರಿನ ಯಾರಿಗೂ ಗೊತ್ತೇ ಇಲ್ಲವೇನೋ! ಗೊತ್ತಿದ್ದರೆ ಒಂದು ಕಛೇರಿಮಾಡು ಬಾ ಅಂತಲಾದರೂ ಕರೆಯುತ್ತಿದ್ದರು. ನಾನಾದರೂ ಯಾಕೆ ಬರಲಿಲ್ಲ? ಮುಂಬಯಿ ಸೇರುವತನಕ ಸಾಗರ, ಚಿತ್ತರಪುರಗಳಲ್ಲಿ ಕಲಿತದ್ದಾಯಿತು. ಅವ್ವ ಸತ್ತಮೇಲೆ ಹುಟ್ಟೂರಿನಲ್ಲಿ ತನ್ನವರಾಗಿ ಬೇರೆ ಯಾರೂ ಇರಲಿಲ್ಲ. ಆದರೆ ಆಶ್ರಮದ ಬಾಬಾರನ್ನಾದರೂ ಯಾಕೆ ಹೋಗಿ ನೋಡಲಿಲ್ಲ? ಹೇಳದೆ ಕೇಳದೆ ಓಡಿಹೋದ ನನ್ನನ್ನ ಕ್ಷಮಿಸಿ, ಹೊರಗೆ ಕಲಿತದ್ದನ್ನ ನಿಮ್ಮೆದುರಿಗೆ ಹಾಡ್ತೀನಿ. ಕೇಳಿ ಹರಸಬೇಕು. ತಪ್ಪಿದ್ದರೆ ತಿದ್ದಬೇಕು ಅಂತ ಚರಣಸ್ಪರ್ಶ ಮಾಡಲಿಲ್ಲ? ಅವರು ಖಂಡಿತ ಪ್ರೀತಿಯಿಂದ ಕಾಣ್ತಿದ್ದರು. ಈಗಂತೂ ಅವರು ಬದುಕಿರುವ ಸಂಭವವಿಲ್ಲ, ಎಂದುಕೊಂಡ. ತಾನಿದ್ದ ಹರಿದ್ವಾರವಲ್ಲ ಇದು ಎಂದು ನೋಡಿದರೇ ಕಾಣುತ್ತಿತ್ತು. ಆಗ ಕೇವಲ ಕಾಲ್ನಡಿಗೆಯ, ಧರ್ಮಶಾಲೆಗಳ ಊರು. ಈಗ ತ್ರಿತಾರಾ ಹೋಟೆಲುಗಳು, ಟ್ಯಾಕ್ಸಿಗಳು, ಯಾತ್ರಾಸ್ಥಳಕ್ಕಿಂತ ಪ್ರವಾಸಿಕೇಂದ್ರವಾಗಿದೆ.

ಒಂದು ಅನುಕೂಲವಾದ ಹೋಟೆಲಿನಲ್ಲಿ ಇಳಿದು ಸ್ನಾನ ಮಾಡಿ ಧೋಬಿಗೆ ಕೊಡುವ ಬಟ್ಟೆಗಳನ್ನು ಕೊಟ್ಟು ಊಟಮುಗಿಸಿ ಸೈಕಲ್‌ರಿಕ್ಷಾ ಹಿಡಿದು ಓಂಕಾರಾಶ್ರಮಕ್ಕೆ ಹೊರಟ. ಆ ಹೆಸರು ಹೇಳಿದರೆ ರಿಕ್ಷಾದವನಿಗೆ ತಿಳಿಯುತ್ತಿಲ್ಲ. ಸಂಗೀತ ಕಲಿಸುವ ಆಶ್ರಮ ಅಂದರೂ ಗೊತ್ತಾಗುತ್ತಿಲ್ಲ. ನಾನು ದಾರಿ ತೋರುಸ್ತೀನಿ ನಡಿ, ಎಂದು ಕರೆದೊಯ್ದರೆ ನಡುವೆಬಂದ ಹೊಸ ರಸ್ತೆಗಳು ಅಡ್ಡರಸ್ತೆಗಳು ಸೇತುವೆಗಳಲ್ಲಿ ದಾರಿತಪ್ಪಿಹೋಯಿತು. ಗಂಗಾಜಿಯನ್ನು ಬಲಕ್ಕೆ ಬಿಟ್ಟುಕೊಂಡು ಊರ ಹೊರಗೆ ಎರಡುಮೈಲಿ ನಡಿ ಎಂದು ಹಳೆಯ ಗುರುತು ಹೇಳಿದ. ಆದರೆ ಊರು ಎಷ್ಟು ಬೆಳೆದಿದೆ ಎಂದರೆ ತಾನು ಎಷ್ಟೋ ಮುಂದೆ ಬಂದಿದ್ದೇನೆನ್ನಿಸಿತು. ವಿಲ್ವಪರ್ವತವು ಹಿಂಬದಿಗಿದೆ ಎಂಬ ಗುರುತು ಹೇಳಿದಮೇಲೆ

ರಿಕ್ಷಾದವನು ಹಿಂತಿರುಗಿ ಕರೆತಂದ. ತನ್ನ ಕಣ್ಣು ತಪ್ಪಿಸಿದ್ದ ಓಂಕಾರಾಶ್ರಮ ಎಂಬ ಹಳೆಯ ಬೋರ್ಡಿನ ಹಳೆಯದಾಗಿ ಮುರಿದುಬಿದ್ದಿದ್ದ ಗೇಟು ಕಾಣಿಸಿತು. ಗೇಟಿನ ಒಳಗಣ ತೋಟ ಯಾವ ಗಿಡಗಂಟೆಯೂ ಇಲ್ಲದೆ ಖಾಲಿ ಇತ್ತು. ಕಾಗದದ ಚೂರುಗಳು, ಕಸಕಡ್ಡಿಗಳು ಹರಡಿದ್ದವು. ಇನ್ನೂ ಒಳಗೆ ಹೋದರೆ ಕಟ್ಟಡಕ್ಕೆ ಸುಣ್ಣಬಣ್ಣಗಳಿಲ್ಲ. ಯಾರೂ ವಾಸಿಸುತ್ತಿಲ್ಲವೆಂಬಂತೆ ಕಂಡಿತು. ಆದರೂ ಅವನು ಹತ್ತಿರ ನಡೆದು ಬಾಗಿಲುತಟ್ಟಿದ. ತುಸು ಹೊತ್ತಿಗೆ ಒಳಗಿನಿಂದ ಸುಮಾರು ಇಪ್ಪತ್ತುವರ್ಷದ ವಿದ್ಯಾರ್ಥಿಯಂತೆ ಕಾಣುವ ಒಬ್ಬ ಹುಡುಗ ಬಾಗಿಲುತೆರೆದ. ಅವನಿಂದ ತಿಳಿದ ಮಾಹಿತಿ: ಈಗ ಇಲ್ಲಿ ಸಂಗೀತ ಕಲಿಯುವವರಿಲ್ಲ. ಕಾಲೇಜು ಓದುವ ಹತ್ತು ಜನ ಬಡವಿದ್ಯಾರ್ಥಿಗಳಿದ್ದಾರೆ. ಅವರವರ ಅಡುಗೆ ಅವರೇ ಮಾಡಿಕೊಂಡು ತಿಂತಾರೆ. ಆಶ್ರಮದ ಅಧ್ಯಕ್ಷ ನಂದಕಿಶೋರ್‌ವರ್ಮರು ವಾರಕ್ಕೊಂದು ದಿನ ಬಂದು ನೋಡಿಕೊಂಡು ಹೋಗ್ತಾರೆ. ಮೋಹನಲಾಲನಿಗೆ ನಂದಕಿಶೋರ ವರ್ಮರ ಹೆಸರಿನ ಜ್ಞಾಪಕವಾಯಿತು. ತಾನು ಇಲ್ಲಿ ವಿದ್ಯಾರ್ಥಿಯಾಗಿದ್ದಾಗ ಮೂವತ್ತು ಮೂವತ್ತೈದರ ಪ್ರಾಯದ ಅವರು ಓಂಕಾರಾಶ್ರಮ ಟ್ರಸ್ಟಿನ ಒಬ್ಬ ಸದಸ್ಯರಾಗಿದ್ದರು. ಎಲ್ಲ ನಿರ್ವಹಣೆಯು ಬಾಬಾರದ್ದಾದರೂ ಕಾಯ್ದೆಯ ಪ್ರಕಾರ ಕೆಲವು ಸದಸ್ಯರಿರಬೇಕಿತ್ತು. ವರ್ಮರು ಗಾಂಧೀಮಾರ್ಗಿ. ಖಾದಿ ಹಾಕುತ್ತಿದ್ದರು. ಕಟ್ಟಡಕ್ಕೆ ಸುಣ್ಣಬಣ್ಣ ಮಾಡಿಸುವಂಥ ಕೆಲಸಗಳಲ್ಲಿ ಬಂದು ನೆರವಾಗುತ್ತಿದ್ದರು. ಅದಕ್ಕಿಂತ ಹೆಚ್ಚಿನ ನೆನಪು ಬರಲಿಲ್ಲ. ಅವನು ಕಟ್ಟಡದ ಒಳಹೊಕ್ಕು ನೋಡಿದ. ಹಳೆಯದಾದರೂ ಗಟ್ಟಿಮುಟ್ಟಾಗಿತ್ತು. ಹದಿನೈದು ಕೋಣೆಗಳು. ಎರಡು ಅಂಗಳಗಳು. ಅಡುಗೆಮನೆ. ಹಿಂಬದಿಯಲ್ಲಿ ದೊಡ್ಡ ಖಾಲಿಜಾಗ. ಎರಡು ಮಾವಿನಮರಗಳು. ವರ್ಮರ ವಿಳಾಸ ಪಡೆದು ಅವನು ಹೊರಬಂದ.

ಎಂಭತ್ತುವರ್ಷದ ವರ್ಮರು ತಮ್ಮ ಹಳೆಯ ಮನೆಯಲ್ಲಿದ್ದರು. ಖಾದಿ ಉಡುಪು. ಗೋಡೆಯ ಹತ್ತಿರ ಈಗಲೂ ನೂಲುವುದನ್ನು ಅರ್ಧಕ್ಕೆ ನಿಲ್ಲಿಸಿದ್ದ ಚರಖವಿತ್ತು. ಕೂರಲು ನೆಲದ ಮೇಲೆ ಹಾಸಿದ್ದ ಚಾಪೆ. ನಲವತ್ತಾರು ವರ್ಷದ ಹಿಂದೆ ತಾನು ನೋಡಿದ್ದ ವ್ಯಕ್ತಿ ಇವರೇ ಎಂಬ ಮುಖದಹೋಲಿಕೆ ಅವನಿಗೆ ಸಿಕ್ಕಿತು. 'ಬಾಬಾ, ನಮಸ್ಕಾರ. ನಾನು ಓಂಕಾರಾಶ್ರಮದ ಹಳೆಯ ವಿದ್ಯಾರ್ಥಿ. ನೆನಪಿದೆಯೆ? ಹೆಸರು ಮೋಹನಲಾಲ್. ಗಾಯನವನ್ನ ವೃತ್ತಿಮಾಡಿಕೊಂಡಿದೀನಿ,' ಇವನು ಬಾಗಿ ಚರಣಸ್ಪರ್ಶ ಮಾಡಿದಾಗ ಅವರ ಮುಖದಲ್ಲಿ ಸಂಶಯ ಕಾಣಿಸಿಕೊಂಡಿತು.

'ಇಡೀ ಹಿಂದೂಸ್ಥಾನಕ್ಕೆ ಪಹಿಲಾ ನಂಬರ್ ಗಾಯಕರು ನೀವು ಅಂತ ಕೇಳಿದೀನಿ. ಅವನು ಇಷ್ಟು ದೊಡ್ಡಗಾಯಕನಾಗಿದಾನೆ. ತನ್ನ ಮಾತೃಸಂಸ್ಥೆಗೆ ಒಮ್ಮೆ ತಾನಾಗಿಯೇ ಬಂದು ಹೋಗಬಾರದಾ, ಅಂತ ಬಾಬಾ ನೆನಸಿಕೊತ್ತಿದ್ದರು. ಹೇಳದೆ ಕೇಳದೆ ಹೊರಟುಹೋದಿರಿ, ವಾಪಸು ಬಂದು ಮುಖತೋರಿಸುಕ್ಕೆ ನಾಚಿಕೆಯಾಗಿರಬಹುದು. ಈಗ ಬಂದಿರಲ್ಲ. ಆಶ್ರಮದ ಪುಣ್ಯ,' ಎಂದರು.

ಅವನು ತಾನು ಬಂದ ಉದ್ದೇಶ ಹೇಳಿದ: 'ಮುಂಬಯಿಯಲ್ಲಿದೀನಿ. ಬೇಕಾದಷ್ಟು ಸಂಪಾದನೆ ಇದೆ. ಒಂದು ಕಛೇರಿಗೆ ಎರಡುಲಕ್ಷ ಛಾರ್ಜುಮಾಡ್ತೀನಿ. ನನ್ನ ಹುಟ್ಟೂರೂ

ಹರಿದ್ವಾರವೇ. ಈಗ ಇಲ್ಲಿಗೆ ಬಂದು ನೆಲೆಸಬೇಕು ಅನ್ನುವ ಮನಸ್ಸಾಗಿದೆ. ಆಶ್ರಮವನ್ನ ಒಂದು ಸ್ಥಿತಿಗೆ ತಂದು ಉನ್ನತಮಟ್ಟದಲ್ಲಿ ಕಲಿಯುವ ಐದಾರು ಹುಡುಗರನ್ನ ಇಟ್ಟುಕೊಂಡು ಅನ್ನ ಬಟ್ಟೆಕೊಟ್ಟು ಸಂಗೀತ ಕಲಿಸಿದರೆ ಗುರು ಋಣ ತೀರಿಸಿದಂತೆ ಆಗುತ್ತೆ ಅನ್ನುವ ವಿಚಾರಬಂದಿದೆ. ಅದರ ಎಲ್ಲ ಖರ್ಚೂ ನನ್ನದು. ಕಲಿಯುವ ಸಾಮರ್ಥ್ಯ ಪ್ರತಿಭೆಗಳಿರುವ ಹುಡುಗರು ಹಿಂದೂಸ್ಥಾನದ ಯಾವ ಮೂಲೆಯವರಾದರೂ ಸರಿ, ಸೇರಿಸಿಕೊಂಡು ಕಲಿಸಬೇಕು. ಏನಂತೀರಿ?'

'ನಿಜವಾಗಿಯೂ?'

'ನನ್ನ ಮಾತು ನಂಬಿ,' ಎಂದು ಅವನು ಅವರ ಕೈಮುಟ್ಟಿದ.

'ಏನಾಯಿತು ಗೊತ್ತಾ? ಬಾಬಾ ಬದುಕಿದ್ದಾಗಲೇ ಸಂಗೀತಕಲಿಯುಕ್ಕೆ ಬರೂ ಮಕ್ಕಳ ಸಂಖ್ಯೆ ಕಮ್ಮಿಯಾಯಿತು. ಇವರದೇನಿದ್ದರೂ ದೇವರಭಜನೆ ಸಂಗೀತ ಅನ್ನುವ ಹೆಸರು ಬೆಳೆದುಬಿಡ್ತು. ಅವರೂ ತಮ್ಮ ವಿಚಾರ ಬದಲಿಸಿಕೊಳ್ಳಲಿಲ್ಲ. ಅವರು ಸತ್ತಮೇಲೆ ಉಳಿದ ಹುಡುಗರಿಗೆ ಎರಡು ಹೊತ್ತಿನ ರೊಟ್ಟಿ ಹೊಂದಿಸೂದೂ ಕಷ್ಟವಾಯಿತು. ಅವರ ಕಾಲಾನಂತರ ನನ್ನನ್ನ ಟ್ರಸ್ಟಿನ ಅಧ್ಯಕ್ಷ ಅಂತ ಮಾಡಿದರು. ಅಷ್ಟು ದೊಡ್ಡ ಜಾಗ. ಇನ್ನೂ ಗಟ್ಟಿಯಾಗಿರುವ ಕಟ್ಟಡ. ಹೊಡಕೊಬೇಕು ಅಂತ ಬಹಳ ಜನ, ರಾಜಕೀಯದೋರು, ಮಂತ್ರಿಮಹೋದಯರು, ಪ್ರಯತ್ನಪಟ್ಟರು. ಪಡ್ತಿದಾರೆ. ಅದು ಯಾರ ಕೈಗೂ ಬೀಳದಂತೆ ರಕ್ಷಿಸಿಕೊಂಡು ಬಂದಿರೂದೇ ನನ್ನ ಸಾಧನೆ. ಸಂಗೀತವರ್ಧನೆಗೆ ಅಂತ ಬಾಬಾ ಕಟ್ಟಿದ ಸಂಸ್ಥೆ. ಬೇರೆ ಉದ್ದೇಶಕ್ಕೆ ವಿನಿಯೋಗವಾಗಬಾರದು. ಸದ್ಯಕ್ಕೆ ಕಟ್ಟಡದ ಕಾವಲಿಗಿರಲಿ ಅಂತ ಹತ್ತು ಜನ ಕಾಲೇಜು ಬಡವಿದ್ಯಾರ್ಥಿಗಳನ್ನ ಹಾಕಿದೀನಿ. ನೀವು ಬಂದು ಹೊತ್ತರೆ ನನ್ನ ಭಾರ ಇಳಿಯುತ್ತೆ. ಒಂದುಕಾಸೂ ಶುಲ್ಕವಿಲ್ಲದೆ, ಉಚಿತ ಅನ್ನ ಬಟ್ಟೇನೂ ಕೊಟ್ಟು ಸಂಗೀತ ಕಲಿಸಿದರೆ ಬಾಬಾನ ಆತ್ಮಕ್ಕೆ ತೃಪ್ತಿಯಾಗುತ್ತೆ. ಎರಡುದಿನ ಇರಿ. ಉಳಿದ ಟ್ರಸ್ಟಿಗಳನ್ನ ಸೇರಿಸಿ ಮಾತಾಡ್ತೀನಿ. ಅವರೂ ಪ್ರಾಮಾಣಿಕರೇ. ಆದರೆ ನನ್ನ ಹಾಗೆ ಕೈಲಿ ಹರಿಯದವರು.'

ಅವನು ಹರಿದ್ವಾರದಲ್ಲಿ ಮೂರುದಿನ ಉಳಿದ. ಪ್ರತಿಸಂಜೆಯೂ ಹರಕಿಪೌಡಿಗೆ ಹೋಗಿ ಆರತಿಗಳನ್ನು ತೇಲಿಬಿಟ್ಟ. ಉಳಿದವರು ಬಿಟ್ಟ ಆರತಿಗಳನ್ನೂ ನೋಡುತ್ತಾ ಕುಳಿತ. ನಿಶ್ಚಲವಾಗಿ ಚಲಿಸುವ ಅವನ್ನು ನೋಡುವಾಗ ಕೆಳಗೆ ಕಾಲವು ಚಲಿಸುತ್ತಿದ್ದರೂ ಒಂದು ಸ್ವರದಮೇಲೆ ನಿಂತು ನಿಶ್ಚಲವಾಗುವ ಹೋಲಿಕೆ ಬರುತ್ತಿತ್ತು. ಇದೇ ಜಾಗದಲ್ಲಿ ತಾನು ಭಜನೆ ಹಾಡಿಕೊಂಡು ಬಿಡಿಗಾಸು ಸಂಪಾದಿಸುತ್ತಿದ್ದ ನೆನಪು ತುಂಬಿಕೊಳ್ಳುತ್ತಿತ್ತು. ಜೊತೆಗೆ ತಾಯಿಯ ನೆನಪು. ತಾಯಿ ಬದುಕಿದ್ದಾಗ ತಮ್ಮದಾಗಿದ್ದ ಝೋಪಡಿಯ ಜಾಗಕ್ಕೆ ಹೋಗಿ ನೋಡಿದ. ಅವನು ಎಣಿಸಿದಂತೆಯೇ ಆಗಿತ್ತು. ಅಲ್ಲೆಲ್ಲ ಮೂರು ಅಂತಸ್ತಿನ ಫ್ಲ್ಯಾಟ್‌ಗಳು ಬಂದಿದ್ದವು.

ರೈಲಿನಲ್ಲಿ ಕುಳಿತು ಹಿಂತಿರುಗುವಾಗ ಮನಸ್ಸು ಪ್ರಸನ್ನವಾಗಿತ್ತು. ತಾನು ನಿರೀಕ್ಷಿಸದಿದ್ದ ಅನುಕೂಲಕರ ವ್ಯವಸ್ಥೆ ತನಗೆತಾನೇ ಒದಗಿಬಂದಿತ್ತು. ಹರಿದ್ವಾರದ ಹೊರವಲಯದ ಶಾಂತವಾದ ಜಾಗದಲ್ಲಿ ನಾಲ್ಕೆಕರೆ ಭೂಮಿಯನ್ನು ಕೊಂಡು ಕಟ್ಟಡ ಕಟ್ಟಿಸಿ ಒಂದು

ಗುರುಕುಲ ನಡೆಸುತ್ತಾ ವಾಸಿಸಬೇಕೆಂಬ ಕಲ್ಪನೆಯಿಂದ ಅವನು ಬಂದಿದ್ದ. ಈಗ ತನ್ನ ಪ್ರಥಮಗುರು ಸ್ಥಾಪಿಸಿದ ಆಶ್ರಮವೇ ಅವನ ಅಧೀನಕ್ಕೆ ತನಗೆ ತಾನೆ ಬಂದಿದೆ. ಎರಡು ಮೂರು ಲಕ್ಷ ಖರ್ಚುಮಾಡಿದರೆ ಇಡೀ ಕಟ್ಟಡ ಮತ್ತು ಕಾಂಪೌಂಡುಗಳ ದುರಸ್ತಿಯಾಗುತ್ತದೆ. ಪಂಡಿತ ಮೋಹನಲಾಲರ ಉಚಿತ ಗುರುಕುಲದಲ್ಲಿ ಉನ್ನತಮಟ್ಟದ ಗಾಯನ ಕಲಿಯಬಯ ಸುವ ಅಭ್ಯರ್ಥಿಗಳು ಬರಬಹುದು ಎಂದು ಪ್ರಚಾರಕೊಟ್ಟರೆ ವಿದ್ಯಾರ್ಥಿಗಳು ಬರ್ತಾರೆ. ಕಛೇರಿಗೆ ಕರಸೋರು ನಾನು ಎಲ್ಲಿದ್ದರೂ ಕರಸ್ತಾರೆ. ವರ್ಷಕ್ಕೆ ಎರಡು ಕಛೇರಿಯ ಹಣ ದಲ್ಲಿ ಆಶ್ರಮದ ಖರ್ಚು ನೀಗುತ್ತೆ. ಇನ್ನು ಆರೇಳು ವರ್ಷದಲ್ಲಿ ನನ್ನ ಹೆಸರು ಹೇಳುವ ಆರೆಂಟು ಗಾಯಕರನ್ನು ಸೃಷ್ಟಿಸ್ತೀನಿ, ಎಂಬ ತೃಪ್ತಿ ಹುಟ್ಟಿತು. ಬಾಬಾರಂತೆ ಶುದ್ಧ ಬ್ರಹ್ಮ ಚರ್ಯದ ಬೋಧನೆ ಮಾಡುಲ್ಲ. ಹಾಗೆಂದು ಸ್ವಚ್ಛಂದಕ್ಕೂ ಆಸ್ಪದವಿರಕೂಡದು, ಎಂದು ಆಲೋಚಿಸಿದ. ತನಗೀಗ ಅರವತ್ತೈದು. ಇನ್ನು ಮುಂದಾದರೂ ಬ್ರಹ್ಮಚರ್ಯದಿಂದ ಇರಲುಸಾಧ್ಯವೆ? ಎಂದು ತನ್ನನ್ನು ತಾನು ಕೇಳಿಕೊಂಡ. ಖಚಿತ ಉತ್ತರ ತಿಳಿಯಲಿಲ್ಲ. ಅಗತ್ಯಬಿದ್ದರೆ ಏನಾದರೊಂದು ವ್ಯವಸ್ಥೆ ಮಾಡಿಕೊಳ್ಳುವುದು. ನಾನು ಆಶ್ರಮದಲ್ಲೇ ವಾಸಿಸ ದಿದ್ದರೆ ಸರಿ. ತೀರ ಹತ್ತಿರವೂ ಅಲ್ಲದ ತೀರ ದೂರವೂ ಅಲ್ಲದ ಕಡೆ ಒಂದು ಪ್ರತ್ಯೇಕ ಮನೆಮಾಡಿಕೊಂಡು ವಾಸಿಸಿದರೆ ಎಲ್ಲರಿಗೂ ಅನುಕೂಲ. ಸದಾ ಎದುರಿಗೇ ಇದ್ದರೆ ಹುಡುಗರಿಗೂ ಉಸಿರುಕಟ್ಟುತ್ತೆ, ಎಂದುಕೊಂಡ.

– ೫ –

ಹರಿದ್ವಾರದ ರೈಲುನಿಲ್ದಾಣದಲ್ಲಿ ಕೇಳಿದಾಗ ಮುಂಬಯಿ ತನಕ ಟಿಕೇಟು ಕೊಡ್ತೀವಿ. ಆದರೆ ದಿಲ್ಲಿಯ ಅನಂತರ ಜಾಗದ ಭರವಸೆ ನಾವು ಕೊಡುಕ್ಕೆ ಸಾಧ್ಯವಿಲ್ಲ. ದಿಲ್ಲಿಯಲ್ಲೇ ವಿಚಾರಿಸಬೇಕು ಎಂದರು. ಬರುವಾಗಲೂ ನಾಸಿಕದಿಂದ ಇಲ್ಲಿಯವರೆಗೆ ರೈಲು ಪ್ರಯಾಣ ವಾಗಿದೆ, ಎಂಬ ನೆನಪಾಗಿ ಈಗ ದಿಲ್ಲಿಗೆ ಮಾತ್ರ ಟಿಕೇಟು ತೆಗೆದ. ಅನಂತರ ಮುಂಬಯಿಗೆ ಒಂದಲ್ಲೊಂದು ವಿಮಾನದಲ್ಲಿ ಸಿಕ್ಕುತ್ತೆ, ಅಗತ್ಯಬಿದ್ದರೆ ರೈಲಿನಲ್ಲೂ ಪ್ರಯತ್ನಿಸಬಹುದು, ಹೇಗೂ ರಾತ್ರಿ ದಿಲ್ಲಿಯ ಯಾವುದಾದರೂ ಹೋಟೆಲಿನಲ್ಲಿ ಇಳಿಯಬೇಕು, ಎಂದುಕೊಂಡ.

ರೈಲು ಹೊರಟನಂತರ ಮನಸ್ಸು ಓಂಕಾರಾಶ್ರಮಕ್ಕೆ ಮಾಡಿಸಬೇಕಾದ ದುರಸ್ತಿಯನ್ನು ಕುರಿತು ಯೋಚಿಸತೊಡಗಿತು. ಈಗ ಇರುವ ಹತ್ತು ಕಾಲೇಜು ಹುಡುಗರು ಓದು ಮುಗಿ ಯುವ ತನಕ ಇರಲಿ, ಇನ್ನುಮೇಲೆ ಸಂಗೀತದ ಹುಡುಗರನ್ನು ಮಾತ್ರ ತೆಗೆದುಕೊಳ್ಳುವುದು ಎಂದು ನಿರ್ಧರಿಸಿಕೊಂಡ. ಅರ್ಧದೂರ ಕಳೆಯುವ ಹೊತ್ತಿಗೆ ಇದ್ದಕ್ಕಿದ್ದಂತೆಯೇ ಮನೋ ಹರಿಯ ನೆನಪುಬಂತು. ನಾಲ್ಕುವರ್ಷ ಕಳೆಯಿತಲ್ಲವೆ ಅವಳ ಜೊತೆ ಪ್ಯಾರೀಸಿಗೆ ಹೋಗಿ? ಪ್ಯಾರೀಸ್ ವಿಮಾನನಿಲ್ದಾಣದಲ್ಲಿ ಇದ್ದಕ್ಕಿದ್ದಂತೆಯೇ ಗರಮ್ ಆಗಿ ನಿನ್ನ ಚೆಕ್ ಇನ್ ನೀನು ಮಾಡಿಕೊ. ನನಗೂ ನಿನಗೂ ಇನ್ನು ಸಂಬಂಧವಿಲ್ಲ ಎಂದದ್ದು ಜ್ಞಾಪಕವಾಯಿತು.

ವಿಚಿತ್ರ ಹೆಂಗಸು ಅಂದುಕೊಳ್ಳುವಾಗ, ಅಷ್ಟು ಬಿನ್ನಾಣ ಮಾಡಿ ಸುಳಿವು ಸೂಚನೆ ಕೊಟ್ಟರೂ ನಾನು ಬೇರೆ ಕೋಣೆಯಲ್ಲುಳಿದರೆ ಸಿಟ್ಟು ಬರದೆ ಇರುತ್ತೆಯೆ? ಅವಳ ಹಾಗೆ ನಿರಾಕರಿಸಲ್ಪಟ್ಟಿದ್ದರೆ ನನಗೂ ಬರ್ತಿತ್ತು, ಎಂಬ ಸಹಾನುಭೂತಿ ಹುಟ್ಟಿತು. ಓಡುವ ರೈಲಿನ ಎರಡು ಕಡೆಗಳಲ್ಲೂ ಬೆಳೆದು ನಿಂತ ಕಬ್ಬಿನ ಸೂಲಂಗಿಗಳು ಮನಸ್ಸನ್ನು ಸಂತೈಸುತ್ತಿರುವಾಗ ಇದ್ದಕ್ಕಿದ್ದಂತೆಯೇ ದಿಲ್ಲಿಯಲ್ಲಿ ಹೇಗೂ ಉಳಿಯಬೇಕು, ಅವಳನ್ನು ಯಾಕೆ ನೋಡಬಾರದು? ಎನ್ನಿಸಿತು. ಹೋಟೆಲಿನಿಂದ ಫೋನುಮಾಡಿ, ಎಂದುಕೊಳ್ಳುವಾಗ, ಅವಳು ಕೋಪತೋರಿಸಿದರೆ ಫೋನಿನಲ್ಲಿ ಸಮಾಧಾನಪಡಿಸೂದು ಕಷ್ಟ, ಇಂಥ ಸನ್ನಿವೇಶದಲ್ಲಿ ಮುಖಾಮುಖಿಯಾಗೂದೇ ಸೂಕ್ತ, ಎಂಬ ವಿವೇಚನೆ ಕಾಣಿಸಿತು. ಅವಳು ನನ್ನನ್ನು ತಿರಸ್ಕರಿಸಬಹುದು, ಬೈಯಬಹುದು. ಏನಾಗುತ್ತೆ? ಮನಸ್ಸಿಗೆ ಹಚ್ಚಿಕೊಳ್ಳದಿದ್ದರೆ ಸರಿ, ಎಂಬ ಸಮಾಧಾನ ತನಗೆ ತಾನೇ ಹುಟ್ಟಿತು.

ಟ್ಯಾಕ್ಸಿ ಹತ್ತಿ ಅವಳ ನೃತ್ಯಶಾಲೆಗೆ ಹೋದಾಗ ರಾತ್ರಿ ಎಂಟೂವರೆಯಾಗಿತ್ತು. ಚೌಕಿದಾರ ಮೇಡಂ ಊರಿನಲ್ಲಿರಲಿಲ್ಲ. ಇವತ್ತು ಬಂದರು. ಮನೇಲಿದಾರೆ, ಎಂದ. ತಾನು ಆ ಮನೆಯನ್ನು ನೋಡಿ ಇಪ್ಪತ್ತುವರ್ಷವಾಗಿದೆ. ಇಷ್ಟರಲ್ಲಿ ಆ ಭಾಗ ಎಷ್ಟು ಬದಲಿಸಿದೆಯೊ! ಚೌಕಿದಾರನನ್ನು ಕೇಳಿ ಮನೆಯ ಫೋನ್ ಸಂಖ್ಯೆ ಮತ್ತು ವಿಳಾಸಗಳನ್ನು ತೆಗೆದುಕೊಂಡ. ಡ್ರೈವರಿನಿಗೆ ಗುರುತು ಹೇಳಿಸಿದ. ತಿರುವಿಗೆ ಬಂದಾಗ ತನಗೇ ನೆನಪು ಸ್ಪಷ್ಟವಾಯಿತು. ಗುರುತು ಸಿಕ್ಕಿತು.

ಕರೆಗಂಟೆಯೊತ್ತಿ ಬಾಗಿಲು ತೆಗೆದಾಗ ಅವಳ ಮುಖದಲ್ಲಿ ಕಂಡ ಆಶ್ಚರ್ಯವು ಇವನಿಗೆ ನಿರೀಕ್ಷಿತವಾಗಿತ್ತು. 'ಹರಿದ್ವಾರದಿಂದ ಬರ್ತಿದೀನಿ. ಸೂಟ್‌ಕೇಸು ಟ್ಯಾಕ್ಸಿಯಲ್ಲಿದೆ. ರಾತ್ರಿ ಉಳಿಯುಕ್ಕೆ ನಿನ್ನ ಮನೇಲಿ ಜಾಗವಿದ್ದರೆ ಹೇಳು. ಇಲ್ಲದಿದ್ದರೆ ಹತ್ತಿರದ ಯಾವುದಾದರೂ ಹೋಟೆಲಿನಲ್ಲಿದ್ದು ಬೆಳಗ್ಗೆ ಬಂದು ಭೇಟಿಯಾಗ್ತೀನಿ. ಬೇರೆ ಯಾವ ಕೆಲಸವೂ ಇಲ್ಲ. ಭೇಟಿಯಾಗಿ ಹೋಗಾಣ, ಬಹಳ ದಿನವಾಯ್ತು, ಅಂತ ಬಂದೆ' ಎಂದ.

ಅವಳಿಗೆ ತಕ್ಷಣ ಉತ್ತರ ಹೊಳೆಯಲಿಲ್ಲ. ಮುಖದಲ್ಲಿ ಗೊಂದಲ ಕಾಣಿಸಿತು. ಎರಡು ನಿಮಿಷದ ನಂತರ, 'ಜಾಗವಿದೆಯೇ ಅಂತ ಯಾಕೆ ಕೇಳ್ತೀರಿ? ಮನೇಲಿಟ್ಟುಕೊಳ್ಳುಕ್ಕೆ ಮನಸ್ಸಿದೆಯೇ ಅಂತ ಯಾಕೆ ಕೇಳಲಿಲ್ಲ?' ಎಂದಳು. ಅವಳ ಬಾಯಿಯಿಂದ ಬರುತ್ತಿದ್ದ ವಿಸ್ಕಿಯ ವಾಸನೆಯು ಅವನ ಮೂಗಿಗೆ ಈಗ ತಗುಲಿತು. ಅವಳ ಬುದ್ಧಿಯ ಚುರುಕು ತುಸುಕಡಮೆಯಾಗಿದೆ ಎನ್ನಿಸಿತು.

'ಎರಡರ ಅರ್ಥವೂ ಒಂದೇ. ಟ್ಯಾಕ್ಸಿಯೋನ ಎದುರಿಗೆ ವಾಗ್ವಾದಬೇಡ. ಎರಡರಲ್ಲಿ ಒಂದು ಉತ್ತರ ನೇರವಾಗಿ ಹೇಳು,' ಎಂದ.

'ನಾನು ಯಾವ ಉತ್ತರಾನೂ ಹೇಳುಲ್ಲ. ಮನಸ್ಸಿದ್ದೋರು ಸೂಟ್‌ಕೇಸ್ ಹಿಡಿದು ಒಳಗೆ ಬರಬಹುದು,' ಅವಳು ಸೆಡವಿನಿಂದಲೇ ಎಂದಳು.

ಟ್ಯಾಕ್ಸಿಯವನನ್ನು ಕಳಿಸಿ ಸೂಟ್‌ಕೇಸ್ ಹಿಡಿದು ಅವನು ಒಳಗೆಬಂದ. ಅಂಗಳದ ಗೋಡೆಗೆ ಗುರೂಜಿಯ ಫೋಟೋ ನೇತುಹಾಕಿ ಅದಕ್ಕೆ ಹಾಕಿದ್ದ ಹೂವಿನಹಾರದಿಂದ

ಅವರು ತೀರಿಕೊಂಡಿದ್ದಾರೆಂಬುದು ಇವನಿಗೆ ಅರ್ಥವಾಯಿತು. ಅವರು ಯಾವಾಗಲೂ ಕೂಡುತ್ತಿದ್ದ ಡೈವಾನ್ ಮೇಲೆ ಮನೋಹರಿ ಕುಳಿತಳು. ಎದುರಿಗಿದ್ದ ಸಣ್ಣ ಟೀಪಾಯಿಯ ಮೇಲೆ ತಳದಲ್ಲಿ ಸ್ವಲ್ಪ ಉಳಿದಿದ್ದ ವಿಸ್ಕಿಯ ಗ್ಲಾಸು. ಪಕ್ಕದ ಸಣ್ಣತಟ್ಟೆಯಲ್ಲಿ ತುಸು ನಮ್ಕೀನ್. ಅವನು ತನ್ನ ಸೂಟ್‌ಕೇಸ್‌ನ್ನು ನೆಲದ ಮೇಲಿಟ್ಟು ಒಂದು ಕುರ್ಚಿಯ ಮೇಲೆ ಕುಳಿತ. ಅವಳು ಅವನನ್ನು ನೋಡುತ್ತಾ ಕುಳಿತಳು. ಮಾತು ಹೊಳೆಯದವಳಂತೆ. ಮಾತನಾಡಲು ಏನೂ ಇಲ್ಲವೆಂಬಂತೆ. ಅವನೂ ಅವಳನ್ನು ದಿಟ್ಟಿಸುತ್ತಿದ್ದ. ಹತ್ತುನಿಮಿಷದ ನಂತರ ಅವಳೇ, 'ಸ್ವಲ್ಪ ತಗೋತಿರಾ?' ಎಂದಳು.

'ಬೇಡ.' ಅವನು ಉತ್ತರಿಸಿದ.

ಅವಳು ಮತ್ತೆ ತನ್ನೊಳಗೆ ತಾನು ಲೀನಳಾದಂತೆ ಮೌನಿಯಾದಳು. ಮೂರುನಿಮಿಷದ ನಂತರ, 'ತಗೋಳಿ, ಹೊಟ್ಟೇಲಿರೂ ವಿಷಾನ ಕಕ್ಕಬಹುದು. ಆಮೇಲೆ ನಾನು ಏನಂದೆನೋ ಗೊತ್ತಿಲ್ಲ ಅಂತ ನುಣುಚಿಕೊಳ್ಳಲೂಬಹುದು' ಎಂದಳು. ವಾಕ್ಯಗಳ ರಚನೆ ಸರಿಯಾಗಿದ್ದರೂ ಆಡಿದ ಗತಿ ನಿಧಾನ, ಅತಿನಿಧಾನವಾಗಿ ಜೋಲಾಡುತ್ತಿತ್ತು.

'ಇದು ಎಷ್ಟನೆ ಪೆಗ್?' ಅವನು ಕೇಳಿದ.

'ಬಾಟಲ್‌ನ ಎದುರಿಗೆ ಇಟ್ಟುಕೊಳ್ಳುಲ್ಲ. ಬಗ್ಗಿಸಿಕೊಂಡು ಇನ್ನಷ್ಟು ಕುಡಿಯೂ ಎಳೆತ ವಾಗುತ್ತೆ ಅಂತ. ಹಾಕ್ಕಂಡನಂತರ ಮುಚ್ಚಳ ಹಾಕಿ ಕಪಾಟಿನಲ್ಲಿಟ್ಟುಬಿಡ್ತೀನಿ.'

'ಈ ಶಿಸ್ತನ್ನ ಗುರೂಜಿಗೂ ಅನ್ವಯಿಸಿದ್ದೆ. ನಾನೂ ನೋಡಿದ್ದೆನಲ್ಲ.'

ಅವಳು ತಲೆದೂಗಿದಳು. ತುಸುಹೊತ್ತಿನ ನಂತರ ಅವನೇ, 'ನನಗೆ ಹಸಿವಾಗ್ತಿದೆ. ಏನಾದರೂ ಊಟ ಇದೆಯೋ? ಹತ್ತಿರ ಯಾವುದಾದರೂ ಹೋಟೆಲುಂಟೋ? ಹೊತ್ತು ಮೀರಿ ಅವರು ಬಾಗಿಲು ಹಾಕಿದರೆ ಕಷ್ಟ,' ಎಂದ.

ಒಂದುನಿಮಿಷದ ನಂತರ ಅವಳು, 'ಯಾವತ್ತೂ ಅನ್ನವಿಲ್ಲದೆ ಇರುಲ್ಲ ಈ ಮನೇಲಿ,' ಎಂದಳು.

ಅವನು ಎದ್ದು ಕೆಳಭಾಗದ ಶಯನಕೋಣೆಗೆ ಲಗತ್ತಿಸಿದ್ದ ಸ್ನಾನದ ಕೊಠಡಿಗೆ ಹೋಗಿ ಸ್ನಾನಮಾಡಿಬಂದ. ಅವನು ಬರುವ ವೇಳೆಗೆ ಅವಳು ಊಟದ ಕೋಣೆಯಲ್ಲಿ ಮೇಜದ ಮೇಲೆ ಎರಡು ತಟ್ಟೆಬಟ್ಟಲುಗಳನ್ನಿಟ್ಟಿದ್ದಳು. ಅಡುಗೆಯವಳು ಮಾಡಿಟ್ಟಿದ್ದ ಸಬ್ಜಿ, ದಾಲು, ರೊಟ್ಟಿಗಳನ್ನು ಬಡಿಸಿದಳು. ಹೊಟ್ಟೆಗೆ ಬಿದ್ದಮೇಲೆ ಅವಳ ಬುದ್ಧಿ ತುಸು ಸ್ತಿಮಿತ ವಾದಂತಾಯಿತು. ತಟ್ಟೆಬಟ್ಟಲುಗಳನ್ನು ತೆಗೆದಿಟ್ಟನಂತರ ಕೇಳಿದಳು: 'ಎಲ್ಲಿಗೆ ಹೋಗಿದ್ದಿರಿ? ಇದ್ದಕ್ಕಿದ್ದಂತೆಯೇ ಬಂದುಬಿಟ್ಟಿರಿ. ಏನು ಬಂದ ಕಾರಣ?'

'ಹರಿದ್ವಾರಕ್ಕೆ ಹೋಗಿದ್ದೆ. ನಾನು ಕಲಿತ ಓಂಕಾರಾಶ್ರಮವನ್ನ ವಹಿಸಿಕೊಂಡು ಅಲ್ಲೇ ನೆಲೆಸುವ ಆಲೋಚನೆಯಿಂದ.'

ಅವಳು ತಕ್ಷಣ ಕಿಲಕಿಲನೆ ನಕ್ಕಳು. ಅವನು ಕತ್ತೆತ್ತಿ ನೋಡಿದ. 'ಉದ್ದಕ್ಕೆ ಇಳಿಬಿಟ್ಟ ಬಿಳಿಗೂದಲು. ಕಾವಿ ನಿಲುವಂಗಿ, ಹಣೆ ತುಂಬ ಕುಂಕುಮ. ಜೈ ಮೋಹನಬಾಬಾ ಆಗುಕ್ಕಾ?' ಬಾಯಲ್ಲಿ ವರ್ಣಿಸಿದ ವೇಷವನ್ನು ಅಭಿನಯಿಸುತ್ತಾ ಕೇಳಿದಳು. ಇದ್ದಕ್ಕಿದ್ದಂತೆಯೇ

ವ್ಯಕ್ತವಾದ ಅವಳ ಅಭಿನಯಕೌಶಲವನ್ನು ಕಂಡ ಅವನಿಗೆ ನಗುಬಂತು. ಆದರೆ ಅಷ್ಟರಲ್ಲಿ ಅವಳು ಪುನಃ ಗಂಭೀರಳಾದಳು. ಮುಖದಲ್ಲಿ ನಿದ್ರೆ ಎಳೆಯುತ್ತಿತ್ತು. ಅವನು ಎದ್ದು ಸಿಂಕಿಗೆ ಹೋಗಿ ಕೈತೊಳೆದ. ಯಾವ ಮಾತನ್ನೂ ಆಡದೆ ಅವಳು ಅವನ ಸೂಟ್‌ಕೇಸನ್ನು ಎತ್ತಿಕೊಂಡು ಮಹಡಿ ಹತ್ತಿದಳು. ಅವನು ಅವಳನ್ನು ಹಿಂಬಾಲಿಸಿದ. ಮೇಲಿನ ಕೋಣೆ ಅವನಿಗೆ ಗೊತ್ತಿದ್ದುದೇ. ದೊಡ್ಡ ಮಂಚದ ಒಂದು ಬದಿಗೆ ಸೂಟ್‌ಕೇಸನ್ನಿಟ್ಟ ಅವಳು ಅದರಮೇಲೆ ಕುಸಿದವಳಂತೆ ಕುಳಿತಳು. ಎರಡು ನಿಮಿಷದ ನಂತರ ಮಲಗಿಬಿಟ್ಟಳು. ಅವನಿಗೆ ಗೊಂದಲವಾಯಿತು. ಪಾನೀಯ ತುಸು ಜಾಸ್ತಿಯಾಗಿದೆ. ಹೀಗೆ ಕುಸಿದು ಮಲಗಿದಾಳೆ. ಮೂರುನಾಲ್ಕು ಗಂಟೆಗಳ ನಂತರ ಸರಿಯಾಗ್ತಾಳೆ. ಆದರೆ ತಾನು ಎಲ್ಲಿ ಮಲಗೂದು? ಮೇಲೆ ಇರುವ ಎರಡುಕೋಣೆಗಳಲ್ಲಿ ಇದೊಂದರಲ್ಲೇ ಒಳ್ಳೆಯ ಮಂಚ ಹಾಸಿಗೆ ಇರುವುದು. ಇನ್ನೊಂದರಲ್ಲಿರುವುದು ಡ್ರೈವಾನು. ತನ್ನ ಕೈಪೆಟ್ಟಿಗೆಯನ್ನು ಇಲ್ಲಿಗೆ ತಂದುಕೊಟ್ಟು ಮಲಗಲು ಹೇಳಿ ತಾನು ಕೆಳಗಿಳಿದು ಅಲ್ಲಿರುವ ದೊಡ್ಡ ಶಯನಕೋಣೆಯಲ್ಲಿ ಮಲಗುವ ಉದ್ದೇಶ ಅವಳಿಗಿತ್ತೆ? ಅಥವಾ ನನ್ನೊಡನೆ ಮಲಗುವ ಮನಸ್ಸಿನಿಂದ ಬಂದಳೆ? ಆದರೆ ಹಾಗೆ ಮಾಡಿದರೆ ಬೆಳಗ್ಗೆ ಎಚ್ಚರವಾದಾಗ ಅವಳಿಗೆ ನೋವಾಗಬಹುದೆ? ಎಂಬ ಆಲೋಚನೆ ಹುಟ್ಟಿತು. ಪೆಟ್ಟಿಗೆಯನ್ನು ತೆಗೆದಿಟ್ಟು ಅವಳನ್ನು ಗೋಡೆಯ ಕಡೆಗೆ ಸರಿಸಿ ತಾನು ಪಕ್ಕದಲ್ಲಿ ಮಲಗಿ ಹೊದಿಕೆಯನ್ನು ಅವಳಿಗೂ ಹೊದಿಸಿಕೊಂಡ. ಅವಳು ಮತ್ತಿನ ನಿದ್ರೆಯಲ್ಲಿ ಹಗುರವಾಗಿ ಗೊರಕೆ ಹೊಡೆಯತೊಡಗಿದಳು. ವಿಸ್ಕಿಯ ವಾಸನೆ. ತಾನು ಬರುವ ಮೊದಲೇ ಕುಡಿದಿದ್ದಳು. ದಿನವೂ ಇಷ್ಟು ಕುಡಿಯುತ್ತಾಳೆಯೆ? ಒಂಟಿಯಾಗಿರುವವರು ಹೀಗೆ ಕುಡಿಯುವುದು ಒಳ್ಳೆಯದಲ್ಲವೆನ್ನಿಸಿ ಆತಂಕವಾಯಿತು. ಕಿಟಕಿಯ ಫರದೆಯ ಮೂಲಕ ಒಳಗೆ ಪ್ರವೇಶಿಸಿದ ಬೀದಿಯ ದೀಪದಲ್ಲಿ ಅವಳ ಮುಖವನ್ನು ನೋಡಿದ. ಅಸಹಾಯಕಳಾಗಿ ಉಸಿರಾಡುತ್ತಿರುವವಳಂತೆ ಕಾಣಿಸಿತು. ಕನಿಕರಹುಟ್ಟಿತು. ತಾನು ಪಕ್ಕಕ್ಕೆ ಹೊರಳಿ ಅವಳ ಮೇಲೆ ತೋಳುಹಾಕಿದ. ಅದು ಅವಳ ಅರಿವಿಗೆ ಬರಲಿಲ್ಲ. ತನ್ನ ಪಾಡಿಗೆ ತಾನು ಉಸುಗುಟ್ಟುವ ಉಸಿರಾಡುತ್ತಿದ್ದಳು. ತುಸುಹೊತ್ತಿನಲ್ಲಿ ಅವನಿಗೂ ನಿದ್ರೆಬಂತು.

ಎಚ್ಚರವಾದಾಗ ರಾತ್ರಿ ಕಳೆದಿರುವ ಭಾವ ಉಂಟಾಯಿತು. ತಾನು ಈಗ ಎಲ್ಲಿದ್ದೀನೆಂಬ ಅರಿವಾಗಲು ಎರಡುನಿಮಿಷವಾಯಿತು. ಅವಳಿನ್ನೂ ತನ್ನ ಆ ಪಕ್ಕದಲ್ಲಿ ಮಲಗಿದ್ದಾಳೆ ಎಂಬ ಅರಿವು ಸ್ಪರ್ಶಸಂಪರ್ಕವಿಲ್ಲದೆಯೇ ಉಂಟಾಯಿತು. ಶಬ್ದವಾಗದಂತೆ ಹೊರಳಿ ನೋಡಿದ. ಅವಳಿಗೆ ಎಚ್ಚರವಾಗಿದೆ ಎನ್ನಿಸಿತು. ಅವಳೇ ಮಾತನಾಡಿದಳು: 'ನಿನಗೆ ಎಚ್ಚರ ವಾದದ್ದು ನಿನ್ನ ಉಸಿರಿನಿಂದಲೇ ಗೊತ್ತಾಯಿತು.'

'ನಿನಗೆ ಎಚ್ಚರವಾಗಿ ಎಷ್ಟು ಹೊತ್ತಾಯಿತು?'

'ಆಗಿರಬಹುದು ಅರ್ಧಮುಕ್ಕಾಲುಗಂಟೆ.'

ಅವನು ಅವಳ ಕೈಹಿಡಿದುಕೊಂಡ. ಅವಳು ಯಾವ ಪ್ರತಿಕ್ರಿಯೆಯೂ ಇಲ್ಲದೆ ಸುಮ್ಮನಿದ್ದಳು. ಒಂದುನಿಮಿಷದ ನಂತರ ಅವನು ತನ್ನ ಕೈಯನ್ನು ಹಿಂದೆ ತೆಗೆದುಕೊಂಡ. ಅವಳು ಸುಮ್ಮನಿದ್ದಳು. ಅವನೇ, 'ಎಲ್ಲಿ ಮಲಗಬೇಕು ಅಂತ ನನಗೆ ಗೊತ್ತಾಗಲಿಲ್ಲ.

ಅಮಲಿನಲ್ಲಿ ನಿನಗೆ ಪ್ರಜ್ಞೆ ಇಲ್ಲದಾಗ ನಿನ್ನ ಜೊತೆ ಸೇರಬೇಕು ಅಂತ ನನ್ನ ಉದ್ದೇಶ ಇರಲಿಲ್ಲ.' ಅವಳು ಈಗಲೂ ಮಾತನಾಡಲಿಲ್ಲ. 'ನಾನು ಆ ರೂಮಿಗೆ ಹೋಗಿ ಡೈವಾನ್‌ಮೇಲೆ ಮಲಗ್ತೀನಿ' ಎಂದು ಅವನು ಎದ್ದುಕೂತ.

'ನನಗೆ ಅವಮಾನಮಾಡಬೇಕು ಅಂತ ಎದ್ದು ಹೋಗ್ತಿದೀಯಾ?' ಅವಳು ಅವನ ತೋಳುಹಿಡಿದುಕೊಂಡಳು.

ರಾತ್ರಿ.....ಎಂದು ಅವನು ಹೇಳಹೊರಟ. ಅವಳೇ, 'ನನಗೆ ಅಸ್ಪಷ್ಟವಾಗಿ ನೆನಪಿಗೆ ಬರ್ತಿದೆ. ನೀನು ಟ್ಯಾಕ್ಸಿಯಲ್ಲಿ ಬಂದದ್ದು. ನಾನು ಊಟಕ್ಕೆ ಬಡಿಸಿದ್ದು. ನಾನು ಕರೆಯಲಿಲ್ಲ. ನೀನಾಗಿ ಬಂದೆ, ಸೂಟ್‌ಕೇಸು ಕೈಲಿ ಹಿಡಿದು. ಅಲ್ಲವೆ?'

'ಹೌದು.' ಅವನು ಒಪ್ಪಿಕೊಂಡ.

'ಯಾಕೆ ಕೂತಿದೀಯ? ಮಲಗು. ಇನ್ನೂ ಬೆಳಗಿನ ಜಾವ,' ಅವಳು ಅವನ ತೋಳುಹಿಡಿದು ಎಳೆದಳು.

'ದಿನಾ ಇಷ್ಟು ಕುಡೀತೀಯಾ?' ಅವಳ ಹಣೆಯಮೇಲೆ ಕೈಹಾಕಿ ಅವನು ಕೇಳಿದ.

'ಒಂದೇ ಒಂದು ಪೆಗ್.'

'ಮೊದಲು ಅಷ್ಟೂ ಇರಲಿಲ್ಲ ಅಲ್ಲವೆ? ಗುರೂಜಿಗೆ ಮಾತ್ರ ಕೊಡ್ತಿದ್ದೆ.'

'ಅವರು ಹೋದಮೇಲೆ ಆ ಕೋಟವನ್ನ ನಾನು ತಗೋಬೇಕು ಅನ್ನಿಸಿತು. ಇಲ್ಲದಿದ್ದರೆ ಅವರನ್ನ ನೆನಸಿಕೊಳ್ಳೂದು ಹೇಗೆ?'

'ನೆನ್ನೆ ಯಾಕೆ ಅಷ್ಟೊಂದು ಕುಡಿದೆ?'

'ಹೈದರಾಬಾದಿನಿಂದ ವಾಪಸುಬಂದೆ. ಅಮ್ಮನ ಕ್ರಿಯಾಕರ್ಮಮುಗಿಸಿ. ಸ್ವಲ್ಪ ಜಾಸ್ತಿ ತಗೋಬೇಕು ಅನ್ನಿಸಿತು.'

ಇಪ್ಪತ್ತುವರ್ಷಗಳ ಹಿಂದೆ ತನಗೆ ತಿಳಿದಿದ್ದ ಸಂಗತಿ: ತಾಯಿಗೂ ಮಗಳಿಗೂ ಹೆಚ್ಚು ಸಂಪರ್ಕವಿರಲಿಲ್ಲ. ಈ ಮುದುಕನನ್ನು ಮದುವೆಯಾದದ್ದನ್ನು ಅವಳು ಕ್ಷಮಿಸಿರಲಿಲ್ಲ. ದಿಲ್ಲಿಯನ್ನು ಬಿಟ್ಟು ಮಗನ ಜೊತೆ ಹೈದರಾಬಾದಿಗೆ ಹೊರಟುಹೋಗಿದ್ದಳು. ಇತ್ತೀಚೆಗೆ ರಾಜಿ ಆಗಿದ್ದಿರಬಹುದು. 'ಮತ್ತೆ ಅಮ್ಮನ ಸಂಪರ್ಕವೇರ್ಪಟ್ಟದ್ದು ಯಾವಾಗ?' ಕೇಳಿದ.

'ಆಗಲೇ ಇಲ್ಲ. ನನ್ನ ಅಮ್ಮ ಇಷ್ಟು ಹಟಮಾರಿ ಅಂತ ನನಗೇ ಗೊತ್ತಿರಲಿಲ್ಲ. ತನ್ನ ಅಪ್ಪನ ಅಂದರೆ ನನ್ನಮ್ಮನ ಅಪ್ಪನ ವಯಸ್ಸಿನ ಗುರುವನ್ನ ಮಗಳು ಮದುವೆಯಾದದ್ದನ್ನ ಅವಳು ಕ್ಷಮಿಸಲೇ ಇಲ್ಲ. ಸತ್ತಾಗ ತಮ್ಮ ನನ್ನ ನಂಬರ್ ಪತ್ತೆಹಚ್ಚಿ ಫೋನುಮಾಡಿದ. ಅಷ್ಟರಲ್ಲಿ ಗುರೂಜಿ ಸತ್ತುಹೋಗಿದ್ದರು. ನಾನೂ ಒಂಟಿಯಾಗಿದ್ದೆ. ಹತ್ತನೆದಿನದ ಕ್ರಿಯಾಕರ್ಮಕ್ಕೆ ಹೋಗಬೇಕು ಅನ್ನಿಸಿತು. ಹೋದೆ. ನೆನ್ನೆ ವಾಪಸು ಬಂದಮೇಲೆ ಈ ಮನೆಯ ಒಳಗೆಲ್ಲ ತಡೆಯಲಾರದಷ್ಟು ಭಣಭಣ ಕಾಣಿಸಿಕೊಂಡಿತು. ತುಸು ಜಾಸ್ತಿ ಕುಡಿಯದಿದ್ದರೆ ತಡೆಯುಕ್ಕೆ ಸಾಧ್ಯವಿಲ್ಲ ಅನ್ನಿಸಿತು.'

ಅವನು ಅವಳ ಮುಖವನ್ನೇ ನೋಡುತ್ತಿದ್ದ. ಅವಳ ಕಣ್ಣುಗಳು ಛಾವಣಿಯ ಕಡೆ ಗಿದ್ದವು. ಏನಾದರೂ ಆಡಿ ಮಾತನ್ನು ಮುಂದುವರೆಸಲೆಂಬಂತೆ ಅವನು ಕೇಳಿದ: 'ನಾನು

ಅರ್ಧಗಂಟೆ ಮೊದಲು ಬಂದಿದ್ದರೆ ನೀನು ಇಷ್ಟು ಕುಡೀತಿರಲಿಲ್ಲ ಅಲ್ಲವೆ?'

'ನಾನೆ?' ಭಾವಣೆಯನ್ನು ನೋಡುತ್ತಿದ್ದ ಅವಳ ಕಣ್ಣುಗಳು ಉತ್ತರವನ್ನು ಹುಡುಕ ತೊಡಗಿದವು. ಎರಡುನಿಮಿಷವಾದರೂ ಉತ್ತರ ಹೊಳೆಯಲಿಲ್ಲ. ಅನಂತರ ನಾಲಗೆಯು ಏನೋ ನುಡಿಯಹೊರಟಿತು; ಆದರೆ ತಕ್ಷಣ ನಿಂತುಹೋಯಿತು. ಮತ್ತೆ ಎರಡುನಿಮಿಷದ ನಂತರ, 'ಅಮಲೇರುವ ಮೊದಲು ಬಂದಿದ್ದರೆ ನಿನ್ನನ್ನ ಟ್ಯಾಕ್ಸಿಯೋನ ಎದುರಿಗೆ ಕೆಟ್ಟಕೆಟ್ಟದ್ದಾಗಿ ಬೈಯ್ತಿದ್ದೆನೇನೋ! ನೀನು ಮತ್ತೆ ಇವಳ ಮುಖ ನೋಡುಲ್ಲ ಅಂತ ಆಣೆ ಹಾಕಿಕೊಂಡು ಹೋಗಿರ್ತಿದ್ದೆಯೋ ಏನೋ!'

ಈಗ ಅವನು ಗಂಭೀರನಾದ. ಮನಸ್ಸು ಕಸಿವಿಸಿಯಾಯಿತು. ಎದ್ದು ಮಂಚದಿಂದ ತುಸು ದೂರದಲ್ಲಿ ಒಂದು ಕುರ್ಚಿ ಎಳೆದುಕೊಂಡು ಕೂತು ಮಾತನಾಡುವ ಮನಸ್ಸಾಯಿತು. ಆದರೆ ದೂರ ಹೊರಟುಹೋಗುವ ಆಲೋಚನೆ ಬರಲಿಲ್ಲ. ಅವಳು ಭಾವಣೆಯನ್ನೇ ನೋಡುತ್ತಿದ್ದಾಳೆ. ಕ್ಷಣದ ಶತಾಂಶಕೂಡ ಕಿರುಗಣ್ಣನ್ನೂ ತನ್ನ ಕಡೆಗೆ ಹೊರಳಿಸಿಲ್ಲ. ಅವಳ ಮುಖದಲ್ಲಿ ಹಟಕಾಣಿಸುತ್ತಿಲ್ಲ. ಕಣ್ಣುಗಳಲ್ಲಿ ಸಂಪೂರ್ಣ ರಕ್ತಹೀನತೆ ಇದೆ. ಅವನು ಹಾಗೆಯೇ ಅವಳನ್ನು ನೋಡುತ್ತಿದ್ದ. ಎಷ್ಟೋ ಹೊತ್ತಿನನಂತರ ಅವನಿಗೆ ಅವಳಲ್ಲಿ ಇದ್ದಕ್ಕಿದ್ದಂತೆಯೇ ಕನಿಕರಹುಟ್ಟಿತು. ಅನುಕಂಪ ಒಸರಿತು. ಬಲಗೈಯನ್ನು ಅವಳಮೇಲೆ ಹಾಕಿದ. ಅವಳು ಸುಮ್ಮನಿದ್ದಳು. ಅವಳನ್ನು ತನ್ನ ಕಡೆಗೆ ತಿರುಗಿಸಿಕೊಳ್ಳುವಂತೆ ಎಳೆದ. ಅವಳು ಅಲುಗಲಿಲ್ಲ. ಎರಡು ಕೈಗಳನ್ನೂ ಹಾಕಿ ತನ್ನ ಬಲವನ್ನೆಲ್ಲ ಬಿಟ್ಟು ಮತ್ತೊಮ್ಮೆ ಎಳೆದು ತಬ್ಬಿಕೊಂಡ. ಛೀ ಎಂಬಂತೆ ಅವಳು ಮುಖದ ತುಂಬ ಅಸಹ್ಯವನ್ನು ಹಿಂಡಿದಳು. ಅದು ತನಗೆ ಅನ್ವಯಿಸುವುದಿಲ್ಲವೆಂಬಂತೆ ಅವನು ತನ್ನ ತೋಳುಗಳನ್ನು ಇನ್ನಷ್ಟು ಬಿಗಿಮಾಡಿ ಅವಳ ಮುಖವನ್ನು ತನ್ನದೆಗೆ ಒತ್ತಿಹಿಡಿದುಕೊಂಡ. ಅವಳು ವಿರೋಧಿಸಲಿಲ್ಲ. ಅವನು ಅವಳ ತಲೆಯನ್ನು ಬಲಗೈಯಿಂದ ತಟ್ಟಿದ. ಇದ್ದಕ್ಕಿದ್ದಂತೆಯೇ ಅವಳು ಅಳತೊಡಗಿದಳು. ಅವನು ಅವಳ ನೆತ್ತಿ ಬೆನ್ನುಗಳನ್ನು ಸವರಿದ. ಸವರಿದಂತೆ ಅವಳ ಅಳು ಉಕ್ಕಿ ಉಕ್ಕಿ ಶರೀರವು ನಡುಗತೊಡಗಿತು. ಅವನ ಎದೆ ಸಂಪೂರ್ಣವಾಗಿ ನೆನೆದುಹೋಯಿತು.

'ಅಮ್ಮನಿಗೆ ನೀನು ಅಂದರೆ ತುಂಬ ಪ್ರೀತಿ ಇದ್ದಿರಬೇಕು?' ಅವನು ಕೇಳಿದ.

'ಸಾಯುವತನಕ ನನ್ನನ್ನ ದೂರಮಾಡಿದ್ದಳು. ಕಟುಕಿ ಅಂತ ನಾನು ತಿಳಿದಿದ್ದೆ. ಕಾಠಿಣ್ಯ ಬರೀ ಸಂಚಾರಿಭಾವ. ಪ್ರೀತಿಯೇ ಅವಳ ಸ್ಥಾಯಿಭಾವ ಅಂತ ಈಗ ಗೊತ್ತಾಗ್ತಿದೆ,' ಎಂದನಂತರ ಅವಳ ಅಳು ತುಸು ನಿಯಂತ್ರಣಕ್ಕೆ ಬಂತು. ಅವನು ಅವಳ ಬೆನ್ನನ್ನು ತಟ್ಟುತ್ತಿದ್ದ. ಅವಳು ಹಾಗೆಯೇ ಮತ್ತೆ ನಿದ್ರೆಹೋದಳು. ಸ್ವಲ್ಪಹೊತ್ತಿಗೆ ಅವನಿಗೂ ನಿದ್ರೆಬಂತು.

ಅವನಿಗೆ ಎಚ್ಚರವಾದಾಗ ಹೊತ್ತು ಹುಟ್ಟಿತ್ತು. ಅವಳು ಎದ್ದುಹೋಗಿದ್ದಳು. ಅವನು ಎದ್ದು ಮೇಲಿನ ಸ್ನಾನದ ಕೊಠಡಿಯಲ್ಲಿ ಮುಖಕ್ಷೌರ, ಸ್ನಾನಗಳನ್ನು ಮಾಡಿ ಕೆಳಗಿಳಿಯುವ ಹೊತ್ತಿಗೆ ಅವಳು ಅಡುಗೆಮನೆಯಲ್ಲಿದ್ದಳು. ಕೆಳಗಿನ ಅಂಗಳದ ಡ್ರೈವಾನಿನ ಗೋಡೆಯ ಮೇಲಿದ್ದ ಗುರೂಜಿಯ ಪಟ ಕಾಣೆಯಾಗಿತ್ತು. ಅದರ ಜಾಗದಲ್ಲೊಂದು ಕೃಷ್ಣನ ಪಟ. ಅವಳು ಯಾಕೆ ಬದಲಾಯಿಸಿದಳೆಂದು ಅವನು ಕೇಳಲಿಲ್ಲ. ಅವನಿಗೆ ಕಾರ್ನ್‌ಫ್ಲೇಕ್ಸ್,

ಸೇಬು ಚಹಾಗಳನ್ನು ಕೊಟ್ಟು ತಾನೂ ತೆಗೆದುಕೊಂಡನಂತರ, 'ನಾನು ಎರಡುತಾಸು ನೃತ್ಯಶಾಲೆಗೆ ಹೋಗಿಬರ್ತೀನಿ. ನೀನು ಇಲ್ಲೇ ಇದ್ದು ವಿಶ್ರಾಂತಿ ತಗೊ.'

ತನ್ನ ಮುಂದಿನ ಪ್ರಯಾಣದ ವಿಷಯ ಮಾತನಾಡಲು ಅವನಿಗೆ ಮನಸ್ಸುಬರಲಿಲ್ಲ. ತಾನು ಮುಂಬಯಿಬಿಟ್ಟು ಆಗಲೆ ಹದಿನೈದುದಿನವಾಗಿದೆ, ಇಂಥದೇ ಕೆಲಸ ಅಂತ ಅಲ್ಲ ದಿದ್ದರೂ ಯಾರಾದರೂ ಕಾರ್ಯಕ್ರಮದವರು ಕಾಯುತ್ತಿರಬಹುದು. ಆದರೂ ಅವನು ಸುಮ್ಮನೆ ಒಪ್ಪಿಕೊಂಡ.

ನೃತ್ಯಶಾಲೆಗೆ ಹೋದ ಅವಳು ಬೇಗ ಹಿಂತಿರುಗಿದಳು. 'ಇಷ್ಟು ಬೇಗ ಬಂದೆ ಅಂತ ಆಶ್ಚರ್ಯವೆ? ಯಾವ ಖರ್ಚು ಪ್ರಯತ್ನವೂ ಇಲ್ಲದೆ ನೀನಾಗಿಯೇ ದಯಮಾಡಿದೀಯ. ಒಂದಿಷ್ಟು ಸಂಗೀತ ಯಾಕೆ ಕೇಳಬಾರದು? ಅನ್ನಿಸಿತು. ಹೊರಟುಬಂದೆ. ಮೇಲಿನ ಕೋಣೆಗೆ ಹೋಗಾಣ. ಇಲ್ಲಿ ಇನ್ನು ಸ್ವಲ್ಪಹೊತ್ತಿಗೆ ಅಡುಗೆಯೋಳು ಬರ್ತಾಳೆ. ಸದ್ದುಗದ್ದಲ ಒಗ್ಗರಣೆಯ ವಾಸನೆ ಇರುತ್ತೆ.' ಎಂದು ಒಂದು ತಂಬೂರಿಯನ್ನು ತೆಗೆದು ಅವನ ಕೈಗೆ ಕೊಟ್ಟು, 'ಮೇಲಕ್ಕೆ ಒಯ್ಯಿ. ನಾನು ತಬಲಾ ತರ್ತೀನಿ' ಎಂದಳು. ಮೇಲೆ ಡೈವಾನ್ ಇದ್ದ ಕೋಣೆಯ ನೆಲಕ್ಕೆ ಜಮಖಾನೆ ಹಾಸಿತ್ತು. ಅದರ ಮೇಲೆ ಒಂದು ದಪ್ಪ ಖದ್ದರ್ ಹರಡಿ ಅವನನ್ನು ಕೂರಿಸಿ ಹೇಳಿದಳು. 'ಇನ್ನೂ ಬೆಳಗಿನಜಾವ ಅಂತ ತಿಳಕೊಂಡು ಒಂದು ರಾಗ ಹಾಡು. ಶಾಂತಿ ಇರುವಂಥದು.' ಎಂದವಳು, 'ತಬಲಾ ತಂದೆನಲ್ಲ, ನಾನು ಹಿಡಿ ಯುಲ್ಲ. ಅದರಲ್ಲಿ ತೊಡಗಿದರೆ ಧ್ಯಾನದಿಂದ ನಿನ್ನ ಸ್ವರವಿಸ್ತಾರ ಕೇಳೂದು ಊನವಾಗುತ್ತೆ. ನಿನಗ್ಯಾಕೆಬೇಕು ತಬಲದ ಹಂಗು? ನನ್ನ ಲಯಕ್ಕೂ ನಿನ್ನ ಲಯಕ್ಕೂ ಹೊಂದುಲ್ಲಬೇರೆ,' ಎಂದಳು.

ಅವನು ಬೈರಾಗಿ ಭೈರವದ ಸ್ವರಗಳನ್ನು ಹೊಮ್ಮಿಸಿದ. ತುಸುಹೊತ್ತಿಗೆ ಅವಳು ಸಂಪೂರ್ಣವಾಗಿ ಕಣ್ಣುಮುಚ್ಚಿ ಕೇಳತೊಡಗಿದಳು. ನಿರ್ಲಿಪ್ತಿ, ವೈರಾಗ್ಯಗಳಿಂದ ಲಭಿಸುವ ಶಾಂತಿಯನ್ನು ಪಡೆದವಳಷ್ಟು ಪ್ರಸನ್ನವಾಯಿತು ಅವಳ ಮುಖ. ಚಿತ್ತದ ನಿಶ್ಚಲತೆ ಸಾಧಿಸಿ ದಂತಹ ಭಾವ. ಅವನು ತಬಲದ ಅವಲಂಬನೆ ಇಲ್ಲದ ಶುದ್ಧ ಸ್ವರವಿಸ್ತಾರ ಮಾಡುತ್ತಿದ್ದ. ಮಂದ್ರಕ್ಕೆ ಇಳಿದಾಗಲಂತೂ ಶುದ್ಧ ಧ್ಯಾನದಭಾವ ಮಡುಗಟ್ಟುತ್ತಿತ್ತು. ಅವಳು ಮುಚ್ಚಿದ ಕಣ್ಣುಗಳನ್ನು ತೆರೆಯಲಿಲ್ಲ. ಅವಳಿಗೆ ಬೇಕಾದುದೇನೆಂದು ಅವನಿಗೆ ಅರ್ಥವಾಯಿತು. ಬೈರಾಗಿ ಭೈರವವನ್ನೇ ಓಂಕಾರದ ಶೈಲಿಗೆ ತಿರುಗಿಸಿದ. ಇದು ಆಸಾವರಿಯ ಓಂಕಾರಕ್ಕಿಂತ ಭಿನ್ನವಾಗಿ ಆತ್ಮವಿಮರ್ಶೆ, ಆತ್ಮನಿವೇದನೆಗಳ ನೋವಿಲ್ಲದೆ ಶುದ್ಧಶಾಂತಿಯನ್ನು ಪ್ರಸರಿಸುವ ಗರ್ಭಗುಡಿಯೊಳಗಣ ಮೊಳಗಿನಂತಾಯಿತು. ಈ ರಾಗದಲ್ಲಿಯೂ ಒಂದು ಓಂಕಾರದ ಆಲಾಪವನ್ನು ತಯಾರು ಮಾಡಬಹುದೆಂಬ ಕಲ್ಪನೆ ಅವನಲ್ಲಿ ಮೂಡಿತು. ರಾಗದ ಸಂಧಿಸ್ಥಾನಗಳನ್ನು ಹುಡುಕಿ ಹುಡುಕಿ ವಿನ್ಯಾಸಗೊಳಿಸತೊಡಗಿದ.

ಮುಗಿಸುವ ವೇಳೆಗೆ ಒಂದೂಕಾಲುಗಂಟೆ ಕಳೆದಿತ್ತು. ಅವನು ಹಾಡುವುದನ್ನು ನಿಲ್ಲಿಸಿದರೂ ತಂಬೂರಿಯ ಮಿಡಿತವನ್ನು ನಿಲ್ಲಿಸಲಿಲ್ಲ. ಇನ್ನೂ ಎಷ್ಟೋ ಹೊತ್ತು ಅವಳು ಕಣ್ಣುಮುಚ್ಚಿಯೇ ಕುಳಿತಿದ್ದಳು. ಅನಂತರ ಇದ್ದಕ್ಕಿದ್ದಂತೆಯೇ ಕಣ್ಣು ತೆರೆದು ಎದ್ದುನಿಂತು,

'ತಂಬೂರಿ ನಿಲ್ಲಿಸಬೇಡ. ನಾನು ಇದೀಗ ಬರ್ತೀನಿ' ಎಂದು ಸರಸರನೆ ಕೆಳಗಿಳಿದುಹೋದಳು. ಒಂದೇನಿಮಿಷದಲ್ಲಿ ಮೇಲೆ ಬಂದಾಗ ಸೀರೆಯನ್ನು ಬದಲಿಸಿ ಸಲ್ವಾರ್ ಕಮೀಜ್ ಹಾಕಿದ್ದಳು. ಬಲಗೈಯಲ್ಲಿ ಗೆಜ್ಜೆಯ ಸರಗಳಿದ್ದವು. 'ತಂಬೂರಿ ನಿಲ್ಲಿಸಬೇಡ. ಬೈರಾಗಿ ಭೈರವದಲ್ಲೇ ವಿಲಂಬಿತ ತೀನ್‌ತಾಲದ ಲೆಹರಾ ಕೊಡು. ಸ್ವಲ್ಪ ಕುಣಿಯಬೇಕು ಅನ್ನಿಸ್ತಿದೆ,' ಎಂದು ನೆಲದಮೇಲೆ ಕೂತು ಎರಡುಕಾಲುಗಳಿಗೂ ಗೆಜ್ಜೆಯ ಸರಗಳನ್ನು ಕಟ್ಟಿಕೊಂಡಳು. ಅವನು ಲೆಹರಾ ಕೊಟ್ಟು ಬಲಗೈಯಿಂದ ಸಮ್ ತೋರಿಸತೊಡಗಿದ. ಅವಳು ಕುಣಿತದಿಂದ ಪ್ರಾರಂಭಿಸಿದಳು. ಆದರೆ ಬಹುಬೇಗ ಅಭಿನಯವನ್ನಾರಂಭಿಸಿದಳು. ಅವನು ಹಾಡಿದ ಸ್ವರವಿಸ್ತಾರದ ಭಾವಗಳನ್ನೆಲ್ಲ ಅಭಿನಯದಲ್ಲಿ ವ್ಯಕ್ತಪಡಿಸುವಂತೆ, ನೃತ್ತಕ್ಕಿಂತ ಲಾಸ್ಯವೇ ಮುಖ್ಯವೆನ್ನುವಂತೆ ತೋರಿಸತೊಡಗಿದಳು. ಅವನು ಅವಳ ಅಂಗಾಭಿನಯ ಮತ್ತು ಮುಖದ ಭಾವಾಭಿನಯಗಳನ್ನೇ ನೋಡುತ್ತಿದ್ದ. ಅನಂತರ ಅವಳು ತುಸು ನೃತ್ತ ಮಾಡಿದಳು.

ಅದನ್ನು ನಿಲ್ಲಿಸಿದ ನಂತರ ಅವನೆದುರಿಗೆ ಕೂತು ಹೇಳಿದಳು, 'ಬೈರಾಗಿ ಭೈರವವನ್ನ ಅಭಿನಯಿಸಬೇಕು ಅಂತ ನಾನು ಹೊರಡಲಿಲ್ಲ. ನಿನ್ನ ಬೈರಾಗಿ ಭೈರವದಿಂದ ಏನಾದರೂ ಕುಣಿಯಬೇಕು ಅನ್ನಿಸಿತು. ಗೆಜ್ಜೆ ಕಟ್ಟಿಕೊಂಡೆ. ಇಲ್ಲದಿದ್ದರೆ ನಿನ್ನ ರಾಗವು ಸೃಷ್ಟಿಸಿದ ಶಾಂತಿ ನನಗೆ ಅಂತರ್ಗತವಾಗ್ತಿರಲಿಲ್ಲ.'

ಅವನು ಅವಳ ಮುಖವನ್ನೇ ನೋಡುತ್ತಿದ್ದ. ಎರಡುನಿಮಿಷದ ನಂತರ ಅವಳು ಕೆಳಗಿಳಿದುಹೋದಳು. ಹತ್ತುನಿಮಿಷ ಕಳೆಯಿತು. ಟ್ರೇಯಲ್ಲಿ ಬಿಸ್ಕತ್ತು ಹೆಚ್ಚಿದ ಸೇಬು, ಬಾಳೆಹಣ್ಣು ಚಹಾಗಳನ್ನು ಇಟ್ಟುಕೊಂಡು ಬಂದು ಅವನ ಮುಂದಿಟ್ಟು ಅರ್ಧಸುಲಿದ ಬಾಳೆಹಣ್ಣನ್ನು ಅವನ ಕೈಗೆ ಕೊಟ್ಟು ಕೇಳಿದಳು, 'ಸದ್ಯ ಎಲ್ಲಾದರೂ ಪ್ರೋಗ್ರಾಂ ಇದೆಯಾ?'

'ಇಲ್ಲ.'

'ಹಾಗಾದರೆ ಒಂದುವಾರವಾದರೂ ಇದ್ದುಹೋಗು. ಇನ್ನು ಮೇಲೆ ಯಾವಾಗ ದಿಲ್ಲಿಗೆ ಬಂದರೂ ಹೋಟೆಲಿನಲ್ಲಿ ಇಳಕಾಬೇಡ. ಮನೋಹರಿಯ ಮನೇಲಿ ಇರ್ತೀನಿ ಅಂತ ಧೈರ್ಯವಾಗಿ ಹೇಳಿಬಿಡು. ಯಾವನಿಗೆ ಯಾಕೆ ಹೆದರೂದು?'

ಸಮ್ಮತಿ ಎಂಬಂತೆ ಅವನು ಕತ್ತುಹಾಕಿದ.

ಅಧ್ಯಾಯ ೨೨

– ೧ –

ಒಂದುಸಂಜೆ ಅವನು ಬೋರೀವಲಿಯ ಚಾಳಿನ ಮನೆಗೆ ಬಂದ. ರಾಮಕುಮಾರಿ ಸೊಪ್ಪು ಹೆಚ್ಚುತ್ತಿದ್ದಳು. ತನ್ನನ್ನು ನೋಡಿ ಅವಳ ಮುಖದಲ್ಲಿ ಕಾಣಿಸಿದ ಆಶ್ಚರ್ಯದಿಂದ ಅವನಿಗೆ ಆಶ್ಚರ್ಯವಾಗಲಿಲ್ಲ. ಈ ಭೇಟಿಯಲ್ಲಿ ಹಿತವಾದ ಮಾತುಕತೆಗಳಾಗುತ್ತವೆ; ಅವಳು ತನ್ನನ್ನು ಕ್ಷಮಿಸಿರುತ್ತಾಳೆ; ತನ್ನೊಡನೆ ಸೌಹಾರ್ದಭಾವ ತಾಳಿರುತ್ತಾಳೆ, ಎಂಬ ಕಲ್ಪನೆಯನ್ನಿಟ್ಟುಕೊಂಡಿರಲಿಲ್ಲ. ತನ್ನ ಮನಸ್ಸಿನ ಚುಚ್ಚನ್ನು ತಾನೆ ವಾಸಿ ಮಾಡಿಕೊಳ್ಳಲೆಂದು ಮುಂಬಯಿ ಬಿಡುವ ಮೊದಲು ತಾನು ಇಲ್ಲಿಗೊಮ್ಮೆ ಭೇಟಿಕೊಡುತ್ತಿದ್ದೇನೆಂಬ ಅರಿವಿನಿಂದಲೇ ಬಂದಿದ್ದ. ಮಾತನಾಡದೆ ಅವನು ಸೋಫಾದಮೇಲೆ ಕುಳಿತ. ತಲೆಗೂದಲು ಸೆಣಬಿನಂತೆ ಸಂಪೂರ್ಣ ಬಿಳುಪಾಗಿದ್ದ ಅವಳು ಸೊಪ್ಪಿನ ಒಂದೊಂದೇ ಬಳ್ಳಿಗಳನ್ನು ಬಿಡಿಸಿ ಅದಕ್ಕೆ ಅಂಟಿಕೊಂಡಿದ್ದ ಹುಲ್ಲನ್ನು ಆರಿಸಿ ಬೇರೆ ಮಾಡುತ್ತಿದ್ದಳು. ಕೂದಲು ದಟ್ಟವಾಗಿಯೇ ಇದೆ. ಬಣ್ಣ ಹಾಕಿಕೊಂಡರೆ ಹದಿನೈದುವರ್ಷ ಕಡಮೆ ಕಾಣಬಹುದು ಎಂದುಕೊಂಡ ಅವನಿಗೆ ಮಾತನ್ನು ಹೇಗೆ ಆರಂಭಿಸಬೇಕೆಂದು ತೋಚದೆ ಒಳಗೇ ತಡವರಿಸುತ್ತಿದ್ದಾಗ ಅವಳು ಮಾತನಾಡಿದಳು: 'ನನ್ನ ಹೆಸರಿನಲ್ಲಿರೂ ಮನೆಗೇ ಮತ್ತೆ ಬಂದಿದೀಯಲ್ಲ, ನಾಚಿಕೆಯಾಗುಲ್ಲವೇ ಅಂತ ಕೇಳುಕ್ಕೆ ಬಂದೆಯೇನು?'

ತಾನು ಕಳೆದಬಾರಿ ಬಂದಿದ್ದಾಗಲೂ ಇವಳು ಗಂಡನೆಂಬ ಗೌರವ ಕೊಡದೆ ಏಕವಚನದಲ್ಲಿ ಮಾತನಾಡಿದ್ದಳೆಂಬ ನೆನಪುಬಂತು. ಅದನ್ನು ಗಮನಿಸದವನಂತೆ, 'ನೀನು ಏನು ಹೇಳ್ತಿದೀ ನನಗೆ ಅರ್ಥವಾಗ್ತಿಲ್ಲ,' ಎಂದ.

'ನೀನು ಬಿಟ್ಟುಹೋದಮೇಲೆ ಬಾಡಿಗೆ ನಾನು ಕೊಡ್ತಿದ್ದರೂ ಬಾಡಿಗೆದಾರನ ಹೆಸರು ನಿಂದೇ ಇರೂ ಸಂಗತಿ ಎತ್ತಿ ಆಡಿದ್ದೆಯಲ್ಲವೆ? ನಾನು ಹೆತ್ತು ಸಾಕಿ ಬೆಳೆಸಿದ ಮಕ್ಕಳಿಗೆ ದುಡ್ಡುಕೊಟ್ಟು ನನ್ನಿಂದ ದೂರ ಮಾಡಿಸಿದ್ದೆಯಲ್ಲವೆ? ನಿನ್ನ ಮನೆಯ ಹಂಗೂಬೇಡ, ನೀನು ಹುಟ್ಟಿಸಿದ ಮಕ್ಕಳ ಸಹವಾಸವೂಬೇಡ ಅಂತ ನನ್ನದೇ ಸ್ವಂತ ಮನೆಮಾಡಿಕೊಂಡು ದಹೀಸರಕ್ಕೆ ಹೋಗಿದೀನಿ. ನಾನೇನು ಇಲ್ಲಿ ವಾಸವಾಗಿಲ್ಲ,' ಎಂದಳು. ಅವನಿಗೆ ಅವಳ ಮಾತು ಅರ್ಥವಾಗಲಿಲ್ಲ. ಅವಳನ್ನೇ ನೋಡತೊಡಗಿದ. ಈಗ ಕತ್ತೆತ್ತಿ ಅವನನ್ನು ನೋಡಿದ ಅವಳು, 'ಆದರೂ ಯಾಕೆ ಮತ್ತೆ ಇಲ್ಲಿಗೆ ಬಂದಿದೀ ಅಂತ ಕೇಳುಕ್ಕೆ ಬಂದೆಯಾ? ನನಗೆ ಮಲಗುಕ್ಕೆ ಇಷ್ಟಗಲ ಸ್ವಂತ ಜಾಗವಿಲ್ಲ ಅಂತ ಬರಲಿಲ್ಲ. ತಾಯಿ ಇದ್ದು ಎಲ್ಲ ನಿಭಾಯಿಸ್ತಿರುವಾಗ ಅವರಿಗೆ ಅವಳ ಬೆಲೆ ಗೊತ್ತಿರಲಿಲ್ಲ. ನಾನು ಹೋದಮೇಲೆ ಹೊಟ್ಟೆಗೆ ಬೇಯಿಸೋರು

ಯಾರು? ಮನೆ ಸಾರಿಸಿ ಗುಡಿಸಿ ಬಟ್ಟೆ ಒಗೆದುಕೊಡೋರು ಯಾರು? ಅಕ್ಕ ತಮ್ಮನಿಗೆ ಜಗಳ ಹರೀತಿರಲಿಲ್ಲ. ಉಪವಾಸ. ಬಂದು ತಪ್ಪಾಯ್ತು ಅಂದರು. ಹೆತ್ತಕರುಳು ತಡೀದೆ ಬಂದಿದೀನಿ. ನನ್ನ ಅನ್ನಕ್ಕೆ ಸಾಹೇಬರ ಮನೇಲಿ ದುಡಿದು ಇಲ್ಲಿಗೆ ಬಂದು ಇವರ ಸೇವೆ ಮಾಡ್ತಿದೀನಿ' ಎಂದಳು.

ತನಗೆ ಈ ಯಾವ ಸಂಗತಿಯೂ ಗೊತ್ತಿಲ್ಲದುದಕ್ಕೆ ಅವನಿಗೆ ಖೇದವಾಯಿತು. ಮೂರು ವರ್ಷದ ಹಿಂದೆ ಬಕುಲಾಗೆ ಫೋನುಮಾಡಿದ್ದಾಗ ಅವಳು ಕೋಪದಿಂದ ಮಾತನಾಡಿದ್ದಳು. ನಿಮ್ಮಪ್ಪ ಲಗ್ನಪತ್ರಿಕೆ ಮಾಡಿಸುಕ್ಕೆ, ಕಲ್ಯಾಣಮಂದಿರ ಗೊತ್ತುಮಾಡಿ ತಾವೇ ಸ್ವತಃ ಕೈಯಿಂದ ಕನ್ಯಾದಾನ ಮಾಡುಕ್ಕೆ ಒಪ್ಪಿದಾರೆ ಅಂತ ಅವಿನಾಶನಿಗೆ ಬೆಂಗಳೂರಿಗೆ ಫೋನು ಮಾಡಿದ್ದಳಂತೆ. ತನ್ನ ಮದುವೆಯಾಯಿತು, ಅಂತ ಹೇಳಿ ಅವನು ರಿಸೀವರನ್ನು ಇಟ್ಟುಬಿಟ್ಟನಂತೆ. ನನ್ನ ಜೀವನ ಹಾಳುಮಾಡಿದೋರೇ ನೀವು ಅಂದಿದ್ದಳು. ಅನಂತರ ಒಂದುದಿನ ತಾನೇ ಫೋನುಮಾಡಿ, ಆದದ್ದಾಯಿತು. ಈಗಲೂ ಬೇರೊಂದು ಗಂಡು ಹುಡುಕು. ಐದುಲಕ್ಷ ವರದಕ್ಷಿಣೆಯಾದರೂ ನಾನು ಕೊಡ್ತೀನಿ. ವರದಕ್ಷಿಣೆ ಅಂದರೆ ಗಂಡುಗಳು ಒಪ್ಪಿಕೊತ್ತಾವೆ ಅಂದಿದ್ದೆ. 'ಪಿತಾಜೀ, ಏನು ಮಾತಾಡ್ತಿದೀರ? ವರದಕ್ಷಿಣೆ ಕೊಡ್ತೀವಿ ಅಂತ ನಾನು ಹುಡುಕಿ ಪ್ರಸ್ತಾಪ ಮಾಡಿದರೆ ಗಂಡು ಸಿಕ್ಕುತ್ತೆಯೆ? ತಂದೆಯಾದ ನೀವು ಹುಡುಕಿ ವಿಚಾರಿಸಿ ಪ್ರಸ್ತಾಪಮಾಡಬೇಕು. ಆದರೆ ನೀವು ಪ್ರಸ್ತಾಪಕ್ಕೆ ತಲೆಹಾಕಿದರೆ ಯಾವ ಗಂಡಿನೋರೂ ಒಪ್ಪುಲ್ಲ. ಯಾವುದನ್ನೂ ಮುಚ್ಚಿ ಮದುವೆಯಾಗೂದು ನನಗೆ ಇಷ್ಟವಿಲ್ಲ. ಒಂದುಸಲ ಮುಚ್ಚಿದ್ದರಿಂದ ನಾನು ಒಪ್ಪಿ ಸಿಕ್ಕಿದ್ದ ಗಂಡು ತಪ್ಪಿಹೋಯಿತು. ಮುಚ್ಚಿ ಮದುವೆಯಾದರೂ ನಾಳೆ ನಿಜ ತಿಳಿದಮೇಲೆ ನನಗೆ ಜೀವನದುದ್ದಕ್ಕೂ ಕುಕ್ಕುಮುಳ್ಳಾಗುತ್ತೆ. ನೀವು ನಮ್ಮನ್ನ ಸಾಕಲಿಲ್ಲ, ನಮ್ಮ ಜೊತೆ ಇರಲಿಲ್ಲ. ನಮ್ಮಮ್ಮ ಒಬ್ಬ ಅನುಕೂಲಸ್ಥರ ಮನೇಲಿ ಅಡುಗೆ ಪರಿಚಾರಿಕೆಮಾಡಿ ನಮ್ಮನ್ನ ಸಾಕಿದಾಳೆ. ಅಲ್ಲದೆ ನಿಮ್ಮ ವಿಷಯ ಇತ್ತೀಚೆಗೆ ಪತ್ರಿಕೆಗಳಲ್ಲಿ ಬೇಕಾದಷ್ಟು ಬಂದಿದೆ. ನೀವು ಹುಡುಕುಕ್ಕೆ ಹೊರಟರೂ ಯಾವ ಗಂಡಿನೋರೂ ಒಪ್ಪುಲ್ಲ. ಯಾವ ಮನೆತನಸ್ಥರೂ ಬರೀ ಐದುಲಕ್ಷದ ಆಶೆಗೆ ಒಪ್ಪುಲ್ಲ. ಒಳ್ಳೆಯ ಘರಾನಾದ ಹೆಣ್ಣೇಬೇಕು ಅಂತಾರೆ. ಒಟ್ಟಿನಲ್ಲಿ ನನಗೆ ಮದುವೆಯಾಗುಲ್ಲ. ನನ್ನ ಹಣೇಲಿ ಬರೆದಿರೂದೇ ಅಷ್ಟು. ಸಾರಿ, ಇದು ನನ್ನ ಆಫೀಸು. ಹೆಚ್ಚು ಮಾತಾಡುಕ್ಕೆ ಆಗುಲ್ಲ, ಆಡಿ ಪ್ರಯೋಜನವೂ ಇಲ್ಲ,' ಎಂದಿದ್ದಳು. ಅನಂತರ ತಾನು ಅವಳಿಗೆ ಫೋನು ಮಾಡಿಲ್ಲ. ಮಾಡುವ ಧೈರ್ಯವೂ ಬರಲಿಲ್ಲ, ಎಂಬ ನೆನಪಾಯಿತು. ಮಾಡುವ ಧೈರ್ಯವೂ ಬರಲಿಲ್ಲ ಎಂಬ ನೆನಪಿನಿಂದ ಅವನಿಗೆ ಒಳಗೇ ಸೂಕ್ಷ್ಮವಾಗಿ ಕುಸಿಯುವಂತಾಯಿತು. ಆದರೆ ಅದನ್ನು ತೋರಿಸಿಕೊಳ್ಳಲಿಲ್ಲ. ಅನಂತರ ಬಕುಲಾ ಏನು ಮಾಡಿದಳು, ನೀನು ಏನಾದರೂ ಅವಳ ಮದುವೆಗೆ ಪ್ರಯತ್ನಿಸುತ್ತಿದ್ದೀಯಾ? ಎಂದು ಕೇಳುವ ಮನಸ್ಸಾಯಿತು. ಕೇಳಿದರೆ ಅಡುಗೆಯವಳು ಪ್ರಯತ್ನಿಸಿದರೆ ಮಗಳಿಗೆ ತಕ್ಕ ಗಂಡು ಎಲ್ಲಿ ಸಿಕ್ಕುತ್ತೆ ಎಂದು ಪ್ರತಿ ಏಟು ಹೊಡೆದಾಳು ಎಂಬ ಅಂಜಿಕೆಹುಟ್ಟಿತು. ತನ್ನೊಡನೆ ನಡೆದ ಈ ಟೆಲಿಫೋನು ಸಂಭಾಷಣೆಯನ್ನು ಬಕುಲಾ ತಾಯಿಯೊಡನೆ ಹೇಳಿದ್ದಾಳೆಯೋ ಇಲ್ಲವೊ? ಎಂಬ

ಅನುಮಾನಹುಟ್ಟಿತು. ಹೇಗಿದ್ದರೂ ತಾನು ಆ ವಿಷಯ ಎತ್ತುವುದೇಬೇಡ ಎಂದು ನಿರ್ಧರಿಸಿ ಮುಖ್ಯ ವಿಷಯಕ್ಕೆ ಬಂದ:

'ನೋಡು, ನಾನು ಮುಂಬಯಿಬಿಟ್ಟು ಹರಿದ್ವಾರದಲ್ಲಿ ಒಂದು ಗುರುಕುಲಾಶ್ರಮ ಮಾಡಿ ಶಿಷ್ಯರಿಗೆ ವಿದ್ಯಾದಾನ ಮಾಡಿಕೊಂಡಿರಬೇಕು ಅಂತ ತೀರ್ಮಾನಿಸಿದೀನಿ. ನಿನ್ನ ಹುಟ್ಟೂರಿಗೂ ಹತ್ತಿರ. ನಾವಿಬ್ಬರೂ ಒಂದೇ ನಾಡಿನೋರು. ಈಗ ಆದದ್ದೆಲ್ಲ ಆಗಿಹೋಯ್ತು. ಹಣೇಲಿಬರೆದದ್ದನ್ನ ಯಾರೂ ತಪ್ಪಿಸುಕ್ಕಾಗುಲ್ಲ. ನೀನೂ ನನ್ನ ಜೊತೆ ಬಂದುಬಿಡು. ಜೊತೇಲಿರೋಣ. ಒಬ್ಬ ಅಡುಗೆಯೋರನ್ನಿಡ್ತೀನಿ. ಸುಖವಾಗಿರೂವೆಯಂತೆ. ಏನಾದರೂ ನೀನೇ ನನ್ನ ಧರ್ಮಪತ್ನಿ.'

ಅವಳು ಕತ್ತೆತ್ತಿ ಅವನನ್ನು ಉರಿಗಣ್ಣಿನಿಂದ ನೋಡಿದಳು. ಅನಂತರ ದೃಷ್ಟಿಯನ್ನು ಶೋಧಿಸಿದ ಸೊಪ್ಪಿನ ಕಡೆಗೆ ತಿರುಗಿಸಿದಳು. ಒಂದುನಿಮಿಷವಾದ ನಂತರ ಮತ್ತೆ ಕತ್ತೆತ್ತಿ ಅವನನ್ನು ಇರಿಯುವಂತೆ ನೋಡುತ್ತಾ ಮಾತನಾಡಿದಳು: 'ಇಷ್ಟು ವರ್ಷ ಇನ್ನೊಬ್ಬರ ಮನೆಯ ಅಡುಗೆಮಾಡಿಕೊಂಡು ಮಕ್ಕಳನ್ನ ಸಾಕಿದೆ. ಈಗ ಅಡುಗೆಯೋಳನ್ನ ಇಟ್ಟುಕೊಂಡು ಸುಖಪಡು ಅಂತ ಕೇಳುಕ್ಕೆ ಬಂದಿದೀಯಾ? ಪುಣ್ಯಕ್ಷೇತ್ರದಲ್ಲಿ ಇರುವಾಗ ಧರ್ಮಪತ್ನಿಯ ಜೊತೆಗೆ ಮಾತ್ರ ಮಲಗಬೇಕು, ರಂಡೆ ಮುಂಡೇರ ಜೊತೆ ಕೂಡದು ಅಂತ ಪಂಡಿತರು ಶಾಸ್ತ್ರ ಹೇಳಿದಾರಾ? ಈ ಸ್ಥಿತೀಲಿ ನನ್ನನ್ನ ಮಕ್ಕಳಿಂದ ದೂರಮಾಡಿ ಅವರನ್ನ ಹಾಳುಮಾಡಬೇಕು ಅಂತ ಪ್ಲಾನ್‌ಮಾಡಿಕೊಂಡು ಬಂದೆಯಾ?'

ಇವಳನ್ನು ಕರೆದೊಯ್ದರೆ ಮಕ್ಕಳ ನಿಗ ನೋಡುವವರಾರು ಎಂಬ ಪ್ರಶ್ನೆ ತನಗೆ ಹೊಳೆಯದಿದ್ದುದಕ್ಕೆ ಅವನಿಗೆ ಖೇದವಾಯಿತು. ತಾನು ಈ ಪ್ರಸ್ತಾಪ ಮುಂದಿಡಬಾರದಿತ್ತು ಎಂದುಕೊಂಡ. ಆದರೆ ಸೋಲಲು ಮನಸ್ಸು ಒಪ್ಪಲಿಲ್ಲ. 'ಅವಳಿಗೆ ಮೂವತ್ತೈದು, ಅವನಿಗೆ ಮೂವತ್ತು. ಅವರವರ ನಿಗ ಅವರವರು ನೋಡಿಕೊಳ್ಳುವ ವಯಸ್ಸಾಗಿದೆ,' ಎಂದ.

'ನೆಲೆ ನಿಂತಿದ್ದರೆ ನೋಡಿಕೊತ್ತಿದ್ದರು. ನೀನು ಎರಡುಲಕ್ಷ ಕೊಟ್ಟೆ ಅಂತ ಇದ್ದ ನೌಕರಿಬಿಟ್ಟು ಬಿಸಿನೆಸ್ ಮಾಡುಕ್ಕೆ ಹೊರಟು ಅದನ್ನೂ ಕಳಕೊಂಡ. ಅವನಿಗೊಂದು ನೌಕರಿ ಕೊಡಿಸಿ ಅಂತ ನಾನು ಮತ್ತೆ ಗೋರೆಸಾಹೇಬರ ಕಾಲು ಹಿಡಕೋಬೇಕು. ಇದೇ ನೀನು ಮಾಡಿದ ಸಹಾಯ,' ಎಂದವಳು ತಗಡಿನ ತಟ್ಟೆ, ಹೆಚ್ಚಿದ ಸೊಪ್ಪು, ಹೆಚ್ಚುವ ಮರದ ಮಣೆ ಮತ್ತು ಚಾಕುಗಳನ್ನು ಎತ್ತಿಕೊಂಡು ಎದ್ದು ಅಡುಗೆಮನೆಗೆ ಹೋದಳು. ಸೋಫದಮೇಲೆ ಕುಳಿತಿದ್ದ ಅವನಿಗೆ ಇನ್ನು ಮಾತನಾಡುವ ಯಾವ ವಿಷಯವೂ ಹೊಳೆಯಲಿಲ್ಲ. ಹೋಗುತ್ತೇನೆಂದು ಹೇಳುವ ಅಗತ್ಯವೂ ಕಾಣದೆ ಎದ್ದು ಬಾಗಿಲಿನಿಂದ ಹೊರಗೆ ಇಟ್ಟಿದ್ದ ಚಪ್ಪಲಿಗಳನ್ನು ಮೆಟ್ಟಿಕೊಂಡು ಮೆಟ್ಟಿಲಿನ ಕಡೆಗೆ ನಡೆದ. ನಾನು ಕರೆಯೊದು ಕರೆದೆ, ಅವಳು ಬರುಲ್ಲ ಅಂದಳು. ನನ್ನ ತಪ್ಪಿಲ್ಲ, ಎಂಬ ಸಮಾಧಾನದಿಂದ ಮೆಟ್ಟಿಲಿಳಿಯತೊಡಗಿದ.

– ೨ –

ಮರುಬೆಳಗ್ಗೆ ಹತ್ತುಗಂಟೆಯ ಹೊತ್ತಿಗೆ ಅವನು ಕುರ್ಲಾಕ್ಕೆ ಹೋದ. ಇಪ್ಪತ್ತೈದು ವರ್ಷದ ಹಿಂದೆ ನೋಡಿದ್ದ ಫ್ಲ್ಯಾಟು. ಮೋಹನ ಸಂಗೀತ ಮಹಾವಿದ್ಯಾಲಯ ಎಂಬ ದೊಡ್ಡ ಬೋರ್ಡು ಇದೆ. ನಾನೇ ಯಾಕೆ ಬಂದೆ, ಫೋನಿನಲ್ಲಿ ಮಾತನಾಡಬಹುದಿತ್ತು, ಈಗಲೂ ವಾಪಸು ಹೋಗಲೆ? ಎಂದು ಮನಸ್ಸು ಹಿಂಜರಿಯಿತು. ಎದುರಾ ಎದುರು ಮಾತುನಡೆದು ವ್ಯವಹಾರ ಚುಕ್ತವಾಗಿಬಿಡಬೇಕು ಎಂಬ ನಿಶ್ಚಯ ನೆನಪಿಗೆ ಬಂದು ಬೆಲ್‌ಮಾಡಿದ. ಬಾಗಿಲು ತೆರೆಯಲಿಲ್ಲ. ಕಾಯ್ದು ನಿಂತ. ತುಸುಹೊತ್ತಿನ ಮೇಲೆ ತೆರೆಯಿತು. ನಿಂತಿದ್ದವಳು ಚಂಪಾ. ಶರೀರ ಇನ್ನಷ್ಟು ಸ್ಥೂಲವಾಗಿದೆ. ಅದೇ ಬಿಳಿಬಣ್ಣ. ಕಪ್ಪುಬಣ್ಣದ ಕೂದಲನ್ನು ಹೆರಳುಹಾಕಿಕೊಂಡಿದ್ದಾಳೆ. ಕೂದಲಿಗೆ ಭರ್ತಿ ಬಣ್ಣಹಾಕಿದ್ದಾಳೆಂದು ನೋಡಿದ ತಕ್ಷಣ ತಿಳಿಯಿತು. ಕಣ್ಣಿಗೆ ಬಂಗಾರದ ಕಟ್ಟಿನ ಕನ್ನಡಕ. ವಜ್ರದಓಲೆ, ಚಿನ್ನದಸರ, ವಜ್ರವನ್ನು ಹದಿದ ಕೈಬಳೆಗಳು. ನೆರಿಗೆ ಮುರಿಯದ ರೇಶ್ಮೆಸೀರೆ ಉಟ್ಟಿದ್ದಾಳೆ. ಒಂದು ಕ್ಷಣ ಅವಾಕ್ಕಾದರೂ ಮರುಕ್ಷಣವೇ ತನ್ನನ್ನು ತಾನು ಸಾವರಿಸಿಕೊಂಡು, 'ಒಳಗೆ ಬನ್ನಿ' ಎಂದಳು. ಹಾಲಿನಲ್ಲಿ ಸಾಲಿಗೆ ಗೋಡೆಯೊರಗಿಸಿ ನಿಲ್ಲಿಸಿದ್ದ ತಂಬೂರಿಗಳು. ಎರಡು ಹಾರ್ಮೋನಿಯಂಗಳು. ಎರಡು ಜೊತೆ ತಬಲಾಗಳು. ಗೋಡೆಗೆ ಒರಗಿಸಿದ ದಿಂಬು, ಅದು ಸಂಗೀತದ ಗುರುವಿನ ಸ್ಥಾನವೆಂಬುದನ್ನು ಸೂಚಿಸುತ್ತಿತ್ತು. ಇದು ಕ್ರಮವಾದ ಸಂಗೀತಶಾಲೆ ಎನ್ನಿಸಿತು. ಒಂದು ಕಡೆಗೆ ಸೋಫಾ ಕೂಡ. ಗೋಡೆಯ ಮೇಲೆ ತನ್ನದೇ ದೊಡ್ಡ ಫೋಟೋ. 'ಕೂಡಿ' ಎಂದು ಸೋಫಾ ತೋರಿಸಿದನಂತರ, 'ಅಲ್ಲಿ ಬೇಕಾದರೂ ಕೂಡಬಹುದು, ಇಲ್ಲಿ ಗುರು ಪೀಠದಲ್ಲೂ ಕೂಡಬಹುದು. ನಿಮ್ಮದೇ ಶಾಲೆ. ನಿಮ್ಮದೇ ಮನೆ,' ಎಂದಳು. ಒಂದುಕ್ಷಣ ಅವನಿಗೆ ಅವಳು ಗೆದ್ದಂತೆ, ತಾನು ಸೋತಂತೆ ಅಥವಾ ಅವಳು ಸೋತು ತನ್ನನ್ನು ಗೆಲ್ಲಿಸುತ್ತಿರುವಂತೆ ಅನ್ನಿಸಿತು. ಸೋಫದ ಮೇಲೆ ಕುಳಿತ. ಮನೆಯಲ್ಲಿ ಬೇರೆ ಯಾರೂ ಇದ್ದಂತೆ ಕಾಣಲಿಲ್ಲ. ಅವಳು ಬಂದು ಸೋಫದಮೇಲೆ ಅವನಿಗೆ ಅರ್ಧಅಡಿ ದೂರದಲ್ಲಿ ಹೆಂಡತಿಯು ಗಂಡನ ಪಕ್ಕದಲ್ಲಿ ಕೂರುವ ಸಹಜತೆಯಿಂದ ಕುಳಿತಳು. ಒಂದೂ ಭರ್ತ್ಸನೆಯಿಲ್ಲ. ಯಾಕೆ ಹೀಗೆ ಮಾಡಿದೆ? ಇಷ್ಟು ವರ್ಷ ಯಾಕೆ ದೂರವಿದ್ದೆ? ಎಂಬಂತಹ ಅಪ್ರಸನ್ನ ಮಾತುಗಳಿಲ್ಲ. ಹೇಗೆ ಮಾತನಾಡಬೇಕೆಂಬುದು ತೋಚದೆ ಅವನು ತಡವರಿಸುತ್ತಿರುವಾಗ ಅವಳೇ, 'ಶ್ರುತಿ ನೆನ್ನೆತಾನೆ ಫೋನು ಮಾಡಿದ್ದಳು. ಚನ್ನಾಗಿದಾಳೆ. ಅಮ್ಮಾ ನಿನಗೊಂದು ಸಂತೋಷದ ಸುದ್ದಿ, ಅಪ್ಪನಿಗೂ ಹೇಳು ಅಂದಳು.'

'ಎಲ್ಲಿದಾಳೆ?' ತಾನು ಏನೂ ಯೋಚಿಸದೆಯೇ ಮಾತಿನೊಳಕ್ಕೆ ಸೆಳೆಯಲ್ಪಟ್ಟದ್ದು ಅರ್ಥವಾಗುವ ಮೊದಲೇ ಅವನು ಕೇಳಿದ.

'ನ್ಯೂಜೆರ್ಸಿಯಲ್ಲಿ. ಅವಳ ಗಂಡನೂ ಹೇಳಿದ. ಅಪ್ಪಾಜಿಯನ್ನ ನಾನು ನೋಡಲೇ ಇಲ್ಲ, ಮುಂದಿನಸಲ ಅಮೆರಿಕದ ಪ್ರೋಗ್ರಾಂಗೆ ಬಂದಾಗ ನೀವಿಬ್ಬರೂ ನಮ್ಮ ಊರಿನಲ್ಲಿ ಎರಡು ತಿಂಗಳಿದ್ದು ನಮ್ಮ ಸಂಗೀತದ ಒಂದು ವರ್ಕ್‌ಶಾಪ್ ಮಾಡಬೇಕು. ಮದುವೆ

ಯಲ್ಲಂತೂ ಅವರು ಇಂಡಿಯಾದಲ್ಲಿರಲಿಲ್ಲ. ನಾನು ನಮಸ್ಕಾರ ಮಾಡಿದೀನಿ ಅಂತ ಹೇಳಿ. ಅವರು ಅಜ್ಜನಾಗುವ ಸುದ್ದಿ ತಿಳಿಸಿ. ಖುಷಿಪಡ್ತಾರೆ. ಅಂದ.'

ತಾನು ಸಂಭಾಷಣೆಯ ಸೆಳೆತಕ್ಕೆ ಸಿಕ್ಕಿರುವುದು ಮೋಹನಲಾಲನಿಗೆ ಈಗ ಅರ್ಥ ವಾಯಿತು. ಇವಳು ಮೊದಲಿನಿಂದಲೂ ಮಾತಿನಲ್ಲಿ ಜಾಣೆ. ಈಗ ಇನ್ನೂ ಜಾಣೆಯಾಗಿದ್ದಾಳೆ ಎಂದುಕೊಂಡ. ತಾನು ಒಂದೂ ಮಾತನಾಡದೆ ಬಲಕ್ಕೆ ತಿರುಗಿ ಅವಳ ಮುಖನೋಡಿದ. ಮಾತನ್ನು ನಿಲ್ಲಿಸಿದರೆ ಮುಜುಗರವಾಗುತ್ತದೆಂಬಂತೆ ಅವಳು ಮುಂದುವರೆಸಿದಳು:

'ಸ್ವರನೂ ಪ್ರತಿಭಾನುವಾರವೂ ಫೋನುಮಾಡ್ತಾನೆ. ಅಮ್ಮಾ ಸ್ವರಮೋಹನ ಅನ್ನೂ ಹೆಸರು ತುಂಬ ಉದ್ದವಾಯಿತು. ಈ ದೇಶದಲ್ಲಿ ಆಪ್ತವಾಗಿ ಕರೆಯುವವರಿಗೆ ಕಷ್ಟವಾಗುತ್ತೆ. ಸ್ನೇಹಿತರು ನನ್ನನ್ನ ಮೋಹನ್ ಅಂತ ಕರೀತಾರೆ. ಆ ದೇಶದಲ್ಲೂ ಮಗನನ್ನು ಅಪ್ಪನ ಹೆಸರಿನಿಂದ ಕೂಗೂದು ಉಂಟಂತೆ. ಇನ್ನೊಂದಿಷ್ಟು ಅಪ್ಪನ ಕ್ಯಾಸೆಟ್ ಕಳಿಸಿಕೊಡು ಅಂದ. ಕ್ಯಾರೊಲಿನ್‌ಗೂ ನಮ್ಮ ಸಂಗೀತ ಅಂದರೆ ತುಂಬ ಇಷ್ಟ. ಅಮ್ಮ ನೀವು ಬಂದು ನಮ್ಮ ಜೊತೆ ಮೂರು ತಿಂಗಳಿದ್ದು ನನಗೆ ನಿಮ್ಮ ಸಂಗೀತದ ಲೆಸೆನ್ಸ್ ಕೊಡಿ ಅಂತಾಳೆ. ಇಂಗ್ಲಿಷ್ ಹುಡುಗಿಯಾದರೂ ಭಾರತೀಯ ಸೊಸೆಗಿಂತ ಹೆಚ್ಚು ಹೊಂದಿಕೊಂಡಿದಾಳೆ.'

ಅವನು ಇನ್ನೂ ಅವಳ ಮುಖನೋಡುತ್ತಿದ್ದ. ಅವಳಿಗೆ ಮುಂದೆ ಮಾತು ಹೊಳೆಯ ಲಿಲ್ಲ. ತಾನು ಬಂದ ಮಾತನ್ನು ಆರಂಭಿಸಲು ಕಷ್ಟವಾಗಿ ಅವನು ಒಳಗೇ ಹೆಣಗುತ್ತಿದ್ದ. ಅವಳೇ, 'ಇಬ್ಬರೂ ಹೋಗಾಣ ಬನ್ನಿ. ಮಗನ ಮನೇಲಿ ಒಂದು ತಿಂಗಳು, ಮಗಳ ಮನೇಲಿ ಎರಡು ತಿಂಗಳು, ಅಮೆರಿಕದಲ್ಲಿ ಒಂದು ಪ್ರೋಗ್ರಾಂ ಟೂರ್. ಅಲ್ಲಿ ಈಗ ಹವಾ ಚನ್ನಾಗಿರುತ್ತಂತೆ.'

ಸುಮ್ಮನಿದ್ದರೆ ಅವಳು ಹೀಗೆಯೇ ಮುಂದುವರೆಸುತ್ತಾಳೆಂದು ಅರ್ಥಮಾಡಿಕೊಂಡ ಅವನು, 'ನಾನು ಮುಂಬಯಿ ಬಿಟ್ಟು ಹರಿದ್ವಾರದಲ್ಲಿ ಒಂದು ಗುರುಕುಲಾಶ್ರಮ ಮಾಡಿ ಕೊಂಡು ನೆಲೆಸಬೇಕು ಅಂದುಕೊಂಡಿದೀನಿ. ಸನ್ಯಾಸಿಯ ರೀತಿ. ಹ್ಯಾಗೂ ನನಗೂ ನಿನಗೂ ಇಪ್ಪತ್ತೈದು ವರ್ಷಗಳಿಂದ ಸಂಬಂಧವಿಲ್ಲ. ಅದನ್ನ ದಾಖಲೆಯಲ್ಲೂ ಸೇರಿಸೂದು ಒಳ್ಳೆಯದು. ಸುಮ್ಮನೆ ಕೋರ್ಟು ಕಛೇರಿ ಅಲೆಯೂದು ಬ್ಯಾಡ. ಪರಸ್ಪರ ಸಮ್ಮತಿಯಿಂದ ಅರ್ಜಿಹಾಕಿದರೆ ತಡವಿಲ್ಲದೆ ವಿಚ್ಛೇದನ ಸಿಕ್ಕುತ್ತೆ.'

'ವಿಚ್ಛೇದನವೆ?' ಅವಳು ಎರಡು ಕೈಗಳನ್ನೂ ಶಾಂತಂಪಾಪಂ ಎನ್ನುವಂತೆ ಕಿವಿಗಳ ಮೇಲೆ ಇಟ್ಟುಕೊಂಡಳು. ಅರ್ಧನಿಮಿಷದ ನಂತರ, 'ನಾಗಪುರದಿಂದ ನೀವು ಎಲ್ಲಿ ಹೋದಿರೋ ಗೊತ್ತಿಲ್ಲ. ಆಮೇಲೆ ದಿಲ್ಲಿಯಲ್ಲಿ ಒಬ್ಬ ನರ್ತಕಿಯ ಜೊತೆ ಇದೀರಿ ಅನ್ನುವ ಸುದ್ದಿಬಂತು. ಕಛೇರಿಯ ಕಂಟ್ರಾಕ್ಟರು ಮೋಸಮಾಡಿದಾಗ ಬಿಗಿಯಾಗಿರಬೇಕು ಅಂತ ನಾನು ಅಂದದ್ದಕ್ಕೇ ನೀವು ಓಡಿ ಹೋಗಿಬಿಟ್ಟಿರಿ. ಇಷ್ಟು ವರ್ಷವಾದರೂ ನಿಮ್ಮ ಮರ್ಯಾದೆಗೆ ಕಮ್ಮಿಯಾಗುವ ಒಂದು ಕೆಲಸಾನೂ ನಾನು ಮಾಡಿಲ್ಲ. ನಿಮ್ಮ ಮಕ್ಕಳನ್ನ ಓದಿಸಿ ಒಂದುನೆಲೆಗೆ ತಂದಿದೀನಿ. ಈಗ ವಿಚ್ಛೇದನ ಕೇಳುಕ್ಕೆ ಯಾವ ಆಧಾರ?' ಎಂದಳು.

'ಕಂಟ್ರಾಕ್ಟರ ಹತ್ತಿರ ಬಿಗಿಯಾದದ್ದಕ್ಕೆ ಮಾತ್ರವಲ್ಲ ನಾನು ಹೋದದ್ದು. ಐದುವರ್ಷದ

ಮಗಳು, ಹೊಟ್ಟೆಯಲ್ಲಿರುವ ಮಗು, ದೇವರಸನ್ನಿಧೀಲಿ ಮಾಂಗಲ್ಯಕಟ್ಟಿದ ಹೆಂಡತಿಯ ಮುಖ ನೋಡಿದರೆ ನನ್ನ ಹೊಟ್ಟೇಲಿದ್ದ ಮಗುವಿನ ಆಣೆ ಅಂತ ರಂಪಮಾಡಿ ಬಿಡಿಸಿದೆ ಯಲ್ಲಾ, ಅದಕ್ಕೇ ನಿನ್ನನ್ನ ಬಿಟ್ಟದ್ದು.'

'ರಂಪಮಾಡಿದೆನೆ? ಒಬ್ಬ ಗಂಡಸಿಗೆ ಎಷ್ಟು ಜನ ಹೆಂಡತೀರಿರಬಹುದು?'

'ಒಬ್ಬಳಿದಾಳೆ ಅಂತ ಗೊತ್ತಿದ್ದೇ ಅಲ್ಲವೆ ನೀನು ರಿಜಿಸ್ಟರ್ ಮಾಡಿಸಿಕೊಂಡದ್ದು?'

'ಇದು ರಿಜಿಸ್ಟರ್ ಆದಮೇಲೆ ಅವಳನ್ನ ಬಿಡೂದು ನಿಮ್ಮ ಕರ್ತವ್ಯವಾಗಿತ್ತು.'

'ಕರ್ತವ್ಯವಾಗಿತ್ತೆ? ಅದನ್ನ ಪೂರೈಸುಕ್ಕೇ ಈಗ ವಿಚ್ಛೇದನ ಕೇಳ್ತಿರೂದು. ಈ ಫ್ಲ್ಯಾಟು ನನ್ನ ಹಣದಿಂದ ಕೊಂಡಿದ್ದಕ್ಕೆ, ನಾನು ನಿನಗೆ ಪ್ರತಿತಿಂಗಳು ಹಣಕೊಟ್ಟಿದ್ದಕ್ಕೆ, ನೀನು ಬ್ಯಾಂಕಿನಲ್ಲಿಟ್ಟಿರೂ ಠೇವಣಿ ನನ್ನಿಂದ ಬಂದದ್ದು ಅನ್ನೂದಕ್ಕೆ ದಾಖಲೆಗಳಿವೆ. ಇಪ್ಪತ್ತೈದು ವರ್ಷದಿಂದ ನನಗೂ ನಿನಗೂ ಯಾವ ಸಂಬಂಧವೂ ಇಲ್ಲ ಅನ್ನೂದಕ್ಕೂ ಸಾಕ್ಷಿ ಇದೆ. ಹೆಚ್ಚೆಂದರೆ ನೀನು ಕೋರ್ಟಿನಲ್ಲಿ ಒಂದಿಷ್ಟು ಎಳೆದಾಡಿಸಬಹುದು. ನಿನಗೆ ಮೂರುಕಾಸೂ ಕೊಡದೆ ನಾನು ವಿಚ್ಛೇದನ ಪಡೆದೇ ತೀರ್ತೀನಿ,' ಅವನು ದೃಢವಾಗಿ ಹೇಳಿದ.

'ಪಡೆದೇ ಪಡೆಯಬೇಕು ಅನ್ನೂದೇನು. ನಿಮ್ಮ ಹರಿದ್ವಾರದ ಗುರುಕುಲಾಶ್ರಮಕ್ಕೆ ನಾನೂ ಬರ್ತೀನಿ ನಡೀರಿ. ನಿಮ್ಮನ್ನ ನೋಡ್ಕಳುಕ್ಕೆ, ಆಶ್ರಮದ ಮೇಲ್ವಿಚಾರಣೆ ಮಾಡುಕ್ಕೆ ಒಬ್ಬರು ಬೇಕಲ್ಲವೆ?'

'ನೀನು ಜಿಗಣಿ, ಎಷ್ಟು ಕಿತ್ತರೂ ಬಿಡುಲ್ಲ, ಅಂತ ನನಗೆ ಗೊತ್ತು. ಮರ್ಯಾದೆಯಾಗಿ ವಿಚ್ಛೇದನಾಪತ್ರಕ್ಕೆ ರುಜುಹಾಕು. ಇಲ್ಲದಿದ್ದರೆ ಕೋರ್ಟಿಗೆ ಹೋಗ್ತೀನಿ. ನನ್ನ ಹೆಸರು ಪೇಪರಿನಲ್ಲಿ ಬೇಕಾದಷ್ಟು ಬಂದಿದೆ. ಪರಾಂಜಪೆ ನಿಮ್ಮಪ್ಪನ ಶಿಷ್ಯನಲ್ಲವೆ? ಈಗ ಬೇರೆ ಪತ್ರಿಕೆಯೋರಿಗೆ ಕೇಳಿ ವಿಚ್ಛೇದನಾ ವಿಚಾರಣೆಯ ವಿವರಗಳೆಲ್ಲ ಬರೂ ಹಾಗೆ ಮಾಡ್ತೀನಿ,' ಎಂದು ಹೇಳಿ ಎದ್ದುಬಂದ.

ಎರಡುದಿನದ ನಂತರ ಅವನು ಫೋನುಮಾಡಿದಾಗ ಅವಳ ಧ್ವನಿ ಬದಲಾಗಿತ್ತು. 'ವಿಚ್ಛೇದನ ಮಾಡಲೇಬೇಕು ಅಂತ ನೀವು ಹಟಮಾಡಿದೀರಿ. ನೀವು ಹೇಳಿದ ಡಿಪಾಸಿಟ್‌ಗಳೆಲ್ಲ ಖರ್ಚಾಗಿವೆ. ಇಬ್ಬರು ಮಕ್ಕಳನ್ನ ಬೆಳೆಸಿ ಈ ಮಟ್ಟಕ್ಕೆ ತರೂದು ಹುಡುಗಾಟವೆ? ನೀವು ವಿಚ್ಛೇದನೆ ಮಾಡಿದರೂ ನಿಮ್ಮ ಹೆಂಡತಿಯಾಗಿದ್ದೋಳು ದಿಕ್ಕಿಲ್ಲದ ಜೀವನ ಮಾಡಿದರೆ ನಿಮಗೆ ಮರ್ಯಾದೆಯೆ? ನನ್ನ ಜೀವನಕ್ಕೆ ದಾರಿ ಮಾಡಿಕೊಡಿ.'

'ಏನು ನೀನು ಕೇಳ್ತಿರೂದು ಬಿಡಿಸಿಹೇಳು' ಎಂದ.

'ಹ್ಯಾಗೂ ಗುರುಕುಲ ಮಾಡಿಕೊಂಡು ಸನ್ಯಾಸಿಯಾಗಿ ಹೋಗ್ತೀರಿ. ಬಾಂದ್ರಾದಲ್ಲಿ ನಿಮ್ಮ ಎರಡು ಫ್ಲ್ಯಾಟುಗಳಿವೆಯಲ್ಲ, ನನಗೆ ಕೊಟ್ಟುಬಿಡಿ.'

ಇದು ನಿಜವಾದ ಏಟು ಎಂದು ಅವನು ಒಳಗೇ ಹುಸಿನಕ್ಕ. 'ಹರಿದ್ವಾರದಲ್ಲಿ ನಾನು ಭಿಕ್ಷೆ ಬೇಡಲೇನು? ದುರಾಶೆ ಮಾಡುಕ್ಕೆ ಬಂದರೆ ನಿನ್ನ ಹತ್ತಿರ ಇರುವ ಆಸ್ತಿಯನ್ನೆಲ್ಲ ತನಿಖೆ ಮಾಡುಸ್ತೀನಿ,' ಎಂದು ಹೆದರಿಸಿದ. ಕೊನೆಗೆ ಅವಳು ಹತ್ತುಲಕ್ಷ ಕೇಳಿದಳು. ಚೌಕಶಿಯ ನಂತರ ಐದುಲಕ್ಷಕ್ಕೆ ಒಪ್ಪಿಕೊಂಡಳು.

– ೩ –

ಚಂಪಾಳ ವ್ಯವಹಾರವನ್ನು ಫ಼ೋನಿನಲ್ಲಿ ಮುಗಿಸಿದ ಮರುಬೆಳಗ್ಗೆ ಅವನು ನಾಶ್ತಾ ಚಹಾಗಳನ್ನು ಮುಗಿಸಿ ಒಂದು ಟ್ಯಾಕ್ಸಿಹತ್ತಿ ಪನವೇಲಿಗೆ ಹೋದ. ಹೆಸರು ಕೇಳಿದ್ದರೂ ಊರನ್ನು ನೋಡಿರಲಿಲ್ಲ. ಬಸ್‌ಸ್ಟಾಂಡಿನ ಹತ್ತಿರ ಮೂರು ಕಡೆ ವಿಚಾರಿಸಿದನಂತರ ಮೂರು ಕಿಲೋ ಮೀಟರ್ ದೂರದಲ್ಲಿ ಸಂಗೀತಸಾಧನೆ ಮಾಡುವ ಒಬ್ಬ ಮುಂಬಯಿಯ ಹೆಂಗಸಿನ ತೋಟವಿದೆ ಎಂದು ಗೊತ್ತಾಯಿತು. ಮತ್ತೆ ವಿಚಾರಿಸಿದ್ದರಲ್ಲಿ ಅಲ್ಲಿಗೆ ಹೋಗುವ ದಾರಿಯೂ ಗೊತ್ತಾಯಿತು. ತೋಟದ ಬಾಗಿಲಿನಲ್ಲಿ ಟ್ಯಾಕ್ಸಿಯನ್ನು ನಿಲ್ಲಿಸಿ ಬಾಗಿಲು ತೆರೆದುಕೊಂಡು ಒಳಗೆಹೋದ. ಮಾವಿನಮರಗಳ ತೋಟ, ಬೇಲಿಯ ನಡುನಡುವೆ ಬೆಳೆಯುತ್ತಿದ್ದ ತೇಗದಮರಗಳು, ನೆರಳುಕೊಡುವ ನಾಲ್ಕು ದೊಡ್ಡ ನೇರಿಳೆ, ನಡುವೆ ಎರಡು ಹಲಸಿನಮರಗಳು, ಮಧ್ಯಭಾಗದಲ್ಲಿ ಹೆಂಚಿನ ಮಹಡಿಮನೆ. ನೋಡಿದ ತಕ್ಷಣ ಹರಿದ್ವಾರದ ಓಂಕಾರಾಶ್ರಮಕ್ಕಿಂತ ಹೆಚ್ಚು ಸುಂದರವಾದ ಸ್ಥಳವೆನ್ನಿಸಿತು. ಮನೆಯ ಹತ್ತಿರ ಹೋದಾಗ ಕಟ್ಟಿಹಾಕಿದ್ದ ಒಂದು ನಾಯಿ ಬಗುಳಿತು. ಒಳಗಿನಿಂದ ಬಂದ ಸುಮಾರು ಐವತ್ತುವರ್ಷದ ರೈತಹೆಂಗಸು 'ಯಾರು?' ಎಂದಳು. ಮಧುಮಿತಾಬಾಯಿಯನ್ನ ನೋಡ ಬೇಕಿತ್ತು. ಮುಂಬಯಿಯಿಂದ ಬಂದಿದೀನಿ. 'ಇಲ್ಲಿ ಕೂಡಿ. ಕರೀತೀನಿ.' ಒಂದು ಮಡಿಸುವ ಕಬ್ಬಿಣದ ಕುರ್ಚಿಯನ್ನು ತಂದು ಹೊರ ಅಂಗಳದಲ್ಲಿ ಹಾಕಿ ತೋಟದ ಬಲಮೂಲೆಯ ಕಡೆಗೆ ನಡೆದಳು. ಇವನೂ ಅವಳನ್ನು ಅನುಸರಿಸಿಹೋದ. ಅಲ್ಲಿ ಹೊಸದಾಗಿ ಹಾಕಿದ್ದ ನಾಲ್ಕು ಮಾವಿನ ಸೊಸಿಗಳಿದ್ದವು. ಒಬ್ಬ ಹೆಂಗಸು ದೂರದ ಮೂಲೆಯಲ್ಲಿದ್ದ ನಳಿಕೆಯಿಂದ ಪ್ಲಾಸ್ಟಿಕ್ ಬಿಂದಿಗೆಗೆ ನೀರುತುಂಬಿ ತಂದು ಹಾಕುತ್ತಿದ್ದಳು. ಸಾಧಾರಣವಾದ ಹತ್ತಿಯ ಪ್ರಿಂಟ್ ಸೀರೆಯುಟ್ಟು ಬಿಸಿಲಿನಿಂದ ರಕ್ಷಿಸಿಕೊಳ್ಳಲು ಅವಳು ಸೆರಗನ್ನು ತಲೆಗೆ ಮುಸುಕು ಹಾಕಿಕೊಂಡಿದ್ದಳು. ಮಧುಮಿತಾ ಇವಳೇ ಇರಬಹುದಾ? ಎಂಬ ಅನುಮಾನಬಂತು. 'ಬಾಯೀ' ಎಂದು ಕೆಲಸದ ಹೆಂಗಸು ಕೂಗಿದಾಗ ಇತ್ತ ತಿರುಗಿದ ಅವಳ ಮುಖವನ್ನು ನೋಡಿದ ತಕ್ಷಣ ಹೌದು ಎಂದು ಖಚಿತವಾಯಿತು. ಅವಳೂ ಇವನನ್ನು ನೋಡಿದಳು. ಅವಳಿಗೆ ತನ್ನ ಗುರುತು ಸಿಕ್ಕಿತೆಂಬುದೂ ಖಚಿತವಾಯಿತು. 'ಮುಂಬಯಿಯಿಂದ ಬಂದಿದಾರೆ ನಿಮ್ಮನ್ನ ನೋಡಬೇಕಂತೆ,' ಕೆಲಸದವಳು ಹೇಳಿದಳು.

ಮಧುಮಿತಾ ಒಂದುನಿಮಿಷ ದಿಙ್ಮೂಢಳಾದಳು. ಅನಂತರ ಚೇತರಿಸಿಕೊಂಡವಳಂತೆ, 'ಮಾಲಕ್ಷ್ಮೀ, ದೊಡ್ಡ ಹಲಸಿನಮರದ ಕೆಳಗೆ ಎರಡು ಕುರ್ಚಿಹಾಕು. ಇವರಿಗೆ ನೀರು ಕೊಡು. ಆಮೇಲೆ ಚಹಾ ಬಿಸ್ಕತ್ತು ಏನಾದರೂ ತಗಂಡು ಬಾ,' ಎಂದಳು.

ಹಲಸಿನಮರದ ಅಡಿಗೆ ಬರುವ ತನಕ ಅವಳು ಮಾತನಾಡಲಿಲ್ಲ. ಇವನಿಗೂ ಮಾತು ತಿಳಿಯಲಿಲ್ಲ. ನಾಲ್ಕಡಿದೂರದಲ್ಲಿ ಎದುರುಬದರು ಕುರ್ಚಿಗಳಮೇಲೆ ನೆರಳಿನಲ್ಲಿ ಕುಳಿತನಂತರ ಅವಳು ತನ್ನ ತಲೆಗೆ ಮುಚ್ಚಿದ್ದ ಸೆರಗನ್ನು ಹೆಗಲಿಗೆ ಹಾಕಿಕೊಂಡಳು. 'ಹ್ಯಾಗೆ ನಡೆದಿದೆ ನಿನ್ನ ಸಂಗೀತಸಾಧನೆ?' ಸಂಭಾಷಣೆ ಶುರುಮಾಡಲೆಂದು ಅವನು

ಕೇಳಿದ. ಅವಳು ಉತ್ತರ ಹೇಳಲಿಲ್ಲ. 'ಯಾವಾಗ ಕಛೇರಿ ಕೊಡುಕ್ಕೆ ಆರಂಭಿಸ್ತೀಯ?' ಅವನು ಮತ್ತೆ ಆರಂಭಿಸಿದ.

'ನೀವು ಬಂದ ಕಾರಣ ಹೇಳಿ,' ಯಾವ ಮುಜುಗರವೂ ಇಲ್ಲದೆ ದಿಟ್ಟದೃಷ್ಟಿಯಿಂದ ಅವನನ್ನ ನೋಡುತ್ತಾ ಅವಳು ತಿರುಗಿಸಿ ಕೇಳಿದಳು.

'ಮುಂಬಯಿ ಬಿಟ್ಟು ಹರಿದ್ವಾರಕ್ಕೆ ಹೋಗಿ ಒಂದು ಸಂಗೀತ ಗುರುಕುಲಾಶ್ರಮ ನಡೆಸಬೇಕು ಅಂತ ತೀರ್ಮಾನಿಸಿದೀನಿ. ಹೋಗುವ ಮೊದಲು ನಿನ್ನನ್ನ ನೋಡಿ ಅಭ್ಯಾಸ ಎಲ್ಲಿಗೆ ಬಂದಿದೆ ವಿಚಾರಿಸಿಕೊಂಡು ಹೋಗೋಣ ಅಂತಬಂದೆ.'

ಅವನ ಮಾತು ತನ್ನಮೇಲೆ ಯಾವ ಪರಿಣಾಮವನ್ನೂ ಮಾಡಲಿಲ್ಲವೆಂಬಂತೆ ಅವಳು ನೊಡುತ್ತಲೇ ಇದ್ದಳು. ಒಂದುನಿಮಿಷದ ನಂತರ ಹೇಳಿದಳು: 'ನಾನು ಸಂಗೀತ ಬಿಟ್ಟಿದೀನಿ. ಅದಕ್ಕೆ ಯಾವ ಅರ್ಥವೂ ಇಲ್ಲ, ಬದಲು ನೆಲ ಅಗೆದರೆ, ಪಾತ್ರೆತೊಳೆದರೆ, ಬೇರೆ ಯಾವುದೇ ಕೆಲಸಮಾಡಿದರೆ ಸಾರ್ಥಕ ಅಂತ ಖಾತ್ರಿಯಾಯಿತು.'

'ಹೌದಾ? ಕಲೆ?' ಅವನು ಹೌಹಾರಿದ.

'ಕಲೆಯ ವಿಷಯವಾಗಿಯೇ ನಾನು ಹೇಳಿದ್ದು.' ಅವಳು ಮಾತು ಮುಗಿಸಿದಳು. ಅವನಿಗೆ ಮುಂದೆ ಮಾತು ಹೊಳೆಯಲಿಲ್ಲ. ಅಷ್ಟರಲ್ಲಿ ಮಾಲಕ್ಷ್ಮಿ ಒಂದು ತಂಬಿಗೆಯ ಭರ್ತಿ ನೀರು, ಎರಡು ಲೋಟ ಮತ್ತು ಹಗುರವಾದ ಒಂದು ಪ್ಲಾಸ್ಟಿಕ್ ಟೀಪಾಯಿಯನ್ನು ತಂದಿಟ್ಟುಹೋದಳು. ಎರಡು ಲೋಟಗಳಿಗೂ ನೀರು ಬಗ್ಗಿಸಿದ ಮಧುಮಿತಾ ಒಂದನ್ನು ತಾನು ಕೈಲಿ ಹಿಡಿದು, 'ನೀರು ಕುಡೀತೀರಾ ಪಂಡಿತ್‌ಜೀ?' ಎಂದಳು. ಅವಳ ಸಂಬೋಧನೆಯನ್ನು ಅವನ ಮನಸ್ಸು ಗಮನಿಸಿತು. ನಾಲ್ಕುವರ್ಷ ಕಳೆಯಿತು. ಜೊತೆಗೆ ಕೋಪವೂ ಇದೆ. ಗುರೂಜಿ ಅಂತ ಕರೆಯುಲ್ಲ, ಎಂಬ ವಿವರಣೆ ಅನಂತರ ಹೊಳೆಯಿತು. ತಾನು ಕೋಪ ತೋರಿಸಬಾರದೆಂದು ನಿಶ್ಚಯಿಸಿದ. ಬಾಯಾರಿಕೆಯಾಗಿತ್ತು. ಒಂದು ದೊಡ್ಡ ಲೋಟದಷ್ಟು ಕುಡಿದು ಟೀಪಾಯಿಯ ಮೇಲಿಟ್ಟು ಕರವಸ್ತ್ರದಿಂದ ಬಾಯಿ ಒರೆಸಿಕೊಂಡ. ಅವಳು ಮಾತನಾಡುತ್ತಿಲ್ಲ. ತಾನು ಏನಾದರೂ ಕೇಳಿದರೆ ಉತ್ತರ ಹೇಳುತ್ತಿದ್ದಾಳೆ ಎಂಬ ಸನ್ನಿವೇಶ ಅರಿವಿಗೆ ಬಂತು. ಆದ್ದರಿಂದ ತಾನೇ ಮಾತನಾಡಬೇಕೆಂದು ನಿರ್ಧರಿಸಿದ. ಆದರೆ ಮಾತು ಹೊಳೆಯುತ್ತಿಲ್ಲ. ಅವಳು ತನ್ನನ್ನೇ ಹಿಡಿದಿಡುವಂತೆ ನೋಡುತ್ತಿದ್ದಾಳೆ. ಇರಸುಮುರಸಾಯಿತು. ಕೊನೆಗೆ ತಾನು ಹೇಳಬೇಕೆಂದಿದ್ದುದನ್ನು ಹೇಳಿಬಿಟ್ಟ:

'ನಿನಗೆ ಕೋಪವಿದೆ ಅಂತ ನನಗೆ ಗೊತ್ತು. ತಪ್ಪುಮಾಡೂದು ಮಾನವದೌರ್ಬಲ್ಯ. ಕ್ಷಮಿಸೂದು ದೈವೀಗುಣ ಅಂತ ನಿನಗೂ ಗೊತ್ತು. ಮುಂಬಯಿಯೇ ಕೆಟ್ಟಬುದ್ಧಿಯ ಉಗಮಸ್ಥಾನ. ಇಲ್ಲಿದ್ದು ನಾನು ಉತ್ತಮವಾದದ್ದನ್ನ ಸಾಧಿಸುಕ್ಕೆ ಸಾಧ್ಯವಿಲ್ಲ ಅಂತ ಅರ್ಥವಾಗಿದೆ. ಹರಿದ್ವಾರಕ್ಕೆ ಹೋಗಿ ನನ್ನ ಗುರು ಸಾಧು ಓಂಕಾರಬಾಬಾ ಸ್ಥಾಪಿಸಿದ ಆಶ್ರಮವನ್ನ ವಹಿಸಿಕೊಂಡು ನೆಲೆಸಬೇಕು. ಆರೆಂಟು ಪ್ರೌಢ ವಿದ್ಯಾರ್ಥಿಯರನ್ನ ಸೇರಿಸಿಕೊಂಡು ಅನ್ನ ಬಟ್ಟೆ ಕೊಟ್ಟು ವಿದ್ಯೆ ಹೇಳಿ ಸಂಗೀತಪರಂಪರೆಯನ್ನ ಮುಂದುವರೆಸಬೇಕು ಅಂತ ನಿಶ್ಚಯಿಸಿ ದೀನಿ.'

'ನಿಮ್ಮ ಘರಾನಾ ಬೆಳೆಸಬೇಕು ಅಂತಲೆ?'

'ನನ್ನ ಘರಾನಾ?'

'ಹೌದು ನಿಮ್ಮದೇ ಒಂದು ಗಾಯನಶೈಲಿ ಇದೆ. ಅದನ್ನ ಮುಂದುವರೆಸುವ ಶಿಷ್ಯರು ಬೆಳೆದರೆ ತಮ್ಮ ಗುರುವಿನ ಘರಾನಾ ಅಂತ ಪ್ರಚಾರಮಾಡ್ತಾರೆ. ಇಲ್ಲದಿದ್ದರೆ ನಿಮ್ಮ ಹೆಸರು ನಿಮ್ಮ ಜೊತೆಗೇ ಹೊರಟುಹೋಗುತ್ತೆ ಅಂತ ಅಲ್ಲವೆ ನೀವು ಈ ತೀರ್ಮಾನ ಮಾಡಿರೂದು?'

ಅವನಿಗೆ ಆಶ್ಚರ್ಯವಾಯಿತು. 'ನಾನು ತಂಬೂರಿಯ ಮೇಲೆ ಆಣೆಮಾಡಿ ಹೇಳ್ತೀನಿ. ನಾನೆಂದೂ ಹೀಗೆ ಯೋಚಿಸಿಲ್ಲ,' ಎಂದ.

'ನೀವು ಯೋಚಿಸಿಲ್ಲ. ಆದರೆ ನಿಮ್ಮಂಥೋರು ಇಂಥ ಕಾರಣವಿಲ್ಲದೆ ಗುರುಕುಲಾಶ್ರಮದ ಆಲೋಚನೆ ಮಾಡುಲ್ಲ. ಆ ಯೋಚನೆ ಸ್ವಲ್ಪವೂ ಇಲ್ಲ ಅಂತ ಈಗ ಹೇಳಿ,' ಅವಳು ಸವಾಲೆಸೆಯುವಂತೆ ಕೇಳಿದಳು.

ಅವನಿಗೆ ಉತ್ತರ ಹೇಳುವುದು ಕಷ್ಟವಾಯಿತು. ಹೀಗೂ ಇರಬಹುದೆ? ಎಂದು ತನ್ನನ್ನು ತಾನು ಕೇಳಿಕೊಂಡ. ಬಹುದು ಮಾತ್ರವಲ್ಲ, ಅಹುದು ಎಂದು ಮನಸ್ಸಿನ ಒಂದು ಮೂಲೆ ನುಡಿಯತೊಡಗಿತು. ಜೊತೆಗೇ ಉತ್ತಮ ಘರಾನವಿಲ್ಲದ ಹೆಣ್ಣನ್ನು ಯಾವ ಉತ್ತಮಗಂಡೂ ಮದುವೆಯಾಗುವುದಿಲ್ಲವೆಂದು ಹೇಳಿ ತನ್ನದು ಘರಾನೆಯಿಲ್ಲದ ಹುಟ್ಟು ಎಂಬ ಧ್ವನಿಯ ಬಕುಲಳ ಮಾತು ನೆನಪಿಗೆಬಂತು. ತಲೆಯೊಳಗೆ ಖಾಲಿ ಖಾಲಿ ಯಾದಂತೆ ಆಯಿತು. ಹಲಸಿನಮರದ ಕೊಂಬೆಯಿಂದ ಬರುತ್ತಿದ್ದ ಕಾಗೆಯ ಕೂಗು ಎಲ್ಲೋ ಆಕಾಶದ ಮೇಲಿನಿಂದ ಬರುತ್ತಿರುವಂತೆ ಕೇಳಿಸಿತು. ಕಾಗೆಯು ಯಮಧರ್ಮನ ವಾಹನ ಎಂಬ ನೆನಪುಬಂತು.

ತುಸುಹೊತ್ತಿನಲ್ಲಿ ಕೆಲಸದ ಹೆಂಗಸು ಚಹಾ ಮತ್ತು ಬಿಸ್ಕತ್ತುಗಳನ್ನು ತಂದಿಟ್ಟುಹೋದಳು. ಚಹಾ ಹೊಟ್ಟೆಗೆ ಬಿದ್ದಮೇಲೆ ಅವನಿಗೆ ತುಸು ಚೈತನ್ಯಬಂತು. ಮರದ ಕೆಳಗಾದರೆ ತಣ್ಣ ಗಿರುತ್ತದೆಂದು ಇಲ್ಲಿ ಕೂರಿಸಿದಳೋ ಅಥವಾ ಇವನನ್ನು ಮನೆಯ ಒಳಗೆ ಕರೆಯಬಾರದೆಂದು ಕೂರಿಸಿದಳೊ? ಎಂಬ ಅನುಮಾನ ಮನಸ್ಸಿನಲ್ಲಿಬಂತು. ಮನೆಯೊಳಕ್ಕೆ ಸೇರಿಸದಷ್ಟು ಅಯೋಗ್ಯನೆ ನಾನು? ಎಂದು ಕೇಳಿಬಿಡಬೇಕೆಂಬ ಆಲೋಚನೆ ಹುಟ್ಟಿತು. ಹಾಗೆ ಕೇಳಿದರೆ ತಾನು ಅಯೋಗ್ಯನೆಂದು ತಾನೇ ಸೂಚಿಸಿದಂತಾಗುತ್ತದೆಂಬ ಅರ್ಥ ಹಿಂದೆಯೇ ಹೊಳೆ ಯಿತು. ಬಿಸ್ಕತ್ತು ತಗೋಳಿ. ಇನ್ನಷ್ಟು ಚಹಾ ಹಾಕಲೆ?, ಎಂಬಂತಹ ಸತ್ಕಾರದ ಯಾವ ಮಾತನ್ನೂ ಆಡದೆ ಅವಳು ಕುಳಿತಿದ್ದಳು. ಹೀಗೆ ಕುಳಿತಿದ್ದರೆ ಹೀಗೆಯೇ ಕುಳಿತಿರಬೇಕು ಎಂಬ ಅರಿವಾದ ಅವನು ಅರ್ಧ ಅವಳನ್ನು ಇನ್ನರ್ಧ ಚಹದ ಪಾಟನ್ನು ನೋಡುತ್ತ ಮುಖ್ಯವಾದ ಮಾತನ್ನು ಆಡಿಬಿಟ್ಟ:

'ಹಿಂದೆ ಆದದ್ದಾಯಿತು. ಹಳೆಯದನ್ನ ಕೆದಕುತ್ತಾ ಕೂತರೆ ಏನೂ ಪ್ರಯೋಜನವಿಲ್ಲ. ನನ್ನ ವಿಚ್ಛೇದನ ನಿಶ್ಚಯವಾಗಿದೆ. ಯಾವ ತಕಾರಾರೂ ಇಲ್ಲದೆ ಕೊಡುಕ್ಕೆ ಅವಳು ಒಪ್ಪಿ ಕೊಂಡಿದಾಳೆ. ನೀನು ಒಪ್ಪಿದರೆ ನಿನ್ನನ್ನ ಆಗಬೇಕು ಅಂತ ಕೇಳುಕ್ಕೆಬಂದಿದೀನಿ. ನೀನೀಗ

ಎಷ್ಟು ಸಾಧನೆ ಮಾಡಿದೀಯೋ ನಾನು ಕಾಣೆ. ಎಷ್ಟೇ ಮಾಡಿದ್ದರೂ ಹಾರ್ಮೋನಿಯಂ ಮಾಸ್ತರರಿಗೆ ಗಾಯನದ ಒಳಮರ್ಮ ಪೂರ್ತಿ ದಕ್ಕಿರೂದಿಲ್ಲ. ಹರಿದ್ವಾರದಲ್ಲಿ ನೀನೇ ನನ್ನ ಮೊದಲಶಿಷ್ಯೆ. ಒಂದುವರ್ಷದ ತಯಾರಿಯಲ್ಲಿ ನಿನ್ನನ್ನ ಹಿಂದೂಸ್ಥಾನಕ್ಕೇ ಪ್ರಸಿದ್ಧ ಳನ್ನಾಗಿಮಾಡ್ತೀನಿ. ಕೆಲವುದಿನ ನಾವಿಬ್ಬರೂ ದಂಪತಿಗಳಾಗಿ ಜುಗಲಬಂದಿ ಹಾಡಿ ನಿನ್ನ ಹೆಸರನ್ನ ಪ್ರತಿಷ್ಠಾಪನೆಮಾಡ್ತೀನಿ. ಆಮೇಲೆ ಗುರುಕುಲಾಶ್ರಮದಲ್ಲಿ ನೀನೂ ಪಾಠಹೇಳು. ಕ್ರಮೇಣ ಎಲ್ಲವೂ ನಿನ್ನದೇ. ಆಶ್ರಮ, ನಮ್ಮಿಬ್ಬರ ಸಂಗೀತಪರಂಪರೆ, ಎಲ್ಲ. ನಮ್ಮ ಮದುವೆಯಾದ ಮಾರನೆದಿನವೇ ಬಾಂದ್ರಾದ ಎರಡು ಫ್ಲ್ಯಾಟ್‌ಗಳಿಗೆ, ನನ್ನ ಇತರ ಯಾವ ಹಣ ಆಸ್ತಿ ಇದ್ದರೂ ಅದಕ್ಕೆ, ನನ್ನ ಸಂಗೀತಕ್ಕೆ, ನೀನೇ ಉತ್ತರಾಧಿಕಾರಿಣಿ ಅಂತ ವಿಲ್‌ಬರೆದು ನಿನ್ನ ಕೈಲಿ ಕೊಡ್ತೀನಿ. ಮತ್ತೆ ಯಾವ ಹೆಣ್ಣನ್ನೂ ಕಣ್ಣೆತ್ತಿನೋಡುಲ್ಲ ಅಂತ ತಂಬೂರಿಮುಟ್ಟಿ ನಿನಗೆ ಆಣೆಮಾಡ್ತೀನಿ.'

ಇಷ್ಟು ಹೇಳಿ ಅವನು ಸಂಪೂರ್ಣವಾಗಿ ಚಹಾದ ಪಾಟನ್ನು ನೋಡತೊಡಗಿದ. ಅವಳು ಅವನ ದೃಷ್ಟಿತಗ್ಗಿದ ಮುಖವನ್ನೇ ನೋಡುತ್ತಿದ್ದಳು. ಅವನಿಗೆ ತಾನು ಉತ್ತರ ಕೊಡಬೇಕು, ನಿಧಾನಮಾಡಿದ ಪ್ರತಿಕ್ಷಣವೂ ಸಮ್ಮತಿಸೂಚಕವಾಗುತ್ತದೆಂಬ ಎಚ್ಚರ ಅವಳಲ್ಲಿ ಉಂಟಾಯಿತು. ಆದರೆ ಏನನ್ನು, ಹೇಗೆ ಹೇಳಬೇಕು ಎಂಬುದು ಹೊಳೆಯಲಿಲ್ಲ. ಕತ್ತೆತ್ತಿ ನೋಡುವ ಧೈರ್ಯವಾಗದೆ ಅವನು ಪಾಟಿನ ಮುಚ್ಚಳವನ್ನೇ ದಿಟ್ಟಿಸುತ್ತಾ ಕುಳಿತ. ಎರಡುನಿಮಿಷದ ನಂತರ ಅವಳಿಗೆ ಆರಂಭದ ವಾಕ್ಯ ಹೊಳೆದು ಅನಂತರ ಮುಂದಿನವು ಹರಿಯತೊಡಗಿದವು: 'ನಿಮಗೆ ವಿಚ್ಛೇದನ ಕೊಡುಕ್ಕೆ ಒಪ್ಪಿಕೊಂಡಿರೋರು ಮದುವೆ ದಾಖಲು ಮಾಡಿಸಿಕೊಂಡಿದ್ದ ಚಂಪಾಬಾಯಿ ಅಲ್ಲವೆ? ದೇವಸ್ಥಾನದಲ್ಲಿ ನೀವು ಮಾಂಗಲ್ಯ ಧಾರಣೆ ಮಾಡಿದ್ದ ಮೊದಲ ಹೆಂಡತಿಗೆ ದಾಖಲಾತಿಯೂ ಇಲ್ಲ, ಸರ್ಕಾರಿ ಕೋರ್ಟಿನ ವಿಚ್ಛೇದನೆಯೂ ಇಲ್ಲ. ಅವರನ್ನ ಹೇಗೆ ವಿಚ್ಛೇದಿಸ್ತೀರಿ?'

'ಹರಿದ್ವಾರಕ್ಕೆ ಬಾ ಸಂಸಾರಮಾಡು ಅಂತ ಕರೆದೆ. ಅವಳೇ ಬರುಲ್ಲ ಅಂದಳು.'

'ಬರುಲ್ಲ ಅಂದರೂ ಅವರ ವಿಚ್ಛೇದನವಾಗುಲ್ಲ. ಅದು ಹೋಗಲಿ. ನಾನು ಸಂಗೀತವನ್ನ ಸಂಪೂರ್ಣ ಕೈಬಿಟ್ಟಿದೀನಿ. ಅದರಲ್ಲಿ ಯಾವ ಅರ್ಥವೂ ಇಲ್ಲ. ಯಾವ ಸಾರ್ಥಕತೆಯೂ ಇಲ್ಲ. ಇದೆ ಅಂತ ನೀವು ಇನ್ನೂ ನಂಬಿದೀರಿ. ಅದು ನಿಮ್ಮ ಶ್ರದ್ಧೆಯಪ್ರಶ್ನೆ. ನನ್ನನ್ನು ಮದುವೆಯಾಗುಕ್ಕೆ ನೀವು ಲಾಯಕ್ ಅಂತ ಭಾವಿಸಿದ್ದೀರಲ್ಲ, ಅದೂ ನಿಮ್ಮ ಆತ್ಮಶ್ರದ್ಧೆಯಪ್ರಶ್ನೆ. ನಿಮ್ಮ ಘರಾನಾ ಬೆಳೆಸುಕ್ಕೆ ನಿಮ್ಮ ಜೊತೆ ದೈಹಿಕದಾಂಪತ್ಯ, ಸಂಗೀತದಾಂಪತ್ಯ ಮಾಡು ಬಾ ಅಂತ ನನ್ನನ್ನ ಕರೆಯುವ ಧೈರ್ಯ ನಿಮ್ಮ ಈ ಆತ್ಮಶ್ರದ್ಧೆಯಿಂದ ಹುಟ್ಟಿದೆ ಅಲ್ಲವೆ?'

ಅವನಿಗೆ ಅವಳ ಮಾತು ತಕ್ಷಣ ಪೂರ್ತಿ ಅರ್ಥವಾಗಲಿಲ್ಲ. ನೀನು ನೈತಿಕವಾಗಿ ನನಗಿಂತ ಕೀಳು ಎಂಬುದು ಅವಳ ಒಟ್ಟು ತಾತ್ಪರ್ಯವೆಂದು ಗ್ರಹಿಸಿದ. ಇಂಥ ಭರ್ತ್ಸನೆಯನ್ನು ನಿಭಾಯಿಸುವ ಅನುಭವವಿದ್ದುದರಿಂದ ಅಧೀರನಾಗದೆ ದೃಷ್ಟಿಯನ್ನು ಎತ್ತಿ ಅವಳ ಮುಖ ನೋಡಿದ. ಅವಳು ಎದ್ದುನಿಂತಳು. 'ನಮಸ್ಕಾರ, ನನಗೆ ಕೆಲಸವಿದೆ,' ಎಂದು ಹೇಳಿ ತಾನು ಸಸಿಗಳಿಗೆ ನೀರುಹಾಕುತ್ತಿದ್ದ ಕಡೆಗೆ ನಡೆದುಬಿಟ್ಟಳು. ಮೇಲೆ

ಏಳಲು ಶಕ್ತಿ ಇಲ್ಲದಂತಾಗಿ ಆ ಕಡೆಗೆ ನೋಡುತ್ತಾ ಅವನು ತುಸುಹೊತ್ತು ಕುಳಿತ. ಕೆಲಸದ ಹೆಂಗಸು ಹತ್ತಿರಬಂದಳು. ಟೀಯ ಕಪ್ಪುಬಸಿ ಪಾಟುಗಳಿದ್ದ ತಟ್ಟೆ ಮತ್ತು ಟೀಪಾಯಿಗಳನ್ನು ಎತ್ತಿಕೊಂಡಳು. ತಾನು ಇನ್ನೂ ಅಲ್ಲೇ ಕುಳಿತಿದ್ದರೆ ಅಗೌರವವೆಂಬ ಅರಿವು ಹುಟ್ಟಿ ಅವನು ಮೇಲೆ ಎದ್ದು ಹೊರಗೆ ಟ್ಯಾಕ್ಸಿ ಕಾಣುತ್ತಿದ್ದ ತೋಟದ ಬಾಗಿಲಿನ ಕಡೆಗೆ ನಡೆಯತೊಡಗಿದ.

– ೪ –

ಅವನ ಪ್ರಸ್ತಾಪ ಅವಳಲ್ಲಿ ಅಸಹ್ಯಹುಟ್ಟಿಸಿತ್ತು. ಹದಿನಾಲ್ಕುವರ್ಷದ ಹಿಂದೆ ಅವನು ತನ್ನನ್ನು ಮದುವೆಯಾಗಲೆಂದು ತಾನು ಹಾತೊರೆದಾಗ ಅದರ ಅಧರ್ಮದ ಹಿನ್ನೆಲೆ ಅರ್ಥವಾಗಿರಲಿಲ್ಲವೆಂಬ ಅರಿವಾಯಿತು. ಆಗ ತಾನು ರಾಮಕುಮಾರಿಯನ್ನು ನೋಡಿರಲಿಲ್ಲ ಅನ್ನುವ ನೆನಪಾಯಿತು. ನೋಡಿದ್ದರೂ ಆಗ ಅರ್ಥವಾಗುತ್ತಿರಲಿಲ್ಲವೆಂಬ ಅರಿವೂ ಹುಟ್ಟಿತು. ತುಂಬಿದ ಬಿಂದಿಗೆಯನ್ನು ಎತ್ತಿತಂದು ಬಲಗೈಯನ್ನು ಅಡ್ಡಕೊಟ್ಟು ಮಾವಿನಸೊಸಿಗೆ ಎರೆಯತೊಡಗಿದಳು.

ಅವನು ಬಂದುಹೋದದ್ದರಿಂದ, ಮುಂದೆ ತಾನು ಏನು ಮಾಡಬೇಕೆಂಬ ಪ್ರಶ್ನೆ ಅವಳಲ್ಲಿ ತೀವ್ರವಾಯಿತು. ಅನ್ನ ಬಟ್ಟೆ ವಾಸಕ್ಕೆ ಚಿಂತೆ ಇಲ್ಲ; ಆಗಿ ಮಿಗುವಷ್ಟಿದೆ. ಆದರೆ ಮಾಡಲು ಕೆಲಸವಿಲ್ಲ. ಈ ತೋಟದ ಕೆಲಸವನ್ನ ಎಷ್ಟು ಮಾಡಲುಸಾಧ್ಯ? ಮಾಡಿ ಯಾವ ಸಾರ್ಥಕ? ಮುಂಬಯಿಯಲ್ಲಿ ಯಾವುದಾದರೂ ನೌಕರಿ, ಇನ್ನೂ ಅಸಾರ್ಥಕದ ಕೆಲಸ. ಬಾಲ್ಯದಲ್ಲೇ ಮನಸ್ಸು ಬೇರೆ ಯಾವುದನ್ನೂ ನಿರಾಕರಿಸಿ ಸಂಗೀತಕ್ಕೆ ಎಳೆಯಿತು, ಎಂಬುದನ್ನು ನೆನಸಿಕೊಂಡರೆ ಅನಂತರ ಇದುವರೆಗೆ ಆದದ್ದೆಲ್ಲ ಸುರಳಿಯಂತೆ ಬಿಚ್ಚಿಕೊಳ್ಳುತ್ತದೆ. ಆ ನೆನಪೇ ಬೇಡ ಎಂದು ಅದುಮಿಹಾಕಿ ಬೇರೆ ಏನನ್ನಾದರೂ ಚಿಂತಿಸುತ್ತಾಳೆ. ಏನೂ ಹೊಳೆಯುವುದಿಲ್ಲ.

ಒಂದುವಾರ ಕಳೆದಿತ್ತು. ಗುರು ರಾಜಾರಾಮರಿಂದ ಫೋನುಬಂತು. 'ಹ್ಯಾಗಿದ್ದೀಯ? ಅಭ್ಯಾಸ ಹ್ಯಾಗಿದೆ?'

ಅವರಿಗೆ ನಿಜಸಂಗತಿ ಹೇಳಿಬಿಡುವ ಮನಸ್ಸಾಯಿತು. ಸಂಗೀತವು ಅರ್ಥವಿಲ್ಲದ ಕ್ರಿಯೆ, ಅದನ್ನ ಪೂರ್ತಿಬಿಟ್ಟುಬಿಟ್ಟಿದೀನಿ ಅನ್ನಬೇಕು. ಸದ್ಯಕ್ಕೆ ನಾನೇ ಅಭ್ಯಾಸ ಮಾಡಿಕೊತ್ತೀನಿ ಅಂತ ಹೇಳಿ ಎಷ್ಟು ದಿನ ತಳ್ಳುಕ್ಕೆ ಸಾಧ್ಯ? ಒಂದಲ್ಲ ಒಂದುದಿನ ಅವರು ಇದ್ದಕ್ಕಿದ್ದಂತೆ ಬಂದುಬಿಟ್ಟಾರು, ಎಂಬ ಎಚ್ಚರವೂ ಹುಟ್ಟಿತು. ಈಗಲೇ ಯಾಕೆ ಹೇಳಿಬಿಡಬಾರದು? ಎಂದುಕೊಳ್ಳುತ್ತಿರುವಾಗ ಅವರೇ, 'ನೋಡು, ಒಂದು ವಿಷಯ. ನಿನ್ನ ಕೈಲಿ ಹೇಳಿ ಪ್ರಸ್ತಾಪಮಾಡುಕ್ಕೆ ಸಂಕೋಚವಾಗುತ್ತೆ. ಆದರೂ ನಿನ್ನ ಒಳ್ಳೇದಕ್ಕೆ ಹೇಳ್ತಿದೀನಿ. ಮೋಹನ ಲಾಲ್‌ಜಿ ಮುಂಬಯಿಬಿಟ್ಟು ಹರಿದ್ವಾರದಲ್ಲಿ ಒಂದು ಗುರುಕುಲ ಮಾಡಿಕೊಂಡು ನೆಲೆಸುತಾರೆ. ಬೇಡಿ ಅಂತ ನಾನೂ ಎಷ್ಟೋ ಹೇಳಿದೆ. ಅವರು ತೀರ್ಮಾನ ಮಾಡಿಬಿಟ್ಟಿದಾರೆ. ಮೂವ

ತ್ತೆಂಟು ಮೂವತ್ತೊಂಬತ್ತುವರ್ಷ ಶಹರಿನಲ್ಲಿದ್ದರು. ಮೋಹನಲಾಲಜಿ ಅಂದರೆ ಮುಂಬಯಿ, ಮುಂಬಯಿ ಅಂದರೆ ಮೋಹನಲಾಲಜಿ ಅನ್ನುವ ಮಟ್ಟಿಗೆ ಒಂದಾಗಿದ್ದರು. ಈಗ ಅವರು ಹೋಗುವಾಗ ಅವರಿಗೊಂದು ಸನ್ಮಾನ ಮಾಡಬೇಡವೆ? ಅವರದ್ದೊಂದು ಬೀಳ್ಕೊಡಿಗೆಯ ಕಛೇರಿ ಏರ್ಪಡಿಸಬೇಡವೆ? ಅವರಲ್ಲಿ ಕೆಲವು ದುರ್ಗುಣಗಳಿದ್ದವು, ಇನ್ನೂ ಇವೆ, ನಿಜ. ಯಾವ ಮನುಷ್ಯರಲ್ಲಿರುಲ್ಲ? ಕಲಾವಿದರು ಅಂದಮೇಲೆ ವೈಪರೀತ್ಯಗಳಿದ್ದೇ ಇರ್ತವೆ. ಪೇಪರಿನೋರು ಅವನ್ನೇ ಅತಿಮಾಡಿ ಅವರಿಗೆ ಬೇಜಾರುಮಾಡಿದರು. ಸಂಗೀತಸಭೆಗಳೂ ಪೇಪರುಗಳ ಮರ್ಜಿಹಿಡಿದವು. ಈಗ ಅವರಿಗೆ ಒಂದು ಬೀಳ್ಕೊಡಿಗೆಯ ಸಮಾರಂಭ ಇಡಿಸಬೇಕು ಅಂತ ನಾನು ತೀರ್ಮಾನಿಸಿದೀನಿ. ಸಂಗೀತಪ್ರೇಮಿಗಳ ಒಂದು ಸಮಿತಿ ಮಾಡಿದೀನಿ. ನೀನು ಸಮಿತಿಯಲ್ಲಿರು ಅಂತ ನಾನು ಹೇಳುಲ್ಲ. ಆದರೆ ಖರ್ಚಿಗೆ ಒಂದಿಷ್ಟು ಉದಾರವಾಗಿ ದೇಣಿಗೆಕೊಡು. ನಿನಗೆ ಅವರಿಂದ ಅನ್ಯಾಯವಾಗಿರೂದು ನನಗೆ ಗೊತ್ತು. ನಾನಲ್ಲದೆ ಬೇರೆ ಯಾರಿಗೂ ಗೊತ್ತಿಲ್ಲ. ಆದರೂ ಕೊಡು ಅಂತ ನಿನಗೆ ಹೇಳ್ತಿದೀನಿ. ಯಾಕೆಂದರೆ ನೀನು ಸಂಗೀತದಲ್ಲಿ ಮೇಲೆ ಬರಬೇಕಾದೋಳು. ಎಲ್ಲ ಕಹಿಗಳನ್ನೂ ತೊಳೆದುಕೊಂಡುಬಿಡು. ಮೋಹನಲಾಲ್ ಮುಂಬಯಿಯಲ್ಲಿ ಖಾಲಿಮಾಡಿದ ಜಾಗವನ್ನ ನೀನು ತುಂಬಿಕೊಬೇಕು ಅಂತ ನನ್ನ ಆಶೆ. ತುಂಬೂ ಹಾಗೆ ನಾನು ಮಾಡ್ತೀನಿ. ಏನಂತೀಯ?'

ಅವಳಿಗೆ ಉತ್ತರ ಹೊಳೆಯಲಿಲ್ಲ. ನಾಲ್ಕೂವರೆವರ್ಷ ವಿದ್ಯೆ ಹೇಳಿದವರ ಮಾತನ್ನು ಆ ವಿದ್ಯೆ ನನಗೆ ಈಗ ಬೇಡ ಎನ್ನುವ ಕಾರಣಕ್ಕೆ ತಿರಸ್ಕರಿಸುವುದು ಅವಳಿಗೆ ಹೀನತನವೆನ್ನಿಸಿತು. ತಾನು ಸಂಗೀತವನ್ನು ಪೂರ್ತಿ ತ್ಯಜಿಸಿರುವುದನ್ನು ಈ ತಕ್ಷಣ ಹೇಳಿದರೆ ಅವರ ದೇಣಿಗೆಯ ಕೋರಿಕೆಯನ್ನು ನಿರಾಕರಿಸಿದಂತೆ ಆಗುತ್ತದೆ ಎನ್ನಿಸಿ, 'ಕಾಕ, ಅವರ ವಿಷಯದಲ್ಲಿ ನನ್ನ ಭಾವನೆ ನಿಮಗೇ ಗೊತ್ತಿದೆ. ಆದರೂ ನಿಮ್ಮ ಮಾತು ನನಗೆ ಶಿರೋಧಾರ್ಯ. ಎಷ್ಟು ಕೊಡಲಿ ಹೇಳಿ. ಚೆಕ್ ಕಳುಸ್ತೀನಿ.'

'ಹತ್ತುಸಾವಿರ. ಬರೀ ದುಡ್ಡುಕೊಡೂದಲ್ಲ. ಕಾರ್ಯಕ್ರಮಕ್ಕೂ ಬರಬೇಕು. ಎಲ್ಲ ಕಹಿಯನ್ನೂ ಕಳಕೊಬೇಕು.'

'ಯಾವ ಹೆಸರಿಗೆ ಚೆಕ್ ಬರೀಬೇಕು?' ಎಂದಳು.

ತಕ್ಷಣ ಬರೆದು ಅಂಚೆಗೆ ಕಳಿಸುವುದು ಒಳ್ಳೆಯದು, ನಿಧಾನಮಾಡಿದರೆ ಮನಸ್ಸು ಒಳಗಿನಿಂದ ವಿರೋಧಿಸಬಹುದು, ಅನಾವಶ್ಯಕ ದ್ವಂದ್ವ ಶುರುವಾಗುತ್ತೆ, ಎನ್ನಿಸಿ ಅವಳು ಚೆಕ್ ಪುಸ್ತಕವನ್ನು ಕೈಗೆ ತೆಗೆದುಕೊಂಡಳು. ಮೊತ್ತವನ್ನು ಬರೆಯುವಾಗ ಇದು ರಾಜಾರಾಮ ಕಾಕಾರ ಮಾತಿಗೆ ಬೆಲೆಕೊಟ್ಟು ಕೊಡುತ್ತಿರುವ ದೇಣಿಗೆ ಎಂಬ ನೆನಪಾಯಿತು. ಬೆರಳುಗಳು ಇಪ್ಪತ್ತೈದುಸಾವಿರ ಎಂದು ಬರೆದವು.

– ೫೫ –

ಬೀಳ್ಕೊಡಿಗೆಯ ಸಮಾರಂಭವನ್ನು ರೂಯಿಯಾ ಕಾಲೇಜಿನ ಆಟದ ಬಯಲಿನಲ್ಲಿ

ಏರ್ಪಡಿಸಿದ್ದರು. ದೊಡ್ಡ ಶಾಮಿಯಾನ. ನೆಲದಮೇಲೆ ದರಿ. ಎಷ್ಟು ಜನ ಬಂದರೂ ಒತ್ತಿ ಜಾಗಮಾಡಿಕೊಳ್ಳುವ ಭಾರತೀಯ ಬೈಠಕ್. ನೆಲದಮೇಲೆ ಕೂರಲು ಸಾಧ್ಯವಿಲ್ಲದವರಿಗೆ ಮಾತ್ರ ವಿಶೇಷಕೋರಿಕೆಯಮೇಲೆ ಕೊಡುವ ಒಂದುನೂರು ಮಾತ್ರ ಮಡಿಸುವಕುರ್ಚಿಗಳು. ಸಂಪೂರ್ಣ ರಾತ್ರಿಯ ಬೈಠಕ್ ಎಂಬ ನಿರ್ಧಾರ ಮತ್ತು ವಾಹನಗಳ ಸದ್ದು ಅಡಗಬೇಕೆಂಬ ನಿರೀಕ್ಷೆಗಳಿಂದ ಕಾರ್ಯಕ್ರಮವನ್ನು ರಾತ್ರಿ ಒಂಬತ್ತಕ್ಕೆ ಏರ್ಪಡಿಸಿದ್ದರು. ಸಾಯಂಕಾಲದ ಒಂದು, ನಡುರಾತ್ರಿಯ ಒಂದು, ಬೆಳಗಿನದು ಒಂದು ಬಡಾಖ್ಯಾಲುಗಳನ್ನು ವಿಸ್ತಾರವಾಗಿ ಹಾಡುವುದಾಗಿ ಪಂಡಿತ ಮೋಹನಲಾಲರು ಒಪ್ಪಿದ್ದಾರೆ. ನಡುವೆ ಎರಡು ಛೋಟಾಖ್ಯಾಲ್ ಗಳಿರುತ್ತವೆ ಎಂದು ಕರಪತ್ರಗಳಲ್ಲೇ ಮುದ್ರಿಸಿದ್ದರು. ಕರಪತ್ರದ ಕೊನೆಯಲ್ಲಿ ಸನ್ಮಾನಸಮಿತಿಯ ಪರವಾಗಿ ಅಧ್ಯಕ್ಷ ಎಂದು ಗೋರೆಸಾಹೇಬರ ಹೆಸರನ್ನು ಮುದ್ರಿಸಿದ್ದುದನ್ನು ನೋಡಿದ ಮಧುವಿಗೆ ಆಶ್ಚರ್ಯವಾಯಿತು. ಇವನ ಚಾಳಿ ಎಲ್ಲ ಗೊತ್ತಿದ್ದೂ ಇವನ ಸನ್ಮಾನಕ್ಕೆ ಇವರೇಕೆ ಮುಖ್ಯರಾಗಿ ನಿಂತರು? ಎಂದು ಸಿಡಿಮಿಡಿಗೊಂಡಳು.

ಅವಳು ಹೋಗುವ ವೇಳೆಗೆ ಅವಳು ಕಲ್ಪಿಸಿಕೊಂಡಿದ್ದಕ್ಕಿಂತಲೂ ಹೆಚ್ಚು ಜನರು ಸೇರಿದ್ದರು. ಭಾರತೀಯ ಶೈಲಿಯ ಆಸನವೆಂಬುದನ್ನು ಕರಪತ್ರದಲ್ಲೇ ಹಾಕಿದ್ದುದರಿಂದ ಯಾವುದೋ ಕೊನೆಯ ಭಾಗದಲ್ಲಿ ಕೂರುವುದು, ಸಂಗೀತ ಕೇಳುವುದು ಮುಖ್ಯವಲ್ಲ. ತಾನು ನಡುವೆ ಎದ್ದು ಹೋಗಲೂಬಹುದು. ಬಂದಿದ್ದೇನೆಂದು ರಾಜಾರಾಮ ಕಾಕಾರಿಗೆ ಒಂದುಸಲ ಮುಖತೋರಿಸಿಬಿಟ್ಟರೆ ಸಾಕು ಎಂದು ಅವಳು ಮೊದಲೇ ನಿಶ್ಚಯಿಸಿಕೊಂಡಿದ್ದಳು. ಹಾರ್ಮೋನಿಯಂ ಸಾಥಿಗೆ ಅವರೇ ಕೂರುವುದರಿಂದ ನಡುವೆ ಅವರನ್ನು ನೋಡುವುದು ಸಾಧ್ಯವಿಲ್ಲ. ಮೊದಲೇ ಆ ಶಾಸ್ತ್ರ ಮುಗಿಸಬೇಕೆಂದು ಅವರಿರುವ ಸ್ಥಳವನ್ನು ವಿಚಾರಿಸಿದಳು. ಕಾಲೇಜುಕಟ್ಟಡದ ಪೋರ್ಟಿಕೋ ಹತ್ತಿರ ಇದ್ದಾರೆಂದು ಒಬ್ಬ ಕಾರ್ಯಕರ್ತ ಹೇಳಿದ. ಅವಳು ಅತ್ತ ಹೋಗುತ್ತಿದ್ದಾಗ ಇದ್ದಕ್ಕಿದ್ದಂತೆಯೇ ಎದುರಿಗೆ ಮೋಹನಲಾಲ್ ಸಿಕ್ಕಿದರು. ಇವಳನ್ನು ಕಂಡ ತಕ್ಷಣ ನಿಂತು, 'ನೀನೂ ಬಂದೆಯಾ?' ಎಂದರು. ಅವರ ಧ್ವನಿ ಆಶ್ಚರ್ಯವನ್ನು ಸೂಚಿಸುತ್ತಿತ್ತು.

'ನನ್ನ ಗುರು ರಾಜಾರಾಮ ಟಿಪ್ನಿಸರು ಬರಲೇಬೇಕು ಅಂದರು, ಬಂದೆ,' ಅವಳ ಧ್ವನಿ ಉದ್ವಿಗ್ನಗೊಂಡಿತು.

'ಯಾರು ಹೇಳಿದರು ಅನ್ನೂದು ಮುಖ್ಯವಲ್ಲ. ತಂಬೂರಿ ಹಿಡಿ ಬಾ, ಜೊತೆಗೊಂದಿಷ್ಟು ಗಾಯನದ ಒತ್ತಾಸೆಯನ್ನೂ ಕೊಡುವೆಯಂತೆ. ಹೊಂದಾಣಿಕೆಯಾದರೆ ಅಷ್ಟಿಷ್ಟು ಸಹಗಾಯನ ವನ್ನೂ ಮಾಡೋಣ.' ಅವನ ಧ್ವನಿಯೂ ಉದ್ವಿಗ್ನವಾಗಿತ್ತು. ಅವನು ಒಂದು ತೆರನಾದ ವಿಜೃಂಭಣಲಹರಿಯಲ್ಲಿದ್ದ.

ಅವಳಿಗೆ ಗೊಂದಲವಾಯಿತು. ಕೋಪಬಂತು. ಅದನ್ನು ತೋರಬಾರದೆಂಬ ವಿವೇಚನೆಯೂ ಹುಟ್ಟಿತು. ಹಾಗೆಂದು ಇವನು ಹೇಳಿದಂತೆ ಯಾಕೆ ಕೇಳಬೇಕೆಂಬ ಸೆಟೆತವೂ ಉಂಟಾಯಿತು. 'ಪಂಡಿತ್‌ಜೀ, ತಂಬೂರಿ ಹಿಡಿದು ನಿಮ್ಮ ಹಿಂದೆ ಕೂರುಕ್ಕೆ ನಾನು ನಿಮ್ಮ ಶಿಷ್ಯೆಯಲ್ಲ. ಸಹಗಾಯನ ಮಾಡುಕ್ಕೆ ನಮ್ಮದು ಒಂದೇ ಶೈಲಿಯಲ್ಲ; ನನ್ನದೇ ದಾರಿಯಲ್ಲಿ

ನಾನು ಅಭ್ಯಾಸಮಾಡಿಕೊಂಡಿದೀನಿ. ನಿಮ್ಮ ಸಂಗೀತದಲ್ಲಿ ನನಗೆ ಆಸಕ್ತಿಯೂ ಇಲ್ಲ.'

'ಹಾಗಿದ್ದರೆ ಯಾಕೆ ಬಂದೆ?'

'ಟಿಪ್ನಿಸರ ದಾಕ್ಷಿಣ್ಯಕ್ಕೆ ಅಂತ ಹೇಳಿದೆನಲ್ಲ.'

'ಅದೇನೇ ಇರಲಿ. ಸಭೆಯಲ್ಲಿ ನನ್ನೆದುರು ಹತ್ತಿರದಲ್ಲಿ ಕೂರು. ನನಗೆ ಹಾಡುಕ್ಕೆ ಸ್ಫೂರ್ತಿಬೇಕು.'

ಈಗ ಅವಳ ಕಣ್ಣುಗಳು ಉರಿಯತೊಡಗಿದವು. ಹಲ್ಲುಗಳು ಕಚ್ಚಿಕೊಂಡವು. 'ಮೋಹನ ಲಾಲ್‌ಜೀ, ಮರ್ಯಾದೆ ಇಟ್ಟು ಮಾತಾಡಿ. ನಿಮಗೆ ಸ್ಫೂರ್ತಿಕೊಡೂ ಜಾತಿಯ ಹೆಂಗಸಲ್ಲ ನಾನು,' ಎನ್ನುವಾಗ ಧ್ವನಿ ಏರಿತ್ತು.

'ನೀನೇನು ಬಹಳ ಚೆಲುವೆ ಅಂತ ನಾನು ಹಾಗನ್ನಲಿಲ್ಲ. ಸಂಗೀತ ತಿಳಿದೋರೊಬ್ಬರು ಎದುರಿಗೆ ಕೂತಿದ್ದರೆ ಸೂಕ್ಷ್ಮಕೆಲಸಗಳನ್ನ ಮಾಡಿತೋರಿಸುವ ಸ್ಫೂರ್ತಿ ತಾನೇ ಬರುತ್ತೆ. ಸಭಿಕರಲ್ಲಿ ಶೇಕಡಾ ತೊಂಬತ್ತೈದು ಜನರಿಗೆ ಸೂಕ್ಷ್ಮಕೆಲಸ ತಿಳಿಯೂದಿಲ್ಲ ಅಂತ ನಿನಗೂ ಗೊತ್ತು. ನೀನಾದರೆ ಎಂಥ ಸೂಕ್ಷ್ಮ ತೋರಿಸಿದರೂ ಅರ್ಥಮಾಡಿಕೊತ್ತೀಯ. ಹೆಚ್ಚು ಮಾತಾಡಿ ನನ್ನ ಮೂಡ್ ಕೆಡಿಸದೆ ಬಾ,' ಎಂದು ಅವಳ ಎಡಭುಜಕ್ಕೆ ಕೈಹಾಕಿ ಬಿಗಿಯಾಗಿ ಹಿಡಿದು ದಬ್ಬತೊಡಗಿದ. ಬಿಡಿಸಿಕೊಳ್ಳಲು ಅತ್ತಿತ್ತ ತಿರುಚಾಡುವುದರಿಂದ ಸುತ್ತಮುತ್ತ ಇರುವ ಜನರೆದುರು ಒಂದು ದೃಶ್ಯವನ್ನು ಸೃಷ್ಟಿಸಿದಂತಾಗುತ್ತದೆಂಬ ಎಚ್ಚರ ಅವಳಿಗೆ ಬಂತು. ಅವನು ಅವಳನ್ನು ಬಿಡದೆ ನೇರವಾಗಿ ಸಭೆಯ ಮುಂಬದಿಗೆ ಹಿಡಿದೊಯ್ದು ಮೂರಡಿ ಎತ್ತರದ ವೇದಿಕೆಯ ತೀರ ಕೆಳಗೆ ದರಿಯಮೇಲೆ ಊರಿಕೂರಿಸಿದ. ತುಂಬಿದ್ದ ಸಭಿಕರೆಲ್ಲ ನೋಡುತ್ತಿದ್ದರು. ಅನಂತರ ಅವನು ತಾನೇ ವೇದಿಕೆಯನ್ನು ಹತ್ತಿ ಒಳಗೆ ಹೋಗಿ ಒಂದು ಒರಗುದಿಂಬು ಹೊತ್ತುತಂದು ಅವಳ ಹಿಂಬದಿಗೆ ಹಾಕಿ, 'ಕೊನೆಯ ತನಕ ಕೂರಬೇಕು' ಎಂದುಹೇಳಿ ಹೋಗಿಬಿಟ್ಟ. ಅವಳ ಮುಖದಲ್ಲಿ ಕಿರುಬೆವರು ತುಂಬಿ ಕೊಂಡಿತು. ಹಿಂತಿರುಗಿ ಸಭಿಕರ ಕಡೆಗೆ ನೋಡಲು ನಾಚಿಕೆ ಎನ್ನಿಸಿ ಕತ್ತುಬಗ್ಗಿಸಿ ಕುಳಿತಳು.

ಕಾರ್ಯಕ್ರಮ ಶುರುವಾಯಿತು. ಗೋರೆಸಾಹೇಬರು ವೇದಿಕೆಗೆ ಬಂದು ಕೈಲಿ ಮೈಕ್ ಹಿಡಿದುನಿಂತರು. 'ಪಂಡಿತ ಮೋಹನಲಾಲಜಿ ಮುಂಬಯಿ ಬಿಟ್ಟು ಹರಿದ್ವಾರಕ್ಕೆ ಹೊರಟಿದ್ದಾರೆ. ಹರಿದ್ವಾರ ಅವರ ಹುಟ್ಟೂರು. ಅಲ್ಲದೆ ಪವಿತ್ರಸ್ಥಳ. ಗಂಗಾಮಾತೆಯು ಪರ್ವತದಿಂದ ಧುಮುಕಿ ಸಮತಟ್ಟಾದ ಬಯಲಿನಲ್ಲಿ ನಿಶ್ಯಬ್ದವಾಗಿ ಹರಿಯಲು ಆರಂಭಿಸುವ ಬಿಂದು. ವಿಲಂಬಿತದ ನಿಶ್ಯಬ್ದನಾದ, ತಾನಗಳ ಧುಮಿಕಿಟ್ಟುವ ಭರಾಟೆಗಳೆರಡರ ಸಂಗಮಸ್ಥಾನ. ತಮ್ಮ ಗುರುಗಳಾದ ಸಾಧು ಮಹಾರಾಜರು ನಡೆಸುತ್ತಿದ್ದ ಸಂಗೀತಗುರುಕುಲವನ್ನು ವಹಿಸಿ ಕೊಂಡು ನಡೆಸಲು ಹೋಗುತ್ತಿದ್ದಾರೆ. ಅವರ ಗುರುಕುಲಕ್ಕೆ ನಮ್ಮ ಮುಂಬಯಿಯ ಸಂಗೀತಪ್ರೇಮಿಗಳ ಪರವಾಗಿ ಮೂರುಲಕ್ಷ ರೂಪಾಯಿ ಕಾಣಿಕೆ ಕೊಡುತ್ತಿದೀವಿ.' ಜನಗಳು ಸಾಗರದ ಮೊರೆತದಂತೆ ಚಪ್ಪಾಳೆ ಹೊಡೆದರು. 'ಮೋಹನಲಾಲ್‌ಜಿ ಇವತ್ತಿನ ಗಾಯನವನ್ನು ತಮ್ಮ ಜೀವನದ ಊರಾದ ಮುಂಬಯಿಯ ರಸಿಕರಿಗೆ ಉಚಿತವಾಗಿ ಕೊಡುತ್ತಿದ್ದಾರೆ.' ಚಪ್ಪಾಳೆ. 'ಆದ್ದರಿಂದ ಇವತ್ತು ಅತ್ಯುತ್ತಮವಾಗಿ ಹಾಡ್ತಾರೆ ಅಂತ ನಾನು ನಿಮಗೆ ಮೊದಲೇ

ಹೇಳಿಬಿಟ್ಟಿರ್ತೀನಿ.' ಮತ್ತೆ ಚಪ್ಪಾಳೆ. 'ಇವತ್ತು ಬೀಳ್ಕೊಂಡರೂ ಅವರು ಮುಂಬಯಿಗೆ ಬರ್ತಲೇ ಇರ್ತಾರೆ. ಅವರು ಬೇಸರದಿಂದ ಮುಂಬಯಿ ಬಿಡ್ತಿದಾರೆ ಅಂತ ಕೆಲವರು ಗುಸುಗುಸು ಮಾಡ್ತಿರೂದನ್ನ ನೀವೂ ಕೇಳಿರಬಹುದು. ಇಂಥದಕ್ಕೆಲ್ಲ ದೊಡ್ಡಕಲಾವಿದ ಎಂದೂ ಬೇಸರಮಾಡಿಕೊಳ್ಳೂದಿಲ್ಲ. ಹರಿದ್ವಾರದಲ್ಲಿ ಅಧ್ಯಾತ್ಮದ ಪಾವಿತ್ರ್ಯವಿದೆ. ಮುಂಬಯಿಯಲ್ಲಿ ರಸಿಕರ ಹೃದಯದ ಪಾವಿತ್ರ್ಯವಿದೆ. ಸಂಗೀತಕ್ಕೆ ಎರಡೂಬೇಕು. ನಾವೆಲ್ಲ ಸಂಗೀತ ಕೇಳುಕ್ಕೆ ಬಂದಿದೀವಿ. ಸಂಗೀತಕ್ಕೆ ಮೊದಲಾಗಲಿ ಮಧ್ಯದಲ್ಲಾಗಲಿ ಕೊನೆಯಲ್ಲಾಗಲಿ ಯಾರೂ ಭಾಷಣ, ವ್ಯಾಖ್ಯಾನ ಮಾಡಬಾರದು. ನಾನು ಈಗ ನಿಮ್ಮೆಲ್ಲರ ಪರವಾಗಿ ಗುರುಕುಲಾಶ್ರಮಕ್ಕೆ ಮೂರು ಲಕ್ಷದ ಕಾಣಿಕೆಕೊಟ್ಟು ಮಾಲಾರ್ಪಣೆಮಾಡ್ತೀನಿ. ಅನಂತರ ಕೆಲವು ಮಹನೀಯರು ಮಾಲಾರ್ಪಣೆ ಮಾಡ್ತಾರೆ. ಅವರೆಲ್ಲ ಹಟ ಮಾಡಿ ಮಾಲೆಗಳನ್ನ ತಂದಿದಾರೆ. ಅವಕಾಶವಿಲ್ಲ ಅಂತ ನಾವು ಕಠಿಣವಾಗಿ ಹೇಳುವಂತಿಲ್ಲ.' ಎಂದು ತಮ್ಮ ಕಲಾಪವನ್ನು ಮುಗಿಸಿದರು. ಅನಂತರ ಜನರು ವೇದಿಕೆಯ ಒಂದುಬದಿಯಿಂದ ಸಾಲುಗಟ್ಟಿ ಮಾಲಾರ್ಪಣೆ ಮಾಡತೊಡಗಿದರು. ಒಬ್ಬೊಬ್ಬರೂ ಎಷ್ಟು ಬೇಗ ಮಾಡಿ ಮುಂದೆ ನಡೆದರೂ, ಆ ವೇಗಕ್ಕೆ ತಕ್ಕಂತೆ ಫ್ಲೋಟೋದವರು ಛಕಛಕ ಮಾಡಿದರೂ ಅದು ಬಹಳ ಹೊತ್ತು ಹಿಡಿಸಿತು. ಮಧು ಎಣಿಸಿಕೊಂಡಳು. ಮುನ್ನೂರ ಮೂವತ್ತು ಮಾಲೆಗಳು ಬಿದ್ದಿದ್ದವು.

ಅದೆಲ್ಲ ಮುಗಿದು ಹಾರಗಳ ರಾಶಿಯನ್ನು ಎತ್ತಿ ವೇದಿಕೆಯನ್ನು ಖಾಲಿಮಾಡಿ ಗಾಯಕ ಸಾಥಿದಾರರು ಮತ್ತು ತಾನಪೂರದವರು ಆಸೀನರಾದಮೇಲೆ ಮೋಹನಲಾಲ ಮೈಕಿನ ಹತ್ತಿರಕ್ಕೆ ಬಾಗಿ, 'ನೀವು ಇಷ್ಟೆಲ್ಲ ಪ್ರೀತಿ ತೋರಿಸಿದೀರಿ. ಪ್ರೀತಿಯ ಮಾತನಾಡಿದೀರಿ. ನಾನು ನನ್ನ ಪ್ರೀತಿ ಕೃತಜ್ಞತೆಗಳನ್ನ ಮಾತಿನಲ್ಲಿ ವ್ಯಕ್ತಪಡಿಸೂದಿಲ್ಲ. ಸಂಗೀತಗಾರರು ಭಾಷಣ ವ್ಯಾಖ್ಯಾನ ಮಾಡಕೂಡದು ಅಂತ ಗೋರೆಸಾಹೇಬರು ಯಾವಾಗಿನಿಂದಲೋ ಹುಕುಂ ಮಾಡಿದಾರೆ. ಸಂಜೆ, ನಡುರಾತ್ರಿ, ಮುಂಜಾವಿನ ಮೂರೂ ಭಾವಗಳನ್ನ ತೋರಿಸುವ ಮೂರು ಬಡಾಖ್ಯಾಲ್‌ಗಳಿರಲಿ ಅಂತ ಗೋರೇಸಾಹೇಬರೇ ಹೇಳಿದ್ದರು. ಈಗಾಗಲೆ ಹನ್ನೊಂದು ಗಂಟೆಯಾಗಿದೆ. ಏನು ಮಾಡಲಿ? ಸಂಜೆಯ ರಾಗವನ್ನ ಬಿಟ್ಟುಬಿಡುತೀನಿ,' ಎಂದ.

ಸಭಿಕರಲ್ಲಿ ಹಲವರು, 'ಈಗಿನ್ನೂ ಸಂಜೆ ಅಂತ ತಿಳಕಂಡು ಹಾಡಿ,' ಎಂದು ಕೂಗಿದರು. ಒಬ್ಬಾತ, 'ನೀವು ಹಾಡುಕ್ಕೆ ಶುರುಮಾಡಿ ಕಳೆದುಹೋದ ಸಂಜೆಯನ್ನ ವಾಪಸು ಎಳೆದುತಂದು ನಿಲ್ಲಿಸಿ' ಎಂದು ಗಟ್ಟಿಯಾಗಿ ಕೂಗಿದ. ಸಭಿಕರೆಲ್ಲ ಚಪ್ಪಾಳೆತಟ್ಟಿದರು. ಮಧು ಹಿಂತಿರುಗಿ ನೋಡಿದಳು. ಹನ್ನೆರಡರಿಂದ ಹದಿನೈದುಸಾವಿರ ಜನ ಸೇರಿದ್ದಾರೆಂದು ಅವಳ ಬುದ್ಧಿ ಅಂದಾಜುಮಾಡಿತು. ಹಾಗಿದ್ದರೆ ಶುದ್ಧಕಲ್ಯಾಣ್ ಎಂದು ಮೈಕಿನಲ್ಲಿ ಹೇಳಿ ಮೋಹನಲಾಲ್ ಶ್ರುತಿಯನ್ನು ಮತ್ತೊಮ್ಮೆ ಹದಮಾಡಿದ. ಸುಮಾರು ಇಪ್ಪತ್ತೈದುವರ್ಷದ ಇಬ್ಬರು ಹುಡುಗಿಯರು ಹೆಮ್ಮೆಯಿಂದ ತಂಬೂರಿಹಿಡಿದು ಕುಳಿತಿದ್ದರು. ಟಿಪ್ನಿಸ್ ಮತ್ತು ಪ್ರಭುಗಳೂ ಉತ್ಸಾಹದಿಂದ ತಮ್ಮ ವಾದನದ ಸಹಕಾರವನ್ನು ಎದುರುನೋಡುತ್ತಿದ್ದರು.

ಮಧು ಗಾಯಕನನ್ನೇ ನೋಡುತ್ತಾ ಕುಳಿತಿದ್ದಳು. ತನಗೆ ಗೊತ್ತಿರುವ ಸ್ವರಗಳೇ. ಅದೇ

ಗ ಗ

ಉಠಾವ್. ಗ, ರೇ, ಸಾ, ರೇ, ಗ, ಪ ಗ ಧ ಪಗ, ರೇ, ಗ, ರೇ. ಸಾರೇಸಾ I..... ಆದರೆ ರಾಗದ ಭಾವ ಹುಟ್ಟುತ್ತಿಲ್ಲ. ಅವನು ಕಣ್ಣುಗಳನ್ನು ಅರ್ಧಮುಚ್ಚಿದ್ದಾನೆ. ಭಾವವನ್ನು ಆವಾಹಿಸಿಕೊಳ್ಳಲೋ ಅಥವಾ ಭಾವಕ್ಕೆ ದೃಶ್ಯರೂಪದ ಒತ್ತಾಸೆಕೊಟ್ಟು ಶ್ರೋತೃಗಳನ್ನು ಮರುಳುಮಾಡಲೊ? ಭಾವದ ಆವಾಹನೆಯಾಗುತ್ತಿಲ್ಲ. ಅಭ್ಯಾಸಬಲದಿಂದ ಸ್ವರಗಳ ಮೇಲೆ ಸಂಚಾರ ಮಾಡುತ್ತಿದ್ದಾನೆ ಅಷ್ಟೆ. ನಡುವೆ ಒಮ್ಮೆ ಅರೆನಿಮೀಲಿತ ಕಣ್ಣಿನಿಂದ ನನ್ನನ್ನು ನೋಡಿದ. ಕಳ್ಳನೋಟ. ಕಳ್ಳನೋಟದ ವಿದ್ಯೆಯಲ್ಲಿ ನಿಸ್ಸೀಮ ಎಂದುಕೊಂಡಳು. ಹಿಂತಿರುಗಿನೋಡಿದಳು. ಹತ್ತು ಹದಿನೈದುಸಾವಿರ ಜನಗಳು ಭಾವದ ಅಲೆಯು ಬಂದ ತಕ್ಷಣ ತಲೆಬಾಗಿ ಒಪ್ಪಿಸಿಕೊಂಡು ಆಳವನ್ನು ಸೇರಲು ಕಾತರರಾಗಿ ಕುಳಿತಿದ್ದಾರೆ. ಆದರೆ ಭಾವ ಮೂಡುತ್ತಿಲ್ಲ. ಮೋಹನಲಾಲ ಹೆಣಗುತ್ತಿದ್ದಾನೆ. ಬಿಗಿಯಾಗಿ ಕಣ್ಣುಮುಚ್ಚಿಕೊಂಡು ಅಂತರ್ಮುಖಿಯಾಗಿ ನಾಡಿಯನ್ನು ಹುಡುಕುತ್ತಿದ್ದಾನೆ. ಅದು ಸಿಕ್ಕುತ್ತಿಲ್ಲ. ಅವನು ಗಾಯನ ವನ್ನು ಆರಂಭಿಸಿ, ಗಡಿಯಾರ ನೋಡಿಕೊಂಡಳು, ಕಾಲುಗಂಟೆ ಕಳೆದಿದೆ. ನಾಡಿ ಸಿಕ್ಕುತ್ತಿಲ್ಲ. ಒಟ್ಟು ಐದುಸಲ ತನ್ನ ಕಡೆಗೆ ಗುಪ್ತನೋಟ ಹರಿಸಿದ. ನೇರನೋಟವಲ್ಲ. ಯಾವ ನೇರ ಅರ್ಥವೂ ಇಲ್ಲದ ದೃಷ್ಟಿ. ಸ್ವರಗಳಲ್ಲಿ ಬಿಸಿ ಇಲ್ಲ. ಹಿಂತಿರುಗಿ ಬಲಬದಿಗಿದ್ದ ಹುಡುಗಿಯಿಂದ ತಂಬೂರಿ ಇಸಕೊಂಡು ಶ್ರುತಿಯನ್ನು ಸರಿಮಾಡಿದ, ಶ್ರುತಿಯಲ್ಲಿ ತಪ್ಪಿದೆ ಎಂಬಂತೆ. ಅನಂತರ ಎಡಬದಿಗೆ ತಿರುಗಿ ತಂಬೂರಿಯನ್ನು ತುಸು ತನ್ನ ಹತ್ತಿರಕ್ಕೆ ಸರಗಿಸುವಂತೆ ಸೂಚಿಸಿದ. ಅವಳು ಹತ್ತಿರಕ್ಕೆ ಒತ್ತಿಕೊಂಡಳು. ಮತ್ತೆ ಮ ರೇ ಎಂದು ಎತ್ತಿಕೊಂಡ ಉಠಾವ್ ಶುಷ್ಕ ಸಪ್ಪಳವಾಯಿತು. ಮತ್ತೊಮ್ಮೆ ನನ್ನ ಕಡೆಗೆ ಕಣ್ಣಿನಗುಡ್ಡೆಗಳನ್ನು ಉರುಳಿಸಿದ, ಮರಳಿಸಿದ. ಅವನ ಕಣ್ಣುಗುಡ್ಡೆಗಳೂ ಹೆಣಗುತ್ತಿವೆ. ಯಾವುದರೊಡನೆ, ಯಾಕೆ, ಎಂಬುದು ತನಗೆ ಅರ್ಥವಾಗುತ್ತಿಲ್ಲ. ಅವಳು ಹಿಂತಿರುಗಿ ನೋಡಿದಳು. ಜನಗಳು ತಮ್ಮತಮ್ಮಲ್ಲಿಯೇ ಪಿಸುಗುಟ್ಟಿಕೊಳ್ಳುತ್ತಿದ್ದಾರೆ. ಗಾಯನದಲ್ಲಿ ಮಾಂತ್ರಿಕತೆ ಹುಟ್ಟಿದ್ದರೆ ತಾನೆ ಶ್ರೋತೃಗಳು ಮುಗ್ಧರಾಗಿ ಬಾಗುವುದು? ಎನ್ನಿಸಿತು. ಅಷ್ಟರಲ್ಲಿ ಅವನು ಹಾಡುವುದನ್ನು ನಿಲ್ಲಿಸಿದಂತಾಯಿತು. ಗಾಯಕನು ನಿಲ್ಲಿಸಿದಾಗ ರಾಗಸಂಚಾರವನ್ನು ಜೀವಂತವಾಗಿಡಬೇಕಾದ ಹಾರ್ಮೋನಿಯಂ ವಾದಕರೂ ನಿಲ್ಲಿಸಿದ್ದಾರೆ. ಅವಳು ವೇದಿಕೆಯ ಕಡೆಗೆ ಮುಖ ತಿರುಗಿಸಿ ನೋಡಿದಳು. ಮೋಹನಲಾಲ ಬಾಗಿ ರಾಜಾರಾಮ ಟಿಪ್ನಿಸ್‌ರೊಡನೆ ಏನೋ ಪಿಸುಮಾತಿನಲ್ಲಿ ಹೇಳುತ್ತಿದ್ದಾನೆ. ಅವರು ಕತ್ತುಬಾಗಿಸಿ ತಮ್ಮ ಕಿವಿಯನ್ನು ಅವನ ಬಾಯಿಯ ಹತ್ತಿರಕ್ಕೆ ತಂದಿದ್ದಾರೆ. ತಬಲದ ಪ್ರಭು ಮಾತ್ರ ಮೆಲುದನಿಯಲ್ಲಿ ಕಾಲದ ನಿರಂತರತೆಯನ್ನು ಸೂಚಿಸುತ್ತಿದ್ದಾರೆ. ಟಿಪ್ನಿಸರು ಹಾರ್ಮೋನಿಯಂ ತಿದಿಯನ್ನು ಹಾಗೆಯೇ ಬಿಟ್ಟು ಮೇಲೆ ಎದ್ದರು. ಅವಳು ನೋಡ ನೋಡುತ್ತಿರುವಂತೆಯೇ ವೇದಿಕೆಯನ್ನಿಳಿದು ಅವಳ ಹತ್ತಿರಕ್ಕೆ ಬಂದು ಅವಳ ಕಿವಿಯಲ್ಲಿ, 'ತುಸು ಹಿಂಬದಿಗೆ ಬಾ. ಒಂದು ಮಾತು ಹೇಳಬೇಕಾಗಿತ್ತು,' ಪಿಸುಗುಟ್ಟಿದರು.

ಅವಳಿಗೆ ಮುಜುಗರವಾಯಿತು. 'ನಾನು ವೇದಿಕೆಗೆ ಬರೂದಿಲ್ಲ. ಅವರ ಜೊತೆ ಸ್ವರ ಕೂಡಿಸುಲ್ಲ. ತಂಬೂರಿ ಹಿಡಿಯುಲ್ಲ' ಎಂದು ಮೆಲ್ಲನೆ ಉತ್ತರಿಸಿದಳು. ಬದಿಯ, ಹಿಂಬದಿಯ

ಐದಾರು ಜನಗಳಿಗಾದರೂ ಅದು ಕೇಳಿತು.

'ಸ್ವರ ಕೂಡಿಸು, ಶ್ರುತಿ ಹಿಡಿ ಅಂತ ಅಲ್ಲ. ನಾನು ಒಂದು ಮಾತು ಹೇಳಬೇಕು. ಖಾಸಗೀದು. ತಕ್ಷಣ ಮೇಲೆ ಎದ್ದು ನನ್ನ ಹಿಂದೆ ಬಾ. ಇಡೀ ಸಭೆ ನೋಡ್ತಿದೆ.' ಅವರ ಮುಖದಲ್ಲಿ ಆತುರ ಕಾಣುತ್ತಿತ್ತು. ಅವಳು ಎದ್ದು ನಿಂತಳು. ವೇದಿಕೆಯನ್ನು ಹತ್ತಿ ಫರದೆಯ ಮೂಲೆಯಿಂದ ಇಳಿದು ಮರೆಯಾದ ಅವರನ್ನು ಹಿಂಬಾಲಿಸಿದಳು. ಫರದೆಯಿಂದ ತುಸುದೂರದ ಕಾಲೇಜು ಪೋರ್ಟಿಕೋದ ಹತ್ತಿರದಲ್ಲಿ ನಿಂತು ಅವರು ಹೇಳಿದರು: 'ಇವತ್ತು ಮೋಹನ್‌ಜೀಗೆ ಯಾಕೋ ಮೂಡ್ ಬರ್ತಾ ಇಲ್ಲ. ಎದುರಿಗೆ ಹತ್ತಿರದಲ್ಲೇ ಕೂತಿರೂ ನೀನು ಅವರ ಕಣ್ಣಿಗೆ ಬೀಳದಂತೆ ಬೇರೆ ಎಲ್ಲಾದರೂ ಮರೆಯಾದರೆ ಮೂಡ್ ದಕ್ಕಬಹುದೇನೋ. ನಿನ್ನನ್ನ ಅಲ್ಲಿಂದ ಎಬ್ಬಿಸಿ ಕಳಿಸು ಅಂತ ನನ್ನ ಕೈಲಿ ಹೇಳಿಕಳಿಸಿದಾರೆ.'

'ಕಾಕಾ, ಅವರೇ ಬಲವಂತಮಾಡಿ ನನ್ನನ್ನ ತಳ್ಳಿತಂದು ಅಲ್ಲಿ ಕೂರಿಸಿ ಒರಗುದಿಂಬು ಎತ್ತಿ ತಂದುಹಾಕಿದರು, ಸಂಗೀತ ತಿಳಿದೋರೊಬ್ಬರು ಎದುರಿಗಿದ್ದರೆ ಸೂಕ್ಷ್ಮಕೆಲಸಗಳನ್ನ ಮಾಡಿತೋರಿಸುಕ್ಕೆ ಸ್ಫೂರ್ತಿ ಬರುತ್ತೆ ಅಂದರು. ಇಲ್ಲದಿದ್ದರೆ ನಾನು ಎಲ್ಲೋ ಮೂಲೇಲಿ ಕೂರ್ತಿದ್ದೆ. ವಾಸ್ತವವಾಗಿ ಬರಬೇಕು ಅಂತ ನನಗೆ ಮನಸ್ಸಿರಲಿಲ್ಲ. ನಿಮ್ಮ ಮಾತಿಗೆ ಬೆಲೆ ಕೊಟ್ಟು ಬಂದೆ.'

ಅವಳು ಹೇಳುತ್ತಿದ್ದ ನಡುವೆಯೇ ಅವರು, 'ಅದಿರಲಿ, ಈಗ ಆಲಾಪದ ನಡುವೆ ನಿಲ್ಲಿಸಿದಾರೆ. ನಾನು ಬೇಗ ಹೋಗಬೇಕು' ಎಂದು ಹಿಂತಿರುಗಿ ಓಡಿದರು.

– ೬ –

ಏನು ಮಾಡಿದರೂ ರಾಗದ ನಾಡಿ ಸಿಕ್ಕುತ್ತಿಲ್ಲ. ಐವತ್ತುವರ್ಷದಿಂದ ಪರಿಚಿತವಾಗಿ ನಲವತ್ತುವರ್ಷದಿಂದ ಹಾಡಿ ಮುಷ್ಟಿಗತವಾದ ರಾಗ. ಶಾಸ್ತ್ರ ಶುದ್ಧವಾಗಿಬಿಟ್ಟರೆ ಭಾವ ಉದಿಸುತ್ತದೆಂಬ ಖಾತರಿ ಇಲ್ಲ. ಇತ್ತೀಚೆಗೆ ಹಾಗೆ ಆಗುತ್ತಿದೆ. ಮುಂಬಯಿಯ ಈ ಬೀಳ್ಕೊಡಿಗೆಯ ಗಾಯನವನ್ನು ಅದ್ಭುತವಾಗಿ ಹಾಡಬೇಕಂತ ಎರಡುವಾರದಿಂದ ಮಾಡಿ ಕೊಂಡಿದ್ದ ಸಂಕಲ್ಪ ಸೋಲುವಹಾಗೆ ಕಾಣುಸ್ತಿದೆ. ಏನಾದರೂ ಸೋಲಕೂಡದು. ಮೋಹನ ಲಾಲ ಸೋತು ಮುಂಬಯಿಯಿಂದ ಓಡಿಹೋಗ್ತಿಲ್ಲ. ಹದಿನೈದುಸಾವಿರ ಸಭಿಕರು ಮಂತ್ರಶಕ್ತಿಗೆ ಒಪ್ಪಿಸಿಕೊಳ್ಳುಕ್ಕೆ ಸಿದ್ಧರಾಗಿ ಕೂತಿದಾರೆ. ಒಂದುಕ್ಷಣದ ಮಂತ್ರ ಪಸರಿಸಿದರೆ ಸಾಕು ಮುಳುಗಿ ತಲ್ಲೀನರಾಗ್ತಾರೆ. ಸಭಿಕರ ನಾಡಿ ನನಗೆ ಗೊತ್ತು. ಮುಂಬಯಿ ಸಭಿಕರದಂತೂ ನನಗಿಂತ ಬೇರೆ ಯಾರಿಗೆ ಗೊತ್ತು? ನಿಧಾನವಾಗಿ ವಿಸ್ತಾರವಾಗಿ ಹಾಡಬೇಕು ಇಂಥ ಶುದ್ಧ ಕಲ್ಯಾಣ ವನ್ನು ಹಿಂದೆ ಎಂದೂ ಎಲ್ಲಿಯೂ ಕೇಳಿಲ್ಲ ಅನ್ನುವಹಾಗೆ. ಮಂದ್ರಕ್ಕೆ ಇಳಿಯಬೇಕು. ಅವರೋಹದಲ್ಲಿ ಕಲ್ಯಾಣ, ಮಂದ್ರಕ್ಕೆ ಇಳಿಯುವಾಗ ವಿಪುಲ ಅವಕಾಶ. ಅಲ್ಲಿಂದ ಏರು ವಾಗ ಭೂಪಾಲಿ, ಉತ್ಸಾಹ. ಅವಳು ಸರಿ, ಯಾವಾಗಲೂ ಉತ್ಸಾಹ ಕಳೆದುಕೊಳ್ಳಲ್ಲ. ನಸೆನಸೆ ಇಲ್ಲ. ಹೋಗಿಬಿಟ್ಟಳು. ಹೋಗದೆ ಏನು ಮಾಡ್ತಾಳೆ, ಇರು ಅನ್ನುವ, ಇಟ್ಟುಕೊಳ್ಳುವ

ಮನಸ್ಸು ನನಗೇ ಇಲ್ಲದಾಗ. ಎಂಥ ಉತ್ಸಾಹವಿದ್ದರೂ ಮಂದ್ರಕ್ಕೆ ಇಳಿಯಲಾರಳು, ಇಳಿಸಲಾರಳು. ಇಳಿಸುವ ಶಕ್ತಿ ಇರೂದು ಕಲ್ಯಾಣಿಗೆ ಮಾತ್ರ. ಅದರಿಂದ, ಅಲ್ಲಿ, ಸತ್ಯದರ್ಶನ ವಾಗುತ್ತೆ, ತನಗೆ ಆಯಿತು, ಅಂತ ನನಗೇ ತಿರುಮಂತ್ರ ಹೇಳಿದಳಲ್ಲ. ಅವಳು ಹೇಳಿದ್ದು ಆಸಾವರಿ, ಕೋಮಲಋಷಭ. ಗಂಡನಿಗೆ ಎಲ್ಲಾನೂ ಹೇಳಿಬರುವಂಥ ದರ್ಶನವಂತೆ. ಎದುರಿಗೇ ಕೂತಿದಾಳೆ, ನನ್ನನ್ನೇ ಪರೀಕ್ಷೆಮಾಡುವ ಕಣ್ಣುಗಳಿಂದ ಚುಚ್ಚುತ್ತಾ. ಯಾವತ್ತೂ ಶತ್ರುವನ್ನು ಎದುರಿಗೆ ಕೂರಿಸಿಕೊಂಡು ಹಾಡಬಾರದು. ಸಹೃದಯತೆ ಮಾತ್ರ ಎದುರಿಗೆ ಮಂಡಿಸಿರಬೇಕು. ಕಣ್ಣುಗಳ ಸೌಮ್ಯ ಮಿನುಗಿನಿಂದ ಸಿಂಪಡಿಸುವ ಸಹೃದಯತೆಯಿಲ್ಲದಿದ್ದರೆ ಹಾಡೂದು ಹೇಗೆ? ನಾನೇ ಹಿಡಿದುತಂದು ಎದುರಿಗೆ ಕೂರಿಸಿ ತಪ್ಪುಮಾಡಿದೆ, ಸೊಕ್ಕಿನ ಮಾತನಾಡಿದರೂ. ಪಂಡಿತ್‌ಜೀ, ಮೋಹನಲಾಲ್‌ಜಿ ತಂಬೂರಿ ಹಿಡಿದು ನಿಮ್ಮ ಹಿಂದೆ ಕೂರುಕ್ಕೆ ನಾನು ನಿಮ್ಮ ಶಿಷ್ಯೆಯಲ್ಲ. ನಿಮ್ಮ ಸಂಗೀತದಲ್ಲಿ ನನಗೆ ಆಸಕ್ತಿಯೂ ಇಲ್ಲ. ಗುರು ಟಿಪ್ಪಿಸರ ದಾಕ್ಷಿಣ್ಯಕ್ಕೆ ಅಂತ ಹೇಳಿದಳಲ್ಲ. ಇಷ್ಟಾದರೂ ಯಾಕೆ ಹಿಡಿದುತಂದು ಎದುರಿಗೆ ಕೂರಿಸಿದೆ ಒರಗುಲೋಡು ಎತ್ತಿತಂದಿಟ್ಟು? ಸ್ವರಸೂಕ್ಷ್ಮಗಳು ಕಣ್ಣಿಗೆ ಕಾಣುಸ್ತಿಲ್ಲ. ಅಭ್ಯಾಸದ ನೆನಪುಮಾತ್ರ. ಇಳಿಯೂದೇನು? ವಿಸ್ತರಿಸೂದೇನು? ಜನಗಳು ಉತ್ಸಾಹಹೀನರಾಗ್ತಿ ದಾರೆ. ಅವರಿಗೆ ಕಿಕ್‌ಬರ್ತಿದೆಯೋ ಇಲ್ಲವೋ ತತ್‌ಕ್ಷಣದಲ್ಲೇ ಅರಿವಾಗುತ್ತೆ. ನನಗೆ ಬಂದದ್ದು ತಾನೆ ಅವರಿಗೆ ಬರೂದು? ದಾಖಲಾತಿಯೇ ಇಲ್ಲ, ಅವರನ್ನ ಹೇಗೆ ವಿಚ್ಛೇದಿಸ್ತೀರಿ? ಹರಿದ್ವಾರಕ್ಕೆ ಬಾ ಅಂತ ಕರೆದೆ. ಅವಳೇ ಬರುಲ್ಲ ಅಂದಳು. ಬರುಲ್ಲ ಅಂದರೂ ಅವರ ವಿಚ್ಛೇದನವಾಗುಲ್ಲ. ಧ್ವನಿ ಮಂದ್ರಷಡ್ಜಕ್ಕೆ ಇಳಿದರೂ ತಳಹದಿಯ ದರ್ಶನವಾಗ್ತಿಲ್ಲ. ಅದು ಆಗದಿರುವಾಗ ಮಂದ್ರಷಡ್ಜ ಸಿಕ್ಕಿರೂದೇ ಸುಳ್ಳು. ನನ್ನನ್ನೇ ನೋಡ್ತಾ ಕೂತಿದಾಳೆ. ನನ್ನ ಪ್ರೋಗ್ರಾಂ ಕೆಡಿಸಬೇಕು ಅಂತ ನಿಶ್ಚಯಮಾಡಿ. ತಪ್ಪುಮಾಡಿದೆ, ಎದುರಿಗೆ ಕೂರಿಸಿಕೊಂಡು. ಸಂಗೀತದಲ್ಲಿ ಯಾವ ಅರ್ಥವೂ ಇಲ್ಲ. ಸಾರ್ಥಕತೆಯೂ ಇಲ್ಲ. ಇದೆ ಅಂತ ನೀವು ಇನ್ನೂ ನಂಬಿದೀರಿ. ಅದು ನಿಮ್ಮ ಆತ್ಮಶ್ರದ್ಧೆಯ ಪ್ರಶ್ನೆ. ನನ್ನನ್ನ ಹುಂಬ ಅಂದಳು ಲೌಡಿ. ನಾನು ಅಡಿಪಾಯ ಹಾಕಿಕೊಡದೆ ಈಗ ಸಾಧನೆಮಾಡ್ತಿದಾಳೆಯೆ? ಹಾರ್ಮೋನಿಯಂ ಮಾಸ್ತರನ ಮಾರ್ಗದರ್ಶನದಲ್ಲಿ ಅದೇನು ಸಾಧನೆಮಾಡಿದಾಳೆ ಒಂದಿಲ್ಲೊಂದು ದಿನ ನಾನೇ ನೋಡ್ತೀನಿ. ಜನಗಳಿಗೆ ಬೋರ್ ಆಗ್ತಿದೆ. ಇವತ್ತಿನ ಪ್ರೋಗ್ರಾಂ ಕಳೆಗಟ್ಟಿಸಲೇಬೇಕು. ಮೆಲ್ಲಗೆ ತಮ್ಮತಮ್ಮಲ್ಲೇ ಗುಜುಗುಜು ಮಾಡ್ತಿದಾರೆ. ಪ್ರತಿಯೊಂದು ಕಛೇರಿಯಲ್ಲೂ ಒಂದೇ ಮಟ್ಟದ ಖುಷಿ ಹುಟ್ಟಿಸಬೇಕು ಅಂತ ನಿರೀಕ್ಷಿಸ್ತಾರೆ. ಇವಳನ್ನ ಎದುರಿನಿಂದ ಎಬ್ಬಿಸಿ ಕಳಿಸ ದಿದ್ದರೆ ಸಾಧ್ಯವಿಲ್ಲ. ಹ್ಯಾಗೆ ಕಳಿಸೂದು? ಎದ್ದುಹೋಗು ಅಂದರೆ ಕೇಳ್ತಾಳೆಯೆ? ನನ್ನ ಎದುರಿಗೆ ಮೈಕ್ ಇದೆ. ಎಷ್ಟು ಸಣ್ಣಗೆ ಹೇಳಿದರೂ ಇಡೀಸಭೆಗೆ ಕೇಳುತ್ತೆ. ಅವಳು ಹೋಗುಲ್ಲ. ಜವಾಬುಕೊಡ್ತಾಳೆ. ಪ್ರೋಗ್ರಾಮ್ ಕೆಡಿಸಬೇಕು ಅಂತಲೇ ಕೂತಿದಾಳೆ. ಕೂತಿದ್ದರೂ ನನಗೂ ಅವಳಿಗೂ ಸಂಬಂಧವಿಲ್ಲ ಅಂತ ತಿಳಕಂಡು ಕಣ್ಣುಮುಚ್ಚಿ, ಕಣ್ಣುಮುಚ್ಚಿದರೆ ಇನ್ನಷ್ಟು ಪ್ರಖರವಾಗ್ತಾಳೆ. ಎರಡು ಕಣ್ಣುಗಳಿಂದಲೂ ಹೆಚ್ಚು ಮೊನಚಿನಿಂದ ಚುಚ್ಚುತಾಳೆ. ರಾಜಾರಾಮನಿಗೆ ಶಿಷ್ಯೆ. ಅವನ ಕೈಲಿ ಹೇಳಿಸಿದರೆ ಹೋಗಿಯೇ ಹೋಗ್ತಾಳೆ.

ಎದ್ದುಹೋದಮೇಲೆ ಇನ್ನಷ್ಟು ಪ್ರಖರವಾಗಿದಾಳೆ. ಇನ್ನಷ್ಟು ಚುಚ್ಚುತಿದಾಳೆ. ಎದುರಿಗಿರುವಾಗ ಎದುರಿಸೂದು ಸುಲಭ. ಈ ರಾಗ ಆರಿಸಿಕೊಬಾರದಾಗಿತ್ತು. ಕಲ್ಯಾಣ ಇವಳ ಜೊತೆ ಹಾಡಿದ್ದು. ಕಲ್ಯಾಣಿ ಅಂತ ಇವಳಿಗೆ ಹೆಸರಿಟ್ಟದ್ದು. ಆರಿಸಿಕೊಂಡಾಗಿದೆ, ಶುರುಮಾಡಿಯಾಗಿದೆ. ಇದಕ್ಕೆ ಮೂಡ್‌ಬರ್ತಿಲ್ಲ. ಬೇರೆ ರಾಗ ಹಾಡ್ತೀನಿ ಅಂದರೆ ಹೇಗೆ? ಆರ್ಟಿಸ್ಟ್ ಅಂದರೆ ಮೂಡ್ ಇದ್ದೇ ಇರುತ್ತೆ ಅನ್ನೂದು ಶ್ರೋತೃಗಳಿಗೆ ತಿಳಿದಿಲ್ಲವೆ, ಅದೂ ಮುಂಬಯಿಯ ಶ್ರೋತೃಗಳಿಗೆ? ಇವರನ್ನ ಗೆಲ್ಲಬೇಕಾದರೆ, ಗೆಲ್ಲಬೇಕಾದರೆ, ಗೆಲ್ಲಬೇಕಾದರೆ, ಗೆ..ಲ್ಲ..ಬೇ..ಕಾ..ದ..ರೆ. ಹ್ಞಾಂ ಓಂಕಾರ ಶುರೂಮಾಡಿದರೆ ಹ್ಯಾಗೆ? ಹುಚ್ಚುಹಿಡಿದು ತಲೆ ತೂಗ್ತಾರೆ, ಕಣ್ಣುಮುಚ್ಚಿ ಧ್ಯಾನಮಗ್ನರಾಗ್ತಾರೆ. ಎಷ್ಟು ಕಛೇರಿಗಳಲ್ಲಿ ನೋಡಿದೀನಿ. 'ಶುದ್ಧ ಕಲ್ಯಾಣದ ಮೂಡ್‌ಬರ್ತಿಲ್ಲ. ಮೊದಲು ತುಸುಹೊತ್ತು ಓಂಕಾರ ಹಾಡ್ತೀನಿ. ಮೂಡ್‌ಬಂದ ಮೇಲೆ ಬೇರೆ ಒಂದು ಸಂಪೂರ್ಣರಾಗ ವಿಸ್ತಾರವಾಗಿ ಆರಂಭಿಸ್ತೀನಿ.' ವಾಹ್, ಸಾಗರ ಭೋರ್ಗರೆಯುವಂಥ ಚಪ್ಪಾಳೆ. ಬರ್ತಾಇದೆ, ಮೂಡ್ ಬರ್ತಿದೆ. ತಂಬೂರಿಗಳನ್ನು ಸರಿಮಾಡಿ ಹುಡುಗಿಯರ ಕೈಗೆ ಕೊಟ್ಟು ಕಣ್ಣುಮುಚ್ಚಿ ಜೋಡಿ ತಾನಪೂರದ ಝೇಂಕಾರವನ್ನು ಕಿವಿಗಳಿಗೆ ತುಂಬಿಕೊಂಡ. ಈಗ ಬಂತು. ಇನ್ನು ಚಿಂತೆ ಇಲ್ಲ. ಓsssssssOss. ಮೊದಲು ತಾರಕ್ಕೆ ಏರಿ ಅನಂತರ ಮಂದ್ರಕ್ಕೆ ಇಳಿಯಬೇಕು. ಮುಚ್ಚಿದಕಣ್ಣುಗಳನ್ನು ತೆರೆಯಲಿಲ್ಲ. ಆಂತರ್ಯದ ಆಕಾಶ ತೆರೆದುಕೊಳ್ಳುತ್ತಿದೆ. ಈಗ ಕಣ್ಣುಬಿಟ್ಟರೂ ಪರವಾಗಿಲ್ಲ, ಆ ಶನಿ ಎದ್ದುಹೋಗಿದಾಳೆ ಎಂಬ ಅಭಯಹುಟ್ಟಿತು. ಕಣ್ಣುತೆರೆದ. ಅವಳಿಲ್ಲ. ಇಡೀ ಸಭೆ ಮಂತ್ರಮುಗ್ಧವಾಗ್ತಿದೆ. ಗಂಡುಹೆಣ್ಣು ಕಿರಿಯ ಹಿರಿಯ ಯೌವನ ಪ್ರೌಢ ಮುದುಕ ಮೋಟ ಎಲ್ಲರೂ. ಸ್ಪಷ್ಟವಾಗಿ ಕಣ್ಣುತೆರೆದುನೋಡಿದ. ಅಲ್ಲಿ, ತುಸುದೂರದಲ್ಲಿ, ಖಚಿತವಾದ ಸಾಲುಗಳಿಲ್ಲ ಒಬ್ಬರ ಬೆನ್ನ ಹಿಂದೆ ಒಬ್ಬರಂತೆ, ಒಬ್ಬರ ತೊಡೆಯ ಹಿಂದೆ ಒಬ್ಬರಂತೆ ಕೂತಿದಾರೆ. ಅಲ್ಲಿ ತುಸುದೂರದಲ್ಲಿ ಸುಮಾರು ಮೂವತ್ತೈದುವರ್ಷ, ರೇಶ್ಮೆಯಸೀರೆ ವಜ್ರದ ಓಲೆ, ವಜ್ರದ ಮೂಗುತಿ, ವಜ್ರಖಚಿತ ಕೈಬಳೆಗಳು, ಉಂಗುರ, ಕೈಗಡಿಯಾರ, ಅವಳೇ, ಏನವಳ ಹೆಸರು? ಮರೆತುಹೋಗಿದೆ. ಈಗ ಜ್ಞಾಪಿಸಿಕೊಳ್ಳೂದುಬೇಡ, ಸ್ವರದ ಮಗ್ನತೆ ಹೋಗಿಬಿಡುತ್ತೆ. ಹ್ಞಾ, ನೆನಪಾಯಿತು. ಹೈದಾರಾಬಾದು. ತಂಬೂರಿ ಹಿಡಿದು ಅಗತ್ಯಕ್ಕಿಂತ ಹತ್ತಿರ ಸರಿದಳು. ಫ್ರೆಂಚ್ ಪರಿಮಳವು ಬೆಳಗಿನ ನೆನಪುಗಳಿಂದ ತುಂಬಿಕೊಂಡು ಐದುನಿಮಿಷವಾದರೂ ಮಗ್ನತೆ ಹತ್ತಲಿಲ್ಲ. ಬೇಸರ, ಸೋಲಿನ ಅನುಭವ. ಹೆಣಗಾಟ. ನಾನೊಬ್ಬ ಕಲಾವಿದ, ಗಾಯಕ, ಇದೊಂದು ಕಲಾಕೃತಿ, ಇದರ ಭಾವವನ್ನು ಸೃಷ್ಟಿಸುವುದು ಮಾತ್ರ ನನ್ನ ಕೆಲಸ. ಇವಳು ಮನಸೋತಂತೆ ಸಭಿಕರ ಮನಸ್ಸನ್ನು ಸೋಲಿಸಿ ಕರಗಿಸುವ ಆರ್ತಸಮರ್ಪಣಭಾವ. ಯಾವ ಯಾವ ಸ್ವರಸೂಕ್ಷ್ಮಗಳ ಮೇಲೆ ಯಾವ ಯಾವ ಹದದಲ್ಲಿ ಸಾಗಿ ನಿಲ್ಲಬೇಕೋ ಅದರಂತೆ ಹಾಡಿದರೆ ಭಾವ ಬಂದೇ ಬರಬೇಕು. ಗಾಯನವನ್ನ ಸ್ವಾಧೀನಕ್ಕೆ ತೆಗೆದುಕೊಂಡರೆ ಸರಿ ಎಂದು ಇಚ್ಛಾಶಕ್ತಿಯನ್ನು ಗಟ್ಟಿಮಾಡಿಕೊಳ್ಳತೊಡಗಿದ. ಖಾಸಗಿ ಬೈಠಕ್ಕಿನಲ್ಲಿ ಗೆಲ್ಲಬಹುದಾದರೆ ದೊಡ್ಡಸಭೆಯಲ್ಲಿ ಯಾಕೆ ಸಾಧ್ಯವಿಲ್ಲ? ಎಂದು ಸವಾಲು ಸ್ವೀಕರಿಸಿ ಹಾಡತೊಡಗಿದ. ಅವಳು. ಹೌದು ಅವಳೇ. ಕಛೇರಿಯ ಸುದ್ದಿಯನ್ನ ಪೇಪರಿನಲ್ಲಿ ಓದಿ ಬಂದಿದಾಳೆ.

ಅಥವಾ ರೇಶ್ಮೆವಜ್ರಗಳನ್ನು ಹೇರಿಕೊಳ್ಳುವ ಅವಳಂಥೋಳು ಮುಂಬಯಿಯಲ್ಲಿ ಎಷ್ಟು ಜನವಿಲ್ಲ? ಅವಳ ಕಡೆ ನೋಡಕೂಡದು. ಗಾಯನವನ್ನು ಸ್ವಾಧೀನಕ್ಕೆ..... ಏನು ಸದ್ದು? ಶ್ರೋತೃಗಳ ಗುಜು ಗುಜು. ಜೋಡಿ ತಾನಪೂರ, ನನ್ನ ವಶದಲ್ಲಿರುವ ಧ್ವನಿವರ್ಧಕ, ಆದರೂ ಗುಜುಗುಜು ಕೇಳುತ್ತಿದೆ. ನನ್ನ ನಲವತ್ತುವರ್ಷದ ಅನುಭವದಲ್ಲಿ ಒಮ್ಮೆಯೂ ಹುಟ್ಟದ ಗುಜುಗುಜು. ಕೋಪಬಂತು. ತಕ್ಷಣ ಹಾಡುವುದನ್ನು ನಿಲ್ಲಿಸಿದ. ನಿಲ್ಲಿಸುವಂತೆ ಎರಡೂ ತಾನಪೂರಗಳ ಮೇಲೆ ಕೈ ಇಟ್ಟ. ಗುಜುಗುಜು ಗಟ್ಟಿಯಾಗಿ ಕೇಳುತ್ತಿದೆ. ತನಗೆ ಮೊಟ್ಟಮೊದಲ ಅನುಭವ. ಮೈಕಿನ ಹತ್ತಿರಕ್ಕೆ ಮುಖಬಾಗಿಸಿ, 'ಮಹಾಜನಗಳಲ್ಲಿ ಕೆಲವರಿಗೆ ಇವತ್ತು ಸಂಗೀತ ಕೇಳುವ ಮೂಡ್ ಇಲ್ಲ ಅಂತ ಕಾಣುತ್ತೆ. ಅಂಥೋರು ದಯಮಾಡಿ ಮನೆಗೆ ಹೋದರೆ ಉಳಿದೋರು ಅಡ್ಡಿಯಿಲ್ಲದೆ ಕೇಳುವ ಅವಕಾಶವಾಗುತ್ತೆ,' ಎಂದ. ಸಭಿಕರನ್ನು ಗದ್ದರಿಸಿ ಶಿಸ್ತಿನಿಂದ ವರ್ತಿಸುವಂತೆ ಹೇಳುವ ಉಪಾಧ್ಯಾಯ ಅಧಿಕಾರ ತನಗಿದೆ ಎಂಬ ಭಾವನೆ ತುಂಬಿಕೊಂಡಿತು.

ಸಭೆಯ ಮಧ್ಯದಲ್ಲಿ ಯಾರೋ ಒಬ್ಬ ಎದ್ದುನಿಂತು ಗಟ್ಟಿಯಾಗಿ, 'ನಮಗೆ ಮೂಡ್ ಇಲ್ಲ ಅನ್ನಬೇಡಿ. ಸರಿಯಾದ ಮೂಡ್ ತಂದುಕೊಳ್ಳುಕ್ಕೆ ನಿಮಗೆ ಆಗ್ತಿಲ್ಲ ಅಂತ ಒಪ್ಪಿಕೊಳ್ಳಿ.'

'ಅದಕ್ಕೇ ನಾನೂ ಹೆಣಗ್ತಿದೀನಲ್ಲ, ಗೊತ್ತಾಗುಲ್ಲವೆ?' ಇವನು ಧ್ವನಿ ಏರಿಸಿ ಕೇಳಿದ.

ಅಷ್ಟರಲ್ಲಿ ಗೋರೆಸಾಹೇಬರು ವೇದಿಕೆಯನ್ನೇರಿ ಮೈಕನ್ನು ಕೈಲಿ ಹಿಡಿದು ನಿಂತು: 'ಶ್ರೋತೃಗಳು ದಯಮಾಡಿ ತಾಳ್ಮೆತಂದುಕೊಂಡು ಸಹಕರಿಸಬೇಕು. ಎಷ್ಟೋಸಲ ಕಲಾವಿದರಿಗೆ ಮೂಡ್ ಇರುಲ್ಲ. ಆರಂಭದಲ್ಲಿ ಸ್ವಲ್ಪಕಷ್ಟವಾಗುತ್ತೆ. ಪಂಡಿತ್ ಮೋಹನಲಾಲರಿಗೆ ಯಾವತ್ತೂ ಹೀಗೆ ಆಗಿರಲಿಲ್ಲ. ಸ್ವಲ್ಪಹೊತ್ತು ಕಳೆದರೆ ಮೂಡ್‌ಬರುತ್ತೆ.'

ಸಭಿಕರ ಮಧ್ಯದಿಂದ ಗಟ್ಟಿಯಾಗಿ ಕೂಗಿದವನು ಕೇಳಿದ: 'ಗೋರೆಸಾಹೇಬರೇ, ನೀವು ವಕೀಲರು, ಕಕ್ಷಿಗಾರರಿಂದ ಫೀಜು ತಗಂಡಮೇಲೆ ನನಗೆ ಇವತ್ತು ಕೋರ್ಟಿನಲ್ಲಿ ಸರಿಯಾಗಿ ವಾದ ಮಾಡುಕ್ಕೆ ಮೂಡ್‌ಬರಲಿಲ್ಲ, ನಿಮ್ಮ ಕೇಸು ಮುಳುಗಿದ್ದಕ್ಕೆ ನಾನು ಜವಾಬ್ದಾರನಲ್ಲ ಅಂದರೆ ಆಗುತ್ತಾ?'

'ಕೋರ್ಟಿನಲ್ಲಿ ವಾದ ಮಾಡೂದು ಬೇರೆ, ಕಲಾಸೃಷ್ಟಿ ಬೇರೆ.' ಗೋರೆ ಉತ್ತರಿಸಿದರು.

ಅಷ್ಟರಲ್ಲಿ ಸಭೆಯ ಮುಂಬದಿಯಿಂದ ಒಬ್ಬ ವೃದ್ಧರು ಎದ್ದು ವೇದಿಕೆಯನ್ನು ಹತ್ತಿ ಟಿಪ್ನಿಸನ ಹಾರ್ಮೋನಿಯಂ ಮುಂದಿದ್ದ ಮೈಕನ್ನು ಕೈಗೆ ತೆಗೆದುಕೊಂಡರು. ಖಾದಿ ಧೋತರ, ಖಾದಿ ಜುಬ್ಬಾ. ಬೊಕ್ಕತಲೆ. ಚುರುಕು ಕಣ್ಣುಗಳು. ಮೊನಚುಮೂಗು. ತ್ರ್ಯಂಬಕ್ ಪುರಂಧರೆ ಎಂದು ಎಷ್ಟೋ ಜನ ಗುರುತಿಸಿದರು. ಗೋರೆಯವರಿಗೂ ಗುರುತು ಸಿಕ್ಕಿತು. ಸಂಗೀತ ಸಾಹಿತ್ಯಗಳನ್ನು ತಿಳಿದವರು. ಗಾಂಧೀವಾದಿ. ನವೋದಯ ಕಾಲೇಜಿನ ಪ್ರಿನ್ಸಿಪಾಲರಾಗಿ ನಿವೃತ್ತರಾದವರು. 'ವಕೀಲ ಸಾಹೇಬರೇ, ವಕೀಲಿವೃತ್ತಿಗೂ ಗಾಯಕವೃತ್ತಿಗೂ ವ್ಯತ್ಯಾಸವಿದೆ ನಿಜ. ಆದರೆ ನೀವು ಕೋರ್ಟಿಗೆ ಹೋಗುವ ಮೊದಲು ಸಂಪೂರ್ಣವಾಗಿ ಕೇಸಿನ ತಯಾರಿಮಾಡಿಕೊಂಡಿರಬೇಕು. ಒಂದೊಂದು ಕೇಸಿನ ತಯಾರಿಗೆ ಎಂಟುಹತ್ತು ದಿನವೇ ಹಿಡಿಯುತ್ತೆ. ವಾದಮಾಡುವ ಹಿಂದಿನ ರಾತ್ರಿ ಚನ್ನಾಗಿ ನಿದ್ರೆಮಾಡಬೇಕು. ಅಂದರೆ

ಪಾರ್ಟಿಗೀರ್ಟಿ ಅಂತ ಹದಗೆಡಬಾರದು. ಇಂಥ ಶಿಸ್ತು ಸಂಗೀತಗಾರನಿಗೂ ಬೇಕು ಅಲ್ಲವೊ? ಇಷ್ಟಕ್ಕೂ ಅವನೇನು ಕಛೇರೀಲಿ ಹೊಸರಾಗವನ್ನ ಆವಿಷ್ಕರಿಸುಲ್ಲ. ಗುರುಗಳು ಕಲಿಸಿದ, ಅಷ್ಟುವರ್ಷ ತಾನು ಹಾಡಿ ಅಭ್ಯಾಸವಾಗಿರುವ ರಾಗಾನೇ ಹಾಡ್ತಾನೆ. ಒಂದೊಂದು ದಿನ ಗಾಯನ ಅದ್ಭುತವಾಗಬಹುದು. ಒಂದೊಂದು ದಿನ ಅದ್ಭುತವಾಗದೆ ಇರಬಹುದು. ಶಿಸ್ತು ಇದ್ದರೆ ಒಂದು ಕನಿಷ್ಠಮಟ್ಟಕ್ಕಿಂತ ಕೆಳಗಿಳಿಯದೆ ಹಾಡಲೇಬಹುದು. ಅಶಿಸ್ತು ಬೇಜವಾಬ್ದಾರಿಗಳಿಗೆ ಇತ್ತೀಚೆಗೆ ಕೆಲವು ಕಲಾವಿದರು ಮೂಡ್ ಅನ್ನೂ ಹೆಸರು ಹೇಳಿ ನುಣುಚಿ ಕೊತ್ತಿದಾರೆ. ಜನಗಳೂ ಅಜ್ಞಾನದಿಂದಲೋ, ಫ್ಯಾಷನ್‌ನಿಂದಲೋ ಅದನ್ನೇ ನಂಬಿ ಮೋಸಮಾಡಿಸಿಕೊತ್ತಿದಾರೆ.'

ಇಷ್ಟು ಹೇಳಿದ ನಂತರ ಪುರಂಧರೆಯವರು ಉತ್ತರ ಹೇಳಿ ಎಂಬಂತೆ ಗೋರೆಯ ಮುಖ ನೋಡಿದರು. ಗೋರೆಗೆ ಉತ್ತರ ತೋಚಲಿಲ್ಲ. ಸಭಿಕರ ಬಲಬದಿಯ ಕೊನೆಯಲ್ಲಿ ಕೆಲವರು ಚಪ್ಪಾಳೆತಟ್ಟಿದರು. ಈ ಸನ್ನಿವೇಶದಲ್ಲಿ ತಮಗೊಂದು ಪ್ರತಿಕ್ರಿಯೆಯ ದಾರಿ ಕಂಡಂತೆ ಉಳಿದವರೂ ಕೈಜೋಡಿಸಿ ಇಡೀಸಭೆ ಕರತಾಡನದಲ್ಲಿ ತೊಡಗಿತು.

ಸನ್ನಿವೇಶವನ್ನು ನಿರ್ವಹಿಸಲು ಗೋರೆಗೆ ತಿಳಿಯಲಿಲ್ಲ. ಪುರಂಧರೆಗೂ ತಿಳಿಯಲಿಲ್ಲ. ಕರತಾಡನದ ಮೊರೆತವನ್ನು ಮುಗಿಸಿದ ಸಭಿಕರಿಗಂತೂ ಏನೂ ತಿಳಿಯಲಿಲ್ಲ. ಪರಿಹಾರ ತೋಚದ ಸ್ಥಿತಿಯು ಕ್ಷಣಕ್ಷಣಕ್ಕೆ ಭಾರವಾಗುತ್ತಿರುವಾಗ ಮೋಹನಲಾಲ, 'ಈ ಹಣವನ್ನ ನಾನು ಕೇಳಿರಲಿಲ್ಲ. ಮುಫ಼ತ್ ಕಛೇರಿಕೊಡ್ತೀನಿ ಅಂತ ಒಪ್ಪಿ ನಾನು ಬಂದದ್ದು. ನನ್ನ ಆಶ್ರಮಕ್ಕೆ ಕಾಣಿಕೆ ಅಂತ ನೀವೆಲ್ಲ ಗೋರೆಸಾಹೇಬರ ಮುಖಾಂತರ ಮೂರುಲಕ್ಷದ ಚೆಕ್ ಕೊಟ್ಟಿದ್ದು. ಇದನ್ನ ವಾಪಸ್ ಮಾಡಿದೀನಿ. ನಾನು ಕಛೇರಿಮಾಡಿ ದುಡಿದೇ ನನ್ನ ಆಶ್ರಮ ನಡೆಸ್ತೀನಿ. ಅಗೌರವದ ಹಣ ನನ್ನ ಆಶ್ರಮಕ್ಕೆ ಬೇಡ,' ಎಂದು ಮೈಕಿನ ಬಾಯಿಗೆ ಹೇಳಿ ಮೇಲೆದ್ದು ತನ್ನ ಕಿಸೆಯಲ್ಲಿದ್ದ ಚೆಕ್ಕನ್ನು ತೆಗೆದು ಗೋರೆಯ ಮುಂದೆ ಹಿಡಿದ.

'ಇದು ಆಶ್ರಮಕ್ಕೆ ಅಂತ ಸೇರಿಸಿಕೊಟ್ಟದ್ದು. ಇವತ್ತಿನ ನಿಮ್ಮ ಗಾಯನಕ್ಕೂ ಇದಕ್ಕೂ ಸಂಬಂಧವಿಲ್ಲ' ಎಂದು ಗೋರೆ ಅವನ ಕೈಯನ್ನು ತಡೆದರು.

ಪುರಂಧರೆ, 'ಪಂಡಿತ ಮೋಹನಲಾಲಜಿ ಅಹಂಕಾರಭಂಗವಾದವರ ಹಾಗೆ ಸಿಟ್ಟಿನಿಂದ ವರ್ತಿಸುತ್ತಿದಾರೆ. ನನ್ನ ಸಂಗೀತದಿಂದ ದುಡಿದೇ ನನ್ನ ಆಶ್ರಮ ನಡೆಸ್ತೀನಿ ಅನ್ನೂ ಮಾತಿನ ಅರ್ಥವೇನು?' ಮೈಕನ್ನು ಬಾಯಿಯ ಹತ್ತಿರ ಇಟ್ಟುಕೊಂಡು ಕೇಳಿದರು.

ಮೋಹನಲಾಲನಿಗೆ ಉತ್ತರ ಹೊಳೆಯಲಿಲ್ಲ. ಗೋರೆಗೂ ಹೊಳೆಯಲಿಲ್ಲ. ಅಷ್ಟರಲ್ಲಿ ಮಧ್ಯಭಾಗದ ಇಪ್ಪತ್ತಮೂವತ್ತು ಜನರು ಎದ್ದುನಿಂತರು. ಅವರನ್ನನುಸರಿಸಿ ಇನ್ನಷ್ಟು ಜನ. ಇನ್ನೂ ಐವತ್ತು ನೂರು ಜನ. ಮತ್ತೂ ಅಷ್ಟು ಜನ. ಕೊನೆಗೆ ಎಲ್ಲರೂ ಏಳತೊಡಗಿದರು. ಗೋರೆಯವರು ಮೈಕನ್ನು ಕೈಲಿ ಹಿಡಿದು, 'ದಯವಿಟ್ಟು ಎಲ್ಲ ಕೂರಬೇಕು. ಇದನ್ನ ಇಂಟರ್‌ವಲ್ ಅಂತ ಭಾವಿಸಬೇಕು. ಹತ್ತುನಿಮಿಷದ ನಂತರ ಮೋಹನಲಾಲರು ಕಛೇರಿ ಆರಂಭಿಸ್ತಾರೆ,' ಎಂದು ವಿನಂತಿಸಿಕೊಂಡರು. ಕೂರಿ, ಕೂರಿ ಎಂದು ಸಭಿಕರಲ್ಲೇ ಹಲವರು ಕೂಗಿಕೊಂಡರೂ ಏಳತೊಡಗಿದ ಜನ ಕೂರಲಿಲ್ಲ. ಗೋರೆಯವರ ಕೈಲಿದ್ದ

ಮೈಕನ್ನು ಕಿತ್ತುಕೊಂಡ ಮೋಹನಲಾಲ, 'ಇಲ್ಲ, ನಾನು ಹಾಡೂದಿಲ್ಲ. ಹೀಗೆ ಅಗೌರವ ಮಾಡಿದಮೇಲೆ ಯಾವ ಕಲಾವಿದನಿಗೂ ಮೂಡ್ ಉಳಿಯೂದಿಲ್ಲ' ಎಂದು ಹೇಳಿ ಪುರಂಧರೆಯನ್ನು ದುರುಗುಟ್ಟಿ ನೋಡಿ ಮೈಕನ್ನು ಬಿಸಾಕಿ ವೇದಿಕೆಯ ಹಿಂಬದಿಗೆ ನಡೆದುಬಿಟ್ಟ.

– ೭ –

ರಾಜಾರಾಮ ಕಾಕನ ಮಾತಿಗೆ ಬೆಲೆಕೊಟ್ಟು ಇಲ್ಲಿಗೆ ಬಂದಾಯಿತು, ನಾನು ಬಂದದ್ದನ್ನ ಅವರು ನೋಡಿ ಆಯಿತು, ಇನ್ನು ಇಲ್ಲಿ ಇರುವ ಅಗತ್ಯವೇನೂ ಇಲ್ಲ, ಎಂದುಕೊಂಡ ಳಾದರೂ ಈ ಹೊತ್ತಿನಲ್ಲಿ ಎಲ್ಲಿಗೆ ಹೋಗುವುದೆಂದು ನಿಶ್ಚಯಿಸಲಾರದೆ ಮಧು ಕಾಲೇಜಿನ ಪೋರ್ಟಿಕೋದಲ್ಲಿಯೇ ನಿಂತಳು. ಧ್ವನಿವರ್ಧಕಗಳು ಅತ್ತಕಡೆಗಿದ್ದರೂ ವೇದಿಕೆಯಲ್ಲಿ ನಡೆಯುತ್ತಿದ್ದುದು ಕೇಳುತ್ತಿತ್ತು. ಇವತ್ತು ಅವನಿಗೆ ಸಂಗೀತವು ಕೈ ಕೊಡುತ್ತಿದೆ, ಅದರ ತಪ್ಪನ್ನು ನನ್ನ ಮೇಲೆ ಹಾಕಿ ಎಬ್ಬಿಸಿ ಕಳಿಸಿದಾನೆ, ಎಂದುಕೊಂಡರೂ ಅವಳಿಗೆ ಸಿಟ್ಟುಬರಲಿಲ್ಲ. ಅವನಪಾಡು ಅವನದು, ಸಿಟ್ಟು ಮಾಡಿಕೊಂಡು ನಾನೇಕೆ ಅವನ ಗೊಡವೆಯಲ್ಲಿ ಸಿಕ್ಕಿಕೊಬೇಕು, ಎಂಬ ಉದಾಸೀನ ಹುಟ್ಟಿತು. ಶುದ್ಧಕಲ್ಯಾಣ ಎಷ್ಟು ಸುಂದರವಾದ ರಾಗ, ಹಿಂದೆ ಅವನೇ ಅದರ ಸೂಕ್ಷ್ಮಾತಿಸೂಕ್ಷ್ಮ ತಂತುಗಳನ್ನೂ ಬಿಡಿಸಿ ರಸಹಿಂಡಿ ಹಾಡುತ್ತಿದ್ದ, ಎಂಬ ನೆನಪಾಯಿತು. ತಾನೂ ಇತ್ತೀಚೆಗೆ ಅದನ್ನು ಅಭ್ಯಾಸಮಾಡಿಕೊಂಡಿದೀನಿ. ಪರಿಷ್ಕರಿಸಿ ಕೊಳ್ಳಲು ರಾಜಾರಾಮ ಕಾಕ ಸಹಾಯಮಾಡಿದಾರೆ. ನನ್ನದೇ ದಾರಿಯಲ್ಲಿ ರಾಗವರ್ಧನೆ ಮಾಡಿಕೊಂಡಿದೀನಿ ಎಂಬ ನೆನಪಾಯಿತು. ತನ್ನಲ್ಲಿ ತಾನೇ ಗುನುಗಿಕೊಳ್ಳತೊಡಗಿದಳು. ಭೂಪಾಲಿಯ ಉತ್ಸಾಹಕ್ಕೆ ಕಲ್ಯಾಣದ ಪ್ರಶಮನ ಶಾಂತಿಯ ಆಧಾರ ಸೇರಿದರೆ ಎಂಥ ವಿಶಿಷ್ಟಭಾವ ಉತ್ಪತ್ತಿಯಾಗುತ್ತೆ! ಎನ್ನಿಸತೊಡಗಿತು. ಶಾಂತ ನಿಶ್ಚಲವಾಗಿ ಹರಿಯುವ ಕಲ್ಯಾಣದ ಕಾಲುವೆಯ ಮೇಲೆ ತೇಲುವ ಭೂಪಾಲಿಯ ಸೊಡರುಗಳು ಎಂಬ ವಿವರಣೆ ಹೆಚ್ಚುಸೂಕ್ತ ಎನ್ನಿಸಿತು. ಕಾಲೇಜಿನ ಒಳಅಂಗಳಕ್ಕೆ ನಡೆದಳು. ದೀಪಗಳು ಉರಿಯುತ್ತಿದ್ದವು. ಮೈಕಿನ ಸದ್ದು ಬರುತ್ತಿಲ್ಲ. ಶುದ್ಧಕಲ್ಯಾಣವನ್ನು ಗಂಟಲಿನಿಂದ ಹೊರಬಿಡದೆ ಮನಸ್ಸಿನಲ್ಲೇ ಗುನುಗಿಕೊಳ್ಳುತ್ತಾ ಒಂದು ಮೆಟ್ಟಿಲಿನ ಮೇಲೆ ಕುಳಿತಳು. ಎಷ್ಟು ಹೊತ್ತು ಕಳೆಯಿತೆಂಬುದು ತಿಳಿಯಲಿಲ್ಲ. ಅವಳು ಕೈಗಡಿಯಾರವನ್ನೂ ನೋಡಿಕೊಳ್ಳಲಿಲ್ಲ. ಇದ್ದಕ್ಕಿದ್ದಂತೆಯೇ ಹೊರಾಂಗಣದ ಪೆಂಡಾಲಿನಲ್ಲಿ ಗದ್ದಲವಾದ ಸದ್ದುಕೇಳಿಸಿತು. ಚಪ್ಪಾಳೆ. ರಾಗ ಮುಗಿದಿದೆ ಎನ್ನಿಸಿತು. ತುಸುಹೊತ್ತಿನಲ್ಲಿ ಜನಗಳ ಗುಜುಗುಜು. ಎಷ್ಟೋ ಜನಗಳು ಇತ್ತ ಬರುತ್ತಿದ್ದಾರೆ. ತಮ್ಮ ತಮ್ಮಲ್ಲೇ ಗಟ್ಟಿಯಾಗಿ ಮಾತನಾಡಿಕೊಳ್ಳುತ್ತಿದ್ದಾರೆ. ವಾದ ಮಾಡುತ್ತಿದ್ದಾರೆ. ವಾದದ ಹಿಂದುಮುಂದು ತನಗೆ ತಿಳಿಯುತ್ತಿಲ್ಲ. ತಾನು ಹೊರಟುಹೋಗಿಬಿಡಬೇಕು. ಮಧ್ಯಂತರವಾಗಿ ಅವನು ಇತ್ತ ಬರಬಹುದು ಎನ್ನಿಸಿತು. ಹೊರಗೆ ಬಂದರೆ ಕಾರ್ಯಕ್ರಮ ಮುಗಿದುಹೋಗಿದೆ. ಜನಗಳು ಪರಸ್ಪರ ವಾದ ಮಾಡುತ್ತಿದ್ದಾರೆ. 'ಪುರಂಧರೆ ಹಾಗನ್ನಬಾರದಿತ್ತು. ಮೋಹನ

ಲಾಲಜಿಯ ಮೂಡ್ ಸರಿಯಾಗ್ತಿತ್ತು,' ಕೆಲವರು. 'ಹಾಗಂದದ್ದೇ ಸರಿ. ಅವನ ಸೊಕ್ಕು ನೋಡಿ, ಅಗೌರವದ ಹಣ ನನ್ನ ಆಶ್ರಮಕ್ಕೆ ಬೇಡ ಅಂತ ಮೈಕನ್ನ ಹ್ಯಾಗೆ ಬಿಸಾಕಿ ಹೋದ. ಶ್ರೋತೃಗಳು ಅಂದರೆ ಮರ್ಯಾದೆ ಬೇಡವೆ?,' ಮತ್ತೆ ಕೆಲವರು. ಅಲ್ಲಿಯೇ ನಿಂತು ಏನು ನಡೆಯಿತೆಂದು ಯಾರನ್ನಾದರೂ ಕೇಳುವ ಮನಸ್ಸಾದರೂ ಅವಳಿಗೆ ಉತ್ಸಾಹಹುಟ್ಟಲಿಲ್ಲ. ಶುದ್ಧಕಲ್ಯಾಣದಲ್ಲಿ ಮುಳುಗಿದ್ದ ಚಿತ್ತವನ್ನು ಹೊರತರಲು ಮನಸ್ಸುಬರಲಿಲ್ಲ. ಕಾಲೇಜು ಆವರಣದಿಂದ ಎರಡು ಫರ್ಲಾಂಗ್ ಬಂದನಂತರ ಜನಜಂಗುಳಿ ಕಡಮೆಯಾಯಿತು. ಗಡಿಯಾರ ನೋಡಿಕೊಂಡಳು. ನಡುರಾತ್ರಿ ಹನ್ನೆರಡೂವರೆ. ಈ ಹೊತ್ತಿನಲ್ಲಿ ಪನವೇಲಿಗೆ ಹೋಗುವುದಂತೂ ಸಾಧ್ಯವಿಲ್ಲ. ಅಣ್ಣನ ಮನೆಗೆ ಹೋಗಿ ಎಬ್ಬಿಸುವುದು ಬೇಡ ಅನ್ನಿಸಿತು. ಇದ್ದಕ್ಕಿದ್ದಂತೆಯೇ ರಾಜಾರಾಮ ಕಾಕಾರ ಮನೆಗೆ ಹೋಗುವುದು, ಸೋನೂತಾಯಿಯನ್ನು ಎಬ್ಬಿಸಿ, ಕಾಕ ಬಂದಿರುಲ್ಲ, ಬಂದಿರಲಿ ಬಿಡಲಿ, ಅವರ ಅಭ್ಯಾಸದ ಕೋಣೆಯಲ್ಲಿ ತಂಬೂರಿ ಶ್ರುತಿ ಹಿಡಿದು ಮನಸ್ಸು ತುಂಬುವಷ್ಟು ಹಾಡಿಕೊಬೇಕು; ಶುದ್ಧ ಕಲ್ಯಾಣದ ಆಳವಿಸ್ತಾರಗಳನ್ನು ನಿಧಾನವಾಗಿ ಬಿಡಿಸಿ ಬಿಡಿಸಿ ಸಾಗಬೇಕು ಎನ್ನಿಸಿತು. ಮಾಹೀಮ್ ಹೇಗೂ ಹತ್ತಿರ, ನಡೆದೇ ಹೋಗುವ, ಎಂಬ ಆಲೋಚನೆಮೂಡಿತು. ಈ ಹೊತ್ತಿನಲ್ಲಿ ಯಾರಾದರೂ ಪುಂಡಪೋಕರಿಗಳು ಎಂಬ ಎಚ್ಚರಮೂಡಿದರೂ ಪುಂಡಪೋಕರಿ ಬಂದರೆ ಏನು ಮಾಡಬಲ್ಲ? ತಿರುಗಿಬಿದ್ದು ಹೊಡೀತೀನಿ, ಎಂಬ ಧೈರ್ಯಹುಟ್ಟಿತು. ರಾಗದ ಲಹರಿಯಲ್ಲಿ ಭಯ ಎಚ್ಚರಗಳೆರಡೂ ಮರೆಯಾಗಿಹೋದವು.

ಬಾಗಿಲು ತೆಗೆದ ಕಾಕಿ ನಿದ್ದೆಗಣ್ಣಿನಲ್ಲಿ, 'ಗಾಯನ ಇಡೀ ರಾತ್ರಿ ನಡೆಯುತ್ತೆ ಅಂದಿದ್ದರು. ಮಧ್ಯದಲ್ಲಿ ಎದ್ದುಬಂದೆಯಾ?' ಎಂದರು. 'ನನಗೆ ಹಾಡಿಕೊಬೇಕು ಅನ್ನಿಸಿದೆ. ಕಾಕಾರ ಸಂಗೀತದ ಕೋಣೆ ತೆಗೆದುಕೊಡಿ,' ಎಂದು ಇವಳು ಅತ್ತನಡೆದಳು. 'ಕಿಟಕೀನ ಭದ್ರವಾಗಿ ಮುಚ್ಚಿ ಹಾಡಿಕೊ. ನಡುರಾತ್ರಿ, ಪಕ್ಕದ ಫ್ಲ್ಯಾಟುಗಳೋರು ತಕರಾರುಮಾಡ್ತಾರೆ. ಒಂದಿಷ್ಟು ಅವಲಕ್ಕಿ ಬಿಸ್ಕತ್ತು ಕೊಡಲಾ? ಬಾಳೆಹಣ್ಣಿದೆ. ಫ್ರಿಜ್‌ನಲ್ಲಿ ಹಾಲಿದೆ,' ಆಕೆ ಕಣ್ಣುಗಳನ್ನು ಅರ್ಧಮುಚ್ಚಿಯೇ ಮಾತನಾಡಿದರು. 'ಯಾವುದೂ ಬೇಡಿ' ಎಂದು ಕೋಣೆಯ ಒಳಗೆ ಹೋದ ಇವಳು ಕಿಟಕಿಗಳಲ್ಲದೆ ಬಾಗಿಲನ್ನೂ ಮುಚ್ಚಿ ಕೂತು ತಂಬೂರಿ ಶ್ರುತಿ ಮಾಡಿಕೊಂಡಳು. ಅಷ್ಟರಲ್ಲಿ ಬೆಲ್ ಆಯಿತು. ಕಾಕ ಬಂದಿರಬಹುದೆನ್ನಿಸಿತು. ಅವಳು ಎದ್ದು ನೋಡಲಿಲ್ಲ. ಕಾಕಿ ಹೇಗೂ ತೆಗೀತಾರೆ ಎಂದುಕೊಂಡು ಷಡ್ಜ ಹಿಡಿಯಲು ಹವಣಿಸಿದಳು. ಕೋಣೆಯ ಬಾಗಿಲನ್ನು ನೂಕಿ ತೆಗೆದಂತಾಯಿತು. ಬಂದವರು ರಾಜಾರಾಮ ಕಾಕ. ಅವರು ಯಾವುದಾದರೂ ಮಾತನಾಡುವ ಮೊದಲೇ ಇವಳು, 'ಕಾಕ, ನನಗೆ ತುಂಬಹೊತ್ತು ಹಾಡಿಕೊಬೇಕು ಅನ್ನಿಸಿದೆ. ನಿಮಗೆ ನಿದ್ರೆ ಬಂದರೆ ಮಲಗಿಹೋಗಿ,' ಎಂದಳು.

'ಯಾವ ರಾಗ?'

'ಶುದ್ಧಕಲ್ಯಾಣ.'

'ನನಗೂ ಬಾರಿಸಬೇಕು ಅನ್ನಿಸಿದೆ. ಒಂದು ಕೆಲಸಮಾಡು. ನೀನು ಹಾಡು. ಸ್ವತಂತ್ರಳಾಗಿ ಮನಸ್ಸುಬಂದ ರೀತಿಯಲ್ಲಿ ಹಾಡು. ನಾನು ಗುರು, ತಪ್ಪು ತಿದ್ದುತೀನಿ, ಮಾರ್ಗದರ್ಶನ

ಮಾಡ್ತೀನಿ ಅನ್ನೂಭಾವನೆ ಇಟ್ಟುಕೊಬೇಡ. ನಾನು ಬರೀ ಸಾಥಿಮಾಡ್ತೀನಿ. ಮುಂದೆ ನಡೆಯೂದಿಲ್ಲ. ನೀನು ಗಾಯಕಿ. ಮೇನ್ ಆರ್ಟಿಸ್ಟ್. ನಾನು ಸಾಥಿದಾರ' ಎಂದು ಕೋಣೆಯ ಬಾಗಿಲುಮುಚ್ಚಿ ತಮ್ಮ ಹಾರ್ಮೋನಿಯಂ ಎಳೆದುಕೊಂಡು ಅವಳ ಎದುರಿಗೆ ಕುಳಿತರು.

ಶಾಂತ ನಿಶ್ಚಲವಾಗಿ ಹರಿಯುವ ಕಲ್ಯಾಣದ ಕಾಲುವೆಯ ಮೇಲೆ ತೇಲುವ ಭೂಪಾಲಿಯ ಸೊಡರುಗಳು ಎಂಬ ಕಲ್ಪನೆಯಲ್ಲಿ ಅವಳು ಕಣ್ಣುಮುಚ್ಚಿ ಷಡ್ಜದ ಸಂಧಾನ ಮಾಡಿಕೊಂಡಳು. ತನ್ನದೇ ಶಾಂತ ವಿಲಾಸಗತಿಯಲ್ಲಿ ಸಾಗುವ ಸ್ವರಚಲನೆಯು ತಬಲದ ಬಾಹ್ಯಪ್ರಕಟಣೆಯಿಲ್ಲದೆಯೂ ಕಾಲದ ಎಷ್ಟೋ ಚಕ್ರಗಳನ್ನು ಕಣ್ಣಿಗೆ ಕಾಣಿಸದಂತೆ ನೀರಿನೊಳಗೇ ತಿರುಗಿಸುತ್ತಾ ಒಮ್ಮೆ ಮೂತಿ ತೋರಿಸುವ ಮೀನಿನಂತೆ ಸಮವಾಗುತ್ತಿತ್ತು. ಆ ಸಮದ ಕ್ಷಣವು ಸ್ಫುಟವಾದಾಗ ಅವಳಿಗೇ ಪ್ರಚೋದನೆಯಾಗುತ್ತಿತ್ತು. ಸೌಮ್ಯಗಂಭೀರವಾಗಿ ನಿಶ್ಚಲ ರೂಪದಲ್ಲಿ ಚಲಿಸುವ ಸ್ವರದಲ್ಲೂ ತನ್ನದೇ ಆದ ಲಯವಿದೆ. ಅದನ್ನು ಬಾಹ್ಯಗೊಳಿಸದೆ ಆಂತರಿಕವಾಗಿ ಆವಿಷ್ಕರಿಸಿಕೊಳ್ಳುವುದೇ ರಾಗರೂಪದ ಮರ್ಮ ಎನ್ನಿಸಿ ಸಾರ್ಥಕಭಾವ ಸ್ಫುರಿಸಿತು. ಇನ್ನಷ್ಟು ಅಂತರ್ಮುಖಿಯಾದಳು. ರಾಗದ ಎಂತೆಂತಹ ಸಾಧ್ಯತೆ ಅವಕಾಶಗಳು ಗೋಚರಿಸುತ್ತವೆ! ಅವರೋಹದಲ್ಲಿ ತೀವ್ರಮಧ್ಯಮವನ್ನು ಬಳಸುವ ಅನುಮತಿ ಇದ್ದರೂ ಪಂಚಮದಿಂದ ಗಾಂಧಾರಕ್ಕೆ ಮೀಂಡಿನಂತೆ ಜಾರುವಾಗ ಅದನ್ನು ಮುಚ್ಚಿ ನುಸುಳಿಕೊಂಡರೆ ಭೂಪಾಲಿಯ ಪರಿಮಳವನ್ನು ಕಳೆದುಕೊಳ್ಳದೆಯೇ ಕಲ್ಯಾಣದ ವಿನೀತಶಾಂತಿಯನ್ನು ಕಾಪಾಡಿಕೊಳ್ಳಬಹುದಲ್ಲ! ಎಂಬ ಅರಿವಿನ ಹಿತವಾಯಿತು. ಬರೀ ಭೂಪಾಲಿಯಲ್ಲಿ ಇಲ್ಲದ ಮಂದ್ರದ ವಿವರ ಅನ್ವೇಷಣವನ್ನು ಭೂಪಾಲಿಯ ಮಧುರ ಉತ್ಸಾಹವನ್ನು ಬಿಟ್ಟುಕೊಡದೆಯೇ ಕಲ್ಯಾಣದ ಸಮಗ್ರವಿವರಕ್ಕೆ ಒಳಪಡಿಸಿ ಮಾಡಬಹುದಲ್ಲ! ಆಹಾ ಈ ಮಂದ್ರಷಡ್ಜವನ್ನು ಮುಟ್ಟಿದಾಗ ಆಗುವ ಮೂಲದ ಮಿಡಿತದಲ್ಲಿ ಬಿಡುಗಡೆಯ ಆನಂದವಿದೆ. ರಾಗದ ಚೌಕಟ್ಟನ್ನು ಉಲ್ಲಂಘಿಸದೆಯೇ ಪಡೆಯಬಹುದಾದ ಅನೇಕ ಸ್ವತಂತ್ರವಾಹಿನಿಗಳು ಕಾಣಿಸುತ್ತವೆ. ಮಧ್ಯಮ ಮತ್ತು ನಿಷಾದಗಳನ್ನು ಅತ್ಯಲ್ಪವಾಗಿ, ಗೌಣವಾಗಿ ಬಳಸಿದರೆ, ಭೂಪಾಲಿಯ ಧೈವತಕ್ಕಿಂತ ಕಡಮೆಯ ಧೈವತವನ್ನು ಬಳಸಿದರೆ ದೊರಕಿಸಿಕೊಳ್ಳಬಹುದಾದ ಪರಿಣಾಮದ ಸೊಗಸು! ರಾಜಾರಾಮ ಕಾಕ ತನ್ನನ್ನು ಅನುಸರಿಸುತ್ತಿದ್ದಾರೆ. ತಾನು ಪ್ರವೇಶಿಸುವ ಹಳ್ಳಕೊಳ್ಳ ಗಳಲ್ಲಿ, ತಾನು ಸೃಷ್ಟಿಸುವ ವಾಹಿನಿಗಳ ಪಾತ್ರಗಳಲ್ಲಿ ಹಿಂಬಾಲಿಸುತ್ತಿದ್ದಾರೆ. ಹಾರ್ಮೋನಿಯಂ ನಲ್ಲಿ ಆ ಮಾರ್ಗಗಳ ಸೂಕ್ಷ್ಮಗಳನ್ನೆಲ್ಲ ಕ್ರಮಿಸಲು ಸಾಧ್ಯವಾಗುತ್ತಿಲ್ಲ. ತಮಗೆ ಸಾಧ್ಯವಾಗದಿದ್ದಾಗ ಅವರ ಮುಖವು ತೃಪ್ತಿಯ ನಗೆಯನ್ನು ತುಳುಕಿಸುತ್ತದೆ. ಈ ದಿನ ನನ್ನ ಮರ್ಮ ಅನಿರೀಕ್ಷಿತವಾಗಿದೆ. ದಾರಿತಪ್ಪಿಸುವಂತಿದೆ. ಶಾಸ್ತ್ರವಿರುದ್ಧವೆಂಬ ಘರ್ಷಣೆ ಎಬ್ಬಿಸಿ ನಂತರ ಬೆಣ್ಣೆಯ ಮೇಲೆ ಜಾರುವಷ್ಟು ಮೃದುವಾಗಿ ರಾಗದ ಮುಖ್ಯಚೌಕಟ್ಟಿನೊಳಕ್ಕೆ ನುಸುಳುತ್ತಿದೆ. ಕಾಕ ಉತ್ತೇಜಿತರಾಗುತ್ತಿದ್ದಾರೆ. ಸೆಣಸುವ ಮರ್ಮವನ್ನು ಹಿಡಿಯುವ ತುದಿಗಾಲಎಚ್ಚರ ವಹಿಸಿದ್ದಾರೆ. ನನಗೇ ಗೊತ್ತಿರಲಿಲ್ಲ ನನ್ನ ಕಲ್ಪನೆಯು ಇಷ್ಟು ಸ್ವಾತಂತ್ರ್ಯದಿಂದ ಸಾಗುತ್ತದೆ ಅಂತ. ಶಾಸ್ತ್ರವನ್ನು ಕರಗತಮಾಡಿಕೊಂಡ

ನಂತರ ಅದನ್ನು ಉಲ್ಲಂಘಿಸುವ; ಉಲ್ಲಂಘನೆಯೂ ಶಾಸ್ತ್ರದ ಒಂದು ಭಾಗವೆಂದು ಅನಂತರ ಪ್ರತಿಷ್ಠಾಪಿಸುವ ಸ್ವಾತಂತ್ರ್ಯ. ಕಾಕ ಇನ್ನೂ ಉತ್ತೇಜಿತರಾಗಿದ್ದಾರೆ. ಅನೂಹ್ಯ ಅನಿರೀಕ್ಷಿತ ವಲಯಗಳ ವ್ಯಾಪ್ತಿ ವಿಸ್ತರಣದಿಂದ ದಾರಿ ತೋಚದೆ ತಡವರಿಸುವಂತೆ ಆಗುತ್ತಿದ್ದಾರೆ. ಮುಖದಲ್ಲಿ ಸೀಮೋಲ್ಲಂಘನದ ಆನಂದ ಹೊಳೆಯುತ್ತಿದೆ. ಇಂತಹ ಸೀಮೋಲ್ಲಂಘನೆಯನ್ನು ತನ್ನ ಸ್ವರ ಮತ್ತು ಕಲ್ಪನೆಗಳು ಎಂದೂ ಮಾಡಿಲ್ಲವೆಂಬ ಅರಿವಾಗಿ ಸಂತೋಷ ಬಿರಿಯಿತು. ಇಂಥ ಉಲ್ಲಂಘನೆಯಿಂದಲೇ ಕಲೆಯ ಆನಂದದ ಕೋಡಿ ಹರಿಯುವುದು ಎಂಬ ಅರಿವು ಮೂಡಿತು. ಇದನ್ನು ಕೋಡಿಹರಿಸಲು ಜೀವನದ ಕಟ್ಟೆಯನ್ನು ಒಡೆಯಬೇಕೆ? ಎಂಬ ಪ್ರಶ್ನೆಸುಳಿಯಿತು. ಜೀವನದ ಕಟ್ಟೆಯನ್ನು ಒಡೆದುಕೊಂಡರೆ ಕಲೆಯ ಕೋಡಿ ಹರಿಯುವುದೆಂತು ಎಂಬ ಪ್ರಶ್ನೆ ಕಾಣಿಸಿಕೊಳ್ಳುವಾಗ ತಾನು ಕಲ್ಪಿಸಿಕೊಳ್ಳಲೂ ಆರದ ಇನ್ನೊಂದು ಅನಿರೀಕ್ಷಿತವೆಂಬಂತೆ ರಾಗದ ಮುಕ್ತಾಯ ಕಾಣಿಸಿಕೊಂಡಿತು. ಇನ್ನು ಬೆಳೆಸಹೋದರೆ ಕಸರತ್ತಾಗುತ್ತದೆ ಎಂಬ ಎಚ್ಚರಹುಟ್ಟಿ ಮುಕ್ತಾಯದ ಷಡ್ಜಕ್ಕೆ ಹರಿದಳು.

ಬೆರಳುಗಳು ತಂಬೂರಿಯನ್ನು ಮಿಡಿಯುತ್ತಿದ್ದವು. ಅದರ ಮಂದ ಸೌಮ್ಯ ಶಾಮಕ ನಾದದಲ್ಲಿ ಲೀನವಾದವಳಂತೆ ನೆಲವನ್ನು ನೋಡುತ್ತಾ ಕುಳಿತಳು. ಸಾಥಿಮಾಡಿದ ಕಾಕನನ್ನು ಗಾಯನ ಹೇಗಾಯಿತೆಂದು ಪ್ರಶ್ನಾರ್ಥಕವಾಗಿ ನೋಡುವ ಮನಸ್ಸೂ ಬರಲಿಲ್ಲ. ತನ್ನೊಳಗೇ ಏನೋ ಅರ್ಥ ಕಂಡಂತಹ ಭಾವ. ತಡಕಾಟ. ಈ ಸೂಕ್ಷ್ಮವನ್ನು ಸೂಕ್ಷ್ಮವಾಗಿ ಆಲಿಸದಿದ್ದರೆ ತಪ್ಪಿಸಿಕೊಂಡುಬಿಡುತ್ತದೆಂಬ ಎಚ್ಚರ. ಕಣ್ಣುಗಳನ್ನು ಮುಚ್ಚಿದಳು. ಕಾಕನ ಧ್ವನಿ ಕಿವಿಗೆ ಬಿತ್ತು: 'ಇನ್ನೊಂದು ತಿಂಗಳಿನಲ್ಲಿ ನಿನ್ನ ಮೊದಲ ಕಛೇರಿಯನ್ನ ದೊಡ್ಡಪ್ರಮಾಣದಲ್ಲಿ ಏರ್ಪಡಿಸ್ತೀನಿ. ಮೋಹನಲಾಲಜಿಯ ಸಂಗೀತದ ಅವಸಾನ ಇವತ್ತು ಪೂರ್ತಿಯಾಯಿತು. ಅವರು ಖಾಲಿಮಾಡಿದ ಜಾಗ ತುಂಬುವಶಕ್ತಿ ನಿನಗಿದೆ. ಇನ್ನು ನನ್ನ ಪಾಠದ ಅವಶ್ಯಕತೆ ಇಲ್ಲ. ಸಾಧನೆಯಿಂದ ನೀನು ಇನ್ನೂ ಬೆಳೀತೀಯ.'

ಅವಳು ಮಾತನಾಡಲಿಲ್ಲ. ತನ್ನೊಳಗಿನ ತಡಕಾಟದಲ್ಲಿ ಮುಳುಗಿದ್ದಳು. ತಂಬೂರಿ ನುಡಿಯುತ್ತಲೇ ಇತ್ತು. ಅವಳಿಗೆ ಇದ್ದಕ್ಕಿದ್ದಂತೆಯೇ ಅಳು ಉಕ್ಕಿಬರುವಂತಾಯಿತು. ತಡೆದು ಕೊಳ್ಳಬೇಕೆಂಬ ಪರಿವೆಯೂ ಇಲ್ಲದೆ ಕೂತಿದ್ದ ಅವಳ ಕಟ್ಟೆಯೊಡೆದುಕೊಂಡು ಬಿಕ್ಕಿ ಬಿಕ್ಕಿ ಹರಿಯತೊಡಗಿತು.

'ಮಧುಬೇನ್, ಚನ್ನಾಗಿ ಹಾಡಿದೆ. ನೀನು ನಿಜವಾಗಿಯೂ ದೊಡ್ಡ ಗಾಯಕಿಯಾಗಿ ದೀಯ. ಸಾರ್ಥಕವಾಯಿತು,' ರಾಜಾರಾಮ ಕಾಕ ಸಮಾಧಾನ ಹೇಳಿದರು.

'ಕಾಕ, ಈಗ ನಾನು ಚನ್ನಾಗಿ ಹಾಡಿದೆ ಅಂತ ನನಗೂ ಅನ್ನಿಸ್ತಿದೆ, ಆದರೆ ವಿಕ್ರಮ್ ಇದನ್ನ ಕೇಳಬೇಕಾಗಿತ್ತು. ಅವರು ನನ್ನನ್ನು ಬಿಟ್ಟರು. ಚಿಂತೆಯಿಲ್ಲ. ತಮ್ಮನ್ನು ತಾವು ಸಂಗೀತದಿಂದ ವಂಚಿಸಿಕೊಂಡಿದಾರೆ. ಅವರಿಗೆ ಜೀವನದಲ್ಲಿ ಯಾವ ಅರ್ಥ ಉಳಿದಿದೆ?' ಎಂದು ಕತ್ತೆತ್ತಿ ನೀರುತುಂಬಿ ಸುರಿಯುವ ಕಣ್ಣುಗಳಿಂದ ಅವರ ಮುಖವನ್ನು ನೋಡಿದಳು.

***

ಆರಂಭ: ೨೭-೬-೧೯೯೯

ಮುಕ್ತಾಯ: ೯-೨-೨೦೦೦

ಭೈರಪ್ಪನವರ ಕೃತಿಗಳು

(ಪ್ರಥಮ ಮುದ್ರಣದ ಕ್ರಮದಂತೆ)

ಕಾದಂಬರಿಗಳು

ಗತಜನ್ಮ – ಮತ್ತೆರಡು ಕತೆಗಳು
ಎಂಟು ಮುದ್ರಣಗಳು: ೧೯೫೫, ೨೦೧೫, ೨೦೧೬, ೨೦೧೭, ೨೦೧೯, ೨೦೨೦, ೨೦೨೧, ೨೦೨೩

ಭೀಮಕಾಯ
ಹದಿಮೂರು ಮುದ್ರಣಗಳು: ೧೯೫೮, ೨೦೦೫, ೨೦೦೭, ೨೦೧೦, ೨೦೧೨, ೨೦೧೪, ೨೦೧೫, ೨೦೧೭, ೨೦೧೮, ೨೦೧೯, ೨೦೨೧, ೨೦೨೨, ೨೦೨೪

ಬೆಳಕು ಮೂಡಿತು
ನಾಲ್ಕು ಮುದ್ರಣಗಳು: ೧೯೫೯, ೨೦೨೧, ೨೦೨೨, ೨೦೨೩

ಧರ್ಮಶ್ರೀ
ಇಪ್ಪತ್‌ಮೂರು ಮುದ್ರಣಗಳು: ೧೯೬೧, ೧೯೬೭, ೧೯೬೯, ೧೯೭೧, ೧೯೭೭, ೧೯೮೫, ೧೯೯೨, ೧೯೯೯, ೨೦೦೩, ೨೦೦೭, ೨೦೦೮, ೨೦೧೦, ೨೦೧೨, ೨೦೧೩, ೨೦೧೪, ೨೦೧೫, ೨೦೧೬, ೨೦೧೭, ೨೦೧೯, ೨೦೨೦, ೨೦೨೧, ೨೦೨೨, ೨೦೨೩

ದೂರ ಸರಿದರು
ಇಪ್ಪತ್‌ನಾಲ್ಕು ಮುದ್ರಣಗಳು: ೧೯೬೨, ೧೯೬೮, ೧೯೭೦, ೧೯೭೫, ೧೯೮೩, ೧೯೯೧, ೧೯೯೯, ೨೦೦೩, ೨೦೦೬, ೨೦೦೯, ೨೦೧೦, ೨೦೧೧, ೨೦೧೩, ೨೦೧೪, ೨೦೧೫, ೨೦೧೬, ೨೦೧೭, ೨೦೧೮, ೨೦೧೯, ೨೦೨೦, ೨೦೨೧, ೨೦೨೨, ೨೦೨೩, ೨೦೨೪

ಮತದಾನ
ಇಪ್ಪತ್ತು ಮುದ್ರಣಗಳು: ೧೯೬೫, ೧೯೬೯, ೧೯೭೫, ೧೯೮೨, ೧೯೮೭, ೧೯೮೭, ೧೯೯೮, ೨೦೦೨, ೨೦೦೭, ೨೦೧೦, ೨೦೧೨, ೨೦೧೪, ೨೦೧೪, ೨೦೧೬, ೨೦೧೭, ೨೦೧೮, ೨೦೧೯, ೨೦೨೧, ೨೦೨೨

ವಂಶವೃಕ್ಷ
ಮೂವತ್‌ಮೂರು ಮುದ್ರಣಗಳು: ೧೯೬೫, ೧೯೬೭, ೧೯೭೦, ೧೯೭೧, ೧೯೮೧, ೧೯೮೮, ೧೯೯೯, ೨೦೦೩, ೨೦೦೬, ೨೦೦೭, ೨೦೦೮, ೨೦೦೯, ೨೦೦೯, ೨೦೧೧, ೨೦೧೧, ೨೦೧೨, ೨೦೧೩, ೨೦೧೪, ೨೦೧೫, ೨೦೧೬, ೨೦೧೬, ೨೦೧೭, ೨೦೧೮, ೨೦೧೮, ೨೦೧೯, ೨೦೨೦, ೨೦೨೦, ೨೦೨೧, ೨೦೨೧, ೨೦೨೨, ೨೦೨೩, ೨೦೨೩, ೨೦೨೪

ಜಲಪಾತ
ಹದಿನೆಂಟು ಮುದ್ರಣಗಳು: ೧೯೬೭, ೧೯೬೮, ೧೯೭೩, ೧೯೮೩, ೧೯೮೭, ೧೯೯೯, ೨೦೦೩, ೨೦೦೭, ೨೦೧೦, ೨೦೧೨, ೨೦೧೪, ೨೦೧೫, ೨೦೧೭, ೨೦೧೮, ೨೦೧೯, ೨೦೨೧, ೨೦೨೨, ೨೦೨೩

ನಾಯಿ–ನೆರಳು
ಮೂವತ್ತೊಂದು ಮುದ್ರಣಗಳು: ೧೯೬೮, ೧೯೭೧, ೧೯೭೫, ೧೯೮೨, ೧೯೮೭, ೧೯೯೯, ೨೦೦೩, ೨೦೦೬, ೨೦೦೭, ೨೦೦೯, ೨೦೧೦, ೨೦೧೨, ೨೦೧೩, ೨೦೧೩, ೨೦೧೪, ೨೦೧೫, ೨೦೧೬, ೨೦೧೭, ೨೦೧೭, ೨೦೧೮, ೨೦೧೯, ೨೦೨೦, ೨೦೨೦, ೨೦೨೧, ೨೦೨೧, ೨೦೨೨, ೨೦೨೨, ೨೦೨೩, ೨೦೨೩, ೨೦೨೪, ೨೦೨೪

ತಬ್ಬಲಿಯು ನೀನಾದೆ ಮಗನೆ
ಹತ್ತೊಂಬತ್ತು ಮುದ್ರಣಗಳು: ೧೯೬೮, ೧೯೭೨, ೧೯೮೧, ೧೯೮೫, ೧೯೯೮, ೨೦೦೩, ೨೦೦೬, ೨೦೦೯, ೨೦೧೧, ೨೦೧೨, ೨೦೧೪, ೨೦೧೫, ೨೦೧೬, ೨೦೧೭, ೨೦೧೮, ೨೦೨೦, ೨೦೨೧, ೨೦೨೨, ೨೦೨೩

ಗೃಹಭಂಗ
ಇಪ್ಪತ್ತೆಂಟು ಮುದ್ರಣಗಳು: ೧೯೭೦, ೧೯೭೪, ೧೯೮೪, ೧೯೯೯, ೨೦೦೧, ೨೦೦೭, ೨೦೦೮, ೨೦೦೯, ೨೦೧೦, ೨೦೧೧, ೨೦೧೧, ೨೦೧೩, ೨೦೧೪, ೨೦೧೪, ೨೦೧೫, ೨೦೧೬, ೨೦೧೭, ೨೦೧೮, ೨೦೧೮, ೨೦೧೯, ೨೦೨೦, ೨೦೨೦, ೨೦೨೧, ೨೦೨೧, ೨೦೨೨, ೨೦೨೩, ೨೦೨೩, ೨೦೨೪

ನಿರಾಕರಣ
ಇಪ್ಪತ್‌ಮೂರು ಮುದ್ರಣಗಳು: ೧೯೭೧, ೧೯೭೫, ೧೯೮೨, ೧೯೮೭, ೧೯೯೯, ೨೦೦೨, ೨೦೦೫, ೨೦೦೭, ೨೦೦೯, ೨೦೧೧, ೨೦೧೩, ೨೦೧೪, ೨೦೧೪, ೨೦೧೫, ೨೦೧೭, ೨೦೧೮, ೨೦೧೯, ೨೦೨೦, ೨೦೨೧, ೨೦೨೨, ೨೦೨೨, ೨೦೨೩, ೨೦೨೪

ಗ್ರಹಣ
ಹದಿನೆಂಟು ಮುದ್ರಣಗಳು: ೧೯೭೨, ೧೯೮೨, ೧೯೮೭, ೧೯೯೯, ೨೦೦೨, ೨೦೦೭, ೨೦೦೮, ೨೦೧೧, ೨೦೧೨, ೨೦೧೪, ೨೦೧೫, ೨೦೧೬, ೨೦೧೮, ೨೦೧೯, ೨೦೨೦, ೨೦೨೧, ೨೦೨೨, ೨೦೨೪

ದಾಟು
ಇಪ್ಪತ್ತಾರು ಮುದ್ರಣಗಳು: ೧೯೭೩, ೧೯೭೮, ೧೯೯೫, ೨೦೦೦, ೨೦೦೪, ೨೦೦೬, ೨೦೦೭, ೨೦೦೯, ೨೦೧೧, ೨೦೧೨, ೨೦೧೩, ೨೦೧೪, ೨೦೧೪,

೨೦೧೫, ೨೦೧೬, ೨೦೧೭, ೨೦೧೮, ೨೦೧೮, ೨೦೧೯, ೨೦೨೦, ೨೦೨೦, ೨೦೨೧, ೨೦೨೨, ೨೦೨೨, ೨೦೨೩, ೨೦೨೪

ಅನ್ವೇಷಣ

ಇಪ್ಪತ್ತೊಂದು ಮುದ್ರಣಗಳು: ೧೯೭೬, ೧೯೮೧, ೧೯೮೫, ೧೯೯೭, ೨೦೦೨, ೨೦೦೬, ೨೦೦೭, ೨೦೦೯, ೨೦೧೧, ೨೦೧೩, ೨೦೧೪, ೨೦೧೫, ೨೦೧೬, ೨೦೧೭, ೨೦೧೮, ೨೦೧೯, ೨೦೨೦, ೨೦೨೧, ೨೦೨೨, ೨೦೨೩, ೨೦೨೪

ಪರ್ವ

ಮೂವತ್‌ನಾಲ್ಕು ಮುದ್ರಣಗಳು: ೧೯೭೯, ೧೯೮೧, ೧೯೮೯, ೧೯೯೫, ೨೦೦೧, ೨೦೦೪, ೨೦೦೬, ೨೦೦೭, ೨೦೦೮, ೨೦೦೯, ೨೦೧೦, ೨೦೧೧, ೨೦೧೨, ೨೦೧೩, ೨೦೧೪, ೨೦೧೪, ೨೦೧೫, ೨೦೧೬, ೨೦೧೭, ೨೦೧೮, ೨೦೧೯, ೨೦೨೦, ೨೦೨೦, ೨೦೨೧, ೨೦೨೧, ೨೦೨೧, ೨೦೨೧, ೨೦೨೨, ೨೦೨೨, ೨೦೨೨, ೨೦೨೩, ೨೦೨೩, ೨೦೨೩, ೨೦೨೪

ನೆಲೆ

ಹದಿನೇಳು ಮುದ್ರಣಗಳು: ೧೯೮೩, ೧೯೮೬, ೧೯೯೯, ೨೦೦೧, ೨೦೦೭, ೨೦೦೮, ೨೦೧೦, ೨೦೧೨, ೨೦೧೪, ೨೦೧೫, ೨೦೧೬, ೨೦೧೭, ೨೦೧೯, ೨೦೨೦, ೨೦೨೧, ೨೦೨೨, ೨೦೨೩

ಸಾಕ್ಷಿ

ಹದಿನಾರು ಮುದ್ರಣಗಳು: ೧೯೮೬, ೧೯೯೫, ೨೦೦೨,
೨೦೦೭, ೨೦೦೯, ೨೦೧೧, ೨೦೧೩, ೨೦೧೪, ೨೦೧೫, ೨೦೧೬, ೨೦೧೮, ೨೦೧೯, ೨೦೨೦, ೨೦೨೧, ೨೦೨೨, ೨೦೨೩

ಅಂಚು

ಹದಿನೈದು ಮುದ್ರಣಗಳು: ೧೯೯೦, ೧೯೯೫, ೨೦೦೨, ೨೦೦೬, ೨೦೦೭, ೨೦೧೦, ೨೦೧೨, ೨೦೧೪, ೨೦೧೫, ೨೦೧೬, ೨೦೧೮, ೨೦೧೯, ೨೦೨೧, ೨೦೨೨, ೨೦೨೩

ತಂತು

ಹದಿಮೂರು ಮುದ್ರಣಗಳು: ೧೯೯೩, ೧೯೯೭, ೨೦೦೩, ೨೦೦೫, ೨೦೦೬, ೨೦೦೯, ೨೦೧೨, ೨೦೧೩, ೨೦೧೬, ೨೦೧೮, ೨೦೨೦, ೨೦೨೩, ೨೦೨೪

ಸಾರ್ಥ

ಇಪ್ಪತ್ತೆರಡು ಮುದ್ರಣಗಳು: ೧೯೯೮, ೧೯೯೮, ೨೦೦೦, ೨೦೦೬, ೨೦೦೭, ೨೦೦೯, ೨೦೧೦, ೨೦೧೨, ೨೦೧೩, ೨೦೧೪, ೨೦೧೫, ೨೦೧೬, ೨೦೧೭, ೨೦೧೮, ೨೦೧೮, ೨೦೧೯, ೨೦೨೦, ೨೦೨೧, ೨೦೨೧, ೨೦೨೨, ೨೦೨೩, ೨೦೨೪

ಮಂದ್ರ

ಮೊದಲನೇ ಮುದ್ರಣ: ೨೦೦೨
ಎರಡನೇ ಮುದ್ರಣ: ೨೦೦೨
ಮೂರನೇ ಮುದ್ರಣ: ೨೦೦೩
ನಾಲ್ಕನೇ ಮುದ್ರಣ: ೨೦೦೬
ಐದನೇ ಮುದ್ರಣ: ೨೦೦೮
ಆರನೇ ಮುದ್ರಣ: ೨೦೧೧
ಏಳನೇ ಮುದ್ರಣ: ೨೦೧೧
ಎಂಟನೇ ಮುದ್ರಣ: ೨೦೧೨
ಒಂಬತ್ತನೇ ಮುದ್ರಣ: ೨೦೧೨
ಹತ್ತನೇ ಮುದ್ರಣ: ೨೦೧೩
ಹನ್ನೊಂದನೇ ಮುದ್ರಣ: ೨೦೧೪
ಹನ್ನೆರಡನೇ ಮುದ್ರಣ: ೨೦೧೪
ಹದಿಮೂರನೇ ಮುದ್ರಣ: ೨೦೧೫
ಹದಿನಾಲ್ಕನೇ ಮುದ್ರಣ: ೨೦೧೭
ಹದಿನೈದನೇ ಮುದ್ರಣ: ೨೦೧೮
ಹದಿನಾರನೇ ಮುದ್ರಣ: ೨೦೧೯
ಹದಿನೇಳನೇ ಮುದ್ರಣ: ೨೦೨೦
ಹದಿನೆಂಟನೇ ಮುದ್ರಣ: ೨೦೨೦
ಹತ್ತೊಂಬತ್ತನೇ ಮುದ್ರಣ: ೨೦೨೧
ಇಪ್ಪತ್ತನೇ ಮುದ್ರಣ: ೨೦೨೩
ಇಪ್ಪತ್ತೊಂದನೇ ಮುದ್ರಣ: ೨೦೨೪

ಆವರಣ: ಎಪ್ಪತ್ತೊಂದು ಮುದ್ರಣಗಳು

ಹದಿನಾಲ್ಕು ಮುದ್ರಣಗಳು: ೨೦೦೭
ಹದಿನೈದು– ಹದಿನೆಂಟು ಮುದ್ರಣಗಳು: ೨೦೦೮
ಹತ್ತೊಂಬತ್ತನೇ ಮುದ್ರಣ: ೨೦೦೯
ಇಪ್ಪತ್ತನೇ ಮುದ್ರಣ: ೨೦೦೯
ಇಪ್ಪತ್ತೊಂದನೇ ಮುದ್ರಣ: ೨೦೦೯
ಇಪ್ಪತ್ತೆರಡನೇ ಮುದ್ರಣ: ೨೦೦೯
ಇಪ್ಪತ್‌ಮೂರನೇ ಮುದ್ರಣ: ೨೦೧೦
ಇಪ್ಪತ್‌ನಾಲ್ಕನೇ ಮುದ್ರಣ: ೨೦೧೦
ಇಪ್ಪತ್ತೈದನೇ ಮುದ್ರಣ: ೨೦೧೦
ಇಪ್ಪತ್ತಾರನೇ ಮುದ್ರಣ: ೨೦೧೦
ಇಪ್ಪತ್ತೇಳನೇ ಮುದ್ರಣ: ೨೦೧೧
ಇಪ್ಪತ್ತೆಂಟನೇ ಮುದ್ರಣ: ೨೦೧೧
ಇಪ್ಪತ್ತೊಂಬತ್ತನೇ ಮುದ್ರಣ: ೨೦೧೧
ಮೂವತ್ತನೇ ಮುದ್ರಣ: ೨೦೧೧
ಮೂವತ್ತೊಂದನೇ ಮುದ್ರಣ: ೨೦೧೨
ಮೂವತ್ತೆರಡನೇ ಮುದ್ರಣ: ೨೦೧೨
ಮೂವತ್‌ಮೂರನೇ ಮುದ್ರಣ: ೨೦೧೨
ಮೂವತ್‌ನಾಲ್ಕನೇ ಮುದ್ರಣ: ೨೦೧೩
ಮೂವತ್ತೈದನೇ ಮುದ್ರಣ: ೨೦೧೩
ಮೂವತ್ತಾರನೇ ಮುದ್ರಣ: ೨೦೧೩
ಮೂವತ್ತೇಳನೇ ಮುದ್ರಣ: ೨೦೧೪
ಮೂವತ್ತೆಂಟನೇ ಮುದ್ರಣ: ೨೦೧೪
ಮೂವತ್ತೊಂಬತ್ತನೇ ಮುದ್ರಣ: ೨೦೧೪
ನಲವತ್ತನೇ ಮುದ್ರಣ: ೨೦೧೪
ನಲವತ್ತೊಂದನೇ ಮುದ್ರಣ: ೨೦೧೫
ನಲವತ್ತೆರಡನೇ ಮುದ್ರಣ: ೨೦೧೫
ನಲವತ್‌ಮೂರನೇ ಮುದ್ರಣ: ೨೦೧೫
ನಲವತ್‌ನಾಲ್ಕನೇ ಮುದ್ರಣ: ೨೦೧೬

ನಲವತ್ತೈದನೇ ಮುದ್ರಣ: ೨೦೧೬
ನಲವತ್ತಾರನೇ ಮುದ್ರಣ: ೨೦೧೬
ನಲವತ್ತೇಳನೇ ಮುದ್ರಣ: ೨೦೧೭
ನಲವತ್ತೆಂಟನೇ ಮುದ್ರಣ: ೨೦೧೭
ನಲವತ್ತೊಂಬತ್ತನೇ ಮುದ್ರಣ: ೨೦೧೭
ಐವತ್ತನೇ ಮುದ್ರಣ: ೨೦೧೮
ಐವತ್ತೊಂದನೇ ಮುದ್ರಣ ೨೦೧೮
ಐವತ್ತೆರಡನೇ ಮುದ್ರಣ: ೨೦೧೯
ಐವತ್‌ಮೂರನೇ ಮುದ್ರಣ: ೨೦೧೯
ಐವತ್‌ನಾಲ್ಕನೇ ಮುದ್ರಣ: ೨೦೧೯
ಐವತ್ತೈದನೇ ಮುದ್ರಣ: ೨೦೧೯
ಐವತ್ತಾರನೇ ಮುದ್ರಣ: ೨೦೨೦
ಐವತ್ತೇಳನೇ ಮುದ್ರಣ: ೨೦೨೦
ಐವತ್ತೆಂಟನೇ ಮುದ್ರಣ: ೨೦೨೦
ಐವತ್ತೊಂಬತ್ತನೇ ಮುದ್ರಣ: ೨೦೨೦
ಅರವತ್ತನೇ ಮುದ್ರಣ: ೨೦೨೧
ಅರವತ್ತೊಂದನೇ ಮುದ್ರಣ: ೨೦೨೧
ಅರವತ್ತೆರಡನೇ ಮುದ್ರಣ: ೨೦೨೧
ಅರವತ್‌ಮೂರನೇ ಮುದ್ರಣ: ೨೦೨೨
ಅರವತ್‌ನಾಲ್ಕನೇ ಮುದ್ರಣ: ೨೦೨೨
ಅರವತ್ತೈದನೇ ಮುದ್ರಣ: ೨೦೨೨
ಅರವತ್ತಾರನೇ ಮುದ್ರಣ: ೨೦೨೩
ಅರವತ್ತೇಳನೇ ಮುದ್ರಣ: ೨೦೨೩
ಅರವತ್ತೆಂಟನೇ ಮುದ್ರಣ: ೨೦೨೩
ಅರವತ್ತೊಂಬತ್ತನೇ ಮುದ್ರಣ: ೨೦೨೩
ಎಪ್ಪತ್ತನೇ ಮುದ್ರಣ: ೨೦೨೩
ಎಪ್ಪತ್ತೊಂದನೇ ಮುದ್ರಣ: ೨೦೨೪
ಕವಲು
ಹದಿನೈದು ಮುದ್ರಣಗಳು: ೨೦೧೦
ಹದಿನಾರನೇ ಮುದ್ರಣ: ೨೦೧೧
ಹದಿನೇಳನೇ ಮುದ್ರಣ: ೨೦೧೧
ಹದಿನೆಂಟನೇ ಮುದ್ರಣ: ೨೦೧೧
ಹತ್ತೊಂಬತ್ತನೇ ಮುದ್ರಣ: ೨೦೧೧
ಇಪ್ಪತ್ತನೇ ಮುದ್ರಣ: ೨೦೧೧
ಇಪ್ಪತ್ತೊಂದನೇ ಮುದ್ರಣ: ೨೦೧೨
ಇಪ್ಪತ್ತೆರಡನೇ ಮುದ್ರಣ: ೨೦೧೨
ಇಪ್ಪತ್‌ಮೂರನೇ ಮುದ್ರಣ: ೨೦೧೨
ಇಪ್ಪತ್‌ನಾಲ್ಕನೇ ಮುದ್ರಣ: ೨೦೧೩
ಇಪ್ಪತ್ತೈದನೇ ಮುದ್ರಣ: ೨೦೧೩
ಇಪ್ಪತ್ತಾರನೇ ಮುದ್ರಣ: ೨೦೧೪
ಇಪ್ಪತ್ತೇಳನೇ ಮುದ್ರಣ: ೨೦೧೪
ಇಪ್ಪತ್ತೆಂಟನೇ ಮುದ್ರಣ: ೨೦೧೫
ಇಪ್ಪತ್ತೊಂಬತ್ತನೇ ಮುದ್ರಣ: ೨೦೧೫
ಮೂವತ್ತನೇ ಮುದ್ರಣ: ೨೦೧೫
ಮೂವತ್ತೊಂದನೇ ಮುದ್ರಣ: ೨೦೧೬
ಮೂವತ್ತೆರಡನೇ ಮುದ್ರಣ: ೨೦೧೭
ಮೂವತ್‌ಮೂರನೇ ಮುದ್ರಣ: ೨೦೧೮
ಮೂವತ್‌ನಾಲ್ಕನೇ ಮುದ್ರಣ: ೨೦೧೮
ಮೂವತ್ತೈದನೇ ಮುದ್ರಣ: ೨೦೧೯
ಮೂವತ್ತಾರನೇ ಮುದ್ರಣ: ೨೦೨೦
ಮೂವತ್ತೇಳನೇ ಮುದ್ರಣ: ೨೦೨೧
ಮೂವತ್ತೆಂಟನೇ ಮುದ್ರಣ: ೨೦೨೧
ಮೂವತ್ತೊಂಬತ್ತನೇ ಮುದ್ರಣ: ೨೦೨೨
ನಲವತ್ತನೇ ಮುದ್ರಣ: ೨೦೨೩
ನಲವತ್ತೊಂದನೇ ಮುದ್ರಣ: ೨೦೨೩
ಯಾನ
ಹದಿನೆಂಟು ಮುದ್ರಣಗಳು: ೨೦೧೪
ಹತ್ತೊಂಬತ್ತನೇ ಮುದ್ರಣ: ೨೦೧೫
ಇಪ್ಪತ್ತನೇ ಮುದ್ರಣ: ೨೦೧೫
ಇಪ್ಪತ್ತೊಂದನೇ ಮುದ್ರಣ: ೨೦೧೫
ಇಪ್ಪತ್ತೇರಡನೇ ಮುದ್ರಣ: ೨೦೧೫
ಇಪ್ಪತ್‌ಮೂರನೇ ಮುದ್ರಣ: ೨೦೧೫
ಇಪ್ಪತ್‌ನಾಲ್ಕನೇ ಮುದ್ರಣ: ೨೦೧೫
ಇಪ್ಪತ್ತೈದನೇ ಮುದ್ರಣ: ೨೦೧೫
ಇಪ್ಪತ್ತಾರನೇ ಮುದ್ರಣ: ೨೦೧೫
ಇಪ್ಪತ್ತೇಳನೇ ಮುದ್ರಣ: ೨೦೧೬
ಇಪ್ಪತ್ತೆಂಟನೇ ಮುದ್ರಣ: ೨೦೧೬
ಇಪ್ಪತ್ತೊಂಬತ್ತನೇ ಮುದ್ರಣ: ೨೦೧೬
ಮೂವತ್ತನೇ ಮುದ್ರಣ: ೨೦೧೭
ಮೂವತ್ತೊಂದನೇ ಮುದ್ರಣ: ೨೦೧೭
ಮೂವತ್ತೆರಡನೇ ಮುದ್ರಣ: ೨೦೧೭
ಮೂವತ್‌ಮೂರನೇ ಮುದ್ರಣ: ೨೦೧೮
ಮೂವತ್‌ನಾಲ್ಕನೇ ಮುದ್ರಣ: ೨೦೧೮
ಮೂವತ್ತೈದನೇ ಮುದ್ರಣ: ೨೦೧೯
ಮೂವತ್ತಾರನೇ ಮುದ್ರಣ: ೨೦೧೯
ಮೂವತ್ತೇಳನೇ ಮುದ್ರಣ: ೨೦೨೦
ಮೂವತ್ತೇಂಟನೇ ಮುದ್ರಣ: ೨೦೨೦
ಮೂವತ್ತೊಂಬತ್ತನೇ ಮುದ್ರಣ: ೨೦೨೧
ನಲವತ್ತನೇ ಮುದ್ರಣ: ೨೦೨೧
ನಲವತ್ತೊಂದನೇ ಮುದ್ರಣ: ೨೦೨೨
ನಲವತ್ತೆರಡನೇ ಮುದ್ರಣ: ೨೦೨೨
ನಲವತ್‌ಮೂರನೇ ಮುದ್ರಣ: ೨೦೨೩
ನಲವತ್‌ನಾಲ್ಕನೇ ಮುದ್ರಣ: ೨೦೨೩
ನಲವತ್ತೈದನೇ ಮುದ್ರಣ: ೨೦೨೩
ನಲವತ್ತಾರನೇ ಮುದ್ರಣ: ೨೦೨೪
ಉತ್ತರ ಕಾಂಡ
ಹದಿಮೂರು ಮುದ್ರಣಗಳು: ೨೦೧೭
ಹದಿನಾಲ್ಕನೇ ಮುದ್ರಣ: ೨೦೧೮
ಹದಿನೈದನೇ ಮುದ್ರಣ: ೨೦೧೮
ಹದಿನಾರನೇ ಮುದ್ರಣ: ೨೦೧೮
ಹದಿನೇಳನೇ ಮುದ್ರಣ: ೨೦೧೯
ಹದಿನೆಂಟನೇ ಮುದ್ರಣ: ೨೦೧೯
ಹತ್ತೊಂಬತ್ತನೇ ಮುದ್ರಣ: ೨೦೧೯
ಇಪ್ಪತ್ತನೇ ಮುದ್ರಣ: ೨೦೨೦
ಇಪ್ಪತ್ತೊಂದನೇ ಮುದ್ರಣ: ೨೦೨೧
ಇಪ್ಪತ್ತೆರಡನೇ ಮುದ್ರಣ: ೨೦೨೧

ಇಪ್ಪತ್‌ಮೂರನೇ ಮುದ್ರಣ: ೨೦೨೨
ಇಪ್ಪತ್‌ನಾಲ್ಕನೇ ಮುದ್ರಣ: ೨೦೨೨
ಇಪ್ಪತ್ತೈದನೇ ಮುದ್ರಣ: ೨೦೨೩
ಇಪ್ಪತ್ತಾರನೇ ಮುದ್ರಣ: ೨೦೨೩
ಇಪ್ಪತ್ತೇಳನೇ ಮುದ್ರಣ: ೨೦೨೪

ಆತ್ಮವೃತಾಂತ

ಭಿತ್ತಿ

ಮೊದಲನೇ ಮುದ್ರಣ: ೧೯೯೬
ಎರಡನೇ ಮುದ್ರಣ: ೧೯೯೭
ಮೂರನೇ ಮುದ್ರಣ: ೨೦೦೦
ನಾಲ್ಕನೇ ಮುದ್ರಣ: ೨೦೦೬
ಐದನೇ ಮುದ್ರಣ: ೨೦೦೭
ಆರನೇ ಮುದ್ರಣ: ೨೦೦೯
ಏಳನೇ ಮುದ್ರಣ: ೨೦೧೧
ಎಂಟನೇ ಮುದ್ರಣ: ೨೦೧೩
ಒಂಬತ್ತನೇ ಮುದ್ರಣ: ೨೦೧೪
ಹತ್ತನೇ ಮುದ್ರಣ: ೨೦೧೫
ಹನ್ನೊಂದನೇ ಮುದ್ರಣ: ೨೦೧೬
ಹನ್ನೆರಡನೇ ಮುದ್ರಣ: ೨೦೧೭
ಹದಿಮೂರನೇ ಮುದ್ರಣ: ೨೦೧೮
ಹದಿನಾಲ್ಕನೇ ಮುದ್ರಣ: ೨೦೧೯
ಹದಿನೈದನೇ ಮುದ್ರಣ: ೨೦೨೦
ಹದಿನಾರನೇ ಮುದ್ರಣ: ೨೦೨೧
ಹದಿನೇಳನೇ ಮುದ್ರಣ: ೨೦೨೩
ಹದಿನೆಂಟನೇ ಮುದ್ರಣ: ೨೦೨೪

ಸಾಹಿತ್ಯ ಚಿಂತನ ಗ್ರಂಥಗಳು

ಸತ್ಯ ಮತ್ತು ಸೌಂದರ್ಯ
ಮೊದಲನೇ ಮುದ್ರಣ: ೧೯೬೬
ಎರಡನೇ ಮುದ್ರಣ: ೧೯೭೦
ಮೂರನೇ ಮುದ್ರಣ: ೧೯೮೩
ನಾಲ್ಕನೇ ಮುದ್ರಣ: ೧೯೯೯
ಐದನೇ ಮುದ್ರಣ: ೨೦೦೩
ಆರನೇ ಮುದ್ರಣ: ೨೦೦೭
ಏಳನೇ ಮುದ್ರಣ: ೨೦೧೧
ಎಂಟನೇ ಮುದ್ರಣ: ೨೦೧೪
ಒಂಬತ್ತನೇ ಮುದ್ರಣ: ೨೦೧೮
ಹತ್ತನೇ ಮುದ್ರಣ: ೨೦೨೩

ಸಾಹಿತ್ಯ ಮತ್ತು ಪ್ರತೀಕ
ಮೊದಲನೇ ಮುದ್ರಣ: ೧೯೬೭
ಎರಡನೇ ಮುದ್ರಣ: ೧೯೭೮
ಮೂರನೇ ಮುದ್ರಣ: ೧೯೯೯
ನಾಲ್ಕನೇ ಮುದ್ರಣ: ೨೦೦೫
ಐದನೇ ಮುದ್ರಣ: ೨೦೧೨
ಆರನೇ ಮುದ್ರಣ: ೨೦೧೬
ಏಳನೇ ಮುದ್ರಣ: ೨೦೨೨

ಕಥೆ ಮತ್ತು ಕಥಾವಸ್ತು
ಮೊದಲನೇ ಮುದ್ರಣ: ೧೯೬೯
ಎರಡನೇ ಮುದ್ರಣ: ೧೯೭೮
ಮೂರನೇ ಮುದ್ರಣ: ೨೦೦೩
ನಾಲ್ಕನೇ ಮುದ್ರಣ: ೨೦೧೧
ಐದನೇ ಮುದ್ರಣ: ೨೦೧೪
ಆರನೇ ಮುದ್ರಣ: ೨೦೧೭
ಏಳನೇ ಮುದ್ರಣ: ೨೦೨೨

ನಾನೇಕೆ ಬರೆಯುತ್ತೇನೆ?
ಮೊದಲನೇ ಮುದ್ರಣ: ೧೯೮೦
ಎರಡನೇ ಮುದ್ರಣ: ೧೯೮೯
ಮೂರನೇ ಮುದ್ರಣ: ೨೦೦೩
ನಾಲ್ಕನೇ ಮುದ್ರಣ: ೨೦೦೬
ಐದನೇ ಮುದ್ರಣ: ೨೦೧೨
ಆರನೇ ಮುದ್ರಣ: ೨೦೧೪
ಏಳನೇ ಮುದ್ರಣ: ೨೦೧೬
ಎಂಟನೇ ಮುದ್ರಣ: ೨೦೧೮
ಒಂಬತ್ತನೇ ಮುದ್ರಣ: ೨೦೨೦
ಹತ್ತನೇ ಮುದ್ರಣ: ೨೦೨೨
ಹನ್ನೊಂದನೇ ಮುದ್ರಣ: ೨೦೨೪

ಸಂದರ್ಭ : ಸಂವಾದ
ಮೊದಲನೇ ಮುದ್ರಣ: ೨೦೧೧
ಎರಡನೇ ಮುದ್ರಣ: ೨೦೧೧
ಮೂರನೇ ಮುದ್ರಣ: ೨೦೧೪
ನಾಲ್ಕನೇ ಮುದ್ರಣ: ೨೦೧೯
ಐದನೇ ಮುದ್ರಣ: ೨೦೨೩

ಸಾಕ್ಷಿ ಪರ್ವ
ಮೊದಲನೇ ಮುದ್ರಣ: ೨೦೧೯
ಎರಡನೇ ಮುದ್ರಣ: ೨೦೧೯
ಮೂರನೇ ಮುದ್ರಣ: ೨೦೨೨

ಸಂಪಾದಿತ

ಗಂಗೂಬಾಯಿ ಹಾನಗಲ್: ೧೯೮೮ (ಅಶೋಕ್ ಡಿ. ರಾನಡೆ ಅವರೊಡನೆ)
ಮಾನ: ೧೯೯೨ (ಜೆ.ಆರ್. ಲಕ್ಷ್ಮಣರಾವ್ ಮತ್ತು ಪ್ರಧಾನ ಗುರುದತ್ತರೊಡನೆ)

ಭೈರಪ್ಪ, ಕೃತಿಗಳ ಕುರಿತು

ಭೈರಪ್ಪನವರ ಕಾದಂಬರಿಗಳು: ಲೀಲಾವತಿ ತೋರಣಗಟ್ಟಿ (೧೯೭೭)
ಸಹಸ್ಪಂದನ: ಸಂ॥ ಮ. ಗೋವಿಂದರಾವ್/ಮಾಧವ ಕುಲಕರ್ಣಿ (೧೯೭೮)
'ಪರ್ವ': ಒಂದು ಸಮೀಕ್ಷೆ: ಸಂ॥ ವಿಜಯಾ (೧೯೮೩)
'ಸಾಮಾನ್ಯ ಜ್ಞಾನ' ಭೈರಪ್ಪ ಅಭಿನಂದನಾ ಸಂಚಿಕೆ: ಸಂ॥ ಕೊಂಡಜ್ಜಿ ಕೆ. ವೆಂಕಟೇಶ (೧೯೮೯)
ಭೈರಪ್ಪನವರ ಕಾದಂಬರಿಗಳ ಸ್ವರೂಪ: ಲೀಲಾವತಿ ತೋರಣಗಟ್ಟಿ (೧೯೯೨)
ಭೈರಪ್ಪಾಭಿನಂದನ: ಸಂ॥ ಕೊಂಡಜ್ಜಿ ಕೆ. ವೆಂಕಟೇಶ (೧೯೯೩)
ಎಸ್.ಎಲ್. ಭೈರಪ್ಪ: ಡಾ॥ ವಿಠಲರಾವ್ ಗಾಯಕ್ವಾಡ್ (೧೯೯೫)
ಎಸ್.ಎಲ್. ಭೈರಪ್ಪ: ಬದುಕು ಬರಹ: ನೀರಗುಂದ ನಾಗರಾಜ (೧೯೯೯)
ನಮ್ಮ ಹೆಮ್ಮೆಯ ಸಾಹಿತಿ ಡಾ॥ ಎಸ್.ಎಲ್. ಭೈರಪ್ಪ: ಮಾನಸ (೧೯೯೯)
ಎಸ್.ಎಲ್. ಭೈರಪ್ಪನವರ ಕೃತಿಗಳ ವಿಮರ್ಶೆ: ಸಂ॥ ಸುಮತೀಂದ್ರ ನಾಡಿಗ (೨೦೦೨)
ಮಂದ್ರಾವಲೋಕನ: ಸಂ॥ ಎಂ.ಎಸ್. ವೆಂಕಟರಾಮಯ್ಯ (೨೦೦೩)
ಪರ್ವ: ವಾಸ್ತವಿಕ ಕಲ್ಪನೆಗಳು: ಆರ್.ಎನ್. ದಿಂಡೂರ್ (೨೦೦೪)
'ಮಂದ್ರ': ಮಂಥನ: ಸಂ॥ ವಿಜಯಶ್ರೀ (೨೦೦೫)
ಭೈರಪ್ಪನವರ ಕಾದಂಬರಿಗಳು: ಒಂದು ಅಧ್ಯಯನ: ಸಂ॥ ನರಸಿಂಹಮೂರ್ತಿ/ಪಾರ್ವತಿ ಐತಾಳ (೨೦೦೫)
ಭೈರಪ್ಪಾಭಿನಂದನ: ಸಂ॥ ಕೊಂಡಜ್ಜಿ ಕೆ. ವೆಂಕಟೇಶ (೨೦೦೫ ವಿಸ್ತೃತ ಮುದ್ರಣ)
ಚಿತ್ತ ಭಿತ್ತಿ: ಎಸ್.ವಿ. ಪ್ರಭಾವತಿ (೨೦೦೬)
ಎಸ್.ಎಲ್. ಭೈರಪ್ಪ: ದೇಶಕುಲಕರ್ಣಿ (೨೦೦೬)
ಭೈರಪ್ಪನವರ ಕಾದಂಬರಿಗಳಲ್ಲಿ ಸ್ತ್ರೀ ಪಾತ್ರಗಳು: ಆರ್.ಎನ್. ದಿಂಡೂರ (೨೦೦೬)
ಬುದ್ಧಿಜೀವಿ ವರ್ಸಸ್ ಬೌದ್ಧಿಕ ಸ್ವಾತಂತ್ರ್ಯ: 'ಆವರಣ'ದ ಸಂಕಥನ: ಅಜಕ್ಕಳ ಗಿರೀಶ್‌ಭಟ್ (೨೦೦೭)
'ಆವರಣ'ವೆಂಬ ವಿಕೃತಿ: ಸಂ: ಗೌರಿ ಲಂಕೇಶ್ (೨೦೦೭)
'ಆವರಣ' ಅನಾವರಣ: ಎನ್.ಎಸ್. ಶಂಕರ (೨೦೦೭)
'ಆವರಣ' ಅವಲೋಕನ: ಸಂ: ಎಲ್.ಎಸ್. ಶೇಷಗಿರಿರಾವ್ (೨೦೦೭)
'ಆವರಣ' ಮಾಧ್ಯಮ ಮಂಥನ: ಸಂ: ಬಿ.ಎಸ್. ಚಂದ್ರಶೇಖರ್ (೨೦೦೯)
ಯುಗಸಾಕ್ಷಿ: ಎಲ್.ವಿ. ಶಾಂತಕುಮಾರಿ (೨೦೦೯)
ಭೈರಪ್ಪನವರ ಮಹಾನ್ ಕೃತಿಗಳು: ಸಂ: ಶತಾವಧಾನಿ ಗಣೇಶ್ – ಗೌರಿ ಸುಂದರ್
ಆವರಣ ಒಂದು ವಿಶ್ಲೇಷಣೆ: ಸೋಮಶೇಖರ ಮಾಲಿಪಾಟೀಲ್ (೨೦೧೧)
ಭೈರಪ್ಪನವರ ಕಾದಂಬರಿಗಳಲ್ಲಿ ಧರ್ಮ ಮತ್ತು ಸಂಸ್ಕೃತಿ: ಸಂ: ಎಚ್.ಎಸ್. ವೆಂಕಟೇಶಮೂರ್ತಿ (೨೦೧೧)
ಎಸ್.ಎಲ್. ಭೈರಪ್ಪ – ಕಿರು ಪರಿಚಯ: ಪ್ರಧಾನ್ ಗುರುದತ್ (೨೦೧೨)
ಭೈರಪ್ಪನವರ ಕಾದಂಬರಿಗಳಲ್ಲಿ ಕೌಟುಂಬಿಕ ಸಮಸ್ಯೆಗಳು: ಪ್ರಧಾನ್ ಗುರುದತ್ತ – ಗೌರಿ ಸುಂದರ್ (೨೦೧೩)
ಭೈರಪ್ಪನವರ ಕಾದಂಬರಿಗಳು–ಒಂದು ಸಮಾಲೋಚನೆ: ಎಸ್. ರಾಮಸ್ವಾಮಿ (೨೦೧೪)
ಭೈರಪ್ಪನವರ ಸಾಹಿತ್ಯ ಮರಾಠಿ ವಿಮರ್ಶೆ: ಸಂ: ಉಮಾ ಕುಲಕರ್ಣಿ – ವಿರೂಪಾಕ್ಷ ಕುಲಕರ್ಣಿ (೨೦೧೪)

ಇತರ ಭಾಷೆಗಳಲ್ಲಿ ಭೈರಪ್ಪನವರ ಕೃತಿಗಳು

ಧರ್ಮಶ್ರೀ: ಸಂಸ್ಕೃತ, ಮರಾಠಿ
ವಂಶವೃಕ್ಷ: ತೆಲುಗು, ಮರಾಠಿ, ಹಿಂದಿ, ಉರ್ದು, ಇಂಗ್ಲಿಷ್, ಸಂಸ್ಕೃತ
ನಾಯಿ–ನೆರಳು: ಗುಜರಾತಿ, ಹಿಂದಿ
ತಬ್ಬಲಿಯು ನೀನಾದೆ ಮಗನೆ: ಹಿಂದಿ, ಸಂಸ್ಕೃತ
ಗೃಹಭಂಗ: ಭಾರತದ ಎಲ್ಲಾ ೧೪ ಭಾಷೆಗಳಲ್ಲಿ
ನಿರಾಕರಣ: ಹಿಂದಿ
ದಾಟು: ಭಾರತದ ಎಲ್ಲಾ ೧೪ ಭಾಷೆಗಳಲ್ಲಿ, ಇಂಗ್ಲಿಷ್
ಅನ್ವೇಷಣ: ಮರಾಠಿ, ಹಿಂದಿ
ಪರ್ವ: ತೆಲುಗು, ಮರಾಠಿ, ಬಂಗಾಳಿ, ಹಿಂದಿ, ತಮಿಳು, ಪಂಜಾಬಿ, ಇಂಗ್ಲಿಷ್, ಮಲೆಯಾಳಂ, ರಷ್ಯಾ, ಚೀನೀ
ನೆಲೆ: ಹಿಂದಿ
ಸಾಕ್ಷಿ: ಹಿಂದಿ, ಇಂಗ್ಲಿಷ್
ಅಂಚು: ಮರಾಠಿ, ಹಿಂದಿ
ತಂತು: ಮರಾಠಿ, ಹಿಂದಿ, ಇಂಗ್ಲಿಷ್
ಸಾರ್ಥ: ಸಂಸ್ಕೃತ, ಮರಾಠಿ, ಹಿಂದಿ, ಇಂಗ್ಲಿಷ್, ಸಂಕೇತಿ
ಮಂದ್ರ: ಮರಾಠಿ, ಹಿಂದಿ, ಇಂಗ್ಲಿಷ್
ಭಿತ್ತಿ: ಮರಾಠಿ, ಹಿಂದಿ, ಇಂಗ್ಲಿಷ್
ನಾನೇಕೆ ಬರೆಯುತ್ತೇನೆ?: ಮರಾಠಿ, ಇಂಗ್ಲಿಷ್
ಸತ್ಯ ಮತ್ತು ಸೌಂದರ್ಯ: ಇಂಗ್ಲಿಷ್
ಆವರಣ: ಸಂಸ್ಕೃತ, ಮರಾಠಿ, ಗುಜರಾತಿ, ಇಂಗ್ಲಿಷ್, ಮಲೆಯಾಳಂ